እናት ሀገር!

የ ኢሕአፓ እንቅቅልሽ

እና

የባዕዳን ኃይሎች ከሀገር በቀል ወኪሎቻቸው ጋር ያቀነባበሩት ፀረ-ኢትዮጵያ ሴራ! - ከእማውቀው፣ ከአየሁት፣ ከሰማሁትና ከተወራው!

ዶ/ር አያሌው መርጊያው ጉበና

P. O. Box 382

Broadway, New South Wales 2007

AUSTRALIA

Email: ayalewmergia@gmail.com

መታሰቢያነቱ

ይህ መጽሀፍ መታሰቢያነቱ፣

ለወላጅ እናቴ ለእሚሆይ ብይን ከበደ በሺርና ለወላጅ አባቴ ለመቶ አለቃ መርጊያው ጉበና አምባው፣

ድርጅቱን ከውድቀት፣ ሠራዊቱን ከድምሰሳ ለማዳን በቆራጥነት ጠንክረው በመታገላቸው ያለተግባራቸው "'አንጃ'" በሚል ሽፋን አሲምባ በርሃ ተገድለው ባንድ ጉድጓድ ተቀብረው ለቀሩት 18ቱ ንቁ የኢሕአፓ/ኢሕአሠ ታማኝ ዘበኞች ለነበሩት ለእነ: ኢርጋ ተሰማ/መዝሙር፣ ጌታሁን ሲሳይ/ግርሙ፣ ኤፍሬም ደጀኑ/ሰዒድ አባስ፣ ውብሸት መኮንን/አቡበከር ሙሀመድ፣ ብሥራት ደበበ/አሲምባ፣ ኤልያስ በቀለ/ታሪኩ፣ መምሕር ደመዎዝ ገረመ/አንተነህ፣ መኮነን ተክሌ/ደረጀ፣ በላይ፣ በሽር፣ አብርሃም፣ ታፈሰ፣ ታደሰ፣ ሊበን፣ እና ለአይበገሬው አገር ወዳዱ ሀብቶም/ፀጋየ፣

ያለእቅድ፣ ያለጥናትና ዝግጅት በእውር በድንብራቸው ወደ ወሎ ዘምተው ለተሰዉት ለእነ ውብሸት ረታ/ሐዋዝ፣ ተፈሪ ብርሃኔ/ግርማ፣ ዘርዓብሩክ አበበ/ዘላለም፣ ደበሳይ ካሕሳይ፣ አርቀው በላቸው፣ ተስፋየ ደሳለኝ፣ ግደይ እና ለጓዶቻቸው፣

በኢሕአፓ/ኢሕአሠ አመራር እምብርት ስውር አጀንዳ ብቃትና ችሎታ ባልነበራት የወያኔ ጦር በአንድ ቀን ጦርነት ተደብድበው በሜዳ ወድቀው ለቀሩት የኢሕአሠ ታጋዮች፣

በወያኔና ሻዕቢያ ተከበው ተይዘው ወደ ትግራይ ተወስደው ደብዛቸው ጠፍቶ ለቀሩት ለነፀጋየ ገብረመድህን/ደብተራውና ለጓዶቹ፣

ድርጅቱን ከውድቀት ለማዳን፣ ወጣቱን ከአጓጉል ግድያ ለመከላከል፣ የድርጅቱንና የአባላቱን አንድነት ለማስጠበቅ የድርጅቱን አምባ ገነንነን መሪዎች በመታገላቸው በየከተማው 'አንጃ" እየተባሉ ለተገደሉት የኢሕአፓ አርበኞች፣

ሕጋዊነት የሌለው የኢሕአፓ አመራር/ክሊክ በቀየሰው የተሳሳተ የትግል ስልት ሳቢያ ደርግ ባራመደው የነፃ እርምጃና የቀይ ሽብር ግድያ በአገሪቷ ከተማዎች ተጨፈጭፎ ላለቀው ትውልድና ልጆቹን ላጣው የኢትዮጵያ ሕዝብ፣

የእናት ሀገራቸውን ዳር ድንበር ለማስከበር ከሶማሊያው ዚያድ ባሬ ወራሪ ጦር፣ ከሻዕቢያና ወያኔ ጋር ሲፋለሙ ለተሰዉት የኢትዮጵያ መከላከያ ኃይል እና ለፖሊስ ሠራዊት ጀግኖች፣ እና በአምባገነን መንግሥቱ ኃ/ማሪያም ፍላጎት ለተረሸኑት የሀገሪቷ ከፍተኛ የጦር አዛዦች እና መሪዎች፣

የአፄ ገላውዲዮስ ፪ኛ ደረጃ ትምህርት ቤት የሂሳብ መምህር የነበረውና አዲስ አበባ ተወስዶ ለተረሸነው ለአብሮ አደጌ መምህር ከበደ ሞገስ እና ለጓዶቹ ነው።

ከመጽሀፉ ሺያጭ የሚገኘው በሙሉ፣

1. በአሲምባ በርሃ በአንድ ጉድጓድ ውስጥ ተወርውረው ለቀሩት አሥራ ስምንቱ የኢሕአሠ ክንፍ የእርማት ንቅናቄ ግንባር ቀደም ታጋዮች፣

2. በወያኔና በደርግ ሚሊሽያዎች እየተመካኘ በየጊዜው በስውርና በምስጢር እየተረሸኑ በኢሕአሠ ሜዳዎች የትም ወድቀው ለቀሩት የሠራዊቱ ታጋዮችና

3. እንዲሁም ብቃት፣ ችሎታና ጥንካሬ ባልነበራት የወያኔ ጦር ተደብድበው በትግራይ ሜዳ ደማቸው በከንቱ ፈሶ ለቀረው የሠራዊቱ ታጋዮች መታሰቢያነት ይውላል።

ምስጋና

ጽሁፉ ለህትመት እንዲበቃ ላስቻሉኝ፣

1. የመጽሀፉን ሽፋን ሥዕል ነድፈው በማዘጋጀት፣ የአብዲሳ አያና/ሮባ/ሙስጠፋ'ንና የሰቦቓ/ለማ ትርሙን ቃለ መጠይቅ የተቀዳበትን ቴፕ በመላክ፣ የወንድማቸው ፎቶግራፍ እና በመጽሀፉ የተካተቱን አብዛኛዎቹን ፎቶግራፎች እንዲሁም አብዛኛዎቹን መጽሀፍት ገዝተው በመላክ፣ ተራርቀን ብንኖርም ዘወትር ከእኔ ባለመለየት ዘወትር የሞራል ድጋፍ በመስጠት እና መፅሀፉ ለንባብ እንዲበቃ አስፈላጊውን ሁሉ በማድረግ ለተባበሩኝ ለሰማዕት ኤፍሬም ደጀኑ ታናሽ ወንድሞችና እህት ለእነ አቶ ምናሴ ደጀኑ፣ ለቶ ዘላለም ደጀኑ፣ አቶ ያሬድ ደጀኑ፣ አቶ ኤርሚያስ ደጀኑ፣ ለወ/ሮ ኤልሳቤጥ ደጀኑ እና ባለቤታቸው ለአቶ ዘካሪያስ ኃይለጊዮርጊስ እንዲሁም ለአቶ ለገሠ አሥራት፣

3. አቶ ያሬድ ደጀኑ ታላቅ ወንድሙን ሰማዕት ኤፍሬም ደጀኑን በሚያፈላልግበት ዘመን ከጎኑ ባለመለየት ለተባበሩት ብሎም ከአቶ ለማ ትርሙ/ሰቦቓ ጋር በማስተዋወቅ ለረዱት የቀድሞው የኢሕአፓ የወጣት ሊግ አባል (ኢሕአወሊ) የነበሩና በንቁ ተሳትፏቸው ከአቶ ያሬድ ደጀኑ ጋር ታስረው እስራትና ግርፋት የተፈጸመባቸው ለእነ አርቲስት ብሩክ አስገዶምና ለአቶ ጌቱ መኮንን፣

4. በአሲንባ የሠራዊቱ አዛዥ የነበረው አብዲሳ አያና/ሮባ/ሙስጠፋ እና በአሲንባ በሠራዊቱ የኃይል አዛዥ የነበረው ለማ ትርሙ/ሰቦቓ አቶ ያሬድ ደጀኑ ላቀረበላቸው ቃለ መጠይቅ ወርቃዊ ጊዜያቸውን በመሰዋት ፈቃደኛ ሆነው በመተባበራቸው፣

5. የሰማዕት ውብሸት መኮንንን ፎቶግራፍ በመላክ ለተባበሩኝ ታናሽ እህቶች እና ታናሽ ወንድሙ ለእነ ወ/ሮ መዓዛ መኮንን እና ለባለቤቷ ለአቶ አምዴ ገብረየሱስ፣ ለወ/ሮ የወርቅውሀ መኮንን፣ ለወ/ሮ ውድነሽ መኮንን፣ ለወ/ሮ ስጎን መኮንን፣ ለወ/ሮ ኤልሳጺጥ መኮንን እና ለአቶ ኃይሌ መኮንን፣

6. የሰማዕት ኢርጋ ተሰማን ፎቶግራፍ በመላክ ለተባበሩኝ ለኢርጋ ተሰማ ውድ ልጆቹ እና ለወላጅ እናታቸው ለወ/ሮ ነፃነት መንግሥቱ፣ እንዲሁም፣

6. ላቀረብኩለት የትብብር ጥያቄ ያለምንም መጠራጠርና ማመንታ በቅንነት ለጥያቄየ ቀጥተኛ መልስ በመስጠት በማግሥቱ ከሰማዕት ኤፍሬም ደጀኑ ታናሽ እህት ከወ/ሮ ኤልሳጺጥ ደጀኑ ጋር ላገናኘኝና ድልድይ ሆኖ ለተባበረኝ ለአቶ ስዩም ዘነበ፣

ከፍ ያለ ምስጋናየን አቀርባለሁኝ።

ማውጫ

ምዕራፍ ሦስት

ምዕራፍ አራት

ምዕራፍ አምስት

ምዕራፍ ስድስት

ምዕራፍ ሰባት

ምዕራፍ ስምንት

ምዕራፍ ዘጠኝ

ምዕራፍ አሥር

ምዕራፍ አሥራ አንድ

ምዕራፍ አሥራ ሁለት

ምዕራፍ አሥራ ሦስት

ምዕራፍ አሥራ አራት

መቅድም

ከነበረኝ የግል ዕምነትና የዜግነት ግዴታ አኳያ ለሕብረተሰባችን ገደብ የለሽ ልዕልና ለመታገል ቆርጬ የተነሳሁት ከአፍላ የወጣትነት ዕድሜየ ጀምሮ ነበር። እኔ ወደ ትግሉ ጎራ የገባሁት ባልሳስት አብዛኛዎቹ ማለትም የትናንትና ወዲያዎቹና የትናንቶቹ ታጋዮች ሆኑ የዛሬዎቹ የሥልጣን ግብረ በላዎች ከዓለም አቀፋዊ፣ ሀገርራዊና ሕዝባዊ ዓላማዎች ጋር ጨርሶ በማይተዋወቁበት እንዲያውም አንዳንዶቹ ከወቅቱ የወጣቶች የትግል መፈክር እጅግ ኃላቀር በነበረው ጎጥ ዘራሽ የዘረኝነት ትግል በተጠመዱበት ዘመን እንደነበር የታሪክ ገድሌ ነው። ከፖሊስ አካዳሚ ከሦስት ዓመት ሥልጠና በምክትል የመቶ አልቅና ማዕረግ በአጼ ኃይለሥላሴ ተሹሜና እንዳብዛኛው የኮሌጁ ተመራቂዎች በቀድሞው የቀዳማዊ ኃይለሥላስ ዩኒቨርሲቲ በሕዝብ አስተዳደር (Public Administration) የመጨረሻ ዓመት ተማሪ ሆኜ ለመጨረስ ስችል በነበረኝ የግል ዕምነቴና አመለካከት ምክኒያት ትምህርቴን ሳላጠናቅቅ ወደ ሥራ ዓለም እንድሰማራ ብገደድም ጊዜው በልዩ ልዩ ሞያ ለሰለጠኑ ሀገሪቷ ዜጎች የግል ጥቅም ሩጫ በጣም የተመቻቸ እንደነበር ባይካድም ካደረብኝ ሕዝባዊ ዝንባሌ የተነሳ ትኩረቴን ወደ ሕዝባዊ የፍልሚያ ሜዳዎች ከማሳረፍ በስተቀር ሌላ አማራጭ አላስቀመጥኩም። ከዚህም የተነሳ በራሴ ፍላጎትና ጥረት የሥራ ምድቤ ኤርትራ ጠቅላይ ግዛት ፖሊስ እንዲሆን ያላሰለሰ ጥረት አደረኩ። በመጨረሻም ጥረቴ ተሳክቶልኝ ተመደብኩ። ዓላማዬ ለማኅበራዊና ለኢኮኖሚ ፍትሕ መስፈን መታገል ነበር። በዚህ ረገድ እንቅስቃሲየን የጀመርኩት ግንባር ቀደሙን መስመር ይዘው የሚፋለሙ የፖለቲካ ኃይላትን አድራሻ በማፈላለጉ ላይ ሆነ። የኤርትራ ቀይታየ የለገሰኝ አጋጣሚ ቢኖር እንግዲህ አንድም የእነኝህን የፖለቲካ ድርጅቶች ትክክለኛ አድራሻ እንዳውቅና ዓላማቸውን ቢያንስ በፕሮፓጋንዳና ቅስቀሳ ደረጃ ምን እንደሆነ ለመረዳት ማስቻሉ ነበር። ለዚህ ገጠመኝ መመቻቸት የጠቅላይ ግዛቱ ፖሊስ ወንጀል ምርመራ የፖለቲካ ምርመራ ቡድን ኃላፊ ሆኜ መመደቤ፣ ቀጥሎም በወቅቱ ስትራተጂካዊ ቁልፍ "የወንበዴዎች" መናኸሪያ የነበረችው የሰነዓፌ አካባቢ አዛዥ ሆኜ ማገልገሌ፣ በመቀጠልም የባርካ አውራጃ የወንጀል ምርመራ ሹምና በተደራቢ በጠቅላይ ግዛቱ ምዕራባዊ ቆላ ክልል በቁጥጥር ሥር ውለው ጦር ፍርድ ቤት ለሚቀርቡ የፖለቲካ እስረኞች የመንግሥት ጠበቃ ሆኜ ከእኔ ጋር በሕግ አስከባሪነት ተመድቦ ያገለግል ከነበረው የሥራ ባልደረባየና የዚያን ዘመኑ "ወዳጄ" ሻምበል ብርሃኑ ባየህ (1) ጋር ሆኜ እንዳገለግል መመደቤ ይህ ነው የማይባል አስተዋፅኦ አድርጓል። በምርኮም ሆነ በተለያዩ ምክኒያቶች ወደ አካባቢው በሚመለሱ የጀብሃና የሻዕቢያ አባላት ስለግንባሮቹ ኦፊሴላዊ ዓላማም ሆነ የትግል እንቅስቃሴ ይበልጥ እንድገነዘብ ከማስቻሉም ባሻገር ከጊዜ በኃላ ከሻዕቢያ ጋር ለፈጠርኩት የሕቡዕ ግንኙነት መስመር መመቻቸት በር ከፋችም ነበር። በቅድሚያ በተማሪነት፣ ከዚያም በመምህርነት፣ ቀጥሎም በእጩ መኮንንነት ሥልጠና ዘመኔና ከቀዳማዊ ኃይለሥላሴ ዩኒቨርሲቲ ጋር በነበረኝም የቀረበ ግንኙነቴ እስማው የነበረው ወሬ

በኤርትራ የሚደረገው ትግል ፍትሐዊና ዲሞክራሲያዊ መሆኑንና ይህንኑ ትግል በመምራትም ላይ ከሚገኙት ድርጅቶች መካከልም ሻዕቢያ ከመሃል ሀገሩ ተራማጆች እንቅስቃሴ ጋር ተመሳሳይ አመለካከትና ግብ እንዳለው ሆኖ ነበር።

በሕቡዕ ግንኙነቴ በኩል ያገኘሁት መረጃ ያመለከተኝ ዕውነታ ግን የዚህኑ ተቀባብቶ የተናፈሰውን ዜና የተገላቢጦሽ ነበር። እንዲያውም ይባስ ብሎ ስለዚሁ ፀረ-ኢትዮጵያ ድርጅት/ሻዕቢያ ከወቅቱ ከአፄው መንግሥትና ከባዕዳን ኃይላት በተለይም ከአሜሪካና ከእሥራኤል ጠንካራ ድጋፍ እንዳለው የሚያመለክቱ በቀላሉ የማይገኙ መርጃዎችን ማግኘቴ የመንፈስና የዓዕምሮ ጭንቀት አሳደረብኝ። ከዚህ በመነሳት የግል ጥናቴን ካጠናቀኩ በኃላ በዓመት ዕረፍት ፈቃድ ስም አዲስ አበባ በሄድኩበት ጊዜ አጠቃላይ ግንዛቤዬን ለዋለልኝ መኮንን በግንባር አስረዳሁት። ያጋጣሚ ነገር ይሁን የሌላ አላውቅም ከዋለልኝ መኮንን የተሰጠኝ ምላሽም የወሰድኩትን ግንዛቤዬን ትክክለኛነት የሚያረጋግጥልኝ ሆኖ አገኘሁት። “ከመካከላችን እፍኝ የማይሞሉ እፍቃሪ ኢሳያስ አፈወርቂ የሆኑ የሲ. አይ. ኤ. ቅጥረኞች በስተቀር የመሃል ሀገሩ ተራማጆች ይህንኑ የሻዕቢያን ቡድን አደገኛ አዝማሚያ በውል የተረዱ መሆናቸውን” አስረዳኝ። ሆኖም “መረጃውን ወዲያውኑ ማሰራጨት ለአጠቃላይ ትግላችን የወደፊት ዕድገት ያልተጠበቀ ደንቀራ ሊፈጥር ይችላል” በሚል ግምት ተመክሮየን በምስጢር እንድይዘው ከትግል አጋሮቼ ወንድማዊ ምክር ተለገሰኝ። በቅን ፍላጎት ተነሳስቼ ነበር በሠራዊቴ (የፖሊስ ሠራዊት) ውስጥ ይካሄድ የነበረውን ግፍ፣ አድልዎ፣ ኦሪታዊ አስተዳደርን በማጥፋት ሠራዊቱ ሕዝባዊ ሆኖ ኢትዮጵያንና ሕዝቧን እንዲያገለግል ለማስቻል በፖሊስ ሠራዊት በግንባር ቀደምትነት የመጀመሪያው መኮንን በመሆን ተቃውሞየን የተነፈስኩት። እንቅስቃሴየ የሠራዊቱን ዓይን በመክፈት በሕዝባዊ ዝንባሌ ተነሳስተው ለማኅበራዊና ለኢኮኖሚ ፍትሕ መስፈን ተሰልፈው የታገሉ አባላት የሥቃይ ግርፋትና ምርመራ ተካሂዶባቸዋል፣ ከፊሉ ተገድለዋል፣ ከፊሉ ተሰደዋል፣ በሕይወት የተረፉት የአካልና የመንፈስ፣ የዓምሮና የሥነልቦና መረበሽን ተጎናጽፈው አንገታቸውን ደፍተው የኖሩ አያሌ ነበሩ። ከዚህም ባሻገር የእኔን ፎቶግራፍ በመሸከም፣ የእኔን ስም በማንገት በአብዮቱ ፍንዳታ ዘመን በሠራዊቱ በለውጥ አንቀሳቃሽነትና በአንቂነት መሪ ኃድ አስደርጎኛል። ከሻዕቢያ ጋር የነበረኝም ግንኙነት እንደነበረው ቀጠለ። እንዲሁም ሆኖ “የፈሩት ይደርሳል የጠሉት ይወርሳል” እንዲሉ በድርጅቱ ላይ የነበረኝን ቀሪ ዕምነት ጨርሶ ያሚጠጠው ሁኔታ ሳይውል ሳያድር ወዲያውኑ ተከሰተ። እንደተራማጆች ጥንስስ ይቀጠር የነበረው “የመንካዕ ቡድን” በመደምሰስ ላይ መሆኑን አረጋገጥኩ። እንደሚታወቀው ሻዕቢያ ከጀብሃ ተገንጥሎ የራሱን ድርጅታዊ ህልውና ሲያበስር ከዚህ ግባ የማይባል ድርጅት ነበር። ይበልጥ መታወቅና ማበጥ የጀመረው ግን ለኢትዮጵያ ተማሪዎች ንቅናቄ ምስጋና ይግባውና በውስጡ ያፈራቸው ተራማጆች ሻዕቢያን መቀላቀልና ፖለቲካዊ አቅጣጫ መስጠት ከጀመሩበት ወቅት አንስቶ ነበር። የታሪክ ምፀት

ሆነና ሻቢያ ፀረ-ሕዝብ ክንዱን ያሳረፈው ታዲያ በሀገርና በሕዝብ ጠላት ላይ ወይም በባዕዳን ኃይል ላይ ሳይሆን በእነኚህ ኤርትራዊያን ተራማጆችና ዲሞክራት በ“መንካዕ” አባላቱ ላይ ሆነ።

ባንድ ፊት የነዚህ ተራማጆች (“መንካዕ”) ቅጽበታዊ መደምሰስ፣ በሌላ በኩል የእነ ዋለልኝ መኮንን ሳይታሰብ በድንገት መቀጨት ከሻዕቢያ ጋር የነበረኝን ግንኙነት በማቃረጥ ግንኙነቴን ከአንገት በላይ ለመያዝ ምክኒያት ሆነ። ምክኒያትም ብቻ ሳይሆን እስከዚያ ወቅት ድረስ እንደ አድኃሪና ሐይማኖታዊ ብሔርተኛ (Religious Nationalists) እቀጥረው ወደነበረው የኤርትራ ነፃ አውጭ ድርጅት (ጀብሃ) ጋር ተቀላቅየ ለመውጣት ዓይነተኛ ሰበብም ሆነልኝ። የኢትዮጵያ ሕዝብ የተናጠል ትግል ቅንጅታዊ ምንጩ የኢትዮጵያ ተማሪዎች ንቅናቄ እንደነበር እነ ዶ/ር ተኪኤ ፍሰሐጽዮን ሊክዱ ቢሞክሩም (የኢትዮጵያ ሪቪው፣ 1993፣ ቅጽ 3 ቁጥር 2) አሌ ሊባል የማይችል ዕውነታ ነው። ሻዕቢያ በሲ. አይ. ኤ. እና በራስ አስራተ ካሳ ይፈጠርና ይጠናከር እንጅ የዲፕሎማሲና የፖለቲካ ድጋፍ አግኝቶ በሀገርና በውጭ ሀገር እንዲታወቅ ያደረገው በቅድሚያ የኢትዮጵያ ተማሪዎች ማሕበር ከዚያም ኢሕአድ ቀጥሎም ኢአፓ ነበር። ይህ ወጣት መራሽ እንቅስቃሴ አጠቃላይ ይዘቱ ቀናነትን የተላበሰ ለመሆኑ ቅንጣት ያህል ባያጠራጥርም የበግ ቆዳ ለብሰው በውስጡ በተሰገሰጉ ሴረኞች ያልተቃረጠ ዱለታ ንቅናቄው የተነሳበትን ክቡርና ሰብዓዊ ዓላማ ግቡ ሳያደርስ ተሽመድምዶ ቀርቷል። ለዚህ ያላማረ ድምዳሜም ዓይነተኛ ድርሻ ያበረከተው ወያኔን ባምሳሉ ጨፍልቆ የፈጠረው ሻዕቢያ እንደነበር ለኢትዮጵያ ሕዝብ ገሃድ ከሆነ ዘመን ሁኖታል። ዘመናዊ የታሪክ ዘጋቢዎች እነ ዶክተር ጆርዳን ግብረመድኅን፣ ተኪኤ ፍሰሓጽዮን፣ በረከት ሀብተሥላሴ … ወዘተ ሊያሚክሹት እንደጣሩት ሻዕቢያ በሕዝባዊ ትግል ተወልዶ አድገ፣ አሁን ከደረሰበት ደረጃ የደረሰ የፖለቲካ ድርጅት አልነበረም። ተንኮልንና ዓለም አቀፍ ሴራን ከታሪካዊ ክንዋኔ ለይቶ ለማቅረብ ካለመቻል የፈለቀ ካልሆነ በስተቀር ሻዕቢያ የውጭ ኃይላትና የሀገር አቀፍ ሴረኞች የብቀላ ውላጅ ለመሆኑ እንኳን እኛ ከነ ልውል ራስ አስራተ ካሳ እና ከሪቻርድ ማይልስ ኮፕላንድ (በዘመኑ አጠራር ፖል ሄንዝ) ጋር በሰላም ጉባዔ ዝግጅት ስም በወዲ ጆርጆ/ተስፉ ሚከኤል ጆርጆ አገናኝነት በአሥመራ ቤተመንግሥትና በቃኘው ሻለቃ የጦር ሠፈር በአካል በመገናኘት ሴራውን የጠነሰሱት እነ ኢሳያስ አፈወርቂ ሰብዓዊ የእኔ ባይነት ካልተፀናወታቸው በስተቀር የሚክዱት ሀቅ አይመስለኝም። ባጭሩ ሻዕቢያ በሲ. አይ. ኤ. እና በራስ አስራተ ካሳ ይፈጠርና ይጠናከር እንጅ የዲፕሎማሲና የፖለቲካ ድጋፍ አግኝቶ በሀገርና በውጭ ሀገር እንዲታወቅ ያደረገው ኢሕአፓ ነበር። ኢትዮጵያና ሕዝቧ ካንዣንበበባቸው ክፉ አደጋ ለመከላከል እራሴን ለማዘጋጀት በማቀዴ በአካባቢየ የሚገኙትን የሽምጥ ተዋጊዎች በመጠቀም ድንበር በመሻገር ለለውጥ ተመሳሳይ ፍላጎት ያላቸውን ወንድሞቼንና እህቶቼን ፍልለጋ ለማግኘት የነበረኝን መልካም የተደላደለ ኑሮ በመናቅ ለመሰደድ ወሰንኩ። እነ ወደ ትግሉ ሜዳ የገባሁት ከፍጹም ልባዊ እምነት በመነሣት በመሆኑ ምንም እንኳን ኢሕአፓ በጀርባ በባዕዳን

ኃይል የሚደገፍና የሚረዳ መሆኑን ከመጀመሪያው ጀምሮ ጥርጣሬ ቢኖረኝም የድርጅት አስፈላጊነት አንገብጋቢ ሆኖ የተገኘበት ዘመን በመሆኑና በተለይም ደግሞ ከብርሀነመስቀል ረዳና ከዋለልኝ መኮንን ባገኘሁት ምክር መሠረት እንዳላወቁና እንዳልጠረጠሩ በመምሰል ድርጅቱ በፋይናንስ፣ በድርጅት፣ በፖለቲካና በሁሉ አቀፍ መስክ እንዲጠናከር መስሎ በመሳተፍ መቀጠል ይኖርብኛል በሚል ፅኑ እምነቴ የኢሕኤድ'ን መፈጠርና መንቀሳቀስ የተቀበልኩት በደስታና በኩራት ነበር። በዚህም ሳቢያ ድርጅቱ ባሰማራኝ የትግልም ሆነ የሥልጠና መስክ ከመሰልፍ ወደ ኃላ ያልኩበት ጊዜ አልነበረም።

በዚህ ሕዝባዊ ወኔ በመገፋፋት የተነሳ በወጭ ሀገር ቀይቼ ለድርጅቱ ከማበረክተው አስተዋጽኦ ይበልጥ ሠራዊቱን ብቀላቀል የበለጠ አስተዋጽኦና ጠቀሜታ ለማበርከት እንደምችል በአመራሩ "በመታመኑ" ሲዳሞ ለሚቋቋመው የደቡብ ኢትዮጵያ የኢሕአሠ ክንፍ የመጀመሪያው የሠራዊቱ አስኳል ለመሆን አስፈላጊውን ወታደራዊ ሥልጠና በፍልሥጥኤም ካጠናቀቅን በኃላ ጉዞ ወደ ሲዳሞ ተብሎ አሲምባ ከዘለቁት ጥቂት ግንባር ቀደም ዘማቾች አንዱ ነበርኩ። ፍላጎትና እውነታ ሁልጊዜም ታርቀው ስለማይጓዙ አሲምባ ከገባሁ በኃላ ሁኔታዎች እንደጠበኳቸው ሳይሆን በምዕራብ አውሮጳና በኤደን ቀይታየ ይነገረን ከነበረው ፍፁም ተገላቢጦሽ ሆኖ አገኘሁት። በባዕድ ኃይል ያልተቀጠበ ግዝገዛና የድርጅቱ አመራሩ በሚመራው የእርስ በርስ አለመተማመንና በሚነዛው የእርስ በርስ መጠራጠር አሲምባ በገባሁ በስባተኛው ወር በተቀነባበረ ሴራ የግድ ከድርጅቱና ሠራዊቱ እንድለይ ተገደድኩ። በአሲምባ ቀይታየ የመጀመሪያውን ሦስት ወራት ያሳለፍኩት በቤዝ አምባ አካባቢ በሚደረጉ አንዳንድ የማይረቡ እንቅስቃሴዎች ተወስኘ በመዘዋወር ነበር። ቢሆንም በዚህ ቀይታየ በሠራዊቱ የሚደረግ እንቅስቃሴ እንደሌለና፣ ሠራዊቱ ዱልዱም የሆነ የማይናከስና ድርጅቱን በድል አድራጊነት ሥልጣን ላይ ለማብቃት ቀርቶ በየከተማውና በየገጠሩ ለወደቁት የድርጅትቱና የሠራዊቱ ታጋዮች መበቀያ መሣሪያነት ለመሆን ችሎታና ብቃት እንደሌለው አረጋገጥኩ። በሦስተኛው ወር መጨረሻ ቀይታየ ገደማ ከውጭ ተሸክማችሁ ካመጣችሁት ሪፖርት ባሻገር እንደገና በተለይም አንተ ከሠራዊቱ ጋር ከተቀላቀልክበት አንስቶ በምታራምዳቸው እንቅስቃሴዎችና በምታሳያቸው አዝማሚያዎች ሁሉ የሥረዓት-አልበኝነትና ፍጹም ፀረ-ድርጅት ባሕሪ እንደምታንፀባርቅ በመረጋገጡ በሜዳው ትጥቅ መታጠቅ እንደማትችል በመወሰኑ ትጥቄን እንዳወርድ፣ ከፓርቲ አባልነቴ ላልተወሰነ ጊዜ ተወግጄ የመምረጥና የመመረጥ መብት እንደማይኖረኝ መወሰኑን እና በአመክሮ ቀይታ አባይ አብርሓ/ናደው ከሚመራው ኃይል አምስት ሥር ከነበረችው ጋንታ መመደቤን አስታውቀው ከቤዝ አምባው በማግለል ከሀቀኛና ጠንካራ ታጋይ ጓዶቼ ነጥለው ለማቀየት ሞከሩ።

ከጋንታዋ ጋር በምዘዋወርበት ወቅት መንገድ ላይ እንደኔው ጀሌ ከሆኑ የወያኔ የትግራይ ገበሬ ወንድሞቼ ጋር በመንገድ ስንገናኝ በጎሪጥ በመተያየት እየተፈራራን መተላለፋን በማስወገድ የጋራ ጠላትን የምንዋጋ ወገናቸው ወሆኔን በመግለጽ ለጥቂት ደቂቃ ሠላምታ በመለዋወጥ አምስት ጊዜ

ተላልፈናል። በአራተኛው ግንኙነቴ ሰንገደ የአመራር አባላት ዘንድ ቀርቤ በራሴ ላይ ሂስ እንዳካሂድ ተነገረኝ። በግንኙነቴ ፓርቲየንና ሠራዊቴን የሚጠቅምና አልፎም ለሌሎቹ የሠራዊቱ አባላት የመልካም ምሳሌ በመሆን ሌሎችን ያደፋፍራል እንጂ ጉዳቱ ፈጽሞ ስለማይታየኝ ውሳኔውን ለመቀበል ኅሊናየ አልፈቀደልኝም በማለት መልስ ሰጠሁ። ወደ ጋንታየ እንድመለስ ተነግሮኝ በማግሥቱ ወደ አደዋ አካባቢ አመራሁ። ከሳምንት ገደማ በኋላ የጋንታዋ የፖለቲካ ኮሚሳሩ ከሠራዊቱ አመራር በኩል በተላለፈልን መመሪያ መሠረት ለአንድ ወር የጋንታውን ተንቀሳቃሽ ስንቅና ምግብ ከነማብሰያ መሣሪያዎች ተሸካሚና አብሳይ ሆነህ እንድታገለግል ተወስኖብሀል ብሎ አዲሱን "የአሀያነት" ተግባሬን ያስታውቀኛል። ስለሆነም ያንን ከባድ፣ አስቸጋሪና ትግሥት አስጨራሽ ቅጣት ያለመረበሽ በጽንዓትና በትዕግሥት ያለኩርፊያ በመልካም አርያነት አከናውኜ ፈጸምኩ። ይህም በጋንታው ውስጥ እኔን ለመከታተል ተመድበው የነበሩት ሥራ ፈቷ የጋንታ 44 አባላት እጅግ አድርጎ አስደነገጣቸው። በተለይ ቀጭን ረጅሙ አቶ ሳሙኤል የሚባለው በድንጋጤ ተኮማትሮ ይባሱን ጥላሸት በመምሰል ሲጨነቅና ሲርበተበት ተመለከትኩት። ሰካራሙ የፖለቲካ ኮሚስር ዘማሪያም ኩምሽሽ ብሎ ቀረ። ቀሪው የጋንታው አባላት ከፍተኛ ኩራት እንደተሰማቸው ከፈገግታቸውና ከአክብሮታቸው ተገነዘብኩ። በተለይ 'በላይ' ተብሎ ይጠራ የነበረው ወደ ጥቁረት የሚያደላው ሳያስበው ይሁን ወይንም የመጣው ይምጣ ብሎ አላወኩም፣ ከልቡ ደስታውን በገሀድ ሁሉም እየሰማውና እያዩት በሚከተለው መልክ ገለጸልኝ። ወደ እኔ ቀጥታ በመምጣት በአደባባይ 'ጓድ መጅድ ኮራንብህ፣ ያንተን አርአያነትና ምሳለነት ለመከተል ወደ ኃላ እንደማንል ቃል እንገባልሃለን' አለኝ። ይህ ወጣት ታጋይ በደፋርነትና በቀራጥነት ስሜት ነበር ደስታውን የገለጸልኝ። በዚያ ዓይነት ሁኔታ የሱ ቅንነትና ትኩስ የጋለ ስሜቱ የት እንደሚያደርሰው እየታየኝ እምባየን ተቆጣጠርኩት። በላይ የሚባል ሌላ ጓድ ከሌለ በስተቀር ወጣቱ በላይ ከሌሎቹ የኢሕአሠ የእርማት ንቅናቄ ክንፍ ግንባር ቀደም ታጋዮች ጋር ተገድሎ ይሆናል ብየ ተጠራጠርኩ። ገና በቤዝ እምባ አካባቢ እያለሁ በእኔና በቀድሞ ጓደኞቼ ግምት እኔን በቁጥጥር ስር ለማዋል ቅድመ ዝግጅት በማካሄድ ላይ እንደሆኑ ከመረዳታችንም ባሻገር በወቅቱ ከአመራሩ አካባቢ ቅርበት ከነበረው ከጓድ ኃ. ብሥራት ይህንኑ ግንዛቤያችንን የሚያረጋግጥልን ምስጢር ተለግሶኝ ነበር። ምንም ሳልረበሽ በፅንዓትና ረጋ ባለ መንፈስ የፓርቲውን ዓላማና ፕሮግራም፣ የትግል ስትራቴጂ፣ ማርክሲዝም ሌኒኒዝም እና ንድፈ ሀሳብ ላይ ባተኮሩ ጉዳዮች ጊዜ ባገኘሁ ቁጥር በጓዳዊነት አስተሳሰብ የራሴን አመለካከት ለሌሎች በማካፈል ከናደው ኃይል ጋር ለሁለት ወራት ያህል ቆይቼ ሪፖርት እንዳደርግ ተነግሮኝ ጉዞ አድርጌ ሰንገደ ገባሁ። ወደ ማጎሪያቸው ከመውሰዳቸው በፊት በዳሕዋን አካባቢ ለአንድ ሳምንት ያህል በማቆየት ከተለያዩ ቀደም ሲል ከተዋወኳቸውና ከአዳዲስ ጓዶች ጋር ስወያይ አሳለፍኩ። ከዚያም ወደ ማጎሪያ ቤት ተወስጄ ከሠራዊቱ ነጥለው በዓይነ ቁራኛ ቁጥጥር ከስምንት

ሳምንት በላይ ቆየሁ። ይህም በግዞት መቀመጤና እንድሸማቀቅ መደረጌ አንዱ የድርጅቱ አመራር ባሕሪ መግለጫ ነበር።

በዓይነ ቁራኛ ቁጥጥር ሥር እንደዋልኩኝ በማግሥቱ ደብተርና ብዕር ተሰጥቶኝ 1ኛ. በውጭ ሀገር የባዕዳን ኃይሎች እንደእኛ ዓይነቶቹን የሥር ነቀል ለውጥ ደጋፊ ድርጅቶችን እንዴት እንደሚሰልሉ፣ 2ኛ. አሲምባ ከገባሁ ጀምሮ በጎድ አንተነህ ድጋፍና ትብብር ከብርሀነመስቀል ረዳ ጋር የሕቡዕ ግንኙነት ስንት ጊዜ የምስጢር ግንኙነት እንዳደረኩና ከእኔና ከአንተነህ ሌላ እነማን እንደሚገናኙ፣ 3ኛ. ከመዝሙር (ኢርጋ ተሰማ ማለት ነው) ጋር መቼና እንዴት እንደተዋወኩና ማን እንዳስተዋወቀን፣ 4ኛ. ከሰዒድ አባስና ከአቡበከር ሙሀመድ ከማንኛቹ ጋር ቅድመ ትውውቅ እንደነበረህ፣ መቼና እንዴት እንደተዋወቃችሁ በዝርዝር በመግለጽ ሪፖርት እንድታቀርብ ታዘዝኩኝ። ውሎ አድሮ የተከሰተልኝ ሀቅ በዚያን ወቅት አልተከሰተልኝም ነበርና የወሰንኩት አማራጭ ከስምንት ሳምንት የመንፈስ፣ ዓምሮና የአካል ጭንቀትና ረብሻ በኃላ በእልህ ምንአባታቸው ያደርጉኛል የሚለውን ቀደም ሲል የነበረኝን ደካማና ድርቅ ባይነት አስተሳሰቤንና አቋሜን በመቀየር የሰማዕታት ጓዶቼን ምስጢር ተሸክሜ ለመኖር ከእሥር አምልጬ ተመልሼ ወደነበርኩበት ስደት ማምራቱን ወሰንኩ። በዚህም ውሳኔ በመመራት የጉዞ አቅጣጫየን ወደ መጀመሪያው ድርጅት ከየካቲት 1966 ዓ. ም. አብዮት በፊት በነጠላ ግንኙነት ደረጃ ወደነበረኝ የኤርትራ ነፃ አውጭ ድርጅት (ጀብሃ) አመራሁ። ባቀድኩት ሁኔታ በባርካ አውራጃ ቶጎሩባ ላይ በሚገኘው ኤነአግ/ጀበሃ ጠቅላይ የጦር ሠፈር እንደተገኘሁ ወደዚያ ብቅ ያለው ድርጅት ሌላ ሳይሆን የዛሬው ኢሕአደግ የዚያን ጊዜው ወያኔ ነበር። በወቅቱ በጀብሃ ሊቀመንበር በአቶ አሕመድ ናስር እና ዋና ፀሀፊ በነበሩት በቅጽል ስማቸው የሚታወቁት በአቶ ተስፋየ ደጊጋ (2) አማካኝነት 1ኛ. ከአቶ ግደይ ዘርዕጽዮን/ፋንታሁን፣ 2ኛ. ከአቶ አባይ ፀሐየ፣ 3ኛ. ከአንድ ለጊዜው ስማቸውን የማላስታውሰው ከሁላችን በዕድሜ ጠና ያሉ፣ 4ኛ. ከዚያን ጊዜ በእነኝህ የወያኔ አመራር አባል ሥር የማይለዩት መለስ ዜናዊ ይመስሉኛል የወቅቱ የወያኔ ባለሥልጣናት ጋር ትውውቅ ተፈጠረ። እነዚህ አባላት በተለያየ ጊዜ ለአሥራ አንድ ቀናት በአርቲ ቡርቲ ፕሮፓጋንዳቸው ይጠዘጥዙኝ ገቡ። ያነሳሷቸውና የተወያየንባቸው ርዕሶች ያው የተለመደ ኮሚኒስት ነኝ የሚል ድርጅት የሚሸከረከርባቸው ከመሆናቸው በስተቀር የቅርጽ ለውጥ እንኳን የሌላቸው በመሆናቸው እንደማልቀበላቸው ቁርጡን ገለጽኩላቸው።

ወያኔ ግን ጥረቱን በዚህ አላቀመም። ምንም እንኳን ባይሳካላቸውም በባርካ ተወስኘ እንደማልቀር ሲያውቁ ወደ ሱዳን የምሸጋገርበትን ወቅት ጠብቀው ድጋሜ ሙከራ አደረጉ። የዓላማ ጽናት ያለኝ መሆኔን ሲረዱ ሌላ የመጨረሻ ሕጋዊና ግልጽ ሙከራ አደረጉ። የዚህ ግንኙነት ዋና ተዋናይ ሌላ ሳይሆን የዚሁ ሁሉ ሴራ ዋና አቀናባሪ አቶ ኢሳያስ አፈወርቂ ነበሩ። ካርቱም እንዳለሁ በወቅቱ የኢሳያስ አፈወርቂ የፕሮቶኮል ሹምና በቅጽል ስሙ ወዲ ድንች ተብሎ ይታወቅ የነበረው

እንደሚፈልጉኝ ነግሮኝ ወደ አቶ ኢሳያስ አፈወርቂ ይዞኝ ሄደ። በከፍተኛ የፀጥታ አጀብ እንደሚንቀሳቀሱ የሚታወቁት አቶ ኢሳያስ አደወርቂ እኔን ባስጠሩበትና ባነጋገሩኝ ሰዓት የነበረው ሁኔታ ፍጹም የተለየ ነበር። ፍጹም ከበሬታ የተላበሰ አቀባበል ከመሆኑም ባሻገር በቀጠሮው ሰዓት ወደ ጽ/ቤታቸው ለመግባት ምንም የጸጥታ ኃይሎች ማንገራገር አልነበረም። ይህ ሁሉ አቀባበል ዓላማው ወደፊት አዲስ አበባ የሚያደርሳቸውን ተለጣፊ ድርጅት ለመምራት እስከሚያዘጋጁኝ ድረስ በ"ኃዳዊ" ውይይት ወደ ወያኔ ወይንም ወደ ሻዕቢያ በመቀላቀል እንድቀይ የመጨረሻውን ሙከራ ለማድረግ ነበር። ንግግራቸውን የጀመሩት ከኢሕአፓ አምልጬ ከጀብሃ ጋር ተቀላቅየ በቀየሁበት ወቅት ከወያኔ ጋር ውይይት ካደርግሁበት ሁኔታ በመነሳት ነበር። ስለአጠቃላይ ሂደቱ በሚገባ እንደሚያውቁት በስፋት ከገለጹልኝ በኃላ ወደፊት የሚፈጠረውን ድርጅታቸውን እንድመራና እንዳንቀሳቅስ ጥሪ አቀረቡልኝ (3)። እኔም ከዚህ በኃላ ሊከሰት የሚችለውን የደህንነት ጉዳይ ከወዲሁ በማሰላሰል የዲፕሎማቲክ አቀራረቡን ገፋሁበት። በግላጭ ከማስኮረፍና ካላስፈላጊ አደጋ ውስጥ እራሴን ከምከት ይልቅ የራስን የተጠና እርምጃ መውሰዱ የሚያዋጣ ሆኖ ስላገኘሁት አቶ ኢሳያስ አፈወርቂን እንደምንም አግባብቼ ተሰናበትኩ። ሻዕቢያና ታዳጊ አድር ባዮች የሆኑ የኢሕአድና የደርግ ሙሽሮች ነገሩ ሁሉ "እኛም አውቀናል ጉድኃድ ምሰናል" ከሆነላት ምንም ዓይነት ወጥመድ እንደሚያዘጋጁ ለማሳየት በስዊድን የኢትዮጵያ ተማሪዎች ስብሰባ እንድሳተፍ በኢሕአፓ የውጭ ጉዳይ ኃላፊው በእያሱ ዓለማየሁ ከጣሊያን ተልኬ በሄድኩበት ጊዜ በዚህ በትግል ሰበብ ከነበሩኝ በርካታ የግንኙነት አውታሮች መካከል አንዱ ከጀብሃ ጋር መሆኑ ቀደም ሲል መጥቀሴ ይታወሳል። በዚህ ግንኙነትም ምክኒያት ለተማሪዎቹ ስብሰባ በምኃዝበት ወቅት አጋጣሚውን በመጠቀም ሆን ብየ የደጃዝማች ተድላ ባይሩና (4) የአቶ እድሪስ ባድሜ (5) እንግዳ ለመሆን ፈለኩ። በዶ/ር ጆርጅ ሀበሽ የሚመራው የሽብር ፈጣሪው የፍልሥጥኤም ነፃ አውጭ ድርጅትና ከጃፓን የቀዩ ጦር ሠራዊት ጋር በተያያዘ ተጠቁሞብኝ ስዊድን እንደደረስኩ ከባቡር እንደወረድኩ ወዲያውኑ በስዊድን መንግሥት የፀጥታ አስከባሪዎች ቁጥጥር ስር እንድውል ተደረኩ። ለሁለት ቀን በማረፊያ ቤት እንደቀየሁ በደጃዝማች ተድላ ባይሩና በአቶ እድሪስ ባድሜ ጥረትና ትግል ተለቅቄ የአንደኛ ደረጃ የአይሮፕላን ቲኬት ተቀርጦልኝ በሁለት የስዊድን የፀጥታ አባሎች ታጅቤ ፓሪስ ቻርለስ ደጎል አይሮፕላን ማረፊያ አድርሰውኝ ተመለሱ።

የአድኅሮት ኃይላት የግል ማሳደድ በተወሰነ ሙከራዎች ተከልሎ የሚቀር አልነበረም። ካርቱም እንደገባሁ ጣይቱ ካሳን ስልክ ደውየ ማግኘት ባለመቻሌ አንድ ወር ላልበለጠ ቀይታ ከካርቱም ወደ ፈረንሳይና ጣሊያን ሄድኩ። አጠያይቄ ላገኛት ባለመቻሌ እነእያሱ ዓለማየሁ ሀገር ቤት አስገብተዋት ከሆነ ለማይሆን ትግል በከንቱ ከመሰዋት ለማዳን እንድችል ለኢትዮጵያ አቅራቢያ ከሆነችው የካርቱም ከተማና አካባቢዋ በመቀየት አጠያይቄ ለማውጣት ሙከራ ለማድረግ ወደ ካርቱም

ተመለስኩ። ከምዕራብ አውሮጳ ወደ ካርቱም እንደተመለስኩ ብዙም ሳልቆይ ኢትዮጵያ በሶማሊያ ጦር መወረሯን ሰማሁ፣ ኢሕአፓም የሶማሊያን ወራሪ ጦር መደገፉንና ይባስ ብሎም እነ መርሻ ዮሴፍ የዚያድ ባሬን ወራሪ ጦር በመደገፍ ቅስቀሳ በማካሄድ ላይ መሆናቸውን አረጋገጥኩ። ከዚያ በኋላ በካርቱምና አካባቢዋ በመቆየት ጣይቱ ካሳን ለማፈላለግ የነበረኝን እቅድ እንድሰርዝ ተገደድኩኝ። ከዚያን ጊዜ ጀምሮ የጣይቱ ካሳ ጉዳይ ብቻ ሳይሆን በይበልጥና በተቀዳሚነት ሀገሬ ኢትዮጵያ በዚያድ ባሬ መወረር አንገብጋቢ ጉዳይ ሆኖ በማግኘቴ ቶሎ ሀገር ቤት ገብቼ ከሀገሬ የመከከያ ሠራዊት ጎን ተሰልፌ ኢትዮጵያዊ ግዴታየን ለመወጣት እንዳለብኝ የግድ መሆኑን ወሰንኩ። ሳልውል ሳላድር ከቀድሞው የወያኔ አባል ከነበረውና እሳት ውስጥ ካስገባሁት ታጋይ 'ወዲ ኮፖርታ' ጋር በመሆን እጃችንን ካርቱም ለሚገኘው የኢትዮጵያ ኤምባሲ ሰጠን። ከዚያ በፊትም ሆነ በኋላ በተመሳሳይ ሁኔታ ወደ ሀገር ቤት እንመለሳለን ላሉ ዜጎች የሚደረገው ወዲያውኑ ወደ ሀገር ቤት ማስገባት ሲሆን የእኔ ጥያቄ ግን የተስተናገደው ከዚሁ የአሰራር ሥርዓት በተለየ መንገድ ነበር። ምክኒያቱን ስጠይቅ የሚሰጡኝ መልስ የአንተ ጉዳይ ለየት ያለ ሆኖ በመገኘቱ ጉዳይህን ሻለቃ ዳዊት ወ/ጊዮርጊስ ይዘውታልና ታገስ የሚል ነበር ከቀኛዝማች እሥማኤል ሀሰንና ኮሎኔል አያና በኩል የሚሰጠኝ መልስ። ፈተናው በዚህ ሳያከትም መልኩን በመቀየር ይጋተረኝ ገባ። እንደሌሎቹ እጃቸውን በውጭ ሀገር ለሚገኘው የኢትዮጵያ ኤምባሲ ሰጥተው በምሕረት ሀገር ቤት ለሚገቡት መደረግ ያለበት ተደርጎልኝ መሰናበት ሲኖርብኝ በተወሰነ ቦታ በግዞት ታግዤ ከቆየሁ በኋላ በእየለቱ ከኮሎኔል ተስፋየ ወ/ሥላሴ ጽ/ቤት በአካል ቀርቤ ሪፖርት እንዳደርግና ከአዲስ አበባ ውጭ እንዳልወጣ ተወስኖ፣ ታሕሳስ ወር 1970 ዓ. ም. በመጽሀፉ አባሪ አንድ የተያያዘችውን የመታወቂያ ወረቀት አሸክመው ገሀነም እሳት በተቀጣጠለባት አዲስ አበባ "ነፃ" ብለው ያለሥራና ያለመታወቂያ ወረቀት አሰናበቱኝ። የአናርኪስቱ ሽብር ፈጣሪ ድርጅት ጽኑና ታማኝ አባል ከመሆኔም በላይ ከሻዕቢያ ጋር የጠነከረ ግንኙነት ያለውና በእናት ሀገር ጥሪ ስም ምሕረት ጠይቄ የገባሁት በፍላጎቴ ሳይሆን በኢሕኤፓ በተሰጠኝ ግዳጅ እንደሆነ ለደርግ ጽ/ቤት ሪፖርት ከሌላ አቅጣጫ መቅረቡን ከኮሎኔል ተስፋየ ወ/ሥላሴ ቢሮ ተነገረኝ።

የትኛው የደርግ ፖለቲካ ድርጅት ወይንም ከፍተኛ ባለሥልጣን እንዳዘዘ ሳይገለጽልኝ በደፈናው የካቲት 66 የፖለቲካ ትምህርት ቤት ሪፖርት እንዳደርግ ከደርግ ጽ/ቤት በተላኩ ወታደሮች በወቅቱ ከምኖርበት ቤት ድረስ በመምጣት መልዕክት ደረሰኝ። ወደ ትምህርት ቤቱ ሪፖርት እንዳደርኩ የጥሪው ዓላማ ለከፍተኛ የካድሬ ኮርስ ወደ ሶቪየት ሕብረት እንድሄድ በመመረጤ ለመጓዝ እንድዘጋጅ መመሪያ ለመቀበልና አስፈላጊውን ቅጾች እንድሞላ ታዘዝኩ። በአብዮቱ ከፍተኛ አስተዋፅዖ ላበረከቱ አብዮታዊያን የሚሰጠውን የከፍተኛ የካድሬነት ኮርስ ለመከታተል ወደ ሶቪየት ሕብረት እንድላክ ማን እንዳዘዘ አለማወቄ ብቻ ሳይሆን ይህ ለነባር የፓርቲ ወይንም የድርጅት

አባላት የሚሰጥ ከፍተኛ ዕድል ሆኖ ሳለ እኔ ግን ያለቦታየና ደረጃየ መመረጤ እንዳሳሰበኝ አአስረዳሁ። ወደ ምኖርበት ቤት በተመለስኩ በሳምንቱ ገዶማ እንደገና ወታደሮች መጥተው የካቲት 66 የፖለቲካ ትምህርት ቤት ሪፖርት እንዳደርግ አሁንም በደፈናው ከደርግ ጽ/ቤት መታዘዜን ተነገሮኝ በካቲት 66 የፖለቲካ ትምህርት ቤት የሚሰጠውን ኮርስ እንድከታተል ተደረኩ። ኮርሱን አጠናቅቄ ወደ አዲሱ ቁራ ለማምራት ከስድስት ኪሎ በውይይት ተጭኜ ጊዮርጊስ ወርጄ የአዲሱ ቁራን አውቶቡስ ስጠባበቅ ሳላስበው ክላሽን ኮቫቸውን ያነገቱ “ጎዶች” እያዋከቡ በመኪና ጭነው ወደ ቀበሌ ከዚያም ማዕከላዊ ምርመራ ወስደው ከአራት ወር በኃላ ወደ አቶ ካሳ ከበደ ተሰማ ጽ/ቤት ይዘውኝ ሄዱ። ከለላና መጠጊያ ለማግኘትና በመታወቂያ ወረቀት ምክኒያት አላስፈላጊ ችግር ላይ እንዳልወድቅ ለአቶ ካሳ ከበደ በአንጋችነት በመመረጤ ስሜትን ከሚጎዱና መርሕን ሊፃረሩ ከሚችሉ ቀፋፊ ግዴታዎች ጋር ታጠቅ ጦር ሠፈር ሄጄ እንድኖር ተደረገ። በታጠቅ ጦር ሰፈር እንዳለሁ ያው አባዜ በሌላ መልኩ አሁንም ተከሰተ። በመጀመሪያ በየካቲት ወር 1971 ዓ. ም. እኔና ያልአበሳቸው ከእኔ ጋር ያገናኟቸው ስምንት ንጹህ ወጣቶች ከጦር ሰፈሩ ተጭነን ወደ አቶ ካሳ ከበደ የድኩማን መቃቃሚያ ድርጅት ጽ/ቤታቸው ተወስደን እራሳቸው የጠነሰሱትንና ያቀነባበሩትን የተንኮል ዕቅድ ሪፖርት እንደደረሳቸው አስመስለው በመግለጽ አድበን እንድንቀመጥ ከከባድ ምክር ጋር ሸኙን። መጋቢት 29 ቀን 1971 ዓ. ም. በአቶ ካሳ ከበዴ ሰብሳቢነት እና አንዲት አቶ ካሳ ከበደ እንደ ጡንቻቸው ሊጠቀሙባት ሆን ብለው ከአዲስ አበባ ያመጧት “እጄን ሰጠሁ” ብላ በምሕረት የገባችና በኃላ “ኢሕአፓ” ሆና ቀይታ ወደ ደርግ ፖለቲካ በገባች (የአማርኛ ተናጋሪ ጦር ሠራዊት ኮሎኔል ሚስት) ኤርትራዊት ልዩ ካድሬ ታዛቢነት በታጠቅ ጦር ሠፈር ሌሊቱን ሙሉ ባለማቋረጥ ስብሰባ ተካሂዶ በእኔና በስምንቱ ወጣቶች ላይ የሌለውን አበሳና ውንጀላ ደረደሩብን። ሁሉም ያተኮረው ያው መከረኛ የማይደርቅ ፀረ-አብይተኛ ስሜ ጋር በማያያዝ ነበር። በደርግ ምርመራ ክፍል አስፈላጊው ምርመራ እንደሚያካሂድ ገልጸው ማለዳ ገደማ ተሰናብተውን ሄዱ። እርምጃ ሲወስዱ ከደሙ ንጹህ ናቸው፣ እሳቸው አያውቁም፣ የመንግሥቱ ኃ/ማርያም ወንድም/አጎት በዚህ ዓይነት ወራዳና ልክስክስ ተግባር ውስጥ የሉበትም፣ እንዴት እንዲህ ዓይነት ክፉትና ሸር ይሰራሉ ተብሎ እንዳይወራባቸው ስማቸውን ለማስጠበቅ በዘዴ ያስፈጸሙት ሞሳዳዊ በትር እንደነበር ነው ትዳዩን የሚያውቁት ወዳጆቼ ዕምነት። አቶ ካሳ ከበደ በደርግ ምርመራ ይካሄዳል ባሉን ወር ጊዜ ውስጥና በእኔ ሰብሳቢነት የሚመራው ኮሚቴ የሚያካሂደውን የጦር ሠፈሩን ጥናት ሪፖርት አጠናቅቄ ባስረከብኩ ዕለት ልብሶቼን እንኳን ሳላደርቅ በሰባት ሰዓት ጊዜ ውስጥ ጦር ሰፈሩን ለቅቄ እንድወጣ ተደረኩ። ከደርግ ጽ/ቤት ለሌላ ግዳጅ ወደ ጦር ሠፈሩ ተልከው የመጡ በማስመሰል እግረ መንገዳቸውን እኔን አጅበው ከጦር ሠፈሩ ግቢ ውጭ ከአውቶቡስ ማቆሚያ ወርውረኝ እንዲመለሱ ተደረገ። ወታደሮቹ ከደርግ ጽ/ቤት አመጣጣቸው “ታዝኖልኝ” እቅዱ ተቀይሮ እንጂ እኔን አግተው

ለመውሰድ እንደነበረ ነው የኃላ ኃላ ከሚሊሽያ ሠራዊት አካባቢ የተነገረኝ። የኃላ ኃላ አቶ ካሳ ከበደ እንደጡንቻቸው የተጠቀሙባት ታዛቢዋ ካድሬ "ታሪካዊ ተልዕኮዋን" ተወጥታ እናት ድርጅቷን ለመቀላቀል ወደ ናቅፋ እንዳመራች ሰማሁ። በሰባት ሰዓት ጊዜ ውስጥ እንድወጣ መወሰኑ እንደተነገረኝ የሚሆነው አይታወቅም በማለት በፍጥነት ተሹለክልኬ ዜናውን ለኩባ በአስተርጋሚነት ከሚያገለግሉት መካከል ለሁለት የቀድሞ መምህራን ወዳጆቼ በማሳወቄ እነሱ በበኩላቸው ለዚያን ጊዜው የሚሊሽያ ሠራዊት ምክትል ዋና አዛዥ ኮሎኔል ጌታነህ ኃይሌ በኃላ ጄኔራል ሆነው የሚሊሺያ ጦር ዋና አዛዥ ለነበሩት ዜናውን በመጠቀማቸው ሁኔታውን ከሩቅ ሲከታተሉ ቀይተው ልክ አጃቢዎቼ ከግቢው ውጭ ጥለውኝ እንደተመለሱ በኮሎኔል ጌታነህ ኃይሌ ትእዛዝ መኪና ታዞልኝ መምህር አሊ ዑመርና መምሕር ዓባይነህ ነገሬ ጉለሌ ድረስ አድርሰውኝ ተመለሱ። ፈተናው በዚህ ሳያከትም መልኩን በመቀየር ይጋተረኝ ገባ። ከጉለሌ እውቶቡስ ተሳፍሬ ከተማ እንደገባሁ ከቀድሞው ኪንግ ጆርጅ ባር ፊት ለፊት ቀሚ ከማንኞቹ ኃደኞቼ ቤት ሄጄ መኖር እንደሚገባኝ ሳሰላስል ታጣቂዎች ከመኪናቸው በፍጥነት በመውጣት መታወቂያ ወይንም ሌላ ነገር ሳይጠየቁኝ መኪና ውስጥ ያስገቡኝና ማዕከላዊ ምርመራ ይዘውኝ ይከንፋሉ። በማዕከላዊ ምርመራ ሹሙ በኮሎኔል ተክለሚካኤል አርምዴ አማካይነት በየዕለቱ ኮሎኔል ተስፋየ ወ/ሥላሴ ጽ/ቤት እየሄድኩ ሪፖርት አደርግ የነበረው ግዳጅ ተሽሮልኝ፣ ከ"ከአብዮታዊ" መንግሥት ፍቃድ ካላገኘሁ በስተቀር ከአዲስ አበባ ውጭ ለመውጣት እንዳልችል ያግደኝ ትእዛዝ እንደጸና ሆኖ ለአራት ያህል ቀይቼ እንደገና "ነፃነቴን" ተጎናጸፍኩ። ይህ ሁሉ መረባረብ ሌላ ሳይሆን ኢሕአፓንና ከዚያ ውጭ ጠንካራ አፍቃሪ ኢትዮጵያዊ ናቸው የሚሏቸውን ሀገር ወዳዶችን ሁሉ ጨርሶ ለማጥፋት ስለ ነበር ለጊዜውም ቢሆን የተዳከመ እየመሰለ ሲመጣ እኔም ለዕለት እንጀራ የሚሆነኝን የሥራ ዕድል በተቀርቃሪዎች ጥረት ከሁለት ድርጅቶች መዋያ የሚሆኑኝ ሥራዎች አግኝቼ በሁለቱም ቦታዎች ለሁለት ሳምንት እንደሰራሁ በቀጣሪዎቼ ላይ ከሻምበል ፍቅረሥላሴ ወግደረስ በደረሰባቸው ዛቻ ሥራዎቼን እንዳቀም ተደረኩ።

እንደገና በአዲስ አበባ ዩኒቨርሲቲ ተቀርቃሪ መምህራን ጥረት ለመዋያና ለመታወቂያ ወረቀት ማግኛ የሚሆነኝን የሥራ ዕድል አግኝቼ ሥራ እንደጀመርኩ በዓመቱ ያለምንም ምክኒያት በዘመኑ በአስረሽ ምችውነት ታዋቂና ዝነኛ የነበሩት ሻምበል ፍስሐ ገዳ ኮሚሽነር ሆነው በተሾሙ በሳምንት ጊዜ ውስጥ በተባዛ አንድ ዓይነት ደብዳቤ አሥራ አንድ ባለሙያዎችን ሲያባርሩ "ግር ግር ለሌባ ያመቻል" ነውና እኔንም ከነሱ ጋር በማደባለቅ ከሥራ ተባረርኩ። ከስምንት ወራት ያለሥራ መንከራተት በኃላ እንድመለስ ተደርጎ ከቀድሞው የሥራ ደረጃየ በሦስት እርከን ዝቅ ብየ ተመድቤ እየሰራሁ ሳለሁ በ1977 ዓ. ም. መግቢያ አካባቢ ወደ ኤርትራ ከፍለ ሀገር መዛወሬ ተነግረኝ። በአዲሱ የሥራ ገበታየ ተገኝቼ ሥራየን በትጋት እያከናወንኩ እንዳለሁ ባንድ የግል ሕይወት ጉዳይ

አላሰብኩት ከባድ ወጥመድ ውስጥ ገባሁ። በታዋቂዋ የሻዕቢያ ተወካይና የሜጀር ጄኔራል መርዕድ ንጉሴ ባለቤት በሆነችው ወ/ሮ ገነት መብርሀቱና በታናሽ እህቷ በወ/ሮ ዘውዴ መብርሀቱ አስተባባሪነትና በዘመኑ የወያኔ ፕሬዚደንትና የእያሱ ዓለማየሁ አማች በመቶ አለቃ ግርማ ወ/ጊዮርጊስ አስተዋዋቂነት፣ በሌ/ጄኔራል ተስፋየ ገ/ኪዳንና በኮሎኔል ተስፋየ ወ/ሥላሴ ከለላና ጠባቂነት ሳላስበው ድንገት ሻዕቢያ ባሰማራት ጣሊያናዊት ክፉ ፍቅር ተጠመድኩ። "አያ በሬ ሳሩን ስታይ ገደሉን ሳታይ" እንዲሉ አልተሳካም እንጅ ዓላማቸው እኔ በርሷ ፍቅር ተጠምጄ ስከንፍ እርሷ ሥራዋን እንድታቀላጥፈላቸው ነበር። ወ/ሮ ገነት መብርሐቱ ሜጄር ጄኔራል መርዕድ ንጉሴን ወይንም ቀድሞ እያማገጠች ለግዳጇ ማስፈጸሚያነት እንደ ዕቃ የተገለገለችባቸውን የፖሊስ ኮሎኔሎች መስያት ነበር። ጣሊያኗ ጋዜጠኛ ከላይ እንደጠቀስኩት ከለላና ጥበቃ በማግኘቷ ለሻዕቢያ እንዳገለግል ተማጸነችኝ። ከስህተት የማይማር በድን ብቻ እንደሆነ ስለማውቅ ግለሰቧ እንድትጠነቀቅ ተደጋጋሚ ምክር ለገስኳት። ወ/ሪት ኒኒ ግን በእነዚህ በሁለቱ ከፍተኛ የሀገሪቱ ባለሥልጣን ላይ በመመካቷ ከተግባሯ የምትመለስ አልነበረችም። ከእምነቴ ጋር የሚጋጭ ሆኖ ስለአገኘሁትና ሊከተለኝ የሚችለውንም መከራና አባሴ በማወቄ ስለእኔ የትግል ጀርባም ሆነ ደርግና አጨብጫቢአቸው ያሸከሙኝን የጥቁር ስሜን በደንብ የሚያውቁ ሁለት የክፍለ ሀገሩ የጦርና የሲቭል ባለሥልጣናት ጋር በግል በማወያየት ምክር እንዲለግሱኝ አወያየኃቸው። ሆኖም ከአቅማቸው በላይ ሆኖ በመገኘቱ እንደባዕድ ዜጋ በነገው ቀን አዲስ አበባ ኮሚሽነር ተሾመ ደስታ ዘንድ ሪፖርት እንዳደርግ ተወስኖ ከኤርትራ ተባረርኩ። ጉዳዩ ተውተብትቦ ብዙ ሰዎችን የሚያነካካ ሆኖ ተገኘ መሰለኝ ሻዕቢያ በውስጥ አርበኞቹ በኩል የብቀላ ብትሩን ያወርድብኝ ጀመር። የእኔም እንግልት ወደ ሌላ ምዕራፍ ተሸጋግሮ ያለሥራና ደመዎዝ እንደገና የቀድሞ ኃደኞቼ ሸክም በመሆን ለስድስት ወራት ቀየሁ። ከዚያችው ከነበረችኝ ዝቅተኛ ደረጃየ እንደገና በሦስት እርከን ዝቅ ብየ በቱሪዝምና ሆቴሎች ኮሚሽን ውስጥ በመዋቅር በማይታወቅ የሥራ መደብ ተመደብኩ። የኤርትራው ድራማ ግን በዚህ አልተጠናቀቀም። በአንድ ፊት በሆነው ባልሆነው ምክኒያት ሲያሰቃዩኝ በሌላ ወገን ይህ ሁሉ በተፈጸመብኝ ከአንድ ዓመት ተኩል በኃላ ለመሠረቱት የፖለቲካ ድርጅት ኢሠፓ በመሞቻው አካባቢ አባል እንድሆን ሲጋብዙኝ ይበልጥ ግራ ተጋባሁ። ለአባልነት ጥያቄአቸውን አልቀበልም ማለቱ ከምርህና ከደረሰብኝ የኑሮ ስቃይ አኳያ የሚቻል ቢሆንም ራስን አላስፈላጊ ለሆነ መስዋዕትነት ማቅረቤ አግባብ ሆኖ ስለላገኘሁት፣ በሌላ በኩል ደግሞ የወቅቱ የእናት ኢትዮጵያ አሳሳቢ ደረጃ ላይ መውደቃን በመገንዘቤ ካንዣበበባት አደጋ ለማዳን የበኩሌን አስተውጽዖ ለማበርከት የምጠቀምበት መድረክ ሊሆንልኝ ይችላል በሚል ቀና እምነት የቀረበልኝን ጥያቄ ያለምንም ማንገራገር በኩራት መንፈስ ተቀበልኩ። ወንበዴዎች ትግራይን በሙሉ ተቀጣጥረው ወደ ወሎና በጌምድር እየገፉ ባሉበት ወቅት ለፓርቲ አባልነት መጠየቄ እናት ሀገርሬን ብቻየን ሆኜ ከምታገል እንደ አሮጌ ዕቃ ተጠቅሞ ከሚወረውረው ሳጥናዔል ደርግ

ካቋቋመው ፓርቲ አባላት ጋር በጋራ ተባብሮ መታገሉ ወቅታዊ ነው ብየም አመንኩኝ። ስለሆነም ቂምና ጥላቻን ወደ ጎን በመተው እናት ሀገራችን ላይ ያንዣንበበውን ከፍተኛ አደጋ በጋራ ለመቋቋም እንዲያስችለን አጋጣሚም ይሆናል ብየ በማሰቤ ጥያቄአቸውን ለመቀበል ተጨማሪ ድፍረት ሰጠኝ።

መቀበሌ ወደ ይበልጥ ስጋት ጣላቸው ይመስለኛል አባል ሆኜ ዓመት ሳይሞላኝ ባላሰብኩት ሁኔታ ሕይወትን ሊያሳጣ እስከሚችል ውሳኔ የሚያደርስ የፖለቲካ ወንጀል ተመሰረተብኝ። አውቀው ይሁን በአዜኔታ በውል ለመናገር ባልችልም ውሳኔው በአስተዳደራዊ እርምጃ እንዲወሰንና ከአባልነት እንድሰረዝ ስምምነት ላይ በመድረሱ ሕይወቴ ልትተርፍ ቻለች። በደርግ ጊዜ በተለይም በአስረሽ ምችው ሻምበል ፍሰሐ ገዳ ዘመን ቱሪዝምና ሆቴሎች ኮሚሽን የስካር፣ የዝሙት፣ የዋልጌነት፣ ስርቀት፣ የብኩንነት፣ የዝርፊያ፣ የጦፈ የጥቁር ዶላር ንግድ ማካሄጃ ዋሻና ግቢ ነበር። ወጣት ሴቶቻችንን ለአረቦች ዶላር ማግኛ እንደ ሸቀጥ ለመጠቀም ማስተባበርና ማስተናገድ ሙያው የሚጠይቀው ከፍተኛ የችሎታ መመዘኛ ነበር። ሻምበል ፍሰሐ ገዳ ወይንም የደርግ ባለሥልጣናትና ወዳጆቻቸው ላንጋኖ፣ ሶደሬና ወንዶ ገነት ለመዝናናት ሲሄዱ በተቀናጄና በተደራጀ መልክ ወጣትና ውብ የሴት አስተናጋጆችን ለአዝናኝነት እያስተባበሩ በመላክ ሸር ጉድ ማለት ሌላው ከፍተኛ የብቃትና የችሎታ መመዘኛ ነበር። ይህን ተግባራት የሚያከናውኑና የሚያስተባብሩ ነበር ታማኝ፣ ትጉ፣ ታታሪ፣ አዋቂና ባለሙያ የሚያስቀጥረው። በደርግ ዘመን የችርቻሮ ኮርፖሬሽን ዋና ሥራ አስኪያጅ የነበሩት የአጋሜ አውራጃ ተወላጅ አቶ ረዘነ አርአያ ከታደሰ ገ/እግዚአብሔር ፖለቲካና እንዲሁም በፈጸሙት ከባድ የዝርፊያ ወንጀል ቢታሰሩም ዝርፊያው ከከፍተኛ የደርግ ባለሥልጣናት ጋር በመያያዙና ፖለቲካውም ለትግራይ ነፃነት እንጂ የሕብረ ብሔር ፖለቲካ ባለመሆኑ በታሰሩባቸው ወንጀሎች ሁሉ ነፃ ሆነው መፈታታቸው ብቻ ሳይሆን ይባስ ብሎ ለፈጸሙት እንደወረታ በቱሪዝምና ሆቴሎች ኮሚሽን የኢትዮጵያ ቱሪዝም ንግድ ሥራ ኮርፖሬሽን ዋና ሥራ አስኪያጅ ሆነው መሾማቸው ነበር። በዚህ የዝርፊያ ቦታ ተሹመው በማገልገል ላይ እያሉ አቶ ስብሀት ነጋ አዲስ አበባ እንደገቡ ለዝርፊያ ዓላማቸው አቶ ረዘነ አርአያን የኢትዮጵያ የቱሪዝምና ሆቴሎች ኮሚሽን ኮሚሽነር አስደርገው አሾሙ። በአቶ ረዘነ አርአያ ጊዜም ከደርግ ዘመን በባሰ የከፋ ሆኖ ከእንዲህ ዓይነት እርካሽና ቅሌታም ባሕል፣ ባሕሪና ልምድ የጸዱ ወይንም የሚቃወሙ ሁሉ ተወንጅለዋል፣ ተኮንነዋል፣ ተከሰዋል፣ የሥም ማጥፋት ዘመቻ ተካሂዶባቸዋል፣ ከሥራ ተባረዋል።

ውድ አንባቢያን፤ ይህን ሁሉ ታሪኬን ልተርክላችሁ የተገፋፋሁት በግል ገድሌ ለመመጻደቅ በመከጀል አይደለም። በታሪክ አጋጣሚ ውብ ሕልም ያለመ የዚያ ትውልድ አባል ነበርኩና የዚያን ትውልድ የጀግንነትና ሰብዕዊነት አርአያዎችን ማውሳቱ የማይታለፍ ግዴታ ስለሆነብኝ እንጅ። እርግጥ ነው ያ ትውልድ በአመለካከቱም ሆነ በታሪካዊ ሚናው አንድ ወጥ አልነበረም። የዓላማ ጽናት

እንደነበረው ያስመሰከረውን ያህል አድር ባይነት፣ ወላዋይነት፣ ከሀዲነት፣ ብሎም ራስ ወዳድነት አልታጣበትም። በመሆኑም አብረን ያለምነውን ያህል አብረን አልዘለቅንም። ካሳለፍኳቸው ጊዜያቶች፣ ከቀምኩላቸው ዓላማዎች እንጻር አድሬና መስየ መገኘት ለሕሊና እረፍት የማይሰጥ አድርባይነትና ከሀዲነት ከመሆኑ ባሻገር ዓላማንና መርህን በመሸጥ በሰማዕታቶቼ መቃብር ላይ ቀሜ ዳንኪራ እንደመርገጥ ሆኖ ስለሚሰማኝ። ሀቀኛ መሆን ሞቶ ማሳየት እንደማይቻል በማመን የተከፈለው መስዋዕትነት እጅግ ከፍተኛ መሆኑን አጢነዋል ብየ አምናለሁ። ጊዜው ወደፊት በኢትዮጵያ ሊፈጠር የሚችለው ጠንካራና ሕዝባዊ ኃይል ያስፈራራቸው ፀረ-ኢትዮጵያና ፀረ-አንድነት ኃይሎች በተዘረጋው ዓለም አቀፍ ሴራ በመጠቀም ኢትዮጵያዊያን ዲሞክራቶችና ሀገር ወዳድ ግለሰቦች በግልጽም ሆነ በቡድን አንድነት ፈጥረው ለተሰማሩበት ሕዝባዊ ዓላማ ተቀናጅተው እንዳይታገሉ በመቃቃም እንዲበታተኑና በገሪጥ እየተያዩ ለፀረ-ኢትዮጵያና ፀረ-አንድነት ኃይሎች በቀጥታም ሆነ በተዘዋዋሪ መሣሪያ እንዲሆኑ ዓለም አቀፍ ሴራው መካሄድ የተጀመረበት ወቅት ነበር ኢሕአድም ሆነ መኢሶን ወይንም በጦር ኃይሎችና በፖሊስ ሠራዊት ውስጥ እንቅስቃሴ ሲጀምር። ከየካቲት 1966 ዓ. ም. አንድ ዓመት ተኩል በፊት ከሻምበል ብርሃኑ ባየህ ጋር በባርካ አውራጃ ያደረግነው ውይይት ለዚህ በቂ ምሳሌ ይሆናል።

መጽሀፉ የተዘጋጀው ከልጅነቴ አንስቶ የግል ሕይወት ጉዞየን መሠረት በማድረግ በሕይወት ጉዞየ ያጋጠመኝን ገጠሞሽ፣ ችግሮችና መሰናክሎች፣ ያሳለፍኩትን የሕይወት ተመክሮና በሕይወት ጉዞየ የተሳተፍኩባቸውን፣ የማውቀውን፣ የሰማሁትን፣ የተወራውንና በጥናት ያሰባሰብኳቸውን እንዲሁም በማስታወሻ ደብተሬ ያሰፈርኳቸውን መረጃዎች በማሰባሰብ የተዘጋጄ ነው። የሕይወት ጉዞየን ወይንም በጉዞየ ያጋጠመኝን ገጠሞሽ ማውሳቱ ባላስፈለገ ነበር። ነገር ግን እያንዳንዱ የሕይወት ጉዞየና በጉዞየ ያሳለፍኳቸው ገጠሞሽ ሁሉ ከእናት ኢትዮጵያና ሕዝቧ ባጠቃላይ፣ በተናጠል ደግሞ ከኢሕአፓ እና ኢሕአሠ ጋር በነበረኝ ጠንካራ ዓላማየ፣ መርሔና አቋሜ ጋር የተቀራኘና የተያያዘ፣ ሊነጣጠሉና ሊለያዩ የማይችሉ ሁኔታዎችና ገጠምዮሽ በመሆናቸው ነው። ሁልጊዜም ቢሆን፣ ምን ጊዜም ቢሆን የጉዞየን አቅጣጫ ወይንም የምወስደውን እርምጃዎች ሁሉ ሲመራኝና ሲገዛኝ የቀየውና በመምራትም ላይ የሚገኘው ይኸው ጠንካራ ዓላማየና መርሔ ነው። ለእናት ኢትዮጵያና ሕዝቧ የሚቆሙ አርበኞች ዕጣ ፋንታቸው ሆነና ወረታቸው ሁልጊዜም እሥራት፣ ግርፋትና ግድያ/ስቅላት ነው። በዘመናችን እውነተኛ የኢትዮጵያ ልጆች ያለቁት በደርግ፣ በሶማሊያው ዚያድ ባሬ ወራሪ ጦር፣ በሻዕቢያ፣ በወያኔና የኢሕአፓ አመራር እምብርት/ክሊክና በአድር ባዩና ሆዳም አጎብዳጆች ነው። የአሜሪካ ተቀዳሚ ፍልስፍናና መርህ ከሁሉም በላይ የአሜሪካንን ብሔራዊ ጥቅም ማስከበርና ማስፋፋት በመሆኑ በሀገራችን ላይ ያላት አመለካከትም የሚለካው በስትራቴጂካዊ ጠቀሜታዋ ላይ የተመሠረተ እንጂ አሜሪካ የኢትዮጵያ የልብ ወዳጅነትን ፈልጋ አይደለም። ለአሜሪካ

ዓላማና ጥቅም ሲባል በደርግና ተለጣፊዎቹ፣ በሻዕቢያ፣ በወያኔና በድርጅቱ አመራር እምብርት የተቀናጁ ጦርነት ኢሕአፓ ወድቃል፣ ኢሕአሠ'ም ተደምስሷል። በመቀጠል ኢትዮጵያዊው ሕብረብሔር ድርጅት የነበረው መኢሶን ሥልጣን የሚይዝ መስሎት የገዛ ጓዶቹን ከጠላት ጋር ተባብሮ ካስጨፈጨፈ በኃላ እራሱ በተራው ተደብድቦ እፍኝ ከማይሞሉ በስተቀር ምትክ የማይገኝላቸውን መሪዎቹን አዋቷል። በመቀጠልም ደርግን ከማስወገዳቸው በፊት ልምድና ተመክሮ የነበራቸውንና ያገር ዳር ድንበር ጠባቂና አስጠባቂ የሚሆኑትን ሀገር ወዳድ ወታደራዊ አዛዦችንና መሪዎችን በማስረሸን ኢትዮጵያ በሮቿ ያለጠባቂ እንድትቀር ተደርጓል። ብዙም ሳይቆይ ወያኔና ሻዕቢያ ያለብቃታቸው የሞተውን ደርግን በማስወገድ ኢትዮጵያና ሕዝቧ ዛሬ ለሚገኙበት የመከራና የስቃይ ሕይወት አብቅተዋል። ኢትዮጵያ ትገንጠልም፣ ትሸንሽንም፣ ትበጣጠስም ለአሜሪካ ጉዳዩዋ አይደለም። የኢትዮጵያ ሕዝብ ሰብዓዊ መብት ይረገጥም የራሷ ጉዳይ፣ ብቻ የአሜሪካ ብሔራዊ ጥቅም በአካባቢው እስከተጠበቀ ድረስና የሚያስጠብቅላትን የሥልጣን ጥሜት ያቃጠላቸው አድርባይ አሻንጉሊቶች እስካገኘች ድረስ።

ፅኑ ዓላማየ ሆኖ መጽሀፉን ለመፃፍ ያነሳሳኝ ምክኒያት በመጽሀፉ በመታሰቢያነቱ ገጽ የተጠቀሱትን ሰማዕታት ለመዘክርና ለማስታወስ ብሎም ድምፃቸውን ለማሰማት፣ ስማቸውና ገድላቸው ለዘለዓለም ከመቃብር በላይ ሆኖ እንደሚኖር በመንፈስ ላሳውቃቸው በመፈለጌ ነው። ሁሉም የተሰዉት ላንዲት ኢትዮጵያና ለሕዝቧ ሲሉ ነውና። መጽሀፉን ለመፃፍ ያነሳሳኝ ሌላው ምክኒያት 1. ኤፍሬም ደጀኑ/ሰዒድ አባስና ውብሸት መኮንን/አቡበከር ሙሀመድ ጋር ኤደን ከተማ ቀይታችን Marxist-Leninist Communist Party of the Philippines እና Hand Book on Elementary Notes on Revolution and Organization በተባሉት ጽሁፎች ምክኒያት ሦስታችንም ስሜታዊ ሆነን የስም ልውውጥ ባደረግንበት ወቅት ያካሄድነውን ጠቃሚ የጋራ አቋም ተግባራዊ በማድረግ አጋጣሚ ሆነና አደራው ለእኔ በመውደቁ አደራየን ለመወጣት እንዲያስችለኝ፣ 2. ሰማዕት የኢሕአሠ ክንፍ የእርማት ንቅናቄ ግንባር ቀደም አርበኛ ኤልያስ በቀለ/ታሪኩ ሕሊና በሌላቸው በገዛ ጨካኝ ጓዶቹ ሊረሸን አንድና ሁለት ቀን ሲቀረው፣ "እኒህ ሰዎች እንደቀሰለ ነብር ሆነዋልና የሚሰሩትንና የሚያደርጉትን ስለማያውቁ የሚያተርፉን አይመስለኝም፣ ምንአልባት የምትድኑ ካላችሁ ታሪካችንን ለኢትዮጵያ ሕዝብ ንገሩ" ብሎ ማሳሰቡን በመረዳቴ ይህንኑ ተግባራዊ ለማድረግ በመፈለጌ፣ 3. የተደበቀው የኢሕአፓ ታሪክ ተቆፍሮ እንዲወጣና የኢትዮጵያ ሕዝብ እንዲያውቀው ለማድረግ አያሌ ያልተነሱ በምስጢር ተይዘውና ተደባብሰው ተቀብረው የቀሩ ጉዳዮችን አስመልክቶ መነጋገሪያ ነጥቦችን በመሰንዘር ግለሰቦችንና ቡድኖችን በመቀስቀስ፣ የአንባቢያንን ስሜት በመኮርኮር ዕውነቱ እንዲወጣ ለማድረግ ባለኝ ጽኑ ፍላጎትና፣ 4. የአዲሱና የመጭው ትውልድ ካሳለፍነው ድክመቶቻችንና ከፈጸምናቸው ስሕተቶቻችን ትምህርት ቀስሞ የወደፊት ትግላቸውን ከግብ በማድረስ ለሀገራቸው እና

ለሕዝባቸው አለኝታነት ለመብቃት እንዲረዳቸው በማሰብ ነው። ትናንትናና ከትናንት ወዲያ ምን ስሕተት ብንፈፅም ነበር ብቃትና ችሎታ ባልነበራቸው የጋራ ጠላቶቻችን ልንቸነፍ የበቃነው? እነማን ነበሩ አውቀውም ይሁን ሳያውቁ ለጠላት በማደር ጠላትን ሥልጣን ላይ ያወጡ፣ ያጠናከሩና ያደላደሉ? በማለት ትምህርት ቀስመው ጥናቃቄ እንዲያደርጉ ነው። ምክኒያቱም ያለ እንደነዚህ ዓይነቶቹ አዲስ ሆዳሞች፣ ለዘብተኞችና አድር ባዮች ወያኔም ሆነ ሻዕቢያ የሚይዙትና የሚጨብጡት ጠፍቷቸው ግራ ተጋብተው ወደ ጫካቸው እንኳን ባይመለሱም አማራጭ አጥተው ለሰፊው የኢትዮጵያ ሕዝብ ተገዥ ሆነው ከሁሉም ኢትዮጵያዊያን ተቃዋሚ ድርጅቶች ጋር የጋራ ሕብረት ግንባር ለመፍጠር በተገደዱ ነበር።

ለዘመናት በሆዴ አምቄ በመኖሬ ያስከተለብኝን የመንፈስ፣ የዓዕምሮና የሥነልቦና ጭንቀትና ረብሻ በወረቀት ላይ ዘርግፌ በማስፈር ለዓይኔና እና ለቀዳ (ለምፅ) ሕመም የዳረገኝን መንግየ ለማውጣት እንዲረዳኝም የተጠቀምኩበት ዓይነተኛ መሣሪያም ሆኖኛል። ኢሕአፓ ጠንካራ በሆነ የኅቡዕ አሰራር የተገነባ በመሆኑ የተሟላ ታሪኩን አጠናቀ ለማቅረብ ያስችል ዘንድ የእያንዳንዱን አባላት አስተዋጽኦ የሚጠይቅ እንጅ እኛ እናውቃለን በሚሉ በተውሰኑ ብቻ ተሟልቶ ያልቃል ማለት ዘበት ነው። የተሰናበቱትም ሆኑ በሰማዕታት ጀግኖቻችን ደም በጦፈ የንግድ ሥራ ላይ ያሉት መሪ ነን ተብዮችም ከወንጀል ተጠያቂነታቸው ለመዳን እውነቱን ያስቀምጣሉ ብሎ ማሰብ እራስን ማታለል ይሆናል። መልካም የሚሆነው እያንዳንዱ አባላት የሚያውቃትን፣ ያዩትንና የሰሙትን ቢያቀርቡ የኢሕአፓ ታሪክ ተሟልቶ ይቀርባል የሚል ቀና እምነት አለኝ። የመጽሀፉ ዓላማ በኢሕአፓ እና በኢሕአሠ ላይ ይበልጥ ያተኮረ ቢሆንም ከላይ አካባቢ እንደገለጽኩት የሀገራችንን ዳር ድንበር ሊያስጠብቁላትና የሕዝቧን የልብ ትርታ ሊያዳምጡላት የሚችሉትን ውድ እና እንቁ ልጆቿን በተናጠል፣ በጋራ፣ በቀጥታና በስውር በመተጋገዝ ደምስሰው ለአሁኒቷ ምስኪን እናት ኢትዮጵያና ለገሰቃላ ሕዝቧ ያበቃት ኃይሎች በአሜሪካን አስተባባሪነት፣ ድጋፍና እርዳታ በሶማሊያ፣ በሻዕቢያ፣ በወያኔ፣ በደርግና ተለጣፊዎቹ፣ እንዲሁም ሕጋዊነት በሌለው አምባገነኑ የኢሕአፓ አመራር እምብርት እና ከእነዚህ ጠላቶች ጋር በመለጠፍ የታገሉን አድርባይ ግለሰቦችና ድርጅቶች በመሆናቸው እነዚህን የሕዝብና የሀገር ጠላቶች በሞላ ጎደል ይነካካል።

በመጽሀፉ የሰፈሩትን የድርጅቱን/የሠራዊቱን ሰማዕታት ፎቶግራፍ በተለይም የ18ቱን የአሲንባ አርበኞች ለማግኘት ጥረት ተደርጓል። ከ18ቱ ሰማዕታት የኢርጋ ተሰማ/መዝሙር፣ የኤፍሬም ደጀኑ/ሰዒድ አባስ እና የውብሸት መኮንን/አቡበከር ሙሀመድ ፎቶግራፍ ብቻ ሲገኝ የሌሎችን ለማግኘት ባለመቻሌ የመንፈስና የዓዕምሮ ጭንቀት አሳድሮብኝ የቀየ ቢሆንም "ሰው ያለውን ከወረወረ ፈሪ አያሰኘውም" እንዲሉ የቻልኩትን በመጠቀም መፅሀፉን ማዘጋጀት እንደሚገባኝ አመንኩበት። ለሰማዕታቶቻችን ክብርና ፍቅር ያላችሁ ስማቸውንና ፎቶግራፋቸውን ብትልኩልኝ

ምስጋናየ ከፍ ያለ ነው። ሳምሶን ወርቅአለማሁን ለማፈላለግ ከቤተሰቡ አደራ የተጣለበት የከፋ ክፍለ ሀገር ተወላጅ ወዳጄ በ1984 ዓ. ም. ቁምነገረኛ አድርጎኝ እንድተባበረው ጠይቆኝ ቃል እንደገባሁ ሳልቀይ ለዳግማይ ስደት ወደ ውጭ ከንፌ ወጣሁ። የኒው ዚላንድ እና የአውስትራሊያ "ኢሕአፓ" ተብየዎች በሰላም መግባታቸውን ለመጠየቅ ወደአሉበት ኦክላንድ ከተማ በሄድኩበት ጊዜ በመሪነት ለተሾሙት ለከድር/ወንድሙና ለአማረ/ሽማግሌው ፎቶግራፉን በመስጠት ስጠይቃቸው ሁለቱም እርስ በእርስ በማይሰማ ሁኔታ በሽኩሽኩታ ተነጋግረው ፎቶግራፉን መለሱልኝ። ነፍሷን ይማረውና ይህን አሳዛኝ ድርጊታቸውን የተመለከተችውና የፖለቲካው ቁማር ያልገባት ለጋ ታጋይ ወ/ሪት ፈትለወርቅ ደፊ፣ "የምታውቁት ከሆነ ንገሩት እንጂ፣ ለምንድን ነው እርስ በርሳችሁ እየተያያችሁ በምስጢር የምትነጋገሩት" ብላ ለማሳሰብ ብትሞክርም ሰሚ አላገኘችም።

ሳምሶን ወርቅአለማሁ

እኔም እንደለመድኩት እራሴ ልጨነቅ እንጂ እንግዶቹን ማስጨነቅ ባለመፈለጌ ፎቶግራፉን ተቀብየ ተሰናበትኳቸው። ከመጠየቅ ባላርፍም እስከአሁን ድረስ ያገኘሁት ፍንጭ የለም። ሳምሶን ወርቅአለማሁ የከፋ ክፍለ ሀገር ተወላጅ ሲሆን የቀድሞው ዓለማያ እርሻና መካኒካል ኮሌጅ ተማሪ ይመስለኛል። ፎቶግራፉን እስከተቀበልኩበት 1985 ዓ. ም. ድረስ ወላጅ ቤተሰቦች ያለበትንና የደረሰበትን ሁኔታ በማጠያየቅ ከዛሬ ነገ ይመጣልናል እያሉ የመንፈስና የሥነልቦና ረብሻን እንዳሳለፉ ወዳጄ ተነግሮኛል። በምዕራፍ ሁለትና ሦስት የተቀመጡትን የእኔን ፎቶግራፎች ከታላቅ እህቴ

የመጨረሻ ልጇ አቶ ታደሰ ጌታሁን ሲሳይ ያገኘኋቸው ናቸው። ምንም እንኳን የቀድሞው ኤርትራዊው የልብ ወዳጄ ዶ/ር ብርሃኔ ኪዳኔ ወላጅ እናቴን በራሱና በወዳጆቹ በኩል እየጠየቀና እያጠያየቀ አስፈላጊውን በማድረግ እንደሚረዳልኝ ቃል ቢገባልኝም ጀብሃ ጋር ለመቀላቀል እንደተዘጋጀሁ ውጭ ለመውጣት መዘጋጀቴን በማይገባት መንገድ የምችለውን በማሟላትና የነበሩኝን የግል ሰነዶቼንና ልዩ ልዩ ፎቶግራፎች ባነስተኛ ሻንጣ ጥየ ነበር የተሰናበትኳት። የንጉሱ ወታደሮች ቤቷን ሲፈትሹ ፀጥታ ነክ ጉዳዮች ጋር በተያያዙ ካልሆነ በስተቀር ገንዘብ ወይንም ሰነድ ዘርፎ የሄደ አልነበረም። ልጅዎ ጠግቦ ያስተማረውንና ለማሰረግ ያበቃውን ንጉስ ከድቶ ቢሸፍትም ማንም የሚተናኮልዎት አይኖርም፣ አይዞዎት እማማ! በማለት እያፅናኑ ነበር ከቤት የሚወጡት። በደርግ ጊዜ ግን ፍተሻው ያተኮረው በዓይነትና በጥሬ ገንዘብ ላይ በመሆኑ ሰነዶችና ፎቶግራፎች ሳይቀር ዘርፈው እንደወሰዱ ተነገረኝ። እንዲያውም ከኤርትራዊያን ወገኖቻችንና እህቶቻችን ዘርፎ ያመጣልሽን ሀብት ለኤርትራዊያን ወንድሞቻችንና እህቶቻችን መልሰን እንድናስረክብ በጊዜያዊ ወታደራዊ መንግሥት ስለታዘዝን ሁሉን አስረክቢን ብለው ሲጮሁባት የነበራትን በማስረከብ ባዶ እጇን እንዳአስቀሯት ለማወቅ ቻልኩ። ከተዘረፉትና ከጠፉት ሥዕሎች ሁሉ በጣም ያስቀጣኝ የወላጅ እናቴንና የወላጅ አባቴን ፎቶግራፎች አንድም ሳያስቀሩልኝ መውሰዳቸው ነው።

በዓይኔ እና በሌሎች ችግሮች ምኪያት መጽሀፉ ኤዲት (Edit) እና Proof Reading ለማድረግ ባለመቻሌ ትልቅ መጽሀፍ ሆኖ በአንድ ቅጽ መውጣቱ፣ እንዲሁም ድግግሞሽ፣ ረጃጅም ዐረፍተ ነገሮች እና ረጅም ፓራግራፎች፣ ብሎም የፊደል ግድፈቶችና የቃላት መሰባበር አጠቃላይ ሁኔታየን አንባቢያን ከወዲሁ እንዲረዱልኝ አሳስባለሁ። በመጨረሻም ጽሁፉን ሳዘጋጅ ግለሰቦችን አስቀይማለሁ ወይንም አስኮርፋለሁ ሳልል፣ ወይንም ለቂም በቀልና ለመኮራረፍ ያለበለዚያም አንዱን ለመኮነን ሌላውን ለመካብ ብሎም ያለፉ ችግሮችን በማውሳት የወቅቱን ችግሮቻችንን ለማዘናጋት ፍላጎት ኖሮኝ ሳይሆን የሀገርና የሕዝብ ታሪክ በመሆኑና ሕዝባችን ለሚገኝበት የመከራ ዘመን ምክኒያት በመሆኑ ልክ እራሴን በዕለቱ እዚያው በቦታው ላይ አስቀምጬ ያለማመንታት ከልቤና ከአንጀቴ ይሰማኝ የነበረውን እንዳለ ዘርግፌ ማስቀመጥ ግደታየና ኃላፊነቴ እንደሆነ ተሰምቶኝ ያደረኩት በመሆኑ የስሜታዊነት ባሕሪ ቢነበብብኝ አንባቢያን ቅሬታ እንዳይሰማው ከወዲሁ አደራ እላለሁ።

አያሌው መርጊያ/ው (መጅድ አብደላ)
መጋቢት 2005 ዓ. ም. (March 2013)
ሲዲኒ፣ አውስትራሊያ (Sydney, Australia)

መግቢያ

የካቲት 66 የፖለቲካ ትምህርት ቤት የሚሰጠውን ኮርስ ላገባድድ አካባቢ የሚከተሉት ሁለት አሳሳዛኝና አስደንጋጭ ዜና ደረሰኝ፣ 1. የኢሕአፓ አመራር እምብርት/ክሊክ ድርጅቱንና ሠራዊቱን የመደምሰስ ዕቅዳቸውን ከግቡ ለማድረስ የሻዕቢያንና የደርግን ፋሽስታዊ አገዳደል ዘዴ በመጠቀም የኢሕአሠ ክንፍ የእርማት ንቅናቄ ግንባር ቀደም ታጋዮችን መግደላቸውን፣ 2. በድርጅቱ አመራር እምብርት/ክሊክ ስውር ደባ ሠራዊቱ ብቃትና ችሎታ በሌላት ደካማ ባላንጣ መደምሰሱንና በሕይወት የተረፈው የሠራዊቱ አባላትም ወደ በጌምድር ሳይሆን ከወያኔ ጋር አብሮ ከወጋቸው የጠላት ኃይል መሬት በኩል ተገደው በውርደት አፈግፍገው እንደወጡ ተነገረኝ። ከዚያን ጊዜ ጀምሮ ተቀዳሚ ፍላጎቴና ምኞቴ ሆኖ የኖረው ሌላ ሳይሆን ለሰማዕታቶቹ የመጨረሻ የአፅማቸው ማረፊያ መቃብር ሆኜ መኖርን ነው። በሁለት አስቸጋሪ ምርጫዎች መካከል ከባድ ትግል ሳካሂድ ኖሬአለሁ። ያላግባብ ሞትን አስወግጄ በሕይወት መቆየትና ሰማዕታቶቼን እያስታወስኩ መቃብራቸው ሆኜ መኖር፣ ያለበለዚያ ሰማዕታቶቼ መቃብር አልባ ሆነው ተረስተው እንዲቀሩ ማድረግ። ከዚያን ጊዜ ጀምሮ ዓላማየንና መርሄን ሳልጥስ መፍራት ያለብኝ ሞትን ሳይሆን በከንቱ መሞትን እንደሆነ ተገንዝቤ ከአጋትል ሞት በመራቅ የሰማዕታት ጓዶቼ መቃብር ሆኜ በሕይወት ለመኖር ወሰንኩ። የእኔ ሰማዕታት መቃብር የላቸውም። መቃብራቸው እኔና በሀገር ቤትና በውጭ ሀገር አንገታቸውን ደፍተው በሕይወት የሚገኙት እውነተኛ ጓዶቻቸው ብቻ ናቸውና። ሰማዕታቶቼም ሆኑ እኔ ፍላጎታችን ሥልጣንና የግል ዝና ለማትረፍ አልነበረም፣ ወይንም ሀብት በማከማቸት የገንዘብና የንብረት ጌታ ለመሆን አልነበረም ለመሞት ቆርጠን ወደ ትግሉ የገባነው። እራሳችንን መስዋዕት በማድረግ ለማምጣት እንፈልግ የነበረውና ውስጣችንን የገፋፋን በደማችንና ባጽማችን ለኢትዮጵያ ሰፊ ሕዝብ ገዶብ የለሽ ነፃነት፣ እኩልነት፣ ዲሞክራሲና ፍትሕና ዘለቂ ሰላም የነገሰባትን ኢትዮጵያን ለመመስረት ነበር። ሰማዕታቶቼም ሆኑ እኔ መስዋዕት ለመሆን ቆርጠን ወደ ትግል መስኩ ተነሳስተን ስንሰማራ የትግል ፍሬዎቻችንን የማየት ዕድል እንደማይኖረን እያወቅንና እየተረዳን ነበር።

በአንደኛ ደረጃ ትምህርት ቤት ዘመኔ በግብረገብ ትምህርት ጠንካራ ዝንባሌ ስለነበረኝ ከመጽሀፍ ቅዱስ በዛ ያሉ ጥቅሶችን ለመያዝ ችየ ነበር። ከሁሉም ይበልጥ ግን በጠንካራ ክርስቲያንነቴና የወግ አጥባቂነት የጉርምስና ዘመኔም ሆነ የጉግ ማንጉግ ኃይማኖት ተከታይነት ዘመኔና እስከአሁንም ድረስ ከእዮብ መጽሀፍ የወረስኳት የማትረሳኝ ትምህርት በሕይወቴ ላይ ከፍተኛ ተፅዕኖ አሳድራ ኖራለች። “ከእናቴ ማኅፀን ራቁቴን ወጥቻለሁ፣ ራቁቴንም ወደ ምድር እመለሳለሁ” (እዮብ 1: 21) የሚለው እስከአሁን ድረስ ከራሴ ጋር ኖሯል። አንዳንድ ጊዜም ከሶሺያሊዝም ፅንሰ-ሀሳብ ጋር ተመሳሳይ ሆኖብኝ እያዛመድኩት ኖሬአለሁ። “ንፁህ ኅሊና ምቹ ትራሴ ነው” እንደሚባለው፣ የዕዮብ ትምህርት ንፁህ ኅሊናየ ብቸኛ ሀብቴና ንብረቴ መሆኑን እንድረዳ ረድቶኛል። በግዕዝ “ሁር ሰይጣን

ኽምነየ፣ ነዓምን በአሀዱ ዓምላክ” (3 ጊዜ) ደጋግሜ ሰይጣን ከፊቴ እንዲጠፋ በማዘዜ ተገናጽፎኝ የቀየው ዲያቢሎስ ከሕይወቴ ተባሮ እንዲወገድ በማድረጌ ተመልሼ የቀድሞ የጉርምስና ዘመን እምነቴ ተከታይ ለመሆን በቅቻለሁ። ቢሆንም በጉግ ማጉት እምነት ዘመኔ የቀሰምኳቸው ከፍጥረት ውጭ ያሉትን የፍልስፍናና የአመለካከት እምነት አሁንም ድረስ ስለማምንባቸው ከሕይወቴ ጋር ተጣበቀው ይገኛሉ። ለዚህም ነው አሁንም ሆነ ወደፊት ለኢምፔሪያሊዝምና ለቅኝ አዙር ገዢዎች ቀና አመለካከት የማይኖረኝ። በማስመሰልና በብልጣ ብልጥነት ሳይሆን እንደወደቁት ሰማዕታት ወንድሞቼና እህቶቼ ካንጀታቸው ጠንክረው በተግባር ኢምፔሪያሊዝምንና ቅኝ አዙር አገዛዝን የሚታገሉ የነቁና የበቁ ጠንካራ የሀገር ልጆች ቢኖሩ ከነናቸው ቀሜ መስዋዕት ለመሆን ምን ጊዜም ዝግጁ ነኝ። ሥጋየ ገረጀፈ እንጂ ለሀገርሬና ለሕዝቤ ምንጊዜም ልቤና ውስጤ ገና አፍላ ጎረምሳ ነኝ። በዕምነትና በአመለካከት ደረጃ ሶሺያሊዝም በጎ ሥርዓት እንደሆነ አሁንም በኩራት መንፈስ እናገራለሁ። በታሪክ ሶሺያሊዝምን በተግባር ሊተረጉም ሥልጣን ላይ የወጣ ሀቀኛ መሪ ወይንም ድርጅት ባለመኖሩ ሥርዓቱ በየትኛውም ሀገር በተግባር ተተርጉሞ አያውቅም። በዚያን ዘመን ሶሺያሊዝም ለሲ. አይ. ኤ፣ ሞሳድ፣ ኬ. ጂ. ቢ. እና ሌሎች የባዕዳን ኃይል ወኪሎች ሕዝቦችን በማወናበድ፣ በመከፋፈልና እርስ በእርስ በማነካከስ ባካባቢው ብሔራዊ ጥቅማቸውን ለማስከበር የተገለገሉበት ዓይነተኛ መሣሪያ ሆኖ የቀየ እንደሆነ ነው (ለነገሩማ መንግሥቱ ኃ/ማሪያምን ሥልጣን ላይ ያወጣው በአያቱ በደጃዝማች ከበደ ተሰማ ድጋፍ ቢሆንም በይበልጥ ደግሞ ያስተባበረለትና ያሳካለት በወቅቱ በ3ኛው ክፍለ ጦር ውስጥ መሽጎ የነበረው የሞሳዱ ተወካይ እንደሆነ ተወርቷል)። ሶሺያሊዝም ለሕዝብ ሳይሆን ብልጣ ብልጦችና የሥልጣን ጥሜት ያቃጠላቸው ስግብግብ የመስመር መኮንኖችና አድርባይ ምሁራን የሥልጣን ምኞታቸውን ለማስፈጸም የተጠቀሙበት መሳሪያና ሕዝብን የማወናበድ ዓይነተኛ መሣሪያ ብቻ ሆኖ እንደ ቀየ ነው። ደርግ በዲሞክራቶችና በጠንካራ ሀገር ወዳድ ታጋዮች ላይ በሚወስደው ኢሰብዓዊ ጭፍጨፋና ግድያ አሜሪካንና እሥራኤል ጥላቻቸውንና ፍራቻቸውን እያረገቡ መጋዝ የጀመሩት ገና ሥልጣን ከጨበጠበት ጊዜ አንስቶ ነበር። ከማርክሲዝም ሌኒኒዝም የቃላት ጦርነቱ በስተቀር ደርግ ለአሜሪካና ለእሥራኤል አንዳችም ጉዳት እንደሌለው እንዲያውም ለእነሱ ዓላማና ጥቅም በተግባር የሚንቀሳቀስ መንግሥት መሆኑን በማጤናቸው ወያኔና ሻዕቢያ ሀገር ለመምራት ብቃት እስኪያገኙ ድረስ እየተንገዳገደ እንዲቀይላቸው በነበራቸው የሩቅ ጊዜ ዕቅድ በመንግሥቱ ኃይለማርያም ላይ ለማስመሰል እፀፋዊ የቃላት ዘመቻ ከማካሄድ በስተቀር ደርግን ለመጣል ሙከራ ያደረጉት አልነበራቸውም። ከፉከራና ከቃላት የማርክሲዝም ጋጋታና ጥሩምባ ባሻገር ምንም ዓይነት ተግባራዊ የርዕዩትዓለም ልዩነት በመካከላቸው እንደሌለና ሶሺያሊስት ነኝ ባይነት ከአንገት በላይና ለማስመሰል መሆኑን በማረጋገጣቸው፣ እንዲሁም የአካባቢውን የኃይል ሚዛን

በመቀጣጠርና በመሀል ሀገር የሚንሰራራው የአብዮታዊያን የሀገር ወዳዶችን ንቅናቄ ለመግታት በአፅሙ እየተንገዳገደ እንዲቀይላቸው ፈለጉ።

በኢትዮጵያችን አልፎ በዓለም ዙሪያ የዘር፣ የጎሳና በተለይም በዘመናችን የምናየውና የምንሰማውን አስቀያሚና ቀፋፊ የኃይማኖት ጦርነቶችን በማጥፋት ለዲሞክራሲ፣ ለእኩልነትና ለኤኮኖሚያዊ ፍትሐዊነት የሚደረገው ትንንቅ የትግሉ መለያ የመደብ ትግሉ በዋነኛ ደረጃ የሚታይ መሆኑ ዛሬም እንደትናንቱ አቃሜና እምነቴ ነው። በእግዚአብሔር/አላህ እምነት ኖሯቸው፣ ከኮሚኒዝም መንፈስ ነፃ የሆኑና እንዲሁም ለኢትዮጵያና ለሕዝቧ በሚበጅ መልክ ያለምንም የባዕዳን ግደታ ከግራ ከቀኙም ወዳጅነትን በመፍጠር የሚገኘውን እርዳታ የመቀበልን ፖሊሲ የሚያራምድ ሶሺያሊዝም በሀገራችን ለሚካሄደው የእኩልነት፣ የፍትሕና የዲሞክራሲ መሠረት እንደሆነ ዛሬም እንደትናንቱ አምናለሁ። ችግሩ ሶሺያሊዝም ሳይሆን ሶሺያሊዝምን በተግባር ለማዋል የሚችል መሪ በታሪክ እስከአሁን ድረስ ሥልጣን ላይ የወጣ ባለመኖሩ ብቻ ነው ለውድቀቱ ምክኒያት ብየ እማምነው።። ለሰማዕታቶቼ መቃብር በመሆን እነሱን እያስታወስኩ በሕይወት ለመኖር በወሰንኩት ምርጫየ አያሌ ከባድና ውስብስብ የሰው ሰራሽ መሰናክሎችንና ችግሮችን በመጎናጸፍ እስከአሁን በመንከራተትና በመጎሳቀል አሳልፌአለሁ። ይህም ኩራትና ደስታን ሲያጎናጽፈኝ ኖሯል፣ የደስታየም ብቸኛ ምንጭ ነውና። የቀምኩለት የራሴ መርህና ዓላማም በመሆኑ ሰማዕታቶቼ ከተሰዉለት መርህና ዓላማቸው ለሴኮንድ እንኳን አንድም ጊዜ ፍንክች ብየም አላውቅ። ለሰማዕታቶቼ መቃብር በመሆን እነሱን እያስታወስኩ በሕይወት ለመኖር በወሰንኩት ምርጫየ የተጋፈጠኝ የመጀመሪያው ከባድ ፈተና በጭካኔ የመረሸናቸውንና ሠራዊቱም የመደምሰሱን አሳዛኝ ዜና በደረሰኝ በሁለተኛው ወር ገደማ ይሆናል ማን እንዳዘዘ ሳይገለጽልኝ በታጣቂዎች ከመንገድ ተጠልፌ ማዕከላዊ ምርመራ እሥር ቤት ተወርውሬ ለአራት ወር ያህል ያለምክኒያት ታጉሬ እንድቀይ ሆንኩ። ባጋጣሚ ይሁን ወይንም ሆን ተብሎ የአቶ ካሳ ከበደ የግል ሾፌራቸው አቶ የኋላእሸትና የግል አጃቢያቸው ወታደር ከተማ ከምሽቱ አንድ ሰዓት ከማዕከላዊ ምርመራ ተረክበው በሬንጅ ሮቨር መኪናቸው እያሽከረከሩ ወስደው ለአቶ ካሳ ከበደ ተሰማ አስረከቡኝ። ከሶስት ሰዓት በላይ የወሰደውን ስሜት አስጨናቂና ረባሽ ቃለ መጠይቅና ውይይት በትዕግሥት ካስጨረስኳቸው በኋላ የእሳቸው "ምርጥ" ሰው ሆኜ መመደቤ ተገልጾልኝ። በመጨረሻም የሚከተለውን ምክርና ማሳሰቢያ ሰጥተው ከምሽቱ አምስት ሰዓት ገደማ ወደ ታጠቅ ጦር ሠፈር ባጃቢነት ተላኩኝ። "ሕይወትህ አደጋ ላይ በመሆኑ ታጠቅ ጦር ሰፈር ሄደህ እንድትቀይ ተነጋግረን ወስነናል (እነማን መሆናቸውን ባይገልጹልኝም የኃላ ኃላ ማንነታቸውን ለማወቅ ችያለሁ)። ለራስህ ደህንነትና ጸጥታ ሲባል እስከ ጥር ወር 1971 ዓ. ም. ድረስ ከጦር ሰፈሩ በምንም ዓይነት መንገድ እንዳትወጣ አስገነዝብሃለሁ። እኔ ታላቅ ወንድምህ ነኝ፣ ከአሁን በኋላ አንተ እያልክ አነጋግረኝ" ብለው ካስገነዘቡኝ በኃላ በመቀጠል፣ "ከእኔ ጋር አብረህ መዝለቅና መጋዝ ከቻልክ

እስከመጨረሻው ድረስ እጠብቅሃለሁ" በማለት ቃል ገቡልኝ። እኔም ምንም እንኳን አባባላቸው ግልጽ ባይሆንልኝም ከመርህና ከዓላማየ ጋር እስካላጋጨኝ ድረስ ሕይወቴን ለማዳን ከሚጥሩልኝ ከእንዲህ ዓይነቱ ደግና ሰብዓዊነት ከመላችው ርኅሩኅ ኢትዮጵያዊ ጋር አብሬ የማልዘልቅበት ምክኒያት ሊኖረኝ ስለማይችል ፍቃደኝነቴን አረጋገጥኩላቸው። ስለአመንኳቸውም ወዲያውን አንተ ማለት ጀመርኩ።

"ቅር የሚያሰኝህ ካልሆነ በስተቀር ከአሁን ጀምሮ መቶ አለቃ የሚለውን የቀድሞ ማዕረግህን እዚሁ ጥለህ በአቶነት ወደ ጦር ሠፈሩ ትገባለህ። ተጠሪነትህ ቀጥታ ለጦር ሰፈሩ ዋና አስተዳዳሪ/ለእኔ በመሆኑ የጦር ሰፈሩን አስተዳደር በተመለከተ በምንም ዓይነት መንገድ ቢሆን ከጦሩ ጋር ግንኙነት እንዳይኖርህ" ወደፊት እኔ በብዙ ሀላፊነቶች ስለምወጠር የጦር ሠፈሩን ኃላፊነቴን ተክተህ ትይዝልኛለህ፣ እስከዚያው ድረስ የበለጠ ግንዛቤ እንዲኖርህ የተለያዩ ተግባራትን በማከናወን ትቀያለህ። ኮሎኔል ኃ/ማርያም አየናቸው (6) የጦር ሠፈሩ ምክትል ዋና አስተዳዳሪ የእኔን መኝታ ክፍል ቁልፍ ይሰጡሀል። እሳቸው በቅርብ ጊዜ በሌላ ሀላፊነት ወደ ሌላ ቦታ ተሹመው ይሄዳሉና በሚገባ ስለጦር ሰፈሩ እንቅስቃሴና አሰራር በቂ ግንዛቤና እውቀት እንዲኖርህ ለማድረግ ጣር። ክፉ አደጋ ላይ የተጋለጥክ መሆንክንና ከማዕከላዊ ምርመራ ወጥተህ ወደ ታጠቅ ጦር ሰፈር እንደምትሄድ ከሚያውቁት የመንግሥት አካል አንድኛው የኮሎኔል ተስፋየ ወ/ሥላሴ ጽ/ቤት ስለሆነ በየዕለቱ ኮሎኔል ተስፋየ ወ/ሥላሴ ቢሮ እየተገኘህ ሪፖርት ማድረጉ ስለማያስፈልግ በምንም ቢሆን ከጦር ሠፈሩ እንዳትወጣ" ብለው ለግል ሹፌራቸው ለኳላእሸትና ለግል አጃቢያቸው ለከተማ አስረክበው ከሁለት የውኒስተን ስቴክ ሲጃራና ክብሪት ጋር አሸክመው አሰናበቱኝ። ጦር ሠፈሩ በገባሁ ስድስትና ሰባት ወራት በኋላ የአቶ ካሳ ከበደ ተሰማን ማንነት ከሚሊሽያ ሠራዊት ዋና አዛዥ ከጄኔራል አፈወርቅ ወ/ሚካኤል ጽ/ቤት አካባቢ ተረዳሁ። ወዲያውኑም በወሰድኩት አቃሚና በተከተልኩት መንገዴ የኢሠፓ የውጭ ግንኙነት ሀላፊ አቶ ካሳ ከበደ ተሰማ ኃያል ሞሳዳዊ ሰይፋቸውን በእኔ በምስኪኑ ላይ በመምዘዝ እንዳልሞት እንዳልድን በማድረግ የግፍና የመከራ ዘመን እንዳሳልፍ አደረጉኝ።

በአውስትራሊያ፣ በካሊፎርኒያና በዋሽንግተን ዲ. ሲ. ቀይታየ በማወቅም (በእልክ) ባለማወቅም ሦስት አጋጣሚዎች ከመርሄ ሸርተት እንዲል ያስገደዱኝ ምክኒያቶች ነብሩ። በምዕራፍ 10 ለመግለጽ እሞክራለሁ። የሰው ልጅ ሁሉ ደስታን ይመኛል፣ ሆኖም የደስታ ምንጭና ትርጉም እንደግልሰቡ ይለያያል። ላንዳንዱ ደስታ ማለት ትምህርቱን አገባዶ ቀንጆ ሥራ አግኝቶ ቀንጆ ሴት አግብቶ ልጅ ወልዶ፣ ቤትና ንብረት መስርቶ ቀንጆ መኪና ይዞ መኖር ማለት ነው። ለሌላው ደግሞ ደስታ ማለት በፈለገው ዓይነት መንገድ ይገኝ ገንዘብ በገንዘብ ሆኖ የባለብዙ ሀብትና ንብርት ባላቤት መሆን ነው። ለሌላው ደግሞ ጤና አግኝቶ የግሉን ኑሮ በሰላም መኖር ሲሆን ለሌሎች ደግሞ ባለሥልጣን መሆንና ታዋቂና ዝነኛ መሆንን ነው። ለእኔና ለሰማዕታት ኃዶቼ ግን ደስታ ማለት እዚህ ከተጠቀሱት የደስታ ዓይነቶች ሁሉ የተለየ ነው። በየከተማውና በኢሕአሠ ሜዳ የወደቁት ሰማዕታት ኃዶቼ እንዲሁም

የእናት ኢትዮጵያን ዳር ድንበር በማስከበር ሲዋጉ በአራቱ ማዕዘን የወደቁት ጀግኖች የሀገሬ መከላከያና የፖሊስ ሠራዊት አባላት የደስታቸውን ምንጭ ምንነት ደማቸውን በማፍሰስ፣ አጥንታቸውን በመከስከስ አስረድተውናል። ለሕዝባዊ ትግል ራሴን አሳልፌ የሰጠሁት የትኛውንም የፖለቲካ ቡድን ከመቀላቀሌ በፊት ብቻ ሳይሆን ገና ሕብረ ብሔር የፖለቲካ ድርጅትም በሀገሪቷ ከመፈጠሩ በፊት ነበር። ጠላቶቼን እስከፍቻለሁ፣ ወዳጆቼን ምን ጊዜም ሳስደስታቸውና ሳኮራቸው ኖሬአለሁ። በሀገር ቤት ቀይታየ ሁሉ የጥሩ አርያቸውና ምሣሌያቸውም ሆኜ ኖሬአለሁ። በሀገር ቤት በጓዶቼና ወዳጆቼ እኔን በተመለከተ ይባል የነበረው አያሌው ጠንካራ ነው! አያሌው ቻይ ነው! እንደ አያሌው ብሆን እሞታለሁ! እንደ አያሌው ብሆን እራሴን እገድላለሁ! ... ወዘተ ይባል ነበር። እኔም ሆንኩ ሰማዕታት ጓዶቼ የተራዘመ ሕዝባዊ የገጠር ትጥቅ ትግል በእሾህና አሚኬላ የተተበተበ፣ ጠመዝማዛና አባጣ ጎበጣ የበዛበት መንገድ መሆኑን አረጋግጠን ለዚህም ቅድመ ዝግጅት አካሂደን የገባን እንጅ እንደው በዱብ ዕዳ ወደ ታላቁ የትግል ዓለም አልመጣንም። ምኞቴ እንደሰማዕታቶቼ በመስዋእቴ ጭቀና የሌለባትና እኩልነት የሰፈነባት ኢትዮጵያን ለመገንባት በመሆኑ በዚህ መራራና ውስብስብ የትግል ሂደት ሊያጋጥመኝ የሚችል ማናቸውንም መሰናክሎች ለመቋቋም የኀሊና ዝግጅት አድርጌ ነበር የገባሁት።

ወያኔ አዲስ አበባን በተቆጣጠረበት ግንቦት 20 ቀን 1983 ዓ. ም. የሀገር ውስጥ ደሕንነት ባልደረባ የነበረው ኢትዮጵያዊው ሀገር ወዳዱ ሻምበል ዓለማየሁ ወ/ሰማያት ከመርህ ጋር በተያያዙ ጉዳዮች የወያኔ የድሕንነት አለቃ የነበረው ከአቶ ክንፈ ጋር ሆኖ የከረረ አለመግባባት ተፈጥሮ የዕለቱን ሥራ አገባዶ እንደወጣ የሄደው ወደ መኖሪያ ቤቱ መገናኛ ሳይሆን ቀጥታ እኔን ፍለጋ ወደ ብሔራዊ ሆቴል መጥቶ ከእኔ ጋር ለአንድ ሰዓት ተኩል ያህል ቢራ ይዞ በተወያየንበት ወቅት “አያሌው በጣም ጠንካራ ነህ፣ በጣም ቻይ ነህ፣ እኔ ግን ባለመቻሌ ከአሁን በፊት ለዓዕምሮ ረብሻና ጭንቀት ወድቄ ከኦጋደን በገዛ ፈቃዴ እንደመጣሁ በየምሽቱ አንተ ጋር ዋቢ ሸበሌ ሆቴል እየመጣሁ ችግሬን በመረዳትህ ባለመሰልቸት በማዳመጥ ከፍተኛ ድጋፍ አድርገህልኛል። አሁን ግን ጭራሽ ልቋቋም ከማልችለውና አንተም ልትረዳኝ ከማትችለው እሳት ውስጥ ገብቻለሁ። አንተ እንዳመጣጡ እየተቀበልክ ስታሳልፍ ኖረኻል፣ እኔ ግን እንጃ” ነበር ያለኝ። ይህንን ብሎ ከተሰናበተኝ በኋላ ነበር በዚያኑ ሌሊት ራሱን ሰቅሎ ሕይወቱን የሰዋው። ሻምበል ዓለማየሁ ወ/ሰማያት ሕይወቱን የሰዋበት ምክኒያት በሀገርና በሕዝብ ጉዳይ በመሆኑ በመጠኑም ቢሆን መግለጹ የግድም ስለሚሆን ወደኃላ ገደማ ይገለጻል። ሰማዕታት ጓዶቼ ምንጊዜም ከጎኔ ተለይተውኝ አያውቁም። በችግሬ ጊዜ የሚያጽናኑኝና የሚያበረታቱኝ እኒሁ ሰማዕታት ጓዶቼ ናቸው። ችግር ላይ ስወድቅ ከመቅጽበት ወደኋላ ዘወር እልና ሰማዕታቶቼን አያቸዋለሁ። ወዲያውኑም እንዴ? ምን ሆንኩ እኔ፣ እኔ እኮ አለሁ፣ የምኖረውም የእነሱ መቃብር ለመሆን ነውና ለምን እራሴን ያላግባብ እጎዳለሁ፣ በሕይወት እነሱ የት አሉ በማለት

እራሴን በማጽናናት ያችን አስቀያሚና ቅፅበታዊ አጋጣሚ እንዳልፋት በማድረግ ለእነሱ መቃብርነቴን ቀጥየ ኖሬአለሁ። ግፋ ቢል ያችን መጥፎ ሰዓት ሲኔማ ቤት ገብቼ አሳልፋታለሁ። ሥልጣኑ እና ኃይሉ ሁሉ በባለጊዜዎቹና ባለዘመኖቹ ቁጥጥር ስር በመሆኑ ሌላ የማደርገው ነገር ስለማይኖረኝ ሁሉን በሆዴ አምቄና ውጬ፣ ነገሩን ሁሉ ችላ እያልኩ መቃብርነቴን በመቀጠል ኖሬአለሁ። እኒህ ሰማዕታት ጓዶቼ ከሴት ጓደኛ ጋር ለመቀራረብ በማደርገው ሙከራ እንኳን እየመጡ ከፍቴ ድቅን በማለት ሃሳቤን በማስቀየር ትቼ በመሄድ ለበጎ ተግባር ስንከራተት እንድኖር ሆኛለሁ። ምንም እንኳን በሀገር ቤት በተለያየ አጋጣሚዎች የተገነዘቡኝ የአዲስ አበባ ዩኒቨርሲቲ መምህራን ጓደኞቼ ካውንስለር በመሆን በእንደዚያ ዓይነት ሁኔታ ከሴት ጓደኛ ጋር ሳለህ ሰማዕታቶችህ እየመጡ ከፊትህና ከጎንህ የሚደቀኑብህ ሲጠብቁህ ነው። ካልሆነ ቦታና ካልሆነች የሴት ጓደኛ ዘንድ እንዳትወድቅ ላንተ ሲሉ ነው እንጂ ያንተን ደስታ ጠልተው አይደለም እያሉ ነበር ይሸነግሉኝና ያጽናኑኝ የነበረው። በኒው ዚላንድና በአውስትራሊያም ቀይታየ ልክ እንደሀገር ቤቱ ጓደኝነት ለመፍጠር ስሞክር በተመሳሳይ ደረጃ እየመጡ ከፊቴ ድቅን በማለትና ከጎኔ በመቆም ያናግሩኛል። አልፎ አልፎም "ከጓደኛየ" ጋር እንደተጋደምኩኝ መጥተው ለዚህ ነው እንዴ የሞትነው? ለዚህ ነው እንዴ የወደቅነው? እያሉ ሲጠይቁኝ ከተጋደምኩበት በፍርቀ ሌሊት እንደ እብድ ተነስቼ ልብሴን አጠላልቄ የበረርኩበትና በዚህም ሳቢያ የተሰደብኩበት ሶስት አጋጣሚዎች ነበሩ። በተለይማ በአንዱ አጋጣሚ በንዴትና በእልክ የተነሳ እንደታናሽ ወንድሜ የምቀጥረውን አሥራት እጅትን ጭምር ያለተግባሩ ያስወቀስኩበት ጊዜ ነበር። የምዕራባዊያን እህቶቼ ሊገባቸው በማይገባ እኔም ላሳምናቸው በማልችለው ሚስጢር የግንኙነት ጥረቴ ላይ ችግር ሲፈጥር ኖሯል። ታዲያ ይህ ችግር ለእኔ ችግርም መስሎ አይታየኝም ነበር፤።

ችግሩ ለምዕራባዊያን እህቶቼ እንጂ። ብነግራቸው የሚገባቸው ነገር ባለመሆኑ፣ ያመዋል፣ በሽተኛ ነው፣ ንክ ነው፣ ወይንም ሌላ ሌላ ነገሮችን ለማለት ሞክረዋል፣ አልፎም ተርፎ እንደስልብ የወነጀሉኝም ነበሩ እግዚአብሔር ይይላቸውና። በዚህም ምክኒያት ብዙ ያከበሩኝንና የወደዱኝን ያህል ጠልተውኛልም፣ ብዙም አስወርተውብኛል። ታዲያ የነጭ ሴቶች ሲጠሉ እግዚኦ ያሰኛል፣ የወደዱትንና ያከበሩትን ያህል አያድርስ ነው። ከእልክ የመነጨ፣ ለምን፣ እንዴት ተብሎ ያ ባሪያ እኔን ... ወዘተ ምን አባቱንስ ደግሞ እሱ ብሎ እኔን እንዴት የማይፈልገኝ ለምንድን ነው የመሳሰሉትን ትርጉም በመስጠት ያላግባብ ለመበቀል ይፍጨረጨራሉ። በእልክና በንዴት ብዙ ተናግረዋል፣ ሳይገባቸውም ባላስፈላጊም ምክኒያት ብዙ ለመጉዳትና ለመበቀል ሞክረዋል። አልፎም አንዳንዶቹን ወገኖቼን በማፈላለግ በንዴትና በእልክነት መንፈስ ተመርዘው ለመወንጀልና የስም ማጥፋት ዘመቻ ለማድረግ ሞክረዋል። እምቢ፣ አይሆንም ብየ እንደ እብድ ከባጠገባቸው ተነስቼ እንድበር ሆን ብየ ያደረኩት ባለመሆኑ ቅሬታ አሳድሮብኝ አያውቅም። ቅሬታ ያሳደረብኝና እስከአሁን የሚፀፅተኝ ነገር ቢኖር እነዚሁ ምዕራባዊያን ሴቶች ባካሄዱብኝ የመንፈስና የሥነልቦና ረብሻ ለማምለጥ ስል እንደ እናትና

አባቴ የማያቸውን፣ እነሱም ልክ እንደ ልጃቸው ይዘውኝ የነበሩትን ሁለት መልካምና ደግ የፈረንጆች እናትና አባቶቼን ምንም ምልክት ሳልሰጥ ተደብቄ ጥያቸው መሄዴ ነበር። ዕድሜና ጤንነት አምላክ ከለገሰኝና በሕይወት ካሉ እሰየው ከሌሉም ልጆቻቸውንወይንም የልጅ ልጆቻቸውን አፈላልጌ ይቅርታ ለመጠየቅ ከፍተኛ ጉጉት አለኝ። እኒሁ የምዕራባዊያን እህቶቼ የስም ማጥፋት ዘመቻቸው ከእልክና ከንደት የተነሳ በመሆኑ የስም ማጥፋቱ ዘመቻው ጊዜያዊ ነበር። ውሎ አድሮ ንደታቸውና እልክነታቸው ሲበርድላቸው ከሁሉም በላይ ችግሬን መገንዘብ እንደሞከሩ የስም ማጥፋቱ ዘመቻና ውንጀላቸው ከስሟል። አልፎም ተጸጽተው ይቅርታ በመጠየቅ ጥሩ ወዳጆቼ ሆነዋል። ጥቂቶቹም ለእኔ በማዘንና በመጨነቅ የህክምና እርዳታ የሚያስፈልገኝ እየመሰላቸው ወደ ካውንስሊንግ እንድሄድ ለማበራታት የጣሩም ነበሩ። ካዘኔታ የተነሳም ከሚያምኗቸው

ካውንስለሮች ዘንድም የወሰዱኝ ነበሩ። ልክ በተመክሮና ሁኔታዎችን በማጤን ሀገር ቤት ያጽናኑኝና ይመክሩኝ እንደነበሩት ኢትዮጵያዊ ጓዶቼ በመስኩ ሰልጥነው በካውንስሊንግ ሙያ ተሰማርተው የሚያገለግሉትም ተመሳሳይ ምክርና ሽንገላ ነበር የሚሰጡኝ። የሁሉም ካውንስለሮች አባባል ስማዕታቶችህ ከሴት ጓደኛ ጋር ለመዛመድ ስትሞክር በድንገት ከጎንህና ከፊትህ በመምጣት ድቅን የሚሉብህ አልፎም ረሳኸን እንዴ? ለዚህ ነው እንደ የሞትነው? እያሉ የሚያነጋግሩህ ያልሆነች ጓደኛ በመሆኗ ጥንቃቄ እንድታደርግ በመፈለጋቸው ነው እየተባልኩ ነበር እንደ ሕጻን ልጅ በየጊዜው ምክር የሚለገሰኝ።

ምንም እንኳን ስለድርጅቱ ታሪክ ይፋ የሆነ ነገር ባይኖርም ያለውን፣ የተገነዘብኩትን፣ የማውቀውን፣ የሰማሁትን፣ የተወራውንና በግል ማስታወሻዎቼ ያሰፈርኳቸውን ሁሉ ቃርሞ ለሕዝብ ማቅረቡ ትክክል ነው ብየ ስለማምንበት አምስት ዓይነት የመረጃ አሰባሰብ ዘዴዎችን በመጠቀም መጽሀፉን ለማዘጋጀት ሞክሬአለሁ። የመጀመሪያውና ዋናው ምንጭ እኔው እራሴ በሕይወት ጉዞየ ያካበትኩትና ያሳለፍኩትን ተመክሮየን፣ የማውቀውን፣ የተገነዘብኩትን፣ ያየሁትንና የሰማሁትን፣ ብሎም የተወራውን ቃርሜ በማሰባሰብ ነው። ሁለተኛው የሰዒድ አባስ/ኤፍሬም ደጀኑ ሦስተኛ ታናሽ ወንድም አቶ ያሬድ ደጀኑ በሠራዊቱ በአመራር ላይ ከነበረው ከአብዲሳ አያና ጋር በቶሮንቶ ካናዳ በፈረንጆች ዘመን አቆጣጠር በ2001 ያካሄደውን ቃለ መጠይቅና እንዲሁም ከታሕሳስ ወር 1968 ዓ. ም. ጀምሮ እስከ መጋቢት ወር 1970 ዓ. ም. ድረስ በመጀመሪያ ጋንታ መሪነት ቀጥሎም በኃይል መሪነት፣ ከዚያም ከአሳዛኙና ከአሳፋሪው የማጋለጡ ሴሚናር በኋላ ሠራዊቱ እከተደመሰሰብት ድረስ ከነበረው ደረጃ ዝቅ ብሎ የምክትል የኃይል መሪ ሆኖ ሲታገልና ሲያታግል ከኖረው ሰቦቃ/ለማ ጉርሙ ጋር ከ18 ዓመት በፊት በአዲስ አበባ ከተማ ያካሄደውን ቃለ መጠይቅ በመጠቀም ነው። ለደቡብ ኢትዮጵያ በተለይም በሲዳሞ ለሚቃቃመው የኢሕአሠ የጦር ክንፍ ከሰሜን አሜሪካ፣ ከምዕራብ አውሮጳና ከምሥራቅ አውሮጳ ተመልምለው በፍልሥጥኤም የነፃ አውጭ ድርጅት ውስጥ

የሽምጥ ውጊያ ሥልጠና አጠናቀው በኤደን አድርገው ኤርትራን ዘልቀው አላ ከሚባለው ቦታ ላይ እያለን ነበር ጓድ አብዲሳ አያና መጥቶ ከሕግሀኤ ታጋዮች ተረክቦ ወደ ደቡብ ኢትዮጵያ መሆኑ ቀርቶ ወደ አሲምባ ይዞን የሄደው። ጓድ ሰቦቻ ከሠራዊቱ ጋር በበጌምድር እንደተሸጋገረ አዲስ የተሰጠውን ግራ የሚያጋባ የሥራ ምድቡን አስመልክቶ ምክርና ማብራሪያ ለማግኘት አዲሱን የአካባቢውን የሠራዊቱን ኮማንደር አበጄን ሲጠይቀው በጥያቄው መሠረት ማብራሪያ ሰጥቶ በማስረዳት አረጋግቶ ከመሸኘት ወይንም ችግር ቢኖር ሁለቱንም ከማግባባት ይልቅ "ሰውየው (ፀጋየ ገ/መድህንን/ደብተራውን ማለቱ ነው) ገና ስላልተወሀ እራስክን ብጠብቅ ይሻላል፣ ሰውየው ባንተ ላይ ያለው አመለካከት ጥሩ አይደለምና ጥንቃቄ ውሰድ" ተብሎ የብተና ምክር በመመከሩ ከትግሉ ተዘናግቶ ወደ ደርግ እስከገባ ድረስ በሕዝብ ክፍል በወታደራዊ ሐላፊነት ሲታገል ቀይቷል።

አቶ ያሬድ ደጀኑ ስለድርጅቱ የነበረው ልምድና ተመክሮ በከተማ ብቻ የተከለለ ነበር። ስለ ሠራዊቱ ሕይወትና እንቅስቃሴ የሚያውቀው ባለመኖሩ ብዙ ሊጠየቁ የሚገባቸውን ጠቃሚ ጥያቄዎች ሆነ ማብራሪያ የሚያስፈልጋቸውን ለሁለቱም የቀድሞ የሠራዊቱ አባላት ለጓድ አብዲሳ አያናና ለጓድ ለሰቦቻ/ለማ ጉርሙ ለማቅረብ አላስቻለውም። ለአብነት ያህል፣ ለሰቦቻ/ለማ ጉርሙ በበጌምደር የሠራዊቱ አዛዥ የነበረው ጓድ አበጄ "ሰውየው ገና ስላልተወሀ እራስክን ብጠብቅ ይሻላል፣ ባንተ ላይ ያለው አመለካከት ጥሩ አይደለምና ጥንቃቄ ውሰድ" ብሎ የብተና ምክር መክሮ ጠመንጃውን አስቀምጦ ወደ ደርግ እንዲፈረጥጥ ያስደረገው የአሲምባው ኮሎኔል ዓለማየሁ /አበጄ ናቸውን? ወይንስ በውጭ ሀገርርና በኤደን አበጄ ተብሎ የሚታወቀው ልማደኛው ከፋፋይና በኃላም በብተና ከፍተኛ ሚና የተጫወተው መርሻ ዮሴፍ ነውን? አበጄ/መርሻ ዮሴፍ ሜዳ ገብቶ በታሕሣስ ወር 1970 ዓ. ም. በጥቅም ተካፋዩ የእያሱ ዓለማየሁ ወንድም በሳሙኤል ዓለማየሁና ዘሩ ክሕሽን መልካም ፈቃድ የማዕከላዊ ኮሚቴ ሆኖ ተሹሟል። በውጭ ሀገር የመርሻ ዮሴፍ መጠሪያ ስሙ አበጄ ሲሆን ወደ ዚያድ ባሬና ከሀብታም የአረብ ሀገሮች ጋር ሲዘዋወር ደግሞ ሳለህ ተብሎ ስለሚታወቅ መርሻ ዮሴፍ ይሆናል ይሆናል የሚል ነው የግል እምነቴ። አበጀ/ኮሎኔል ዓለማየሁ በእነ ዘሩ ክሕሽን የተመራው እርማት ንቅናቄ እንደተጠናቀቀ ለጠቅላይ አመራር ኮሚቴ አባላነት ከተመረጡት ከዘጠኙ አባላት መካከል አንዱ ከመሆናቸውም በላይ አብዲሳ አያና ወደ ጎንደር በመሄዱ በአሲንባ ምክትል አዛዥ ሆነው እንደነበር ሰምቻለሁ። ኮሎኔል ዓለማየሁ ከነሠራዊታቸው (የአየር ወለድ አባሎች) ለሀገራቸው የቀሙ እየመሰላቸው ለድርጅቱና ለሠራዊቱ አመራር እኩይ ተግባራት መሣሪያ ሆነው እስከመጨረሻው ቢቀዩም ለሰቦቻ/ለማ ጉርሙ የተሰጠው የከፋፋይ ምክር ከኮሎኔል ዓለማየሁ አስፋው አንደበት የወጣ መስሎ አልታየኝም። የኤፍሬም ደጀኑ ታናሽ ወንድም አቶ ያሬድ ደጀኑ ከነ አብዲሳ እና ሰቦቻ ጋር ያካሄደውን ቃለ መጠይቅ ቴፑን ከካናዳ ወደ አውስትራሊያ ላከልኝ። አቶ ያሬድ ደጀኑና ቤተሰቡ እንደ አቶ ብሩክ አስገዶምና አቶ ጌቱ መኮንን ከመሳሰሉት ተቆርቋሪ ወገኖቻቸው

ጋር በመተባበር የወንድማቸውን ሁኔታ ለማወቅ ያልሞከሩት ሙከራ አልነበራቸውም። እስከ ቅርብ ጊዜ ድረስ የእነ እያሱ ዓለማየሁ ጭካኔ ለሥልጣንና ለሁብት ካለው ፈቅር የመነጨ ብቻ እንደሆነ አድርጌ ነበር የምገምተው። ለካስ ከተፈጥሮውም እንደሆነ ለመረዳት በቃሁ። አቶ ያሬድ ደጀኑ ጋር ከአውስትራሊያ ካናዳ በስልክ ስንወያይ ጣሊያን እንደነበረ ጠቀሰልኝ። ታዲያ ጣሊያን ከነበርክ ለምንድን ነው እያሱ ዓለማየሁን ያላነጋገርከው ብየ ጠየኩት። እያሱ ዓለማየሁን እዚህ ቶሮንቶ ለስብሰባ መጥቶ ሳለ እሱ ስለሚያውቅ ጠይቀው ብለው ሰዎች ስላደፋፈሩኝ የአፍሬም ደጀኑን እና የውብሸት መኮንን ፎቶግራፍ ይዤ በመሄድ እያሳየሁ ተማጸንኩት አለኝ። ታዲያ ምን አለህ ብየ ጠየኩት። እኔ አላውቃቸውም! አይቻቸውም አላውቅ! ብሎ በቁጣና በድንጋጤ መንፈስ እንድረቀው አደረገኝ አለኝ። አቶ ያሬድ አያየኝም፣ እምባየን ለቀኩት፣ ለጥቂት ደቂቃ ድምጼ ጠፋበት። ጋሼ አያሌው፣ ጋሼ አያሌው እያለ መጣራት ጀመረ። ሀሎ ሀሎ ማለቱን ተያያዘው። ለጥቂት ደቂቃ ሌላ ዓለም ሄጄ ተመለስኩና እንደማንም ብየ ጠንክሬ ስልኩ ከእጄ ወድቀብኝ ነው ይቅርታ አልኩና ውይይታችንን ቀጠልን። ከመጽሀፉ ዓላማዎች አንዱ የማውቀውን ሁሉ ለማሳወቅ እንድችል በመሆኑ፣ ለያሬድ ደጀኑ ስማ አልኩት፣ በደንብ ያውቃቸዋል። ማዎይስት ናቸው፣ ሲ. አይ. ኤ. ናቸውና ተጠንቀቃቸው፣ ተከታተሏቸውም ብሎ ሪፖርት አሽክሞ ወደ ሜዳ የላኩን እሱና የጥቅም ወዳጁ እነመርሻ ዮሴፍና በአሜሪካ የሚገኙ እፍኝ የማይሞሉ የእሱ ተባባሪዎች ናቸው ብየ ሀቁን ነገርኩት። ከዚህ የባሰ ጭካኔ ምን ይኖራል። የወንድሙን ሁኔታ አውቀ እርማቸውን እንዲያወጡና ሰላም አግኝተው እንኳን እንዲኖሩ ላለማድረግ መፈለጉ ምን ይባላል። በጨዋና በዘዴ ወይንም እንደልማዱ ዋሽቶና ቃጥፎ "ከወያኔ ጋር በተደረገው ጦርነት በጀግንነት ሲዋጉ ተሰውተዋል" ብሎ ነግሮ እርሙን እንዲያወጣ ቢረዳው ምንአለበት ነበር!

አዲስ አበባ እያለሁ ከተለያዩ የቀድሞ የድርጅቱና የሠራዊቱ አብላት ("አንጃ" እና "ክሊክ") ጋር በየጊዜው ስገናኝ በማደርገው ጭውውት ያሰባሰብኩት ሦስተኛው የመረጃ አሰባሰብ ዘዴየ ነበር። አጭር በመሆኑ የሚነግረኝን ወይንም የምትነግረኝን ሁሉ ከእነሱ ጋር እያለሁ በማስታወሻየ ላይ የተናጋሪውን ጓደኛየን ስምና ቦታውን ጭምር በማስፈር ነበር። በተለይ የቀድሞ የአብዮት ቡድን መሪ አባላት የነበሩትና በኃላ በብርሀነመስቀል ረዳ የሚመራው የእርማት ንቅናቄ ጠንካራ ደጋፊዎች ከነበሩት ጋር በተደጋጋሚ ይህንን ዘዴ ተጠቅሜአለሁ። አራተኛው የመረጃ አሰባሰብ ዘዴየ ከሚከተሉት ጋር በተገናኘሁበት ጊዜያት ያደረኩትን ውይይት፣ ያካፈሉኝን ምስጢርና መረጃዎች ሆነ ምክር በዓዕምሮየ መዝግቤ ያቀየኃቸውን መሰረት በማድረግ ነው። 1. ስለኢሳያስ አፈወርቂ፣ ስለ ሪቻርድ ማይልስ ኮፕላንድና የቃኘው ሻለቃና እንዲሁም ስለልዑል ራስ አሥራተ ካሳ የተጠቀሰውና የተጠናቀረው መረጃ በኤርትራ በመኮንንነቴ ዘመን ከወዶ ገቦች ካገኘኃቸው መርጃዎች ባሻገር ቀጥታ ከራሱ ከባለጉዳዩ ከቀድሞው የቅርብ አለቃየ የኃላው ወዳጄ የነበረው የደቀመሐሪ ወረዳ ገዥ

ግራዝማች ተስፋሚካኤል ጆርጆ (ወዲ ጆርጆ) ጋር ባደርግናቸው ውይይቶች ሁሉ ያሰባሰብኳቸው ሲሆን፣ 2. በ1964 ዓ. ም. አጋማሽ ገደማ ከዋለልኝ መኮንን ጋር ያደረኩትን ውይይትና የሰጠኝን ምክር፣ 3. በቀድሞው ምዕራብ አውሮጳና መካከለኛው ምሥራቅ ቀይታየ ከታደሰ ገሰሰ፣ ተስፋየ ታደሰ፣ እያሱ ዓለማየሁ፣ መላኩ ተገኝ፣ አበጄ/መርሻ ዮሴፍ፣ ተሰማ ብሥራት ጋር ያደረኳቸውን ውይይትና ገጠሞሽ፣ 4. በምዕራብ አውሮጳና መካከለኛው ምሥራቅ ለሶስት ጊዜ ከብርሀነመስቀል ረዳ ጋር ያደርኳቸውን ውይይቶችና በተፈጠረው አጋጣሚ የሰጠኝን ምክርና ማሳሰቢያ በማውሳት ነው። 5. ከውብሸት መኮንን/አቡበከር ሙሀመድ እና ከኤፍሬም ደጀኑ/ሰዒድ አባስ ጋር ለአሥራ አራት ወራት አንድም ቀንና ሌሊት ሳንለያይ ባንድነት በቀየንበት ጊዜ በተለያዩ ወቅት፣ በተለይም Marxist-Leninist Communist Party of the Philippines በሚለው መጻህፍ ምክኒያት ባከሄድነው የሥም ልውውጣችንና በዚያው ውይይት በመቀጠል "የድርጅት ተግባራዊ መመሪያ" በሚል ርዕስ በነሐሴ ወር 1964 ዓ. ም. የወጣውን የድርጅቱን የሥነ ምግባር መመሪያ ምክኒያት አድርገን በተወያየንበት ጊዜና በኃላም ወደ ሲዳሞ ተብሎ ወደ አሲምባ በተጓዝንበት ዋዜማ ዕለት ባደረግናቸው ውይይቶች ያሸከሙኝን ምስጢሮቻቸውን በማስታወስ ተጠቅሜአለሁ። 6. እንደገና በአሲምባ ቀይታየ ከኢርጋ ተሰማና ከሌሎቹ ሰማዕታት ጓዶቼ በተለይም ከብሥራት ደበበ፣ ኤልያስ በቀለ፣ ከወጣቱ አብርሃም፣ መኮንን ተክሌና ከመምህር ደመዎዝ ገረመ ጋር የተደረገት ውይይትና ምክር አስመልክቶ፣ 7. ከፀጋየ ገብረመድሕን ጋር በቁም እሥር ላይ በነበርኩበት ጊዜና በኃላም ባርካ ላይ እያለሁ እኔን ለመመለስ ሁለት ጊዜ መጥቶ በተገናኘንበት ወቅት የተወያየነውን፣ 8. በተጨማሪም ከቁም እሥር አምልጬ በተሓኤ ሜዳ እንዳለሁ ለአሥራ አንድ ቀን በተከታታይ ከፍተኛ የሕወሓት አመራር አባላት ጋር ያደረኳቸውን ውይይቶች እና 9. በካርቱም ከተማ ኮበር ቀበሌ በሚገኘው የሻዕቢያ ጽ/ቤት ተፈልጌ ከኢሳያስ አፈወርቂ ጋር የተካሄደውን ውይይት ለማውሳት ሞክሬአለሁ። በሁሉም ውይይቶች የነሱን ቃንቃና ቃላቶች በመጠቀም ያሉኝን ቃል በቃል ለማስፈር የጊዜው እርዝመት ስለማያስችለኝ የመልዕክቱን መንፈስና ትርጉም ሳላወላግድና ሳልከልስ ወይንም ሳልበርዝ ያሉኝን በራሴ ቃንቃ ለማስቀመጥ ከፍተኛ ጥረት አድርጌአለሁ። አምስተኛው የአሰባሰብ ዘዴ ከመጻሕፍት፣ ጋዜጦች፣ መጽሔቶች፣ ሰነዶች መረጃዎችን በመውሰድና የግል ማስታወሻዎቼን በመፈተሽ ሲሆን በተለይ ግን ድርጅቱ በነሐሴ 1964 ዓ. ም. ያወጣውን የአብዮታዊ ሥነምግባር መመሪያ፣ አልፎም የታየ አሥራትን (ከአሁን በኃላ ክፍሉ ታደሰ) መጽሀፍ በተለይ ቅጽ ሦስትን እና የአስማማው ኃይሌን መጽሀፍ ተጠቅሜአለሁ። ምንም እንኳን በክፍሉ ታደሰ መጻሕፍት አዳዲስ ነጥቦች ባገኝባቸውም ዕውነተኛነታቸው ምን ያህል አስተማማኝ እንደሆኑና ምን ያህልስ ከውዥንብር የጸዱ ለመሆናቸው ለፈጣሪ ለእግዚአብሔር በመተው ነጥቦቹን እንዳሉ በመቀበል ተጠቅሜባቸዋለሁ።

የአመራር እምብርት/ክሊክ ብየ የሰጠሁት ስያሜ በድርጅቱ በተፈጠረው አምባገነንነት የፖሊት ቢሮውንና ሴክሬታሪያቱን ይቀጣጠሩ የነበሩት የአመራር አካላት መካከል ጥቂቶቹ የባዕዳን ተልዕኳቸውን ለማሳካት፣ ጥቂቶቹ ደግሞ አድርባዮች ሥልጣን ባቋራጭ ለመጨበጥ የነበራቸውን ዓላማ ለማስፈጸም ከድርጅቱ ፕሮግራምና ፖሊሲ ውጭ በመሆን የፓርቲውን አባላት እንደ ጋሪ እንደፈለጉ ያሽከረክሩ የነበሩት የፓርቲው ከፍተኛ አመራርና የእነሱ ጠንካራ ደጋፎቻቸው ናቸው። እኒህ የአመራር እምብርት/ክሊክ ብየ የሰየምኳቸው በድርጅቱ ክንፍ የእርማት ንቅናቄ ("በአንጃው") አጠራር ክሊክ ተብለው ይታወቁ የነበሩት ናቸው። ይህም ከሐምሌ 20 ቀን 1967 በተካሄደው በፓርቲው የማዕከላዊ ኮሚቴ ስብሰባ ላይ ተመርጠው የፖሊት ቢሮውንና ሴክሬታሪያቱን የሙጥኝ ይዘው እስከ ታሕሣስ ወር 1970 ዓ. ም. ድረስ ይቀጣጠሩ የነበሩት ሀ. ዶ/ር ተስፋየ ደበሳይ (እነሱ በጀርባ ሆነው ሁሉን ነገር እያጠናቀቁ ዶ/ር ተስፋየ ደበሳይን እንደ አማን አንዶምና ተፈሪ ባንቲ ፊት ለፊት እያጋፈጡ የሚጋተርላቸው ጡንቻቸው)፣ ለ. ዘሩ ክሕሽን፣ ሐ. ክፍሉ ታደሰ (አኢሰማ)፣ መ. ፀሎተ ሕዝቂያስ፣ ሠ. ዮሴፍ አዳነ ነበሩ። የእነዚህ ጠንካራ ደጋፊዎች በመሆን ትሁት ታዛዥ ሆነው ያገለገሉት 1. አበበች በቀለ፣ 2. ፍቅሬ ዘርጋው እና 3. ሳሙኤል ዓለማየሁ … ወዘተ ነበሩ። ድርጅቱ በከተማ ቀይታ ዘመኑ የበላይ አካል ሲባል እነዚህ የድርጅቱን አሽከርካሪዎች ብቻ ሳይሆን በአጠቃላይ ሁሉንም የማዕከላዊ ኮሚቴ አባል ተብለው የተሾሙትን ሁሉ ያጠቃልላል። ፓርቲው በከተማ ቀይታው ለሥራ ጉብኝት ወደ ታች አካል ሲወርዱ ወይንም ወደ ወጣቱ ሊግ ሲሄዱ ከበላይ አካል የመጡ ጓዶች እየተባሉ እንደ እግዚአብሔርም ይመለኩና ይከበሩ ነበር። ከ1969 ዓ. ም. መጨረሻ በተለይም ከ1970 ዓ. ም. መግቢያ ጀምሮ በከፍተኛ ደረጃ በኢሕአሠ ክንፍ የእርማት ንቅንቄ በግንባር ቀደሞቹ የንቅናቄው መሪዎች አዲስ ጥያቄ ሆኖ የቀረቡትና ባብዛኛው የሠራዊቱ አባላትና ታጋይ ተቀባይነትን ያገኘው ጥያቄ በእነ ብርሀነመስቀል ረዳ ተጀምሮ የተቋረጠውን የተባዔ ይጠራ ጥያቄ በኢሕአሠ ሜዳ በማሸጋገር ለጥሪው ተግባራዊነት ትግል መጀመራቸውና እንዲሁም ከወያኔ ጋር የተደረሰው የጋራ ሕብረት ስምምነት ተግባራዊነት መታገል ነበር። ድርጅቱም ሆነ ሠራዊቱ ካለው ተጨባጭ ሁኔታ ጋር ለማዛመድ እንዲያስችል ለረጅም ጊዜ ሳይካሄድ የቀየውን የፓርቲ ኮንግረስ እንዲጠራ መጠየቃቸው በ1969 መግቢያ ጀምሮ በድርጅቱ ከፍተኛ ድንጋጤንና መረበሽን እንዳስከተለ ሁሉ በተመሳሳይ ሁኔታ በሠራዊቱም ከፍተኛ ድንጋጤንና መረበሽን አስከተለ። ጥያቄው በሠራዊቱ አባላትና ታጋይ ተደማጭነትና ተቀባይነትን ማግኘቱ ያስጨነቀው በሜዳ ተከማችቶ የነበረው የድርጅቱ አመራር በኢሕአሠ ተስፋፍቶ የመጣውን የተባዔ ጥያቄ ለመድፈንና የስውር ተልዕኳቸውን እስከሚያጠናቅቁ አመራሩን የሙጥኝ ጨብጠው እንዲቀዩ ፀረ-ኢሕአሠ ትግል በማካሄድ፣

ሀ. ከፓርቲው ደንብና ሕግ/ፖሊሲ ውጭ በማንአለብኝነት ሶስት የማዕከላዊ ኮሚቴ (ሶስቱ ጋንገች ብየ የሰየምኳቸው) እነ ሳሙኤል ዓለማየሁ፣ ዘሩ ክሕሽን እና ለፀረ-ኢትዮጵያ ግዳጅ በመሣሪያነት መገልገያ መሆኑ ፈጽሞ ያልተረዳው "ደንቀሮው" ፀጋየ ገ/መድሕንን/ደብተራውን ያቀፈ የኢሕአፓ የማዕከላዊ ኮሚቴ ስብሰባ በታሕሣስ ወር በ1970 ዓ. ም. መባቻ አካባቢ ተካሄደ። የሦስቱ ጋንገች ጠንካራ ደጋፊዎች ይሆኑናል ብለው የሚያምኑባቸውን የኢሕአፓን ሕገ ደንብ በሚጻረር መንገድ በጥቅም፣ በፍቅር፣ በሀገር ልጅነትና አብሮ አደግነትና ጥብቅ በሆነ የጥቅም እስስር የተያያዙትን እነ፣ 1. መርሻ ዮሴፍ፣ 2. ዳዊት ስዩም፣ 3. ዮናስ አድማሱ፣ 4. ገብሩ መርሻ፣ 5. አብዲሳ አያና፣ 6. መሐሪ ገ/እግዚአብሔር/ፀሐየ ሰለሞን እና 7. መዝገብነሽ አቡየን ያቀፈ ሰባት አዳዲስ የማዕከላዊ ኮሚቴ አስመረጡ ሳይሆን ሾሙ። ቀጥለውም የፖሊት ቢሮ ለመምረጥ ተብሎ አዲስ የተጨመሩት የማዕከላዊ ኮሚቴ አባላት ሳይሳተፉ ምርጫውን ሦስቱ ጋንገች ብቻቸውን ሆነው በማጠናቀቅ የፖሊት ቢሮ አባላት ዘሩ ክሕሽንና አበራ ዋቅጅራ (8) በፊት የነበራቸውን ቦታ እንደያዙ ሆኖ ሳሙኤል ዓለማየሁና ፀጋየ ገ/መድህን ተጨማሪ የፖሊት ቢሮ አባላት ሆነው ሲመርጡ፣ ዳዊት ሥዩምና "ተዓምረኛው የእግዚአብሔሩ ፍጡር" ዮናስ አድማሱ ተለዋጭ የፖሊት ቢሮ ሆነው ተሰየሙ (ክፍሉ ታደሰ፣ 3፣ 297)። በዚህም መሠረት ከ1970 ዓ. ም. መባቻ ጀምሮ የድርጅቱ አመራር እምብርት ሆነው ድርጅቱን፣ ሠራዊቱንና መላው አባላቱን እንደ ጋሪ እንደፈለጉ በማሽከርከር እያተራመሱ ለሠራዊቱ መደምሰስና ለውርደት ማፈግፈግ ያበቁት፣ ሀ. የተለመደው አሽከርካሪ ዘሩ ክሕሽን ለ. ሳሙኤል ዓለማየሁ ሲሆኑ ጠንካራ ደጋፊዎቻቸው ደግሞ የተለመደችዋ አበበች በቀለ፣ ዳዊት ስዩም፣ መርሻ ዮሴፍ፣ ዮናስ አድማሱ፣ ፀሐየ ሰለሞን/መሐሪ ገ/እግዚአብሔርንና መዝገብነሽ አቡየና ኮሎኔል ዓለማየሁ/አበጄ፣ ጌታቸው በጋሻው ናቸው። እስከመጨረሻው ድረስ በአሲምንባ ሜዳ በሠራዊቱ ከፍተኛ ቦታ የነበረውና የሚደመጠው ዘሩ ክሕሽን ሲሆን የፓርቲው የወታደራዊ ኮሚሽን ሊቀ መንበርና የሠራዊቱ ጠቅላይ አዛዥ ነበር።

ለ. ተስፋፍቶና ገኖ በመካሄድ ላይ ያለውን የጉባዔ ጥሪ ለመግታት ቶሎ ብለው "በጦርነት ላይ ስለሆን" ጉባዔ መጥራት አይቻልም ብለው አወጁ። በኢርጋ ተሰማን/መዝሙር ብልህ ሽምግልና ከወያኔ ጋር የተደረሰውን የጋራ ሕብረት ግንባር ስምምነት ፈርመው ማጽደቅና ተግባራዊ ማድረግ ሲኖርባቸው የጦርነት እሳት ለመጫር ስምምነቱን ችላ ብለው በመናቃቸው ወያኔን ክፉኛ እንዳስኮረፉትና አዘናግታ ጦርነት ለማካሄድ ያስቻላት አንዱ ምክኒያት ሆኗል። ሐ. ሙሉ ስም ያለበለዚያም የታጋዩን የመጀመሪያ ስም እንደመጠቀም ፈንታ አሕፅሮ ቃላት በመጠቀም አንባቢያንን እንዳወናበዱት ላለመሆን ከጥቂት ግለሰቦች በስተቀር ሌሎቹን ሙሉ ስማቸውን፣ የሜዳ ስማቸውን ወይንም የድርጅታቸውን ወይንም የሚስጥር ስማቸውን እንድጠቀም በማሳሰባቸው ቃሌን አክብሬላቸዋለሁ። የአንዳንድ ግለሰቦችን የአባት ሥም በመዘንጋቴ ስማቸውን ብቻ አስፍሬአለሁ።

የጥቂቶቹን የአባታቸውን ስም ያለበለዚያም የራሳቸውን ስም በአሕጽሮ ቃል ተጠቅሜአለሁ። እንደ ካዛንችሱ ጆሊ ባሩ “ጀግና” ሰ. ብ. የመሳሰሉትን በአሕፅሮ ቃል ተጠቅሜአለሁ። ቦታዎችንና የሀገሮችን ሥም በትክክል ሳልሳሳት አስፍሬአለሁ። ጊዜና ዘመን በኢትዮጵያ ዘመን አቀጣጠር የሆነውን “ዓ. ም.” ስጨምር የሌላውን በፈረንጆች ዘመን አቀጣጠር እያልኩ ጠቅሻለሁ።

ኢሕአፓ የሞተው በ1969 ዓ. ም. ማገባደጃ በተለይም በ1970 ዓ. ም. መግቢያ አካባቢ ነበር። ሆኖም ሞተ እንጂ ወደ መቃብር ተወስዶ ባለመቀበሩ የሥርዓተ ቀብሩን ዋዜማ እራሱ በራሱ እያበሰረ ቀይቶ በሰማዕታት ደም የግል ንግድ ማጧጧፍ ከፍተኛ ተመክሮ በተገናጸፉና እርጎራጌ በሌላቸው ስግብግብ ነጋዴዎች የጋራ ትብብር ግማሽ አካሉን አቶ መርሻ ዮሴፍና ፕሮፌሰር ጌታቸው በጋሻው፣ ሌላውን ግማሽ አካሉን አቶ እያሱ ዓለማየሁና ፋሲካ በለጠ ለሁለት ቀርጠው እስከ ተከፋፈሉበት ድረስ ቅይቷል። እኔም እስከዚያ ጊዜ ድረስ ኢሕአፓ ገና ነፍሱ አልወጣችም! አልሞተም! አልተቀበረም! እያልኩ በታማኝነት ቀይቻለሁ። ከዚያን ጊዜ ጀምሮ ያለኝ እምነትና አቋሜ ኢሕአፓ ያለውና የሚኖረው እንደ ውትሮው በሀገር ቤትና በውጭ ሀገር በሚገኙ በአያሌ ኢትዮጵያዊያን አዕምሮና ልቦና ውስጥ ተሰርዖ የሚኖር፣ ከዓዕምሯችን ሊጠፋ የማይችል ሕያውነት ያለው የእልፍ አእላፍ ሰማዕታት መንኄሪያ አዳራሽ በመሆኑ የእነዚያን ውድና ድንቅ የኢትዮጵያ ልጆች ፈለግ በመከተል አርማቸውን በማንገት ስሙን ሳይከልሱ፣ ሳያወላግዱና ሳይበርዙ ከሌሎች ሀገር ወዳድ ድርጅቶችና ቡድኖች ጋር ሰፊ የሕብረት ግንባር በመፍጠር ለኢትዮጵያና ሕዝቧ የሚበቁ የኢሕአፓ ትውልድ ብቅ እንደሚሉ በፅኑ በመተማመን እስከዚያው ድረስ አፅሙ ለሁለት ከተቀረጠበት ጊዜ ጀምሮ ሳልወድ የግዴ ኢሕአፓ'ን ለጊዜው በክብርና በእምባ ተሰናብቸዋለሁ።

ምዕራፍ አንድ

አጠቃላይ

እውነተኛና ጠንካራ የሕዝብ ልጆችን በግንባር በማሰባሰብ ባንድ ድርጅት ጥላ ሥር አፍነው ለመቀጣጠር እንዲያስችል የባዕዳን ኃይላት በጀርባ ሆነው በስውር መንገድ የድርጅት፣ የፋይናንስ፣ የቀሳቁስና የሁሉ አቀፍ ድጋፍ በመስጠት የተቃቃመው ኢሕአፓ በነሐሴ 1964 ዓ. ም. ባወጣው “የአብዮታዊያን ሥነምግባር” መመሪያው ላይ ይዞት የተነሳው ባሕልና የትግል ስልት “የውሸት ወሬዎችንንና መረጃዎችን ማሰራጨት፣ ሌላውን መሸወድና መቃጠፍ ወይንም ማታለል፣ መፎተትና ደልሎና አጃጅሎ ማግባብትና መሸኘት፣ ስም በማጥፋትና በማጥቀር፣ እንዲሁም ማጭበርበር የመሳሰሉት በመጠቀም ነበር። ኢሕአፓ ከእግር እስከ ወርች በጠላቶች ሴራና ተንኮል ከመሠረቱ ተተብትቦ ቢፈጠርም ሀገራችን ኢትዮጵያ በቀላሉ ልተካቸው በማትችላቸው ድንቅና ብርቅ በሆኑ ጀግኖች ሰማዕታት የታጀበ ድርጅት ለመሆን በቅቶ ነበር። እልፍ አዕላፍ ሀቀኛ ሀገር ወዳዶች በከተማም ሆነ በሜዳ የታገሉለትና ክቡር አካላቸውን በስቃይ ግርፋት የተደበደቡበትና የተሰውለት ለኢሕአፓ/ኢሕአሠ ሲሉ ነው። ትዳራቸውንና ወድ ልጆቻቸውን ጥለው ለድርጅቱና ሠራዊቱ ድል አድራጊነት፣ ብሎም ለኢትዮጵያ ሕዝብ ነፃነትና እኩልነት ሲታገሉ ክቡር ሕይወታቸውን ያጡለት ድርጅትና ሠራዊት ነው። ለድርጅቱ ፈጣን ዕድገት ምክኒያት የነበሩት ሰማዕቶቻችን ስጋቸው በአፈር ተከደነ እንጅ ስማቸው ከነክቡር ተግባራቸውና ዓላማቸው ዘላለማዊ ሆኖ ከመቃብር በላይ ከእኛ ጋር ይኖራል። ፀረ-ኢሕአፓ/ፀረ-ኢሕአሠ አቃም በነበራቸው የድርጅቱ አመራር እምብርት/ክሊክ ረቂቅ ሴራና ተንኮል ከትግል ጓዶቼና ከድርጅቴ/ሠራዊቴ ነጥለው እንድኖር ቢያደርጉኝም ከመርህና ከዓላማየ ላንድም ቀን ባለመንሸራተት በፅናት ቀይቻለሁ። አያሌ የቀድሞ ታጋዮችና አባሎች ከድርጅቱ ወይንም ከሠራዊቱ ጋር መቀላቀላቸው ስህተተኞች እንደሆኑ በመቁጠር እራሳቸውን ሲረግሙ፣ ሲኮንኑንና ሲወቅሱ ሰምቻለሁ። አብዮት ጠመዝማዛ፣ እሾህና አሜኬላ፣ ችግርና መራራ የሆነ ውስብስብ ሂደት የበዛበት መንገድ መሆኑን በቅድሚያ አጢነውና ተዘጋጅተው ካለመግባታቸው የተነሳ ብዙ ተገዝተዋል፣ ተማትበዋል፣ ተፀጽተዋልም፣ ድርጅቱንም ያላግባብ በእጅጉ አውግዘዋል፣ ኮንነዋል። እኔም ሆንኩ ጓደኞቼ በግርግርና በሞቅ ሞቅ ወደ ትግሉ አልገባንም። በዝምድና ወይንም በሴት ጓደኛ ፍቅር ተጥልፈን፣ ያለበለዚያም በአብሮ አደግነትና በትምህርት ቤት ጓደኝነት ተስበንና ተማርከን ወደ ትግሉ የገባን አንጋቾች አልነበርንም። ትግልን እንደ ፋሽንም ቀጥረን ወይንም ኢሕአፓ ሥልጣን ሊይዝ ነውና ሳንቀደም ቶሎ ገብተን እንሻማ፣ ያለበለዚያ የት ነበራችሁ ይሉናል በሚል ፍራቻ ከሰሜን አሜሪካና ከምዕራብ አውሮጳና በሀገራችን ከየከተማው ተሯሩጠን ወደ ትግሉ ጎራ ድንገት ዘለን አልገባንም። እኔም ሆንኩ ሰማዕታት ጓዶቼ ጠላት ሲባል ከውጭ ብቻ ሳይሆን ከውስጣችን

ተደብቀው እንደሚኖሩ ከሌሎች ሀገር የትግል ልምዶችን አጢነን እና ተረድተን ለስቃይና ለአደጋ ልንዳረግ እንደምንችል አስቀድመን ተገንዝበን ነበር የገባነው (7)። የተመክሮ ማነስና የሌሎች ሀገሮችን የትግል ታሪክ ያለማወቅ አብዮት ሲባል ችግርና መከራ የሌለበት ሂደት እንደሆነ ቀጥረው የገቡ ሁሉ ግራ ሲጋቡና እራሳቸውን ሲኮንኑና ሲወቅሱ ተመልክተናል። ለእንደነዚህ አይነቶቹ ጓዶችቻችን በትግል ሂደት ወቅት በዋና ጠላትነት በቀጠርናቸው ደርግ፣ የአሜሪካ ኢምፔሪያሊዝምና የሶቪየት ሶሺያል ኢምፔሪያሊዝም ውጭ ሌላ ጠላት በተለይም በጉያችንና ባካባቢያችን ከእኛው ጋር አብረው ሊኖሩ እንደሚችሉ ግንዛቤው አልነበራቸውም። በውስጣችን ከእኛ ጋር ሆነው የሚወጉን የባዕዳን ተወካዮችና በቀጥታም ሆነ በተዘዋዋሪ የደርግ፣ የሻዕቢያና የወያኔ አገልጋዮች እንዳሉ የማይጠራጠሩ የዋህ ታጋዮች ናቸው።

ጠላት በተለያየ መንገድና በተለያየ መልክ እንደሚቀርበን ፈጽሞ ተመክሮ የሌላቸውና ሰርጎ ገቦችና የባዕዳን ወኪሎች በሚችሉት መንገድ ሁሉ እኛን እርስ በእርስ ሊያጨፋጭፉንና ሊያበላሉን እንደሚችሉ ፈጽሞ ያልተጠራጠሩ የዋህና ቅን ተመክሮ አልባ ጓዶች ናቸው። ድርጅቱ ያላግባብ መለኮታዊ ኃይል እንዳለው በማየት ድርጅቱንና ሠራዊቱን ከክፉ አደጋ ላይ ሊያደርሱ የሚችሉ አዝማሚያዎችንና አመለካከቶችን ስመለከት ወይንም መመሪያ ሲሰጠኝ ድርጅቴንና ሠርዊቴን ብሎም አባላቱን ከሞት አደጋ ላይ የሚያደርስ ትእዛዝ ወይንም መመሪያ መሆኑን ከልቤ ስረዳ ሊያስከትልብኝ የሚችለውን ሁሉ በመሸከም ቢያንስ ለምን? እንዴት? ማን? የት? ወዴትና መቼ? የሚሏቸውን ስድስቱን ወርቃዊ የፖሊስ ጥያቄዎች በማቅረብ መልስ እፈልጋለሁ። ማዎይስት ናቸውና ተከታተላቸው ብሎ መመሪያ ሲሰጠኝ ማዎይስት ማለት ምን ማለት ነው? ድርጅታችን የሚከተለው የትግል ስልት ምንድን ነው? ማዎይስት ወንጀል ከሆነ ስለዚህ ድርጅታችንም የወንጀለኛ ድርጅት ማለት ይሆናል። እኔም ሆንኩ መመሪያ ሰጪ አካል የማዕከላዊ ኮሚቴ ወይንም የፖሊት ቢሮዎቹ ወንጀለኞች ነን/ናቸው ማለት ነው በማለት በውይይት መፋጨት ይኖርብኛል። ይህንን በተግባር በመተርጎም አሳይቻለሁ። በዚህም ጠንካራ አቋሜና ውይይቴ የነበረን "ጓዳዊ ፍቅር" ተገርምሶ በጠላትነት ጎራ እንድታይና ለተንከራተተ ሕይወት መምራት አብቅቶኛል። ኢሕአፓን ለክፉ አደጋ የሚዳርግና አባላቱን ለጠላት አሳልፎ የሚሰጥ ከድርጅቱ ዓላማና ፕሮግራም ውጭ መመሪያ ሲሰጠኝ የሚያስከትልብኝን ሁሉ እቀበላለሁ እንጂ በዝምታና በይሉኝታ ወይንም በፍራት ላልፍ አልችልም። በይፋ የተነገረኝ ባይኖርም በዚህም እቃሚ በድርጅቱና ሠራዊቱ የተለያዩ ስሞችን ለመጎናጸፍ በቅቻለሁ። "ለወዳጄ" እያሱ ዓለማየሁ በውይይቱ ወቅት ካነሳኃቸው ነጥቦች መካከል የሚታወሰኝ የሚከተለው ነበር። ምንም እንኳን ማንነታቸውን ባትገልጽልኝም የተባሉት ሁለት አባላት በማዎይስት የሚወነጀሉ ከሆነ ሁላችንም ከላይ እስከ ታች ያለነው ሁሉ ወንጀለኞች መሆናችን ነው እያሱ ነበር አልኩት። አልፎም ተርፎ እራሱ ፓርቲው በተራዘመ ሕዝባዊ የገጠር ትግል ላይ የተመሠረተ የትግል

መስመር በፕሮግራሙ ላይ ማስፈሩ ወንጀለኛ ነው ነበር ያልኩት። ሁለቱ ጋዶቻችን እንደማዎይስት ከተቀጠሩ አንተም፣ አበጄም/ሳለህ፣ ብርሀነመስቀል ረዳ፣ መላኩ ተገኝም ሆነ እኔም እራሴ ማዎይስት ነን ማለት ነው ብየ ለማስረዳት ሞከርኩ (በመፅሀፉ ወድኃላ ተጠቅሷል)። ለዚህም ነበር የድርጅቱ የውጭ ግንኙነት ኋላፊ የነበረው የወያኔ የሀገሪቷ ፕሬዚደንት የመቶ አለቃ ግርማ ወ/ጊዮርጊስ አማች እያሱ ዓለማየሁ/ ፍሰሐ/ዘርይሁን/ካሣሁን፣ (ከዚህ በኋላ እያሱ ዓለማየሁ) ከሰማዕታት ጋዶቼ መካከል ኤፍሬም ደጀኑ/ሰዒድ አባስንና ውብሸት መኮንንን/አቡበከር ሙሀመድን ገና ሮም ከተማ እያለሁ አክራሪ ናቸው፣ ማዎይስት ናቸው፣ ሲ. አይ. ኤ. ናቸው ይባላሉና የድርጅታችንን ሕልውና ለመጠበቅ እንድትከታተላቸው ብሎ መመሪያ ሲሰጠኝ በጥያቄ ወጥሬ በመያዜ በመካከላችን የነበረው "ቀንጆ" ግንኙነት የሻከረው፣ ቀጥሎም ለእሥራት ብሎም ለግድያ አዘጋጅቶኝ የነበረው። ድርጅቴንና ሠራዊቴን ለመጠበቅ ባለኝ ፍጹም እምነቴ በቅንነት በወሰድኩት ጠንካራ እርምጃ ምክኒያት ነበር በእኔና በእያሱ ዓለማየሁና በበላይነህ ንጋቱ/ሳለሕ/አበጄ (ከዚህ በኋላ ባብዛኛው መርሻ ዮሴፍ) መካከል የነበረው "መልካም" ግንኙነታችን የሻከረው። መሻከር ብቻ ሳይሆን የስቃይ ግርፋት በማካሄድ ለመግደል ተዘጋጅተው የነበሩት።

ወደፊት በኢትዮጵያ ሊፈጠር የሚችለው ጠንካራና ሕዝባዊ ኃይል ያስፈራራቸው ፀረ-ኢትዮጵያና ፀረ-አንድነት ኃይሎች በተዘረጋው ዓለም አቀፍ ሴራ በመጠቀም ኢትዮጵያዊያን ዲሞክራቶችና ሀገር ወዳድ ግለሰቦች በግልጽም ሆነ በቡድን አንድነት ፈጥረው ለተሰማሩበት ሕዝባዊ ዓላማ ተቀናጅተው እንዳይታገሉ በመቃቃም፣ እንዲበታተኑና በገሪጥ እየተያዩ ለፀረ-ኢትዮጵያና ፀረ-አንድነት ኃይሎች በቀጥታም ሆነ በተዘዋዋሪ መሣሪያ እንዲሆኑ ዓለም አቀፍ ሴራው መካሄድ የተጀመረበት ወቅት ነበር ኢሕአድም ሆነ ዓለም አቀፍ የኢትዮጵያ ተማሪዎች ፌደሬሽን ማሕበርና ኢሕአፓ፣ እንዲሁም እነ መኢሶን እና ሌሎቹ ሕብረ ብሔር ድርጅቶች የተቋቋሙት። መመሪያውን የሚሰጠን አካል ምንአልባት ተሳስቶ ባለማወቅ ሊሆን ስለሚችል አካሉን ስሕተተኝነቱን በማስታወስ ልተባበረው ይገባኛል። ያለበለዚያም ድርጅቱን በጀርባ ሆኖ ያስፈጠረው የውጭ ኃይል ወኪል በመሆኑ ተልዕኮውን እያራመደ ሊሆን ይችላል ብየ በመገመት ለድርጅቴ ባለኝ ታማኝነትና አክብሮት ኢሕአፓን/ኢሕአሠን አደጋ ላይ የሚጥል ማናቸውም መንገድ ኋላፊዎቹ ሲያራምዱ በይሉኝታ ዝም ብየም አላልፍም። ምንም እንኳን የሲ. አይ. ኤ.፣ ሞሳድ፣ የኬ. ጂ. ቢ.፣ እና የሻዕቢያ ወኪሎች ገና ድርጅታችን ከአፈጣጠሩ ጀምሮ ይኖራሉ ወይንም አሉበት ተብሎ በእርግጠኝነት ቢገመትም ሁኔታውን ለጊዜው እንዳላወቁና እንዳልጠረጠሩ በመምሰል ድርጅቱ እንዲጠናከርና ብሎም በፋይናንስ፣ በድርጅት፣ በፖለቲካና በሁሉ አቀፍ መስክ እንዲጠናከር ስለሚረዳ መስሎ በመሳተፍ አንቀደምም ወይንም አንሸወድም በማለት ሙሉ በሙሉ በራሳቸው ተማምነው እንደተሸወዱትና እንደተታለሉት እንደእነ ብርሀነመስቀል ረዳ፣ ዋለልኝ መኮንን፣ ሙሀመድ ማሩዝ፣ ቢኒያም አዳነ፣ ክፍሉ ተፈራ፣

ዘርዓብሩክ አበበ/ዘላለም፣ ተፈሪ ብርሃኔ፣ ብርሃኔ እያሱ፣ ውብሸት ረታ፣ ኢርጋ ተሰማና ጓዶቹ እንደዚያ ዓይነቱ የድርጅቱን ፕሮግራምና ስትራቴጂ የሚያፋልስ ትእዛዝና መመሪያ መሆኑንና አደገኛነቱ በግልጽ እየተረዳኝ በለዘብተኛነትና በችልታ ተመልክቼ ወይንም ለጊዜው እንዳላወቁና እንዳልጠረጠሩ በመምሰል ላልፈው አልፈለኩም። በውጭ አገር ቆይታየ በችልታ ያለፍኩት ይበቃኛልና። ያለበለዚያማ ወደፊት ለሚፈጠረው አደጋ ሁሉ እራሴም ተጠያቂ ነኝ ማለት ይሆናል። እነ ብርሃኔ እያሱ ባልተጠናና ባልተዘጋጀ የወሎ እንቅስቃሴ ትእዛዝ በማስመልከት ከመንቀሳቀሳቸው በፊት የሚያስከትልባቸውን በመቀበል የጀመሩትን ጠንካራ ተቃውሚቸውን እስከመጨረሻው ባለመግፋታቸውና መለኮታዊውን የድርጂቱን መመሪያ መጣስ እንደወንጀል መስሏቸው ወደ ወሎ መንቀሳቀሳቸውን፣ ከዚያም ያስከተለውን እልቂት አስመልክቶ ከፍተኛ ስህተት እንደፈጸሙ ተሰምቶት ያሳደረበትን ፀፀትና የመንፈስ ረብሻ እያለቀሰ ለብርሀነመስቀል ረዳ የገለጸውን ወደኃላ ተመልክቷል። በዚያን ወቅት አሲምባ ብኖር ኖሮ የሚያስከትልብኝን ሁሉ በመቀበል የደርጉ ስታይል ሰሚናር ተግባራዊ እንዳይሆን ወይንም ለማደናቀፍ የሞትና የሽረት ትግል እንደማካሂድ እርግጠኛ ነበርኩ። የእኔና "የቅጥፈትና ውሸት መረጃ አራማጁ ወዳጄ" እያሱ ዓለማየሁ ግንኙነት መሻከር ወደ ከፍተኛ ደረጃ ያደረሰው ከላይ የተጠቀሰው ምክኒያት ቢሆንም ለ"ቀንጆው" ግንኙነታችን መሻከር በር ከፋቹ ከጥቂት ቀናት በፊት 'ሎታ ኮንቲኒዋ' በመባል ስለሚታወቀው ጣሊያናዊ የሽብር ፈጣሪ ድርጅት ያቀረብኩት ቀጥተኛ አስተያየትና ትችት ነበር። እራት ላይ ነበርን ውይይቱን እናካሂድ የነበረው።

በንዴትና በ"እንዴት ደፈረኝ ስሜት" ዓይነት ምንም ሳይል ምንም ሳይናገር ተነስቶ ሂሳብ ሳይከፍል አጋልጦኝ የእራት ገበታችንን ረግጦ በረረ። ያች ምሽት ነበረች እኔን ካጠገቡ ማስቀመጡ ለወደፊቱ ከማበረክትለት ጥቅም ይልቅ አደገኛና እንቅፋት እንደምሆንበት ተረድቶ ወደ ሜዳ አስገብቶ ለማፈን ወይንም ለመግደል በሀሳቡ የወሰነው። ከዚያች ምሽት ጀምሮ ግንኙነታችን ሁሉ በእሱ በኩል ካንገት በላይ ሆነ። ይህንን ሁሉ እኔ አልተረዳሁም ነበር። ከላይ በተጠቀሱት በሁለቱም ጉዳዮች ላይ ባደረግናቸው ውይይታችን ሁልጊዜም ትዝ የሚለኝ ብርሀነመስቀል ረዳ ነበር። በመካከለኛው ምሥራቅና በምዕራብ አውሮፓ ባደረግናቸው የሶስት ጊዜ ውይይታችን ወቅት በምዕራፍ አሥራ አራት የተጠቀሰውን ሲመክረኝ እንዲህ ነበር ያለኝ። "... እኛን መስለው፣ የእኛን ቋንቋ የሚናገሩ፣ የእኛን ልብስ የተላበሱ ከእኛ ጎን ሆነው በሥር ነቀል ደጋፊነት ሥም የሚታወቁ ነዋሪነታቸው በውጭ የሚኖሩ እፍኝ የማይሞሉ ሲሆኑ ከባዕዳን ጋር የተቀራኙ በመሆናቸው በጥንቃቄ መያዝ የሚገባቸው ናቸው፣ እንዲያውም እኛን መስለው ስለሚኖሩ ከሌሎቹ ይበልጥ የእነሱ አደገኝነት ከባድ ይሆናል" ነበር ያለኝ። በሌላ በኩል ይህ አባባሉ ለእረፍት ከኤርትራ አዲስ አበባ ሄጄ ከዋለልኝ መኮንን ጋር በተገናኘሁበት ወቅት "እፍኝ የማይሞሉ የሲ. አይ. ኤ. ደጋፊዎችና ቡችሎች በስተቀር" ብሎ ካለኝ ጋር ተመሳሳይ ሆነብኝ። ብርሀነመስቀል ረዳ በመቀጠል፣ "... እኛም

ጋር ይኖራሉ፣ ነገር ግን የእኛዎቹ ከሌሎቹ የሚለዩት በውውይይት ያምናሉ። ውይይት ልዩነትንና አለመግባባትን ለመፍታት ዓይነተኛ መሣሪያ አድርገው ያምናሉ" ነበር ያለኝ አንቀደምም ብሎ ያምን የነበረውና በኃላ ተቀድሞ የተታለለው የዋሁ ብርሀነመስቀል ረዳ። እንደ ብርሀነመስቀል ረዳ ሌሎቹም ጓዶቼ እነ ኢርጋ ተሰማና ሰማዕታት ጓዶቹ በተመሳሳይ እምነታቸው በመሸወዳቸው ተቀድመው ተታለዋል። በክብርና በዝና ድርጅቱን ሰማይ ያደረሱት እኒያ ቀራጥና ጠንካራ የፓርቲውና የሠራዊቱ ልጆች በውጭና በጉያቸው በነበሩት ጠላቶች ሰለባ ቢሆኑም ፈለጋቸውን በመከተል ዓርማቸውን በማንገብ የሞቱላትን ሀገራቸውን ከወደቀችበት መልሰው የሚያነሷት እልፍ አዕላፍ ተከታዮች እንደሚያፈሩ ውሎ አድሮ በእርግጠኛነት የሚታይ ዕውነታ መሆኑን በእርግጠኝነት አምናለሁ። ይህንኑ የስውር ተልዕኮ በማክሸፍ የሠራዊቱን ብቃትና ችሎታ ከፍ ለማድረግና ያን መሰል ጥቃት እንዳይደርስ ከወዲሁ ይታገሉ የነበሩትን የማይገኙ ድንቅና ብርቅየ የኢሕአሠ ክንፍ የእርማት ንቅናቄ ግንባር ቀደም ታጋዮችን የድርጅቱ አመራር እምብርት የባዕድ ተልዕኳቸውን ለማሳካት ፋሽስታዊ በሆነ መንገድ ረሽኖ በአንድ ጉድጓድ ቀብሮ ወደ ኤርትራ ፈረጠጡ። ይባስ ብሎም ከሽንፈት በኃላ ወደ በጌምድር ማፈግፈግና አካባቢው ካለው ሠራዊት ጋር ተቀላቅለው እንደገና እራሳቸውን በማቋቋም የተበታተነውን ሠራዊት ለማሰባሰብ እንዳይችሉ ሆን ተብሎ በስውር ትእዛዝ ከወያኔ ጋር ሆኖ አብሮ ከወጋን የሻዕቢያ ኃይል ግዛት አፍግፍገው በመሄድ በውርደትና በቅሌት ተንበረከኩ። ኢሕአፓን መመልከት የሚገባኝ በገጠርና በከተማ በወደቁት ሰማዕታት ጓዶቼ ዓይን እንጂ ለባዕድ ቅጥረኛ በሆነው አመራር ወይንም በታጋይ ደም እየነገዱ ታጋይ ለመምሰል በሚዳክሩት ሆዳሞች አይደለም። ኢሕአፓ/ኢሕአሠ ማለት እነዚያ ድንቅየና ብርቅየ የተሰዉለት ሰማዕታቶቻችንና የነሱን ፈለግ ተከትለው፣ አርማቸውን አንግተው በሕይወት ያሉት ወንድሞቻቸው፣ እህቶቻቸውና ልጆቻቸው ናቸው። የአመራር እምብርቱና ጠንካራ ደጋፊዎቻቸው ሕአፓ/ኢሕአሠ ሊሆኑም አይችሉም። ሆነውም አያውቁም። ባንፃሩም ኢሕአፓን ስሙን መለወጥና ኢሕአፓ የሚለውን ማጥፋት ወይንም የስም ለውጥ ማካሄድ ማለት ሀገሬ ምን ጊዜም የማትተካቸውን ውድና ዕንቁ ወንድሞቼን፣ እህቶቼንና ልጆቼን መክዳትና መርሳት፣ እነሱ የወደቁለትን ዓላማ እንደመሸጥና እንደመለወጥ፣ በእነሱም እንደማሾፍና እንደመቀለድ ይሆንብኛል። እነሱ የወደቁትና የተረሸኑት ለድርጅቱ አመራር እምብርትና ለጠንካራ ደጋፊዎቻቸው ክብር አልነበረም። ድርጅቱ በስተጀርባ የማንንም እርዳታና ድጋፍ አግኝቶ ቢፈጠርም ሰማዕታቶቼ የተሰውት ኢሕአፓ እንግቦ ለታጠቀው ዓላማና ፕሮግራም ባጭሩ ለኢሕአፓ/ኢሕአሠ ድሕና ለኢትዮጵያና ሕዝቧ ሲሉ ነው።

1.1. መጽሀፉ ለሕትመት የተጓዘው ረጅም ጉዞ! በሆዴ አምቄ በማቆየቴም በጤንነቴና በኑሮየ ያስከተለብኝ ጉስቁልና

ከመርህ ጋር በተያያዙ አያሌ ድርብርብ ምክኒያቶች ተተብትቤ በመያዜ እስከአሁን ድረስ መረጃዎቼን ወደ መጻህፍትነት ላለመለወጥ ተገድጄ ቆይቸዋለሁ። ታሪክን በመጻፍ ለማያውቁት እንዲያውቁ ማድረጉንና አልፎም ታሪክነቱን ለሚቀጥለው ትውልድ ማሳለፉ ታሪካዊ ግዴታየም፣ ኋላፊነቴም መሆኑን እረዳለሁ። አባቶቻችን "በቃል የያዙት ይረሳል በጽሁፍ የያዙት የወረሳል" እንዳሉት በመጽሀፍ ተጠርዞ ቢቀመጥ ለእኛ ሳይሆን ለመጭው ትውልድም ሁብት ይሆናል ብየ ከልቤ አምናለሁ። የማውቀውን፣ ያየሁትንና የተገነዘብኩትን፣ የተወራውንና የሰማሁትን ከመጻፍ እንድቆጠብ ካገዱኝ ዋናው ምክኒያት ለኢሕአፓ/ኢሕአሠ ካለኝ ፍቅርና ፅኑ እምነት እንዲሁም ከሰማዕታት ጓዶቼ ጋር በተቀራኘ ከመርህና ከዓላማ ጋር በተያያዙ ዓበይት ምክኒያቶች ተተብተቤ በመያዜ ነበር። በሕይወት የተረፉት ትምህርት ወስደው፣ ልምድና ተመክሮ ቀስመው፣ ስህተቶቹን በማረምና ችግሮቹን በማስወገድ ከመቸውም ጊዜ ይበልጥ አንድነቱን በማጠናከርና በኢሕአፓ ስም የሚጧጧፈውን የጦፈ የግል ንግድ አሽቀንጥረው በመወርወር የሰማዕታትቶቻችንን አርማ በማንገት ፈለጋቸውን በመከተል ትግሉን በማፋፋም የኢትዮጵያን ሰፊ ሕዝብ ይቅርታ ለመጠየቅና ብሎም ለመካስ ቀርጠው ይነሳሉ ከሚል ፅኑ ዕምነቴ ነበር። ይህን ምኞቴ እንዳያደናቅፍብኝና ለክፍፍል ምክኒያት እንዳልሆን በመጠንቀቅ ነበር። በሕወሀት'ና ሕግሀኤ ተጨፍልቀው በተፈጠሩት ተለጣፊ ድርጅቶች ሥር የተከማቹትን የዘመኑ አድርባዮችን በማስመልከት በነሐሴ 1985 ዓ. ም. "ግልጽ ደብዳቤ ለ: በኢሕዴን፣ ኦሕዴድ፣ ፎረም 84፣ … ወዘተ ዙሪያ ለተሰባሰባችሁ ዘመናዊ 'ታጋዮች' በየአላችሁበት" በሚል አርዕስት በአእምሮ ላይ የወጣውን ጽሁፌን ካነበቡ በኋላ እዚያው በገር ቤት የነበሩ ጓደኞቼና ወዳጆቼ መጽሐፍ እንድጽፍ በተደጋጋሚ አሳስበዉኛል። ከሀገር ከወጣሁም በኋላ በፈረንጆች ዘመን ከ1999 ጀምሮ በኢትዮ ፎረም እንዲሁም ባንድ ወቅት ለጥቂት ጊዜ ተግባር በሚል ቡድን ውስጥ እሳተፍ በነበረበት ወቅት በስም ብቻ የማውቃቸው ወንድሞቼና እህቶቼ በተደጋጋሚ ተመክሮየን በመጽሐፍ እንዳውጣው ደጋግመው በምክር መልክ አሳስበውኛል። ለዓመታት የአድሀሪያን፣ የቀጣፊዎችና የወስላታዎች መጫዎቻና መሳለቂያ ሆኜ ያለቤተሰብ እንድቀይ ያበቃኝ ብቻ ሳይሆን ባንድ አካባቢ እንኳን ተደላድየ ለመኖር እንዳልችል ያደረገኝ የድርጅቴ/ሠራዊቴ ፍቅር ነው። ለዓላማየ ባለኝ ጽንዓት እስከአሁን ድረስ ሙሉ ዕድሜየን በተናጠልና በቡድን ለትግሉ በማዋሌ የግል ሕይወቴን ለመምራት እንኳን አላስቻለኝም። የነዚያን የሰማዕታት ወንድሞቻችንና እህቶቶቻችን ፈለግ ተከትሎ አርማቸውን አንግቶ ድርጅቱን የሚመራ/ሩ ሀቀኛና እውነተኛ ልጆች ብቅ ሲሉ ኢሕአፓ ከሙታን ተነስቶ ይቅርታ በመጠየቅና ከሌሎች ኢትዮጵያዊ ድርጅቶችና ቡድኖች ጋር ሰፊ በሆነ የሕብረት ግንባር ተሰልፎ የኢትዮጵያን ሕዝብ ለመካስ የሕዝብ አለኝታነቱን በገሀድ በማረጋገጥ

የተስፋ ችቦነቱን፣ የተስፋ ፋናነቱን በማብራት ከቀድሞ በበለጠ ሕያው ኢትዮጵያዊ ሕብረ ብሔር ድርጅት ይሆናል ከሚል ፅኑ እምነት ጋር እኖራለሁ። ሰማዕታቶቻችን አለመሞታቸውንም ያበስርልናል በሚል ፅኑ ምኞትና እምነት ቀይቻለሁ። ከማናቸውም የአድርባይነትና የስግብግብነት ቅሌት ነፃ የሆነ፣ ቀራጥ፣ ታማኝ፣ ቅን፣ ሀቀኛና ጠንካራ መሪ ዳግመኛ ብቅ ሲል/ሉ ከመቸውም በበለጠ ተወዳጅነትንና አክብሮትን አግኝቶ እንኳንስ ለቀመላት ለዚች ጎስቃላ ኢትዮጵያችን ይቅርና ለመላው አፍሪቃ የነፃነት፣ የዲሞክራሲ፣ የእኩልነትና የፍትሕ ዋልታ በሆነና የባዕድ ኃይላትና ወኪሎቻቸው አንጀታቸው ባረረና በተዋረዱ ነበር በሚል ፅኑ እምነትና አቋሜ ቀይቻለሁ።

በስሙ በመነገድ ሀብት ያካበቱትና በንጹሃን ደም የከበሩት ነጋዴዎች ምንዓልባት ነፍስ ዘርተው፣ አዕምሮ ገዝተውና ኅሊናቸውም ጸጽቷቸው ንስሀ ገብተው ለድርጅቱ በታማኝነት ሊያገለግሉ ለሚችሉ ኋላፊነታቸውን አስረክበው ሊወጡ ስለሚችሉ የእኔ ድንገተኛ ጽሁፍ ለዚህ ዓይነቱ ጥረትና ትግል ሁሉ መሰናክልና እንቅፋት ሆኜ በታሪክ ተጠያቂ ላለመሆንና በቅርብ በመሆን በየዕለቱ ከጎኔ በመቀም ከሚጠብቁኝ ሰማዕታቶቼ ወቀሳ ለመዳንም ጭምር ነበር። በሌላ መንገድም ላንዳንድ ደካማዎች የቂምና የብቀላ ስሜታቸው ማርኪያ ላለመሆን ማሰቤና መጠንቀቄ ሌላው ምክኒያት ይሆናል። እያንዳንዳችን የምናውቀውን ሀቅና እውነታ ሁሉ በማውጣት ይቅርታ እንድንደራረግ እንዲያስችለን ማድረጉ ግዴታችንና ኃላፊነታችን መሆኑን በመገንዘብ የደካማዎችን የብቀላ ስሜት ወደ ጎን በመተው መጽሀፉ ለንባብ እንዲበቃ ለማድረግ ጥረት አድርጌያለሁ። የአመራር እምብርቱ በነሐሴ 1964 ዓ. ም. ባወጡት የአብዮታዊ ሥነምግባር መመሪያቸው ላይ ያካተቷቸውን የትግል መሣሪያዎቻቸውንና ስልቶቻቸውን በእሳት በማቃጠል፣ ለባዕድ ኃይል አሽከር መሆንን በማስወገድ፣ በሁሉም ዘንድ አንድነትን በመፍጠር ተመቶ እንክትክቱ የወደቀውንና እንደገናም በሰይፍ አካሉን ለሁለት የቀረጡትን ሚች ድርጅት ለዳግማይ ትንሳዔው ለማነሳት ያመቻቻሉ የሚል ጽኑ እምነት ስለነበረኝ ለመልካም ጥረታቸው እንቅፋት ለለመሆን እስከዛሬ አንገቴን ደፍቼና ሁሉን በሆዴ አምቄ በዝምታ ያቀየሁትና ለዓይን ሕመሜና ለቀዳየ መቃጠል ከፍተኛ አስተዋጽኦ ያደረገው። ብጽፍም እንኳን ለድርጅቱ ጥንካሬና ለአባላቱ አንድነት ስል እየሸፋፈንኩና እየቀባባሁ መጻፍ ይገባኛል እንጂ በድርጅቱ ላይ ተጨማሪ ችግር፣ ለዓባላቱ ተጨማሪ ክፍፍል ምክኒያት መሆን የለብኝም ብየ በሆዴ አፍኜ በመያዜ እየታመምኩ ላለመጻፍ ወሰንኩ። የእኔን ከሠራዊቱ አወጣጥ በተመለከተ አስማማው ኃይሉ በእርማት እንቅስቃሴው ሳቢያ በነፃ እንደተለቀቁና በሠላም እንደተሰናበትኩ አድርጎ አቅርቧል (አስማማው ኃይሉ፣ 155-1563)። የአስማማው ኃይሉ ዓላማ የኢሕአሠን ታሪክ ለኢትዮጵያ ሕዝብ ለማሳወቅ ሳይሆን የሠራዊቱንና የድርጅቱን አመራር ከውንጀላ ለማዳንና ታሪኩን ለመሸፋፈን በነበረው "በጎና ቅን" ዓላማው ተመርኩዞ ይሆናል ብየ ነው የማምነው። እኔም ቢሆን ቅርም አልተሰኘሁበትም ነበር። እራሴም ቢሆን ለድርጅቱና ለሠራውቱ ባለኝ ፍቅርና ታማኝነት፣ እንዲሁም ምንም እንኳን

ሠራዊቱ ያለዕድሜው አቅምና ችሎታ ባልነበራት ደካማ ባላንጣ በቀላሉ ቢደመሰስም፣ ፓርቲው ከአዲስ አበባ ብቻ ሳይሆን ከነአካቴው ከሀገሪቷ ተባሮ ወደ ትውልድ ሀገሩ በቃሬዛ ተመልሶ ቢሰደድም የኃላ ኃላ የወደቁት ጓዶች አፅም ስለሚወቅሳቸው ሕሊና ገዝተው ለድርጅቱ ዳግማይ ልደት ሊያበቁት ይችሉ ይሆናል በየ በመተማመን እንቅፋትና ችግር ፈጣሪ ላለመሆን በማቀዴ፣ ብሎም ተመልሶ ለመሰባሰብና አንድነት ለመፍጠር በሚደረገው ጥረትና ርብርቦሽ (በቅንነቴ ይኖራል ብየ በማሰቤ) ለመተባበርና ድጋፍ ለመስጠት ባለኝ ስሜት የተፈጸመብኝን ኢሰብአዊና የግፍ እስራት በመናቅ ሀገር ቤት እያለሁ እንዲህ ነበር ያልኩት፣ "… በዚህ ሕዝባዊ ወኔ በመገፋፋትም ወደ አሲምባ ከዘለቁት ጥቂት ግንባር ቀደም ዘማቾች አንዱ ነበርኩ። ፍላጎትና እውነታ ሁልጊዜም ታርቀው ስለማይጓዙ ድርጅቱን ከተቀላቀልኩ በኋላ ሁኔታዎች እንደጠበኳቸውና እንደተነገረኝ ሆነው አላገኘኃቸውም። በሕግሀኤ፣ በሕወሓትና ደርግ ሰርጎ ገቦች ያልተቀጠበ ግዝገዛ ምክኒያት በተፈጠረው አለመተማመን ከድርጅቱ እንድለይ ሆነ። ውሎ አድሮ የተከሰተልኝ ሀቅ በዚያን ወቅት አልተከሰተልኝም ነበርና የወሰንኩት አማራጭ ተመልሼ ወደነበርኩበት ስደት ማምራቱን ነበር። በዚህም ውሳኔ በመመራት የትዞ አቅጣጫየን ወደ መጀመሪያው ድርጅት ከየካቲት 1966 ዓ. ም. አብዮት ፍንዳታ በፊት ጀምሮ በነጠላ ግንኙነት ደረጃ ወደነበረኝ ተሓኤ አመራሁ …" (አያሌው መርጊያው/መጅድ አብደላ፣ 34)።

በዚህ ጽሁፌ ላይ የግል ሕይወቱን በመናቅ፣ የውጭ ሀገሩን ሩጫ ውድድር በመናቅ የገጠር ትግሉን በጎንደር በኩል ከሌሎች ቀራጥ ጓዶቹ ጋር በቀራጥነትና በጽንዓት በመቀጠሉና ለኢሕአሠ ዳግማይ ትንሳዔ ለማብቃት በመጣሩ እንደተካስኩ በመቁጠር ደብተራውን/ፀጋየ ገብረመድህንን ምንም ዓይነት ጥፋት እንደሌለበትና ከደሙ ሁሉ ንጹህ በማድረግና በመቀባባት ሽፋፍኜ እንዲህ ነበር ያልኩት፣ "… ምን ይሆናል፣ ድርጅቱን እንዳሻቸው የሚያሽከረክሩት የባዕዳን ተወካዮች ጀግናዎቹንና ሀቀኞቹን ጓዶቻችንን ተረባርበው አስረሸኗቸዋል። ይህ የትግል ሂደት ነውና መቸም ሆነ። ግድያው በዚህ ብቻ የሚቀም ቢሆን ኖሮ ምንኛ እፎይ ባልን ነበር። ግድያው ግን በሰማዕታት አርበኞቹ ብቻ ሳይቀም ከነአካቴው ኢሕአሠ ብቃትና ችሎታ በሌላት ባላንጣ እንደው እንደቀላል ነገር ተደምስሶ የሠራዊቱ አባላት በጥይት ተቀልቶ ደመ ከልብ ሆኖ አለቀ። ከወያኔ ጥይት የተራፉትም ተገደው በውርደት ወደ ኤርትራ እንዲያፈገፍጉ ተደረገ። በድጋሜ ይህ አባባሌ አሲምባ ላይ ለድርጅቱ ከፍተኛ አመራር አሻንጉሊት በመሆን ያስረሸናቸውን ሰማዕታት ጓዶቹን አርማ በማንሳትና ፈለጋቸውን በመከተል በጎንደር ላይ ሠራዊቱን ከመቃብር አንስቶ ለዳግማይ ትንስዔ በማብቃት በፅንዓት ኢሕአፓ'ን ሲመራ፣ ሲታገልና ሲያታግል በሰርጎ ገቦች እርዳታና እገዛ ድንገት ሳያስቡት በሻዕቢያና ወያኔ ተከበው ተይዘው ደብዛቸው የጠፋውን እነ ፀጋየ ገብረመድሕንን (ደብተራውን) እና ውድ ጓዶቹን አይመለከትም" ((አያሌው መርጊያው/መጅድ አብደላ፣ 36) በማለት ክቤና ቀባብቼ

ያስቀመጥኩት ቂምና በቀልን በማስወገድ በወቅቱ በአሲምባና በውጭ ሀገር ከነበሩት ከፍተኛ የድርጅቱ መሪዎችና ጠንካራ ደጋፊዎቻቸው፣ ከነሳሙኤል ዓለማየሁ፣ ዘሩ ክሕሸን፣ መርሻ ዮሴፍ፣ አበበች በቀለ፣ ዳዊት ስዩም፣ ዮናስ አድማሱ፣ ፀሐየ ሰለሞን/መሐሪ ገ/እግዚአብሔር፣ እያሱ ዓለማየሁ፣ ኮሎኔል አበጄና ሌሎቹ ጋር በመተባበር ያስረሸናቸውን ሰማዕታት ጓዶቻችንን አርማ በማንገት፣ ፈለጋቸውን በመከተል የግል ኑሮውን በመናቅ ኢሕአሠ እንደገና ሕይወት እንዲዘራ በመሞከሩ እንደተካስኩ ቆጥሬ አክብሮትና አድናቆት ስላደረብኝ ነበር። በዚህም ዋነኛ ምክኒያቴ ነበር ከቤት ውጭ ባደርኩበት በሁለቱ ምሽት በእኔ ላይ የተካሄደውን የሄኪኮፕተር ወይም የስምንት ቁጥር እስራት ብለው ከሻዕቢያ የወረሱትን የግፍና የጭካኔ አስተሳሰር ሳልጠቅስ በደፈናው በሰላም ተሰናብቼ እንደወጣሁ አስመስየ የጻፍኩት። ለዚህም ነበር እነዚያ ቅንና ሀቀኛ ሀገር ወዳድ የሠራዊቱ ታጋይ ወንድሞቼና ጓዶቼ እነ መምህር አረፋይኔ፣ ምክትል መቶ አለቃ በሪሁን/ፍጹም እና አዲስ ዓለም በጋለ ሳንጃና ማጭድ ሰውነታቸውን በመጥበስ የስቃይ ግርፋት እየተካሄደባቸው እርይ እያሉ አካባቢውን እስከያናጉት ድረስ ሲጮሁና ሲያለቅሱ እንዳልሰማሁና እንደማላውቅ መስየ በጹሁፌ ያልጠቀስኩት። ለዚህም ነበር መምህር አረፋይኔ በጋለ ሳንጃና ማጭድ ሰውነታቸውን ሲጠብሷቸው ባጠገባቸው ሆኜ ታስሬ እንድመለከት በመገደዴ ያሳደረብኝን የመንፈስ፣ ዓዕምሮ፣ የአካልና የሥነልቦና ጭንቀት ሳላነሳ በደፈናው እንደማናቸውም ትግል በቃኝ፣ ይቅርብኝ እያሉ እንደፈረጠጡት በሰላምና በመግባባት መንፈስ እንደሄድኩ አድርጌ ነበር የቃጠፍኩት።

ከግንቦት ወር መግቢያ 1970 ዓ. ም. ጀምሮ እስከ ሕይወት ፍጻሜየ ድረስ የትግል ዓርማና ፈለጋችሁን ተከትየ እስከመጨረሻው ድረስ መቃብራችሁ ሆኜ እኖራለሁ በማለት በሠራዊቱ ሜዳዎችና በየከተሞቹ ለወደቁት ጓዶቼና ለኢሕአሠ የእርማት ንቅናቄ ክንፍ ግንባር ቀደም ታጋዮች ቃል ገብቻለሁ። ሰማዕታቶቹ ለዲሞክራሲ፣ ፍትሕ፣ እኩልነትና ሠላም መሰዋታቸው ለሀገራራቸውና ለሕዝባቸው አንድነትና እርቅ መሆኑን ከልቤ ስለማምንበት ምኞታቸውን ገቢራዊ ለማድረግ ስል በጹሁፌ ላይ በድርጅቱ አመራር እምብርት አንዳችም ስህተቶችን አልጠቀስኩም። እንደው ቢያንስ እንኳን በቅርብ በማውቃቸው በእነ እያሱ ዓለማየሁ፣ መርሻ ዮሴፍ፣ ጌታቸው በጋሻው፣ መላኩ ተገኝና ብልጣ ብልጡ ጅምዕ/ሙሀመድ ላይ እንኳን አልጠቀስኩም። በምስጢር ግንኙነት ትግሉ ተጠናክሮ እየተፋፋመ እንደሆነ በመለፈፍ ሀገራችን ከወደቀባት አደጋ ለማዳን የቀድሞ አባላት ከምንጊዜውም በበለጠ ተፈላጊነታቸው ዛሬ ስለሆነ ባስቸኳይ ወጥተህ ተቀላቀል በሚለው የተለመደው የፓርቲው የውሸት፣ ቅጥፈትና ማታለያ ፕሮፓጋንዳቸው ምክኒያት በ1986 ዓ. ም. ሀገርሬን ለቅቄ በመጀመሪያ ከቀድሞው የምእራብ አውሮጳ ገብቼ መኖር ጀመርኩ። ከማምንባቸው ጓዶቼ ጋር ሆኜ የጀግናው የበላይ ዘለቀን ምሳሌ በመከተል ሽበል በረታን ጊዜያዊ ምሽጋችን ለማድረግ ተወያይተን ያቀድነውን ተግባራዊ ለማድረግ ቀርቶ ከነጭራሹ በሀገር ቤትና ባካባቢዋ ሆኜ ለመታገል የነበረኝን

ምኞት በዚሁ የቅጥፈት መረጃ ተጨናግፎ የሀገርሬን እና የሕዝቤን ጉዳይ በውጭ ሀገር ተመልካች፣ አድማጭና ለፍላፊ ሆኜ ቀረሁ።

እኒያ ቶሎ ውጣና ትግሉን ተቀላቀል ብለው የጋበዙኝና ያስተናገዱኝ ወስላታ ታጋይ ያልኳቸው "ኃዶቼ" በአሲምባ ስለተረሸኑት የዲሞክራሲ አርበኞቻችን ላይ ያላቸው አሉታዊ አመለካከት ባንድ በኩል፣ በሌላ በኩል ደግሞ በግሌ ከሌሎች ጋር ለመቀራረብ ግለሰቦችን ለመተዋወቅ ስፈልግ "ጥሩ ሰው ስላልሆነ አትቅረበው፣ እሱ እንዲህ ነው፣ እሷ እንዲህ ናት" የመሳሰሉት ልክ ፓሪስ በነ ታደሰ ገሰሰ፣ አማረ ተግባሩና በኤደን ቀይታችን በነመርሻ ዮሴፍ ይፈጸሙ የነበሩት ኃላ ቀር ድርጊቶች ሁሉ ቁልጭ ፎቶ ኮፒ ሆኖ ታየኝ። ከነዚህ ታጋይ መሳይ "ኃዶቼ" ጋር ብቀይ የባሰ ችግር ውስጥ ሊከተኝ የሚችል መሆኑን በመረዳት በሦስት ወር ጊዜ ውስጥ ወደ ኒው ዚላንድ ሸመጠጥኩ። አመራሩ በመደናገጥ የኢሕአሠ ክንፍ የእርማት ንቅናቄ ግንባር ቀደም መሪዎችንና ደጋፊዎቻቸውን ለመግደል በነበራቸው ጉትት "አንጃዎች" ናቸው፣ "በድርጅት ውስጥ ሌላ ድርጅት" ፈጥረዋል፣የ' ሲ. አይ. ኤ. ወኪል ናቸው፣ ማዎይስት ናቸው … ወዘተ በሚል የሀሰት ውንጀላ በአሲምባ በርሃ ተረሽነው አስተዋሽ አጥተው ተረስተው እንዲቀሩ ለማድረግ ጥረዋል። ጨካኞቹ አልተረዳቸውም እንጂ የሰማዕታቶቻችን "ስምና ተግባር ከመቃብር በላይ ቀሞ ለዘለዓለም ይኖራል ያለጥርጥር። በአሲምባ በርሃ ተረሽነው የቀሩት ሰማዕታት ኃዶቼ ከኢሕአፓ ተገንጥለው ሌላ ድርጅት ፈጥረው መሄድን የጠላት ጠላት አድርገው ነበር የሚቀጥሩት። መከፋፈልን ያወግዙ ነበር። ጥምቀት አንድ ነው፣ ኢሕአፓም አንድ ነው፣ ኢሕአሠም አንድ ነው እያሉ ነበር የሚያስተምሩት፣ ያስተማሩትም፣ የተሰውለትም። ለኢሕአፓ/ኢሕአሠ አንድነት፣ ዕድገት፣ ጥንካሬና ብቃት በመታገል እንሞታለን ነበር ይሉ የነበረው፣ የሰማኃቸው፣ ያዳመጥኳቸውና የምወዳቸው፣ የማከብራቸውና ከጎናቸው ለመሰለፍም ያበቃኝ ይህ መርሀቸውና አቋማቸው ነበር። እንዳሉትም ለአንድ ኢሕአፓና ለአንድ ኢሕአሠ ሞቱ፣ አልቀረላቸውም። በሠራዊታችን በተፈጠረው ሁኔታ ስውር ዓላማቸውን በማራመድ ክፍፍል ለሚሞክሩ ከባዕዳን ኃይል ወኪልነት (ከደርግ፣ ሻዕቢያና ወያኔ) ስለማይለዩ እጥብቀን እንዋጋቸዋለን እያሉ ነበር ሰማዕታቶቼ ያስተምሩና ይታገሉ የነበሩት። መገንጠል ወይንም አንጃ መፍጠር የአድርባዮች፣ የሥልጣን ጉትተኞች፣ የተንኮለኞችና የደካሞች መሰሪ ተግባር ከመሆኑም ባሻገር የባዕድ ኃይላት መገልገያ መሣሪያ እንደሚሆኑ በመግለጽ ከፍተኛ ቅስቀሳ ያካሂዱ ነበር። አመራሩ ከግብረ በላዎቻቸው ጋር በመተባበር እነዚህን የድርጅቱን/ሠራዊቱን ጠንካራ ዘበኞች በጥይት አስደብድበው በአሲምባ በርሃ በአንድ ጉድጓድ ላይ ወርውረው ወደ ኤርትራ ፈርጥጠው ሸመጠጡ። አባላቱን በማነቃነቅና በማስተማር እያሱ ዓለማየሁንና መርሻ ዮሴፍን እንዲሁም ከጎናቸው የቆሙትን ነጋዴዎች ሁሉ አሽቀንጥረው በመወርወር በውንብድናና በዝርፊያ ተግባር ባልተበከለ አዲስ ኃይል ተተክተው የቀድሞውን የእነ ብርሀነመስቀል ረዳንና ጌታቸው ማሩን ኢሕአፓ በመመለስ የጎዷትን

ሀገራችንና የበደሉትን ሕዝባችንን ለመካስ መጣር ሲኖርባቸው ይባስ ብለው እነመርሻ ዮሴፍ ወድቀ በአፅሙ የተጋደመውን ድርጅት ለሁለት በመክፈል አንጃ ፈጥረው ፈረጠጡ በማለት እንደተነገረኝ መርሻ ዮሴፍና እያሱ ዓለማየሁ እነማን መሆናቸውን ስለማውቅ አልተገረምኩም።

ያስገረመኝ ቢኖር እንዴት ሰው ሲያረጅ እንኳን ተቀርቁሮና ተፀፅቶ ንስሐ ከመግባት ይልቅ እንደገና በቀድሞ አቃማቸው አሁንም ቀርጠው ከቀድሞው በባሰ በኃጢአት መነከራቸው ነበር። እኔ ብቻ ባዩ እያሱ ዓለማየሁ ለግል ጥቅሙና ለግል ዝናው ሲል ኢሕአፓ ነፍስ ዘርቶ እንዳይነሳና አባላቱን አንቀሳቅሶ የወደቁትን ሰማዕታት አርማ በማንገት፣ ፈለጋቸውን በመከተል እንዳይንቀሳቀሱ ለማድረግ ከፍተኛ ጥረት እንደሚያደርግ አልጠራጠርም። ጓዶችን በመከፋፈል፣ እርስ በርስ በማጋጨት፣ ስም በማጥቀርና በማጥፋት ጥበብ የተካነው ጓደኛው መርሻ ዮሴፍ ደግሞ በማኩረፉ አንጃ በመሆን ተገንጥሎ መሄዱ ወደቀ በአፅሙ ተጋድሞ ያለው ድርጅት የበለጠ ተንኮታኩቶ እንዲቀር ጥረት ለማድረግ መጣሩ ሰማዕታት ጀግናዎቻችንን በድጋሚ እንደመረሸን የሚቀጠር ከባድ በደል እንደፈጸሙ የሚቀጠር ስውር ሴራ ነው ብየ አምናለሁ። ድሮውንስ እነሱ ምን ሰማዕታት ይኖራቸዋል። ትግል አያውቁ፣ የብረት ቃታ ስበው አያውቁ። ሥራ ሰርተው አያውቁ። የባዕድ ኃይላት ባስተማሯቸው ጥበብና በሰማዕታት ጓዶቼ ደም በተሰበሰበው ሀብት በአውሮጳ፣ በሰሜን አሜሪካ፣ በመካከለኛው ምሥራቅ፣ ወያኔና ሻዕቢያ ሥልጣን ከጨበጡ ወዲህ ደግሞ በአውስትራሊያና በኒው ዚላንድ መዲናዎችና ትልልቅ ከተሞች እየተንሸራሸሩ በሩቅ የመቆጣጠሪያ መሣሪያ (Remote Control) ነበር የሚዋጉትና የሚያዋጉት። የቅርብ ወዳጆቹ እያሱ ዓለማየሁ "እኛ ነን እኮ የሞትነው" እያለ እንድሚያሽቀራራ ነግረውኝ አስቀኝ ነበር። እያሱ ዓለማየሁ የአፍ ካራቲስት መሆኑን ስለማያውቁ ሌላም ሌላም ሊል ይችላል አልኳቸው ላጫወቱኝ ወዳጆቼ። ከሁሉ ይበልጥ ግን ሲበዛ ያሳቀኝ ቢኖር በዋሽንግተን ዲ. ሲ. በኮኔክቲኬት መንገድና በ ኪው መንገድ (Connecticut street and Q street) ባጠገብ ከሚገኘው መደበሪያየ ከነበረው ከሌላው የስታርባክ ቡና ቤት ሆኘ የተለመደውን እንደወረደ ቡናየ ጋር ስጋተር የእኔ ትውልድ አካል የሚሆኑ በታክሲና በፓርኪንግ ሥራ ደህና አድርገው የተቀለቡ ሶስት ሀብታሞች ክባጠገቤ ካለው ጠረጴዛ ተቀምጠዋል። ከእኒህ ሦስት ወገኖቼ ጋር ከዚሁ ቦታ ደጋግመን በመገናኘታችን በመልክ ከመጠጋገባችን በስተቀር ኢትዮጵያዊ አልመስላቸውም። በየጊዜው ስንገናኝ ካጠገቤ ሳይርቁ ስለሚቀመጡ የሚጫወቱትን ሁሉ አዳምጥ ነበር። አጋጣሚ ሆነና በዚያ ቀን ቦታ በማጣታቸው ከእኔው ጋር ለመቀመጥ ፈቃድ ጠይቀው እንደተቀመጡ ስለ ዕለቱ ሥራቸው ከተጨዋወቱ በኋላ እንደተለመደው ቡና እና ቢራ ሲያዝ እንደሚለፈልፉት ፖለቲከኞች የልማዳቸውን ማቡካት ጀመሩ። ኢትዮጵያና ጎስቃላው ሕዝቧ ትዝ የምትላቸውም በቢራና በቡና ጨዋታ ጊዜ ብቻ እንደሆነ በውጭ ሀገር ባብዛኛው ቀይታየ ለመታዘብ በቅቻለሁ። በሶስቱ ወገኖቼ የሚካሄደው የፖለቲካ የቡና ውይይት ለእኔም ለእራሴ የሚመለከተኝና

የማውቀው ጉዳይ በመሆኑ ንግግራቸውን በጥሞና ማዳምጥ ጀመርኩ። እያሱ ዓለማየሁን እና ብርሀነመስቀል ረዳን በመደብደብ መርሻ ዮሴፍን በማድነቅና በመካብ ነበር ውይይታቸው ያተኮረው። ስለእያሱ ዓለማየሁ የተናገሩት ሲያንሰው እንጂ ቅር የሚያሰኝ አልነበረም።

ፀረ-ብርሀነመስቀል ረዳ ፕሮፓጋንዳ ዘመቻ ከመሆኑ በስተቀር እሱን እንኳንስ ማወቅ ቀርቶ ተገናኝተውት ወይንም በዚያን ጊዜ በመልክም አይተውት አያውቁ። በዚህ ጭውውታቸው መርሻ ዮስፍን ጠንካራና ሀቀኛ ታጋይና አታጋይ አድርገው በመካብ እሱ እንደሌሎቹ በወሬ ብቻ ሳይሆን በተግባር በተለያዩ ጦርነቶች ላይ ከመሳተፋም በላይ ከወያኔ ጋር በተደረገ ጦርነት በጥይት ተደጋግሞ ተመትቶ እንደቀሰለና እንዲያውም በመጨረሻው ከባዱ የወያኔና ኢሕአሠ ጦርነት ላይ በጨበጣ ውጊያ አሥራ አራት ወያኔዎችን ገድሎ ብዛት ባላቸው የወያኔ ሀይል ተከቦ ሊማርኩት ሲሉ ታይቶና ተሰምቶ በማያውቅ ልዩ የኮማንዶ ጥበቡ እንደ አሞራ በላያቸው ላይ በሰማይ ተንሳፎ አመልጧቸው ተሰወረ። ወያነዎችም አይተውም ሆነ ሰምተውት የማያውቁት የኮማንዶ ስልት ሆኖባቸው ይህ ልዩ ፍጥረት እንጂ ሰው አይደለም ብለው በመደናገጥ እየተጯጯሁ ተመልሶ መጥቶ እንዳያጠፋቸው በመጨነቅ ከአካባቢው ሾልከው ጠፉ ብሎ አንደኛው ለሌሎቹ ሲተርክ እራሴን መቆጣጠር ባለመቻሌ ቀጥ ብየ እንደ እብድ ሰው ሳቄን ለቀኩት። ሁሉም ወደ እኔ አፈጠጡ፣ አሁንም መቆጣጠር አስቸገረኝና ሳቄን ቀጠልኩ። እንደ ደቡብ አሜሪካዊ ወይንም የሌላ ተወላጅ መስየ ስለምታያቸው "ይህ ጨዋና ኩሩ መስሎ እናየው የነበረው ሰውየ ለካስ ንክ ነው፣ ተዉት አትመልከቱት፣ ተነስቶበት ሊሆን ይችላል እንደዚህ የሚያደርገው፣ አትዩት እንዳይለክፈን" ብሎ ሌላው ሁለቱን ሲያስጠነቅቃቸው ይባሱን ደግሞ ሳቄን ከፍ አድርጌ ለቀኩት። በፍጹም ልቆጣጠረው አልቻልኩም፣ እንዲያውም ባሰብኝ። ጥቂት ቆይቼ ትንሽ ቀዝቀዝ እንዳልኩኝ ከነሱ ጋር ቁጭ ብየ መቀጠሉ ችግር ውስጥ ሊያስገባኝ ይችል ይሆናል ብየ በማሰብ ለመሄድ ተነስቼ እንደቆምኩ፣ ወገኖቼ ልክ ናችሁ አብሾየ ተነስቶብኝ ነውና እንዳልለክፋችሁ ቶሎ ብየ መራቁ መልካም ነው፣ ባጋጣሚም "በእውነተኛ ታሪክ የተመሰረተውን ይህንን አስቂኝ የሆነ "ሚዛናዊ" ውይይታችሁን" ቀጥሉ ብየ "ከነገሩ ፆም እደሩ" ነውና ትቻቼው ወደ ሠፈሬ ተጓዝኩ። አንደኛው ወደ እኔ ሮጦ በመምጣት አቁሞ ይቅርታ ጠየቀኝ። ብችልም ደስ እንዲለን ለአምስት ደቂቃ ያህል እንኳን ከእኛ ጋር ቁጭ ብትል ብሎ ሲማፀነኝ በማክበር እሺ ብየ አብሬአቸው ተቀመጥኩ። ቡና ካልጋበዝን ብለው ረበሹ። ግድ የላችሁም በቡና አልጨክንምና ዶፒዎ ኤክስፕሬሶ አልኳቸውና ቡናየን ይዤ ምንም የሚያደርጉኝ ነገር የለም ልንገራቸው፣ ልምከራቸውም፣ ሀቁንም ላፈንዳው ብየ ተጠቀሱትን ሦስት ጓዶች (ብርሀነመስቀል ረዳ፣ መርሻ ዮሴፍና እያሱ ዓለማየሁ) ሶስቱንም ባጋጣሚ ሆኖ ታሪክ አድሎኝ እንደማውቃቸውና ለተውሰነ ጊዜም ቢሆን ከሁለቱ ጋር አብሬ እንደኖርኩ በመጠቀም የማውቀውን አጫወኳቸውና ተሰናብቼ ሄድኩኝ። መርሻ ዮሴፍ አልኳቸው፣ እንኳንስ ሊዋጋ ይቅርና የጥይት ባሩድም አሽቶም አያውቅ።

ሠራዊቱን ያስደመሰሰና በመጨረሻም በጌምድር ላይ ሠራዊቱን ካስበተኑት ከዋናዎቹ መካከል በዋናነት የሚታወቀው መርሻ ዮሴፍ ነበር። የእሱ ትግል ከላይ ለመጥቀስ እንደሞከርኩት በፊውዳል ተንኮል በተጠመደ 'remote controle መሳሪያ በሽርና እርስ በእርስ በማጋጨትና በማቀያየም ነበር የሚዋጋውና የሚያዋጋው አልኳቸው፣ ስለእያሱ ዓለማየሁ ያነሱት ሲያነሰው እንደሆነ አጫወኳቸው። ምን አልባት ዕድሜአቸው እየገፋ ሲሄድ የሕሊና ጸጸት አድሮባቸው በጎ ተግባር በማከናወን ቀሪውን የሕይወት ዘመናቸውን ለነዚያ ላስጨፈጨፏቸው ጀግኖች ሰማዕታትና ላስደመሰሱት ሠራዊት በጎ በመስራት ይክሱ ይሆናልና ለመጻፍ አልቸኩል በማለት ነበር ይህን ሁሉ እየተረዳሁ በሆዴ አምቄ እያመመኝና እየተረበሽኩ አፍኜ ምንም ሳልተነፍስ እስከዛሬ ላለመጻፍ የፈለኩት። ከዚያም ወጥቶ ከሌሎች ኃይል ጋር በመተባበር ባጠመዱልኝና ባዘጋጁልኝ ረቂቅ ሴራና ተንኮል እስከአሁን ድረስ በመንከራተት ቤተሰብ መስርቶ እንደሌሎቹ ደርዘን ባልፈለፍልም ሁለትና ሦስት ፍሬዎች እንኳን ለማፍራት እንዳልችል መደረጌም ከምንም ባልቆጠርኩትና ባላሳሰበኝ ነበር። ለእኔ ትልቁ ደስታየና የመንፈስ ኩራቴ በመጽሀፉ መግቢያ ለመግለጽ እንደሞከርኩት የሰማዕታት ጓዶቼ መቃብር ሆኜ በሕይወት መገኘቴ ብቻ ነው። የእኔ ሰማዕታት መቃብር የላቸውም ማለቴ ይታወሳል። መቃብራቸው እኔ እራሴ ነኝ። በሕይውት መኖሬ ታሪካቸውንና ገድላቸውን ለማውሳት እንድችልና፣ በይበልጥም ድግሞ ሁለቱ የፍልሥጥኤም ጓዶቼ ወደ ሀገር ቤት በምናመራበት ዋዜማ ዕለት በዕምነትና በአደራ ያሸከሙኝን ከባድ ሚስጢር በትካሻየ ተሸክሜ እንድኖር ዕድሉን ዓምላክ ስለሰጠኝ ከፍተኛ ደስታና ኩራት እየተሰማኝ ዓምላክን ዘወትር እያመሰገንኩት እነሱን በማስታወስ በደስታ እኖራለሁ።

1.2. በኒው ዚላንድና በአውስትራሊያ በኢሕአፓ መኳንንቶች የተሰነዘረብኝ ቀጣዩ ዱላ

ለወያኔና ሻዕቢያ ሠላምና ፀጥታ ሲባል በአሜሪካን ድጋፍ የተባበሩት መንግሥታት በሱዳንና ባካባቢው ይንቀሳቀሱ የነበሩትን እንደ ኢሕአፓ፣ ኢድህ እና ተሓኤ የመሳሰሉትን ተቃዋሚ ድርጅቶች ካካባቢው ጥርግርግ አድርገው ለቃቅመው በማውጣት በየምዕራብ ሀገሮች በታትነው ካወጧቸው መካከል ኒው ዚላንድና አውስትራሊያ የገቡት ወገኖቼ ይገኙበታል። ይህ አጋጣሚ የወደቀውን ድርጅት ለንግድና ለግል ጥቅማቸው ማራመጃ መንገድ አመቻ መንገድ ከፈተላቸው። ድርጅቱ ያንን ደንገተኛ የስደተኝነት ዕድል የተጠቀመው ድርጅቱንና የሠራዊቱን እህቶቹ፣ ወንድሞቹንና ልጆቻችንን ሳይሆን ለንግድና ለርካሽ ፖለቲካቸው ድጋፍ የሚያስገኙላቸውን በግል ትውውቅ ከድርጅቱ ውጭ ያሉ ግለሰቦችን አሰባስበው በመያዝ የድርጅቱ አባላት በማስመሰል ወደ ኒው ዚላንድና አውስትራሊያ ጠቅልለው ይዘዋቸው እንደገቡ በሰፊው ተወርቷል። "ኢሕአፓዎቹ" ወገኖቼ ከሱዳን መምጣታቸው እንደተነገረኝ ሥራየ ብየ ከክራይስትቸርች (Christchurch) ኦክላንድ (Auckland) ተጉዤ ሁሉን አግኝቶ ስተዋወቅ በድንገት በዚያች በአሲምባ ቀይታየ አመራሩ አላታገለንም፣ ስለአመራሩ አንድ ነገር

ማድረግ ይኖርብናል እያሉ እንደ "ጆግናው" ዮሐንስና እንደ "ጆግናው" አያሌው ከበደ ተሰማ እንኳን ባይሆንም በመጠነኛ ደረጃ በየቦታው ውር ውር በማለት ቅስቀሳ ያካሂዱ የነበሩ ሁለት "ጆግናዎች" ከመሀከላቸው በመሪነት ቂጢጥ ብለው ተቀምጠው እየኃቸው። በተለይ አንድኛው በዕድሜ ምክኒያት ሰውነታቸው ከመገርጀፍ በስተቀር መልካቸው እምብዛም አልተለዋወጠብኝም። ከሱዳን ወደ ኦክላንድ ከገቡት ከአዲሶቹ "የኢሕአፓ ልጆች መካከል አንዷ እንግዳችን የጠይም ቀንጆ (ጠይም አሳ መሳይ) የነበረችው ፈትለወርቅ ደፊ ትባላለች። ለእሷ ከነበራቸው ፍቅርና አክብሮት የተነሳ በሁሉም ዘንድ ሻንቀ እያሉ ነበር የሚጠሯት። ለመጀመሪያ ጊዜ የተዋወኳት በዚሁ የትውውቅ ጊዜ ነበር። ፎቶግራፉ በመጽሀፉ መቅድም ላይ የተቀመጠውን የታጋይ ሳምሶን ወርቅአለማሁን ፎቶግራፍ ለከድር/ወንድሙና ለአቶ አማረ/ሽማግሌው በመስጠት የሚዳ ስሙን እንዲነግሩኝ በአክብሮት ጠየኳቸው። እነሱ ግን ከመንገር ይልቅ ሁለቱም "አርበኞች" እርስ በርሳቸው በሹክ ሹክታ ሲነጋገሩ የተገነዘበችው በሁሉም ተወዳጅ የነበረችው ወጣት የኢሕአፓ ልጅ ፈትለወርቅ ደፊ/ሻንቀ "የምታውቁት ከሆነ ንገሩት እንጂ፣ ለምንድን ነው እርስ በርሳችሁ እየተያያችሁ በምስጢር የምትነጋገሩት" በማለት በእህትነትም በጓዳዊ መንፈስ ለመግሰጽ ሞከረች፣ ሆኖም ሰሚ አላገኘችም። እኔም እንግዶቼን ላለማስጨነቅ ፎቶግራፉን ተቀብየ ተሰነባብቼ በሠላም ማምሻየን ወደ ክራይስትቸርች ከተማ ተመለስኩ። የሚዳ ስሙን በመስጠትና ስለሱ የሚያውቁትን በመግለጽ ለወላጅ ቤተሰቡ ዜናውን ለማካፈል እንዳልችል ማድረጋቸው ከእኔ ይበልጥ የጎዱት የሳምሶን ወርቅአለማሁን ቤተሰብ እና ዘመዶች ነው። ፈትለወርቅ ደፊ ኢሕአፓን ከመቀላቀሏ በፊት በአሲምባ የነበረውንና ከተቀላቀለችም በኋላ ሱዳን በነበረችበት ዘመን ይካሄድ የነበረውን የኢሕአፓ ርካሽ ፖለቲካ እምብዛም ባለማወቃ ነበር በግልጽና በቀጥታ ከድርንና ሽማግሌውን ለመግሰፅ የሞከረችው። ወያኔ ሥልጣን በወጣበት ዘመን ወጣቱ ትውልድ ወደ ሱዳንና ሌሎች አትራባት ሀገሮች ሲሰደዱ እሷም በበኩሏ ሱዳን ተሰዳ በወደቁት ሰማዕታት ስም የጦፈ ንግድ ከሚያካሂዱት የ"ኢሕአፓ"ዎች ጋር የተቀላቀለች ቅን የደብረሲና ተማሪ ነበረች። ከዚያን ሰዓት ጀምሮ የነጋዴው "ኢሕአፓ" ሎሌዎች እኔን ከሕዝብ ለመነጣጠልና ለማለያየት አያሌ መሰናክሎች በተከታታይ ማጎናጸፍ ተጀመረ። በእነሱም ተሰድቤአለሁም፣ ተዘልፌአለሁም፣ ተዋርጃለሁም፣ ከፍ ዝቅ ተደርጌም ታይቻለሁ፣ ከነአካቴውም ተወንጅያለሁም። ሰው እንዳይቀርበኝ አያሌ ስም በመስጠት ለማለያየትና ለማራቅም ብዙ ተሞክሯል። ከድር/ወንድሙ እና ሽማግሌው አቶ አማረ በዚያን ዘመን በአሲምባ በሀቀኞችና ቀራጥ ታጋዮች ላይ በፈጸሟቸው ተግባራት ምንም ቅር አላለኝም። ሁላችን ባንድነት ሆነን ሰማዕታቶቻችንን የሚያስጠራ መልካም ተግባር ለመስራት እስከቻልን ድረስ ላለፈው ምንም ቅሬታ ባላሳደረብኝ ነበር። ስህተታቸውን አምነው እስከተቀበሉና በኢሐአሠ ስም በየመስኩ የተረሸኑትንና እንዲሁም ብቃትና ችሎታ በሌላት ደካማ ባላንጣ ጥይት ተቀልተው ያለቁትን ሚቾቻችንን ስማቸውን ከመቃብር በላይ ለማስነሳት ተዘጋጅተው እስከተነሳሱ

ድረስ ያለፈው ተግባራቸው ባላጨቃጨቀን ነበር። ለዚህም ነበር በደስታና በፍቅር ስሜት ሁለቱንም የተቀበልኳቸው። የሰሯቸውን ስለሚያውቁ በእኔ ላይ ቶሎ ብለው የፈሪ ሰይፋቸውን ለመምዘዝ ወሰኑ።

በፈረንጆች ዘመን አቆጣጠር በ1997 አጋማሽ ሲድኒ፣ አውስትራሊያ እንደገባሁ በቅንነት ተነሳስቼ በግል ጥቅምና በማይረባ ምክኒያት ተበታትኖና ተከፋፍሎ የነበረውን የኮሚኒቲ ማሕበራትን እና እርስ በእርስ በጎሪጥ የተያዩ የነበሩትን ወገኖቼን በአንድ ኢትዮጵያዊ ጥላ ሥር በማምጣት አንድነት በተመላበት ስሜት እንዲንቀሳቀሱ ለማስቻል በራሴ አነሳሽነት ከዶ/ር ደሳለኝ አያሌው፣ አቶ አሰፋ በቀለ እና ሶስተኛውን ዘነጋሁኝ ግን አቶ ሉልሰገድ አሰፋ ይመስለኛል ጋር በመወያየት የሞከርኩትን ወገናዊ ሙከራ ሁሉ ከወያኔ ጋር መዛመዱና እንዲያውም የጤና ጥበቃ ሚኒስቴር ባልደረባ ሆኖ ወያኔ የነፃ ትምህርት ዕድል ሰጥቶት ከመጣ በኋላ ስደተኝነትን የመረጠው አዲስ ስድተኛ ወገኔ እንኳን ሳይቀር ወያኔ አድርጎ በማየቱ መነጋገሩን ባለመፈለጌና አታካሮ ውስጥ ላለመግባት ምን ሊፈይድ ነው በማለት በእልክና በንዴት ወያኔ ወደ ሀገር ቤት ተመለስ ስላለኝ መሄዴ ነው ብየ ተሰናብቼው ወደ ካንቤራ እየተንከለከልኩ አመራሁ። በፈረንጆች ዘመን አቆጣጠር በ1999 መስከረም ወር ገደማ አንድም ቀን ክፍል ሳይገባ የዶክተሬት ድግሪ የተጎናጸፈው በቻይና የወያኔው አምባሳደር እቶ አዲስ ዓለም ባድሜ ከነጩ አውስትራሊያዊ የወያኔ ቆንሱላር ጄኔራል ጋር በመሆን በወያኔና በሻዕቢያ መካከል ስለተካሄደው ጦርነትና የወቅቱን የሀገሪቱን ሁኔታ አስመልክቶ ከኢትዮጵያዊያን ጋር ለመወያየት በአውስትራሊያ መዲና፣ በካንቤራ ባለአምስት ኮከብ ሆቴል ውስጥ ባዘጋጁት ስብሰባ ላይ ሳይታሰብ መሳተፌና በስብሰባው ላይ ያልታቀደ ችግር ፈጥሬ ስብሰባውን ረግጬ ወጣሁ። ከኒው ዚላንድ ጀምሮ የኢትዮጵያ ሪቪው መጽሔት በፈረንጆች ዘመን እስከ 2000 አጋማሽ ድረስ ይደርሰኝ ነበር። በካንቤራ የተካሄደውን ስብሰባ አስመልክቼ በዚያው ሰሞን ለኢትዮጵያ ሪቪው በሪፖርት መልክ ልኬ መድረስ አለመድረሱን ለማወቅ አሜሪካ ደውየ ስሟን ዘነጋሁኝ ጽሁፌ መድረሱን አረጋገጠችልኝ። ስለስብሰባውና ስለተፈጠረው ሁኔታ በመጽሔቱ የወጣ ነገር አልነበረም። ከካንቤራው ስብሰባ በሦስተኛው ወር ወደ ሜልበርን ከተማ ተሸጋገርኩ። ሜልበርን በገባሁ ወር ባልሞላኝ ጊዜ ውስጥ ለኢትዮጵያና ለኢትዮጵያዊያን ተቆርቋሪ ነን ከሚሉ በፈረንጆች ዘመን 2000 መግቢያ አካባቢ እንደተበተነ በማስመሰል እራሳቸው ደብዳቤ ጽፈው በማዘጋጀት ለራሳቸው አባላትና ደጋፊዎችና ለሌሎች የፖለቲካ ቡድኖች አዘጋጅተው በፖስታ ቤት ልከው በመበተን ሰው እንዲርቀኝና በክፉ ዓይን እንድታይ ለማድረግ ሞከሩ። ወያኔ እርስ በርስ ስንበላላ ተመልካች በመሆን በደስታ ዓይን ይመለከቱን ነበር። አያሌው መርጊያ/መርጊያው ትክክለኛ ስሜ እንዳልሆነና ለማወናበድና አማራም ለመምሰል በአሲምባ አያሌው መርጊያው የሚባለውን ሰማዕት ስም ይዤ እንደምጠቀምና በስደተኛ ስም በእነሱ መካከል ገብቼ ችግር ለመፍጠርና ኢትዮጵያዊያንን እርስ በርስ ለማናከስና ለማጋጨት አውስትራሊያ የተላኩኝ ወያኔ እንደሆንኩና የአድዋ ልጅ እንደሆንኩ፣ ትክክለኛ ስሜም

ኃይሎም መርዕድ እንደሆነ በማስረዳት ተጠንቀቁት፣ አታቅርቡት፣ አደገኛ ሰው ነው … ወዘተ ብለው በጽሁፍና በቃል አወጁ። ለመላው አማራ ድርጅት አባላትና ደጋፊዎች በተጨማሪ ‘ያልተገራና የማይለወጥ ኮሚኒስት ነው’ የሚል ሀረግ ጨምረውበታል። የሁለቱም ዓይነት ደብዳቤ እንድ ገጽ ሆኖ በእንግሊዘኛ በኮምፑዩተር የተፃፈ እንደነበር ተረድቻላሁ። ደብዳቤው ለሀያ ዘጠኝ ቤተሰቦችና ግለሰቦች በላይ እንደተላከ ለማወቅ ችያለሁ። የደብዳቤው መልዕክት የተላለፈው “ለኢትዮጵያዊያንና ለኢትዮጵያ ወዳጆች ለሆናችሁ” በሚል አርዕስት በሥነሥርዓት ጊዜ ጠፍቶበት፣ ገንዘብ ወጥቶበት ተጨንቀውና ተጠበው በፓስታ ቤት በኩል ነበር። ከኒው ዚላንድ ጀምሮ ለሚቀርቡኝና ለሚያከብሩኝም ወዳጆቼ ጭምር በድፍረት በመቅረብ እኔን እንዲርቁኝ ለማድረግ ያላደረጉት ሙከራ አልነበረም።

ከኬንያ ወደ ኒው ዚላንድ ከመጡት ወገኖቼ መካከል እንደታናሽ ወንድም የምመለከተውን ቀናና ሚዛናዊ አስተሳሰብ የተጎናጸፈና የትንሽ ትልቅ አመለካከት ያለውን አሥራት እጅጉን እንዳይቀርበኝና ጥንቃቄ እንዲወስድ በተደጋጋሚ ቢመክሩትም እሱ ግን በወሬና በአሉባልታ የሚፈታ ባለመሆኑ ደብዳቤው በተንኮለኞች የተላከ እንጅ በደህና ሰዎች የተጻፈ አለመሆኑን በመምከር ጥንቃቄ እንዲወስዱ ወገናዊ ምክር በየጊዜው ቢለገሳቸውም ሊሰሙት አልቻሉም። ምንም እንኳን ጥረታቸው ዋጋ ቢስ ሆኖ ቢቀርም በተገላቢጦሽ አሥራት እጅጉን “ከደብዳበው ፀሀፊዎች ይበልጥ አያሌውን አንተ አታውቀውም፣ ደብዳቤው እውነተኛና ትክክለኛ ነው በማለት እንዲርቀኝ ለማሳመን በእጅጉ ጣሩ። ደብዳቤው የተላከላቸው ወገኖቼ ጸሀፊዎቹ ማን መሆናቸውን ጭራሽ አያውቁም፣ ፀሀፊዎቹ ስልክ ቁጥር የላቸውም፣ አድራሻ ወይንም ስም የላቸውም። ከሱዳን ወደ ኒው ዚላንድ ከገቡት ስደተኞች መካከል አጋጣሚ ሆኖ ሁለተኛ ወንድሜ የሆነውን አሕመድ የሱፍን የመሰለ መልካምና አስተዋይ ወንድም አስገኝቶልኝ ነበር። የኢሕአፓ አባል ይሁን አይሁን በእውን የማውቀው ነገር ባይኖረኝም የድርጅቱ ጠንካራ ደጋፊ ለመሆኑ ግን አልጠራጥርም ነበር። የአዲስ አበባ ዩኒቨርሲቲ ምሩቅ የነበረና በመምህርነት ሙያ ለዓመታት የቀየ ብርይን ዓዕምሮ ያለው አገናዝቦ የሚመለከት የጎጃም ልጅ ነው። አብዛኞቹ በመጥፎነት ስም ተመርዘው መቅረብና ማነጋገር ሲያስጨንቃቸው፣ አሕመድ የሱፍ ግን በተቃራኒው ከእኔ ጋር እየተቀራረበ በመወያየት ጓደኝነትን ለመያዝ መቀጠሉ እራሱ አውቀ፣ ገምግሞና አጣርቶ ለመወሰን እንዲያስችለው የሚያደርገው የአዋቂዎችን ጥበብ በመከተሉ ነበር። ይህም ጥበቡና ስልቱ የሱዳኖቹን ጓደኞቹን አስኮረፋቸው፣ አስቀጣቸውም። እሱ በበኩሉ ሳይሰለቸው ስለእኔ ያከማቸውን ግንዛቤና እውቀት ደጋግም ማስተማር ተያያዘው። በፍጹም ሊሰሙት አልፈለጉም። ከስንት ዓመት በኋላ ሜልበርን ከተማ እነሱን ሊገበኝ እንደመጣ ተስፋ ሳይቀርጥ እግረ መንገዱን እኔንና እነሱን ለማገናኘትና ለማቀራረብ መፈለጉን እንዳወኩ እንግሊዞች የሚሏትን አባባል እጅግ ነው የምወዳትና እኔም enough is enough ብየ ተደበኩት። እንደዚያ ዓይነት እርምጃ መውሰዴ በክፋትና በተንኮል አለመሆኑን አሕመድ የሱፍ በደንብ አድርጎ ይገባዋል ብየ

አምናለሁ። ስለእኔ በመርዝ ተለውሶ የተበተነው ደብዳቤ የደረሳቸው ወገኖቼ ሁሉ በፖስታ ቤት በኩል ከመላኩ በስተቀር ማን እንደላከው፣ ከየት እንደመጣና በርግጥ ስውር ዓላማውና ተልዕኮው ምን እንደሆነ ሳያጣሩና ሳይገመግሙ እንዳለ ተቀብለው ለማራቅና ሌሎችም እንዳያቀርቡኝ በማስጠንቀቅ ጥረታቸው ተሳክቶላቸዋል።

ያልተሳካላቸው በወቅቱ የመላው አማራ ድርጅት መሪዎችና አባላት በኩል ነበር። በዚያን ዘመን የመላው አማራ ድርጅት (መአድ) ተከታዮች የፕሮፌሰር አሥራት ወ/እየስን አርያነት በመከተል በቀላሉ በወሬና በአሉባልታ መፈታትን ባለመፈለጋቸው በግላቸው ኢትዮጵያዊ በሆነ ዘዴ ጥርጣሬያቸውን ምንም ሳያሳዩኝና ሳያርቁኝ እንደወገናቸው ቀጥረው በማቅረብ በኢትዮጵያዊ ባህል በጥንቃቄ ለሁለት ዓመት ሲያጣሩና ሲከታተሉ ቆይተው ያገኙት ባለመኖሩ ወዳጅነታቸውን በይበልጥ ቀጥለዋል። በአውስትራሊያ የሚገኙ ጥቁር አፍሪቃዊያንን እስመልክቶ በማደርገው የፒ. ኤች. ዲ. (PHD) ጥናትና ምርምር ኢትዮጵያዊያንም በጥናቱ መካተት ስለነበረባቸው የተወሰኑ ኢትዮጵያዊያንን ማነጋገር ነበረብኝ። ማንነታችሁን በማጥናት መረጃውን ሁሉ ለወያኔ ለማስተላለፍ የታቀደ ልዩ ዘዴ እንደሆነ ቅስቀሳ በማካሄድ ማንም ኢትዮጵያዊ ለተባለው ጥናት መተባበር እንደማይገባ በማሳሰባቸው ሁኔታው ያሳሰበው መልካምና አስተዋዩ አቶ እሸቱ ሙሉጌታ ከወጣቱ አስተዋይ ከአቶ አሥራት እጅጉ ጋር በመተባበር የተካሄደውን የወስላቶች ቅስቀሳ በማክሸፍ ትብብርና ድጋፍ ሊያስገኙልኝ ቻሉ። አቶ እሸቱ ሙሉጌታና አሥራት እጅጉ በወሬ የማይነዱ በመሆናቸው ለፒ. ኤች. ዲ. ዶክተሬት ድግሪ ጥናትና ምርምር ኢዮጵያዊያን እንዳይተባበሩኝ ለማድረግ የተካሄደውን ዘመቻ በማክሸፍ ጥናቴ ሁሉንም የጥቁር አፍሪቃዊያንን ያካተተ ፅሁፍ እንዲሆን አብቅተውልኛል። የተባለው ፀረ-እያሌው መርጊያ ጽሁፉ በፓስታ ቤት በኩል በተበተነ ስድስት ወር ገደማ እንደገና ከአምባሳደር አዲስዓለም ባድሜና ከነጩ አውስትራሊያዊ የኢትዮጵያ መንግሥት ካውንስለር ጄኔራል ጋር በከተማው በሚገኘው ባለአምስት ኮከብ ሆቴል ውስጥ እራት ሲመገቡ ያነሳነውን ፎቶግራፍ ጭምር እንልክላችኃለን የሚል ጽሁፍ ተበተነ። የተባለው ፎቶግራፍ እኔ አውስትራሊያንን ለቅቄ ወደ አሜሪካ እስከሄድኩበት በፈረንጆች ዘመን አቆጣጠር ሕዳር 2005 ድረስ እንዳልተላከላቸው ነበር የተረዳሁት። ጥናትና ምርምሬን አስመልክቶ ከአቶ እሸቱ ሙሉጌታ ጋር ቃለ መጠይቅ ባካሄድኩበት ወቅት "እንዳንጠይቃቸው የደብዳቤው ፀሀፊዎች ማንነት አይታወቅ፣ አድራሻ የላቸው፣ ስም የላቸው፣ እንዳንደውልላቸው ስልክ ቁጥር የላቸው። ደብዳቤው ከየት በሮ እንደደረሰን፣ ዓላማውስ ምንድን ነው በማለት እራሳችንን በመጠያየቅ ከሁለት ዓመት በላይ ፈጅብን በማለት እንደ እሥራት እጅጉ አቶ እሸቱ ሙሉጌታም ጨለፍ አድርገ ጠቀሰልኝኝ። ጆሮ ለባለቤቱ እንግዳ ነው እንዲሉ ለካስ ያ ሕዝብ ሁሉ በክፉ ዓይን ይመለከተኝ የነበረው ወዶ አይደለም በማለት ነገሮቹን ለማወቅ ጥረት ማድረግ ጀመርኩ።

በነገራችን ላይ በፖስታ ቤት ሳይሆን በኢንተርኔት ተመሳሳይ ደብዳቤ በፈረንጆች ዘመን አቀጣጠር በ2007 እና 2008 ገደማ ካሊፎርኒያ በነበርኩበት የጥቂት ጊዜ ቀይታየ ፕሮፌሰር ወይንም ዶ/ር ቶሎሳ ነኝ ብሎ ራሱን ይጠራ በነበረው ኢትዮጵያዊ ምሁር ከሁለት ግለሰቦች በተላለከልኝ መሰረት ብሎ ለኢትዮ ፎረም ተሳታፊዎች አያሌው መርጊያ ትክክለኛ ማንነቱን እንድታውቁ በማለት በመጽሀፉ አባሪ ሁለትና ሦስት የተያያዘውን ጽሁፍ በትኖ ነበር። በፎረሙ ውስጥ ያከብሩኝ የነበሩት ሁሉ ሳይቀሩ ጥላቻ ወዲያውኑ ፈጥረው አክ እትፍ አድርገው በመናቅ መጥላት ብቻ ሳይሆን ለካስ አያሌው ያልታወቀበት አደገኛ የሆነ ሰርጎ ገብ ወያኔ ነው! ለዚያውም የመለስ ሀገር ልጅ፣ የአደዋ ተወላጅ ነው … ወዘተ በማለት ሁሉ ጠላኝ። ከሦስትና አራት ሣምንት በኋላ ይኸው ፕሮፌሰር ቶሎሳ የተባለው ምሁር ከሌላ ምንጭ ባገኘነው መረጃ መሰረት ቀደም ሲል ስለ ዶ/ር አያሌው መርጊያው የተጻፈው ከዕውነት የራቀ መሆኑን የሚያረጋግጥ ጽሁፍ ማግኘታቸውን ጠቅሰው የጽሁፉን ትክክለኛ ቅጅን ተመልከቱ ይልና በሆኑ ግለሰቦች የተጻፈ ደብዳቤ የጠፋውን ስሜን ማደስ ብቻ ሳይሆን በመካብም ጭምር ነበር የተጻፈልኝ። ዕድሜ መስታወት ነው ይላሉ፣ በሌላ አካባቢ እንደተጠቀሰው ሀገር ቤት እያለሁ በነታደሰ ገሠሠ የጥላቻ ፕሮፓጋንዳ ተመርዘው በደርግ ሠላይነት እንዲጠረጥሩኝና እንዲያዩኝ ተገደው የኖሩት ጎረቤቴ ወያኔ አዲስ አበባ በገቡ በማግሥቱ ከ ዶ/ር አርሾ (አርሻቬክ) ጋር ቀሜ እየተጨዋወትኩ ሳለሁ እንኳን ደስ አለህ መቶ አለቃ አያሌው፣ ጓደኞችህ በድል አድራጊነት ሀገሪቷን ተቀጣጥረው አዲስ አበባ ገቡልህ ብለው እንደሾሙኝ ሁሉ በተመሳሳይ ደረጃም በኒው ዚላንድ፣ በአውስትራሊያና በሰሜን አሜሪካ የወያኔ ወኪል ወይንም ሰላይ በመባል ሹመት ተሰጠኝ። እንዲያውም በቻይና የወያኔ ኤምባሲ ቻርጅ ዲ አፌር Charge d'Affairs ሆኜ እንዳገለከልኩና ከዚያ አውስትራሊያ ሄጄ በስደተኛነት እንድቀመጥ በመታዘዜ ወደ አውስትራሊያ እንደሄድኩ ተደርጎ በጽሁፍም በወሬም ተሰራጨ። በቀድሞ ዘመን የአፄ ኃ/ሥላሴ ሰላይ እንደሆንኩ፣ አፄው ሥርዓት እንደወደቀ የደርግ ሰላይ አደረጉኝ። ደርግ እንደወደቀ የወያኔ ሰላይ እያሉ አቀዩኝ። እግዚአብሔር ዕድሜ ሰጥቶን ስንቀይ ወደፊት የማን ሰላይ ያደርጉኝ ይሆን?

1.3. ከጣይቱ ካሳ ጋር በተለያየሁ ከስድስት ዓመት በኃላ አዲስ አበባ ከተዋወኳቸው ሁለት ፍቅረኞቼ ጋር በተመሳሳይ ውንጀላ መለያየቴ

የስም ማጥፋት ዘመቻውንና ውንጀላውን መጀመሪያ በቀድሞው ምዕራብ አውሮጳ በተለይም በፈረንሣይ በነነገደ ጎበዜ፣ ታደሰ ገሠሠ፣ አማረ ተግባሩና በጓዶቻቸው በተመራው ቅንብር የአፄ ኃይለሥላሴ ሰላይ መሆኑን ከሀገር ቤት አረጋግጠናል ብለው ወንጅለውኝ ነበር። ደግነቱ በዚያን ወቅት የእነሱን ማንነት የማያውቁ ጥቂት በመሆናቸው ውንጀላው እምብዛም አልሰራላቸውም። በዚያ ላይ የእኔ መንፈስ ጠንካራነት ለተንኮላቸው ሁሉ እንቅፋት ሆኖባቸው ቀየ። የአውሮጳውን የከይሲ ተግባራቸውን በመቀጠል ባገር ቤት በእኒሁ በአውሮጳዎቹ ወገኖቼ የጦፈ የስም ማጥፋት ዘመቻ

በማካሄዳቸው ጠግቤዋለሁ። ባገር ቤት የስም ማጥፋት ዘመቻ ይካሄድብኝ የነበረውና እወነጀል የነበረው በሁለት ዓይነት ከይሲያዊ መንገድ ነበር። 1. ደርግን ለሚጠሉ ወይንም በደርግ ላይ ጥላቻ ይኖራቸዋል ወይንም ተቃዋሚ ናቸው ብለው ለሚጠረጥሯቸው የደርግ ካድሬ ነው፣ አደገኛ የደርግ ሰላይ ነው፣ በምስጢር ከፍተኛ ሥልጣን ያለው የደርግ ሰው ነውና ተጠንቀቁ እያሉ ነበር። 2. ሌላው ዘዴያቸው ደግሞ ለደርግ ሰዎች፣ ለካድሬዎችና ከደርግ ጋር ለሚተባበሩ ተባባሪዎች፣ ወይንም የደርግ የጥቅም ተካፋዮች ወዘተ ናቸው ብለው ለሚጠረጥሯቸው የሚወነጅሉኝና ስሜን ለማጥፋት የሚሞክሩት ሲ፣ አይ. ኤ. ነው ይባላል፣ የባዕዳን ድርጅቶች ወኪል ነው እየተባለ ይጠረጠራል፣ የወንበዴዎቹ ተወካይ ነው፣ የአናርኪስቱ ኢሕአፓ ተወካይ ሆኖ ከውጭና ከሀገር ቤት ያገናኝ የነበረውን ድልድይ እንደገና ለመዘርጋት ተልኮ የመጣ ነው ተብሎ የሚጠረጠረውና ተጠንቀቁ አትቅረቡት፣ ከታጠቅ ጦር ሠፈር በፀረ-አብዮተኛነቱ የተባረረ ነው፣ ዕድል ካገኘ ጓድ መንግሥቱ ኃይለማሪያምን ከመግደል ወደ ኋላ የማይል የወጣለት ፀረ-አብዮተኛ ነው … ወዘተ የመሳሰሉትን በመንዛት ነበር (ታጠቅ ጦር ሰፈር እያለሁ እንደተወነጀልኩትና በኋላም በሆቴሎችና ቱሪዝም ኮሚሽን የኢሠፓ ስብሰባ ላይ ተወንጅየ አስተዳደራዊ እርምጃ ተወስዶብኝ ከአባልነት ለመሰረዝ እንደበቃሁት)።

በሁለት አጋጣሚ ሰማዕታት ጓዶቼና ውዲቷ ጣይቱ ካሳ የሴት ጓደኝነታቸውን እንድቀጥል ፈቀደውልኝ በብዙ መንገድ ሁለቱም ጣይቱ ካሳን መስለው ስለታዩኝ ከጣይቱ ካሳ ጋር ከተለያየሁ ከስድስት ዓመት በኋላ ለመጀመሪያ ጊዜ የናዝሬት ትምህርት ቤት ተማሪ ከነበረችው ከወ/ት ሳ. አሰፋ ጋር የአሥራ አንደኛ ክፍል ትምህርቷን ባገባደደችበት ወራት ተዋውቀን፣ ብዙም ሳንቆይ ሁለታችንም ተፋቀርን። ሥራየ ብለው የሚከታተሉኝ “ወዳጆቼ” ከ'ሳ. አሰፋ ጋር ካለያዩን ከሁለት ዓመት በኋላ እንደገና ከወደድኳት ከወ/ት ውጋገን ማ. ጋር በተመሳሳይ ዓይነት ውንጀላና ስም ማጥፋት ዘመቻቸው አለያይተውኛል። ትልቅ ሰው መስሎኝ ካባቴ ገዳይ መንግሥት ሰላይ ጋር ፍቅር ይዞኝ ኖሯል ለካስ ብላ ነበር ሳ. አሰፋ የተለያየችኝ። እኔን ከሳ. አሰፋ እና በኋላም ከውጋገን ማ. ጋር ለማለያየት ይህ የመጀመሪያው ጊዜ አልነበረም። ደጋንና ኩሯዋን እናቷን ደስ ለማሰኘት፣ ክብራቸውን ለማስጠበቅና ቃሌን ለማክበር እና ጨዋነቴንም በገቢር ለማስረዳት የራሴን ፍላጎት ችላ ብየ ለከፍተኛ ትምህርት ያገኘችውን ዕድል ተጠቅማ እንድትወጣ እሽሩሩ በማለትና አያሌ የሽንገላ ቃንቃዎችንና ዘዴዎችን በመጠቀም በሠላምና በፍቅር ተለያይተን እንድትወጣ አድርጌአለሁ። አንድ ወቅትማ ከዚያ ቤተመንግሥት ከሚመስለው ቤቷ ወጥታ ከምስኪን ኮሳሳ ስቱዲዮ ጎጆየ ከአልጋ ላይ ሳይሆን ወለል ላይ በፍራሽ ከምኖርበት ዘመን ጠቅልላ ገብታ ከዚህ ቤት አልወጣም፣ አታስገድደኝም፣ ሊያስወጣኝ የሚችል ኃይልም አይኖርም፣ እዚህ መኖር ነው ደስታ የሚሰጠኝ ብላ አካኪ ዘራፍ ያለችበትን ጊዜ ሲታወሰኝ የልጅነት ፍቅር ባንድ ጎኑ ምን ያህል ክፉና መናጢ ብቻ ሳይሆን ሞኝና ቂልም የሚያደርግ መሆኑን ያረጋገጠልኝ አጋጣሚ ነበር። በጭንቀት ማጥ ውስጥ በመግባቴ ጭንቀቴን

ያማካርኳት መልካም ወዳጄና በወቅቱ ብቸኛዋ የሴት የሆቴል ባለሙያ (በውበቷና ቁንጅናዋ ሳይሆን በዕውቀቷና በትምህርቷ) የነበረችው ወ/ሮ አምሳለ ተፈራ እንዲህ ስትል ነበር የመከረችኝ። "አይ አያሌው፣ ለካስ የዋህ ነህ፣ ፍቅር የሚባለው አሽብር ሲያባክንና ሲጫወት እኮ ልጅ አዋቂ አይልም፣ እንዲያውም በእድሜ ከሷ ጠና ባሉት ላይ ይብሳል። በኃይልና አይሆንም በማለት ምንችክ ብለህ ሳይሆን ቀስ አድርገህ እሽሩሩ እያልክና እያባበልክ በማስታመም ወደ ቤተመንግሥቷ ለመመለስ ሞክሩ" ብላ መከረችኝ። በስንት ልመናና ማባበል ከአሥር ቀናት በላይ ኮሳሳ ጎጆየ ከርማ ወደ ቤቷ መለስኳት። ከዚያች ኮሳሳ ጎጆየ መኖሯንም ሳልገልጽ ከከተማ ውጭ ሆነን እንደምንደውል እያስመሰልን ቤት እየደወለች ትነጋገር ስለነበር የጓደኛየን መኪና ተውሼ ከከተማ ወጣ ብለን ከርመን እንደተመለስን አድርገን ነበር እኒያን ደግና ጊዜ የማይበግራቸውን ጠንካራና ኩሩዋን እናቷን የዋሸናቸው። ሳ. አሰፋ ግን ሀቁን መንገር ፈለገች፣ አሁንም ለምኜ እንዳትናገር አደረኳት እንጂ እሷማ ከዚያች ኮሳሳ ጎጆየ መኖሯ እንደ ክብርና ጌጧ አድርጋ ልትነግራቸው በመቅበጥበጥ ላይ ነበረች።

ድራማውና ቲያትሩ የጀመረው ሳ. አሰፋ ጥቅምት ወይንም ሕዳር ወር 1975 ዓ. ም. ይመስለኛል ቃሌን ጠብቄ ሀገሯን ለቅቃ ለከፍተኛ ትምህርት ውጭ ሀገር በሠላም በምሸኝበት ዕለት ቤተሰብ፣ ዘመድ አዝማድና ወዳጆቿ ቦሌ ዓለም አቀፍ አየር መንገድ ለመሸኘት ተሰብስበዋል። ባጋጣሚ የአቶ ካሳ ከበደ ተሰማ መሳሪያ በመሆን ታጠቅ ጦር ሠፈር በአናርኪስትነት፣ በወንበዴነትና በፀረ-አብዮታዊነት ወንጅለውኝ ለክፉ አደጋ የዳረጉኝ፣ አልፎም ከመንገድ አስጠልፈው ማዕከላዊ ምርመራ ያስወረወሩኝ የሚች አባቷ ዘመድ የሆኑት አቶ ጌታቸው ዘውዴ ከሳ. አሰፋ ጋር ተቃቅፈን ያዩናል። ተደናግጠው ሳይቀደመኝ ልቅደመው ዓይነት የጥላቻ ሰይፋቸውን በእኔ ላይ በምምዘዝ ሳ. አሰፋ እና እጅግ የሚያከብሩኝንና ከፍተኛ ዕምነት የጣሉብኝን እናቷን ባጠቃላይም መላው ቤተሰቡን በመረበሽ በእኔ ላይ ከፍተኛ ጥላቻ እንዲያድርባቸው ከማድረጋቸውም ባሻገር ከኔ ጋር ያላቸውን ግንኙነት ሁሉ ባስቸኳይ እንዲያቀሙና ጭራሽም አካባቢያቸው እንዳልደርስ ያሳስቧቸዋል። ሳ. አሰፋ በዚህ መንፈስ ተሸኝታ ሀገሯን ለቅቃ ወጣች። እኒሁ ዘመዷ አቶ ጌታቸው ዘውዴ ታጠቅ ጦር ሠፈር ከወነጀሉኝና ከነዙብኝ አለባልታና ሥም ማጥፋት ዘመቻ በተቃራኒው፣ በአሸኛኘቱ ፕሮግራም ዕለት አደገኛ የደርግ ሰላይ ነው፣ ብዙ ንፁህ ግለሰቦችን አሳስሯል፣ አስገድሏል፣ የእኛም ቤተሰቦች አገዳደል እጁ እንደ አለበት ማስረጃ አግኝተናል በማለት ለእናቷና ለሷም በጎን አስጠርተው ይነግሯቸዋል። ለእኔ ምንም ሳትተነፍስ ተሳስመን ተለያየን። ሳ. አሰፋ ካይሮ ስትደርስ ጉዞዋን መቀጠል አልቻለችም። ከኒያ አዛውንት ዘመዷ ስለወደደችው ፍቅረኛዋ አልፎም እስከ ሕይወት ፍጻሜዋ ከእሱ ሌላ ከማንም ወንድ ጋር ላለመኖር ስላለመችው ፍቅረኛዋ የተነገራት ሁሉ ማመን ቸገራት፣ የመንፈስ ጭንቀትና ረብሻ አሳደረባት። ጠንካራና ደጋ እናቷም የሙት ልጆቻቸውን ከማንም በታች ሳይሆኑ በክብር

በእንክብካቤ እያሳደጉ ሳለ ይህ ዓይነቱ ሲያጋጥማቸው ለዚያውም በጣም አድርገው ካሙኑትና ካከበሩት ከልጃቸው ፍቅረኛ መሆኑን ሲገለጽላቸው እሳቸውም በጣም ተረበሹ፣ ማመንም ቸገራቸው። በዚህ የመንፈስ ረብሻ ምክኒያት ጉዞዋን መቀጠል ስላልቻለች ከካይሮ እንድትመለስ የበረራው ካፕቴንና ሠራተኞች ስለአመኑበት ወደማታ እካባቢ ተመልሳ አዲስ አበባ ገባች። በረራዋን እቋርጣ ከካይሮ ተመልሳ አዲስ አበባ መምጣቷ ቤተሰብም በጉዳዩ ለመነጋገር ዕድል አጋጠማቸው። እንደገባችም ትንሽ ቀይታ መመለሷን ገልጻ ባስቸኳይ ቤቷ አንድሄድ ትእዛዝ አስተላለፈችልኝ። መኪና የለኝም፣ እኔ የምኖረው ቅድስት ማሪያም አካባቢ ሲሆን መሄድ የሚገባኝ በቅሎ ቤት አካባቢ ነበር። ምን አጋጥሟት ተመለሰች ብየ በድንጋጤ ታክሲ ይዤ እየከነፍኩ ከምሽቱ አራት ሰዓት ገደማ ቤቷ ደረስኩ። ከቤት ሳልገባ ከግቢው በር በውጭ በኩል ቀመን አስደንጋጩን ጨዋታ ቀጠልን። የወነጀሉኝ ዘመዷ አቶ ጌታቸው ዘውዴ ከቤተሰብ ጋር በጉዳዩ ሊወያዩበት ቤት ውስጥ ስለአሉ እኔ እንድገባ አልፈቀደችልኝም። መልካምና ደጋ እናቷም ማመን ቸግሯቸው እንደታመሙ ነገርችኝ። በዚያች አጭር ጊዜ ውስጥ ዘመዷ የረጨትን መርዝ ከዓዕምሮዋ ለማስወጣት ጊዜ ስለማይኖረን ወይንም ስለ አቶ ጌታቸው ዘውዴ ለመወያየት ፍላጎት ስለአልነበረኝ በእጅ በመጨባበጥ መልካሙን ዕድል እንዲያጋጥማት ተመኝቸላት ወደ ቤቴ ተመለስኩ። በዚያች ምሽት ማንነቴ በአቶ ጌታቸው ዘውዴ ከተለወጠብሽ አጎትሽን ፕሮፌሰር ው. ድ. እና የእናትሽን አብሮ አደግና የአጎትሽን የቅርብ ጓደኛ ዶ/ር አሰፋ መዳኔን አነጋግሪ፣ በደንብ አድርገው ይነግሩሻል ብየ ልናገር ፈለኩ። ወዲያውኑ አይሆንም እስከአሁን ድረስ ጠንካራ ሆኜ ሳልናገር እንደቀየሁት አሁንም ጠንካራ ሆኜ መቀጠል ይኖርብኛል። እስከዛሬ ያልተናገርኩትን ለምን አሁን እናገራለሁ፣ ቤተሰብን ማነካካት ይሆንብኛል ብየ እራሴን በመቆጣጠር ምንም ሳልጠቅስ ተለያየታት።

ከሄደችበት ሀገር ደርሳ ከትንሽ ሳምንታት በኃላ ቀዝቀዝ ሲልላት ይመስለኛል ወደ ፈረንሣይ የምትወጣው መቼ ነው ብላ በመጠየቅ ደብዳቤ ላከችልኝ። እኔም ሳልዋሽና ሳልቃጥፍ በሀገር ቤት ቀይታየ ከመዘለፍ፣ ከመዋረድ፣ ያለስሜና ኃጢአቴ ስም ከማግኘት፣ ለችግርና ለመከራ ከመዳረግ በስተቀር ይመስገነው እስከአሁን በሕይወቴ የደረሰብኝ ችግር የለም አልኳት። እግዚአብሔር እያንከለከለ በዚያ ቀውጢ ሰዓት ሀገሬ አስገብቶኛልና በምንም ቢሆን ካገሬ አልወጣም ያልኩት ሰውየ ድንገት በሕይወቴ ውስጥ በመምጣትሽ ያንን ድርቅ ያለ አቋሜን በማስለወጥ ወደ ፈረንሣይ ለመመለስ አዘጋጅተሽኝ ነበር። ባንቺ ምክኒያት ሀገር ቤት ለመቅረት የነበረኝን ሀሳቤን ለማስለወጥ ከፍተኛ ሞተር በመሆንሽ ዕቅዴን ቀይሬ ወደ ፈረንሣይ ለመውጣት በመዘጋጀት ላይ ነበርኩ። አሁን ግን እድሜ ለዘመድሽ ለአቶ ጌታቸው ዘውዴ የኃጢአት ተግባራቸው ወደ ቀድሞው እምነቴና እቋሜ ተመልሻለሁ። ከአሁን ወዲያ ወደ ውጭ ብወጣም አብረን የምንኖር አይመስለኝም። ምክኒያቱም ዘመድሽ የወነጀሉኝን ባስታወሽ ቁጥር በትዳራችንና በፍቅራችን ላይ ጣልቃ እየገባ እንቅፋት

ሊፈጥርብን ስለሚችል በቀድሞው ዕቅዴና ሀሳቤ መሠረት በወስላቶችና ዱርየዎች፣ በዘራፊዎችና በአምባገነን አገልጋዮች እየተሰደብኩና እየተወገዝኩ ውድና ድንቅየ ስማዕታቶቼን እያስታወስኩ እዚሁ ለመቆየት ወስኛለሁ ብየ መልካምና አክብሮታዊ ደብዳቤ ላኩላት። ለዚህ ደብዳቤ ምላሽ በመጨረሻ ያገኘሁት ስሜቴን የሚነካ መጥፎ ማስታወሻ ነበር። እንዲህ ነበር ያለችኝ፣ "ገልቱ ሆነህ ትቀራለህ፣ እኔ እንደሆንኩ ካንተ ከበለጠ ውብ ጋር በቅርብ ጊዜ ተገናኝቼ ትዳር እመሰርታለሁ" አለችና በደብዳቤው መጨረሻ ላይ "እንደውም አንተ እኮ ድሮውንም ቢሆን ለእኔ ዘበኛየም መሆን አትችልም" የሚል ማስታወሻ ላከችልኝ። ከእሷ የማልጠብቀው አስነዋሪ ደብዳቤዋ ከደረሰኝ ጊዜ ጀምሮ ቁርጥ አድርጌ መጣጣፋችንን አቆምኩ። በዚያን ጊዜ ሳ. አሰፋ እኔን የምትመለከተኝ እንደፍቅረኛዋ ብቻ አልነበረም። ሁልጊዜ የእኔን ደብዳቤዎች ባነበበች ቁጥር ወይንም በእኔ የተጻፈ ማስታወሻ ባየች ቁጥር ከፊቷ ድቅን የሚልባት በእናቷ የቤተሰቡ የመጨረሻ ወንድማቸው የነበረው አጎቷ ነበር (የሰማዕቱን ስም ዘነጋሁት)። ሙጣጭ በመሆኑ በዕድሜ የእኔ እኩያ እንደሆነና መምህር እንደነበረ ተነግሮኛል። የተገደለው በኢሕአፓነቱ ሲሆን ገዳዩ ደርግ ይሁን ወይንም በድርጅቱ በነበረው ክፍፍል ሳቢያ በአመራሩ ይገደል ዘነጋሁኝ። በመልክና በቅላት ብዙ ካለመራራቃችንም አልፎ በተለይ ግን የእሱ የእጅ ጽሕፈት ከእኔ የእጅ ጽሕፈት ጋር ተመሳሳይና አንድ ዓይነት በመሆኑ እሱን እየመሰልኳት በሁለት እጆቿ አቅፋ በመያዝ እሱን እየመሰልከኝ አንዳንድ ጊዜ ካጎቴ ጋር በፍቅር እንደከነፍኩ ይሰማኛል ብላ በደስታም በመገረምም ለእኔ እና ለደጋ እናቷ ትነግረን ነበር። ሳ. አሰፋ እና እኔን ለማለያየት ይህ የመጀመሪያው ጊዜ አልነበረም። ከአቶ ጌታቸው ዘውዴ ውንጀላ አንድ ዓመት በፊት በእኔ ላይ አፋጣኝ እርምጃ ለመውሰድ እንዲያስችላቸው ለማድረግ አራት ገጽ ያዘለ አስደንጋጭና ከባድ ውንጀላና አሉባልታ ተጽፎ በአስቸኳይ ሪኮማንዴ ፖስታ በቀጥታ ለሷ ሳይሆን ለቅርብ ዘመዷ የዚያን ጊዜዋ ወ/ት ኂሩት ሰ. አድራሻ ይላካል። ከዚያም በስብሰባ ይወያዩበታል (በውይይቱ ውስጥ እነማን እንደተካፈሉ ዘነጋሁ)። ምንም እንኳን ለተወሰነ ሣምንታት አቅርቦታቸው ቢቀዘቅዝም ሳ. አሰፋ እና ቤተሰቧ ምንም ዓይነት የጥርጣሬ ምልክት አላሳዩኝም ነበር። ፍቅራችንና አክብሮታችን እንዳለ ቀየ፣ ሆኖም በስውር እኔ በማላውቀው መንገድ ጥናትና ክትትል ሲያካሂዱ ቀዩ። ደስ የሚል የአዋቂዎች ዘዴ ነበር የተከተሉት።

በአራቱ ገጽ የተዘረዘረው አሉባልታና የስም ማጥፋት ዘመቻ ሁሉ ምንም ቅር ባይለኝና ባይረብሸኝም ደብዳቤው ከቤተሰቧ ወይንም ከሷ ጋር እንዲቀይ ማድረጉ ደብዳቤውን የሚያነብ ሰው ሁሉ ያላስፈላጊ ጥላቻና ጥርጣሬ በእኔ ላይ እንዳያድርባቸው ካካባቢያቸው ለማራቅ ደብዳቤውን እስቲ ላንብበው በየ በዘዴ ወስጄ ሳልመልስላት በቁጥጥሬ አስገብቼ ከዛሬ ነገ እመልስልሻለሁ እያልኩ ከእኔ ጋር እንዲቀመጥ አደረኩኝ። አሉባልተኞቹ/ወንጀዮቹ ደብዳቤውን ቀጥታ ለሷ ያልላኩላት የጽሁፉን ይዘትና መልዕክት ተገንዝባ እርምጃ ለመውሰድ እንዳትችል ፍቅር ሆየ ዓዕምሮዋን

ስለጋርድባት ማስተዋል ስለማትችል በዘመድ በኩል ከተላከ በመምከር ከእኔ ጋር ያላትን ግንኙነት ማቆም ትችላለች ብለው በማሰባቸው እንደሆነ ነው። ባብዛኛው ጽሁፉ ያተኮረው የምዕራባዊያን የስለላ ድርጅት ተወካይ በተለይም የሲ. አይ. ኤ. ወኪል ነው፣ የአናርኪስቱን ድርጅት መረብ በአዲስ መልክ ለመዘርጋት በጆብደኝነት ተልኮ እንደመጣና ከወንበዴዎችም ጋር የጠበቀ ግንኙነት አለው ተብሎ በመንግሥት ስለሚጠረጠር አታቅርቡት፣ ጥንቃቄ አድርጉ የመሳሰሉትን ነበር። ከሁሉ ይበልጥ እናቷ ሥራ የሌለኝ፣ ቤትና ንብረት የሌለኝ መሆኔን እያወቁ ዋናው ፍላጎታቸው ልጃቸው የወደደችው ጓደኛ ማንነት ብቻ ነበር። ይህም ማለት የተማረ፣ ጨዋ፣ ምግባረ ትልቅነትና የመልካም ሰው ባህሪይና ጸባይን ያሟላና የራሱን ጊዜያዊ ደስታና ፍላጎት በመሻት ልጅነቷን ለግል መጠቀሚያው ሳያደርጋት አክብሮና ጠብቀ በሠላም ወደ ውጭ እንድትወጣ የሚረዳቸው መልካምና ደግ ሰው ነበር የሚመኙላት። በሳቸው ዓይንና ግንዛቤ ያንን ገጸ ባህሪያት ሁሉ አሟልቼ የተገኘሁ ትልቅ ሰው እኔ ሆንኩባቸው። በሌላ በኩል እጅግ ያሳሰባቸው ልጃቸው ደፋርና አልፎም ጆብደኝነት ያጠቃት ነበርና ካልሆነ ቦታ ላይ ሳትወድቅባቸው የራሱን የግል ጥቅም ሳይመለከት የሚጠብቃትና በሰላም ተከብራ ወደ ውጭ እንድትወጣ የሚረዳቸው ታማኝ አንጋች ነበር ይመኙ የነበሩት። ጓደኝነት በጀመርን በመጀመሪያዎቹ አራት ወራት በጆብደኝነቷና በአጓጉል ድፍረቷ በፈጸመችው አንድ አደገኛ ድርጊት ምክኒያት መኝታ ቤቷ ማታ ብቻዋን ቁጭ አድርጌ ለአንድ ሰዓት ያህል ከፍተኛ ምክርና ትምህርት ሰጠኋት። የፈጸመችውን የጆብደኝነት ተግባርና በዚያም ያጋጠማትን፣ እንዲሁም በየጊዜው የምሰጣትን ምክርና ተግሳፅ ሁሉ በዕየለቱ በማስታወሻዋ ላይ አንድ ባንድ ጽፋዋለች። እኔ ይህን ሁሉ አላውቅም ነበር። ክረምቱ ላይ የናዝሬት ትምህርት ቤትና የቅዱስ ዮሴፍ ትምህርት ቤት እንደተዘጋ ለሦስትና አራት ሳምንት በእሳቸው መኪና እና ወጭ እሷንና ሁለት ታናናሽ እህቶቿንና ብቸኛውን ታናሽ ወንድሟን ይዤ ሶደሬ እንድወስዳቸውና እንዳዝናናቸው አምነውና አክብረው በመጠየቃቸው ይዣቸው በሄድኩበት ወቅት ሳ. አሰፋ ዲያሪዋን/ማስታወሻዋን ሳትደብቅ አልጋዋ አካባቢ ረስታ ጥላው ትሄዳለች። እናት ሆይ የምኝታ ክፍሏን ሊስትሩላትና ሊያጸዳዱላት እንደገቡ ይጋጉና የልጃቸውን ምስጢር አንድ ባንድ ያነባሉ። በፈጸመችው የጆብደኝነትና የድፍረት ተግባሯ ስህተተኛ መሆኗን፣ በየጊዜው እኔና እሷ ከመኝታ ቤቷም ሆነ ከእኔ ምስኪኗ ስቱዲዮ ቤቴ ስንዝናና የምሰጣትን ምክሮችና ትምህርት አዘል ንግግሮች ሁሉ፣ አንዳንድ ጊዜም የትኩስ ኃይሏ እየገፋፋት ስትተነኩፈኝ የግል ፍላጎት ሳያጠቃኝ የሴት ጓደኛየን ለመጠበቅ በነበረኝ ባሕሌና ወጌ ምክኒያት የምሰጣትን ጠቃሚ ምክርና ትምህርት፣ በእሷ እድሜ ያለች ሴት ልጅ መውሰድና ማድረግ የሚገባትን ጥንቃቄ ሁሉ፣ እንዲሁም እንዳንድ ነገር ስታደርግ ወይንም ለማድረግ ስትገፋፋኝ የምነግራትን ሁሉ አንድ ባንድ መዝግባለች። ያንን ሁሉ ያነባሉ። ምን ዓይነት ደግ፣ ኩሩ፣ ጨዋና መልካም ሰው ነው አምላክ ያጋጠማት ብለው ነበር በደስታ የተዋጡት። ከዚያ በኋላ የሚወዷት ጆብደኛዋ፣ እብዷና ደፋሯ

ልጃቸው የትም ትሂድ አያሌው ጋር ነች ከተባሉ የዓዕምሮና የመንፈስ ደስታ ይሰማቸው ነበር። ደጋና ጠንካራው እናቷም የሚፈሩት ይህንኑ የጀብደኝነትና የድፍረት ተግባሯ አደጋ ላይ ይጥላታል፣ እራሱን ተቆጣጥሮ፣ የራሱን ፍላጎት ገትቶ እሷን እንደ ታናሽ እህቱ ቆጥሮ የሚጠብቅላቸውና ብሎም እንደ ታናሽ እህቱ ቆጥሮ የምታገኘውን የነፃ ትምህርት ዕድል ተቀብላ እንድትሄድ የሚረዳት ካላገኘች ወዮላት ነበር ጭንቀታቸው።

በቃ በእኔ ያደረባቸው እምነትና አክብሮት ይህ ነው አይባልም። ከሶደሬ እንደተመለስን ለብቻቸው ያነበቡትን ሁሉ ነገሯት። "ዕድለኛ ነሽ ይህን የመሰለ ሰው ያጋጠመሽ። እሱ እንደ ፍቅረኛሽ ብቻ ሳይሆን የሚመለከትሽ እንደ ታናሽ እህቱም አድርጎ ነው የሚያይሻና የሚጠብቅሽ ብለው ነገሯት። እንደ ሌሎቹ ወንዶች ቢሆን ኖሮ ግን ተጫውቶብሽና አላግጦብሻ ነበር ይሏታል። እሷም እንደምትወደኝ፣ እንደምታፈቅረኝና እንደምታከብረኝ ሁሉ በዲያሪዋ/ማስታወሻዋ ላይ አንብበው ከተረዱት ይበልጥ በቃል ተናዘዘችላቸው። ከፈለኩት ቦታ ብሄድ ግድ የለውም፣ ግን አደጋና ክፉ ነገር ላይ የሚጥለኝ ነገር መሆኑን ሲገነዘብ ይከለክለኛል አለቻቸው። ቅር የሚለኝ ግን ሌላ ወንድ ልጅ እኔን ፈልጎ ቢያንዣብብ ወይንም እኔ ሌላ ወንድ ልጅ ጋር ሆኜ ቢያየኝ ምንም ቅር አይለውም፣ አይቀጣኝም፣ ይህ ያናድደኛል ብላ ቅሬታዋን ገለጸችላቸው። ምን ዋጋ አለው ያ ሁሉ መከባበር፣ መፈቃቀር፣ መዋደድና መተማመን በመሄጃዋ ዕለት አቶ ጌታቸው ዘውዴ ሁለታችንን ድንገት ተመለከቱን። ወዲያውንም በፍቅርና በመዋደድ፣ በእምነትና በመከባበር ብረት አጥር የተገነባውን ትልቁን የፍቅር ግንብ ባንዲት ዓረፍተ ነገር ብቻ እንዳልነበረ አድርገው ገረመሱት። ከግንቦት ወር 1975 ዓ. ም. ጀምሮ ከአዲስ አበባ ብቻ ሳይሆን ካስፈለገኝም ወደ ውጭ ሀገር ለመውጣት እንደምችል ከኮሎኔል ተስፋየ ወ/ሥላሴ ጽ/ቤት ተነግሮኝ ነበር። ቃላቸውን ካላጠፉና እንደገና ያልሆነውን ሆነ ብለው ለማጨናገፍ ካልተፈለገና አዲስ እንቅፋት ካለተፈጠረ በስተቀር 1976 ዓ. ም. መግቢያ ጀምሮ ወደ ፈረንሣይ ለመመለስ በመዘጋጀት በዕቅድ ላይ ነበርኩ። ከኮሚሽነር አበበ ወርቁ ጋር በመነጋገር በቱሪዝምና ሆቴሎች ኮሚሽን ያገኘኃትን ሥራ በማስገኘት የመታወቂያ ካርድ ለማግኘት ያስቻሉኝ አጎቷ የሳይንስ ፋኩሊቲ ዲን የነበሩት ው. ድ. እና የእናቷ አብሮ አደግና የዲን ው. ድ. የቅርብ ጓደኛ የሆኑት ዶ/ር አሰፋ መዳኔ መሆናቸውን ሳ. አሰፋ እና ቤተሰቧ አያውቁም። በተመሳሳይም ሁኔታ በነበረኝ የሩቅ ዕቅድ ለዲኑና ለዶ/ር አሰፋ መዳኔ ከእህታቸው ልጅ ጋር መፋቀሬንና ከቤተሰቡ ጋር የጠበቀ ዝምድና መፍጠሬንም አያውቁም ነበር። በእኔ በባዕዱ ምክኒያት ቤተሰብ እንዲነካካ ባለመፈለጌ አቶ ጌታቸው ዘውዴ በጥላቻ በተመሠረተ የሀሰትና ቅጥፈት ሴራ ከፍቅረኛየና ከመላው ቤተሰቧ በክፉ መንገድ መለያየቴን ለሁለቱ ደጋፊ ወገኖቼ ምንም ሳልነግራቸው ነበር ወደ አሥመራ የተዛወርኩት። በዋሺንግተን ዲ. ሲ. አካባቢ ቀይታየ በአንድ የሰንበት ዕለት

ቅድስት ማሪያም ቤተክርስቲያን አይቻት ሠላም ለማለት ፈልጌ ሳለ አ፣ምላክ ድፍረቱን በመንፈጉ ሳልገናኛት ሾልኬ ወጣሁ።

ከ'ሳ. አሰፋ ጋር ከተለያየሁ ከሁለት ዓመት ተኩል በኋላ እንደገና ከሰማዕታቶቼና ከጣይቱ ካሳ ፍቃድ በማግኘቴ ከተዋወኳት ፍቅረኛየ ወ/ሪት ውጋገን ማ. ጋር በፍቅር ሽር ጉድ ማለት ከጀመርን በኃላ እንደገና በተመሳሳይ ሁኔታ ልክ ለሳ. አሰፋ እንደተላከው ተመሳሳይ አራት ገጽ ደብዳቤ በአስቸኳይ ሪኮማንዴ ለወ/ት ውጋገን ማ. በአድራሻዋ ተላከላት። ከቀድሞው ምዕራብ ጀርመን ከቦን ከተማ ወደ ሀገሯ የተመለሰችው ወጣት ከተዋወቅን ጊዜ ጀምሮ በብዙ መንገድ ገምግማኛለች፣ አጢናኛለች፣ አያሌ ሰዎችን አጠያይቃለች። እንዲያውም ጠንካራና አይበገሬ ሆኜ በማግኘቴ ትዳሩን የሚያከብር ባለትዳር ሰው ሆኜ ነበር የመሰልኳት። ሆኖም ከብዙ ወራት መቀራረብ በኃላ አይበገርነቴ ሟሟቶ በመዳከሙ በፍቅር ተያይዘን ያለአንዳች እንከን ሌት ተቀን ሳንለያይ ለእሥራ ሶስት ወራት አብረን ኖረናል። ውጋገን ማ. እንዳላወቀችኝና እንዳልተረዳችኝ አስደንጋጩና አስፈሪው ደብዳቤ እንደደረሳት ከምዕራብ ጀርመን በመምጣቷ ሲ. አይ. ኤ. ነው በሚለው አሉባልታ በመረበሿ ከእኔ ጋር እንዳያያይዟት የመጨነቅና የመደንገጥ አዝማሚያ በመገንዘቤ ምንም እንኳን ወደ ኃላ ተፀፅታ ግንኙነታችንን ለማደስ ብትፍጨረጨርም ስሜቴን በመጉዳቷ በሰላም መለያየቱን ፈልጌ ግንኙነታችንን ለማቆም ወሰንኩ። ለሳ. አሰፋ እንደጠየኩት ለውጋገን ማ. ደብዳቤውን ላንብበው ብየ ጠየኩና ሳልመልስላት በቁጥጥሬ አስገብቼ ዛሬ ነገ እመልስልሻለሁ እያልኩ አስቀርቼ ሳልመልስላት ወደ አሥመራ ተዛውሬ ሄድኩ።

1.4. እያሱ ዓለማየሁ ለሻዕቢያ በጭፍን ደጋፊነቱ በባዕድ ኃይል ቅጥረኛነት ከመጠራጠሬ በስተቀር ኤርትራዊነት እንዳለበት አልተጠራጠርኩም

አሜሪካን ሀገርን ለጉብኘት እንጂ ለኑሮ ፈጽሞ ተመኝቸውና ፈልጌው የማላውቀውን በስተርጅና ሳላስበው ህይወት እያሯሯጠ ወሰደኝ። ነገርን ነገር ያነሳዋል እንዲሉ፣ በምዕራፍ ስድስት እንደሚገለጸው ትምህርት ከድል በኋላ የሚለውን የኢሕአፓ መርዝ አስመልክቶ በእኔም ላይ የደረሰ አጋጣሚ ነበር። ዋሺንግተን ዲ. ሲ. እና አካባቢዋ በቆየሁበት ወቅት የምኖረው በፌየር ፋክስ ካውንቲ ከአቶ ጳውሎስ ያዕቀብ ቤት ተከራይቼ ነበር። አቶ ጳውሎስ ያዕቀብ የሜጀር ጄኔራል ያዕቀብ ገብረልዑልና የወ/ሮ አልማዝ አብይ ልጅ ነው። ይህም ማለት የእያሱ ዓለማየሁ አክስት ልጅ ማለት ነው። እያሱ ዓለማየሁ ጋር ጣሊያን ባንድነት በምንኖርበት ዘመን ከኤርትራዊ አብልጦ ለኢሳያስ አፈወርቂና በጣሊያን የሻዕቢያ ተወካይና የኡስማን ሳለህ ሳቤ የእህት ልጅ ወይንም የወንድም ልጅ ለነበረው ጅምዕ ተሚጋች የሚሆነው ለምንድን ነው እያልኩ እከሰውና እኮንነው ነበር፣ አልፎም እንጨቃጨቅ ነበር። እንደሌሎቹ እሱንም ከባዕዳን ኃይል ቅጥረኛነት ከመጠራጠሬ በስተቀር እያሱ ዓለማየሁ ኤርትራዊነት አለበት ብየም በፍጹም ተጠራጥሬ አላውቅም ነበር። ሕወሓት

ሀገሪቷን እንደተቀጣጠረ ሰሞን ነፃነት አግኝታ ለመዘዋወር የበቃችው የኢትዮጵያ ሪቪው መጽሔት እያሱ ዓለማየሁን ተሸክማ ሀገር ቤት የገባችው እትም ላይ ባደረገው ቃለ መጠይቅ ምልልስ ስለእናቱ ወ/ሮ እታፈራሁና ስለ ሸዋ ተወላጅነቱ በሰፊው ከመግለጽ በስተቀር ስለአባቱ አቶ ዓለማየሁ የተናገረው ነገር አላነበብኩም። እያሱ ዓለማየሁ ኤርትራዊነት እንዳለው አቶ ጳውሎስና አክስቱ (የእያሱም አክስት ማለት ነው) ወ/ሮ አስቴር አብይ እንዳስረዱኝ ለሁለት ወር ያህል ለብቻየ ተዘግቼ ነበር የቀየሁት። ደንግጬም አይደል ወይንም ፈርቼ፣ ያለበለዚያም ኤርትራዊ በመሆኑ ጠልቼም አይደለም። ምክኒያቱም ብዙ ወርቅና ድንቅ የሆኑ አያሌ ኤርትራዊ ወንድሞችና እህቶች ነበሩኝ፣ ምንም እንኳን ኢትዮጵያዊነታቸውን ሽጠው ኤርትራዊ ነን ቢሉኝም አሁንም የማከብራቸውና የምወዳቸው አሉኝ። ከእነሱም ጋር ተፋቅሬም ኖሬአለሁና፣ እንዲያውም በግልጽ ለመናገር ፍቅር የሚባለውን ምስጢሩን፣ ትርጉሙንና ጣዕሙን የጀመርኩት አሥመራ እያለሁ ከኤርትራዊያን ቀንጆዎች ጋር ነውና ምን ጊዜም የማይረሱ ውብና ቀንጆ ትዝታዎችን ጥለውብኝ ኑረዋል። ተዘግቼ እንድቀይ ያደረገኝ ምክኒያት እያሱ ኤርትራዊነቱን ደብቀት መኖሩና <u>አንድም ቀን ያንን ጎኑን በተግባር እንጅ በቃል አንጸባርቀት ሰምቼ ባለማወቁ ድንገተኛ በመሆኑ ነበር።</u> ድሮም ቢሆን የአይሮፕላኑ ጠለፋ የተሳካው ሻምበል ተስፋየ ርስቴ አንድ ጊዜ የአልጄሪያ የስለላና መረጃ ቡድን፣ ሌላ ጊዜ ደግሞ የቀድሞው የምዕራብ ጀርመን የስለላ ድርጅት ሽፋንና ርዳታ እያለ እንደሚገልጸው ሳይሆን በእነ ኢሳያስ አፈወርቂ በመባረኩ ነበር። በሌላ አነጋገር ከሲ. አይ. ኤ. እና ሞሳድ ተዘዋዋሪ ቡራኬ በማግኘታቸው ነበር። ጓደኛሞቹ ተስፋየ መኮንንና ሻምበል ተስፋየ ርስቴ እንደሚደንሱበት ሳይሆን ብርሀነመስቀል ረዳ እውነተኛ የሥር ነቀል ለውጥ ግንባር ቀደም መሪ የነበረ ነው። አድሕሮት ኃይላት በተለይም ሲ. አይ. ኤ. ሞሳድ፣ እና ኬ. ጂ. ቢ. በመተባበር ለኢትዮጵያ ሕዝብ የቆሙ በማስመሰል በስተጀርባ ሆነው ብርሀነመስቀል ረዳን ፊት ለፊት በማሰለፍ እያየለ የመጣውን ጠንካራ የሥር ነቀል ታጋዮችን አሰባስቦ ባንድ ጥላ ሥር ካስቀመጡ በኋላ ወደፊት እንደአስፈላጊነቱ አንድ ባንድ፣ በቡድን፣ በገፍና በሌላም ዓይነት እርምጃ ለመውሰድና ለመደምሰስ እንዲያስችላቸው የተደረገ የቅድሚያ ዕቅድና ስትራቴጂ ንድፍ ነበር ብየ እንዳምን ገና አውሮጳ እያለሁ የተገደድኩ ኢትዮጵያዊ ነኝ። በእኔ ዕምነት ከጠላፊዎቹ ደግሞ ታማኙና መስሎ ተባባሪው እያሱ ዓለማየሁ እንደነበር እምነቴ ከፍ ያለ ነው። ፈረንሳይና ጣሊያን ከመግባቴ በፊት ጥርጣሬየ በቅብጥብጡ አማኑኤል ገብረየሱስ ላይ ነበር። ቅብጥብጥ ሰው ደግሞ ለእንደዚህ ዓይነት ግዳጅ እንደማይበቃ እያወኩ ነበር ያላግባብ የጠረጠርኩት። ደግሞም አማኑኤል እኔ እስከማውቀው ለተሓኤ በኃላ ገዶማ ደግሞ ለደርግ እንጂ ለሕግሀኤ ድጋፍ አልነበረውም።

አውቄ አልነበረም ከአዲሱ እሳት ውስጥ ገብቼ ከአቶ ጳውሎስ ያዕቀብ ጋር ደባል ሆኘ ለመኖር የገባሁት። ሁልጊዜ ችግርና መሰናክል ይወደኛል። ለዚህ ዓይነት ዕድል የተፈጠርኩ ፍጥረት ነኝ።

ሆኖም ያንኑ ያህል ደግሞ አምላክ ጥንካሬውንና ጽንዓቱን ለግሶኛል፣ በዚያም ላይ ደግሞ ከግንቦት 1970 ዓ. ም. ጀምሮ ጀግኖች ሰማዕታቶቼ በችግሬ ጊዜ ቶሎ በመድረስ ከግራና ቀኝ በመቆም ያጠናክሩኛል። የተከራየሁት ቤት ሁለት ክፍል ያላት ኮንዶሚኒየም በመሆኑ ተከራዩና አከራዩ ባንድነት ነበር በቤቱ የምንኖረው። ኪራዩም ቀላል አልነበረም፣ ግን ሰላምና ጸጥታ ስለሚበልጥብኝ ምንም ቅር አይለኝም ነበር። የአቶ ጳውሎስ እናት ወ/ሮ አልማዝ አብይ ሁለት እህቶችና አንድ ወንድም ነበራቸው። ወ/ሮ አስቴር አብይ፣ ሌላዋ አርሊንግተን የሚኖሩት የሁሉም ታላቅ እህታቸውና ሚች ወንድማቸው አቶ በያን አብይ ይባላሉ። አራቱም ካንድ እናትና አባት የተወለዱ በናትም ባባትም ኤርትራዊ ናቸው። በሌላ በኩል እኒሁ ኤርትራዊቷ እናታቸው (የእያሱ ዓለማየሁ፣ የሳሙኤል ዓለማየሁና የሁለት እህቶቹ አያት ማለት ነው) ከሁለተኛ ወይንም ከመጀመሪያ ባለቤታቸው የእያሱ ዓለማየሁን አባት አቶ ዓለማየሁን ይወልዳሉ። አቶ ዓለማየሁ ለወ/ሮ አስቴር፣ ለወ/ሮ አልማዝ፣ ለአቶ በያንና አርሊንግተን ለሚኖሩት ታላቅ እህታቸው በእናታቸው ወገን ወንድም ናቸው ማለት ነው። አቶ ዓለማየሁ ኤርትራዊነታቸው በእናታቸው ብቻ ነውን? ወይንስ ባባታቸውም ጭምር ነውን? ለሚለው ጥያቄ መልስ ሳላገኝለት ከአቶ ጳውሎስ ያዕቀብ ቤት ለቅቄ ወጣሁ። ወ/ሮ አስቴር ዓቢይ የራሳቸው ልጅ የላቸውም። ሳሙኤል ዓለማየሁን ነው እንደ ልጃቸው አድርገው የሚቀጥሩት። የቤታቸው ግድግዳ በሙሉ በሳሙኤል ዓለማየሁ ፎቶግራፍ ያሸበረቀ ነው። እንደአብዛኛው እናቶቻችን ወ/ሮ አስቴርም ያጋጣሚ ሆኖ ማንበብና መጻፍ ስለማይችሉ ማናቸውንም የሂሳብ ወረቀት ስራ የሚሰራላቸው የታናሽ እህታቸው ልጅ ይኸው አቶ ጳውሎስ ያዕቀብ ነው። ቤታቸው ከቤታችን ብዙም አይርቅም። በአንድ ወቅት ከልጁ ከእያሱ ዓለማየሁ ጋር ላስተዋውቀዎት ባሉኝ ጊዜ ምን ያህል ስሜቴን እንደጎዱት መግለጽ ያቅተኛል። እሱን በዝና አውቀዋለሁ። ታላቅ የፖለቲካ ሰው ነው። ከእኔ ከምስኪኑ ጋር መተዋወቅም የሚያስፈልገው አይመስለኝም። በሌላ በኩል ደግሞ ፖለቲካ ውስጥ አልገባም በማለት ነገሩን እንዲያቀሙ ለማድረግ ሞከርኩ። በሌላ አጋጣሚ ደግሞ ከዶ/ር ነገደ ጎበዜና እህቱ ጋር ወዳጆች እንደሆኑ ይገልጹና የምፈልግ እንደሆነ ሊያስተዋውቁኝ እንደሚችሉ ያስረዱኛል። እኔም ሞኝ ነኝ መዘጋት ሲገባኝ ታላቅ እህቴ በመሆናቸው በአክብሮት ምንም ትውውቅ እንደማያስፈልገኝ፣ ዶ/ር ሀና ጎበዜንና ዶ/ር ነገዴን ጎበዝን በዝና እንደማውቃቸውና እንዲያውም አባታቸው አቶ ጎበዜ ጣፈጠ በንጉሱ በሶቪየት ሕብረት የኢትዮጵያ ኤምባሲ የትምህርት አታሼነት ተሹመው ወሎን ለቀው እስከሄዱ ጊዜ ድረስ የሁለቱ አባት ብቻ ሳይሆኑ የምናከብራቸውና የምናፈቅራቸው የሁላችንም አባት ነበሩ ብየ መለስኩላቸው፣ ለነገሩ አባባሌ ትክክል ነው። አቶ ጎበዜ ጣፈጠ ለወሎ ጠቅላይ ግዛት የትምህርት ዕድገት የበኩላቸውን ከፍተኛ አስተዋፅዖ አበርክተዋል።

ከአቶ ጳውሎስ ያዕቀብ ቤት ከመግባቴ ሁለትና ሦስት ወራት በፊት የዓይን ሕመም ጀመረኝ። በመቀጠልም ወዲያውኑ አቶ ጳውሎስ ቤት እንደገባሁ ብዙ ሳልቆይ በግንባሬ አካባቢ በትንሹ ለምፅ

ጀመረኝ። ያሳሰበኝ የለምፁ ሳይሆን ከዕለት ወደዕለት የዓይኔ ሕመም እየጠነከረና እየተባባሰ በመሄዱ በአርሊንግተን፣ አለክሳንድሪያ እና ፌየርፋክስ ካውንቲዎች በሚገኙ የዓይን ሕክምና ባለሚሎች እየተዘዋወርኩ ሕክምና ማካሄድ ቀጠልኩ። ሕመሜ እየተባባሰና የመታከም አቅሙም እየከበደኝ በመምጣቱ በአውስትራሊያ ለጡረታ አስቀምጫት የነበረችውን ገንዘቤን ወደ አሜሪካ በማስተላለፍ በሦስቱ ካውንቲዎች በሚገኙት የዓይን ሕክምና ባለሚሎች ሕክምናየን ቀጠልኩ። ሕመሜ እየተባባሰ ከፍተኛ ደረጃ ደርሶ አንድ ዓይኔ ተደፈነ። ሀኪሞቹ በደፈናው ከባድ ችግር ላይ በመሆንህ ከፍተኛ ሕክምና ያስፈልግሀል ከማለት በስተቀር በሽታው ምን እንደሚባል እንኳን ሊገልጹልኝ አልሞከሩም። ከወራት በኃላ እንደኛው የዓይን ሀኪም በጆርጅ ዋሽንግተን ዩኒቨርሲቲ ሆስፒታል የሚሰሩ የዓይን ሕክምና ባለሙያ የሆኑ ፕሮፌሰር እና በብሔራዊ የዓይን ኢንስቲቱት (National Institute of Eye) የዩቪአተስ ክፍል ኃላፊ የሆኑ ጠበብቶችን ስም በመስጠት እነሱ ለማየት እንድችል ምክር ለገሱኝ። የማማክራቸው ወገኖቼ ሁሉም ከአውስትራሊያ ካስተላለፍኳት የተረፈችኝ የምትላት ተራፊዋ ገንዘብህ በአንድ ጊዜ ታልቃለች፣ መልካሙ በዋሺንግተን ዲ. ሲ. የሚኖሩ ወገኖቻችንን አነጋግረህ ከእነሱ ጋር እንደምትኖር ደብዳቤ እጽፍና የዋሺንግተኑን የነፃ ኢንሹራንስ በመጠቀም ሰፊ ሕክምና ብታካሂድ የተሻለ ነው እያሉ ምክር ሰጡኝ። ወ/ሮ አስቴር አቢይ ለስድስት ሣምንት ያህል ወደ አዲስ አበባ ለመሄድ እየተዘጋጁ ሳለ ቤታቸውን የሚጠብቅላቸው ሁነኛ ሰው ስላላገኙ ቤታቸውን እንድጠብቅላቸው ይጠይቁኛል። ለዳግማይ ስደት ከወጣሁ ለመጀመሪያ ጊዜ ለብርቱ የቤተሰብ ጉዳይ ሀገር ቤት ስለምኃዝ የትብብር ጥያቄአቸውን ለማስተናገድ አልቻልኩም። ያጋጣሚ ሆነና ሀገር ቤት በገባሁ ሰሞን በመንገድ የሆነች ትንሽ ደረጃ ስወጣ ተደናቅፌ ወደኩኝ። በዚያን ዕለት የቀረችኝ አንዷም ዓይኔ ከባድ አደጋ ላይ መሆኗ ታወቀኝ። ወደ አረፍኩበት ቤት ተመልሼ ቤተሰቦቼ ጋር ሳልገናኝ ወዲያውኑ ቲኬቱን አስተካክየ ባስቸኳይ ቪርጂኒያ ተመልሼ አቶ ጳውሎስ ያዕቀብ ቤት አመራሁ። ወደ አሜሪካ እንደተመለስኩ ወ/ሮ አስቴር አቢይ ቤታቸውን ቀላልፈው ቤቱን የሚጠብቅላቸው ሁነኛ ሰው አፈላልገ እንዲያስገባ ለአቶ ጳውሎስ ያዕቀብ አደራ ሰጥተው በመሄዳቸው የስድስት ሳምንት ቤት ኪራይ እንደማድን ገልጾ ስለአደፋፈረኝ ፈቃደኛ በመሆኔ በዚያው ዕለት ቤታቸው ወስዶ አንድ የዋናውን የበር ቁልፍ ብቻ ሰጥቶ ያስገባኛል። ቤታቸው በገባሁበት በዚያኑ ምሽት ዓይኔ አንዱ እየደከመ በመሄዱና በደንብ ለማየት ባለመቻሌ ከሳሎን ወደ ዋናው በር በሚወስደው ደረጃ ላይ ስወርድ ወድቄ በመንከባለሌ ሦስት ጥርሶቼን በማጣቴ የጥርስ ዴንቱር እስካስገባሁ ድረስ ለሚቀጥሉት አምስትና ስድስት ሣምንታት የሰካራም ሰው ገጽ ተሸክሜ ቀየሁኝ። ይባሱን ቤቱ በገባሁኝ ወይንም ጥርሶቼን ባጣሁኝ በማግሥቱ መብራት ይቀረጣል። አቶ ጳውሎስን ስልክ ደውየ ስጠይቀው በግልጽ ሳይደብቅ የብዙ ወራት ውዝፍ ባለመከፈሉ በቅድሚያ አስታውቀውኛል ይለኛል። ከመግባቴ በፊት ለምን አልነገርከኝም ብየ በወቀሳ መልክ ስጠይቀው

በመዘንጋቱ እንደሆነ ነግሮ ይቅርታ ጠይቀኝ። ወደ ቤት እንዲመጣ ጠይቄው እንደመጣ ቁልፉን አስረከብኩት። ከደረጃ ወድቄ በመንከባለሌ ሾስት ጥርሴን ማጣቴን እንዳሳየሁት በአዘኔታ ይቅርታ ጠየቀኝ።

በዋሺንግተን ዲ. ሲ. እንደምኖር ደብዳቤ የሚጽፉልኝ የማውቀው ሁነኛ ጓደኛ ወይንም ዘመድ የለኝም። በሚፈቅደው ሁሉ ሌሎችን ስረዳ ኖርኩ እንጂ ለራሴ ጠይቄ ስለማላውቅ እየታመምኩ ጻፉልኝ ብየ መጠየቁ ችግር ሆኖብኝ ቀየሁ። ብዙ ወራት ቀይቼ ሳላስበው እንደመልዓክ ሆኖ ዶ/ር ገብሬ ሀምዳ የተባለ ኢትዮጵያዊ ወገኔ በፈረንጆች ዘመን አቀጣጠር በጥቅምት 2010 ወይንም ከዚያ በፊት ይሆናል እንድ ቅዳሜ ዕለት ከሰዓት በኋላ ኪንግስታውን ከሚባለው የሰሜን ቪርጂኒያ ከተማ ከሚገኘው ስታርባክ ቡና እየጠጣሁ ሳለሁ ከሁለት ልጆቹ ጋር ከጎኔ ተቀመጠና የሆነ ጽሁፍ እያነበበ ታሪኩን ሊያካፍለኝ ሲሞክር ላነበው ባለመቻሌ ሊያፌዝብኝ ሞከረ። ጠንጋራ ይመስል ዓይነት ነገር ለማለት ሲቃጣው ነገር ቶሎ ብየ ወንድሜ ይቅርታህን፣ እንዳትሳሳትና ሌላ እንዳትናገር፣ ዓይኔ በደንብ ስለማያነብ ነው አልኩት። በጣም አድርጎ ደነገጠና ይቅርታ ጠየቀኝ። ፈቃደኝነቴን ጠይቆ ስለዓይን ሕመሜ ጠየቀኝ። በደምብ አጫወኩት። እሱም እንደሌሎቹ የተለመደውን የዋሽንግተን ዲ. ሲ.'ውን ነዋሪዎች ኢንሹራንስ አነሳልኝ። በዋሽንግተን ዲ. ሲ. የሚኖሩ የማውቀው የቅርብ ጓደኛ/ዎች እንደሌለኝ አጫወኩት። ሊሄድ ሲል ስሜን፣ ኢሜል አድራሻየናን ስልክ ቁጥሬን ወሰደ። ባካባቢው የነበሩትን ወገኖቻችንን ፈቃድ እየጠየቀ ስማቸውን፣ የስልክ ቁጥራቸውንና የኢሜል አድራሻቸውን ይወስድ ስለነበር እኔም የሰጠሁት ለራሱ ስራ እንዲጠቀመው እንጂ እኔን እንዲረዳኝ አስቤ አልነበረም፣ በዚያኑ ዕለት ወደ ምሽቱ 10:30 ገደማ ደወለልኝ። የዓይን ጉዳይ በመሆኑ በችላ ሊታለፍ አይገባም። ደግሞም ተገቢውን ሕክምና አግኝተህ ዓይንህን ሳታድን በኢንሹራንስ ማጣት ምክኒያት ወደ አውስትራሊያ መመለስ የለብህም። እንኳንስ አንተ አሜሪካዊው ዜጋ ሌሎች የመኖሪያ ካርድ ብቻ ያላቸውም እንኳን የመታከም መብታቸው ነውና ዋሽንግተን ዲ. ሲ. የምትኖር ጓደኛችንን እኔና ባለቤቴ አነጋግረናት ለመርዳት ደስተኛ ስለሆነች ነገውኑ ደውልላት ብሎ ስልክ ቁጥሯንና ስሟን ሰጠኝ። በማግሥቱ ለተባለችዋ ኢትዮጵያዊት "ቁምነገረኛና ተቀርቃሪ" ወገኔ ለወ/ሮ ሕአ ደወልኩላት። የአሜሪካን ፓስፖርትህን ስካን አድርገህ ከኢሜል ጋር አያይዘህ ላክልኝ አለችኝ። ወዲያውኑ በነበረችኝ ስካነር ስካን አድርጌ ላኩላት።

በማግሥቱ ምሽት ላይ ዶ/ር ገብሬ ሀምዳ ቤቴ በመምጣት ለኢትዮጵያ ኮሚኒቲ ለአባልነት የሚከፈል የአሜሪካ $120.00 (አንድ መቶ ሀያ የአሜሪካን ዶላር) ይዞልኝ መጣ። ከልቤ ላለመቀበል ብከራከረውም ደስተኛ ሆኖ ባለማየቴ በወገናዊነት ስሜት ተቀበልኩት። ላለመቀበል ያስገደደኝ እንዱና ትልቁ ምክኒያት የተባለችዋ "ደግ" እና "ተቀርቃሪ" ኢትዮጵያዊት ወገኔ ከእሷ ጋር እንደምኖር አድርጋ ደብዳቤውን ከጻፈችልኝ ኮሚኒቲም መሄድ አያስፈልገኝም፣ ገንዘብም ማውጣት አያስፈልገኝም

ነበር። ቀጥታ ከዋሽንግተን ዲ. ሲ. መንግሥት መ/ቤት በመሄድ ፓስፖርቴንና ደብዳበውን ወይንም የዋሺንግተን ዲ. ሲ. የመንጃ ፈቃዴን በማቅረብ ያለክፍያ በነፃ ወዲያውኑ ሊፈጸምልኝ እንደምችል በማወቄ ነበር። በዶ/ር ገብሬ ሀምዳ በኩል የተገኘችልኝና የአሜሪካን ፓስፖርቴን ስካን አድርጌ የላኩላት ወገኔ የተፈቀደልኝን የኢንሹራንስ ካርድ አልደረሰኝም በማለት ልትሰጠኝ ፈቃደኛ አልሆነችም። ወዳጄ መኮንን ኃይሉ የኢንሹራንስ ካርዱን ካወጣልኝ ዋሽንግተን ዲ. ሲ. ከሚገኘው የኢንሹራንስ ኩባንያው ጽ/ቤት ይዞኝ ሄደ። በአድራሻህ ልከንልሀል፣ እዚህ እያለህ መስጠት አንችልም ሆኖም ድጋሜ በአድራሻህ እንላክልሀ ብለው አዲስ ካርድ እኛ እዚያው ጽ/ቤቱ እያለን አዘጋጅተው በአድራሻዋ እንዲላክላት ተደረገ። ኢንሹራንስ ኩባንያው ጽ/ቤት ሂደን መነጋገራችንና ድጋሜ የላኩላት መሆኑን አስረዳኃት። አሁንም እንዳልደረሳት በመንገር ለመስጠት ፈቃደኛ እንዳልሆነች ገመትኩ። እንደገናም የኢንሹራንስ ኩባንያው አነጋግሬ ሦስተኛ ካርድ ቢልክላትም ለእኔም ሆነ በቅርብ ሆነው ጉዳዩን ይከታተሉ የነበሩት ወዳጆቼ ሁሉ እውነቱ ሊገባን ፈጽሞ አልቻለም። ከአሁን አሁን ትሰጠኝ ይሆናል እያልኩ እሷን በመተማመን ከአራት ወራት በላይ ጊዜየን አጠፋሁ። ሦስት ጊዜ ተልኮላት ሦስቱንም ጊዜ አልደረሰኝም በማለት ከከለከለችኝ የሆነ ችግር እንዳለ በመገንዘባችን ዓይንህ ከፍተኛ ችግር ላይ ከመውደቁ በፊት ሌላ መንገድ መፈለግ እንደሚገባኝ ወዳጆቼ አስገነዘቡኝ። ከሁሉ አብልጦ ግን በ "ዶጋ" እና በ "ተቀርቃሪዋ" ወገኔ እጅግ አድርጌ እንዳዝንባትና ቅር እንዲለኝ ያስቻለኝ ቢኖር ዓይኔ ከፍተኛ ችግር ላይ መሆኑን እየተነገራት በወገናዊነት ቀርቶ በሰብዓዊነት ተቀርቂራ እና ተጨንቃ "እስቲ አያሌው እነዚህ የኢንሹራንስ ኩባንያዎች አሳስተው ወደ ሌላ አድራሻ ልከው እንዳይሆን፣ ወይንም ያላወቅነው ሌላ ነገር ሊኖር ይችላልና ዓይንህ ከመጥፋቱ በፊት እባክህ አንድ ጊዜ ብቅ በልና ሁለታችንም ተያይዘን ሄደን እናነጋግራቸው" ብላ እንኳን አለመቀርቀሯ፣ አለመጨነቋ እና የሆነ ወገናዊ እርምጃ በመውሰድ ለዓይኔ ለመድረስ አለመሞከሯ ነበር። ከእሷ ሁልጊዜ የማገኘው መልስ ወይንም ምክር ባጭሩ "አልደረሰኝም" የሚል ብቻ ነበር። "ዶጋ" እና ለወገኗ "አዛኝና ተቀርቃሪዋ" ታናሽ እህቴ ወ/ሮ ሕአ ጋር በግንባር ተገናኝተንም አናውቅ። የምገናኛት በስልክ እንዲያውም አብዛኛውን ጊዜ በኢሜል ነበር። ከእሷ ጋር ባደረኩት የመጨረሻው የኢሜል ልውውጤ ላይ ዶ/ር ገብሬ እንዲያውቀው ኮፒ አድርጌ ላደረገችልኝ "መልካምና ወገናዊ ድጋፍና ትብብሯ ሁሉ" አመስግኜ በመሰናበት ዓይኔን ለማዳን ትኩረቴን በሌላ አቅጣጫ ፍለጋየን ቀጠልኩ። የሐሪስ ኮርፖሬሽን ምክትል ፕሬሲደንት በሆነው ወዳጄ በጂም ትራፊካንት አማካኝነት የሴንተራል ዩኒየን ሚሽን/የመጠለያ ማዕከል ኤክዚኩቲቭ ዲሬክተር ከሆነው ኮሎኔል ዴቪድ ትሬድዌል (9) ጋር በመወያየት መጠለያ ማዕከሉ መንፈስ ጠንካራ ሆኜ ከገባሁ ወዲያውኑ የዋሺንግተን ዲ. ሲ. ነዋሪነት መታወቂያ እንደሚሰጠኝና በማዕከሉ በምትቀይበት ጊዜ ከሱፐርቫይዘሮቹ መኝታ አካባቢ ባንድነት እንደምኖር፣ እንደማናቸውም የሚሽኑ ቅጥር ሠራተኛ እስከ

ምሽቱ 10:30 ድረስ ባለው ሰዓት መካከል በፈለኩበት ጊዜ መውጣትና መግባት እንደምችልና እንደ ሚሽኑ ሰራተኛ/ስታፍ የመታወቂያ ካርድ እንደሚሰጠኝ ቃል ገባልኝ። ምንም እንኳን ለየት ባለ ሁኔታ እንድቀይ እርዳታ ባገኝም ወደዚያ ከባድና መንፈስ አስጨናቂ ከሆነው "የጀግኖች" ቦታ ገብቶ መኖሩ እጅግ አስቸጋሪ መስሎ ስለታየኝ ወደ ሚሽኑ ለመግባት ከመወሰኔ በፊት የመጨረሻ እርምጃ ሁለቱን የዋሺንግተን ዲ. ሲ. ነዋሪ "ወዳጆቼን" በመጠቀም ከእነሱ ጋር ባንድኛው እንደምኖር እንዲጽፉልኝና የዋሺንግተን ዲ. ሲ. የኢንሹራንስ ካርድ ለማግኘት አቀድኩ።

የተዋወኳቸው አዲሶቹ የዋሺንግተን ዲ. ሲ. "ወዳጆቼ" መልካምና አስተዋይ ወገን አድርጌ በመቁጠሬ ብቻ ሳይሆን የሚኖሩት እዚያው በሀገሪቷ መዲና በመሆኑና ጉዳዩም በጣም ቀላል መሆኑን ከብዙ ወገኖቼ ስለሰማሁ ይረዱኛል ብየ በመተማመን በፈረንጆች ዘመን አቀጣጠር በ2011 መግቢያ ገደማ ለአንደኛው "ወዳጄ" ዘ. ከ. ስልክ በመደወል ከጤንነት ጋር በተያያዘ ብርቱ ጉዳይ ስለምፈልገው ስታርባክ እንድንገናኝ ቀጠርኩት። በቀጠሮ ሰዓቴ ማንነቴን ለማረጋገጥና ደስ ብሎት የጠየኩትን ደብዳቤ እንዲያዘጋጅልኝ የአሜሪካን ፓስፖርቴን፣ የመንጃ ፈቃዴንና ሌሎች የሚያስፈልጉ ሰነዶችን ይዤ ወደ ቀጠሮ ቦታ ደረስኩ። እሱም በጨዋ መልክ በቀጠሮ ሰዓት ከቀጠሮ ቦታ ደርሶ አገኘሁት። ቀደም ሲል ስለዓይኔ ሕመሜ አጫውቸው ስለነበረ እምብዛም ወደ ሕመሜ አላተኮርንም። ቀጥታ የዋሺንግቶን ዲ. ሲ.'ን ኢንሹራንስ አግኝቸ ሕክምና በማካሄድ ዓይኔንን ለማዳን እንድችል ከእሱ ጋር እንደምኖር አድርጎ ደብዳቤ እንዲጽፍልኝ ጠየኩት። ምንም ችግር እንደሌለው መለሰልኝ። የወያኔ ከፍተኛ ባለሥልጣን ሆኜ በግዳጅ ተልኬ እንደምኖር ያለበለዚያም ቪዛ ጨርሸ ሳላሳድስ ተደብቄ የምኖር ወፍራም የሆንኩ የቀድሞ የወያኔ መኳንንት እንደነበርኩ እንጂ ሕጋዊ በሆነ የመኖሪያ ካርድ አልፎ "አሜሪካዊ" እንደሆንኩ አያውቅም ነበር። ያንተ ችግር የለውምና እጽፍልሀለሁ ብሎ ቃል ገባልኝ። ሳምንት አለፈው የተባለው ደብዳቤ የለም። ሁለት ሳምንት አለፈው፣ ስደውል ስልኩን አያነሳም። ወር አለፈው እሱም የለም ስልኩንም አያነሳም። አንድ ቀን ከታጠቅ ጦር ሠፈር ወዳጄ ቤት ሆኜ በእሱ ስልክ እንደደወልኩለት አቶ ዘ. ከ. አቤት ብሎ እንደመለሰ ስልኩን ዘጋሁበት። ትንሽ ቀይቶ ደወለና በዚህ ስልክ ተደውሎልኝ ነበር ብሎ ጠየቀ። የታጠቅ ጦር ሠፈር ወዳጄ አዎን ጋሼ አያሌው ይሆናል የደወለልህ ብሎ ሲመልስለት ቶሎ ብሎ ዘግቶ ጠፋ። ወድያውኑ በራሴ ስልክ ደወልኩለት፣ ሊያነሳ ፈቃደኛ አልሆነም። ከዚህ በኃላ ከዚህ ወዳጄ የምፈልገው ነገር ስለማይኖረኝ እሱን ትቼ ትኩረቴ ወደ ሁለተኛው ኢትዮጵያዊ "ወዳጄ" ወደ አቶ አ. አ. አደረኩ። ለእሱም ስልክ በመደወል ከጤንነት ጋር በተያያዘ ብርቱ ጉዳይ ስለምፈልገው ስታርባክ እንድንገናኝ ቀጠርኩት። በቀጠሮ ሰዓት ተገናኝተን ሁሉንም አጫወኩት። ስለሕመሜ እሱም ቀደም ብሎ ያውቅ ነበርና እንግዳ አልሆነበትም። ለእሱ ለማሳየት ከእኔ ጋር የወሰድኳቸውን ሰንዶቼን አሳየሁት። እንዴ አንተ አሜሪካዊ ዜጋ ነህ ለካስ፣ እኔ እኮ አልመሰልከኝም ነበር። እንደዚያኛው

ወዳጄ ቃል ሳይገባ በመጀመሪያ ከባለቤቴ ጋር ልወያይበትና መልሱን በፍጥነት እነግርሃለሁ ብሎኝ ተሰናበተ። ብዙም ሳይቆይ አቶ አ. አ. ስልክ ደውሎ ባለቤቴ ፈቃደኛ አልሆነችምና ይቅርታ ዶ/ር አያሌው ብሎ መለሰልኝ።

የዓይኔ ሁኔታ ሲባባስና ምንም ዓይነት ሌላ አማራጭና መፍትሔ የሌለኝ መሆኔን በማረጋገጤ ብሎም ዶ/ር ገብረ ሀምዳ በመጀመሪያው ዕለት ትውውቃችን በዓይን ቀልድ የለምና ዓይንህን እንደዚህ ሆኖ ወደ አውስትራሊያ መመለስ የለብህም ብሎ ያለኝን በማስታወስ ያለኝ አማራጭ ሊያስከትል የሚችለውን ሁሉ በመቻልና በሆዴ በመሸከም ማረፊያ የለሽ/ማረፊያ የሌላቸው ከወንዶች መጠለያ ሰፈር (Homeless sheleter) በመግባት የዋሺንግተኑን ኢንሹራንስ አግኝቼ ዓይኔን ለማዳን እንድችል ጀግንነቱን፣ የመንፈስ ጽንዓቱንና ድፍረቱን ዓምላክ እንዲለግሰኝ ጠይቄ ሚሽኑ ገብቼ ለመኖር ወሰንኩ። ወደ ተዘጋጀልኝ የመጠለያ ሰፈር ለመግባት የተዘጋጀልኝ ከሰኔ 01 ቀን 2011 ጀምሮ በመሆኑ እስከዚያ ድረስ ኪንግስታውን ከሚኖረው ከታጠቅ ጦር ሠፈር የቀድሞ ወዳጆ ከአቶ ደሳለኝ ደስታ ጋር ለመኖር ሻንጣዎቼን በመኪናየ ጭኜ ወዳጄን ጂም ትራፊካንትን በመከተል በዝግታ እየነዳሁ ኪንግስታውን ገብቼ ለጥቂት ሣምንታት ኖርኩ። ከዚያም ሻንጣዎቼን እዚያው ኪንግስትዋን አስቀምጬና መኪናየን ለጊዜው ከቤቱ ጎን መንገድ ላይ ፓርክ አድርጌ በፈረንጆች ዘመን ሰኔ 01 ቀን 2011 በዋሽንግተን ዲ. ሲ. በ 14 እና በ Q Street ይገኝ ከነበረው ሴንተራል ዩኒየን ሚሽን (Central Union Mission) ተብሎ በሚታወቀው የመጠለያ ሠፈር ገብቼ ወደ አውስትራሊያ እስከ በረርኩበት ዕለት ድረስ በጽንዓት፣ ጥንካሬና በታላቅ ትዕግሥትና ሥነሥርዓት ኖርኩ። ወደ መጠለያው ሠፈሩ እንደገባሁ ማግስት ምንም እንኳን መኪና ለመንዳት ዓይኔ ባይፈቅድልኝም ለአድራሻ ስል የቪርጂኒያ የመንጃ ፈቃዴን ወደ ዋሽንግተን ዲ. ሲ. በማስቀየር የዋሽንግተን ዲ. ሲ. መንጃ ፈቃድ በእጄ አስገባሁ። በነዋሪነት ካርዱና በአሜሪካ ፓስፖርቴ መሰረት ያለምንም ችግር ወይንም ክፍያ የዋሽንግተን ዲ. ሲ. ኢንሹራንስ ተፈቀዶልኝ ወዲያውኑ ከጆርጅ ዋሺንግተን ዩኒቨርሲቲ ሜዲካል ፋኩልቲ አሶሲየሽን ክሊኒክ (George Washington University Medical Faculty Association Clinic) የሕክምና ባለሙያ ጋር ተጋጠምኩ። ሳይውል ሳያድርም በጆርጅ ዋሺንግተን ዩኒቨርሲቲ ሜዲካል ፋኩልቲ አሶሲየሽን ክሊኒክ አማካኝነት ከብሔራዊ የጤና ኢንስቲቱት (National Institute of Health) ጋር ተጋጠምኩ። የመታወቂያ ካርዱን እንዳወጣሁ ወደ ቪርጂኒያ ለመመለስ ስሞክር ድርጅቱ (ሴንተራል ዩኒየን ሚሽን) ከሚሽኑ መልቀቄን ለመንግሥት ሪፖርት እንደሚያደርጉ ተነገረኝ። ኢንሹራንሱን ይዤ ለመቀየት እንድችል ከመጠለያ ሠፈሩ ከወጣሁ በግድም በውድ መኖር የሚገባኝ እዚያው ዋሺንግተን ዲ. ሲ. መሆነ ይኖርበታል፣ ያለበለዚያ ኢንሹራንሱ ይሰረዝብኛል። ከሚሽኑ ከወጣሁ ከእኔ/ከእኛ ጋር ይኖራል ብሎ የሚጽፍልኝ ላገኝ እንደማልችል በመረዳቴ የአገኘሁት የነፃ ኢንሹራንስ እንዳይሰረዝብኝ ጠንክሬ በመጠለያው ሠፈር የግድም መኖር እንደሚገባኝ ተረዳሁ።

የብሔራዊ ጤና ተቋም (National Health Institute) እና ጆርጅ ዋሺንግተን ዩኒቨርሲቲ ሜዲካል ፋኩልቲ አሶሲየሽን ክሊኒክ (George Washington University Medical Faculty Association Clinic) የሚገኙ የዓይን ሕክምና ባለሙያዎች የለከፈኝ በሽታ በምሕፃረ ቃል ቪ. ኪ. ኤች - VKH (Vogt-Koyanagi-Harada Syndrome) እንደሚባል ተነገረኝ። በባለሙያዎቹ መሠረት ይህ በሽታ ተላላፊ ያልሆነ (Non-infectious) በሽታ ነው። ወደ መጠለያው በገባሁ በሶስተኛው ሣምንት ገደማ ሁለቱም ዓይኔ ተደፈነ። በምኖርበት ሚሽን ድጋፍና ትብብር ወደ አሜሪካ ብሔራዊ ጤና ተቋም (National Health Institute) እና ጆርጅ ዋሺንግተን ዩኒቨርሲቲ ሜዲካል ፋኩልቲ አሶሲየሽን ክሊኒክ (George Washington University Medical Faculty Association Clinic) ተቋሞች ዘንድ በየቀኑ እያመላለሱኝ ለአሥር ተከታታይ ሣምንታት ሕክምናና ምርመራ እርብርቦሽ ተደርጎልኝ ምንም እንኳን የግራ ዓይኔ እንደተደፈነ ቢቀይም የቀኝ ዓይኔ በመጀመሪያ በንባብ ቻርት (Reading Chart) ላይ የመጀመሪያውን ትልቁን ፊደሎች ማየት ጀመርኩ። ይህ የእግዚአብሔር ተዓምር ነው። ከዚያም የሕክምና ርብርቦሹ ቀጥሎ በንባብ ቻርቱ ላይ ሁለተኛውን ፊደል ወደማየት ተሸጋገርኩ። እያለም በከፍተኛ የሕክምና ትብብርና እኔም የሀኪሞችን መመሪያና ምክር አጥብቄ በመከተሌ በአንድ ዓይኔ በላፕ ቶፕ ኮምፒተሬ ላይ በ42 የፎንት መጠን ማንበብ ጀመርኩ። ይሁን እንጂ ያለሁበት አካባቢ ለስትሬስ (stress) ምቹ ቦታ በመሆኑ ቶሎ ብየ ካልወጣሁ የመንፈስና የሥነ ልቦና ጭንቀት በመፍጠር ተመልሶ በዓይኔ ላይ ተጽዕኖ ሊያሳድር እንደሚችልና ከባድ ችግር እንደሚጋርደኝ በተግባርና በተጨባጭ ከእየለቱ የሕክምና ምርመራና ክትትል ውጤት በመረጋገጡ ባፋጣኝ የምወጣበትን መንገድ ማፈላለጉን ተያያዝኩት። ከሁለቱ የዋሽንግተን ዲ. ሲ. ወዳጆቼ አንድኛቸው ጋር ባንድነት እንደምኖር ደብዳቤ ቢጽፉልኝ ኖሮ ምንም እንኳን በሀኪሞቹ ብቃትና ችሎታ የአውስትራሊያኖቹ ቢደነቁም፣ በቴክኖሎጂውና በሕክምና መሣሪያው እንዲሁም አስፈላጊዎቹን መድሀኒቶች ኢንሹራንሱ ስለሚሸፈኑልኝ የአሜሪካኑ ሕክምና የሚሻል መስሎ ስለታየኝ አሜሪካ ለመቀየት ነበር ምርጫየ። በአንድ አጋጣሚ በዋሽንግተን ዲ. ሲ. ቀይታየ የታጠቅ ጦር ሠፈር ወዳጆቼ ለይኩንና አንተነህ እንዳጫወቱኝ በተመሳሳይ መልክ የቀዳማዊ. ኃ/ሥላሴ ዩኒቨርሲቲ የሕግ ምሩቅ የነበረው አዲሱ ሌላው የዋሺንግተን ዲ.ሲ. ወዳጄ ስለ ወርቁ ገበየሁ፣ ዘሩ ክሕሸን፣ ፀሎተ ሕዝቅያስ፣ ግርማቸው ለማና ጌታቸው ማሩ ቀዳማዊ ኃይለሥላሴ ዩኒቨርስቲ በነበሩበት ወቅት ስለነበራቸው ግንኙነት አስመልክቶ አጫውቶኛል። በነገራችን ላይ ከላይ የጠቀስኳቸው ሁለቱ "ወዳጆቼ" አ. አ. እና ዘ. ከ. ጋር መግባባት በጀመርን በወረታችን ሰሞን ኢሕአፓ እንደነበሩ ጠይቄአቸው ሁለቱም ባንድ ድምጽ በኩራት መንፈስ "ፈጽሞ! አይሞከረንም! እንዴት አድርገ! ኧረ አይነካካንም" የሚል ነበር መልሳቸው። መልሳቸው ብቻ ሳይሆን የአመላለስና ያነጋገራቸው ዘይቤአቸው ነበር ይበልጥ ያናደዱኝና ስሜቴን የጎዳው። አነጋገራቸው ልክ ኢሕአፓ መሆን እንደ ወንጀለኛ ወይንም ኃጢአተኛ የሚያስቀጥራቸው

ዓይነት አስመስለው ነበር። ቅር አለኝ፣ አስቀየሙኝ፣ ሆኖም ግን ላስቀይማቸው አልፈለኩም፣ መናደዴንም አላሳየኃቸውም። ቢሆንም አልነበርንም ማለታቸውን አላምናኳቸውም።

ስለ ኢሕኤፓ ጠለቅ ያለ ዕውቀት ያላቸው ከመሆኑም በላይ ከአብዛኛው መስዋዕት ከሆኑት መሪዎቹ ጋር የቅርብ ትውውቅ እንደነበራቸው ከውይይታችን ለመገንዘብ ችያለሁ። መፅሀፍ በማዘጋጀት ላይ መሆኔንና በገንዘብ እጥረት ምክኒያት የማሳተም ችግር እንደሚኖርብኝ ገና ለገና ፍራቻየን ለእኒሁ ሁለት "ኩሩ" "ወዳጆቼ" ሳማክራቸው በተቻለህ መጠን መጽሀፉን ለማጠናቀቅ ሞክር። አቅም አጣሁ በሚል ምክኒያት ወደ ኋላ እንዳትል ብለው አደፋፈሩኝ። እንዲያውም ሁለቱም ባንድነት በገና ቀና አስተሳሰብ ያላቸውን ለእንደዚህ ዓይነቱ መጽሐፍ ማዘጋጀት ለሚጥር ኢትዮጵያዊ በጣም የሚደግፉና የሚያበረታቱ ኢትዮጵያዊያን ስለሚኖሩ ዕርዳታ እንድጠይቅ በተደጋጋሚ አደፋፈሩኝ። እኒሁ "መልካም" ወግኖቼ ሜሪላንድ የሚኖሩና እንዲያውም ከቤተሰቦቻቸው አንዱ የድርጅቱ መሪ የነበረና በተፈጠረው ክፍፍል በአመራሩ የተገደለባቸው የናጠጡ ሀብታም ኢትዮጵያዊያን ቤተሰብ መኖራቸውን በመግለጽ እርዳታ እንድጠይቅ አደፋፈሩኝ። ከሁለቱ "ወዳጆቼ" እንደኛው አጥብቀ ያሰበበት በመሆኑ የእኒህኑ ሀብታም ያላቸውን ቤተሰብ የስልክ ቁጥር አፈላልጎ ይዞልኝ መጣና ሰጠኝ። እየፈራሁ እየተባሁ ደወልኩ። ጽሀፊዋ ወዲያውኑ አገናኘችኝ። እራሴን በማስተዋወቅ ወደ ዕርዳታ ጥያቄየ አመራሁ። ካዳመጡኝ በኋላ ስሜንና የስልክ ቁጥሬን ወሰዱ። በመቀጠልም ለመርዳት ደስ እንደሚላቸለው፣ ከአሁን በፊትም ለብዙ ግለሰቦች ተገቢውን ዕርዳታ እንዳበረከቱ፣ አሁንም ለአንተ ማድረግ በፈለግን ነበር። ነገር ግን በአሁኑ ወቅት ሁለት ወገኖቻችን በተለይ አንዷ በጉዳዩ ጠለቅ ያለና ሰፊ ዕውቀት ያላት ከሌላ ጋር ሆና መጽሀፍ እየጻፉ ስለሆነ እነሱን እየረዳን ሌላ ግለሰብ ወይንም ቡድን መርዳቱ ችግር እንዳያስከትልብን እነሱን በቅድሚያ አነጋግረን እንደውልልሃለን ብለው አሰናበቱኝ። እኔም ከወር በኋላ ወደ አውስትራሊያ እንደምሄድ ገልጬ ተሰናበትኩ። ማንም የደወለልኝ ባለመኖሩ እልክ ተያያዝኩና ከአራት ሣምንት ቀይታ በኃላ ወደ አውስትራሊያ ልጋዝ ሦስት ቀን ሲቀረኝ ደውየ ከወንድማማቾቹ መካከል ቀደም ሲል ያነጋገሩኝን ሀብታም ወገኔን አገኘሁኝ። እንደሚያስታውሱኝና መቸ ደውየ እንዳነጋገርኳቸውና የስልክ ቁጥሬን ጭምር ነገሩኝ። ከዚያም በማያያዝ ስለድርጅቱ ታሪክ በመጻፍ ላይ የሚገኙትን ሁለቱን ወገኖቻችንን አነጋግረናቸው በተለይ በጉዳዩ ጠለቅ ያለ እውቀት ያላት በጣም ቅር ተሰኘች፣ ደስተኛ አልሆኑም፣ መሆን የለበትም ብለው ተቃወሙ። እስከዚህ ድረስ የሚያደርስ አልመሰለንም ነበር። ጥያቄህን ለመፈጸም እንችልም ብለው መለሱልኝ። የጠየኩኝ እርሰዎንና ቤተሰቦዎን እንጂ ሌሎች የውጭ ሰዎችን አልነበረም፣ ለማናቸውም አመሰግናለሁ ብየ ተሰናበትኩ።

1.5. በመርሀ ሳቢያ ከ1970 ዓ. ም. ጀምሮ የተከማቸው የመንፈስ፣ ዓዕምሮ፣ የሥነልቦናና የአካል ረብሻ ያስከተለብኝ ውጤት

የቀድሞዋ የአሜሪካዷ ሀኪም ባልቤቴ አውስትራሊያን ለቅቄ ወደ እሷ እንደሸጋገር በሰጠችኝ የመጨረሻ ማስጠንቀቂያ መሠረት በመጀመሪያ በሜልበርን ዩኒቨርሲቲ ከነበረችኝ የማስተማር ሥራየ በፈቃዴ ተሰናበትኩ። ቀጥሎም በኦርሞንድ ኮሌጅ ከነበረችኝ ተደራቢ የማስተማር ተግባሬ በፈቃዴ ተሰናበትኩ፣ በኦርሞንድ ኮሌጅ በነዋሪ አስተማሪነት የተሰጠችኝን በቀላሉ ላገኛት የማልችለዋን እራሷን የቻለች የመኖሪያ ቤቴን አስረክቤ ከኮሌጁ ተሰናብቻለሁ። ቤቷን በመገልገያ ቀሳቁሶችና መገልገያ ዕቃዎች ለማሟላትና ለማደራጀት በአምስት ዓመት ቀይታየ በየጊዜው የገዛኃቸውን ሁሉ በሙሉ አሥራት እጅት በዚያን ጊዜ ኢትዮጵያ ስለነበር ለቅርብ ጓደኛው በነፃ አስረክቤ ከቤቷ ወጥቻለሁ። ከባለቤቴ በተሰጠኝ የመጨረሻ ጥብቅ ትዕዛዝ መሠረት ወደ እሷ ለመሸጋገር ቅዳሜ ለመጓዝ ተዘጋጅቼ ሳለሁ ለመብረር ሁለት ቀን ሲቀረኝ ድንገት (ቅዳሜ ልበር ሐሙስ ዕለት) ወደ እኔ እትምጣ፣ እዚያው ሥራህን እየሰራህ ቀይ የሚል መንፈስ አስጨናቂ መልዕክት ላከችልኝ። ቀደም ሲል የተቃወመችውን ሃሳብ በመለወጥ ኃዟን ጠቅላ ከእኔው ጋር አውስትራሊያ ተሸጋግራ የሕክምና አገልግሎቷን ለመጀመር ፈልጋ ይሆናል ብየ በቀና መንፈስ ተረጎምኩት። ይህ ያልታሰበ ድንገተኛ ትእዛዟ ከምን የመነጨ እንደሆነና ሊያስከትልብኝ የሚችል ነገር ቢኖር እንዲመክሩኝ በማለት ሁለት በሜልበርን ዩኒቨርሲቲ የተለያየ ዲፓርትሜንት ኃላፊ የነበሩና ሁለቱም እንደእኔው በኦርሞንድ ኮሌጅ በነዋሪ አስተማሪነት በመቀጠራቸው ከእኔ ጋር ባንድ መኖሪያ ግቢ በጉርብትና ይኖሩ የነበሩትን በየተራ አነጋገርኳቸው። ሁለቱም አንድ ዓይነት አባባል መለሱልኝ። እስከአሁን ድረስ ሳይታወቅህ በመቅረቱ እንጂ ኃይሉ ሁሉ (power) ያንተ ሆኖ ቀይቷል፣ ይህም ኃይልህ ከአሜሪካ አውስትራሊያ በየጊዜው እንደ ሕፃን ሲያንከራትታት ቀይቷል። ላንተ አልታየኽም እንጂ በዚህ የመንከራተት ዘመኗ አያሌ የመንፈስና የሥነልቦና ጭንቀትና ረብሻ ስትቃቃም ቀይታለች። ከአሁን ጊዜ ጀምሮ ግን በተለይም አሜሪካ ገብተህ በጉያዋ ከታቀፍክ ጀምሮ ለእሷና ለትዳርህ ያለህ ፍቅርና አክብሮት እስከሚበርድልህ ድረስ ሙሉ በሙሉ ኃይሉ (power) ሁሉ የእሷ ተራ ሆኖ ይቀያል። በዚህም የኃይል ለውጥና ቁጥጥር በተደጋጋሚ የመንፈስ፣ የዓዕምሮና የሥነልቦና ጭንቀትና ረብሻን የሚዳርጉህ ሁኔታዎች ሊፈጠሩ እንደሚችሉ ከወዲሁ ማወቅ ይኖርብሀል። መሣሪያህና መከታህ የሚሆንህ ለትዳርህና ለፍቅርህ ሲባል ጠንካራና ታጋሽ በመሆን እንዳላየህና እንዳልሰማህ መስለህ ችላ እያልክ ለማሳለፍ የመቻል ብቃትና ችሎታ ሊኖርህ ይገባል። ሌላ አይምሰልህ፣ ኃይሏን ልታሳይህና በቁጥጥሯ ሥር መውደቅክን ተረድተህ አቤት እመቤቴ! እሺ እመቤቴ1 እያልክ መኖር እንዳለብህ ማስረዳቷ ነውና ቀጥታ በፕሮግራማችሁ መሠረት ወደ ባለቤትህ መጓዝ ይኖርብሀል ብለው ሁለቱም መከሩኝ።

ወዲያውኑም ወደ አንቺ ለመምጣት ሁሉን አጠናቅቄ ስለተዘጋጀሁ በላክሽልኝ የጉዞ ፕሮግራም መሠረት ቅዳሜ ከዚህ እነሳለሁ ብየ በዚያኑ ዕለት ወደ ማታ ገደማ መልስ ላኩላት። ሌላ ምንም ሳትል በበረራየ ዋዜማ ሳን ፍራንሲስኮ አይሮፕላን ማረፊያ እጠብቅሀለሁ ብላ መልስ ላከችልኝ። አሜሪካ ገብቼ መኖር እንደጀመርኩ ለሥራ ጉዳይ አውስትራሊያ ተመልሼ ሳለሁ ወደ አሜሪካ ለመመለስ ሶስት ቀን በፊት ገና አውስትራሊያ እያለሁ አስቀድማ ፍቹን አቀነባብራ ፍርድ ቤት አስገብታለች። በአውስትራሊያ የሁለት ሳምንት ቆይታየ እስከ መጨረሻው ድረስ በዕየለቱ ማታና ቀን ስልክ እየደወለች ከአንድ ሰዓት በላይ ስታጫውተኝ ወደድኩህ፣ ናፈከኝ የመሳሰሉትን አሜሪካዊ ስብከት ከመቀባጠር በስተቀር ስለፍች ያነሳችው አልነበረም። ከሁለት ሳምንት ቆይታ በኋላ አውስትራሊያን ለቅቄ ወደ አሜሪካ ለመብረር በምሰናዳበት ዕለት ማለዳ ገደማ ስልክ ደውላ ቶሎ ድረስህ እስከማቅፍህ ቸኩያለሁ ... ወዘተ የሚባሉትን የፍቅረኛሞች ቃንቃ በመቀባጠር ነበር ወደ አሜሪካ በረራየን ያስጀመረችኝ። ሳንፍራንሲስኮ ዓለም አቀፍ አይሮፕላን ማረፊያ ደርሼ እሷን ስጠባበቅ መፈንገሌን የሚያበስረውን የፍች ቅጅ በታማኝ ሰዎቿ አማካኝነት ከአይሮፕላን ማረፊያው ተጠባብቀው እንዲደርሰኝ አደረገች። ወዲያውኑም አይሮፕላን ማረፊያው እያለሁ የፍች ኮፒውን መቀበሌን ታማኝ ሰዎቿ በስልክ እንዳበሰሯት አየር መንገዱ ደውላ ከእኔ ጋር እንዲያገናኟት በመጠየቅ ታገኘኝና ወደ ቤት እንጋትመጣ፣ የፈለክበት መሄድ ትችላለህ የሚል አሳዛኝ ትዛዝም ምክርም ሰጥታ ስልኩን ዘጋች። ለሁለት ሳምንት አውስትራሊያ እያለሁ በየቀኑንና በየምሽቱ ውደድኩህ፣ ናፈከኝ የሚሉትን ቃላቶች በመጠቀም ናላየን ከማድከም ይልቅ ግልጽና ቅን ሆና እዚያው አውስትራሊያ ቅር ወደ እኔ አትምጣ ብላ ብትነግረኝ እንኳን ደግነትና ጨዋነት የተመላበት በመሆኑ እዚያው አድቤ እንድኖር ያስችለኝ ነበር። ከአጋጉል የእልክ ተግባራትና ያላቅሚም ሙግት እቀጠብም ነበር። ከፍርድ ቤት የፍች ኮፒ ከደረሰኝ በኋላ ወደ አውስትራሊያ መመለሱ ሊያስከትልብኝ የሚችለውን ባለሙያዎችን ማማከር እንደሚኖርብኝ በመገንዘቤ ትኬት ቀርጬ ወደ አውስትራሊያ ለመመለስ የነበረኝ ቅጽበታዊ ሀሳብ ሰርዤ ባለሙያዎችን ለማማከርና የፍርድ ቤት ቀጠሮየን ለመጠባበቅ ወሰንኩ። ልብሴ ጋዜ ኮተቴና ሁሉም ጠቃሚ ሰነዶቼ ሁሉ ያለው ከእሷ ጋር ነው። ያለንበት ቤት ንብረትነቱ የሁለታችንም የሆነ የጋራ ቤታችን በመሆኑ ፖሊሶች ቀጥታ ቤት ሄጄ እንድኖር ምክር ቢሰጡኝም ቤት ሄጄ ለመኖር ብሞክር የምታደርገው ስለማይታወቅ በመስጋት ለሁለት ሳምንት ከጎረቤቶቼ ከአቶ ዓምሃ ዘውዴና ወ/ሮ አቢ ጋር ኖርኩ። ያማከርኳቸውም የሕግ ባለሙያዎች የፍቺው ቅጅ ከደረሰህ በኋላ ወደ አውስትራሊያ ለመመለስ ብትሞክር በፍርድ ቤቱ ላይ ንቄት እንዳሳደርክ ከማስቀጠሩም ባሻገር ላልታወቀ ዕቅዷ ጥሩ ምክኒያት ስለሚሆንላት በቀጠሮ ዕለት ጠበቃ ይዘህ መቅረቡ አማራጭ የሌለው መንገድ ነው በማለት ምክር ተሰጠኝ። ከቀጠሮው በፊት ሶስት የምናከብራቸው ጎረቤቶቻችን ከእኔ የምትፈልገው እንደሌላት፣ እኔም ከእሷ የምፈልገው

እንደሌለኝ በማወያየት ሰላም ተፈጥሮ በሰላም ወደ አውስትራሊያ እንድመለስ ለማድረግ ሁለታችንንም አገናኝተው ለማነጋገር ጥረት ቢያደርጉም የማትረሳኝ አባባሏ እንዲህ ነበር ያለቸው፣ የባለቤቴን ድጋፍ እፈልጋለሁ፡፡ ጠበቃም ይዞ መከራከር ከፈለገ ይሞክር፣ I will take my risk ነበር ያለቻቸው። ጠበቃ ይዤ ልሟገታት ብሞክር ድምጥማጧ እንደሚጠፋና እንደምትዘረፍ ስለማውቅ ያንን ጨካኝ ድርጊት ባፈቀርኳት ፍቅረኛየ/ባለቤቴ ላይ ለመፈጸም ማንነቴ አላስቻለኝም። ከዚያም በላይ ብዙ ቀንጆ የሆኑና የማይረሱ አያሌ ትዝታዎች ባንድነት አሳልፈናል። እሷን መክሰስና አደጋ ውስጥ ማስገባት ማለት እነዚያን ቀንጆ ትዝታዎችና የፍቅር ጊዜያቶች ሁሉ ከዓምሮየና ልቦናየ ፍቄ እንደመሰረዝ እቆጥረዋለሁ። ብንለያይም እነዚያን ሽጋና መልካም ትዝታዎች ሁሉ ሳስታውስ መኖር እፈልጋለሁ። በዚያ ላይም የእኔን ቀና እርምጃዎች ስትመለከት ምንአልባት ነፍስ ዘርታና አዋቂ ሆና ተፀፅታ ነገሮችን አቃላ በመያዝ በሰላም እንድንለያይ ታደርግ ይሆናል ከሚል ቀና አስተሳሰብ በመመርኮዝ በፍጹም እሷን አደጋ ውስጥ አላስገባም፣ የፈለገች ታድርገኝ ብየ አብዛኛውን ጊዜ ብቻየን ፍርድ ቤት እየሄድኩ ለመከራከር ወሰንኩ። ሆኖም በመጀመሪያው የቀጠሮ ቀን ብቻየን እንዳልቀርብ በተሰጠኝ ምክር መሠረት፣ እንዲሁም ሁሉ ነገር በመጀመሪያው ቀጠሮ በሠላም የሚያልቅ ስለመሰለኝም ጭምር ጠበቃ ይዤ ፍርድ ቤት ቀረብኩ።

ጠበቃ መቅጠሬን የተረዳችው ባለቤቴ ይባስ ብላ ሁለት ከፍተኛ ክፍያ የሚከፈላቸው ጠበቃዎች (High priced attorneys) ቀጥራ በቀጠሮ ዕለት ፍ/ቤት ተገናኘን፣ በጠበቃየ አማካኝነት ከባለቤቴ የምፈልገው ነገር እንደሌለ አስረዳሁ። ጉዳዩ የማይዘጋና የሚቀጥል ከሆነ የምኖረው ከጎረቤቶቹ ጋር በመሆኑ፣ ሥራ እንደሌለኝ እንዲያውም ከአውስትራሊያ ስፖንሰር አድርጋ ፈርማ ያመጣችኝ እሷ በመሆኗ ቀለብ እንድትችለኝና ከአራቱ የመኖሪያ ቤቶች አንዱ ገብቼ እንድኖር ያለበለዚያ ወደ አውስትራሊያ ለመመለስ እንድችል ጉዳዩ እዚሁ እንዲዘጋልኝ ብላ ጠበቃየ ፍርድ ቤቱን ጠየቀች። ባለፉት ዓመታት በተለያዩ ወቅት በመርህ ሳቢያ በፈጸምኳቸው ግልጽና ቅን እርምጃዎቼ ቂም ይዛ የቀየችው ውድ ባለቤቴ ሴት በመሆኔ የሱን ድጋፍ ስለሚያስፈልገኝ የፍርድ ቤቱን እንዲያዝልኝ እጠይቃለሁ ብላ በቀጠረቻቸው ሁለት ጠበቆቿ በኩል አቀረበች። ልብ በሉ፣ ስፖንሰር አድርጋ ፈርማ አሜሪካ እንደመጣ ያደረገችኝ እሷ ስለሆነች መክሰስ የሚገባኝ እኔ ነበርኩ። ከዚያም ባሻገር የናጠጠች ሀኪም በመሆኗ ገንዘብ ወይንም ሌላ የቀሳቁስ ጥቅም ከእኔ አትሻም። የዘረጋችውን የማጥቃት ዕቅዷን ተግባራዊ ለማድረግ በተገላቢጦሽ የእኔን ድጋፍ ጠየቀች። በመኻሉ ፍርድ ቤቱ ውስጥ ጦጣ አደረጉኝ። ዳኛዋ የሐንጋሪ ስደተኞች ቤተሰብ የሆነች አሜሪካ ተወልዳ ያደገች መልካም ዳኛ በመሆናቸው ጠበቆቿን አፍ በማዘጋት ከባለቤቴ የምፈልገው ነገር የለኝም፣ ወደ መጣሁበት ሀገሬ ልመለስ ብሎ እየነገረን ነው፣ መሄድ ካልቻለ ሥራ የሌለው በመሆኑ በየወሩ ለስድስት ወራት ለቀለብና ለቤት ወጭ እንድትከፍለኝና ውሳኔ እስከሚሰጥ ድረስ ከአራቱ የመኖሪያ ቤት ባንድኛው

ቤት እንድኖር ታዘዘልኝ። ለተንኮሏ ባፋጣኝ የቤቱን እቃዎች ሁሉ ሙልጭ አድርጋ ጠራርጋ አውጥታ ለሰዎች በማደል ባዶ ቤት ተረክቤ መኖር ጀመርኩ። ጉዳዩ እየገፋ መሄድ እንደጀመረ ጉዳዩን ያለጠበቃ ብቻየን መጋተር ተያያዝኩት። ፍርድ ቤቱ ምንም አዘኔታና አስተያየት ሊያደርግልህ ስለማይችል ጠበቃ ይዘህ መከራከሩ ጠቃሚ ነው፣ ያለበለዚያ ችግር ውስጥ ትወድቃለህ ብለው በቀጥታ ዳኛዋ በችሎት ላይ እንዳሉ መከሩኝ።

ባንድ በኩል የጠበቀቹ ስግብግብነትና ከክፍያው ከባድነት ባሻገር ጉዳዩ እንዲራዘም እንጂ ሠላም ተፈጥሮ ባጭር እንዲቀጭ አለመፈለጋቸውን በመገንዘቤ፣ በተለይ ደግሞ ከላይ ለመግለጽ እንደሞከርኩት ጠበቃ ይዤ ልሟገታት ብሞክር ድምጥማጧ እንደሚጠፋና እንደምትዘረፍ ስለማውቅ ያንን ጨካኝ ድርጊት ባፈቀርኳት ፍቅረኛየ/ባለቤቴ ላይ ለመፈጸም ማንነቴ አላስቻለኝም። ነገሩ ሁሉ እየገፋ ሲሄድና የጠበቀቿ አውሬነት እያደገ በሄደ ቁጥር እራሴን መቆጣጠር ቸገረኝና ካልሆነ እልክ ውስጥ ገባሁ። ምንአባታቸው ሊያደርጉኝ ነው፣ እስቲ አያቸዋለሁ በማለት የማልቋቋመውን ከባድ ተራራ ብቻየን ለመግፋት ተያያዝኩት። የዚህ ውሳኔየና እርምጃየ ውጤት ሁሉ የኃላ ኃላ በጤንነቴና በኑሮየ ላይ ከባድ ተፅዕኖ አሳደረብኝ። በቀድሞው ምዕራብ አውሮጳ፣ በመከከለኛው ምሥራቅ፣ በሀገር ቤት፣ በደቡብ ፓስፊክና በሰሜን አሜሪካ በተለይም በሀገር ቤት ከ1970 ዓ. ም. ጀምሮ ተከማችቶ ለኖረው የመንፈስ፣ ዓዕምሮ፣ የሥነልቦናና የአካል ረብሻ፣ ውንጀላ፣ ሥም ማጥፋት፣ አሉባልታና የስም ማጥቀር ሴራዎችን ሁሉ ውስጤ እያረረና እየቀሰለ አፍኜ አንዳችም ሳልተነፍስ መቆየቴ በቀድሞዋ አሜሪካዊት ባለቤቴ በተሰነዘረብኝ አሜሪካዊ ቅጣትና ባስከተለው ውጤት አሳቦ የተከማቸው ክምችት ሊፈነዳ በመቻሉ ለተባለው ቪ. ኪ. ኤች. በሽታ (VKH syndrom) በመዳረግ ለዓይኔ መጋረድና ለቆዳየ ለምጽ ዋና መንስዔ እንደሆነ በሕክምና ባለሟያዎች ተነገረኝ። ከቀደሞዋ የአመሪካ ሀኪሟ ባለበቴ ጋር በስተርጅና ፍቅር የተገኘውን ጋብቻየን በጉትትና በናፍቆት አክብሬ የሙጥኝ መያዝ እንደሞከርኩ ከመርሔና ከዓላማየ ጋር የሚጋጭና በሰማዕት ኃዶቼ መቃብር ላይ ቆሜ ዳንኪራ በመርገጥ የአርቲፊሻል ሕይወት ለመምራት የሚዳርገኝ/የሚጋብዙኝ ያልታሰቡና ያልተጠበቁ አያሌ ምክኒያቶች በመፈጠራቸውና በችልታ ላልፋቸው ባለመቻሌ ትዳሩ እንዲጨናገፍና በአሜሪካዷ ሀኪም ባለቤቴ ከባድ አሜሪካዊ ቅጣት ለመዳረግ በቃሁ። በቀድሞው የምዕራብ አውሮጳ ወገኖቼ፣ ከኢሕአፓ/ኢሕአሠ አመራርና ከሻዕቢያ ይባስ ብሎም ከደርግ ባልሥልጣኖችና ሹማምንቶች የደረሰብኝን ጥቃት እንዳመጣጡ እያስተናገድኩ ንዴቴንና ብሶቴን በሆዴ አፍኜ መያዜና እንደገናም በሀገር ቤትና በውጭ ሀገር ከወገኖቼ የተሰነዘረብኝ አሉባልታና ስም ማጥፋት ዘመቻዎች ሁሉ አምቆ የያዝኩትን በፍቺው አጋጣሚ በተፈጠረብኝ አሜሪካዊ ዱላ ተዳምሮ ጤነኛና ጠንካራ የሆነው አውቶ ኢሚውን ሲስቴሜ (Auto Immune system) ለመረበሽና ለመቃወስ ቻለ። በምትኩም የመንፈስ፣ የሥነልቦናና የአዕምሮ ጭንቀትንና ረብሻን በማስከተል ስትሬስ (stress) እና ንዴትን (anger)

አስከተለብኝ። ቀጥሎም የዓይን ሕመምና የለምፅ በሽታ ተለከፍኩ። ከመርሀ ጋር የተያያዙ ጉዳዮችን አስመልክቶ ከአሜሪካዷ ባለቤቴ ጋር ሊያለያዩኝ ያበቁትን ቢያንስ አራቱን እንኳን እዚህ መግለጽ የግድ ይሆናል፣

1. በአሜሪካና አውስትራሊያ ትምህርት ሥርዓት ልዩነት በአሜሪካ በሙያየ ሥራ በቀላሉ ለማግኘት ስለማልችል ከጋብቻ በኋላ ወደ አሜሪካ ከመሸጋገር ይልቅ አውስትራሊያ ያለችኝን ሥራ እየሰራሁ እንድቀይ ከአሜሪካዷ ባለቤቴ ጋር በአግባቡ ተወያይተን ተስማማን። ያልሆነ ፍራቻና ጭንቀት ስላደረባት ጭንቀቷንና ፍራቻዋን ለማስወገድ ብሎም እኔን ለመቆጣጠር አያሌ ርካሽ ዘዴዎች ተጠቀመች። ከነዚህ ርካሽ ዘዴዎቿ መካከል አንዱ በንዋይና በሀብት ለመግዛትና ለመቆጣጠር መፈለጋ ነበር። በፈረንጆች ዘመን አቆጣጠር ከ1987 እና 19989 ጀምሮ በእርሷ ይዞታ በባለቤትነት የያዘቻቸውንና በውድ ሠፈር የሚገኙትን ሁለት ንብረቶቿን በሕጋዊ መንገድ በሳክራሜንቶ ካውንቲ አስመዝግባና ኖተራይዝድ አስደርጋ ወደ እኔ ያዛወረችበትን ሁለት ግራንት ዲድስ (Grant Deeds) ሕጋዊ ሰነዶች አውስትራሊያ ላከችልኝ። ስለሰነዶቹ ሕጋዊ ይዘት ለመረዳትና ሌላ ወደ አልታሰበ ችግር እንዳልገባና ሰማዕታቶቼን እንዳላስቀይም በማሰብ ከሜልበርን ሆኜ ለቀድሞ የትንሽ ጊዜ ወዳጄና የአለቃየ ልጅ ለሆነው ለከበደ ጋሻው ከበደ በስልክ አወያየሁት። ምክሩን ከመለገሱ በፊት ሰነዶቹን መመልከት ስለፈለገ ሁለቱንም ሰነዶች ፋክስ አድርጌ ወደ ካሊፎርኒያ ላኩለት። ሰነዶቹን ከተመለከተ በኋላ በገዛ ፈቃዷ ሁለት ንብረቶቿን ከእሷ ወደ አንተ ስም ማዛወሯን በሕግ ፊት ያረጋገጠችበት ሰነድ መሆኑን በላከልኝ የኢሜል ደብዳቤው ገለጸልኝ። በማያያዝም ተጠቃሚ ሀብታም ከመሆኔ በስተቀር በእኔ ላይ የሚያስከትል ችግር ሊኖር እንደማይችል፣ እንዲያውም የሁለት ንብረቶች ባለቤት ጌታ እንደሆንኩኝ አብራርቶ ገለጸልኝ። ይህን ሲነግረኝ የተሰማኝ ድንጋጤና ረብሻ ይህ ነው ለማለት ያስቸግረኛል። ወዲያውኑ በስልክም በኢሜልም ሰነዱን በአስቸኳይ ከስሜ እንድታሰርዝ ጠየኳት። እምቢ አልቀበልም ብየ መቃወሜ ደግሞ ወደ ሌላ እና ወደ አልታሰበ ፍራሀትና ጭንቀት ላይ ጣላት። ሌላ አመለካከት ኖሮኝ ሳይሆን በቅንነት ያደረኩት መሆኑን ለማስረዳት ጣርኩ። ሁለቱንም ንብረቶቿን መልሳ ወደራሷ ስም ካላዛወረችና እኔን ከተባሉት ንብረቶች ስሜን ካላወጣች ወደ አሜሪካ ለመምጣትና አብረን ለመኖር እንደማንችል ከወዲሁ እንድታውቂው በማለት አምርሬ በድጋሜ አስታወኩኝ፣ አልፎም ለወላጅ እናቷ፣ ለቅርብ ጓደኛዋና ለታናሽ እህቷ (ሁለም ሀኪሞች ናቸው) በስልክ አሳሰብኩ። ከብዙ ውጣ ውረድ በኋላ ጥያቄየን በመቀበሏ ሜልበርን ከሚገኘው የአሜሪካ ካውንስሌት ሄጄ ስሜ ከሁለቱ ሰነዶች እንዲወጣና በሁለቱም ንብረቶች ላይ የባለቤትነት መብት እንደሌለኝ በማረጋገጥ ፈርሜ በሰነዶቹ ላይ የኤምባሲው ማሕተምና የካውንስለሯ ፊርማ ተመቶበት ሰነዶቹ ቀጥታ ለአሊያንስ ታይትል (Alliance Title) ለሚባል ኩባንያ እንድልከው ከኩባንያው በተላከልኝ ፎርምና የደርሶ መልስ ፖስታ አዘጋጅቼ

በፈረንጆች ዘመን ሐምሌ 21 ቀን 2005 ላኩኝ። ውሳኔየ ወደባሰ አላስፈላጊ ጥርጣሬ ውስጥ ከተታት። ውሎ አድሮ ለግንኙነታችን መሻከር አንዱ መንስዔ ሆነ።

2. ከዚያ በፊት በፈረንጆች ዘመን አቆጣጠር 2005 በሰኔ ወር መጨረሻ ጀምሮ በአውስትራሊያ ትምህርት ቤት በሚዘጋበት ወቅት ለአስቸኳይና ብርቱ የቤተሰብ ጉዳይ ጁን ወር መግቢያ 2005 ቫንኮቨር፣ ካናዳ እንድንገናኝ በማለት የአይሮፕላን ኤለክትሮኒክስ ቲኬት ኢሜይል አድርጋ አስቀድማ ትልክልኛለች። ምን ችግር ተፈጠረ ብየ በትእዛዟና በመመሪያዋ መሠረት በተባለው ወርና ዕለት ቫንኮቨር ደረስኩ። ከዚያም የመጣሁበትን ምክኒያት መክፈቱ እጅግ አድርጎ ስላስጨነቃት ጊዜ መግደል ብትፈልግም የማይቀር ጉዳይ በመሆኑ ስለተቻኮልኩ ከሶስት ቀን በኋላ አጥብቄ ጠየኳት። ፕሬዚደንት ጆርጅ ደብሊው ቡሽን በማክበር ማክሰኞ ጁን 13 እና 14 ቀን 2005 በግራንድ ሃያትና በዋሺንግተን ኮንቬንሽን ሴንተር በሚከሄደው የፕሬዚደንቱ ራት ግብዣና ሳሉት ቱ ፍሪደም (President's Dinner and Salute to Freedom Event) በሚባለው ፕሮግራማቸው ላይ እሷን እጅቤ የእራት ግብዣውንና የሳሉት ቱ ፊሪደምን በዓል እንድካፈል ለመዘጋጀት ነበር። የሚፈጀው ሁለት ቀን ሲሆን፣ ከራቱ ግብዣ በፊት ሰኞና ማክሰኞ ሙሉ ቀን ልዩ ልዩ ፕሮግራም ይካሄዳል። ይህን ስትነግረኝና በተጨማሪም ከናሺናል ሪፐብሊካን ኮንግሬሺናል ኮሚቴ ሊቀ መንበር ከሆኑት ከቶማስ ኤም. ሬይኖልድስ (Thomas M. Reynolds, M. C.) እና ከአክዚኩቲቭ ዲሬክተሯ ከሳሊ ኤ. ቫስቶላ የተላከላትን ደብዳቤ እንዲሁም በስሟ ስለተፈጸመው ክፍያ ከካት ሚለር (Cat Miller) እና የሁለት ምሽት የሆቴልና የኮች ክፍያ ሰነዶችን እንደተመለከትኩ ቀዋታ ሰማዕታት ጓደኞቼ ከፊቴ ድቅን ብለው ሲታዘቡኝ፣ ሲያሾፉብኝ፣ ሲስቁብኝና ሲቀልዱብኝ በግልጽ ታዩኝ። በአሜሪካ ተጨፍልቆ የተፈጠረ አዲስ ወስላታና ቀጣፊ አያሌው መርጊያው እንጂ እውነተኛው፣ ታማኙና ባለመርሑ የጥንቱ አያሌው መርጊያው እንዳልሆንኩ ተሰማኝ። የእሟሆይ ብይን ከበደ በሽር ደጋላስና የመቶ አለቃ መርጊያው ጉበና አምባው ልጅ እንዳልሆንኩም ሆኖ ተሰማኝ። በነገራችን ላይ ይህችው የቀድሞዋ አሜሪካዊት ሀኪም ባለቤቴ ስለእነዚህ ሰማዕታት ጓዶቼና እንዲሁም ስለውዲቷ ጣይቱ ካሳ በደንብ አድርጋ ታውቃለች። በጣይቱም ሆነ በሰማዕታት ጓዶቼ ምክኒያት ካውንስሊንግ ደጋግማ ወስዳኛለች፣ ለዘመናት በጣቴ በነበረችው ቀለበት ምክኒያት ብዙ ብትረበሽም የኋላ ኋላ ነገሩ ሁሉ ግልጽ ሆኖ ካገኘችው ጊዜ ጀምሮ እንዲያውም የምታበረታታኝ ጓደኛየም ጭምር ሆና ቀይታለች። በከተማም ሆነ በኢሕአሠ ሜዳ ስለተገደሉት ሰማዕታቶቼ እንዴት፣ በማንና ለምን ምክኒያት እንደሆነ ያጫወኳት በግልጽ ሳይሆን በደፈናው በፋሺስቶችና አምባ ገነኖች እንደተገደሉ አድርጌ ነው። በቀላሉ ሊገባት ስለማይችልና ከኮሚኒዝም ጋር በማዛመድ ሌላ ስሜት እንዳያድርባትና ጓዶች በሚለውም ምትክ እንደ ወንድሞቼና እህቶቼ አድርጌ የምቀጥራቸው የቅርብ ጓደኞቼ እንደነበሩ አድርጌ ነበር የገለጽኩላት፣ ለነገሩ ወንድሞቼም እህቶቼም ናቸው።

በእነሱ ምክኒያት ችግር እንዳለብኝ ከጋብቻው በፊትም ሆነ በኋላ በደንብ ታውቃለች። የህክምና እርዳታም ለማግኘት የምችልበትን መንገድ ሁሉ ለማስገኘት ከብዙ የህክምና ባለሞያዎች ዘንድ ይዛኝ ሄዳለች። በአውስትራሊያ በተደጋጋሚ የመረመሩኝ የካውንስሊንግ ባለሙያዎች ከሙታን ጋር በፍቅር የከነፈ ነው የወደድሽው ሰው (He is in love with ghosts) እያሉ ነበር ሁሉም በድፍረት ያስረዷት። እሷ ግን ከጊዜ በኃላ እየገባት በመሄዱ በሟቾቹ ወንድሞቼና እህቶቼ ላይ ባለው ጠንካራ ፍቅርና በቀድሞዋ ባለቤቱ ፍቅር በመመረዙ እንጂ ሙሉ በሙሉ ጤነኛ ነው ብላ ትሟገታቸው ነበር። እንደገናም ገና ከመጋባታችን በፊት ወደ እሷ አሜሪካ መግባትና መውጣት እንደጀመርኩ በካልፎርኒያ ከሚገኙ ከምታውቃቸው ሕክምና ባለሚሎች ጋር ወስዳ ዕርዳታ ለማግኘት የምችለበትን ሁኔታዎች ሁሉ ጥረት አድርጋለች። አያድርስ ነውና የአሜሪካኖቹም ሀኮሞች የሚሏት ልክ የአውስትራሊያኖቹ ሀኪሞች እንዳሏት ጓደኛሽ/ባለቤትሽ ከሙታን (Deads) ጋር የጠበቀ ፍቅር ወይንም ግንኙነት አለው ነበር ይሏት የነበረው። ቀድሞ በውጭ ሀገርም ሆነ በአሲምባ ካፒታሊዝም ይውደም፣ ፊውዳሊዝም ይውደም እያልን መፎከር ብቻ ሳይሆን በተግባርም ልንታገለው ቀርጠን ትግል ሜዳ ገብተን የነበርንና በዚህም ምክኒያት እኔ የሚች ጓዶቼ መቃብር ሆኜ ለመኖር እንድችል በተዓምር ብተርፍም፣ እኒያ ድንቅና ብርቅ የሆኑ የኢትዮጵያ ሕዝብ ልጆች በባዕዳን ሀይል ታማኝ ወኪሎች ተረሽነዋል። ፓርቲውና ሠራዊቱም በደርግ፣ ወያኔና ሻዕቢያ የተቀናጀ ትብብር መንምኖ በመጨረሻም ብቃትና ችሎታ ባልነበራት ባላንጣ ተደምስሶ በሕይወት የተረፉት ከትግራይ ተባረው በውርደት አፈግፍገው ኤርትራ ገብተዋል። ታዲያ እኔ በስተርጅና እነሱን ካስረሸነውና ካስጨፈጨፈው፣ ለስደትና የመከራ ሕይወት ካበቃው፣ ሀገሬን በእጅ አዙር ቅኝ አገዛዝ ድሃ አስደርጎ ካስቀራትና ወገኖቼን ለድህነትና ለእርዛት ካስዳረጋቸው፣ አልፎም ይባስ ብሎ ላልጠገበው ጅብ ለሞስኮው ገዢዎች አሳልፎ የሰጠ፣ ጠንካራ የመከላከያ ኃይሏንና ጠባቂ ልጆቿን ካስመታና ካስደመሰሰ፣ እስከናካቴውም ለዛሬዋ ምስኪኗ ኢትዮጵያችን ባርኮና ቀድሶ ላሸጋገረን የችግራችን ሁሉ ቁንጮና እምብርቱ ፊት ቀሜ ስደንስና ሳጨበጭብ ምን ዓይነት ሕሊና ይኖረኛል፣ ምን ዓይነትስ ደስታ ሊሰጠኝ ነው፣ ወደፊትስ ቀሪውን ዘመኔን እንዴትስ አድርጌ የዓምሮና የመንፈስ ሰላም አግኝቼ ለመኖር እችላለሁ፣ ሰማዕታቶቼስ ምን ይሉኛል፣ እኔስ በመንፈስ ምን ብየ ልነግራቸው ነው፣ የውርደት ውርደት፣ የውድቀት ውድቀት፣ የቅሌት ቅሌት፣ የሞት ሞት መስሎ ታየኝ። ብዙ ተረበሽኩ፣ እንደ ሕጻን ልጅ እምባየ በግልጽ ወረደ፣ አትኩራ ተመለከተችኝ፣ እሷም ተረበሸች፣ ይባስ ብላም እሷም እምባዋን ታወርደው ጀመር። ለእሷ መረበሽና እምባ መውረድ አልተጨነኩም (በሕይወቴ ሰው ከፊቴ ሲያለቅስና ሲጨነቅ ለዚያውም የማፈቅራትና የምወዳት ስታለቅስ እያየሁ ዝም ስል ያ ወቅት የመጀመሪያ ጊዜ ነበር)። እያወቀች ያደረገችው ነገር ነውና አላዘንኩላትም።

የዶክተሬት ጽሁፌን ስሰራ በሚገባ እያነበበች የእኔን አመለካከትና አስተሳሰብ ታደንቅልኝ ነበር። የዶክተሬት ድግሪ ጽሁፌን ለመሥራት የተጠቀምኩት ባብዛኛው በአሜሪካ የጥቁሮችን የምዝበራና የጭቆና ሕይወትና ተመክሮ መሰረት በማድረግ ነው። የጽሁፌን ይዘት በጣም አድርጋ ነበር የምታደንቅልኝ፣ እንዲያውም አንዳንድ ከጽሁፌ ጋር የሚመሳሰሉ አዳዲስ መጽሀፍ ስታይ እየገዛች የምትልክልኝ እሷ ነበረችና የእኔን አመለካከትና ፍልስፍና በደንብ አድርጋ ታውቃለች። የራሷም አቋምና አመለካከት ከእኔው ዓይነት ጋር ተመሳሳይ እንደሆነ አድርጋ ነበር በሀሰት አሜሪካዊ ፕሮፓጋንዳዋ ትሞላኝና ትጠዘጥዘኝ የነበረው። ለካስ ሳላውቅ ቀርቼ ነው እንጂ በአመለካከቴና በጽሁፌ ያሳየችኝ ያ ሁሉ ድጋፍና አድናቆት በቀለበቷ ውስጥ እስከምገባላት ድረስ ነበር እንጂ የእሷ አቋምና እምነት ተፃራሪ መሆኑን አልተረዳሁም ነበር። ከልብ እንድወዳትና ከዚያም ወደ ማፍቀር እንድሸጋገርና አልፎም ከብዙ ጥረትና ድካሟ በኋላ በስተመጨረሻ በስተርጅና ለጋብቻ ጥያቄዋ ፈቃደኝነቴን ለመግለጽ ያበቃኝም አንዱና ዋናው ምክኒያት ይህ "የአቋም መመሳሰላችን" እና አልፎም በኃይማኖትም "ተመሳሳይነት" ያለን መሆናችን ነበር። ሰማዕታቶቼም ከእሷ ጋር በምሆንበት ጊዜ ሁሉ ጭራሽኑ ጠፉ፣ ይህም መልካም ነች ቀጥል ማለታቸው ነበር በወቅቱ በነበረኝ እምነቴና ካውንስለሮችም በገለጹልኝ ገለጻ መሰረት። የእሷ ዕቅድ ባዘኔታ ወይንም ለእኔ ሲል ተጨንቀ ይሄድልኛል ብላ የመሳሰሉትን ደካማ ጎኖቼን በመጠቀም እያንከለከለችና እያከነፈች ከሀገሪቷ መዲና ወስዳ የዓለም ገዥ እና ጋሻ ጃግሬዎቹ ፊት ልታቀመኝና እንደ ጦጣ እንዲመለከቱኝ ልታስደርገኝ ነበር። እዚህ ላይ የሚያስፈልገኝ ያንን ጠንካራ አቋሜን መከተል ብቻ ነው፣ ሰማዕታቶቼ ምን ይሉኝ፣ በስተርጅና የፖለቲካ ሽርሙጥና መጀመር እኮ ማለት ነው። ስለዚህ የተሰማኝን ቅሬታ ሁሉ ነገርኳት፣ እንዳታለለችኝም ጭምር እንዲገባት አድርጌ አጫወኳት። የማላደርገው መሆኔን አረጋገጥኩላት። ወደ ካሊፎርኒያ ሄጄ ከቤተሰቧ ጋር ለሁለት ሳምንት መቆየት የነበረኝን ዕቅድ ሰርዤ ወዲያውኑ ሳልውል ሳላድር ቲኬቴን አስተካክየ ቀጥታ ከካናዳ ወደ አውስትራሊያ ተመለስኩ። የጆርጅ ቡሽ ጋሻ ጃግሬ መሆኗን ድሮ ጀመራ ገና ከጥንቱ ሌላ ሌላ ሳትቀባጥር በግልጽና በቅንነት፣ በእውነት ማንነቷን ብትነግረኝ ምንም አልነበረም። ከካናዳ ወደ አውስትራሊያ በተመለስኩ በሁለተኛው ሳምንት ገደማ እንደቅጣት ዓይነት ነገር መሰለኝ "ያለችህን መናኛ ሥራ ጥለህ ባስቸኳይ ወደ አሜሪካ እንድትመጣና ትዳርህን አክብረህ እንድትኖር እፈልጋለሁ። ከአሁን በኋላ ወደ አውስትራሊያ የምመላለስበት ምክኒያት አይኖረኝም" የሚል የቁጣም የትዕዛዝም መልዕክት ላከችልኝ። መልሳ ደግሞ መሸንገያ ዓይነት "እዚህ ከመጣህ በኋላ ለተገደሉት ወንድሞችህና እህቶችህ በተጨዋወትነው መሰረት ፋውንዴሽን (Foundation) እንድታቋቁም በሁሉም ነገር እረዳሃለሁ። ሀገር ቤትም እየተመላለስን ለፋውንዴሽኑ ቁም ነገሮችን ለመስራት እንጥራለንና ባስቸኳይ ወደዚህ እንድትመጣ እፈልጋለሁ። ጋብቻ ሁለት ቦታ አይሆንም" ብላ በስልክም በኢሜልም ደጋግማ በትእዛዝ መልክ አስተላለፈችልኝ።

በመስረቱ ከተጋባን በኃላ ባንድነት ከመኖር ይልቅ በተለያየ ሀገር ለመኖር የወሰነው ያለምክኒያት አልነበረም። እኔ አሜሪካ ብሽጋገር በሙያየና በችሎታየ ሥራ አላገኝም ከሚል አስተሳሰብ ነበር። ያለሥራ መቀመጡ የባለቤቴ ሸክም ሆኜ ልኖር ነው ማለት ይሆናል። ይህ ደግሞ ገና አፍሪቃ ላይ ትቸው ያልመጣሁትን ሚስት እንጅ ባል የሚስቱ ሸክም መሆኑ ነውር ነው ከሚለው ኋላ ቀር አስተሳሰብና አመለካከት ገና ያልተላቀኩ ኢትዮጵያዊ ስለሆንኩ ይህንኑ በመወያየትና በመግባባት እኔ ሥራየን እንደያዝኩ አውስትራሊያ እንድቀይ ተስማማን። እሷ ብዙ ሚሊዮን የበረራ ነጥቦች ስላሏት ለአየር ቲኬቱ ስለማትቸገር በየሦስት ወሩ እየመጣች ከእኔ ጋር ለመቀየትና እኔ ደግሞ ለረጅም ወራት በአውስትራሊያ ዩኒቨርሲቲዎች ሲዘጉ ለሦስት ወር፣ እንደገና ደግሞ በሐምሌ ለአምስት ሳምንት እሷ ዘንድ በመሄድ በመቀየት እንድኖርና በኋላ እሷ ጠቅልላ ወደ አውስትራሊያ ልትመጣና የሕክምና ልምዷን እዚያው አውስትራሊያ ልትከፍት ነበር ስምምነታችን። በዚህ ስምምነት ምክኒያት ከተጋባን በኋላ አንድ ዓመት ትኩል ገደማ እኔ አውስትራሊያ እሷ አሜሪካ ሆነን ኖርን። ጠንካራ የሆነ እምነት በመካከላችን በመኖሩ ተለያይተንና ተራርቀን በመኖራችን ያስከተለው ወይንም የፈጠረው አንዳችም ችግር አልነበረም። ሁለታችንም ወስላቶች ባለመሆናችን በሁለታችንም መካከል ከፍተኛ መተማመንና መፈቃቀር ነበረን። ሆኖም ከላይ የተጠቀሰውን ትእዛዝ ባስተላለፈች በወሩ ገደማ እንደገና በቁጣ ሀይለኛ በሆነ ቃንቃ በፈረንጆች ዘመን ከሕዳር ወር 2005 በፊት ጠቅልየ አሜሪካ እንድገባ 'ለትዳርህና ለእኔ ያለህ ፍቅር፣ አለበለዚያ ለአውስትራሊያ ኑሮህ' በማለት የመጨረሻ ጊዜ ገደብ ultimutum ሰጠችኝ። በስተርጅና የተያዘ ትዳር በመሆኑ እንደብርቅ እመለከተው ስለነበር ያለዕድሜው እንዳይኮላሽ በመጨነቅ፣ የፋውንዴሽኑም ጉዳይ እንዳለችው የሚሆን ከሆነ ቁም ነገር ያለው ነውና ከትዳሬና ከባለቤቴ የሚበልጥብኝ የለም በማለት በጭፍን ስሜት ከእሷ ጋር ጠቅልየ ለመኖር ወደ አሜሪካ ከነፍኩ።

3. ለትዳራችን መቃቃር በሶስተኛነት ምክኒያት የሆነው የልደት ቀኔን አስመልክቶ ያደረገችው "በጎ" ተግባሯ ምክኒያት ያሳደረብኝ የመንፈስ ጭንቀትና የሕሊና ረብሻ ነው። በእውነት ለመናገር የገጠር ልጅ በመሆኔ ብቻ ሳይሆን ባደረብኝ እምነትና ፍግልስፍናም ጭምር ከትልልቆቹ ከተሞችም ገብቼ መኖር ከጀመርኩበት ጊዜ አንስቶ እንኳን የልደት በዓሌን አንድም ጊዜ ያከበርኩበት ወቅት ትዝ የሚለኝ የለም። ልደቴ ነው ብየ ካልቀባጠርኩ በስተቀር የሚያስታውስ ባለመኖሩ በሀገር ቤት የሚያስጨንቀኝ ጉዳይ አልነበረም። በአውሮጳና በደቡብ ፓስፊክ እንዲሁም በሰሜን አሜሪካ የፈረንጆች ወዳጆቼን እየፈራሁ በዚያን ዕለት እርቄ ሌላ ከተማ ሄጄ በመዋል የምደበቅባቸው ጊዜ ብዙ ነበሩ። በስተርጅና የተገኘች ብርቅየ ትዳር በመሆኗና እንደ ዓይን ብሌኔ በማየቴ በተሰጠኝ የጊዜ ገደብ ቀደም ብየ በፈረንጆች ዘመን ሕዳር ወር መግቢያ 2005 ካሊፎርኒያ ደርሼ ከእሷ ጋር መኖር ጀመርኩ። እለቱ በፈረንጆች ዘመን ሕዳር 07 ቀን 2005 ነው። በእኛ ዘመን አቆጣጠር ዓመተ

ምሕረቱን ባላስታውስም ወሩና እለቱ ጥቅምት 27 ቀን መሆኑ ነበር። ለካስ ያ እለት የእኔ የልደት ቀኔ መሆኑ ነው። በዚያን እለት ሰዓቱን ዘነጋሁት ሆኖም ከሰዓት በፊት ወደ 10:00 ሰዓት ገደማ እሷና ሶስት የጄንጤ ሀኪም ጓደኞቿና ሁለት እህቶቿ (ሁሉም ሀኮሞች ናቸው) እና እናቷ (Registered nurse) ቤት መጥተዋል። ጋራጁ ውስጥ የሆነ አዲስ እቃ ተገዝቶ ስለተቀመጠ የእሷ ቀንጆ መኪናና እኔ የምጠቀማት አሮጌ ጂፕ መኪና ውጭ መንገድ ዳር ቀመዋል። ይህ ሁሉ ሲሆን እኔ መኝታ ቤት ውስጥ ነበርኩና አላወኩም። ጋራጁን ማንም እንዳይከፍተው ተደርጓል። በሆነ ሰዓት ላይ እንግዶች ሊጠይቁን መጥተዋልና ወደ ሳሎን ሂድ ብላ ጠቀመችኝ። በአክብሮት ሳሎን ገብቼ ሁሉንም ሰላም እንዳልኩ ባንድነት በፈረንጆቹ ባህል መልካም ልደት በማለት ሻማ እንዳጠፋ ይጋብዙኛል። አድርጌውም አላውቅ፣ ሞክሬውም አላውቅ፣ ሆኖም እናቷና እህቶቿ እንዲሁም "ጨዋወቹ" ጸንጤ ጓደኞቿ አሉና ደስ እንዲላትና እንድትኮራ ስሜቴንና ጭንቀቴን በሀይል በመቆጥጠር እፍ ለማለት ሞክሬ ሆኖም አቅም እንደሌለኝ አስመስየ ለእነሱ ተውኩላቸው። እራሴን አመመኝ ብየ ይቅርታ ጠይቄ ወደ መኝታ ቤት ልገባ ስል ቀይ አንድ ጊዜ ይሉና ወደ ጋራጁ ይዘውኝ በመሄድ የልደት ስጦታ አዲስ ቢ. ኤም. ደብሊው 740 ኤል. አይ. ሞዴል 2005 (Brand New BMW 740Li Sedan, Model 2005) በውድ ዋጋ ተገዝቶና ሁሉ ነገር ተጠናቀ ይሰጠኛል። የመኪናዋ ዋጋ በትክክል ለማስታወስ ዘነጋሁት፣ ሆኖም ከUS$70,000.00 (ከ ሰባ ሺሕ የአሜሪካን ዶላር) በላይ እንደነበር ነው። ከውስጥ እያረርኩና እየተቃጠልኩ ቤተሰቦቿና ጓደኞቿ ፊት ላለማስቀየም ችየና ጠንክሬ ጋራጁ ውስጥ አቀፍኳት፣ ከፊታቸውም ደስ እንዲላትና ደስ እንዲላቸው ጨክኜና ዓይን አውጣ ሆኜ በፈረንጆቹ ደንብ ሳምኳት፣ ሆኖም በጆሮዋ የፍቅር ንግግር አስመስየ ብርቱ የራስ ሕመም ስለያዘኝ እንዳይደበሩ ቶሎ እንድትሸኛቸው ብየ ተማፀንኳት። ይህ ሁሉ ሲሆን የመኪናዋን ሞደልና ዓይነት እንጂ የመኪናዋን ታርጋ አልተመለከትኩም። ለነገሩ ዘመዶቿና ጓደኞቿ እያሉ እንኳን አልተመለከትኩኝ እንጂ እነሱ እያሉ ታርጋውን ብመለከት ኖሮ ቁጥጥሬንና ጥንካሬየን ሚጥጩ ምን አደርግ እንደነበር ማወቅ ያስቸግረኛል። የመኪናዋን ሁለት ቁልፎችና የይዞታ ሰነዶችን እንዲሁም የተመዘገብኩበትን ሰነዶች እንደሰጡኝ ምንም ሳላይ ቶሎ እንዲሸኙ ወደ ቤት አመራኃቸው። ከዚያም አመስግኜ ወደ መኝታ ቤት ሄጄ ተጋደምኩ።

ሁሉም መሄዳቸውን መጥታ ነገረችኝ። ተያይዘን ወደሳሎን እንደደረስን ሰነዶቹን ስመለከት የመኪናዋ መለያ ታርጋ የተመዘገበው በገዛ ስሜ "አያሌው" ተብሎ ነው። ይህን እንደተመለከትኩ የባሰውን ንዴትና ብስጭት ውስጥ ገባሁና ከቁጥጥሬ ውጭ ሆኜ አዞረኝና ወደኩ። ቀጥታ በጀርባየ ወለሉ ላይ ተጋደምኩ። በጀርባየ ተጋድሜ ትንሽ ከቆየሁ በኋላ ሻል ብሎኝ እንደተቀመጥኩ ያደረገችው ሁሉ ለእኔ ካላት ፍቅርና አክብሮት መሆኑን ገልጩ በማመስገን ሆኖም ታርጋው በስሜ መደረጉ ስሜቴን እንደጎዳውና አዞሮኝ በጀርባየ ለመውደቅ ምክኒያት እንደሆነ በመግለጽ መኪናውን

የማልቀበል መሆኔን አስረድቼ ቁልፎቹንና ሰነዶቹን መለስኩላት። ይህን ያደረገችው ለእኔ ካላት መልካም ስሜትና ፍቅር ብቻ ሳይሆን መኪናውንም የመግዛት ጠንካራ ችሎታና አቅሙም ስለነበራት መሆኑን አውቃለሁ። እርይ አለች፣ ጮኸች፣ እምባዋ ይወርድ ጀመር። ባለቤቴ ለካስ ጎረቤቴ የነበርችው መልካም ወገኔ ወ/ሮ አቢ ከባለቤቷ ከአቶ ዓምሃ ዘውዴ ጋርና በካሊፎርኒያ ቀይታየ ሌላዋ መልካም ወዳጄ ሆና ከቀየችው ከወ/ሮ ክብረ ወ/ጊዮርጊስ ጋር ሆነው ከቤት ውጭ ደጃፉ አካባቢ ሆነው ፀጉር እየተሰራሩና እየተጨዋወቱ መሆናቸውን ተገንዝባ ነበር። ባለቤቴ በከፍተኛ ድምፅ እርይ በማለት እያለቀሰች ከነሱ ጋር ደረሰች። ሁለቱም የሴት ወገኖቼ እጅ እላፊ ያደረኩ መስሏቸው ቸኩለው የተሳሳተ ግንዛቤ በመውሰድ 'እንዴ ያ ወገናችን በሩቅ ሲያዩትና ሲመለከቱት ጨዋና ኩሩ መስሎን ነበር፣ ለካስ እንደዚህ ነው እንዴ" ብለው እርስ በርስ ተነጋገሩ። እያፅናኑና እያባበሉ ካበረዷት በኋላ ታሪኩን በሙሉ ትነግራቸዋለች። አሳቀቻው፣ ሲስቁ ደግሞ የባሰ ተቃጠለች። ለማናቸውም ካዝናኗትና ካበረዷት በኃላ የእኛ ሰው እንዲህ ዓይነቱ ባሕል በጣም ይከብደዋል፣ ጉራና ልታይ ባይነት መስሎ ስለሚታያቸው ስለማይወዱ ነው እንጂ ያንቺን ስጦታ ጠልቶ አይደለም ይሏታል። ይዛቸው ወደ ቤታችን ትመጣለች። እባክዎትን እንደማንም ብለው አባብለው አረጋጓት፣ በክፋትና በተንኮል እላደረገችውም፣ በባህሏና ገንዘቡም ስላላት ለምትወደው ባለቤቷ ያደረገችው ነውና ይሉኛል። እኔም ይህ እንዳልጠፋኝ ነገርኳቸው። ተስማምተን ተለያየን። በማግሥቱ አያሌው የሚለውን ታርጋ ይዛ ሄዳ አስረከበች፣ በምትኩ ልዩ ከሆኑት ታርጋዎች ሳይሆን ተራውንና መደበኛውን ታርጋ ገዝታ መጣች። ከዚያማ በኋላ አሮጌ ጂፕ መኪናየን ጋራጅ ወርውየ እንደልቤ በደስታ በመኪናዋ መሽከርከር ጀመርኩ። ሆኖም "የአያሌው ታርጋ" ጉዳይ እጅግ አድርጎ እንዳንገበገባትና ለትዳራችንም መሰናክል አቀጣጣይ ከመሆኑም ባሻገር የኋላ ኋላ በእኔ ላይ አሜሪካዊ ቅጣት ለመቅጣት ምክኒያት አንዱ ሆነ።

4. ከጋብቻ በፊትና በኋላ ከአሜሪካ አውስትራሊያ እየተመላለሰች ከእኔ ጋር ሰባት ጊዜ ለሦስት ወራት እየቀየች ትመላለሳለች። በበኩሌም እሷ ዘንድ ሄጄ ሶስት ወራት ሁለት ጊዜ፣ እንዲሁም ደግሞ ለአምስት ሳምንት ቀይታ ሁለት ጊዜ ሄጄ ከእሷ ጋር በኖርኩበት ወቅት ስለሐይማኖት ውይይት በተደረገበት ጊዜ እኔ ደካማ ክርስቲያንነቴን በመግለጽ ሆኖም ግን ጥንካሬ ኖሮኝ መሄድ ከቻልኩ የራሴና የቤተሰቦቼ አልፎም የዘር ማንዘሬ ሀይማኖት እንዳለኝ በተደጋጋሚ አስረዳኋት። ከዚያ ውጭ ብሄድ እንኳን መጽሀፍ ቅዱስ ላይ በማትኮር ብቻ ከሚያስተምሩ የፈረንጆች ቤተክርስቲያን ጋር እንጂ ሌላ ጋር እንደማልሄድ አስረዳሁ። የጋብቻ ፍላጎቷንና ጉጉታን ለማሟላት ጥረቷ ሁሉ የእኔን ልብ ለመሳብ ስለነበረ እኔም እንዳንተው ደካማ ከመሆኔ እምብዛም ቤተክርስቲያን አልሄድም፣ ቃሚ የሆነ ቤተክርስቲያም የለኝም እያለች ነበር የምትሰብከኝ። ይባስ ብላ ስለኢትዮጵያ ኦርቶዶክስ በዝና እንደምታውቅና ወደፊት አሜሪካ ጠቅለህ ስትሸጋገር ከእኔ ጋር አብራ

ወደ እኛ ቤተክርስቲያን መሄድ እንደምትፈልግ አድርጋ በተለመደው የሀሰትና የውሸት የአሜሪካ ፕሮፓጋንዳ በመሙላት ነበር ያሳመነችኝ። ጠንካራ የጴንጤ ተከታይና እንዲያውም አገልጋይ ለመሆኗ ቅንጣት የሚያጠራጥር ምልክት አሳይታኝም አታውቅም። ጴንጤ መሆኗን በግልጽና በሀቅ ብትገልጽልኝ የማደርገው ነገር አይኖርም ነበር። እስከ አላስገደደችኝና ተፅዕኖ እስካላደረገችብኝ ጊዜ ድረስ ኃይማኖቷ የግሏ ነው። ግን ዓላማዋ የጋብቻ ጥያቄዋን እሽ ለማስባል ስለነበር ምኞቷን እስከ ምታስፈጽምና አሜሪካ ተሽጋግሬ በጉያዋ እስከምሆን ድረስ ደብቃ እኔን መስላ መኃዟ ነበር በኋላ ነገሩ ሲጋለጥ ስሜቴን የጎዳውና ቅር ያሰኘኝ። ከእኔ እምነት ጋር ለማጋጨት ፍላጎትና ሙከራ እስክካላደረገች ድረስ ጴንጤነቷን አከብርላትአለሁ፣ የእኔንም እንደእዚሁ ታክብርልኝ እንጂ። እንደተረዳሁት ጴንጤ መሆኗን ከመጀመሪያውኑ ባቅ ኖሮ በእርግጥም ጋብቻ ለመፈጸም ቀርቶ የያዝነው ኃደኝነት ዕድሜ እንደማይኖረው በእርግጠኝነት በመገንዘቧ እስከ ምንጋባና አሜሪካ ተሽጋግሬ በቀለበቷ ውስጥ እስከምገባ እየዋሸችና እያስመሰለች እኔን መስላ ለመኖር በመፈለጋ ነበር።

አሜሪካ ጠቅልየ እስከምመጣና በእሷ ቁጥጥር ሥር እስከምሆን ድረስ ደብቃ ማቆየቷ የት አባቱ ሊሄድ ነው ከመጣ በኋላ እስቲ የሚያደርገውን አየዋለሁ ማለቷ መሰለኝና መጣጣም ጠፋ። ባጭሩ ለእኔ ሳይረዳኝ በመቅረቱ እንጂ ፍቅራችንና ትዳራችን ከጥንት መሰረቱ የተገነባው እንደ ኢሕአፓ በውሸትና በሀሰት የአሜሪካ ፕሮፓጋንዳና ፖለቲካ እንደሆነ ተረዳሁ። ከችግር ፈጣሪዎቹ መካከል የሴት ሀኪም ኃደኞቿ ናቸው። ባልሽ ጥቁር ነው፣ እንዴት አምነሽው ለብቻው አውስትራሊያ እንዲኖር ፈቀድሽለት እያሉም አደነቀሯት። እምነትን በተመለከተ እጅግ አድርጋ ነበር የምታምነኝ። ብዙ ፈትናኛለች፣ እራሷም ብዙ ደክማለች። ምክኒያቱም ስማዕታቶቼና ጣይቱ ካሳ ካልፈቀዱ ምንም ዓይነት ነገር የማደርገው ባለመኖሩ ከብዙ ጥረትና ድካም በኋላ ነበር ሰማዕታቶቼና ጣይቱ ካሳ ከእሷ ጋር ስሆን ከትዕይንት ጥለውኝ መሄድ እንደጀመሩ መግባባትና ከዚያም አልፎ ሽር ጉድ ማለት የጀመርነው። ምንም እንኳን የኃላ ኃላ ሁሉ ነገር ቢገባትም እሷን ቅር ያሰኛትና ያስጨንቃት የነበረው ለጣይቱ ካሳ ያለኝ ጠንካራ ፍቅርና አክብሮት ምንጊዜም ሊጠፋ ባለመቻሉ ነበር። ጣይቱ ካሳ መመዘኛየ እሷ ሆና ከሌላ ሴት ጋር ዓላማ ያለው ጥምረት መፍጠር አቅቶኝ የኖርኩ ባተሌ ፍጥረት ሆኜ መኖሬን በመገንዘቧ ሲያስጨንቃትና ሲረብሻት ቀይቷል። ትዳሩ እየተበላሸ መኃዙን ሳልረዳ ያ በስተርጅና ያገኘሁት በውሸትና በሀሰት ፕሮፓጋንዳ የተመሰረተው ፍቅርና ትዳር ባጭር መቀጫው ጊዜ ተቃረቦ ሳላስበው አዘናግታ ለፍች ደረሰን። ፊቴ ሙሉ በሙሉ ነጭ በነበረበት ጊዜ የተነሳሁት ፎቶግራፍ በዓይኔ ምክኒያት ስደናገር የት እንደጣልኩት አላወኩም። እግዚአብሔር በስተርጅና ነጭ ዜጋ ሊያደርገኝ ነው ብየ ስገረም በፈረንጆች ስመነ ከመስከረም ወር 2011 ጀምሮ በፎቶግራፉ ላይ እንደ ሚታየው በአንድ አካሌ ሁለት ዘር ያለው ግማሽ ፈረንጅ ግማሽ ሀበሻ ሆንኩ። በዝግታ እየቀነሰ ምስጋና ይግባውና በሆዴ ተከማችቶ የኖረውን ከውስጤ አውጥቼ ወረቀት

ላይ መዘርገፍ ከጀመርኩ ወራት በኃላ በፈረንጆች ዘመን ከሰኔ ወር 2012 ጀምሮ ያለምንም መድሀኒትና ሕክምና ለምፁ ቀንሶ በመጽሀፉ የጀርባ ሽፋን ላይ እንደሚታየው ሲሆን እንደገና ይህንን መፅሀፍ እንዳጠናቀኩ በፊቴ የነበረው ለምፅ ሙሉ በሙሉ ጠፍቶ የቀድሞው ብርሔ/ቀለሜ ተመልሶ ሀበሻነቴን መልሼ አረጋገጥኩኝ።

ደራሲው በፈረንጆች ዘመን ጥቅምት ወር 2011

ክብርን ምስጋና ይድረሰውና ለምፁ ዛሬ በእጆቼ አካባቢ ብቻ ይገኛል። ይህም በውድ ዋጋ እንደተሰራ ንቅሳት (tattoo) እየመሰለኝ በዓምላክ ሥራ እየተደነኩ በደስታ እመለከተዋለሁ። ባለሙያዎቼ ያለምንም መድሀኒት እንዴት ሊጠፋ እንደቻለ ከመላ ምት በስተቀር ትክክለኛ መልስ ሊያገኙለት አልቻሉም። በእኔ ዕምነትና ግምት ግን ይህ ሊሆን የቻለው ለ 37 ዓመታት በሆዴ አምቄና አፍኜ የኖርኩትን ከሆዴ በመዘርገፍ ቁስሌን መንግየ በማውጣቴና እንዲሁም በለምፅነቱ ምንም ሳልጨነቅና ሳልረበሽ በደስታ መኖሬ እንደሆነ ይሰማኛል። እንዲያውም ሙሉ በሙሉ ወደ ነጭነት ወይንም ጥቁረት ከመለወጡ በፊት ፈጣሪ በአንድ ሰውነቴ የሁለት ዘር ወይንም ቀለም ጌታ (ግምሽ ፈረንጅ ግማሽ አፍሪቃዊ) ሊያደርገኝ ነው ብየም ኮርቼም ነበር። በጆርጅ ዋሺንግተን ዩኒቨርሲቲ እና በብሔራዊ የጤና ኢንስቲቱት (NIH) የሚገኙ ኢሚኖሎጂስቶች፣ የዓይን ሀኪሞችና የቀዳ ሀኪሞቼ (Immunologist, Ophthalmologist, Dermatologist) በፈጣሪ በተሰጠኝ አዲስ የቀዳ ቀለም ተኩራርቼና ተዝናንቼ ሲያዩኝ እየተገረሙ ሌሎችም የለምፅ በሽተኞች የእኔን አመለካከትና አቅርቦት (attitude) ቢከተሉ መልካም እንደሆነ ይናገሩ ነበር። በሁለቱ የሕክምና ተቃማት የምቀርባቸውን የለምፅ በሺታ ያላቸውን ሆን ብየ እየተጠጋሁ እንዳይጨነቁ እመክራቸውና

አደፋፍራቸው ነበር። በዚያን ወቅት የእኔ ቆዳ ከጥቂት የሰውነቴ አካባቢ በስተቀር ሙሉ በሙሉ ወደ ነጭነት የተለወጠበት ወቅት ነበር።

በለምፅ በሽታው ላይ ያለኝን አያያዝና አቀርቦት (attitude) የተገነዘቡት እነዚሁ የሕክምና ባለሙያዎች እኔን ለጥናትና ምርምር ለመጠቀም በመፈለጋቸው የጆርጅ ዋሺንግተን ዩኒቨርሲቲ፣ የጆርጅታውን ዩኒቨርሲቲና የዋሺንግተን ዲ. ሲ. ሆስፒታል የቆዳና የዓይን ሀኪሞች በሕብረት ጥያቄ ቀርቦልኝ እንዲህ በማለት፣ "ገንዘብ ለማሳደድ ሳይሆን በገባችሁት ክቡር ቃልኪዳን መሠረት የሰውን ልጅ ጤንነት ለመጠበቅ እስከሆነ ድረስ እንደፈለጋችሁ በማገላበጥ ልታጠኑብኝ ትችላላችሁ" ብየ መልስ ሰጠሁ። በገባሁላቸውም ቃል መሠረት በዋሺንግተን ዲ. ሲ. ሆስፒታል በፈረንጆች ዘመን ሕዳር 17 2011 በተዘጋጀው ግራንድ ራውንድስ (Grand Rounds) ላይ ከሁለቱ ዩኒቨርሲቲዎችና ከዋሺንግተን ዲ. ሲ. ሆስፒታል የመጡ የሕክምና ዲፓትርትሜንት ሃላፊዎች፣ የቆዳና የዓይን ሀኪሞች፣ ሬዚደንት ሀኪሞች፣ ኢንተርኒስቶች እና የአራተኛ ዓመት የሕክምና ተማሪዎች በጠቅላላው ከ 50 የማያንሱ ለመማሪያነት እንደ display እራቁቴን ሆኜ እንድቀይ ከሆኑ የዶክተር ክፍል ውስጥ ሆኜ ሁለት ሁለት እየሆኑ በመግባት ሰውነቴን እያገላበጡና እየዳሰሱ ምንም ቅር ሳይለኝና ሳልጨነቅ በኩራት አጠናቀኩኝ። በጥናትና በምርምር ውጤት ሌሎችን ለመርዳት እንደሚችሉ በመተማመኔ አንዳንዶቹ ሴቶቹ ሌሎች ያልደፈሩትን የሰውነቴን አካባቢ በድፍረት እያገላበጡ ሲፈትሹኝ ሁሉ አልተጨነኩም ነበር። በመጨረሻም እንደ ወረታ Light Box ተብሎ የሚታወቀውን ውድ ዋጋ ያለውን የልምፅ ሕክምና አከታትየ እንድወስድ ፈቀዱልኝ። እንደ ጉቦ መስሎ ስለተሰማኝ ብቻ ሳይሆን የቆዳ ቀለም ለውጥ እንጂ ሌላ በሽታ እንዳልሆነ በመገንዘቤ እግዚአብሔር የሰጠኝን የቆዳ ቀለም በደስታ ተቀብየ መኖር እችላለሁ በማለት አመስግኜ ተሰናበትኩ። በሀገራችንም ሆነ በሌላው ዓለም የለምፅ በሽታ ያለባቸው ሁሉ ሰው የሚያርቃቸው፣ የሚጠላቸውና የሚጠየፋቸው እየመሰላቸው እራሳቸውን ያገላሉ፣ ብሎም የመንፈስና የሥነልቦና ጭንቀት ውስጥ ይገባሉ። የበሽታው Stigma በራሳቸው ላይ በጣም ተፅዕኖ በማድረግ ጭንቀትና ረብሻ ፈጥሮባቸው ይኖራሉ። ግን የእግዚአብሔር ፍጡር የሆነ መልካምና አስተዋይ ሰው የለምፅ በሽተኛን የሚርቅ እንደማይኖር ነው ያካሄድኩት ጥናት ያረጋገጠልኝ። ከሰው ጋር የመግባባትና ከሰው ጋር የመደባለቅ ከፍተኛ ችሎታየ በለምፁ ዘመን ከብዙ ፈረንጆች ጋር ተደባልቄ መልካምና ቀንጆ ጊዜ አሳልፌአለሁ። የሚቀርበኝ ሁሉ በእጃቸው የሰውነቴን አካባቢ (እጆቼን፣ ፊቴን፣ አንገቴንና ጀርባየን እያዩና እየነካኩ በዚህ በኩል እየጠፋልህ ነው፣ ይህ እንዲህ ነው እያሉ ከመግለጽ በስተቀር አንድም ሊርቀኝ ወይንም እጄን ለመጨበጥ የተጨነቀ ፈረንጅ አጋጥሞኝ አያውቅም። እንዲያውም እራሳቸው ናቸው ቀድመው እጄን የሚጨብጡኝ፣ ሴቶቹም ቀድመው ጉንጬን በመሳም ሠላምታ የሚሰጡኝ፣ ሲሰናብቱኝም ጉንጬን እየሳሙ የሚለያዩኝ። በዚህ አቀራረቤና አመለካከቴ እንዲሁም ለ37 ዓመት በሆዴ አምቄ የኖርኩትን

በወረቀት ላይ እየጻፍኩ ዘርግፌ ማውጣቴ ያለምንም ሕክምናና መድሀኒት የለምፁ በሽታ ሁለት ዓመት ሳይሞላው ወደ ቀድሞው የሰውነቴ ቀለም መመለስ እንደጀመረ ለሁሉም ሀኪሞች በኢሜል እንዳሳወኳቸው ዋሺንግተን ዲ. ሲ. አካባቢ ስለነበርኩ ወደ የተቃማቸው ሄጄ እስከአሳየኃቸው ድረስ ሊያምነኝ የቻለ አልነበረም። በሽታን ለመከላከል እንድችል የሆዴን አውጥቼ ንዴቴንና ትካዜን ማካፈል እንደሚኖርብኝ በሁሉም ሀኪሞቼና ካውንስለሮቼ የተነገረኝ ቢሆንም በካሊፎርኒያ ሊሰማኝና ሊያዳምጠኝ የሚችል የማውቀው ሁነኛ ወዳጅ ወይንም ኃደኛ ባለመኖሩ ከእራሴ ጋር አምቄና አፍኜ ማቀየቴ እንደጎዳኝ ሁሉ ካውንስለሮች ገልጸውልኛል። እንዲያውም አንደኛዋ ባለሙያ፣ “The worst enemy for a human being is to be rotten inside” ነበር ያለችኝ።

ባካባቢው የማምነውና የማውቀው አለኝ ብየ ገና አውስትራሊያ እያለሁ እመካበት የነበረው ከበደ ጋሻው ከበደ ነበር። ለካስ እሱ ከአባቱ ከሜጀር ጄኔራል ጋሻው ከበደ አረመናዊ ግድያ ጋር አያይዞኛል። በእነሱ ቋንቋ የእኔ ከየካቲት 66 አብዮት ፍንዳታ አንድ ዓመት ተኩል በፊት “ወንበዴ” ወይንም “ሽፍታ” ሆኜ “ከተገንጣይ ወንበዴዎች” ጋር በመቀላቀሌ ምክኒያት ግድያው ተያይዞ የመጣ እንደሆነ በመቁጠር በሆዱ ለካስ ቂም ይዞ ኖሯል። እኔ የማስታውሰው በእሥመራ የአጭር ጊዜ ቀይታው አብረን ያሳለፍናትን የወዳጅነት ጊዜ ነው። ሌላ ያስባል፣ ከአባቱም ጋር ያያይዘኛል ብየም ፈጽሞ አልጠረጠርኩትም ነበር ከሜልበርን ሰነዶችን ፋክስ አድርጌ ስልክለት። አሜሪካ እንደገባሁ ገብቻለሁ ብየ ለመንገር የመጀመሪያ ስልክ ንግግሬ ከእሱ ጋር ነበር። ከዚችው አሜሪካዊት ባለቤቱም ጋርም በስልክ አስተዋወኩት። አድራሻየንና ስልክ ቁጥሬን ሁሉ ወሰደ። ወደ አርባ ጊዜ እየደወልኩ ሰላምታ አቅርቤአለሁ። የምንኖረውም ባንድ ከተማ ውስጥ ነው። ፈጽሞ ሊገናኘኝ አልፈለገም። ወ/ሮ አቢ እና ባለቤቷ አቶ ዓምሃ ዘውዴ ጎረቤቴ ብቻ ሳይሆኑ እንደ እህቴና ወንድሜ አድርጌም አያቸው ነበር። ምንም እንኳን በኢትዮጵያና በፈረንጆች የጴንጤ ቤተክርስቲያንነት ቢለያዩም እኒህ መልካም ጎረቤቶቼ ከባለቤቴ ጋር የአንድ የአክራሪ ኃይማኖት ተከታዮች ናቸው። አልፎም አንዳንድ ጊዜ ባለቤቴ ከእነሱ ቤተክርስቲያን ስትሄድ እነሱ ደግሞ ከሷ ጋር በመሄድ የጠበቀ አቅርቦት ነበራቸው። በጉርብትናም ከአሥር ዓመት ያላነሰ ባንድነት ተፈቃቅረውና ተከባብረው ኖረዋል። ከእኔ ጋር ሆነው መተያየቱ ሲያሸማቅቃቸው በማየቴ በጉርብትና አብረው ለረጅም ዓመት የኖሩትን ማስቸገርና ማነካካት አልፈለኩም። ወ/ሮ ክብረ ወ/ጊዮርጊስ በወገናዊነት ስሜት ልትተባበረኝ ፍላጎት ኖሯት ሳለ የባለቤቴ አንዱም በሽታዋ ከኢትዮጵያዊያን ሴቶች ጋር መቀራረቤ የማያስደስታት በመሆኑ ሌላ ወገን ባገኝ ብየ ፍለጋ ገበያ ወጣሁ።

ቀስ በቀስ ሀበሻዎችን እያፈላለኩ ሳለሁ እግር ጥሎኝ ካንዱ ምሁር ጋር ተጋጠምኩ። ወገኔ ልክ እንደከበደ ጋሻው ከበደ በግርማዊ ቀዳማዊ አፄ ኃይለሥላሴ ዘመን በ1963 ወይንም 1964 ዓ. ም. አካባቢ የነፃ ትምህርት ዕድል አግኝቶ አሜሪካ የመጣና የዶክተሬት ድግሪ ትምህርቱን አጠናቀ

ከጥቁር አሜሪካዊት ጋር ተጋብቶ ልጅ በልጅ ሆኖ እዚያው የቀረ ወገኔ ነው። እንደከበደ ጋሻው ከበደ ይህም ወገኔ በሀገራችን የተካሄደውን ያን መከረኛ የደርግ ዘመን እንደሌሎቹ የውጭ ሀገር ዜጎች በቴሌቪዥንና በሌሎች የዜና አውታር ከማዳመጥና ከመመልከት በስተቀር ችግሩንና ደስታውን ተካፍሎም ስለማያውቅ የሚያውቀው ነገር የለውም። እንደከበደ ጋሻው ከበደ አሜሪካን ሀገር ኖረውም "ትግል" የሚባል እንቅስቃሴም የጀመሩት ቅርብ ጊዜ ይሆነዋል። ለዚሁ አዲሱ "ወዳጄ' ከጊዜ በኋላ የገጠመኝን ችግር አማከርኩት። በሀገራችን ያንን መጥፎ ዘመን እየተጋፋን ካሳለፍነው እንደእኔ ዓይነቱ ጋር ያለው የአስተሳሰብና የሥነልቦና አመለካከት ልዩነት የሰማይና የምድር ያህል ስለሚራራቅ ላቀረብኩለት የሰጠኝ ምክር ብቻ ሳይሆን ማስጠንቀቂያም ሆነና የባሰውን ከሀኪሟ ባለቤቴና ከዚያም በፊትም ከደረሰብኝ ጉዳት ሁሉ ይበልጥ ምሁሩ ወገኔ የባሱን እንዲህ ሲል ጎዳኝ። "እግዚአብሔር የሰጠህን ዕድል እንዳታበላሽና መጦሪያህን እንዳታጣ አደበህ ተግባብተህ የምትልህን እየሰማህ መኖሩ ይሻልሃል" ብሎ ነበር ያስጠነቀቀኝም የመከረኝም። ግራ መጋባቴን ሲገነዘብ ደገመና "እሷ ጥሩ የመጦሪያ እሴትህ ስለሆነች ከእሷ ጋር እንደምንም ብለህ ተግባብተህና ተመሳስለህ ኑር" አለኝ። "የምትልህን ሁሉ አዳምጣት፣ ታዘዛት፣ ፈጽምላት" ይለኛል። ፈገግ ብየ ለቀና ምክርህ አመሰግናለሁ ብየ ቀስ አድርጌ ተሰናበትኩት። ይህ ወዳጄ አውስትራሊያ እያለሁ የላከችልኝን የሁለት ንብረቶች ባለቤትነት ሰነዶች እምቢ አልፈልግም የእኔ ንብረቶች አይደሉም፣ ባስቸኳይ ስሜን አውጭ ብየ መከራከሬን ቢሰማ ወይንም የተገዛልኝን አዲስ መኪና አልቀበልም ማለቴን ቢሰማ ኖሮ ምን እንደሚለኝ አላውቅም። የዚህ ወዳጄ ምክር ሌላው በእኔ ላይ ያረፈ ተጨማሪ ዱላ ነበር።

ከላይ አካባቢ አሜሪካን ሀገር ለጉብኝት እንጅ ለመኖር አስቤ እንደማላውቅ ጠቁሜአለሁ በአውስትራሊያ የዶክተሬት ትምህርቴን እስከጀመርኩ ጊዜ ድረስ በደቡብ ፓሲፊክ ብቸኝነት፣ የሀበሻ ናፍቆትና ፍቅር አቃጠለኝ። ስለሆነም ወደ አሜሪካ ለመሸጋገር ከፍተኛ ጉጉት አደረብኝ፣ እንዲያውም ከጠፉብኝ የቀድሞ ጓዶቼ ወይንም ወዳጆቼ ጋር ልገናኝም እችል ይሆናል በሚል የተሳሳተ ግምት ወደ አሜሪ፡ካ ለመሸጋገር በኢትዮ ፎረም የተዋወኩትን መልካም ወገኔ አማካኝነት ሁኔታዎችን ማጠያየቅ ጀመርኩ። አጋጣሚ ሆነና ወዲያውኑ የዶክተሬት ትምህርት (PHD) ፕሮግራም ለመከታተል ዕድል በማግኘቴና በተደራራቢም በኦርሞንድ ኮሌጅ በነዋሪ አስተማሪነት ተቀጥሬ የመኖር ዕድል በማግኘቴ በሁለቱም የትምሕርት ተቃማት ከመልካም ምሁራን ጋር ጓደኝነት/ባልጀራነት ለማፍራት በመብቃቴና አልፎም በሌላም በተያያዙ ምክኒያቶች ወደ አሜሪካን ለመሸጋገር ያደረብኝን ፍላጎት ሰረዝኩ። ታዲያ እህል ውሃ ሆነና በስተርጅና "በፍቅር" በተመሰረተ ትዳር አሳቦ እያዋከበ ምድረ አሜሪካ ወስዶ የሕይወት ተመክሮየን ይበልጥ ለማዳበር አስቻለኝ። በዋሺንግተን ዲ. ሲ. በቤት የለሾቹ መኖሪያ በኖርኩበት ወቅት በመዲናዋ ከተማ አያሌ ወገኖቼ ጋር ተዋውቄአለሁ። በየቀኑ ሽክ ብየ ለብሼ ስለምውል አንዳቸውም በመጠለያ ሠፈር ይኖራል ብለው ለመጠራጠር ቀርቶ ለማሰብም

የሚችልም አልነበረም። ሁሉም የሚያስበኝ በ'14 Street እና በ'P Street አካባቢ የምኖር ወይንም የምሰራ፣ በዚያ ላይ ደግሞ በየቡና ቤቱ ወይንም ለምሳ ስንገናኝ ሁልጊዜ ደስተኛ ሆኜ ስለምቀርብ የናጠጠ ወፍራም ደመወዝ የሚያስገኝ ሥራ እንዳለኝ አድርገው ነበር የሚቀጥሩኝ። ያለበለዚያም ወያኔ ለሚሽን ልኮኝ በሕዝባችንና በሀገራችን አንጡራ ሀብት እየተሞላቀቁ የምኖር አሽቃባጭና ዘራፊ አድርገው ነበር የምመስላቸው እንጂ በመጠለያ ሠፈር ይኖራል ብለው የሚጠራጠር አንዳችም አልነበረም። የወያኔ አሽቃባጭና አጨብጫቢም መስያቸው "ለአለቆቼ" መልካሙን ነገር ሪፖርት እንዳደርግላቸው ያጋጠሙኝ ጥቂት ጭራቸውን የቀሉልኝ አድርባዮች ነበሩ። ታዲያ ነኝም አይደለሁም ብየም አላውቅ። ስለ ኤፍሬም ደጀኑ/ሰዒድ አባስና ውብሸት መኮንን/አቡበከር ሙሀመድ ክትትሌን በመቀጠል ለሁሉም ጊዜ አለው እንዲሉ የማጠያየቅ ጥረቴን ሳላቀም ጊዜውን ጠብቀ የየሺንግተን ዲ. ሲ. ቀይታየ በለገሰኝ መልካም ወዳጄ በአቶ ስዩም ዘነበ አማካኝነት ወደ ኤፍሬም ደጀኑ ታናሽ እህት ወይዘሮ ኤልሳቤጥ ደጀኑ ቤት ሰተት አድርጎ ወስዶ አስተዋወቀኝ፣ አውስትራሊያ እንደገባሁ ሁለተኛውን ዓይኔን እያሳከምኩ ባለችኝ አንድ ደካማ ዓይኔ መፅሀፉን እንደገና በአዲስ መንፈስ ለመቀጠል ቻልኩ። አውስትራሊያ በገባሁ አራተኛው ወር ላይ በዓይኔ ምክኒያት ከመሃል መንገድ ላይ በጠራራ ፀሀይ ተዘርሬ ወደኩኝ። ከመኪና አደጋ ባመልጥም የእጄና የክንዴ መታጠፊያ (elbow) የመውለቅና ከሦስት ቦታ ላይ የስብራት አደጋ ደረሰብኝ።

1.6. የሠራዊቱ ጉዳት በኢሕአሠ ክንፍ የእርማት ንቅናቄ ግንባር ቀደም ታጋዮች መረሸን የቀመ ቢሆን ኖሮ ጉዳቱ ምንኛ ቀላል በሆነ

የድርጅቱና ሠራዊቱ እልቂት የአሲምባ ጀግናዎችን በመግደል ብቻ የቀመ ቢሆን ኖሮ ጉዳቱ ቀላል ነበር ብየ በመገመትኩና በመጠኑም ቢሆን የዐፅምሮ ሠላምና መረጋጋትን አግኝቼ እነሱን በማስታወስ በሞላ ጎደል የግል ሕይወቴን በመራሁ ነበር። በኢሕአሠ ክንፍ የእርማት ንቅናቄ ግንባር ቀደም ታጋዮች ላይ የተፈፀመው ፋሺስታዊ ግድያ ብቻ በቀመ እንዴት ዓይነት ቶሎ የቀመ ጉዳት ነበር ብየ ነበር የማምነው። ከዚያ በኋላ ቀጥሎ የመጣው ጉዳት ነው እጅግ አድርጎ ስሜቴን ያቃጠለው። ሠራዊቱ ከነጭራሹ ብቃትና ችሎታ ባልነበራት ባላንጣ በቀላሉ ባንድ ቀን ጦርነት ተደመሰሰ። በሕይወት የተረፈውም እንደገና እንዳይሰባሰብና እንዳያንሰራራ ለባዕዳን ኃይል የቀመው የድርጅቱ አመራር እምብርት በውርደት የስደት ሕይወት እንዲመሩ፣ እንዲያውም ከወያኔ ጋር በማበር ከወጋን የጠላት መሬት እንዲያፈገፍጉ ተገደዱ። ሠራዊቱም ይህንን አስከፊ መመሪያ ጠንክረው ተቃወሙ። አመራሩ በሕይወት የተረፈውን ሠራዊት ተቃውሞ ሊገታና ሊቀጣጠር ባለመቻሉ የተንኮል ምስጢሩ በግልጽ ያልተረዳቸውን እነ ናደው/አባይ አብርሃና ጓደኞቹ ድጋፍና ትብብር አግኝተው ተቃውሞውን በማብረድ ሠራዊቱ የአመራሩን ጭፍን መመሪያ በመቀበል በግዳቸው ወደ ኤርትራ ለማፈግፈግና ለመዋርድ በቁ። በድርጅቱ ስውር ተልዕኮ ኃይል፣ ብቃትና ችሎታ ባልነበራት

ባላንጣ ጋር በተደረገው ጦርነት ስንት ጓዶች በቀላሉ ተቀጩ። ከዚያ ከዘግናኙ የከለአሳ ደርግ ስታይል ማጋለጥ ጥቂት ቀናት በኋላ ሕወሓት ሆን ብላ በሳቦያ አካባቢ በኃይል አሥራ አራት ጋንታ የፈጸመችውን የትንኮሳ የደፈጣ ተኩስ ግጭት እንደተፈጠረ የኢሕአሠ ኃይሎች ተኩስ የከፈተችውን የሕወሓት ኃይል ከኋላ ለመክበብ በጥድፊያ ላይ እንዳሉ "የማፈግፈጊያ መተናፈሻ ቦታ ስጧቸው" የሚል ለወያኔ አዛኝ የሆነ ትእዛዝ ከከፍተኛ የአመራር አካል በመስጠቱ ተከባ ልትማረክ የነበረችው የሕወሓት ኃይል በሠላም ካካባቢው አፈግፍጋ ወጣች። የኋላ ኋላ ይህ የበላይ ትእዛዝ ፀጋየ ገ/መድህንን በእጅት እንዳስቀጣው ሠራዊቱ በኤርትራ በርሃ በግዞት ላይ በቀየበት ጊዜ በሰፊው ተጋኖ ተወርቷል። ትእዛዙ የተላለፈው ከድርጅቱ ወታደራዊ ኮሚሽን ኃላፊና የሠራዊቱ ጠቅላይ አዛዥ ከነበረው በዘሩ ክሕሽን ነበር። ትእዛዙንና መመሪያውን ሲሰጥ ከጠንካራ ደጋፊዎቻቸውና ኮሎኔል አበጄ ጋር ሆኖ ነው። በኃይል አሥራ አራት ጋንታ ላይ የሕወሓት ኃይል የፈጸመችውን የትንኮሳ የደፈጣ ተኩስ ግጭት ቀደም ብሎ ከቀን በፊት ወደ አድዋ ለተንቀሳቀሰችው ኃይል ሰባ አራት መረጃውን ደብቀ በመያዝ እንዳይደርሳቸው በማድረጉ ኃይሏ ሁሉ ነገር እንደወትሮው ሠላም መስሏት ከወያኔ ጥንቃቄ ባለመውሰዷ በእምባ ሰነይቲ ወረዳ ነበለት አካባቢ በኃይሏ ላይ ከፉ አደጋ አስከተለባት። ከኃይሏ ጥቂት ብቻ በሕይወት ተርፈው በማፈግፈግ እየተንጠባጠቡ ወደ አሲምባ ሲጓዙ እንደገና በማግሥቱ ከፍተኛው ሕይወት የተከፈለበት የብዘት ጦርነት በቀሪው የሠራዊቱ ኃይል ላይ ሲከፈትባቸው በዚያ በአሳዛኙ የደርግ ስታይል የከለአሳ ሴሚናር ምክኒያት የመዋጋቱ ስሜቱና መንፈሱ ውስጣቸው ስለሌለ፣ ስሜቱን ሚጥጦ ስለጨረሰው፣ የአወጋግ ዘዴው ሁሉ ስላልመጣላቸው ተደነጋግረውና ተበሳጭተው ብቻ የውጊያ ብቃትና ጥንካሬ ባልነበራት ሕወሓት ጥይት እየተለቀሙ ደመ ከልብ ሆነው እንዲቀሩ ተደረጉ። ከሁሉም የበልጥ የሚያሳዝነው ነዋሪነቱ በዋሺንግተን ዲ. ሲ. ወይንም በሳን ፍራንሲስኮ ይኖራል ተብሎ የሚነገርለት በቀድሞ የአየር ወለድ አባል ትመራ የነበረችው የኃይል 500 በአሳዛኙ የብዘት ጦርነቱ ወቅት ከአምስት ደቂቃ በማይበልጥ እርቀት ላይ መሽገው ጓዶቻቸው በግራና በቀኝ በወያኔና በሻዕቢያ ጥይት ሲቀሉ ከኮሎኔል ዓለማየሁ አስፋው/አበጄ ጋር ሆነው እየተመለከቱ በጦርነቱ ምንም ሳይሳተፉ ድምፃቸውን አጥፍተው በውስጧ የነበሩትን መሪዎች (ከሰማኃቸው መካከል ኮሎኔል አበጄን፣ ፀሐየ ሰለሞንን፣ መርሻ ዮሴን፣ ዳዊት ስዩምንና ጌራን) አጅባ ወደ አሲምባ መሄዳቸውና እንደገና ከውስጧ ከነበሩት ታማኝ የጋንታ ጦር አንዷ የኢሕአሠ ክንፍ የእርማት ንቅናቄ ግንባር ቀደም መሪዎችን ረሽነው ባንድ ጉድጓድ ከደፈኑ በኃላ በወቅቱ በአሲምባ የነበሩትን ቀሪዎቹን የሠራዊቱንና የድርጅቱን አመራር አጅበው በትግራይም ሆነ በጎንደር ሠራዊቱ በትግሉ ዘመን ያደራጀውን ሁሉ ትተው፣ እንዲሁም የሚያፈቅራቸውንና እንደ ግል ልጆቻቸው አድርገው የጠበቃቸውን የአዲ ኢሮብን ሕዝብ ለደርግ፣ ለሻዕቢያና ለሕወሓት አጋልጠው ወደ ጠላት ግዛት ሕይወታቸውን ጠብቀው ተሰደዱ።

1.7. የሚጻፉት መጽሀፍት በውሸትና በፈጠራ ታሪክ መታጀባቸውን እያወኩ፣ ለአንድነት ሁሉን በሆዴ አምቄ እየተቃጠልኩ የወደቀው ድርጅት በስግብግብ ነጋዴዎች ሰይፍ ለሁለት እስከ ተከፈለበት ድረስ በትዕግሥት ኖርኩ

በዘመናችን እውነተኛና ሀቀኛ የኢትዮጵያ ልጆች ያለቁት በደርግና በደርግ ተለጣፊ የፖለቲካ ድርጅቶች፣ በሶማሊያው ዚያድ ባሬ ወራሪ ጦር፣ በሻዕብያ፣ በወያኔና በኢሕአፓ አመራር እምብርት/ክሊክ እንደሆነ ተገልጿል። እንደ ተገንዘብኩት ለሀገራቸውና ሕዝባቸው በየመስኩ ተሰውተው የቀሩትም ሆነ በሕይወት አንገታቸውን ደፍተው የኖሩት ሁሉም ገድላቸው የቀጣፊዎች ብዕር ሰለባ ሆነዋል። ሀገሬ ኢትዮጵያ ያጣችው እንደ በላይ ዘለቀና መይሳው ካሳ የሚታገሉላትና የሚሰውላት ጀግኖች እንጂ ጥሩምባ ነፊዎችና የብዕር "ጀግኖች" አላጣችም። ከእስርና ከመከራ 'የተረፍን ጥቂት ቃሚዎች ስለሆን ያልቃጨውን ታሪክ የማስተካከል ግዳጅ በትካሻችን ስለወደቀ' እያሉ የዝሆን ዕምባ እያፈሰሱ በባዕድ ቋንቋ (በእንግሊዘኛ ቋንቋ) እንዲጻፍ ማድረጋቸው ለትርፍ ብቻ ሳይሆን የግል ዝናንና እውቅናን ለማትረፍ፣ አልፎም ከአሜሪካ የሴኔትና የኮንግሬስ አባላት ጋር እራሳቸውን ለማስተዋወቅና እፍኝ ለማይሞሉ ቀብጥብጥ ኢትዮጵያዊ አሜሪካኖች ልጆቻቸው ብቻ እንዲነበብ ታስቦ እንደጻፉት ነው የማምነው። እንዳንዶቹም እራሳቸውንና የወንጀል ግብረ አበሮቻቸውን ከደሙ ንጹሀ ለማስደረግ፣ ሌሎቹ ደግሞ የግል ኪሳቸውን ለማዳበር፣ በተለይም ያለንበት ኤኮኖሚ በፈጠረው ችግር ሳቢያ ለሞርጌጅ መክፈያ ዘዴነት እንዲረዳቸው ተብሎም የተጻፉ ሆኖ ነው የሚሰማኝ። የክፍሉ ታደሰ መጽሀፍ እንደወጣ (ያ ትውልድ፣ ቅጽ 1፣ 2፣ 3) በሶስቱም ቅጾች የሰፈሩት አብዛኛው ጽሁፉ የራሱንና የቅርብ ጓደኞችን ኃጢአትና ወንጀል ለመሸፋፈን ከመሆንም ባሻገር ውሸትና ቅጥፈትን የተላበሰ መሆኑን ተገንዝቤ እንኳን ለመጻፍ አልተጣደፍኩም። የክፍሉ ታደሰ የኃጢአቱ ኃጢዓት በአሲምባ በርሀ በገዛ ጓዶቻቸው ተረሽነው ስለቀሩት ሰማዕታት ጀግኖች ጓዶቻችን ማንነት እንኳን ለመጥቀስ አንዳችም ሙከራ አላደረገም። መሰዋታቸውን በማሳወቅ ቤተሰብ ቁርጣቸውን በማወቅ እርማቸውን በማውጣት የዓዕምሮ ዕረፍት እንዲያገኙ ለማድረግ እንኳን አለመሞከሩ የክፉ ክፉ ሆኖ ታየኝ። እጅግ ያሳሰዘኝና ያስቀጣኝ ብሎም ጠንካራ ቃላትን እንድጠቀም ያስገደደኝ ክፍሉ ታደሰ በሀሰትና በቅጥፈት የተዘጋጁት መጽሀፍት በሦስተኛው ቅጽ ላይ "ከሰሜን አሜሪካና ከአውሮጳ ተውጣተው ለስልጠና የተላኩት አባላት የተከታተሉትን የውትድርና ትምህርት እንዳጠናቀቁ ሁሉም ኢሕአሠን ተቀላቀሉ" (ክፍሉ ታደሰ፣ 3፣ 244) ይልና በምዕራፍ 3 የራስጌ ማስታወሻ ቁጥር 64 ላይ ስለሰለጠኑት አባላት ስም ዝርዝራቸውን በመጥቀስ የቀድሞ የድርጅቱንና የሠራዊቱን አባላት ብቻ ሳይሆን ባጠቃላይ የኢትዮጵያን ሕዝብ እንደትናንቱ ዛሬም በድጋሚ ሲያታልልና ሲዋሽ በተጨባጭ በማረጋገጡ ነው። ክፍሉ ታደሰ ያለምክኒያት አልነበርም ይሀን የመሰለ ከባድ ወንጀል በመሥራት የሆነውንና የነበረውን እንዳልሆነና እንዳልነበረ ያልነበረውንና ያልሆነውን

እንደነበረና እንደሆነ አድርጎ ሕዝብን ለማወናበድ የሞከረው። የዚህ የሀሰት ታሪክ ዋና ዓላማ ከሰሜን አሜሪካ ተወክለው ከመጽሀፉ ደራሲ ጋር በፍልሥጥኤም የወታደራዊ ትምህርታቸውን ካጠናቀቁ በኋላ ማዎይስት ናቸውና ተከታተሏቸው ከሚል ብርቱ ሪፖርት ጋር አሲምባ ልከው ያስረሸኗቸውን ሁለቱን ሰማዕታት ጓዶቼን የኤፍሬም ደጀኑን (ሰዒድ አባስ) እና የውብሸት መኮንን (አቡበከር ሙሀመድን) ማንነት ደብቆ ለመሸፋፈንና ብሎም በነሳሙኤል ዓለማየሁ፣ እያሱ ዓለማየሁ፣ ዘሩ ክህሽን መመሪያና በእነ አበበች በቀለ፣ ታደለች ኪ/ማርያም፣ መሐሪ ገ/እግዚአብሔር፣ መርሻ ዮሴፍ፣ ዳዊት ስዩም፣ ዮናስ አድማሱ ጌታቸው በጋሻው፣ ኮሎኔል አበጀና ሌሎቹ ጋሻ ጃግሬዎቻቸው አስተባባሪነት መረሸናቸውን ለመደበቅና የሠራዊቱን ያደፈ ታሪክ ለመሸፈን ነበር።

ክፍሉ ታደሰ ከኃጢአት ተጠያቂነት ለማምለጥ ፍልሥጥኤም ተልከው ሰለጠኑ ብሎ በእሕጸሮ ቃላት የጠቀሳቸው ሌሎቹ ከእኛ ጋር ያልነበሩ እራሱ በአየር ላይ ጠልፎ ያስገባቸው ሰዎች ናቸው። በትክክልም የሰው ስምም ይሁን አይሁን እይታወቅም። በሌላ በኩል አንድ ፊደል ብቻ በማስቀመጥ የውዥንብር ደረጃውን በደረጃ ከፍ ሲያደርገው ተመልክቻለሁ። ‘አ’ የሰው ስም ነው ብሎ ይጽፋል። በ ‘አ’ የሚጀምር ስንት ስሞች ይኖራሉ። ሌላ ቦታም ‘መ’፣ ‘ብ’፣ ይላል። በ ‘መ’፣ ’ብ የሚጀምር ስንት ስሞች ይኖራሉ። ሌሎችም እንደዚሁ በአንዱ ፊደል ብቻ ወይንም ሁለት ፊደሎች ለምሳሌ ገመ፣ መን፣ ሀወጊ፣ መገእ፣ ታደጽ፣ እያለ ማንነታቸውን ለመግለጽ ባለመሞከር ሀቁና ዕውነቱ ለዘለዓለም ተደፍኖ እንዲኖር ሸፋፍኖ አልፎታል። ማንነታቸውን ከሕወሓት ለመደበቅ ከሆነ ከማንም ይበልጥ ማንነታቸውን ሕወሓት አንድ ባንድ ታውቃለች። ፍራቻው ከሕወሓት ለመደበቅ ከሆነ ለምን የሕወሓት ባለውለታና በዚህም ምክኒያት በውጭ ጉዳይ ሚኒስቴር በከፍተኛ ኋላፊነት የተሾሙትንና በኋላም ወደ ሀገራቸው አሜሪካ ተዛውረው የዋሺንግተን ዲ. ሲ. የሕወሓት አምባሳደር ልዩ አማካሪ ሆነው በማገልገል ላይ ለሚገኙት ለቀድሞዋ የአመሪካ ሬዲዮ ኋላፊ ለነበሩት ለወ/ሮ አኔት ሲ. ሽክለር በመጽሀፉ ዝግጅት ጊዜ ልቡን ሁሉ ከፍቶ የሰጠው? ሌላው አስገራሚ ነገር ደግሞ “በተዓምር” ከሞት አምልጦ አዲስ አበባ ገባ እየተባለ በማዕከላዊ ኮሚቴው ሁለት ጊዜ የተወራለትን ዮናስ አድማሱን አስመልክቶ የጻፈው ነው። ዮናስ አድማሱ በከተማው የሽብር ታጣቂ ክንፍ ውስጥ በአመራር ቦታ ላይ ጠንካራ ተሳታፊ የነበረ ከሽብር ፈጣሪ መሪዎች አንዱ ከመሆኑም ባሻገር ከክፍሉ ታደሰና ከዘሩ ክሕሽን፣ ከሳሙኤል ዓለማየሁ፣ ግርማቸው ለማና ከሽመልስ ማዘንጊያ ጋር በከተማው ግድያ ተግባር በቅርብ አብሮ ይሰራ እንደነበረ ይታወቃል። ይህንኑ “ተዓምረኛ” ዮናስ አድማሱን “አዮ” ብሎ አገላብጦ አስፍሮ እንብቤአለሁ (ክፍሉ ታደሰ፣ 2፣ 318-319)። ክፍሉ ታደሰ ምነው ትንሽ እንኳን ለምንተ እፍረትህ እንደሌሎቹ “ዮአ” አላልከውም? ስለ “ተዓምረኛው” ዮናስ አድማሱ በሠራዊቱ ውስጥ እያለሁ በሠራዊቱ አባላትና ከተለየሁም በኋላ ሀገር ቤት ገብቼ በቀድሞ የድርጅቱ አባላት በሰፊው ይወራ የነበረውን ሁለት ገጠምዮሽ ወደ ኋላ ይጠቀሳል። ዘመድ ከዘመዱ አህያ ካመዱ

እንዲሉ ሌላው አስቂኙ ተረት ያነበብኩት ከመጽሀፉ የጀርባ ሽፋን ላይ የሰፈሩት ሁለት አስተያየቶች ናቸው። ሁለቱም የተጻፉት በራሱ በክፍሉ ታደሰ፣ ወይንም በዘሩ ክሕሸን፣ ወይንም በነእያሱ ዓለማየሁ፣ ያለበለዚያም በቅርብ ዘመድና ጓደኛው እንጅ በእውነት ሕሊና ያለው ንጹህ የኢሕአፓ ደጋፊ ወይንም የኢሕአፓ ልጅ እንደዚያ ደፍሮ አይጽፍም። ከመጀመሪያው ጀምሮ የሶቪየት ሕብረትን በሶሺያል ኢምፔሪያሊስት እንድትፈረጅ ብለው ሀቀኞቹ ሲከራከሩ ክፍሉ ታደሰና ዶ/ር ተስፋየ ደበሳይ አልነበሩም እንዴ ሽንጣቸውን ገትረው የተቃወሙት ለማዘናጋት ሽንግለው ለጊዜው አቃም ከመውሰድ እንዲቀጠቡ በማስደረግ ለሶቪየት ሕብረት ጠብቅና በመቆም የታገሉት።

ሀቀኞቹ ኢትዮጵያ በወታደራዊ አስተዳደር ስር መውደቃ ሳያንስ፣ የቀድሞዋ የሶቪየት ሕብረት ጥገኛ እንደምትሆን በማጤናቸው ተቃውሚቸውን ሲያሰሙ አክራሪዎች፣ ማዎይስቶች፣ ሲ. አይ. ኤ. ወኪሎች እያሉ ያሰሩት፣ የረሸኑትና ያስረሸኑት፣ ከሚወዱት ትግላቸው እየተወገዱ እንዲወጡ የተደረጉት በነክፍሉ ታደሰ፣ ዘሩ ክሕሸንና አንጋቾቻቸው አልነበረምን/ ከየት ወዴት? የትና የት ነው? እንዴት በአንድ ጊዜ ድርጅቱ ሊያድግና ዝናን ሊያተርፍ የቻለውን ያህል ለምን ባንድ ጊዜ ፈጥኖ ሊወድቅ እንደቻለ መቸ ነው በትክክል በትክክል የድርጅቱን ታሪክ የዘገባው። ከክፍሉ ታደሰ መጽሀፍ በኋላም አራት መጽሀፍት በተከታታይ ተጻፎ ለማንበብ ባለመቻሌ በወዳጆች ድጋፍና እርዳታ ተነበልኝ ተረድቻለሁ። የመጀመሪያው እንደታተመ ከቀድሞ የትግል ጓደኞቸ መካከል አንዱ መጽሀፉን ላከልኝ። በመጽሀፉ ውስጥ አንዲት መስመር ብቻ ያዘለች ወረቀት ከዚሁ አንጀቱ ካረረው ጓደኛየ የተጻፈ አለባት። ጽሁፉ የሚለው "ልብ በል አያሌው፣ ወድቀና ተንኮታኩቶ በአፅሙ ተጋድሞ የተኛውን ሕመምተኛ ድርጅታችንና ባሰደመሰሱት ሠራዊታችን ላይ የፈፀሙት ወንጀል ሁሉ አልበቃ ብሏቸው እንደገና ደማቸውን ለመነገጃ መሳሪያ ለማድረግ ሲፍጨረጨሩ ልብ በል" ይላል። ይህንኑ ጓደኛየን ካሳዘኑት ጉዳዮች መካከል አንዱ፣ አስማማው ኃይሉ (ኢሕአሠ፣ የኢትዮጵያ ሕዝባዊ አብዮታዊ ሠራዊት ከ1964 - 1970 ዓ. ም. ቅፅ አንድ) ላይ ሁለት ሰዎችን ማለትም በድርጅቱ አመራር ሰለባ የሆነውን ሰማዕት ጓዴን ኤፍሬም ደጀኑን/ሰዒድ ዓባስን እና የዚህን መጽሀፍ ደራሲን እንደ አንድ ሰው አድርጎ መጻፉና፣ እንዲሁም በተመሳሳይ መንገድ ሰለባ የሆኑትን ሌሎች ሁለት ሰማዕታት ጓዶቼን ማለትም ኤሊያስ በቀለን/ታሪኩንና ውብሸት መኮንንን/አቡበከርን ሙሀመድን እንደ አንድ ሰው አድርጎ ማስቀመጡ ነበር። አያሌው መርጊያ/ሰዒድ አባስ ከሰሜን አሜሪካ የተማሪዎች ማሕበር ሠራዊቱን የተቀላቀለ ይልና (አስማማው ኃይሉ፣ 155) በመጽሀፉ በሌላ አካባቢ ደግሞ ታሪኩ/አቡበከር (አስማማው ኃይሉ፣ 254-255) በማለት ሁለቱን ሰማዕታት እንደ አንድ ሰው አድርጎ አስነብቦናል። በእሱ አጻጻፍ ከነዚህ ውስጥ የተረሸነው አንድ ሰው ብቻ እንደሆነና ይህም ታሪኩ ብቻ እንደሆነ አድርጎ ለማቅረብና ሰዒድና አቡበከር እንዳልተገደሉ ለማሳየት ሙከራ መስሎ ታየኝ። አያሌው መርጊያውና ሰዒድ የተለያዩ ሁለት ጓዶች ሲሆኑ አያሌው የመጽሀፉ ደራሲ ሲሆን በሰላም እንደወጣ

ይናገራል። ሰዒድ ግን የተረሸነ ጓዳችን ነው። ሰዒድ የአያሌው መርጊያ የሜዳ ስም በማድረጉ ሰዒድ አልተገደለም ብሎ ለመግለጽ ያደረገው መልዕክት መስሎ ታየኝ። በተመሳሳይ ደረጃም አቡበከር ተገድሏል፣ ታሪኩ ደግሞ የአቡበከር የሜዳ ስም መሆኑ ነው ማለት ነው። ታሪኩና አቡበከር የተለያዩ ሁለት ጓዶች ሲሆኑ ሁለቱም ተረሽነዋል። ስለሆነም አራት የተለያዩ ጓዶችን እንደ ሁለት ሰዎች ብቻ አድርጎ በማቅረብና በማተራመስ ነበር የጻፈው። ጥቂት ጉዳዮችን አስመልክቼ እንኳን እንዲያስተካክል አቶ አስማማው ኃይሉን ቨርጂኒያ እያለሁ ስልኩን ከወዳጅ አግኝቸ ደውየ መክሬው ነበር። ምንም ቅሬታ አላደረበትም። መጽሀፉ በተወዳጅነቱ ምክኒያት ሁለተኛ ታትሞ ከሽያጭ የተረፈ የለም በማለት ተኩራራብኝ። እያሳሳኩ ጓዶችህ ሀብት በሀብት አድረጉህ አልኩት። ምንም አላለኝም፣ ወዲያውኑ የስልክ ቁጥሩን ቀየረ። ከሁሉም አቶ አስማማው ኃይሉ ቅር ያሰኘኝ ለመጽሀፉ ዝግጅት እንዲረዳው ቃለ መጠይቅ ያካሄደው ሌሎችን ሳይሆን ለወንጀሉ ተጠያቂዎቹንና ተባባሪዎች የነበሩትን ነው። ታዲያ ከነሱ ምን ሊገኝ፣ ምንስ ሊሉ ከጅሎ ነው ለእነሱ ቃለ መጠይቅ ያደረገው። በተመሳሳይ ደረጃ ያሬድ/አያሌው ከበደ ተሰማ'ን በሰላይነት እንደሚጠረጠርና ብዛት ባላቸው አባላት ብዙ የሚያጠያይቅ ጉዳይ እንዳለበት እየነገረን መልሶ እሱን እንደምስክር ማቅረቡ የሚያሳዝን ነው።

ሌላው መጽሀፍ በአያሌው ይማም (Yankee, Go Hom! The Life of an Ethiopian Revolutionary And The Fall of Assimba, EPRP's Red Base) የተጻፈው ነበር። ስለዚህ መጽሀፍ ለመጀመሪያ የሰማሁት በዋዜማው ዕለት በ P እና 14 Street ላይ ከሚገኘው የስታርባክ ቡና ቤት እያለሁ በየቀኑ ከታክሲና ከፓርኪንግ ሥራቸው ዕረፍት በማድረግ ቡና ቤቱ እየተገናኙ ከሚጨዋወቱ ወገኖች ነበር። መልካም ወገኖቹ አድርጌ በመመልከቴ ቀስ በቀስ በመቀራረቤ ከእነሱ ጋር በመዝናናት ከፖለቲካ ውጭ በሚነሱ ጉዳዮች ላይ እኔም በመሳተፌ ባጋጣሚ አንደኛው የፓርኪንግ ሰራተኛ የአያሌው ይማምን በአሲምባ ስለተረሸኑት ሰዎች መጽሀፍ ጽፎ ከኃይሌ ገሪማ መጽሀፍት ቤት እንደሚመረቅ ነገረን። ከአለሁበት አካባቢ እንዴት አድርጌ ወደተባለው ቦታ በአውቶቡስ ለመድረስ እንዲገልጹልኝ ስጠይቃቸው ከቡድኑ አባል መካከል አ. ካ የሚበለው የትግራይ ተወላጅ ወገኔ "ምን ያስጨንቅሀል ይህን ያህል አንጃዎች ስለተረሸኑ፣ አንጃዎች ናቸው እኮ፣ ሌላ ምን መሰሉህ" ብሎ በድፍረትና በገሀድ ያለዕፍረት ሲናገር ማመን ቸገረኝ። በርግጥ በጆሮየ የሰማሁትን ተናገረ ወይንስ እንደ ዓይኔ ጆሮየም እየዘባረቀ መጣ ብየ ደጋግሜ እራሴን ጠየኩኝ። የተባለውን ወገኔን ምን ማለቱ እንደሆነ በትህትና መልክ አጥብቄ ጠየኩት። በድጋሜ ቀደም ሲል የሰማሁትን መልሶ ደገመልኝ። ጆሮየ ጤነኛ ነው፣ በትክክል የተባለውን አዳምጧል ብየ በጆሮየ ላይ ተማመንኩ። በማግሥቱ መጽሀፉን ቀጥታ ከአያሌው ይማም እጅ ገዝቼ ሰዎችን እያስቸገርኩ መጽሀፉ ተነቦልኝ ለመረዳት ቻልኩ። እነ ክፍሉ ታደሰ አስራ አራት፣ አስማማው ኃይሉ ደግሞ አሥራ ሰባት የሞት ቅጣት ተፈጸመባቸው እያሉ ከመጥቀስ በስተቀር የተባሉት እነማን እንደሆኑ ሙከራ ያላደረጉትን አያሌው

ይማም ቢያንስ በድፍረት አሥራ አንዱን የአሲምባ የዲሞክራሲ ጀግኖችን በማውሳቱና እንዲዘከሩ በማድረጉ አደነኩት። በሀገራችን ከምንገለገልባቸው ቋንቋዎች ሁሉ አማርኛ ለዘመናት በሀገሪቷ የብሔራዊ ቋንቋ ሆኖ የማናቸውንም በሔረሰብ ተወላጆች በማግባቢያነት ሲያገለግል የኖረ፣ የኢትዮጵያን ሕዝብ ያላንዳች ችግር እርስ በእርስ በማግባባት በከፍተኛ ደረጃ የረዳ ቋንቋ መሆኑ እየታወቀ ወያኔ ባነገሰው የዘርኝነት ሥርዓት ምክኒያት ታዳጊ ኢትዮጵያዊያንን "የአማራዎችን" ቋንቋ አትናገሩ በሚል አፍራሽ መልእክት ከአማርኛ ይልቅ የባዕዳን ቋንቋ በልጦ በብዛት በመጠቀም ላይ እንገኛለን። ለረጅም ዘመናት ዳብሮና ነጥሮ በዓለም ታዋቂነትን ያተረፈው ጥንታዊ ኢትዮጵያዊ ባሕላችንና ቋንቋችን ከምድረ ኢትዮጵያ ቀስ በቀስ ከስሞ እንዲጠፋና በምትኩ በትግራይ ባሕላና ወግ እንዲተካ፣ በአማርኛ ቋንቋ መናገር፣ መጻፍና መደሰት አሳፋሪና አስዳቢ እንደሆነ የሚካሄደው ሁሉ በቀጥታና በተዘዋዋሪ ከፀረ-አማራ ዘመቻ ጋር የተያያዘ እንደሆነ የሚያመለክት ነው። ወያኔ ይህንን የትግራይን የበላይነት ዓላማቸውን ለማስፋፋትና ተግባራዊ ለማድረግ ብቻዋን ስለማይቻላት የተለመደውን አድርባይ የሆኑ ምሁራንን በመጠቀም እየተገለገሉ ናቸው። ወያኔ ለዘረኛነትና ለፀረ-አማራ ዘመቻ በመሳሪያነት ከምትገለገልባቸው መካከል እንደትናንቱና ከትናንት ወዲያው ዛሬም፣ አሁንም ተምረናል በማለት ለሥልጣን ፍርፋሪ ከሚቋምጡት ስግብግብና ሆዳም ምሁራን በተለይም እንደልማዳቸው የሆዳሙ የአማራውን ምሁራን በመጠቀም ነው።

ወያኔ ከጫካ ወጥተው ስልጣን እንደያዙ የሚይዙትና የሚጨብጡት ጠፍቷቸው ቢሮክራሲውን በመሸከም በጭንቅላትነትና በችግር ወቅት ነፍስ አዳኝነት ያገለገሉት እነዚያው ሆዳሞቹ የአማራ ምሁራን በተለይም "ፎረም 84" እና ሌሎች በሰኔ ወር 1983 ዓ. ም. ከየመንደሩና ቢሮው አሰባስበው የፈጠሯቸው የብሔረሰብ ድርጅቶች ነበሩ። ለአዲሱ ትውልድ ማስተላለፍ የሚገባቸው ጽሁፎች እንደልባቸው አንብበው ሊረዱት በሚችሉት በአማርኛ ቋንቋ መሆን ሲገባው በማይገባቸው በፈረንጅ ቋንቋ እየተጻፈላቸው በመሰራጨቱ ስለታሪካቸው፣ ስላለፉት ገድላቸው፣ ድክመታቸውና ጥንካሬያቸው አስመልክቶ የማወቅና የመረዳት መብታቸውን መግፈፍ ማለት ነው። እንደ ክፍሉ ታደሰ አያሌው ይማም መጽሀፉን የጻፈው ለአዲሱ ትውልድ ኢትዮጵያዊያን ታቅዶ በኢትዮጵያዊ ቋንቋቸው ሳይሆን እፍኝ ለማይሞሉ ለቅብጥብጥ አሜሪካን ኢትዮጵያዊያን ብቻ የተጻፈ እንደሆነና እንዲሁም በምዕራባዊያን ዘንድ ታዋቂነትንና የግል ዝናና ስም ለማትረፍ ሲባል የተጻፈ እንደሆነ ነው የማምንበት። ታሪኩ የተከናወነው በምድረ ኢትዮጵያ በመሆኑና የታሪኩም ባለቤቶች እራሳቸው የኢትዮጵያ ልጆች በመሆናቸው ሊጻፍላቸው የሚገባው ለባለታሪኮቹ መሆን ነበረበት። መኩሼ/አያሌው ይማም ከነባራዊው እውነታ ተለይቶ የሚኖር ይመስል መጽሀፉን በእንግሊዘኛ መጻፉ ታሪኩን ለአዲሱ ትውልድ ማቅረብ እንዳልቻለ ነው የሚያስረዳኝ። ኢሕአፓ'ን አሽመድምዶ ገደል ከከተቱት ምክኒያቶች አንዱ የድርጅቱ እምብርት አመራር ለራሳቸው የግል አጀንዳ በሚጠቅም መንገድ

ከቁጥጥር ውጭ የሆነ ምስጢራዊነቱና አምባገነንነቱ መሆኑ የሚዘነጋ አይደለም። ከአያሌው ይማም ያስገረመኝ ሕወሓት ብቻዋን ተዋግታ ሠራዊታችንን አቸንፋ ከትግራይ እንዳባረረች ተደርጎ አንባቢያንን ለማሳመን ከመጣሩም ባሻገር እንደገና በሌላ አካባቢ ሕወሓት ብቻዋን በትግሉ ተጠናክሮና አድጎ ደርግንና ኢሕአፓን ለብቻው ቀዋ አድርጎ ያስጨነቀ እንደነበረ አድርጎ ማቅረቡ ከእሱ ዓዕምሮ የፈለቀ መስሎ አልታየኝም። ሠራዊታችን ብቃትና ችሎታ ባልነበራት የሕወሓት ሠራዊት ለምን ሊሸነፍ እንደቻለ እውነተኛውን ምክኒያት ለአንባቢያን እውነቱን ከማሳወቅ ይልቅ ሕወሓት'ን በውጊያ ብቃትና ችሎታ የበላይነት እንደነበራትና ሠራዊታችን ሽንፈት ከአቅምና ከውጊያ ብቃት ማነስ ጋር ተዳምሮ ረሀብ፣ ድክምና ወባ ምክኒያት አድርጎ ማቅረቡ ክፉኛ አስቀየመኝ። ይባስ ብሎ መኩሼ ስለተለጣፊው የኢሕዴን ቡድን ያለውን ክብርና አድናቆቱ ሌላ የማላውቀው አያሌው ይማም እንጅ ያ በአሲምባ በእሥር ቤት የሥቃይ ግርፋትና ምርመራ ይሟቅቅ የነበረው የኢሕአሠ ወታደር መስሎ አልታየኝም። እንደገና መኩሼ/አያሌው ወደ ኤርትራ ይወስደንና በተሓኤ ላይ ያለውን ጠንካራ ፍቅርና መተሳሰር ይጠቁመናል። ስለተሓኤ ያለውን ፍቅር መግለጹ የግል እምነቱና አመለካከቱ በመሆኑ ካላፈረበት በስተቀር አላስጨንቀኝም። አያሌው/ሞክሼ በትክክል ከሆነ ለተሓኤና ለሕወሓት፣ እንዲሁም ለተለጣፊዋ ኢሕዴን ያለውን ፍቅርና ወገናዊነት ማንፀባረቁ ቢያሳዝነኝም ምንአልባት የባለቤቱና በሜሪላንድ የሚኖረው ቀድሞ ኤርትራዊ እንደየነበረ የሚነገርለትና ኢሕአደግ ሥልጣን ከያዘ በኃላ ደግሞ በመገለባበጥ የትግራይ ልጅ በመሆን የወያኔ ደጋፊ እንደሆነ የሚወራለት የቀድሞው የሠራዊታችን አባል ነበር ያሉኝ ፕሮፌሰር ተብየ ተፅዕኖ ቢኖርበት ነው ያሉኝን ለማመን ተገደድኩ። ሙክታር/አያሌው ይማም ለብዙ ጊዜ ያላግባብ ታስሮ በቁርጥማት በሽታ ይሰቃይ የነበረ አንጋፋ ታጋይ ሲሆን የተጠረጠረበትም ምክኒያት ኢኮፓ ተብየው (በአዲስ አበባ ነዋሪ ሕዝብ ፌዝ፣ "የኢትዮጵያ ኮሚኮች ፓርቲ" ተብሎ ይታወቅ በነበረው) እንደሆነ ነው።

ሌላው መጽሀፍ ታክሎ ተሾመን (የደም ዘመን፣ ክፍል ሁለት) ነው። በታክሎ ተሾመ መጽሀፍ ያጋጠመኝ ችግር ቢኖር የማስረጃ አሰባሰብ ዘዴያቸውን በተመለከተ ነበር። ወገኔ ታክሎ ተሾመ በመጽሀፋቸው ባብዛኛው ገጾች ላይ ስለሆነ ድርጊት ትክክለኛነት ለማሳየት ሲሞክሩ የሚከተሉትን ሐረጎች ሲጠቀሙ ተገንዝቤአለሁ። "...እንደነበሩ መረጃዎቹ ይጠቁማሉ" (የትኞቹ መረጃዎች ናቸው)፣ "... መገደሏን መረጃዎች ይጠቁማሉ" (የትኞቹ ናቸው)፣ "... ሰዎች መስክረዋል" (እነማን፣ ቢያንስ አንድና ሁለቱን)፣ "በሕይወት ካሉ የሠራዊት ኮሚሳራት ጋር ባደረኩት ቃለ መጠይቅ ማረጋገጥ ችያለሁ" (ማን ይባላል፣ ቢያንስ የሜዳ ስሙንና የጋንታ/ያኃይል ስሙን)፣ "... ከተናገረው የተወሰደ" (ከየትኛው ሰነድ ወይንም በየትኛው ዜና)፣ "በዲሞክራሲያ ማውጣቱ የታወሳል"፣ "... እንደነበር መረጃ አለ"፣ የመሳሰሉት ደጋግመው ጠቅሰዋል። እንደሰማሁት፣ እንዳየሁት ወይንም እንደሚወራውና እንደተባለው በሚሉ ሀረጎች መተካቱ መልካም ይመስለኛል። የራሳቸው የግል ተመክሮና እምነት ከሆነ

እንደዚሁ በግልጽ ማስፈሩ መልካም ይሆናል። ሌሎች ቀላል የሆኑ ምንአልባትም ከሕትመት ግድፈት የተነሳ ሆኖም የተሳሳቱ መረጃዎች አጋጥሞኛል። አቶ ታክሎ ተሾመ በመጽሀፋቸው ክፍል ሁለት ላይ ጌታሁን ሲሳይ በአንጃነት ተጋልጦ እንደተገደል ጠቁመዋል። ጌታሁን ሲሳይ አሲምባ ከገባበት ጊዜ ጀምሮ አብዛኛውን ዘመን ያሳለፈው በእሥር ቤት ነው። በዚያ አሳፋሪና ታሪክ አጉዳፊ ሴሚናር ወቅት የነበረውም በእሥር ቤት ነበር። በሴሚናሩም ጊዜ ስሙን በክፉም በደግም ያነሳ ማንም አልነበረም.። ሌላው ከፍልሥጥኤም ሥልጠና በኋላ በሰነዓ ከተማ እንደምንሰባሰብ አቶ ታክሎ መጠቀማቸው ነው። በዚያን ዘመን ሰንዓ ፀረ-ሶሺያሊስት/ፀረ-ሶቪየት አቋም የነበራት የሰሜን የመን ዋና ከተማ ነችና በእንደዚያ ዓይነቱ ሀገር የእኛ ድርጅት መንቀሳቀስ አይችልም። በመካከለኛው ምሥራቅ የድርጅቱ ጽ/ቤት የነበረው ሶሺያሊስት ነኝ ባይዋ በደቡብ የመን ዋና ከተማ በኤደን ነበር። ስለሆነም ሥልጠናውን አጠናቀን ወደ ሜዳ እስከምንገባ ድረስ ቀይታችን የሚሆነው በኤደን ከተማ ነበር። ሌላው የአቶ ታክሎ ስህተት በሕይወት ያሉትን ወገናችንን መቶ አለቃ መለስ ማሩን ሻምበል (10) ማለታቸው ብቻ ሳይሆን እንደተገደሉ ጠቁመዋል። ሌላው ስህተት ከአንጋፋዎቹ የሠራዊቱ አስኳል መካከልም ሆነ በኋላ ሮማ የሚባል ታጋይ አልነበረም፣ ምንአልባት ሮባ/ሙስጠፋ ለማለት ፈልገው ካልሆነ በስተቀር።

በቅርብ ጊዜ ያነበብኩት የፖሊስ ኮሌጅ ወዳጄ ሻምበል ተስፋየ ርስቴን መጽሀፍ (ምስክርነት በባለሥልጣናቱ አንደበት) ነው። "ያስለቅሳል እንጂ ይህ አያስቅም፣ ጦጣ ቡና አፍልታ ዝንጀሮ ጫት ስትቅም" ይላሉ አበው። ያስደነቀኝ ቢኖር የሻምበሉ ጽሁፍ የሚያንጸባርቀው በኢሕአፓ አባላት ላይ በፈጸመው አረመኔያዊ ተግባሩ ሳቢያ ከፍተኛ ከሆነ "ጊዜያዊና አርቲፊሻል" ሕይወት እንዲመራ የለገሱትን "ለደጎቹ" አለቆቹ ለእነ ኮሎኔል ተስፋየ ወ/ሥላሴ፣ ኮሎኔል ተካ ቱሉና አልፎም ለኮሎኔል መንግሥቱ ኃ/ማርያምና ለትግል አጋሩ ተስፋየ መኮንን አሁንም ታማኝነቱን ማረጋገጡን ነው። ልብ እንበል ተስፋየ ርስቴ መላኩ ተፈራን "ፈጣን፣ ደፋርና የብሩህ አዕምሮ ጌታ የሆኑት መላኩ ተፈራ …" እያለ ነው አሁንም ለዚያ ጨፍጫፊ ጎንደሬ ያለውን አክብሮት የሚገልጸው። ተስፋየ ርስቴ ለዚያ ጨፍጫፊ ጎንደሬ አድናቆቱን ያሰፈረው የዓላማ አንድነት እንጂ በጠባብነት ስሜት ተገፋፍቶ ጎንደሬ በመሆኑ እንዳልሆነ እርግጠኛ ኘኝ። የኢትዮጵያን የመከለከያ ሠራዊት ሞራል እንዲላሽቅ፣ የሚመራው፣ የሚያዋጋው፣ የሚያሰባስበው፣ ልምዱ፣ ሙያው፣ ዕውቀቱ ያላቸው አዛዦች አጥቶ የውጊያ መንፈሱ ዝቅ እንዲል፣ በቀላሉ እንዲበታተንና እንዲሸሽ፣ በአንፃሩ ደግሞ የሕግሀኤና ሕወሓት ሠራዊት ኃይል ያለተግባራቸውና ያለሙያ ችሎታቸው እንዲጠናከሩና ተዋጊ ኃይል መስለው እንዲፈሩ ለማስደረግ ሲባል ሲ. አይ. ኤ.፣ ሞሳድ፣ ሕግሀኤና ሕወሓት እንደተወራው ተስፋየ ወ/ሥላሴን፣ ካሳ ከበደን፣ ተስፋየ ገ/ኪዳንን፣ ፍቅረሥላሴ ወግ ደረሰን፣ ፍስሐ ደስታን፣ ብርሃኑ ባየህን፣ ሀዲስ ተድላን፣ ተካ ቱሉን፣ ዳዊት ወ/ጊዮርጊስን (ከውጭ ሀገር)፣ እና ሌሎች አቀነባብረው

ለመንግሥቱ ኃይለማሪያም በቅድሚያ ያቀረቡለትን ከፍተኛ ፀረ-ኢትዮጵያ ሴራ እና እንደገናም ሁሉን እያወቀ በማስመሰል ችሎታው እንዳላወቀ መስሎ ወደ ውጭ መውጣቱን እንደተወራው እንኳን ለመጥቀስ አልደፈረም። በተገላቢጦሽ የመንግሥቱ ኃ/ማርያምን ቅሌትና ከሀዲነት፣ የባዕዳን ጣልቃ ገብነትን ለመሸፋፈን የመፈንቅለ መንግሥቱ ሀሳብ የተጠነሰሰው በራሳቸው በተሰውት ጄኔራሎቹ እንደሆነና በቀላሉ ሊከሽፍ የቻለውም በእነዚሁ ጄኔራሎች ድክመት እንደሆነ አድርጎ በማቅረብ ተጠያቂዎቹን ከወንጀልና ከቅሌት ለማዳን ያደረገው ጥረቱ ነው ያሳዘነኝ።

በአክብሮት የሚጠቅሰው ተስፋየ መኮንንን ሲሆን ስለ ተለጣፊዎቹ የደርግ ድርጅቶች ሁሉ በክፉ ሲናገር አንዳችም ጊዜ ስለ ማልሬድ ያወሳበት ጊዜ የለም። ስለአልጀሪያና የቀድሞው ምዕራብ ጀርመን የስለላ ድርጅቶች ኢሕአፓን እንዳጠናከሩ አስመስሎ ከመወንጀል በስተቀር ስለወያኔም ሆነ ሻዕቢያ፣ ወይንም ስለባዕዳን ኃይሎች (ሲ. አይ. ኤ.፣ ሞሳድና ኬ.. ጂ. ቢ.)፣ እንዲሁም ስለነዘሩ ክሕሸን ሆነ አጋሮቹ እንዳችም አልተናገረም። ደጋግሞ የሚኮንነውና የሚወነጅለው እነዚያኑ ምሁር የበዛባቸውን ብርሀነመስቀል ረዳን እና ዶ/ር ተስፋየ ደበሳይን ብቻ ነው።. በአካባቢያችን የ'ሲ. አይ. ኤ ዋና አሽከርካሪ የነበረውን የሪቻርድ ማይልስ ኮፕላንድ/ፖል ሄንዝ ሚናና ስላካሄደው ከፍተኛ ፀረ-ኢትዮጵያ እንቅስቃሴና በተለይም በኤርትራና በቀይ ባሕር ላይ ያስከተለውን ውጤት እንዳችም የጠቀሰው የለውም። ለይስሙላ የጠቀሰው ቲሞቲ ስለተባለ የማይታወቅ የሀሰት ሲ. አይ. ኤ. ያለበለዚያም "አህያውን ፈርቶ ዳውላውን" እንዲሉ ቀንደኛውንና መሀንዲሱን ትቶ ተራ የሆነ ሲ. አይ. ኤ. ወኪል ማውሳቱ ነበር። በፈረንጆች ዘመን አቀጣጠር ከ1959 ዕና 1960 ዓ. ም. ጀምሮ በዚህ ጉዳይ በአካባቢው የሚታወቅውና በበላይነት አካባቢውን የሚቀጣጠረው ሌላ ሳይሆን የነኢሳያስ አፈወርቂ፣ መለስ ዜናዊ የክርስትና አባትና የነመንግሥቱ ኃ/ማሪያም፣ ተስፋየ ወ/ሥላሴ፣ ካሳ ከበደ፣ ፍሰሐ ደስታ፣ ብርሃኑ ባየህና የሌሎቹ የበላይ አለቃ የነበረው የሪቻርድ ማይልስ ኮፕላንድ ነው። ቲሞቲ የተባለው ምንአልባት የሪቻርድ ማይልስ ኮፕላንድ ተላላኪ ይሆናል፣ በኢትዮጵያ ሕዝብ ስሙ ሲነሳ የተሰማና የሚታወቅ ነገር የለም። በኢሕአፓ/ኢሕአሠ ስም ምን ጊዜም የማይገኙ ድንቅየና ብርቅየ የነበሩ የኢትዮጵያ ሕዝብ ልጆች ደም ፈሷል።

በኢሕአፓ እና በኢትዮጵያና በሕዝቧ ስም የንግድ ሩጫ መካሄድ የተጀመረው ከጅምሩ እንደሆነ የምዕራብ አውሮጳ ቀይታየ አስረድቶኛል። በ1970ዎቹ እንኳን ለምሳሌ የጣሊያን የመንገድ ሥራ ኩባንያ በበጌምድር መንገድ ለመዘርጋት ሥራ እንደጀመሩ ድርጅታችን ሁለት ሠራተኞቻቸውን ያግታል። የጣሊያን መንግሥት የታገቱበትን ዜጎች ለማስፈታት በከባድ የገንዘብ ክፍያ ከድርጅታችን ጋር ተደራድሮ ተለቀቁለት። በርካታ ምግብና ልዩ ልዩ አልባሳት በመርከብ ተጭኖ ሱዳን ውስጥ ለእነእያሱ ዓለማየሁና ሙሀመድ/ጅምዕ ተሰጠ። በካሽ ድርጅቱ የተቀበለውን ገንዘብ አስፈላጊ ሲሆን ይሸጣል በሚል የቤተሰብ አሻጥር በፓሪስ ከተማ ቤት እንደተገዛበት፣ ቀሪው ጥሬ ገንዘብ እያሱ

ዓለማየሁና ሙሀመድ/ጅምዕ ከሌሎች ጋር በመተባበር የሰማዕታት ደም የስግብግብ ግለሰቦች መጠቀሚያ ሆኖ እንደቀረ ከብዙ የቀድሞ የድርጅቱና የሠራዊቱ አባላት ተወርቷል። አቶ ታክሎ ተሾመ በበኩላቸው ይህንኑ ጠቁመዋል (ታክሎ ተሾመ፣ 2፣ 261)።

በውጭ ሀገር ይኖሩ የነበሩ አባላትን፣ ደጋፊዎችንና ሀገር ወዳዶችን ስሜት በመንካትና ብብታቸውን በመኮርኮር ይካሄድ የነበረውን ዝርፊያ አስመልክቶ በፈረንጆች ዘመን ግንቦት ወር 1978 ላይ የዓለም አቀፍ የኢትዮጵያ ተማሪዎች ማሕበር ፌዴሬሽን ያካሄደውን ስብሰባ እንደተጠናቀቀ የዘጉት፣ "አብዮታችን ብሔራዊ አብዮታዊ ዲሞክራሲ ነው፣ ትላችን የተራዘመ ሕዝባዊ የገጠር ትግል ነው፣ ድል ለኢሕአፓ/ኢሕአሠ" የሚሉ መፈክሮችን በመፎከር ነበር (Publication Office, WWFES, May 1978)። ያን ዕለት ድርጅቱ ተንኮታክቶ ወድቃል፣ ሠራዊቱ ተደምስሶ በሕይወት የተረፉት በውርደት ኤርትራ አፈግፍገው በግዞት በጀብሃ ሜዳ ታግቶ ይገኛል። ከፊሉ ደግሞ ከኢሕአሠ ምን እናገኛለን ወደ ሱዳን ሄደን ቢራ እናግሳ እያሉ ፈርጥጠዋል። አመራሩ ግን በመዋሸት ትግሉ እየተፋፋመ እንደሚጋዝ አስመስለው በመቃጠፍ በውጭ ሀገር የሚኖሩ ምስኪን ወገኖቻችንን እያታልሉ በላባቸው ያከማቹትን ንዋይና ንብረት ይዘርፏቸው እንደ ነበር ከዚህ ስብሰባ ለመረዳት ያስችለናል።

ምዕራፍ ሁለት

2.0. ትውልድ፣ ዕድገቴ፣ የ1ኛ እና 2ኛ ደረጃ ትምህርት ቤት

2.1. የትውልድ ዘመንና ዕድገት

የተወለድኩት በውሎ ክፍለ ሀገር በአምባሰል አውራጃ፣ አምባሰል ወረዳ፣ ከአዲስ አበባ አሥመራ መንገድ ላይ በምትገኘው ታሪካዊቷ ውጫሌ (11) ከተማ ነው። የውጫሌ ውል የአደዋን ድል ያስገኘ ታሪካዊ ውል በመሆኑ አምባሰሌ ውሉን እንደ ታሪካዊ ቅርፁ ቀጥሮ ይኩራራበታል። የትውልድ ዘመኔ ጥቅምት 27 ቀን 1942 ዓ. ም. እንደሆነ ነው የተነገረኝ። እንደ አዲስ አበባዎቹ ምንአልባትም እንደ ደሴዎቹ ወንድሞቼና እህቶቼ በሆስፒታል ውስጥ ባለመወለዴ ቤተሰቦቼ የትውልድ ማረጋገጫ ሰነድ አልነበራቸውም። የልደት ማስረጃየ ያረጀች አሮጌ የአባቴ ዳዊት ነች። አባቴ በዳዊቱ የውስጥ ሽፋን ወልደአብ በ 1942 ዓ. ም. በጥቅምት መድሀኒዓለም ፀሀይ መጥለቂያ ላይ ተወለደ ብሎ መዝግቦታል። ወልደአብ የክርስትና ስሜ መሆኑ ነው። ከልጅነቴ አንስቶ በሀሰት ምሕረት ተሰጥቶኝ ሀገር ቤት እስከገባሁ ጊዜ ድረስ የምታወቀው አያሌው መርጊያው ጉበና ተብየ ነው። መርጊያ መጠሪያነቱ ከመንዝ እና ግሼ ውጭ በሚገኙ የሸዋ አካባቢ ነው። ምንም እንኳን ከግሥ እርባታ በስተቀር በመርጊያው እና መርጊያ ልዩነት ባይኖርም በመጀመሪያ መርጊያ የሚለውን ስም ቀድሰውና ባርከው የለገሱኝ የወቅቱ የኢትዮጵያ ቀብራራ ባለጊዜ ጌታ አቶ ካሣ ከበደ ተሰማ ናቸው። አልፎም አያሌው መርጊያ ጎበና (ጉበና መባሉ ቀርቶ) በመባል መጠራትና መታወቅም ጀመርኩ። እንዲያውም መርጊያ ጉበና አይደለም ስምህ መርጋ ጎበና ነው ብለው ማስተካከል እንደሚገባኝ የሞከሩ አያሌ መልካምና ቅን የኦሮሚፋ ወንድሞቼና እህቶቼ ነበሩ። መርጋ ማለት በኦሮሚፋ ሣር ማለት እንደሆነና የሰው ስም እንደሆነ ተነግሮኛል። እነዚህኑ ወገኖቼን ኢትዮጵያዊ ስም እስከሆነና ከኢትዮጵያ ውጭ እስካላወጣችሁኝ ድረስ መርጋ ቀርቶ በሌላም ስም መጥራት ትችላላችሁ ብየ እያደፋፈርኳቸው መርጋ ሲሉኝ በደስታ አቤት እያልኩ ኖሬአለሁ። ጎበና ደግሞ የጀግና ስም በመሆኑ ይበልጥ ኩራት ስለሚሰማኝ ቀጥሉ ነበር የምላቸው። በሁሉም ስም ሲጠሩኝ አቤት እያልኩ መኖሬ ግራ ያጋባቸውና የተቸገሩ ወገኖቼ ትክክለኛው ስሜ የትኛው እንደሆነ ይጠይቁኝ ነበር። ምንም እንኳን አፌን የፈታሁበት አማርኛ ቢሆንም ወደ አያት ቅድመ አያቶቼ ብሄድ በአምቻ፣ በጋብቻና አብሮ በመኖር ያለበዚያም በትውልድ ከኦሮሞ፣ ከጉራጌና ከአገው ጋር እስስር ሊኖረኝ ይችል ይሆናል ብየ እገምታለሁ። የአባቴ አባት መጠሪያ ስም ጉበና ሲሆን ትርጉሙን በትክክል አላውቅም። ምንአልባት ጉበን ከሚለው ጋር የተያያዘ ሊሆን ይችላል ወይንም ከአማርኛ ጋር ለማቀራረብ ሲባል ጎበና የሚለውን ጉበን ማለታቸውም ይሆናል ብየ ከመገመት በስተቀር። አያሌው ባብዛኛው የአማርኛ ተናጋሪው አካባቢዎች የሚጠቀሙበት የአማራ ስም ነው።

አያሌው ሞኙ ሰው አማኙ (12) እየተባለም የሚዘፈንለት ስም ነበር በእኔ የወጣትነት ዘመን። መርጊያው ግን በወሎ፣ በበጌምድርና ስሜን፣ በመንዝና ግሸ አውራጃና በጎጃም በተለምዶ የሚጠቀሙበት የአማራ ስም ነው።

ብዛት ያላቸው የቅርብ ወዳጆቼ እኔን እንደ ትራጌ ወይንም ኤርትራዊ እመስላቸው ነበር። በሸዋና ባካባቢው የሚኖሩ አብዛኛው ወገኖቼ ትራጌ አድርገው ነው የሚያውኝ። በዚያ ላይ አፌ ኮልተፍ ስለሚልና እንዲሁም መርጊያ የሚለው ሥም እንደ ትራጌ አድርገው በመቁጠራቸው ይመስለኛል። አዲስ አበባ ዩኒቨርሲቲ የአካውንቲንግ ዲግሪ ተማሪና የመብራት ኃይል ባለሥልጣን ባልደረባ የነበረች ቀንጆየ የትራጌ ተወላጅ ወ/ት አስቴር መርጊያ በዩኒቨርሲቲ ባንድ ዘመን ቀይታችን በመልኬና በሁኔታየ ትራጌ እመስላት ስለነበርና በዚያም ላይ ያባታችን ስም መርጊያ ስለሆነ፣ እንዲሁም የቀለሚም ብርጎ ተመሳሳይነት ስለነበረን እንደወንድሚ አድርጋ ነበር እኔን እስከመጨረሻው ድረስ ታየኝ የነበረው። ትራጌ ነኝ ወይንም አይደለሁም ብያትም አላውቅ፣ ከነጭራሹም አንስተንም አናውቅ። ሌሎች ወገኖቼ ደግሞ ኤርትራዊ እንዲያውም የሐማሴን አካባቢ ቤተሰብ ልጅ የሆንኩ “አምቼ” (13) አድርገው ያዩኝ የነበሩ ብዙ ናቸው። ከዚህ የበለጠ ኢትዮጵያዊነት ምን ይኖራል። በአንድ አካሌ መላ ኢትዮጵያን እንድወክል ፈጣሪ ባርኮ ስለፈጠረኝ ሁልጊዜ ከፍተኛ ኩራትና ደስታ ይሰማኝ ነበር። ከፖሊስ ኮሌጅ ተመርቄ እስከወጣሁበት ጊዜ ድረስ በተለይም በልጅነቴ ዘመን የምናገረው ሀቅ መሆኑን ለማሳመን ወይንም የተፈጸመው የልጅነት ተንኮል የእኔ አለመሆኑን ለማሳመን የምምለው ባባቴና አልፎ አልፎም በአስፋው ወሰን ኃይለሥላሴ/አልጋወራሽ ስም ነበር። የቅጥፈትና የሀሰት መሀላ ሲሆን ደግሞ ኃ/ሥላሴ ይሙት በማለት ነበር። ምንም እንኳን ባብዛኛው ወሎየ አልጋወራሽ ወይንም አስፋው ወሰን ይሙት ቢባልም እንደሌላው ኢትዮጵያዊ በወሎም አልፎ አልፎ ኃ/ሥላሴ ይሙት ይባል ነበር። አባቴንና አስፋው ወሰንን በሀሰት መግደል ባለመፈለጌ ከልጅነት የተንኮል ሥራየ ለማምለጥና ከጆሮ ቁንጥጫና ምሰሶ ላይ ታስሬ በበርበሬ እየታጠንኩ ከማድር ኃ/ሥላሴ ይሙት እያልኩ በማታለልና በመዋሸት የልጅነት ዘመኔን አሳልፌአለሁ። ወሎ የተወለድኩ የአማራ ብሔር ተወላጅ ከመሆኔ በስተቀር ዘሬ አማራ ይሁን አይሁን የማውቀው አልነበረኝም። እናት አባቴ እያስተማሩ ያሳደጉኝ ኩሩ የአማራ ብሔር ተወላጅ ኢትዮጵያዊ እንደሆንኩ አድርገውና ምንም እንኳን ቋንቋውን እንደሌሎቹ የአማራ ልጆች በሚገባ አቀላጥፌ ለመጠቀም ችሎታው ቢያንሰኝም አማርኛ አፍ መፍቻየ ብቻ ሳይሆን እንድኮራበት አድርገው ከማሳደጋቸው በስተቀር ዘርህ ወይንም ነገድህ ይህ ነው ተብየም አላውቅ። ዘሬን አስመልክተው ሲጠይቁኝ ኢትዮጵያዊ ያለበለዚያም የአማራው ብሔር ተወላጅ ነኝ እያልኩ ስናገርና ስኩራራ የኖርኩትና ያደኩት። የዘረኝነት ስሜት ከነገሰበት ዘመን ከ1983 ዓ. ም. በኃላ እንኳን ከዚህ ውጭ አስቤም አላውቅ። ለእኔ የመለያ ምልክቴ በቅድሚያ የአማራው ብሔረተኝነቴ ከዚያ ቀጥሎ ኢትዮጵያዊነቴ ብቻ በመሆኑ በማናቸውም ጊዜ

የአማራው ብሔረሰብ ነኝ፣ ኢትዮጵያዊ ነኝ እያልኩ ነው የኖርኩት። በእኔና በጋዶቼ እምነት የአማራው ብሔር ከአንድ ወጥ ዘር ተጨፍልቆ የተፈጠረና ያደገ ሳንሆን ከተለያዩ የኢትዮጵያ ነገዶች፣ ጎሳዎች፣ ዘሮችና ብሐረሰቦች ጋር በጋብቻ፣ በአምቻ፣ በጉርብትና፣ በክፉም በደጉም ባንድነት አብሮ በመኖር፣ በመቀራረብ፣ በመተሳሰብ፣ በመተሳሰርና በመተጋገዝ የተመሰረተ የብዙ ዘመን የውህደት ውጤት የሆነ ብሔር በመሆኑ የምኮራበት ብሔሬ ነው።

አማራ ከኦሮሞ፣ ከጉራጌ፣ ከትግራይ፣ ከአገው፣ ከቅማንት፣ ከአፋር፣ ከአርጎባ/ከጋፋት፣ ከሐረሪ፣ ከትግሬ፣ ከወላይታ፣ ከከምባታ፣ ከሀዲያ፣ ከባሪያና ከኩናማና ከሌሎች ብሐረሰቦች ጋር ተጋብተና ተዛምደው ከመጡ ጎሳዎች፣ ነገዶችና ዘሮች ጋር በተለያየ ወቅትና ሁኔታዎች ተደባልቀና ተሳስሮ በመኖር የብሔረሰብ ደረጃን ተሸጋግሮ ብሔርነት የደረሰ በመሆኑ ሰፋ ያለ አስተሳሰብና አመለካከት ያለው ሕዝብ እንዲሆን ሁኔታው ረድቶታል። ለዚህም ነው የአማራ ብሔር ኢትዮጵያ ነኝ እንጅ አማራ ነኝ ብሎ የማይመጻደቀው። እንደዛሬው አያድርገውና የአማራው ብሔር ተወላጅ በቅድሚያ የሚታየው ኢትዮጵያዊነቱ እንጂ ብሔሩ አልነበረም። ዛሬ ግን ሁኔታዎች አስገድደውት ሳይወድ የግድ ብሔረሰቡን ማስቀደሙን እንዲመርጥ ማድረጉ ብቻ ሳይሆን አልፎም ሁኔታው አስገድዶት ዘሩን በማስቀደም የወሰደው አዲሱ አመለካከቱ በተዘዋዋሪ የወያኔ ፍልስፍናና ፖሊሲ አራማጅና ተከታይ እንዲሆን አስገድዶታል። በኋላ ቀሩና በጎታቹ የአድሀሪያኑ የዘውድ ሥርዓት ዘመን የመጀመሪያና ሁለተኛ ደረጃ ትምህርት ቤት ተማሪ እያለሁ ደራሲያን በወቅቱ "ዘብሔረ ቡልጋ"፣ "ዘብሔረ የጁ"፣ "ዘብሔረ ላስታ" "ዘብሔረ ጎንደር" … ወዘተ እያሉ መጽሀፍታቸውን ያወጡ ነበር። ብዙም ሳይቀይ በዚያው በአድሀሪው ሥርዓት ወቅት አጻጻፉ ኃላ ቀርና የደንቀሮ አመለካከት መሆኑ ተተችቶበት በዚያው በአድሀሪያኑና ኃላ ቀሩ ዘመን አክትሞ ነበር። በየመሥሪያ ቤቱ እንኳን ቅጽ ሲሞላ ልክ እንደዛሬው የወያኔ ፍልስፍናና እምነት "ዘርህ"፣ "ኃይማኖትህ" ምንድን ነው ተብሎ ይጠየቅ ነበር። በዚህም ኃላ ቀር ፍልስፍናና እምነት ብዙ የኦሮሞ፣ የከምባታ፣ የሀዲያና የሌሎች ብሄረሰብ ልጆች የማመልከቻውን ቅጽ ሲሞሉ ሳይወዱ የግዳቸው ስማቸውን ወደ አማራው ሥም እስከመቀየር የደረሱበት ጊዜ እንደነበር የትናንት ትዝታ ነው። ብዙም ሳይቀይ በዚያው በአድኃሪው ሥርዓት ዘመን ኋላቀርና ጎታች ባህል መሆኑ ታምኖበት ከማናቸውም ቅጽ ሁሉ ዘርህና ኃይማኖትህ የሚለው ጥያቄ ተሰርዞ ወጥቷል። በዘውዱ ዘመነ መንግሥት እንደ አድሀሪና ኋላቀር ባሕል ተቀጥሮ ከምድረ ኢትዮጵያ እንዲጠፋ የተደረገው ያ ጎታችና ኃላቀር ባሕል ከስንት ዘመን በኋላ ተመልሶ በ1983 ዓ. ም. ወያኔ ከሻካ ተሸክመው አዲስ አበባ አስገቡት። ኢትዮጵያን ብቻዋን በመቆጣጠርና የወያኔን የበላይነት ለማረጋገጥ እንዲያስችላቸው የአማራውን ብሔረሰብ የፖለቲካ፣ ወታደራዊ፣ ባሕላዊና ኤኮኖሚ ችሎታና ብቃቱን አዳክመው አቅመቢስ ለማድረግና እንድዲሁም የኢትዮጵያን ሕዝብ እርስ በርስ በመከፋፈል የግዛት ዘመናቸውን ለማራዘም እንዲያስችላቸው ገና ሜካ እያሉ በአሜሪካ ቃል

እንደተገባላቸው በሀገሪቷ ዘረኝነትን ለማንገስ ቆርጠው ተዘጋጁ። ማናቸውም ኢትዮጵያዊ ለስራም ሆነ ለሌላ ጉዳይ ቅጽ ሲሞላ በግድም በውድ ዘሩን መግለጽ እንዳለበት ተደረገ። ካልሆነ እንደጠላትነት ወይንም እንደተቃዋሚነት አዝማሚያ ተቀጥሮ ግለሰቡ/ቧ ትልቅ አደጋ ላይ ይወድቃል፣ ትወድቃለች። እንደ ፈረንጆች ዘመን አቆጣጠር 2011 አጋማሽ አካባቢ ሀገር ቤት ከስድስት ወር እስከ አንድ ዓመት ለመቆየት ወስኜ ከሄድኩ በኃላ በዓይኔ ምክኒያት ወር ባልሞላ ጊዜ ውስጥ በአስቸኳይ ወደ ቨርጂኒያ መመለሴን በሌላ አካባቢ ተገልጿል። በዚያች የአጭር ጊዜ ቆይታየ ለብዙ ጊዜ ሲያስጨንቀኝና ከወያኔ ተለጣፊ ድርጅቶች ጋር ሲያጋጨኝ የቆየውን ጠንካራ አቋሜን ለጊዜውም ቢሆን እንደ ስልት በመቁጠር እንድቀይር ተገደድኩ።

በቆይታየ ባከማቸሁት መረጃ መሠረት ወደ ቨርጂኒያ በምመለስበት ምሽት በኢትዮጵያችን ለዲሞክራሲ፣ ለእኩልነትና ለኤኮኖሚያዊ ፍትሐዊነት የሚደረገው ትንንቅ የትግሉ መለያ የመደብ ትግሉ በዋነኛ ደረጃ የሚታይ እንደሆነ ጠንካራ እምነቴ ቢሆንም ከተጨባጩ የሀገሪቷ ሁኔታ በመመርኮዝ ለጊዜውም ቢሆን እንደ ስልት በመቁጠር ዘሬ አማራ ነው ከሚል ጊዜያዊ አቋም ላይ ደረስኩ። በኢትዮጵ ፎረም እንኳን በየጊዜው የአማራው ድርጅት ሲነሳ "እኔ የአማራው ብሔር ተወላጅ እንጂ ደሜን በላቦራቶሪ አስቀድቼ ባለማስመርመሬ ምን መሆኑን አላውቅም" እያልኩ በምመልሰው ምልልሴ ብዙዎቹ ተችተውኛል። ለዳግማይ ስደት ወደ ውጭ ሳልወጣ ገና ሀገር ቤት እያለሁ በአማራው ላይ ይካሄድባቸው የነበረው ጭካኔና ኢሰብዓዊ ድርጊቶች አሁንም እንደቀጠለ ብቻ ሳይሆን እንዲያውም በተቀነባበረና በተቀናጀ መልክ የአማራውን ብሔር እንዳለ ለማጥፋት ያለበለዚያም ለማድቀቅ ዓላማቸውና ዕቅዳቸው እንደሆነ በገሀድ ተገነዘብኩ። በዚህን ጊዜ ነው መርሕ ለመርሕነቱ ሲባል አንዳንድ ጊዜም መጣስና መገለባበጥ ይኖርበታል በማለት ከዛሬ ጀምሮ ዘሬ ብቻ ሳይሆን ዘር ማንዘሬ ሁሉ አማራ ነው ብየ የወሰንኩት። ለዳግማይ ስደት ከመውጣቴ በፊት ሀገር ቤት እያለሁ በወያኔና በተለጣፊዎቻቸው የዘመኑ አድር ባዮች መንጋጋ ውስጥ ያስገባኝም እንደ ብልጣ ብልጧና አድርባይዋ ገነት ዘውዴና ብጤዎቿ ዘሬን አውቄ መናገር አለመቻሌ ነበር። በዚያን ጊዜ ወያኔም ሆነ ተለጣፊዎቻቸው (14) የሚፈልጉኝ ዘሬ አማራ ነው ብየ በቅጻቸው ላይ እንዳሰፍር ሲሆን የእኔና የመሰል ጓዶቼ ምላሽ ደግሞ እኛ የአማራው ብሔረሰብ ተወላጅ የሆን ኢትዮጵያዊ ነን እንጂ ዘራችንን እናውቅም እያልን ዲሞክራሲ ያለ እየመሰለን እንከራከራቸው ነበር።

2.1.1. በሽግግር መንግሥት ምሥረታ ጉባዔ ድንቅና ብርቅ የሆኑ የሦስት ኢትዮጵያዊያን ጀግንነት እና የመጀመሪያው የመላው አማራ ድርጅት የሠልፍ ድጋፍ ትዝታ

ቀጥታ ወደ መጀመሪያው የመላው አማራ ድርጅት የድጋፍ ሠልፍ ከመግባቴ በፊት ወደ ሽግግር መንግሥት ምሥረታ ኮንፈረንስ በመጋዝ የሦስት ሀቀኞች ኢትዮጵያዊያን፣ የፕሮፌሰር አሥራት

ወልደየስ፣ የዶ/ር መኮንን ቢሻው እና የትራጌው ተወላጅ የመቶ አለቃ ተስፋየ የፈጸሙትን ከፍተኛ ኢትዮጵያዊ ጀግንነት ማውሳት ግዴታየ ይሆናል። ለሽግግር መንግሥት ምሥረታ ተብሎ በሚቀጥለው ሰኞ ለሚካሄደው የሀሰትና የማወናበጃ ኮንፈረንስ ዐርብ ዕለት ከአዲስ አበባ ዩኒቨርሲቲ ሁለት ግለሰቦችን ለማስመረጥ ኢሕአዴግ በመራው ስብሰባ ፕሮፌሰር አሥራት ወ/እየስ በተሳታፊነት፣ ዶ/ር መኮንን ቢሻው በታዛቢነት ተመረጡ። የተመረጡበት ዓላማና ፍላጎት ለሁለቱ ታዋቂ ምሁር ምንም ሳይገለጽላቸው በደፈናው ተመርጠው ለሰኞ ስብሰባ እንዲዘጋጁ ተብሎ ሒልተን ሆቴል ተወስደው ከማንም ጋር ተገናኝተው ሀሳብ ለመለዋወጥ እንዳይችሉ እስከኮንፈረንሱ ፍጻሜ ድረስ ታትረው ቀዩ። ከዩኒቨርሲቲው ተወካይ በስተቀር በጉባዔው ላይ ተካፋይ የነበሩት ሌሎቹ ተሳታፊዎች ሁሉ የኤርትራን ችግር “በውይይት” ለመፍታት ተስማምተው በጉባዔው ለመካፈል የገቡ መሆኑን ተረዱ። አልፎም “የእራስን ዕድል በራስ የመወሰን እስከመገንጠል” የሚለውን መርህ በማወላገድ ያላግባብ ኤርትራን ለማስገንጠል እንዲያስችላቸው የተቀናጀ ሂደት እንደሆነ ቀስ በቀስ ለማረጋገጥ ቻሉ። በውይይቱ ላይ ከትራጌው ድርጅት ምክትል ሊቀመንበር ከመቶ አለቃ ተስፋየ እና ከዩኒቨርሲቲው ተወካይ በስተቀር ሁሉም ለቀረበው እኩይ ዓላማ ጠንካራ ድጋፍ በመስጠት ፋክክር አደረጉ ። ፀረ-ኢትዮጵያ ኃይሎች ምን ያህል ኢትዮጵያን ቦርቡረው ውስጧን ጨረሰው ቀፎዋን ለይስሙላ እንዳስቀሯት በግልጽ በመገንዘባቸው ‘እኛ እዚህ የተሰበሰብነው ይህንን የመሰለ ታላቅ የሀገር ጉዳይ ለመወያየትና ለመወሰን ከኢትዮጵያ ሕዝብ ውክልና ስላልተሰጠን ለመወሰን ቀርቶ ለመወያየትም መብት የለንም ብለው አቋማቸውን አስተጋቡ። በመቀጠልም የአዲስ አበባ ዩኒቨርሲቲ ኮሚኒቲ የኤርትራን ጉዳይ እንድንነጋገርበት ወክሎ የላከን ካለመሆኑም በላይ እራሴም በግልሰብ ደረጃ እንደማልቀበለው የኢትዮጵያዊያንም ስሜት እንዳልሆነ፣ በጣሊያን ቅኝ ግዛት ሥር እንኳን ሆነው የኢትዮጵያን ባንዲራ በራሳቸው ፈቃድና ፍላጎት ያውለበለቡና ምንም በማያጠራጥር ሁናቴ ኤርትራዊያኖች ኢትዮጵያዊነታቸውን ለዘለዓለም ጠብቀው የኖሩ መሆናቸውን በተጨባጭ እንደሚያውቁና አብረው እንዳደጉ፣ የኢትዮጵያ ታሪክ የመቶ ዓመት ብቻ ነው መባሉ እና ኤርትራን ከኢትዮጵያ ሕዝብ አስገድዶ ቅኝ ግዛት አድርጋታል የሚባለው ሁሉ ፖለትከኞች የፈጠሩት የጥላቻ ፖለቲካ ንግግር ሃሳብ እንጂ መሠረት የሌለው አባባል እንደሆነ በማስረዳት ውሳኔውን ቀርቶ ለውይይት መብቃቱን እንደማይቀበሉትና እንደዚህ ዓይነቱን የአጥፊነት ተግባር በእውነቱ ሕሊናቸው ሊቀበልላቸው እንደማይችል በጀግንነት ስሜት አቋማቸውን አስተጋቡ። እግዚአብሔር ይባርከውና የመቶ አለቃ ተስፋየ የድርጅቱን መሪ ዶ/ር ኃይሌ ወ/ሚካአልን ንቀ በወኔና በጀግንነት ፕሮፌሰር አሥራት ወ/እየስን በመደገፍ በበኩሉ የሀገራችንን ሉዓላዊነት ለማናጋት የተሸረበውን ሴራ በተለይም ኤርትራን በጉልበት ኢዲሞክራሲ በሆነ ኂደት ከኢትዮጵያ ለመገንጠል ተቀነባብሮ የቀረበውን የውሳኔ ሀሳብ አስመልክቶ ለመወሰን ለተሳታፊዎቹ ከኢትዮጵያ ሕዝብ ውክልና እንዳልተሰጣቸው፣

የኢትዮጵያንና የኤርትራን ታሪካዊ እስስርና አንድነት በመተንተን ሉዓላዊነትንና የሀገር ዳር ድንበርን በተመለከተ ታላቅ የሀገር ጉዳይ በመሆኑ ሊወሰን የሚገባው በኢትዮጵያና በኤርትራ ሕዝብ ነውና መወሰን ቀርቶ ልንወያይበትም አይገባንም ብሎ ለሕይወቱ ሳይጨነቅና ለነፍሱ ሳይሳሳ በኢትዮጵያዊ የጀግንነት ስሜት ተቃውሞውን አስተጋባ።

ወያኔም ሆነ ሻዕቢያ ይህን ዓይነት የጀግንነት ወኔ ኑሯቸው በስብሰባው ላይ ጠንካራ ተቃውሞ ያሰማሉ ብለው ባለመጠራጠራቸው በኢሳያስ አፈወርቂና በመለስ ዜናዊ ላይ ከባድ የራስ ምታት ሆኖ ተገኘ። ከወያኔ አባላት ውጭ ጉባዔውን ለመሳተፍ የገቡት ሁሉ የዘመኑ አድርባዮችና ባንዳዎች የሆኑ አጎብዳጅና አጨብጫቢዎች እንጂ ወኔ ኖሮት ለኢትዮጵያ የሚቆምና የሚከራከር ይኖራል ብለው ከቶም አልተጠራጠሩም ነበር። በሁለቱ ብቸኛ ጀግኖች ላይ ከግራና ከቀኝ ብዙ ግልምጫና ስድብ ተሰነዘረባቸው። የዚያን ዕለት በፕሮፌሰር አሥራት ወልደየስና በመቶ አለቃ ተስፋየ ፍጹም ኢትዮጵያዊነት በጉባዔው መሪዎችና አንጋቾች የተዘነዘረባቸውን ማንቋሸሽና ግልምጫና ስድብ የሚያስታውሰኝ ንጉስ ተፈሪ ጄኔቫ ላይ በተባበሩት መንግሥታት (League of Nations) ስብሰባ "ታሪክ ይፈርደናል" ያሉትን ታሪካዊ ንግግራቸውን ሲያደርጉ ፋሽስቶች ያካሄዱባቸውን ዘለፋ፣ ግልምጫ፣ ማንቋሸሽ፣ ስድብና ዛቻ ነበር። ምንም እንኳን በስብሰባው ወቅት በፕሮፌሰር እሥራት ላይ ከዘመኑ አድርባዮችና ባንዳዎች ከተካሄደባቸው ማንቋሸሽና ግልምጫ በስተቀር ከስብሰባው ውጭ ዛቻ ይካሄድባቸው ወይንም አይካሄድባቸው የሰማሁት ባይኖረኝም ከስብሰባው በኃላ በሸንገው አካባቢ ኢሳያስ አፈወርቂ እና መለስ ዜናዊ መቶ አለቃ ተስፋየን "ሕይወትህን ከፈለክ አድበህ ብትቀመጥ መልካም ነው" ብለው የማስፈራሪያ ማስጠንቀቂያ እንደሰጡት በሰፊው ተወርቷል። ጀግናው የጉራጌ ሕዝብ በስብሰባው ላይ በግልጽ ይታይ የነበረውን ፀረ-ኢትዮጵያና የክህደት ድራማ ያስቀጣቸው በመሆኑና ልጃቸው የመቶ አለቃ ተስፋየ ለሕይወቱ ሳይፈራ ለኢትዮጵያ ጠንክሮ በመቆሙ ያኮራቸው በመሆኑ በመደሰታቸውና እንዲሁም ተለጣፊ ሆነው አጎብዳጅና አሜፋሪ በሆኑት አሰዳቢ የጉራጌ ምሁራን ተለጣፊዎች በተለይም በእነ ዶ/ር ኃይሌ ወ/ሚካኤል እና በዶ/ር ፈቃዱ ገዳሙ አሳፋሪ ድርጊት አስቀጥቷቸው አዲስ የጉራጌ ድርጅት በማቋቋም መቶ አለቃ ተስፋየ ሳያስበው ተጋብዞ የድርጅቱ መሪ አደርጉት። ወያኔዎች መቶ አለቃ ተስፋየን በገሀድ መተናኮፍ ከጉራጌ ሕዝብ ጋር መጋጨት መሆኑን በማወቃቸው የመተናኮፍ ዓላማቸውን ደብቀው እስከ ሚጠናከሩ ድረስ ከአካባቢው ማራቁ እንደሚሻል በመገመት ያለፍላጎቱ አግባብተው የሰሜን ኮሪያ የኢትዮጵያ አምባሳደር አድርገው ላኩት። ሹመቱን ተቀብሎ ባይሄድ ኖሮ በሕይወቱ ላይ ችግር ሊፈጠርበት እንደሚችል የሁሉም እምነት ነበር። ወዲያውኑ የዘመኑ የሀገሪቷ ፕሬዚደንት የመቶ አለቃ ግርማ ወ/ጊዮርጊስ ከጉራጌ አካባቢ የሚገኝ ብሔር ነው ብለው አዲስ የኦሮሞ ይሁን የጉራጌ ድርጅት ዘነጋሁኝ በማቋቋም የማዳከሚያ እንቅስቃሴ ማካሄድ እንደጀመሩና እንዲያውም በዚያው ዘመን ጀግናዋ ዲራርቱ ከስፔይን

መሰለኝ አሸንፋ እንደተመለሰች የተባለው ብሔር ዘር እንደሆነች ተቀጥሮ እኒሁ የዘመኑ ፕሬዚደንት በራሳቸውና በአዲሱ ድርጅት ስም ሆቴል ዲ አፍሪክ ግብዣ ማድረጋቸውን አስታውሳለሁ።

በነገራችን ላይ በሽግግር መንግሥቱ ምሥረታ ስብሰባ ጉባዔ ላይ ከተለጣፊዎቹና አጨብጫቢዎቹ ባሻገር የኤርትራን መገንጠል ጠንክረው ያራምዱ የነበሩትና አልፎም የፕሮፌሰር አሥራት ወ/የስንንና የመቶ አለቃ ተስፋየን ተቃውሞ ለማፈንና ልሳናቸውን ለመዘጋት የጣሩ፣ ያንቋሸሿቸውና በማጥላላት ከፍ ዝቅ አድርገው በማንቋሸሽ ተስፋ ለማስቀረጥና ለማሳፈር ከፍተኛ ትግል ያካሄዱት ማንም ሳይሆኑ ለአሥራ ሁለት ዓመታት ዘርኝነትን ሲመሩና ሲያራምዱ ቀይተው በግል ጥቅምና በሥልጣን ሽርኩቻ በውስጣቸው በተፈጠረው መከፋፈል ሳቢያ መለስ ዜናዊ ፈጥኖ በመቅደሙ ሀይሉን አጠቃሎ በቁጥጥሩ ሥር በማድረግ ከድርጅቱ እንዲወገዱ የተደረጉት የዛሬዎቹ “ተቃዋሚዎች” የዚያን ጊዜው ከፍተኛ የወያኔ ባለሥልጣናት ናቸው። ሻዕቢያና ወያኔ በአሜሪካ እርዳታ ኮሎኔል መንግሥቱ ኃ/ማሪያምን ከሀገር አባረው ኢትዮጵያን በቁጥጥራቸው እንዳደረጉ አካባቢ ዝምባብዌ ሆኖ ተናገረ ተብሎ ሲወራ የሰማሁት ቁም ነገር አዘል አባባል አለ፣ “ሌቦች/ዘራፊዎች የሰረቁትን/የዘረፉትን ሲካፈሉ እንጂ ሲሰርቁና ሲዘርፉ አይጣሉም” እንዳለው ምንም እንኳን በሁለቱ ጦርነት (በሻዕቢያና በወያኔ/በኢትዮጵያና በኤርትራ መካከል በተካሄደው ጦርነት) ያለቀው ሕዝብ ምስኪኑ የኢትዮጵያና የኤርትራ ሕዝብ ቢሆኑም ከዚያን ጊዜ ጀምሮ ሁለቱም ድርጅቶች ለይስሙላም ቢሆን በጠላትነት ሊተያዩ በቅተዋል። ይህ የኮሎኔል መንግሥቱ ኃ/ማሪያም አባባል የኃላ ኃላ በወያኔ ውስጥ ለተከሰተው የርስ በርስ ሽርኩቻና ግብ ግብ ጭምር እንደሚያገለግል አምናለሁ። በወያኔ ውስጥ በተፈጠረው የእርስ በእርስ አለመግባባት ከድርጅቱ የተባረሩት ከፍተኛ የወያኔ አባላት በግል ጥቅምና የሥልጣን ሽርኩቻ ተጣልተው እንጂ በፖሊሲና በዓላማ ልዩነት ተጣልተው አልነበረም። መለስ ዜናዊ ፈጥኖ ባይቀድማቸውና ድሉ የእነሱ ቢሆን ኖሮ የወያኔን ፖሊስና ጥቅም ከማራመድና ከማስጠበቅ በስተቀር ወይንም ወያኔ ለቀመለት ዓላማ ከመታገል በስተቀር ለኢትዮጵያ ሕዝብ የሚፈይዱትና የሚጠቅሙት አንዳችም ጉዳይ እንደማይኖር በእርግጠኝነት እናገራለሁ። እኒህ ከፍተኛ የወያኔ ባለሥልጣን የነበሩት የዛሬዎቹ “ተቃዋሚ” ተብየዎች እውነተኛ የኢትዮጵያ ሕዝብ ልጆች የሆኑትን እነ ፀጋየ ገ/መድህን ሉጫ (ደብተራው) እና ጓዶቹን ከጎጃም አካባቢ ከበው ማርከው ወደ ትግራይ በርሃ ከተወሰዱበት ከዚያን ጊዜ ጀምሮ ለሚቀጥሉት አሥራ ሁለት ዓመታት በትግራይ ክልል ውስጥ ለሚካሄደው ማናቸውም ጉዳይና እንቅስቃሴ ሁሉ ፈላጭ ቆራጭ በመሆን የበላይ ገዥ ነበሩ። ርኅራሔ ቢኖራቸው፣ በእኩልነት፣ በፍትሕና በዲሞክራሲ ቢያምኑ ኖሮ ሌላው ቢቀር የፖለቲካ እሥረኞች ናቸውና ለፍርድ እናቅርባቸው እስከዚያው ድረስ ዘመድ አዝማድ ለመጎብኘት በሚችል መንገድ እንዲታሰሩ ይሁን ብለው እንኳን ሙከራም ባደረጉ ነበር። በሌላ በኩል የእርስ በርስ ግጭታቸው መንስዔ ወያኔ የሚያራምደው የዘረኝነት ፖሊሲ ሕዝቧን

በመከፋፈል እርስ በርስ በማናከስ ከባድ አደጋ ከማድረሱ በፊት ልናስወግደው ይገባናል የሚል አቋም በመያዛቸው ሳይሆን ወይንም እኛ እየወፈርንና እያበጥን በሄድን ቁጥር ሰፊው የኢትዮጵያ ሕዝብ በረሀብና በስቃይ እየተንገላታ በመሄድ ላይ በመሆኑ ለእኛ እንደምናስበው ለሰፊው የኢትዮጵያ ሕዝብም እናስብለት ብለው በመከራከራቸው አልነበረም። የኢትዮጵያ ሕዝብ አንጡራ ሀብትና ንብረት በከባድ የጭነት መኪና በኮንቮይ ተጭኖ ወደ ኤርትራ በዕየለቱ በሚጋዝበት ዘመን የኢትዮጵያ ሕዝብ ንብረት እንጂ የኤርትራ አይደለም እያሉ በዛላንበሳና በሌላ የትግራይ አካባቢ ያግዱትን ጀግና የትግራይን ሕዝብ በማስፈራራት መኪናዎቹ ጉዟቸውን እንዲቀጥሉ ያስደረጉት ወይንም ትግራይን ለማስፋፋት ባላቸው ምኞት በጉልበትና በመሣሪያ ኃይል የወሎንና የጎንደርን ለም መሬቶች ያለሕዝብ ፈቃድ በጉልበታቸው ወስደው የትግራይ ያስደረጉት ባልሥልጣናት ሌሎች ሳይሆኑ በጊዜው በትግራይ ክልል ፈላጭና ቆራጭ የነበሩት የቀድሞዎቹ የወያኔ ጠንካራና ከፍተኛ አባል የዛሬዎቹ “ተቃዋሚ” ተብዮች ናቸው።

የሽግግር መንግሥቱን ምሥረታ ጉባዔ ዓላማ ተግባራዊ ለማስደረግና ለእኩይ ዓላማቸው ማስፈጸሚያነት ከዚህም ከዚያም አሰባስበው እንዲሳተፉ ካስደረጋቸው የዘመኑ አጨብጫቢዎችና ሆዳሞች መካከል የማይረሳኝ በካሊፎርኒያ ቀይታው ባከናወናቸው አፀያፊና የብልሹነት ተግባሩ የሚታወቀው ትክክለኛ ስሙን ዘነጋሁት ምንአልባት ብሩ ወይንም ማስረሻ ይመስለኛል የሚባለውን እውነተኛ ኢትዮጵያዊ ሀገር ወዳድ በሀገሪቷ ተፈልገው የማይገኙ ይመስል ይህንኑ አድርባይ የዲሞክራትና የሀገር ወዳድነት ካባ በማከናነብ በአይሮፕላን ጭነው አዲስ አበባ አስገብተው የሌለ የፖለቲካ ድርጅት ስም ፈጥረው መሪ አድርገው ተኳኩሎና ተሸሞንሙኖ በኮንፈረንሱ ላይ የተፈጠረለትን የሀሰት ድርጅት ተወካይ ተብሎ ከወንበር ላይ ቂጢጥ ብሎ ተቀምጦ እየነው። በወቅቱ የመሰለን የወደቀውን ዘውድ በመወከል የንጉስ ተፈሪ የልጅ ልጆች መካከል አንዱ ይሆናል ብለን በመደነቃችን አክብሮት ሰጥተነው ነበር። የዋህነታችን እንጂ የዘውዱ ተወካይ ቢሆንማ ኖሮ ከሌሎቹ ጋር በማበር በፕሮፌሰር አሥራት ወ/እየስ እና በመቶ አለቃ ተስፋየ ላይ ባላሾፈባቸውና ባላላገጠባቸው ነበር። እንዲያውም የሀገርን ልዓላዊነትና አንድነትን አስመልክቶ ከማንም ይበልጥ የዘውዱ ተወካይ ነበር ሽንጡን ገትሮ ወያኔን እና ሻዕቢያን በመቃወም ለፕሮፌሰር አሥራትና መቶ አለቃ ተስፋየ ጠንካራ ድጋፍ ሊሰጥ ይችል የነበረው ብለን መጠያየቅና ማጠያየቅ እንደጀመርን ብዙ ሳንቆይ ከካሊፎርኒያ ቀይታው በብልሹነት ተግባሩ ይነገርለት የነበረ አጨብጫቢ እንደሆነ ወሬው በይፋ ይሰማ ጀመር። የውሸቱን ኮንፈረንስ ዓላማ ተግባራዊ ለማስደረግ ከየቦታው እያሰባሰቡ ያሳተፏቸው እንደዚህ ዓይነቶቹን ነበር። ከስንት ዘመን በኋላ በፈረንጆች ዘመን አቀጣጠር በ2012 በዋሺንግተን ዲ. ሲ. አካባቢ ቀይታየ ይኸው “ሀገር ወዳድ” እና “ጀግና ኢትዮጵያዊ” ወገኔ በዋሺንግተን ዲ. ሲ. አካባቢ በሬዲዮ አስተናጋጅነት ይሰራ እንደነበር ለመስማት ቻልኩ።

ወደ መጀመሪያው የመላው አማራ ድርጅት የድጋፍ ሠልፍ ልመለስና ፕሮፌሰር አሥራት ወልደየስን ከጓዶቼ ጋርም ሆነ ከቅርብ ወዳጃቸው ዶ/ር አርሻቬክ (ዶ/ር አርሾ) (15) ጋር በመሆን በተለያዩ ጊዜያት በመገናኘት ለመወያየት ዕድሉን አግኝቻለሁ። ምንም እንኳን በመርህ ባልደገፋቸም ያነሳሳቸውን ዓላማ በተለይም ወያኔንና ተቀጽላዎቻቸውን ያስበረገገውንና ያስደነገጠውን ዝነኛውን የመጀመሪያውን የመላው አማራ ድርጅት የድጋፍ ሰልፍ ተገኝተው ድጋፋቸውን በመስጠት ከጎናቸው መቆማቸውን ካረጋገጡት ብዙ ሺሕ ኢትዮጵያዊ ሰልፈኞች መካከል አንዱ ነበርኩ። ከእኔና ከጓዶቼ ጋር አብረውም ሆነ ለብቻቸው በየቡድን ራቅ ብለው ተሰልፈው የነበሩ ብዛት ያላቸው የማውቃቸው የትግራይ፣ የከምባታ፣ የሀዲያ፣ የጉራጌና የኦሮሞ ልጆች በሰልፉ ላይ ተገኝተው ጠንካራ ድጋፋቸውን ገልጸዋል። ምንአልባትም ባለማወቄ እንጂ የሌሎች ብሔረሰብ ልጆችም ተሰልፈው እንደነበር አልጠራጠርም። ያ የድጋፍ ሰልፍ ድፍን የአዲስ አበባ ሕዝብ በካድሬና ቀበሌ ግፊትና ማስፈራሪያ የወጣ ሳይሆን በራሱ አነሳሽነት፣ ፍላጎትና ፈቃድ ተነሳስቶ፣ ደሙ ፈልቶ፣ ወኔው ተንቀሳቅሶ ኢትዮጵያዊ ግዴታው አስገድዶት ግልብጥ ብሎ መስቀል አደባባይን ያስጨነቀበት ሕዝባዊ ሠልፍ ነበር። በታላቁ የየካቲት 1966 ዓ. ም. ሠላማዊ ሰልፍ በሀገሪቷ ባለመኖሬ ለማነፃጸር ባልችልም እንደሰማሁት ከዚያን ጊዜ ወዲህ ለመጀመሪያ ጊዜ እውነተኛ የሕዝባዊ የድጋፍ ሰልፍ እንደ ነበር ነው። እነዚህ የትግራይ፣ የከምባታ፣ የሀዲያ፣ የጉራጌና የኦሮሞ ልጆች ልክ ተደራጅተው እንደመጡ ዓይነት ስሜታቸው ገፋፍቷቸው፣ በወኔ በተለይም ባንዱ ቡድን ያሉት በድምፅ ማጉሊያ “ፕሮፌሰር አሥራት ወልደየስ! ምንአለ “አ” የምትለዋን በ “ኢ” ብትቀይሯት” በማለት ድምፃቸውን አስተጋብተዋል። ባልሳሳት ይህ በታሕሣስ ወር መጨረሻ ወይንም ጥር ወር መግቢያ 1984 ዓ. ም. ነበር። በእውነት ለመናገር ካስፈለገ ያንን ሰልፍ ያዘጋጀው አስበርጋጊውና አስደንጋጩ አዲሱ የመላው አማራ ድርጅት ቢሆንም ግልብጥ ብሎ በሰልፉ ላይ የተገኘው ግን ድፍን የኢትዮጵያ ሕዝብ ነበር። በዘር መደራጀቱን በመርህ ባልስማማበትም ፕሮፌሰር አሥራት ወልደየስ ያሉኝን ሙሉ በሙሉ ከማመኔ ባሻገር በተጨባጭም ሳልሰደድ በሀገር ቤት እያለሁ በአማራው ተወላጅ ላይ በተቀናጀና በተቀነባበረ መልክ በከፍተኛ ደረጃ ይካሄድ የነበረውን ፀረ-አማራ ዘመቻ በቅርብ ሆኜ በማረጋገጤ ያነሳሳቸውን ዓላማ ከልብ እንድደግፍ ኅሊናየ ያስገደደኝ ብቻ ሳይሆን በግፍ የተጨፈጨፉትንና በእሳት ለጋዩትን ወገኖቼን ለማስታወስ ብሎም ለእነሱ ለመናገር የሚያስችለኝም ሆኖ ስለተሰማኝ እስከወጣሁበት ጊዜ ድረስ ፕሮፌሰር አሥራት ወ/እየስን እና ድርጅታቸውን በሙሉ ልቦናየ ድጋፌን ሰስጣቸው ቆይቻለሁ። ሻዕቢያና ወያኔ በመተባበር አዲስ አበባን እንደተቆጣጠሩ የመጀመሪያና ትልቁ ተግባራቸው የሀገርንና የሕዝቡን ችግሮች ለማቃለልና የደርግን የጭካኔ ተግባራት ለማጋለጥ ሳይሆን በገቡ ሳምንት ሳይሞላቸው “ሰላምና መረጋጋት” የሚባል ኮሚቴ በየቀበሌው እንዲመሰረት አስደረጉ። ምንም እንኳን ዓላማቸው ቢለያይም ይህ ኮሚቴ ሌላ ሳይሆን ኢሕአፓንና ሌሎች ሕብረ ብሔር

ድርጅቶችን ለማጥፋት የተቋቋመው የደርግ ቀበሌና የአብዮት ጥበቃ ትክክለኛ ኮፒ ነበር። የሰላምና መረጋጋት ዋና ዓላማ ሌላ ሳይሆን በሀገሪቷ ዘረኝነትን ለማንገስ እንዲያስችላቸው የአማራውን ብሔር የፖለቲካ፣ የኢኮኖሚ፣ የወታደራዊና የባሕላዊ ብቃቱንና ጥንካሬውን በማድቀቅ በምትኩ የትግራይን የበላይነት በማስፈን የሥልጣን ዘመናቸውን ለማራዘም እንዲረዳቸው የተጠቀሙበት ዘዴ ነበር። በዚህም መሠረት የእያንዳንዱን አማራ ተወላጅ ቤት በማሰስ በቤታቸው የሚገኘውን ማናኛውንም የጦር መሣሪያ፣ ካሽና ንብረት ምንም ሳያስቀሩ ጥርግርግ አድርገው ባዶ በማስቀረት የአማራውን ወኔ በማኮላሸት ድምፅ የለሽ ለማድረግ ያልተቋረጠ ዘመቻ አካሂደዋል።

ወያኔ አዲስ አበባን እንደተቀጣጠሩ ብዙ ሳይቆዩ ኢትዮጵያን በመከፋፈልና ሕዝቧን እርስ በርስ በማናከስ የበላይነታቸውን ለማረጋገጥ በሚያደርጉት ጥረታቸው እንቅፋት ይሆናሉ ብለው የሚፈሯቸውን ከሥራ አባረሩ፣ ሌሎቹን ወደ ውጭ እንዳይወጡ ሲያደርጉ ሌሎቹን ደግሞ አሰሩ። ከሥራ ገበታቸው ከተባረሩት መካከል ለምሳሌ ያህል የሀገሪቷ እሴት የነበሩና የብዙ ዓመት የማስተማር ተመክሮ ያካበቱትን 41 ዕውቅ የአዲስ አበባ የዩኒቨርሲቲ መምህራን ያለአንዳች ጥፋታቸው እንዲባረሩ ተደረገ። ለሥራ ማባረሩም ሆነ ለሠላምና መረጋጋት ተብየው ወያኔያዊ ግዳጅ ተግባራዊነት የተባበሩት በደርግ ዘመን የነበራቸውን የታመቀ እሮሮና በደል በስሜታዊነት ገፋፍተው በመጠቀም በማያውቁት መንገድ ለወያኔ መሣሪያነት የተጠቀሙባቸው የዋህ የሆኑ ወገኖቻችን እና በፍረም 84 ዙሪያ ባሰባሰቧቸው ሆዳምና የዘመኑ አድርባይ የአማራው ተወላጆችን፣ የኦሆዴድን እና የኢሕዴንን አባላት ነው። ወያኔን ዘረኛ እያልን መልሰን እራሳችን የዘረኛነት ካባ በመላበስ ለምን በዘረኝነት መንፈስ እንደራጃለን ብለን ብቻየንና ሌላ ጊዜም ከሌሎች ጋር ሆኜ ፕሮፌሰር አሥራት ወልደየስን እንዳነጋገርናቸው እንዲህ ሲሉ ነበር የመከሩን፣ "ምን እናድርግ ብላችሁ ነው? ኢትዮጵያን የማጥፋት አዝማሚያ ከአማራው ጭፍጨፋ ጋር በመደረብ በመካሄድ ላይ በመሆኑ ለኢትዮጵያ ቀመናል ከተባለ መጀመሪያ ኢትዮጵያንና ኢትዮጵያዊነትን መጠበቅና ማስጠበቅ መቻል ይኖርብናል። አንድነት ከማስጠበቅ ጋር በአማራው ላይ የመጣውን ጭፍጨፋ ለማቆም የመጀመሪያ ክንውን አድርገን እንድንነሳሳ ሁኔታው አስገደድን። ለውጤት እንዲያመችን በማሰብ በአማራ ስም ፕሮግራማችንን ብንነድፍም የቅደም ተከተል ጉዳይ እንጂ ዋና ትኩረታችን የመላውን የኢትዮጵያ ሕዝብ አንድነት በፍቅርና በሰላም አብሮ የሚኖርበትን አስተዋፅዖ ለማድረግ ነው።

በአማራው ሕዝብ ላይ የተካሄደውና አሁንም በአማራነታቸው ከፍተኛ ኢ-ዲሞክራሲያዊ ጭፍጨፋና ዋይታ ለሚካሄድባቸው ወገኖቻችን ማን ያስታውሳቸው ብላችሁ ነው? ማንስ ይቆምላቸው? በአማራው ሕዝብ ላይ የሚካሄደውን ግፍና ጭፍጨፋ ለዓለም አቀፍ ድርጅቶች፣ ለተባበሩት መንግሥታት ተወካዮች ማን ይናገርላቸው? ሸንጎ በሚባለው ውስጥ የተከማቹት ከኦነግ በስተቀር የሚታወቁ ካለመሆናቸውም ባሻገር ለሻዕቢያና ወያኔን በመሣሪያነት ለማገልገል በሥልጣን

ዳረጎትና በሥልጣን ፍርፋሪ ተገዝተው አዲስ አበባ በገቡ ሰሞን ከየቢሮው፣ ከየመንገዱና መንደሩ አሰባስበው በመጨፍለቅ የፈጠሯቸው የሀሰት ድርጅቶች ናቸው። ወያኔ የሚፈልገን የነሱን ካባ ተከናንበን ለዘመናት ባንድነት የኖርነው ሕዝብ በዘርና በጎሳ ተከፋፍለን እርስ በርስ ስንበላላ እነሱ ዳብረውና ሀብታም ሆነው በበላይነት የሀገሪቷን የተፈጥሮ ሀብቷን ያለማንም ተካፋይ ብቻቸውን በመቆጣጠር እንዳሻቸው ለማድረግ የሚወስዱት እርምጃ ነው። በአማራው ላይ በመካሄድ ያለው የተቀናጀ ግድያና ጭፍጨፋ ዋና ዓላማው የአማራን ብሔር ከምድረ ኢትዮጵያ ለማጥፋት ካላቸው ፅኑ ዕቅድ የመነጨ በመሆኑ ሁላችንም አንድ ሆነን ተደራጅተን በትግላችንና በደማችን መከላከልና መጠበቅ ይኖርብናል" ብለው ትምህርትና ምክር ሰጡን።

ወያኔ ሥልጣን እንደያዙ አማራው በዘር መደራጀት አለመፈለጉን በመገንዘባቸው ሀሳብ ላይ ቢወድቁም እስከመላው አማራ ድርጅት መቋቋም ድረስ የጎላ ድንጋጤና ጭንቀት አልነበረባቸውም። አማራው የወያኔን የዘረኝነት ፖሊስ ተቀብሎ የአማራ ድርጅት በመቋቋሙ ለጊዜውም ቢሆን የወያኔ ምኞት ተግባራዊ የተደረገ መስሏቸው ለጥቂት ቀናት ደስታ ተሰምቷቸው ሲደንሱ ቆይተው ሳይውል ሳያድር ያልታሰበ ዱብ ዕዳ በላያቸው ላይ ተፈጠረ። የተፈጠረው የአማራው ድርጅት የአማራው ሕዝብ ሳይሆን በአማራው ስም የተቋቋመ ጠንካራና ሰፊ መሰረት ያለው ኢትዮጵያዊ ድርጅት ሆኖ ተገኘ። ከአማራነት ይልቅ ጠንካራ ኢትዮጵያዊ ድርጅት በመሆን ዘር ሳይቀጥር ባብዛኛው የኢትዮጵያ ሕዝብ በከፍተኛ ደረጃ ተቀባይነትንና ድጋፍ በማግኘት በዕልልታና በዘፈን ታጅቦ መስቀል አደባባይን ማጥለቅለቁን ሲያረጋግጡ በወያኔ መንግሥት ይህ ነው የማይባል ፍርሀት፣ ጭንቀትና ድንጋጤ ሰፈነ። መለስ ዜናዊ ሰልፉን እስከ መጨረሻ ድረስ በቴሌቪዥን ሲመለከት ቆይቶ በደመ ነፍሱ "እንዴት ሊሆን ይችላል፣ በምንም ቢሆን እንደዚህ ሊቀጥሉ አይችሉም፣ ድርጅቱ ሥር ሳይሰድ ቶሎ ብላችሁ ቅጬልኝ" ብሎ እንደተናገር በወቅቱ በድፍን አዲስ አበባ ከመወራቱ አልፎ ከኢሕዴሕ ከፍተኛ አመራር ከነበሩ ተነግሮኛል። ይህ ታላቅ ሕዝባዊ ስብሰባ በተካሄደ በማግሥቱ በሸንጎው የአማራውን ሕዝብ የሚወክልና ጥቅሙን የሚያስከብር ድርጅት ባለመኖሩ ኢሕአፓ እንዳይንሰራራ ለመግታትና ለመቆጣጠር የተጠቀሙትን ተለጣፊ ድርጅት (ኢሕዴን) የአማራውን ሕዝብ በሸንጎው ይወክላል በማለት ስሙን ወደ አማራ በመቀየስ "ብሔራዊ የአማራ ዴሞክራሲ ንቅናቄ (ብአዴን)" ብለው ሰየሙ። የኢሕዴን ሹማምንቶች ለ17 ዓመት የተላበሱትን "የኢሕአፓ" ካባ ወርውረው በ24 ሰዓት የአማራው ሕዝብ ተወካይ ተባሉ። የመላው አማራ ድርጅትን ከምሥረታው ጀምሮ ለመግታት፣ ለመቋቋም፣ ለመቆጣጠርና በማናቸውም ወያኔያዊ ዘዴና ጥበብ ለማጥፋት ፀረ- መላው አማራ ድርጅት ትግል ተያያዙ። ፕሮፌሰር አሥራት ወ/እየስ ተለጣፊዎችንና ሆዳሞችን አስመልክተው በሀዘን እና በትካዜ እንዲህ ሲሉ መከሩን፣ "በኢትዮጵያ ሕልውና ላይ የተሰነዘሩ ጉዳዮች ቢኖሩም ላሉት ችግሮች ሁሉ ከፍተኛ እሾህና የመረረ ችግር ሆኖ ኢትዮጵያን ከመቸውም ይበልጥ የሚፈታተናት

በአማራው ክፍል አማራ ነን እያሉ ለእራሳቸው ጊዜያዊ ጥቅም ወንድሞቻቸውን ልክ እንደ ጣሊያን ጊዜ አሳልፈው በሰጡት ላይ ነው"

2.1.2. የአምባሰል ወረዳና ሕዝብ

ከአበዎች እንደሰማሁት የመጀመሪያው የአምባሰል ወረዳ ከተማ ማርየ ሥልሴ ነበር። ከዚያም ወደ ጎልቦ ተሸጋግሮ እስከ 1920ዎቹ መባቻ ድረስ ቀይቶ ከ1920 ዎቹ ዓ. ም. ጀምሮ ውጫሌ የአምባሰል ወረዳ ከተማ ሆነች። የውጫሌ ከተማ ሁለተኛ መጠሪያ ስሟ አስፋቸው ይባላል። አብዛኛው ነዋሪ አስፋቸው ብሎ ነው ከተማቸውን የሚጠሩት። ውጫሌ ከደሴ 60 ኪሎ ሜትር እንዲሁም ከወልድያ 60 ኪሎ ሜትር ርቀት፣ ከአዲስ አበባ ወደ እሥመራ መንገድ 443 ኪሎ ሜትር ርቀት ላይ የምትገኝ ወይና ደጋ ከተማ ነች። ከውጫሌ ከተማ ጥቂት ራቅ ብሎ በሚገኝ በድብል ማሪያም ምክትል ወረዳ ግዛት እጋዋ/እግዋ ተክለሃይማኖት በምትባል መንደር ግርማዊት እቴጌ መነን አስፋው ተወለዱ። ከውጫሌ ከተማ ብዙም ሳይርቅ የጊሸን ማርያም ደብር (16) ይገኛል። በአብዛኛው የአምባሰል ወረዳ ነዋሪ ደገኛ ተብሎ ነው የሚታወቀውI ትርጉሙም የደጋ ሰው ማለት ነው። አምባሰል የማር ተራራ ወይም የማር አምባ ማለት ነው። ከውጫሌ በወልድያ መስመር 7 ኪሎ ሜትር ርቀት ላይ በየጁ አውራጃ የሀብሩ ወረዳ ግዛት ከተማ የነበረችው የውርጌሳ ከተማ ትገኛለች። ከመቼ እንደሆነ ባላውቅም የሐብሩ ወረዳ ከተማ ከውርጌሳ ወደ መርሳ ከተማ መዛወሩን ለማወቅ ችያለሁ። ከውጫሌ በደሴ መስመር በኩል ደግሞ 15 ኪሎ ሜትር ርቀት ላይ ባሶ ሚሌ የምታባለዋ ከተማ ስትገኝ 30 ኪሎ ሜትር ርቀት ላይ የአምባሰል አውራጃ ዋና ከተማ የነበረችው የሀይቅ ከተማ ተገኛለለች። ውጫሌን ለማስፋፋት ተብሎ ወደ ደሴ አቅጣጫ ጥቂት ኪሎ ሜትር ርቀት ላይ የምትገኘዋን የጢስ አባሊማን መንደር ለማስፋፋት እኔ እዚያው እያለሁ ዕቅድ ወጥቶ ሳለ ምክኒያቱን ባላውቅም ምንም የተለወጠ ነገር እንደሌለ ለማወቅ ችያለሁ። የሚሌ ወንዝ በጢስ አባሊማ በኩል ያልፋል። የሚሌን ወንዝ በመጠቀም በጢስ አባሊማ ሰፊ የሆነ የአትክልትና የፍራፍሬ እርሻ መረት ነበር። ምርቱ ለሽያጭ ወደ ደሴና ሌሎች ክፍለ ሀገር ይላክ ነበር። የዚህ እርሻ ተጠቃሚዎቹ በውጫሌ ለብዙ ጊዜ በኖሩት የኤርትራዊ ወገኖቼ ነበር። የሀይቅ ከተማ ስሟን ያገኘችው ባጠገቧ ከሚገኘው የሀይቅ ባሕር ነው። በስምንተኛው ምዕተ ዓመት የተመሰረተው ጥንታዊቷ የሀይቅ እስቲፋኖስ ቤተክርስቲያን ገዳም የሚገኘው በዚሁ የሀይቅ ደሴት ላይ ነው። ሌሎቹ የአምባሰል አውራጃ ወረዳዎች የወረባቦ/ቢስቲማ ወረዳና የተሁለደሬ ወረዳ ይባላሉ። ከሀይቅ ብዙም ሳይርቅ የሱልልታና የቢስቲማ/ወረባቦ ከተሞች ይገኛሉ። አምባሰል በኢትዮጵያ ታሪክ ከፍተኛ ቦታ የያዘ አካባቢ እንደነበር ታሪክ ይናገራል። ምንም እንኳን ከራሳቸው አካባቢ ዘልቀው ሌላውን ባይገዙም በኢትዮጵያ ታሪክ ውስጥ የተከበሩና ከፍተኛ ማዕረግ (Noble) ነበራቸው። የአምባሰል ገዥዎች የማዕረግ አጠራር ጃንጥራር ይባሉ ነበር። የእቴጌ መነን አስፋው አባት ጃንጥራር አስፋው ይባላሉ።

የጊሼን ማሪያም ደብር በከፊል (የግሸን ደብረ ከርቤ ማሪያም ቤተ ክርስቲያን ከገደላማው ተራራ ጫፍ ላይ ተገኛለች)

የይኩኖ አምላክ እናት ከሰገራት ደሴ ዙሪያ አካባቢ ሲሆኑ አባታቸው ደግሞ ደገኛው አምባሰሌ ነበሩ። አምባሰሌ ተራራውና አየሩ፣ ገደሉና ምግቡ፣ ባጠቃላይ የመሬቱ አቀማመጥና የአየሩ ሁኔታ በባህሪውና በአስተሳሰቡ ላይ ከፍተኛ ተጽዕኖ እንዳሳደረበት ይነገራል። የደገኛው አምባሰሌ ምግባቸው የገብስ እንጀራ፣ በሶ፣ የአጃ ቂጣ፣ ገንፎ፣ አጥሚትና ማር ሲሆን፣ በደባላና በጥራጥሬ (አተር፣ ባቄላ፣ ምስር፣ ሽምብራ፣ አደንጓሬ)፣ በአጃ፣ በገብስና ስንዴ የታወቀ አካባቢ ነው። አምባሰል በማርሽት ሲታወቅ የጁ ደግሞ በጥንቅሹ ይታወቅ ነበር። መጠጣቸው ደግሞ ለጤና የሚስማማ የገብስ ጠላ ነበር። ውጫሌ ከተማ ወይና ደጋ በመሆኗ እንደሌላው የአካባቢ ሕዝብ ምግባቸው የጠፍ፣ የማሽላና የገብስ እንጀራ ነው። በፓሪስ ከተማ ከነዶ/ር ኃይሌ ፊዳ ጋር ስኖር እንትዳይ እና እንጆሬን አስመልክቶ ያጋጠመኝን ገጠሞሽና ዶ/ር ኃይሌ ፊዳ የመከረኝ ምክር ወደበኋላ ይጠቀሳል። የአንደኛ

ደረጃ ትምህርትቴን እስካጠናቀኩበት ዘመን ድረስ በአምባሰልም ሆነ በውጫሌ ጠጅ የሚጠመቀው ከንጹህ ማር እንደሆነ እሰማ ነበር። በየትኛውም የወሎ አካባቢ እንጽደሚደረገው አቅመ አዳም ላልደረሱ ወይም ለእስልምና ኃይማኖት ተከታይ ወገኖቻችን "ብርዝ" የሚባል ጌሾና ስኳር የሌለው ከማር ብቻ የሚጠመቅ ይዘጋጅ ነበር።፣ እንዲሁም "ቡቅሬ" (ጌሾ የሌለው ከገብስ የሚሰራ ጠላ) ይሰራ ነበር። ይህ ለሽያጭ ሳይሆን በበዓላት ወይም በሆነ ድግስ ወቅት ያለበለዚያም ለቤት ውስጥ የሚዘጋጅ መጠጥ ነው። በቀሎ (ባርማሽላ)፣ ቡና፣ ጫት፣ ጌሾ፣ የሱካር ድንች፣ ብርቱካን፣ ሎሚና እንዲሁም ለወጥ አገልግሎት የሚውል ሳማና የጎመን ዘር በአብዛኛው የውጫሌ መኖሪያ ቤት ጓሮ ሲገኝ ግልጋሎቱ ለግል ወይም ለጎረቤት ጥቅም እንጂ ለሽያጭ አልነበረም። ከዚህ ባሻገር አልፎ አልፎ ባንዳንድ የቤት ጓሮዎች የፓፓያ፣ የትርንጎና የበትሮሎሚ አትክልቶች ይገኛል። ትርንጎ በወሎ በጎጃም፣ በጎንደር በስፋት ይገኝ የነበረ የፍራፍሬ ዘር ነው። የጥንቅሽ አገዳ ከየጁ፣ ወሎ ውጭ ሌላ አካባቢ አይበቅልም።

ለዚህም ይመስለኛል እንደ ወሎ ጥንቅሽ ዘንካታ ነው ወይንም ቁንጅናዋንና ውበቷን ለማድነቅ ሲሞክሩ የወሎን ትርንጎ ትመስላለች ይባል የነበረው። ጥንቅሽ ከሸንኮራ አገዳ የሚለይ የማሽላ ዘር ነው። ጤፍ በኢትዮጵያ ብቻ (ለዚያውም በይበልጥ በወሎ፣ ጎጃም፣ ጎንደርና ሸዋ አፈር) እንደሆነ ሁሉ ጥንቅሽ በወሎ ለዚያውም በየጁ አፈር ብቻ እንደሆነ ነው የሚታወቀው። በውጫሌ ከተማ ሰፊ የሆነ የአሳማ እርባታ ከብዙ ጊዜ ጀምሮ በኤርትራዊያን ወገኖቻችን አማካኝነት ይካሄድ ነበር። ስለወሎ ሀብታምነት፣ ለምነትና በዓመት አራት ጊዜ ማምረትን አስመልክቶ ከልጅነቴ እስከ 1960 ዓ. ም. ድረስ የማውቃቸውና ያለፍኩባቸው ትዳዮች አያሌ ነበሩ። ጎረምሶች የጥጋባቸው ጥጋብ የማን ጥይት ያቃጥላል እየተባባሉ በእህል አውድማ ክምር ላይ ይተኩሱ ነበር የሚባለውን ወይንም መስቃ/ጡር እንዳይሆንባችሁ እየተባሉ አበዎች ለጎረምሶቹ አራሾች ይመክሩ ነበር የሚባለውን እንተወውና (የገጠር ከተሜ ልጅ በመሆኔ ከመስማት በስተቀር በእህል አውድማ አካባቢ ተገኝቼ ክምር ላይ ሲተኩሱና ሲያቃጥሉ ለማየት ባለመቻሌ) በዓይኔ ያየሁትን አንዱን እንኳን ለማውሳት ልሞክር። ከአዲስ አበባ አሥመራ ወይንም ከአሥመራ ወደ አዲስ አበባ የወሎና የአንበሳ ወይንም የሌሎች የረጅም ጉዞ አውቡሶች ሲጓዙ አምባሰልን አጠናቀ የጁ አውራጃ ገብቶ አላማጣ እስከሚደርስ ድረስ ከማሽላ አዝመራ ላይ አውቶቡሱ ይቀምና መንገደኛው በሙሉ ግልብጥ ብሎ ወርዶ ማሽላው ውስጥ ገብተው እስከሚጠግቡ ድረስ ጥንቅሽ ቀርጠው ይበሉና እንደገና የሚችሉትን ያህል ቀርጠው በአቅማዳቸው፣ በከረጢታቸውና ሻንጣቸው ሞልተው ደትን የየጁ አውራጃ አራሽ ገበሬንና እረኞቹን ለከርሞ ያድርሳችሁ ብለው መርቀው ጉዟቸውን ይቀጥላሉ። ገበሬውና እረኛውም ዛሬ የእኔ አዝመራ ነው በመንገደኞች የተመረቀው በማለት የሚሰማቸው ደስታና ኩራት ከፍተኛ ነበር። ይህንን ለማረጋገጥ እራሴ ሆን ብየ በሁለት አጋጣሚዎች በ1957 እና 1958 ዓ. ም. ከአዲስ

አበባ አሥመራ እንደገና ከአሥመራ አዲስ አበባ በተጋዝኩባቸው የአራት ጊዜ ጉዞየ የጁ ስንደርስ አውቶቡሱሶቹ እየወረድን እኔም ጭምር ጥንቅሽ በመብላት እግረ መንገዴን የመንገደኞቹን ደስታና በገበሬው ላይ የነበረውን ፍቅርና አክብሮት፣ እንዲሁም የአራሹን ገበሬና የእረኛውን ደስታና ኩራት ለማየትና ለመመስከር እግዚአብሔር ዕድሉን ሰጥቶኛል። ደማስቀስ፣ ባግዳድ እና ቤይሩት ቀይታየ በልጅነቴ ያ በዓመት አራት ጊዜ ያመርት የነበረው ገበሬ፣ ያ ኑ ብሉልኝ፣ ጥንቅሼን ቅመሱልኝ እያለ በገፍ መንገደኛውን ይጋብዝ የነበረው ደግና ቸር ገበሬ አስታዋሽ መንግሥት አጥቶ ያለተመልካችና ተቀርቃሪ በየመንገዱ እየወደቀ ማለቁን እንደሰማሁ ያለቀስኩት ለቅሶ ለቅሶ አይባልም። በሕይወቴ ወንድ ልጅ የማያለቅሰው ጠንካራ ፍጥረት የሚባለውን ዓይነት ለቅሶ ሁለት ጊዜ አልቅሻለሁ። የመጀመሪያው ይህ ደግና ቸር የወሎ ገበሬን ዕልቂት እንደሰማሁ፣ ሁለተኛው አሜሪካዊ ሀኪሟ ባለቤቴ ከአውስትራሊያ ለቤተሰብ ጉዳይ ብላ ቫንኮቨር እንድንገናኝ አሳስባኝ ፈጥኜ እንደ ደረስኩ ምክኒያቱን እንደጠየኳት ፕሬዚደንት ጆርጅ ደብሊው ቡሽን በማክበር በግራንድ ሃያትና በዋሺንግተን ኮንቬንሽን ሴንተር በሚከሄደው የፕሬዚደንቱ ራት ግብዣና ሳሉት ቱ ፍሪደም በሚባለው ፕሮግራም ላይ እሷን እጅቤ እንድጋዝ በመፈለጋ መሆኑን በነገረችኝ ጊዜ ነበር።

አምባሰሌ የግትርነት ባሕሪ ቢጠናወተውም እንደማናቸውም ወሎዬ ጀግና፣ የዋህ፣ ደግ፣ ቸር፣ ቀጥተኛና ግልጽ ሕዝብ ነበር። እንደሌላው ወሎየ አምባሰሌም ውሸት አይወድም - ነውር ነው ወይም ሃራም ይባል ነበር። አምባሰሌ እንደሌላው ወሎየ ለወደደውና ላመነው ሟች ነው፣ ከጠላ ደግሞ ያንኑ ያህል አያድርስ ነው። አምባሰሌ እንደማናቸውም ወሎዬ ቻይ፣ ትግስተኛና ጽንዓት ሲኖረው ባንጻሩ ግን እንደገደሉ እልከኛና ሞገደኛነት አልፎም ምንችክነትና ግትርነት ያጠቃዋል። ሲበዛ ተሚጋች ነው። መሸነፍን አይወድም። በተለያየ መልክ ዘፋኞች ስለ አምባሰል በተለያየ መልክ ተዘፍኗል፣ ለምሳሌ፣ "የአምባሰል ዝንጀሮ ሲሄድ አጎንብሶ ሲመለስ ቀጥ ይላል የልቡን አድርሶ"፣ "የአምባሰል ማር ቀራጭ ይወርዳል በገመድ አደራ ቢሰጡት ይበላል ወይ ዘመድ"። "የአምባሰል ተሚጋች አያውቅም ይግባኝ፣ በበሽታየ ላይ አንቺን ጣለብኝ" ተብሏል። ከቀለኛው ወሎየ አምባሰሌን ለየት የሚያደርገው እንደማናቸውም የሀገራችን ደገኛ ተጠራጣሪና እንደ ተራራው ድርቅ ወይም አልሸነፍም ባይነቱ፣ ምንችክነቱና ሞገደኛነቱ ነው። ድርቅ ባይነቱ ከሀቀኛነት ባህሪው የመነጨ እንደሆነ ነው የሚነገረው። ሀቁን ከያዘ ንቅንቅ ወይም ፍንክች የለም። ሞት ከፊቱ ቢደቀንበትም ለዕውነቱና ለሃቁ ምንችክ ወይም ድርቅ ብሎ ይቀራል። ይህ በብዙ መንገዱ ጎድቶታል። ተጠራጣሪነቱም ቢሆን የማናቸውም የሀገራችን ደገኛ ባህሪ በመሆኑ፣ አዲስ ሰው ሲመጣ "ጸጉረ ሉጫ መጣ" ብለው በጥርጣሬ ዓይን ይመለከቱታል። ለዚህም ሳይሆን አይቀርም ዘፋኞች፣ "የአምባሰል ከይረኛው መቃብር የተኛው" ብለው የገጠሙለት። ተጠራጣሪነቱ ክፉ ጎን ቢኖረውም ባንጻሩ ደግሞ በጎ ጎን ነበረው። ተራራማነቷ ኢትዮጵያን ከባዕድ ኃይላት ወረራ እንደጠበቃት በተመሳሳይ ሁኔታም ይህ አዲስን ሰው

የመጠራጠር አፍራሽ ባህሪያችን በሌላ በኩል ጠላት ሰርጎ እንዳይገባ ከፍተኛ ጋሻና መከታ ከመሆኑም ባሻገር የአካባቢያቸውን ደህንነትና ፀጥታ ለመጠበቅ ዓይነተኛ መሳሪያቸው ሆኖ ቀይቷል። ባንጻሩም በመጠራጠር የአያሌ ቤቶች ፈርሰዋል። እጅግ ተወዳጅ ከሆኑት ባህላዊ ዘፈኖቻችንና ሙዚቃወቻችን መካከል አምባሰል የተሰኘው ዝነኛ ዘፈን ከዚሁ ከአምባሰል ወረዳ ተፈጥራ ለኢትዮጵያ ሕዝብ የተበረከተች ገፀበረከት ነች። የማንኛውም የኢትዮጵያም ሆነ የአርትራ ዘፈኖች መሠረት የሆኑት ቅኝቶች መካከል አንዱ አምባሰል የተሰኘው ቅኝት የዚሁ ወረዳ ሀብትና ቅርፅ ነች። ለነገሩማ የዘፈኖቻችን መሠረት የሆኑት አራቱም ቅኝቶች (አምባሰል፣ እንቺ ሆየ፣ ባቲ፣ ወሎ) ከወሎ የተፈጠሩ የወሎ ቅርፅና ሀብት ናቸው። በአንደኛ ደረጃ ትምህርት ቤት ዘመኔ ትምህርት ቤት ለጥምቀትና ለፋሲክ ሲዘጋ አስጨናቂውን የአምባሰልን ተራራ እንደዝንጀሮ እየወጣሁ ከወላጆቼ የትውልድ ቦታ (ኩላ ማሶ፣ ፌቃ፣ አብረንደፍ፣ ድብል፣ አበት፣ አምባ ማሪያምና ጅብ ጎዶ) እየሄድኩ ከዘመድ አዝማድ ጋር ጊዜየን አሳልፍ ነበር።

2.1.3. የከንፈር ወዳጅ ባሕል

ፈጣሪ ወሎን የፍቅርና የውበት ባለፀጋ አድርጎ ፈጥሯታል። እንደማናቸውም ወሎየ አምባሰሌም የፍቅርና የውበት ባለጸጋ አካባቢ ሆና ተፈጥራለች። ምንም እንኳን በኋላ ቀር ባህላችን ምክኒያት በመጨረሻ የሚዳሩት እንኳንስ መተዋወቅ ይቅርና ለደቂቃ እንኳን ተያይተው ለማያውቁት ቢሆንም እስከሚያጋቡ ድረስ ግን የሳዱላ ዕድሜያቸውን ሁሉም ጎረምሶችና ኮረዳዎች የሚያሳልፉት ከሚወዱትና ከሚያፈቅሩት የከንፈር ወዳጃቸው ጋር ነው። ለጥምቀት ያልሆነ ልብስ ይበጣጠስ ይላሉ አባቶቻችን። በጥምቀት ጊዜ ያካባቢው ኮረዳ ሁሉ አዳዲስ ቀሚሷን ለብሳ፣ መቀነቷን ታጥቃ፣ ንቅሳቷን ተነቅሳ፣ ፀጉሯን በደንብ ተሰርታና ኩሏን ተኳኩላና በብርጉድ አካላቷን እና የታጠበ ልብሷን በብርጉድ አጥና ተፈጥሮ ካጎናጸፋት ከወሎየ ውበት ይበልጥ አምራና ደምቃ ታቦቶቹ ተሰባስበው ከሚገኙበት ሰፊው የጥምቀት በዓል ሜዳ ይጎርፋሉ። በዚያን ዘመን ታቦቶቹ የሚያድሩበትና የጥምቀት በዓል የሚከበርበት ከከተማው ሁለት ተኩል ኪሎ ሜትር ርቀ ላይ ከሚገኘው መላኬ ከሚባለው መንደር ከተክለሐይማኖት ቤተክርስቲያን አጠገብ ነበር። የውጫሌ እና የደንካ አካባቢ ነዋሮዎች የሚካኤልን ታቦት አጅበን መላኬ ከበዓሉ ሜዳ እናደርሳለን። በበዓሉ ዕለት በቡድን ተከፋፍለው ትክሻ ለትካሻ ተቃቅፈው ክብ ሰርተው "አሆለል አሆለሌ" የሚለውን ዘፈን እየዘፈኑ ይጫወታሉ። በተቃራኒው ጭልፍቶች የአምባሰል ጎረምሳ ጎፈሬ ፀጉራቸውን በድንብ አጎፍረው ሚዶቻቸውን በጎፈሬው ፀጉራቸው ላይ ሰክተው፣ አሪቲ ከጆሮው ላይ አስቀምጦ፣ የታጠበውን ወይንም የተገዛውን አዲስ ቁምጣና ሳሪያን ኮታቸውን ተላብሰው በላያቸው ላይ የፀዳ ቀንጆ ነጠላቸውን ደረብ በማድረግ ረጅም ልምጭ ላይ ሎሚ ሰክተው ለብዙ ጊዜ የተዋወቃትን ኮረዳ ካለችበት ቡድን አፈላልጎ ይሄዳል። ከዚያም ረጅሙን ልምጭ ወደሚፈልጋት ኮረዳ ዘንድ በማቅረብ

ሎሚውን እስከምትወስድላቸው ድረስ ዘርግቶ በፅንዓት ይጠባበቃል። ስለምታውቀውና በዚያ ላይ ደግሞ ከዚያ በፊት እሷም በልቧ ያስገባችው ጎረምሳ በመሆኑ ሎሚውን ከልምጩ አውልቃ አሸትታ ከጡቷ አካባቢ ሸጉጣ ጨዋታዋን ትቀጥላለች። ሎሚውን መውሰዷና አሸትታ ከጡቷ አካባቢ ማስቀመጧ የምትወደው መሆኗን የመግለጫ ምልክት ነው። ዝም ብላ አትወስድም። ከጎረምሳው ጋር ከዚያ በፊት ብዙ ጊዜ ተያይተዋል፣ ተዋውቀዋል ሆኖም በግልጽ ለመነጋገር ባሕላችን ስለማይፈቅድላቸውና ስለሚያፍሩ፣ ተመልካችም እንደ ባለጌ ስለሚቆጥራቸው ምንም ሳይባባሉ ጠንክረው ይቆዩና በጥምቀት በዓል ላይ በተጠቀሰው ዓይነት መንገድና ዘዴ ዓይነ ጥላቸው ተገፎ፣ አፋቸው ተፈቶ ጀግንነቱን ተጎናጽፈው በስተመጨረሻ ከጨዋታው በኋላ ስምምነታቸውን በፍቅር ምልክት በመሳሳም ያረጋግጣሉ። ጨዋታው እንዳለቀና ሳዱላዎቹ እንደተበታተኑ ሎሚውን የወሰደችለት አጅሬ ጎረምሳ ፈጥኖ በመሄድ አቅሯ መሬት ላይ አስቀምጦ በለበሰው ነጠላ ተሸፋፍነው እስከሚደክማቸው ድረስ ከንፈር ለከንፈር ይጨማጨማሉ። ከዚያን ጊዜ ጀምሮ እገሌት የገሌ ከንፈር ወዳጅ ነች ተብሎ በመላው ከተማ ይታወቃል። የምትወደውና የምታፈቅረው የራሷ የከንፈር ወዳጅ ስላላት ሌላ ጎረምሳ አይመኛትም። ሁሉም በአክብሮት ዓይን ይመለከቷታል። እገሊት እኮ የገሌ ከንፈር ወዳጅ ናት በመባል በከተማውና ባካባቢው ትከበራለች። ከዚያን ጊዜ ጀምሮ ሱቅ ተልካ ስትሄድ ያለበለዚያም ውሃ ለመቅዳት ስትወርድ ወይም እንጨት ለቀማ ስትወጣ እየተገናኙ የጨዋወታሉ።

ሰዋራ ቦታም ሲገኝ በነጠላው ተሸፋፍነው ከንፈር ለከንፈር በመሳሳምና በመተቃቀፍ ፍቅራቸውን ያዳብራሉ። የከንፈር ወዳጅ ያሰኛቸውም ይኸው ከንፈር ለከንፈር በማጋጠም እየተሳሳሙ ከሚጫወቱት የፍቅር መግለጫቸው በመሆኑና ከዚህ በስተቀር ለላ ጉዳይ ስለማያውቁ ነው። ከከንፈር ውጭ ሌላውን ቁም ነገር ከቶም ቢሆን መሞከር ቀርቶ ሀሳብም አይኖራቸውም፣ ባሕሉና ወጉ አይፈቅድላቸውምና። ለከንፈሩም ቢሆን እርግጠኛ አይደለሁም፣ እንደምዕራባዊያኖቹ ከንፈራቸውን ከፍተው ይሳሳሙ ወይንም እንደዘጉ ይጨማጨሙ አላወኩም። እናትና አባት ሁሉ ልጆቻቸው የከንፈር ወዳጅ እንዳላቸውና ምን እንደሚያደርጉ፣ የልጃቸው ከንፈር ወዳጅ ማን እንደሆነና የማን ልጅም እንደሆነ፣ እንዲሁም አንዴት እንደሚገናኙ ሁሉ ያውቃሉ። ይህ እውነተኛ በተፈጥሮ የተገኘ ሥልጣኔን የተላበሰ ተራማጅ ባህል ከመናጢውና ኋላቀሩ ባህል ተፃራሪ ነበር። በመናጢው ባህል፣ ሴት ልጅ የምታገባውን ባል እንኳንስ መልኩን ስሙንም አታውቅም። ለመጀመሪያ ጊዜ መልኩን የምታየው በዚያች መናጢና ጨካኝ ምሽት ላይ ነው። ባንፃሩ በተራማጁና ሥልጣኔ በተመላው የከንፈር ወዳጅ ባህል እናት አባት ጣልቃ ሳይገቡ ቀጥታ ሁለቱም ወጣቶች ተዋውቀውና ተላምደው ከተስማሙና ከተፈቃቀዱ በኋላ በጥምቀት ጊዜ መፈቃቀራቸውን በተግባር አረጋግጠው ከዚያን ጊዜ ጀምሮ እንድኛቸው እስከሚያገቡ ድረስ የከንፈር ወዳጅ ሆነውና ተከባብረው ይኖራሉ። ባሕልና ወግ

ያገናጸፋቸው መብታቸው በመሆኑ አባትና እናት ከመደሰታቸው በስተቀር ምንም ዓይነት ቅሬታ አይኖራቸውም። ቅሬታ ብቻ ሳይሆን መዋረድም የሚደርስባቸው ባጋጣሚ ተፈጥሮን ባለመቆጣጠር በመሳሳት ቁም ነገር አዘሉን ጉዳይ ቢፈጽሙና በኋላ ስትዳር የማታውቀው እንግዳ ባል በሰርጉ ምሽት የሚጠብቀውን ሳያገኝ ቢቀር በማግሥቱ ሚዜዎቹና ጓደኞቹ በደም የተላበሰውን ንጹህ ጨርቅ ወይንም መቀነት ይዘው ከቤተሰቧ ዘንድ በመሄድ “ብር አምባር ሰበረልሽ፣ ጀግናው ልጅሽ” ተብሎ ሳይጨፈር ቢቀር በሙሺራዋ እናትና አባት ከፍተኛ የውርደት ማቅ ሲደርስ ብቻ ነው።

ልጄ ከንፈር ወዳጅ አላት ሲባል ለእናት ኩራት ይሰማት ነበር። ከንፈር ወዳጅ ከሌላት እናት፣ ልጄ ምን ሆና ይሆን ከንፈር ወዳጅ የሌላት ብላ ትጨነቅ ነበር። ይህ የወሎ ባህልና ወግ የሚያስታውሰኝ ጣሊያን ሀገር በነበርኩኩት ዘመን ጣሊያናዊ ሴት ልጆች እሥራ አምስትና አሥራ ስድስት ዓመት ሲሞላቸው ከወንድ ጓደኛ ጋር ሲሄዱ ካልታዩ እናቶች ልጄ ምን ሆና ይሆን ብለው ይረበሹና ይጨነቁ እንድነበር ያስታውሰኛል። ታዲያ ይህ የከንፈር ወዳጅ የሚባለው ባህል መጀመሪያ ከወሎ እንደተፈጠረ እንጂ ከምዕራባዊያን እንዳልተወለደ ነው በሁለተኛ ደረጃ ትምህርት ቤት ቀይታየ እንደሰማሁት። እንዲያውም ምዕራባዊያን ከእኛ ተውሰው እነሱ በከፍተኛ ደረጃ አሳምረውና አሻሽለው እንደተጠቀሙበት ነበር የሁለተኛ ደረጃ ትምህርት ቤት ተማሪ እያለሁ የሰማሁት። ለነገሩማ የትዊስት ዳንስን ምዕራባዊያን በዘመናዊ መልክ አሻሽለው አቀረቡት እንጂ ከደቡብ ኢትዮጵያ አካባቢ እንደተፈጠረ ተደርጎ በሁለተኛ ደረጃ ትምህርት ቤት ቀይታየ ይወራ እንደነበር ነው። ታዲያ ያ ቁምነገር አዘሉ ትልቁ ነገር ለምታውቀውና ለዚያ ለወደደችውና ላፈቀረችው ከንፈር ወዳጇ ሳይሆን በመናጢው ኋላ ቀር ባሕሏ ምክኒያት አይታ ለማታውቀው፣ እንግዳ ለሆነውና ማንነቱን ላልተረዳችው ሰው በተጋቡ ምሽት ጠብቃና ይዛ ያኖረችውን ክብሯን ያለ ውዴታዋና ያለ ፍላጎቷ፣ በደስታና በፍቅር ሳይሆን፣ እንዲሁም ሳያዝናናና ሳያለማምድ በጭንቀትና በፍርሃት፣ በሀዘንና በትካዜ፣ ታስረክበዋለች። ይህም ጨካኝ ባሕል ለአብዛኛው እህቶቻችን ወር ባልሞላ ጊዜ ትዳራቸውን ጥለው ጠፍተው ወደ ቤተሰቦቻቸው ይመለሳሉ። ከፈሩም ደግሞ ወደ ደሴ ያለበለዚያም ወደ አዲስ አበባ እንዲኮበልሉና በሚከበልሉበት ከተማ ዘመድ አዝማድ ከሌላቸው ሳይወዱ የግዳቸው የሚወዱትን አካላቸውን እየሸጡ ለመኖር ተገደው ይኖሯሉ። እናቶች የልጆቻቸውን ከንፈር ወዳጅ ያከብራሉ፣ ከንፈር ወዳጆቻቸውም ቤት እየሄዱም ቤተሰቧን የዋይቁ ነበር። በሰርግ ዕለት የከንፈር ወዳጇ ከጓደኞቹ ጋር በመሆን ከተማዋንና መንደሩን እየዞሩ ስጦታ አሰባስቦ የሰበሰበውን ከቅርብ ጓደኞቹ ጋር አብሮ ወደ ሰርጉ በመሄድ በስጦታ መስጫ ሰዓት ያስረክባል። ታዲያ ከባሏ ወገን ሆነ ከቤተሰቦቿ ከሚመጣው ከፍተኛ ዋጋ ያላቸው ስጦታዎች ሁሉ በከፍተኛ ስሜት ዓይኗን የሚስበውና የሚያጓጓት ከከንፈር ወዳጇ የሚቀርበውን ስጦታዎች ለማየት ነበር። እነዚያ ስጦታዎች ምንም ዋጋ አይኑራቸው ወይንም ይኑራቸው እንደ ልዩ ጌጥ አድርጋ በማስቀመጥ በዓዕምሯዋና ልቦናዋ ለዘለዓለሙ ተቀምጠው

ይኖራሉ። "እኒህ አምባሰሎች አበላል ያውቃሉ ከገብስ እንጀራ ላይ ሳም አድርጉ ይላሉ" በማለት በሰምና ወርቅ ያዜሙለት እንደማንኛውም ወሎየ አምባሰሌም በፍቅር የተባረከ የወሎ አብራክ መሆኑን ሲያሳየን፣ በሌላ በኩል ሳማ የተባለውን ጎመን ዘር የሚመስለውን ወፍ ዘራሽ አትክልት በገብስ እንጀራ ጋር እንደምንመገበው ለመግለጽ ነው። ስለአምባሰል ብዙ ብዙ ተዘፍኗል።

2.1.4. ወያኔ በጉልበቷ ከጎንደርና ከወሎ ለምለም መሬት ቆርጣ በመውሰድ ትግራይን የለም መሬት ባለቤት ማድረጋና ተገደው ወደ ትግራይ በተጠቃለሉት ጎንደሬዎችና ወሎየዎች ላይ ያስከተለው የግፍ ሕይወት

በግል ሁኔታየ ምክኒያት ተዘዋውሬ መጻሕፍት ለማገናዘብ ባልችልም የወሎ ክፍለ ሀገር ታሪካዊ አካባቢ እንደሆነ እና ከ150-200 ዓመት ገደማ በፊት 'ቤተ አማራ' ተብሎ ይታወቅ እንደነበረ መጻሕፍት ማንበቤን አስታውሳለሁ። በእኔ ዘመንና እንዲያውም እስከቅርብ ጊዜ ድረስ የወሎ ክፍለ ሀገር አሥራ ሁለት አውራጃዎች ነበሩት፣ ዋግ፥ ላስታ፥ ራያና ቆቦ፥ የጁ፣ አምባሰል፥ ዴሴ ዙሪያ፥ አውሳ፥ ቃሉ፥ ቦረና፥ ወረኢሉ፥ ዋድላ ደላንታ እና ወረሂመኖ ናቸው። ሕወሓት አዲስ አበባን እንደተቆጣጠሩ ከጎንደርና ከወሎ ሕዝብ ፈቃድ ውጭ በሀይላቸውና በጉልበታቸው ከሁለቱ ክፍለ ሀገር ለም መሬቶችን (የቦታዎቹን ስም ነግረውኝ ሳለ ዘነጋሁ) በጉልበት ቆርሰው መውሰዳቸውን አዲስ አበባ ለሦስት ሳምንት ያህል በቆየሁበት ጊዜ ሁለት የወሎ አበዎች (የላስታና የሰቆጣ አዛውንት አባቶቼ) ጋር ተገናኝቼ በምወያይበት አጋጣሚ አጫወቱኝ። ሁለቱም አባቶቼ ተመሳሳይነት ባለው መልክ ባጭሩ እንዲህ ሲሉ አጫወቱኝ። "የትግራይ ሕዝብ ለኢትዮጵያ ባለው ፍቅርና ስሜት ትግራይ ምን ጊዜም ኢትዮጵያ እንጂ ወያኔ እንደሚፈልገው የኤርትራ አካል እንድትሆንላቸው ስለማይፈቅዱ የጎንደርና የወሎ ግዛቶች በጉልበት ተወስደው ትግሬ ሁኑ መባላቸው በስተመጨረሻው ቅር ባላሰኝን ነበር። የወሎና የበጌምድር ነዋሪዎች ያለፈቃዳቸውና ፍላጎታቸው በጉልበት ወደ ትግራይ ተጨፍልቀው መሄዳቸው ካልቀረ እንደትግሬዎቹ እነሱም በእኩል ዓይን ቢታዩ፣ ነፃነት ቢኖራቸው ወይንም ከትግራይ ሕዝብ ጋር እኩልነት አግኝተው በደስታና በፍቅር ተስማምቷቸውና ተደላድለው ቢኖሩ ምንም አልነበረም። የሄዱት ወደ ኤርትራ ሳይሆን ወደ ሌላ የሀገራቸው ክልል ነውና በመሄዳቸው ተሻሽለዋል፣ መልካም ሕይወት አግኝተዋል፣ አምሮባቸዋል በማለት እንካስ ነበር።

የሚያሳዝነንና የሚያብሰለስለን 1. በገዛ መንደራቸው እንደባይተዋር፣ ሀገርና ትውልድ እንደሌላቸው፣ እንደ ለማኝና ስደተኞች ተቆጥረው በከፍተኛ የጭቆናና የብሶት ሕይወት በመኖራቸው፣ 2. አሁንም ወያኔዎች የግዛት ማስፋፋታቸውንና የአማራውን ማጥፋት ተልዕኳቸውን እንዳላቆሙ በተጨባጭ በመረዳታችን ይህም ማለት ትናንትና ከትናንት ውዲያ በጉልበት የተወሰዱት የጎንደርና የወሎ ክልሎች አልበቃቸው ብሎ ዛሬም ቀስ በቀስ ትግራይን እያስፋፉ የጎንደርን የሰሜን አውራጃን ሙሉ በሙሉ አጠቃለው መያዛቸውና በተመሳሳይም ሁኔታ በወሎ በኩል የዋግ እና የራያን

አካባቢ የትግራይ ግዛት በማድረጋቸው፣ 3. የአማራ ዘር የሚባል እስከሚጠፋ ድረስ የመስፋፋት ዓላማቸውን እንደማያቆሙ በመገንዘባችን፣ ቀስ እያሉም የደሴና የጎንደርን ከተማ አካባቢን የትግራይ ክልል ከማድረግ እንደማይመለሱ ስለጨነቀን ነው ብለው አጫወቱኝ። እምብዛም የማያውቁት ባይኖርም ጎጃም ዘልቀው መከተል እንደገቡ ጭምጭምታ እንደሰሙ ጭምር አካፈሉኝ። 4. ሥልጣን እንደያዙ በደቡብ ኢትዮጵያ አማራውን የነፍጠኛ ልጅ እያሉ እንዳፈናቀሉ፣ እንደረሸኑ፣ ሀብቱን እየወረሱ እካካባቢው እንዳባረሩ ሁሉ በተመሳሳይም በጎንደርና በወሎ የተወረሩት ነዋሪ ሕዝብ ላይ ተመሳሳይ የጭካኔ ተግባራት እየተካሄደባቸው መሆኑን አስረዱኝ። በተለይም የሀገራችን ዳር ድንበር በጎንደር በኩል በይበልጥ ተደፍሮ ለም መሬቱ ለትግራይ ብቻ ሳይሆን ለሱዳንም ጭምር ተሰጥቷል። ነዋሪውን አፈናቅለው በምትካቸው የትግራይ ልጆችን አስፍረዋል" አሉኝ። ሕወሓት ይህን ማድረጋ ትግራይን የለም መሬት ባለቤት ለማድረግ፣ ግዛቷን ለማስፋፋትና የአማራውን ብሔር ለማጥፋት ወይንም ለመቀነስ ብቻ ሳይሆን በእኔ እምነት ወደፊት የአማራውን፣ የኦሮሞውን፣ የትራጌውን፣ የአገውን፣ የአፋርንና የአርጎባ/ጋፋትን ሕዝብ የተባበረ ክንድ ለመቃቃም እንዲያስችላቸው እንደ በፈር ዞንነ (Buffer zone) ለመገልገል ባላቸው የሩቅ ጊዜ ዕቅድ እንደሆነ ነው የሚሰማኝ።

2.1.5. ወሎ/ደሴ: የፍቅርና የውበት መዲና፣ ትንሿ የብሔሮች ሚዚየም (የኢትዮጵያ ሚኒ ሞዴል)

በአፄው ዘመን መንግሥት እኔ ወሎን ለቅቄ እስከወጣሁበት የወጣትነት ዘመኔ ምንም እንኳን የሀይማኖት ጭቅናው በመንግሥት ቢሆንም በወሎ የሚገኙት የተለያዩ ብሔረሰቦችና የኃይማኖት ተከታዮች ኃይማኖትና ዘር ሳይከልላቸው ለዘመናት በክፉና በደጉ ጊዜ ባንድነት ተፋቅረውና ተጋግዘው የኖሩበት ክፍለ ሀገር ነበር። እርስ በርስ ተጋብተዋል፣ ተዋልደዋል፣ በአምቻ በጋብቻ ተሳስረዋል (የአባቱ ስም የእስላም የልጁ ስም የክርስቲያን፣ ወይንም ልጁ የእሥላም ስም አባቱ የክርስቲያን ስም መሆኑ በቂ ምስክር የሆናል)። በወሎ የትግራይ፣ የአርትራ፣ የአማራው፣ የጉርጌው፣ የአገው፣ የኦሮሞው፣ የአርጎባ/ጋፋት፣ የአፋር ብሐረሰብ ተወላጆችና እንዲሁም የክርስቲያንና የእሥልምና ኃይማኖት ተከታዮች፣ አልፎም በሌላ ዕምነት የሚኖሩ ባንድነትና በመፈቃቀር የኖሩበት አካባቢ በመሆኑ ትንሿ የኢትዮጵያ ሞዴል ተብሎ ሲታወቅ፣ አምባሰልም እንደዚሁ የተለያዩ ብሔረሰቦች የሚኖሩበት አካባቢ ነበር። እኔ እራሴ እንኳን ውጫሌ፣ ወረባቦ እና አንቻሮ ከተማ ቀይታየ የትምህርት ቤት ጓደኞቼ የትራጌ፣ የኦሮሞ፣ የኤርትራ፣ የአገው፣ የአፋር፣ አርጎባ፣ የትግራይና የአማራው፣ እንዲሁም የእሥልምናና የክርስቲያን ኃይማኖት ተከታዮች ልጆች ጋር ነበር ባንድነትና በመፈቃቀር ያደኩት። የተለያዩ ብሔረሰቦች መናኸሪያ በመሆኗ እና የተለያዩ የብሔረሰቦች ባንድነትና በመፈቃቀር የሚኖሩባት ክፍለ ሀገር በመሆኗ ወሎየ እንደ ልዩ ቅርፁና ፀጋው አድርጎ ነበር የሚቀጥረውና የሚኩራራበት። ተማርኩ ያለው ወሎ የኢትዮጵያ ሚኒ ሞዴል ነች ብሎ የተወለደባትን

ክፍለ ሀገር ሲጠራ፣ ገጠሬው ወሎየ ደግሞ በበኩሉ በዚህ ልዩ ፀጋና ቅርፁ በመኩራራት ወያኔ እንኳን ከገቡ በኋላ ሀገሬን ለቅቄ እስከወጣሁበት ጊዜ ድረስ እንዲህ በማለት በመኩራራትና በመንቀባብረር እራሱን ይገልጽ ነበር፣ "የዘር አምባጓሮ የኃይማኖት ንትርክ ወሎ መች ለመደ፣ ሥሙ ምስክር ነው ፋጤ፣ ገብረማርያም፣ ሙሀየ፣ ከበደ።

ወሎ/ደሴ - የብሔሮች ሚዚየም/የኢትዮጵያ ሚኒ ሞደል

አማርኛው የእኔ፣ ትግርኛው የእኔ፣ አፋርኛው የእኔ፣ ኦሮሙኛው የእኔ፣ ጋፋትኛው የእኔ፣ ቀንጆዎቹ የእኔ፣ ክርስትናው የእኔ፣ እስልምናው የእኔ፣ ያም እኔ ያም እኔ ያገር ልጅ ወገኔ፣ በጣም ያኮራኛል ንፁህ ኢትዮጵያዊ ወሎየ መሆኔ" እያለ እርስ በርስ ተባብሮ፣ ተከባብሮ፣ ተፋቅሮና ተዋዶ እየተጋገዘ በመኖር በባሕሉና በቅርጹ ይኩራራ ነበር። በሀገሪቷ የእሥልምና ኃይማኖት ተከታዮች ላይ ይካሄድ የነበረውን የኃይማኖት ጭቆናና አድልዎ ኖሮ እንኳን በእኔ ዘመን እስላምና ክርስቲያን የሚባል ክፍፍሎሽ በሕዝቡ መካከል አለነበረም። በክፍለ ሀገሩ ክርስቲያንም ሆነ እስላም እየተፈቃቀሩና እየተዋደዱ አድገዋል፣ ባንድነት ተምረዋል፣ ተጋብተዋል፣ ተዋልደዋልም። እስላሟ ተማሪ ከክርስቲያኑ ተማሪ ጋር በፍቅር ድብን ብላ ትሞትለት ነበር። በተመሳሳይም ክርስቲያኑ ተማሪም ከእስላሟ ተማሪ ጋር በፍቅር ድብን ብሎ የሚሞቱበት አካባቢ ነበር። የክርስቲያኑ ጎረምሳ እስላሟ ወሎየ ልቡን ስትሰልበውና ስትማርከው ሊቀርባት ሲሽሞነሞን፣ "የቃልቻ ልጅ ናት፣ የባለ ጥምጥም፣ ካፏ ማር ጠብ ይላል ወላሂ ስትል" በማለት ነበር ፍቅሩንና መውደዱን በመግለጽ የሚቀርባት። ፍቅርና ኢትዮጵያዊነቷ/ቱ እንጂ ኃይማኖቱ/ቷ ወይንም ብሔረሰቡ/ቧ አይታየውም ወይንም አይታያትም ነበር ወሎን ለቅቄ እስከወጣሁበት የወጣትነት ዘመኔ። በዚያ ወሎ ገራ ገሩ፣ ወሎ የዋሁ እየተባለ ይሾፍበት በነበረው ዘመን ኃይማኖትና ብሔረሰብ በፍቅር፣ በጋብቻና አብረው

ተባብረው በመኖር ሕይወታቸው ላይ ጣልቃ ገብቶም አያውቅም ነበር። በችግር ጊዜ አብረው ሲጋሩ ኑረዋል። በደስታው ጊዜም ባንድነት ኖረዋል።

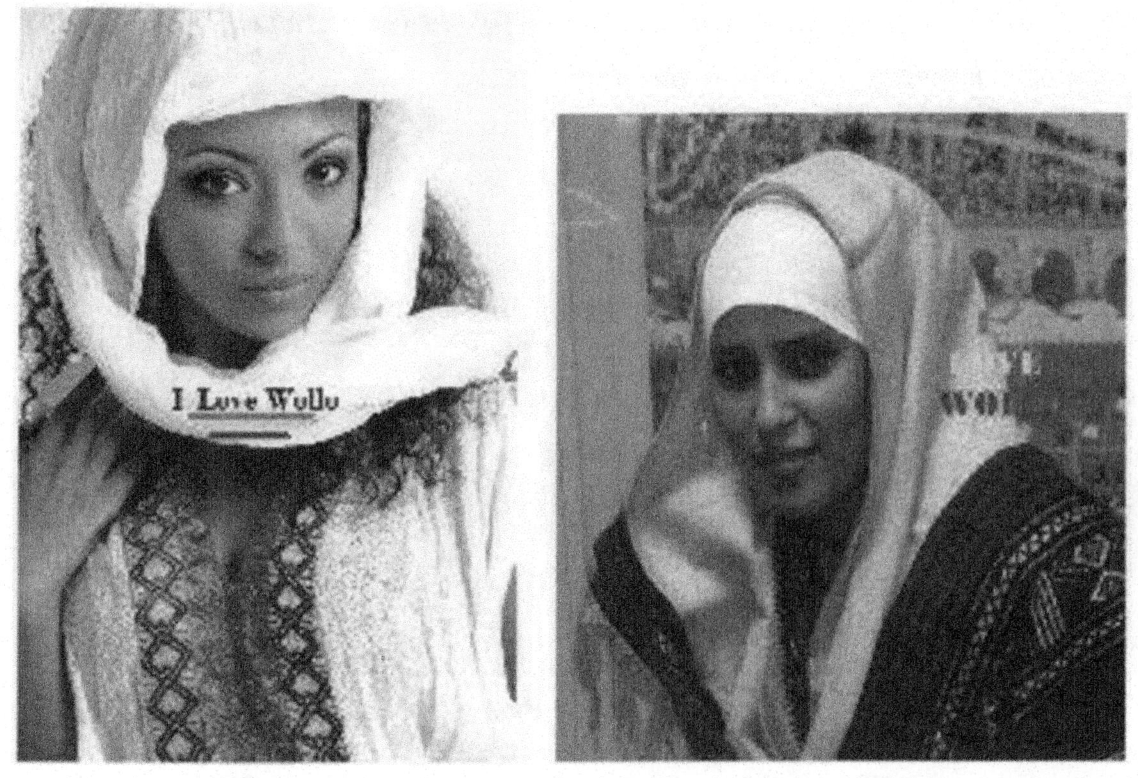

የእስላምና ክርስቲያን ክፍፍል ሳይኖር ተፋቅሮና ተጋብቶ የኖሩባት አካባቢ

ደርግ ሥልጣን ላይ ወጥቶ የእሥልምና ሀይማኖት በዓል ሕዝባዊ በዓል ሆኖ እስከ አወጀበት ጊዜ ድረስ በዘውዱ ሥርዓት ዘመን እንደ ክርስቲያን ወንድሙና እህቱ ኃይማኖታቸውን የማክበር መብት በመነፈጋቸውና እንደሕዝባዊ በዓል ባይከበርላቸውም ክርስቲያኑ ወሎየ የእስላሙን ወሎየ በዓል ለማክበር በቤታቸው በሚደረገው ድግስ ላይ እየተገኙ ለእስላሞችና ለወጣቶች የሚጠመቀውን ብርዝና ቡቅሬ እየጠጡ፣ እንዲሁም የሚዘጋጀውን እንደ ሳምቡሳና የተለያዩ ብስኩት ዓይነት ምግቦችን በመመገብ የበዓላቸው ተካፋይ በመሆን አብረው በመደሰት ሲያከብሩ ይውላሉ። በተመሳሳይ ደረጃም በክርስቲያኑ በዓል ጊዜ እንደዚሁ የእስልምና ኃይማኖት ተከታዮች እየተገኙ ለእስልምና ተከታዮችና አቅመ አዳም ላልደረሱት የቡቅሬና የብርዝ መጠጥ ዓይነቶች ተጠምቀ እየተስተናገዱ ይውሉ ነበር። ወሎ የፍቅር፣ የውበትና የቁንጅና፣ የደስታና የጨዋታ ክፍለ ሀገር ሲሆን፣ እንደማናቸውም ወሎየም አምባሰሌም የደስታ፣ የፍቅር፣ የጨዋታ፣ የውበትና የቆንጆች አውራጃ መሆኑን በከንፈር ወዳጅ ባሕሉ መገንዘብ ይቻላል። በእኔ ዘመን፣ "ሳቅና ጨዋታ ፍቅር ካማራችሁ፣ እንደእኔ ወሎ ላይ በተወለዳችሁ" እየተባለ ይዘፈን ነበር። በደሴ ከተማ በግራም በቀኝ ደፋ ደፋ ሲሉ የሚታዩት ሁሉ የጀግናን ልብ የሚሰቡ ውብ የሆኑ ቆንጆዎች በስተቀር ሌላ የማይታይባት የውብትና የቆንጆዎች መናኸሪያ ምዲና በመሆኗ ለደሴም እንዲህ ይባል ነበር፣ "ጦሳን እንመርምረው ውስጡ ምን እንዳለው፣ ደሴን ሥሩ

አድርጎ ቀንጆ የሚያፈልቀው።" ጠንካራ ወንድ ካልሆነ በስተቀር ዓይነ አዋጅ ሆኖበት ከአንዲም ሳይሆን በከንቱ የቀሩ የማውቃቸው ብዙ ነበሩ።

ወሎ/ደሴ - የውበትና ቁንጅና ደሴት/አዳራሽ

ታዲያ ይህ ወሎና ወሎየ፣ እምባሰልና አምባሰሌ፣ የጁና የጁየ፣ ቃሉና ቃሉየ ወይንም ቦረኔ እያልኩ በኩራት መንፈስ ተንቀባርሬ የምናገርለት በእኔና ከእኔ ዘመን በፊት ለነበሩት ትውልድ ነው። በደርግና በተለይ በወያኔ ዘመን ተፈልፍለውና ተጨፍልቀው ያደጉት ወሎየዎች በደርግና በሕወሓት አምሳል ተኮትኩተውና ታንጸው ካደጉት የሌላው አካባቢ ኢትዮጵያ ልጆች ሁሉ ተለይተው ሊታዩ እይችሉምና ድንገት ከጽሁፌ ጋር ልዩ ሆነው ቢገኙ እንደተረኛ እንዳይቀጥረኝ ከወዲሁ አደራ እላለሁ። ከደርግ ዘመን ጊዜ አንስቶ "ስግብግብነት፣ ለግል ብቻ ማሰብ፣ ለወገንና ለሀገር አለመጨነቅና ደንታ ቢስነት፣ ቅጥፈት፣ ስርቀትና ዝርፊያ፣ ዝሙትና ስካር ቢስፋፋም በዘመነ ወያኔ ግን ከቁጥጥር ውጭ ሆኖ እንደ ባሕል ተቀጥሯል። ወያኔ አዲሱ ትውልድ ስለሀገሩና ለወገኑ እንዳያስብና ኢትዮጵያዊ ክብሩንና ባሕሉን ረስቶ እንዲኖር በረቀቀ ወያኔያዊ ስልት አደንዝዞታል። ሆን ብሎ ባስገባቸው ዝቃጭ የሆነ የምዕራባዊያን ባሕሎችና ርካሽ ሽቀጣ ሽቀጥ ስለባ ሆኖ ዓይኑን ጨፍኖ ጆሮውን ከድኖ እንዲኖር ተገዷልና ወሎየም እንደሌላው አካባቢ ወገኖቹ የዚሁ ክፉ ዕጣ ተካፋይነት ሊያመልጥ አይችልም።

2.1.6. የግል ባሕሪየ፣ ጠንካራና ደካማ ጎኔ

በንግግር መራቀቅ፣ በሚያሻማ ቃንቃ ሀሳብን ሸፋፍኖ ማቅረብና በቧልትና፣ በተረብና በዋዛ መጠቀምን አልፈቅድም። እንዲህ ያለውን ፈሊጥና ልማድ የሚከተለውን ሰው ሁሉ ጥሩ ግምት አልሰጠውም። ቀጥተኛነትና ግልጽነት ተፈጥሮየ በመሆኑ ሲያስጠቃኝ ኖሯል። ከዕምነቴና ከመርሄ ውጭ፣ ራሴ ከማምንበት ውጭ የሚደረገውን ላለመቀበልና ከነሱም ጋር ላለመሳተፍ ወይም ላለመነዳት ጠንካራ ዝንባሌ አለኝ። ከወጣትነት ዘመኔ ጀምሮ ከማናቸውም የአድርባይነት፣ የወላዋይነትንና የአጎብዳጅነት፣ እንዲሁም ከራስ ወዳድነት በሽታ ሁሉ ነፃ ነኝ። እነዚህን ባሕሪዎች የተላበሰውን ግለሰብ ሁሉ ከወጣትነት እድሚየ አንስቶ በጽኑ ስቃወም ኖሬአለሁ። ለራሴ ብየም አላውቅ፣ ከራሴ ይልቅ ለጓደኞቼ ቅድሚያ እሰጣለሁ። በሀሰት ሰው ሲጎዳ ሰምቼና አይቼ ምን አገባህ፣ ለምንስ ጥልቅ ብየ ትሆናለህ እያሉ ቢያስፈራሩኝም ንጹሁ ግለሰብ ሲጎዳ ተመልክቼ በዝምታ አልፌም አላውቅ። በዚህ ባህሪየ ብዙ ተጎድቻለሁ፣ በውስጥ ግን የመንፈስ ኩራትና ደስታን ሁልጊዜ እንደተጎናጸፍኩኝ ኖሬአለሁ። ‘ንፁህ ኅሊናየ ሁልጊዜም ምቹ ትራሴ’ ሆኖኝ ኖሯል። በራስ የመተማመን ባህሪየና የመንፈስ ኩራቴ ከልጅነቴ ጀምሮ አሁንም ድረስ አብሮኝ ይኖራል። ስህተት ካየሁ ስህተቱን ፊት ለፊት በመጋፈጥ መጠቀም እንደግዴታየና ባህሌ አድርጌ ይዤ ኖሬአለሁ። በተመሳሳይም ሰዎች ሳጠፋ ወይም ስሳታት አይተውኝ ዝም እንዲሉኝ አልወድም። እንዲተቹኝ ወይም ስህቴቴን እንዲጠቁሙኝ እወዳለሁ። “ትክክለኛ ወዳጄ መስታወቴ ነው”፣ “የጀርባየን ቀሻሻ ተመልክቶ የሚጠቁመኝ እውነተኛ ጓደኛየ ነው” የሚል ዕምነት ከልጅነቴ ጀምሮ አለኝ። ነገር ግን ያላግባብ ሲያሞግሱኝ ቅር ይለኛል፣ እጠራጠራለሁ፣ ምን ፈልጎ ነው፣ ምን አስቦ ይሆን ብየ እራሴን በመጠየቅ ጥንቃቄ ማድረግ እጀምራለሁ። እስከ ቅርብ ጊዜ ድረስ የችኩልነት፣ ባመንኩት ነገር ግትርነት/ድርቅ ባይነት፣ የእልክነትና የምንችክባይነት ባሕሪ ያጠቃኝ ነበር። ከ1975 ዓ. ም. ጀምሮ በተለያዩ ውጭ ሀገር ድርጅቶች ተቀጥሬ ለመስራት የተገኙልኝን የሥራ ዕድሎችና በተለይም በ1976 ዓ. ም. ሥራው ምን መሆኑን ባላውቀውም በአፍሪቃ አንድነት ድርጅት ቀንጆ የሆነ ሥራ ነው ብለው ያስገኙልኝን የሥራ ዕድል አያስፈልገኝም ብየ የናኩት የሲ. አይ. ኤ. እና የሌሎች የምእራብ ሀገሮች የስለላ ድርጅቶች ወኪል እንደሆንኩ የተወራብኝን መሠረተ ቢስ ውንጀላ ማጠናከሪያ ሊጠቀሙበት ይችሉ ይሆናል በማለት ብቻ ሳይሆን ስንት የሥራ ቦታ እያለ ዓምላክ ከባሕሪየና ባሕሌ ተፃራሪ ከሆነ የሰበነክ ኢንዱስትሪ እያንከለከለ የወሰደኝ ለምን ይሆን እስቲ መጨረሻውን በፅንዓት ቀይቼ አያለሁ በማለት ከእልክነትና ድርቅ ባይነት በሽታየ ጭምር ነበር። አልፎም የኃላ ኃላ በመንግሥት አካባቢ ይሰነዘርብኝ የነበረው ዱላ በረድ እንዳለና እሳቸውም ኑሯቸውን አሜሪካ ሀገር ለማድረግ ጓዛቸውን በሚጠቀልሉበት ወቅት ሻለቃ ዳዊት ወ/ጊዮርጊስ የለገሱኝን የመምሪያ ኃላፊነት አያስፈልገኝም በማለት ድርቅ ብየ ያችኑ

የማትነቃነቅ መናኛ ደመውዝ ይዠ ሰበነክ ኢንዱስትሪ መቀየቴ የድርቅ ባይነትና የእልከኝነት ባሕሪየ መግለጫዎች ሆነው ነበር ጉዳዩን በሚያውቁ ጓዶቼና ወዳጆቼ የተተረጎመው።

ትልቁ ችግሬ ሆኖ የኖረውና ላስወግደው ያልቻልኩት ባህሪየ ከመርሄና ከዓላማየ ጋር የተመረኮዘ በመሆኑ እገሌ/እገሊት ረድቶኛል/ለች፣ እገሌ በችግሬ ደርሶልኛል/ለች፣ ይህን እድርጋልኛለች ወይንም ይህን ሰርታልኛለች … ወዘተ ብየ ከመርህና ከዓላማየ ውጭ እንደማልወጣ ነው። ተገቢ ያልሆነ ድርጊት ሲፈጽሙ ዝም ብየ አላልፋቸውም። ስለረዱኝ ሲሰርቁ ወይንም ሲዘርፉ ወይንም ያላግባብ ንጹሁን ግለሰብ ችግር ላይ ሲጥሉ ወይንም ያልሆነ ሲሰሩ ብመለከት በዝምታና በይሉኝታ አላልፋቸውም። በዚህ የተነሳ በውጭ ሀገርም ሆነ በሀገር ቤት በቀሳቁስም ሆነ በሞራል የረዱኝ መልሰው ጠልተውኛል። በክፉ ዓይንም አይተውኛል። ተመክሮ ባገናጸፈኝ ችሎታና ዕውቀት ትንሽ የሆነች ጥርጣሬ የሚያሳድር ድርጊት ወይም ነጥብ ከያዝኩ ያችን ትንሽ ነጥብ መነሻ በማድረግ ጥንቃቄ መውሰድና ጥናት ስጀምር እያሌ ጉድለቶችን በሰውየው ላይ አገኛለሁ። በእርግጥ ይህ ንቃቴና ጥንቃቄየ ሁሉ በመጠኑም ቢሆን ከተጎዳሁና ከተቦረቦርኩ በኋላ ነው። ከልጅነቴ አንስቶ ድፍረት ጓደኛየ ነው። ሥነሥርዓትና ጨዋነት ወጌና ባህሌ ነው። እንዲህ ያለውን ጠንካራ ዝንባሌና ሁኔታ ሁሉ ከተፈጥሮ ጠባየና ከግል እስተሳሰብ ብቻ የመነጨ ሳይሆን ከወላጅ እናቴና ከወላጅ አባቴ የወረስኩትና ከዚያም ባሻገር ከአስተዳደጌ፣ ከሁለተኛ ደረጃ ትምህርት በቴ የወይዘሮ ስኅን ሚካኤል ትምህርት ቤትና የአሥመራ መምህራን ማሰልጠኛ ኢንስቲቱት በተለይም የአስተማሪዎቼ የይፍሩ ገበየሁና ዮሐንስ አድማሱ፣ እንዲሁም በፍቅርና አክብሮት የመነጨ በአሥመራ ነዋሪ ግርማ ጨኸሚ (ግርማ ፒማሙ) ተብሎ ይጠራ የነበረው የብላቴን ጌታ ሲራክ ኂሩይ ወ/ሥላሴ እህት ልጅ ግርማ አስፋው በኋላም በንባብና በውይይት ብቻ ሳይሆን በፖሊስ ኮሌጅና ብሎም በወጣት መኮንንቴ ዘመን ከኤርትራ ሕዝብ ውስጥ ሰርጌ በመግባት ኑሯቸውን በመኖር፣ ስቃያቸውንና መከራቸውን በመካፈልና አብሬ በመጋራት የተቀረፀብኝ ነው ብየ አምናለሁ። በፖሊስ መኮንንቴ ወቅት በዚያ እጅግ አስፈሪና አስቸጋሪ በነበረበት አካባቢ እንደነ ሡንዓፌ ወረዳና ባርካ አውራጃ አካባቢዎች በመኪናም ይሁን በእግሬ ያለሥራ በግሌ በምዘዋወርበት ጊዜ ሁሉ አንድም ቀን ለራሴ ጥበቃ የተሰጠኝን የጦር መሳሪያ ይዤ አላውቅም ነበር። ከእኔም ጋር ወታደሮች አላስከትልም ነበር ለሥራ ጉዳይ አስፈላጊ ሆኖ ካላገኘሁት በስተቀር። ማታ በኮታችን ውስጥ መያዝ የሚገባንን ታጣፊ የኡዚ ጠመንጃ ይቅርና ሽጉጥም አልታጠቅም ነበር። በሌላ በኩል ከፍተኛ ዲስፕሊን ነበረኝ። በዚያን ዘመን የእኔ መከላከያና መሣሪያየ ሽጉጥ፣ ኡዚና አጃቢ ወታደር ሳይሆን 'የራሴ ተግባርና ማንነት ብቻ ነው' ብየ ከልቤ እምን ነበር። ምንጊዜም እራሴን በመቀጣጠር፣ ስሜቴን በመግታት ከልቤ ነበር ሕዝቡን አገለግል የነበረው። በኤርትራ ጠቅላይ ግዛት ፖሊስ ቀይታየ እኔንና ጓዶቼን ወደ አውራጃና ወረዳ እንዲሁም ወደ ሌላ ጠቅላይ ግዛት ሳይበታትኑን አሥመራ በቀየንበት ወቅት የሕዝብ ፖሊሶች በመባል ነበር

የተሰጠን ስም። ያላግባብ ንጹህ ሰው ሲጎዳ እንደማልወደው ሁሉ እኔም ሰዎች ያለአንዳች ነገር ሲመጡብኝ አልቻልም። አትንኩኝ ባይ ነበርኩ። በዚህም ባሕሪየ በልጅነቴ የውጫሌ አባቶቻችን ‘ሲመጣበት እንኳን ሰው እግዚአብሔርን አይፈራም’ ይሉኝ ነበር። በዚህም ባሕሪየ እንደአባቴ የምቀጥራቸው ጎረቤታችን አቶ መርጊያው ገበየሁ “ውሽንፍር” የሚለውን የልጅነት ቅጽል ስሜን ሰጡኝ። ከወላጅ አባቴ ጋር በስመ መኩሽነታቸውና ከእናቴ ጋር በነበራቸው ጠንካራ ቅርበትና ጉርብትና እንዲሁም ማሕበርተኝነት ወላጅ አባቴን የማያውቁት አቶ መርጊያው ገበየሁን እንደአባቴ ነበር የሚቀጥሯቸው። ለነገሩ በትክክልም ለእኔ ሁለተኛ አባቴ አድርጌ ነበር የማያቸው። እናቴ ከእነሱ ጋር በጉርብትና መኖሯ ብቻ ሳይሆን ባለቤታቸው ወ/ሮ እትገኘ እውነቱና እናቴ እኔ ከመወለዴ በፊት ጀምሮ እንደጋደኛና እንደእህትአማቾች ተያይዘውና ብሎም በጉርብትና ተፈቃቅረው የኖሩና ሁለቱም የውጫሌን ትልቁን የማሪያምን ማሕበርን ባንድነት የመሰረቱ ናቸው። አቶ መርጊያው ገበየሁ ላካባቢው ልጆች ሁሉ ስም ሲያወጡ ላንዱ ወይራው፣ ለሌላው ወላፈን ሲሉ ለእኔ ውሽንፍር ብለው ነበር ያወጡልኝ። “እንኳንስ ለእኛ ለፈጣሪም ስለማይመለስ ውሽንፍርን አትነካኩት፣ ተውት ይብረድለት” ነበር የሚባለው። የውሽንፍር ትርጉም ሳይገባኝ አምባሰልን ለቅቄ ወጣሁ።

አቶ መርጊያው ገበየሁና ወ/ሮ እታገኘ እውነቱ ሰባት ልጆች ሲኖራቸው ሁሉም እንደወንድሞቼና እንደ እህቶቼ አድርጌ ሳያቸው እነሱም እንደወንድማቸው አድርገው ነበር የሚቀጥሩኝ። ከሴት አሰለፍ መርጊያ፣ ከወንዶች ደግሞ በተለይ ከተስፋየ መርጊያውና ከከበደ መርጊያው ጋር የጠበቀ ግንኙነት ነበረን። በሌላ ወገን አሰገድ መርጊያው ተጋብታ የተዋለደችው ከወላጅ እናቴ የቅርብ ዘመዷ ከአቶ ተሾመ ይማም ጋር በመሆኑ ዝምድናም ያገናኘናል። ምንም እንኳን ከሰባቱም ጋር የተለያዩ ትዝታዎች ቢኖሩኝም አሰለፍ መርጊያው ጋር ባንድነት ተመካክረን ከፈጸምናቸው የልጅነት ተንኮል ዕቅድ ቢያንስ አንዱን እንዲያውም ለዛሬው ሕይወቷ የበር ከፋች የሆነውን ለማውሳት ልሞክር። አሰለፍ አብሮ አደጌና ጎረቤቴ ብቻ ሳትሆን በልጅነታችን በጣም የምንዋደድና የምንፋቀር እህትና ወንድም ነበርን። ከሴት ጓደኞቿ ከነተዋበች የሱፍ፣ ዘሐራ ሙራዴና እንጉዳይ አበራ ጋር ሲገናኙ ያለእኔ አይሆንላቸውም ነበር። የሁላቸውም ታናሽ በመሆኔ እኔን እንደ ቦርሳቸው አንጠልጥለው ነበር በሚሄዱበት ሁሉ። እንደሌሎቹ የወቅቱ እህቶቼ አሰለፍ መርጊያውም በወቅቱ በነበረው ክፉ ባሕል መሠረት ገና በለጋ ዕድሜዋ ለማታውቀው እንግዳ ሰው ለትዳር በመታጨቷ ትምህርቷን አቋርጣ ለሰርጋ ዝግጅት ቤት መዋል ተገደደች። የከንፈር ወዳጇ በከተማው የታወቀ በሁሉም ነዋሪ የተወደደና የተከበረ ከመሆኑም በላይ መልከ መልካም የሆነ የደስ ደስ ያለው ሸበላ ነበር። በጣም ትወደዋለች፣ እሱም በጣም ይወዳታል። ታዲያ በዚያ ክፉ ባሕላችን ከንፈር ወዳጅ የወጣትነት ዕድሜ የከንፈር ፍቅረኛ እንጂ ለትዳር መሆን ስለማይችል ከከንፈር ወዳጇ ነጥለው አይታው ለማታውቀው እንግዳ ሰው ሊድሯት ቤተሰቦቿ ቀርጠው ተነሱ። የሠርግ ቀን

እየተቃረበና የእሷም ጭንቀትና ፍራቻ እየተባባሰ መሄዱን በማረጋገጤ ቶሎ ብለሽ ደሴ ወይንም አዲስ አበባ ጠፍተሽ ሄደሽ ትምህርትሽን ለመቀጠል ያለበለዚያም እየሠራሽ ለመኖርና የራስሽን የምትወጂውን የትዳር ጓደኛ እራስሽ ተዋውቀሽ አግቢ ብየ "ክፉ" ምክር መስጠት ጀመርኩ። ምክሬ ለጊዜው ቢያስጨንቃትም ቀይታ ሠርጉ ሊቃረብ አካባቢ ምክሬ በልቦናዋ ተሰረፀና አንድ ቀን ብቻዋን ስለነበረች ቤት ጠርታኝ እንደሄድኩላት "አያሌው ስሞትልህ እባክህ ሰውየውን (ጮኛየን ማለቷ ነው) እንደማንም አድርገህ ፊቱንና መልኩን እንዳየው አድርግልኝ" ብላ ጥምጥም ብላ አቅፋ ጉንጮቼን እየሳመች ተማፀነችኝ። ምክሬም በመጨረሻ ተሰሚነት ማግኘቱን በመገንዘቤ ደስታ ተሰምቶኝ ልመና እንደማያስፈልጋት አበረታትቼ እንደማንም ተሯሩጬ እንድታይው አደርጋለሁ ብየ ቃል ገባሁላት። የሁለታችንም ቤት ከአሮጌው የመኪና መንገድ በግራና በቀኝ ፊት ለፊት ነው። የውጫሌ ገበያ ቅዳሜ ቀን ሲሆን ገበያተኛው ከየጁና ከአምባሰል አውራጃዎች ራቅ ካሉ ብዙ ቦታዎች እየመጡ ይገበያዩ ነበር። ጮኛዋ ጊራና ከሚባል የሀብሩ ወረዳ አካባቢ ነዋሪ ሲሆን ቅዳሜ ቀን ውጫሌ ከተማ ገበያ በሚመጣበት ጊዜ ተጠባብቄ ከቤታችን ፊት ለፊት እንደደረሰ (ምን ምክኒያት ሰጥቼ አወናብጄ እንዳቆምኩት አላስታውስም) እሷ መስኮቱን ገርበብ አድርጋ በመዝጋት እኔ ለእሷ ጀርባየን በመስጠት ጮኛዋን ፊት ለፊቴ አቁሜ ለተወሰነ ጊዜ እያወራሁ አቆየሁት። በዚያች ቀይታችን አሰለፍ መርጊያው አባቷና እናቷ ያለፍላጎቷ ለትዳር ይሆናል ብለው በግዱ ያቀዱላትን የወደፊት የሕግ ባሏን ከእግር እስከ ራሱ ደህና አድርጋ በመመልከት ጠገበችው። ከጮኛዋ ጋር ከተለያየሁ በኋላ ወደ እሷ ስሄድ ስቅስቅ ብላ ስታለቅስ ደረስኩባት። እንደማንም አባብየ ለቅሶዋን እንዳስቀምኳት "አያሌው፣ መርጊያው ገበየሁ ምን ብበድለው ነው ለዚህ ሰውየ የሚወረውረኝ።" የከንፈር ወዳጇን ስም በመጥራት "ከእዚያ ከማፈቅረውና ከምወደው እሱም ከሚወደኝና ከሚያፈቅረኝ ጋር ምንም ሳላደርግ በክብር አክብሬ ይዤ የኖርኩትን ለዚህ ነው የማስረክበው" ብላ በምሬት ተናገረች።

ጮኛሽ ከንፈር ወዳጅሽን አይወዳደርም። ሆኖም ካባቶቻችን የወረስነው ክፉ ባሕል በመሆኑ ለጮኛሽ የማስረከቡን ጉዳይ አማራጭ የለሽም፣ ወደድሽም ጠላሽም ታስረክቢዋለሽ። ይልቁንስ መዘጋጀት ያለብሽ የጭካኔዋን ምሽትና ጩኸቱን ለመቃቃም ነው። በሌላ በኩል ምን ይታወቃል። በማግሥቱ ባልሽን ትወጂውና ታፈቅሪውም ይሆናልና ከሠርጉ በፊት ጠፍተሽ የማትሄጂ ከሆነ እስቲ ቀኑን እንጠባበቅና የሚሆነውን ለማወቅ እንሞክር እንዳልኳት "አንተ ደግሞ የት አባክንስ አውቀህ ነው እንደሚያስጨንቅና እንደሚያስጮህ፣ ማን ነገረህ" ብላ ስትወጥረኝ፣ ያለሽ አማራጭ ከጋብቻው በፊት ቶሎ ጠፍተሽ ከውጫሌ መሰወር ያለበለዚያ ሠርጉን ጠብቀሽ በሚዜዎች ታጅበሽ ከውጫሌ ተሰናብተሽ ወደ ባልሽ ሀገር ከሄድሽ በኋላ ወር ሳይሞላሽ ኮብለሽ በመመለስ ደሴና አዲስ አበባ መሄድ ነው ያለብሽ ብየ በድጋሜ መክሬ ለጊዜው በዚሁ ዘጋነው። ከመለያየታችን በፊት "አያሌው

ለሠርጉ ቀይቼ ከሰውየው ጋር ልሂድ፣ ከሠርጉ በፊት ብጠፋ ቤተሰቦቼ ይረግሙኛል፣ አስድባቸዋለሁም። የሚመጣብኝን ሁሉ እንዳመጣቱ ተቃቁሜ እንዳልከው ከወር በፊት እመለሳለሁ። እንደተመለስኩ ሽክሙ ያንተ በመሆኑ ከአሁኑ እንድትዘጋጅ አፈልጋለሁ" ብላኝ እሷም ተነስታ ወደ ቤት ሥራዋ ተመለሰች። ወር ሳይሞላት ኮብልላ ወደ ቤተሰቦቿ ተመልሳ ውጫሌ መጣች። እንደተመለሰች እዚህ አካባቢ ከአሁን በኋላ መቀየት የለብሽም፣ አምባሰል ከእንግዲህ ወዲህ ያንቺ ቦታ አይደለምና ቶሎ ብለሽ ከአካባቢያችን ለቀሽ ውጭልን በማለት ማደፋፈር ብቻ ሳይሆን ገፋፉኝት። ሆኖም አንዳንዶቹ እህቶቻችን ለመኖር ብለው ያልሆነ ሥራ እንደሚሰሩት እንድትሰሪ አልፈልግም፣ ያ ከሆነ እዚሁ መቅረቱን እደግፋለሁ እልኳት። እንዴ ምን ማለትህ ነው፣ የመርጊያው ገበየሁና የእታገኝ እውነቱ ልጅ ነኝ እኮ፣ በወግ፣ በክብር በማዕረግ ያደኩ። እዚህ ከከንፈር ወዳጄ ጋር ተጋብቼ መኖር ባሕሉ አይፈቅድልንም፣ ከትዳሬ ኮብልየ እንድመጣ ያስደረገኝ እሱ ነው በማለት የአምባሰል ሰው ያገለዋል፣ ሌላ አገር ሄደን ተጋብተን እንዳንኖር ውጫሌ ስንመለስ ማንም አምባሰሌ አያነጋግረንም። የቤተሰቦቼ ሽክም መሆኑ ብቻ ሳይሆን በእኔ ምክኒያት ፊታቸው እንዲገረፍ ስለማልፈልግ አዲስ አበባ ሄጄ ሥራ አግኝቼ እራሴን ችየ መኖርና ከምወደው ጋር ተጋብቸ ወልጄና ከብጀ ለመኖር ያልከውን ምክር እደግፋለሁ" ብላ ቃል እንደገባችልኝ ወዲያውኑ ወደ አዲስ አበባ ለመሄድ የምትችልበትን መንገድ ማግፈላለግ ተያይዝነው። አዲስ አበባ እንደደረሰች ሥራ ይዛ እራሷን ችላ እስከምትወጣ ድረስ የምታርፍበት የሩቅ ዘመድ ማግኘታችንን እንዳረጋገጥን ማንም ሳያውቅና ሳይሰማ እንደማንም ብየ አውቶቡስ ላይ አሳፍሬ ተደብቃ በሰላም ከአምባሰል እንድትወጣ የማድረጉን ኃላፊነት እኔ ላይ ወደቀ።

ልብሶቿንና ጫማዎቿን በሻንጣ አዘጋጅታ ከሳምንት በፊት ቅዳሜ ቀን ሁሉም ገበያ በሄዱበት ወቅት ከእኛ ቤት አምጥታ እንድታስቀምጥ አዘዝኳት። የምትሄድበት ቀን በሳምንቱ ቅዳሜ መሆን እንደሚገባውም ወሰን። በመኮብለሊያዋ ዕለት ከአንድ ሰዓት በፊት ሻንጣዋን ይዤ ወደ ከተማ እንደምወርድና እሷ ደግሞ ከእኔ በኋላ ብዙ ሳትቆይ ሻል ያለ የአዘቦት ቀን ቀሚሷን ተላብሳ ወደ ሱቅ እንደምትወርድ አስመስላ ከተማ በመውረድ ከትልቁ ሆቴል በረንዳ ላይ ተቀምጣ የእኔን ምልክት እንድትከታተል ተወያይተን ወሰን። አውቶቡሱ የሚቀመው ከሆቴሉ ፊት ለፊት ሲሆን የያዝኩላት መቀመጫ ደግሞ ከሆቴሉ እና ከእሷ ፊት ለፊት ባለው ጎን ነበር። ለደሴ ቲኬት መግዣ ገንዘብ አስቀድማ ሰጥታኛለች። ጥርጣሬ ለማስወገድ የእጅ ቦርሳ መያዝ ስለማይኖርባት ገንዘቧንና ሌሎች ጠቃሚ የሆኑትን በመቀነቷ እና በጡቷ አካባቢ ሸጉጣ እንድትይዝ ጭምር ተነጋገርን። የደሴ አውቶቡስ እንደመጣና እንደቀመ ቶሎ ብየ ውስጥ ገብቼ ቲኬት ቀርጬ ቦታዋን ይዤ ተቀምጬ እንደምጠባበቅና አውቶቡስ ሲንቀሳቀስ እኔ ከመቀመጫየ ብድግ ማለቴን ስትመለከት ቶሎ ፈጥና አውቶቡስ ውስጥ በመግባት ቦታዋ ላይ እንድትቀመጥ ተነጋግረን ወሰን። በዕቅዳችንና በምክክራችን

መሠረት አስለፍ መርጊያ በፍጥነት ገብታ ከእኔ ጋር ተጨማጭመን ከወንበሯ እንዳስቀመጥኳት በፍጥነት ከአውቶቡስ ወረድኩ። አውቶቡሱ አሰለፍ መርጊያውን ከአምባሰል ወረዳ ሕዝብ መንጥቀ ወደ ደሴ ይዟት በረረ። በዚያን ቀንና ምሽት አሰለፍ መርጊያው በውጫሌ ከተማ አልተገኘችም፣ በማግስቱም ቀንና ማታ የለችም፣ በሶስተኛው ቀን ቤተሰብ ተራበሸ። አያሌው ሻንጣ ይዞ አውቶቡስ አካባቢ ታይቷል የሚል መረጃ ከተለያዩ ሰዎች ለመርጊያው ገበየሁና ለወላጅ እናቴ ለወ/ሮ ብይን ከበደ ደረሳቸው።

በሶስተኛው ከቀኑ አሥራ አንድ ሰዓት በኃላ ከትምህርት ቤት ስመለስ በእየለቱ የአኛ ደረቅ ቂጣ በቅቤ ከሻይ ጋር መክሰስ ስለአለኝ እሷን ለማግኘት ስጣደፍ መርጊያው ገበየሁ ተጠባብቀው "ውሺንፍር ና ወደእኔ ብለው ያዙኛል። መክሰሴን ላድርስና መጣሁ ስላቸው መክሰስ የለም እራትም የለም አንተ ሰው አስኮብላይ፣ አንተ ሽፍታ፣ ና! ወደዚህ" ብለው በድጋሜ በማስቦካት እንዳዘዙኝ ሄድኩኝ። እሳቸው ጋር እንደደረስኩ ጆሮየን እየፈተተ ከወ/ሮ እታገኝ እውነቱ ፊት እውነቷን ተናገር፣ የት ወሰድኳት፣ የት ደበካት፣ ለማን ሸጥካት፣ ሀቁን ተናገር አንተ ውሽንፍር ወዮልህ ዛሬ ብለው አስጨነቁኝ። አሰለፍ መርጊያው አዲስ አበባ ሄዳለች። የእናቴና የአባቴ ሸክም መሆኔ ባቻ ሳይሆን ፊት፣ ኮብላይ እየተባልኩ መቀመጡና እናትና አባቴን ፊታቸውን ማስገረፉን ስላልፈለኩ ሥራ ይዤ እራሴን ችየ የምወደውንና የማፈቅረውን ሰው እራሴ ተዋውቄና ተጋብቼ፣ ወልጄ ለእታገኝ እውነቱና ለመርጊያው ገበየሁ የልጅ ልጃቸውን ይዤ በመምጣት እጥየቃቸዋለሁ ብላ ነው የነገረችኝ፣ ሌላ የማውቀው የለኝም ብየ ሳልጨርስ እታገኝ እውነቱ አንበሳ ሆኑና መርጊያው ገበየሁን "ድሮውንም ነግሬዎታለሁ፣ አይታው ለማታውቀው ሰጥተን ላክናት። ተውት አያሌውን በማለት መርጊያው ገበየሁ ላይ አንበሳ ሲሆኑባቸው መርጊያው ገበየሁ ተደናግጡ መሰለኝ ጆሮየን ለቀቁኝ። በሄደች ዘነጋሁኝ በሁልትና ሶት ወይንም አራት ወሯ ደብዳቤ ከአዲስ አበባ በአድራሻ ለመርጊያው ገበየሁ ተብሎ በመንገደኛ ተሰጣቸው። ቤት ተጠርቼ እራስህ የሰራኸው ጉድ በመሆኑ ና ጉድህን አንብብ ብለው ደብዳቤውን ይሰጡኛል። ትንሽም ቢሆን ቅመም አየጨማመርኩ ቀደም ሲል ከላይ ለመሄድ ያሳሰባትን ምክኒያት በመዘርዘር የምታኮራቸው እንጂ የምታሳፍራቸው እንዳልሆነችና ሥራ አግኝታ እየሰራች መሆኗና ከምትወደውና ከምታፈቅረው ሰው ጋር መተዋወቃንና እሷም ሁነች እሱ ለትዳር መተሳሰባቸውንና መፈቃቀዳቸውንና በቅርብ ጊዜ እንደሚጋቡ ገልጻ እንደጻፈች አስመስየ በመግለጽ አነበብኩላቸው። በመደምደሚያዋ አካባቢ አሰለፍ "አያሌው ያጠፋውና የሰራው ነገር ባለመኖሩ በእሱ ላይ በማሳበብ እንዳትቀጡት አደራ" ብላ ትማፅናለች። በዚህን ጊዜ መርጊያው ገበየሁ ተደናግጠው "መቀንጠጥህን ብትነግራትና ብንስማ የባሰ ነው የምትቀነጠጠውና አድበህ ተቀመጥ፣ የሚያጋጥምህ የባሰ ነው" ብለው አስፈራርተው ሸኙኝ። ይኸው ዛሬ አሰለፍ መርጊያውና የልጆቿ አባትና የትዳር ጓደኛዋ አቶ ተገኝ ሀብትና ንብረት አካብተው የልጅ ልጅ አፍርተው

እናቷንና አባቷን አስከብርና አኩርታ በጋብቻ ዛሬ ባልሳሳት ከአምሳ ዓመት በላይ በፍቅርና በመከባበር ባንድነት ይኖራሉ።

2.1.7. ወላጅ እናቴና ወላጅ አባቴ

እናትና አባቴ ከተለያዩም በኃላ እንኳን ሁልጊዜ በመከባበርና በመፈቃቀር መኖራቸው ሌላው በባህሪየ ላይ መልካም ተጽዕኖ ካሳደረብኝ ምክኒያት አንዱ ነበር። ከእናቴ ጋር ውጫሌ በምሆንበት ጊዜ አባቴ እኔንና እናቴን በየጊዜው እየመጣ ይጠይቀን ነበር። የነሱ መከባበርና መተሳሰብ ሰውን የማፍቀርና የመውደድ ዝንባሌየን በእጅጉ አጠንክሮታል። እናቴ ማሪያምንና ኪዳነ ምህረትን በየወሩ እጅግ አድርጋ ታከብራለች። በውጫሌ ትልቁና አንጋፋው የማሪያም ማህበር እናቴና የልብና የቅርብ ወዳጆቿ ናቸው የመሠረቱት። ይህ በከተማው አንጋፋውና ትልቁ ማህበር ገና እኔ ሳልወለድ እሷ ከአምባሰል (ከደጋው ማለት ነው) ወደ አጎቷ ቤት በገባች በዓመቱ ገደማ ነበር። በየወሩ ኪዳነምህረትንና ማርያምን ከወዳጆቿና ከጋደኞቿ ጋር አብራ ማክበርና ማሳለፍ አለባት። ከሕይወቷ ጋር ተዋህዶ የኖረ ጠንካራ አቋሟ ነበር። ውጫሌ ካለሁ በየወሩ በ21ኛው ቀን ቅድስት ማሪያም የምትውልበት ዕለት በመሆኑ ማሪያምን ለማስነገስና ለማስከበር ተረኛ ሆነው በመኖሪያ ቤታቸው ድግስ አዘጋጅተው በሚጠባበቁን ማሕበርተኛ መኖሪያ ቤት እሷን ተከትየ መሄድ ይኖርብኛል። "ማሪያም ማሪያም፣ እሰይ ማሪያም ..." እያሉ ሽብሻቦ ሲጫወቱና ሲዘፍኑ ልብን ይመስጡ ነበር። ሁልጊዜ የማሪያም ድግስ ተረኛ እሷ ስትሆን ለአዳር ነበር የሚካሄደው። ድግሱ በደምብ ተዘጋጅቶ በዓሉ ከቀኑ አሥር ሰዓት ጀምሮ አዳራቸውን ከቤቷ መንፈሳዊ ዘፈን ሲዘፍኑና ሲያሸበሽቡ፣ እየበሉና እየጠጡ ሲጨዋወቱ ያድራሉ። በማግሥቱ ወደ ንጋቱ አራት ሰዓት ገደማ ባለተረኛዋ ማነሽ ባለሣምንት ያስጠምቅሽ በሀያ ስምንት (መሰለኝ፣ ዘነጋሁት አባባሉን) ተብላ ተረኛዋ እንደታወቀች ፅዋው ከጠላና ከሙጌራ ጋር በተሸፈነና ባጌጠ በትንሽ ሞሰብወርቅ ተይዞ እየዘፈኑና እያሸበሸቡ ከተረኛው ቤት ፅዋውን በክብር አስገብተው ወደየቤታቸው ይበታተናሉ። እናቴ በቤተሰቦቿ ማለፊያ ከበደ፣ በመላው የውጫሌ ከተማ ነዋሪ ደግሞ ኣዳአያሌው (17) በመባል የምትታወቀው ወ/ሮ ብይን ከበደ በሸር ትባላለች። እናቴ በስተኋላ በመመንኮሷ እሚሆይ ብይን ከበደ ተብላ ነበር የምትጠራው። እናቴ ከእናት አባቷ ያገኘችው ወንድም አልነበራትም። ነገር ግን ብዛት ያላቸው ያክስቷና ያጎቷ ልጆች ሁሉ እንደእህታቸው እድርገው ያፈቅሯታል፣ እሷም እንደወንድሟ አድርጋ ነበር የምትንከባከባቸው። አናቴ ወ/ሮ የሺ ከበደ የምትባል እህት ነበረቻት። ገና ሳልወለድ ከዚህ ዓለም በሞት በመለየቷ እናቴ እጅግ አድርጋ ስለምታፈቅራት እኔም ሳላውቃት እጅግ አድርጌ ነው የማፈቅራት። ምንም እንኳን ሳላዉቃት ሞት ቢወስድብኝም እንደ ታላቅ ወንድሞቼ የምቀጥራቸውን ታመነ ፋሪስንና መኮንን ፋሪስን የመሰሉ መልካም ወንድሞች ወልዳልኝ ነው የሄደችው። እናቴ ከመጀመሪያ የሕግ ባለቤቷ ሁለት ሴት ልጆችን አግኝታለች። የመጀመሪያዋ አበቡ ሲሣይ ትባላለች።

የእናቷን ባህሪና ወግ ነው እንዳለ የወረሰችው። አበቡ ሲሳይ የብዙ ልጆችና የልጅ ልጆች ከሆነች በኋላ ከዚህ ዓለም በሞት እንደተለየች ተነገረኝ። ከአፀደ እሸቱ፣ ከበቀለ እሸቱና ከመኮንን እሸቱ በስተቀር ከሌሎቹ ልጆቿ ከሽታ እሸቱና ከመርዕድ እሸቱ ጋር የመተዋወቅ ዕድል አላጋጠመኝም።

ወላጅ እናቴ እሚሆይ ብይን ከበደ/አዳአያሌው

የእናቴ ሁለተኛ ሴት ልጇ አሰገድ ሲሣይ ትባላለች፣ አሰገድ ሲሣይ የእናታችንን ባህሪይ በከፊል ወርሳለች። አልበገር ባይነት፣ ኩሩ ማለትም በራስ የመተማመን ስሜትና አለመደፈርን እንዳለ ከእናቷ ተረክባለች። ባንጻሩ ደግሞ እንደ እኔ እሷም የአምባሰሌን ልዩ ባህሪ የሚያሰኘውን አትንኩኝ ባይነት፣ እልከኛነትና ግትርነት ከተራራውና ከገደሉ ጋር አብሮ የተመሠረተውን ልዩ ባህሪ በትውልዷ ወርሳለች። እህቶቼ ወንድም ሌላ የላቸውም፣ እኔ ብቻ ነበርኩና ልዩ ትኩረት በመስጠት ነበር

በእንክብካቤና በሥነሥርዓት እንደ ወንድማቸው ብቻ ሳይሆን እንደ ልጃቸው ጭምር አድርገው ያሳደጉኝ። አግብተው ትዳር ይዘው ከእናቴ ከተለዩ በኋላ ለክረምት ትምህርት ቤቴ ሲዘጋ አምባሰል/ውጫሌ ካለሁ ሁለቱም ታላቅ እህቶቼ በመፎካከር አሸናፊ የሆነችው እህቴ የእናቴን ፈቃድ በማግኘት ትወስደኝና ከሷና ከባለቤቷ ዘመድና አዝማድ ጋር ከጊሸን ማሪያም ብዙም ሳይርቅ ጅብ ጎዶ ከሚባል ሠፈር ያለበለዚያ ጋቲራ ጊዮርጊስ ከርሜ እመለስ ነበር። እናቴ የትውልድ ሀገሯ አምባሰል አውራጃ አምባሰል ወረዳ ነው። አያቷ ባላምበራስ በሽር ደጋላስ ይባላሉ፣ ብዙ ልጆች እንደነበራቸው ይነገራል። ገና የሁለት ዓመት ዕድሜ ገደማ እያለች ነበር አባቷ አቶ ከበደ በሽር ከሁለት ወንድሞቻቸው ከአቶ ንጋቱ በሽርና አቶ ሊበን በሽር ጋር ባንድነት በጦር ሜዳ ላይ ሦስቱም ወንድማማቾች ሕይወታቸው አለፈ።

የጎርባው ጦርነት ወቅት ሶስቱ ወንድማማቾች ባንድነት ሲዋጉ የእናቴ አባት አቶ ከበደ በሽር ለማናኛቸው እንደሆነ ዘነጋሁኝ ሆኖም ለታናሽ ወንድማቸው ለአቶ ለሊበን በሺር ወይንም ለአቶ አደራ በሽር የተወረወረችውን ጦር ተንደርድረው በመሄድ ደረታቸውን ለወንድማቸው ሽፋንና መከታ አድርገው እራሳቸውን በመሰዋት የታናሽ ወንድማቸውን ሕይወት ለጊዜውም ቢሆን ለማትረፍ ቻሉ። ከተወረወረው ጦር የተረፉትም ሆኑ ሌላው ሁለቱም አቶ ሊበን በሽርና አቶ ንጋቱ በሽር ከታላቅ ወንድማቸው ከአቶ ከበደ በሺር መሰዋት በኋላ ብዙም ሳይቆዩ በዚያው ጦርነት ባንድነት ተሰውተዋል። የጎርባው ጦርነት በማንና ማን እንደተካሄደ ለማጣራት ዕድል አላጋጠመኝም። ለእናቴም የወሎን ውበትና ቁንጅና ብቻ ሳይሆን እንደ ወላጅ አባቴ ለእሷም ግርማ ሞገስንና ፀጋን አጎናጽፎ ፈጣሪ አጎናጽፏታል። እናቴ የባላባት ልጅ እንደሆነች ነው ይነገራት የነብረው፣ ከቴጌ መነን አስፋው ጋርም በቅርብ እንደምትዛመድ ነበር የሚነገረን። ይህ የማናውቀው ዝምድና በሌሎችም አምባሰሌዎች በተመሳሳይ ይነገር ነበር። ወ/ሮ ብይን ከበደ ስለተባለው ዝምድና የሚገባት አንዳችም ባለመኖሩ መናገር ብቻ ሳይሆን መስማትም አትፈልግም ነበር። ቀኛዝማች ሙሉገታ ገብረእግዚእብሄር (18) የአምባሰል ወረዳ ገዥ በነበሩበት ዘመን ውጫሌ ይገኝ የነበረውንና በኋላም ጃንጥራር ተብለው የአምባሰል አውራጃ ገዥ በነበሩበት ጊዜ ይኖሩበት ከነበረው የሀይቅ መኖሪያ ቤታቸው ከአጎቷ ከቀኛዝማች ወሌ በሺር ጋር ሆኜ በመመላስ እገባበት የነበርኩት እኔ ብቻ ነበርኩ እንጂ እናቴ የደሴውን ቤተመንግሥት ቀርቶ ከውጫሌው የወረዳ ገዥ መኖሪያ ቤት ደርሳም አታውቅ። አጎቷ ቀኛዝማች ወሌ በሽርና ቀኛዝማች ሙሉገታ ገብረእግዚእብሄር የቅርብ ጓደኛና ወዳጅ ከመሆናቸውም ባሻገር ዝምድናም ስለነበራቸው ከአጎቷ ጋር እናስታርቅሽ ብለው እንዳይጠቃትና ቀኛዝማች ሙሉገታ ገብረእግዚእብሄርን ማሳፈር ነውር መስሎ ስለሚታያት ከእሳቸው ጋር ላለመገናኘት በመፈለጋ እንደሆነ ታላቅ እህቴ ወ/ሮ አስገድ ሲሳይ አጫውታኛለች። ሥጋ ሆነና ታዲያ እሷና ልዕልት ዙሪያሽ ወርቅ ገብረእግዚአብሔር ከቅጥነቷና እርዝመቷ በስተቀር መልካቸው ቁርጥ መንትያዎች ናቸው ያስብላል።

ወ/ሮ ብይን ከበደ ቤተሰቦቿ በእርስትና ማሳ የርስ በርስ ሽርኩቻና ጥላቻ፣ መካሰስና መወነጃጀል ስለዘገነናት ከእናት አባቷ የወረሰችውንም ሆነ ከሟች ባለቤቷ (ከእህቶቼ አባት) ያገኘችውን ሁሉ ያውላችሁ፣ እንደፈለጋችሁ አድርጉት ብላ እርግፍ አድርጋ ጥላ ውጫሌ ወርዳ ከእጎቷ ከቀኛዝማች ወሌ በሽር ጋር መኖር ጀመረች። እሳቸው ጋር ስትኖር ነው ከአባቴ ከመቶ አለቃ መርጊያው ጉበና ጋር የተዋውቀችው። በወቅቱ በባህልና ልማድ መሠረት የባላባት ልጅ ከባላባት ልጅ ጋር ነበር የሚጋባውና ቤት የሚመሰርተው። የቅርብ ወዳጃቸውና ጓደኛቸው የሆኑ ባላባት እናቴን ለልጃቸው እንዲድሩላቸው አጎቷን ሲጠየቁ እናቴን ሳያማክሩና ፈቃደኝነቷን ሳይጠይቁ፣ ለባልነት የታጨውንም ሰው ሳታውቀውና ሳታየው ሊድሯት ሽር ጉድ ሲባል የተገነዘበችው ወ/ሮ ብይን ከበደ በሽር አባቴን ስለወደደችው ከራሴ ምርጫ ውጭ ከሌላ ጋር ላለመጋባት አሳፈረኝ አለች። አጎቷ ቀኛዝማች ወሌ በሺር የአምባሰል ወረዳ የነጭ ለባሽ ጦር (የ5ኛ ወይንም የ6ኛ ክፍል ተማሪ እያለሁ የብሔራዊ ጦር ተብሎ ተሰየመ) ሲሆኑ አባቴ ደግሞ የእሳቸው ረዳት/ምክትል ስለነበር ተፈቃቅረውና ተከባብረው ባንድነት ይሰሩ የነበሩ ቢሆንም አባቴ የባላባት ልጅ ባለመሆኑ የታላቅ ወንድማቸውን ለእሱ ሊድሯት አልፈለጉም። አጎቷ ወላጅ አባቴን እንደ በታቻቸው ሳይሆን እንደ ታናሽ ወንድማቸው አድርገው ያከብሩታል፣ ይወዱታልም። ሆኖም ለጋብቻ ከባላባት ባለመወለዱ ደስተኛ አልሆኑም የሟች ታላቅ ወንድማቸውን ልጅ ለትዳር ለመስጠት። በሁለቱ የጠበቀ ግንኙነት ደስታ ያልተሰማቸው አጎቷ ከአባቴ ጋር ያላትን ግንኙነት እንድታቆም ቢመክሯትም እንዲያዉም ይባስ ብላ ካባቴ ጋር ለመጋባት መወሰኗንና ዝግጁ መሆናቸውን አበሰረቻቸው። ጭራሹንም እንዳይተያዩ ለማገድ ጥረት ማድረጋቸውን ስትገዘብ ከማላውቀው መልአክ የማውቀው ሰይጣን ይሻልኛል ብላ ወሰነች። የራሴን ባላባትነት ከነመሬቱ አምባሰል ጥየላቸው መጥቻለሁ ብላ ከቤት ኮብላ ወጥታ ከቀኛዝማች ወሌ በሽር መኖሪያ ቤት ብዙ ሳትርቅ ከቅርብ ወዳጆቿ ስማቸውን ዘነጋሁ ሆኖም አብሮ አደጌና የክፍል ጓደኛየ የነበረው ከገበየሁ ዘለቀ እናትና የሴት አያት ጋር ባንድነት መኖር ጀመረች። ሌላው አጎቷ አቶ አደራ በሽር ደጋላስ የተባሉት የአበት ምክትል ወረዳ ግዛት ነዋሪ ከእናቴ ጎን በመቀም ከወዳጆቿ ጋር በመተባበር በራሷ ምርጫና ፍላጎት ከምተወደው ባለቤቷ ከመቶ አለቃ መርጊያው ጉበና ጋር በሥነሥርዓት ዳሯት። ያ በርስትና በማሳ ሲናቆሩ፣ ሲካሰሱና ሲገዳደሉ ያሳለፈችው ዘመን ተመልሶ እንድታየው እልፈለገችም፣ ‘ጎመን በጤና’ እንዲሉ። ተጋብተው እኔ ከተወለድኩ በኃላ አጎቷ አባቴን ከውጫሌ ወደ ሌላ ቦታ የሚዘዋወርበትን መንገድ አመቻችተው አስቀየሩት። እናቴ አጎቷን ቀኛዝማች ወሌ በሽርን ተቀይማ ለአያሌ ዓመታት ሳታናግራቸው ኖራለች። ልጅ በመሆኔ ጉዳዩ አይገባኝም፣ እኔን ለማየት እንኳን ሲመጡ እኔን ለሳቸው ጥላ ጎረቤት ጋር ሄዳ ትቀይ ነበር። አምባሰሌ ከጠላ ጠላ፣ ከወደደም ወደደ ማለት ይህ ዓይነቱ ክፉ በሽታ ነው። ይቅር ለእግዚአብሔር በማለት ይቅርታ ያደረገችላቸውና ወደ ዘለዓለሙ

ማረፊያቸው የሸኘቻቸው ሬሳቸው ወደ ቤተክርስቲያን በፍትሐት ሲጋዝ ከቤቷ አጠገብ አፋፍ ላይ ተቀምጣ በሩቅ እያየች ነበር።

አጎቷ አቶ አደራ በሽር ደጋላስ ከአጎቶቿ ሁሉ በእድሜ የመጨረሻ/ሙጣጭ ሲሆኑ በየሳምንቱ ቅዳሜ ባለማቋረጥ ውጫሌ በመምጣት ይጠይቃትና ያበረታቷት ነበር። እናቴ እጅግ ሲበዛ ዘመደ ብዙ ነበረች። በአባቷ የአጎቷ እና የአክስቷ ልጆችና እንዲሁም በእናቷ የአጎቷና የአክስቷ ልጆች አያሌ ናቸው። ከዚህ ውጭም ሌሎች ዘመዶቿ እንደዚሁ ብዛት ነበራቸው። ሁሉም የወዷታል፣ ሁሉም ያፈቅሯታል፣ ሁሉም ያስቡላት ነበር። አባቷ የሁሉም ታላቅ በመሆናቸውና ለቤተሰቦቻቸው ሚች ስለነበሩ፣ የሞቱትም ታናሽ ወንድማቸውን ለማዳን ሲሉ ደረታቸውን ለጦር ሰጥተው መሞታቸው እና አባቷን ሳትጠግባቸው ገና በልጅነቷ በመሞታቸው ለእሷ ዘመዶቿ ሁሉ ልዩ የሆነ ፍቅርና አክብሮት ነበራቸው። አምባሰሌ በመሆናቸው ለሙግትና ክርክር በየጊዜው ወደ ውጫሌ ሲመጡ፣ ሌሎች ደግሞ ከየጁና አካባቢው ለገበያ በየሳምንቱ ቅዳሜ ሲመጡና ሌሎችም ለተለያየ ጉዳይ ውጫሌ ሲመጡ በከተማው ሰፋፊ ቤት ያላቸው ዘመዶች እያላቸው ለመሰንበት ወይም ለማደር የሚፈልጉት ከእናቴ ጋር በመሆኑ ቤቷ ሁልጊዜም በዘመድ አዝማድ ጥቅጥቅ ብሎ ታጭቆ እንደተሞላ ነበር። ጎልቦ፣ ቅዳሜና ማክሰኞ ገበያዎች በመጋዝ ከምታደርገው የችርቻሮ/ሽቀጥ ንግዳ ባሻገር በየጊዜው ከአምባሰል ገብስ፣ አተር፣ አጃ፣ ምስር፣ ባቄላ፣ ሽምብራ፣ ስንዴና ማር ይላክላታል። ወደ ውጫሌም ሲመጡ ጭነው ይዘውላት ይመጡ ነበር። ሁልጊዜም ቢሆን ቀንጆ የገብስ ጠላ ከቤቷ ተለይቷት አያውቅም። ጥቅሙ ከአምባሰልና ከየጁ ዘመድ አዝማድ ሲመጣ ማስተናገጃና ለእራሷና ከጎረቤቷም ጋር ተሰባስበው ሲጨዋወቱ የምዝናኑበት ሲሆን ለእኔ እና ለጎረቤት ልጆች ያለ ስኳር ከማር ብቻ የሚጠመቀውን ብርዝና ያለጌሾ የሚጠመቀውን ቡቅሬ ጠላ አልፎ አልፎ በበዓላት ጊዜ በመጥመቅ ትመግበንና ታጠጣን ነበር።

አባቴ ለአለቆቹ ታማኝና ትሁት ታዛዥ ነበር። ዛሬ ተነስተህ ወደ ሆነ ቦታ ተዛውረሃል ሲባል ማቄን መቀነቴን ሳይል ቀጥታ ተነስቶ መሄድ ነው፣ አያግማማም። ለምን ብሎም አይጠይቅም። ይህ የታማኝነትና የታዛዥነት በሀሪይ የመንጨው ከክርስቲያንነት ዕምነቱና ባህሉ ይመስለኛል። ቄስ ስለነበር ያደገው በቤተክህነት ደምብና ሥነሥርዓት ነው። አባቴ የመቶ አለቃ መርጊያው ጉበና አምባው ይባላል። የትውልድ ሀገሩ እንደ እናቴ አምባሰል አውራጃ አምባሰል ወረዳ ነው። የቤተክህነቱን ተግባርና ኋላፊነት ትቶ የልዑል አስፋው ወሰን ኃይለሥላሴ አንጋች በመሆን እስከ መጨረሻው በታማኝነት ፀንቶ ቀየ። ብዙ ወንድሞችና እህቶች ነበሩት። ከአጎቶቼ መካከል አስፋው ጉበና እና ዱብአለ ጉበና ምንጊዜም እይረሱኝም። በመጀመሪያ የእናቴ አጎት ረዳት በመሆን በአምባሰል ወረዳ የብሔራዊ ጦር ምክትልት፣ ቀጥሎም በወረዳ የብሔራዊ ጦር አዛዥነት፣ ከዚያም በአውራጃ የብሔራዊ ጦር አዛዥነት በተለያዩ የጠቅላይ ግዛቱ አውራጃዎችና ወረዳዎች (ከማስታውሳቸው ውጫሌ/አምባሰል

ወረዳ፣ አንቻሮ ወረዳ፣ ባቲ/አውሳ አውራጃ፣ ተመልሶ ኮምቦልቻ/ቃሉ አውራጃ፣ ደሴ ዙሪያ አውራጃ፣ ወረባቦ/ቢስቲማ ወረዳ፣ ውርጌሳ/ሐብሩ ወረዳ) በመዘዋወር አገልግሏል። ከእነዚህ ከተማዎች ውስጥ እኔ በአንቻሮ ከተማ ሶስተኛ ክፍልን፣ በወረባቦ/ቢስቲማ አምስተኛና ስድስተኛ ክፍልን፣ እንዲሁም በውጫሌ አንደኛ፣ ሁለተኛ፣ አራተኛ፣ ሰባተኛና ስምንተኛ ክፍልን አጠናቅቄአለሁ። በአንቻሮና ኮምበልቻ ከተማ በመኖሬ ለአይሮፕላን እንግዳ ባልሆንም ለመጀመሪያ ጊዜ ሔሊኮፕተር ሲያርፍና ሲነሳ ያየሁት ቢስቲማ/ወረባቦ ከተማ የአምስተኛ ክፍል ተማሪ እያለሁ ገቢሳ ከሚባለው ተራራ እንዳረፈች ነበር። ገቢሳ ቢስቲማ/ወረባቦ ከተማን በግርጌው አስቀምጦ የሚመለከት ተራራማ መንደር ነው። ወጣት በመሆናችን ከትምህርት ቤታችን ተነስተን ያንን ረጅምና አድካሚ ገደላማ መንገድ ተሯሩጠን ሔሊኮፕተሯ አርፋ ደረስን፣ ከዚያ ተንቀሳቅሳ እስከምትበር ድረስ እዚያው ቆይተን ተመለስን። ለምን እንደመጣች አላስታውስም፣ ለምንስ ተራራማ ቦታ ላይ መርጣ እንዳረፈች አላስታውስም ወይንም አባለመጠያየቄ አላውኩም። አባቴ ከእዋረቱ በስተቀር መልኩ፣ ቅላቱ፣ ቁመናው፣ ገጽታውና ግርማ ሞገሱ ሁሉ ቁርጥ ልዑል እልጋ ወራሽን ነበር የሚመስለው። እንዳንዴ ሁለቱን ሳስተያይ በሃሳቤ መንትያዎች ያለበለዝያም ታናሺና ታላቅ አደርጋቸው ነበር። ግን በሃሳቤ እንጅ በእውንማ እሱ ታማኝ ተከታያቸው እንጂ ቅንጣትም የሳቸው ደም አልነበረዉም። አብዛኛው አምባሰሌ ከእቴጌ መነን አስፋው ጋር በስጋ ዝምድና አለን ብለው ሲኩራሩና ሲመጻደቁ አባቴ ግን ከሳቸው ጋር የስጋ ዝምድና አለኝ ብሎ ሲናገር ሰምቼውም አላውቅ። ብቻውን ከወረዳ ወረዳ በመዘዋወር ሲኖር ቆይቶ በመጨረሻ እንደገና ትዳር አግብቶ መኖር ከጀመረ በኋላ ወረባቦ/ቢስቲማ ተዛውሮ ሲኖር ታናሽ እህቴን ወ/ሮ ሙሉወርቅ መርጊያው'ን ወለደ። ከሱ በኩል ያገኘኋት ታናሽ እህቴ ማለት ሲሆን ዛሬ እሷ የልጅ ልጆች ባለፀጋ ሆና ደሴ ከተማ እንደምትኖር ተነግሮኛል። እግዚአብሔር ይይላቸውና የደርግ አንጋቾች የወላጅ እናቴን እና የወላጅ አባቴን ፎቶግራፎች በመዝረፋቸው የአባቴን ፎቶግራፍ ለዚህ መጽሀፍ ዝግጅት እንዳልጠቀምበት አደረጉኝ። አቶ ሞላ ጌታሁን በ1978 ዓ. ም. ክረምቱን ከወላጅ እናቴ ጋር ለማሳለፍ ወሎ በሄደ ጊዜ ያነሳትን ፎቶግራፍ ስለሰጠኝ ለመጽሀፉ ዝግጅት ሊጠቅመኝ ችሏል። የአባቴን ፎቶ በተመለከተ ወደ ደሴ ሄጄ ከታናሽ እህቴ አጠያይቄ ለማግኘት እንዳልችል አቅሙና ሁኔታው ባለመፍቀዱ እጅግ አድርጎ ቆጭቶኛል።

2.1.8. ጎዴ፣ ወዳጄ እንደ ወሎ የአምባሰልም ባህል ነበር

ጎዴ፣ ወዳጄ የሀበሻ የደገኛው ባህል ነው። እኔ ኖሮኝ ጎደኛየ ከሌለው በምንም ቢሆን ለእኔ ትቼ ለጋደኛየ ነው የማስበው። እናቴ ከቅርብ ጎደኞቿ ጋር ስሞትልህ፣ በሞቴ፣ ስቀበርልህ/ስቀበርልሽ እየተባባሉ ያላቸውን ለራሷ ንቃ ለጎደኞቿ ታደርግ ነበር። ይህ ባህሪዋና ወጋ የኋላ ኋላ በኢሕአፓና እንዲሁም በኢሐአሠ ቆይታየ በጎደኝነት የመተሳሰርና የመተሳሰብ ኑሮየና ሕይወቴ ላይ ለእኔ ምንም እንግዳ ሳይሆንብኝ እንዲያውም ለሌሎች የመልካም አርአያና ምሣሌ ከመሆኔም በላይ አስተማሪም

ሆኜ ቀይቻለሁ። ከእኔም ጋር እኔና ሁለቱ ሰማዕት ጓዶቼ ሰዒድ አባስ/ኤፍሬም ደጀኑና አቡበከር ሙሀመድ/ውብሸት መኮንን ከፍልሥጥኤም ሥልጠናችን ጀምረን ከመጀመሪያው ማድ ላይ ቀርበንም እናውቅም። በአሲምባ በቆየሁበት አጭር ዘመኔ በጣም እየተራብንና ለመጥገብ ካስፈለገ በመጀመሪያው ማድ መካፈል ሲኖርብን ካለኝ ላብአደራዊ ፍቅርና መተሳሰብ መጀመሪያ ለጓዴ፣ እኔ ይቅርብኝ በቅድሚያ ጓዴ ይብላ በማለት ለጓዶቼ ስል እራሴን በመካድ ሁልጊዜ በመጨረሻው ማድ ላይ ስመገብ ቀይቻለሁ። ሁለቱ ጓዶቼም ከእኔ በበለጠ እንጂ ባላነሰ መንፈስ ተግባራዊ ሲያደርጉ እንደኖሩ ከለማ ግርሙ/ሰቦቓ ቃለ መጠይቅ አረጋግጫለሁ። ወላጅ እናቴ እኛን ልጆቿን የእህቷን ልጆች እነ ታመነ ፋሪስን ለወዳጅና ለጎረቤት እንደሷ እንድናስብና እንድንሳሳ ዘወትር ትመክረን ነበር።

2.1.9. ንጉስ ተፈሪና ወሎ

ምንም እንኳን ለወሎ አንዳችም ቁም ነገር የሰሩለት ባይኖርም በዚያን ዘመን ባለማጋነን መላው የወሎ ህዝብ ልዑል አልጋ ወራሽ አስፋው ወሰንን ይወዳቸውና ያከብራቸው ነበር። ታዲያ ለምን አንዳችም ነገር ለወሎ እንዳልሰሩ ባብዛኛው ወሎየ ብዙ የሚወራ ነበር። ሁሉም ወሬ የሚሽከረከረው ከአባታቸው ከግርማዊ ቀዳማዊ አፄ ኃይለስላሴ ጋር በተያያዝ ጉዳይ ነው። ወሎ በኖርኩበት ዘመን ግርማዊነታቸው ወሎን እንደማይወዱትና እንደተረሳ ተደርጎ ነበር በአባቶቻችን የሚነገረው። ከማይጨው ተከታዮቻቸውን አስከትለው ወደ ሸዋ ሲጋዙ አርበኞቹን ለጠላት አጋፍጠህ የምትፈረጥጠው ወዴት ነው! ተመለስና አርበኞቹን አስተባብረህ አዋጋ! በማለት ከፍተኛ ተቃውሞ በማድረግ መንገድ የዘጉባቸው መሆኑን እና አልፎም መኪናዎቻቸውን በድንጋይ እንደደበደቡባቸው በተለያየ አጋጣሚ ከአባቶቻችን ሰምቻለሁ። ከዚህ ባሻገር ከወሎው የገዥ መደብ ለምሳሌ ከንጉስ ሚካኤል ጋር በነበራቸው ሽርኩቻና የሥልጣን ፉክክር፣ እንዲሁም የኢትዮጵያ ጆሹዋ በመባል ከሚታወቀው ከዚያን ዘመኑ ተራማጅ ከልጅ እያሱ ጋር በተያያዘ ጉዳይና አልፎም በሰገሌ ጦርነት ምክኒያት ግርማዊነታቸው በወሎ ላይ ቂም ይዘው እስከመጨረሻው ድረስ እንደቆዩ በወሎ ተጋኖ ይነገር ነበር። የሸዋ የገዥ መደብ ንጉስ ተፈሪን ማዕከል አድርጎ ዘውዱን ለማጠናከርና በዚያም ሳቢያ መንግሥትና ቤተክርስቲያን አንድ ሆነው እንዲሰሩ ሲታገሉ በሌላ ወገን ደግሞ ወሎ ልጅ እያሱን ማዕከል አድርጎ የኢትዮጵያ ሕዝብ ኃይማኖትና የብሔር ልዩነት ሳይከፋፍለውና ሁሉም የግል ኃይማኖታቸውን ነፃነት አግኝተው በእኩልነት ተፈቃቅረውና ተከባብረው፣ በመፈቃቀድና በመተጋገዝ በሠላምና በደስታ አብረው ለመኖር እንዲችሉ የሚያስችል አገዛዝ (Governance) እንዲኖር ትግል ያደርጉ እንደነበር ነው። ንጉስ ተፈሪ ሸዋን ሲወክል፣ ኢትዮጵያዊው ጆሹዋ (Joshua) ተብሎ ይጠራ የነበረው ልጅ እያሱ ደግሞ ሌላውን ክፍል አጠቃሎ ይወክል እንደነበር በወቅቱ ተጋኖ ይወራ ነበር። ይህም ሁኔታ ለተፈሪና ለሸዋው መኳንንት በወሎ ላይ ለነበራቸው ጥላቻ ተጨማሪ ክብሪት ሆኖ ቀይቷል። ከ1966 ዓ. ም. በኋላ በሀገራችን የነገሰው የመንግሥትና የኃይማኖት መለያየት ልጅ እያሱ

ያራምድ የነበረው ተራማጅ የትግል ውጤት እንደሆነ ተደርጎ የሚያምኑ ብዙዎች ናቸው። በብዙ መንገድ የተወራ ቢሆንም ልጅ እያሱ በእሥር ላይ እንዳለ የተካሄደበት ግድያ እስከአሁን ድረስ ምስጢር ሆኖ እንደሚገኝ ነው። "በእያሱ ዳቦ ትራሱ"፣ "በተፈሪ የለው ፍርፋሪ" እየተባለ በሰፊው ተጋኖ መነገሩም ንጉስ ተፈሪ ያውቃሉ። ለዚህም ሳይሆን አይቀርም በወጣትነት በተለይም የአንደኛ ደረጃ ትምህርት ቤት ተማሪ እያለሁ በዓመት አራት ጊዜ ያመርት የነበረውና የኢትዮጵያ የጀርባ አጥንት እየተባለ ይነገርለት የነበረው የወሎ ጠቅላይ ግዛት ሕዝብ የሚበላውና የሚቀምሰው አጥቶ እንደ ቅጠል በየመንገዱ ሲረግፍ ግርማዊነታቸውና ባለሚሎቻቸው "ወሎ ስደት ልማዱ ነው" ብለው እየተመለከቱ ጉዳያቸው ሳያደረጉት የቀረው። ተፈሪ በእውነቱ ቂመኛ ነበሩ ይባላል። እንደሰማሁትማ ከሆነ ቂመኛ መሆን የሚገባቸው ወሎየዎች ነበሩ። ግን ወሎ የዋህና ገራ ገር በመሆኑ ቂም የሚባል ነገር በሆዱ መይዝ ስለማይችል ከማክበር በስተቀር በንጉስ ተፈሪ ላይ ክፉ አስቦም አያውቅ።

2.1.10. የእናቴን ከዚህ ዓለም በመሞት የመርዶ ደብዳቤ ለራሴ ደረሰኝ

በሀገርና በኢትዮጵያ ሕዝብ ፍቅር ምክኒያት ወላጅ አባቴንም ሆነ ወላጅ እናቴን ችላ በማለት ንቁ ብኖርም ትግሉ ከሽፎ ሀገር ቤት ከተመለስኩ በኃላ እንኳን ባቅራቢያዋ እየኖርኩ መርዳትና መጦር እንዳልችል በኢሕአፓ አመራር እምብርት/ክሊክ፣ በደርግ፣ በሕግሀኤና በሌሎች ፀረ-ኢትዮጵያ ኃይሎች ሴራና ተንኮል እሷንም ሆነ ወላጅ አባቴን ካጠገባቸው ሆኜ ምንም ሳላደርግላቸው፣ ሳልጦራቸውና ሳልረዳቸው፣ ሳይጠግቡኛና ሳልጠግባቸው ሁለቱም በየተራ ውጫሌ ከተማ ላይ ከዚህ ዓለም በሞት ተለዩ። በዳግማይ ስደት ሆላንድና ኒው ዚላንድ የመጀመሪያዎቹ ወራት ቀይታየ ሀገር ቤት የምገናኘው በተውሶ የሓማሴኑ ስሜ ነበር። ዌሊንግተን (ኒው ዚላንድ) እያለሁ ጧት ወደ ዩኒቨርሲቲ ስሄድ እግረ መንገዴን ፖስታ ቤት ጎራ ብየ የፖስታ ሳጥኔን ስከፍት ከእህቴ ልጅ ከአቶ ሞላ ጌታሁን የተላከች ፖስታ አገኘሁ። በጉጉት አስቀድሜ የእሱን ደብዳቤ ከፍቼ ሳነብ በደባልነት አብረን በአንድ ቤት የሚኖር የጎደኛየ ስም መስሎት "የአያሌው መርጊያው ወላጅ እናቱ በታሕሣሥ 24 ቀን 1988 ዓ. ም. ሮብ ማታ ስላረፉ እርሙን እንዲያወጣ ቀስ ብለህ እንድትነግረው" የሚል መናጢ ዜና ያዘለች ማስታወሻ ሆና አገኘኃት። ከአቶ ሞላ ጌታሁን የተላከችውን ማስታወሻ አንብቤ እንዳጠናቀኩ ቀጥታ ቡና ቤት ገባሁ፣ እንደወረደ ቡና ደጋግሜ ጠጣሁ። ወዲያውኑ ወደ ገበያ ወረድኩና ጥቁር ከራባት ገዛሁ፣ ፀጉሬን ሙልጭ አድርጌ ተላጨሁ፣ ጥቁር ኬፕ ገዛሁ፣ ከዚያም አንደቀድሞዎቹ አባቶቻችን በሁለቱ ክንዴ ላይ ዙሪያውን እንደ ባጅ ጥቁር ሀር አጠለኩ። ቀጥታ ወደ ቤቴ ተመልሼ ምንም እንኳን በኢሕአፓ አመራር እምብርት/ክሊክ፣ በደርግ፣ በሕግሀኤና ባዕዳን ምክኒያት ያደረኩላት ባይኖርም፣ ለወላጅ እናቴ ብቻ ሳይሆን በሀገሪቷ እሷን ለሚመስሉ እናቶቼና አባቶቼ ነፃነትና እኩልነት እታገልላቸዋለሁ ብየ ጥያት መውጣቴ በነበረኝ ፅኑ እምነት ቢሆንምና ውጤቱ ግን እንኳንስ ለመላው ኢትዮጵያዊያን እናቶቼና አባቶቼ ይቅርና ለእሷ ለአንዲት ወላጅ እናቴ እንኳን

ሳልሆን መቅረቴ ከቅንነት የተነሳ እንደሆነ ተገንዝባልኝ ይቅርታ እንድታደርግልኝ በመማጸን በሀሳቤና በመንፈስ እያስታወስኳት ቀኑን ሙሉ ቤት ውስጥ ብቻየን ተደፍቼ እያለቀስኩ ዋልኩ። በከተማዋ የሚኖሩት ወገኖቼ ምንም እንኳን ስለ ጥቁር የሀር ባጅ በክንድ ላይ የማሰሩን ባሕል የሚያውቁት ባይኖርም ጸጉሬን፣ ባርኔጣየን፣ ከራባቴንና ጥቁር ባጁን በማየታቸው ቀስ በቀስ መጠያየቅና መነጋገር ጀመሩ። ጭጭ ብየ ሳላወጣ ከአምስትና ስድስት ወር በኋላ አንድ ቀን የትንሽ ትልቅ አድርጌ የምቀጥረው መልካሙ ወዳጄ አቶ አሥራት እጅጉ ቤት መጥቶ ስንጨዋወት ሳላስበው አዘናግቶ አናገረኝ። በበኩሉ ለሌሎቹ ይነግራል። ሳላስበው አንድ ዕሁድ በከተማው የሚኖሩት ወገኖቼ ተያይዘው በሰልፍ ግር ብለው ቤቴ በመምጣት ዛሬ የትም አትሄዳትም ይሉና እህቶቻችን ምግብ በማዘጋጀት ስንበላና ስንጠጣ ዋልን።

2.2. የአንደኛ ደረጃ ትምህርት ቤት

ከአንደኛ የ 'ሀ' ክፍል ተማሪ በነበርኩበት ወቅት የግብረ ገብነት መምህራችንና የአባቴ ዘመድና አብሮ አደግ ኃደኛ መምሬ/አለቃ ዘለለው ሊበን የግብረ ገብነት ትምህርት ሲያስተምሩን "እያሌው ማን ፈጠረህ?" ብለው ሲጠይቁኝ እናቴ ብይን ከበደ ብየ በመመለሴ ወሬው መላ ውጫሌን አናፈሰው። ለግብረገብነት ትምህርት ገና ጀማሪ መሆኔን ያልተረዳቸው ለአንዳንድ የከተማው ነዋሪ የሰጠሁት መልስ አስደንጋጭና አሳሳቢም መስሎ ነበር የታያቸው። ምን ዓይነት እርኩስ መንፈስ አሳድሮበት ይሆን ፈጣሪ እያሉ አሳስቧቸው እንደነበረ አስታውሳለሁ። ከአንደኛ 'ሀ' ክፍል ከሠላሳ ተማሪዎች አንደኛ ወጥቼ ወደ ሁለተኛ ክፍል በመዘዋወሬ ከቀኛዝማች ሙሉጌታ ገብረእግዚአብሔር እጅ ሽልማት ተቀብያለሁ። ሰኔ 30 ቀን 1948 ዓ. ም. ለሽልማቱ እያሌው መርጊያው እየተባለ ስሜ ሲጠራ እኔ ከሌሎች ልጆች ጋር ከበዓሉ አካባቢ ራቅ ብለን እግር ኳስ እንጫወት ስለነበር ባለመስማቴ በተደጋጋሚ ስሜ ሲጠራ እንደሰማሁ በከፍተኛ ድምጽ አቤት በማለት በሩጫ ወደ ክቡር ቦታው እንድሄድ መሩኝና ሽልማቱን ተቀበልኩ። በእኔ ዘመን ዓመቱ በሦስት ተርም ነበር የተከፈለው። የአንደኛ ደረጃ ትምህርት ቤት ደግሞ እስከ ስምንተኛ ክፍል ፍጻሜ ድረስ ነበር። ከእኛ በኋላ እስከ ስድስተኛ ክፍል ድረስ ሆነ። በዓመቱ መጨረሻ ከየክፍሉ ከአንደኛ እስከ ሦስተኛ ድረስ ለሚወጡ ተማሪዎች በትምህርት ሚኒስቴር የሚዘጋጅ ነጭ የሽልማት ወረቀት ይሰጠን ነበር። ሽልማቱ በትምህርት ሚኒስቴር ባለሥልጣን (ዘነጋሁኝ የባለሥልጣኑንን ማዕረግና ደረጃ) ተፈርሞ ለሁሉም የአንደኛ ደረጃ ትምህርት ቤቶቹ ይታደል ነበር። ሽልማቱን ቀኛዝማች ሙሉጌታ ገ/እግዚአብሔር ሲሰጡኝ በፈገግታ ለዘብ ባለ ድምጽ 'አሁንስ ማን ፈጠረህ' በማለት ሲጠይቁኝ ፊቴን ወደ ወላጆች በማዞር በእጄ ወደ እናቴ በመጠቆም ያቻት ዘመድዎ እሷ ነች የፈጠረችኝ በማለት መልስ እንደሰጠሁ ወላጆች ሳቁ። የሳቁበት ምክኒያት ከቶም አይገባኝም ነበር። ሽልማቱን ለእኅቷ ለቀኛዝማች ወሌ በሽር ወርውሬ ወደ ኳስ ጨዋታየ ሄድኩ። በ1949 ዓ. ም. ከአባቴ ጋር አንቻሮ ከተማ ሄጄ

ሦስተኛ ክፍልን አጠናቀኩ። ባጠቃላይ የስምንቱን ዓመት የአንደኛ ደረጃ ትምህርት በሰባት ዓመት ነበር ያጠናቀኩት። በ1950 ዓ. ም. ወጫሌ ተመልሼ አራተኛ ክፍልን በኃላም ሰባተኛንና ስምንተኛ ክፍልን ከእናቴ ጋር ሁኜ አጠናቀኩ። አምስተኛንና ስድስተኛ ክፍልን ወረባቦ/ቢስቲማ አጠናቀኩ። የውጫሌ ህዝብ ልጆቻቸውን ወደ ደሴ፣ ሀይቅና ወልዲያ እየላኩ ማስተማሩ ከባድ በመሆኑ በውጫሌ ሰባተኛ ክፍል እንዲከፈትላቸው ለጠቅላይ ግዛቱ ትምህርት ቤቶች ሥራ አስኪያጅ ይመስለኛል ለአቶ ገበዜ ጣፈጠ (የዶ/ር የነገደ ገበዜ ወላጅ አባት) አመልክተው ተማሪዎቹ ከጠቅላይ ግዛቱ ትምህርት ቤቶች በሚላኩ ፈታኞች የሚሰጠውን ፈተና ካለፉ ሰባተኛ ክፍል እንደሚከፈት ቃል ተገባላቸው።

ወረባቦ ስድስተኛ ክፍልን አጠናቅቄ ሰባተኛ ክፍል እንደማይከፈት በመታወቁ አባቴ ደሴ ከዘመድ ጋር ሊልከኝ ሲስዘጋጅ ክረምቱን ከእናቴ ጋር ለማሳለፍ ውጫሌ ሄድኩኝ። በውጫሌ ቆይታየ ይህንን የፈታኞች ውሬ በመስማቴ እውነት የሚከፈት ከሆነ ደሴ ከዘመድ ቤት ክምኖር ከእናቴ ጋር ሆኜ መማሩ የተሻለ መሆኑን በማመኔ ለትምህርት ቤቱ ዲሬክተር ለኤርትራዊው አቶ ክፍሌ በርሄ እኔም ብፈተን በየ ጥያቄ አቀረብኩላቸው። የቀድሞ የትምህርት ውጤቴን ስለሚያውቁና አሁንም በወረባቦ ትምህርት ቤት አምስተኛ እና ስድስተኛ ክፍል ስድስቱንም ተርሞች አንደኛ መውጣቴን በማረጋገጣቸው ከውጫሌ ከስድስተኛ ክፍል ወደ ሰባተኛ ክፍል ከተዛወሩት ጋር አብሬ እንድፈተን ወሰኑ። ከውጫሌ ከስድስተኛ ክፍል አንደኛ የወጣችው ወ/ት ፈለቁ ወ/ጊዮርጊስ በጋብቻ ይሁን ወይንም በሌላ ምክኒያቱን ባላውቅም ወደ ወልዲያ በመሄዷ የእኔ ባጋጣሚ መገኘት ለኤርትራዊው የትምህርት ቤታችን ርዕሰ መምህር የነበሩት አቶ ክፍሌ በርሄና ሥራ ባልደረቦቻቸው ላይ አድሮ የነበረውን ስጋታቸውን አስወገደላቸው። ከደሴ በሚመጡት ፈታኞች የሚቀርበውን ፈተና ልጆቻችሁ ካለፉ ሰባተኛ ክፍል በውጫሌ እንደሚከፈት የጠቅላይ ግዛቱ ትምህርት ቤቶች ለአምባሰል ሕዝብ ቃል ሲገባ እኛም ደግሞ ለአባቶቻችንና ለእናቶቻችን እንደምናልፍና እንደማናሳፍራቸው ቃል ገባን። ፈታኞች ከደሴ መጡ፣ ፈተናውን ወሰድን። ለውጫሌ ሕዝብ በገባነው ቃል መሠረት ሁላችንም በአጥጋቢ ውጤት በማለፍ የወሎ ጠቅላይ ግዛት ትምህርት ቤቶች በውጫሌ ሰባተኛ ክፍል እንዲከፈት ፈቅዶ ተጨማሪ መምህራንና አስፈላጊ ቀሳቁሶችን እሚልቶ የሰባተኛ ክፍል በ1953 ዓ. ም. ተከፍቶ መስከረም 18 ትምህርት ጀመርን። ለውጫሌ ነዋሪ ከባድ ችግር አወረድንላቸው፣ ልጆቻቸውን ወደ ደሴ ወይንም ወልዲያ ለመላክ የሚችሉትም ወላጆች ቢሆኑም በየጊዜው ስንቅና አገልግል የመላክ ከባድ ሸክም ወረደላቸው፣ ልጆቻቸውንም በቅርቡ ሆነው በመቆጣጠር ማስተማር እንዲችሉ አደረግናቸው። ወልዲያም ሆነ ደሴ ልጆቻቸውን ልከው ለማስተማር አቅም የሌላቸውን ወላጆች ልጆቻቸው ትምህርት ከማቃረጥ መጥፎ ዕጣ አዳናቸው። የውጫሌ ሕዝብ ከልባቸው መረቁን፣ በውጫሌ ሕዝብ መመረቃችን በዚህ ብቻ ሳይወሰን በሚቀጥለውም ዓመት ሕዝቡ የስምንተኛ ክፍል በአስፋቸው ከተማ (ውጫሌ ከተማ) እንዲከፈትላቸው በድጋሚ የወሎ ጠቅላይ

ግዛት ትምህርት ቤቶችን ጠይቁ። ከጠቅላይ ግዛቱ ትምህርት ቤቶች ፈታኞች ወደ ውጫሌ ተልከው ፈተናውን ሰጡን። ባጥጋቢ ውጤት በማለፋችን ከ1954 ዓ. ም. ጀምሮ የስምንተኛ ክፍል እንዲከፈት ተፈቀደ። ሆኖም ወደ ስምንተኛ ክፍል እንድንገባ የተፈቀደልን ወይንም ያለፍነው አምስት ተማሪዎች ብቻ ሆን። እነርሱም ገበየሁ ዘለቀ፣ የሺጥላ አማረ፣ ሙሉጌታ አራጌ፣ ኪሮስ ግርማይና አያሌው መርጊያው ነበርን። መምህራንና አስፈላጊውን የማስተማሪያ ቀሳቁስና መሣሪያ ሁሉ ተሟልቶ የስምንተኛ ክፍል ትምህርት መስከረም 18 ቀን 1954 ዓ. ም. ጀመርን። የውጫሌ ህዝብ ለእኛ የነበረው አክብሮትና ፍቅር ይህ ነው አይባልም። በዚያን ዘመን ሕዝቡ በእኛ የተጎናጸፈው ኩራትና ደስታ ይህ ነው ብየ መግለጹም ያስቸግረኛል፣ ትዝታው እስከአሁን ድረስ ይታወሰኛል። በተመሳሳይ ደረጃም የወረባቦ/ቢስቲማ ነዋሪ ህዝብ ልጆቻቸውን ወደ ደሴና ሀይቅ ወይንም ሌላ ቦታ እየላኩ ማስተማሩ ከባድ በመሆኑ በወረባቦ አምስተኛ ክፍል እንዲከፈትላቸው አመልክተው ተማሪዎቹ (እኛን ማለት ነው) ከጠቅላይ ግዛቱ ትምህርት ቤቶች በሚላኩ ፈታኞች የሚሰጠውን ፈተና ካለፍን እንደሚከፈትላቸው ቃል ተገባላቸው። እኛም እንደምናልፍና አባቶቻችንንና እናቶቻችንን እንደማናሳፍር ቃል ገባን። የተባሉ ፈታኞች ከደሴ መጥተው ፈተናውን ወሰድን። የተፈተነው ሁላችንም በአጥጋቢ ውጤት በማለፍ የወሎ ጠቅላይ ግዛት ትምህርት ቤቶች በወረባቦ የአምስተኛ ክፍል ከ1951 ዓ. ም. ጀምሮ ተከፈተ።

በዓመቱ ስድስተኛ ክፍል እንዲከፈትላቸው የወረባቦ ሕዝብ በማመልከታቸው በተመሳሳይ ሁኔታ ተከናውኖ በ1952 ዓ. ም. ጀምሮ ስድስተኛ ክፍል እንዲከፈት ተፈቅዶ እዚያው ወረባቦ ትምህርታችንን ለመቀጠል ቻልን። በወረባቦ ቀይታየ የማስታውሳቸው የክፍል ጓዶቼ መካከል ወንድማማቾቹ አባተ ሸበሽና ሻውል ሸበሽ፣ ፋንታሁን (ወዶ ገባ ብለን የምንጠራው)፣ ዘውዲቱ ዘለቀ፣ ዮሐንስ ዘለቀ ይገኙበታል። ከእነዚህ ውጭ የክፍል ጓደኛየ ሳትሆን በሁለት ክፍል ከእኔ በታች የነበረችውና በልጅነታችን እኔና ጄኔራል/ኮሎኔል ሻውል ሸበሽ እናፈቅራትና ልቧን ለመሳብ እንፎካከርባት የነበረችው ሮማነወርቅ ገ/እግዚአብሔር አትረሳኝም። ሻውል ሸበሽ እና እኔ ፖሊስ ኮሌጅና ጦር አካዳሚ ባንድነት አመልክተን ሳለ ምክኒያቱን ዘነጋሁኝ እንጂ እሱ ጦር አካዳሚ ገብቶ ከየተቋማችን ሁለታችንም በአንድ ዓመት ተመረቀን ወጣን። በምሕረት ተመልሼ ከስንት ዘመን በኋላ አንድ ወቅት አዲስ አበባ ከሲኒማ ኢትዮጵያ ፊት ለፊት ካሉት ቡና ቤቶች መካከል ባንዱ የማያውቁኝን የውጫሌ ልጆችን ባጋጣሚ ተገናኝቼ በምንወያይበት ወቅት ስለትምህርት ስጠይቃቸው አቦ ተው ጋሼ! ትምህርት በነአያሌው መርጊያው ጊዜ ቀረ ነበር ያሉኝ። ለመርዳት ምንም አቅም ስላልነበረኝ እንደሌባ ወይንም ወንጀለኛ ማንነቴን ሳልገልጽና የጠጡትን ቡና እንኳን ለመክፈል ሳላንገራግር በደፈናው ምክኒያት ሰጥቼ ሹልክ ብየ ተለያየሁ። ከአንደኛ እስከ ስድስተኛ ክፍል ድረስ ሁል ጊዜ አንደኛ በመውጣት ነበር ያጠናቀኩት። ወረባቦ/ቢስቲማም አምስተኛና ስድስተኛ ክፍልን

በተመሳሳይ ደረጃ እንደውጫሌው ሁሉንም ተርሞች አንደኛ እየወጣሁ ነበር ያጠናቀኩት። ሰባተኛና ስምንተኛ ክፍል ላይ የሚቃቃሙኝ ተፎካካሪዎች አምላክ ላከብኝ። ባንጻሩ ግን በጣም ነበር ደስ ያለኝ፣ ምክኒያቱም ለማጥናት የነበረን ፉክክር እጅግ ከፍተኛ ሆነ። ቤተሰቦቻችንን አስፈቅደን ሁላችንም ስናጠና የምናድረው በትምህርት ቤታችን ለዚያውም በክፍላችን ውስጥ ሲሆን የምናጠናው በኩራዝና በፋኖስ ኃይል ነበር። በሁላችንም ዘንድ የመንፈስ ቅናት ስላደረብን የማጥናት ጥረታችን ከፍ ብሎ ነበር። ሰባተኛንና ስምንተኛ ክፍልን እኔ፣ ኪሮስ ግርማይና ሙሉጌታ አራጌ ከአንደኛ እስከ ሶስተኛ ደረጃ ያለውን ማዕረግ ሶስታችንም በመለዋወጥ እየተፎካከርን አጠናቀቅን። በዚያን ዘመን የአንደኛ ደረጃ ትምህርት ቤት እስከ ስምንተኛ ክፍል በመሆኑ የአንደኛ ደረጃ ትምህርት ቤት መልቀቂያ ፈተና (ብሔራዊ ፈተና) የወሰድነው እዚያው ውጫሌ ነበር። ፈተናውን የወሰድነው አምስታችንም ወስደን አምስታችንም አለፍን። በክፍል በመፎካከር ከአንደኛ እስከ ሦስተኛ እየተፈራረቅን እንወጣ የነበርነው ሦስታችንም ባጥጋቢ ውጤት በማምጣት ፈተናውን ስናልፍ፣ በተለይ ደግሞ ኪሮስ ግርማይ 100% በማምጣት ነበር ያለፈው።

ወ/ሮ ስኅን ሁለተኛ ደረጃ ትምህርት ቤት ከገባነው የውጫሌ ልጆች አምስታችን ውስጥ ሶስቱ እዚያው ባሉበት ወደ 11ኛ ክፍል ሲዛወሩ፣ ኪሮስ ግርማይ የመጀመሪያው የአሜሪካ የመስክ አገልግሎት (American Field Service) ተብሎ ይታወቅ የነበረው ፕሮግራም አሸናፊ ሆኖ በመመረጡ የመጀመሪያዎቹ ተካፋይ በመሆን አሥራ አንደኛ ክፍልን ካሊፎርኒያ ውስጥ በምትገኝ ባይሮን ከምትባል የሁለተኛ ደረጃ ትምህርት ቤት ቀይቶ ተመለሰ። ኪሮስ ግርማይ የተወለደው በትግራይ ክፍለ ሀገር በአጋሜ አውራጃ ሐውዜን ከምትባል ከተማ ሲሆን ውጫሌ የመጣው በሕፃንነት ዘመኑ ነበር። ኪሮስ ግርማይ በትምህርቱ ሲበዛ ጎበዝ፣ ታታሪና ትጉህ የሆነ ተማሪ የነበረና ሌላ ነገር ምንም የጀመረውና የቀመሰው ባለመኖሩ እስከ 11ኛ ክፍል ፍጻሜ ድረስ በጥንካሬውና በትጋቱ ቀጥሎ ኖሯል። ከእኛ በኃላ የአንደኛ ደረጃ ትምህርት ቤት ከ1 - 6 ሆኖ 7ኛ እና 8ኛ ክፍል መለስተኛ ሁለተኛ ደረጃ ተብሎ ተዋቀረ። ኪሮስ ግርማይ አሜሪካ ሀገር ሄዶ ከቤተሰብ ነፃነት አግኝቶ ሁሉንም መቀማመስ እንደጀመረ ሲመለስ ቀዝቀዝ በማለቱ እናሾፍበት ነበር። ሆኖም እንደተመለሰ ያለ ሁለተኛ ደረጃ ትምህርት ቤት መልቀቂያ ፈተና ቀጥታ ቀዳማዊ ኃይለ ሥላሴ ዩኒቨርሲቲ ገብቶ በቢዝነስ አድሚኒስትሬሽን ድግሪውን ይዞ ኢትዮጵያ አየር መንገድ ተቀጥሮ ትልቅ ቦታ ላይ ነበር በደርግ ዘመን። ሕወሓት አዲስ አበባ ከገቡ በኋላ በሐውዜንነቱ (በትግራይነቱ) ምን ቦታ እንደሰጡት ሳላውቅ ነበር ከሀገሬ የወጣሁት። ሙሉጌታ አራጌ በዕደማሪያም ትምህርት ቤት አልፎ አዲስ አበባ ሄደ። ከዚያም ቀዳማዊ ኃይለ ሥላሴ ዩኒቨርሲቲ በመምህርነት በድግሪ ተመርቀ በሸዋ ጠቅላይ ግዛት በሁለተኛ ደረጃ ትምህርት ቤት ሲያስተምር ለብዙ ዓመት ቀይቶ አሰሳና የቀይ ሽብር ጊዜ አልፎ መጠነኛ ሠላም እንደወረደ ወደ አዲስ አበባ ተዛውሮ ሲያስተምር ቀይቶ ወያኔ እንደገቡ ሁሉም

በየብሔሩ ይሂድ ብለው ሲለፍፉ ሙሉጌታ አራጌ ግን የተመደበው በደቡብ ኢትዮጵያ ትምህርት ቤቶች ነበር። የወያኔ ፖሊሲ የወጣው ለወያኔ ጥቅም በመሆኑ፣ ከፖሊሲው ውጭ ለወያኔ አሰራር ጠቃሚ ሆኖ ቢገኝ ፖሊሲው ዋጋ እንደሌለው በመቁጠር ከፖሊሲው ውጭ በማስተናገድ ያከናውናሉ። መንግሥቱ ኃ/ማሪያም የሚጠቅማቸው ሆኖ ቢገኝ ኖሮ እሱን በክብር ለማስተናገድ ወደ ኃላ አይሉም ነበር የሚል አቃም ላይ ሁላችንም ደረስን። ሌሎቹ ሁለቱን ጓደኞቼን የሸዋላ አማረና ገበየሁ ዘለቀ 11ኛ ክፍል ከተዛወሩ በኃላ የት እንደገቡ ለማወቅ አልቻልኩም። ሀገር ቤት እያለሁ ብዙም አጠያይቄ ለማወቅ አልቻልኩም።

ፖሊስ ኮሌጅ በመግባቴ ከኪሮስ ግርማይና ከሙሉጌታ አራጌ ጋር አዘውትረን እንገናኝ ነበር። ኪሮስ ግርማይ የአሥር ወር የአሜሪካ የመስክ አገልግሎት ጊዜውን አጠናቀ ከአሜሪካ ሲመለስ ቦሌ ሄዶ የተቀበለው ሻምበል ይማም ኃይሉ ነበር። ታክሲ ይዘው ወደ መስቀል አደባባይ አቅጣጫ ሲጓዙ ዝናብ ይዘንብ ነበር። ኪሮስ በአሥር ወር ወስጥ ግራ የሚያጋባ ባሕል ይዞ መጣና ይማምን እንዲህ በማለት አስደነገጠው፣ “ይህ ከላይ የሚወርደው ውሀ’ ምን ይባላል” ብሎ ይጠይቀዋል። ይማም ኃይሉ ደግነት፣ ቸርነትና ርኅራኄ የሚያጠቃውና ለወዳጆቹና ለጓደኞቹ ሟች የሆነ ሲበዛም የዋህ ነበር። ታዲያ እንደዚህ ዓይነት ቃንቃ ሲያጋጥመው ግራ ይጋባና ስሜቱ ቶሎ ይነካል። ለኪሮስ መልስ አልሰጠውም። ምንም ሳይመልስለት መንገዳቸውን ቀጥለው ከቤት ደረሱ። ከዚያ ምግብ ለመጋበዝ ወደ ሀበሻ ምግብ ቤት ይዞት ይሄዳል። ምን ይምጣልህ ተብሎ ሲጠየቅ “የዶሮ ወጥና ከዶሮ ውስጥ የሚወጣውን ኳስ የሚመስለውን ጭምር’ ብሎ ይጠይቃል። ይማም አሁንም ግራ ተጋባና ሌላ ተጨማሪ ነገር ሳይመጣ ብሎ ሂሳብ ከፍሎ ሹልክ ብሎ ጥሎት ሄደ። ለብዙ ጊዜ ሳይነጋገሩ ቆይተው በኃላ ዘመን ነበር መልሰው ጓደኝነት የተያያዙት። ይማም በባህሉ፣ በሀገሩና በወጉ ቀልድ አያውቅም። ከይማም ኃይሉ በፊትም ሆነ በኃላ የተመረቁ ወይንም የራሱ የፖሊስ ኮሌጅ የኮርስ ጓደኞቹ ብዙዎቹ ያማረ ቤት ሰርተው፣ ቀንጆ መኪና ይዘው የተንደላቀቀ ኑሮ ሲመሩ የደሕንነት ሰው ሆኖ እኔ እስከማውቀው እስከ 1975 ዓ. ም. ድረስ የሚኖረው በኮሳሳ የቀበሌ ቤት ኪራይ ሲሆን የሚጓዘው በእግሩና በአውቶብስ ነበር። ከዚያ በኃላ ይበላሽ ወይንም በቀድሞው ባሕሉ ፀንቶ ይቀይ አላውቅም። ለእኔ ከለላና መጠጊያ የመስጠቱ ተረኝነት የሻምበል ይማም ኃይሉ ስለነበር ከአራት ወር ላላነሰ ጊዜ ከሱ ጋር ከቀበሌ ጎጆው ከባለቤቱ በወ/ሮ አልማዝ፣ በወንድሞቹ በእንግዳወርቅ ኃይሉ፣ አስቻለው ኃይሉ እና ተስፋየ፣ በመልካም እህቱ ሙሉወርቅ ኃይሉ እንክብካቤ ኮርቼና ተዝናንቼ ኑሬያለሁ።

በእኛ ዘመን የውጫሌ ትምህርት ቤት ተማሪዎች በአካባቢው ከዚያም አልፎ ከሩቅ ቦታ ላይ በሚገኙ ቤተክርስርቲያናት ዓመታቸው ሲከበር በከፍተኛ ክፍል በሚገኙት ግንባር ቀደም መሪነት እየተመሩ እየዘመሩ ቤተክርስቲያኑ ድረስ በመጓዝ በዓሉን ካከበሩና ካስቀደሱ በኃላ ተመርቀው ይመለሱ ነበር። በየዓመቱ በሕዳር ወር የሚከበረው ምንጊዜም የወጫሌ ከተማ ጠባቂና መከታ ሆኖ

የቆየው የደንካው የቅዱስ ሚካአል (የሸበ ክንፋ ሚክኤል) ክብረ በዓል፣ በየዓመቱ በጥር ወር ኩሳየ አካባቢ የምትከበረው የቅድስት ማሪያም ቤተክርስቲያን (አስተሮ ማሪያም) ክብረ በዓል፣ በአበት ምክትል ወረዳ ግዛት (በተለምዶ አበት አቦ እየተባለ ከሚታወቀው) የሚገኘውና በየዓመቱ በመጋቢት ወር የሚከበረው የአቡነ ገብረመንፈስ ቅዱስ (አቡየ ገ/መንፈስ ቅዱስ) ክብረ በዓል፣ በየጁ አራጃ በሀብሩ ወረዳ ጋቲራ ከሚባለው ቦታ የሚገኘውና በየዓመቱ በሚያዚያ ወር የሚከበረውን የቅዱስ ጊዮርጊስን (የፈጣኑ ፈረሰኛው ጊዮርጊስን) ክብረ በዓልና ከውጫሌ ከተማ ብዙም ሳይርቅ በመላኬ አካባቢ የሚገኘውና በየዓመቱ የሚከበረው የአቡነ ተክለሐይማኖትን (በተለምዶ አቡየ ተክለሐይማኖትን) ክብረ በዓል በመገኘት እናስቀድስና እናክበር ነበር። ከአበት አቦ፣ ከጋቲራ ጊዮርጊስና ከኩሳየ በስተቀር ቅዱስ ሚካአል ቤተክርስቲያንና አቡነ ተክለሐይማኖት ቤተክርስቲያን ለመጓዝ ችግር አይኖርብንም ነበር። ብንዘገይም ለምሳችን ተመልሰን ቤታችን እንደርስ ነበር። ከሁሉ ትልቁ አስቸጋሪና ፈታኝም የነበረው አቡነ ገብረመንፈስ ቅዱስን ለማክበር ወደ አበት አቦ የምናደርገው ጉዞ ነበር። አበት ለመድረስ ከተንኮለኞቹ ዝንጀሮና ጉማሬ ጋር እየተወዳደርን ነበር ያን አስፈሪና ቀጥ ያለ የአምባሰልን ገደል ወጥተን ቅልጥ ካለው ሜዳ አበት የምንደርሰው። ከበዓሉ ፍፃሜ በኃላ እንደተለመደው በየዓመቱ በግ እያረዱ፣ የገብስ ጠላና ከንፁህ ማር የሚጠመቅ ጠጅ እየጠመቁ የተዳከመውን፣ የተራበውንና የተጠማውን ሰውነታችንን በመጠገንና በመካስ ሁልጊዜ በየዓመቱ ከሚያስተናግዱን ከወላጅ እናቴ አጎት ከአቶ አደራ በሽርና የአምባ ማሪያሙ ባላባት ሌላው የእናቴ ዘመድ አቶ ከበደ አበጋዝ ሁለቱም ከነቤተሰቦቻቸው ጋር በመተባበር ከእናቴ አጎት ከአቶ አደራ በሽር መኖሪያ ቤት በመሄድ ስንበላና ስንጠጣ ቀይተን የተለመደውን ምርቃት ከተቀበልን በኃላ ወደ ማምሻው ላይ የአምባሰልን ገደል ቁልቁለቱን እየተንደረደርን ውጫሌ እንገባለን። በየዓመቱ የሚዘጋጅልንን መስተንግዶ ያለመድከም ያስተባብር የነበረው የአቶ ከበደ አበጋዝ የበኸር ልጅ አቶ አሰፋ ከበደ ነበር። ወደ ውጫሌ ስንመለስም ሆነ ስነወጣ እንጨነቅና እንቸገር የነበረው ተንኮለኞቹና ሸረኞቹ የአምባሰል ጉማሬዎችና ዝንጀሮዎች ከላይ በመሆን ትልቅ የድንጋይ ናዳ በመወርወር ስለሚያስቦኩን ከክልላቸው እስከምንወጣ ድረስ ከክፉ ጠላቶች እራሳችንን በመከላከል በሠላም ለመውረድ ነበር። ከአበት አቦ ቀጥሎ ትንሽ ያደክመን የነበረው በየጁ አውራጃ በሀብሩ ወረዳ ጋቲራ ከሚባለው ቦታ ድረስ በመጓዝ የቅዱስ ጊዮርጊስን በዓል ለማክበር በምንሄድበት ጊዜ ነበር። ጋቲራ እርቀት ያለው መሆኑ ብቻ ሳይሆን ረጅም የሆነ አቀበታማ የሆነውን የመሬት አቀማመጥ መጓዝ ይኖርብን ነበር። ከበዓሉ ፍጻሜ በኃላ ወደ ውጫሌ የምንደርሰው ወደማምሻችን በመሆኑ ይህንኑ በመገንዘብ የታላቅ እህቴ የወ/ሮ አሰገድ ሲሳይ ባለቤት አቶ ጌታሁን ሲሳይ ምንም እንኳን እንደ አበት አቦው ባይሆንም እንዳቅማቸው ከባለቤቱና ከቤተሰቦቹ ጋር በመተባበር ምግብ አዘጋተው ከየጁ ማሽላ በተጠመቀ ጠላ ጋር ምሳችንን በሚገባ አብልተው፣ አጠጥተውና መርቀው ነበር የሚሸኙን።

አጋጣሚ ሆነና ከመጀመሪያው እስከ መጨረሻው እኔና የክፍል ጓደኞቼ ከፍተኛ ክፍል ስለነበርን መሪነቱን እንደያዝን የውጫሌን ሕዝብ ምርቃት ተቀብለን በክብርና በመልካም ስም አምባሰልንና ሕዝቡን ተሰናብተን የውበት እና የቁንጅና መዲና ወደሆነችው ወደ ደሴ ከተማ ተሸጋገርን።

2.3. የሁለተኛ ደረጃ ትምህርት ቤት

አባቴ የደገኛው ባህሪ የተጠናወተው ኩሩ የአማራው ብሔር ክርስቲያን በመሆኑ ባህልንና ወግን ያጠብቃል። የባላባትነት ዘር የለበትም፣ ግን የሥርዓቱ አስከባሪ ብቻ ሳይሆን ክፉኛ የተጠናወተው አክራሪ መኳንንት ነበር። ቄስ ሆኖ በቤተክህነት ያደገ በመሆኑም ኃይማኖቱን ያጠብቃል። በዚያ ላይ እስከመጨረሻው ጊዜ ድረስ የልዑል አልጋወራሽ ታማኝ ተከታይ ሆኖ ነው የቀየው። መሀላው ሁልጊዜም አልጋ ወራሽ ይሙት ነበር። ተፈሪ አያውቅም። በመሆኑም ወንድ ልጁ በእሱ አምሳል ማደግ ይኖርበታል። ይህ ነበር የሱና የጓደኞቹ ፍልስፍናና አመለካከት፣ እንዲሁም ምኞታቸው። ደሴ ዳንስና ሙዚቃ፣ ደስታና ፍቅር የበዛባት የቀንጆዎች መነኻሪያ ድንቅየ ውብ ከተማ በመሆኗ ጨጩ ልጁ ከዚያ አስቸጋሪና ወደርየለሽ የፍቅርና የውበት በርሃ ውስጥ ያለተቀጣጣሪ ብቻውን ገብቶ የሚኖር ከሆነ ባህሉንና ወጉን የሚከልስበት መስሎ ስለሚታየው በወቅቱ በደሴ ከተማ ከሚገኘው ሆስቴል ገብቼ እንድኖር አደረገኝ። ሆስቴሉ ወ/ሮ ምንትዋብ ሚካኤል መታሰቢያ ሆስቴል ይባል ነበር። የሁለተኛ ደረጃ ትምህርት ቤቴ ወይዘሮ ስኅን ሚካአል ሁለተኛ ደረጃ አጠቃላይ ትምህርት ቤት ይባላል። በአጋጣሚ በኢትዮ ፎረም ላይ በቀየሁበት ወቅት አቶ ዘግ ፋንታ የተባለው ወገኔ ከእኔ ጋር ባንድ ዘመን ወ/ሮ ስኅን ሚካኤል 2ኛ ደረጃ ትምህርት ቤት ነበር የሚል መረጃ በማግኘቴ በፎረሙ ሳይሆን በቀጥታ በራሱ አድራሻ ማስታወሻ ልኬለት በመተዋወቃችን የዘነጋኃቸውን አንዳንድ ትዝታዎች አስታወሰኝ። ሆኖም ዘግ ፋንታ ከዋለልኝ መኮንን ጋር አንድ ክፍል መሆናቸውን ስለገለጸልኝ እኔን በአንድ ዓመት እንደሚበልጠኝ ለማወቅ ቻልኩ። እኔ በ1955 ዓ. ም. 9ኛ ክፍል እንደገባሁ ዋለልኝ መኮንን አሥረኛ ክፍል ተዛውሯል። ወ/ሮ ስኅን 2ኛ ደረጃ አጠቃላይ ትምህርት ቤት ከዋናው ሕንፃ/አሮጌው ሕንፃ ፊት ለፊት ከሚገኘው ሜዳ ላይ ሁሉም የትምህርት ቤቱ ተማሪዎች ክፍል ከመግባታቸው በፊት ጧት ጧት በሰልፍ ተሰብስበው በመዝሙር ሰንደቅ ዓላማችንን (ቡቲቶዋን ሳይሆን የአንድነት ምልክት ሆና ኢትዮጵያን ጠብቃ ያቀየችውን ሰንደቃችንን!!) የመስቀል ሥነሥርዓት እንዳጠናቀቅን ወደ ክፍል ከመግባታችን በፊት ሁላችንም በሜዳ ሰልፍ ላይ እንዳለን ለክርስቲያን ተከታዮች በክርስቲያን መምህርና ተማሪ፣ ለእሥልምና ተከታዮች ደግሞ በእሥልምና ተከታይ መምህርና ተማሪ ዘወትር ፀሎት እየተደረገልን ወደ ክፍል እንገባ ነበር። ይህ የዕለቱ የመጀመሪያ ተግባራችን ነበር። ለክርስቲያን እምነት ተከታዮች በእየለቱ ማለዳ ፀሎት ያደርግልን የነበረው ዛሬ በዋሺንግተን ግዛት የሚኖረው አቶ ዘግ ፋንታ እንደነበር ለማስታወስ ቻልኩ። ሰንደቅ ዓላማ ሲሰቀል የተለየ መዝሙር ሲኖር እንደዚሁ ደግሞ ከቀኑ 12 ሰዓት ላይ ሰንደቅ ዓላማ ሲወርድ

የተለየ መዝሙር በመዝመር ነበር። ከማስታውሰው መካከል አንዱ "ተጠማጃ አርበኛ ሀገር መውደድ …" የሚል መሰለኝ። እንደማናቸውም በንጉስ ነገስቱ ግዛት በሚኖሩ ትምህርት ቤቶች ሁሉ በወ/ሮ ስኅን 2ኛ ደረጃ አጠቃላይ ትምህርት ቤትም የግብረ ገብነት ትምህርት ይሰጥ ነበር።

የወ/ሮ ስኅን 2ኛ ደረጃ አጠቃላይ ትምህርት ቤት ከሌሎች የንጉሰ ነገሥቱ ግዛት ትምህርት ቤቶች የሚለየው በአካባቢው ሕዝብ አዕምሮ የኃይማኖት ነፃነት ስለነበረ በግብረገብነት ክፍለ ጊዜ የክርስትና እምነት ተከታዮች ባንድ ክፍል፣ የእስልምና እምነት ተከታዮች በሌላ ክፍል ለየብቻችን በሁለት ተከፍለን በእምነቶቹ እውቅና በነበራቸው (መርጌታ/መምሬ እና ሼኮች) ይሰጥ እንደነበረ ነው። እንደሰማሁት በሌሎች አካባቢ በሚገኙ ትምህርት ቤቶች ክርስቲያኑም እስላሙም በክርስቲያን እምነት መምህር ሁሉም ባንድነት እንደክርስቲያን ተቀጥረው በአንድ ክፍል ይማሩ እንደ ነበር ነው። በወቅቱ የትምህርት ቤቱ መምህራን ኢትዮጵያዊያን፣ የፈረንሳይ፣ የአሜሪካ፣ የሕንድ፣ የደቡብ አፍሪቃ ስደተኞችና የእንግሊዝ ዜጎችን ያቀፈ በሀገሪቷ ትልቁ 2ኛ ደረጃ አጠቃላይ ትም/ቤት ነበር። ወደ አሜሪካኖቹ ከመሸጋገሬ በፊት ከውጭ ሀገር መምህራን መካከል የማይረሱኝ ሕንዳዊው ሚስተር ፓኪሀም የሚባሉት ናቸው። ኢትዮጵያ ብዙ ዘመን በመምህርነት ኮንትራታቸውን እይሳደሱ ኖረዋል። የምናከብራቸው ቢሆንም የማስተማር ዘዴያቸው በጣም አስጊና ወደኃላ በጥናታችን ላይ አዎንታዊ ውጤትን የሚያስከትል ሆኖ በመታየቱ ቅር ይለን ነበር። ሆኖም ይህ ባሕልና ስልት የእሳቸው ብቻ ሳይሆን የሁሉም ሕንዶች ስልትና ዘዴ መሆኑን ተገነዘብን። በሕንዶች ፈተና ሲሰጠን በጥቁር ሰሌዳ ላይ ያጻፉንን ቃል በቃል ነጠላ ሰረዝና አራት ነጥብ ሳይቀር እንዳለ ሸምድደን ካላስቀመጥን ጥሩ ውጤት ለማግኘት አይቻልም ነበር። ስለዚህ ፈተናቸውን ለማለፍ ከተፈለገ ለመሸምደድ መጣር ይኖርብናል። ተማሪዎች ሲያሾፉባቸው "Memorization is the cultivation for the Indian nation to pass matriculation" እየተባለ ይቀለድባቸው ነበር። በመሸምደድ ፈተና ለማለፍ ከባድ ነገር መሆኑ ብቻ ሳይሆን ዕውቀቱ በሸምደዳ ጭንቅላታችን ውስጥ ቢገባም ከሦስትና ሁለት ቀን በኃላ ተኖ በመጥፋቱ ምንም ነገር የያዝነውና የተማርነው የለም ማለት ይሆናል። በዚያን ዓመት ነበር በፕሬዚደንት ኬኔዲ አስተዳደር የአሜሪካ የሰላም ኃዶች (Peace Corps) በመባል ይታወቅ የነበረው ፕሮግራም ተቃቁሞ ለመጀመሪያ ጊዜ ወጣት አሜሪካዊያን ግልጋሎት ለማበርከት በሦስተኛው ዓለም ዙሪያ የተበተኑት። በሀገሪቱ ከሚገኙት የሁለተኛ ደረጃ ትምህርት ቤቶች ሁሉ የአሜሪካን ልዑካን ኃዶች ከፍተኛውን ቁጥር የያዘው ይኸው የወይዘሮ ስኅን ሁለተኛ ደረጃ አጠቃላይ ትምህርት ቤት ነበር። ከአሜሪካ የሰላም ኃዶች መምህራን ምንጊዜም የማይረሱኝ ወ/ሪት ፀሀይነሽ የምትባለዋ በደሴ ነዋሪ የተወደደችና የተፈቀረች ወጣት መምህር ነበረች። እውነተኛ ስሟ Miss Summar ሲሆን የምትታወቀው በወ/ሪት ፀሀይነሽ ነበር። ከውበት ቁንጅናዋ ባሻገር ተግባቢነቷ የተነሳ የደሴ ነዋሪ በጣም ያፈቅራት ነበር። አብዛኛውን ጊዜ የምትለብሰው የሀገር ባሕላችንን ልብስ ነበር። የወ/ሪት

አልማዝ ወልደየስ የቅርብ ጓደኛ ስትሆን አልማዝ ወልደየስ ከእኔ ጋር የ9ኛ ክፍል ተማሪ የነበረችና ከሁሉም የ9ኛ ክፍል የትምህርት መስክ ተማሪዎች ሁሉ አንደኛ በመውጣት አድናቆትን ያተረፈች እህታችን ነበረች። 10ኛ ክፍል እያለን አልማዝ ወልደእየስ በተፈጥሮ ሕመም ከዚህ ዓለም በሞት እንደተለየች ወ/ሪት ፀሀይነሽ (Miss Summar) ካበሻ ለቅሶ ይበልጥ ነበር ስቅስቅ ብላ ያለቀሰችውና ሀዘኗን የተወጣችው።

ሌላው የማይረሳኝ መምህራችን ዶ/ር ኪልሄፍነር (William W. Kilhefner) የሚባለው የታሪክ መምህራችን ነበር። ይህ መምህር በታሪክ ፈተና ጊዜ በፈተናው እራስጌ ላይ (The key to Kilhefner's examination is to explain and describe) እያለ በሚያሰፍረው ማሳሰቢያ/ማስጠንቀቂያ ሁልጊዜ ያስቦካን ነበር። ይህ መምህር የውጫሌ ጓደኛየን ኪሮስ ግርማይን በጣም አድርጎ ይወደው ነበር፣ ጓደኛየም ቢሆን ታታሪ የሆነ ጎበዝ ተማሪ በመሆኑ የአመሪካ መስክ አገልግሎት (America Field Service – AFS) ተብሎ ይታወቅ የነበረውን በአሜሪካ ቤተሰቦች ጋር ለአንድ ዓመት በአሜሪካ 2ኛ ደረጃ ትምህርት ቤቶች ተሰራጭተው በመቀየት የአሜሪካንን ባህልና ወግ ለመቅሰም የሚያስችለውን ፕሮግራም በ1957 ዓ. ም. እንደተጀመረ የመጀመሪያው ተሳታፊ ሆኖ ተመርጦ ሄዶ ሲመለስ ባሕሉን ለመዘንጋት ቃጥቶት እነደነበር ከላይ አካባቢ ተጠቁሟል። ሌላው የእርሻ መምህር የነበረው Mr. Clawden እና Rozssachi የተባለው የጂኦግራፊ መምህርና Bigolow የተባለው የፊዚክስ መምህር እንዲሁም Miss Morehead የተባለችው ጥቁር አሜሪካዊት አይዘነጉኝም። ሌሎቹ መልካቸው እንጂ በስም ዘንግቻቸዋለሁ። ታዲያ አብዛኛው ተማሪ በነበራቸው የአሜሪካ አስተዳደር ጥላቻና ጥርጣሬ ምክኒያት ወ/ሪት ፀሀይነሽንም ሆነ ሌሎቹን የአሜሪካ የሠላም ልዑካንን ሁሉ ለልዩ ግዳጅ እንደተላኩ አድርገው ይጠረጥሯቸው ነበር። ይህ ለእኔ እምብዛም የሚገባኝ ባለመሆኑ በጥላቻ ዓይን ተመልክቻቸውም አላውቅም ነበር። እኛ ለመጋዝ ከማንፈልገውና ከማንደፍረው ሩቅ ቦታ የአሜሪካ የሰላም ጓዶች መምህራን እየተጋዙ ይገቡኙ ነበር። እኛ ሩቅ በመጋዝ ችግራቸውንና ብሶታቸውን ለማወቅና ለመረዳት የማንፈልገውን እነሱ እየተጋዙ ይገቡኛሉ። የአሜሪካንን ባሕልና ወግ ለማስፋፋት ለ "indoctrination" የተላኩ ወጣት አደገኛ ሠላዮች ናቸው በማለት በማወቅም ባለማወቅም በክፉ ዓይን ይታዩ ነበር። በወ/ሮ ስህን 2ኛ ደረጃ አጠቃላይ ትም/ቤት ከክርክር ክበብ፣ ከቲያትርና ድራማ ክበብ በስተቀር ሌሎቹ እንደ ሙዚቃ ክበብ፣ የሳይንስና የአርት ክበቦች የተቃቃሙት በዚሁ ዓመተ ምሕረት አሜሪካኖቹ እንደመጡ ነበር።

ጥሩ ድምጽ ስለነበረኝና የሙዚቃ ፍልጎትም ስለአደረብኝ ፈተናውን አልፌ ትምህርቱን መከታተል ጀመርኩ። በዚያን ዘመን አባቴ የቃሉ አውራጃ የብሔራዊ ጦር ፀሀፊ በመሆኑ በየጊዜው ደሴ ይመላለስ ስለነበር ለመኳንንቱ አባቴ ልጁ የአዝማሪነት ትምህርት እየተማረ መሆኑ በተንኮለኞቹ ጓደኞቼ መረጃ ይደርሰዋል። የዋሁና ኮስታራው ደገኛ አምባሰሌ ጉድ ተሰራሁ እያለ ትምህርት ቤት

ይመጣና የውጫሌ ጓደኞቼ ስቀጣ ለመሳቅ ስለፈለጉ ለእሱ ተባባሪ በመሆን አፈላልገው ያገኙኛል። ሕዝብ ፊት አሰዳቢ ብሎ ገትቶ ይዞኝ ወደ ሆስቴሉ ሄድን። ጓደኞቼ አፈሩ፣ አልተቀጣሁም እነሱ በሚፈልጉት ዓይነት። ምክኒያቱም አባቴ ሥልጣኔ እየተዋሀደው ስለመጣ ሕዝብ ፊት በደሴ አደባባይ ላይ እንደውጫሌው ወይንም ሌላ ከተማ ከእሱ ጋር ስኖር እንደሚቀጣኝ ዓይነት ሊቀጣኝ አልፈለገም። ውጫሌ ቢሆን ኖሮ ወዲያውኑ በጥፊ ይለኝና በዚያኑ ምሽት ሌቱን ሙሉ ከምሰሶ ጋር ታስሬ አድር ነበር። ኧረ አያድርስ እንጅ በበርበሬም ስታጠን ለማደርም እችል ነበር። ከዚያች ዕለት በኋላ እንኳንስ የሙዚቃ ትምህርት መከታተል ይቅርና ከሙዚቃ ክለብ አጥር ግቢም ወስጥ ዳግመኛ ደርሸም አላውቅ። የሙዚቃ ክለቡና የቴኒስ ኮርቱ ባንድ የአጥር ግቢ ውስጥ በመሆነ በአባቴ ፍራቻ ምክኒያት የቴኒስ ጨዋታ ለመለማመድ የነበረኝንም ፍላጎትና ጉጉት ሁሉ ሰረዝኩ። ቀጥየ አርት ክለብ ገባሁና በቀንድ ዋንጫ ሰርቼ ውጫሌ ለጉራ ይዠ ሄድኩኝ። ዋንጫ መስራቴን በነዚሁ ተንኮለኞች ጓደኞቼ ለኩሩው አምባሰሌ ይነገረዋል። ውጫሌ እናቴንና ዘመዶቹን ጥየቃ ሲሄድ እናቴን ሊጠይቃት ቤቷ እንደሄደ በየዋህነት የአያሌው ዋንጫ ብላ ታሳየዋለች ምስጢሩ ያልተረዳት የዋ኿ እናቴ። ይህንን ለእኔ ስጭኝ፣ “ቀጥቃጩ” ልጃችን ላንች ሌላ ቀጥቅጦ ያምጣልሽ ብሎ ይወስዳል። ሚስጢሩ ያልገባት እናቴ በደስታ ሰጠችውና ይዞ ሄደ። ወደ ኮምቦልቻ ሲመለስ እግረ መንገዱን አፈላልጎ ያገኘኛል። ቀጥቃጭነት ልትማር አይደለም የላኩህ፣ ትምህርት ተምረህ አስተዳዳሪ፣ ሀገርረ ገዥ ወይንም የቤተመንግሥት ባለሟል እንድትሆን እንጅ፣ የአንጥረኛና የቀጥቃጭ ተግባር እንድትማር አይደለም። በዘራችንም የለብንም። በእናትህ የባላባት ልጅ በአባትህ ደግም ጥሩ የመኳንንትና የቤተ ክህነት ልጅ ነህ። ዝርያህን አታስወቅስ ብሎ ከጓደኞቼ ፊት በእማኝነት ምክርና ተግሳጽ ሰጥቶኝ ዋንጫውን ይዞ ወደ ኮምቦልቻ ተጓዘ።

ቃሉ አውራጃ ከተነሳ አይቀር ስለ አንቻሮ ትንሽ ላውሳ። የቃሉ አውራጃ የብሔራዊ ጦር አዛዥ ሆኖ ከመመደቡ ሰባት ዓመት በፊት 1949 ዓ. ም. የአንቻሮ ወረዳ ተመድቦ ሳለ እኔ የሶስተኛ ክፍል ተማሪ ሕፃን ነበርኩ። አባቴ እርቄ ከሚባል አካባቢ ነዋሪ የሆኑ ቤተሰብ ልጅ ክርስትና ሊያነሳ ተዘጋጅቶ ሳለ በክርስትና ማንሻው ሰሞን ሳያስበው ለግዳጅ አውሳ ይሁን ደሴ ተፈልጎ ይሄዳል። ከመሄዱ በፊት አባቴ ወደ ሕጻኑ ቤተሰብ መልዕክተኛ ልኮ እሱ በግዳጅ ምክኒያት እንደማይገኝና በምትኩ ልጄ አያሌው የክርስትና አባት በመሆን ያነሳዋል፣ በዕለቱም ባለቤቴ መነን ገ/እግዚአብሔር ይዛው ትመጣለች ተብሎ ተነገራቸው። ምንም ቅር ሳይላቸው እንዲያውም በይበልጥ ደስታ ተሰምቷቸው በክርስትና ማንሻው የሰንበት ዕለት የሕፃኑ ቤተሰብና ዘመድ አዝማድ ሕፃኑን ለማስጠመቅ አንቻሮ ከሚገኘው ቤተክርስቲያን ይዘው ይመጣሉ። በዕለቱ እንደእናቴ አድርጌ እቀጥራትና እወዳት የነበረችው ደጋና መልካሟ የእንጀራ እናቴ ወ/ሮ መነን ገ/እግዚአብሔር (ምስጢሩ ባይገባኝም መነን ዘለለው እየተባለችም ትታወቅ ነበር) ቤተክርስቲያን ይዛኝ በመሄድ ሕፃኑን አቅፌ

ክርስትና አነሳሁ። በወርና በሁለት ወሩ ገደማ የክርስትና ልጁ ቤተሰብ ከእነሱ ጋር ሄጄ እንድከርም በመጋበዜ ትምህርት ቤት ለፋሲካ እንደተዘጋ እርቄ ሄጄ ከክርስትና ልጄና ከወላጆቹ ጋር ስጨዋወትና ስዝናና ቀይቼ ተመለስኩ። አባቴ የደሴ ዙሪያ አውራጃ የብሔራዊ ጦር ፀሀፊ ሆኖ በመዛወሩ የእኔን በደሴ መኖር የምበላሽና የዳንስና የመጠጥ ብሎም የሲጃራ ወዳጅ ይሆናል ብሎ በመፍራቱ እሱ ደሴ እየኖረ እኔን ወደ እናቴ ውጫሌ ይልከኛል። አቅመ አዳም እንደደረስኩ የክርስትና ልጄን ስም ለማወቅም ሆነ ለመገናኘት ባለኝ ጉጉት አጋጣሚውን ስጠባበቅ ፖሊስ ኮሌጅ ከመግባቴ በፊት ከአሥራ አንድ ዓመት በኃላ በነሐሴ ወር መግቢያ 1959 ዓ. ም. አንቻሮ ሄድኩኝ። ለመገናኘት ያለኝ መንገድ የእንጀራ እናቴን የነበረችዋን ማግኘትና በእሷ አማካኝነት የክርስትና ልጄን እናትና አባት ስም ሰጥታኝ ወደ እርቄ ለመሄድ ባለኝ ጉጉት መነን ዘለለውን ብጠይቅ ባጠያይቅ የት እንደምትገኝ የሚነግረኝ አጥቼ ማምሻየን ኮምበልቻ ሄጄ አድሬ በማግሥቱ ውጫሌ ደረስኩ። የክርስትና ልጄ ቤተሰብ ይኖሩ የነበረበት አካባቢ እርቄ ሲሆን በዚያን ዘመን የሚገኘው በቃሉ አውራጃ በአንቻሮ ወረዳ ነበር። እንደገና ነገርን ነገር ያነሳዋልና እንቻሮ ከኮምበልቫ ብዙም ሳይርቅ የሚገኝ የቃሉ አውራጃ ወረዳ ነው።

አንቻሮ በምድረ አፍሪቃ የቀንጆዎች መፍለቂያ ምንጭ እንደሆነ የሚነገርላት አካባቢ ነች። የቀድሞ ባለሥልጣኖችና ሀብታሞች ጥሩ ዘር ለማፍራት እየተባለ አንቻሮ እየሄዱ ነበር የሚያገቡት ይባላል። “ፋጡማም አገባች ከድጃም ታጨች፣ እንግዲህ አንቻሮ ምን ሀገር ሆነች”' የሚባለውም ዘፈን መልካምና ቀንጆ ዘር ለመዝራት ሲባል ሀብታሙና ባለሥልጣኑ ከየትም እየመጡ ያንቻሮን ቀነጃጅት እያገቡ በመውሰዳቸው አንቻሮ ያለቀንጆ ባዶዋን/ብቻዋን ቀረች ለማለት የተዘፈነ ነው ይባላል። በተለይማ ማሪቱ ለገሰ “አካሌ ውቤ” የሚለውን ዘፈኗን ስትዘፍን በመረዋ ድምጿ ስሜትን ከመሳቡ በላይ አንቻሮን በተደጋጋሚ ታነሳዋለች፣። ስትዘፍነው የባህል ዘፈን ፍቅርና ስሜት ላለው አያደርስ ነው። ፍቅር፣ ደስታ፣ ቁንጅናና ውበት ለወሎ የተለገሰ ቢሆንም ከወሎም ደግሞ ለአንቻሮ በይበልጥ ፈጣሪ ውበትን በእጅጉ አገናጽፏታል። ለትክክለኛነቱ እራሴ አይቸዋለሁ፣ አረጋግጫለሁ።

አባቴ ለሥልጣኔና ለዘመናዊ ትምህርት ባለው አመለካከት ምክኒያት ደሴ እያለሁ በትምህርት ቤቱ የሚገኙትን ዕድሎች ሁሉ ለመካፈልና ለመሳተፍ እንደማልችል እየተሰማኝ ጭንቀት እያደረብኝ መሄድ ጀመርኩ። አባቴ ለእኔ ባለው ፍቅርና መውደድ የተነሳ እንደእሱ ሆኜ እንዳድግለት ነው። የሱን ደግሞ እንዳለ መከተል ፍጹም አስቸጋሪ ይሆናል ሥልጣኔና መሻሻልን ከፈለኩኝ። ከእናቴ ወይንም ከአባቴ ጋር በምኖርበት ጊዜ ወ/ሮ ስኂን ትምህርት ቤት የሚገኙትን የተለያዩ የሙያ መስክና ልዩ ልዩ እንቅስቃሴዎችን ስለማናውቃቸው ከመመስገን በስተቀር እንድም ቀን በአባቴ ተወቅሼ አላውቅም። ወይዘሮ ስኅን ከገባሁ ጀምሮ የተለያዩ የሙያና የመስክ የተለያዩ ተጨማሪ እንቅስቃሴዎች (Extra curriculum activities) በመኖራቸው ከነዚህ ዕድሎች ጋር በመካፈል እራሴን

በማዳበር ከሌሎች ጎዶቼ ጋር እኩል ለመራመድና ለመሻሻል እንዳልችል የእሱ አመለካከትና ፍልስፍና አልፈቀደልኝም። በድብቅ ደግሞ መከታተሉ እሱን ማታለል ይሆናል፣ ደግሞስ እስከ መቸ ድረስ ድብብቆሹ። ምን ላድርግ እያልኩ ስጨነቅ አሥረኛ ክፍል ላይ እንዳለሁ በፌደሬሽኑ ዘመን የአሥመራ መምህራን ኮሌጅ (ምድላው መምህራን) ተብሎ ይታወቅ የነበረው ከአዲስ ተጨማሪ ሕንጻ ጋር የአሥመራ መምህራን ማሰልጠኛ ኢንስቲቱት ተብሎ መሰየሙንና ለመጀመሪያ ጊዜ ለምልመላ ፈታኞች ከአዲስ አበባ እንደሚመጡ ማስታወቂያ ወጣ። ይህ ኢንስቲቱት በወሎ፣ በጎጃም፣ በበጌምድርና ስሜን፣ በትግራይና በኤርትራ ጠቅላይ ግዛቶች የሚገኙ የሁለተኛ ደረጃ ትምህርት ቤት ተማሪዎችን ብቻ ነበር የሚቀበለው። በማዕከላዊነት የሚመሩና የሚተዳደሩ በሀገሪቷ አራት የመምህራን ማሰልጠኛ ኢንስቲቱት ተመሰረቱ ማለት ነው። የጥንቱ የሐረር መምህራን ማሰልጠኛ የነበረውና አዲሶቹ የአሥመራ፣ የደብረ ብርሃንና፣ የቀድሞው የቀዳማዊ ኃይለሥላሴ ሁለተኛ ደረጃ ትምህርት ቤት የነበረውና በኋላ ወደ መምህራን ኮሌጅነት ያደገው የኮተቤ መምህራን ማሰልጠኛ ኢንስቲቱት ነበሩ። ያለማመንታት ፈተናውን ወሰድኩ፣ ከዚያም ፈተናውን አለፍኩኝ። ያላሰብኩት ችግር ተፈጠረ። ልጅ ነህ ተብየ ከአሸናፊዎቹ ሊስት ውስጥ ስሜ ተሰረዘ። ቀጥታ ከትምህርት ቤቱ ድሬክተር አቶ ይፍሩ ገበየሁ ቢሮ ሄጄ ካልረዳኸኝ ብየ አለቀስኩበት። እንዳንተ መምህር መሆን እመኛለሁ፣ ያንተን አርአያና ምሳሌ መከተል እፈልጋለሁ፣ በሕይወቴ ላይ ተጽዕኖ አሳድረህብኛልና እርዳኝ ብየ ቀባጠርኩበት። ፈተናውን አልፈህ በዕድሜህ ከሆነ ቀይ ለማድረግ የምችለውን እሞክራለሁ ብሎ አሰናበተኝ። በዚያው ሰሞን አሥመራ መምህራን ማሰልጠኛ ኢንስቲቱት የተመለመልን ዕጩ መምህራን ሊስት ውስጥ አያሌው መርጊያው አለበት። ከአላስፈላጊ የቤተሰብ ቁጥጥር ነጻ ለመሆን ብቻ ሳይሆን ሁለተኛዋ የሮም ከተም ወይንም ትንሿ ሮም ተብላ ከሚነገርላት አሥመራ ከተማ ሂዶ መማሩ እራሱ ወደ ሮም ከተማ እንደምሄድ ተሰማኝ። በዚያ ላይ ነጻ ሆኘ እራሴን ችየ መኖሩ የደስታ መንፈስ አሳደረብኝ። የአባቴን ትዕዛዝና መመሪያ ጥሼ ብገኝ ካለበት ሆኖ በመንፈሱ ይመለከተኛል ብየ ስለምጨነቅ በዚያን ዘመን ከሲኔማ ቤት፣ ፓስቲና ፉል ፍለጋ ወሎ ሻይ ቤት ወይንም ከሌሎች ሻይ ቤቶችና ምግብ ቤቶች ከመሄድ በስተቀር ቡና ቤትና መጠጥ ቤት እንዲሁም ዳንስ ቤት አካባቢ ደርሼም አላውቅ።

የእኔና የዋለልኝ መኮንንም ሆነ የመላኩ ንርዓዮ ወይንም የሌሎቹ ግንኙነት ከወ/ሮ ስኂን ትምህርት ቤት ቅጥር ግቢ ውጭ አልፎም አያውቅ ነበር። በዚያን ጊዜ በደሴ ቀንጆ የሆነ ሁለት ሰው የሚመክት ንጹህና ትኩስ ፉል ከእርጎ ጋርና እንዲሁም ትኩስ ፓስቲ በወሎ ሻይ ቤትና በሌሎቹም ሻይ ቤቶች ስለሚገኝ የምገባው ከነዚሁ ቤቶች ብቻ ነበር። በዚያን ጊዜ ቀንጆ የበግ ወጥ ከቅልጥም ጋር በእርጎ 0.50 ሣንቲም ሲሆን የዶሮ ወጥ ከሁለት እንቁላል ጋር በእርጎ 0.60 ሣንቲመ ገደማ ነበር። ቀንጆ ፉል በእርጎ ከሻይ ጋር 0.25 ሳንቲም ገደማ ነበር። በወይዘሮ ስኅን ፪ኛ ደረጃ

አጠቃላይ ትምህርት ቤት የሁለት ዓመት ቆይታየ ምንም እንኳን በተለያየ የትምህርት መስክ ብንለያይም ከእኔ የትምህርት ደረጃ ጋር ተመሳሳይ ከነበሩት ተማሪዎችና በአንድ ዓመት ከእኔ በላይ እና በታች ከነበሩት ካብዛኛው ተማሪዎች ጋር እርስ በርስ እየተገናኘሁ ለመተዋወቅ ችየ ነበር። ከብዙ ሰዎች ፊት ቀርቤ መናገር ነበር የሚያስጨንቀኝ እንጂ ከሰው ጋር መግባባትና መቀራረብ ትልቁ ፀጋየ ስለነበር ከአያሌ የትምህርት ቤቱ ተማሪዎች ጋር ለመተዋወቅ ችየ ነበር። አንዳንዶቹ ከአሜሪካን የሰላም ጓድ መምህራን ጋር በጋብቻ ተያይዘው ወደ አሜሪካ ሄደዋል። ሌሎች በአሜሪካኖቹ እርዳታ ስፖንሰር እየተፈለገላቸው ለብቻቸው ወደ አሜሪካ ተጉዘዋል። ምንም እንኳን የተዋወኳቸውን ሁሉ መዘርዘር ባያስፈልግም ከመፅሀፉ ጋር ንክኪ ያላቸውን መጥቀሱ የግድም ይሆናል። 9ኛና 10ኛ ክፍል ትምህርቴን በወይዘሮ ምንትዋብ ሚካኤል የወንዶች ሆስቴል በምኖርበት ዘመን ጥላሁን ጉግሳና ከታናሽ ወንድሙ፣ እንዲሁም ብዙም ትውውቅ ባይኖረንም ከአያሌው ይማም ጋር እና እንዲሁም 10ኛ ክፍልን አጠናቅቄ በመስከረም ወር አጋማሽ 1957 ዓ. ም. አሥመራ መሄድ ስለሚኖርብኝ እስከ መስከረም ወር መግቢያ ድረስ ክረምቱን ለትራንስፖርትና ለሌላም ወጭ እንዲረዳኝ በሚል መልክ ሆስቴሉን ለማስፋፋት በሚካሄደው የሕንጻ ሥራ ቀለል ያሉ የቀን ሥራዎችን እያከናወንኩ ስቀይ በሆስቴሉ እንድኖር በሆስቴሉ አስተዳዳሪ ተፈቅዶልኝ ስለነበር ወደ አሥመራ እስከተጓዝኩበት ጊዜ ድረስ ክረምቱን ወራት ከመለስ ተክሌ ጋር ባንድነት ለማሳለፍ በቅተናል። በዚያ ላይ የሆስቴሉ አስተዳዳሪ ከመለስ ተክሌ ጋር በፕሮቴስታንት እምነታቸው ብቻ ሳይሆን በሩቅ ዝምድናም የተያያዙ በመሆናቸው አስተዳዳሪው ላደረጉልኝ ድጋፍና ትብብር ወረታ ለማድረግም ሲባል ከሆስቴሉ ተሰናብቼ እስከሄድኩበት መስከረም ወር መግቢያ 1957 ዓ. ም. ድረስ ከሥራ በኃላ ከመለስ ተክሌ ጋር ባለመለያየት መልካም ጓደኛሞች ሆነን አሳለፍን። ከአምስት ዓመት በኃላ ፖሊስ ኮሌጅ እያለሁ ኬኔዲ ቤተ መጻሕፍት ተገናኘን። ይህ ግንኙነት የመጨረሻ ጊዜ ነበር።

ምንም እንኳን የትምህርት መስካችን ቢለያይም ከእኔ ጋር በአንድ የትምህርት ደረጃ (9ኛ ክፍል) የነበረውን ተኮላ ሐጎስን መጥቀስ ባላስፈለገኝም ነበር። አብዛኛውን የሁለቱን ዓመት ጊዜየን ከትምህርት ቤት ወደ ቤታችን ወደ ዳውዶ መስመር ስንጓዝ ባንድነት እየተጫዋወትን ያሳለፍኩት እና በስዕል ጥንካሬው አደንቀው የነበረው ያ ለጋ ወጣት ኢሕአደግ ከአሜሪካን ሀገር ከዘመዱ ዳዊት ዮሐንስ ጋር በቦርሳ ጠቅለው ይዘውት አዲስ አበባ እንደገቡ በድንገት "ታጋይ" ተኮላ ሀጎስ ተብሎ መታወቁና ይባስ ብሎ የውጭ ጉዳይ ምክትል ሚኒስቴር ሆኖ ተሹሞ ስዩም መስፍን የተባበሩት መንግሥታትን ዓመታዊ ስብሰባ ለመካፈል ወደ ኒው ዮርክ እንደሄደ የሚኒስትሩ መሥሪያ ቤት በቁጥጥሩ ሥር ሆነ። በዚያን አጋጣሚ የስንት ዓመታት ነባር ባለሙያ ዲፕሎማቶችን ከፊሎቹን በኢሠፓ አባልነት ሌሎቹን ደግሞ ለውጡን የማይደግፉ "አማራዎች" በማለት አሰናበተ። ሌሎችንም እንደዚሁ ሊቀጥል ሲዘጋጅ ምላጩ ስዩም መስፍን እንደተመለሰ በሄደበት ወቅት የተፈጸመው ሁሉ

ስህተት ነው ብሎ ተኮላን በማጋፈጥ የተወሰደውን እርምጃ በመሻር በሥራቸው ላይ እንዲቀዩ በማድረግ በተኮላ ሐጎስ ውርደት ጮሌው ስዩም መስፍን ርካሽ መወደድን ለጊዜውም ቢሆን ለማግኘት ቻለ። በእርግጥ ስዩም መስፍን ይህን ያደረገው ደግና አሳቢ ሆኖ ሳይሆን እነዚያ ሰዎች ከሌሉ የውጭ ጉዳይ ሚኒስቴር ሥራ ለተወሰነም ጊዜ ቢሆን ዓይኑ ተጋርዶ ጨለማ ይሰፍንበት ነበር። ስለሆነም ቢያንስ የራሳቸውን ሰው እስከሚያሰለጥኑ ወይንም ቡችላ ባለሙያዎች አፈላልገው እስከሚያገኙ ድረስ እነዚያን እውቅ ባለሙያዎች በማቀየት መጠቀም አስፈላጊ ነበር። ምስኪኑ "ታጋይ" ተኮላ ሐጎስ በእንደዚያ ዓይነት የመዋረድ መንፈስ መቀየት ስለማይገባው በሰላም የሞቀ ወፍራም ገንዘብ የሚያስገኝ የነፃ ትምህርት ዕድል ተሰጥቶ ወደ ሐርቫርድ ዩኒቨርሲቲ ይመስለኛል በመላክ በውጭ ሀገር ሆኖ በወያኔ ብዕሩ እየሞነጫጨረላቸው እንዲኖር እንደተላከ አዲስ አበባ እያለሁ ተወርቷል። ተኮላ ሐጎስ ለዚያ የድንገተኛ "ታጋይነት" ማዕረግ የደረሰው በዘመዱ በነዳዊት ዮሐንስና ገነነው አሰፋ አገናኝነት እንደ ነበር ነው የሚታወቀው። ተኮላ ሐጎስ ደሴ ተወልዶ ያደገ ሲሆን ኤርትራዊ ይሁን ወይንም የትግራይ ልጅ አላወኩም። ሆኖም ከወያኔ አገልጋዮች ከነዳዊት ዮሐንስ፣ ከገነነው አሰፋ እና ከመቀሏ ገነት ዘውዴ ጋር የቅርብ ዝምድና እንዳለው ይታወቃል። በበጎም በመጥፎ ቢታወቁም የዘረኝነትና የጠባብነትን ፖለቲካ ጠንክረው የሚቃወሙ ኢትዮጵያዊያንን ካፈራ ትምህርት ቤት የተማረ ብቻ ሳይሆን ካንዳንዶቹ ጋር ባንድ ዘመን አብሮ የኖረ ሆኖ ሳለ የወያኔ አንጋች ሆኖ በመገልገያነት ሲጠቀሙበት ማየቴ አዘንኩበት።

ይህ የሁለተኛ ደረጃ አጠቃላይ ትምህርት ቤቴ በኢትዮጵያ የፖለቲካ መድረክ ላይ በክፉም በበጎም ታዋቂነት የነበራቸውን ፖለቲከኞች ያፈራ ትምህርት ቤት ነው። ሁሉንም ለመጥቀስ ባልችልም ብርሀነመስቀል ረዳ፣ ዋለልኝ መኮንን፣ ዶ/ር ነገደ ጎበዜን መጥቀሱ በቂ ይሆናል። ከአይበገሬው ዋለልኝ መኮንን በስተቀር የተጠቀሱትን ታዋቂዎች ወ/ሮ ስኅን 2ኛ ደረጃ ት/ቤት ስገባ እነሱ ከብዙ ዓመት በፊት ትምህርት ቤቱን ለቀው በመሄዳቸው አላውቃቸውም። ብርሀነመስቀል ረዳ በትግራይ ጠቅላይ ግዛት የአደዋ አውራጃ ተወላጅ ሲሆን በተወለደ በስንተኛው ዓመቱ ወደ ደሴ እንደመጣ በትክክል ባላውቅም ከብዙ ሰዎች እንደሰማሁት በልጅነቱ ከአጎቱ ከቀኛዝማች ረዳ ጋር መጥቶ ደሴ እንዳደገ ነው። አጎቱ በዚያን ዘመን የከፍተኛው ፍርድ ቤት ዳኛ ነበሩ። ብርሀነመስቀል ረዳን ለመጀመሪያ ጊዜ በአካል ያየሁት ፖሊስ ኮሌጅ እያለሁ የተቃውሞ ሰልፍ መርቶ አፍሪቃ አንድነት ድርጅት በመጣበት ጊዜ ነው። ዶ/ር ነገደ ጎበዜን ሀገር ቤት እያለሁ መልኩን ብቻ ሳይሆን በስምም በዝናም ሰምቸውም አላውቅም ነበር። ለመጀመሪያ ጊዜ እሱን በአካል ያየሁት ፓሪስ ከተማ የእነሱ እንግዳ ሆኜ በቀየሁበት ዘመን ለዚያውም በኢትዮጵያ ተማሪዎች ማሕበር ስብሰባ ላይ ነበር። ከቤተሰቡ የማውቀው አባታቸውን አቶ ጎበዜ ጣፈጠንና ታናሽ እህቱን ዶ/ር ሃና ጎበዜን ነበር። ፖሊስ ኮሌጅ እያለሁ ሃና ጎበዜ በዩኒቨርሲቲው የተማሪዎች ረብሻ ምክኒያት ተይዛ ፍርድ ቤት ቀርባ "ሥራሽ ምንድን ነው?"

ተብላ በተጠየቀችበት ጊዜ “የንጉሰ ነገሥቱ ሕጋዊ ሥራ ፈት ነኝ” ብላ ለፍርድ ቤቱ መመለሷ እንደ ትልቅ ጀብዱ ተቀጥሮላት ሲነገር በመስማቴ ማንነቷን በስም ለመጀመሪያ ጊዜ ለማወቅ ቻልኩ። ኢሳያስ አፈወርቂ አልተማረበትም፣ ሆኖም አጎቱ ደጃዝማች ሰለሞን አብርሃ የወሎ ጠቅላይ ግዛት እንደራሴ ከሆኑ በኃላ ደጋግሞ መጀመሪያ በገሀድ በኃላም በድብቅ ለጥቂት ወራት እየመጣ በሚቀይበት ጊዜ ለነገርና ለሌላ ተግባሩ ወ/ሮ ስኅን 2ኛ ደረጃ አጠቃላይ ትምህርት ቤት ጎራ ማለት ያዘወትር እንደነበር ሰምቻለሁ። ከጠቀስኳቸው ውጭ በወ/ሮ ስኂን ፪ኛ ደረጃ ትምህርት ቤት ቆይታየ ከክፍል ጓዶቼ ይበልጥ በቅርብ የመገናኘትና የመተዋወቅ ዕድል ያጋጠመኝ ከላይ ለመግለጽ እንደሞከርኩት በየዕለቱ ለዕረፍት ከክፍል ስንወጣ ከዋለልኝ መኮንን እና ደሴ ተወልዶ ካደገው ኤርትራዊው መላኩ ንርዓዮ ጋር ነበር።

ዋለልኝ መኮንን ጋር ይበልጥ እንድቀራረብ ያደረገኝ ባጋጣሚ የክፍላችን መቀራረብና በየጊዜው ለዕረፍት ስንወጣ ሁለታችንም ጎን ለጎን በረንዳ ተደግፈን የዕረፍት ጊዜያችንን በማሳለፋችን ቀስ በቀስ ለመቀራረብና ለመጫዋወት አስቻለን። በይበልጥ ደግሞ ያቀራረበን በዚያን ጊዜ እንደ ዋለልኝ የአሥረኛ ክፍል ተማሪ የነበረው ባጋጣሚ ኮከባችን ሆነና እንደታናሽ ወንድሙና በገጠሬነቴ ከተሜዎቹ እነ አያሌው አገናፍር፣ ተስፋየ አበጋዝና ጌታቸው ከበደ (ጢባው እየተባለ ይታወቅ የነበረውና ከወ/ሮ ስኅን በኃላም ጓደኛየ የነበረው)፣ ጌታቸው ሊበንና ሌሎች ጓዶቼ ሲያሾፉብኝ ወይንም ሊያጃጅሉኝ ሲቃጡ ፈጥኖ ይቆምልኝ የነበረው መላኩ ንርዓዮ ነበር። በኃላም ያጋጣሚ ነገር ሆኖ የመላኩ ንርዓዮ ታናሽ እህት ወ/ሪት ትዕግሥት ንርዓዮ ጋር ከአሲምባ አምልጩ ካርቱም እንደገባሁ የእኔን እንቅስቃሴ ለመቆጣጠርና የትም እንዳልሰወርባቸው በማቀድ ሳልውል ሳላድር ከሌላ የሴት ጓደኛ ጋር ሳልገዳኝ ለእኩይ ዓላማቸው የማከብረውን የጓደኛየን ታናሽ እህት ባላግባብና ባላስፈላጊነት መንገድ ጓደኛየ እንድትሆን ሥራየ ተብሎ ለሁለታችንም ፕሮግራም ተይዞልን ኮበር ከሚገኘው የሻዕቢያ ጽ/ቤት ተፈልጌ እንደሄድኩ የኢሳያስ አፈወርቂ የፕሮቶኮል ሹምና ታማኝ ሎሌ የነበረው ወዲ ድንች ብቸኝነት እንዳያጠቃህ መልካም ከሆነችዋ ካገርህ ልጅ (ወሎየ ማለቱ ነው) ለማስተዋወቅ ነው የፈለግንህ ሌላው ምክኒያት ብሎ ከታናሽ እህቱ ከንግሥት ንርዓዮ ጋር አስተዋወቀኝ። ለእኔም ሆነ ለእሷ ነገሩ ሁሉ ግልጽ ሆኖ ስለነበር በእህቱ ላይ መጫወትና መቀለድ ባለመፈለጌ፣ ብሎም በሱዳን የምቀይበት ጊዜ ብዙ ካለመሆኑም ባሻገር ሁልጊዜም በልቤና በመንፈሴ ጀግናዋን ጣይቱ ካሳን አቅፌ የምኖር በመሆኔ ሁለታችንም በግልጽና በመተማመን ተወያይተን በእውነተኛ የወንድምና የእህትነት ግንኙነት ተያይዘን ይዘን ተለያየን። በወይዘሮ ስኅን ሚካኤል ሁለተኛ ደረጃ ትምህርት ቤት ቆይታየ ከሁሉ ይበልጥ ምን ጊዜም የማይረሳ ትዝታ ጥለውብኝ የሄዱት የመጀመሪያው የትምህርት ቤቴ ርዕሰ መምህር የነበረው አቶ ይፍሩ ገበየሁ ሲሆን ሁለተኛው ደግሞ አቶ ዮሐንስ አድማሱ ነበር (“የተዓምረኛው” ዮናስ አድማሱ ታላቅ ወንድም ማለት ነው)።

የወ/ሮ ስኅን 2ኛ ደረጃ አጠቃላይ ትምህርት ቤት ዲሬክተር የነበረው አቶ ይፍሩ ገበየሁ ሲበዛ ታታሪና ትጉህ በመሆናቸውና ለትምህርት ቤቱና ለተማሪዎቹ ባላቸው ፍቅርና ምሁራዊ ስሜት የወ/ሮ ስኅንን 2ኛ ደረጃ ትምህርት ቤት በንጉሰ ነገስቱ ግዛት የመጀመሪያውና ትልቁ አጠቃላይ ሁለተኛ ደረጃ ትምህርት ቤት ብቻ ሳይሆን ዝነኛ ያደረገው የምናደንቀው ተወዳጅ ዲሬክተራችን ነበር። በጥረቱ ትምህርት ቤቱ ሀ. የመምህራን ማሰልጠኛ፣ ለ. የተግባረ ዕድ፣ ሐ. የእርሻ፣ መ. የንግድና የአስተዳደር መስክ እና ሠ. የአካዳሚክ (የቀለም) ትምህርት ዘርፍ ነበረው። እኔ እስረኛን ሳጠናቅቅ አቶ ይፍሩ ገበየሁም በወይዘሮ ስኅን የመጨረሻ ዓመቱ ይሆንና ከሚቀጥለው ዓመት ጀምሮ ባሕር ዳር የሚገኘው የፖሊቴክኒክ ትምህርት ቤት የመጀመሪያው ዲሬክተር ሆኖ ወደ ባሕር ዳር ይጓዛል። በትምህርት ቤቱ የሙዚቃ ክለብ በዘመናዊ የሙዚቃ መሣሪያ የታጀበና በዘመናዊ የሙዚቃ አልባሳት የተሟላ ነበር። "የወይዘሮ ስኅን የሙዚቃ ጓድ" ይባል ነበር። በሀገሪቱ ታዋቂነትን ያተረፈ ዝነኛ የተማሪዎች የሙዚቃ ጓድ ነበር። የሙዚቃ ጓዱ በየጊዜው ሀገሪቷን በመዘዋወር እራሱን በማስተዋወቅና የአካባቢውን ሕዝብና የሁለተኛ ደረጃ ትምህርት ቤት ተማሪዎችን ያስደስትና ያዝንና ነበር። ለብዙዎችም የሀገሪቷ ሁለተኛ ደረጃ ትምህርት ቤቶች ምሳሌና አርአያ ሆኗል። አሥመራ መምህራን ማሰልጠኛ ኢንስቱት እያለሁ ሁለት ጊዜ መጥተው አስደስተውና አዝናንተውን ተመልሰዋል። ባንዱ በደሴ ከተማ በየጊዜው በመዘዋወር ሕዝብን ያስደስትና ያዝናና ነበር። "የወይዘሮ ስኅን የሙዚቃ ጓድ፣ ስሜትን ያረካል በግድም በውድ" እያሉ ነበር ለማዝናናት ከተማዋን የሚዘዋወሩት። በዚያን ዘመን የትምህርት ቤቱ ተማሪዎች በሥነ ፅሁፍ፣ በንግግርና ክርክር፣ በቲያትርና ድራማ እንዲሁም በሙዚቃ/ድምፅ ከፍተኛ የሆነ ችሎታና ተሰጥዖ ነበራቸው። ይህ ተሰጥዖ ባጠቃላይ የአካባቢው ሕዝብ የተፈጥሮ ፀጋ እንደሆነ ይነገራል። ለዚህም ነበር በዚያን ዘመን ሸዌ "ወሎን ለውብትና ለዘፈን ማን ብሎት" "ሌላ ምን ያውቃል" እያሉ ያሾፉብን የነበረው።

አቶ ይፍሩ ገበየሁ የመጀመሪያው የፖሊ ቴክኒክ ተቃም ድሬክተር ሆኖ ሲያገለግል ቀይቶ የዶ/ር ነገዶ ኀበዜ አባት አቶ ኀበዜ ጣፈጠ በቀድሞዋ ሶቪየት ሕብረት የኢትዮጵያ ኤምባሲ የትምህርት አታሼ ጊዜአቸውን አጠናቀው ሲመለሱ አቶ ይፍሩ ገበየሁ በምትካቸው በትምህርት አታሼነት ተሹሞ ሞስኮው መሄዱ ይታወሰኛል። ሁለተኛው በወ/ሮ ስኅን ቀይታየ የማይረሳኝ ኢትዮጵያዊ መምህር አቶ ዮሐንስ አድማሱ ሲሆን የመጀመሪያው ቀን የአማርኛ ክፍለ ጊዜው ሽክ ብሎ በዚያ ረጅም ቁመናው የቀዳማዊ ኃይለሥላሴ ዩኒቨርሲቲ ብሉ ብላክ ኮቱን ተከድኖ፣ በደረቱ ላይ የዩኒቨርሲቲውን ባጅ ገድግዶ ጥቁር ሱፍ ሱሪ ተከድኖ ጥቁር የእጅ ቦርሳ ይዞ ይገባል፣ የራሱ ብኀርም ጥቁር ጠይም በመሆኑ ከአልባሱና ከቦርሳው ጋር አብሮ በመሄድ ድምቀትና ግርማ ሰጥቶት ነበር። እራሱን አስተዋወቀን። ቀስ እያለ ቦርሳውን ከፈተ። ከቦርሳው ውስጥ ቴፕ ሪኮርደር አውጥቶ ከፊቱ በጠረጴዛው ላይ አስቀመጠ። እንድናዳምጥ ጋበዘን። "የገደል ሥር አጥንትና" "እስኪ ተጠየቁ"

የተባሉትን ሁለቱን ዝነኛ ግጥሞቹን ነበር የጋበዘን። እጅግ አድርጎ መሰጠን፣ ከዚያ ስለዩኒቨርሲቲውና ለምን ትምህርቱን ሳያገባድድ ለማስተማር ወደ ወ/ሮ ስኅን እንደመጣ ልባችንን በሚመስጥ መንገድ ተረከልን። በዩኒቨርሲቲው ቅጥር ግቢ በሚካሄደው የዩኒቨርሲቲ ቀን ይባል በነበረው በዓል ላይ ከንጉሱ ፊት በመቅረብ የግጥምና የምንባብ ውድድሮች እንደሚካሄዱና ከተወዳዳሪዎቹ መካከል አንዱ እንደነበረና እንድናዳምጥ የጋበዘንን ሁለቱን ግጥሞቹ አሸናፊ ቢሆኑም በፀረ-መንግሥትነት በመከሰሱ ከትምህርት ገበታው ሊባረር እንደቻለ ስሜትን በሚነካ መንፈስ ተረከልን። የዩኒቨርሲቲው የተማሪዎቹ ንቃት ከጊዜ ወደ ጊዜ እየጨመረ በመሄዱ ለውድድር በሚቀርቡት ግጥሞች አማካይነት ፖለቲካዊና ማሕበረሰባዊ ቅሬታዎች መንፀባረቅ እንደ ጀመሩ፣ የተማሪዎች ዝንባሌ በመንግሥት በኩል በጥሩ ዓይን አለመታየቱን፣ የሚያሰሙት ግጥም ንጉሱን የሚያሞግሱ እየመሰሉ የንጉሱን ክብር የሚነኩ ሆነው በመገኘታቸው እና የሥራዓቱን ጨቋኝነት እያነሱ መውቀስና ማውገዝ በመያያዛቸው ግሩም የነበረው የምግብ አያያዝ ተሰርዞ ከነጭራሹ በዩኒቨርሲቲው የነበረው የአዳሪ ሥርዓት መፍረሱን ገለጸልን። በየዓመቱ ይሰጣቸው የነበረውም ያ ግርማ ሞገስ ሰጪው ቀንጆ የሆነው የሰማያዊ ጥቁር (Blue black) ሱፍ ልብስ እንዲቀም ተደረገ። ቀንደኞቹም በየክፍለ ሀገር ባስተማሪነት ተበታተኑ። ከእነዚህ መካከልም ዮሐንስ አድማሱ ሲሆን ለዚህ ዕጣ ያበቁት የገደል ሥር አጥንትና እስኪ ተጠየቁ የተባሉት ግጥሞቹ እንደሆኑ ነው። ከወ/ሮ ስኅን 2ኛ ደረጃ አጠቃላይ ትምህርት ቤት ከተሰናበትኩ ከአራትና አምስት ዓመት በኃላ ነበር በተለይም በቀዳማዊ ኃ/ሥላሴ የዩኒቨርሲቲ ይገኙ የነበሩት የአብዮት ቡድን ተማሪዎች ትምህርት እያቀሙ በመምህርነት ስም እያሳበቡ በየሁለተኛ ደረጃ ትምህርት ቤት ተበታትነው በመሄድ በየ2ኛ ደረጃ ትምህርት ቤቶች የፖለቲካ ጥናት ክበብ በማቋቋም እንቅስቃሴ ማካሄድ ከጀመሩበት ይመስለኛል 1961 ዓ. ም. ጀምሮ የወ/ሮ ስኅን 2ኛ ደረጃ ትምህርት ቤት በተጨማሪ በፖለቲካ ግንባር ቀደም በመሆን የወ/ሮ ስኅን 2ኛ ደረጃ አጠቃላይ ትምህርት ቤት በይፋ ተራማጅና አብዮታዊ እንቅስቃሴ መካሄድ ተጀመረ።

የወ/ሮ ስኅን 2ኛ ደረጃ ትምህርት ቤት ከክርክር ክበብ፣ ከሙዚቃና ከቲያትርና ድራማ አልፎ ወደ ከፍተኛ ደረጃ በመሸጋገር የፖለቲካ እንቅስቃሴ ተጀምሮ በኢትዮጵያ አብዮት በግራም በቀኝም ተሰልፈው ከሚገኙት የፖለቲካ ድርጅቶች ግንባር ቀደሞቹ የዚህ ትምህርት ቤት ፍሬዎች ከመሆናቸውም ባሻገር 2ኛ ደረጃ ትምህርት ቤቱ የታጋዮችና የአብዮታዊያን መመልመያ መድረክና ማምረቻ ፋብሪካ በመሆን በግንባር ቀደምትነት ሲያገለግል ቀየ። በዚህም የሀገርና የሕዝብ ተሟጋች ሆነው በመከራከራቸው ያለርኅራኄ በወቅቱ የጠቅላይ ግዛቱ ፖሊስ አዛዥ በነበሩት በሜጀር ጄኔራል ግርማ ዮሐንስ ትዕዛዝ ከ12 በላይ የሆኑ ለጋ ፍሬዎች በ1965 ዓ. ም. በደሴ ከተማ ፒያሳ ላይ በፀራራ ጸሀይ በጭካኔ ተረሸኑ። መንግሥት የደበቀውን ክፉ ርሀብ በደማቸው ለኢትዮጵያ ሕዝብ ብሎም ለዓለም አስታወቁ። ነገርን ነገር ያነሳዋል ይባላል፣ ተስፋየ መኮንን እንደልማዱ የፈጠራ

ታሪኩን ለማሳመን ሲፈልግ ከእውነተኛ ታሪክ ጋር እያጣመረ ሲተርክልን አቶ ዮሐንስ አድማሱ የተገደለው በኢሕአፓ አመራር በተነሳው ልዩነት ሳቢያ እንደሆነ አድርጎ "ኢሕአፓ በአመራሩ ውስጥ የተነሳውን አለመግባባትና ቅራኔን የፈታው … የሚጠቀሙበትን አመጽን እንደዘዴ በመከተል ነው። በመሆኑም እነ አቶ ዮሐንስ አድማሱን፣ አቶ ኢርጋ ተሰማን፣ አቶ ፀሎተ ሕዝቂያስን … ወዘተ ጭዳ አድርጎ ሲገድል በአዲስ አበባ … አረመኔው ኢሕአፓ የመስራች አባላቱን ሬሳ በጆንያ ውስጥ አስሮ ሽቶ እያፈሰሰ ታቅፎ እንደተቀመጠ እጅ ከፍንጅ የተያዘ የወንበዴዎች ድርጅት ነው" (ተስፋየ መኮንን፣ 240-241)። ስለተጠቀሱት ሦስቱ ጓዶቻችን ኢርጋ ተሰማና ፀሎተ ሕዝቂያስ እና ሬሳው በጆንያ ተጠቅሎ ተገኘ ስለተባለው የድርጅቱ ግንባር ቀደም መሪ ጌታቸው ማሩን አስመልክቶ ተስፋየ መኮንን አበጀህ እንኳን እውነቱን ተናገርክ ከማለት በስተቀር ሌላ የምለው የለኝም። ታሪክ ፈጣሪው ተስፋየ መኮንን በጥላቻ በተመሰረተ ብዕሩ አቶ ዮሐንስ አድማሱ በድርጅቱ አመራር በተፈጠረው ክፍፍል ሳቢያ ተገደለ ብሎ መናገሩ ትክክል አይደለም። የድርጅቱን አመራራ እምብርት የምጠላቸውና የምቃወማቸው በተግባራቸው እንጂ በጥላቻ ያልፈፀሙትን ከፈፀሙት ወንጀሎች ጋር እየጨማመርኩ ልወነጅላቸው የምከተለው መርሄና ወጌ አይፈቅድልኝም። አቶ ዮሐንስ አድማሱ የተገደለው ኢሕአፓ እራሱን ይፋ ከማድረጉ በፊት በ1967 ዓ. ም. በቀድሞው ሐረርጌ ጠቅላይ ግዛት ውስጥ ይመስለኛል በቀድሞው የእርሻና ሜካኒካል ኮሌጅ ያለበለዚያም በጠቅላይ ግዛቱ ውስጥ በሚገኙት የትምህርት ተቃማት ያስተምር በነበረበት ዘመን እንደሆነ ነው። በተገደለበት ጊዜ የዕድገት በሕብረት ዘመቻ የሚካሄድበት ወቅት ነበር። ግድያው እንደሰማሁት ከድርጅት ጋር አያይዘው ሳይሆን በጥላቻና በቂም በቀል እንደሆነ ነው። በዚያን ዘመን ኢሕአፓ እንኳንስ የውስጥ ክፍፍል ሊኖር ቀርቶ የድርጅቱ ሕልውናም አይታወቅም ነበር። በነገራችን ላይ ታናሽ ወንድሙ "ተዓምረኛው" ዮናስ አድማሱ የድርጅቱ አመራር እምብርት ጠንካራ አንጋችና ከነግርማቸው ለማ፣ ዘሩ ክሕሽን፣ ክፍሉ ታደሰ፣ ሳሙኤል ዓለማየሁና ሺመልስ ማዘንጊያ ጋር በመተባበር በከተማ በከፍተኛ ደረጃ የግድያ እስኳድ መሪ እንደነበረና ብዙ የግድያ ወጥመዶች መሣሪያ በመሆን እነ ዮሐንስ ብርሃኔን፣ ብርሃኔ እያሱን፣ መላኩ ማርቀስንና ብርሃኑ እጅጉን የመሳሰሉ ጠንካራ ጓዶችን ጭዳ እንዳስደረገ መነገሩን በመጽሀፉ በሌላ አካባቢ ተገልጿል። ጌታቸው ማሩን አስመልክቶ የተናገረው እውነት ቢሆንም ለማጣፊጥ ሲል ሽቶ ለመነስነስ ጊዜም አልነበራቸው።

በዚያን ዘመን ከዋለልኝ መኮንን ጋር ስንገናኝ የምናወራው ስለ አባ ኮስትር ካሳ፣ ስለወሎ በተለይም ስለተወለድንበት አውራጃዎች (አምባሰልና ቦረና) እንዲሁም ስለ ደጃዝማች በላይ ዘለቀና የኢትዮጵያ ጆሹዋ የሚል ቅጽል ስም የሚታወቀው ስለተራማጁ ልጅ እያሱ፣ እንዲሁም ንጉሳችን ወሎን እንደማይወዱትና እንደረሱት፣ አልጋወራሽም የሥልጣን ጉጉት እንዳያድርባቸውና አባታቸውን እንዳይቀናቀኑ በድግምት አደንዝዘዋቸዋል እየተባለ በዚያን ዘመን በሰፊው በሕዝቡ ዘንድ ይወራ

የነበረውን አስመልክተን ነበር። ባለቤታቸው ልዕልት መድፈሪያሽ ወርቅ አበበ ጠንካራ በመሆናቸው ባለቤታቸው ልውል አልጋወራሽ ለሥልጣን እንዲጥሩ ያበረታቱ ነበር እየተባለ ይነገር እንደነበር። ከዚህ በተረፈ ስለላይ ካሎ ሰዎች፣ ስለአምባሰል የማር እሸት፣ አጃና ገብስ፣ ስለ ግሸን ማሪያምና ስለ እቴጌ መነን፣ ስለ ሀይቅ ባሕርና በባሕሩ ደሴት ላይ ስለምትገኘው ጥንታዊት የእስቲፋኖስ ደብር፣ ስለየጁ ጥንቅሽና ማሽላ ስለወሎ ነጭ ጤፍና ስለራያና ቀቦ፣ ስለ ባቲ እና ነጭ ሣር ነበር። ከዚህ ውጭ ስለወሎ ውበትና ልምላሜ፣ የተለያዩ ብሔረሰቦች ተፈቃቅረውና ተዋልደው እርስ በርስ እየተጋገዙ እንደኖሩ የመሳሰሉትን አስመልክቶ ነበር የምንወያየው። ዋለልኝ ስለወሎ ጠለቅ ያለ እውቀት ስለነበረው ለእኔ እውቀት የማገኝበት አጋጣሚና መድረክ ነበር የሆነልኝ። ዋለልኝ መኮንን ካሳንና በላይ ዘለቀን በጣም አድርጎ ይወዳቸው ነበር። በዚያን ዘመን በልጅነት ጥራዝ ዕውቀቴ አፄ ቴዎድሮስ የወሎን ሕዝብ የጨፈጨፈ ጨካኝ አድርጌ እቀጥረው ስለነበር በአክብሮት ዓይን አላየውም ነበር። ሆኖም ዋለልኝ መኮንን ስለ ካሳ አስመልክቶ የሰጠኝ ትምህርታዊ ውይይትና እንዲሁም ካሳን ሆኖ ደጋግሞ የሰራውን ቴያትር ከተመለከትኩ ጀምሮ በካሳ ላይ የነበረኝ አመለካከት መቀየር ዋና ምክኒያት ሆነልኝ። የ10ኛ ክፍል ተማሪ እያለሁ ባንደኛው የቲያትር ጨዋታው ጊዜ ገብቼ ጨዋታውን ተመልክቸዋለሁ። በላይ ዘለቀ በእናቱ ቦረና፣ በአባቱ ጎጃም እንደነበረና ያደገው እየተመላለሰ ከሁለቱም አካባቢዎች እንደነበረና ሌላም ስለበላይ ዘለቀ በሌላ አካባቢ የተጠቀሰውን ይነግረኝ ነበር። የቦረና ሕዝብ በግራኝ ሙሀመድ የኦሮሞ መስፋፋት ጦርነት ሳቢያ ከመወረሩ በፊት ሰባት ሥርዎ ነገሥታትን (Dynasty) ያሳለፉ ባለታሪክ ሕዝብ እንደሆነና እንዲያውም ወሎ ቤተ አማራ ተብሎ ይታወቅ እንደነበር ድፍን ባለመልክ ይነግረኝ ነበር (ይህን የኃላ ኃላ ጽሁፉን ዘነጋሁኝ እንጂ እራሴም አንብቤአለሁ)። እንደማንኛውም ያብዛኛው የወሎ አውራጃዎች፣ ወረዳዎችና ከተሞች ስም ወደ ኦሮሞ እንደተቀየረው ቦረና የሚለውም ስም በግራኝ ሙሀመድ ጦርነትና የኦሮም መስፋፋት ዘመን የተሰጠ ስም እንደሆነ ነው የሚታወቀው። ዋለልኝ መኮንን በወ/ሮ ስኅን ሁለተኛ ደረጃ አጠቃላይ ትምህርት ቤት የቀየው ለሦስት ዓመት ብቻ ነበር (9ኛ፣ 10ኛና 11ኛ ክፍልን)። በዚያ ዘመን የሎተሪ አሸናፊ ሆኖ ገንዘቡን ለቤተሰቡና የተቸገሩ ሰዎችን በመርዳት መጠቀሙን ባጫወተኝ ጊዜ በይበልጥ እንዳከብረውና እንደታላቅ ወንድሜ እንድቀጥረው አድርጎኛል። የአባቱን ላንድሮቨር ደሴ ከተማ ውስጥ ሲያሽከረክር ከዛፍ ጋር ተጋጭቶ ከሞት አደጋ እንደተረፈም ትዝ ይለኛል። ዋለልኝ በክርክር ክበብና በቲያትር ክበብ ጠንካራ ተሳትፎ ነበረው። በዚህ መልክ ሁለቱን ዓመት በመከባበር እየተጨዋወትን ፈጸምነው። የተጠቀሱትን ትምህርታዊ ነክ ጉዳዮችን እያነሳን ከመወያየትና ከመማማር ባሻገር በደሴ ቀይታየ ከእሱ ጋር ንጉሱ ወሎን ረስተውታል ከሚለውና ከመሳሰሉት በስተቀር ምንም የረባ የፖለቲካ ግንኙነት ወይንም ውይይት አጫውቶኝም አያውቅ። ሆኖም ያች

የመከባበር መንፈስ የሰፈነባት መቀራረባችንና ትውውቃችን ለወደፊቱ ለአዲስ አበባውና ለኤርትራው ጠንካራና የጠበቀ አብዮታዊ ግንኙነታችን በከፍተኛ የመተማመን ድልድይ ሆና አገለገለች።

በገጠር ቆይታየ በተለይም የ7ኛ እና 8ኛ ክፍል ተማሪ እያለሁ በወሎ አበዎች በተለይም ከእንግሊዘኛ መምህራችን ከአቶ ሚሊዮን (ያባቱን ስም ዘነጋሁ) ይነገረን የነበረውን እንደገና የወ/ሮ ስኅን ሚካኤል 2ኛ ደረጃ አጠቃላይ ትምህርት ቤት ተማሪ በሆንኩበት ዘመን እንደ ትምህርትና እንደመረጃ ልውውጥ መልክ የተለያዩ ተማሪዎች "ወሎ አስታዋሽና ተቀርቃሪ አጥቷል፣ ንጉሱ ወሎን ስለማይወዱት ረስተውታል" እየተባለ ይነገር ከነበረው ባሻገር ጠንከር ባለና በመቀርቀር መንፈስ "ንጉስ ተፈሪ በሸዋ የገዥ መደብ በመረዳት በልጅ እያሱ ላይ ተንኮልና የክፋት ተግባር እንደፈጸሙ፣ የዘውዱ ቁንጮ የሆነው የሸዋ የገዥ መደብ የግዛት ዘመኑን ለማራዘም ይጠቀም የነበረው ያረጀና ያፈጀ ፊውዳላዊ ኃላቀር ፕሮፓጋንዳ በመጠቀም ተፋቅሮና ተከባብሮ የኖረውን የሸዋን፣ የወሎን፣ የጎጃምንና የበጌምድርና ሰሜን ሕዝብ አልፎም የትግራይን ሕዝብ በማናናቅ፣ በማጥላላትና እራሳቸውን ከፍ ከፍ በማድረግ የሌላውን አካባቢ ዝቅ አድርጎ በማንቋሸሽ አጋጉል አባባሎችን እንደሚያራምድ ተማሪዎች በሰፊው ሲወያዩና ሲጨዋወቱ በመስማቴ በንጉሱና በዘውዱ ቁንጮ ጠባቂ በነበረው በሸዋው የገዥ መደብ ላይ በስሜታዊነት ተቃውሞየ እየጠነከረ መሄድ ጀመረ። የአማራውና የትግራይ ሕዝብ ኢትዮጵያን ለብዙ ሺሕ ዘመን እየተፈራረቁ የገዟት ሁለት ባላንጣዎች እንደነበሩት ሁሉ የወሎ፣ የጎንደር እና የጎጃም የገዥ መደቦች በየበኩላቸው ከሸዋው የገዥ መደብ ጋር ባላንጣዎች እንደ ነበሩ ማወቅ የጀመርኩበት ዘመን ነበር። የሸዋ የገዥ መደብ በሌላው የአማራ ገዥ መደቦች ላይ የበላይነትን ለማረጋገጥ በተለያየ ጊዜ በከፋፍለህ ግዛ ፊውዳላዊ ዘዴ በመጠቀም ታግሎታል። የወሎንና የሸዋን ብንመለከት የሰገሌ ጦርነት አንዱ ሲሆን ልጅ እያሱን አሳዶ ለመግደል የተደረገው ትግልና ጥረታቸውም ተሳክቶ ተይዞ በእሥር ላይ እንዳለ በሸዋው የገዥ መደብ በድብቅና በምስጢር መገደሉ ሌላው ምሳሌ ነው። በዚያን ዘመን የሸዋው የገዥ መደብ የሌላውን የአማራ አካባቢ ሕዝብም ሆነ የትግራይን ሕዝብ በተለያየ መልክ በማንቋሸሽ፣ በማጥላላትና በማናናቅ የተጠቀሙባቸው አያሌ ክፉና መናጢ የሆኑ የኃላቀር ዘለፋዎች ነበሩ። ዓላማየ ባለመሆኑ እንጂ ሁሉንም ባይሆን በመጠኑም ቢሆን ጥቂቶቹን በጠቀስኩ ነበር። ይጠቀምባቸው ከነበሩት አያሌ የድንቁርና ፕሮፓጋንዳዎቹ መካከል በወይዘሮ ስኅን 2ኛ ደረጃ ትምህርት ቤት ቆይታየ ከቀሰምኳቸው መካከል አንዷን ብቻ ለማስታወስ ያህል፣ "የጎጃም ሥጋ ቤት፣ የወሎ ቀራቢ፣ የትግሬ አሳላፊ፣ የጎንደር አጋፋሪ የለውም" (አስተዳዳሪነቱ፣ ዳኝነቱና ፍትሕ ሰጭነቱ፣ ሀገርና ዳር ድንበር አስከባሪነቱ፣ አርበኝነቱና ሀገር ወዳድነቱ ... ወዘተ ሁሉም ነገር የሚያምረውና የሚሳካው በሸዋ ብቻ ነው ማለታቸው እንደሆነ አድርገን ነበር የተረጎምነው)። ትጉሁንና ጠንካራ ሠራተኛ የሆነውን የጉራጌን ሕዝብ ለሥራ ያላቸውን ክብርና ፍቅር በመጠቀም ለኢትዮጵያ ሕዝብ የመልካም ምሳሌና አርአያ እንዲሆኑ ከማበረታታት ይልቅ የማንቋሸሽና

የማጥላላት አባባሎች የሚራመድበት መናጢ ዘመን ነበር። እንግዲያውስ የትራጌ ሕዝብ የመፍጠር ችሎታቸውን እንዲጠቀሙበት ቢገፋፉ፣ ለሥራ ያላቸውን ፍቅርና አክብሮት እንዲበረታቱ ቢደረጉና ቢደፋፈሩ ኖሮ ከዚያ ዘመን ጀምሮ ኢትዮጵያ የአፍሪቃ ጃፓን ለመሆን በቻለች ነበር (ሆንግ ኮንግ፣ ታይዋን፣ ሲንጋፖር እና ደቡብ ኮሪያ ዛሬ ለሚገኙበት የኤኮኖሚ ዕድገት ደርሰው ታይገር ወይንም ድራጎን ስቴትስ - Tiger ወይንም Dragon States በመባል ባለመታወቃቸው በዚያን ዘመን ለታዳጊ አገሮች እንደ ሮል ሞዴል የምትታወቀው ጃፓን ነበረች)። በተቃራኒው የስሜኑ ኢትዮጵያ የገዥ መደቦች የሸዋን የገዥ መደብ የሚታገሉና የሚያዳክሙ እየመሰላቸው የበኲላቸውን ያራምዷቸው ከነበሩት አጸያፊ ዘለፋዎች ከማስታውሳቸው መካከል አንዱን ለመጥቀስ በሰምና ወርቅ “የወሎ ሰው ክፉ የሸዋ ሰው መልካም፣ ሳይቀብር አይበላም” ይባል ነበር። በዚያ የኃላቀርነት ዘመናችን ከዚያም አልፎ “ሸዋና ምስጥ ውስጥ ለውስጥ” በማለት የሸዋን መሳፍንት ያጥላሉ እንደ ነበር አስታውሳለሁ።

ይህ ክፉ ባሕልና አስተሳሰብ የኃላ ኃላ እነ ክፍሉ ታደሰና ጓዶቹ በሌላው የፖለቲካ ድርጅቶች ላይ ያራምዱና ይነዙ ከነበረው ጋር ተመሳሳይ መስሎ ታየኝ። የኢሕአፓ አመራር እምብርት/ክሊክ ከትምክህተኛነትና ‘ከእኛ በላይ ለአሳር’ ከሚለው ግብዝና ደካማ ዓዕምሯቸው በመነጨ መንፈስ ሰማዕቱን ዶ/ር ኃይሌ ፊዳን እስከመጨረሻው ድረስ ፊዳ በማለት ነበር ይጠሩት የነበረው። ታዲያ ፊዳ ያባቱ ስም በመሆኑ ለእሱ ኩራትና ክብር እንደሚሆን እርግጠኛ ነኝ። ሆኖም የድርጅቱ አመራር ፊዳ ብለው መጥራታቸው በማጥላላትና በማንቋሸሽ እንዲሁም ዝቅ አድርገው መቁጠራቸው ነበር። ይህም ከአነስተኛ ብሔረሰብ ወይንም ማሕበረሰብ የመጣ፣ ዝቅተኛ ነገር አድርገው በማንቋሸሽ የተጠቀሙበት የአጠራር ስልት መሆኑ ነበር። ከዚያም አልፈው በዶ/ር ኃይሌ ፊዳ የሚመራውን የፖለቲካ ድርጅት አንድም ጊዜ በሙሉ ስሙ “መላው ኢትዮጵያ ሶሻሊስት ንቅናቄ” ያለበለዚያም በአጭር ስሙ መኢሶን’ ብለው መጥራት ዝቅ አድርጎ የሚያስቀጥራቸው እየመሰላቸው “ፊዲስት” በማለት ኢሕአፓ ተንኮታኩቶ የአመራሩ ክሊክ በውርደት ተባረው አሲምባ እስከገቡ ድረስ ፊዲስት እያሉ ሲጠሩ ቀይተዋል። ወ/ሮ ስኅን ሚካኤል 2ኛ ደረጃ አጠቃላይ ትምህርት ቤት ከገባሁበት ጊዜ አንስቶ በይበልጥም በሸዋ የገዥ መደቦች ላይ የጥላቻ ስሜት ማሳደር ከጀመርኩበት ከ1956 ዓ. ም. ጀምሮ አስተሳሰቤና ግንዛቤየ እያደገ ሄዶ በግርድፉ በሀገራችን የለውጥ ስሜት አሳደረብኝ።

ለለውጥ መመዘኛየ “ጃፓን እንዴት ሠለጠነች” የምትለው የክቡር አቶ ከበደ ሚካአል መጽሀፍ ነበረች። ድፍን ባለ መልክ ኢትዮጵያ እንደጃፓን እና እንግሊዝ ዓይነት የዘውድ አገዛዝ መንግሥት እንዲትከተል ምኞቴ ሆነ። በደፈናው እንደ እንግሊዝና ጃፓን ዓይነት መንግሥት ከማለት በስተቀር ምንድን ነው ተብየ ብጠየቅ መልስ አልነበረኝም። “ፍጹማዊ” የዘውድ አገዛዝ ወይንም “ሕገ መንግሥታዊ” የዘውድ አገዛዝ ምን ማለት እንደሆነ መምህራን ማሰልጠኛ ኢንስቲቱት በተለይም አባዲና ፖሊስ ኮሌጅ ገብቸ በመጀመሪያው ዓመት የሕገ መንግሥት ኮርስ፣ የጁሪስፑደንስና የፖለቲካል

ሳይንስ/የመንግሥት መግቢያ ኮርሶችን መማር እስከጀመርኩበት ዘመን ድረስ የፅንሰ ሀሳብ ምንነት ብቻ ሳይሆን ከነጭራሹም ቃላቶቹ በዓዕምሮየ ውስጥ አይታወቁም ነበር። ሌላው ቢቀር እንኳን በዘመኑ ወሎ ጠቅላይ ግዛት ከሌሎቹ ሁሉ ጨቃኝ የሆነ "የጋላ መሬት" ተብሎ ይታወቅ የነበረውን ቅጥ ያጣ የመሬት ስሪት ሳቢያ በወሎ አርሶ አደሮች ላይ ያስከተለው ችግር አይገባኝም ነበር። ስለሆነም በወሎ አርሶ አደሮችና በባለርስቶቹ/ባለመሬቶቹ መካከል ስለነበረው ክፉ ግንኙነት ግንዛቤ ስላልነበረኝ በአርሶ አደሮቹ ላይ ይፈጸም የነበረው ግፍና በደል አይሰማኝም ነበር። አልፎም በአብዛኛው የወ/ሮ ስኅን 2ኛ ደረጃ አጠቃላይ ትምህርት ቤት ተማሪዎች በአሜሪካን የልዑካን ጓድ መምህራን ላይ የነበራቸው ጥርጣሬና ፀረ-አሜሪካ ፕሮፓጋንዳ ምንም ስለማይገባኝ በአሜሪካ ላይ የሚካሄደው ጥላቻ ለእኔ ጉዳየ ባለመሆኑ ከስሜታዊነት ነፃ ነበርኩ። ከ1958 ዓ. ም. ጀምሮ ባገራችን የነበረው ፍጹማዊ የዘውድ አገዛዝ ወደ ሕገ መንግሥታዊነት የዘውድ አገዛዝ እስከተቀየረ ድረስ የዘውዱ መኖር ለሀገራችን "የአንድነት አርማ፣ የሠላም ምልክት" ነው የሚል አቋም ይዤ እስከ 1961 ዓ. ም. አጋማሽ ድረስ ቆየሁ። በመምህራን ማሰልጠኛ ኢንስቲቱት የሁለተኛ ዓመት ተማሪነት ቆይታ ብሎም በፖሊስ ኮሌጅ ንጉሱ አገሪቷን ወደ ሕገ መንግሥታዊ የዘውድ አገዛዝ (እንደ እንግሊዝና ጃፓን) አስቀይረው የአገሪቷን ሥልጣን ለበኹር ልጃቸው ለልዑል አልጋወራሽ አስፋው ወሰን ኃ/ሥላሴ ቢያስረክቡ በሀገሪቷ ሠላምና መረጋጋት ከማስፈኑም ባሻገር በሀገራችን ዲሞክራሲና እኩልነት ሰፍኖ ሕዝቡ ከቀድሞው በበለጠ ተፋቅሮና ተከባብሮ ሊኖር እንደሚችል አድርጌ አምን ነበር። በፖሊስ ኮሌጅ የሁለተኛ ዓመት አጋማሽ ተማሪነቴ ጀምሮ ተቃውሞየ በፀረ-ፊውዳሊዝም አቋም ብቻ ሳይሆን በተጨማሪ ፀረ-ኢምፔሪያሊዝምና ፀረ-ካፒታሊስዝም አቋም ማራመድ ጀመርኩ። ወደ ኤርትራ ጠቅላይ ግዛት ፖሊስ ተመድቤ ኤርትራ ስሄድ በድብቅ የፀረ-ፊውዳሊዝም፣ ፀረ-ኢምፔሪያሊዝምና ፀረ-ካፒታሊዝም ካባ ተከናንቤ ወደ ሽምጥ አማፂያኖቹ መዲና አሥመራ ከተማ ገባሁ።

በመጽሀፉ ስለወሎም ሆነ ልዑል አልጋ ወራሽ ወይንም ስለ ልጅ እያሱና ንጉስ ተፈሪ፣ አልፎም በዚያ ኃላቀር የከፋፍለህ ግዛ ሥርዓት ዘመን ይነገር የነበረውን የድንቁርና አባባል ሳስታውስ የጎጠኝነት ወይንም የክልላዊነት ስሜት ይዞኝ ወይንም ነገር ለመተንኮስ ፍላጎት ኖሮኝ፣ ያለበለዚያም የወቅቱን ችግር ከመወያየት ይልቅ ያለፈና የሞተ ጉዳይ በማንሳት ከወቅቱና ከጊዜያዊ ችግራችን ለማዘናጋት አስቤ ሳይሆን በዚያ ኃላቀርና ጎታች በሆነው የዘውድ ሥርዓት ዘመን የገዥ መደቦቻችን በተለይም የሸዋው የገዥ መደብ የሥልጣን ዘመናቸውን ለማራዘም ከሚጠቀሙበት መንገድ አንዱ የከፋፍለህ ግዛ ፍስፍና በመጠቀም እርስ በርስ በማናከስና በመከፋፈል እንደነበረ ለአዲሱ ትውልድ ለማሳወቅ ባለኝ ፍላጎት ብቻ ሳይሆን ኃላፊነቴና ግዴታየ በመሆኑ ነው። በንጉስ ተፈሪ ዘመን በወጣትነት ዘመኔ ይነገር የነበረውንና የሰማሁትን ለማስታወስ ብቻ ሳይሆን በአመለካከቴ ላይም ተፅዕኖ ማድረጉን ለመጠቆም ብሎም በቀጥታም ሆነ በተዘዋዋሪ በዛሬዋ ኢትዮጵያችን ለነገሰው የዘረኝነት መርዝ በቀጥታም ሆነ

በተዘዋዋሪ አስተዋፅዖ ያበረከተ ብቻ ሳይሆን የችግሮቻችን ሁሉ ምንጭ እንደሆነ ለአዲሱ ትውልድ ለማስታወስ ፈልጌ ነው። የሸዋ የገዥ መደብ በሸርና ተንኮል የጨበጡትን ሥልጣን አድበው ይዘው ሕዝቡን በብልሀትና ጥበብ ማስተዳደር ሲኖርባቸው በድክመታቸውና ከእኔ በላይ ለአሳርነት ባሕሪያቸው መጀመሪያ ደርግን ፈጥረው የራሳቸውን ጨካኝ ልጅ ከሥልጣን ላይ አወጡብን። በመቀጠልም የዛሬውን ክፉ ዘመን አስከተሉብን። "የማያውቁት አገር ይናፍቃል" ሆነና ከደርግና ከወያኔ እጅግ የተሻለውን ያንን ሥርዓት ነበር ያወገዝነውና ገድለን የቀበርነው። ምን ይሆናል፣ ንጉስ ተፈሪ ስግብግብና ገብጋባ ሆኑ። እግዚአብሔር ኢትዮጵያንና ሕዝቧን በትናንቱ ጭራቅ እንድንበላ ቀጥሎም የዘመኑን የዘረኝነት ቀንበር እንድንሸከም በመፈለጉ የተፈሪን ልብ ደንዳና አደረገው። ለሀገርና ለሕዝብ ጥቅም የሚያማክሯቸው አማካሪ ቢያገኙና ዘውዱን ወደ ሕገ መንግስታዊ አገዛዝ ለውጠው ያንን ገራገር ልጃቸውን ንጉስ አድርገው በክብርና በአጀብ በሰማኒያ ዓመታቸው ዕድሜ ቢወርዱ ኖሮ ምንአለበት ነበር። ይህንን ሁሉ መከራና ስቃይ አናይም ነበር። ኮሚኒዝም እያሉ የሚፍጨረጨሩትም ተማሪዎች ሰሚ ያጡና ፀጥ ይሉ ነበር። አባት እናትም አድባችሁ ተማሩ፣ ከዚህ ሌላ ምን ለውጥ ትፈልጋላችሁ እየተባሉ ማስጠንቀቂያም ይሰጣቸው ነበር። እነሪቻርድ ማይልስ ኮፕላንድም (ፖል ሔንዝ) ሆኑ ቡችሎች ወኪሎቻቸው አፍረው ወደ መጡበት ይመለሱ ነበር። ራስ አሥራተ ካሳም አድበው ይቀመጡ ነበር። ሻዕቢያና ወያኔም አይፈጠሩም ነበር። በመጨረሻም ዲሞክራሲ ሰፍኖ በአሁኑ ወቅት በተጠናከረ ነበር።

ከዚህም ባሻገር በወጣትነት ዘመኔ ወሎ በዓመት አራት ጊዜ እንደሚያመርትና ለኢትዮጵያ ሕዝብ የጀርባ አጥንት ነው እየተባለ ይነገርለት የነበረው አካባቢ አስተዋሽና ተቀርቃሪ መንግሥት በማጣቱ የሚበላውና የሚጠጣው አጥቶ በየመንገዱ እንደቅጠል ሲረግፍ ይባስ ብሎ እንደገና በወሎ የተለያየ ስም ሲሰጠው፣ በተለያየ መልክ ሲሾፍበት እንደኖረ የትናንትና ትዝታ በመሆኑ የግድም መናገር እንደሚገባኝ ስለማምንበት ነው። ድርቁንና እርሀቡን በማውሳት የአዞ እምባ ማውረድ ብቻ ሳይሆን መንስዔውንና ምክኒያቱን በመግለጽ ለዓለም ሕብረተሰብም ሆነ ለዜጎቻቸው ከማስረዳት ፋንታ ከጥቂቶች ምሁራን በስተቀር (ከማስታውሳቸው መካከል ለምሳሌ ፕሮፌሰር መስፍን ወ/ማሪያም እና የካሊፎርኒያው ዶ/ር ፍቅሬ ቶሌሳ ይገኙበታል) አብዛኛው ግን እንደ ምዕራባውያን የብዙሀን መገናኛ ለንግድና ገንዘብ ማግኛና ማሰባሰቢያ ዘዴ ተጠቅመውበታል። ምዕራባዊያን መንግሥቱ ኃ/ማሪያምን ወይንም የሀሰቱን ሶሺያሊዝም የተዋጉ እየመሰላቸው ሆን ብለው ሲዋጉ የኖሩት የኢትዮጵያን ስምና ዝና (Image) በመሆኑ ወሎን/ኢትዮጵያን ከርሀብና ከድርቅ ጋር እንድትቀራኝ አድርገዋታል።

2.4. የአሥመራ መምህራን ማሰልጠኛ ኢንስቲቱት

የናዝሬት አካባቢ የኢሕአፓ ንዑስ ዞን ፀሀፊ የነበረው የሰማዕቱ መምሕር ከበደ ሞገስ አብሮ አደግና የቅርብ ጓደኛ የነበረውና ለእኔ እንደታላቅ ወንድሜ አድርጌ የምቀጥረውና በአምባሰል

የሀብታም ገበሬ ልጅ የነበረው መምህር ካሣ ገበየሁ ሙሄ ለእኔ ክብር ወደ አሥመራ በመሄጃየ ሰሞን በውጫሌ ከተማ የመሸኛ ግብዣ አደረገልን። ከዚያም ለልብስ መግዣና አሥመራም ከገባሁ በኋላ ለሌላም አስፈላጊ ጉዳዮች እንዲረዳኝ ብሎ በዚያን ጊዜው ሞቅ ያለ ገንዘብ አሸክሞ ሸኙኝ። ካሣ ገበየሁ ሙሄ እራሱም ከእኔ በኋላ የአሥመራው መምህራን ማሰልጠኛ ኢንስቲቱት ተመራቂ ሆኖ በማስተማር መስክ ተሰማርቶ ይኖር ነበር። ለዕጩ መምህራንነት የተመለመልነው የሁለት ዓመቱ የመደበኛ ኮርስ ተማሪዎች ከመስከረም 18 ቀን 1957 ዓ. ም. በፊት ሁለትና ሦስት ቀናት ቀደም ብለን ነበር አሥመራ ከተማ የገባነው። እንደገባን ቀድሞ ፖይንት ፎር ተብሎ ይታወቅ ከነበረው በኋላ ወደ አሥመራ ተግባረ ዕድ ቴክኒካል ትምህርት ቤትነት ሲለወጥ ከፊሉ ሕንጻ ከክፍለ ሀገር ለመጣነው የመምህራን ማሰልጠኛ ኢንስቲቱት ተማሪዎች ማደሪያነት (Dormitory) ተለውጦ መኝታ ቤት በመስጠት ደላደሉን። መምህራን ማሰልጠኛ ኢንስቲቱቱ ከቀድሞው ዝነኛው የልዑል መኮንን ሁለተኛ ደረጃ ትምህርት ቤት ጋር ጎን ለጎን በአንድ አጥር ግቢ ውስጥ ነበር። የስልጠናው ጊዜ ሁለት ዓመት ሲሆን አሥረኛ ክፍልን በሚገባ ያጠናቀቁና የመግቢያ ፈተናውንና ሌሎች ተፈላጊ መሥፈርቶችን ያሟሉ መሆን ይኖርባቸዋል። ወ/ሮ ስኅን ፪ኛ ደረጃ ትምህርት ቤት የመምህራን ማሰልጠኛ ዘርፍ ከ1957 ዓ. ም. ጀምሮ ስለሚዘጋ በትምህርት ላይ የነበሩት የመምህራን ማሰልጠኛ ዘርፍ ተማሪዎች እንዳሉ ወደ እሥመራ ተዛወሩ። ወ/ሮ ስኅን እያሉ ወደ አሥራ ሁለተኛ ክፍል የተዛወሩት አሥመራ መምህራን ማሰልጠኛ ኢንስቲቱት አንድ ዓመት ብቻ ተምረው ተመርቀዋል። ከነዚህም መካከል የናዝሬቱ የንዑስ ቀጠና የፓርቲ ፀሀፊና የአፄ ገላውዲዎስ ፪ኛ ደረጃ ትምህርት ቤት የሂሳብ መምህር የነበረውና በ1970 ዓ. ም. አዲስ አበባ ወስደው የረሸኑት እንደ ታላቅ ወንድሜ የምቀጥረው አብሮ አደግ ጓደኛየ ከበደ ሞገስ ይገኝበታል። እንደገና በወ/ሮ ስኅን ፪ኛ ደረጃ ትምህርት ቤት ወደ አሥረኛ ክፍል ተዛውረው የነበሩት የመምህራን ማሰልጠኛ ዘርፍ ተማሪዎች በኢንስቲቱቱ ሦስት ዓመት ተምረው ተመርቀዋል። ከእነዚህም መካከል እኔን እንደታናሽ ወንድሙ በመቁጠር በማናቸውም ረገድ ይረዳኝ የነበረውና እንደ ታላቅ ወንድሜ የማየው መምህር ካሣ ገበየሁ ሙሄ ይገኝበታል። ትንሽ ራቅ ብሎ ባንድ አካባቢ ደግሞ የታወቀው የጣሊያን ዜጋ የሆኑትን ነጮች ብቻ የሚቀበል የሁለተኛ ደረጃ ትምህርት ቤት አለ። ጥቁር ቀርቶ ክልስ የሆነ የማይገባበት ትምህርት ቤት ነበር በዚያን ዘመን። በኋላ ወደ አሥመራ ዩኒቨርሲቲነት ተቀየረ። ጅምዕ/ሙሀመድ (19) የተመረቀው ከዚህ ዩኒቨርሲቲ ነበር። የአሥመራ ከተማ የተዋበችና በፕላንና በጥናት የተመሰረተች ቀንጆ ከተማ ናት። ለዚህም ይሆናል ሰኮንዶ ሮማ ያለበለዚያም ፒኮላ ሮማ (ሁለተኛዋ ወይንም ትንሺ ሮማ) እየተባለች ትጠራ የነበረው። የአሥመራ መምህራን ማሰልጠኛ ኢንስቲቱት ቤይሩት ከሚገኘው የአሜሪካን ዩኒቨርሲቲ በማስተማር መስክ የማስትሬት ድግሪያቸውን ይዘው የመጡ ኤርትራዊያን ነበሩበት። ከመሀል ሀገር የመጡ ደግሞ ከዲሬክተራችን ከአቶ ማቲዎስ ገሠሠ ጋር በዛ

ያሉ መምህራን ሲኖሩ ሌሎች ቁጥራቸው አነስተኛ የሆኑ የሕንድ መምህራን ነበሩ። የአሜሪካን የሰላም ልዑካን ጓዶች ከሌሎቹ መምህራን ሁሉ ብዛት ነበራቸው። አንድ ኢትዮጵያዊ ሌላ አሜሪካዊ የነበሩ ሁለት የእንግሊዘኛ መምህራን ነበሩን። አንዷ የሰላም ልዑካን አባል የነበረች የባልቲሞር ተወላጅ ስትሆን፣ ሁለተኛው አስተማሪያችን የእኔ ክፍል አስተማሪ የነበረው ተወዳጁ መምህራችን አቶ ግርማ አስፋው ነበር። አቶ ግርማ አስፋው ተወዳጅነቱና መፈቀሩ በእኛ በዕጬ መምህራኖቹ ብቻ ሳይሆን በመላው የአሥመራ ከተማ ነዋሪ ሕዝብ ጭምር ነበር። በአሥመራ ከተማ ነዋሪዎች የሚጠራው ግርማ ጨኸሚ (ግርማ ጺማሙ) ተብሎ ነው። ጺሙ ልክ እንደአክራሪ ሀይማኖተኞች ግራና ቀኝ ፊቱን በሙሉ ሸፍኖት ነበር። በየሣምንቱ ዕሁድ ከንግሥት ሳባ ስታዲየም ተለይቶም አያውቅ ነበር። ግርማ በእኔ ላይ ምን ኮኮብ እንደጣለበት አላውቅም እጅግ አድርጎ ይወደኝ ነበር። በጓደኞቼ ግምት አንዱ ምክኒያት ከሁሉም እኔ ልጅ በመሆኔ እንደሆነ አድርገው ይቆጥሩታል።

ገና በሩን ከፍቶ ክፍል ሲገባ “መርጊያው! መርጊያው! መርጊያው! እናትህ አፈር ትብላ የእኔ እናት አፈር እንደበላች” በማለት ትምህርቱን ይጀምራል። ቅዳሜና ዕሁድ ከቤተሰቡ ጋር ከእሱ መኖሪያ ቤት ነበር አብዛኛውን ጊዜ እንዳሳልፍ የሚያደርገኝ። በሳምንት ሁለት ጊዜ የሲኔማ ነጻ ቲኬት አለኝ ከፈለኩበት ሲኔማ ቤት ለመግባት የሚያስችል። ምንም እንኳን ስፖርት ባላዘውትርም ወይንም የስፖርት ፍቅር ባይኖረኝም በየሳምንቱ ዕሁድ የንግሥት ሳባ ስቴዲየም ነጻ መግቢያ ቲኬት ነበረኝ። በርግጥም እንደልጁ አድርጎ ነበር የሚመለከተኝ። ግርማ አስፋው ይመስለኛል የአንደኛ ደረጃ ትምህርቱን አንዳጠናቀቀ ነበር ወላጆቹ ወደ እንግሊዝ ሀገር የላኩት። የማስተሬት ድግሪውን ይዞ እንግሊዛዊት አግብቶ ልጆች ወልዶ እዚያው እየሰራ ይኖር ነበር። አጎቱ ብላቴን ጌታ ሲራክ ኂሩይ ወ/ሥላሴ ጃንሆይ ዘንድ ይሄዱና የእናቱን ስም በመጥራት (ስማቸውን ዘነጋሁኝ) ልጇ እንግሊዝ ሀገር ምን ይሰራል፣ ለምን እዚህ መጥቶ ሀገሩን አያገለግልም ብለው “ይከሱታል”። ጃንሆይ እንዲመጣ ያዙና ሀገር ቤት ከባለቤቱና ልጆቹ ጋር ይገባል። ሰው ሁሉ እሱን የሚጠብቀው ሚኒስቴር ወይንም ሚኒስቴር ዲኤታ ያለበለዚያም በሆነ በከፍተኛ ቦታ አዲስ አበባ ውስጥ ነበር። እሱ ግን ጎምገፉ ያለበለዚያ ኤልባቦር በተራ አስተማሪነት እንዲመደብ ሽንጡን ገትሮ ይሟገታቸዋል። ሁሉም ግራ ተጋቡ። ዘመድ አዝማድ በተለይም አብሮ አደጉና ጓደኛዎቹ ኮሞዶር እስክንድር ደስታና ልዑል አሥራተ ካሣ ጣልቃ በመግባት ቢያንስ ለባለቤትህና ልጆችህ ህክምናና መድሀኒት በቀላሉ ሊያገኙ ከሚችሉበት ከእኛ አካባቢ ተመድበህ አስተምር ብለው አባብለው አሥመራ ተመደበ። ባጋጣሚ የማሰልጠኛ ኢንስቲቱቱ በዚያው ዓመት ነበር የማስተማር ተግባሩን የጀመረው። ስለአያቱ ብላቴን ጌታ ኂሩይ ወ/ሥላሴ አሟሟት የተለያዩ አመለካከቶች ይነገሩ ነበር። አከራካሪ ሆኖ የቀየው እንዴት ሞቱ የሚለው ጉዳይ ነበር። ተገደሉ እንጂ እራሳቸውን እንዳልገደሉ የሚያምኑ ጥቂቶች እንዳሉ ተወርቷል። በገሀድ የሚወራው ግን ጃንሆይ ከተባበሩት የዓለም መንግሥታት (League of Nations)

ስብሰባ ላይ ታሪክ ይፈርደናል ብለው የተናገሯትን ታሪካዊ ንግግራቸውን ለማሰማት በሚሞክሩበት ወቅት ፋሽስቶቹ ጃንሆይን ከፍ ዝቅ አድርገው ሲያንቋሽሹና ሲሰድቧቸው በማዘንና በመተከዝ ከስብሰባው እንደወጡ ይህንን ከማየትስ ብሞት ይሻለኛል ብለው እራሳቸውን ገደሉ ሲባል በሌላ በኩል ደግሞ ሎንደን ላይ በዲፕሬሽን ሕመም ሞቱ ተብሎ ተነግሯል። በሶስተኛ ደረጃ የተወራው ተገደሉ እንጂ እራሳቸውን አልገደሉም የሚለው ነበር። ሆኖም ቁልፍ በማይገኝለት ሚስጢር ውስጥ ገብተን ራሳችንን ከምንረበሽ ሦስተኛውን አባባል መተው የሚሻል ይሆናል። የጄኔራል ዊንጌት ትምህርት ቤት ግቢና አካባቢው መሬት በሙሉ የቤተሰቦቻቸው ሲሆን ለትምህርት እድገት ባላቸው ፍቅር በነጻ ያስረከቡ የወቅቱ ተራማጅ ቤተሰብ ነበሩ። ስለ ግርማ አስፋው አጎት ስለብላቴን ጌታ ሲራክ ኅሩይ ወ/ሥላሴ በፍጹም የዘውድ አገዛዝን ሥርዓት ላይ በነበራቸው ቅሬታ በየአጋጣሚው ከንጉሱ ለሚቀረብላቸው ጥያቄዎች የሰጡት መልሶች ብዙ እንደነበሩ ቢወራም አንዱን ድርጊት እንኳን እዚህ ለማካፈል ልሞክር። ብላቴን ጌታ ሲራክ ኅሩይ ወ/ሥላሴ የወጭ ጉዳይ ሚኒስቴር ነበሩ። በሥልጣን ላይ መቆየቱ የወንጀሉ ተባባሪ ያስደርገኛል ብለው በገዛ ፈቃዳቸው ተሰናብተው የለቀቁ የተከበሩ ኢትዮጵያዊ ከፍተኛ ሚኒስቴር ነበሩ። እኒህ የወቅቱ የሀገራችን ተራማጅ ጃንሆይ በየሳምንቱ ቅዳሜ አየር ለመቀበልና ለመዝናናት ሰበታ አካባቢ ደርሰው እንደሚመለሱ ያውቃሉ። ሰዓቱንና የጉዞ መስመራቸውን ሁሉ ያውቃሉ። ታዲያ አንድ ቅዳሜ አሥራ ሁለት አህዮች ቀንጆ ቀሚስና ካባ አልብሰው ከሰበታ ሲመለሱ ከቸርችልና ከከኒንግሀም መንገድ አካባቢ ሲደርሱ ሆን ብለው አህዮቹ መንገዱን በማቃረጥ የጃንሆይን የመኪና እንቅስቃሴ እንዲገቱ ያደርጋሉ። ጃንሆይ ተገርመው ማነው እሱ ብለው ሲጠይቁ ሲራክ እንደሆነ ይነገራቸዋል። ንጉስ ተፈሪም አያርፉምና ሲራክ ብለው ይጠራሉ። አቤት ብለው ወደ ጃንሆይ ጠጋ ይላሉ። እነዚህ ደግሞ ምንድን ናቸው ብለው ጃንሆይ በመገረም ስያቀብጣቸው ብላቴን ሲራክን መጠየቅ። "ግርማዊ ሆይ፣ እኒህማ የእኔ አህያዎች ናቸው። የእኔዎቹ ከእርሰዎ አህዮች የሚሻሉ መሆናቸውን ለማሳየት ፈልጌ ነው" ብለው መልስ በመስጠት አህያዎቹን በመንዳት መንገዱን ተሸጋገረው አለፉ። በዚያን ጊዜ በሀገራችን አሥራ ሁለት ሚኒስቴሮች ነበሩ። በብላቴን ሲራክ አገላለጽ እነዚያን እሥራ ሁለት የጃንሆይ ሚኒስቴሮችን ለመንካት የተጠቀሙበት ዘይቤ ነበር ይባላል።

በአሥመራ መምህራን ማሰልጠኛ ኢንስቲቱት እያንዳንዱ ዕጩ መምህር በወር $25.00 ብር የኪስ ገንዘብ ይከፈለዋል። የተሟላ የመኝታ ቤት አገልግሎት ተዘጋጅቶ በነፃ ተሰጥቶናል። በተማሪ ደረጃ የሚያስፈልጉት የምግብ ዓይነቶች ሁሉ በዚያን ዘመን ርካሽ ነበር። በአሥመራ መምህራን ማሰልጠኛ ኢንስቲቱት የመጀመሪያ ዓመት ላይ በሕይወቴ ለመጀመሪያ ጊዜ እሥር ቤት የታጎርኩበት ጊዜ ነበር። ለሁለት ዓመት ለመደበኛ ኮርስ ሥልጠና የመጣነው (የ11ኛ ክፍል ተማሪዎች ማለት ነው) የሆኑ ጥያቄዎች ነበሩን። ከአንዱ ጥያቄዎቻችን በስተቀር ለእሥር የዳረጉንን ሌሎቹን ጥያቄዎች ለማስታወስ

አልቻልኩም። በመምህራን ማሰልጠኛ ኢንስቲቱት በትምህርት ላይ እያለን ከትምህርት ቤቱ የእሥራ ሁለተኛ ክፍልን ፈተና ከመውሰድ በስተቀር የሁለተኛ ደረጃ መልቀቂያ ፈተና (Ethiopian School Leaving Certificate Examinations) መውሰድ እንደማይፈቀድልን ተነገረን። የተሰጠንም ምክኒያት ከኢንስቲቱቱ ተመርቀን ከወጣን በኃል ቢያንስ ሁለት ዓመት የማስተማር ግዴታ እንዳለብን ተነገረን። ጥያቄዎቹ ካልተሟሉልን ትምህርት አንቀጥልም ብለን ክፍል መግባት አቆምን። ቀኑን ከግቢው ባንድነት ተሰብስበን መዋል ጀመርን። ብዙ ለመነጋገር ተሞክሮ ለመስማማት ባለመድረሳችን ከክፍለ ሀገር የመጣነው የ11ኛ ክፍል የተቃሙ ተማሪዎች ለኤርትራኖቹ የመጥፎ አርአያና ምሳሌ ይሆናሉ ተብሎ በሙሉ ወደ ሰንበል እሥር ቤት ተልከን ለአንድ ወር ታትረን ቀየን (20)። በመጨረሻ ወደ የክፍለ ሀገራቸው ይመለሱ የሚል ውሳኔ ከትምህርት ሚኒስቴር ተላልፎ ዕቃችንን ለመሰተር ስንዘጋጅ አቶ ግርማ አስፋው ወደ መጣንበት ጠቅላይ ግዛት ለመመለስ እንዳንሞክር ያዘናል። ግርማ አስፋው ከእንግሊዟ ባለቤቱ ጋር በመሆን በየዕለቱ ሁለቴ (ጧትና ማታ) በመመላለስ ከእኛ ሳይለይ ወሩን ሁሉ ጨረሰ። እሱንም በመመልከት ይፈሩ የነበሩት የቤይሩቶቹ ተመራቂዎች ኤርትራዊያን መምህራን እንደ ግርማ አስፋው ከጎናችን ቀሙ። መልካምና ተቀርቃሪዎች ሆነው ሳለ በኤርትራዊነታቸው ምክኒያት አድማውን ያደፋፍራሉ ተብለው በመጥፎ ዓይን እንዳይታዩና አደጋ እንዳይደርስባቸው ስለሚጠነቀቁ ሊጎበኙን አይፈልጉም ነበር። ግርማ አስፋው ከኮሞዶር እስክንድር ደስታና ከልዑል እሥራተ ካሣ ጋር ያለውን ግንኙነት በመጠቀም ጥያቄዎቻችን በሞላ ጎደል ተፈጻሚ እንደሆኑ ተደረገ ከአንድ ወር በኋላ ወደ ትምህርት ገበታ ተመለስን። በእሥር ቤት ታትረን ከመኖራችን በስተቀር ድብደባ ወይንም አስቸጋሪና አድካሚ ቀይታ አላጋጠመንም። በመጀመሪያው ዓመት ቀይታችን የተሐኤ ታጋዮች በኢንስቲቱቱ በርና አጥር ላይ ሌሊቱን ጽፈው ጧት ስንገባ እናገኝ ነበር። ሽፍታ ከመሆናቸው በስተቀር ሌላ ምን እንደሆኑም አይገባኝም ነበር። የዚያን ዘመን ተሓኤ ገና ያልተደራጀ በእንጭጩ ነበር። ዕድሜ ለንጉስ ተፈሪ የሥልጣን ስግብግብነትና የመስፋፋት ፍቅራቸው። ለኤርትራና ለኢትዮጵያ አንድነት ከፍተኛ መስዋዕትነት በከፈሉትና በተፈጠረችው የኤርትራ ፌደሬሽን ላይ በሕዝብ ፍላጎት በፕሬዚደንትና በዋና ፀሀፊነት ቦታ ላይ የተቀመጡትን ደጃዝማች ተድላ ባይሩንና ደጃዝማች ሙሀመድ እድሪስ አደምን አንስተው የራሳቸውን ታማኝ ሎሌዎች ከመሀል ሀገር ሾመው በማስቀመጣቸው ሁለቱን የሀገር ፍቅር አንድነት መሪዎች አስኮርፈው ጭካ እንዲገቡ በማድረጋቸው የፖሊሱ ፲ አለቃ እድሪስ ዓወተ የሽፍታ ቡድን የፖለቲካ ይዘት አግኝቶ ወደ ነጻ አውጭ ግንባርነት ደረጃ በማዕረግ ከፍ እንዲል የጃንሆይ ተግባር ረዳው። በዚያን ዘመን እነኢሳያስ አፈወርቂም ገና አልተፈጠሩም፣ ምክኒያቱም ሪቻርድ ማይልስ ኮፕላንድ አትዮጵያ ገብቶ በአሜሪካ ኤምባስ መሽጎ ኢትዮጵያን የማተራመስ ተልዕኮውን ገና አልጀመረም፣ በዚያን ዘመን መሽጎ የነበረው ሥልጣን ላይ ካወጣው ከግብፁ ጀማል አብዱል ናስር ጋር በካይሮና ባካባቢዋ ነበር። ክውል ራስ አሥራተ ካሳም ባካባቢው

አልነበሩም። እንደ ልጁ አድርጎ ይቀጥረኝ የነበረው የእንግሊዘኛ መምህሬ ግርማ አስፋውና እንግሊዛዊቱ ባለቤቱ ከፈጠሩልኝና ካመቻቹልኝ ትውውቅና ወዳጅነት ባሻገር በራሴም ጥረትና የግንኙነት ችሎታየ በዕጩ መምህርነት የሁለት ዓመቱ በአሥመራ ቆይታየ የደስታና የሀጎስ ጊዜ ነበር። አሥመራ ከተማን ደህና አድርጌ ነበር የማውቃት። አብዛኛውን ጊዜ ከትምህርት ቤት ውጭ ውሎየ ከኤርትራዊያን ወዳጆቼ በተሰቦች ጋር ነበር። አልፎ አልፎም ከቤተሰቡ ጋር ስጫወት በማምሸት እዚያው አድር ነበር። ትግርኛ ለመማር ያለኝን ፍላጎት በማየታቸው ደስታ ሰጥቷቸዋል። ወዲያውትም በአሥመራ ነዋሪዎች 'አማሃራይ ናይ ዓዲጋዕዳድ' ተብየ መታወቅ ጀመርኩ። ይህም አባባላቸው እኔን የመሀል ሀገር ሰው ሳይሆን የአማራ ኤርትራዊ እንደሆንኩ አድርገው ለማቅረብ ነበር። ዓዲ ጋዓዳድ የምትባለው በሀማሴን አውራጃ ከአሥመራ ከተማ ወደ ሠራየ መንገድ ትንሽ ወጣ ብላ የምትገኝ መንደር ነች። የአሥመራ አማራ አለማለታቸው የትግርኛ አነጋገሬ/እክሰንቴ፣ መልኬና ወጌ ሁሉ "ከእውነተኛ" ኤርትራዊ ከሚባሉት ስለምለይባቸው የአሥመራ ሰው ለማድረግ አላስቻላቸውም።

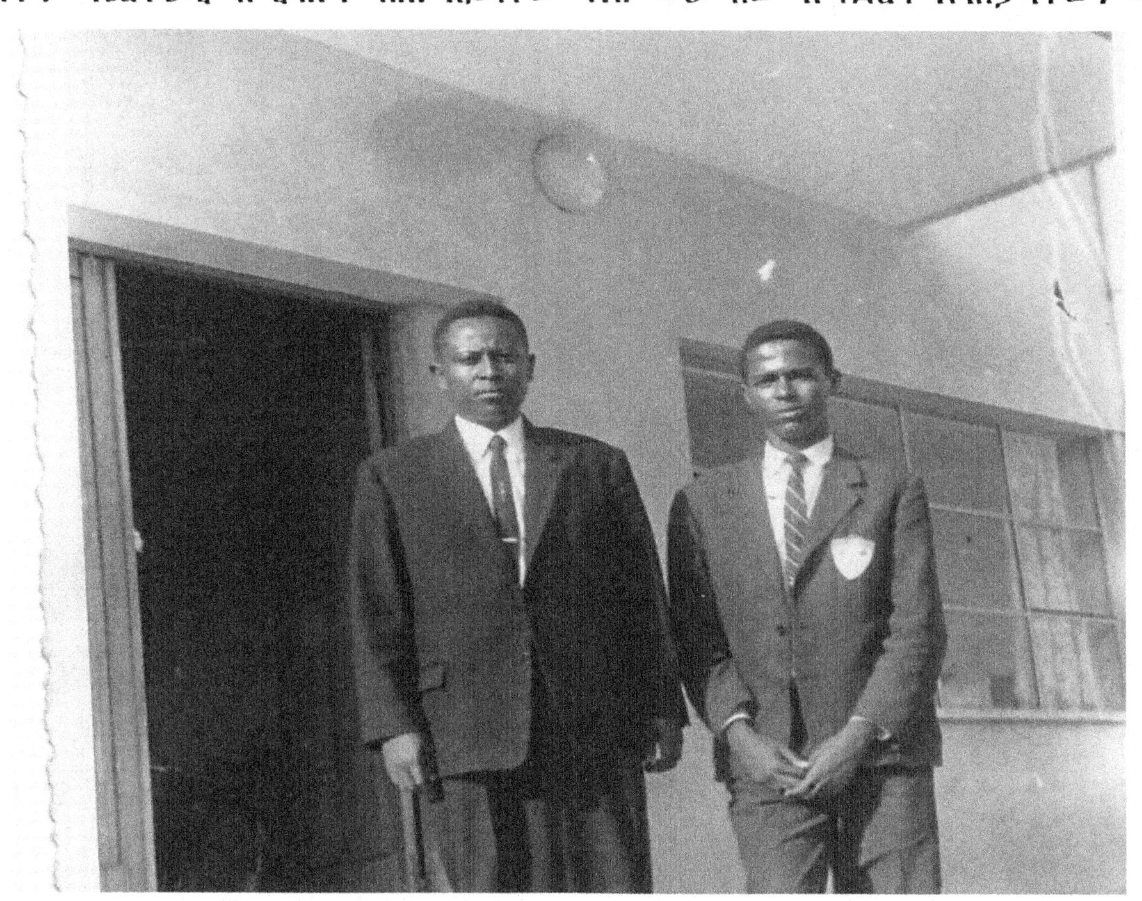

ከኢንስቲቱ የመጀመሪያው ዲሬክተር ከአቶ ማቴዎስ ገሠሠ ጋር (17/06/58)

ሆኖም "ኤርትራዊነቴን" ለመያዝ ከአሥመራ ትንሽ ወጣ በማድረግ የዚያች የሐማሴን መንደር ተወላጅ ሆኜ መጠራት ይኖርብኛል ማለት ነው። በዚያን ዘመንና በኋላም በኤርትራ የሚኖሩ ማናቸውም ከመሀል ኢትዮጵያ ለምንመጣ ሁሉ መጠሪያ ስሞቻችን የነበሩት፣ 'አድጊ'፣ 'ወዲ አድጊ'፣

‘ኸርናፍ’፣ ‘ቐርጫፍ’፣ ‘ዒሉ’፣ ‘ወዲ ዒሉ’ … (አህያ፣ የአህያ ልጅ፣ ባሪያ፣ የባሪያ ልጅ፣ ሁሪንጭላ፣ የሁሪንጭላ ልጅ/ዲቃላ ወዘተ…) በመሳሰሉት ነበር። ታዲያ ለዚህም ታሪካዊ ምክኒያት ነበራቸው። በቅኝ ገዥዎች በተለይም በጣሊያን ቅኝ ገዚዎቻቸው አንድም ቀን እንደ ሰው ተቆጥረውም አያውቁም ነበር። ምን ጊዜም የሚያነጻጽሯቸው በተጠቀሱት አፀያፊ አነጋገር በመሆኑ የኋላ ኋላ ከቅኝ ግዛት ነፃ ወጥተው ከኢትዮጵያ ጋር መኖር እንደጀመሩ ባሳደረባቸው የበታችነት ስሜት ምክኒያት ያንን አስከፊ የበታችነት ስሜት ወረርሽኝ ለመሸፋፈንና ለመቃቃም በፋንታቸው ከመሃል ሀገር የምንሄደውን ሁሉ እንደ ባርያ፣ የአህያ ልጅ፣ ወይንም የአህያ ግልገል እያሉ በመጥራት የበታችነት ስሜታቸውን ለመሸፋፈን የሚጠቀሙበት መንገድ ነበር።

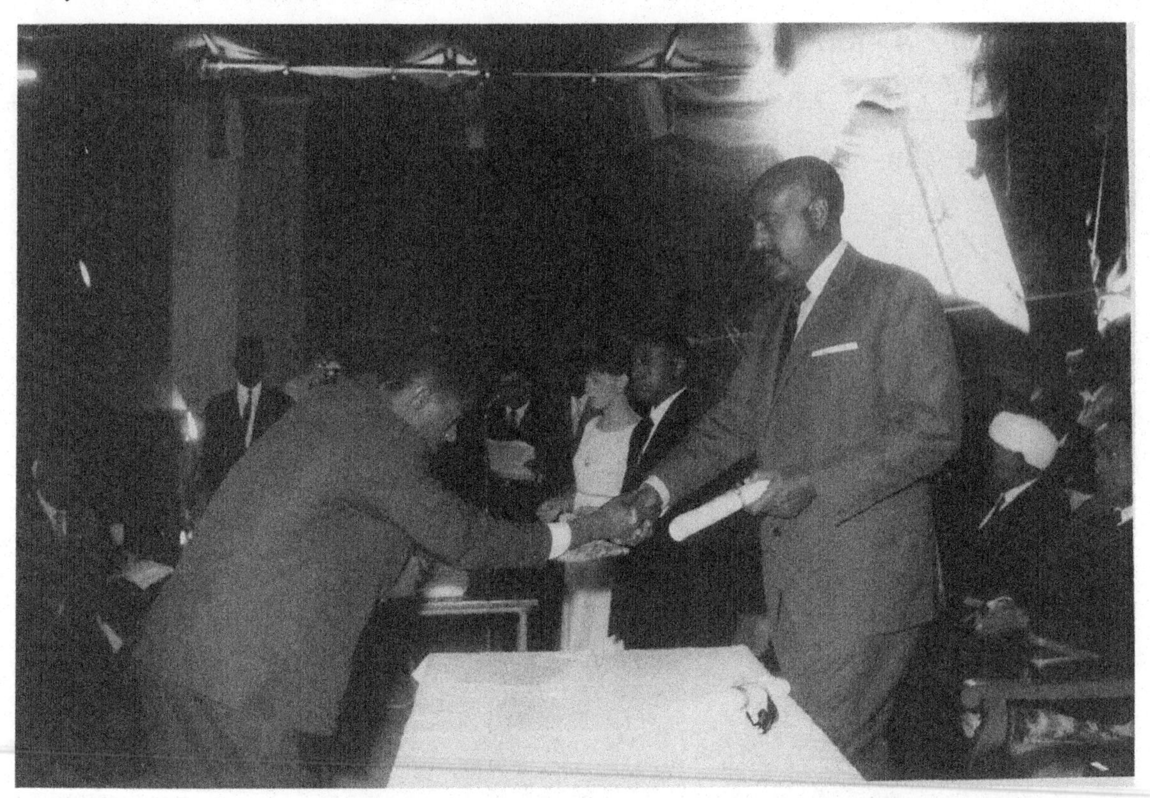

ከልዑል እራስ አሥራተ ካሳ ዲፕሎምና የምስክር ወረቀት ስቀበል (1/07/58 ዓ. ም.)

በሌላ በኩል ጣሊያን ኤርትራን ለቆ ሲወጣ እንደ እንግሊዞች ይዘው ለመሄድ የማይችሉትን ንብረትና ሀብት እንዲሁም ፋብሪካና ሕንጻዎች በፈንጅ ሳያፈራርሱ እንዳለ ጥለውላቸው በመሄዳቸው ኤርትራዊያን እራሳቸውን እንደ ስልጡንና የበለፀጉ ድርገው በማየት ሌሎቻችንን እንደ ኃላቀር አድርገው ለመናቅ ይቃጣቸው ነበር። ከላይ የተጠቀሱት ከመሀል አገር ለምንመጣው ኢትዮጵያዊያን የመጠሪያ ስሞቻችን አልፎ አልፎም በጣም ለሚወዱትና ለሚያፈቅሩት “አማራ” ወዳጃቸው ወይንም ጎደኛቸው ጭምር ይጠቀሙበት ነበር። በወዳጆቼና ጎዶቼ የምጠራው ወይንም የምታወቀው በአያሌው’ነቴ ሳይሆን ሁልጊዜም ቢሆን በ’ወዲ ዒሊ’፣ ‘ኸርናፍ’፣ ‘ቐርጫፍ’ በመሳሰሉት ነበር። ሲናደዱም ሆነ ሲከፋቸው ‘ኧታ ኸርናፍ’ ‘ኧታ ዒሉ’ እንታይ ሆንካ … ወዘተ በመሳሰሉት እንጂ

አንተ አያሌው ምን ነካህ፣ ምን ሆንክ ብለውኝ አያውቁም ነበር። የዚህ የአጠራር ባህል ምስጢሩ ባይገባኝ ኖሮ ምንአልባትም ለመደባደብ ባስቻለን ነበር። ለሚወዱትና ለሚያፈቅሩት ወዳጃቸው የማፍቀሪያና የመውደድ ምልክት መግለጫቸው አድርገው እንደሚጥቀሙበት በማወቁ ነበር እየናኩ የኖርኩት። በዚህ አፀያፊ የቅጽል ስሞች እየተጠራሁ እስከ ሁለተኛ ዓመት መግቢያ ወራቶች ድረስ ቆየሁ። ደገኛው ኤርትራዊ ክርስቲያን በጣም ጠንካራ የኦርቶዶክስ ተዋሕዶ ቤተክርስቲያን ተከታይ ነበር። በአሥመራ ከተማ ነዋሪዎች ቅድስት ድንግል ማርያም እጅግ ተደርጋ ትከበራለች። ከትላልቆቹ ቤተክርስቲያን መካከል አንዷ የቅድስት ማሪያም ቤተክርስቲያን ነች።

የኢንስቲቱቱ የመጀመሪያው የመደበኛ የሁለት ዓመቱ ተመራቂዎች

ታዲያ አንድ ቀን ረዘነ ከሚባለው ጓደኛየ ቤት ትልቅ ድግሥ ስለነበረ ተጋብዤ ሄድኩኝ። በግብዣው ላይ የነበርነው የኢንስቲቱቱ ተማሪዎች ሰባት ስንሆን ሁሉም ኤርትራዊና በወቅቱ የ 12ኛ እና 11ኛ ክፍል ተማሪዎች ነበርን። የሚቀመሰውንና የሚጠጣውን ከቀማመስንና ከጠጣን በኋላ ከቤት ውጭ ሆኖም ከቤቱ ግቢ ውስጥ ሁላችንም ቀመን እንወያይ ነበር። የቀምነው መደዳችንን ነበር። በዚያን ዕለት እንኳን በእናት አባቴ ስም ቢጠሩኝ እጅግ ደስ ባለኝ ነበር። እናቴ ማሪያንም እንደ ጓደኛዋ፣ ጠባቂዋና ወዳጅዋ አድርጋ ነበር የምታያትና የምታከብራት። እነሱ ግን በዚያችም በተባረከችና በተቀደሰች የቅድስት ማሪያም ዕለት በተለመደው አጠራራቸው “አህያ፣ የአህያ ግልገል፣ ሁርንጭላ ...” ወዘተ ተብሎ በተሰጠኝ ስሜ መጥራት ቀጠሉ። በነገራችን ላይ ጠላና ቢራ እንደቀመስኩ ካለኝ የተፈጥሮ ድፍረትና አጋጉል ጀብደኝነቴ ባላይ ተጨማሪ አርቲፊሻል ወኔና ድፍረት አገኘሁ። የጠጣሁት ግማሽ ብርጭቆ ጠላ ይመስለኛል ወፈፍ አደረገኝ፣ ስውነቴን የሆነ ነገር

ወረረኝ። አንድ እርምጃ ወደፊት በመራመድ ቀጥታ ጀርባየን ለእነሱ በመስጠት ከፊታቸው ቆሜ እንደ አህያ እግሬን ወደ ኋላ በኃይል በመሰንዘር በፍጥነትና በቅልጥፍና ሴቶቹን ከጭናቸው፣ ወንዶቹን ደግሞ ከብልታቸው አካባቢ ረገጥኳቸው። ሁሉም በድንጋጤ፣ "ዋይ እዚያ ዒሉ እንታይ ኮይኑ! ኧታ ዒሉ እንታይ ኮይንካ! ኧንታ ኸርናፍ እንታይ ሆንካ!" እያሉ ሁሉም በመገረም ለፈለፉ። በምትጣፍጥ ትግርኛየ "እንታይ ማለትኩም ዲዩ፣ ካብ ዒሉን፣ ወዲ ዒሉን፣ ካብ ኸርናፍን፣ ካብ ቀርጫፍን፣ ካብ አድጊ እንታይሞ ትጸበያሎኹም፣ አድጊ ካልዓይ ስራህ እንታይ ኧሎዋ (ምን ማለታችሁ ነው፣ ከአህያና ከአህያ ግልገልና ከሁሪንጭላ ምን ትጠብቃላችሁ፣ አህያ ከመራገጥ በስተቀር ሌላ ሥራ ምን ታውቃለች፣ ስለዚህ ተግባሬን ነው ያሳየኃችሁ) ብየ መለስኩላቸው። በዚያች ሰዓት የብዙ ጊዜ ቁጭቴንና ንዴቴን ነበር በምወዳቸው ኤርትራዊ ጓዶቼ ላይ የተወጣሁባቸው። ለጊዜውም ቢሆን ወንዶቹ ታመሙ፣ ሴቶቹም ለትንሽ ጊዜ ጭናቸው ቁስል ተሰማቸው። እዚያው ባለንበት ከግማሽ ሰዓት በኃላ ነፍስ ዘሩና ከመናደድ ይልቅ ሁሉም ሳቁ፣ እንደመረረኝና እንደበዛብኝ ከምሬ እንደሆነ ገባቸው። ከዚያች ጊዜ ጀምሮ በስሜ መጥራት ጀመሩ። እንዲያውም ሲጠሩኝ ደስ ይል ነበር። እንደ ፈረንጆቹ ሌ የምትለው የስሜ ፊደል በጣም ታስቸግራቸው ስለነበር አያሎው፣ አያሊው እያሉ ነበር የሚጠሩኝ። ቀስ በቀስ አያሌው ብለው መጥራት ጀመሩ። ከሴቶቹ ሁሉ የማትረሳኝ ከእኛ ክፍል በታች የነበረችውና ከሴቶች ይልቅ ከወንዶች የማትለየው ተወዳጅ የነበረች በቅጽል ስሟ "ዘጋምባ" ተብላ የምትታወቀው የአሥመራ ልጅ ነበረች። ከረጅም ቁመና ጋር የተስተካከለ ውፍረት የነበራትና ከሁሉም ጋር ተጫዋችና ተግባቢ ነበረች። ከትምህርት ቤቱ ኤርትራዊያን ተማሪዎች ጋር በመቀራረቤና በመፈቃቀሬ ከሕዝቡ ጋር እንድደባለቅና እንድግባባ እንዲሁም የትግርኛ ቋንቋ ለመነጋገር ሲረዳኝ፣ በግርማ አስፋውና ባለቤቱ ምክኒያት በተዋወኳቸው የጣሊያን ቤተሰብ ጎረቤቱ ሳቢያ ደግሞ የጣሊያን ቋንቋ ለመናገር ጀመርኩ። በፈረምሣይ አነጋገር እንደሚሉት "ጥሩ ወይንም ቀንጆ የፈረናሣይኛ ቋንቋ አስተማሪ የፈረንሣይ ሴት ልጅ ነች" ይላሉ።

በፍቅረኝነት ሳይሆን በጓደኝነት ከጣሊያን ቀንጆ ልጅ ጋር ተጋጠምኩኝ። በዚያን ወቅት ችግር ነበር ነጭ ከጥቁር ጋር መቀራረብ። እኔ እንጃ ቤተሰቧም ሆኑ እሷ ጥቁረቴ በደምብ አልታያቸውም። ታሪካችንን በመጠኑ ከማወቃቸውም ባሻገር ተገዝተን የማናውቅ ብርቅየ የጥቁር ሕዝብ መሆናችንን ባድናቆት ለልጃቸው ያስተምሩ ነበር። ይህ አኩሪ ታሪካችንም ይሆናል እንደ ጥቁር ሊመለከቱኝ ያላስቻላቸው ብየ ገምቻለሁ። ከሁሉም በላይ ግን በእናቷም ሆነ በወጣቷ ተማሪ ለመወደዴ ሌላው ትልቁ ምክኒያት የተወዳጁ የእንግሊዘኛ አስተማሪየ የግርማ አስፋው እንግሊዛዊቷ ባለቤቱ አስተዋጽዖና ተሳትፎ ነበር። ይህችው ጣሊያናዊት ጓደኛየ ቤቷ ከነግርማ አስፋው ቤት ጎን ለጎን ነበርና እኔ ቅዳሜና ዕሁድ እነሱ ቤት ስለማልለይ ከቤተሰቧ ጋር ለመግባባትና ለመቀራረብም፣ አልፎም በቤተሰቦቿም በተለይም በእናቷ ለመታወቅና ለመወደድ አስተዋጽዖ አድርጋል። ጣሊያናዊቷ ሲኞሪና

ኢሳቤላ አልፎንዞ የምትነግረኝን ቃላቶችና ሀረጎች ሁሉ ከልብ በዓዕምሮየ በመመዝገብ፣ የምታስተምረኝን ሁሉ ቶሎ ብየ በመቅሰም፣ በቀልድም በጨዋታም የምትናገራቸውን ሁሉ በደንብ ክልቤ በመያዝ ቀልጣፋ ተማሪዋ ሆንኩ። ስለፈረንሳይ ከላይ የገለጽኩት አባባል በግልፅነታቸው በፈረንሳዮች ተመካኘ እንጅ ለሁሉም የሰው ልጅ ፍጥረት እንደሚሰራ በትክክል በራሴ ላይ አረጋግጫለሁ። ታዲያ የእኔና የሲኞሪና ኢሳቤላ አልፎንዞ ንጹህ ጓደኝነት እንጅ ከሌላ ነገር ጋር የተገናኘ አልነበረም። አዋቂና የከተማ ጨልሌ ሆኜ ሌላውን የተፈጥሮውን ነገር ብንጀምርማ ኖሮ ጭራሹን የጣሊያን ቋንቋ ጌታ ልሆን እንድምችል አልጠራጥርም ነበር። ሐምሌ 1 ቀን 1958 ዓ. ም. በለዑል አሥራተ ካሣ ተመርቀን በሐምሌ ወር ለአንድ ወር ዕረፍት ወደ ቤተሰቦቻችን ተሰናበትን። ዕጩ መምህር አያሌው መርጊያው የመምህርነት ማዕረግ ተሸክሞ ቀንጆዋን አሥመራን፣ መልካም ጓደኛውን ሲኞሪና ኢሳቤላ እልፎንዞንና እናቷንና ከሁሉም ይበልጥ ግን መልካሙ አስተማሪየንና አባቴን ግርማ አስፋውንና ቤተሰቡን ተሰናብቶ ወደ ወሎ አመራ። በመምህራን ማሰልጠኛ ኢንስቲቱት ቆይታየ ብዛት ካላቸው የኤርትራ፣ ትግራይ፣ የበጌምድርና ሰሜን፣ የጎጃምና የወሎ ጠቅላይ ግዛት ልጆች ጋር ጓደኞች አፍርቼ ነበር።

2.5. በመምህርነት የአንድ ዓመት ቆይታየ

በነሐሴ ወር በየምድብ ጠቅላይ ግዛት ትምህርት ቤቶች ሪፖርት እንድናደርግና ትምህርት ቤት እስከሚከፈት ድረስ በፊደል ሠራዊት ወስጥ በመሳተፍ በዋና ከተማ በሚገኙት ትምህርት ቤቶች ተሰማርተን እንድንሳተፍ ታዘዝን። የእኔ ምድብ በጌምድርና ስሜን ጠቅላይ ግዛት በመሆኑ ሐምሌ ወር መጨረሻ ጎንደር ከተማ ገብቼ ለጠቅላይ ግዛቱ ትምህርት ቤቶች ሪፖርት አደረኩ። እኔ ከሌሎች ጋር በመሆን ልዕልት ተናኘወርቅ የልጃገረዶች ትምህርት ቤት ተመደብኩ። ትምህርቱ ማታ ማታ ነበር የሚካሄደው። እስከ መስከረም ወር አጋማሽ ድረስ አስተምረን እንዳጠናቀቅን ምድባችን ተነገረን። በባሕር ዳር ከተማና ከጎንደር ከተማ አማካይ እርቀት ላይ ከምትገኘው የአዲስ ዘመን ትምህርት ቤት ተመደብኩ። በዚያን ጊዜ አዲስ ዘመን የሊቦ አውራጃ ዋና ከተማ ነበረች። ከእኔ ሌላ ሦስት አዲስ መምህራን ሁሉም የቀዳማዊ ኃይለሥላሴ ዩኒቨርሲቲ የብሔራዊ ሀገርልግሎት ተማሪዎች ተመድበዋል። የትራጌው ተወላጅና የአርኪቴክቸር ተማሪ የነበረው ታደለ፣ ኤርትራዊና የኤኮኖሚክስ ተማሪ የነበረው አስመሮምና የሸዋው ተወላጅ፣ የታሪክ ተማሪ ወርቃለማሁ ይመስለኛ (21)። በከተማው በቂ ክፍል ያለው ቤት ተከራይተን አራታችንም ባንድነት መኖር ጀመርን። ምንም እንኳን ከትምህርት ሚኒስቴር ጋር በገባሁት ኮንትራት መሠረት ሁለት ዓመት ካላስተማርኩኝ ዩኒቨርሲቲ መግባት ባልችልም ከእነዚህ ሦስት የዩኒቨርሲቲ ተማሪዎች ጋር ባንድነት መኖሬ ለኢትዮጵያ የሁለተኛ ደረጃ ትምህርት ቤቶች መልቀቂያ ፈተና አጥጋቢ ውጤት በማምጣት እንዳልፍ በጣም አድርጎ ረዳኝ። በተጨማሪም ከሶስቱ የዩኒቨርሲቲ ሀገርልግሎት ተማሪዎች ጋር አብሮ መኖሩ ስለ ዩኒቨርሲቲ ተማሪዎች እንቅስቃሴ

በየምሽቱ በምናደርገው ጨዋታዎችና ውይይቶች ሁሉ በደንብ አድርጎ እንዲገባኝ በማድረጉ የኋላ ኋላ ዋለልኝ መኮንን ፖሊስ ኮሌጅ እንድገባ ሲመክረኝ በደስታ ከመቀበሌም ባሻገር ኮሌጅ ከገባሁ በኋላም ለለውጥ ያለኝ ስሜት እያደር እንዲያድግና እንዲዳብር ረድቶኛል። በትምህርት ቤቱ የስምንተኛ ክፍል ተማሪዎች ክፍል አንገባም ብለው በራሳቸው አነሳሽነት አመጹ። ዋና ምክኒያት የሆነው የትምህርት ቤቱ ዲሬክተር አቶ ሙሉነህ አድሀኖም በወቅቱ ስምንተኛ ክፍል ተማሪ የነበረችዋን ልጅ ለጓደኝነት ይፈልጋታል። ልጂቷ ከክፍል ጓደኛዋ የምታፈቅረውና የምትወደው አላትና ሌላ ለዚያውም ከአስተማሪዋ ጋር ግንኙነት ሊኖራት አትፈልግም። በተዘዋዋሪና በቀጥታ ተጽዕኖና ሲፈጥርባት ልጅቷ በመረበሺ በገሀድ ሁላችንም ለመገንዘብ ቻልን። የሱ የቅርብ ረዳቱ የሆነው አቶ ተስፋየ ቢሮው እየጠራ እንደሚያስጨንቃት ለሁላችንም በግልጽ ይታወቅ ጀመር። የክፍል ጓደኞቿ ስለሚወዷትና እንዲሁም ከመካከልቸው የሚወዳትና እሷም የምትወደው ልጅ አነሳሽነት ክፍል አንገባም ብለው ያምጻሉ። እኛ አራታችን ቤታችን ማታ ስለሁኔታው በሰፊው ተወያየን። በጓደኝነት ስሜት ሊሰማን ይችላል በሚል ቀና አስተሳሰብ አቶ ሙሉነህን መምከር እንደሚገባን አመንበት። ተማሪዎቹ እኔን ስለሚቀርቡኝ ልጂቷን እንዳነጋግራት፣ ከዚያም አቶ ሙሉነህን ባንድነት ሆነን እንድናነጋግረው ተመካከርን። ፖለቲካ ወይንም ሌላ የሀገር ወይንም የሕዝብ ጉዳይ አልነበረበትም። የዩኒቨርሲቲ የሀገርልግሎት ተማሪዎችም ችግሩን በማብረድ ሠላምና አንድነት እንዲሰፍን ከመጣራቸው በስተቀር ያደረጉት ተፃራሪ አስተዋፅዖ አልነበረም። ከጓደኞቿ ጋር ሆኜ እነጋገርኳት።

ምን ይላት እንደነበረና እንዴትስ ያስፈራራት እንደነበረ በትክክል ባላስታውሰውም በዝርዝር ማጫወቷ ትዝ ይለኛል። ያለፍላጎቷ ምንም ሊያደርጋት እንደማይችል አሳምኛት ክፍል እንደሚገቡ ቃል ገቡልኝ። አቶ ሙሉነህ አድሀኖምን ለማነጋገር እኛ አራታችን ብቻችንን ስለፈራነው አቶ ሙሉነህ ትግርኛ ተናጋሪ ስለሆነ ነባር አስተማሪና በእድሜም ጠና ይሉ ከነበሩት ኤርትራዊ አቶ ዮሐንስ ከሚባሉት ጋር ተያይዘን ቢሮው ሔድን። በረጋ መንፈስና በአክብሮት አነጋገሩት። ታዲያ ለጥፋቱ በእኔ በማመካኘት scapegoat በማድረግ ይሆናል አቶ ሙሉነህ አድማውን እያስነሳህና ተማሪዎች ትምህርት እንዳይማሩ እያሳደምክ መሆንክን ደርሰንበታል ብሎ እኔን በመወንጀል ጥፋቱን ሁሉ ለመሸፋፈን ፈለገ። በማግሥቱ ከአውራጃው ግዛት ፖሊስ መጥቶ ወደ አውራጃው ፖሊስ ይዞኝ ይሄዳል። ቃልህን ስጥ ተባልኩ። ወንጀሌ ምን እንደሆነ ጠየኩ። ተማሪዎችን አሳድመሀል። በሊቦ አውራጃ ታይቶ የማይታወቅ ረብሻ አንተ ከሸዋ ስትመጣ አብረህ ይዘህ መጣህብን ይሉኛል የአውራጃው ፖሊስ አዛዥ (22)። 48 ሰዓት ታስሬ ሶስቱ የዩኒቨርሲቲ ተማሪዎች ጓደኞቼ በከተማው ትልቅ ቡና ቤት ያላቸውን ወ/ሮ ሙሉ የሚባሉ ልጃቸው የስምንተኛ ክፍል ተማሪ የነበረችና የልጅቷ ጓደኛ ያነጋግራሉ። በዚያ ላይ ባለ ቡና ቤቷ ወ/ሮ ሙሉ የአውራጃው ገዥ የቀኛዝማች ስብሀት ወዳጅ (ውሽማ) ናቸው። ወ/ሮ ሙሉ አውራጃ ገዥውን አነጋግረው በራሳቸው ዋስትና ተለቅቄ

ወጣሁ። ቢሆንም ጉዳዩ ተጣርቶ ፍርድ እስከሚሰጥህ ድረስ በአዲስ ዘመን ትምህርት ቤት እያስተማርኩ መቆየቱ መልካም አለመሆኑን ገልጸው ለጊዜው አምቦ ሜዳ እያስተማርኩ እዚያው እንድቆይ በአውራጃው ትምህርት ቤቶች ሥራ አስኪያጅ በመታዘዜ ወደ አምቦ ሜዳ አመራሁ። አምቦ ሜዳ በደብረ ታቦርና እብናት መንገድ ከአዲስ ዘመን ጥቂት ኪሎ ሜትር እርቀት ላይ የምትገኝ የገጠር ከተማ ነች። አምቦ ሜዳ በሄድኩኝ ከጥቂት ሳምንት በኃላ ለገናና ለጥምቀት ትምህርት ቤት ተዘጋ። ከሊቦ አውራጃ ከመውጣትህ በፊት ጉዳይህ ገና በፍርድ ቤት ስለአልተዘጋ በምትፈለግበት ጊዜ ለመቅረብ እንድትችል ድጋሜ ዋስ እንዳቀርብ ከአውራጃው ፖሊስ ተነገረኝ። ከሦስቱ የዩኒቨርሲቲ የተማሪዎች አገልግሎት መካከል የአርኪቴክቸሩ ታደለ በዕድሜ ጠና ይል ስለነበር እሱ ዋስ ሊሆነኝ እንደሄደ አንተ የመጣኸው ከሸዋ በመሆኑ ዋስ ልትሆን አትችልምና ሌላ ፈልጉ ተባልን። ወ/ሮ ሙሉ እንደገና ዋስ ሆነውኝ ከሊቦ አውራጃ ውጭ እንድሄድ ተፈቀደልኝ።

የጥናት ጽሁፎቼን ይዤ ቀጥታ ወደ ጎንደር አመራሁ። በዚያ ቀይታየ ማታ ማታ ስዘዋወር ከመንገሻ ታምራት (23) ጋር መቀራረብ ጀመርን። እሱም ሆነ እኔ ባካባቢው የምናውቀው ባለመኖሩ ጓደኛ አልነበረንም። መንገሻ እንደ እኔ አዲስ መምህር ነበር የመሰለኝ፣ የዕረፍት ጊዜ በመሆኑ ከጥናት በስተቀር ሌላ የምሰራው አልነበረኝም። እሱም እንደእኔው ቀን የሚሰራው ባለመኖሩ በቀንም ጭምር መገናኘት ጀመርን። ስለዚህ ቀንም ማታም ባንድነት ማዘውተር ቀጠልን። ማን መሆኔንና ምን እንደምሰራ እንዲሁም የት ተመድቤ እንደሆነና እዚያስ ምን ችግር እንዳጋጠመኝ ሁሉ በጓደኝነቱ አጫወትኩት። በመቀጠልም ያለተግባሬ በአድማ አስነሽነት ተወንጅየ ጉዳዩ ከሊቦ አውራጃው ፍርድ ቤት በቀጠሮ ላይ እንደሆነ ሁሉ ዘርዝሬ አስረዳሁት። በጓደኝነት ለስንት ጊዜ እንደቆየን ዘነጋሁኝ ከመለማመድና ከመቀራረብ የተነሳ በጨዋታ ጨዋታ ባጋጣሚ የእንደራሴው የሌፍተናንት ኮሎኔል ታምራት ይገዙ ልጅ መሆኑን ነገረኝ። ምንም አልመሰለኝም፣ ፈርቼ የነበረው ባጋጣሚ እሳቸውን ስም አንስቼ ብወቅስና ባማ ነበር። የእኛ ስራ የዚያን ጊዜ ፖለቲካ አልነበረም፣ ስለባለሥልጣናት ወይንም ስለመንግሥት ጉዳይ ሳይሆን የምናወራው ስለጎንደርና ስለራሳችን ነበር። ይህ በሆነ በዚያው ሰሞን ገደማ ከጥምቀት በፊት ትምህርት ቤት ሳይከፈት አዲስ ዘመን ከተማ አንድ ጊዜ ብቅ ብለህ እቃዎች ካሉህ አስረክበህ ተመለስ ይለኛል። ጠቅላይ ግዛቱ ትምህርት ቤቶች ጽ/ቤትም ሂደህ ስለምድብ ቦታህ ጠይቃቸው ብሎ አደፋፍሮ ይሸኘኛል። ማንነቱን ከጥቂት ቀናት በፊት ስለገለጸልኝ እኔን ሳያማክር በገዛ ፈቃዱ ትብብር እንዳደረገ ተጠራጠርኩ። መንገሻ ታምራት ጨዋና ቅን ወጣት ነበር። ዕድሜአችንም ተመሳሳይ ነበር። በምሕረት ሀገሬ እንደተመለስኩ ከታናሽ ወንድሙ ከንጉሡ ታምራት ጋር ወዳጅ ሆንኩ። ንጉሱ ታምራት የውጭ ጉዳይ ሚኒስቴር ባልደረባ ነበር። ለብዙ ዘመን ተቋርጦ የነበረውን የዩኒቨርሲቲ ትምህርት በስተርጅና ስከታተል ንጉሱ ታምራት በብዙ መንገድ የረዳኝና የተባበረኝ ወዳጄ ነበር። ከጠቅላይ ግዛቱ ትምህርት ቤቶች ጽ/ቤት ስደርስ የወቅቱ የጠቅላይ

ግዛቱ ትምህርት ቤቶች ሥራ አስኪያጅ አቶ ንዋይ ገብረጻድቅ እንደሚፈልጉኝ ተነግሮኝ ቢሯቸው እንደሄድኩ 'አንተ ሽፍታ ለቀሪው የግማሽ ዓመት ጊዜ እዚሁ ጎንደር አካባቢ ደንቀዝ ትምህርት ቤት ተመድበሀል። ለሚቀጥለው ዓመት ጎንደር ልዕልት ተናኘወርቅ የልጃገረዶች ትምህርት ቤት ትመደባለህ" ይሉኛል። አንተ ሽፍታ ሲሉኝ የመንዝ ሰው መስየ ነበር የምታያቸው።

ትእዛዙ የመጣው ከሌፍተናንት ኮሎኔል ታምራት ይገዙ በመሆኑ የዚያው አካባቢ ሰው እንደሆንኩ በመገመታቸው ነበር። አቶ ንዋይ ገ/ጻድቅ መልካም የነበሩ አባታችንና አለቃችን ነበሩ። በፍጥነት አዲስ ዘመን ሄጄ በእጄ ያሉኝን ንብረቶች አስረክቤ ሦስቱን የብሔራዊ የዩኒቨርሲቲ አገልግሎት ተማሪዎችንና መምህራን እንዲሁም ተማሪዎቹን ተሰናብቼ ወደ ጎንደር ተመለስኩ። ደንቀዝ ከጎንደር ከተማ አካባቢ ከከተማው ትንሽ ወጣ ብላ የምትገኝ የወረዳ ከተማ ነች። የዚህ ወረዳ ነዋሪ አብዛኛው የፈላሻ ሕዝብ ናቸው። በአካባቢው ሲነጎግ (የይሁዳዊ የጸሎት ቤት) ይገኝ። በደንቀዝ ከእኔ ጋር አምስት መምህራን ነበሩ፣ ከእኔ በቀር ሌሎቹ ሁሉም የአስራ ሁለተኛ ክፍል መልቀቂያ ፈተናን አሟልተው ባለማለፋቸው እስከሚያሻሽሉ ድረስ በመምህርነት ተቀጥረው መኖር እንደጀመሩ አዲሱ ሕይወት ዓላማቸውን አዘናግቶ የቀዩ ናቸው። እኔ የመምህራን ማሰልጠኛ ኢንስቲቱት ተመራቂ በመሆኔ ያለዕድሜየ ኃልፊ ሆኘ ተመደብኩ። ሌላ ዓመት እንደማልቀጥል ወስኛለሁ። የአስራ ሁለተኛ ክፍል መልቀቂያ ፈተናን በአጥጋቢ ውጤት ለማለፍ እየጣርኩ ነበር። ቀሪዋን ሴሚስተር ከተማሪዎቹና ከቤተሰቦቻቸው እንዲሁም ከወረዳው አስተዳደር ሰዎችና ከሥራ ባልደረቦቼ ጋር እጅና ጓንቲ ሆነን በፍቅርና በመከባበር ሰሚስተሯ ተጠናቀቀች። በዚያን ወቅት ጎንደር ላይ ትልቁ ወሬ ስለ አዲሱ የፖሊስ ኮሌጅ ነበር። ማስታወቂያው በየቦታው ተለጥፏል። ከፖሊስና ወታደራዊ ሳይንስ ትምህርት ጋር በእኩልነት የአካዳሚክ ትምህርት በቀዳማዊ ኃይለ ሥላሴ ዩኒቨርሲቲ መምህራን እንደሚሰጥና የሦስት ዓመት ኮርስ ስንጨርስ ቀጥታ ቀድማዊ ኃይለ ስላሴ ዩኒቨርሲቲ ገብተን ከአንድ ዓመት በኃላ የመጀመሪያ ድግሪያችንን ለመያዝ እንደምንችል ይገልጻል። መግቢያው የአስራ ሁለተኛ ክፍል መልቀቂያ ፈተና ቢያንስ አማካይ ነጥብ 2.5 ማምጣት ይኖርበታል ይላል። ምልመላው የሚካሄደው አዲስ አበባ ከፖሊስ ኮሌጅ (የዛሬው የአፍሪቃ አንድነት ድርጅት) ቅጥር ግቢ መሆኑን ይገልጻል። ትምህርት ቤት ሊዘጋ አካባቢ ለልጆቻቸውን ለማስተማር አቅም ለሌላቸው አሥራ ስድስት ቤተሰብ የሚያስፈልጋቸውን መጽሀፍትና የመማሪያ መሣሪያዎች ከትምህርት ቤት በነፃ አድየ እንደምመለስ አሳምኜ ቀሪውን የትምህርት ቤቱን ንብረት ለአውራጃው ትምህርት ቤቶች ሥራ አስኪያጅ አስረክቤ መንገሻ ታምራትን እንኳን ሳልሰናበተው ወደ አዲስ አበባ ገሰከስኩ።

2.5.1. ከአምስት ዓመት በኃላ ዋለልኝ መኮንን ጋር ያጋጣሚ ግንኙነት

የአስራ ሁለተኛ ክፍል መልቀቂያ ፈተና እንደሌሎቹ ጠንካራ ተማሪዎች ከሦስት ነጥብ እና ከዚያ በላይ አማካይ ውጤት ለማግኘት ባልችልም በቀዳማዊ ኃ/ሥላሴ ዩኒቨርሲቲ በምፈልገው

ፖሊቲካል ሳይንስ/ ፐብሊክ አድሚኒስትሬሽን የትምህርት መስክ ገብቼ ለመከታተል የሚያስችለኝን አማካይ ነጥብ በማግኘት አልፌአለሁ። የፈተናው ውጤት እንደተገለጸ ድንገት ትምህርት ሚኒስቴር ከፈቅድልኝ ብየ በ1959 ዓ. ም. በክረምቱ ወራት መረጃ ለማሰባሰብ ወደ ስድስት ኪሎ አመራሁ። ወደ ስድስት ኪሎ ከመድረሴ በፊት ከአብሮ አደጎቼ ከኪሮስ ግርማይና ከሙሉጌታ አራጌ ጋር ለመገናኘት ከሚኖሩበት አምስት ኪሎ ወጣቶች ማዕከል ተብሎ ይታወቅ ከነበረው ሄጄ እነሱን ሳፈላልግ ድንገት ዋለልኝ መኮንን ጋር ፊት ለፊት እጋጠማለሁ። እሱ የዚያን ጊዜ ሁለተኛ ዓመትን ማጠናቀቁን የነገረኝ መሰለኝ። አልረሳኝም፣ ምን ታደርጋለህ እዚህ? ትምህርት ጀምረሃል እንዴ? ብሎ ይጠይቀኛል። ከሁለት ዓመት በኋላ ስንገናኝ ይህ የመጀመሪያ ጊዜያችን መሆኑ ነው። መምህራን ማሰልጠኛ ኢንስቲቱት ማጠናቀቄን፣ በበጌምድርና ጎንደር ጠቅላይ ግዛት ውስጥ ለአንድ ዓመት ሳስተምር መቀየቴንና ዩኒቨርሲቲ የመግባት ፍላጎቴንና ዩኒቨርሲቲ ከመግባቴ በፊት ለትምህርት ሚኒስቴር ሁለት ዓመት ማገልገል እንደሚኖርብኝ ገለጽኩለት። ትምህርት ሚኒስቴር ካልፈቀደልኝ ጎንደር ተመልሼ ሌላ አንድ ዓመት አስተምሬ በሚቀጥለው ዓመት ዩኒቨርሲቲ ልገባ ወይንስ አሁኑን አዲሱ ፖሊስ ኮሌጅ ወይንም ጦር አካዳሚ ልግባ እያልኩ ከራሴ ጋር በምታገልበት ጊዜ እንዳገኘሁት ነገርኩት። ምንም ሳያመናታና ጊዜ ሳይሰጥ ቀጥታ ፖሊስ ኮሌጅ ግባ። ተወዳጅና ማራኪ የሆኑ መረጃዎችን ነው የምንሰማው። በዘመናዊ የፖሊስ ሳይንስ ዕውቀትና በወታደራዊ ጥበብ ብቻ ሳይሆን በአካዳሚክ ትምህርትም ከእኛው ጋር ጎን ለጎን ትምህርቱ እንደሚሰጣቸው ነው የሰማነው። ወደ ፖሊስ ኮሌጅ የመግባት ፍላጎትህን በሚገባ እደግፋለሁ ብሎ በማደፋፈሩ ከማመንታት ሃሳብ ገላገለኝ። ፓሊስ ኮሌጅ ከተቀበለህና ኮርሱን ከጀመርክ በዕረፍት ጊዜህ ባር ሊዮን ከሚባለው ቡና ቤት እየመጣህ እንድንጠያየቅ አለና እንዲያውም እስቲ የገቢ ልበልህ ብሎ ባር ሊዮን ይዞኝ ሄደ። እስከ ማስታውሰው ባር ሊዮን የዋለልኝ ካራሙብላ መጫዎቻ ቤት ነበረች። ቢራ፣ ጠጅና ጠላ ስጠጣ ስለሚደብረኝ፣ ስለሚያፈዘኝና እንቅልፍ ስለሚወስደኝ በጨዋታውና በውይይቱ ብቻ ቀይተን ተለያየን። ዋለልኝ መኮንን ያንን ምክሩን ሲለግስልኝ በጀርባው የያዘው ምንም አጀንዳ ወይንም ልዩ ዓላማ አልነበረውም። በቅንነት ያለምንም ስውር ፍላጎት ከልቡና ከአንጀቱ ነበር የመከረኝ። ወታደራዊ ተቋም ከገባን ትምህርት ምኒስቴር እንደማይፈልገን በማረጋገጤና የዋለልኝ መኮንን ምክርም አሳማኝ ሆኖ በማግኘቴ አባዲና የፖሊስ ኮሌጅ ቀዳሚ ምርጫየ ሆነና አመለከትኩ። ካመለከትኩ በኋላ ብዛት ያላቸው የዩኒቨርሲቲ ተማሪዎች በኒቨርሲቲው የጀመሩትን ትምህርት እያቃረጡ ወደ ፖሊስ ኮሌጅ መትረፋቸውን በማረጋገጤ ውድድሩ ጠንካራ ስለሆነ አይቀበሉኝም በሚል ፍርሃት ከሁሉም ሳልሆን እንዳልቀር ቀዳማዊ ኃይልሥላሴ ጦር አካዳሚ ተመዘገብኩ። በአባዲና ፖሊስ ኮሌጅና በቀዳማዊ ኃይለሥላሴ ጦር አካዳሚ ተቀባይነትን አገኘሁ። ሆኖም ተቀዳሚ ምርጫየ የዋለልኝ መኮንን ምክር ሆነና ምክሩን ተግባራዊ ለማድረግ ወደ ፖሊስ ኮሌጅ አመራሁ።

ምዕራፍ ሦስት

3. በአባዲና ፖሊስ ኮሌጅና በፖሊስ ሠራዊት የመኮንንነት ቆይታየ

3.1. በአባዲና ፖሊስ ኮሌጅ/አካዳሚ በዕጩ መኮንንነት ቆይታየ

ምንም እንኳን በሁለቱም የወታደራዊ ተቋሞች ተቀባይነት ባገኝም ተቀዳሚ ምርጫየ የሆነው በቀድሞው ዘመን አባዲና ፖሊስ ኮሌጅ (24) በመባል ይታወቅ የነበረውና በኋላ በማፈራረቅ የፖሊስ ኮሌጅ ወይንም የፖሊስ አካዳሚ እየተባለ ከሚጠራው (የዛሬው የአፍሪቃ አንድነት ድርጅት) ለመግባት ስለነበረ መስከረም 7 ቀን 1960 ዓ. ም. ሻንጣየን ይዤ ሪፖርት በማድረግ ዕጩ መኮንን (Gentleman cadet) ሆኜ በኮሌጁ የሚሰጠውን የአካዳሚክ ትምህርት፣ የፖሊስ ሳይንስና የወታደራዊ ሥልጠና ከ50 ዕጩ መኮንኖች ጋር መቀነቴን አጥብቄ ሥልጠናውን ጀመርኩ። በመጀመሪያው ዓመት የመጀመሪያዋ ሶስት ወር የልምምድ ጊዜ (Recruiting period) ይባላል። በዚህ ጊዜያት እያንዳንዳችን በውስጣችን የመንፈስና የአካል ለውጥ ለመፍጠር እንድንችል ለሦስት ወር ከኮሌጁ ቅጥር ግቢ ውጭ መውጣት አንችልም። በዚህ የልምምድ ወራቶች የምናተኩረው ሰልፍ፣ ጥብቅ ወታደራዊ ሥነሥራዓት ማክበር፣ ወታደራዊ ስሜትና መንፈስ መገንባት፣ የመሣሪያ አጠቃቀምን መረዳት፣ አዘውትሮ ስፖርት መሥራት፣ ዋና (ጊዮን ሆቴል)፣ ቴኒስ ጨዋታ (ቤተ መንግሥት አካባቢ)፣ የእግር ጉዞ፣ ከፍታ ዝላይ፣ በእረፍት ጊዜ ልዩ ልዩ ፖሊስ ነክ ፊልሞችን መከታተል፣ ባጠቃላይ በዚያች ሦስት ወራት በአካል፣ በመንፈስ፣ በዓዕምሮና በሥነልቦናና በእውቀት የዳበርን የፖሊስ መኮንኖች ለመሆን የሚያበቃንን የምንቀስምበትና የምንለማመድበት ፈታኝ ጊዜ በመሆኑ የልምምድ ጊዜያችንን እስከምናጠናቅቅ ድረስ ከሠፈራችን ውጭ ወጥተን መሄድ አጥብቆ የተከለከለ ነው። ከሠፈራችን ወጥተን ከተማውን ለማየት የምንችለው ለዋና ትምህርትና ልምምድ በሳምንት ሁለት ቀን ጊዮን ሆቴል ስንሄድ፣ ያለበለዚያም ለቴኒስ ስፖርት ትምህርትና ልምምድ ለማድረግ ወደ ቤተ መንግሥት አካባቢ በሳምንት ሁለት ጊዜ ስንሄድ፣ እንዲሁም በየሳምንቱ ሁልጊዜ ዐርብ ምሽት ሳውና ባዝ ለማድረግ ወደ ፍልውሃ መታጠቢያ ስንሄድ ብቻ ነበር። በተጠቀሱት ፕሮግራሞች ወደተጠቀሱት ቦታዎች የምንሄደው በተረኛ መኮንን እና በረዳት ተረኛ መኮንን ታጀበን በመሆኑ ፕሮግራሙ ከሚካሄድበት አካባቢ ርቀን ለመንቀሳቀስ አንችልም ነበር። ገና የሦስት ወር የልምምድ ጊዜ (Recruiting period) ላይ እያለሁ በኮሌጁ አዛዥ ብርጋዴር ጄኔራል ስሜ ወዳጆ በግልጽነቴና ቀጥተኛነቴ ምክኒያት የአንድ ሳምንት እስራት ከትምህርት ጋር ሲፈጸምብኝ ሌሎቹ ጓደኞቼ ከቅጣት የሚያመልጡ መስሏቸው እየቃጠፉ በመቀባጠራቸው ለተመሳሳይ ጥፋት እያንዳንዳቸው ለአሥራ አምስት ቀናት ያለትምህርት ታስረዋል። ሁላችንም ድርጊቱን ለመፈጸም ስንወያይ ጥፋት መሆኑን በደንብ እናውቃለን። ሆኖም ወጣቶች ነበርን፣ በዚያ ላይ የሚመግቡን ምግብ ሲበዛ ጤናማ ምግብ ነበር። ስፖርት ሌት ተቀን ያሰሩናል። ታዲያ ያንን

ዓይነት ምግብ እየመገቡ፣ ስፖርትና ከባድ እንቅስቃሴ እያሰሩ ውጭ ወጥተን ከሴት ጓደኞቻችን ጋር መዝናናት አጥብቀው ሲከለክሉን የምናደርገው ቸገረን፣ ሰማይና መሬቱ ተደባለቀብን።

ከከባዱና አስቸጋሪው የልምምድ ጊዜ ፍጻሜ በኋላ (**መጋቢት** 1960 **ዓ. ም**)

አድካሚውን ተግባራት ከምንም ሳንቆጥር እየተቋቋምን ከሴት ጓዶቻችን ጋር ለወራት ተለይተን መቆየታችን ልንቋቋመው የማንችለው አስቸጋሪ መሰናክል ሆነብን። ገሃነም የከተቱን መስሎም ታይቶን ነበር። ከግቢው ሳንወጣ ሁለት ወር እንዳሳለፍን ከሴት ጓዶቻችን ጋር ለመገናኘት ባያስችሉንም ከምኝታ ፍተሻ በኋላ በድብቅ ወጥተን ባካባቢው በሚገኘው ትልቁ ሆቴል ሄደን ለመዝናናት እንድንችል በማቀድ ከኮርሴ ስድስት እጬ መኮንኖችን አወያይቼ አስተባበርኩኝ። የሚያደፋፍራቸው አጥተው እንጂ እነሱም እንደእኔው ታፍነው መኖራቸው አስጨንቋቸው ሲረበሹ የነበሩ በመሆናቸው ሁሉም በሀሳቤ በደስታ ተስማሙ። እኔ፣ ዕጬ መኮንን ወገኔ ገነነ፣ ዕጬ መኮንን ደምሴ ተከተል፣ ሱዳናዊው ዕጬ መኮንን ሀሰን ሀሩር (25)፣ ዕጬ መኮንን ታየ ወ/ሰንበት፣ ዕጬ መኮንን ፍቅረሥላሴ አስፋውና የዚያን ጊዜው ኢትዮጵያዊው ዕጬ መኮንን ሀዲስ ስዩም ሆነን በዕቅዱ

ተመካከረን ተስማማን። በስፖርት ዳብረናል፣ የኮማንዶና የስለላ (Espionage) ፊልሞችን በየጊዜው ከማየትም አልፎ ኮሎኔል ዘለዓለም (የዋሺንግተን ዲ. ሲ. ነዋሪ የሆነው ወመኔና ጩልሌው ሳይሆን መልካሙና ኩሩው አስተማሪያችን የነበሩት)፣ አሜሪካዊው መቶ አለቃ ስቲል እና እሥራኤላዊው ኮሎኔል ባርሻሎም ከሚያስተምሩን ብዙ ተንኮሎችን ቀስመናል፣ የጀብደኝነት እንቅስቃሴዎችን በመመልከት እውቀት ቀስመናል። በየዕለቱ ከምሽቱ አራት ሰዓት ሲሆን ጫማችንን ወልውለን ሁላችንም ከአልጋችን ፊት በተጠንቀቅ ቀመን ተረኛ መኮንኑ በረዳት መኮንኑ በመታጀብ ሦስተኛ ዓመቶችን ይጀምርና ቀይቶ እኩለ ሌሊት ገደማ ሲሆን ወደ እኛ ደርሶ የጫማችንን፣ የፂማችንን፣ የልብሳችን ንፅህናና አተኳኮስ፣ የአልጋችን አነጣጠፍና ሌላም ፍተሻ ይጀምራል። እያንዳንዳችንን ፈትሾ ሲጨርስ መብራት ይጠፋል።

ይህ ከሌሊቱ 12 ሰዓት ተኩል በኃላ የሚከናወነው ፍተሻ መደበኛ የዕለቱ የመጨረሻ ተግባር ነበር። ሁላችንም የሲቪል ልብስ በመልበስ በመኝታ ቤታችን በስተጀርባ እንሶላ እንደ ገመድ በመጠቀም በመስኮት እየዘለልን ወጣን። የግቢውንም አጥር እንደዚሁ በዘዴና በጸጥታ አልፈን በርጋታ ተተዝን ከዚያን ጊዜው የፖሊስ ኮሌጅ ከዛሬው የአፍሪቃ አንድነት ድርጅት ማዶ ወደ ቄራ ከሚወስደው መንገድ ማዕዘን ላይ ከሚገኘው ትልቅ ሆቴል ገባን። ወደ ሆቴሉ ከገባን በኋላ ሁላችንም ታስራ የኖረች ጊደር ስትፈታ እንደምትሆነው ዓይነት ሆን። ማን እንደጠቀመብን ወይም እንዴት ተደርጎ እንደታወቀብን ለማወቅና እንዲሁም የሆቴሉን ሥም ለማስታወስ የቀድሞ ጓዶቼን አፈላልጌ ለማጣራት በአቅም ማነስ ምክኒያት ለመዘዋወር አልቻልኩም። በወቅቱ በኮሌጁ ቆይታችን በጣም የምናከብረውና የምናፈቅረው የሣምንቱ ተረኛ መኮንን የወለጋው ጀግና (ለእናት ሀገሩ ሲዋጋ በጠላት ተመቶት በጦርነት ላይ እንደተሰዋ ሰማሁ) የመቶ አለቃ መገርሳ በላንድሮቨር ታጣቂ የወታደር ፖሊስ ይዞ ካለንበት ሆቴል ወታደሮቹን ከመኪናዋ ጋር ከደጅ አቁሞ ብቻውን እኛን አፈላልጎ ሳናየው እኛ ካለንበት ጠረጴዛ ላይ መጥቶ ከጎናችን ተቀመጠ። በወቅቱ እኛ በሌላ ዓለም ውስጥ ስለነበርን ከጎናችን ሲቀመጥ እንዳችንም አላየነውም። "የመጣችሁበትን አጠናቃችሁ ጨርሳችሁ ከሆነ ወደ ሰፈራችን ብንጓዝ" ብሎ በወታደራዊ ትእዛዝ ሳይሆን በአክብሮትና ጓደኝነት ስሜት ሲናገር በየት በኩል ሳናየው መጥቶ ከጉያችን ተቀመጠ ብለን ሁላችንም ግራ ተጋባን። አማራጭ የለንም፣ መታሰራችን አልቀረልንም። በድፍረት እዚህ ያለነው የመጣንበትን ግድጅ በደንብ አጠናቀናል። ሁለቱ ጓዶቻችን የመጡበትን ግዳጃቸውን ገና በማከናወን ላይ ስለሚገኙ እነሱ እስከሚያጠናቅቁ ድረስ ብንጠብቅ ጌታየ በማለት በድፍረት አሳሰብነው። የቡድኑ አፈቀላጤ በመሆን እኔው እራሴ ነበርኩ ተናጋሪ ለፍላፊ የነበርኩት። በፈገግታና በአክብሮት "መልካም እስከሚያጠናቅቁ እንጠብቃቸው" አለን ደትና ኩሩው የዚያን ጊዜ የመቶ አለቃ መገርሳ። ምን ማለታችን እንደነበረ ገብቶታል፣ እራሱም ያለፈበት ዕድሜ በመሆኑ። ሁለቱ ጓዶቻችን በግምት ከሀያ ደቂቃ እና ከግማሽ ሰዓት በኋላ

የሚፈልጉትን አጠናቀው እየተዝናኑ በፈገግታ ወደእኛ መጡ። መቶ አለቃ መገርሳ ከእኛ ጋር መኖሩን ጭራሹን ባለማስታወሳቸው እየቀባጠሩ በፈገግታና በደስታ ከእኛ ጋር እንደደረሱ ገና ሳይቀመጡ "በሉ እንሂድ" ብሎን ውጭ እንደደረስን በላንድሮቨር ተጭነንና በወታደሮች ታጅበን ኮሌጁ ደረስን። የሰልፍ (drill) ልብሳችንን ቀይረን ውሳኔ እስከምናገኝ ፍራሻችንን ይዘን ከብዙሃኑ ማረፊያ ቤት እንድንቀይ ታዘዝን። በዚያው ሰሞን በሣምንቱ ተረኛ መኮንን በዚያን ጊዜው የመቶ አለቃ ሙሉ ዋለ (በደርግ ዘመን የባሕልና ስፖርት ጉዳይ ሚኒስትር ሚንስቴር የነበረው) እና ለምስክርነት ሲባል ደግሞ በወቅቱ በነበረው ተረኛ መኮንን በመቶ አለቃ መገርሳ አማካይነት ታጅበን ከኮሌጁ ዋን አዛዥ ኮሎኔል ስሜ ወዳጆ ጽ/ቤት ገባን።

በሰልፍ ተርታውን ከዋና አዛዡ ፊት ለፊት ቀምን። በሰልፉ ከአዛዡ በስተቀኝ የቀምኩት የመጀመሪያው እኔ ነበርኩኝ፣ ለምን እንደሆነ ዘነጋሁኝ (ዕቅዱን ጠንሳሽና አስተባባሪነቴ በመታወቁ ተረኛ መኮንኑ በደረጃ አሰላለፋችንን ያዘጋጀው ይመስለኛል)። የኮሌጁን ደንብና መመሪያ በመጣስ በዚያን ሰዓት ያላግባብ ለምን ወጣህ ነበር ጥያቄው። ጥያቄው ለእኔ ነበር በቅድሚያ የተወረወረው። ሌላ ምክኒያት አልነበረኝምና የፈለገ ያድርጉኝ በሚል የግልጽነት ብሎም የጀብደኝነት ስሜት የመጣውን መቀበል አለብኝ ብየ ጌታየ ጎረምሳ ነኝ። ይህን ጤናማ ምግብ ኮሌጁ እየመገበኝ ወደ ውጭ ሳልወጣ ታፍኜ በመቀየቴ እራሴን መቆጣጠር ባለመቻሌ ልዝናና ብየ ነው የወጣጣሁት ብየ መለስኩኝ። አዛዣችን ኮሎኔል ስሜ ወዳጆ ፈገግ ብለው ከእግር እስከ ራሴ ተመለከቱኝ። የኮሌጁን አዛዥ ፈገግታና ከእግር እስከራስ አትኩረው መመልከታቸውን የተገነዘቡት ሌሎቹ ጓደኞቼ በክፉ መልክ ተረጎሙት። የፈለገ ያድርጉኝ የማላውቀውን ከምቀባጥር በሚል እምነቴና አቃሜ እንጂ የአዛዡን ፈገግታ እኔም ቢሆን እንደጓዶቼ በክፉ በመተርጎሜ እኔንም ቢሆን አስደንግጦኝ ነበር። ሌሎቹ ጓዶቼ ለቀረበላቸው ጥያቄ የቀባጠሩት ከሌላው ጊዜ አብልጠው ስፖርት በመስራታቸው ምክኒያት ስለተራቡና ስለተጠሙ ወደ ሆቴሉ ለምግብ ፍለጋ እንደወጡ አድርገው ከቅጣት ለመዳን በመቀላበድና በመቀባጠር ሁሉም ተመሳሳይ ዓይነት የፈጠራ ምክኒያት ሰጡ። የሁሉን መልስ ካዳመጡ በኋላ እንዲህ በማለት ውሳኔ ሰጡ። ከመካከላችሁ ዕውነተኛ የሕዝብ ፖሊስ የሚሆን፣ ዕውነቱን በመናገር የሚመጣበትን ሁሉ በመሸከም ለዕውነት የሚቀም አንድ ፖሊስ እግኝተናል። ለምን ወጣህ ሲሉት መልሱ ሌላ መቀባጠርና መቀላበድ ሳይሆን ቀጥተኛውን መልስ ሰጥቶኛል። ትክክለኛ መልሱንም በጨዋ ቋንቋ ነግሮኛል። በጠቅላላው ከትምህርት ጋር ሰባት ቀን እስራት ይበቃዋል ብለው ስሜን በመጥራት ወሰኑብኝ። ሌሎቹን በተመለከተ ሁሉም ያለ ትምህርት እያንዳንዳቸው አሥራ አምስት ቀን ተወሰንባቸው። ከቅጣቱ ሁሉ ይበልጥ የሚጎዳው እሥራት ያለትምህርት ሲሆን ነበር። በእኔ ግምት መቀባጠራቸውና መዋሸታቸው ነበር እንጂ ጠፍተን መሄዳችን በጉርምስናችን ምክኒያት አዛዡን እምብዛም ያስቀጣቸው አልመሰለኝም። እንደማንም ብየ አስቸጋሪውንና አስጨናቂውን የሦስት

ወራት የልምምድ ጊዜ እንዳጠናቀኩ በመጋቢት ወር 1960 ዓ. ም. በተነሳሁት ፎቶግራፉ እንደሚታየው ኮሳሳው አያሌው መርጊያ በአንድ አፍታ ሌላ ሰው ሆኜ ተገኘሁ።

ከኮሌጁ ተመርቀን ስንወጣ ቀጥታ ቀዳማዊ ኃይለሥላሴ ዩኒቨርሲቲ በአርትስና ሶሺያል ሳይንስ ፋኩሊቲ አራተኛ ዓመት ገብተን የመጀመሪያ ድግሪያችንን በአንድ ዓመት ጊዜ ማጠናቀቅ እንችል ነበር። ምንም እንኳን የአካዳሚክ ኮርሶቹን የሚያስተዳድረው ኮሌጁ ቢሆንም ትምህርቱ የሚሰጠው በቀጥታ በቀዳማዊ ኃይለሥላሴ ዩኒቨርስቲ በሚላኩ መምህራንና የሚካሄደውም በዩኒቨርሲቲው ካሪኩለም ነበር። በመስካቸው ዕውቅ የሆኑ መምህራንን ነበር ዩኒቨርሲቲው ለማስተማር ወደ ኮሌጁ የሚልከው። ኮሌጁ ቀንጆ ክፍያ ይከፍላል፣ የትራንስፖርት አበሉም ከስድስት ኪሎና ከአራት ኪሎ ፖሊስ ኮሌጅ ድረስ እንደዚሁ ወፍራም ክፍያ ነው ይባል ነበር። ሂውማን ባይዎሎጂ (Human Biology) ይባል የነበረ የሳይንስ ፋኩሊቲ ኮርስ በስተቀር ሁሉም ኮርሶች ከስድስት ኪሎ ነበር። ሂውማን ባይዎሌጂ (Human Biology) የተባለውን ኮርስ ለብዙ ጊዜ ያስተምሩ የነበሩት ዕውቁ መምህር ፕሮፌሰር ጌታቸው ቦሎዲያ ነበሩ። ተቋሙ የፖሊስ (ወታደራዊ) ተቋም ሆኖ ሳለ እንደገና በዚያው ተቋም ውስጥ የአካዳሚክ ነፃነት ነበር። ታዲያ ይህ ነፃነት በዚያችው በትምህርቱ ክፍለ ጊዚያት እዚያው በክፍል ውስጥ እያለን ብቻ ነበር። ከክፍሉ ውጭ አይሆንም፣ ግቢው በንጉሰ ነገሥቱ ሀገርዛዝ ሥር ከመሆኑም በላይ የወታደራዊ ተቋም ግቢም በመሆኑ የአካዳሚክ ነፃነታችን በትምህርት ክፍለ ጊዜ እዚያው ከምንማርበት ክፍል ብቻ ነበር። ከላይ ለማውሳት እንደሞከርኩት በመስካቸው ዕውቅ የሆኑና በማስተማር ልምድ ያካበቱ መምህራን ብቻ ሳይሆኑ አንዳንዶቹ እንዲያውም ከትምህርቱ ጋር በማያያዝ የአመለካከት አድማሳችንን በማስፋት ስለሕብረተሰባችንና አልፎም ስለዓለም ሁኔታዎችን እንድናገናዝብ የረዱን የወቅቱ ተራማጅ መምህራን ጭምር ነበሩ። ከነዚህም መካከል ዶ/ር እሸቱ ጮሌና ፕሮፌሰር ገብሩ ታረቀኝ የገኙበታል። በዩኒቨርሲቲ ቀዩ (The red) በመባል ይታወቅ የነበረው ገብሩ ታረቀኝ በብዙዎቻችን ዓዕምሮ ተሰውሮም አያውቅ። የኢትዮጵያን ታሪክ ሲያስተምረን ክፍሉ ይነቃነቅ ነበር። በዋሽንግተን ዲ.ሲ. ቀይታየ የትግራይ ምሁራን ወንድሞቹና እህቶቹ ውይይት ከነሱ ጋር እንዲያደርግ ወይንም እንዲሳተፍ በተደጋጋሚ ጥያቄ ቢያቀርቡለትም ላንዳቸውም ጥሪ እስከዛሬ ድረስ ሳይመልስላቸው በመቅረቱ እያማረሩ ካንዴም ሦስት ጊዜ አጫውተውኝ ነበር። በትክክል ለምን እንደዘጋችሁ የሚያውቀው እሱ እራሱ ቢሆንም፣ በእኔ ግምት ግን እሱ ኢትዮጵያዊ እናንተ ግን ባጋጣሚ በክላሽንኮቭና በአሜሪካ ቡራኬ ሀገሪቷን በትረ ሥልጣን በመያዛችሁ ኢትዮጵያዊ ሆናችሁ እንጂ ትታገሉ የነበረው ለትግራይ ነፃነት ነበር።

ሥልጣን ይዛችሁ እንኳን የኢትዮጵያዊነት መንፈስ እስከ ቅርብ ጊዜ ድረስ አልነበራችሁም። የሀገራችን የነፃነትና የአንድነት ዓርማና ምልክት የሆነችውን ሰንደቅ ዓላማችንን እንኳን ቡቲቶም ብላችሁ አናንቃችኋትም ነበር። ገብሩ ታረቀኝ ግን ከስር መሰረቱ ኢትዮጵያዊ ነው። ደሙ

ኢትዮጵያዊ ነው፣ አስተሳሰቡ ሁሉ ኢትዮጵያዊ ነው። ታዲያ እንዴት አድርጎ ከናንተ ጋር ይወያያል ወይንም የናንተን ውይይት ይሳተፋል። ከዕምነቱ፣ ከአስተሳሰቡና ከገብሩ ታረቀኝነቱ የምትቃረኑ ልዩ ፍጥረቶች በመሆናችሁ ይመስለኛል አልኩኝ። የኔ ምላሽ የባሰውኑ አስቀጣቸው። ሆኖም ጨዋታችን በወዳጅነት ስለነበር የተቀየመኝ ወይንም አካኪ ዘራፍ ያለ አልነበረም። ነገርን ነገር ያነሳዋል እንዲሉ ወያኔ ሥልጣን እንደያዘ ሰሞን ሀገር ቤት እያለሁ ወያኔ ባልነበሩ የትግራይ ወንድሞቼና እህቶቼ "ምንሊክ የጠነሰሰውን/የጀመረውን መለስ አጠናቀቀው/ፈጸመው" እያሉ ይነግሩኝ እንደነበረ ሁሉ የኃላ ኃላ እኒሁ የዋሺንግተን ዲ. ሲ. የትግራይ ወዳጆቼ በተመሳሳይ መልኩ ከመጥቀሳቸውም አልፎ ስለ መለስ ዜናዊ የሚከተለውን አጫውተውኛል። የመለስ ዜናዊ አያት ደጃዝማች አስረስ ተሰማ ባንዳ በመሆናቸው የአድዋ ሕዝብ በሙሉ ባንድ ድምጽ ልጆቻቸውን ከደጃዝማች አስረስ ተሰማ ልጆች ጋር ላለመዳር ቃለ መሃላ በማድረጋቸው ማንም የአድዋ ነዋሪ ቀርቶ አቅራቢያ ካሉት አውራጃዎች ማለትም ከአክሱምና ከሽሬ ልጆች ጋር እንዳይጋቡ እርም ይሁን ተባብለው በመስማማት የመለስ አባት ባካባቢያቸው የሚያገቡት ማግኘት ባለመቻላቸው በአድዋ በዚያን ዘመን ሲጋራ አጫሽ በመሆን የመጀመሪያው መኳንንት ነበሩ። ይህም ሊሆን የቻለው እነዚሁ ወዳጆቼ እንደነገሩኝ ከጭንቀትና ከብስጭት የተነሳ እንደነበረ ነው። ይህ በኩሩው የአድዋና አካባቢው አውራጃዎች ሕዝብ የተወሰደው ኢትዮጵያዊ ውሳኔ መሠረት ደጃዝማች አስረስ ተሰማ ርካሽ ባህሪይና ሞራለ ብልሹ ዜጋ ሆነው እንዲቀሩ አድርጋቸዋል። በየመጠጥ ቤት እየሰከሩ በመዘዋወር የሚውሉት በአውቶብስ ማረፊያ ሁሉ እንደነበረ ተነግሮኛል። በመጨረሻም ሲጨንቃቸውና ሲቸግራቸው መረብን ተሻግረው ኤርትራ ገብተው ሠራየ አውራጃ በመዝለቅ ከኤርትራዊት ጋር ተጋብተው አዲሱን የዘመኑን ባንዳ ለገሠ (መለስ) ዜናዊን ሊወልዱ ቻሉ። ባአካባቢው ሕዝብ ይህ ጋብቻ አላስፈላጊ ጋብቻ - undesired and unwanted marriage እንደሆነ ተድርጎ ይቆጠር እንደነበር ጭምር አጫውተውኛል። ይህ ሁኔታ ደጃዝማች አስረስ ተሰማና ቤተሰባቸው በአድዋና በአካባቢው አውራጃዎች ሕዝብ ላይ ከፍተኛ ጥላቻና ቀየመታን አስድሮባቸው ኑረዋል። በመቀጠልም እኒሁ ወዳጆቼ እንደሚሉት የልጃቸው የጠቅላይ ሚኒስቴር መለስ ዜናዊ በአድዋ ሕዝብ ላይ ያላቸው ጥላቻ ከዚሁ ተያይዞ ከመጣው የቤተሰብ ጥላቻ እንደሆነ አድርገው ነው የሚቀጥሩት። እንደሚሉት ከሆነ መለስ በአድዋ ሕዝብ ላይ ቂምና ጥላቻ (bitterness) አለው በለው እንደሚያምኑ አጫውተውኛል። እኒሁ ትግራይ ተወላጅ ወዳጆቸ በማያያዝ የመለስ ዜናዊ ባልተቤት ወይዘሮ አዜብ አያትም እንደዚሁ እንደ መለስ ዜናዊ አያት ባንዳ እንደነበሩ ገልጸውልኛል።

ወደ ፖሊስ ኮሌጅ ልመለስና ሌሎች ባለውለታችን በመሆን የዕውቀት አድማሳችንን በማስፋፋት ከረዱን መካከል ምን ጊዜም የማይረሱን ዶ/ር አምሳሉ አክሊሉ፣ በሕዝብ አስተዳደር እውቀት እንድንገለብት የረዱን ዶ/ር ስዩም ገብረእግዚአብሔርና ረዳታቸው ዶ/ር አስመላሽ በየነ፣

የሥነልቦና ዕውቀት ምሁሩ ዶ/ር አያሌው ጎንጉል፣ የታሪክ ሊቅ የነበሩት ዶ/ር ኃይሌ ወ/ሚካኤል (ምንም እንኳን የኃላ ኃላ የትራጊ ሕዝብ ሳይወክላቸው እንደተወከሉ ተደርጎ በሽግግር መንግሥቱ ምሥረታ ኮንፈረንስ ላይ መሳተፋቸው ብቻ ሳይሆን ከሳቸው ጋር የተሰለፈው ጀግና መቶ አለቃ ተስፋየ ላደረገው ኢትዮጵ°ያዊ ጀግንነት ድጋፋቸውን አለመስጠታቸው ቢያስቀይሙኝም) እና የአማርኛ ሪፖርት አጻጻፍ ኮርስ ያስተምሩን የነበሩት ዶ/ር ተስፋየ የሚባሉት ሁልጊዜም አይረሱንም። ሌላው ስማቸው የተዘነጋኝ የስሲዮሎጂ መምህራችን የነበሩ ፕሮፌሰራችን (ዶ/ር አስመላሽ ይመስለኛል) ሲያስተምሩን ተመስጠን እናዳምጣቸው ነበር። ስማቸው ቢዘነጋኝም ምን ጊዜም የማንርረሳቸው እኒህ የሶሲዮሎጂ መምህራችን ፍሩድን (Freud) አስመልክተው ሲያስተምሩን ሁልጊዜ በምሳሌነት የሚጠቅሱት የደብረብርሀንን ወይንም የደብረሲናን ሴቶች በመሆኑ የተተለትና ቡልጋ ያለበለዚያም የመንዝና ጥሙጋ አውራጃ ተወላጅ አድርገን ነበር የምናያቸው። በቅርብ ጊዜ ባጋጣሚ ስለሳቸው ተነስቶ በምንወያይበት ወቅት ኤርትራዊ መሆናቸውን ሰማሁ። ውይይታችን በክፋትና በተለየ መጥፎ አመለካከት ሳይሆን እንደቀድሞው ባድናቆትና በፍቅር ስሜት ነበር። ሌላው ስማቸው የተዘነጋኝ ሁልጊዜ ክፍሉን በሳቅ የሚያስጨርሱት ካናዳዊ የኢትኖግራፊ (Etnography) መምህራችን ነበሩ። የፍልስፍና ትምህርት (Logic) ምሁር የነበረው ዶ/ር ተስፋየ ደበሳይ ሌላው መምህራችን ነበር። ገና ጀማሪ መምህር ከመሆኑም ባሻገር የከፍተኛ ትምህርቱን የተከታተለው በጣሊያን ቋንቋ በመሆኑ በቋንቋው ትዳይ አንፈርድበትም። ዶ/ር ተስፋየ ደበሳይ በዩኒቨርሲቲውም ሆነ በተማሪዎች ትግል እውቅናም አልነበረውም። ግንባር ቀደም የተማሪዎች መሪ የነበሩትን ሁሉንም በግንባርና በአካል ባናውቃቸውም ቢያንስ ሁሉንም በስምና በዝና እናውቃቸው ነበር። ዶ/ር ተስፋየ ደበሳይንም ሆነ ክፍሉ ታደሰን በየትኛውም የተማሪዎች ማሕበር ሰምተናቸውም አናውቅ።

በአባ ዲና ፖሊስ ኮሌጅ (ፖሊስ ኮሌጅ) እያለን የፍልስፍና (Logic 101 እና Logic 102) የተባለውን የቀዳማዊ ኃ/ሥላሴ ዩኒቨርሲቲ ኮርሶችን በሚያስተምረን ዘመን እኛም እንግሊዘኛ አዋቂ ሆንና በዚያን ጊዜ በእሱ እንግሊዘኛ እንስቅ ነበር። ምን ጊዜም የማይረሳኝ የፈረንሣዩን ፈልሳፋ የሆነውን የሬኔ ዲስካርት'ን የፍልስፍና አገላለጽ በፈረንሣይኛ 'Je pense, donc je suis' የሚለውን በእንግሊዘኛ ሲተረጉም፣ 'I think, therefore I am' መሆን ሲገባው እሱ ግን 'I think, therefore I is' ብሎ በማስተማሩ በወቅቱ ሁላችንም በሆዳችን መሳቃችንና ከክፍል በኋላም በጀርባው እንዳማነው አይዘነጋኝም። ምንጊዜም ከማይረሱን ሌሎቹ የዩኒቨርሲቲ መምህራን መካከል የጁሪስፑደንስ (Jurispudence) እና የፖለቲካል ሳይንስ ኮርሶች አስተማሪያችን ፕሮፌሰር ሹልድሪንስኪና የጂኦግራፊ መምህራችን ፕሮፌሰር ዊንድ ነበሩ። ሁለቱም ፕሮፌሰሮች በትውልድ የፖላንድ ተወላጆች ናቸው። ፕሮፌሰር ሹልድሪንስኪ የመሳፍንት ቤተሰብ የነበሩና ባገራቸው ኮሚኒስት ሥልጣን እንደያዘ በስደት እንግሊዝ ሀገር የኖሩ፣ በእንድግሊዝ ዜግነታቸው በሁለተኛው ዓለም ጦርነት ከእንግሊዝ ጦር ጋር

ተሰልፈው የጀርመንን ጦር በሜዲትራኒያን ባሕርና በግብፅ አካባቢ ተዋግተዋል። አፍቃሪ ዘውዱ ፕሮፌሰር ሹልድሪንስኪ በ1961 ዓ. ም. የተማሪዎች ሰልፍ ወቅት ከሠራተኞች ሻይ ቤት ተቀምጠው ሲዝናኑ በበራሪ ጥይት ቅልጥማቸውን እስከተመቱበት ጊዜ ድረስ የንጉሱ ጭፍን አንጋችና ወግ አጥባቂ ምሁር ነበሩ። ከሆስፒታል ወጥተው ለመጀመሪያው ዕለት ክፍላችን እንደመጡ፣ "I have ompromised with Walelign" በማለት የአስተሳሰብ ለውጥ መጀመራቸውን እንዳበሰሩልን ዕጩ መኮንን ደምሴ ተከተል "ቢያብራሩልን" ብሎ በአክብሮት እንደጠየቃቸው "መጀመሪያ ከእሥር ቤት እንደተፈታ ከእሱ ጋር ውይይት ከአካሄድኩ በኃላ አብራራላችኃለሁ" ብለው መለሱለት። ሌሎች እንግሊዛዊ እና አሜሪካዊ የአንደኛ እና ሁለተኛ ዓመት የእንግሊዘኛ ኮርሶች መምህር ነበሩን። እንግሊዛዊው የስኮትላንድ ተወላጅ ሲሆኑ አውስቲን መኪና ነበራቸው። ወደ ኮሌጁ ሲመጡ ሁልጊዜም በመኪናቸውና በእጃቸው ስኮቲሽ ውስኪ ተለይቷቸው አያውቅም ነበር። ክፍል ሲገቡም ይዘውት ገብተው እያስተማሩ ይጋቱ ነበር። ጥምብዝ ብለው ጠጥተው ታዲያ ቤታቸውንና መንገዳቸውን ፈጽሞ አይስቱም፣ እየነዱ ሲጋዙም መብራት የማይጥሱ ሕግ አክባሪ መምህር ነበሩ። የፖሊስ ትምህርት የሚያስተምሩን ሁለት እሥራኤላዊ ኮሎኔል ባርሻሎም እና ሁለተኛው ስማቸው የተዘነጋኝ በሞሳድነት እንጠረጥራቸው የነበሩት እሥራኤላዊ ኮሎኔል መምህራን ነበሩን። ሌላው የፖሊስ ትምህርት መምህር የነበሩት ምንም እንኳን ያስተምሩን የነበረው ፖሊሳዊ ትምህርት ምን እንደሆነ ዘነጋሁኝ እንጂ ብዙ ሰዓት ከእኛ የማይለዩትና በሲ. አይ. ኤ'ነት የሚጠረጠሩት የካሊፎርኒያ ተወላጅ አሜሪካዊ መምህር መቶ አለቃ ስቲል (Steel) ነበሩ።

የፖሊስ ሠራዊት በእያንዳንዱ እጩ መኮንን ስም በወር $60 ብር ለምግብ ብቻ በጀት መድቧል። ይህ በጀት የሠራተኛን ደመዎዝ፣ የመብራት፣ ውሀና የምግብ መገልገያ ዕቃዎችንና እንዲሁም ሌላ ተዘማጅ ወጭዎችን አይጨምርም። በጀቱ የሚውለው ለእትክልትና ፍራፍሬ፣ ሥጋ፣ ጤፍና ለጥራጥሬ ምግቦች ብቻ ነበር። ታዲይ ይህ ወጭ በዚያን ዘመን ብዙ እንደነበር ግልጽ ነው። ኮሎኔል በላቸው ጀማነህ በሚኒስቴር ዲ ኤታነት የፀጥታ ሚኒስቴር ሆነው ከተሾሙ በኋላ የምግቡ ጥራትና ይዘት በመለዋወጡ በእጩ መኮንኖቹ ከፍተኛ ቅሬታን በማስከተሉ እርስ በርስ ማጉረምረምና መሾካሾክ ተጀመረ። በግልጽ እንዳንናገር የወታደር ተቋም በመሆኑ ፈራን። በወቅቱ ሦስተኛ ዓመት እጩ መኮንኖች የነበሩት በአዲሱ የኮሌጁ ፕሮግራም የመጀመሪያዎቹ ምርቀች (የነሻለቃ ግርማ ይልማና የጨካኟ ብርሃኑ ከበደ ኮርስ ማለት ነው) ምንም ዓይነት ድጋፍና ቅስቀሳ ባለመደረጉ በፍራቻ አንዱን ዓመት አጠናቀቅን። ሁለተኛው ዓመት ስንገባ ምንም እንኳን ከእኔ በላይ በአንድ ዓመት የሚቀድሙኝ የእጩ መኮንኖች ኮርስ ቢኖርም ሳልፈራ ለመነጋገርና ለመወያየት የምችላቸውን እንደነ አምሃ አበበ፣ ብርሃኑ ሰርፁ፣ መንግሥተአብ ባሕሩ፣ ኪዳኔ ተስፋየ፣ መለስ ሐጎስ፣ ዓለማየሁ ኃይሌ፣ ዓለሙ ወንድሙ፣ ግዛቸውና ሌሎችን በመቅረብ ማነጋገርና ማወያየት ጀመርኩ። በሌላ በኩል

ከእኔ በታች በአንድ ዓመት ከምቀድማቸው የመጀመሪያው ዓመት እጩ መኮንኖች መካከል እንደነ ታምራት ወ/ማርያምን፣ ዓለማየሁ ወ/ሰማያት፣ ተስፋየ ኢላላ፣ ሙሉጌታ ጆጆና ሌሎችን ማነጋገር ጀምሬ ታላቅ ውጤትን በማምጣት ያለ ብዙ ውጥ ውረድ በቀጥተኛው አዛዣችን የኋላው ጄኔራል ስሜ ወዳጆ ድጋፍና አስተዋይነት የምግብ ኮሚቴ እንዲቋቋም ተፈቀደልን። ለኮሌጁ አዛዥ ጥቂት እጩ መኮንኖች አድማ በማውጠንጠን ሌሎቹን ሠላም በመንሳት ችግር እየፈጠሩ ናቸው ተብሎ ሪፖርት ይደረግላቸዋል። የስም ዝርዝራችን ይቀርብላቸዋል። ከዝርዝሩ ውስጥ ያ ባለፈው ዓመት በልምምድ ጊዜው ሌሎች ጓደኞቹን በማስተባበር ከምሽታ በኋላ ጠፍተው ሆቴል ቤት የተያዘውና ተከሶ እሳቸው ዘንድ ቀርቦ ሲጠየቅ በድፍረትና በቀራጥነት የወጣበትን ዕውነተኛውን ምክኒያት በመናገሩ የወደዱት እጩ መኮነን ስሙን ከሊስቱ ውስጥ በመመልከታቸው ብቻ ሳይሆን ከፍተኛ መኳንንቶችና የመንግሥት ባለሥልጣኖች በሚኖሩበት የራት ግብዣ ላይ የሚደረገው ድግስ ልዩ ዓይነት በመሆኑ የየዕለቱ ምግብ ሁልጊዜም ተመሳሳይ ዓይነት መስሎ ይታያቸው ስለነበር በእኛ ላይ ቅሬታ ያድርባቸዋል። አዛዡ በአዘቦት ቀን ምግብ ከእኛ ጋር በልተው አያውቁም።

ሆኖም ሁኔታውን ከራሳችን ማዳመጥ በመፈለጋቸው ባስቸኳይ ረበሹ ወይንም አድማ በማካሄድ ላይ ናቸው የተባሉት ጽ/ቤታቸው እንዲቀርብ ያዛሉ። ከእኔ ሌላ አዛዡ ዘንድ የቀረብነው እነማን እንደነበርን ዘነጋሁኝ። በስለፍ በተርታ ከፊታቸው ቆምን። ጥያቄ ቀረበልን ለምን እንደምናምጽ። እንዳላመጽን ወይንም አድማ እንዳላካሄድን በማስረዳት ሁሉን ዘርዝረን አስረዳናቸው። ቀጥተኛውና ኮስታራ ወታደር ስሜ ወዳጆ በእኛ ላይ እምነት በማሳደራቸው እንዴት ሊስተካከል እንደሚችል ጥያቄ ስለአቀረቡልን በደንብ አድርገን አስረዳናቸው። መንግሥት በእያንዳንዳችሁ የመደበው የምግብ በጀት የራሳችሁ ገንዘብ ነውና እራሳችሁ በመቆጣጠር መመገብ ትችላላችሁ ብለው ወዲያውኑ ወሰኑልን። ኮሎኔል ስሜነህ ውዳጆ ከዝርፊያ፣ ከብኩንነትና ከስርቆትና ከሌሎች ልክስክ ባሕሪያት የፀዱ ቅን፣ ቀጥተኛና ኮስታራ ወታደር ነበሩ። ጥቅማቸው የተነካባቸው መኮንኖችና ከአቅራቢዎች ጋር በጥቅምና በቅርብ የተሳሰሩ የሲቭል ሠራተኞች ቅር ተሰኙ። በዓይናቸውም ውስጥ በመጥፎ ሁኔታ ገባን በተለይም እኔ። ከየኮርሱ ሁለት ሁለት እጩ መኮንኖች ተወክለን የምግብ ኮሚቴ ተቋቋመ። ሊቀመንበር ሊያደርጉኝ ፈለጉ። ወታደር ነኝና የወታደሩ ደንብና ሥነሥርዓት ይከበር በማለት ተቃውሜ ከሦስተኛ ዓመት እጩ መኮንኖች ከተወከሉት መካከል ሊቀ መንበርነቱን ያዘ። ማን እንደነበረ ስሙን ዘነጋሁኝ። እኔ ምክትል ሊቀመንበርና በይበልጥ ደግሞ የዕየለቱን ተቀጣጣሪነት በተደራቢ ቦታ ተሰጠኝ። የመጀመሪያው ተግባራችን የነበረው የምግብ አቅራቢ ጨረታ እንዲፈርስና እኛ የተሳተፍንበት አዲስ ጨረታ እንዲካሄድ አስደረግን። አሁንም በጨረታው ላይ የተገኘነው እነማን መሆናችን ዘነጋሁት። ሆኖም ሁለት የኮሚቴው አባላት በጨረታው ላይ ተወካዮች በመሆን በመንግሥት መመሪያና ፖሊሲ መሠረት ጨረታ ተካሂዶ ከአሸናፊው ጠሚራች ጋር

ኮንይትራት ተከናወነ። የየዕለት ትልቁ ተግባር የመርካቶው አዲሱ የምግብ አቅራቢያችን በየጊዜው አዳዲስ የምግብ ዓይነቶችን ሲያቀርቡ እኔ በአለሁበት ያለበለዚያም እኔ ካልተመቸኝ ሌላ ከኮሚቴው አንዱ ባለበት እየተመዘነና የተበላሹ ወይንም ጊዜያቸው ያለፈባቸውም ቢገኙ እየተፈተሹ ይመለሳሉ። ጥራት ያላቸው ብቻ ገቢ ይሆናሉ። ለመጭው ጊዜ የሚታዘዝ ሲኖር እኔ እይቸና አረጋግጨ ትዕዛዙ ለነጋዴዎቹ ይተላለፋል። በየዕለቱ የምግብ ግምጃ ቤቱን ፍተሻና ቁጥጥር እናካሂዳለን። የተቀጣትሪነት ተግባሩ ነበር ዋናና ትልቁ ተግባር። ምን ይደረግ ነበር መሰላችሁ። ለምሣሌ ትዕዛዙን ያስተላለፈው ሠራተኛ 30 ኪሎ ግራም ሥጋ ያዛል እንበል። ከነጋዴው ጋር ባለው ልዩ ትብብር በደረሰኙ ላይ 100 ኪሎ ግራም ተብሎ እንዲጻፍ ይነገረዋል። በኮሌጁ የምግብ ዝግጅት ክፍል በትክክል የገባው 30 ኪሎ ግራም ሆኖ ሳለ 100 ኪሎ ግራም ሥጋ እንደገባ ተደርጎ ተመዝግቦ ላቅራቢው ደረሰኝ ይሰጠዋል። ኮሌጁ ሂሳብ ሲያወራርድ የ 100 ኪሎ ግራም የሥጋ ሽያጭ ዋጋ ለነጋዴው የከፍላል። የቀረው 70 ኪሎ ግራም ዋጋ ያዘዘው መኮንን ወይም ሲቪል ሰራተኛ ከባለተጫራቹ ሱቅ መርካቶ ሄዶ ካሹን ተቀብሎ ወደ ግል ኪሱ ያስገባል። የኮሌጅ የምግብ ቤቱ ሜኑም እኛ በተሳተፍንበት ሁኔታ ተለወጠ። በእጩ መኮንኖቹ ቁጥጥር ሥር ከዋለ ጊዜ ጀምሮ ምግቡ ይህ ነው አይባልም። ከንዴትም ይሁን አንጀታቸው ያረረው ክፍል ዶ/ር ሾርባ ብለው እንደቀልድ ስም አወጡልኝ። የሚዘጋጅልን ሾርባ ለጤና ተስማሚ በሆነ መልክ ነበር። የሀንጋሪያን ጉላሽና የኮንሱሜ ሾርባ በኮሚቴው ምክርና ግፊት በሜኑው ተካተተና ተጀመረ። ያ ዶ/ር ሾርባ ብለው በክፋትና በንዴት ያወጡልኝ ስም የኋላ ኋላ በእጩ መኮንኖቹ በመልካም ስሜት መታየት ጀመረና እስከ ተመረኩበት ጊዜ ጸንቶ ቀየ።

በፖሊስ ኮሌጅ ቀይታየ ከባዱና አስቸጋሪው ዓመት የሦስተኛ ዓመት እጩ መኮንን በሆንኩበት በ1962 ዓ. ም. ነበር። ይህ ዓመት እኔና የኮርስ ጓዶቼ በኮሌጁ የበላይነት ስለነበረን በረዳት መኮንንነት የምንመደበውና የምናገለግለው እኛ ነበርን። የምግብ ኮሚቴ ሊቀ መንበርነቱን ቦታ ያዝኩ። ተመርቀው በወጡት ምትክ ከአዲሶቹ ማለት ከጀማሪዎቹ ዓመት ዕጩ መኮንኖች መካከል ሁለት በምርጫ የኮሚቴው አባል ሆኑ። በወቅቱ ከፖሊስ ኮሌጅ አዛዦችን ውጭ በሌሎች የሠራዊት አዛዦች እኔና ጥቂት ጓዶቼን እንደ አድመኛና የሕብረተሰቡን ሰላምና ጸጥታ ለማደፍረስ ሆን ብለን እንደተነሳሳን ተቀጥረን በተራ በጥባጭነትና አድመኛ ተፈረጅን። በሦስተኛ ዓመት የመመረቂያ ዓመቴ የያንዳንዳችን የሥራ ሪፖርት (Performance report) በሚሞላበት ወቅት የእኔን ሪፖርት የሞሉት የዚያን ጊዜው ሻምበል በኋላ ኮሎኔል ሆነው ለጊዜው ሥራውን እስከሚለማመደው ድረስ የአያሌው ከበደ ተሰማ የይስሙላ የደሕንነት አለቃ የነበሩት ኮሎኔል ነጋሽ ወ/ሚካኤል ነበሩ። በእኔ ሪፖርት ላይ "እጩ መኮንኑ ቀጥተኛና ግልጽ ነው፣ ሆኖም ሠራዊቱን በማነሳሳት በሕብረተሰቡ ላይ ችግር ሊያስከትል ስለሚችል ትኩረትና ክትትል ሊደረግበት ይገባል" በማለት ጨክነው ሞሉ። ከዚያም የሞሉትን ሪፖርት አንብቤ የተረዳሁ መሆኔን እንድፈርም ታዘዝኩና ወታደር በመሆኔና ልክ አይደሉም ጌታየ

ብየ እንኳን ለመቃወም ብሞክር የሚለወጥ ነገር ባለመኖሩ ሳልወድ የግድ ቅፁን ፈረምኩ። እነ ኮሎኔል ዘላለም (የዋሺንግተኑ ብልጣ ብልጥ አይደሉም)፣ እነሻለቃ መርሻ ወዳጆ፣ ሻምበል እንግዳ ወ/ዓምላክ (ብ/ጄኔራል ሆኖ በመንግሥቱ ኃ/ማሪያም ጭካኔ በመፈንቅለ መንግሥት ምኩራ የተገደለው ጀግና)፣ ሻምበል ፈቃደ ዋኬኔ፣ ሻምበል ለገሠ ወ/ማሪያም፣ ሻምበል አሥራት ቦጋለ፣ መቶ አለቃ መገርሳ፣ መቶ አለቃ ጥላሁን ትርፌና ሌሎች መልካምና ግሩም መምህራን በነበሩበት ኮሌጅ እንደነ ሻምበል ነጋሽ ወ/ሚካኤል አይነቶቹ ሕሊና ቢሶችና አድርባዮች ነበሩበት። ሻምበል ተስፋየ ርስቴ "... መደበኛ ኮርስ ምሩቅ መኮንኖች የደመዎዝ እርከን አስመልክቶ ጥያቄ ለሠራዊቱ አዛዥ በማቅረባቸው በሠራዊቱ ውስጥ መለያየት ሊፈጥሩ ነው ተብሎ ... በራሳቸው መኃኃዣ በ24 ሰዓት ውስጥ በመላ ኢትዮጵያ ደረቅ ጣቢያ ተበትነው ነበር። ... ከተቀጡት ም/፲/አለቆች አንዱ ጸሐፊው ጢኦ ተመድቦ ነበር" (ሻምበል ተስፋየ ርስቴ፣ 149)። ከእኛ በፊት ተመርቀው የወጡት ሁለት መደበኛ ኮርሶች (ዘጠነኛና አሥረኛ ኮርሶች) ባንድነት በመተባበር የሚሰጠውን ኮርስ በሚገባ እንዳጠናቀቅን ስንመረቅ ኮሌጁ ሊፈጽማቸው የሚገባቸውን ጉዳዮች አንዱንም ሳያሟላ ስላስመረቃቸው (ለምሳሌ የምርቃት ቀለበት፣ ኢንተርመዲየት ዲፕሎማና ሌሎች ሳያሟላ በስመረቁን አስመልክቶ) እና ሌሎች አዲስ ጥያቄዎችን (ለምሳሌ አባዲና ፖሊስ ኮሌጅ መባሉ ቀርቶ ፖሊስ ኮሌጅ ወይንም ፖሊስ አካዳሚ እንዲባልና የመጀመሪያዎቹ ተመራቂዎች ዘጠነኛ ኮርስ መባላቸው ቀርቶ በኮሌጅ ደረጃ መማር ከጀመሩት ኮርስ አንደኛ ኮርስ ተብሎ እንዲጀምር የመሳሰሉትን) አስመልክቶ ባንድነት ተባብረው በታሕሣስ ወር 1962 ዓ. ም. ለሌፍተናንት ጄኔራል ይልማ ሽበሺ አቀረቡ። እንደማስታውሰው ካቀረቧቸው ጥያቄዎች ውስጥ የደመዎዝ ጥያቄ በሠራዊቱ መካከል ከባድ ልዩነት የሚፈጥር በመሆኑ ያመለከቱ አይመስለኝም። እራሱ በኮሌጅ ደረጃ ማስመረቅ ከጀመረበት ኮርስ አንደኛ ኮርስ እንዲባል ብለው ያቀረቧቸው ጥያቄዎች በሠራዊቱ ውስጥ ልዩነት በመፍጠር ችግር የሚያስከትሉ ጥያቄዎች በመሆናቸው ሁሉም ጥያቄዎቻቸው ተቀባይነት የሌለው መሆኑ ተነግሯቸው አድበው ሥራቸውን እንዲያከናውኑ ማስጠንቀቂያ ተሰጥቷቸው ጉዳዩ እንደተዘጋ ነው የማስታውሰው። ሠራዊቱ ተገቢ የሆኑትን ጥያቄዎች እንዳናነሳ ከፈራ ድርዎንም ቢሆን ተማሪዎችን ለመመልመል ያንን የመሰለ ማስታወቂያ ተሸክሞ በሀገሪቷ የሁለተኛ ደረጃ ትምህርት ቤቶች ባልሄደም ነበር። ወደ ኮሌጁ ለመግባት ከገፋፉን ምክኒያቶች እነዚህ በምልመላ ማስታወቂያው ላይ የተዘረዘሩት ጉዳዮች በመሆናቸው ኮሌጁ ውስጥ ከገባን በኃላ የተገባልንን ቃል ኪዳን ማፍረሱ ሠራዊቱ ከባድ ወንጀል በመፈጸሙ ዳኛ ተገኝቶ ብንዳኝ ኖሮ ድል አድራጊዎች በሆን ነበር።

ወደ ሻምበል ተስፋየ ርስቴ ልመለስና፣ ለቅመም ያህል አቀረባት እንጂ በጥያቄአቸው ምክኒያት ወደ ክፍለ ሀገር የተባረረ የነበረ አይመስለኝም። ቢኖርም እንኳን ተስፋየ ርስቴ ሲቃጥፍ በ24 ሰዓት ውስጥ ተበትኖ በራሱ መኃኃዣ ጢኦ ተመድቦ እንደሰራ መናገሩ ለቅመም ያስገባት የሀሰትና የፈጠራው

ታሪክ ነች። ተስፋየ ርስቴ እንኳንስ ጢኦ ከጠቅላይ ግዛቱ ከተማ አሥመራም አልደረሰ። በመጀመሪያ በዚያን ጊዜ ልዑል ራስ አሥራተ ካሳ በጠቅላይ ግዛቱ በመኖራቸው ኤርትራ የሚመደቡት የአባዲና ፖሊስ ኮሌጅ /ፖሊስ አካዳሚ ምሩቅ መኮንኖች ሁሉ በጠቅላይ ግዛቱ የፖልሲ አዛዥ አማካይነት ቤተመንግሥት እየቀረቡ ከእሳቸው ጋር ትውውቅ ይደረግና እሳቸው ለአዛዡ "እኒህንማ ከዚሁ ከእኔ አጠገብ፣ ከአካባቢየ መድብልኝ" ብለው ስለሚያዙ ከእኔ በፊት የተመረቁት ሁለት ኮርሶች ሆኑ እኔና የእኔ ኮርስ ጓደኛየ ምክትል የመቶ አለቃ ታደሰ አስፋው ሁለታችንም ከልዑል አሥራተ ካሳ ጋር ተዋውቀን በእሳቸው መመሪያ መሠረት በጠቅላይ ግዝቱ ፖሊስ መምሪያና በአሥመራ ከተማ ቁልፍ ቦታ ላይ ነበር የተመደብነው። በዚያን ጊዜ ልዑል አሥራተ ካሳ ስውር ዓላማ እንደነበራቸው አንዳችንም ጥርጣሬ አልነበረንም። በሌላ በኩል ጢኦ ለመጓዝ የሕዝብ ትራንስፖርት አይገኝም። የባሕር ኃይልንና የጦሩን ትብብር በማግኘት ለመጓዝ ካልተቻለ በስተቀር በዚያን ዘመን በድንገት እንደተፈለገ ተነስቶ ሊኬድበት የሚቻል አካባቢ አልነበረም። ጢኦ በቀድሞዋ የኤርትራ ጠቅላይ ግዛት አስተዳደር ከምጽዋ በግምት የ50 እና የ60 ኪሎ ሜትር እርቀት ወደ አሰብ አቅጣጫ ላይ የምትገኝ ደረቅ የባሕር ዳርቻ ጣቢያና የሽምጥ ተዋጊዎቹ መናኸሪያ አካባቢ ነበረች። የዚህ መጽሀፍ ደራሲ ኮርሱን እንደጨረሰ ተመድቦ የነበረው ኤርትራ ጠቅላይ ግዛት ፖሊስ መምሪያ በመሆኑ ከእሱ በፊት ተመርቀው የተመደቡትን የሁለት ኮርስ ምሩቆች ሁሉንም ያውቃቸዋል። ሁሉም ባንድነት ሆነው ነበር ከአውቶቡስ ጣቢያ ተጠባብቀው ተቀብለው ያስተናገዱትና ከዚያም በአንድነት አብረው በፍቅርና በመተጋገዝ እስከበታተኑን ድረስ ባንድነት የኖርነው። በሌላም አካባቢም ሻምበል ተስፋየ ርስቴ የሀሰት ታሪኩን ለማሳመን ሲል ያላንዳች ሕፍረት በመዋሸት "ይህ ፀሀፊ በወጣትነት ጊዜው ኤርትራ ፖሊስ ጠቅላይ መምሪያ ተመድቦ በሥራው አጋጣሚ የተረዳው እውነታ ነው" (ሻምበል ተስፋየ ርስቴ፣ 145) ብሎ ዋሽቷል።

ወደ እኔው ኮርስና ስለአጋጠመን አባሴ ልመለስና፣ በሦስተኛ ዓመት ቆይታየ በእኛና በፖሊስ ሠራዊት መካከል በተፈጠረው ከባድ ችግር ምክኒያት አጠቃላይ ሁኔታው እኒያ ለሚወዱን የኮሌጁ አዛዥ ሊረዱን ከማይችሉበት ሁኔታ ተሸጋገረ። ጉዳዩ በሌፍተናንት ጄኔራል ይልማ ሽበሽ ተያዘ። ልዩ ኮሚቴ ተቋቁሞ ጉዳያችን እንዲጣራ ወሰኑ። ያቀረብናቸው ጥያቄዎችና ያስከተሉብንን አባሴ ከእኛ በፊት ተመርቀው ከወጡት ሁለት ኮርሶች ካቀረቡት ጋር የተያያዘና የተቀነባበረ እንደሆነ ተደርጎ ተቆጠረ። እንዲያውም የእነሱ ግፊት እንዳለበትም መስሎ ታየ። ነገሩ በመጠኑም ቢሆን ትክክል ነበር። እነሱ ጥያቄ ማቅረባቸውን እንደሰማን ወዲያውኑ በራሳችን አነሳሽነት ያደረግነው ነበር። ሌላው ነገሩን ለማባባስና በእኛ ላይ ችግር ለመፍጠር ጥቂት የሠርዊቱ አዛዦች ከዩኒቨርሲቲ ተማሪዎች ጋር ግንኙነት እንዳለንና በተማሪዎቹ ግፊትና ተጽእኖም ጭምር እንደተነሳሳንም አድርገው በማማካኘት በእኛ ላይ ቁጭታቸውን ሊወጡብን ቃጡ። ምንም እንኳን ብዛት ያላቸው እጩ መኮንኖች

አንደኛንና ሁለተኛ ዓመትን አጋምሰው ወደ ኮሌጁ የገቡ ቢሆንም የእኛ ጥያቄ ከዩኒቨርሲቲው ጋር ፈጽሞ አይገናኝም። ሙሉ በሙሉ የቤታችንን ጉዳዮች በማስመልከት የተነሱ ችግሮች ነበሩ። ኮሌጁ ከመግባታችን በፊት በወጣው ማስታወቂያ መሠረት በምንመረቅበት ወቅት የሰረዟቸውን ጉዳዮች ለምሳሌ የኮሌጁ የምርቃት የጣት ቀለበታችን መሰረዝ፣ ኢንተርሚዲየት ዲፕሎማ የማስቀረት ዕቅድና ትራንስችሪፕት ብቻ እንደሚሰጠን መታቀዱ። ለነገሩ ውጭ ሀገር ብንወጣ ነው እንጅ ለቀዳማዊ ኃይለሥላሴ ዩኒቨርሲቲ ዲፕሎማው አያስፈልገንም። ትራንስሪክፕታችን ጤናማ ከሆነ ቀዳማዊ ኃይለሥላሴ ዩኒቨርሲቲ ቀጥታ 4ኛ ዓመት ገብተን ለመጀመሪያ ድግሪ የሚያበቃንን ኮርስ አጠናቀን እንመረቃለን። ካቀረብናቸው ጥያቄዎች መካከል እኛ የጨመርነው ጥያቄ አባዲና ፖሊስ ኮሌጅ መባሉ ቀርቶ ፖሊስ ኮሌጅ ወይንም ፖሊስ አካዳሚ እንዲባልና ዘጠነኛ ኮርስ መባሉ ቀርቶ አንደኛ ኮርስ ተብሎ እንዲጀምር የሚሉትን ነበር። እኛ ራሳችን ከጨመርነው ጥያቄ በስተቀር ጥያቄዎቻችን ተገቢ ጥያቄዎች ነበሩ። ቢሆኑም ሠራዊቱን እርስ በርስ ሊከፋፍል ይችላል ብለው በመደናገጥ ችግር ሊፈጥሩብን ሞከሩ። እኛም በአሳፈረኝነት ቃል ተገብቶልን እንድንገባ በገፋፉን ምክኒያቶች ላይ ብቻ በማትኮር ያለዳኛ ክርክራችንን ቀጠልን። ቃላችሁ ይከበር ያለበለዚያ ማታለልና ማጭበርበር ይሆናል ብለን ትግል ተያያዝን። በሦስተኛው ዓመታችን በተፈጠረው በዚህ ረብሻ የዚያን ጊዜው ዕጩ መኮንን የኋላው የመንግሥቱ ኃ/ማርያም ታማኝ አሽከር ሆኖ እስከመጨረሻው የቀየው የሲዳሞ ተወላጅ ሕሊና ቢሱ ጄኔራል ይርጋ ኃይለማሪያም ከሁላችን አፈንግጦ ብቻውን ቀረ (ይህ እሥራት በሕይወቴ ለእኔ ለአራተኛ ጊዜ መሆኑ ነው (26)። ምንም እንኳን የዚያን ጊዜው ዕጩ መኮንን የኃላ ኃላው ጄኔራል ይርጋ ኃይለማሪያም ከኮልፌው እስራት፣ አድካሚና የስቃይ ጊዜ ቢድንም ከምረቃ በኋላ አዲስ አበባ አልቀረም። እንደሌሎቻችን "ረባሾች" እና "በጥባጮች" እሱም ወደ ጠቅላይ ግዛት ተመደቦ ሄዷል። ከሁሉ ይበልጥ ጄኔራል ይርጋ ኃይለማሪያምን ያዘንኩበት ለአርቲፊሻል እድገትና ሹመት ሲል ያችን ምስኪን የገዛ ኮርሱን ሻምበል ደምሴ ተከተክን በ1970 ዓ. ም. ወይንም በ1971 ዓ. ም. ገደማ ባንድነት በደቡብ ጦር ተመድበው እያሉ ከገዳዮቹ የሰደድ ወታደሮች ጋር ተባባሪ ሆኖ ማስገደሉን በሰማሁ ጊዜ ነው። ለነገሩማ ጄኔራል ግርማ ነዋይ፣ ሻምበል ተስፋየ ርስቴና ኮሎኔል ቁምላቸው ተካ የገዛ ኮርስ ጓደኞቻቸውን እነ አምሃ አበበንና ዓለማየሁ ኃይሌን በመሸጥ ለሹመት መብቃታቸው ተወርቷል። ተስፋየ ርስቴ ምንም እንኳን በቁምላቸው ተካ ሊያማኻኝ ቢሞክርም እራሱም ተንኮፍ አድርጎ በመጽሀፉ አልፎታል። በደርግ ዘመነ መንግሥት እንደ እነ ይርጋ ኃ/ማርያምና ግርማ ንዋይ፣ ተስፋየ ርስቴ፣ ቁምላቸው ተካ፣ የዋሺንግተን ዲ. ሲ'ው ዘላለም ዋሲሁንና እነሱን የመሳሰሉት ጥቂት ጮሌዎችና ብልጣ ብልጥ አድርባዮች ብቻ ነበር የተረፉት ብቻ ሳይሆን ያለፈላቸው። ሌሎቹ ጮሌነትና ምላጭነት ስለሚጎድላቸው በመርህና በዓላማ ፅንዓታቸው ታስረዋል፣ ከሥራም ተሰናብተዋል፣ ተሰደዋል፣ የሥነልቦና፣ የመንፈስና የዓምሮ ጭንቀትንና ረብሻን በመጎናጸፍ

ተጎድተውና ተጎሳቁለው አንገታቸውን ደፍተው ኑረዋል።

ከኮልፌ ስንመለስ ሁላችንም ሰንበሌጥ መስለን ተመለስን። ወታደር በመሆናችን ብቻ ሳይሆን ሠራዊቱን ለመከፋፈል የተዘጋጀን እንደሆን ተቆጥሮ 3ኛ ዓመት የነበርነው የእኔ ኮርስ ለሌሎቹ ኮርስ ዕጩ መኮንኖች የመልካም አርአያ መሆን ሲገባቸው ለብጥበጣና ለረብሻ ጠንሳሽና አስተባባሪ ተባባሪ በመሆናቸው በተለይ እንዲቀጡ ተብሎ ነበር ለኮልፌ የፊጥኖ ደራሽ መምሪያ የተሰጠው ትእዛዝ። ሠራዊቱ የፈጠረው ጥላቻ ማለትም ሠራዊቱ በእኛና በቀድሞው አባዲና ፖሊስ ኮሌጅ ተመራቂዎች መካከል (የሁለት ዓመቱ ሠልጣኞች)፣ እንደገና በእኛና በባለ ሌላ ማዕረግ በበታች ሹማምንት መኮንኖች ተመራቂዎች (Non-Commissioned Officers, NCO) መካከል ቅራኔ በመፍጠር እርስ በርሳችንን በማቃቃር በመጥፎ አይን እንድንተያይ የሠራዊቱ ቁንጮች ፈጥረው ነበር። ቁጭታቸውን ከተወጡብን በኃላ የወር ተኩሉ ቅጣት ይበቃቸዋል ተብለን በኮሎኔል በላቸው ጀማነህ፣ በኮሎኔል ብርሃኔ፣ በኮሎኔል ሻውልና በከፋው ጠቅላይ ግዛት ፖሊስ አዛዥ በነበሩት ሜጀር ጄኔራል አባተ በዛ እና በየዋሁና ደጉ ኮስታራው እዛዛችን ስሜ ወዳጆ ግፊትና ጥረት እንደነበረ በወሬ ሰምተናል። ጉዳዩን ቢትወደድ ዘውዴ ገብረሕይወት ዘንድ ደርሶ ጣልቃ ስለገቡበትም ጭምር ነበር ይባላል። ጉዳዩን “አጣርቶ” ከውሳኔ ሃሳብ ጋር ለሠራዊቱ ዋና አዛዥ እንዲያቀርብ በሠራዊቱ ዋና አዛዥ በሌፍተናንት ጄኔራል ይልማ ሽበሽ የተቋቋመው ልዩ ኮሚቴ የውሳኔ ሀሳብ አቀረበ። በዚህም መሠረት የረብሻው መሪዎች በሶስት ደረጃ በቀደም ተከተል ተመደቡ። አራት የተመራቂ ዓመት ዕጩ መኮንኖች (እኔ እና ሦስት የኮርስ ጓዶቼ) ግንባር ቀደም የአድማው መሪዎች (Ring leaders) ተብለው በአንደኛ ደረጃ ተመደቡ። እነሱም በደረጃ፣ 1ኛ. ዕጩ መኮንን አያሌው መርጊያው፣ 2ኛ. ዕጩ መኮንን ወገኔ ገነነ፣ 3ኛ. ዕጩ መኮንን ደምሴ ተከተልና 4ኛ. ዕጩ መኮንን መስፍን ታደሰ (27) ሲሆኑ፣ ሌሎቹን በሁለተኛና በሶስተኛ ደረጃ በረብሻ መሪነት የተመደቡትን የዕጩ መኮንኖች ስም የቀድሞ ጓዶቼን ለማግኘት አቅም ባለማግኘቴ ማቅረብ አልቻልኩም። ሆኖም ታምራት ወ/ማርያም እና ነጋሽ ዘርጋው እንደነበሩበት አስታውሳለሁ። ታምራት ወ/ማርያም የሁለተኛ ዓመት ኮርስ ዕጩ መኮነን ሲሆን ነጋሽ ዘርጋው የመጀመሪያ ዓመት ዕጩ መኮነን ነበር። ታምራት ወ/ማርያም የቀዳማዊ ኃይለ ሥላሴ ዩኒቨርሲቲ የአንደኛ ዓመትን ትምህርት አጠናቆ ወደ ፖሊስ ኮሌጅ ገብቶ አንደኛ ዓመትን በድጋሚ አጠናቀቀ። የግንባር ቀደም አድማው መሪዎች (Ring leaders) አራቱ የተመራቂ ዓመት ኮርስ ዕጩ መኮንኖች (ዕጩ መኮንን አያሌው መርጊያው፣ ዕጩ መኮንን ወገኔ ገነነ፣ ዕጩ መኮንን ደምሴ ተከተልና ዕጩ መኮንን መስፍን ታደሰ) በመሆናቸው ሳይመረቁ በበታች ሹማምንትነት ወጥተው አንድ ዓመት ኦጋደን ተመድበው ካገለገሉ በኋላ ተመልሰው እንዲመረቁ። የፈጸሙት ጥፋት በምድብ ቦታቸው ለሚገኙት መኮንኖችና የበታች ሹማምንቶች እንዲያውቁት እንዲነበብላቸው፣ ለስድስት ወር የገንዘብ ቅጣት (ምን ያል እንደነበር ተዘነጋኝ) ውሳኔ ተወሰነብን።

የ11ኛ ኮርስ ዕጩ መኮንን ተመራቂዎች ከንጉሱ ጋር የተነሳነው መታሰቢያ

ሌሎቹ በሁለተኛና ሶስተኛ ደረጃ የተመደቡት በአንደኛ ደረጃ በተመደቡት ግንባር ቀደም የአድማ መሪዎች ተወናብደውና ተገፋፍተው እንደተባበሩ ተቀጥሮ ሁሉም እጩ መክንኖች ሲመረቁ ከአዲስ አበባ ውጭ በየጠቅላይ ግዛቱ በሚገኙ ደረቅ ጣቢያዎች እንዲመደቡ ኮሚቴው የውሳኔ ሃሳብ አቀረበ። ኮሎኔል በላቸው ጀማነህ፣ ኮሎኔል ብረሃኔ ግዛው፣ ኮሎኔል ሻውልና የከፋው አዛዥ ጄኔራል አባተ በዛ ከኮሌጁ አዛዦችን ጋር በመተባበርና የቢትወደድ ዘውዴ ገብረሕይወትንም ድጋፍ በማግኘታቸው ልንመረቅ የወርና የሁለት ወር ጊዜ እንደቀረን ሌፍተናንት ጄኔራል ይልማ ሺበሺም ለእኛ በመጨነቅ "በልጆቼ ላይ ልጨክን አይገባኝም" ብለው የኮሚቴው የውሳኔ ሃሳብ ተነስቶ ቅጣቱ እንዲሰረዝ እንደወሰኑ በውስጠ አዋቂ ተነገረን። ሆኖም በምትኩ ሁሉም ተመራቂዎች ጮሌውና ብልጣ ብልጡ ጄኔራል ይርጋ ኃይለማርያም ጭምር በየጠቅላይ ግዛቱ ከዚያም ከከተማ ወጥተን በደረቅ ጣቢያ ተመድበን ለሁለት ዓመት እንድናገለግልና የፈጸምነው ጥፋት በምድብ ቦታችን ለሚገኙት መኮንኖችና የበታች ሹማምንቶች እንዲያውቁት እንዲነበብላቸው ተወሰነብን። ከፖሊስ ኮሌጅ ስንመረቅ በምርቃቱ ዕለት ከማስታውሳቸው ሁለት ገጠሞች መካከል የመጀመሪያው ንጉሱ የክብር ሰልፉን ሲገበኙና ተመራቂዎቹን ዕጩ መኮንኖች በሰልፍ በሚገበኙበት ወቅት ውሻቸው በጋደኛየ ኤርትራዊው ሐዲስ ስዩም ጫማ ላይ ወጥታ በመቀመጧ በተጠንቀቅ ቆሞ እሳቸውን ማየትና ማስገብኘት ሲገባው ውሻዋን ብቻ በመመልከት ከአሁን አሁን ምን አደጋ ላይ ልትከተኝ ይሆን ብሎ

በመስጋትና በመደናገጥ እየተርበተበተ ጉብኝታቸውን አጠናቀው ወደ ክብር ቦታቸው ሲያመሩና ውሻዋ ከጫማው ዘላ ንጉሱን መንገድ መምራት እስከጀመረች ድረስ አንገቱን ደፍቶ ቀና ብሎ ሳያያቸው ላብ እያላበው ቀየ። ውሻይቷ ከአንዳችን ጫማ ላይ ከወጣች ለንግሥናቸውና ለአመራራቸው እንደ እንቅፋት ተቆጥሮ ግለሰቡ ችግር ውስጥ ሊገባ እንደሚችል በወቅቱ እንደ (superstation) እምነት ነገር ይነገር ነበር። የሰልፍ ጉብኝታቸውን አጠናቀው ወደ ክብር ቦታቸው ሲያመሩ ሐዲስ ሥዩም ንፍስ ዘርቶ አንገቱን ቀና አድርጎ ሁላችንን እያየ በድንጋጤና በሕፍረት እየተርበተበተ በቁጣ መልክ "ምን ታዩኝ አላችሁ" በማለት እኛን በግልምጫ በመግረፍ ጭንቀቱን አቀዘቀዘ። ሁለተኛው ገጠመኝ አሁንም ንጉሱ የክብር ቦታቸውን ይዘው ምርቃቱ ሲከናወንና ከጃንሆይ የምስክር ወረቀትና ዲፖልማችንን ስንቀበል እሳቸውን ደፍሮ ፊታቸውን ቀጥ ብሎ ለማየት የሚችል እንድም ሰው ሊኖር እንደማይችልና መልካቸው እንደሚያስፈራራና እንደሚያስደነግጥ አሁንም እንደ (myth) ይነገር ነበር። ይህንን ለማወቅ ሁልጊዜ የምረቃት ቀኗን እጠባበቅ ነበር።

በምርቃት ወቅት ከሳቸው ዲፕሎም ስቀበል ቀጥ ብየ ፊቴን ሳላነቃንቅ እሳቸውን አትኩሬ በመመልከት ተቀብየ ተሰናበትኩ። ምንም የሆንኩት የለኝም ግን ያ myth የስንልቦና ጭንቀት አሳድሮብኝ ተቀብየ ወደ ቦታየ ስመለስ እግሬ እየተወላገደና እየተብረከረከ ከሰልፍ ቦታየ ደረስኩ በመጀመሪያ ዓመት በኮሌጁ ቀይታየ ነሐሴ ወር 1960 ዓ. ም. ገደማ ዋለልኝ መኮንን ካራሙብላ ከሚጫወትባት ባር (ባር ሊዮን) በተገናኘንበት ጊዜ ከኢርጋ ተሰማ የአባ ዲና ፖሊስ ኮሌጅ እጩ መኮንን ብሎ አስተዋወቀኝ። እንደማስታውሰው ይርጋ ተሰማ በቀዳማዊ ኃይለሥላሴ ዩኒቨርሲቲ የመጀመሪያ ዓመቱን ያጠናቀቀበት ዘመን ሲሆን ለእኔም የመጀመሪያ ዓመት የፖሊስ ኮሌጅ ትምህርትን የፈፀምኩበት ዘመን ነበር። በዚያው ዓመት ምሕረት የትምህርት ዘመን ማገባደጃ አካባቢ አምሃ አበበንና ታደሰ አስፋውን ወደ ባር ሊዮን በመወሰድ ከዋለልኝ መኮንን ጋር ያስተዋወኩበት ጊዜ ነበር። የወሰድኳቸው ቢራ ልጋብዛችሁ በማለት እንጂ ከዋለልኝ ጋር ላስተዋውቃችሁ ብየም አልነበረም። ሳስተዋውቃቸውም ድንገት እንደተገናኘን አስመስየ ነበር። አምሃ አበበና ታደሰ አስፋው ሁለቱም የናዝሬት ልጆች ናቸው። ያለተግባሩና ያለሥራው ባብዛኛው የሠራዊቱ ከፍተኛ አዛዦችና እፍኝ በማይሞሉ የኮሌጁ መምህራን "የበጥባጭነትና የረባሽነት" ስም የተሰጠው የአባ ዲና ፖሊስ ኮሌጅ/ፖሊስ አካዳሚ የ11ኛ ኮርስ ዕጩ መኮንኖች ከተጠባባቂ ጋር 60 ተወዳዳሪዎች ተመርጠው በክብር ትምህርት ከጀመሩት 50ዎቹ ዕጩ መኮንኖች መካከል መሰናክሉንና አድካሚውን ጉዞ በማሸነፍ፣ በኮሌጁ የሚሰጠውን የወታደራዊ፣ ፖሊስ ሳይንስና የአካዳሚክ ኮርስ በሚገባ አጠናቀው በክብር የጨረሱት 21 ዕጩ መኮንኖች ሐምሌ 4 ቀን 1962 ዓ. ም. በግርማዊ ቀዳማዊ አጼ ኃይለሥላሴ ንጉሰ ነገሥት ዘኢትዮጵያ ተመርቀው (Commissioned) ተሰናበቱ። ከምርቃት ሥነሥርዓቱ ከንጉሰ ነገሥቱ ጋር የተነሱት 21 ዕጩ መኮንኖች ሲሆኑ፣ በኮሌጁ ግድግዳ ላይ ከሚሰቀለው የ1962

ዓ. ም. ተመራቂዎች የመታሰቢያ ፎቶግራፍ ላይ የተነሳነው ቁጥራችን 18 ብቻ ነን።

በኮሌጁ ግድግዳ የሚሰቀለው የ1962 ዓ. ም. ተመራቂዎች የመታሰቢያ ፎቶግራፍ

ዕጩ መኮንን ወገኔ ገነነ፣ ዕጩ መኮንን ፍቅረሥላሴ አስፋውና ዕጩ መኮንን ሽብሩ ታደሰ ሥልጠናቸውን በሚገባ አጠናቀው የተመረቁ ሲሆኑ ለምን በዚህ ፎቶግራፉ ላይ እንዳልተሳተፉ ለማስታወስ አልቻልኩም። ከግርማዊ ቀዳማዊ ኃ/ሥላሴ ጋር ከተነሳነው ሃያ አንዱ ተመራቂዎች ፎቶግራፍ ላይ የመፅሀፉ ደራሲ በመጨረሻ ረድፍ ከግራ ወደ ቀኝ የመጀመሪያው ነው። በኮሌጁ ግድግዳ ከሚሰቀለው የ1962 ዓ. ም. ተመራቂዎች የመታሰቢያ ፎቶግራፍ ላይ ከ18ቱ ተመራቂዎች ውስጥ የመፅሀፉ ደራሲ በስተጀርባ ከቀኝ ወደ ግራ ሁለተኛው ነው። በምርቃቱ ሥነሥርዓት ከንጉሱ በስተግራ በኩል የወቅቱ የሀገር ግዛት ሚኒስቴር የነበሩት ቢትወደድ ዘውዴ ገ/ሕይወት ሲሆኑ ከንጉሱ በስተቀኝ በኩል የንጉስ ነገስቱ የፖሊስ ሠራዊት አዛዥ/ኮሚሽነር የነበሩት ሌፍተናንት ጄኔራል ይልማ ሽበሽ ናቸው። ከእሳቸው ጎን ያሉት ደግሞ የኮሌጁ አዛዥ ኮሎኔል ስሜ ወዳጆ ናቸው። ከምርቃቱ ሥነሥርዓት በኃላ ብዙም ሳይቆዩ ብርጋዲየር ጄኔራል ሆነው የአውሳ አውራጃ ገዥ አድርገው ጥርሳቸውን ነቅለው ካደጉበት ሠራዊት በጥበብ አግልለው ሸኟቸው። አይበሉ ወይ አያስበሉ፣ አይዘርፉ ወይንም አያዘርፉ እየተባሉ ይወቀሱ የነበሩት ቀጥተኛና ግልጹ ብርጋዲየር ጄኔራል ስሜ ወዳጆ እውነቱን ፊት ለፊት የሚናገር ቀጥተኛና ደፋር ፖሊስ በጣም አድርገው ይወዳሉ። የሕዝብን ሰላምና ፀጥታ ለማስከበርና ሕዝብን ለማገልገል የቀምን ልዩ የሕዝብ አገልጋዮች በመሆናችን፣ እውነተኛነት፣ ቀጥተኛነት፣ ድፍረት፣ ግልጽነትና ሀቀኝነት ልዩ የመገልገያ ጦር መሣሪያችን ከመሆናቸውም ባሻገር የንጹህ ፖሊስ ባሕሪና የሠራዊቱ እሴት ናቸው በማለት በሁለት አጋጣሚዎች

ከሌሎች የኮሌጁ ጓዳቼ ጋር ተከስሼ ቢሯቸው በቀረብንበት ወቅት የሰጡን ተደጋጋሚ ትምህርትና ምክር ምንጊዜም እይዘነጋኝም።

ጊዜው በልዩ ልዩ ሞያ ለሰለጠኑ ሀገሪቷ ዜጎች የግል ጥቅም ሩጫ በጣም የተመቻቸ እንደነበር ባይካድም ካደረብኝ ሕዝባዊ ዝንባሌ የተነሳ ትኩረቴን ወደ ሕዝባዊ የፍልሚያ ሜዳዎች ከማሳረፍ በስተቀር ሌላ አማራጭ አላስቀመጥኩም። ስለሆነም በቅጣት መልክ ከመሆኑ በስተቀር በየጠቅላይ ግዛቱ መበታተናችንን በደስታ ነበር የተቀበልኩት። ከዚህም የተነሳ በራሴ ፍላጎትና ጥረት የሥራ ምድቤ ኤርትራ ጠቅላይ ግዛት ፖሊስ እንዲሆን ያላሰለሰ ጥረት አደረኩ። የኮርስ ጓደኛየና ኤርትራ ተመድቦ የነበረውን የአሩሲውን ተወላጅ በቀለ ለማን ወደ ወሎ እንዲሄድና እኔ ኤርትራ እንድሄድ ጠይቄው ጥያቄየ እውነት ስላልመሰለው አላማነኝም ነበር። ቃሌን ሳላጥፍና ሀሳቤን ሳልቀይር ቶሎ ብሎ አዋክቦ ከሻለቃ (ሌ/ኮሎኔል ይሁኑ ዘነጋሁ) እሳቱ ጎበና ጽ/ቤት ይዞኝ ገብቶ ከነኮሎኔል ሻውል ጋር ከተነጋገረ በኃላ በስምምነታችን መሠረት ዝውውራችን ፀድቀ በቀለ ለማ ወደ ወሎ ሲሄድ እኔም በመጨረሻ ጥረቴ ተሳክቶልኝ ወደ ኤርትራ ጠቅላይ ግዛት ተመደብኩ። ለስምንት ቀናት ወሎ ደርሼ አዲስ አበባ በተመለስኩ ሰሞን ከመምህራን ማሰልጠኛ ኢንስቲቱት ጓደኞቼ የነበሩ ከፖሊስ ኮሌጅ መመረቄን ሰምተው አፈላልገው በማግኘት ሀብተጊዮርጊስ ድልድይ አካባቢ ከሚገኘው አዲስ አበባ ሬስቶራንት ግብዣ አደረጉልኝ። ከጋባዦቼ መካከል ሶስቱ (ሁለት የትግራይ ልጆች፣ አንዱ ወሎየ) የሚያስተምሩት አሥመራ አካባቢ በመሆኑ የእኔ ምድብ ቦታየ ኤርትራ መሆኑን ሲሰሙ ደስታ ተሰማቸው። በአሥመራ ቆይታችን በእኔ ላይ በነበራቸው ፍቅር፣ የጋሻነትና የመመካት ስሜት ምክኒያት ከእኔ ብዙም ጊዜ አይርቁም ነበር። ቤት እየመጡም ብዙ ጊዜ ያሳልፋሉ። አብረውኝ የሚኖሩትም መኮንኖች በተለይም ወገኔ ገነነ እንደጓዶቻቸው አድርገው ቀጠሯቸው። እኔ ለሥራ ጉዳይ ካልሆነ ሽጉጥ እንደማልታጠቅ በማወቃቸው ቤት እየሄዱ ሽጉጤን በመውሰድ የሐማሴን ቆንጆዎች ልብ በመሳብ እንዲያፈቅሯቸው ለማድረግ ሽጉጥ መታጠቃቸውን በዘዴና በስውር እንዲያዩላቸው ያደርጉ ነበር። ይህም መኮንን እንደሆኑና ባለሥልጣን ነገር መሆናቸውን በተዘዋዋሪ በመግለጽ የተፈለገችዋን ልጅ ልብ ለመሳብ የሚጠቀሙበት ደካማና ርካሽ ጥበብ ነበር። እኔ ይህንን ሁሉ አላውቅም ነበር። አንድ ቀን ለሥራ ጉዳይ ታዝዤ በምሄድበት ወቅት የግድም ሽጉጥ መታጠቅ ይኖርብኛልና ሽጉጡ ካለበት ሥፍራ ስሄድ ሽጉጥ የለም። የት ሄደ፣ የት ጣልኩ በማለት ስደናገጥ ባጋጣሚ የተመለከተው "ከተንኮለኞቼ" አንዱ የትግራዩ ጓደኛየ ዓ. አሰፋ መደናገጤንና መረበሼን ያያል። ምን እንደደረሰብኝ ጠየቀኝ። ሁሉንም ግልጽልጽ አድርጎ አጫወተኝ። ሶስቱንም ሰብስቤ አስፈላጊውን ምክርና ማስጠንቀቂያ ሰጠኃቸው። በሽጉጥና በጦር መሣሪያ ኃይል የምትገኝዋ ቆንጆ ወዳችሁ ወይንም አፍቅራችሁ ሳትሆን ተገዳ በፍራቻና በጭንቀት ያለፍላጎቷ እንደሆነ ማወቅ እንደሚኖርባቸው፣ አርቲፊሻል ወይንም የውሸት ፍቅር ደግሞ ጊዜያዊ ደስታ እንጂ ከልብ በመነጨ

ፍቅርና መዋደድ እንዳልሆነ፣ የሰሩት ሁሉ ርካሽና ደካማ ዘዴ መሆኑን፣ እንዲሁም እኔን ጎዳቸውን ለመጥፎ ተግባር መገልገያ ማድረጋቸው ሁሉ ወንጀል መሆኑን በማስታወስ ከአሁን በኃላ ቢደግሙ ወደ ፍርድ ቤት እንደማቀርባቸው በማስፈራራት እንዲያቆሙ አስደረኳቸው።

ጌ. ከበደ የተባለው ጎደኛየ "እረ አያሌው ከምሩ ነውና ወደ ወሀኒ እንዳይልከን ሁለተኛ እንደማንሞክር ቃል እንገባለት" ብሎ በማሳሰቡ ሶስቱም ይቅርታ ጠይቀውኝ ጎደኝነታችንን እንደቀድሞው ቀጠልን። ጌ. ከበደ የደሴ ልጅ ሲሆን ከእኔ ጋር ከወይዘሮ ስኂን ፪ኛ ደረጃ ትምህርት ቤት ተመልምሎ አሥመራ መምህራን ማሰልጠኛ ኢንስቲቱት የገባ ነው። የትግሬው ተወላጅ ዓ. አስፋ ደግሞ በጣም የሚቀርበኝ ጎደኛየ ሲሆን በዚያን ዘመን ሁለም ሲበዛ ወመኔዎች ነበሩ። በግር ግር እስከዚያ ጊዜ ድረስ ሽጉጡን ምን እንደሰሩበትና ምን ያህሎቹን ምስኪን ኤርትራዊ እህቶቻችን ላይ እንደተጫወቱ ለማወቅ ሞክሬ እስከመጨረሻው ድረስ ደብቀውኛል።

ወደ ወሎ ከመሄዴ በፊት ወደ ኤርትራ መመደቤን እንዳረጋገጥኩ ሰሞን አምስት ኪሎ ከሚገኘው መኖሪያ ቤቱ አካባቢ ከዋለልኝ መኮንን ጋር ተገናኝቼ መመረቄንና ወደ ኤርትራ መመደቤን አበሰርኩት። የአድርባይና የጮሌነት ባሕሪ ኖሮኝ ሳይሆን ያላግባብ መጋፈጥን ለማስወገድና ካላግባብ ችግር ለመዳን ዋለልኝን በእሥራት ቆይታው ከርቸሌ ሄጄ አልጠየኩትም። የተፈታውም በተማሪዎቹ/በጎዶቹ የተባበረ ኃይል እንጂ በርኅራኄና በመልካም ፈቃድ ባለመሆኑም እንኳን ተፈታህም አላልኩትም። ብለውም እንደሚያፌዝብኝና እንደሚስቅብኝ እርግጠኛ ነበርኩ። በምርቃቱ ሥነሥርዓት ለምን እንዳልተጋበዘ እያሾፈ ጠየቀኝ። በስንት መከራ ለምርቃት የበቁትን 21 እጩ መኮንኖች ንጉሱ ለመመረቅና ኮሚሽንድ ለማድረግ በፕሮግራሙ መሰረት ከቦታው እንዲገኙልን ምኞትህ መሆኑን ስለማውቅ አልጋበዝኩህም። በስህተት እንኳን የግብዣ ወረቀቱን ብሰጥህ የእኔን ተመርቄ ወደ ምድብ ቦታየ መሄዴን ስለምትመኝልኝ ጥሪውን አክብረህም እንደማትመጣ ስለማውቅ ነው ያልጋበዝኩህ በማለት እኔም እንዳቅሜ አሾፍኩ። ዋለልኝ መኮንን ከንጉሱ አካባቢ እንዲገኝ እሱን ለመጋበዝ አላበድኩም። መመረቄን ምክኒያት በማድረግ በቀድሞው ኢንተርናሽናል ሆቴል የምሳ ግብዣ አደረገልኝ። ምሳ ግብዣው እንዳለቀ አሥመራ ከተማን ለመጎብኘት ድንገት ብቅ ብንል የሚያስተናግደን ዘመድ አግኝተናል ማለት ነው ብሎ እየቀለደም ይሁን ከምሩ አላወኩም በረጅሙ ቁመናውና ረጅም እጆቹ አቅፎ ተሰነባበተኝ።

3.2. በኤርትራ ጠቅላይ ግዛት ፖሊስ ቆይታየ

እኔና የፖሊስ ኮሌጅ የኮርስ ጎደኛየ የዚያን ጊዜው የምክትል መቶ አለቃ (ኮሎኔል ወይንም ጄኔራል ይሁን አላወኩም) ታደሰ አስፋው በወሎ አውቶቡስ ተሳፍረን ከሁለት ቀን ጉዞ በኋላ በክረምቱ ነሐሴ ወር አጋማሽ 1962 ዓ. ም. አሥመራ ከተማ ገባን። ታደሰ አስፋው ጨዋና ኩሩ የነበረ የናዝሬት ከተማ ልጅ ነው። ከቀዳማዊ ኃይለሥላሴ ዩኒቨርሲቲ ሁለተኛ ዓመትን አጋምሶ ነበር

አባ ዲና ፖሊስ ኮሌጅ ገብቶ እንደ አዲስ ‘ሀ’ ብሎ የፍሬሽ ማን (Fresh man) ኮርሶችን የተያያዘው። በምርቃቱ ጊዜ በዩኒቨርሲቲ ኮርሶች አንደኛ በመውጣቱ ከንጉሠ ነገሥቱ የወርቅ ሰዓት ሽልማት ተቀብሎ ነው ያጠናቀቀው። ታደሰ አስፋው እንደ ዓምሃ አበበ ጨዋታና ቀልድ በሀይል ይችልበታል። መንገደኞቹን እያጫወተ፣ እያሳቀና እያዝናና ነበር የሁለት ቀናት ጉዟቸውን ሳያስቡት አሥመራ ያስገባቸው። በወሎ ፈረስ የሁለት ቀን ጉዟችን ማንም መንገደኛ እኛን የፖሊስ መኮንኖች አድርጎ የጠረጠረን አልነበረም። የመሰልናቸው የቀዳማዊ ኃይለሥላሴ ዩኒቨርሲቲ ተማሪዎች የሆንና ትምህርት ቤት በመዘጋቱ ወደ ቤተሰቦቻችን የምንጋዝ የወታደር ልጆች አድርገው ነበር። ባጋጣሚ ብንጠየቅ ኖሮ እንዋሻቸው ነበርን? ማንነታችንን እንደብቃቸው ነበርን? ለመመልስ ያስቸግረኛል። አሥመራ ከተማ ደርሰን አውቶቡሱ ከአውቶቡስ ማረፊያ እንደቀመ ሰባት ለጋ ወጣት የፖሊስ መኮንኖች የደንብ ልብሳቸውን ግጥግጥ አድርገው አውቶቡሱን ከበው ቀመው ይጠባበቃሉ። መንገደኞቹና ሹፌሩ መኮንኖቹ አውቶቡሱን ከበው መቀማቸውን ሲመለከቱ ትልቅ ጭንቀትና ፍርሀት ውስጥ ገቡ። ይህንን የፍርሀትና የጭንቀት ሁኔታ የተገነዘበው ምክትል መቶ አለቃ ታደሰ አስፋው “በል አያሌው እንዲህ ዓይነቱ ያንተ ሥራና ኋላፊነት ነውና አረጋጋቸው” ብሎ ያጋፍጠኛል። “እኔ በሙያየና በኋላፊነቴ እያጫወኩና እያዝናናሁ በሰላም አሥመራ አድርሻለሁ፣ የሚቀጥለው ኃላፊነት ያንተ ነውና ሥራህን ጀምር ብሎ በማሳሰብ አጋፍጦኝ ፈንጠር ብሎ ከአውቶቡሱ በር ላይ ቀመ። ታደሰ አስፋው እውነቱን ነው፣ እኔ ጨዋታ ማዳመጥና መሳቅ እንጂ ጨዋታ ማምጣት ወይንም ማፍለቅ አልችልበትም። ከነጭራሹ ጨዋታና ቀልድ ዛሬ ተነግሮኝ ነገ እረሳለሁ። በዕውነተኛ ታሪክ የተመረኮዘ ትምህርታዊ ቀልድ ግን ምን ጊዜም አይረሳኝም። በሕዝብ ፊት ቀሜ ሕዝብን ማረጋጋትና እንዲዝናኑ ማድረግ ተፈጥሮ የሰጠኝ ፀጋ በመሆኑ እችልበት ነበር። ሁለታችን አዲስ የተመረቅንና ኤርትራ ጠቅላይ ግዛት ተመድበን የመጣን የፖሊስ መኮንኖች መሆናችንን፣ በውጭ አውቶቡሱን ከበው ቁመው የምታዩአቸው ወጣት የፖሊስ መኮንኖች ከእኛ አንድ ዓመትና ሁለት ዓመት በፊት ተመርቀው ጠቅላይ ግዛቱ የተመደቡ ጓደኞቻችን በመሆናቸው እኛን ለመቀበልና ለማስተናገድ እየተጠባበቁ መሆናቸውን በመግለጽ ለመንገደኞቹና የወሎ ፈረስ አውቶብስ ሹፌር በእርጋታ አሳሰብኳቸው። ቀጥየም ወደፊት በቀጥታም ሆነ በተዘዋዋሪ ብንገናኝና እኛ ለማስታወስ ብንዘነጋ ወንድሞቻችሁና ልጆቻችሁ በመሆናችን አስታውሱን። ያላግባብ ችግርም ቢያጋጥማችሁ ችግራችሁንና በደላችሁን አካፍሉን። የምንችለውን ለመተባበርና ለመርዳት ወደ ኋላ አንልም። እኛ መንግሥት ወደዚህ ጠቅላይ ግዛት የላከን የንጉሠ ነገሥቱ መንግሥት የሠላም አምባሳደሮች ሆነን እናንተን ለማገልገል፣ የእናንተን ሰላምና ፀጥታ ለማስከበር የተላክን ወታደሮች እና የሕዝብ አሽከሮች ነን እንጂ የእናንተ ሽክም በመሆን እኛን እንድታገለግሉን አልተላክንም። ለችግራችሁ የምንችለውን ሁሉ ለማድረግ ወደ ኋላ ስለማንንል ችግራችሁን ከማካፈል ወደኋላ እንዳትሉ በማለት በመኮንንነት ዘመኔ

የመጀመሪያዋ ከልብ የመነጨ ወታደራዊ/ፖለቲካዊ ንግግር አደረኩ። የሞቀና የጋል የፍቅርና የአክብሮት ስሜታቸውን በጭብጨባ፣ ሴቶቹ በዕልልታ ገለጹልን። ከውጭ የሚጠባበቁን ጓዶቻችን ግራ በመጋባታቸው ምክትል የመቶ አለቃ ዓለሙ ወንድሙና ምክትል የመቶ አለቃ ሰለሞን ቦጋለ አውቶቡሱ በራፍ ላይ በመቆም ማዳመጥ ጀመሩ። ከዚያም ከተሳፋሪዎቹ አዛውንት አባቶቻችንና እናቶቻችን ከእኔ ንግግር በመቀጠል እግዚኤብሔር ለአካባቢያችን ሠላም ሊያመጣልን በመፈለጉ ይሆናል መንግሥት አስቦልን እናንተን የመሳሰሉ ለጋ ፍሬዎች የሚልክልን ያለው፣ እግዚአብሔር ከጎናችችሁ አይለይ፣ ተባረኩ ብለው ምርቃት እንደሰጡን በድጋሜ በጭብጨባና በዕልልታ አመስግነውና መርቀው ሸኙን። ልክ ከአውቶቡስ እንደወረድን የመቶ አለቃ ዓለሙ ወንድሙ ጎሽ አያሌው፣ እንካን እኛ ዘንድ መጣህ ብሎ በደስታና በፍቅር አቅፈው ሳሙኝ። ከእኛ በፊት ተመርቀው ቀደመው አሥመራ ተመድበው የነበሩት የመጀመሪያዎች ሁለት የአካዳሚው ኮርስ ምሩቆች የዚያን ጊዜዎቹ እነ፣ የመቶ አለቃ ግርማ ይልማ፣ የመቶ አለቃ ብርሃኑ ከበደ፣ ምክትል መቶ አለቃ አምሃ አበበ፣ ምክትል መቶ አለቃ ቂናጢ ተዓ፣ ምክትል መቶ አለቃ ዓለሙ ወንድሙ፣ ምክትል መቶ አለቃ ሰለሞን ቦጋለ፣ እና ምክትል መቶ አለቃ ግዛቸው (ያባቱን ስም ዘነጋሁ) ናቸው። ከግርማ ይልማና ብርሀኑ ከበደ በስተቀር ሁሉም የሻምበል ተስፋየ ርስቴ ኮርስ ጓዶች ናቸው። ቤት ተከራይተን እስከምንገባ ድረስ በገዛ ባንዳ አካባቢ ከሚገኘው የማይ ጃህ ጃህ ፋፏቴ ባጠገብ ፊዮሪና ከሚባል ሆተል ወስደው አስቀመጡን። ለጠቅላይ ግዛቱ ፖሊስ መምሪያ ቅርብ ከሆነና ከነግርማ ይልማና ብርሃኑ ከበደ ቤት አጠገብ አራት ክፍል ያለው ቪላ ቤት ከአረቦች ተከራይተን ገባን። ግርማ ይልማና ብርሃኑ ከበደ ባንድነት ኤርትራ የሄዱና ባንድነት ይኖሩ ነበር። አራት ክፍል ያለው ቪላ መከራየታችን ትግራይ ጠቅላይ ግዛት ተመድቦ የነበረውና ዛሬ በኒው ዮርክ እንደሚኖር የተነገረኝ የኮርስ ጓደኛየ ምክትል መቶ አለቃ ወገኔ ገነነ እንደማንም ተሟሙቶ ወደእኛ ለመዛወር ጥረት በማድረግ ላይ በመሆኑና ጥረቱም ተሳክቶ ከእኛ ጋር እንደሚገናኝ እርግጠኛ በመሆናችን፣ እንዲሁም የምክትል መቶ አለቃ አምሃ አበበ ጋር በፖሊስ ኮሌጅ ቀይታችን ዘመን ተመሳሳይ ባህሪያትና ፍላጎት ስለነበሩንና የዕረፍት ጊዜያችንንም በንባብ እናሳልፈው ስለነበር ከእኛ ጋር ለመግባት ፍላጎቱን ስለገለጸልን ነበር።

አምሃ አበበና ታደሰ አስፋው በዚያን ዘመን እሳት የላሳቸው ወጣቶች የሚፈጠሩባት የናዝሬት ከተማ ልጆች ነበሩ። ሁለቱም ብዙ ያነባሉ፣ አብዛኛው የሚያነቧቸው መጻህፍት ልብወለድ፣ የክትትልና ስለላ ቢሆኑም ትርፍ ጊዜያቸውን የሚያሳልፉት በንባብና ከቢራ ጋር እየተጫዋወቱ በመዝናናት ነበር። ምንጊዜም እራሳችንን በመቆጣጠር፣ ስሜታችንን በመግታት ከልብ ነበር ሕዝቡን እናገለግል የነበረው። መኖር የሚገባን ከአሥመራ ከተማ አፋፍ ላይ ከሚገኘው ከሆነ የወታደር ሰፈር (ስሙን ዘነጋሁ) ላይ በነፃ ከሚሰጠን የመኮንኖች መኖሪያ መሆን ነበረበት። እኛ ግን የሕዝብ

አገልጋዮችና አንጋቾች እንጂ የጦር ሠራዊት ባለመሆናችን የፈለገውን ወጭ ያስከትልብን እንጂ ከምናገለግለው ሕዝብ ርቀን መኖርን በመቃወም የኖርነው ከተማው መኻል የግል ቤት ተከራይተን ከሕዝቡ ጋር ተደባልቀን ነበር። የሕዝቡን ሰላምና ደሕንነት ለመጠበቅ የሰለጠን የሕዝብ አገልጋይ ልዩ ወታደሮች ነን እንጂ የጦር ሠራዊት ባለመሆናችን ከምናገለግለው ሕዝብ እርቀን ተነጥለን በጦር ሠፈር/ካምፕ ውስጥ የምንኖርበት ምክኒያት አይኖረንም በማለት ገና ኤርትራ ከመድረሳችን የማንቃቃመውን ሙግት ጀመርን። ፖሊስ ክበብም የሚገኘው በዚሁ አፋፍ ላይ በሚገኘው የፖሊስ መኖሪያ ሰፈር/ካምፕ አካባቢ ነበር። የጄኔራል ጋሻው ከበደም ሆነ የሌሎቹ አዛዦች መኖሪያ በዚሁ ሰፈር ነበር። የእኛ ከፖሊስ ሰፈር እርቀን ከተማ ውስጥ ከሕዝቡ ጋር ተደባልቀን መኖራችን ያካባቢውን የፖሊስ ባሕል እንደጣስን ከመቀጠራችንም አልፎ ከሕዝብ ጋር ተቀራርቦና ተፈቃቅሮ መኖራችን በአለቆች በክፉ ዓይን እንድንታይ ተጨማሪ ምክኒያት ሆነ። እኛ ያደረግነው በቅንነት የፖሊስ ተግባራችንን ለማበርከት ነበር። ይህም ተግባራችንና አቀራረባችን በአሥመራ ነዋሪ ሕዝብ ዘንድ ተወዳጅነትና ክብርን ሰጥቶናል። ከአዲሱ የፖሊስ ኮሌጅ የሦስተኛው ኮርስ ተመራቂዎች እኔና ታደሰ አስፋው በኤርትራዊው ተወላጅ የወቅቱ የጠቅላይ ግዛቱ ፖሊስ አዛዥ በነበሩት (እኛ ኤርትራ በገባን ከአምስትና ስድስት ወር በኋላ በናይጀሪያ የኢትዮጵያ አምባሳደር ሆነው የተሾሙት) አማካይነት ቤተመንግሥት ተወስድን ከልዑል ራስ አስራተ ካሳ ጋር ተዋወቅን። ይህ ባህል በጠቅላይ ግዛቱ እዲስ ነገር ነበር። የተጀመረው በመጀመሪያዎች አዲሱ የፖሊስ ኮሌጅ ምሩቀች በነሻለቃ ግርማ ይልማና ሻለቃ ብርሀኑ ከበደ ነበር። የጦር ሠራዊትም ሆነ የፖሊስ የመስመርና የከፍተኛ ማዕረግ መኮንኖች ወደ ጠቅላይ ግዛቱ በየጊዜው ይመደባሉ። ነገር ግን ከልዑል ራስ አስራተ ካሳ ጋር ይደረግ የነበረው ያ አስቂኝ ትውውቅ በአዲሱ የፖሊስ ኮሌጅ ተመራቂዎች ጋር ብቻ ነበር። ለእኛ ብቻም ሳይሆን ለራሳቸው ለፖሊሱ አዛዥም ጭምር ግራ ሳያጋባቸውና ሳያሳስባቸው እንደማይቀር አምናለሁ። የኋላ ኋላ ባዳበርነው ጥርጣሬ መሠረት ልዑሉ ከሻዕቢያው ኢሳያስ አፈወርቂ ጋር ግንኙነት የጀመሩበትና ለግል ሥልጣን ሕልም ማለም የጀመሩበት ወቅት በመሆኑ ለዚሁ ለወደፊት የተንኮልና የስውር አጀንዳቸው እኛን እንድንተባበራቸው ከወዲሁ ልባችንን በመማረክ ለመሣሪያነት እንድናገለግላቸው አስቀድመው እያዘጋጁን እንደሆነ ነበር በእርግጠኛነት ያመነው።

የጠቅላይ ግዛቱ ፖሊስ አዛዥ በዚያች በምጣፍጥ አማርኛቸው እኛን ካስተዋወቁ በኋላ ስለ ኮሌጁ አጠቃላይ መግለጫና ማብራሪያ ያደርጋሉ። ከትውውቁ ስነሥርዓት ማጠናቀቂያ ላይ ልዑል ራስ እስራተ ካሳ የአዛዦችንን ስም በመጥራት እንዲህ ሲሉ መመሪያ ሰጡ: "እነዚህንማ እዚሁ አካባቢየ፣ ከጎኔ መድብልኝ" በማለት መመሪያ ሰጥተው ያሰናብቱናል። ይህ ባህል ልዑል ራስ አስራተ ካሳ የሕግ መወሰኛ ምክር ቤት ፕሬሲደንት ሆነው እስከተዛወሩበት ድረስ እንደ ባህል ሆኖ ለሦስት ተከታታይ ኮርሶች ጸንቶ ቀየ። ልዑል ራስ እስራተ ካሳ በሌፍተናንት ጄኔራል ደበበ ኃይለማርያም

ተተኩ። ሌፍተናንት ጄኔራል ደበበ ኃይለማርያም የጠቅላይ ግዛቱ እንደራሴና የሁለተኛው ክፍለ ጦር አዛዥነት ተሹመው እሥመራ ቤተ መንግሥት ገቡ። የልዑል ራስ አስራተ ካሳ ተቀናቃኝና ባላንጣ የወቅቱ ጠቅላይ ሚኒስቴር የነበሩት አክሊሉ ሀብተወልድ የልዑል ራስ እስራተ ካሳ ዝውውር በንጉሱ እንደተጠናቀቀላቸው አውቀውም ሆነ ሳያውቁ ከልዑል ራስ አስራተ ካሳ ጋር ንክኪ ይኖራቸዋል ብለው የሚጠረጠሩትን ሁሉ በአምባሳደርነትና በሌላ እያሾሙ ከአካባቢው አወጡ። የጠቅላይ ግዛቱ ፖሊስ አዛዥ የነበሩት ተወዳጅነትንና ዝና ያተረፉት ኤርትራዊ ጄነራልም በናይጄሪያ የኢትዮጵያ አምባሳደር ሆነው ተሹመው ሄዱ። በምትካቸው ሜጄር ጄኔራል ጋሻው ከበደ ከሐረርጌ ጠቅላይ ግዛት ተዛውረው ኤርትራ ተመድበው መጡ። ኤርትራዊ ያልሆነ ኢትዮጵያዊ በጠቅላይ ግዛቱ የፖሊስ አዛዥነት ሲመደብ ሜጄር ጄኔራል ጋሻው ከበደ የመጀመሪያው ነበሩ። ይህ ከልዑል ራስ አስራተ ካሳ ዝውውር ብዙም ሳይቆይ በጥር ወርና የካቲት ወር 1963 ዓ. ም. ገደማ ነበር የተፈጸመው። የልዑል ራስ አስራተ ካሳ ዝውውር የተጠናቀቀው ጄኔራል ተሾመ ዕርገቱ በተቃዋሚዎቹ በተገደሉ ወራት ጊዜ ውስጥ ነበር። ከእኛ በኋላ ከፖሊስ ኮሌጅ ተመርቀው ወደ ኤርትራ ተመድበው የሚመጡት ከጠቅላይ ግዛቱ እንደራሴ ጋር ትውውቅ መደረጉ ትርጉም ስለሌለው አከተመ። የጄኔራል ተሾመ ዕርገቱ ግድያም ከልዑል ራስ አስራተ ካሳ ጋር መያያዙ በገሀድ ተወራ። ልዑል ራስ አስራተ ካሳ እኒህንማ ባጠገቤ መድብልኝ ብለው በሰጡት መመሪያ መሠረት ይሁን ወይም በተፈላጊነታችንና በብቃታችን ታምኖበት አናውቅም እኔ የጠቅላይ ግዛቱ የወንጀል ምርመራ መምሪያ የፖለቲካ ምርመራ ቡድን ኋላፊ ሆኘ ተመደብኩ። በነበረኝ የሥራ ኋላፊነት ሳቢያ ስለ ሲ. አይ. ኤ.፣ ኢሳያስ አፈወርቂና ስለ ራስ እስራተ ካሳ የጠበቀ ግንኙነትና በዚህም ግንኙነት የሚካሄደውን ፀረ-ኢትዮጵያ እንቅስቃሴ በቂ ግንዛቤ ባከማቸሁበት አካባቢ ልዑል ራስ አስራተ ካሳ ተዛውረው በመሄዳቸው ለእኔም ሆነ ምስጢሩን ያካፈልኳቸው ጓደኞቼ እንኳን እግዚአብሔር ለእኛ ሲል አዛውሮ ወሰደልን ብለን ዓምላክን ማመስገን ጀመርን። እኛ ከሳቸው ባጠገብ እንድንመደብላቸው መደረጉ ከላይ አካባቢ ለመጥቀስ እንደተሞከረው ለወደፊት ስውር አጀንዳቸው እያዘጋጁን እንደነበር በማመናችን ምን ሊያጋጥመን ይችል ነበር በማለት እራሳችንን በመጠያየቅ ለጊዜውም ቢሆን ተረብሸንና ተደናግጠን ነበር። ለማንም የማናወራው ጉዳይ ነበር፣ ብናወራውም የሚያምነንም አይኖርም፣ ብሎም እንከሰስና ችግር ውስጥ ልንገባም እንችል ነበር። ግንኙነቱን መስማትና ማወቅ እንደጀመርኩ ሰሞን ለቅርብ ጓደኞቼ ለእነ አምሃ አበበና ወገኔ ገነነ፣ ዓለሙ ወንድሙ፣ ታደሰ አስፋው እንዳካፈልኳቸው አላመኑኝም ነበር።

በድብቅና በጥንቃቄ ሰነድ ወደ ቤት እየወሰድኩ ሳሳያቸው ጊዜ ነበር ሊጠቀሙብን ነበር ለካስ ያሁሉ የትውውቅ ሸር ጉድ በማለት ሁሉም ተደናገጡ። ለነገሩ ወገኔ ገነነ ትግራይ ውስጥ ተመድቦ ለጥቂት ወራት ካገለገለ በኋላ ከእኛ ጋር ለመቀላቀል ባደረገው ትግል ተዛውሮ የመጣ በመሆኑ

ከልዑል ራስ እሥራተ ካሳ ጋር የመተዋወቅ ዕድል አላጋጠመውም። ልዑል ራስ አስራተ ካሳ ሥር ነቀል ለውጥ በሀገሪቷ እንደማያመጡ በእርግጠኝነት አምን ነበር። "ትልቻ ቢቀያይሩት ወጥ አያጣፍጥም" እንዲሉ የስም ለውጥ እንጅ የነበረውን መንግሥት በመገልበጥ በሕዝብ የተገነባ ዲሞክራሲያዊ መንግሥት እንደማያመጡ እምነቴ ነበር። እሳቸው እዚሁ ኤርትራ ቢቀዩና እንድንደግፋቸው ብንጠየቅ የእኛስ እቃም ምን ይሆን ነበር? ሀገራችንና ሕዝባችንን በመበደል ለሳቸው ሥልጣን ጥጥት በመሣሪያነት በመቆም እንታገል ነበርን? ወይንስ ምን ይሆን ነበር ሚናችንና አቋማችን? በማለት ከመንፈስ ጭንቀት ላይ ጥለውን ነበር። ከሻለቃ ከግርማ ይልማ፣ ከሻለቃ ብርሃኑ ከበደና ሻምበል ቂናጢ ተዓ በስተቀር ሁላችንም እንኳን ሄዱ እያልን ነበር ዓምላክን ያመሰገንነው። ሻለቃ ግርማ ይልማ ልዑል ራስ አስራተ ካሳ እንደተዛወሩ ብዙ ሳይቀይ በጽሁፍ ችሎታው ምክኒያት የሠራዊቱ ዋና ጠቅላይ መምሪያ ይፈልገው ስለነበር ተዛውሮ በመሄዱ ስለ ልዑል ራስ እስራተ ካሳ ብዙም አላወያየነውም። ሻለቃ ብርሃኑ ከበደ ከሴት ትራፊክ ወታደሮች ጋር ከመማገጥና በግድየለሽነት ባሕሪ የተዘፈቀ ጭንቀትና ችግር የማይችል የሐረር ልጅ በመሆኑ ከእንዲህ ዓይነቱ ቁም ነገር ካለው ጉዳይ ውስጥ አናስገባውም ነበር። የሰው ልጅ ሥልጣን፣ ገንዘብና ዝና እንደሚለዋውጠው ያረጋገጥኩበት አንዱ ማስረጃየ ያ ግድየለሽና ጭንቅ አይችሌ እያልን እናኳስሰው የነበረው ብርሃኑ ከበደ ወደ ጨካኝነትና አረመኔነት መለወጡ ነበር። ሻምበል ቂናጢ ተዓ አሥመራ በገባ በዓመቱ ገደማ ከቀንጆ ኤርትራዊት ጋር ተፋቅሮ ድረነዋል። ግርማ ይልማ በዕድሜም ከእኛ በሰል ያለ ነው። ምንም እንኳን ሁለቱም የኃላ ኃላ በደርግ ዘመን የአቢዮታዊነት ካባ ተላብሰው የቀዩ ቢሆንም በዚያን ዘመንም ሆነ በደርግ ዘመን ሁለቱም ስሜት ስለማይጫወትባቸው እንዲህ ዓይነቱ ችግር ውስጥ አይገቡም። እነሱ ከስራቸው ቤታቸው ከቤታቸው ስራቸው ጋር ብቻ ነበር ትግላቸው። ሻለቃ ግርማ ይልማ የደርግ ሚኒስቴር እንኳን ሆኖ በእግሩ ነበር ከቤት ወደ ሥራው ከሥራው ወደ ቤት የሚጓዘው። ሕወሓት ሥልጣን ይዘው ሁሉን አምባሳደሮች ወደ ሀገር ቤት እንዲመለሱ ትዕዛዝ ሲያስተላለፍ የአየር ቲኬት እንዲላክለት ጠይቀ ደፍሮ ሀገሩ የተመለሰ ብቸኛው ኢትዮጵያዊ አምባሳደር እንደነበር ነው የተወራው። ይህም አማራ ባለመሆኑና በትራጌነቱ ተማምኖ ሳይሆን በደርግ ዘመን ሚኒስቴር ሆኖ መንግሥቱ ኃ/ማርያምን እስከመጨረሻው ድረስ በታማኝነት ከማገልገሉ በስተቀር በሥራ ዘመኑ የሚያስጠይቀው ምንም ዓይነት የፈጸመው የግድያ ወይንም የዝርፊያ ወንጀል እንደሌለው በራሱ ስለሚተማመን ብቻ ነበር። ጥቂት ሰዎች ወያኔ ያለምንም ችግር የተዉት በትራጌ ተወላጅነቱ እንደሆነ አድርገው የሚያምኑ አጋጥሞኛል። ልከራከራቸውም ሞክሬ ሳለ "እንኳንስ ሻለቃ ግርማ ይልማ፣ እራሱ መንግሥቱ ኃ/ማሪያም የሚጠቅማቸው ሆኖ ካገኙት እሱንም በሠላም ይቀበሉታል፣ ወያኔ ጥቅማቸውን እንጂ ፖሊሲ ወይንም መርህ እያሉ የሚቀባጥሩት ውሸት ነው፣ አይምሰልህ" ብለው ሊያሳምኑኝ የቃጣቸው ጥቂት ወገኖች አጋጥሞኛል።

ታደሰ አስፋው ከአዲስ አበባው መርካቶ የባሰ ባህሪይ ካለው በአሥመራ ከተማ በስተሰሜን በኩል የሚገኘው የአክሪያ ፖሊስ ጣቢያ ወንጀል ምርመራ ኃላፊ ሆኖ ተመደበ። ይህ የፖሊስ ጣቢያ የአክሪያን፣ ዕዳጋ ዐርቢን፣ አዲ ነፋስን እና የድርፎን አካባቢዎች ያጠቃልላል። በዚያን ዘመን ከአዲ ነፋስና ከድርፎ በስተቀር የሌሎቹ ነዋሪ አብዛኛው የእስልምና ኃይማኖት ተከታይ ሲሆኑ ባካባቢው የሚነገረው ከትግርኛ ቋንቋ ይበልጥ ትግረና ዓረብኛ ቋንቋዎች ነበር። አካባቢው የተሓኤ ሰዎች መናኸሪያ ነበር። ጣቢያው ከከተማው እጅግ ይርቃል። ቋንቋው፣ ኃይማኖቱ፣ እርቀቱና የአካባቢው አጠቃላይ ሁኔታ ለታደሰ አስፋው ድንገተኛ ስለነበር ለጊዜውም ቢሆን እስከሚለማመደው ድረስ የስነልቦናና የመንፈስ ጭንቀት አሳደረበት።

ታደሰ በዚህ ሁኔታ እያለ አንድ ቀን ለግዳጅ በመኪና እየተጣደፈ እየነዳ ሲከንፍ መንገደኛ ሰው ገጨ። የተገጨው ግለሰብ ብዙም ሳይቀይ ሕይወቱ አለፈ። ይህ አስደንጋጭ አጋጣሚ በተጨማሪ ሞራሉን ነካበት። ደግነቱ ይህ የሆነው ለጋው የመሀል ሀገር መኮንን ሥራ በጀመረ በስድስተኛው ወር ገደማ ስለነበር የአክሪያ ነዋሪ ታደሰ አስፋውን እንደግል ልጃቸውና ወንድማቸው አድርገው ማየት የጀመሩበት ወቅትና ከፍተኛ እምነት የጣሉበት ጊዜ ነበር። እንዲያውም ነዋሪ ሕዝብ "አምሀሩ" (አማራዎች) እንደዚህ ናቸው እንዴ ብለው በመሀል ሀገሩ ተወላጆች ላይ የነበራቸውን መጥፎ አመለካከት እንዲያስተካክሉ የታደሰ ማንነት የአስገደዳቸው ወቅት ነበር። እንኳንስ ይህ አካባቢ ቀርቶ ደገኛውም ክርስቲያን ኤርትራዊ አማራን የሚያውቁት እንደ ጨካኝ፣ አረመኔና ደንቀሮ፣ አህያ ወይንም ባሪያ አድርገው እንደ ነበር በምዕራፍ ሁለት ተገልጿል። በዚያን ዘመን ከኤርትራ ውጭ ተወላጅ የሆነው ሁሉ አማራ ተብሎ ነበር የሚታወቀውና የሚጠራው። ከግርጌአቸው እንኳን የሚገኙት በቋንቋ፣ ባህልና ኃይማኖት አንደነሱ አንድ የሆኑት የትግራይ ተወላጆችም ጭምር እንደ አማራ ነበር የሚቀጠሩት። የፖለቲካ አነጋገር ሆኖ ፖለቲከኞቻቸው የነዙባቸው የጥላቻ መርዝና በበታችነት ስሜት በመሰቃየታቸው ነበር እንጂ ይህ ለኤርትራዊያን ጠፍቷቸው አልነበረም። ታደሰ አስፋው ከነሱ ጋር ተደባልቆ መኖር ከጀመረበት ጊዜ አንስቶ ባሳያቸው የንጹህ ፖሊስ ባህሪዩና ቀጥተኛንት ተግባሩ ስለአምሀሩ (አማራዎች) የሰሙትና የሚያውቁት ወይንም ፖለቲከኞች ያስተማሯቸው ሁሉ ተገላቢጦሽ ሆነና ታደሰ አስፋው እንደ ልዩ ሰው ሆኖ ታየ። ይህ በሕዝቡ መከበሩና መፈቀሩ በመኪና አደጋው ጊዜ እጅግ አድርጎ ረዳው። የካባቢው ሕዝብ ከመንግሥት ወይንም ከአማራ ከሚባል ጉዳይ ጋር አላጋናኙትም። ለሟቹ እንዳዘኑት ለታደሰም በእኩል ነበር ያዘኑለት። ያ ምስኪን 'አምሀሩ' (አማራው) እያሉ ማስተዛዘን ተያያዙት እንጂ ያ ክፉ 'ባርያ'፣ ያ ጨካኝ 'የአህያ ግልገል' ወይንም ያ እነዚያ የአረመኔዎች ልጅ … ወዘተ የተአባቱንስ በማለት በመንግሥትና በሕዝቡ መካከል ልዩነት ለማስፋፋትም ሆነ በእሱ ላይ የጥላቻ ለማሳደር አልሞከሩም። ይህ ሁሉ የሆነው ታደሰ አስፋው ባሳየው ንጹህ ፖሊሳዊ ግዳጁ ምክኒያት ነበር።

የመቶ አለቃ አያሌው መርጊያው (1963 ዓ. ም. መጨረሻ አካባቢ)

አሥመራ ከተማ በገባን ዕለት ከወሎ አውቶቡስ ላይ ሆነን ተሳፋሪውን መንገደኛ ለማረጋጋት ባደረኩላቸው ንግግሬ ወቅት በእሱና በራሴ ስም የገባሁላቸውን ቃል ሁሉ በተግባር በመተርጎሙ ነበር። ከሕዝቡ ተለይቶ ወይንም ርቀ አይኖርም፣ የሚኖረው ከሕዝቡ ጋር ተገራብቶ ነበር። ኑሮውን ከእኛ ተለይቶ እንኳንስ "አማራ" ቀርቶ የክርስቲያን ኤርትራዊ ለመኖር ከማይመኘው የአክሪያ

አካባቢ ብቻውን ተከራይቶ መኖር ጀመረ። እስረኛ ሲያዝ በሆዱ አስቀድሞ ሌላ የተንኮልና የጥቅም ቅመራ እያካሄደም ነበር። በዚያን ወቅት ኤርትራዊያንን ማሰር ማለት ባጭር ጊዜ ውስጥ የናጠጠ ሀብታም መሆን ማለት ነበር። ለልጆችና ለአበዎች ከፍተኛ አክብሮት ያሳይ ነበር። በአካባቢው ሲዘዋወርና በመንገድ ብቻውን ሲሄድ ልጆች ሲያዩት ሮጠው በመሄድ ከበው ያቅፉት ነበር። ይህ ዓይነት የፖሊስ አሰራር በኤርትራ ከዚያ በፊትም ሆነ በኋላ ታይቶም አይታወቅ ነበር። በደፈናው የሕዝብ ፖሊስ በመሆን አካባቢውን በቅንነትና በንጹህ ልቦናው በማገልገል ሕዝባዊነቱን አረጋገጠላቸው። 'አምሃሩም ምን ዓይነት ሕዝብ እንደሆን በተግባር አስረዳቸው። 'በአማራው' ላይ ዕምነትና አክብሮትም ማሳየት ጀመሩ። ለእነሱ ሲባል የሠላምና የደህንነት ጋሻ እንዲሆንላቸው 'የአማራው' መንግሥት የሾመው የፖሊስ መኮንን እንጂ እሱ በእነሱ ላይ ለመቀም እንዳልተላከ አረጋገጡ። ወንበዴዎቹ የመኪና አደጋውን ለተንኮል የፖለቲካ ዓላማቸው ሊጠቀሙበት የነበራቸውን ሙከራ ታደሰ አስፋው በማንነት አከሸፈባቸው። የኋላ ኋላ ታደሰ አስፋው እንደሌሎቻችን መበተንና መለየት ስለሚገባው ከፖሊስ ሠራዊት ወደ እምድር ጦር ተዛውሮ በሰሜኑ ክፍለ ጦር ተመድቦ እስከመጨረሻው ድረስ በቀድሞው የሰሜኑ ክፍለ ጦር የኋላው የሁለተኛ አብዮታዊ ሠራዊት አባል ሆኖ ቀየ። ሕወሓት ሀገሪቷን እንደተቀጣጠሩ የመከላከያ ኃይላችንን በማፈራረስ ሠራዊቱን እንደበተኑ ታደሰ አስፋው አዲስ አበባ መድረሱን ሰምቼ በማፈላለግ ላይ እያለሁ ባስቸኳይ ሀገሬን ለቅቄ ወጣሁ። ዓላማዬ ለማኀበራዊና ለኢኮኖሚ ፍትሕ መስፈን መታገል ነበርና በኤርትራ ቀይታየ እንቅስቃሲየን የጀመርኩት በዚህ ረገድ ግንባር ቀደሙን መስመር ይዘው የሚፋለሙ የፖለቲካ ኃይላትን አድራሻ በማፈላለጉ ላይ በመሆኑ የኤርትራ ቀይታየ የለገሰኝ አጋጣሚ ቢኖር እንግዲህ አንድም የእነኝህን የፖለቲካ ድርጅቶች ትክክለኛ አድራሻ እንዳውቅና፣ ብሎም ዓላማቸውን ቢያንስ በፕሮፓጋንዳና ቅስቀሳ ደረጃ ምን እንደሆነ ለመረዳት ማስቻሉ ነበር። በማያያዝም ለዚህ ገጠመኝ መመቻቸት በጠቅላይ ግዛቱ ፖሊስ ቀይታየ በተመደብኩባቸው አራት መደበኛ የሥራ መደቦቼ እና ሁለት ተደራቢ የሥራ ቦታዎች በነበረኝ ኃላፊነት ይህ ነው የማይባል አስተዋፅኦ ማበርከቱን በመጽሀፉ መቅድም ተገልጿል። በምርኮም ሆነ በተለያዩ ምክኒያቶች ወደ አካባቢው በሚመለሱ የጀብሃና የሻዕቢያ አባላት ስለግንባሮቹ ኦፊሴላዊ ዓላማም ሆነ የትግል እንቅስቃሴ ይበልጥ እንድገነዘብ ከማስቻሉም ባሻገር ከጊዜ በኋላ ለፈጠርኩት የሕቡዕ ግንኙነት መስመር መመቻቸት በር ከፋችም ነበር። በወንጀል ምርመራ የፖለቲካ ቡድን የምናካሂደው ምርመራ በተለያየ እርከንና ደረጃ ከተሓኤ'ንና ከሕግሀኤ'ን እየከዱ ሠላማዊ ኑሮ በመፈለግ በወዶ ገብነት የሚመለሱ ኤርትራዊያንን ነበር። በዚያን ዘመን ሻዕቢያ ገና አዲስ ታዳጊ ሆኖም በጀርበዋ በውጭና በሀገር ውስጥ ጡንቻ ታጅባ የተራማጅነት ካባ ተከናንባ በመንቀሳቀስ ላይ የነበረች አደገኛ ግልገል ድርጅት ነበረች።

የዚህ ቡድን ኋላፊ ሆኘ መመደቤ ስለ ሁለቱ ማለትም ስለጀበሃና ወጣቷ ሕግሀኤ ምንነት፣ አቃም፣ ፖሊሲ፣ ፕሮግራም፣ ባጠቃላይ ሁለቱም ድርጅቶች ስለሚከተሏቸው የፖለቲካ አቅጣጫና ዝንባሌዎች፣ እንዲሁም የግለሰቦችን ባህሪይ ሁሉ ለማወቅና ለመረዳት በከፍተኛ ደረጃ ተጠቃሚ አድርጎኛል። አብዛኛዎቹ እስረኞች በተለይም በምሕረት እጃቸውን በመስጠት የሚገቡት በዘልማድ 'ወዶ ገቦች/ገባዎች' በመባል የሚታወቁት ጠቃሚ የሆኑ ሰነዶችንና መረጃዎችን የዘውልን ይመጡ ነበር። በነዚህ እስረኞች ይገኝ የነበረው መረጃ ለእኔና በእኔም ሳቢያ ለቅርብ ጓዶቼ ከፍተኛ የትምህርትና የዕውቀት ምንጭ ሆነን። ከሚስጢራዊ ሰነድና መረጃዎች አልፈው እኒህ ዓይነቶቹ ወዶ ገቦች ሲገቡ አያሌ መጻሕፍትና ሰነዶችን ይዘው ይመጣሉ። አብዛኛዎቹ መጻሕፍቶቹ የማርክሲዝም ሌኒኒዝም መጻህፍት ነበሩ። ሌሎቹ ደግሞ በተለያየ አርዕስት በወጭ ሀገር በአርትራዊያንና በኢትዮጵያ ተማሪዎች የተዘጋጁ ልዩ ልዩ ጽሁፎች ነበሩ። በመስፍን ሀብቱ የተጻፈውን የኮምባት መጽሔትን ለመጀመሪያ ጊዜ ለማግኘት ቻልኩ። ጽህፎቹንና መጻህፍቶቹን በቦርሳየ አድርጌ በተመደበልኝ የላንድሮቨር መኪና ደብቄ ወደ መኖሪያ ቤታችን ወስጄ ሁላችንም ማንበብና እርስ በርሳችን መወያየት ጀመርን። ወደ ቤት ደብቄ ከወሰድኳቸው መጻህፍት የማስታውሳቸው፣

- Antonio Gramschi Prison notebook
- Mother, በ'Maxim Gorky
- The Chinese Revolution, በ'Edgar Snow's
- What is Socialism? በ'Sweezy and Leo Huberman
- The Russian Revolution (three volumes), በ'E. H. Carr's
- Black Skin, White Masks, በ Frantz Fanon
- The Wretched of the Earth, በ'Frantz Fanon
- በአዲሱ የሰሜን አሜሪካ የኢትዮጵያ ተማሪዎች የምትታተመው ዝነኛውን የመስፍን ሀብቱን ጽሁፍ ያዘለችው የኮምባት/Combat መጽሔት (ቀይ ሽፋን)፣
- የማዎ ትሴ ቱንግ በኪስ የምትያዘውን ቀይ መጽሀፍ፣
- የማዎ ትሴቱንግ ምርጥ ጥናቶች (ከአራቱ ቅጾች ሁለቱን ብቻ) ይገኙባቸዋል።

ጄነራል ጋሻው ከበደ ሐረርጌ እያሉ ለብዙ ጊዜ በእሳቸው እዝ ያገለገሉና ለሚወስዱት ውሳኔና ለሚሰጡት መመሪያ ያለማወላወል በታማኝነት በጭፍን ተግባራዊ የሚያደርጉ ከሀያ የማያንሱ ባለሟል የነበሩ የመስመር መኮንኖችና የበታች ሹማንት እንደ ግል ዕቃዎቻቸው በሻንጣ ጠቅለው ይዘዋቸው ወደ ኤርትራ መጡ። ሜጀር ጄኔራል ጋሻው ከበደ ወደ ኤርትራ በመጡ በአራተኛው ወር በጠቅላይ ግዛቱ ፖሊስ የወንጀል ምርመራ ውስጥ በቀጥታም ሆነ በተዘዋዋሪ ከገንዘብ፣ ከንብረት ጋር ሊያገናኙ የሚችሉትን የምርመራ ቡድኖች ባንድነት በመጨፍለቅ ባንድ ልዩ ክፍል አጠቃለው "ልዩ ቅርንጫፍ"

በማለት አቃቃሙ። ይህችው በወቅቱ በዝናዋ ታዋቂ የሆነችው ከሐረርጌ ጠቅላይ ግዛት ተሰዳ ኤርትራ ጠቅላይ ግዛት ውስጥ ጥገኝነት ተሰጥቷት እንቅስቃሴዋን እንደልቧ በይፋ ማከናወን የጀመረችው ልዩ ቅርንጫፍ በሻምበል አሸናፊ ኋላፊነት እንድትመራ ተደረገ። ሻምበል አሸናፊ እንደ ዕቃ ከሐረርጌ በሻንጣ ተጠቅልለው ከመጡት ታማኝ መኮንኖች መካከል እንዱ ነበር። ይህ ጭፍለቃና በኃይል ነጥቀ ለዓላማው ባልቀመች አዲስ መጤ ክፍል ጋር እንዲደረቡ ሲደረግ እኔና ጓደኞቼ እንኳንስ የጠቅላይ ግዛቱ የወንጀል ምርመራ ዋና ሹም የነበሩት የቅርብ አለቃየ (ስማቸውን ዘነጋሁት) ለከፍተኛ የፖሊስ ትምህርት ወደ ውጭ ሀገር ከሄዱ በኋላ ሆነ በማለት ደስታ ተሰማን። ይህ “የልዩ ቅርንጫፍ” ተብየ የጠቅላይ ግዛቱ የወንጀል ምርመራ ሹሙ እያሉ ቢፈጸም ኖሮ ለተሓኤ ወይንም ለታዳጊዋ ጮሌ ሻቢያ ቢያንስ አንድ አጋር ሊያገኙ እንደሚችሉ ጥርጥር አልነበረንም። ምን አልባትም በዛ ያሉ ወታደሮችን አስከትለው ደጃዝማች እድሪስ ሙሀመድ አደም (28) ማርሴዲስ መኪናቸውን በከረን በኩል እያሽከረከሩ እንደተጋዙት ኮሎኔሉም ወደ ውንብድናቸው ላንድሮቨራቸውን ይዘው በከረን በኩል ሊገቡ ይችሉ እንደ ነበር ጥርጥር አልነበረንም። በቅን ፍላጎት ተነሳስቼ ነበር በሠራዊቱ (የፖሊስ ሠራዊት) ውስጥ ይካሄድ የነበረውን ግፍ፣ አድልዎ፣ ኦሪታዊ አስተዳደርንና አያያዝን በማጥፋት ሠራዊቱ ሕዝባዊ ሆኖ ኢትዮጵያንና ሕዝቧን እንዲያገለግል ለማስቻል በፖሊስ ሠራዊት በግንባር ቀደምትነት የመጀመሪያው መኮንን በመሆን ተቃውሞየን የተነፈስኩት። ለሆነ ግብዣ (ዘነጋሁት የግብዣውን ምንነት) ስጦታ ለመስጠት በጠቅላይ ግዛቱ የሚገኙ ማናቸውም መኮንን ከወር ደመወዙ እያንዳንዱ $10.00 ብር እንዲከፍል ተወስኖ ሰርኩላር ከጠቅላይ መምሪያው ተላለፈ። ይህን በማስመልከት እኔ፣ አምሃ አበበ፣ ወገኔ ገነነ፣ ዓለሙ ወንድሙ፣ ታደሰ እስፋው፣ ግዛቸው፣ እንዲያውም የንጉሱ ጠንካራ አፍቃሪ የነበረውና የኋላ የኋላ ወደ “አብዮታዊነት” ተለውጦ በከምባታ የልውጥ ሀዋሪያት ካድሬ ሆኖ የነበረው ሰለሞን ቦጋለና እንዲሁም የኋላዋ ጨካኟና አረመኔዋ ብርሃኑ ከበደ ሳይቀሩ ከእኛ ቤት ተሰብሰበን አግባብ አለመሆኑን አስመልክተን ተወያየን። በግብዣ ተካፋይ ለመሆን ደስተኛነታችንን በመግለጽ ነገር ግን የተወሰነው የገንዘብ መዋጮ ትናንት ተመርቀ የመጣው ምክትል መቶ አለቃ ከጄኔራልና ኮሎኔል ጋር እኩል እንዲከፍል መወሰኑ ፍህታዊና ሚዛናዊ አለመሆኑን በመጥቀስ የራሳችንን የውሳኔ ሃሳብ በማያያዝ ለአስተዳደር መምሪያ አዛዡ ማስታወሻ አቀረብን።

ምክትል መቶ አለቃ $5.00 ብር፣ መቶ አለቃና ሻምበሎች $10.00 ብር፣ ሻለቃና ሌፍተናንት ኮሎኔል $15.00 ብር፣ ኮሎኔል $20.00 ብር፣ ከብርጋዴየር ጄኔራል በላይ $25.00 ብር ብለን ሃሳብ አቀረብን። እንዲያውም ለስጦታው ተካፋይ ለመሆን የማይፈልግ መኮንንም ቢኖር በግዳጅ መዋጮ ሊያዋጣም እንደሌለበትና ግብዣው በፈቃደኝነት መሆን እንዳለበት ከውሳኔ ሃሳባችን ጋር ጨምረን በትህትና አቀረብን። ይህ ቀና አስተሳሰባችን እጅግ ስለአስቀጣቸው አድመኞችና አመጸኞች እንደሆን

በመቁጠር ችግር ላይ ለመጣል ተነሳሱ። በፖሊስ ኮሌጅ ታሪካችንን በማስታወስ ለጄኔራል ጋሻው ከበደ ማቅረብ ተያያዙ። እነ መቶ አለቃ አያሌው መርጊያው፣ ወገኔ ገነነና ታደሰ አስፋው ፖሊስ ኮሌጅ እያሉ በፈጸሙት የአድማ ተግባር ኮልፌ አንድ ወር እንደታሰሩ፣ ከአዲስ አበባ ውጭ ክፍለ ሀገር ተመድበው በደረቅ ጣቢያ እንዲመደቡ ተወስኖባቸው ሳለ በወቅቱ የጠቅላይ ግዛቱ እንደራሴ ትእዛዝ ውሳኔው እንዳይፈጸመባቸው በማዘዛቸው ውሳኔው ተግባራዊ ሳይሆን መቅረቱን ወደኋላ በመመለስ ለጄኔራል ጋሻው ከበደ በማሳሰብ ኡኡታቸውን ማሰማት ቀጠሉ። ነገሩ ማስፈራሪያና ማስደንገጫም ቦምባቸው ነበር በእነሱ ግንዛቤ። ምን ዋጋ አለው እንደሚፈልጉት ልንሆንላቸው አልቻልንም። የሕዝቡን ፍቅርና አክብሮት እያገኘን በሄድን ቁጥር አለቆቻችን የምናሳጣቸውና ችግር ወስጥ የምንከታቸው መስሎ ታያቸው። የሚቀጥለው እርምጃና ዘዴያቸው ያው መበታተንና በቸኛ ስንሆን ተጨንቀን ከግራቸው ሥር ወድቀን አቤት ማሩን የምን መሰላቸው። በሳምንቱ የመቶ አለቃ አምሃ አበበን በብቃቱና በችሎታው ምክኒያት በሚል ቀንጆ ቃንቃ ጅማ በተቋቋመው አዲሱ የፖሊስ ማሰልጠኛ ትምህርት ቤት በመምህርነት ተመድቦ እንዲያገለግል በመወሰኑ ባስቸኳይ አዲሱ ምድብ ቦታው እንዲገኝ ታዘዘ። በደስታና በኩራት ተሸኝቶ ወደ ጂማ ሄደ። የሚቀጥለው የመቶ አለቃ ግዛቸው የሠራየ አውራጃ ፖሊስ ምርመራ ሹም ሆኖ እንዲሄድ ተደረገ። በመቀጠል የመቶ አለቃ ዓለሙ ወንድሙ የቀይ ባሕር አውራጃ የወንጀል ምርመራ ሹም ሆኖ ተመድቦ ከአካባቢው ተባረረ። ትንሽ ቆይቶ የመቶ አለቃ ሰለሞን ቦጋለ ሰምበል ከሚገኘው የፈጥኖ ደራሽ ማሠልጠኛ ትምህርት ቤት ባሰልጣኝነት ተመድቦ ከመምሪያው ርቀ ተባረረ። ዋናው ችግር ፈጣሪ ተብሎ የተፈረጀው እኔ ነበርኩ። እኔ ሲመጡብኝ ዓላማየንና መርሄን ሳልስት የማፈግፈግ ዘዴ የተላመድኩኝ በመሆኔ፣ ይህም ማለት ነገሮች ከረር ሲሉ የእግር ፍሬን በመርገጥ ዝግ ማለት እችልበት ነበር። እንደሽምጥ ተዋጊዎች ሲመጡብኝ ማፈግፈግ፣ ሁኔታዎች ደግሞ ሲያመቹልኝ የመጋፈጥ ወይንም የማጥቃት ችሎታየ መልካም ነበር። በጠቅላይ ግዛቱ ፖሊስ የወንጀል ምርመራ የፖለቲካ ቡድን ኃላፊ ሆኜ በመመደቤ በኃላፊነቴ ሥር የሚገኘው የምርመራ ቡድን ዋና ተግባር በቁጥትራችን ሥር ሆነው ምርመራ የሚካሄድባቸው እሥረኞች ሁሉ ከሽምጥ ተዋጊዎጊ ድርጅቶች የመጡ በመሆናቸው የሽምጥ ውጊያ መጠነኛ ዕውቀት እንዲኖረኝ በማስፈለጉ እንደተመደብኩ ሰሞን በሳምንት ሁለት ቀን ዘወትር ዓርብና ቅዳሜ በአሥመራ ከተማ ሰምበል በተባለው አካባቢ ከሚገኘው የፖሊስ ፌጥኖ ደራሽ ሠፈር (በተለምዶ ኮማንዶ) በመባል ከሚታወቀው የፖሊስ የወታደር ክንፍ በመሄድ ስለሽምጥ ውጊያና ፀረ-የሽምጥ ውጊያ ዕውቀት እንዲኖረኝ ታዝዤ ለአራት ወራት ተከታትየ ነበር።

ይህ አዲስ ዕውቀትና ሥልጠና ከላይ የጠቀስኩትን የትግል ስልት ዘዴየን በማዳበሩ የኃላ ኃላ በይበልጥ ሊጥቅመኝ ችሏል። በዚህ ሥልጠና ወቅት የማይረሳኝ ቢኖር፣ "ጦሩ ሲወረወር አንተ ተሰወር፣ ጦሩ ሲመለስ አንተ ተኩስ፣ ጦሩ ሲደክመው አንተ አሸብረው" የምትለዋ የፈጥኖ

ደራሽ/ኮማንዶስ ይጠቀምባት የነበረችዋ የወታደራዊ ውጊያ ስልት ነበረች። በመጨረሻም ከጠቅላይ ግዛቱ ወንጀል ምርመራ የፖለቲካ ቡድን ኃላፊነት ምድቤ አንስተው ከመምሪያው በማራቅ በአሥመራ ከተማ በሕዝብ ብዛት፣ በክልል ስፋትና በንግድ እንቅስቃሴ በአንደኛ ደረጃ ታዋቂ በሆነው (አባ ሻውልን፣ የዕዳጋ ሐሙስን፣ ገዛ ኸኒሻን፣ ገዛ ብርሃኑን፣ ሀዲሽ ዓዲን፣፣ ሀዝ ሀዝን፣ ቤት ጊርጊስንና ቅድስት ማሪያምን የሚያጠቃልለውን አካባቢ) የሁለተኛ ፖሊስ ጣቢያ የወንጀል ምርመራ ሹም አድርገው መደበው አሥመራ ከተማ እንድቀይ አደረጉኝ። አዲሱን የምድብ ሥራየን በትጋት ማከናወን እንደጀመርኩ በሶስተኛው ወር ገደማ በተደራቢ ጊዜያዊ የሆነ ሌላ የሥራ ኋላፊነት ተሰጠኝ። በአሥመራ ከተማና በአውራጃ ከተሞች የሚገኙ የሁለተኛ ትምህርት ቤቶች ተማሪዎች ረብሻና አመፅ እያደገ በመምጣቱ ረብሻውን ለመቀጣጠር እንዲያስችል በጠቅላይ ግዛቱ ፖሊስ የአድማ ብተና ስኳድ መቃቃም አስፈላጊ ሆኖ ተገኘ። በአሥመራ ከተማና ከፖሊስ መምሪያው የተመረጡ 120 ወጣት የፖሊስ ወታደሮችን ከቃኘው ሻለቃ ጋር በመተባበር ፕሮግራሙን በኃላፊነት እንድመራ ታዘዝኩ። በየሣምንቱ ዐርብ ከሰዓት በኋላ ጀምሮ እስከ ዕሁድ ማታ ድረስ ለተከታታይ አራት ወር በደቀመሀሬ የፖሊስ ማሰልጠኛ ትምህርት ቤት በመመላለስ የተፈለገውን ሥልጠና ከሚፈለገው በላይ ከፍተኛ በሆነ መንገድ አጠናቀቅን። ለማሰልጠኑ ተግባር በእሥመራ ከተማ ፖሊስ አዛዥ አማካኝነት ለአድማ ብተና ሥልጠና የተመረጡትን ወጣት ወታደሮች በኋላፊነቴ ወደ ማሰልጠኛ ጣቢያው በመቀጣጠር እንዳጓጉዝ ጥብቅ ትዕዛዝ ከሜጀር ጄኔራል ጋሻው ከበዴ ተሰጠኝ። ግራ ተጋባሁ። እኔ የአድማ ብተና ጥበብ ወይንም ልምድ የለኝም፣ አድማ በተናም ተካፍየም አላውቅ። እስከማስታውሰው ድረስ በፖሊስ ኮሌጅ ቀይታችንም ስለአድማ ብተና ኮርስ ወይንም ትምህርት አልተሰጠነም። እኛ እንማርና እናጠና የነበረው ውስብስብ የሆኑ የፖሊስ ጥበብና ትምህርት ነበር። ከዚያ ባሻገር የሕግ ትምህርት ነበር። የመማሪያ ሰነዶችና በፊልም የተደገፈ የአድማ ብተና ትምህርት ቀሳቁሶችን የቃኘው ሻለቃ ትብብር ተጠይቀ አስፈላጊውን ሁሉ አሟልቶ እኔ እንድረከብ ተደርጋል። በዚያው ወቅት ከፖሊስ መምሪያ እውቀት ውጭ ከጭንቀት የተነሳ በራሴ አነሳሽነት ከቃኘው ሻለቃ ጋር የነበረኝን ግንኙነት በመጠቀም የአድማ ብተና መምህር/አሰልጣኝም ጭምር እንዲተባበሩን ጠየኩ። ያላንዳች ውጥንቅጥ ጥያቄየ መልካም ምላሽ በማግኘቱ ጥበቡንና ዕውቀቱን የሚያስተምርልኝ አንድ አሜሪካዊ ተላከልኝ። እኔ የማስተባበሩንና የትርጉም ችግር ሲፈጠር የማስተርጎሙን ተግባር ጠቅልየ ያዝኩ። የማሰልጠን ከባዱን ሸክም ለአሜሪካኑ ወታደር በአደራ አሸከምኩት። በምርቃቱ ዕለት ጄኔራል ጋሻው ከበዴ ከልባቸው ተደሰቱ።

ያን የመሰለ የአድማ ብተና ትምህርት የተገኘው የቃኘው ሻለቃ በላከልኝ አሰልጣኝና የትምህርት መሣሪያና ቀሳቁስ ኃይል እንጅ በአያሌው መርጊያው አለመሆኑን እንዳባቴም አለቃየም አድርጌ እመለከታቸው የነበሩት አዛዥ አላወቁም። ሜጀር ጄኔራል ጋሻው ከበደ ከልባቸው አመሰገኑኝ።

አለቃየ ብቻ ሳይሆኑ እንደአባቴ ጭምር የማያቸው ስለነበር እንደሸወድኳቸው ተሰማኝ፣ አማራጭ አልነበረኝም። ይህ ድርጊት ሲወሳኝ የሻምበል ዳዊት ወ/ጊዮርጊስ ድርጊት ትዝ ይለኛል። በደርግ ዘመን የኪራይ ቤቶች ዋና ሥራ አስኪያጅና የኮሎነል መንግሥቱ ኃ/ማርያም የኮርስ ጓደኛ ናቸው ተብሎ የሚነገርላቸው የትግራዩ ተወላጅ ኮሎኔል ሰለሞን ደቀመሀሬ ከተማ ላይ ቀንጆና አስደናቂ የሆነ የአሸዋ ሞዴል ያዘጋጃሉ። በሳቸው ዕውቀትና ጥረት የተዘጋጀውን ሞዴል በጉብኝቱ ላይ ገለጻውን የሰጡት ሻምበል ዳዊት ወ/ጊዮርጊስ ነበሩ። እራሳቸው እንደሰሩት ተደርጎ ነበር በባለሥልጣናት የተቀጠረው። ምስጋናውን ሻምበል ዳዊት ወ/ጊዮርጊስ ያለማንገራገር ደፍረው ተቀበሉ። ታዲያ ኮስታራው ወታደር ኮሎኔል ሰለሞን የሻምበል ዳዊት ወ/ጊዮርጊስን ማንነት በማወቃቸው ይመስላል በፈገግታ ንቀው ከማለፍ በስተቀር ሌላ ያደረጉት ነገር እንዳልነበረ ሁሉም በማድነቅና በማክበር ስሜት እንደታዩ ከቀዳማዊ ኃ/ሥላሴ የጦር አካዳሚ የዘጠነኛ ኮርስና አሥረኛ ኮርስ ተመራቂ ጓዶቼና ተስፋየ ከሚባለው በደርግ ጽ/ቤት የብርሃኑ ከበደ ፀሀፊ ከነበረው ከመስማቴም ባሻገር በገሀድም በጦሩ ይወራ ነበር። በእኔው የአድማ ብተና ምርቃት ሥነሥርዓት ወቅት ያሰለጠነልኝ አሜሪካዊ መሆኑን የሚያውቁት ሰልጣኞቹ/ተመራቂዎቹ ወታደሮችና የራሴ ሁለቱ ጓዶቼ የመቶ አለቃ ሰለሞን ቦጋለና የመቶ አለቃ ታደሰ አስፋው ብቻ ነበሩ። እንዲያውም ከመጀመሪያውኑም ያድማ ብተና ዕውቀት በኮሌጁ ቀይታችን የተማርነው ባለመኖሩ ጓዶቼም ጭምር በመደናገጣቸው የቃኘው ሻለቃን አስተማሪም ጭምር እንድጠይቅ ሀሳቡን ያፈለቁልኝ ሁለቱ ጓደኞቼ ታደሰ አስፋውና ሰለሞን ቦጋለ በምርቃቱ ሥነሥርዓት ላይ ተገኝተው ተመልክተዋል። ከነሱ ውጭ ሊታዘበኝ የሚችለው አሜሪካኑ ብቻ ነበር። ባጋጣሚ ባጠገባችን ባለመኖሩ ከትዝብት ድኛለሁ። ያልዳንኩት ግን ከኅሊና ጠባሳነት ብቻ ነበር። ያለሥራየና ችሎታየ በሰው ጥረትና ችሎታ ምስጋናው ለእኔ ሲሆን በጣም ረበሸኝ። አሜሪካኑ ቢኖር ኖሮ ምንአልባት ቅንነትና ኅሊና ካለኝ የሱ ጥረት እንጅ የእኔ አይደለም ጌታየ ብየ እናገር ነበርን? ወይንስ እንደ ሻለቃ ዳዊት ወ/ጊዮርጊስ ፀጥ ብየ ምስጋናውን እቀበል ነበርን? ለማናቸውም ያለሥራየና ብቃቴ ምስጋናውን አሸክመው የበዓሉ ፍጻሜ ሆነ። ባጋጣሚ ከኤደን አሲምባ በምንጓዝበት ወቅት በኤርትራ ሜዳ በጉዞ ላይ ሳለን ኢሳያስ አፈወርቂ ለወደፊት ስውር ዕቅዱ እንድረዳው አስቀድሞ እኔን ለማዘጋጀት ከሰባ የማያንሱ ወታደሮች አሰልፎ ጋሼ አያሌው1 ጋሼ አያሌው! ጋሼ አያሌው! እያሉ በመደጋገም በከፍተኛ ድምጽ በመጥራት እኔን ብቻ ሳይሆን ከኔ ጋር አብረው ይጓዙ የነበሩትን የትግል ጓዶቼን ጭምር ያስደነገጡትና ያስገረሙት ታጋዮች አብዛኛዎቹ የአድማ ብተናውን ኮርስ ጨርሰው የተመረቁት ወታደሮች ነበሩ።

ሁላችንም የምንመኘው በሠላምና በሥነሥርዓት ከአሥመራ ወጭ ተመድበን መሄድን ነበር። አብዛኛዎቻችን ሕዝቡንና ባህሉን በደምብ አድርገን ለማወቅ ጉጉት ነበረን። ሁልጊዜ ለሀገራችን ፖሊስ ብቻ ሳንሆን የሰላም አምባሳደር ሁነን ለመታየት ነበር ምኞታችንና ፍላጎታችን ሁሉ። ነገር

ግን ከአሥመራ ውጭ የመመደብ ዕድል ለማግኘት ሲባል ባላስፈላጊና ባልሆነ ጥፋት እንዲያዛውሩን አንፈልግም ነበር። ዝውውሩ በምንሰራውና በምናራምደው ተግባራችን ምክኒያት ታምኖበት መሆን ይኖርበታል። የያዝነው ቪላ ቤት እኔና ወገኔ ገነነ ብቻ ስልቀረን ሁለት ከእኛ በማዕረግ ከፍ ያሉ መኮንኖች ፈቅደንላቸው ገቡ። ኢኮኖሚስቱ የትግራይ ተወላጅ ዶ/ር ሻምበል ኃይሉ ግደይና ትራጌው ተወላጅ የባለስቲክ ኤክስፐርት ሻምበል ማርየ ወልዴ ከእኛ ጋር ገቡ። ሁለቱም የቀድሞው አባ ዲና ፖሊስ ኮሌጅ የስምንተኛ ኮርስ ምሩቅ ናቸው። የገበርዲን ሱፍ የደምብ ልብስ መልበስ የጀመርኩት የማርየ ወልዴን እየተዋስኩ በመልበስ ነበር። ከዚያ በፊት ለከፍተኛ መኮንኖች ብቻ የሚፈቀድ የደምብ ልብስ ነበር የሚመስለኝ። አዲስ አበባ በሄድኩ ጊዜ በልኬ አስፍቼ የራሴን በመልበስ መልካሙን ወዳጄን ኮሎኔል ማርየ ወልዴን ከማስቸገር ገላገልኩት። ጄኔራል ጋሻው ከበደና ባለቤታቸው ወ/ሮ ሙሉእመቤት እኛን በተለይም ሻምበል ዓለሙ ወንድሙንና እኔን እንደ ልጆቻቸው እንደነ ከበደ ጋሻው፣ ዕፀገነት ጋሻውና እንደ ሰናይት ጋሻው (የታናሽዮዋን ስሟን ዘነጋሁኝ) ዓይን ነበር የሚመለከቱን። የቤተሰብ ናፍቆት እንዳይረብሸን ቤታቸው እየተጠራን በየጊዜው እንጋበዝ ነበር። በተለይም ለእኔና ለዓለሙ ወንድሙ በበዓል ጊዜ ቤታችን ሆኖ ነበር። ታላቅ ልጃቸው የካሊፎርኒያው ከበደ ጋሻው ከበደ የጓደኛችን የዓለሙ ወንድሙ የሰፈር ልጅና አጎቱም የሸዋ ጠቅላይ ግዛት ፖሊስ ዋና አዛዥ ስለነበሩ ዓለሙ ወንድሙና ከበደ ጋሻው ከበደ የቅርብ ጓደኛሞች በመሆናቸው ገና ከአዲስ አበባ እያሉ ይትዋወቁ ነበር። ከበደ ጋሻው ከበደ ቤተሰቦቹን ሊጠይቅ በመጀመሪያው የአሥመራ ጉብኝቱ ወቅት ዓለሙ ወንድሙ ከእኛ ጋር አስተዋወቀን። በዚያ ትውውቅም የተነሳ ለጥቂት ሳምንታት አሥመራ በቀየበት ጊዜ አባዛኛውን ጊዜውን ከእኛ ጋር ሳይለይ ነበር ያሳልፈው። ታዲያ አበሉን፣ አጠጡን፣ እንደልጆቻቸውም አድርገው አንከባክበው ያዙን ብለን በግሌ ከቀምኩለት ዓላማ ሊያዘናጋኝ ከቶም አልቻለም። የሀገርን ዳር ድንበር ለመጠበቅና ለማስከበር የሚወዷቸውንና የሚያፈቅሯቸውን ቤተሰቦቻቸውን ጥለው የመጡት ወታደሮች ለሀገርና ለሕዝብ አገልግሎት እንጂ ለግል እሽከርነት ተቀጥረው እንዳልመጡ ለነሱ በመቆም፣ የነሱ ልሳን ሆነን በመቆማችን ብዙዎቹን አስኮረፈ። ከነጭራሹም የወታደሮቹ ግልጋሎት መስጠት እንደ ግዴታ ተደርጎ ባንዳንዶቹ አዝዦች ይቀጠር ነበር። እስከጭራሹም ከእግዜርም የተሰጣቸው ዕድልም አድርገው ይቀጥሩት ነበር አንዳንዶቹ አለቆቻቸው። ሠራዊቱ ያለው sensitive የሆነ የፖለቲካ እንቅስቃሴ በሚካሄድበት አካባቢ ስለሆነ ለሽምጥ ተዋጊዎች ውንጀላ ምቹ እንዳንሆንና በሠራዊቱ በከፍተኛ መኮንኖች ሰፍኖ የነበረው ምግባረ ብልሹነትና ማጋጣነት እንዲቀም በተለያየ መልክ ሁላችንም እንገልጽ ነበር። በሀላፊነታቸውና በቁጥጥራቸው ይገኝ የነበረውን የሀገሪቷን ምስጢር በንዝህላልነትና በኤርትራዊያን ሴቶች “ፍቅረኞቻቸው” አማካኝነት ለወንበዴዎቹ እንደሚደርስ ሁሉ በነበረን የመረጃ መረብ ይደርሰን ነበር። የማያቁት ሀገር ይናፍቃል እንዲሉ በዚያን ጊዜ ሰፍኖ በነበረው አድልዎ፣ ጉቦ፣ ዝርፊያ፣ የመንግሥትና

የሕዝብ ነብረትን መስረቅና ለግል ማድረግ አስቸጋሪ ባህል ሆኖ ነበር ብለን እናማርር ነበር። ከከፍተኛ ወይንም ከሀብታም እስረኞች የሚቀመጠውን የኤክዚቢት ንብረትና ገንዘብ እስረኞቹ ሲፈቱ እንደማያገኙት በተጨባጭ ደረስንበት።

በቅን ፍላጎት ተነሳስቼ በሠራዊቴ (የፖሊስ ሠራዊት) ውስጥ ይካሄድ የነበረውን ግፍ፣ አድልዎ፣ ኦሪታዊ አስተዳደርንና አያያዝን በማጥፋት ሠራዊቱ ሕዝባዊ ሆኖ ኢትዮጵያንና ሕዝቧን እንዲያገለግል ለማስቻል በፖሊስ ሠራዊት በግንባር ቀደምትነት የመጀመሪያው መኮንን በመሆን ተቃውሞየን የተነፈስኩት። በኤርትራ ፖሊስ መምሪያ ውስጥ የነበረውን ጭቀናና የፍትህና አስተዳደራዊ በደል መዛባትን በማስመልከት በአያጋጣሚው ሲያመቸን በግብታዊነት እንቃወም ነበር። በጠቅላይ ግዛቱ ፖሊስ የነበረውን ክብረት የጠነከረ የግል ሥልጣን ማስከበሪያ ዲስፕሊን በፈቃደኝነት ተቀብሎ እንደወትሮው ተገዥ ላለመሆን አስቸጋሪ ከመሆናችን በላይ ለሌሎቹ የመልካም አርአያ በመሆናችን እንቅፋት ሆነን ተቀጠርን። በጠቅላይ ግዛቱ ጉቦና ዝርፊያ እንደወንጀል ሳይሆን የአዛዦች የችሎታ፣ የዕውቀትና የታማኝነት መለኪያ ሆኖ በማግኘታችን ባሕሉን ለመቀየር ሽንጣችንን ገትረን ሁላችንም በዘዴና በጥበብ ታገልናቸው። ዕድገትና ሹመት በችሎታና በብቃት እንጂ በዝምድና፣ በጋብቻና አምቻ፣ በመቀራረባና ላዛዦች አገልግሎት በማበርከት መሆን እንደማይገባው ታገልን። ለሀገሪቷ የሚዋጉላት ሀቀኛ ልጆች ማደግ ቀርቶ ስማቸውም የማይነሳበት ጊዜ ነው ብለንም እናምን ነበር። አያድርስና የዚያን ጊዜውን ከደርግና ከዛሬው ጋር ስናነጻፅረው በእውነት የዚያን ዘመኑን ተራማጅ ያሰኘዋል ብየ በእርግጠኝነት መናገር እችላለሁ። የማያውቁት ሀገር ይናፍቃል ሆነና አላግባብ ታገልነው፣ ሆኖም የእነሱም ድንቁርና ነበር ለጥፋታቸውም ሆነ ለሀገሪቷ የጥፋት መንገድ ተጠያቂዎች ይሆናሉ። ቀድሞ ወደ ኤርትራ ከመምጣቴ በፊት እስማው የነበረው በኤርትራ የሚደረገው ትግል ፍትሐዊና ዲሞክራሲያዊ መሆኑንና ይህንኑ ትግል በመምራትም ላይ ከሚገኙት ድርጅቶች መካከልም ሕግሀኤ ከመሃል ሀገሩ ተራማጆች እንቅስቃሴ ጋር ተመሳሳይ አመለካከትና ግብ እንዳለው ሆኖ ነበር። በሕቡዕ ግንኙነቴ በኩል ያገኙሁት መረጃ ያመለከተኝ ዕውነታ የዚህኑ ተቀባብቶ የተናፈሰውን ዜና የተገላቢጦሽ ነበር። ይባስ ብሎም ለዚሁ ፀረ-ኢትዮጵያ ድርጅት/ሕግሀኤ ከወቅቱ የአፄው መንግሥትና ከባዕድ ኃይል ድጋፍ ሁሉ እንዳለው የሚያመለክቱ በቀላሉ የማይገኙ መርጃዎችን ማግኘቴ የመንፈስና የዓዕምሮ ጭንቀት አሳደረብኝ። በመረጃዎቹ መሠረት ሀገሬ ኢትዮጵያ የመከፋፈልና የመበታተን ደመና እንዳንዣበበባትና ለዚህም አደጋ በተባባሪነት ከውጭ ኃይል ጋር በመተባበር የሚያስቦረቡሯት የአፄው ባለሥልጣናት እንደሆኑ በተጨባጭ ተረዳሁ። በዚህ ጊዜ ነበር ታማኝነቴ ለኢትዮጵያ ሕዝብና ለሀገሬ ነው ወይንስ እሷን ለመከፋፈልና ለመበታተን ከባዕድ ጋር ተባበረው በስውርና በቀጥታ ለሚያስወጋን መንግሥቴ ነው? በማለት ራሴን በመጠያየቅ የዓዕምሮ ዕረፍት አሳጣኝ። ይህ ያገርና የሕዝብ ጉዳይ እንጂ የሠራዊቱ ብቻ ባለመሆኑ በከፍተኛ ደረጃ ትግል ማካሄድ እንደሚያስፈልገው በፅኑ አረጋገጥኩ።

ለእንደዚህ ዓይነቱ ትግል የተደራጀ ጠንካራ ኃይል ያስፈልገዋል። በተናጠልና በግል የሚደረገው እንዲህ ዓይነቱ ጥረት የሚያስከትለው ውጤት አደገኛ እንደሆነ ተረዳሁ። ሁሉን አጠናቅቄ ተረድቻለሁ፣ ከዚህ በኋላ ለባዕዳን መንግሥትና ለገንጣይ ወንበዴዎች ደጋፊ በመሆን ከሚያስጨፈጭፈንና ሀገሪቷን አደጋ ላይ ለመጣል ከተነሳሳው ከኢትዮጵያ መንግሥት ጋር መቀየቱ መልካም ሆኖ አልታየኝምና መንገዴን ማመቻቸት እንዳለብኝ ወሰንኩ። ወንበዴዎች ጋር ለመቀላቀል በምዘጋጅበት ዘመን የማይዘነጋኝ አንድ ድርጊት ለማስታወስ ያህል በአሥመር አክስፖ አካባቢ በ1964 ዓ. ም. የቁንጅና ውድድር ይደረጋል። በውድድሩ አንደኛ መውጣት የሚገባት የወሎዋ ተወዳዳሪ መሆን ሲገባት በአንደኝነት እንድትወጣና ሽልማቱን እንድትወስድ የተደረገችው የሜጄር ጄኔራል ጋሻው ከበደ ልጅ በመሆኗ የአሥመራን ሕዝብና የውድድሩን ተመልካች ክፉኛ አስደነገጠ።

እናቷ በአስመራጭ ኮሚቴው አካባቢ ያላቸውን ተደማጭነትና አቅርቦት በመጠቀም ልጃቸው አንደኛ ወጥታ ሽልማቱን እንድትወስድ ተደረገ ተብሎ ተጋኖ በአሥመራ ከተማ ተወራ። የሽምጥ ተዋጊዎቹ ወሬውን ባላቸው ግንኙነት አባባሱት። አይጣል ነው! የአሥመራ ነዋሪ ለካስ 'አምሃሩ" ሥልጣናቸውን ተመክተው በቁንጅናም ጣልቃ እየገቡ አድልዎ በማድረግ ፍትሕ ይነሳሉ እየተባለ መነጋገሪያ ሆነ። ልጃቸው ለሦስተኛነትም ደረጃ እንደማትበቃ ተደርጎ ነበር በሕዝቡ በሰፊው የተወራው። ሕዝቡ በንቄት መልክ ይመለከተን ነበር። የወሎይቷ ቆንጆ ሁለተኛ ሆና ወደ ደሴ ተመለሰች። ሦስተኛዋ የትግራይ ተወላጁ ሆነች። ውድድሩን አስመልክቶ ምንም የተናገርነው ሳይኖር አያሌው መርጊያው፣ ታደሰ አስፋው፣ ወገኔ ገነነ፣ ዓለሙ ወንድሙና ግዛቸው (የአባቱን ስም ዘነጋሁ) የቁንጅናውን ውድድር በማንቋሸሽና በማጥላላት ዘመቻ ያካሂዳሉ ተብለን ያላግባብ ስለተወራብን ስማቸውን ዘነጋሁ ሆኖም በወቅቱ የጠቅላይ ግዛቱ ፖሊስ መምሪያ የበጀትና ሂሳብ መምሪያ ሹም የነበሩ ቀጭን ረጅም ኤርትራዊ ሲቭል ሠራተኛ እንዴት እንደሰሙ በቀና መንፈስ አምስታችንን ቢሯቸው አስጠርተው ሌላ ምንም ሳይሉን ቀጥታ "ልጆቼ ናችሁ፣ አስተዋይ ከመሆናችሁም ባሻገር ለሕዝብ ቀና አስተሳብ ያላችሁ ወጣት መኮንኖች በመሆናችሁ ያለጊዜያችሁ ችግር ውስጥ ላለመግባት ጥረት አድርጉ። ወጣቷ እንኳንስ የኢትዮጵያ ቆንጆ የዓለም ቆንጆ ቢያደርጋትስ ምን ቸገራችሁ" ብለው መክረው ሸኙን።

3.3. በሰነዓፌ የወረዳ አዛዥነት ቆይታየ፣ በዓመት እረፍት ፈቃድ ስም ወደ አዲስ አበባና ጂማ ጉዞ

እኛ የምንለው ሕዝቡን እናገልግል እንጅ ሕዝቡ እኛን እንዲያገለግለን አናስገድደው፣ ተቃዋሚ ቡድኖችን በዲፕሎማሲና በትህትናችን እርቃናቸውን እናስቀራቸው ነበር የምንለው። ብዙ ተሞክሮ እንደፈለጉት ልሆንላቸው ባለመቻሌ ሁሉንም ከበተኑ በኃላ በመጨረሻ እኔንም የተሐኤ መንኻሪያና በትግራይ በኩል ወደ ኤርትራ የሚገቡና ወደ ትግራይ የሚወጡ ማናቸውም ተሽከርካሪና መንገደኞች

ሁሉ በጥብቅ የሚፈተሹባት ስትራተጂካዊና ቁልፍ በነበረችው የሰነዓፌና የአካባቢው ወረዳ አዛዥ አድርገው መደቡኝ። ምንም እንኳን በበጥባጭነት ተፈርጄ ከአካባቢው እንድርቅ ብንደረግም ለእኔና ለጓደኞቼ የምንፈለገውም እንደዚህ ዓይነቱ ቦታ ተመድበን መላክን ነበርና ዝውውሩ ሲነገረኝ ደስታና ኩራት ተሰማኝ። የዓመት ዕረፍት ፈቃድ ወስጄ ከአይበገሬው ዋለልኝ መኮንን ጋር ተገናኝቼ ምክርና ሃሳብ ካለው በማለት ለማግኘት ፈለኩ። እግረ መንገዴንም ከሌሎች ጓደኞቼ ጋር ተገናኝቼ መወያየትና በተዘዋዋሪ መሰነባበትን ወሰንኩ። ወደ አዲሱ ምድብ ቦታየ ከመሄደ በፊት የዓመት ፈቃድ ለማግኘት እንድችል ከጄኔራል ጋሻው ከበደ ጋር ለመቅረብ ቀጠሮ ይዤ ገባሁ። በአዲሱ ምድቤ ደስተኛ እንደሆንኩ በመግለጽና ሌላም ሌላም በመቀባጠር ወደ ምድቤ ከመሄዴ በፊት የአንድ ወር ዕረፍት እንዳገኝ ትዕዛዝዎን እንዲሰጡልኝ ብየ በትህትና አለሳልሼ ጠየኳቸው። ምንም እንኳን ያለተግባሬና ስሜ በበጥባጭነት ቢመለከቱኝም እንደልጃቸው ስለሚያዩኝ ቤተሰብ ናፍቆት ይሆናል ብለው በማሰብ ምንም ሳይጠይቁኝና ሳያጨንቁኝ ልዩ ጸሀፊያቸውን አስጠርተው ለአስተዳደር መምሪያ የአንድ ወር ዕረፍት ፈቃድ እንዲሰጠኝ ትዕዛዝ እንዲያስተላልፍ አዘዙት። ሠላምታ ሰጥቼ ጉዞ ወደ አዲስ አበባ ለማድረግ ዝግጅት ጀመርኩ። በማግሥቱ የመኮንኖች አስተዳደር ዋና ክፍል በመሄድ ዕረፍት ፈቃድ እንዲሰጠኝ ኋላፊውን ጠየኩ። ለመኮንኑ የጄኔራል ጋሻው ከበደ ትዕዛዝ እንደደረሰው አስረዳኝ። ያለምንም ችግርና ውጣ ውረድ ተዘጋጅቶ እንደሰጠኝ አመስግኘ ልሰናበት ስል የጄኔራል ጋሻው ከበደ ሹፌር ይፈልገኝ እንደነበር ተነገረኝ። የእረፍት ፈቃዴን ይዤ መምሪያው ግቢ ውስጥ የዚያን ጊዜዎቹ ከነ ሻምበል ሚካኤል ገብረንትስ (29)፣ ከሻምበል ተስፋሚካኤልና መቶ አለቃ ወገኔ ገነነ ጋር ቀመን ምን እንስራ እንደነበር ዘነጋሁ ሆኖም በመሀሉ የጄኔራል ጋሻው ከበደ ሹፌር ይፈልገኝ እንደነበረ እነሱም ነገሩኝ። ባጋጣሚ ይሁን ወይንም ሲጠባበቀኝ በመቆየቱ አላስታውስም ከሩቅ አይቶኝ ኖሮ ቶሎ መጣና ከሁለት ቀን በኋላ ወደ አዲስ አበባ ስለምሄድና እርሰዎም እንደሚጓዙ ስለተነገረኝ ቦታ ስለተያዘለዎት ለንግረዎት ፈልጌ ነው ይለኛል። ከማን ጋር ነው የምትሄደው ብየ ጠየኩት። ከወ/ሪት ዕፀገነት ጋሻው ጋር ይለኛል። ምስጋና ሰጥቸው ከቤታችን እንደሚመጣ ነገሮኝ ተሰናበተኝ።

በተባለው ቀን የጄኔራሉ ሹፌር (ስሙን ዘነጋሁት፣ አጭር፣ ጠይም ደልደል ያለ፣ ከሐረርጌ ይዘውት የመጡት ሹፌር ነበር) ወደበቴ በሰዓቱ መጣ። ሻንጣየን ይዤ ጓዶቼን ተሰናብቼ ሚጀር ጄኔራል ጋሻው ከበደ በሚጠቀሙባት ዴሉክስ በሆነች ላንድሮቨር (Family landrover) ውስጥ ገባሁ። ዕፀገነት ጋሻው ከእኔና ከዓለሙ ወንድሙ ጋር በተደጋጋሚ ተገናኝተን ተዋውቀናል። እናታቸው ቤት ከዓለሙ ወንድሙ ጋር በኃላም ዓለሙ ወደ ምፅዋ ከተዛወረ በኃላ ብቻየን እየተጠራሁ ቤት ደጋግማ አስተናግዳኛለች። ታዲያ ይህን አጋጣሚ በወቅቱ ደካማዎችና የዋሆች በብዙ መንገድ ተርጉመውታል ወይንም ወስደውታል። ሀቁ ግን ያጋጣሚ ጉዳይ ብቻ ነበር። ማንም ሳይመክረኝ ወይንም ሳያሳስበኝ

ወደ ሰንዓፌ ከመሄዴ በፊት ዓላማ ስለነበረኝ ለዓላማየ ስል የዓመት ዕረፍት ፈቃድ ለመውሰድ ወሰንኩ። ያጋጣሚ ሆነና በዚያኑ አካባቢ ዕፀገነት ጋሻውም ወደ አዲስ አበባ መመለሻዋ ጊዜ ነበር። በቂ ቦታ ስለነበረ እኔን እንደልጃቸው በማየትና በመቀርቀር አብሬያት እንድሄድ ያደረጉት የአባትና የእናት አዘኔታና አመለካከት ነበር እንጂ ደካማዎች እንዳሰቡት አልነበረም። ከዚያን ጊዜዋ ወጣት ከሆነችው ተወዳጅ ልጃቸው ከወ/ሪት ዕፀገነት ጋሻው ጋር ሆኜ እየተጨዋወትን ጉዟችንን በደሴ በኩል ወደ አዲስ አበባ ቀጠልን የትውልድ ከተማየን አልፌ ደሴ ደረስን። ደሴ ስንደርስ በወቅቱ የወሎ ጠቅላይ ግዛት ፖሊስ አዛዥ የነበሩት ጨካኝ ሜጀር ጄኔራል ግርማ ዮሐንስ (30) በዚያ በኩል ዕፀገነት ጋሻው እንደምታልፍ ስለተነገራቸው ይጠባበቁን ስለነበር እንደደረስን ተቀብለውን ለአንድ ሰዓት ያህል ደሴ ቀየን። ጉዟችንን ቀጥለን አዲስ አበባ ደርሰን ካዛንቺስ ከሚገኘው መኖሪያ ቤታቸው የዕፀገነት ጋሻውና የእናታቸው የወ/ሮ ሙሉመቤት እንጋዳ ሆኘ ከበተሰቦቿ ጋር ለስምንት ቀን አብሬ ቀይቼ እሷንና ወ/ሮ ሙሉእመቤትን ተሰነባበቼ ወደ ጂማ አመራሁ። በዚያን ጊዜ ወ/ሮ ሙሉ እመቤት አዲስ አበባ ነበሩ። ከጅማ ተመልሼ ወደ ኤርትራ እስከምመለስ ድረስ ከነሱ ጋር እንድሰነብት ወ/ሮ ሙሉ እመቤትና ዕጸገነት ጋሻው ስለጠየቁኝ በኩራትና በደስታ ተቀብየ ታላቅ እህቴን ወ/ሮ ዓባይነሽ ንጋቱን፣ ውድ ባለቤቷን ኮሎኔል ታደሰ ወ/ሚካኤልን (ሻለቃ ካሳሁን ታፈሰ የቅርብ አለቃ የነበሩ) እና ልጆቿን ለመጠየቅና ከመቶ አለቃ አምሃ አበበ ጋር ለመገናኘትና በማይገባው መልክ ለመሰነባበት (በኋላ ከጀበሃ ጋር መቀላቀሌ ሲታወቅ ያደረኩለት ስንብት ይገባዋል) ጅማ ከተማ አመራሁ። ቀደም ሲል በሌላ አካባቢ የእናቴ አባትና ሁለቱ አጎቶቿ ባንድ ጦርነት ላይ መሰዋታቸውን መጥቀሴ ይታወሳል። አንድኛው የእናቴ አባት አቶ ከበደ በሽር ሲሆኑ ሌላው የሁለቱም ታናሽ ወንድም የነበሩት አቶ ሊበን በሽር ናቸው። ሦስተኛው ደግሞ የታላቅ እህቴ የወ/ሮ የዓባይነሽ ንጋቱ ወላጅ አባት የሆኑት አቶ ንጋቱ በሽር ናቸው።

እናቴና ዓባይነሽ ንጋቱ አባቶቻቸውን ሳይጠግቧቸው ገና ሕጻን እያሉ ነበር ጦርነቱ የወሰደባቸው። ዓባይነሽ ንጋቱ እኔን እንደ ታናሽ ወንድሟ ስታየኝ እኔም ደግሞ እንደ ታላቅ እህቴ አድርጌ ነው የማያት። ይሁን እንጅ በሀረግ ከሄድን ግን እናቴና እሷ ያጎት ልጆች ናቸውና እነሱ እንደእህት አማቾች ነው የሚቀጠሩት። ሁለቱም ያደጉት በእናቶቻቸው ጥረትና ባጎቶቻቸውና አክስቶቻቸው እንክብካቤና ርብርቦሽ ነበር። ከታላቅ እህቴ ከወ/ሮ ዓባይነሽ ንጋቱና ከውድ ባለቤቷ ከዚያን ጊዜው የጠቅላይ ሠፈሩ ጂማ ከነበረው (የብርጌዱ ስም ተዘንጋኝ) የአራተኛ ክፍለ ጦር ብርጌድ አዛዥ ከነበሩት ከኮሎኔል ታደሰ ወ/ሚካኤልና ቤተሰቡ ጋር ሰነበትኩ። ለወ/ሮ ዓባይነሽ ንጋቱና ለውድ ባለቤቷ በነበረው ፍቅርና አክብሮት የኃላው የደርጉ የፀጥታ ኋላፊና ለኮሎኔል መንግሥቱ ኃ/ማርያም በጭፍን ታማኝ የነበረው የዚያን ጊዜው ሻለቃ ካሳሁን ታፈሰ እራት ተጋበዝኩ። የእራት ግብዣው እንደተጠናቀቀ አልጋቸውን ለእኔ በመልቀቅ ኢትዮጵያዊያን ለክብር

እንግዳ የሚሰጡትን ትልቅ ባሕላዊ አክብሮት ሰጠኝ። ይሁን እንጂ አልጋውን ለእኔ ለቀ ውድ ባልቤቱንና የልጆቹን እናት መደብ ላይ ማስተኛቱ እጅግ አድርጎ ስለቀፈፈኝና ስላስጨነቀኝ እንቅልፍ ሳይወስደኝ እንደማንም አድሬ በማግስቱ ለታላቅ እህቴ ለዓባይነሽ ንጋቱ ያሳለፍኩትን የመንፈስ ጭንቀትና ረብሻ አዳሬን አጫወኳት። ሁለተኛም ከነሱ ቤት ማደር እንደማልፈልግ አረጋገጥኩላት። ታላቅ እህቴም ለሻለቃ ካሳሁን ታፈሰ እኔን ፍለጋ በማግሥቱ ሲመጣ ምን ብላ እንደምትነግረው በጣም ተረበሸች። ከጓደኛው ከመቶ አለቃ ዓምሃ አበበ ጋር ስለሥራ ጉዳይ ሊወያዩና ሲጫዋወት ማደር ስለፈለጉ ከሱ ጋር ሄዷል ብላ እንድትነግረው አስረዳኋት። የኋላ ኋላ እንደሰማሁት በጣም ቅር ብሎት እንደነበረ ለማወቅ ቻልኩ። ምንአልባት በምሕረት እንደገባሁ ያካሄደብኝም የጭካኔ አመለካከት አንዱም ምክኒያት ይህ ሊሆን ይችላል ብየ ተጠራጠርኩ። ሻለቃ ካሳሁን ታፈሰ የኮሎኔል ታደሰ ወ/ሚካኤል ልዩ ጸሀፊ ነበር። ስላሳለፍኩት የጭንቀት ሌሊት ለጓደኞቼ ሳካፍላቸው ሁሉም ጓደኞቼ ባድርባይነቱና በልወደድባይነቱ ዝንባሌው ያደረገው እንደሆነ አድርገው ነበር የተረጎሙት።

በአመት እረፍት ፈቃዬ ከጂማ ጉዞየ በፊትና ከጂማ ጉዞ መልሴ በአዲስ አበባ ቀይታየ ከዋለልኝ መኮንን ጋር ሁለት ጊዜ ተገንኝቼ ስለ አጠቃላይ የኤርትራ ጠቅላይ ግዛት በተለይም ደግሞ የኢትዮጵያንን ስር ነቀል ተማሪዎችን ልብ ስለሳበው ሻዕቢያ በጠቅላይ ግዛቱ ቀይታየ ያጠናቀኩትን የግል ጥናቴንና አጠቃላይ ግንዛቤዬን ተገናኝተን በተጨዋወትንበት ወቅት በግንባር ማስረዳቴን እና ከዋለልኝ መኮንን የተሰጠኝ ምላሽም የወሰድኩትን ግንዛቤዬን ትክክለኛነት የሚያረጋግጥልኝ ሆኖ ማግኘቴን አስመልክቶ በመቅድሙ ተጠቅሷል። በዓመት ፈቃድ እረፍቴ ወቅት ከዋለልኝ መኮንን ጋር ባደረኳቸው ውይይቶች ጀምሮ ያደረብኝ ኃይለኛ ስሜትና ፍላጎት ከአሁን በኋላ ሌላ ሳይሆን ድንበር ጥሼ ከብርሀነመስቀል ረዳ ጋር ተገናኝቼ ከሱና ከሱ ጓዶች ጋር ባንድነት ለመታገል ሆነ። ስለሆነም ይህን ዕቅዴን ለማሳካት ተሓኤ ጋር ገብቼ እነሱን በመጠቀም ከብርሀነመስቀል ረዳ ጋር እንዲያገናኙኝ ለማድረግ ቀርጬ ተነሳሳሁ። ከዚያ በፊት ግን ወደ ቆላማው ቦታ በመዛወር ለሱዳን ወሰን ለመቅረብ የጀመርኩትን ጥረት መቀጠል ይኖርብኛል ብየ ወሰንኩ። በተሓኤ በኩል ለመግባት በመወሰኔ ወደ ተሓኤ ዋና ምሽግ መሆኑ ብቻ ሳይሆን ለሱዳን ቅርበት ካለው አካባቢ ለመዛወር የጀመርኩትን ጥረት መቀጠል ይኖርብኛል ብየ ወሰንኩ። በሰንዓፌ በኩል ተሓኤ ጋር ብገባ ከሱዳን ወሰን አካባቢ ለመድረስ ረጅም እርቀት መጓዝ ይኖርብኛል። ይህም ሕግሀኤ በተዘዋዋሪም ወይንም በቀጥታ ከወሬ ወሬ ማወቃቸው የማይቀር ነው ማለት ይሆናል። ካወቁ ደግሞ በእኛ "በጓደኞቼ" በኩል መግባት ሲገባው "ከጋራ" ጠላታችን ከሆነው ተሓኤ ጋር እንዴት ደፍሮና ጨክኖ ሊገባ ቻለ በማለት ከፍተኛ ችግር ሊፈጠርብኝ ነው ማለት ነው። በዚያም ላይ እንደ ሀገርናኝ የመደቡልኝን ዶ/ር ብርሃኔ ኪዳኔን ምን እንደሚሉት አላውቅም። ይህም እሱ በማያውቀውና ባልገባው ምክኒያት ችግር እንዲፈጥሩበት አልፈለኩም። ከዚህም ባሻገር ከሰነዓፌ እስከ ሱዳን ጠረፍ ረጅም ርቀት ያለው ጉዞ መጓዝ

ስለሚኖርብን ከመንግሥት በኩል የሚፈጠረውን የፀጥታ ችግርና መሰናክል ለማቃለል የግድም የውድ ወደ ምዕራባዊ ቀላ ለመዛወር፣ ከተቻለም ወደ ሱዳን ወሰን አካባቢ ለመመደብ ጥረት ማድረግ እንዳለብኝ አመንኩ። ለዚህም ዕቅዴ ወደ አዲሱ ምድብ ሥራየ እንደተመለስኩና ዋለልኝ መኮንንን በሰነዓፌ ከተማ እንዳስተናገድኩ ሳልውል ሳላድር ወደ ሱዳን የምጠጋበትን መንገድ ለማዘጋጀት ወሰንኩኝ።

3.4. ከአዲስ አበባ ምላሽ ወደ ሰነዓፌ ወረዳ ተጋዝኩ

ሰነዓፌ የ'ተሓኤ መነኻሪያና የአምባሶይራ ተራራ የሚገኝበት አስተዳደር ነች። የአምባሶይራ ተራራ በኤርትራ ከፍተኛው ተራራ ነው። አብዛኛው የአካባቢው ነዋሪ የሳሆ ጎሳ ሲሆን የትግርኛ ተናጋሪ ክርስቲያን ተወላጆችም ባንድነት ይኖራሉ። ከዚህ በተረፈ ሰነዓፌ አካባቢዋ ታሪካዊ ቦታዎች የበዙባት አካባቢ ነች። የመጠራ ታሪካዊ ፍርሽራሽ (በላው ከላው)፣ የእዳ ጻድቃንና የደብረ ሊባኖስ ገዳማትና የንግሥት ሳባ ወደ ንጉስ ሰለሞን ለመጎብኘት ስትጓዝ የተጠቀመችበት ከአክሱም ቀይ ባሕር የሚወስደው ረጅም ከምድር በታች መንገድ በሰንዓፌ ግዛት ክልል በኩል ያልፋል። ከቀድሞው የምዕራብ አውሮጳና ሰሜን አሜሪካ ለጉብኝትና ለምርምር (Archeologists) የሚመጣው ሀገር ጎብኝዎች ብዝት ከፍተኛ ነበር። አካባቢው ቁልፍና ውስብስብ ሁኔታዎች የበዙባት ወረዳ ነበረች። እኔ ወደ አካባቢው ስመደብ ገና ምክትል የመቶ አለቃ ነበርኩ። በቦታው መመደብ የሚገባው አዛዥ ማዕረት ሻምበል ወይንም ከሻምበል ማዕረግ በላይ መሆን ነበረበት። የዓመት ዕረፍት ፈቃድ ዕረፍቴን ፈጽሜ ወደ አዲሱ የምድብ ቦታየ በሄድኩ ወር ባልሞላው ጊዜ ውስጥ በታማኝነት ለሀገርርዎ ላበረከቱትና ላሳዩት ቅን ግልጋሎት በግርማዊ ቀዳማዊ ኃይለሥላሴ ትዕዛዝ የሙሉ መቶ አለቅነት ማዕረግ እንዲሰጥዎ የተወሰነ መሆኑን አስታውቃለሁ ይልና ፊርማ ቢትወደድ ዘውዴ ገብረሕይወት፣ የሀገር ግዛት ሚኒስቴር ይላል። በሆዴ ይች ናት አርቲፊሻል ዕድገት የሚሏት ብየ ሳኩኝ። ስለዚህ አስቂኝ ዕድገት ለጥቂት ጓደኞቼ ነገርኳቸው። ዛሬ በኒው ዮርክ እንደሚኖር የተነገረኝ የቀድሞ ጓደኛየ ወገኔ ገነነ፣ “ምንቸገረህ፣ አይከብድህም፣ ተቀበልና ተሸከመው” በማለት ያጽናናኛል። በዚያን ጊዜም ሆነ በኋላ እንዲያውም በይበልጥ በአሁኑ በውያኔ ዘመን የማዕረግ ዕድገት የሚገኘው በአብዛኛው በአለቆች መወደድና መቀራረብ በተመሠረተ ሪፖርት አማካኝነት ነበር። ይህም ማለት በማቃጠር፣ ወሬ በማመላለስና በማዋሸክ፣ የግል ታማኝ አሽከር በመሆን፣ ዘርፎ በማብላት፣ በዝምድናና እንዲሁም በአምቻና ጋብቻ በመተሳሰርና የኋላ ቀርና ጎታች ባህሎች ምክኒያት ነበር። ለእኔ በምን ዓይነት ምክኒያት ያለጊዜ ዕድገቱ ሊሰጠኝ እንደቻለ ለማወቅ ጥረት ባደርግም በትክክል ሳላውቅ ነበር “ሽፍቼ” የወጣሁት። በወቅቱ በግሌ የተረገምኩት “በውርጋጥነትና ጥጋበኝነት” ስሜት ተገፋፍቼ “የምረብሽና” “የምበጠብጥ” በስተቀር በሥራው ትጉና ታታሪ በመሆኑ እየቀየና በሕይወት እየተፈተገ ሲሄድ ስለሚሰክን መረበሹና መበጥበጡ ስለሚቀም ዕድገቱ ተሰጥቶት ቦታው ላይ ይቀይ ብለው

በመተማመን እንድልጃቸው አድርገው በማየታቸው ሊሆን ይችላል ብየ ነው በቅንነት የተረጎምኩት። በእርግጥም እንደልጃቸው ነበር የሚመለከቱኝ፣ በተለይ ወ/ሮ ሙሉመቤት። ይህ ካልሆነ በሻምበል ደረጃ ማዕረግ ያለው መኮንን ፈልገው በቦታው መመደብ ይኖርባቸዋል ማለት ይሆናል። ኤርትራ አድቤ ብቀይ ኖሮ ጄኔራል ጋሻው ከበደ ባላግባብ ፍራቻ በእኔ ምክኒያት ከምድብ ቦታቸው እርቀው አዲስ አበባ ባልሄዱም ነበር። ከዚያም በጠቅላይ ግዛቱ "ሰላም" ለማግኘት ብለው እኔን በዘዴ ለማራቅ ሲሉ ለደርግ አባልነት መርጠው ወይንም አስመርጠው አዲስ አበባ ይልኩኝ እንደነበር የአብዛኛው የቀድሞ የፖሊስ ጓዶቼ እምነት ነው። በእርግጥም የእኔም እምነት ነው። ታዲያ እምላክ ይህንኑ አስቀድሞ ስለተረዳ ሊሆን ይችላል ከእንደዚያ ዓይነቱ ቀፋፊና ቅሌታማ ተግባር ከሚያከናውኑት የወንጀለኞች ጥርቅም ቡድን ውስጥ አትግባ ብሎ ሲያዝንልኝ ከዓመቱ በፊት እንድሸፍት መንገዱን ሁሉ አመቻቸልኝ፣ ልቤንም ደንዳና አደረገው።

ከምስክር ወረቀቱ ጋር ባንድነት ሁለት ዘውዶች ተላከልኝ። የውሸትና የሀሰት በመሆኑ ለጥቂት ቀን ማዕረጉን ለብሼ መታየት አሳፍሮኝ ሳለ በወቅቱ የ11ኛው ክቡር ዘበኛ ብርጌድ አዛዥ የነበሩት የኮሎኔል ዘመነ አስፋው ልዩ ፀሀፊ የነበረው የአድዋ ተወላጅ መቶ አለቃ በኋላ ሻምበል ዳዊት ገብሩ (31) ከእኔ ምክትል ከነበሩት የወረዳ ምክትል አዛዥ ስለማዕረግ ዕድገቱ ስለሰማ ለአለቃው ለብርጌዱ አዛዥ ለኮሎኔል ዘነበ አስፋው ይነግራቸዋል። የብርጌዱ ዋና ደጀን አምባው አምባሶይራ ተራራ አካባቢ ሲሆን በዕረፍት ከከተማው እየመጡ ይዝናናሉ። ያው የተለመደው የበርሃ ወታደር ከተማ ሲገባ ታስራ የኖረች ጊደር ሲፈታ የምታደርገውንና የምትሰራውን አያውቅም ዓይነት በመሆኑ ከተማውና ሱቅ አካባቢ ሁሉ ትርምስምሱን ያወጡታል። በዚህን ጎዜ ችግሩንና አበሳውን ለእኔና ለተከታዮቼ ይጥላሉ። የጄኔራል ተሾመ ዕድገቱን ምሳሌ መከተል ፈለኩ፣ የተቀደሰና የተባረከ ተግባር ነበርና። አንድ ወታደር በሴተኛ አዳሪነት በሚተዳደሩትም ሆነ በይቡና ቤቱ ተቀጥረው በሚያገለግሉ ሴት አስተናጋጆች/ እህቶቻችንን ላይ እጅ እላፊ ቢያደርጉ፣ ወይንም ችግር ቢፈጥሩባቸው፣ ጠጥቶ ሳይከፍል የሚሄደውን ወታደር፣ ወይንም የአካባቢውን ሠላምና ፀጥታ የሚያደፈርሱ ወታደሮችን በተለይም የመሀል አገር ወታደሮች የጥሩ ምሳሌና አርአያ መሆን ስለሚገባቸው ስማቸውን እንኳን ባያውቁም በመልክ እየጠቀሙን አስፈላጊውን ሥነሥራዓታዊ እርምጃ በብርጌዱ እንዲወሰድ እየተደረገ ሕዝቡ ተመስገን ያለበትና ዕፎይታ ያገኘበት ወቅት ነበረ። ብዙ ውጣ ውረድ ተካሂዶ አንተ መባሌ ቀርቶ ይችን ከይሲ ከየት አመጡብን መባል ተጀመረ። እንዲያውም ኮለኔሉ በማዕረግ አለቃየ ከመሆናቸውም በላይ እንዳባቴና ጓደኛየ ሆኑ ያለ ዕድሜአችን። ኮለኔል ዘነበ አስፋው ካደረባቸው አክብሮትና ፍቅር በሰነዓፌ ከተማ ከሚገኘው በትልቁ የጣሊያን ሆቴል ደምበኛ ድግስ ያደርጉና ዋና ዋና የሚባሉትን የከተማውን ነዋሪዎች፣ የወረዳ ግዛቱን ባለሥልጣኖችና ሽማግሌዎችን ይጋብዛሉ። አጠቃላይ የአካባቢውን የፀጥታ ጉዳይ አስመልክቶ ስብሰባ ስለሚካሄድና ከበላይ አካል ከአሥመራና

ከአዲ ቀይህ እንግዶች ስለሚመጡ በስብሰባው ተዘጋጅተው እንዲመጡ የሚል የቃል መልዕክት በአጃቢያቸው በኩል ይልካሉ። በእንደዚህ ዓይነት ስብሰባ ወደድኩም ጠላሁም የደምብ ልብሴን መልበስ ይኖርብኛል፣ ከአዲሱ ማዕረግ ጋር ማለት ነው። እንዲያውም የምዕራብ የጀርመኑን የካኪ ዩኒፎርም ሳይሆን የገበርዲን ሱፍ ዩኒፎርሜን መልበስ ይኖርብኛል ብየ ወሰንኩ። በሁለቱም ትካሻዎቼ ላይ ሁለት ሁለት ዘውዶች ጫንኩባቸው። ከበላይ የሚመጡ አዛዦች መሰሉኝና አክብሮቴን ለመግለጽ ነበር ማሸብረቄ። በትረ መኮንኔን ይዤ እፍረቴን ለማስወገድ በእግሬ ከመጓዝ ይልቅ ላንድ ሮቨሬን እየነዳሁ መኪናየን ከሆቴሉ በር አቁሜ ወደ ሆቴሉ በር ስደርስ ስው ጢቅ ብሎ ሞልቷል።

እንደገባሁ በአማርኛና በትግርኛ የተጻፉ የእንኳን ደስ አለዎት የመቶ አለቃ አያሌው መርጊያው የሚል በየግድግዳው ተለጥፏል። ወዲያውኑ ኮለኔል ዘነበ አስፋው ሻምፓኝ በመክፈት እንግዶቹ ሻምፓኛቸውን እየተጎጩ ወደ እኔ እየቀረቡ ደስታቸውን ይገልጹልኝ ጀመር። መሸውዴን ተረዳሁ። ከምክትሌ ከሻምበል ባሻ አበራ ዋቅጅራ ጋር ዓይን ለዓይን ተያየን። ማን ነገራቸው ብየ መጠየቄ ነው በሆዴ። የሀሰቱን ዘውድ ጭኜ የደንብ ልብስ ስለብስ ያች ቀን የመጀመሪያ ዕለት ነበረች፣ ለዚያውም የገበርድን ሱፍ የደምብ ልብሴን ነበር። እኔ ደንግጬና አፍሬ የምለውንና የምሰራውን አሳጥቶኝ ተዘግቼ ቀረሁ። እስከ መቸ ተጋግሬ ልቀይ ነው እያልኩ ስጨነቅ ስጠበብ ራቅ ብሎ ይመለከተኝ የነበረው ወጣቱ የዚያን ጊዜው ምክትል መቶ አለቃ ዳዊት ገብሩ እፍን የሚያስከፍት፣ ሀፍረትን ከለይህ ላይ ገፎ የሚያሸቀነጥር መድሀኒት ነውና ተጎንጨው ብሎ ጎርደን ጂን ከቶኒክና ከሎሚ ጋር ይዞልኝ መጣ። ምንም ሳልግደረደር ጨለጥኳት። አይነ ጥላየ ተገፈፈ። ዓይኔ ተከፈተ፣ ጆሮየም ማዳመጥ ጀመረ። ከዚያን ጊዜ ጀምሮ ጎርደን ጂን በቶኒክና ሎሚ አልፎ አልፎ ለመዝናናት ሲከጅለኝ የምጎነጨው የመጠጥ ዓይነት ሆኖ ኖረ። የተጠራሁበት ስብሰባ ፕሮግራሙና ዓላማው ተከሰተልኝ። የእኔ ምክትል የነበሩት የወረዳው ምክትል አዛዥ የሻምበል ባሻ አበራ ዋቅጅራ (የአመራር እምብርቱ/ክሊኩ አባል የነበረው የአበራ ዋቅጅራ መኩሼ) በቅርብ ሆነው ይመለከቱኝ ነበርና ሁለተኛ ብርጭቀ እንዳልጠጣ ባልገባኝ ሁኔታ ይቆጣጠሩኝ ጀመር። አባት ልጁን እንደሚጠባበቀው ዓይነት መንፈስ። የእኔ ምክትል የወለጋ ተወላጅ ሲሆኑ በዕድሜም ወደ አባትነት ይደርሳሉ። እንደ በታቼና የሥራ ባልደረባየ ብቻ ሳይሆን የምመለከታቸው እንደ አባቴና ጓደኛየም ጭምር ነበር። ለደህንነታቸው ሲባል ከአዲስ አብባም ሆነ ከአሥመራ አቅጣጫ ተንቀሳቅሰው ሰነዓፌ ከቀኑ አሥራ ሁለት ሰዓት በኃላ ከደረሱ ጉዟቸውን እንዲቀጥሉ አይፈቀድላቸውም ነበር። ሰነዓፌ እንዲያድሩ የገደዳሉ። ከዚህም ባሻገር በዋነኛነት ሰነዓፌ ኬላ ከመሆኗም በላይ ውስብስብ የሆነ የፀጥታ ነክ ጉዳዮች የበዛባት ወረዳ በመሆኗ ወደ ኤርትራ የሚገባውንና የሚወጣውን አጠራጣሪ የሆኑ ጉዳዮችን በተመለከተ እኔ እስካልፈቀድኩ ድረስ የማይቻል ነበር። በየጊዜው እገሌና እገሌ ይሚባሉ በእናንተ በኩል እንደሚያልፉ ወይንም እንደሚገቡ መረጃ ስለደረሰን ተከታተሉችሁ ባስቸኳይ

ሪፖርት እንዲደረግልን የሚል ትዕዛዝ በእየለቱ ይደርሱናል። የሚጠረጠሩ ግለሰብ/ቦች ወደ ኤርትራ ከገቡ ሪፖርት እናደርግና ልክ አዲቀይሀ፣ ሰገነይቲ ወይንም ደቀመሐረ ሲደርስ ስውር የፀጥታ ሰራተኞች መንገደኛ መስለው አውቶቡስ ላይ ይሳፈሩና ይጋዛሉ። ከዚያች ጊዜ አንስቶ ግለሰቡ በመንግሥት ክትትልና ዐይነ ቁራኛ ስር ሆነ ማለት ነው።

3.5. ዋለልኝ መኮንን "ለሥራ" በሰነዓፌ በኩል የአሥመራ ጉዞው

በመንገድ ማመላለሻ አስተዳደር ተቀጥሮ በሚሰራበት ወቅት ለስራ ጉዳይ ይሁን ወይንም በሥራ አመካኝቶ የማውቀው አልነበረኝም። ዋለልኝ ምን ያህል ምስጢራዊና ሥነሥርዓት ያለው መሆኑንም ከማንም ይበልጥ ይህ ድርጊቱ ነበር ያስረዳኝ። "የፖሊስ ዘመድ፣ የቤንዚን አመድ የለውም" የሚባለውን አባባል በመገንዘቡ ሳይሆን ከዋለልኝ ምስጢራዊነትና የትግል ሥነሥርዓት አክባሪነቱ የመነጨ ስለነበር ቅንጣት እንኳን ሊያካፍለኝ አልፈለገም። ጓደኛዩ ነው፣ ሊተባበረኝ ነውና ላካፍለው ብሎ እንኳን ይሉታ የሚባልም አልያዘውም። የቀድሞውን ዋለልኝ መኮንንን እምብዛም ሳላውቀው ነበር ሁለታችንም ከወይዘሮ ስኅን ሚካኤል ፪ኛ ደረጃ አጠቃላይ ትምህርት ቤት የወጣነው። አዲሱን ዋለልኝ መኮንን ግን ፖሊስ ኮሌጅ ከገባሁበት ጊዜ አንስቶ በደንብ አድርጌ ለማወቅ አስችሎኛል። ዋለልኝ ከአዲስ አበባ ወደ ወሎ መስመር በአውቶቡስ እንደወጣ ሪፖርት ወዲያውኑ ተደርጓል። በየዕለቱ ከሥር ከሥሩ ይከታተሉት እንደነበር በሰንዓፌ የወረዳ አዛዥነቴ እንድገነዘብ አስችሎኛል። ለመንገድ ትራንስፖርት ስራ ጉዳይ እግረመንገዱን ቤተሰቦቹ ጋር ወደ ደሴ ሊሆን ይችላል የሚልም ግምትም ነበራቸው ይመስለኛል፣ እርግጠኛ አይደለሁም። ወዲያውንም ጉዞውን ቀጥሎ ከደሴ ወደ አሥመራ ጉዞ ማድረጉ ለኤርትራ ጠቅላይ ግዛት ሪፖርት ተላለፈ። ከአሥመራ ደግሞ እንደልማዳቸው አስፈላጊው ጥብቅ ቁጥጥርና ክትትል በወቅቱ ተደርጎ ወዲያውኑ ሪፖርት እንዲያደርጉ በጥብቅ እናስታውቃለን የሚለው የተለመደው የበላይ ትዕዛዝ በቴሌግራምና በስልክ ለወረዳው አዛዥ ደረሰ (ለእኔ ማለት ነው)። ማናቸውንም አሳሳቢ ፍተሻዎች የሚመሩት ምክትሌ ናቸው። አሳሳቢ ፍተሻዎች ማለት እንደ ዋለልኝ የመሳሰሉ "አስቸጋሪ፣ ለሕብረተሰቡ ሰላምና ጸጥታ ነሽ"፣ "በጥባጮች" የሆነ/ኑ ግለሰብ/ቦች እንደሚገባ/ቡ ወይም እንደሚወጣ/ጡ ከበላይ በሚደርስን ሪፖርት ወይም በቀጥታ ለእኛ በሚደርሰን መረጃ መሠረት ፍተሻው ጠበቅ ብሎ ይካሄዳል። ወደደኩም ጠላሁም በዚያን ዕለት ፍተሻውን እኔ እራሴ ማካሄድ ይኖርብኛል ብየ ወሰንኩ። ምክትሌን እስቲ እኔም የችግራችሁ ተካፋይ ልሁን እንጅ። እስከመቼ በእናንተ ትካሻ መኖር ይኖርብኛል። እሳቱንና ረመጡን የምትቀምሱ እናንተ የምንሾም ግን እኛ በሚል ተርካሻ ፖለቲካ ገባሁና የሚቀጥለውን አውቶብስ እኔ መፈተሽ እንደሚኖርብኝ አሳሰብኳቸው። ያለቦታው ርካሽ ፖለቲካ አስመስየ አመጣሁት እንጅ ለነገሩማ አባባሌ ትክክል ነበር። እሳቱንና መከራውን የሚሸከሙ እነሱ ናቸው፣ ሽልማቱንና ማዕረጉን የምንቀበል አዛዦቻችንና እንደእኔ ዓይነቱም ነበርን። ምንም ሳንደራጅ በግልሰብና በቡድን ደረጃ ስንታገል

የቀየነው ይህንን ዓይነቱን ተግባር ጭምር ነበር። በደስታ ሃሳቤን ተቀበሉኝ። ባክብሮትና በፍቅርም ዓይን ተመለከቱኝ። የሚያምኑኝንና የሚያከብሩኝን ማታለል ኃጢአት መሆኑን አምናለሁ። ይህ ዓይነቱ ማታለል ግን ለተቀደሰና ለተባረከ ተግባርና ዓላማ ስለሆነ እንደ ኃጢአት አልቆጠርኩትም። በተባለው ቀን የተባለው አውቶቡስ ሰነዓፌ ኬላ ደረሰ።

ወደ ኬላው መጋዘን ባለመፈለግ አውቶቡሱ ወደ መሃል ከተማው ጽ/ቤት አካባቢ እንዲቃረብ መመሪያ ሰጠሁ። አውቶቡሱ ወደ ከተማ እንዲጠጋ ኬላው ላይ ለሚገኙ ቡድን በሬዲዮ ትዕዛዝ ተላልፎ ሹፌሩ ከተማው ተጠግቶ በተሰጠው ቦታ ላይ አቀመ። ወደ አውቶቡሱ መጀመሪያ እኔ በመውጣት ተሳፋሪውን ሁሉ በዐይኔ ቃኘሁና የእንኳን ደህና ገባችሁ ሠላምታየን በአማርኛና ትግርኛ አቀረብኩ። ዋለልኝና እኔ ዐይን ለዐይን ተጋጠምን። እሱ ተቀምጦ የነበረው ወደ ስተኋላ ነበር። የሻምበል ባሻ አበራ ዋቅጅራን ወደ እወቶቡሱ እንዲገቡ አደረኩና ባንድ ጊዜ ይህን ከባድ ተግባር ብቻየን ለመወጣት ከባድ መስሎ እንደታየኝ በማስመሰል እኔ ከዋለልኝ አካባቢ ቀሜ ወደ ኋላ ያለውን ለመፈተሽ እሳቸው ደግሞ ከእኔ ጎን በማቀም ከአውቶቡሱ ወደፊት ወደ ሹፌሩ አቅጣጫ እንዲፈትሹ በማስረዳት መመሪያ ሰጥኃቸው። የተፈላጎዎቹን ግለሰቦች ሥም እነማን መሆናቸውን ሻምበል ባሻ አበራ ጠይቁኝ። የሁለት ኤርትራዊያን የፈጠራ ሰሞችን ሰጠሁ (የዋለልኝን ስም ሳይሆን፣ ምን ዓይነት ስም እንደሰጠሁ አላስታውስም)። ጌታየ መታወቂያዎን በማለት ጠይቄ የመታወቂያውን ትክክለኛነት በማገናዘብ የሰውየውን መልክና በፎቲግራፉ ላይ ያለውን ምስል ለትክክለኛነቱ አነፃጽራለሁ። በመታወቂያ ወረቀታቸው ላይ ፎቶግራፍ የሌላቸውን ወይንም መታወቂያ ያልነበራቸውን እንዴት እናጣራ እንደነበር ዘነጋሀሁኝ እንጂ የሆነ የማጣሪያ መንገድና ዘዴ ነበረን። ዋለልኝ መኮንን ለእኔ የመጨረሻ ፈገግታውን በዚያች ዕለት በሰነዓፌ ከተማ አውቶቡስ ውስጥ እንደተቀመጠ አሳየኝ። እኔም ለአይበገሬው አክብሮትና ፍቅር የተመላባትን ፈገግታየን ሰጠሁት። ያች ዕለት ያሳየኝ ፈገግታ የመጨረሻዋ መሆኗን አላወኩም ነበር። ፈገግታ በፈገግታ ተለዋወጥን። ለነገሩማ በሆነ መንገድ አውቶቡሱ እንዲዘገይ ለማድረግ ስለመሸባቸው እዚያው ከተማው እራት በልተው እንዲያድሩ ለማስደርግ ተንኮልም አስቤ ነበር። በዚህም ምክኒያት ግማሽ ሰዓት እንኳን እግኝቸ ከሱ ጋር በመቀየት ወደ ተሓኤ የመግባቴ ጊዜ መቃረቡን በማውሳት የሚሰጠኝ ምክር ካለ ለመቀበልና ለመጫወት ጭምር እንድችል ነበር። ሆኖም አብረን ስንጨዋወት አላስፈላጊ ትኩረት ለመሳብ ምክኒያት ስለሚሆን ከነገሩ ጾም እደሩ በማለት እንደማያስፈልግ አመንኩኝ። የአውቶቡስን ተሳፋሪዎች በሙሉ ለትብብራቸው በእኔና በሥራ ባልደረባየ በሻምበል ባሻ አበራ ዋቅጅራ ስም አመስግኜ መልካም ጉዞ ተመኝተንላቸው አውቶቡሱ ጉዞውን ቀጠለ። በዚያን ዕለት ኤርትራ ይገባል ተብሎ ሪፖርት የተደረገልንና እኛም በጉጉት እንጠባበቀው የነበረው "ሀገርርንና ሕዝብን የሚያበጣብጠውና የሕብረተሰብ ጠንቅ" እንደሆነ የሚታወቀው "አደገኛ" የቀዳማዊ ኃይለሥላሴ ዩኒቨርሲቲ የተማሪዎች

መሪ አንዱ የነበረው ዋለልኝ መኮንን በዚያን ዕለት ወይንም በኋላ በእኛ በኩል/በሰነዓፌ ያለፈ ለመሆኑ የሚያውቅ ማንም አይኖርም። የኃላ ኃላ እንደሰማሁት ባለሥልጣናት የመሰላቸው አዲግራት ሲደርስ ጉዞውን ቀይሮ ወይንም ድሮውንም ቢሆን የጉዞ እቅዱ በመሆኑም ሊሆን ይችላል በሽሬ በኩል አድርጎ ወደ ጎንደርና ከዚያም ጎጃም ብሎ አዲስ አበባ እንደተመለሰ ነው የመሰላቸው። ጥቂት ባለሥልጣናት ደግሞ የሰነዓፌውን ቁጥጥርና ፍተሻ አስቸጋሪነት ስለሚያውቅ አዲግራት ሲደርስ በሰንዓፌ መጋዙን ሰርዞ በአድዋ በኩል በመንደፈራ አድርጎ አሥመራ ገብቶ ሊሆንም ይችላል ብለው የተጠራጠሩም ነበሩ። በደራሲው ግምት ዋለልኝ መኮንን ወደ ኤርትራ የመጣው በግሉ ለራሱ ተልዕኮ እንደሆነ አድርጎ ነው የሚያምነው። በዓመት እረፍቴ አዲስ አበባ ላይ ተገኛኝተን አጠቃላይ ስለኤርትራ ሁኔታ በተናጠል ደግሞ ስለ"ተራማጁ" ሻዕቢያ በግንባር ባስረዳሁት ጊዜ ካነጋገሩ እንደተረዳሁት ከሆነ "ከመንካዕ" ኃዶቹ ጋር ሊገናኝ እንደመጣ አድርጎ ነው የተጠራጠርኩትና ያመንኩት። ያለበለዚያማ አመጣጡ ለሥራ ጉዳይ ቢሆን ኖሮ የመሥሪያ ቤቱ ባልደረቦች ስለሚያውቁ አመጣጡ ግልጽ ስለሚሆን፣ ያ ሁሉ ምስጢራዊነትና ጥንቃቄ፣ እንዲሁም አጀባ ትርጉም አይኖረውም ነበር ብሎ ደራሲው ያምናል። ምክኒያቱም ለሥራ የመጣ ከሆነ መሥሪያ ቤት መደረስ ስለሚኖርበት አሥመራ መኖሩ ስለሚታወቅ ያ ሁሉ ምስጢራዊነትና ጃዝ ባላስፈለገውም ነበር።

3.6. ምዕራባዊ ቀላ ለመዛወር ያደረኩት ከፍተኛ ጥረቴ ተሳካ

ዋለልኝ መኮንን በሰነዓፌ ከተማ በኩል አድርጎ ወደ አሥመራ በተሸጋገረ በሁለተኛው ሳምንት ገደማ ለጠቅላይ ግዛቱ ፖሊስ መምሪያ ለወደፊትም የማዕረግ ዕድገት ከጊዜየ በፊት ለማግኘት ጥረት ለማድረግ እንዲችል ያለጊዜየ የማዕረግ ዕድገት ደረጃ ሊያስገኘኝ ያስቻሉኝን ምክኒያቶች እንዲገለጽልኝ በትህትናና በአክብሮት እጠይቃለሁ በማለት በጽሁፍ ጠየኩ። ይህ ዓይነት ጥያቄ ተደርጎም አይታወቅ። ሲያሰጡን መቀበል፣ ሲያዘገዩብን ደግሞ ሀዘናችንንና ብስጭታችንን በሆዳችን አፍነን መያዝ እንጂ ጥያቄ ማቅረብ ለዚያውም በክብርና በምስጋና የደረጃ ዕድገት ያገኘ ለእንደኔ ዓይነቱ ማመስገን ይገባዋል እንጅ እንዲህ ዓይነቱን ጥያቄ ማቅረቡ እንደ ወንጀል ነበር የተቀጠረው። በዚህም መሠረት እንደ ጥጋበኛና ምስጋና ቢስ ግለሰብ ዓይነት ሆኜ ታየሁኝ። ትህትናና አክብሮት በተመላበት መንገድ ጥያቄ ባቀረብኩ ወር ባልሞላው ጊዜ ሁለት የኋላፊነት ቦታዎችን ደርቤ እንድሰራ ተወስኖ ወደ ባርካ ተዛወርኩ። 1ኛ. የባርካ አውራጃ ፖሊስ የወንጀል ምርመራ ሹምና፣ 2ኛ. በተደራቢነት በምዕራባዊ ቀላ በቁጥጥር ስር ውለው ጉዳያቸው በምዕራባዊ ቀላ የጦር ፍርድ ቤት ለሚታይላቸው የፖለቲካ እስረኞች የሕግ ጠበቃ በመሆን ከሕግ አስከባሪውና ወዳጄ ከነበረው የዚያን ጊዜው ሻምበል ብርሃኑ ባየህ ጋር ሆኜ እንድሰራ በመወሰኑ ባስቸኳይ ወደ ምድብ ቦታዎ እንዲሄዱ በጥብቅ አስታውቃለሁ የሚል ደብዳቤ በሜጀር ጄኔራል ኃሻው ከበደ ተፈርሞ ደረሰኝ። ዕቅዴና ፕላኔ ሰራ። በዚያው ሣምንት ሄሊኮፕተር ተልኮልኝ ሰንዓፌን ደህና ሁኝ ብየ በኤርትራ ጠቅላይ ግዛት

የምዕራባዊ ቀላ እምብርት ከሆነችው አቀርዳት ከተማ ገባሁ። ከአውራጃው የወንጀል ምርመራ ክፍል ኋላፊነቴ ይበልጥ ያጋጋኝና በእጅት ትኩረት እንድሰጥበት ያደረገኝ በአምስቱ የጠቅላይ ግዛቱ አውራጃዎች (በጋሽና ሴቲት፣ በባርካ፣ በባራንቱ፣ በከረንና በናቅፋ) በቁጥጥር ሥር ለሚውሉት እሥረኞች የሕግ ጠበቃቸው ሆኜ እንዳገለግላቸው መመደቤ ነበር። በዚህ የሥራ መስክ መመደቤ በይበልጥ ያጋጋኝ በፖሊስ ኮሌጅ ያከማቸሁትን የሕግ ትምህርትና ዕውቀት በተግባር በመተርጎም ለቀምኩላቸው የሕግ እስረኞች ከፍተኛ መሣሪያቸው እንድሆን ዕድል ስለሰጠኝ ነበር። በፖሊስ ኮሌጅ ቆይታችን ይሰጠን የነበረው የሕግ ትምህርት በይበልጥ የሚያተኩረው በሕገ መንግሥት፣ በወንጀለኛ መቅጫ ሕግ፣ እንዲሁም በወንጀልኛ መቅጫ ሕግ ሥነሥርዓት ላይ ነበር። በወቅቱ በኤርትራ ጠቅላይ ግዛት ሁለት የጦር ፍርድ ቤቶች ተቋቁመው ያገለግሉ ነበር። አንደኛው የጦር ፍርድ ቤት መቀመጫ አሥመራ ከተማ ሲሆን፣ የሚያገለግለውም በቀይ ባሕር፣ አሰብ፣ አኮለጉዛይ፣ ሐማሴንና ሰራዬ አውራጃዎች በቁጥጥር ስር ለሚውሉ የፖለቲካ እስረኞች ነበር። የዚህ ጦር ፍርድ ቤት የሕግ ጠበቃ ሆኖ ያገለግል የነበረው ከሁለተኛ ክፍለ ጦር ሠራዊት የተላከ መኮንን ነበር (ስሙን ዘነጋሁት)። ሁለተኛው የጦር ፍርድ ቤት መቀመጫ በባርካ አውራጃ በአቀርዳት ከተማ በ8ኛ ብርጌድ ጦር ዋና ሠፈር ግቢ ነበር። ይህ የጦር ፍርድ ቤት የሚያካትተው ከላይ በጠቀስኳቸው በአምስቱ አውራጃዎች በቁጥጥር ሥር የሚውሉትን እሥረኞች ነበር። የዚህ ወታደራዊ የጦር ፍርድ ቤት የፖለቲካ እሥረኞች ጠበቃ እኔ ነበርኩ። ሻምበል ብርሃኑ ባየህ ለሁለቱም የጦር ፍርድ ቤቶች አቃቤ ሕግ ሆኖ ተመድቦ አገልግሏል። የእሥረኞች ብዛት የነበረው እኔ በማገለግልበት የጦር ፍርድ ቤት ስለነበር ሻምበል ብርሃኑ ባየህ ቤተሰቡን አሥመራ ትቶ አብዛኛውን ጊዜውን አቀርደት መጥቶ ከእኔ ጋር ይኖር ነበር። አንዲት የጦር ሠራዊት ጂፕ መኪናና በብርጌዱ የጦር ሠፈር ውስጥ በምትገኝ አንድ ክፍል ለሁለታችን ተሰጥቶን የጀመርነው የእሥረኞች ጉዳይ እስከሚጠናቀቅ ድረስ ባንድነት እንኖር ነበር። ለሱም ለእኔም ይህች ቤት ሁለተኛ ቤታችን ነበረች። በፖሊስነቴ ለራሴ የተመደበልኝ ቀንጆ የመኖሪያ ቤት በከተማው መሀል ከአውራጃው ፖሊስ ጽ/ቤት ቅጥር ግቢ ውስጥ ነበረኝ።

ሻምበል ብርሃኑ ባየህ የሁለቱም የጦር ፍርድ ቤቶች አቃቤ ሕግ በመሆኑ አሥመራ በመሄድ እግረ መንገዱንም ከኤርትራዊዋ ባለበቱ ጋር ከርሞ ይመለስ ነበር። እንደ የኢሕአፓ/ኢሕአሠ አመራር ለማወናበድና የወንጀል ተግባራቸውን ለመሸፋፈን በመሣሪያነት እንደተጠቀሙበት የጦር ፍርድ ቤት ተብየው እኔም እንደነሱ የወንጀል መገልገያ ሆኜ በጥርጣሬ የተያዙ ንጹሀንን በማስወንጀልና በማስገደል የኀሊና ጠባሳ ተሸክሜ መኖር አልፈለኩም። የሕግ ጠበቃ ተቋቁሞላቸው ነበር በማሰኘት ፍርደ ገምድልና የተዛባ የፍርድ ውሳኔ ሲሰጥ እንደ ኢሕአሠ የውሸት ጠበቃ አድማጭና አጨብጫቢ በመሆን በዝምታ ማለፍ እስረኞች የጣሉብኝን ዕምነትና ኋላፊነት መዘንጋት ብቻ ሳይሆን ለዘላለም የኀሊና ጸጸት መዳረግ ማለት ነው። ይህ ኀሊና ላላቸው እንደእኔና እንደ ሰማዕታቶቹ እንጂ እንደ

የኢሕአፓ አመራር እምብርትና ለነሱ ባሻንጉሊነት መገልገያ የሆኑት ፍርድ ቤት ዳኞች፣ ጠበቃና አቃቤ ሕግ ተብየዎች አይደለም። እነሱ ኅሊና የሚባል አያውቃቸውምና። የፖሊስ ጓዶቼ አደራ አያሌው አደገኛ ወንበዴ እንኳን ቢሆን ተግባርህ ነፃ ለማወጣት በመሆኑ የፖሊስ ኮሌጅ ያገናጸፈህን የሕግ ትምህርት በደምብ በመጠቀም ተሟሙተህ ተከራከርላቸው የሚል የማደፋፈሪያ ምክርና አደራ ጎረፈልኝ። የሕዝብ ፖሊስ መሆናችን በአፍ ብቻ ሳይሆን ሕዝባዊነታችንን በተግባር አስመስክርልን አደራህን ነበር ያሉኝ። ታዲያ እኔም አደራህን ብለው እንዳሳሰቡኝ ሁሉ በተግባር በመተርጎም እንዲኮሩብኝ አድርጌአቸዋለሁ። ከሞትና ከርሸና ያዳንኳቸው አያሌ ናቸው። አንድም አላስረሸንኩም። የመጨረሻው ከፍተኛ ቅጣት ረዘም ላለ ጊዜ የእሥር ቅጣት ነበር (ዘነጋሁኝ ምን ያህል ዓመት እንደነበር የተወሰነበት)። በዚህ ተግባሬ ሕዝቡ አዲስ አበባ ወይንም ሌላ ቦታ ተወልጄ ያደኩ ኤርትራዊ እንጂ በዕውነት "አማህሩ" አይደለም ያሉ በዙ ነበሩ። በመጨረሻም "አማህሩ" እንጂ ኤርትራዊ አለመሆኔ በመረጋገጡ የኤርትራ ፖለቲከኞች "በአማራው" ላይ ያስወሩ የነበረውን ርካሽ ፖለቲካቸውን አጨናግፎባቸው ነበር። አቃቤ ሕግ ሻምበል ብርሃኑ ባየህ በሙግት ወቅት ባሳየኃቸው ጠንካራ ዝንባሌየ ፍርድ ቤቱን እንድተዳፈርኩ አድርጎ በመክሰስ የጦር ፍርድ ቤቱ ቅጣት እንዲሰጠኝ በተለያዩ ሦስት አጋጣሚዎች ባቀረበው ማሳሰቢያ መሠረት በመጀመሪያው $25.00 ብር ቅጣት፣ በሁለተኛው አጋጣሚ $35.00 ብርና በሦስተኛው ጊዜ $75.00 ብር ከመጨረሻ ማስጠንቀቂያ ጋር አስቀጥቶኛል ይኸው የሥራ ባልደረባየና የወቅቱ ጓደኛየ የነበረው ሻምበል ብርሃኑ ባየህ። ሳይውል ሳያድር ባስቸኳይ ወደ ሌላ ቦታ እንደምቀየር እና ከዚያም ወደ በርሃ እንደምገባ ስለተማመንኩ የመጨረሻ ማስጠንቀቂያው እምብዛም አላሳሰበኝም ነበር፣ ያለበለዚያማ ችግር ላይ እወድቅ ነበር። እንደዚህ ፍርድ ቤቱ ውስጥ በከፍተኛ ሁኔታ በባላንጣነት እየተከራከርንና ቅጣት እያስቀጣኝ ቀይተን ከፍርድ ቤቱ ውጭ የምንበላውና የምንጠጣው ባንድነት ነበር፣ የምናድረውም ብርጌዱ በሰጠን ባንዲት ክፍል ውስጥ ነበር፣ የምንሽከረከረውም ብርጌዱ በሰጠን አንዲት ጂፕ መኪና ነበር።

ውሎ አድሮም ብርሀኑ ባየህ እና እኔ ስለሀገራችን የፖለቲካ ሁኔታ መወያየት ጀመርን። በሠራዊቶቻችን ስለሚካሄደው የአዛዦች በደልና በወታደሩ ላይ ስለሚካሄደው ጭቀናና ደመዎዝን አስመልክቶ መወያየት ቀጠልን። አልፎም ውይይቱንም በማስፋፋት ወደ አጠቃላይ የኢትዮጵያና የሕዝቧ ሁኔታ ተሸጋገርን። ንጉሱ ማርጀታቸውንና በቅርባቸው ያሉትም ባለሥልጣናት በአምስት ቡድን ተከፋፍለው የሥልጣን ሽርኩቻ በማካሄድ በየፊናቸው እየቀረቡ የንጉሱን ልብ ለመሳብ ከመጣር በስተቀር በሀገሪቷና በሕዝቧ ላይ ስላዣባበው ችግር ምንም አእንደማይነገራቸው ሁሉ አስረዳኝ። ንጉሱ ኢትዮጵያ ስላለችበት ተጨባጭ ሁኔታ ምንም የሚያውቁት ነገር የላቸውም በማለት አብራርቶ ገለጸልኝ። ወደተባባሰ ሁኔታ ከመሸጋገሩ በፊት ወታደሩ ታሪክ የጣለበት መንግሥታዊ ተቃም በመሆኑ አንድ ነገር ማድረግ አለበት ብሎ እንዳማከረኝ በመፈንቅለ መንግሥት እንደማላምን

አስረዳሁት። መፈንቅለ መንግሥት ያካሄዱት ወታደሮች ሁሉ ለሕዝብ የገቡትን ቃል በመስረዝ የወታደራዊ መንግሥት በማቋቋም ግፋ ቢል ዩኒፎርማቸውን በመወርወር የሲቪል ልብስ ተላብሰው የራሳቸውን መንግሥት በማቋቋም ወደ መጡበት የጦር ሠፈር/ካምፕ መመለስ እንደማይፈልጉ አስተዛዝኘ አጫወኩት። እንዲያውም ባቅራቢያችን የሚገኙትን የግብፅንና የሱዳንን መንግሥት በምሳሌነት ጠቀስኩለት። የጀመረውን ውይይት በማጠናከር መፈንቅለ መንግሥት ሳይሆን በጦርና በፖሊስ ሠራዊት ውስጥ በኅቡዕና በምስጢር እየተገናኘን ሰፊ መሰረት ያለው ወታደራዊ ቡድን በማቋቋም ዲሞክራሲያዊ መንግሥት ለመፍጠር የሚያስችል እንቅስቃሴ ለመፍጠር እንደሆነ ሊያሳምነኝ ሞከረ። አልሸሹም ዞር አሉ እንዲሉ ከመፈንቅለ መንግሥት የሚለውየው ምኑ እንደሆነ ጠየኩት። ከመፈንቅለ መንግሥት የሚለይበት አሥመራ በሚገኘው የቃኘው ሻለቃ ጦር ሠፈር አሜሪካኖችንና በአዲስ አበባና በሌላም አካባቢ የሚገኙ የእሥራኤል ወታደራዊ አማካሪዎችን ድጋፍና ትብብር በመጠየቅ ሕዝብን ያቀፈ ሰፊ መሠረት ያለው ዲሞክራሲያዊ መንግሥት እንዲመሰረት አስፈላጊውን ምክር በመለገስና ዘዴውንና መንገዱን በማሳየት ሊተባበሩንና ሊደግፉን ይችላሉ በማለት ሊያሳምነኝና እሽ ለማሰኘት ጣረ። ምንም እንኳን በዚያን ዘመን ስለእሥራኤሎቹ በኢትዮጵያ አንድነትና ሉዓላዊነት ጣልቃ ገብነት መረጃ ባይኖረኝም በቃኘው ሻለቃ ጦር ሠፈር ባልደረቦቹ በእናት ሀገርሬ ላይ የጀመሩትን ፀረ-ኢትዮጵያ እንቅስቃሴ በተጨባጭ መረጃ በማግኘቴ የቃኘው ሻለቃ ጦር ሠፈርን ስም እንዳነሳልኝ ሰውነቴን አንዳች ነገር ስለወረረኝ ውይይቱን ላለመቀጠል በሆዴ ወሰንኩ። ከዚያ በፊት ግን ውይይቱን ድንገት ማቋሜ እንዳያስደነግጠውና በጥላቻና በጥርጣሬ ዓይን እንዳይመለከተኝ ለማድረግ ለምን ይህ ሁሉ ከሚሆንና ያልታሰበ ችግር ከሚፈጠር ንጉሱ የአገሪቷን መስተዳድር ከፍጹም ንጉሳዊ አገዛዝ ወደ ሕገ መንግሥታዊ አገዛዝ በማሸጋገር ዘውዱን ለልጃቸው አስረክበው በሠላምና በክብር ወርደው በክብር የመሞቻ ዕለታቸውን ለመጠባበቅ እንዲችሉ ዘዴ አይፈጠርም፣ አሜሪካኖቹም ብትሆን የኢትዮጵያ "ወዳጅ" ናት፣ ለዚያውም የንጉሱ የቅርብ ወዳጅ ናት ተብላ ስለምትታወቅ ለምን አይመክሯቸውም ብየ የማምለጫ ጥያቄም ሀሳብም አቀረብኩለት። ለነገሩ እስከ ፖሊስ ኮሌጅ አንደኛ ዓመት ፍጻሜ ድረስ ዘውዱን የሠላምና የአንድነት ምልክት አድርጌ እቆጥረው ስለነበር የዘውዱ አገዛዝ እንዲቀጥል በነበረኝ ፍላጎት ኢትዮጵያ በሕገ መንግሥታዊ የዘውድ አገዛዝ እንድትቀየር ከፍተኛ ምኞትና ጉጉት ነበረኝ። ብርሃኑ ባየህ ምንም ምክኒያት ሳይሰጠኝ በደፈናው አስቸጋሪ ሂደት እንደሚኖረውና ንጉሱም ፍቃደኛ እንደማይሆኑ አድርጎ ሊያሳምነኝ ብዙ ከሞከረ በኃላ ይልቁንስ ከፖሊስ ሠራዊት የምትተማመንባቸውን ጓዶችህን አጋጣሚውን ባገኘህ ቁጥር በሚቻልህ መንገድ ለመወያየት ሞክር ይለኛል።

በውይይቱ ልገፋና ከጎኑም በመቆም በቀራጥነት አብሬው ልጋዝ በወሰንኩበት ጊዜ ነበር ሳይታሰብ ድንገት የአሜሪካኖቹንና የእሥራኤሎቹን ጉዳይ ያነሳልኝና ሰውነቴን ሁሉ የወረረኝ፣ ብሎም

ቶሎ ውይይቱን ለመዝጋት የተነሳሳሁት። ለወዱ ገቦች፣ በኃላም ለውዲ ጆርጆ ከፍተኛ ምስጋና ይግባቸውና ስለቃኘው ሻለቃና ስለኢሳያስ አፈወርቂም ሆነ ስለልዑል ራስ አስራተ ካሳ ፀረ-ኢትዮጵያ ሴራ በደምብ አድርጌ ተረድቻለሁ። ምንም እንኳን ሻምበል ብርሃኑ ባየህ ባያነሳልኝም ስለአሜሪካንና ልዑል ራስ አሥራተ ካሳ ጸረ-ኢትዮጵያ ሴራና ዱለታ እሱም ቢሆን በሚገባ እንደሚያውቅ እርግጥኛ ነበርኩ። ታዲያ እነብርሃኑ ባየህና ሌሎቹ ለወታደራዊ አመፅ ወይንም መፈንቅለ መንግሥት ለማካሄድ የተነሳሱት በሲ. አይ. ኤ. እና በሞሳድ ዳጋፍና አነሳሽነት ይሆናል ብየ ጥርጣሬና ፍራቻ አሳደረብኝ። ቀይቼም ጥርጣሬ ብቻ ሳይሆን በትክክልም እነ ብርሃኑ ባየህ እና መሰሎቹ በሲ. አይ. ኤ. እና በሞሳድ ፀበል እንደተጠመቁ ሲሰማኝ ቀይቶ መንግሥቱ ኃ/ማሪያም በደጃዝማች ከበደ ተሰማ ጥረትና ከ3ኛው ክፍለ ጦር/የምሥራቅ ጦር ውስጥ መሽጎ በነበረው የእሥራኤል ኮሎኔል አስተባባሪነትና ድጋፍ ለሥልጣን እንደበቃ የኃላ ኃላ በሀሰት ነፃ ምሕረት አገር ቤት እንደገባሁ ለመስማት በቅቻለሁ። ጥርጣሬየንና ስሜቴን ሳላሳውቅ እየቀባጠርኩ በሰላምና በፍቅር ወደ ሌላው የጦር ፍርድ ቤት አሥመራ ሄደ። አሥመራ እያለ ሳያስበው ይሁን ወይንም አስቦት አላውቅም በአሰልጣኝነት/መምህርነት ወደ ቀዳማዊ ኃይለሥላሴ ጦር አካዳሚ መዛወሩ ተገለጸለት። ወደ ሐረር ከመሄዱ በፊት በአቀርዳት የጦር ፍርድ ቤት ጉዳያቸው በእንጥልጥል ላይ ተይዞ የነበሩትን ለማጠናቀቅ ተመልሶ አቀርዳት በመጣበት ጊዜ ወደ ጦር አካዳሚ መዛወሩን አሳውቀኝ። እኔም ከጀበሃ ጋር የምቀላቀልበት ጊዜ በመቃረቡ ወደፊት እንዴት ልንገናኝ እንደምንችል ተነጋግረን ባለቤቴ እዚሁ አሥመራ ስለምትቀይ በእሷ በኩል ልትጽፍልኝ ትችላለህ ብሎ የእሥመራ አድራሻዋን ሰጠኝ። ካስፈለገም በቋaሚነት ለመገናኘት እንድንችል በወንድሜ በፍስሐ ባየህ በኩል ልትጽፍልኝ ትችላለህ ብሎ የፍስሐ ባየህን የአዲስ አበባውን አድራሻውን ሰጠኝ። ከልቡ ያሰበበት መሆኑን ለማመን ብችልም የሲ. አይ. ኤ እና የሞሳድ ነገር ስለማይታወቅ የእኔን ወደ ጀብሃ ለመቀላቀል መቃረቤን ላስረዳው አልፈለኩም። አዲስ አበባ "በሙሉ ምሕረት" ገብቼ ለችግርና መከራ ውስጥ እንደወደኩ የተገነዘቡ ወዳጆች ብርሃኑ ባየህን እንዳነጋግረው በማደፋፈራቸው ስልክ ደርግ ጽ/ቤት ደውየ በማግኘት እንዲረዳኝ ተማፀንኩት። "እያሌው ማለት የአቀርዳቱ መቶ አለቃ አያሌው አይደለህም እንዴ?" ብሎ ይጠይቀኛል። እኔ አዎን ጌታየ በደምብ እኔው ነኝ እንዳልኩት "ሌላ ጊዜ አነጋግርሃለሁ" ብሎ ስልኩን ከጆሮየ ላይ ዘግቶ አሰናበተኝ። የወንድሙን አድራሻ አፈላልጌ ብሔራዊ ቲያትርና ከንግድ ባንክ አካባቢ መሆኑን አገኘሁ። እራሴን ካስተዋወኩ በኃላ የመጣሁበትን ዋናውን ምክኒያት በማስረዳት መታወቂያ ወረቅት እንኳን እንደሌለኝ፣ የምኖረው ቀድሞ በማውቃቸው እርዳታ እየተዘዋወርኩ እንደምኖር በማስረዳት ሥራ እንዲያስገኘኝ፣ ካልሆነም የመታወቂያ ወረቀት እንዲያስገኝልኝ እባክህ የቀድሞ ጓደኛየንና የሥራ ባልደረባየ የነበረውን ወንድምህን አነጋግርልኝ ብየ ጠየኩት።

ወር ባልሞላ ጊዜ ውስጥ ተመልሽ እንደሄድኩ በመጽሀፉ በሌላ አካባቢ የተገለጸውን መልስ ነገሮች ሁለተኛም እንደማይሞክር አሳስቦ ተለያየን። ይባስ ብሎ በቱሪዝም ኮሚሽን የቦሌ ዓለም አቀፍ አይሮፕላን ማረፊያ ቅርንጫፍ ረዳት ሆኜ ከማከብራቸው አለቃየ፣ እናቴ፣ መምህሬና ጓደኛየ ከነበሩት ከወ/ሮ ኤልሳቤጥ የማነብርሃን ጋር ሥራችንን በፍቅርና በመከባበር እየተጋገዝን በመልካም ሁኔታ እየሰራን ሳለን በራተኛው ወር ገደማ አዲስ ያረፉ እንግዶችን በማስተናግድበት ወቅት በቀደሞ የሥራ ባልደረባየና ጓደኛየ ሻለቃ ብርሃኑ ባየህና በሻለቃ ሐዲስ ተድላ በመታየቴ የአየር መንገዱን የበላይ የነበርውን የሲቪል አቪየሽን ባለሥልጣን የቦሌ ቅርንጫፍ ዋና ዋና አስተዳዳሪ አስጠርተው የእኔ በኤርፖርት አካባቢ መገኘት ተገቢ አለመሆኑን በማሳሰብ ሁለተኛ እዚህ አካባቢ እንዳይታይ ብለው መመሪያ ሰጥተው መሄዳቸውንና ያስከተለብኝን ችግር በመጽሀፉ በሌላ አካባቢ ተገልጿል። ይህ በእንደዚህ እያለ ከሕግሀኤ ጋር እንደ አገናኝ (liaison) ሆኖ ከሰንዓፌ ጀምሮ የተመደበልኝ ዶ/ር ብርሃኔ ኪዳኔ ካለው አክብሮትና ፍቅር ምንአልባትም የሕግሀኤም ትዕዛዝም ሊሆን ይችላል በእርግጠኛነት አላወኩም ዝውውር በመጠየቅ እኔን ተከትሎ የአቀርዳት ሆስፒታል ዲሬክተር ሆኖ ተዛውሮ መጣ። ዶ/ር ብርሃኔ ኪዳኔ የድባርዋው ከበርቴ የቀሽ መዓሾ እህት ልጅ ነው። ቀሽ መዓሾ በዚያን ዘመን ብቸኛው ኤርትራዊ የቡና ሀብታም ነጋዴ ነበሩ። ብርሃኔ ኪዳኔ የሕክምና ዶክተሬት ድግሪውን ያጠናቀቀው በሞስኮው በፓትሪስ ሉሙምባ ዩኒቨርስቲ ነበር። ጨዋ፣ ኩሩና ከሁሉም ጋር ተግባቢ የነበረ ደግና ለሕመምተኞቹ ቀርቶ ለሌላው ርኅሩኅና ተቀርቃሪ የነበረ ኤርትራዊ ነው። ቢቻል ካለሁበት አካባቢ ወደ ወሰን አካባቢ እንድዛወር የሚያስችል ሌላ ጥፋት መፈጽም ያለበለዚያ ከዚሁ ቶሎ ሾልኬ መውጣት እንዳለብኝ አቀድኩ። ሆኑም ዶ/ር ብርሃኔ ኪዳኔ በሕግሀኤ በኩል ወይንም በሕግሀኤ አማካይነት እንድወጣ ስለሚፈልግ የእኔን ዕቅድ ከእሱ መደበቅ እንደሚኖርብኝ ሁኔታው አስገደደኝ። በዋለልኝ መኮንን ምክር መሠረት ከሕግሀኤ ጋር የነበረኝ ግንኙነት እንደነበረው ቀጠለ። እንዲሁም ሆኖ "የፈሩት ይደርሳል የጠሉት ይወርሳል" እንዲሉ በድርጅቱ ላይ የነበረኝን ቀሪ ዕምነት ጨርሶ ያሚጠጠው ሁኔታ ሳይውል ሳያድር ወዲያውኑ ተከሰተ። እንደተራማጆች ጥንስስ ይቀጠር የነበረውን "የመንካዕ ቡድን" የመደምሰስ ሂደት አለማቀሙን በማረጋገጤ፣ በቀድሞው የቀዳማዊ ኃይለሥላሴ ዩኒቨርሲቲ የተማሪ ንቅናቄ ንቁ ተሳትፎ በነበራቸው "የመንካዕ" እንቅስቃሴ አባላት ላይ የተወሰደው እርምጃ ዋለልኝ መኮንንና የቅርብ ጓዶቹን ክፉኛ እንዳስደነገጣቸው ያጫውተኝን በማስታወስ፣ ብሎም ባንድ ፊት የነዚህ የ"መንካዕ" ተራማጆች ቅጽበታዊ መደምሰስ፣ በሌላ በኩል የእነ ዋለልኝ መኮንን ሳይታሰብ በድንገት መቀጨት ከሕግሀኤ ጋር የነበረኝን ግንኙነት ለማቃረጥ ምክኒያት እንደሆነኝና ምክኒያትም ብቻ ሳይሆን እስከዚያ ወቅት ድረስ እንደ አድኃሪና ሐይማኖታዊ ብሔርተኛ (Religious Nationalities) እቀጥረው ወደነበረው የኤርትራ ነፃ አውጭ ድርጅት (ተሓኤ) ጋር ለመቀላቀል ዓይነተኛ ሰበብም ሆነልኝ።

3.7. ወደ ሱዳን ጠረፍ ለመመደብ አደገኛ የጀብደኝነት ተግባር ማከናወኔና በባርካ ፖሊስ የወንጀል ምርመራ ሹምነቴ የአንድ ምርመራ ትዝታ

ወደ ሱዳን ጠረፍ ለመጠጋት ብየ አደገኛውን የጀብደኝነት ተግባር ከመፈጸሜ በፊት ብዛት ያላቸውን ባካባቢው የናጠጡ ሀብታሞች ላይ የተካሄደውን ምርመራ አጠናቅቄ ለአውራጃው ፍርድ ቤት ያቀረብኩበት ሰሞን ነበር። ምንም እንኳን በባርካ ቆይታየ አብዛኛው ትኩረቴ በጦር ፍርድ ቤቱ የሕግ ጠበቃነት ተግባሬ ቢሆንም አሳሳቢ በሆኑ የአውራጃው ፖሊስ ወንጀል ምርመራ ጉዳዮች ላይ በቅርብ ተገኝቼ ክትትል ማድረግ የሚገቡኝ ጉዳዮች ነበሩ። በአንድ ወቅት ብዛት ያላቸው የናጠጡ ያካባቢው ሀብታሞች ከለጋ ወጣት ወንድ ልጆች ጋር የግብረ ሰዶም ግንኙነት ሲያካሂዱና ልጆቹን እንደ ፍቅረኞቻቸው አድርገው ከእነሱ ጋር የዕረፍት ጊዜያቸውን ለማሳለፍ ወደ አሥመራ፣ ከረን፣ ምፅዋ እና ተሰነይ ይዘው በመሄድ ሲዝናኑ በብርጌዱ ጦር ተይዘው ጉዳዩ ለአውራጃው ፖሊስ ወንጀል ምርመራ ክፍል ይተላለፋል። የጉዳዩን አሳሳቢነት በማጤን ጠንካራ የሆኑ የምርመራ ጓዶችን ያቀፈ ቡድን አቋቁሜ ምርመራውን በማካሄድ አብዛኛዎቹ ተከሳሾች በአውራጃው ፖሊስ ወንጀል ምርመራ በኩል በበቂ ዋስ ሲለቀቁ በግንባር ቀደምትነት የታወቁት ተከሳሾች በእስር ቤት ቆይተው ምርመራውን አጠናቀን የምርመራ መዝገቡን ለአውራጃው አቃቤ ሕግ አስረከብን። የደጋው አካባቢ ተወላጅ (ሐማሴን) የነበረው የአውራጃው አቃቤ ሕግ ጠንካራ የሆነ የኦርቶዶክስ ቤተክርስቲያን ዕምነት ተከታይ ስለነበር ሕጉ መጣሱ ብቻ ሳይሆን እራሱ ተከሳሾቹ የፈጸሙት ተግባር አሳፋሪ ሆኖ ስለተሰማው በምርመራ ውጤታችን ከመደሰቱ የተነሳ ሳይውል ሳያድር ክስ መስርቶባቸው ጉዳዩ ፍርድ ቤት ቀርቦ በፍርድ ቤት ሂደት ላይ እንዳለ ወደ ሱዳን ወሰን ለመጠጋት የሚያስችለኝን አደገኛውን የጀብዱ ተግባር እንደፈጸምኩ ሰሞን ኬሩ ተዛውሬ ሄድኩ። ወንድ ከወንድ ጋር ወይንም ሴት ከሴት ጋር የሚፋቀሩትን የእግዚአብሔር ፍጥረቶችን አስመልክቶ ከጥቂት ዓመታት ወዲህ አቋሜን በማስተካከል እግዚአብሔር የረገማቸውና የበደላቸው አንሶ የእኔ ጥላቻ ወይንም ማንቋሸሽ ተገቢ አለመሆኑን ለማገናዘብ በቃሁ። በአዲሱ አቋሜ መሠረት እነዚህ ፍጥረቶች እራሳቸውን ካልጎዳቸውና ካልረበሻቸው በገዛ ገላቸው የፈለጉትን ቢያደርጉት ምንአገባኝ በማለት በእነሱ ላይ የነበረኝን ክፉ አመለካከት ቀይሬ ለእነሱ ተቀርቃሪና አዛኝ ሆንኩ። እንዲያውም በዋሺንግተን ዲ. ሲ. በአንድ የነጭ አሜሪካዊ ጎረቤቴ ላይ የተከሄደበትን አድለዎ በመቃወም ከጎኑ በመቆም ታግየለታለሁ። አልፎም በ2012 ባከበሩት ዓመታዊ ሰልፋቸው ከ 'P' እና 14 መንገድ ላይ ከሚገኘው ከአቶ አማረ ካሳሁን ሉቃስ ሰለሞን ስርጉት የመጠጥ መደብር ደጃፍ ቆሜ ሰልፈኞቹ ሲያልፉ በመመልከት ድጋፌን በመስጠት ደስ አሰኝቸዋለሁ። ሆኖም ከለጋ ወንዶች ልጆች ወይንም ከለጋ ሴቶች ጋር ለሚጨማለቁት በሽተኞች ዛሬም ሆነ ነገ ምሕረት አይኖረኝም። ወደ ሱዳን ለመቅረብ እንዲያስችለኝ በአቆርደት አካባቢ ቆይታየ የመጨረሻውን የጀብደኝነት እርምጃ በመውሰድ አለቆቼን ክፉኛ

አስቀጣቸው። ኤርትራዊ ብሆን ኖሮ ወዲያውኑ ወታደራዊ ጦር ፍርድ ቤት ቀርቤ የመረሸን ፅዋ በደረሰኝ ነበር። የመሀል ሀገር ለዚያውም 'የአማራው' ተወላጅ በመሆኔ ከጥጋብና ከአጓጉል የወጣትነት ስሜት በስተቀር ሌላ ጥርጣሬ ከቶም ሊኖራቸው አልቻለም። ምዕራባዊ ቆላ የጀብሃ ማናኸሪያ በመሆኑ የጊዜያዊ አዋጅ የታወጀበት አከባቢ ስለነበር ለእራሳችንም ሆነ ለሠራዊቱ ደሕንነትና ጸጥታ ሲባል ማናቸውም የፖሊስና የጦር ሠራዊት መኮንን ወይንም ወታደር በግሉ በሕዝብ ማመላለሻ አውቶቡስ ወይንም በግል መኪና ከአቀርደት ውጭ መንቀሳቀስ ፈጽሞ የተከለከለ ነበር። መኮንኑ ያለጥርጥር ተጥልፎ ይወሰዳል።

በዘመኑ በአቀርዳትና በአካባቢው በሚዋሰኑ አውራጃዎች መካከል ከፍተኛ የሆነ የእግር ኳስ ውድድር ይካሄድ ነበር። አንድ ቅዳሜ ከረን ላይ በሚካሄደው የእግር ኳስ ውድድር የአቀርዳት ነዋሪ ግልብጥ ብሎ ወደ ከረን ሲሄድ እኔና ዶ/ር ብርሃኔ ኪዳኔም ከሕዝቡ ጋር አብረን በአውቶቡስ ተጉዘን በመሄድ አለቆቼን ለማስቀጣት ወሰንኩ። በእንደዚህ ዓይነቱ ወቅት የሕዝብ ማመላለሻ አውቶቡሶች ከአቀርዳት እስከ ከረን እስከሚደርሱ ድረስ ቢያንስ ሁለት ጊዜ ወንበዴዎቹ በማስቆም ጥብቅ የሆነ ፍተሻ እንደሚካሄድባቸው ስለማውቅ እኔ በምንም ዓይነት መንገድ መጓዝ አልነበረብኝም። የፍተሻው ዓላማ የጦርና ፖሊስ ወታደሮች ወይንም መኮንኖች፣ የሚጠረጠሩ ሲቪሊያን የመንግሥት የመረጃ ሰዎች፣ ፖስታዎችና ከመንግሥት ጋር ግንኙነት አላቸው ብለው የሚያምኑባቸውን ግለሰቦችን አግተው በርሃ ለመውሰድ ነው። ከአቀርደት ከረን አንድ ሀያ ኪሎ ሜትር እንደተጓዝን (የቦታዋ ስም ተዘንጋኝ) የተሐኤ ታጋዮች አውቶቡሱን በማስቆም የመጀመሪያውን ፍተሻ አካሄዱ። በአውቶቡስ ውስጥ የነበሩትን ተሳፋሪዎች እየፈተሹና መታወቂያ እያዩ ሲያስወረዱ ከእኔና ከዶ/ር ብርሃኔ ኪዳኔ መቀመጫ ሲደርሱ በትግርኛና በዓረብኛ ቋንቋ በፈገግታና አንገታቸውን ጎንበስ በማድረግ ሰላምታ በመስጠት ግድ የለም ተቀመጡ ብለው አለፉን። ሁሉም የሚመለከተው ያች ዛብጥ (ዛብጥ ማለት በአረብኛ የመቶ አለቃ ማለት ነው) ምን ያጋጥማት ይሆን እያሉ ሲጨነቁ የወንበዴዎቹን ፈገግታና አክብሮት እንደተመለከቱ እሱ እኮ ኤርትራዊ ነው "አምሀሩ" ሀገር ተወልዶ ያደገ፣ ያውቁታል፣ ምንም አያደርጉትም እያሉ ስለእኔ በቡድን ቡድን ሆነው ይወይያሉ። ልክ ፈትሸውን ሲያበቁ የቡድኑ መሪ ሳይሆን አይቀርም ወደ እኛ ጠጋ በማለት በትግርኛ በሰላም ግቡ ብሎ የመልካም ጉዞ ምኞት ሰጥቶን ከአውቶቡሱ ወረደ። ለሁለተኛ ጊዜ ማሪያም ጥቁሯ ተብሎ ከሚታወቀው አካባቢ ስንደርስ እንደመጀመሪያው ከባጠገባችን ሲደርሱ እንደተለመደው በአክብሮትና በፈገግታ ሠላም ብለው በማለፍ ሌሎቹን ከአውቶቡስ እያወረዱ ፈትሸው አሰናበቱን። ለእግር ኳስ ውድድር በሕዝብ ማመላለሻ እውቶቡስ ከዶ/ር ብርሃኔ ኪዳኔ ጋር ወደ ከረን እንደሄድኩና በጀብሃ ታጣቂዎች ሁለት ጊዜ አውቶቡሱ ተፈትሾ ምንም ሳልሆን ከረን መድረሴን አስመልክቶ መረጃ ለሚመለከታቸው ሁሉ ደረሰ። ከአሥመራ የፌጥኖ ደራሽ (ኮማንዶዎች) እና የክፍለ ጦር የመረጃ ሰዎችና ሲቭል የለበሱ

ተከታታዮች ከረንን በመውረር እኔን ያፈላልጋሉ። ተጠልፌ እንዳልተወሰድኩ በእርግጠኝነት ካረጋገጡ በኃላ ከምሽቱ ሁለት ሰዓት አካባቢ ካረፍኩበት ሆቴል ድረስ በመምጣት አገኙኝ። በዚያኑ ምሽት በሚሊታሪ ፖሊስ ታጅቤ ከኤርትራዊው ወንድሜ ከዶ/ር ብርሃኔ ኪዳኔ ጋር ወደ አቀርዳት ተወሰድን። ያቀድኩት ዕቅድ ተከናወነ። ከባድ የወታደራዊ ሥነሥርዓት ጉድለት በመሆኑ በዚያኑ ሰሞን ከብርቱ ማስጠንቀቂያና የገንዘብ ቅጣት ጋር (መጠኑን ዘነጋሁ) የኬሩ ወረዳ ፖሊስ አዛዥ ሆኘ ተመደብኩ። ተሓኤ ጋር ለመቀላቀል የነደፍኩት ዕቅዴና ፕሮግራሜ የመጀመሪያው ደረጃ ባጥጋቢ ውጤት ተሳካ። ምንም እንኳን ለበጎ ዓላማ ቢሆንም በጅብሃ በኩል ለመውጣት የማካሂደው ከዶ/ር ብርሃኔ ኪዳኔ ጀርባ በመሆኑ የከዳሁት እየመሰለኝ የመንፈስ ጭንቀት ነበረብኝ።

ከሻዕቢያ ጋር ረዘም ላለ ጊዜ በኅቡዕ ግንኙነት ሳደርግ ኖሬ አልፎም በአገንኝነትም ተመድቦልኝ የነበረ የሻዕቢያ ደጋፊ የነበረው ወዳጄ ዶ/ር ብርሃኔ ኪዳኔ እያለኝ ከሻዕቢያ ጋር መቀላቀል ሲገባኝ በዚያን ዘመን እንደ አድኃሪና ሐይማኖታዊ ብሔርተኛ (Religious Nationalities) በመቁጠር በሩቅና በክፉ ከማውቀው ከኤርትራ ነፃ አውጭ ድርጅት (ተሓኤ) ጋር ለመቀላቀል እንድወስን ያስገደደኝ የአይበገሬው ዋለልኝ መኮንን ምክር ብቻ ሳይሆን እራሴም በኤርትራ ቀይታየ ስለሻዕቢያ ያካበትኩት እውቀትና ተመክሮ ጭምር በመሆኑ እንባቢያን የሻዕቢያን ማንነት በይበልጥ ለመረዳት እንዲያስችላቸው የሕይወት ጉዞየንና የማያቋርጠውን ገጠሞሼን ላንዳፍታ እዚህ ላይ በማቆም በመጠኑም ቢሆን የሕዝባዊ ኤርትራ ነፃ አውጭ ግንባር (ሕሀተኤ/ሻዕቢያ) ማንነቷን፣ አፈጣጠሯን፣ ዕድገቷንና የጥንካሬ ምንጯን ማስረዳት ስለሚኖርብኝ በሚቀጥለው ምዕራፍ መዳሰሱ የግድም ይሆናል።

ምዕራፍ አራት

4.0. የሕዝባዊ ኤርትራ ነፃ አውጭ ግንባር አፈጣጠርና ዕድገት

4.1. የሕዝባዊ ኤርትራ ነፃ አውጭ ግንባር (ሕሀተኤ) አፈጣጠር

የሕዝባዊ ኤርትራ ነፃ አውጭ ግንባር (ሕሀተኤ) በተለምዶ ሻዕቢያ በመባል የሚታወቀው ከአንጋፋው የኤርትራ ነፃ አውጭ ግንባር/ጀብሃ ተገንጥሎ በመውጣት ኤርትራ ከኢትዮጵያ ተገንጥላ የራሷን መንግሥት ለማቋቋም ይታገሉ ከነበሩት ሁለቱ ድርጅቶች አንዱ ነበር። ለአሜሪካ ብሔራዊ ጥቅም ሲባል ሻዕቢያን ጨፍልቆ ፈጠሮ ያሳደገውና ያልነበረውን ኃይልና ሕይወት አግኝቶ እንዲያብጥና በራሳቸው የቆሙትን ሁሉ ለመቀናቀን ያስቻለው ፈጣሪ አባቱ ሲ. አይ. ኤ. እና የወቅቱ የጠቅላይ ግዛቱ እንደራሴ ልዑል ራስ አሥራተ ካሣ ናቸው። በሲ. አይ. ኤ. እና በልዑል ራስ አሥራተ ካሣ ተፈጥሮ ይጠናከር እንጂ የድፕሎማሲና የፖለቲካ ድጋፍ አግኝቶ በሀገር ውስጥና በውጭ ሀገር እንዲታወቅ ያደረገው የዚያን ጊዜው የኢትዮጵያ ተማሪዎች ማሕበር ቀጥሎም የዓለም አቀፍ የኢትዮጵያ ተማሪዎች ማሕበር ፌደሬሽን በኋላ ኢሕአፓ ነበር። ዓለም አቀፍ የኢትዮጵያ ተማሪዎች ማሕበር ፌደሬሽን ሆነ ኢሕአፓ የሻዕቢያ የውጭ ግንኙነት ኮሚቴ አካል ወይንም አምባሳደር ነበር ቢባል ማጋነን አይሆንም። አሜሪካ በሀገራችን ያንዣበበውን ሕዝባዊና ጠንካራ የሆነ ዲሞክራሲያዊ እንቅስቃሴ ሊቋቋም እንደማይችል በእርግጠኛነት በማጤኗ ሕዝባዊ እንቅስቃሴውን ከወዲሁ ለማጨናገፍና ለመቆጣጠር የሚያስችላትን ጥናትና ምርምር አጠናቃ ፀረ-ኢትዮጵያ ሴራ መሆኑ ያልተረዳውን ግራዝማች ተስፋሚካኤል ጆርጆ በተለምዶ ወዲ ጆርጅ' ተብሎ ሚታወቀውን የቀድሞው የደቀመሐረ ወረዳ ግዥን በመጠቀም በሲ. አይ. ኤ. አማካይነት አንድ የሴራ ጥበብ በፈረንጆች ዘመን አቆጣጠር በ1969 ቀመረች። አረንጓደው የችግኝ ተከላ (The Green Garden) በሚል መጠሪያ ኮድ በቀድሞው የቃኘው ሻለቃ የአሜሪካ ጦር ሠፈር (32) ውስጥ የኢንቴሊጀንስ መረብ ዘረጋች (33)። የጦር ሠፈሩ ኃላፊዎችም የፕሮጀችቱ ኃላፊ ሆኑ። በአስመራ ከተማ በሚገኘው ቶፕ ፋይፍ ክለብና ጎልፍ ክለብ ተብለው በሚጠሩት የመዝናኛ ቦታዎቻቸው ወደፊት ለፕሮጀችቱ ግብ መምታት ይጠቅማሉ ተብለው የታሰቡ የጠቅላይ ግዛቱ ወጣቶች፣ ምሁራንና ወጣት ምሁር መኮንኖችን በማገናኘት ሥራቸውን ተያያዙት። የሲ. አይ. ኤ. ባለሟልና የችግኝ ተከላ ፕሮጀችት ቀማሪ ሪቻርድ ማይልስ ኮፕላንድና የሥራ ባልደረባው ሪቻርድ ሲውልን ለፕሮጀችቱ ዓላማ ግብ መምታት ዓይነተኛና ብቸኛ መሣሪያ አድርገው ለአሜሪካ መንግሥት ያቀረቡት የግል ዝናና የሥልጣን ሱስ ያሳበደውን አቶ ኢሳያስ አፈውርቂንና በሱ የሚመራውን የጀብሃ አንጃ ቡድኑን ነበር። ሲ. አይ. ኤ. አቶ ኢሳያስ አፈወርቂን ገና አዲስ አበባ በቀዳማዊ ኃይለሥላሴ ዩኒቨርሲቲ በትምህርት ላይ እያለ ምልመላው ተጠናቀ ወደ ሜካ እንዲሄድ ያደረገው ይኸው ሪቻርድ ማይልስ ኮፕላንድ

ከአሜሪካን ኤምባሲ ቅጥር ግቢ መሽጎ በነበረበት ዘመን ነበር። ሪቻርድ ማይልስ ኮፕላንድ በቀዳማዊ ኃይልለሥላሴ ዩኒቨርሲቲ የሚያምንባቸውን ተማሪዎች እየመለመለ ኬላ ጥሰው በስደተኛነት ሲልካቸው በዚያኑ ወቅት ነበር አቶ ኢሳያስ አፈወርቂንም የመለመለውና ወደ ጀብሃ እንዲገባ የገፋፋው።

ግራዝማች ተስፋሚካኤል ጆርጆ (ወዲ ጆርጆ)

ሲ. እይ. ኤ'.ም ሆነ በአጠቃላይ የጦር ሠፈሩ ባለሥልጣናት የረጅም ጊዜ ዕቅዳቸውን ሲነድፉና የረቀቀ ሴራቸውን ሲጠነስሱ በአንፃሩ በመንግሥትና በጀብሃ በኩል ከፍተኛ ሥጋት አሳደረባቸው። በዚህ መልኩ ያደረባቸውን ስጋትና ጭንቀት ለመቋቋምና ጥርጣሬን አስወግዶ የሴራ ዕቅዳቸውን ለማፋጠን በወቅቱ በኤርትራ ጠቅላይ ግዛት የነበሩትን ከፍተኛ የመንግሥት ባለሥልጣኖች በተለይም ልዑል አሥራተ ካሣንና ምክትላቸው ደጃዝማች ተስፋዮሐንስ በርሄ ጥሩ መሣሪያ ለማድረግ ወሰኑ። የአፄ ኃይለሥላሴን ሥልጣን ለመያዝና የሀገሪቱ አዲሱ ንጉስ ነገሥት ለመሆን የነበራቸውን ጉጉትና ምኞት ሲ. እይ. ኤ. በሚገባ በመገንዘቡ ይህንን ጉጉታቸውን በመጠቀም የሲ. እይ. ኤ.፣ የሻዕቢያና የጀብሃ ጥሩ መሣሪያ ሆኑ። ለነገሩማ ልዑል ራስ አሥራተ ካሣ ለምኞቴ ግብ መምታት እጠቀምባቸዋለሁ ብለው በራሳቸው ችሎታ በመተማመን ነበር እንጂ፣ የባዕድ መንግሥት መጠቀሚያ መሣሪያ ሆኘ ለግል ሥልጣን ብየ ሀገሬን ከሚከፋፍል አደጋ ላይ እጥላታለሁ ብለው አስበው እንዳልነበረ ነው ያብዛኛው እምነት። “እሳ ነባሪ ቀንዶ ያወጣል፣ የሰው ፈላጊ የራሱን ያጣል” እንዲሉ ሆነና ልዑል ራስ አሥራተ ካሣ ያልተረዱት ለግል ዝና ሲሉ ሲ. እይ. ኤ'ንና ሞሳድን አምነው መተባበራቸው እንኳንስ ሀገራቸውንና ሕዝባቸውን ቀርቶ ባካባቢው የነበራቸውንም ክብርና ዝና እንደሚያጡ አለማጤናቸው ነበር። አሜሪካ ለጥቅሟ እንጂ ለእሳቸው ደንታ

እንዳልነበራት አልተረዱም ነበር። የጥቁር መስከረም የተባለውን የነዶ/ር ጆርጅ ሀባሽ የፍልስጥኤም ሽብር ፈጣሪ ቡድን (የኃላው የኢሕአፓ የሽብር አሠልጣኝ የሆነው ድርጅት) በአካባቢያችን ሊያደርስ የሚችለውን ጥቃት ለመከላከልና የአክራሪ ዓረቦችን በተለይም የሶሪያና የኢራቅ የባዝ ፓርቲ ተከታዮችን ሴራና ተንኮል ለመግታት እንዲያስችል በሚል ስበብ ራስ አሥራተ ካሣ በአካባቢው ተደማጭነት የነበራቸውን ታዋቂ ኤርትራዊያን ባለሥልጣኖችን ያቀፈ ቡድን ወደ ጀብሀና የጀብሃ አንጃ ቡድን ከነበረው የዛሬው ሻዕቢያ ዘንድ እንዲላክ በአሜሪካኖች ምክርና መመሪያ ተሰጣቸው። ስለሆነም የሠላም ጉባዔ ጥሪ በሚል ስልት በደጃዝማች ገበረዮሐንስ ተስፋማርያም ተፈርሞ በተላከው መሠረት ከአንጃው ከኢሳያስ አፈወርቂ ቡድን ለውይይት ፈቃደኛነቱን መልስ እንደተገኘ በደጃዝማች ገ/ኪዳን ተሰማ መሪነት፣ ሌፍተናንት ኮሎኔል ገብረእግዚአብሔር መሀሪ እና በወቅቱ የደቀመሀረ ወረዳ ገዥና በአካባቢው የባዕድ ማዕረግ አጠራር ኤስ. ዲ. ኦ. (Sub-district Officer) ለሆነው ግራዝማች ተስፋሚካኤል ጆርጆ (በቅፅል ስሙ ወዲ ጆርጆ በመባል ይታወቅ የነበረው) ለድርድር ተልከው ከኢሳያስ አፈወርቂና ከጓደኞቹ ከነ አብርሀም ተወልዴ፣ ሰለሞን ወልደማርያምና ሀብተስላሴ ገብረመድህን ጋር ተገናኝተው በሰፊው ተወያዩ።

የሪቻርድ ማይልስ ኮፐላንድ፣ የራስ አሥራተ ካሳና የሲ. አይ. ኤ. አዲሱ ምልምል የኢሳያስ አፈወርቂ ድብቅ ፍላጎት ያልገባቸው የጠቅላይ ግዛቱ ከፍተኛ ልዑካኖች ለአካባቢው ሠላም መፍጠር የተቀየሰ የበጎ ተግባር ተልዕኮ መስሏቸው የበኩላቸውን ከፍተኛ ኢትዮጵያዊ ድርድር ለማካሄድ ከልባቸው ሞከሩ። ለኢትዮጵያና ኤርትራ አንድነት ከፍተኛ መስዋዕት የከፈሉትን ስማቸው ከላይ የተጠቀሱትን የጠቅላይ ግዛቱን ባለሥልጣኖች ተጫወቱባቸው። ከአንጃው መሪ ከኢሳያስ አፈወርቂ በኩል የእስልምና ተከታይ ጥርቅም የሆነውን የጀብሀን ድርጅት ለመውጋት አቅምና ብቃት እንዲኖረን መንግሥት በጦር መሣሪያና በትጥቅ ይተባበረን ብሎም ደፍሮ ጥያቄ አቀረበላቸው። የተንኮል ምስጢሩ ያልተገለጸላቸው የልዑካል ቡድን "አንዱን በማስታጠቅ በሌላው ላይ በማዝመት ዜጎችን በሀይማኖት ከፋፍሎ እርስ በርስ ለማጋጨትና ለማፋጀት የመንግሥታችን ተግባር አይደለም" በማለት ከማሳፈራቸውም ባሻገር እኒሁ ተንኮሉና ሴራው ያልገባቸው ልዑካን እነ አቶ ኢሳያስ አፈወርቂ ከነ ቡድናቸው እጃቸውን በሠላም ለመንግሥት ሳይውሉ ሳያድሩ እንዲሰጡ የበኩላቸውን ሃሳብ በማቅረብ ለማግባባት ሞክረው ተመለሱ። ለብሔራዊ ጥቅሟ ብላ የኢትዮጵያን አንድነት ለማፈራረስ አሜሪካ ሥራዋን ስትቀምር በሌላ በኩል ደግሞ ልዑል ራስ አሥራተ ካሳሣም የነበረውን ስታትስኮ (status quo) እንደተጠበቀ ሆኖ ሀገሪቷን ለመምራት በነበራቸው ሕልም ኢሳያስ አፈወርቂንና የጀብሃ መሪዎችን ሀገርናኝቶ ለማስተዋወቅ ለዚህ "የተቀደሰ" ዓላማና ተግባር ዋና ተዋንያን በመሆን የተፈለጉትን ግለሰቦች ፈልጎ አፈላልጎ የማገናኘቱን ተግባር እንደገና ምስጢሩና ሰውር ዓላማቸው ላልገባው ለግራዝማች ተስፋሚካኤል ጆርጆ (ወዲ ጆርጆ) ተሰጠ። በነደጃዝማች

ገ/ኪዳን ተሰማ የተመራው የመንግሥት ልዑካን ቡድን አማካይነት የሚካሄደው ውይይት ከልዑል ራስ አሥራት ካሣ ፍላጎትና ውጭ መሆኑንና እንዲሁም የልዑካኑ ቡድኑን ጠንካራ ኢትዮጵያዊ አቋምና አመለካከት ስለተረዱ እሳቸው በተመኙትና በፈለጉት መንገድ ሊፈጸምላቸው እንደማይችል በመረዳታቸው ወዲ ጆርጅን ለሴራቸው መጠቀሚያ ድልድይነት መሣሪያ ሊያደርጉት አቀዱ። ስለሆነም ወዲ ጆርጅ ሊጠራጠርና ሊያፈገፍግ በማይችልበት ሁኔታ በረቀቀ ፊውዳላዊ ዘዴና ስልት አሳምነው ኢሳያስ አፈወርቂ ይበልጥ በእኛ (በኢትዮጵያ መንግሥት) ላይ እምነቱን እንዲያጠናክርና ይበልጥም ለመተማመን እንድንችል በግል ተገናኝተን ውይይት ለማድረግና ምን ያህል ለመግባባትና ለመረዳዳት ፍቃደኛ መሆናችንን ለማሳወቅ መንግሥታችን ስለአመነበት ልዑካኑ (ከላይ የተጠቀሱት የመንግሥት ልዑካን) በማያውቅበት መንገድ በአሥመራ ከተማ ቤተመንግሥት ግንኙነት እንዲካሄድ ስለተፈለገ እንድታገናኘን በማለት አደራቸውን በኢትዮጵያ መንግሥት፣ ሕዝብና በራሳቸው ስም ጣሉበት። በዚህም መሠረት ቀዳዳ ያገኘው ከሀዲው ኢሳያስ አፈወርቂ አሥራት ካሣ ሊጠቀምብኝ እንዳሰበው እኔ ልጠቀምበት፣ ማን ያሸንፍ ብሎ እንዳልገባው በመምሰል ለመገናኘት ቀርጦ ተነሳ። አስፈላጊው የግንኙነት ዝግጅት ከተጠናቀቀ በኋላ ኢሳያስ አፈወርቂና ልዑል ራስ አሥራት ካሳ በወዲ ጆርጅ አማካይነት በ1962 ዓ. ም. በድብቅ ወደ አሥመራ ከተማ ቤተ መንግሥት በመውሰድ እንዲገናኙ ተደረገ። ውይይቱ በሁለቱ ግለሰቦች ብቻ ተካሄደ።

የሁለቱ ሀገርናኝ መኮንን አቶ ተስፋሚካኤል ጆርጅ እንኳን ሳይገኝ በአካባቢው ከሌሎች ባለሟሎች ጋር እንዲቆይ ተደርጎ ሳለ ነበር የሁለቱ ውይይት የተጠናቀቀው። በአሥመራ ከተማ ቤተመንግሥት ከተካሄደው የልዑል ራስ አሥራት ካሳና ኢሳያስ አፈወርቂ ምስጢራዊ ግንኙነትና ውይይት በኋላ ነበር የሲ. አይ. ኤ ኋላፊ ሪቻርድ ማይልስ ኮፕላንድ በበኩሉ ከቀዳማዊ ኃይለሥላሴ ዩኒቨርሲቲ በነበረበት ወቅት ለአሜሪካ ጥቅም ጠባቂነት መልምሎ ጫካ እንዲገባ ባርኮና መርቆ የላከውን ኢሳያስ አፈወርቂ ጋር በቃኘው ሻለቃ ጣቢያ በከፍተኛ ደረጃ ለመወያየት ያቀደው። በስተጀርባ ያለው ዕኩይ ዓላማና ምስጢር ባልተረዳው ምስኪኑ ወዲ ጆርጅ አማካይነት ኢሳያስ አፈወርቂን ቃኘው ጦር ሠፈር በድብቅ ይዞ በመሄድ በአሜሪካኖችና በከሃዲው አቶ ኢሳያስ መካከል ምስጢራዊ ውይይት ተካሄደ። ውይይቱ በጦር ሠፈሩ ብቻ አልነበረም የተካሄደው። ለፀጥታ ሲባል አብዛኛው ውይይትና ሥልጠና የተካሄደው ከጦር ሠፈሩ ውጭ በሚገኘው የጦር ሠፈሩ የመረጃ ባልደረቦች መኖሪያ ቤት በመቀያየር ነበር። ኢሳያስ አፈወርቂ ኤርትራን ከኢትዮጵያ አስገንጥሎ የራሱን ነፃ የቡችላ መንግሥት እንዲያቃቁም እስከረዱት ድረስና ይህችም ተገንጥላ ነፃ መንግሥት የምትሆነው ኤርትራ ያላንዳች ችግር መሪ እንዲሆን ከረዱት በእሱ የሚመራው ድርጅት ለአሜሪካ መንግሥት ብሔራዊ ጥቅም በኤርትራ ብቻ ሳይሆን በመላው ኢትዮጵያ የሚካሄድ ማናቸውንም የፖለቲካ እንቅስቃሴ ከአሜሪካ ጥቅም ተጻራሪ ይሆናሉ ተብሎ የሚጠረጠሩትን ሁሉ በመቆጣጠር

ሙሉ በሙሉ አገልጋይና መሣሪያ እንደሚሆን ከልቡ ቃል ገባላቸው። በቃኘው ጦር ሠፈር ልዩ ግብዣ ተደርጎላቸው የእጭር ሰዓታት መሠረታዊ የመረጃ ትምህርት እየቀሰሙ ሰነበቱ። ለወዲ ጆርጆ አስደንጋጭ ነገር የሆነው ግን በአረንጓደው የችግኝ ተከላ ፕሮጀችት ኋላፊ በሪቻርድ ማይልስ ኮፕላንድ መኖሪያ ቤት ሆነ በጦር ሠፈሩ ውስጥ በተከናወነው የመሰናበቻ ግብዣ ላይ የሁለቱ ወገን ተወካዮች ማለትም ሪቻርድ ማይልስ ኮፕላንድና አቶ ኢሳያስ አፈወርቂ አቻ ለእቻ እንደ ሀገር መሪዎች/ተወካዮች ከመተያየታቸውም ባሻገር በሀገራችን ሉዓላዊነትና የግዛት አንድነት መደፈርን አስመልክቶ ለተወጠነውና ለተዘጋጀው ረቂቅ ድል አድራጊነት ጽዋቸውን አንስተው መጨለጣቸው ነበር ወዲ ጆርጆን ያስደነገጠውና ያሸበረው። ከዚያን ጊዜ ጀምሮ በተለይም የኃላ ኃላ በኢሳያስ ቡድን በኩል በሚገነዘባቸው ሁኔታዎች አቶ ተስፋሚካኤል ጆርጆ ከፍተኛ የመንፈስ ጭንቀትና ረብሻ የጀመረበት ጊዜ እንደነበረ ጠቅሶልኛል። ከዚያች ጽዋ ጭለጣ ጊዜ ጀምሮ በኢሳያስ አፈወርቂና እሱ በሚመራው ድርጅት ላይ ከፍተኛ መጠራጠርና ጥላቻ አደረበት። የኋላ ኋላም በ1968 ዓ. ም. ማገባደጃ ገደማ ከጀብሃ/ሻዕቢያ (የኢሳያስና የዑስማን ሳለሕ ሳቤ ድርጅት) ጠፍቶ ወደ ጀበሃ ሊገባ የተገደደው በዚሁ ጥላቻና ጥርጣሬ እንደሆነም ወዲ ጆርጆ ባርካ ላይ በ1969 ዓ. ም. ማለቂያ ገደማ ተገናኝተን ባንድነት ከወር በላይ በቀየንበት ጊዜ ገልጾልኛል። ምንም እንኳን ከሪቻርድ ማይልስ ኮፕላንድና ከባልደረቦቹ ጋር ኢሳያስ በምስጢር ተገናኝቶ እንደሚወያይ ልዑል ራስ አሥራተ ካሣ በቅድሚያ ቢያውቁም ለተወሰነ ሰዓት ያለበለዚያ በአንድ ቀን ተጠናቀ ከሪቻርድ ማይልስ ኮፕላንድ ጋር ተገናኝቶ ከተወያየ በኋላ በዚያው ዕለት ምሽት ወደ በርሃው እንደተመለሰ እንጂ እንደዚህ ሰፋ ባለ መልኩ በተከታታይ ቀናት መሆኑን እያውቁም ነበር። ይህንን የኢሳያስን ወደቃኘው ሻለቃ ጦር ሠፈር ተጋብዞ መግባት ከልዑል ራስ አሥራተ ካሣና ከወዲ ጆርጆ በስተቀር ጭራሽኑ ሌሎች የመንግሥት ባለሥልጣናትና የፀጥታ አስከባሪዎች የሚያውቅ አልነበረም። የከሃዲነት ተልዕኮውን አጠናቀ ወደበርሃው ሲመለስ ማንም እንዳያየው የኮር ዲፕሎማቲክ ታርጋ ባላት የካዲላክ መኪና የአሜሪካንን ሰንደቅ ዓላማ እያውለበለበች በውስጧ ያሉትን ሰዎች ማንነት በማያሳይ መስታወት ተሸፍና በሪቻርድ ማይልስ ኮፕላንድ ሹፌርነት እየተሾፈረች የቃኘውን ጣቢያ ለቅቀው በቤት ጊዮርጊስ አድርገው በብሎኮ ባፅዕ በማድረግ ማይሓባር አድርሰውት ከሚጠባበቁት የበርሃ ጎዶቹ ጋር ከአገናኙት በኋላ ወዲ ጆርጆና ሪቻርድ ማይልስ ኮፕላንድ በደቀመሐረ በኩል አድርገው አሥመራ ተመለሱ። መኪናዋ ከቃኘው ጣቢያ ከወጣችበት ጊዜ ተመልሳ ወደ ቦታዋ እስከደረሰችበት ድረስ በየመንገዱ በፀጥታ ማስከበር ተግባር ላይ ተሰማርተው የነበሩ የክብር ሠላምታ እየሰጡ ነበር ያሳለፏቸው።

4.2. የ"መንካዕ" እንቅስቃሴና እንደ ኢሕአሠ የመደምሰስ ዕጣው

ኢሳያስ አፈወርቂ የኤርትራን ሀቀኛና ተራማጅ የነበሩትን ዲሞክራት ልጆቿን 'መንካዕ' (34) ብሎ ከ1962 ዓ. ም. ጀምሮ ልክ እንደ ኢሕአፓ አመራር እምብርት የተለያየ ወንጀልና ስም በመስጠት በጥይትና በመርዝ እንደቅጠል አርግፎ አጠፋቸው። በ1962 ዓ. ም. የተጀመረው ምንጠራ እስከ 1970 ዓ. ም. ድረስ መካሄዱን አውቃለሁ። እኒህ "መንካዕ" በመባል የተወነጀሉት ተራማጅና ዲሞክራት ኤርትራዊያን ሰፋ ያለ አስተሳሰብ የነበራቸው፣ ባካባቢው ከነበሩት ሁሉ በዕውቀት የላቁና ብዙ ያነበቡ፣ በኤርትራዊያን ተደማጭነትና መከበርን አትርፈው የነበሩ የማይገኙ ድንቅየ የኤርትራ ልጆች ነበሩ። የኤርትራን ትግል በአንዲት አካባቢ ብቻ ወስኖ ከማስቀመጥ ይልቅ ሰፋ ባለ መልኩ ሰፊ መሠረት ያለው የታጋዮች ግንባር እንዲቋቋም ጥረት ያሳዩ ነበር። ለዚህም በጎ ዓላማቸው ከኤርትራ ውጭ ካሉ ኢትዮጵያዊያን ተራማጆችና ዲሞክራቶች ጋር እጅና ጓንቲ ሆነው ባንድነት ተባብረው በመታገል አካባቢያቸውን ከባዕዳን ወረራና ጣልቃ ገብነት ነፃ ለማድረግ እንደሚኖርባቸው ያምኑ ነበር። እንዲያውም ኢሳያስ አፈወርቂ መግደል ሀ ብሎ የጀመረው ኢሳያስ አፈወርቂ በቃኘው የአሜሪካን ጣቢያ ተገኝቶ ከሲ. አይ. ኤ. ወኪሎች ጋር ውይይት ማካሄዱ ፀረ-ኤርትራ አቋም እንደሆነ አጥብቀ ያወገዘውንና የተቃወመውን፣ ከጀብሃ ተገንጥሎ አንጃ ፈጥሮ መሄድን በመቃወም የውስጥ ልዩነታችንን እየታገልን በውይይት መፍታት ይኖርብናል እንጂ አፈንግጦ መሄድ ለጠላይ ይጠቅማል ብሎ አበክሮ በመቃወም አላ ከሚባለው ቦታ ላይ መሽጎ የነበረውን የቡድኑን መሪ አብርሐም ተወልዴን በመግደል ነበር። ኢሳያስ አብርሐም ተወልዴን ገድሎ አንጃ ቡድን ፈጥሮ ከጀብሃ ሙሉ በሙሉ ወጥቶ ከሄደ በኃላ በአንጃው ቡድን በሚካሄደው የአምባገነንነትና የፀረ-ኤርትራ እንቅስቃሴን በመገንዘብ ድምፃቸውን ማሰማት የሞከሩትን "መንካ" ብሎ ስም አወጣላቸው። "መንካዕ" አምባገነንነትንና አንጃነትን አጥብቀው ያወግዙ ነበር። መፍትሄ ብለው ያራምዱት የነበረው የውስጡን ችግር በጋራ በመወያየት ለመፍታት ያለበለዚያም በፅንዓት እዚያው በመቀየት መራራ ትግል በማካሄድ ድርጅቱን ዲሞክራቲክ ለማድረግ የሚሻል እንጂ አንጃ ፈጥሮ ተገንጥሎ መሄድ ጠቀሜታው ለባዕዳንና ለብልጣ ብልጥ የሥልጣን ጥመኞች እንደሚረዳ በማስተማር ነበር። ያለ የኢትዮጵያ ሕዝብ ትግል ተሳትፎና አጋርነት የኤርትራ ሕዝብ ለብቻው በተናጠል የሚያካሂደው ትግል ዘላቂ ድልና ሠላም ሊያገኝ እንደማይችል በጥኑ ያስተምሩ ነበር። በኤርትራና በኢትዮጵያ የኃያላን መንግሥታት ጣልቃ ገብነትን እጥብቀው ይቃወሙ ነበር። ከሁሉም ይበልጥ የ"መንካዕ" እንቅስቃሴ አባላት በተራማጅና ዲሞክራት ኃይል አማካኝነት በኢትዮጵያ ዲሞክራሲ፣ እኩልነት፣ ሰላም፣ ፍትሕና ነፃነት ከሰፈነ በኤርትራ የሚካሄደው ትግል ትርጉም አይኖረውም ብለው አጥብቀው ያምኑ ነበር። ኢሳያስ አፈወርቂ እነሱ እያሉ የሥልጣን ጉጉቱ እውን እንደማይሆን በመገንዘቡና ለቀጠረውም የባዕዳን ድርጅቶች ጥቅም ጠንቅ መሆናቸውን በማመን፣ ፍራቻውን ለማስወገድና ብሎም የአሜሪካ የስለላ

ድርጂትን በማስደሰት ታማኝነቱን ለማረጋገጥ 'መንካዕ' ብሎ የጨፈጨፋቸው። ሕግሐኤ ከጀብሃ ተገንጥሎ የራሱን ድርጅታዊ ህልውና ሲያበስር ሻዕቢያ ከዚህ ግባ የማይባል ድርጅት ነበር። ይበልጥ መታወቅና ማበጥ የጀመረው ግን ለኢትዮጵያ ተማሪዎች ንቅናቄ ምስጋና ይግባውና በውስጡ ያፈራቸው ተራማጆች ሻዕቢያን መቀላቀልና ፖለቲካዊ አቅጣጫ መስጠት ከጀመሩበት ወቅት አንስቶ ነበር። የታሪክ ምፀት ሆነና ሻቢያ ፀረ-ሕዝብ ክንዱን ያሳረፈው ታዲያ በሀገርርና በሕዝብ ጠላት ላይ ወይም በሌላ ወገን ላይ ሳይሆን በእነኚህ ተራማጆችና ዲሞክራት በሆኑት በ"መንካዕ" አባላቱ ላይ ሆነ።

የሥልጣን ፍላጎቱን ለማርካት ሲል በግፍ የገደላቸውን ለመጥቀስ ያህል፣ አብርሐም ተወልዴን፣ ሀብተሥላሴ ገብረመድህን፣ ሰለሞን ወልደማርያም፣ አፈወርቂ አምሀራይ (35) በመባል የሚታወቀው አፈወርቂ ተክሉ፣ ዶ/ር እዮብ ገብረልዑል፣ ወልደንኬኤል፣ ሙሴ ተስፋሚካኤል፣ ዮሐንስ ስብሀቱ፣ እነ ታረቀ ይሕደን፣ ሚካኤል ሃብተሥላሴ፣ እነ አማረሽ/አማረች፣ አበራሽ መልኬ፣ ደሀብ ተስፋጽዮን፣ ሰናይት፣ ጎይቶም በርሄ፣ ሃብተ ኪዳኔ፣ አበባ፣ ወርቂ፣ ርዕሶም ዘርዓይ፣ መብራሕቱ ወልዱና መለስ ገብረማርያም የመሳሰሉት የፖለቲካ ኮሚሳሪያት፣ ወታደራዊ መሪዎችና የክፍለ ሕዝቢ መሪዎች የነበሩትን ሰፋ ያለ አመለካከት እውቀት የነበራቸውን ዲሞክራቶችና ተራማጆች ያለርኅራኄ "መንካዕ" ብሎ ረሸናቸው። ከፊሉ በመርዝ ተገደሉ። አብርሐም ተወልዴን ጀብሃ ጋር እያሉ የጀብሃን አምባገነናዊና ዓረባዊ ስሜት በቀራጥነት ይታገሉት የነበሩት ቡድን መሪ ሲሆን (በኢሕአሠ የእርማት ንቅናቄ ክንፍ" ብለን የምንጠራው ተመሳሳይነት ነበረው) ኢሳያስ የቡድኑ ምክትል ነበር። አብርሐም ተወልዴና አብዛኛው የቡድኑ አባላት የኢሳያስን በቃኘው ጣቢያ ከሲ. አይ. ኤ. ጋር ያደረገውን ውይይት አጥብቀው ከመቃወማቸውም በላይ ከእናት ድርጅታቸው ተገንጥለው ሌላ ድርጅት መፍጠርን እንደማይገባቸውና በደማቸው እዚሁ ድርጅቱን ማስተካከልና ዶሞክራቲክ እንዲሆን መታገል ይኖርብናል ብለው አቋም ይዘው ለእኩይ ዓላማው እንቅፋት ሆኖ ስላገኘው አብርሐም ተወልዴን በዘዴ አጥፍቶ ከአሜሪካና በእነ ልዑል አሥራተ ካሳ ድጋፍና እገዛ የራሱን ቡድን አቋቁሞ ከጀበሃ ተነጥሎ ወጣ። "በመንካዕ" አመለካከትና አስተሳሰብ የተማረኩ ብዛታቸው ከአንድ ሺህ ያላነሱ የእንቅስቃሴው አባላት ቀስ በቀስ ከፊሎቹ ሲረሸኑ ከፊሎቹ ተመረዙ። ለመግደል ስለተፈለገም የቀድሞ የቀዳማዊ ኃይለሥላሴ ዩኒቨርሲቲ የተማሪ ንቅናቄ ንቁ ተሳታፊ የነበረውን መለስ ገብረማርያምን የአፄ ኃየለሥላሴ የመንግሥት ሰላይ ነው አስብሎ አስረሸነው። "በመንካዕ" ቡድን ላይ በ1962 ዓ. ም. ማገባደጃ የተጀመረው ግድያ፣ እሥራትና መመረዝ ቀጥሎ እምነታቸውን ያልቀየሩ "የመንካዕ" አባላት አንድም ሳይቀር በሙሉ ተመንጥረው እስከተመቱበት 1972 ዓ. ም. መግቢያ ድረስ ሲካሄድ ቀይቶ በኢሳያስ የቅርብ ጋደኛና በፀጥታ ሹሙ ጴጥሮስ ሰለሞን ላይ ተገባዶ የተጠናቀቀ ቢሆንም ከዚያ በኃላም እንደአስፈላጊነቱ በተናጠል እርምጃ ሲወሰድ ቀይቷል። ጴጥሮስ ሰለሞን ጌራንና ሌሎቹን

በአሲምባ የሻዕቢያን አገልጋዮች ከሞቃዲሾ ዘግናኝ እሥር ቤት አስፈትቶ በአይሮፕላን ጭኖ ከፊሎቹን ኤደን የወሰዳቸውና ከዚያም በሻዕቢያ ጀልባ አሸጎ ናቅፋ ያስገባቸው፣ ከፊሎቹን ደግሞ ከሞቃዲሾ ቀጥታ ሜዳ ያስገባቸው የሻዕቢያው የፀጥታ ሃላፊ ነበር።

የፀጥታው ኋላፊና የኢሳያስ የቅርብ ጓደኛ የነበረው ጴጥሮስ ሰለሞንን በቅድሚያ የሚረሽኑትን ለማስረሸንና ለመግደል ከተጠቀመበት በኋላ በመጨረሻ ጴጥሮስ ሰለሞን እራሱ የነመለስ ገብረማርያምና የሌሎቹ ተራማጆችና ዲሞክራት ኤርትራዊያን ፅዋ ደረሰው። በአሲምባ በተጃጃለው አመራር የተወሰደው የርሸና እርምጃ በዓይነት ብቻ ሳይሆን በስልትና ዘዴም ቁርጥ የሻዕቢያ ኮፒ እንደሆነ ነው የተረዳነው። የአመራር እምብርቱ/የበላይ አካል ብርሀነመስቀል ረዳን ከአመራር ለማስወገድ ለሴራቸው እንዲተባበራቸው ልምድ የለሹና የዋሁ ጌታቸው ማሩ ድጋፍ እንዲሰጥ ለማድረግ ሥልጣን በማጋራትና በመሸንገል አታለው የፖሊት ቢሮ በማድረግ ከተጠቀሙበት በኋላ ሳይውል ሳያድር አዲስ ያስመረጧቸውን የአመራ እምብርቱን ጠንካራ ደጋፊዎች በመጠቀም በእሱም ላይ መጡበት። እኒህ ጠንካራ ደጋፊዎች በበኩላቸው ለከተማው እልቂት መሣሪያ ሲሆኑ ቆይተው በመጨረሻ እራሳቸውም የአመራር እምብርቱ ሰለባ በመሆን በ"አንጃነት" ተወንጅለው በተለያየ ረቂቅ መንገድ የጠፉት እነ ዮሐንስ ብርሃኔ፣ ዓባይ አብርሃ/ናደው፣ ገለብ ዳፍላ፣ የፍቅሬ ዘርጋውና የፀሎተ ሕዝቂያስ ዓይነተኛ ምሳሌ ናቸው። የኤርትራ ነፃ አውጭ ግንባር (ጀብሃ) ኢዲሞክራሲያዊና አምባገነናዊ አመራር አንገፍግፏቸው በድርጅቱ ውስጥ ዶሞክራሲና ፍትሕ እንዲሰፍንና አመራሩ ብቃትና ችሎታ እንዲኖራቸው በጽንዓትና በጥንካሬ ሲታገሉ የነበሩትን የጀብሃ ጠንካራ ታጋዮች ኢሳያስ አፈወርቂ አታሎና ሸንግሎ በአሜሪካና በልውል ራስ እሥራተ ካሳ ድጋፍ የፈጠረውን ያንጃው አባል ከአድረጋቸውና በቁጥጥሩ ካስገባ በኋላ የኢሳያስ የአንጃ ድርጅትም ከጀብሃው አመራር በባሰ መልኩ አምባገነንና ኢዲሞክራሲያዊ ሆኖ ሀገርኙት። ይህንን ነበር 'መንካዕ' በጀግንነት የታገሉት። "ከሳቱ ወደ ረመጡ" እንደተባለው። በቀድሞው የቀዳማዊ ኃይለሥላሴ ዩኒቨርሲቲ የተማሪ ንቅናቄ ውስጥ ንቁ ተሳትፎ በነበራቸው "የመንካዕ" እንቅስቃሴ አባላት ላይ የተወሰደው እርምጃ ዋለልኝ መኮንንና የቅርብ ጓዶቹን ክፉኛ እንዳስደነገጣቸውም ጭምር አጫውቶኝ ነበር። ከእነሱም ጋር ጠንካራ ግንኙነት እንደነበራቸውና ተስፋ የነበረው የትግል ጥምረት አጠያያቂ ደረጃ ላይ እንደደረሰ ነበር የተሰማው። ለኢሳያስ አፈወርቂም የቀረችው መጠነኛ ድጋፍ መንምና እንዳለቀች ሁሉ በግልጽ ነበር የነገረኝ። ከዋለልኝ ምክር ባሻገር ይህ ሁኔታ በእኔም ላይ ተፅዕኖ አሳደረ። ባንድ ፊት የነዚህ የ"መንካዕ" ተራማጆች ቅጽበታዊ መደምሰስ፣ በሌላ በኩል የእነ ዋለልኝ መኮንን ሳይታሰብ በድንገት መቀጨት ከሕግሀኤ ጋር የነበረኝን ግንኙነት ለማቋረጥ ምክኒያት ሆነ። ምክኒያትም ብቻ ሳይሆን እስከዚያ ወቅት ድረስ እንደ አድኃሪና ሐይማኖታዊ ብሔርተኛ አክራሪ ድርጅት አድርጌ እቆጥረው ወደነበረው የኤርትራ ነፃ አውጭ ድርጅት (ተሓኤ) ጋር ለመቀላቀል ዓይነተኛ ሰበብም ሆነልኝ።

4.3. የሕዝባዊ ኤርትራ ነፃ አውጭ ግንባር የጥንካሬ ምንጩ

ሲ. አይ. ኤ. በቀመረችው የአረንጋደው ችግኝ ተከላ ፕሮጀችት መሳካትና ትክክለኛውን ቡችላ በማግኘታቸው ስለረኩ ሻዕቢያን ለማጎልበትና ለማጠናከር መረጃ በመስጠት፣ ቀሳቁስና ትጥቅ በማደልና ሞራል በመስጠት ከልብ መረባረብ ጀመሩ። ለወደፊት ዓላማቸው በመሳሪያነት የሚገለገሉበትን ታማኝ አሻንጉሊት ማግኘታቸው ብቻ ሳይሆን በተገኘውም አሻንጉሊት ላይ ሙሉ ዕምነት ያሳደረባቸው መሆኑ በልዑል ራስ አስራተ ካሳ በኩልም ተገቢው ድጋፍና ዕርዳታ በመንግሥት ሥምና በሠላም ጉባዔ ጥሪ ስም እንደማይነፈገው በማሳመን ጭምር ነበር የሸኙት። ሲ. አይ. ኤ. ለ50 ዓመታት ያህል በታማኝነት ያገለገሉትን የአሜሪካንን ጥቅም አስከባሪ ንጉሥ ጥቅማቸው በመገባደዱ እሳቸውን ወርውሮ በአዲስ አሻንጉሊት ለዚያውም እጅግ አደገኛና በአካባቢው ለአሜሪካ ጥቅም አስከባሪ በሚሆን ሎሌ መተካቱ አስፈላጊ በመሆኑ ፀረ ኢትዮጵያና ፀረ አንድነት አቋም ይዞ የቀረበው ኢሳያስ አፈወርቂ አማራጭ የማይገኝለት ታማኝ ምልምል ሆኖ ተገኘ። ፀረ ኢትዮጵያና ፀረ አንድነት አቋሙ ለአሜሪካ ጉዳዩዋ ባለመሆኑ የጥቁር መስከረም ተብሎ ይታወቅ የነበረውን የሽብር ፈጣሪ የፍልሥጥኤም ቡድን 'በአካባቢያችን ሊያደርስ የሚችለውን ጥቃት ለመከላከልና አክራሪ የእስልምና ተከታዮችን ሴራ ለመግታት እንዲያስችል' ኢሳያስ አፈወርቂንና ቡድኑን እንርዳ በሚል ስበብ በልዑል ራስ ኤሥራተ ካሣ አማካይነት ለኢሳያስ ቡድን በኤን. ትሬ መኪናዎች የጦር መሣሪያ በየጊዜው ተጋጋዘለት። ዘመናዊ የታሪክ ዘጋቢዎች እነ ዶክተር ጆርዳን ግብረመድኅን፣ ተኪኤ ፍስሓጽዮን፣ በረከት ሃብተሥላሴ … ወዘተ ሊያሚክሹት እንደጣሩት ሻዕቢያ በሕዝባዊ ትግል ተወልዶ አድጎ፣ አሁን ከደረሰበት ደረጃ የደረሰ የፖለቲካ ድርጅት አልነበረም። ተንኮልንና ዓለም አቀፍ ሴራን ከታሪካዊ ክንዋኔ ለይቶ ለማቅረብ ካለመቻል የፈለቀ ካልሆነ በስተቀር ሻዕቢያ የውጭ ኃይላትና የሀገር አቀፍ ሴረኞች የብቀላ ውላጅ ለመሆኑ እንኳን እኛ ከነ ልዑል ራስ አስራተ ካሣና ከሪቻርድ ኮፕላንድ ጋር በሰላም ጉባዔ ዝግጅት ስም በወዲ ጆርጆ (ተስፋ ሚከኤል ጆርጆ) ሀገርናኝነት በአሥመራ ቤተመንግሥትና በቃኘው ሻለቃ የጦር ሠፈር በአካል በመገናኘት ሴራውን የጠነሰሱት እነ ኢሳያስ አፈወርቂ ሰብዓዊ የእኔ ባይነት ካልተፀናወታቸው በስተቀር የሚክዱት ሀቅ አይመስለኝም። በሀገራችን ዘመን አቀጣጠር በወርሃ ጥቅምት 1962 ዓ. ም. በኢትዮጵያዊው በደጃዝማች ገብረዮሐንስ ተስፋማርያም ተፈርሞ ለኢሳያስ አፈወርቂ አንጃ ቡድን በተላለፈው የሠላም ጉባዓ በተላከና ውይይት በተካሄደ በዓመቱ በሀገራችን ዘመን አቀጣጠር በ1963 መግቢያ አካባቢ ነበር በሲ. አይ. ኤና በልዑል ራስ አሥራተ ካሣ እኩይ ሴራ ሜጀር ጄኔራል ተሾመ ዕርገቱ የጦር ሜዳ ጉብኝት ለማድረግ ወደ ምዕራባዊ ቀላ ሲንቀሳቀሱ የእንቅስቃሴያቸውን አጠቃላይ መረጃ ማለትም መቸና በስንት ሰዓት ጉዞ እንደሚጀመር፣ የኮንቮዩ ብዛትና ሜጀር ጄነራል ተሾመ ዕርገቱ በስንተኛው ኮንቮይ መኪና ውስጦ

እንዳሉና ሌላም አስፈላጊና ጠቃሚ መረጃዎችን ለወንበዴዎቹ በማስተላለፍ በቀላሉ የማይተኩትን የጦር መሪ አስገደሉ።

ሜጀር ጄኔራል ተሾመ ዕርገቱ በወቅቱ አጠራር የሰሜኑ ጦር በመባል የሚታወቀው የሁለተኛ ክፍለ ጦር ዋና አዛዥ ነበሩ። ምንም ቢሆን ሚስጢር ሚስጢር ሆኖ አይቀርም። ሜጀር ጄነራል ተሾመ ዕርገቱ በገጠሬውና በከተሜው ነዋሪ ሁሉ እጅግ የተፈቀሩ፣ ርህሩህና የሕዝብ አለኝታ ነበሩ። በአሥመራ ከተማ ነዋሪ 'አባታችን'፣ 'የሠላም ሰው' ተብለው ነበር የሚታወቁት። በዚህ የአመራር ችሎታቸውና ብቃታቸው በወቅቱ የነበሩት የአካባቢው ተቃዋሚዎች (ጀብሃና አንጃው የኢሳያስ ቡድን) በመላው የኤርትራ ሕዝብ ዘንድ እንዲጠሉና እንዲተፉ ለማድረግ አስችለው ነበር። ይህ የሳቸው መወደድና መፈቀር ጀብሃና ኢሳያስ በፖለቲካ ተመተው እንዲወድቁ እንደሚያደርጋቸው ከባድ ስጋት አስደሮባቸው ነበር፣ ይህ ደግሞ እውነት ከሆነ ለእነ ራስ አሥራተ ካሳ ምኞትና ጉጉት፣ እንዲሁም ለአሜሪካ ጥቅም እንቅፋት ነበሩ ማለት ነው። ሜጀር ጄነራል ተሾመ ዕርገቱ ለሀገራቸው አንድነት ቀናዒ የነበሩና በአካባቢው ሠላም እንደሰፍን ከፍተኛ ፍላጎት ነበራቸው። ከሕብረት እዝ (Joint Command) በኩል በሚደርሳቸው ሪፖርት ጥርጣሬያቸውን ለንጉሡ ወይም ለመከላከያ ሚኒስቴሩ በሚስጢር እንኳን ማጋራት አልፈለጉም። ከሳቸው ይበልጥ ለንጉሱ የሚቀርቡትና የሚከበሩት ልዑል ራስ አሥራተ ካሣ ያለያም የንጉሡ የበላይ ጠባቂና ተቀጣጣሪ የነበሩት አሜሪካኖቹ በመሆናቸው ለሀገራቸው ቁም ነገር ሳይሰሩ ከነጭራሹ ሊቀጩ እንደሚችሉ በመገንዘባቸው ሁሉን በሆዳቸው አምቀው ያዙት። በሌላ በኩልም ምስጢሩን ማጋራቱ ለከፍተኛ የፖለቲካ ውዝግብና ቅሌት በሀገሪቱ ሊፈጠር እንደሚችል በማጤን ከመሰል የጦር ባልደረቦቻቸውና የሲቪል አጋሮቻቸው አንደነ ኢትዮጵያዊው ደጃዝማች ገብረዮሐንስ ተስፋማርያምና ሌሎች ኢትዮጵያዊያን የኤርትራ ተወላጅ ሲቪል ባለሥልጣናት ጋር በማበር ሴራውን በስውር ለመግታትና ለመቃቃም ተዘጋጁ። ይህ የማያወላውል ጠንካራ ኢትዮጵያዊ አቋማቸው ለሲ. አይ. ኤ. እኩይ ዓላማና ተግባር እንዲሁም ለልዑል ራስ አሥራተ ካሣ ከንቱ ምኞት እንቅፋት ሆነው ተገኙ። ከሁሉም በላይ ግን ሜጀር ጄነራል ተሾመ ዕርገቱ በአካባቢው በአመራር ላይ እስካሉ ድረስ ሻዕቢያ የሕዝብ ድጋፍ ልታገኝና ልትታወቅ ይቅርና እንዲያውም ያለምንም ውጣ ውረድ የኤርትራ ሕዝብ ሻዕቢያንም ሆነ ጀብሃን አንቅሮ ሊተፋቸው እንደሚችል ስለሰጉ የሳቸው ሕይወት መጥፋት እንዳለበት ወሰኑ። ለማዛወር እንዳይቻል ለምንና ወዴት? የሚል ጥያቄ ከማስነሳቱም ባሻገር በክፍለ ጦሩ ከታች እስከ ላይ የተወደዱና የተፈቀሩ በመሆናቸው ቢዛወሩ ከፍተኛ ችግርና ምስቅልቅል እንደሚያስከትልና ምስጢሩም ቢወጣ ጉዳት እንደሚያስከትል ተገመተ። ሜጀር ጄነራል ተሾመ ዕርገቱ ግድያ ለወጣቱ የኢሳያስ አንጃ ቡድን ከፍተኛ ፕሮፓጋንዳና የፖለቲካ ድል በመሆን ሞራሉ በከፍተኛ ደረጃ እንደሚገነባ ብሎም በኤርትራ ወጣቶች እንደ ጀግናና እንደ ኤርትራዊ ድርጅት ተቀጥሮ በመታየት

ከፍተኛ ድጋፍ ያገኛል ተብሎ ተገመገመ። ወደ ከረን አቅጣጫ የሚያደርጉትን ወታራደራዊ ጉዞ በሚስጢር ተያዘ፣ ይሁን እንጅ ይህ በምስጢር የተያዘው የሳቸውን የጉዞ እንቅስቃሴ ምስጢሩን ለተቃዋሚዎቹ በማስተላለፍ ከፍተኛ የማጥቂያ ቦታ መርጠው በቂ ዝግጅትና ልምምድ ሲያደርጉ ቆዩ። በተመረጠው ቦታ ላይ በደፈጣ መሸገው በመጠባበቅ በቀላሉ ኮንቮዩን በመምታትና ከአሥመራም ሆነ ከከረን በኩል ዕርዳታ እንዳይደርስ መንገዱን በመቁረጥ ሜጀር ጄነራል ተሾመ ዕርገቱ የነበሩበትን መኪና ለይተው በመደብደብ ገደሏቸው። ጭንቅላታቸውን ቆርጠው በዓረብ ሀገሮች ፊልሙን በማሰራጨት የገንዘብና የጦር መሣሪያ መለመኛና የፖለቲካ ድጋፍ ማግኛ መሳሪያ በማድረግ አካባቢው ዘራፍ ሲባል ከረመ። ተቃዋሚዎቹ በግድያው ብቻ አልነበረም በውጭ ሀገር ድጋፍ ያገኙት። ሜጀር ጄነራል ተሾመ ዕርገቱ ግድያ ጋር ተያይዞ ምስጢሩና የግድያው ሴራ የተጠነሰሰው ከጉያቸው መሆኑን ያልተረዱት ሀገሪቷ የመከላከያ ኋላፊዎች ተዋጊ ጀቶችን በመላክ ያለርኅራኄ መንደሩን እንዳለ በመደብደብ ምድረ በዳ አደረጉት። እርጉዝ፣ እመጫት፣ ልጅ፣ አዛውንት እንዳሉ ረግፈው ቀሩ። መንደሩ ባዶውን ቀረ።

ይህ አጓጉል የብቀላ ተግባር የሚያስከትለውን ውጤት ባለማጤን ለወንበዴዎቹ ተጨማሪ የፖለቲካ ድጋፍ ምክኒያት ሆነላቸው። ይህ የሚያስታውሰን በትግራይ ክፍለ ሀገር በሓውዜን ከተማ በገበያ ቀን ወንበደዎች እንዳሉ ወያኔ ለለገሰ አስፋው መረጃ በማድረሳቸው ለለገሰ አስፋው የደረሰውን የሀሰት መረጃ ሳያጣራ በገበያ ቀን ቅዳሜ ዕለት ሕዝብ ጥቅጥቅ እንዳለ አስጨፈጨፈ። ለገሰ አስፋው ሳያጣራ እርምጃ እንደሚወስድ በማወቃቸው የቦምቡን ድብደባ የሚቀርፁ የውጭ ሀገር ጋዜጠኞችና ሪፖርተሮች ተገቢ ቦታቸውን በመያዝ ተዘጋጅተው ይጠባበቁ ስለነበር ከመጀመሪያው እስከ መጨረሻው ድረስ የተካሄደውን የጀቶች ድብደባ በመቅረጽ ለዓለም ሕዝብ አሰራጩት። ወያኔ ከፍተኛ የሞራል፣ የገንዘብ፣ ቀሳቁስና የዲፕሎማሲ ድጋፊ በንጹህ ወገኖቻቸው ደም አተረፉ። ሜጀር ጄነራል ተሾመ ዕርገቱ ግድያ እንደተሰማ በኤርትራ በተለይም በአሥመራ ከተማ የሚኖሩ ወጣት፣ ሽማግሌ፣ አሮጊት፣ ሴተኛ አዳሪ ባጠቃላይ ድፍን የከተማው ነዋሪ ሕዝብ ግልብጥ ብሎ በመውጣት ከልባቸው አለቀሱ፣ ጮሁ፣ ዋይታቸውን አስተጋቡ፣ ተስፋቸው መጨለሙን ገለጹ። ይህ ከዚያን በፊት ለማንም ተደርጎ አይታወቅም። ግርግር ለሌባ ያመቻል እንዳይሆን የኢሳያስም ሆነ የጀብሃ ድርጅቶች ያንን ድንገተኛ የሕዝብ መተራመስ አጋጣሚ ተጠቅመው ለሌላ ርካሽ ፖለቲካቸው እንዳይጠቀሙበትና በሕዝብም ላይ ጉዳት እንዳይደርስ በማሰብ በዘመኑ በሰሜን ኢትዮጵያ የወንበዴዎች ፀር ተብሎ ይታወቅ የነበረው ዝነኛውና ጀግናው ፈጥኖ ደራሽ (36) ሳይታሰብ በድንገት አካባቢውን ሲቆጣጠር ተመለከትን። በዚያን ጊዜ እኔ የጠቅላይ ግዛቱ የወንጀል ምርመራ የፖለቲካ ቡድን ኋላፊ ስለነበርኩ ከጓደኞቼ ከዚያን ጊዜዎቹ መቶ አለቃ ዓምሃ አበበ፣ መቶ አለቃ ዓለሙ ወንድሙ፣ መቶ አለቃ ታደሰ አስፋው፣ መቶ አለቃ ሰለሞን ቦጋለ፣ መቶ አለቃ ብርሃኑ ከበደ (37)፣ መቶ አለቃ ግዛቸው፣

ከሻምበል ሚካኤል ገብረየሱስና ሻምበል ተስፋሚካኤል ጋር በመሆን አካባቢውን እንከታተልና እንቃኝ ነበር።

እንግዲህ ሻዕቢያም እየጎለበተ የመጣው ከዚህ የውስጥና የውጭ ድጋፍ በኋላ ነው። አቶ ኢሳያስ አፈወርቂም በአሜሪካን ኤምባሲ ሽፋን ሰጭነት ከሁለቱ ወዳጅ መሳይ መንግሥታት ጋር የጠበቀ የዓላማ ግንኙነት ከፈጠሩ በኋላ የጦር መሣሪያ አቅርቦቱ ከመቸውም ጊዜ በበለጠ ሁኔታ ይጎርፍላቸው ጀመር። በእርግጥ የአጼ ኃይለሥላሴ መንግሥት ዓላማ ያተኮረው ኢትዮጵያን ከአረባዊነት ይልቅ አፍሪቃዊ ወደ ማድረጉ ያዘነበለ ስለነበር ይህን መሰል ፀረ-ጀብሃ እንቅስቃሴ የተቀበለው በፍጹም ደስታ ነበር። ከሻዕቢያም ጋር መቀራረብን የመረጠውም ከዚሁ ኢትዮጵያን አፍሪቃዊ ከማድረግ ፍላጎቱ ጋር የሚጣጣም ስለመሰለውም ነበር የሚሉም አልጠፉ። "እሾህን በሾህ" በሚል ኋላ ቀር አስተዳደራዊ ፈሊጥ በመመራትም ለሻዕቢያ ሁለገብ እርዳታውን አጧጧፉት። የአጼው መንግሥት ዓላማ ከላይ የጠቀስኩትን ግብ የተላበሰ ቢመስልም "ውሻ በቀደደው ጅብ ይገባል" እንዲሉ፣ መጀመሪያ የዘውዱ ተቀናቃኝ የነበሩት እነ ልዑል ራስ አስራተ ካሣ ቀጥሎም የኮሚኒዝምን መስፋፋት ለመግታት በሚል ሽፋን የአሜሪካን መንግሥት በሲ. አይ. ኤ. በኩል ሻዕቢያን የማጠናከሩን ሂደት ቀጠሉበት። ሻዕቢያም በሁለቱ መንግሥታት በጎ ፈቃድ የተፈጠረለትን አመቺ ሁኔታዎች ሁሉ በመጠቀም እፋለመዋለሁ በሚለው በኢትዮጵያ መንግሥት ቢሮክራሲም ሆነ በተራማጅ ዲሞክራት ተቃዋሚ የፖለቲካ ድርጅቶች መዋቅር ውስጥ አፈ ጮሌ ጀሌዎችን የማስረጉን እርምጃ ያቀላጥፈው ገባ። እያንዳንዱ ትውልድ የራሱን ጀግኖች እንደሚያፈራው ሁሉ የራሱን ከሀዲዎችና ሆዳሞች ስለሚያኖሩት በግል ጥቅም የታወሩ የኢትዮጵያ መንግሥት ባለሥልጣናት ሀገርና ሕዝብ በሰጣቸው የሥልጣን መንበር አማካይነት በእጃቸው ሊገባ የቻለውን ሀገራዊና ሕዝባዊ ምስጢር ያለምንም ገደብ ይቸበችቡት ጀመር። በተቃራኒው ደግሞ ከላይ እንደገለጽኩት እንደ እነ ሜጀር ጄኔራል ተሾመ እርገቱ፣ በደርግ ዘመንም በተመሳሳይ እነ ጄኔራል ታሪኩ አይኔ፣ ብ/ጄኔራል ተመስገን፣ ኮሎኔል ቢቹ የመሳሰሉ ጀግኖች ለሀገርና ለወገን ሲሉ ባልጠበቁትና ባላሰቡት ሁኔታ ከየትግል ሜዳው ተለቀሙ።

የጠቅላይ ግዛቱም የጦር ግምጃ ቤቶች በራቸውን ለሻዕቢያ ክፍት ያደረጉም መሰለ። ከጠላት ባገኘነው መሣሪያ እየታጠቅን ለደርሰንበት ድል በቃን እየተባለ በጸሀፊዎቻቸው የተለፈፈው ገድል የመነጨውም ሴራውን ሊያጋልጡ የሚችሉ ግለሰቦች ሞተው አልቀዋል፣ ያለበለዚያም በሕይወት ቢኖሩም ሊናገሩ አይከጅሉም ከሚል የሌባ ዓይነ ደረቅነት ካልመነጨ በስተቀር ሀቁ ይኸው ከላይ የገለጽኩት ነው። በጥር ወር 1963 ዓ. ም. ንጉሱ ዓመታዊ የባሕር ኃይልን በዓልና የምርቃት ሥነሥርዓት አከባበር ላይ ለመገኘት አሥመራ ከተማ ገቡ። በገቡበት ምሽት ዋዜማ በልዑል ራስ አሥራተ ካሣና በተባባሪዎቻቸው በተደረገለት ዕገዛ ኢሳያስ አፈወርቂ የኤርትራ ጠቅላይ ግዛት

የፋይናንስ ፖሊስ ጠቅላይ መምሪያን ያለምንም ተኩስ አስከፍተው በጠቅላይ መምሪያው የነበረውን የጦር መሣሪያ፣ ትጥቅና ጠቃሚ ቀሳቁስ በሙሉ ያላንዳች ግርግር፣ ያላንዳች ድምጽና ውጣ ውረድ በአምስት የጭነት መኪናዎች አስጭኖ ወደ ድርፎ አስጋዘ (ድርፎ ከአሥመራ ከተማ ከአክሪያ ፖሊስ ጣቢያ ወጣ ብላ የምትገኝ የሓማሴን አውራጃ ክልል ነች)። በዚህም ድርጊት ኢሳያስ አፈወርቂ በወጣቱ በተለይም የሐማሴን አውራጃ ተወላጆች ዘንድ ከፍተኛ ድጋፍን ሊያስገኝለት ሞክሯል። ከዚህም ባሻገር በጠቅላይ ግዛቱ ሻዕቢያ ጎልቶ እንዲታወቅና እንደ ጠንካራ ብሔርተኛ ተዋጊ ድርጅት መስሎ ለምታየት ረድቶታል። ከዚህ በኋላ በተደጋጋሚና በየአጋጣሚው ከሲ. አይ. ኤ. እና ከልዑል ራስ አሥራተ ካሣ በሚደርሰው የወታደራዊ መረጃና በሚያገኘው የቀሳቁስ ዕርዳታ አማካይነት በሚወስዳቸው እርምጃዎችና እንቅስቃዎች በደገኛው የኤርትራ አካባቢ የሚገኙትን የክርስቲያን እምነት ተከታይ ሕዝብ ልብ ለመሳብ አስቻለው። ሻዕቢያም በየአጋጣሚው የምትቀብረውን ፈንጅ የአሜሪካ ባልደረቦች በእግርም ሆነ በመኪና እንዳያልፉ ጥቆማ በመላክ የእነሱን ሕይወት ይጠብቁ ጀመር። በከተማ ሽብር ለመፍጠር ሲዘጋጅ በአካባቢው የአሜሪካ ባልደረቦች እንዳይገኙ በቅድሚያ በማስጠንቀቅ ተባበሩ። በዚህ ዓይነት መልክ እንኳንስ የመንግሥትን ሠራዊት ይቅርና ተቀናቃኝ ቡድን የነበረውን ጀብሃን እንኳን መቃቃም የማይችለው ሻዕቢያ በአሜሪካ መንግሥትና በልዑል ራስ አሥራተ ካሣ በተደረገለት የማቴሪያል፣ የሞራልና ወታደራዊ ድጋፍና ርዳታ እንዲሁም በየጊዜው በሚላክለት ወታደራዊ መረጃ እንዲጠናከር አደረጉት። በደርግ ዘመንም በ1978 ዓ. ም. “በዘመቻ ቀይ ባሕርና ዘመቻ ባሕረ ነጋሽ” ወቅት የኤርትራ ጦርነት ጉዳይ መደምደሚያ ደረጃ ላይ ደርሶ “ስዋ ፎርቶ” የተባለው ከፍተኛ የሻዕቢያ የጦር ግምጃ ቤት ከተያዘ በኋላ ሻዕቢያ ተስፋ ቆርጣ መሣሪያና ድርጅት እያቃጠለች ወደ ሱዳን ስትሸሽ ሻዕቢያን የተከተላት ባለመኖሩ ጦርነቱ ከዚያው እንዲቀም ተደርገ። ተከታትሎ የማባረሩን በግንባር ላይ በሚገኙት የጦር አዛዦችና መሪዎች ላይ የአዲስ አበባና የአሥመራ ባለሥልጣኖች ጣልቃ ባይገቡባቸው ኖሮ ጦርነቱ ያለቀና ያከተመ ጦርነት ይሆን እንደ ነበር ተወርቷል። በሻዕቢያ የውስጥ አርበኞች ድጋፍና ትብብር የመከታተሉ ዕቅድ በመጨናገፉ ከዚያ በኋላ ነበር ሻዕቢያ መልሳ እራሷን እንደ አዲስ በማቃቃም የተንሰራፋችውና ባለታንክ፣ ባለመድፍ፣ ባለኤም ሀያ አንድና ባለፈጣን ጀልባ ባለቤት የሆነችው። ቀጥሎም ግራድ ፒ የተባለው ከባድ መሣሪያ ጌታ ሆነችና ምፅዋን ደጋግማ ለመደብደብ ቻለች።

ምዕራፍ አምስት

5.0. በዝና ከማውቀው "ተራማጁ" ወዳጄ ሻዕቢያ ይልቅ በሩቅና በክፉ ከማውቀው አክራሪ የእሥልምና ኃይማኖት ብሔርተኛ ድርጅት (ተሐኤ/ጀብሃ) ጋር ተቀላቀልኩ

5.1. ተሓኤ ጋር ለመቀላቀል ከወዳጄ ከዶ/ር ብርሃኔ ኪዳኔ ጀርባ በምስጢር ያከናወንኩት ቅድመ ዝግጅት

ገና አቀርዳት እያለሁ በፈጸምኩት ጀብደኝነት ተግባሬ በቅጣት ወደ ሌላ ቦታ እንደምዛወር በእርግጠኝነት ስለማውቅ ጥርጣሬ ለማስወገድ በቅድሚያ የሚያስፈልገኝን ሁሉ፣ ማለትም የዝውውር ደብዳቤው ከመበተኑ በፊት አጠናቅቄ ጨረሻለሁ። በመጀመሪያ ያጠናቀኩት የባንክ አካውንቴን በመዝጋት የነበረችኝን $3,400.00 ሶስት ሺህ አራት መቶ የኢትዮጵያ ብር ባለ መቶ መቶ ብር ኖት እስቀይሬ የሚሆነው አይታወቅምና ልያዝ ያለበለዚያም ውጭ እንደወጣሁ በሁነኛ ሰው አማካኝነት በሀብሩ ወረዳ፣ የጁ አውራጃ ለሚኖረው ለታላቅ እህቴ ባለቤት ለአቶ ጌታሁን ሲሳይ እንድትረዳው በእናቴ በኩል እልክለታለሁ ብየ በኢንሽሎፕ አሽጌ ኪሴ አስገባሁ። ይህ ገንዘብ ከእኔ ጋር እያሌ ጉዞ ተጉዛ ፈረንሣይ ደርሳ ጣሊያን እንደተሸጋገረች በመጨረሻ ከእያሱ ዓለማየሁ ልዩ ኪስ ገብታ የግል ፍላጎቱ ማርኪያ ሆነ ቀረች። በመቀጠልም አቀርዳት ፪ኛ ደረጃ ትምህርት ቤት ቀጠሮ ይዤ በግሌ ያጠራቀምኳቸውን ልዩ ልዩ መጻሕፍት በስጦታ በሥነሥርዓት አስረከብኩ። መጻህፍቶቹ በተለያዩ መንገድ ያጠራቀምኳቸው ሲሆኑ ኬእኔ ጋር ሰንዓፌ የተጓዙ ከዚያም ከእኔ ጋር በሄሊኮፕተር ተጉዘው አቀርደት የገቡ ናቸው። አብዛኛዎቹ መጻሕፍት የተገኙት በቃኘው ሻለቃ አማካኝነት ከአሜሪካ ያስገዛኃቸው የፖለቲካል ሳይንስና የሶሲዮሎጂ መጻሕፍት (Text Books) ሲሆኑ ሌሎቹ ደግሞ በተለያየ ጊዜ ከጀብሃና ሻዕቢያ ምሕረት ጠይቀው ወደ ሠላማዊ ሕይወት ሲመለሱ ከሚያመጧቸው ልዩ ልዩ መጻሕፍትና መጽሔቶች መካከል ለንባብ የማይከለከሉትን መጻሕፍትና መጽሔቶች፣ እንዲሁም በአሥመራ ከተማ ቀይታየ በግሌ ከከተማው መጽሐፍት ቤቶች የገዛሃቸውን ብዛታቸው ባልሳሳት ከሀያ የማያንሱ በስጦታ ስም በሥነሥርዓት ለትምህርት ቤቱ ዲሬክተር አስረከብኩ። እስከ 1967 ዓ. ም. ደረስ ያስረከብኳቸው መጻሕፍቶች በትምሕርት ቤቱ ቤተመጻሕፍት ተደርድረው መቀየታቸውን እነ ሱሌማን ባድሜና ዶ/ር ብርሃኔ ኪዳኔ አረጋግጠውልኛል። ትልቁና አስቸጋሪው፣ እልክም አስጨራሹ የሚቀጥሉት ሁለት ተግባራት ነበሩ። ዓላማቸው አንድ ዓይነት የሆኑ በይዘት ብቻ የሚለያዩ ሁለት ጽሁፎችን በቅድሚያ አዘጋጅቼ በእጄ እየገለበጥኩ ሳባዛ ከረምኩ፣ ከባድ ሥራ ነበር። እነዚህን ያዘጋጀኃቸውን ሁለት ዓይነት ጽሁፎች በጥንቃቄና በእርጋታ ደጋግሜ በእጄ በመጻፍ አባዝቼ በትልቅ

ኢንሽሎዮ አሽጌ በሄሊኮፕተር አቀርዳትን ለቅቄ ከመውጣቴ በፊት የሁለት ሰዓት ጊዜ ሲቀረኝ አቀርዳት ሆስፒታል ከሚገኘው የዶ/ር ብርሃኔ ኪዳኔ መኖሪያ ቤት በመኪናየ ይዤ በመሄድ በጣም ጠቃሚ ዕቃ እንደሆነ አስገንዝቤው ከብርቱ ቦታ እንዲያስቀምጥ አደራ በማለት ሰጠሁት። አስቀድሜ ከእኔ ጋር ኬሩ ለመሄድ ይጓጓ እንደነበር በመገንዘቤ ሁለታችንም ኬሩ ስንደርስ ስለሁሉም ነገር እንደማጫውተው አስረድቼ ሄሊኮፕተሯ ዘንድ ደረስን።

5.2. ከዶ/ር ብርሃኔ ኪዳኔ ጋር በጦር ሄሊኮፕተር ወደ ኬሩ በረራ

ኬሩ የታዋቂው ኤርትራዊው ሽፍታ የፖሊሱ የ ፲ አለቃ የእድሪስ ዓወተና በኋላም የተሓኤ መሪዎች የነ እብራሂም ቶቲል፣ አዜን ያሲን፣ አብደላ እድሪስ፣ ደጃዝማች እድሪስ ሙሀመድ አደምና ሌሎቹም በሶሪያና በኢራቅ የባዝ ፓርቲዎች ተከታይ የነበሩት አድሀሪና የእሥልምና አክራሪ ጠባብ ብሔርተኞቹ የትውልድ አካባቢ ነች። ከሱዳን ጠረፍ ብዙም አትርቅም። ዶ/ር ብርሀኔ ኪዳኔ ከእኔ ጋር ሂዶ እኔን አድርሶ ለአንድ ሰዓት ተኩል ያህል የኬሩን አካባቢ ትዕይንት እንደምንጎበኝ በማስመሰል እየተወያየን ቆየን። ኬሩ ላይ ሁሉን ጉዳይ በአንድ ሰዓት ተኩል ቆይታችን ልናጠናቅቅ ስለማንችል በማሰብ ለሚቀጥለው የዕቅድ ደረጃየ የሚያደርሰኝን መንገድ በብርሃኔ በኩል እንዲፈጸምና፣ እንዲሁም ዕቅዱ ከተሳካ በኋላ ኬሩ በሥራ ገበታየ ላይ እያለሁ ከተሓኤ ተልኮ ወደ እኔ ይላካል ብየ እምጠባበቀው የተሓኤ መልዕክተኛ ሲመጣ የምንግባባበት ቀላል ግን በቀላሉ የማይሰበር የመተዋወቂያ ኮድ ገና ካቀርዳት ሳልነሳ አዘጋጅቼ ስለነበር ቶሎ ብየ አስረዳሁት (አዘጋጅቼው የነበረውን ኮድ አላስታውሰውም)። ብዙ መንዛዛት አያስፈልግም ደፋርና ጭስ መውጫ አያጣም እንዲሉት የተላከውን ወኪል በተባባልነው መሠረት ከቀረበኝ አምነዋለሁ ብየ አረጋገጥኩለት። ቀጥሎ ውይይታችን ያተኮረው ተሓኤ ጋር ከገባሁ በኋላ ምንአልባት ከተሓኤ ጋር ባንዳንድ ጉዳዮች ሳንግባባ ቀርተን ክፉት ቢያስቡብኝ ውጭ ወጥቼ መልዕክት እስከምልክለት ድረስ በቅርብ እንዲከታተል ቃል አስገባሁት። ከዚያም አስቀድሜ አዘጋጅቼ በትልቅ ኤንቨሎፕ አሽጌ ከመኖሪያ ቤቱ በጥንቃቄ እንዲቀመጥ አደራ ያልኩትን ሁለት ዓይነት ጽሁፎች በተመለከተ አብራርቼ እንደሚከተለው አስረዳሁት። የመጀመሪያው ጽሁፍ ሦስት ገጽ የያዘ ሲሆን በአድራሻ ለፖሊስ ሠራዊት ዋና አዛዥ ለሌፍተናንት ጄኔራል ይልማ ሽበሺ ሆኖ ኮፒ ለሌፍተናንት ጄኔራል ደበበ ኃይለማሪያም የኤርትራ ጠቅላይ ግዛት እንደራሴና የሁለተኛው ክፍለ ጦር የበላይ አዛዥ፣ ለቢትወደድ ዘውዴ ገብረሕይውት የሀገር ግዛት ሚኒስቴርና፣ ለሜጀር ጄኔርል ጋሻው ከበደ የኤርትራ ጠቅላይ ግዛት ፖሊስ አዛዥ በየስማቸው በአስቸኳይ ሪኮማንዴ እንዲላክላቸው። እንዲሁም የዚህን የባለሦስት ገጽ ኮፒ ጽሁፍ በተጨማሪ እሥር ኮፒ ለብቻ አባዝቼ የስም ዝርዝራቸውን ከያዘው ሊስት ውስጥ ለተጠቀሱት የቀዳማዊ ኃ/ሥላሴ የጦር አካዳሚና የፖሊስ አካዳሚ ምሩቅ መኮንኖች ዶ/ር ብርሃኔ ኪዳኔ ከተሓኤ ጋር ተቀላቅሌ መውጣቴን እንደሰማ በአስቸኳይ ሪኮማንዴ ከአሥመራ ሆኖ

እንዲልክላቸው በኢንቨሎፑ ውስጥ ማስታወሻ አያይዤ ማስቀመጤን ገለጽኩለት። ሁለተኛው ዓይነት ያዘጋጀሁት ጽሁፍ ስድስት ገጽ የያዘ በስሬ ይመሩ ለነበሩት የወረዳው ፖሊስ አባላት የጻፍኩት ነበር። የዚህ ጽሁፍ ኮፒ በወረዳው ጽ/ቤት በአራት ልዩ ልዩ ቦታዎች ላይ አባላቱ የዕለት ተግባራቸውን አጠናቀው ከቢሮ እንደወጡ ከምሽቱ አንድ ሰዓት ሲሆን ያስቀመጥኩላቸውና ጧት በማግሥቱ ወደ ሥራ ሲገቡ የሚያገኙት ጽሁፌ ነበር። የዚህን ጽሁፍ ኮፒ ለብርሃኔ ኪዳኔ አሥር ኮፒ ከኢንቨሎፑ ውስጥ አስቀምጫለሁ።

ከኤንቨሎፑ ውስጥ ካስቀመጥኩት ማስታወሻ ውስጥ ካለው የመኮንንኖች ስም ዝርዝር ለተጠቀሱት መኮንኖች ለእያንዳንዳቸው ከመጀመሪያው ጽሁፍ ኮፒ ጋር አያይዞ እንዲልክላቸው። ለሱም ደህንነት ሲባል ከአሥመራ ከተማ ቢቻል ጽሁፎቹን ከኤርትራ ውጭ እንዲያስልካቸው አሳሰብኩት። አቀርደት እያለሁ ያዘጋጀሁትን ጽሁፎች ሁሉ ዶ/ር ብርሃኔ ኪዳኔ እንዲያነባቸውና ስለጽሁፎቹ ግንዛቤ እንዲኖረው ከሁሉም አንዳንድ ኮፒ ለራሱ አዘጋጅቼ ለብቻው ከኤንቨሎፑ ውስጥ ማስቀመጤን አስረዳሁት። በመጨረሻም ወላጅ እናቴን አስመልክቶ ቢችል እርሱ ወሎ በመጓዝ በመጎብኘት የጎዳላትን ሁሉ እንድሚያሟላና በተረፈ ግን በየጊዜው በኤርትራዊያን ሹፌሮች በኩል የሚያስፈልገውን ሁሉ በመላክ እንደሚተባበረኝ ቃል በመግባት ለእናቴ እንዳላስብና እንዳልጨነቅ ቃል በመግባት አደፋፍሮኝ በወንድማዊ ፍቅር፣ አክብሮትና ከሁሉም በላይ መተማመን ስሜት ተቃቅፈን ተሰነባበትን ተለያየን። ዶ/ር ብርሃኔ ኪዳኔ የምኮራበት ወንድሜ መሆኑን በብዙ አጋጣሚዎች ፈትኘዋለሁ። ባሳሰብኩትና በሰጠሁት አደራ መሠረት ታማኝነቱንና አደራውን ሁሉ በመወጣት እንዲደርሳቸው የፈለኳቸው መኮንኖች ሁሉ እንደተላከላቸውና እነሱም በበኩላቸው እያባዙ እንዳሰራጩት ገና ተሓኤ ሜዳ እያለሁኝ በሻምበል ሚካአል ገብረንትስ በኩል ለማወቅ ችያለሁ። በኋላም ፓሪስ ከገባሁ በኋላ በተጨባጭ ከራሳቸው ከዚያን ጊዜው በእነ መቶ አለቃ ዓምሃ አበበ፣ ዓለሙ ወንድሙ፣ ወገኔ ገነነና ታደሰ አስፋው ተረጋግጥልኛል። ወላጅ እናቴን በተመለከተ ዶ/ር ብርሃኔ ኪዳኔ በገሀድ ወንበዴ ሆኖ ጫካ ከመግባቱ በፊት አዲስ አበባ በሄደበት ወቅት እግረ መንገዱን ውጫሌ አርፎ እናቴን ጠይቆ የሚያስፈልጋትን አሟልቶ እንደሄደና ደርግ በአርትራዊያን ላይ ከባድ የአፈናና የግድያ እርምጃ መውሰድ እስከጀመረበት ወቅት ድረስ በገባው ቃል መሠረት በሺፌሮች አማካኝነት ሲጠይቅና ሲረዳ መቀየቱን ከኤደን ወደ አሲምባ ስንጓዝ በተገናኘንበት ጊዜ እራሱ ገልጾልኛል።

ከሰንዓፌ ጀምሮ የተዘጋጀሁበትን ዕቅዴን ለዶ/ር ብርሃኔ ኪዳኔ አንዳቸውንም አላካፈልኩትም ነበር። ብርሃኔ ኪዳኔን ከድቸዋለሁ። መክዳቴን ግን እስከዛሬ ድረስ ፈጽሞ አያውቅም። የከዳሁት ሆን ብየ አልነበረም። የዓላማ፣ የመርህ፣ የአቋምና የመስመር ጉዳይና እንዲሁም የጥንቃቄ ጉዳይ ስለሆነብኝ ብቻ ነው። በጅብሃ ለመውጣት መዘጋጀቴን ነግሬው ከምንቀያየም ብሎም ችግር ውስጥ ከምገባ፣

ሳልነግረው ሚስጢር አድርጌ ይዤ በሰላም ብወጣና ወደፊት ሁኔታዎች ተለዋውጠው ስለሚያገኛቸው ብገልጽለት ሊገባው ይችላል በማለት ነበር። ያ ሁሉ እላይ ታች ከ'ሕግሀኤ ጋር ላለመቀላቀል በነበረኝ ውሳኔ መሆኑን ፈጽሞ አያውቅም ነበር። እሱ የሚጠባበቀውና ይጓጓ የነበረው አንድ ቀን ከእሱ ጋር ባንድነት ተጉዘን ሕግሀኤ ለመግባት ያለበለዚያም የደንብ ልብሴን ተከድኜና የማዕረግ ዘውዶቼን ገጥግጬ ሕግሀኤ ሜዳ እንድገባ ነበር። ብርሃኔ ኪዳኔ እጅግ አድርጎ ያምነኝ ነበር። ሕግሀኤን እያደነቅንና እያኩራራን ከመወያየት በስተቀር በሕግሀኤ ላይ ስላረኩት ጥናትና ግምገማና ሳላሳደረብን ጥርጣሬ አንድም ቀን አንስቼለት አላውቅም። ስለእነዚያ ዲሞክራቶችና ተራምጅ ኤርትራዊያን "መንካዕ" በሚል ሰበብ በጥይትና በመርዝ ስለመጨፍዕጨፋቸው እንኳን ትክክል አለመሆን አንድም ቀን አንስቼም አላውቅም። ለነገሩማ እሱም እራሱም ቢሆን እያወቀ አንስቶልኝም አያውቅም ነበር። ይህም ከዓላማየ ጽንዓትና ግብ መምታት ያለኝን ታጋሽነት፣ ስልትና ዲስፕሊን እንዳለኝ በተጨማሪ አረጋግጦልኛል። <u>ከሁሉም በላይ ዋለልኝ መኮንን ለአጠቃላይ ትግላችን የወደፊት ዕድገት ያልተጠበቀ ደንቀራ ሊፈጥሩ ይችላሉ በሚል ግምት ተመክሮየን በምስጢር እንድይዘውና ከሕግሀኤ ጋር ሊኖረኝ የሚገባውም ማናቸውም ግንኙነቶች ሁሉ በጥንቃቄ መያዝ እንደሚኖርበርት</u> የሰጠኝን ምክር በተግባር ማዋሌ ነበር። በእርግጠኝነትም አውያለሁ። ብርሃኔ ኪዳኔ ምንም ዓይነት ጥርጣሬ በእኔ ላይ ሳያድርበት በዕቅዴ መሠረት ቀደም ብየ ያዘጋጀሁትን ሃሳብ ቶሎ ብየ በሚከተለው መንገድ በኬሩ የአንድ ሰዓት ቆይታው ገለጽኩለት። የነበረኝ ጉጉት እንደምታውቀው በሕግሀኤ በኩል ለመውጣትና ከእነ ኢሳያስ አፈወርቂ ጋር ለመቀላቀልና በእሱም በኩል ተመሳሳይ ዓልማና አመለካከት ካላቸው ወገኖቼ ጋር እንዲያገናኘኝ ነበር አልኩት። ውጭ ከወጣሁ በኋላ ካልሆነ በስተቀር ኬሩ እያለሁ ያ ምኞት እንደማይፈጽም ተረድቻለሁ። አማራጩ መንገዳችን በነዚሁ አድሀሪያንና ኋላ ቀር አክራሪ የእሥላም ጎጠኞች በሆኑት በኩል ወጥቼ በኋላ ሕግሀኤን ለማግኘት እጥራለሁ አልኩት። ከአሁን በኋላ ወደ እሥመራ ወይም አካባቢዋ ለመድረስ ከዓመት በፊት እምብዛም ዕድል አይኖረኝም፣ ዓመት ድረስ ደግሞ መቀየቱ ለአንተም ለእኔም አደገኛ ይሆናል። ከአንተ ጋር በአውቶቡስ ወደ ከረን በመጓዜ ከገንዘብ ቅጣት ጋር የመጨረሻ ማስጠንቀቂያ የደረሰኝ መሆኑን ታስታውሳለህ አልኩት።

ስለዚህ አቀርዳት ታማኝ የሆኑ የተሓኤ ሰዎች ጋር ተነጋግረህ በወር ጊዜ ውስጥ ከኬሩ በተሓኤ በኩል እንድወጣ ማድረግ ይኖርብሃል ብየ በዚያች የአንድ ሰዓት ቆይታው ነገርኩት። ደስ አላለውም፣ ሆኖም የደህንነታችን ጉዳይ አስጊ ሁኔታ ላይ መሆኑን እያጋነንኩ በማሳሰቤ በእኔ ላይ ካለው እምነት ሳቢያ አባባሌን በመቀበል እንዲያከናውን የጠየኩትን ለማከናወን ዝግጁ ለመሆን ተገዷል። ይበልጥ ለማሳመንም ከተሓኤ ቶሎ ብየ በሰላም እለያይና ከሕግሀኤ ሰዎች ጋር እገናኛለሁ ብየ የውሸት ቃል ለጥሩ ወንድሜ ገባሁለት። አማራጭ አልነበረኝምና። ከዚያ በኋላ ዶ/ር ብርሃኔ ኪዳኔ ጋር የተገናኘነው ከውጭ ሀገር ወደ አሲምባ ስንጓዝ ሕግሀኤ ሜዳ የሕክምና ክፍሉን ያለ

ፕሮግራማችን እንድንገበኝ በተደረገበት ጊዜ ነው፣ ስለጉብኝቱም ሆነ ስለግንኙነታችን በምዕራፍ ሰባት ይገለጻል። ብርሃኔ ኪዳኔ አሥመራና ስቶክሆልም ትልቅ የሕጻናት ክሊኒክ ከፍቶ ይሰራ እንደነበር ተነግሮኛል። ከዚያም ከአጎቱ ልጅ ከዶ/ር ሰለሞን መዓሾ ጋር ሌላ ተመሳሳይ ድርጅት በስዊድን እንዳለው እንደዚሁ የቀድሞ የጋራ ወዳጆች ነግረውኛል። ታናሽ ወንድሙም በደርግ ዘመን አዲስ አበባ ውስጥ በሞቀ የንግድ ሥራ ተሰማርቶ መኖሩን በማወቁ እንዳይገናኝኝ ብርቱ ጥንቃቄ በማድረግ ኖሬአለሁ። በኬሩ በይፋ ሥራየን በጀመርኩ ወር ባልሞላ ጊዜ ውስጥ በግራና ቀኝ ፊቱ 111 ቁጥር ክትባት ያለው ዘለግላጋ የቢነዓምር ተወላጅ ዛብጥን/የመቶ አለቃን ካላነጋገርኩ ብሎ የጽ/ቤቱን ሰዎች ያስቸግራል። ጸሀፊየ ወደ እኔ በመግባት ዛብጥን ካላነጋገርኩ ብሎ የሚረብሽ ሰው አጋጥሞናል ብሎ ይንግረኛል። ከዶ/ር ብርሃኔ ኪዳኔ ጋር ውይይት ማካሄዴን ዝንግቸዋለሁ። ልናገለግላቸው ነው እዚህ ያለነውና በእርግጥ የችግሩ መፍትሄ ሰጭ ሆኜ ከታየሁት አስገቡት ብየ ትዕዛዝ ሰጠሁኝ። የተባለውን እንግዳ ወደ ቢሮየ ካስገባ በኋላ ጸሀፊው ቢሮውን ዘግቶ ወጣ። እንግዳውን ይቀመጡ ብየ በትግርኛ አስተናገድኩት። ምን ችግር ገጥሞዎት ወደ እኔ ሊያመጣወት ቻለ ብየ እንደተናገርኩ ከብርሃኔ ኪዳኔ ጋር ተወያይተን የነበርነውን ኮድ በትክክል በመጠቀም ሁሉንም በመመላለስ አጠናቀን እንደጨረስን ቀኑን፣ ሰዓቱንና ትክክለኛ ቦታውን በመንገር ወንድማችን እድሪስ ሙሀመድ የተባለው በአረብኛ በዓድ ቡክረን ሰዓ ተማኒያ (ከነገ ወዲያ ከምሽቱ ስምንት ሰዓት)፣ እንደገና በትግርኛ ደኻሪ ጽባኽ ሰዓ ሽሙንተን ይጠብቀዎታል ብሎ ተሰናብቶኝ ሄደ (ባገራችን አቆጣጠር ከምሽቱ 2 ሰዓት ማለት ነው)። ከዚያ በኋላ ያለኝ ጊዜ ሁለት ቀን ብቻ ነበር። ከላይ እንደተገለጸው ገና አቀርዳት እያለሁ ካዘጋጀኋቸው ሁለት ዓይነት ጽሁፎች ውስጥ ሁለተኛው ጽሁፍ ስድስት ገጽ የያዘ አንድ ኮፒ ከበላይ አዛዦችና ወይንም አዛዦች የሚወክሏቸው ሲመጡ ሻንጣየ እንደሚከፈት ስለማውቅ በሻንጣየ ወስጥ አንድ ኮፒ፣ ሌላ ኮፒ ጸሀፊየ የዕለት ተግባሩን አጠናቆ ቢሮውን እንደዘጋ ዴስኩ መሳቢያ ውስጥ፣ ሦስተኛ ኮፒ በቴለግራምና ስልክ ማዞሪያው አካባቢና አራተኛ ኮፒ በምክትሌ በኬሩው ተወልጅ ቢሮ አስቀመጥኩ። ጽሁፎቹን ያስቀመጥኩላቸው የወረዳው አባሎች ጧት የዕለት ተግባራቸውን ለመጀመር ሲገቡ በቀጥታ የሚያገኙትና የሚያነቡት ይሆናል። የጽሁፉ ዓላማ ማንም የበላይ አለቃ ቀድሞ ሳያወናብዷቸው ለምን እንደወጣሁ በቅድሚያ እራሳቸው እንብበው ከመወናበድና ከበላዮች ውዥንብር እንዲያድናቸውና በወሰድኩትም አደገኛ እርምጃ እንዳይደናገጡና ሞራላቸው እንዳይነካ ለማድረግ ያዘጋጀሁት ጽሁፍ ነበር። በተመሳሳይ ሁኔታ በዶ/ር ብርሃኔ ኪዳኔ አማካኝነት ለበላይ ሀገሪቷ የሲቭልና የወታደራዊ አዛዦች ለነበሩት የሥርዓቱ አስጠባቂ ጨቃኝ መሪዎቻችን የሚላከውን ደብዳቤ ይዘት በስሬ ይተዳደሩ ለነበሩት የወረዳው አባሎች እንዲመለከቱና እንዲያውቁ ኮፒ አዘጋጅቼ ስለነበር ልክ የመጀመሪያውን ጽሁፍ እንዳስቀመጥኩት በተመሳሳይ ቦታ ላይ በተለየ ፖስታ በጸሀፊየ ደስክ መሳቢያ፣ በቴለግራምና ሬዲዮ ክፍሉና በምክትሌ ለኬሩ ተወላጅ ከሆነው ቢሮ ውስጥ ለየብቻው

አስቀመጥኩላቸው። ተሓኤ ወኪሉ ጋር ቢሮየ ውስጥ በተገናኘሁ ከሁለት ቀን በኋላ በተባለው ዕለት ማለዳ እንደተነሳሁ ዓምላክ መንገዴን እንዲያሳምርልኝና ከታማኝና ከዕውነተኛ የወገን ልጆች ጋር እንዲያገናኘኝ ለምኘው ወደ ዕለት ተግባሬ አመራሁ።

ዕለቱን ከሠራዊቴ ወንድሞቼ ጋር በደስታና በሳቅ ስወያይ መዋሌ ያች ዕለት ምን ጊዜም ቢሆን እንደማትረሳቸው በሚያስችል ሁኔታ አሳለፍናት። ወደ ማታ ገደማ እራት መጋበዜን ለምክትሌ ከሌሎች አባሎች ፊት ነገርኩት። ሌሎች ፊት መናገሬ እሱ የኬሩ ተወላጅ በመሆኑ እንዳይመኻኘበትና በማያውቀው ነገር ችግር ውስጥ እንዳያስገቡት እሱም እንደእኛው ነው የሚያውቀው፣ ሲነግረው ሰምተናል በማለት እንዲከራከሩለት በማቀድ ነበር። ታዲያ ይህም ዘዴ ሰርቷል። ችግር ውስጥ ሊያስገቡት ሲሞክሩ የወረዳው አባል በሙሉ ለእሱ መቆማቸውን በኋላ ሜዳ እያለሁ ሰማሁ። የመሀል ሀገርሬው ለወንበዴ አካባቢ ተወላጅ ለሆነው ሻምበል ባሻ ሲቆሙለት ሌላ ማን ይኖራል ከዚያ በላይ ምስክር። በወቅቱ አሜሪካን ሀገር ይገዛ የነበረውን የአሜሪካውን የካው ቦይ ዓይነት ካኪ ሱሪና ተመሳሳይ ካኪ ሸሚዝ ለበስኩ። የጨርቅ ከረጢት አሰፍቼ በውስጧ ለማናቸውም ነገር ብየ አንድ የገበርዲን ሱፍ ዩኒፎርሜን (ድንገት በሱዳን ወሰን አካባቢ ሁኔታዎች አመች ሆኖልኝ ዋለልኝ መኮንንን ለማስታወስ እንቅስቃሴ ለማድረግ ብችል ነበር የያዝኩት)። የጀርመን ካኪ የሳሪያን ኮትና ሱሪ፣ እንዲሁም የግሌን ሰነዶች እንደ ኦፊሴላዊ የቀዳማዊ ኃይለሥላሴ ዩኒቨርሲቲ ትራንስክሪፕትና ክብ ማሕተምና የአዛዡ የግል ፊርማ ማሕተም ብቻ ይዤ በከረጢቷ በካፖርቴ ሸፍኜ ወጣሁ። በተጨማሪ በኪሴ ደግሞ የሠራዊቱ መታወቂያ ካርዴ፣ እንዲሁም ምንም እንኳን ከእያሱ ዓለማየሁ ልዩ ኪስ ገብታ ብትቀርም $3400.00 (ሶስት ሺህ አራት መቶ የኢትዮጵያ ብር) ባለ መቶ መቶ ብር ኖት ይዣለሁ። የክብ ማሕተሙ አስፈላጊነት በሜዳ ቀይታየ ዋለልኝ መኮንን በመከላከያ ሠራዊትና በፖሊስ አካባቢ የቅስቀሳ ተግባር እንዳከናውን ባሳሰበኝ መሠረት እየጻፍኩ በሚበተኑት ጽሁፎች ላይ ማሕተሙ እንዲታተምበት በመፈለጌ ነበር። ይህም ሌላ ሰው ሳይሆን ጽሁፉ የተበተነው ከራሴ መሆኑን ለማሳወቅ ነበር። ሆኖም ማሕተሙን አለመጠቀሙ በጀብሃ ስለታመነበት አልተጠቀምኩበትም።

5.3. ምሽት ላይ ከጽ/ቤቴ ሁለት ኪሎ ሜትር ያህል ተጉዤ ይጠባበቁኝ ከነበሩት የተሓኤ ኃይል ጋር ተቀላቀልኩ

በቀጠሯችን ከምሽቱ ስምንት ሰዓት (ባገራችን ሁለት ሰዓት ከምሽቱ) ሲሆን ከተባለው አካባቢ ስደርስ ወንበዴዎች አድፍጠው እንደሆነ አሸተትኩኝ። ባላያቸውም እርግጠኛ ነኝ ብቻውን አይመጣም ያማራ መኮንን እምኖ። ቦታው ደርሸ ለጥቂት ደቂቃ ቆሜ እንደቆየሁ የአካባቢው ተወላጅና የፖለቲካ ኋላፊ የነበረው እድሪስ ሙሀመድ ጋር ከምሽቱ ሁለት ሰዓት በሀገራችን አቆጣጠር ገደማ ከሆነ ዱር ብቻችንን ተገናኘን። እድሪስ ጋር በግንባር ስንገናኝ የመጀመሪያ ጊዜአችን ነበር። እንደ

ሕግሀኤ የብዙ ጊዜ ትውውቅ ባይኖረንም በኤርትራ በመኮንንነት ቀይታየ ከሥር መሰረቱ ስለሚያውቁኝ ስለእኔ ለማጣራት ወይንም ለማወቅ ፍላጎት አልነበራቸውም። ለዚያም ነበር እኮ ከአቀርዳት ወደ ከረን በሕዝብ ማመላለሻ ስጓዝ የመንግሥት የፖሊስ መኮንን በአውቶቡስ ውስጥ ከተገኘ ማርከው አንጠልጥለው ይዘው መሄድ ሲኖርባቸው በተቃራኒው ሁሉን መንገደኞች እያወረዱ ሲፈትሹ እኔ ጋር ሲደርሱ በፈገግታና በቀስታ ይቀመጡ ግድየለም ብለው ባክብሮት መልካም ጉዞ ይሁንለዎ ብለው መሰናበታቸው የዚሁ የረጅም ጊዜ ዕውቀታቸው ውጤት መሆኑ ነበር። በዚያን ዘመን በተሓኤ እምነትና ጭንቅላት ክርስቲያን የሆነ ለዚያውም የአማራ የፖሊስ መኮንን አይታመንምና አስከትሎ ያመጣው ጦር የጋንታ ጦር (38) ሳይሆን የኃይል ጦር (39) ነበር። ቢመለከት ምንም የለም ብቻየን ነኝ፣ ቢቃኝ ምን ነገር የሚያየው የለም እንድ ምስኪን “የአማራ” ወጣት መክኖንን ብቻ ከፊቱ ተደቅኖ ቀሟል። ፈጽሞ አላመነም። በዚያ ላይ የያዝኩት ወይንም የታጠቁት ትጥቅ የለም፣ ግራ ሲጋባ ተመለከትኩት። ይዤ የመጣሁት ዕቃ እንዳለ ጠየቀኝ፣ አሳየሁት፣ በቃልም እንዲህ ብየ ገለጽኩለት። ከኢትዮጵያ ሕዝብ ንብረት ይዤ የመጣሁት የክብ ማሕተምና የእኔ የግርጌ የፊርማ ማሕተም ብቻ ነው አልኩት። ሌላው በዚህ ከረጢት የያዝኩት ለግል መገልገያየ እንዲሆነኝ ያመጣኃቸው ልብስና የዩኒቨርሲቲ ትራንስክሪፕትስ የመሳሰሉት እንደሆኑ ገለጽኩለት። የክብ ማሕተሙም ቢሆን ለእናንተ ይጠቅማል ብየ ሳይሆን ከእናንተ ጋር በምቀይበት ጊዜ ቅስቀሳ ለማድረግ ዕድል ከከፈታችሁልኝ እንዲጠቅመኝ ብየ ያመጣሁት ነው አልኩ። የእድሪስ ሙሀመድን አክብሮትና አቀባበል ከመጀመሪያ ጀምሮ ልቤን ነክቶታል። በትክክል ጥሩ እርጎ መክሮኛል አይበገሬው ዋለልኝ መኮንን። ከመሀል ሀገሩ ተራማጅ ጋር ለመቀራረብ ስለሚፈልጉና ከተቀናቃኞቻቸው ከሕግሀኤ እኛ እንሻላችኃለን ብለው በመፍጨርጨር ላይ ስላሉ ሳያምኑን በግዳቸው ካንገት በላይ እንዲያከብሩን ተገደዋል፣ በዚያ ላይ እንደቼኮዝላቫኪያ የመሳሰሉት የምሥራቅ አውር°ጳ ሀገሮች ከመሀል ሀገሩተራማጆች ጋር ትብብር ይኑራችሁ እየተባሉ ግፊት እየተካሄደባቸው ነውና በነሱ በኩል ውጣ ብሎ ነበር አጥብቀ ያሳሰበኝ።

እድሪስ ሙሀመድ ሽጉጥ እንኳን አልያዝክም ብሎ እየሳቀ በመገረም የጠየቀኝ። ሽጉጡ የእኔ ወይንም ያባቴ የግል ንብረት አለመሆኑን፣ በሀገሪቷ አንጡራ ሀብት የተገዛ ንብረት መሆኑን፣ ትግሌ ከዘውዱ ሥርዓት እንጅ ከኢትዮጵያ ሕዝብና ከሀግሪቷ እንዳልሆነ ገለጽኩለት። የእናንተን ድጋፍና ዕርዳታም ለማግኘት እናንተን መርጬ መምጣቴ ድንበር በመሻገር ለለውጥ ተመሳሳይ ፍላጎት ያላቸውን ወንድሞቼንና እህቶቼን በማፈላለግ ጥርጊያውን እንድታመቻችሉኝና ወደፊት የእናንተን ሜዳ በሀገሪቷ ለሚገኙ የኢትዮጵያ ዲሞክራቶችና ተራማጆች ሁሉ የትግላቸው መረማመጃ ድልድይና ማፈግፈጊያ ደጀን አምባ በመሆን ሁለታችንም ባንድነት ትግል በማካሄድ ኢትዮጵያን ዲሞክራሲያዊ ለማድረግ ስለተማመንኩባችሁ ነው ብየ ነገርኩት። የሕዝቡን አንጡራ ሀብት ይዤ መጥፋት ለዓላማየ

እንቅፋት የሚሆንብኝ ብቻ ሳይሆን ህሊንየን ከሚወቅሰኝ ተግባር ውስጥ እንድሰማራ አይደለም ከእናንተ ጋር ለመደባለቅ ያስገደደኝ ብየ ነገርኩት። ማሕተሙምም ቢሆን የሕዝብ ገንዘብ ነበር። ግን በሌላ በኩል የእኔም አወጣጥ ለሕዝብ ነው ብየ ከልቤ ስለማምንበት ወደፊት ለወጣሁበት ዓላማየ ያገለግለኛል ብየ ስለአመንኩበት እንጅ ከእኔ ጋር ባላመጣሁትም ነበር አልኩት። ከሁሉ በላይ ያስደነቀው ያለፍርሀት በራስ መተማመን በግልጽና በቀጥታ መግለጼ ነበር። ከረጢቷን ተቀበብሎኝ ከአንድ ሀያ ሜትር ርቀት ላይ አድፍጠው ይጠባበቁ ከነበረው ሠራዊቱ ይዞኝ ሄደ። ወዲያውኑ ለአንዱ ታጋይ ከረጢቴን ሰጠና ጉዞ ጀመርን። ከፖሊስ ኮሌጅ ከወጣሁ በኋላ ያ በሌሊት ጉዞ ሁለተኛየ ጊዜ ነበር። የመጀመሪያዋ ፈተና በትግራይና በኤርትራ ወሰን የሚኖሩ (የመነክሶይቶና የአዲ ኢሮብ) ነዋሪዎች በሆኑ ሁለት ማሳዎች ምክኒያት በመታኮሳቸውና ችግር በመፈጠሩ እኔ በኤርትራ በኩል ለማስታረቅ ተመርጠው የሚሄዱትን ሽማግሌዎች ልዑካንና የወታደር ቡድን መርቼ ከመነሶይቶ አይጋ ድረስ በእግር ተጉዤ መመለሴ ነበር። ቢሆንም የዚያን ጊዜዋ ጉዞ እምብዛም አሳፋሪና አሰዳቢም አልነበረችም። ከተሓኤ ታጋዮች ጋር ያደረኩት ጉዞ ግን እንዲህ ቀላል ሳይሆን የማያቋርጥ ረጅም መንገድ እየሰባበርንና በሩጫ በመጋዝ ስለሆነ አስቸጋሪ ጉዞ ነበር። በእልክም እንዲሁም እንዳልናቅ ስል እንደምንም ብየ ተቋቋምኩት። በሆዳቸው እንዲታዘቡኝም አልፈለኩም። ጎንደሬው መንገድ ሲጋዝ ይመሽበትና ከመንገድ ሊያድር እንደወሰነ ብርዱን ከቁብ ሳይቆጥር የለበሰውን ነጠላ መጋርጃ አድርጎ መተኛቱን የተመለከተ ሌላ መንገደኛ ብርድ እንዳይጎዳው ሊያሳስበው ሲሞክር ጎንደሬው ብርድ እያንቀጠቀጠው፣ "እንዴት ያለ መጋረጃ እተኛለሁ፣ ክብሩና ማዕረጉስ" አለ ይባላል። እኔም ለምን ተብሎ ኢትዮጵያዊው የነቴዎድሮስ፣ የነምንሊክ፣ የነዮሐንስና የነልጅ እያሱ ዘር "በወንበዴዎች" ትዝብት ውስጥ እገባለሁ አልኩና ሽንጤን ገትሬ ውስጤ ግን ሚሙቶ ብዙ ርቀት ከሄድን በኋላ ለአሕመድ ናስር አስረከቡኝ። አሕመድ ናስር በዚያን ጊዜ በወታደራዊ መሪው በአብደላ እድሪስ ስር የአንድ ኃይል መሪ ነበር። አሕመድ ናስር ከአሲምባ አምልጬ ተሓኤ ለሁለተኛ ጊዜ ስገባ በተሓኤ ሁለተኛው ኮንግሬስ የድርጅቱ ፕሬሲደንት አገኘሁት።

5.4. በተሓኤ ሜዳ ቆይታየ

በማግሥቱ እንደ ባልደረባየ ሆኖ ወደ ካርቱም እስከወጣሁበት ጊዜ ድረስ ከእኔ ሳይለይ የቆየው የከበሳው/የደገኛው ልጅ ዶ/ር አረጋይ ሀብቱ ነበር። የሚያናድደውና ውስጡን የሚያቃጥሉት ጉዳዮች ብዙ ነበሩ። በዋናነት የደጋው ሰው ለዚያውም ክርስቲያን ምሁር በመሆኑ ስለሚጠረጥሩት፣ እሱም ቢሆን ስለሚጠረጥሯቸው ነበር። በእንደዚያ ቀሽት በሚያቃጥል ሁኔታ ትግሉን መቀጠሉ ለጤንነቱም ሆነ ጥሏቸው ለመጡት ቤተሰቦቹ መልካም አለመሆኑን በመገመት እንደዚያ እየሆንክ መኖር አትችልም፣ ዕድሜህ አጭር ነው የሚሆነውና ውጣና ከልጆችህና ከባለቤትህ ጋር ሆነህ በሩቅ ሁኔታዎችን እየገመገምክ ለመቀየት ሞክር እያልኩ በየጊዜው እመክረው ነበር። ዶ/ር አረጋይ ሀብቱ

የዶክተሬት ድግሪውን ያገኘው ከዩጎዝላቪያ ሲሆን እንደነ ኢርጋ ተሰማ የሚወዳቸውን ባለቤቱንና ልጆቹን ጥሎ ነበር ወደ ትግሉ የገባው። በደገኛው ክርስቲያን ዲሞክራቶች መወደድ ምክኒያት የጨነቃቸውና ያሳሰባቸው በአክራሪው መሪዎች ትዕዛዝ በዓይነ ቁራኛም ይታይ ነበር። ዩጎዝላቪያዊቷ ባለቤቱ ከባለቤቷና ከልጆቿ አባት ጋር ለመገናኘት ብዙ ጥረት አድርጋ ነበር። ሆኖም አድሀሪውና አክራሪው ኃይማኖተኛ ድርጅት ፈጽሞ ሊያገናኟት በፍጹም አልፈለጉም። ወደ ውጭ ቢወጣ ያጠራቀመውንና የተገነዘበውን ሁሉ በማካፈል በእነሱ ላይ ጥላቻን እንዳያስከትልባቸው፣ ያለበለዚያም ለሻዕቢያ መሣሪያ እንዳይሆን በመፍራት ነበር። እንደሌሎቹ ጠፍቶ መሄድ ይችል ነበር፣ ነገር ግን እሱ በሰላምና በመግባባት ካልፈቀዱለት በስተቀር ከእነሱ ዕውቀት ውጭ ጠፍቶ መሄድን አይፈልግም። ከሁሉም አሳስቦት የነበረው የቅርብ ጓደኛው የነበረውና በወቅቱ በደጋው አካባቢ/በክርስቲያኑ ታጋዮች ዘንድ እጅግ ተድርጎ ይፈቀርና ይከበር የነበረው መሪ ዶ/ር ፍጹም ገ/ሥላሴ ባርቀብን ነው በማለት ሆን ብለው ገድለው ጣሉት። ይባስ ተብሎ ገዳዩን ወዲያውኑ ቀስ አድርገው አውጥተው በሳውዲ ዓረቢያ የተሓኤ ተወካይ አድርገው አስቀመጡት። ይህ እኔ በገባሁበት ወቅት የተፈጸመ ድርጊት ስለነበር እጅግ አድርጎ የተሓኤን የአክራሪውን አመራር አስጨንቀት ነበር። የዶ/ር ፍጹም ገ/ሥላሴ ግድያና የገዳዩ በሰላም ወደ ውጭ ወጥቶ የአልፎም ድርጅቱ ተወካይ ሆኖ ማገልገል ዶ/ር አረጋይ ሀብቱን እና ተራማጅና ዲሞክራት የነበሩትን ታጋዮች በጣም አድርጎ ካስቀጣቸውና ካሳሰባቸው ጉዳዮች መካከል ትልቁ ጉዳይ ይህ ነበር። ዶ/ር አረጋይ ሀብቱ በሕይወት ይኑር ወይንም አንጀቱ ተቃጥሎና አሮ ይሙት ላውቅ እልቻልኩም። በእኔ ግምት ግን የኋላ ኋላ በንደትና በብስጭት ቀሽቱ አሮ እንደሚሞት ነው ይሰማኝ የነበረው። ዶ/ር ፍጹምና ዶ/ር ረጋይ የቅርብ ጓደኛሞች ሲሆኑ ፍጹም በከበሳ/በደጋው አካባቢ ያለውን ኤርትራዊያን ተራማጆችንና አገር ወዳዶችን (ብሔርተኞችን) እየሳበ ወደ ድርጅቱ እንዲጎርፉ አድርጎ የነበር ጠንካራ ታጋይ ነው። ባንድ ወቅት የልዑል መኮንን ሁለተኛ ደረጃ ትምህርት ቤት ተማሪዎች እና የቀዳማዊ ኃ/ሥላሴ ሁለተኛ ትምህርት ቤት ተማሪዎች ግልብጥ ብለው ወደ ጀብሃ የገቡት በዶ/ር ፍጹም ተወዳጅነት ምክኒያት ነበር። ከእነዚህም መካከል እነ ቢኒያም ፀጋየ (የደጃዝማች ፀጋየ ልጅ)፣ እነ ተስፋየ ወዲ ቀሺ፣ እነ እሥራአል ሌሎችም የተዋወኳቸው ይገኙበታል። ይህም መወደዱና መፋቀሩ አክራሪውን ኃይማኖተኛ አመራር በከባድ ሁኔታ አስጨንቀት ነበር። ነገርን ነገር ያነሳዋልና ታጋይ እሥራኤልን የማስታውሰው በጀብሃ ሜዳ ቆይታየ አንድ ጊዜ ምሳ ለመመገብ ተሰባስበን ምሳችንን ተመግበን እንደጨረስን ምግብ አብሳይ ተረኛ ሆኖ ዝንጀሮ አድኖ በሚገባ ከመገበን በኃላ "ጓዶች ሠላም ልትላችሁ ከባጠገባችሁ የቀመች አንዲት ጓዲት አለችና እባካችሁ በአክብሮት አጸፋውን ሠላምታ ስጧት" ብሎ በጆርባው የያዘውን የዝንጀሮዋን ጭንቅላት ፊቷን ወደ እኛ አዙሮ እንዳሳየን አብዛኛው ታጋይ የበላውን ሁሉ ዘርግፎ አወጣው። እኔ እና እፍኝ

የማይሞሉ ታጋዮች አንጀታችን አሮ ንደታችንን በሳቅ ለውጠን እሥራኤልን በመርገምና በማውገዝ አሳለፍነው።

ስለመደራጀት ውይይት ከመካሄዱ በፊት ተሓኤ ሜዳ ከስድስት ወር ላላነሰ ጊዜ እንድቀይ የወሰኑትን ውሳኔ የድርጅት ውይይት ከተጀመረ በኋላና በተለይም በውይይቱ ላይ አለመግባባታችንን ሲረዱ አንድ ወር ያህል ቀይቼ ወደ ውጭ እንድወጣ ሀሳብ ቀረበ። ምንም እንኳን ተሓኤ በገባሁ ማግሥት ጀምሮ እንቅስቃሴየ ሁሉ በይበልጥ ከአረጋይ ሀብቱና ከአሕመድ ናስር ጋር ቢሆንም፣ ከተሓኤ የርዕቱዓለምና የፍልስፍናው መሪና ቀያሽ ከነበረው በወቅቱ የፕሮፓጋንዳና የሥነጽሁፍ ዋና አዘጋጁ ከአዜን ያሲንና እንዲሁም በወቅቱ ከተሓኤ ዋና ጸሀፊ ከእብራሂም ቶቲል ጋርም ተለያይቸም አላውቅ። በውጊያ እውቅ ከነበረው የጦሩ መሪ ከአክራሪው መሪ አንዱ አብደላ እድሪስ ጋርም በየጊዜው እገናኝ ነበር። ምን ማድረግ እንደምፈልግ እንደጠየቁኝ ለጊዜው እንደ ዕቅድ የያዝኩት ጽሁፍ እንድጽፍና እንዲበትኑልኝ ትብብራቸውን ጠየኳቸው። የጽሁፉን ይዘት ምን ዓይነት እንደሆነ ጠየቁኝ። በተሓኤ ቀይታየ ዋናው ተግባሬ አድርጌው የነበረው ለፖሊስ ሠራዊትና ለጦር ኃይል አባሎች የተለያዩ ቀስቃሽ ጽሁፎችን በማዘጋጀት እንዲበተን ማድረግ ነበር። በዚህም መሠረት የመጀመሪያውና እጅግ ጠቃሚ ሁኖ የተገኘው "በጦር ኃይሎችና በፖሊስ ሠራዊት ሥር ለምትገኙ ጭቁን ወታደሮች ተነስ፣ ተደራጅ፣ ታጠቅ" በሚል አርዕስት የአዘጋጀሁትን ከአራት ገጽ በላይ የያዘ ጽሁፍ አንዱና ዋነኛው የማይረሰኝ ጽሁፌ ነበር። ይህ ጽሁፍ በጦር ሠራዊት ልዩ ልዩ ተቋሞችና ካምፖች፣ በፖሊስ ሠራዊት ልዩ ልዩ ተቋሞችና የፖሊስ ጣቢያዎች፣ በሰሜን ኢትዮጵያ በሁለተኛ ደረጃ ትምህርት ቤቶች በብዛት ተባዝቶ የተራባውና የተበተነው ጽሀፌ ነበር። ጽሀፉ እንደተበተነ በሰሜን ኢትዮጵያ አካባቢ የሚገኙትን አብዛኛውን የጦር ሠራዊትንና የፖሊስ ሠራዊትን አባላት፣ እንዲሁም የፖሊስ ሠራዊትን ዋና መምሪያ ያነቃነቀና ያተራመሰ ሆኖ ነበር የተገኘው። እነ አዜን ያሲንና ዶ/ር አረጋይ ሀብቱ ጽሁፉን እጅግ አድርገው ነበር የወደዱት። ሁለቱም በአማርኛ ከእኔም ይበልጡ ነበር፣ ለነገሩማ የአዜን ያሲን ወንድሞች በንጉሱ ዘመን አምባሳደርና የገንዘብ ሚኒስቴር ከፍተኛ ባለሥልጣን ነበሩ። ሌሎቹ ጽሁፎች የተለያዩ ሆነው እንደተዳያቸው አርዕስታቸውም ይለያይ ነበር። በቀይታየ ወቅት ሌላው ተግባሬ ልገናኛቸው ይምፈልጋቸውን መኮንንኖች ስም ለተሓኤ መግለጹ እንዳይሽጧቸውና ሌላ ጣጣ እንዳያስከትልባቸው በመጨነቅ ምስጢራዊ ግንኙነቴ ከኤርትራዊያን መኮንኖች በተለይም ከሻምበል ሚካኤል ገብረንጉስ፣ ከሻምብለ ተስፋሚካኤልና ከሻምበል ኃይሎም ከሚባሉት ጋር ብቻ እንዲሆን አደረኩኝ። ኤርትራ ላሉት ጓደኞቼ በየጊዜው መረጃ በተዘዋዋሪ በሦስቱ መኮንኖች አማካኝነት ይላክላቸው ነበር።

ለዚህ ትብብር በከፍተኛ ደረጃ እንደድልድይ ሆነው የተባበሩኝ አሁንም እነዚሁ ከላይ የጠቀስኳቸው ኤርትራዊው የፖሊስ መኮንኖች ናቸው። በተሓኤ ቀይታየ ከእኔ ዕውቀትና ፈቃድ

ውጭ በእኔ ስምና በእኔ ቋንቋ ሽንካላና ደካማ ዘዴዎችንና ስልቶችን በመጠቀም ልክ እንደኢሕአፓ ተሓኤ አያሌ ተግባሮችን አከናውናለች። ይህ በወቅቱ ለእኔ ባዕድ ነበር፣ ያወኩትና የተነገረኝ የሀሰት ምሕረት ተሰጥቶኝ አዲስ አበባ ከገባሁ በኋላ ከፖሊስ ሠራዊትና ከጦር ሠራዊት ከተለያዩ ክፍሎች ባገኘሁት መረጃና ዜና ነበር። ተሓኤ ለራሳቸው ፖለቲካ ሥራ ሲሉ የሌለኝን የጀብዱና የገድል ተግባር እየፈጠሩ አያሌው መርጊያው ትናንትና እዚህ ታየ፣ አያሌው መርጊያው ትናንት አዲስ አበባ ገብቶ እንዲህ አደረገ፣ እያሉ ኤርትራ ጠቅላይ ግዛት ፖሊስ መምሪያ ገብቶ እንዲህ አደረገ፣ እንዲህ ሰራ በማለት ብዙ አስወሩ። ለማሳመኛም የሆነ ማስታወሻ አስቀምጠው ይሄዱ ነበር። አብዛኛው መኮንኖች በማመናቸው እኔ እንደማልታይ ልዩ የሆንኩ ኃይል (Inivisible power) ሆኜ እንድቀጠርና የሌለኝን የሀሰት ጀግንነት አሸክመውኝ ነበር። በተለይ በጠቅላይ ግዛቱ ፖሊስ መምሪያ ጄኔራል ጋሻው ከበደ ማለዳ ቢሯቸው ሲገቡ ቢሯቸውን አስከፍቼ ከጠረጴዛቸው ላይ "በመርፌ ቀዳዳ ውስጥ ብትገባ አታመልጠኝም" የምትል ማስታወሻ አስቀምጬ እንደሄድኩ በማስመሰል መቶ አለቃ አያሌው መርጊያው ቢሯቸውን ከፍቶ ማስታወሻ አስቀምጦ ሄደ እየተባለ ተጋኖ ተወራ።

ይህ ቢሯቸውን እየከፈቱ በእኔ ስም ማስታወሻ እያስቀመጡ መሄዳቸው በመደጋገሙና ጽ/ቤታቸው "በወንበዴው አያሌው መርጊያ" መደፈሩ ስለረበሻቸው አሥመራን ለቀው ለብዙ ጊዜ አዲስ አበባ በመቀመጥ ሥራቸውን ከሩቅ ሆነው ለመምራት ተገደው እነደነበር የኃላ ኃላ ለማወቅ ቻልኩ። በሩቅ ከአዲስ አበባ ሆነው ኤርትራን እየመሩ ቀይተው ያ መናጢ የካቲት 1966 ዓ. ም. የሚባል ድንገት ሳያስቡት ዱብ አለባቸውና የባሰውን ለከባድ መከራ ዳረጋቸው። ከተሓኤ ጋር መቀላቀሌና ጽሁፌም ተበትኖ ካነበቡ ጊዜ ጀምሮ በኤርትራዊያን የበታች ሹማምንቶችና መኮንኖች ላይ ከፍተኛ ተፅዕኖ አሳድሮ ነበር። አማራው እንደዚህ የሆነ የእኛ ግዴታና ኋላፊነት ምን መሆን ይኖርበታል ተባብለው ለመወያየት ዕድል ሰጥቷቸዋል። በሌላ አነጋገር ተሓኤ ተደማጭነት በመጠኑም ቢሆን አስገኝቷቸዋል። ይህን እንደሚሆን አውቃለሁ። አለበለዚያ ያላንዳች የፖለቲካ ጥቅም በጠላትነት የሚታወቀን የንጉስ ነገሥቱን የፖሊስ መኮንን፣ በዚያም ላይ አማራ ብሎም ክርስቲያኑን መኮንን ዝም ብለው አይረዱኝም ነበር። ነገሩ እኮ 'እከክልኝ ልከክልህ' ነበር። ይህም በእኔ ውንብድና ምክኒያት የተፈጠረው አዲስ ሁኔታ ተሓኤ በኤርትራ ፖሊስ መምሪያ ቅጥር ግቢ ውስጥ እንደልባቸው መግባትና መውጣት ብቻ ሳይሆን የፈለጉትን ለመፈጸምና ለማስፈጸም ጀመሩ። አባላትም ለመመልመል አስችሏቸዋል። በዚህ ምክኒያት የጄኔራል ጋሻው ከበደን ቢሮ ለመክፈትና ለመዝጋት ችግር አልነበረባቸውም። በሚፈልጉበት ጊዜ የሚፈልጉትን በእኔ ሥም እየጻፉ ቢሯቸው አስቀምጠው በመሄድ ጄኔራል ጋሻው ከበደን ጭንቀት ላይ ጣሏቸው። ዜናው በመላው የሠራዊቱ አባላት ጆሮ እንዲገባ አስደረጉ። ይህ ሁሉ ሲሆን እንኳንስ አዲስ አበባ በድብቅ ውር ውር በማለት የተባሉትን ተግባራት ለመፈጸም ይቅርና ጭራሽኑ አሥመራም አካባቢ ደርሼም አላውቅም። በዕቅዳችን መሠረት

በተሕእኤ ሜዳ ለመቆየት የተስማማነው ለስድስት ወራት ያላነሰ ጊዜ ሲሆን በአቃሜና በአመለካከቴ በመረበሽ ወይንም በመጠራጠራቸው አንድ ወር ብቻ ነበር በሜዳ ያቆዩኝ። በአሜሪካን ሀገር በካሊፎርኒያ ግዛት በቀየሁበት ወቅት ልጃቸው ከከበደ ጋሻው ከበደ ብዙ ጊዜ ጠይቁው ሊገናኝኝ ያለመፈለጉ የአባቱን ያለፍርድ በጭካኔ ግድያ ከወንበዴዎች ጋር መቀላቀሌ ለሞታቸው ምክኒያት አድርጎኝ በመሆኑ እንደሆነ ነው የእኔም ሆንኩ ቀድሞ የሚያውቁን ወዳጆቼ እምነት።

በምሕረት ሀገር ቤት ከገባሁ በኋላ ብዙ የቀድሞ የሠራዊቱና የጦር አካዳሚ ምሩቅ ጓደኞቼ ጋር ስወያይ በጭራሽ አዲስ አበባ መጥቼ እንደማላውቅ ለማስረዳት ብሞክርም ኢሕአፓ በነዛው የሀሰትና ቅጥፈት ዜና አንዳቸውም ሊያምኑኝ አልቻሉም። የሜዳው የአጭር ጊዜ ቆይታየ አመርቂ ውጤት በማስገኘቱ ወደ ውጭ ሀገር የመሄዱን ፍላጎት ሰርዤ ጭራሹን በሜዳና በሱዳን አካባቢ በመዘዋወር የጦርና የፖሊስ ሠራዊት አባላትን በማሰባሰብ ከተሐኤ አካባቢ እንድቀይ ፈለኩ። ይህም ብርሀነመስቀል ረዳን ፍለጋ ለመሄድ ብየ ካልሆኑ የባዕድ ወኪሎች እጅ እንዳልወድቅና ዓላማ ቢስ ሆኘ እንዳልቀር እዚሁ በመንቀሳቀስና በመሰባሰብ እሱ ወደዚህ ሲመጣ እንቀበለውና እንቀለቀለዋለን በሚል ስሜት ተነሳሳሁ። አልፎም እዚሁ በመቆየት የጀብሃን ሜዳ ለቀሪው የሀገሪቷ ተራማጆችና ዲሞክራቶች መሸጋገሪያና መሰባሰቢያ ሜዳ ለማድረግና ብሎም በመስዋዕቴ ጀብሃን ከጠባብነት ሰፊ መሠረት ያለው ኢትዮጵያዊ ድርጅት ለማስደረግ በነበረኝ ቀራጥ ዕምነቴ ነበር። እነ አዜን ያሲን በተለይማ ዶ/ር አረጋይ ሀብቱ በሜዳና በሱዳን አካባቢ በመዘዋወር የጦርና የፖሊስ ሠራዊት አባላትን ለማሰባሰብ ከተሓኤ አካባቢ እንድቀይ በሚለው በሀሳቤ በጣም ነበር የደገፉኝ። ብርሀነመስቀል ረዳ ማን ነው ብሎ አዜን ያሲን ጠየቀኝ። የአይሮፕላኑንን ጠለፋ ታሪክ ባነሳ በቀላሉ ሊያውቀው ይችላል በማለት ገና እንደጀመርኩኝ ሳልጨረስ አስታወሰውና አልጀሪያ ብሎ ጠየቀኝ። እሱ ከሆነ እኮ በሕግሀኤ በኩል ነው የሚመጡት ይለኛል። ለፖለቲካው እንግዳ ነኝና አባባሉ አልገባኝም ነበር። እነብርሀነመስቀል ረዳ ከሕግሀኤ ጋር ግንኙነት እንዳላቸው አላውቅም፣ ባውቅ ኖሮማ በአሥመራ በኩል ወደ ድርጅ አድርጌ ሕግሀኤ ጋር ቀጥታ ያላንዳች ችግር መቀላቀል እችል ነበር፣ ወዳጄ ዶ/ር ብርሃኔ ኪዳኔም ምንኛ ደስታና ኩራት በተሰማው ነበር። ምንአልባትም ባንድነት አብረን ሜዳ በገባንም ነበር። አዜን ያሲን መልካም አለና እንደዚያ ከሆነ በኢትዮጵያ ስም በድርጅት ተደራጅታችሁ እየተንቀሳቀሳችሁ መቀየት ይኖርባችኃል ይለኛል የጀበሃ የአክራሪ እስልምና የርዕዩተዓለሙ መሀንዲስ አዜን ያሲን። እኛን በመወከል አስፈላጊውን እርዳታ ሁሉ ለማከናወን እንዲያስችል በሚፈጠረው ድርጅታችሁ ውስጥ ጀብሃን የሚወክሉ ሁለት አባላት በአመራር ቦታ ላይ ሊቀመጡ ይገባቸዋል በማለት ምክሩን ለገሰልኝ። ድርጅት አቃቁሜ ከብርሀነመስቀል ረዳ ጋር ግንባር ልፈጥር ፍልጎትና ምኞትም የለኝም። እኔ የተነሳሳሁበት መንገድ ድርጅት አቃቁሞ ትግል ለማካሄድ ሳይሆን ከየሠርዊቱ አባላት ከየትም አቅጣጫ እየፈለሱ ሲመጡ ችግር ሳያጋጥማቸው ተቀብሎ

በማስተናገድ አሰባሰቦ ባንድ አካባቢ ሊያቀያቸው የሚችል ጊዜያዊ አስተባባሪ ኮሚቴ ዓይነት ነው አልኩኝ። በድርጅት ስም እንኳን ይሁን ቢባል በእኛ ድርጅት የእናንተ ሰዎች በአመራር ላይ ካሉበት የተሓኤ ተለጣፊ ሆነ እንጅ የእኛ ሊሆን አይችልምና አላምንበትም አልኩት። እናንተ እስክትጠናከሩ ድረስ እንጅ ከዚያ በኋላ ተልዕኳቸውን አከናውነው ወደ እናት ድርጅታቸው ይመለሳሉ አለኝ ያለሕፍረት አዜን ያሲን። ፍላጎቴ በማካሂደው ቅስቀሳ እየፈለሰ የሚመጣውን የሠራዊት አባል እንዳይበታተኑና ችግር እንዳያጋጥማቸው ብሎም መረበሸሽና ተስፋ መቁረጥ ስሜት እንዳያድርባቸው ባንድ ቦታ ለማሰባሰብና ለማቀየት እንዲያስችለን ብቻ እንደሆነ ደጋግሜ ገለጽኩለት። አልተግባባንም፣ እኔ የቁማር ጨዋታውን አልችልበትም፣ የምናገረውና የማስበው ቀጥታ እንጂ ድብብቆሽ የለበትም፣ የሚጫወቱብኝ መስሎ ታየኝ።

ዶ/ር አረጋይ ሀብቱን ለብቻው በሚስጢር ሳማክረው የድርጅቱን ጥቅም ማስከበር ስለሚገባኝ በዚህኛው ውይይታችሁ ባልገባ መልካም ነው ይለኛል። እባክህ፣ ለትክክለኛና ሀቅን ለተሸከመ ጉዳይ እንዳንዴም መርህን መጣስ ያስፈልጋል እንዳልኩት ወዲያውኑ ሳያመናታ ጥርጣሬህና ፍራቻህ ይገባኛል። ልክ ነህ፣ እንኳንስ ለአንተ ለአማራው ኢትዮጵያዊ በዚያም ላይ ክርስቲያኑ እንደገና ደግሞ የንጉሱ ወጣት የፖሊስ መኮንን የሆንከው ቀርቶ በእኛ በኤርትራዊያኖቹ ክርስቲያኖች ምን ያህል እንደሚጫወቱብን ገብቶሀል። ስለዚህ ስለማይተማመኑብህ መያዣ ነገር ይፈልጋሉ፣ የሚቆጣጠርህ፣ የሚከታተልህና ፈጥነህ ስትሄድ የሚገታህ ፍሬን ዓይነት ይለኛል። ከዚህ በላይ ምን ምክር ያስፈልጋል አረጋይ ብየ አመስግኝ ነገሩን ባጭሩ ቃጨነው። በማያያዝም በመጨረሻ አለ ዶ/ር አረጋይ ሀብቱ፣ እዚህ ሜዳ እያለህ ከነሱ ጋር ጤነኛ የሆነ እንቅስቃሴ ልታደርግ አትችልም፣ ታማኝነትህ ሁሉ ለነሱ ካልሆነ በስተቀር ብሎ ከአክብሮቱና ከፍቅሩ የተነሳ በድፍረት የሆዱን አጫወተኝ። እነሱም ቢሆን በዚህ ጠንካራ አቋምህ እዚህ ሜዳ መቀየትህን አይፈልጉም። በሌላ በኩል በጠላትነት ሊመለከቱህ ስለማይፈልጉ በሰላም ውጭ ወጥተህ ቢያንስ በውጭ በኩል እንድትተባበራቸው ስለሚፈልጉ ባፋጣኝ ወደ ውጭ እንድትወጣ የሚፈልጉ ይመስለኛል ብሎ በድፍረት በወንድማዊነት መንፈስ ምክሩን ለገሰኝ። ዶ/ር አረጋይ ሀብቴ ኢትዮጵያዊ የፖሊስ መኮንን ለዚያውም አማራና ክርስቲያኑ የኤርትራን ሕዝብ ትግል ደግፌና ብሎም ተሓኤ ጋር ደፍሬ መግባቴና የመጀመሪያው “የአማራ” ተራማጅ በመሆኔ ከልቡ ነበር የወደደኝና ይጠብቀኝ የነበረው። ምንም እንኳን አዜን ያሲን ባቀረበልኝ ምክር ባልስማማና ደስተኛ ባልሆንም በሌላ በኩል ግን ተሓኤ በዚያን ጊዜ ለእኔ እጅግ ከፍተኛ የሆነ አክብሮት አድሮባቸው ነበር። ይህም እንደው የመውደድ ስሜት አድሮባቸው ሳይሆን እራሴ ሕይወቴን ሸጬ በድፍረት ከነሱ ጋር በመግባቴና ከገባሁ በኃላም በጻፍኳቸው ጽሁፎች ሳቢያ ያገኙትን የፖለቲካ ድጋፍና ምንልባትም የወደፊቱንም በማስላሰል ምክኒያት እንደሆነ ነበር። ይህ እንደሚሆን በማወቁም ነበር የቀድሞ “ወዳጄን” ታዳጊዋን ሻዕቢያን ንቄ ቀድሞውንም ቢሆን ከጅብሃ

ጋር ደፍሬ የተቀላቀልኩት። አይበገሬው ዋለልኝ መኮንን “የመሀል ሀገርሩን ተራማጅና ዲሞክራት ልብ ለመሳብ እየተፍጨረጨሩ ናቸውና ለክፉ አይጥሉህም” ነበር ያለኝ። “እከክልኝ ልከክልህ” ነበር ነገሩ ሁሉ ብያለሁ ከላይ። ታዲያ ይህም ሲባል ከመርህ፣ ከዓላማየና ከአቋሜ ውጭ በተለየ መንገድ መደገፍ ማለት አልነበረም። በጀብሃ አካባቢ እየተንቀሳቀስኩ ለመቀየት ባቅድም እንዲሁም የሚፈልሰውን ሰራዊት በመቀበል ባንድ አካባቢ አሰባስቦ ለማቀየት እንድችል ከጀብሃ ጋር በሃሳቡ ብንስማማም ባቀድኩት ጊዜያዊ አስተባባሪ ኮሚቴና ባመለካከቴ ጋር በተያያዘ ጉዳይና ብርሀነመስቀል ረዳን አስመልክቶ ባካሄድነው ውይይት የጀብሃን የጠባብነት ስሜት የምነካና እንዲያውም የድርጅታቸውና የአባላቱን አየር የምበክልባቸው መስሎ ስለታያቸው በድንገት ስድስት ሳምንት ባልሞላኝ ጊዜ ውስጥ ወደ ካርቱም እያዋከቡ ላኩኝ። ካርቱም ረዘም ላለ ጊዜ ለመቀየት እንደምችል ሜዳ እያለሁ እስታወቁኝ ስለነበር በሜዳ ቀይቼ ለመንቀሳቀስ ባያስችሉኝም ከርቱም መቀመጫየ ሆኖ በአካባቢው በመዘዋወር የጀመርኩትን እንቅስቃሴ ለመቀጠል እሞክራለሁ ብየ ወሰንኩ።

5.5. በካርቱም ቀይታየ

ወደ አውሮጳ ከመሄድ እዚሁ ሆኘ ወገኖቼን በማንቀሳቀስ ቁም ነገር መስራቱ የሚበጅ መስሎ ስለታየኝ በካርቱም አካባቢ ከሚኖሩ ኢትዮጵያዊያን ወንድሞቼና እህቶቼ ጋር እንዲያስተዋውቁኝ ለማድረግ የዚያን ጊዘውን የጀብሃ የሱዳን ተወካይ ስታዝ (መምህር) ሙህመድ እንዲተባበረኝ ጠይቄው ከኢትዮጵያዊያን ጋር ግንኙነትን በተመለከተ ደማስቀስ በሚገኘው በድርጅቱ ዋና ጽ/ቤት አማካኝነት እንደሚደረግልኝ እንጅ ከካርቱም እንደማይሆን ገለጸልኝ። ከአዲስ አበባ ሁለት የፀጥታ ሰዎች እኔን ለማጥመድ ካርቱም እንደተላኩ በመግለጽ ከቤት ብቻየን እንዳልወጣ ማሳሰቢያ ተሰጠኝ። ወዲያውኑም የተባሉትን የኢትዮጵያ መንግሥት የፀጥታ ሰዎችን ፎቶግራፍ በማሳየት እውቃቸው እንደሆነ ጠይቀውኝ አንዳቸውንም እንደማላውቃቸው አስረዳኃቸው። ፎቶግራፋቸውን ያነሱት የሱዳን የጸጥታ ሰዎች ሲሆኑ ያነሷቸውም ገና ከካርቱም አይሮፕላን ማረፊያ ከአውሮፕላን ሲወርዱ ነበር። መረጃው የደረሰው ለሱዳን የጸጥታ ኀላፊዎች ሲሆን በዚያን ዘመን ተሓኤ ማለት የሱዳን ድርጅት እንደ ማለት ነበር የሚቀጠረው። በዚያን ጊዜ ሕግሀኤ ቦታ አልነበራቸውም። የክርስቲያን ዕምነት ተከታዮች በመሆናቸው በጥርጣሬ ዓይን ስለሚታዩ የሕግሀኤ ሰዎች ጀለቢያ እየለበሱ የእስላም ስም ይዘው የእስልምና ሀይማኖት ተከታይና የተሓኤ አባል መስለው እየተሹለከለኩ ነበር ውር ውር እያሉ ይኖሩ የነበረው። በዚህም ባልታሰበ ድንገተኛ የፀጥታ “ፍራቻ” ምክኒያት በሱዳን ረዘም ላለ ጊዜ ታቅዶ የነበረው የቀይታ ጊዜየ በሶስት ሣምንት ጊዜ ሱዳንን ለቅቄ ወደ ደማስቀስ እንድሄድ ተደረገ። ከሜዳ ከነ አዜን ያሲን ጋር ተያይዞ የመጣ የሸር መመሪያ መስሎ ስለተሰማኝ እኔን ለመጥለፍ ወይንም ለመጉዳት ከአዲስ አበባ ተልከው መጡ ስለተባሉት የኢትዮጵያ መንግሥት የጸጥታ ሰዎች በእውነት አላመንኳቸውም። ሱዳን የኢትጵያዊያን የመጀመሪያዋ መሰደጃ ሀገር እንደመሆኗ መጠን ሌላው ቢቀር

ተማሪዎች አላጣም በማለትና ታስሬ መቀመጡንም ስላልቻልኩ ከስታዝ ሙሀመድ ወይንም ከጀብሃ ምክርና ቁጥጥር ውጭ በግሌ በጥንቃቄ ለሲጃራ ብየ በመውጣት ካርቱም ዩኒቨርስቲ በሜድ ኢትዮጵያዊያን ተማሪዎችን ማፈላለግ ጀምርኩ። በመጀመሪያ ለመተዋወቅ ዕድል ያጋጠመኝ የዚያን ጊዜው የመጀመሪያ ዓመት የሕግ ተማሪ የነበረውን የወለጋው ተወላጅ ግሩም ወዳጄ ሆኖኝ የነበረው ብርሃኑ ገመዳ ነበር። በብርሃኑ ገመዳ አማካኝነት ከሸዋው የኦሮሞ ተወላጅ ከኃይሉ ገርባባ ጋር ተዋወኩ። ሁለቱ ወንድሞቼ ከነበራቸው ግልጽነትና ወገናዊ ፍቅር በፍጥነት ለመቀራረብና ለመግባባት በቃን።

ሁለቱም ካላቸው ወገናዊነት ፍቅርና መግባባት የመነጨ በራሳቸው አነሳሽነት ሌሎች ኢትዮጵያዊያን ወገኖች እንዳሉንና ከነሱም ጋር መተዋወቅ እንደሚኖርብኝ አሳስበው ሁሉም የሚገኙበትን አመች ጊዜ አመቻችተው በዚያው ሰሞን ከፍስሀ ገ/ሚካኤል፣ ከዮሐንስ ካሳሁንና ከዮሐንስ ክፍሌ በስተቀር በዚያን ጊዜ ካርቱም ዩኒቨርሲቲ በትምህርት ገበታ ላይ የነበሩትንና በሥራ ዓለም ላይ ተሰማርተው የነበሩትን ወገኖቼን አሰባስበው ከሙሉጌታ ከበደ፣ ከከድር ሙሀመድ፣ ከፍቅረሥላሴና ከፍሰሐ ደስታ አማች ከኃይሌ ገ/ሥላሴ ጋር አስተዋወቁኝ። ይህ ትውውቅም ከብርሃኑ ገመዳ፣ ኃይሉ ገርባባ፣ ከድር ሙሀመድና ሙሉጌታ ከበደና ፍቅሬ (ያባቱን ስም ዘነጋሁ) ጋር የጠበቀ ግንኙነት ለመመሥረት ረዳኝ። ፍስሀ ገ/ሚካኤልን፣ ዮሐንስ ካሣሁንና ዮሐንስ ክፍሌ የሚባሉት እዚያው ያሉ መሆናቸው ተነገሮኝ፣ እነሱም ስለእኔ ተነግሯቸው ባጋጣሚ ይሁን ወይንም በሌላ ምክኒያት ለመገናኘት ዕድል አልሰጡኝም ነበር። የኃላ ኃላ ግን ዮሐንስ ክፍሌ ስዊዘርላንድ እንደተሸጋገረ ፓሪስ እያለሁ በደብዳቤ ተዋውቀኝ ያበረታቱኝ ከነበሩት መካከል አንዱ ወገኔ ሆኖ ነበር። በካርቱም ከተዋወኳቸው ወገኖቼ ጋር በየዕለቱ ከሁለት ሣምንት በላይ በማከታተል ስገናኛቸው ቀይቾ ተፈጠረ በተባለው የጸጥታ ችግር ምክኒያት ካርቱምን ባስቸኳይ ለቅቄ ወደ ደማስቀስ እንድሄድ ተደረገ። ከሁሉም ይበልጥ ያስቆጭጨኝና ቅር ያሰኘኝ በካርቱም ዩኒቨርስቲ የሚገኙትን ከላይ የጠቀስኳቸውን ሸጋ ወንድሞቼን የነ ብርሃኑ ገመዳን፣ የኃይሉ ገርባባን፣ የከዲር ሙሀመድን፣ ሙሉጌታ ከበደንና የፍቅረሥላሴን አድራሻ ለወደፊቱ ግንኙነታችን ለመቀጠል እንዲያስችለን ሳልወስድ ሳላስበው በድንገት ሳልሰነባበታቸው ካርቱምን ለቅቄ መውጣቴ ነበር። ጀበሃ በሜዳ ብቻ ሳይሆን በሱዳን አካባቢ ጭምር በመቀየት እንቅስቃሴ ማካሄዱንም ቢሆን በፍጹም እንዳልወደዱት ነበር የተሰማኝ።

5.6. የመካከለኛው ምሥራቅ ቀይታየ

"በልከክልኝ ልከክልህ" ዘይቤ መሠረት እራሴ እያወኩ የሰጠሁት ካልሆነ በስተቀር፣ ወይንም እኔን እንደ ታላቅ ጀብደኛ እያደረተ እኔ ሳላውቅ በጀርባየ በስሜ በመነገድ ያካሄዱት የማፊያ ተግባርና እንቅስቃሴ ካልሆነ በስተቀር የተሐኤ መሪዎች በሜዳ እምብዛም ሊጠቀሙብኝ አልቻሉም።

በደንብ የተጠቀሙብኝ በመካከለኛው ምሥራቅ ቀይታየ እንደነበር ይታወቀኛል። ዶ/ር ብርሃኔ ኪዳኔ በሰላም ውጭ ወጥቼ ከሆኑ ወገኖቼ ጋር ተቀላቅየ መኖር ስጀምር ከእኔ ብጣሽ ማስታወሻ ይጠባበቃል። ከዚህም ባሻገር የእኔ ወደ ተሓኤ መግባት በኤርትራ ፖሊስ የሚገኙ የክርስቲያን ወታደሮችና መኮንኖች በተሓኤ ላይ መልካም አመለካከትን እንዲፈጥር የረዳቸው ሲሆን እንደገና አያሌው መርጊያውን እንዲህ አደረጉት ተብሎ መጥፎ ዜና ቢደርስ አሉታዊ ውጤት በድርጅታቸው ላይ እንደሚፈጥርባቸው ያውቁ ነበር። ይህን ሁሉ በደንብ አውቃለሁና እምብዛም አልተጨነኩም ነበር በሜዳና በሱዳን ቀይታየ። በዕቅዱና በፕግራሜ መሠረት ሜዳና ካርቱም እያለሁ ሁሉንም ከጥቅማቸው አንጻር በማገናዘብ የማልሆናቸው መናጢ ሆኜ በመታየቴ በምፈልገው መልክ ለመንቀሳቀስ እንዳልችል ኃይላቸውን በመጠቀም ፍላጎቴንና ጉጉቴን በማክሸፍ ከሜዳ እና ከሱዳን አካባቢ "በሰላም" አባረውኛል። ደማስቀስ በሚገኘው በተሓኤ ዋና ጠቅላይ ጽ/በት ውስጥ ያሉት ከጽ/ቤቱ ኋላፊና ከሁለቱ (የቢለን እና የሻሆ/አሳውርታ ተወላጅ ከሆኑት) በስተቀር አራቱ ባለ 111 ቁጥር ነበሩ። ሁሉም የእሥልምና ተከታይ ኤርትራዊያን ነበሩ። ከሁለቱም በስተቀር ጭራሽኑ የትግርኛ ቋንቋ እንኳን አይችሉም። ሁሉም የራሳቸው ቋንቋ ሲኖራቸው ማለት የቢለኑ ቢለን ቋንቋ (ከወሎው የአገው ቋንቋ ብዙም እንደማይለያይ ነው የተነገረኝ)፣ አሳውርታው ደግሞ የሳሆ ቋንቋ፣ ሌሎቹ የቢነዓምር ተወላጆች በመሆናቸው የትግረ ቋንቋ ተናጋሪዎች ሲሆኑ ሁሉንም የሚያግባባቸው የሥራ ቋንቋ ዓረብኛ ነበር። በነዚህ ወንድሞቼ መካከል ነበር ተከብቤና ታጅቤ በእንግድነት የቀየሁት። በዚያን ዘመን የጀብሃ ጠቅላይ ጽ/ቤቱ ደማስቀስ ሲሆን በባግዳድ፣ በግብፅና በቤይሩት ቅርንጫፍ ጽ/ቤት ነበራቸው። የዋናው ጽ/ቤት ኋላፊ የብንዓምሩ ተወላጅ እብራሂም እድሪስ ሙሀመድ አደም ነበር (40)። በደማስቀሱ ቢሮ በነበሩት ወንድሞቼ በሜዳ የተከናወኑት ክንውኖች በቂ ሆኖ ስላላገኙት ለገንዘብ ማሰባሰቢያና ለፖለቲካቸው መንገጃ ለማድረግ ጥረት አደረጉ። በመጀመሪያው ሳምንት ከዚያን ጊዜው የሶሪያ የባዝ ፓርቲ ዲሬክተር ጋር አስተዋወቁኝ (ስማቸውን ዘነጋሁት)። በመቀጠል ወደ ኢራቅ ዋና ከተማ ባግዳድ በመጋዝ ከዚያን ጊዜው የኢራቅ የባዝ ፓርቲ ዲሬክተር ጋር አስተዋወቁኝ (ስማቸውን ዘነጋሁት)። በሁለቱም ትውውቅ ወቅት ትውውቁ ሁሉ በዓረብኛ ስለነበር ምን እንደሚላቸውና ምን እንደሚመካከሩ የኢትዮጵያ አምላክ ይወቅ። በመቀጠልም ግብጽና ሊባኖስ በመውሰድ ከእነሱ ጋር ግንኙነት ካሏቸው የነፃ አውጭ የድርጅቶች ኋላፊዎች ጋር አስተዋወቁኝ። በመቀጠል ወደፊት ለዘለቄታ አብረሀቸው ልትሰለፍ የሚያስችሉህ ጠቃሚ ወገኖችህ ጋር እናገናኝህ በማለት ቤይሩት ወስደው ከነ ተስፋየ ታደሰ (41) እና ከደጃዝማች ከበደ ተሰማ ልጆች ከመንገሻ ከበደ ተሰማና ከታናሽ እህቱ ከወ/ሪት ጥሩነሽ ከበደ ተሰማ ጋር (ስሟ ካልዘነጋሁ በስተቀር ጥሩነሽ መሰለኝ) ወስደው አስተዋወቁኝ።

እብራሂም እድሪስ ሙሀመድ አደም በተለይም ከሁለቱ ወንድምና እህት ከሆኑት ጋር የጠነከረ ግንኙነት ማድረጉ ለወደፊቱ ትግላችሁ ጠቃሚ ይሆንሀል አጥብቀህ ያዛቸው ብሎ ለማደፋፈርና ለመገፋፋት ጣረ። ጠቃሚነታቸውን በምን ዓይነት መንገድ እንደሆነ ደጋግሜ ብጠይቀውም ሊያብራራልኝ አልቻለም ወይንም አልፈለገም። በግራ በቀኙም የተደረገው ትውውቅ ሁሉ ባልከፋም ነበር፣ ምንአልባትም ከሀበሻዎቹ ይልቅ ከሌሎቹ/ከአረቦቹ ድርጅቶች ጋር የተደረገልኝን ትውውቅ ወደፊት ሊጠቅመኝ ይችል እንደነበረ እምነት ነበረኝ። አብዛኛውን ጊዜየን ያሳለፍኩት ከዋናው ጽ/ቤት መቀመጫ ደማስቀስ ሲሆን በየሳምንቱ ወደ ባግዳድ እየሄድኩ ከአስተዋወቁኝ ኤርትራዊያን ጋር ጊዜየን ሳሳልፍ በሌላ በኩል ደግሞ በየሁለት ሳምንቱ ቤይሩት እየወሰዱኝ "ለወደፊት አብሬአቸው ልሰለፍ ከምችለው "ጠቃሚና ጠንካራ ወገኖቼ" ብሎ ካስተዋወቀኝ ከነ ተስፋየ ታደሰ እና ከደጃዝማች ከበደ ተሰማ ልጆች ከመንገሻ ከበደ ተሰማና ከወ/ሪት ጥሩነሽ ከበደ ተሰማ ጋር እየወሰደ ከእነሱ ጋር ጊዜን እንዳሳልፍና ከእነሱ ግንኙነቴን እንዳጠናክር ያደፋፍረኝና ያበረታታኝ ነበር። አልፎ አልፎም እብራሂም እድሪስ ሙሀመድ እኔን ከነሱ ጋር ጥሎኝ ወደ ደማስቀስ ይመለስ ነበር። እኔ ከእነሱ ጋር እዳር አድርጌ ተመልሶ ይወስደኝ ነበር። መንገሻ ከበደ ተሰማና ታናሽ እህቱ ወ/ሪት ጥሩነሽ ከበደ ተሰማ አማካኝነት ከታላቅ እህታቸው በዚያን ጊዜ ነዋሪነታቸው ሎንደን ከነበሩት ከወ/ሮ ወደርየለሽ ከበደ ተሰማ (42) ጋር እነሱን ለመጠየቅ ከሎንዶን ቤይሩት በመመላለስ ይጠይቃቸው ስለነበር ባንድ ወቅት ቤይሩት በመጡበት ጊዜ ለመተዋወቅ ቻልኩ። በአራትና የአምስት ጊዜ የግንኙነታችን ወቅት ከወ/ሮ ወደርየለሽ ከበደ ተሰማ ጋር በመለማመዴ የሚከበሩና የሚወደዱ መልካም ኢትዮጵያዊት ታላቅ እህቴ ሆነው በማግኘቴ በትውውቄ ተደሰትኩ። እሳቸውን ሳስታውስ የኃላ ኃላ ትዝ የሚለኝ በብርሀንና ሰላም ማተሚያ ቤቱ በመላው ሠራተኞች ይወደድና ይፈቀር የነበረው የማተሚያ ቤቱ አስተዳዳሪ አቶ አስፋው ከበደ ተሰማ ነበር። በእህትነትና በወንድምነት ከመተያየትና ዝምድና ለመፍጠር ካልሆነ በስተቀር በፖለቲካውና የወጣሁለትን ዓላማና የትግል ምኞት አስመልክቶ ከደጃዝማች ከበደ ተሰማ ልጆች ጋር ምንም የሚገኝ አለመሆኑን በመረዳቴ ዲፕሎማሲ በተመላበት መንገድ ካካባቢያቸው ርቄ ለመሄድ ወሰንኩ። ሆኖም ይህንን ግንዛቤየንና ስሜቴን ለእብራሂም እድሪስ ሙሀመድ አደም መግለጽ አልፈለኩም። ወገንነታቸው እንጂ ምናቸውም የማይጥሙኝ ሆኖ ስለታየኝ በነተስፋየ ታደሰና በሁለቱ ወንድምና እህት በነበሩት ወገኖቼ እንዲሁም በእብራሂም እድሪስ ሙሀመድ ላይ ከፍተኛ ጥርጣሬን ማሳደር ጀመርኩ።

5.7. ያላቅሜ፣ ያለችሎታየና ያለተመክሮየ ፕሬስ ኮንፈረንስ እንዳካሂድ በተዘዋዋሪ መገደዴ (ወረታ "መላሽ" ለማድረግ)

ለፕሬስ ኮንፈረንስ ልምዱም ተመክሮውም ስለሌለኝ ጋዜጠኞች እንዳይጫወቱብኛና እንዲሁም ከመርሀና ከዓላማየ ጋር እንዳያጋጩኝ ፍራቻ ስለነበረኝ ተጨንቄ ነበር። እንኳንስ በዚያን ዘመን ቀርቶ

ዛሬም ቢሆን ለፕሬስ ኮንፈረንስ ልምዱና ተመክሮው የለኝም። ሌላው ጭንቀቴ በፕሬስ ኮንፈረንሱ ላይ የሚሳተፉት ዓለም አቀፍ ጋዜጠኞች ቢሆኑ ይበልጥ ያሰጋኛል ብየ ሰግቼ ነበር። ደግነቱ ተሳታፊዎቹ ጋዜጠኞች ሁሉም በባዝ ፓርቲ በሚመሩት ሁለቱ አረብ ሀገሮች (በኢራቅና በሶሪያ) ውስጥ የሚኖሩ ጋዜጠኞች ሆኑልኝ። ዓላማቸውም በሁለቱ አረብ ሀገርሮችና ባካባቢው ባሉት የአረብ ሀገሮችን መንግሥታት ለልመናና ለፖለቲካ ድጋፍ ፕሮፓጋብዳ እንዲጠቅማቸው ለማድረግ ነበር። እሳት የላሳቸው ሸረኛ ጋዜጠኞች ከሆኑ አወናብደው በመጠየቅና በማሳሳት ሀገሬንና ወገኖቼን የሚነካ ነገር ውስጥ እንዳያስገቡኝና ባጠቃላይ የወጣሁበትን ዓልማየን እንዳልገዳና እርካሽ እንዳያስቀጥረኝ በመጨነቅ ነበር። በዚያ ላይ የእንግሊዘኛ እክሰንቴ እምብዛም እንደከተሜዎች አይደለምና ምን! ምን! እያሉ የእኛዎቹ አዋቂ ተብየዎች የዲቪ ሎተሪ ወገኖቼ በአሜሪካ መዲና እንዳመናጭቁኝ በስብሰባ ላይ ተመሳሳይ ሁኔታ ቢፈጠር ስሜታዊ በመሆን ያላአስፈላጊ ቃላት በመሰንዘር ጨዋነቴንና ኢትዮጵያዊነት ወጌን እንዳይቀንስብኝ ጭምር በመፍራትና በመስጋት ነበር። ለማናቸውም ኮንፈረንሱ የማይቀር ጉዳይ ሆነ። እምቢ ማለት አልችልም፣ ሌላ ከማይታወቅ ክፉ ጫካ ውስጥ ነው ያለሁትና ታፍኜና ተሰውሬ እንዳልኖር ፈራሁ፣ የሚሆነው አይታወቅምና። ይባስ ብለው በሱዳንና አካባቢው ለመንቀሳቀስ ለነበረኝ ዕቅዴና ፕሮግራሜ ይረዳኛል ወይንም ሊጠቅመኝ ይችላል ብየ ሜዳ ይዠ የገባሁትን የገበርድን ሱፍ የደንብ ልብስ ከኤርትራ ወይንም ከካርቱም ሪፖርት በማግኘታቸው ያለበለዚያም ካርቱም የተገዛልኝን ሻንጣየን በድብቅ በመፈተሽ እንዳለኝ አረጋግጠዋል። ያንን የገበርድን ሱፍ የደንብ ልብስ ለብሸ እንድቀርብም ነበር ጥረታቸው። ይህም ምንም ቅር ሊያሰኘኝም ባልቻለም ነበር። እንደ መነገጃ የሽቀጥ ዕቃነት ለማድረግ እንዳዘጋጁኝ ስለተሰማኝ የመንፈስ ረብሻ ስለፈጠረብኝ ብቻ እንጂ። ያንን የገበርድን ዩኒፎርም ስለብስ ልዩ የሆነ ግርማ ሞገስና የደስ ደስ እንዳለኝ ነበር በእስመራ ቆይታየ በሚያውቀኝ ሁሉ ይነገረኝ የነበረው። በምድረ ኤርትራ በመኮንንት ቆይታ ጊዜ "አቤት የጄኔራሎቹን ማዕረግማ ከትካሻው ላይ ቢደረድረው ያንተ ያለህ ጉድ ነበር ሰውን ሁሉ የሚያሰኘው" እያሉ በቀልድም፣ በምርም፣ በቅናትም፣ በፍቅርም ያፌዙብኝ ነበር ወዳጅም ጠላትም ባንድ ቃንቃ። ኮንፈረንሱን ተሓኤ ሳይሆን አዘጋጁ የሶሪያ ባዝ ፓርቲ ነበር። የሶሪያ ባዝ ፓርቲ ኤርትራን እንደራሳቸው ግዛትና ሕዝቡም የሚቀጥሩና ከዓረብ ሕዝብ ጋር የማይነጣጠል፣ አንድና ተመሳሳይ ሕዝብ አድርጎ የሚቀጥር ጠንካራና ከዓረብ ሁሉ የበላይነት አለኝ ባይ የነበረ የሶሪያ ገዥ ፓርቲ ነበር። በተመሳሳይ ደረጃም በኢራቅ የሚገኘው የባዝ ፓርቲ መንትያዎች ነበሩ በጊዜያቸው። አስቸጋሪ ሆኖ ታይቶኝ የነበረውን ኮንፈረንስ ካደረኩ በኋላ ከአካባቢያቸው መራቅ እንደሚኖርብኝ ወሰንኩ። ያለበለዚያ በቀየሁ ቁጥር ሌላ አዲስ ነገር በመፍጠር የሽቀጥ ዕቃነቴን እንድቀጥል እንደሚጥሩ በትክክል ተረዳሁኝ። ኮንፈረንሱ ሲካሄድ ኢትዮጵያዊያን ወገኖቼ እንዲገኙልኝ እንዲያደርግ ኢብራሁም እድሪስ ሙሀመድን ተማጸንኩት፣ እንደግዴታም አስገባሁት።

ምክኒያቴን በጠየቀኝ ጊዜ የሰጡሁት ምላሽ የእነሱ ባካባቢየ መገኘት በራሴ ላይ እምነት ያሳድርብኛል፣ የድፍረት ምንጩም ይሆኑኛል አልኩት። ነገሩ በከፊል እውነቴን ሲሆን ዋናው ምክኒያት ግን ተስፋየ ታደሰና መንገሻ ከበደ ማንነታቸውን ስለተረዳሁ ለአሉባልታና ለውንጀላ እንዳያመቻቸው ተገኝተው እንዲያዳምጡና በትክክል ያልኩትን በመንተራስ ቢወነጅሉኝና አሉባልታ ቢነዙ ምንም ቅር እንደማይለኝ በመፈለጌ ነበር።

እብራሂም እድሪስ ከተስፋየ ታደሰና በሶሪያና ኢራቅ እንዲሁም በሊባኖስ የኢትዮጵያ ብሔራዊ ነፃ አውጭ ግንባር (ኢብነአግ) ተወካይ ከአቶ ሀዲ ኮዳ ጋር በመነጋገር ሦስት ጎዶች (ሀዲ ኮዳ ከከደማስቀስ፣ እራሱ ተስፋየ ታደሰና ከአቦማ ገመቹ ከቤይሩት) ተጉዘው ተገኙልኝ። መንገሻ ከበደ ተሰማና ታናሽ እህቱ ጥሩወርቅ ከበደ ተሰማ "በዚያን እለት ክፍል ያለን ከመሆኑም በላይ በዚያው ሳምንት ገደማ ፈተና ስለምንጀምር መዘጋጀት ስለሚኖርብን ለመገኘት ባለመቻላችን ይቅርታ አድርግልን፣ ሆኖም እነ ተስፋየና ከእሱ ጋር ሌሎች ወገኖችህ ከጎንህ ስለሚቆሙ ምንም ችግር እንደማያጋጥምህ እርግጠኞች ነን፣ በርታ ዓምላክ ከጎንህ ይቁም" የምትል ማስታወሻ ተስፋየ ታደሰን አሲዘው ላኩልኝ። ማስታወሻዋን ባነበብኩ ጊዜ ከደስታየ የተነሳ በእውነትም ከጎኔ እንዳሉ ነበር የቀጠርኩት። ኮንፈረንሱ በባዝ ፓርቲ ዋና ጽ/ቤት ነበር። ዩኒፎርሜን ለብሸ ከግርማ ሞገሴና የደስ ደስ ካለው ዘንካንታ ቁመናየ ጋር ሲመለከቱኝ ልዩ ሆንኩባቸው። በትካሻየ ላይ የተጫነው ግን ሁለት ሁለት ኮኮቦች ብቻ ናቸው። የእኛን የማዕረግ ምልክት ስለማያውቁና ከገበርዲኑ ዩኒፎርሜና ከሁኔታየ ላንዳንዶቹ ወይንም ላብዛኛዎቹ የመሰልኳቸው እንደከፍተኛ መኮንን ነበር። ስለእኔ ሲነጋገሩ እንደተገነዘብኩ በፍጥነት ወደ መታጠቢያ ክፍል ሄጄ ቀስ አድርጌ ለመጀመሪያ ጊዜ ካገሬ ከወጣሁ እራሴን በመስታወት በደንብ ለማየት ቻልኩ። አይ አልኩኝ፣ ዕውነትም ከዚያ ቁመና፣ ግርማ ሞገስና የደስ ደስ ካለው መልክ ጋር ምን አለበት የጄኔራል ማዕረግ ቢኖሬኝ ኖሮ እኒህን የሀበሻ ጠንቆች ሁሉ እንደ ጀግናው ዘርዓይ ደረስ በገዛ መዲናቸው አስቦካቸው ነበር ብየ በሆዴ በጉራ እራሴን መካብና ማኩራራት ተያያዝኩኝ። ተመልሸ ወደ አዳራሹ እንደደረስኩ ወደ ቦታው አመሩኝ። ድግነቱ ቀሜ አልነበረም ኮንፈረንሱ የሚካሄደው። በቁሜ ቢሆን ኖሮ ከሀፍረት የተነሳ የእግሬ ቅልጥም ይንቀጠቀጥና ይብረከረክ ነበር። ድሮ ለመጀመሪያ ጊዜ ከማላውቃቸው ከብዙ ሰው ፊት ቀርቤ ንግግር ለማድረግ ስሞክር ሀፍረት ይሰማኛል። በዚህ የተነሳ ወይዘሮ ስኒን ፪ኛ ደረጃ ትምህርት ቤትና መምህራን ማሰልጠኛ የክርክር ክበብ እንድግባ ልጆች ገፋፍተውኝ ሳለ በዚሁ የዓይነ አፋርነት ችግር ምክኒያት ትቼ ወጥቻለሁ። አካባቢውንና ያሉትን ሰዎች እስከምለማመድ ድረስ ይህ ችግር ነበረብኝ። ከደገኛው የሀበሻው ክርስቲያን ባህልም ጋር የተያያዘ እንደነበረ ይነገረኝ ነበር። አይን አውጣ፣ ባለጌ፣ ያልተቀነጠጠ፣ ቤተሰብ አሰዳቢ እየተባልን ስለምንቀጣ በልጅነታችን መናገርና መታየት ያሳፍረን ነበር። ኮንፈረንሱ ክፍል ውስጥ ነበር የተዘጋጀው። የተቀመጥኩበት ጠረጴዛ በቀንጆ አሸብራቂ ጨርቅ

ስለተሸፈነ ቅልጥሜ አካባቢ አይታይምና እግሬ ሲንቀጠቀጥ ማንም የሚያይብኝ አለመኖሩን በማረጋገጤ የሰላም መንፈስ አደረብኝ። ይህ የሆነው ለእኔ ብለው ሳይሆን የጠረጴዛ አደረጃጀት ዘዴያቸው ስለነበር ነው።

ከመሀል የተቀመጠው አስተናጋጁና የኮንፈረንሱ አስተባባሪ የሆነው የሶሪያ የባዝ ፓርቲ ተወካይ ሲሆን ከእሱ ጎን ደግሞ እብራሂም እድሪስ ሙሀመድ አደም ነበር። ምንም እንኳን ከፖሊስ ኮሌጅ ጀምሮ የፀረ-ፊውዳሊዝም፣ ፀረ-ካፒታሊዝምና ፀረ-ኢምፔሪያሊዝም ድብቅ አቋም ቢኖረኝም በኤርትራ ቆይታየ ማርክሲዝም ሌኒንዝምን በማንበብና ከጥቂት ወገኖቼ ጋር በመወያየት ፀበሉን ከመቃደሴ በስተቀር ገና ሙሉ በሙሉ ባለመበከሌ የኢትዮጵያ ዓምላክ እንዲረዳኝና እንዳያሳፍረኝ በሆዴ ጸሎት አደረስኩ። በእርግጥም ጸሎቴ ሰራ። አስተናጋጁና አስተባባሪው ኮንፈረንሱን ከፍቶ እስከሚያስተዋውቅ ድረስ ጊዜ አግኝቼ ሁሉንም በዓይኔ ለመቃኘትና ለመገብኘት ቻልኩ። ይህም ሂደት የበለጠ ድፍረትና የመንፈስ ጥንካሬ ሰጠኝ። ደስ ያለኝ አስተባባሪው ስብሰባውን ሲከፍት ያስተዋወቀኝ የጀብሃ ተኽሪር ኤርትሪ (ተሓኤ በዓረብኛው) ከተራማጅነቱ የተነሳ በኢትዮጵያ ከሚገኙት ፀረ ኃይለሥላሴ መንግሥት ከሆኑ የሀበሽ ክርስቲያኑ ቡድኖችና ግለሰቦች ጋር እጅና ጓንቲ በመሆን ተቀራርበው አየሰሩ እንደሆነ ቃጥፎ ገለጸ። ተሓኤ ሁሉን የክርስቲያኑን መንሥት ሕዝብ እንደጠላት እንደማያይና ከጠላቱ መንግሥት ሕዝብ ጋር በማበር ባንድነት እየታገሉ እንደሆነ ይገልጥና ለማስረጃነት በእንግድነት ከመሀከላችን የሚገኘው የሀበሻ መኮንንን ይልና የእኔን ስም ያለማዕረጌ በመጥቀስ አስተዋወቀኝ። ማዕረጌን ሳይጠቅስ ስሜን ብቻ መጠቀሙ አልገባኝም ነበር። ምክኒያታቸው ግን ወደ ኃላ ግልጽ ሆነልኝ። ምን ይላል የስብሰባው መሪ ይኸው የባዝ ፓርቲ ተወካይ ከመሀከላችን በእንግድነት የሚገኙት የሀበሻው መኮንን ከእሱ ጋር ሦስት የብርጌድ ጦር አስከትሎ ተሓኤ እንደገባና ከእሱ በቀር ሁሉም ሜዳ ቀርተው ከተሓኤ ጋር በመተባበር የጋራ ጠላታቸውን በመዋጋት ላይ እንዳሉና እንግዳው ለተመሳሳይ ተግባርና ዓላማ በውጭ በኩል ግንኙነት ለመፍጠር ተወክሎ ከእኛ ጋር እዚህ ይገኛሉ ብሎ ቃጥፎ አስተዋወቀኝ። ለካስ ማዕረጌን ያልጠቀሰው መቶ አለቃ ሆኜ ሦስት ብርጌድ ይዤ ለመውጣት እንደማይቻል ስለሚታወቅባቸው ማዕረጌ ከኮሎኔል ወይንም ከዚያም በላይ እንደሆነ አድርገው ጋዜጠኞችን ለማወናበድ እንዲያመቻቸውና ከፍተኛ የሆነ የዓረብ ዶላር ድጋፍ ለማስገኘት ነበር። ግድ የለም ይናገር፣ የመጣው ይመጣል እንጅ ይህ መታረም ይኖርበታል ብየ በሆዴ ወሰንኩ። ከዚያ ጨረሰና አዳራሹን ለጋዜጠኞቹ ሠጠ። ሁሉም ጋዜጠኞች የሶሪያ፣ የግብጽ፣ የሊባኖስና የኢራቅ ጋዜጠኞች ብቻ ሲሆኑ ሁሉም የባዝ ፓርቲንና የየመንግሥታቸው አፈ ቀላጤዎች ነበሩ። ሁሉን ጥያቄ ረጋ በማለት የአክሰንትም ችግር እንዳይፈጠር ቀስ በማለት ለመመለስ ቻልኩ። ለመጀመሪያ ጥያቄ መልስ ከመስጠቴ በፊ ግን ያስተባባሪውን ስም ዘነጋሁት፣ የሱን ስም በመጥቀስ ይቅርታ ጠየኩና ስለ እኔ የሰጠውን አስተያየትና አክብሮት በማመስገን ነገር ግን የተዛባ መረጃ እንደተሰጠ

በማሳሰብ ለማስተካከል እንዲፈቀድልኝ ብየ ንግግሬን እንዲህ በማለት ቀጠልኩ። ማዕረጌ ሙሉ የመቶ አለቃ (በአረብኛው ዛብጥ) መሆኔን ገለጽኩላቸው። ቀጥሎም የወጣሁት እራሴ ለብቻየ እንደሆነና የዘውዱ ሥርዓት በቅርብ ጊዜ ተደምስሶ ጭቆና ካልጠፋ በስተቀር ወደፊት ሦስት ብርጌድ ብቻ ሳይሆን ከዚያም በላይ ብርጌዶች እንደሚወጡ በመግለጽ የቅጥፈት ፕሮፓጋንዳዎቻቸውን ለማስተባበል ቻልኩ። ሁሉም ጋዜጠኞቹ ዓይናቸውን ወደ አስተባባሪው ሲተክሉ ተመለከትኳቸው። የእኔዎቹም አስተናጋጆች ሲደናገሩ ታዘብኳቸው። ከዚያም ጥያቄዎቻቸውን ሁሉ በሰላም መልሼ ሳለ ሁለት ጥያቄዎች ብቻ አስቸጋሪ ሆነውብኝ አገኘኃቸው። ዳሩ ግን አስቀድሜ የኢትዮጵያን ዓምላክ አደራህን እንዳታሳፍረኝ ብየው ስለነበር ሳያሳፍረኝ ለመነገጃና ለመሸቀጫ መሣሪያነት የተዘጋጀውን የፕሬስ ኮንፈረንስ በድል አድርጊነት ለእራሴና ለወገኖቼ አድርጌ እንደተጠቀምኩበት ከኮንፈረንሱ በኋላ ተስፋየ ታደሰና ሀዲ ኮዳ ከአንገት በላይ እየከፋቸው አረጋገጡልኝ። ወደ ሁለቱ ጥያቄዎች ለውሰዳችሁ። የመጀመሪያው ጥያቄ "አንተ ኤርትራዊ አይደለህም እንዴ? እንዴት ኢትዮጵያዊ ነኝ ብለህ ራስክን ታቀርባለህ?" የሚል ነበር። ወደ መልሴ ከመሄዴ በፊት ለምን እንደዚያ ሊለኝ እንደቻለ ጠየኩት። መልክህን ተመልከተው፣ የኤርትራዊያን መልክ ነው ያለህ፣ እንደ የመናዊ፣ እንደግብጾችና እንደሱዳኖች ብሎ ያብራራልኛል። በግልጽነቱ ምስጋና ካቀረብኩለት በኃላ ይህን ጥያቄ ማቅረብ የሚገባህ ለእኔ ሳይሆን ለጀብሃ ተህሪር ኤርትሪ ተወካይ ለወንድም እብራሂም እድሪስ አደም (ወደ ተወካዩ በማመልከት) መሆን ይገባል።

ምክኒያቱም ለግል ዝናና ጥቅም ሲባል የዓለም አቀፍ ሕብረተሰብን በማደናገርና በማወናበድ ኢትዮጵያዊውን መኮንን እንደ ኤርትራዊ አድርገው ማቅረባቸው ሊያስጠይቃቸውና ሊያስኮንናቸው የሚችል በመሆኑ አልኩት። ንግግሬን ከመዝጋቴ በፊት ኢትዮጵያንና ኤርትራን አስመልክቶ አንዲት ሀቅ ላስታውስህ እፈልጋለሁ አልኩና እኒህ ሶስቱ ኤርትራዊ ወንድሞቼ አረቦች ናቸውን (ሶስቱም የቢነዓምር ተወላጆች የሆኑ በጣም ቀያዮች ናቸው)። እንደገና ደግሞ ማዶ የተቀመጡት እነዚያ አራቱ ወንድሞቼ ኤርትራዊያን አይደሉም ማለትህ ነውን (ሁለቱ የቢለን ተወላጅ ጠይም ሲሆን ሁለቱ ደግሞ የሳሆ ተወላጆች እንዲያውም አሳውርታ ሲሆኑ ጠቆር ይላሉ) ብየ ጠየኩት። በእኔ ዕምነት ማዶ ያሉት አራቱም አረቦች ሳይሆኑ ኩሩ ኤርትራዊ ናቸው። የአንተን ብርህ የያዙት ሶስቱም ደግሞ ኩሩ ኤርትራዊ ናቸው። እዚህ ክፍል ውስጥ የምናያቸው ከእድሪስ ሙሀመድ አደም ጋር ሰባቱ ወንድሞቼ ኤርትራውያን ናቸው። ሁለቱ ቀያዮች ናቸው፣ እኔን የሚመስለው በግራ ጎኔ ተተቀመጠው ወንድሜ እብራሂም እድሪስ አደም ኤርትራዊ ነው (ቀይ ዳማ መልክ ስላለው)። እንደገና እነዚያ ሁለቱ ጠይምና ሁለቱ ደግሞ ወደ ጥቁረት ያደላቸው ወንድሞቼ ኤርትራዊ ናቸው። ታዲያ በእርስዎ እምነት በኤርትራ የሚኖሩት እንደሶስቱ ወንድሞቼ ብርህ ያላቸውና እንደኔና እንደ እብራሂም እድሪስ ቀለም/ብርጎ ያላቸውን እንደ አረብ አድርገው መቁጠረዎ ስህተተኛ ብቻ ሳይሆን ያስኮንነዎታል ብየ

አልኩት። እነዚያ ማዶ ያሉትን አራቱን ወንድሞቼን የየት ሀገር ዜጋ ሊያደርጋቸው ነው? ብየ በድፍረት ጥያቄ በማቅረብ ለማጋጨት ሞከርኩ። አይናገሩትም እንጂ አሳውርታዎቹና ቢለኖቹ ደስ እንዳላቸው እርግጠኛ ነበርኩ። ሳያውቁ ቀርተው እንጂ ኢትዮጵያ ማሕጸኗ ልክ እንደ ኤርትራ ዝንጉርጉር ነን። የኢትዮጵያ ሕዝብ ከአራት ዘሮች ባንዱ ይመደባል። የሰሜቲክ ልክ እንደ እናንተና እንደ ሁለቱ ኤርትራዊያን ወንድሞቼ፣ የሀሜቲክ እንደ እኔና እንደ ወንድሜ እብራሂም እድሪስ፣ ሦስተኛው ደግሞ የኩሺቲክ ዘር የሆኑ እንደ ወንድሞቼ (ወደ አራቱ የቢለኑንና ሻሆ/አሳውርታውን ኤርትራዊያን በመጠቆም)፣ እና አራተኛው ዘራችን ደግሞ ኒሎቲክ ተብለው የሚጠሩት በብርሃቸው ጠቆር ያሉት ወንድሞቼና እህቶቼ እንደ ባሪያና ኩናማ፣ ጋምቤላ አካባቢና ኦሞ አካባቢ የሚገኙ ወገኖቼ ብርን ያላቸው ናቸው በማለት ገለጽኩና ኢትዮጵያ ቢሄዱ ቀይ እንደርሰዎ፣ እንደእኔና እንደ ወንድሜ ቀይ ዳማ፣ ወይንም ጥቁር ያለበለዚያ ጠያይሞች ነው የሚያገኙት። ኤርትራም ቢሄዱ ተመሳሳይ ነው የሚያገኙት። ለዚህ ነው አብዛኛው የኤርትራ ሕዝብ በመኩራራት ኢትዮጵያዊያን ነን የሚሉት ወይንም ኤርትራና ኢትዮጵያ በታሪክ፣ በባሕል፣ በመልከዓ ምድር አቀማመጥ፣ በቋንቋ፣ በአለባበስና በምግብና በመልካቸው ሁሉ ሳይቀር አንድ እንደሆኑ አድርገው ተኩራርተው የሚናገሩት ብየ ስናገር የኡኡታ ዓይነት ድምጽ ተሰማ። በሆዴ የራሳችሁ ጉዳይ አልኳቸው። ነገር ግን የአድሀሪው የዘውድ ሥርዓት በሌላው የኢትዮጵያ ሕዝብ ላይ እንደ ባሌ፣ ወሎ፣ ጎጃምና ትግራይ ያካሄደውን ጭፍጨፋና ጭቀና በኤርትራዊያን ወንድሞቼና እህቶቼ ላይም መካሄዱን ሁሉ እንቃወማለን። መቃወም ብቻ ሳይሆን ከጎናቸው ቁመን ለመታገልና ሥርዓቱን በጋራና በሕብረት ገርስሰን እኩልነት፣ ፍትሕና ዲሞክራሲ የሰፈነባት አዲስቷን ዲሞክራቲክ ኢትዮጵያን ገንብተን ባንድነት እንደምንኖር እተማመናለሁ ብየ ዘጋሁ። ኤርትራ የሀበሻ ቅኝ ግዛት አይደለችም እንዴ ብሎ ይጠይቀኛል ሌላው ቀጣፊ ወሮበላ ጋዜጠኛ። ኤርትራዊያን ካመኑበትና ከኢትዮጵያ ሕዝብ ጋር ግልጽና ቅንነት ባለው በጋራና በፍቅር በመወያየትና በመመካከር ነጻ ሆነው ተገንጥለው ለመኖር ፍላጎታቸው ከሆነ በበኩሌ ምንም ቅሬታ አይኖረኝም አልኩኝ። ሆኖም ተገንጥለው ለመሄድ ወሳኙ እኔ፣ እዚህ ያሉት ወንድሞቼ ወይንም የእናንተ ግፊት ሳይሆን የመላው የኤርትራ ሕዝብና የኢትዮጵያ ሕዝብ ግልጽና ቅንነት ባለው መንገድ ተወያይተውበትና ተመካክረውበት መሆን ይኖርበታል አልኩኝ። ይህንን መንገድ ተከትለው ነፃ ሁነው ለብቻቸው የራሳቸውን መንግሥት መሥርተው ቢኖሩ በበኩሌ ምንም ቅር አይሰኘም። እንዲያውም አልኩኝ በመቀጠል የመጀመሪያው የኢትዮጵያ አምባሳደር የመሆን ዕድል ይሰጠኛል ብየ ስናገር ሁሉም ሳቁ። ነገር ግን አንተ ኤርትራ ቅኝ ግዛት አይደለችም እንዴ ብለህ ለጠየከኝ ጥያቄ መልሱ ኤርትራና ኢትዮጵያ በታሪክ፣ በጂኦግራፊ፣ በባህል፣ በቋንቋ፣ በወግና በልማድ እንዲሁም ምግባችን፣ ልብሳችንና መልካችን እንኳን ሳይቀር አንድና ተመሳሳዮች ነን ብየ ነው የማምነው። እንደውም የዘር ማንዘሮቼ ታሪክና ሥልጣኔ የጀመረው ስር መሰረቱ መሀል ኤርትራ

ውስጥ እንደሆነ ነው የማምነው። ስለሆነም ኢትዮጵያና ኤርትራ በቅኝ ግዛት ተሳስረው እንዳልኖሩና በቅኝ ግዛትና በቅኝ ገዥነት እስስር እንዳልኖሩ ነው የግል እምነቴ። ኤርትራ በቅኝ ገዥዎች በሀይላቸው ከኢትዮጵያ ነጥለው ለ60 ዓመት የጣሊያን ቅኝ ግዛት ሆና ኖራለች፣ ቀጥሎም ለ10 ዓመት የእንግሊዝ ቅኝ ግዛት ሆና ኑራለች። ከዚያ በፊት ሁለመናዋ ኢትዮጵያዊ ሆነው ኑረዋል፣ ይህን ነው የማውቀው እንጅ ኤርትራ የኢትዮጵያ ቅኝ ግዛት ሆና እንዳልኖረች ነው የእኔ ሙሉ ዕምነትብየ አስረዳሁ። ሲከፋቸው ታየኝ። ኮንፈረንሱ ተጠናቀቀና ተሰነባበትን። ደስ አላላቸውም፣ እነ እብራሂም እድሪስ አደም እጅግ ተከፉ፣ ቢሆንም ለመወያየት አልፈቀድኩላቸውም፣ ምክኒያቱም ብቻየን ዋጋ አይኖረውምና።

ኢትዮጵያዊያን ጋር ትውውቅን አስመልክቶ የጀበሃ ሰዎች የሚፈልጉት እነሱ ከሚወዷቸው ወይም ከሚቀርቧቸው ግለሰቦችና ድርጅቶች ያለበለዚያ ከነተስፋየ ታደሰና ከደጃዝማች ከበደ ተሰማ ልጆች ጋር ብቻ እንዲሆን ነው ፍላጎታቸው። ምስጢሩ በወቅቱ ሊገባኝ ባይችልም እነ እብራሂም እድሪስ አደም የሚፈልጉኝ ከነተስፋየ ታደሰና በተለይም ከደጃዝማች ከበደ ተሰማ ልጆች ጋር ባንድነት ተጣብቄና ተሳስሬ እንድቀይ ነበር ዋና ፍላጎታቸው። በወቅቱ ቀርቶ አሲምባም እያለሁ የመንግሥቱ ኃ/ማርያም ወንድሞችና እህቶች/አጎቶችና አክስቶች መሆናቸውን ፈጽሞም አላወኩም ነበር። እንኳን አላወኩ፣ አለማወቄ ከጀብደኝነትና ከአጓጉል አመለካከት እንድቀጠብ ረድቶኛል። እብራሂም እድሪስን ስለተስፋየ ታደሰና መንገሻ ከበደ ተሰማ ደጋግሜ ስጠይቀው የሚሰጠኝ መልስ በደፈና ጠንካራና ጠቃሚ ወገኖችህ ስለሆኑ ለወደፊቱ በከፍተኛ ደረጃ ልትጠቃቀሙ የምትችላቸው ጠንካራ ወገኖችህ በመሆናቸው በትዕግሥት ከነሱ ጋር ሆነህ ብትጠባበቅ መልካም ነው በማለት ነብር ጥያቄየን የሚያስተናግድልኝ እንጂ በግልጽ የሆነ ይህ ነው የሚል መልስ አይሰጠኝም ነበር። በሚያቀርብልኝ ሃሳብ መተማመን ባለመቻሌ የትግል "ጓዶቼን" ለማግኘት የጀመርኩትን ምርመራየንና ጥናት ማካሄድ ይኖርብኛል ሆኖም ብቻየን ላከናውነው የምችለው ጉዳይ ባለመሆኑ በግልጽ እብራሂም እድሪስ ሙሀመድ አደም እንዲተባበረኝ ተማጸንኩት። አዜን ያሲን እነብርሀነመስቀል ረዳ አልጀሪያ መሆናቸውን አንድ ወቅት ጠቀስ አድርገልኝ ስለነበር እብራሂም እድሪስ የሚችል ከሆነ አልጄሪያ ቢልከኝ ያለበለዚያ አልጀሪያ ካሉ ኢትዮጵያዊያን ጋር እንዲያስተዋውቀኝ ደጋግሜ ጠየኩት። በአልጀሪያ የኢትዮጵያዊያን ቡድን ወይንም ግለሰብ ምንም የሚያውቀው እንደሌለ ነገረኝ። አዜን ያሲን ጠቅሶልኝ እንደነበረ አስረዳሁት። የምትፈልገው ስም ካለህ ስም ስጠኝ ባለኝ መሠረት የብርሀነመስቀል ረዳን ስም ጠቀስኩለት፣ አውቀ ሊያወናብደኝ ይሁን ከልቡ ሰምቶት የማያውቀው ስም መሆኑን ገለጸልኝ። የአውሮፕላኑን ጠለፋ ታሪክ አስታውሸው በደፈናው እንደሰማ እንጂ እነማን መሆናቸውን የሚያውቀው እንደሌለ መለሰልኝ። አላመንኩትም፣ ልክ አዜን ያሲን ከብርሃነምስቀል ረዳ ጋር የሚደረገው ግንኙነት ደስተኛ እንዳልሆነ በተመሳሳይ ሁኔታም እብራሂም እድሪስም ደስተኛ

አልነበረም። እብራሂም እድሪስ መልካም ሰው ነበር። ነገር ግን ከሜዳ የተሰጠው መመሪያ ወይንም ፖሊሲ ሊሆን ይችላል መሰለኝ እነሱ ከሚፈልጉት ቡድን ወይንም ግለሰብ ውጭ ከሌላ ጋር ማገናኘት ወይንም ማስተዋወቅ አልፈለገም። ብዙ ተጨቃጨቅን፣ ብዙም ተወያየንበት። በጣም ቅሬታ እንዳደረብኝ ታወቀውና አንድ ቀን ማለዳ ካለሁበት አፈላልጎ በግሌ የጠቀስኩትን ግለሰብ በአቅራቢያችን፣ አለበለዚያም በአልጄሪያና ባካባቢው የሚገኝ ከሆነ አጠያይቄ ለማስተዋወቅ እጥራለሁ ብሎ ቃል ገባልኝ።

5.8. ከያሲን አረፋት ድርጅት ከአል ፋታህ ድርጅት ጋር ቆይታየ

ብርሀነመስቀል ረዳን አፈላልጎ ግንኙነቱን እስከሚያመቻችልኝ ድረስ ከኤርትራዊያን ወይንም ከሶሪያዊያን ጋር በሚካሄድ ውይይት ከሚመነጭ ያልታሰበ ችግር ውስጥ ላለመውደቅ ጥንቃቄ ለማድረግ ስል በያሲን አረፋት ከሚመራው የአል ፋታህ የፍልሥጥኤም ነፃ አውጭ ድርጅት ዘንድ ገብቼ ለሦስትና አራት ወር ያህል ለመቆየትና ልምድና ተመክሮ ለመገብየት ወሰንኩ። እብራሂም እድሪስ አደም እንዲያስተዋውቀኝ ጠየኩት። ተሓኤ ከያሲን አረፋት ድርጅት ጋር መልካም አቅርቦትና ግንኙነት ነበራቸውና ለጥያቄየ እምብዛም ባለማስቸገሩ ቤይሩት ከሚገኘው የፋታህ ዋና ጽ/ቤት ይዞኝ ሄደ። የአል ፋታህ እንቅስቃሴ ቡድንን ወክሎ በፍልሥጤማዊያን ብሔራዊ ካውንስል በወቅቱ የውጭ ግንኙነት ኮሚቴ ኋላፊ ከነበረው ከአቡ ሳዒድ ጋር አስተዋወቀኝ። አቡ ሳዒድ የድርጅት ስሙ ሲሆን የኋላ ኋላ ፈረንሣይ እያለሁ ስሙ ካሊድ አል-ሀሰን እንደሆነ ለማወቅ ቻልኩ። አቡ ሳዒድ ላቀረብኩለት ጥያቄየ ምላሹን በመስጠት በሳምንቱ ደማስቀስ ከምኖርበት የተሓኤ ዋና ጽ/ቤት ታጋዮች መጥተው ለአራት ወር ያህል ብለው ወደ አል ፋታህ የሥልጠና ጣቢያ ይዘውኝ ሄዱ። ለሶስት ወር ያህል ከእነሱ ጋር ቆይቼ ወደ ደማስከስ ባስቸኳይ እንድመለስ ከእብራሂም እድሪስ አደም ሙሀመድ መልዕክት ተላከልኝ።

5.9. ከአል ፋታሕ ምላሽ ሁለት አስደሳች ዜናዎች ጠበቁኝ

ከአል ፋታህ ቆይታየ እንደተመለስኩ ከአውሮጳ የኢትዮጵያ ተማሪዎች ማሕበር (አሮጌው) የተላከ የግብዣ ደብዳቤ ደማስቀስ ለሚገኘው በወቅቱ የኤርትራ ነፃ አውጭ ድርጅት/ተሓኤ ዋና ጽ/ቤት ኋላፊ ለነበረው ኢብራሂም እድሪስ ሙሀመድ አደም በኩል ተልኮልኝ አገኘሁ። የደብዳቤው ዓላማ ከነሱ ጋር ሆኜ ለመታገል እንድችል ወደ ሚኖሩበት ፓሪስ ከተማ እንድሸጋገርና ከነሱ ጋር ባንድነት እየታገልኩ እንድኖር የሚጠይቅ የግብዣ ደብዳቤ ነበር። እንዴት አውቀው ግብዣውን ሊልኩልኝ እንደቻሉ እብራሂም ይንገረኝ አይንገረኝ ዘነጋሁት። ግን እንደሚመስለኝ በእብራሂም እድሪስ ጥያቄ ከነኃይሌ ፊዳ ጋር ግንኙነቱን የፈጠሩለት በተስፋየ ታደሰ አማካይነት እንደሆነ ነው የምገምተው፣ ምክኒያቱም እነ ተስፋየ ታደሰ፣ መንገሻ ከበደ ተሰማና እህቱ ወ/ሪት ጥሩነሽ ጋር ባደረግናቸው ጭውውቶች በጋበዙኝ የኢትዮጵያ የተማሪዎች ማሕበር ላይ ከፍተኛ ዕምነት ያላቸው

መሆኑንና የሚደግፏቸው መሆናቸውን በተለያየ አጋጣሚ አንስተውልኝኛል። በ"ምሕረት" ስም ሀገር ቤት እንደተመለስኩ ተስፋየ ታደሰ የመኢሶን ጠንካራ አባል እንደነበረና መካከለኛው ምሥራቅ በሚኖርበት ዘመን ጀምሮ ከነኃይሌ ፊዳ ሰዎች ጋር የቀረበ ግንኙነት እንደነበረው በእርግጠኝነት ለማረጋገጥ ቻልኩ። እብራሂም እድሪስ ሙሀመድ በመቀጠል የአልፋታህ ፕሮግራምህን ሳታጠናቅቅ እንድትመለስ ያደረግነው ሌላው ምክኒያት የኢትዮጵያ ብሔራዊ ነፃ አውጭ ግንባር (ኢብነአግ) መሪ ሸህ ሁሴን ኤደን መጥተው እዚህ አካባቢ በመሆናቸውና በዕድል ደግሞ የምትፈልገው ወንድምህ (ብርሀነመስቀል ረዳን ማለቱ ነው) ጋር ትውውቅ ስላላቸውና እሱም ሰሞኑን እዚሁ አካባቢ በመሆኑ ሊይስተዋውቁህ ፈቃደኛ ስለሆኑ በፈለጉት ጊዜ ሊጠሩን ስለሚችሉ እዚሁ አካባቢ ሆነህ ለመጠባበቅ እንድትችል ለማድረግ ነው ብሎ በደስታ ገለጸልኝ። ሸህ ሁሴን እንደነገሩኝ ይለኛል እብራሂም እድሪስ፣ ምንም እንኳን ግንኙነታቸው ጠንካራና መሠረት ያለው ባይሆንም የምትፈልገው ወንድምህ ከነሱ ጋር ለመቀራረብ ጥረት ያደርጉ እንደነበር የጠቀሙት መሆናቸውን ጭምር አስረዳኝ።

5.10. ከኢትዮጵያ ብሔራዊ ነፃ አውጭ ግንባር (ኢብነአግ) ጋር ትውውቅ

እብራሂም እድሪስ እንዳለውም በዚያው ሰሞን ተቀማጭነታቸው የመን የነበሩት የኢትዮጵያ ብሔራዊ ነፃ አውጭ ግንባር (ኢብነአግ) ተብየው መሪ ሼክ ሁሴን ደማስቀስ በመምጣታቸው ከሳቸው ጋር አስተዋወቀኝ። እብራሂም እድሪስ አደም ቀደም ሲል ከተከታዮቻቸው ከእነ ሀጂ ኮዳና በግብፅ ነዋሪ የነበረና በኋላ ወደ ደማስቀስ ተሸጋግሮ ነዋሪ ከሆነው የሱፍና ቤይሩት ከሚኖረው አቦማ ገመቹ ጋር አስተዋውቆኝ ስለነበር ከነሱ ጋር በየጊዜው እየተገናኘሁ በደማስቀስ ጊዜየን አሳልፍ ነበር። እነ ክፍሉ ታደሰ ወይንም ሌሎቹ እንደሚሉት ሳይሆን ሼክ ሁሴን የባሌ ተወላጅና በገጠር ንጋደ የነበሩ ሲሆን የእሥልምና ግዴታቸውን ለመወጣት ወደ መካ ጉዞ ለማድረግ ወጥተው ሳለ ሀብትና ንዋይ የሚገኝበት ንግድ መሆኑን ከብልጣ ብልጥ ፖለቲከኞች እንደተረዱ የኢትዮጵያ ብሔራዊ ነፃ አውጭ ግንባር (ኢብነአግ) ተብየው'ን ለመመሥረት እንዲችሉ ረዷቸው። አጋጣሚ ሆኖ የኢትዮጵያ የወቅቱ የፖለቲካ ሁኔታዎች ለፖለቲከኞቹ ጥሩ ምክኒያት ሆነላቸው። በ1963 ዓ. ም. የንጉሰ ነገሥቱ የፀጥታ አስከባሪዎችና ወታደሮች በተለያዩ የኦሮሞ አካባቢ ነዋሪዎች ላይ ያካሄዱትን አፈና፣ እሥራትና ግድያ እንዲሁም በወቅቱ በሀገሪቷ የእሥልምና ኃይማኖት ተከታዮች ላይ ይካሄድ የነበረውን የኃይማኖት ጭቀና በማሳበብ ሸሕ ሁሴንን የኢትዮጵያ ብሔራዊ ነፃ አውጭ ግንባር (ኢብነአግ) ተብየውን አቃቃሙ። ተቃቃመ የተባለው ድርጅት ከምዕራብ ሶማሊያ ነፃ አውጭ ግንባር ተገንጥሎ የወጣ ድርጅት እንደሆነ አስወሩ። ጽሕፈት ቤቱን በደቡብ የመን ዋና ከተማ በኤደንና በሶሪያ ዋና ከተማ በደማስቀስ በማድረግ የአካባቢውን የሀብታም የዘይት ባለቤቶችን ድጋፍና እርዳታ ለማግኘት ቻሉ። ግንባሩ የፖለቲካ ፕሮግራም ባይኖረውም ዓላማና ግባቸው ጠቅላላውን የኢትዮጵያን ሕብረተሰብን ነፃ ለማውጣትና ዲሞክራሲያዊ ሥርዓተ ማሕበርን ለማቃቃም እንደሆነ አድርገው ነበር የድርጅቱ

ተወካዮች ለተራማጅና ዲሞክራት ኢትዮጵያውያን ፕሮፓጋንዳ የሚነዙት። በተግባር ያራምዱ የነበረው ግን ከእሥልምና ጋር የተዛመድ እንቅስቃሴ ብቻ ነበር። ቢሆንም ምንም እንኳን ስሟን ለዘይት ዶላር ማስገኛነት ቢጠቀሙባትም ቢያንስ የድርጅቱ ስም ኢትዮጵያዊ ሆኖ በማግኘቴ አክብሮቴን አሳይቻቸዋለሁ። ኢብነአግ ምንም የሚያራምደው ወይንም ያራመደው እንቅስቃሴም አልነበረውም። በዓረብ ሀገሮች በመዘዋወር እንዳላማቻውና ግባቸው አድርገው የሚያስረዱትና የሚገልጹት እኔም በገሀድ የታዘብኩት ግን የአፄውን የክርስቲያን መንግሥት በመዋጋት በኦሮሞ የሚኖሩትን የእሥልምና ተከታዮች የኃይማኖት ነፃነት ለማጎናጸፍ እንደሆነ አድርገው ነበር። በዚያን ወቅት ሰባት አባላት ብቻ ነበሩት ከሼክ ሁሴን ጭምር። ሰባቱም በሶሪያ፣ ኢራቅና የመን ይኖሩ ነበር። ከከማልና ከሲራጅ በስተቀር ከሌሎቹ አምስቱ ጋር ተገናኝቼ ተዋውቄአለሁ። እንቅስቃሴው ሁሉ የግንባሩን ሥም በመጠቀም በስመ የኢትዮጵያ በተለይም ኦሮሞ ጭቁን እስላሞች ከዘይት አምራች ሀገሮች ገንዘብ በመሰብሰብ ሀብት ለማከማቸት ይሯሯጡ እንደነበር ነው በገቢር የተገነዘብኩት። በዚህ ከፍተኛውን ገድል በማከናወን ሸሕ ሁሴን ከአገራቸው ባዶ ኪሳቸውን ወጥተው ከታላላቆቹ ቱጃር/ሀብታሞች አካባቢ ደርሰው ነበር በወቅቱ ባደረኩት ጥናትና ምርምሬ መሠረት።

5.11. ለመጀመሪያና ለሁለተኛ ጊዜ በማከታተል ከብርሀነመስል ረዳ ጋር በቤይሩት ከተማ በአካል ትውውቅና ውይይት

ለሁሉም ጊዜ አለው እንዲሉት፣ በፈረንጆች ዘመን አቆጣጠር 1973 መጨረሻ አካባቢ ይመስለኛል መልኩን በሩቅ በማየትና በዝና ብቻ የጠገብኩትን፣ ከእሱ ጋር ተሰልፌ ለኢትዮጵያ ሕዝብ ልቀም ወስኘ እሱን ሳፈላልግ ላይ ታች ካልኩት ከአብዮታዊ ባለሙያ ብርሀነመስቀል ረዳ ጋር በእብራሂም እድሪስ ሙሀመድ አደም አስተባባሪነት፣ በኢብነአግ ተብየው ድርጅት መሪ በሼህ ሁሴን አስተዋዋቂነት በሊባኖስ ዋና ከተማ በቤይሩት ተገናኘተን ተዋወቅን። ከዚያም ለብቻችን በመሆን ወርቃዊ ጊዜውን በመስዋት ሁለት ተከታታይ ቀን ውይይት አካሄድን። በራሴ ግምት ከነማን እንደሆነ በትክክል ባላውቅም ከመገናኘታችን በፊት ብርሀነመስቀል ረዳ ስለራሴ አስፈላጊውን መረጃዎች አሰባስቦ ሲገመግመኝና ሲያጣራ ከርሟል። ምንአልባትም ከካርቱም ሊሆን ይችላል፣ ሆኖም በየት በኩል መሆኑን በእርግጠኝነት አላወኩም። በመጀመሪያው ዕለት ግንኙነታችን ከሁለት ሰዓት ላላነሰ ጊዜ ሰጥቶ አወያየኝ። ውይይታችን በመጀመሪያው ዕለት ግንኙነታችን ሊያልቅ ሲችል ይመስለኛል የሚያውቅ መስሎኝ ሳይታሰብ ድንገተኛ አስደንጋጭ መረጃ በመስጠቴ ግራ በመጋባቱ ስለጉዳዩ ከሌሎች ጋር ተወያይቶ ለማጣራት እንዲችል በመፈለጉ ውይይታችን ለሁለት ሰዓት ያህል ቆይተን ለሚቀጥለው ቀን ተቀጣጥረን ተለያየን። ከደስታ ስሜቱ የተነሳ በሚቀጥለው ቀን የሰዓት በኋላ ጊዜውን በሙሉ ከእኔ ጋር አሳለፈ። በሻዕቢያ ውስጥ ይመካባቸው የነበሩት ተራማጅና ዲሞክራት ኃይሎች መመታት መጀመራቸውን አስመልክተን ከዋለልኝ ጋር መወያየታችንንና በተወሰደባቸውም

አድኃሪ ርምጃ ዋለልኝንና ጓዶቹን እጅግ አድርጎ አሳዝኖትና አሳስቦት የነበረ መሆኑን ለብርሀነመስቀል ረዳ የሚያውቅ መስሎኝ ጠቆምኩት። እዚህ ላይ ጉድ ፈላ፣ ብርሀነመስቀል ረዳ ግራ ተጋባ፣ ማመን ቸገረው፣ እራሴ ፈጥሬ የነገርኩት የፈጠራና የጠላት ወሬ መሰለው። ይህ መቶ አለቃ ማን ይሆን ብሎም በሆዱ ሳያስብና ሳይጠራጠርም የቀረ አይመስለኝም። ሆኖም በእኔ ላይ አስቀድሞ የወሰደው መረጃና ግምገማ አቅል እንዲገዛና እንዲያድብ አስገደደው። ደግነቱ በምን አወክ ብሎ ጠንከር አድርጎ ጠየቀኝ፣ በቁጣም መልክ ነበር። የተሰደድኩበት ዓላማየ በመሆኑ ያለምንም ይሉኝታና ፍርሀት ከዋለልኝ ጋር ያደረኩትን ውይይትና ከንጉሡ ቀኝ እጅ ከሆኑት ከጠቅላይ ግዛቱ ባለሥልጣ እና ከአሜሪካ የቃኘው ሻለቃ ጦር ባለሥልጣን ጋር ስለተፈጠረው ጠንካራ ግንኙነት ሁሉ የማውቀውን በሪፖርት መልክ ማስረዳት እንዳለብኝ አስፈላጊ ሆኖ ታየኝ። ከእሱ ጋር አብሬ መጓዝ ከፈለኩ ድብብቆሽና ጨዋታ ሳይሆን ይመንም አይመንም የራሱ ጉዳይ፣ ስለማምነውና ስለማከብረው በግልጽና በቅንነት በመቅረብ የማውቀውንና የሰማሁትን ማስረዳት ይኖርብኛል ብየ የሚከተለውን ለማካፈል ወሰንኩ።

ወደ ኤርትራ ጠቅላይ ግዛት ፖሊስ ተመድቤ ከመሄዴ በፊት ገና በመሀል ሀገር እያለሁ እሰማው የነበረው ወሬ በኤርትራ የሚደረገው ትግል ፍትሐዊና ዲሞክራሲያዊ መሆኑንና ይህንኑ ትግል በመምራትም ላይ ከሚገኙት ድርጅቶች መካከልም ሻዕቢያ ከመሃል ሀገሩ ተራማጆች እንቅስቃሴ ጋር ተመሳሳይ አመለካከትና ግብ እንዳለው ሆኖ እሰማ እንደ ነበር ገለጽኩለት። ኤርትራ ተመድቤ በምሠራበት ወቅት በሕቡዕ ግንኙነቴ በኩል ያገኘሁት መረጃ ያመለከተኝ ዕውነታ ግን የዚህኑ ተቀባብቶ የተናፈሰውን ዜና የተገላቢጦሽ መሆኑንና እንዲያውም ይባስ ብሎ ሻዕቢያ ከአፄውና ከአሜሪካ መንግሥት ድጋፍ እንዳለው በመረጃ ማረጋገጤን ነገርኩት። የግል ጥናቴን ካጠናቀኩ በኋላም አዲስ አበባ በሄድኩበት ጊዜ አጠቃላይ ግንዛቤዬን ለዋለልኝ መኮንን በግንባር እንዳስረዳሁት ከዋለልኝ መኮንን የተሰጠኝ ምላሽም የወሰድኩትን ግንዛቤዬን ትክክለኛነት የሚያረጋግጥልኝ ሆኖ ማግኘቴን አስረዳሁት። ዋለልኝም ከመካከላችን እፍኝ የማይሞሉ እፍቃሪ ኢሳያስ አፈወርቂ የሆኑ የሲ. አይ. ኤ. ቅጥረኞች በስተቀር የመሃል ሀገሩ ተራማጆች ይህንኑ የሻዕቢያ ቡድን አደገኛ አዝማሚያ በውል የተረዱ መሆናቸውን በጽኑ ያስረዳኝ መሆኑን ገለጽኩለት። ሆኖም መረጃውን ወዲያውኑ ማስራጨት ለአጠቃላይ ትግላችን የወደፊት ዕድገት ያልተጠበቀ ደንቀራ ሊፈጥር ይችላል በሚል ግምት ተመክሮየን በምስጢር እንድይዘው ወንድማዊ ምክሩን መለገሱን ሁሉ አስረዳሁት። ይህንን ውይይት ከዋለልኝ መኮንን ጋር ካደረኩ በኋላ ሳይውል ሳያድር ወዲያውኑ እንደተራማጆች ጥንስስ ይቀጠር የነበረውና ዋለልኝ መኮንንም ይመካባቸው የነበሩት "የመንካዕ ቡድን" ላይ እርምጃ መውሰድ መቀጠሉንና እርምጃውም በስውርና በቀጥታም በመካሄድ ላይ መሆኑን ማረጋገጤን አስረዳሁት። ከጀበሃ ሜዳ ከገባሁም በኋላ ከወዳጆቼ ከዶ/ር አረጋይ ሀብቱና ከዚያን ጊዜው የጀብሃ

ወታደራዊ አዛዥ የአብደላ እድሪስ ምክትል ከነበረው የሳሆ ተወላጅ አሕመድ ናስር (በኋላ የድርጅቱ ሊቀ መንበር ሆኗል) በመኮንንነቴ ዘመን ከእሥረኞች የተነገረኝን በማጠናከር ሻዕቢያ አሥመራ ከሚገኘው ከቃኘው ሻለቃ ጋርና ከልዑል አሥራተ ካሳ ጋር ጠንካራ ግንኙነት መግጠማቸው እርግጠኛነቱን አስረዳሁት። እልፎም ጀብሃ ጋር በተደባለኩ ሰሞን ከሻዕቢያ ጠፍተው ጀብሃ ከገቡ “የመንካዕ” አባላት ጋር ተገናኝቼ ተጨማሪ መረጃ ማግኘቴን አስረዳሁት። ብርሀነመስቀል ረዳ በአካል ከእኔ ጋር ቢሆንም ይህን ሁሉ ሳወያየው ሌላ ቦታ ርቆ ሄዶ ከሌሎች ጋር በሀሳብ እየተነጋገረ መሆኑን ከልቤ ተገነዘብኩ። ብርሀነመስቀል ረዳን ምንም እንኳን በሀሳብ ሄዶ ሌላ ሀገር ከሌሎች ጋር ቢሆንም፣ ከእኔም ጋር አብረን ያለን መሆናችንን የሚያስረዳኝ ምልክት አሳየኝ። የምናገራትን ቃላትና የአነጋገሬን ዘይቤ ሁሉ በመገንዘብ እያንዳንዷን እያኘከና እያብላላ ነበር የሚያዳምጠኝ። ከላይ ያፈነዳሁበት ቦምብ የጎሲና እረፍት ስለነሳው በጥሩ መልክ ውይይታችንን ለመቀጠል አላስቻለውምና ከይቅርታ ጋር በነገው ቀን ሰፊ ጊዜ ይዘን ለመወያየት ስለፈለኩ ነገ እንደገና እንድንገናኝ ብትሞክር ብሎ በእክብሮት ይጠይቀኛል። በማያያዝም በድጋሜ ከአንተ ጋር ተገናኝቸ መወያየቱ አስፈላጊ ሆኖ ስለአገኘሁት ጉዞየን በአንድ ቀን አዘግይቼ ለመጋዝ ወስኛለሁና ነገ ከሰዓት በኋላ ተገናኝተን ሰፊ ጊዜ ወስደን እንድንጨዋወት ብሎ በድጋሜ በአክብሮት ጠየቀኝ። በእኔ ግምት ብርሀነመስቀል ረዳን ስለሲ. አይ. ኤ. ያነሳሁት አላስደነገጠውም ወይንም እንግዳ አልሆነበትም፣ ምንአልባት እንዴት ሊያውቅ ቻለ ይህ ወጣት መኮንን የሚል ጥያቄ በዓዕምሮው ካላደረበት በስተቀር። ይምሰለኛል ለእሱ እንግዳ የሆነበትና ዱብ ዕዳ ነገር ሆኖ ዓዕምሮውን የረበሸው ስለተራማጁ “የመንካዕ ቡድን” ደብደባ የመጠናከሩ ጉዳይ ባነሳሁበት ጊዜ እንደሆነ ነው የገመትኩት። የመንካን መደብድብ አስመልክቶ የሰጠሁት ዜናና መረጃ ለብርሀነመስቀል ረዳ ለጆሮው እንጋዳ የነበረበት ጊዜ በመሆኑ በእኔም ላይ ግራ ተጋብቶ ነበር። ሳይጠራጠረኝም የቀረ አልመሰለኝ ነበር። እኔም ሳላመናታ ፈቃደኝነቴን ገልጨለት ለሁለት ሰዓት ገደማ ቆይተን ውይይታችንን አቁመን ተቀታጥረን ተለያየን። ይህ ሲሆን እነ ተስፋየ ታደሰ፣ መንገገሻ ከበደና ጥሩነሽ ከበደ ቤይሩት መምጣቴን አያውቁም ነበር። ከብርሀነመስቀል ረዳ ጋርም እንደምገናኝ አያውቁም። ሆኖም እርግጠኛ አይደለሁም፣ በወቅት ብዙ ጆሮና ብዙ ዓይን ስለነበራቸው፣ ከሁሉም በላይ የሞሳድን ድጋፍና ሽፋን ያገኙ ስለነበር በሩቅ ሆነው ሊከታተሉኝ ይችላሉ ብየ እጠራጠር ነበር።

በማግሥቱ ከሰዓት በኋላ ከተመሳሳይ ቦታ ላይ ተገናኘን። ብርሀነመስቀል ረዳን ያገኘሁት ልክ እንደመጀመሪያዋ ሰዓት ግንኙነታችን ወቅት እንደነበረው ዓይነት በደስታ ስሜት ነበር። ውይይታችንን የጀመርነው በባዕዳን ኃይላት በሚለው ቃንቃችን ላይ ነበር። በትናንትናው ዕለት ውይይታችን ባነሳኸው ጉዳይ ላይ ለጆሮየ አዲስ ሆኖ ያስደነገጠኝ በሻዕቢያ ሜዳ ያሉት ተራማጅ ኤርትራዊያን ጓዶቻችን እየተደበደቡ መሆናቸውን መርዶ ስላረዳኸኝ ግራ ተጋብቸ የምልው ጠፍቶኝ ስለነበር እንጅ

ስለ ሲ. አይ. ኤ. እና ሌሎቹ የባዕዳን ኃይላትን አስመልክተሀ ስለነገርከኝ አይደለም። እኛ ቀድመን ማወቅ ሲገባን ከአንተ መምጣቱ አስደንግጦኛም ነው ብሎ በስሜት እየተከዘ ሀዘኑን ገለጸልኝ። ይህንን ሲለኝ በጎን እንዳጣራ ተገነዘብኩ። በግልጽነቱና በቅንነቱም አደነኩት። ይበልጥ እንዳከብረውም ረዳኝ። ኃዶቹ የሚላቸው "ታጋዮች" ጠቃሚ የሆኑ መረጃዎችን እንደሚደብቁትም ተረዳሁ። ውይይቱ ግልጽና ኃዳዊ በሆነ መንገድ መካሄድ ቀጠለ። በዚሁ የሁለተኛው ቀን ውይይታችን ወቅት ብርሀነመስቀል ረዳ የአይሮፕላኑን ጠለፋ ለማካሄድ ወደ ባሕር ዳር ከመጓዙ በፊት በአዲስ አበባ ቀይታው የመጨረሻዋ ዕሁድ ዕለት ከርቸሌ ሄዶ ዋለልኝ መኮንንን እንደጎበኘውና ተወያይቶ እንደተሰነባበተው በግልጽ አጫወተኝ። እኔም ባለማፈር ወደ ውጭ ለመውጣት ዝግጅነትህን ዋለልኝ ያውቅ ነበር ወይ ብየ ስጠይቀው በኩራት መንፈስ አዎን እንደምነወጣ በደምብ ያውቃል ብሎ ነገረኝ። የነዋለልኝ ጠለፋም ከሻዕቢያ ጋር ግንኙነት እንደሌለውና ሊኖረውም እንደማይችል በተጨማሪ አረጋገጠልኝ። ይባስ ብሎም ኤርትራዊያን በሕብረ ብሔር ለመደራጀት በሚጋት የሥር ነቀሉ ደጋፊዎች ላይ መልካም አመለካከት የላቸውም ብሎ በግልጽና በአመኔታ እንደዋለልኝ በተመሳሳይ መንገድ እሱም አስረዳኝ። ሆኖም በደፈናው ኤርትራዊያን አለኝ እንጅ ኢሳያስ ብሎ ስሙን አልጠቀሰም። እነዋለልኝን አስመልክቶ ቀጥታ እንዲህ ብሎ ነበር የነገረኝ ብርሀነመስቀል ረዳ፣ "በአድኅሮት ኃይላት ቅንብራዊ ሴራ ዕቅዳቸው ባይጨናገፍ ኖሮ ዓላማቸውና ዕቅዳቸው እኛ ጋር ለመቀላቀል ነበር" አለኝ"። የፖለቲካ ድርጅት ይኑር አይኑር የማውቀው ስለሌለኝ ወይንም ስላላነሳልኝ እኛ ጋር ሲለኝ የወሰድኩት አዲስ የተቋቋመውን የተማሪዎች ማሕበር (የዓለም አቀፍ የኢትዮጵያ ተማሪዎች ማሕበር ፌደሬሽን)፣ ያለበለዚያ ወደ አልጄሪያ ማለቱ ነበር የመሰለኝ። በዚያን ጊዜ ገኖ የሚነገርለት ይኸው የዓለም አቀፍ የኢትዮጵያ ተማሪዎች ማሕበር ፌደሬሽን ነበር። ከትውውቃችን በኋላ ብዙም ሳልቀይ ነበር ነገሩ የገባኝ። "በአድኅሮት ኃይላት ቅንብራዊ ሴራ ዕቅዳቸው ባይጨናገፍ ኖሮ" ብሎ የሰነዘረልኝ አባባል ግራ አላጋባኝም፣ ሆኖም ግራ ያጋባኝ የአድኅሮ ኃይላት የሚላቸውን እነማን ወይንም ከየት በኩል እንደሆኑ ግልጽ ባለማድረጉና እንዳልጠይቀውም እምብዛም ስለማንተዋወቅ ሳልረዳ ተለያየን።

ከብርሀነመስቀል ረዳ ውይይት በመመርኮዝ በደራሲው እምነት ዋለልኝ መኮንንን፣ ማርታ መብራቱና ኃደኞቻቸው፣ እንዲሁም መስፍን ሀብቱ በኢሕአፓ ስብሰባ ላይ መገኘት የባዕዳን ተወካዮቹን አስፈራርቷቸው ስለነበር በቅድሚያ አስፈላጊው ጥንቃቄ እንዲወሰድ በማሳሰብ እርምጃ እንደተወሰደባቸው ነው። በዚያው ዓመት መጀመሪያ መስፍን ሀብቱ፣ በመቀጠል ዋለልኝ፣ ማርታና ሌሎቹ ጠንካራ ኃዶቻቸው በትግላቸውና ጥረታቸው ኢሕአድ'ን ከመሰረቱ በኋላ ለኢሕአፓ ምሥረታ እንዳይደርሱ ለማድረግ ሁሉንም ከሚያዚያ 1964 ዓ. ም. በፊት አስቀድመው በሏቸው ማለት ነው። በድርጅቱ ምሥረታ በባዕዳን ወኪሎች እንደ ፀዕረ ሞት ይፈሩ የነበሩት ጠንካራ ኢትዮጵያዊያን ሳይካፈሉ ቀሩ። ድርጅቱን ለመመስረት እንዲያስችላቸውና የሥር ነቀሉን ደጋፊ ባንድ ጥላ ሥር

አሰባሰበው አፍኖ ለመያዝ እንዲያስችል ብርሀነመስቀል ረዳ ከቀሪዎቹ ጥቂት ጠንካራ ጓዶች ጋር ሆኖ ኢሕአፓ'ን እንዲመሰርት የሚደግፉት እየመሰሉ ድርጅቱን ለመመስረት በቁ። ከእነዚያም ከተረፉት ጥቂት ጓዶች መካከል ሁለቱ ሙሀመድ ማሕፉዝና ቢኒያም አዳነ ሳይውል ሳያድር በኤርትራ በርሃ በጉዞ ላይ እንዳሉ ተገደሉ። እናት ኢትዮጵያ በሀገራችን የሥር ነቀል ለውጥ ለማምጣት የድርጅቱን ፕሮግራምና ዓላማ ጠንክረው ሊታገሉ የሚችሉትን ገና ወደ ተግባራዊ የትጥቅ ትግሉ ከመግባታቸው በፊት ጀምሮ ነበር በስውር እንዲገደሉና በእነሱ ምትክ በሐምሌ ወር 1967 ዓ. ም. ከዚህም ከዚያም የማይሆኑትን አሰባሰበው የማዕከላዊ ኮሚቴነት ያሾሙት። በሕይወት ለተወሰነ ጊዜ እንዲቆዩ ያደረጋቸውንም ጥቂት ሀቀኞች አንድ ባንድ እየተጠቀመባቸው እንዲበሉ ያለዚያም እርስ በርስ ተበላልተው እንዲያልቁ መንገዱ አስቀድመው ቀይሰው አዘጋጁ። እነዋለልኝ ለምን ያለችግር በሰላም በሕጋዊ መንገድ ለመውጣት እንዳልቻሉ ለጠየኩት ጥያቄ ብርሀነመስቀል ረዳ የሰጠኝ መልስ ዋለልኝ መኮንን ወደ ውጭ ሊወጣ ቀርቶ በሀገር ውስጥም በነፃ የመዘዋወር ዕድልም እንዳልነበረው አስረዳኝ። ከደከመለት የትግል ውጤት ከሆነው ስብሰባ መቅረት ስለማይገባውና ከተሰብሳቢዎቹም ጠንካራና ሀቀኛ የነበሩት ታጋዮች የነሱን መገኘት በጉጉትና በናፍቆት ይጠባበቁ ስለነበር ሌላ አማራጭ ባለማግኘታቸው ጠለፋውን እንደ ብቸኛ ዘዴ ወስደው ለመውጣት በመፈለጋቸው ነው አለኝ። ጠለፋውንም አስመልክቶ ደካማዎች ከሻዕቢያ ጋር አገናኝተው እንደሚያወሩት ሳይሆን በተቀራኒው እንደሆነ በደፈናው ቢነግረኝም ሻዕቢያ የእነ ብርሀነመስቀል ረዳን ጠለፋ እንዳስተባበረላቸው ለነዋለልኝና ጓዶቹ ባለማድረጉ እንደሆነ ከውይይታችን መንፈስ እምነት አደረብኝ። እዚህ ላይ እራሱ ካልነገረኝ እኔ እራሴ መጠየቁ አሳፍሮኝ እንጂ ወትሮውንም ቢሆን የእነ ብርሀነመስቀል ረዳ ጠለፋ የተሳካውና ካርቱም ድርሶ ከዚያም አልጄሪያ የደረሱት በሻዕቢያ ተመርቀ በመሸኘቱና በውስጣቸው እነ እያሱ ዓለማየሁ በመኖራቸው ነው እየተባለ የተወራውን ለማመን ተገደድኩ። በዚያን ጊዜ ኢሕአድ ገና ሕቡዕ ስለነበር ብርሀነመስቀል ረዳ ሊነግረኝ ባለመፈለጉ የዓለም አቀፍ የኢትዮጵያ ተማሪዎች ፌደሬሽን ምሥረታ ላይ ለመገኘት ነበር እቅዳቸው አለኝ። ለነገሩ ሁለቱም ማለትም ኢሕአፓ እና የዓለም አቀፍ የኢትዮጵያ ተማሪዎች ማሕበር ፌደሬሽን የተመሰረቱት ባንድ ወቅት በ1964 ዓ. ም. ነበር።

በመጽሀፉ በሌላ አካባቢ እንደተገለጸው ከኤደን ወደ አሲምባ ጉዞ በጀመርንበት ዋዜማ ምሽት የትግል ጓዶቼ ኤፍሬም ደጀኑ/ሰዒድ አባስ እና ውብሸት መኮንን/አቡበከር ሙሀመድ ጋር በተጨዋወትኩበት ጊዜ እነ ሙሀመድ ማሕፉዝና ቢኒያም አዳነ የነዋለልኝን መኮንን እና ማርታ መብራቱና ጓዶቻቸው በስበሰባው መገኘት እንደ ታላቅ አጀንዳቸው አድርገው በጉጉት ይጠባበቁ እንደነበር የሰሙትን አካፈለውኛል። የዋለልኝ መኮንን ጽሁፎች መካከል የትኛው እንደሆነ አላስታወስኩም እንጂ በሙሀመድ ማሀፉዝ ላይ ከፍተኛ ተጽዕኖ ያሳደረበት ጽሁፍ እንደነበረና

ዋለልኝን ከሚያደንቁት አንዱ እንደሆነ ነበር ሰዒድ አባስ ያለበለዚያም አቡበከር ወይንም ሁለቱም ባንድነት የነገሩኝ። በግንኙነታችን ወቅት ብርሀነመስቀል ረዳ የማምንበት ከሆንኩ በተራዘመ ሕዝባዊ የገጠር የትጥቅ ትግል ብሰማራ የበለጠ አስተዋፅዖ ማበርከት እንደምችል ሙሉ በሙሉ በእርግጠኛነት ሊያሳምነኝ ሞከረ። የሕዝባዊ የገጠር የትጥቅ ትግል በተለያየ መንገድ እየተተረጎመ መሆኑን በመረዳቴ ምን ማለቱ እንደሆነ ተረድቼ ለጥያቄው ከልቤ መልስ ለመስጠት እንድችል የሕዝባዊ የትጥቅ ትግልን በምንና እንዴት አድርገው እንደሚተረጉሙት ወይንም እንደሚመለከቱት አበክሬ ጠየኩት። ባጭሩ ወደፊት ሊካሄድ የምንፈልገው የትጥቅ ትግል በቻይናና በቬትናሙ ቬትኮንጎች እንደተመራው የተራዘመ ሕዝባዊ የገጠር ትጥቅ ትግል ነው ብሎ ነገረኝ። አሁንም ትንሽ ግልጽ አድርገህ ብታብራራልኝ ብየ ጠየኩት። በደስታ መንፈስ በምዕራፍ 13 የተገለጸውን አብራርቶ አስረዳኝ። ዋለልኝ መኮንን ገና ሳይሞትና እኔም መቼ እንደምወጣ ገና ባላወኩበት ጊዜ የብርሀነመስቀል ረዳን ስም በመጥቀስ ከወጣህ እንደማንም ብለህ ለማግኘት ሞክር ነበር ያለኝ። ያለኝን ከነቃላቱ ጭምር አስታውሳለሁኝ፣ "ባቃሙና ባመነበት እምነት ድርቅ ቢልም ከንጹህ ልቦናውና ከቀጥተኛ አስተሳሰቡ የመነጨ፣ ድብብቆሽ የማያውቅ አብዮታዊ ነው። እንደ ኦሞ ሳሙና ሙልጭ ሙልጭ እያለ አይንሸራተትም። እስከመጨረሻው ባቃሙና ባመነበት ጸንቶ ይቀማል፣ አይሸጥህም፣ አይለውጥህም ወይንም አይነግድብህም"። በእውነት በትክክል ይህን ነበር ያለኝ፣ አልረሳሁትም። ታዲያ በመጨረሻም ተስፋ ሳልቆርጥ አገኘሁት። ስለዚህ አልኩኝ ለራሴ ያለማመንታት ወዲያውኑ በደስታና በኩራት ተቀብየዋለሁ አልኩት። ፈገግ አለ፣ ልክ ዋለልኝ መኮንንን ለመጨረሻ ጊዜ ስንዓፄ በአውቶቡስ ውስጥ ተቀመጦ ፊት ለፊት በዓይን ስንተያይ የሰጠኝን የመጨረሻዋን ፈገግታ ዓይነት። በተመሳሳይም ብርሀንመስቀል ረዳ የእሽታ መልሴን እንደሰማ እሱም ፈገግታውን ለገሰኝ። ስለማዎ ትሴ ቱንግና ሆ ቺ ሚንህ ያለህ ግንዛቤ እዚህ ከመምጣትህ በኋላ ነው ወይንስ ድሮውንም ነበር ብሎ አምርሮ ጠየቀኝ። እኔም በመገረምም በመሳቅም እንዴ እናንተ ከሀገር ቤት "ሸፍታችሁ" ወደ ውጭ ከወጣችሁ በኋላ "ፋኖ ተሰማራ፣ ፋኖ ተሰማራ፣ እንደ ሆቺ ሚንህ፣ እንደ ቼ ተየሸራ" የሚለው መዝሙር እንኳንስ የቀዳማዊ ኃ/ሥላሴ ዩኒቨርሲቲ ቅጥር ግቢ ቀርቶ በአዲስ አበባ ጎዳናዎችና በሀገሪቷ የሁለተኛ ደረጃ ትምህርት ቤቶች፣ እንዲሁም በሀገር ወዳድና ዲሞክራት የመስመር መኮንኖችና የመንግሥት ሠራተኞች በማስተጋባት የዕለቱ መዘመር ከሆነ ቀየ እኮ አልኩት። መስፍን ሀብቱ ይህችን ሀብት (የፋኖ ተሰማራ መዝሙርን) ጥሎልን ነበር ወደ ውጭ የፈረጠጠው አልኩት።

በማያያዝም የመስፍን ሀብቱን ጽሁፍ ያዘለችውን የኮምባት መጽሔት የኤርትራዊያን ወዶ ገቦች መካከል ባንድ ወቅት ይዘዋት ገብተው ነበር። መጽሔቷን በድብቅ ቤቴ በመውሰድ ከጓዶቼ ጋር ደጋግመን በማንበብ ከእንቅልፋችን ይበልጥ እንድንነቃ ካደረገችን ክኒን አንዷ ይህችው የመስፍን ሀብቱ ጽሁፍ ነበረች አልኩት። ከዚያም ባሻገር የተለያዩ መጻህፍት ወደ ገቦቹ ይዘውልን ስለሚመጡ

በድብቅ ወደ ቤት እየወሰድኩ እያነበብን እንወያይ ነበር አልኩት። ቼርማን ማኦ በነበራቸው የሀገር ፍቅር ስሜትና እነዚያን ድርብርብ ጠላቶቻቸውን በስልትና በጥበብ በመዋጋት የወታደራዊና ፖለቲካዊ የበላይነትን ማምጣታቸው ለእንደእኛ ዓይነቶቹ ሀገሮች ታላቅ ምሣሌ ናቸው አልኩት። እንዲያውም በአንደኛው ቮሊዉም ጽሁፋቸው ላይ (በየትኛ ቮሊዩም መሆኑን ዘነጋሁት) ኢትዮጵያ ያካሄደችውን የአምስት ዓመት ፀረ-ፋሲዝም አርበኝነት በምሳሌነት እንደጠቀሱ ይታወሰኛል አልኩት። የመስፍን ሀብቱ ስም በተነሳበት ወቅት የብርሀነመስቀል ረዳን ፊት ስመለከት እንደገና ግራ ተጋባሁ። ያ ግርማ ሞገስ የተላበሰው ፈገግታው ባንድ ጊዜ ጥቁር ሆኖ ታየኝ። ምን የሚያስቀይም ወይንም ያላግባብ ንግግር አድርጌ ይሆን እያልኩ በልቤ ማሰላሰልና እራሴን ብጠያይቅም ምንም ያነሳሁት መጥፎ ነገር የለም። ቢኖርም ያነሳኋቸው ሁሉ የማምንባቸው ናቸው። ታዲያ ምን ነካው ትልቅ ሰው ነው ያልኩት ሰውየ ብየ እንደገና እንደትናንቱ የመንፈስ ችግር ሊፈጥርብኝ ነው ብየ ከእራሴ ጋር ስወያይ ለካስ የመስፍን ሀብቱን ስም በማንሳቴ ነበር። “አዎን ነበረን ጠንካራ አብዮታዊ፣ ምን ዋጋ አለው ወሰዱብን ገና ከጅምሩ፣ ገና ከዕቅዳችን” ነበር ያለኝ። መስፍን ሀብቱ እንከን የማይወጣለት ጠንካራ ጓዳቸው እንደነበር፣ እራሱን እንዳጠፋ አስመስለው እንደገደሉት፣ እራሱን ሊያጠፋ የማይችል አብዮታዊ” ጓዳቸው እንደነበር አስረዳኝ። በመድገም “መስፍን ሀብቱን የመሰል ጓዳችንን ገና በዳዴነታችን ቀጩብን፣ ነገ ማንን እንደሚወስዱብን አናውቅም” በማለት ትካዜ ውስጥ ገብቶ ተመለከትኩት። ልብ በሉ አንባቢያን! አንጋፋው የሥር ነቀል ታጋዮች መሪ ብርሀነመስቀል ረዳ በጆሮየ እየሰማሁት የነገረኝ ክፍሉ ታደሰና ተስፋየ መኮንን ሊያሳምኑን እንደተሽሞነሞኑት አድርጎ አልነበረም። ወሰዱብን፣ ያለጊዜው ቀጩብን፣ እራሱን እንዳጠፋ አስመስለው ገደሉት እያለ ነበር እንጂ እራሱን ገደለ ወይንም ከሚኖርበት ቤት ሞቶ ተገኘ ብሎ አይደለም የነገረኝ። እንደነክፍሉ ታደሰና ኩባንያዎቹ እንዲህ ነበር ያሉት፣ “ከአልጄርስ ቡድን ጋር የሚያደርገውን የመስፍንን የደብዳቤ ልውውጥ በመጥለፍ፣ መልዕክቱ ይፋ ወጣ። የአልጀሪያ ቡድን ያደርግ የነበረው ምስጢራዊ የፖለቲካና የድርጅት እንቅስቃሴ ተጋለጠ። <u>መስፍን ጉዳዩን የራሱ ጥፋት አድርጎ በመቁጠር ትልቅ ፀፀት ውስጥ ወደቀ። በ1963 ዓ. ም. በርሊን ላይ ከብርሀነመስቀል ጋር ተገናኝቶ ምንም የማጽናኛ ሃሳብ ሳይሰጠው ሲቀርና</u> (ስርዝ የራሴ) … በሚኖርበት ቤት ውስጥ ከዚህ ዓለም ሞቶ ተገኘ (ክፍሉ ታደሰ፣ 1፣ 149)።

በመጨረሻም ብርሀነመስቀል ረዳ በአሁኑ ጊዜ ከእኔ ወይንም ከእኔ ጓዶች ጋር የሚደረግ ነገር ባለመኖሩ ቢቻል አውሮጳ ለመሸጋገር የምትችል ከሆነ ከቅርብ ጓደኛየ ጋር አስተዋውቅህና አብራችሁ ትቀያላችሁ። ያለበለዚያም ያለሀበት ድርጅት ካርቱም ለመመለስ የሚረዱህ ከሆነ እዚያ ከሚኖሩ ጓዶች ጋር ላስተውውቅህ እችላለሁ ብሎ አማከረኝ። እንደውም ካርቱም ያሉትን ጓዶቻችን ከጥቂቶቹ ጋርም እንደተዋወክ ስምቻለሁ፣ ሆኖም ተዋውቀን ጠፋ ብለው እንደጠቀሙት ገለጸልኝ።

ካርቱም እንደገባሁ ያጋጠመኝን ችግር ገለጽኩለት። ከርቱምን ለቅቄ ስወጣ የተዋወኳቸውን ኢትዮጵያዊያን ወንድሞቼን ሳልሰናብታቸውና አድራሻቸውንም ሳልወስድ በድንገት በመውጣቴ እንዳሳዘነኝም ጭምር አስረዳሁት። ግራም እንደሚጋቡ የገባኛል፣ እንዳልገልጽላቸው አድራሻ የለኝም አልኩት። ወደ ካርቱም ሄድክም አልሄድክም በውጭ ሀገር ቆይታችሁ ባለችሁበት ሆናችሁ ግንኙነታችሁን መቀጠሉ መልካም በመሆኑ እዚሁ አካባቢህ ብቆይ ኖሮ አድራሻቸውን እሰጥህና ግንኙነትህን እንድትቀጥል ለማድረግ እንድትችል እፈልግ ነበር። ሰሞኑን ወደ አውሮጳ ስለምመለስ እዚያ ከመጣህ እንደገና እንድንገናኝ አደርጋለሁ። ያለሁበት ድርጅት ማለትም ተሓኤ ማለቴ ነው ወደ ሱዳን የሚመልሰኝ አይመስለኝም ከጸጥታ አኳያ። ነገር ግን አልኩት ከአል ፋታህ ድርጅት ቆይታየ እንደተመለስኩ ከአውሮጳ ከእናንተ የኢትዮጵያ ተማሪዎች ማሕበር ጋር ሄጄ አብሬ እንድታገል የግብዣ ደብዳበ በተሓኤ በኩል ደርሶኛል ብየ ደብዳቤውን ከኪሴ አውጥቼ እንዲያነበው ሰጠሁት። ይህንኑ የግብዣ ደብዳቤው ሲልኩልኝ አነትንም ያማከሩህ መስሎኝ ነበር አልኩት። አንብቦ እንደጨረሰ በፈገግታ እነዚህ የእኛ ተማሪዎች ማሕበር አይደሉም፣ አሮጌው ማሕበር ናቸው። በአስተሳሰብና በአመለካከት ልዩነቶች ምክኒያት ለመግባባት ባለመቻላችን ተለያይተን ከነሱ ነው የእኛ የተማሪዎች ማሕበር የተወለደው ይለኛል። እነሱ ጋር መቀየትህን እደግፋለሁ፣ ምክኒያቱም ሄደህ የሁሉንም ወገን ልዩነቶች ማወቁና መረዳቱ ለአንተ የወደፊት የትግል ጎዳናህ ግልጽ ያደርግልሃልና ጥሪያቸውን ተቀብለህ ብትሄድ መልካም ነው ብሎ ወደ እነሱ እንዲሄድ አደፋፈረኝ።

ጓዶቼ መልካም ወገኖችህ ናቸው፣ የበሰሉና አስተዋይ ልቦና ያላቸው ወንድሞችህና እህቶችህ ናቸውና ትልቅ ዕድል ነው መጋበዝህ ብሎ ይበልጥ አደፋፈረኝ። ምንአልባት በሃሳብና በአመለካከት ሳትስማማ ብትቀር እንኳን በጨዋ መንገድ ተወያይታችሁ በሰላም መለያየት ትችላለህ ብሎ ጥሪያቸውን ተቀብየ እንድሄድ ደጋግሞ አደፋፈረኝ። ወደ ፓሪስ የምትሄድ ከሆነ አድራሻህን ለማወቅ እንድንችል ፓሪስ ደርሰህ እንደተደላደልክ ከአዲሱ የዓለም አቀፍ የኢትዮጵያ ተማሪዎች ማሕበር ፌደሬሽን ተማሪዎች ጋር ትውውቅህን እንድታጠናክር ይለኛል። ግብዛቸውን ተቀብየ ለመሄድ ፍቃደኛ መሆኔን ወዲያውኑ ገለጽኩለት። የጋበዙህ ወገኖችህ መልካምና አስተዋይ ወገኖችህ መሆናቸውን ማወቅ ይኖርብሀል ብሎ በድጋሜ ስለመልካምነታቸው ያረጋግጥልኛል። ነገር ግን በትግሉ ስትራቴጂና አመለካከት ምክኒያት ተለያይተናል፣ አልተግባባንም። ሁለታችንም በሀገራችን የለውጥ አስፈላጊነትን እናምናለን፣ ሆኖም የሚያለያየን ከግብ ሊያደርሰን የሚያስችለው መንገድና ዘዴ እንዴት ነው በሚለው ጥያቄዎች ላይ ነው። ቀደም ብየ ላስረዳህ እንደፈለኩት እኛ ሕብረ ብሔር የሚመራው በተራዘመ የገጠር የትጥቅ ትግልን በዋነኛ የትግል ዘዴነት ነው የምናምነው። እነሱ ይህንን ይጻረራሉ። መቃወም ብቻ ሳይሆን ጭራሽም ስለ ትጥቅ ትግል የሚያነሱትን ሁሉ በአላስፈላጊ የጥላቻ ዓይን ውስጥ ያስገቧቸዋልና መንፈስ ጠንካራ ልትሆን ይገባሀል ድንገት ተመሳሳይ አዝማሚያ ቢያጋጥምህ

በማለት እንደ ማሳሰቢያም ምክርም ለገሰኝ። መስፍን ሀብቱንንም የወሰደብን አንዱ ይኸው የዚሁ በሕዝባዊ የገጠር ትጥቅ ትግል ጠንካራ እቃሙ እንደ ፃዕረ ሞት ያስፈራቸው ኃይል፣ ቡድኖችና ግለሰቦች ናቸው አለኝ። ከነዚህ ውጭ ደግሞ እኛን መስለው፣ የእኛን ቋንቋ የሚናገሩ፣ የእኛን ልብስ የተላበሱ ከእኛ ጎን ሆነው በሥር ነቀል ደጋፊነት ሥም የሚታወቁ ነዋሪነታቸው በውጭ የሚኖሩ እፍኝ የማይሞሉ ሲሆኑ ከባዕዳን ጋር የተቀራኙ በመሆናቸው በጥንቃቄ መያዝ የሚገባቸው ናቸው አለኝ። እንዲያውም እኛን መስለው ስለሚኖሩ አደገኝነታቸው ከባድ ነው አለኝ። ይህን ሲነግረኝ ከዋለልኝ ቋንቋ ጋር ተመሳሳይ ሆነብኝ። እፍኝ የማይሞሉ የሲ. አይ. ኤ. ደጋፊዎችና ቡችሎች በስተቀር ነበር ዋለልኝ መኮነን ያለኝ። ከጋበዙህ ወገኖችህ አካባቢ ችግር ቢያጋጥምህም የምትሄድባቸው ቡድኖች (ጋባዦቼን ማለቱ ነው) ልዩነቶችን በግልጽ በውይይት የመፍታት ኃይልና ችሎታ እንዳላቸው ነው የማምነውና ችግር ሊደርስብህ አይችልም ይለኛል። ሌላ ስውር የሆነ ዓላማና ፍላጎት ከሌላቸው በስተቀር እኒህ የምትሄድባቸው እንደኛዎቹ ጓዶች በውይይት ያምናሉ አለኝ የተሸወደው ብርሀነመስቀል ረዳ። በሀገር ውስጥ እንዳልከው አለኝ ሁሉም ወይንም አብዛኛው ኢትዮጵያዊ ለውጥ ፈላጊ ብቻ ሳይሆን የተራዘመ የገጠር ትጥቅ ትግል በሙሉ ስሜት ነው የተቀበለውና የሚደግፈው። ችግር ቢኖር በውጭ በኩል ለዚያውም ጥቂት በሆኑ ግለሰቦች ብቻ በመሆኑ ትምህርትና ውይይት ዋነኛ መሣሪያዎቻችን ስለሆነ በመወያየትና በመማማር አንድነታችን ይጠናከራል። ብሩህ ዓዕምሮ እስካለን ድረስና ዓምሯችንን የሚዘጋብን ሌላ የግል ጥቅም ካልሸፈነብን በስተቀር ባልተቋረጠ ውይይት ሊከሰቱ የሚችሉ ልዩነቶች ሁሉ ይጠፋሉ አለኝ በቅንነቱና በዲሞክራቲክ ዝንባሌው የተሸወደውና የተታለለው ጓዳችን። ቀደም ሲል እንደጠቀስኩልህ ፓሪስ ከገባህ በኋላ እንድንገናኝ እፈልጋለሁ። ድንገት ሳንገናኝ ብንቀር ግን እንዳልኩህ ፈረንሣይ ገብተህ እንደተደላደልክ የሆኑ ጓዶች ከቅርብ "ጓደኛየ" ከእያሱ ዓለማየሁ ጋር እንዲያስተዋውቁህ ያደርጋሉ ብሎኝ ተቃቅፈን ተሰናብተኝ ሄደ።

ምዕራፍ ስድስት

6.0. የትግል "ጓዶቼ" ጋር አብሬ ለመታገል የቀረበልኝን ጥያቄ ተቀብየ ከእነሱ ጋር ለመኖር ወደ ፓሪስ ተጓዝኩ

6.1. ገና ከጥንቱ በሴራ፣ በቅጥፈት፣ በሸፍጥና በባዕዳን ወኪሎች መተብተቡን "ያልተረዳው" የሥር ነቀል ትግል ደጋፊ ጉዞ

ጋባዡ የተማሪዎች ማሕበር እራሳቸውን የኢትዮጵያ ተማሪዎች ማሕበር በአውሮጳ ብለው ይጠሩ ነበር። የዓለም አቀፍ የኢትዮጵያ ተማሪዎች ማሕበር ፌደሬሽን አባላት ደግሞ አሮጌው የአውሮጳ ተማሪዎች ማሕበር ብሎ ይጠራቸው ነበር። የግብዣው ደብዳቤ የተዘጋጀው በማሕበሩ የደብዳቤ ወረቀት ሲሆን አዘጋጅቶና ፈርሞ የላከው ነዋሪነቱ ፓሪስ ከተማ የነበረው የወቅቱ የማሕበሩ ፀሀፊ ታደሠ ገሠሠ፣ ከዶ/ር ኃይሌ ፊዳና አማረ ተግባሩና ከሌሎች አጋሮቹ ጋር በመሆን ነበር። ዶ/ር ነገደ ጎበዜ በዚያን ጊዜ ነዋሪነቱ ከፓሪስ ውጭ በስተደቡብ ኤክዘን ፕሮቨንስ (Aix-en-Provence) ከሚባል ቦታ ቢሆንም የግብዣው ጥሪ ተካፋይ እንደነበረ ከገባሁ በኋላ ለመረዳት ችያለሁ። ለዚህም ነበር የእነሱ በፈረንሣይ የኢትዮጵያ ተማሪዎች ማሕበር ስብሰባ ላይ የእኔን አዝማሚያ ከተረዳ በኃላ የአፄ ኃይለሥላሴን ሰላይ ከጉያችን አቅፈን እየቀለብን የአፄውን መንግሥት እንቃወማለን በማለት እኔን በማውገዝ ሙከራው እኔን ሳይሆን ስብሰባውን ነበር ያስደነገጠው። የሚያውቁኝ ሁሉም ወደ እኔ ዞር በማለት የእኔን ሁኔታ ለማየት ሲሞክሩ የተለመደችዋን የማልከፍልባትን የተፈጥሮ ፈገግታየን በማሳየት አስተናገድኳቸው (አይዟችሁ አትጨነቁ ምንም አይመስለኝም እንደ ማለት ነርበር የፈገግታየ መስተንግዶ)። ጊዜው ወደፊት በኢትዮጵያ ሊፈጠር የሚችለው ጠንካራና ሕዝባዊ ኃይል ያስፈራራቸው ፀረ-ኢትዮጵያና ፀረ-አንድነት ኃይሎች በተዘረጋው ዓለም አቀፍ ሴራ በመጠቀም ኢትዮጵያዊያን ዲሞክራቶችና ሀገር ወዳድ ግለሰቦች በግልጽም ሆነ በቡድን አንድነት ፈጥረው ለተሰማሩበት ሕዝባዊ ዓላማ ተቀናጅተው እንዳይታገሉ በመቃቃም እንዲበታተኑና በጎሪጥ እየተያዩ ለፀረ-ኢትዮጵያና ፀረ-አንድነት ኃይሎች በቀጥታም ሆነ በተዘዋዋሪ መሣሪያ እንዲሆኑ ዓለም አቀፍ ሴራው መካሄድ የተጀመረበት ወቅት ነበር ፓሪስ የደረስኩት። ቤይሩት እያለን ብርሀነመስቀል ረዳ ካደረገልኝ ንግግር ነገሮችን እንዳሸትና እንዳጤን የረዳኝ በመሆኑ በፓሪስ በኢትዮጵያዊያን መካከል የሚካሄደው ጭቅጭቅና አታካሬ አላስበረገገኝም። እርስ በርስ ለመከፋፈል ከባዕዳን ተረክበው ከግራና ከቀኝ እያነሱ የሚከራከባቸውንና የሚፋተጉባቸውን እነዚያን ክፉና መናጢ ከፋፋይ ሃሳቦችና ነጥቦች እምብዛም ባለመረዳቴ የጭቅጭቀቹና የልዩነቶቹ ምንጭ ጎልተው አይታዩኝም ነበር። በእኔ ግምትና እምነት እፍኝ የማይሞሉት የባዕዳን ወኪሎች ወደፊት በሚቃቃመው የፖለቲካ ድርጅት ላይ እንጂ በተማሪዎች ማሕበራት ውስጥ ገብተው ያተራምሳሉ ብየ ባለማሰቤ በውጭ ሀገር የሚኖሩ ተማሪዎች

እንደሚከፋፈሉና እርስ በርስ በጎሪጥ እንደሚተያዩ በጭራሽ እውቀት አልነበረኝም። ቀዳማዊ ኃይለ ሥላሴ ዩኒቨርሲቲ ተማሪው እንደ አንድ ሰው ሆኖ ነበር የአፄውን ሥርዓት ይታገል የነበረው እንጂ በጎሪጥ እየተያዩ አልነበረም ይታገሉ የነበረው። ባንድነት ታግለው ባንድነት ታስረዋል፣ ባንድነት ተገርፈዋል። ያ ነበር የነበረኝ እምነትና ግንዛቤ። በውጭ ሀገር ያለውን እንድ ሀገር ቤቱ የተማሪዎች ማሕበራት ላንዲት ሀገርና ሕዝብ ባንድነት ተሰልፈው በመታገል ኢትዮጵያን የዲሞክራሲና የእኩልነት ሀገር ለማድረግ የሚታገሉ ናቸው ብየ ነበር ያማምነው። ለነገሩ ለእኔ ሚስጢር በመሆኑ ባለማወቁ እንጂ እፍኝ የማይሞሉት የባዕዳን ወኪሎች በስተጀርባ ሆነው በበላይነት የሚቆጣጠሯቸው ሁለት ኢትዮጵያዊ የፖለቲካ ድርጅቶች የተቋቋሙበት ዘመን ነበርና የኃላ ኃላ የተማሪዎቹ ማሕበራት አለመግባባትና አንድነት አለመፍጠር ምክኒያት ግልጽ እየሆነልኝ መጣ።

ከቀድሞው የአውሮጳ የኢትዮጵያ ተማሪዎች ማሕበር የፈረንሣይ ቅርንጫፍ አባላት ጋር አብሬ እንድኖር ባደረጉልኝ ጥሪ መሠረት ፓሪስ ገብቼ የተቀላቀልኩበት በዚሁ ወቅት ስለነበር በተማሪዎች ደረጃ እንኳን ለሁለት ተከፋፍለው በጎሪጥ እየተያዩ እርስ በእርስ ለመጠፋፋት አልፎም እንደተነገረኝ ከሀገር ቤት በሚላክ የሀገርልግል የእንጀራ ምግብ ላይ ባንድ ወገን መርዝ ለውሰው በማስቀመጥ የሚጠሏቸውንና የሚፈሯቸውን የለውጥ ደጋፊዎች እየጋበዙ ለመጉዳት ተንኮል የሚተሳሰሩበት ዘመን እንደነበር ነው። ከሌሎች እንደሰማሁት ባዕዳንና ሀገር በቀል ወኪሎቻቸው በጀርባ በመሆን የሥር ነቀል ለውጥ ደጋፊዎችን ለማሰባሰብ እና ለመቆጣጠር እንዲያስችላቸው የብርሀነመስቀል ረዳን ስምና ማንነት እንደተጠቀሙበት ሁሉ፣ ሌላው የኬ. ጂ. ቢ. ቡድን ደግሞ ታዋቂውን ምሁር የዶ/ር ኃይሌ ፊዳን ስምና ማንነት በመጠቀም እነሱን በፊት ለፊት እያቀረቡ ለማሰባሰብ እንዲጠቅሟቸው ያሰለፏቸው እንደሆነ ነው። ለቡርገ (Le Bourget) ከሚባለው አሮጌው የፓሪስ ከተማ አይሮፕላን ማረፊያ እንደደረስኩ ዶ/ር ኃይሌ ፊዳ (ከምዕራብ ጀርመን ፓሪስ መጥቶ ስለነበር)፣ አማረ ተግባሩ፣ ምክትል የመቶ አለቃ አለቃ ተስፋየ እና ታደሰ ገሠሠ ተቀብለው አራቱም ይኖሩ ከነበረበት ማሲ ፓላይሶ (Massy-Palaiseau) ከሚገኘው Rue 80 Foyer International d'etudiant ከሚገኘው መኖሪያ (Foyer) (43) ይዘውኝ ሄዱ። ከዚያም በነሱ ኋላፊነት ከዶ/ር ኃይሌ ፊዳ፣ ታደሰ ገሠሠ፣ አማረ ተግባሩና እንድ የበታች ሹማምንት መኮንኖች ኮርስ ተመራቂ (NCO) የነበረና የምድር ጦር ባልደረባና የጄኔራል ድሬስ ዱባለ የቅርብ ዘመድ የሆነ ለኮርስ ተልኮ እዚያ እንዲቀር ያደረጉት ምክትል የመቶ አለቃ ተስፋየ ከሚባል ጋር መኖር ጀመርኩ። ታደሰ ገሠሠ የጄኔራል ድሬስ ዱባለ የቅርብ ዘምድ ስለነበረ ምክትል የመቶ አለቃ ተስፋየም የቅርብ ዘመዱ እንደ ነበር ነው። ዶ/ር ኃይሌ ፊዳ በሐምቡርግ ዩኒቨርሲቲ የማስተማር ዕድል አግኝቶ ወደ ምዕራብ ጀርመን የተሸጋገረ ቢሆንም ሁልጊዜ በየሦስት ሳምንት አልፎ አልፎም በየሳምንቱ መጨረሻ ወደ ፓሪስ መጥቶ ከባለቤቱ፣ ከልጆቹና ከድርጅቱ አባላት (ከእኛ ጋር በሆስቴሉ ማለት ነው) ጋር ከርሞ ይመለስ ነበር። የድርጅቱ

ሥራ የሚያከናውነው በተማሪዎች ማሕበር ስም ሲሆን ለዚህም በጽሕፈት ቤትነት ይገለገሉ የነበረው በምንኖርበት ሆስቴል ዶ/ር ኃይሌ ፊዳ ይኖርባት የነበረችውን ክፍል ነበር። ድርጅት እንዳላቸው ማወቅና ማሽተት የጀመርኩት ገና በአፍላ የፍቅርና የወረት ጊዜያችን ነበር። ዶ/ር ኃይሌ ፊዳ ወደ ሆስቴሉ እየመጣ ለጥቂት ጊዜ ከእኛ ጋር እየሰነበተ ተመልሶ ይሄድ ነበር። ከ'ለቡርገ (Le Bourget) አሮጌው የፓሪስ ከተማ አይሮፕላን ማረፊያ ተጉዘን ሆስቴሉ እንደደረስን ከሆስቴሉ ሥራ አስኪያጅ ጋር አስተዋወቁኝ። ከተያዘልኝም መኝታ ክፍል በሥራ አስኪያጁ አማካይነት ወስደው በማሳየት ቁልፉን ተረከብኩ። የፈረንሣይ መንግሥት ከቀዳማዊ አፄ ኃይለሥላሴ ጋር በነበረው የቀረበና የጠበቀ ግንኙነት ሳቢያ የፖለቲካ ጥገኝነት አመልካቹ ልዩ የሆነ ምክኒያት ካላቀረበ በስተቀር በንጉስ ተፈሪ ዘመን በፈረንሣይ የፖለቲካ ጥገኝነት እንኳንስ ሦስት ወር ባልበለጠ ጊዜ ውስጥ ለማግኘት ይቅርና በዓመት ጊዜም እንኳን ለማግኘት እጅግ ከባድ እንደነበረ ነው ያብዛኛው ዕምነትና እውቀት። የጋባዦቼ ሽክም ሆኘ መቀየት አልፈልግም። ስለሚያበሉኝና ስለሚያስተኙኝ ከዕምነትና ከመርሕ ውጭ ተገዥ መሆን ፍላጎት ቢኖረኝ እንኳን ተፈጥሮየ እንዳደርገው ስለማይፈቅድልኝ እንዳላስቀይማቸው ሃሳብ ከወዲሁ ያዘኝ። ይህ ፍራቻ በተለይም ቀስ በቀስ የአማረ ተግባሩን ብላጣ ብልጥነትና የታደሰ ገሠሠን ቅብጥብጥነት በመገንዘቤ እጅግ አድርጎ አሳሰበኝ፣ ከዚያም ባሻገር በሩቅ የማውቀውንና በኬ. ጂ. ቢ.'ነት የሚታወቀውን የነገደ ጎበዜን ባሕሪ እጅግ አድርጎ አሳሰበኝ። ይባስም ብሎ ከእነሱ ጋር መኖር በጀመርኩ በሁለተኛው ወር ማገባደጃ አካባቢ በፈረንሣይ የኢትዮጵያ ተማሪዎች ማሕበር ስብሰባ ላይ የአፄ ኃይለሥላሴን ሰላይ ከትያችን አቅፈን እየቀለብን በማለት በአሽሙር ወንጅሎኛል።

በሌላ በኩልም ያለመኖሪያ ፈቃድ ከፓሪስ ፖሊስ ትዕይንት ለመራቅ በመሹለኩለክ መኖር አልችልበትም። ጭንቀቱንም አልችልም። በዚያ ላይ የፓሪስ ፖሊስ እንደ ጣሊያን ፖሊስ ሳይሆኑ የጠበቀ ቁጥጥር የሚያካሂዱ ናቸው። ጣሊያን ሀገር ወንጀል ፈጽሞ ወይንም ፈጽማ ካልተያዘ/ች በስተቀር አንድ ጊዜ እንደማንም ተብሎ ጣሊያን ከተገባ ማንም ዞር ብሎ የሚያይ ወይንም የሚፈትሽ አይኖርም ነበር በዚያ በደጉ ዘመን። ታዲያ የፓሪስ ከተማ ቁልፍ ከነታደሰ ገሠሠ፣ ነገደ ጎበዜ እና ከዶ/ር ኃይሌ ፊዳ ጋር መሆኑን አላወኩም ነበር። ፓሪስ በገባሁ በዚያ በወረት ፍቅራችን ሰሞን ታደሰ ገሠሠ ለፖለቲካ ጥገኝነት ማመልከቻ ከሚያስገቡበት ጽ/ቤት ይዞኝ ሄደ። ከመጀመሪያው እስከ መጨረሻው አስተርጓሚየ ታደሰ ገሠሠ ነበር። ምን ይላቸው እንደነበርና እንዲሁም የሚጠይቁትን ጥያቄም በትክክል ይንገረኝ አይንገረኝ እግዚአብሔር ይወቀው ምንም አላውቅም ነበር። ሆኖም ጋበዘው ያመጡኝ በመሆናቸውና ሽኪም ሆኜም እንድኖር ስለማይፈልጉ ማመልከቻየን ውድቅ ለማድረግ ፍልጎት እንደማይኖራቸው በእርግጠኝነት እተማመን ስለነበር በዚያ የወረት ዘመን በሚናገረው እና በሚሰራው ሁሉ አልተጨነኩም ነበር። በዚህ ዕምነቴ መሠረት ሳልጨነቅ የሚጠይቀኝን ወይንም ጠየቁህ ብሎ ለሚተረጉምልኝ ጥያቄ ሁሉ ትክክለኛውን መልስ በመመለስ

ተባበሬዋለሁ። ታደሰ ገሠሠ ከባድ ሰው ነበር። እንደጥቂት ባልንጀሮቹ ሴራ፣ ሸር፣ ተንኮልና በፊውዳል አሉባልታና ውንጀላ ዘዴ የተካነ ሊቅ ነበር። ለነገሩ ከላይ ለመጥቀስ እንደሞከርኩት እሱ ብቻ አልነበረም በዚህ ጥበብ የተካኑት ባልሙያዎች። ሌሎችም ነበሩ። አብዛኛዎቹ በደብተራ የሴራ እና የተንኮል ጥበብ የበሰሉ ነበሩ። ለፖለቲካ ጥገኝነት ማመልከቻ ከሚመለከተው ጽ/ቤት ባመለከትኩ በዚያኑ ሰሞን ከሆነ የፈረንሣይ ትልቅ ሀብታም ወይንም ከፍተኛ የመንግሥት ባለሥልጣን ቤተሰብ ቤት ወደ ምሽቱ ገደማ ይዞኝ ሄደ። ቤቱ በጣም ያማረና የትልልቅ ከበርቴዎቹ መኖሪያ ቤት ዓይነት ከመሆኑም ባሻገር አካባቢውም በታወቀችው በፓሪስ ከተማ የትልልቆቹ ከበርቴዎቹ መኖሪያ ሠፈር በሆነችው በ 'ነይሊ ሲውር ሴይን' (Neuilly sur Seine) ነበር። ወደ ቤቱ ከመግባታችን በፊት ትምህርቱን ያጠናቀቀው በጣሊያንኛና በአማርኛ ቋንቋ በመሆኑ እንግሊዘኛ ቋንቋ እንደማትችል አድርጌ ስለምነግረው ግራ እንዳትጋባ ብሎ በቅድሚያ ይመክረኛል።

አሁንም ግራ አልተጋባሁም። ምክኒያቱም ጋብዘውኝ ስለመጣሁና የምኖረው በነሱ ኋላፊነት በመሆኑ የነሱ ሽክም ሆኜ ከምኖር ቶሎ ብለው ጥገኝነት በማስገኘት ከኋላፊነታቸው ነፃ መውጣት ስለሚፈልጉት ለፖለቲካ ጥገኝነቱ ከልባቸው እንደሚጥሩ በመተማመኔ ነበር። ስለሆነም በሰጠኝ ምክርና ማሳሰቢያ አልተጨነኩም ነበር። ሆኖም ምክኒያቱን ማወቅ ስለፈለኩ ለምን? ብየ ጠየኩት። እንዲያውም የእኔ እንግሊዘኛ ዕውቀት እክሰንቴ (Accent) የገጠሬ ከመሆኑና እንደናንተ የከተሞቹ አክሰንት ባይኖረኝም ቀንጆ እንግሊዘኛ ችሎታ አለኝ። ታዲያ ለምንድን ነው አያውቅም ብለህ የምትነግረው በማለት ጉዳዩ እንዳስጨነቀኝ አስመስየ ጠየኩት። ለማመልከቻህ ፈጣን አዎንታዊ ውሳኔ ለማስገኘት የሚያስችሉትን ምክኒያቶች በደንብ ስለማውቅ ደህና አድርገን ለመነጋገር እንዲያመቸኝ ጣልቃ እንዳትገባብኝ ፈልጌ ነው አለኝ። በዚህ ቀጥተኛ መልሱ ሀቀኛና ዕውነተኛ ሰው መስሎ ነበር የታየኝና፣ አይዞህ፣ ቀጥል በኔ ይሁንብህ ብየ ፈቃዴን አረጋገጥኩለት። የእራት ግብዣውን አጠናቀን በቡናና ሻይ ወቅት ላይ ታደሰና ከበርቴው/ባለሥልጣኑ ውይይት ጀመሩ። ምን እንደሚባባሉ እግዚአብሔር ይወቀው። ብቻ ወንጀል ሰርቶ ጠፍቶ መጣ ብሎ አይንገረው እንጂ። ይህንን ደግሞ በዚያን ወቅት እንደማይል እርግጠኛ ነበርኩ። ገና በአፍላ የወረት ፍቅራችን ጊዜ ነበርንና። እኒያ አዛውንት ከበርቴ ወይንም ባለሥልጣን ምን እንደነበሩ ዓምላክ ይወቀው እንጂ እሳቸውስ በርግጥም ተደማጭነት የነበራቸው ወይንም ወሳኝ ከነበረ ከፍተኛ የመንግሥት ቦታ ላይ የነበሩ ፈረንሣዊ እንደነበሩ አልጠራጠርም። ለዚህም ነው ማመልከቻ ባስገባሁ ሦስት ወር ባልሞላ ጊዜ ውስጥ የፖለቲካ ጥገኝነት የተፈቀደልኝ። ወዲያውኑም የፈረንሣይ የመኖሪያ ፈቃድ ተሰጠኝ። ቀጥሎም ከፖርቱጋል በስተቀር በቀድሞው ምዕራብ አውሮጳ በእሥራ ሁለት ሀገሮች ያለ መግቢያና መውጫ ቪዛ እንደ ልቤ ለመመላለስና ለመኖር የሚያስችል የተባበሩት መንግሥታት የለዜ ፓይሴ ፓስፖርት ተሰጠኝ። ከዚያን ጊዜ ጀምሮ እኒያን መልካም አዛውንት በእኔ ግምትና አመለካከት የ'ሲ. አይ. ኤ.'

አቻ የሆነው የፈረንሣዩ የውጭ ስለላ ድርጅት የነበረው በዚያን ዘመን Service de Documentation Extérieure et de Contre-Espionnage (SDECE) በመባል ይታወቅ የነበረውና ወደ በኋላ ስሙ (Direction Ge'ne'rale de Se'curite' Exterieure, DGSE) ተብሎ የተቀየረው የፈረንሣይ የውጭ የስለላ ድርጅት ባለሥልጣን እንደሆኑ አድርጌ ነበር ስጠራጠራቸው የኖርኩት። ይህ ጥርጣሬየ ዕውነት ከሆነ ታደሰ ገሠሠና ነገደ ጎበዜ ምን ሊሆኑ ይችላሉ የሚለውም ጥያቄ እስከ 1970 ዓ. ም. ድረስ በዓዕምሮየ ሲሽከረከር ቀይቶ በመጨረሻ ነገደ ጎበዜ በኩባና በየመን የኬ. ጂ. ቢ. ሳተላይት ድርጅቶች ታጅቦ የየመን ባለሥልጣን አስመስለው በነሱ ልዩ አይሮፕላን ሀገር ቤት አስገብተው መልሰው ደብቀው ወደ ውጭ ማውጣታቸውን እንደሰማሁ ቢያንስ ነገደ ጎበዜን አስመልክቶ እንቆቅልሹ ተፈታልኝ።

በፓሪስ ከተማ ከጋባዥ ወገኖቼ ጋር መኖር እንደ ጀመርኩ መንፈሴን የሚረብሹና ዓዕምሮየን ሰላም የሚነሱ የተለያዩ አስቸጋሪና አስጨናቂ ትዳዮችን እያነሱ ያወያዩኝ ጀመር። ከጋባዦቼ ጋር መኖር እንደጀመርኩ፣ 1. ፓሪስ በገባሁ በወርና በሁለተኛው ወር ገደማ የተማሪዎች ማሕበር ንብረት የነበረውን የሙዚቃ መሣሪያዎችና ሌላም ንብረት ከሆስቴላችን ገቢ ገብተው ሰረቁን ብለው ሌላውን የተማሪዎች ማሕበር ሲወነጅሉ እንደሰማሁ ክፉኛ ስሜቴ ተጎድቶ ነበር። በሆስቴሉ የተማሪዎች ማሕበር (የእነሱ) ጽ/ቤት እንዳላቸው ከላይ አካባቢ ተገልጿል። ሆስቴሉ አጥር ግቢ መግባቱ ምንም ባያስቸግርም ነገር ግን ጽ/ቤቱን ከፍቶ ወይንም ሰብሮ ሊወስድ የሚሞክር ማንም ሊኖር እንደማይችል ከሁኔታው ለመረዳት በመቻሌ ሆን ብለው ሌላውን ለመወንጀል እራሳቸው ያደረጉት የከይሲ ተግባርና ዘዴ ነው ብየ እንዳምን አጠቃላይ ሁኔታው አስገድዶኛል። በዚህ አጋጣሚም ሌላው የተማሪዎች ማሕበር ሲሉ ሌላ የተማሪዎች ማሕበር እንዳለ ለመረዳትና ብሎም እርስ በርስ የተከፋፈሉ መሆናቸውን ለመረዳት ወይንም ለመጠራጠር መንገድ ከፈተልኝ። 2. ከተማው ውስጥ ከሀገር ቤት የተላኩ የአፄ ኃይለሥላሴ ሰላዮች በብዛት እንደገቡ መረጃ ስለደረሰን ለደህንነትህና ለጸጥታህና ለእኛም ደህንነት ሲባል ከእኛ ሰዎች ጋር ካልሆነ በስተቀር ከምንኖርበት መኖሪያ ውጪ ወደ ሌላ ቦታ ብቻህን እንዳትዘዋወር፣ 3. ገና ከመምጣትህ በአመለካከት ልዩነት ምክኒያት ጭንቅላትህን እንዳትረብሽ እኛ ከምንሰጥህ ጽሁፍ ውጭ ሌላ የተማሪዎች በተለይም ከአሜሪካና ከአልጀሪያ የሚመጡትን ከማንበብ ተቀጠብ፣ ትግል ይቅርብኝ ወደ ሀገሬ ልመለስ እስከሚያሰኙህ ድረስ ውዥንብር ውስጥ ሊያስገቡህ ስለሚችሉ ወገናዊ ምክራችንን ተቀብለህ ተግባራዊ እንድታደርግ። 4. አንተ "አስተዋይና በሳል" ሰው በመሆንህ ከአሜሪካና ከአልጄሪያ አካባቢ የሚመጡ ማናቸውም ጽሁፎች ሁሉ የጨቅላ አመለካከትን የያዙ ስለሆኑ ውዥንብር ውስጥ ሊያስገቡህ የሚችሉ ጽሁፎች በመሆናቸው እንዳትረበሽ ከማንበብ ተቀጠብ። ሁኔታዎች ግልጽ ሆነው እስከሚታዩህ ድረስና እራስክን ችለህ ነጅ እስከምትወጣና ከትግል ጓዶችህ ጋር በቅርብ ጊዜ እስከምናገናኝህ ድረስ ችግር

ውስጥ እንዳትገባ እኛ እንድትገናኝ ከምንመክርህ ግለሰቦች ውጭ ሌላ ጋር አትገናኝ … ወዘተ፣ 5. ሀገርርህን ጥለህ የተሰደድከው ለኢትዮጵያ ሕዝብና ለሀገራችን የሚበጅ ለውጥ ለማምጣት ተደራጅተው ለመታገል ከተዘጋጁ አነተን ከሚመስሉ ወንድሞችህና እህቶችህ ጋር በቅርብ ጊዜ እናገናኝሃለን። ነገር ግን ለጸጥታህና ለእኛም ደህንነት ሲባል እኛ እንድትገናኝ ከምንመክርህ ግለሰቦች በስተቀር ከሌላ ጋር እንዳትተዋወቅ ወይም ግንኙነት እንዳይኖርህ፣ 6. ጣይቱ ካሳ ከምትባለዋ ዕብድና ከነ ገነት ግርማ፣ ከምሐረት (ቦምቦሊኖ)፣ ከሻሹ፣ ውብአየሁና አስቴር በላይ፣ ከእብዱ ከበደ ሀብቴ፣ ዓምሃ እምሩ፣ ዳንኤልና ከመሳሰሉት ጋር አትገናኝ፣ ችግር ውስጥ ያስገቡሀል። ጣይቱ ካሳ በተደጋጋሚ ምክር ቢሰጣትም ልትሰማ ባለመቻሏ እኛ ጋር ስብሰባ እንዳትሳተፍ ተደርጋለች። ጭራሽኑም ካገር ቤት ጀምሮ የሚያፈቅራትንና ተያይዘው አብረው የመጡትን ፍቅረኛዋን ፈንግላ ከእኛ ጋር ያላትን ግንኙነት ሁሉ አቋርጣ ካልበሰሉትና በስሜት በሚነዱ ቡድኖች ጋር የተዋሄደች፣ ስሜት የሚያጠቃት ጀብደኛ በመሆኗ እሷን በተለይ ተጠንቀቃት። 7. ሌሎቹ ደግሞ በወንድ ጓደኞቻቸው በፍቅር ምክኒያት ዕውነቱንና ሀሰቱን መለየት ያቃታቸው የዋሆች ናቸውና በማወናበድ ወጥመድ ውስጥ እንዳያስገቡህ ተጠንቀቃቸው ይሉኝ ነበር። እገሌና እገሌ ሰላይ ነው/ናትና ተጠንቀቅ። በተለይ ዳንኤል የሚባል ቀድሞ ብሥራተ ወንጌል ይሰራ የነበር ጨዋና ደግ ከሆነ ወገኔ ጋር መገናኘት እንደኃጥአት ነበር የሚቀጠረው፣ የአፄ ኃ/ሥላሴ ሰላይ ስለሆነ አታቅርበው፣ የመሳሰሉት አጥብቀው በየቀኑ “አባታዊ” ምክርና ማስጠንቀቂያ ይሰጡኝ ጀመር። መስጠትም ብቻ ሳይሆን ቁጥጥርም ጀመሩ። ከፉኛ ስሜቴን ረበሸው።

ለዚህም አመቻችነት ታደሰ ገሠሠ ከነሱ መደብ መካከል እንደ አገናኝ መኮነን መሆኑ ነው ሽጋ የሆነች የሶርቦን ተማሪ የሴት ጓደኛ መደቡልኝ። ዓላማቸውና ፍላጎታቸው ይገባኝ ነበር። እኔ ግን አጋጣሚውን በመጠቀም በታናሽ እህቴ ላይ ልጫወትና ልቀልድ ፍላጎት ብቻ ሳይሆን ሃሳቡም አይኖረኝም። እንዲያውም እንዲህ ዓይነቱን እርካሽ ባህልና ድርጊቶች አጥብቄ እቃወማለሁ። የተመደበችልኝ የዋሁዋ “አገናኝ መኮነን” ግን ከስሜታዊነቷ የተነሳ የሚተረትላት የሀሰት ፕሮፓጋንዳ ሁሉ እውነት እየመሰላትና የቤተሰቧን መደብና ጥቅም ለማስከበር የምትታገል እየመሰላት ከልቧ ታምናቸው ስለነበር የሚሏትን ሁሉ ለመፈጸም ቀርጣ የተዘጋጀች ታማኝ ታዳጊ ሎሌ ነበረች። እንደ ጣይቱ ካሳ እሷም የትልቅ ፊውዳልና የከፍተኛ የመንግሥት ባለሥላጣን ልጅ ነበረች። ወጣቷን ታናሽ እህቴን ምን ብለው እንደመከሯት ወይንም እንደነገሯት አላውቅም። እሷ ግን ያንን የምታከብረውን እሽት ገላዋን ለማታፈቅረውና ማንነቱን ለማይታወቀው ባይተዋር እንግዳ ለሆንኩት በማይገባትና በማታውቀው ርካሽ ፖለቲካቸው መስዋዕት በማድረግ እኔን ለመቀጣጠር በቀራጥነት ተሰልፋ የነበረች ጠንካራ ታጋይ ነበረች። ይህ ትዝ የሚለኝ የኤርትራ ሽምጥ ተዋጊዎች የሐማሴንና የቢለኖችን ቀንጆዎች እያሰለጡኑ ስንቱን ጀግና የጦርና ፖሊስ መኮንኖችን እንዳንበረከኩ ነበር። እንታደሰ ገሠሠም

ባይተዋሩ እንግዳቸውን በሴት ቁንጅና ተንበርክኮ በቁጥጥር ሥር የሚውልላቸው መሰላቸውና የዋህዋን ውብ ልጅ ለተመሳሳይ እርኩስና እርካሽ ተግባር አሰማሯት። ይህ ድርጊታቸውም ነበር ይበልጥ እንድጠላቸው እና እንድርቃቸውም መንፈሴን የገፋፋው። ለጠንካራ ታማኝነቷ ዋናው ምክኒያት ይሆናል ብየ የምገምተው የሚያንቀሳቅሱት ስውር ድርጅት የዘመዶቿን መደብና ጥቅም ለማስጠበቅና የንጉሱን የግዛት ዘመን ለማቀየት የሚታገል ድርጅት እንደሆነ አድርገው ስለአሳመኗት ይሆናል ብየ ነው። በራሴ የምኮራው እንዲሁም የመንፈስና የሕሊና ደስታ የሚሰጠኝ በምስኪኗ "አገናኝ መኮንን" ወጣት ቀንጆ ላይ አጋጣሚውን በመጠቀም አሻንጉሊት ለማድረግ አለመሞከሬ ነው። ዶ/ር ኃይሌ ፊዳ ይህንን ሁሉ የኃዶቹን ርካሽና አስቀያሚ ድርጊት ሁሉ የሚያውቅ አይመስለኝም። ይህ የተማሪዎች ማሕበር በዚያን ዘመን ለንጉሡ እንደ አማባሳደር በመሆን ሽንጡን ገትሮ ይንቀሳቀስ ነበር። ለዚህም ባለሟልነቱ በየዓመቱ ከንጉሡ ነገስቱ የገንዘብና የቀሳቁስ ዕርዳታ/ድጎማ የደረግላቸው እንደነበር ጭምር ከነሱ ጋር መኖር ከጀመርኩ በኋላ ለማወቅ ቻልኩ። የንጉሱ ሁኔታና ሀገሪቷ አቅጣጫ እጅግ አድርጎ ስላሳሰባቸውና በተለይም የአሜሪካ መንግሥት አምባሳደሯን ከአዲስ አበባ አንስታ ኤምባሲው በቻርጅ ዶ አፌር ብቻ መመራት ከጀመረ በኃላና የኤምባሲው ሠራተኞች ቁጥር በጣም ዝቅ ካለበት ጊዜ አንስቶ ሥጋት ላይ እንደወደቁና ሩጫ እንደተያያዙ የኃላ ኃላ ከበደ ሀብቴና ዓምሃ እምሩ አጫውተውኛል። ከዚሁ ጋር ተያይዞ ንጉሱ ዕድሜአቸው እየገፋ መሄዱና ምንአልባት ንጉሡ ቢሞቱ ወይንም የዘውዱን ሥራዓት የሚያወድቅ አዝማሚያ ቢመጣ ብለው በቅድሚያ አስበውበትና ተጨንቀውበት ያለውን ሥርዓት ለማራዘም ካልሆነም ስሙንና መልኩን በመቀየር ዕድሜውን ለማራዘም እንዲያስችላቸው ድርጅት በምስጢር እንዳቋቋሙ በተዘዋዋሪ መንገድ ይነገረኝ ነበር። ከእነሱ ከወጣሁ በኃላ ድርጅት ማቋቋማቸውን በግልጽ ከከበደ ሀብቴና ዓምሃ እምሩ ለመረዳት ቻልኩ። ዘውዱ እንዳይወድቅ ይታገላሉ፣ ሆኖም ማዕበሉ ከአየለና ከቁጥጥራቸው ውጭ ከሆነ በድብቅ አለ የሚባለውን ድርጅት በመጠቀም አዲስ ሰዎች ሆነው ብቅ ለማለት እንደተዘጋጁ ነበር የሚውራው። ያሳዝነኝ የነበረው የንጉሱ አፈቀላጤ ሆነው፣ የዘውዱ አምባሳደር ሆነው፣ ለዘውዱ ዕድሜ እየታገሉ መልሰው የሚጠሉትን እና የሚቃወማቸውን ሁሉ የንጉሱ ሰላይ ነው/ናት እያሉ ሲወንጅሉ አለማፈራቸው ነበር። የሚካሄድብኝን ቁጥጥርና አባታዊ ተጽዕኖ በጣጥሼ እንዲሁም ሽጋዋን ወጣት ተደብቄ ቀስ በቀስ ከሌሎቹ ኢትዮጵያዊያን ጋር ከተገናኘሁ በኋላ የመስፍን ሀብቱ ጽሁፍ ያለባትን የኮምባት መጽሔት አግኝቼ ከመኝታ ቤቴ ሆኜ በድብቅ በድጋሜ ሳነብ ታደሰ ገሠሠና አማረ ተግባሩ ባጋጣሚ አግኝተውኝ ኃይለኛ ቃላትን በመጠቀም ከእጄ ነጥቀው ወሰዱብኝ። መጽሔቷን እንደ ሕጻን ልጅ ቀጥረው ከእጄ በኃይል ነጥቀው መውሰዳቸው አስነዋሪ ድርጊታቸው ስላስቀጣኝና ስለአሳዘነኝ እንጅ ለመጽሄቷ እንግዳ አለመሆኔን በመጽሀፉ በሌላ አካባቢ ተገልጿል።

ፓሪስ ከተማ ገብቼ መኖር እንደጀመርኩኝና ወደፊት ቋሚ አድራሻ እስከማገኝ ድረስ በምኖርበት ቦታ ሊጽፉልኝ እንደሚችሉ በመግለጽ በመጀመሪያ ለወዳጄ ዶ/ር ብርሃኔ ኪዳኔ ፓሪስ ደህና መግባቴንና ጊዜያዊ አድራሻየን በመግለጽ፣ እንዲሁም ለሻምበል ሚካአል ገ/ንጉስ፣ ለሻምበል ብርሃኑ ባየህ፣ መቶ አለቃ አምሃ አበበ፣ መቶ አለቃ ወገኔ ገነነ፣ መቶ አለቃ ታምራት ወ/ማርያምና መቶ አለቃ ነጋሽ ዘርጋው እንዲሁም ወሎ ለሚኖረው ላክስቴ ልጅ ለአቶ ታመነ ፋሪስ ደብዳቤ ላኩኝ። ከዶ/ር ብርሃኔ ኪዳኔ፣ ከሻምበል ሚካአል ገ/ንጉስ፣ ከመቶ አለቃ ዓምሃ አበበ፣ መቶ አለቃ ወገኔ ገነነ፣ ከመቶ አለቃ ታምራት ወ/ማርያምና ከመቶ አለቃ ነጋሽ ዘርጋውና ከአክስቴ ልጅ ከመምህር ታመነ ፋሪስ የተጻፈልኝ ደብዳቤ ከፍተሻ በኃላ በየተራ ደረሰኝ። ታደስ ገሠሠ እና አማረ ተግባሩ ሁሉንም ደብዳቤዎቼን ከፍተው አንብበውና ሴንሰር (censor) አድረገው የእኛ መስሎን በስሕተት ከፈትነው ይቅርታ በማለት ሰጡኝ። ደግነቱ ወደ ፊት ቋሚ አድራሻ እስከማገኝ ድረስ ከሰላምታና ከወዳጅነት ልውውጥ በስተቀር ሌላ ምንም እንዳይጽፉ ስላሳሰብኳቸው በደብዳቤው ውስጥ ከሠላማታ በስተቀር የሚያጋጋ ወይንም ዓይናቸውን የሚስብ ምንም ነጥብ አላገኙበትም። እንደያውም ደስ አለኝ ከፍተው ማየታቸው። አንብበውም በትህትናና ከይቅርታ ጋር የመለሱልኝ የደብዳቤ ልውውጡን ለመቀጠል እንዲያስችለኝና ወደፊት የሆነ ቁም ነገር እናገኛለን ብለው አስበው እንደሆነ ነው ያጤንኩት። ሻምበል ብርሃኑ ባየህ ወደ ቀዳማዊ ኃይለሥላሴ ጦር አካዳሚ ሲዛወር ወደፊት እንዴት እንደምንገናኝ ጠይቄው በወንድሙ በፍሰሀ ባየህ አድራሻ ያለበለዚያም በኤርትራዊቷ ባለቤቱ በሲስተር (ስማቸውን ዘነጋሁት) በኩል ብጽፍልኝ ይደርሰኛል ብሎ የሁለቱንም አድራሻ ሰጥቶኝ ስለነበረ ፓሪስ እንደገባሁ በሁለቱም አድራሻ በኩል ልኬለት ነበር። ሻምበል ብርሃኑ ባየህ ከሽምጥ ተዋጊዎቹ ጋር ተቀላቅሌ እንደምወጣ ጥርጣሬ ስላልነበረውና በመጨረሻ ጊዜ ስንለያይ 'ከፖሊስ ሠራዊት የምትተማመንባቸውን ጓዶችህን አጋጣሚውን ባገኝህ ቁጥር በሚቻልህ መንገድ ለመወያየት ሞክር' ብሎ በመምከር ግንኙነታችንን በማጠናከር እየተገናኘን መረጃ ለመለዋወጥ እንዲያስችለን ሁለቱንም አድራሻውን ሰጥቶኝ ተለያይተናል። በዓመቱ ገደማ የደርግ አባል ይሆናል ብየም አላሰብኩም። የእኔ ስም ከወንበዴ ጋር ስለተቀራኘ ከብዕር ስም በስተቀር በደብዳቤዎቹ ላይ በውስጥም ሆነ በውጭ ስሜ የለበትም። ለሁሉም የሚያግባባንና የሚያስተዋውቀን ድርጊቶችን በመጥቀስ ነበር በደፈናው የተጻፈው። ታዲያ ሰባቱ የመልስ ደብዳቤ ሲልኩልኝ ከሻምበል ብርሃኑ ባየህ ለጻፍኩት ደብዳቤ መልስ አላገኘሁም። በሌላ በኩል ደግሞ ቀደው አንብበው አስቀርተውታል ብየ እንዳልጠራጠር የካቲት 1966 የሚባለው ያ ታላቁ ወር ገና ሽታውም አይታወቅም ነበርና ብርሃኑ ባየህ የሚባል የሰው ስም ሰምተው ላያውቁ ይችላሉ። ለደብዳቤየ መልስ ባይልኩልኝ ነው እንጂ ቢልኩልኝ ኖሮ እንደልማዳቸው ከፍተው ካነበቡ በኋላ ይቅርታ ጠይቀው ይመልሱልኝ እንደነበረ ነው ያመንኩት።

አብዛኛዎቹ የመሳፍንቱና ከንጉሡ ጋር የቀረብ ግንኙነት የነበራቸው ሀገሪቷ ከፍተኛ ባለሥልጣናት ልጆች መሆናቸው ምንም አይመስለኝም፣ ምክኒያቱም ከነሱም መካከል ለሀገርና ለሕዝብ የሚቆሙና በወቅቱም ቀመው ያገኘኃቸው አያሌ ስለነበሩ። ጣይቱ ካሳ የዚህ አባባሌ ትክክለኛ ማረጋጋጫ ትሆናለች። የቤተሰቧን መደብ ከድታ ከሕዝቡ ጋር ተሰልፋ የነበረችውና በነታደሰ ገሥሠ ቃንቃ "እብዷ" በነ ንጉሴ ተበጀ፣ ከበደ ሀብቴና አምሃ እምሩና በሌሎቹ ደግም ያለዕድሜዋ አስተዋይ ተብላ የምትታወቀው ወጣቷ ጣይቱ ካሳ ትልቅ ማስረጃ ይሆናል። የዘመዶቿን መደብ ከድታ ከሕዝቡ ጋር በመሰለፍ ለሥር ነቀል ለውጥ የቆመች ጀግና ወጣት ነበረች። ማንም አልገፋፋትም፣ እንደሌሎቹም በወንድ ፍቅር ተጎትታ አልተለወጠችም። እንዲያውም የመጀመሪያ የወንድ ጓደኛዋና አብሮ አደጋ ያረጀ ያፈጀ አመለካከትክን ካለወጥክና ከሰፊው ሕዝብ ጎን ካልተሰለፍክ ብላ ነው ፓሪስ ከተማ ፈንግላው የወጣችው። ጥላቸው የወጣችው የመደብ ወገኖቿ የነበሩት "ታጋዮች" በዚያን ወቅት የነበራቸው አቋምና ይከራከሩ የነበሩበት አቅጣጫ ለእንዳልካቸው መኮንን ጊዜ እንስጥ እያሉ መጮሀ ነበር። በ1966 የካቲት አብዮት ወቅት የተፈጠረውን የሥልጣን ባዶነት መሙላት የሚቻለው በውጭ ሀገሩ መኢሶን እምነትና ፍላጎት በእነ እንዳልካቸውና ሚካኤል እምሩ ወይንም በዘመናዊ መኳንንቱና በቢሮ ከበርቴዎች ነው። በእነዚህ ሥር ሆነን ለይበልጥ ዲሞክራሲ እንታገል ነበር የሚሉት። ይህን ዓይነት ቅስቀሳና ሉኡታ ያካሂዱ የነበሩትን አድርባይ ምሁራን በመፃረር የኢሕአፓ የዓለም አቀፍ የኢትዮጵያ ተማሪዎች ማሕበር ፌደሬሽ የነበረውን የኢሕአፓ የአባላት መመልመያ መድረክና የተለያዩ ተግባራትን ይጠቀምበት የነበረው የተማሪዎች ድርጅት ሕዝቡ እራሱን ሊያስተዳድር ይችላል፣ ዲሞክራሲ መብቱ ነው፣ ሞግዚት አያሻውም በማለት የጊዜያዊ ሕዝባዊ መንግሥትን መፈክር በማንሳት ለሕዝቡ ንቃትና ቀራጥ ትግል ከፍተኛ አስተዋጽኦ ያደርጉ ነበር። ግብዣውን ተቀብየ ፓሪስ ከጋባዥዎቼ ጋር በኖርኩበት ዘመን የድርጅቱን (የፖለቲካ ድርጅታቸውንም ሆነ የተማሪ ማሕበራቸውን) የየዕለት እንቅስቃሴ ይመሩና ያካሂዱ የነበሩት ምን ዓይነት ሰዎች ነበሩ የሚለውን መመለሱ የግድ ይሆናል። በጨካኝነትና ከደርግ ጋር በማበር ንጹሀንን በመጨፍጨፍና በማስጨፍጨፍ ታዋቂነትን ያተረፈው ብሎም "በኬ. ጂ. ቢ "ነት ይታወቅ ስለነበረውና በመኢሶን የኮድ ስሙ ነጋልኝ ተብሎ የሚታወቀው ምሁር ዶ/ር ነገደ ጎበዜ አንዱ ነበር። እሩቅ ሳንሄድ ለአብነት እስቲ የአማረ ተግባሩን ማንነት ባጭሩ እንመልከት። አማረ ተግባሩ በቀዳማዊ ኃይለሥላሴ ዩኒቨርሲቲ የተማሪዎች ረብሻ ጊዜ ታስሮ ጥሩ የሆነ ምላስ ስለነበረው ብቻ ሳይሆን በሀገሪቷ ከፍተኛ ባለሥልጣን በነበሩ ዘመዱ አማካኝነት ከፀጥታ ሰዎች ጋር በመተባበሩ የቁርጥማት ሕመም አለበት ተብሎ በአጭር ጊዜ ውስጥ ተፈታ። ከእሥር ቤት እንደወጣ ብዙም ሳይቀይ ወደ ፓሪስ ተላከ። የኋላ ኋላም በደርግ ዘመን የመኤሶን ከፍተኛ ካድሬ ሆኖ ሲሰራ ቀይቶ መኢሶን ጎቡዕ እንደገባና መሪዎቹም ከሀገር ለመውጣት በሚፍጨረጨሩበት ወቅት የድርጅታቸው አባል መሆኑ ብቻ ሳይሆን

ከፍተኛ ካድሬያቸው የነበረው አማረ ተግባሩ ስለፈጸመው የክህደት ወንጀል ሻምበል ተስፋየ ርስቴ እንዲህ ይላል፣ “ሁለተኛው ቡድን ደግሞ ... ወደ ግንደ በረት በመታጠፍ ከአራት ሰዓት በላይ በእግር ጉዞ ከሚደረስበት ቦታ ሮጌ ላይ መሽጎ ነበር።

በዚህ ግንባር ላይ ዶ/ር ተፈራ ገብረጻድቅ፣ ባለቤታቸው ወ/ሮ ደምቢ ዲሳሳ፣ ኃይሉ ገርባባ እና ሌሎች 8 ታዋቂ የመኢሶን መሪዎች ነበሩ። ሆኖም የመኢሶን ከፍተኛ ካድሬ የነበሩት አማረ ተግባሩ ከደርግ ጋር ተደራድረው ወንድማቸውን ሲራክ ተግባሩን ይቅርታ በማስጠት ሌሎቹን የመኢሶን አባላት አሳልፈው ሰጧቸው። የደርግ ልዩ ጦርም በመኢሶን የበታች ካድሬዎች እየተመራ ከቦታው ደርሶ መሪዎቹን ጨምሮ አሥራ አራቱንም ሰዎች ከዚያው ሮጌ ረሸኗቸዋል” (ሻምበል ተስፋየ ርስቴ፣ 118)። እራሱ መልምሎ ያስታጠቀው ታናሽ ወንድሙ በጥቅምና በዝምድና እንጂ በዓላማና በመርሕ አንድነት ተመልምለው ወደ አቢዮቱ የገቡ ባለመሆናቸው ታናሽ ወንድሙ ተይዞ ገና ምንም ሳያደርጉት አማረ ተግባሩ የተደበቀበትን የምስጢር ቦታ በመምራት ጠቁሞ ያሲዘዋል። እንደቀድሞ በአፄው ዘመን ታስሮ ከመርማሪዎች ጋር በመተባበር በጥቂት ጊዜ ተፈቶ ብዙም ሳይቀይ ወደ ፓሪስ እንደተሸኘው በደርግ ዘመንም የእነዚያ “የጓዶቹ” የመኢሶን መሪዎች ሕይወት ሁሉ ከእሱና ከታናሽ ወንድሙ ሕይወት እንደ ማይበልጡበት በመረዳት ከደርግ መርማሪዎቹ ጋር በመተባበር ሁሉንም የመኢሶን መሪዎች የጉዞ እቅዳቸውንና የተደበቁበትን የምስጢር ቦታ ሁሉ አሳልፎ በመስጠት እንዲረሸኑ አስደረገ። ተስፋየ መኮንን በኩሉ “... ሲራክ ተግባሩ ... የ፶ አለቃ ለገሰ አስፋውን በምስጢር ያገኘውና ውል በመግባት የቡድኑን አባላት ያሉበትን ቦታ ለወታደር መርቶ ሊያሳይ። በለውጡ ወንድሙ ሳይገደል ይዘው ለማምጣትና እሱም አንዱ የከተማ ምስጢራዊ ተገናኝ በመሆኑ ምንም እንደማይደርስበት ይስማማሉ። ወጣቱ በዚህ ስምምነት መሠረት የደርጉ የምርመራ ሀላፊ ሻለቃ ብርሃኑ ከበደ የሚመራውን ጦር ተከትሎ ቡድኑን ለመጠቆም አብሮ ይሄዳል። እዚያም እንደደረሱ ወንድማማቾቹ ቀድመው ተገናኙ። ለወንድሙም እቅዱን ይነግረውና ነጥሎ ይወስደዋል። የእሱን ሕየውት ካተረፈ በኃላ ሌሎቹን ለመጨፍጨፍ ወታደሩ መመሪያ ይሰጠዋል” (ተስፋየ መኮንን፣ 255-256)። አቶ አማረ ተግባሩም ሽባ ሆኛለሁና ለሕክምና ልውጣ ብሎ በማስመሰል ከሀገር ወጥቶ በስዊደን ሀገር ይኖር እንደነበረ ነው የሚታወቀው። ታናሽ ወንድሙ “አቶ ሲራክ ተግባሩ የተባለው በኃላ ለሰደድ ካድሬ በመሆን የታወቀ የ፶ አለቃ ለገሰ ቀኝ እጅ ሆኖ እንደነበር በአዲስ አበባ ውስጥ ይታወቃል። በኃላ ወደ አሜሪካን ሀገር መሄዱ ይሰማል” (ተስፋየ መኮንን፣ ይድረስ ለባለታሪኩ፣ 257)። እነዚህ ዓይነቶቹ ነበሩ እኔን አንድጊዜ የአፄ ኃይለ ሥላሴ ሰላይ ነው፣ ሌላ ጊዜ ደግሞ የደርግ ሰላይ ነው፣ ባጋጣሚ ወያኔ ሲገቡ ባይኖር ነው እንጂ በሕይወት እንደተረፉት እንደ ደጋና መልካሟ ጎረቤቴ ወ/ሮ እንጉዳይ በቀለና ታደሰ ገሠሠ እሱም ያለምንተ እፍረቱ “እንኳን ደስ አለህ አያሌው! ወንድሞችህ (ወያኔዎችህ/ጓዶችህ) በድል አድራጊነት ገቡልህ” ሊለኝም ይችል ነበር። የሚገርመኝና

የሚያስደንቀኝ ኃይሌ ፊዳን የመሰለ ትልቅና አዋቂ ሰው ከእንደነዚህ ዓይነቶቹ ጉደኞች ጋር አብሮ መኖሩ ነው ብየ ከበደ ሀብቴንና አምሃ እምሩን ሳጫውታቸው፣ አይምሰልህ አያሌው፣ አምነዉት ሳይሆን እንደ አሰባሳቢያቸው እንዲያገለግል እና ስሙን በመጠቀም፣ በዙሪያው ተሰባስበው የድርጅት አንድነትና ጥንካሬ ለማዳበር እንዲያስችላቸው በመሣሪያነት ስለሚገለገሉበት ነው አሉኝ። ስለብርሀነመስቀል ረዳ ለመጀመሪያ ጊዜ በፓሪስ ከሚኖሩ ወገኖቼ ስሙን አንስቶ ያጫወተኝ ቢኖር ከበደ ሀብቴ ብቻ ነበር። ባታውቀውም ምንአልባት በስሙ ልታውቀው ትችል ይሆናል፣ ብርሀነመስቀል ረዳ የተብለውን የሌሎቹ ቡድኖች ስሙን አንግተው ለአቋቋሙት ድርጅታቸው በመሣሪያነት እንደተተጠቀሙበት ዓይነት ነው የኃይሌ ፊዳም ይለኛል። ተቋቁሟል የሚባለው ድርጅትም ሆነ የዓለም አቀፍ የኢትዮጵያ ተማሪዎች የፌደሬሽን ማሕበር ሲቋቋም ሰፊ አባላትን ለማቀፍ ያስቻለውና ባንዳፍታ ተወዳጅነትን ያተረፈው የብርሀነመስቀል ረዳን ስም በዙሪያው በማንገታቸውና በመጠቀማቸው ነው ብሎ አጫወተኝ። ከኢሕአድ አባላት ውጭ ከሆኑ ወገኖቼ ስለ ኢሕአድ ሕልውና ለመጀመሪያ ጊዜ የጠቀሙኝ ቢኖሩ ከበደ ሀብቴና ዓምሃ እምሩ ብቻ ናቸው።

6.2. የጋባዦቼንና አስተናጋጆቼን ቁጥጥር ሰባብሬ በፓሪስ ከተማ በስደት ላይ ስደት መውደቄና ከጣይቱ ካሳና ከጓዶቿ ጋር መቀራረቤ

ከእነ ታደሰ ገሠሠ ጋር መቀየቱ ከእነሱ ውስጥ ታላቅ ሰው ብየ ከማየው ከዶ/ር ከኃይሌ ፊዳ ጋር ሊያቀያይሙኝ ስለሚችሉ ለእንጀራ ብየ ካልሆኑ ሰዎች ጋር ሆኜ ከምጨማለቅ ይልቅ የሚያጋጥመኝን ችግር ሁሉ በመቋቋም እንደልማዴ እምቢ1 አሻፈረኝ! ክብሬንና ነፃነቴን ጠብቄ መንገድ ማደሩን እመርጣለሁ ብየ ጥየላቸው ወጣሁ። ከእኔ ሳይሆን ከውስጣቸው በተነዛው ወሬ በሌሎቹ በኢሕአድ ደጋፊዎች ወገኖቼ ስለእኔ በመስማታቸው 'እንደልማዳቸው አንድ ምስኪን ለውጥ ፈላጊ በመጋበዝ እስረኛ አድርገው ሲጫወቱበት ከረሙ። ይኸኛው ግን እንደሌሎቹ መስኳቸው የሚገባቸው ከሆነ በደምብ አስተምሯቸው ጥሎላቸው ወጣ' የሚለው ወሬ በፓሪስ ከተማ የአንድ ወቅት የማታ የድራፍትና የቪኖ መጠጫ የቡና ቁርስ ሆኖ ቀየ። አንዳንዶቹም ይህንኑ ሲወያዩ እኔ መሆኔን ሳያውቁ ስለራሴው ጉድ ሲወያዩ የመስማት አጋጣሚም ነበረኝ። ይህ በኋላ አሲምባም ገብቼ እኔው መሆኔን ባለማወቃቸው ስለእራሴው ሲነጋገሩ የመስማት አጋጣሚ ነበረኝ። በቦታው ስደርስ እጠቅሰዋለሁ። በዚህ ወቅት ነበር እነ ገነት ግርማ፣ ደጋና ኩሩዋ የሐረርጌዋ ውብ ምሕረት (ቦምቦሊኖ)፣ አስቴር በላይ፣ ሻሹ፣ ውቤየሁ፣ ጣይቱ ካሳ፣ አብርሀም ገብረእግዚአብሔር፣ ካርቱም እያለ ሊቀርበኝ ያልፈለገው ሁለታችንም አውሮጳ ከገባን በኃላ ነግር ጉዳዩ ሁሉ የተገለጥለትና ከሩቅ በደብዳቤ የቀረበኝ ዮሐንስ ክፍሌ (በደብዳቤ ከስዊዘርላንድ)፣ ገዛኸኝ እንዳለ፣ አበበች በቀለ (የኃላዋ ለምለም) ከኒው ዮርክ፣ እንዲሁም ገለልተኛ ከነበሩት በኢትዮጵያዊ ወገናዊነት ስሜት ተገፋፍተው እነ ፕሮፌሰር ንጉሴ ተበጄ፣ ከበደ ህብቴ፣ አምሀ እምሩ፣ ፍቃዱና ዳንኤል ከፍተኛ የሞራል ድጋፍና

ትብብር ኀረፈልኝ። ከሁለት ሳምንት ለብቻየ ሳጠናና ስመራመር ቀይቼ እንዳገኙኝ ቤት ፈልጌ እስከማገኝ ድረስ ከነሱ ጋር እንድኖር በጠየቁኝ መሠረት በመጀመሪያ ከጣይቱ ካሳ አካባቢ ሳልርቅ መኖርን መረጥኩ። ይህም ማለት እሷን በቀላሉ ለመቅረብና ለመገናኘት ከምችልበት አካባቢ ማለት ነው። ከሌሎቹ እሷን መቅረብ የመረጥኩበት ዋነኛው ምክኒያት ለሰፊው የኢትዮጵያ ሕዝብ ለመሰዋት በነበራት ምኞትና ቁርጠኝነት ከመደቧና ከቤተሰብ ቅርበቷ ከሆኑት ከነታደሰ ገሠሠ፣ አማረ ተግባሩና ኩባንያዎቹ ጎራ ገደል ግቡ ብላ ጥላቸው ወደ ሥር ነቀል ደጋፊ ታጋዮች ሠፈር የገባች ኢትዮጵያዊት መሆኗን ገና ከነታደሰ ገሠሠ ጋር እያለሁ በዝና ስለጠገብኳትና አልፎም በእንግድነት ስም የእነሱ እሥረኛ ሆኜ በቀየሁበት ወቅት ከእሷ ጋር እንዳልገናኝና ከእሷ ጥንቃቄ እንዳደርግ መርዘኛው ታደሰ ገሠሠ አጥብቆ ስለአስጠነቀቀኝ መልካምና ሰፊ አመለካከት ያላት አዋቂ ኢትዮጵያዊት ብትሆን ነው በየ በመተማመኔ ነው። ሁለታችንም ነፃነትን በመፈለግ የተመሳሳይ ባላንጣዎች ቁጥጥርን ሰባብረን የወጣን በመሆናችን የጋራ ዓላማና የጋራ ፍላጎት እንዳለን ሙሉ በሙሉ ተማምኘባትና ኮርቸባት ነበር። በሌላ በኩል ደግሞ በዚያን በወጣትነቷ ዘመን እንደነ ገነት ግርማ፣ ምሕረት (ቦምቦሊኖ)፣ አስቴር አሰፋና ሌሎቹ በእሷም ላይ ቅንነት፣ ሀቀኝነትና ግልጽነት በተጨባጭ ስለአየሁባትም ነበር። እሷም ሆኑ ሌሎቹ የፊውዳሉ ተንኮልና ሸር የሌላቸውና ወደፊት አካባቢና ጓደኝነት ካልበረዛቸው በስተቀር በዚያን ወቅት በትንሽ ጊዜ ቀይታየ ምንም ዓይነት ሌላ የግል ጥቅም አዕምሯቸውን የማይጋርድባቸው ቅንና ግልጽ ኢትዮጵያዊያን ወጣቶች መሆናቸውን ስለተገነዘብኩ ከችግርና ካላስፈላጊ አደጋ እርቃለሁ በማለት ነበር።

ዳግም ስህተት ውስጥ ላለመግባት የወሰድኩት የቅድመ ጥንቃቄ እርምጃየ ነበር። በተለይ ገነት ግርማ ከዚያን ጊዜ አንስቶ ካጠገቤ ሳትርቅ በሞራልና በሀሳብ ከማንም በበለጠ የተባበረችኝና በቅርብ ሆና የረዳችኝ መልካሟ ጓደኛየ ነበረች። በዝና ባላውቃት ኖሮ አጠቃላይ ሁኔታዋን ሁሉ ስመለከት በእንቅስቃሴዋ ሁሉ ጣይቱ ካሳ በፍጹም ቢሆን ከትልቅ የፊውዳልና የመኳንንት ቤተሰብ ተወልዳ ያደገች አትመስልም ነበር። በተቃራኒው እስከቅርብ ጊዜ ድረስ ዶ/ር ኃይሌ ፊዳን እንደሌሎቹ የፊውዳልና የመሣፍንት ልጅ አድርጌ ነበር የማየው። የፖለቲካ ጥገኝነት እንዳመለከትኩ የሥራ ፈቃድ እንደተሰጠኝ ባለአምስት ኮኮብ ሆቴልና ታላቅ ተብሎ ይቀጠር ከነበረው ሆቴል ሪትዝ ፓሪስ (Hotel Ritz Paris) በቤል ቦይነት ወይንም ፖርተርነት (Bell boy/Porter) ተቀጠርኩ። ሥራ ክቡር ነውና በደስታና በኩራት ሥራየን ማከናወን ጀመርኩ። ተግባሬም እንግዶች ሆቴሉ ሲገቡና ሲወጡ ሻንጣቸውን መኝታ ቤታቸው ማስገባትና ሆቴሉን ሲለቁ ደግሞ ሻንጣቸውን ከመኝታ ቤታቸው ወደ መኪና መጫን፣ እንዲሁም ከእንግዳ መቀበያ አካባቢ በመቀየት እንግዶችን መላላክና ያካባቢውን የቡና ጠረጴዛዎች ጽዳት መጠበቅ ነበር። ዋናዎቹ የሆቴሉ እንግዶች የልዑላን ቤተሰቦች፣ የፖለቲካ ሰዎች፣ ደራሲያን፣ የፊልም ስታሮች፣ ሙዚቀኞች/ዘፋኞች የሆኑ አሜሪካዊያን፣ እንግሊዛዊያንና የሰሜን

አውሮጳ ሰዎችና የአረብ ምሣፍንትና የአረብ የልዑላን ቤተሰቦች ነበሩ። በዶላርና በፓውንድ የሚሰጠኝ ጉርሻ ብዙ ነበር። ሆቴሉ የሚገኘው በፓሪስ ከተማ መኻል ላይ በወረዳ አንድ (arrondissement) ነው። በሁለተኛው ወር ማገባደጃ ላይ ከሁሉም ርቄ ለብቻየ መሆንን ስለመረጥኩ በፓሪስ ከተማ በስተምሥራቅ በኩል በሚገኝ በቦቢኚ አስተዳደር ክልል በምትገኘው ሜሪ ደ ሞንትረይ (Mairie de Montreuil) ከተማ ከምሥራቅ አውሮጳ በስደተኝነት እና ሥራ ፍለጋ ከደቡብ አውሮጳ (ጣሊያን፣ ግሪክ፣ ሳይፕረስ፣ ዩጎዝላቪያ፣ ቱርክና ከመሳሰሉት) ከሚመጡት (immigrants) ጋር መኖር ጀመርኩ። አንድ ምሽት ላይ ወጣቷ ጣይቱ ካሳ ከሀበሾች ጋር ተቀላቅየ ለመጨዋወትና ለመዝናናት እንድችል ካለሁበት ቤቴ መጥታ ሀበሾች ከሚሰባሰቡባት ቪኪንግ (Viking) ተብላ ትጠራ ከነበረችው ቡና ቤት ይዛኝ ሄደች። ይህች ቤት የሀበሾች መደበሪያ ቤት ስትሆን ከሶርቦን ዩኒቨርሲቲ አካባቢ ወይንም ከፓሪስ ሉክስምበርግ (Paris-Luxumburg) አካባቢ የምትገኝ ድራፍትና ወይን ይዘን የምንወያይባትና የምንቀባጥርባት የመዝናኛ ቦታችን ነበረች። ሻምበል ታሪኩ የተባለው የአባ ዲና ፖሊስ ኮሌጅ የእነ ሻለቃ ግርማ ይልማና ብርሃኑ ከበደ የኮርስ ጓደኛ በፓሪስ ተመድቦ ይሰራ ነበር።

በወኪሎቹ አማካይነት በሚያገኘው መረጃ እንጂ እራሱ ደፍሮና ተመሳስሎ ኢትዮጵያዊያን አካባቢ ደርሶም አያውቅ። ይፈራል፣ በራሱም የማይተማመን ሰላይ ነበር። በሌላ በኩል ደግሞ የመቀራረብም አቅም ያነሰው ደባሪ ነበር። ታዲያ አንድ ቀን ጀግንነት የሚሰጥ ምን መድሀኒት እንዳገኘ አላወኩም ደፍሮ እኛ ከምንገናኝባት ቪኪንግ (Viking) ቡና ቤት ድንገት ይመጣል። ሁሉም እዚያ የኖሩ በመሆናቸው ማን መሆኑን ያውቁታል። እኔ ቀሚ ከነ ጣይቱ ካሳ፣ ከበደ ሀብቴ፣ ዓምሀ እምሩና ሌሎቹን ዘነጋሁኝ ጋር እጫወታለሁ። ከቡና ቤቱ በር ደርሶ ሊገባ ሲል ፊት ለፊት ቀሚ ስለነበር ገና ሲያየኝ ወደኋላ ተመልሶ በሩጫ ፍትልክ ብሎ ይጠፋል። ሁሉም ስለሚያውቀው ይህ ሰላይ ምን አስደነበረው፣ ማንን አይቶ ነው በማለት መጠያየቅና መወያየት ጀመሩ። ትንሽም በመቆየት ስሜን የጠራ የለም፣ ሆኖም ሁሉም ወደ እኔ ማትኮራቸው ምክኒያቱ እኔው እንደሆንኩ ዓይነት ነገር አድርገው እንደተረጎሙት ተረዳሁ። ወታደር ነበር፣ ለዚያውም የአንድ ኮሌጅ ምሩቀች፣ ከድቶ ከወንበዴዎች ጋር ተቀላቀለ፣ ሽፍታ ነው፣ ለመንግሥት ሪፖርት የሚያደርገው ሲያጣ ስለእሱ (ስለእኔ ማለታቸው ነው) ሪፖርት አድርጎ ስለሚሆን ያ አስጨንቀት ነው ብለው ተረጎሙት። ስለዚህ እሱ (እኔን ማለታቸው ነው) አደጋ ሊያደርስብኝ ይችላል ብሎ ፈርቶ ነው የሚል አመኔታ እንዳደረባቸው እንደሆነ የኋላ ኋላም ጣይቱ ካሳ ነገረችኝ። እጅግ አድርጎ ያስገረመኝና ርካሽ መሆናቸውን የተረዳሁት ታደሠ ገሠሠና ግብረ አበሮቹ ፓሪስ ለሚገኘው ኤምባሲያችን ባላቸው ግንኙነት ሳቢያ አደገኛ የወንበዴዎቹ አባል ሆኖ በማግኘታችን ከአስተናጋጅነታቸውና ከሀላፊነታቸው በማውረድ ካካባቢያቸው እንዳባረሩኝና የምውለውና የማመሸው ከእብዶቹ ጋር በቪኪንና ባካባቢዋ ነው በማለት ሪፖርት አድርገዋል። ይህንን ለማጣራት ነበር የመጣው ሻምበል ታሪኩ ብላ ጣይቱ ካሳ ከጊዜ በኋላ

ባገኘችው መረጃ መሠረት አጫወተችኝ። የነታደሰ ገሠሠና ነገደ ጎበዜ ነገር የሚያስገርመኝ ለኢትዮጵያ መንግሥት አደገኛ የወንበዴዎቹ ሰላይና ደጋፊ ነው በማለት ሲወነጅሉኝ ለሌሎች ደግሞ በተለይም ለእነ ከበደ ሀብቴ፣ አምሀ እምሩ፣ ፕሮፌሰር ንጉሤ ተበጄና ሌሎች ተቀርቃሪ ኢትዮጵያኖች በነታደሰ ገሠሠ በተፈጸመብኝ ጭካኔ አዝነውልኝ በያጋጣሚው ሲኮንኗቸውና ሲወቅሷቸው ለወቀሳው የሰጡት መልስ የአጼ ኃይለስላሴ ሰላይ መሆኑ በተጨባጭ ካገር ቤት ሪፖርት ስለደረሰን ለማሕበራችንና ለራሳችን ደህንነት ስንል ነው ኋላፊነታችንን ያወረድነው የሚል ነበር የሚሰጧቸው ምክኒያት። ለነ ጣይቱ ካሳ፣ ገነት ግርማ፣ ለምለምና ሌሎች ሦስት ወር ባልሞላ ጊዜ ውስጥ የፖለቲካ ጥገኝነት ማግኘቴን ስነግራቸው ያመነኝ አንድም ሰው አልነበረም። በሙያህ ወይንም በውትድርናህ ለፈረንሣይ መንግሥት ልዩ ጠቀሜታ የምትጠቅም ሆነህ ካልተገኘህ ወይንም ቀጥታ ከንጉስ ተፈሪ ልዩ ደብዳቤ ካላቀረብክላቸው በስተቀር እንደዚያ እያልክ እራስክን አፅናና እንጅ እንዲህ በቀላሉ የሚገኝ አይምሰልህ አያሌው በማለት ነበር ሁሉም የሚለኝ። እባክህ አትቀልድ የዛሬ ዓመትም አታገኘውም እያሉ በመደጋገም በማሳሰባቸው ግልጽ ለማድረግና እንዲያውቁ ካርዱን ከኪሴ እውጥቼ አሳየኃቸው። እንደገና ያልታሰበ ችግር በመልካሞቹ ወገኖቼ ለዚያውም ተንኮልና ክፋት በማያውቁት ወጣቶች መካከል ተፈጠረብኝ።

ሌላ ውስብስብ ሁኔታ ውስጥ ገባሁ። ሦስት ወር ባልሞላ ጊዜ ውስጥ ማመልከቻየ ውጤታማ መሆኑን ሲረዱ በመልካሞቹ ኢትዮጵያዊያኖችም ምንድን ነው ይህ ሰው ብለው መጠያየቅ እንዲጀምሩ ሁኔታው አስገደዳቸው። ማን ነው ይህ ሰው ብለው እርስ በርሳቸው መጠያየቅ ጀመሩ? በግልጽ ሲጠያየቁም ሰማኃቸው። በግልጽና በቀጥታ እባካችሁ ወገኖቼ የሌለ አሉታዊ አስተሳሰብ በዓዕምሯችሁ እንዳይኖርና ቤታቸውንና ኑሯቸውን ጥየላቸው እንደወጥኃቸው ደካማ ወገኖቼ ዓይን እንዳላያችሁ፣ አደራ! ማንም አይደለሁም፣ ተራ ኢትዮጵያዊ ነገር ግን ቅንና ንጹህ የሕዝብ ፖሊስ የነበርኩ ወጣት ኢትዮጵያዊ መኮንን ነበርኩ። ከዚያ ውጭ ምንም አልነበርኩምና እናንተም እንደነዚያዎቹ እንዳትሳሳቱና የተለየ አመለካከት በመፍጠር ስሜቴን እንዳትጎዱት አደራችሁን ብየ በግልጽ ነገርኳቸው። ታደሰ ገሠሠ ነው ሁሉን ያስጭረሰልኝ። ምን እንዳላቸው ወይንም ምን እንደሰራ የማውቀው የለኝም። ሌላ እንዳታስቡና ስሜቴን እንዳትጎዱት እባካችሁ ብየ በድጋሜ ተማጸንኳቸው። ሀቀኛዋና ጠንካራዋ የሶርቦን የሕግ ተማሪ የነበረችውና በመደብ ቤተሰቦቿ "እብዷ"፣ ወይንም "የተወናበደችዋ" የሚሏትና ባዲሱ ቡድኗ በሚገኙት ወጣት ሴቶች ደግሞ "ማድማውዜል አብሽቅ" ተብላ የምትታወቀው ወ/ት ጣይቱ ካሳ "ይህ ሰው ግልጽና ቀጥተኛ፣ በራሱ ዕምነት የሚሄድና በራሱ የሚተማመን ሰው ነው። ወደ ፊትም ቢሆን እንደሌሎቹ ተራማጅና ዲሞክራት ነን ብለው እንደሚመጻደቁት የሚሆንም ሰው አይደለም ብላ ለእኔ ምስክር ሆና ለሌሎቹ ትነገራቸዋለች። እሰማቸዋለሁ፣ ሆኖም አባባሏ ተራማጆችና ዲሞክራቶቹ ነን ባዮቹ ብላ መናገሯ እነማንን ለመንካት

እንደሆነ አልገባኝምና ግራ ተጋባሁ፣ ደግሞስ እኔን እንዴት አድርጋ ለማወቅ ቻለችና ምስክር ልትሆንልኝ በቃች። ወደ እኔ ዞር በማለት ይህችው ሀቀኛ፣ ቀጥተኛ፣ ግልጽና ጠንካራዋ ጣይቱ ካሳ እንዲህ ብላ ትነገረኛለች፣ "አያሌው ገብቶኛል ምን እንደነበረ ዕቅዳቸው" አለች። ሁሉም ምንድን ነው የምትይው ብለው ወጠሯት። "ውስጥ ለውስጥና እርስ በርስ ስለሚወራው ድርጅታቸው የዋሁና ላመነበት ወደኋላ የማይለው አያሌው ለወደፊቱ በመሣሪያነት እንደሚጠቀሙበት በመተማመን ያላቸውን ኃይልና የፈረንሣይ ግንኙነታቸውን ሁሉ በመጠቀም ጥገኝነት አግኝቶ ጊዜው እስከ ሚደርስ ድረስ እዚሁ ከነሱ ቀንጆ ልጆች (ከቀድሞ ባልንጀሮቿ ጋር ማለቷ ነው) ጋር እየተዝናና ለወደፊት ዕቅዳቸው አንዳንድ አስፈላጊ የሆኑ ነገሮችን እያጠናና እየተገነዘበ እንዲቀይላቸው ለማድረግ በነበራቸው የረጅም ጊዜ ዕቅዳቸው እንደሆነ ነው የገባኝ አለች።

ከወጣቷ ጣይቱ ካሳ ንግግር የሚደንቀኝ ከነሱ ቀንጆ ልጆች (ከቀድሞ ባልንጀሮቿ) ጋር እየተዝናና እንዲቀይ ስለሚፈልጉ እንዳለችው ከነሱ መደብ መካከል ራ. ይ. የተባለችዋን ሸጋ የሆነች የሶርቦን ተማሪ የሴት ጓደኛ "እንደአገናኝ መኮንን" (አዝናኝ ማለታቸው ነው) የመደቡልኝ መሆኑና የጣይቱም አባባል አንድ መሆኑ ነው። ከላይ ለማውሳት እንደሞከርኩት ጣይቱ ካሳ ከነሱ አፈንግጣ እስከወጣችበት ጊዜ ድረስ ከነሱ ጋር አብራ መኖሯ ብቻ ሳይሆን ከሀገሪቷ ከፍተኛ ባለሥላጣን ቤተሰብ አመጣጧ ምክኒያት ያምኗት ስለነበር አንዳንድ ሚስጥራቸውን በተለይየ ዘዴ የመስማት ዕድሎች ነበሯት የሚል ግምት ነበረኝና አመንኳት። ድርጅት ብላ ወጣቷ ጣይቱ ካሳ በጠቀሰችበት ጊዜ የታደሰ ገሠሠ ምክርና የተላኩልኝ ደብዳቤ ይዘት ብልጭ ብሎ ታየኝ። በግብዣ ደብዳቤያቸው ላይ ለወጣህበት ዓላማ ባንድነት ሆነን ለመታገል እንድንችል እኛ ጋር መጥተህ እንድትኖር በአክብሮት ጋብዘንሀል የሚል ነበር። እንደገና ፓሪስ ከነሱ ጋር በኖርኩበት ወቅት ታደሰ ገሠሠ የተለመደውን ዕለታዊ "አባታዊ" ምክርና ማስጠንቀቂያ ሲሰጠኝ ባንድ ወቅት "ሀገርህን ጥለህ የተሰደድከው ለኢትዮጵያ ሕዝብና ለሀገራችን የሚበጅ ለውጥ ለማምጣት ስለሆነ ተደራጅተው ለመታገል ከተዘጋጁ አንተን ከሚመስሉ ወንድሞችህና እህቶችህ ጋር በይፋ በቅርብ ጊዜ ተቀላቅለህ" ያለኝ ሁሉ ታወሰኝና ከጣይቱ ካሳ አባባል ጋር አገናኘሁት። ከነታደሰ ገሠሠና ግብረ አበሮቹ ኋላፊነት እንደወጣሁ የፖለቲካ ጥገኝነት ማመልከቻየን ለማጨናገፍ ጥረት እንዳደረጉም ተነገረኝ። ሆኖም እኔን በመደገፍ እንደ ትልቅ ማስረጃነት ቀርበው ካስረዱት ውስጥ አንዱ ሲሆን መቀላበድነት እንደሚያስቀጥረብት በማሰብ ሊሆን ይችላል ሳይገፉበት እንደቀረ ሰማሁ። ቢገፉበትም ምንም ሊያደርጉ እንደማይችሉ ታዋቂው የሕግ ሰው እነ ከበደ ሀብቴ አረጋግጠውልኛል። ልዩነታችሁ የተፈጠረው ባመልከትክ ሳምንትና ሦስት ሳምንት ጊዜ ውስጥ ቢሆን ኖሮ ምንአልባት ችግር ሊፈጥሩብህ ይችሉ ነበር። ባመለካከትና በአስተሳሰብ ከነሱ ጋር ልትግባባ ባለመቻልህ ተጣልተህ ጥለሃቸው የወጣኸው ማመልከቻህ ሁሉ ተያይዞና ሁሉ አልቀ ውሳኔ በሚሰጥበት አካባቢ በመሆኑ

ሌላ ያልታወቀ ወንጀል በማስረጃ ካላቀረቡ በስተቀር ምንም ሊያደርጉ እንደማይችሉ ገለጸልኝ። ከነሱ ቡድን ውስጥ ከማደንቃቸው እንደ ኃይሌ ፊዳ፣ ዶ/ር ፍቅሬ መርዕድ (ለጉዳይ ይሁን ወይ ለእረፍት ከሀገር ቤት ተመልሶ በመጣበት ጊዜ ነበር የተዋወኩት)፣ የሌፍተናንት ጄኔራል ዓቢይ አበበ ልጆች (አምሃ ዓብይና መኮንን ዓብይ)፣ ብርሀኑ ከነባለቤቱ፣ ፍቃዱና ወጣቷ ግልጽና ቀራጢ ፍሬሕይወት ገብረሥላሴ ኦላና (እነዚህን ግለሰቦች ይከተሉትና ያራመዱት በነበረው ፖለቲካ ሳይሆን በጨዋነታቸው፣ ሰው አክባሪነታቸውና በሥነ ምግባራቸው ማለቴ ነው) እና ከበደ ሀብቴ (44)፣ ዓምሀ ዕምሩና ፕሮፌሶር ንጉሤ ተበጄ ነበሩ።

6.3. ጣይቱ ካሳ የትግል ጓዴ፣ ፍቅረኛየና የትዳር ጓደኛየ ሆነች

ወደ አዲሱ የመኖሪያ ሠፈሬ ሜሪ ደ ሞንትረይ (Mairie de Montreuil) በተሸጋገርኩ የመጀመሪያው ወይንም ሁለተኛው ዓርብ ምሽት ጣይቱ ካሳ አፈላልጋ ታገኘኝና ነገ ቀን (ቅዳሜ ቀን) ኢትዮጵያዊያን ፕሮግራም ስላለን እንዳትቀር ብላ ከሆነ ቦታ እንድጠብቃት እና ይዛኝ እንድትሄድ ትነግረኛለች። "እኛ እንደቀድሞዎቹ የመደብ ዘመዶቹና ወገኖቼ (የነገደ ገበዜንና ዶ/ር ኃይሌ ፊዳን ቡድን ማለቷ ነው) ሰውን ያለፍላጎቱ እፍንንና አግተን እንይዝም አይዞህ አትፍራን፣ አትጨነቅ" ትለኛለች በቀልድ መልክ፣ ስታደፋፍረኝ፣ ግን ከምሯም ነበር። የፕሮግራሙ ዓላማ ሌላ ሳይሆን እርስ በርስ ተገናኝተን የሀገር ናፍቆታችንን ለመወጣት እንዲያስችለንና እየተዝናናን ለመወያየትና ለመጨዋወት ነው አለችኝ። በተባለው ሰዓት ቅዳሜ ዕለት እንድጠብቃት በነገረችኝ ቦታ ሆኘ ስጠባበቅ በሰዓቱ መጥታ ይዛኝ ሄደች። ብዙ ሀበሻ ልጆች ተማሪዎች እና ትምህርት ጨርሰው በሥራ ዓለም በፓሪስና ባካባቢዋ የሚኖሩ እንደነ ፍቃዱ፣ ብርሃኑና ባለቤቱና ሌሎች ሁሉ ተገኝተው ስነበር በዚያ አጋጣሚ ከሁሉም ጋር ለመተዋወቅ ቻልኩ። ፕሮግራሙን ያዘጋጁት የዓለም አቀፍ ኢትዮጵያ ተማሪዎች ማሕበር ፌደሬሽን የፓሪስ ቅርንጫፍ ተማሪዎች ነበሩ። ፕሮግራሙ ልዩ ልዩ ጨዋታዎች፣ ምግብ፣ መጠጥ እና ጭፈራ ነበረበት። ፕሮግራሙ ከምሽቱ 7:00 ሰዓት ገደማ ተጠናቀቀ። እኔ የማግዘውን አግዥ ወደ ቤቴ ልጋዝ ስዘጋጅ ለካስ ወጣቷ ጣይቱ አይታኝ ወደ እኔ ቀርባ "ወዴት ነው ሴቶቹን ለአውሬና ለጅብ አጋልጦ እንደ ልጅ በጊዜ ወደ ቤት ሩጫው፣ ታገስ፣ ዛሬ እንኳን እስቲ እንደወንዶቹ ጀግና ሆነህ ምሽቱን ከሴት ወገኖችህ ጋር በማምሸት ቢቻል ዳንስ ለመጋበዝ ሞክር። ወይንስ ያች ሰላቶ ፈረንሳዊት ትጠብቅሃለች? ዛሬ እንኳን ከቀዳህና ከቀለምህ ጋር ተዝናና፣ ተዋት፣ ከእኛ አትበልጥብህም" ብላ ታስቦካኛለች የኋላ ኋላ በሚቀጥለው ሳምንት በሚደረገው የዳንስ ምሽት ሌሊት ጣይቱ ካሳ ብየ ስም ያወጣሁላት ጀግና። ጓደኞቿ ሁሉም እየሰሚት ይህንን መነኩሴ ወንድ እንዲወጣው ለማድረግ ታስቦካው ጀመር" እያሉ ይስቁባታል። ሌሎቹ ደግሞ "የምን መነኩሴ ነው፣ ቀንጆ የሆነች ፈረንሳዊት ልጅ እያለችው፣ እሷን የመሰል ጥሎ ሌላ ጋር መሄድ ነውር ስለሚሆንበት ነው እንጂ ብለው ሲመልሱ፣ ከመካከላቸው ሌላዋ ደግሞ (ስም ዘነጋሁ) አይ! ለነገሩ እንኳን ቁንጅናና

ዉበት ከጣይቱ ጋር የሚቀራረብ ማንም የለም ብላ ትመልስላቸዋለች። አልገባው እያለ በመንከራፈፉ እንጂ አጅሪትስ ከወደደችው ቀይታለች፣ መውደዷንም በተለያየ ጊዜና በተለያየ መንገድ ስትገልጽለት ተገንዝበናል። ዛሬ እንጃለቱ ምን እንደምታደርገው፣ እስቲ ዝምብለን እነተዋቸውና የሚሆነውን እንመልከት" እያሉ እርስ በርስ ሲነጋገሩ ጆሮየ ውስጥ ገባ። እንዲያውም አይገባውም እንዴ? እያሉ የገሪባና በአጠቃላይ የከርፋፋ ሁኔታየ እያስገረማቸው ነበር ይወያዩና ይስቁብኝ የነበረው። ከመካከላቸው እጅጋየሁ (ያባቷን ስም ዘነጋሁ) የምትባለዋ የማትረሳኝ ሌላዋ ወጣት የሶርቦን ተማሪ እኔን በጣም ትፈራኛለች። ፍራቻ ይሁን ወይንም ማፈር አለበለዚያም አክብሮት ወይንም የማን ገሪባ ነው ብላ በንቄት ዝቅ አድርጋ በማየት ይሁን ፈጽሞ አይገባኝም ነበር። ሁልጊዜ ስትቀርበኝ ብዙም ደስተኛ ሆና አትታየኝም ነበር። ነገር ግን በዚያን የምሽት ቀይታችን ምን እንዳቀመሷት እንጃ ከፍ ባለ ድምፅ "አያሌው ዛሬ አለቀልህ፣ እንጃልህ ዛሬ! ድንግል ከሆንክም ድንግልናህ አበቃ፣ ካልሆንክም ወዮልህ ተዘጋጅ ለሌሊቱ ጦርነት" ብላ ትናገራለች።

ሁሉም ይስቃሉ ባባሏ። ሁሉም እኔን እያዩ ሲስቁ ጣይቱ "ትሰማቸዋለህ እነዚህን ባለጌዎች፣ ፓሪስ ወደ ዱርየነት የለወጣቸው ወሮበላዎች ዝምበላቸው፣ አትስማቸው" ትለኛለች። እጅጋየሁ ከጣይቱ ጋር በዕድሜም እምብዛም አይለያዩም። ሁለቱም ከሁሉም በዕድሜ ታናሾች ነበሩ። የጣይቱ ሁኔታ ሁሉ እየገረማቸውና የእኔንም የማፈርና የመደናገጥ ሁኔታ እየተመለከቱ፣ ወዮለት ዛሬ አጂሪት አትለቀውም እየተባባሉ መሳሳቃቸውን ቀጠሉ። እጅጋየሁ የተባለችው ያች እኔ ጋር ስትገናኝ ደስተኛ መስላ እትታየኝም፣ የመጨነቅና የመፍራት ወይንም የማፈር ስሜት ያለበለዚያም የመናቅ ስሜት እይባት ነበር ያልኳት ሆድ ያበቀውን ብቅል ያወጣዋል እንዲሉ የሆዷን ግልጽ በማድረግ "ምነው እንደ ጣይቱ ደፋርና ጀግና ቢያደርገኝ ኖሮ" ብላ አፍ አውጥታ በድፍረት ስትናገርና ስትፀፀት ሰማናት። አልኮሆል ቀማምሳ እንደ ነበር የኃላ ኋላ ጣይቱ ነገረችኝ፣ አልፎም ባበሻው ባሕል ምክኒያት ስትንከራፈፍ በመቀማቷ ወይንም በመቀደሟ እንደተገረመች ያጫወተቻት መሆኗን ጣይቱ የኃላ ኃላ ነገረችኝ።። እጅግአየሁ ፈረንሣይም ሆና እንደአበሻ ሴት በአበሻ ባሕልና ወግ ትኖር ነበር። በተቃራኒው አበሻዋ ጣይቱ ካሳ በፈረንሣይ እንደፈረንሣይ ሴቶች እንጂ እንደዚያን ጊዜዎቹ አበሻዎች አልሆነችም ነበር። ስለሆነም እጅግአየሁ ወንዱ ፍላጎቱን ካልገለጸላት በቀር ሴቷ ደፍራ ወንዱን መጠየቅ ነውር ወይንም የሚያሳፍር እንደሆነና ዝቅ አድርገም እንደሚመለከቷት ስለሚሰማት ውስጧ እያረረ ፍላጎቷን ሁሉ በመግታት ታሳልፈው ነበር። ባንፃሩ "ፈረንሣዊቷ" ጣይቱ ካሳ እኔ እየወደድኩት እሱ እስከሚጠይቀኝ ለምን እጠባበቃለሁ፣ በመሀሉ በጩልሌ ፈረንሳዮች ብነጠቅስ ብላ እንደ አበሻዎቹ ወንዶችና እንደፈረንሳዮቹ ሴቶች ሆና የወደደችውን ወንድ በቁጥጥር ሥር ለማዋል ፈለገች። ለነገሩማ እጅግአየሁ ሀገር ቤት የፈረንሣይ ተማሪ ነበረች። ጣይቱ ግን አልነበረችም። መጨነቁንና ማፈሬን የተገነዘበችው ጣይቱ ካሳ አይዞህ እንናከስም፣ አንባላም፣ ጭራቆችም አይደለንም

እንደው ችግርና ጭንቀት ከማይፈጥር ኩሩና ጨዋ መሳይ ከሆነ ወገናችን ጋር ማምሸትና መዝናናት ብርቅ ሆኖ ስለሚታየኝ ነውና አብረን እንጓዛለን እነዚህን ዱርየዎች አትስማቸው፣ ትንሽ ታገስ፣ ጠብቀኝ ብላ በወንድማዊ ትዕዛዝ መልክ አሳሰበችኝ። ከምሽቱ 8:00 ሰዓት ገደማ አዳራሹን አጽድተውና ዕቃዎቹን ስትረው እንዳጠናቀቁ ወዲያውኑ ጉዞ ወደ ፓሪስ ሉክሰንበርግ በሜትሮ ባንድነት ተያይዘን ተጓዝን። ፓሪስ ሉክሰንበርግ ደርሰን ወደ ተለመደችዋ ቡና ቤታችን በምናመራበት ወቅት ቀድሞውኑ ያሰበችውና ያቀደችው በመሆኑ ሌሎቹን ደህና እደሩ ብላ ተሰነባበተቻቸው። ወደ ቡና ቤቱ መሄዳችንን ታቀምና ሁለት ዕቅዶች አሉኝ፣ ከሁለቱ አንዱን እንድትመርጥ እፈልጋለሁ አለችና፣ ናይት ክለብ ሄደን እንድንዝናና ያለበለዚያ ፊልም እንድንመለከት ብላ ምርጫዎች አቀረበችልኝ።

ያለማወላወል በግልጽና በቅንነት እኔ ዳንስ አልችልም። ነገር ግን ፊልም እወዳለሁ እንዳልኳት ሳትከራከር ቀጥታ መጀመሪያ እራት መመገብ ስለሚገባን ተያይዘን አዘውትረን ከምንሄድባት የተማሪዎች ቦታ ሄደን ተመገብን። ከዚያም ወደምትወደው ሲኔማ ቤት ይዛኝ ሄደች። ገና ወደ ሲኔማ ቤት ስናመራ ለማየት የምንፈልገውን ፊልም በዕምሮዋ ይዛ ስለነበር ከፊልም ምርጫው ላይ እኔን ልታካፍለኝ አልፈለገችም። በወቅቱ ታዋቂና ዝነኛ የነበረችዋን ጣሊያናዊት የሶፊያ ሎሬንን "ትናንትና፣ ዛሬ እና ነገ" (Yesterday, Today and Tomorrow) የሚለውን ፊልም እንድናይ ጋበዘችኝ። እሷ የፈለገችውን እንዳይላት ነበር ፍላጎቷና በደስታ ግብዣዋን ተቀብየ ወደ ውስጥ ገብተን ለሁለት ሰዓት ያህል ፊልሙን ስንከታተል ቆይተን በግምት ከምሽቱ 11:30 ገደማ ይሆናል ከፊልም ቤቱ ወጣን። ወደ ቤትህ መሄድ የለብህም፣ መሽቷል፣ እኔው ጋር ስንጨዋወትና ስንወያይ ሌሊቱን እናሳልፈው ብላ ሃሳብ አቀረበች። በዓምሮየ ምንም ያሰብኩት ነገር ባለመኖሩና ስለማከብራት፣ እንዲሁም የምትወደድ ታናሽ እህቴ አድርጌ ስለአየኃት ፈቃደኝነቴን አረጋገጥኩላት። በካባቢው ከሚገኘው የተማሪዎች መኖሪያ ስቱዲዮ ቤቷ ይዛኝ ሄደች (የሠፈሩን ስም ዘንጋሁት፣ ሴንት ጀርሜን - Saint Germain መሰለኝ)። እዚያ ስንጨዋወትና ስንወያይ እንዲሁም አልፎ አልፎ ፊልም ስናይ ሌሊቱ ነጋ። ለእኔ ትራስና ብርድ ልብስ ሰጥታኝ ፎቴው ላይ ተጋደምኩ፣ እሷም አልጋዋ ሄዳ ተኛች (ቤቷ ስቱዲዮ በመሆኗ አልጋውም ፎቴውም የሚገኘው ባንድ ክፍል ውስጥ ነበር)። ወደ ንጋቱ 10:00 ሰዓት ገደማ እንደተነሳን ሁለታችንም በየተራ ሻወር ወሰድን። ተያይዘን ቁርስ እና ቡና ፍለጋ ወጣን። ቁርሳችንንና ቡናችንን እንዳጠናቀቅን ትንጭ ለትንጭ ተሳስመንና ተቃቅፈን በየፊናችን አመራን። እንደገና በሳምንቱ ዓርብ ምሽት መሰለኝ ትደውልልኝና በጊዜ ተገናኝተን ፊልም እንድንገባ ትጋብዘኛለች። የምትወደድ እና የምትከበር ለጋ የሆነች ታናሽ እህቴ በመሆኗና ከእሷ ጋር የዕረፍት ጊዜ ማሳለፉ ትልቅ የደስታና የዕውቀት ምንጭ ከመሆኑም ባሻገር የዓዕምሮ ሰላምና የመንፈስ ዕረፍት ስለሚሰጠኝ ስግደረደር ቃሏን እንዳታጥፍ በመፍራት ወዲያውኑ

በስንት ሰዓትና የት እንደምንገናኝ ጠይቄ ተቀጣጠርን። በተባለው ሰዓት ተገናኘን፣ እራት ባንድነት ተመገብን። ከዚያም ትንሽ ከተዝናናን በኋላ ወደ ሲኒማ ቤት ሄድንና ዝነኛዋ የፊልም ተወናዋይ (Actress) የነበረችው ኤልሳቤጥ ቴይለር (Elizabeth Taylor) እና በወቅቱ የትዳር ጓደኛዋ የነበረው ታዋቂውና ዝነኛው የፊልም ተወናዋይ (Actor) የነበረው ሪቻርድ በርተን ጋር በመተባበር የሰሩትን ፊልም ተመለከትን። ፊልሙን በትክክል ለማስታወስ ስለሚያስቸግረኝ መዋቀስ አላቻልኩም። ይሁን እንጂ በዚህኛው ጊዜ ሁለታችንም ተመካክረን የምንፈልገውን መርጠን ነበር የገባነው እንጂ እንዳለፈው ጊዜ በራሷ ውሳኔ ብቻ አልነበረም። ፊልሙንም በደስታ ጨርሰን ወጣን። እንደወጣን ለዳንስ ምሽት መግቢያ ሰዓት በመሆኑ በትዕዛዝ መልክ እንሂድ አለችኝ። የት ብየ ጥያቄ አቀረብኩ። እንደንስ አለችኝ። እኔ እኮ መደነስ አልችልም ብየሻለሁ በለፈው ሳምንት አልኳት። ግድ የለህም፣ ዝም ብለህ ምስኪኑን ወለል እየዘለልክ እርገጠው፣ እኔን ብቻ አደራህን እንዳትረግጠኝ እንጂ። የዳንሶቹን ዓይነቶች፣ የዳንስ ደረጃዎችና ሕጎችን ግድ አይሁንብህ፣ አትጨነቅ። እንደፈለክ ዝለል፣ እንደፈለክ እርገጥ አለችኝ። ሆያ ሆየ ተጫውተህ አታውቅም ብላ ጥያቄ አቀረበችልኝ። ብዙ ጥያቄ ሳይወርድብኝ ባጭሩ እሽ ብየ ተያይዘን ከምትወደው ናይት ክለብ ይዛኝ ሄደች። ጣይቱ ካሳ ዳንስ በጣም ትወዳለች። የምትደንሰው እንደ አንዳንዶቹ ሌላ ዓላማና ፍላጎት ኖሯት፣ ወይንም ሌላ ጉዳይ ፍለጋ ሳይሆን ስትደንስ የመዝናናት ስሜት ያድርባታል። ሰውነቷ ይፍታታል፣ ዓምሮዋ ይከፈታል። ከዳንስ ወጥታ በቷ ደርሳ ሻወር አድርጋ የሌሊት ልብሶቿን ተላብሳ ስትቀመጥ ወይንም ስትተኛ ትልቅ የደስታ ምንጭና የዓዕምሮ እፎይታ ያሳድርባታል። ዓዕምሮዋ ይዝናናል፣ በማግሥቱና በዚያው ሰሞን በምታደርገው የትምህርት ቤቷ ሥራዎች/ጥናት ላይ ከፍተኛ አስተዋፅኦ ያሳድርባታል። ታዲያ ለዳንስ ብላ ከማታውቀው ወይንም ከማይሆን ጋር በፍጹም አትወጣም፣ ያሚን ትውላለች፣ ያሚን ታድራለች እንጂ። ግፋ ቢል ከሴት ጓደኞቿ ጋር በቡድን እየሄዱ የዳንስ ፍላጎቷን ታወጣለች። ዳንስን እንደ ስፖርትም ጭምር ይጠቀሙበት ነበር። ከዳንስ ቤቱ ውስጥ እንደገባን ለጥቂት ጊዜ በአንድ አካባቢ እንቀመጥና እንጨዋወት አልኳት። ዓላማየ በግድም በውድ የዳንስ አምሮቷን እስከምታወጣ ድረስ አብሬ ለማስደነስ እንድችል የሚያደፋፍረኝና የሚያነቃቃኝ አርቲፊሻል ጀግንነት የሚሰጠኝ ሁለት መለኪያ መጠጥ ስለፈለኩ ነበር። ይህ የግብዞች ዘዴየ በሞላ ጎደል ሰርቶልኛል።

ሁለቱን መለኪያ እስከምጋት ድረስ ለዳንስ በመቻኮል እየተቁነጠነጠች አቀየኃት። ሁለቱን እንዳገባደድኩ ወንድ ወጣኝ፣ ጀግንነት ተሰማኝ። ሳታስበው ተነሳሁና ወደ ተቀመጠችበት አቅጣጫ በመዞር በሥነሥራዓትና በጨዋ መልክ አጎንብሸና እጅ ነስቼ እጄን በመዘርጋት ለዳንስ ፍቃዷን ጠየኩ (መደነሱ ነው እንጂ የሚያስቸግረኝ የዳንስ ሥነሥርዓቱንና ሕጉንማ በደንብ ነው የምችልበት፣ ዕድሜ ለአባ ዲና ፖሊስ ኮሌጅ፣ የ 78 ሰዓት የኤቲኬት፣ etiquettet ኮርስ ሰጥቶኛል)። እጅግ አድርጋ ተገረመች፣ በጣምም ተደሰተች፣ ምንም አላለችም ሳታስበው ተነስታ ላደረክልኝ የአክብሮት የዳንስ

ጥያቄ፣ ላሳየኸኝ የዳንስ ሥነሥርዓትና ኤቲኬት ሁሉ ከዳንሱ በፊት ይህ ይገባሀል አለችና ከላየ ላይ ዘላ በመውጣት አጥብቃ በሁለት እግሮቿ ቀልፋ አቀፈችኝ። እኔም አፀፋውን ግጥም አድርጌ አቀፍኳት፣ እንደ ታናሽ እህቴ አድርጌ። ልክ እንደ አለኝታዋ፣ ደስታ እና ምቾት የተሰማት ዓይነት ነገር የተሰማት መሰሎኝ። ድንገት ሳላስበው አጅሪት ተሸንፋ በደንብ አድርጋ በፈረንጆቹ መንገድ ትስመኝ ጀመር። በመጀመሪያ ደነገጥኩ፣ ማመን ቸገረኝ። እሷ ነች ወይንስ ሌላዋ ምላጭ እያልኩ ከራሴ ጋር ስሟገት ቀይቼ ቀስ በቀስ ጣይቱ ካሳ መሆኗን ተረዳሁ። ድሮም እኮ ቢሆን እኔ እሷን እየፈራሁ እንጂ በሆዴ ደጋግሜ ስመኛትና ሳስባት ቀይቻለሁ። እንደወንድም ከመቁጠር ባሻገር ለሌላ ዓይነት ግንኙነት እንደ እኔ ዓይነቱን ገሪባ ወንድ አትመኝም ብየ በመፍራቴ ነበር እንጂ አልኩና እኔም አፀፋዋን መለስኩላት። መተቃቀፉን አቁመን ወደ ዳንሱ ወለል/መድረክ ይዣት ስሄድ “እንዴት እንደዚህ ዓይነት ሰው እየሆንክ ዳንስ አልችልም ትለኛለህ፣ አላምንህም” አለች። ምንም መልስ ሳልሰጣት ከዳንስ ወለሉ ደረስን። በቃ፣ ወለሉ ካልደከመውና አቤቱታ እስካላቀረበ ድረስ ዝለልበት ስላለችኝ ደህና አድርጌ እረገጥኩት። ጣይቱ ወጣላት። አበደች፣ ከነፈች። ተቃቅፈን መደነስ ፈለገች። ያንን ዓይነት ዳንስ ደግሞ በጣም እችልበታለሁ፣ ሆኖም እንደእሷ ከመሰለች ከማፈቅራትና ከምወዳት ሴት ጓደኛየ ጋር ነው የምደንሰው። ጣይቱን በጣም ነው የምወዳት፣ መውደድ እንደ ታናሽ እህቴ ነበር እስከ ቅርብ ደቂቃ በፊት ድረስ። ለስላሳውን ዳንስ ያለምንም ጭንቀት በመደነስ እንድትዝናና እንድትደሰት አደረኩ።

ወደ 2:00 ሰዓት ከንጋቱ ሲሆን እንሂድ የበቃናል ብላ ሀሳብ ስታቀርብ በጣም ደስ አለኝ። ለእኔ አስባ ያደረገችው መስሎኝ ነበርና። ሌላ ዕቅድ የነበራት መሆኑን በጭራሽ አልገመትኩም። ውጭ እንደወጣን ከዳንስ ምሽቱ በራፍ በውጭ በኩል ቆመን እንዳለን እንግዲህ እራት በላን፣ ፊልም ተመለከትን፣ ተሳሳምን፣ ከዚያም ደነስን፣ ጨፈርንም፣ ከአሁን በኋላ በሠላም ወደ የቤታችን እንሂድ አልኳት። አንተም ሆንክ እኔ ዛሬ ወደ የቤታችን አንሄዳትም። እስቲ ጉዞ ከመጀመራችን በፊት አንድ ጊዜ ልድገመው” ብላ ሳትዘልብኝ በጨዋ መልክ አቅፋ እንደቀምን ሳመችኝ። በሕይወቴ ለመጀመሪያ ጊዜ በአደባባይ ስሳምና እኔም አፀፋውን ስስም ያች ሌሊት ነበረች። ከዚያች ምሽትና ሌሊት በኋላ አንድ ጊዜ ብቻ ማለትም ከዓመት በኋላ በተጋባን ዕለት ከታላቁ የፓሪስ ካቴድራል ውስጥና በውጭ በኩል ለዚያውም ለቤተሰቦቿ ፍቶግራፍ ለመላክ በመፈለጋ መተባበር ስለሚገባኝ ሳልወድ የግድ በአደባባይ ተሳስመናል እንጂ ሌላ ጊዜ በአደባባይ ላይ አድርጌውም አላውቅ። እንዲያውም ከአሜሪካይቷ ሀኪም ባለቤቴ ጋር ለፍቺ ካደረሱን እንደ ዋናዎቹ ምክኒያት እንኳን ባይቆጠርም ነገሮችን የኋላ ኋላ ካባባሱት መካከል ይህንን የአደባባይ ተቃቀፎ እንደእንስሳ የመላላሱንና የመተቃቀፉን ባሕል አለመተባበሬ ብቻ ሳይሆን አጥብቄ መቃወሜም ነበር። አሁን ከሆነ ቦታ ይዤህ ስለምሄድ የት ነው፣ ለምን ብለህ እንድትጠይቀኝ አልፈልግም፣ እኔም አልመልስልህም” በማለት

ጣይቱ ካሳ አስጠነቀቀችኝ። እነ ታደሰ ገሠሠ እንደ ባልደረባ መድበውልኝ የነበረችውን እንደ ጣይቱ ካሳ ሌላዋ የመሣፍንት ልጅ የነበረችው ራ. ይ. ብትሆን ኖሮ በግድም በውድ የት ነው የምትወስጅኝ ብየ እጠይቃት ነበር። ምን ይታወቃል የሰጧት ትእዛዝና መመሪያ። ዶ/ር ኃይሌ ፊዳ አያደርገውም፣ ግን ታደሰ ገሠሠ፣ አማረ ተግባሩና ነገደ ጎበዜ ከማድረግ ወደ ኃላ ስለማይሉ እንደው በእውር በጭፍኔ አልሄድላትም ነበር። ይህችኛዋ የቤተሰቧን መደብ ክዳ ለኢትዮጵያ ሕዝብ ለመሰዋት ቃል የገባችው ጣይቱ ካሳ ግን ከፈለገችው ቦታ ይዛኝ ብትሄድም አልጠይቃትም፣ ስለሆነም ምንም ጥያቄ አላቀረብኩላትም። ያለማመንታት ተያይዘን ከሆነ ሆቴል ይዛኝ ገባች። ለካስ ከመገናኘታችን በፊት ባቅሟ የሆነ ሆቴል አፈላልጋ ተከራይታለች። በእሷ ግምት "ከመጀመሪያ ጓደኛየ ጋር ከተለያየሁ በኋላ ብዙዎቹ ሀበሻዎች እየፈለጉኝ በማሳፈር አስተናግጄ ስመልሳቸው መኖሬን ሁሉ አያሌው ሰምቷል። እኔንም እንደሌሎቹ አሳፍራ ትልከኛለች እንዲያውም ትጠላኛለች ብሎ ፈርቶ ፍላጎቱን በመግታቱ እንጂ እሱም ቢሆን እንደሚወደኝ በተለያዩ አጋጣሚዎች ተገንዝቤዋለሁ ብላ የራሷን ግንዛቤ ወስዳለች። መውደዴን አልፎም ማፍቀሬን በተለያዩ መንገዶች ገልጬለታለሁ፣ እሱ ግን የሚገባው ዓይነት ሰው አይደለም። እኔ ሴቷ እንደ ፈረንሳዮቹ የሴት ወንድ ሆኜ ካላደፋፈርኩት በስተቀር እንደሌሎቹ የአበሻ ጩልሌ ወንዶቻችን ደፍሮ መቼም ቢሆን መውደዱን ሊገልጽልኝ ወይንም ሊጠይቀኝም የሚችል ወንድ ዓይነት አይደለም። ፍላጎቱን ከራሱ ጋር አፍኖ ይኖራታል እንጂ" ደፍሮ አይጠይቀኝም ብላ ገምግማኛለች። "እራሴው ፈረንሣዊ እርምጃ መውሰድ ይኖርብኛል" ብላ ወስና ያደረገችው እንደሆነ በሌላ ጊዜ አጫውታኛለች። ለማናቸውም በዚያች ምሽትና ሌሊት በወጠነችው ዕቅድ መሠረት ሁሉንም በፈለገችው መንገድ እንደሚፈጸምም ሙሉ በሙሉ እርግጠኛ ሆና ነበር ሆቴል የተከራየችው። የግብረ ሥጋ ግንኙነት ፍላጎት አጋጉቷት ወይንም የወሲብ ስሜት አድሮባት ወይንም የሌላ የሥጋዊ ደስታ ወይንም ስውር አጀንዳ ኖሯት አልነበረም። ፍላጎቷ ከምስኪን ጠባብ የተማሪ አልጋዋ ይልቅ ሰፋ ያለ አልጋ ላይ ከወደደችው እንዲያውም ካፈቀረችው ጓደኛዋ ጋር ጎን ለጎን ተጋድመው በመዝናናት ሌሊቱን እየተወያዩና እየተጫዋወቱ ለማሳለፍ ፈልጋ ያደረገችው ቀና ዕቅድ ነበር። ማፍቀሩ ወይንም መፈቀሩ ብቻ በቂ ባለመሆኑ የእሩቅ ጊዜ ዓላማ ስላደረባት በይበልጥ እኔን ለማወቅ መፈለጓ ሌላው ምክኒያቷ ነበር።

ይህ ሰውየ ከውጭ ሲያዩት ጨዋ፣ አንደበተ ኩሩና በከፍተኛ ሥነምግባር የታነጸ መሳዩ አያሌው መርጊያ ተብየው በእውነት በመኝታ ክፍል ውስጥ ብቻየን ሲያገኝኝ ምን ይመስላል? እንዴትስ አድርጎ ይሆን የሚይዘኝ? እንደ አውሬ ዘሎ ጉብ ይልብኝ ይሆን? ምን ዓይነት ድብቅ ባሕሪ ይኖረው ይሆን? በማለት ምን ዓይነት ወንድ እንደሆንኩ ለመረዳት ፈልጋ በበኩሏ ያደረገችው "ከይሲያዊ" ዕቅዷም ነበር። ባለጌ ከሆነ፣ ወራዳ ከሆነ፣ ግብዝ ከሆነ ወይንም ቅሌታም ይሁን ምንም አይደለም እየወደድኩትና እያከበርኩት ፈልጌ ያዘጋጀሁት በመሆኑ የፈለገውን ያድርግ በፍላጎቴ ዕድሉን

ሰጥቶቸዋለሁና። በዚያም ላይ አንዲት ሌሊት ነች ለዚያውም የተገባደደች ሌሊት። ሌላ ጊዜ እንዳያገኘኝ ብቻ ሳይሆን አጠገቤም እንዳይደርስ ይሆናል ብላ ወስናና ከራሷ ጋር ተወያይታ የወሰደችው አደገኛ እርምጃም ነበር። ሆቴሉ እንደገባን በሩን ዘግታ ቦርሳዋን ወለል ላይ ወርውራ በቁም እንደተቃቀፈን ለተወሰኑ ደቂቃዎች ቆየን። ፒጃማችንን እንቀያይርና ሶፋ ላይ ተቀምጠን እንወያይ ብላ ታዘኛለች። በሆቴሉ ለሶስት ቀናት አብረን እንደምንቀይ አስቀድማ በማቀዷ ከእኔ ጋር ከመገናኘቷ በፊት ለእኔ ሸሚዞች፣ ካኒተራዎች፣ ሙታንቲዎችና ካልሲዎች ገዝታ አጣጥባና ተኳኩሳ በፕላስቲክ ከረጢት ከሆቴሉ አስቀምጣለች። ሁለታችንም ሆቴሉ የሚያድለውን የሌሊት ልብስ (gown) ተላብሰን ፎቴው ላይ ጎን ለጎን ተቀምጠን ውይይት ቀጠልን። ከዚያም አልጋ ላይ በተመሳሳይ ሁኔታ ተቃቅፈን እየተወያየን የሌሊት ልብሷንና የውስጥ ልብሷን ሁሉ አወላልቃ ስተኛ እኔም የእሷን ፈለግ እንድከተል በመፈለጋ እንደእሷ ራቁቴን እንድተኛ አዘዘችኝ። ምንም አይደለም አልኩና የሌሊት ልብሴንና ካኒተራየን አወላልቄ፣ በውስጥ ልብሴ (በሙታንታየ) ብቻ ተኛሁ። ውይይታችንን ቀጠልን ሳለ ደንገት ይሁን ወይንም ሆን ብላ ዘነጋሁኝ ሙታንታየን ሳላወልቅ መተኛቴን በማረጋገጧ፣ "እንዴ የእኔን መለጠፊያ ወደ ወለሉ እንደወረወርኳት ለምንድን ነው ያንተን መለጠፊያ አውልቀህ ያልወረወርካት" ብላ ትጠይቀናለች። ግራ የሚያጋባ ጥያቄ ሆነብኝ። መለጠፊያ ምንድን ነው? እያልኩ ሳሰላስል በመቀጠል፣ "በል ተወው ግድየለም፣ መለጠፊያህ ከራስህ ጋር ተለጥፋ ትደር፣ አጅሬም መለጠፊያህን ተከናንቦ አድቦ ይተኛ" አለችና ጥምጥም ብላ ከሰውነቴ ጋር ተጣብቃ አቅፋኝ ተኛች። ትካሻዋን፣ አንገቷንና ፀጉሯን አካባቢዎች እያሻሸሁላትና በሁኔታዋ ሁሉ እየተገረምኩ ሳለሁ ከዝምታ ዓለም ለጥቂት ጊዜ ተነሳችና "የያዝከውን ሸጋ ተግባር (ሰውነቷን ማሻሻቴን) ቀጥል! እንዳታቀም!" አለችና ብዙም ሳትቀይ ወይዘሪት ጣይቱ ካሳ እንቅልፍ ይዟት ጥርግ አለ። መለጠፊያህን ያለችውንና አጅሬም መለጠፊያህን ተከናንቦ አድቦ ይተኛ ማለቷ ምን ማለቷ እንደሆነ በማሰላሰልና በመመራመር ብዙ ሳልቀይ እኔም ተራየን እንቅልፍ ወደ ጣፋጭ የሕልም ዓለም ይዞኝ ሄደ። መለጠፊያ የሚለው ቃንቃዋ ግራ ቢያጋባኝም አጅሬ ያለችውን ግን በግምት ምን ማለቷ እንደሆነ ገመትኩ። በማግሥቱ ነበር መለጠፊያ የምትለው ሙታንታ መሆኑን የተረዳሁት። አጅሬም ስትል ምን ማለቷ እንደሆነም ግምቴ ትክክል መሆኑን አረጋገጥኩ። ጣይቱ ካሳ ከዚያች ሌሊት ጀምሮ የትግል ጓደኛየ ብቻ ሳትሆን ፍቅረኛየም ሆነች። ምንም እንኳን ከሸዋው መሣፍንቶችና መኳንንቶች ብትወለድም ጣይቱ ከወንዶች ሁሉ አፄ ቴድሮስን (አባ ኮስትር ካሳን)፣ ከሴት ደግሞ እቴጌ ጣይቱ ብጡልን እጅግ አድርጋ ትወዳቸዋለች። የእሷ ጀግኖችና አርበኞች ካሳ/ቴዎድሮስ እና ጣይቱ ብጡል ብቻ ነበሩ። ቴዎድሮስ ከሚለው ስሙ ይልቅ አባ ኮስትር ካሳ የሚለውን በጣም ትወደው ነበር። ቴዎድሮስ የሚለው ይከብደኛል የእናት አባቱን ስም ካሳን አወዳለሁ አለችኝ። እኔም ክዚያች ሰዓት ጀምሮ ስሟን በእቴጌ ጣይቱ ያባቷን ስም በአባ ኮስትር ካሳ በመሰየም ጣይቱ ካሳ ብየ

ስም አወጣሁላት። በዚህ ስም በጣም አድርጋ ደስተኛ ሆነች፣ ለሁሉም በዚህ ስም እንዲጠሯትና እንድትታወቅ አደረገች። ከዚያን ሌሊት ጀምሮ ለሕጋዊነት ጉዳዮችና ለትምህርት ቤቷ ብቻ ነበር እናት አባቷ ያወጡላትን ስም ትጠቀም የነበረው። ወደ ኋላ እንደምንደርስበት የጣሊያኗ አሰሪ እመቤቴ ሲኞራ ማሪያ ፍራንቼስካ "እኔ ብያችኃለሁ፣ ይች ልጅ ፌሚኒስታ (feminist) ነች" እንዳሉት በእኔ ግንዛቤ በተጨማሪ ጀብደኛና ደፋር፣ ቀራጥና ቀጥተኛ ነበረች። የኃላ ኃላ ጣይቱ ካሳ መመዘኛየ እሷ ሆና ከሌላ ሴት ጋር ዓላማ ያለው ጥምረት መፍጠር አቅቶኝ ኖርኩ።

6.4. በአሜሪካ በስቶንሂል ኮሌጅ/የካቶሊክ የግል ኮሌጅ የነፃ ትምህርት ዕድል ተሰጥቶኝ "ትምህርት ከድል በኋላ" ብየ ቀረሁ

በፈረንጆች ዘመን 1974 መጀመሪያ ላይ የሥር ነቀል ለውጥ ደጋፊ ተማሪዎችና መምህራን መናኸሪያ በሆነው በፓሪስ VIII ዩኒቨሪስቲ ወይንም ዩኒቨርሲቲ ደ ቨንሰን (Universite` de Vincennes) ገብቼ ከፖሊስ ኮሌጅ በኋላ የተቋረጠውን ትምህርቴን እንደገና መከታተል ጀመርኩ። በፓሪስ VIII ዩኒቨርሲቲ (ቨንሰንት ዩኒቨርሲቲ) ትምህርት በጀመርኩበት በዚያው ሰሚስተር በብርሀነምስቀል ረዳ አማካኝነት ከነእያሱ ዓለማየሁና ከሌሎች ጋር እንደተጣመድኩ ባጋጣሚ ማሳቹሴትስ (Massachusetts) ግዛት ውስጥ ከቦስተን አካባቢ ኢስተን ከተማ ከምትገኘው ስቶንሂል ከምትባል የካቶሊክ የግል ኮሌጅ የነፃ የትምህርት ዕድል ሀገርኘሁ። የነፃ ትምህርቱ የሚጀምረው በነሐሴ ወር መጨረሻ በ1974-1975 የትምህርት ዘመን ነበር። መልካም ኑሮየን ንቄ ጀብሃ ጋር እንድቀላቀል ያደረገኝ ለአገሬ ኢትዮጵያና ለሕዝቧ በመሆኑ ለዓላማየ ግብ መምታት ትግሉን መቀጠል እንዳለብኝ በማመን የተባለውን የነፃ ትምህርት ዕድል ወርውየ ጣልኩት። ባጋጣሚ ይህን የነፃ ትምህርት ዕድል በተመለከተ ሁለት የተለያዩ ወገኖች ሁለት ዓይነት የተለያየ ምክር በመለገስ ሊያደፋፍሩኝ ሞክረዋል። ባንድ በኩል እነ አብርሃም ገብረእግዚአብሔ፣ ገዛኸኝ እንዳለ፣ ዮሐንስ ክፍሌና፣ የዚያን ጊዜዋ ገነት ግርማ፣ የሐረርጌዋ ወጣት ምሕረት (ቦምቦሊኖ)፣ ወጣቷ ጣይቱ ካሳ፣ ሻሱ፣ ውባየሁና ሌሎች ወገኖቼ ትምህርት መቀጠል ከትግል መነጠል እንዳልሆነ ሲመክሩኝና ሲያደፋፍሩኝ፣ እንዲያውም ወጣቷ ጣይቱ ካሳ እየተማርን ባንድነት ሆነን ትግላችን ማፋፋም እንደምንችል ታበረታታኝ ነበር። በሌላ ወገን እነእያሱ ዓለማየሁ፣ መላኩ ተገኝ፣ ጅምዕ/ሙሀመድ፣ እና ሌሎች የምን ትምህርት፣ ትምህርት ከድል በኋላ መሆን አለበት፣ ድል አግኝተን ሀገራችን ስንገባ ፓርቲያችን ዛሬ አንተ እንዳገኘኸው የትንሽ ኮሌጅ ስኮላርሺፕ ሳይሆን ወፍራም ገንዘብ በሚያስገኝ የነፃ ትምህርት ዕድል በማስገኘት ይልክናል፣ አሁን ፊቴ ወደ ትግሉ ቀጥታ ማትኮር እንደሚገባኝ አጥብቀው ነበር የሚያደፋፍሩኝ። እንዲያውም አንድወቅት እያሱ ዓለማየሁ አይዞህ ቀጥታ የዓለም ባንክ (World Bank scholarship) የነፃ ትምህርት ዕድል ተሰጥቶን ነው ሁለታችንም ተያይዘን የምንሄደው ብሎ ነበር ሊያደፋፍረኝ የሞከረው። እነ እያሱ እንደዚያ እያሉ ለምን እንደሚመክሩኝ

ይገባኛል። የነሱ ምክርና በተለይም 'ትምህርት ከድል በኃላ' የሚለው በእያሱ ዓለማየሁ መፈክር በመማረኬ ሳይሆን የትግል ጓደኞቼን ለማፈላለግ የግል የደስታ ሕይወቴን በመናቅ ሀገር ለቅቄ የተንከራተትኩበት ዓላማየ በመሆኑ ነበር የነፃ ትንህርት ዕድሉን ንቄ የእያሱ ዓለማየሁን ጥሪ ተቀብዬ ወደ ሮም ከተማ የገሰገስኩት። የትግል ጓደኞቼን ለማፈላለግ ሀገር ለቅቄ የተንከራተትኩበት ዓላማየን ለማራመድ በነበረኝ ፅኑ ፍላጎቴ ነበር። በወጣትነት ዘመኔ በዓመት አራት ጊዜ በማምረት የኢትዮጵያ የጀርባ አጥንት ተብሎ ይታወቅ የነበረው የወሎ አርሶ አደር ከነጭራሹ የሚበላውና የሚቀምሰው አጥቶ እንደ ቅጠል በየመንገዱ መርገፍ ምክኒያት የሥርዓቱ መበስበስና ቅጥ ያጣ ጭቀና በመሆኑ ከመሰል ጓዶቼ ጋር በመሰለፍ ሥራዓቱን በትግላችን ለመገርሰስ የተነሳሳሁበት ከዓላማየ ዋናው ነበር። ስለሆነም የነፃ ትምህርት ዕድሉን ትቼ የእነ እያሱ ዓለማየሁ፣ ጅምዕ/ሙሀመድ፣ መርሻ ዮሰፍ፣ መላኩ ተገኝና ሌሎች በውጭ ኮሚቴ ስም የድሎት ሕይወት ለሚመሩት ብልጣ ብልጦች ጧሪ መሆንን መርጬ ወደ ጣሊያን ጉዞ አደረኩ። ተመሳሳይ ዕምነትና ዓላማ ያላቸው ግንባር ቀደም ታጋዮች ትምህርታቸውን በፈቃደኝነት አቋርጠው በአብዮታዊ ትግሉ ውስጥ መሳተፍ ይኖርባቸዋል የሚለው የወቅቱ አዘናጊና አሳሳች "ትምህርት ከድል በኋላ" መፈክር ከልብ ነበር የማምንበት። ትምህርት ከድል በኋላ በሚለው አሳሳች ዕምነት እንድእኔው ተማርከው ትምህርታቸውን እየተው ከውጭ ሀገር እየከነፉ ሀገር ቤት ገብተው ሕይወታቸውን ካጡት መካከል የኢሕአፓ የወጣቱ ሊግ ማዕከላዊ ኮሚቴ የነበረው አክሊሉ ሕሩይና ወንድሙ ሲራክ ሕሩይ እንዲሁም የእኔዎቹ የፍልሥጥኤም ጓዶቼ ውብሸት መኮንን፣ ኤፍሬም ደጀኑ እና ብሥራት ደበበ ይገኙበታል።

6.5. ለመጀመሪያ ጊዜ ከዶ/ር ፍቅሬ መርዕድ ጋር ግንኙነት

ለመጀመሪያ ጊዜ በግምባር እንዴት ልተዋወቀው እንደቻልኩና በትውውቁ ወቅት የተገነዘብኩትን ምን ጊዜም የማይረሳኝን የዶ/ር ፍቅሬ መርዕድን አርቀ አስተዋይነትንና ጨዋነትን ማካፈል አስፈላጊ ይሆናል። በፓሪስ የምንኖረውን ኢትዮጵያዊያንን ለማገናኘትና ለማቀራረብ በነበረው ስሜቱ የዚያን ጊዜው ዶ/ር የኋላው ፕሮፌሶር ንጉሴ ተበጄ (45) ቤቱ ግብዣ ያዘጋጅና ይጠራል። ጣይቱ ካሳ እኔን ታፈላልግና "ዛሬ ማታ ዶ/ር ንጉሴ ተበጄ ከቤቱ ሁሉንም ኢትዮጵያዊያንን ግብዣ ስለጠራ አብረን እንድንሄድ፣ ላንተም ጥሩ ነው፣ ያላገኘሀቸውን ሌሎች ሰዎች ትገናኛለህ፣ ዓዕምሮህንም ታዝናናለህ፣ እኔም መሄድ ስለምፈልግ ስመለስ አብረን እንድናመሽ እፈልጋለሁ" ብላ አሳሰበችኝ። ይቺ ሙጫ የሆነች ትንሿ ልጅ ይህን ያህል እንደ ትልልቆቹ ዓዋቂ ሰዎች ስትመክረኝ ለምን ጥሪዋን እቃወማለሁ፣ በዚያም ላይ የማፈቅራትና የማከብራት ጓደኛነቷ አልፎ ፍቅረኛየ ከሆነች ወራታት ስለቀጠሩ እግረመንገዳችንንም ከግብዣው በኃላም ከእሷ ጋር ማምሸትን ስለምወድ ደስተኛነቴን ገለጽኩላት። ተቀጣጠርን ይዛኝ ሄደች። ዶ/ር ንጉሴ ተበጄ እኔን ይዞለት የመጣውን አመስግኖ፣ በግብዣው ምሽት መገኘቴ ደስ ብሎት የአፄ ኃይከሥላሴ ሰላይ መሆኑን ከታመነ ምንጭ

ሪፖርት ስለደረሰን ነው ኋላፊነታችንን አውርደን ከእኛ እንዲወጣ ያደረግነው ብለው እነ አማረ ተግባሩ፣ ታደሰ ገሠሠና የነገደ ጎበዜ ሰዎች የነዙብኝን አሉባልታና የስም ማጥፋት ዘመቻ አስታወሰና 'እንዴ የመቶ አለቃ አያሌው መርጊያው የዘውዱ ጠባቂና ሰላይ ከሆነ እናንተን ደስ ያሰኛል እንጅ ለምን ያስኮርፋችኃል? የዘውዱ የቅርብ ደጋፊዎችና ሀገርልጋዮች ብቻ ሳትሆኑ ራሳችሁም አብዛኞቻችሁ ከዘውዱ ጋር ዝምድናና አቅርቦት ያላችሁና በማሕበራችሁ ስም በየዓመቱ ከንጉሡ ዳረጎት የሚደረግላችሁ የዘውዲ ጠባቂ አይደላችሁም እንዴ? ብሎ በጨዋታ መልክ እያሳሳቀ ጥያቄ ያቀርባል። የመቶ አለቃ አያሌው መርጊያው የአፄው ሰላይ ከሆነኮ የናንተም ጠባቂ ማለት አይደለም እንዴ? ብሎ አሁንም በጨዋታ መልክ እየሳቀ ሲገስጻቸው በግብዣው ወቅት የነበሩት የአዲሱ አውሮጳ ተማሪዎች ማሕበር አባላት (የኢሕአፓ ተከታዮች) እና ሌሎች ከማንኛውም ቡድን ገለልተኛ የነበሩት ወገኖቻችንና እንዲሁም ድርጊቱ ያሳዘናቸው የራሱ የአሮጌው የአውሮጳ ተማሪዎች ማሕበር ሰዎች እንደነ ከዶ/ር ፍቅሬ መርዕድ፣ ዓምሃ ዕምሩ፣ ከበደ ሁብቴ፣ ፈቃዱና ብርሃኑ ከነባለቤቱ የፕሮፌሰር ንጉሴን ንግግር ሲደግፉ፣ ሌሎቹ የአሮጌው የአውሮጳ ተማሪዎች ማሕበር ሰዎች አንገታቸውን ደፍተው ጭጭ ብለው አዳመጡ። ዶ/ር ፍቅሬ መርዕድ የሚኖረው ፓሪስ ከተማ ሳይሆን ደቡብ ፈረንሣይ አካባቢ ነበር። ወደ ሀገር ቤት ጠቅሎ ከገባ ትንሽ ቀየት ብሎ ሳለ ለሥራ ጉዳይ ይሁን ወይንም ለግሉ ፓሪስ መጥቶ ለተወሰነ ጊዜ በቀየበት ጊዜ ነበር ይዘውት ወደ ግብዣው የመጡት። በዚያው አካባቢ ከወር በፊት ገደማ በፓሪስ ከተማ በተካሄደው የፈረንሣይ የኢትዮጵያ ተማሪዎች ማሕበር (የአሮጌው) ስብሰባቸው ላይ ለመካፈል ዕድል በማግኘቱ አጋጣሚውን በመጠቀም ሰብሰባውን ተካፊሏል።

በዚህ የተማሪዎች ስብሰባ ላይ ነበር ዶ/ር ፍቅሬ መርዕድን ለመጀመሪያ ጊዜ በሩቅ በመልክ ያወኩት። የመተዋወቅ ወይንም የመነጋገር ዕድል አላገኘሁም። እንደገና ለሁለተኛ ጊዜ የተገናኘሁት፣ መገናኘትም ብቻ ሳይሆን የተዋወኩት በዚሁ በዶ/ር ንጉሴ ተበጄ ግብዣ ላይ ነበር። የፕሮፌሰር ንጉሴን ቀጥተኛነት በማመስገን "የመቶ አለቃ አያለውን ከመካከለኛው ምሥራቅ ጋብዞ ወደ እኛ ጋር እንዲመጣ ያደረገውን የተማሪዎች ድርጅቱን ወክየ ሳይሆን በራሴና እዚህ በሚገኙት ጥቂት ወንድሞቼና እህቶቼ ስም አጋጣሚውን በመጠቀም የቅርታ ለመጠየቅ እወዳለሁ" በማለት የሚከተለውን ንግግር አደረገ (ንግግሩን ቃል በቃል አላስታውስም፣ ሆኖም መልዕክቱን እንዳለ ስለማስታውስ በራሴ ቋንቋ አቅርቤዋለሁ)። "የመቶ አለቃ አያሌውን በግንባር ስገናኘው ይህ የመጀመሪያ ጊዜየ ነው። ለመጀመሪያ ጊዜ ስለሱ መስማት የቻልኩት ከሁለት ወራት በፊት በአውሮጳ የኢትዮጵያ ተማሪዎች ማሕበር የፈረንሣይ ቅርንጫፍ ስብሰባ ላይ ነገደ ጎበዜ በውይይቱ ወቅት ለተነሳ የሆነ ነጥብ ሲተች እኛ ራሳችን የአፄውን ሰላይ ጉያችን አስቀምጠን እየቀለብን ዘውዱን ለመቃወምና ለመታገል ብዙ ብዙ እናወራለን ብሎ አስተያየት በሰጠበት ወቅት ነበር። በመጀመሪያ

እራሳችንን እናጽዳ ብሎ ሲናገር ለእኔና ለጥቂቶቻችን ንግግሩ ግራ አጋብቶን ነበር። ቀልዱንም መስሎኝ ነበር። በዕረፍት ሰዓት እባጠገቤ የነበረችዋን ፍረሕይወት ገብረሥላሴ ኦዳን ጠይቄአት ስለመቶ አለቃ አያሌው መሆኑንና አመጣጡንም ሆነ በመሀከላቸው የተፈጠረውን ችግር የሰማችውን ሁሉ ባጭሩ ገለጸችልኝ። ፍረሕይወት ገብረሥላሴ ኦዳ እህቷ ጊሩት እንደነገረችኝ መልክ ሳይሆን ለየት ባለና ሚዛናዊ በሆነ ሁኔታ ነበር ያስገነዘበችኝ። አልፎም የመቶ አለቃ አያሌው የስብሰባው ተካፋይ ስለነበር የትኛው እንደሆነ በምልክት አሳየችኝ። በፍረሕይወት ገብረሥላሴ ኦዳና በጋደኛዋ/ፍቅረኛዋ በአማኑኤል ግንዛቤ የመቶ አለቃ አያሌው መርጊያው ያለዕድሜው ትልቅ የሆነና የበሰለ፣ አንደበተ ኩሩና ነፃነቱን አስከባሪ ኢትዮጵያዊ ነው በማለት ሁለቱም ያላቸውን ግንዛቤ ገለጹልኝ" አለ።

በመቀጠልም "የሚከበርና የሚወደድም ዓይነት ሰው እንደሆነ ነበር እነሱና ሌሎችም ያጫወቱኝ። በራሱ አቋምና ዕምነት የሚጋዝ እንጅ ለሆዱና ለዕለት ጥቅሙ ብሎ በሰዎች የሚነዳ እንዳልሆነም በተግባር አስረዳን። እንደለሎቹ መስሏቸው ሞከሩ አልሆነላቸውም፣ በሰው ሀገር ሜዳ ላይ አውጥተው ጣሉት። ደስታ ተሰማው እንጅ እልተጨነቀም፣ አልተረበሸም። ይህ ለእኛ ትልቅ ትምህርት ነበር የሰጠን ብለው በሰፊው በማድነቅ ገለጹልኝ" እያለ ስሜቱን መግለጽ ቀጠለ። "ከዚያም ሁኔታውን ለማጣራት በነበረኝ ጉጉት ከዓምሃ ዓቢይ እና ከወንድሙ ከመኮንን ዓቢይ፣ እንዲያውም በይበልጥ ከአምሃ ዕምሩና ከበደ ሀብቴ ጋር እንድዚሁ ስለ መቶ አለቃ አያሌው አንስተን ስንወያይ ከእነ ፍሬሕይወትና ከፍቅረኛዋ አማኑኤል የተለየ አመለካከት እንደሌላቸው እንዲያውም አስፋፍተውና አብራርተው አስረዱኝ። ታዲያ ዕድል አግኝቼ ከሱ ጋር አለተጨዋወትንም። ከኋላ ቀርነታችን የተነሳ በአስተሳሰቡ የምንጠላውን ሰው ፊት ለፊት በመወያየት ችግር መፍታት ሲያስቸግረን ወይም የተባለው ግለሰብ ዕውነትንና ሀቅን ይዞ በመራመዱ ስለምንፈራው ያለን ማጥቂያ መሣሪያችን ወይንም ችግር መፍቻ መገልገያችን ስም ማጥፋት፣ መወንጀልና ማጥቀር ነው፣ በጀርባው ስሙን ማውገዝና ማንቋሸሽ ነው። ጠንካራ ለሆኑ ለእንደ መቶ አለቃ አያሌው ይህ ሁሉ ኋላ ቀር ጦርነት ዓላማቸውን ከማራመድ ምንም አያግዳቸውም። እንግዲያውስ የመቶ አለቃ አያሌውን ከልብ ነው የማደንቀውና የማከብረው። ጋብዘውኛል ብሎ ይሉኝታ ሳይዘው ወይንም በነሱ ኋላፊነት ሥር ስላለሁ ካባረሩኝ መግቢያ አጣለሁና በማላውቀው ሀገር ችግር ውስጥ እንዳልገባ ብሎ በመፍራት ያለእምነቱ ከእኛ ጋር ሽር ጉድ ባለና ከእኛ ፍላጎት ውጭ ባልወጣ ነበር። የዘውዱን ሥርዓት በገሀድ ተቃውሞ ከኤርትራ የሽምጥ ተዋጊዎች ለዚያውም ከበሔርተኛ አክራሪ የእስልምና ተከታይ ቡድኖች ጋር ገብቶ እሱን መሰል ኢትዮጵያዊ ጓዶቹን በማፈላለግ ላይ እያለ ከእኛ ጋር ሆኖ ባንድነት ለመታገል እንዲችል ጋብዘነው መጣ። እኛን ለማወቅ እየጣረ ባለበት ወቅት ሌሎች ቡድን መኖራቸውን በመስማቱ

እነሱንም ለማወቅ ጥረት ለማድረግ መሞከሩ የሚያስመሰግነው ነበር። ለማወቅና ሌሎችን ለመገናኘት የነበረውን ፍላጎት ልንከለክለውና ልናግደው አይገባም ነበር።

መማር መመራመር ፈለገ፣ የተለያዩ መጽሕፍትን ማንበብና ማገላበጥ ፈለገ። ነፃቴን አትከልክሉኝ አለ። እንግዲያውስ ሲበዛ ግልጽና ቀጥተኛ በመሆኑ ልንኮራበት ይገባን ነበር እንጂ ብቻውን በማያውቀው ከተማ ማንም ሳይኖረው ይህን ሁሉ ችግር መፍጠራችን ተገቢ አደለም ብሎ ተናገረ። የመቶ አለቃ አያሌው መርጊያው ኤርትራዊ አለመሆኑ ብቻ ሳይሆን የእስላምና ተከታይ ያልሆነ ኤርትራዊ እንኳን ደፍሮ ከማይገባበት ድርጅት በኩል ነው ግንኙነት ፈጥሮ የገባው። ሰላይ ቢሆን ኖሮ አክራሪው ብሔርተኛ የእስልምና ተከታይ የኤርትራ ነፃ እውጭ ድርጅት ያለእርህራሄ እዚያው ጫካቸው ውስጥ የጥይት እራት አድርገው ባስቀሩት ነበር። ያለበለዚያም ከእሱ ጋር የጎቡዕ ግንኙነት ከመጀመሪያውኑ ባልፈጠሩም ነበር" በማለት ከልብ በመነጨ መንፈስ ገለጻ አደረገልን። ንግግሩ የወጣቶቹን ስሜት እየቀሰቀሰ መምጣቱን የተገነዘበው ፕሮፌሰር ንጉሴ ተበጄ እንደነ ጣይቱ ካሳ የመሳሰሉት ውይይቱን በመቀጠል ወደ ፊት እንዳይገፉ ለማድረግ በመጨነቅ ቶሎ ብሎ ዶ/ር ፍቅሬ መርዕድን አመስግኖ ወደ ሰብሰባው ዋና ዓላማ እንድናተኩር መራንና እየበላንና እየጠጣን ጨዋታችንን ቀጠልን። በግብዣው ወቅት የነ ዶ/ር ፍቅሬ መርዕድ ተማሪዎች ማሕበር የፓሪስ ቅርንጫፍ አባላት በብዛት ነበሩበት። የሀገር ቤቱ መኢሶን ከሕጋዊው ኢሕአፓ ጋር በብዙ አንገብጋቢና ጊዜያዊ የሕዝብ ጥያቄዎች ላይ አንድ አቋምና አመለካከት እንደነበራቸው በምዕራፍ 11 ይጠቀሳል። ኢሕአፓ በግድያ ላይ ስለተሰማራ በመንግሥት ደረጃ መግለጫ ይሰጥና ይወገዝ በሚል ውይይት ሻለቃ መንግሥቱ ኃ/ማሪያም በጠራው ስብሰባ ላይ በተካሄደው ውይይት መቶ አለቃ ግርማ ንዋይ፣ ዶ/ር ሠናይ ልኬና ሻለቃ ተስፋየ ወ/ሥላሴ የሻለቃ መንግሥቱን የይወገዙ አቋም ሲደግፉ ዶ/ር ፍቅሬ መርዕድና ሁለት የስብሰባው ተካፋይ ጓዶቹ አጥብቀው ተቃውመዋል። ሆኖም ሻለቃ መንግሥቱ የራሳቸውን ድምፅ በመጠቀም ኢሕአፓ በመንግሥት ደረጃ ይወገዝ የሚለው ብልጫ በማግኘቱ ከመስከረም 1969 ዓ. ም. መባቻ ጀምሮ በኢሕአፓ ላይ መንግሥታዊ መግለጫ መሰጠት ተጀመረ (እንዳርጋቸው አሰግድ፣ 350)። ታዲያ የታሪክ ምፀት ሆነና ኢሕአፓ ፀረ-ሕዝብ ክንዱን ያሳረፈው በሀገርርና በሕዝብ ጠላት ላይ ወይም በባዕዳን ኃይል ላይ ሳይሆን ለኢሕአፓ ደሕንነት ጨካኙን አምባ ገነን ርዕሰ ብሔር አጥብቆ የተቃወመውንና ለኢሕአፓ የቆመውን መልካም ዜጋ ዶ/ር ፍቅሬ መርዕድን ላይ ነበር።

6.6. ከብርሀነመስቀል ረዳ ጋር ለሶስተኛ ጊዜ ግንኙነት

ብርሀነመስቀል ረዳ ቃሉን በማክበር በስዊዘርላንድ በ1966 ዓ. ም. መግቢያ ገደማ ይመስለኛል ለሶስተኛ ጊዜ ተገናኝተን ከወርቃዊ ጊዜው ሰፋ ላለ ጊዜ ሰጥቶኝ ይበልጥ ለመተዋወቅ እንድንችል አጋጣሚውን ፈጠረልኝ። በፈረንሣይ በዚያች አጭር ቆይታየ ያጋጠመኝንም ሁኔታዎች እንደሰማ

ጠቀመኝ። ባይነግረኝም ስለእኔ በደንብ አድርጎ ይከታተል እንደነበር ተሰምቶኛል። ከእያሱ ዓለማየሁ ጋር በቅርብ ቀን እንደምትተዋወቅና አብረህ ከእሱ ጋር እንደምትቀይ ተነጋግሬአለሁ። እስከዚያው እዚሁ ፈረንሣይ እያነበብክና ከመሰል ጓደች ጋር እየተወያየህ ቀይ። እኔ ራቅ ወደአለ ቦታ ስለምሄድ ወደፊት ሠራዊት ተቃቁሞ ሜዳ እስከምንገናኝ ድረስ ደህና ሁን አለና እንደገና ጊዜው ደርሶ ተጠናክረን ሁላችንም ከትግሉ ሜዳ እስከምንገናኝ ድረስ ደህን ሰንብት፣ እስከዚያው ድረስ ባለህበት ጠንክረህ ታገል ብሎ ነበር ተሳስመን የተለያየ ነው። ለመሰነባበት ሊነሳ ሲል አጋጣሚውን ለመጠቀም በመፈለጌ ከነኃይሌ ፊዳ ጋር በቀየሁበት ጊዜ በኮምባት መጽሄት ምክኒያት የተፈጠረውን አለመግባባት በጨዋ መልክ አንስቼ አጫወትኩት። እሱም ይህንን ውዝግብ በተመለከተም ከፓሪስ አካባቢ እንደሰማ ነገረኝ። ታዲያ አልኩት ለምን ድን ነው ወገኖቼ የገጠሩን የትጥቅ ትግል የሚቃወሙት ብየ ጠየኩት። መስፍን ሀብቱንንም የወሰደብን ይኸው የዚሁ በሕዝባዊ የገጠር ትጥቅ ትግል ጠንካራ እቃሙና ዕምነቱ እንደ ፃዕረ ሞት ያስፈራቸው መሆናቸውን በመጀመሪያው ግንኙነታችን ወቅት እንደጠቀመኝ አልዘነጋውም። ያጋጠመህ ችግር በነበርክበት ቦታ ብቻ አይደለም። ከጎንህም ሊኖሩ ይችላሉ፣ በእርግጠኝነትን አሉ። ሆኖም ከነሱ የእኛዎቹ የሚለዩት አለኝ የኛዎቹ ልዩነቶችን በግልጽ በውይይት የመፍታት ኃይልና ችሎታ አላቸው ብለን እናምናለን። ሌላ ስውር የሆነ ዓላማና ተልዕኮ ከሌላቸው በስተቀር በእኛ በኩል ያሉት በውይይት ያምናሉ፣ በውይይትም ችግሮችን ይፈታሉ አለ። ከዚያን በኋላ አይቸውም አላውቅ። ያች ዕለት ለመጨረሻ ጊዜ የተሳሳምንባት አጋጣሚ ሆነች። ሩቅ ቦታ ሲለኝ በዓዕምሮየ የመጣልኝ አልጄሪያ ነበር እንጂ በፍጹም ኤደን ከዚያም ሕግሀኤና አሲምባ አልነበረም። የኋላ የኋላ ነው ነገሮችን ማያያዝ ስሞክር ሊባኖስ የነበረውም ቢሆን ከፍልሥጥኤም ነፃ አውጭ ድርጅት ጋር በተያያዘ ጉዳይ ሊሆን ይችላል፣ አሁን ደግሞ ወደ ሩቅ ቦታ እሄዳለሁ ማለቱ የኋላ ኋላ እንደገባኝ ከሆነ ጉዞው ወደ ኤደን ወይንም ወደ አሲምባ እንደነበረ ነው የገመትኩት (46)። የሚያሳዝነኝ ግን በርሀነመስቀል ረዳ በስዊዘርላንድ የግማሽ ቀን ቀይታችን ወቅት ያሳየኝ ፈገግታ የመጨረሻዋም መሆኗ ነበር። እንደዋለልኝ መኮንን እንኳን ደጋግሜ ፈገግታውን የማየት ዕድል አልሰጡንም የድርጅታችን የባዕድ ወኪሎች። እኔስ ሁለት ጊዜ በእያንዳንዳቸው ሰፊ ጊዜ አግኝቼ ተገናኝተን ለመወያየትና ለመተዋወቅ ዕድል አግኝቻለሁ። እነ ሰዒድ አባስና አቡበከር ሙሀመድ ግን ለመተዋወቅ እንደኔ ድርጅቱ ባዘጋጀላቸው ስውርና ግልጽ የማጥፊያ ወጥመድ ሦስቱም ሳይተያዩና ሳይገናኙ በየተመደበላቸው ጊዜ፣ ቦታና ሁኔታ ተገድለዋል።

6.7. ፓሪስ ስደርስ የተማሪዎች ማሕበር ለሁለት ተከፋፍሎ በክፉ ዓይንና በጎሪጥ ከሚተያዩ ወገኖቼ መኻል ገብቼ ለችግር መዳረጌ

በሚያዚያ ወር በ1964 ዓ. ም. በኢሕአድ አስተባባሪነት ተማሪውን በኢሕድን ዙሪያ አሰባስቦ ለመያዝ “የዓለም አቀፍ የኢትዮጵያ ተማሪዎች ማሕበር ፌደሬሽን'ን” አቃቋሙ። ምንም እንኳን የሥር

ነቀል ታጋዮች ጠላት የሆኑት መስፍን ሀብቱን ኢሕአድ'ን በጠንካራ ጥረቱ ከጓዶቹ ጋር ሆኖ ከመሠረተ በኃላ ለኢሕአፓ ምሥረታ ስብሰባ ላይ እንዳይገኝ እና እእንዳይሳተፍ አስቀድመው ቢቀጩትና ፍሬውን ባያይም ለኢሕአፓ ምሥረታም ሆነ ለፌደሬሽኑ መፈጠር መሰረቱን አስጥሎና ፈር አሲይዞ ነበር ያሰናበቱት። የቀድሞው የዓለም ዓቀፍ የኢትዮጵያ ተማሪዎች ማሕበር ይባል የነበረው የነ ነገደ ጎበዜ (World Wide Ethiopian Students Union) የሚያቅፈው በአውሮጳ (የአውሮጳ የኢትዮጵያ ተማሪዎች ማሕበር - አሮጌው) እና በአሜሪካ (በሰሜን አሜሪካ የኢትዮጵያ ተማሪዎች ማሕበር - አሮጌው) የሚገኙትን ተማሪዎች ብቻ ነበር። ማሕበሩ ለመሠረታዊ ስር ነቀል ለውጥ የሚያካሄዱትን እንቅስቃሴዎች ሁሉ የሚጻረርና አልፎም በተለይ ደግሞ የምዕራብ አውሮጳው አሮጌው ቡድን አፍቃሪ ዘውድ ነበር። በሌላ በኩል ይህ አሮጌ ዓለም አቀፍ የኢትዮጵያ ተማሪዎች ማሕበር በመካከለኛው ምሥራቅ፣ በሰሜን አፍሪቃ፣ በአገር ቤትና በሱዳንን ጭምር የሚኖሩትን የኢትዮጵያ ተማሪዎችን አያቅፍም ነበር። የባዕዳን ኃይላት የሥር ነቀል ለውጥ ደጋፊዎችን በአንድ ጥላ ሥር አሰባስበው አፍነው ለማቀየት ወደኃላ እንደአስፈላጊነቱ እርምጃ ለመውሰድ እንዲያስችላቸው ከብርሀነመስቀል ረዳ ዕውቀት ውጭ ረቂቅ በሆነ መንገድ የእሱን ስምና ማንነት በደምብ በመጠቀምና የይስሙላ አመራር በመስጠት የዓለም ዓቀፍ የኢትዮጵያ ተማሪዎች ማሕበር ፌዴሬሽን (World Wide Federation of Ethiopian Students Union) ኢሕአፓ በተመሠረተበት ባንድ ወቅት በሚያዚያ ወር 1964 ዓ. ም. ሊመሰረት ቻለ። ኢሕአፓ ለኢትዮጵያ ሕዝብ እራሱን ከማወጁ በፊት በዚህ ማሕበር አማካይነት አብዛኛውን እንቅስቃሴ በማካሄድ ቀይቷል። ይህ አዲሱ የተማሪዎች ማሕበር የ'ኢሕአፓ የአባላት መመልመያ መድረክና የቀሳቁስ ማሰባሰቢያ ድርጅት በመሆን ከፍተኛ አገልግሎት አድርጓል። በኢሕአድና ኢሕአፓ የበላይነት ይመራ በነበረው የዓለም ዓቀፍ የኢትዮጵያ ተማሪዎች ማሕበር ፌዴሬሽንና በአሮጌው የዓለም ዓቀፍ የኢትዮጵያ ተማሪዎች ማሕበር መካከል የጦፈ ክርክር የተካሄደበት ነበር።

ምንም እንኳን በሁለቱ ጀርባ የቀሙት ማንነታቸው ለብዙሀኑ ባይታወቅም በሁለቱ ድርጅቶች ተሰልፈው የነበሩት ቅንና ጠንካራ የሕዝብ ልጆች የኃላ ኃላ እርስ በርስ በጎሪጥ በመተያየት ለመለያየትና እርስ በርስ ለማበላላት እንደ ምክኒያት ተደርጎ የተወሰደው ከታላቁ የካቲት 1966 ዓ. ም. እንቅስቃሴ ከመቀስቀሱ በፊት በኢትዮጵያ ሁኔታ ላይ ባደረጉት ግምገማና የተራማጆች ወቅታዊ ተግባር ምን መሆን አለበት የሚሉትን ጥያቄዎች ላይ ልዩነት በመፍጠራቸው ነበር። በኢሕአፓ ጥላ ሥር በነበረው የዓለም ዓቀፍ የኢትዮጵያ ተማሪዎች ማሕበር ፌዴሬሽን እምነት ትግል ለመጀመር ተጨባጭ ሁኔታዎች የተሟላ ነው ብሎ ሲያምን፣ በመኢሶንና በሰሜን አሜሪካ እንደ ነሰናይ ልኬ ጥላ ሥር ይንቀሳቀስ የነበረው አሮጌው የዓለም ዓቀፍ የኢትዮጵያ ተማሪዎች ማሕበር ደግሞ ተጨባጭ ሁኔታው መኖሩን ይቀበልና ኅሊናዊ ሁኔታው ገና ይቀረዋል ብሎ በማመኑ ነበር። "ሕዝባዊ

አብዮታዊ ትግሉ ከመጀመሩ በፊት ሕዝቡ የፖለቲካ ትግል ማድረግ አለበት ብሎ የመኢሶን ተማሪዎች ማሕበር ተከራከረ። ኢሕአፓ አብዮታዊ ትግሉ ተጀምሯል ብሎ ከማመኑም በላይ የጎደለው ትግሉን የሚመራ ድርጅት ነው ብሎ በአጽንኦት ተከራከረ። ሌላው የማስታውሰው በ1966 በርሊን ከተማ ላይ በተደረገው የተማሪ ተወካዮች ስብሰባ ላይ በወቅቱ በነበረው የሀገሪቷ ተጨባጭ ሁኔታ ላይ ሁለት ተፃራሪ ሀሳቦች ቀረቡ። በኢሕአፓ ጥላ ሥር ይንቀሳቀስ የነበረው የዓለም ዓቀፍ የኢትዮጵያ ተማሪዎች ማሕበር ፌዴሬሽን የእንዳልካቸውን መንግሥትን አጥብቀ ሲቃወም፣ በነነገደ ጎበዜና በሌሎች የመሳፍንትና የመኳንንቱ ልጆች አማካኝነት ትክክለኛው የትግል አቅጣጫ የልጅ እንዳልካቸው መንግሥት መሻሻል እንዲያደርግ ጫና ማድረግ ነው እንጂ መቃወም አያስፈልግም ብሎ ትግል ማካሄድ ጀመሩ። በዚሁ ምዕራፍ በሌላ አካባቢ እንደተገለጸው እነ ነገደ ጎበዜና ጓዶቹ በዚያን ወቅት የነበራቸው አቋምና ይከራከሩ የነበሩበት አቅጣጫ ለእንዳልካቸው ጊዜ እንስጥ እያሉ መጮሀቸው ነበር። በ1966 የካቲት አብዮት ወቅት የተፈጠረውን የሥልጣን ባዶነት መሙላት የሚቻለው በውጭ ሀገሩ መኢሶን እምነትና ፍላጎት በእነእንዳልካቸውና ሚካኤል እምሩ ወይንም በዘመናዊ መኳንንቱና በቢሮ ከበርቴዎች እንደሆነ ነበር። በእነዚህ ሥር ሆነን ለይበልጥ ዲሞክራሲ እንታገል ነበር የሚሉት። ይህን ዓይነት ቅስቀሳና ሎሎታ ያካሂዱ የነበሩትን በመፃረር የኢሕአፓ የዓለም አቀፍ የኢትዮጵያ ተማሪዎች ማሕበር ፌደሬሽ የነበረውና የኢሕአፓ የአባላት መመልመያ መድረክና የተለያዩ ተግባራትን ይጠቀምበት የነበረው የተማሪዎች ድርጅት ሕዝቡ እራሱን ሊያስተዳድር ይችላል፣ ዲሞክራሲ መብቱ ነው፣ ሞግዚት አያሻውም በማለት የጊዜያዊ ሕዝባዊ መንግሥትን መፈክር በማንሳት ለሕዝቡ ንቃትና ቀራጥ ትግል ከፍተኛ አስተዋጽኦ ያደርጉ ነበር። በእንዳልካቸው መንግሥት መውደቅ ምክኒያት የውጩ የመኢሶን አመራር ያነሳው ክርክር ብዙ ዕድሜ ሳያገኝ በኢትዮጵያ ሕዝብ ኃይል በአጭሩ ተጨናግፎ ቀረ። የሚያስገርመው ግን ይኸው የውጩ የመኢሶን አመራር እንደ ኮማንዶ በመገለባበጥ ይቃወመው የነበረውን ደርግን ወዲያውኑ በመደገፍ ብቻ ሳይሆን ደርግን በማሞገስ አዲስ አበባ ሰተት ብሎ ገብቶ እንደገና የሀገር ቤቱን መኢሶንን በመመረዝ ከኢሕአፓ ጋር ሊኖረን ይችል የነበረውን መቀራረብ አበላሹት።

በምራብ አውሮጳ ከ1966 ዓ. ም. ማለቂያ ጀምሮ ለተካሄደው የጥቃቅን የገንዘብና የቀሳቁስ ዕርዳታ አሰባሰብ የእኔ አስተዋጽኦ እንኳን ከፍተኛ ነበር። ወደኋላ ስደርስበት በእኔ ጥረትና ትግል ተሰባስቦ ለውጭ ግንኙነት ኋላፊው ለእያሱ ዓለማየሁ ያስረከብኩትን የጥሬ ገንዘብና የቀሳቁስ ዓይነትና መጠን በመጠኑም ቢሆን ለመግለጽ የግድም ይሆናልና እሞክራለሁ። ነገር ግን ለወደፊቱ የፓርቲ ግንባታ በምዕራብ አውሮጳ እንደ ሰሜን አሜሪካ ሳይሆን ለአባልነት ምልመላ በአብዛኛው ተመሳሳይ አስተያየትና አመለካከት ከውጭ ጉዳይ ኮሚቴውና ከነመላኩ ተገኝ ጋር ተመሳሳይነት ያላቸውን ግለሰቦች ብቻ እየመረጠ ሲያሰባስብ በመቀየቱ ለጥራቱ መሰናክል እንደነበረ ነው። ለአራት ወር

የጥናት ጊዜ አምስተርዳም በቀየሁበት ወቅት ሁኔታውን ለጊዜው እንዳላወቁና እንዳልጠረጠሩ በመምሰል ድርጅቱ እንዲጠናከርና በፋይናንስ፣ በድርጅት፣ በፖለቲካና በሁሉ አቀፍ መስክ እንዲጠናከር ስለሚረዳ መስሎ በመሳተፍ ትግላችንን መቀጠል ይኖርብናል የሚለው የነብርሀነመስቀል ረዳ ምክር ምክኒያት ከሚያለያይና ከሚያቃቅር ውይይት ውስጥ ገብቼ ስለማላውቅ “በጨዋ” ዓይን ተመልክተው ነበር በክብር ወደ ሮም የተሸኘሁት። ሁልጊዜም የርዕዩተዓለምና የአመለካከትም ሆነ የአቋም ውይይት ሲደረግ መከራከሩ ትርጉም የለሽ መሆኑን በመረዳቴ በምዕራብ አውሮጳ ቀይታየ በመጀመሪያ ከአምስተርዳም መልስ በኃላ “የድርጅት ተግባራዊ መመሪያን” አስመልክቶ ከእያሱ ዓለማየሁ ጋር ባደረኩት የጦፈ ውይይት እና በኃላም እስከ ሎታ ኮንቲኒዋ ድንገተኛ ውይይት ጊዜ ድረስ የሚያውቁኝ ወይንም የምመስላቸው እንደነሱ ተመሳሳይ እቃምና አመለካከት ያለኝ አድርባይና ለዘብተኛ አድርገው ነበር። በብርሀነመስቀል ረዳና በቅርብ ጓደኞቹ ጥረት ያካባቢው ተማሪዎች በየአህጉራቸው በተማሪዎች ማሕበር እንዲደራጁ በማስተባበር ረዳ። በዚህም መሠረት ሚያዚያ ወር በ1964 ዓ. ም. ለተቃቃመው ዓለም ዓቀፍ የኢትዮጵያ ተማሪዎች ማሕበር ፌደሬሽን መሥራች ጉባዔ ላይ እነዚህ አዲስ የተቃቃሙት ማሕበራት አባል በመወከል ተካፍለዋል፣ ለምሳሌም በካርቱም የተቅቃመው ቅርንጫፍ ተወካዮችን በመላክ በማሕበሩ ምሥረታ ላይ ተሳትፏል። በኒው ዮርክ ነዋሪና የቀድሞ የኢትዮጵያ አየር መንገድ አስተናጋጅ የነበረችው አበበች በቀለ የመጀመሪይው ሊቀ መንበር ሆና ተመረጠች። አበበች በቀለ (ለምለም) የኢሕአፓ አመራር እምብርት ጠንካራ ደጋፊ በመሆን በከተማ ድርጅቱን ካመሳቀሉትና ካተራመሱት አንዷ ነበረች። በአሲምባም ቀይታዋ የዘሩ ክሕሽን ቀኝ እጅ በመሆን ሠራዊቱን ካስደመሰሰችውና የወደቀውን ሟች ድርጅት ቃሬዛውን ተሸክማ ከፍቅረኛዋ በኋላ ባለቤቷ ከኮሎኔል አበጄ ጋር ወደ አሜሪካ የወጣች ነች። የኢሕአሠ የእርማት ንቅናቄ ክንፍ ግንባር ቀደም ታጋዮች እነ ኢርጋ ተሰማ ሲረሸኑ እርሸናውን በቦታው ተገኝተው መረሸናቸውን ካረጋገጡት ነፍሰ ገዳዮች አንዷ እንደነበረች ተወርቷል። የቦሎኛ ዩኒቨርሲቲ መምህር የኋላው የወያኔ የትራንስፖርትና መገናኛ ሚኒስቴር ሚኒስትር የነበረው ሟቹ ዶ/ር አብዱልመጂድ ሁሴን (47) የመጀመሪያው ዓለም ዓቀፍ የኢትዮጵያ ተማሪዎች ማሕበር ፌደሬሽን የውጭ ግንኙነት ኋላፊ ሆኖ አገለገ።

6.8. በፓሪስ ቀይታየ ከጋበዘኝ ቡድን ባላንጣዎች ጋር መተዋወቄ

ከእነ ታደሰ ገሠሠ እንደወጣሁና እነ አብርሃም ገ/እግዚአብሔር፣ ከበደ ሀብቴ፣ ዓምሃ እምሩ፣ ገዛኸኝ እንዳለና ጣይቱ ካሳ እስከደረሱልኝ ድረስ ገነት ግርማ ቦምቦሊኖ በመባል ከምትታወቀው መልካም ወዳጄና ደጋፊየ ምሕረት እና ከሌሎቹ መልካምና ተቀርቃሪ ወገኖቼ ከነበሩት አስቴር በላይ፣ ሻሹና ውባየሁ ጋር በመተባበር ለብቻቸው ከጎኔ ሳይለዩ በማናቸውም ረገድ ሁሉ ሲተባበሩኝና ሲደግፉኝ ቀይተዋል። ወደፊት እያደገች ስትሄድ ካልተበከለች ወይንም ካልተለወጠች በስተቀር

በዚያን ዘመኗ ገነት ግርማ የአባቷን የመቶ አለቃ ግርማ ወ/ጊዮርጊስ ባህሪያቸውንና ተግባራቸውን ቅንጣት ያህል አልተረከበችም ነበር። በወቅቱ አብረን በነበርንበት ዘመን ግልጽ፣ ቀጥተኛና ቀራጥ ታጋይ ነበረች። በምዕራብ ጀርመን ትኖር የነበረችዋ እህቷ እንኳን ለአብዛኞቻችን ግልጽ ባልሆነልን ምክኒያት የእራሷን ሕይወት በገዛ እራሷ ባጠፋችበት ጊዜ ሀዘኗን ችላ በማለት ለአዲሱ የአትዮጵያ ተማሪዎች ፌዴሬሽን የፈረንሣይ ቅርንጫፍ ጊዜዋን ታውል ነበር። እርግጥ በብዙዎች እንደሚታመነው ወይንም እንደምትታማው ከእያሱ ዓለማየሁ ጋር በፍቅር የከነፈችበት ወጣነት ዘመኗ በመሆኑ በፍቅር በመጠመዷ እንደሆነ አድርገው ብዙዎቹ ቢያምኑም በእኔ ግምት ግን ያ ብቻ ሳይሆን ከእራሷ ከነበራት ትኩስ የጋለ የለውጥ ዝንባሌዋና ስሜቷም ጭምር ነበር ብየ እስከአሁን ድረስ እምነቴ ነው። የአባቷን የማስመሰል ባሕሪ በደምብ የተገናጸፈች ከመሆኗም ባሻገር ከእሳቸው ጋር የጠበቀ የድብቅ ግንኙነት አላት ተብሎ ስትታማ ከመስማት በስተቀር ፈረንሣይን ለቅቄ ከወጣሁ ጀምሮ ደካማ ሆነ ጠንካራ ጎኗን ከመስማት በስተቀር በእውን የማውቀው የለኝም። ሞኝነት አይሉት የዋህነት የወያኔን እና ሻዕቢያን ማንነት ከማንም ይበልጥ እያወቁ ከወያኔ ጋር በእኩልነት ስብሰባ ማካሄድ ይቻላል ብለው አዲስ አበባ በገቡት ተሳታፊዎችና ስብሰባውን አስመልክቶ ብዙ ተወርቷል። የፓሪስ ቀይታየ ከብዙ ሰዎች ጋር አገናኝቶኛል። ብዙም ነገሮች አሳይቶኛል፣ ሆኖም በግልጽና በትክክል ግንዛቤ ሊኖረኝ ባለመቻሌ ከመጥቀስ ብቀጠብም ሁለቱን እንኳን መጥቀሱ ጠቃሚ መስሎ ስለሚታየኝ ወደ ኋላ በምዕራፍ 11 ላይ እገልጸዋለሁ። ምንም እንካን እያሱ ዓለማየሁ ጋር ወደ ሮም በመሸጋገሬ ትውውቃችን ለአጭር ጊዜ ቢቀይም አልጄሪያ የነበረና በዚያን ወቅት ፓሪስ ይኖር የነበረ ገዛኸኝ እንዳለ ብዙ ይመከረኝና የረዳኝ ከነበሩት መካከል አንዱ ነበር። አብርሃ ገብረእግዚአብሔርም በቅርብ በመሆን ይተባበረኝና ይረዳኝ የነበረ በኋላም በፓሪስ ከሶማሊያው አምባሳደር ከዶ/ር ስምሀትር ጋር ያስተዋወቀኝ በወቅቱ ጥሩ ወዳጄ የነበረ ሌላው አስተማሪየም መካሪየም ነበር። ዶ/ር ስምሀትር ከፈረንሣይ በፊት የሶማሊያ ምንግሥት በጣሊያን አምባሳደር የነበሩ ሲሆኑ የዛይድ ባሬ የቅርብ ዘመድ ናቸው። በውጭ ሀገር የሚገኘውን የባሬ ገንዘብ በሙሉ በአምባሳደሩ ስም ስለነበር መንግሥታቸውን ከድተው ወደ አሜሪካ ሲሸጋገሩ የዛይድ ባሬ በውጭ ሀገር የነበረው ገንዘብና ንብረት ሁሉ አብሮ ከዶ/ር ስምሀትር ጋር ከድቶ አሜሪካ ሀገር እንደገባ ይወራ ነበር። ልክ በውጭ ሀገር የነበረው የመንግሥቱ ኃ/ማርያም ገንዘብ በሙሉ በአቶ ካሳ ከበደ የግል ሳጥን ገባ እየተባለ እንደተወራው ማለት ነው። ትንሽ ቀይቶም በሶማሊያው አምባሳደር አስተባባሪነት ከወደፊቱ "ከዘለቄታው" የትግል ጓዶቼ ከእያሱ ዓለማየሁ እና አበጄ/መርሻ ዮሴፍ ጋር ያስተዋወቀኝ ወዳጄ ነበር። ከሁሉም ይበልጥ ግን ነዋሪነቱ ግሮነብል (ፈረንሣይ) የነበረው መስፍን ደሴ በግልጽነቱና በወገናዊነቱ ምንጊዜም የማይረሳ ትዝታ ጥሎብኝ ኖሯል።

ዮሐንስ ክፍሌ ነዋሪነቱ ስዊዘርላንድ የነበረና ሱዳን የነበረ፣ ከነታደሰ ገሠሠ ጋር መጋጨቴን እንደሰማ በደብዳቤ የተዋወቀኝና ያበረታታኝ፣ ብቻየን እንዳልሆንኩ ያስረዳኝ መልካም ወገኔ ነበር። አበበች በቀለ የዓለም አቀፍ የኢትዮጵያ ተማሪዎች ፌዴሬሽን ማሕበር የመጀመሪያው ፕሬሲደንትነቷ ከኒው ዮርክ የአይዞህ ደብዳቤ ከሦስት ጊዜ በላይ በመላክ አበራርታኝ ነበር። በመልካምም በመጥፎም ፓሪስ ያስተዋወቀችኝን አንዳንዶቹን ምሕረት ጠይቄ አዲስ አበባ ከገባሁ በኋላ ተገናኝተናል። በፈረንሣይ በቅርብ ሆኖ ከተባበሩኝና ከረዱኝ መካከል የዚያን ጊዜው ዶ/ር ንጉሴ ተበጀ የኋላው ፕሮፌሰር ነበር። ፕሮፌሰር ንጉሴ ተበጀ ሀገር ቤት ከተገናኘንም በኋላ የዘወትር ድጋፉንና አክብሮቱን አልተለየኝም። ለብዙ ዓመት ተቋርጦ የነበረውን የዩኒቨርሲቲ ትምህርት በስተርጅና ቀጥየ የባችለር ቲስሴን እንደጻፍኩ የራሱን ጸሀፊ (የፋኩሊቲውን ጸሀፊ) በትርፍ ጊዜዋ ጥሩ ክፍያ በመክፈል ከማጻፉም በላይ በቀንጆ ሁኔታ ያስጠረዘልኝ እሱ ነበር። ኢሕአፓ ለሠራዊቱ ማለትም ለገጠር ትጥቅ ትግል ግድ የሌለውና ለረጅም ዘመን ለመታገል አለመዘጋጀቱን የተረዳሁት አሲምባ እንደገባሁ የቀዳማዊ ኃይለሥላሴ ጦር አካዳሚ 16ኛ ኮርስ ምሩቅ የነበረውን ብልጣ ብልጡን ወሎየ ምክትል የመቶ አለቃ አያልሰው ደሴን የጋንታ መሪ ሆኖ ባገኘሁበት ጊዜ ነበር። የአመራር ችሎታና ብቃት ይለኩ የነበሩት በቅድሚያ ለአመራሩ ጭፍን የሆነ ታምኝነት ያላቸውና ከተቻለም የወታደራዊ ሞያ ችሎታ በነበራቸው ብቻ እንጅ በርዕዩተዓለም ጥራትና በሥነ ሃሳብ ብስለት፣ እንዲሁም ለትግል ባላቸው ፅንዓት አልነበረምና በተጨባጭ የዚህ ወጣት መኮንን ሠራዊቱን እንደተቀላቀለ ወዲያውኑ የጋንታ መሪ መሆኑ ተጨማሪ ማስረጃ ሆነኝ። ኢሕአሠ ግርማ ሞገስ እንደሌለውና ዘለቄታ የማይኖረው ሠራዊት ሆኖ ታየኝ። የዚህንም ወጣት የአየር ወለድ ምክትል መቶ አለቃ ትዳይ ወዲያውኑ ለስማዕታት ጎዶቼ አካፈልኳቸው። ብልጣ ብልጡን ወሎየ እና የኮርስ ጓደኛውን በዚያን ዘመን ገራገርና ኩሩ የነበረ የሸዋ ተወላጅ (የጉራጌ ልጅ) ባንድነት ሆነው የተዋወኳቸው ከቀዳማዊ ኃ/ሥላሴ ጦር አካዳሚ ባልሳሳት በ1966 ዓ. ም. ተመርቀው እንደወጡ በፈረንሣይ በዝነኛው ሴየን ሲር የፈረንሣይ ጦር አካዳሚ የአጭር ጊዜ ሥልጠና በቀዩበት ወቅት ነበር። ሁለቱም 16ኛ ኮርስ ምሩቆች የሆኑ ምክትል መቶ አለቆች ነበሩ። የተዋወቁኝም ፈረንሣይ እንደገቡ ከሦስት እና አራት ወር በኃላ ወደ ሀገራቸው ለመመለስ በሚዘጋጁበት ወቅት ይመስለኛል እኔ መስከረም ወይንም ጥቅምት ወር 1967 ዓ. ም. ከሮም ወደ አምስተርዳም በምጓዝበት አካባቢ እግረ መንገዴን ከጣይቱ ካሳ ጋር ለሁለትና ሦስት ሳምንታት በቀየሁበት ጊዜ ነበር። እኔን እንዲገናኙ ማን እንደጠቆማቸውና እንደመከራቸው፣ ወይንም መረጃውን ከማን እንደተቀበሉ አላስታውስም። ፓሪስ ሉክሰንበርግ አካባቢ ከምትገኘው ቡና ቤት ከሶስት ኢትዮጵያዊያን ወገኖቼ ጋር እንዳለሁ በመምጣት ቀጥታ "ጌታየ ከእርሰዎ ጋር ለመተዋወቅ ነው የመጣነው" ብለው ተዋወቁኝ። ሦስቱን ወገኖቼን ይቅርታ ጠይቄ ገለል ወዳለ ጠረንቤዛ ፈልገን ተቀመጥን። ወገናዊነት ስሜት አድሮብኝ ብሎም ለጋ ወጣት መኮንኖች

በመሆናቸው ካደረብኝ ፍቅርና አክብሮት የተነሳ የግል ጉዳየን ረስቼ በተገናኘንበት ዕለት ከእነሱ ጋር ቀኑን ለማሳለፍ ፈለኩ።

በጭውውታችን ወቅት ብልጣ ብልጡ አያልሰው ደሴ የማውቀው የፖለቲካ ድርጅት ካለ እንዳስተዋውቃቸው ይጠይቀኛል። ይህ ጥያቄ ከተዋወቅን ከአራትና ስድስት ወር በኃላ ቢሆን ኖሮ ተገቢ ነው ብየ ባላንገራገርኩና ያለመጠራጠር ለማስተዋወቅም በቃጣሁ ነበር። ግን በተዋወቅን ዕለት አንድ ሰዓት እንኳን ሳይሞላን በጠየቀኝ ጊዜ የተሰማኝ ስሜት ይህ ነው ለማለት ያስቸግረኛል። ቢሆንም በዕድሜም፣ በትምህርትም ሆነ በማዕረግ ታላቃቸው ስለነበርኩ በትዕግሥት ካንገት በላይ ፈገግታ በመስጠት ውስጤ ማረሩን በምንም ሳላሳይ የማውቀው ድርጅት እንደሌለኝ በመግለጽ ሆኖም ለመቅረት ዕቅድ ቢኖራችሁ በቀላሉ አስፈላጊውን ሁሉ በማድረግ የሚተባበሯችሁ መልካም ወገኖች ስለሚኖሩ ከእነሱ ጋር ላስተዋውቃችሁ እችላለሁ ብየ እንደነገርኩት አይ ድርጅት ከሌለ ተወው ብሎ ባጭር ዘጋ። ባንፃሩ ግን ከልቤ ያከበርኩትና ስሜቴንም የማረከው የትራጌው ተወላጅ ምክትል የመቶ አለቃ ሺበሺ ኃይሌ እንዲህ ሲል የራሱን አቋም በግልጽ አስረዳኝ "እኛ ከጦር አካዳሚ እንደተመረቁ በውጤታቸው ብልጫ ላመጡት ተመራቂዎች በሚያደርገው የማነቃቂያና የማደፋፈሪያ (Incentive) ፕሮግራሙ መሠረት ለአጭር ጊዜ በፈረንሣይ የጦር አካዳሚ ተልከን ጊዜያችንን አጠናቀን ወደ ሀገራችን ለመመለስ በዝግጅት ላይ ነን። በአሁኑ ወቅት ሀገራችን በለውጥ መዓበል ላይ በመጥለቅለቃ የፖለቲካ ባህል በማይታወቅባት ኢትዮጵያችን ታሪክ ጥሎበት በሀገራችን ተደራጅቶ የሚገኘው የጦር ኃይሎችና የፖሊስ ሠራዊት ብቻ በመሆኑ የተበሰጣጠረውን ትግል ባንድ አቅጣጫ በማስያዝ በጊዜያዊነት አመራሩን በመያዙ ሄጄ ከጎናቸው በመሰለፍ ትግሉ ወደኃላ እንዳይጎተትና እንዳይበረዝ ለመታገል ነው ፍላጎቴ አለኝ። ምንም እንኳን በዚያን ወቅት ደርግ ከነሐሴ ወር መጨረሻ ገደማ ጀምሮ ከተራማጅነት ወደ አምባገነንነትና ፀረ-ዲሞክራሲያዊ የተለወጠበት ጊዜ ቢሆንም የወጣት መኮንኑ ግልጽነትና ሀገር ወዳድነቱ ልቤን በመማረኩ የተሰማኝ ደስታ ከፍ ያለ ነበር። ወዲያውኑ ብልጣ ብልጡ ወሎየ በመቀጠል ከደርግ አካባቢ የምታውቃቸው መኮንኖች ካሉ ብታስተዋውቀንና ከጎናቸው ሆነን እንድንታገል ብታደርግ ይለኛል እንደገና የጭንቀት ስሜት ፈጣሪው ወሎየ። ለውጥ የመጣው እኔ ከወጣሁ በኃላ በመሆኑ እነማን እንደሚመሩትና እነማን አባል እንደሆኑ እላውቅም። ሆኖም ወታደር እንደመሆኔ መጠን በሩቅም ሆነ በቅርብ የማውቀው የደርግ አባል ሊኖር እንደሚችል አልጠራጠርምና ወደፊት ማወቁ የማይቀር ነው ብየ በመመለስ ከእነሱ ጋር ለመቆየት የነበረኝን ፍላጎት ሰርዤ ቶሎ የምንለያይበትን ጊዜ ለማፋጠን ተጣደፍኩ። ምክትል መቶ አለቃ ሽበሽ ኃይሌ ቅንና ቀጥተኛ የሆነ ኩሩ ወጣት ታዳጊ መኮንን ሆኖ ታየኝ። የደብረ ሩሀ/የላስታው ተወላጅ ወሎየ ግን ብልጣ ብልጥና አድር ባይ ጮሌ ሆኖ ታየኝ። ያለመጠራጠር ቁርጥ እንደ ዘመኑ የአዲስ

አበባው ላስቴ ልደቱ አያሌው ዓይነት ነገር ነበር በዚያን ዘመንና በኃላም አሲንባ ላይ ይታየኝ የነበረው።

ፓሪስ ከተገናኘን በኋላ እንደገና በታሕሣስ ወር 1969 ዓ. ም. ኮሎኔል ዓለማየሁ /አበጄ የሚያዙት የአየር ወለድ ጦር ተሐኤ ሥር በቁጥጥር ሳሉ ሠራዊታቸውን ለኢሕአሠ ሲያስተላልፉ ይኸው ብልጣ ብልጥም አብሮ ስለገባ ከመቅጽበት የጋንታ መሪ አድርገዉት እንደገባሁ በሩቅ ተያየን። በፈገግታ ሰላምታ ሰጠሁት ግን በድንጋጤና በሕፍረት ዓይን ተመለከተኝ። እንደገና ዋሽንግተን ዲ. ሲ. ተያየን፣ ሠላም ብየው አለፍኩኝ። እንዳላየ አድርጎ ዘግቶኝ አለፈ። በቪርጂኒያ የማውቃዋቸው ቀድሞ በንጉሱ ዘመን በአዲስ አበባ ፋርማሲ የነበራቸው የትግራይ ወይዘሮ ዘመድ ሞቶባቸው ለቅሶ ለመድረስ ሄጄ ሳለ የብልጣ ብልጡና አድርባዩ ወሎየ ባሌቤቱ ነኝ ያለችኝ ወገኔን ማንነቴን በመግለጽ ለባለቤትሽ ሰላምታ አቅርቢልኝ ብየ ጠየኳት። ከዘነጋኝ የፓሪሱ የመቶ አለቃ አያሌው መርጊያው ያለበለዚያም ሰሜን ኢትዮጵያ አካባቢ ከነበርክበት ቦታ ባንድነት ላጭር ጊዜ የቀየው በይው አልኳት። ስልክ ቁጥሬን ጠየቀችኝ፣ አይ የሚደውልልኝ አይመስለኝም ለማናቸውም ለመደወል ከተዘጋጄ ቁጥሬ ይህ ነው ብየ ስጠኃት። የሰጠኃት እንዳይከፋት ፈልጌ ነው። ታዲያ የድርጅቱ/ሠራዊቱ አመራር ይህንን አድርባይ ዓይነቶቹን በጋንታ፣ በኃይልና በሌላ የአመራር ቦታ ላይ በማስቀመጥ ለኢሕአፓ/ኢሕአሠ ውድቀት አበቁት። እነሰቦቻ/ለማ ጉርሙ እንዳለፈው ሊታለሉና ያላግባብ መሣሪያ ለመሆን እንደማይችሉና እንዲያውም በከፍተኛ ደረጃ ላይ ተሰፋፍቶ ለመጣው ለእርማት ንቅናቄው ተቀርቃሪ ከመሆናቸውም በላይ ጥያቄዎቹ የግላቸውም ጥያቄዎች በማድረጋቸው ምንም እንኳን ባይገደሉም ወይም ባይታሰሩም ከነበራቸው የኃይል አመራር ቦታ እየተነሱ በዝቅተኛ ደረጃ እየተመደቡ ቀይተዋል። ለምሳሌ ከሠራዊቱ ተቅሊጥ/ብወዛ በፊት ለማ/ሰቦቻ የኃይል መሪ በነበረበት ወቅት የእሱ ምክትል የነበረው የአየር ወለድ መኮንን ከተቅሊጡ በኃላ የኃይል መሪ በማድረግ ለማን/ሰቦቻን ምክትል አድርገው መደቡት። አያልሰው ደሴ ካርቱም ከገባ በኃላ በዚሁ በተጠናወተው የሥልጣን ጥሜት በሽታ ከኢ. ፒ. ዲ. ኤ. ይሁን ከ ኢ. ዲ. ዩ. ወይንም ከሁለቱም ጋር ይሁን የቅርብ ግንኙነት ፈጥሮ እንደነበር ተወርቷል። እንደ ሻዕቢያና ወያኔ ኢሕአፓም ተለጣፊ ድርጅት በመፍጠር አያልሰው ደሴን የተለጣፊው የድርጅት (የድርጅቱን ስም ዘነጋሁ) መሪ በማድረግ በመሪነቱ በኢድሀቅ ስብሰባ ላይ ተካፍሎ በአመራር ቦታ ላይ እንዳስቀመጡት አገር ቤት እያለን ሰምተናል።

6.9. ጣይቱ ካሳ ከፓሪስ ወደ ሮም በእምባ ሸኘችኝ

ወደ ሮም ከተማ ለመሸጋገር ጣይቱ ካሳን ስሰናበታት ከዓይኖቿ የወረዱት ዕንባዎቿን ማየቴ እስከአሁን ድረስ እንደ ስዕል ከፊቴ ድቅን ብሎ ይታየኛል። ሩቅ ቦታ እንደማልሄድና የምሄደው ሮም መሆኑን በማወቃ ብቻ ሳይሆን ከሁሉም ይበልጥ የወጣሁበትንና የምከራተትለትን ዓላማየን በቅጡ ስለምታውቅ፣ አልፎም ማወቅ ብቻ ሳይሆን ቀራጥና ቅን የተማሪዎች ታጋይ እንዷ

ስለበረችና ለዚህ ትግል እንደሌሎቹ በወሬና በማስመሰል ሳይሆን በተግባር ቀርጣ የተነሳች፣ የቤተሰቧን መደብ ክዳ ከኢትዮጵያ ሕዝብ ጎን በመሰለፍ ልትሞትላቸው የተጀጋጀች በመሆኗ እንባዋን ከማውረዷ በስተቀር በማበረታታትና በማደፋፈር አይዞህ፣ በርታ፣ ከጎንህ አለሁ እያለች ነበር የሸኘችኝ። ለዚህም ነበር በቀድሞ የመደብ ወገኖቿ በነአማረ ተግባሩ፣ በነታደሰ ገሠሠና በነ ኂሩት ገ/ሥላሴና በመሰል የክበባቸው አባላትና ዘመዶች "እብድ" እያሉ ይጠሯት የነበረው። በነከበደ ሀብቴ፣ ዓምሃ እምሩ፣ ንጉሴ ተበጄና በሌሎቹ ደግሞ ነብሯ፣ ቀራጧ፣ ሀቀኛዋ እያሉ ነበር ይጠሯት። የምትሰጣቸውና የምትለግሳቸው ምክርና ትምህርት ያስጨነቃቸው በመልካሞቹ የሴቶች ጓዶቿ ደግሞ "ማድ ማውዜል አብሽቅ" እያሉ ይጠሯት ነበር። የሚገርመው ግን ከሒሩት ገ/ሥላሴ ጋር ብትራራቅም በሌላ በኩል ግን ከዚያች ቅን፣ የዋህና በነሱ ሠፈር ጠንካራ የተማሪዎች ታጋይ ከነበረችው እህቷ ከወ/ሪት ፍሬሕይወት ገ/ሥላሴና ከፍቅረኛዋ አማኑኤል ጋር ከሠፈራቸው ከወጣች በኃላ እንኳን እስከመጨረሻው ድረስ በቅርበት በመገናኘት ጓደኝነታቸውን ቀጥለው እንደ ነበር አውቃለሁ። አልፎም ወደ ኃላ እንደምናየው በጋብቻችን ዕለት ከሚዘዎቿ አንዷ ሆና የተገኘችው ፍሬሕይወት ነበረች። በኋላ አውሮጳን ጥየ ክወጣሁ በኋላ ለጣይቱ ካሳ ስለእኔ ምን እንደተነገራትም ባላውቅ እነእያሱ ዓለማየሁ ለጣሊያኖቹ ዘመዶቼ/ቀጣሪዎቼ ለእነ ሲኞራ ማሪያ ፍራንቼስካ አያሌው ከሱዳንና ኢትዮጵያ ወሰን/ኬላ ላይ በኮሚኒስቶች ተገድሎ ተገኘ ብለው እንዳረዷቸው ለእሷም ተመሳሳይ የቅጥፈት ዜና በመፍጠር ሞቷል ብለው ነው የሚነግሯት። እሷንም ለፓርቲው አስፈላጊነት በሚል ሰበብ ሀገር ቤት ይልኩና እንደ ጀግናዋ የአሜሪካኗ ቀንጂት ተክሌ፣ እንደ አዜብ ግርማና ሌሎቹ በማስጠቀም ወይንም በመጠቀም እንደሚያሰናብቷት ነው የምገምተው።

6.10. እያሱ ዓለማየሁ ለግል ዝናና ጥቅሙ ሲል በሀሰትና በማስመሰል ጥበቡ ከእኔ ጋር የፈጠረው "ኃዳዊ" ዝምድና

እያሱ ዓለማየሁ ከእሱ ጋር አብሬ እንድኖር ወደ ጣሊያን እንድሸጋገር ጥሪ ሲያደርግልኝ በወቅቱና ከዚያን ጊዜም ጀምሮ የነበረኝ ዕውቀትና ጥርጣሬ ሁሉ ከብርሀነመስቀል ረዳና ዋለልኝ መኮንን በተሰጠኝ ምክርና መመሪያ ተመርኩዤ ነበር። ከዚያን ዘመን ጀምሮ የሥር ነቀሉ ለውጥ ደጋፊዎች በባዕዳን ቁጥጥር ሥር እንደነበሩ ብርሀነመስቀል ረዳ ለማመን ተገዶ እንደነበረና ከሌሎቹ ሁሉ ይበልጥ መጠንቀቅ ያለብን እኛን መስለው ከጉያችን ያሉትን ነው ብሎ ማሳሰቡን በምዕራፍ አምስት ጠቅሻለሁ። በተመሳሳይ ሁኔታ ከዋለልኝ መኮንን ጋር በተገናኘሁበት ወቅት "እፍኝ የማይሞሉ የሲ. አይ. ኤ. ደጋፊዎችና ቡችሎች በስተቀር" ማለቱን በመፅሀፉ በየምዕራፉ ተጠቅሷል። ምንም እንኳን የሲ. አይ. ኤ.፣ ሞሳድ፣ የኬ. ጂ. ቢ.፣ እና የሻዕቢያ ወኪሎች ገና ድርጅታችን አፈጣጠሩ ጀምሮ ይኖራሉ ወይንም አሉበት ተብሎ በእርግጠኝነት ቢገመትም ሁኔታውን ለጊዜው እንዳላወቁና እንዳልጠረጠሩ በመምሰል ድርጅቱ እንዲጠናከርና በፋይናንስ፣ በድርጅት፣ በፖለቲካና በሁሉ አቀፍ

መስክ እንዲጠናከር ስለሚረዳ መስሎ በመሳተፍ ትግላችንን መቀጠል ይኖርብናል የሚል የየዋህነት አስተሳሰባቸው ከልቤ በመቀበል አንቀደምም ወይንም አንሸወድም በማለት ሙሉ በሙሉ በራሳቸው ተማምነው ብርሀነመስቀል ረዳና ውድ ጓደኞቹ አብረው ለመጋዝ ፈለጉ። ብርሀነመስቀል ረዳ እና ዋለልኝ መኮንን እንዳላወቅንና እንዳልተጠራጠርን መስለን እንጋዝ ያሉት ግምገማቸው ሁሉ ከፍተኛ ስህተት ሆነና የኋላ ኋላ ተቀደሙው ተሸወዱ፣ ለሀገሪቷና ለሕዝቧ ሳይሆኑ ባጭር ተቀጩ። በእነሱ የዋህነትና ቅንነት ትግሉንም፣ ሀገሪቷንም፣ ሕዝቡንም አሸወዱ። አብዮቱም ተቀለበሰ፣ ሀገሪቷም ገደል ገባች፣ ሕዝቡም የባሰ መከራና ስቃይ ውስጥ ገባ። ሁሉም ነገር ለወያኔና ሸዕቢያ በሚያመች መልክ ተቀነባበረ። በፈረንጆች ዘመን አቀጣጠር በሚያዚያ ወር መጨረሻ 1974 አብርሐም ገ/እግዚአብሔር ማለዳ ገደማ ሜሪ ደ ሞንትረይ (Mairie de Montreuil) ከሚገኘው መኖሪያ ቦታየ ድረስ በመምጣት የትግል ጓደኞች ከሚሆኑህ ጋር ልናስተዋውቅህ ስለምንፈልግ ቤት እንድጠብቀው በዋዜማው አስቀድሞ አስታወቀኝ። በተባለው ቀን ለሥራ ወደ ሪትዝ ሆቴል የምሄደው ከሰዓት በኋላ ከቀኑ አራት ሰዓት (በፈረንጆች) በመሆኑ በተባለው የቀጠሮ ጊዜ በሥራየ ላይ ምንም ችግር አይኖርብኝም። ሆኖም ፖለቲከኞች በነዡባቸው የጥላቻ መርዝ ምክኒያት ሶማሊዎች አበሻን እንደ ክፉ አውሬ በመቁጠር እንደዓረቦች እነሱም "አበሻና እባብ በመንገድ ላይ ብታገኝ አስቀድመህ መግደል የሚገባህ አበሻውን ነው" እስከማለት የሚያደርስ የቀየ ክፉ እምነት እያላቸው ዶ/ር ሰመትራ ይህን ያህል ለእኛ የሚያሳዩት 'አክብሮትና ፍቅር' ሚስጢሩ በግልጽ ባይገባኝም እንዳላወቅንና እንዳልተጠራጠርን መስለን እንጋዝ የተባልኩትን ምክር በማስታወስ ለአብርሐም ገ/እግዚአብሔር የሀሰት ደስተኛነቴን በመግለጽ እንደምጠብቀው ቃል ገብቼለት ተለያየን። በማግሥቱ ከንጋቱ አሥራ አንድ ሰዓት ገደማ አብርሐም መጥቶ ፓሪስ ከሚገኘው የሶማሊያ አምባሲ እያዋከበ ይዞኝ ሄደ። ኤምባሲው ቅጥር ግቢ ውስጥ እንደደረስንም የኢምባሲው ሠራተኞች አብርሐምን በሶማሊኛ ቋንቋ ሠላምታ በመስጠትና በማነጋገር ተቀብለው ወደ ዶ/ር ሰመትራ ጽ/ቤት ወስደው አስገቡን። ከአምባሳደሩ ጋር ሁለት ኢትዮጵያዊ መልክ ያላቸው አንዱ አጭር ሁለተኛው ደግሞ ረጅም ደልዳላ የሆነ አበሻ መልክ ካላቸው ጋር ተቀምጠው ሲጨዋወቱ አገኘኃቸው። ዶ/ር ሰመትራ ከተቀመጡበት ተነስተው በቅጥፈት የዲፕሎማሲያዊ አክብሮት ሰላምታ ለሁለታችንም ሰጡን።

በመቀጠልም ሊቀመጡ ሲሉ አብርሐም ገ/እግዚአብሔርን በሶማሊያው ስሙን በመጥራት (ስሙን ዘነጋሁት) አያሌውን ከሁለቱ በሶማሊያ ስማቸው በመጥራት ከሁለቱ ወንድሞቻችን ጋር አስተዋውቀው ብለው ካሳሰቡ በኋላ ተቀመጡ። ወዲያውኑም ወደ አጭሩ ፊቱን በማዞር አያሌው ይህ ሳለህ ይባላል (በላይነህ ንጋቱ ወይንም አበጄ ብሎ ሊያስተዋውቀኝ ባለመፈለጉ) ብሎ ካስተዋወቀኝ በኋላ በመቀጠል ወደ ሁለተኛው በመዞር ይህ ደግሞ እያሱ ዓለማየሁ ይባላል ብሎ አስተዋወቀኝ። ሳለህ በመካከለኛው ምሥራቅና በሶማሊያ ነዋሪ ሲሆን እያሱ ዓለማየሁ ደግሞ በጣሊያን ነዋሪ ነው

ብሎ አስተዋውቆኝ አራታችንም ተቀመጥን። ከዚያም ሦስቱ ከዶ/ር ስመትራ ጋር የቤተሰብ ዓይነት ጭውውት ጀመሩ። ጭውውታቸውን በማቋረጥ ዶ/ር ሰመትራ ፊታቸውን ወደ እኔ በማዞር "እኒህ ሁለት ወገኖችህ ፓሪስ በመምጣታቸው እግረመንገዳቸውን እኔን ሊጠይቁ እንደሚመጡ በማወቄ አጋጣሚውን በመጠቀም አንተን እንድናስተዋውቅህ አብርሐም እና እኔ በመፈለጋችን ነው" በማለት ለኢትዮጵያዊያን ተቀርቃሪና አሳቢ ይመስሉ ነበር ሁኔታቸው ሁሉ። አብርሐም እኔን ከሁለቱ "የዘለቄታ ጓዶቼ" ጋር ሲያስተዋውቀኝ ከልብ በመነጨ የወገናዊ ፍቅር ስሜት ተነስቼ እጅ በመጨባበጥ ብቻ ሳልወሰን በማቀፍ ጭምር የተዋወኳቸው። ዶ/ር ሰመትራንም "ለተቀደሰ ተግባራቸው" የከበረ ምስጋና አቀረብኩ። ዶ/ር ሰመትራ እያሱ ዓለማየሁን በሶማሊያው ስሙ ቢጠቅሱትም አብርሐም ገ/እግዚአብሔር ግን እያሱ ዓለማየሁ ብሎ ሲያስተዋውቀኝ ወደያውኑ ማን መሆኑን እና ውሎ አድሮም አንድ ቀን ከእሱ በኩል ጥሪ እንደሚደረግልኝ እጠባበቀው የነበረው የብርሀነመስቀል ረዳ "ጓደኛ" መሆኑን በማስታወሴ ከፍተኛ ደስታ ተሰማኝ። ይሁን እንጂ በብርሀነመስቀል ረዳ አባባል ትውውቁ የሚከናወነው በፈረንሳይ ዓለም አቀፍ ፌዴሬሽን የኢትዮጵያ ተማሪዎች ማሕበር ቅርንጫፍ በኩል በተለይም በነገነት ግርማ ወይንም በእነ ገዛኸኝ እንዳለ በኩል ነበር የመሰለኝ። ትውውቁ ለምንና እንዴት በዶ/ር ሰመትራ አስተባባሪነት ሊሆን ቻለ የሚለው መንፈስ አስጨናቂ ሆንብኝ ሳለ ወዲያውኑ ብርሀነመስቀል ረዳ እና ዋለልኝ መኮንን እንዳላወቅንና እንዳልተጠራጠርን መስለን እንጋዝ ያሉኝ ትዝ አለኝና እስቲ የሚያደርጉትን እናያለን በማለት ጠንካራ መንፈስ አደረብኝ። ስለሆነም የማስመሰል ችሎታ በማግኘት ፊቴንና ልቤን ወደ ጭውውቱ አዙሬ ማዳመጥ ቀጠልኩ። ከምሳ በኃላ እያሱ ዓለማየሁ ለብቻየ እዚያው አካባቢ ወደ ሆነ ቦታ ፈንጠር ብሎ ይዞኝ በመሄድ ሁለታችን ብቻችንን መወያየት ጀመርን። ብርሀነመስቀል ረዳ ስለእኔ በሰፊው እንዳጫወተውና ለዚህ የትውውቅ ጊዜ በጉጉት ሲጠባበቅ እንደቆየ በመግለጽ ወደፊት በምን ዓይነት መልክ ተሰልፌህ እንደምትታገል እስከሚታወቅ ድረስ ጠቅልየ ጣሊያን ከሱ ጋር እንድኖር በዚያኑ ዕለት ከዶ/ር ሰመትራ ቢሮ ውስጥ እንዳለን ጥያቄ አቀረበልኝ።

ብርሀነመስቀል ረዳ በመካከለኛው ምሥራቅም ሆነ በስዊዘርላንድ ግንኙነታችን ወቅት ከጓደኛየ ከእያሱ ዓለማየሁ ጋር አስተዋውቅሀለሁ፣ ወደፊት ሠራዊት ተቋቁሞ (ሊነግረኝ ባለመፈለጉ እንጂ በዚያን ጊዜ ሠራዊት ተቋቁሞ የሠራዊቱ አስኳልም ወደ ሜዳ ጉዞ ያደረጉበት ወቅት ነበር) ከሠራዊቱ ጋር እስከምትቀላቀል ድረስ ከእሱ ጋር ትቀያለህ ብሎ ነግሮኝ ስለነበር ምንም እንኳን ከሁኔታዎቹ አያሌ ጥርጣሬዎች ቢያድርብኝም እንዳልተጠራጠርኩ መስየ ድርጅቱ በሁለመናው እስከሚጠናከር ድረስ ጥርጣሬየን ደብቄ መኖር ስለሚኖርብኝ ያለማወላወል ለጥያቄው የአዎንታ ምላሽ በመስጠት በዚያው ሳምንት ውስጥ አንድ ቀን ጧት ልብሶቼንና መጽሀፍቶቼን ባንዲት አነስተኛ ሻንጣ ይዤ የፓሪስን ኑሮየን፣ የቀጠልኩትን የማያቋርጥ የዩኒቨርሲቲ ትምህርቴንና ውዷን

ጣይቱ ካሳን ደህና ሰንብቱ ብየና ትልቅ ጉርሻ የሚያስገኘውን ሥራየን ፓሪስ ከተማ ጥየላቸው በፈረንጆች ዘመን አቆጣጠር ግንቦት ወር በ1974 ሮም ከተማ በመጓዝ ቀጥታ በወቅቱ በጣሊያን የኤርትራ ነፃ አውጭ ድርጅት ተወካይ ከነበረው ከዶ/ር ክፍላይ ጊላና ቢኒያም ፀጋይ ጋር ባንድነት በቪያ ዲ ጀርማኒኮ (via di Germanico) መንገድ ላይ ከሚገኘው መኖሪያ አፓርትሜንታቸው አብሬ ወደ አምስተርዳም እስከሄኩበት ጊዜ ድረስ ለሶስትና አራት ሳምንት ያህል ከእነሱ ጋር ኖርኩ። እግረ መንገዱንም እያሱ ዓለማየሁን ከነ ዶ/ር ክፍላይ ጋር አስተዋወኩት ምን አልባት ወደፊት የሚጠቃቀሙ ከሆነ ብየ። ጣሊያን እንደገባሁ ሰሞን ሳልውል ሳላድር እምብዛም የሚያስፈልግ ግዳጅና እንቅስቃሴ ለጊዜው ከሌለ የድርጅቱ ሽክምና ተባይ ሆነን ሁለታችንም ከምንኖር ሥራ እየሰራሁ ከነ ዶ/ር ክፍላይ ጊላና ቢኒያም ፀጋይ ጋር አብሬ ለመኖር እንደምችል አስረዳሁት። ሦስትና አራት ሳምንት በኋላ አምስተርዳም ለአራት ወር ለማይበልጥ ጊዜ ከሌሎች ጓዶች ጋር ለጥናት ስለምትቀይ የሥራውን ጉዳይ ስትመለስ ታደርገዋለህና አሁን ተወው ብሎ መከረኝ። እንደተመለስክም የምትኖረው እኔ ከምኖርበት ከሌሎች ወገኖቻችን ጋር ነው አለኝ። ከነዶ/ር ክፍላይ ጊላና ቢኒያም ፀጋየ ጋር ለአንድ ሳምንት ከኖርኩ በኋላ ሮም ከተማ via dei contilla በሚባለው መንገድ ላይ ከምትገኝ አንድ ትንሽ ቤት ውስጥ ከእያሱ ዓለማየሁ ጋር ከሚኖሩ ከአዲ ኢሮብ ተወላጆች ከነ ተሰማ ብሥራት፣ ከዚያን ጊዜዋ ወ/ት ደስታ፣ ከአቶ ግርማ ተ/ጊዮርጊስና በወቅቱ ጎረቤታቸው ከነበረችው ከወሎየዋ ወ/ት ኤልሳ (ወርቅነሽ) ጋር ከፓሪስ የመጣ ጓደኛችንን ላስተዋውቃችሁ በማለት አስተዋወቀኝ። ወደፊት ወደዚህ የሚመጣበትን ሁኔታ እስከምናመቻች ድረስ ለጊዜው ከቀድሞ ጓደኞቹ ጋር ይኖራል ብሎ ነገራቸው።

6.11. ከሌሎች ጓዶች ጋር ለጥናት ቀይታ ወደ አምስተርዳም ጉዞና ከአስጠኘው ጓድ ጋር የተካሄዱ ሁለት የከረሩ ውይይቶች

የኢትዮጵያ ሕዝባዊ አብዮታዊ ፓርቲ እራሱን ይፋ ለማድረግ የአሥራ ሁለት ወር ዕድሜ ሲቀረው ባልሳሳት በፈረንጆች ዘመን አቆጣጠር በነሐሴ ወር ወይንም መስከረም ወር አጋማሽ 1974 በጥናት ቡድን ለመሳተፍ ለአራት ወር ላልበለጠ ጊዜ ተብሎ መላኩ ተገኝ ዘንድ አምስተርዳም እንድሄድ በእያሱ ዓለማየሁ ይነገረኛል። እግረ መንገዴን ፈረንሣይ ከጣይቱ ካሳ ጋር ፓሪስ ለሁለት ሳምንት እንድቀይ ጠይቄው ምንም ችግር እንደሌለ ነግሮኝ ፓሪስ ለሁለት ሣምንት ቀይቸ ወደ አምስተርዳም ጉዞየን ቀጥየ ከመላኩ ተገኝ ጋር ተገናኘሁ። በሆላንድ እስከምቀይ ድረስ የምጠቀምበት ብርሃኑ የሚል አዲስ መጠሪያ ስም ተሰጠኝ፣ አባት የለሽ ስም ነበር። በመጀመሪያው ሣምንት የአምስተርዳሙ ፋሲል የሚባለው ወንድማችንና ከሶቪየት ሕብረቱ ዶ/ር ሰለሞን ሸዋ ጋር ባንድነት በጥናቱ በመካፈል ቀይተን ከሁለተኛው ሣምንት በኋላ ግን ምክኒያቱን አናውቅም ፋሲል ቀርቶ በምትኩ ከየትኛው የምዕራብ አውሮጳ እንደመጣ የዘነጋሁት ታዲዮስ በሚል ስም የተዋወቅነው

ተተክቶ ሃሳታችንም ከአራት ወር ላላነሰ ጊዜ በጥናት ቀይተን ወደ መጣንበት ተመልሰን። ዶ/ር ሰለሞን ሽዋ ከሶቪየት ሕብረት ሲሆን ከአጠቃላይ ሁኔታውና ከመላኩ ተገኝ ጋር ያላቸውን የቀረበ ትውውቅ በማጠን እርግጠኛ ባልሆንም ታዲዮስ የተቀላቀለን ከዚያው ከአምስተርዳም ወይንም ካካባቢው ሀገሮች እንደሆነ ይሰማኛል። በዚያን ጊዜ አባል ለመሆን ዋነኛው መመዘኛ የድርጅቱን ፕሮግራምና ሕገ-ማሕበር መቀበልና እንዲሁም በድርጅቱ ተግባሮች ንቁ ተሳትፎ ማድረግ <u>ብቻ</u> አልነበረም። በእኔ ጊዜ አባል ለመሆን ለአባልነት የሚታጩት በጥናት ቡድን ውስጥ በመሳተፍ በይበልጥ ዋና ዋና የሆኑ በርካታ <u>ርዕዩት ነክ ሥራዎችን</u> እንድናነብ ያደርጉን ነበር። ነገር ግን ወደኋላ የአመራር እምብርቱ ድርጅቱን በቁጥጥራቸው ሥር ማድረግ እንደጀመሩ ለድርጅቱ አባልነት ዋነኛው መመዘኛ የድርጅቱን ፕሮግራምና <u>ሕገ-ማሕበር መቀበልና እንዲሁም በድርጅቱ ተግባሮች ንቁ ተሳትፎ በማድረግ ጭፍን ታማኝነት ያላቸውን ብቻ</u> እንጂ ጥናት ላይ እምብዛም አላተኮሩበትም። ንቃትና ብስለት ሳይሆን የሚታዘዛቸው፣ ታማኝ የሚሆናቸውና እሺ ጌታየ! እሺ እመቤቴ! ብሎ ስህተቶችን አይቶ እንዳላየ፣ ሰምቶ እንዳልሰማ "በጨዋነት" መንፈስ ዓይኑን ጨፍኖ፣ ጆሮውን ዘግቶ በታማኝነት መመሪያቸውንና ትዕዛዞችን ሁሉ ሳያወላውል መፈጸም የሚችልና በፓርቲው ምስጢራዊነት ባህል አጥብቆ የሚያምን ነበር። የፓርቲው አመራር እምብርት ይህንን ጽኑ ዲስፕሊንና ሕገ-ማሕበር መቀበል ለፓርቲው ሳይሆን ለተሰጣቸው የባዕዳን ግዳጅ ማስፈጸሚያና ለግል የሥልጣን ጉጉታቸው መሳሪያቸው አድርገው ነበር። እነሱ የፈለጉትን ሲያተራምሱ አባላቱ አፋችንን ለጉመን ወንጀላቸውን ሳንጠቅስ ድርጅቱ እስከሚፈራርስ ድረስ አድበን እንድንቀመጥ ነበር የተጠቀሙበት። ለዚህም ነበር አንዳቸውም በአሲምባ ላይ ማዎይስት ናቸው ተከታተሏቸው ሲባል ለምን ብለው ጥያቄ እንኳን ያላቀረቡት። ያላግባብ ድርጅቱ መለኮታዊ ኃይል እንዳለው በማየት ድርጅቱንና ሠራዊቱን ከክፉ አደጋ ላይ ሊያደርሱ የሚችሉ አዝማሚያዎችንና አመለካከቶችን ሲመለከቱ ወይንም መመሪያ ሲሰጣቸው ድርጅቴንና ሠርዊቴን ከሞት አደጋ ላይ የሚያደርስ ትእዛዝ ወይንም መመሪያ መሆኑን እያወቁ መጠየቁ መሪዎቹን የሚያስቀይም እየመሰላቸው ድርጅቱ አደጋ ላይ ሲወድቅ ዝም ብለው እያዩ አስገደሉት። በአያሌ ጉዳዮች አደንቃቸው የነበሩት እንደ የዋህና ገራገሮቹ አብዲሳ አያናም ገብሩ መርሻ እንዲሁም ሰቦቻ/ለማ ጉርሙ፣ ትኳቦ ሽሽጉና እነሱን የመሳሰሉት ሁሉ እንዳቸውም ለምን ብለው ጠይቀው አያውቁም። እነ ሰቦቻም መጠያየቅ የጀመሩት የኋላ ኋላ ከ1969 ዓ. ም. ማገባደጃ ጀምሮ ከከተማው ቅጥ ያጣ ጭፍጨፋ ለመዳን ወደ ሜዳ የሚጎርፈውን ወጣቶች ማነጋገር በማነጋገር እውነታው ስለተገለፀለት ነበር። በአምስተርዳም ቀይታየ አብዛኛው ጊዜያችን ያለፈው በመላኩ ተገኝ በኩል የሚቀርቡትን የማርክሲዝም ሌኒኒዝም ጽሁፎች ስናነብ፣ ስንወያይና መዝሙሮችን ስናጠናና ስንዘምር ነበር። በጥናት ቀይታችን ገና ሣምንት ሳይሞላን እንድናነብና እውቀቱን እንድንቀስም ከተሰጡን ፅሁፎች መካከል "Hand Book on Elementary Notes on Revolution and Organization'

የሚል "የአብዮታዊነት" ሥነ ምግባር መመሪያ ጽሁፉ ቀርቦልን ካነበብነው በኃላ ወዲያውኑ ይህን ዓይነቱን ጽሁፍ ለእኛ መቅረቡ ምን ያህል እንደተናቅንና በምንስ ዓይነት መንገድ ድርጅቱ ይህን ዓይነቱን ጽሁፍ አዘጋጅቶ ለአባላቱ እንዲበተን ማድረጉ አጠያያቂ ሆኖብን እኔና ጓድ ዶ/ር ሰለሞን ሸዋ በሆዳችን እፍነን ስሜታችንን በመቆጣጠር ለጊዜው ለማለፍ ብንሞክርም ለጓድ ታዲዮስ ግን በቀላሉ የሚታለፍ ሆኖ ባለማግኘቱ ከመላኩ ተገኝ ጋር ከባድ የቃላት ጦርነት ተካሂዶ ታዲዮስ ጽሁፉን ካካባቢህ ለሚገኙት ሕፃናት ስጣቸው ብሎ ከፊቱ ወረወረለት።

እያሱ ዓለማየሁ

መላኩ ተገኝ

ምንአልባትም የታዲዮስና የዶ/ር ሰለሞን ሸዋ እውነተኛ ስማቸው ሳይሆን እንደእኔ የተሰጣቸው ጊዜያዊ ስም ነው ብየ ገመትኩ። የፓርቲው ፕሮግራሙ ቁልጭ ባለ መልኩ የትግል ስትራቴጂውንና የትግል ስልቱን ግልጽ በሆነ ቋንቋ ሰፍሯል። አጠያያቂው ጉዳይ በዓለም አቀፍ የኮሚኒስት እንቅስቃሴን አስመልክቶ የሶቪየት ሕብረት ሶሺያል ኢምፔሪያሊስት ሥርዓት የምትከተል መሆኗን ኢሕአድ/ኢሕአፓ በፕሮግራሙ ውስጥ በግልጽ አለመቀበሉና እንዲያም ብሎ ባለመበየኑ ብቻ ግራ አጋብቶን ነበር። ኢሕአፓ በፕሮግራሙ ላይ በሽወዳ መንገድ ገረፍ በማድረግ የሶቪየት ሕብረት ኮሚኒስት ፓርቲ ከላሽ ፓርቲ ነው ብሎ ነበር የተቀበለው። ዳሩ ግን ይህ አባባል የሶቪየት ሕብረት ባሕርይን በትክክል የሚገልጽ ስያሜ ሆኖ በሶስታችንም ተቀባይነትን አላገኘም ነበር። ከሶቪየት ሕብረት የመጣው ዶ/ር ሰለሞን የኋላ ኋላ የእነ ክፍሉ ታደሰ እና የሌሎቹ የኬ. ጂ. ቢ. ባለሚሎች

ያለሆነ በራሱ ዕምነት የሚጋዝ እንደሆነና ምንአልባትም የእነ ውብሸት ረታና ብርሃኔ እያሱ ወገን ይሆናል ብየ ተጠራጠርኩ።

ምን ማለት ወይንም ምን ማድረግ እንደሚገባኝ ግራ ተጋብቼ ለራሴ በዓምሮየ በጥንቃቄና በትዕግሥት ሳውጠነጥን በፕሮግራሙ ላይ ከላሽ በማለት ብቻ በመታለፉ ጓድ ታዲዮስ በቂ ሆኖ ባለማግኘቱ የሰነዘረውን ከባድ ትችት ምላጩ መላኩ ተገኝ የሚከተለውን የሸወዳና የቅጥፈት መልስ በመስጠት ታዲዮስን ብቻ ሳይሆን ሁላችንም ዝም አሰኘን። በዕውነትም የዓዕምሮ ዕረፍትና ሰላም እንድናገኝ ረዳን። መላኩ ተገኝ ለጓድ ታዲዮስ ትችት ቆንቆው በሞላ ጎደል እንዲህ በማለት ነበር የማታለልና የሽንገላ መልስ በመስጠት ዝም ያሰኘው። "ድርጅቱ ገና ከለጋ ዕድሜው አያሌ ጠላትን በመግዛት እድሜው እንዳያጥር ለማድረግ እንደስልት የተወሰደ እንጅ የማዕከላዊ ኮሚቴውም ይህንኑ የአንተን ፍርሀቻና ስጋት አስቀድሞ ተገንዝቦታል። በሚቀጥለው የማዕከላዊ ኮሚቴ ስብሰባ ላይ በትክክል የሚያስቀምጡበትን መንገድ እንደሚወያዩ እርግጠኛ ነኝ" አለ። ከዚህ መልስ በኋላ ምንም ሊያከራክረን የሚችል ጉዳይ ባለመኖሩ ጥረታችንን በማርክሲዝም ሌኒኒዝም፣ በርዕዩተዓለምና በመዝሙር ጥናት ላይ ስናተኩር ቀይተን ተለያየን። እያሱ ዓለማየሁ ነገረ ዓለሙ ሁሉ ውሸት፣ ቅጥፈት፣ ማታለልና መሸንገል፣ ተንኮልና ሴራ መሆኑን በእርግጠኝነት መረዳት የጀመርኩት በኤደን ቀይታየ ነበር። ከባዕዳን ጋር በሚደረጉ ግንኙነቶችን አስመልክቶ በተለይም ከሻዕቢያና ከሶማሊያ መንግሥት ጋር ከነበረው የጠነከረ ፍቅርና ከሌሎች አንዳንድ ጥርጣሬዎች በስተቀር በተለይም ዶ/ር አብዱልመጂድ ሁሴን በሚላኖ ከተማ የቃለ መጠይቅ ያደረጉኝ ትሮትስካይቶች ናቸው ካለኝ በስተቀር በአውሮጳ ቀይታየ በእያሱ ዓለማየሁ የሚለውና የሚያደረገው እንዲሁም የሚነገረኝ ሁሉ ከጋዳዊ ስሜት የመነጨ አድርጌ ነበር የማምንበት። በሚያዚያ 1964 ዓ. ም. ከብርሀነመስቀል ረዳና ከእውነተኛዎቹ የሕዝብ ልጆች እውቀት ውጭ በስተጀርባ በባዕዳን የድርጅት፣ የፋይናንስ፣ የፖለቲካና ሁሉ አቀፍ ድጋፍ የተመሠረተው ኢሕአፓ በተመሰረተ በአራተኛው ወሩ "የድርጅት ተግባራዊ መመሪያ" የያዘውን "Hand Book on Elementary Notes on Revolution and Organization', August 1972" የትግል ዘይቤና ስልት ወይንም እንደ "የአብዮታዊ ሥነ ምግባር" ተቀጥሮ እንድንጠቀምበት የተቀየሱት ዘይቤዎችና ታክቲኮች "የውሸት ወሬዎችንና መረጃዎችን ማሰራጨት፣ ሌላውን መሸወድና መቃጠፍ ወይንም ማታለል፣ መፎተት፣ ደልሎና አጃጅሎ ማግባብት ወይንም መሸኘት፣ እንዲሁም ማጭበርበር የመሳሰሉት ባሕሪና ባሕል ሁሉ እንደ አብዮታዊ ሥነ ምግባር ሆነው እንድንገለገልባቸው እኛን ለማስተማር ሙከራ መደረጉ ከፉኛ እንዳስቀየመን ከላይ አካባቢ ተገልጿል። ምንም እንኳን የሲ. አይ. ኤ.፣ ሞሳድ፣ የኬ. ጂ. ቢ.፣ እና የሻዕቢያ ወኪሎች ገና ድርጅታችን አፈጣጠሩ ጀምሮ ይኖራሉ ወይንም አሉበት ተብሎ በእርግጠኝነት ቢገመትም ጠንካራዎቹ አብዮታዊያን አንቀደምም ወይንም አንሸወድም በማለት ሙሉ በሙሉ በራሳቸው በመተማመናቸው

ምክኒያት ሁኔታውን ለጊዜው እንዳላወቁና እንዳልጠረጠሩ በመምሰል ድርጅቱ በፋይናንስ፣ በድርጅት፣ በፖለቲካና በሁሉ አቀፍ መስክ እንዲጠናከር ለማድረግ መስሎ በመሳተፍ ትግላችንን መቀጠል ይኖርብናል የሚልውን የየዋህነት አስተሳሰባቸውንና ምክራቸውን እኔም ከልቤ በመቀበሌ ያልነበረብኝንና የሌለብኝን ባሕሪ በመዋስ ለጊዜው በለዘብተኝነትና ባድርባይነት መልክ የአምስተርዳሙን ውይይትና ክርክር ከማዳመጥ በስተቀር በመደገፍ ወይንም በመቃወም አልተሳተፍኩም።

በታዲዮስና በመላኩ ተገኝ የተካሄደው የከረረ ውይይት መቋጫ ባያገኝም አሁንም ብልጣ ብልጡና ጮሌው መላኩ ተገኝ ቅሬታችሁን ለበላይ አካል አስታውቃለሁ ብሎ በጥበብ ሊዘጋው ቻለ። ስለተባለው "የድርጅት ተግባራዊ መመሪያ" አስመልክቶ በምዕራፍ 11 ተገልጿል። ከአምስተርዳም ወደ ሮም በተመለስኩኝ ከጥቂት ሳምንታት በኃላ ይህን መመሪያ አስመልክቶ ከእያሱ ዓለማየሁ ጋር ባደረኩት ከባድ ውይይት ያ የለዘብተኛና የአድርባይነት መልኬ ጠፍቶ እውነተኛው የአያሌው መልክ ለእያሱ ዓለማየሁ ሊንጸባረቅለት ቻለ። መላኩ ተገኝ እንደገና ሌላ ጊዜ ባንድ አጋጣሚ በታዲዎስ ትንተና ላይ ለካስ ተናዶና ውስጡ በሽቀ በሆዱ ቋጥሮ ያቀየውን ሳያስበው ትክክለኛ ያልሆነ ፖለቲካ ንግግር ከአፉ አመለጠው። ሳት ብሎት እንጅ አስቦም አልነበረም የሚከተለውን የተናገረው፣ "ሶቪየት ሕብረትን ሶሺያል ኢምፐሪያሊስት ነው እያሉ የሚኮንኑት ሁሉ የሲ. አይ. ኤ. እና የሞሳድ ቡችሎች ናቸው" ብሎ ሊያስተምረን ሞከረ። ጓድ ታዲዮስ አጸፋዊ እርምጃ ለመውሰድ ሲቃጣ ጩልሌውና አይን አውጣው መላኩ ተገኝ ወዲያውኑ ይቅርታ በመጠየቅ ታዲዮስ ሊያወርደው የነበረውን ቦምብ ከራሱ ጉያ ጋር ተቀምጦ እንዲቀይ አደረገው። በሆዳችን ከመሳቅ በስተቀር ምንም አላልንም። መላኩ ተገኝ በወቅቱ በእኔ ላይ ምንም ጥርጣሬ አላደረበትም። እኔም ከላይ አካባቢ በጠቀስኩት ምክኒያት ያሳየሁት እንዳችም ነገር አልነበረም። በነሱ ቋንቋ "ጨዋ" "ትልቅ ሰው" እና "አስተዋይ" ሆኘ ታይቸ ነበር ከአምስተርዳም በክብር የተሸኘሁት። በዚያን ጊዜ ያልተረዳኘ፣ ሆኖም የኋላ ኋላ የተገለጸልኝ ታዲዮስ እና መላኩ ተገኝ በአንድ አካባቢ በመኖራቸው በደንብ ስለሚተዋወቁ ይሆናል ብየ ገመትኩ። ታዲዎስ ዲሞክራሲ በየዕለት ሕይወታችን በገቢር እንድንጠቀምበት ፍላጎቱ ነበር። በዚህም መሠረት በአንድ የውይይት ጊዜያችን ላይ መላኩ ተገኝ በሴት እህቶቻችን ላይ ይጫወታል የሚባለውንና አልፎም የፕሌይ ቦይ (Play boy) ዝንባሌ ያጠቃዋል እየተባለ የአደባባይ ምስጢር ሆኖ በሰፊው የተሰራጨውን ወሬ አስመልክቶ በኃዳዊ መልክ አራትችን እንድንወያይበትና እራሳችንን በማረም ለሌሎቹ የመልካምና የጥሩ ምሳሌና አርአያ እንድንሆን ያሳሰባል። እዝጊኦ የመላኩ ተገኝ ሁኔታ ሌላ ነበር የሆነው። የተቀጣ ነብር ሆነ። ይህ የታዲዎስ ዲሞክራሲ በሁሉም እንደሚከበር የነበረው እምነቱ የኋላ ኋላ አሲምባ ውስጥ የዋሁና ገራ ገሩ ምክትል መቶ አለቃ በሪሁን/ፍጹም ከፀሐየ ሰለሞን ጋር ባደረገው ውይይት ሳቢያ ያጋጠመውን

የስቃይ ግርፋት፣ ብሎም ለመሞት መዳረጉን ያስታውሰኛል። ልክ እንደ እያሱ ዓለማየሁ መላኩ ተገኝም ሌሎችን ለማረምና ለመሄይስ እንጂ እራሳቸውን ለማረም ወይንም ሂስ ለመቀበል የማይፈልጉ ደረታቸውን የነፉ ኩሩ ምሁራን መሆናቸውን በተለያየ አጋጣሚ ሲያሳዩን ቆይተዋል። በተለይ መላኩ ተገኝ በዚያች የውይይት ጊዜ በትክክል ሂስ ለመቀበል የማይፈልግ ደረቱን የነፋ ኩሩ ምሁር መሆኑን በተጨባጭ አሳየን። የተነሳውን ጠቃሚ ጉዳይ በሰብሳቢነቱ ሥልጣን በመጠቀም ይህ አሉባልታ ስለሆነ ልንወያይበት አይገባንም፣ እንዲያውም አንተ (ታዲዎስን ማለቱ ነው) አሉባልታ ለውይይት ለማቅረብ በመሞከርህ ግለሂስ ማካሄድ ይኖርብሃል በማለት ደነፋበት። ከዚያ በኋላማ ታዲዎስን ማን ይቻለው። አንድ ባንድ መላኩ ተገኝ የተጫወተባቸውን ሴቶች እህቶቻችንን በመጥቀስ ልክ ልኩን አስረዳው። በዚያን ጊዜ ተረኛ ሆና እንደ መዝናኛ ይገለገልባት የነበረችው ምስኪን ታናሽ እህቴ አ. በላይ ከፓሪስ አምስተርዳም እየተመላለሰች ነበር ግልጋሎቷን የምታበረክተው።

ለዚህ ነበር መላኩ ተገኝ በዚያን ዘመን በወጣት ኢትዮጵያዊያን እህቶቻችን ላይ በሶሺያሊዝም ሥም ብዙ ይቀልድና ይጫወት እንደ ነበር ተወርቷል። ሶሺያሊዝምን ለግል ደስታቸው መዝናኛ ፍላጎታቸው ማርኪያ በመሣሪያነት ይጠቀሙበት ነበር። ለዚህ ነበር የአዲ ኢሮቡ ጀግና ዶ/ር ጴጥሮስ/ተስፋየ ኃ/ማርያም በዚያን ዘመን በአውሮጳ የነበሩትን ሶሻሊስት/ተራማጅ ነን ባዮቹን "naïve socialist" በማለት ያስታውሳቸው የነበርው። መላኩ ተገኝ የቀድሞው የዓለማያ እርሻና ሜካኒካል ኮሌጅ ተማሪ እያለ ነበር ወደ አውሮጳ በተዘጋጀለት መንገድ ሾልኮ የወጣው። በምዕራብ አውሮጳ ልክ እሱ በፕሌይ ቦይነት (Play boy) ይታማ እንደነበረው ከእሱ በበለጠ በዚያን ዘመን በፕሌይ ቦይነት ተጋኖ ይታወቅ የነበረው የእዚሁ የዓለማያ እርሻና ሜካኒካል ኮሌጅ ተማሪ የነበረው ዓለም ተክኤ/ግርማ የኃላ ኃላ አሲንባ እንደገባን የሰንገዴ የተዓሊም/ማሰልጠኛ ቦታ ኃላፊነት ተሹሞ በማግኘታቸው የሚያውቁት ጎዶቼ በሁኔታው ተገርመውና ተደናግጠው እንደነበር አስታውሳለሁ። "አስቀድሞ ማጥፋት የሚያውቅህን አብሮ አደግህን ነው" በሚል ኃላ ቀር እምነት በፕሌይ ቦይነት ይታወቁ በነበሩት ላይ የበታችነት ስሜት በመፍጠሩ ጭፍን ታማኝነታቸው ለአመራሩ፣ ለሻዕቢያና ወያኔ በማረጋገጥ በጠንካራዎቹን ሀቀኞቹ ላይ የብቀላ በትራቸውን እንደሰነዘሩ ተወርቷል። በታዲዮስ ላይ መላኩ ተገኝ መልካም አመለካከት አላደረበትም። ይህ ለእያሱ ዓለማየሁ ሪፖርት እንደሚደረግ እርግጠኛ ነበርኩ እንዲያውም በአሲምባ እኔን ተቀባይ ሆኖ አገኘሁት። በአምስተርዳም ቆይታችን ሶስታችንም የአባልነት የሚያበቃንን የሙከራ ጊዜ አጠናቀን አባል በመሆን ወደመጣንበት ለመለለስ ተዘጋጀን። ዶ/ር ስለሞን ሸዋን በተመለከተ ለሌላ ተግባር እዚሁ አውሮጳ ቆይቶ ወደኋላ ሜዳ ትገናኛላችሁ ብሎ አስረዳኝ እያሱ ዓለማየሁ። ከዚሁ ሳልርቅ እንዳለውም ዶ/ር ሰለሞን ሸዋ እንደ ዶ/ር አብዱልመጂድ ሁሴን እኛ አሲምባ ከገባን በኋላ ገብቶ አንድ ወር ቆይቶ ተመልሶ ወደ ውጭ

እንደወጣ ሰማን። ያጋጣሚ ይሁን ወይንም ሆነ ተብሎ አላውቅም ሆኖም ካንዳቸውም ጋር የመገናኘት ዕድል አላጋጠመኝም። ከአሲምባ ወጥቼ ካርቱም እንዳለሁ ከሌሎቹ ጓዶቼ ጋር በመሆን የዶ/ር አብዱልመጂድ ሁሴን በወር ጊዜ ውስጥ ተመልሶ ወደ ውጭ የመሄዱን ምክኒያት ለማወቅ ባንችልም፣ ዶ/ር ሰለሞን ሸዋ ግን ትግሉን ጥሎ የወጣበትን ምክኒያት ስናጠያይቅ በሠራዊቱ የሚካሄደውን የሥቃይ ግርፋት አስመልክቶ ቅሬታ ስለነበረው እንደሆነ ተነገረን። ዶ/ር ሰለሞን ሸዋ የሕክምና ዶክተሬት ድግሪውን ያገኘው ከቀድሞው ሶቪየት ሕብረት ነበር። ከአሲምባ ወጥቶ ካርቱም እንደገባሁ ለምን ቶሎ እንደተመለሰ ሳጠያይቅ ተመድቦ የነበረበት ቦታ የሠራዊቱ የሕክምና ክፍል ስለነበረ ብዙ የስቃይ ግርፋት የተፈጸመባቸውን ታጋዮች ቁስልና ግርፋት በሚያክምበት ወቅት ባደረበት የመንፈስ ጭንቀት በስምምነት ምንም ነገር እንዳይተነፍስ ቃል አስገብተውት ወደ አውሮጳ እንደተመለሰ ነው።

6.12. ወደ ሮም ስመለስ በስትራትስቡርግ (Stratsbourg) ከተማ ያጋጠመኝ አስቂኝ ድራማ፣ በሮም በ ቪያ ዴ ኮንቲላ (via dei contilla) መንገድ ከአዲ ኢሮብ ልጆችና ከእያሱ ዓለማየሁ ጋር ኑሮ

ከአምስተርዳም ወደ ሮም በምመለስበት ወቅት ፍላጎቴ በጀርመን በኩል እንደሆነ መላኩ ተገኝ እያወቀ ያለእኔ ፈቃድ በገዛ ፈቃዱ ተዞየን በጣሊያን በኩል አድርጎ የመቀመጫ ቦታ መርጦና አዘጋጅቶ ቲኬቱን የገዛልኝ መላኩ ተገኝ ነበር። ለምን በጀርመን በኩል አላደረክልኝም ብየ ሥጠይቀው የሰጠኝን መልስ ዘነጋሁት (ሆኖም የቲኬቱ ውድ ወይንም ርካሽ በመሆኑ ያለበለዚያም በዚያን ዕለት ወደ ሮም ባቡር ከመኖርና ካለመኖር ጋር የተገናኘ አልነበረም)። የቲኬቱ ዋጋ በሁለቱም አቅጣጫ እኩል ሲሆን ባቡር በየጊዜው በሁለቱም አቅጣጫ ነበር። ወደ ሮም ጉዞየን ጀምሬ ባቡሩ የፈረንሣይ ከተማ ከሆነችው ስትራትስቡርግ (Stratsbourg) ደርሶ እንደቀመ ልክ በእኔ መስኮት በኩል ገነት ግርማና አ. በላይ አሜሪካዊ ናቸው ካሉኝና በእርግጥም ለመሆናቸው የማያጠራጥሩኝ ፈረንጅ ጋር ሆነ ብለው እንደሚጠባበቁኝ ዓይነት ከመስኮቴ ባጠገብ ፊት ለፊት ቀመው እንተይያለን። እንደሚቀበሉኝ ዓይነት ሆነው ነበር። ያጋጣሚ ነው ወይንስ ምንድን ነው ብየ ድንጋጤና ሀሳብ አደረብኝ። በድንጋጤና በመጨነቅ መንፈስ ሆኖም ጭንቀቴንና ድንጋጠየን ሳላሳይ በደፈናው ሠላምታ ተለዋወጥን። ቶሎ እንድወርድና ከእነሱ ጋር ለሁለትና ሶስት ቀናት ፓሪስ የእነሱና የፈረንጁ ጓደኛቸው እንግዳ ሆኜ እንድቀይ ይማጸኑኛል። ለአራት ወር ያህል በጥናት የተንገላታውን አዕምሮህን ለማዝናናትም ያመችሀል፣ ከጓደኛህ ከጣይቱ ካሳ ጋርም ለመገናኘትና ጊዜ አግኝታችሁ ባንድነት ለማሳለፍም ይጠቅምሀል፣ ሻንጣህን አውርድና ተያይዘን እንሂድ፣ እንኳን አገኘንህ ብለው ያዋክቡኛል። እንዴት እንደምታገኙኝ አውቃችሁ መጣችሁ፣ ሁለተኛም ለአራት ወር ያህል አዕምሮየ በጥናት መደንዘዙንም በምን አወቃችሁ፣ ሁለተኛስ ከእያሱ ጋር እንደምኖር በምን አወቃችሁ ብየ

በቅንነት ሆኖም አምኘበት ጠየኳቸው። ወዲያውኑ መልስ አላገኙለትምና ወደ ኃላ ምን መልስ መስጠት እንደሚችሉ እስከሚያስቡ ወይንም ምን እንበለው ብለው ጠይቀው እስከሚመልሱልኝ ድረስ በእርግጥ አላወኩም ሆኖም ከፓሪስ ሆነን ለእያሱ ደውለን ከእኛ ጋር መሆንክን እንነግረዋለን ብለው በጣም አዋከቡኝ። ፈረንጁ በሶርቦን የሚያስተምሩ መምህራቸውና ጓደኛቸው ብቻ ሳይሆን እንደልጆቻቸውም በመቁጠር የሚረዱን ትልቅ ሰው እንደሆኑ አድርገው ይነግሩኛል። ፈረንጁ ረጅምና የተደላደለ፣ በዕድሜ በዚያን ዘመን አርባውን ያጋመሰ ይሆናል። በግልጽና በቀጥታ ፈረንጁን ሳጤናቸው አሜሪካዊ እንደሆኑ እርግጠኛ ነበርኩ። ማናቸው፣ የየት ሀገር ፈረንጅ ናቸው ብየም ልጥይቅ ፈልኩና ሆኖም ጉትትና ፍላጎት ያለኝ ስለሚያስመስልብኝ ከመጠየቅ ተቀጠብኩ። ሮም መድረስ ስለሚኖርብኝ ይቅርታ አልችልም ብየ ተሟገትኳቸው። ብዙ ተጨቃጨቅን፣ ሆኖም በውስጤ ያደረብኝ ፍራቻ ስለነበር ጥያቄአቸውን ሳልቀበል ጉዞየን ወደ ሮም ለመቀጠል ወሰንኩ። ያጋጠመኝን አስቂኝና አስደንጋጭ ድራማ እና እንቅቅልሽ ይዞ ወደ ሮም መቀጠሉ የሚያስከትልብኝን የጭንቀትና የረብሻ መንፈስ በማጠን ከጣይቱ ካሳ ጋር በመወያየት እንቅቅልሹን ለመፍታትና ምስጢሩ ምን እንደሆነ ለማወቅ እንድችል ብሎም በሆዴ አምቄ ይዤ ብቻየን በማስላስል ከምታመም ለጣይቱ ካሳ በማካፈል እንዲቀለኝ ለማድረግ የሮሙን ጉዞ አቋርጨ ወደ ፓሪስ ለመሄድ ተገደድኩ። እንቅቅልሹን የተጫወቱት ተወናዋያን ጉዞየን አቋርጨ ወደ ፓሪስ ማምራቴን እንዳያውቁና ጥላቻ አድሮባቸው እንዳይበቀሉኝ በመጨነቅ ወደ ሮም ጉዞየን ቀጥየ ከሚቀጥለው የባቡር ጣቢያ ስደርስ ባቡር ቀይሬ ወደ ፓሪስ ለመጓዝ ቅጽበታዊ ውሳኔ ወሰድኩ። ከስትራትስቡርግ ከተማ ቀጥሎ ባቡሩ የቀመው ባዜል (Basel) ከምትባለዋ የስዊዘርላንድ ሶስተኛ ትልቃ ከተማ ስለነበር ከባቡር ወርጄ ሌላ ባቡር በመያዝ ወደ ፓሪስ ሽመጠጥኩ። በዚያን ጊዜ ጣይቱ ካሳን የመጎብኘት ዕቅድም አልነበረኝም። በሆደ ይዤና ደብቄ ለብቻየ በማሰላሰል ከሚጎዳኝ ለማምናት ሁነኛና እውነተኛ ጓደኛየ፣ ፍቅረኛና የትግል አጋሬ ለጣይቱ ካሳ የሆዴን ሁሉ አውጥቼ በመለፍለፌ ህክምና አስገኝታ ወደ ሮም በሰላምና በጤንነት ሽኘችኝ።

ፓሪስ እንደደረስኩ ለእያሱ ዓለማየሁ ስልክ ደውየ የሆነ ምክኒያት በመስጠት (የሰጠሁትን ምክኒያት ዘነጋሁ) ፓሪስ ከጣይቱ ካሳ ጋር ለመቆየት መወሰኔን ገለጽኩለት። በዚያ የስልክ ውይይታችን ምንም ያለኝ ነገር አልነበረም። ሆኖም ከሁለት ሳምንት ቆይታ በኃላ ሮም እንደገባሁ እያሱ ዓለማየሁ የእነገነት ግርማንና የአስቴር በላይን እና የጓደኛቸውን ትልቅና “ጨዋ” የማላውቀው ፈረንጅ ግብዣ ንቄ ለብቻየ ፓሪስ መቆየቴ እጅግ አድርጎ እንዳስቀየመው በተዘዋዋሪ መንገድ ይወቅሰኝ ጀመር። አሁንም ቢሆን ጊዜ አመቻችተህ አንዳ አፍታ ፓሪስ ለሳምንት ያህል ሄደህ ሁሉንም ይቅርታ እንድትጠይቃቸው እፈልጋለሁ። የማይገኙ የትግል ጓዶቻችንን አክብሮትና ፍቅር ነው ያንቋሸሽከው ብሎ በግልጽ (ለእኔ እንደመሰለኝ በኃዳዊ መንፈስ ነበር) በምክር መልክ ወቀሰኝ።

እግረመንገድክንም ከጣይቱ ካሳ ጋር ጊዜ አግኝተህ ለማሳለፍ ያስችልሀል ብሎ እንድሄድ ግፊት አደረገ። ምክሩ እምብዛም ቅር አላሰኘኝም፣ ምክኒያቱ የማላውወቀውን ፈረንጅ ሳይሆን ማየት ያለብኝ እንዚያን ሁለት ለጋ ወጣቶች ነበር። በፍርሀትና ጭንቀት እንዲሁም ሁኔታው አስቦክቶኝ እነሱን እምቢ ብየ በተዘዋዋሪ ተደብቄ ፓሪስ መግባቴ ሊያስቀይማቸው ይችል ይሆናል። እኔኑ መልሰው ይወቅስሙም ይችሉ ይሆናል። ከሁሉም ይበልጥ በጀርባው ያለውን ከባድ ምስጢር ባላውቅም ፍቅረኛውን "ማታለሌ" እያሱ ዓለማየሁን ሊያስቀይመው ይችላል። ባባቶቻችን አባባል "ሴት የላከው ጅብ ወይንም ሞት አይፈራም" እንደሚሉት እያሱ ዓለማየሁ የሚሆነውንና የሚያደርገውን ስለማላውቅ አንድ ጊዜ ሮጬ ይቅርታ ልጠይቃቸው ብየ በመወሰኔ ከሦስት ሳምንት በኃላ ፓሪስ ተመልሼ ገነትን አፈላልጌ አግኝቼ ይቅርታ ጠየኳት። አ. በላይ ወደ አምስተርዳም በመሄዱ አግኝቼ ይቅርታ ልጠያቃት አልቻልኩም። ፈረንጁን በተመለከተ ሌላ ጊዜ ይቅርታ እጠይቃለሁ ብየ ፍቃደኛ አለመሆኔን በተዘዋዋሪ መንገድ ለመግለጽ ሞከርኩ። ገነትም ቢሆን ብዙም አልተጫነችኝም ነበር፣ ይመስለኛል በዚያን ወቅት ፈረንጁ ባካባቢው ባይኖሩ ሊሆን ይችላል ብየ ገመትኩ። ጣይቱ አሰፋ እንደ እነገነት ግርማ የባዕዳን ወኪሎች የሚባለውን ነገር እምብዛም ስለማይገባት ብዙም አላስጨነቃትም። ሆኖም ያስጨነቃት ባጋጣሚ ሳይሆን "ሆን ብለው አንተን አጥምደው በመጥለፍ ወደ ፓሪስ ለማምጣት ያቀዱት ለምን ይሆን?" የሚለው ጥያቄ ነበር እሷንም የረበሻትና ያሳሰባት። ለመሆኑ ፈረንጁ ማን ነው? ምንድን ነበር ከእነሱ ጋር የነበረው ግንኙነት? ለምን የጉዞ መስመሬን በፈረንሣይ በኩል አደረገው? ለምን ሥራየ ብለው ለማጥመድ ስትራትስቡርግ ከተማ ድረስ በመኃዝ ከባቡር ጣቢያው ተጠባብቀው ይዘውኝ ለመሄድ ፈለጉ። ደግሞስ መላኩ ተገኝ ያሲያዘልኝ ቦታ እና እነሱ ቀመው ይጠባበቁበት የነበረው ካለሁበት መስኮት ጎን እንዲሆን ማድረጉ የተቀነባበረና የተቀናጄ ተንኮልና ሴራ እንዳለው ነበር የተረገምኩት። ከገነት ግርማ ጋር ተነጋግሬ ወደ ሮም ከተመለስኩ በኃላ በሁለተኛው ወር ገነት ግርማ ትደውልና አያሌው አንድ ጊዜ ብቅ በልና ፈረንጁን እናገንኝህና ይቅርታ ጠይቃቸው" ብላ ትጠይቀኛለች። ስንነጋገር እያሱ ከእኔው ባጠገብ ነበር። ቀጥታ ብርሀነመስቀል ረዳ እና ዋለልኝ መኮንን ፊት ለፊቴ ቀመው ተደቀኑብኝ። ምን ያህል ጠቃሚ ወዳጃቸው ቢሆኑ ነው ከእኒህ የማይታወቅ ፈረንጅ ጋር ሊያዋጉኝ ወይንም ሊያፋቅሩኝ ያቀዱት።

በመጀመሪያ ነገር ከባቡር ጣቢያው ጠብቁኝ ብየ የጠየኳቸው ወይንም መልዕክት የላኩባቸው እኔ አይደለሁም። እራሳቸው ከሌሎች ጋር በመተባበር ሆን ብለው ከመስኮቴ ባጠገብ ቀመው ነው ያገኘኃቸው። ታዲያ የእኔ ይቅርታ እና ያላስፈላጊ ሽር ጉድ ምንድን ነው፣ ይች ናትና አያሌው አልኩና ገነት አስብበታለሁ፣ ሆኖም የምመጣ ከሆነ እደውልልሻለሁ ያለበለዚያ ሁሉንም ነገር ተይው ገኒ ብየ ተሰናበትኳት። ለምን ፈለገችህ ብሎ ሳያፍር ይጠይቀኛል። አይ ምንም አይደለም የማይሆን ነገር አንስታ ለማወያየት ፈልጋ ስለነበር ስለአስረዳኃት ሁሉንም እርግፍ አድርገን ትተነዋልና ምንም

አያስፈልግህም አልኩት። በውስጡ የተቃጠለው መቃጠል ይህ ነው አይባልም። ከእሱ ጋር ከተዋወኩ ባጭር ጊዜ ቀይታ ተመክሮየ እያሱን በደንብ አጥንቼዋለሁ። ከዚያ በኃላ የእኒያ “የሰርቦን ጨዋ ምሁር” ፈረንጅ ጉዳይ በእኔ በኩል እንዳከተመ አድርጌ ነበር የማምነው። ወደ ሮም ጉዞየ ለመለስና፣ ለሁለት ሳምንት ከጣይቱ ካሳ ጋር ከርሜ በፈረንጆች ዘመን ሕዳር ወር 1974 ሮም ከተማ ተመልሼ ከባቡር ጣቢያ ተቀብሎኝ ቀጥታ ከእያሱ ዓለማየሁና ከነተሰማ ብሥራትና ከሌሎቹ የአዲ ኢሮብ ወገኖቼ ጋር ባንድነት ለመኖር በ via dei contilla ከምትገኘው የተባረከች ቤታችን ይዞኝ ሄዶ የቅርብ ወዳጄና ጓደኛየ ከነበረው ተሰማ ብሥራት፣ ከዚያን ጊዜዋ ወ/ት ደስታና ከአቶ ግርማ ተ/ጊዮርጊስ ጋር አስተዋውቆኝ ባንድነት መኖር ጀመርኩ። ይህች ቤት በአዲ ኢሮብ ልጆች ኋላፊነት ለብዙ ጊዜ የቆየች የተባረከች ቤት ነበረች። አያሌ የትግራይ ልጆች ከሰሜን አሜሪካ ወደ ሀገር ቤት ሲሸጋገሩ ይሁን ለሌላ ጉዳያቸው ሮም ሲመጡ የሚያርፉባትም የተባረከችና የተቀደሰች ቤት ነበረች። የማይረሳኝ ኃይለሚካኤል ገብረ እናንያእና ፅጉ በላይ የሚባሉ የትግራይ ልጆች ከአሜሪካ ለየግላቸው ወደ ሮም ሲመጡ ከእኛ ጋር ያርፋሉ። እነዚህን ወንድሞቼን የትግራይ ነፃ አውጭ ድርጅቶች አባል ስለሆኑ እንዳልቀርባቸው ወይንም ጥንቃቄ እንዳደርግ ከቅርብ ጌታየ ከእያሱ ዓለማየሁ ጥብቅ ማሳሰቢያ ይሰጠኝ ነበር። እነዚህ ሁለት ወንድሞቼ በተደጋጋሚ ለመቅረብ ሞክረውኝ በአጉል ታማኝነቴና ባጉል ሀቀኛነቴ ማሳሰቢያውን በማመን ለማቅረብና ለመግባባት ዕድል ሳልሰጣቸው እንደሚዋጋ በሬ ግንባሬን በማፍጠጥ መሸኘቴ ሳስበው እጅግ አድርጎ ይከነክነኛል። ቢያንስ በጨዋና በሰለጠነ ባህላችን ቀርቤ እየተጨዋወትን ለመተዋወቅ መቻል ነበረብኝ። ያንን ለማድረግ በሀሰት ለውሶ ያጠጣኝ እኩይ ፀረ-ኢትዮጵያ መርዝ እንዳላገናዝብና እንዳልመዛዝን አድርጎ አደነዘዘኝ። ያንን ወደ ኋላ ዞር በማለት ሳሰላስል ለትግሉ ብሎም ለሚያሰባስበንና ለሚያታግለን ድርጅትና ሠራዊት የነበረኝን ፍጹም ታማኝነትና ተገዥነት መሪዎቹ ለራሳቸው በሚጠቅም መንገድ በመጠቀም በሌሎች ዓይን እንደ እብድ ወይንም ባለጌ እንዳስደርጉኝ ሆኖ ነው የሚታየኝ። አቶ ኃይለሚካኤል ገብረእናንያና አቶ ፅጉ በላይ ሕወሓት አዲስ አበባ እንደገቡ በምን ዓይነት መልክ በዚያን ዘመን ተመልክተውኝ እንደነበር አፈላልጌ በማነጋገር ለማወቅና እግረ መንገዴንም እንኳን በ”ድል” ለአገራችሁ በቃችሁ ለማለት አስቤ ሳለ መቀራረቡ ሌላ ያልታሰበ መዘዝም እንዳያስከትል ብየ ተውኩት። በሌላ በኩል ደግሞ ሁለቱም ወገኖቼ በሕይወት ይኑሩም አይኑሩም አላወኩም፣ እንደው በደፈናው ሃሳብ መጣብኝ እንጅ። ከዚያ በፊት ዶ/ር ጴጥሮስ ኃይለማርያም (ተስፋየ ኃ/ማርያም) ሀገር ቤት ጠቅሎ እስከገባበት ጊዜ ድረስ በተቀደሰችዋ ቤት ኖሮባታል።

በፍልሥጥኤም ወታደራዊ ትምህርት ሰልጥነው ወደ አሲምባ የተላኩት የሠራዊቱ አስኳል በሆነው ባልሆነው ምክኒያት ኤርትራ ሜዳ በሕግሀኤ ከዓመት ተኩል በላይ ታግተው በመቆየታቸውና ሊጀመር የታቀደው እንቅስቃሴ በመጓተቱ የአሲምባን አካባቢ ለደጀን አምባነት ከጓደኛው ኃይም ጋር

ሆኖ አመች ቦታ ለመምረጥ በሐምሌ ወር 1966 ዓ. ም. ወደ ትውልድ ቦታው አዲ ኢሮብ ተመልሶ የመጀመሪያው አስኳል በሽንካላ ምክኒያት ኤርትራ ታግተው በመቀየታቸው በራሳቸው አነሳሽነት ሀላፊነቱን በመረከብ አሲምባ ውስጥ ጥናት በማካሄድ ሲንቀሳቀሱ ቀይተዋል። አንጋፋው ገብረ እግዚአብሔር ኃ/ሚካኤል (ጋይም) በትግሉ ጸንቶ የቀየና ኮሚሳሪያት የነበረ፣ ከቃራ ወደ ሱዳን ከሱዳን ደግሞ በኅቡዕ አዲስ አበባ ገብቶ በኅቡዕ ድርጅታዊ ሥራ በማከናወን ላይ ሳለ በግንቦት ወር 1985 ዓ. ም. በወያኔ የፀጥታ ሰዎች ተከቦ እውነተኛ ኢሕአፓዎች ለጠላት እጅ መስጠት እንደማያውቁበት ሁሉ ጋይምም ከበባውን በመቃቃም መሻል አዲስ አበባ ላይ ሲታኮስ ተሰዋ። ጋይም ከትግል ጓደኛው ከዶ/ር ተስፋየ/ጴጥሮስ ጋር በመሆን እነብርሀነመስቀል ረዳን ኤርትራና ትግራይ ድንበር ድረስ በመሄድ የተቀበላቸውና ከአሲምባ ጋር ያለማመዳቸው፣ እንዲሁም ከሕዝቡ ጋር ያቀራረባቸው ታጋይ ጓድ ነበር። ዶ/ር ተስፋየ ኃ/ማርያም በጦርነት አንድ ዓይኑን ለኢሕአፓ/ኢሕአሠ ሲል ያጣ ነው። የአሲምባን የመሬት አቀማመጥ ለሽምቅ ውጊያ አመች መሆኑን ከትግል ጓዱ ከገብረእግዚአብሔር ኃይለሚካኤል/ጋይም ጋር በመሆን አጥንተውና ገምግመው ለኢሕአሠ ደጀን አምባ ምቹነት የመረጡ የመጀመሪያዎቹ ታጋዮች ነበሩ። ዶ/ር ተስፋየ/ጸጥሮስ ደጋግሞ ከጣሊያን ወደ አሲምባ እየተላከ ገንዘብና መሣሪያ ያመላልስ የነበረ ሲሆን፣ ከመጽሀፉ ደራሲ ጋር ለመጀመሪያ ጊዜ የተዋወቀው ሮም ከተማ ወደ ሩቅ ቦታ ብሎ ለመሄድ በሚዘጋጅበት ጊዜ ነበር። ያ ወደ ሩቅ ቦታ ለካስ ወደ አሲምባ ነበር። የእዲ ኢሮብን አርሶ አደሮች እየመለመለ ለሽምቅ ውጊያ ጀማሪ ቡድን ማሰልጠንና ስንቅ ማሰባሰብ ጀመረ። ዶ/ር ተስፋየ ኃ/ማርያም በብርሀነመስቀል ረዳ ላይ ከፍተኛ ዕምነትና አክብሮት ነበረው። ታዲያ ብርሃነመስቀል ረዳ ለስብሰባ ተብሎ ባልታወቀ ምክኒያት ከሜዳ ተሰውሮ ጠፋ። በአዲስ አበባ የሚካሄደው ሁኔታዎች ሁሉ አላማሩትም። ካላግባብ ግድያ ሕይወቱን አትርፎ ደርግ እስከወደቀ ድረስ የየካቲት 66 የፖለቲካ ትምህርት ቤት መምህር ሆኖ በማገልገል ቀየ። ግርማ ተ/ጊዮርጊስና ወ/ት ደስታ በሥራ ገበታ ላይ ተሰማርተው ይኖሩ ነበር። በዚያች ምስኪን ቤት ከእኔና እያሱ ዓለማየሁ በስተቀር ሁሉም የአዲ ኢሮብ ልጆች ነበሩ። ክፍሉ ታደሰ ስለ አውሮጳ ተማሪዎች ማሕበርና ኢሕአፓን አስመልክቶ አንጋፋ እያለ በአወናባጅ መጽሐፍቶቹ እንደ ማስረጃ የሚያቀርበው የዋሽንግተን ዲ. ሲ. አካባቢ ነዋሪውን ግርማ ተ/ጊዮርጊስን ነው። በዚያን ዘመን በጣሊያን በግንባር ቀደምትነት ሽንጣቸውን ገትረው በተግባር ተካፋይ ሆነው ይታገሉ የነበሩ ተማሪዎች ብዛት ባይኖራቸውም በመጠኑም ቢሆን ስለነበሩ እነሱን ፈልጎ አፈላልጎ ማነጋገር ይገባው ነበር።

ለተራዘመ የሕዝባዊ የትጥቅ ትግል ተብሎ ጣሊያንን ለቅቄ እስከ ወጣሁበት ጊዜ ድረስ ግርማ ተ/ጊዮርጊስ በፖለቲካ እንቅስቃሴ ውስጥ አልገባም ወይንም እጁን አያስገባም ነበር። ግርማ ተ/ጊዮርጊስን የግል ሕይወቱን ከመምራትና ከዚያም ከስራ በኋላ ዕረፍት ጊዜውን ከዘመዱ (ያክስቱ

ወይንም ያጎቱ ልጅ) ከሆነችው ፍቅረኛውና የወደፊቷ የትዳር ጓደኛው ከወ/ት ደስታ ጋር የወደፊት ኑሯቸውን እንዴት አብረው እንደሚገፉት ብቻ ነበር ትኩረታቸው። ስለ አውሮጳ ተማሪዎች ማሕበር ሲቀባጥር ግርማ ተ/ጊዮርጊስን እንደ አንጋፋ ጠንካራ የኢትዮጵያ ተማሪዎች ማሕበር አባል አድርጎ እንደ ማስረጃ ማቅረቡ "ከብት ባልዋለበት ኩበት ለቀማ" ከመሆኑም ባሻገር የኢትዮጵያን ሕዝብ መዋሸትና መቃጠፍ ዛሬም እንዳልተወ ነው የሚያሳየን። እስከማስታውሰው ድረስ በዚያን ጊዜ ከቤቱ ውስጥ በትምህርት ገበታ ላይ የነበረው ተሰማ ብሥራት ብቻ ሲሆን በወቅቱ በጠንካራ ተማሪነታቸው የሚታወቁትን ሌሎቹ ከቦሎኛ ዩኒቨርሲቲ እነ አምሳሉእና ፈቃዱ፣ ከፔሩጂያ ዩኒቨርሲቲ አበራ እና እንዳለ እውነቱን እንዳይናገሩበት ስማቸውን ሊጠቅስ አልደፈረም። የፖለቲካ እንቅስቃሴ እንዳይሳተፍ የእያሱ ዓለማየሁ አምባገነናዊ ዝንባሌ አስደንግጦት ወደ ትግል ዓለም ላለመግባት ቢወስንም አብሮ በመኖሩና የኢሮብ ተወላጅ ከመሆኑም ባሻገር ከጠንካራ ታጋዮቹ ቤተሰቦች የመጣ ወዳጄ በመሆኑ ስለትግሉ በቅርበት ያውቅ ነበር። ከዚያም ባሻገር በትምህርት ዓለም ላይ ስለነበር ስለተማሪዎች እንቅስቃሴ በሚገባ አጥርቶ ያውቅ ነበር። ከአምስተርዳም ስመለስ ለተሰማ ብሥራት ለአፍሮ ፀጉር የሚሆን ሚዶ ገዝቼ እንደ ስጦታ ስሰጠው በቅንነትና በየዋህነቱ በቤተሰብ መንፈስ የት ጠፍተህ ከርመኽ ነው ብሎ እንደጠየቀኝ እኔ በማለሳለስና በዘዴ መመልስ ስችል እያሱ ዓለማየሁ ጣልቃ ገብቶ ጠንካራ በሆነ ቃል ሁለተኛ እንደዚህ ዓይነት ጥያቄ እንዳትጠይቅ ብሎ አስቦካው። ተሰማ ደነገጠ፣ ግራ ተገባ። ምንም ሳይል ጥሎን ከባጠገባችን ሄደ። እያሱን ለምን ትጮህበታለህ፣ ፈረንሣይ ከፍቅረኛየ ጋር ሰንብቼና እግረ መንገዴንም ቀንጆ የሆነች የአራት ወር ጊዜያዊ ሥራ አግኝቼ ስሰራ ቀይቼ ተመለስኩ ብየ እኔ መልስ ለመስጠትና ለማሳመን ተዘጋጅቼ ነበር አልኩት። ነገሩን በቀላሉ በማሳመን መዝጋት እንችል ነበር። እሁን ግን ማስደንገጥ ብቻ ሳይሆን የባሰውኑ እንዲጠራጠር አደረከው ብየ ብመክረው፣ "ተወው፣ የትአባቱንስ መጠየቅ እንደማይገባው ይግባው" አለኝ። እዎን ከአሁን በኋላ እንደማይጠይቅ እርግጠኛ ነኝ፣ ነገር ግን ጥርጣሬውን ከዓዕምሮው ያጠፋነው አይመስለኝምና አቀራረብህ ልክ አልነበረም ብየ ለመውቀስ ሞከርኩ። ሆኖም አሄ እያሱ ዓለማየሁ ሁኔታውን ከምንም ሳይቆጥረው በችልታ አለፈው። የኋላ ኋላም ተሰማ ብሥራት ትምህርቱን አጠናቀ ሀገር ቤት ገባ። ኮሎኔል ተስፋየ ወ/ሥላሴ በሚመራው የደህንነት ሚኒስቴር ሥር የውጭ ጥናትና ምርመራ ድርጅት ተብሎ በሚታወቀው (የቀድሞውን ካቢኔ የተካው) ተቀጠሮ ከእኔ ጋር መታየቱ በሌላ ዓይነት ዓይን እንዳይታይ እየፈራ እያየኝ እንዳላየ ሆኖ በመጨረሻ ሁሉም አልፎ፣ ሁሉም በርዶ ደርግ ወድቀ ወያኔ በ1983 ዓ. ም. ሥልጣን እንደያዙ ፈልጎ አፈላልጎ ጠየቀኝ። የቀድሞ ወዳጅነታችንን እንደ አዲስ ቀጥለን ለዳግማይ ስደት እስከወጣሁበት ጊዜ ድረስ አራት ኪሎ አካባቢ ከሌሎች የአዲ ኢሮብ ልጆች ጋር እየተገናኘን ከቡና ጋር ስጨዋወት ቀይቻለሁ።

6.13. እያሱ ዓለማየሁን ለመጦር ለሁለት ቅምጥል የከበርቴ ቤተሰብ ሴቶች ልጆች ሹፌርነት ተቀጠርኩ

የጥናት ጊዜዬን አጠናቅቄ ሮም ከተማ እንደተመለስኩ ባለፈው ጊዜ እንዳሳሰብኩት በድጋሚ የሚያስፈልግ እንቅስቃሴ ለጊዜው ከሌለን የድርጅቱ ሸክምና ተባይ ሆነን ሁለታችንም ከምንኖር ሥራ እየሰራሁ ለመኖር እንድችል ሥራ እንዲያፈላልጉልኝ እነ ዶ/ር ክፍላይ ጊላን ላነጋግር ብየ አሳሰብኩት። እስከ ፈረንጆች ዘመን አቆጣጠር ሚያዚያ ወር 1975 ድረስ ምንም የጎላ ጉዳይ እይኖረንምና መልካም ሀሳብ ነው በማለት ሀሳቤን ደገፈልኝ። ሆኖም በሣምንት ሁለት ቀን ዕረፍት ቢኖርህ መልካም በመሆኑ ከሥራው ጋር እንድታመቻች ለማድረግ ሞክር ይለኛል። በተጨማሪ የማሳስብህ አለኝ እያሱ ዓለማየሁ፣ እነ ዶ/ር ክፍላይና ቢኒያም ፀጋይና ሌሎቹም ጣሊያን የጀበሃ ሁለተኛ ሀገር በመሆኗ ከሀገሩ መልካምና ጠንካራ ሰዎች ጋር እንዲያስተዋውቁህና እንዲያወዳጁህ አነጋግራቸው ለወደፊት ሊጠቅሙን ስለሚችሉ ብሎ አሳሰበኝ። ጊዜያዊ ሥራ እንዲያፈላልጉልኝ እነ ዶ/ር ክፍላይንና ቢኒያም ፀጋየን ጠየኳቸው። ዶ/ር ክፍላይ አንዴ! እጅህ ለስላሳ፣ አንተ ያደከው በቢሮ ሥራና በውትድርና እንዴት አድርገህ የጣሊያንን የሽቀላ ሕይወት ትችለዋለህ ብሎ ፍቃደኛ አለመሆኑን ይነግረኛል። በማያያዝም የሴቲት ሁመራ የሥራ ልምድ አለህን? ብሎ እየሳቀ ይጠይቀኛል። ምን ማለቱ እንደሆነ ግራ መጋባቴን እንደተገነዘበ የሽቀላ ወይንም "የኩሊ" ሥራ ማለቱ እንደሆነ ገለጸልኝ። ይህን አባባል ከብዙ ዘመን በኋላ በምድረ አሜሪካ ያፈራሁት የቀድሞው ቀ. ኃ. ሥ. ዩኒቨርሲቲ የሕግ ምሩቅ የነበረው ወዳጄ "ሕሊና ቢስ ሆነህ ፓርኪንግ ተቀጥረህ ለመሥራት ፍላጎት ካልኖረህ በስተቀር፣ ያለበለዚያም ታክሲ በመንዳት ለመኖር ካልፈለክ በስተቀር ለእኛ ለኢሚግራንቶች የተመደበልን ሥራ የሴቲት ሁመራ የሥራ ዓይነት ብቻ ነው" ብሎ አስረድቶኛል። ፓሪስ እያለሁ ወደ ሮም እስከመጣሁበት ጊዜ ድረስ የቤል ቦይ/ፖርተርነት ተቀጥሬ ስሰራ መቆየቴን ስነግረው በመገረም ዕውነት ብሎ ጠየቀኝ። አረጋገጥኩለት። መንገር ባለመፈለጌ ነበር እንጅ ሥራው ይከብደሀል ብየ ሳይሆን የእኔ ጭንቀት እንደዚያ የነበርክ ሰው እዚህ ከሚያዋርድና ዝቅ አስደርጎ ከሚያስቀጥር ሥራ ላይ እንዴት ችሎ ይሰራል ብየ ነበር። ፖርተር ወይንም የቤል ቦይነት ሥራ ከሰራህ አታስብ፣ እንዲያውም ከዚያ ሻል ያለ ሥራ አስቀጥርሀለሁ ብሎ ቃል ገባልኝ። ስማ ዶ/ር ክፍላይ አልኩት፣ ኩራትና ካስፈለገም መንቀባረር ባገር ነው። ሰው ከተሰደደ በኋላ ክብር የለውምና ግድየለህም አትጨነቅ አልኩት።

ስደት ከመጀመሬ በፊት ለዓላማየና ለመርሔ ስል ቅድመ ዝግጅት አድርጌአለሁኝ። መዋረድና ዝቅ ተደርጎ መታየት ከአሁን በኋላ የሕይወት ወዳጆቼና ጓደኞቼ እንደሚሆኑና እንደምቃቃማቸውም ሁሉ በቅድሚያ አውቄ ተዘጋጅቼ ስደት የወጣሁ ወንድምህ ነኝ አልኩት። እጅግ ደስታና ኩራት የተሰማው መሆኑን ገለጸልኝ፣ በፊቱም አነበብኩኝ። ጣሊያንና ኤርትራ በባህል፣ ኤኮኖሚና በፖለቲካ

በቅርበት የተሳሰሩ ናቸው። ስለሆነም የጣሊያን ከበርቴዎች በኤርትራ ከፍተኛ የሆነ የጥቅም ተካፋዮች ናቸው። በዚያን ወቅት በጠቅላይ ግዛቱ ይንቀሳቀሱ የነበሩት አብዛኛው ታላላቅ ኢንዱስትሪዎችና ትልልቅ የእርሻ ልማቶች እንደ ባርካ የእርሻ ልማት፣ እንደ ሜሎቲ ቢራ ፋብሪካ፣ እንደ ባራቶሎ የመሳሰሉት ትልቁ የጨርቃ ጨርቅ ፋብሪካዎችና ኢንዱስትሪዎች ሁሉ በጣሊያኖች ይዞታ ነበሩ። በዚህምና በመሳሰሉት ምክኒያት ጥቅማቸውን ለማስከበር ከኤርትራ ነፃ አውጭ ድርጅት/ተሓኤ ጋር በተዘዋዋሪና በስውር የተሳሰሩ እንደነበር ይወራ ነበር። በዚያን ጊዜ ሕግሀኤ ገና እያደገና እየጎለበተ የመጣበት ጊዜ እንጅ እንደ ተሓኤ ግዙፍ የሆነ ታዋቂነትና ተቀባይነት አልነበረውም። ታዲያ በዚያን ጊዜ ተሓኤ እንደ ሱዳን በጣሊያንም ተደማጭነትና ተቀባይነት የነበረው ብቸኛ ድርጅት ነበር። ስለሆነም ዶ/ር ክፍላይና ጓደኞቹ ሰፊ የሆነ ግንኙነትና ዝምድና ነበራቸው ከሕግሀኤው ጅምዕ ይበልጥ። በዚያን ጊዜ የሕግሀኤ ተወካይ የዑስማን ሳለሕ ሳቤ የቅርብ ዘመድና የእያሱ ዓለማየሁ የቅርብ ጓደኛ የነበረው ጅምዕ የሚባል ነበር። ጅምዕ ብየ ስናገር የኢሕአፓው ጮሌውና ብልጣ ብልጡ በኋላ ከመቅጽበት "ታጋይ" ሆኖ በሱዳን የኢሕአፓ ተወካይ የሆነው ትራጌው ተወላጅ ጅምዕ/ሙሀመድ እንዳይመስላችሁ። ከዶ/ር ክፍላይ ጊላ ጋር ስለ ሥራ በተነጋገርን ሳምንት ባልሞላው ጊዜ በሮም ከተማ የሀብታሞቹ መንገድ በሆነችው ቪያ ኮርቲና ዲ አምፔዞ (via Cortina d'Ampezzo) ከሚባለው መንገድ ላይ ከሚኖሩ የከበርቴ በተሰብ ስልክ ይደወልልኛል።

ፓስፖርትህንና የመንጃ ፈቃድህንና ሌሎች ተፈላጊ ሰነዶችህን ይዘህ እንድትመጣ እባላለሁ። በተባለው ቀንና ሰዓት ወደ ተባለው የሀብታሞች ሰፈር ደረስኩ። ከታላቁ ቪላ ቤት በር እንደ ደረስኩ ከበሩ ላይ ያለውን የመነጋገሪያውን ስልክ ተጫንኩ። 'ብሮንቶ ኪ ፓርላ ፐር ፋቮሬ አሉኝ ባለቤትየዋ (አቤት ማን ልበል እባክዎን)። እኔም በመዝናናት ሲ ኪያሞ እያሌው፣ ሶ ኖ ዲ ኢቶፒኮ፣ ኤ ኮምፓኞሬ ዲ ዶቶሬ ኪፍላይ (እያሌው እባላለሁ፣ ኢትዮጵያዊ ነኝ፣ የዶ/ር ክፍላይ ጓደኛ ነኝ) ብየ መለስኩላቸው። በሩን አልፌ ቅጥር ግቢ ውስጥ እንደደረስኩ የቤቱ መግቢያ ዋና በር ተከፈተ። የቤት ሠራተኛዋ የደቡቧ ጣሊያን ተወላጅ ተቀብላ ወደ ሳሎን ወስዳ እንድቀመጥ ጋበዘችኝ። ወዲያውኑም የቤቱ ባለቤት ሲኞራ ማሪያ ፍራንቼስካ (48) ከሁለት የሚያማምሩ ልጆቻቸው ከሲኞሪና አሌክሳንድራ (ዕድመዋ 17) እና ከታናሽ እህቷ ሲኞሪና ገብሬኤላ (ዕድሜዋ 15) ጋር ባንድነት ወደ ሳሉን በመምጣት ይተዋወቁኛል። ልጆቹ ከግር እስከራሴ የመለከቱኛል። ለካስ አጥኑት፣ ተመልከቱትትና ደስ የሚላችሁ ዓይነት ነው ወይንስ አይደለም የሚለውን የናታቸውንና የአባታቸውን ጥያቄ ለመመለስ እንዲያስችላቸውና ከዚያም እናትና አባት የቅጥሬን ጉዳይ ለመወሰን እንዲያመቻቸው ነበር። ሲኞራ ማሪያ ፍራንቼስካ የሴና ወይዘሮ ነበሩ። ብዙ እህቶችና የእህቶቻቸው ልጆች፣ ብዙ ወንድሞችና የወንድሞቻቸው ልጆች ነበሯቸው። ሁሉም በሎምባርዲያና ቶስካና እንዲሁም በኤሚሊያ ሮማኛ ግዛቶች ውስጥ የሚኖሩ ሀብታም ዲታዎች ነበሩ። እናትዮዋ

እንድቀመጥ ጋበዙኝ። ልጆቹም ከኛው ጎን ተቀመጡ። ከዚያም ኤርትራዊ ነህን? ብለው ጠየቁኝ። አይደለሁም አልኳቸው። ታዲያ እንዴት የጣሊያንኛ ቋንቋ ለማወቅ ቻልክ? አሉኝ። ባጭሩ አስረዳኋቸው። መልካም አሉና ሥራ እንደምትፈልግ ዶቶሬ (ዶክተር ማለታቸው ነው) ነግሮናል። እነዚህን ሁለቱን ልጆቻችንን ከቤት ወደ ትምህርት ቤት፣ ከትምህርት ቤት ወደ ቤት የሚያመላልስልን ታምኝ ሹፌር እንፈልጋለን። ክፍያው ቀንጆ ነው፣ አልፎም የመኝታ ክፍል ከእኛው ጎን አንዱ ክፍል ይሰጥሀል። ምግብና ማናቸውን ወጭ እዚሁ ከእኛ ጋር እንደቤተሰብ ትኖራለህ። ይህ ሥራ የሚሰጥህ ከዶቶሬ ጋር ባለን መከባበርና መፈቃቀር ምክኒያት ነው እንጂ እኛ የምንቀጥረው ጣሊያናዊ ዜጋ ነበር። የምንወደው የብዙ ዘመን ሹፌራችን ትዳር መስርቶ ወደ ናፖሊ ስለሄደ ነው ይሉኛል። ከዚያም ፓስፖርቴን አጣርተው ተመለከቱ። ፓስፖርቴንም ተቀብለው ከሳቸው ጋር ሊያቀዩት ወሰኑ። ልጆቹ ወዲያውኑ ደስታቸውን ለእናታቸው ገለጹ። እናታቸውም ደስ አላቸው። የፈረንሣይ መንጃ ፈቃድ ወረቀቴን ፈተሹ፣ ሁሉም የተሟላ ንጹህ ሆኖ አገኙት። ዛሬውኑ ከእኛ ጋር ማደር ጀምር፣ ቀልባችን ሁሉ ተቀብሎሃል። የእኔ ችግር ሰው ሳያውቀኝ ወዲያውኑ ሲያሞግሰኛና ሲያኩራራኝ እፈራለሁ፣ እጨነቃለሁም፣ በውስጤ እከፋለሁ። እምብዛም ደስ አይለኝም። ለካስ ዶ/ር ክፍላይ ጊላ ስለእኔ ብዙ ሞልቷቸዋል። ያ የነገራቸውን በተጫማሪ በአካል አግኝተው ከግር እስከ ራስ ሲያዩኝ በማረጋገጣቸው ነበር። በዚያ ላይ የልጆቻቸው ደስተኝነት ነበር ተጨማሪ ደስታ የሰጣቸው። ስለትምህርት ጠይቀውኝ በደንብ አስረዳኋቸው። ለመማር ከፈልክ ማናቸውንም ወጭ እኛ ችለን እንድትማር እናደርጋለን ብለው ቃል ገቡልኝ። ለጊዜው ያንተ ዋናው ስራህ እኒህን ሁለት ልጆቻችንን እንደ ታናሽ እህቶችህ ቀጥረህ በተለይም ይችኛዋን እብድ (49) እንድትጠብቅልን ነው አደራ የምንሰጥህ አሉኝ። በዓላማችሁ ምክኒያት (50) ፊትህን ወደ ትምህርትህ የማታዞር ከሆነ በሙያህ ሥራ ይዘህ እንድትኖር እናስቀጥርሃለን በማለት ቃል ይገቡልኛል። ሲኞር ጆቫኒ አልፎ አልፎ ደግሞ ጆን ብየ እጠራቸው ነበር (51) የሚላኖ ከበርቴና ለብዙ ጊዜ የጣሊያን ፓርላሜንት ተመራጭ የነበሩና በጡረታ የተገለሉ ከበርቴ ነበሩ (የየትኛው ምክር ቤት ማለትም የላይኛው ምክር ቤት ይሁኑ ወይንስ የታችኛው ምክር ቤት አባል እንደነበሩ ትዝ አይለኝም)። ወደ ፓርላማ ከመግባታቸው በፊት ከንግድ ተግባራቸው ጋር በማጣመር በጣሊያን ሲቭል ሰርቪስ ውስጥ የሆነ ዲፓርትሜንት (እንደ ሚኒስቴር ማለት ነው) ዲሬክተር ጄኔራል ነበሩ (የሚኒስትሪውን ስም ዘነጋሁት)። በዚያን ዘመን አብዛኛው የጣሊያን ከበርቴ ቤተሰቦቹ ከኮሚኒስትና ከማፊያዎች ትልቅ ፍርሀት ነበረባቸው። አራት ቀንጆ ቀንጆ መኪናዎች ነበሯቸው። ካዲላክ፣ ፖርሽ፣ አውዲና ቤተሰቡ ባንድነት ሆነው ወደ ፑንታላ ስንወጣ የምንጠቀምበት ሬንጅ ሮቨር መኪናዎች ነበሯቸው። ፑንት አላ የምትባለው ከሰኔ ወር መጨረሻ እስከ መስከረም ወራት ድረስ የሚዝናኑባት የባህር ዳርቻ የምትገኝ የሀብታሞች የመዝናኛ ቦታ ነች። በዚህም ቦታ ቀንጆ የሆነ ቪላ ቤት ነበራቸው። የሚጠቀሙበት

በዓመት ውስጥ ለሦስት ወር ብቻ ነበር። ቸንት አላ የምትገኘው በቶስካና ግዛት ውስጥ በግሮሴቶ በኩል አልፎ ከፎሎኒካ የአሥራ አምስት ደቂቃ ጉዞ በኋላ የምትገኝ የባህር ዳርቻ መዝናኛ ከተማ ነች። ልጆቹን ወደ ትምህርት ቤት የማመላልሰው መኪናዎች በማቀያየር ነበር። ልብሶቼን ለማምጣት ፍቃድ ጠየኳቸው። አውዲውን መኪና ይዤ እንድወጣ ቁልፉን ሰጡኝ። በመጀመሪያ እነ ዶ/ር ክፍላይን ለማመስገን ፍለጋ ሄድኩ። እነዶ/ር ክፍላይ ላንተ እኮ ከዚህ በላይም ይገባህ ነበር።

እንደ ትልቅ ነገር አትቁጠረው ብለው አዝናኑኝ። ከዚያም እያሱ ዓለማየሁን ፍለጋ ሄድኩ። የእራት ሰዓት ጊዜ ገና ስለነበረ እራቱን የት እንደሚበላና ሳይበላ ደግሞ ቢሞት ወደ ቤት በፍጹም እንደማይሄድም ስለተረዳሁ ወደ ምግብ ቤቷ ሄጄ ብዙም ሳያስጠብቀኝ መጣና ተገናኘን። ሁሉን አጫወኩት። የመጀመሪያው ጥያቄው ደመዎዙን ነበር። አሁንም ነገርኩት። ከዚያም ከገንዘቡ ምንም ነገር የሚቀነስ እንደሌለ፣ ይህም ማለት ማናቸውም ወጭ ሁሉ በነሱ የሚሸፈን እንደሆነና ምንም ዓይነት ወጭ የማወጣው እንደማይኖር ጭምር ገለጽኩለት። የምኖረውም ከዛሬ ጀምሮ ከእነሱ ጋር እንደምኖርና፣ እረፍት ሲያስፈልገኝ ከቅዳሜና ከእሁድ በተጨማሪ በትምህርት ቀናት ልጆቹን ትምህርት ቤት ከወሰድኩ በኋላ እስከሚመለሱበት ጊዜ ድረስ ጉዳይ ካለህ ከጉዳይህ መሄድ ትችላለህ ተብያለሁ አልኩት። አብረን እራት በልተን በእኔ ሹፌርነት እሱን በት አድርሼ ከቤት ዕቃዎቼንም ሰታትሬ መኪና ውስጥ አስገባሁ። መኪና መያዜም እያሱ ዓለማየሁን ደስ ነበር ያለው ለወደፊት እንቅሳቃሴአችን ሊጠቅመን እንደሚችል ገና ከወዲሁ በማሰብ። በአዲሱ የሹፌርነት ተግባሬና በአዲሱ መኖሪያየ እየዋልን እያደርን ስንቀጥል ልጆቹ በጣም ወደዱኝ። እናትየዋም እጅግ አድርገው ወደዱኝ። ሽማግሌው ሲኞር ጆን የልጆቻቸውንና የባለቤታቸውን ደስታ ሲመለከቱ እሳቸውም ደስ ተሰኙ። ከዚያም መኪና በማሽከርከር ልጆቹን ማመላለስ ብቻ ሳልገታ ሱቅ በመላላክ የምግብና የመጠጥ ዕቃዎችን ገዝቼ ማምጣት፣ ሲኞራ ማሪያ ፍራንቼስካ ብዙውን ጊዜ የሀብታሞች የራት ግብዣ ላይ ስለሚያዘወትሩ ከራት ግብዣው በኋላ መንዳት ስለማይፈልጉ እቤት ደውለው ሄጄ እንዳመጣቸው ሲጠይቁኝ ሄጄ በማምጣት በመተባበር፣ እንዲሁም ሴቷ ልጃቸው የፓርቲ ልጅ በመሆኗ በጓደኞቿ መኖሪያ ቤት የምሽት ፓርቲ ስለምታበዛ ከፓርቲው ፍጻሜ በኋላ ሄጄ እሷን በማምጣት የመሳሰሉትን ሁሉ አከናውን ስለነበር እጅግ ደስ እያላቸውና እየተኩራሩ ሄዱ። ትልቅ ሰውና ጨዋ እንደሆንኩም አድርገው ለሚመጣው እንግዳ ሁሉ ማስተዋወቅና መግለጽ ተያያዙት። እኔን ለማስተዋወቅ የሚጠቀሙባቸው ቃላቶች ሁሉ 'ኬ ሞልቶ ጀንቲሌ'፣ ኬ ሞልቶ ሲምፓቲኮ፣ ኬ ሞልቶ ኩልቱራ፣ ኬ ሞልቶ ኢዲካቶ የመሳሰሉትን ነበር፣ ባጭሩ የአያሌው መርጊያው አምባሳደር በመሆን ያገለግሉ ጀመር። ይህም በተዘዋዋሪ የኢሕአድ አምባሳደር ሆኑ ማለት ነው። ይህም በእኔ ላይ ለታቀደው የገንዘብ አሰባሰብ ዕቅድ ጥሩ መሣሪያ እንደሆነን እያሱ ዓለማየሁ ደጋግሞ ሊያሳምነኝ ሞከረ። ለነገሩ

እኔም አምኘበታለሁ፣ ገንዘቡ ባግባቡ ለድርጅቱና ለዓላማችን ይውላል ብየ በማመኔ ከልቤ ደስ ነበር ያለኝ።

6.14. ለብርሀነመስቀል ረዳ የገባሁት ቃል በእያሱ ዓለማየሁ "ጓደኝነት" መለወጥና አምስተርዳም እንድናነብ ተሰጥቶን የነበረውን "የድርጅት ተግባራዊ መመሪያ"ን እንዳነብለት የበቦዘኔዎችን ዘዴ መጠቀሙ

በፈረንጆች ዘመን አቀጣጠር በታሕሣስ ወር መግቢያ 1974 እያሱ ዓለማየሁ ስለእኔ ያለውን ግንዛቤና የወደፊት ዕቅድ እንደሚከተለው በምክርም በማሳሰብም ገለጸልኝ። ብርሀነመስቀል ረዳ ስለአንተ የተገነዘባቸውንና ከሌሎች የሰማውንም አጫውቶኛል። ከተገናኘንበት ጊዜ አንስቶ እንደተገነዘብኩህና እንዳጠናሁህ በእኔ ዕምነት ግን ድርጅቱን ይበልጥ የምትጠቀመው እዚሁ ከእኔ አካባቢ ብትቀይ ነው። ብርዕዩተዓለም ብስለትህና በፖለቲካ ንቃትህ፣ እንዲሁም በከፍተኛ ዲስፕሊን ከመታነጽህ አልፎ ከሕዝብ ጋር ያለህ መልካም የአቀራረብና የመግባባት ችሎታህ ድርጅቱ በውጭ ሀገር ለሚያከናውናቸው እንቅስቃሴዎች ይበልጥ ጠቃሚ እንደሆኑ ስለታመነበት እዚሁ ከእኔ ጋር እንድትቀይ አፈልጋለሁ ብሎ በግልጽና በቀጥታ አስታወቀኝ። በመቀጠልም በዚያች የሶስት ጊዜ ግንኙነታችሁ ብርሃነመስቀል ረዳ ይኸኛውን ጠንካራ ጎንህን በቅጡ አላወቀም። እኔ ሁሉንም አስረዳዋለሁ አለኝ። ስለሆነም እያሱ ዓለማየሁ በእኔ ላይ በነበረው "ዕምነት" እና ባደረበት "ጓዳዊ ፍቅር" እኔን ወደ በርሃ ለመላክ ደስተኛ አለመሆኑን ገለጸልኝ። ግራ ተጋባሁ። ለብርሃነመስቀል ረዳ ቃል ገብቻለሁ። ለሱ መግባት ብቻ አልነበረም ጭንቀቴ፣ ለሕዝባዊ የተራዘመ የገጠር ትጥቅ ትግል የነበረኝ ፅኑ ፍላጎትና ስሜት ከፍ ያለ ስለነበር ለሜዳ ነው ዝግጅቴ። በሌላ በኩል ኢያሱ ዓለማየሁ ደግሞ የድርጅቱ የውጭ ግንኙነት ኋላፊ ከመሆኑ በላይም በዚያን ዘመን የብርሀነመስቀል ረዳ "ቀኝ እጅና" "የትግል ጓዱ" ነው የሚል እምነት ነበረኝ። ብርሀነመስቀል ረዳ ከጓደኛየ ከእያሱ ዓለማየሁ ጋር እንድትገናኝ አድርጋለሁ ያለኝ ሁልጊዜ ሲታወስኝ ይኖራል። ስለሆነም ለብርሀነመስቀል ረዳ በገባሁት ቃልና የራሴም ጽኑ ፍላጎት በአንድ በኩል፣ በሌላ በኩል ደግሞ የድርጅቱን የውጭ ግንኙነት ኋላፊነትን ተሸክሞ በመታገል ላይ የሚገኘው "ጓዴ" በሚፈልገኝ የትግል መስክ መካከል ከባድ ችግር ውስጥ ገባሁኝ። ከራሴ ጋር ስወያይ ለማምሸት እንድችል መልሱን በማግሥቱ ጧት አብረን ቡና ስንጠጣ እንጨዋወታለን በማለት ጊዜ እንዲሰጠኝ አበክሬ ጠየኩት። በዕውነት ከልቡ የፈለገኝ ከሆነ አልኩኝ በሆዴ የውጭ ግንኙነቱን ኋላፊነት ተሸክሞ ከሚንገዳገደውና ትዳር ሳይመሰርት "ለሀገሩና ለሕዝቡ" ሲል እየተንከራተተ በባዕድ ሀገር የሚኖረውን "ጓዴን" ማክበርና መተባበር ግዴታየ ሊሆን ይገባል። አልፎም የምንኖረው ባንድነት ከዚሁ "ከከርታታው ጓዴ" ከእያሱ ዓለማየሁ ጋር ስለሆነ ከእሱ ጋር በምንም ቢሆን መቃቃር ስለማይኖርብኝ ፍቃደኝነቴን በማግሥቱ አረጋገጥኩለት። ትግላችን ግቡን እንዲመታ ከፈለኩ በሚቻለኝ ሁሉ እያሱ ዓለማየሁን መተባበርና መደገፍ ይኖርብኛል ብየ

ወሰንኩ። በወሰንኩ ሰሞን በአምስተርዳም ቀይታየ ስለተባለው የሥነ ምግባር መመሪያ እኔ በመቃወምም ሆነ በመደገፍ ምንም ሳልናገር መለያየቴን መላኩ ተገኝ ለእያሱ ዓለማየሁ ሪፖርት እንዳደረገው እርግጠኝነት ስሜት አደረብኝ። እያሱ ዓለማየሁ የእኔን ባህልና ባሕሪ እንዲሁም ያለኝን አብዮታዊ ሥነሥርዓትና ሥነ ምግባሬን በደምብ ስለሚያውቅ ጭንቀት አሳድሮበታል። ሳይገባኝ ቀርቶ እንጂ ሀብታም እንዳደርገው ካካባቢው እንድቀይለት ነበር የፈለገኝ።

በአምስተርዳም ቀይታየ የሥነ ምግባር መመሪያውን አስመልክቶ አመለካከቴን ሳላሳይ/ሳልገልጽ ተሰናብቼ ወደ ሮም በመመለሴ መመሪያውን አስመልክቶ ያለኝን አቋም ለማወቅ በመፈለጉ ይሆን ወይንም እንዳነብለት ፈልጎ ይሁን ለማወቅ አልቻልኩም ሆኖም በተዘዋዋሪና በዱርየነት ዘዴ የድርጅቱን ተግባራዊ መመሪያ" የያዘውን በነሐሴ 1964 ዓ. ም. የወጣውን የኢሕአፓ መመሪያ ጽሁፍ "Hand Book on Elementary Notes on Revolution and Organization', August 1972 ከመኝታየ አካባቢ ከወለሉ ላይ እንደወደቀበት አስመስሎ ጥሎት ይሄዳል። እኔ ከውጭ ተመልሽ ጋደም ለማለት ወደ አልጋየ ሳመራ ወለሉ ላይ በመሆኑ በግልጽ ይታያልና የምን ጽሁፍ ነው ብየ በጉጉት ለማንበብ ስጣደፍ ጽሁፉ ያ አምስተርዳም ላይ በዝምታና በለዘብተኝነት መልክ ያሳለፍኩት ክፉና መናጢ ጽሁፍ ሆኖ አገኘሁት። በመጀመሪያ ላቃጥለው ፈለኩ፣ እንደገና ደግሞ የድርጅቱ ንብረት በመሆኑ ለምን የሚል ጥያቄ በዓምሮየ መጣ። ቁጭ አድርጌ በጀርባየ ተጋድሜ ለማሰላሰልና ከምኖቹ እሳት ከላሳቸው ቦዘኔዎችና ዱርየዎች ጋር ነው እነብርሀነመስቀል ረዳና ጓዶቹ የገቡት ብየ በጊዜና በቦታ ብዙ ርቄ በመሄድ ስለድርጅቱ የወደፊት ዕድሉና ድርጅቱ የብርሀነመስቀል ረዳን ስም በማንገት በውስጡ እንደ አሸን እየተፈለፈሉ በስሜታዊነት ወደ ድርጅቱ የነጎዱትና ወደፊትም የሚጎርፉት ሀቀኛና እውነተኛ አብዮታዊያንን እያሰላሰልኩ የወደፊት ዕጣቸው ከራሴ ዕጣ ጋር በማያያዝ ተወያየሁ። እንደ ትንቢተኛም ሆኜ ከራሴ ጋር ብዙ ለማለት ሞከርኩ፣ በእርግጥም በዚያች ወቅት ከዓዕምሮየ ጋር ሳብላላ ያደርኩት ትንቢት ሁሉ የኃላ ኃላ ተፈጽሟል። እኔ ትንቢት ተናጋሪ ሆኜ ሳይሆን በወቅቱ ተጨባጭ ሁኔታዎችን በጥሞና በመተንተን የደረስኩብት የግምገማ ውጤቴ መሰረተ ይሰማኝና ይታየኝ ስለነበር ነው።

ወደማታ እያሱ ጋር እንደተገናኘሁ የማወያይህ ብርቱ ጉዳይ ነበረኝ፣ ሆኖም ከአሁን በኃላ ወደ ውጭ መውጣት ስለማያስፈልገን ነገ ጧት ለቁርስ አብረን በመሄድ እንድንወያይ እፈልጋለሁ ስለው መልካም ብሎኝ ወደ ግል ጉዳያችን ስናመራ ወለሉን በዓይኑ እየቃኜ ጽሁፉን ይፈልግ እንደነበር ቀስ አድርጌ በምስጢር እመለከተዋለሁ። በማግሥቱ ጽሁፉን በኮቴ በውስጥ በኩል ደብቄ ይዤ ከቁርስ ቦታችን ሆነን ጽሁፉን አውጥቼ ሰጠሁት። ጽሁፍ ስሰጠው የመደንገጥ ወይንም የመረበሽ ስሜት አየሁበት። በመቀጠልም ይህ ድርጅት ካንተ በየጊዜው እንደተነገረኝም ሆነ የተለያዩ ጽሁፎችን አግኝቼ እንዳነበብኩት የታጀበውና የተገነባው በጠንካራ፣ እውነተኛና ሀቀኞች አብዮታዊያን ምሁራን

እንደሆነ ነው። አምስተርዳም እንድናጠናው ተሰጥቶን አጨቃጭቆን የነበረውን ይህንን የሥነ ምግባር መመሪያ ብሎ ያወጣውን ጽሁፍ በተዘዋዋሪ መንገድ እኔ እንዳነበው በመፈለግህ ሆን ብለህ ከአልጋዩ ባጠገብ አስቀውምጥህ ማግኘቴ አስደንግጦኝ ነው አልኩት። ስማ እያሱ አልኩት: በእውነት ይህንን ጽሁፍ የማነበው ይመስልሀል። አምስተርዳም እያለሁ ምን መሆኑን ባለማወቃችን ሁላችንም በጉጉት እንዳነበብነው ያሳደረብንን የመንፈስ ጭንቀት ይህ ነው ብየ መግለጹ ይከብደኛል። በዚህም ምክኒያት በመላኩ ተገኝና በታዲዮስ መካከል የተካሄደው የከረረ ውይይት እንካ ስላንቲያ እስከመድረስ አብቅቷቸው ነበር። ምን ዓይነት መሪዎች ቢሆኑ ነው ይህንን ዓይነት መመሪያ እንድንቀበል የሚፈልጉትን በማለት በመጨነቅና በመረበሽ መንፈስ ተለያይተን ወደ መጣንበት ተመልሰናል አልኩት። ለመሆኑ ድርጅቱ ሀገር ቤት ሲገባ የሚታቀፈውና የሚታጀበው በመርካቶና በአራዳ ልጆች ነው እንዴ ብየም በፈገግታ ጠየኩት። እያሱ እኛ እኮ ዱርየዎች፣ ቦዘኔዎችና ሌቦች አይደለንም። ምንአልባት ሲኞራ ማሪያ ፍራንቼስካንና ባለቤታቸውን እየዋሸንና እየቃጠፍን የምንዘርፋቸው ገንዘብና ልዩ ልዩ ቀሳቁስ በዚህ መመሪያ ተመርቼ ወይንም ተመርኩዤ መስሎህ ይሆን እንዴ አልኩት። የድርጅቱ አመራር የሚመራው በእነዚህ አፀያፊና ቀፋፊ በሆኑ የትግል ስልታችሁና ዘይቤአችሁ ከሆነ እጅግ አድርጎ አሳስቦኛል ብየ በቅንነትና በኃዳዊ ስሜት ገለጽኩለት። እያሱ ሊያጣኝ አልፈለገም። በሌላ በኩልም ይህ የተፈጸመው ከትንሽ ቀናት በፊት እኔን ወደ ሜዳ ከመሄድ ይልቅ ከእሱ ጋር እንድቀይ ካሳመኖኝና ለብርሀነመስቀል ረዳ የገባሁትን ቃል ካስለወጠኝ በኃላ ስለነበር ከእሱ ጋር አብሬ መቀየቱ እጅግ እንደምጠቅመው በማመኑ ካካባቢው እንድርቅ ባለመፈለጉ ሲያወያየኝ ተጨንቀና ተጠቦ ነበር። እኔን ባካባቢው ከእሱ ጋር እንድቀይ መፈለጉ ምክኒያቱና ዓላማው የኃላ ኃላ በግልጽ ተረድቶኛል። በመደንገጥ የአንተና የሲኞራ ማሪያ ፍራንቼስካና የባለቤታቸው ግንኙነት ሁሉ ከተባለው መመሪያ ጋር በፍጹም አይገናኝም። እኛ እኮ ሲኞራ ማሪያ ፍራንቼስካንና የባለቤታቸውን አልዘረፍናቸውም፣ አልሰረቅናቸውም። የኮሚኒስት ድርጅት አባልነትህን ቢያውቁ አለመርዳት ብቻ ሳይሆን ባጠገባቸውም ሊያቀርቡህ ስለማይፈልጉ የሰጠናቸው ምክኒያት ሁሉ ትክክል ነው። በሌላ በኩል ደግሞ የሚሰጡንን ሁሉ የምናውለው ለግላችን ሳይሆን ለድርጅታችን ብሎም ለኢትዮጵያ ሕዝብ ነው ብሎ በጭንቀት ሊያሳምነኝ ጣረ። የሚያደርጉልህ ሁሉ በፍቅርና በመከባበር ስሜት ነው። እንደ ልጃቸው አድርገው ይወዱሀል። በሀገራችን በተፈጠረው የኮሚኒስት መንግሥትና የፖለቲካ ቀውስ ምክኒያት ሕይወታቸውን ለማትረፍ ሲሉ በየአተራባት ሀገሮችና በየኬላው ተሰደው በችግር ላይ የሚገኙትን ወገኖቻችንን ለመርዳት የተቃቃመው "ኮሚቴ" ጠንካራ አባል እንደሆንክ በማመናቸው የምታደርገው ሁሉ ከተጠቀሰው የሥነ ምግባር ዘይቤና ታክቲክ ጋር አታገናኘው ብሎ ተማጸነኝ። ለተጎዱና ለተጎሳቀሉ ወገኖቻችን የቀምክ መሆንክን ማወቃቸው የበለጠ እንዲወዱህና እንዲያከብሩህ አድርጓቸዋልና ከተባለው መመሪያ ጋር አታገናኘው ብሎ ደጋግሞ በጭንቀት ይማፀነኝ ጀመር። በማያያዝም

እንዳምነውና አብረን ለመጋዝ እንድንችል የተለመደውን የውሸትና የቅጥፈት ምክኒያት እንዲህ ሲል የማዕከላዊ ኮሚቴው በጽሁፉ ምክኒያት እንደ እናንተው ተረብሾ ጽሁፉን በጻፈው ግለሰብ የአመራር አባል ላይ ከፍተኛ የሥነ ሥርዓት እርምጃ ተወስዶበት ጽሁፉ ባስቸኳይ እንዲሰበሰብና ከድርጅቱ ውስጥ እንዳይታይ ውሳኔና መመሪያ ተሰጥቷል፣ ሁለተኛም ጽሁፉን የጻፈው ግለሰብ በወቅቱ የኢሕአድ አባላ ያልነበረና በዓመቱ ኢሕአፓ ሲመሰረት አባልና የማእከላዊ ኮሚቴ እንደሆነ በግሉ የጻፈው ነው ብሎ ሊያሳምነኝ ጣረ። እስከአሁን ሲገለገሉበት ቀይተው አሁን ነው እንዴ የነቁት ብየ ልጠይቀው ፈልጌ ያው የተለመደውን የቅጥፈትና የሀሰት ምክኒያት ሊሰጠኝ ስልሚችል በመናቅ ተውኩት።

6.15. ጣይቱ ካሳ በጣሊያን የመጀመሪያ ጉብኘቷና ከእያሱ ዓለማየሁ ጋር ትውውቅ

በፈረንጆች ዘመን አቀጣጠር ታሕሣስ ወር መጨረሻ 1974 ወ/ሪት ጣይቱ ካሳ ትምህርት ቤቷ ለፈረንጆች ገናና ለአዲስ ዓመት ሲዘጋ እኔ ዘንድ ለመምጣት ስለፈለገች እንድቀበላት በራሷ ወስና ደውላ ነገረችኝ። እንደ ትዕዛዝም ጭምር ነበር። ታዲያ ከእሷ ትዕዛዙን ስቀበል ከፍተኛ የሆነ የመንፈስ ኩራትና ደስታ ነበር የተሰማኝ። በዚያኑ ምሽት ለሲኞራ ማሪያ ፍራንቼስካ ኃደኛየ ከፓሪስ መጥታ እንድትጠይቀኝና ከእኔ ጋር የዕረፍት ጊዜዋን ለማሳለፍ ወስና ልትመጣ ተዘጋጅታለች እልኳቸው። ማን ትባላለች? ፈረንሣዊት ነች? ለምን እስከአሁን ድረስ እልነገርከንም ፍቅረኛ ያለህ መሆንክን? ፈረንሳዊት በምንም ቢሆን እንዳያገባ፣ ማግባት የሚገባው ከጣሊያናዊት ጋር ነው ብለን ከወዳጆቼ ጋር ስለተስማማን ለኃደኛየ ልጅ ልድርህ እያሰብኩኝ እያለሁ ይሉኛል፣ የት ነው የምትማረው ... ወዘተ ጥያቄ አበዙ ከደስታቸው የተነሳ እንጂ ሌላ አልነበረም። ስትመጣ እዚህ መቀየት ይኖርባችኃል ብለው በእናታዊ ትዕዛዝ መልክ አሳሰቡኝ፣ ከቤተሰቦቻቸው ጋር ለሚመጡት እንግዶቻችን የተዘጋጀውን መኝታ ቤት ትይዛላችሁ በማለት በደስታ ገለጹልኝ። በማግሥቱ ኃደኛየ ከፓሪስ ስለምትመጣ ከሷ ጋር ዕረፍት ማድረግ እፈልጋለሁ። የምትቀየውም ከነሲኞራ ማሪያ ፍራንቼስካ ጋር ነው ብየ ዜናውን ለእያሱ ዓለማየሁ አበሰርኩት። ምንም አልነበረም፣ ችግሩ ለእያሱ ዓለማየሁ፣ መላኩ ተገኛና ሌሎች የወደፊት "መሪዎቻችን" በአዝናኝነት ተግባር በየተራ ይመደቡ የነበሩት የሴት ኃደኞቿ ጣይቱን ስለሚፈሯት ምንአልባት እያሱ ዓለማየሁም ሊደናገጥ ይችል ይሆናል ብየ ፈራሁ። እኒሁ የሴት ኃዶቿ ማድማውዜል "አብሽቅ" ብለው ነበር የሚጠሯት ከሷ የሚሰነዘረው ትምህርታዊ ዱላ ስለሚመራቸው። እያሱ ዓለማየሁን በዝና እንጅ ፊት ለፊት ተገናኝታው አታውቅም። በኋላ ከአሲምባ ወጥቼ ለአራት ሳምንት ፈረንሳይና ጣሊያን ሄጄ በነበረበት ወቅት አ. በላይን ሳፈላልግ እራሷን እንደገደለች እንደሰማሁ በድንጋጤ ተዋጥኩ። ምክኒያቱን ሊነግረኝ የፈለገ ባለማግኜቴ ምንአልባት ከፓሪስ አምስተርዳም መመላለሷና ከትምህርቷ ሳትሆን ወይንም ከትዳር

ሳትሆን ለብላጣ ብልጥ ፖለቲከኞች በማዝናኛነት ጊዜዋን በከንቱ በማሳለፉ የመንፈስና የዓምሮ ጭንቀት አድሮባት ያንን ለመቆጣጠር አቅቷት ይሆናል ብየ ተጠራጠርኩ። በጋራ በመተሳሰብና በመከባበር የተመሰረተ ግንኙነት ይኑራችሁ እንጂ የወደፊት መሪዎች ናቸው በሚል ከንቱ ሕልም ለእነሱ አዝናኝ አትሁኑ እያለች ነበር ትመክራቸው የነበረው። በዘረኑብን የወንዶች ጭቀና ተወጥረን በመያዛችን እንጂ እኛ ከእነሱ አናንስም፣ የምንበልጥ እንጂ። ሴትነታችንን ዝቅ አታድርጉት እያለች ነበር የምትመክራቸው። ባንድ ወቅት መላኩ ተገኝ እሷ ጋር ጓደኛ ለመሆን ሽር ጉድ ማለቱን እንደተረዳች የሚያዝናኑህን ተረኛዋን ሌላ ቦታ ሄደህ ፈልጋት፣ የእኔን ለጋ አካል ለመካፈል ምኞት ካለህ ከእናት ኢትዮጵያ ፈቃድ መግኘት ይኖርብሃል፣ ከእንደናንተ ዓይነቶቹ ጋር መቀራረብ ማለት ኢትዮጵያንና ወገኖቼን በማይጠፋ መርዝ መበከል ይሆንብኛል። የምትደክመው እኮ ለራስህ እንጅ ለእኔ ወይንም ለኢትዮጵያ ሕዝብ አይደለም። ለሕዝብማ የሚቀም የሴቶች እህቶቹን መብትና ክብር መጠበቅና ማክበር የመጀመሪያ ተግባሩ ነበር። እንደውም በንደት ዘር አሰዳቢዎች ነበር ያለቻቸው። ድንገት እንኳን እነሱን ከመሳሰሉት ጋር ጓደኝነት ፈጥሬ በስሕተት ልጅ ባገኝ የምወልዳቸው በባህሪና በዓመል ብቻ ሳይሆን ልክ እንደነሱ ፉንጋና መልከ ጥፉዎች በመሆን ዘር አሰዳቢ ይሆኑብኛ ነበር ብላ በንደት ያለቻቸውን ሁሉ እነከበደ ሀብቴና ዓምሀ እምሩና ሌሎቹም ዘወትር ነበር የሚያነሷት። ከየዋሁና ከገራ ገሩ አያሌው መርጊያው ጋር ድንገት እንኳን ተሳስቼ ብወልድ የሚወለደው ልክ እንደ እሱ ወርቅየ ልጅ ነው የሚሆነው፣ ችግሩ ግን ያው እንደ አያሌው የዋህና ገራ ገር በመሆን የወስላታዎችና የቀጣፊዎች መጫወቻና መሳለቂያ ይሆንብኛል እንጂ እያለች ወ/ት "አብሽቅ" ታስለቅሳቸው እንደነበረ የቀድሞ መደብ ወዳጆቿና ሚዜዎቿ ወ/ት ሰናይትና ቤቲ የኃላ ኃላ አጫውተውኛል። የዚያን ጊዜ ገና አልተጋባንም ነበር። በማግሥቱ ሮም ከተማ ከማዕከላዊ የባቡር ጣቢያ ከእያሱ ጋር ሆኜ ተጠባብቀን እንደደረሰች ተቀበልናት። ከዚያም ከእያሱ ዓለማየሁ ጋር አስተዋወኳት።

ሻንጣዋን መኪና አስገብተን ምሳና ቡና ለማግኜት ወደ ተለመደው ቦታችን ሄደን ስንጨዋወት ቀይተን በጊዜ ይዣት ወደ ቪያ ኮርቲና ዲ አምፔዞ ሄድን። ቤት ስንገባ ሁሉም በፈገግታና በድስታ ስሜትና መንፈስ ተቀባብለው ጨመጨሟት፣ ለሚወዱትና ለሚያቀርቡት ባህላቸው ነውና ጣሊያኖችና ፈረንሣዮች (የላቲን ባሕላ)። ወደ መኝታ ቤታችን መሩን፣ ዕቃዎቿን አስቀመጠች፣ ፈጣን ሻወር ወስዳ ልብሷን ቀያይራ ጨርሳ ወደ ሳሎን እንደደረሰች በነሲኞራ ማሪያ ፍራንቼስካ፣ በሲኞሪና አለሳንድራና ሲኞሪና ገብሬኤላ ቁጥጥር ስር ሆነች። ጥያቄ በጥያቄ ወጠሯት፣ ግን ከመጀመሪያውኑ አስጠንቅቂያት ነበርና እልተረበሸችም ነበር። በሶርቦን ዩኒቨርሲቲ የሕግ ተማሪ እንደሆነችና ምንም እንኳን ባያውቁትም በኢትዮጵያ ውስጥ በከፍተኛ ደረጃ ከሚታወቀው የሁለተኛ ደረጃ ትምህርት ቤት እንዳጠናቀቀች ወደ እንግሊዝና አሜሪካ ጋር ሊልኳት ሲዘጋጁ የፈረንሣይ ተማሪ መሆን በመፈለጓና

“ከአያሌው ጋር ተገናኝ ብሎ አምላክ በማዘዙ” ወደ ሰርቦን መላኳን ሁሉ እያሳሳቀች አስረዳጃቸው። ከዚያ በመቀጠል አረብነት እንዳለባት ጠየቃት። የለብኝም አለቻቸው እየሳቀች። ገባኝ፣ ገባኝ አሉ ወይዘሮዋ፣ በጦርነት አቢሲኒያ ሄደው እዚያው ተዋልደው ከቀሩ የጣሊያን ልጅ ነሽ ብለው እርግጠኛ እንደሆኑ አድርገው ጠየቃት፣ አሁንም አይደለሁም ብላ መለሰችላቸው። ማማ ሚያ!! አሉ፣ ታዲያ ምን ልቶሆን ፈለጋ ነው ብለው በመገረም ዓይነት። ይህንን ለእኔም ክልስነት እንዳለብኝ ሰንዝረውልኝ በሆዴ ቅር ብሎኝ ነበር። ግን ስለኢትዮጵያ ስለማያውቁና የእናታችንን ዝንተድርተድ ማሕጸን ባለማወቃቸው በመሆኑ በልቤ ይቅርታ አደረኩላቸው። ኢትዮጵያን እስከማያውቁ ድረስ በእኔ ቀይዳማነት ሲገረሙ ጣይቱ ካሳ ግን ሙሉ በሙሉ ቀይ በመሆኗ ግራ ሊያጋባቸው ይችላል። በዚያ ላይ መልኳ ከቁመናዋ፣ የዓይኗ ትልልቅነትና ከረጅሙ የሀር ጸጉሯ ጋር ዓምላክ ቁንጅናንና ውበትን በሚገባ አሟልቶ ነበር ያጎናጸፋት። ታዲያ ይህም ተጨማሪ ቦነስ ሆኖ በሲኞራ ማሪያ ፍራንቼስካ ቤተሰብና በወዳጆቻቸው አካባቢ በይበልጥ እንድትወደድና እንድትፈቀር አደርጋት። የጣሊያን ቋንቋ ለምን ጊዜው ለመድክ የሚለው ጥያቄዋ ነበር እንደ ትልቅ ችግር ሆኖ የነበረው በእኔ እና በጣይቱ ካሳ መካከል። የፈረንሣይኛ ቋንቋ ቶሎ ለመማር እንዲያስችልህ ይዘኻት እንደነበረችው ፈረንሣዊት እዚህም ለጣሊያን ቋንቋ ብለህ የቤት ሠራተኛ ቀጥረህ ነበር? ወይንስ በላየ ላይ ሌላ ጣሊያናዊት ቆንጂት ጋር መዘናናት ጀምረህ ነበር ወይ? ብላ ከሲኞራ ማሪያ ፍራንቼስካ እና ልጆቻቸው ፊት ወጥራ ያዘችኝ። የምትጠይቀኝ በአማርኛ ቢሆን ደግ ነበር፣ እሷ ግን የሚትጠይቀኝና የምታነጋግረኝ ሁሉ በእንግሊዘኛ ስለነበር ገረማቸውም ደነቃቸውም። ጣይቱ ካሳ ስለእኔ ብዙ ታውቃለች። ፍቅረኛየ ብቻ ሳትሆን ከዚያም በላይ የዓላማ ኃደኛየና ታናሽ እህቴም ነበረች። የወደደችኝና ያፈቀረችኝም ተፈጥሮ ባጎናጸፈኝ ባሕሪየ እና ማንነቴ ምክኒያት ነው። ያላወቀችው ቢኖር የጣሊያን ቋንቋ ሀገር ቤት እያለሁ ጀምሮ ለመግባባት የሚያስችል ጥራዝ ነጠቅ የሆነ መጠነኛ የቋንቋ ችሎታ የነበረኝ መሆኔን ነበር። አጋጣሚ ስለቋንቋው ለመነጋገር የሚያስችል መንገድ ባለመኖሩ እንጅ ቢኖር ኖሮ ይነገራት ነበር። ፈረንሣይ እያለሁ ምንም አጋጣሚ ባለማግኘታችን ጠቅሼላት አላውቅም ነበርና ግራ ልትጋባ ትችላለች። ሆኖም ጥያቄዋ ከልቧ ሳይሆን ሆን ብላ እንደቀልድ ነበር ጥያቄዋ ሁሉ። ለሳምንት ያህል ብቻ ለመቆየት ወስና የመጣችው ወጣት ኢትዮጵያዊት ከአካባቢዋ ሁኔታና የጣሊያኖቹ ቤተሰቦቼ/አለቃዎቼ ወዳጅነት ሁሉ በመማረኳ ሁሉንም የወር እረፍቷን ከእኛ ጋር ሮም ለማሳለፍ ወሰነች። ሮም በመጣች ሶስተኛው ሳምንት ላይ ሆን ብላ ሳይሆን ለዳንስ ምሽት መውጣት ስለፈለገች ጉድ ልታፈላብኝ ቀርጣ ተነሳች። ዓርብ ዕለት ከወ/ሮ ፍራንቼስካከና ከሁለቱ ልጆቻቸው ጋር የሚያደርጉትን የቀኑን ዙረታቸውን አጠናቀው ከቤት ሲደርሱ ባጋጣሚ እኔም በጊዜ ደርሼ ቤት ነበር ያገኙኝ። ሌሎቻችን ከሳሎን ሆነን ስለቀኑ ስንጨዋወት ወይዘሪቷ ቤት እንደገባች ይቅርታ ጠይቃ ቀጥታ ወደ መኝታ ቤት ገብታ ሻወር ወስዳ፣ ልብስ ቀይራ፣ ሽክ ብላ እኛ ወደ አለንበት

ሳሎን ብቅ ስትል ሁሉም ደነገጡ። በተፈጥሮ ውበቷ ላይ ተጨማሪ ውበት ጨምራ ደምቃና አሸብርቃ ብቅ ስትል በዕውነት ለመናገር ፈረንጆቹ አድናቀታቸውን ከልባቸው ገለጹላት።

የሆዳቸውን ግልጽ አድርገው አላወጡትም እንጂ በውበቷም እንደሚቀኑ እርግጠኛ ነበርኩ፣ እርግጠኛ ነኝ ቀንተዋል በሚገባ፣ ደግነቱ የመንፈስ ቅናት ነበር። እኔም ደነገጥኩ፣ ቀስ በሚል ድምጽ በአማርኛ ምንአስበሽ ነው ብየ ጠየኳት። ይባስ ብላ እሷ በይፋ ሁሉ እየሰማት በእንግሊዘኛ ዛሬ መደነስ እፈልጋለሁ አለችኝ። ንግግራችን በእንግሊዘኛ ነበርና ሲኞራ ማሪያ ፍራንቼስካ በመደነቅና በማፍቀር በጣም አድርጎ አሳቃቸው። ተነስተውም ብድግ ብለው ብያችኃለሁ እኮ፣ ይህች ልጅ የጣሊያን ደም የለኝም አለች እንጂ በእርግጥ ጣሊያን ነች ብለው ሳሚት በግልጽነቷ ምክኒያት፣ ግልጽ የሚሆነውን ሁሉ ጣሊያን ብቻ አድርገው ነበር የሚቀጥሩት። መቸም አንተ መደነስ አትችልበትም ግን ሞቅ ሲልህ ቀንጆ ዳንሰኛ ትሆናለህ። ከጠጣህ ደግሞ እንድትነዳ አልፈልግም ብላ ዳንስ የማልችል ገሪባ ባላገር መሆኔን በፈረንጆቹ ዘመዶቼ ፊት በመግለጽ አሳፈረችኝ። አላምን ብለውና ገርሟቸው የማልችል መሆኔን ለማረጋገጥ ደጋግመው ጠየቃት። በምንም ቢሆን አላማኗትም፣ ምክኒያቱም ሲያዩኝ በጣም ከተሜ ለዚያውም ፈረንጅ ሀገር ተወልጄ ያለበለዚያም ከልጅነቴ ጀምሮ ፈረንጅ ሀገር ያደኩ ዓይነት ነው ብዙዎቹ የውጭ ሀገር ዜጎች የሚቀጥሩኝ፣ በአውስትራሊያና አሜሪካን ሀገር የሚኖሩት የኛዎቹም ጭምር። ዳንስ አይችልበትም፣ ሰውነቱ ሁሉ ድርቅ ይላል፣ ነገር ግን ሁለት መለኪያ ሲቀመስ ዕፍረተ ጥላው ይገፈፍና ምን ዓይነት ዳንስ መሆኑ አይታወቅም ግን ቀንጆ አድርጎ ወለሉ በመዝለል ያስነካዋል ብላ ሀቁን በመናገሯ በውስጤ አናደደችኝ። የዳንሶቹን ደረጃዎች ሳይጠበቁ እንደው እንደመጣለት በመወዛወዝ ጥቃት በዛብኝ ብሎ ቅሬታ የማያቀርበውን እና የማይከሰውን ምስኪኑን ወለል እየዘለለ ይደበድበዋል፣ ይረግጠዋል አለች። በመቀጠልም ሰዎች ደግሞ በመገረም ሲያዩት አዲስ የተፈጠረ ወይንም የተጀመረ የዳንስ ዓይነት እየመስላቸው እንደእሱ ለመደነስ ይፍጨረጨራሉ፣ አንዳንዶቹም ሲወድቁና ሲነሱም ተመልክቻለሁ ብላ ገሪባነቴን ዘርግፋ አወጣችላቸው። ከሁሉ የሚገርመው አለች በመቀጠል፣ ገጠር ተወልዶ የሀገር ባህል ውዝዋዜያችንን እንኳን (እስክታ ማለቷ ነው) መጫወት አይችልበትም ብላ ጭራሽኑ አሳፈረችኝ። ሀቅ ሲነገር መቸም ይከብዳልና መቀበሉ በጣም ተሰማኝ። ሊወዛወዝ ሲሞክር ሰውነቱ ሁሉ ድርቅ ነው የሚለው ብላ በድጋሜ ባላገርነቴን አረጋገጠችላቸው። ልክ ናት፣ ሀቁን ነው የተናገረችው፣ ሆኖም ሀቁንና እውነቱን መቀበሉ ከብዶኝ በውስጤ አረርኩ። ታዲያ ምንም እንኳን መደቧን ብትክድም የአዲስ አበባ ልጅ በመሆኗና በዘመናዊ የእንክብካቤ ኑሮ ሚሚ፣ ቹቹ፣ ኒኒ፣ ምናምን እየተባሉ እንዳደጉት እስክታ የሚባለው የባሕል ዳንሳችንን እሷም አትችልበትም ብየ በመተማመኔ በንደት ለማጋለጥ ስሞክር ብድግ ብላ ያለምንም እፍረት በሚገባ አስነካችው። ፈረንጆቹ ደነገጡ፣ ያለአጥንት የተፈጠረች ፍጡር መስላ ታየቻቸው። እኔም አፈርኩ፣ በጽሞናም ተመለከልኳት ምን ዓይነቷ ጉደኛ ነች ብየ። በዚያች

የእስክስታ ጨዋታዋ ዓይነትና የደረቷ መንቀጥቀጥ ችሎታዋ የኋላ ኋላ ሳስታውሳት ምናአልባት ጎጃሜነት ሳይኖራት አትቀርም ብየ ገመትኩ፣ እስክታውን ስታስነካው ደረቷ ያላጥንት እንደተፈጠረ ነገር ይንቀጠቀጥ ነበር።

ሀቁ ግን ከልጅነቷ ጀምሮ ዳንስና እስክታ የመዝናኛ ጥበብ ብቻ ሳይሆን እንደሰውነት አፍታችና ስፖርት አድርጋ ስለምትቀጥረው በእረፍት ጊዜዋ ከጓደኞቿና ከቤተሰብ ጋር በመሆን ባሕሏን ስታዳብር በማደጓ ነበር። ወ/ሮ ፍራንቼስካ ማመን አልቻሉምና ማየት አለብኝ ይህን ሰውየ ዛሬ፣ ስለዚህ እኔም ከናንተ ጋር አወጣለሁ፣ ከሱም ጋር መደነስ እፈልጋለሁ፣ ላየውም እፈልጋለሁ፣ የተባለውንም ሁለት መለኪያ ይጠጣ እኔ እሾፍራለሁ ብለው ሲኞራ ማሪያ ፍራንቼስካ ወሰኑ። ሳይጠይቃት አሁንም እንደገና እሱ ደስ የሚለው በዳንስ ቤቱ በስተጀርባ በኩል ጀርባውን ለግርግዳው በመስጠት ከፍቅረኛው ጎን ተቀምጦ እየጠጣ ሰው በመጠጥ ኃይልና በደስታ ሲጨፍሩ፣ ሲዘሉ፣ ሲወድቁ፣ ሲነሱ በደስታ ስሜት ተቃቅፈው ሲሳሳሙ ማየቱን ነው። ልክ እንደ እውነተኛ ፊልም እየመሰለው በመደነቅ መንፈስ መለኪያውን በመጎንጨት እየተመለከታቸው መዝናናት ነው የሚወደው ብላ ነገረቻቸው። እንዲያውም ዛሬ እራት ውጭ ነው የምንመገበው አሉ ሲኞራ ማሪያ ፍራንቼስካ። እራት ላይ ልጆቹም ከእኛ ጋር ይወጣሉ፣ ከዚያ እንመልስቸውና ወደ ዳንስ ቤቱ እንሄዳለን ብለው ወሰኑ። የአሥራ ሰባት ዓመቷ ሳዱላ ልጃቸው ከፈቀድሽልኝ ማታ ማታ እዚህ እኔ ዳንስ እስተምርልሻለሁ ብላ በቅንነትና የዋህነት ቃል ገባችላት። ሆኖም ለወጣቷ ጣሊያናዊት ቀና አስተሳሰብ መልስ ሳትሰጣት እንዳልሰማች አድርጋ አለፈቻት። እራት በልተን ልጆቹን ይዘን ተመልሰን ወደ ቤት ሄድን። ከምሽቱ አሥር ሰዓት ገደማ ሦስታችን ተመልሰን ከተማ ከሚገኘው ታላቁ የዳንስ ምሽት ቤት ይዘውን ሄዱ። እንደተቀመጥን የምፈልገውን መጠጥ ታዞልኝ እየጠጣሁ ሳለሁ ሁለቱ አብረው መደነስ ጀመሩ። የያዝኳትን መጠጥ ማገባደዴን ከሩቅ አይተው መጡና ሁለቱም በሥነሥርዓት ለዳንስ ጠየቁኝ። ጥያቄአቸውን ተቀብየ ተያይዘን ከዳንስ ወለሉ ደረስን። ከዚያማ በኋላ ማን ይቻለኝ፣ ማንስ ያስቁመኝ። ስም የሌለውና አይተውት የሚያውቁት የዳንስ ዓይነት ሆኖባቸውና ደስ ብሏቸው መደነሳቸውን እያቀሙ ይመለከቱኝ ነበር። ለማናቸውም በምስኪን ወለሉ ላይ በመዝለል እስከሚደክማቸው ድረስ ሳላቋርጥ አስደነስኳቸው። ለእኔ እጅግ ደስ ያለኝ ሲኞራ ማሪያ ፍራንቼስካ ባጋጣሚ እኛ ምክኒያት ሆንላቸውና እስከሚደሰቱ ድረስ መጫወታቸው ነበር። የወር ቀይታዋን አጠናቃ እንደገና ለሁለት ሣምንት በፋሲካ ገደማ እንደምትመለስ ነግረናቸው ከሁሉም ጋር ተጨማጭማ ተሰነባበተች። ወደ ፓሪስ ስትመለስ በባብር ከጣሊያንና ከፈረንሣይ ወሰን ድረስ አብሬ እየተጨዋወትን ሸኘቻት ተመለስኩ።

6.16. ከየትና ከማን እንደተሰነዘረብኝ ያላወኩት አደገኛ ዱላ!!

ከነሲኞራ ማሪያ ፍራንቼስካ መኖሪያ ቤት በመወደድና በመፈቀር የሹፌርነትና የመላላክ ተግባሬን በማከናወን ላይ እያለሁ በፈረንጆች ዘመን በየካቲት ወር 1975 ማለዳ በተለመደው ሰዓት ልጆቹን ትምህርት ቤታቸው አድርሼ እንደተመለስኩ ከእመቤቴ ጋር አብሬ ቁርስ በምመገብበት ወቅት ስልክ ይደወልላቸዋል። ከቤታችሁ ውስጥ የታወቀ አደገኛ ኮሚኒስት አስቀምጣችኋል ብሎ ይነግራቸዋል። ከፍተኛ ችግር ውስጥ ሳትወድቁ ቶሎ ብታባሩት መልካም ነው ብሎ ያስቦካቸዋል። ጣሊያኖች እንደ እንግሊዞች የጣሊያን ሕዝብ በሆዳቸው መቃጠርና መደበቅ አይችሉበትም፣ ወይንም በውስጣቸው ተንኮል እያሰቡ ከአንገት በላይ የሀሰት ፈገግታ አያውቁም። በተፈጥሯቸው ግልጽነትና ቀጥተኛነት ባህሪ ነበር ያላቸው በዚያን ዘመን። ታዲያ እምቤቴ ከየት እንዳመጡት አላውቅም እንደ እንግሊዞቹ አንድ ጊዜ ይቅርታ ብለውኝ ወደ ጽ/ቤታቸው ይሁን ወደ መኝታ ቤታቸው ጥለውኝ ሄዱ። ከዚያም ለሦስት ቀናት እንደወትሯቸው ምንም የለውጥ ስሜት ሳያስዩኝ እንደወትሯቸው ሆነው ቀዩ። ነገሩ ለእኔ ደበቁኝ እንጂ በጉዳዩ ከዶክተር ክፍሌ ጋር በምስጢር እየተነጋገሩበት ነበር። እንደገና በሶስተኛው ቀን ስልኩ ተደወለ። አሁን ገና ልጆቹ ወደ ትምህርት ቤት ሳይሄዱ ነበር። ስልኩ ያዘለው እንዳለፈው ተመሳሳይ ማስጠንቀቂያ ነበር። እንዲያውም በአዲሱ ጥሪ ላይ “ወዮላችሁ፣ ውሎ አድሮ የሚደርስባችሁን ይህ ነው አይባልምና ከቤታችሁ ቶሎ አስወጡ፣ ልጆቻችሁን የምትወዷቸው ከሆነ” ብለው በድጋሜ ያስቦካቸዋል። በዚያን ዘመን የጣሊያንን ከበርቴዎች ያስጨንቅ የነበረው የማፊያና የኮሚኒስት ፍራቻ ነበር። ኮሚኒስትን አብዛኛውን ጊዜ ከማፊያ ጋር ነበር የሚያዛምዱት። ፒሲ’ን (የጣሊያን ኮሚኒስት ፓርቲን) ከእንደነዚህ ዓይነቶቹ ጋር ባያዳምሩትም አክብሮት አልነበራቸውም። ፍራቻው ግን ከፒሲ ውጭ ያሉትን የኮሚኒስት ቡድኖችና ድርጅቶች እንደነ የእያሱ ዓለማየሁ ወዳጅ የሆነው ሎታ ኮንቲኒዋ፣ ብርጌዶ ሮዛ፣ አቫንጋርድ ኦፐራዮና የመሳሰሉትን ሁሉ ነበር የሚባሉ ጭራቅ፣ ሰው ብቻ መግደል የሚወዱ፣ አይሮፕላን በአየር ላይ በፈንጅ የሚያጋዩ፣ በየመንገዱ ጦርነት የሚያካሂዱ፣ የንግድ ቤቶችን በሞሎቶቭ ኮክቴል የሚያጋዩ አናርኪስቶች፣ በንጹሀን ደም የሰከሩ እብዶች አድርገው ነበር የሚቀጥሯቸውና እጅግ ይፈሯቸው የነበሩት። ብዙ ከበርቴዎች ተጠልፈው ገንዘብ ማስገኛ ምንጭ ሆነዋል፣ ልጆቻቸውን በመጥለፍ ገንዘብ ይጠይቃሉ ሌላም ያደርጉ ነበር በከበርቴዎች ላይ። በዚያን ወቅት እኔ ሮም እያለሁ የማስታውሰው ጠላፊዎቹን አላስታውስም ሆኖም አጋቾቹ የጠየቁትን ገንዘብ ለማግኘት ይሁን ወይንም ዘነጋሁት የያዙትን ከበርቴ ጆሮ ቀርጠው ለቤተሰቡ የላኩበት ወቅት ይታወሰኛል።

አልፎም አስታውሳለሁ የሀገሪቷን ጠቅላይ ሚኒስቴር ጠልፈው ወስደው ያገቱበት ዘመን ነበር። በዚህኛው የስልክ ጥሪ ላይ በይበልጥ ከመጨነቃቸውና ከመቡካታቸው የተነሳ ስልኩን እንደጨረሱ ከባጠገባቸው መሆኔን ዘንግተው ሳያስቡት ‘በገዛ ደግነታችን አደጋ ጋበዝን’ ብለው ዘግተውኝ ወደ

መኝታ ክፍላቸው ሄዱ። ይህ ሁሉ ሲሆን ከእኔ ጋር የተያያዘ ፈጽሞ አልመሰለኝም። ከተቀመጥኩበት ሳልንቀሳቀስ እንደተቀመጥኩኝ ቆይተው መጡና ለብቻቸው ሆነው ሊያነጋግሩኝ ፈለጉ። ልጆቹን ትምህርት ቤት አድርሼ እንደተመለስኩ ከሳቸው የጥናት/ቢሮ በመሄድ እንድገናኛቸው ይነግሩኛል። እንደተመለስኩ በሥራችን ላይ ከበድ ያለ ችግር ስለደረሰብን የሰጠንህን ሥራ ልናስቀጥልህ አልቻልንም፣ ይቅርታ አድርግልን። አሁኑ ወደ ዶ/ር ክፍላይ ዘንድ መመለስ ይኖርብሀል። ወደፊት የሚቸግርህ ነገር ቢኖር ጠይቀን ዘመዶችህ ነን። ሥራ እስከምታገኝ ድረስ የገንዘብ ችግር እንዳይኖርብህ ይህችን US$25,000.00 ሀያ አምስት ሺህ የአሜሪካን ዶላር እንደምትጠቅምህ በማመን እኔና ሲኞር ጆቫኒና ልጆቼ ሆነን ሰጥተንሃል ብለው አሳቀፈው ሸኙኝ። በጣምም ቸኩለው ነበር ከቤት እስከምወጣ ድረስ። ለካስ ስልኩን እንደዘጉ እኔን ዘግተውኝ ወደ ጥናት ክፍላቸው የሄዱት ስለ ስልኩ ጉዳይ ድጋሚ ከዶ/ር ክፍላይ ጋር ለመነጋገር ነበር። ከመሰነባበቴ በፊት ረጋ ባለ መንፈስ ይህ ሁሉ የገንዘብ ዕርዳታ ምን ይባላል፣ ለየትኛውስ አገልግሎቴ ነው? ለቤተሰቡ ምን ሰራሁኝ? ምንስ አበረከትኩ? የሚከፈለኝ ደመውዝና የምኖርበት ኑሮ በቂ ነበር እኮ፣ ይህንን ያህል መጠን ያለው ገንዘብ ለመቀበል በጣም ከበደኝ ብየ ላስረዳቸው ሞከርኩ። ከድንጋጤያቸው የተነሳ ይባስ ብለው የፈለገው መጠን ይሁን ግድየለም ካስፈለገህ እንጨምርህ ብለው መልሰው እኔን ያስደነግጡኛል። ቶሎ ከቤታችን ውጣልን ነገር ነበር በኃላ እንደተረዳሁት። ግራ በመጋባት ገንዘቡን ተሸክሜ ተሰነባብቼ ወጣሁ። ለካስ ይህን ገንዘብ መስጠታቸው እንደ ጉቦ ዓይነት ወይንም እንደ ካሣ ነገር ወይንም መሸንገያ ነገር መሆኑ ነበር። ምክኒያቱም ማፍያ ወይንም የሽብር ፈጣሪ ኮሚኒስት ከሆነ ውመጫ መግቢያችንን ሁሉ ስለሚያውቅ ከሥራ ስናባርረው ተናዶ የማጥቃት እርምጃ እንዳይወስድብንና ልጆቻችንንም እንዳያስጠልፍብን በሰላምና በፍቅር እንሸኘው ዓይነት ነገር ነበር። የሰጡኝ ገንዘቡ ለእነሱ ምንም አይደለችም፣ ለእኔና ለድርጅቴ ግን ብዙ ብዙ ነገሮችን ታከናውናለች "በቁም ነገር ከዋለች"። በዚያን ዘመን እያንዳንዷ የማስረክበው ሳንቲም ሁሉ በቁም ነገር እነደዋሉ ወይንም እንደሚውሉ ነበር ከልቤ የሚሰማኝና የማምነው። ብርሀነመስቀል ረዳ እንደተታለለው እኔም እጅግ ተታልየ ነበር። ዶ/ር ክፍላይ ቀድሞ ስለሰማ በተገናኘንበት ጊዜ አዲስ አልሆነበትም ነበር። ሰዎች ደውለው ማስፈራራት ብቻ ሳይሆን በጣም አስቦክተዋቸዋል ይለኛል። ሆኖም ነገ ከሳቸው ጋር ስለምንገናኝ ሁሉን አበጥሬ አስረዳቸዋለሁና ቅር አትሰኝ። ከእኛ ይበልጥ ደዋዮቹን አያምኗቸውም፣ ግድየለህም አይዞህ ብሎ ያደፋፍረኛል። ዋናው ቁምነገር ከየት አካባቢ እንደተደወለላቸውና እነማን እንደሆኑ ለማወቅ ሙከራ ማደረጉ ነው ብሎ ያጽናናኛል። ለእኔ እጅግ አሳስቦኝ የነበረው ያንን ያህል አክብሮትና መውደድን አጎናጽፈውኝ ወዲያውኑ በእንደዚያ ዓይነት ክስ ወይንም ስም ከነሱ መለየቱ ነበር ያሳሰበኝና ያስጨነቀኝ። ከመጠራጠር በስተቀር እነማን እንደሆኑ ለማወቅ አስቸጋሪ ሆኖብኝ እስከመጨረሻው ድረስ ሳላውቅ ጣሊያንን ለቅቄ ወጣሁ። በዚያኑ ሰሞን እኔና ዶ/ር ክፍላይ

የጠረጠርነው የሻቢያውን ተወካይ ጅምዕን ሲሆን እያሱ ዓለማየሁ ደግሞ እነ ታደሰ ገሠሠንና ጓደኞቹን ነበር። የእያሱን አባባል አለተቀበልኩትም፣ ለማመንም ሁኔታዎች አይፈቅዱልኝም ነበር።

እነ ታደሰ ገሠሠ የት እንዳለሁና የትስ እንደምኖር የሚያውቁት አልነበራቸውም፣ የሚነግራቸውም አይኖርም። ከፈረንሳይ ለቅቄ ወደ ሮም ከእያሱ ዓለማየሁ ጋር መሄዴን የምታውቀው የትግል ጓደኛየና ፍቅረኛየ ጣይቱ ካሳ ብቻ ነበረች፣ እንዲያውም የቅርብ ጓደኞቼ የነበሩትና በቅርብሆነው የረዱኝ ገነት ግርማ እና አ. በላይ ሳልነግራቸው ተደብቄ ነው የወጣሁት። በዚያን ጊዜ ገነት ግርማ እና አ. በላይ የእያሱ ዓለማየሁ እና የመለኩ ተገኝ ወዳጆች መሆናቸውን አላውቅም ነበር። ጣይቱ ካሳም ብትሆን ከሌፍተናንት ጄኔራል ዓቢይ አበበ ልጆች በተለይም ከመኮነን ዓቢይ፣ ከፍሬሕይወት ገ/ሥላሴ እና ከቅርብ ጓደኞችዋ ከሰናይትና ቤቲ ጋር በስተቀር ከቀድሞ የመደብ ጓዶቿ ጋር ግንኙነትም የላትም። የሻዕቢያው ጅምዕ እኔን እንደማይወደኝ ከመጀመሪያውኑ ጀምሬ እጠራጠር ነበር። ሌላ ምክኒያት ኖሮት ሳይሆን ለምን በተሓኤ በኩል ገብቶ ወጣ? ለምንስ በእኛ በኩል (በሕግሀኤ ማለቱ ነው) ሊወጣ አልፈለገም ነበር? ለምን ከእኛ ጋር ወዳጅነት አለፈለገም የሚለው ሲያብከነክነውና ሲያናድደው እንደነበረ ይሰማኝ ነበር። ባያውቅ ነው እንጅ ከሕግሀኤ ጋር ነበር እኮ የነበረኝ የረጅም ጊዜ ግንኙነት። በሕግሀኤ በኩል እንዳልገባ ያደረገኝ የአይበገሬው የዋለልኝ መኮንን ጓዳዊ ምክር ነበር። በሌላ በኩል ጅምዕና እያሱ ዓለማየሁ ሲበዛ ይዋደዱ ነበር። በዚያን ጊዜ ያን ያህል ሲበዛ የሚያቀራርባቸው በምን ምክኒያት እንደሆነ ባይገባኝም በኋላ እንደተረዳሁት የኢሕአድ'ን አብዛኛውን ተግባራት ለምሳሌ ወታደራዊ ሥልጠና ለማካሄድ ከፍልሥጥኤም ጋር ለማገናኘት፣ የጦር መሳሪያና የገንዘብ ዕርዳታና ሌሎች ጠቃሚ ጉዳዮችን የሚረዳቸው ዑስማን ሳለሕ ሳቤ ስለነበር፣ ጅምዕ ደግሞ በጣሊያን ተወካይ ብቻ ሳይሆን የዑስማን ሳለሕ ሳቤ የቅርብ ዘመዱም በመሆኑ እያሱ ዓለማየሁ ጅምዕን እንደ መከታው አድርጎ እንደሚያየው ነበር የመሰለኝ። እንደገና ከብዙ ዘመን በኋላ ደግሞ ጠማማ እህል ውሀ ምድረ አሜሪካ እያንከለከለ ወስዶኝ በቀየሁበት ወቅት በተለይም ከኤርትራዊ አክስቶቹ ጋር በተዘዋዋሪም በቀጥታም ባንድነት መኖር በጀመርኩበት ጊዜ የእያሱ ዓለማየሁን ኤርትራዊነት (ቢያንስ በአባቱ በኩል) ከተረዳሁ ጊዜ ጀምሮ ወደ ኋላ ዞር ብየ ሁኔታዎችን ሁሉ ስመለከት የሱና የጅምዕ ፍቅር በኤርትራዊነቱ ጭምር ነው በየ መጠራጠር ጀመርኩ። ካማከርኳቸው ሰዎች መካከል እራሱ እያሱ ዓለማየሁ እንደሆነስ ተንኮሉን የፈጸመው ብለው ያሉኝም ብዙ ነበሩ። ዶ/ር ክፍላይ ጊላ ከሲኞራ ማሪያ ፍራንቼስካ ጋር ተገናኝቶ እንደተነጋገረና የነገራቸውን ሁሉ እንደአመኑት ነገረኝ። በዚያ ላይ አጋኖ መናገር ብቻ ሳይሆን ዋሽቶም ቃጥፎም ሌሎች ነገሮችን ጭማምሮ ነግሯቸዋል። ለጊዜው ተደናግጬ ነበር። ነገር ግን የተጠቀመው የፖለቲካ ስደተኞች የዓምሮ ሰላምና የመንፈስ እርካታ አግኝተው ተረጋግተው ጥገኝነት

በጠየቁበት የባዕድ ሀገር ለመቀመጥ እንዲችሉ ውሸት የምንጠቀምበት ዋነኛ ዘዴና ስልት እንደሆነ ሊያሳምነኝ ሞከረ።

የምንዋሸው ግን አለኝ ሌሎችንና ሕብረተሰቡን የሚጎዳ መሆን የለበትም፣ ዋና ዓላማው የፖለቲካ ጥገኝነት ማመልከቻችን ተቀባይነት እንዲያገኝ እየቃጠፍን ለማሳመን ይኖርብናል ብሎ ሊያሳምነኝ ጥረት አደረገ። ይህን ሲለኝ ትዝ ያለኝ ታደሰ ገሠሠ ምን ዓይነት ውሸትና ቅጥፈት ቢሰጣቸው ይሆን ሦስት ወር ባልሞላ ጊዜ የፈረንሣይ መንግሥት የፖለቲካ ጥገኝነት ማመልከቻየን የፈቀደልኝ ብየም ወደ ኋላ ዞር ብየ ለማሰላሰል ተገደድኩ። ሆነም አልሆነም አንድ ጊዜ የነገራቸው በመሆኑ አይደለም ብየ ተቃራኒውን መናገር ስለማይገባኝ ከጠሩኝና ከጠየቁኝ ደፍሬ እሱ የነገራቸውን አጠናክሬ መናገር ይኖርብኛል ብየ ወሰንኩ። ስለገንዘቡ ከዶ/ር ክፍላይ ጋር ተወያየን። ደስ ካላለህና ከከበደህ መልሰህ ስጣቸው ግን አንቀበልም ላንተ እንድ ጊዜ የተወሰነ ነው ካሉህ ምን ቸገረህ ለራስህ አድርገው ብሎ መከረኝ። በሦስተኛው ቀን ሲኞራ ማሪያ ፍራንቼስካ ስልክ ይደውሉና እኒህ ባለጌ ኮሚኒስቶች በፈጠሩት ውዝግብ ግራ ተጋብተን አንተንም ግራ እንዳጋባንህ የሰማናል። ዶ/ር ክፍላይ ጋር ተነጋግረናል፣ ሁሉን አስረድቶናል፣ ሻንጣህን ይዘህ ወደ ቤት ብትመጣና እዚሁ ብንወያይ ብለው ይጠይቁኛል በአክብሮትና በትህትና መልክ። እኔም ጉራየን በመቀባረር ዶ/ር ክፍላይ ጋር ገና አልተገናኘንም እንደሚፈልገኝ ግን መልዕክት ደርሶኛል እልኳቸው ዋሸቼ። ሻንጣየን ይዤ ከመምጣቴ በፊት በዶ እጄን መጥቼ መጀመሪያ ውይይቱን ብናካሂድ ብየ ጠየኳቸው። መልካም፣ ይገባኛል ምን ያህል ስሜትህን እንደጎዳነው አሉኝ፣ ወዲያውኑ ወደ ቤታቸው ሄድኩ። ዶ/ር ክፍላይ ዋሽቶ "አያሌው እራሱ በኢትዮጵያ የአዲሱ የኮሚኒስቶች መንግሥት ሰለባ ነው። አዲሱ የኮሚኒስት ወታደራዊ መንግሥት ቤተሰቦቹን ያለፍርድ በጭካኔ ገደሉበት። እሱን ሊይዙት ሲሞክሩ ሌላ ሰው አስመስለው በኬንያ በኩል አሾልከው ናይሮቢ አስገቡት። ወዲያውኑም ኬንያ እያለ በፈረንሣይ መንግሥት የፖለቲካ ጥገኝነት ስለተሰጠው በፈረንጆች ዘመን በመጋቢት ወር 1974 ፓሪስ ገባ። ፓሪስ ብዙም ሳይቀይ ለሆነ የሀገርርና የወገን ጉዳይ ወደ ጣሊያን እንደሚመጣ ስላወቅንና ድሮ በአክብሮት የምናውቀው በመሆኑ እኛ ጋር እንዲያርፍ ጋበዝነው፣ "ሥራ ያፈላለግንለትም ከመጣ በኋላ ጣሊያን ለተወሰነ ወራት መቀየት መፈለጉን ስለነገረን ነው" ብሎ ነበር ዶ/ር ክፍላይ ጊላ ፈጥሮና ዋሽቶ የነገራቸው። ምስኪኗ ጣሊያናዊት እመቤት የዋኂ ወ/ሮ ማሪያ ፍራንቼስካ የዶ/ር ክፍላይ ጊላን አባባል እንዳለ በማመናቸው መናገር ፈርቼ እንጂ ስለእሱ ትልቅነትና ጨዋነት ከመጀመሪያውኑም ቀልቤ በትክክል ነግሮኝ ነበር ብለው መለሱለት። ልጆቹም ጭምር በደንብ ትልቅ ሰው እንደነበረ ያጠኑትና በእሱ ደስተኛ የሆኑት ብለው ነገሩት። ፓስፖርቱ ላይ የወርቅ ቀለበት አለበት አሉ። ከዚያም ቁመናው መልኩና ሁኔታው ሁሉ ከፓስፖርቱ ቀለበት ጋር ማን እንደሆነ ተገንዝቤ ነበር አሉ በእርግጠኝነት። ለምን በእነዚህ መናጢ ማልኩልቱራ፣ ኢኞራንቴ፣ ኤ ማልኤዱካቶ (ያልታረሙ፣

መሀይም/ደንቆሮና ያልተማሩ) እንደተወናበድኩና እንደተጠራጠርኩ አይገባኝም ብለው ተጸጸቱ። ከዚያም አልፎ በጣቱ ላይ ያለችው የወርቅ ቀለበት ያለምክኒያት የዘውድ ምልክት አልያዘችም ብለው ከነአካቴው ደመደሙ። ይቅርታ ጠየቁኝ። ተነስተውም ጉንጮቼን ሳሙኝ። ይህ የጣሊያኖች ከቅንነትና ከግልጽነት ባህሪ የማቅረብና የማፍቀር ምልክት ነበር (ባጠቃላይ የላቲን ባሕል ነው)።

የፈረንሣይ መንግሥት ከሰጠኝ የተባበሩት መንግሥታት የሌሴ ፓይዜ ፓስፖርት ላይ ፎቶግራፌ በሙጫ ወይንም በሌላ ዓይነት መንገድ ሳይሆን የተጣበቀው የወርቅ ብርጎ ባለው አነስቴኛ ክብ መሳይ ነገር (ወረቀት ከቦርድ ላይ መለጠፊያ መርፌ ዓይነት) ነበር የተያያዘው። ያችን የወርቅ ብርጎ ያላትን ማያያዣ ነገር እንደ ወርቅ ቀጥረው ለታላልቆቹ ቤተሰብ የሚሰጥ ልዩ ፓስፖርት እንጅ ለማንም የማይሰጥ ዓይነት እንደሆነ አድርገው ነበር በልባቸው የደመደሙት። በሌላ በኩል ደግሞ እሳቸው ጋር ከመተዋወቄ በፊት ጀምሮ በግራ ጣቴ ያጠለኳት የወርቅ ቀለበቴ ላይ የዘውድ ምልክት ያላት ቀለበት ከጣቴ ተለይታም አታውቅ። ቀለበቷንም ከጣቴ ላይ ስታስገባልኝ ቃል አስገብታኛለች እንዳላወልቃት። ታዲያ ሲኞራ ማሪያ ፍራንቼስካ ቀለበቷንም ሲያዩ ይበልጥ ዶ/ር ክፍላይ የነገራቸውና እስቸውም የገመገሙኝ ትክክል እንደሆነ አድረገው በማመናቸው በስልኩ በመታለላቸው ትክክል እንዳልነበረ ተጸጸቱ። ነገርን ነገር ያነሳዋልና አሲምባ ሁሉን ንብረቴን ሳስረክብ ቀለበቷን ከሚስጢር ኪሴ በማስቀመጥ ሌላ ምንም ዓይነት የቀረኝ ዕቃ እንደሌለ አስምስየ ሳላስረክብ ከእኔ ጋር ያስቀረኝቻው የሊቀ መንበር ማዎ ትሴቱንግ የኪስ መፅሀፍና ብቸኛዋ ንብረቴ ሆና የቀየችው የእጅ ቀለበቴ ነበረች። ከነቁ ይንቁ ይቅርታ ዘንግቼ ነው ብየ እሰጣቸዋለሁ፣ ከዚያም ይውሰዱት። ዓይኔ እያየ ግን በፈቃዴ በምንም ቢሆን አልሰጥም ብየ ወሰንኩ። ምንም እንኳን በቀለበቷ ላይ ያለው ምልክት ከእኔ ዕምነትና የፖለቲካ አመለካከት ጋር ተፃራሪ ቢሆንም ከፓሪስ ከተማ ወደ ሮም ከተማ በምሸጋገርበት ወቅት ከጣቴ እንዳላወጣ ቃል አስገብታ ከራሷ ጣት አውልቃ ጣቴ ላይ ያጠለቀችልኝ ማስታወሻዋ ነበረች። ባለማተብና ቃል እክባሪነቴን ለማንም ሳይሆን ለራሴ ለማረጋገጥ ከአሲምባ በፊትና ከአሲምባ በኋላ ከግራ ወደ ቀኝ ከማዘዋወር በስተቀር አንድም ቀን አውልቄያት አላውቅም። በጋለ የትግል ፍቅር ስሜት እንኳንስ መሰናበት ቀርቶ ወደ ሩቅ ቦታ እንደምጋዝ በስልክ እንኳን ሳልነግራት ነበር ዝም ብየ ተሾልኬ የተሰወርኩባት። በእርግጥ የት እንደገባሁ ባታውቅም ለተቀደሰ ሕዝባዊ ዓላማ እንደጠፋሁባት ይገባታል። የሷም ዓላማና ዕቅድ ስለነበር ለግዳጅ ጥሪ ቀናትን ነበር የምትቀጥረው። ጣቴን ልታይብኝ አትችልም ብየ ቃሌን አፍርሼ ቀለበቷን ካስቀመጠችበት ጣቴ ባወጣ፣ መንፈሷ ሊያየኝና ብሎም ልትረግመኝ ትችላለች በሚል የዋህና ቀና አመለካከትና ዕምነት አንድም ቀን አውጥቻት አላውቅም ነበር። ለመጀመሪያ ጊዜ ከግራ ጣቴ አውልቄ ወደ ቀኝ ጣቴ ያዛወርኳት በፈረንጆች ዘመን አቆጣጠር በ2003 በስተርጅና በአሜሪካዊት ሀኪም ፍቅር ተጠመድኩና የወት ደርሶኝ ስንጋባ ነበር። ለዚያውም አዲሲቷ የወረቀት ባላቤቴን

በግልጽና በሀቅ በማስርዳት ፈቃዷን አግኝቼ ቀለበቷን ከግራ ጣቴ ወደ ቀኝ ጣቴ ባዞወርኩኝ በዓመቱ መልሸ ወደ ግራ ጣቴ አዙሬአታለሁ። በሌላ በኩል ቀለበቷ ከብዙ ተመሳሳይና ተደጋጋሚ ችግር በተለይም ለዳግማይ ስደት ወደ ውጭ ከወጣሁ በኋላ ከነጮች እህቶቼ አካባቢ ስትከላከልልኝ ኖራለች። ችግር ሲፈጠርብኝ ዘውዱን ወደ ውስጥ ሳዞር ልክ የጋብቻ ቀለበት ትመስላለች። ይህም ማለት ባለትዳር ሰው እንደሆንኩ ያስረዳልኛል እኔ ምንም ሳልናገር። ጀግናዎቹ ነጮች ግን ባለቤትህ አፍሪቃ እሷ እስክትመጣ ድረስ ጓደኛ እንሁን ብለውም በድፍረትና ባለማፈር ትግላቸውን የገፉ ነበሩ። ከሰማዕታት ጓዶቼ ፍቃድ እስካላገኙ ድረስ የማይሆን ነገር ነበርና ወይ ፍንክች። ታዲያ ሲናደዱ እና የፈለጉት ሳይሆን ሲቀር አያድርስ ነው የነጭ ሴት አባዜ። ሲኞራ ማሪያ ፍራንቼስካ ያን ሁሉ ሲናገሩ እኔ አንዳችም ልክ ነው ወይንም ልክ አይደለም ያልኩበት ጉዳይ አልነበረም።

ምክኒያቱም ያለምንም ጥያቄ እራሳቸው ስለራሴ እንደሚያውቁ ሆነው በእርግጠኝነት ይናገሩ የነበሩት እራሳቸው ነበሩና። ባለመዋሸቴም ደስተኛ ሆንኩ። ይሁን እንጂ ሲኞራ ማሪያ ፍራንቼስካ ዶ/ር ክፍላይን በማመናቸውና እንዲሁም በየዋህነታቸው እንጅ ፓስፖርቱን በጥሞና ቢመለከቱ ኖሮ ችግር በተፈጠረ ነበር። ፓስፖርቱ የተሰጠኝ የፖለቲካ ጥገኝነት በተሰጠኝ በፈረንጆች ዘመን በመስከረም ወር 1973 ነበር። የዚያን ጊዜ በኢትዮጵያ ለውጥ የሚባል ሽታውም አልነበረም እንኳንስ ደርግ ሊፈጠር ቀርቶ። ዶ/ር ክፍላይ ግን የነገራቸው ፈረንሣይ የገባሁት ከነሱ ጋር ልቀጠር ከጥቂት ወራት በፊት በፈረንጆች ዘመን አቀጣጠር በመጋቢት ወር 1974 አድርጎ ነበር። ፓስፖርቱን አላዩትም፣ ልብ አላሉትም ነበርና ከቅሌት እግዚአብሔር አድኖናል። ሥራውን ጀምር፣ መኪና ይዘህ ሂድና ሻንጣህን እምጣ ብለው ቁልፍ ሰጡኝ። ተመልሸ ከነዶ/ር ክፍላይ ከዚያም በኋላ ከእያሱ ዓለማየሁ ጋር አመሸቼ የሹፈርነት ሥራየ በተቃረጠ በአምስተኛው ቀን ሻንጣየን ይዤ ወደ ኮርቲና ዲ አምፔዞ መኖሪያ ቤቴ ተመለስኩ። ከፋሲካ ሦስትና አራት ሳምንታት በፊት በፈረንጆች ዘመን አቀጣጠር የካቲት ወር 1975 ፈረንሣይ ጣይቱ ካሳ ጋር ሄጄ በወስላታዎች የተፈጠረብኝን ችግር በሆዴ እምቂ ከምይዝና ከምታመም ለእሷ እንኳን አውጥቼ መተንፈስ ይኖርብኛል በየ በመተማመኔና ብሎም እግረመንገዴን ከእሷ ጋር ለመሰንበት በማሰብ አንድ ሳምንት ቀይቼ መንፈሴንና አዕምሮየን አዲሼ ተመለስኩ። የደረሰብኝን ችግር ሳጫውታት፣ ከማዘንና ከመጨነቅ ይልቅ ሳቀች። በመናደድ ለምን እንደምትስቅ ጠየኳት። የማትበገር ፍጥረት በመሆንህ፣ ማጎብደድ የማትወድና ለወስላታና ለቅጥፈት ተግባራቸው ምቹ ያልሆንክ ኩሩ ወገኔ በመሆንህ ኩራትና የደስታ ስሜት ነው ያሳቀኝ አለችኝ። ከፓሪስ ሮም ተመልሼ የሹፈርነቴን ተግባር እያከናወንኩና ያለምንም ችግርና መሰናክል እየሰራሁ በፍቅርና በመከባበር እንደታላቅ ልጃቸው ተቀጥሬ ጣሊያንን ለቅቄ ወደ ፍልሥጥኤም እስከሄድኩኝ ሕዳር ወር መግቢያ 1975 ድረስ በሞላ ጎደል ከነሱ ጋር ቀየሁ። ዋሸቻቸዋለሁ፣ ክድቻቸዋለሁ፣ ቃጥፌአቸዋለሁ፣ በድያቸዋለሁ፣ ሆኖም ለሀገርሬና ለሕዝቤ ብየ በቅንነት በቀጣፊዎች እና በማፊያ

ታጋዮች ተወናብጄ የፈጸምኩት እንጂ በግል ጥቅም ተመርዤ ያደረኩት አልነበረምና ምንም ቅር እይለኝም። ከመብላትና ከመልበስ በስተቀር ለራሴ ብየ ያደረኩት ወይንም የወሰድኩት ቅንጣት ነገር አልነበረም።

6.17. ስዊድን እንደገባሁ ያለተግባሬ በሽብር ፈጣሪነት ከባቡር ጣቢያ መታሰሬና ከሀገር መባረሬ: የሕግሀኤ? የፍስሐ ደስታ እማች? የነተስፋየ ታደሰ? ወይስ ከድርጅቴ?

ሥራየን እየሰራሁ እያለሁ እያሱ ዓለማየሁ ዓለም አቀፍ የኢትዮጵያ ተማሪዎች ማሕበር ፌዴሬሽን፣ የስዊድን ቅርንጫፍ ስብሰባ ስለሚያካሂዱ ከጣሊያን ስብሰባውን ሊካፈል የሚችል ተማሪ እንድንልክ ስለጋበዙ አንተ እንድትሄድ እፈልጋለሁ ብሎ አሳሰበኝ። ሥራውን እንዴት ላድርግ ብየ ስጠይቀው ለአንድ ሳምንት ብለህ በቅድሚያ የሚከተለውን እንድነግራቸው አመለከተኝ። በረሀቡና በድርቁ እንዲሁም ኮሚኒስቶች በፈጠሩት ችግር በኬንያና በሱዳን ወሰኖች ላይ ሰፍረው ለሚገኙ ለተጎዱና ለተቸገሩ ኢትዮጵያዊያን ወገኖቻችን የሚረዳ በአውሮጳና በአሜሪካ ከተሞች እየተዘዋወርን ገንዘብ፣ ልብስ እንዲሁም መድሀኒት የሚያሰባስብ ኮሚቴ ስለተቋቋመ ከኮሚቴው ጋር አብሬ ለአንድ ሳምንት እንድዘዋወር ታዘዝለሁኝ ብለህ አስተዛዝነህ ብትነግራቸው ምን ይመስልሀል ብሎ በተዘዋዋሪ እንድነግራቸው መከረኝ። ልጆቹን ትምህርት ቤት አድርሸ እንደተመለስኩ የማወያየዎት ጉዳይ አለኝ ብየ ለውይይት ፈቃዳቸውን ጠየኩና እያስተዛዘንኩ ምን እንደማደርግ ቸገረኝ ብየ ችግሩን ለሳቸው ተውኩላቸው። ባንድ በኩል እንደሚቸገሩ ተሰማቸው ያለ ሹፌር ለመቀየት። በሌላ በኩል ደግሞ ደስ አላቸው፣ ኩራትም ተሰማቸው ለእንደዚያ ዓይነት ቁም ነገር ተመርጬ ለመጓዝ በመነሳሳቴ። ምንም አይደለም፣ ከሰባቱ ቀናት ውስጥ ትምህርት ቤት የሚሄዱት አምስት ቀናት ብቻ ነውና እራሴ አመላልሳቸዋለሁና አትጨነቅ ብለው አደፋፈሩኝ። እንዲያውም እኛ ምንድን ነው የምንረዳህ፣ ሕዝብህን ማፍቀርህንና ለነሱም መቀርቀርህ ትልቅ ነገር ነውና እኛንም ከጉዳዩ ውስጥ አስገባን። መካፈል ይኖርብናል። ያንተ ሕዝብ እንደራሳችን ሕዝብ ነው የምንቀጥራቸው ብለው እያለቀሱና እያዘኑ አነጋገሩኝ። እንዲያውም እኮ አሉ ሲኞራ ማሪያ ፍራንቼስካ "ፒኮሎ አብሲኒያ (ትንሿ አበሻ፣ ኢትዮጵያን ማለታቸው ነው) ጋር በታሪክም፣ በባሕልም እና በክፉም በደጉም የተሳሰርን ሕዝብ ነን እና ብንረዳችሁ ደስ ነው ይሚለን፣ ስለዚህ እንድትነግሩን እንፈልጋለን" ብለው ወጠሩኝ። እጅግ ደስታ እንደሚሰማን ሆኖም በምን ዓይነት መንገድ እንደምታግዙን የኮሚቴውን ፕሬዚደንት አነጋግሬ መልሱን እነግረዎታለሁ አልኳቸው። በጣም ደስ ነው የሚለንና እንድትነግረን ብለው አሳሰቡኝ። አልነገርንህም እንጅ ቋንቋችንን በሚገባ መነጋገር እንደጀመርክ በሙያህ በሲቭል መስተዳድር ቀንጆ ኋላፊነት ያለው ሥራ እንድትይዝ ጆን ቀድሞ የነበረውን ግንኙነቱን በመጠቀም ውሎ አድሮ የተደላደለና ያማረ ሥራ ያስገኝልሀል። ሥራውም እዚሁ ሮማ ከተማ ውስጥ ነው የሚያፈላልግልህ።

ሥራ ከጀመርክ በኋላ የምትኖረው እዚህ ከእኛ ጋር ነው። እኛ የአውሮጳዊያኖቹ አባትና እናትህ መሆናችንን እንድትረዳ እንፈልጋለን በማለት አረጋገጡልኝ። ፍቅረኛህ ጣይቱም ልጃችን ናት። እዚሁ በሥነሥርዓት በካቶሊክ ባሕላችንና ደምባችን መጋባት ስለሚኖርባችሁ በቅርቡ እኛ አባትና እናት ሆነን እንድራችኃለን በማለት እናትነታቸውን ለማረጋገጥ ጣሩ። ምን ዋጋ አለው ከሌላ ፍቅረኛ ጋር መለከፌን አላወቁም። እንዴት አድርጌ ልንገራቸው! አስቸጋሪ ነው። በድጋሜ ተነስቼ ጉንጫቸውን በመሳም የጋለና ስሜታዊ ምስጋናየን አቀረብኩላቸው። የኮሚቴው ፕሬሲደንት እዚህ ነው ተቀማጭነቱ አልኳቸው። ከተመለስኩ በኋላ ከአራትና አምስት ወር በኋላ ሌላ ቦታ የምሄድ አይመስለኝም፣ ምንአልባት ብሄድም በእርስዎ ፈቃድ ለሳምንት ለዕረፍት ጣይቱ ካሳ ጋር ነው አልኳቸው።

ሲኞራ ማሪያ ፍራንቼስካ ለስንቅህ የሚሆን የአሜሪካን ዶልላር በትሬቭለርስ ቼክ ላስደርግልህ ወይንስ ጥሬ ገንዘቡ ይሻልሃል ብለው ጠየቁኝ። ለዓላማችን ግብ መሳካት ገንዘብ እንደሚያስፈልግ ስለማምንበት ምንም ይሉኝታ የሚባል ሊያጠቃኝ አልፈለኩም፣ ለግሌ እስካላደረኩት ድረስ። ገንዘቡ የሚሄደው ለተቀደሰና ለተባረከ ተግባር እስከሆነ ድረስ ኀሊናየን ሊረብሸኝና ሊያስጨንቀኝ እንደማይገባ ከራሴ ጋር ተወያይቼ ወሰንኩ። ማስቸገር እንዳይሆን እንጅ ጥሩ የሚሆነው በቼክ ቀጥታ በዕርዳታ አሰተባባሪው ፕሬዚደንት ስም ጽፈው ቢሰጡኝ ነው መልካሙ ብየ ስነግራቸው ጭራሽኑ ከፍተኛ እክብሮትና ፍቅር በእኔ ላይ አሳደረባቸው። ለእኔ ወይንም በግሌ የሚል ከስግብግብነት ስሜት በጸዳ መንፈስ መናገሬ ምን ያህል ለተባለው ዓላማ ከልቤ የቆምኩ መሆኔን እንደገለጸላቸው ተረዳሁ። እኔ ይህን ክብርና መወደድ አገኛለሁ ብየ እለነበረም በፕሬዚደንቱ ስም እንዲጻፍ ማሳሰቤ። ያንን ያህል የገንዘብ መጠን በኪሴ ተሸክሜ መንከራፈፉ መልካም አለመሆኑን በመገንዘቤና ከዚያም ቀጥታ ሄጄ ለእያሱ ዓለማየሁ የማስረክበው በመሆኑ ከመጀመሪያውኑ በእሱ ስም መጻፉ ይቀላል በማለት ነበር። የማሕበሩ ፕሬዚደንት ስም ማን መሆኑን ጠየቁኝ። አሁን ችግሬ በጣሊያን መንግሥት የሚታወቀው በእያሱ ዓለማየሁ ይሁን ወይንስ በአልጄሪያው ስሙ ወይንም በሌላ ስም አላውቅም። ምን ይሆናል፣ ካልሆነም መልሸ በእኔ ስም አስደርገዋለሁ ወይንም እሱ ለእኔ ሊያስተላልፍልኝና ካሽ አድርጌ መልሸ እስጠዋለሁ ብየ በመወሰን በቁራጭ ወረቀት ላይ እያሱ ዓለማየሁ ብየ ጽፌ ሰጠኃቸው። ስለሆነም ወደ ስዊድን በመሄጃየ ዋዜማ 8,825,000 ስምንት ሚሊዮን ስምንት መቶ ሀያ አምስት ሺህ የኢጣሊያን ሊሬስ በቼክ በእያሱ ዓለማየሁ ስም ጽፈው ሰጡኝ። አመስግኜ ልጆቹንም እሳቸውንም ስሜ ተሰናበትኩ። በማግሥቱም ቼኩን ለእያሱ ዓለማየሁ አስረከብኩኝ። የጣሊያን ሊሬ ገንዘብ በዚያን ጊዜው ምንዛሬ ትንሽ ክብርና ማዕረግ ነበረው እንደ ዛሬው ጭራሽ ርካሽ ሆኖ ተንኮታኩቶ ሳይወድቅ። ከዚህ በተረፈ ከስራየ እንዳሰናበቱኝ በካሽ ሰጥተውኝ የነበረውን የUS$25,000.00 ሀያ አምስት ሺህ የአሜሪካን ዶላር ሥራ እንደተመለስኩ መልሼ ልሰጣቸው ስሞክር ያ ያንተው ገንዘብ ነውና እንተ የሚቸግርህ ከሌለ ለዓላማችሁ ይዋል ብለው ስላረጋገጡልኝ ቀደም

ስል ለእያሱ ዓለማየሁ አስረክቤዋለሁ። በዚህ አጋጣሚ ነበር የግሌ የነበሩ ጠቃሚ የሆኑ የተለያዩ ቀሳቁሶችና ጣሊያን ከመግባቴ በፊት ከእኔ ጋር የነበሩ የግሌ የወጭ ምንዛሬ ካሽና፣ እንዲሁም የጁ ለሚኖረው የታላቅ እህቴ ባለቤት ለአቶ ጌታሁን ሲሳይ ይረዳዋል በማለት በሁነኛ ሰው በእናቴ አማካኝነት እንዲደርሰው በማቀድ ከኤርትራ ይዤው የመጣሁትን $3,400.00 ሶስት ሺሕ አራት መቶ የኢትዮጵያ ብር (የአህያ ጆሮ የሚያክለው የቀድሞው ባለ አንድ መቶ ብር ኖት) የእናቴን አድራሻና ማንነት በማስረዳት በሚቻለው መጠን እንዲልክለት በአደራ መልክ የሰጠሁት።

ግድ የለህም፣ በእኔ ይሁንብህ፣፡ ገንዘቡ ለአማችህ ለአቶ ጌታሁን ሲሳይ በእናትህ በወ/ሮ ብይን ከበደ በኩል እንዲደርሰው ይደረጋል አትጠራጠር በማለት እንዳላስብና እንድኮራበት አደረገኝ። እውነተኛ ጓድ አለኝ በማለት በእያሱ ዓለማየሁም ተኩራራሁ፣ ተንቀባረርኩም። ምን ዋጋ አለው ያ መኩራራትና መንቀባረር ባዶና የውሸት ነበር ለካስ። ሀገር ቤት በምሕረት ገብቼ ባደረኩት የማጣራት ሂደት የተባለው ገንዘብ ለእናቴ እንዳልደረሳት ለማወቅ ቻልኩ። እያሱ ዓለማየሁ ስቶክሆልም ስደርስ ከባቡር ጣቢያ የሚቀበለኝን ሰው ስልክ ቁጥሩንና ስሙን ኃይሌ ገ/ሥላሴ ይባላል ሲለኝ ሰውነቴን ትኩሳት ወረረው። በድንጋጤም በመገረምም እንዴ ኃይሌ ገ/ሥላሴ የካርትሙ ነው እንዴ ስለው አዎን ካርቱም የመጀመሪያ ድግሪውን አጠናቀ ማስተርሱን ስዊድን እየሰራ ነው ይለኛል። እኔም እላርፍም በቅንነትና በግልጽ ከመቼ ወዲስ አቢዮታዊ ሆነና ለዚህ የተቀደሰ ተግባር በቃ አልኩት። እሱ እኮ አላወቃችሁትም እንጂ ድርጅቱንና ትግላችንን በከፍተኛ ደረጃ የሚጠቅም ትልቅ ሰው ነው አለና ሊያሳምነኝ ሞከረ። የደርጉ የሻለቃ ፍስሐ ደስታ አማች በመሆኑ ነውን? ምን ማለትህ እንደሆነ አልገባኝም እያሱ ብየ አምርሬ ጠየኩት። በጣሊያኑ የትራጌው ተወላጅ በጂምዕ/ሙሀመድ ያዘንኩትና ያሳሰበኝ ተርፎ እንደገና የኃይሌ ገ/ሥላሴን ጉድ ስሰማ እጅግ አድርጎ አሳሰበኝም አሳዘነኝም። ወዲያውኑም ምን አልባት ባለው ዝምድና ወደፊት የሚጠቅማቸው ነገር ቢኖር ነው ብየ ለጉዞየ ተሰናዳሁ። ሆኖም እግዚአብሔር ከአደጋ ሊያድነኝ በመፈለጉ ጥንቃቄ ለመውሰድ ጉዞየን ከመጀመሬ በፊት የእነ ደጃዝማች ተድላ ባይሩንና እድሪስ ባድሜን ስልክ ቁጥር እንዲሰጠኝ ዶ/ር ክፍላይን እንድጠይቅ አሳስቦኝ ጠይቄ ተቀበልኩኝ። የስልክ ቁጥራቸውን ባልይዝ ኖሮ የስዊድን መንግሥት ማንነቴን አጣርተው እስከሚደርሱ ድረስ ላልተወሰነ ጊዜ በከባድ ችግር ውስጥ ተዳርጌና ከትግል ተለይቼ በመንፈስ ጭንቀት እቀይ ነበር። በመጨረሻም ከሥራየ በደመዎዝ መልክ ከሰጡኝ ገንዘብ የባቡር የደርሶ መልስ ትኬት ገዛሁ፣ በጉዞየና በስዊድን ቆይታየ ለስንቄ የሚሆነኝንም በቂ ገንዘብ ወደ አሜሪካ ዶላር ቀይሬ በኪሴ ያዝኩ። ከሥራየ ያጠራቀምኩትን ቀሪውን የራሴን ገንዘብና ከዚያ በፊት በፈረንሣይ ያጠራቀምኩትን የወጭ ምንዛሬ ካሽ (መጠናቸውን ዘነጋሁ) ለምጦረው ልጄ ለእያሱ ዓለማየሁ ሰጥቸው ወደ ስዊደን ተጓዝኩ። ከዚያም በማግሥቱ ሻንጣየን ይዤ በፈጣን የረጅም ባቡር ጉዞየን ወደ ስቶክሆልም አመራሁ። ከሮም ይዛን የሄደችው ባቡር በውስጧ የነበርነውን መንገደኞች

ሁሉ በባቡሩ ውስጥ እንዳለን ሳንወርድ ከደንማርክ ዋና ከተማ ላይ መርከብ ውስጥ ተጫነች። በዚያን ዘመን ዴንማርክንና ስዊድንን የሚያገናኘው አዲሱ ኦረሰንድ የባሕር ላይ ድልድይ (Oresund Bridge) አልተሰራም ነበር። መርከቡ ማልሞ ከምትባለው የስዊድን የመጀመሪያዋ የወደብ ከተማ ደረስን። ያለንባት ባቡር ከተጫነችበት መርከብ ወረደችና እንደገና በእራሷ ኃይል እየተሽከረከረች ስቶክሆልም ከተማ አደረሰችን። ስቶክሆልም ባቡር ጣቢያ እንደደረስኩ ለኃይሌ ገ/ሥላሴ ስልክ ለመደወል ወደ ስልክ ቦታ ደርሼ ለመደወል ስሰናዳ ሁለት ሲቭል የለበሱ የስዊድን የጸጥታ ሰራተኞች ተከታትለው በመድረስ ወደ እኔ ቀጥታ በመጠጋት እራሳቸውን ካስተዋወቁ በኋላ ይቅርታ ለጥያቄ ስለምንፈልገዎ ከእኛ ጋር መሄድ ይኖርበዎታል ብለው ይዘውኝ በስዊድን ከተጠርጣሪ የሽብር ፈጣሪዎች ከሚታሰሩበት ከፍተኛ ከሆነ ረጅም ሕንጻ ከመጨረሻው ፎቅ ላይ ከሚኖሩ በከፍተኛ ጥበቃ ከሚጠበቁ ስድስት እስረኞች ጋር አዳምረው ያስቀምጡኛል። ሁለቱ በዚያን ዘመን የጃፓን ቀይ ጦር በሌላም አጠራር ዓለም አቀፍ ፀረ-ኢምፔሪያሊስት ብርጌድ ተብሎ ይታወቅ የነበረው የሽብር ፈጣሪ ድርጅት አባል የነበሩ፣ ሦስቱ በዚያን ዘመን የኢራኑን ሻህ ንጉስ መንግሥት በኃይል ይቃወሙ የነበሩት አክራሪ የተማሪዎች ማሕበር አባል የነበሩ እና ስድስተኛው የፍልስጥኤም ድርጅት አባል ሲሆን፣ ሰባተኛው የሌቦችና የወስላታዎች መጫዎቻ የሆንኩት እኔው ነበርኩ።

ከየት እንደመጣሁና ኑዋሪነቴ የት እንደሆነ ጠየቁኝ። ነዋሪነቴን አስመልክቶ የፈረንሣዩ ፓስፖርቴ በቂ ማስረጃ በመሆኑ የፈረንሣይ ኑዋሪ እንደሆንኩና ሮም የሚኖሩ ጓደኞቼን ለመጎብኘት ሄጄ ወደ ፈረንሳይ ከመመለሴ በፊት እግረ መንገዴን እዚህ የሚኖሩ ወዳጆቼን ለመጎብኘት ነው የመጣሁት በማለት የፈረንሣዩን ፓስፖርቴን ሰጠኃቸው። የተሰጠኝ የፈረንሳይ ፓስፖርት ከፖርቱጋል በተቀር በሌሎቹ የቀድሞው ምዕራብ አውሮጳ ሀገሮች ያለቪዛ በመግባት እና በመውጣት ለሦስት ወር ለመቀየት ያስችለኛል። የምቀየውም ከሁለት ሳምንት የማይበልጥ ጊዜ ነው ብየ መለስኩላቸው። በምቀይበት ጊዜም የምገለገልበት በቂ የአሜሪካ ዶላር ካሽ ከኪሴ አውጥቼ አሳየኃቸው። የያዝኩት ገንዘብ ለሁለት ሳምንት በተማሪ ኑሮ ደረጃ መጠኑ ከሚገባው በላይ ነበር በዚያን ጊዜ። አንድ ቀን አድሬ ቃሌን በጽሁፍ ለመውሰድ ወደ ምርመራ ክፍል ሊወስዱኝ ሲዘጋጁ ስልክ ለመደወል እንዲፈቀድልኝ ጠየኳቸው። የት እንደሆነ ጠየቁኝና የሁለት የተሓኤ ኋላፊዎችን ማንነት ነገርኳቸው። በሥምና በዝና ያውቃቸዋል። እነሱን እንደማነጋግር በማወቃቸው ደስ እንዳላቸው ከፊታቸው እንዳነበብኩ ተሰምቶኛል ባልሳሳት። እያሱ ዓለማየሁ የሰጠኝን ሰው ስም ትቼ ደጃዝማች ተድላ ባይሩን እና እድሪስ ባድሜ ዘንድ ደወሉኩ። እድሪስ ባድሜ የአቀርዳት የባንክ ሠራተኛ የነበረው ወዳጄ የሱሌማን ባድሜ ወንድም ነበረ። ለሁለቱም ኤርትራዊያን ማን መሆኔን ገለጽኩላቸው። የጸጥታ ሠራተኞቹ አላመኑኝም ነበር፣ ያጋጣሚ ግን ሁለቱ የደወልኩላቸው ኤርትራዊያን የተሓኤ ተወካዮች እየተሯሯጡ ተከታትለው መጡ። ሰላምታ በመለዋወጥ ተዋወቅን። ምንም እንኳን ከተሓኤ ሜዳ ገብቼ

ወደ ውጭ ከወጣሁ ወደ ሦስት ዓመት በላይ ቢሆነኝም የማይረሳ ትዝታ ነበር ጥየ የወጣሁትና ምንጊዜም ቢሆን በዚያ ዘመን አካባቢ ቶሎ ሊረሱኝም አይችሉም ነበርና ተጨነቁልኝ። ከዚያም ባሻገር አሮጌ ደብዳቤ ይሁን እንጂ ደማስቀስ ከሚገኘው ከጀብሃ ዋና መሥሪያ ቤት ማንነቴን በመግለጽ እራሴን ችየ እስከምወጣ ድረስ እንዲያስተናግዱኝና ከእነሱ ጋር እንድኖር የሚገልጽ በድርጅቱ ፖስታ የተጻፈ ደብዳቤ ይዤ ስለነበር ሰጠኃቸው። ደብዳቤው ከመካከለኛው ምሥራቅ ወደ ፓሪስ ተጋብዤ በምሄድበት ወቅት ድንገት ሃሳቤን ቀይሬ ወደ ስዊድን ብሸጋገር በምዕራብ አውሮጳ ለድርጅቱ ተወካይ ለደጃዝማች ተድላ ባይሩ ሲሆን ደብዳቤውን ሳልከፍት እንደታሸገ ከእኔ ጋር ከሁለት ዓመት ተኩል በላይ አቀይቸዋለሁ። ሁለቱ ኤርትራዊያን ከጸጥታ ሠራተኞቹ ጋር ተነጋገሩ። አውሮጳ ከመጣ በኋላ ምን እየሰራ እንደቀየ ብዙም እናውቅም፣ በተረፈ ግን ትልቅ ሰው የነበረ፣ ሽብርና ውንብድናን በሀገሩ ይዋጋ የነበረ ወጣት የአጼ ኃይለሥላሴ መኮንን ነበር እንጅ እራሱ ሽብርን የሚያራምድ አይደለም በማለት አበክረው አስረዷቸው። “እንዲያውም በሀገሩ የገባውን የኮሚኒስት መንግሥት ተቃውሞ ከግድያ አምልጦ የመጣ ወጣት መኮንን ነው” ብለው ትንሽም የውሸት ቅመም በመጨመር አጠናክረው ነገሯቸው። የጸጥታዎቹ ሠራተኞች ግራ ተጋቡ። በወቅቱ በስዊድን ታዋቂ በነበሩት ሁለት ግልሰቦች አገላለጽና ጸጥታዎቹ በሌላ ወገን የደረሳቸው ሪፖርት የማይመሳሰልና የሚቃረን ሆነባቸው።

ሪፖርቱ የደረሳቸው ይመስለኛል ገና ሮምን ሳልለቅ ወይንም በመንገድ ለይ እንዳለሁ ነገር ነው። ከባቡር ወርጄ ለኃይሌ ገ/ሥላሴ ስልክ ለመደወል ስዘጋጅ ነበር ወዲያውኑ ፈጥነው የጠለፉኝ። ለየት ካለ ማረፊያ ቤት አቀይተው ከሚመለከታቸው ጋር መነጋገር ጀመሩ። ፈረንሣይ፣ ጣሊያንና ሌሎች ቦታዎች መረጃ በማግኘት ለማጣራት ተያያዙ። ለምን እንደታሰርኩ ጠየኳቸው። የዶ/ር ጆርጅ ሀባሽ ድርጅት ፖፑላር ፍሮንት ፎር ዘ ሊበሬሺን ኦፍ ፓሌስታይን (ፒ. ኤፍ. ኤል. ፒ) አባል እንደሆንክና እንዲያውም የጦሩ ክንፍ የሆነው የአቡ አሊ ሙስተፋ ብርጌድ አባል እንደሆንክና ከሽብር ተግባር ጋር በተያያዘ ጉዳይ ምክኒያት እንደሆነ ነገሩኝ። በኢሕአፓ ሳቢያ የወታደራዊ ትምህርት ከሰባት ኃዶቼ ጋር የሰለጠንበት ድርጅት ዲሞክራቲክ ፍሮንት ፎር ዘ ሊበሬሽን ኦፍ ፓለስታይን (ዲ. ኤፍ. ኤል. ፒ.) ከዚህ ድርጅት ማለትም ከፒ. ኤፍ. ኤል. ፒ) ተገንጥሎ የወጣ ነው። እዚህ ላይ ያልተረዳሁት ፍልሥጤማዊያን እንደሆንኩ ጭምር ይነገራቸው አይንገሯቸው አላወኩም። መጠየቁ አስፈላጊ መስሎ አልታየኝም። እዚህ የሚኖሩት ሁለት ታዋቂ ዜጎች ስለማንነትህ አረጋግጠውልናል። ሆኖም የቀረበውን ሪፖርት በተለየ ሁኔታ ማጣራት ስለሚኖርብን ሁለት ምርጫዎች አሉህ እሉኝ። የመጀመሪያው አንተ እዚህ እያለህ ጉዳዩ እንዲጣራ ማድረግ ሲሆን፣ ይህንን ምርጫ ከወሰድክ ጉዳዩ ተጣርቶ እስከሚጠናቀቅ ድረስ የምትቀየው ለሁለት ቀናት አብረሀቸው ከነበሩት እሥረኞች ጋር በእሥር ቤት ትቀያለህ። ለማጣራትም ከሶስት ወር በላይ

ሊወስድ ይችላል ብለው ገለጹልኝ። ሁለተኛው መንገድ ደግሞ ማንነትህ በመረጋገጡ በእሥር ቤት መቆየት አልፈልግም የምትል ከሆነ ጉዳዩ ተጣርቶ እስከሚጠናቀቅ ድረስ ወደ መኖሪያ ሀገርህ ፈረንሣይ ተመልሰህ መሄድ እንደምትችል፣ ምርጫው ያንተ ነው አሉኝ። ወደስዊድንም ለጉብኝት መምጣት ካስፈለገህ ጉዳዩ ተጣርቶ ከተጠናቀቀ በኃላ መመለስ ትችላለህ ብለው አማራጭ ሰጡኝ። ያለወንጀሌ ከሽብር ፈጣሪዎች ጋር ታስሬ መኖሩ የሚቀፍ ከመሆኑም ባሻገር ከሁሉም ተነጥየ መቀየቱ በትግሌ ላይ አሉታዊ አስተዋፅዖ ስለሚያሳድርብኝና እንዲሁም እነ ሲኞራ ማሪያ ፍራንቼስካና ቤተሰቡ ጋራ ስለሚጋቡ የመጣሁበት ስብሰባ ባልሳተፍ ይቅርብኝ እንጂ ታስሬ መቆየትን ባለመፈለጌ ወደ ፈረንሣይ መመለሱን መረጥኩ። ስቶክሆልም በገባሁ በሶስተኛው ወይንም አራተኛው ቀን የአንደኛ ማዕረግ የአይሮፕላን መቀመጫ ቲኬት ተቆርጦልኝ በሁለት ሲቪል ለባሾች የጸጥታ ሠራተኞች ታጅቤ ወደ ፈረንሣይ ይዘውኝ በረሩ። ፓሪስ ከአዲሱ ቻርለስ ደ ጎል አይሮፕላን ማረፊያ እኔን አውርደው እነሱ በመጡበት አይሮፕላን ተመልሰው ወደ ስቶክሆልም ተመለሱ። የእነ ደጃዝማች ተድላ ባይሩንና እድሪስ ባድሜን አድራሻ እንድይዝ እግዚአብሔር አስጠንቅቆኝ በመያዜ ወደ ኋላ ላይ እጅግ አድርጎ ጠቀመኝ። ያለበለዚያማ በወቅቱ ከጎኔ የሚደርስልኝ ባለመኖሩ በስዊድን እሥር ቤት ከሽብር ፈጣሪዎች ጋር በእሥር ቀይቼ በመጨረሻ የሚያስከትልብኝን አላውቅም ነበር። ከዶ/ክፍላይ ጊላ የነደጃዝማች ተድላ ባይሩን ስልክ መያዜን እያሱ ዓለማየሁ አያውቅም፣ ቢያውቅ ኖሮ ግን ምን ሊያደርግ ይችል ይሆን እያልኩ የኃላ ኃላ ኤደን ከገባሁ ጀምሮ ብዙ ጥርጣሬ ውስጥ እንድገባ ተገደድኩ። ከቻርለስ ደጎል አየር ማረፊያ ሆኜ ለወ/ት ጣይቱ ካሳ ደወልኩላት። እየበረረች መጣችና ከጉያዋ አስገብታ ወደ ስቱዲዮ ቦታዋ ይዛኝ በረረች። የደረሰብኝን ሰው ሰራሽ ችግሮችና መሰናክል በዝርዝር አጫወኳት። ሰዎች ምን እንዳደረኳቸውና ምን እንደሚፈልጉ አላውቅም፣ ግን መሰናክልና እንቅፋት እየደጋገሙ ይፈጥሩብኛል ብየ አምርሬ ገለጽኩላት። ይህ እኮ ግልጽ ነው አያሌው ሊገባህ የሚገባ ጉዳይ ነው! ከቶ ለምን እንደማይገባህ እይገባኝም እኔ! አለችኝ በመተከዝ። ልትለወጥው የማትችለው ቀንጆ በሆነው የተፈጥሮ ባህሪህና ፀባይህ ምክኒያት መሆኑ ግልጽ ነውና ውይይት ልከፍትበት አልፈልግም አለች። ሺሕ ጊዜ ሳያልፍልህ ቀርቶ ባተሌ ሆነህ ለዘለዓለም ኑር እንጂ ይህንን ወርቅ የሆነ የተፈጥሮ ባሕሪህንና ፀባይ በምንም ቢሆን እንዳትቀይር ብላ በማስጠንቀቅም መንፈስ አደፋፈረችኝ። ለማዝናናትም በመፈለጋ በፍቅርህ ወጥመድ ውስጥ እንደገባ ካስገደዱኝና ከገፋፉኝም አንዱና ትልቁ ምክኒያት እነዚህን በተፈጥሮ ከአምላክ እንጂ በቢሊዮን ዶላር ግዥ ሊገኙ የማይችሉትን ፀጋና ግርማ ባንተ ላይ ቁልጭ ብለው መኖራቸውን በፅኑ በማረጋገጤ ነው በፍቅርህ ልንበረከክልህና ሴቷ እንደወንድ ሆኜ በቁጥጥሬ ሥር ያደረኩህ ብላ ጉዳዩን በደፈናው ዘጋችው። ለእያሱ ዓለማየሁ ከፓሪስ ሆኘ በስዊድን ያጋጠመኝን ችግር በስልክ ገለጽኩለት። ስሜቱ

እንደነገረኝ ከሆነ የገጠመኝን ችግር ስገልጽለት ካነጋገሩ እያሱ ዓለማየሁ ምንም እንዳልመሰለው ብቻ ሳይሆን ጉዳዩን እንደሚያውቅ ነበር የተሰማኝ።

6.18. ከእግዚአብሔርና ከአምስት የልብ ወዳጆቿ ፊት እኔና ጣይቱ ካሳ ተጋባን

ወደ ሮም ከመመለሴ አንድ ሳምንት ሲቀረኝ ጆብደኛዋ ጣይቱ ካሳ ድንገተኛ ዱብ ዕዳ ጥያቄ አቀረበችልኝ። በትግል ጓደኝነትና በፍቅረኛነት ባንድነት አብረን መክነፍና ማበድ ከጀመርን አንድ ዓመት ተኩል በላይ ሆኖናል። ከአሁን በኋላ ካንተ ጋር በትዳር ተጋብቼ እስከ ሕይወት ፍጻሜየ ድረስ መኖርን ነው ምኞቴ። አብረን እንታገላለን፣ አብረንም እንሞታለን ለቀምንለት ዓላማና መርህ አለችኝ። ስለዚህ ነገ ወዲያ ቅዳሜ ከሰዓት በኋላ ከእኔ ዩኒቨርሲቲ ውስጥ ከሚገኘው ቻፔል/ቤተክርስቲያን ሄደን ሁለታችንም በእግዚአብሔር ፊትና በአምስት የቅርብ ጓደኞቼ ፊት ቃል በመግባት በልባችን ተጋብተን በልባችን እንድንፈራረም እፈልጋለሁ ብላ አጥብቃ ስሜታዊነትና ጆብደኝነት በተመላበት መንፈስ ጠየቀችኝ። በእኔ ዕምነትና አመለካከት ከልቤ ካገባሁሽ ቀይቻለሁ። ድሮ ያቀድኩትንና የተመኘሁትን ነው የጠየቅሽኝ። በደስታ ነው ጥያቄሽን የምቀበለውና የምፈጽመውም አልኳት። ከደስታዋ ብዛት የተነሳ ዘላ ከላየ ላይ ተጥምጥማ አቀፈችኝ። የዚያን ጊዜ ጉልበቱም ጥንካሬውም ነበረኝና አልከበደችኝም ነበር። ዛሬ ቢሆን ኖሮ ዘላ ስትወጣብኝ የኃሊት በጀርባየ ተዘርሬ በተጋደምኩ ነበር። ስሚ እስቲ ጣይቱ፣ እንዴት ያለሠርግ ታገቢያለሽ? እንዴትስ የናቶችሽንና ያባቶችሽን ወግና ባሕል ችላ ትያለሽ? ብየ ሲያቀብጠኝ ጥያቄ አቀረብኩ። ለነገሩ የምትለውን ለመስማት ሆን ብየ ያደረኩት ተንኮልም ነበር። "አንተ ሰውየ ከቀዳህ ነው እንጂ ከውስጥ በኩልህ ገና ቅልጥ ያልክ ያልተበረዝክና ያልተከለስክ ኢትዮጵያዊው ወንድ ነህ። ለምን ነው ሠርግ የምትለኝ። 'ብር አምባር ሰበረልሽ ወንዱ ልጅሽ' ተብሎ ለቤተሰቦችህና ለራስህ አጋጉል ክብርና ጉራ እንዲዘፈንልህ ነውን? ያ ከሆነ ፍላጎትህ አከንባሎየን ካስረከብኩ ቀይቻለሁና የሚሰብርም ሆነ የሚጠገን ብርአምባር የለኝም አለች በስሜትና በወኔ። 'አከንባሎየን' ያለችው ቃል ባይገባኝም በሆዴ አሳቀኝ፣ ሆኖም እንድትቀጥል በመፈለጌ ጨክኜ ሳቄን ተቆጣጠርኩት። በመቀጠልም ስማ እስኪ አያሌው፣ 'ቃንጣ' መሰለህ እንዴ እስከአሁን ድረስ ከራሴ ጋር አቅፌና አንጠልጥየ ስንከራፈፍ የምኖረው? ባህሉና ወጉ ለእናንተ የተፈቀደ በመሆኑ በ15 እና 16 ዓመታችሁ ጀምሮ መንዘላዘል ትጀምራላችሁ። የሚወቅሳችሁና የሚቆጣጠራችሁ ማንም አይኖርም። ወንድ በመሆናችሁ ብቻ እንጂ ሌላ ምክኒያት ኖሮ አይደለም። ባሕሉ ለእናንተ የቀመ ነው፣ እኛን ግን እስከነጭራሹም እስከምናገባ ድረስ አከንባሏችንን እንደ ቃንጣ አንጠልጥለንና አቅፈን እንድንኖር ነው በእናንተ በወንዶቹ ሕግና ባሕል የተደነገገብን አለች በምሬት አነጋገር። በዚህ አጋጣሚ ምንም እንኳን ብርአምባር የሚባለውን ቃላት ምን ማለት እንደሆነ ቢገባኝም፣ አከንባሎየንና ቃንጣ መሰለህ እንዴ

የምትለው ግራ አጋብቶኝ ነበር። ሆኖም በማግሥቱ ወይንም በዚያው ሰሞን አከንባሎ ወይንም ብርአምባር፣ ወይንም ቃንጣ መሰልህ ወይ? ያለችኝ ቃላቶች ሁሉ ከድንግልና (Virginity) ጋር የተያያዘ እንደሆነ ተረዳሁ።

አምስት የቀድሞ ወዳጆቿ/ጓደኞቿ (ከመሳፍንቶችና ባላባቶቹ ሠፈር ካሉት) በሥነሥርዓታችን ላይ እንዲገኙላት በመፈለጋ አስቀድማ እንደታላቅ ወንድሟ ለምትቀጥረው የቅርብ ወዳጅዋ መኮንን ዓብይ፣ ከሀገር ቤት ጀምሮ የትምህርት ቤት ጓደኞችዋ ለነበሩት ሰናይትና ቤቲ ተብላ የምትጠራው (ቤተልሔም ለማለት ነው)፣ እና ከፍሬሕይወት ገብረሥላሴና ከጓደኛዋ አማኑኤል ጋር ተገናኝታ እንዲገኙላት በመጋበዝ እሺ አሰኘች። ያውቃታል ላመነችበት ወደ ኋላ የማትል ጀብደኛና ደፋር እንደሆነች። ጣይቱ ካሳ ሠፈሯን ጥላ ከሌሎቹ የተማሪዎች ሠፈር ከሄደችም በኋላ በየጊዜው ከፍሬሕይወት ገ/ሥላሴና ከጓደኛዋ አማኑኤል፣ ከመኮንን ዓቢይና ከሀገር ቤት ጀምሮ ከትምህርት ቤት ጓደኞቿ ከሰናይትና ከቤቲ ጋር በየጊዜው ይጠያየቁና ይገናኙ እንደነበር አውቃለሁ። ዕለቱ ሐሙስ ቀን ሲሆን ሥነሥርዓቱን ለመፈጸም የወሰነችው በሚቀጥለው ቅዳሜ ቀን ነበር። በተባለው ቀን በፈረንጆች ዘመን አቆጣጠር በሚያዚያ ወር የመጀመሪያው ሳምንት 1975 ቅዳሜ ከሰዓት በኋላ ሁለታችንም ሽክ ብለንና በጓደኞቿ ታጅበን መጀመሪያ በምትማርበት በሶርቦን ዩኒቨርሲቲ ውስጥ ከሚገኘው ቻፔል ዴ ላ ሶርቦን (Chapelle de la Sorbonne, Paris) ውስጥ ገባን። ለአምስቱ ጓደኞቿ እውነትም እብድ መስላ ብትታያቸውም ለእሷና ለእኔ ከሁሉም በላይ ግን ለፈጣሪ ጌታዋ በልባችን ዕውነተኛ ሙሽራዎች መስለን ነበር በዓምላክና በባልንጀሮቿ ፊት የቀምነው። በዚያች ሰዓት ለዓመታት በጓደኝነት በፍቅር ተያይዘው የኖሩት ፍሬሕይወት ገ/ሥላሴ ኦላና እና ጓደኛዋ አማኑኤል (በአፄው ዘመን በግብጽ የኢትዮጵያ እምባሳደር የነብሩት ልጅና በግብጽ ተወልዶ ፈረንሣይ ያደገው) የጣይቱ ካሳን አርአያ መከተል እንደሚኖርባቸው ተማምነን ነበር። ሆኖም ከተለያየን ጊዜ ጀምሮ ተገናኝተን ስለማላውቅ ከምን ደረጃ እንደደረሱ የማውቀው የለኝም። እኔና ጣይቱ ለሁለት ሰዓት ያህል ከእግዚአብሔር ፊት እየተወያየን እርስ በርስ ቃል ስንግባባና በልባችን ፊርማ በመፈራረም ቀይተን ሁለታችንም መጋባታችንን ለአምስቱም ወዳጆቿ/የቀድሞ ጓደኞቿ በቃል አበሰርን። በዚያን ጊዜ እግዚአብሔርን ከጄ የጉግ ማንጉግ እምነት ተከታይ በመሆኔ ባዶ የሆነ ቀፎ ሕይወት መምራት የጀመርኩበት ዘመን ነበር። እሷ ግን ምንም እንኳን በሀገርሯ ለሥር ነቀል ለውጥ ሟች ብትሆንም በኢትዮጵያ ኦርቶዶክስ ተዋሕዶ ቤተክርስቲያን ዕምነትና ባሕል ተኮትኩታ ያደገች ፈሪሻ እግዚአብሔር ያደረባት ከልቧ የምታመልክውና የምታከብረው ኢትዮጵያዊት ነበረች። ነገ ከነገ ወዲያ ከሚፈራርሰውና ከሚቀዳደደው የሰርጉ ጋብቻ ሆነ የሲቭል ጋብቻ ሥነሥርዓት ይበልጥ ዘላቂነት ሊኖረው የሚችለው ይህ ዓይነቱ በልባቸው ተፈቃቅረውና ተዋደው ከአንጀታቸው የተፈራረሙት የጋብቻ ዓይነት እንደሚበልጥ ከልቤ አምናለሁ። ለነገሩማ በዚያን ዘመን ሕብረተሰቡ የማይቀበለው

የጋብቻ መንገድ ሆነ እንጂ በዘመኑ በአውስትራሊያ አብዛኛው ፍቅረኛሞች በጋደኝነት (Partner) ሆነው ነው የሚኖሩት። እንደውም በአስትራሊያ ሕግ ከሆነማ አንድ ሴት እና ወንድ ከስድስት ወራት በላይ አብረው ባንድነት ባንድ ጣራ ሥር ከኖሩ በሕግ እንደተጋቡ ተደርጎ ይቆጠራል ይባላል።

የጋብቻችንን ሥነሥርዓት ካጠናቀቅን በኋላ ለፎቶግራፍና ለታሪካዊነት በይበልጥ ግን ወደፊት ለልጆቿና (ሶስት ያለበለዚያ ሁለት ልጆች ለመፈልፈል ጽኑ ሀሳብና ዕቅድ ነበራት እኔ ከፉና መናጢ ሆኜ ምኞቷን ባላከሽፍባት ኖሮ)፣ እንዲሁም ወደ ዘመዶቿ ለመላክ እንድትችል ስባታችንም ተያይዘን ወደ ዝነኛው የፓሪስ ካቴድራል ኖትር ዳም ካቴድራል (Notre Dam Cathedral, Cathe´drale Notre-Dame de Paris, “Our Lady of Paris”) ተያይዘን ከነፍን። ፎቶ ግራፍ አንሺዎችን ጠራችና በተለያየ ዓይነት መልክ ተነሳን። የእቅፍ አበባ እንደሚገኝ ታውቅ ስለነበር ወዲያውኑ ገዝታ የእቅፍ አበባ እንደያዘች ጭምር ተነሳን። ተዘጋጅታበት ስለነበር አልተደናበርንም ነበር። ከዚያም ማታውኑ ሰባታችንም ሬስቶራንት ሄደን እራት በሚገባ ከተመገብን በኃላ መኮነን፣ ፍሬሕይወትና ጋደኛዋ አማኑኤል ተሰናብተውን ሄዱ። ጣይቱ፣ እኔ፣ ሰናይትና ቤቲ ልብሳችንን የጣይቱ ካሳ መኝታ ቤት ስለሚቀርበን ከእሷ ቤት ቀይረን ዳንስ ቤት ይዛን ሄዳ ሶስቱም እኔን እንደአጫዋች በመጠቀም ሲደንሱ አነጉ። እኔም ኣንደታዘዝኩት ወለሉን ስረግጠውና ስዘልበት አነጋሁ። በማግሥቱ ጀምሮ ለምትቀርባቸውና ለሚያከብሯት ወገኖቿና ጋደኞቿ የደስታዋ ተካፋይ እንዲሆኑ በማሳሰብ ከእኔ ጋር መጋባቷን አስታወቀቻቸው። በቅድሚያ ግን ከማስታውሳቸው ለከበደ ሀብቴ፣ ዓምሃ እምሩና ለፕሮፌሰር ንጉሴ ተበጀ ነበር። ፕሮፌሰር ንጉሴ ተበጀ ለክብራችን በዚያው ሰሞን ቀንጆ ከሆነ ሬስቶራንት ራት ግብዣ አደረገልን። በድፍረቷና ግልጽነቷ የሚወዳትና የሚያከብራት ከመሆኑም በላይ የምትሰራው ሁሉ ከልቧ አምናበት እንደሆነ ስለሚረዳ ያደንቃት ነበር። ከስዊድን ፓሪስ ገብቼ ከሷ ጋር ካረፍኩበት ጊዜ ጀምሮ ውዲቷ ባለቤቴና የትግል አጋሬ ስለጋብቻችን ስታሰላስልና ዕቅድ ስታወጣ ቀይታለች። ችግሩ አያሌው ሳላውቀው ወግ አጣባቂ ሆኖ ይቃወም ይሆን ወይስ ይደግፈኝ ይሆን የሚለው ነበር ችግር ሆኖባት የቀየው። ከጋብቻችን በኃላ ለእያሱ ዓለማየሁ ስልክ በመደወል በሆነ ጉዳይ ለሌላ ተጨማሪ ለሁለት ሳምንት እንደምቀይ አስረዳሁት። የጋብቻ ሥነሥርዓታችንን በፈጸምን በሀያ ሁለተኛው ቀን ወደ ሮም ተጋዝኩ። ለነ ሲኞራ ማሪያ ፍራንቼስካና ለነዶቶሬ ክፍላይና ምንአልባት ለእያሱ ዓለማየሁ አርአያና ምሳሌ ብሆነውና እሱም የእኛን ምሳሌ ተከትሎ ከገነት ግርማ ጋር ተመሳሳይ ሁኔታ ቢከተል በማለት ፎቶግራፍ በብዛት ይዤለሁ።

6.19. ተመልሼ ወደ ሮም ከተማ ከእያሱ ዓለማየሁ ጋር ኑሮ

ከባለቤቴ ከወ/ሮ ጣይቱ ካሳ ተሰነባብቼ ሮም እንደገባሁ የጋብቻየን ጉዳይ ወደ ኋላ በመተው ትኩረቴን ሁሉ ለስዊድን መንግሥት መጥፎ ሪፖርት በእኔ ላይ ማን ነው ያቀረበው? በትክክል ምንስ ብለው ነበር ሪፖርቱን ያቀረቡት? በእኒህና በመሳሰሉት ጥያቄዎች ላይ ነበር ያተኮርኩት። ጥያቄዎቹ

መመለስ እንደሚኖርባቸው አመንኩ። እያሱ ዓለማየሁ ይህን መፍታት ወይንም ለማስፈታት ጥረት ማድረግ ይኖርበታል ከእኔ የሚፈልገውን ተግባር በመልካም መንገድ እንዲከናወን ከፈለገ። ከእያሱ ጋር ብዙ ተወያየን፣ ሆኖም አሁንም ዓይኑና ጆሮው ከነ ታደሰ ገሠሠና ከነኃይሌ ፊዳ ጋር ነው ያተኮረው። እኔ ግን አሁንም የእያሱ ዓለማየሁን ክስ አልተቀበልኩትም። በዚሁ ምእራፍ ከላይ አካባቢ ለመግለጽ እንደሞከርኩት እነታደሰ ገሠሠ እንኳንስ ከእነ ሲኞራ ማሪያ ፍራንቼስካ ጋር በሹፌርነት ተቀጥሬ እንደምኖር ለማወቅ ይቅርና ጣሊያን መኖሬንም እንደማያውቁ ነው የማምነው። እኔ የማስበው አሁንም የሳለህ ሳቤ ተወካይና ዘመድ ጅምዕ ያለበለዚያም የካርቱሙ የሦስት ሣምንት "ወዳጄ" የነበረው ጠጭውና አጫሹ በዚህም ባህሪው የፖለቲካ ስደተኛ ነኝ ብሎ ለሲጃራና መጠጥ ሲል ከአጼ ኃይለ ሥላሴ ሰላዮችና ኤምባሲ ባለሥልጣናት ሥር የማይለየው የሻለቃ ፍሰሐ ደስታ አማች ኃይሌ ገብረሥላሴ፣ ወይንም በሲ. አይ. ኤ.'ነት ከሀገር ቤት ጀምሮ የሚታማው የቤይሩቱ የአጭር ጊዜ "ወዳጆቼ" ተስፋየ ታደሰ እና የአቶ ካሳ ከበደ ታናሽ ወንድምና እህት መሆን ይኖርባቸዋል በማለት በአብዛኛው ትኩረቴ ወደ አምስቱ ግለሰቦች ላይ አተኮርኩ። እነ ተስፋየ ታደሰ እና የአቶ ካሳ ከበደ ወንድምና እህት ቢሆኑም የሚያውቁት የለም፣ በተዘዋዋሪ ከሞሳድ መረጃ ካልደረሳቸው በስተቀር። እያሱ ዓለማየሁ ወዳጄን ጅምዕንና የፍሰሐ ደስታን አማች ኃይሌ ገ/ሥላሴን ከዚህ ጥርጣሬ ውስጥ ከዓዕምሮየ እንዳወጣቸው አጥብቀ አሳሰበኝ። ጅምዕና ኃይሌ ገ/ሥላሴ እንደዚህ ዓይነቱን ቅሌት በእኛ ላይ አይፈጥሩምና ከዓዕምሮህ ሰርዛቸው ብሎ ነበር አበክሮ ያስገነዘበኝ። ነገሮቹን ሁሉ በነታደሰ ገሠሠ እና በእነ ኃይሌ ፊዳ በመደምደም ምንጩን ለማወቅ የማደርገውን ክትትል ለመቀጠል አልፈለገም። እንዳለፈው ጊዜ አሁንም እያሱ ዓለማየሁ እራሱ እንደሆነስ ብለው እንድጠራጠር የገፋፉኝ በዛ ያሉ ወገኖቼ ነበሩ። እነታደሰ ገሠሠና እነ ነገደ ጎበዜ በሀገር ቤትና በውጭ በተለይም ደግሞ ወደ ሀገር ቤት ከገባሁ በኋላ ብዙ የጎዱኝና ያንከራተቱኝ ቢሆኑም በነሱ ላይ ያላግባብ ውንጀላና ክስ እንዲካሄድባቸው አልፈልግም። እነሱን የምኮንናቸው በፈጸሙብኝ ተግባራቸውና ድርጊታቸው ብቻ መሆን አለበት። ያለበለዚያ በአመለካከትና በአቋም ልዩነታችን ብቻ መሆን ይኖርበታል እንጂ በማያውቁት ነገር ልኮንናቸውና ልከሳቸው አልፈልግም። በክፋታቸውና ድንቁርናቸው አዝኘባቸዋለሁ፣ ጎድተውኛል፣ አጎሳቅለውኛል። በተረፈ ግን ቂም ይዤ ያለሥራቸውና ተግባራቸው ልኮንናቸው ከቶውንም ቢሆን አይገባኝም። በእኔ ምክኒያትም ያላግባብና ያለወንጀላቸው እንዲከሰሱም አልሻም። ይህ ነበር ትልቁ ትግሌ ከእያሱ ዓለማየሁ ጋር። እሱ በጣሊያንና በስዊድን የተፈጸሙብኝን የደካማዎች በትር ሁሉ የሰነዘረው በእነሱ ማለትም በነነገደ ጎበዜና ታደሰ ገሠሠ እንደሆኑ አድርጎ ነበር ሊያሳምነኝ የሞከረው። ኃይሌ ገብረሥላሴ የፍስሀ ደስታ ባለቤት የወ/ሮ ገነት ታናሽ ወንድም ሲሆን ተወልዶ ያደገው ደሴ ከተማ ነው። ኃይሌ እንደሌሎቹ ተማሪዎች በተልዕኮ የወጣና በሱዳን ስደተኝነት ተሰጥቶት በካርቱም ዩኒቨርሲቲ ከነ ሙሉጌታ ከበደ፣ ኃይሉ ገርባባ፣

ብርሃኑ ገመዳ፣ ፍቅረሥላሴ፣ ፍሰሀ ገ/ሚካኤል፣ ዮሐንስ ካሳሁንና ከድር ሙሀመድ ጋር ሱዳን እየተማረ ይኖር ነበር። ኃይሌ ከሌሎቹ ስደተኞች የሚለየው ሌሎቹ ስደተኛ መሆናቸውን በቅጡ ስለሚያምኑ ከመጠጥ ሱስ የጸዱ ነበሩ። ከሁሉም በላይ ባካባቢያቸው የነበረው የኢትዮጵያ ኤምባሲ የአፄው'ን የዘውድ ሀገርዛዝ ለማራዘም የሚታገሉ ቅጥረኞች መሆናቸውን ስለሚያውቁ ከነሱ ጋር ማታ ማታ እየተገናኙ ባንድነት አይጠጡም፣ ለሲጃራና መጠጥም ገንዘብ አይጠይቁም። ኃይሌ በወቅቱ ሲበዛ አጫሽ ነበር፣ ሲበዛ ጠጭ ነበር ይባል ነበር። እነዚህን ሱሶቹን ለመወጣት የሱዳን መንግሥት የሚሰጣቸው ስለማትበቃ አብዛኛውን ጊዜ የሚያመሸው ሊታገለው ከወጣው መንግሥት ተወካዮች ጋር ነበርና ሁሉም በንቄትና በሰላይነት በጥርጣሬ ዓይን ነበር የሚመለከቱት። ሆኖም ከኢትዮጵያ ኤምባሲ ሠራተኞች ጋር መገናኘቱ የመጠጥና የሲጃራ ሱሱን ለመወጣት ብቻ ሳይሆን የኃላ ኃላ ከፍሰሐ ደስታና ከታላቅ እህቱ ወ/ሮ ገነት ጋር የሚገናኘው በኤምባሲው አማካኝነት በመሆኑ እንደሆነ መውራት ተጀምሮ ነበር። ይህ ብቻ አልነበረም፣ ኃይሌ ከሻዕቢያ ሰዎች ጋርም የቀረበ ግንኙነት ነበረው። ቅረበው እንጅ እንዳትለፈልፍለት ብለው ነበር ያስጠነቀቁኝ በተለይ እነ ኃይሉ ገርባባ፣ ብርሀኑ ገመዳና ሙሉጌታ ከበደ። እነሱም ከአንገት በላይ ነበር የሚያቀርቡት። የኋላ ኋላ ግን ከፍሰሐ ደስታ ጋር ያለውን ግንኙነት እንደተረዱ ስካሩና ጠጭነቱን የራሱ ጉዳይ ይጥቀመን እንጂ ብለው የኢሕአፓ የአመራር እምብርት/ክሊክ ውስጥ ለውስጥ በጓደኝነት እንደተያዘ ለመረዳት ቻልኩ። ልክ የአያሌው ከበደ ተሰማ ዓይነት ግንኙነት ማለት ነው፣ ወይንም የዳዊት ዮሐንስና የአቶ ኃይሉ ይመኑ ዓይነት ግንኙነት ማለት ነው። የዘውዱን መንግሥት በብዙ ሁኔታዎች በፖለቲካና በፕሮፓጋንዳ ታግየው አምልጨ የመጣሁት ስደተኛ ከእንደነዚህ ዓይነቶቹ መጠንቀቅ ስለሚኖርብኝ በካርቱም ቆይታየ ከሰላምታ በስተቀር ለመወያየትና ለመጨዋወት ዕድል ሰጥቸው አላውቅም ነበር። እንደሌሎቹ ወንድሞቹ እኔ አልንቀውም ነበር፣ ግን በእጅጉ ነበር የማዝንለት። እሱ ግን የምንቀው ይመስለው ነበር። በዚያ ላይ በሌላ አካባቢ እንደገለጽኩት ሁለት የጸጥታ ሠራተኞች ከአዲስ አበባ እንደተላኩና ከአይሮፕላን ሲወርዱ ፎቶግራፍ አንስተዋቸው ፎቷቸውን አሳይተውኝ ጥንቃቄ እንዳደርግ ከተሐኤና ከሱዳን መንግሥት ተነግሮኝ ስለነበር ኃይሌን ሊጠቀሙበት ይችላሉ ብየ በመጠራጠር ጥንቃቄ እወስድ ነበር።

ኃይሌ ካርቱም እያለ ከተማሪዎች እንቅስቃሴ ወይንም ትግል እምብዛም እንደማይሳተፍ ይነግሩኝ ነብር። እኔ ፈረንሣይ እያለሁ ከየካቲት ለውጥ አንድና ሁለት ዓመት በኋላ በሱዳን ስደተኝነቱ በፈጠረው ግንኙነት ይሁን ወይንም አማቹ ፍሰሀ ደስታ አመቻችቶለት፣ ወይንም ኢሕአፓ ይሁን ወይንም ሻዕቢያ አላወኩም ለማስተርስ ድግሪው ወደ ስዊድን እንደተሸጋገረና እዚያም ከመቅጽበት ታጋይ ሆኖ በኢትዮጵያ ተማሪዎች እንቅስቃሴ ውስጥ መሳተፍ እንደጀመረ ሰማንና የምናወቀው ሁሉ በድርጅታችንና በአብዮቱ ሳቅንም አዘንም። እንግዲህ እኔ ወደ ስዊድን ሄጄ

በጸጥታ አስከባሪዎች ቁጥጥር ሥር በዋልኩበት ዘመን መሆኑ ነው ኃይሌ "ታጋይና አብዮታዊ" ሆኖ በስዊድን ይንቀሳቀስ የነበረው። በዚህና በመሳሰሉት ጋር በማያያዝና በማገናኘት ኃይሌ ገ/ሥላሴም ሊሆን ይችላል ብየ ገመትኩ። መገመት ብቻ አይሆንም ምንአልባትም እርግጠኛ ሳልሆን አልቀርም ብየ አምናለሁ። ታዲያ ማን ሊሆን ይችላል ሌላ፣ ያው ጅምዕ ካልሆነ? ወይንም እንዳሉት እራሱ እያሱ ዓለማየሁ ካልሆነ።

ነጋዴው ጅምዕ ከእሥመራ ዩኒቨርሲቲ

ገነት ግርማ

ሀገር ቤት እንደገባሁ ከመንግሥት የተሰጠኝን ያንን አደገኛ መታወቂያ ወረቀት ይዘህ በምንም መንገድ ቢሆን ከሲቭል ዘመድና ወዳጅ ጋር እንዳትኖር ተብየ ጥብቅ ምክር በተሰጠኝ መሠረት ቀይ ሺብር ከተጀመረበት ጊዜ አንስቶ ከለላና ሽፋን አግኝቼ የኖርኩት ከጦር አካዳሚና ከፖሊስ ኮሌጅ ምሩቆች ጋር ነበር። ባጋጣሚ ከዚያን ጊዜው ሻምበል የኋላው የኮሎኔል ጌታቸው መክንን እና የባለቤቱ ወ/ሮ ገነት እንግዳ ሆኜ በምኖርበት ዘመን የቴሌቪዥን ዜና በማዳምጥበት ወቅት "ጀግናውን አብዮተኛ" ኃይሌ ገ/ሥላሴን ከክቡር ትሪቡን ላይ የመጀመሪያውን የወጣቶች ማሕበር ሳይመረጥ በሹመት መልክ ተወክሎ ከኮሎኔል መንግሥቱ ኃ/ማርያም ጎን ተቀምጦ አየዋለሁ። ደጋግሜ አየሁት፣ ዓይኔን አላምን አልኩኝ። ቀይቼ በመደጋገም ስመለከት እሱ መሆኑን እርግጠኛ ሆንኩ። ከስምንት ዓመት በኋላ የትልቅ ዓለም አቀፍ ድርጅት ኋላፊ መሆኑን ሰማሁ። ወዳጆች የሚለውን መስማቱ ጥሩ ስለሆነ ሂድና እርዳኝ ብለህ አሳበህ በመጠየቅ የሚለውን ስማው ብለው አደፋፍረውኝ ወደ ቢሮው ሀገሬ በተመለስኩ በስምንተኛው ዓመት ገደማ ደፍሬ ሄድኩ። ከመንገሻ ከበዴ ተሰማና ከተስፋየ ታደሰ

የሱ አቀባበል ሻል ያለ ነበር። ግልጽ በመሆን "አንተን መንግሥት ያልቀጠረህን ሌላው ግለሰብ እንዴት አድርገ ሊቀጥርህ የሚችል ይመስልሀል" ብሎ ባጭር አረፍተ ነገር ነገሩን ዘግቶ አሰናበተኝ።

አማችህን ብትነግርልኝ እኮ ሁሉ ሊቃለል ይችላል። አሁን እኮ ሀገሬ ከወራሪ ጦር ለመከላከል ብየ ከመጣሁ ስምንተኛ ዓመቴ ነው ስለው "አይ ይቅርታ እኔ በእንደናንተ ዓይነቶቹ ሰዎች ጉዳይ ውስጥ አልገባም፣ ይቅርታ" ብሎ በግልጽ አሰናበተኝ። በሌላ አካባቢ ለመግለጽ እንደሞከርኩት ተስፋየ ታደሰና እስከ ቅርብ ጊዜ ድረስ ተቀማጭነቱ በፓኪስታን የሆነው ያካባቢው ሀገሮች የተባበሩት መንግሥታት ድርጅት የስደተኞች ጉዳይ ጽ/ቤት (UNHCR) ዲሬክተር የነበረው መንገሻ ከበደ ተሰማ ግን ጭራሽ ከጽ/ቤታቸውም ልገባና ላነጋግራቸው እንደማልችል ነበር የመ/ቤታቸው የጸጥታ ኋላፊዎች ነግረው የሸኙኝ። ወደ ጣሊያን ኑሮየ ልመለስና፣ ሲኞራ ማሪያ ፍራንቼስካ ዘንድ ስልክ ደውየ የኖርዎይ ቆይታየን አጠናቅቄ ገና ሮም እንደገባሁ አድርጌ ደውልኩላቸውና ለሁለት ቀናት ከፕሬዚደንታችን ጋር ከርሜ ወደ ቤቴ እመጣለሁ ብየ ነገርኳቸው። ከዚያም ቤት ሄጄ መልሼ ከጣሊያኖቹ ቤተሰቦቼ ጋር ሥራየን እየሰራሁ መኖር ቀጠልኩ። ይህንን ካጠናቀቅን በኋላ እንዲመለከቱትና እንዲመርቁን በማለት ይዤላቸው የመጣሁትን የጋብቻችንን ፎቶግራፍ ሰጠኋቸው። ሲኞራ ማሪያ ፍራንቼስካ እጅግ ከመደሰታቸው በላይ በጣም ጮሁ፣ ደስ አላቸው፣ ጉንጮቼን አገላብጠው ጨመጨሙኝ፣ የጣሊያኖች ባሕል ነው። ይህን ፕሮግራም ያመነጨችውና ያዘጋጀችው እሷ መሆን አለባት አሉ። አዎ ልክነዎት እሷ ነች አልኳቸው። "እኔ እኮ ብያችኃለሁ፣ ኩዌላ ራጋሳ ኤ ትሮፖ ፎርቴ ኤ አንኬ ፌሚኒስታ" አሉ (ይህች ልጅ በጣም ጠንካራ ነች እንዲሁም ለሴቶች ነፃነትና እኩልነት የቆመች፣ ፌሚኒስት ነች እንደ ማለት ነው)። ምንም አላልኩም። ለነገሩ ምንም እንኳን ፌሚኒስትነቷ የዘመኑ ፌሚኒስቶች እንደሚሉት አስተሳሰብ ሳትሆን በከፊል ሲኞራ ማሪያ ፍራንቼስካ ትክክል ናቸው።

ጣይቱ ካሳ ጠንካራ የፌሚኒኒስት ዝንባሌ ቢኖራትም ዝንባሌዋ የተመሠረተው በሶስት የቀድሞ አብዮታዊያን ሴቶች አመለካከት ነበር። ኮሚኒዝምን ወይንም ማርክሲዝምን ባትቀበልም እንዲሁም ከዕምነታቸውና ከፍልስፍናቸው ባትስማማም ታዋቂ የነበሩት ለሴቶች መብትና እኩልነት ጠንክረው በመታገል ከፍተኛ ድልን ያገናፀፉትን ሁለት ማርክሲስት አብዮታዊያንን 1ኛ. የፖሊሽ ተወላጅና በኃላ የጀርመን ዜግነት ተቀብላ በጀርመን ከፍተኛ ትግል ስታካሂድ በመንግሥት ተገድላ ሬሳዋ በርሊን በሚገኘው ወንዝ ላይ ሲንሳፈፍ የተገኘው፣ የማርክሲስት ቲዎሪስት፣ ፈላስፋ፣ አኮኖሚስትና አብዮታዊ ሶሺያሊስት የነበረቸው ሮዛ ለክሰንበርግ (Rosa Luxemburg)፣ እና ጀርመናይቷ ማርክሲስት ቲዎሪስት፣ አክቲቪስት (activist)፣ የሴቶች መብት ጠባቂ (advocates) አብዮታዊት ሶሺያሊስት የነበረችውና ለዓለም ዓቀፍ የሴቶች እኩልነትና መብት በመታገል መጋቢት 8 ቀን 1911 ዓለም አቀፍ የሴቶች ዕለትን የመሠረተችው ጠንካራ ፌሚኒስት ክላራ ዜትኪንን (Clara Zetkin) ለሴቶች እኩልነትና

የመብት መከበር ያደረጉትን ትግል ከልቧ በመደገፍ አስተሳሰባቸውን በማድነቅ እንደ ጀግኖቿ አድርጋ ታያቸው ነበር። የእነዚህ ታላቅ አብዮታዊ ሴቶች ፌሚኒስትነት የተመሠረተው የዘመኑ ፌሚኒስቶች እንደሚቀባጥሩት ሳይሆን በሶሺያሊስትና በማርክሲስት መንፈስ ጋር ተመስርቶ ነበር። ሁለቱም አብዮታዊያን ሶሺያሊስት ማርክሲስት ከመሆናቸው በስተቀር ለጣይቱ ካሳ እንደ እቴጌ ጣይቱ ብጡል ጀግኖቿ ነበሩ። ጣይቱ ካሳ ትምህርት ቤቷ ለፈረንጆች ፋሲካ ሲዘጋ እኔ ዘንድ ለመምጣት እንደተነሳሳች አስታወቀችኝ። በዚያኑ ምሽት ልዕልቴ መጥታ ከእኔ ጋር በዓሉን ለማሳለፍ ነገ ትመጣለች ብዬ ስነግራቸው አሁንም እንደልማዳቸው በኃይል ሳቁ። ምን የሚያስቅ ነገር አጋጠማቸው ብዬ እራሴን ስጠያይቅ ልዕልቴ ብዬ ጣይቱን በመጥራቴ እንደሆነ ገባኝ። ባለቤቱን ወይንም የሴት ጓደኛውን የሚያከብርና የሚጠብቅ ወንድ እጅግ አድርገው እንደሚያከብሩና እንደሚወዱ ለማረጋገጥ ከተቀመጡበት ተነስተው ሁለት ጉንጮቼን አገላብጠው ሳሙኝ። ስትመጣ አሁንም እዚህ መቀየት ይኖርባችኃል ብለው እንደገና በእናታዊ ትዕዛዝ መልክ አሳሰቡኝ። በማግሥቱ ሮም ከተማ ከማዕከላዊ የባቡር ጣቢያ ተቀበልኳት። ወደ መኖሪያ ቤቴ ይዣት ከነፍኩኝ። ወደ ፓሪስ እስከ ምትመለስ ጊዜ ድረስ በተከታታይ ከነሲኞራ ማሪያ ፍራንቼስካ ጋር አብረን ከረምን። ቀን ቀን ከእኔ ጋር ውጭ እየዋልን የሮም ከተማን አካባቢ በመዘዋወር እያስጎበኘሁ እና እየተዝናናን ውለን በጊዜ ይዣት ወደ ቪያ ኮርቲና ዲ አምፔዞ እንሄዳለን። እንደገና ድጋሚ ለሁለተኛ ጊዜ ስድስት ሣምንት ላላነሰ ጊዜ በፀሀዩ/የበጋው ወራት ትመለሳለች በየ ስነግራቸው ፑንታላ ይዘሃት እንድትመጣ በማለታቸው ደስተኛነቴን ገለጸንላቸው በማግሥቱ ተጨማጭመው ተሰነባበቱ።

6.20. ቃጥፈን በአየር ላይ ለፈጠርነው የውሸት "ኮሚቴያችን" መገልገያነት እንዲረዳን ተብሎ አውዲ መኪና በስጦታ ተሰጠኝ/ን

የአውዲ መኪናዋ ለዚህ ለተያያዛችሁት የተቀደሰና የተባረከ ሥራችሁ ለመሯሯጥ ስለምትጠቀሙበት ካንተ ጋር ትሁን ብለው በስጦታ ተሰጡሁ። በእኔ ሥም አዛውሬ እንድገለገልባት አሳሰቡኝ። ይህንንም ለእያሱ ዓለማየሁ ለመግለጽ "መኪናየን" እያሽከረከርኩ ከሚጠባበቀኝ ቦታ አመራሁና ተገናኘን። ስለመኪናዋ ስነግረው በጣም ደስታ ተሰማው ለመሯሯጥ ተግባር የምትጠቅመን መሆኑን በመገንዘቡ። ወደ ስዊድን ከመሄዴ በፊት በምን ዓይነት መንገድ ነው እኛ ልንተባበር የምንችለው በልው በጠየቁኝ ወቅት ፕሬሲደንቱን አነጋግሬ መልሱን እነግረዎታለሁ ብያቸው ነበር። ድርጅቱ ከመንግሥትና ከድርጅቶች ብቻ ሳይሆን ዕርዳታ የሚጠይቀው እንዲያውም በይበልጥ ከሀገሬው ሕዝብ ነው። ስለሆነም በርሀብና በድርቅ ምክኒያት የተጎዱትንና በየወሰን አካባቢ ተቀራምተው በችግር ለሚገኙት ወገኖቻችንን ለመርዳት የሚያስችል የገንዘብ እርዳታ ለማሰባሰብ እንዲሞክሩልን ብለህ ንገራቸው ብሎ እያሱ መከረኝ። በተጨማሪም የሚሰበሰበውን ሁሉ ለፕሬሲደንቱ እንዲያስረክቡልን ብየ እንድነግራቸው በተጨማሪ አሳሰበኝ። በዕውነት በጣም ነበር ደስ ያሰኘኝ ይህ

የተቀደሰ ብልሀቱና ዘዴው። ስለሆነም ሙሉ በሙሉ አምኘበት እንዳለኝ አሳምሬ እንዲያውም እየጨማመርኩ አስረዳኃቸው እንደ ከብት የሚነዳው በወገኑና በሀገሩ ፍቅር የተቃጠለው ቂሉ አያሌው መርጊያው ዕውነት መስሎት ለኢሕአፓ ብሎም ለኢትዮጵያ ሲል ደጉንና ቸሩን የጣሊያን ቤተሰቤን እየዋሸና እየቃጠፈ ለማታለል ቀርጨ ተነሳሳሁ። ሲኞራ ማሪያ ፍራንቼስካ እጅግ ደስ አላቸው፣ በጣምም ተኩራሩ "ለተቀደሰና ለተባረከ" ዓላማ ለመሳተፍ ታምነው በመጠየቃቸው። የፕሬሲደንቱን ስምና የሚያገኙበትን አድራሻ ጠየቁኝ። እዚህ ላይ ችግር ገጠመኝ። የትኛውን አድራሻውን መስጠት እንደሚገባኝና በምን ስም በጣሊያን መንግሥት እንደሚታወቅ ስለማላውቅና እንዴትስ ማግኘት እንደሚችሉ ግራ በመጋባቴ እያሱን ማነጋገር ይኖርብኛል። ወዲያውኑ መልካም የማምለጫ ዘዴ አድርጌ የመጣልኝ ፕሬሲደንቱንና እርሰዎን በግል አገናኝቼ ማስተዋወቅና ከዚያ እናንተው እንድትወያዩ ማድረጉ መልካም ነው በማለት አሳመንኳቸው። የሚያመቸውን ጊዜ ይንገርህና ትነግረናለህ እንድጠብቃችሁ አሉኝ። ዜና ማዳመጥ አስፈላጊ ሆነ፣ ሆኖም ከምንኖርባት ቤት ቴለቪዢን የለም። እኔ ከኤልሳ ማርየ (ወርቅነሽ) ቤት ሄጄ ዜና ማዳመጥ ብቻ ሳይሆን እሷ ሥራ እና ትምህርት ስትውል በየጊዜው ቤቷ ውስጥ እየተዝናናሁ እውላለሁ ባካባቢው ስቀይ። እንደ እህቴ አድርጌ የማከብራት ወገኔ የነበረች ስትሆን በዚያን ዘመን ብቻዋን ትኖር ስለነበር በቤቷ እንደልቤ እዝናና ነበር። የዜናውን ችግር ለመቃቃም ከሲኞራ ማሪያ ፍራንቼስካ ባለ 24 ኢንች ቴሌቪዥንና ኮምፑተራይዝድ የሆነች ባለ 12 ባንድ የኪስ ሬዲዮ ተቀብየ ወደ ኮሳሳዋ ጎጆየ አመራሁ። ቴለቪዥኑን የወሰድኩት ለምንኖርበት ቤት መገልገያ ነበር። የኪስ ሬዲዮዋንን የወሰድኳት እያሱ ዓለማየሁ ዜና ለማድመጥ ይጓጓ ስለነበር ለእሱ አስረከብኩት። ስለሚኪናዋ ስነግረው ቀንጆ ሀሳብ ነውና ቶሎ ብለህ በስምህ አድርጋት አለኝ። እኔ እዚህ ሀገር እንደማልቀይ እያወቅን ለምን በእኔ ስም ይደረጋል። ለምን ባንተ ስም አትሆንም ብየ አሳሰብኩት። በእሱ ስም እንዲሆን አልፈለገም። እኔም የሚያስቸኩል ነገር ስለሌለና እዚሁ ስለአለሁ እንዳለች ትሁን ብየ አስረዳሁት። አማራጭ ስለሌለው መኪናዋን በስሜ ማድረግ አለመፈለጌን አልተቀበለውም። እዚሁ የምኖር ከሆነ ወደፊት እንጂ አሁን ግን ከሮም እንደምስናበት እያወኩ በራሴ ስም ለመቀየር አለመፈለጌን እንቅጯን ነገርኩት። ለሲኞራ ማሪያ ስለ ጉብኝቴ የተለመደውን የፈጠራ ታሪክ ተረተርኩላቸው። ወዲያውኑም ደክሞኛል ብየ ለማረፍ ወደ መኛታ ቤቴ ሄድኩ። በዕውነት ደክሞኝ አልነበረም፣ ግን የምተርክላቸው ሁሉ ያልሆነና ያልተደረገ ጉዞ በመሆኑ ውሸቱንና ቅጥፈቱን ከመቀጠል እንዲያድነኝ ብየ ነበር። ቅዳሜና ዕሁድ እዚያው ሮም ከተማ ውስጥ ከእነ እያሱ ዓለማየሁ ጋር ነበርኩኝ እንጂ ርቄ የትም አልሄድኩም ነበር። ጨነቀኝ፣ በዚያን ዘመን እራሴን ጭምር የማታልል ነበር የሚመስለኝ። ሆኖም የቀምኩለት ዓላማ ልበ ደንዳና አደረገኝና ሀሰቱን ሁሉ ከምንም አልቀጠርኩትም። እያሱ የጠየቀኝ እቃዎች ትዝ አሉኝና በፈረንጆች ዘመን በ1974 የተገዛ አንድ የቪዲዮ ካሜራ ብዛት ካለው ፊልምና የመለዋወጫ ዕቃዎች፣ አንድ

ሲልካ እና አንድ ካኖን ካሜራዎች፣ አንድ የእንግሊዘኛ ታይፐራይተርና ሁለት የሩቅ እርቀት ማሳያ መነጸሮችና ሁለት የማሪን ኮምፓሶች በሚቀጥለው ዓርብ ልጆቹን ከትምህርት ቤት ከመለስኩ በኋላ እስከ ዕሁድ ማታ ድረስ የገንዘብና የቀሳቁስ ማሰባሰብ ዝግጅት ስለሚኖረን እወጣለሁ ብየ የሰጡኝን ዕቃዎች ወስጄ አስረከብኩ።

ውሸታችንና ቅጥፈታችን ሁሉ ስላስጨነቀኝና የመንፈስ እረፍት ስለነሳኝ ሌላ ጊዜ ፓሪስ ለሶስት ቀናት ዓርብ ማታ ሄጄ ዕሁድ ማታ ለመመለስ ሲኞራ ማሪያ ፍርናቼስካን አማከርኳቸው። በእኔ ላይ ባደረባቸው ከፍተኛ ዕምነትና ፍቅር የተነሳ እነዚህን ሁለት ዕብዶች ከአንተ ጋር ይዘኻቸው ሂድ ብለው ይማጸኑኛል። ልብ በሉ በዚያን ዘመን በጣሊያን ሀገር ይህ ነው የማይባል የማፊያ እንቅስቃሴ የገነነበት ዘመን ነበር። ለማንም አይደረግም፣ የቤተሰብ አካል ካልሆነ በስተቀር፣ ለዚያውም ለሚቀርቡትና ለሚወዱት ብቻ እንጂ። እንባ ሲያቅረኝ ተመለከቱኝ። ከልጆቹ ፊት ለይተው ምኝታ ቤታቸው ይዘውኝ ገቡና አቅፈው ምን ሆንክ ብለው ጠየቁኝ። ዕውነቱን ነገርኳቸው ምን ያህል ብታምኑኝና ብታፈቅሩኝ እንደሆነ በመገንዘቤ ለእዚህ ዓይነቱ አደራ በመብቃቴ ስሜታዊ ሆኜ ነው ብየ እውነቱንና ነገርኳቸው፣ እሳቸውም እጅግ ደስታ ተሰማቸው። ግን ይችን ዕብድ አደራህን (ትልቋን የእሥራ ሰባት ዓመቷን ልጃቸውን ማለታቸው ነው) ካንተ ፊት እንዳትጠፋ ብለው ያሳስቡኛል። ልጆቹ ከእኔ ጋር ፓሪስ ለመሄድ ማወቃቸውን ሲሰሙ ምንም እንኳን የሚጎዳቸው ነገር ሲሰሩ ባይ የማላልፋቸው ቢሆንም እኔን እንደልባቸው ስለሚጫወቱብኝ በደስታ ፈነደቁ። እንዳበሻዎቹ ባልቀነጥጣቸውም በፈረንጆቹ ዓይነት ዘዴ እገስጻቸው ነበር። ስለሆነም ዓርብ ጧት ሂዱና ሰኞ ቀስ ብላችሁ ወደ ማታ ድረሱ፣ የአንድ ቀን ትምህርቱ ምንም አይደል ብለው ወፍራም ገንዘብ አሸክመውኝ ባቡር ጣቢያ አንደኛ ማዕረግ ደርሶ መልስ ተቀርጦልን ወደ ፓሪስ ተጓዝን። ጣይቱ ካሳ ከባቡር ጣቢያ ተቀብላ ወደ ምናርፍበት ሆቴላችን ይዛን ሄደች። ሁለቱ ሳዱላዎች አበዱ፣ ከነፉ፣ ከጣይቱ ካሳ ጋር ዞሩ፣ ናይት ክለብ ከመግባት በስተቀር ሁሉንም የመዝናኛ ቦታዎች በመዞር እስከሚደክማቸው ድረስ ተዝናኑ። ሰኞ ወደ ማታ ከባቡር ጣቢያ ሲኞራ ማሪያ ፍራ'ንቼስካ ተቀብለው ይዘውን ቤት እንደገባን ልጆቹ አቅም በማጣታቸው ሻወር ወስደው ቀጥታ መኝታ ቤታቸው ሄዱ።

6.21. ጣይቱ ካሳ የበጋውን/ፀጋ ወራት ከእኔ ጋር ለማሳለፍ አብሮ አደጎች ሚዜዎቿን ወ/ት ቤቲንና ወ/ት ሠናይትን ይዛ ሮም መጣች

በፈረንጆች ዘመን አቆጣጠር ሰኔ ወር መጨረሻ 1975 ወ/ሮ ጣይቱ ካሳ ከሁለቱ ካገር ቤት ጀምሮ ባልንጀሮቿ ከነበሩትና በኃላም ሚዜዎቿ ከሆኑት ከቤቲና ሰናይት ጋር ወደ ሮም ለመምጣት ከእኛ ጋር ባንድነት ለማሳለፍ ማቀዳቸውን አስቀድመው ስላሳወቁኝ ምንአልባት ችግር ቢኖር ብየ ሲኞራ ማሪያ ፍራንቼስካን አማከርኳቸው። ከእኛ ጋር ርቀው እንዳይሄዱ በመፈለጌ እንጂ ከኤልሳ ማርየ ጋር አብረው ሊከርሙ እንደሚችሉ እርግጠኛ ነበርኩ። የጣይቱም ዕቅድ ሲኞራ ፍራንቼስካን

ላለማስቸገር ኤልሳ ማርየን እንዳነጋግራት ነበር ያሳሰበችኝ። ደፍሬ በትህትና ባልተቤቴ ከሁለት ባልንጀሮቿ ጋር ከእኔ ጋር በጋውን ለማሳለፍ እንደሚመጡ መልዕክት የደረሰኝ መሆኔን ሲኞራ ማሪያ ፍራንቼስካን ባነጋገርኩበት ጊዜ ከፍተኛ ደስታና ኩራት አደረባቸውና ቀጥታ እዚህ ይዘሻቸው እንድትመጣ፣ ሌላ ቦታ እንዳትወስዳቸው ብለው እንዲያውም መመሪያ ሰጡኝ። ሲኞራ ማሪያ ፍራንቼስካ ቤቲንና ሰናይትን በሰርጋችን ዕለት በተነሳነው ፎቶግራፍ በደምብ ያውቋቸዋል። ሶስቱን ሳዱላዎች ሮም ከተማ ከማዕከላዊ የባቡር ጣቢያ እንደደረሱ ተቀበልኳቸው። አራታችንም ከተማ በመኪና ስንዘዋወርና ስንነበኝ ውለን ወደ ማታ ገደማ ሶስቱንም ይዣቸው ወደ ቪያ ኮርቲና ዲ አምፔዞ ሄድኩ። ባልተቤቴ በጋውን ከእኔ ጋር ለማሳለፍ የምትመጣ መሆኗን አስቀድሜ ለእያሱ ዓለማየሁ አስታውቄው ነበር። እሱም ምንም ችግር እንደሌለው በማበረታት "ቀንጆ ነው መምጣቷና አብራችሁ ጊዜ ማሳለፋችሁ፣ ሆኖም በፈረንጆች ዘመን ከግንቦትና ሰኔ ወር 1975 ጀምሮ እንቅስቃሴዎች ሊኖሩ ስለሚችሉ ቢያንስ በሳምንት አንድ ጊዜ ብቅ እያልክ እንድንገናኝ ማድረግ ይኖርብሀል ብሎ አሳስቦኝ ነበር። በየሳምንቱ የፀሀዩ ወራት ቢጀምርም ሰኔ ባለመግባደዱ ወደ በጋ የመዝናኛ ቦታቸው የመሄጃቸው ጊዜ ገና አልደረሰምና ሁላችንም ሮም እንድንሰነብት ሆነ። ነገር ግን ጣይቱ ካሳ ቦሎኛ ዩኒቨርሲቲ ካሉት የሴት ተማሪዎች ጋር ለመተዋወቅና ግንኙነት ለመፍጠር በሚል ሰበብና ሁለቱን ጓደኞቿን ሀገሩን ለማስጎብኘትና ለማዝናናት በመፈለጋ ወደ ቦሎኛ ይዣቸው እንድሄድ አዘዘችኝ። ባጋጣሚ ከቦሎኛ ዩኒቨርሲቲ ሮም እኛ ዘንድ እየመጣች ዕረፍት ጊዜዋን የምታሳልፈውና የቅርብ ጓደኛየ የሆነችው ከወ/ት አምሳሉና እግረ መንገዴንም ከዶ/ር አብዱልመጅድ ሁሴን ጋር ላስተዋውቃት ወሰንኩ። ለሲኞራ ማሪያ ፍራንቼስካ ስለጉዞውና ዓላማው ነገርናቸው። ሮም ከቤተሰቡ ጋር ባንድነት ለአንድ ሳምንት ከሲኞራ ማሪያ ፍራንቼስካ ጋር ከርመን በሬንጅ ሮቨሩ ተያይዘን በእኔ ሹፌርነት ቦሎኛ ደረስን ከአምሳሉ ጋር አስተዋወኳት።

አምሳሉም በበኩሏ ከሌሎች ኢትዮጵያዊያን ተማሪዎች (ሴትና ወንዶች) ጋር አስተዋወቀቻቸው፣ እነም እግረ መንገዴን ዶ/ር አብዱልመጂድ ሁሴንን አፈላልጌ በማግኘት አስተዋወኳቸው። በመቀጠልም ሚላኖን፣ ሬጂዮ ኤሚሊያ፣ ፍሎሬንስንና አካባቢውን ማስጎብኘት ስለሚኖርብኝ በቅድሚያ ወደ ሚላኖ ሄደን ሁለት ቀን ከረምን። ከዚያም በመቀጠል እንደ እህቴ አድርጌ የምቀጥራት ነዋሪነቷ በፍሎረንስ ከተማ የሆነችውና በኋላ ከአሲምባ ወጥቼ ከካርቱም ወደ ሮም ለመጓጓዝ እንዲያስችለኝ የአይሮፕላን ቲኬትና የሀሰት የኢትዮጵያ ፓስፖርት መግዣዣ ገንዘብ የላከችልኝን የልብ ወዳጄን ወ/ት ብርቱካን መኳንንት (52) መጎብኘት ስለሚኖርብኝ እሷ ጋር ሂደን ሦስት ቀን የቶስካናን ግዛት አብረን ጎብኝተን ብርቱካንን ይዘን አምስት ሆነን ወደ ሮም ተመለስን ቀጥታ ወደ ቮያ ኮርቲና ዲ አምፔዞ በምሄድ የእነ ሲኞራ ፍራንቼስካን ቤት የአበሻ ሳዱላዎች መናኸሪያ አስደረኩት። ቤተሰቡ ወደ ቶንታላ ለመሄድና የጸሀዩን ወራት እዚያው ማሳለፍ በመዘጋጀት

ላይ እያሉ ደረስንባቸው። አዲሲቷን እንግዳ ወ/ሪት ብርቱካንን ሲኞራ ማሪያ ፍራንቼስካ ጋር አስተዋወቅናቸው። ሁላችንንም ጋብዘውን አብረን ወደ ፑንታላ ተያይዘን ሄድን። ስንመለስ እንዳንሸገር እነሱ ሬንጅ ሮቨሩን መኪና ያዙ እኛ ደግሞ አውዲውን መኪናችንን ይዘን እየተከታተልን ሄድንና ፑንታላ ደረስን። ትልቅ የቪላ ቤት አላቸው ዘጠኝ ወር ሙሉ ባዶ ሆኖ የሚቀመጥ። ከዚያ በኋላማ ጣይቱ፣ ቤቲ፣ ሰናይትና ብርቱካን በትክክል እብድ ሆኑ። ቀን ቀን በባሕር ዳርቻ ላይ የውሀ ዋና ማታ ማታ ዳንስና ግብዣ ብቻ ሆነ። "ሞቃት ሀገር በተለይም የባሕር ዳርቻ ለሴቶችና ለእንጨት ሲበዛ ቀንጆ ነው፣ ለወንድና ለብረት ግን መጥፎ ነው" ይባላል። ምንም እንኳን አባባሉ በነውርነት መልክ ቢገለጽም፣ አባባሉ ዕውነታነት እንዳለው በብዙ የሕይወት ተመክሮየ ለመገንዘብ በቅቻለሁ። በእርግጥም ሴቶችን እብድ ያደርጋቸዋል። በአራቱም ወጣቶች ላይ ተገንዝቤአለሁ። ደግነቱ ለጣይቱ ካሳ እኔ አለሁላትና ችግር አልነበረባትም። ሲኞራ ፍራንቼስካ ባለፈው ጊዜ ሮም ከተማ ከእኛ ጋር ባንድነት ናይት ክለብ ሄደው በነበረበት ጊዜ ከእኛ ጋር በመደነሳቸው እጅግ አድርገው የተደሰቱ መሆናቸውን ጣይቱ ካሳ በማስታወሷ እኛ ጋር ወጥተው ሲደንሱ ማምሸት ይኖርበዎታል ብላ ያክብሮት ጥያቄ አቀረበችላቸው። በጣም ደስተኛ ሆኑ፣ አያሌውም ከሄደና ከእኔ ጋር የሚደንስ ከሆነ እሄዳለሁ አሉ። በድስታ ይሄዳል፣ ከሄደም በኋላ ለመደነስ የሚያስችለውን መድሀኒቱን እንሰጠዋለን ብላ አደፋፈረቻቸው። ከእኛ ጋር በመሄድ ሲኞራ ፍራንቼስካን ማስደነስ ይኖርብሀል። እንዲሄዱ ጠይቀናቸው ተስማምተናል ብላ መመሪያ ሰጠችኝ ፍቅረኛየ፣ ውዲቷ ባለቤቴና የትግል አጋሬ። ከምሽቱ አሥር ሰዓት ገደማ ስድስታችንም ተያይዘን ፑንታ አላ ከተማ ከሚገኘው ታልቁ የዳንስ ምሽት ቤት ተያይዘን ሄድን፣ የሚገኘው ባሕር ዳርቻ ነበር። የምወደውን ጂን በቶኒክና በሎሚ አዘዝኩ፣ ሁለተኛውን ደገምኩ፣ ዓይኔ ተገለጠ እግሮቼ እንደማይክል ጃክሰን የተፍታቱና የተቀላጠፉ ሆነው እንደሚሽከረከሩ ነገር ተሰማኝና ዝግጁነቴን ለጣይቱ ካሳ በምልክት ገለጽኩላት። ስድስታችንም ተያይዘን ወደ ወለሉ ሄድንና ዳንኪራው ሲሞቅ አራቱ ሳዱላዎች እኔን ለሲኞራ ፍራንቼስካ አጋፍጠው ራቅ ብለው ነፃነት አግኝተው በመዝናናት ዳንሱን ለብቻቸው አካሄዱት። ከዚያማ በኋላ በተሰጠኝ የንግሥቴ መመሪያና በቀረበልኝ ክኒን አደፋፋሪነት እስከሚደክማቸው ድረስ ሲኞራ ማሪያ ፍራንቼስካን ሳላቋርጥ አስደነስኳቸው። እንደገና እኛ ምክኒያት ሆነንላቸው እጅግ አድርገው እስከሚደሰቱ ድረስ ሲደነሱ ማምሸታቸው ደስተኛ ነበር የሆኑት፣ እኛም ደስታ ተሰማን። ይባስ ብሎም ሲኞራ ማሪያ ፍራንቼስካን ሆን ብየ የለስላሳ ዳንስ አጫወትኳቸው። አምስቱ ወጣቶች ከመደሰታቸው የተነሳ ለሁለት ሳምንት ያሉት ሶስት ሳምንት ቀይተው ለትንሽ ቀናት ከብርቱካን ጋር ለሁለተኛ ጊዜ ቶስካናንና ሬጂዮሚላን ግዛቶች አካባቢ ባለፈው ጊዜ ያላየናቸውን ቦታዎች በመዘዋወር ለመጎብኘት ወደ ፍሎሬንስ፣ ቀጥሎም ወደ ረጂዮ ሚሊያ፣ ሚላኖና ቦለኛ ሄድን።

ከዚያም ብርቱካንን ይዘን ሮም ሄደን ሁላችንም ለአንድ ሳምንት ከእነ ሲኞራ ማሪያ ፍራንቼስካ ቤት ከርመን ሮም ከተማንና አካባቢዋን ስንዘዋወርና ስንገበኝ ቆይተን ብርቱካንን መልሰን ፍሎሬንስ ከተማ አደረስናት እኔ፣ ጣይቱ ካሳ፣ ቤቲና ሰናይት ሮም ተመልሰን ሁለት ሣምንት ብቻችንን ከእነ ሲኞራ ማሪያ ፍራንቼስካ ቤት ውስጥ ስንደንስበት ከረምን። ከሁለት ሳምንት ቆይታቸው በኋላ ሶስቱም ባንድነት ሀሳባቸውን በመቀየር ወደ ፈረንሣይ ከመመለሳችን በፊት ፑንታ አላ ለሳምንት ያህል ሄደን መቆየት ስለምንፈልግ ይዘኸን ሂድ ብለው ትእዛዝ ይሰጡኛል ውድ ባለቤቴና ሁለቱ ሚዘዎቿ። በትእዛዙ መሠረት ተያይዘን ፑንታ አላ ደረስን። እኔን ምስኪኑን ለማድከም ሶስቱ ወጣቶች ባንድነት ሆነው ሲኞራ ማሪያ ፍራንቼስካ ከእኛ ጋር ዳንስ ቤት እንዲሄዱ ማታውኑ በድጋሚ ጋበዘቻቸውና ደስተኛ በመሆናቸው ይዛቸው ሄዱ። እንዳመጣብኝ እስከሚደክማቸው ድረስ አምስቱንም ሳስደንሳቸው ሌሊቱን አጋመስነው። ከስምንት ቀን ቆይታ በኋላ ጨክነው ፑንታላንና ሲኞራ ፍራንቼስካ ማሪያንና ቤተሰባቸውን ተሰነባብተው ተለያዩ። እግረ መንገዳችንን ብርቱካን ጋር ፍሎሬንስ ጎራ ብለን ተሰነባበተናት ጉዞ ወደ ሮም አድርገን ከእነ ሲኞራ ማሪያ ፍራንቼስካ ቤት ብቻችንን ስንደንስ አነጋን። ከሀገር ቤት ጀምሮ የጣይቱ ካሳ የቅርብ ባልንጀሮች የነበሩት ቤቲና ሰናይት ከጣይቱ ካሳ እና ከእኔ ጋር ረጅሙን የ/በጋ ጊዜ በጣሊያን ሀገር ሲዝናኑና ሲከንፉ አሳልፈው ጣይቱና እኔ ጊዜ አግኝተን ለብቻችን ለማሳለፍ እንድንችል በምስጢር በማቀዳቸው በፈረንጆች ዘመን አቆጣጠር መስከረም ወር 1975 መግቢያ ላይ ሁለቱ ባልንጀሮቿ ወደ ፓሪስ ተመለሱ። እኔና ጣይቱ ካሳ ብቻችንን ለአንድ ሣምንት ሮም ቆይተን በመሄጃዋ ዋዜማ ምሽት እራታችንን ከቤት ውጭ ከተመገብን በኃላ ከምሽት ክበብ ሄደን ስንደንስ አመሸን። መኪና ስለምንዳ አልጠጣም፣ ሆኖም ከእሷ ጋር ሆኜ ተቃቅፈን መደነስ ፈለግን። የዚያን ዓይነቱ ዳንስ ስጫወት ደንበኛ ዳንሰኛ ነው የምመስለው እንጂ ዳንስ የማልችል ገሪባ መሆኔን አያሳጥባኝም። ጣይቱ ካሳ እጅግ አድርጋ ትወደዋለች፣ በዚህ ካስኳት። የለስላሳውን ዳንስ የምጫውተው ከማንም በማያንስ ቀንጆ አድርጌ ነበር አሁንም ቢሆን። ከዚያ ሌላ እኔ የምወደው ጣይቱ ካሳ እንደተናገረችው ግድግዳውን ከለላ አድርጌ ተቀምጬ ሰው ሲሳከር፣ ሲዘልና ሲሳሳም፣ ሲጨፍሩና ሲዋደቁ እየተመለከትኩ ማየትና ከሆነልኝም ደግሞ ከማፈቅራት ጋር ቁጭ ብየ ማውራት ነበር።

ከለስላሳ ዳንስ ጨዋታ በኋላ ተቀምጠን መጫወትና መወያየት ጀመርን። እንደማንም ብየ አንድ ሁለት መለኪያ መጠጥ እንድትጠጣ አደፋፈርኳት። ሆድ ያበቀውን ብቅል ያወጣዋል እንዲሉ ምን ትለኝ እንደሆነ ልሰማ በመፈለጌ አልነበረም። ይበልጥ ተዝናንታ እንድታመሽ በመፈለጌ ነበር። እንደፈራሁትም በኋላ ገደማ ምን እንደሆነ አላውቅም ግን ቅር ቅር የሚለኝ ነገር አለ እያለች ትረብሸኝ ጀመር። ወዲያውኑም ጭንቅ ጭንቅ አለኝ አያሌው፣ ጥለኸኝ እንዳትሄድ እንጅ እያለች የምረበሽ ስሜት ታሳየኝ ጀመር። እኔ አላወኩም እንጂ ከእኔ ጋር የግል ችግሯን ለማወያየት

በመፈለጋም ነበር ሁለቱ ጓደኞቿን ሮምን ለቀው ወደ ፓሪስ እንዲጓዙ ያደረገቻቸው። ይህም ብቻዋን ለብቻየ አግኝታ እንደልቧ ለመወያየት እንዲያመቻት በመፈለጋ ነበር። ለነገሩማ መሄድ ካለብህ እንደማትቀር ነው የማውቀው፣ ምክኒያቱም የመጀመሪያዋ ፍቅርኛህና በወስላታዎችና ቀጣፊዎች የተሰደብክባት፣ የተዋረድክባት፣ የተላገጥክባትና የተንከራተትክባት ምን ጊዜም የማትክዳት የትዳር ጓደኛህ በመሆኗ ልትክዳት እንደማትችልና ከጠራችህ እንደማትቀር ከልቤ አውቃለሁ አለች ጣይቱ ካሳ እያለቀሰች። የማንም ወረበሎችና ማፊያዎች ያሾፉብህና የቀለዱብህ በዚችው ከእኔ ይበልጥ በምታፈቅራትና የምትሞትላት እውነተኛ ፍቅረኛህ በመሆኗ እሷ ና ካለችህ ተነስተህ እንደምትከንፍ አውቃለሁ፣ እምንበታለሁም። እኔም እራሴ የዚሁ መንፈስ ልክፍት ነኝና አለችኝ እንባዋ እየጎረፈ። አላውቀውም ምን እንደምሆንና የት እንደምሄድ እያለች እንደሚታያት ነገር ታለቅስ ጀመር፣ ግራ ገባኝ፣ ተጨነኩ። ደግነቱ ጨለም ካለ ቦታ ነው የተቀመጥነውና ማንም የሚመለከታት አልነበረም። ከዚያም በላይ ሁሉም ትኩረቱ ከዳንሱ፣ ከመጠጡና ከፍቅረኛው/ጓደኛው ጋር ብቻ በመሆኑ ለማየትም የሚጓጋም አልነበረም። ወደ ቤታችን ተመልሰን አልጋችን ላይ ተጋድመን ሳለ ከዚህ ወደ ሀገር ቤት ከሆነ የሚልኩህ ቤተሰቦቼ ጋር ቀጥታ ሄደህ በክርስቲያን ደንብ መጋባታችንን በመግለጽ እንድተዋወቃቸውና ከእነሱም ጋር አብሬ እንድከርም በምክር መልክ አስጠነቀቀችኝ። በተላከላቸው የጋብቻችን ፎቶግራፍ እናቴ እጅግ ደስ ነው ያላት ምንም እንኳን በበዓሉ ላይ ባለመገኘቷ ቅሬታ ቢያድርባትም። ወንድሞቼና እህቶቼም ከደስታቸው ብዛት የተነሳ እንደሮል ሞደላቸው አድርገው ቀጥረውኛል። ቅር ያለኝ የምወደውና የማፈቅረው ፊውዳሉ አባቴ ፎቶግራፉን ለማየት እንኳን ዕድል ሳያገኝ እኒህ ጨካኞች (ደርግን ማለቷ ነው) ያለፍርድ በጭካኔ ወሰዱብኝ ብላ እያዘነች ታስታውሳቸው ጀመር። ለማናቸውም አለች በፍቅርና በደስታ ከአምላክ ፊት ቀርበን በሱ ተባርከንና ተቀድሰን ሁለታችንም በእሱ ፊት ቃል ኪዳን ገብተን ተጋብተናልና በመንፈሱ ፎቶግራፋችንን ያየዋል አለች በኩራትና በደስታ ስሜት።

ቀጥላም በልባችን ተጋብተናል፣ በልባችንም ተፈራርመናል፣ በዓሉ ተፈጽሟል፣ ባልና ሚስት ነን። ምስክራችንና ዳኛችን ቸሩ እግዚአብሔርና ከእሱ ፍጥረቶች ደግሞ አምስቱ ባልንጀሮቼ ናቸው አለች ከልቧ። በእኔ እምነት ከዚህ የበለጠ የጋብቻ ምስክር ወረቀትና ማስረጃ የሚያስፈልጋቸው አይመስለኝም አለች። ነገር ግን ቤተሰቦቼ ድንገት የሚፈልጉት አርቲፊሻሉን ወረቀት ከሆነ ነገ ከሚመለከተው ዘንድ በመሄድ ወይንም ፓሪስ አንድ ጊዜ ብቅ ብለህ የሲቭል ጋብቻ ምስክር ወረቀት ማውጣት እንችላለን ትለኛለች። እኔ ግን አላምንበትም አለች። እንዲያውም ቁርጥህን ባውቅ ቶሎ ልጅ ወልጄ መሳም ነው የምፈልገው። እንዳንተም ቀንጆ ከሆነልኝ ደግሞ ደስታውን አልችለውም፣ ምክኒያቱም ያንተ ማስተዋሻና ያንተ ፎቶግራፍ ይሆንልኛልና አለች እያለቀሰች። ሆዴ ሁሉ ይንቦጨቦጭ ጀመር፣ ሰውነቴ ተጨነቀ። የማደርገውና የምናገረው ሁሉ ጠፋኝ። በዝምታ ዓለም ውስጥ

ተዘፈኩኝ። ከዚያም ነፍስ ዘራሁና አለሳልሼ የቤተሰቦችሽን አድራሻና ስልክ ቁጥር ወደ ሀገር ቤት የምላክ ከሆነ ወደፊት ትሰጭኝአለሽ። አሁን ግን የምነግርሽ እያሱ ዓለማየሁ እዚሁ ከሱ ጋር አውሮጳ እያውደለደልኩ እንደምቀይ ነው የነገረኝ ብየ ቃጠፍኳት። ከትንሽ ሳምንታት በኃላ ወደ ፍልሥጥኤም እንደምሄድ እያወኩኝ ከአውሮጳ ውጭ የትም እልሄድም ብየ ዋሸቼና ቃጥፌ ውድ ባለቤቴንና የትግል አጋሬን አታለልኳት/ሸወድኳት (በድርጅቱ የሥነ ምግባር መመሪያና የትግል ስልት መሠረት)። ሆኖም የመውለዱን ጉዳይ ለጊዜው እንተወው ብየ ተማጸንኳት። ወደፊት ተደላድለን መኖር ስንጀምር ተቀዳሚ ተግባራችን እንዳቅማችን መፈልፈል ይሆናል ብየ ተማፀንኳት። የኃላ ኃላ የቤተሰቧን ስልክ ቁጥር አለመያዜ፣ እንዲሁም የልጅ ጉጉቷን ማጨናገፌ ሁሉ ፀፀት ሆኖብኝ ቀይቷል። ጣይቱ ካሳ እና እኔ ብቻችንን ሆነን አንድ ሳምንት ሮም ከተማና አካባቢዋ በመዘዋወር ካሳለፍን በኃላ በፈረንጆች ዘመን አቀጣጠር መስከረም ወር 1975 አጋማሽ ባለቤቴን ፈረንሣይና ጣሊያን ድንበር ድረስ በባቡር ሸኝቻት ተመለስኩ።

6.22. በቅንነት ስለ ሎታ ኮንቲኒዋ ከእያሱ ዓለማየሁ ጋር ያደረኩት ውይይትና አባሴው

ወራቱ በፈረንጆች ዘመን 1975 ነሐሴ ወር ነበር። ባልተቤቴ በጋውን ከእኔ ጋር ለማሳለፍ የምትመጣ መሆኗን አስቀድሜ ለእያሱ ዓለማየሁ እንዳስታወኩት ድጋፍ በመስጠት ደስተኛነቱን ገልጾ ሆኖም የምትመጣበት ጊዜ የእንቅስቃሴ ወቅት ሊሆን ስለሚችል ቢያንስ በሳምንት ብቅ እያልክ መገኘት ይኖርብናል ብሎ አሳስቦኝ ነበር። ባንዱ ግንኙነታችን በነሐሴ ወር አጋማሽ ሰሞን እንደተገናኘን እዚያው ሮም እንድሰነብት ይጠይቀኛል። ለካስ ጊዜው ድርጅቱ ኢሕአፓ ተብሎ ፕሮግራሙን በይፋ አንግቶ ለኢትዮጵያ ሕዝብ ሕልውናውን በማረጋገጥ የሚያውጅበት ወር ነበር። ታዲያ ምንም ዓይነት በግሌ የማከናውነው ተግባር ባይሰጠኝም እያሱ በዚያን ሰሞን (ፓርቲው ከመታወጁ በፊትና በኃላ) ብዙ ቦታዎች የንቀሳቀስ ስለነበርና አስቸጋሪ እንደሚሆንበት በመገመቱ እኔ በሹፌርነት እንዳገለግለው ከተለመደችዋ የተቀደሰችና የተባረከች ጎጂችን ከእሱ ጋር ሳልለይ እንድቀይ በመፈለጉ ነበር። አያሌ ድርጅቶችና ቡድኖች ጋር የሚገናኝበት ዘመን በመሆኑ እነዚያ ጋር ሁሉ በማመላለስ ሳገለግል ቀየሁ። ይህ ሲሆን ባልተቤቴ ከእነ ሲኞራ ፍራንቼስካ፣ ከባለቤታቸው ከሚስተር ጆን እና ከብርቱካን፣ ከቤቲ እና ሰናይት ጋር በመሆኗ ምንም ችግር አልነበረብኝም። ከማን ጋር እንደሄድኩና ማን መሆኑን ስለምታውቅ ታበረታታኝ ነበር። ለሁለት ሳምንት ሮም እንድቀይ በመደረጌ አልፎ አልፎ ማታ ፑንታላ ደርሼ በማግሥቱ ወደ ጧቱ ከስምንት ሰዓት በፊት ሮም ከእያሱ ዘንድ እገኝ ነበር። እነ ቤቲ፣ ሰናይትና ብርቱካን ከእነሱ ተለይቼ የምመላለሰው በሥራየ ምክኒያት ይመስላቸው ነበር። በሌላ በኩል ደግሞ እነ ሲኞራ ማሪያ ፍርናቼስካና ሚስተር ጆን በተባለው ወገኖቻችንን ለመርዳት በተቋቋመው የቅጥፈት ኮሚቴ ምክኒያት ስለሚመስላቸው

ከማደፋፈርና ከማበረታታቸው በስተቀር ቅንጣትም ጥርጣሬ አልነበራቸውም። ይህን ያህል ነበር ለእኔ የነበራቸው እምነት፣ አክብሮትና ፍቅር። ለሀገርና ለሕዝብ በሚል ከንቱ መንፈስ ይህን ያህል ያምኑኝና ያከብሩኝ የነበሩትን ሁሉ ያላግባብ ባለማወቅና እራሴም በመሸወዴ እነሱን ሸውጃቸዋለሁ፣ አታልያቸዋለሁ፣ ቃጥፌአቸዋለሁ። እነ ሠናይት እና ቤቲ ወደ ፓሪስ ከመሸኘታችን አንድ ሳምንት በፊት ይመስለኛል በፈረንጆች ዘመን ነሐሴ ወር መጨረሻ ወይንም መስከረም ወር መግቢያ 1975 እያሱ ዓለማየሁ ከሎታ ኮንቲኒዋ (Lota Continua) ከሚባለው የጣሊያን ግራ ክንፍ አናርኪስት የፖለቲካ ድርጅት ስብሰባ ተሳትፎ ሲወጣ ተጠባብቀን ወደ ምስኪኗ ቤታችን መሄድ ነበረብን። እያሱ ዓለማየሁ ሆዱን እጅግ ይወዳል። ቁርስ፣ ምሳና እራት በፍጹም አሳልፎም አያውቅ እኔ እስከማውቀው ድረስ። ታዲያ ይህ ባህሉ ደስ ይለኝ ነበር። ችግሩ ግን በርሃ ቢገባ እንዴት ሊሆን ነው እያልኩ ለሱ እጨነቅ ነበር። በሌላ በኩል ደግሞ እነ ብርሀነመስቀል ረዳ ይህንኑ ስለሚያውቁ ሆን ብለው ይሆናል ድርጅቱን በውጭ ሆኖ እንዲያገለግል ያደረጉት ብየም ተጠራጠርኩኝ። ሆኖም ምንም እንኳን በውጭ ቀይታው በሆዱ ምክኒያት ሳይሆን በባዕዳን ግፊትና ምክር መሆኑን የኃላ ኃላ ባረጋግጥም በሌላ በኩል ደግሞ ይህንን በሆዱ ይሆናል የሚለውን ግምቴን እንደዚሁ የኋላ ኋላ ትክክለኛ እንደሚመስልም ተጠራጠርኩ። እያሱ ዓለማየሁ ሜዳ በቀየባቸው ጊዚያት ሁሉ ከሠራዊቱ ጋር በሚንቀሳቀስበት ወቅት የሜዳውን ችግር መቋቋም ስለአልቻለው በተለይም በበጌምድር አካባቢ በቀየበት ጊዜ ሁሉ የተለያየ ምክኒያት ይፈልግ እንደነበረ ብዛት ካላቸው የቀድሞ አባላት ተነግሮኛል። እንዲያውም በጎንደር ቀይታው በአቶ ታክሎ ተሾመ መሰረት፣ "በፓርቲው ሕገ ደንብ መሰረት ማንም የሠራዊት አባልም ሆነ የአመራር አባል ከሴት ታጋዮች ጋር መዳራትን ይከለክላል። ሠራዊቱ ኤርትራ በርቲያ ከተመለሰ በኋላ አያልነሽ የአንድ ቲም መሪ ነበረች። አቶ እያሱ አያልነሽ ካለችበት ኃይል ጋር ይገናኛል። ከዚህ ጊዜ ጀምሮ የፓርቲው ሕገ ደንብ ተጣሰ በሚል የሠራዊቱ አባላት ቅሬታ ተሰማቸው። እንዳንዶቹ እሱ (እያሱ ዓለማየሁ) ከሚሰጠን የአመራር ጥቅም ይልቅ ጉዳቱ ይበልጣል፣ ከዚህ አንሱልን፣ ውሰዱልን የሚል ጥያቄ ተነሳ። በሠራዊቱም ጥያቄ መሠረት አቶ እያሱ ዓለማየሁ ከሠራዊቱ አመራርነቱ ተነስቶ ወደ ሱዳን ሄደ (ታክሎ ተሾመ፣ 2፣ 258)።

በሠራዊቱና በታጋዮች ስም እያሱና ተከታዩ ጅምዕ/ሙሀመድ እና እነ ፋሲካ በለጠ ከፍተኛ ንግድ እንዳካሄዱ በሰፊው ተነግሯል። ማናቸውም የድርጅቱ ንብረትና ንዋይ ሁሉ አስቀድሞ በእሱና በቤተሰቡ ስም በመሆኑ ከሜዳ የችግርና የመከራ ሕይወት ተላቀቀ እንጂ የጥቅም ተካፋዮቹና ሆዳሞቹ ከአመራር እንዲለይባቸው ስለማይፈልጉ መልሰው መሪያቸው አደረጉት። የድርጅቱ ንብረትና ነዋይ በእሱ ስም መሆኑ እንደትልቅ መያዣና የመከላከያ መሣሪያ ተጠቅሞበታል። ወደ ሎታ ኮንቲኒዋ ውይይታችን ልመልሳችሁና እያሱ ለእኔ የነገረኝ ከስብሰባ ሰወጣ ጠብቀኝ ከእራት በፊት ሌላ ቦታ ይዞኸኝ ትሄዳለህ ነበር ያለኝ እንጅ የሚሄደው የሎታ ኮንቲኒዋ ስብሰባ ተካፋይ ለመሆን እንደሆነ

አልነገረኝም ነበር። ከምንጠባበቅበት ቡና ቤት መጣ፣ የደረሰው ዘግይቶ ነበርና ሊሄድ ያቅደበትን ጉዞ በማግሥቱ ጧት እንደምናደርገውና እራት አዘን ከእራት በኋላ ፊልም እንድንገባ ተስማማን። እራት አዘን መመገብ ስንጀምር ለምን ከሎታ ኮንቲኒዋ ስብሰባዎች እንደማልሄድና እንደማልሳተፍ በወቀሳና በምክር መልክ አነሳልኝ። ከእያሱ ዓለማየሁ ሆነ ከመርሻ ዮሴፍ ጋር አንድም ቀን ስለ መስመር፣ አቋምና አመለካከት ወይንም ፖለቲካ ውይይት አርገንም አናውቅ፣ በመሆኑም አንድ ዓይነት አቋም፣ መስመርና አመለካከት ያለን የአንድ ፖለቲካ ፓርቲ ልጆችና የፓርቲውንም ፕሮግራም በመቀበል በፕሮግራሙ መሠረት ለመታገል የቆምን ጓዶች እንደሆን አድርጌ ነበር የምቆጥረው። ባጠቃላይ ከነታደሰ ገሠሠና ነገደ ጎበዜ ውጭ ለዚያውም በኢሕአፓ ሆነ ከዚያ በፊት በኢሕአድ በታቀፍነው የሥር ነቀል ለውጥ ደጋፊዎች መካከል የአቋም፣ መስመርና የአመለካከት ልዩነቶች ያለ መስሎ አይታየኝም ነበር። ሁሉም እንደብርሀነመስቀል ረዳ አመለካከት ያላቸው አድርጌ ነበር የምቆጥራቸው። በመጠኑም ቢሆን ለመጀመሪያ ጊዜ ያሸተትኩት መላኩ ተገኝ ጋር በቀየሁበት ወቅት ነበር ባንድ አጋጣሚ ካፉ አምልጣ የተናገራት መጥፎ ፖለቲካ። መላኩ ቶሎ ይቅርታ በመጠየቅ ስለዘጋው ሽቶኝ የነበረውን መጥፎ ጠረን ለጊዜውም ቢሆን ገታልኝ።

ስለ ሎታ ኮንቲኒዋ በወኔና በግልጽ በተወያየሁባት በዚያች "በተቀደሰች" ወይንም "በተረገመች" ዕለት በግልጽ፣ በጓዳዊና በአክብሮት ስሜት እያሱ ስማኝ እስቲ! ከእነዚህ አናርኪስቶች የምናገኘው ትምህርት ምንድን ነውና ነው ከነሱ ጋር በመሄድ ጊዜየን የማባክነው ብየ ጠየኩት። የእኛ ምኞት ለተቀደሰ ዓላማ ነው፣ የእነሱ ግን ሽብር ለማንገስ ሠላም ለማደፍረስ ነው አልኩት። በማያያዝም ምን አልባት ከሚዘርፉት የሚያካፍሉን ካልሆነ በስተቀር አልኩኝ በየዋህነት፣ በግልጽነትና በጓዳዊነት መንፈስ። ከሚዘርፉት ቢያካፍሉንም ዓላማችንን እና ማንነታችንን ሳንሸጥ ካንገት በላይ ደጋፊዎች እንደሆን በማስመሰል ካልሆነ በስተቀር አልኩት። "እንዴ! ምን ማለትህ ነው? በሌሎቹ ያለው በሽታም በአንተም እንዳይኖር እንጂ! እነሱ እኮ የሥር ነቀል ለውጥ ደጋፊዎች ናቸው" አለኝ አይን አውጣው እያሱ ዓለማየሁ በቁጣም በምክርም፣ በተግሳጽም መልክ። ስማ እያሱ አልኩኝ መልሸ በየዋህነትና ቅንንነቴ፣ በመጀመሪያ 'በሌሎቹ ያለው በሽታም በአንተም እንዳይኖር እንጂ' ስትል ምን ማለትህ ነው? ሁለተኛ ደግሞ በአሁኑ ዘመን ሁሉም የሥር ነቀል ደጋፊ ነኝ ባይ ሆኗል። ቁም ነገሩ ግን ያንን የሥር ነቀል የሚሉትን ለውጥ በእንዴት ዓይነት መንገድ ግቡን ለመምታት የሚያስቻላቸውን መንገድና ስልት መቀየሱና ማወቁ፣ ብሎም ለዚያም ዝግጁ መሆኑ ነው እንጂ በቃላት ብቻ እኮ ዋጋ የለውም። ከማወናበድና ቃላቶቹን ለዝርፊያ፣ ለግል ጥቅምና ዝና ማግኛ በመሣሪያነት ለመጠቀም ብቻ ካልሆነ በስተቀር አልኩኝ። ሎታ ኮንቲኒዋ ያበረከተው የንድፈሀሳብ ሥራ አንዳችም የለውም። በየሳምንቱ ስልት በመቀያየር ብቻ በተግባር ከመተግበር በስተቀር በንድፈሀስብ አይመራም። በንድፈሀሳብ ያልተደራጀ ምንም ስትራቴጂክና ፕሮግራም ያሌለው በተግባር

ብቻ ተመርኩዞ ስልቶችን በየሳምንቱ በመቀያየር በየመንገዱ የሚዋጋ ድርጅት መሆኑ እንኳን ለአንተ ለእኔም ግልጽ ነው አልኩት። በቻይና የባህላዊ አብዮት ወቅት የተጠቀሙባቸውን አንዳንድ ቃላቶችና ሀረጎች ተውሰው በመጠቀም ማዎይስት ለመምሰል ቢፍጨረጨሩም ማዎይስቶች አያስደረጋቸውም። እንደውም በተቃራኒው ፀረ ማዎይስት የምዕራባዊያን ወኪል ያሰኛቸዋል አልኩኝ ለትግል "ኃደኛየና ዲሞክራቱ" መሪየ አዬ እያሱ ዓለማየሁ። ቀዋየም ሎታ ኮንቲኒዋ የሚላኖን የፖሊስ ኮሚሽነርን ገደሉ፣ በየመንገዱ የሚዋጉ በለጋ ትኩስ ወጣት ተማሪዎች የተገነባ የግድያ ስኳድ በማቋቋም (servizio d'ordine) ሽብር ፈጠራ ተግባር የተሰማሩ መሆናቸውንና፣ ቡና ቤቶችን በሞሎቶቭ ኮክቴል ማጋየታቸውን አስረዳሁት። በሰሜን ጣሊያን በሚገኙ ኩባንያዎች በተለይም በፊያት የመኪና ኩባንያ ሠራተኞች ላይ ብቻ ያተኮረ መሆኑንና በአብዛኛው ውሳኔዎች የሚወሰኑት በድርጅቱ ከፍተኛ ቦታ ላይ በተቀመጡት የአመራር እምብርት/ክሊክ አካል ብቻ እንደሆነና ዲሞክራቲክ ሴንተራሊዝምን ለአመራሩ ብቻ በሚጠቅም መንገድ እንደሚገለገሉበት፣ ይህም በከፍተኛ መንገድ እንደጠቀማቸውና ሰፊውን አባላቱን እንደጎዳ ግልጽ ሆኘ ገለጽኩለት። ታዲያ ምናቸው ነው የሚውደደው? እስቲ ፕሮግራማችንን ከእነሱ ጋር ለማነጻጸር እንድንችል ምን ፕሮግራም አላቸውና ነው አልኩት። የሚጠቀሙትም ኃይለኛ የአመጽ ቃላቶችን ብቻ ነው፣ ታዲያ ምናቸው ነው ለኢሕአፓ ወዳጅ ወይንም አቻ ኃደኛ ሊሆኑ የሚችሉትና ከነሱ ስብሰባ እንድሄድ የምታዘኝ ብየ በሀቅና በግልጽ ነገርኩት፣ ኃደኛየ መስሎኝ። ለመጀመሪያ ጊዜ ነው እንደዚህ ሆኜ ስናገረው እያሱ ዓለማየሁን። ለማናቸውም ወጣልኝ። ደስ አለኝም፣ በግልጽና በቅንነት "ለኃደኛየ" ከፊቱ በመሆኑና በጀርባው ባለመሆኑ። እያሱ ዓለማየሁ በዚህ ድርጅት ስብሰባዎች አዘውትሮ ይገኝ ነበር። ለነገሩማ ክፍሉ ታደሰም የግለሰቦችን ስም አልጠቀሰም እንጅ በወጭ የሚገኙ የፓርቲው ግለሰቦች እንደ ኢጣሊያዊው ሎታ ኮንቲንዋ ከመሳሰሉ ግራ ቀመስና ሥር ነቀል ቡድኖች ስብሰባዎች ላይ ይገኛሉ ብሏላል (ክፍሉ ታደሰ፣ 3፣ 241)። ታዲያ ሀገር ቤት ከተመለስኩ ጊዜ ጀምሮ አንዳንድ ጊዜ ስለኢሕአፓ በማስብበት ሰዓት ከፊቴ ድቅን ብሎ የሚታወሰኝ ይኸው የታጣሊያኑ ግራ አክራሪ የመንገድ ላይ ታጋዮች (street fighters) የነበረው ሎታ ኮንቲኒዋ (Lota Continua) በመባል ይታወቅ የነበረው የእነ እያሱ ዓለማየሁ ወዳጅ ድርጅት ነው። ሎታ ኮንቲኒዋ እንደ ኢሕአፓ ባንድ ጊዜ ሰማይ የደረሰና መወደድን አትርፎ በማግሥቱ በዚያው አንጻር እንደ ኢሕአፓ ከመቅጽበት ቁልቁል ተሽመድምዶ ስድስት ዓመት ባልሞላው ጊዜ ተፈረካክሶና በኖ አመድ ሆኖ ቀርቷል። ከሕጋዊ አመራር ውጭ ወድቆ የነበረው ኢሕአፓ ከሎታ ኮንቲኒዋ የሚለየው ምንም እንኳን በባዕዳን ግፊትና ሴራ ድርጅቱ ከፕሮግራሙና ከስትራቴጂው ውጭ እፍራሽና ጎጅ በሆነ ስልትና ምንገድ መርተው ፓርቲውንና ሠራዊቱን አመድ ዱቄ ቢያስደርጉትም ኢሕአፓ በጠንካራ የፖለቲካ ትግል፣ በግልፅ በተሰመረ የትግል ስልትና በነጠረ መሥመር ዙሪያ የአብዮቱን መሠረታዊ ዓላማዎች፣ ስትራቴጂና ታክቲኮችን በግልጽ ለይቶ

በማስቀመጥ የወጣ ፕሮግራም ነበር። ኢሕአፓ ከሕጋዊ አመራር ውጭ በመውደቁ ምክኒያት እንደ ሎታ ኮንቲኒዋ ሁሉን ትግል በወጣቱ በተለይም በተማሪው አተኮረ። ግለሰቦችን በመግደል ጥበብ ተካነ። ታዲያ ኢሕአፓ ትዝ ሲለኝ የጣሊያኑ ሎታ ኮንቲኒዋ ነው ሁልጊዘ ትዝ የሚለኝ። ሳስበው ብርሀነመስቀል ረዳ ሠራዊቱን ሜዳ ይዞ እንዲሄድ በማድረግ ሻቢያ ሜዳ ሲገባ ከሕግሀኤ ጋር በመመካከር ከፈጠረው ፓርቲና ከሚወደው የኢትዮጵያ ሕዝብ ትግል በተዘዋዋሪና በቀጥታ ነጥለው ብቻውን ባስቀመጡት ጊዜ እነእያሱ ዓለማየሁ ሎታ ኮንቲኒዋን አዲስ አበባ ከቀረጥ ነፃ አስገብተው ኢሕአፓን እንዲተካ ያደረጉት እየመሰለኝ ለብቻየ ሆኘ የማለቅስበት ጊዜዎች እያሌ ነበሩ። እያሱ ዓለማየሁ ለውይይቴ በፊቱ መጥፎ አመለካከት አላሳየኘም። ነገር ግን አይቸበት የማላውቀውን እንደ አቶ ካሳ ከበደ ተሰማ ከከንፈሩ አካባቢ ፈገግታ ለመጀመሪያ ጊዜ በማሳየት ደስተኛ በመምሰል በፊቱ የሀሰት ገጽታ አሳየኝ። እራታችንን በልተን ወደ ቤታችን አመራን። በጉዟችን ላይ እኔ እንደዚህ አላሰብኩሀም ነበር፣ ጠለቅ ያለ ግንዛቤ አለሀ ለካስ በማለት በሽረባ መልክ እየካበኘ ቤት ደረስን።

6.23. በሮም በመጨረሻው ሰሞን ስሜት አስጨናቂ ጊዜ ማሳለፌ

1. ከሎታ ኮንቲኒዋ ውይይታችን አንድ ሳምንት በኃላ አንድ ቀን ጧት ወደ ከተማ አብረን እንድንሄድ ጠየቀኝና ተያይዘን አመራን። ከተለመደው ባር ቁርሳችንን አከናውነን ቡና ስንጠጣ ያላሰብኩትና ያልጠበኩት ድንግተኛ ዜና እንዲህ ሲል አበሰረልኝ። ምዕራብ አውሮጳን ወክየ ለወታደራዊ ሥልጠና ከሌሎች ጓዶች ጋር ወደ ፍልሥጥኤም በቅርብ ቀናት እንደምጓዝና በኋላፊነት የምመደበውም አሲምባ ለሚገኘው ለሰሜኑ ክንፍ ሳይሆን በቅርብ ጊዜ ለሚቋቋመው የደቡብ ኢትዮጵያ ክንፍ በተለይም በሲዳሞ አካባቢ ለሚመሰረተው ነው ብሎ የዓምሮና የመንፈስ ዝግጅት እንድጀምር አስታወቀኝ። እስከዚያን ጊዜ ድረስ ለሀብታምነት ምኞቱና ፍላጎቱ ለግል ጥቅሙ መገልገያነት ከእሱ አካባቢ እንድቀይ ነበር። ጅምዕ/ሙሀመድ ጥናቱን አከናውኖ ወደ ሀገር ቤት እንዲገባ ተወስኖ ነበር። አሁን ግን ያንተ ወደ ሜዳ መሄድ አስፈላጊነቱ እየጎላ በመምጣቱ ጅምዕ/ሙሀመድ ወደ ሀገር ቤት መሄዱ ቀርቶ አንተን ተክቶ እዚሀ ከእኔ ጋር ሲንቀሳቀስ እንዲቀይ ተወስኗል ብሎ ገለጸልኝ። ጅምዕ በኃላ በሠራዊቱ ታጋይ ደምና አጥንት ለጦፈ የንግድ ሥራቸው እንዲረዳቸው በሱዳን የድርጅቱ ተወካይ አድርገው ሹመው ላኩት። የኃላ ኃላም በሠራዊቱና በታጋዮቹ ደም በተካሄደው ከፍተኛ የንግድ ሥራ ጅምዕ ከእያሱ ዓለማየሁ፣ ፋሲካ በለጠና ከሌሎች ጋር በመተባበር ከፍተኛ ሚና እንደተጫወተ በሰፊው ተወርቷል።

2. በዚያው ሳምንት ወይንም በሳምንቱ ገደማ እያሱ ዓለማየሁ ፊልም ይጋብዘኛል። ፊልሙ ዶኩሜንታሪ ሲሆን በሲ. አይ. ኤ. አስተባባሪነት ዶ/ር ኤርኔስቶ ቼ ጉ ቬራ ተማርኮ በእሥር ቤት እንዳለ በእሱና በተከታዮቹ ላይ ስለተካሄደባቸው የስቃይ ግርፋትና ምርመራን የሚያሳይ ነበር። ለእኔ ይሀን ማሳየቱ ታጋይ ምን ያህል ችግሮችን እንደሚቋቋምና መከራዎችን እንደሚጋፈጥና እኔም

ብማረክ ተመሳሳይ ዕጣ እንደሚጠባበቀኝ ከወዲሁ እንዳውቀው ፈልጎ ይሆናል ብየ ነበር በወቅቱ የገመትኩት። ከፊልሙ ከጥቂት ቀናት በኋላ እንደገና ባደረግነው ውይይት “የሠራዊቱ የደህንነት ኋላፊ” እንድሆን ድርጅቱ መፈለጉን ገልጾልኝ ስለነበረ በሠራዊታችን እንደዚያ ዓይነት ኢሰብዓዊና አረመኔያዊ የሥቃይ ምርመራና ግርፋት ሊካሄድ ስለሚችል ከፓርቲው መርሕና ዓላማ ውጭ በመሆኑ ለማስቀም መቻል ይኖርብሀል ብሎ በተዘዋዋሪ ሊነግረኝ ፈልጎ ይሆናልም ብየም በየዋህነት ገመትኩ። የሠራዊቱ ደህንነት ኃላፊ እንድሆን መፈለጋቸውን አስመልክቼ ለሠራዊቱም ሆነ ለድርጅቱ አስተዋፅዖ ላደርግ የምችለው በመምህርነት፣ በአንቂና አደራጅነት፣ እንዲሁም በተዋጊና በአዋጊነት ነው። የደህንነት ኃላፊ ሆኘ ብመደብ ብቃትና ችሎታ ስለሌለኝ ተገቢውን አስተዋፅዖ ለማበርከት ስለምቸገር ኃላፊነቱን ለመቀበል ፈቃደኛ እንዳልሆንኩ አስረዳሁት። መስክ ተሰማርተህ ሥራውን ማከናወን ሳይሆን ቦታውን በኃላፊነት ይዘህ በአንተ ኃላፊነት ሥር ያሉትን ጓዶችህን በማስተባበርና መምራት ነው። ኃላፊም ሆነህ ከማንቃትና ከማደራጀት፣ ከመዋጋትና ከማዋጋት የሚለይህ ባለመሆኑ የሚያስቸግርህ አይኖርም። በደሕንነት ሥራ ችሎታና ብቃት የሌለህ መሆኑ የሚታወቀውም ሥራውን ጀምረህ በኂደት ነውና የፓርቲውን ትእዛዝ መቀበል የግድም ይኖርብሃል ብሎ እንደ መካሪ ጓደኛ ሆኖ በማሳሰብ ውይይቱን ዘጋው።

3. ምንም እንኳን በሮም ከተማ ባንድነት ከምንኖራቸው ሦስቱ የአዲ ኢሮብ ተወላጅ የሆኑት ተሰማ ብሥራት፣ ግርማ ተ/ጊዮርጊስና ዘመዱና ጮኛው የነበረችው የዚያን ጊዜዋ ወ/ሪት ደስታ በዚያን ጊዜ ሦስቱም ገና በትግሉ ባይታቀፉምና ትኩረታቸው ሁሉ በግል ሕይወታቸው ላይ ብቻ ያተኮሩ ቢሆኑም በታጋይ ወንድሞቻቸውና እህቶቻቸው ደም ለብሩህ ተስፋና ብሩህ ምኞት የሚጠባበቁ ናቸው ብየ ስለምተማመንባቸው ከቤት ወደ ውጭ ስወጣ ሻንጣየን ቀልፌም አላውቅ። ደፍረው ሻንጣየን በመክፈት ከሀገር ቤት ከቀድሞ የወታደር ጓዶቼና ወዳጆቼ ጋር ያደረኳቸውን ደብዳቤዎች በመፈተሽ የሚያነቡ፣ እንዲሁም ማስታወሳዎሻ ደብተሮቼን በማገላበጥ የጻፍኩትን የሚፈትሹ ወራዳና ልክስክስ ባሕሪ ያላቸው እንደነ ታደሰ ገሠሠና አማረ ተግባሩ በዚያች በሮም ከተማ በምንኖርባት የተባረከች ጎጇችን ውስጥ ይኖራሉ ብየ ተጠራጥሬና አስቤም አላውቅ። በእርግጥ በውድ ዋጋ የተገዙ ጫማዎቼና ልብሶቼ እንዲሁም እንደካፖርት በመሳሰሉት ዓይነት በመማርኳቸው ካልሆነ በስተቀር፣ ወይንም ፓስፖርቶቼን ለሌላ ጥቅም ለማዋል የሚሻ/ሹ ካልሆነ በስተቀር የሚያገኙትም ምስጢር አይኖርም፣ ምስጢር ነገር የለኝምና። ማናቸውንም በሻንጣው ውስጥ ያሉትን ቀሳቁሶችና የግል ንብረቶች ሁሉ በመጨረሻ ከሆነ ከተማ ላይ ስንደርስ ለዚያን ጊዜው አበጀ/ሳለህ ለዛሬው መርሻ ዮሴፍ ትቼለት ስለምሄድ ስለቀሳቁሶቹ ግድም አልነበረኝም። አንድ ዕለት ማስታወሻ ደብተሬን ከሻንጣየ ውስጥ ማስገባት ሲኖርብኝ ዘነጋሁና ከውጭ ትቼው ወጥቻለሁ። ምንም እንኳን ምን ብለው እንደመከሩኝ በማስታወሻየ ላይ ባላሰፍርም ከብርሀነመስቀል ረዳ ጋር

በተገናኘሁበት በነዚያ ሶስት ዕለቶች ወቅት የወሰድኩትን የግል ግንዛቤየን በዚችው ማስታወሻየ ላይ ባልሳሳት ሁለትና ሦስት ገጽ ያህል አስፍሬአለሁ፣ ከዋለልኝ መኮንን ጋር ያደረኩትን ግንኙነት ጭምር አስፍሬአለሁ። አጅሬ "ታጋዩ" እያሱ ዓለማየሁ ማስታወሻየን ያይና አጋጉቶት ያነባል። አንድ ቀን ለቁርስ ተያይዘን ሄደን እየተመገብን ያደረገውን እኩይ ተግባር እንደቁም ነገር ቀጥሮ ዘርግፎ አወጣው። እጅግ አድርጎ አስቀየመኝ፣ ወራዳና እርካሽ ሆኖም ታየኝ፣ ስሜቴንም በእጅጉ ጎዳው። ለምን ያለ እኔ ፈቃድ ሻንጣየን ከፍተህ ማስታወሻየንና የሚላክልኝን ደብዳቤ ታነባለህ ብየ አጥብቄ ጠየኩት። አያፍርም፣ ማስታወሻህን ረስተህ ከሻንጣው በላይ በውጭ በኩል ተቀምጦ በማየቴ ይቅርታ የማወቅ ጉጉት አድሮብኝ ነው ይለኛል። ነገር ግን አለ የብርሀነመስቀል ረዳን ስም ማስታወሻ ደብተርህ ውስጥ ማስፈር የለብህም ለጋዳችን ጸጥታና ድህንነት ሲባል ይለኛል። በወቅቱ ቅንነት የመነጨ ከሆነ ልክ ነውም ሊባል ይቻል ይሆናል። የእሱ አባባል ግን ሲያስመስል እንደሆነ ነው የገባኝ። በሌላ በኩል ደግሞ የብርሀነመስቀል ረዳ ስም ከመስፈሩ በስተቀር ሌላ ምስጢር ያዘለ ነገር የለበትም። በብርሀነመስቀል ረዳ ቅንነትና ግልጽነት ባሕሪው፣ በግርማ ሞገሱና የመሪነት ገጽታውና መስህብ በተፈጥሮ ያገኘው መሆኑን በማድነቅ፣ ሌሎች ቢመኙ ወይንም ቢታገሉ የሱን ግርማ ሞገስና መስህብ ሊያገኙ እንደማይችሉና በእሱ አመራር ድርጅቱ ለድል አድራጊነት እንደሚበቃ ያለኝን ዕምነትና ተስፋ ሌላም አጠቃላይ ስለእሱ ያለኝን ግንዛቤየን ነበር ማስታወሻየ የምትገልጸው። በግል ዕምነቴ ጋዱ በጣም የሚታመንበት እንደሆነና በተጨማሪ ስለእሱ ከአይበገሬው ዋለልኝ መኮንን የተነገረኝም ሆነ በሌሎች የተወራለት ዝና ሁሉ ትክክለኛ መሆኑን ማረጋገጤን የምትገልጽ ጽሁፍ ነች። ይህች ስሁፍ የኃላ ኃላ ለእኔ ለትዝታ እንድትሆነኝ እንጂ ጠላት እጅ ባጋጣሚ እንኳን ብትወድቅ ጠላቶቹም ቢሆኑ ስለብርሀነመስቀል ረዳ ከእኔ ይበልጥ ባድናቀት ያገኑታል፣ በጠንካራ ጠላትነት ከመታየቱ በስተቀር በልባቸው ሁሉ ያደንቁታል፣ ያከብሩታልም። ይህን እጬ መኮንን በነበርኩበት ጊዜ በደንብ እንዳረጋገጥኩና ስለእሱ የገለጽኳቸው ባሕሪዎች ሁሉ እንዳሉት ጠላቶች ያውቃሉና ሚስጢር አይሆንም አልኩት። እነሱ የሚፈልጉት የት እንደሚገኝ፣ ከነማን ጋር አብሮ እንደሚሰራና ምን እንደሚሰራ፣ ማን እንደሚተባበረውና እንደሚረዳው የመሳሰሉትን መረጃዎችን ነው የሚፈልጉት። እነዚህን ደግሞ ከእኔ ዕውቀት ውጭ በመሆናቸው ቢይዙኛና ምርመራ ቢያካሂዱብኝ ምንም ስለማላውቅ የሚያስጨንቅ ነገር አይኖርም አልኩት። ለጥያቄየ በቂ መልስ ሳይሰጠኝ ነገሩን አድበስብሶ አለፈው።

4. ዋለልኝ መኮነንን የትና መቼ ነበር ለመጨረሻ ጊዜ የተገናኘሽው፣ ምን ብሎስ ነበረ ያጫወተህ ብሎ በጋዳዊ መንፈስ ደፍሮ ይጠይቀኛል። ስሜቴ በመነካቱ ምንም ልነግረው አልፈለኩምና ብነግርህም ዛሬ ሳይሆን ወደፊት ነው በማለት በጋዳዊ መንፈስ ዘጋሁበት።

5. አሁንም እኔ በሌለሁበት ሻንጣየን ከፍቶ ከሀገር ቤት ጅማ በሚገኘው የፖሊስ ማሰልጠኛ ትምህርት ቤት መምህር ከነበረው ከ፻ አለቅ ዓምሃ አበበና ከሌሎች መኮንኖችና ወዳጆቼ ጋር የተለዋወጥናቸውን ደብዳቤዎች ማንበቡ ብቻ ሳይሆን ያነበበውንም ጊዜና ቦታ ጠብቆ ያላንዳች እፍረት ማነጋገሩ ነበር። የኢሕአፓና በተለይም የእያሱ ዓለማየሁ የግል ንብረት ሆኜ ወደ ሮም ከተማ ተሸጋግሬ ከእሱ ጋር መኖር እስከ ጀመርኩበት ጊዜ ድረስ ከቀድሞው የመቶ አለቃ ዓምሃ አበበ ጋር ደብዳቤ ስንለዋወጥ ቆየትናል። ከዓምሃ አበበ የተላኩትን ደብዳቤዎች በሻንጣየ ያገኛቸውን ሁሉ አነበበ። በእያሱ ዓለማየሁ በተደጋጋሚ ማየት የጀመርኩት አስደንጋጭና አሳዛኝ ባሕሪዎችና አቅርቦቶች ከዚያች ከመከረኛዋ የሎታ ኮንቲኒዋ ግልጽና ቀጥተኛ የሆነ ውይይቴ ጊዜ ጀመሮ መሆኑ ግልጽ ሆኖልኛል።

6. መኪናዋ በእኔ ስም ተመዝግባ ጥየለት እያሱ እንድሄድ ግፊት ቢያደርግብኝም አውሮጳን ለቅቄ ወደ ሜካ ለመግባት መዘጋጀቴን እያወኩ በስሜ የተመዘገበች መኪና ጥየ መሄድ ባለመፈለጌ በገዛ ስሙ ወይንም በሌላ ታማኝ አሽከሩ እንድትመዘገብ ደጋግሜ አሳሰብኩት። ያለበለዚያ መኪናዋን መልሼ እንደማስረክብ ሳሳስበው በንዴትና በቁጣ መልክ ተዋት እዚሁ ከእኛ ይለኛል። በሀገሩ ስለማልኖር በእኔ ስም መሆን የለባትም አልኩት ጠንከር በየ። በሌላ በኩል ደግሞ ዝም ብየ መንገድ ላይ ትቻት መሄድ አልችልም፣ መኪናዋን "ለኮሚቴ" ተግባራችን እንድትጠቀመን የለገሱን በመሆናቸው ከፈለክ ባንተ ስም ወይንም በጅምዕ/ሙሀመድ ስም አዛውራት በማለት በድጋሜ ጠንከር በማለት አስረዳሁት። እያሱ መኪናዋን በጣም ይፈልጋታል፣ ነገር ግን በስሙ እንድትሆን አይፈልግም። የሚፈልገው በእኔ ስም አዛውሬ ትቸለት እንድሄድ ነው። በመኻል ምን ዓይነት ተግባር ሊጠቀሙባት እንደሚፈልጉ ስለማላውቅ የመንፈስ ጭንቀት ስላሳደረብኝ በስሜ አዛውሬ ትቸለት መሄድ አልፈለኩም። በፈረንጆች ዘመን መስከረም መጨረሻ ወይንም ጥቅምት ወር መግቢያ 1975 ጧት ከሲኞራ ማሪያ ፍራንቼስካ ጋር ቁርስ በልተን ቡና እየጠጣን በቋሚነት ኬንያ ተመድቤ ከጥቂት ሣምንታት በኋላ ወደ ናይሮቢ መሄዴ ነው ብየ ስነግራቸው አለቀሱ። ምንአልባት የአሜሪካን ዶላር ልስጥህ ካሉህ ቼክ አድርጉልኝ አትበላቸው ብሎ አስቀድሞ መክሮኝ ስለነበር ሲኞራ ማሪያ ፍራንቼስካ US$8,000.00 ስምንት ሺህ የአሜሪካን ዶላር ካሽ እና አስፈላጊውን መድሀኒቶች ገዝትው በማዘጋጀት በመሄጃየ ጊዜ ስመውና መርቀው ሸኙኝ። የሰጡኝን መድሀኒቶቹም ሆነ በኪሴ ያሸከሙኝን US$8,000.00 ስምንት ሺህ የአሜሪካን ዶላር ካሽ እንዳለ ለምጦረው ልጄ ለእያሱ ዓለማየሁ አስረከብኩ።

6.24. የመኮንኖች ስም ዝርዝር እንድሰጠው መጠይቁና ከዚያን ጊዜ ጀምሮ ከማናቸውም ጋር በግሌ ግንኙነት ማድረግ እንደማይገባኝ መመሪያ መቀበሌ

ሻንጣየን ከፍቶ የደብዳቤ ልውውጥ ያደረጓቸውን ደብዳቤዎችና ማስታወሻየን ካነበበ በኋላ በዚያኑ ሰሞን የምትቀርባቸውን የመኮንኖች ስም ዝርዝር ስጠኝ ይለኛል። እራሴን የኢትዮጵያ ሕዝብ ንብረት አድርጌ ለድርጅቱ አስረክቤ ወደ ጣሊያን ሀገር ከተሸጋገርኩ ጊዜ ጀምሮ ከተጠቀሱት መኮንኖች ጋር ግንኙነት አቋርጫለሁ። ሆኖም የጥያቄው ትርጉምና አስፈላጊነቱ ባይታየኝም የድርጅቱ ጥያቄ እንደሆነ በመቁጠር እንዳቀርብ በመጠየቁ ደስታ እንደተሰማኝ ገለጽኩለት። ነገር ግን አልኩት ዝርዝር ሊስት የሚያስፈልግህ አይመስለኝም፣ በቅርብ የማውቃቸው ጓደኞቼ ሰፋ ያለ አስተሳሰብና ለለውጥም ጉጉት ያላቸው ወታደሮች በመሆናቸው ያለእኔ ስም በማንሳት ብትቀርቧቸው ድጋፋቸውን ከመስጠት ወደ ኃላ የሚሉ አይደሉም ብየ አስረዳሁት። ከቅድመ 1966 አብዮት ጀምሮ በሠራዊቱ ግንባር ቀደሙ ታጋይ በመሆኔ የፈለጋችሁትን የፖሊስ ወታደሮች አያሌው መርጊያ/ው ብላችሁ ስሜን በማንሳት ብትቀርቧቸው በሥልጣንና ሹመት ጉጉት የተማረከ/ኩ ካልሆነ/ኑ በተቀር ከአብዛኛው የሠራዊቱ አባላት አዋጋቢና አመርቂ ምላሽ ነው የምታገኙት። የእኔን ፎቶግራፍ ተሸክመውና የእኔን ስም እያስተጋቡ ነበር በ1966 ዓ. ም. ሠራዊቱን ያናወጡት። ስሜ ለሠራዊቱ የለውጥ አንቀሳቃሽ ሞተር ሆኖ ቀይቷል ብየ የሚያውቀውንና የሰማውን እራሴ በተጨማሪ ገለጽኩለት። ቢሆንም ጥያቄው የቀረበልህ ከድርጅቱ በመሆኑ የምትቀርባቸውን የወታደሮችና መኮንኖች ስም ዝርዝር ብተሰጠኝ ብሎ በድጋሚ በጎዳዊ መንፈስ ባክብሮት ሲጠይቀኝ ሰምንት የጦር አካዳሚ ምርቀች፣ አሥራ ስድስት የፖሊስ ኮሌጅ ምርቀች፣ እንዲሁም ከበታች ሹማምንት ኮርስ የተመረቁ ስምንት የፖሊስ መኮንኖችና፣ የአሥራ ሁለት የባለሌላ ማዕረግ ሹማምንቶች ስም ዝርዝር በድምሩ የአርባ አራት ስም ዝርዝር ጽፌ ሰጠሁት። በመቀጠል በመኮንንነትህ ጊዜ ትቀራረባቸው የነበሩ ወይንም በዝናና በስም የምትተዋወቃቸው የደርግ አብላትን ስም ዝርዝር በጹሁፍ እንድትሰጠን ብሎ በድጋሚ መመሪያ በድርጅቱ ስም በዚያው ሰሞን ተሰጠኝ። እውነት ለመናገር መመሪያውን በሰጠኝ ወቅት ከተባራሪ ወሬ በስተቀር ሥራየ ብየ የደርግ አባል እነማን እንደሆኑ ተከታትየ የደረስኩት አልነበረኝም። ከእኔ ይህንን መልስ እንዳገኘ በማግሥቱ ምሽት ወደ ተቀደሰችው ጎጇችን ከመኃዛችን በፊት እራታችንን በማጠናቀቅ ላይ እንዳለን የደርግ አባላትን ጠቅላላ የስም ዝርዝር የያዘች አምስት ይሁን ስድስት ገጾች በመስጠት በጥንቃቄ ተመልክቼ የማውቃቸውን በሚቀጥሉት ሁለት ቀን ውስጥ እንድገልጽለት መመሪያ በተጨማሪ ሰጥቶኝ ወደ ቤታችን ተጓዝን። ማታውኑ አልጋየ ላይ ሆኜ የስም ዝርዝራቸውን በመመልከት በቅርብና በሩቅ እነማንን እንደማውቅ የትኞቹን እንደማላውቅ በደንብ ተገነዘብኩ። በአካል የማላውቃቸውን የፖሊስ ተመራጮችን አስመልክቶ ምንም እንኳን በአካል ባላውቃቸውም በስም አውቃቸዋለሁ፣ እነሱም በክፉ ወይንም በበጎ እንደሚያውቁኝ እርግጠኛ ነበርኩ።

ይህን መመሪያ በሰጠኝ ማግሥት እሱን ከተማ ካደረስኩ በኋላ ሻምበል ሚካኤል ገብርንትስ ባጋጣሚ እዚያው ሮም ከተማ ስለነበር አፈላልጌ እንዳገኘሁት እያሱ ዓለማየሁ የሰጠኝን የደርግ አባሎች ስም ዝርዝር አሳይቸው ምርጫውንና ውክልናውን አስመልክቶ ዝርዝር በመግባት እያንዳንዳቸውን ለመግለፅ ከጊዜ አኳያ አስቸጋሪ ስለነበር የሚያውቃቸውን ብቻ አስመልክቶ ገለጻ አደረገልኝ። በኤርትራ ጠቅላይ ግዛት፣ በሸዋ ጠቅላይ ግዛት፣ በአዲስ አበባ እና በሠራዊቱ ጠቅላይ መምሪያ የተመረጡት የደርግ አባላት የአንተን ምሳሌና አርአያ በመከተል ህጋዊ በሆነ መልክ ሠራዊቱ በፍላጎቱ መርጦ ወክሎ የላካቸው እንደሆኑና፣ በምርጫው ኂደት ያንተ መንፈስ በሠራዊቱ ውስጥ በበላይነት ሰፍኖ ይመራ ስለነበር የአዛዦችና የመሪዎች ጣልቃ ገብነት ወይንም ተፅዕኖ ሳይኖር በሠራዊቱ የታመኑና የተወደዱ አባላት ብቻ ተመርጠው ሠራዊታቸውን ወክለው ለስብሰባው አራተኛ ክፍለ ጦር የተገኙ ናቸው አለኝ። ስለዚህ በያዝከው የደርግ አባላት ስም ዝርዝር ውስጥ ከኤርትራ ጠቅላይ ግዛት ፖሊስ (ሻምበል ሚካአል ገብረንትስ፣ ምክትል ፲ አለቃ ንጉሴ ነጋሳን፣ ፶ አለቃ ገብረ ሕይወት ገብረ እግዚአብሔር)፣ እንዲሁም ከሸዋ ጠቅላይ ግዛት ፖሊስ መምሪያ፣ ከአዲስ አበባ ፖሊስና ከሠራዊቱ ጠቅላይ መምሪያ የተመረጡት (፲ አለቃ ገበያው ተመስገን,፣ ፲ አለቃ ዓለማየሁ ኃይሌ፣ ሻለቃ እንየው ፈረደ፣ ፲ አለቃ ሙሉጌታ አብርሃ፣ ፲ አለቃ ኃይሉ በላይ፣ ሻምበል ደበላ ዲንሳ፣ ፶ አለቃ ይልማ ከበደ፣ ፲ አለቃ ተፈራ ደነቀው) ተመርጠው የተላኩት ሁሉም ሕጋዊ ወኪሎች ናቸው አለኝ። ባንፃሩ ደግሞ አብዛኛው የደርግ አባላት የጠነከረ ዓላማ ያልነበራቸው ከመሆናቸውም ባሻገር ወደ አዲስ አበባ የተላኩት በሠራዊቱ ፍላጎት ተመርጠው አልነበረም። ከነዚሁ ውስጥ ጥቂቶቹ በላካቸው ሠራዊትና ክፍል በአዛዦች የተወደዱ፣ አጎብዳጅና ስለነበሩ የአዛዦቻቸውን ጥቅም ያስከብራሉ ተብለው በመገመታቸው ሲሆን ሌላቹ ደግሞ በአዛዦቻቸው የተጠሉ ስለነበሩ ያካባቢያቸውን ሰላም ለማስፈን አዲስ አበባ ሄደው ይለፍልፉ፣ የሚፈይዱት የላቸውም በማለት ካካባቢው ለማራቅ ሲባል በአዛዦች ተመርጠው የተላኩ እንደሆኑና፣ ጥቂቶች ደግሞ በአራተኛ ክፍለ ጦር ይካሄድ የነበረውን ስብሰባ ለማየት ወደ አዳራሹ ገብተው በዚያው በመንግሥቱ ኃ/ማሪያም ተጠልፈው የቀሩ ሲሆኑ ሌሎች ደግሞ በሕመምና በሥራ ምክኒያት አዲስ አበባ የነበሩትን እራሱ መንግሥቱ ኃ/ማሪያም ደጋፊዎች ለማፍራት እየተገናኘ በማስቀረት እዚያው ቀርተው የስብሰባው ተካፋይ ሆነው አባል የሆኑ ናቸው ብሎ ትዝታውን አካፈለኝ። እንዲያውም ከሐረርጌ ጠቅላይ ግዛትና ከ3ኛው ክፍለ ጦር የመጡት በተቀነባበረ መንገድ መንግሥቱ ኃ/ማሪያምን ለመርዳት ሲባል የክፍለ ጦሩ፣ የጦር አካዳሚና የጠቅላይ ግዛቱ ፖሊስ አዛዦች ተመካክረው የሚቀራረቡና ተመሳሳይ ዓላማ ሊኖራቸው የሚችሉትን ከመረጡ በኋላ ቀሪዎቹን እራሱ መንግሥቱ ኃ/ማሪያም መርጦ ቡድኑን ይዞ አዲስ አበባ እንዲገባ በማድረጋቸው እንደነበር ትዝታውን አጫወተኝ። የግል ጥናቴን ካከናወንኩ በኋላ ከተለመደችዋ ቦታችን ሆነን በቃል የሚከተለውን ለማስረዳት ሞከርኩ። ሀ. ገና ከዓብዮት

ፍንዳታ አንድ ዓመት በፊት በፈረንጆች ዘመን 1973 አጋማሽ ገደማ ፓሪስ እንደደረስኩ በመፅሀፉ በሌላ አካባቢ እንደጠቀስኩት ለሻምበል ብርሃኑ ባየህ ደብዳቤ ጽፌለት ምንም ምላሽ እንዳላገኘሁና አሁን ግን ከሰጠኸኝ የደርግ አባል የስም ዝርዝር ውስጥ እሱን አባል መሆኑን ስላረጋገጥኩኝ ቀደም ሲል ለጻፍኩለት ደብዳቤየ ምላሽ ቢሰጠኝ እንኳን ዳግመኛም ለመጻጻፍ ፍላጎት አይኖረኝም አልኩት። ለ. ሻለቃ ካሳሁን ታፈሰን አስመልክቶ እንደዚሁ በክፍል ጦሩ ፍልጎት ተመርጦ ሳይሆን ለሕክምና አዲስ አበባ ሄዶ ሳለ አብዛኛው ጊዜውን የሚያሳልፈው ከአራተኛ ክፍለ ጦር አካባቢ ስለነበር መንግሥቱ ኃ/ማሪያም ጠልፎ ያስገባውና የደርግ አባል እንዲሆን ያስመረጠው ጭፍን ታማኝ ነው አልኩት። ከሻለቃ ብርሃኑ ባየህና ከሻለቃ ካሳሁን ታፈሰ ጋር የነበረኝን ትውውቅ አስመልክቶ ስለሁለቱ መኮንኖች በመፅሀፉ በሌላ አካባቢ የተጠቀሰውን አጫወኩት።

ሐ. ሻምበል ውብሸት ደሴ ለአለቆች ያገበድዳል፣ ለማደግና ለመሾም ብሎ ሽር ጉድና አለሁ አለሁ የሚል እንደነበረ የጦር አካዳሚ የ 9ኛ፣ 10ኛ፣ 11ኛና 12ኛ ኮርሶች ጓዶቻችን ይነግሩን ስለነበር እኛም ከእነሱ ጋር በማበር በበጎ ዓይን ስለማናየው አንቀርበውም ነበር። በጮሌነቱና ለአዛዦች ልቅ ያጣ ታማኝነቱ እንደ ሐረርጌዎቹ ምርጥ የደርግ አባሎች እሱም በክፍለ ጦሩ አዛዥ ፈቃድና ፍላጎት የተላከ መሆኑን በመረዳቴ ክብር አልሰጠውም አልኩት ለእያሱ ዓለማየሁ። ንግግሬን በመቀጠልም እንዲያውም አልኩት የተጠቀሱትን የጦር አካዳሚ ኮርስ ምሩቅ ጓዶቻችን እንግዶች በመሆን አዘውትረን ከጦር ሠራዊት መኮንኖች ክበብ ስናዘወትር፣ በተመሳሳይ ሁኔታም የተጠቀሱት ጓዶቻችን ፖሊስ ክብበ እየጋበዝናቸው አዘውትረው ሲመጡ የዚያን ጊዜውን ፻ አለቃ ውብሸት ደሴን አንዳችም ጊዜ ጋብዘነው አናውቅም። የገዛ ኮርሶቹም ሆኑ ሌሎቹ የጦር አካዳሚ ጓዶቻችን ከእሱ ጋር አቅርቦታቸው ከአንገት በላይ ስለነበር እኛም ጋር ባጋጣሚ ስንገናኝ የምናሳየው ፈገግታና ሠላምታ ከአንገት በላይ ነበር። በእኔ ላይ ምቾት ስለማያድርበት በጥርጣሬ ነው የሚያስተናግዳችሁ እንጂ ቀና ሆኖ ሊተባበር የሚችል አይሆንምና በእኔ ስም ከእሱ ጋር ግንኙነት ማድረጉ መልካም ውጤት የሚያመጣ እንደማይሆን አስረዳሁት። መ. ከኤርትራ ጠቅላይ ግዛት ፖሊስ ተወክለው የተላኩት (ሻምበል ሚካኤል ገብረንጉስ፣ ከምክትል ፻ አለቃ ንጉሴ ነጋሳ፣ ከ፶ አለቃ ገብረ ሕይወት ገ/እግዚአብሔር) እና ከፖሊስ ሠራዊት ጠቅላይ መምሪያ፣ ከአዲስ አበባ ፖሊስና ከሸዋ ፖሊስ ተመርጠው የተላኩት (፻ አለቃ ገበያው ተመስገን፣ ፻ አለቃ ዓለማየሁ ኃይሌ፣ ሻለቃ እንየው ፈረደ፣ ፲ አለቃ ሙሉጌታ አብርሃ፣ ፲ አለቃ ኃይሉ በላይ፣ ሻምበል ደበላ ዲንሳ፣ ፶ አለቃ ይልማ ከበደ፣ ፻ አለቃ ተፈራ ደነቀው) የተላኩት በሠራዊታቸው ፍላጎት ተመርጠው የተላኩ ሕጋዊ ተወካዮች መሆናቸውን አረጋግጫለሁ። ሌሎቹ አብዛኛው አባል የሆኑት በነበሩበት በሠራዊት ፍላጎት ተመርጠው የተላኩ ሳይሆኑ እንደ ፻ አለቃ የኃላው ሻምበል ውብሸት ደሴ እና እንደ 3ኛ ክፍለ ጦር/የምሥራቅ ጦር (የእነ መንግሥቱ ኃ/ማሪያም ቡድን) በአለቆች መወደድ ተመርጠው የተላኩ ናቸው አልኩት።

ሠ. እንደ ኤርትራ፣ ሸዋ፣ አዲስ አበባ ፖሊስና በፖሊስ ጠቅላይ መምሪያ በሠራዊታቸው ፍላጎት ተመርጠው የተላኩትም ሆኑ በአዛዦቻቸው ፍላጎት ተመርጠው የተላኩት ከአንዳቸውም ጋር ግንኙነት ለማድረግ ቀርቶ መጻጻፍም ፍላጎት አይኖረኝም። ወደፊት እቃማቸውን አስተካክለው ከሕዝቡ ጋር በመሰልፍ ሕዝባዊነታቸውን በተግባር ካላረጋገጡልኝ በስተቀር ባገኘሁት መረጃ መሰረት ከተጠቀሱት ጋር በምንም ቢሆን ግንኙነት ለመፍጠር ወይንም የቀድሞ ወዳጅነቴን ለማደስ የምችል አይመስለኝም አልኩት።

እያሱ ዓለማየሁ የአዛዥነት ድምፅ በተላበሰ መልክ እንደመቀጣት ዓይነት ሆኖ ፍቃደኛ ለመሆን የማልፈልግበትን ምክኒያት ጠይቀኝ። እኒህ የማውቃቸው የፖሊስም ሆኑ የጦር ሠራዊት መኮንኖችና ወታደሮች የሀገሪቷን ሥልጣን እያታለሉ ከሕዝብ ጠልፈው በመውሰዳቸውና ወዲያውኑም የአፄውን ሸንጎ ሕጋዊ በሆነ መንገድ አፍርሰው ሕዝባዊ በሆነ ጊዜያዊ ሸንጎ እንዲተካ አለማድረጋቸው፣ የጊዜያዊ ሕዝባዊ መንግሥት መመስረት ጥያቄን ከመቃወማቸውም በላይ ጥያቄውን የሚያስተጋቡትን እንደ ጠላት በመቁጠር የሚያስሩና የሚረሽኑ በመሆናቸው፣ እንዲሁም 60ዎቹን የአፄውን መንግሥት ባለሥልጣናትንና ኤርትራዊ ጄኔራል አማን አንዶምን ያለፍርድ በጭካኔ የገደሉ የወታደር ጁንታ በመሆናቸው፣ አልፎም በመካከላቸው ዲሞክራሲያዊ አመለካከት የነበራቸውን የተማሩ መኮንኖችን በአረመኔያዊነት የገደሉ መሆናቸውን እያወኩ እንዲሁም መሬት ላራሹ ሳይሆን መሬት ለመንግሥት ጠቀሜታ እንዲሆን አድርገው እንዲታወጅ ያደረጉ የሕገ ወጥ መንግሥት ጥርቅሞች ከመሆናቸውም ባሻገር በኤርትራ ላይ ልቅ ያጣ ጭፍጨፋ እንዲካሄድ ያደረጉ በመሆናቸውና አንዳቸውም ዲሞክራሲያዊ አመለካከት ኖሯቸው ከመካከላቸው ጭፍጨፋውን ለመቃወም የሞከረ/ሩ አላየሁባቸውም። ከላይ ለመጥቀስ እንደሞከርኩት ከአንዳቸውም የደርግ አባላት ጋር የእኔን ስም በመጠቀም ድርጅቱ እንዲቀራረብ ፍላጎት አይኖረኝም አልኩት። "ጓድ አያሌው ውሳኔው ያንተ ሳይሆን የድርጅቱ መሆኑን መዘንጋት የለብህምና መገናኘት ካለብህ ዝግጁ ሆነህ መመሪያውን መቀበል ይኖርብሃል" ብሎ ጠንከር አድርጎ አሳሰበኝ። አሁንም ሳልፈራና ሳልደናገጥ ቁም ነገሩ ትዕዛዙን መቀበል እና ያለመቀበሉ አይደለም፣ ቁም ነገሩ የታዘዝኩትን ትዕዛዝ ለመፈጸም ከልቤ አምኘበትና ከልቤ ፈቃደኛ ሆኘ የማደርገው መሆኑ ነው። ይህ ዓይነቱ ውጤቱ ሁሉ ያማረና ዘለቄታዊም ይኖረዋል፣ ወደፊትም አሉባልታና ቅሬታ አይፈጠረም አልኩት። ሌላ ምንም ሳይለኝ "የደርግ አባላትን አስመልክቶ የተሰጠህን ትዕዛዝ ለጊዜው ተወው፣ ነገር ግን ወደፊት ሜዳ መግባትህ ቢቀርና ከሆነ/ኑ የደርግ አባል ጋር እንድትገናኝ መመሪያ ቢሰጥህ ዝግጁ ሆነህ ግዳጁን ማከናወን ይኖርብሀል እንጂ ለሚሰጥህ መመሪያ ለውይይት ዕድል እንደማይኖርህ ከአሁን እንድትገነዘብ። እስከአሁን ድረስ ያካሄድካቸው ውይይቶች ከእኔ ጋር በመሆኑ ቅሬታ አድሮብኝም፣ እንዲያውም በግልፅነትህና

በምታደርገው ውይይት አደንቅሀለሁ። በእኔ ላይ ባለህ እምነት እንደሆነም ይሰማኛል” ብሎ በሀሰት “ኃዳዊ” መንፈስ ምክር በመስጠት ሸንግሎና አታሎ ውይይቱን አጠናቀቅን።

6.25. ለገንዘብ ማሰባሰቢያ የተደረገ የራት ግብዣ

“ከፕሬሲደንቱ” ከእያሱ ዓለማየሁን ከሲኞራ ማሪያ ፍራንቼስካ ጋር ለማስተዋወቅ ፕሮግራም ስለያዙልን አንድ ቀን ጧት ገደማ ወደ መኖሪያ ቤታቸው ይዟው ሄጄ አስተዋወኩት። ተጨዋውተው እንደጨረሱና ከእሱ የሚፈልጉትን መረጃ አግኝተው እንዳጠናቀቁ ምሳ ተመግበንና ቡና ጠጥተን ተሰናብተን ወደ ቦታው ይዤው ተመለስኩ። ደግነቱ ለገንዘብ ማሰባሰቢያ በሚደረገው የራት ግብዣና ልዩ ልዩ ፕሮግራሞች ላይ እዚሁ ጣሊያን ሀገር መቀየትህ ደስተኛ አድርገኛል አሉኝ። በቶስካና፣ በሎምባርዲያና በኤሚሊያ ሮማኛ ግዛቶች ዝግጅት አዘጋጅተዋል እህቶቼና ወንድሞቼ እንዶሁም የጆን ቤተሰቦች ጭምር ብለው መልካም ዜና ያበስሩልኛል። እኔና የሀሰቱ ኮሚቴ ፕሬዚደንታችን እያሱ ዓለማየሁ ከነሲኞራ ማሪያ ፍራንቼስካ ጋር አብረን እንድንጓዝ ጥያቄ ቀርቦልን እኔ ደስታ ሲሰማኝ እያሱ ዓለማየሁ ግን ወደ ዝግጅቱ አብረን መሄዱን አልፈለገም። እያሱ ከእሱ ጋር እያለሁ በግልጽ ግራ የሚያጋባኝ ሌላው ነገር ገንዘቡን እየፈለገ በጀርባ እንጅ ፊት ለፊት በመካፈል አስተዋጽዖ ማበርከት ስለማይፈልግ መሣሪያውና መገልገያው እኔው ነበርኩ። ይህ ፀባይ የኃላ ኃላ እንደሰማሁት የዘሩ ክሕሸን ፀባይ ዓይነት እንደሆነ ነው። ባጋጣሚ እሱ ሌላ ቦታ ተጠርቶ ስለሚጓዝ ከእኛ ጋር ለመጓዝ አልቻለም ብየ እንደተለመደው ቃጥፌና ዋሽቼ ገለጽኩላቸው። በድብቅ ለዶ/ር አብዱልመጅድ ሁሴንና ለኃደኛየ ወ/ት አምሳሉ ስልክ ደውየ በማስታወቅ ቢያንስ ባካባቢው በሚደረጉት ዝግጅት ላይ እንደሚገኙ ፍቃደኛነታቸውን በመግለጻቸው ለሲኞራ ማሪያ ፍራንቼስካ ነግሬያቸው በጣም ተደሰቱ። ዶ/ር አብዱልመጅድ ሁሴን በእያሱ መሪነት የሚካሄደውን የቅጥፈትና የውሸት ተግባራችንን እንዲሁም በምስኪን ቀጣሪዎቼ ላይ የምናካሂደውን ዝርፊያን ማታለል ሁሉ ፈጽሞ አያውቅም ነበር ብቻ ሳይሆን ይኖራልም ብሎ አይጠራጠርም ነበር። እያሱ ዓለማየሁ የዶ/ር አብዱልመጅድ ሁሴንን መሳተፍ ደስተኛ አልሆነም፣ ለእኔ ችግሩ ወይንም ምስጢሩ አልታየኝምና አይሆንም በየ በራሴ አነሳሽነት ተገኝቶ እንዲረዳኝ አደረኩ። የሱ መኖር ተመክሮውንና የነጠረ የቋንቋ ችሎታውን በመጠቀም ቢያንስ ቀንጆ የሆነ ምስጋና ሊያቀርብ ይችላል በማለት ነበር። በዚያ ላይ የወቅቱ የዓለም አቀፍ የኢትዮጵያ ተማሪዎች ፌዴሬሽን ማሕበር የውጭ ጉዳይ ኃላፊ ነው። በዚህ ሥነሥርዓት ጣይቱ ካሳ እንድትገኝና እግረመንገዷንም አብረን ለመሰንበት እንዲያስችለን በመፈለጌ ለሁለት ሳምንት ምክኒያት በመስጠት (የሰጠኃትን ምክኒያት ዘነጋሁት) ከትምሀርት ጊዜዋ ሰውታ እኛ ጋር ለመጓዝ ሮም ገባች። በፕሮግራሙ መሠረት ከሲኞራ ማሪያ ፍራንቼስካ፣ ከልጆቻቸው፣ ጣይቱና እኔ ሆነን በሬንጅ ሮቨር መኪና በእኔ ሹፌርነት በመጀመሪያ ወደ ፍሎሬንስ ተጉዘን አንድ ቀን አሳለፍን። ወ/ት ብርቱካ ከእኛ ጋር እንድትሄድ ጠይቀናት ከሥራ ቀናት ውጭ

በመሆኑ ደስተኛ ሆና አብራን ተጉዛ በቅድሚያ ወደ ሚላኖ ጉዞ አድርገን በዝግጅቱ ቦታ በሰዓቱ ደረስን። ዶ/ር አብዱልመጅድ ሁሴንና አምሳሉ ሚላኖ ቀድመው ደርሰው በዝግጅቱ ቦታ ሲጠባበቁን አገኘናቸው። በሚላኖ ከሁለት ቀናት ቆይታ በኃላ ወደሚቀጥለው ዝግጅት ለመድረስ ቦሎኛ ተጓዝን አንድ ቀን አዳር አደረግን። በሁለቱ የዝግጅት ፕሮግራሞች ላይ ዶ/ር አብዱልመጅድ ሁሴን ይህ ነው የማይባል አስተዋጽኦ ከማበርከቱም በላይ አስተናጋጆቹንና ታዳሚውን በጠራ የጣሊያንኛ ቋንቋ ችሎታው በደንብ አድርጎ ገለጻ አደረገላቸው። ከዚያም እንግዶቹ ከእሱ ጋር ብዙ ተወያዩ፣ ብዙ ጥያቄዎችም በቡድን እና በግል ቀርበውለት አጥጋቢ መልስ በመስጠት እንግዶቹን አስደሰታቸው። በሁለቱም ዝግጅቶች በድምሩ 70,600,000 ሰባ ሚሊዮን ስድስት መቶ ሺህ የኢጣሊያን ሊራስ ተሰባስቦ በእያሱ ዓለማየሁ ስም የተዘጋጀ ቼክ ይዠ የሚገባንን ሁሉ አመስግነን እኛ ወደ ሮም ተመለስን። በማግሥቱ ቼኩን ሳስረክበው በሁለት እጆቹ በማቀፍ የውሸት ምስጋናና አክብሮቱን ገለጸልኝ። እኔ ግን ሊያስመሰግነኝ እንደማይገባና እያንድንዳችን ልናበረክተው የሚገባን ኢትዮጵያዊና አብዮታዊ ግዴታ እንደሆነ ከልቤ መልስ ሰጠሁት። ጣይቱ ካሳ ከእኔ ጋር ከርማ ጣሊያንና ፈረንሣይ ኬላ ድረስ ሸኝቻት ተለያየን። ከዚያ በኋላ አውሮጳን ለቅቄ ወደ መካከለኛው ምሥራቅ ልወጣ ሶስትና አራት ቀን ሲቀረኝ አንድ ጊዜ ሮጬ በተዘዋዋሪ መንገድ ልሰናበት ብየ ፓሪስ ሄጄ ከእሷ ጋር ሁለት ቀን ቆይቼ ጣሊያን ኬላ ሸኝታኝ ወደ ፓሪስ ተመለሰች። እኔም ጨክኜ ወደ ሮም ተጓዝኩ። ወደ ሜዳ ለመውጣት መዘጋጀቴን ሳልጠቅስላትና ፍንጭ ሳልሰጣት ደብቄ ከሷ ጋር በተለያየሁ ከአራት ቀን በኋላ አውሮጳን ለቅቄ ወጣሁ።

6.26. ወደ ፍልሥጥኤም ከመጓዜ በፊት አምባሳደር ኮሎኔል በላቸው ጀማነህን ለመጥለፍ ለተቃቃመው ቡድን አባልነት መመረጤና የመካከለኛው ምሥራቅ ጉዞየን እንዳዘገይ መመሪያ በድንገት መቀበሌ

ወደ ቤይሩት ለመብረር ሁለት ቀን ሲቀረኝ ከተለመደችው የቁርስ ቤታችን ሆነን የመካከለኛው ምሥራቅ ጉዞየን ላልተወሰነ ጊዜ እንዲዘገይ መወሰኑን እያሱ ዓለማየሁ ያበስረኛል። ስሜቴን በመግታት በምን ምክኒያት ሊሆን እንደቻለ ጠየኩት። በዩጎዝላቪያ የኢትዮጵያ አምባሳደር የሆኑትን ኮሎኔል በላቸው ጀማነህን ለመጥለፍ/ለማፈን የተቃቃመው ቡድን አባል ሆነህ በመመረጥህ ግዳጁ እስከሚጠናቀቅ ድረስ ለተወሰነ ጊዜ ምዕራብ ጀርመን ሄደህ ከቡድኑ ጋር ዝግጅትና ልምምድ ታደርጋለህ። ዕቅዱ እንደተጠናቀቀ ጉዞህን ወደ ኃላ ትቀጥላለህ። ከሌሎቹ በበለጠ በቂ የሆነ ወታደራዊና የኢንተሊጀንስ ሥልጠናና አልፎም ተመክሮ ስላለህ እምብዛም የሚያመልጥህ ትምህርት ስለማይኖር ችግር አይግባህ ብሎ ሊሸነግለኝ ሞከረ። ይህን ሲነገረኝ ውስጤ ሁሉ ነደደ። ኮሎኔል በላቸው ጀማነህን በግንባር ባላውቃቸውም እሳቸውን ደህና አድርጌ ነው በዝናና በመልክ የማውቃቸው። የጄኔራል ፅጌ ድቡን እራዕይ እውን ለማድረግ ከወቅቱ የሠራዊቱ ከፍተኛ አዛዦች

ጋር በመተጋገዝ በኮሞዶር እስክንድር ደስታ የተነጠቀውን የፖሊስ ኮሌጅ ሕንጻን ለባለቤቱ ለፖሊስ ሠራዊት አስመልሰዋል። በመቀጠልም ምንም እንኳን የጄኔራል ፅጌ ድቡ ዕቅድ ሙሉ በሙሉ ባይፈፀምም በኮሎኔል በላቸው ጀማነህ ብርታትና ጥረት የአባዲና ፖሊስ ኮሌጅ ወደ ከፍተኛ የትምህርት ተቋምነት እንዲያድግ ያስቻሉ ለሠራዊቱ፣ ለኮሌጁና ለተመራቂዎቹ ባልውለታ ናቸው (ዝርዝሩ በራስጌ ማስታወሻ ቁጥር 24 ተገልጿል)። እሳቸው የመጀመሪያው አዛዥ ሆነው እነ ሻለቃ ግርማ ይልማን 3ኛ ዓመት እንዳደረሱ እኔ ደግሞ በኮሌጁ ተመልምሌ በምገባበት ጊዜ የፀጥታ ሚኒስቴር ዲ ኤታ ሆነው ተሹመው በመሄዳቸው በግንባር ቀርቤ የመተዋወቅ እድል አላጋጠመኝም። የነግርማ ይልማን ኮርስ አብዛኛዎቹን ለሰላይነት ወደ አዲስ የሹመት ቦታቸው ይዘዋቸው ሲሄዱ ሳያውቁ እንደ ሻምበል በላይነህ ሽቤ፣ ሻለቃ ብርሃኑ ከበደና ሻምበል ታሪኩን የመሳሰሉትን አፍርተዋል። እያሱ ዓለማየሁ የእሳቸውን የጠለፋ ግዳጅ ገልጾ እንድዘጋጅ እንዳዘዘኝ በቀጥታ ያለማወላወል እኔን ከግዳጁ እንዲያስወጣኝና ጉዞየን እንድቀጥል ተማፀንኩት። ምክኒያቴን ጠይቆ ማዳመጥና ለመረዳት ሲገባው "ምን ነው፣ ምንችግር አለው፣ ታውቃቸዋለህ እንዴ፣ የመሳሰሉትን ስሜት ጎጂና ከቦዘኔዎች እንጂ ከአብዮታዊ ምሁራን የማይጠበቅ ጥያቄዎች ደረደረልኝ።

በቅንነት የሚከተለውን አቀረብኩለት። ስማ እያሱ ማወቅን በተመለከተ ኮሎኔል በላቸው ጀማነህ በንጉሱ ዘመን የእኔ ኮሌጅ አዛዥ፣ ቀጥሎም የንጉሱ የፀጥታ ሚኒስቴር ዲ ኤታ፣ በደርግ ጊዜ ደግሞ እንደተራማጅ ተቀጥረው የሀገር አስተዳደር ሚኒስቴር ሆነው በማገልገላቸው እንኳንስ እኔ የሳቸው ተማሪ የነበርኩት ፖሊስ ቀርቶ እናንተም ታውቃቸዋላችሁ። የመታፈናቸው ጉዳይ ቅር ያሰኝሀል እንዴ ማለትክን ካንተ አልጠብቅም ነበር፣ ሆኖም ከተነሳ እንኳንስ እሳቸው ወላጅ አባቴም ቢሆን የሕዝብ ጠላት ሆኖ ከተገኘ ወይንም በታላቁ አብዮታችን ላይ አደገኛ ሆኖ ከተገኘ በጥናትና በዘዴ የሚወሰደውን እርምጃ ሁሉ አልቃወምም አልኩት። ኮሎኔል በላቸው ጀማነህ ያስተማረኝን ኮሌጅ ለከፍተኛ ደረጃ ያበቁ በመሆናቸውና በቅርብ ስለ ማውቃቸው ሳይሆን፣ ምን ያህል የጎላ የሕዝብ ጠላትነት አላቸው.? እንዲህ በባዕድ ሀገር በድርጅታችን እንዲጠለፉ የሚያስገድደን ምን የፈጸሟቸው በደላና ወንጀል ተገኘባቸው? የሚሉት ጥያቄዎች በዓዕምሮየ ስለተተላሉ ለጥያቄዎቹ ምላሽ ማግኘት ስለሚገባኝ ነው አልኩት። የሕዝብ ጠላት ቢሆኑ ኖሮ ደርግ የሀገር አስተዳደር ሚኒስቴር አድርጎ ባልሾማቸው ነበር። እንዲያም ሆኖ እንኳን የሀገር አስተዳደር ሚኒስቴር ካደረገ በኃላ መልሶ ሊበላቸው በመዘጋጀቱ ሊሆን ይችላል ሲ. አይ. ኤ. ናቸው ብሎ በማስወራት መወንጀልና ስም ማጥፋት ጀምሮ ሳለ ነው ይመስለኛል ተማሪያቸው የነበረው የሻምበል ዓለማየሁ ኃይሌ ቶሎ ብሎ በአምባሳደርነት ወደ ውጭ አሾልኮ ያወጣቸው። ቢቀዩ ኖሮ ደርግ ምን ሊያስከትልባቸው እንደሚችል አጠያያቂ አልነበረም። መንግሥቱ ኃ/ማሪያም ሳይገድላቸው ሾልከው ያመለጡትን ባለሥልጣን ኢሕአፓ የደርግ አንጋች በመሆን በተባባሪነት እኛ እንድናጠናቅቅለት ደርግ

እንዳዘዘን መስሎ ይሰማኛል ብየ በግልጽ ገለጽኩለት። በማያያዝም ጠላፊውና አፋኙ ድርጅት ማነው፣ ኃላፊነቱን የሚወስደው ማን ሊባል ነው? ኢሕኤፓ ነው ተብሎ ቢነገር እንኳን ኢሕአፓ ማንነው? በቅርብ የሚያውቁት የድርጅቱ እፍኝ የማይሞሉት ደጋፊ ግለሰቦችና ድርጅቶች እንደ እነ ሎታ ኮንቲኒዋ ካልሆኑ በስተቀር የሚያውቀው ማንም የለም። ምን ሰርተን ታውቀን፣ ምን አከናውነን እኛ ነን ልንል ነው። ይህ እኮ በምዕራብ አውሮጳ ተጋኖ ከሚንቀሳቀሰው ከማፊያዎቹ ድርጅት ተግባር የሚያለያየን አይመስለኝም፣ ሕዝቡ እንደ ማፊያ እንጂ በሕዝብ እንደተገነባ የፖለቲካ ድርጅት አድርጎው አይቀጥሩንም። ከሁሉም በላይ አልኩት ከጣሊያኗ የሎታ ኮንቲኒዋ አናርኪስት ድርጅትና ከጣሊያኑ የማፊያው ድርጅት ቀዩ ብርጌድ በምንም ቢሆን ልንለይ አንችልም ስለው በፊቱ ደስ የማያሰኝ ገጽታ አነበብኩበት።

ከእሱ ጋር አውሮጳ አብሬ መኖሬ ከጥቅሜ ይልቅ ወደፊት ላደርስበት የምችለው ጉዳት እንደሚበዛ በእርግጠኝነት በመገንዘቡ ይመስለኛል ፊቱ ጥላሸትነት ሲለዋወጥ ተመለከትኩ። ለግል ጥቅሙ መገልገያነት በአውሮጳ ከእሱ ጋር እንድቀይ የነበረውን ጠንካራ ፍላጎት ሳይወድ የግድ በመቀየር ወደ ሜዳ እንድሔድ የወሰነው ከሎታ ኮንቲኒዋ ውይይታችን በኃላ እንደነበር በሌላ አካባቢ ተገልጿል። በውይይታችን የሎታ ኮንቲኒዋና የቀዩ ብርጌድ ጣልቃ ገብነት በጣም አድርጎ ስሜቱን የነካው ይመስላል ውይይቱን አቀመና ተወያይቼ ቅሬታህን ለማስተናገድ እንድችል እስከ ምሽት ድረስ ታገሰኝ እና እራት ቦታችን በእራት ሰዓት አካባቢ እንገናኝ ብሎ ቁርሳችንና ቡናችንን ከፍሎ ይውጣ ወይንም እንደልማዱ ሲናደድ ሳይከፍል ረግጦ እንደሚወጣው ረግጦ ይውጣ አላስታውስም። በእራት አካባቢ ተገናኝተን እራታችንን እየተመገብን ቅሬታህን ተቀብለነዋልና የፍልሥጥኤም ጉዞህን ለመቀጠል ተሰናዳ በማለት የኮሎኔል በላቸው ጀማነህን የጠለፋ ዕቅድ በዚሁ አቀመ። አምባሳደሩ ይጠለፉም አይጠለፉም የማውቀው አልነበረኝም። መቀየት ደግ ነው ዋሺንግተን ዲ. ሲ. በቀየሁበት አንድ ወቅት ጠበቃ ይመስል ቦርሳ ይዘው በርቀት አየኃቸው። ሄጄ እራሴን ለማስተዋወቅና ሠላምታ ለመስጠት አሰብኩና ምን እንደነካኝ ዘነጋሁ ሀሳቤን ቀይሬ ተውኩ። በሌላ ጊዜ በዲ. ሲ. ቀይታየ ከተዋወኳቸው መልካም ወገኖቼ መካከል አቶ ስዩም ዘነበ ጋር ስታርባክ ሆነን ስንጨዋወት ስለፖሊስ ኮሌጅ ተነስቶ ስነወያይ የእሳቸው ስም ባጋጣሚ በመነሳቱ የሚኖሩት ዋሺንግተን ዲ. ሲ. እንደሆነና የጥብቅና ሙያ እንደሚሰሩም ጠቀስ እንዳደረገልኝ ከዚያ በፊት በሩቅ ባየኃቸው ጊዜ የወሰድኩት የራሴ ግምት ትክክል መሆኑን አረጋገጥኩ። የኮሎኔል ጀማነህን መጥለፍ/ማፈን ምክኒያት አድርጎ ከ"ማዎይስቶቹና ከ"ሲ. አይ. ኤ"ዎቹ" ወንድሞቼ ለመለያየት አሳቦ ያቀደው እንጂ በእውነት ሕሊና ኖሯቸው ከሆነ በዚያን ሰዓት ኢሕአፓ በምዕራብ አውሮጳ የደርግ መንግሥትን ባለሥልጣን ለመጥለፍ ዕቅድ ይኖረዋል ብየ አላስብም። ሆነም አልሆነም በጠለፋው አሳቦ ከጓዶቼ ነጥሎ ለማስቀረት የተጠቀመበት ምክኒያት እንደሆነ ነው የደመደምኩት። ዋናው ምክኒያት ጊዜ ሰጥቶኝ ከኤፍሬም

ደጀኑ/ሰዒድ አባስና ከውብሸት መኮንን/አቡበከር ሙሀመድ ጋር በማደርገው የቀስ በቀስ ግንኙነትና ውይይት ማን መሆናቸውንና ምን ዓላማና አመለካከት እንዳላቸው እንደምረዳና ሶስታችን ግንባር መፍጠር ብቻ ሳይሆን እንደ አንድ ሰው ሆነን ለዘለቄታው የምንጋዝ የረጅም ጊዜ ጓደኛሞች እንደምንሆን ስላረጋገጡ ይህንን በዓላማ፣ በአመለካከትና በአስተሳሰብ፣ የሚገነባውን ጠንካራ አንድነት እንዳይፈጠር ከወዲሁ ለማክሸፍ ነበር።

ምዕራፍ ሰባት

7.0. ማን ያርዳ የቀበረ፣ ማን ይመስከር የነበረ: ክፍል አንድ

7.1. በቅርብ ጊዜ ለሚቋቋመው የደቡብ ኢሕአሠ ክንፍ ምዕራብ አውሮጳን ወክየ ለወታደራዊ ሥልጠና ወደ ፍልሥጥኤም ለመጏዝ የዓምሮና የመንፈስ ዝግጅት እንድጀምር መመሪያ መቀበሌ

በገጠር ትግል እንድሰማራ ለብርሀነመስቀል ረዳ የገባሁትን ቃል ብቻ ሳይሆን የገጠር ትግል የራሴም ፍላጎት በመሆኑ ለራሱ የግል ጥቅም ማራመጃ መሣሪያ እንድሆንለት አስለውጦኝ በአውሮጳ ከእሱ ጋር ሆኜ እየተንቀሳቀስኩ እንድቀይ እሺ አሰኝቶኝ ሲጠቀምብኝ ከቆየ በኃላ ድንገት ከሎታ ኮንቲኒዋ ውይይታችን ወቅት የእኔን ማንነት ለማወቅ በመብቃቱና እንደገናም አውሮጳን ለቅቄ በመሄጃየ ሰሞን በምዕራፍ 6 በተጠቀሱት ጉዳዮች ባሳየሁት አቋሜ እና ማዎይስት ማለት ምን ማለት ነው? የማዎን የትግልስ ዘዴ መከተል ወንጀል ከሆነ ሁላችንም ወንጀለኞች ነን ብየ በቅንነት መከራከሬ ከእሱ ጋር መቀየቱ ወደፊት ለግሉ ከማበረክትለት ጥቅም የማደርስበት ጉዳት እንደሚከብድ አስቀድሞ በመገንዘቡ የእኔን ከእሱ ጋር በአውሮጳ እንድቀይለት የነበረውን ፍላጎቱን በመቀየር የፓርቲውን ፕሮግራም ተግባራዊ ለማድረግ ከጠላቶች ጋር ከሚዋጋው የፓርቲው የጦር ክንፍ ጋር በመቀላቀል የበኩሌን አብዮታዊ ድርሻ ለማበርከት ምዕራብ አውሮጳን ወክየ ለወታደራዊ ሥልጠና ወደ ፍልሥጥኤም እንደምጏዝ ደስ የሚያሰኝ ዜና አበሰረኝ። ቀድሞውኑ የነበረኝ ፍላጎት ብቻ ሳይሆን ለብርሀነመስቀል ረዳ የገባሁትም ቃል ስለነበር ድርብርብ ደስታ ተሰማኝ። የምትመደበውም በቅርብ ጊዜ ለሚቋቋመው የደቡብ ኢትዮጵያ ክንፍ በተለይም በሲዳሞ አካባቢ ለሚመሰረተው የኢኢሕአሠ ክንፍ የሠራዊቱ የድሕንነት ኃላፊነት እንደሆነ በመግለጽ የዓምሮና የመንፈስ ዝግጅት እንድጀምር ማሳሰቡን እና እኔም ዝግጅቱን አጠናቅቄ ወደ መካከለኛው ምሥራቅ ለመብረር በዝግጅት ላይ እንዳለሁ በኮሎኔል በላቸው ጀማነህ ምክኒያት ለጠለፋ/ለአፈና ግዳጅ ከተቋቋመው ቡድና አባል ሆኜ በመመረጤ ለልምምድ ወደ ቀድሞው ምዕራብ ጀርመን እንደምጏዝና የፍልሥጥኤሙን ጉዞየን ላልተወሰነ ጊዜ በማዘግየት ጉዞየን ሊያጨናግፉ ተሞክሮ እንደነበረና ጠንካራ አቋሜን በመጠቀም በጠለፋው ለመሳተፍ ፍቃደኛ እለመሆኔን በማስታወቄ ወደ ምሽቱ አካባቢ በጥያቄህ መሰረት ከቡድኑ መሰረዜና ጉዞየን እንድትቀጥል መወሰኑን ነግሮኝ በማግሥቱ ጉዞየን መጀመሬን በምዕራፍ ስድስት ተገልጿል። ኤደን ገብቼ ለሳምንታት ያህል መኖር እስከ ጀመርኩበት ጊዜ ድረስ በሸርና በደብተራ የተንኮል ጥበቡ እኔን ካካባቢው አርቀ ሜዳ አስገብቶ አፍኖ ለማቀየት የተዘጋጀ ዕቅድ ነው ብየ ፈጽሞ አልጠረጠርኩም ነበር። ወደፊት አበጀ (መርሻ ዮሴፍ) ከኤደን ለቀ እንደዚሁ እንዳንተው ሜዳ ገብቶ የሰሜኑ የጦር መሪ ሆኖ ድርጅቱን ያገለግላል። ሁለታችሁም በቅርብ በመገናኘትና ጎን ለጎን

እጅ ለእጅ በመያያዝ ሠራዊቱን የሕዝብ ሠራዊት እንደምታደርጉት እርግጠኞች ነን በማለት በእኔ ላይ ከፍተኛ እምነት እንዳደረበት አስመስሎ ይሰብከኝ እንደነበረ ሁሉ በምዕራፍ ስድስት ተገልጿል። በኮሎኔል በላቸው ጀማነህ ምክኒያት ከጉዞየ ሊያስቀረኝ የነበረውን እኩይ ሃሳብ ሰርዞ የፍልሥጥኤም ጉዞየን እንድቀጥል ሲነግረኝ ከደስታ የተነሳ ይበልጥ የአክብሮት ስሜቴን አሳየሁት። እሱም የእኔን ደስታ በማየት ምንም እንዳልገባኝና አንዳችም ጥርጣሬ የሌለኝ (በእሱ ዕምነት ሞኝና ጅል) መሆኔን በማረጋገጡ ደስተኛነቱን ተገነዘብኩ። በእውነት ለመናገር በዚያን ጊዜ ለሻዕቢያና ለሶማሊያው አምባሳደር ካለው ልዩ ፍቅርና አክብሮት በስተቀር ኤደን እስከገባሁ ጊዜ ድረስ እንደሌሎቹ እሱም ስውር አጀንዳ እንዳለው ተጠራጥሬው አላውቅም ነበር።

7.2. ለሥልጠና አብረውኝ ከሚሄዱት መካከል በአክራሪነት፣ ማዎይስትነት እና በ'ሲ. አይ. ኤ'ነት የሚጠረጠሩ ሁለት ሠልጣኞችን እንድከታተል "በታማኝነቴ" መመሪያ መቀበሌ

በፈረንጆች ዘመን አቆጣጠር ጥቅምት ወር መጨረሻ 1975 ማለዳ አካባቢ እንደተለመደው እኔና እያሱ ዓለማየሁ ከምንኖርባት ጎጇችን ተያይዘን ከተማ ወጣን። ከተለመደችው ቡና ቤታችን ቁርሳችንን ፈጽመን ቡና መጠጣት ስንጀምር የኢትዮጵያ ፓስፖርት ከኪሱ አውጥቶ በፓስፖርቱ ውስጥ የሰፈረውን ዝርዝር ሁሉ በራሱ የእጅ ጽህፈት ሞልቶ ሰጠኝ። መስለ አያና ብሎ ሰየመኝ። የተወለድኩት ወለጋ ሲሆን በውስጡ ያሉት ዝርዝር ሁኔታታዎች ሁሉም የፈጠራ ነበሩ። ሁለት ከተለያዩ ቦታዎች የተሰጡኝ ፓስፖርቶች እያሉኝ ሌላ አዲስ ፓስፖርት ማዘጋጀቱ ምንም እንኳን ምክኒያቱ በግልጽ በይገባኝም ወደ ፍልሥጥኤም መጓዝ የሚገባኝ በዚሁ በአዲሱ ፓስፖርት እንደሆነ መመሪያ ተሰጠኝ። ፓስፖርት በተሰጠኝ ሳምንት ገደማ በፈረንጆች ዘመን ሕዳር ወር መግቢያ 1975 ወደ ፍልሥጥኤም መጓዣየ ዋዜማ ከሁለቱ ጓዶቼ ጋር ሲያስተዋውቀኝ የተጠቀመው ስም ለአዲሱ ፓስፖርት የተጠቀመበትን ነበር። ይህን ፓስፖርት የተጠቀምኩበት ከሮም ከተማ ወደ ቤይሩት ከዚያም ስልጠናውን አጠናቀን ወደ ድርጅቱ የመካከለኛው ምሥራቅ ጽ/ቤት ኤደን ስንጓዝ ብቻ ነበር። ፓስፖርቱ የተገኘው ሮም ከሚገኘው የኢትዮጵያ ኤምባሲ ነበር። በመጨረሻም ይህ ፓስፖርት ከሌሎቹ ሁለት ፓስፖርቶቼ ጋር ባንድነት ኤደን ከተማ ያስረከብኩት ለዘመኑ መርሻ ዮሴፍ ነበር። ቡና ቤት ውስጥ እያለን ያለኝን የዲስፕሊን ተገዥነቴንና ለድርጅቱ ታማኝነቴን በቅጡ አስተካክሎ በመረዳቱና በእሱ ላይ ከፍተኛ እምነት እንዳለኝ በማረጋገጡ አብረኻቸው ከምትሠለጥኑት ጓዶች ውስጥ ሁለቱ አክራሪዎች ሊሆኑ ይችላሉ ብለው የአካባቢያቸው አመራር እንደሚጠረጥሯቸው ሪፖርት ደርሶናል። ውሸቱን በቅጥፈት ኪነቱ እኔ ግን ባንድ አጋጣሚ ተገናኝቻቸው በጣም ነው የወደድኳቸው (ለፍልሥጥኤም ጉዞ ሮም እንዳረፉ ለመጀመሪያ ጊዜ ከመተዋወቁ በስተቀር ከዚያ በፊት አግኝቷቸው እንደማያውቅ ሁለቱም ጓዶቼ የኃላ ኃላ ኤደን እያለን ነግረውኛል)። የፖሊስ ዕውቀትህን

በመጠቀም ብሎም ሜዳ ስትገባ የደህንነቱን ኋላፊነት ቦታ ስለምትሸከም ያንተም ችግር በመሆኑ መንገድ ላይ እያላችሁ ጀምሮ ለማጥናትና ለማወቅ መሞክር ይኖርብሃል ብሎ አሳሰበኝ።፣ በክትትልና በስለላ ተግባር ላይ ተሰማርቼም እንደማላውቅና ይህንንም ቀደም ሲል የደህንነቱን ኃላፊነት ስታሸክሙኝ ችሎታውና ብቃቱ ያንሰኛል ማለቴን አስታወስኩት። በተጨማሪም አልኩት የእኔ የተፈጥሮ ባህሪ እንደ ግልጽነቴና ቀጥተኛነቴ የመሳሰሉት ለክትትልና ስለላ ሙያ እንቅፋት ናቸው፣ የማሸንክነትና የድብቅነት ባህሪ የለኝም ብየ ገለጽኩለት። ሆኖም ለድርጅቱና ሠራዊቴ ደሕንነት ሲባል ይህን ዓይነቱን ግዳጅ እንዳልከታተል የሚያግደኝ እንዳችም ችግር አይኖርምና አታስብ ብየ ገለጽኩለት። ነገር ግን እያሱ አልኩኝ፣ መመሪያውን በቅንነትና በአግባቡ ተግባራዊ ለማድረግ እንዲያስችለኝ በትክክል አክራሪ ናቸው ወይንም ማዎይስት ናቸው ስንል ምን ማለት እንደሆነ ብታብራራልኝ ብየ በኃዳዊ ስሜት ጠየኩት። ግልጽ ለማድረግም አልኩና አክራሪ ሲባል ምን ማለት ነው? አክራሪ ሆነው ቢገኙስ ምንድን ነው የምናደርገው? ብየ ጥያቄዎቼን እንዳቀረብኩለት እንደሚከተለው አስመሳይና የቅጥፈት መልሱን ደረደረልኝ። “ድርጅታችን የማርክሲስት ሌኒኒስት ድርጅት ነው። ልዩነቶችንና ማናቸውንም ሊነሱ የሚችሉትን ልዩነቶች ዲሞክራሲያዊ በሆነ መንገድ በውይይት እንዲፈቱ ያደርጋል። ውይይት ለድርጅታችን ዕድገትና ጥንካሬ ዋና መሣሪያችን በመሆኑ በመወያየትና በመማማር ሊፈጠር የሚችለውን ችግር ለማስወገድ እንችላለን” በማለት የመጀመሪያውን ዘሎ ሁለተኛውን ጥያቄየን መለሰልኝ። እንደውም በገለጻው ላይ በቅጥፈት ኪነቱ ደስ ያሰኘኝና ልቤን የሳበው “በማሕጸኑ ውስጥ ልዩነት የሌለው ድርጅት የሞተ ድርጅት ብቻ ነው” ብሎ በማታለልና በመሸወድ ኪነቱ ልቤን ሊመስጠው ኖከረ አስመሳዩ እያሱ ዓለማየሁ።

ለመጀመሪያው ጥያቄየ ምላሽ ሳይሰጠኝ ዘሎ ወደ ሁለተኛው ጥያቄ በመሄድ መልስ በመስጠት መጀመሪያውን ጥያቄ አድበስብሶ ሊያስቀረው ፈለገ። በዚያን ጊዜ ግንዛቤየ አውቆ ያደረገው አልመሰለኝም ነበር። ሆኖም የማወቅ ጉትት ስላደረብኝና ካላወኩና ካልተረዳሁ መመሪያውን ተግባራዊ ለማድረግ ስለማልችል እንደገና አጥብቄ አክራሪ በሚለው ስም ግራ ስለተጋባሁ ምን ማለት እንደሆነ እባክህ ብታብራራልኝ ብየ ተማፀንኩት። በግብታዊነት ስሜቱ ማዎይስት ሊሆኑ ይችላሉ ብለው ይመስለኛል ጓዶቻቸው የሚጠረጥሯቸው። እንዳልኩህ አለ እያሱ ባንድ ወቅት ተገናኝተን በተወያየንበት ጊዜ የተባለውን አዝማሚያ አላየሁባቸውም። ምንአልባትም ተወናብጄ ይሆናል። ቢሆኑም እንዳልኩህ በውይይትና በመማማር የሚፈታ በመሆኑ ምንም ችግር አይኖረውም፣ ሆኖም ለመሆናቸው ማረጋገጥ ይኖርብናል ብሎ ልቤን ይስበዋል ጮሌው እያሱ። ማዎይስት መሆናቸውንና አለመሆናቸውን ማወቁ መልካም ይሆናልና በርትተህ ለማወቅ መጣር ይኖርብሀል ብሎ የጉዳዩን አሳሳቢነት በማጉላት በድጋሚ ይመክረኛል። ማዎይስት ሊሆኑ ይችላሉ ብለው ነው የሚጠራጠሯቸው ሲለኝ ሰውነቴ ክፉኛ ወረረኝ። ማዎይስት ስትል የባሰ ግራ ተጋብቻለሁና እባክህ ግልጽ አድርግልኝ፣

ማዎይስት ምን ማለታችን ነው? ሊቀመንበር ማዎ ትሴ ቱንግን እንደ አምላክ የሚያመልኳቸው ኃዶች ናቸው ማለት ነውን? ይህም ከሆን ከስሜታዊነትና ከጨቅላነት አስተሳሰብ የተመረኮዘ በመሆኑ እንዳልከው በሂስና ግለሂስ እና በማያቋርጥ የትምህርት ሂደት ያስተካክሉታል አልኩኝ። ነገር ግን ሊቀመንበር ማዎ ትሴ ቱንግ የነደፉትን የትግል ስልት በዚያም ዘዴና ስልት ቻይናን ከድርብርብ የባዕዳን ጠላቶቿና ከበሽታ፣ ዝሙት፣ አደንዛዥ ዕፅ ንግድና ከባላባቶች የርስ በርስ ጦርነትና ከባዕዳን ኃይል ጭቀና ያላቀቃትን የትግል ዘዴና መንገድ በመቀበላቸውና ወይንም በማድነቃቸው፣ አለበለዚያም የትግል ስልታቸውን በመከተላቸው ንውን? ይህ ደግሞ ከሆነ የድርጅታችንን ፕሮግራም ብንመለከት የሊቀመንበር ማዎ ትሴ ቱንግና የቬት ኮንግች የትግል ስትራተጂና ስልት ነው የተከተለው። የሰጠኸኝን ግዳጅ ባጥጋቢ ሁኔታ ለመወጣት እንድችል በደንብ ልታስረዳኝ እፈልጋለሁ አልኩት። በተሰጠኝ ትዕዛዝ መሠረት መመሪያውን በተግባር ለመተርጎም የምችለው ጥይቄዎቼ በአግባቡ ግልጽ ሲሆኑልኝ ብቻ ስለሆነ በቅድሚያ እንድታብራራልኝ እፈልጋለሁ ብየ በድጋሜ አምርሬ አሳሰብኩት። ምንም አላለኝም፣ ሆኖም ፊቱ ጥቁርቁር አለ። ሂሳብ ሳይከፍል በንደት ተነስቶ ቀጥታ ዘግቶኝ ወጣ። ባጋጣሚ የሚፈጠረው ስለማይታወቅ እያልኩ እንደ ባሕል አድርጌ በመያዝ ከኪሴ ፍራንክ ተለይቶኝ አያውቅም። እኔው እራሴ ከፍየ ወጣሁ። ግን ግራ ተጋባሁ አንደኛ በመለያያችን ወቅት ይህ ዓይነት አስደንጋጭና ግራ የሚያጋባ ውይይት መካሄድ፣ ከሁሉም ይበልጥ ግን ያስገረመኝና ብሎም የረበሸኝ ምን ማለቱ እንደሆነ እንዲያብራራልኝ ብጠይቀው ተቀይሞ ተነስቶ ሂሳብ ሳይከፍል መሄዱ ነበር። ባጋጣሚ በኪሴ ፍራንክ ባይኖረኝ ኖሮስ? በእውነት የማዎ ትሴ ቱንግን የትግል ዘዴና ስትራቴጂ በማራመዳቸው ከሆነ እነሱን እንደ ድርጅቴ ጠላት አይቼ ለከታተላቸው ነውን? የማይሆን ነገር ነው አልኩኝ በሆዴ። በፍጹም የማይሆን ነገር ነው አልኩ! እንዲያውም የትኞቹ መሆናቸውን ባላውቅም የትግል አጋሮች ከወዲሁ እንዳለኝ ፍንጭ አገኘሁ በማለት በሆዴ ተኩራራሁ። ወደ ድርጅቱ እንድገባ የማረከኝና የሳበኝ የትኛው ጎኑ መስሎት ይሆን? የተባሉትስ ኃዶች የትኞቹ ናቸው? በዚህ አስደንጋጭ አጋጣሚ ምን ትዝ ይለኛል አምስተርዳም እያለን መላኩ ተገኝ ከአፉ አምልጦት የሶቪየት ሕብረትን በሶሺያል ኢምፔሪያሊስትነት የሚኮንኑ ሁሉ የሲ. አ. ኤ. እና የሞሳድ ወኪሎችና ማዎይስቶች ናቸው ብሎ ያለውና ቶሎ ብሎ ይቅርታ መጠየቁ ነበር። ይህማ እራሴንም እኮ መከታተል ይኖርብኛል ማለት ሊሆን ነው እነሱን ብቻ ሳይሆን አልኩ በሃሳቤ። በራሴም ላይ ክትትል የሚያካሂዱብኝ ሌሎች ታጋዮችን እንዲመድብብኝ ላስታውሰው እያልኩ ከራሴ ጋር ስከራከር አመሸሁ። በዚያን ዕለት ሰዒድ አባስ ሮም ከተማ ገብቷል። ከሆነ ሆቴል ወይንም ቦታ አሳርፎታል። አቡበከር ሙሀመድ ከቦስተን ከተማ ወደ ሮም ለመብረር በሚዘጋጅበት ወቅት ስሜታዊነቱ በፈጸመው ችግር ተዘው በመሰናከሉ ሰዒድ አባስ የእሱን ሮም ከተማ መግባት ይጠባበቃል። በማግሥቱ እኔና እያሱ ዓለማየሁ ተያይዘን ከተማ ሄድን። ማታ ከራት ላይ እንዳለን ዘግቶኝ መሄዱ ስሜቴን በጣም ጎድቶታል።

ስለዚህ አጋጣሚውን ጠብቄ ለመጠየቅና ለመረዳት እየተቁነጠነጥኩኝ ከተማ ደረስን። ከቡናቤታችን ጠብቀኝ፣ ከእንግዶች ጋር መጥቼ ባንድነት ምሣ እንበላለን ብሎኝ ሄደ። ከሰዓታ በኋላ ማለት የምሳ ሰዓት ካለፈ በኋላ ሁለት አጫጭር ከሆኑ ወጣቶች ጋር ሆኖ መጣና አስተዋወቀኝ። ስለትውውቁ ወደ ኋላ እንደርስበታለን። እኒህን ሁለት ለጋ ወጣት ወንድሞቼን በማግሥቱ ቤይሩት አገኛቸዋለሁ። ከዚያም ከእነሱ ጋር ባንድነት ተያይዘን ወደ ፍልሥጥኤም አመራን። ከዚያም በኋላ ሁለቱም ወጣት ትጋዮች የሕይወት ዘመን ኃደኞቼ ብቻ ሳይሆኑ እናትና አባቴ ወንድም ሳይፈጥሩልኝ ቀይተው በስተርጅና ዘመናቸው እንደሰጡኝ መንትዮች ወንድሞቼ አድርጌ ቀጠርኳቸው። ከቦስተን፣ ሰሜን አሜሪካ ተጉዘው የመጡ ኤፍሬም ደጀኑና ውብሸት መኮንን ይባላሉ። ብዙ አልቆየንም ወደ አመጣቸው ቦታ ይዟቸው ተመለሰ። እኔም የእራሴን ዝግጅት ለማድረግ ወደ መኖሪያ ቤቴ አመራሁ። ስለ ሰጠኝ ግዳጅና ብሎም ከራት ላይ ተነስቶ ዘግቶኝ መሄዱ ስላብከነከነኝ ላነጋግረው ፈልጌ ዕድል አላገኘሁም። በምንም ዓይነት ሳላነጋግረው መሄድ እንደማይገባኝ ወሰንኩ። ወደ ማታ ገደማ ቤት መጣ፣ መሸቷል አያመችም መወያየት። በማግሥቱ ፊውሚቺኖ ዓለም አቀፍ አይሮፕላን ማረፊያ እኔን ለመሸኘት አብረን እንደሄድን ረጋ ባለ መንፈስ መመሪያውን ተግባራዊ ለማድረግ እንድችል እንዲያብራራልኝ አጥብቄ ጠየኩት። ለመወያየትና ላስረዳህ ፈልጌ ነበር ግን እንደምታየው ሩጫ በዛብኝ በማለት የቅጥፈት መምህሬ የቅጥፈት መልስ ሰጠኝ። ከእራት ላይ ይቅርታ ሳልጠይቅህ በመውጣቴ በጣም ይቅርታ ከወንድሜና ከእህቶቼ ጋር ከኒው ዮርክና ከካናዳ ስልክ መነጋገር ስለነበረብኝ ተቻኩየ ነው በማለት ሊያሳምነኝ ሞከረ (በየጊዜው ከካናዳ እና ከኒው ዮርክ ስልክ ሲነጋገር ከማወቄ በስተቀር እስከዚያን ጊዜ ድረስ ሁለቱ እህቶቹ በካናዳ ከወንድሙ ደግሞ በኒው ዮርክ ነዋሪ/ተቀማጭ እንደነበሩ አላውቅም ነበር፣ ስማቸውንም ያወኩት ከአሲንባ ከወጣሁ በተለይም በምሕረት አዲስ አበባ ከገባሁ በኃላ ነበር)። መፍትሔ እንደማያገኝለት ሲረዳው እስከመጨረሻው ድረስ ምንም መልስ ሳይሰጠኝ ስለጉዳዩ አበጄ መካከለኛው ምሥራቅ ስለምትገናኙ ሁሉንም በሰፊው እንዲያስረዳህ ተነጋግረናልና አትቸኩል ብሎ ሊያፅናናኝ ሞከረ።

የሁለቱ ጓዶች ስም ማን ይባላል ብየ ስጠይቀው የፍልስጥኤም ድርጅት ምን ዓይነት ስም እንደሚሰጣችሁ ስለማይታወቅ ወደፊት ማወቁ የአንተ ተግባር በመሆኑ በጥረትህ ማወቅ ይኖርብሀል በማለት ለመሸሽ ፈለገ የሎታ ኮንቲኒዋ ድርጅትና የሻዕቢያ ፅኑ ወዳጅ እያሱ ዓለማየሁ። ሁሉንም ነገር ሳለህ/አበጀ በሰፊው ያብራራልሀል ብሎ ፋይሉን ይዘጋል። ፋይሉም አከተመ። አምኘዋለሁ። እምነቴ ግን አሁንም ቢሆን ምአልባት አፍላ ወጣቶች በመሆናቸው ማዎ ትሴ ቱንግን እንደአምላክ የመቁጠር ባህሪ ታይቶባቸው ሊሆን ይችላል። ያለበለዚያም እንደ ሰሜን ኮሪያውና አልባኒያው መሪዎች እንደ እግዚአብሐር የመቁጠር ስሜትና አዝማሚያ በድርጅታችን ውስጥ እንደ ባህል የመፍጠር ዥንባሌ ያላቸው ሊሆኑ ስለሚችሉ ሥር ሳይሰዱ በእንጭጩ በጊዜው መታረም

ይኖርባቸዋል አልኩ በሆዴ። የመሪዎቹን በተለይም የማዎ ስቴ ቱንግና የቬት ኮንጎቹን የትግል ስልትና ዘዴ፣ ተግባራቸውንና ያሳዩትን ጥረት መጠቀምና ማድነቅ ይኖርብናል እንጅ እነሱን እንደ አማልክት አይተን በተለየ መንፈስ ክብርና ምስጋና መስጠት የለብንምና ጥርጣሬየ ትክክል ከሆነ በደምብ አድርጌ እከታተላቸዋለሁ፣ ከዚያም በግልጽና በጓዳዊ ስሜት እየተወያየሁ እንማማራለን፣ ዋናው ፍላጎቴ ለማስተማርና ለመማር ጥረት ማድረግ ይኖርብኛል፣ ለማናቸውም አብጄ/ሳለህ ሁሉንም ያወያይሃልና አትቸኩል ብሎኛልና እስቲ አልቸኩል ብየ እራሴም ቢሆን ለጊዜው ጉዳዩን ዘጋሁኝና ወደ ጉዞየ ዝግጅት ተጣደፍኩኝ። አበጀ/ሳልህ ማለቱ የቀድሞውን በላይነህ ንጋቱን የዘመኑ መርሻ ዮሴፍን መሆኑ ነው። ሳለህ በመካከለኛው ምሥራቅና ሶማሊያ ሲዘዋወር የሚጠቀምበት ስሙ ሲሆን አበጄ ደግሞ አውሮጳ ሲመላለስ የሚጠቀምበት ስሙ ነበር። እንደቀልድ ይሁን ከምር ሳለህ የሚለውን ስም ያወጣለት የቀድሞው የሶማሊያው አምባ ገነን ዚያድ ባሬ እንደሆነ ነው። እሱና የፓሪሱ አብርሐም ገ/እግዚአብሔር እንዲሁም እያሱ ዓለማየሁ ከዚያድ ባሬ ጋር የጠበቀ መቀራረብ እንደነበራቸው በውጭ ሀገር ቆይታየ ተጋኖ እንሰማ ነበር። ለዚህም ሳይሆን አይቀርም እነ አበጀ የሶማሊያን ወራሪ ጦር በሙሉ ልባቸው የደገፉትና የኢትዮጵያን መከላከያ ኃይል በመቃወም ሠላማዊ ሠልፍ የመሩት። አበጀ ሮም በመጣ ቁጥር የሶማሊያ ኤምባሲ የእሱ ሀገር ኤምባሲ መስሎ ነበር የሚሰማው።

7.3 ሲዳሞ ለሚመሰረተው የደቡብ የኢሕአሠ ክንፍ የመጀመሪያዎቹ የሠራዊቱ አስኳል በውጭ ሀገር ተመለመሉ

ብርሀነመስቀል ረዳ በባዕድ ኃይላት ወኪሎች በሴራና ዱለታ ከድርጅቱ ሳይወገድ ከኤርትራ በርሃ አውሮጳ ተመልሶ እንደመጣ በተሳተፈበት የኢሕአፓ ማዕከላዊ ኮሚቴ ስብሰባ ላይ በደቡብ ኢትዮጵያ በተለይም በሲዳሞ ጠቅላይ ግዛት ያለውን የፖለቲካ ሁኔታዎች መሠረት በማድረግ አስፈላጊው ጥናት ተካሂዶ ባስቸኳይ የደቡብ የኢሕአሠ ጦር ክንፍ እንዲመሠረት መመሪያ አስተላለፈ። ሠራዊቱ ለምን ሁለት ደጀን እምባ እንደሚያስፈልገው የወቅቱ "የልብ ወዳጄን" እያሱ ዓለማየሁን የዕለቱን ቁርሳችንን እየተመገብን ሳለን ጠየኩት። ቃል በቃል ባላስታውስም በሞላ ጎደል በሚከተለው ሁኔታ ነበር የነገረኝ። "በሲዳሞ ጠቅላይ ግዛትና በአካባቢው ባሉት አርሶ አደርና በመሬት ከበርቴው መካከል ያለው ቅራኔ የከረረ በመሆኑ፣ እንዲሁም የአካባቢው የመሬቱ አቀማመጥ ለሽምጥ ውጊያ አመች በመሆኑና ከሁሉም በላይ ግን አናደርገውም እንጂ ምንአልባት ድንገት ለማፈግፈግ ደረጃ የሚያደርስ ችግር ቢያጋጥመን ከኬንያ ጋር ያለን የግዛት ወሰንተኛነት ለማፈግፈግ ጠቃሚነቱና ከሚመረጥበት አካባቢ ወሰኑ ቅርበት ያለው በመሆኑ ታምኖበት ነው" በማለት ገለጸልኝ። ምንም የሚያጠራጥረኝ ነገር ባለመኖሩ ከልቤ አምንኩት። በመቀጠልም እንዲህ በማለት በወስላታ ቋንቋው ልቤን ማረከው፣ "የፓርቲያችን ዋነኛ የትግል ስትራቴጂ የተራዘመ ሕዝባዊ የገጠር ትጥቅ ትግል በመሆኑ በአሲምባ ያለው የትግል ውጤት አመርቂ ስለሆነና ከመቀሌ ከተማና ካካባቢዋ በስተቀር

ሌላው አካባቢው ሁሉ ከደርግ ነፃ ወጥቶ በፓርቲው/ሠራዊቱ ቁጥጥር ሥር በመዋሉ ትግሉን በሌሊችም አካባቢ ለማስፋፋት ድርጅቱ ባለው ዕቅድ መሠረት" በመሆኑ ነው አለኝ። "ከዚህም ባሻገር ወደፊት ምንአልባት የሚሰደዱ የኢሕአፓ አባላት ቢኖሩ አስቀድሞ ከወዲሁ መጠጊያ ስፍራዎች ለማዘጋጀት በማስፈለጉ ነው" ብሎ አስረዳኝ። አመንኩት ያለመጠራጠር። የኋላ ኋላ አሲምባ ገብቼ የአሲምባን የአይሮፕላን ማረፊያ "እንደጎበኘሁና" ስለአሲምባም ሆነ ስለሲዳሞ የነገረኝን በማስታወስ የአመራር እምብርቱ ምንኛ ወስላታና ማፊያዎች እንደሆኑ ተጨማሪ ማስረጃ ሆነልኝ። በዕቅዱ መሠረት ቢከናወን ኖሮ በከተማው የነበረው የድርጅት መዋቅር አባላትን ከአደጋ ባዳነና ስንቶቹን ዕጹብ ድንቅየ ልጆችን አትርፎ እንደገና በማደራጀትና በማዋቀር ደርግን ደምስሶ ሻዕቢያንና ወያኔን በመቀጣጠር ተልዕኳቸውን ለማክሸፍ በቻለ ነበር። ለዚሁ ዓላማ ብርሃኔ እያሱ የሠራዊቱ ኮሚሳር ሆኖ ተመረጠ። በመቀጠልም ለሠራዊቱ አመች የውጊያ ወረዳና የደጀን እምባ ለመምረጥና ስለ አካባቢውም ጥናት ለማካሄድ ብርሃኔ እያሱንና ብርሃኑ እጅጉን የያዘ ቡድን ተቋቁሞ ተልዕኳቸውን ለመወጣት በሕዳር ወር መጨረሻ ወይንም ታሕሣስ ወር መግቢያ 1969 ዓ. ም. ወደ ሲዳሞ ክፍለ ሀገር ተንቀሳቀሱ። ይህ በእንዲህ እንዳለ የመጀመሪያዎቹ የደቡብ ኢትዮጵያ የኢሕአሠ አስኳል ሠራዊት አስፈላጊውን ሥልጠና አግኝተው ወደ ሲዳሞ እንዲጓዙ ከሰሜን አሜሪካ ህዋስ ኤፍሬም ደጀኑና ውብሸት መኮንን፣ ከምዕራብ አውሮጳ ህዋስ አያሌው መርጊያው (የዚህ መጽሀፍ ደራሲ)፣ ከቀድሞው ሶቪየት ሕብረት ገመቹ በቀለና አየለ ዳኘ፣ ከአውስትሪያ ሀብተጊዮርጊስ ሙላቱ፣ ከሀንጋሪ አድማሱ ሀብቱና ከኢትዮጵያ አካባቢ ከነበሩ ስደተኞች ወጣት ተስፋየ ኃይለማርያም/አርእያ የተባሉትን በድምሩ ስምንት ታጋዮች በምስጢር ተመለመሉ። ምልምሎቹን በማሰባሰብ የአጭር ጊዜ የገጠር ሽምጥ ውጊያ ስልጠና በናየፍ ሀዋትሜህ ወይንም ኔይፍ ሀዋትማ (Nayef Hawatmeh, Naif Hawatma) በመባል በሁልቱም አጠራር በሚታወቀው በጆርዳኒያው የካቶሊክ ክርስቲያን ተወላጅ ይመራ በነበረው ዲሞክራቲክ ፍሮንት ፎር ዘ ሊበሬሽን ኦፍ ፓለስታይን - ዲ. ኤፍ. ኤል. ፒ. (Democratic Front for the Liberation of Palestine, DFLP) ድርጅት ዘንድ ተላከን።

7.4. ከቡድኑ መካከል አንድ ዓላማ፣ አንድ መርህና አንድ አቋም ያላቸው ሶስት ጓዶች መኖራቸው የፍልሥጥኤም ቀይታየ አረጋገጠልኝ

እንደ ፈረንጆች ዘመን አቀጣጠር 1975 ሕዳር ወር 1975 ከአቡበከር ሙሀመድ/ውብሸት መኮንንና ከሰዒድ አባስ/ኤፍሬ ደጀኑ ጋር ለመጀመሪያ ጊዜ ተዋወኩ። የሰሜን አሜሪካንን ሕዋስ ወክለው በትምህርትና ሥራ ይኖሩ ከነበረበት ከቦስቶን ከተማ ተነስተው ለተጠቀሰው የአጭር ጊዜ የሽምጥ ውጊያ ትምህርት ለመካፈል ወደ ቤይሩት ከተማ በሚያመሩበት ወቅት ነበር። እግረ መንገዳቸውን ከፓርቲው የውጭ ግንኙነት ኋላፊው ከእያሱ ዓለማየሁ ጋር መገናኘት ስለሚኖርባቸው ብቻ ሳይሆን ውብሸት መኮንን ለተራዘመ የትጥቅ ትግሉ ከነበረው ከፍተኛ ጉጉት የመነጨ በበረራው

ዕለት በስሜታዊነቱ በፈጸመው ችግር የእሱ በረራ በአንድ ቀን በመዘግየቱ ከካናዳ ሮም ከተማ ቀድሞት ከገባው ከትግል አጋሩ ከኤፍሬም ደጀኑ ጋር ባንድነት ወደ ፍልስጥኤም መጓዝ ስለነብረባቸው ነበር።

ስማዕት ውብሸት መኮንን/አቡበከር ሙሀመድ

ሆተል ያዘጋጀላቸው እያሱ ዓለማየሁ በመሆኑ የት እንዳረፉ እኔ አላዉቅም። ከአረፉበት ቦታ ይዟቸው አልፎ አልፎ እኔና እያሱ ዓለማየሁ ጊዜያችንን በምናሳልፍበት አካባቢ ከምትገኝ ምግብ ቤት ይዟቸው በመሄድ ስም እየጠራ እርስ በርስ ሠላምታ በመለዋወጥ አስተዋወቀን። ኤደን ለሰባት ወራት ቀይታችን በተክክለኛ ስማችን በመተዋወቃችን በሮም ከተማ እያሱ ዓለማየሁ ሲያስተዋውቀን

የተጠቀመው ስም ለዚያች ዕለት እዚያው እራሱ የፈጠራት መሆኗንና የነሱ ትክክለኛ ስም እንዳልሆነ ለመረዳት ቻልኩ።

ሰማዕት ኤፍሬም ደጀኑ/ሰዒድ አባስ

እያሱ ዓለማየሁ ውብሸት መኮንንና ከኤፍሬም ደጀኑ ጋር ለሽምጥ ውጊያ ሥልጠና ባንድነት እንደምንጓዝ ስለአልነገረኝ በማግሥቱ ቤይሩት እንገናኛለን ብየ ፈጽሞ አልጠረጠርኩም። እነሱም ቢሆን ከእኔ ጋር እንደሚገናኝ እንዳልተጠራጠሩ የኋላ የኋላ ገልጸውልኛል። ይህ ድብብቆሽ እያሱ ዓለማየሁ ተፈጥሮ ካጎናጸፈው የደብተራና የመከፋፈል ባህሪው የተነሳ ብቻ ሳይሆን ለጽዋታና ለደህንነት ተብሎ ሊወሰድ የሚገባው ትክክለኛ መንገድ ነው ብየ አምንበታለሁ። ኤፍሬም ደጀኑና ውብሸት መኮንን ቁመናየን፣ መልኬንና አለባበሴን በመመልከት ከእያሱ ዓለማየሁ ጋር በድርጅቱ ንዋይ አውሮጳ እያውደለደልኩና እየተሽሞነሞንኩ የምኖር ብልጣ ብልጥ አድርባይና አጎብዳጅ ጮሌ

አድርገው ነበር የገመቱኝ። መጽሐፍ በሽፋኑ እንደማይፈረድ ሁሉ እነሱ በሰውነት አቃሜ፣ በመልኬና ባለባበሴ የወሰዱት ግምት ለጊዜው ስሜቴን ቢጎዳውም ሰምቼ በፈገግታ ንቄ አለፍኳቸው።

አያሌው መርጊያው/መጅድ አብደላ (1990 ዓ. ም.)

የበሰሉና የነቁ የድርጅቱ አባል በመሆናቸው በራሳቸው አነሳሽነት ስሕተተኛ መሆናቸውንና እንዳፈሩበትም በመግለጽ ይቅርታ በመጠየቅ በራሳቸው ላይ ግለ ሂስ በማካሄድ ካሱኝ። ምንም ዓይነት ቅሬታ ሳላሰማ ወይንም ሳላሳይ በራሳቸው አነሳሽነት ባቀረቡት ይቅርታና ባካሄዱት ግለሂስ የመንፈስ ኩራት ተሰማኝ። በነሱም ግልጽነትና ስህተታቸውን አምነው ፈጥነው ይቅርታ ጠይቀው ግለ ኂስ በማካሄድ ችግሮችን በወቅቱ ለማረም መሞከራቸው ለመቀራረብና ለመተማመን በተጨማሪ ሁኔታዎችን ያጠናከረልን ከመሆኑም በላይ የላብ አደሩን ዲስፕሊን የተገናጸፉ ጠንካራ አብዮታዊያን መሆናቸውን አረጋገጠልኝ፣ ኮራሁባቸውም። ሌላው እንደነ መርሻ ዮሴፍ፣ እያሱ ዓለማየሁና መላኩ ተገኝ ቢሆን ስህተቱን አውቀ ማረሙ ውርደት ይመስለውና ድርቅ ብሎ በያዘው ስሕተት ይቀራል፣ ይህም አለመግባባትን ቀጥሎም ጥልን ከዚያም መለያየትን ይፈጥራል። ከሰሜን አሜሪካ የድርጅቱ አባላት ወደ ሀገር ቤት ሲላኩ እያሱ ዓለማየሁ ጋር በመገናኘት የግላቸውንም ሆነ ከአባላቱ የተሰበሰበውን ጥሬ ገንዘብ ለማስረከብ ሮም ከተማ ሲያርፉ አብዛኛውን ጊዜ ጥቃቅን ጉዳዮችን

በመተባበሬ ወደ ሀገር ቤት እንደሚሄዱ አውቅ ነበር። ለምሣሌ ክፍሉ ታደሰ አርአያ፣ ሙሉጌታ ሱልጣንና ሙሉጌታ ዜና በዚያ በኩል ሲያልፉ ለመተዋወቅ ዕድል አጋጥሞኛል። የሰሜን አሜሪካ ፓርቲው ሀገር ቤት ካስገባቸው መካከል ከዘሩ ክሕሽን፣ ከሳሙኤል ዓለማየሁና አበበች በቀለ በስተቀር ሁሉም የጠላት ሰለባ መሆናቸውን ከእሲምባ ከወጣሁ በኋላ ለመረዳት ቻልኩ። ግንቦት ወር 1975 ዘሩ ክሕሽን ወደ ኢትዮጵያ ሲጋዝ ሮም በቀየበት ጊዜ እያሱ ዓለማየሁን እየተጠባበኩ ሳለሁ ከዘሩ ክኅሽንና ከአበጄ/መርሻ ዮሴፍ ጋር ሆኖ ሦስቱም ወደነበርኩበት ቦታ ተያይዘው ከእኔ ጋር እንደደረሱ ዘሩ ክሕሽን እራሱ በቀጥታ በስሙ በኩራት መንፈስ ዘሩ ክሕሽን ብሎ ተዋወቀኝ። ፖሊስ ኮሌጅ እያለሁ በተማሪዎቹ ረብሻ ወቅት አብዛኛው የተማሪዎች መሪዎች ታስረው ሲገረፉ ከሲ. አይ. ኤ. ጋር በተያያዘ መልክ እሱ ተንደላቀ አሜሪካ ገባ እየተባለ ሲነገርለት በስም ከመስማቴ በስተቀር መገናኘት ቀርቶ በርቀት እንኳን አይቸው ስለማላውቅ ይህ የተዋወቀኝ ሰው እራሱ ይሁን አይሁን ለማወቅ አልቻልኩም።

በሮም ከተማ በተገናኘሁበት ወቅት ዘሩ ክሕሽን ብሎ እራሱን ያስተዋወቀኝ ግለሰብ አለባበሱ ሽክ ብሎና ዘንጦ የከፍተኛ ቢሮክራት መልክና አቋም ያለው ኤርትራዊ ስለሚመስልና ምንም የታጋይነት መልክ ባለመገናጸፉ ምንአልባት ቀድሞ በቀዳማዊ ኃ/ሥላሴ ዩኒቨርሲቲ የሚተዋወቁ ወዳጃቸው የነበረ መሰለኝ እንጂ የኃላ ኃላ ለፓርቲውና ለሠራዊቱ መቸነፍ፣ በከተማና በገጠር ለአባላቱ መጨፍጨፍ ባዕዳን በመሣሪያነት የሚጠቀሙበት ጠንካራ መሣሪያቸው እንደሚሆን አልተጠራጠርኩም ነበር። የእሱን ማንነትና ማስጠሎ ዝናውን በሩቅ ብረዳም ከድርጅቱና ሠራዊቱ በሴራ ተነጥሌ ፎቶግራፉን እስከተመለከትኩ ድረስ በስመ መጥፎነት ተጋኖ የሚታወቀው ያ በሮም ከተማ የተዋወኩት ዘሩ ክሕሽን መሆኑን አላወኩም ነበር። በሮም ከተማ ትውውቃችን ወቅት ለምን በቀጥታ በስሙ ሊተዋወቀኝ እንደፈለገ እስከአሁን ድረስ ሚስጢር ሆኖብኝ ኖሯል። የኃላ ኃላ ለቀድሞ ጓዶቼ ታሪኩን ሳጫውታቸው “በዚያን ጊዜ በእርግጥም አንተን እንደ ጀግናና ደፋር የሆንክ ሆኖም ለእነሱ ታማኝ የሆንክ ጅላጅል ተከታይ አንጋቻቸው አድርገው ይተማመኑብህ ስለነበረ ማንነቱን እንድታውቀውና እንድትጠብቀው አስቀድሞ ለማሳሰብ በመፈለጉ ነው” ብለው የራሳቸውን ግምት የሰጡኝ የቀድሞ ጓዶቼ ብዙ ናቸው። መርሻ ዮሴፍ ከመካከለኛው ምሥራቅ ነበር የመጣው፣ ፓሪስ ከሶማሊያ ኤምባሲ አምባሳደር ቢሮ ለመጀመሪያ ጊዜ ከተገናኘሁት በኃላ በሮም ከተማ ከዘሩ ክሕሽንና ከእያሱ ዓለማየሁ ጋር ሳገኘው አምስተኛ ጊዜ ነበር። እነ ውብሸት መኮንንና ኤፍሬም ደጀኑም እንደሌሎቹ የሰሜን አሜሪካ የድርጅቱና ሠራዊቱ አባላት እነሱም የግላቸውንና ከአባላትና ከሕዝብ የተሰበሰበውን ገንዘብ አስረክበው ወደ ሀገር ቤት የሚያመሩ ነበር የመሰለኝ። ማወቅ የማይገባኝን አይነገረኝም፣ እኔም የማወቅም ሆነ የመጠየቅ ፍላጎት ሊኖረኝ አይገባኝምና አልጠየኩም። ይህ በእኔ ዕምነት የላብ አደሩ ጽኑ ዲስፕሊን ነበር። ዳሩ ግን የተጃጃለው የፓርቲው አመራር

እምብርት ይህንን ጽኑ ዲስፕሊን ለፓርቲውና ሠራዊቱ ጥንካሬና ዕድገት ሳይሆን ለግል ጥቅማቸውና ተልዕኳቸው ማስከበሪያና እንዲሁም እንደመለኮትና እግዚአብሔር እንዲፈሩና እንዲከበሩ መሳሪያ አድርገው እንደተጠቀሙበትና ይህም ለድርጅቱም ሆነ ለሠራዊቱ ውድቀት ዓይነተኛ ምክኒያት መሆኑን በሌላ አካባቢ ተገልጿል። እነሱ የፈለጉትን ሲያተራምሱ እኛ አፋችንን ለጉመን ስህተታቸውንና ወንጀላቸውን ሳንጠቅስ አድበን እንድንቀመጥ ነበር የተጠቀሙበት። በተለያዩ ጊዜ አጠቃላይ ሁኔታዎችን በመመልከት በፖሊስነቴና በሕይወት ተመክሮየ ካጠራቀምኩት ግንዛቤና በኋላም እነሰዒድ አባስና አቡበከር ሙሀመድ ከኤደን ወደ ሀገር ቤት ጉዟችን ዋዜማ ካጫወቱኝ ጭውውት ጋር የተመሳሰለ ሆኖ ስላገኘሁት ነው። ሮም እያለሁ እያሱ ዓለማየሁ በአክራሪነት ጓዶቻቸው ይጠረጥሯቸዋልና ተከታተላቸው ለድርጅታችን ሕይወትና ጥንካሬ ብሎ ያለኝም እነዚህኑ ሁለት ፍሬዎች እንደሆነ ገና ፍልሥጥኤም በሥልጠና ላይ እያለን በእርግጠኝነት ተረዳሁኝና በልቤ አዘንኩ። የድርጅቱም አቅጣጫ ወዴት እንደሚያዘግም በሆዴ መጠያየቅ ጀመርኩ።

ግልጽነቴ አስደንግጦት ውይይታችን በመቃረጡ በአክራሪነት የሚጠረጥሩትን ስማቸውን ጠቅሶ እንዳይናገር ቢያደርገውም፣ በዚያ ሰሞን ከእነሱ ሌላ ማንም ጋር ያስተዋወቀኝ ካለመኖሩም በላይ ከሁለቱ ጀግኖች በስተቀር ሌሎቹ የፍልሥጥኤም ጓዶቻችን በአቃምና በመስመር አመለካከት ከሦስታችን የሚለያዩ ነበሩ። ከመካከላቸው ከሀብተጊዮርጊስ ሙላቱ/እድሪስ እና ምንአልባትም ከአድማሱ ሀብቱ/ኡመር በስተቀር ሌሎቹ የብልጣብልጥነት፣ የጮሌነት፣ ልወደድ ባይነትና የአድርባይነት ባሕሪና ፀባይ የተገናፀፋቸው ስለነበሩ በእርግጠኝነት እንድከታተላቸው ያዘዘኝ ሁለቱን የትግል ጓዶቼን እንደሆነ አረጋገጥኩኝ። ይህም እርግጠኝነቴም በይበልጥ ወደ ኤደን እንደተሸጋገርን ተጠናከረና ሁለቱም ጓዶቼ ቅልጥ ያሉ የለየላቸው "አክራሪ"፣ ቅልጥ ያሉ "ማዎይስት" እና ቅልጥ ያሉ "ሲ. አይ. ኤ." መሆናቸውን እራሴ በተጨባጭ አረጋገጥኩና ይበልጥ ኮራሁ። ቤይሩት ዓለምዐቀፍ ኤየርፖርት ስደርስ የጣሊያኑና የፈረንሣዩ "የልብ ወዳጄ" መርሻ ዮሴፍ ተቀብሎኝ ሠላምታ ተለዋውጠን ትንሽ ከተጨዋወትን በኃል ቤይሩት ከተማ ወደሚገኘው ዲ. ኤፍ. ኤል. ፒ. ዋና ጠቅላይ መምሪያ ይዞኝ ሄደ። ከዋናው መሥሪያ ቤት ስንደርስ ሰባቱን አዲሶቹን የትግል ጓደኞቼን ባንድነት አገኘኋቸው። ለወታደራዊ ትምህርት ተልከን ቤይሩት ከገባነው ውስጥ ሁለቱ ቤይሩት ከመግባቴ አንድ ቀን በፊት በሮም ከተማ የተዋወኳቸው ኤፍሬም ደጀኑና ውብሸት መኮንን ሆነው አገኘኃቸው። ሁለቱም በፈገግታ ተቀበሉኝ። ፈገግታቸው ለምን እንደሆነ ወዲያውኑ ገብቶኛል። ለካስ ሁላችንም ተሸዋውደናል ማለታቸው ነበር። እኔም አጸፋውን በፈገግታ ሠላም አልኳቸው። ሁሉም በደረታቸው ላይ የፍልሥጥኤም ነፃ አውጭ ድርጅት መታወቂያ ካርድ ለጥፈዋል። ስማቸው በሙሉ የዓረብ ስም ነበር። እንድም የአበሻ ስም ባለማግኘቴ ለደቂቃ ያህል ተደናግጬ ቀየሁ። ቤይሩት በመጨረሻ የገባሁት እኔ ነበርኩኝ። ዘንግቼው እንጂ ከሕንፃው ቅጥር ግቢ ገና እንደገባሁ ወዲያውኑ

ለእኔም የተሰጠኝ ኦፊሴላዊ የፍልሥጥኤም ነፃ አውጭ ድርጅት መታወቂያ ካርድ ለካስ እንደሌሎቹ የእኔም ስም የዓረብ ስም ነበር። የሁላችንም ካርድ ቤይሩት ከመግባታችን በፊት ቀደም ብሎ ድርጅቱ ያዘጋጀልን በመሆኑ እንደገባን ነበር ወዲያውኑ የመታወቂያ ካርዳችን የተሰጠንና በአዲሱ የባዕድ ስማችን ለመተዋወቅ የቻልነው። በዚህም መሠረት:

1ኛ. ኤፍሬም ደጀኑ፣ ሰዒድ ዓባስ ተብሎ ሲሰየም፣

2ኛ. ውብሸት መኮንን፣ አቡበከር ሙሀመድ በመባል ተሰየመ።

3ኛ። ገመቹ በቀለ፣ ሲራጅ እድሪስ በመባል ሲሰየም፣

4ኛ. አየለ ዳኜ፣ አብዱላሃሚድ በመባል ተሰየመ።

5ኛ. ሀብተጊዮርጊስ ሙላቱ፣ እድሪስ በመባል ሲሰየም፣

6ኛ. አድማሱ ሀብቱ፣ ዑመር በመባል ተሰይመ።

7ኛ. ተስፋየ ኃይለማያም/አርእያ ጀማል ተብሎ ሲሰየም፣

8ኛ. አያሌው መርጊያው፣ መጅድ አብደላ ተብሎ ተሰየመ።

በተራ ቁጥር 4፣ 5፣ 6፣ እና 7 የተጠቀሱት የአረብኛውን የአባታቸውን ስም በመዘንጋቴ አልጠቀስኩም። በተራ ቁጥር 3 የተጠቀሰው የሸዋው ተወላጅ ገመቹ በቀለ ሲሆን በተራ ቁጥር 4 የተጠቀሰው ደግሞ በዋሽንግተን ስቴት ነዋሪ የሆነው የሰላሌ ልጅ እየለ ዳኜ ነው። ሁለቱም የተወከሉት ከሶቭየት ሕብረት ሲሆን ሁለቱም የባሕር ዳር ፖሊቴክኒክ ምሩቅና ከዚያም ለከፍተኛ ትምህርት ወደ ሶቪየት ሕብረት የተላኩ የክፍሉ ታደሰ እንጋቾች ነበሩ። በተራ ቁጥር 5 የተጠቀሰው በትምህርትና ሥራ በቬና፣ አውስትሪያ ይኖር የነበረ ሲሆን በተራ ቁጥር 6 የተጠቀሰው በቀድሞው የአሜሪካ ፊልድ ሰርቪስ ፕሮግራም (American Field Service - AFS) ተሳታፊ የነበረና በሀንጋሪ ሕክምና ትምህርት ይከታተል የነበረ ነው። በተራ ቁጥር 7 የተጠቀሰው 2ኛ ደረጃ ትምህርት ቤት ጀማሪ ተማሪ የነበረ የትግራይ ወጣት ነው። በውሸት፣ በሀሰትና በቅጥፈት የተዘጋጁት የክፍሉ ታደሰ መጽሀፍቶች በ3ኛው ቅጽ ላይ ከሰሜን አሜሪካና ከአውሮጳ ተውጣተው ለስልጠና ስለተላኩት አባላት አስመልክቶ እንዲህ ይላል "...ጥቂት የኢሕአፓ አባላት ወደ መካከለኛው ምሥራቅ ተላኩ። የተከታተሉትን የውትድርና ትምህርት እንዳጠናቀቁም ሁሉም ኢሕአሠን ተቀላቀሉ" (ክፍሉ ታደሰ፣ 3፣ 244) ይልና በምዕራፍ 3 የራስጌ ማስታወሻ ቁጥር 64 ላይ ስለሰለጠኑት አባላት እንዲህ በማለት ይቃጥፋል፣ "ለወታደራዊ ስልጠና ከተመረጡት መካከል፣ "ታደጽ"፣ እና፣ "ዋይ" ከጀርመን፣ አሀ፣ ከሀንጋሪ፣ ገመቹና አ፣ ከሶቪየት ሕብረት፣ "ጌ" የቀድሞ የአዲስ አበባ ዩኒቨርስቲ ተማሪዎች ማሕበር መሪና ሌሎችም ነበሩ፣ ጥቂቶቹ ሥልጠናቸውን የተቀበሉት በኢሕአሠ ነበር" (ክፍሉ ታደሰ፣ 3፣ 260)

በማለት በወስላታ ብዕሩ ጽፏል። በመጀመሪያ ደረጃ በዚህ ምዕራፍ በሌላ አካባቢ ለመግለጽ እንደተሞከረው በተከሰተው የመስመርና የእቃም ልዩነት ሶስቱ ታግዮች ከነመርሻ ዮሴፍና ጌታቸው በጋሻው ቡድን የተለየ አመለካከትና እቃም በመያዛቸው የደቡቡ የኢሕአሠ ዕቅድ እስከሚከሽፍበት ጊዜ እነሱና የሰለጠኑት ታጋዮች ሁሉም በተዘዋዋሪ የቁም እሥር ከሰባት ወር በላይ በኤደን ከተማ ባንዲት ክፍል ውስጥ አጉሮ ነበር ሥራ ፈት ሆነው ከትግላቸውና ከሕዝባቸው ተነጥለው እንዲኖሩ የተደረጉት። ከተጠቀሱት ውስጥ ለወታደራዊ ስልጠና ተመረጠው ወደ ፍልሥጥኤም የተላኩት ሦስቱ ብቻ ናቸው: 1ኛ. አህ ብሎ ያስፈረው አድማሱ ሀብቱ/ኡመር (ከሀንጋሪ) ሲሆን፣ 2ኛ. ገመቹ ብሎ ያስፈረው ገመቹ በቀለ/ሲራጅ፣ እና 3ኛ. አ ብሎ ያስቀመጠው የሰላሌውን አየለ ዳኜ/አብዱላአህሚድ ማለቱ ነው (ሁለቱም ከሶቪየት ሕብረት ናቸው)።

መርሻ ዮሴፍ **ጌታቸው በጋሻው**

ሌሎቹ በመጽሀፉ ውስጥ የተጠቀሱት ባልዋሉበት ቦታ፣ ባልተሳተፉበት ታሪክ ለማጉደፍና ከወንጀልለኛነት ለመዳን ያስፈራቸው የሀሰትና የፈጠራ ሰዎች ናቸው። 'ጌ' ብሎ ያስቀመጠው ጌታቸው በጋሻው መሆኑን ነው። ጌታቸው በጋሻውን ያገኘነው ኤደን ከነመርሻ ዮሴፍና ከነ እስማኤል/ነሮብሌ/አብዱራህማን አሕመድ እና ሌሎች ጋር ሲሽሞነሞን ነበር፣ እንኳንስ ፍልሥጥኤም ቤይሩትም አልደረሰም ነበር። ከአብዮት ቡድን ሌላ ከኢሕአፓ ጋር ከተቀላቀሉ ትናንሽ ቡድኖች መሀል ተስፋየ ቢረጋና ጌታቸው ሀብቴ የፈጠሩት ቡድን ነበር። ይህ ቡድን ከኢሕአፓ ጋር ለመዋሃድ

ግንኙነት የጀመረው ዘግይቶ በመስከረም ወር ወይንም ጥቅምት ወር 1967 ዓ. ም. በኃላ ነበር። የቡድኑ ፈጣሪዎችና መሪ የነበሩት ተስፋየ ቢረጋና ጌታቸው ሀብቴ ቡድኑን እንደፈጠሩ ብዙም ሳይቆዩ ከነዋለልኝ መኮንን ጋር በአይሮፕላን ጠለፋ ሙከራ በመገደላቸው የሸዋው ኦሮሞ ተወላጅ ሙሄ አብዱ የቡድኑን መሪነት እንደተረከበ ተወርቷል። ተወዳጁና የቀዳማዊ ኃ/ሥላሴ ዩኒቨርሲቲ የተማሪዎች መሪ የነበረው አቦማ ምትኩ የዚህ ቡድን አንጋፋ አባል ነበር። ጌታቸው በጋሻው የዚህ ቡድን አባል ነበር።

ቡድኑ በስተኃላ ገደማ ከዩኒቨርሲቲ ጋር ግንኙነት በመፍጠሩ የቀዳማዊ ኃ/ሥላሴ ዩኒቨርሲቲ የተማሪዎች ማሕበር በደርግ ከመፍረሱ በፊት የመጨረሻው ዘመን የተማሪዎች ማሕበር ፕሬዚደንት ተመራጭ የነበረው የኢልባቦሩ ተወላጅ ጌታቸው በጋሻው በቡድኑ ለመታቀፍ ዕድል አጋጠመው። የትግል ፅንዓትና ጥንካሬ የነበራቸው ሀቀኞች እነ ተስፋየ ቢረጋ፣ ጌታቸው ሀብቴ፣ አቦማ ምትኩ፣ ሰይፉ ጠና፣ ኢዮብ ጠና፣ ተሰማ ዱሬሳ እና ሌሎች ጠንካራና ወላዋይነት ባሕሪ ያልነበራቸው የቡድኑ አባላት ባሙኑበት ዓላማቸው ሕይወታቸው ሲያልፍ በሕይወት ያሉት የነበራቸውን የቅርብ ግንኙነትና ጓደኝነት በመጠቀም ቶሎ ሾልኮ ደቡብ የመን የገባው ብልጣ ብልጡ ጌታቸው በጋሻው/ደሳለኝ/ተሾመና ሌላ ስሙ የተዘነጋኝ ሁለተኛው ብልጣ ብልጥ እንደሆነ ነው። ሙሄ አብዲ ይኑር አይኑር የሰማሁት የለኝም። በአይሮፕላን ጠለፋው ምክኒያት የወደቁት ተስፋየ ቢረጋና ጌታቸው ሀብቴ የዚህ ቡድን መሥራቾችና ጠንካራ መሪዎች ሲሆኑ የጠለፋ ዕቅዳቸውን ለቡድናቸው አባላት ለእነ ጌታቸው በጋሻው በአመኔታና በአለኝታነት አካፍለው ይሆን? ዓምላክ ይወቀው! ክፍሉ ታደሰ እኔን በመፅሀፉ እንኳን አላነሳኝ፣ በሕይወት በመኖሬ ታሪኩን ተሸክሜ የጓዶቼ መቃብር ሆኘ እንድኖር በመታደሌ ከፍተኛ ደስታና ኩራት ይሰማኛልና። በእሱና በመሰሎቹ የሀሰትና የወስላታ መጽሀፍ እንኳን አልገባሁ። እንኳንስ በመርዘኛ ብዕሩ ስሜ አልተጠቀሰ። ክፍሉ ያለምክኒያት አልነበርም ይህን የመሰለ የቅጥፈት ተግባር በመሥራት የሆነውንና የነበረውን እንዳልሆነና እንዳልነበረ፣ ያልነበረውንና ያልሆነውን እንደነበረና እንደሆነ አድርጎ ለመጻፍ መሞከሩ። ክፍሉ ታደሰ አንድ ፊደል ብቻ በማስቀመጥ የውዥንብር ደረጃውን በደረጃ ከፍ ሲያደርገው በመጽሀፉ ተመልክቻለሁ። 'አ' የሰው ስም ነው ብሎ ይጽፋል። ታዲያ በ 'አ' የሚጀምር ስንት ስሞች ይኖራሉ። ሌላ ቦታም 'መ'፣ 'ብ'፣ ይላል። ታዲያ በ 'መ'፣ 'ብ የሚጀምር ስንት ስሞች ይኖራሉ። ሌሎችም እንደዚሁ በአንዲ ፊደል ብቻ ወይንም ሁለት ፊደሎች ለምሳሌ ገመ፣ መን፣ ሀወጊ፣ መገእ፣ ታደጵ፣ እያለ ማንነታቸውን ላለመግለጽና ከተጠያቂነት ለማዳን ሀቁና ዕውነቱ ተደፍኖ እንዲኖር ሽፋፍኖ ያልፈዋል። በተመሳሳይ ሁኔታ የክፍሉ ታደሰን ምሳሌነት በመከተል አስማማው ኃይሉም "ያንዳንዶችን ለየት ያለ መጠሪያ በመስጠት መሞከሩን" በመጽሀፉ በገጽ 3 ላይ ጠቅሶልናል። ይህም እንደ ክፍሉ ታደሰ ሀቅና ዕውነት እንዳይወጣ የበኩሉን ድርሻ እንደማበርከት ይሆናል።

ስለ"ተዓምረኛው" እና "ዕድለኛው" ዮናስ አድማሱ በቀድሞ አባላት በሰፊው ይነገርለት ስለነበረው ተዓምረኛ ዝናውና ከዚሁም ጋር በተያያዘ ጉዳይ ለሱ የተጠቀመለትን የማንነት መግለጫ ዘዴም ለማሳየት አሞክራለሁ። ደጋግሞ በተዓምር ከሞት አምልጦ አዲስ አበባ ገባ እየተባለ በማዕከላዊ ኮሚቴው የተወራለትን 'ተዓምረኛውን" ዮናስ አድማሱን አዮ ብሎ አስፍሯል (ክፍሉ ታደሰ፣ 2፣ 171፣ 318-319)። እንደው ትንሽ እንኳን ለምንተ እፍረቱ ማንነቱን ለማሳወቅ ካልፈለገም ምንአለበት 'ዮአ' ብሎ ቢጠቅሰው! ክፍሉ ስለ ሲዳሞው የደቡብ ክንፍ ሲያትት ለዚህ ተብሎ በፍልሥጥኤም ሰልጥኖ ወደ ሲዳሞ ተብሎ ኤደን ለሰባት ወራት ባንዲት ክፍል ውስጥ ታጉረው እንዲቀዩና በመጨረሻ ወደ ሲዳሞ ተብለው ከእሥራ አራት ወራት በኋላ ወደ አሲምባ ስለተላኩት ከዚያም አንዱ አምልጦ (መጅድ አብደላ) ሲወጣ ሁለቱ ስለመረሸናቸው (ሰዒድ አባስና አቡበከር ሙሀመድ) እንዳችም ቃል አለመተንፈሱ ከሰሜን አሜሪካ የኢትዮጵያ ተማሪዎች ማሕበርና ብሎም ማዖይስትና አክራሪ ተብለው መገደላቸውን ለመሸፋፈንና ለመደበቅ ያደረገው ሽንካላ ዘዴው ነው። ዋና ዓላማው በእያሱ ዓለማየሁ፣ በመርሻ ዮሴፍ እና በግብረ አበሮቹ ጥረትና ርብርቦሽ ከሰሜን አሜሪካ የተወከሉትን የሁለቱን ሰማዕታት ጓዶቼን የኤፍሬም ደጀኑን (ሰዒድ አባስ) እና የውብሸታ መኮንን (አቡበከር ሙሀመድን) ማንነት ለመሸፋፈንና ለማጥፋት ብሎም በድርጅቱ አመራር እምብርትና በጠንካራ ተባባሪነት መረሸናቸውን ለመደበቅና የሠራዊቱን የጥቁር ታሪክ ለመደፈን ነበር። ኤፍሬም ደጀኑ/ሰዒድ አባስ እና ውብሸት መኮንን/አቡበከር ሙሀመድ የትግል ጓዶቼ ብቻ ሳይሆኑ መንትዮች የሆኑ ወንድሞቼ ናቸው።

በወሎ እንዲህ ይባላል፣ "ከተዛመደ የተዋደደ ይበልጣል" የእኛ መዋደድ የተመሠረተውና የተገነባው በግልና በጊዜያዊ ልክስክስ ጥቅም መተሳሰር ሳይሆን የሀገርንና የሕዝባችንን ጉዳይ አስመልክቶ በዓላማ፣ በመርሕ፣ አመለካከትና በአቋም አንድ በመሆናችንና በመተሳሰራችን ምክኒያት በመሆኑ ዝምድናችንን ምንም ዓይነት ኃይል ሊበጥሰው የሚችል ኃይል ከቶም ቢሆን አይኖርም። ያስተሳሰረንና ያፋቀረን ደም ወይንም አብሮ አደግነት ሳይሆን የዓላማ አንድነትና ያመለካከት ተመሳሳይነት ከመሆኑም ባሻገር ለአንድ ድርጅትና ሠራዊት በተለይ ባጠቃላይ ግን ለእናት ኢትዮጵያና ለጎስቋላው ሕዝቧ ለመሰዋት ቆርጠንና ተማምለን የነበረንን ጊዜያዊ "የደስታ" ኖሮ እርግፍ አድርገን ትተን የገባን በመሆናችን ነበር። እንድም ሌትና ቀን ሳንለያይ ለአሥራ አራት ወራት ባንድነት አብረን ውለናል፣ አብረን አድረናል። በኤደን ቆይታችን በተለያየ አጋጣሚ ባደረግናቸው ውይይቶች ተመሳሳይ የመስመርና የአቋም አንድነት አራማጆችነታችን ከመቸውም ይበልጥ ከማቀራረቡም በላይ ቀንና ሌት ሳንለያይ አብረን በመኖራችን በቅርበት ለመተዋወቅና ጠንካራ አንድነትን ለመፍጠርና ለመገንባት ቻልን። አርበኛው ፀጋየ/ሀብቶም እኛን ከጠንካራዎቹ 17 ታጋዮች እኛን ቀሳቂሳዊና ድርጅታዊ ኃይል የሌለንን ሶስት ምስኪኖች መርጦ ከእኛ ጋር ለመሆን ቆርጦ በመምጣቱ

በአክብሮትና ፍቅር ተቀብለን አራታችንም ባንድነት ነበር የምንተኛውና የምንውለው። ቀንም ባንድነት፣ ሰብሰባ ስንጀምር ሦስታችንም ባንድ ተርታ በመሆን ሳንለያይ ከተዞ ጋር ለአሥራ አራት ወር አብረን ኖርን። ይህ ጠንካራ አንድነት እንድንተማመንና እርስ በርስ እንድንጠባበቅ አደረገን። በዚህ ወቅት ነበር መርሻ የሴፍና ጌታቸው በጋሻው እንደቀልድና ጨዋታ አስመስለው (The three Musketeers) ብለው የሰየሙን (53)። ምንም እንኳን እንደልባችን ባንገናኝም እንደገና ለሰባት ተጨማሪ ወራት ባንድ አካባቢ አልፎ አልፎ በመገናኘት ኢሕአሠ ሜዳ ውስጥ ባንድነት በመቀየት እየተገናኘን መረጃና ዜና ስንለዋወጥ ኖረናል።

7.5. ውብሸት መኮንን/አቡበከር ሙሀመድና ኤፍሬም ደጀኑ/ሰዒድ አባስ

ታስሮ የተፈታው ዘመናይ ባሕታ እንደገለጸው እነኢርጋ ተሰማና ግንባር ቀደም የኢሕአሠ ክንፍ የእርማት ነቅናቄ አባላት ባልፈጸሙት ተግባርና ከነጭራሹም ውብሸት መኮንን/አቡበከር፣ ኤፍሬም ደጀኑ/ሰዒድና ጌታሁን ሲሳይ/ግርሙ ባሳፋሪው ሰሚናር ላይ ሳይጠቀምባቸው በጎን ተጠልፈው ከሌሎቹ ጋር አዳምረው ሊረሽኗቸው በእሥር ቤት በመጠባበቅ ላይ እያሉ፣ ለይስሙላ በተቃቃመው ትሪቡናል በማስመሰል ድርጊት ደስ ባለመሰኘታቸው ሁሉም ሰማዕታት ባንድነት የምን orchastration (ማስመሰል) ነው የምትሰሩት በማለት የዳኞቹን የማስመሰል ድርጊታቸውን በማንቋሸሽ ድምፃቸውን አሰሙ። እንዲያውም አቡበከር ሙሀመድ፣ ሊገድሉት እየተቃረበ ለመሞት ፍራቻ ሳይኖረውና ሳይደናገጥ በእምነቱ ፀንቶ ተቃውሞውን በገሀድ ገልጿል። እንደማናቸውም የኢሕአሠ የእርማት ንቅናቄ ክንፍ ግንባር ቀደም ታጋዮች አቡበከር ሙሀመድና ሰዒድ አባስ የሌሎች ሀገሮችን ተመክሮ አንብበው በመረዳታቸው እንደዚህ ዓይነትና ሌላም ተመሳሳይ እርምጃ ከጠላት ወገን ብቻ ሳይሆን እንዲያውም ይበልጥ በጉያቸው ተደብቀው ባሉ የአድሕሮት ኃይላት ወኪሎች በኩል ሊደርስባቸው እንደሚችልና ከደረሰባቸውም መርሕና ዓላማን ሳይሸጡና ሳያገበድዱ በቆራጥነት ለመቀበል አውቀውና ተገንዝበው ነበር የሞቀና የተደላቀቀ ሕይወታቸውን ንቀው ወደ ትግሉ ሜዳ እየገሰገሱ የገቡት። ኤፍሬም ደጀኑ/ሰዒድ አባስና ውብሸት መኮንን/አቡበከር ሙሀመድ አስመልክቶ በመጽሀፉ ባብዛኛው ምዕራፎች ላይ በተለይም በዚህ ምዕራፍ እየተደጋገሙ የተጠቀሱ ቢሆንም ከሮም ግንኙነታችን ጀምሮ ባንድነት ከአንድ ዓመት በላይ ባሳለፍናቸው ረጅም ጉዟችንና ቀጥሎም በአሲንባ ሜዳ ባንድ አካባቢ ባንድነት ለሰባት ተጨማሪ ወራት ባሳለፍናቸው ጊዜያት አጠቃላይ በሆነ መልኩ ስለሁለቱ ጓዶቼ የነበረኝን ትዝታ በመጠኑም ቢሆን በዚህ ንዑስ ምዕራፍ መነካካት የግድም ይሆናል። ኤፍሬም ደጀኑ/ሰዒድ አባስና ውብሸት መኮንን/አቡበከር ሙሀመድ ሁለቱም አንድ ዓይነትና ተመሳሳይ ገፀ ባህሪያት፣ ዓላማና የፖለቲካ ፍልስፍናና የርዕዩተዓለም አንድነት ነበራቸው። ሲበዛ ሁለቱ ይዋደዳሉ፣ መዋደድ ብቻ አይደለም ከልብ ይፋቀራሉ፣ ይከባበራሉ።

ፅኑ ዓላማቸው ለኢትዮጵያ ሉዓላዊነትና አንድነት መከበር፣ በሀገሪቷ ደሞክራሲ መስፈንና ለኢትዮጵያ ሕዝብ ገደብ የለሽ ልዕልና፣ ፍትህና ዕኩልነት መንገስ ነበር። ይህንን የጋራ ዓላማቸውን ከግቡ ለማድረስ ጠመዝማዛ፣ ውጣ ውረድ፣ እሾህና አሜኬላ የመላበትን ረጅም የገጠር ትጥቅ ትግል በሚወዱት ፓርቲያቸውና ሠራዊታቸው መሪነት በጽንዓትና በቆራጥነት በመታገል የኢትዮጵያን ሕዝብ ለድል ለማብቃት ነበር። ሁለቱም ለሚያምኑበት ዓላማና ፍልስፍና ጽኑ ዕምነትና ጠንካራ የማይበገርና የማየበረዝ አቋም ነበራቸው። አድርባይነትንና ከላሽነት ያላቸውን አስተሳሰቦች ሁሉ እጅግ አድርገው ይጸረሩ ነበር። ይህን እራሴ በተለያዩ አጋጣሚዎች የተገነዘብኩትና ያየሁት ጉዳይ ነው። እኔም ራሴ ከነሱ ጋር እንድጓደኝና የልብ ጓደኞቼ እንዲሆኑኝ ያደረገኝም ዋነኛው ምክኒያት የዓላማና የአስተሳሰብ አንድነታችን ብቻ ሳይሆን በተጨማሪ ይህ የተገናጸፉት ሀቀኛነታቸውና ጠንካራ ጎናቸውና ባሕሪያቸው ጭምር ነበር። ሁለቱ ጓዶች በርዕዩተዓለም ጥንካሬአቸውና በፖለቲካ ብስለታቸው በሠራዊቱ ከሁላቸውም በላይ የጠለቀ ዕውቀት የነበራቸው መምህር ነበሩ። የሚገርመው ግን በወታደራዊ ጥንካሬያቸውም ወደር የሌላቸው፣ እንዲያውም ከእኔም በልጠው መገኘታቸው እኔንም ጭምር ያስደነቁኝ የነበሩ የማይገኙ ድንቅየ የድርጅቱ ልጆች ነበሩ። እኔ የወታደርነት ጀርባ ያለኝ ከመሆኔም ባሻገር ከነፃ አውጭ ግንባሮች (ከጀብሃ፣ ከአል ፋታህና በኋላም ከነሱ ጋር ባንድነት በዲ. ኤፍ. ኤል. ፒ.) ጋር በመቀየቴ የሚቀርበኝ ያለ መስሎ አይታየኝም ነበር። ታዲያ ጉራየን እንጅ በተግባር ግን የነሱን ያህል ወታደራዊ ብስለትና ጥንካሬ አለኝ ብየም ለመናገር ተቸግሬ ነበር፣ ሁለቱም ቅልጥፍናቸው፣ ደፋርነታቸውና አበረታታችነታቸው ወደር አልነበረውም።

ለድርጅቱና ሠራዊቱ ከፍተኛ እሴቶች ነበሩ የሚጠቀምባቸው እውነተኛና ሀቀኛ አመራር ቢኖር ኖሮ። የፍልሥጥኤም ጓዶቻችንንና ከዚያም ኤደን ያገኘናቸውም ጭምር ሁሉ በሁለቱም ብስለትና ዕውቀት በውስጥ ከልባቸው ያደንቃቸው ነበር። ሁለቱ በሥልጠናው ጊዜ ያሳዩን እንቅስቃሴ እንደ ነባር ወታደር ስለነበር የሚያሳዩት ቅልጥፍናና ችሎታ ከየት ቢያገኙት ነው? ማን ናቸው? ምንድን ነበሩ? በማለት ሁላችንም እንገረም ነበር። በተለይም እኔ እራሴ ሁለቱም ቬትናም ተልከው ከቬት ኮንጎች ጋር የትግል ልምድና ተመክሮ ወስደዋልን? እያልኩ እራሴን እጠያይቅ ነበር። ግን አልሄዱም። ለተራዘመው የገጠር ትጥቅ ትግል በሰፊው ቅድመ ዝግጅት በግላቸው ሲያካሂዱ በመቀየታቸው እንጅ። የሌሎች ሀገሮችንና ሕዝቦችን ትግል ታሪክ በደንብ አድርገው አንብበዋል። ከመቀራረባችን የተነሳ ያካሄዱትን የሥነልቦና፣ የመንፈስና የአካል ልምምድና ዝግጅት እስካካፈሉኝ ዕለት ድረስና በተለይም ከጊዜ በኃላ ማንነታቸውን እስከተረዳሁበት ጊዜ ድረስ ሁለቱንም የምመለከታቸው ቬት ኮንግ ወይንም ቻይና ተልከው ሥልጠናና ልምምድ ወስደው የተመለሱ አድርጌ ነበር። ሁለቱ ሰማዕታት ጓዶቼ ኤፍሬም ደጀኑና ውብሸት መኮንን በፍልሥጥኤም ቆይታችን ወቅት ለእነ አየለ ዳኘን/አብዱላአሕሚድ እና ለገመቹ በቀለ/ሲራጅ ባጠቃላይም ለቡድኑ በወታደራዊ ልምምድ

ወቅት ከፍተኛ እርዳታ አበርክተዋል። ቀጥሎም ምንም ጊዜ የማይረሳኝ በኤርትራ በርሃ ጉዟችን ወቅት ከሀገር ወዳዱ አርበኛ ከሀብቶም/ፀጋየ ጋር በመተባበር ላጠቃላይ ቡድኑ ያበረከቱት የማይናቅ የነፍስ አድን እርዳታ ምክኒያት ቡድኑ አሲምባ በሠላም እንዲደርስ አብቅተውታል። ያለ ሀገር አፍቃሪው ሀብቶም/ፀጋየ እና ሦስታችን እርዳታና ድጋፍ የቡድኑ የረጅሙ የበርሃ ጉዟችን በተጨናገፈና ከብዙ ውጥንቅጥና ረጅም ወራት በኃላ አሲምባ በገባን ነበር።

የተዳከሙትን በመርዳት፣ በጀርባ የተሸከሙትን ጀበርና በመሸከምና የራሳቸውን ውሃ ለጓዶቻቸው በመስጠት ቡድኑ በመጨረሻ አሲምባ እንዲደርስ ያደረጉት የቡድኑ ሞተርና ሕይወት አራታችን ነበርን። አሲምባም ገብተው ከጉዞ በኋላ ከሆነ ቦታ አርፈን የምናድር ከሆነ ሁሉም ስለሚደከማቸው የመጀመሪያው ዘብ ጥበቃ መውጣት አድካሚ በመሆኑ ሁሉም ስለሚጠላው በእንደዚህ ዓይነት ሁኔታ ሁል ጊዜ ሦስቱም ጓዶቼ ሰዒድ አባስ፣ አቡበከር ሙሀመድና ሀብቶም/ፀጋየ የዘብ ጥበቃውን ተግባር በመውሰድ ለጓዶቻቸው ሲሉ እስከ መጨረሻው ዘመናቸው ድረስ እራሳቸውን ሲቀጡ መኖራቸውን በሚቀጥሉት መስመሮች በኃላ ለማ ግርሙ/ሰቦቻ ከመግለጹም በላይ ከተለያዩ የቀድሞ ጓዶች ለማረጋገጥ ችያለሁ። ሁለቱም ጓዶቼ የሠራዊቱ ድክመት በተመለከተ ምን ጊዜም ቢሆን የሠራዊቱን አመራር ወቅሰው ወይንም ተችተው አያውቁም።

በሠራዊቱ የሚታየው ድክመትና ዝርክርክነት ሁሉ ከሠራዊቱ የመነጨ ሳይሆን ከኢሕአፓ አምባ ገነን አመራር ድክመትና በራሱ ፍላጎት ሕጋዊ ባልሆነ መንገድ የድርጅቱን ፕሮግራምና የትግል ስልት ለውጥ አድርጎ የተሳሳተ ትግል በማካሄዱና በዚያም ሳቢያ ለሠራዊቱ አመራር አለመስጠቱ እንደሆነ አጥብቀው ስለሚያምኑ የሠራዊቱን አመራር መወንጀሉና መኮነኑ መፍትሔ እንደማያስገኝ ስለሚያምኑ ቅስቀሳ አያደርጉም ነበር። የሰዒድ አባስና የአቡበከር ሙሀመድ አቋም በሠራዊቱ አመራር ድክመት ላይ ብቻ በማትኮር የድርጅቱና የሠራዊቱ ችግር እንደማይፈታ በማመናቸው የድርጅቱን ውድቀት ምክኒያቶች ምን እንደሆኑ የሠራዊቱን ታጋዮችን በማስተማር፣ በማንቃትና በማደራጀት ድርጅቱን ከሞት ለማዳንና ሠራዊቱን ለማጠናከር ከፍተኛ ትግል በማካሄዳቸው የኃላ ኃላ የብዙዎቹን ታጋዮች ከበሬታ ተጎናጽፈዋል። ትግላቸው በነፀጋየ ገብረመድሕንና በሌሎቹ ላይ ብቻ በማትኮር ሳይሆን ሁለቱ ጓዶቼ መፍትሔ አድርገው ቅስቀሳና ትምህርት ለሠራዊቱ አባላት ይሰጡ የነበረው የተሳሳተውን የትግል ስልት እንዲስተካከልና ተረስቶ የቀየውን የድርጅቱን ጉባዔ ጥሪ እንዲካሄድና ካካባቢው ካሉት ፀረ-ደርግ ድርጅቶች ጋር ቢቻል የጋራ ሕብረት ግንባር በመፍጠር ይህ ካልሆነም ተቻችሎ ለመኖር ቅስቀሳ በማድረግ ሲሆን ተቀዳሚ ትግላቸው በድርጅቱ ድክመት ላይ ብቻ በማትኮር ነበር። በመሆኑም በተባለው አሳዛኝ የማጋለጥ ሴሚናር ወቅት ሠራዊቱ አልተናገራቸውም፣ ትጥቃቸውንም እንዲፈቱ አላዘዛቸውም ነበር። ሳይታሰሩና ትጥቃቸውን ሳይፈቱ መቅረታቸው ያስደነገጠውና ያሳሰበው የድርጅቱ አመራር እምብርትና በማዕከላዊ ኮሚቴነት አዲስ የሾማቸው

ጠንካራ ደጋፊዎቻቸው እነደነ መርሻ ዮሴፍ ፍጥነት በተመላበት ዘዴና ስልት በጎን ጠልፈው ከሌሎቹ ጋር ደባልቀው ወደ እሥር ቤት ልከው አስረሸኗቸው። በደርግ፣ ሻዕቢያና ወያኔ ስልትና ዘዴ በተካሄደው አሳዛኝ ሴሚናር አታለው ከበው ባይጠልፏቸው ኖሮና ትንሽ ቢቀዩ ኖሮ የጉባዔው ጥሪም ሆነ ከወያኔ ጋር የተካሄደው የጋራ ሕብረት ስምምነት ተግባራዊነት ጥርጥር እንዳልነበረው ከለማ ግርሙም ሆነ ከሌሎች የቀድሞ ታጋዮች ለመረዳት ችያለሁ።

7.5.1. ውብሸት መኮንን/አቡበከር ሙሀመድ

ውብሸት መኮንን/አቡበከር ሙሀመድ ውስብስብ በሆኑ የፖለቲካም ሆነ የንድፈ ሀሳብና ርዕዮተዓለማዊ ጉዳዮችን አስመልክቶ ሲያስተምርና ትንተና በማድረግ ገለጻ ሲያደርግ አድማጩን ወይንም የውይይቱን ተሳታፊዎች ሁሉ ከማንም በበለጠ ከልባቸው በመመሰጥና በማሳመን ከፍተኛ አድናቀትን አትርፏል። ትንተናውንና ገለጻውን ሁሉ እንደምሳሌ እያደረገ በሌሎች ሀገር ሕዝቦች የተካሄዱትን የትግልና አብዮታዊ ተመክሮ ጋር እያገናኘና እያገናዘበ ትምህርቱንና ትንተናውን ይበልጥ ግልጽ ያደርግላቸው ነበር። እራሳቸው ከብስለቱና ጥንካሬው ምክኒያት "ማዎይስት" "አንጃ" እያሉ የሚወጅሉት ሳይቀሩ በማስተማርና በትንተና ችሎታው፣ በጀግንነቱና ግልጽነቱ ከልባቸው ያደንቁት ነበር። ውብሸት መኮንን በሁለተኛ ደረጃ ትምህርት ቤት ቀይታው በትምህርት ታታሪነቱና ለሌሎች የሚቀረቀርና የሚጨነቅ መሆኑን ከማወቃቸው በስተቀር በዚያን ዘመን በተማሪዎች እንቅስቃሴ የነበረውን ተሳትፎ የሚያስታውሱት እንደሌለ ነው ከእህቶቹና ከወንድሙ ለመረዳት የቻልኩት። ምንአልባት ይህ የሆነበት ምክኒያት ውብሸት መኮንን የሁለተኛ ደረጃ ትምህርት ቤት ተማሪ በነበረበት ዘመን ተማሪዎች በማሕበር ተደራጅተው እንቅስቃሴ ማካሄድ የጀመሩበት ጊዜ ባለመሆኑ ይሆናል ብየ አምናለሁ። የሁለተኛ ደረጃ ትምህርት ቤት ተማሪዎች በቀዳማዊ ኃ/ሥላሴ ዩኒቨርሲቲ ተማሪዎች እየተደገፉ ባብዛኛው ቦታ በማሕበር እየተደራጁ መንቀሳቀስ የተጀመረው በፈረንጆች ዘመን 1971 አጋማሽ ጀምሮ እንደሆነ ነው የማስታውሰው። ውብሸት ከዚያ በፊት የሁለተኛ ደረጃ ትምህርቱን አጠናቀ ወደ አሜሪካ የተሸጋገረው በፈረንጆች ዘመን በ1968 ነው።

እንዲያውም እንደሰማሁት ዝነኛውና አንደበተ ርቱዑ የነበረው የሰሜን አሜሪክን የኢትዮጵያ ተማሪዎች ማሕበርን ያነቃነቀውና አብዮታዊ አድርጎ ለሥር ነቀል አብዮት ጠንካራ ደጋፊ እንዲሆን ያበቃው፣ ከነብርሀነመስቀል ረዳ ጋር ላይ ታች በማለት ኢሕአድ'ን የመሠረተና በዚህም ጠንካራ ትግሉ የተደናገጡ ኢሕአፓ'ን ለመመሥረት በተቃረበበት አካባቢ ለኢሕአፓ ምሥረታ ስብሰባ እንዳይገኝ ቶሎ ብለው ከመኖሪያ ቤቱ ውስጥ ተገድሎ እንደተገኘ የሚነገርለት የኒው ዮርክ ቻፕተር አባልና የኢሕአድ ግንባር ቀደም መሥራች ዓብዮታዊው መስፍን ሀብቱ አሜሪካ በገባበት ዘመን እንደሆነ ነው። ውብሸት መኮንንም ከዚያን ጊዜ ጀምሮ ትግል እንደጀመረና ከነመስፍን ሀብቱ አካባቢ ካሉ ጋር ባንድነት ትግል የጀመረ አንጋፋ አብዮታዊ እንደሆነ ይነገርለታል። በፖለቲካ ሳይንስ

የመጀመሪያ ድግሪውን (BA Degree) በፈረንጆች ዘመን በ1974 ካገኘ በኃላ በሥራ ዓለም ተሰማርቶ እየሰራ ትርፍ ጊዜውን ሁሉ ለትግሉ በማዋል ቀይቶ ለሁለተኛ ድግሪው (MA Degree) ተመዝግቦ ትምህርት በሚጀመርበት አካባቢ “ትምህርት ከድል በኃላ” በሚለው የኢሕአፓ መርዘኛ መፈክር ተመርዞ የአሜሪካን የሞቀ ኑሮውን ንቆ ለኢትዮጵያና ለዚያ ለሚራራለትና ለሚቆጭለት ሕዝቧ ለመሰዋት አሲንባ ተጋዘ። ውብሸት መኮንን/አቡበከር ሙሀመድ ልክ እንደ ኢርጋ ተሰማ ተጨዋችም ነበር። ጨዋታ በጣም ያውቃል፣ ከሁሉም ጋር ሲበዛ ተግባቢና ተጫዋች ነበር። በዝምታ የተዘጋውን ወይንም በሀሳብ ሌላ ዓለም የሄደውን በትምህርታዊ ጨዋታ ብብቱን ኮርኩሮ ከሄደበት ዓለም ይመልሰው ነበር።

ታዲያ ጨዋታው እንደ ኢርጋ ተሰማ አቡበከርም ሁልጊዜ ከቁም ነገርና ከዓላማችን ጋር በተያያዘ ትምህርታዊ ጨዋታዎች እንጂ ከዚያ ውጭ አልነበረም። ሦስታችንም ሲደክመን ጊዜያችንን በቁም ነገር ጨዋታ እናሳልፈው ስለነበር ያስቀንና ያዝናናን ነበር። ውብሸት መኮንን/አቡበከር ሙሀመድ ሲበዛ ያነብ ነበር። ሲበዛም በውይይት ላይ ጠንካራ ተሳትፎ ነበረው። እንደትግል ጓዱ ሰዒድ አባስ እሱም በፓርቲው ዓላማና ፕሮግራም፣ በትግል ስልትና ስትራቴጂ፣ በማርክሲዝም ሌኒኒዝም፣ በንድፈ ሀሳብና በርዕዮተ ዓለምና በዓለም አቀፍ የኮሚኒስት እንቅስቃሴ ላይ ከፍተኛ ግንዛቤ ያለው ከመሆኑም ባሻገር የማስተማርና የመግለጽ ብቃቱ እንደዚሁ ከፍተኛ ነበር። አቡበከር ሙሀመድ ሲበዛ ግልጽ፣ ደግና እርኅሩህ፣ ተቀርቃሪ፣ ቀጥተኛና ሀቀኛ አብዮታዊ ነበር። እሱና ኢርጋ ተሰማን እንደ ጥላሁን ግዛው ከማስመሰል በሽታ የጸዱ እንደሆኑ አድርገው ነበር አንዳንዶቹ ጥላሁን ግዛውን የሚያውቁት ያወሩ የነበረው። አቡበከር ሙሀመድ ሲበዛ ደፋርም ነበር። እንደ ትግል ጓዱ ኤፍሬም ደጀኑ ውብሸት መኮንንም ከራሱ ፍላጎትና ጥቅም ይልቅ በሁሉ ነገር ሌሎችን የሚያስቀድም፣ ላመነበት ነገር በምንም ተዓምር ወደ ኃላ እንደማይልና ሆኖም በውይይት የሚያምን በመሆኑ ስህተት መሆኑን ሲያሳምኑት ስህተቱን ያርምና እምነቱንና አቋሙን ያስተካክል እንደነበረ በተለያየ አጋጣሚዎች እራሴ ተገንዝቤዋለሁ። ከልጅነቱ ጀምሮ ያላግባብ ሰው ሲበደል አይቶ በዝምታ እንደማያልፍና ገብቶ ይከራከርና ይቆም እንደነበረ ሁሉ እህቶቹና ወንድሞቹ የሚያስታውሱትን እና የሰሙትን አካፍለውኛል። ታዲያ አዎን የሰው ልጅ በሁሉም ተሟልቶ ስለማይገኝ ውብሸት መኮንን ስሜታዊነት ያጠቃው ነበር፣ እንዲያውም አንዳንድ ጊዜማ ከንጹህ ልቦናውና ቅንነቱ የተነሳ ስሜታዊነቱ እየገዛው ሁኔታዎችን logically እንዳይመለከት ያስቸገሩበት ጊዜያት እንደነበሩ ከኤደን ቀይታችን ጊዜ ጀምሮ በተለያዩ አጋጣሚዎች ተገንዝቤአለሁ። ከቦስተን ከተማ ወደ ሮም ለመብረር በሚዘጋጅበት ወቅት በስሜታዊነቱ በፈጸመው ችግር ጉዞው በአንድ ቀን መራዘሙን ከላይ አካባቢ ተገልጿል።

አሁንም ከላይ ለመጥቀስ እንደሞከርኩት የሊቀመንበር ማዎ ትሴቱንግን ሞት በሬዶዮ እንደሰማ ያደረገው ለቅሶ ቢያንስ በዚያን ዕለት የነበርንበት አካባቢም ሆነ ቡድናችንም ዝትድትድ ቀለም

የተላበሰን ግለሰቦች የተሰባሰቡበት መሆኑን እያወቀና፣ እንዲያውም የምንጋዘው በርሃ ወደፊት ለድርጅታችንም ሆነ ለሀገራችን በዋና ጠላትነት ከምንቀጥረው የባዕድ ኃይል ሻዕቢያ እንግድነት ሥር መሆናችንን እየተረዳ እራሱን ለመቀጣጠር መቻል ነበረበት። ታዲያ ይህ ሁሉ አሲምባ እንደደረስን ለድርጅቱና ለሠራዊቱ አመራር በአየለ ዳኘና በገመቹ በቀለ አማካኝነት ሪፖርት ደረሶ ለአሉባልታና ለሀሰት ውንጀላቸው ማጠናከሪያ መልካም አጋጣሚ ሆነላቸው። የውብሸት መኮንን ሌላው ችግር ከሀቀኛነቱ፣ ከቅንነቱ፣ ከደፋርነቱ፣ ከቀጥተኛነቱና ግልጽነቱ የመነጨ የጀብደኝነት ስሜትም ያጠቃው ነበር። ምንም እንኳን አቡበከር ሙሀመድ የኃላ ኃላ ምድቡ ከለማ ጉርሙ ጋር ባለመሆኑ በቅርብ ሆኖ አመጋገብን አስመልክቶ ለመናገር ባይችልም በወቅቱ በአሲምባ ስለ አቡበከር ከትግል አጋሮቹ የሰማውን ሲያስታውስ እንዲህ ይላል፣ "... ከብዙ ከሌሎች ጓዶች ጋር ስለ አቡበከር ስናነሳ በዚህ አሁን አመጋገብን ባነሳሁት ጉዳይ ላይ እና በኤፍሬም የግል ባህሪዎች ጉዳዮች ላይ ከአቡበከር ጋር እንደሚመሳሰሉ ነው ያወሩኝ። አልፎ አልፎ እኔ ባገኘሁት ጊዜ ውስጥ ግን ቶሎ ቶሎ የመጫወት የመሳቅ ባሕሪው ከሰዒድ ለየት ባለ የመግባባት አቅም ከመፍጠሩም በላይ የሚወያየውም እንደሰዒድ ሁሉ እንደነበረ ነው ያጫወቱኝ" (ለማ ጉርሙ/ሰቦቻ)።

ከውብሸት መኮንን ቤተሰብ ጋር ከመጀመሪያው ትውውቃችን በኋላ በሌላ ጊዜ ከታናሽ እህቶቹ እና ወንድሙ ከወ/ሮ መዓዛ መኮንን፣ ከወ/ሮ የወርቅውሀ መኮንን፣ ከወ/ሮ ውድነሽ መኮንን፣ ከወ/ሮ ስንን መኮንን፣ ከወ/ሮ ኤልሳቤጥ መኮንን፣ እና ከአቶ ኃይሌ መኮንን ጋር ሆኜ ባካሄድኩት ጭውውት የታላቅ ወንድማቸውን የሰማዕት ውብሸት መኮንንን የግል ባሕሪና ፀባይ አስመልክቼ የራሴን ግንዛቤ እንደምሳሌ እያደረኩ አንዳንድ ትዝታዎቼን እንዳካፈልኳቸው እነዚያ ባሕሪያትና ፀባዮች አሜሪካን ሀገር ከመጣ በኃላ ያገኛቸው ሳይሆን ከልጅነቱ ጀምሮ ከቤት አብሮት ያደገበት እንደሆነ እንደሚከተለው አብራርተው አጫውተውኛል። ስለታላቅ ወንድማቸው ከቤተሰቦቻቸው እና ካካባቢው ነዋሪ ይሰሙ የነበረውንና እራሳቸውም ትዝ የሚላቸውን አንዳንድ ትዝታዎች ሲያጫቱኝ፣ "የቤተሰባችን ሁለተኛ ልጅ የነበረው ውብሸት መኮንን ከአባታችን ከአቶ መኮንን ማሩና ከእናታችን ከወ/ሮ አስቴር ሰይፉ በፈረንጆች ዘመን በ1947 አዲስ አበባ ከተማ ተወለደ። ያደገውና የመጀመሪያና የሁለተኛ ደረጃ ትምህርት ቤቱን ያጠናቀቀው አዲስ አበባ እንደሆነ፣ በ17 ዓመት ዕድሜው የሁለተኛ ደረጃ ትምህርቱን ከተፈሪ መኮንን አጠቃላይ ሁለተኛ ደረጃ ትምህርት ቤት እንዳጠናቀቀ፣ በትምህርቱ ታታሪ የነበረና በልጅነት ዘመኑ ጀምሮ የስፖርት ፍቅር በተለይም በእግር ኳስ ከፍተኛ ፍቅር እንደነበረው፣ የወጣት ወንዶች ክርስቲያን ማሕበር (YMCA) አባል ጠንካራ ተሳታፊ እንደነበረ፣ ከትምህርት ቤት በኃላ በተለያዩ የስፖርት ውድድሮች ይካፈል እንደነበረ፣ የእግር ኳስ በጣም ከመውደዱ የተነሳ ለቡድኑ የነበረው ፍቅርና አክብሮት የኃላ ኃላ ለሰው ልጅ ያለውን ድርጅታዊና ቡድናዊ ፍቅር የሚያንፀባርቅበት አንዱ ገፀ ባሕሪው እንደሆነ አጫውተውኛል። እህቶቹና ወንድሙ

በማያያዝም ውብሸት መኮንን ከልጅነቱ ጀምሮ በትምህርት ቤቱና ባካባቢው ይታወቅ የነበረው በትህትናው፣ ለተጎዱና ለተቸገሩ በተቆርቋሪነቱና፣ ለትልቁም ለትንሹም ታዛዥ የነበረ ከመሆኑም በላይ የሚያውቀውን ሁሉ ለሌሎች ማስተማርና ማካፈል ታላቅ ተግባሩ እንደነበረ፣ ከየቦታው መጽሐፍት በማፈላለግ ማንበብ ይወድ እንደነበረና ከሌሎች የመንደሩና የትምህርት ቤቱ ልጆች ጋር ሆኖ ስላነበበው ይወያይ እንደነበር፣ መፅሀፍ ማንበብን እንደ ጊዜ ማሳለፊያው (Hobby) አድርጎት መኖሩን፣ ባንድ ጉዳይ ላይ እምነት ካደረበት ወይ ፍንክች የማይል ደፋርና ተጋፋጭ ባሕሪ ከልጅነቱ እንደነበረው ገልጸውልኛል። ውብሸት መኮንን ለሰው ልጅ መልካም አመለካከትና ፍቅር እንደነበረው፣ ደግ፣ ቸር፣ ርኅሩኅና ተቆርቋሪ እንደነበረና ከደግነቱም የተነሳ ባንድ ወቅት ኮቱን ለተቸገረ የትምህርት ቤቱ ጓደኛው አውልቆ በካኒተራ ወደ ቤት እንደተመለሰ ሁሉ ከቤተሰብ የሰሙትን እያስታወሱ ሲያጫዉቱኝ እራሳቸውም አተገረሙ ነበር።

በመጨረሻም ውብሸት መኮንን ለጓደኞቹ ፍቅር፣ ታማኝነትና ወገናዊነት መጠን የሌለው እንደነበርና ከሠፈር ልጆችም ሆነ ከትምህርት ቤት ውስጥ የሆነ ልጅ ያላግባብ ሲጠቃ አይቶ በዝምታ የማያልፍና ጣልቃ እየገባ ለተጠቁ በመቆሙ በሌሎች ዘንድ ጠላትነት ይገዛ እንድነበረ፣ የሁለተኛ ደረጃ ትምህርት ቤት ተማሪ እያለ አራቱንም የክረምት ወራት የዕረፍት ጊዜውን መስዋዕት በማድረግ በአፄው ዘመን ይካሄድ በነበረው የመሠረተ ትምህርት ፕሮግራም ጠንካራ ተሳታፊ በመሆን ማንበብና መፃፍ የማይችሉትን እናቶችን፣ ወታደሮችንና የቤት ሠራተኞችን በማስተማር ከፍተኛ ሕዝባዊ አስተዋፅዖ በማበርከት እንዳሳለፈ፣ የተፈሪ መኮንን ሁለተኛ ደረጃ ትምህርት ቤቱን እንዳጠናቀቀ የኢትዮጵያ ንጉሰ ነገሥት ባሕር ኃይል ለመግባት የሚሰጠውን ፈተና አልፎ ምፅዋ ሄዶ በባሕር ኃይል ባልደረባነት ለሦስት ተከታታይ ዓመት ሲቀይ በቀይታው ጊዜ አጎታችን ዮሴፍ ሰይፉ በቅርቡ ስለነበር ምንም የብቸኝነት ስሜት ሳይሰማው ሦስት ዓመት ቀይቶ የሁለተኛ ደረጃ መልቀቂያ ፈተና (Ethiopian School Leaving Certificate Examination) ለመውሰድ ወደ አዲስ አበባ ተመልሰ። በፈረንጆች ዘመን በ1964 በተወለደ በ17 ዓመቱ የሁለተኛ ደረጃ ትምህርቱን አጠናቀ በፈረንጆች ዘመን በ1968 ወደ አሜሪካ ሄዶ በቦስተን ዩኒቨርሲቲ ተመዝግቦ ትምህርቱን መማር መቀጠሉን፣ አሜሪuካን ሀገር እያለም ትምህርቱን እየተማረ በተማሪነት ቀይታው በትርፍ ጊዜው በዩኒቨርሲቲው ቤተ መጻህፍት ተቀጥሮ ይሰራ እንደነበረና በሰሜን አሜሪካ የኢትዮጵያ ተማሪዎች ማሕበር (ESUNA) የቦስተን ቻፕተር ንቁ ተሳታፊ እንደነበር እና ከእሱ ጋር ባንድ ወቅት ወይንም በሌላ ጊዜ አብረው በአሜሪካ ይኖሩ ከነበሩት የቅርብ ዘመዶቹ መካከል ታላቅ ወንድሙ ብቻ ሳይሆን እንደ ቅርብና የልብ ጓደኛው አድርጎ ይመለከተው ከነበረው በቅርብ ጊዜ ከዚህ ዓለም በሞት ከተለየው ታላቅ ወንድሙ ፀጋየ መኮንን እንዲሁም የወርቅውሀ መኮንን፣ ከብርሃኑ ደርቤ እና ከአጎቱ ከዮሴፍ ሰይፉ ጋር አብሮ ይኖር እንደነበር ገልጸውልኛል። በቦስተንና ባካባቢዋ ቀይታው አዲስ የሚመጡትን

ኢትዮጵያዊያንን በማስተናገድ፣ በመርዳትና ሀገሩን በማለማመድ ከፍተኛ ትብብር ሲያደርግ ቀይቶ በፈረንጆች ዘመን በ1974 በፖለቲካ ሳይንስ የመጀመሪያ ድግሪውን አግኝቶ ለሁለተኛ ድግሪው (ለማስተርስ ድግሪ) በመዘጋጀት ላይ እንዳለ "ትምህርት ከድል በኃላ" በሚለው የኢሕአፓ መርዝ ተመርዞ የተሟላና የተንደላቀቀ ኑሮውን ጥሎ አሜሪካንን ለቀ ለኢትዮጵያና ሕዝቧ ለመሰዋት እንደወጣ" ታናሽ እህቶቹና ታናሽ ወንድሙ ባንድነት ሆነው እየተፈራረቁ ገልጸውልኛል።

እኔ እራሴን ችኩል፣ ቀጥተኛ፣ ግልጽና ጀብደኛ ነበርኩ እያልኩ ስታዘብ አቡበከር ሙሀመድ/ውብሸት መኮንን ግን ከእኔ በባሰ ችኩልነትና ጀብደኝነት ያጠቃው የነበረ ግልጽና ቀጥተኛ ፍጡር ነበር። ከጀብደኝነት ስሜቱም የተነሳ የጠላትን ኃይል መዝኖ መራመድ እያቃተው ያላቅሙ ወይንም ያለስልት ይጋፈጣል። ለአመነበት ወደ ኋላም አይልም፣ ፈጣን እርምጃም ከመውሰድ አይመለስም ነበር። በደርግ ዘዴና ስልት አታለው ቶሎ ብለው ሸውደው ባይቀድሙት ኖሮ አቡበከር ሙሀመድ የድርጅቱን ችግር በዲሞክራሲያዊ መንገድ ለመፍታት እንቅፋት የሆኑትን ሁሉ በመቅደም ሠራዊቱን ሊያድን ይችል የነበረ ቀራጥ ታጋይ እንደነበር የአብዛኛው እምነት ነበር። ምንም እንኳን ያስከተልኩት ችግር ባይኖርም ችኩልነት ከልጅነቴ ጀምሮ እንደነበረኝ በመጽሀፉ በሌላ አካባቢ ተገልጿል። በጀብደኝነት በሽታ መለከፍ የጀመርኩት ግን ከጀበሃ ጋር ለመቀላቀል ረጅም ዕቅዴን ከወጠንኩበት ጊዜ እንደሆነ ይታወሰኛል። ከዚያ በፊት ከጀብሃ ጋር የመቀላቀል ዕቅዴ ገና በመሆኑ የምታወቀው በዘደኝነቴና በስልት ተጠቃሚነቴ ነበር። እንደ ፖሊስ ኮሌጅ በጠቅላይ ግዛቱ ፖሊስም ያለተግባሬ ዋናው ችግር ፈጥሪ ተደርጌ የምታየው እኔ ነበርኩ። ዓላማየንና መርሄን ሳልስት የማፈግፈግ ዘዴ በተፈጥሮ የተላመድኩኝ በመሆኔ፣ ነገሮች ከረር ሲሉ ያላቅሜ መጋፈጥ ዋጋ እንደሌለው ማወቅ ብቻ ሳይሆን እራሴንና ጓዶቼን ማስበላት በመሆኑ የእግር ፍሬን በመርገጥ ዝግ ማለት እችልበት ነበር። አቡበከር ሙሀመድ ይህንን ለማድረግ ተፈጥሮው ስለማይፈቅድለት ወደፊትን እንጂ ወደ ኃላን አያውቅም ነበር። እኔ እንደሽምጥ ተዋጊዎች ሲመጡብኝ ማፈግፈግ፣ ሁኔታዎች ደግሞ ሲያመችልኝ የመጋፈጥ ችሎታየ መልካም ነበር። ወደ ሱዳን ወሰን አካባቢ ለመመደብና ከጀብሃ ጋር ለመቀላቀል ዕቅድ ከጀመርኩበት ጊዜ አንስቶ በኃላም ከቀድሞው ምዕራብ አውሮጳ ብሎም አሲምባ እስከገባሁና ተመልሼም እንደገና ጣሊያንና ፈረንሣይ፣ እንደገና ተመልሼም በካርቱም በኩል ኢትዮጵያ እስከ ገባሁበት ጊዜ ድረስ "ደፋርና ጪስ መውጫ አያጣም" በሚለው የአባቶቻችን ብልኂነት መሠረት ጀብደኝነት የዕለት ጓደኛየ ሆኖ ቀይቷል። ተመሳሳይ አመለካከት ያላቸውን ወገኖቼ ጋር ለመቀላቀል "የንጉስ ነገሥቱ የፖሊስ መኮንን ለዚያውም አማራ፣ አልፎም የንጉሱ ኃይማኖት (ክርስቲያን) ተከታይ የሆንኩት ከአክራሪ የእሥልምና ብሔርተኛ ድርጅት ጋር ደፍሬ መቀላቀሌ እና እንደገናም የኃላ ኃላ ከነገድ ጎበዜ፣ ከነታደሰ ገሠሠና አማረ ተግባሩ እንግድነት ነፃነቴንና ክብሬን

በመፈለግ አሻፈረኝ ብየ ከቤታቸው ወጥቼ ማንም ሳይኖረኝ ከማላውቀው የባዕድ ከተማ በመሀል ሜዳ ላይ መንከራተቴ በአንዳንዶች እንደ ጀብደኝነትና እንደ አጓጉል ድፍረት ተቆጥሮብኛል።

7.5.2. ኤፍሬም ደጀኑ/ሰዒድ አባስ

ሰዒድ አባስ/ኤፍሬም ደጀኑና አቡበከር ሙሀመድ/ውብሸት መኮንን አሲምባ እንደገቡ ለተወሰነ ጊዜ ሁለቱም ከለማ ጉርሙ/ሰቦቃ በምትመራው ጋንታ አብረው እያንዳንዳችንን በመለያየት ነጥለው ለመቆጣጠር ባላቸው ጥበብ አቡበከር ሙሀመድ/ውብሸት መኮንንም ወደ ሌላ ሀይል እንዲሄድ በማድረግ ሁለቱ የረጅም ጊዜ የትግል ጓዶች ተለያዩ። ሁለቱም ከለማ ጉርሙ/ሰቦቃ ጋር ለተወሰነ ጊዜ አብረው በመኖራቸው በሁለቱ ጓዶቼ ላይ የነበረውን አጠቃላይ ግንዛቤና አመለካከት ሰቦቃ ትዝታውን እንዲህ ሲል ያስታውሰዋል። "ከመጀመሪያው ካየኋቸው ቀን ጀምሮ ሠራዊቱ ለመጀመሪያ ጊዜ ከውጭ ያገኘ የሚከበሩ ሁለት ልጆች (ሰዒድ አባስ/ኤፍሬም ደጀኑና አቡበከር ሙሀመድ/ውብሸት መኮንን ማለቱ ነው) ናቸው። ያን ቀን ሳስታውስ ልዩ ስሜት አለኝ። በጣም ነበር ደስ ያለን በዓይነታቸው በልጆቹ ዓይነት በጣም የተጠናከረ ሠራዊት በእንደነዚህ ዓይነት ልጆች ሲያድግ እንዲሁ የሕዝብ ቁጥር ብቻ አይሆንም የሚል ከፍተኛ ደስታ ነበረን። ከፈረንጅ ሀገር የሚመጡትን ሰዎች ለትግሉ እሱ ብቻውን ልዩ ስሜት ነበር የሰጠን ዛሬም ያ ሁኔታ ያለ ይመስል ደስ እያለኝ ነው ያን ቀን ሳስታውሰው። ስም ይዘው ነው የመጡት ሰዒድ፣ አቡበከር የሚለውንም ስም ነው ይዘው የመጡት ያን ስማቸውን ከዚያ የነበረው የፓርቲ አካል ይስጣቸው ወይንም እዚህ የነበረው የፓርቲ አካል ይስጥ አላውቅም። በዚያን መልክ መጡ በጣም ያልጠነከርንበት ጊዜ ስለነበረ ልዩ የተዓሊም ቦታም ባልነበረበት ጊዜ ስለነበር የመጡት ከእኛው ጋራ ከእኔው ጋንታ ጋራ ባጋጣሚ እኔ የጋንታ መሪ ነበርኩኝ እዚያው እኛው ጋር በየመንደሩ በምናርፍባት ጊዜ ውስጥ የመቀላቀያ እንደው የወታደር ስሜት የመፍጠሪያ ያህል ሁሉም የወታደራዊ ልምምድ ወሰዱ። በሚወስዱበት ጊዜ ግን እነሱ የሚያለማምዱን በጣም ይበልጥ ነበር። ይህንን ዕውነት ስለሆነ የምናገረው ያልተቀባ እንደው ደረቅ ንግግር ነው ለማሳመን አይደለም። በእውነት አስተማሪዮቻችን ነበሩ በጣም ተወዳጆች ነበሩ።

ሁለቱም ከንድፈ ሀሳባዊ፣ ከርዕዮተዓለማዊ ውይይት ውጭ ምንም አይነት ሌላ ጨዋታ መጫወት የማይፈልጉ ልጆች ነበሩ። አቡበከር ትንሽ የተሻለ ይግባባል ግን ከዚህ ከአዲስ አበባ የመጡት ብዙ ሰው የሚያውቀው ሰዒድን ነበር። እንግዲህ ትግሉን ከየት ጋር እንደጀመሩ አላውቅም። ከእኔ ጋር ትግል በጀመሩበት ጊዜና ዕለት ከስም ጋር ነበር የተሰጡን እኔ ያነየ የፓርቲ አባል ሁኛለሁኝ እነሱ ከውጭ ሀገርም ሲመጡ የፓርቲ አባላትም ነበሩ እና የኖሩ ታጋዮች እንደነበሩ ከብስለታቸውም ፓርቲ አባል ሆነው ለመምጣታቸውም መገመት ብዙ አላስቸገረንም። እዚያ ጋንታ ውስጥ አምስት ወይንም አራት የምንሆን የፓርቲ አባላት የነበርነው ከሀያ ሰዎች ወይንም ከሃያ አንድ ውስጥ እኛ እዚያ ውስጥ ለነበርነው የፓርቲ አባላት እነዚህ ሁለት ከኢዙና ነው የመጡት፣

ማዎይስት ናቸው ተጠንቀቃቸው እንደ ተከታተሏቸውም አይነት ጭምር ያዘለች በማሳሰቢያ መልክ ተነገረን። ከዚያ ምን እንደ ምንጠነቀቃቸው ምን እንደ ምንከታተላቸው ግን ምንም ነገር አልነበረም፣ የተነገረን አልነበረም። ሲወያዩ የፓርቲውን ዓላማና ፕሮግራም፣ የትግል ስልትና ስትራቴጂ ነው የሚደግፉት የሚወያዩትም ያንኑ ዓላማ ነው፣ ወይንም ማርክሲዝም ሌኒኒዝም ነው፣ ንድፈሀሳብና በርዕዮተ ዓለም ያለበለዚያም በዓለም አቀፍ የኮሚኒስት እንቅስቃሴ በሆነ ጉዳይ ላይ ብቻ ነው በእንደዚህ ዓይነት ሁኔታ ላይ ነው እንግዲህ ከገቡበት ቀን ጀምሮ በጥርጣሬ ከነጥርጣሬአቸው ነው የተረከብናቸው። ሁለቱንም በጣም ነው የምንወዳቸው፣ ለእኛ ደግሞ የሚበዛብን አይደለም መውደዱ። አንደኛ የሚወደዱ ልጆች ናቸው፣ ሁለተኛ አስተማሪዎቻችን ናቸው፣ ብቁዎች ናቸው፣ በወታደራዊም ሆነ በንቃተ ኅሊናቸው ከሁላችንም የላቁ ናቸው። እንደኔ እንደኔ ወይንም እንደሌሎቻችን እዚያ እንደነበርን ልጆች ኮሚሳርነት አልፎ ለሪጂን ኮማንደርነት ሌላም ለነሱ ቢሆን ስልጣኑን ሁላችንም በደስታ የምንቀበለውና ትምህርቱም የተሻለ የሚገባኝ ይመስለኛል። ሰዒድንና አቡበከርን የማውቃቸው በዚያው ባህሪያቸው ነው፣ ባህሪያቸው መልካቸውን ሁሉ ያሳየኛል፣ አሁንም ሳወራ መልካቸውን እያየሁ ነው፣ ለእኔ ይታዩኛል" (ሰቦቓ/ለማ ጉርሙ)።

ኤፍሬም ደጀኑ ረጋ ያለ፣ በሳልና አስተዋይ፣ ባለመቸኮል ነገሮችን በማጤን ውሳኔ ላይ የሚደርስ አብዮታዊ ጓድ ነበር። ነገሮችን ባንድ አቅጣጫ ብቻ የማይመለከትና ሁሉን አቅጣጫ የማጠን ከፍተኛ ችሎታ ያለው ጓድ ነበር። የልጅ ሽማግሌ ዝንባሌ ገፀ ባሕሪም ነበር ሁልጊዜም የማይበት። ሰዒድ አባስ ከጓዶቹ ውጭ ወይንም ባቃምና ባመለካከት ከእሱ ለየት ያሉ ከሆኑ በፈገግታ ከማዳመጥ በስተቀር እንደ አቡበከር ተጫዋች አይሆንም፣ ሆኖም ከሁሉም ጋር የመግባባትና የመቀራረብ ችሎታ አለው። ልብ ለልብ ከማይጣጣማቸው ወይንም የሚጠራጠራቸው ሰዎች ጋር ሲሆን የፓርቲውን ዓላማና ፕሮግራም፣ የትግል ስልትና ስትራቴጂ፣ ከማርክሲዝም ሌኒኒዝም፣ ንድፈ ሀሳብና ከርዕዮተ ዓለም እንዲሁም ከዓለም አቀፍ የኮሚኒስት እንቅስቃሴ አስመልክቶ ከመወያየት በስተቀር ከእሱ አመለካከትና ዓላማ ውጭ ካላቸው ታጋዮች ጋር ትምህርታዊና ቁም ነገር ባላቸው ጭውውቶች ወይንም ቀልዶች ያለበለዚያም ከማዳመጥ ካልሆነ በስተቀር ሌላውን እነ ዘሩ ክሕሸንና እያሱ ዓለማየሁ የሚያራምዱትን የንቅናቄ ነጥቦች አስመልክቶ አይወያይም። ውይይቱ በፓርቲው ዓላማና ፕሮግራም፣ በትግል ስልትና ስትራቴጂ፣ በማርክሲዝም ሌኒኒዝም፣ በንድፈ ሀሳብና በርዕዮተ ዓለምና በዓለም አቀፍ የኮሚኒስት እንቅስቃሴ አስመልክቶ ከሆነ ሲወያይ ግልጽ ሆኖ ነው። ያ ዝም፣ ፀጥ፣ ረጋ ብሎ ድምፅ ያለው የማይመስለው ሰውየ ባንዳፍታ ተለውጦ ሰባኪ ሆኖ ብቅ ሲል ግራ ይጋቡ ነበር እነ መርሻ ዮሴፍ ከድንጋጤና ከፍርሀት የመነጨ። ከሁሉ ግን የማስታውሰበት ከሚያምናቸው ጋር ሲጨዋወት ትምህርታዊ ከሆነ ምሳሌ ጋር አያይዞ ከ humor ጋር እያሳሳቀ ነበር የሚያጫውተን። በሰሜን አሜሪካ የኢትዮጵያ ተማሪዎች ማሕበር (ESUNA) የቦስተን ቻፕተር ንቁና

ጠንካራ ተሳታፊ የነበረ ከመሆኑም በላይ አዲስ የሚመጡ ኢትዮጵያዊያንን በማስተናገድና በማለማመድ ከፍተኛ ተግባር ሲያከናውን እንደቀየ የቀድሞ ያካባቢው ነዋሪዎች ከነበሩ ወገኖቼ ሰምቻለሁ። አፍሬም ደጀኑ/ሰዒድ አባስ በእርጋታው፣ በጽኑ ሥነሥርዓት አክባሪነቱ፣ በለዛ አነጋገሩና ከሁሉም በላይ ከሁሉም ጋር በተግባቢነቱና በተደማጭነቱ የምናደንቀው ታጋይ ነበር።

አያሌው ከበደ ተሰማ ሰዒድ አባስን ብብቱን ለመኮርኮር ብዙ ሞክሮ ሳይሳካለት እንደቀረ በመጨረሻዋ በዳሕዋን አካባቢ የሰባት ቀናት ቆይታየ ለማወቅ ችያለሁ። ሰዒድ አባስ/ኤፍሬም ደጀኑና አቡበከር ሙሀመድ/ውብሸት መኮንን እና እኔም እራሴ በፍልሥጥኤም ሥልጠናችን ወቅት እየተራብንና እየተጠማን እራሳችንን በመክዳት የምናገኛትን የምግብ ራሽን ለሌሎቹ በጣም ለተራቡ ጓዶቻችን በመስጠት እራሳችንን እንጎዳ ነበር። ይህም ባሕላችን በሌላ አካባቢ ለመግለጽ እንደተሞከረው በሥልጠናና በማንበብ የተጎናፀፍነው ሳይሆን ከተፈጥሯችንና ካስተዳደጋችን የመነጨ ነበር። ሁለቱ ጓዶቼ አቡበከር ሙሀመድና ሰዒድ አባስ ይህንን ባሕላቸውን በማጠናከር በአሲምባ በጣም እየተራቡና ለመጥገብ ካስፈለገ በመጀመሪያው ማድ መካፈል ሲኖርባቸው ከነበራቸው ላብአደራዊ ፍቅርና መተሳሰብ መጀመሪያ ለጓዴ፣ እኔ ይቅርብኝ በቅድሚያ ጓዴ ይብላ በማለት ለጓዶቻቸው ሲሉ እራሳችውን በመካድ ሁልጊዜ በመጨረሻው ማድ ላይ ይመገቡ ነበር። ይህንን ወርቅና ድንቅ ባሕል ሁለቱ ጓዶቼ እስከ ሕይወት ፍጻሜአቸው ድረስ ሲከተሉ እንደኖሩ ከለማ ግርሙ/ሰቦቃ ከማረጋገጤም አልፎ አዲስ አበባ እያለሁ ከተለያዩ የቀድሞ የሠራዊቱ አባላት ይህንኑ ላብአደራዊ ባሕል ሁለቱም ጓዶቼ ሲጠቀሙ እንደኖሩ ለማረጋገጥ በቅቻለሁ።

የኤፍሬም ደጀኑን/ሰዒድ አባስን የአመጋገብ ባሕል አስመልክቶ ለማ ጉርሙ/ሰቦቃ እንዲህ ሲል ያስትውሰዋል፣ "... ብዙውን ጊዜ ከመመገባችን በላይ መራባችን ይበዛል፣ የጠገብንባቸውን ቀኖች እናስታውስዋለን የምንራብባቸው ቀኖች ግን ሕይወታችን ናት፣ ኑሯችን ናቸው። ብዙ ጊዜ መራብ ነው ኑሯችን። ኤፍሬም የመጀመሪያው መዓድ ላይ ቀርቦ አይቸው አላውቅም። በጣም ይራባል፣ ግን መብላት ሰውነት በሙሉ መብላት ይፈልጋል። የመጀመሪያው ማዕድ ቢኮን የመጀመ¡ያው ረኪ መሆን ነው፣ ግን ሁልጊዘ የመጨረሻው ማዕድ ላይ ነው ኤፍሬም የሚቀርበው። ሦስት ማዕድን የሚቀርበው ላንድ ጋንታ በተራ በተራ ግማሹ ጥናት ላይ ይሆናል ግማሹ ምግብ ላይ ነው ግማሹ ጥበቃ ላይ ነው በተራ በተራ ነበር የምንመገበው። ብዙ ጊዜ የመጨረሻው በላተኛ ኤፍሬም ነው፣ ሴልፍለስ (selfless) ነው። ኤፍሬም የሚወዳቸውን ሰዎች ነው የማውቀው ግን የሚጠላቸውን ግን አላውቅም። ባነሰ ምግብ ላይ በተዳከም ሰውነት ላይ ለራሱ የተሰፈረለትን ምግብ አንድ ጊዜ አይደለም ሁለት ጊዜ አይደለም ለሌሎች ሰጥቶ ለረጅሙ ርሃብ እንደገና ብዙም የማይጨነቅና የሚታወስ ነው ..." ይልና በማያያዝ ባሕሪውን በማስመልከት ባጭሩ እንዲህ ይላል፤ "ሰዒድን ከማን ጋር ነው አግባብነት የሌለው ለማለት ድግሞ ሰዒድ ጋር የተገናኘ ሰው ብዛት ቀላል አይመስለኝም። ማንንም ግን

አስቀይሞ አያውቅም። አልተጫወተው ሊሆን ይችላል ከተጫወተው ግን የሚያስቀይም ነገር የለውም" (ለማ ጉርሙ/ሰቦቃ)።

ከኤፍሬም ደጀኑ ቤተሰብ ጋር ከመጀመሪያው ትውውቃችን በኋላ በሌላ ጊዜ ከአራቱም ወንድሞቹና እህቱ ከእነ አቶ ምናሴ ደጀኑ፣ አቶ ዘላለም ደጀኑ፣ አቶ ያሬድ ደጀኑ፣ ወ/ሮ ኤልሳቤጥ ደጀኑ እና አቶ ኤርሚያስ ደጀኑ ጋር ሆኜ ባካሄድኩት ጭውውት የታላቅ ወንድማቸውን የግል ባሕሪና ፀባይ አስመልክቼ የራሴን ግንዛቤ እንደምሳሌ እያደረኩ አንዳንድ ትዝታዎቼን እንዳካፈልኳቸው እነዚያ ባሕሪያትና ፀባዮች አሜሪካን ሀገር ከመጣ በኃላ ያገኛቸው ሳይሆን ከልጅነቱ ጀምሮ ከቤተሰቡ አብሮት ያደገ እንደሆነ አብራርተው አጫውተውኛል። በተለይም አብዛኛውን ጊዜ ከእሱ የማይለየው ታናሽ ወንድሙ አቶ ምናሴ ደጀኑ ጭውውቱን ከፍቶ ከዚያም በየተራ ዝርዝሩን ሁሉም እየተፈራረቁ እንዲህ ሲሉ አጫወቱኝ። "ከቀዳማዊ ኃይለሥላሴ ዩኒቨርሲቲ ትምህርቱን አቋርጦ አስተማሪ ለመሆን በሚዘጋጅበት ወቅት ለምን በወጣትነት ዕድሜህ ትምህርትህን ሳታጠናቅቅ አስተማሪ ትሆናለህ ብየ ስጠይቀው፣ ሕዝቡ ሲማርና ሲያውቅ መብቱን ያስከብራል አለኝ፣ እኔም አባባሉ ስለገባኝና በተማሪው እንቅስቃሴ ውስጥ እንዳለበት ስለማውቅ ምንም አላልኩም። አባታችን አቶ ደጀኑ በዳኔ እና እናታችን ወ/ሮ ዘውዴ ጂማ ግን ትምህርቱን አቋርጦ መሄዱን ባለመደገፋቸው ሃሳቡን እንዲለውጥ አጥብቀው ቢወተውቱትም እሱ ግን ሃሳቡን ሊለውጥ ፈቃደኛ ባለመሆኑ የማስተማር ተግባሩን ለመቀጠል ወደ ገጠር አመራ። ገጠር ከሄደ በኃላ ትንሽ ቀይቶ ከየት እና ከነማን እንደሆነ የማላስታውሳቸው ደብዳቤዎች በስሙ በአድራሻው በመላኩ ስልክ ደውየ ደብዳቤ የመጣለት መሆኑን እንደነገርኩት ከፍተህ አንብብልኝ አለኝ። እኔም ከፍቼ ገና ሁለት መስመር እንዳነበብኩ በቃ! በቃ! ስልኩን ዝጋው ብሎኝ ዘጋሁት። የዚያን ጊዜ አብዛኛው የዩኒቨርሲቲ ተማሪ ትምህርቱን ትቶ በአስተማሪነት ሽፋን ትግላቸውን ለማጠናከርና ስፊ መሠረት ያለው ድጋፍ ለማስገኘት በየገጠሩ በሚገኙ ሁለተኛ ደረጃ ትምህርት ቤቶች ሄደው ይቀዩ ነበር። አስተማሪነቱ ሽፋን ነበር እንጂ ደመዎዙን ፈልገት እንዳልሆነ ወላጆቻችንም ሆኑ እኛም እናውቅ ነበር።

አባታችን አቶ ደጀኑ በዳኔ ሐረርጌ ጠቅላይ ግዛት አስተዳደር ውስጥ ይሰሩ በነበረበት ጊዜ የሁላችን ታላቅ ወንድም ኤፍሬም ደጀኑ ከአባታችን ከአቶ ደጀኑ በዳኔ እና ከእናታችን ከወ/ሮ ዘውዴ ጂማ ጥቅምት 29 ቀን 1942 ዓ. ም. በዕለተ ማክሰኞ እኩለ ሌሊት በቀድሞው ሐረርጌ ጠቅላይ ግዛት ወበራ ተወለደ። አባታችን ወደ ሲዳሞ ጠቅላይ ግዛት ተዛውረው ስለነበረ የመጀመሪያ ደረጃ ትምህርቱን ይርጋዓለም ከተማ አጠናቀቀ። በኋላም አዲስ አበባ የሀገር ግዛት ሚኒስቴር ዋናው መሥሪያ ቤት ተዛውረው ስለመጡ የሁለተኛ ደረጃ ትምህርቱን ያጠናቀቀው አዲስ አበባ በዳግማዊ ምንሊክ ትምህርት ቤት ነው። ኤፍሬም መፅሀፍት ማንበብ በጣም ይወዳል፣ በነገራችን ላይ አባታችንም ሲበዛ ማንበብ ይወዳሉ። ኤፍሬም ለአባታችን እና ለእናታችን ከፍተኛ አክብሮት

ነበረው። ከእነርሱ ጋር በነበረው የጠነከረ ግንኙነትና መቀራረብ ቁም ነገር ጉዳዮችን በየጊዜው አብረው ይወያዩ ነበር። በየዕለቱ የዓለም ዜና ይከታተሉ ነበርና ማታ ማታ አንዳንዴም ቀን የማሕበራዊና የፖለቲካ ጉዳዮችን አስመልክቶ ከኤፍሬም ጋር በአካባቢ፣ ሀገራዊና ዓለምአቀፋዊ ጉዳዮች ላይ ይወያዩ ነበር። እኛም በየደረጃችን እንድንሳተፍ ያበረታቱን ነበር። እንደምናስታውሰው በተለይ አባታችን መሥሪያ ቤታቸው በሀገሪቱ ውስጥ ያለውን የአስተዳደር ሥራ ሁሉ የሚመለከት በመሆኑ አንዳንድ አስተዳዳሪዎች በባላገሩ ላይ በሚያደርሱበት በደል እርሻውንና ቤተሰቡን በመተው ለአቤቱታ ብዙ ቀን የሚፈጀውን ጉዞ አጠናቀ አዲስ አበባ ከገባ በኃላ እንደገና ሲጉላላና ጉዳዩን የሚመለከትለት አጥቶ ከመሥሪያ ቤቱ ቅጥር ግቢ ውስጥ ተኮልኩሎ ሲያዩ በጣም እያዘኑና እየተቀጩ ባላቸው አቅም ለመርዳት ይጥሩ ነበር። ለብዙዎቹ አርአያና ምሳሌ የሆኑ ጨዋና ቅን ሕዝብን አገልጋይ ባለሥልጣናት እንደነበሩ ሁሉ በአንጻሩ ደግሞ እፍኝ የማይሞሉ ብልሹ ባለሥልጣን እንዳሉበት ያጫውቱን ነበር።

አባታችን እና እናታችን ኤፍሬምን ይመለከቱት የነበረው እንደ ልጃቸው ብቻ ሳይሆን እንደ ጓደኛቸውና ታናሽ ወንድማቸው አድርገው ነበር። ሌሎቻችን ሁሉ ወላጆቻችንን አባባ እና እማማ ስንል ኤፍሬም ግን ጋሼ እና እትዬ እያለ ነው የሚጠራቸው እነርሱም ፍሩ"ይሉት ነበር። ኤፍሬም በቤተሰብ ውስጥ ሆነ በሠፈር ልጆች መካከል በሚፈጠሩ አለመግባባት ዳኛና ሸማግሌ ሆኖ በማግባባት ችሎታውና ባሕሪው በአካባቢውና በሰፈራችን እንደ ልጅ አዋቂ ተቀጥሮ ይኖር ነበር። አባታችን የኤፍሬምን ለተበደለ ተቆርቋሪነትና ቀጥተኛ ባሕሪ እያዩ ደስ ቢላቸውም ይሰጉለት ስለነበር ሲመክሩት ፍሩ! ፖለቲካ እንዳንተ ቀጥተኛ ለሆነ ሰው አይሆንም፣ የተሳካለት ፖለቲከኛ ለመሆን ብልጣ ብልጥ እና መሰሪ መሆን ይጠበቅብሃል፣ ባንተ ዘንድ ደግሞ እንደዚህ ያለ ባሕሪ ከፊትህ አይቀምም፣ ይልቁንስ በሌላ ሙያ ብትሰማራ ሀገርህን በደንብ ማገልገል ትችላለህና እባክህ አስብበት ይሉት ነበር። እንደው ለጨዋታ ያህል አንድ ቀን ኤፍሬም ውሻውን ኒክስ (ኒክሰን ለማለት) እያለ ሲጠራው ሰምተው አባታችን ፈገግ ብለው ለምን ሊን (ሌኒን ለማለት) አትለውም ያሉትን እያስታወስን እንስቅ ነበር። ሆኖም ኤፍሬም ያደረበትን የትግል ስሜት ለመቀየር ባለመቻሉ ከመንግሥት የፀጥታ ሰዎች እጅ የገባ እንደሁ ችግር ላይ ይወድቃል ብለው ስለሰጉ በፈረንጆች ዘመን በ1972 መግቢያ አሜሪካን ሀገር ቦስተን ላኩት። እንደሄደም የኢትዮጵያ ተማሪዎች ማሕበር በሰሜን አሜሪካ (ESUNA) ጠንካራ አባል ከነበረው የአክስቱ ልጅ አቶ ብርሃኑ ደርቤ ጋር አብሮ መኖር ጀመረ። ኤፍሬም ደጅኑ በትምህርት ቤት ሁልጊዜ አንደኛ በመውጣት የአንደኛና የሁለተኛ ደረጃ ትምህርቱን በዳግማዊ ምንሊክ ትምህርት ቤት ከማጠናቀቁም በላይ የሁለተኛ ደረጃ መልቀቂያ ፈተናውን (Ethiopian School Leaving Certificate Examinatin) ከፍተኛ ነጥብ በማምጣት በዲስቲንክሽን (Distinction) አጠናቀቀ።

የሁለተኛ ደረጃ ትምህርት ቤቱን በከፍተኛ ውጤት በማጠናቀቁ ምክኒያት በቤተመንግሥት በተካሄደው የሁለተኛ ደረጃ ትምህርት ቤቶች ምርቃት ሥነሥርዓት ዲፕሎማውን ከቀዳማዊ ኃ/ሥላሴ እጅ ተቀበለ። በሁለተኛ ደረጃ ትምህርት ቤትና በኃላም በቀዳማዊ ኃይለሥላሴ ዩኒቨርሲቲ ቆይታው በተማሪዎች ማሕበር ውስጥ ጠንካራ ተሳታፊ (Activist) እንደነበር፣ በ1964 ዓ. ም. የአብዮት ቡድን አባሎች የዩኒቨርሲቲ ትምህርታቸውን አቋርጠው በማስተማር ሙያ ሽፋን በየሁለተኛ ደረጃ ትምህርት ቤት በመምህርነት ተቀጥረው ዩኒቨርሲቲውን ለቀው በመውጣታቸው ወንድማችንም በጠንካራ አባልነቱ በሰሜን ሸዋ የሁለተኛ ደረጃ ትምህርት ቤት ተመድቦ በማስተማር ሙያ ሽፋንነት የአብዮትን የአገናኝነት ተግባር በማከናወን ብዙ ወጣት ታጋዮችና ባካባቢው የሚገኘው የሁለተኛ ደረጃ ትምህርት ቤት ተማሪዎች ማሕበራት መሪዎች የአብዮት ቡድንን እንዲቀላቀሉ ከፍተኛ ትግል ሲያካሂድ ለስድስት ወር ቆይቶ በ1964 ዓ. ም. አጋማሽ አካባቢ ወደ አሜሪካ እንደሄደ፣ በአሜሪuካን ሀገር እያለም ትምህርቱን እየተማረ በሰሜን አሜሪካ የኢትዮጵያ ተማሪዎች ማሕበር የቦስተን ቻፕተር ንቁና ጠንካራ ተሳታፊ እንደነበርና፣ በካናዳ የነፃ ትምህርት ዕድል (Scolarship) ተሰጥቶት "ትምህርት ከድል በኃላ" ብሎ ሙሉ ሕይወቱን ለኢትዮጵያና ለዚያ ለሚራራለትና ለሚቀጭለት ሕዝቧ ለማዋል ቀርጦ አሜሪካንን ለቆ እንደወጣ፣ ኤፍሬም በቤተሰብም ውስጥ በጨዋታ በእኛ በታናናሾቹ መሀል እንደ ዕድሚያችን ዳኝነትን የሚያይ ተገቢና ትክክል ያልሆነ ነገር አይቶ በፍፁም በዝምታ የማያልፍ እንደነበረ፣ ከራሱ ፍላጎትና ጥቅም ይልቅ በሁሉ ነገር ሌሎችን የሚያስቀድም፣ መንገድ ላይ ለተቸገረ ልብሱን አውልቆ የሚሰጥ፣ ላመነበት ነገር በምንም ተዓምር ወደ ኃላ እንደማይልና ሆኖም በውይይት የሚያምን በመሆኑ ስህተት መሆኑን ሲያሳምኑትና ነገሩን ሁሉ ፍርጥርጥ አድርገው ሲያቀርቡለት ውዲያውኑ ስህተቱን ያርምና እምነቱንና አቋሙን ያስተካክል እንደነበረ፣ ከልጅነቱ ጀምሮ ያላግባብ ሰው ሲበደል አይቶ በዝምታ እንደማያልፍና ገብቶ ይከራከርና ይቆም እንደነበረ፣ ገና ከትንሽ ልጅነቱ ጀምሮ ከአባታችን ከአቶ ደጀኑ በዳኔ እና ከአጎቶቹ ጋር ባንድነት ወይንም በማፈራረቅ አደን ይሄድ ስለነበር ተኩስ ሲወዳደሩ ኢላማውን ባለመሳቱ በመደነቃቸው ምክኒያት ወላጅ አባቱም ሆኑ አጎቶቹ በየግላቸው ለአደን የሚያገለግለው የፓኮ ጥይት እየገዙ ይሸልሙት እንደነበር ገልጸውልኛል። አዲስ አበባ የሚኖረውና ከኤርሚያስ ደጀኑ ጋር በመተባበር መጽሀፍ በመግዛት የተባበረኝ ከሌላው ታናሽ ወንድሙ ከአቶ ለገሠ እሥራት ጋር ባደረኩት የረጅም ስልክ ውይይት አራቱ ወንድሞቹና እህቱ ከላይ ያጫወቱኝን የኤፍሬም ደጀኑን ባሕሪና አስተዳደግ በይበልጥ በማጠናከር አብራርቶልኛል።

ነገርን ነገር ያነሳውል እንዲሉ፣ የአብዮት ቡድን በመፅሀፉ በሌላ አካባቢ እንደተጠቀሰው በ1960ኛዎቹ ዓመታት መግቢያ ከተፈጠሩት የጥናት ክበቦች አንዱ የነበረና ወዲያውኑም ከኢሕአድ ጋር የተቀላቀለ ነው። የአብዮት ቡድን ኢሕአድ'ን ከተቀላቀሉት የጥናት ቡድኖች ከፍተኛውን የአባላት ብዛት ያቀፈ ቡድን ከመሆኑም ባሻገር አባላቱ ወጣት የዩኒቨርሲቲና የሁለተኛ ደረጃ

ትምህርት ቤት ታጋዮች ሲሆኑ አብዛኛዎቹ በሃያ ዓመት የዕድሜ ክልል ውስጥ የነበሩ ናቸው። ከታዋቂዎቹ መሥራች አባላቱ መካከል ታዋቂው አብዮታዊ ጌታቸው ማሩ፣ ዐብዩ ኤርሳሞ፣ እንድሪያስ ሚካኤል፣ በኽሪ ሙሀመድ፣ ሎላዊ አበበ፣ ፈቃደ ዮሐንስ፣ ዶ/ር ዮሐንስ፣ ሀገርሬ ምሕረቱ የመሳሰሉ ድንቅየ የኢትዮጵያ ሕዝብ ልጆች ይገኙበታል። ሁሉም በኢሕአፓ አመራር እምብርት የተረሸኑ ሲሆኑ ኖላዊ አበበ እና ፈቃደ ዮሐንስ ደግሞ ከሌሎች ከስድስት የማያንሱ የኢሕአፓ ልጆችን የያዘ ኮሚቴ ካዛንቺስ በሚገኘው በጆሊ ባር ተሰብስበው የዘገየባቸውን የኮሚቴውን አባል ስ. ብ.'ን ሲጠባበቁ "ጀግናው" ስ. ብ. በአምባገነኑ የኢሕአፓ አመራር በተሰጠው መመሪያ የደርግ ወታደሮችንና የመኢሶንን ካድሬዎችን እየመራ እሱን ይጠባበቁ የነበሩትን ጓዶቹን እንዳሉ አስጨፈጨፋቸው። ስለ "ጀግናው" ስ. ብ. ሆነ ስለ የጆሊው ባር አሳዛኝ ድራማ በመፅሀፉ በሌላ አካባቢ ተገልጿል። የአብዮት ቡድን አብዛኛዎቹ አባላት በ1964 ዓ. ም. ትምህርት ማቀምን በሚመለከት በተነሳው ውዝግብ ሳቢያ ታዋቂነትን ያተረፉ ሲሆኑ፣ የወቅቱ የአዲስ አበባ ዩኒቨርሲቲ ተማሪዎች ማሕበር ዋና ፀሀፊ የነበረው ጌታቸው ማሩና የትግል ጓዶቹ የሁለተኛ ደረጃ ተማሪዎችን ንቅናቄ በመደገፍ ትምህርት እንዲቋረጥ አጥብቀው በመከራከራቸው የተማሪዎቹን አድናቆት አትርፈዋል። የአብዮት ቡድን አመራር ባካሄዱት ጠንካራ እንቅስቃሴ በ1965 ዓ. ም. አጋማሽ ገደማ በዘውዱ የአፄው መንግሥት ተወንጅለው በመታሰራቸው የወታደራዊ መንግሥት ሥልጣን ተረክቦ ለፖለቲካ እሥረኞች ምሕረት እስካደረገበት እስከ ሰኔ ወር 1966 ዓ. ም. ድረስ የአብዮት ቡድን አመራር አባላት በእሥር ቤት ቆይተዋል። የፓርቲው የወጣቱ ሊግ አመራርም ሆነ አብዛኛው አባላት የተጠቀጠቀው ከአብዮት ቡድን ድርጅቱን በተቀላቀሉ ታዳጊ ወጥቶች ነበር።

7.6. በፍልሥጥኤም ነፃ አውጭ ግንባር በሆነው በዲሞክራቲክ ፍሮንት ፎር ዘ ሊበሬሽን ኦፍ ፓለስታይን - ዲ. ኤፍ. ኤል. ፒ. የወታደራዊና የኢንቴሊጀንስ ሥልጠናችን

(Democratic Front for the Liberation of Palestine, DFLP) በፈረንጆች ዘመን አቆጣጠር በ1969 ከፍልሥጥኤም ሕዝባዊ ነፃ ኤውጭ ግንባር (Popular Front for the Liberation of Palestine – PFLP) ተገንጥሎ የወጣ የማርክሲስት ሌኒንስት ድርጅት ነኝ ባይ ነው። በተግባር አፍቃሪ ሶቪየት ድርጅት ነበር። ሆኖም የቻይናን ድጋፍና ዕርዳታ ለማግኘት ሲባል አፍቃሪ ቻይና ነኝ ብሎ እራሱን አስተዋውቋል። እንደ ኢሕአፓ ከተማ ውስጥ ውር ውር በማለት ሽብር በመፍጠር የጠላትን ክንድ ለመደምሰስ ሙከራ ለማድረግ ተፍጨርጭሯል። ከሰሜን አሜሪካና ከአውሮጳ ከእኛ በፊት ከገቡት የመጀመሪያው ቡድን መካከለል በግር ግርና በሞቅ ሞቅ ወደ ትግሉ የገቡ እንዳሉ ሁሉ ባንፃሩ ደግሞ በማናቸውም ረገድ ቅድመ ዝግጅት አካሂደው ወደ ትግሉ የገቡ ጥቂት ሀቀኛ፣ ቆራጥና ጠንካራ ታጋዮች እንደነበሩ ተረድቻለሁ። ለመጥቀስ ያህል: የቅድመ ዝግጅት በማካሄድ ላይ እያለ ቶሎ

ብለው ባያስናብቱት ኖሮ መስፍን ሀብቱ፣ ቅድመ ዝግጅት አጠናቀው ወደ ትግሉ ሜዳ ከተጋዙት መካከል ደግሞ ቢኒያም አዳነ፣ ክፍሉ ተፈራ አርአያ፣ መሀመድ ማህፉዝ፣ ውብሸት ረታ/ሐዋዝ፣ ብርሃኔ ተፈሪ/ግርማ፣ ዘርዓብሩክ አበበ/ዘለዓለም፣ ብርሃኔ እያሱ፣ ሙልጌታ ሱልጣን፣ ሙሉጌታ ዜናና ሌሎችም እንደነበሩ ሰዒድ አባስና አቡበከር ሙሀመድ በውይይታችን ወቅት ገልጸውልኛል። ስለአውሮጳዎቹ ማለትም ስለ ውብሸት ረታና ብርሃኔ ተፈሪ ሊያውቁ የቻሉት መሕሙድ ማሕፉዝና ቢኒያም አዳነ ኤደን እያሉ ስለቡድኑና ስለአጠቃላይ ሁኔታዎች አስመልክቶ ያጠራቀሙትንና የተገነዘቡትን ሁሉ በቀራጥነት፣ ምስጢራዊነት፣ ጥንቃቄና ደፍረት በተመላበት መንገድ በድብቅ ማስታወሻ ወደ አሜሪካ በመላክ ብርቱ ጥንቃቄ እንድንወስድ በማሳሰባቸው እንደሆነ ሰዒድ አባድና አቡበከር ሙሀመድ ገልጸውልኛል። በዚህ አጋጣሚ የሰዒድ አባስንና የአቡበከር ሙሀመድን ካስፈለገም የራሴን ቅድመ ዝግጅት ማውሳቱ ተፈላጊ ይሆናል። ሁለቱ ጓዶቼ እንዳይጠረጠሩ ቦስተን ከተማ እያሉ አልፎ አልፎ ለብቻቸው ሌላ ጊዜ ደግሞ ባንድነት በሣምንት ሦስት ቀናት 14 ማይልስ በስመ ጤንነት ጥበቃ ይጋዙ ነበር። ከጉዟቸው ሦስት ወራት ሲቀራቸው ጀምሮ ደግሞ የውሀ ጥሜትንና ረሀብን ለመቃቃም ዘነጋሁት እንጂ በሣምንት የተወሰኑ ቀናት ሲሪያል ብቻ በመብላትና አንድ ኩባያ ሻይ ብቻ በመጠጣት ይውሉ እንነበር ገልጸውልኛል። የሰዒድ አባስ የምትወደው ፍቅረኛው የቀድሞው የጥንታዊት ኢትዮጵያ ጀግኖች ማሕበር ሊቀመንበር የነበሩት ልጅ ወ/ሪት እቴነሽ ኢብሳ ከመጨነቃና ከማሰቧ የተነሳ ራስክን ለመጉዳት የምታደርገው ካልሆነ በስተቀር የምትለማመደው ለጤንነት አይመስለኝምና እባክህ በደምብ ብላ እያለች ጭንቀቷን በየጊዜው ትገልጥለት ነበር።

እኔን በተመለከተ ረጅምና ሰፊ ልምድና ተመክሮ ነበረኝ። ከቀድሞው ውትድርና ተመክሮየ ባሻገር በቅድሚያ ከጀብሃ ጋር፣ ከዚያም በኋላም በጀብሃ አማካይነት ከያሲን አረፋት ድርጅት ከአል ፋታሀ ጋር፣ በኋላም እንደገና በኢሕአፓ አማካይነት (ዲ. ኤፍ. ኤል. ፒ.) ጋር ለአራት ወር በመኖር ሥልጠና፣ ተመክሮና ልምምድ ተጎናጽፌአለሁ። ከምዕራብ አውሮጳና ሰሜን አሜሪካ ስለመጣነው ባጠቃላይ ለማ ጉርሙ/ሰቦቓ እንዲህ ይላል፣ "... ወደ ሠራዊቱ የመጡት በጣም ባልጠነከርንበት ጊዜ ስለነበረ ልዩ የተዓሊም ቦታም የማሰልጠኛም ቦታም ባልነበረበት ጊዜ ስለነበር የመጡት ከእኛው ጋራ ከእኔው ጋንታ ጋራ ባጋጣሚ እኔ የጋንታ መሪ ነበርኩኝ ከመጀመሪያው የእርማት ንቅናቄ በኋላ ደግሞ የኃይል መሪ ሆንኩ። አሁንም ሰዒድ/ኤፍሬም ከኔ አልተለየም ነበር። እዚያው እኛው ጋር በየመንደሩ በምናርፍባት ጊዜ ውስጥ ሁሉም የመቀላቀያ እንደው የወታደራዊ ስሜት የመፍጠሪያ ያህል የወታደራዊ ልምምድ ወሰዱ። በሚወስዱበት ጊዜ ግን እነሱ የሚያለማማዱንና የሚያስተምሩን በጣም ይበልጥ ነበር። በእውነት አስተማሪዮቻችን ነበሩ። ... የዳበረ የወታደራዊ ልምምድ የነበራቸው ነበሩ ከመምጣታቸው በፊት። በጣም ነበር ደስ ያለን በልጆቹ ዓይነት፣ በጣም የተጠናከረ ሠራዊት በእንደነዚህ ዓይነት ልጆች ሲያድግ እንዲሁ የሕዝብ ቁጥር ባቻ አይሆንም የሚል ከፍተኛ ደስታና

ተስፋ ነበረን፣ ያንን የመሰለ የውትድርና ችሎታና ብቃት ከየት እንዳገኙት ግን አላወኩም(ለማ ግርሙ/ሰቦቻ)። የሠራዊቱ አዛዥ አብዲሳ አያና/ሮባም በበኩሉ እንዲህ ይላል፣ "... ማዎይስት ናቸው፣ አክራሪ ናቸው ቢባሉም ነገር ግን በነሱ ላይ የነበረኝ አጠቃላይ ግንዛቤ በዚያን ጊዜ መንገድ ላይ ቁጭ ብለን አውርተናል፣ በሌላም አጋጣሚ ተገናኝተን አውርተናል፣ በጣም ያነበቡና የበሰሉ ሰዎች እንደነበሩ በተለይ በESUNA ይንቀሳቀሱ እንደነበሩ ተማሪዎች ያነበቡ፣ የተደራጁ ፍላጎቱና ጉጉቱ የትግሉ መንፈስም ያላቸው ጠንካራ ሰዎች አድርጌ ነው ያየኃቸው፣ ከፍተኛ የወታደራዊ ልምምድም የነበራቸው ነበሩ (አብዲሳ አያና)። በኢሕአፓ አማካይነት የወሰድነው የስልጠናው ጊዜ ሌት ተቀን ያልዕረፍት ከአራት ወር ላላነሰ ነበር። ምንም እንኳን ንቅናቄውና ሥልጠናው ለእኔና ለሁለቱ ሰማዕታት ጓዶቼ አስቸጋሪ ባይሆንም ለቀሪዎቹ አምስቱ ጓደኞቼ ግን ፈታኝና አስቸጋሪ ወቅት ነበር። እኔ የውትድርና ልምምድ ነበረኝ፣ ወታደር ነበርኩ። ሁለቱ ግን ተማሪዎች ናቸው። በሥልጠናው ጊዜ ያሳዩን እንቅስቃሴ እንደ ነባር ወታደር የሚያሳዩት ቅልጥፍናና የችሎታ ከየት ቢያገኙት ነው? ማን ናቸው? ምንድን ነበሩ? በማለት እኔ ብቻ ሳልሆን ሁላችንም እንገረም ነበር። በተገላቢጦሽ በነክፍሉ ታደሰ በመታመናቸው ብቻ አሲምባ ላይ በአመራርና በኃላፊነት ቦታ ላይ የተቀመጡት በሰዒድ አባስና በአቡበከር ሙሀመድ እርዳታና ድጋፍ ሥልጠናውን ያገባደዱት ጓዶቻችን እነ ሲራጅ እድሪስና አብዱላአሕሚድና ሌሎቹ ሆኑ። የማሰልጠኛው ቦታ በሶሪያ ከደማስቀስ በስተሰሜን ምሥራቅ በኩል 60 ኪሎ ሜትር ርቀት ላይ በምትገኝ ማ ሉላ ወይንም ማ አ ሉላ (Ma'loula ወይንም Maaloula) በመባል በሁለቱም መልክ የምትጠራ የክርስቲያን መንደር ነች። ከባሕር በላይ 1500 ሜትር ከፍታ ላይ የምትገኘውና በተራራ የተከበበችው ይህች መንደር የብዙ ዘመን ታሪክ እንዳላት ይነገረን ነበር። እንደ እስማማው ኃይሉና እንደ ጸሀየ ሰለሞን/መሓሪ ገ/እግዚአብሔር አባባል ከሆነ (ኢሕአሠ፣ 1፣ 20) ከእኛ በፊት ፍልሥጥኤም ለሥልጠና ተልከው የሰለጠኑት ፖፑላር ፍሮንት ፎር ዘ ሊበሬሺን ኦፍ ፓሌስታይን (ፒ. ኤፍ. ኤል. ፒ - (Popular Front for the Liberation of Palestine -PFLP) ተብሎ በሚታወቀው ዶ/ር ጆርጅ ሀባሽ በሚመራው ታዋቂው የዓለምአቀፍ ሽብር ፈጣሪና የአናርኪስት ድርጅት እንደሆነ ነው። ታዲያ የታዋቂውን የዓለም አቀፍ የሽብር ፈጣሪ መሪ ስም ላለመጥቀስና በአናርኪስትነት ላለመወንጀል ሲሉ ሲያወናብዱና ሲዋሹ ድርጅቱ በናይፍ ሀዋትመህ የሚመራ ድርጅት እንደሆነ አድርገው ነበር የሚናገሩት። ይህም ኢሕአፓ ከዓለም አቀፍ የአናርኪስቱ መሪ በጆርጅ ሀባሽ በአናርኪስት ተመርቀና ተባርኮ ወደ ሀገር ቤት መግባቱን ለመደበቅ በመፈለግ እንደሆነ ነው የማምንበት። ሶሺያሊስት ነኝ ባዩ PFLP ማዎ ይስት ነኝ ይበል እንጅ ዋና ተግባሩ ዓለም አቀፍ የሽብር ፈጠራ ተግባር የሚያካሂድ ድርጀት ነበር። መሪው ጆርዳን ተወልዶ ያደገው ፍልሥጤማዊው ዶ/ር ጆርጅ ሀበሽ ነበር። የጥቁር መስከረም ሽብር አራማጅና መሪ (Black September) በመባል ይታወቅ የነበረው በዚያን ዘመን አደገኛ የቴሬሪስት ድርጅት ነበር። እኔና ጓዶቼ የሰለጠንበት ምንም

እንኳን ለእርዳታ ሲል የቻይናም ደጋፊ ነኝ ቢልም የቀድሞው የሶቪየት ኮሚኒስት ፓርቲ ጠንካራ ደጋፊ የነበረውና በናይፍ ሀዋትመህ ይመራ የነበረና ከPFLP ተገንጥሎ የወጣው ዲሞክራቲክ ፍሮንት ፎር ዘ ሊበሬሽን ኦፍ ፓለስታይን (Democratic Front for the Liberation of Palestine - DFLP) ጋር ነበር።

7.7. በሥልጠና ላይ በቅንነት ባነሳሁት ጥያቄ ሳይታሰብ ቡድኑ ያቃምና ያመለካከት ልዩነት እንዳለው ተከሰተ

የእኛን ሥልጠና በተመለከተ በኃላፊነት እንዲከታተል የተመደበው ሻለቃ ጃሉል ይባላል። የኦርቶዶክስ ክርስቲያን ተከታይ የሆነ ፍልሥጥኤማዊ ነበር። ከአራት ጊዜ በላይ ለከፍተኛ ወታደራዊና የኢንቴሊጀንስ ሥልጠና ወደ ሶቪየት ሕብረት ተልኮ እንደነበረ በኩራት መንፈስ በመንቀባረር ነበር የሚተርክልን። ይህን ትራ ሲነዛ የእኛዎቹ በየሶቪየትና በክፍሉ ታደሰ የተባረኩት ወንድሞቻችን የመኩራራትና የመንቀባረር መንፈስ ይንፀባረቅባቸው ነበር (የእኛው ሰው ነው ዓይነት መንፈስና ኩራት)። ከአሜሪካ ኢምፔሪያሊዝም ይላል ይኸው ሻለቃ ጃሉል 'የጭቀናና የምዝበራ ቀንበር ሥር ወድቀው ለሚሟቀቁና ለሚንገላቱ እንደ እናንተ መሰል ድሀ ሀገሮች ለነፃነታቸውና ለዲሞክራሲ ለሚያደርጉት ትግል ሶቪየት ሕብረት ጋሻና መከታ ነች' እያለ በእድናቀትና በፍቅር ስሜት ነበር በየጊዜው ገለፃ ያደርግልን የነበረው። ሻለቃው የአፍቃሪ ሶቪየት ስሜቱን በሥልጠናው ወቅት በሚገልጽበት ወቅት ሁሉ አስተርጓሚዎቻችን እነ አብዱልሃሚድ/አየለ ዳኘና ሲራጅ እድሪስ/ገመቹ በቀለ ይበልጥ ደስታና ኩራት ይሰማቸው ነበሩ። እንደ እናንተ መሰል ድሀ ሀገሮች ያለው ነበር ጨንቆኝ ልናገር እንደከጀልኩ በፍራቻ ይሁን በሌላ ዘነጋሁ ምን እነደተቀጣጠረኝ። ለድህነታችን ምክኒያት መሆናቸውን እያወቅን በፍራቻና ባጉል አክብሮት ምክኒያት 'ትምህርቱን' ሳናኝክ እንዳለ ዋጥነው እኔና ሁለቱ ጓዶቼ። ከሥልጠናው ጣቢያ ኋላፊነት ባሻገር ሻለቃ ጃሉል የሕዝባዊ ፈንጂና ለከተማ ሽብር ፈጠራ የሚጠቅም የከተማ የኢንተሊጀንስ ኮርስ የሚያስተምሩንም እሳቸው ነበሩ። ትምህርቱ የሚሰጠን በሁለቱ የሶቪየት ኮሚኒስት ፓርቲን ሀይማኖት በተጠመቁት አፍቃሪ ሶቪየቶችና የክፍሉ ታደሰ ምልምሎች በነበሩት ብልጣ ብልጦቹ፣ አሲምባ እንደገቡ ያለችሎታቸውና ብቃታቸው ወዲያውኑ ለአመራር የበቁት በአብዱልሃሚድ/አየለ ዳኘና በሲራጅ እድሪስ/ገመቹ በቀለ አስተርጓሚነት ከሩሲያ ቋንቋ ወደ አማርኛ ከአማርኛ ወደ ሩሲያ ቋንቋ በመተርጎምና በማስተርጎም ነበር። ታዲያ የፍልሥጥኤም ጓደኛየ ምስኪኑ ገመቹ በቀለ/ሲራጅ እድሪስ እኛን ለመከፋፈል ሲባል ያለብቃቱና ያለችሎታው በጭፍን ታማኝነቱ በተሰጠው ሹመት ምክኒያት የወያኔ ጥይት ሰለባ መሆኑን እንደሰማሁ ዕድሉ እንደሚያጋጥመው አስቀድሜ ባውቅም ለሀገሩና ለሕዝቡ ያለአንዳች ጥቅም ሳይውል መሰዋቱ እጅግ አድርጎ አሳዘነኝ። ሁለቱ ሰማዕታት ጓዶቼ ለአየለ ዳኘንና ገመቹ በቀለ በወታደራዊ ልምምድ ወቅት ከፍተኛ እርዳታ ከማድረጋቸውም በላይ በኤርትራ በርሃ ትዟችን ወቅት

ከሀገር ወዳዱ አርበኛ ከሀብቶም/ፀጋየ ጋር በመተባበር ላጠቃላይ ቡድኑ የማይናቅ የነፍስ አድን እርዳታ አድርገንላቸዋል። ያለኛም ጎዶቼ እርዳታና ትብብር ጉዟችን በተጨናገፈና ከብዙ ወራት በኃላ አሲምባ በገባን ነበር። አራተኛ ሣምንት ቀይታችን አካባቢ በቅንነትና በግልጽነት ሳላስበው ችግር ፈጠርኩኝ። በእርግጥም በቅንነት እንጂ ሌላ ምክኒያት በፍጹም አልነበረኝም። በእውነት ለመናገር ሆን ብየም አልነበረም።

ለነገሩማ ሰዒድ አባስና አቡበከር ሙሀመድም በገሀድ አውጥተው ለመነጋገር ችግር ሆኖባቸው እንጂ እርስ በርሳቸው ሲወያዩበትና ሲያብላሉት መሰንበታቸውን በዚያኑ ዕለት ለሁላችንም ገልጸውልናል። የሚሰጠን የፈንጂና የመረጃ ኮርሶች በሙሉ በከተማ አካባቢ ውር ውር በማለት እየተሹሎከለኩ የሽብር ሽምጥ ውጊያ ለሚያገለግሉ እንደጣሊያኗ የሎታ ኮንቲኒዋ አይነቷ፣ ያለበለዚያም እንደነ ጆርጅ ሀባሽ የሽብር ፈጠራ ድርጅቶች የሚረዳ እንጂ ለተነሳሳንበትና ለተለምንለት የገጠር ሽምጥ ውጊያ የሚጠቅሙ ሆኖ በበኩሌ አልታየኝም ነበር። ስለ ሕዝባዊ ፈንጂ ዕውቀት መቅሰም መልካም ሆኖ ሳለ ነገር ግን የፈንጂው ዓይነትና አገልግሎት በጉጉት ለምንጠባበቀው የገጠር ትጥቅ ጠቃሚ ሆኖ አልታየኝምና ስጋት ውስጥ ወደኩ። ድርጅቱ ለሠራዊቱ አስተዋሽ ከሆነና ነፃነት ካለው በጎሪላ ትግል ወቅት የመሣሪያና የሎጂስቲክ ጉዳይ እምብዛም የሚያስጨንቅ ጉዳይ አልነበረም። ሆኖም የሚያስገርምና የሚማርክ ቅልጥፍናና የፈጠራ ችሎታ ሊኖረን ይገባል። በራሳችን መተማመንና የፈጠራ ችሎታ፣ ዘዴና ጥበብ በመፈለግ ልንኖር የገባናል። ይህም ሲባል ታዲያ ምንም ዓይነት የውጭና የውስጥ ዕርዳታ አያስፈልገንም ማለትም አይደለም። ከተጠገኝነት ለመዳን አብዛኛውን ግን የራሳችንን መንገድ መሻት ይኖርብናል። ሕዝባዊ ፈንጂ ሲባል ከትምህርት ቤት፣ ክሊኒኮች፣ ከሆስፒታሎች፣ ፋርማሲዎች እየዘረፍንና፣ እንዲሁም ዳይናሚት ከሚጠቀሙ ድርጅቶች እንደ አውራ ጎዳና ከመሳሰሉት ዘርፈን በምናገኘው እራሳችን እየቀመምን የምናዘጋጃቸው/የምንሰራቸው ፈንጂ ማለት ነው። የሕዝባዊ ፈንጂ ኮርስን ሲያሠለጥነን ራስን በራስ መቻል ፅንሰ ሀሳብ ጋር እያዛመደና እየደገፈ ነበር። ታዲያ እንደፈራሁት ግልጋሎታቸው ለትግላችን ጠንቅ ናቸው ወይም ይሆናሉ ተብሎ በከተማ ውስጥ የታመነባቸውን የሲቪልና ወታደራዊ ባለሥልጣናትን ታርጌት በማድረግ በሚዘዋወሩባት ተሽርከርካሪ መኪና ላይ ፈንጂ በመወርወር በውስጥ ያሉትን ባለሥልጣናት ለማጥፋት፣ ያለበለዚያም ሆስፒታል፣ ሆቴል፣ የመንግሥት የኤኮኖሚ ተቋማት ላይ በማትኮር ፈንጂዋችን በመጠቀም ጉዳት ማድረስ የሚያስችለንን ዕውቀት ነበር በትኩረት የሚሰጠን ትምህርት። በድልድይ አፍራሽ ወንበደነት ተግባር ሊያሰማሩኝ ይሆን? ብየም ለእራሴ ጥያቄ አቀረብኩ። ሕዝባዊ ፈንጂ ሲባል በይበልጥና በዋነኛነት የሚያተምረን በየከተማ እየተሹለክለኩ ሽብር ለመፍጠር የሚጠቀሙበት ሞሎቶቭ ኮክቴል ፈንጅ ነበር። በእኔ ዕምነትና ግምት ገጠር ውስጥ ሆቴል፣ ሆስፒታል ወይም ሁለተኛ ደረጃ ትምህርት ቤት ወይም ይህ ነው የሚባል የመንግሥት ተቋማት

የሉበትም። ቢኖርም እነዚህን መሰሎቹን ጠቃሚ ተቋማት ማፍረስ እራሱ ከሕዝብ ጋር ስለሚያራርቅ ትምህርት ቤትንና ሆስፒታልን የመሳሰሉ ተቋማት ማውደሙ ትርጉሙ አልታየኝ አለ። ሌላው ያሳሰበኝና ያስጨነቀኝ የኮርስ ዓይነት አሁንም በሻለቃ ጃሉል የሚሰጠው የኢንተሊጀንስ ኮርስ ሁኔታ ነበር። ይህ ኮርስ ትግላችንን ልክ አዲስ አበባ ውስጥ ሆነን የምናካሂድና በየቡና ቤቱ ውር ውር በማለት እየተሽሎክለክን መረጃ መቀባበልና ማስተላለፍ ጥበብ ነበር የሚያስተምረን።

ከጥበቦቹ ሁሉ የሚታወሰኝ ለምሳሌ እንደ ጆሊ ባር ወይንም ጆኪ ባር ከመሳሰሉ ቦታዎች ተቀምጬ ቡና ይዤ የሮዝማን ሲጋራ እያጨስኩ ባኮውን ከቡናየ ባጠገብ አስቀምጬ ቡናየን እየጠጣሁ ሳለሁ ይገናኝሃል የተባልኩት ጓድ በሰዓቱ ይመጣና ሠላምታ ተቀያይረን ለጥቂት ደቂቃ ተቀምጦ ለመሄድ ሲነሳ የኔን ባኮ የሱ መስሎት በመውሰድ የራሱን ተመሳሳይ የሮዝማን ሲጋራ ባኮ ለእኔ ትቶ ይሄዳል። ከወሰደው ከእኔ ባኮ ውስጥ ያለው ሲጃራ ሳይሆን የግደል ወይንም የጥለፍ መመሪያ/ትዕዛዝ ይሆናል። በሦስተኛነት ይረብሸኝ የነበረው ጉዳይ እኒሁ አስተማሪያችንና የሥልጠና ጣቢያው ኋላፊ የሶቪየት ሕብረት አምባሳዶር ወይም ተወካይ በመሆን በየጊዜው ስለሶቪየት ሕብረት ታላቅነት በማውሳት ትክክለኛ ሶሺያሊዝም በተግባር ተተርጉሞ ፍትህ፣ ዲሞክራሲና ዕኩልነት የሰፈነባት ሕብረተሰብ ከመሆኗም ባሻገር ለዓለም ጭቁንና ምዝብር ሕዝቦች ጋሻና አለኝታ እንደሆነ አድርገው በየአጋጣሚው የሚያስሙን ዲስኩር ነበር። እኒሁ አስተማሪያችን በሶቪየት ሕብረት ምንም ድሀ እንደሌለ፣ ማናቸውም ተፈላጊ ዕቃዎችና የምግብ ዓይነቶች እንደ ልብ እንደሚገኝ፣ ዲሞክራሲያዊ ሥርዓት እንዳለውና ዜጎች መብታቸው ተከብሮ እንደሚኖሩ ነበር የሚገልጹልን። ይባስ ብሎም በሕብረተሰቡ ውስጥ የመደብ ልዩነት እንደሌለና ያለው መንግሥት የሁሉም መንግሥት እንደሆነ፣ እንዲሁም ያለው የኮሚኒስት ፓርቲ የሁሉም ሩሲያዊ ሕዝብ ፓርቲ እንደሆነ አድርገው ሲሰብኩ (ስብከት እንጂ ማስተማር አልለወም ነበር በበኩሌ) ከሁሉ በላይ አስቀጥቶኝና አናዶኝ ነበር። አንዳንዴም ወፈፍ ሊያደርገኝ ይቃጣና ተመልሼ ኢሕአፓንና አሕአሠ ከፊቴ ድቅን ብለው ይመጡብኛል። ከዛሬ ነገ የገጠሩን ትጥቅ ትግል አስመልክተው ማስተማር ይጀምሩ ይሆናል በማለት በጭንቀትና በስሜታዊነት መንፈስ በመቅበጥበጥ በትዕግሥት ከአንድ ወር በላይ ችየ ቀየሁ። ነገሮቹ ሁሉ ያው እንደ ትናንቱ እየሆነ ቀጠለ። አፍኖ መያዙ ስሜቴን ሊጎዳውና ሊያመኝ ሆነ፣ ስለዚህ ያበጠው ይፈንዳ ብየ ወሰንኩ። የዕለቱን ሥልጠናና ትምህርት አጠናቀን ወደ ጎጇችን ገብተን እንደተለመደው ዕረፍት አድርገን የተገኘውን ራት ከበላን በኋላ እስከ ምኝታችን ድረስ የየዕለቱን ትምህርት በተመለከተ ሰፊ የመወያያ ጊዜ አለን። እንደ ክለሳ ነበር።

የምናካሂደው ውይይት ምንም ዓይነት የፖለቲካ ወይም የመስመርና የአቋም ጉዳዮች ሳይገቡበት ቀጥታ በቀይታችን ጊዜ በዕየዕለቱ ስለሚሰጠን ትምህርት ብቻ ነበር። ከዚህ ውጭ እንደማይካሄድ ቤይሩት እያለን በመርሻ ዮሴፍ ተገልጾልናል። አበጄ/ሳለህ ይህን ምክርና ማሳሰቢያ

ምን አሳስቦት ሊመክረን እንደቻለ በውቅቱ ለማወቅ ብንቸገርም በኤደን ቀይታችን ወደ ኋላ መለስ ብለን መቃኘት እንደጀመርን ለመረዳት ችለናል። አበጄ/መርሻ ዮሴፍና እያሱ ዓለማየሁ ስለ እያንዳንዳችን አቋምና አመለካከት አስቀድመው ያውቁ ስለነበር በሥልጠናው ጊዜ ተንጸባርቆ መምህሩን እንዳናስቀይም ለማድረግ ብቻ ሳይሆን በአፍቃሪ ሶቪየቶች በሆኑት ሎሌዎቻቸው ላይ ችግር እንዳይፈጥርባቸው ብሎም ድርጅቱ በሶሻል ኢምፔሪያሊስት ላይ አቋም እንዳልወሰደ ቀድመን እንዳናውቅ ለማድረግ የወሰዱት ቅድመ ጥንቃቄ እንደሆነ ነበር። በተጨማሪም ወጣቱ በወያኔ ባለሟልነት ይጠረጠር የነበረው ተስፋየ/ጀማል በዚያን ጊዜ የፓርቲ አባል ባለመሆኑ እሱን በመለየት ስብሰባ ለማካሄድ አስቸጋሪ በመሆኑ ነው የሚል ዕምነትም አድሮብን ነበር። ታዲያ ይህ ክስተት እራሱ ድርጅቱ በቅንና ሀቀኛ ጓዶች እንደማይመራና ግልጽነት እንደሌለው የኃላ ኃላ ሊያስረዳን በቅቷል። ይህም በሠራዊቱና በፓርቲው ላይ ሊያስከትል የሚችለውን አደጋ ከወዲሁ ለመገንዘብ ቻልን። አቡበከር፣ ሰዒድና እኔ የድርጅቱ አባል የሆነው ገና ኢሕአፓ በይፋ እራሱን ለኢትዮጵያ ሕዝብ ከማሳወቁ በፊት በጥራትና በዓይነት ይመለመል በነበረበት ዘመን እንደሆነ የኋላ ኋላ ኤደን እያለን ሶስታችንም በየአጋጣሚው ባደረግናቸው ውይይቶች ለማረጋገጥ ቻልኩ። ሌሎቹ የቡድኑ አባላት ግን በእኔ ግምትና ዕውቀት በአባልነት መታቀፍ የጀመሩት ፓርቲው ሙሉ በሙሉ በነክፍሉ ታደሰ፣ ዘሩ ክሕሸንና እያሱ ዓለማየሁ ዓይነቶቹ ቁጥጥር ሥር መመራት እንደጀመረና የሚታዘዟቸው ታማኝ አባላት በገፍ መመልመል በጀመሩበት ከነሐሴ ወር መጨረሻ 1967 ዓ. ም. ድርጅቱ በይፋ ከታወርጀበት ጊዜ ጀምሮ እንደነበር ነው የተገነዘብነው። በትክክል አላስታውስም፣ ከወር በላይ ቀይታ ገደማ ይሆናል ያበጠው ይፈንዳ ለተነሳሳሁበት ዓላማ የሚጠቅም እንድም ቁም ነገር ሳልማር መሄዱ የኋላ ኋላ ይቀጨኛል። ማስታወስ የሚገባኝን ሳላስታውስ በመቅረቴ እንደራሴው ጥፋት እድርጌ ሲቆጨኝ ይኖራል። ዕድሉ ሁሉ ያለኝ አሁን ነውና ከጓዶቼ ጋር ብወያይ ምንአልባት ከኔ ሻል ያለ ግንዛቤ ሊኖራቸው ይችላል። በቅንነትና በግልጽነት በመወያየት ከመረበሽና ከመጨነቅ ስሜት ያድኑኛልና ያበጠው ይፈናዳ በማለት ለመናገር ወሰንኩ። ችግር ያስከትላል ብየም ፈጽሞ አልተጠራጠርኩም ነበር። በምሽቱ ውይይታችን ወቅት ጥያቄ አለኝ ለናንተ ጓዶቼ በማለት እንደ ህጻን ልጅ የሆዴን ዘክዝኬ እንዲህ በማለት ጭንቀቴንና ሀሳቤን አቀረብኩላቸው። ሻለቃ ጃሉል ስለ ሶቪየት ሕብረት ታላቅነት፣ ዲሞክራሲያዊነትና ሕዝባዊነትና ሌላም የሚያስተምሩንና የሚገልጹልን ሁሉ ምንም ባላስጨነቀኝ ወይንም ባላሳሰበኝ፣ ነገር ግን የሚሰጡን የወታደራዊና የኢንቴሊጀንስ (መረጃ) ትምህርት ሁሉ በከተማ ለሚካሄድ የሽብር ትግል እንጂ ለእንደኛ ዓይነቱ ለተራዘመ የሕዝባዊ የገጠር ትጥቅ ትግል ለማካሄድ ለተዘጋጁት የሚጠቅም ሆኖ አልታየኝም። እኛ በአዲስ አበባ ከተማ ተሰማርተን ውር ውር እያልን ከማንቋቋመው ጨፍጫፊ መንግሥት ጋር ጦርነት በማካሄድ ሽብር ለመፍጠር አይደለም በማለት በግልጽና በገሀድ ገለጽኩላቸው። ይህንን ጭንቀቴንና

ሀሳቤን ለጓዶቼ ባቀረብኩበት ወቅት አመራሩ የድርጅቱን ፕሮግራምና የትግል ስትራቴጂና ስልት በማንአለብኝነት መቀየራቸውን ሁሉ አናውቅም ነበር።

ምንአልባት ከሶቪየት ሕብረትና ከሌሎች የምሥራቅ አውሮጳ ሀገሮች የመጡት ጓዶች ሊያውቁ ይችሉ ይሆናል። ገለጻየን እንዳጠናቀኩ በቤቱ ዝምታ ሰፈነ። ያላሰቡት፣ ያልጠበቁት ዱብ ዕዳ ነገር ሆነባቸው። ለካስ የመደናገጥ ስሜት ነበር። ለጊዜው ዝምታቸው እኔን ግራ አጋባኝና እራሴም ደነገጥኩኝ። በዝምታ ዓለም ውስጥ ገብተው ከሚዳክሩት ይበልጥ ቅር ያሰኙኝና ያናደዱኝ የኤፍሬም ደጀኑ/የሰዒድ አባስና የውብሸት መኮንን/የአቡበከር ሙሀመድ ሁኔታ ነበር። ለሌሎቻችን በማይሰማ ሁኔታ ሁለቱ በማሾክሸክ መልክ እርስ በራሳቸው ሲነጋገሩ መመልከቴ ነበር ያናደደኝና ኃይለኛ ቃል ለመጠቀም ያስገደደኝ። ስሜቴንም ጎዳው በወቅቱ። ይበልጥ ስምታዊ አደረገኝ። ወደ ሰዒድ አባስና አቡበከር ሙሀመድ ፊቴን በማዞር በፍጹም ጓዳዊ በሆነ መንፈስ ጓዶች! እናንተ እርስ በርስ ከምታሾኮሹኩ ጥያቄየ ስህተት መስሎ ከታያችሁ ወይም ወቅታዊ መስሎ ካልታያችሁ ለምን በግልጽና በቀጥታ አታስረዱኝም እርስ በርሳችሁ ከምታሾከሹኩ። ይህ ዓይነት ባህሪይ ከእኛ ጋር ሊኖር አይገባውም እኮ ብየ በንደት መንፈስ አሳሰብኩኝ። በዝምታ ባህር ይዋዥቁ የነበሩት ሌሎቹ ጓዶቼ አንገታቸውን ቀና፣ ቀና አደረጉና ደስ ብሏቸው የነሰዒድ አባስንና አቡበከር ሙሀመድን መልስ “ዝም አድራጊ ቦምብ” መስሏቸው በጉጉት ይጠባበቁ ጀመር። አፍ አፌን ብለው በመንገር ጉዳዩን ባጭሩ የሚዘጉላቸው ጠንካራ የእነሱ መሰል ጓዶች ከመሀል የተገኙላቸው መስሏቸው የመኩራራት ስሜት አደረባቸው። አቡበከር ሙሀመድ እጁን በማንሳት ለመናገር ቡድኑን ጠየቀና ይቅርታ ጓድ መጅድ፣ እያማንህ ወይም ያልሆነ ጥያቄ አቀረብክ ብለን እየተነጋገርን አልነበረም። እንደተመለከትከን እኔና ሰዒድ የተነጋገርነው ጥያቄህ አስገርሞን ነው። ይህንን ያነሳሀቸውን ነጥቦች ሁሉ እኛ ሁለታችን ለብቻችን ስንወያይባቸውና ስናብሰለስላቸው ቆይተን ምን ማድረግ እንደሚገባን እንዳንተው ግራ ተጋብተን ቆይተን እያለን በድንገት ስታፈርጠው በመስማታችን የልባችንን አንብበህ ያቀረብከው መስሎ ስለታየን አስገርሞንና አስደንቆን ነው። አያይዞም ግልጽነትህና ቅንነትህ ገርሞን እየተነጋገርበትም ነበር የተመለከትከን ብሎ መለሰልኝ። ሰዒድ አባስ በበኩሉ ደግሞ እንግዲህ በጓድ መጂድ ግልጽነትና ደፋርነት አፍነን ያቆየነውን ሃሳብ ስለአቀረበልን በግልጽና በቅንነት ጓዳዊ በሆነ መንፈስ ለትግላችን ስንል እንወያይበት በማለት በተጨማሪ አሳሰበ። ጓድ መጅድን ፀጥ የሚያሰኙላቸው ሰዎች አገኘን ብለው ተኩራርተው የነበሩት ከቀድሞው በባሰ ግራ ተጋቡና አንገታቸውን መልሰው ደፉ። ሆኖም አሁንም ዝምታው ቀጠለ። በዚህን ጊዜ ለአስተርጓሚዎቹ የሶቪየትና የክፍሉ ታደሰ ሎሌዎች ለጓድ አብዱላሂና ለጓድ ሲራጅ ፊቴን በማዞር መወያየት የሚያስቸግረን ከሆነ ለሻለቃ ጃሉል ቀሪውን ጊዜ ለገጠሩ የሚጠቅሙ ትምህርቶችን እንዲያስተምረን አለሳልሳችሁ በዘዴ ብትነግሩልንና ቀሪውን ጊዜያችንን እንድንጠቀም ብታደርጉ ብየ በጓዳዊ መንፈስ

ተማጸንኳቸው። አብዱልሀሚድ ስሜታዊ በሆነ መንገድ “እንዴ ጓድ መጅድ በሶቪየት ሕብረት ላይ ጥላቻ ወይም ቅሬታ አለህ እንዴ” ብሎ ያልታሰበና አላስፈላጊ የሆነ ጥያቄ ሲያቀርብልኝ በመገረም መንፈስ ምላሽ ልሰጠው ስዘጋጅ ሰዒድ አባስ ለጥያቄው ምላሽ እንዳልሰጥ አሳሰበኝ።

በማያያዝም ይህ ቡድን ለምን እንደሆነ ባይገባንም እዚህ በምንቀይበት ጊዜ ምንም ዓይነት የፖለቲካ አመለካከትንና አስተሳሰብን አስመልክቶ ውይይት ልናካሂድ እንደማንችል በጋድ ሳለህ ቤይሩት እያለን ተገልጾልናል። ጓድ መጅድ መልካም የሆነ ሀሳብ አቅርቧል በናንተ በኩል ስለሥልጠናው ሁኔታ በማስመልከት ሻለቃ ጃሉልን በማለሳለስ ብታወያዩትና ለጭንቀታችን እልባት ለማግኘት ብትጥሩ ብሎ አሳሰበ። ከሰዒድ አባስ በመቀበል አብዱልሀሚድ እንደገና ፓርቲያችን እምኖባቸው ለኮናል፣ የሚያስፈልገውን ሁሉ እነሱ ስለሚያውቁ የኛ መጨነቅ እይታየኝም ብሎ ሲመልስ ለዚህ ምላሽ ልሰጥ ስሞክር ሲራጅ እድሪስ ዲፕሎማሲያዊ በሆነ መንገድ ጓድ መጅድ ገብቶኛል ጨንቀትህ፣ ነገር ግን እስከአሁን የቀየነውን ያህል ሌላ ጊዜ ስለሚቀረን ያስተምረን እንደሆነ ምንአውቀን ነው፣ ለምን ዝም ብለን ለጥቂት ጊዜ አንጠብቅም ብሎ መለሰ። ኤፍሬም ደጀኑ/ሰዒድ አባስና ውብሸት መኮንን/አቡበከር ሙሀመድ ሁሉ ነገር ግልጽ ሆነ ስለገባቸው ጓድ ሲራጅ የሰጠው መልስና ያቀረበው ሃሳብ የተሻለ ነው በማለት ውይይቱ በዚሁ እንዲዘጋ አደረጉት። ያ ያልታሰበ የየዋህነት ጥያቄየ በቡድኑ ውስጥ እሳት በመጫር ቡድኑን ስሜታዊ አድርጎ በመኮርኮር ውይይት ተከፍቶ በቡድኑ የታቀፉት አባላት ማን ምን መሆናቸውንና ምን ዓይነት አቋምና አመለካከት እንዳላቸው ለመረዳት አስችሎኛል። በዚች ድንገተኛ ውይይት ቢያንስ በዋናዎቹ ጉዳይ ላይ ተመሳሳይ አመለካከትና አቋም ያላቸው ሁለት ጓዶች እንዳሉኝ ከወዲሁ አረጋግጩ በርግጠኛነት ተዝናናሁኝ። ከዚያን ጊዜ ጀምሮ የአንድ ዓላማና ርዩተዓለም፣ የአንድ መስመር፣ የአንድ አቋምና አመለካከት ተከታዮች መሆናችንን ተረዳሁኝ። በጓዶቻቸው እንደ እክራሪ ይጠረጠራሉና ተከታተላቸው ብሎ እያሱ ዓለማየሁ እንድከታተላቸው የተነገረኝ እነዚህኑ ከሰሜን አሜሪካ ሕዋስ ተወክለው የመጡትን ኤፍሬም ደጀኑን/ሰዒድ አባስን እና ውብሸት መኮነንን/አቡበከር ሙሀመድን መሆናቸውን ተረዳሁ። ከዚያች ምሽት ጀምሮ ኤፍሬም ደጀኑን/ሰዒድ አባስ እና ውብሸት መኮነን/አቡበከር ሙሀመድ በልቦናቸው ጓደኛቸው አደረጉኝ። እኔም በልቦናየ ጓደኛየ ናቸው ብየ በሆዴ ተማምኘ ወሰንኩ። ሆኖም ካለን የላብ አደር ዲሲፕሊንና ጥንካሬ ኤደን ከመግባታችን በፊት በሶሪያም ሆነ በቤይሩት በዚህ ላይ ሆነ በሌላ ጉዳዮች ላይ ለደቂቃም ሦስታችን ተወያይተንም አናውቅ።

በአራት ወር የሥልጠና ጊዜያችን ከወታደራዊና ኢንተሊጀንስ ትምህርት ሌላ በተጨማሪ የኦሮሞ ቋንቋና የኦሮሞ ባህል ዕውቀት እንማር ነበር። ከአብዱልሃሚድ/አየለ ዳኘና ሲራጅ እድሪስ/ገመቹ በቀለ እና ከቡድኑ ውስጥ ቋንቋውንና ባህሉን አበጥረው የሚያውቁ ሌሎች የኦሮሞ ልጆችና በኦሮሞ ክልል ተወልደው ያደጉ አባላት ስለነበሩ እየተፈራረቁ በማስተማር አጥጋቢ ውጤት

ላይ ደርሰን ነበር። በፍልሥጥኤም ነፃ አውጭ ድርጅት - ዲሞክራቲክ ፍሮንት ፎር ዘ ሊበሬሽን ኦፍ ፓለስታይን (ዲ. ኤፍ. ኤል. ፒ.) የተዘጋጀልንን ትምህርት አጠናቀን ከፍልሥጥኤም ተነስተን ወደ ሲዳሞ ተብለን ጉዞ ጀመርን።

7.8. ባቃማችንና ባመለካከታችን ምክኒያት ሥልጠናውን እንዳጠናቀቅን ከመሰል ጓዶቻችን ጋር እንዳንቀላቀል ኤደን ከተማ ለሰባት ወር በተዘዋዋሪ የቁም እሥራት ታትረን ቀየን

ለደቡብ ኢትዮጵያ የኢሕአሠ ክንፍ ተመልምለው በፍልሥጥኤም የሠለጠኑት አባላት በተነደፈው ዕቅድና ፕሮግራም መሠረት በፈረንጆች ዘመን እስከ ሰኔ ወር 1976 ድረስ ሲዳሞ ደርሶ ከእያሱ ብርሀኔ ጋር ተገናኝቶ የሕዝባዊ የገጠር ትግሉን በተግባር እንዲጀምሩ ይጠበቅበት ነበር። ሲዳሞ ደርሰን ትግሉን ማፋፋም እንጀምራለን በሚል ጉጉት ሥልጠናችንን አጠናቀን ጉዞ ወደ ሲዳሞ ከማድረጋችን በፊት ለጉዞው አስፈላጊውን ዝግጅት ለማድረግ እንድንችል ተብሎ ወደማናውቀው ከተማ በቦይንግ ጄት ቤይሩት ከተማን ለቀን በረራ አደረግን። አብዛኞቻችን የገመትነው ናይሮቢ ያለበለዚያም ጂቡቲ ይሆናል ብለን ነበር። ነገር ግን የሲዳሞ ጉዟችንን አቋርጠን ኤደን ከተማ ገብተን በተዘዋዋሪ የቁም እስር ከአንዲት ቤት ለሰባት ወራት ታትረን እንድንቀይ ተደረግን። ኤደን ከፓርቲውና ሠራዊቱ ተወካይ ከዘመኑ መርሻ ዮሴፍ ጋር ሌሎች አሥራ ሁለት በድምሩ አሥራ ሦስት የፓርቲና የሠራዊት አባላት ነበሩ። በኤደን ቆይታችን ከእኛ ጋር በጠቅላላው ሃያ አንድ ደረስን ማለት ይሆናል። በሌላ አነጋገር ታጋዩ የኢሕአሠ ሠራዊት እየተራብ ሀያ አንድ "ታጋዮች" ያለ ሥራ ምንም ሳያከናውኑ እያውደለደሉ ግልድምና ሺርጥ በማገልደምና ጫት ሲቅሙ በድርጅቱ ሀብትና ንብረት ኤደን ከተማ ውስጥ እየተቀለቡ ይኖሩ ነበር። ኤደን ስንደርስ ካገኘናቸው አስራ ሶስቱ ውስጥ የማውቃቸው መርሻ ዮሴፍንና የዘመኑን ፕሮፌሰር ጌታቸው በጋሻውን ብቻ ነበር። ኤደን ካገኘናቸው ሌሎቹ መካከል ረጅም ቀይ ቅዱስ ገብርኤልን የሚመስለው /ኤልያስ/ሊጋባ (ውጊብ የሽጥላ ሳይሆን አቀርም ነው ያሉት ሁለት ጓዶች) እና በሮብሌና በእስማኤል ስም የሚታወቀው በሜዳ በመካከለኛ የአመራር እርከን ላይ ነበር ተብሎ የተወራለት ይገኝበታል። ሮብሌ/እስማኤል ከቀድሞዋ የሶቪየት ሕብረት አሲንባ የገባውና የክፍሉ ታደሰ ሎሌ የአብዱራህማን አሕመድ የፍልሥጥኤም ስም እንደነበር ነው።

በሠራዊቱ የሜዳ ቆይታየ የአዱኛ መንግሥቱ የሜዳ ስም ጂግሣ የሚባለው መሆኑን ለማረጋገጥ ቻልን፣ ሆኖም አስማማው ኃይሉ ሳጅግ ብሎ መሰየሙ እንደገና ደራሲው ልዩ ግዳጅ እንዳለው ይበልጥ አጠራጠረኝ። የመሐሪ ገ/እግዚአብሔር የሜዳ ስሙ ጸሀየ ሰለሞን እንደሆነና የስመረአብ ዮሐንስ የሜዳ ስም ደግሞ ኃይሌ ቀጭኑ/ኃይሌ ሀኪም/ኃይሌ አሲምባ እየተባለ በማፈራረቅ ይጠራ እንደነበር አረጋገጥን። ሜዳ እንደገቡ በሀበሻ ስም እንደቀየሩት ተረዳን። በለዘብተኝነትና በአድር

ባይነት ሁኔታዎችን እያየና እየተረዳ በዝምታ ከማለፉና በጭፍን ስሜት ስሕተተኞች የሆኑ የአመራር አካላን ከመከተሉና ከማዳመጡ በስተቀር በራሱ የፈፀመው ወንጀል እንደሌለ የሚተማመነው አብዲሳ አያና የሚረብሸው ባለመኖሩ በሜዳ አልፎ አልፎ ታጋዮች በፍልሥጥኤም ስሙ በሙስጠፋ ወይንም በሮባ ይጠሩት ነበር። ከአሜሪካኖቹ "ታጋዮች" መካከል ለተንኮል ሥራቸው እንዲጠቅማቸው አውሮፓ ተለይቶ እንዲቀይ ከተደረገ በኃላ ለተንኮል ዓላማቸው እንቅፋት እንጂ ጠቃሚ አለመሆኑ በመረጋገጡ አዲስ አበባ ገብቶ በማግሥቱ ሜዳ እንዲገባ ተደርጎ ወዲያውኑ ወደ ወሎ ተልኮ የተሰዋው ዘርዓብሩክ አበበ ስም ዘላለም እንደሆነ አጣርተናል። ሰመረአብ ዮሐንስ፣ መሐሪ ገብረእግዚአብሔር፣ አዱኛ መንግሥቱ፣ አብዱራህማን አህመድና እንዲሁም ከቢኒያም አዳነ ጋር ባንድነት ከቁጥቋጦ ሥር አንገቱን ደፍቶ ተጠልሎ ነበር የተባለለትና በኋላ እንዴት አድርጎ አሲምባ እንደደረሰ ያልታወቀው "ሕመምተኛ" አበበ በየነ ጋር በመሆን ከቢኒያም አዳነና ሙሀመድ ማሕፉዝ ጋር አብረው ጉዞ ማድረጋቸውን በእርግጠኝነት እንደሚያውቁ ሰዒድ አባስና አቡበከር ሙሀመድ አረጋግጠውልኛል። ከትግል ተለይተን ሥራ ፈት ሆነን በቁም እስር መልክ ለሰባት ወራት ባንድ ቤት ውስጥ ታጉረን ተቀምጠን እያለን ቴክኒካል ችግሮች አጋጥሞን እንጂ ሌላ የፕሮግራም ወይም ስትራተጂካዊ ለውጥ ፈጽሞ የለም በማለት አበጄ/ሳለሕ እየዋሸና እየቃጠፈ በማታለል እጉሮ አቀየን። በዚህ ወቅት ነበር እነ ውብሸት ረታ/ሐዋዝ፣ ዘርዓብሩክ አበበ/ዘለዓለም፣ ተፈሪ ብርሃኔ/ግርማ፣ ግደይ፣ ብርሀኔ እያሱና ኃዶቻቸው በመሬት አዋጁ ምክኒያት የገጠሩ ትጥቅ ትግል አይሰራም ተብሎ ለማሳመን በነበራቸው ጥበብ ባልተጠናና ተገቢ ባልሆነ ወታደራዊ ንቅናቄ ለማድረግ ወደ ወሎ እንዲዘምቱ ታዘው መኃዛቸውን አሲምባ እንደገባን ከሠራዊቱ ክንፍ የእርማት ንቅናቄ አባላት ተነገረን። ወደ አሲምባ ጉዞ ገና ኤርትራ መሬት ላይ እያለን መረሸናቸውን በሬዲዮ ለመስማት በቃን። በዋና የፓርቲው ፖሊሲዎች ላይ በማትኮር አቃማችንን በግልጽ ያለማወላወል ስንገልጽ ቀየን። ባንድ በኩል አብዮታዊ ዲስፕሊን በተመላበት መንፈስ በውይይት ወቅት ስንታገላቸው በሌላ በኩል ለድርጅታችንና ሠራዊታችን ባለን ታማኝነት ምክኒያት በአክብሮት ነበር የምናየው መርሻ ዮሴፍንና ሌሎቹንም (በከተማው እንደታየው እንደ እግዚአብሔር የመለኮት ኃይል አለው ብለን በመፍራት ሳይሆን በአመራር ላይ የተቀመጠ በመሆኑ መከበር ስላለበት ብቻ)።

በየጊዜው ሥራ ፈት ሆነን መቀመጣችንን በማስመልከት በምናቀርበው ጥያቄ የተረበሸውና የተጨነቀው መርሻ ዮሴፍ የመጽሀፉን ደራሲ፣ ሰዒድ አባስንና አቡበከር ሙሀመድን ባንድነት ያስቀምጥና ፍልስጥኤም ሄደን የትግል ትብብርና ድጋፍ አስተዋጽኦ በማበርከት ዓለምአቀፋዊ ግዴታችንን እንድናበረክት በድርጅቱ መመረጣችንን ገልጾ እንድንዘጋጅ በማሳሰብ ከትግሉ ለመነጠል የተንኮል ዕቅዱን ገለጸልን። በቅድሚያ አውቀን የተመካከርንበት ይመስል ሶስታችንም ባንድ ድምፅ ለዚያ ክቡር ለሆነው ግዳጅ መመረጣችንን እንዳኮራን በመግለጽ ቢሆንም መጀመሪያ የራሳችንን ቤት

ሳናጸዳና እራሳችንን በተግባር ሳናስተዋውቅ እኛ ማን ተብለን ነው ከተደራጀና ከተቋቋመ፣ ባካባቢ ብቻ ሳይሆን በዓለአቀፍ ደረጃ እውቅና ካለው ትልቅ ድርጅት ሄደን የምንዋጋ በማለት በኃዳዊ መንፈስ ለማስረዳት ሞከርን። እናንተ እነማን ናችሁ? ከየት መጣችሁ? ድርጅታችሁ ማን ይባላል? ብለው ሲጠይቁን ኢሕአፓ ብለን ብንመልስላቸው ማንና ምን መሆኑን አውቀው ነው። ምን ሰርተን፣ ምን አድርገን ታውቀን ነው ለእንደዚያ ዓይነቱ ክቡር ዓለምአቀፋዊ ግዳጅ የምንሄደው። መጀመሪያ በምናካሂደው የወታደራዊ፣ ፖለቲካዊና ዲፕሎማሲያዊ ትግላችን እራሳችንን አጥናክረን ድርጅታችንን እናሳውቅ። ስማችንን በየዜናው እውታር ያዳምጡን። ከዚያ የመጀመሪያዎቹ ለመሆን ዝግጁ ነን ብለን ለአቶ መርሻ ዮሴፍ ወዲያውኑ አሳወቅነው። እንዲያውም ይህ ግዳጅ ከጅብደኝነት እንደማይለይ ጭምር አሳሰብነው። በዚህን ጊዜ ነበር ሶስታችንም ባንድነት አንተና ኃድ ተሾመ/ደሳለኝ (የዘመኑን ፕሮፌሰር ጌታቸው በጋሻው) እንደቀልድና ጨዋታ አስመስላችሁ The three Musketeers በማለት የምትጠቀሙበትን ርካሽ የምዕራባዊያን ስም ከአሁን በኃላ መጠቀም እንደሌለባቸው በኃዳዊ መንፈስ አሳሰብነው። ይህ ስም ለምዕራባዊያን አሻንጉሊቶች እንጂ ለላብ አደሩ ፓርቲ አንጋቾች ታንፀው ለሚገኙ ለእንደኛ ዓይነቶቹ የሚገባና የሚስማማ ስም ባለመሆኑና የርካሽ ባህል ማጠራቀሚያ ባለመሆናችን፣ እንዲሁም ከምንከተለው ፍልስፍናና አመለካከታችን ጋር ፈጽሞ የማይገናኝ በመሆኑ እንድታቀሙ፣ ከመጀመሪያውኑም እንዲህ ዓይነቱን ቀልድና ጨዋታ ለመጠቀም ማሰብም አልነበረባችሁም በማለት ዳግመኛ እንዳይጠሩን አጥብቀን ገለጽንለት። እሱም ጨዋ መስሎ እንዴ እንደዚህ ቅር የሚያሰኛችሁ አልመሰለንም ነበር፣ ካለን መፈቃቀርና መግባባት የሦስታችሁ ጠንካራ ኃዳዊ ግንኙነት በማድነቅ ያወጣነው ስም እንጂ በክፋት አይደለምና ከዛሬ ጀምሮ እንጠቀምበትም። ተሾመም/ደሳለኝም ቢሆን ሁለተኛ እንዳይጠቀም እነግረዋለሁ ብሎ ውስጡ አሮና ተቃጥሎ ውይይቱን በመዝጋት ሸኘን። ጌታቸው በጋሻው/ተሾመ/ደሳለኝ ሦስታችን ባንድነት የምንገኝበትን አጋጣሚ ሲጠባበቅ ቀይቶ ባጋጣሚ ሦስታችንም አግኝቶን የተባለውን የምዕራባዊያን ስም በጨዋታና በቀልድ መልክ መጠቀሙ ስህተተኛ መሆኑን አምኖ ይቅርታ ጠይቀን ከዚያን ጊዜ ጀምሮ በሁለቱ ኃዶች የተሰጠን የቅጽል ስም መጠራታችን ቀመ። አሳፋሪውና አሳዛኙ የከለአሳው የማጋለጥ ሴሚናር ለመርሻ ዮሴፍና ጌታቸው በጋሻው ትልቅ ዕድል እንደሰጣቸው ነው እኔ የማምነው። “ግር ግር ለሌባ ያመቻል” እንዲሉ እኒያን ሁለት አስቸጋሪ ሆነውበት የቀዩትን ቀራጥ የድርጅቱን ልጆች በማግኘቱ ከነጌታቸው በጋሻው፣ ዳዊት ስዩምና ተባባሪዎቻቸው ጋር በመተባበር ከስብሰባው በኋላ በጥበብና በዘዴ አስጠልፎ ከሌሎቹ ታጋዮች ጋር ቀላቅሎ ወደ እሥር ቤት እንዳስላካቸው ነው የእኔ ሙሉ እምነት። ለዚያውም ከነአያሌው ከበደ ተሰማ ጋር ቀላቅሎ ነው የላካቸው። አያሌው ከበደ ተሰማ እውነት የታሰረ መስሏቸው በቀሪዋ ጊዜ አቡበከርን በሠፈር ልጅነት ሳቢያ በደንብ ሲጠባው እንደከረመ

አልጠራጠርም። ሰዒድ አባስ ግን እምነትና አክብሮት ከጣለባቸው ጓዶቹ ውጭ ማንም ኃይል የሚያታልለው አይኖርም።

ጠንካራና ከባድ የማይበገር ሰው ነበር። እሱን ሊኮረኩሩት የሚችሉት የሚያምንባቸው የትግል ጓዶቹ ብቻ ናቸው። ለእንደዚህ ዓይነቶቹ ልቡን ይከፍታል፣ ተጫዋች ይሆናል፣ ካለው አመኔትና መከባበር እነሱ ጋር ከልቡ መዝናናትና መጨዋወት ይወዳል፣ አልፎም የልቡን መተንፈስ ይጀምራል። ቀጣፊዎቹ ሰዎች ጓዶች መስለውት ከተማረከና ከተማመነባቸው በእነሱ ሊሸወድ እንደሚችል አልጠራጠርም። እንግዳ ከሚባለው ጋር (ከሜዳ ከወጣሁ በኃላ ተሾመ አሥራት እንደሆነ ተነገረኝ) ትውውቅ እንዳለው ጠቀም አድርጎኝ ነበር በመጨረሻዋ በዳሕዋን ግንኙነታችን ወቅት። ሰቦቻ/ለማ ትርሙ እንዳለው አይደለም ሰዒድ አባስ። ሰዒድ ከሚግባባቸውና ከሚተማመንባቸው ጋር ሲሆን ጨዋታ በደንብ ያውቃል፣ ያስቀናልም። ምንም እንኳን ከሚያምንባቸው የትግል ጓዶቹ ውጭ ልቡን ከፍቶ ባይጫወትም ሰዒድ አባስ ከሁሉም ጋር ተግባቢና ተጫዋች ነበር። በዚያን የመጀመሪያው በእነ ዘሩ ክሕሸንና እያሱ ዓለማየሁ በተመራው የእርማት ንቅናቄ ወቅት ለለማ ትርሙ/ሰቦቻ ሁኔታዎች ሁሉ ነጥረው ስላልቀረቡለት የአመራሩ ጭፍን አንጋች የነበረበት ወቅት ስለሆነ ሰዒድ አባስን እንደሚከታተለው ስለሚያውቅ ከማርክሲዝም ሌኒኒዝም ፍልስፍና ትምህርት፣ ከፓርቲው ፕሮግራም፣ ከንድፈ ሀሳብ ውይይትና ጭውውት ሌላ ጨዋታ አያጫውተውም ነበር። በዚያን ዘመን እነ ሰቦቻ/ለማ ትርሙን የመሳሰሉት ታጋዮች እስከ 1969 ዓ. ም. መጨረሻ በተለይም 1970 ዓ. ም. መግቢያ ድረስ ስለድርጅቱና ሠራዊቱ ስህተትና ችግር ገና አልተረዳቸውም ነበር። ለዚህም ነበር እነ አብዲሳ አያና፣ ሰቦቻ/ለማ ትርሙ፣ ወሰኑ አብተው፣ ሹካሬና ጋዙ/ገብሩ መርሻ የመሳሰሉት በመጀመሪያው የእርማት ንቅናቄ ጊዜ የአመራሩ ታማኝ አንጋች በመሆን አመራሩን በጭፍን እንዳገለገሉ ተወርቷል።

7.9. ሦስታችንም እርስ በርሳችን በእውነተኛ ስማችን መተዋወቃችንና "የድርጅቱን ተግባራዊ መመሪያ" አስመልክቶ የተካሄደ ውይይት

በመጽሀፉ በሌላ አካባቢ እንደተገለጸው በሦስተኛው ወር ገደማ አትክልትና ፍራፍሬ እንደብርቅ ሆኖ ባገኘንበት ባንድ አጋጣሚ ሰዒድ አባስ ቤተሰቦቹ በሐረር ሀገርምሳ አካባቢ የእትክልትና ፍራፍሬ እርሻ እንደነበራቸው በጨዋታ ተነስቶ ለእኔና ለአቡበከር ሙሀመድ ገለጸልን። ለነገሩ እንግዳነቱ ለእኔ እንጂ ለአቡበከር አልነበረም። በዚህ ወቅት ሐረር ብሎ በመጥቀሱ ተወልዶ ያደገውና የአንደኛና የሁለተኛ ደረጃ ትምህርት ቤቱን ያጠናቀቀው በዚያው በሐረር ስለመሰለኝ የየት ሠፈር ልጅ መሆኑን ለመጠየቅ ባለማስፈለጉ አልጠየኩትም። አቡበክርን አስመልክቶ በኤደን ቆይታችን ሳይሆን በአሲምባ በሠፈሩ ልጅ በአያሌው ከበደ/ያሬድ ምክኒያት ሠፈሩ ምንሊክ ሠፈር እንደሆነ ሊገልጽልኝ ቻለ። እኔን አስመልክቶ እዚያው ኤደን እያለን በደፈናው ወሎየ እንደሆንኩ በጨዋታ ጨዋታ ተነስቶ

ልገልጽላቸው ችያለሁ። ሰዒድ የብርቱካኑን ጭውውት ባነሳልን ሰሞን ሳናስበው ስማችንን ለመለዋወጥ የሚያስችል አጋጣሚ በመፈጠሩ እውነተኛ ስማችንን ለመለዋወጥ በቃን። ሁለቱ ጓዶቼ ከሰሜን አሜሪካ በስጦታና በግዥ አሰባስበው ያገኙትን እያንዳንዳቸው አንድ አንድ ትልቅ ሻንጣ ሙሉ ልዩ ልዩ መጻህፍት ቤይሩት ላይ ለመርሻ ዮሴፍ አስረክበው ወደ ሥልጠናችን ተጉዘዋል። መጽሀፍቶቹ አሲምባ መግባታቸውን የኋላ ኋላ አሲምባ እንደደረስን የተቀበለን ከአብዲሳ አያና ለማወቅ በቅተናል። ያንን ሁሉ መጽሀፍት ተሸክመው ከሰሜን አሜሪካ መጓዛቸው ዓላማው የሠራዊቱ አባላት ግንዛቤያቸውንና አስተሳሰባቸውን ለማዳበር በሚያደርጉት ጥረት እንዲያግዛቸው በማመን ነበር። በሠራዊቱ መፃህፍት እንደልብ በመሽከርከር አባላቱ ተጠቃሚ እንደሚሆን እንጂ ሳንሱር በማድረግ የድርጅቱ አመራር የማያምኑባቸውን ማስገባት እንደማይቻል ፈጽሞ አልተጠራጠርንም ነበር። ከነጭራሹም ከደርግ በባሰ መጽሀፍት ተሰብስቦ እንደሚቃጠል ሁሉ ጭራሽ ጥርጣሬ አልነበረንም። በዚሁ ቀናና ዲሞክራሲያዊ አስተሳሰባችን ለመርሻ ዮሴፍ ከተሰጡት ትልቅ ክምር መፃህፍት ውጭ ሁለቱ ጓዶቼ እንደገና በየዕለቱ የሚያነቧቸውና እርስ በእርስ ለመማማር የሚረዳቸው አምስት አምስት መጻህፍት በጀበርናቸው ሲይዙ በኪሳቸው ደግሞ እንደ እኔው እነሱም የሊቀ መንበር ማዎ ትሴ ቱንግን ቀዩዋን የኪስ መፅሀፍ ይዘዋል። በጀበርናቸው ከያዟቸው መጻህፍት መካከል አንዱ Marxist-Leninist Communist Party of the Philippines የሚል ነበር። ይህንን መፅሀፍ ብቻየን በማነብበት ወቅት ድንገት በመፅሀፉ በውስጥ ሽፋኑ "ውብሸት መኮንን" የሚል ስም አያለሁ። በእውነት ለመናገር ያ ያየሁት ስም ከፊቴ ቁጭ ብሎ የማየው የእውነተኛ ጓዴ የአቡበከር ሙሀመድ ስም ነው ብየም በፍጹም አልተጠራጠርኩም ነበር። ያሰብኩት ከስንት ሺህ የሰሜን አሜሪካ ተማሪዎች መካከል አንዱ ውብሸት መኮንን የሚባለው ያበረከተው እንደሆነ ነበር። ቢሆንም ያ በሰሜን አሜሪካ የሚገኘው ተማሪ ወይንም ሠራተኛ ስሙ ከደርግ እጅ እንዳይወድቅና ወደፊት ችግር እንዳያስከትልበት በመፈለጌ የማሳስባቸው ጉዳይ አለኝ በማለት ሁለቱንም ጓዶቼን ከፊቴ ቁጭ አድርጌ ለምን የተባባሪዎችን ወይንም ደጋፊዎችን ስም በመፀሀፉ ላይ ትተዋላችሁ። ይህ መፀሀፍ እኮ ከእኛ ጋር ብቻ የሚቀር ላይሆን ስለሚችል ተባባሪዎቻችንን ችግር ላይ እንዳንጥል ስሙ ያለበትን ቅደዱ ወይንም እንዳይነበብ አድርጋችሁ አጥፉት ብየ ጓዳዊ ምክር ሰጠሁ። ሰዒድ አባስ እንደልማዱ ፈገግ እንዳለ ፈጣኑ አቡበከር ሙሀመድ ለሰዒድ አባስ ጊዜ ሳይሰጠው ጓድ መጅድ! እነሱ (የአመራር እምብርት/ክሊኩን ማለቱ ነው) ሁላችንንም በደንብ አድርገው ያውቃሉ፣ አልፎም ተርፎ ሠፈራችንን፣ የነማን ልጆች መሆናችንና ከእነማን ጋር ጓደኝነት እንዳለንና ሌላ ሌላም አበጥረው ያውቃሉ። የማናውቀው እኛ ብቻ ነን። ስም መደበቁ ወይንም ሥራዎች በምስጢርና በድብቅ መያዛቸውና መሠራቱ መልካም ዘዴ መሆኑን ሁላችንም እናምንበታለን። ነገር ግን ሁላችንም እንደተገነዘብነው የምስጢራዊነቱና የድብቅነት አሰራር እንዲሁም ሕጉና ደንቡ ሁሉ ለነመርሻ ዮሴፍ፣ ለእያሱ ዓለማየሁ፣ መላኩ ተገኝ፣ ዘሩ ክሕሸ፣

ለሶቪየቱ "ጀግና" እና ለመሰሎቻቸው ጥቅም ብቻ እንዲጠቅም ተደርጎ የተዘጋጄ ነው። ያነበብከው ስም የእኔ ስም ነው፣ የማንም አይደለም። ውብሸት መኮንን እባላለሁ ሲለኝ ሰውነቴ ተሽማቅቆ ለደቂቃ በድን ሆንኩ፣ በእውነት ደነገጥኩ። አቡበከር ትንሽ ቀዝቀዝ እንዳለ ሰዒድ አባስ ተቀበለና ስማ መጅድ፣ ለምሳሌ ያህል ወደፊት አንተን ቢገድሉህና በሕይወት የተረፍነው ለኢትዮጵያ ሕዝብ አምባገነኑ የፓርቲው የአመራር መጅድ አብደላን ገደሉት ብለን ለማሳወቅ ብንሞክሩ ማን ነው የሚሰማን? መጅድ አብደላ ማን ነው? ወይንም አቡበከርን ያለበለዚያም እኔን ወይንም ሦስታችንን ቢገድሉን እነማን ናቸው ቢባል ሦስት የአረብ በተለይም የግብፅ ወይንም የሶሪያና የኢራቅ ሰርጎ ገብ ወታደሮች ናቸው ይባልና ከመጀመሪያውንም አረቦች ሀገራችን እንዴት ሰርገው ገቡ? ብሎም በሀገራችን ጉዳይ ጣልቃ ሊገቡ እንዴት ቻሉ? እነዚህን የሀገር ጠላቶች እንኳን ተገደሉ ተብለን ደብዛችን ጠፍቶ ነው የምንረሳው። በተቃራኒው ገዳዮቹ እንደጀግና ተቀጥረው ይመሰገናሉ በማለት ገለጻ አደረገልኝ። አያያዘና እኔ ኤፍሬም ደጀኑ እባላለሁ በማለት ስሜት በሚመስጥ መንፈስ አብራርቶ አስረዳኝ። ሁለቱ ጓዶቼ ልብ በሚነካና ስሜትን በሚመስጥ ቋንቋና ለዛና አሳማኝ አነጋገራቸው ያደረጉት ገለጻና ትንተና ሁሉ በእውነት የተመረኮዘ ግልጽና ትክክለኛ መሆኑን ሙሉ በሙሉ አመንኩበት። ወዲያውኑም ያለማመንታት እኔም አያሌው መርጊያ እባላለሁ ብየ እራሴን አስተዋወኳቸው። ውብሸት መኮንን ስሜታዊ በመሆን ሦስታችንም አንድ ጊዜ ብድግ በሉ በማለት ጥያቄ በማቅረቡ ሦስታችንም ተነስተን እርስ በርስ ተቃቀፈንና ተሳስመን ተቀመጥን። ውብሸት መኮንን ከልቡ በመነጨ እውነተኛ ስሜታዊነት የፈጠረው አጋጣሚ እኛንም ጭምር ስሜታዊ አደርጎን ነበር።

በዚህ አጋጣሚ ምንጊዜም ሊረሳኝ የማይቻል ነገር ቢኖር ኤፍሬም ደጀኑን የስሜታዊነት ዝንባሌና ባሕሪ አይቸበት የማላውቀውን የዚያች ዕለት ግን ውብሸት መኮንን በፈጠረው ድንቅ አጋጣሚ በፍቅር፣ በመተማመንና በመከባበር የተገነባው የሦስታችንም የወድማማችነትና የጓደኝነት መግለጫ መስታወት ሆኖ ስለተሰማው ከደስታ በመነጨ ስሜታዊነት እንዲያውም ከውብሸት መኮንን ብሶ ለማንበብ መቻሌ ነበር። ሁለቱም ጓዶቼ እንዳሉትም መጅድ አብደላ ወይንም ሰዒድ አባስ ወይንም አቡበከር ሙሀመድ ያለበለዚያም ሦስታችንም ብንገደል ማንነታችን ሳይታወቅ ደብዛችን ጠፍቶ በከንቱ ደመ ከልብ ሆነን እንደምንቀር በእርግጠኝነት አሳመኑኝ። የድርጅቱም ምስጢራዊነትና የድብቅነት አሰራር ዓላማም የሚገድሏቸውንና የሚያስገድሏቸውን ማንነት ላለማሳወቅና ደብዛቸው ጠፍቶ ከመወንጀልና ከመጠየቅ እንዲድኑ ለማድረግ እንደሆነም አሳመኑኝ። ሁለቱ ጓዶቼ በእውነተኛ ስማችን ለመተዋወቅ የሚያስችለን ውይይት ለመክፈት አጋጣሚ እየተጠባበቁ እንጂ ለስም ልውውጡ አስቀድመው ተዘጋጅተውበት እንደቆዩ የኃላ ኃላ በኤርትራ በርሃ ጉዟችን ወቅት የሻዕቢያ መሪና ታጋዮቻቸው በእውነተኛ ስሜ እየጠሩ ማንነቴን ለማቃጠል በሞከሩበት ሰሞን (በምዕራፍ 7.12 እና

በሌላ አካባቢ እንደተጠቀሰው) በሻዕቢያ ድርጊት በመገረማችን ማምሻችንን ባደረግነው ውይይት ለመረዳት ችያለሁ። ያላሰብኩትንና እኔም ቢሆን ደብቄ ያቀየሁትን አሳፋሪውን "የአብዮታዊ ሥነምግባር" መመሪያን አስመልክቶ ሰዒድ አባስና አቡበከር ሙሀመድ እየተቀባበሉ ውሸት፣ ቅጥፈት፣ መሸንገልና ማታለል፣ የስም ማጥፋትና ማጥቀር ጥበብ የመሳሰሉት የትግል ዘይቤና ስልት እንደ "የአብዮታዊ ሥነ ምግባር" ተቀጥሮ እንድንጠቀምበት የተቀየሱትን ዘይቤዎችና ታክቲኮችን ያካተተውን "የድርጅት ተግባራዊ መመሪያ"ን የያዘውን "Hand Book on Elementary Notes on Revolution and Organization' ጽሁፍ እንዲያነቡ በሕዋስ የጥናት ጊዜያቸው የተሰጣቸው መሆኑንና ያስከተለውን ውዝግብ አስመልክቶ ከስም ልውውጡ ፍጻሜ ቀጥሎ ሁለቱም ጓዶቼ እያዘኑና እየተከዙ እንደሚከተለው አጫወቱኝ። በጥቂት ጓዶችና በአስጠኚው ጓድ ላይ ከባድ ጦርነት እንደተካሄደ፣ ከዚያም በኃላ ባካባቢው የድርጅቱ ከፍተኛ አመራር ከነበረው ከክፍሉ ታደሰ አረአያ ጋር ውይይት ተካሂዶ የተባለው የዱርየዎችና የሌቦች ባሕልና ልማድ ለእኛ መሰሎቹ በላብአደሩ ፓርቲ የሚመሩ ታጋዮች የሚያገለግል አለመሆኑና መመሪያውን የማናከብር መሆናችንን ተገልጾለት ባስቸኳይ መመሪያው ካካባቢያችን እንዲሰወር አጥብቀው ማሳሰባቸውን፣ ኤርትራዊው ሙሉጌታ ሱልጣንና ሌሎች (ስማቸውን አልገለጹልኝም፣ ምንአልባት እነ ዘርዓብሩክ አበበና ሙሀመድ ማሕፉዝ ሊሆኑም ይችሉ ይሆናል) ጽሁፉ ከድርጅቱ መጥፋቱን ባስቸኳይ እንዲነገረን በማለት ማሳሰባቸውን ሁሉ ገለጹልኝ።

ከመጀመሪያውኑም በዚህ መመሪያ እንድንመራ መታሰቡ ለኢትዮጵያ ሕዝብ ለመሰዋት የተሰለፍነውን አብዮታዊያንና ሕዝባችንን እንደመስደብና እንደማንቋሸሽ መስሎ ስለታያቸው ወደፊት መመሪያው በሥራ ላይ ውሎ ቢታይ በድርጅቱና በአባላቱ ላይ ሊፈጥር የሚችለውን ከባድ ችግር ከወዲሁ ታውቆ ባስቸኳይ እንዲጠፋ በማለት ጠንክረው እንዳሳሰቡ አስረዱኝ። በነገራችን ላይ ሙሉጌታ ሱልጣን እኔ ሮም እያለሁ በእኛ በኩል አድርጎ በ1967 ዓ. ም. ሀገር ቤት እንደገባና ብዙም ሳይቀይ ነው የደርግ ጥይት እራት የሆነው። ሰዒድ አባስና አቡበከር ሙሀመድ ንግግራቸውን በመቀጠል በዚህ አጋጣሚ የማዕከላዊ ኮሚቴ አባል የነበረው የክፍሉ ታደሰ አርአያ የቅርብ ጓደኞች የነበሩት ሁለት ጓዶች የሚከተለውን ምስጢር ለሰዒድ አባስ፣ ለአቡበከር ሙሀመድና ለሌሎች ቅርበት ለነበራቸው ጥቂት ጓዶች ማካፈላቸውን (የተባሉትን ጓዶች የገለጹልኝ አይመስለኝም፣ ምንአልባት አሁንም እነሙሀመድ ማሕፉዝና ዘርዓብሩክ አበበ ሊሆኑ ይችላሉ ብየ እጠራጠራለሁ)። ለሰዒድ አባስ፣ ለአቡበከር ሙሀመድ ከተባሉት ሁለት ጓዶች ጋር በመኖሪያ አካባቢነት ሳይሆን በአቋምና አመለካከት አንድነት የሚያገናኛቸው መንገዶች እንደነበሩና በተደጋጋሚም ከሁለቱም ጋር ተገናኝተው እንደተጨዋወቱ ሁሉ ኤደን እያለን ወደ ሲዳሞ ጉዞ በምንጀምርበት ዋዜማ ዕለት አጫውተውኛል። ይመስለኛል ሰዒድ አባስና አቡበከር ሙሀመድ የተመለመሉት በሁለቱ ወይንም ባንደኛው ወደ

ፍልስጥኤም ከመጋዛቸው በፊት አሜሪካ እያሉ እንደሆነ ነው የምገምተው)። ከክፍሉ ታደሰ አርአያ በተሰጠውም ማብራሪያ መሠረት የተባለው "የድርጅት ተግባራዊ መመሪያ" የባዕዳን መመሪያ እንጂ የእኛ የኢሕአድ መመሪያ እንዳልሆነና እንደማያውቁት በመግለጽ የመመሪያው ፀሀፊዎች በኢሕአድ ምሥረታ ጊዜ አለመሳተፋቸው ብቻ ሳይሆን ከንጭራሹም በማይታወቁ ጥቂት ግለሰቦች የተዘጋጀ መመሪያ እንደሆነ፣ የተባለውን መመሪያ በድርጅቱ ስም ያዘጋጁት ጓዶች ኢሕአድ ከተመሠረተ በኃላ ከዚህም ከዚያም ተሯሩጠው ፍጥነት በተመላበት መንገድ በመገለባበጥ ከድርጅቱ ጋር ግንኙነት ፈጥረው ሊቀላቀሉ የቻሉና ወዲያውንም ኢሕአፓ ሲመሰረት ነባሮቹ የኢሕአድ መሥራቾች እንደነ ሙሀምድ ማሕፉዝና ቢኒያም አዳነ የመሳሰሉትን ወደኃላ በመተው በምትካቸው እኒሁ መጤዎች በአመራር ላይ ለመቀመጥ የቻሉ ናቸው። ለማናቸውም መመሪያውን አስመልክቶ በእኛም ደረጃ ቅሬታችንን በመግለጽ አዘጋጁ ለተባሉት ግለሰቦች ጽሁፉ እንዲሰበሰብ በመወሰኑ ዳግመኛም በአባላቱ መካከል ሲዘዋወር እንደማይታይ ነው እምነቴ ብሎ በጭንቀት መንፈስ እንደነገራቸው ገለጹልኝ።

ንግግራቸውን ከፈጸሙ በኃላ እኔም በበኩሌ ይህንን "የድርጅት ተግባራዊ መመሪያ" በአምስተርዳም በጥናት ጊዜያችን እንደተሰጠንና በመላኩ ተገኝና በታዲዎስ መካከል የተከፈተውን ከባድ ጦርነት አስመልክቼ እንዲሁም የጥናት ጊዜየን አጠናቅቄ ወደ ሮም ከተማ እንደተመለስኩ በቅሌታም መንገድ ከመኝታየ አካባቢ ወለሉ ላይ ጥሎልኝ በማግኘቴ የምን ጽሁፍ ነው ብየ አንስቼ ሳየው ያ ክፉና አስነዋሪ መመሪያ መሆኑን እንዳወኩ የተሰማኝን ቅሬታ በማግሥቱ ከእያሱ ዓለማየሁ ጋር ያካሄድኩትን ጠንካራ ውይይት አስመልክቶ ገለጽኩላቸው። ታዲያ የተባለው መመሪያ ዳግመኛም አይኖርም ይባል እንጂ ወይንም መመሪያው ሲዘዋወር አንመልከተው እንጂ ባጠቃላይ ድርጅቱ እስከመጨረሻ ውድቀቱ ድረስ መመሪያውን በሚገባ ሲገለገልበት ኖሯል። ለውድቀቱና ለውርደቱም ያበቃው ይኸው መመሪያ ያቀፋቸውን የትግል ስልትና ዘዴ በመጠቀሙ እንደሆነ እርግጠኛ ነኝ። ሦስታችንም በኤደን ቆይታችን መመሪያው በደንብ በተግባር ሲተረጎም ተመልክተናል። መርሻ ዮሴፍና ጓደኞቹ እነ ጌታቸው በጋሻውና እነ ሮብሌ/እስማኤልና ሌሎቹ ምንም እንኳን ባይሳካላቸውም ምን ያህል ቅጥፈትና ውሸት በመጠቀም ሊያሳምኑን ወይንም ሊያቀርቡን ሙከራ ማካሄዳቸውን ተገንዝበናል። መመሪያው ባስቸኳይ እንዲሰበሰብና እንዲጠፋ መወሰኑን ክፍሉ ታደሰ አርአያ እንዳለው ሁሉ ለእኔም እያሱ ዓለማየሁ በተመሳሳይ መንገድ በመግለጽ ሊሸነግለኝ ሞክሯል። ይህ መመሪያ የተጻፈው ነሐሴ ወር 1964 ዓ. ም. ሲሆን ተበትኖ ለንባብ የበቃው በ1965 ዓ. ም. እንደሆነ ነው የተወራው። በዚህ ዓመት ማገባደጃ አካባቢ ኢሕአፓ ተመስርቶ ድርጅቱ በሞላ ጎደል መመሪያውን ባዘጋጁት "ታጋዮች" ቁጥጥር ሥር ባይውልም ስፊ የሆነ ቀዳዳ ተከፍቶላቸዋል። ብርሀነመስቀል ረዳ የተባለው መመሪያ ባስቸኳይ እንዲሰበሰብ ጥብቅ ማሳሰቢያ ቢሰጥም በተራቀቀ ጥበባቸው እሱን ከአውሮጳና አሜሪካ አርቀው ከበላይ ጠባቂያቸው ኢሳያስ አፈወርቂ አማካኝነት ኤርትራ በርሀ

ለአንድ ዓመት ተኩል ታግዶ በመኖሩ፣ ቀጥሎም አሲምባ ገብቶ እስከ ሰኔ ወር 1967 ዓ. ም. ድረስ በአሲምባ አካባቢ ታፍኖ በመኖሩ ፓርቲው ምን እንደሚያካሄድና ምን እንደሚሰራ አውቆ ለመቀጣጠርና ለመግታት እንዳይችል ሽንካላ አድርገው አቀይተውታል።

7.10. አርበኛውን ፀጋየን/ሀብቶምን እንዳናቀርበው ሰላይ ነው ተብሎ በተዘዋዋሪና በቀጥታ የተሰጠን ምክርና ያካሄድነው ውይይት

በኤደን ቀይታችን ከሦስተኛውና አራተኛው ወር በኃላ ካጋጠሙን ስሜትና መንፈስ ረባሽ መመሪያዎችና ምክሮች መካከል የመጀመሪያው ሀብቶም ተብሎ የተዋወቅነውንና ወደ አሲምባ ጉዞ ስንጀምር ፀጋየ የሚል ስም ተሰጥቶት ከእኛ ጋር አሲምባ የገባውን ጀግናና ጠንካራ ታጋይ ሀገር ወዳዱን ኢትዮጵያዊ ከሦስታችን ጋር መጠጋቱና መቀራረቡ ስላስጨነቃቸው የሻዕቢያ ሠላይ ስለሆነ ጥንቃቄ እንድናደርግ በመጀመሪያ በተዘዋዋሪ መልክ በአሳንንቲቶቹ በኩል ከዚያም በቀጥታ ከመርሻ ዮሴፍ ተነገረን። ፀጋየ ኤርትራዊ ይሁን ወይንም የትግራይ ተወላጅ አላወኩም፣ ሆኖም በቃንቃው እክሰንት accent እና በአንዳንድ ሁኔታዎቹ እንደ ኤርትራዊ እንደሆነ አድርጌ ነበር የማየው። ያለበለዚያም ኤርትራ ውስጥ ተወልዶ ያደገ የትግራይ ቤተሰብ ልጅ ይሆናል የሚል ግምት አለኝ። መመሪያውንና ምክሩን እንደተቀበልን ባንድነት ሶስታችንም ውይይት እንደጀመርን ኤፍሬም ደጀኑ/ሰዒድ አባስ ምን ዓይተን ነው፣ ምንስ ተገንዝበን ወይንም ምን ሲናገር ሰምተን ነው ቀጥታ እንደተነገረን ልናገለው የምንችለው? እኒህን ሰዎቹ ደህና አድርገን ካወቅናቸውና ማንና ምን እንደሆኑ ከተረዳን ቀይተናል። በደፈናው በነዚህ ሰዋች በተሰጠን ወሬ ይህ ሰው እኛን አምኖና እክብሮ ሲጠጋን የምናገልበት ምልኒያት ሊኖረን አይችልም። እያቀረብን እናጥናው፣ ፍቅራችንን እያሳየን ስንቀጥል ነገር ካለበት ሲክለፈለፍ እንይዘዋለን። ከዚያ ሁሉ ሰው፣ ከ18ቱ ባለሥላጣናትና መሪዎች ወይንም ጠንካራ ሰዎች መካከል እኛን ምንም ኃይል የሌለንን አቅመ ቢሶች መሆናችንን እያወቀ በእኛ ላይ ተመክቶ በራሱ ግንዛቤ ጎዶቹ አድርጎ መርጦ አክብሮ ሲቀርበን እትቅረበን ብለን የምናባርርበት ምክኒያት ሊኖረን አይችልምና ያለምክኒያት ማባረሩ ተገቢ ባለመሆኑ በጥንቃቄ እንድንይዘው አሳሰበን። ትክክለኛ አባባል መሆኑን በማመናችን ሶስታችንም ባንድነት እዚሁ እነሱ ጋር ቀይቶ ነው ያገኘነው፣ ሰላይ መሆኑን ካወቁ ለምን እስከአሁን ድረስ እቅፈው እሽሩሩ እያሉ እቀዩት? ለምንስ ከእኛ ጋር ወደ ሲዳሞ እንዲጋዝ ያዘጋጁታል? የኢሕአሠ ሜዳ የወንጀለኞች ምሽግ ነውን? ብለን በሰፊው ተወያየን። ለአብዮቱ ደጋፊና ሟች ሊሆን የሚችለውን ገለሰብ ማባረር ማለት ለሕዝባችንና ላገራችን የገባነውን ቃልኪዳን ማፍረስ መሆኑን በመገንዘባችን፣ ለጠላቶቻችን የድል በር ከፋች እንደምንሆን በማጤናችን ከባድ ስህተት ውስጥ እንዳንገባና በጠላቶች ውዥንብር ተገፋፍተን ለርጅሙ ትግላችን ጋሻና መከታ ሊሆነን የሚችለውን ጓዳችንን ባጭሩ እንዳናጣ የተሰጠንን አፍራሽና በራዥ ምክር ባንድነት በመቃወም ጓዱን ለማቅረብና በጥንቃቄና በዘዴ እያየን ጓደኝነቱን መቀጠል

እንዳለብን ወሰን። ከሰዒድ አባስ ከማስታውሳቸው ምክሮቹ አንዱ፣ “ምንም ኃይል የሌለንን ሦስት ምስኪኖች መርጦ መጠጋቱ ይህ የገበሬ ልጅ የመርህ ሰው ብቻ ሳይሆን የማያገበድድ ጠንካራና ቀራጥ ታጋይ እንደሆነ ያመለክተናልና እንዳናጣው አደራ” በማለት አሳሰበን። እውነትም ፀጋየ/ሀብቶም የዘለዓለም ጓደኛችን ሆነ። እውነትም ጠላቶችንና የባዕዳን ወኪሎችን የሚያስፈራራና የሚያስቦካ ግርማና ፀጋ ያለው ጠንካራ ሀገር አፍቃሪ የገበሬ ልጅ ነበር። በዚያው ውይይታችን ወቅት የማይዘነጋኝ ሌላው የሰዒድ አባስ ምክር እንዲህ ነበር ያለን፣ “እኛንስ ምን እናውቃለን ምንድን ናቸው ብሎ እያሱ ዓለማየሁም ሆነ መርሻ ዮሴፍ እዚህ ላሉት ለ 17ቱ እንደነገራቸው! ወደፊትስ ወደ ሜዳ ስንገባ ለሠራዊቱ አመራር ስለእኛ ምንድን ናቸው ብሎ ሪፖርት እንደሚያደርግስ ምን እናውቃለን” ነበር ያለን። ወጣቱ ሰላያቸው ኢስሐቅ/አብርሐም ፀጋየን/ሀብቶምን አፈላልጎ ስለእኛ እንዲያሰራጭ የተሰጠውን መርዘኛ መረጃ አስመልክቶ በዚሁ ምዕራፍ ወደ ኋላ እንመለከታለን። የኋላ ኋላ በሜዳ ፀጋየ/ሀብቶም ስንት የስቃይ ግርፋትና ምርመራ ተከሂዶበት እስከመጨረሻው ፍንክች ሳይል በእርማት ንቅናቄው ኃይል ሊፈታ ችሏል። በመጨረሻም ስውር በሆነ ረቂቅ መንገድ ገድለው ወያኔ እጅህን ስጥ ተብሎ ቢጠየቅ ኢሕአፓ ነኝ፣ ኢሕአፓ እጅ መስጠት አያውቅም ብሎ እራሱን ገደለ ተብሎ እንዲወራ ተደረገ። በእውነት ወያኔ ገደለው? ወደ ኋላ እመለስበታለሁ። በኤደን ቆይታችን በተለያየ ጊዜ የተነጋገርነውና የተመካከርነው ሁሉ ውሎ አድሮ በእውን ቁልጭ ብሎ ገሀድ ወጣ። በግልጽና በቀጥታ ሳይሆን በስውርና በጀርባ ስም ማጥቀር፣ የስም ማጥፋት ዘመቻ ማካሄድ፣ በመዋሸትና በቅጥፈት እያታለሉ ማወናበድና እርስ በርስ በጎሪጥ እንድንተያይ ማድረግ ተግባራቸው መሆኑ በእውን ታወቀ። በትክክልም የተጠቀሰውን “የድርጅቱ የአብዮታዊያን ሥነ ምግባር” በሚለው ላይ የተካተቱትን የትግል ስልትና ዘዴዎች የሚሏቸውን ሁሉ በተግባር በሥራ ላይ መዋላቸውንና በመዋልም ላይ መሆናቸውን አረጋገጥን። አልፎም በእኛ ላይ በጥብቅ ተከታተሏቸው፣ ተቆጣጠሯቸው፣ ካስፈለገም እርምጃ ውሰዱ፣ እድል አትስጧቸው የሚል ሪፖርት ቡድኑን አሸክመው ለሠራዊቱ አደረሰን። ሦስታችን ዲሞክራሲ ያለ እየመሰለን ብቻችንን ነበር እስራ 17ቱ'ን ታጋይ ተብየዎችን በኤደን ቆይታቸው ያለፍርሀት በጽንዓት የታገልናቸው። ሞቃዲሾ የሻዕቢያና የወያኔ ምሽግ በመሆኗ አብዛኛዎቹን ስደተኞች ወገኖቼን ሞቃዲሾ በነበሩበት ዘመን ለወድፊቱ እኩይ ዓላማው ሻዕቢያ በቀጥታም ሆነ በተዘዋዋሪ ሲጠቀምባቸው ቆይቷል።። ስለሆነም እስካሁንም ጊዜ ድረስ መርሻ ዮሴፍም ሆነ እያሱ ዓለማየሁ፣ ዘሩ ክሕሸን፣ ፀሐየ ሰለሞን፣ ዳዊት ስዩም፣ ጌራ፣ ጌታቸው በጋሻው፣ ሳሙኤል ዓለማየሁ ሆኑ ሌሎቹም አፍቃሪ ኢሳያሶች በሕይወት የቆዩት ከሻዕቢያ በኩል ጠላትነት ያልፈጠሩ በመሆናቸው እንጅ ድሮ ተሰናብተው ነበር። ከሻዕቢያ ጋር ጥላቻን ያተረፉ ወይም ኢሕአፓን የጠንካራ ታጋዮች ድርጅት ለማድረግ የሚጥሩ ሁል አንድ ባንድ ገና ከጅምሩ ተመንጥረው

አልቀዋል። ኢሕአፓ ጠንካራ የሆነ ሕዝባዊ የገጠር ትጥቅ ትግል እንዲያራምድ ዕድል መስጠቱ በሻዕቢያና በወያኔ ትግል ላይ ከፍተኛ አሉታዊ ተጽዕኖ የሚያሳድር መሆኑ ታምንበት ስለነበር ነው።

7.11. እርስ በርስ ለመከፋፈልና ለማጋጨት የተካሄደ ሙከራና ሜዳ ገብተን ከጓዶቻችን ጎን ተሰልፈን ለመታገል ያካሄድነው ትግል

በፓርቲው ዲስፕሊንና ደምብ በመገዛት አፋችንን ለጉመን ሳንተነፍስ ለተወሰነ ጊዜ ብንቀይም የኢትዮጵያ ህዝብ አብዮት ሁኔታ እጅግ እያሳሰበን በመሄዱና እኛም ታጉረን ከትግላችን ተገንጥለን መቀየታችን ሁሉ ሴራና ተንኮል እንዳለበት በመገንዘብ እኔ፣ ሰዒድና አቡበከር ተገቢና ሥርዓት በተመላበት መንገድ ሁላችንም ሀያ አንዱ አባላት በምንገኝበት አጠቃላይ ውይይት በሚካሄድበት ወቅት በተደጋጋሚ በጥያቄ ወጠርናቸው። በዚያን ወቅት በተነሱት ነጥቦችና ጉዳዮች ላይ የአያንዳንዱ አባል አቋምና አመለካከት በግልጽ መታወቅ የሚኖርበት ወቅት ሆነ። ለተደጋጋሚ ጥያቄዎቻችን ካመራሩ የሚሰጠን ተደጋጋሚ መልስ ቴክኒካል ችግር አጋጥሞን ነው እንጅ የፕሮግራም ወይም የስትርቴጂ ለውጥ የለም የሚል ሽንካላና የማዘናጊያ ምክኒያት በመስጠት እያታለሉና እያደናገሩ ለሰባት ወራት እጉረው አቀዩን። የሎታ ኮንቲኒዋ ድንገተኛ ውይይት ባይፈጠር ኖሮ እያሱ ዓለማየሁ ይፈልገኝ የነበረው እዚያው ከሱ አካባቢ በመቀየት የሱንና የቤተሰቦቹን ኪስ ማዳበሪያ መሣሪያው ሆኜ እንድቀጥል በመፈለጉ እንደሆነ ግበልጽ ተከሰተልኝ። ለነገሩማ በዚያን ወቅት እራሱን ወዳድ ከመሆኑ በስተቀር፣ ለሥልጣን ከፍተኛ ጉጉት ያለውና ስህተቱን ሲጠቁሙት አካኪ ዘራፍ ከሚለው ባህሪውና ለሻዕቢያና ለሶማሊያ ካለው ልዩ ፍቅሩና አክብሮቱ በስተቀር በሌላ ምንም ዓይነት ጥርጣሬ አልነበረኝም። ሎታ ኮንቲኒዋን አስመልክቼ ባደረኩት ገለጻየና በዚያም ምክኒያት ባሳደረበት ጭንቀት ነበር በዚያኑ ሰሞን ከጥቅም ተካፋዮች ጓዶቹ ጋር በመወያየት ሳይፈልግና ሳይወድ ለትጥቅ ትግል ሥልጠና ወደ ፍልሥጥኤም እንድሄድ የወሰነው። ከሱ ጋር ከቀየሁ ውሎ አድሮ እንቅፋት እንደምሆንበት በመረዳቱ ልክ እንደ እነሰዒድ አባስና አቡበከር ሙሀመድ በዘዴ ማግለልና ሩቅ ቦታ ወስዶ አፍኖ ማቀየቱ ካስፈለገም ጊዜውን ጥብቆ ማጥፋቱ የተሻለ ዘዴና ጥበብ መስሎ ታየው። ከሰዒድ ዓባስና አቡበከር ሙሀመድ ጋር በመሆን ሽንጣችንን ገትረን በቀራጥነት፣ በግልጽና በቅንነት በኤደን ቀይታችን የተከራከርንባቸው ጉዳዮች መካከል ከማታውሳቸው፣ 1ኛ. ከመሬት አዋጁ ወዲህ በሀገራችን ሊካሄድ የሚገባው የትጥቅ ትግል ምን ዓይነት መሆን ይኖርበታል በሚል "ቀና" በሆነ መንፈስ ለውይይት የቀረበ አስመስለው በተከታታይ ውይይት እንዲካሄድ ተደርጎ ከሦስታችን እና አራተኛው ሀገር ወዳዱ ፀጋየ/ሀብቶም በእኛ ላይ በነበረው ዕምነት ምክኒያት ከእኛ ጋር ሲያብር ቀሪዎቹ በሀገራችን ተጨባጭ ሁኔታ ትክክለኛ የትግል ዘዴ ሊሆን የሚገባው የከተማ ትጥቅ ትግል ነው በማለት ተከራከሩ። ከፍልሥጥኤም ጓዶቹ መካከል እድሪስ/ሀብተጊዮርጊስ ሙላቱና ምንአልባትም

ዑመር/አድማሱ ሀብቱ ከነመርሻ ዮሴፍ ጋር ለመጣበቅ ቢፈልጉም አልፎ አልፎ ሲያመቻቸው የድርጅቱን ፕሮግራምና የትግል ስልት አስመልክቶ የሦስታችንን አቋም ይደግፉ ነበር።

የአብዮቱ ስትራቴጂ ከገጠር በገፋ ጦር ከተሞችን መክበብ እንደሚኖርበትና ይህን ዕውን ለማድረግ ትክክለኛው መንገድ የቻይናንና የቬትናምን አብዮት አርአያ ባለማወላወል ኢሕአፓ እንደሚከተል በፕሮግራሙ ላይ በግልጽ ማስቀመጡን እብክረን ገለጽን። በሐምሌና ነሐሴ ወራት አካባቢ ድርጅታችን በገጠር ትጥቅ ትግል ስትራቴጂ ላይ የተገነባውን ይህንኑ የፓርቲው ፕሮግራም በከተማ የሽብር ትጥቅ ትግል ላይ የማትኮር አዝማሚያ እንደተገነዘብን ተገቢ አለመሆኑን በመግለጽ ፓርቲው አደጋ ላይ እንደሚወድቅ አጥብቀን አስረዳን። 2ኛ. የዓለም አቀፍ የኮሚኒስት ንቅናቄን አስመልክቶ የሶቪየት ሕብረት ውስጥ የነበረውን ፖለቲካዊ፣ አኮኖሚያዊና ማሕበራዊ ሥርዓትን ኢሕአፓ በሶሺያል ኤምፔሪያሊስትነት እንዲፈርጅ ተሚገትን። ድርጅታችን በሶቪየት ሕብረት ባሕሪይ ላይ ያለውን ፖሊሲ ወይንም ፖሊሲ አልባነት በመንቀፍ ገትረን ተቃቃምናቸው። የሶቪየት ሕብረት ሶሻል ኢምፔሪይሊስትት ሥርዓት የምትከተል መሆኗን ኢሕአፓ በግልጽ ባለመቀበሉ እንዲያም ብሎ አለመበየኑን በማስመልከት ተከራከርን። በሽወዳ መልክ በፕሮግራሙ ላይ ገረፍ በማድረግ የሶቪየት ሕብረት ኮሚኒስት ፓርቲ ከላሽ ፓርቲ ነው ብሎ መዋቀሱ የሶቪየት ሕብረት ባሕርይን በትክክል የሚገልጽ ስያሜ አለመሆኑን አበክረን በመታገል ኢሕአፓ በሶቪየት ሕብረት ባሕርይ ላይ ያለውን ፖሊሲ ወንም ፖሊሲ- አልባነት ከአድር ባይነትና ከሶቪየት ሕብረት ኮሚኒስት ፓርቲ ጥገኝነት የመነጨ አደገኛ አዝማሚያ መኀኑን አብክረን ተከራከርን፣ 3ኛ. የፓርቲው የታክቲክ መፈክር የነበረው ጊዜያዊ ሕዝባዊ መንግሥት በስትራቴጂ ደረጃ በፕሮግራሙ መስፈሩና በፕሮግራሙ መግቢያ ላይ የበፊቱ ድል በትጥቅ ትግል የሚለው መሰረተ ሀሳብ በዲሞክራሲ ካለ በዚሁ መንገድ፣ ይህ ከተዘጋ ደግሞ አመች በሆነ መንገድ እንታገላለን በሚል አቀራረብ ለመተካት በኤደን የመጨረሻዎቹ ወራቶች ቀይታችን አንዴ ባመጽ ሌላ ጊዜ ሠላማዊ በሆነ መንገድ በሚል ለመታገል መፈለጉ ግራ አጋቢ ትንተና መሆኑን በማስመልከትና፣ 4ኛ. በመጨረሻዎቹ ወራት ቀይታችን አካባቢ ድርብርብ ጠላት የበዛበት ድርጅት እንደመሆኑ መጠን ስልትና ታክቲክ በመጠቀም የጠላትን ክንድ ለመስበር እንድንችል ከምንዋጋው የደርግ ፓርቲ በስተቀር በሀገር ቤት ከሚገኙት ሌሎች ተራማጅና ዲሞክራት ከሆኑ ኢትዮጵያዊያን ድርጅቶች አልፎም ባንድ ሜዳ አብረን ደርግን በመታገል ላይ ከሚገኙት የብሔርተኛ ቡድን/ቡድኖች ጋር የጋራ ሕብረት ግንባር በመፍጠር ትግላችንን ማራመድ ስለሚኖርብን ድርጅቱ ግን ፍቃደኛ አለመሆኑና ፓርቲያችን ፀረ ደርግ መሆኑ ቀርቶ ፀረ ተራማጆች አቋም እንዲያራምድ ፍላጎት እንዳለውና ትዳቱን በማስመልከት ተከራከርን። ትግሉን ብቻችንን ልንገፋው እንደማይቻል በግልጽ መገንዘብ እንደሚኖርብን አሳሰብን። ስትራቴጂክና ታክቲክ ከወቅቱ ሀገሪቷ ተጨባጭ ሁኔታ ጋር እየተዛመደ በመቀየስ ከሌሎች ነፃ ከሆኑ ማናቸውም ተቃዋሚ ድርጅቶች ጋር

በቅርብ መሥራት አስፈላጊ ጉዳይ መሆኑን አብክረን አሳሰብን። ትግሉን ከመላው ኢትዮጵያ ተቃዋሚ ኃይሎች ጋር ለማቀናጀትና ለተባበረ ጠንካራ ትግል መዘጋጀት እንደሚኖርብን ተከራከርን፣ ይህ እምነታችንና አቋማችን ተናካሽ ጥርሳቸውን እንዲያሾሉ አደረጋቸው።

ከብዛት ዓይነት ወይም ጥራት የሚባለው አባባል በዚህ ወቅት ነበር በገሀድ የተገለጸልኝ። በሌላ በኩል ደግሞ በግልጽ ለማወቅ የቻልኩት ዕውነትን ተሸክሞ በሀቅና በቅንነት የሚራመድ አንዳችም የሚገታው ነገር እንደማይኖር ነበር። ቤቱ በግልጽ ለሁለት ተከፈለ፣ መጅድ አብደላ፣ ሰዒድ አባስና አቡበከር ሙሀመድ ባንድ በኩል ሲሆኑ በመርሻ ዮሴፍ የሚመራው ቀሪው 17ቱ በሌላ ወገን ነበሩ። ሆኖም እድሪስ/ሀብተጊዮርጊስ ሙላቱ ምንም እንኳን በአብዛኛው እነሱን ቢመስልም የትግል ዘዴን አስመልክቶ የእኛን አቋም ጠንክሮ በመደገፍ ተከራክሯል። የወያኔ የውስጥ አርበኞቹ ጀማልና ኢስሐቅ/አብርሓም እና ሀገር ወዳዱ ፀጋየ/ሀብቶም ለውይይቱ የሚያስችል የንቃት ደረጃ ስላልነበራቸው በታማኝነት ሁለቱ ከነመርሻ ጋር ሲያብሩ፣ ሀገር ወዳዱ አርበኛ ("የሻዕቢያ" ወይንም "የደርግ" ሰላይ) ፀጋየ/ሀብቶም በእኛ ላይ ካለው እምነትና ፍቅር እነሱ (እኛን ማለቱ ነው) የሚሉት ሁሉ ለእውነትና ለሀቅ የቆሙ በመሆናቸው የሚናገሩት ሁሉ እውነት ነገር ነው በሚል አስተሳሰብ ከብዛት ጥራትና ዓይነት ስለበለጠበት ከ17ቱ እኛ በልጠንበት እስከመጨረሻው ከእኛ ጋር ልክክ ብሎ ወገኖ ፀንቶ ቀየ። እኛን አፍቅሮና አክብሮ መኖሩም ለአላግባብ የስቃይ ግርፋትና በኃላም ለግድያም አበቃው። በኤደን ቀይታችን ወቅት መርሻ ዮሴፍ/ሳለሀ/አበጀ እንዳላወቀኝ ወይንም ምንም ሪፖርት እንዳልደረሰው በማስመሰል ከቀድሞው ይበልጥ እንድንቀራረብ ከፍተኛ ጥረት ማድረግ ተያያዘው። ይህም ሌላ ምክኒያት ኖሮት ሳይሆን አሻንጉሊት እንድሆንላቸው በነበራቸው ጉጉት ነበር። ሰዒድ አባስና አቡበከር ሙሀመድ በሕይወቴ ውስጥ ባይመጡ ኖሮ ወደፊት ጊዜው ደርሶ በሌላ አጋጣሚ እስከምንተዋወቅ ድረስ ሁለቱን የቀድሞዎቹን "ወንድሞቼን" እያሱ ዓለማየሁንና መርሻ ዮሴፍን አክብሬ በያዝኳቸውና በአብዛኛው የሚሉኝን ሁሉ እንደቀድሞው በደስታና በአክብሮት በተቀበልኩና በፈጸምኩ ነበር። በምዕራፍ ሁለት ለመግለጽ እንደሞከርኩት ምንም እንኳን የችኩልነትና የግትርነት/የእልክነትይ በሽታ ይጠናወተኝ የነበረ ቢሆንም ግራ ቀኙን አመዛዝኜ ከመጋዝ የሚያግደኝ አንዳችም ነገር አልነበረም። መርሻ ዮሴፍ እኔን ለመለወጥና ከእዲሶቹ ሁለቱ ጓዶቼ ለማራቅ ብዙ ሞክሯል። ከሁለቱ ጋር መጓደኘቴ ቶሎ ካልተቀጨ ከፉ አደጋ የሚያስከትልባቸው መስሎ ታይቷቸዋል። በኤደን ኑሯችን በእነ መርሻ ዮሴፍ፣ ጌታቸው በጋሻው፣ ሮብሌ/እስማኤልና ሌሎቹ በወቅቱ ከእኛ ጋር በነበሩት ጓዶች በእኔና በሁለቱ ሰማዕት ጓዶቼ ሰዒድ አባስና አቡበከር ሙሀመድ ኃዳዊ ፍቅርና መከባበር በመደናገጥ ድሮ እንደምንተዋወቅ አድርገው ነበር ጥርጣሬ ያደረባቸው። አያሌ የመለያየትና የመከፋፈል ዘዴዎችን ለመጠቀም አያሌ ጥረት አደረጉ። ይበልጡን ሦስታችንም ይህን ሸራቸውንና ደካማ ስልታቸውን እንደተረዳን የባሰውኑ ጥንካሬና ወኔን አጎናጸፈን። ከሰዒድ

አባስና ከአቡበከር ሙሀመድ ጋር የቀድሞ ትውውቅ እንዳለኝ በአበጄ/መርሻ ዮሴፍ ጥያቄ ቀርቦልኝ አብዮታዊያኖችን የሚያስተዋውቃቸው፣ የሚያቀራርባቸው፣ የሚያከባብራቸው፣ የሚያፋቅራቸውና ከአቋምና ከዓላማ አንድነት፣ እንዲሁም ከተግባር ድርጊት የበለጠ ሌላ እንደሌለ ገልጩለታለሁ። ታዲያ አልቀረም፣ አሲምባ ደርሼ እሥር ቤት ስታጎር በዝርዝር ሪፖርት እንዳቀርብ ከቀረቡልኝ አራት ጥያቄዎች አንዱ ከማንኛቸው ጋር ቅድመ ትውውቅ እንደነበረኝ እንድገልጽ ነበር። የመካከለኛው ምሥራቅ ተወካይ መርሻ ዮሴፍ እኔን ከሁለቱ የትግል ጎዶቼ ለመለያየት በተደጋጋሚ ያላደረገው ሙከራ አልነበረም።

መርሻ ዮሴፍ ከኤደን ወደ ሀገር ቤት ልንጓዝ ሣምንታት ሲቀረን አንድ ቀን ከእያሱ ዓለማየሁ መልዕክት አለህ በማለት የሚከተለውን አሳሰበኝ። “ሠራዊቱ በራሱ መመሪያና ደንብ መሠረት ስለሚመራ የማያመቸው ሆኖ ካገኘው አስፈላጊ መስሎ በታየው መንገድ ስለሚያስማራህ የጸጥታ ኋላፊነት ቦታህን ላይሰጡህ ስለሚችሉ ከወዲሁ እንድታውቅ አስረዳው” ብሎ እንዳሳሰበው አስረዳኝ። በሳቅና በፈገግታ ደስታየን ገለጽኩለት። ሕፃናትም፣ ማሪያም፣ ወንበዴም፣ ወስላታዎችና አታላይ ዱርይዎችም መስለው ታዩኝ። ከመሳቁ የተነሳ በንደት ይሁን ወይንም በሌላ በእርግጥ አላውቅም በዚህን ጊዜ ነበር አበጄ/መርሻ ዮሴፍ አደን ከተማ ይዞኝ በመሄድ በሶቪየት ሕብረትና በቻይና ያለህ አመለካከት ድንገተኛ ነው ወይንስ የቀየ ነው ብሎ ደፍሮ በጭውውት መልክ በሀሰት የጎዳዊነት መንፈስ ጠየቀኝ። በጣሊያንም ሆነ በፈረንሣይ ግንኙነታችን ሁሉ አመለካከትና አቋምን አስመልክቶም ሆነ ፖለቲካዊ ውይይት ያደረግንባቸው ጊዜም አልነበረም፣ ስንገናኝ አብዛኛው ውይይታችን ስለ ሶማሊያ ኤምባሲ ሠራተኞች በተለይም ስለ ዶ/ር ሰመተራ ተባባሪነትና ድጋፊነት ብቻ እንጂ ሌላ የመወያየት ዕድል ሰጥታችሁኝ አታውቁም አልኩት። ከቡድኑ ውስጥ ሁለት ማዎይስቶችና አክራሪዎ መኖራቸውን በመግለጽ እንድከታተላቸው እያሱ ዓለማየሁ አሳስቦኝ ሳለ ያልተመለሱልኝ ጥያቄዎቼን አስመልክቶ አንተ እንደታስረዳኝና እንድታብራራልኝ ሪፖርት እንደአደረገልህ እርግጠኛ ነኝና ብታብራራልኝ ብየ ጠየኩት። በቅድሚያ ግን በሶቪየት ሕብረትና በቻይና ያለህ አመለካከት ብለህ ያቀረብክልኝን ጥያቄ መልስ ለመስጠት ያህል እኔ በአሜሪካ ሕዝብ ላይ ጥላቻ ሊኖረኝ እንደማይችል ሁሉ በሶቪየት ሕብረት ሕዝብ ላይም ጥላቻ አይኖረኝም። የእኔም ሆነ የመሰል ጎዶቼ ቅሬታ የሶቪየት ሕብረት መንግሥት በተለይም የሶቪየት ሕብረት ኮሚኒስት ፓርቲ በሚከተለውና በሚያራምደው ያዋናባጅና ያሳሳች አመለካከትና ፍልስፍንው ነው። ባንጻሩም የቻይናን ሕዝብ ትግል በመደገፍ በተለይም በቻይና ኮሚኒስት ፓርቲ በተመራው የረጅም ጊዜ የገጠር ሕዝባዊ ትግል ባካሄዱበት ወቅት የተጠቀሙበትን የትግል ስትራቴጂና ዘዴ እንዲያውም የረጅሙን ጉዟቸውን በማድነቅና በመደገፍ እንጂ በሌላ እንዳልሆነ ሰፋ አድርጌ ለማስረዳት ሞክርኩ።

በዚሁ በኤደን ከተማ ባደረግነው ውይይት በኃዳዊ ምክር አስመስሎ መርሻ ዮሴፍ በግልጽ አነጋገር “የያዝከውን አዲስ አዝማሚያ ይዘህ ወደ ሜዳ መሄዱ ብዙ ሳያራምድህ ስህተት ውስጥ ይከትህልና በስሜታዊነት ሳይሆን በጥሞና ረጋ ብለህ ብታስብበት መልካም ነው”፣ ስም ሳይጠራ እነሱንም ቢሆን (በእኔ ዕምነት ሰዒድ አባስንና አቡበከር ሙሀመድን ማለቱ ነው) ከእኛ ይበልጥ ብዙ አታውቃቸውምና ለራስህ ብሎም ለድርጅትህና ሠራዊትህ ጥንቃቄ ብትወስድ መልካም ነው በማለት በ“ወንድማዊነት” ስሜት ዓይን አውጥቶ በድፍረት በምክር መልክ አስጠነቀቀኝ። ከሁሉ ግን ያስቀየመኝ ከመርሻ ዮሴፍ ምክሮች “እነሱንም ቢሆን ከእኛ ይበልጥ ብዙ አታውቃቸውም” የሚለው ነበር። ስም አይጠራም፣ ስጠይቀውም መልሱ “ጠፍቶህ ነው፣ ይገባሃል” ብቻ ነበር የሚለኝ አባ ከፋፍለህ ግዛውና ተንኮል ቃቱ መርሻ ዮሴፍ የዚያን ጊዜው አበጄ/ሳለሕ። እንደገና ለዚህም ኃዳዊ ምክሩ በሳቅና በፈገግታ ነበር ያስተናገድኩት። አሁንም እንደገና መሳቄ ሳያስቀይመው አልቀረም፣ ሆኖም አልቻልኩምና ከመሳቅ በስተቀር ሌላ ምንም አማራጭ አልነበረኝምና ሳቄን ለቀኩት። በዚህን ጊዜ ነበር በተለያየ ጊዜ ጣሊያን ስንጨዋወት የያዝኩትና የምከተለው የፖለቲካ አቋምና አመለካከት የተሳሳተ መሆኑን ለማስረዳት በማለት “ማዎይስት መሆንክን መቼ አወኩኝ፣ እያሱም ማዎይስት እንዳልሆንክ ነበር የነበረው እምነት ብሎ ማንነቴን ለመቀባት ሞከረ። ከዚያች ሰዓት ጀምሮ በይፋና በገሀድ ባይነገረኝም እንደ ሁለቱ ኃዶቼ እኔንም ጭምር በማዎይስትነት ብሎም በሲ. አይ. ኤ’ነትና ሞሳድነት ስም እንደቀቡኝ ስሜቴ ነገረኝ። ሲ. አይ. ኤ. ወይንም ሞሳድ፣ ወይንም ማዎይስት ብሎ በገሀድ አልተናገረኝም። ሆኖም እዚያው ኤደን እንዳለሁ ለነበሩት እውነተኛ ስሜን ሳይገልጽ ከሲ. አይ. ኤ. ጋር ለማዛመድና ለማገናኘት የፖሊስ አካዳሚ ምሩቅ እንደነበርኩና ሆን ብሎ በመቃጠፍና በውሸት ኪነቱ ለከፍተኛ የኢንቴሊጀንስ ሥልጠና የነፃ ትምህርት በፖሊስ ሠራይት ተሰጥቶኝ እሥራኤል ሀገር ተልኬ ኮርሱን እንደጨረስኩ ወደ ሀገር ቤት ለመመለስ በምዘጋጅበት ወቅት ድንገተኛው የካቲት 66 አብዮት ፍንዳታ መቃረቡን መረጃ በማግኘቴ ወደ አውሮፓ ተሸጋግሬ እንዲኖር ልዩ መመሪያ ካልታወቀ ኃይል ተሰጥቶኝ አውሮፓ ስንቀሳቀስ የቀየሁ ወጣት ታዳጊ የፖሊስ መኮንን እንደሆንኩ አድርጎ አሳምሮ በመቀባባት ሁሉንም ለማሳመን ጥረት አደረገ።

ደግነቱ ይህ ወቅት ሰዒድ አባስ/ኤፍሬም ደጀኑ፣ አቡበከር ሙሀመድ/ውብሸት መኮንን፣ መጅድ አብደላ/አያሌው መርጊያ እና ምንም እንኳን በትምህርት ደረጃ፣ በፖለቲካ አመለካከትና አስተሳሰብ በዝቅተኛ ደረጃ ላይ ቢገኝም ኢትዮጵያንና ሕዝቧን ከማንም በማያንስ ያፈቅር የነበረና ብሎም ለመሞት ከሁላችንም በላይ ቁርጥ ዓላማ የነበረው አርበኛ ፀጋየ/ሀብቶም አንድ በመሆን የተጠናከርንበት ጊዜ ነበር። በነበረው የግንዛቤ ደረጃ ልዩነት ምክኒያት ሊገባው ስለማይችል ፀጋየ/ሀብቶም ጋር ብዙም ባንወያይም በቂ ግንዛቤ እንዲኖረው በመፈለጋችን ሦስታችን ሳይደክመን በየተራ አንዳንድ አርዕስቶችን እያስመለከትን በመወያየት መልክ እናስጠናው ነበር። ከዚያም በላይ

ሁልጊዜም ቢሆን ቀንም ሆነ ማታ ሦስታችንም በምናደርገው ውይይትም ሆነ በጽ/ቤቱ በሚካሄደው አጠቃላይ የውይይት ጊዜ ከእኛ ጎን ሳይለይ ነበር ኤደንን ለቀን አሲምባ እስከ ምንገባ ድረስ የቆየነው። ኤደን ከመግባታችን በፊት ፀጋየ እንደእሱ በዝቅተኛ የንቃተ ኅሊና ደረጃ ይገኝ የነበረውና የወያኔ በኤደን ቢሮ እንደውስጥ አርበኝነት የተመደበው (mole) ሞላጫውና ጩልሌው የትግራይ ልጅ ኢስሐቅ/አብርሐም ጋር አልፎ አልፎ ይጨዋወት ነበር። ኢስሐቅ የነመርሻ ዮሴፍ ምግብ አብሳይ፣ ሱቅ ተላላኪና ብሎም ኤደንና አሲምባ ተላላኪ የነበረ የሦስት ድርጅቶች (በይፋ የኢሕአሠ፣ ይወያኔና የሻዕቢያ) ታማኝ ሎሌ ነው ብለን እናምን ነበር። መርሻ ዮሴፍ ስለእኔ የፖሊስ መኮንን እንደነበርኩና እሥራኤል ሀገር በኢንተሊጀንስ በኮርስ ላይ ቀይቼ በኃላ በማይታወቅ ኃይል መመሪያ መሠረት ወደ አውሮፓ ተሸጋግሬ እንደቀየሁ ፈጥሮ የነዛውን መርዝ ለመርጨት በመሣሪያነት የተጠቀመው ወጣቱን ጩልሌ አብርሐምን/ኢስሐቅን ነበር። ኢስሐቅ የሀሰት መረጃውን እንደተነገረው ፀጋየን/ሀብቶምን እንደማንም አድርጎ ይቀርብና ይህ መልከ መልካሙ ወንድማችን መጅድ ለካስ የፖሊስ መኮንንና እሥራኤል ሀገር ለከፍተኛ የመረጃ ሥልጠና ተልኮ እንደነበርና ከዚያም ባልታወቀ ከፍተኛ ድርጅት መመሪያ አውሮጳ ተሸጋግሮ የቆየ አደገኛ ነው ይሉታል። እሱ ከሁለቱ ወንድሞቻችን ጋር በማበር ሦስቱም ላገራችንና ለጭቁን ወገኖቻችን የማይበጅ የባዕዳንን የትግል ዘዴን ባገራችን ለመጠቀም የሚፈልጉ ግራ የተጋቡ የዋህ ወንድሞቻችን ናቸው ይባላል በማለት መርሻ ዮሴፍ ስለእኛ የረጨውን መርዝ እንዳለ ከፀጋየ/ሀብቶም ዓዕምሮ እንዲገባ እንደመረጃ ልውውጥ አድርጎ ያጫውተዋል። ፀጋየ/ሀብቶም በማምሻችን ላይ በምናደርገው ጭውውት ወቅት እያሳሳቀ ይህንን ለእኛ እንዳለ ዘርግፎ ያወጣዋል።

ሰዒድ አባስ እንደልማዱ ከንፈሩ አካባቢ የሚያሳያትን ፈገግታ አሁንም እንደልማዱ አሳየኝ። ያንን ፈገግታ ሲያሳየኝ መልዕክት እንዳለው ወይንም የሚያውቀው ነገር እንዳለ ነበር በቆይታችን ያካበትኩት ተመክሮ። አቡበከር ሙሀመድ ጊዜ አይሰጥምና ለፀጋየ/ለሀብቶም የተነገረህ መረጃ በክፉ መልኩና እያዛቡ በጥላቻ መልክ ማቅረባቸው እንጅ መጅድ የፖሊስ ኮሌጅ ምሩቅና ከአክራሪ የእሥልምና ተከታዮች በሆነው የኤርትራ ነፃ አውጭ ድርጅት/ጀብሃ ጋር ተቀላቅሎ ሲታገል የኖረና በኃላም ከሁለት የፍልሥጥኤም ነፃ አውጭ ድርጅቶች ጋር ቀይቶ ከመሰል ኢትዮጵያዊ አብዮታዊያን ጓዶቹ ጋር ለመደባለቅ በሰላም ተሰናብቶ በተማሪዎች ማሕበር ጥሪ ተደርጎለት ወደ አውሮፓ ተሸጋግሮ በተማሪዎች ማሕበር ጠንካራ እንቅስቃሴ ሲያካሂድ የቆየ ጓድህ ነው ብሎ ያስረዳዋል። የእኛን የሦስታችን የትግል ስልት አስመልክቶ ለማስረዳት ቢያስቸግርም ወደፊት በተግባር ትረዳዋለህ በማለት ገለጸለት። ከዚያም ሰዒድ አባስም በበኩሉ ይህንን በታኛና ከፋፋይ መርዛቸውን ገና ፍልሥጥኤም እያለን ወይንም ኤደን እንደገባን ሰሞን ቢነግሩን ኖሮ ወደፊት እስከምንተዋወቅ ድረስ እኛም ለጊዜውም ቢሆን በመደናገር እናምናቸው ነበር። ያልገባቸው ግን በየጊዜው በምናደርገው

ውይይቶችና መቀራረብ፣ አልፎም በጽ/ቤቱ በሚካሄደው የጦፈ ውይይት አልፎም ፖለሚክ (በውይይት ወቅት የሚካሄድ ጠንካራ ክርክር) ወቅት ሳንወያይና ሳንነጋገር ከእራሳችን ልቦና በመነጨ መንፈስ ያሳየነውና ያካሄድነው ተመሳሳይ አቋምና አመለካከታችን ብሎም እንደ አንድ ሰው ሆነን ሌሎቹን በፅናትና በቀራጥነት መታገላችን ሦስታችንም አንድ ልብ፣ አንድ አዕምሮ፣ አንድ ዓላማ፣ አንድ አቋምና አመለካከት ያለን መሆኑን እያወቁ ተስፋ ባለመቁረጥ የከፋፋይነት ተግባራቸውን በመከተል መርዛቸው ለመርጨት ያደረጉት የፈሪዎች በትር ዋጋ ቢስ ሆኗል ብሎ ለፀጋየ/ሀብቶም አስረዳው። ከወር በፊት ገደማ ካደረብን የእርስ በርስ መተማመንና መፈቃቀር የተነሳ ስማችንን ተለዋውጠናል። ሀብቶም/ፀጋየ ልቦናውን ከነአካሉ ጠቅልሎ እኛ ጋር የተደባለቀው ሦስታችን የስም ልውውጥ ካደረግን ከወር በኃላ ገደማ ስለነበር አጋጣሚ ሆነና ከእሱ ጋር የስም ልውውጥ የማድረግ ዕድል አልሰጠነውም። ፀጋየ/ሀብቶም ከመጀመሪያውኑም ይህንን በታኝና ከፋፋይ ምስጢር ከኢስሐቅ/አብርሐም ሲነገረው ዓላማው ዜናውን ተቀብሎ እኛ ጋር በማምጣት በተዘዋዋሪ መንገድ በመሀላችን የተፈጠረው ጠንካራ ግንባር እንዲፈራርስና እርስ በርሳችን በጠላትነት እንድንተያይ ለማድረግ እንደሆነ አስቀድሞ በመረዳቱ ነበር ሦስታችንም ባለንበት የነገረን።

ከላይ ለመግለጽ እንደሞከርኩት እኔ እስከዚያን ጊዜ ድረስ አቋሜና ወገንነቴ ከእያሱ ዓለማየሁ እና ከመርሻ ዮሰፍ ጋር ነበር። መርሻን በውይይት ተዋውቄውም አላውቅም። መርሻ ጋር የነበረኝ ግንኙነት ከመካከለኛው ምሥራቅ ወደ ሮም ከተማ በሚመጣበት ወቅት ፓርቲውን በተመለከተ ጥቃቅን ስራዎችን በማከናወን እተባበረው በነበረበት ዘመን ነበር። ከትብብሩ ባሻገር በሮም ቆይታው ሁሉ ከሥራ ውጭ አብረን ጊዜያችንን በጨዋታ ከማሳለፍ በስተቀር ሌላ ቁም ነገር ያለው ውይይት በማካሄድ ያን በኤደን ያስተጋባቸውንና ያራምዳቸው የነበሩትን መስመሮችና አቋሞች ሰምቸው ስለማላውቅ አስተሳሰብና አመለካከት እንደእኔው ያለው መስሎ ነበር የሚታየኝ። ከዚህ ባሻገር ሮም ያለው የሶማሊያ ኤምባሲ ለእሱ እንደ መዝናኛ ቦታ ዓይነት ስለነበር ወይንም ያገሩ ኤምባሲ አድርጎ ስለሚቀጥረው በየጊዜው ወደ እዚያው ነበር ይዞኝ የሚሄደው። በሌላ አካባቢ እንደተገለጸው መላኩ ተገኝና ታዲዮስ ካካሄዱት ጦርነት በስተቀር በየዋህነቴ የፓርቲው አባላት ሁሉ የአቋምና የመሥመር አንድነት ነበረን ብየ አምን ስለነበር አበጄንም ሆነ እያሱ ዓለማየሁን በአውሮጳ ቆይታየ በዚህ ረገድ ተጠራጥሬአቸው አላውቅም ነበር። አንድ ወቅት ጅምዕ/ሙሀመድ (በኋላ በሱዳን የድርጅቱ ተወካይ ሆኖ ተመድቦ የነበረው የትራጊ ተወላጅ) ለጥናት ቡድን ወደ ምዕራብ ጀርመን ሊሄድ ነው የሚል ጭምጭምታ እንደሰማሁ ገደማ እንዴት ይሆናል? እንዴት እሱን የመሰለውን በአባልነት ያቅፋሉ? ስለሚፋቀሩ፣ አብረው ስለሚጠጡና ስለሚዋደዱ ወይንስ የአመራሩን የአብዮይታዊ ሥነ ምግባር መመሪያ በደምብ ተቀብሎ በተግባር ስለሚያከብርላቸው ይሆን እንዴ? በማለት የመጠራጠር ምልክት ተሰማኝና ቀይቼ ምንአልባት ለራሱ ትዳይ ይሆናል የሚሄደው ብዬ አስተሳሰቤን ለወጥኩኝ። ታዲያ

በየዋህነቴ ተሸውጄ እንጂ ነገሩማ ጥርጣሬየ ትክክል ነበር። ጅምዕ ከሮም ከእኛ ጋር ተለይቶ የሄደው ለጥናት ነበር። "ቀና ሲታጣ የመለመላል ገባጣ" እንዲሉ ጅምዕን/ሙሀመድን አሲምባን ለቅቄ ሱዳን እንደገባሁ በሱዳን የድርጅቱ ተወካይ ሆኖ ካርቱም ፊት ለፊት ተገናኘን። እሱ "ጀግና ታጋይ"፣ እኔ ከሜዳ ፈርጥጬ የወጣሁ "ፈሪ" ሆኜ በመታየቴ ተገርሜ በሆዴ ውጬ በድርጅቱና ሠራዊቱ የወደፊት ዕጣ አዘንኩ። ለጓደኞቼ ለእነ ተስፋየ ወልዱ፣ ለዳንኤልና አማረ ስለ ጅምዕ/ሙሀመድ እንኳንስ ካርቱም አዲስ አበባም ገብተን እንኳን ስለጅምዕ ማንነት አንስቼላቸውም አላውቅ ነበር። ስለእሱ ሲያነሱ ምንም አስተያየት ሳልሰጥ ነበር ውይይቱን የምዘጋው። ይህ ሁሉ ምንአልባት በባዕዳን ኃይልና በወኪሎቻቸው ያላግባብ ተመተው በየከተማውና በየዱሩ ወድቀው የቀሩት ሰማዕታት አፅም ወግቷቸው ተፀፅተው ቁም ነገር ለመስራት ልብ ያላቸው ቢሆን መልካም ዕቅዳቸውን ላለማጨናገፍ በማሰብ ነበር። ጅምዕ/ሙሀመድ ከጥቅም ተካፋዩ እያሱ ዓለማየሁ፣ ሳሙኤል ዓለማየሁ፣ ፋሲካ በለጠና መርሻ ዮሴፍና ሌሎች ታማኞች ጋር በሠራዊቱና በሰማዕታት ደምና አጥንት የጦፈ የግል ንግድ ያካሄድ እንደነበረ በመፅሀፉ በሌላ አክባቢ ተጠቅሷል። አስማማው ኃይሉ በጉዞ ላይ ሳሉ የተሰውትን ሁለት ሰማዕታት ያጽናናና ይረዳ የነበረው ሮብሌ ነው ብሎ ሊያሳምነን ጥሯል (አስማማው ኃይሉ፣ 27)። በተቀራኒው ደግሞ በክፍሉ ታደሰ መረጃ መሰረት ከሙሀመድ ማህፋዝ ጋር ከሰሜን አሜሪካ ባንድነት ተመለምለው ወደ ፍልሥጥኤም ባንድነት የተጓዘውና ከጎኑ በመቀመጥ ያስታምመው የነበረው ጓዱ መሐሪ ገብረእግዚአብሔር እንደሆነ አድርጎ ገልጾልናል (ክፍሉ ታደሰ፣ 1፣ 226)። ሜዳ እንደገባሁ ባደረኩት ክትትል ሮብሌ የሶቪየቱ አብዱራህማን አሕመድ በኤደን ሮብሌ ወይንም እስማኤል እየተባለ ይጠራ የነበረው እንደሆነ ተረድቻለሁ። መርሻ ዮሴፍና እያሱ ዓለማየሁ፣ ጌታቸው በጋሻውንና ከእኛ ጋር ለስልጠና ከሄድነው መካከል ተስፋየ ኃይለማርያም/እርእያ (ጀማል) የተባለውን ወጣት የሁለተኛ ደረጃ ተማሪና የትግራይ ተወላጅ ሁለቱን የቻይናዎቹን የደረቅ መርፌ (አኩፓንክቸር) እንዲማሩ በሚል ስበብ ሆን ብሎ ከእኛ ነጥሎ ኤደን አስቀሯቸው። ጀማል ከእኛ ጋር (ከሶስታችን) መጠጋት ሲያበዛ ጊዜ እንደ ፀጋየ/ሀብቶም ቀይረን ወደ እኛ የምናስገባው መስሏቸው ለመለያየትና ለማጋጨት የደረቅ መርፌ (አኩፓንክቸር) ትምህርት ስም አሳበው ኤደን አስቀሩት። ፀጋየ/ሀብቶም ሁሉን ነገር እራሱ በእራሱ ካጤነና ከተገነዘበ በኃላ እራሱ ቀረበን እንጂ በእኛ ውትወታና ስበካ አልቀረበንም። ወጣቱን ተስፋየንም ቢሆን ከእኛ ጋር እንዲያብር የምንጠይቅበት ምክኒያት አይኖረንም። እራሳቸው ፈልገውና አምነውብን ካልመጡ በስተቀር እኛም ብንሆን አንቀበላቸውም።

በምንም ቢሆን ከኢትዮጵያ ሕዝብ ትግል ተለይተን በባዕድ ሀገር ሥራ ፈቶች ሆነን መኖር እንፈለግም በማለት የሦስታችን አመጽ ከለት ወደዕለት እያየለ በመምጣቱ የማያዋጣቸው መሆኑን በመረዳታቸውና እነ ውብሸት ረታና ዘርዓብሩክ አበበ ተማርከው ወደ አዲስ አበባ መወሰዳቸውን

ሲያረጋግጡና ብርሀነመስቀል ረዳ ከጥቅም ውጭ መሆኑን እንዳረጋገጡ ሌሎች ሁለት የትግራይ ተወላጆች የሆኑ (ሀብቶም/ፀጋየ እና ሰላያቸውና መልዕክተኛቸው ጨልሌው የትግራይ ልጅ ኢስሐቅ/አብርሐም የተባሉትን ጨምሮ በፍልሥጥኤም የሽምጥ ውጊያ ሥልጠናውን ባንድነት አብረን ካካሄድነው መካከል ከወጣቱ ጀማል በስተቀር ሰባታችን የፍልሥጥኤም ሠልጣኞች ዘጠኝ ሆነን ወደ "ሲዳሞ" ተብሎ ጉዞ ጀመርን። ትንሽ ቆይቶም ታማኝ ተብየው የትግራዩ ተወላጅ ኢስሐቅ/አብርሓም አሲምባ ደርሶ እንደተመለሰ ለማወቅ ችለናል። እግረ መንገዱንም ድንገት እኛ እርምጃ ለመውሰድ ብንቃጣ በተለይም ለሁለቱ የሶቪየት ተማሪዎች ለአየለ ዳኘና ገመቹ በቀለ/ሲራጅ አጋርና ደጋፊ ሆኖ እንዲያገለግልም ነበር። ስለአራታችን ከውጭ የተፃፈውን ሪፖርት አስመልክተን ሁለቱ የሩሲያ "አብዮተኞች" እንደተሸከሙ በወቅቱ በርግጠኛነት በመገንዘባችን እርምጃ የመውሰድ ውይይት አካሂደን ነበር። በኤርትራ ሜዳ በጉዞ ላይ እያለን የፈለግነውን እርምጃ በመውሰድ የተሸከሙትን የተንኮል ሪፖርት በማጥፋት በነሱም ላይ እርምጃ መውሰድ በቀላሉ ማጥቃት አላቃተንም ወይም አልተቸገርንም ነበር። ይሁን እንጂ ከመጀመሪያውኑ የነበረን ጽኑ እምነት አለመግባባትን ወደፊት በውይይት ማስወገድ እንችላለን፣ የፈለጉትንም በመወንጀል ሪፖርት ያድርጉ፣ የእኛ ማንነት የሚያረጋግጠው የእነሱ የጥላቻ ሪፖርት ሳይሆን አብዮታዊ ተግባራችን ነውና ሪፖርቱ ሜዳ ይግባ የሚመጣውን ሁሉ በፀጋ እንቀበላለን ተባብለን አንዳችም ነገር ማድረግ እንደሌለብን አራታችንም ተማመን። በከፍተኛ ደረጃ በውይይት የምናምን የድርጅቱ ልጆች ነበርን። የሃሳብ ልዩነትም ሊኖር የሚችል ጉዳይ እንደሆነ በጽኑ የምናምን ነበርን። የሃሳብ ልዩነት ለዕድግታችንና ለጥንካሬያችን መሳሪያ እንደሆነ እድርገን ነበር የምናምነው። ወደበኋላ ገደማ ጌታቸው በጋሻውና ጀማል የደረቅ መርፌውን ትምህርት ጨርሰው በአይሮፕላን ካርቱም ተላኩ። እንደ ተስፋየ መኮንን ጌታቸው በጋሻውም ከካርቱም አብዛኛውን መንገድ በጀብሃ አማካይነት በመኪና አሲምባ ገቡ። ጌታቸው በጋሻው አሲምባ እንደገባ ወታደራዊ ትምህርት በኢሕአሠ ተሰጠው። እነሰዒድንና አቡበከርን ለማስረሸን ሲባል መርሻ ዮሴፍ የማዕከላዊ ኮሚቴነት ተሾመ። ሌላው ባለሚልና ታማኝ ጌታቸው በጋሻው ደግሞ በሠራዊቱ የጠቅላይ የፓርቲ ኮሚቴ አባልነት ተሾመ (ሁለቱም በምርጫ ሳይሆን በሳሙኤል ዓለማየሁ እና በዘሩ ክሕሸን ፍልጎትና መልካም ፍቃድ ነበር)። ክፍሉ ታደሰ ለማወናበድና ከተጠያቂነት ለማምለጥ በእሕጸሮ ቃላት የጠቀሳቸው ሌሎቹ በፍልሥጥኤም በሥልጠና ከእኛ ጋር ያልነበሩና የማይታወቁ ያለበለዚያም የክፍሉ ታደሰ ታማኝ ባለሚል ናቸው። በትክክል የሰው ስም ይሁን የአውሬ ወይንም የእቃ ስም ይሁን እይታወቅም፣ የሚጠይቀው ኃይል አይኖርም ብሎ በመገመቱ። ሰዒድና አቡበከር መላኩ ተገኘን በምዕራብ አውሮጳ የፓርቲው የአካባቢ አመራር መሆኑን በስምና በዝና በደንብ ያውቁታል።

በኤደን ቀይታችን ከዚያም በኤርትራ ጉዟችንና በአሲምባ ውይይት መሳሪያችን እንደሆነ በየዕለቱ በምናካሂዳቸው ውይይቶች ወቅት ለማስተማር ያልሞከርንበት ወቅት አልነበረም። አልፎም ተርፎ በውይይት ወቅት የተለያዩ ሃሳቦች ሲፋጩ ትክክለኛውን ሀሳብ አበጥረን ለማግኘት ሲባል እስከ ፖለሚክ (Polemic) ድረስ እንደምንገባበዝ ሁሉ በጽኑ እናምን ነበር። ለማያዉቅ ወይም ከውይይቱ ውጭ ሆኖ ለሚታዘበን እንግዳ ፖለሚክ ውይይት ስንለዋወጥ ሲመለከት እንደተጣላንና ወደ ድብድብ እንደምንገባብዝ መስሎ ነው የሚታየውና የሚቀጠረው። ትክክለኛውን ሃሳብ ለማስያዝ በቅንነትና በንጽህና ለምንወያየው ለእኛ ግን ፖለሚክ ትክክለኛውን ሃሳብ ለማስጨበጥ ሲባል የሚከሄድ ጠንካራና ከስሜት በመነጨ መንፈስ የሚደረግ የውይይት ዘይቤ እንደሆነ ነበር የምናምነው። እነ እያሱ ዓለማየሁና ኤደን የነበሩት መርሻ ዮሴፍ፣ ጌታቸው በጋሻውን፣ ጫት ሲቅሙ ይውሉ የነበሩትንና ሌሎቹንም ያስበረገጋቸውና ያስደነገጣቸው በመጽሀፉ የገለጽኳቸው የሶስታችን ገጸ ባህሪያችን ነበሩ። ለእኛ የተሸከምናቸው ገጸ ባሕሪያት ብቸኛ ሀብቶቻችን ከመሆናቸውም በላይ ጠንካራ የትግል መሣሪያዎቻችን ነበሩ (ለባዕዳን ኃይል በመሣሪያነት ተቀጥረው ከማገልገል ይልቅ ብልህና ሀቀኛ የሆነ ኃይል በአመራሩ ቢኖር ኖሮ እነዚህን ባሕሪያት ለበጎ ተግባር በመጠቀም ድርጅቱ አያሌ ድሎችን ባስመዘገበና የሎንደኑን ኮንፈረንስ በኩራት በመሳተፍ የኢትዮጵያን ሕዝብ ባኮራ ነበር)። ሥነሥርዓት፣ ደምቦችንና ሕጎችን ለግላቸው ብቻ በሚጠቅም መንገድ በመጠቀማቸው እኒህ ባህሪይዎቻችን ለፓርቲውና ለሠራዊቱ አመራር አባላት እጅግ አድርጎ ጠቀሚቸዋል። እነሱና ባጠቃላይ በአመራር ቦታ ላይ የነበሩት ስውር ዓላማ ለነበራቸው ወኪሎችና የውስጥ አርበኞች ድብቅ ከመሆናቸውም በላይ በውይይት ስለማያምኑ እኛ ግልጽ መሆናችን አስቀድመው ምንነታችንን በቅድሚያ በመረዳት ሸርና ተንኮላቸውን በመሸረብ ጊዜው ሲደርስ አስፈላጊውን ለመፈጸም ያስችላቸዋል/አስችሏቸዋልም። በኤደን ባንዲት ክፍል ውስጥ ለሰባት ወራት በቁም እስር መልክ ታጉረን በቀየንበት ወቅት ባካሄድናቸው ውይይቶች በወቅቱ የነበሩት ውይይት ትክክለኛውን ሃሳብ ለማስጨበጥና የሃሳብ አንድነት ለማስያዝ የሚጥቀሙበት ሳይሆን ማንነታችንን ለማወቅና እርምጃ ለመውሰድ ያለበለዚያም ስለ ሆነ ጉዳይ አስቀድመው ምን ዓይነት አመለካከት እንደሚኖረን ለመረዳት የሚጠቀሙበት ነበር። ውይይትን የሚጠቀሙበት ለመማማርና ንቃታችንን ለማዳበር ሳይሆን ምን እንደምናስብና ምን እንደምንናገር በቅድሚያ ተረድተው አስፈላጊውን 'አብዮታዊ' እርምጃ ለመውሰድ እንድያስችላቸው ነበር።

አያሌው ይማም በመጽሐፉ ፀጋየን/ሀብቶምን ኪዳኔ ብሎ ነው የጠቀሰው። ምንአልባት ከጊዜ እርዝመት የተነሳ ተዘንግቶት ይሆናል በማለት ልጠይቀው አልፈለኩም። አሁንም እንደገና አያሌው ይማም በሽር የሚባል ከእኛ ጋር ከኤደን አብሮ የመጣ እንዳለ አድርጎ ጽፏል። ከእኛ ጋር በሽር የሚባል አልነበረም። ከየት አምጥቶ እንደጨመረው ለማወቅ አልቻልኩም። የእኔን ቡድን በተመለከተ

የአያሌው ይማም ሌላው ስሕተቱ አብረን ወደ ሜዳ የገባነው አምስት ብቻ አድርጎ ነው ያስቀመጠን። ትክክለኛው ከፍልሥጥኤም ባንድነት ሰልጥነን የመጣነው ሰባታችንና በተጨማሪ ኤደን ካገኘናቸው ከላይ አካባቢ የጠቀስኳቸውን ሁለት ጓዶች ማለትም ኢሥሐቅ/አብርሃምና ፀጋየ/ሀብቶም ተጨምረውልን በድምሩ ዘጠኝ ሆነን ነበር አሲምባ የገባነው። ከላይ ለመጥቀስ እንደሞከርኩት በሀብቶም ሥም ሲታወቅ ቀይቶ የሜዳ ጉዟችንን እንደጀመርንና ብሎም ሜዳም ሆነ በተፈጸመበት የስቃይ ግርፋት ወቅት የሚታወቀው በዚሁ ፀጋየ በሚለው ስሙ ነበር። ለደቡብ ኢትዮጵያ የኢሕአሠ ክንፍ ተመልምለን በፍልሥጥኤም እንዲሰለጥኑ ከየአሀጉሩ ከተሰበሰብነው መካከል የወያኔ ወኪል ይሆናል ብለን እንጠራጠረው የነበረ ወጣቱ ጀማል እንደ ነበረበት ከላይ ለመጥቀስ ተሞክሯል። ይህ ወጣት በትምህርት ደረጃው የሁለተኛ ደረጃ ትምህርት ቤት ተማሪ የነበረ፣ ንቃተ ኅሊናው ዝቅተኛ የነበረ፣ በዚህም ምክኒያት ለጠባብ ፖለቲከኞች በቀላሉ ተሸርከርካሪ በመሆን በተዘዋዋሪም ሆነ በቀጥታ ለቀኝ ክንፍ ብሔርተኛ አገልጋይ ነበር። በቆይታችን ወቅት ሳት እያለውና ሳይታወቀው የቀኝ ክንፍ ብሔርተኞችን ዝንባሌና ቋንቋ ያንፀባርቅ የነበረ ወጣት ነበር። ትሁት፣ ታዛዥና ተቅለስላሽ በመምሰል የነ መርሻ ዮሴፍንና የሌሎቹን አመራር አባላት ልብ ሳበ። ሰው የሚያከብር እንዲህ ዓይነት "ጨዋ" ወጣት መገኘቱ አስደስቷቸው ታዛዦቻቸውና ሠላያቸው ለማድረግ አስፈላጊውን ስልጠና ለመስጠትና ሌሎች ጉዳዮችንም አያከናወነ እንዲሰነብት በማቀድ ከእኛ ለይተው ከፕሮፌሶር ጌታቸው በጋሻው ጋር አኩፓንቸር የተባለውን የቻይናዎች የደረቅ መርፌ መድሀኒት እንዲማር በሚል ሰበብ ኤደን እንዲቀይ ተደረገ። ወያኔም የምትፈልገው ታማኝ መስሎ በአመራሩ እንዲታቀፍ ስለነበር የተሰጠውን ምክርና ትምህርት በመጠቀም፣ የነመርሻ ዮሴፍን ልብ ለመሳብ ጣረ። ተሳካለትም። ከኤደን በአይሮፕላን ተሳፍረው ካርቱም ሄደው ከካርቱም በጀብሃ መኪና አሲምባ ገቡ። አሲምባ ገብቶ ሥራውን በሚገባ ሰርቶ በመጨረሻ ከአሲምባ ወደ ውጭ ከመሄድ ይልቅ ደርግ ጋር እንዲገባ ከእናት ድርጂቱ በተሰጠው መመሪያ መሠረት ለደርግ አዳሪ በመምሰል በቀይ ሽብር ወቅት ወያኔ የሚፈልጋቸውን ሁሉ እየመነጠረ በማሳደድ ከፍተኛ ውለታ አከናወነ። የአንድ ከፍተኛ ካድሬ በመሆን ሀቀኛ ልጆችን ሲያሳድድና ሲያሰቃይ ቀየ። አብዮታዊ ሰደድ እነ ተስፋየ መኮንንን በመሣሪያነት በመጠቀም የወዝ ሊግ'ን አባላት ባስጨፈጨፈበት ወቅት ጀማል ወደ ምሥራቅ አውሮጳ ለከፍተኛ ካድሬነት ኮርስ ተልኮ እነቀልቤሳ ውጭ ሀገር ሲቀሩ "ታማኙ" ሎሌ ወደ ሀገሩ ተመለሰ። በፖለቲካ ሽርኩቻ ሳቢያ ታስሮ ሌሎቹ ደብዛቸው ሲጠፋ እሱ ግን በወያኔ ትዕዛዝ ተፍትቶ ደርግ የግል ክሊኒክ እንዲያቋቁም ረድቶት የግል ንግዱን ሲያጧጡፍ ኖሮ ወያኔ ስትገባ በዕልልታ ተቀብሎ ሲተባበራቸው ቀየ። ወያኔ እንደገባ የከፍተኛ ካድሬዎች በቁጥጥር ስር ሲውሉ እሱ ለወያኔ በማስተባበር ተግባር ሲረዳቸው ቢቀይም በቀይ ሽብር ዘመን በፈጸመው ኃጢአቱ በሕዝብ ግፊትና ጩኸት በቁጥጥር ስር ውሎ ሌሎች ካድሬዎች ወደታሰሩበት ቦታ ወስደው ለጊዜውም ቢሆን

አትረውት ነበር። ሁለታችንም አዲስ አበባ ስንኖር አንድም ቀን ተገናኝተንና ተጠያይቀን አናውቅም ነበር። ምክኒያቱም እሱ ኢትዮጵያዊ ጌታ እኔ ደግሞ በገዛ ሀገሬ የባዕድ ዜጋ ነበርኩና። ከሀገሬ ልወጣና ዳግመኛ ለስደት በምዘጋጅበት አካባቢ አንድ ስቴክ የዊንስቴን ሲጃራ ገዝቸ እሥር ቤት በመሄድ ጎብኝቸዋለሁ።

ብርሀነመስቀል ረዳ እና የመጀምሪያዎቹ የፍልሥጥኤም ሠልጣኞች ከአንድ ዓመት በላይ በግርግር በናቅፋ በርሃ ውስጥ በቁም እስር የቀዩት በቀጥታ በሲ. አይ. ኤ መመሪያ በሻዕቢያ አስፈጻሚነት በድርጅቱ አመራር እምብርት ተባባሪነት ሲሆን የእኛ የሁለተኛው የፍልሥጥኤም ሠልጣኞች በኤደን ለሰባት ወር የተካሄደብን የቁም እስር የተፈጸመው ለሲ. አይ. ኤ ተልዕኮቸውን ለማስፈጸም ሰርገው በገቡት የፓርቲያችን አመራ እምብርት/ክሊክ እንደነበር እናምናለን። በ70'ዎቹ መጨረሻ ፓርቲው ባካሄደው የማዕከላዊ ኮሚቴ ስብሰባ የትግል ጓዶቹ አቡበከር ሙሀመድና ሰዒድ አባስ በኤደን ቀይታችን በቀራጥነት የታገልንለትን፣ ከዚያም በመቀጠል ከሌሎች ሰማዕታት ጓዶቻችን ከእነኢርጋ ተሰማ፣ ብሥራት ደበበ፣ ኤልያስ በቀለ፣ በሽር፣ አብርሓም፣ ታፈስ፣ አንተነህ፣ ታደሰ፣ በላይ፣ ሊበን፣ መኮንን ተክሌ/ደረጀና ሌሎችም ጋር በመሆን ያለምንም ፍርሀትና መጨነቅ በቀራጥነትና በግልጽ አብዮታዊ ዲሲፕሊን በተመላበት መንገድ የታገሉለት ከላይ የዘረዘርኳቸው መስመሮቻቸውና እቃሞቻቸው ሁሉ ትክክለኛ መሆናቸውን "ጅብ ከሄደ ውሻ ጮኸ" እንዲሉ አምነውበት ሳይሆ ለማወናበድና ለንግድ ተግባር አባላት ለማፍራት እንዲያስችላቸው ሕጋዊነት የሌለው የማዕከላዊው ኮሚቴ በራሱ ላይ ሂስና ግለ ሂስ በማካሄድ መሸፋፈኑን አበሰረ (አብዮት፣ መስከረም 1979)። የሶቪየት ሥርዓት በሶሻል ኢምፔሪይሊስትትነት እንዲፈረጅ በ1965 ዓ. ም. ተነስቶ መሄጃና ማምለጫ ሲያጡ በብልጠታቸው ለጊዜው እናቀየው በማለት አታለው፣ በመጨረሻ ጠንካራ አቃም የነበራቸውን ሀቀኞቹን ሁሉ ካስጨፈጨፉና ከጨፈጨፉ በኋላ ፓርቲውን በስደት ለመምራት እንዲያስችላቸው "ኢሕአፓ የሶቪየት ሕብረት ሥርዓት ሶሺያል ኢፔሪያሊስት ነው" ብለው በመወሰን ገንዘብ የሚያዋጡ ደጋፊዎችን ለማግኘት ሞከሩ። ለውክልና ተግባራቸውም ሆነ ለግል ሥልጣን ጥቅታቸው እንቅፋት የሚሆኑትን ሁሉ አስረው ገርፈዋል፣ ረሽነዋል፣ በመጠቀምና በማስጠቀም አስረሽነዋል። የቀረው ተስፋ ቀርጦና አንገታቸውን ደፍተው ሀሞተ ቢስ ሆነው ከትግሉ ተገልለው እንዲኖሩ ተደርገዋል። ሳሙኤል ዓለማየሁና ዘሩ ክሕሽን በማያወላዳ መንገድ ሥልጣኑንና በወጭ ሀገር የሚገኘውን ማናቸውንም ሀብትና ንብረት ለእያሱ ዓለማየሁና መርሻ ዮሴፍ አደላድለውና አመቻችተው የደስታ ሕይወታቸውን ለመምራት ወደ ውጭ ሀገር አመሩ። ከዚያም ሩቅ ሀገር ለውሽት ያመቻል እንዲሉ ከተለያዩ ወዳጆች እንደሰማሁት እያሱ ዓለማየሁና መርሻ ዮሴፍ "እኛ ነን እኮ የሞትነው" እያሉ በየስብሰባው እንደሚለፍፉ ለመስማት ቻልኩ። ሂስና ግለሂስ በማለት አርመው በጽሁፍ ደረጃ ማስቀመጡ ለማወናበድና ለማስመሰል የሚጠቅማቸው እንጂ የሚጎዳቸው ባለመሆኑ ጠቃሚነቱን በመረዳት

የቀየሱት ዘዴ ነበር። ያለበለዚያማ ከዚሁ ከሂስና ግለ ሂስ ጋር አብሮ መራመድ የነበረበት ሥልጣኑንና የፓርቲውን ሀብትና ንብረት የሙጥኝ ብለው የያዙት ባለሥልጣኖቹም ጭምር ሥልጣናቸውንና ሀብቱን በክብርና በማዕረግ ላልተበከሉ አዲስ አባላት አስረክበው በክብር መሰናበት ነበረባቸው። ያለማወላወልና ያለፍራቻ በፅኑ የታገሉትን ከረሸኑ በኋላ፣ በሺሕ የሚቆጠሩ ጀግኖችን አስረው ክቡር የሆነውን የሰውን ልጅ ሰውነት ሳንጃና ማጭድ እያጋሉ እየጠበሱ ከገረፉ በኋላ እና ስንቱ ሀቀኛና ቀራጥንቅ ቅን ታጋዮች ከትግሉ እንዲነጠሉ ከተደረገ በኋላ የዝሆን እንባ አነገሩ።

7.12. ወደ ሜዳ ጉዟችን ዋዜማ ሀገር ወዳዱ ሀብቶም/ፀጋየ በተገኘበት ጥንቃቄን አስመልክቶ የተካሄደ ምክክርና የከባድ መረጃዎች ልውውጥ

ሸንካላና የማዘናጊያ ምክኒያት በመስጠት እያታለሉና እያደናገሩ ለሰባት ወራት እትረው በመጨረሻ ወደ ሲዳሞ ብለው ወደ አሲምባ ጉዞ አስቀጠሉን። ጉዞውን ሲያስጀምረን ተንኮል የተጠናወተው መርሻ ዮሴፍ እንዲህ ሲል የምስራች አበሰረልን። በመጨረሻ ሁኔታዎች ሁሉ ተሟልተው በመጠናቀቃቸው በዕቅዱና በፕሮግራሙ መሠረት የደቡብ ኢትዮጵያ ጉዟችሁን በሻዕቢያ ሜዳ በኩል ተሸጋግራችሁ እግረ መንገዳችሁን አሲምባን ትጎበኙና ጉዟችሁን ወደ ደቡብ ትቀጥላላችሁ በማለት መልካም ዜና አበሰረ። ለማሳመን ይሆናል ንግግሩን በመቀጠል በአሲምባ ቆይታችሁ የደቡብን አካባቢውንና ሕዝቡን ተመሳስላችሁ ወደ ደቡብ የምትጓዙበትን ሁኔታ ትምህርትና ልምምድ ይሰጣችኃል አለን። አያይዞም ጓድ ብርሀነመስቀል ረዳ ጋር ተገናኝታችሁ ስለደቡቡ አጠቃላይ ሁኔታ ያወያያችኃል፣ ምክር በመስጠትም ይሸኛችኃል በማለት ዜናውን አበሰረልን። አንባቢያን ልብ በሉ። እኔ ያለሁበት ቡድን በኤርትራ በኩል አድርጎ ወደ ሀገር ቤት ጉዞ ለመጀመር ሲንቀሳቀስ ብርሀነመስቀል ረዳን በኮንፈረንስ አሳበው ከአሲንባ አውጥተው አዲስ አበባ ካስገቡ በኃላ ከድርጅቱ የመሪነት ቦታው መወገድ ብቻ ሳይሆን በቁም እሥር መዋል የጀመረበት ጊዜ ነበር። በፓርቲ አባልነታችን የፓርቲ ውስጠ ዜና የማወቅ መብታችንን እንኳን በመንፈግና የሀሰት ዜና በማራመድ ስለሚካሄደው ውስጠ ፓርቲ ትግልና እንቅስቃሴ ሁሉ ለመደበቅ ጥረዋል። ብርሀነመስቀል ረዳ ለስብሰባ ተብሎ ከአሲምባ ወደ አዲስ አበባ የተወሰደው ከሰኔ ወር 1967 ዓ. ም. መጨረሻ ገደማ እንደሆነ ወደ በኃላ ለማወቅ ቻልን። መርሻ ዮሴፍ ግን አሲምብ ስንደርስ እንደምንገናኘውና አልፎም ስለደቡቡ አጠቃላይ ሁኔታ ገለጻ አድርጎና ምክር ሰጥቶ ይሸኛችኃል ብሎ ቃጥፎና አታሎ ነበር የሸኘን። ምንም እንኳን ብዙ አጠራጣሪና አስቸጋሪ ሁኔታዊዎችን በመርሻ ላይ ብንገነዘብም፣ የፓርቲያችንና ሠራዊታችን ተወካይ በመሆኑ ስለሠራዊቱና ስለ ብርሀነመስቀል ረዳ አስመልክቶ የሚነግረንን ሁሉ በሙሉ ልቦናችን ነበር የምንቀበለውና የምናምነው። በእኔ በኩል ብርሀነመስቀል ረዳ እና ዋለልኝ መኮንን በየበኩላቸው የመከሩኝን በልቦናየ ባሳድርም በተጨባጭ በምገነዘባቸው አስቂኝና አጠራጣሪ ሁኔታዎች እያሱ ዓለማየሁን ኤደን በገባን እስከ መጀመሪያዎቹ

ጥቂት ሳምንት ድረስ በፍጹም ተጠራጥሬው እንደማላውቅ በሌላ ቦታ በተደጋጋሚ ተጠቅሷል። በኤደን ሥራ ፊት ሆነን በቀየን ቁጥር ከደርግና ከሻዕቢያ በባሰ አዳዲስ አስጊና አደገኛ አዝማሚያዎችን በመገንዘባችን በግድም በውድ የብርሀነመስቀልንና የዋለልኝን መኮንን ምክር በመጣስ ለድርጅቱ ብሎም በስምና በዝና ብቻ ለጠገብነው ሠራዊታችን ኢሕአሠ ሕልውናና ለጓዶቼና ለሀቀኞች የሠራዊቱና የድርጅቱ አባላት ደህንነትና ሕልውና ለማስጠበቅ ሲባል አፋጣኝ እርምጃ መውሰድ እንደሚገባኝ አመንኩ። ሆኖም ምን ዓይነት እርምጃ፣ መቼና እንዲሁም የትና ከነማን ጋር የሚለውን ከጓዶቼ ጋር መወያየቱ ይሻላል ብየ በሆዴ ይዤ ስጠባበቅ የመወያያው ጊዜ ደረሰ። በመጀመሪያ አራታችንም ብዙ ነገሮችን በሆዳችን አምቀን ብንይዝም መርሻ ዮሴፍ ስለትዟችን ያደረገልንን ገለጻ በማመን ቀይ ባህርን ተትዘን ከሰሜን ኢትዮጵያ ደርሰን ከዚያ በኋላ ወደ ደቡብ ኢትዮጵያ ለመድረስ ያለው እርቀትና የሚያስከትለውን የጸጥታና የደህንነት ጉዳይ እያነሳን እንዴት ከኤርትራ እስከ ሲዳሞ ያለውን እርቀት አቋርጠን እንድንሄድ ያዘጋጁናል፣ ለምን ቀጥታ ጂቡቲ ወይንም ናይሮቢ አይልኩንም? ብለን በሰፊው ተወያየን። ምንም እንኳን የውይይታችን ቋንቋና ትርጉም ባብዛኛው ባይረዳውም እስከመጨረሻው ዘላቂ ትግላችን ድረስ ሊለየን የማይችል ሀቀኛ ሀገር ወዳድ መሆኑን ካረጋገጥንለት ጓዳችን ሀብቶም/ፀጋየ ጋር በመሆን አራታችንም ባንድነት አሲምባም የትግል ሜዳ ነው፣ ሲዳሞም የትግል ሜዳ ነው፣ ዋናው ቁም ነገር በአሁኑ ሰዓት ከዚህ ከቦዘኔነት ሕይወት ተላቀን ጓዶቻችን ከሚዋደቁበት ስፍራ ደርሰን ለሕዝባችን ለመሰዋት ያብቃን እንጂ ብለን ምኞታችንን እርስ በርስ ተገላለጽን። ከደስታም የተነሳ አራታችንም እርስ በርስ ትካሻ ለትካሻ በመተቃቀፍና እጅ ለእጅ በመጨባበጥ ስሜታችንን የገለጽንባት ያቺ ጊዜ ምን ጊዜም አትረሳኝም። ልክ ከብዙ ዘመን እሥራት በኋላ ከዓለም በቃኝ ከርቸሌ በነፃ ተለቀን የምንወጣበት ዕለት ነበር የመሰለን። ዛሬ ወደኋላ ዞር ብየ ያንን የጋለ የትግል ስሜታችንን ሳስታውስና ስመራመር ምን ያህል ለሀገርና ለሕዝብ እራሳችንን ለመሰዋት ቀርጠን የተነሳን የዋህና ቅን የሕዝብ ልጆች እንደነበርን በስዕል መልክ ቁልጭ አድርጎ ይታየኛል። ለዕርድ ያዘጋጁን መሆኑን በእርግጠኝነት እየተረዳን በግድ ካልሄድንና ካልታረድን ብለን ሽንጣችንን ገትረን መታገላችን ምን ያህል በጋለ የትግል ስሜት ውቂያኖስ ውስጥ ተዘፈቅን እንደነበርንና ምን ያህልስ ለድርጅታችንና ለሠራዊታችን ድህንነት ለመሞት ቀርጠን ተነስተን እንደነበር ያስታውሰኛል።

ያን ጊዜ ለራታችንም ይታየን የነበረው ከዚያ ስሜትና አዕምሮን ከሚረብሽ የቁም እስር ነፃ በመውጣት ከታጋይ ጓዶቻችን ጋር ተቀላቅለን "ለትግል" መብቃታችንን ነበር። ለሞት እያዘጋጁን መሆኑን በርግጠኝነት እያወቅን በጉዞ ላይ የተንኮል ዕቅዳቸውን በማክሸፍ ያላግባቡን ሞት ለመቀጣጠር ከሌሎቹ ይበልጥ ብቃትና ወታደራዊ ችሎታም ነበረን። እኛ ግን ልዩነቶችና አለመግባባት በውይይት እንደሚፈቱ በጽኑ የምናምን ቅን አብዮታዊያን ነበርንና እንደዚያ ዓይነቱን አስተሳሰብ

እንደ ደካማና ኋላቀር አድርገን ነበር የምንቆጥረው። ከቶም ቢሆን አይረሳኝም መርሻ ዮሴፍና ሌሎቹ በወቅቱ ባካባቢው የነበሩት በተለይም እነ እስማኤል/ሮብሌ እና ፕሮፌሶር ጌታቸው በጋሻው እንዴት አድርገው ይመለከቱን እንደነበረ መግለጽ ያስቸግረኛል። አመለካከታቸው ከእንደዚህ ዓይነቶቹ ሞት አይፈሬ ጋር ነው ወይ የምንሄደው ወይንም የምንታገለው በማለት የፍራቻም፣ የጭንቀትም ነበር። በዚያኑ ዕለት ጊዜና ሁኔታ እንደተመቻቸልን አቡበከር ሙሀመድ ጉዟችንን በማስመልከት እንድንመካከር አሳሰበኝ። ከሰባት ወር በላይ ባንድነት ስንቀይ ሁለቱም ስማዕታት ጓዶቼ በእያሱ ዓለማየሁ ላይ የተለየ አመለካከት እንደነበራቸው ጠቅሰውልኝ አያውቁም ነበር። ጉዞ ለመጀመር በምንዘጋጅበት ዋዜማ ድፍን ባለ መልኩ የእኛ ካካባቢው ርቀ መሄድ በእያሱ ዓለማየሁና በተማሪ ማሕበራችን መካከል ያለውን ከፍተኛ መቃቃር ያስወግድልኛል ብሎ ስለሚያምን ለሥራዊቱ ዕድገትና ጥንካሬ የነሱ (የሰዒድና የአቡበከር) ተሳትፎ ከፍተኛ አስተዋፅኦ ይኖረዋል በሚል ሽፋን ከሰሜን አሜሪካ ሕዋስ ለሥልጠናው ሁለታችን ተወክለን እንድንመጣ ከፍተኛ ጥረትና ርብርቦሽ ያደርግ እንደነበረ ጠቀሱልኝ። የእያሱ ዓለማየሁ ዋና ዓላማ ግን አሉ ሁለቱም ሜዳ ከገባን በኋላ አፍኖ ለማስቀረትና በሰሜን አሜሪካ የነበረውን የኃይል ሚዛን በመቀየር ያለችግር በንግሥናው ለተጨማሪ ዘመን ለመቀየት በመፈለጉ ነበር ብለው ሁለቱም ባንድነት የወሰጣቸውን አውጥተው ዘረገፉልኝ። ታዲያ ለእያሱ ዓለማየሁና ለግብረ አበሩ የሚመስላቸው አለ ሰዒድ አባስ እኛ ተዘጋጅተን ወደ እዚህ (ወደ ሜዳ ትግሉ) እንድንመጣ ያደረገን የነሱ ስውር ደባ እንደሆነ ወይንም በእነሱ ተታለንና ተሸውደን እንደመጣን ነው የሚመስላቸው። ባንድ አካባቢ አፍነው ሊያቀዩን እንደፈለጉ እያወቅን ሆኖም እንዳላወቅን በመምሰል ለሕዝባዊው የትጥቅ ትግሉ ባለን ፅኑ ፍላጎት፣ ለሕዝባችንና ለሀገራችን ባለን ከፍተኛ ፍቅር ቆርጠን ነው የመጣነው ብሎ በኩራት መንፈስ ግልጽ ሆኖ ተናገረ። እኛ ለዚህ ክቡር ዓላማ ከወራት በፊት ጀምረን ዝግጅትና ልምምድ በማድረግ መቀየታችንን እነሱ ቀርቶ የአካባቢያችን ሰዎች እንኳን አያቁም። አልፎም የቅርብ የሴት ጓዶቻችን/ፍቅረኞቻችን እንኳን አያውቁም ነበር አለ አቡበከር በማያያዝ። እንዲያውም የሰዒድ አባስ ፍቅረኛ ወ/ሪት እቴነሽ ይብሳ በጤንነት ስም በሚያካሂደው እንቅስቃሴ ሰውነቱ መክሳቱን በመገንዘቧ ተጨንቃ ለጤንነት ብለህ የምታደርገው እንቅስቃሴ ከባሰ ያልታወቀ በሽታ ላይ እንዳይጥልህ ምግብ ባግባቡ ብትመገብ እና እራስክን ብትጠብቅ መልካም ነው ብላ ትማጸነው እንደነበረ ባንድ ወቅት አጫውተውኝ ነበር።

በመቀጠልም ሮም ከተማ ከእያሱ ዓለማየሁ ጋር ተገናኝተው ለጥቂት ጊዜ ባንድነት እንደቀዩ ከእያሱ ዓለማየሁ ጋር በሰላም እንዳልተያዩ ዓይነት ስሜት አሳዩኝ። አማራጭ የለኝም፣ ሲረብሸኝ ከሚኖር ልጠይቅና ያቃልሉልኝ ብየ ወሰንኩ። በምሬት እባካችሁ ግልጽ አድርጉልኝ ያለበለዚያ ምንም ነገር አታንሱልኝ አልኳቸው። ጓድ መጅድ፣ ኤደን ቀይታችን በተካሄደው የየዕለት ውይይታችን ችግሮቹ በግልጽ የታወቁህ መስሎን ነበር። እንዲያውም አለ ሰዒድ ፍልሥጥኤም

በሥልጠና ላይ እያለን ሁለታችን አፍነን የያዝነውን ጭንቀታችንን አንተ ፍርጥርጥ አድርገህ ባወጣህበት ወቅት ችግሮቹን አንተም ቀደም ብለህ እንደምታውቃቸውና የገባህ መስሎን ነበረ የተሰማን። ሌላ እንዳይመስልህ፣ የከረረ የፖለቲካና የአቋምና የመስመር ልዩነት በሰሜን አሜሪካ የኢትዮጵያ ተማሪዎች ማሕበርና በድርጅቱ የውጭ ጉዳይ ኋላፊው መካከል አለ። እያሱ ዓለማየሁና ጓደኞቹ: 1ኛ. በተራዘመ ሕዝባዊ የገጠር ትጥቅ ትግል ላይ ዕምነት የላቸውም፣ እምነታቸው በከተማ ትጥቅ ትግል በማካሄድ ቤተመንግሥት ለመግባት ነው የሚፈልጉት። 2ኛ. በሶቪየት ሕብረት ላይ ግልጽ የሆነ እቋም የላቸውም፣ ሶሺያል ኢምፐሪያሊስት የሚለውን አይቀበሉም። እንዲያውም ጠንካራ የሆኑ አፍቃሪ ሶቪየት ሕብረት ናቸው። በዓለም ዙሪያ ከሚንቀሳቀሱ የነፃ አውጭ ድርጅቶችና የፖለቲካ ድርጅቶች መክከል እነእያሱ ዓለማየሁ የሚደግፉት በሶቪየት ሕብረት የሚደገፉትንና የሚረዱትን፣ ለምሣሌ አንጎላ ውስጥ ከነበሩት የነጻ እውጭ ድርጅቶች መካከል በሶቪየት ሕብረት የሚረዳውንና የሚደገፈውን ኤም. ፒ. ኤል. ኤ (MPLA) የሚባለውን ብቻ ነበር አሉኝ። አቡበከር በማያያዝ እነዚህን አቋሞች የሚያራምዱትን የሰሜን አሜሪካ የተማሪዎች ማሕበር አባላትን ሁሉ እያሱ ዓለማየሁና ጓደኞቹ ማዎይስቶች ናቸው፣ ከማዎይስትነትም አልፎ የ 'ሲ. አይ. ኤ. እና የሞሳድ ቅጥረኞች ናቸው እያሉ ስም የማጥፋት ዘመቻና ውዥንብር በማካሄድና በመወንጀል አያሌ ችግር ለመፍጠር ጥረዋል። እኛ የቻይናን ሕዝብ ትግል እንዳለ ኮፒ አድርገን በኢትዮጵያም ላይ እናካሂድ ብለንም አናውቅ። የእኛ አባባል ፓርቲያችን ቻይናና ቬት ኮንጎች የተከተሉት የትግል ስልት ከገጠር ወደ ከተማ የሚለውን የተራዘመ የትጥቅ ትግል ስትራቴጂ አምኖበት እንደዋነኛ ስትራቴጂ ነድፎ በፕሮግራሙ ላይ ቁልጭ አድርጎ አስፍሮታል። በዚህም ምክኒያት ነበር አያሌ አብዮታዊያን ፓርቲውን የተቀላቀሉት። እኛም ብንሆን አሉን ሁለቱም እየተፈራረቁ ካንጀታቸው። ፓርቲያችን በፕሮግራም ላይ ቁልጭ አድርጎ የሰፈረው የቻይናዎቹንና የቬት ኮንጎችን የትግል ተመክሮና ዘዴ እንደምንከተል በመሆኑ ተግባራዊ እንዲሆን እንታገላለን። እያሱ ዓለማየሁና ጓደኞቹ ስትሉ እነማን ናቸው? ብየ ደፍሬ ጠየኳቸው። ከእያሱ ዓለማየሁ ሌላ ከመስፍን ሀብቱ ሞት በኋላ የዩንቨርስቲው ተማሪዎች ሲገረፉና ሲታሰሩ ቀደም ብሎ በተዘጋጀላቸው የነፃ ትምህርት ዕድል አሜሪካ መጥተው ከነበሩትና ከምሥራቅ እውሮጳ ከነበረው የኢሕአድ ከፍተኛ መሪዎች ውስጥ ናቸው ብለው በደፈናው ነገሩኝ (ስም አልገለጹልኝም፣ ሆኖም በፖሊስ ኮሌጅ ቆይታየ በዩኒቨርሲቲው ረብሻ ወቅት ሌሎች ሲታሰሩና ሲገረፉ እሱ ተንቀባሮ ወደ አሜሪካ ሄደ ተብሎ ይወራለት የነበረርው ዘሩ ክሕሸን መሆኑን ሰምቼ ነበር። ይህ የሚታማው ዘሩ ክሕሸን እራሱ ይሁን ወይንም ሌላ ባላውቅም በሮም ከተማ ከእያሱ ዓለማየሁና ከመርሻ ዮሴፍ ጋር እንዳለሁ በዘሩ ክሕሸንነት የተዋወቀኝ ሽክ ብሎ የለበሰና ቢሮክራት የሚመስል መልከ መልካም ሰው ጋር መተዋወቄ በምዕራፉ ተገልጿል።

በተጨማሪም ጓዶቹ ሌሎች የማላውቃቸውን በኒው ዮርክና ባካባቢው ግዛቶች ነዋሪ የነበሩ ተማሪዎችን ለመጥቀስ ሞከሩ (አንዳቸውንም አላውቃቸውም)።

ብርሀነመስቀል ረዳ "የእኛዎቹ ግን በውይይት ያምናሉ" ብሎ እንዳስረዳኝ እነዚህም ሁለት የዋሆች እንደ እኔውና እንደብርሀነመስቀል ረዳ "ቅንነት ካለ በመወያየት እንደሚፈታ ዕምነታችን ነው" ብለው ለማስረዳት እንደሞከሩ ጭምር ነገሩኝ። ከዚህ በኋላ ልዩነቶቹን በማብራራት ባይገልጹልኝም በኤደን ቆይታችን በየዕለቱ ባካሄድናቸው ውይይቶች ወቅት የተረዳሁት ስለነበር በደንብ ገብቶኛል። በእያሱ ዓለማየሁ ላይ ያለው አመለካከታቸው የመነጨው ሮም ከተማ በግንባር ከተዋወቁ በኋላ እንዳልሆነና የቀየና ሥር የሰደደ እንደነበር በተዘዋዋሪ ግልጽ ሆነልኝ። በሮም ከተማ ቆይታቸው በሰላም አለመለያየታቸውም የዚሁ የቀየው ቂም ነጸብራቅ እንደሆነም እየገባኝ መጣ። በተጨማሪም <u>በእኛና በድርጅቱ የውጭ ጉዳይ ኃላፊ መካከል</u> <u>የተፈጠሩት ልዩነቶች ሁሉ በባዕዳን ግፊት ወይንም ተጽዕኖ ሳይሆን በመስመር፣ ባቃምና ባመለካከት ምክኒያት የተነሳ እንደሆነ አስመስለው ለማሳመን የሚያደርጉት ጥረትና ታክቲክ እንደነበር ገለጹልኝ።</u> ይህ ተስፋየ መኮንን ሊያሳምነን እንደሚሞክረው የማታለያ ዘዴው ዓይነት መሆኑ ነው። በሮም ቆይታቸው ትክክለኛ መጠኑን በይገልጹልኝም በአሜሪካ ሀገር በቆዩበት ዘመን ያጠራቀሙትን የግላቸውን ገንዘብና ከሰሜን አሜሪካ ከአባላትና በተለያየ መንገድና ዘዴ ከሕዝብ የተሰባሰበ ሞቅ ያለ ጥሬ ገንዘብ በዚያን ወቅት በእያሱ ዓለማየሁ በኩል ለፓርቲው እንዳስረከቡ በደስታና በኩራት ጠቀስ አደረጉልኝ። ገንዘቡን በማስመልከት መጠኑን ለማወቅ ብዙ ጥረት አድርጌ ባይሳካልኝም ይህ መጽሀፍ በሚዘጋጅበት ወቅት የአፍሬም ደጀኑ ታናሽ ወንድም አቶ ያሬድ ደጀኑ "እነ ውብሸት መኮንንና ኤፍሬም ደጀኑ ወደ ሜዳ በተጋዙበት ወቅት ለድርጅቱ ያስረከቡት ገንዘብ መጠን $250,000 የአሜሪካ ዶላር አካባቢ መሆኑን በጊዜው ይወራ እንደነበር" መስማቱን ጠቁሞኛል። በዚያች የጉዞ ምክክር ጊዜ ሰዒድና አቡበከር አሜሪካንን ለቀው ወደ ፍልሥጥኤም ከመብረራቸው በፊት ምንም እንኳን መሞታቸው ተደብቆ ቢቆይም የነ ቢኒያም አዳነና ሙሀመድ ማህፉዝ በጉዞ ላይ እንዳሉ መሰዋት በሰሜን አሜሪካ የተማሪዎች ማሕበር አካባቢ መወራት ከጀመረ ወራት እንዳለፈው ጠቀሱልኝ። ያሟሟታቸውን ምክኒያት መጠየቁ ነውር መስሎ ስላልታየኝ ጠየኳቸው። በመጀመሪያ ዘርዝር ላለመግባት በመፈለግ ይመስላል በደፈናው በነበራቸው "ሕመም ሳቢያ ሀሩሩንና ጉዞውን መቃቃም አቅቷቸው" እንደሞቱ ነበር የተነገረው በማለት በቀልድና በማፌዝ መልክ መለሱልኝ። ምንም እንኳን አነጋገራቸው የቀልድና የማፌዝ ስሜት ቢታይባቸውም ሌላ በስተጀርባ የማስበው ምክኒያት ስላልነበረኝ በመልሳቸው ረካሁኝ። ለካስ ሲያሾፉ ኖሯል እንደዚያ ብለው መመለሳቸው። ምክኒያቱም ወዲያውኑ ጥርጣሬ ውስጥ የሚከተኝ መረጃ ሁለቱም በማፈራረቅ ስሜታዊ ሆነው እንዲህ ሲሉ አካፈሉኝ፣ "ዕውነቱን ማወቅ ከፈለክ ጓድ መጅድ፣ እንግዲያውስ ሁለቱም ጓዶቻችን (ቢኒያም አዳነና መሀመድ ማህፉዝ ማለታቸው ነው) በጣም

ጠንካራና ጤናማ ጓዶች ነበሩ። ለትጥቅ ትግሉ ከእኛ ይበልጥ ቅድመ ዝግጅት ያካሄዱ የሁላችንም አርያና ምሣሌ ነበሩ። እንኳንስ እነሱ እዚህ ጀለቢያና ሸርጥ ለብሰው ጫት ሲቅሙ የሚውሉት "ጓዶቻችን" አሲምባ ደርሰው እንደተመለሱ አውቀናል በማለት አቡበከር እምባውን እያወረደ በጓዳዊ ፍቅር ስሜት አካፈለኝ (ሮብሌ ከአሲንባ ደርሶ የተመለሰ ጓድ መሆኑን ለመንካት ሲፈልግ ነው)። ይባስ ብሎ ሰዒድ አባስ እንኳንስ እነሱ እኛም በርሃው አያስቸግረንም ብለን ቀርጠን የመጣን ነን ብሎ እራሳቸውን ከነቢኒያም አዳነና ከመሀመድ ማሕፉዝ በታች ዝቅ አድርገው በማሳየት ጤናማና ጠንካራነታቸውን በማጠናከር ገለጸልኝ።

ቢኒያም አዳነ የመስፍን ሀብቱ የአጎት ልጅ የነበረና የብርሀነመስቀል ረዳ ቀኝ እጅ የነበረ ነው። ከአልጀሪያ ተወክሎ ለወታደራዊ ሥልጠናው የተላከና በሠራዊቱ ኮሚሳርነት ተመድቦ ወደ አሲምባ በመጓዝ ላይ የነበረ ጠንካራ ታጋይ ነበር አሉኝ። ሙሀመድ ማሀፉዝ ሌላው ጠንካራና ለትግሉ ቅድመ ዝግጅት ያደረገ ከሰሜን አሜሪካ ለወታደራዊ ሥልጠና ወደ ፍልስጥኤም ከተላኩት የመጀመሪያዎቹ ነበር። ሁለቱም ኢሕአድን ለመመሥረት ከፍተኛ ትግል ያካሄዱ እንደነበረና ብሎም በምሥረታው ከትግል ጓዳቸው ከክፍሉ ታደሰ አርአያና መስፍን ሀብቱ ጋር በመሳተፍ ድርጅቱን የመሠረቱ አንጋፋ ታጋዮች ነበሩ። የባዕዳን ቀኝ እጅና ወኪል የነበረውን ባለሚል በሌለበት በአመራር ቦታ ለማስቀመጥ ሲባል መስፍን ሀብቱን አስቀድመው አስገደሉ። በመቀጠልም ሙሀመድ ማሀፉዝና ቢኒያም አዳነን በኢሕአፓ አመራር ላይ እንዳይቀመጡ በመመሥረቻ ስብሰባው ላይ እንዳይሳተፉ ተደረጉ። በዓመቱ በ1964 ዓ. ም. በተካሄደው የኢሕአፓ ምሥረታ ጉባዔ ላይ ሁለቱን የማዕከላዊ ኮሚቴ አድርጎ መምረጥ ሲገባቸው በኢሕአድ ምሥረታ ያልታወቁትንና ያልነበሩትን እንደነባር ታጋዮች ተቆጥረው እንዲያውም አንዱ ከነጭራሹ ስብሰባውን ያልተካፈለውን በሌለበት አስርገው በማስገባት የማዕከላዊ ኮሚቴ አደረጉ። መሀመድ ማሀፉዝ በሶሺል ኢምፔሪያሊዝም አቋም ላይ ተጻራሪ አመለካከት የነበራቸውን ሦስት የመጀመሪያውን ጉባዔ ተሳታፊዎች ያስደነበረ ጀግና ነበር (ሦስቱ እነማን መሆናቸውን አልተነገረኝም፣ እነማን ናቸው ብየ መጠየቁ ስላስጨነቀኝ ሳልጠይቃቸው አልፌዋለሁ)። ሕመምተኞች አልነበሩም፣ ጤናማና ጠንካራ ጓዶች ነበሩ። በማጠቃለልም ሁለቱም የማይገኙና ተተኪ የማይገኝላቸው ሀቀኛ፣ ቀራጥና ጠንካራ አብዮታዊያን ነበሩ" በማለት ውብሸት መኮንን/አቡበከር ሙሀመድና ኤፍሬም ደጀኑ/ሰዒድ አባስ ሁለቱም ባንድነት አስረዱኝ። ሁላችንም በዝምታ ዓለም ተዋጥን። አቡበከር አሁንም እንባዎቹ ይወርዳሉ። ከዚሁ ሳልርቅ የሁለቱ ጓዶችን አሟሟት አስመልክቶ ክፍሉ ታደሰ፣ አስማማው ኃይሉና ተስፋየ መኮንንና ሌሎች ታሪክ ፈጣሪዎች እንደሚሉት ሳይሆን በገዛ ጓዶቻቸው በዕቅድና ዘዴ ተገድለው ኤርትራ በርሃ ተወርውረው እንደቀሩ ያለጥርጥር እነኝህ ከፊቴ ቁጭ ብለው እምባቸውን እያወረዱ ያጫወቱን የዘለዓለም ጓዶቼ ምስክርነት በቂ ቢሆንም ሁለቱ ጓዶቻችን ተገድለው በርሃ ተወርውረው እንደቀሩ የሚያምኑ ብዙ ናቸው። አንድ

ምሳሌ ለመጥቀስ ምንም እንኳን በጥላቻ ምክኒያት ምሳር የበዛበትን በብርሀነመስቀል ረዳ ላይ ለማሳበብ ቢሞክርም አቶ እንዳርጋቸው አሰግድ "ከድርጅቱና ከጦር መሥራች አባሎች መሐከል አንዱ የነበረውን ቢኒያም አዳነ በድርጅቱ መሪ ብርሀነመስቀል ረዳ እንዲረሸን በተደረገ ጊዜ ነበር" (አንዳርጋቸው አሰግድ፣ 428) ሲል ገልፇል። በድርጅቱ ውስጥ የነበረውን የመስመር ልዩነት እባብን በእንጭጩ እንዲሉ በበርሃ ላይ ሲጋዙ በርሃውን ጥሩ የማጥፊያ ምክኒያት በማድረግ በገዛ ጓዶቻቸው መረሸናቸውን ማወቁን እንጂ አቶ አንዳርጋቸው አሰግድ ሰማዕታቶቻችን በበርሃ በጉዟቸው ላይ እንዴት እንደተረሸኑ ውስጡን ስለማያውቅ ምሳር በበዛበት መከረኛው ብርሀነመስቀል ረዳ ላይ አመካኝቶ ለማምለጥ በመፈለጉ ይመስላል። በወቅቱ አብረው ይጋዙ የነበሩትና በኃላ በአመራር ላይ የተሾሙት የሠራዊቱ መካከለኛ መሪዎች በጥላቻና በጭንቀት በብርሀነመስቀል ረዳ ላይ አያሌ አልባሌዎች በማቅረብ ሲወነጅሉት እንዳቸውም እሱን ከሁለቱ አሟሟት ጋር ያያይዘ የለም።

ብርሀነመስቀል ረዳ የገደላቸው ቢሆንማ ኖሮ ትልቅ ማስረጃ ሆኖ እነክፍሉ ታደሰ፣ ዘሩ ክሕሸን፣ እያሱ ዓለማየሁ፣ ሳሙኤል ዓለማየሁና ሌሎቹ ሁሉ በተጠቀሙበት ነበር፣ ወንጀለኛን አመራር ላይ ማቆየቱ አግባብ ባለመሆኑ ከአመራር ላይ ሕጋዊ በሆነ መንገድ ለማውረድም በተጠቀሙበት ነበር። ወደ ኤደኑ የዋዜማችን ምሽት ውይይታችን ልመለስና ሁለቱ ሰማዕታት ጓዶቼ አቡበከር ሙሀመድና ሰዒድ አባስ እንዲህ ሲሉ የማልመልሰውን ጥያቄ ሁለቱም አቀረቡልኝ። ለመሆኑ መሐሪ ገብረእግዚአብሔር፣ አዱኛ መንግሥቱ፣ አብዱራህማን አሕመድ፣ አበበ በየነና ሰመረአብ ዮሐንስ የሚባሉት ከእኛ ጋር ይጋዙ ይሆን? በመጀመሪያ ደረጃ የተጠቀሱት ግለሰቦች የትኞቹ እንደሆኑ፣ እነማን እንደሆኑንና የት እንደሚገኙም ስለማላውቅ ለመመለስ እጅግ አዳገተኝ። ጥያቄውን ሲያቀርቡልኝ ይህ ጠፍቷቸው እንዳልነበረም ከሁኔታቸው ጥቂት ቀይቼ ተረዳሁኝ። ኤደን ስንደርስ በድምሩ አሥራ ሶስት አውደልዳዮች ጋር ተደባልቀናል። ጥቂቶቹ ሽርጣቸውንና ግልድማቸውን አድርገው ጫት ሲቅሙ ይውሉ ነበር። ታዲያ የተጠቀሱት ግለሰቦች ከአሥራ ሶስቱ ውስጥ ይኖሩ ወይንም አይኑሩ ቢኖሩስ የትኞቹ እንደሆኑ ለማወቅ ያስቸግረኛልና ጥያቄአቸውን ልመልስላቸው አልቻልኩም። ባቃቸውም ከእኛ ጋር ይሂዱ አይሂዱ እውቀትም አይኖረኝም። ቢሆንም የጠቀሷቸው ግለሰቦች ስም ዕውነተኛ ስማቸው መሆኑን ለማረጋገጥ መልካም አጋጣሚ ሆነልኝ። መደናገጤን ሲገነዘቡ መሐሪ ገብረእግዚአብሔርና ሰመረአብ ዮሐንስ ከአሜሪካ ተመልምለው ከነ ሙሀመድ ማሕፉዝና ቢኒያም አዳነ ጋር ወደ አሲምባ በጉዞ ላይ አብረው እንደነበሩና የቀዳማዊ ኃይለሥላሴ ዩኒቨርሲቲ ተማሪዎች እንደ እነ ይርጋ ተሰማ የመሳሰሉት ሲታሰሩና ሲገረፉ ቀደም ሲል በተዘጋጀለት የነፃ ትምህርት ዕድል አሜሪካን ሀገር የተላከው የኒው ዮርኩ መጤ አብዮታዊና የበኋላው የድርጅቱ ከፍተኛ የአመራር አባል የሆነው የዘሩ ክሕሸን አሽከሮች መሆናቸውን ጠቆሙኝ። ዘሩ ክሕሸን የሚባለው ምን ዓይነት መልክ እንዳለውና ምን እንደሚመስል ጠየኳቸው። የገለጹልኝ መልክና አቋም

ልክ ሮም ከተማ ከነእያሱና መርሻ ጋር ሆኜ የተዋወኩት ቢሮክራት የሚመስለው ሽጋ ሰው ዓይነት ጋር ተመሳሳይ ሆኖ አገኘሁት። ይህንንም ለሁለቱ ጓዶቼ አጫወትኳቸው። በመቀጠልም እነሱስ ከእኛ ጋር ይጋዙ ይሆን ብለው ሁለቱም የማልመልሰውን ጥያቄ በድጋሚ አቀረቡልኝ። በመቀጠልም አብዱራህማን አሕመድ፣ አዱኛ መንግሥቱና አበበ በየነ የሚባሉት ደግሞ ከሶቪየት ሕብረት ተመልምለው ከነ ሙሀመድ ማሕፉዝና ቢኒያም አዳነ ጋር ወደ አሲምባ በጉዞ ላይ አብረው የነበሩና ከሶቪየቱ የከፍተኛ የፓርቲው አመራር አባል አሸከር የሆኑ መሆናቸውን ጠቆሙኝ (ስሙን አልጠቀሱልኝም)። እነሱስ ከእኛ ጋር ይጋዙ ይሆን ብለው ሁለቱም እንደገና የማልመልሰውን ጥያቄ አቀረቡልኝ። ለጊዜው ለመግለጽ ባለመፈለጋቸው እንጂ ለጥያቄው መልስ ከእኔ እንደማያገኙ እያወቁ ጥያቄውን ማቅረባቸው የፈለጉበት ምክኒያት እንደነበራቸው ተገለጠልኝ። ሆኖም አሉ ሁለቱም ባንድነት ከነሱ አንዱ እንኳን በጉዟችን ላይ ቢኖሩ ብርቱ ጥንቃቄ መውሰድ እንደሚኖርብን በደፈናው አሳሰቡን።

ካልሆነና ካአላስፈላጊ አደጋ ላይ እንዳንወድቅ እራሳችንን መጠበቅ ይኖርብናልና ተገቢ ጥንቃቄ መውሰድ አስፈላጊ ነው ብለው በድጋሚ በድፍረት አሳሰቡን። ግራ ተጋባሁ፣ እንዳልጠይቃቸው ከራሳቸው ካልመጣ ጥያቄ አናቀርብም ነበርና በጉዞ ላይ ያለበለዚያም ሜዳችን ስንደርስ ቀስ እያልኩ እጠይቃቸዋለሁ፣ አሁን አላስጨንቃቸው ከነሱ እስከሚመጣ ድረስ በማለት ለማለፍ ተገደድኩ። በዚያች በተባረከችና በተቀደሰች ጓዳዊ ውይይት ክፍለ ጊዜ የመሐሪ ገብረእግዚኤብሔር፣ የአዱኛ መንግሥቱ፣ የአብዱራህማን አሕመድ፣ የሰመረአብ ዮሐንስንና የአበበ በየነን ስሞች በዓምሮየ በማስገባት እንዲሽከረከሩ ለማድረግ አስቻለኝ። ይህ ሁሉ እንግዳና ግራ የሚያጋባ የመረጃ ልውውጥ ለእኔ የመሰለኝ ወደ ምክክራችን ቀጥታ ከመግባታችን በፊት እንደመንደርደሪያ የመረጃ ልውውጥ ያደረጉት መስሎ ነበር የተሰማኝ እንጅ ባጠቃላይ ከገጠር ትግሉ ጋር በማያያዝ በተናጠል ደግሞ ከነቢኒያም አዳነና መሀመድ ማህፉዝ ግድያ ጋር እንዲሁም ከእያሱ ዓለማየሁ ወይንም ከመርሻ ዮሴፍና ዘሩ ክሕሽንና ከሶቪየቱ የድርጅቱ ተወካይ ጋር አያይዘው ለማቅረብ ያደረጉት መስሎ ፈጽሞ አልመሰለኝም ነበር። በሌላ አካባቢ ለመጥቀስ እንደሞከርኩት፣ ቢኒያም አዳነና መሀመድ ማህፉዝ ጤናማና ጠንካራ ጓዶች እንደነበሩ የነገሩኝን፣ ለትጥቅ ትግሉ ከእነሱ (ከሰዒድ አባስና አቡበከር ሙሀመድ) ይበልጥ ቅድመ ዝግጅት ያካሄዱ ጠንካራና የሁሉም አርያና ምሣሌ የነበሩ ታጋዮች እንደነበሩ፣ እንኳንስ እነሱ ሌሎቹም አሲምባ ደርሰው ተመልሰዋል በማለት አቡበከር እምባውን እያወረደ በጓዳዊ ፍቅርና ስሜት ያካፈሉኝን ሁሉ ማገናዘብ ስጀምር አሟሟታቸውን ከተጠቀሱት አራት ጓዶች ከአንዱ፣ ወይንም ከሁለቱ ጋር ያለበለዚያም ከአራቱ ጋር እንዳያይዘው ተገደድኩ። ቢኒያም አዳነና መሀመድ ማህፉዝ ተገድለው ኤርትራ በርሃ ተወርውረው ቀሩ እንጅ እንደሚወራው ቱልቱላና ጥሩምባ በሕመም ወይንም በበርሀው ሀሩር እንዳልሆነ የመጸሀፉ

ደራሲ በሁለቱ ሰማዕታት ጓዶቹ ውይይት በእርግጠኝነት እንዲያምን ተደረገ። በተግባር ጉዞውንም ስናየው ለሞትና ለችግር የሚዳርግ የበርሃ ጉዞ ሆኖም አላገኘነውም ነበር። ምንም እንኳን አራታችን ለቡድኑ በጉዞ ላይ የሰጠነው ድጋፍና ትብብር ከፍተኛ ቢሆንም እነ አየለ ዳኘ/አብዱልአሕሚድና ገመቹ በቀለ/ሲራጅም ሆኑ ሌሎቹ ያለምንም ችግር አሲምባ ሊዘልቁ ችለዋል። ለሁለቱም ድንቅየ አብዮታዊያን ሕይወት መጥፋት በክፍሉ ታደሰ መጽሀፍ አባባል ምንም እንኳን የፍልሥጥኤም ስሙን ባይታወቅም መሐሪ ገብረእግዚአብሔር ሜዳ እንደገባ ጸሐየ ሰለሞን በመባል የሚታወቀው እንደሆነ አወቅን። በአስማማው አሰፋው መጽሀፍ ደግሞ ከሄድን ለሁለቱ ሰማዕታት ጓዶች ሕይወት መጥፋት ሮብሌ በመባል የሚታወቀው እንደሆነ ነው። አዱኛ መንግሥቱ የሜዳ ስም ዲግሣ የሚባለው ሲሆን አስማማው ኃይሉ ሳጅግ ብሎ ለምን እንደሰየመው ምክኒያቱን አላወኩም። ያለበለዚያ ስሙ የተደበቀው ሶስተኛው ሕመምተኛና ከቢኒያም ጋር ባንድነት ከቁጥቃጦ ሥር የነበረው አበበ በየነ መሆን አለበት። ክፍሉ ታደሰ አበበ በየነ ታሟል አለን እንጅ ያ ታሞ የነበረውና ከቢኒያም አዳነ ጋር ባንዲት ቁጥቃጦ አንገቱን ደፍቶ ተቀምጦ የነበረው ሰው እንዴት አሲምባ እንደደረሰና ከዚያም ከድቶ ደርግ ጋር እንደገባ የነገረን ምንም ነገር የለም፣ ወይንስ ለተንኮል የውሸት ሕመም ነበርን? ያለበለዚያ ክፍሉ ታደሰም ሆነ አስማማው ኃይሉ ስሙን በመጽሀፋቸው እንዲጠቀስ ያልፈለጉት ኃይሌ ቀጭኑ/ኃይሌ ሀኪም/ኃይሌ አሲምባ በመባል የሚጠራውን ሰመረአብ ዮሐንስ ሊሆን ይችላል ብየ ገመትኩ። በመቀጠልም ለተራዘመ የሕዝባዊ የገጠር ትጥቅ ትግሉ መራመድ በጥንካሬ የሚታገሉትንና ሶሻል ኢምፔሪያሊዝም ጠንካራ አቋም ያላቸውን ሁሉ እንደማዎይስትና ሲ. አይ. ኤ. በመቁጠር ለትግሉ እንደ ደንቀራ ተቀጥረው በተለያየ መልክና ሥም በማጥቀር እነ እያሱ ዓለማየሁና መላኩ ተገኝ አሜሪካ ካሉት የጥቅም ተካፋዮቻቸው ጋር አብረው ይወነጅሉ እንደነበር አጫወቱኝ። ይህን ሁሉ ሲነግሩኝ ቀጥታ እያሱ ዓለማየሁ በሮም ከተማ “አክራሪ” ናቸው የሚል ሪፖርት ስለደረሰኝ ለድርጅታችን ሕይወትና ደህንነት አጥብቀህ ተከታተላቸው ብሎ የሰጠኝን መመሪያ አስታወስኩና ከፊቴ የተቀመጡትን ጓዶቼን ትቼ ሌላ ዓለም ውስጥ ሄድኩኝ። ሁኔታየን በመገንዘባቸው ምነው በደህና ብለው ሁለቱም ጠየቁኝ። አይሆንም፣ አሁን አልነግራቸውም ብየ ወሰንኩና ከሄድኩበት ዓለም ተመልሼ ይቅርታ ጠይቄ ውይይታችንን ቀጠልን። እኒህ ከፊቴ ተቀምጠው ከእኔ ጋር ይወያዩ የነበሩት ሁለት ግልጽ፣ ቀጥተኛና ቅን ጓዶቼ በዓለም አቀፍ የኮሙኒስት ኃይሎች አሰላለፍ ረገድ የማኦ ትሴቱንግን እና የሼት ኮንጎችን የትግል ስልትና አስተሳሰቦች በመቀበል የሶሻል ኢምፐሪያሊስት አቋም መያዛቸውና፣ ድርጅታችን ለቀየሰው የገጠር ትጥቅ ትግል ላይ እምነት ማሳየታቸው ደስታ ተሰምቶኝ ይበልጥ አከበርኳቸው።

እራሳችሁን ካላረማችሁ ወደፊት መከታተልና ማጥቃት የሚገባኝ አንተንና የጥቅም ጓደኛህን መርሻ ዮሴፍና መሰሎችህን ነው እንጂ እነዚህን የመሳሰሉትን የድርጅቱን ሀቀኛና እውነተኛ ልጆችን

አይሆንም በማለት እዚያው ከጎዶቼ ጋር እንደተቀመጥኩ በመንፈስ ለእያሱ ዓለማየሁ፣ መርሻ ዮሴፍ፣ መላኩ ተገኝና ለተከታዮቻቸው ሁሉ መልዕክት ላኩ። እያሱ ዓለማየሁ ትዕዛዙንና መመሪያውን ሲሰጠኝ ያልኩት ቀኖናዊነትና ጭፍን ያለ አመለካከትና አቋም ካላቸው በመመካከርና በመማማር ሊያስወግዱት የሚገባ ጉዳይ ነው፣ ምክኒያቱም ጭፍን ፍቅርና አክብሮት ጎጅ በመሆኑ ነበር ያልኩት። ታዲያ ከአቡበከር ስሜታዊነትና ችኩልነት በስተቀር ቀኖናዊነትና ጭፍን ያለ የወገናዊነት አመለካከትና አቋም ችግር አልነበረውም፣ እንዲያውም ሁለቱም የዚህ ዓይነቱ አቋምና አዝማሚያ ጠንካራ ተቃዋሚ ነበሩ። በእኔና በሁለቱ ሰማዕታት ጎዶቼ ላይ የተላከው ሪፖርትና በዚያም ሪፖርት ምክኒያት ሁለቱ መረሸናቸውና እንዲሁም ፀጋየ/ሀብቶም የተካሄደበት ግርፋትና የጭካኔ ምርመራ በኤደን በጉዟችን ዋዜማ በዚያች በተባረከችና በተቀደሰች ጎዳዊ ውይይት ክፍለ ጊዜ ሁለቱም ጎዶቼ ያሉኝ በቂ ማስረጃ ይሆናል። ለምን እስከዚ ድረስ አቀይተው በዚያች ምሽት ሊነግሩኝ ፈለጉ? የራሴ ግምት እንጅ መልስ አላገኘም። ምልመላው በሚስጢር ሆኖ ሳለ እንዴት የአምስቱን ግለሰቦችን ማንነት ለማወቅ ቻሉ? ይህ ግራ ያጋባኝ ጉዳይ በመሆኑ በምንም ቢሆን ግልጽ ሳይሆንልኝ ላልፈው አላስቻለኝም። ስለዚህ በድፍረት እንዲህ አልኳቸው፣ ምልመላው በጥንቃቄና በሚስጢር ሆኖ ሳለ እንዴት በጉዞው ላይ የነበሩትን እነ መሐሪ ገ/እግዚአብሔር፣ ሰመረአብ ዮሐንስ፣ አዱኛ መንግሥቱ፣ አበበ በየነና አብዱራህማን አሕመድ መሆናቸውን ልታውቃቸው ቻላችሁ? ብየ ጠየኳቸው። አልተቀየሙም፣ ይመስለኛል እንደምጠይቃቸውም ይጠባበቁ እንደነበሩ ግንዛቤ አሳደሩብኝ። በዝግታ ተናጋሪው ሰማዕት ሰዒድ አባስ/ኤፍሬም ደጀኑ ባጭሩ እንደሚከተለው መለሰልኝ። የዓላማ፣ የአቋምና እንዲሁም ያመለካከት አንድነታችን ከዚህ ቡድን መካከል እኛን ሦስታችንን እንዳቀራረበን በተመሳሳይ ደረጃ ከመጀመሪያው ቡድን መካከል መሀመድ ማህፉዝና ቢኒያም አዳነ ትውውቅ በፍልሥጥኤም ብቻ ሳይሆን ከዚያም በፊት እንደነበረ እንዲህ ሲሉ ገለጹልኝ። ሁለቱ በጣም ይቀራረቡና ይግባቡ የነበሩ ከመሆናቸውም በላይ ለኢሕአድ ምሥረታ ሁለቱም ከመስፍን ሀብቱና ብርሀነመስቀል ረዳ እንዲሁም ከአገር ቤቱ ተወካዮች ከነዋለልኝ መኮን ጋር በመሆን ባንድነት ከፍተኛ ትግል ያካሄዱ በመሆናቸው ከጅምሩ ያሸተቱትና የተገነዘቡት ጉዳይ በመኖሩ በኤደን ቆይታቸው ሁሉን ከተገነዘቡና ካጤኑ በኋላ ድርጅታቸውን ያለጊዜው ከመቀጨት ለማዳንና አባላቱን ከክፉ አደጋና ሞት ለመከላከል በነበራቸው ፅኑ ዓላማ ጥበብ፣ ስልት፣ ዘዴና ድፍረት በተመላበት መንገድ፣ በከፍተኛ ጥንቃቄና ሚስጢር በአሜሪካ ለሚያምኗቸው ጎደኞቻቸው በኩል አጠቃላይ ግንዛቤ እንዲያገኙና የሚመለከተን ሁሉ ጥንቃቄ እንድንወስድ በማሳሰብ አጭር ማስታወሻ ልከውልናል። ቢኒያም አዳነ እና መሀመድ ማህፉዝ ከመስፍን ሀብቱና ከክፍሉ ተፈራ አርአያ ጋር በመተጋገዝ ኢሕአድ'ን በትግላቸው ካስመረቱ በኃላ ብዙ ሳይቆይ መስፍን ሀብቱ ሲገደል በኢሕአፓ የመመሥረቻ ጉባኤ ላይ ከክፍሉ ተፈራ አርአያ በስተቀር ሁለቱ እንዳይሳተፉ ተደረገ። የማይታወቁት መጤዎች

ያለ ትግላቸውና ተግባራቸው በስውር በኢሕአፓ አመራር ላይ ቢቀመጡም በስብሰባው ላይ የሶቪየት ሕብረቱና አንድ ሌላ ተካፋይ የሶቪየት ሕብረትን በሶሺያል ኢምፔሪያሊዝምነት እንዳንኮንን ሸንጣቸውን ገትረው እንደተከራከሩ የጉባዔው ከሦስት አራተኛው በላይ እንድትኮነንና እንድትወገዝ የሚደግፉ ሆነው ተገኙ። ከሶቪየት ሕብረት የተላከው በጮሌነትና በብልጣ ብልጥነት ታክቲክ ጊዜ ለመግዛትና ለወደፊት ለራሳቸው አመች ሁኔታ ለማመቻቸት ሲባል በጮሌነት ሀሳባቸውን በመሳብ ሆኖም ለጊዜው አቋም እንዳይወሰድ በማስድረግ ጉባዔው እንዲፈጸም አስደረጉ። ሀቀኞቹ በዋህነታቸውና ቅንነታቸው ተታለሉና አቋም ከመውሰድ ተቀጠቡ። እንዲያውም ከነጭራሹ አለ አቡበከር ሙሀመድ ቀድሞውንም ቢሆን እነሱ ጋር (ከሶቪየት ሕብረቱ ቡድን) መዋሃድ አይገባንም ነበር። ሁለተኛም ለጉባዔው ተሳታፊነት በአካባቢ ተወካይነት ሳይሆን በፖለቲካ ብስለትና በአቋም እንድነትና አመለካከት ተመርጦ መሆን ነበረበት አለኝ። ይህ ቢሆን ኖሮ በነፃ ትምህርት በጎን የተላከውና በሌለበት የማዕከላዊ ኮሚቴ የሆነው እና የሶቪየቱ ሁለቱም በአመራር ላይ ቂጢጥ ብለው ባልተቀመጡ (ስም ሳይጠቅስ) ነበር አለኝ ከነጭራሹ ውብሸት መኮንን/አቡበከር ሙሀመድ።

ሁለቱን የፍልሥጥኤም ጓዶቼን (ኤፍሬም ደጀኑንና ውብሸት መኮንንን) እና የሰሜን አሜሪካን የኢሕአፓ ደጋፊ ተማሪዎችን ያሳሰባቸው ከሰሜን አሜሪካ ለሠራዊቱ አስኳልነት ከሙሀመድ ማሕፉዝ በስተቀር የዘሩ ክሕሸን አካባቢ ተወላጆች (የትግራይ ልጆች) መሆናቸው ነበር። በተመሳሳይ ሁኔታ ለሠራዊቱ አስኳልነት ከአውሮጳ ከተመለመሉት ከሆላንዱ ነዋሪ በስተቀር ሁሉም ከሞስኮው የተመለመሉ እንደሆኑ ነው። የሆላንዱም ቢሆን የድርጅቱ መሪ (የሶቪየቱ) የቅርብ ወዳጅና ጓደኛ የነበረ መሆኑን ጠቁመውኛል። ከአሜሪካኖቹ መካከል ስዩም ከበደና ዘራብሩክ አበበ/ዝላለም እንዲሁም ከአውሮጳዎቹ ተስፋየ መኮንን ለግዳጅ እንዲዘጋጁ ተብሎ አውሮጳ ከእነእያሱ ዓለማየሁ ጋር መቅረታቸውን ጭምር ሙሀመድ ማፉዝና ቢኒያም አዳነ በላኩት ማስታወሻቸው መጥቀሳቸውን ገለጹልኝ። ከዋሺንግተን ዲ. ሲ. ሕዋስ ከተመለመሉት አራቱ የሕዋሱ አባላት ሕይወቱን አስጠብቆ በማዕረግ ወደ ውጭ የወጣው የዘሩ ክሕሸን ታማኝ ባለሟልና የትግራይ ተወላጁ ጸሐየ ሰለሞን/መሀሪ ገብረ እግዚአብሔር ብቻ ነው። በመፅሀፉ በሌላ ምዕራፎች እንደተገለጸው አዲስ አበባ ከገባሁ በኋላ ባደረኩት የማጣራት ተግባሬ በእርግጥም ሦስቱ ጓዶች ከከተማ የሽብር ፈጠራ ዝግጅት ጋር በተያያዘ ጉዳይ ለግዳጅ በምዕራብ አውሮጳ እንዲቀዩ መደረጋቸውን ለማወቅ ቻልኩ። ሆኖም ዲሞክራሲና ነፃ ውይይት ያለ መስሏቸው በቅንነት ስዩም ከበደና ዘርዓብሩክ አበበ/ዘላለም የተመለመልነውና የሠለጠነው ለሕዝባዊ የገጠር ትጥቅ ትግል እንጂ ሌላ እንዳልሆነ ምልክት በማሳያታቸው ከጥቅማቸው ይልቅ ጉዳታቸው እንደሚያመዝን በማጤን በአጭር ጊዜ ዕቅድ አገር ውስጥ በማስማራት ማጥፋቱ ጠቃሚ መስሎ በመገኘቱ ሁለቱንም አዲስ አበባ እንዲገቡ ተደርጎ ዘርዓብሩክ አበበ/ዘላለም በማግሥቱ ወደ አሲምባ ተሸኝቶ ወዲያውኑ ያለጥናትና ዝግጅት ወደ ወሎ ከሚዘምተው ዘማቾች ጋር በማሰማራት

ምንም ሳይሰሩ ወሎ እንደገቡ ወዲያውኑ ተይዞ ከ18ቱ ጓዶቹ ጋር አዲስ አበባ ተወስዶ የፍየል ወጠጤ እንደተባለበት አሲምባ እንደገባን ለማወቅ ቻልን። ስዩም ከበደ ደግሞ ሳይውል ሳያድር ሊቀመንበር መንግሥቱ ኃ/ማሪያምን ከሚገድሉ ቡድን ጋር አሰልፈው እንኳን ሊገድሉት ይቅርና በጠና እንኳን ሳያቀስሉት እንዳሉ ተይዘው ሲረሸኑ በሕይወት የተረፉትም የተሰጣቸው ግዳጅ ትክክል አለመሆኑን በመገንዘባቸው ብቻ ሳይሆን ጊዜያዊም አለመሆኑን በማጤናቸው ጥርጣሬና መነጋገር መጀመራቸውን አመራሩ በመገንዘቡ ለከለላ ወደ አሲምባ መላክ ሲገባቸው የማይፈለጉ ሆነው በመቀጠራቸውና በ"በአንጃነት" መዝገብ በመግባታቸው ወደ ደቡብ ተልከው በስተኃላ በጥቆማ እየተያዙ አዲስ አበባ ተወስደው ተረሽነው አለቁ። ስዩም ከበደ ወደ ሲዳሞ ሳይሄድ እዚያ አዲስ አበባ እንዳለ ተይዞ ለሀገሩና ለሚወዳቸው ሕዝቡ ምንም ቁምነገር ሳይሰራ በቀላሉ ተገደለ። ተስፋየ መኮንን ከሠራዊቱ አስኳል ጋር ኤርትራ ሄዶ በመቀላቀል ሠራዊቱን ለመከፋፈልና ተስፋ ለማስቀረጥ፣ ቢቻልም ለመበተንና ሞራላቸውን ለማውደቅ ብሎም ሌሎችን ይዞ በመኮብለል ለደርግ እጃቸውን ሰጥተው ታማኝ የደርግ አንጋቾች በመሆን በስውርና በምስጢር ድርጅቱን እንዲያገለግሉ ስለታመነበት የምዕራብ አውሮጳው ግዳጁን ትቶ ከሠራዊቱ አስኳል ጋር ብቻውን ኤርትራ ተጉዞ እንዲቀላቀል ተደረገ። ይህም የድርጅቱ እቅድ በተዘዋዋሪ ለሻዕቢያ ጠቃሚ በመሆኑ ለአንድ ሰው ብቻ አስፈላጊውን የጉዞ ድጋፍና ትብብር አድርጋ ኤርትራ እንዲገባና እንዲቀልቀል አስቻለች። ስለተስፋየ መኮንን በመፅሀፉ በሌላ አካባቢ ተገልጿል።

ወደ ምሽቱ ውይይታችንና ምክክራችን እንመለስና በዚህ አስደናቂ የውይይት ወቅት ሌሎች ከሰሜን አሜሪካ ወደ ሀገር ቤት የገቡ ጠንካራ ጓዶች እንደነበሩና ሜዳ ስንደርስ እንደምንገናኝ ተስፋ አለን በማለት ሰዒድ አባስ/ኤፍሬም ደጆኑ የሚከተሉትን ጓዶች ስም እንደ ምሳሌ ጠቀሰልኝ። ሙሉጌታ ዜና፣ ኤርትራዊው ኢትዮጵያዊ ሙሉጌታ ሱልጣንና ቀደም ሲል የጠቀስንልህ የማዕከላዊ ኮሚቴው ክፍሉ ተፈራ አርአያ ይገኙበታል ብሎ ስለጠንካራነታቸውና በሕዝባዊ የገጠር ትግል ላይ ከእኛ ይበልጥ ጠንካራ አቋም ያላቸው ናቸው ብሎ አስረዳኝ። በዚህን ጊዜ ሙሉጌታ ሱልጣንን ወደ ሀገር ቤት ሲመለስ እናንተ ጋር ከመገናኘታችን የወር ጊዜ በፊት ሮም እንደተገናኘሁት ጠቀምኳቸው። እንዲያውም እናንተም እንደሱ ወደ ሀገር ቤት የምትጓዙ ነበር የመሰለኝ አልኳቸው። እንደሚመስለኝ ውብሸት መኮንንና ኤፍሬም ደጆኑ አስቀድመው የተመካከሩበት ይመስለኛል ውብሸት መኮንን እንዲህ ሲል፣ የሚሆነው አይታወቅምና አራታችን በምንም ቢሆን በጉዞው ላይ እንዳንለያይ። እንዳችን ብንደክም እንኳን ሦስታችን ከደከመው ጓድ ባለመለየት እስከሚጠናከር አብረን እንድንቆይ። ስንተኛ እስከአሁን እንደምንተኛው ባንድነት ሳንራራቅ እንድነተኛ። ብንታመምም እንደዚሁ ከታመመው ጓድ ጋር ባለመለየት ሌላ ከእኛ ውጭ ጣልቃ ሳናስገባ እራሳችን መርዳትና ማስታመም እንደሚኖርብን ብሎ በማሳሰብ በጉዟችን ላይ ማድረግና መከተል የሚገባንን በማሳሰቢያ መልክ

ገለጸልን። የምክክሩ ዓላማ እርስ በእርስ በመጠባበቅ እራሳችንን አልፎም ቡድናችንን ብሎም ሠራዊታችንን እንጠብቅ ከሚል ቀና አስተሳሰብ እንደሆነ እንጂ እንደነቢኒያም አዳነና ሙሀሙድ ማሕፉዝ በእኛም ላይ ተመሳሳይ ዕጣ እንዳይደርስብን ጥንቃቄ ለመውሰድ ያደረጉት መሆኑ አልተረዳሁም ነበር። የሚሆነው አይታወቅምና የተረዳሁት በእርግጥም ከጉዞ እርዝመት፣ ከሀሩሩና በይበልጥ ደግሞ ጉዟችን ሁሉ በአሜሪካው የስለላ ድርጅት በሲ. አይ. ኤ'ው ተወካይ ሜዳ በኩል በመሆኑ ሽረኛው ኢስሳያስ አፈወርቂ የሚያደርገው ስለማይታወቅ እርስ በርስ መጠባበቅና መረዳዳት እንደሚኖርብን ያቀረቡት ተገቢ ምክር ነው ብየ ከማመኔ በስተቀር በዚያን ጊዜ ይህንን ምክርና ሀሳብ ሲያቀርቡልኝ በገዛ ሠራዊታችን ለክፉ አደጋ ልንዳረግ እንችል ይሆናል ከሚል ፍራቻና አስተሳሰብ መሆኑን አልተጠራጠርኩም ነበር። በበኩሌ ገና አምስተርዳም እና ሮም እያለሁ በነሐሴ ወር 1964 ዓ. ድርጅቱ ገና ከጥንቱ በአሻጥር፣ በቅጥፈትና ተንኮል የተፈጠረ መሆኑንና፣ "የአብዮታዊያን ሥነ ምግባር" የሚለውን የድርጅቱን መመሪያ ካነበብኩ ጀምሮ ቅጥፈት፣ ሀሰትና የውሸት ዜና በማስተላለፍ፣ ንጹሀንን በመወንጀል፣ በማታለልና በመሸወድ ተግባር ትግሉን ለመምራት የተዘጋጁ እንዳሉበት ባውቅም ኤደን ገብቼ ሦስትና አራት ወራት ቀይታየ ድረስ እንዳላወኩና እንዳልተጠራጠርኩ መስየ ለመቀየት ወስኜ ቀይቻለሁ። በአብዮታዊ ዲስፕሊን የታነጽኩ የላብ አደሩ ወታደር ስለነበርኩ ጥርጣሬየን ለራሴ እንጅ ለማከብራቸው ሰማዕት ኃዶቼ እንኳን አላካፈልኩም። መስከረም 01 ቀን 1969 ዓ. ም. ምሽት ላይ በላብ አደሩ ዲስፕሊን ተገዥነታችን ያለበለዚያም እየተፈራራን እንጅ የመጠራጠር መንፈስ ያደረብኝ እኔ ብቻ ሳልሆን እንዲያውም በበለጠ እነሱም እንደሆኑ ግልጽ ሆነልኝ። ባለማወቄ በመሆኑ እንጂ እነሱማ መጠራጠርና ሁኔታዎችን ማሽተትና ማሰለሰል የጀመሩት ገና አሜሪካ እያሉ እንደነበር አረጋገጥኩ። በኤደን ቀይታቸው ከአሜሪካ ይዘው የመጡትን ጥርጣሬ በይበልጥ አረጋገጠላቸው እንጂ።

አስቀድመው ሁለቱ የተወይዩበት ይመስላል ድንገት ውብሸት መኮንን እንዲህ ሲል ለችግራችን የመፍትሔ የውሳኔ ሃሳብ አቀረበልን። ሜዳ እንደገባን በባዕድ ኃይል ያልተቀጠበ ግዘገዛ ምክኒያት የድርጅቱ አመራር በሠራዊቱ ውስጥ የእርስ በርስ አለመተማመንና መጠራጠር በማስፈን ትግላችንን ለማደናቀፍ ፍላጎት እንዳለ ከተገነዘብን፣ እንዲሁም በፍልሥጥኤም ቀይታችን ያሸተትነውና በኤደን ቀይታችን የድርጅቱን ፕሮግራምና የትግል ስትራቴጂ አስመልክቶ የተከሰተውን ልዩነት በተግባር ለመተርጎም ሙከራ ቢደረግ ወይንም ለማድረግ ቢሞክሩ፣ ብሎም በሠራዊቱ የሚደረግ እንቅስቃሴ ከሌለና፣ ሠራዊቱ ዱልዱም ሆኖ የማይናከስና ድርጅቱን በድል አድራጊነት ሥልጣን ላይ ለማብቃት ቀርቶ ወደፊት ለሚሰውት ኃዶች መበቀያ መሣሪያነት ለመሆን ችሎታና ብቃት የማይኖረው መሆኑን ካረጋገጥን ሥር ሳይሰድና ከቁጥጥር ውጭ ሆኖ ትግላችን ሳይኮላሽ በገባነው ቃል ኪዳን መሠረት በሜዳ ከሚገኙት የድርጅቱና የሠራዊቱ ታጋዮች ጋር በመወያየት ሳንቀደም በመፍጠን ወሳኝ እርምጃ

በመውሰድ ድርጅቱንና ሠራዊቱን ማዳን ይኖርብናል ብሎ ጠንካራ ሀሳብ አቀረበ። ወዲያውኑ ኤፍሬም ደጀኑ በመቀበል ሆኖም ምን ዓይነት እርምጃ፣ መቼ፣ ከነማን ጋርና የትና እንዴትስ የሚለውን ወደፊት በሜዳ ቀያታችን ከተጨባጭ ሁኔታውና ከምንገናኛቸው ሀቀኛና ጠንካራ ታጋዮች ጋር የምንወያይበትና የምንወስነው ሲሆን አስፈላጊውን ጥናትና ክትትል አድርገን እርምጃ ባፋጣኝ ለመውሰድ ሁኔታዎቹ ካስገደዱን አጠቃላይ ሁኔታውን በመከታተል ለተግባራዊነቱ ለማስተባበር ጓድ መጅድ የአንተ ኃላፊነት ይሆናል ብሎ አስቀድመው የተመካከሩበት ሀሳብ ይመስለኛል በማቅረቡ አቡበከር ሙሀመድና ሀብቶም/ፀጋየ የሰዒድ አባስን ሀሳብ ከልባቸው በመደገፍ ኃላፊነቱን ለእኔ አሸከሙኝ። ሆኖም አለ ሰዒድ አባስ በመቀጠል፣ ዛሬ ያካሄድነውን ውይይትና ያሳለፍነውን የውሳኔ ሀሳብ ሜዳ ገብተን ከሀቀኞቹና ጠንካራዎቹ ጓዶች ጋር ተዋውቀን ከተከታታይ ውይይት በኃላ እንገልጽላቸዋለን ብሎ ንግግሩን ደመደመ። ያለምንም መንገራገር ኃላፊነቱን ለመቀበል ፍቃደኛነቴን ብገልጽም በሜዳ ከሚገኙት ሀቀኛና ንቁ ታጋዮች መካከል የማዕከላዊ ኮሚቴ ወይንም በመካከለኛ የፓርቲ መዋቅር ሀላፊነት ያለው/ያላት ቢኖር/ብትኖር በእሷ/እሱ አሰባሳቢነትና መሪነት እየተንቀሳቀስን ከጎኗ/ኑ በመሆን የተባለውን እርምጃ ለማስተባበር ፍቃደኛና ዝግጁ እንደምሆን አረጋግጨላቸው ተስማምተን ውይይቱንና ምክክሩን አጠናቅቅን ለማግሥቱ ጉዞ ተዘጋጀን። የቀዩ ጦር ወታደሮች እንደመሆናችን መጠንና የምንጓዘውም ከ1963 ዓ. ም. ጀምሮ በአንደኛ ደረጃ በፀረ-ኢትዮጵያነት በምቀጥረው "ወዳጅ" ድርጅት በኩል በመሆኑ ጥንቃቄዎችን ማድረግ እንደሚገባን ስለማምንበት በውይይቱና በምክክሩ ወቅት የቀረቡትን ሀሳቦች ሁሉ በሙሉ ልብ ተቀበልኳቸው።

ካርቱም ከገባሁ በኋላና በኋላም ደግሞ ሀገር ቤት ገብቼ የኢሕአሠ ክንፍ የእርማት ንቅናቄ የግንባር ቀደም ታጋዮች ጓዶቼ የመገደላቸውን መርዶ እንደሰማሁ እያሱ ዓለማየሁ ከሰሜን አሜሪካ ግብረ አበሮቹ ጋር በመመካከር ሁለቱ ሰማዕታት ጓዶቼ ከሰሜን አሜሪካ ተወክለው ወደ ስልጠናው እንዲላኩ ጥረት ማድረጉ በእውን የነሱን ብቃትና ችሎታ ፈልጎ ሳይሆን እነሱን ካካባቢው ለማራቅ ጥሩ ምክኒያት ስለሚሆንለት ብቻ እንደነበር እነሰዒድ አባስና አቡበከር ሙሀመድ የነገሩኝ እርግጠኛ ሆነልኝ። አሲምባ ሲገቡ ለማጥፋት ወይም በነሰዒድና አቡበከር ቋንቋ ለማፈን ያደረገው የተንኮል ተግባር እንደነበር በተጨባጭ አረጋገጥኩኝ። ከዚሁ ጋር ተያይዞም ስለሎታ ኮንቲኒዋ ያልታሰበች ውይይት በኋላና በተለይም "አክራሪ" ማለት ምን ማለት ነው? "ማዎይስት" ናቸው ስንል ምን ማለታችን ነው? ብየ ከጠየኩት በኋላ ማንነቴን በቅጡ እየተረዳ ስለመጣ ከባጠገቡ በአውሮጳ የማቀየት ፍላጎቱን አስወግዶ ለደቡብ የኢሕአሠ ወታደራዊ ክንፍ አባልነት ሥም ለወታደራዊ ሥልጠና መላኩ እኔንም አሲምባ ካስገቡ በኋላ ለማፈንና እርምጃም ለመውሰድ በነበረው ጽኑ ፍላጎት እንደሆነ በኤደን ቀይታየ ተገለጸልኝ፣ ከዚያም በአሲምባ ተረጋገጠልኝ። መርሻ ዮሴፍ መስከረም 02 ቀን 1969 ዓ. ም. በውድቀተ ሌሊት ወደ ኤደን ወደብ አካባቢ ይዞን ሄደ። ከዚያም ለሆኑ ሰዎች አስረክቦን

ተሰነባብቶን ተመለሰ። በዚያችው ምሽት ባንዲት ትንሽ የሻዕቢያ የሞተር ጀልባ ላይ እንድንወጣ ተነገረን። ከአንድ ግለሰብ በስተቀር ሁሉም የሚናገሩት ቋንቋ ትግርኛ ወይም ዓረብኛ ብቻ እንጂ ሌላ አያውቁም ነበር። ሦስተኛው ግን አማርኛ ከእኔ አብልጦም የሚናገር ሲሆን ሲያስተዋውቀን የሻዕቢያ ሠራዊት አባላት መሆናቸውንና የሞተር ጀልባዋም የሻዕቢይ ንብረት እንደሆነች አስረዳን። በመቀጠልም ጉዟችን ወደ ኤርትራ ነፃ መሬት እንደሆነ ከገለጸልን በኋላ በጉዟችን ላይ ማድረግና መከተል የሚገባንን የፀጥታ ነክ ጉዳዮች ጥብቅ የሆነ ማሳሰቢያ ሰጠን። ዋናውና ትልቁ ምክር ወይም ማስጠንቀቂያ በባህር ዳርቻ ዕረፍት በምናደርግበት ወቅት በምንም ዓይነት መንገድ የመዋኘት ፍላጎት ሊኖረን እንደማይገባን። ዕረፍት ስናደርግ ከውሀ አጠገብ ወይም ዳርቻ ተበታትነን መቀም ወይንም መቀመጥ እንደሌለብን፣ በባሕር ዳርቻም ሆነ በሌላ አካባቢ በምናርፍበት ወቅት ለጠላት በማንታይ መንገድ ማረፍ እንደሚገባን እና ሌሎችንም የተዛመዱ ተገቢ የሆኑ የፀጥታ ነክ ጉዳዮችን አስመልክተው ምክርና ማሳሰቢያ ተሰጥቶን ዘጠኛችንም በጀልበዋ ተጭነን ጉዟችንን ጀመርን። የቀይ ባሕርን ጉዞ አጠናቀን ኤርትራ ምድር በገባን ሰሞን መስከረም ወር መጨረሻ 1976 አመቺ ቦታ መርጠን ዕረፍት ለመውሰድ ተዘጋጅተን ሳለ አጋጣሚ ሆነና ክቢቢሲ የሊቀ መንበር ማዎ ትሴቱንግን መሞት አዳመጥን። አቡበከር ሙሀመድ/ውብሸት መኮንን እንባው እስከሚወርድ እጅግ አድርጎ አለቀሰ። በጣም አድርጎ አዘነ። የማልቀሱና የማዘኑ ምክያት ሊቀመንበር ማዎን በመራራ የተራዘመ ትጥቅ ትግል የነበራቸውን ከፍተኛ ችሎታ፣ ጠንካራነት፣ የመሪነት ችሎታቸውና ብቃታቸውን ስለሚያደንቅ እንዲሁም በሳቸው መሪነት የቀይ ሠራዊቱ ያካሄደው ታሪካዊና ዝነኛውን የ12500 ኪሎ ሜትር ርቀት ያለውን የረጅሙን ጉዞ (Long March) በመባል የታወቀውን ባሽናፊነት በማጠናቀቅ ሰራዊቱን ከብተና፣ ከመንከራተትና ከውርደት የስደት ዕጣ አድነው አዲስ የዉጊያ ወረዳ አግኝተው ሠራዊቱን እንደ አዲስ በማሰባሰብና መልሶ በማቋቋም ያንን ኃያል ተብሎ ይነገርለት የነበረውና በባዕዳን ኃይላት ይረዳና ይታገዝ ይነበረው የጄኔራል ሻንጋይ ሼክን ጦር ድባቅ በመምታት ፓርቲያቸውንና ሠራዊታቸውን ድል አድራጊ በማድረግ የዛሬዋን ጠንካራ ቻይናን ለመመሥረት የተቻለው በእሳቸው ብልህ መሪነትና በነደፉት የትግል ስልታቸው መሆኑን በማመኑ ምክኒያት ብቻ ነበር። ሀዘኑና ትካዜው እሳቸውን እንደ ጣዖት በማየቱ አልነበረም። የሳቸውን የትግል መንገድና አርአያነት በመከተላቸው ነበር እነ ሆ ቺ ሚንህ ፈረንሣይንና አሜሪካንን የመሳሰሉ ኃያላን ድባቅ አድርገው በውርደት ያባረሩትና በባዕዳን የተከፋፈለችዋን ቬትናምን መልሰው በሃይላቸው አንድ ቬትናም ያደረጋት። የአክብሮቱና ያድናቆቱ ስሜታዊ መግለጫው ነበር። አቡበከርን እስከመጨረሻው ድረስ በቅርብ ሆኜ ተገንዝቤአለሁ እንደመለኮት አይቷቸውም አያውቅ ነበር። ኢሕአሥ በፓርቲው ፕሮግራምና የትግል ስትራቴጂ መሠረት ትግሉን ቢያካሂድ ኖሮ በመጀመሪያ ሽንፈት ባላጋጠመው ነበር። ቢሸነፍ እንኳን በየቦታው በመንከራተት ተዋርዶ ስደተኛ የመሆንና በመንከራተት ዕድል ባልደረሰበትና እንደ ዝነኛው

የቻይናው የረጅሙ ጉዞ Long march) መልክ በወኔና በብልሀት ማፈግፈጋቸው ወደ ኤርትራ መሆኑ ቀርቶ ወደ በጌምድር ቢሆን ኖሮ በክብርና በዝና በመድረስ ራሳቸውን መልሰው በማቋቋም ትግሉን በበለጠ አጠናክረው በአዲስ መልክ ባካሄዱና ለድል አድራጊነት በበቁ ነበር። ለማናቸውም ይህ የአቡበከር ማዘንና ማልቀስ በሲራጅና በአብዱልሃሚድ አሲምባ እንደገባን ለሠራዊቱ አመራር ሪፖርት ቀርቦ ተጨማሪ ማቀጣጠያ ሆነ። ከሻቢያ ዋና ጠቅላይ ሠፈር ለአንድ ሣምንት ያህል በዋና ሰፈራቸው ከርመን ወደ አሲምባ ጉዟችንን ቀጠልን። ያላንዳች ሥራ ለአስር ቀናት በዋና ሠፈራቸው መቀየታችን በተዘዋዋሪ የቁም እስራት ነበር። ዓላማውም ከኢሳያስ አፈወርቂ ጋር በሚደረጉ ተደጋጋሚ ውይይቶች አማካይነት ኢሳያስ የእኛን ማንነት ለመረዳትና ለማወቅ በነበረው ፍላጎት በተለያዩ ሽንካላ ምክኒያቶች በመስተንግዶ ስም እንዲንቀይ እደረገን። በጉዟችን ወቅት ሐማሴን አውራጃ ከጻአ ዘጋ አካባቢ ዕረፍት እንድንወስድ ተደረገ። የአረፍንበት ቤት ከፍታ ካለው መሬት ላይ የተሰራ ሲሆን ከግርጌው ሜዳ አለው። ሁላችንም ከቤት ውጭ ሆነን በጀርባችን ተጋድመን ፀሀይ እየሞቅን ስንዝናና ሳለን ተዋጊ ጀት ከየት እንደመጣች ማንም ሳያውቅ ብቻ ተንደርድራ የጥይት ሩምታ ስትለቅብን ነፍሴ እውጭኝ እያልን ሁላችንም ወደ ቤቱ ውስጥ ገባን። ቤት መግባታችንን ስታውቅ አጅሬዋ በቤቱ ግድግዳና በጣራው እያከታተለች የጥይት ሩምታ ለቀቀችብን። ቤቱ ተደረመሰ፣ የሻዕቢያ ወታደሮች የሞት የሽረት ትግል አካሄዱ። ሁለት የሻዕቢያ ታጋዮች እኛን ለማዳን ሲታኮሱ እዚያው ወደቁ። በቀሪዎቹ ታጋዮች ብርታት አይሮፕላኗ ስለተመታች እሷም እንድእኛ ነፍሴ አውጭኝ ብላ በመጣችበት ተመልሳ ሄደች። ከትዕይንታችን ውጭ በመሆኗ ትትረፍ አትትረፍ አናውቅም። በዚያን ዕለት ሁላችንም አልቀን ነበር። ያተረፈን የሻዕቢያ ታጋዮች የሰጡን ልባዊ ምክር ነበር። ከቤት ውስጥ እንዳለን ሁላችንንም በየማዕዘኑ ተጠግተን እንድንቀም አሳሰቡን። እንዳሉትም ያ ሁሉ የወረደው የአይሮፕላኗ ጥይት ውርጅብኝ አንዳቸውም የቤቱን ማዕዘን ሊመታ አልቻለም። ቤቱ ተገርምሷል፣ የቀረው በየማዕዘኑ አካባቢ ያለው ብቻ ነበር። የማይደረስ የለም ያንን ረጅም ጉዞ አጠናቀን አሲምባ ልንደርስ የትንሽ ሰዓት መንገድ ሲቀረን የሠራዊቱ ወታደራዊ አዛዥ ጓድ አብዲሳ አያና በለማ ጉርሙ/ሰቦቓ የምትመራ ጋንታ ይዞ መጣና ተቀብሎን ጉዞ ወደ አሲምባ አመራን። ሊቀበለን ሲመጣ መርሻ ዮሴፍ እንደነገረን ተቀብሎ ወደ ደቡብ ሊይሸጋግረን የተመደበው እሱ መስሎን ነበር። ጉዟችንን ቀጥለን አሲምባ ገባን።

7.13. ለወደፊት እኩይ ዓላማዋ እንዲጠቅማት ሻዕቢያ በመጽሀፉ ደራሲ ላይ ያካሄደችው ስውር አጄንዳና አስቂኙ ድራማዋ

በኢሳያስ አፈወርቂ ያልታሰበ የመጀመሪያው ዱብ ዕዳ ያጋጠመኝ በሻዕቢያ ጠቅላይ ሠፈር ቀይታችን ጊዜ ነበር። በመጀመሪያው ዕለት ሁላችንም ከኢሳያስ አፈወርቂ ጋር በነበረን ውይይት ወቅት ከፍልስጥኤም ተሸክመነው ባመጣነው የዓረብ ስማችን ተዋወቅነው። ታዲያ በውይይቱ ወቅት

እኔን ኃድ መጅድ ብሎ መጥራት ሲገባው ብጻይ/ኃድ አያሌው ብሎ በዕውነተኛ ስሜ በመጥራት ማንነቴን ለማቃጠል መሞከሩ ነበር። ስሜን እንዴት አወቀው ብየ አያሳስበኝም ወይንም አያስደንቀኝም። ብዙ ጆሮና ዓይን ስለአለው ብቻ ሳይሆን በኤርትራ ጠቅላይ ግዛት ፖሊስ መኮንንነት ቀይታየ ከእሱ ድርጅት ጋር በነበረኝ የኅቡዕ ግንኙነቴ አልፎ ከሱ ድርጅት ጋር የኅቡዕ ግንኙነት በነበረኝ ዘመን አገናኝ መኮንኔ የነበረው ዶ/ር ብርሃኔ ኪዳኔ በዚያን ወቅት ከእሱ ባጠገብ ስለሚኖርና እንዲሁም ቀድሞ የሚያውቁኝ ከፊሎቹ ያሰለጠንኳቸው የቀድሞ ወታደሮች፣ ከፊሎቹ በሰራሁባቸው ቦታዎች በእኔ ስር የነበሩ የቀድሞ ወታደሮች ያለበለዚያም ባካባቢየ የነበሩ ብዛት ያላቸው የቀድሞ ወታደሮች የሻዕቢያ አባል ሆነው ከጉኑ በብዛት ስለአሉ አበጥሮ ስለሚያውቀኝ ችግር የለውም፣ እኔንም ግራ አላጋባኝም። ምንም እንኳን የአረብ ስም አሸክመው ኢትዮጵያ ቢያስገቡኝም በዚያው በአረብ ስም በሆነው የሜዳ ስሜ መጥራት ይገባው ነበር እንጂ ዕውነተኛ ስሜን መጠቀም አልነበረበትም፣ ይህ ነበር ያሳሰበኝና ግራ ያጋባኝ። ሆኖም ዓላማና ዕቅድ ስለነበረው እያወቀ እንዳላወቀ ሆኖ ሆን ብሎ ማድረጉ አስደነገጠኝ። እኔም በድንጋጤና በደመነፍሴ አቤት በማለት መለስኩለት። ለጊዜው ችላ አልኩት። እንደገና በተቀነባበረ ሁኔታ አካባቢውን ዘነጋሁት ሆኖም ከሻዕቢያ ጠቅላይ ሠፈር ብዙም ሳይርቅ እንድናልፍ ፕሮግራም ተዘጋጅቶልን ጉዞአችንን ወደ አሲምባ ቀጠልን። በግምት የአንድ ሰዓት ጉዞ እንዳደረግን ከሆነ ሠፈር ስንደርስ ከሠፈሩ ቅጥር ግቢ ውስጥ በመሆን በግምት ከሰባ የማያንሱ ወጣት የቀድሞ የኤርትራ ጠቅላይ ግዛት የፖሊስ ሠራዊት አባላት ሆን ተብሎ በዕቅድና በፕሮግራም በረድፍ ሆነው በድንገት በከፍተኛ ድምጽ በማስተጋባት እጃቸውን በማውለብለብ ከትዕይንታቸው እስከምንርቅ ድረስ በመደጋገም ጋሼ አያሌው! ጋሼ አያሌው! ጋሼ አያሌው! ጋሼ አያሌው! እያሉ የእንኳን ደህና ገባህ የመልካም ምኞት መግለጫ ዓይነት መልክ ስሜን ከፍ በማድረግ ደጋግመው ጠሩ። ከሰዒድ ዓባስና ከአቡበከር ሙሀመድ ሌላ በዚያን ዘመን ከድርጅቱ ውስጥ ዕውነተኛ ስሜን የሚያውቁት ብርሀነመስቀል ረዳ፣ እያሱ ዓለማየሁ፣ መርሻ ዮሴፍ፣ መላኩ ተገኝ፣ ገነት ግርማ፣ ጅምዕ (በኋላ የፓርቲው በሱዳን ተወካይ ሆኖ ይንቀሳቀስ የነበረው የትራጌ ልጅ)፣ ባብዛኛው በምዕራብ አውሮጳ ይኖሩ የነበሩ አባላትና ደጋፊዎች ብቻ ነበሩ። በድንጋጤና በምንተ እፍረቴ በፈገግታ እጄን በማውለብለብ የአጸፋ ሰላምታየን በማቅረብ ጉዟችንን ቀጠልን። በዚህን ጊዜ ሲራጅ/ገመቹ በቀለ እና እብድላሃሚድ/አየለ ዳኘ ለማናገርና ነጥብ ይዘው ሪፖርታቸውን ለማጣፈጥ ፈልገው ይሁን ወይም ደግሞ ከልባቸው ይሁን አላውቅም "ላንድአፍታ እንቁም እንዴ ሄደህ ሠላም የምትላቸው እንደሆነ ኃድ መጅድ" ብለው ጥያቄ አቀረቡልኝ። የሲራጅንና የአብዱላሃሚድን ስውር ዓላማ ተረድተውት ይሁን ወይም ጉዟችንን ማጨናገፍ እንደሌለብን በመፈለጋቸው ይሁን አላውቅም ኃብተጊዮርጊስ ሙላቱ/እድሪስና አድማሱ ሀብቱ/ዑመር "የለም ጉዟችንን መቀጠል ይኖርብናል" ብለው በመቃወማቸው በልቤ አመስግኛቸው ጉዟችንን

ሳናቋርጥ ቀጠልን። ይህንንና ቀደም ሲል በኢሳያስ አፈወርቂ የተፈጸመው የስም ጥሪ ሁኔታ አስመልክተን ከሁለቱ ሰማዕታት ጓደኞቼ ጋር በዚያው ዕለት ባደረግነው አዳር ተወያይተን ወደፊት በዕቅድ አንድ ችግር ቢያጋጥመኝ ሻዕቢያን ከለላና ጋሻ ለማድረግ ወይንም ጠፍቼ ሳመልጥ ወደ ሻዕቢያ ለመሄድ እንድገደድና በሆነው ዓይነት መንገድ ሊገለገሉብኝ በነበራቸው ዕቅድና ምኞት ከወዲሁ እኔን ከጓደኞቼ፣ ከሠራዊቴና ከፓርቲየ ጋር ለማቃቃር ያዘጋጁት ቅድመ እኩይ ዓላማ ነው ብለን በመወያየት ሦስታችንም አመንበት።

በዚያን ጊዜ የኃላው ተለጣፊ ድርጅት ኢሕድን ባለመኖሩ አልተጠራጠርንም እንጂ የኢሳያስ ፍላጎት ይህንኑ ተለጣፊ እንድመራላቸው በነበራቸው ዕቅድ እኔን ለማዘጋጀት በመፈለጉ ነበር። ይህ ዕምነታችን ትክክል መሆኑንም ጀብሃ ሜዳ እያለሁ ከወያኔ መሪዎች በኃላም ካርቱም ከኢሳያስ አፈወርቂ ጋር ተገናኝቼ በተወያየሁበት ወቅት ትክክለኛነቱን አረጋግጫለሁ። በሚቀጥለው ቀን ጉዞአችን በጉዞ ፕሮግራማችን ላይ ያልነበረ ፕሮግራም ወደ ሻዕቢያ ዋና የሕክምና ክፍል እንድንጋዝ በጉዞ አስተባባሪያችን አማካይነት ተነገረን። ሕክምናው ሠፈር ስንደርስ የሕክምና ሠፈሩ ዋና ኋላፊ ዶ/ር ብርሀኔ ኪዳኔ ጋር ፊት ለፊት ተጋጠምን። ገና ከሩቅ እንዳየኝ እንደሕጻን ልጅ አያሌው መርጊያው በማለት ሩጦ ተንደርድሮ ያቀፈኛል። አማራጭ የለኝም፣ ለትግሌ ስል ሁልጊዜም ጠንካራ መሆን ይኖርብኛል። እኔም አጸፋውን ዶ/ር ብርሃኔ ኪዳኔ በማለት አቀፍኩት። እንኳንስ የኔዎቹ ጓዶች እነ አብዱላህሚድ ሲራጅ፣ እድሪስና ኡመር ቀርቶ እራሳቸው የሻዕቢያ ወታደሮችና የህክምና ክፍሉ የሴት ባልደረባዎች ጭምር በመገረም ይመለከቱኝ ጀመር (ደፍረው ባፋቸው ባይናገሩትም ከሱ ጋር የነበሩት የሴቶችና የወንድ ታጋይ ሀኪሞች ይህ የእኛ ሰው ከነዚህ ከ"አምሃሩ" ድርጅት ጋር ምን ያደርጋል ብለው በሆዳቸው ይነጋገሩ እንደነበር እርግጠኛ ነበርኩ)። ኢሳያስ አፈወርቂ አያሌው ብሎ መጥራቱን አስመልክተን ከሁለቱ ጓዶቼ ጋር ባደረግነው ውይይት ባጋጣሚ ሆኖ ስለ ዶ/ር ብርሃኔ ኪዳኔ አንስቼ በመኮንንነት ኤርትራ ቆይታየ እኔንና ሻዕቢያን ያገናኘን የነበረው (Contact person, liaison) ዶ/ር ብርሃኔ ኪዳኔ መሆኑን በማስረዳት ተወያይተን ስለነበር ነገሩ አስገርሟቸው ከመሳቃቸው በስተቀር በቁማር ጨዋታው ግራ አልተጋቡም ነበር። ባለፉት ቀናት ሶስታችንም ተወያይተን እንደተስማማነው አሁንም በተመሳሳይ ሁኔታ ሻዕቢያ ለወደፊት እኩይ ዓላማቸውና ዕቅዳቸው አይዞህ አለንልህ ወደፊት ችግር ቢያጋጥምህ ከጎንህ አለን ብለው በቅድሚያ በማሳሰብ ከወዲሁ ያዘጋጁት ሸርና ሴራ እንደሆነ አድርገን ተረጎምነው። በጉዟችን ላይ ያጋጠመን ሁሉም ገጠሞች ለሠራዊቱ በአብዱልሃሚድና በሲራጅ በኩል በሰፊው ሪፖርት ተደርጓል።

7.14. የሳሆ ሕዝብ

የሳሆ ሕዝብ የሦስት ሺህ ዘመን ታሪክ ያላቸው በኤርትራ በቀደምትነት መሠረት ጥለው ያለፉ በአከለጉዛይ፣ በሰነዓፌና በሰመሃር የሚኖሩ የረጅም ዘመን ታሪክ ያላችቸው ጎሳዎች ናቸው። ጥንታዊ

የታሪክ ቅርሶቻችን እንደ አዱሊስ፣ ኩሃይቶ፣ ሃርጊገና በሰንዓፌ አካባቢ የሚገኘው መጠራ የመሳሰሉት ለሥልጣኔያቸው ምስክሮቻቸው ናቸው። በረጅም ዘመን ታሪካቸውና ሕይወታቸው ውስጥ ሥልጣኔ ሲያብብና ሲፈካ ተመልክተዋል ባንፃሩም የሥልጣኔ ውጤቶቻቸው መልሰው እንደ ሽክላ ሲፈረካከሱና ሲከስሙ ተመልክተዋል። አብዛኛው የሳሆ ሕዝብ የእስልምና ዕምነት ተከታዮች ናቸው። በመሀል ኢትዮጵያ አሳውርታ በመባል ይጠሩ የነበሩት አንዱ ጎሳ ናቸው። አብዛኛው የሳሆ ሕዝብ የሚኖረው በኤርትራ ሲሆን በሌላ በኩል ደግሞ የሳሆ ነገድ ወይም ጎሳዎች በኤርትራ (በመነኩሰይቶ) እና በኢትዮጵያ ደግሞ በስተሰሜን ምሥራቅ ትግራይ ወሰን (አዲ ኢሮብ ወይን ኢሮብ) ክልል ይኖራሉ።. በኢትዮጵያና በኤርትራ የወሰን ክልል አካባቢ የሚገኙት የሳሆ ጎሳዎች በተለምዶ አዲ ኢሮብ ተብለው ሲታወቁ አብዛኛዎቹ የካቶሊክ እምነት ተከታይ ናቸው። በኤርትራ የወሰን ክልል የሚኖሩት የኢሮብ ተወላጆች አብዛኛዎቹ የሚገኙት በመነኩሰይቶ ሲሆን ባብዛኛው የካቶሊክ ክርስቲያን ዕምነት ተከታዮች ናቸው። በኤርትራ የሚገኘው ከፍተኛ ተራራ የአምባ ሶይራ ተራራ ሲሆን የሚገኘው በዚሁ አካባቢ ከሰንዓፌ ብዙም ሳይርቅ ነው። ይህ ተራራ አንድ ዘመን የጀብሃ ምሽግ ነበር።

7.15. አዲ ኢሮብ: (አሲምባ የሚገኝበት ወረዳ)

አሲምባ ከፍተኛ የሆነ የተራራ ስም ሲሆን የሚገኘው በትግራይ ክፍለ ሀገር በስተ ሰሜን ምሥራቅ በሚገኝ በኢሮብ ወረዳ ነው። በኢሮብ ቋንቋ አሲምባ ማለት ቀዩ ተራራ ማለት ሲሆን በተለምዶ ተራራው የሚገኝበት ወረዳ በትግርኛ ቋንቋ አዲ ኢሮብ ይባላል። የደጋማነት ባህሮይ ያለው ተራራማና ቁልቁለትና አቀበት የበዛበት ቦታ ስለሆነ የመንግሥት ኃይል በቀላሉ ሊቆጣጠረው አይችልም። ተራራው ከአፋር አካባቢ ጋር ስለሚዋሰን የበርሃ ፀባይም አለው። የአሲምባን የመሬት አቀማመጥ ለሽምቅ ውጊያ አመች መሆኑን ዶ/ር ተስፋየ/ጼዮሮስ ኃይለማርያም ከትግል ጓዱ ከገብረእግዚአብሔር ወልደ ሚካኤል ጋር በመሆን አጥንተውና ገምግመው ለኢሕአሠ ደጀን አምባ ምቹነት መርጠው የመጀመሪያዎቹ ታጋዮች በመሆን በወረዳው መንቀሳቀስ ተጀመረ። ለቀይ ባሕርም ሆነ ለኤርትራ አመች ሥፍራነቱ ከፍተኛ ነበር። ወረዳው የተሰየመው በነዋሪው የኢሮብ ተወላጆች ነው። ከኢሮብ በሰሜንና ምሥራቅ በኩል ትግራይንና ኤርትራን የሚያዋስነው የእንደሊ ወንዝ ይገኛል። አሊተና ተብሎ የሚጠራው አካባቢ የቀድሞው የአዲ ኢሮብ መስተዳድር ማዕከል ሲሆን በአዲሱ የመስተዳድር ደግሞ ዳውሃን ይባላል። ዳውሀን ንጹህና ጥሩ የሆነ ቀዝቃዛ የመጠጠ ውሃ ይገኝባታል። በዚህ አካባቢ ነበር የኢሕአሠ ቅምጥል መሪዎች ይኖሩ የነበረው። በአዲ ኢሮብ ከአሲምባ ቀጥሎ አይጋ ከፍተኛ ቦታ ያለው አካባቢ ነው። 51% የአዲ ኢሮብ ነዋሪ ሕዝብ የካቶሊክ ኃይማኖት ተከታይ ሲሆኑ 45% የኢትዮጵያ ኦርቶዶክስ ተዋህዶ ዕምነት ተከታይ ናቸው። ቀሪው 4% የእስልምና ኃይማኖት ተከታዮች ናቸው። የነዋሪው ሕዝብ ዋነኛው ቋንቋ የሳሆ ቋንቋ ሲሆን የኩሽቲክ ዘር ቋንቋ በመሆኑ ከኦሮምኛና ከሶማሊያ ጋር ተመሳሳይነት አለው። ይህ ቋንቋ በኢትዮጵያ

በሚኖሩት የኢሮብ ተወላጆች ቋንቋ ብቻ ሳይሆን በኤርትራ በአከለጉዛይ በተለይም በሰንዓፌ ወረዳ አካባቢ የሚኖሩ የሳሆ ጎሳዎችም ቋንቋ ነው። በዘመነ መሳፍንት ሹም አጋሜ ወልዱ የተባሉ የኢሮብ ቤተሰብ በትግራይ ፖለቲካ የበላይነት ነበራቸው። ስርዎ ነገሥቱ ደጃዝማች ስባጋዲስ፣ ሹም አጋሜ ደስታን፣ ራስ ስብሀት አረጋዊንና አፄ ዮሐንስን የጨምራል። በደጃዝማች አየለ ስብሀትና ደጃዝማች ካሣ ስብሀት መሪነት የኢሮብ አርበኞች ምሽጋቸውን በአሲምባ ተራራ መሽገው ለአርበኞች ግንባር ጥንካሬና ድል አድራጊነት ከፍተኛ አስተዋፅኦ ያበረከቱ ጀግና ወንድማማቾች ነበሩ።

በዘመናችን ደግሞ ዶ/ር ተስፋየ ደበሳይን፣ ይስሀቅ ደብረጺዮን፣ ገ/እግዚአብሔር ወ/ሚካኤል (ጋይም)፣ ደበሳይ ካሕሳይ (54) እና ደበሱ (55)፣ እንደ ሌሎች የኢሮብ ጀግኖች በፀረ ፊውዳልና በመቀጠልም በፀረ ፋሽስቱ ደርግና ከዚያም በፀረ የወያኔና ፀረ ሻዕቢያ ትግል ክፍተኛ ሚና በመጫወት መስዋዕት ሆነዋል። ኢሮብ በተለይም የአሲምባና የአይጋ አካባቢዎች የኢሕአፓ ሠራዊት ኢሕአሠ በውጊያ ወረዳነትና በምሽግነት ያገለገሉ ታሪካዊ ተራራዎች ናቸው። የኢሕአፓ ሠራዊት የሆነው የኢሕአሠ ዋና ጠቅላይ ሠፈርና የማሰልጠኛ ጣቢያዎች የሚገኙት በአሲምባ ተራራ አካባቢ ነበር። በፊውዳሉ የአፄው ዘመን በአይጋ በሚገኙ ሁለት ማሳዎች ምክኒያት ባካባቢው የሚኖሩት የትግራይና የኤርትራ ነዋሪዎች መካከል በሁለት ማሳዎች ይገባኛል በየጊዜው ግጭት በመፍጠር እየተታኮሱ ከሁለቱም ጠቅላይ ግዛቶች የሽማግሌዎች ልዑካንና የሠላም/ጸጥታ አስከባሪዎች በየዓመቱ ያለበለዚያም በየሁለትና ሦስት ዓመት ይላኩ ነበር። ምንም እንኳን ከሁለቱ ጠቅላይ ግዛቶች የሚላኩት የሽማግሌ ልዑካን ቡድኖች ዘላቂ ሠላምና መረጋጋት ባያስገኙም ጊዜያዊ ሠላም ፈጥረውና አግባብተው ይመለሱ ነበር። የዚህ መጽሐፍ ደራሲ በ1964 ዓ. ም. መግቢያ ላይ ባካባቢው ተመሳሳይ ችግር ተፈጥሮ ሳለ በነበረኝ ቁልፍ የኋላፊነት ቦታ ያለዕድሜየ (ሥልጣን ያለዕውቀት ዕዋቂ ያስብላል እንደሚባለው) ለበሰሉና በዕድሜ ለበለጸጉ ሽማግሌዎች መሪ ሆኜ የኤርትራን ጠቅላይ ግዛት የሽማግሌዎችን ልዕካንና የፀጥታ/ሠላም አስከባሪውን ቡድን በመምራት አይጋና አካባቢዋ ሁለት ቀን የፈጀ የእርቅ ድርድር በማካሄድ ቀይቻለሁ። ምንም እንኳን ከድርድሩ የተገኘው እርቅና የመግባባት መንፈስ ዘላቂነት ባይኖረውም ለሁለትና ሦስት ዓመት ያህል በሠላም ቀይተው እንደገና ያገረሸ ነበር። የሀገር ግዛት ሚኒስትርና ጉዳዮ ከሚመለከታቸው ሌሎች ከፍተኛ የመንግሥት ባለሥልጣናትን ያቀፈ ቡድን አማካኝነት ጠለቅ ያለ ጥናትና ውይይት በማካሄድ ዘላቂ መፍትሄ እንዲገኝ መንግሥት ፍላጎት የነበረው አይመስልም። እርስ በርስ መጋጨታቸውና መታኮሳቸው በዘመኑ ለነበረው መንግሥት ጠቃሚ እንደሆነ እጠራጠር ነበር። በዘመናችንም በሻዕቢያና በወያኔ መካከል የተካሄደውም የወሰን ግጭት መነሻው ከድሮ ጀምሮ ተያይዞ የመጣ በሽታ እንደሆነ አድርጌ ነው የማምነው።

7.16. አሲምባ እንደገባን የሰለጠናችሁት ለአሲምባ እንጅ ሲዳሞ ብሎ የሚታወቅ እንደሌለ ጓድ ብዲሳ አያና አስታወቀን

በመጨረሻም አሲምባ እንደገባን አቡበከር ሙሀመድ ጓድ አብዲሳ አያናን የደቡብ ጉዟችንን ከመቀጠላችን በፊት በአሲምባ አካባቢ ምን ያህል ጊዜ እንቀያለን ብሎ ሲጠይቀው የምን ደቡብ ነው? ስለደቡብ የማውቀው ነገር የለኝም። ተወክላችሁ የሰለጠናችሁትና የተላካችሁት ለአሲምባ ተብሎ ነው፣ ስለዚህ "እነሆ ሜዳው እነሆ ፈረሱ" በማለት የአሲምባ ጀግኖች ለመሆን እንጅ ለሌላ ጀግና ለመሆን እንዳልተላክን ገለጸልን። ወዲያውኑ ለአብዲሳ አያና ሦስታችንም ግልጽና ቀጥተኛ በሆነ አንድ ድምጽ ለታጋይ ትግል እንጅ ቦታ አይወስነውም፣ እንዲያውም በከፍተኛ ስሜትና ወኔ ለሌሎቻችንም አራአያና ምሣሌ በመሆን ነቀተን በማንቃት፣ ታግለን በማታገል ትግላችንን በአሲምባ ለመቀጠል ዝግጁ ነን በማለት በኲራትና በወኔ ቃል ገባንለት። ጥያቄ ያቀረብንለትም እኛው ሶስታችን ብቻ ነበርን። በወቅቱ ስሜታችን እንደነገረን ከሀብተጊዮርጊስ ሙላ/እድሪስ በስተቀር ሌሎቹ ጉዟችን ወደ አሲምባ እንጂ ወደ ሲዳሞ እንዳልሆነ አስቀድመው የሚያውቁ እንደሆነ ይሰማን ነበር። የጠየቀም ወይንም ያነሳ አልነበረም። ኢሕአሠ የፓርቲውን ዓላማና ምኞት ተግባራዊ ለማድረግ የተቋቋመ የፓርቲው የጦር ክንፍ እንደሆነና የፓርቲውን ዓላማና ምኞት ከግቡ ለማድረስ ከመነግሥትና ከሌሎች የጠላት ጦር ጋር የሚዋጋ ጥርስ ያለው ሕዝባዊ ሠራዊት በመሆን የኢትዮጵያን ሕዝብ ለነፃነት፣ ዲሞክራሲ፣ እኩልነት ለማጎናጸፍ በቻለ ነበር። በኤደን ቆይታችን ምንም እንኳን የእኛ ጉዞ ወደ ደቡብ ኢትዮጵያ እንደሆነ ቢነገርንም፣ በአሲምባ የሚንቀሳቀሰው ሠራዊት ተጠናክሮ ጠላትን እያስጨነቀና ከደጀን አምባው አያሌ ውጤቶችን እንደተጎናጸፈ፣ ሰፊ ነፃ መሬቶችን በቁጥጥር ሥር እንዳደረገ፣ አይሮፕላን እንደሚያርፍና የተጠናከረ የፖለቲካ ትምህርት ቤት እንዳለው ነበር እያሱ ዓለማየሁ ሆነ በኋላም ኤደን ላይ መርሻ ዮሴፍ፣ እነሮብሌ/እስማኤልና ጌታቸው በጋሻው በየጊዜው ይነዙልን የነበረው ቱልቱላ። ለነገሩ ጌታቸው በጋሻው ወሬውን አስፋፋ ተብሎ እንጂ አሲምባን አይቶትም አያውቅም ነበር በዚያን ጊዜ። ከነጭራሹ በትግራይ ውስጥ ከመቐሌ በስተቀር ለብዙ ዘመን ሰፍረው የነበሩ የጦር ሠራዊት ሠፈሮች ሁሉ ተደምስሰው እንደለቀቁና እነዚህን አውራጃዎችን የሚያስተዳድረው ኢሕአሠ ብቻውን እንደሆነና ሠራዊቱ እስከ እሥራ አምስት ሽህ የሚጠጋ የታጠቀና የተደራጀ ሠራዊት እንዳለው ነበር በነመርሻ ዮሴፍና በነሮብሌ/እስማኤል ይሰጠን የነበረው የቅጥፈት ፕሮፓጋንዳ። ኢሕአሠን እንደ ዝነኛ ሠራዊት መቁጠር ብቻ ሳይሆን በሀገራችን ኢትዮጵያ ጭቆናና ብዝበዛ የሌለበት ሥርዓት የምንመሰርትበት መሣሪያችን አድርገን እናምን ነበር። ለሕዝባችን የምንመኘውንና ራዕያችንን ወደ ተግባር የምንቀይርበት፣ ብሶቶቻችንና ቁጭታችንን የምንወጣበት፣ ከከተማ በተሳሳተ ትግል ምክኒያት የወደቁ ሰማዕታት ጓዶቻችንን ደም የምንበቀልበት ቀኝ እጃችን

እንደነበረ ለደቂቃም ተጠራጥረንም አናውቅ። በእኛ ግምት አሲንባ የኢሕአሠ የደጀን አምባ በመሆኑ የዲሞክራሲ አምባ አድርገን ነበር የጠበቅናት። ሠራዊቱ የደረስነው እኩለ ቀን አካባቢ ነበር።

አሲንባ እንደገባን የመጀመሪያው የእንኳን መጣችሁ አቀባበል የጀመረው ስንገደ እንደደረስን በግላችን የያዝነውን ማናቸውንም ቀሳቁሶችና የግል ንብረቶች ሁሉ ማስረከብ እንዳለብን ትዕዛዝ ተሰጠን። ሰዒድ አባስና አቡበከር ሙሀመድ ጠቃሚ የሆኑ ልዩ ልዩ መጻህፍት ከሰሜን አሜሪካ በግዥና ከግለሰቦች በስጦታ መልክ ያሰባሰቧቸውን አስቀድመው ወደ ኤደን ልከዋል። መጻህፍቶቹ ከኤደን ከእኛ ጋር በጀልባ ተጉዘው ከሻዕቢያ መሬት ስንደርስ በእንስሳ ተጭኖ አሲምባ ገባ። እኔ አንድ ትልቅ ካርቱን ሙሉ መጽሀፍት በግዥም፣ ከሕዝባዊ ሪፑብሊክ ቻይና ኤምባሲምና እንዲሁም ከተለያዩ ግለሰቦች በስጦታ ያሰባሰብኳቸውን ከእኔ ጋር ለማጓጓዝ ስዘጋጅ “ታጋዩ” እያሱ ዓለማየሁ ምን ያደርግልሀል፣ ትርፉ ሸክምና መንገላታት ነው። እነዚህ ሁሉ መጻህፍት በሜዳ በሽበሽ ናቸው፣ ለማንበብ ጥንካሬው ይኑራችሁ እንጂ ብሎ በማሳመኑ ሁሉንም እዚያው ጥየ በናፐሳኬ ብቻ ጢቅ አድርጌ ነው ጉዞ የጀመርኩት። ሶስታችንም በጀበርናችን ልዩ ልዩ መጻሕፍት ጢቅ አድርገን በመሙላት ተሸክመን አሲምባ ደረስን። ሜዳ ስንገባ ያለንን ሁሉን አስረክቡ ስንባል ሦስታችንም የሊቀመንበር ማዖ ትሴቱንግን ቀይዋን ትንሽ መጽሀፍ እያንዳንዱ ታጋይ በኪሱ ሊይዘው የሚገባ ጉዳይ መሆኑን በማመን ከራሳችን ጋር ማስቀረት ፈለግን። እንግዳ ተቀባዩ “የተባረከና ጨዋው” (ስሙን ዘነጋሁት) ነባር ታጋይ በቁጣ መልክ ቦታችሁ ታውቀ ስትመደቡ የሚያስፈልጋችሁ ከሆነ ታገኛላችሁ አሁን ግን በኪሳችሁ ያለውን ነገር ሁሉ አንድም ሳታስቀሩ ማስረከብ ይኖርባችኃል ብሎ ትእዛዝ ሲሰጠን ግራ ተጋባን አቀባበሉና የግለሰቡ ሁኔታ። በኪሳችን አንድ ቀይ መጽሀፍ ለማስቀረት መፈለጋችንን ሲመለከት አሁንም በኃይል አነጋገር ሊያመናጭቀን ሲሞክር አቡበከር “ጓድ ገና አሁን ሜዳ ገባን፣ ለእኛ እዚህ ላለው ነገር ሁሉ እንግዶች ነን፣ አልፎም እረጅምና ኃይለኛ የሆነ ጉዞ አጠናቀን በመግባታችን የተዳከምን ጓዶችህ ነን፣ ምንአለ ቀስ አድርገህና አለሳልሰህ ብታናግረን” ይለዋል ግልጹና የዋሁ አቡበከር ሙሀመድ። በማያያዝም አቡበከር “በየጊዜው እረፍት ስናገኝ ልናነባት የሚገባን፣ ለአያያዝም አመች የሆነች መጽሀፍ ቀዩ መጽሀፍ በመሆኗ ችግሩ ምንድን ነው ብንይዝ” ብሎ ይጠይቀዋል። ይኸው “ጨዋና አስተዋይ” ነባር ታጋይ እንግዳ ተቀባያችን እኔ የማውቀው የለኝም፣ የተሰጠን መመሪያ ሁሉን በኪሳችሁ ያለውን ሁሉ ማስረከባቸውን ተቆጣጥረህ ሪፖርት አድርግ ነው የተባልኩት ብሎ ጭፍን ያለ መልስ ይሰጠዋል። በዚህ ምክኒያት በእኛና እንድናስረክብ በሚያዘን “አስተዋይና ጨዋ” ታጋይ መካከል ክርክሩ ቀጠለ። ይህ ሁሉ ሲሆን ሁሉም ያካባቢው የመካከለኛ እርከን አመራር ሰዎች ራቅ ብለው ጣልቃ ሊገቡ ባለመፈለጋቸው ዝም ብለው ይመለከቱን ነበር። አብዲሳ አያና ያንን ግጭት ሲያስታውስ እንዲህ ይላል፣ “... ሻዕቢያ የነሱን ዕቃ ብቻ አንድ እህያ ጭነውልን ነበረ፣ በጀርባቸውም ላይ ናፐሳክ ተሸክመዋል። ማንኛውም ተጋዳይ

ከውጭ ወደ ሜዳ በሚመጣበት ጊዜ ያለውን ንብረት ሁሉ አንድም ሳይቀር ማንኛውንም ነገር ማስረከብ አለበት። የማዎይስት መጽሀፍቶችና የሊቀ መንበር ማዎ ትሴ ቱንግ ትንንሽ ቀይ መጽሃፍቶች ብዙ ይዘው መጥተው ነበርና ሁሉን አስረክቡ ብለው ማስረከቢያው ቦታ ላይ እንዳሉ ሲጨቃጨቁ አካባቢው ስለነበርኩ ነገሩን ለማብረድ ያደርኩበት ነገር ነበር ትዝ የሚለኝ። መጽሀፍቶቹን አስረክቡ በሚባሉበት ጊዜ የተወሰኑትን መጽሀፍ በግልጽ አሁን ለማስታወስ የማልችልበት ሁኔታ ይህንን አላስረክብም፣ ይሄ ያስፈልገኛል ለራሴ በየዕለቱ እረፍት ሳገኝ የማጠናበትና ሁልጊዜ የማነበው ነውና አልሰጥም የሚል ነገር ተነሳና ያ እንዲያስረክቡ መመሪያ የሚሰጠው ሌላው ጓድ የለም ሁሉንም ነገር ማስረከብ ይኖርባችኃል፣ የምትፈልገውናን የማትፈልገውን ገና የሥራ መደብህ ሲታወቅ እንዳስፈላጊነቱ ነው የሚሰጥህ እንጅ አሁን አንተ ወታደራዊ ትምህርት ለመውሰድ ነው የምትሄደውና ምንም ነገር ደግሞ ይዘህ ለመሄድ አትችልም ብሎ ሲያስረዳ ትንሽ ቃላት ሲለዋወጡ ጣልቃ ገብቼ ለማብረድ ሞከርኩኝ። እኔም ይህንኑ ገለጽኩላቸው፣ ምንም ነገር ይዘው ለመሄድ እንደማይችሉ እና ይዘውት የሚሄዱትም ደግሞ ለሥራቸው የሚያስፈልጋቸው ከሆነ እንደማይነፈጋቸውና እንደጠየቁ እንደሚሰጣቸው ገለጽኩላቸው" (አብዲሳ አያና)። ይህ ዓይነት ችግር እንደሚፈጠር ጭራሽ አላሰብንም ነበር። እንዲያውም ቀዩን መጽሀፍ በሜዳው ውስጥ እንደልብ በመሰራጨት የምናገኝ ነበር የመሰለን እንጅ እንደዚህ የጥላቻ ዘመቻና የማዕቀብ እርምጃ የተወሰደባት ምስኪን አስተማሪያችን መሆኗን ፈጽሞ አልተጠራጠርንም።

ስለ ሦስታችን ሪፖርት እንደደረሳቸው በደንብ ታውቀናል፣ ስለሆነም ቀይዋን መጽሀፍ በፍጥነት በፊልድ ጃኬቴ ከማይታይ ቦታ ውስጥ ሽጎጥኳትና የማስረከቡን ተግባር በጉጉትና በደስተኝነት ስሜት የማስረክብ በመምሰል ተያያዝኩት። ለማስረከብ ጉጉት ያለኝና ደስተኛ የሆንኩ በመምሰል በቅድሚያ በእጄና በጀርባየ ያሉትን በፍጥነት ሰጠሁ። ቀጥሎ ሰዓቴናን እንዲሁም ከኪሴ የነበረውን ማስታወሻ የፈንጅ ትምህርትና አንዳንድ ወታደራዊ ትምህርቶችን የጻፍኩበትን ማስታወሻ ሰጠሁ። በተለይ እኔን በደንብ አድርገው እንደሚመለከቱኝ ተገንዝቤ ነበር። ለማስረከብ ጉጉና ደስተኛ የሆንኩ መስየ በመታየቴ ችላ አሉኝ። ታዲያ የእኔ ፍላጎት ጥርጣሬ አድሮባቸው ኪሴን ሁሉ እንዳይፈትሹና በሚስጢር ኪሴ የደበኳትን የአደራ የእጅ ቀለበትና በፊልድ ጃኬቴ የተለየ ኪስ ውስጥ የሽጎጥኳትን የሊቀ መንበር ማዎ ትሴ ቱንግን ቀይ መጽሀፍ እንዳያገኙብኝ ለማድረግ ነበር። የትግል ዘዴየ ሰርቷል፣ ለማስረከብ ጉጉና ደስተኛ አድርገው ተመለከቱኝ። እኔም አመሰገንኳቸው በመሸወዳቸው። በዚህ አንኳን ይሸወዱ እንጂ ብየ በሆዴ ሳኩኝ። የአደራ የእጅ ቀለበቴን ኤደን ከመግባቴ በፊት ፍልሥጥኤም እያለሁ ነበር ከጣቴ አውጥቼ በሱሪየ የሚስጢር ኪስ ውስጥ ያስቀመጥኳት። ከሰባቱ በፍልሥጥኤም ከነበሩት ጓዶቼ በስተቀር ሌሎች ቀለበት አይተውብኝም አያውቁም፣ ቀለበቷን ከጣቴ አውጥቼ በኪሴ ማስቀመጥ የጀመርኩት የፍልሥጥኤም ሥልጠናችንን ገና ሳናጠናቅቅ በመሆኑ እነሱም

ቢሆን የዘነጋት ይመስለኛል። ከማስረከብ ክንውኑ በኋላ ለሁለቱም ሰማዕታት ጓዶቹ የራሴን የሊቀመንበር ማዎ ትሴ ቱንግን ትንሿን መጽሐፍ ደብቄ እንዳስቀረሁት ገለጽኩላቸው። እስክአሳየሁቻቸው ድረስ አላመኑኝም ነበር። ንብረቶቻችንን ባስረከብን በወሩ አቡበከር ሙሀመድና ሰዒድ አባስ ሁለቱም በየተራ ከጓድ ሮባ በተገባልን ቃል መሠረት መጽሀፍ ለማግኘት እንደጠየቁና የጠየቃቸው መጽሀፍት ለአካባቢው ጤናማ ትምህርት ስለማይሰጡ ወደ ሠራዊቱ እንዳይገቡ ተወስኗል ብሎ ጌራ ይሁን ግርማ ወይንም ጸሀየ አለበለዚያ እራሱ አብዲሳ (ማን መሆኑን ዘነጋሁ) እንደነገራቸው ነገሩኝ። እንዳዘኑባቸውም ገለጹልኝ። ሰዒድ አባስ ጓድ ሮባ/ሙስጠፋን በማመን ነበር እንጂ ድሮውንም አስረክቡ ስንባል እንደማይሰጡን ተሰምቶን ነበር ብሎ ነገሩን አላዝቦ እንድንዘጋው በማሳሰቡ በችልታ አለፍነው። እንደውም መጻህፍቶቹ በሙሉ ሳይቃጠሉ እንደማይቀር ነበር እምነታችን። በዚሁ ወቅት ካስፈለገ እየተዋዋስን መጠቀም እንደምንችል አስረድቻቸው የእኔን ቀዩዋን መጽሀፍ በዚያኑ ጊዜ በድብቅ ለአቡበከር ሰጠሁት። አስማማው ኃይሉ መጽሀፉን ለማዘጋጀት የተጠቀመው የመረጃ ምንጭ ለድርጅቱ ውድቀት ተጠያቂዎቹን እንደሆነ ጠቁሜአለሁ። በሰላይነት እንደሚጠረጠር እየገለጸልን ያሬድ /አያሌው ከበደ ተሰማን እንደ ማስረጃ መጠቀሙ ሌላው ትልቅ ስህተት እንደሆነ ነው።

አያሌው ከበደ ተሰማ እንዲህ በማለት “አቡበከር ሙሀመድ መጽሀፍቶች በጃኬቱ ውስጥ ሰፍቶ ይዞ እንደነበረና ለመደበቁም የሚሰጠው ምክኒያት ትሮትስካይቶች የዚህ ዓይነት መጽሀፍት አይፈልጉም እያለ በገሀድና በአደባባይ ይናገር እንደነበረ” አድርጎ አቡበከር ሙሀመድን ሊያሳጣው እንደሞከረ ጠቅሷል (አስማማው ኃይሉ፣ 201)። ከዚሁ ጋር ተያይዞ በዚሁ ገጽ ላይ ውብሸትና ሰዒድ አቡበከር በገጠሩ የተራዘመ ትግል ላይ ብርቱ እምነት ስለነበራቸው ከሲቪየት ሕብረት በመምጣት አብረው ይሰለጥኑ ከነበሩት አባላት ጋር ፍጥጫ የመላበት ውይይቶችን አድርገዋል ይላል አያሌው ከበደ ተሰማ በቦታው የነበረ ይመስል። በቅንነትና በሀቀኝነት ዲሞክራሲያዊ በሆነ የውይይት ዘይቤ የመሳተፍ ባህላቸው በመመርኮዝ ሦስታችንም ሽንጣችንን ገትረን የተከራከርናቸው ሁለቱን ከሲቪየት ሕብረት የመጡትን አየለ ዳኘን/አብዱላአሚድና ገመቹ በቀለ/ሲራጅን ሳይሆን ሥልጠናችንን አጠናቀን ኤደን ስንገባ ያገኘናቸውን በመርሻ ዮሴፍ መሪነት ተሰባስበው ያውደለድሉ የነበሩትን 13ቱን አባላት፣ እነ እስማአልን/ሮብሌን፣ ጌታቸው በጋሻውና ሌሎች ከነሱ ጋር የነበሩ አፍቃሪ መፈንቅለ መንግሥት ታጋዮችን በሙሉ ባንድነት ነበር። ሁለቱ ጓዶቻችን አየለ ዳኘ/አብዱላአሚድና ገመቹ በቀለ/ሲራጅ ከጭፍን ታማኝነታቸው የተነሳ በውይይት ወቅት ከማዳመጥ በስተቀር ምንም ተካፋይ ሆነውም አያውቁም ነበር። በደፈናው የመርሻን ቃል የሚያስተጋቡና መመሪያና ትእዛዝ በጭፍን ተቀብለው የሚፈጽሙ ታማኝ ሎሌዎች ነበሩ እንጂ። አቡበከር ሙሀመድ ሲበዛ ግልጽና ቀጥተኛ ቢሆንም በዚያ አምባገነኖችና ፋሽስቶች በሚያስተዳድሩባት የአሲምባ ሜዳ፣ በዚያች በተንኮለኞችና ጭራቆች በምትመራ የአሲምባ ሜዳ በግልጽና በአደባባይ በይፋ በልብሴ ውስጥ ሰፍቼ መጽሀፍ የምደብቀው

ትሮትስካይቶች በመሆናቸው ነው ብሎ ፈጽሞም አይናገርም፣ ለዚያውም ለያሬድ/አያሌው ከበደ ተሰማ። አቡበከር ሕጻን ወይንም እብድ አይደለም ጠላትና ወዳጅ በማይታወቅበት ቦታ በአደባባይ የሚናገር ሰው በፍጹም አልነበረም። በሌላ አካባቢ ለመጠቀም እንደሞከርኩት ያሬድ/አያሌው ከበደ ተሰማ የአቡበከር የሠፈር ልጁ እንደሆነና ምስጢር ይነግረኛል ብሎ አቡበከር እንዳጫወተኝና እኔም ከተለያያችሁ አያሌ ዘመን በመሆኑ አሁን ያለበትን ሁኔታ ስለማታውቅ የሚሆነው አይታወቅምና ጥንቃቄ እድርግ ብየ መምከሬን በሌላ አካባቢ ጠቅሻለሁ። ምንአልባት አቡበከር ተታሎ በሠፈር ልጅነቱ ለያሬድ/አያሌው ከበደ ተሰማ በምስጢር ምንነቱን ሳያውቅ በስሜታዊነት በቀድሞ የሠፈር ልጅነት አምኖት ሌሎች ምስጢሮችን አጫውቶት ይሆናል፣ ሆኖም ግን ያልነበረውንና ያልያዘውን ይዣለሁ ብሎ በአደባባይ የሚናገር ሞኝ ወይንም እብድ አልነበረም። ስለሆነም ያሬድ የአቡበከርን ቀራጥነት ከመፍራት የተነሳ ያልነገረውንና ያልሆነውን በመፍጠር ለአመራሩ ሪፖርት እንዳደረገበት በእርግጠኝነት አምናለሁ። ሁላችንም የነበረንን መጻሕፍት ሁሉ አስረክበናል። አልፎም አቡበከር ሙሀመድ ቀዩን መፅሀፍ እንኳን ለመያዝ ሞክሮ በግልምጫና በቁጣ ኃይል እንዲያስረክብ ተደርጓል። ኤደን እያለን በዕረፍት ጊዜያችን በማንበብና በመወያየት የግንዛቤ አድማሳችንን ለማሳደግ እንድንችል ሠራዊቱ ስለሚያምንበት በእጃችን አምስትና አራት መፃህፍት በጀበርናችን በመያዝ ለማንበብና ለማጥናት እንደሚፈቀድልን በፅኑ እናምን ስለነበር አቡበከር በጃኬቱ ውስጥ መፅሀፍ ሰፍቶ ለመያዝ ሙከራ ቀርቶ ሀሳቡም አልነበረውም።

ከሚያምነው ጓደኛ በስተቀር ትሮትስካይቶች ናቸው ብሎ ለማንም አውርቶ አያውቅም። በአደባባይና በግልጽ ስብሰባ ላይ ይናገር የነበረው ድርጅታችን የጀመረውን አቅጣጫ ካላስተካከለ አናርኪዝም ይነግስና የድርጅቱ ዕድሜ ያሳጥረዋል። ከዚያም ባሻገር ፋሽስቱ ድርግ ኢሕአፓ'ን አናርክስቱ ድርጅት በማለት ለመጨፍጨፍና ድርጅቱን ለመደምሰስ አመች ሁኔታን ይፈጥርለታል። ከፕሮግራሙ ውጭ ያሉትን አዳዲስ አቃሞች ከተከተልን ደርግ፣ ወያኔ፣ ሻዕቢያና ፀረ-ኢሕአፓና ፀረ-ኢትዮጵያ ኃይሎች ሁሉ ድል አድርጊ ይሆናሉ። ድርጅቱ ለባዕዳን ኃይሎች በሩን ከፍቶ የሰጠ ይመስላል እያለ ነበር ለሚያምናቸው ያልፍራቻ በግልጽና በድፍረት የሚያወያየውና የሚያስተምረው። እሱም ሆነ ሁለታችን እኔና ሰዒድ አባስ በምንም ቢሆን ከድርጅቱ የቅሬታ አቀራረብ ውጭ እየወጣን አሉባልታ በሠራዊቱ ውስጥ የምንነዛ አፍራሾች ባለመሆናችን ንቅናቄያችን ሁሉ ሥነሥርዓትን በተመለከተ መንገድ ነበር። ነገር ግን ድርጅቱም ሆነ ሠራዊቱ አዙሮ የማየትና የማገናዘብ ፍላጎታቸው በመጥፋቱና ለድርጅቱ ውድቀት እንድተሰማሩ በመረዳታችን የኃላ ኃላ እነሱ ከድርጅቱ የቅሬታ አቀራረብ ውጭ እየወጡ ከሌሎች ለድርጅቱና ለሠራዊቱ ቀና አስተሳሰብና አመለካከት ላላቸው ተቀርቃሪ ታጋዮች ጋር በይፋ ችግሮችን እያነሱ ይወያዩ። በዚህ መልክ ድርጅቱም ሆነ ሠራዊቱ የደከመበትን ምክኒያቶች ምስጢሩን ያልተረዱት እየተገነዘቡና እየተረዱ

እንዲመጡ ረድቷል። አያሌው ከበደ ተሰማ/ያሬድ ዕውነት የተናገረው ቢኖር፣ ሁለቱም በኢሕአፓ የትግል ዘይቤ በሚመለከት በኢትዮጵያ ሊካሄድ የሚገባው የትጥቅ ትግል በፕሮግራም ላይ በግልጽ እንደሰፈረው ልክ እንደ ቻይናዊያንና ቬትናሞቹ ከገጠር ወደ ከተማ በሚወስድ የትግል ጎዳና ላይ ያተኮረ መሆን አለበት የሚል ጽኑ አቋም ነበርቸው። ድርጅቱ በከተማዎች ውስጥ ለሚያደርጋቸው የትግል ተሳትፎዎች ለገጠር ትግሉ በታክቲክ መልክ እንደ ድጋፍ ካልሆነ በስተቀር በዋናነት የትግል ዘዴ መሆን የለበትም ብለው አጥብቀው ተቃዋሚ ነበሩ። አያሌው ከበደ ትየሰማ ሌላ በሀቅ የተናገረው ቢኖር በዚህም አቋማቸው ምክኒያት በዓይነ ቁራኛ ይጠበቁ ዘንድ ከውጭ ሪፖርት ተከትሏቸው መጥቷል ያለውና ከዚያም ሁለቱም ማለት ሰዒድና አቡበከር የተያዙትና ብሎም የተረሸኑት በማዎይስት አቋማቸው እንደሆነ የታወቀ ነው የሚለው አባባሉ ትክክል ነው። አቡበከር ሙሀመድና ሰዒድ አባስ እንደነ መዝሙር፣ አሲምባ፣ ታሪኩ፣ ደረጀ፣ በላይ፣ አብርሓም፣ አንተነህና ሌሎቹ ጠንካራና ሀቀኛ ጓዶች የድርጅቱን ፕሮግራምና ዓላማ አስመልክቶ የተሳሳተ የትግል መስመርና አቋም አስመልክቶ ከሚመስሏቸው ሰዎች ጋር ከመወያየት ወደኋላም ብለው አያውቁም። የነሰዒድና አቡበከር ትግል በሠራዊቱ አመራር ድክመት ላይ ያተኮረ ሳይሆን የሠራዊቱ ድክመት የፓርቲው ድክመት ነጸብራቅ በመሆኑ መታረምና መስተካከል የሚገባው በዋናነትና በቅድሚያ የፓርቲውን ድክመት እንጅ የሠራዊቱ ውስጥ በሚታየው ችግር ላይ በማትኮር ብቻ መሆን የለበትም። "የአሳ ግማቱ ከጭንቅላቱ" እንዲሉት። ከሠራዊቱ በላይ የሆነ ችግር እንዳለ በመገንዘባቸው ከዚያ በላይ ነው መወያየትና መታገል የሚፈልጉት። ውይይታቸው ሁሉ የሚያተኩረውና ያተኮረው በውስጠ-ፓርቲ ትግልና በጉባዔ ጥሪ ላይ ነበር። የከተማው ጭፍጨፋና በዚያም ከሞት ለመትረፍ እየጎረፈ ወደ አሲምባ የሚመጣው ከሠራዊቱ አቅም በላይ የሆነ ችግር አለ ብለው ነበር የሚያምኑት። በዋና ስትራቴጂነት ተነድፎ የነበረው የሕዝባዊ የተራዘመ የገጠር ትግል ለዋናው ስትራቴጂ በደጋፊነት ልንገለገልበት በምንችለው በከተማ ሽብር የትግል ስልት መተካቱ፣ ወጣቱ በተሳሳተና በተወላገደ የትግል መስመርና ባልተጠናና ባልተቀናጀ ግብታዊ ግዳጆች ምክኒያት እየተጨፈጨፈ መሆኑን በማስመልከት፣ የጊዜያዊ ሕዝባዊ መንግሥት ጥያቄን በመሳሰሉት ጉዳዮች ላይ ነበር የነሱ ትኩረት እንጅ በሠራዊቱ አመራር ድክመት ላይ ብቻ በማትኮር የድርጅቱና የሠራዊቱ ችግር እንደማይፈታ ያምናሉ።

7.17. ከአምስት ዓመት በኋላ ከኢርጋ ተሰማ ጋር ግንኙነት

አሲምባ ገብተን የግል ንብረቶቻችንን አስረክበን ጨርሰን ለማረፍ አካባቢውን በምንቃኝበት ወቅት ከኢርጋ ተሰማ/መዝሙር ጋር የመገናኘት አጋጣሚ ተፈጠረልኝ። እያሱ ዓለማየሁም ቢሆን አውሮጳ እያለሁ ስለዋለልኝ መኮንን ብቻ እንጂ ስለሌሎች የቀድሞው ዩኒቨርሲቲ ተማሪዎች ጠይቆኝ ወይንም አንስቶልኝ ስለማያውቅ የሁለታችን በዚያን ወቅት መገናኘታችን ያጋጣሚ ነገር

ሆኖ እንጂ ሆን ተብሎ የተዘጋጀልን እንዳልሆነ ነው የማምነው። ከውጭ ሀገር ተመልምለው በፍልሥጥኤም ሥልጠና አድርገው አዲስ ጓዶች የመጡ ናቸው ተብሎ “ባጋጣሚ” በሻዕቢያ አማካኝነት ዜናው ገና ሻዕቢያ መሬት እያለን በአሲምባ ወዲያውኑ ተሰራጭቶ ስለነበረ ኢርጋ ተሰማ ከሩቅ ሆኖ ገባ የተባለውን ዝናው የተወራለትን አዲሱን የፍልሥጥኤም ቡድን በጉጉት በሩቅ ሆኖ ይመለከታል። እኛም ማስረከቡን አጠናቀን ለማረፍ ቦታ መርጠን ለመቀመጥ በመንገራደድ ላይ ሳለን በአካባቢያችን የሠራዊቱን ሁኔታ በመቃኘት አካባቢው የነበሩትን የሠራዊቱን አባላት በዓይን ስንገበኝ ድንገትና ሳይታሰብ ከኢርጋ ተሰማ ጋር ዓይን ለዓይን እንጋጠማለን። እስከዚህ ጊዜ ድረስ ሆን ብለው ያዘጋጁልን ሳይሆን ድንገተኛ ገጠሞሽ እንደሆነ ነው እስከዛሬ ድረስ የማምነው። ሁለታችንም በሩቅ ፈገግታ በፈገግታ በመተያየት የደስታና የአለኝታነት መንፈስና ስሜት በሁለታችንም ላይ ተሰረፀብን። እንግዲህ ከሥነሥርዓት ውጭ ይሁን አይሁን ምንም ቅር ሳይለኝና ወደኋላ ሳላፈገፍግ ወደእሱ ሳመራ እሱም እንደዚሁ በፈገግታና በደስታ ወደ እኔ በማምራት ተቃቅፈን ሠላምታ ተለዋወጥን። ይህ ከኢርጋ ተሰማ/መዝሙር ጋር የተፈጸመው ግንኙነት ከተያየን ከአምስት ዓመት በኋላ ነበር። የሁለታችንን መተቃቀፍና መሳሳም በመመልከት በዚያን ወቅት በሰዒድ አባስና በአቡበከር ሙሀመድ ያሳደረውን ደስታ መግለጽ ያስቸግረኛል። መጅድ የሚያውቀውና የሚያምነው ጓዱ ጋር ተገናኘ፣ ስለሆነም የእኛም ጓድ ነውና ተጨማሪ ሌላ ጠንካራ ጓድ ከሜዳ እንዳላቸው የደስታ ስሜት አደረባቸው። ሆኖም ማን መሆኑን አላወቁም። ጋንታ 44 የተባለችው በታኝና አፍራሽ ጋንታ ወይንም ሌላ ሁኔታችንን ሁሉ በደንብ ተመልክተው ወዲያውኑ ሪፖርት አድርገዋል ይመስለኛል፣ ያለበለዚያም ከገባሁበት ጊዜ ጀምሮ የእኔንና የሁለቱን ጓዶቼን እንቅስቃሴ በጥንቃቄ የሚከታተሉ የተመደቡ እንደነበሩ በእርግጠኝነት ይታወቀኛል። ኢርጋ ተሰማና እኔ ስሜታችንን ተቆጣጥረን ባጭሩ አመጣጣችንና ከቡድኑ ውስጥ ጠንካራና የበሰሉ ሁለት ጓዶችና አንድ ሀገር ወዳድ ወገን እንዳሉና የሜዳ ስማቸውን ነግሬው እንዲያውም ወደ እነሱ እያመለከትን በምልክት ማንነታቸውን አሳየሁት። አቀማመጣቸው፣ ቁመታቸውና የነበሩበት ቦታ ከሩቅ በማመልከት ለማስተዋወቅ ያመች ነበር። አብረዋቸው ከነበሩት መካከል ሶስቱም አጫጭሮች ናቸው። ሁለቱ ጓዶቼ አረንጓዴ ፊልድ ጃኬት ነው የለበሱትና ለማመልከት ቀላል ስለነበሩ አሳየሁት። ከዚያም ወደፊት በይበልጥ እንደምተርክለት ነግሬው ብዙ ሳልቆይ ተመልሼ ወደ እነሰዒድ፣ አቡበከርና ሀብቶም/ፀጋየ እንደደረስኩ በችኮላና በስሜት አቡበከር ማን ነው? ይለኛል። በመልክ ባታውቁትም በዝና ታውቁታላችሁ። እኮ ማን ይባላል ንገረን? ይለኛል ለማወቅ ቸኩሎና ጓጉቶ። እኔም ሆን ብየ ለጓጋቸው በመፈለጌ ስሙን ከመናገር ይልቅ በደፈናው ስለማንነቱ በመናገር ውብሸትን ስሜታዊ አደረኩት።

በአካል የምታውቁትና የምትወዱት ጓዳችሁ መሀመድ ማሕፉዝና እንዲሁም በዝና የምትወዷቸውና የምታፈቅሯቸው ጓዶቻችሁ የእነ የዋለልኝ መኮንን፣ የጥላሁን ግዛውና የሌሎቹ

ሀቀኞች ጓደኛ የሆነው ኢርጋ ተሰማ የሚባለው ነው ብየ ሳልጨርስ ሰዒድም ጭምር ከአቡበከር ጋር ከደስታ የተነሳ ስሜታዊ ሲሆን ለሁለተኛ ጊዜ ታዘብኩት። እንኳንስ ስሜታዊው አቡበከር ቀርቶ ስሜቱን ተቆጣጣሪው ሰዒድ አባስ ሳይቀር የተሰማው ደስታ ከፍተኛ ነበር። ሰዒድ አባስ ከስም ልውውጣችን ጊዜ በኃላ ስሜቱን መቆጣጠር አቅቶት ከአቡበከር ሙሀመድ በልጦ ስሜታዊነት ስሜት ያየሁበት አጋጣሚ ይህ ከኢርጋ ተሰማ ጋር በተገናኘሁበት አጋጣሚ ሁለተኛው ጊዜ ነበር። ለካስ ኢርጋ ተሰማን በዝና ከእኔ ይበልጥ ደህና አድርገው ያውቁታል። አሲምባ የሚገኝም አልመሰላቸውም ነበር። ለነገሩማ እኔም ቢሆን በፍጹም ሜዳ ይገኛል ብየ አልጠረጠርኩም፣ እዚያው አዲስ አበባ ሆኖ በሕቡዕ የሚታገል ነበር የሚመስለኝ። ሜዳ ውስጥ ብቻችንን እንዳልሆንና ቢያንስ አንድ ጥራትና ብስለት ያለው ጠንካራ መሪ ጓድ አለን ብለው ሁለቱም ጓዶቼ (ሰዒድና አቡበከር) ባንድነትና በኩራት መንፈስ ተኩራሩ። እሱ እዚህ ካለ በእርግጥ ሙሉጌታ ዜና፣ ከፍሉ ተፈራ አርአያ፣ ሙሉጌታ ሡልጣንና ሌሎቹ ከሰሜን አሜሪካ ቀድመው የተላኩት ሁሉ እዚሁ ይኖራሉ ብለው ተስፋ በማድረግ ተዝናኑ። ሁለቱ ጓዶቼ በኢርጋ ተሰማ ላይ ያላቸውን እምነትና አክብሮት በማወቄና በመገንዘቤ ይበልጥ ደስታና ኩራት ተሰማኝ። ወዲያውኑ ማስተዋወቄን እልወደድኩም። ከላይ ለመጠቆም እንደሞከርኩት ከኢርጋ ተሰማ/ከመዝሙር ጋር የቀድሞ ትውውቅ እንዳለን ወሬ አቀባዮቼ የጋንታ 44 ሰላዮች ወዲያውኑ ሪፖርት እንዳደረሱ እርግጠኛ እንድሆን የሚያስረዳኝ ሁኔታዎች መገንዘብ ጀመርኩ። አንዱና ዋናው ሁለታችን እየተገናኘን ረዘም ላለ ጊዜ ለመወያየት እንድንችል ዕድሎች ይከፈትልን ጀመር። ወደፊት እንድኛችን ስንታሰር በተገናኘንበት ወቅት የተወያየናቸውን ሁሉ በአሰቃቂ ግርፋት ለማስለፍለፍ ወይንም ለማግኘት እንዲያስችላቸው በቀላሉ እየተገናኘን ለመወያየት ያስቻሉን ለዚህ እንደሆነ የኃላ ኃላ በቁም እሥር ላይ እያለሁ ለማመን ተገድጃለሁ። ያለበለዚያ እንደልብ እንድንገናኝና እንድንወያይ ማስቻላቸው ሌላ ምክኒያት አይኖረውም። እኔም ለዚህም ነበር ምን አባታቸው ያደርጉኛል፣ እስቲ የሚያደርጉኝን አያለሁ እያልኩ ቀይቼ በመጨረሻ አጋጉል እልህነትንና ድርቅ ባይነትን አስወግጄ የሰማዕታት ጓዶቼን ምስጢር ተሸክሜ ለመኖርና እነሱንም ከወደፊት እሥራት ለማዳን ስል አጋጉል ሞትን በመፍራት እንደ ቦቅቧቃ ከእሥር አምልጩ ለመጥፋት የወሰንኩት።

7.18. ከሌሎች ሰማዕታት ጋር ወዲያውኑ መተዋወቅ ጀመርን

አሲምባ ገብተን የግል ንብረቶቻችን ባስረከብን በማግሥቱ ከሰዓት በፊት ሠራዊቱ ጋር እንደተቀላቀልን እኔ፣ ሰዒድ አባስ፣ አቡበከር ሙሀመድ፣ ፀጋየ/ሀብቶም ሆነን እዚያው ሰንገደ አካባቢ ተቀምጠን እየተወያየን ሳለን እስቲ የዝነኛውን ሠራዊት ቤዝ እንደተቀመጥን እንቃኝ፣ የአውሮፕላኑን ማረፊያውንም ከቻልን በሩቅ ለማየት እንሞክር ተባብለን ቁጭ እንዳልን በትናንትናው ዕለት ከውጭ የገባነው አዲሶቹ አባላት መሆናችንን በመረዳት መምህር ድመዎዝ ገርመ/አንተነህ፣ መኮንንን

ተክሌ/ደረጀና ኤልያስ በቀለ/ታሪኩ ቀጥታ ወደእኛ በመምጣት ይተዋወቁናል። ከእኛ ጋር ተቀምጠው ጭውውት ቀጠልን። ሀገር ወዳዱ ፀጋየ/ሀብቶም በጉጉት የአይሮፕላን ማረፊያውን ለማየት በመፈልጉ የት አካባቢ እንደሆነ እንደጠየቀ ከሦስት አዲሶቹ ጓዶቻችን ሁለቱ (ታሪኩና ደረጀ) programmed ፕሮግራምድ እንደሆኑ ዓይነት ሁለቱም ባንድነት ሳቃቸውን ይለቁታል። አራታችንም እንግዶች በመሆናችን ግራ በመጋባታችን የምንለው ጠፍቶን ምንአልባት በበርሃ ምክኒያት ንኮች ሆነው ሊሆኑ ይችላሉ ብለን አራታችንም እርስ በርስ በዓይን ተያየን። ወዲያውኑም ሁለቱ ጓዶች በሳቃቸው ግራ መጋባታችንን እንደተገነዘቡ ማንኛቸው እንደሆኑ ዘነጋሁኝ ረጋ ባለና በጨዋነት መልክ ይቅርታ በመሳቃችን። ምንም እንኳን ካገር ቤት የሦስታችንም (የአንተነህ፣ ደረጀና የታሪኩ) አመጣጥ በተለያየ መንገድ ቢሆንም ሁላችንም በነበርንበት አካባቢ ሁሉ እንደእናንተው ተመሳሳይ መረጃ ተነግሮን አሲምባ እንደገባን እንደናንተው በጉጉት ለማየት እንደሞከርን ከተማ እያለን የተወራልን ሁሉ ውሸት እንደሆነና እንኳንስ አይሮፕላን ማረፊያ ጥይት ያለው ጠመንጃ ታጥቀው የሚዘዋወሩት እፍኝ አይሞሉም ይልና በአሲንባ የመጀመሪያውን ክፉ መርዶ ያሰማናል። ምን ዓይነት የቀይ ሠራዊት ሜዳ ውስጥ እንዳለን ወደፊት ቀስ እያላችሁ ሁሉንም እራሳችሁ ትደርሱበታላችሁ። ዋናው ቁም ነገር የአመጣጣችን ዓላማ ሠራዊቱ ሕይወት አግኝቶና ጠንክሮ ድርጅቱን ጠንካራ ለማድረግ በመሆኑ የመከላከያ ግንባችን ለሆነው ሠራዊት እንኳን ደረሳችሁለት። እኛም የሚቻለንን ለማስረዳት እንሞክራለን ብሎ ነገሩን ዘጋው። እንደዚህም ደፍረን ለማስረዳት የቻልነው ጓድ መዝሙር ስለእናንተ ስለነገረን በልበ ሙሉነት በመተማመን ነውና ሌላ ነገር እንዳይሰማችሁ በማለት ሦቱም ግልጽ በሆነና ድፍረት በተመላበት መንፈስ ባንድነት የሠራዊቱን ጉድ ያፈነዱታል። ይህ ከሰዓት በፊት ነበር። በመጀመሪያ ሊያናግሩን ይሆናል ብለን ተደናገጥን፣ ቀጥሎ ግን የመዝሙርን ስም በማንሳታቸው ለመዝናናት ሞከርን። ከዚያም ከሄዱ በኋላ አራታችንም እስቲ ምን ይታወቃል፣ የተጠራጠርናቸው መሆናችንን ሳናሳውቅ በሆዳችን ይዘን ወዳጅነታችንን እንቀጥል ብለን ወሰን። ሁላችንም እዚያው እያለን የቀድሞው ምዕራብ አውሮጳው የጥቂት ጊዜ ጓደኛየ የነበረው አሲምባ/ብሥራት ደበበ ጋር ፊት ለፊት በመተያየታችን እየገሰገሰ ወደ እኔ በመምጣት እኔ ትካሻ ለትካሻ ለመሳሳም ስጋጋ እሱ ፈጥኖ በእጅ በመጨባበጥ ቀስ ብሎ በጆሮየ ከአውሮጳዎቹ በባሱ አምባገነኖች የሚመራ ሜዳ በመሆኑ የት ይተዋወቃሉ ብለው ችግር እንዳይፈጥሩ መሳሳሙን እንተወውና በቀላሉ በአዲስነትህ እንኳን ደህና ገባህ እንደምልህ ዓይነት እናስመስለው ይለኛል።

ከአውሮጳዎቹ በባሱ አምባገነኖች ማለቱ እነ እያሱ ዓለማየሁንና መላኩ ተገኝን ማለቱ ነው። አሳቀኝና ከአውሮጳ ወደእዚህ ሜዳ የተላክነው እኮ በእነዚያው በአውሮጳዎቹ አምባገነኖች ነውና ስለእኛ እዚህ ላሉት በደንብ አድርገው ሪፖርት ልከውላቸዋል፣ እንዲያውም ስለእኔና ሦስት ጓዶቼ አስመልክቶ እኛኑ አሽክመው ሪፖርት እንደላኩ እናምናለን ስለው ነገሩ ልክ ነህ አለና በስሜትና

በፍቅር ትካሻ ለትካሻ ተያይዘን ተሳሳምን። የተገናኘነው ከአራት ዓመት ተኩል በኃላ መሆኑ ነበር። መጅድ ተብየ እንደምታወቅ ስነግረው፣ እንዴ ጓድ መዝሙር ትናንት ከገቡት ውስጥ ከምዕራብ አውሮጳ የገባ አለ ብሎ የነገረን አንተን ነው ለካስ አለና በበኩሉ ወደ ሜዳ የመጣውና ሠራዊቱን እንዲቀላቀል ያደረጉት በከተማ የተከማቹት መሪዎች እንደሆኑ ገለጸልኝ። ከሰዒድ፣ አቡበከርና ከፀጋየ/ሀብቶም ጋር አስተዋወኩት። አሲምባም በበኩሉ ምንም እንኳን ከሜዳ ጓዶቼ ጋር አብራችሁ ተቀምጣችሁ ባገኛችሁም በሥነሥርዓት ላስተዋውቃችሁ በማለት ከታሪኩ፣ ደረጀና ከአንተነህ ጋር እንደአዲስ አድርጎ አስተዋወቀን። አሲንባ/ብሥራት ደበበ የበሰለና አስተዋይ የነበረ፣ ቀጥተኛና ግልጽ ጓድ ነበር። ከነበረው ጠንካራ ሶሺያል ኢምፔሪያሊዝምና በቬት ኮንግና በቻይናዎች የትግል ስልት ጠንካራ አቋሙ ከተማ ልከው ባንድ አካባቢ አፍነው ያቀዩታል እንጂ የተራዘመ ሕዝባዊ የገጠር ትጥቅ ትግል ከሚካሄድበት አክባቢ አያቀርቡትም የሚል ግምት ነበረኝ። ታዲያ ሠራዊቱን እንዲቀላቀል ያደረጉት ለተራዘመ የገጠር ትጥቅ ትግል በነበረው ስሜቱና ፍላጎቱ ሳይሆን ልክ እንደ እኔ እና እንደ ሁለቱ ጓዶቼና እንደሌሎቹ አሲንባ ልከው ከአንድ አካባቢ አፍነው ለማስቀመጥ ካልሆነም በስውርና በዘዴ ለማጥፋት ባላቸው ዕቅድ ይሆናል ብየ አመንኩኝ። ከአሲንምባ ጋር ተገናኝቼ እንደተሳሳምኩ ሰዒድና አቡበከር እንደዚያ ዓይነት አዲስ ጓድ በማግኘታቸው እንደገና ደስታና ኩራት ተሰማቸው። ጓድ መጅድ ብቻችንን እንዳልሆን በተግባር እያስረዳኸን ነው፣ ትናንት በሜዳ የመዝሙርን መኖር አበሰርክልን፣ በሩቅም አየነው፣ ዛሬ ደግሞ ከአሲምባ ጋር አገናኘኸን። እንግዲህ ብቻችንን አይደለንም፣ እየተራባንና እየተባዛን ነውና በኤደን ያሳለፍነው ብቸኝነት በአሲምባ እንካሳለን አሉኝ ሁለቱም በመተጋገዝ። በምንም ቢሆን ወደ ኋላ እናፈገፍግም፣ ደግሞም ሁልጊዜም ቢሆን ከብዛት ጥራት በመሆኑ ችንፈት እይደርስብንም ብለው ሁለቱ ጓዶቼ ደስታቸውን በመኩራራት ገለጹልኝ። እንዲያውም በአጋጉል ፍራቻ ከደፋሮቹና ጠንካራዎቹ አዲስ ጓዶቻችን በሆኑት ታሪኩ፣ ደረጀና አንተነህ ላይ አሳድሮብኝ የነበረውን የመጠራጠር ስሜት በፍጥነት ወዲያውኑ እንድናጠፋ የአሲንባ ሳይታሰብ ከእኛ ጋር መገናኘት ረዳን። ኢርጋ ተሰማ በቃሚነት በቤዝ አምባ አካባቢ በመሆኑ ይሁን ወይንም ተዘጋጅቶልን ይሁን በግልጽ ባላወቅም እንደገና በማግሥቱ ከሰዓት በኋላ ገደማ ከእሱ ጋር ተገናኝቼ በሞላ ጎደል መግለጽ የሚገባኝን ሁሉ ባጭር ባጭሩ ገለጽኩለት።

ባጋጣሚ በዚያን ሰዓት የነበርኩት ከሁለቱ ጓዶቼና ከወንድማችን ከሀገር ወዳዱ ሀብቶም ጋር ባንድ አካባቢ ስለነበርኩ ከኢርጋ ጋር የማደርገውን ውይይት እንደፈጸምኩ ምንም የሚያስቸግር ነገር ያለው መስሎ ስላልታየኝ እዚያው ሶስቱን በአካል ከኢርጋ ጋር አስተዋወኳቸው። ታዲያ ከአዲሱ ስሞቻችን ጋር ገና ባለመለማመዳችን ሳት ብሎኝ ኢርጋ ስለው እሱም እንደእኔው ሳት ብሎት አያሌው ነበር ያለኝ። ኢርጋ ያገደለው ነገር ቢኖር መቶ አለቃ እያሌው ብሎ ይጠቀም የነበረውን ማዕረጉን አለመጨመሩ ነበር። በፀጋየ/ሀብቶም፣ በአቡበከርና ሰዒድ ላይ በነበረኝ ከፍተኛ የሆነ እምነትና

ኩራት ተሳስቼ ኢርጋ ተሰማን በእውነተኛ ስሙ መጥቀሴ አላስደነገጠኝም ነበር። በኢርጋ ተሰማ/መዝሙር እና በብሥራት ደበበ/አሲምባ ጋር በነበረኝ የቀድሞ ትውውቅና ግንኙነት ምክኒያት በሠራዊቱ ከሚንቀሳቀሱት ጠንካራ፣ ሀቀኞችና ቀራጥ ከሆኑት ቅን የድርጅቱና የሠራዊቱ አባላት ጋር ለምናደርገው መቀራረብና ትውውቅ ከፍተኛ አስተዋፅዖ አበርክቷል። በተገናኘን ቁጥር እምብዛም ጥርጣሬና ጭንቀት ሳያድርብን በቀላሉ ለመወያየትና መረጃ ለመለዋወጥ አስችሎናል። እኛ ከመግባታችን በፊት በተለይም ከገባን ከጥቂት ሳምንት በኋላ ጀምሮ በየቀኑ ከከተማ የደርግን ጭፍጨፋ ለማምለጥ ለከለላ ወደ አሲምባ በመንጠባጠብ የሚገቡት አባላት እያደር እየበዛ መምጣት የጀመረበት ጊዜ በመሆኑ በከተማ ስለሚካሄደው ጭፍጨፋና ስለ ከተማው ሽብር ትግል አስመልክቶ አስደንጋጭ መረጃዎችን ማግኘት የጀመርንበት ወቅት ነበር። በነዚህም ባፈራናቸው አዳዲስ ጓዶች አማካይነት አዳዲስ ያልገመትናቸውንና ያላሰብናቸውን መረጃዎች ማግኘት ጀመርን። ምንም እንኳን አራታችንም (ከሀገር ወዳዱ ከሀብቶም/ፀጋየ ጋር ማለቴ ነው) ተበታትነን ለየብቻ ብንሆንም አሲምባ እንደገባሁ የመጀመሪያውን ሦስት ወራት በአሲምባ ቀይታየ ያሳለፍኩት በቤዝ አምባ አካባቢ በሚደረጉ አንዳንድ ፋይዳ በሌላቸው እንቅስቃሴዎች ላይ በተለይም በሰንገደ፣ ከለአሳ፣ ዳያ፣ ሰበያ፣ ወራይትለይ፣ አዎና አሊተና አካባቢ ተወስኘ በመንቀሳቀስ ስለነበር አልፎ አልፎ እየተገናኘን መረጃ በመለዋወጥና ጭውውት የማድረግ ዕድሎች ነበሩን። አሲምባ በገባን በዚያች የስምንት ቀናት ጊዜ ብዛት ካላቸው ታጋዮች ጋር መገናኘት እንደጀመርኩ ከጥቂቶቹ ጋር በአደረኩት ውይይት ያገኘሁት መልዕክት ሠራዊቱ ዱልዱም እንጂ የሚዋጋ እንዳልሆነ፣ ባዶ ጠመንጃ ብቻ እንግተው ለጉራ እንደሚዘዋወሩና ያብዛኛው ታጋይ ወኔና አፍላ ስሜት እንደገደሉት ተገነዘብን። ትጥቅ ብቻ ለዚያውም ባዶ ቀፎ ተሸክሞ የሚንቀሳቀስ ምንም ዓይነት ሙያ የማይሰራ ሠራዊት እንደሆነ የተዋወቅናቸው ሁሉ አስረዱን። በቤዝ አምባ አካባቢ ቀይታየ ምን ጊዜም የማይረሱኝና ከልቤ የማይጠፉ ውድና ድንቅ የሆኑ የዘለዓለም ጓዶች ጋር እንድቀራረብና እንድተዋወቅ ከመርዳቱም በላይ በተግባር ፕሮግራሙን በማዛባት የመስመር ለውጥ በማድረግ በድርጅቱና በወጣቱ ላይ ከፍተኛ ጉዳት መድረሱን እንደ መርዶ አረዱን።

ደጀን አምባው ደርሰን ለጥቂት ቀናት መዘዋወር እንደጀመርን የመጀመሪያው ትዝብታችን ከላይ በአዲሶቹ ጓዶቻችን እንደተጠቀመልን ኤደን እያለን ስለአሲምባ ይተረክልን እንደነበረው ወይንም እያሱ ዓለማየሁና እነ መርሻ ዮሴፍ ይተርኩልኝ እንደነበረው ቅጥፈትና ውሸት ሳይሆን ኢሕአሠ በድርጅቱ ተረስቶ በመኖሩ በሀገራችን ኢትዮጵያ ጭቀናና ብዝበዛ የሌለበት ሥርዓት ለመመሥረት የሚያስችለን መሣሪያ ሊሆን እንደማይችል፣ ለሕዝባችን የምንመኘውንና ራዕያችንን ወደ ተግባር የምንቀይርበት፣ ብስጭታችንና ቁጭታችንን የምንወጣበት፣ ከከተማ በተሳሳተ ትግል ምክኒያት የወደቁ ሰማዕታት ጓዶቻችንን ደም የምንበቀልበት ቀኝ እጃችን የሚሆን ሠራዊት ሊሆን

እንደማይችል አረጋገጥን። ጥርስ የሌለው ዱልዱም ሠራዊትና መሪ አልባ እንደሆነ ነው ያገኘነው። በደጀን አምባው የጥቂት ሣምንታት ቆይታችን ባደረግነው ግንዛቤና ግምገማ የሠራዊቱን ድክመትና ችግር በማስወገድና ለማስተካከል ጥርስ ያለው የቀዩ ጦር ሠራዊት ለማድረግ አያሌ መሰናክልና እንቅፋት የበዛበት ውስብስብ ትግል ማካሄድ እንዳለብን ተገነዘብን። ከሁሉ ይባስ ብሎ እጅግ ያሳሰበን ድርጅቱ ለገጠር ትጥቅ ትግል ግድ የሌለውና ለረጅም ዘመን ለመታገል አለመዘጋጀቱን አሲምባ እንደገባን ሰሞን የቀዳማዊ ኃይለሥላሴ ጦር አካዳሚ 16ኛ ኮርስ ምሩቅና ብልጣ ብልጥና አድርባይ መስሎ ይታየኝ የነበረውን የፓሪሱን ምክትል የመቶ አለቃ ወሎየ የጋንታ መሪ ሆኖ ባገኘሁበት ጊዜ ነበር። ከነሐሴ ወር 1967 ዓ. ም. ጀምሮ የአመራር ችሎታና ብቃት ይለኩ የነበሩት በቅድሚያ ለአመራሩ ጭፍን የሆነ ታምኝነት ያላቸውና ከተቻለም የወታደራዊ ሞያ ችሎታ በነበራቸው ብቻ እንጅ በርዕዩተዓለም ጥራትና በሥነ ሃሳብ ብስለት፣ በራሳቸው መተማመን እንዲሁም ልትግል ባላቸው ፅንዓት እንዳልነበረ በኤደን ብቻ ሳይሆን አሲምባም ደርሰን በተግባርና በተጨባጭ ማስረጃ ሆነኝ። ኢሕአሠ ግርማ ሞገስ እንደሌለውና ዘለቄታ የማይኖረው ሠራዊት ሆኖ ታየኝ። ሌላው ትዳይ ደግሞ ኢሕአሠ ሲፈጠር የተቀላቀሉና በመካከለኛ የሠራዊት የአመራር እርከን ላይ ይገኙ የነበሩ አባላት ላይ ይታይ የነበረውን የርዕዩተዓለም ጥራት ጉድለትና የፖለቲካ አመራር ድክመት እንዲሁም ዝርክርክነት አስመልክቶ የመንፈስ ደስታና እፎይታ የሚነሳ ሆኖ ታየን። ታዲያ ይህ ባላስጨነቀን ነበር፣ ግልጽነትና ቀጥተኛነት ቢኖር በመወያየትና በመደጋገፍ ችግሮችን አስወግደን እርስ በርስ እየተማማርን ሠራዊቱ የሕዝብ አለኝታ በማድረግ ሀይለኛ ተናካሽ ጥርስ እንዲኖረው ለማድረግ ይቻላል ብለን ከልብ እናምን ነበር። የሠራዊቱ ውስጣዊ አሰራርና አደረጃጀት የአባላቱን ተነሻሽነትና የፈጠራ ችሎታ የሚያዳብር በአመራሩና በአባላቱ መካከል በመተሳሰብና በመተማመን ላይ የተመሠረተ ግንኙነትን የሚያጠናክር እንዳልሆነ ተገነዘብን። በሠራዊቱ እንቅስቃሴ በአባላቱ ሕይወት ቅንጣት ተሳትፎ አልነበረም። ሁሉ ነገር የሚወሰደው በጥቂት ከአባላቱ በተነጠሉና ከሠራዊቱ አስተሳሰብና ፍላጎት ምንም ዕውቀት ባልነበራቸው በሻዕቢያና ወያኔ ተከታዮች እንደሆነ ሰማን። ሁሉን ነገር እራሳቸው እንዲጨርሱ በመደረጋቸው ሠራዊቱ በከፍተኛ ቢሮክራሲያዊ አሰራርና የመሻገት ድር የተተበተበ ሆኖ አገኘነው። ይህም ከፖለቲካዊ ሥራው ደካማነት ጋር ተዳምሮ የፓርቲው ሠራዊት እያደር እያዘቀዘቀ እንደሚጋዝ በግልጽ ታየን።

ፓርቲው ከነጭራሹ ተፈረካክሶ ሳይበተን ከውድቀቱ አንስቶ ለመጠበቅና ኢሕአሠ የኢትዮጵያን ሕዝብ ለሥልጣን ለማብቃት እንዲያስችል የኢሕአፓ'ን ፕሮግራምና ደምብ ይዞ፣ ድርጅቱ በፕሮራሙ በዋነኛነት የተለመውን የተራዘመ ሕዝባዊ የገጠሩን የትግል ስልት በመከተል፣ ከፕሮግራሙ ውጭ ያላግባብ የሚካሄደውን የከተማ ሽብር ባፋጣኝ በማቆምና ያላግባብ በከተማ የሚጨፈጨፈውን ወጣት ለማዳን የመስመር ልዩነቱን ተሸክሞ የማያቋርጥ ትግል ለማካሄድ ብቸኛው መፍተሄ ሆኖ ያገኘነው

ተቃርጦ የቀየውን የጉባዔ ጥሪ ተግባራዊነት ብቸኛው መሣሪያችን መሆኑን አመንበት። ይህም የድርጅቱንና የሠራዊቱን አንድነት በመፍጠርና የእርስ በርስ መጠራጠርን በማስወገድ ድርጅቱን ብሎም ሠራዊቱን ሕዝባዊ እንደሚያደርገው በወቅቱ እንቀራረብ ለነበርነው እምነት ሆነ። በሠራዊቱ ማንኛውም ሀሳብና ተቃውሞ በዲሞክራሲያዊ መንገድ ነፃና ግልፅ በሆነ መንገድ ተወያይተው እንዳይፈቱና መፍትሔ እንዳያገኙ በድርጅቱ አመራር ሙከራ መደረጋቸውን በግልጽ የተገነዘቡት ኢርጋ ተሰማ፣ ኤልያስ በቀለ/ታሪኩ፣ መምሕር ደመዎዝ ገረመ/አንተነህ፣ መኮንን ተክሌ/ደረጀና ብሥራት ደበበ/አሲምባ በመሆን በታሕሣስ ወር አጋማሽ 1969 ዓ. ም. ገደማ አጋጣሚ ሆኖ ሁሉም በዳሕዋን አካባቢ እንደተገናኙ በብርሀነመስቀል ረዳ የተመሠረተው የኢሕአፓ ክንፍ የእርማት ንቅናቄ አካል ሆኖ የሠራዊቱን አባላት በዙሪያው በማሰባሰብ የሠራዊቱን ድክመቶችም ሆነ የድርጅቱን ውድቀት አስመልክቶ በማስረዳት፣ በማወያየት፣ በማስተማር፣ በማንቃትና በማሰባሰብ የተደበደበውን ድርጅትና በሞት አፋፍ ላይ ያለውን ሠራዊት ለማዳንና ተዋጊ ሠራዊት አድርጎ ለማጠናከር የሚያስተባብር የኢሕአሠ ክንፍ የእርማት ንቅናቄ ለመፍጠር ሀሳብ ቀርቦ እስፈላጊነቱን ከተወያዩ በኃላ ሁሉም በቀረበው ሀሳብ ተስማሙ። አምስቱም ሰማዕታት በከተማ በሚካሄደው እንቅስቃሴ ምክኒያት በድርጅቱ ላይ የደረሰውን ውድቀት በጥሞና በመከታተል በቂ እውቀት ነበራቸው። የሞት ሽረት ትግል በማካሄድ በደማቸውና ባጥንታቸው ለተጠቀሰው ዓላማና ግብ መምታት ሀሳቡ በተጠነሰሰበት ወቅት ከድርጅቱ የቅሬታ አቀራረብ ውጭ ሳንወጣ ከኃይል ወደ ኃይል ወይንም ካንድ አካባቢ ወደ ሌላ አካባቢ ባለመንቀሳቀስ በቀረበው ሀሳብ ላይ ሰፊ ውይይት በማካሄድ ቀዩ። በታሕሳስ ወር የተጀመረው ይህ ውይይት ተጠናክሮና ተስፋፍቶ በጥር ወር መግቢያ 1969 ዓ. ም. ገደማ አባላቱ የመፅሀፉን ደራሲና ሁለቱን የፍልሥጥኤም ኃዶቹን (አያሌው መርጊያው/መጂድ አብደላ፣ ኤፍሬም ደጀኑ/ሰዒድ አባስ፣ ውብሸት መኮንን/አቡበከር ሙሀመድ)፣ እና ሌላ ሁለት ኃዶችን ጨምሮ የቀረበውን የኢሕአሠ ክንፍ የእርማት ንቅናቄ ለመመሥረት የቀረበውን ሀሳብ በመደገፍ ጠንክረው ውይይቱን ይሳተፉ የነበሩት ታጋዮች ቁጥር አሥር ደረሱ። ብዙም ሳይቀይ በዚያው ወር ከከተማ ሸሽቶ የመጣው ወጣት አብርሐም የውይይቱ ተሳታፊ በመሆን ከሌሎች ስማቸው ከተዘነጉኝ ሁለት ኃዶች ጋር በጠቅላላው በጥር ወር መጨረሻ 1969 ዓ. ም. የቀረበውን ሀሳብ የሚደግፉ አባላት ብዛት 11 ደረሰ። በታሕሣስ ወር 1969 ዓ. ም. አጋማሽ በኢርጋ ተሰማ ግንባር ቀደም መሪነት የተጀመረው ምስጢራዊ ውይይት ተስፋፍቶ በመጋቢት ወር 1969 ዓ. ም. መግቢያ አካባቢ ጀምሮ በከተማ ብርሀነመስቀል ረዳና ኃዶቹ ያቋቋሙት የፓርቲው ክንፍ ንቅናቄ አካል የነበረው የእርማት ንቅናቄ አካል በማድረግ የኢሕአሠ ክንፍ የእርማት ንቅናቄ እንዲሆን ተስማሙ። በጠቅላይ ሠፈሩ አካባቢ በቀየንበት ወቅት በየካቲት ወር 1969 ዓ. ም. “ኃድ” ዮሐንስ (ሙሉዓለም ዋሲሁን መሰለኝ) ከተባለው ጋር እንደተገናኘሁ ሲበዛ

ግልጽና ቀጥተኛ መስሎ አገኘሁት። ስለእኔና ሁለቱ የሰሜን አሜሪካ ተወካዮቹ ጓዶቹ በሰፊው አጫወተኝ።

የሚገርመው ውይይቱ ልክ እኛ በኤደን የታገልናቸውንና ያስተጋባናቸውን የፓርቲውን ፕሮግራም፣ ዓላማና የትግል መስመሮች አስመልክቶ መወያየታችንን ከገለጸልኝ በኃላ ድርጅቱ ከፕሮግራሙ ውጭ የተሳሳተ የትግል መስመር በመከተሉ ምክኒያት በድርጅቱ ላይ የደረሰውን የጭፍጨፋና ክፉ አደጋ ሁሉ አስመልክቶ ተረከልኝ። በከተማ ስለሚካሄደው የተሳሳተ የትግል ስልት ምክኒያት ወጣቱ በፋሺስቱ የደርግ ወታደሮችና በባንዳ ካድሬዎች እየተጨፈጨፈ እንደሆነና እሱም አምልጦ እንደመጣ ያስረዳኛል። የዚህ ሁሉ ስህተት ይላል ይኸው "ጓድ" ዮሐንስ፣ የፓርቲው አመራር እንደሆነና ይህንን የተሳሳተ የትግል መስመር በሕይወታችን ማቀም እንዳለብንና ፓርቲያችን በነደፈው ፕሮግራማችን መሠረት መታገል መቻል እንዳለበትና ለዚህም ትክክለኛው መፍተሄ ለብዙ ጊዜ ተረስቶ የቀየውን የፓርቲውን ጉባዔ ጥሪ ጠንክረን መታገል እንደሚኖርብን ያደፋፍረኛል። ከዚያም በመቀጠል የፖሊስ መኮንን እንደነበርኩና የዘውዱን አዛዝ በመታገል እንደወጣሁና ከሌሎች ሀገሮች ነፃ አውጭ ድርጅቶች ጋር እንደቀየሁ ሁሉ እንደሰማ አጫወተኝ። ምን ይህ ብቻ ስም በመጥቀስ ሦስታችንም በኤደን ታትረን ለብዙ ወራቶች ያለሥራ ተጎልተን መቀመጣችንን ጭምር ማወቁ ነበር ሌላው ያስገረመኝ። ከሁሉ ይበልጥ ግን በዚያችው በመጀመሪያዋ የግንኙነታችን ዕለት የሠራዊቱ አመራር የሞተና የደከመ እንደሆነና በትግላችን የጉባዔውን ጥሪ ገቢራዊ በማድረግ ድርጅቱን ለመፈረካከስና ሠራዊቱን ዱልዱም ያደረጉትን የድርጅቱን አመራር በብዙሀኑ በተመረጡ አመራር መቀየር እንደሚኖርብን በየከተማው በተጨፈጨፉት ጓዶቻችን ስም እየማለ ብሶቱንና ንዴቱን ሁሉ በመግለጽ ያደረበትን የመንፈስ ጭንቀት ጭምር ገለጸልኝ። ዮሐንስ እንደአያሌው ከበደ ተሰማ እንደልቡ ከቦታ ቦታ በመሽከርከር በአመራሩ ላይ ከፍተኛ ቅሬታ በማሰማት ይወነጅል የነበረ ወጣት ሲሆን ሀቀኛና ጠንካራ ታጋይ መስሎኝ ግልጽነቱና ቀና መሳይነቱ አስጨንቀኝ "በሀቀኛነቱ" ወደፊት የሚያስከትልበትን ክፉ አደጋ እየታየኝ ፈርቸለትና ተጨንቄለት ነበር። ገና መገናኘታችን ነው፣ ወደ አሲምባ አዲስ ገቢ ነኝ። አያውቀኝም፣ አላውቀውም፣ እንዴት እንደዚህ ግልጽ ሆኖ ለማያውቀው ጓዱ ደፍሮ የሚናገር ሀቀኛና ቀጥተኛ ጓዳችን ነው ብየ አዝኘለት ሳያውቅ በቅንነቱና በግልጽነቱ የጠላት መሣሪያ ሆኖ ሁለታችንም ካላግባብ አደጋ ለመዳን በመፈለጌ ነበር።

እኔ እንደነአያሌው ከበደ፣ እንደ ከሰተና ሌሎቹ የአመራሩ ጆሮ ጠቢ ብሆን ኖሮ አስበልቸው ነበር እኮ ብየ በመጨነቄም ዋ! ይህ ጓዴ ምንያህል ጊዜ በሕይወቱ ያቆዩት ይሆን ብየ ተጨነኩለትም ፈራሁለትም። ከጓደኛየ አቡበከር ሙሀመድ የባሰ ግልጽ፣ ቀጥተኛና ቀራጥ ታጋይ አለን ብየም ባንድ በኩል ተኩራራሁም። ተስፋ እንዳይቀርጥና ስሜቱ እንዳይነካ በያዘው ወርቃዊ የግልጽነትና ቀጥተኛነት ባህሪይው እንዲቄጥል ምንም ዓይነት የመንፈስ ጭንቀት እንዳላደረብኝ በማስመሰል እያደነኩና

እያመሰገንኩ እንድንለያይ አደርግ ነበር። ዮሐንስን የተገናኘሁት አሲምባ በገባን በሦስተኛው ወይንም አራተኛው ሳምንት ገደማ በመሆኑና አይቸው ባለማወቄ ወይንም ከሌሎቹ ኢርጋ ተሰማና ብሥራት ደበበ ካስተዋወቁን ከነ ታሪኩ፣ አንተነህና ከደረጀ መካከል ባለመኖሩ ከዮሐንስ እንደተለየሁ ኢርጋ ተሰማን አግኝቼ አጫወትኩት። ኢርጋ ተሰማ ከዮሐንስ ጋር እንድንተማመንና እንድቀራረብ በመፈለት፣ "ዮሐንስ ያልከው ጓዳችን እንዴት ያለ ጠንካራ ወጣት መሰለህ፣ ምንም ጥርጣሬ አይግባህ፣ ሙሉ በሙሉ ተማመንበት፣ እንኳን ተዋወቃችሁ" ብሎ ነበር ምንም ዓይነት ጥራጣሬ ሳይኖርበት ያደፋፈረኝ የተሸወደውና የተበላው ጠንካራውና ቅኑ ጓዴ ኢርጋ ተሰማ። ከዚያ በኃላ ከዮሐንስ ጋር እንደተገናኘን የድርጅቱንና የሠራዊቱን ችግር አስመልክቶ ስንወያይ ለድርጅቱና ለሠራዊቱ በመቀርቀር ያደረበትን ጭንቀት በመግለጽ ብብቴን ሊኮርኩረኝ በመቻሉ ሳት ብሎኝ በስሜታዊነት 'ጓድ ዮሐንስ ግድ የለህም አትጨነቅ! ሳይቀድሙን እንቀድማቸውና ድርጅታችንንና ሠራዊታችንን ካንዣበበበት የባዕዳን አደጋ እናድናለንና፣ አይዞህ፣ ስጋትና ጭንቀት አይደርብህ' ብየ ለማደፋፈርና ለማፅናናት ሞከርኩ። አጅሬ ስለእርምጃው በሰፊው እንድገልጽለት በጠየቀኝ ጊዜ አሁንም በዮሐንስ ላይ ጥርጣሬ አድሮብኝ ሳይሆን ምን ዓይነት እርምጃ መውሰድ እንደምንችል ለራሴም ገና ባለማወቄ ወደፊት ጊዜው ሲደርስ ይታወቃል ብየ ዘጋሁ። ባጋጣሚ ግን በዚያን ጊዜ የሚወሰድ እርምጃ ባለመኖሩ እንጂ ቢኖር ኖሮ የሆዴን ዘርግፌ አቀርብለት ይሆን? ብየ በመረበሽ የኃላ ኃላ እራሴን ወቀስኩ። ከመንፈስ ጭንቀቴም የተነሳ ይህንን ድንገተኛ ስህተቴን ለሁለቱ ጓዶቼ በማወያየቴ ለወደፊቱ ትምህርት እንዲሆነኝ በመምከር አፅናንተው አረሳስተውኛል። ታዲያ እራሴ በተፈጥሮ ግልጽ የሆንኩት በአጋጣል ጥንቃቄና ፍራቻ ምክኒያት እንደሱ "ቀጥተኛና ግልጽ" ሆኖ ደፋሮ የቀረበኝን ጓዴን እኔም እንደ ሙሉዓለም ዋሲሁን/ዮሐንስ ግልጽ ሆኜ ባለመቅረቤ ከተረሸኑት መካከል አንደኛው እንደሆነ ቀጥሬ እስከ ፈረንጆች ዘመን አቀጣጠር ነሐሴ ወር 2012 ድረስ በፀፀት ኖሬያለሁ። በተጠቀሰው የፈረንጆች ዘመን የአፍሬም ደጀኑ/የሰዒድ አባስ ታናሽ ወንድም አቶ ያሬድ ደጀኑ ከአብዲሳ አያናንና ከሰቦቻ/ለማ ጉርሙ ጋር ያደረገውን ቃለ መጠይቅ ልኮልኝ እንዳዳመጥኩ ሙሉዓለም ዋሲሁን/ዮሐንስ የሚባለውን "ታጋይ ጓድ" ማንነትና ተግባሩን በመረዳቴ ከስንት ዘመን በኃላ ለሱ የነበረኝን አክብሮትና ፍቅር ሰርዤ፣ ምንም ባለመናገሬ አላጠፋሁም፣ በወስላታ ታጋይ ላይ የወሰድኩት የጥንቃቄ እርምጃ ትክክለኛ እንደነበር በማመን ተሸክሜው የኖርኩትን የመንፈስ ጭንቀትና ፀፀት ከዓምሮየ አውጥቼ በመወርወር የሠላም መንፈስ መተንፈስ ጀመርኩ።

ያ ግልጽና ቅን መስሎ እንደ አያሌው ከበደ ተሰማ ውር ውር እያለ በመሀከላችን ይንቀሳቀስ የነበረው ወጣት ዮሐንስ ምን ዓይነት ጨካኝ፣ አረመኔና ቀላል ሰው እንደሆነ ለማወቅ ቻልኩ። ስለዚሁ አደገኛ ሰላይ "ጓድ" ሰቦቻ/ለማ ጉርሙ እንዲህ ይላል፣ "... አንድ ልጅ ዮሐንስ የሚባል ልጅ ነው በዚህ ጉዳይ ላይ በጣም ግንባር ቀደም ተናጋሪና ከኃይል ኃይል እየዞረ የሥራ አመራር

አላሰራ አለ፣ የሠራዊቱ አመራር አላታግል አለ፣ እፍኖ ያዘን፣ አንድ ነገር ማድረግ ይኖርብናል እያለ እንደ ያሬድ/አያሌው ከበደ ተሰማ የሚለፈልፍና ተናግሮ ያናግር የነበርው ሰውየ በማጋለጡ ስብሰባ ጊዜ ዋና አጋላጭና ጠቃሚ ከመሆኑም በላይ እንደያውም በኋላ በፓርቲው ተወክሎ በይስሙላው ትሪቡን ክስ እቅርቢ አቃቤ ሕግ ሆኖ ፓርቲውን/አመራሩን በመወከልና በመደገፍ አስቀድሞ የተሰጠውን የይረሸኑን የውሳኔ ሃሳብ አቀረበ፣ እነ ገለብ ደግሞ አስቀድሞ ተወስኖ የተሰጠውን ፍርድ ሰጡ (ሰቦቻ/ለማ ግርሙ)። ይህን ቃለ መጠይቅ ባዳመጥኩበት ዕለት እጅግ አድርጎ ያስለቀሰኝ ቢኖር ግን ኢርጋ ተሰማ/መዝሙር በዚህ ርካሽ የባዕዳን ወኪሎች ሰላይ በነበረው ዮሐንስ መታለሉን አለማወቁና ከመጀመሪያው ጀምሮ ጏደኛ መስሎ ሆዱንና ልቡን እየሰለለ ሲኖር ማንም ሳይጠራጠረው መቅረቱን ለመረዳት መቻሌ ነበር። ዮሐንስ እንደ አያሌው ከበደ ተሰማ/ያረድ፣ እነኢርጋ ተሰማንና ጏዶቹን ሆዳቸውንና ልባቸውን ሁሉ በመቦርቦርና በመጥባት በየጊዜው ሪፖርት ሲያደርግ እንደኖረ የሰቦቻ/ለማ ጉርሙ ቃለ መጠይቅ በቀጥታ ሊያስረዳኝ ቻለ።

የሰቦቃን/ለማ ጉርሙን ቃለ መጠይቅ ካዳመጥኩ ጊዜ ጀምሮ አመራሩ እነኢርጋ ተሰማን፣ ውብሸት መኮንንን፣ ኤፍሬም ደጀኑንን፣ ብሥራት ደበበን፣ ኤልያስ በቀለን፣ መምህር ደመዎዝ ገረመን፣ መኮንን ተክሌ፣ እኔ እራሴንና ሁለቱን ስማቸው የተዘነጉኝ ጏዶቻችንን በመቀጠልም ከወርና ሁለት ወር በኃላ ወጣቱ አብርሐምንና ወደ ኃላም የኢሕአሠ ክንፍ የእርማት ንቅናቄ ግንባር ቀደም ታጋዮችንና ደጋፊዎችን ሆድና ልብ ማስቦርቦርና ማሰለል የጀመረው ገና ከጥንስሱ ንቅናቄው በታሕሣስ ወር 1969 ዓ. ም. በሀሳብ ደረጃ ከተጠነሰሰበት ጊዜ አንስቶ እንደሆነ ለመረዳት ቻልኩ። ኢርጋ ተሰማ እንደነ ብርሀነመስቀል ረዳና ዋለልኝ መኮንን በግልጽነቱና በቅንነቱ ተታሎ እንደተሸወደ ጭምር ተረዳሁ። ዮሐንስ አዲስ አበባ ዩኒቨርሲቲ ገብቶ በሕግ ተመርቀ እዚያው አዲስ አበባ ይኖር እንደነበር ነው የሰማሁት። ለመሆኑ “ጏድ” ዮሐንስ የመንፈስና የዓምሮ ደስታና ሠላም አግኝቶ ይኖር ይሆን? በመቀጠልም ከየካቲት ወር 1969 ዓ. ም. ጀምሮ ከሌሎች አዳዲስ ጏዶች ጋር የመተዋወቅ ዕድል አጋጠመን። በዚህ ወር ነበር ሌሎች በዓይነ ቁራኛ በቁጥጥር ሥር ለሳምንታት በዳሕዋን በቆየሁበት ቦታ እምጥተው የገረፏቸውን ሦስት ጏዶች እነ ምክትል የመቶ አለቃ በሪሁን፣ መምህር አረፋይኔንና አዲስ ዓለም ጋር ለመተዋወቅ የቻልኩት። ሙክታር/አያሌው ይማምንም ላንዳፍታ በሩቅ ለመተያየት የበቃነውም በዚሁ ወቅት ነበር። ጏድ ሙክታር/አያሌው ይማምንም እሱ በመጽሀፉ እንዳስቀመጠው ሳይሆን ከስንት ዘመን በኋላ ለመጀመሪያ ጊዜ በአሲምባ በቤዝ አምባው አካባቢ በምዘዋወርበት ጊዜ በሩቅ በዓይን ነበር የተያየነው። በቀጣፊ ብዕሩ ሁለታችን ሠላምታ ያልተለዋወጥነውንና ያልተነጋገርነውን ዋሽቶ እንደተገናኘንና እንደተነጋገርን አድርጎ ሞነጫጭሯል።

ምንም እንኳን አነስተኛ ጉዳይ ቢሆንም በአያሌው ይማም መጽሀፍ ላይ ያገኘሁበት ሌላው ስህተት እሱ እንዳለው ሳይሆን እሱን በቁጥጥር ሥር ሲያውሉት እኔና ጏደኞቼ/ቡድኑ ገና በስውርና

በተዘዋዋሪ የቁም እሥር መልክ ኤደን ነበር ታትረን የነበርነው እንጂ እንዳለው እኔ አሲምባ እያለሁ አልነበረም። አሲምባ እንደገባን ሙክታር የሚባል ጓድ እንደ ጓድ ጉርሙ በኢኮፓ ተጠርጥሮ በእስር ላይ እንዳለ ሠራዊቱን በተቀላቀልን ሰሞን ሰማን። ሆኖም የሙክታር ዕውነተኛ ስም ማን እንደሆነ ስለማይታወቅ አያሌው ይማም መሆኑን አላወኩም ነበር። ባጋጣሚ ይሁን ወይም ለተንኮል (ሁለታችንም ወሎየዎች ስለሆን) አያሌው ይማም በቁም እስር ካለበት ቦታ ደርሰን ለትንሽ ጊዜ ቆይታ እንድናደርግ ተደረገ። በዚህ አጋጣሚ ከመካከላችን አንዱ በዝግታ ወደ አያሌው ይማም በመጠቆም ሙክታር የሚባለውና በኢኮፓ ተጠርጥሮ በእስር ላይ ያለው እሱ መሆኑን ገለጸልን፣ ለምን እንደጠቆመኝና እንዳየው ማድረጉ ስውር ተልዕኮ ይኖረዋል ብየ የኃላ ኃላ ለመጠaራጠር ተገድጃለሁ። ከወዲያ ማዶ ሆኖ ከጥቂት ጓዶች ጋር ቆሞ ስለነበር ወደ እሱ ፊቴን እንዳዞርኩ፣ እሱም እንደዚሁ እኔን ለማየት እንዲችል አድርገው በዘዴ ሳይጠቁሙት የቀሩ አይመስለኝም በቀጥታ ከሱ ጋር ዓይን ለዓይን ተጋጠምን። በፈገግታ ብቻ ሠላምታ ተለውዋወጥን። አያሌው ይማም የቀዳማዊ ኃይለሥላሴ ዩኒቨርሲቲ የብሔራዊ አገልግሎቱን ለማበርከት በ1966 ዓ. ም. በኤርትራ ጠቅላይ ግዛት በአቀርዳት የሁለተኛ ደረጃ ትምህርት ቤት ተመድቦ ነበር። ይህም ማለት እኔ ከአቀርዳት ጀብሃ ጋር በተቀላቀልኩኝ በዓመት ማለት ነው።

አያሌው ይማም እንደገና የቃጠፈው፣ ከፖሊስ ሠራዊት ወጥቼ ከጀብሃ ጋር ከተቀላቀልኩ በኋላ ስለእኔ በሠራዊቱና በሰሜን ክፍለ ጦርና ባጠቃላይ በመከላከያ አካባቢ የተባለውንና የተወሰደውን እርምጃ አስመልክቶ እንዳብራራልኛና እኔም አንዳንድ ጥያቄዎች ጠይቄው ለጥያቄዎቼም ማብራሪያ እንደሰጠኝ አድርጎ ያልሆነውንና ያላደረግነውን አስመስሎ ለመቀባጠር ሞክሯል (Ayalew Yimam, 231)። ጀበሃ ጋር ከተቀላቀልኩ በኋላ በሠራዊቱና በመከላከያ አካባቢ ስለእኔ ምን እንደተወራ አያሌው ይማምን የምጠይቅበት ምክኒያት አይኖረኝም። በእስር ላይ ካለ ጓድ ጋር መገናኘትና መወያየት አላስፈላጊ ክፉ አደጋ የሚዳርግ መሆኑን ከተመክሮየ አውቃለሁ። ከዚያም በላይ እሱ የቆመበት ከእኛ እርቀ ማዶ ላይ ነበር። ስለዚህ ሳንቀራረብ ወይም ለመቀራረብ ፍላጎት ሳይኖረን ባለንበት ቦታ እንዳለን በሩቅ በፈገግታ ሠላምታ ከመለዋወጥ ባሻገር አያሌው /ሙክታር በመጽሀፉ እንደጠቀሰው ለመወያየት ቀርቶ ተገናኝተን የእጅ ሠላምታ እንኳን አልተለዋወጥንም። ድፍረቱ ኖሮኝ ባደረኩት ምንኛ ደስ ባለኝ ነበር። ነገር ግን በወቅቱ ሥንሥርዓትን እከተል ስለነበርና አላስፈላጊ ውጥንቅጥ ጉዳይ ውስጥ ላለመግባት በሩቅ በፈገግታ ሠላምታ ተለዋውጠን ተለያየን።

ከሁሉ ይበልጥ ያሳቀኝ ግን እኔ ከኢትዮጵያ የመከላከያ ኃይልና የፖሊስ ሠራዊት አባላት ጋር ግንኙነቴ እሱ ሊያውቅ የሚችለው ከወሬ ወሬ ጥራዝ ነጠቅ በሆነ መንገድ ነው። እኔ ግን በተቀናጀና በተቀነባበረ መንገድ ጀበሃ ጋር እያለሁ በምስጢር በየሳምንቱ መረጃና ዜና ይደርሰኝ ነበር። ከዚያም ውጭ ሀገር ወጥቼ በመጽሀፉ በሌላ አካባቢ እንደጠቀስኩት ጀብሃ እያለሁና በኋላም ፈረንሣይ

እንደደረስኩ ጀምሮ ወደፊት በሀገሪቱ የለውጥ ንቅናቄ ቢፈጠር ግንባር ቀደም ተወናዊያን ይሆናሉ ብየ ከወዲሁ ተስፋ ካደርኩባቸው የቀድሞ የፖሊስና የጦር ሠራዊት ጓዶቼ ጋር በኢሕአፓ ተጠልፌ የእያሱ ዓለማየሁ የግል ንብረት እስከሆንኩበት ጊዜ ድረስ ከተወሰኑ የጦርና የፖሊስ አካዳሚ ምሩቅ ጓዶቼ ጋር በተቀናጀና በምስጢር የደብዳቤ ልውውጥ ሳደርግ ቀይቻለሁና እምብዛም የውስጥ ዕውቀት የማይኖረውን አያሌው ይማምን የምጠይቅበት ምክኒያት አይኖረኝም። ሙክታር/አያሌው ይማም እራሱ ለብዙ ጊዜ ታስሮ በቁርጥማት በሽታ እየተሰቃየ ይኖር የነበረ አንጋፋ ታጋይ ሲሆን በአሲምባ ቀይታየ በተለያየ አጋጣሚ ከተለያዩ ጓዶች እንደሰማሁት የተጠረጠረበትም ምክኒያት በዚሁ ኢኮፓ ተብየው ድርጅት ምክኒያት እንደሆነ ነው። በሙክታር ላይ አክብሮት ነበረኝ። እንዲያውም በሕይወት ያለ አልመሰለኝም ነበር፣ እሱንም ረሽነውታል የሚል ፍርሀቻ ነበረኝ። ይመስገነው ተርፎ በሕይወት ማየቴ የተደሰትኩትን ያህል የጻፈውን መጽሀፍ በዓይኔ ምክኒያት ሰዎች እያነበቡልኝ ካዳመጥኩ በኋላ በዚህ ምዕራፍና በሌላ አካባቢ በጠቀስኳቸው ምክኒያቶች በመጠኑም ቢሆን ቅሬታ አሳደረብኝ። ሌላው ያጋኘነው አሳሳቢና አስደንጋጭ ሁኔታ ሠራዊቱ ይተዳደርባቸው የነበሩት ሕጎችና ደንቦች በአብዛኛው ማርክሲዝም ሌኒኒዝምና ዲሞክራሲያዊ መንገድን በማይከተሉ ከልዩ ልዩ ትግሎች በተለይም ከሻዕቢያና ወያኔ የተቃረሙና በዘግናኝ አካላዊ ቅጣቶች ላይ የሚተማመን መሆኑን ነው። ስለሆነም በዚህ ሕግ ለአመራሩ በተሰጠው ሙሉ ሥልጣን በፓርቲው ውስጥ አባላቱን በማሳደድና ሲያስፈልግም በድብቅ አፍኖ በመውሰድ የፈለገውን ዓይነት ቅጣት ለመፈጽም ይችል እንደነበር ተገነዘብን።

በዚህ ዓይነት የአፈና ተግባር ተወስደው ስቃይና መከራ ካሳዩአቸው መካከል መምህር አረፋይኔ የተባሉ የአጋሜ አውራጃ ትምህርት ቤቶች ሱፐርቫይዘር፣ የኢኮፓው ጉርሙን/ጌታሁን ሲሳይና አያሌው ይማም/ሙክታርን አሲምባ በገባን ሳምንት ባልሞላን ጊዜ ውስጥ ለማወቅ ቻልን። ብዙም ሳይቆይ እንደገና አዳዲስ ንጹሃን እስረኞችን እንደነ ምክትል መቶ አለቃ በሪሁን/ፍጹም፣ ፀጋየ/ሀብቶምና፣ አዲስ ዓለምን መታሰር ሰማን። በሪሁንን በተመለከተ አያለው ይማም በመጽሀፉ ባሌላ ማዕረግ የበታች መኮንኖች ሹም NCO አድርጎ ነው የጠቀሰው። እሱ እንዳለው ሳይሆን በሪሁን ኮሚሽንድ የሆነ የቀዳማዊ ኃይለሥላሴ ጦር እካዳሚ 17ኛ ኮርስ ምሩቅ የነበረ ወጣት የመስመር መኮንን (ምክትል መቶ አለቃ) ነበር። የጎጃም ልጅ ነው፣ ወደ አሲምባ የገባው በባሕር ዳር በኩል ነበር። ስለበሪሁን በሌላ ምዕራፍ በተጨማሪ ይገለጻል። በከፍተኛ ሥጋትና በመሸማቀቅ ውስጥ የሠራዊቱን አባላት ከትቶት ያገኘነው አመራሩ ይህን ኋላቀር ደምብ ለማስተርገምና ተግባራዊነቱን ለማረጋገጥ በሻዕቢያ 'የሀላዊ ሰውራ' (አብዮት ጥበቃ) አምሳል የተፈጠረው "ጋንታ 44" በመባል የሚታወቀውን የአፈና ኃይል አደራጅቶ ኢሕአፓን/ኢሕአሠን ሳይሆን ድርግን፣ ሽዕቢያንና የባዕድ ጌቶቻቸውን የሚያገለግሉ ሆነው ተመለከትነው።

ይህ የተደራጀው ገራፊና ሠላይ ኃይል ነበር በተቃዋሚነት የሚጠረጠሩ ጠንካራ ግለሰቦችን ከምድብ ቦታቸው በግዳጅ ስም እየወሰደ ያለበለዚያም ለግዳጅ ስለምትፈለግ ሪፖርት አድርግ ተብለው ጠቅላይ ሠፈር ሲደርሱ ተቀብለው ኢሰብዓዊ ግፎችን ይፈጽም ነበር። በዚህ ፍላጎትና ምኞት ላይ እያለን ቀስ በቀስ ንጽህ ታጋዮችን በመደብደብ፣ በጋለ ሳንጃ ሰውነትን መተኮስ የመሳሰሉትን ዘዴዎችን በመጠቀም የሚካሄደው የምርመራ ዘዴዎች ለሠራዊቱ ተባራሪ ወሬ እየሆነ መትረፍ ጀመረ። ሽብርና ጥርጣሬም በሠራዊቱ ሰፈነ። ለሠራዊቱ ከፍተኛ ግምት የነበረን ከመሆኑም በላይ ወደፊት ለመገንባት ለምንሻው ማሕበረሰብ ፍጹም የሆነ አቀራረብ ነበረን። ነገር ግን በእሥረኞቹ ላይ ይፈጸም የነበረውን ግፍ ስንሰማ እጅግ አድርጎ አሳሰበን። ይህንን ዘግናኝ ፋሽስታዊ ግርፋት የሚያካሂዱት ከአመራር እምብርቱ ጋር የቅርብ ትውውቅና በልዩ ልዩ መንገድ መተሳሰር የነበራቸው አስመሳይ ታጋዮችና የርዕዩተዓለም ጥራትና የፖለቲካ ብስለታቸው ዝቅተኛ የነበሩ ጭፍን ታማኞች ነበሩ። ኢሕአሠ ኋላቀር በሆነ ደምብና ሕግ ከመተዳደሩም ባሻገር ቀደም ብለው ከሶማሊያና ከየመን ሻዕቢያ ገብተው ወታደራዊ ሥልጠና አግኝተው ከሻዕቢያ ጋር ከቀዩ በኋላ አሲምባ የገቡትም ሆነ ከምዕራቡ ሀገር ተውጣተው የመጡት የመጀመሪያዎቹ የፍልሥጥኤም ሰልጣኞች በመካከለኛ የሠራዊት አመራር እርከን ላይ የተቀመጡት ከአብዲሳ አያና በስተቀር ሌሎቹ የርዕዩተዓለም ጥራትና የፖለቲካ ብስለታቸው ዝቅተኛነትና ጥንካሬያቸው የመነጨው ከፓርቲው አመራር አካል፣ ያለበለዚያም ከሻዕቢያና ወያኔ ጋር ባላቸው ቅርበትና ግንኙነት ብቻ ነበር።

አብዲሳ አያና ሠራዊቱን ከመደምሰስ አደጋ ለማዳን ችሎታ ሲኖረው በኃደኝነትና አብሮ በመቀየት በለዘብተኝነትና አድርባይነት መንፈስ ምንም ዓይነት እርምጃ ባለመውሰዱ የወንጀለኞቹ ተባባሪ በመሆኑ ከኀሊና ፀፀት ነፃ ይወጣ ይሆን? አብዲሳ አያና ሁኔታዎችንና የትግሉን አቅጣጫ በእውን እያየና እየተረዳ በዝምታ ከማለፉና በጭፍን ስሜት ስሕተተኞች የሆኑ የአመራር አካላን ከመከተሉና ከማዳመጡ በስተቀር ገራገርና የዋህ የሆነ ቅን ኃድ እንደነበር አሲምባ እያለሁና በይበልጥ ገወጣሁ በኃላ ከግራ ከቀኙም ለመስማት ችያለሁ። ሜዳ እያለሁ የዋህና ገራገርነቱን በማረጋገጤ እንዴት ከብርሀነመስቀል ረዳ ጋር አብሮ ኑሮ ሁኔታዎችን እያወቀ ለምድን ነው በለዘብተኛነትና በዝምታ እያየ የሚያልፈው እያልኩ ከተለያዩ ከማምናቸውና ከምቀርባቸው ኃዶቼ ጋር ስወያይ ከሁሉም የማገኘው መልስ ለዘብተኛና የተከታይነት ተፈጥሮ ስላለው ነው ነበር የሚሉኝ። በነገራችን ላይ ይህንን ባሕሪውን አስመልክቶ ዶ/ር ኃይሌ ፊዳ ከምዕራብ አውሮጳ ወደ አልጀሪያ ሄዶ ሰባቱን የአልጀሪያ ቡድን እያንዳንዳቸውን በነፍስወከፍ ካጠናቸውና ከተገነዘባቸው በኃላ ወደ አውሮጳ ተመልሶ ስለእያንዳንዳቸው ያካበተውን አስተያየትና ግንዛቤ ለመኢሶን ሪፖርት ሲያደርግ ስለ ኃይልእየሱስ ወ/ሰንበትና አብዲሳ አያና ያቀረበው እንዲህ ብሎ ነበር፣ “አብዲሳ አያናና ኃይለእየሱስ ወልደሰንበት

ብዙ የማይናገሩ፣ ሌሎቹን የሚከተሉ ይመስላሉ። ይህም ምንአልባት የተፈጥሮ ባሕሪያቸው ሊሆን ይችላል" (አንዳርጋቸው አሰግድ፣ ገፅ 63)።

እንደእውነቱ ከሆን በዚያን ዘመን በነበረው ቦታ በነበረው ተደማጭነት የድርጅቱንና የሠራዊቱን ያደፈ ጥቁር ታሪክ አቅጣጫውን ለመቀየር ወይንም ለማስቀየር ዓይነተኛ ኃይል በሆነ ነበር። ነገር ግን ያደረገው ወይንም የሞከረው አንዳችም እርምጃ ካለመኖሩ የተነሳ ዓይኑ እያየ፣ ጆሮው እየሰማ ከትግል ጓዱ ከብርሀነመስቀል ረዳ ጋር የተንከራተተለትና ቤተሰቡን ጥሎ የጀብደኝነት ተግባር በማከናወን አይሮፕላን እንዲጠልፍ ያስገደደው ዓላማው በእንጭጩ ከሸፈ፣ ጓዶቹንም አጣ። በእውነት ምን ይሰማው ይሆን. ምንስ ደስታ ያገኝ ይሆን? ለዚህም ኮሎኔል ዓለማየሁ/አበጀን እና የአየር ወለድ "ታጋዮችን" አመራሩ ለተንኮልና ለሸር ተልዕኳቸው በከፍተኛ ደረጃ በመሣሪያነት ሲጠቀሙባቸው ቀይተዋል። በርዕዩተዓለም ጥራትና በሥነ ሃሳብ ብስለት ሠራዊቱ የተቀላቀሉ አዳዲስ ታጋዮች በቅድሚያ ማንነታቸውን ከመጡበት አካባቢ የሚላክላቸውን ሪፖርት መሣሪያ በማድረግ የሠራዊቱ አመራር ከወዲሁ የተለያየ ስም በመስጠት ክትትልና ቁጥጥር ያካሂዱባቸው ነበር። አሲምባ በገባን ከንብረት ማስረከብ ግዳጅ በኋላ ጀምሮ እዚያው አርፈን ባለንበት ወቅትና ከዚያም በኋላ በሰንገደ አካባቢ በቀየንበት ወቅት በተለያየ ጊዜ የተገናኘናቸው ሀቀኞች፣ ጠንካራና ቀርጥ ታጋዮች ሁሉ ብዙ ጉዳዮችን እያነሱ ያለ ፍርሀትና ጭንቀት በወኔና በጓዳዊ ስሜት ገልጸውልናል።

ለምሳሌም ያህል፣ ኤደን ታትረን እንደቀየንና የቀያንበትም ምክኒያቶች የብርሀነመስቀል ረዳ መገለልና የነብርሃኔ እያሱ የመገደል ግዳጅ እስከሚጠናቀቅ ድረስ እንደሆነ፣ ጓድ ግርሙን በግልጽና በቀጥታ ሳይሆን በሸወዳ ዘዴ ከአዲስ አበባ "ጠልፈው" አምጥተው እስር ቤት አትረው የቁርጥማት በሽተኛ እንዳደረጉትና ያሰሩትም በኢኮፓ ስም ይሁን እንጅ ዋናው ምክኒያት በተራዘመ ሕዝባዊ ትጥቅ ትግል ላይ ከፍተኛ ዕምነትና አቋም ያለው በመሆኑና. በከተማው የሽብር ትግል ላይ ከፍተኛ የተቃውሞ አቋሙ እንደሆነ ነበር። ድርጅታችን ከኢኮፓ ጋር በመዋሀዱ በሠራዊቱ የድርጅቱ ተወካይ ብለው ግርሙን ይዘውት ከመጣበት ጊዜ ጀምሮ በእሥር ቤት እንዳለና ጠያቂም ሆነ አስታዋሽ እንደሌለው፣ የራሱ የቀድሞ የኢኮፓ ጓዶቹ እነ አሰፋ እንደሻና ዳዊት ዮሐንስና ሌሎቹ እንኳን አጋልጠውትና ለአውሬ አሳልፈው በመስጠት ወደ ውጭ ሀገራቸው በሻዕቢያና በሌላ ድጋፍ እንደወጡ ሁሉ በከተማ እንደሚወራ ሁሉ ነገሩን። እየቀየሁ በሄድኩ ቁጥር በየጊዜው ስለ ጉርሙ ከተለያዩ ሌሎች ጓዶች መስማት ቀጠልኩ። ከአዲስ አበባ ለውይይት ብለው ሸውደውና አታለው በማምጣት ያሰሩት መሆኑን የሁሉም አባባል ቀደም ሲል ከሰማሁት የማይለይ ሲሆን የታሰረበትን ምክኒያት በተመለከተ ግን ባብዛኛው ቀደም ሲል ከሰማሁት ጋር ተመሳሳይ ሲሆን ከጥቂት ጓዶች ግን ለየት ብሎ የተሰጠኝ ምክኒያት ነበር። በጥቂቶቹ ጓዶች እምነት መሠረት፣ ጓድ ጉርሙ የታሰረበት ምክኒያት ለሰፊው ሕዝብ ታይፒስት ሰነድ/ምስጢር አሳልፈህ ሰጥተሀል፣ ኢኮፓ የሌለውን መሣሪያ

ንብረትና ድርጅታዊ ጥንካሬ ወይም ኃይል አጋነህ ገልጸሀል በሚል ምክኒያት እንደሆነ ነው። በአሲምባ በቤዝ አካባቢ የአጭር ጊዜ ቆይታችን የብዙ ጓዶችን ፍቅርና አክብሮት እያተረፍን በተጋዘን ቁጥር አዳዲስ መረጃዎችን/ምስጢሮችን መስማት ቀጠልን። ስለወሎው ያሻጥር ዘመቻ ከሌሎቹ ጓዶች ይበልጥ አስፋፍቶ በማብራራት ጓድ አሲምባ፣ ጓድ ታሪኩ፣ ጓድ ደረጀና ጓድ አንተነህ በግላቸውና በቡድን በተገናኘን ቁጥር ሁሉም በተመሳሳይ ሁኔታ እንደሚከተለው ገለጹልኝ።

በተንኮል በተቀመረው መመሪያ ምክኒያት ምን ጊዜም የማይገኙ ብርቅየና ድንቅየ የፓርቲው ልጆችን አጥተናል። እነ ውብሸት ረታ (ሐዋዝ)፣ ተፈሪ ብርሃኔ (ግርማይ)፣ ዘርዓብሩክ አበበ/ዘለዓለም፣ ግደይ፣ ደበሳይ ካሕሳይን፣ አርቀው በላቸውን፣ ተስፋየ ደሳለኝንና ሌሎች ስማቸውን የዘነጋኋቸውን ጀግኖች ለሀገራቸውና ለሚወዱት ሕዝባቸው ምንም ጥቅም ሳይሰጡ በሴራና በተንኮል ሕይወታቸው እንዲያልፍ ተደርጓል። መመሪያውን የሰጠው ዶ/ር ተስፋየ ደበሳይ እንደሆነም ተገለጸልን። በመቀጠልም ለእናንተ የደቡብ ክንፍ የደቡቡ የኢሕአሠ ወታደራዊና የፖለቲካ መሪና ኮሚሳር ሆነው ተመድበው የነበሩት የፓርቲው ድንቅየ ልጆች እነ ብርሃኔ እያሱ፣ ብርሃኑ እጅጉና ሌሎች ከፍተኛ የፓርቲውና የሠራዊቱ አባላት ሲዳሞ እንደደረሱ በስውርና በምስጢር ለደርግና ለመኤሶን ካድሬዎች በተላለፈላቸው ጥቆማ መሠረት ሳያስቡት ተከበው በታጣቂ ገበሬዎች መጨፍጨፋቸውን፣ በመካከላቸው ከእነሱ ጋር ተሰልፎ የነበረው "ተዓምረኛው" ዮናስ አድማሱ ሽንቱን ለመሽናት ከቡድኑ ገንጠል ብሎ እንደወጣ በቡድኑ አባላት ላይ የጥይት ሩምታ እንደ ተካሄደባቸውና እንደተጨፈጨፉ፣ ዮናስ አድማሱ ባጋጣሚና በተዓምር ክግድያ ተረፈ ተብሎ በማዕከላዊ ኮሚቴ የተወራለት መሆኑን በሰፊው አስረዱን። ይህንን "ተዓምረኛውን" የዮናስ አድማሱን በዕድልና በተዓምር ለጥቂት ተረፈ ተብሎ በማዕከላዊ ኮሚቴ ለመጀመሪያ ጊዜ መወራቱን አስመልክቶ ምንም እንኳን ከጓድ ታሪኩ/ኤልያስ በቀለ፣ ጓድ አሲምባ/ብሥራት ደበበ፣ ጓድ መምህር ደመወዝ ገርመ/አንተነህ፣ ጓድ ደረጀ/መኮንን ተክሌና ከሌሎች ጓዶች ብንሰማውም በተጨማሪም የኤፍሬም ደጀኑሰዒድ አባስ የትምህርት ቤታ ጓደኛው ብቻ አሜሪካን ሀገር ከሄደም በኋላ ለተወሰነ ጊዜ የደብዳቤ ልውውጥ ሲያደርግ የቆየ ስለተባለው ሪፖርት፣ ስለደቡቡ የኢሕአሠ ክንፍ እንዲሁም ስለ "ተዓምረኛው" ዮናስ አድማሱ ከሌሎቹ ባልተለየ በተመሳሳይ መልክ በሚስጢር እንዳካፈለው ለአቡበከር ነግሮት ለእኔ ሰበያ ላይ እንዳካፈለኝና በኋላም ሰዒድ አባስ ጋር ሰንገዶ በተገናኘንበት ወቅት ገለጾልኛል። ከዚሁ ዜናና ወሬ ጋር በማያያዝ ግልጽ እየሆነልኝ የመጣው የጋንታ ፖለቲካ ኮሚሳር የነበረው ዘማሪያም ሞቅ ሲለው ሆድ ያበቀውን ብቅል ያወጣዋል እንዲሉ ከአንድ ፎሌ ጠላ በኋላ የሚሰማውንና የሚባለውን ሁሉ በማዉጣት ሲያፈነዳው ስለእኔ ምን እንደተባለና ምን እንደሚባልም ለመረዳት ያስችለኝ የነበረው የመረጃ አሰባሰብ ዘዴና ምንጭ ሆኖልኝ ቆይቶ ነበር።

ግልጽ ሳይሆንልኝ ከቀሩት አያሌ ሚስጢሮች መካከል ስለእኔ ማንነት አስቀድሞ ወደ ሜዳ እንዲገባ ያደረገው ኃይል ማን እንደሆነና፣ ከየት በኩል እንደሆነና ዓላማውን አለማወቁ ነበር። ግን የእኔ ጥርጣሬ ሻዕቢያና ወያኔ በወኪሎቻቸው ያስብተኑት ዜና እንደሆነ እድርጌ ነው የቀጠርኩት እንጂ የእኛዎቹ አመራር እኔን ለማሰርና ለመግረፍ እየተዘጋጁ በጎን መልካም ነገር ስለእኔ ያወራሉ ብየ ለማመን ያስቸግረኛል። ትጥቅ ብቻ ተሸክመን የምንቀሳቀስ ምንም ዓይነት ሙያ የማይሰራ ሠራዊት ሆኖ የተቀመጠ እንደሆነ ባጭር ጊዜ ውስጥ ተገነዘብን። ይህ ሁኔታ ሊወገድ የሚችለው ውስጣዊ ፖለቲካዊ ይዞታው ደካማ ዲሞክራሲያዊነቱ የማያስተማምን እንዲሆን ባደረገው የኢሕአፓ አመራር እምብርት ባፋጣኝ እራሳቸውን ካላስተካከሉና በአመራሩም ሳቢያ ተወላግዶ በቀረበው የመሥመሮች ስህተት ላይ ባስቸኳይ እርማት ካልተደረገበትና ተረስቶ የቀየው የትባዔ ጥሪ እስካልተደረገ ድረስ ሠራዊቱ በሀገራችን ኢትዮጵያ ጭቀናና ብዝበዛ የሌለበት ሥርዓት የምንመሰርትበት መሣሪያችን እንደማይሆንና ለሕዝባችን የምንመኘውንና ራዕያችንን ወደ ተግባር የምንቀይርበት፣ ብስጭታችንና ቁጭታችንን የምንወጣበት፣ ከከተማ በተሳሳተ ትግል ምክኒያት የወደቁ ሰማዕታት ጓዶቻችንን ደም የምንበቀልበት ቀኝ እጃችን እንደማይሆን እርግጠኛ ሆነን ነበር። ይህ በእንዲህ እንዳለ ጓድ ኃ. ብሥራት ጋር ከልአሳ ወይንም ወራይትለይ አካባቢ ተገናኝተን በምንወያይበት ወቅት በግልጽና በድፍረት ጓድ መጅድ፣ አመራሩ አንተን በቁጥጥር ስር ለማድረግ ሁኔታዎችን እያመቻቹ ነውና ጥንቃቄ ውሰድ ብሎ መክሮኝ ተሰነባበትን። ምንም እንኳን እስራት ባይሆንም ጓድ ኃ. ብሥራት እንዳለው በቤዝ አምባው ብዙም ሳልቀይ ከአምባው አባረው አድዋ አካባቢ በናደው በምትመራው ኃይል አምስት ስር ትንቀሳቀስ ከነበረች ጋንታ ጋር ላኩኝ። የጋንታዋ ስም እና የአዲ ኢሮብ ተወላጅ የነበረው የጋንታዋ መሪ ስም ቢረሳኝም የጋንታዋ የፖለቲካ ኮሚሳር "የጓድ" ዘማሪያም ስም ግን ከቶም ቢሆን አይረሳኝም።

ምዕራፍ ስምንት

8.0. ማን ያርዳ የቀበረ፣ ማን ይመስከር የነበረ: ክፍል ሁለት

8.1. ላልተወሰን ጊዜ ትጥቅ እንዳወርድ መገደዬ፣ ከፓርቲ አባልነት መታገዬ፣ ከቤዝ አምባው ርቄ ባንዲት ጋንታ ታፍኜና ተገልየ መቀየቴ

በሰው ኃይል አመዳደብ፣ በመመሪያ መስጠት ረገድ፣ ቀልጥፎ ስህተቶችን በማረም ደረጃ ሠራዊቱ በፓርቲው ትኩረት እንዳልተሰጠው በፍጥነት ለመገንዘብ በቅተናል። በቤዝ አንባው አካባቢ የሦስት ወር ቆይታየ ከሀቀኞችና ጠንካሮች ጓዶቻችን ጋር ድርጅቱ በፍጹም ሊወያይባቸውም ሆነ እውነታውን እያወቁ ሊቀበላቸው የማይፈልጋቸውን በፕሮግራሙ የተገለጹና የሰፈሩ አጀንዳዎችን እስመልክተን በሰፊው በመወያየት ድርጅቱንና ሠራዊቱን ከውድቀት አደጋ ለማዳን መወያየት ከቀጠልን ወራቶች አልፈውናል። የሁሉም አቃም ድርጅቱ የትግል ስልቱን አስተካክሎ መታገል ካልቻለ በከተማ እምብዛም ዕድሜ እንደማይኖረው ካላስፈላጊ የሞት አደጋ እየሸሸሹ ወደ ሠራዊቱ ከሚመጡት አባላት መረዳት መቻላችንና እራሳቸው የአመራር እምብርቱ አባላት ከክፍሉ ታደስ፣ ሳሙኤል ዓለማየሁና በውጭ ሀገር ከሚኖሩት በስተቀር ከተማውን ለቀው በአሲምባ በመከማቸት ላይ መሆናቸውን ተረድተናል። ከአዲስ አበባ በየጊዜው እየፈለሱ ከሚመጡት የምናገኘው መረጃ ሁሉ የሚጠቁመን ድርጅቱ ከነጭራሹ ከመውደቁ በፊትና ብሎም ሠራዊታችን ካልታሰበ አደጋ ላይ እንዳይወድቅ ለማድረግ ኢሕአፓ እስፈላጊ ሕክምና ማግኘት እንደሚገባው አረጋገጥን። በከተማ የነበሩት ጠንካራና ሀቀኛ የድርጅቱ ልጆች በድርጅቱ አመራር እምብርት መገደላቸውንና በሕይወት ያሉት መሰደዳቸውን ሰማን። በሠራዊታችን ገኖ የሚታየው ችግሮች ሁሉ ሥር መሰረቱ ከድርጅቱ እንጂ ከሠራዊቱ እንዳልሆነ በእርግጠኝነት አረጋገጥን። በደርግ ዘመን እንደአለቃየ ብቻ ሳይሆን እንደእናቴ፣ ታላቅ እህቴና ጓደኛየ አድርጌ የማከብራቸው ወ/ሮ ኤልሳኤጥ የማነብርሀን የቱሪዝምና ሆቴሎች ኢንዱስትሪ በደርግ ዘመን በተለይም በአስረሽ ምችው ሻምበል ፍሰሐ ገዳ መመራት ከተጀመረበት ጀምሮ የኢንዱስትሪው/ኮሚሽኑን መግማትና መበስበስን አስመልክተው ሆነ አጠቃላይ የሀገሪቷን ሁኔታ አስመልክተው ሲመክሩኝ ፊታቸውን ወደ ምንሊክ ቤተመንግሥት አዙረው በመቆም "የአሳ ግማቱ ከጭንቅላቱ" ብለው ነበር በምሳሌ ያስተማሩኝ። ድርጅቱ ከወደቀበት አደጋ ለማዳንና እንዲሁም ሠራዊቱን ካልታሰበ ድምሰሳና ብተና ለመጠበቅ ዲሞክራሲያዊ ማዕከላዊነትን በመከተል ጠንክረን ትግላችንን ልመቀጠል፣ ይህ ተሞክሮ ካልተቻለ ለድርጅታችንና ለሠራዊታችን ደሕንነት ሲባል ከቅሬታ አቀራረብ ሥነሥርዓት ውጭ በመውጣት በሠራዊቱ በመንቀሳቀስ ዕውነታውን ለመላው አባላት በማሳወቅ ትምህርታዊ ቅስቀሳ በማካሄድ ዓይናቸውን ገልጠው ድርጅታቸውንና ሠራዊታቸውን እንዲጠብቁ ለማድረግ መታገል እንደሚገባን ወሰን። ለዚህም ተግባራዊ ማራመጃነት የኢሕአሠ ክንፍ

የእርማት ንቅናቄ ተጠንስሷል። ለዚህ ፈታኝ ትግል በዋነኛነት መፍትሔ ነው ብለን ያመንበት በተጠነሰሰቅ የኢሕአሠ ክንፍ የእርማት ንቅናቄ አማካኝነት ለብዙ ጊዜ ሳይካሄድ የቀየው የጉባዔ ጥሪ ማካሄድ እንዳለብንና ከሚያዚያ ወር 1969 ዓ. ም. ጀምሮ ደግሞ በተጨማሪ ከወያኔ ጋር የተደረሰው የጋራ ሕብረት ስምምነት ተግባራዊነት መታገል እንዳለብን ነው። ከፍተኛ መስዋዕትነትን የሚጠይቅ ቅስቀሳና ትምህርት በማካሄድ ሁኔታዎች እንዲስተካከሉ ካልተደረገ በስተቀር የስትራተጂያዊ የትግል ጎዳና ማካሄጃ የሆነው ሠራዊት ተልዕኮውን ሊያሟላ እንደማይችል በእርግጠኝነት በመረዳታችን ቀጥታ ትግላቸን ከፓርቲው አመራር ጋር እንዲሆን ተስማማን። አጋጣሚ ሆኖም ሳይሆን ሆነ ተብሎ በጥናትና በዕቅድ በሠራዊቱ በመንቀሳቀስ ለማስተማር፣ ለመቀስቀስና ስምምነታችንን በተግባር ለመተርጎም ተሳትፎየን እንዳልቀጥል የአመራር እምብርቱ/ክሊኩ አላስቻለኝም። አሲንባ ከገባሁበት ጊዜ ጀምሮ እንቅስቃሴየ ሁሉ በዕየለቱ ሪፖርት ይደረግላቸው ስለነበር ከሦስት ወር ቆይታየ በኃላ ጓድ ኃ. ብሠራት በቁጥጥር ላይ ሊያውሉኝ እንዳቀዱ የሚያውቀውን ከባድ ምስጢር በለገሰኝ አንድ ሳምንት በኃላ ከቤዝ አምባው አካባቢ አንስተው በአንዲት የኃይል አምስት ጋንታ ውስጥ ልከው ለሁለት ወር አፍነው "የአህያ" ተግባር እያከናወንኩ እንድቀይ አደረጉኝ። አሲምባ በገባሁ በሦተኛው ወር ማገባደጃ ላይ ከውጭ ተሸክማችሁ ካመጣችሁት ሪፖርት ባሻገር ከሠራዊቱ ጋር ከተቀላቀልክበት ጊዜ አንስቶ በምታራምዳቸው እንቅስቃሴዎችና በምታሳያቸው አዝማሚያዎች ሁሉ የሥረዓተ-አልበኝነትና ፍጹም ፀረ-ድርጅት ባሕሪ እንደምታንፀባርቅ ሠራዊቱ በመገንዘቡ፣ ለምሳሌም ያህል፣

- ከሠራዊቱና ከፓርቲው መመሪያ ውጭ ከተወሰኑ ጓዶች ጋር አዘውትረህ በመገናኘት ጓዶችን በፀረ-ድርጅት ተግባር ለማሳተፍ ሙከራዎች ማድረግህንና፣ ዲሞክራሲያዊ ማዕከላዊነትን እየጣስክ በታጋይ ሠራዊታችን ሥርዓተ አልበኝነትን ለማስፈን እላይ ታች በመባዘን የሥራዓተ አልበኛነት አዝማሚያ በፅኑ እንደተንጸባረቀብህ፣
- በድርጅቱ ፖሊስ ላይ ኋላፊነት የጎደለው ሀሳቦችን ማቅረብህንና፣ ለህገ-ወጥ ውይይት ሌሎችንም ለማሳተፍ በምታደርገው ውትወታና ቅስቀሳ ሀቀኛና ቅን የሆኑ ጓዶችን ጭንቀት ላይ መጣልህና፣
- በአካባቢው ላይና ታች በመባዘን ከሥነሥርዓት ውጭ እየዞርክ በሠራዊቱና በፓርቲው እንዲሁም በአመራሩ ያልሆነውን ሁሉ አሉባልታና ውንጀላ በማስራጨት ላይ መሆንክን፣

አስመልክቶ በተደጋጋሚ ሪፖርት ስለደረሰ ጉዳዩ እስከሚጣራና ውሳኔ እስከሚሰጥ ድረስ፣ 1ኛ. ከአሁን ጀምሮ በሜዳው ትጥቅ መታጠቅ እንደማትችል በመወሰኑ ትጥቅህን አሁኑን እንድታወርድ፣ 2ኛ. ከፓርቲ አባልነትህ ላልተወሰነ ጊዜ የተወገድክ ስለሆነ የመምረጥና የመመረጥ መብት እንደማይኖርህና፣ 3ኛ. በአመክሮ ቆይታ አባይ አብርሓ/ናደው ከሚመራው ኃይል አምስት ሥር በነበረችው ጋንታ

(የጋንታዋን መለያ ቁጥር ዘነግቻለሁ፣ ሆኖም የፖለቲካ ኮሚሳሪያቱ ዘማሪያም የተባለ የትግራይ ተወላጅ የነበረ) እንድተመደብኩ መወሰኑ ተነገረኝ። በሦስት ወር ቆይታየ ሠራዊቱ ዱልዱም እንጂ የሚዋጋ እንዳልሆነ፣ ባዶ ጠመንጃ ብቻ እንግተን ለጉራ እንደምንዘዋወርና አመራሩ ያብዛኛውን ታጋይ ወኔና አፍላ ስሜት ለመግደል እንደተዘጋጀ ከተረዳሁ ቆይቻለሁ፣ ይህም በወሬ ሳይሆን እራሴው በተጨባጭ አረጋግጫለሁ። ትጥቅ ብቻ ተሸክሞ ለዚያውም ባዶ ቀፎ ተሸክሞ የሚንቀሳቀስ ምንም ዓይነት ሙያ የማይሰራ ሠራዊት እንደሆነ አጣርተናል። እንዲያውም ወያኔዎች "እናንተ የማትዋጉ ብረት ብቻ ታጥቃችሁ በየቤቱ እንጀራ በመለመን የድሀ ገበሬ ቤት የምታራቁቱ" እያሉ እንደሚያሾፉብን ሁሉ ከተለያዩ አባላት ሰምቻለሁ። ወደኋላ እንደሚጠቀሰው ከወያኔ ጀሌ ወገኔ ጋር በመንገድ ስንተላለፍ ባደረግነው የሰላምታ ልውውጥና ጭውውት ወቅት ይህንኑ ሲነግረኝ በጆሮየ በመስማቴ ደንግጫለሁ። ጠመንጃ እንዳልይዝ መደረጉ የሚቀርብኝ አላስፈላጊ ሸክም ብቻ እንደሆነ ስለተረዳሁ ይበልጡን ደስታ ነበር ተሰማኝ። በሌላ በኩል ደግሞ ለእኔ የፓርቲው ሽፋን አይደለም። ወደዱም ጠሉም ድርጅቱ በይፋ እራሱን ከማስተዋወቁ አሥራ አንድ ወር በፊት ከጥቅምት ወር 1967 ዓ. ም. ጀምሮ የኢሕአፓ ልጅ ነኝ። ኢሕአፓነቴን ሲፈልጉ በሚሰጡኝ፣ ሲያሻቸው ደግሞ በሚነፍጉኝ ልብስና ካባ አይለወጥም፣ አይሸጥም። ትናንትም፣ ዛሬም፣ ከእነሱ ይበልጥ መቶ ጊዜ ጠንካራና ሀቀኛ ኢሕአፓ እኔ ነበርኩ፣ ምንጊዜም በልቤና በመንፈስ ውድና ድንቅየ ኢትዮጵያዊያን የወደቁለት ኢሕአፓ አባል ነኝ። እውነተኛ ገምጋሚ ተገኝቶ እነሱና እኔ ብንገመገም ኢሕአፓ የምባለው እኔ እንጂ ከቶውንም ቢሆን እነሱ አይሆኑም። ሆኖም ገምጋሚ እንዳይፈጠርባቸው ሁሉን በቁጥጥራቸው አንቀው በመያዝ እየተንገዳገዱ እንዲኖሩ ድርጅቱ ሳይፈጠር አስቀድሞ በባዕዳን ጥበብና ኃይል ተዘጋጅቶላቸው ቁንጮው ላይ ተቀመጡ። ስለሆነም ያላንዳች ቅሬታ መመሪያውን ለሰጡኝ የአሲንባ "ንጉሶች" ባዶ ቀፎ መሣሪያቸውን አስረክቤና አመስግኜ "ኃዳዊ" ሰላምታ ሰጥቻቸው ተሰናበትኩ። ኢርጋ ተሰማን በዕለቱ ሳላገኘው ተስፋ ቆርጬ በአጋጣሚ ይሁን ወይንም ሆን ብለው አዘጋጅተውልን ይሁን አላውቅም በማግሥቱ ወደ አዲሷ ምድብ ጋንታየ ከማምራቴ በፊት አዲሱን "አስደሳች" ዜና ማካፈል ስለፈለኩ ኢርጋ ተሰማ ብቻ ሳይሆን እንዲያውም ኤፍሬም ደጀኑን፣ ውብሸት መኮንን፣ መምህር ደመዎዝ ገረመ፣ ብሥራት ደበበንና ወጣቱን አብርሐምን ሳይራራቁ ባንድ አካባቢ በማግኘቴ ለሁሉም አካፈልኳቸው። በእኔ ግምትና ዕምነት ይህ በቀላሉ እንዳገኛቸው መቻሌ ሆን ተብሎ የተዘጋጀልን ወጥመድ እንደሆነ አድርጌ ነው ወደ ኋላ የተጠራጠርኩት።

ይህም እንደፈለግን ተገናኝተን ለመወያየት እና መረጃ ለመለዋወጥ እንዲያስችለን ያደረጉልን "መልካም እና "በጎ" ተቆርቋሪዎች በመምሰል ወደኋላ እንድኛችን ስንታሰር በተለመደው የስቃይ ግርፋት የተወያየነውንና የተለዋወጥነውን ምስጢር ሁሉ ዘርገፈን በማውጣት እንዲያስችላቸው

ያደረጉት መስሪ እና እኩይ መሣሪያ እንደነበር ነው በወቅቱ ሁላችንም ያመንነው። በዚያን ዕለት የመረጃ ልውውጣችን ላይ አቡበከር ሙሀመድ "ከእርማት ንቅናቄው ሊያገሉህ በማቀዳቸው ያደረጉት ደካማ በትራቸው ነው" ብሎ የራሱን ሀሳብ ሰነዘረ። ባጋጣሚ ግን ሁሉም በአቡበከር ሀሳብ አመኑበት፣ እኔ ራሴም የኃላ ኃላ አባባላቸው ትክክል ነው ብየ አመንኩ። ከቀጥተኛም ሆነ ከስውር ጠላት የምንጠባበቀው እንዲህ ዓይነቱን ብቻ ሳይሆን ከፍ ባለም ደረጃ ግድያም ሁሉ ሊያካሄዱብኝ እንደሚችሉ አስቀድመን ተገንዝበን ወደ ትግሉ የገባን በመሆናችን በፍርደ ገምድል ዳኞቻችን በተሰጠኝ መመሪያና ትእዛዝ ጓዶቼ ቅሬታም አላሳደረባቸውም። እነማን እንደሆኑ ዘነጋሁኝ እንጂ ከመካከላቸውም የተሰጠኝ እርምጃ አሳዝኗቸው ቀይተው መልሰው የሳቁ ነበሩ። የድርጅታቸውና ሠራዊታቸው የወደፊት እድል እንደእኔው ተሰምቷቸው ሜዳው ብርሀነመስቀል ረዳን መልሶ ካላገኘ ወደፊት ሠራዊቱ ዕድሜም እንደ ማይኖረው ነገር ተሰማቸውና ተጨነቁ። ኢርጋ ተሰማ/መዝሙርም ሆነ ሌሎቹ ጓዶቼ ያሉኝን ቃል በቃል ለመግለጽ ከጊዜው እርዝመት ጋር ያስቸግረኛል፣ ሆኖም ምንም ሳላዛባና ሳላወላግድ የምክራቸውን እና የማደፋፈሪያ ቃላችውን ይዘት በራሴ ቋንቋ ለማስቀመጥ ጥረት አድርጌአለሁ፣ "እኛ ለሠራዊቱና ለድርጅቱ ሕልውናና ጥንካሬ ለቆምነው ልጆቹ የሁላችንም ፍራቻና ጭንቀት ይኸው የብርሀነመስቀል ረዳ ተሸውዶ መሄዱ ነው፣ እሱን በኤርትራ ባንድ ቦታ አግደው በማስቀመጥ ከትግሉ በመነጠል የፈለጉትን እስከሚያሚሉና ሁሉንም በቁጥጥራቸው እስከሚያደርጉ ድረስ አቀይተው በመጨረሻ ለማዕከላዊ ኮሚቴ ስብሰባ አሳበው ከተማ አስገብተው እንደገና ወስደው ከሀላፊነቱ አወረዱት" አለ በእርጋታ ተናጋሪው ኢርጋ ተሰማ ከጓዶቹ ጋር ሆኖ የመንፈስ ጭንቀት እየተሰማው፣ "ብርሀነመስቀል ረዳ መጣም አልመጣም እኛ እዚህ ያለነው የሠራዊቱ እውነተኛ ዘበኞች ለፍላፊ ሠራዊት ሳይሆን ሕይውት አግኝቶ ተዋጊ ጥርስ ያለው ተናካሽ ሠራዊት እንዲሆን ለማድረግ ከፍተኛ መስዋዕትነትን የሚጠይቅ ቅስቀሳና ትምህርት ማካሄድ ይኖርብናል። የስትራተጂያዊ የትግል ጎዳና ማካሄጃ የሆነው ሠራዊት ተልዕኮውን ለማሟላት እንዲችልና በየከተማውና በየገጠሩ ለወደቁት ሰማዕቶቻችን መበቂያ መሣሪያ እንዲሆን ለማድረግ የየበኩላችንን መስዋዕትነት ይጠይቃል። ስለዚህ ምንም ቅር እንዳይልህ፣ በሄድክበት ቦታ እንደዚሁ በተግባር አሳያቸው። ታጋዮችን በየሄድነበት እናፍራ፣ ዓይነት እንጂ የቁጥር ጋጋታ አንፈልግም። ለኢሕአፓ/ኢሕአሠ አለኝታነታችንን በተግባር ማረጋገጥ ይኖርብናልና በርታ" በማለት ተሰናበተኝ። በመቀጠል መምህር ደመዎዝ ገረመ፣ ብሥራት ደበበ፣ ወጣቱ አብርሓም፣ ከፍልሥጥኤም ጓዶቼ ስዒድ አባስና አቡበከር ሙሀመድ ጋር ባንድነት ሆነው ከኢርጋ ተሰማ ባልተለየ ወኔና ፍቅር በአዲሱ ቦታየ ጠንክሬ ሠራዊታችንንና ድርጅታችንን እንድጠብቅ በማሳሰብ "የሌሎች ሀገሮችን የትግልና የአብዮት ታሪክና ተመክሮ እንዳነበብነው ይህ የተሰጥህ እርምጃ ሀቀኞችንና ጠንካራ ታጋዮችን ለማጥፋት የሚጠቀሙበት የመጀመሪያው የእርምጃ ጎዳና ነውና ምንም ሳይበረግግህ አውቀህ በቀራጥነት

ወደተባለው ቦታቸው ሂድ" ብለው አደራ ተቀብየ ተሰናበትኳቸው። ሁሉንም ተሰነባብቼ ለመሄድ እንደተዘጋጀሁ የተከዝኩ መስሎት ኢርጋ ተሰማ ላንዳፍታ ብሎ በማቀም ረጋ ባለ መንፈስ ሰፋ አድርጎ እንደሚከተለው ሊያደፋፍረኝና ሊመክረኝ ሞከረ። ለነገሩ ከሰዒድ አባስና አቡበከር ሙሀመድ በስተቀር ሌሎቹ ጓዶቼ ሁሉም የተናደድኩና የተቀጣሁ መስሏቸውም ነበር።

"አያሌው ሠራዊታችን ለፍላፊ ሠራዊት ሳይሆን ሕይወት አግኝቶ ጥርስ ያለው ተናካሽና ተዋጊ ሠራዊት ሆኖ ሕዝባችንን ለድል ለማብቃት እንዲችል የሀቀኞችንና የጠንካራ ልጆቹን መስዋዕትነት ይጠይቃል። በተለያዩ ጊዜያት እንደተወያየነውና እናንተም (እኔንና ሁለቱን የሰሜን አሜሪካን ጓዶቹን ማለቱ ነው) በበኩላችሁ ገና ኤደን እያላችሁ ሁኔታዎቹን እንዳሸተታችሁት ኢትዮጵያ ዙሪያዋን በጠላት ተከባለች፣ የጠላቶቿም ተወካዮች እኛን መስለው ከእኛ ጋር ተሰግስገዋል። ይህንን ሠራዊታችንን በመሣሪያነት በመገልገል ከከበቧት ጠላቶቿና ከተወካዮቻቸው እንድናድናትና ሕዝቧም እፎይ ብሎ ተከባብሮና ተፋቅሮ በሠላም እንዲኖር በገባነው ቃል ኪዳን መሰረት ወደ ኋላ ሳናመናታ በርትተን መታገል ይኖርብናል። ቃል ገብተናል፣ ሕይወታችንን ለኢትዮጵያ ሕዝብ ለማበርከት ቃል ገብተን ቤተሰቦቻችንን ጥለን መጥተናልና ወደኋላ ማፈግፈግ የለብንም። ደርግ ብቻ አይደለም ጠላታችን፣ እሱማ ለጊዜው እንጂ ዕድሜና ዘለቄታ የሌለው በቀላሉ የሚወድቅ ጠላት ነው። የሚዋጋንም በግልጽ በመሆኑ እናውቀዋለን። መፍራትና መጨነቅ የሚኖርብን እኛን መስለው ከጎናችንና ከበላያችን በኩል ያሉትን ጠባብ ብሔርተኞችና ውጥንቅጥ ፖለቲከኞችን፣ እንዲሁም በውስጣችን የተሰገሰጉት የነሱን ወኪሎች ነው። እነሱ ብቻቸውን አይደሉም፣ ከውጭ ጠንካራ ኃይል አላቸው፣ ይህን ከእኛ ይበልጥ አንተ እንዳሸተትክ ተረድተናል። የምንመካበት ሠራዊታችን እና ድርጅታችን እነዚህን ሁሉ ጠላቶች ገትሮ ለመቋቋምና ለማሸነፍ በሚችል መልክ ማጠርናከርና ማደራጀት ተቀዳሚ ተግባራችን ነው። አንድ መላ ካልፈጠርንና ካሁኑ ተጠናከርን ካልተገኘን ነገ ከነገ ወዲያ ከወያኔና ከሻዕቢያ የሚወርድብንን በትር የምንቋቋመው አይመስለኝም። ትምክህተኝነትን አብሮ መወጋት የሚኖርበት ጠላታችን በመሆኑ ጠንክረን መዋጋት ይኖርብናል። በርታ፣ ሂድ፣ እዚያም ሄደህ አስተምራቸው፣ አይብዙ እንጂ የሚሰሙህም ጓዶች ታገኛለህ፣ ወደኃላ እንዳትል፣ ንቅናቄአችንን አስመልክቶ ሁነኛ ጎድ ስታገኝ ለማካፈል ወደ ኃላ እንዳትል" በማለት አባይ አብርሓ/ናደው ከሚመራት ኃይል እንድሄድ አደፋፍሮ ሸኘኝ።

8.2. የፖለቲካ ተንኮል ከማያስበው እንደ እኔው ጀሌ ከሆነ የወያኔ ታጋይ ጋር መንገድ ላይ ስንተላለፍ ሠላምታ በመለዋወጥ ለደቂቃ ቀመን በመጨዋወታችን ያስከተለብኝ አባዜ

ያለምንም ቅሬታ በተሰጠኝ ውሳኔ መሠረት በደስታ መንፈስ ጉዞ አድርጌ በአባይ አብርሓ/ናደው በምትመራው ኃይል ሥር ባለችው ጋንታ፣ ለጋንታ መሪው (ስሙ የተዘነጋኝ የአዲስ

ኢሮብ ተወላጅ) እና ለፖለቲካ ኮሚሳሪያቱ ለጋድ ዘማሪያም ሪፖርት አደረኩ። በጋንታዋ ቆይታየ በምንቀሳቀስበት ወቅት ያጋጣሚ ይሁን ወይንም ሆን ተብሎ ከወያኔ ጀሌዎች ከሆኑ ምስኪን የትግራይ ገበሬ ወንድሞቼ ጋር በመንገድ ላይ በመገናኘት እየተላለፍን የመሄድ ዕድል ወይንም አጋጣሚዎች ይፈጠሩብኝ ጀመር። ታዲያ ከወያኔ ጀሌ ወገኖቼ ጋር ስገናኝና ስንተላለፍ የእኔ አቀራረብና መስተንግዶ ሌሎቹ የድርጅቴና የሠራዊቴ አባላት በመፈራራት በጎሪጥ እየተያዩ መተላለፉ መልካምና ቀና መንገድ አለመሆኑ ስለማምንበት፣ እኛን ከመሰለ ከነቃንና ከበሰልን የቀዩ ሠራዊት አባላት የማይጠበቅ መሆኑን ስለማምንበት፣ እንዲሁም ምንም እንኳን ወደፊት ከሻዕቢያ ጋር በማበር ለኢትዮጵያና ለሕዝቧ በአንደኛ ደረጃ የሚመደቡ ጠላቶች ቢሆኑም በአሁኑ ጊዜ ሁለታችንም በአንድ አካባቢ ስለምንቀሳቀስ፣ እንዲሁም ባንድ ሜዳ ተሰልፈን ፋሽስቱን ደርግ በጋራ በመዋጋት ላይ በመሆናችንና አልፎም ድርጅታችንና ሠራዊታችን ከወያኔ ጋር ለጋራ ሕብረት ስምምነት ጥረት የሚካሄድበት ጊዜ በመሆኑ፣ ብሎም ሜዳው እኛን እና እነሱን ለመከለል የሚያስችል የብረት አጥር ባለመኖሩ ለሌሎች የመልካም አራአያና ምሳሌ ለመሆን በቁም ሰላምታ በመለዋወጥና ለደቂቃ እየተጨዋወትን ተላልፈናል። ኢሕአሠም ሆነ ተወሐት ሁለታችንም በአንድ አካባቢ ተሰልፈን የጋራ ጠላት የሆነውን ፋሽስት ደርግን የምንዋጋ መሆናችንንና ኢሕአፓ/ኢሕአሠ ለመላው የኢትዮጵያ ጭቁን ሕዝቦች ነፃነት የቀመ መሆኑን በማስረዳት/በማስተማር ወዳጅነቴን በመግለጽ ሠላምታ በመለዋወጥና አልፎም ለጥቂት ደቂቃ በመጨዋወት በመጀመሪያው ወር ቆይታየ አምስት አጋጣሚዎች አጋጥሞኛል። በአራተኛው አጋጣሚ እዚያው አደዋ አካባቢ በምንቀስቀስበት ጊዜ ተንኮልና ክፋት ከማያስብ እንደ አስተማሩትና እንደነዱት ከሚነዳ እንደ እኔው ጀሌ ከሆነ የዋህ፣ የፖለቲካ ተንኮልና ሸር ከማያስበው የወያኔ ጀሌ ጋር መንገድ ላይ ስንተላለፍ በመጥፎ ዓይን በፍራቻና በጠላትነት መልክ በጎሪጥ አይቶ በጥንቃቄ ለማለፍ መፈለጉን ስገነዘብ፣ "ብጻይ አጆኻ ኻውኻ እየ፣ ሰላም ዘይትብለኒ ስለምንታይ ክንዲ ፀላዒትካ ገይርካ ትርኤኒ (ጓድ አይዞህ ወንድምህ ነኝ፣ አትፍራኝ፣ ለምንድን ነው ሠላምታ የማንለዋወጠው፣ ለምን እንዴጠላትህ አድርገህ ታየኛለህ) ብየ በተሰባባረ ትግርኛየ ግን በሚገባው መንገድ በመግለጽ ብብቱን እንደተኮረኮረ ነገር ከደስታ የመነጨ ፈገግታ ሰጠኝ። በትግርኛ ለመናገር መሞከሬ በጣም ደስ አለው። አሲምባ በሻሆ ቋንቋና በአማርኛ ቋንቋ እንጅ ትግርኛ የሚናገሩ ወገኖቹ ያሉ አይመስለውም ነበር። የትግራይ ተወላጆች መኖራቸውን እያወቁ "ከጠባብነታቸው የተነሳ ኩርኩር አምሓሩ" (የአማራዎች ሰላይ/ተከታይ) ነበር የሚሏቸው። በፈገግታ እጄን በመዘርጋት ሠላምታ በመስጠት እሱም በፈገግታ እጁን ዘርግቶ ተጨባበጥን። ሳይጨነቅና ሳይረበሽ በመዝናናት ለመወያየት እንድንችል አቀራረቤን በማሳመር ስለራሴና ስለሠራዊቴ ረጋ በማለት አጫወኩት። የፓርቲየ ፕሮግራምና የሠራዊቴን ዓላማ አስመልክቼ ለእሱ ንቃተኅሊና በሚገባው መንገድ ባጭሩ አጫወኩት። ከወገናዊ ሠላምታ ባሻገር ከሱ ጋር ለመወያየት ያስገደደኛና ያሳሰበኝ እኛ ኢሕአፓዎች

ከነሱ ጋር በጎሪጥ የመተያየት ፍላጎት እንደሌለንና የጋራ ጠላትን ለመዋጋት ባንድ የትግል ሜዳ አካባቢ ተሰማርተን የምንገኝ የሕዝብ ልጆች በመሆናችን በወዳጅነት መተያየትና መቀራረብ እንደሚኖርብን ለማስረዳት ብቻ ሳይሆን በይበልጥ ግን ዋና ዓላማየ ታጋዩ የገበሬ ልጅና የአንደኛ ደረጃ ትምህርት ቤት እንኳን ያላጠናቀቀ ሲሆን ወደ ድርጅቱ እንዲገባ ያደፋፈረውን ምክኒያት ለማወቅ በመፈለግ ነበር። እኔ ቢያንስ በዚያን ወቅት በቀዳማዊ ኃይለሥላሴ ዩኒቨርሲቲ ለመጀመሪያ ዲግሪ የሚያበቃኝን ለማገባደድ አንድ ዓመት ብቻ የቀረኝ ከመሆኔ ባሻገር ሰፊ የሕይወት ተመክሮ በማዳበሬ በቋንቋ፣ በብሔርና በመሳሰሉት ኋላ ቀር የፖለቲካ እስተሳሰቦች ነፃ በመሆን ለኢትዮጵያ ሕዝብና ለሀገሬ ይጠቅማል ብየ ያመንኩበትን የትግል ጎዳና አጥንቸና ከራሴ ጋር ተወያይቸበት በማንም ተደልየ ወይንም የግል ጥቅም ኖሮኝ ሳይሆን አምኘበት የገባሁ ነኝ። ታዲያ ፍላጎቴ ይህ ምስኪን ወገኔ ከወያኔ ጋር ተሰልፎ ለመታገል የማረከው ምን እንደሆነ ለማወቅ ጉጉት ስለአደረብኝም ነበር። ይህም ማለት ወያኔ ለትግራይ ሕዝብ ነፃነት ቆሜአለሁ ብሎ በመለፈፉና ምንአልባት በቋንቋና በትግሬነቱ ብቻ ተማርኮ ይሆን ወይም በሌላ ምክኒያቱን ለማወቅ በመፈለግ ነበር። ይህ የወያኔ ታጋይ ወገኔ ያስተማሩትን ቃላቶች እንዳለ አንድ ባንድ በመደርደር ከትግራይ ነፃነት ጋር በተያያዘ ፖለቲካ ዕምነት እንደገባ፣ ስለእኛም ያስተማሩትን ሲያካፍለኝ "እናንተ በገዛ መሬታችን ያለ ፈቃድ እየተንቀሳቀሳችሁ እንደገና ድርጅታችን በወዳጅነት ሊያቀርባችሁም ብዙ ጥረት አድርጎ ከእኛ ጋር መቀራረብ የማትፈልጉ ድርቅ ያላችሁ ኩሩ የአማራ ድርጅት ናችሁ። እነደኛ ላለው ለሌሎች ጭቁን ሕዝቦች ደንታ የሌላችሁ፣ ለአማራው ሕዝብ ብቻ የቆማችሁ መሆናችሁ ስለተረዳን፣ ደርግን የመውጋት ዓልማና ፍላጎት የሌላችሁ፣ የዓባይ ኢትዮጵያን ዓላማችሁን ለማጠናከር የቆማችሁ መሆናችሁንና በተለይ ግን የትግራይን ነፃነት የምትቃወሙ መሆናችሁን ስለተረዳን ነው ጥንቃቄ በመውሰድ የምናልፋችሁ በማለት የተማረውን ሁሉ ዘረገፈልኝ።

ይባስ ብሎም ከልቡ፣ "እናንተ የማትዋጉ ባዶ ብረት ብቻ ታጥቃችሁ በየቤቱ እንጀራ በመለመን የድሀ ገበሬ ቤት የምታራቁቱ" በማለት የዋሁ የወያኔ ጀሌ ስሜቴን የጎዳውን ቦምብ በእኔ በንጹህ ወገኑ ላይ በመወርወር ደበደበኝ። እውነትና ሀቅ መራራ በመሆኗ በዚያ በየዋሁ ምንም ተንኮል በማያውቀው ገበሬ ወገኔ የእንጀራውን ጉዳይ አንስቶ ሲሾፍብኝና የቦምብ ናዳ ሲወረውርብኝ ሀቅ መሆኑን እያወኩ፣ እውነት መሆኑን እያመንኩ መቀበል አቅቶኝ ውስጤን አንገበገበኝ። ከመዝናናቱና ከመፈቃቀር ስሜት የተነሳ የሚሰማውን፣ የተነገረውንና የልቡን አውጥቶ ስላጫወተኝ በተዘዋዋሪም የደስታ ስሜት አሳደረብኝ። ይህ ንጽህ ወገኔ ያስተማሩትን እንዳለ ሲደረድርልኝ ልቀጣጠረው ባለመቻሌ እንባየ አቃረኝ። ተንኮለኞች ለግል ጥቅማቸውና ለዝናቸው ንጹሃንን ምን ያህል እንደሚጠቀሙና እንደሚጫወቱ በዚህ አጋጣሚ በግልጽ ታየኝ። ውይይታችን ሁሉ በትግርኛ ነበር። በዚያን ወቅት ትግርኛየ ለክፉ አይሰጥም ነበር። ምንአልባት ወይይቱ ጠለቅ ባለ ሁኔታ ቢገፋ

በአክሰንቴ ምክኒያት ትግርኛየ በራሴ ፍላጎት በልምምድና ከሕዝቡ ጋር አብሬ በመኖር የቀሰምኩት ዕውቀት እንጅ በትውልድ የተገኘ አለመሆኑ ያስታውቅ ነበር። በዚያን ዘመን በመምህራን ማሰልጠኛም ሆነ በኃላ በፖሊስ ሠራዊት ቀይታየ ትግርኛ ለመማር የሚፈልግ “አማራ” እንደ ጅል ወይንም ጊዜውን በከንቱ እንደሚያሳልፍ ገልቱ ይታይ ነበር። እኔ ግን አሥመራ መምህራን ማሰልጠኛ ኢንስቲቱት እያለሁ በይበልጥ ደግሞ በፖሊስ ቀይታየ ቋንቋቸውን በፍቃደኝነቴ ለመማር መፈለጌን ለማሳየትና ከእኔ ጋር በአማርኛ እንደልብ ደስ ብሏቸው እንዲነጋገሩ ለማድረግም መጣር የጀመርኩበት ዘመን ነበር። ቋንቋችንን መማር ሲፈልግ እኛስ የእሱን ቋንቋ መማሩና መናገሩ ለምን ያስጠላናል የሚል መንፈስ እንዲያድርባቸውም ያደረኩበት አጋጣሚዎች ነበሩ። ይህ በዚያን ዘመን የግሌ የፖለቲካ ትግል ስልቴና ሽጉጤ ነበር። ለዚሁም ነበር በአሥመራ ከተማ ቀይታየ በሌላ አካባቢ ለመግለጽ እንደተሞከረው በነዋሪው ሕዝብ ‘ኣምሃራይ ናይ ኣዲጋኣዳድ’ በማለት እጠራ የነበረው። ኣዲጋኣዳድ በሐማሴን አውራጃ ከአስመራ ከተማ ትንሽ ወጣ ብላ ወደ ሠራየ በሚወስደው አቅጣጫ የምትገኝ አነስተኛ የሐማሴን መንደር ነች። ከዚህ በላይ ወይይት ከወያኔው ገበሬ ታጋይ ወገኔ ጋር ለመቀጠል የሚያስችል ሌላ ጉዳይ ካለመኖሩም በላይ አግባብነት ስለሌለው የስንብብት ሠላምታየን በመስጠት በማመስገን በሠላምና በእክብሮት ተለያየን። በዚህ አጋጣሚ በዓዕምሮው ውስጥ መልዕክት እንዳስተላለፍኩለት እርግጠኛ ነበርኩ። ምንአልባት ለሌሎች ሲያካፍል በመሰማቱ ካልተገደለ ወይም ሌላ ነገር ካልሆነ በስተቀር። ከወያኔው ጋር ሠላምታ ስለዋወጥ አልፎም ቀመን ስንወያይ ምን እንደማደርግና ምንስ ዓይነት እንቅስቃሴ እንደማራምድ በሚገባ ስለማውቅና ስለማምንበት ሰው አየኝ አላየኝ ወይም ሰላዮች በሩቅ ያዩኛል አያዩኝም የሚል ጭንቀት ወይም ሃሳብ አልነበረኝም። የምጨነቀው ጎጅ ተግባራት በድርጅቴና በሠራዊቴ ላይ ሳከናውን ብቻ ነው።

ከዚህ ከአራተኛው የመንገድ መተላለፍና ጭውውት ገጠሞሽ በኋላ በሳምንቱ ገደማ ስንገዴ ሪፖርት እንዳደርግ ተነግሮኝ ሄጄ ከታጋይ ፀሐየ ሰለሞንና የጭካኔና የሥቃይ ገራፊዎቹ ዋና አዛዥ ከሆነው ጌራ ዘንድ ቀርቤ በራሴ ላይ ሂስ እንዳካሂድ ተነገረኝ። ውሳኔውን ለመቀበል ኅሊናየ ባለመፍቀዱ አልተቀበልኳቸውም። የምንቀሳቀሰው ባንድ ሜዳ አካባቢ መሆናችንን፣ ምንም እንኳን ወደፊት ለኢትዮጵያና ለሕዝቧ አደገኛ ጠላት አድርገን በአንደኛ ደረጃ የምንፈርጃቸው ቢሆኑም በአሁኑ ወቅት ግን የጋራ ጠላታችንን አምባገነኑ ደርግን አብረን እየተዋጋን ስለሆነ ከእነሱ ጋር የጋራ ሕብረት ግንባር ፈጥረን የጋራ ጠላታችንን በጋራ መውጋት እንድንችል የተፈጠረልንን ዕድል ለመጠቀም ባንችልም፣ እንደገና በመንገድ ስንተላለፍ በጎሪጥና በጠላትነት መልክ እየተያየን መተላለፉ ለቀምንለት ትግል ደንቀራ ስለሚሆን ዲፕሎማሲያዊ በሆነ መልክ በመከባበር ሠላምታ እየተለዋወጥን ልዩነታችንን በሆዳችን ይዘን ግንኙነታችንን በዘዴና በስልት መራመድ ነው የሚያዋባን ብየ አቋሜንና እምነቴን ገለጽኩላቸው። እንዲያውም ይገባቸው እንደሆን ብየ ነገ ከነገ ወዲያ ለማይቀረው ጦርነት

ከአሁኑ ሠራዊታችንን በትጥቅ፣ በሥልጠናና በሰው ኃይል አደረጃጀት እራሳችንን አዘጋጅተንና አጠናክረን መገኘቱ ነው የሚኖርብን እንጅ ምንም ሳይኖረንና ምንም ሳይደረግ ሦስት ጠላት ባንድ ጊዜ በጠላትነት ፈርጀን መኳረፍና መተናኮፍ አይገባንም ብየ ነገርኳቸው። ይብስ ብሎም እንኳንስ ያን ንጹህ የገበሬ ልጅ ይቅርና የደርጅቱ መሪ/ዎች ጋር በመንገድ ብንተላለፍ ለምስኪኑ ጀሌ እንዳደረኩት ተመሳሳይ ዲፕሎማሲያዊ አቅርቦት በማሳየት እንደምተላለፍ ነገርኳቸው። ፓርቲየንና ሠራዊቴን የሚጠቅምና አልፎም ለሌሎቹ የሠራዊቱ አባላት የመልካም ምሳሌና አርአያ በመሆን ሌሎችን ያደፋፍራል እንጂ ጉዳቱ ፈጽሞ ስለማይታየኝ የተባለውን ግለሂስ ለመቀበል ሕሊናየ ስለማይፈቅድልኝ ፍቃደኛ አለመሆኔን በድጋሚ አስረዳኃቸው። ወያኔና ሻዕቢያን ከመሰሉ ፀር-ኢትዮጵያና ፀረ-አንድነት ኃይል ከሆነው ጠላት ጋር እጅና ጓንቲ በመሆን ለተመሳሳይ ዓላማ እየታገሉን ናቸው። ወያኔ የሻቢያ ከፈተኛ ድጋፍና እርዳታ አላቸው፣ ከደርግ ጋርም ምስጢራዊ ግንኙነት እንደሚኖራቸው አልጠራጠርም። ስለዚህ መልካሙ በአሁኑ ጊዜ ከሜዳ ተነስቶ ወያኔን መተንኮፍ ማለት ባንድ ጊዜ ያላቅማችን ሶስት ቀንደኛ ጠላቶችን መዋጋት ይሆናልና በጥበብ እንያዛቸው አልኩኝ። አሾፉብኝ እንዲያውም ከሁለቱ አንደኛው የአመራር አባል፣ ፀሐየ ሰለሞን በጣም አድርጎ አሾፈብኝ፣ ሳቀብኝም። "ቅል ባገሩ ድንጋይ ይሰብራል" ነውና በማሾፉ ምንም ቅሬታ አልተሰማኝም፣ አዘንኩባቸው እንጂ። በዚሁ "አስተዋይና ብልህ" የአመራር ኮሚቴ አባላት አማካኝነት ያገኘሁት ምላሽ "ፓርቲያችንና ሠራዊታችን በጠላትነት ፈርጅ ካስቀመጣቸው ድርጅት አባሎች ጋር ምንም ዓይነት ግንኙነት በግልህ ልታደርግ አይገባህም" በማለት ጭፍን ባለ መልክ ማሳሰቢያና ሂስ አካሂደው ለዚህ ስህተትህ ውሳኔው በኃይልህ ወይንም በጋንታህ በኩል ይተላለፍልሃልና ወደ ኃይልህ ነገውኑ እንድትመለስ ብለው አሰናበቱኝ። ወደ ጋንታየ ተመልሼ ከመጋዜ በፊት ኢርጋ ተሰማን/መዝሙር ወይንም ሌሎች ጓዶቼን አግኝቼ ለማነጋገር በመፈለግ አካባቢው ስዘዋወር ኢርጋ ተሰማን ከመኮንን ተክሌ ጋር ሆኖ አገኘሁት። ወደ ምድብ ጋንታየ መጋዝ ስለሚኖርብኝ ከጠቅላይ አመራር አባላቱ የተለገሰኝን "ትምህርት" ባጭሩ ቶሎ ለሁለቱም አስረዳኃቸው።

አሁንም ከዘመን ብዛት ኢርጋ ተሰማ እንዳለው ቃል በቃል ለማስታወስ ባልችልም ሳልበርዝና ሳልከልስ ያለኝን በራሴ ቋንቋ እንደሚከተለውን ምክርና ማደፋፈሪያ ሰጥቶ ሸኘኝ። "የእኛ ሀገር ወዳዶች፣ ሲያስመስሉና ሲያወናብዱ ነው አይምሰልህ። በምስጢርና በስውር ውስጥ ውስጡን ከሻዕቢያና ወያኔ ቁንጮዎች ጋር የሚገናኙት እነሱ ናቸው። የሚጠብቃቸውም እነሱ ናቸው። ሻዕቢያ የእነሱ ጠባቂ እንደሆነ ማወቅ ይኖርብሀል መጅድ። እንዲያውም ከዚያ ከማይገባውና ከከተማና ክውጭ ሆነው እንዳሻንትሊት ከሚጫወቱበት ደንቀሮው ጓዳችን (ደብተራው/ፀጋየ ገ/መድሕን ማለቱ ነው) በስተቀር ሁሉም የኢሳያስና የመለስ ምስጢረኞች ናቸው። ለሻዕቢያና ለወያኔ ድል መምታት ከፍተኛ ድጋፍ ያላቸው መሆናቸው ብቻ ሳይሆን በስውርና በቀጥታ ሲደግፉ በተግባር

ተገንዝበናቸዋል። ሠራዊታችን ዱልዱም ሆኖ እንዲቀር መፈለጉም ለሻዕቢያና ለወያኔ ሲባል እንደሆነ ነው የእኛ (በእሱ የሚመራው የኢሕአሠ ክንፍ የእርማት ንቅናቄ ጓዶች ማለቱ ነው) እምነት" አለኝ ኢርጋ ተሰማ/መዝሙር ከእውነተኛ የትግል ጓዱ ከመኮንን ተክሌ ጋር ሆኖ። ኢርጋ ተሰማ በመቀጠለም፣ "ሲያስመስሉ ነው ወያኔ ሻዕቢያ እያሉ የማጥላላት ቃላቶችን የሚሰነዝሩልን። አይምሰልህ፣ አትስማቸው" አለኝ። "ቢሆንማ ኖሮ በስንት መከራ የተደረሰውን የጋራ ሕብረት ስምምነት በፈረሙና በወሰኑ ነበር። ግን በመካከላችን ሰላም እንዲፈጠር ባለመፈለጋቸውና ትግላቸው ሁሉ ለሻዕቢያና ለወያኔ በመሆኑ ስምምነቱን ከኪሳቸው ደብቀው ይዘውታል፣ ወደፊት በዚህ ሠራዊት ላይ የሚሆነው አይታወቅም። ያደረከው ሁሉ ጎሊና ካለውና በፖለቲካና በርዕዩተዓለም ሰፊ ግንዛቤ ካላቸው የነቁና የበሰሉ የድርጅቱና ሠራዊቱ ታጋዮች ሊያደርጉ የሚገባቸውን ነው የፈጸምከውና ባድራጎትህ ኩራ ወደፊትም እንደዚሁ በተላለፍክ ቁጥር መልካም ግንዛቤህን እያስተማርካቸውና ማን መሆናችንንና ዓላማችንን እያስተማርክ መተላለፉን ቀጥል" ብሎ በምሬትና በመተከዝ ንግግር ገለጸልኝ። በማያያዝም ኢርጋ ተሰማ/መዝሙር በዚያች ዕለት ከቃንቃውና ከቃላቶቹ ልዩነት በስተቀር ካበረከተልኝ የማደፋፈሪያ ምክሩ መካከል ምን ጊዜም የማይረሳኝ እንዲህ ብሎ ነበር ያለኝ። "እኔ እራሴ እንደዚሁ በመንገድ አያሌ ጊዜ እንደእኛው ጀሌዎች ከሆኑ ጋር ስተላለፍ በፈገግታና በአክብሮት ሠላምታ እየሰጠሁ ነው ሁልግዜ የምተላለፋቸው። አንዳንዶቹ በጎሪጥና በጥላቻ መልክ ዘግተውኝ ሲያልፉ እንዳንዶቹን ግን እንዳንተው በመኮርኮር ለደቂቃ እየቀምን በመጨዋወት አልፈናል። ባንድ ሜዳ ላይ ሆነን በጋራ ፋሽስቱን ደርግ እየተዋጋን በጎሪጥ እየተያዩ መተላለፉ መልካም ባለመሆኑ ዲፕሎማሲያዊ በሆነ መንገድና በዘዴ እየተያየን፣ ሲያመችን ደግሞ እያስተማርንና ለመሳብ እየሞከርን መተላለፍ እንደሚገባን ነገ ከነገ ወዲያ መሣሪያ ሆኖ ችግር ለሚፈጥርብን ጓዳችን ለደብተራው/ፀጋየ ገ/መድሕንን በአንድ ወቅት ስለዚህ ጉዳይ አውያይቸው ከላይ ያሉት ናቸው አክራሪ የሆኑብን እንጂ ደርግን እስከምንዋጋ ድረስ አድፍጠው እንዳያጠቁን በዘዴ መያዛቸውን ስለማምንበት እኔም ይህንኑ የናንተን መንገድ ነበር የምደግፈው" ብሎ እንዳለው አጫወተኝ። "ችግሩ ፀጋየ ገ/መድህን/ደብተራው ከጎኑ ያሉት የድርጅቱ አመራር ፀረ-ኢትዮጵያና ፀረ-ኢሕአፓ/ኢሕአሠ ተግባር ያከናውናሉ ብሎም እንዳይጠራጠራቸው በጥቅምና በሥልጣን፣ እንዲሁም በትምህርት ቤት ጓደኝነት በማታለልና በመሸንገል ዓይኑን እና ዓዕምሮውን ጨፍነውበት የዓላማቸውና የምኞታቸው አስፈጻሚ በማድረግ እየተጫወቱበት መሆኑን በፍጹም ሊገባው አልቻለም። ከዚያም ከተጠቀሙበት በኋላም ነገ ከነገወዲያ በዘዴና በስልት እንደሚያስናብቱት ፈጽሞ ሊገባው ይቅርና እንዳይጠራጠራቸው አድርገው ነው ያፈዘዙት" ብሎ በመተከዝ ነገረኝ። በዚህ ጉዳይ ላይ ከምክሮቹ ሁሉ ይበልጥ ኢርጋ ተሰማን የማልረሳው "ሜዳው እነሱንና (ወያኔን ማለቱ ነው) እኛን የሚከልል አጥር የለውም" በማለት ነበር ያደፋፈረኝ። ይህንን የኢርጋን አባባል እራሴም የማምንበት ከመሆኑም ባሻገር በስተኃላ ገደማ ፀጋየ

ገ/መድህን/ደብተራው ሳይቀር በዓይነ ቁራኛ በቁጥጥር እሥር ላይ እንዳለሁ በመጣበት ጊዜ ባደረግነው ምልልስ ይህንኑ ነበር ያለኝ። ኢርጋ አባባሉን በማስፋፋት ባደረገው ገለጻ "ሁለታችንም የምንቀሳቀሰው በትግራይ ጠቅላይ ግዛት በመሆኑ እነሱ ሲመጡ ስለአየን ላለመተያየት መንገድ ሰብረን ወደ አልሆነ አቅጣጫ ልንሄድ አይገባንም። እንኳንስ ምስኪንና የዋህ ወገኖቻችን ቀርቶ የሴራውና የተንኮሉ አውጠንጣኞች እነ መለስ ዜናዊና ኃይለሥላሴ ነጋ ጋር ድንገት ብንተላለፍ ሠላም ማለት ብቻ ሳይሆን ቀመንም በመሸዋወድና በዲፕሎማሲ ትንሽ በመጫወት፣ በሆዳችን ማን ያሸንፍ በመባባል ነው የማልፈው እንጂ እንደ በሬ ግንባሬን አግጥጬ ማለፍ አይገባኝምና ትክክል ነው የፈጸምከው። የተማርንና ከፍተኛ የሆነ ንቃተ ኅሊና አለን ማለቱ የሚጠቅመው በእንደዚህ ዓይነቱ ሁኔታ ለምንወስደውና ለምናሳየው ድርጊቶቻችንና እርምጃዎቻችን ሁሉ ይጠቅመናል። መማር ጥቅሙ ለምንድን ነው በማለት ቀጥል፣ ወደ ኋላ እንዳትል፣ አደራህን" ብሎ አደፋፍሮ ተሰነባበትን ተለያየን።

እስከማውቀው ድረስ እንደ ኢርጋ ተሰማና ጓዶቹ የወያኔንና የሻዕቢያን ፖለቲካ ከልባቸው የሚፃረሩና የሚጠሉ በሠራዊቱና በድርጅቱ ማንም አልነበረም። "እንደ ፀጋየ ገ/መድሕን የመሳሰሉትን በሥልጣን እያታለሉና እያጋጉ በመሣሪያነት እየተጠቀሙ የኋላ ኋላ በዘዴና በጥበብ እንደሚያስናብቷቸው ታያለህ" አለኝ ኢርጋ ተሰማ ለመጋዝ እንደተዘጋጀሁ። ለዚህም አባባሉ ብርሀነመስቀል ረዳንና ዶ/ር ተስፋየ ደበሳይን እንደ ሌላ ምሳሌ ጠቀሰልኝ። ከሰንገደ ወደ ጋንታየ በተመለስኩ በሳምንቱ የጋንታው የፖለቲካ ኮሚሳር ጓድ ዘማሪያም ከሠራዊቱ አመራር በኩል በተላለፈልን መመሪያ መሠረት ለአንድ ወር የጋንታውን ስንቅና ምግብ (ተልባና ጨው) ከነማብሰያ እቃዎች ተሸካሚና አብሳይ ሆነህ እንድታገለግል ተወስኖብሀል ብሎ አዲሱን "የአህያነት" ተግባሬን ያስታውቀኛል። ምክኒያት ጠየኩት፣ አለተገለጸልኝም ይላል እየጨነቀው ብጻይ/ጓድ ዘማሪያም። ውሳኔው ሲነገረኝ አሳቀኝና በሁኔታየ ዘማሪያም ግራ ሲጋባ ተገነዘብኩት። በመሳቁ ይቅርታ ጠይቄው ያሰቀኝን ምክኒያት በመጠኑ አስረድቸ ለውሳኔው ተግባራዊነት ሙሉ በሙሉ ፈቃደኛና ዝግጁ መሆኔን በመግለጽ ቅጣቴን ወዲያውኑ ጀመርኩ። በጋንታዋ እኔን እንዲከታተል የተመደበውን ሳሙኤል የተባለውን ወደ ጥቁረት የሚያደላው፣ ቀጭን ረጅም ከፋ ውስጥ መምህር ነበርኩ ከዚያም ለመምህራን ስብሰባ ኬንያ ሄጄ ነበር የሚለው ወዲያውኑ ጓደኛው ሊያደርገኝ ጥረት አደረገ። ሳሙኤል የፓርቲ አባልና የጋንታ 44 አባልም እንደነበረ በሁኔታውና በእንቅስቃሴው ጥርጣሬ ነበረኝ። የስለላ ተግባሩን በእኔ ላይ ለማካሄድና ተስፋየ መኮንን የኢሕአፓን ለጋ ወጣቶች ከነወዝሊግና ሰደድ ካድሬዎች ጋር ባንድነት በማስጨፍጨፍ ተግባሩ "ከሀገር ወዳዱና ዲሞክራት" መሪው መንግሥቱ ኃ/ማርያም እንደተቀበለው ከፍተኛ ኒሻን፣ የጋንታዋ ሳሙዔልም ከነዘሩ ክሕሸን፣ ከሳሙኤል ዓለማየሁና ከወንድሙ እያሱ ዓለማየሁ የአሲምባን ከፍተኛ የክብር ኒሻን ለመቀበል ሽር ጉድ ማለት እንደጀመረ ከመቅበጥበጥ ጸባዩ በትክክል ማንነቱን ለመገንዘብ ቻልኩ። ተስፋ ቀርጬና ተበሳጭቼ ወደ

ወያኔ ብሎም ሻዕቢያ ጋር ሄጄ ከለላ ጠይቄ ከነሱ ጋር በመስተንግድነት እንድቀይና በኋላም ከዓላማየና ከመርሄ ውጭ አንጃ ድርጅት በማቋቋም ሻዕቢያንና ወያኔን እየጎተትኩ ወደ ኢትዮጵያ ለማስገባት እንድረዳቸው እያዘጋጁኝ እንደሆነ ተረዳሁኝ። በሻዕቢያ ሜዳ የተካሄደው ቲያትርና ድራማ በከንቱና ያለምክኒያት አልነበረም፣ ዓላማና ዕቅድ ነበራቸው እኔን ፐሮግራም በማድረግ ከለላ ጠይቄ ወደ ወያነና ሻዕቢያ ገብቼ የኃላ ኃላ ለእነታምራት ላይኔና አያሌው ከበደ ተሰማ የተሰጠው ተለጣፊ ድርጅት ገና ከመፀንሰሱ በፊት አስቀድመው በአደራ ለማሸከም ዕቅዳቸውና ዓላማቸው እንደነበር በእርግጠኝነት ተረዳሁኝ። ባጭሩም የሻዕቢያንና የወያኔን የረጅም ጊዜ ዓቅድና ተልዕኮ ለማስፈጸም የኢሕአፓ/ኢሕአሠ አመራር የወሰደብኝ እርምጃ እንደሆነ ታወቀኝ። ሻዕቢያም፣ ወያኔም፣ ድርግም፣ የድርጅታችን የአመራር እምብርት/ክሊክም ሁሉም አንድና ሁለት፣ ሶስትም መሆናቸውንና በመካከላቸው ምንም ልዩነት እንደሌላቸው ተረዳሁ። ኢሕአፓ/ኢሕአሠ ለሁላቸውም የጋራ ጠላት በመሆኑ በጋራ በመዋጋት መደምሰስ ይኖርባቸዋል። የኋላ ኋላ ይህንንም አስፈጽመዋል። ሲ. አይ. ኤ. መጀመሪያ ደርግን፣ ሻዕቢያን፣ ወያኔንና በድርጅታችን ውስጥ ተደብቀው በተቀመጡት የባዕዳን ወኪሎች በማስተባበር ኢሕአፓን/ኢሕአሠን ደመሰሱ። ቀጥሎም ሻዕቢያና ወያኔን በማስተባበር መኢሶንን እንደገናም በመቀጠል ድርግን አስደመሰሱ።

በመጨረሻም ኢትዮጵያን የሚጠብቃት ጀግና ጠፍቶ በነፃ ያልችግርና መከራ ሀገሪቷን ተቆጣጠሩ። በምዕራፉ መጀመሪያ አካባቢ እንደተጠቀመው ኤርትራ መሬት ከገባን ጀምሮ አሲምባ ልንደርስ ቀናት እስከቀረን ድረስ ለምሳሌ ጉዟችንን በምናካሂድበት ወቅት ሳላስበው ከሰባ የማያንሱ ወጣት የሻቢያ አባላት እጃቸውን በማውለብለብ በከፍተኛ ድምፅ ጋሼ አያሌው፣ ጋሼ አያለው፣ ጋሼ አያሌው እያሉ መጥራታቸው፣ በማግሥቱ ወይንም በዚያው ዕለት ደግሞ እንደምንገበኝ ያልተነገረንን የሻዕቢያ ሕክምና ሠፈር እንድንገበኝ ተደርጎ ከሕክምና ኋላፊው ከዶ/ር ብርሃኔ ኪዳኔ ጋር ፊት ለፊት በመገናኘት አያሌው መርጊያው ብሎ ሮጦ ተንደርድሮ ማቀፉ፣ እንዲሁም በመጀመሪያው ዕለት የትውውቅ ሰብሰባ ጊዜም እራሱ ኢሳያስ አፈወርቂ በሜዳ ስሜ ጓድ መጅድ ብሎ መጥራት ሲገባው ጓድ አያሌው ብሎ ማንነቴን ለማቃጠል መሞከሩ ሁሉ ዓላማ እንዳላቸው እኔና ሁለቱ የፍልሥጥኤም ጓዶቼ ወዲያውኑ ተረድተን ነበር። ከቶም ቢሆን ትግላችን ገና ከእንጭጩ እንዲህ ዓይነት ጉዞ ያመራል ብለን ቅንጣት ያህል አልተጠራጠርንም። አስቀድመን ነቅተን ሳለ በየዋህነታችን የትም አይሄዱም በማለታችን አዝማሚያችንን በቅድሚያ ተረድተውታልና ቶሎ ብለው አጨናገፉብን፣ ተቀድመናል፣ ተሸውደናል። ያንን ከባድ፣ አስቸጋሪና ትግሥት አስጨራሽ ቅጣት ባለመረበሽ ሳልንቅና ሳላኮርፍ በመልካም አርያነትና ምሣሌነት አከናውኜ ጨረስኩ። ይህም በጋንታው ውስጥ እኔን ለመከታተል ተመድበው የነበሩት *ሥራ ፊት የጋንታ* 44 አባላት እጅግ አድርጎ አስደነገጣቸው። የሳሙኤል ፊት በድንጋጤ ተኮማትሮ ይባሱን ወደ ጥላሸትነት ተለውጦ ሲጨነቅ በገሀድ

ተመለከትኩት። የጋንታዋ የፖለቲካ ኮሚሳር ፈዞ ቁሞ ይመለከተኝ ነበር። ቅጣቱን በእንደዚያ ዓይነት መልክ የሚፈጸም አልመስላቸውም ነበር። በእንደዚህ ዓይነት ሁኔታ ከጋንታዋ ጋር ስዘዋወር ሳሙኤል ከጎኔ ተለይቶኝም አያውቅም። ያወያየኛል፣ እኔም በደስታና በፈገግታ የፓርቲውን ዓላማ፣ ፕሮግራምና የትግል ስልት አስመልክቶና እንዲሁም ንድፈ ሀሳብንና ማርክሲዝም ሌኒኒዝምን በተመለከተ ረጋ ባለ መንፈስ አወያየው ነበር። ሳሙኤልንና በጋንታዋ ውስጥ ያሉትን ጓዶቹን ሁልጊዜም የማወያያቸው ከዚህ አርእስት ውጭ ሌሎቹ ከእነ ኢርጋ ተሰማ፣ ታሪኩ፣ አሲምባ፣ አንተነህ፣ ደረጀና ወጣቱ አብርሐም፣ ወይንም የራሴው የረጅሙ ጉዞ ጓዶቼ ከነበሩት ከሰዒድ አባስና አቡበከር ሙሀመድ ጋር የምናደርገውን አላወያያቸውም ነበር። እነሱ ግን ዘወትር የሠራዊቱን ድክመትና ብልሹነት ብቻ በማትኮር ይኮረኩረኝ ነበር።

8.3. በዓይነ ቁራኛ ቁጥጥር ሥር ለመዋል ጠቅላይ ሠፈር ሪፖርት እንዳደርግ መመሪያ መቀበሌ

አብዮታዊ በመሆናችን በያለንበትና በምንዘዋወርበት ቦታ ሁሉ ያለእረፍት ጓዶችን ለማፍራትና ለማሰባሰብ መታገል ስለሚኖርብን ያላንዳች ቅሬታ ወደ ተባለችው የናደው ኃይል ሄጄ ትግሌን በአዲስ መንፈስ ሳከናውን ቀየሁ። ከቅጣት ጋር በጎን ግልጽ በሆነ ጓዳዊ መንፈስ በግልና በቡድን ትምህርታዊ ውይይት በማካሄድ ቀየሁ። በጭፍንና በስሜታዊነት ሳይሆን ረጋ ባለ መንፈስ በጓዳዊነት አስተሳሰብ የራሴን አመለካከት በማካፈል እያለሁ ከጋንታዋ ጋር ስቀይ አሲምባ ውስጥ የሚካሄደውና በአመራሩ የሚመራው የእርማት ንቅናቄ ወደ መገባደጃው መቃረቡን ለእሥራት ሰንገደ ሪፖርት እንዳደርግ ታዝዤ እንደደረስኩ ለማወቅ ቻልኩ። በጋንታዋ ቀይታየ ወቅት በሠራዊቱ የሚካሄደውን እንዳንድ ያልተሰሙ ጉዳዮችን ምስጢር የማገኘው ከጋንታዋ የፖለቲካ ኮሚሳር ከነበረው የትግራይ ተወላጁ ዘማርያም ነበር። በሌላ አካባቢ እንደገለጽኩት ዘማሪያም ብዙ ጠጥቶ ሳይሆን ግማሽ ብርጭቆ ወይንም ግማሽ ፎሌ ሲጠጣ አብሾው ይነሳበትና ዘራፍ እያለ በመጮህ ብዙ ነገሮችን በመለፍለፍ አካባቢውን ያስተጋባዋል። ዘማሪያም የጠጣው መጠን በዝቶ አይደለም። በሀገራችን አብሾ የምንለው ዓይነት ችግር ስለአለበት ብቻ ይመስለኛል። በሌላ አካባቢ ለመጠቆም እንደሞከርኩት ከነሐሴ 1967 በኃላ ምልመላ በከተማም ሆነ በውጭ ሀገርና በሠራዊቱም ቢሆን በርዕዮተዓለም ጥራት፣ በአስተሳሰብ ብስለትና በፖለቲካ ንቃት፣ እንዲሁም በአመለካከትና በአቋም አንድነት ሳይሆን በቅድሚያ ለአመራሩ ጭፍን የሆነ ታምኝነት ያላቸውና ከተቻለም የወታደራዊ ሞያ ችሎታ በነበራቸው (ለምሳሌ የአየር ወለድ አባላትን በመጠቀም ለእኩይ ተጋባራቸው በመሣሪያነት እንደተጠቀሙባቸው)፣ እንዲሁም አብሮ አደግነትና ዝምድና ብሎም በመፈቃቀር ያለበለዚያም ትውውቅ የመሳሰሉት ብቻ ለምልመላ ወሳኝነት እንደነበረው ገልጫለሁ። በርዕዮተዓለም ጥራትና በሥነ ሃሳብ ብስለትና ጥንካሬ ምልመላ የሚሉት ከነጭራሹ ቀርቷል። ወደ እኔው ጉዞ ለመልሳችሁና ወደ ሰንገደ እንዲሄድ የተላለፈውን መመሪያ

ሲሰጠኝ የእኔን ደስተኛነትና ለጉዞው ጉጉቴን የተገነዘበው ዘማሪያም በዋዜማው ምሽት ከመንደር አርፈን ስለነበር ችግር ያለበት መሆኑን እያወቀ ጠላ አይቶ ዝም ስለማይል በዚያኑ ምሽት ግማሽ ፎሌ እንደጨለጠ ስሜን ሳያነሳ "ሰው እንዴት ለእስራትና ግርፋት በጉጉትና በደስታ ለመጓዝ ይቸኩላል" ብሎ በሆዱ ያበቀውን ያፈነዳዋል።

የጋንታው አባል ሁሉ በመደናገጥም፣ በመገረምም ስሜት ሁኔታየን ለመመልከት አብዛኛው ወደ እኔ ፊታቸውን ሲያዞሩ ዓይን ለዓይን በመጋጠም ምን ጊዜም የማትለየኝንና ዋጋ የማላወጣባትን የተፈጥሮ ሀበቴ የሆነችውን ፈገግታየን ለሁሉም ጋበዝኳቸው፣ "ለመልዕክተኛው" ዘማሪያምም ጭምር ማለት ነው። በዘማሪያም ላይ ይህ የእኔ ግንዛቤ ሆነ እንጂ "ሆድ ያበቀውን ብቅል ያወጣዋል" በሚል ሽፋን እስራትና ግርፋት ሊካሄድብህ እንደሆነ በተዘዋዋሪ በመግለጽ ከመንገድ ጠፍተህ ሻዕቢያ እንድትገባ ሆን ተብሎ ድርጅቱ ያቀነባበረው ዘዴ እንደሆነ አድርገው ያምኑ የነበሩም ብዛት ያላቸው ጓዶች ነበሩ። ሰንገደ ሪፖርት እንዳደርግ በተሰጠኝ መመሪያ መሠረት ለተንኮል እንደሆነ በእርግጠኝነት እያወኩ ሀቁንና እውነታውን ሄጄ በመቃቃምና በመጋፈጥ መማር ወይንም ማስተማር ይኖርብኛል ብየ ከመቅጽበት ወደ ሰንገደ ጉዞ ጀመርኩ። በዚሁ ጉዞየ ላይ በአምስተኛው የግንኙነት ጊዜየ ከወያኔ ጆሌ ጋር ስንተላለፍ እንደተለመደው ለደቂቃ በማቀም ስንጨዋወት "ሊያስሩህ እንደሆነ በምን ታውቃለህ" ብሎ አፍ አውጥቶና ደፍሮ ጥያቄ ሲያቀርብልኝ እኔም በሆዴ አዎን ይገባኛል እንድጠፋና የእናንተን ወይንም የጌታችሁን ሻዕቢያን ከለላ እንድጠይቅ ሆን ተብሎ እነዘሩ ክሕሸንና እያሱ ዓለማየሁ ከእናንተ ጋር በመተባበር ያዘጋጁልኝ ዕቅድ ይሆናል አልኩት በሆዴ። ያንን ምስኪን መሳይ ወገኔንም ጠላሁት፣ እንደ የዋህና ተንኮል የማያውቅ ጆሌ አድርጌም ማየቱን አቆምኩ። ሻዕቢያና ወያኔ የሚከተለኝን ትርዒት በቅድሚያ ስለሚያውቁ ታጋዮቻቸው እንዲገናኙኝና በእነሱ ላይ መልካምና ቀና አስተሳሰብ እንዲያድርብኝ ፈልገው ያደረጉት እንደሆነ ታየኝ። እንደ እኔው ጆሌ ነው ያልኩት ወገኔ በጣም ከበደኝ። ያ ምስኪን ወገኔ ያንን ክፉ ጥያቄ ሲያቀርብልኝ የቀረበኝ የነ መለስና ወ/ሥላሴ ነጋ መልዕክተኛ መስሎ ስለታየኝ በሠራዊታችን ጓድ ጓዱን የማሰር ተግባር እንደማይፈጸም በመቃጠፍ 'እንዴት ጓድ የትግል ጓዱን ያስራል' በማለት የቀረበልኝን ጥያቄ በጥያቄ መልክ መልሼለት ዲፕሎማሲያዊ በሆነ መንገድ ቶሎ ተለያይቼ ጉዞየን ቀጠልኩ።

8.4. ከፍልሥጥኤም ጓዴ ከአቡበከር ሙሀመድ ጋር ሰበያ ላይ "ባጋጣሚ" ተገናኘተን ተቃቅፈንና ተሳስመን ተለያየን

በእንደዚህ ዓይነት ሁኔታ ጉዞየን ቀጥየ ሰበያ ከመድረሴ በፊት የአሥር ደቂቃ መንገድ ሲቀረኝ አቡበከር ሙሀመድ/ውብሸት መኮንን ብቻውን ከመንገድ ዳር ትንሽ ራቅ ብሎ ሆን ብሎ እንደሚጠብቀኝ ዓይነት ቀሞ አገኘዋለሁ። ምን ያደርግ እንደነበረ እንደጠየኩት "ወደ ሻዕቢያ ወይንም ወያኔ ለመግባት ዕቅድ ይኖርሀል ብለው በመጠራጠራቸው በፍጥነት በማፈን ዕቅድህን ለማጨናገፍ

ግዳጅ ተሰጥቶኝ ነው" ይለኛል። ቀልዱን መስሎኝ እንዴት ብቻህን ለማፈን ትችላለህ አልኩት። አይምሰልህ የተመደብኩባት ጋንታ አፋኝ ቡድን ስትሆን ቡድኑም አካባቢየ ተደብቀው ይጠባበቃሉ። ከዚያም ወደ ሠላምታችንና የመረጃ ልውውጥ ተግባራችን አመራን። የኋላ ኋላ ሳስበው ግን በእርግጥ እኔ እንደምጠፋ ተጠራጥረው ሳይሆን እኔና ጓዴ ተገናኝተን ምስጢርና መረጃ እንድንለዋወጥና እሥር ቤት ስገረፍ እንዳወጣ ለማድረግ እንዲያስችላቸው በተዘዋዋሪ ተነግሮት ለመገናኘት ያደረጉት እኩይ ተግባር ነበር ብየ ተጠራጠርኩ። የዚያችን የአፋኝ ጋንታ ስም ጠቅሶልኝ ሳለ ዘነጋኋት፣ ጋንታ 11 ወይንም 14 መሰለችኝ። በዚያች ወቅት ብዙ ጉዳዮችን አስመልክተን ባጭር ባጭሩ እያነሳን ተወያይተናል፣ መረጃም ተለዋውጠናል። ለእሥር ሊዳርጉኝ ስንገዶ ሪፖርት አድርግ ተብየ እየተጋዝኩ ስለሆነ ምን እንደሚያደርጉኝ ባይታወቅም እንዳመጣጡ ለመቃቃምና ለመመከት በቁርጠኝነት ተዘጋጅቼ እያመራሁ ነው አልኩት። አቡበከር ብዙም ሳይቀይና ሳያሰላስል፣ "ቀጥታ እሥር ቤት ሊያጉሩህ መሆኑ ከተሰጠኝ የግዳጅ ፀባይ ተረድቻለሁ፣ ሆኖም ወደኋላ እንዳትል ጓድ መጅድ። ማሰርና መግረፍ የታጋዮችን ቀበቶ የሚፈታና ልዩነቶችን የሚያከስም መስሏቸዋል" አለኝ። በማያያዝም የኢሕአሠ ክንፍ የእርማት ንቅናቄ ፈር እንደያዘና አባላቱ እያደገ መሄዱንና ከብርሀነመስቀል ረዳ ጋር ያለው ግንኙነታችንም እየተጠናከረ መሄዱን፣ አልፎም እኛን ሪፖርት አሸክመው እንደላኩን የተጠራጠርነው ሁሉ ትክክል እንደነበረ፣ እንዲሁም አብዛኞዎቹን ለከለላ ከከተማ ወደ ሠራዊቱ የሚመጡትን የብርሀነመስቀል ረዳ መልእክተኞችና አንጃ ናቸው እየተባሉ ቁጥጥርና ክትትል እንደሚካሄድባቸውና ሪፖርት እራሳቸውን አሸክመው በመላክ እዚህ ሲደርሱ እሥር ቤት አጉረው እንደሚገርፏቸው በሀዘንና በትካዜ በመግለጽ በቅርብ ጊዜ አሲምባ የገባውን የጓድ ደጀኔ/በላይ ሀስንን ስም እንደ ምሳሌ አድርጎ ጠቀሰልኝ። የነሱ የልዩነት መፍቻ ግልጽና ዲሞክራሲያዊ ውይይት ሳይሆን በማሰርና በመግረፍ መሆኑን ከተረዳን ቆይተናልና ጠንክር፣ ከጎንህ ዕልፍ ዓዕላፍ ጓዶችህ አሉ። ድንገት ከጠንካራና ጓዶቻችን ጋር ሳትገናኝ ቀጥታ ወደ እሥር ቤት ቢያስገቡህ ለእነጓድ መዝሙር/ኢርጋ ተሰማ፣ ሰዒድ/ኤፍሬም ደጀኑ፣ አሲምባ/ብሥራት ደበበ፣ ታሪኩ/ኤልያስ በቀለ፣ መኮንን ተክሌ/ደረጀ፣ ጓድ አንተነህ፣ ጓድ ታፈሰና ጓድ በሽርና ለሌሎቹ ጓዶቻችን ሁሉ እንዲያውቁት አደርጋለሁ ብሎ ሊያደፋፍረኝና ሊያበረታታኝ ጣረ። እኔም ድንገት ሁለተኛ እንዳንገናኝ ከደረጉንና ካጠፉኝ ሁለታችሁን በብርቱ ላሳስባችሁ የምፈልገው ቢኖር ሮም እያለሁ ማዎይስትና አክራሪ በመሆናችሁ ብርቱ ክትትል እንዳከሂድባችሁና ሪፖርት በማድረግ ድርጅታችንንና ሠራዊታችንን ከአደጋ ለማዳን ኋላፊነት ተጥሎብሃል ተብየ በቀጥታ በእያሱ ዓለማየሁ መታዘዜንና በዚህም ምክኒያት ከእያሱ ዓለማየሁም ሆነ በኋላም ከመርሻ ዮሴፍ ጋር ከፍተኛ አለመግባባት የተገናጸፍኳቸውን ችግሮች ሁሉ ባጭር ባጭሩ አካፈልኩት።

መርሻ ዮሴፍም ከናንተ ነጥሎ ኤደን ፓርክ ለብቻየ ወስዶ አቃሜን እንዳስተካክልና እንደቀድሟችን ወዳጅነታችንን እንድንቀጥል፣ ያለበለዚያ አሁን የምታራምደው ዝንባሌና እዝማሚያ አያዋጣህም መባሌን ሁሉ ገለጽኩለት። የሚገባውን መልስ አግኝቷል፣ ሆኖም እኔን ለማንበርከክ የተያያዙትን ትግል በማካሄድ ይኸው ለሁለተኛ ጊዜ ሪፖርት አድርግ ደረጃ ደርሻለሁ ብየ ባጭሩ አጫወትኩት። ኃዳዊ ምክሬን በመቀጠልም በሠራዊቱ የተጀመረው ንቅናቄ ፈር ይዞ ከአየለና ከተቀጣጠለ ስለሚደናገሩ ምንአልባት በቅርብ ጊዜ እስራት ላያጋጥማችሁ ይችል ይሆናል። ነገር ግን አድሕሮት ኃይሎች አካሄዳቸውና አመጣጣቸው ስለማይታወቅ ጊዜና ቦታ ጠብቀውና አድፍጠው ችግር ውስጥ ከማስገባት ወደ ኋላ ስለማይሉ ብርቱ ጥንቃቄ እንድታደርጉና እርስ በርሳችሁ እንድትጠባበቁ ብየ ምክር ሰጠሁት። በሆድህ አምቀህ የያዝከው የሆነ ነገር እንዳለ በተለያየ አጋጣሚ ባካሄድናቸው ውይይቶቻችንና፣ በተለይም ኤደን እያለን አበጄ ከእኛ ነጥሎ ይዞህ ሄዶ ከጥቂት ሰዓት በኋላ ተመልሰህ ከመጣህበት አንስቶ፣ እንዲሁም ወደ አሲምባ በጉዟችን ዋዜማ ባደረግነው ውይይት ጊዜ ተገንዝበናል። ከውይይታችንና ከመረጃ ልውውጣችን ውስጥ አንድ የሠፈሩ ልጅ (የምንሊክ ሠፈር) ከነበረው ጋር ተገናኝቶ በተወያየበት ጊዜ ሶስታችንንና አይበገሬውን ሀገር ወዳድ ኤርትራዊ/ትግራይ ተወላጅ ፀጋየ/ሀብቶምን አስመልክቶ ተሸክመነው ከእኛ ጋር እብሮ ተጉዞ አሲምባ ስለደረሰው ሪፖርት በዝርዝር እንደነገረውና አደገኞች መሆናችንን በማሳሰብ ቁጥጥርና ክትትል እንዲያካሂዱብን ከውጭ ሪፖርት መደረጉን የነገረው እኔን የሚጻ ስሜን በመጥቀስ እንደሚያውቀኝ ጭምር የነገረው መሆኑን አጫወተኝ። ተናግሮ ሊያናግርህ እንደሆነስ ብየ ስጠይቀው መቼ ጠፍቶኝ፣ ያልከኝ ስለሚገባኝ ከመስማት በስተቀር ከእኔ ያገኘው ነገር የለም። ስለ ሥልጠናችንና ከየት አካባቢ ተመረጠን ወደ ሥልጠናው እንደሄድን አስረድቸዋለሁ የነቃሁ ወይንም የጠረጠርኩት መሆኔ እንዳይገባውና ሌላ ጊዜ መረጃ ከመስጠት እንዳይቀጠብ ለማድረግ ብሎ አጫወተኝ። የተባለውን ጓድ ስም ሳይናገር በደፈናው ይኸው የሠፈሬ ልጅ የምልህ ንጉሱን በዱለታ ሥልጣን ላይ ያወጡና ከዚያም የንጉሡ የቅርብ ታማኝ አሽከር የነበሩ፣ መልሰው ንጉሡን እያታለሉና እየሸነገሉ "አይዞዎት የኛው ልጅ ነው" እያሉ በማታለል ከሥልጣን አስወርደው በቮልክስዋገን መኪና አስጭነው ልዩ እሥር ቤት ያስከተቷቸውና ለሞት ያበቃቸው የደጃዝማች ከበደ ተሰማ ልጅ ነው ብሎ ነገረኝ። የደጃዝማቹ ከበደ ተሰማ ልጅ ብሎ ሲነግረኝ አያሌው ከበደ የሚባል ልጅ እንዳላቸው ባለማወቄ የመሰለኝ በቤሩት የአሜሪካ ዩኒቨርሲቲ ተማሪ የነበረውን ታናሽ ወንድሙና የቤይሩት የሦስት ወር ጓደኛየ የነበረው መንገሻ ከበደ ተሰማ ድንገት አብዮታዊ ሆኖ ከቤይሩት አዲስ አበባ ገብቶ ከዚያም አሲምባ የገባ መስሎኝ ተገረምኩ።

ለቁም እሥር ሰንገደ ደርሼ በማግሥቱ ወደ ዳውሐን ከዘሩ ክሕሽን በስተቀር (56) ሌሎቹ የድርጅቱና የሠየራዊቱ መሪዎች በሚኖሩበት አካባቢ ወስደው ለጥቂት ቀናት እንዳቀዩኝ ከጠንካራና

ሀቀኛ ጓዶቼ ጋር በተገናኘሁበት ወቅት አቡበከር የሠፈር ልጅ ብሎ የጠቀመኝ በሜዳ ስሙ ያሬድ ተብሎ የሚታወቀውን እንደሆነ ነገሩኝ። ሆኖም ያሬድ የሚባለው አያሌው ከበደ መሆኑን የተነገረኝ በሰንገደ ቀይታየ በሶስተኛው ቀን አካባቢ ካንድኛቸው ነበር። አቡበከር መሀመድ በዚያን ጊዜ ያሬድ ከመንግሥቱ ኃ/ማርያም ጋር አለው የሚባለውን ግንኙነት አያውቅም። ታላቅ ወንድሙ አቶ ካሣ ከበደም የሊቀመንበር መንግሥቱ ኃ/ማሪያም ቀኝ እጅ መሆናቸውና በዚሁ ምክኒያት በሀገሪቷ ትልቅና ልዩ የሆነ ቦታ ያላቸው ደንዳና ልብ ያላቸው ባለጊዜ መሆናቸውንም በዚያን ጊዜ አያውቅም ነበር። እያሌው ከበደን እንደማላውቀው ሁሉ አቶ ካሳ ከበደንም ስማቸውን ሰምቼም አላውቅ ነበር። ሆኖም አቡበከር ሙሀመድ የደጃዝማች ከበደ ተሰማ ልጅ በመሆኑ የማን ልጅ ነውና ላምነው እሱን ነበር ያለኝ። ይህ 1969 ዓ. ም. ገና ሳይገባደድ ነበርና በኋላ እየቀዩ ሲገናኙ በተለይም በ1970 መግቢያ ጀምሮ ምንአልባት ልቡን ሳይጠባው አልቀረም ብቻ ሳይሆን እየጠባ በሰዓቱ ለአመራሩ ሪፖርት ሲያደርግ ቀይቷል የሚል ፅኑ ዕምነት አለኝ። በመጨረሻም ከአቡበከር ሙሀመድ ጋር ተቃቅፈንና ተሳስመን ለመጨረሻ ጊዜ ተለያየን፣ የመጨረሻ ይሆናል ብለንም አላሰብንም ነበር። የኋላ ኋላም ሀገር ቤት ተመልሰን አያሌው ከበደ ተሰማ የኢትዮጵያ አዲሱ "ንጉስ" ወንድም/አጎትና ባለጊዜ ሆኖ ተንቀባሮ በሚኖርበት ዘመን ባንዱ ወቅት በተገናኘንበት ወቅት አቡበከር የሠፈሩ ልጅ መሆኑንና ስለሶስታችን ጠቃሚ ምክር እንደሰጠውና ጥንቃቄም እንዲያደርግ መምከሩን እራሱ አያሌው ከበደ ተሰማ ጠቀመኝ፣ እኔም አቡበከር እንዳላሚዉተኝ ወይንም እዳልሰማሁ አስመስየ አስተናገድኩት።

8.5. ሰንገደ ግርማ/ዓለም ተክዔ ተቀበለኝ፣ ውየ አድሬ ካንዳቸውም ጓዶቼ ጋር ባለመገናኘቴ በጭንቀት ወደ ዳውሐን በአጀብ ተወሰድኩ

ሰንገደ እንደገባሁ በቀድሞ ዘመን በዓለማያ ኮሌጅ እያለ በፐሌይ ቦይነት ታዋቂ ነበር የተባልኩትና በድንገት 'አብዮታዊ' ሆኖ የሰንገደ ማሠልጠኛ ኃላፊ እንዲሆን ጊዜ የለገሰውና የፍኖተሰላም ተክዔን (አዳል) እና የተድላ ተክዔን ወንድም ዓለም ተክዔ (የሜዳ ስሙን በቅጡ ዘነጋሁት ሆኖም ግርማ እንደሆነ ነው) ዘንድ ሪፖርት አደረኩ። በሰንገዴ ከሆነ አካባቢ ወስዶ የሆነ መጽሀፍ ሰጥቶኝ እያነበብኩ እንድቀይ አሳስቦኝ ሄደ። መጽሀፉ በቀድሞው ሶቪየት የታተመ በመሆኑ ስላስጠላኝ ብቻ ሳይሆን የማንበብ ፍላጎቱም ስላልነበረኝ የማነብ በማስመሰል በሩቅ ሆኜ አካባቢውን መቃኘትና ጓዶቼን ማፈላለግ ጀመርኩ። የማውቃቸውን ጓዶች በዓይኔ በማፈላለግ ብዙ ቀይቼ አንዳቸውንም ሳላገኝና ሳላወያያቸው ወደ እስር ቤት ሊወስዱኝ ነው በማለት ሀሳብ ያዘኝ። ቀኑ ገፍቶ በጨለማ መጋረድ እንደጀመረ እዚያው አካባቢ ከሚገኝ የእሥር ቤት ይሁን ወይም መኖሪያ ቤት በፍጹም አያስታውቅም ወሰዱኝ። በደምብ እራት በላሁ፣ ስንጨዋወትም አመሸሁ። አዳር እዚያው አደረኩ። ቀንጆ እንቅልፍ ለመጀመሪያ ጊዜ አሲምባ ከገባሁ የወሰደኝ በዚያን ሌሊት ነበር። እስር ቤት ይሁን አይሁን የማውቀው የለኝም፣ ከእኔ ጋር ያደሩትም እሥረኞች ይሁኑ አይሁኑ የማውቀው

ነገር የለኝም። በዕለቱ ከጓደኞቼ አንዱም ጋር ሳልገናኝና ሁኔታየን ሳላሳውቃቸው በማግሥቱ ስንገደን ለቅቄ ወደአልታወቀ ቦታ የሚወስዱኝ መስሎኝ ሳስብና ስጨነቅ ሌሊቱን አሳለፍኩት። እንደፈራሁትም ከማንኛቸውም ጋር ሳልገናኝ ሰንገደ ካረፍኩበት ማረፊያ ቁርስ በሚገባ ተጋብዤ ሰንገደን ተሰናብቼ በመንጁስ ነፃነት (57) አጃቢነት በዳውሐን ከዘሩ ክሕሽን በስተቀር ሌሎቹ የድርጅቱና የሠየራዊቱ መሪዎች በሚኖሩበት አካባቢ ከሚገኝ ቤት ሄጄ እዚያው እንድከርም ተደረኩ። ዳውሐን እንደገባሁ "ጓድ" ፀሐየ መሐሪና የገራፊዎቹ አለቃ "ጓድ" ጌራ የማረፊያ ቤቴን ካሳዩኝ በኃላ ከጓዶች ጋር ስትዝናናና እንዲሁም በአካባቢው በሚካሄዱት ማናቸውም ስብሰባዎች ሁሉ ተካፋይ በመሆን ስትወያይና ስትማማር ቀይ ብለው አዲሷን ጊዜያዊ ቤቴን አሳይተውኝ ተለዩኝ። በጀርባየ ተጋድሜ እረፍት ካደረኩና ምሳ ከበላሁ በኃላ ውጭ ወጥቼ መዝናናትና መንቀሳቀስ ጀመርኩ። ወዲያውኑ ከወድ ጓዶቼ መካከል ጓድ አሲምባንን፣ ጓድ አንተነህንና ወጣቱን ጓድ አብርሐምን ባካባቢው በማየቴ ደስታ ተሰምቶኝ እንደተገናኘን ሪፖርት እድርግ ተብየ መምጣቴን፣ እንዲሁም ሰንገደ አድሬ ዛሬ ጧት ወደ ዳውሐን በአጃቢ መምጣቴን ሁሉን በፍጥነት ባጭር ባጭሩ ገለጽኩላቸው። በማያያዝም ምንአልባትም ከሌሎች ጓዶቼ ጋር ሳልገናኝ ድንገት ወደ አልታወቀ ቦታ ከተወሰድኩ አውቀው እንዲያሳውቃቸውና እንዲከታተሉ ጭምር አሳሰብኳቸው። ይህም ከእነሱ ጋር ያደረኩት ጭውውት ከዕለቱ በፊት ያደረብኝን ሃሳብና ጭንቀት በማቃለል ከአሁን በኃላ የፈለጉት ቦታ ይውሰዱኝ ብየ ተዝናናሁ። ከጓዶቼ ጋር አንድ ሰዓት ላላነሰ ጊዜ አብረን በቀየንበት ጊዜ ባለፉት ሁለት ቀን ከከተማው ጭፍጨፋ አምልጠው ከመጡት ጓዶች ስለ"ተዓምረኛው" የእግዚአብሔር ፍጡር ዮናስ አድማሱና ስለማይገኙት ድንቅየ ጓዶቻችን መሰዋት አስመልክቶ ለሁለተኛ ጊዜ ዮናስ አድማሱ በማዕከላዊ ኮሚቴው ባጋጣሚና በዕድል ክግድያ በ"ተዓምር" ተረፈ ተብሎ የተወራለትን የሚከተለውን ዘግናኝ ሁኔታ በምስጢር አካፈሉኝ። ቀደም ሲል ወደ ኃይል አምስት ከመወርወርህ በፊት በቤዝ አምባው አካባቢ ትንቀሳቀስ በነበርክበት ወቅት ብርሃኔ እያሱ ከነብርሃኑ እጅጉ ጋር ወደ ሲዳሞ በጉዞ ላይ እያለ "ተዓምረኛው" ዮናስ አድማሱ ብቻ ሲቀር ሌሎቹ እንዳሉ ተረሽኑ ተብሎ ስለ "ተዓምረኛው" ዮናስ አድማሱ ባጋጣሚና በዕድል ክግድያ ተረፈ ተብሎ በማዕከላዊ ኮሚቴ እንደተወራለት የነገሩኝ መሆናቸውን በማስታወስ፣ እንደገና ከቅርብ ጊዜ በፊት እነ ዮሐንስ ብርሀኔ፣ ነጋ አየለ፣ መላኩ ማርቀስና ዮሐንስ ብርሃኔ ከሚያከብረውና ከሚወደው የጂኦሎጂ መምህር ጓደኛው ጋር በመሆን በላንድሮቨር ሲጓዙ አቃቂ አካባቢ ሲደርሱ አንድ ጊዜ ሽንቴን ልሽና ብሎ ከቡድኑ ፈንገጥ ብሎ ወደ አጥሩ እንደሄደ ደፈጣ አድርጎ የጠባበቅ የነበረው የአብዮት ጥበቃ ቡድን መደዳውን እንዳሉ ጨፍጭፈው ጨረሷቸው። "ጀግናው፣ ዕድለኛውና ተዓምረኛው የእግዚአብሄር ፍጡር" ዮናስ አድማሱ በዕድልና በተዓምር ለጥቂት ተረፎ አዲስ አበባ ተመለሰ ተብሎ በማዕከላዊ

ኮሚቴ በድጋሜ ለሁለተኛ ጊዜ ተወራለት ብለው ሰሞኑን ከከተማ ገርፈው የመጡት ጓዶቻቸው እንዳስረዷቸው አጫወቱኝ።

በየቦታው ከወደቁት ጓዶቻችንና ከከተማ እየፈለሱ አሲምባ ከገቡት "አንጃ" ተብየዎች መሠረት በወሎና በሲዳሞ እንዲሁም በአቃቂ አካባቢ የተካሄዱት ጭፍጨፋዎች ከመሬት አዋጁ በኃላ የገጠሩ ትጥቅ ትግል አይሰራም የሚለውን የቅልበሳ ተልዕኳቸውን ለማሳመንና የከተማውን ሽብር ትክክለኛነት ለማረጋገጥ ሆን ብለው በዕቅድ እንደፈጠሩት/እንደቀየሱት ሆኖ ባብዛኛው እንደሚታመን ገልጹልኝ። በመጽሀፉ ይህ "የተዓምረኛው" ከይሲ ያዊ ተግባር የአመራሩ እምብርት ባንድ ድንጋይ ሁለት ወፎችን ሳይሆን በባዕዳን ኃይሎች የተመሠረተ ሶስት ወፎችን ባንድ ጥይት ለመምታት የተጠቀሙበት ፀረ-ኢሕአፓ/ፀረ-ኢሕአሠ መሣሪያ እንደሆነ ያላቸውን እምነት አካፈሉኝ። በሜዳ ቆይታየ ወደስተኋላ ገደማ የተዋወኩት ወጣቱን ጓድ አብርሃምን ነበር። አሁን ከጓድ አሲምባና ጓድ አንተነህ ጋር ስገናኘው ይህ ሦስተኛ ወይንም አራተኛ ጊዜያችን መሆኑ ነበር። አዲስ አበባ ከቀይ ሽብር አምልጦ እንደመጣ፣ በከተማ የወደቁት ጓዶቹ ወኔ በደሙ ስለተሰረፀ ለራሱ መጠለያ አግኝቶ የወደቁትን ጓዶቹን ቢረሳቸው ሕሊናውን ስለሚረብሸው አርማቸውን በማንገት፣ ፈለጋቸውን በመከተል ቀጣዩን ትግል ለማካሄድና ሠራዊቱን በከተማ ለወደቁት ለሰማዕታት ጓዶቹ መበቀያ በመሣሪያነት ለመጠቀም ቆርጦ መነሳቱን ወደ ኃይል አምስት ሳልንቀሳቀስ ገና ሰንገደ እያለሁ እንደተዋወቅን ሰሞን ነበር ያጫወተኝ። እኔን በአካባቢው በዓይነ ቁራኛ እየጠበቁ ቀን ቀን ከአመራሮቹ ወይንም በኃላፊነት ከተመደቡት አንጋቾች ጋር አብሬ እየተሰበሰብኩ እንድውል ያደርጉኝና ወደ ምሽቱ ገደማ ሲሆን ለብቻየ ተለይቼ እንዳድር በማድረግ ለአንድ ሳምንት መቀየቴ ሁኔታዎችን በደምብ አድርጌ አሸተትኩ። ምንም እንኳን በትክክል ምን እንደሆነ ባይገባኝም አመራሩና አንጋቾቻቸው የሆነ ዕቅድ እንዳላቸውና ከጓዶቼ ጋር በመጀመሪያዎቹ ሦስት ቀናት ብዙ ከለፈለፍኩ በኃላ አመራሩ መረጃ ለማሰባሰብ እንዲያስችላቸው እንደልባችን እየተገናኘን መረጃ እንድንለዋወጥ ሆን ብለው ያዘጋጁልን መስሎ ተሰማኝ። በዳውሐን አካባቢ በምቀይበት ጊዜ በዓይነ ቁራኛ እንድጠበቅ ብቻ ሳይሆን ከላይ ለመጥቀስ እንደሞከርኩት አመራሩ መረጃ ለማጠራቀምና ለማሰባሰብ እንዲያስችላቸው ከእኔ ጋር የሚገናኙትን ጓዶቼ እነማን መሆናቸውን፣ እኔን በመፈለግ ወደ እኔ የሚመጡትን ጓዶች እነ ማን መሆናቸውን፣ ማን እንደጠራኝና በስንት ሰዓት የሚለውን ሁሉ እየተከታተሉ በየዕለቱ ለአመራሩ ሪፓርት ለማቅረብ እንዲያስችላቸው መሆኑ በግልጽ ስለተረዳሁ በአካባቢው በእንደዚህ ሁኔታ እስከአቀዩኝ ድረስ መከተልና ማድረግ የሚገባኝን ስትራቴጂና ስልት ቀየስኩ። በእነሱ ቤት እኔን እንደሚከታተሉኝ የማውቅ አይመስላቸውም ነበር። በእርግጥም በመጀመሪያዎቹቹ ሶስት ቀናት ይህንን ባለማጤኔና ባለመገንዘቤ የሚከታተሉኝ ስለማይመስለኝ ከሁሉም ጋር እየተገናኘን እንደልባችን ተዝናንተን እንወያይ ስለነበር የኃላ ኃላ በነዚያ ሶስት ቀናት እንደተበላን/እንደተሸወድን በሚገባ

ታውቀኛል። ሳይገባን ቀርቶ በተመሳሳይ ሁኔታ በየዋህነታችን ብንቀጥል ኖሮ ምን አልባት ከባድ ችግር ላይ ለመውደቅ እንችል እንደነበረ የኃላ ኃላ ለመገንዘብ ችያለሁ። በእውነቱ ከሆነ በመጀመሪያዎቹ ሶስት ቀናት ለምን ከመሪዎቹ ወይንም በተመሳሳይ እርከን ኃላፊነት ካላቸው "ታጋዮች" ጋር አብሬ እንደምውልና እንደምሰበሰብ ምስጢሩ ወይንም ምክኒያቱ ፈጽሞ ሊገባኝ አልቻለም ነበር። የምጠነቀቀውና የምጠራጠረው በመኻከላችን እንደ የሻዕቢያው ተወካይ ጌራ፣ ዳዊት ስዩም፣ ፀሐየ ሰለሞንና ሌሎች ከተጠቀሱት "ታጋዮች" ለይቼ የማላያቸው ስማቸውን የዘነጋኃቸው "ታጋዮች" ሲገኙ ብቻ ነበር። በዚህ አስቸጋሪ ሁኔታ ላይ የግድም የውድ የፖሊስ እውቀቴንና ተመክሮየን በመጠቀም ወደኃላ ሊደርስብን ከሚችለው አላስፈላጊ ክፉ አደጋ እራሴንና ጓዶቼን ለመከላከልና ለመጠበቅ እንደሚኖርብኝ በመረዳት ተገቢ የሆነ ጥንቃቄያዊ እርምጃ ለመውሰድ ተገደድኩ።

ውሎ አድሮ እኔን በመግረፍ ከእገሌና ከእገሌ ጋር በተገናኘህበት ጊዜ ምን ምን ተባባላችሁ፣ ምን መልዕክትና መረጃ ወይንም ዜና ተለዋወጣችሁ፣ ያለበለዚያም ወደፊት ጊዜው ሲደርስ እነሱን አስረው በሚገርፉበት ጊዜ ተመሳሳይ ጥያቄ በማቅረብ ተጨማሪ የግርፋትና የስቃይ ምርመር ላለመቀበል ወይንም የስቃዩንና የመከራ ምርመራቸውን ላለማራዘም ከማናቸውም ጋር መገናኘት እንደሌለብኝ ወሰንኩ። ሆኖም ጓዶቼ ሊገባቸው ሳይችል ቀርቶ ምንነካው ወይንም ምን ሆነ ብለው ሃሳብ ውስጥ እንዳይገቡና እንዲሁም እነሱም ሁኔታው ተረድቷቸው ተመሳሳይ እርምጃ በመውሰድ ካላስፈላጊ ጀግንነት እንዲጠነቀቁ ለማድረግ ላገኘኋቸውና ለተገናኘኃቸው ሁሉ ዕቅዴንና ስልቴን ባጭሩ በማካፈል መገናኘት እንደሌለብንና እነሱም እኔን ለመፈለግ መሞከር እንደሌለባቸው በማሳመን ተለያየን። እነሱም ጥርጣሬየ ትክክልኛና የሚደገፍ እንደሆነ አምነውበት ተስማማን። ከሶስተኛው ቀን በኃላ ከአንዳቸውም ጓድ ጋር አልተገናኘሁም ወይንም የጠራኝ አልነበረም። የምንፈልግወን ሁሉ በሶስተኛዋ ቀን አጠናቀን ተለያይተናል። ሆኖም ዳውሐን እስከቀየሁ ድረስ በየዕለቱ ከሩቅ በመተያየት በዓይን ሠላምታ በመለዋወጥ ቀየን። የመሪዎቹ መንደላላቀቂያ ሠፈር ዳውሐን ተወስጄ ለአንድ ሳምንት እንደቀየሁ የመጀመሪያው ሶስት ቀናት ጥርጣሬ ሳያድርብኝ በመቅረቱ ቀደም ሲል ከተዋወኳቸውና ከአዳዲስ ጓዶች ጋር ያለ ጭንቀትና ፍራቻ ስወያይ ጥሩ ጊዜ አሳለፍኩ። ዳውሐን በገባሁ በሁለተኛው ቀን ጧት ገደማ ባካባቢው የነበርነው ሁሉ እንድንሰባሰብ ተነገረኝ። ለምን እንደሆነ ትዝ አይለኝም። ብዛታቸው ከሶስትና ሁለት ጋንታዎች የማያንሱ ታጋዮች በየቡድን በተናጠል ሆነው በአንድ አካባቢ መወያየትና መጨዋወት ጀመርን። ያጋጣሚ ይሁን ወይንም ሆን ተብሎ እንድንገኝ በተደረገው ስብሰባ ላይ የፍልሥጥኤም ጓዶቼ መካከል አብዱላህሚድ፣ ሲራጅ እድሪስና ኡመር ባንድነት ሆነው ሳያቸው ባንጻሩ ደግሞ ከእነሱ አካባቢ ራቅ ብሎ ኢርጋ ተሰማን/መዝሙርን ከሰዒድ አባስ፣ ከኤልያስ በቀለ፣ ከመኮንንን ተልኬና ስማቸውን የዘነጋኋቸው

ወይንም በዚያን ጊዜም ቢሆን ስማቸውን ካላውኳቸው ብዛት ካላቸው ጋር ሆኖ አየሁት። የአመራሩ ጭፍን ታማኝ አንጋቾችና የእኛን ጥብቅ ቁጥጥርና ክትትል አድርጉባቸው፣ እርምጃም ውሰዱ የሚለውን ሪፖርት ተሸክመው የመጡትና ያስረከቡት እነ ሲራጅ እድሪስ/ገመቹ በቀለ፣ አብዱልሀሚድ/አየለ ዳኜና ኡመር/አድማሱ ሀብቱ በስብሰባው ላይ እንዳያኋቸው በፈገግታ ከአንገት በላይ ሠላምታ ሰጡኋቸው። በራሳቸው ባለመተማመናቸውና የሰሩት ፀረ-ሕዝብተግባር ስለረበሻቸው በድንጋጤ ወይንም በመጨነቅ መንፈስ ድርቅ ብለው ተመለከቱኝ። ስብሰባው እንዳለቀና እንደተበታተን እዚያው አካባቢ እስከ ምሳ ጊዜ ድረስ እንድንቀይ በመደረጉ በሚያስገርም ሁኔታ እነ ኢርጋና ጓዶቹ ከሌሎች ከማላውቃቸው የእርማት ንቅናቄ አባላት እንደሆኑ ከተነገረኝ ጋር ባንድነት ተቀምጠው ሲጨዋወቱና ሲወያዩ ከሁለት ወር በኃላ እንደገና ውይይታቸውን ለመካፈልና ለመጨዋወት ዕድል አገኘሁ። ምንም እንኳን ዳውሐን በገባሁ በሦስተኛው ቀን ያደረግነው ውይትና ጨዋታ የመጨረሻዋ ግንኙነታችን ብትሆንም (58) ለእኩይ ዓላማቸው በዳውሐን እንድቀይ በመደረጌ ከልብ ጓዶቼ ጋር በተከታታይ እየተገናኘሁ ለመወያየት ሁኔታዎችን "አመቻችተውልን" ነበር። ስንገደ ለሁለተኛ ጊዜ ሪፖርት አድርግ ተብየ መጣሁ እልኳቸው። በማግሥቱም ታጅቤ ወደእዚህ (ዳውሐን) መጣሁ አልኳቸው። ሰዒድ አባስ "እረ! በጣም "ታጋሽና አዋቂ" ያስብላቸዋል እስከአሁን ድረስ እንተን የለየልህን አናርኪስት የሲ. አይ. ኤ. ቅጥረኛ ነፃነት ሰጥተው በሜዳው እየተዝናናህ እንድትሰነብት ማድረጋቸው ብሎ በመተከዝና በማሾፍ የተሰማውን ስሜት ገለጸ። በመቀጠልም "በርታ፣ ወዴት እንደሚወስዱህ አይታወቅም፣ ለማናቸውም ለሕዝባችን የገባነውን ቃል ኪዳን ከመፈጸም ምንም ኃይል ሊገታን እንደማይችል አድሀሪያንንና አድርባዮችን በያሉበት ማስተማር ይኖርብናል ጓድ መጅድ። ይህ ፓርቲና ሠራዊት ቤታችን፣ አለኝታችንና መመኪያችን በመሆኑና ኢሕአፓን ለመጠበቅና ከጠላቶቹ ለመከላከል በደማችን ልንጠብቀው ቃል ኪዳን ገብተን ቤታችንና በተሰቦቻችንን ሁሉ ጥለን እራሳችንን ክደን ገብተናል። የት እንደሚወስዱህና ምን ላይ እንደሆንክም በየዕለቱ እንከታተላለን" አብሎ ሸኘኝ።

በበኩሌም ለእሥርና ግርፋት ስንገደ ሪፖርት አድርግ ተብየ በትእዛዙ መሠረት መምጣቴ የሚደርስብኝን ገምቼ የሚመጣብኝን ሁሉ በፅንዓት ለመቋቋምና ለመመከት በቁርጠኝነት ተዘጋጅቼ መድረሴን በመግለጽ ሊያሳስባቸው እንደማይገባ አሳሰብኳቸው። በጉዞየ ላይ እንዳለሁ ሳቦያ እንደደረስኩ አቡበከር መንገድ ላይ ልክ ሆን ብሎ ተነግሮት እንደሚጠብቀኝ ዓይነት ቆሞ እንዳገኘሁትና ለምን ብቻውን ቆሞ እንደነበረ መጠየቄንና ስለተሰጠው የማፈን ግዳጅ አጫውቶኝ ተሰነባብተናል አልኳቸው። ከዚያ በፊት ከወያኔ ጆሌ ጋር መንገድ ላይ ተገናኝቼ ሊያስሩህ እንደሆነ ብሎም እንደነገረኝ ነገርኳቸው። ከዚያም በኃል ለሰዒድ አባስ ድንገት ከአሁን በኋላ ሁለተኛ እንዳንገናኝ ካደረጉንና ደብዛየን ካጠፉት አንተንና አቡበከርን በብርቱ ላሳስባችሁ የምፈልገው ነገር

ቢኖር በማለት ለአቡበከር ሙሀመድ ሰበያ ላይ እንደተገናኘን ያጨወትኩትን ሁሉ ለእሱም አጫወኩት። የተጀመረው ንቅናቄ ፈር ይዞ ከአየለና ከተቀጣጠለ ስለሚደናገሩ ምንአልባት በቅርብ ጊዜ እስራት ላያጋጥማችሁ ይችል ይሆናል። ነገር ግን አድሕሮት ኃይሎች አካሄዳቸውና አመጣጣቸው ስለማይታወቅ ጊዜና ቦታ ጠብቀውና አድፍጠው ችግር ውስጥ ከማስገባት ወደ ኋላ ስለማይሉ ብርቱ ጥንቃቄ እንድታደርጉና እርስ በርሳችሁ እንድትጠባበቁ ብየ ምክር በመስጠት ለመጨረሻ ጊዜ ከሁሉም ጋር ተቃቅፈን ተለያየን። ኤፍሬም ደጀኑ በዚያች ዕለት ላደረኩለት ገለጻና ለሰጡሁት መረጃ የሰጠኝ ምላሽ፣ "አሁን በቃላትና በግልጽ ቋንቋ ከመንገርህ በስተቀር በተግባርና ለእኛ ባለህ ፍቅርና አክብሮት ያደረብህን የጭንቀት መንፈስ በደንብ ተረድተነዋል። አሁን አይደለም የነገርከን፣ ቆይቷል። ይበልጥ እንድትጨነቅና እንድትረበሽ ባለመፈለጋችን ልንገልጽልህ ባለመፈለጋችን እንጂ እኛም ተረድተናል ብሎ አጫወተኝ። ይህ ሁሉ ሲሆን አየለ ዳኘና ገመቹ በቀለ ከማላስታውሳቸው ሌሎች ጋር ፈንጠር ብለው በጥሞና የምናደርገውን ሁሉ ይመለከቱን ነበር። አቡበከር ሙሀመድ ሰበያ ላይ በተገናኘን ጊዜ እንደነገረኝ ሰዒድ አባስም በበኩሉ በሆድህ አምቀህ የያዝከውና የሆነ ነገር እንዳለ ሁሉ በተለያየ አጋጣሚ ባካሄድናቸው ውይይቶቻችና፣ በተለይም ኤደን እያለን አበጄ ከእኛ ነጥሎ ይዞህ ሄዶ ከጥቂት ሰዓት በኋላ ተመልሰህ ከመጣህበት አንስቶ፣ እንዲሁም ወደ አሲምባ በጉዟችን ዋዜማ ባደረግነው ውይይት ብዙ መገንዘባቸውን አስረዳኝ። ሰዒድ አባስ በማያያዝም፣ "ምንም እንኳን በእርማት ንቅናቄው የተገኘው ውጤት ላለምነው ዓላማችን አራማጅ ባይሆንም ለጊዜውም ቢሆን ጠቃሚ ነውና ካልሰማህ" አለና፣ "ከእንግዲህ በአሲምባ የግርፋትና የስቃይ እሥራት እንዳይካሄድ ስምምነት ተደርሷል። ሰላቢዋ ጋንታ 44 እና የጋንታዋ ሰዎች ሁሉ በቅርብ ጊዜ እንደሚፈራርሱ ቃል ተገብቶልናል በማለት ሰዒድ አባስ/ኤፍሬም ደጀኑና ጓዶቹ በተገኘው መጠነኛ የትግላቸው ፍሬ በመኩራራት እኔን በማጽናናትና በማደፋፈር ሂደ፣ ተቃቃማቸው፣ አስተምራቸው ሁላችንም ከጎንህ አለን በየቀኑ በመከታተል ገትረን እንይዛቸዋለን" በማለት ድጋሜ ተቃቅፈን ተለያየን። ያች ዕለት ከኢርጋ ተሰማ፣ ከኤፍሬም ደጀኑ፣ መኮንን ተክሌና ከኤልያስ በቀለ፣ ከዕለቱ በፊት ደግሞ ከውብሸት መኮንንና ከብሥራት ደበበ፣ ከአብርሓምና ከአንተነህ ጋር ለመጨረሻ ጊዜ የተገናኘንባት ዕለት ሆነች። የንቅናቄውን አባላት የሁሉንም ስም ባላስታውስም ከመካከላቸው ሁለቱ ታፈሰና በሽር እንደሆኑ ነው የምገምተው። ለመሰነባበት መተቃቀፋችንን ሲመለከቱ በየጊዜው ስንገናኝ የምናደርገው መስሎ እንደሚታያቸው ነበር እንጂ በውይይት ሆንብለን ለመጨረሻ ጊዜ ያደረግነው እንደማይመስላቸው ነው የምንገምተው። እነሰዒድም ሆኑ የሠራዊቱ ክንፍ የእርማት ንቅናቄው አባላት ተታለውና ተሸውደው እንጂ የስቃይ ግርፋትና እሥራት ቢያንስ ከእሥር ጠፍቼ እስከወጣሁ ድረስ እንዳልጠፋ ነበር።

ከቅማል ጋር የነበረኝን ትግል ለመቃቃም እንዲረዳኝና ብሎም ፀጉሬን ከማበጠር ችግር እንዲቀለኝ ፀጉሬን እንደ ጀግናው ቴዎድሮስ ተሰርቼ ነበር አብዛኛውን በቤዝ እምባው አካባቢ የነበረኝን የመጀመሪያውን የሦስት ወራት ቆይታየን ያገባደድኩት። ይህን አሰራር በወቅቱ የሚጠቀመው እኔ ብቻ ስለነበርኩ ይህ የፀጉር አሰራሬም እንደ መታወቂያም ሆኖ ሲያገለግል ቆይቷል። ማን ወይንም የቱ ሲባል፣ ያ ፀጉሩን እንደ ቴዎድሮስ የሚሰራው ከምዕራብ አውሮጳ የመጣው ጓድ መጅድ ይባል እንደነበር በተደጋጋሚ ጊዜ እዚያው እያለሁ ሰምቻለሁ። በመጨረሻም ከሳምንት ቆይታ በላይ ዳውሐን ተሰናብቼ ወደ ደጋው ተራራው ላይ ከከተሙ መንደር (ያካባቢው ስም ተዘንጋኝ) ታጅቤ ተወድኩ። በአሲምባ በባት ወራት ቆይታየና በተለይም በመጀመሪያዋ የሦስት ወራት በቤዝ አምባ አካባቢ ቆይታየ ከአያሌ የሠራዊቱ አባላት ጋር ተዋውቄአለሁ፣ ከብዙዎቹ ጋርም በተደጋጋሚ ተወያይቻለሁ። ጠንካራ የሆነ አቋምም ለመውሰድ ተዘጋጅቼም ነበር። በዚህ የአጭር ጊዜ ቆይታየ ሠራዊቱን ጥርስ ያለው ተናካሽ በማድረግ የሕዝብ ሠራዊት ለማድረግ ከማምናቸው ጋር በደምብ ተወያይቼ ጊዜንና ሁኔታን ነበር የምጠባበቀው። በአምባ ገነኑ የኢሐአፓ አመራር እምብርት ከተረሸኑት የአሲምባዎቹ ታጋዮች መካከክል ከኢርጋ ተሰማ፣ ኤፍሬም ደጀኑ፣ ውብሸት መኮንን፣ ብሥራት ደበበ፣ ኤልያስ በቀለ፣ መኮንን ተክሌ፣ መምህር ደመወዝ ገርመ እና ከወጣቱ አብርሐም በስተቀር ሌሎቹን ስማዕታት ከእነ ጓድ ጉርሙ፣ ጓድ በሽር፣ ጓድ ታፈሰ፣ ጓድ በላይ፣ ጓድ ሊበና ጓድ ታደሰ ጋር ከእነኢርጋ ተሰማና ሌሎቹ ጋር እንዳካሄድኩት ተደጋጋሚ ውይይትና ጭውውት ከእነሱ ጋር የመገናኘት ዕድል ባለማግኘታችን ምንም እንኳን ተገናኝቻቸውና ተዋውቄአቸው ቢሆንም ላስታውሳቸው አልቻልኩም። መልካቸውንም ቢሆን ከመርሳትና ከመዘንጋት የተነሳ ደፍሬ ይህን ይመስላሉ ብየ ለመናገርም አያስችለኝም። ሆኖም ከመካከላቸው ፀጉሩም ሆነ ብርት ሕንድ የሚመስል፣ በጣም ረጅምና ጥቁር፣ ወፈር ያለና ፀጉረ ሉጫ ጓድ ምን ጊዜም አይረሳኝም። ምንአልባት ይህ ጓድ ታፈሰ ይሆን? ወይንስ ጓድ በሺር ይሆን? ለማወቅ አልቻልኩም። በሌላ በኩል ደግሞ አብዛኛውን ጊዜውን ያሳለፈው በእሥር ቤት በመሆኑ ጓድ ጉርሙን ከእነ ጭራሹም ያየሁትም ወይንም የተገናኘሁት አይመስለኝም። ሌላ በላይ የሚባል ከሌለ በስተቀር እኔ የማውቀው በቀየሁባት ጋንታ "የአህያ" ተግባሬን እንዳጠናቀኩ ስሜታዊ ሆኖ ከጋንታዋ ፊት "ጓድ መጅድ ኮራንብህ" ያለኝ ወደ ጥቁረት የሚያደላው አጠር ያለ ወሎየ እንደሆነ የሚነገርለትና በኃላም ሰንገደ እንደሄድኩ ለኢርጋ ተሰማ ባጫወኩበት ጊዜ "ጓድ በላይ እንዴት ያለ ጠንካራና ቀራጥ የሆነ ወጣት ታጋይ መሰለህ" ብሎ እንዳምነው ያደረገኝ ከሰማዕታት ሊስት ውስጥ የተጠቀሰው ከዚህ ከማውቀው ጓድ ውጭ ሌላ በላይ የሚባል ከሆነ ላስታውሰው አልቻልኩም።

8.6. አራት ጉዳዮችን አስመልክቼ በጽሁፍ ሪፖርት እንዳደርግ በመወሰኑ ከፀሐየ ሰለሞንና ከጌራ ደብተርና እርሳስ ተሰጠኝ

በዳውሐን ከሳምንት በላይ ቀይታ አድርጌ በስምንተኛው ወይንም ዘጠነኛው ቀን ላይ ወደ ማታ ገደማ በሁለት አጃቢዎች (ስማቸውን ዘነጋሁ፣ ሆኖም አንዱ መንጁስ ነበር) ወደ ልዩ የማረፊያ ቤቴ አጅበው በመውሰድ ለወታደራዊ መሪው ለሳሆ ተወላጁ ጎድ ጣዕመ፣ ለፖለቲካ ኮሚሳሩ አክሊሉና ለልዩ አጃቢየ/ባልደረባየና ጠባቂየ ታማኙ "ጎዴ" ሽኳሬ (59) አስረከቡኝ። ወደ ማጎሪያ ቤት ከተወሰድኩበት ከዚያች ዕለት ጀምሮ ከሠራዊቱ ተገልሌ በዚች ቤትና አካባቢ ብቻ ተወስኜ ከዓይነ ቁራኛ ቁጥጥር ሥር እሥራታቸውን በጣጥሼ እስከጠፋሁበት ጊዜ ድረስ ለሳምንታት ቀየሁ። በግዞት መቀመጤና እንድሽማቀቅ መደረጌ አንዱ የድርጅቱ አመራር ባሕሪ መግለጫ ነበር። በዓይነ ቁራኛ ቁጥጥር ሥር በዚች በከፍታ ቦታ በተመሰረተችው መንደር ላይ እንደዋልኩኝ መሐሪ ገ/እግዚአብሔር/ፀሀየ ሰለሞን ከጌራ (60) ጋር ወደ አለሁበት በመምጣት፣ የሚከተሉትን ጉዳዮች አስመልክቼ በጽሁፍ ሪፖርት እንዳቀርብ ከበላይ አካል መታዘዜን በመግለጽ ረጋ ብየ እንዳዘጋጅና ወደ ማታ ሲመለሱ እንዳስረክባቸው ደብተርና መጻፊያ ደረቅ እርሳስ ሰጥተውኝ ተሰወሩ። አራቱም ጉዳዮች፣ 1ኛ. በውጭ ሀገር የባዕዳን ኃይሎች እንደእኛ ዓይነቶቹን "ጠንካራ" የሥር ነቀል ለውጥ ደጋፊ ድርጅቶችን እንደት እንደሚሰልሉ፣ 2ኛ. አሲምባ ከገባሁ ጀምሮ በጎድ አንተነህ ድጋፍና ትብብር ከብርሀነመስቀል ረዳ ጋር የሕቡዕ ግንኙነት ስንት ጊዜ የምስጢር ግንኙነት እንዳደረኩና ከእኔና ከአንተነህ ሌላ እነማን እንደሚገናኙና የግንኙነታችን መንገድ በምን ዓይነት እንደሆነ፣ 3ኛ. ከመዝሙር (ኢርጋ ተሰማ ማለት ነው) ጋር መቼ፣ የት እንደተዋወኩና እንደት ለመተዋወቅ እንደቻልን፣ 4ኛ. ከሰዒድ አባስና ከአቡበከር ሙሀመድ ከማንኞቹ ጋር ቅድመ ትውውቅ እንደነበረኝ፣ መቼና እንዴት እንደተዋወቅን አስመልክቶ ነበር። ከዚያም እንደተባለው ወደ ማታ ገደማ ራሱ ጌራ ከወልደልዑል ካሳ/ከስተ ሰይጣን (61) ከሚባለው እውቅ ጨካኝ ገራፊ ጋር ሆኖ በመምጣት ያዘጋጀሁትን ጽሁፍ ይዘው ሄዱ። እኔም ከዚህ ዕለት ጀምሮ በዚች ቤትና አካባቢ ብቻ ተወስኜ በዓይነ ቁራኛ ቁጥጥር ሥር ከእሥራት አምልጨ እስከጠፋሁበት ጊዜ ድረስ ከስምንት ሳምንት በላይ ቀየሁ። ስለብርሀነመስቀል ረዳ፣ ስለመዝሙርና የእኔዎቹ ሁለቱ የሰሜን አሜሪካ "ማዎይስቶች"፣ "አናርኪስቶች"፣ እና "ሲ. አይ. ኤ.'ዎች"፣ ጎዶቼንና መምህር ደመዎዝ ገረመ/አንተነህ አስመልክቶ የቀረበልኝ ጥያቄ ባላስቸገረኝ ነበር። 1. መምህር ደመዎዝ ገረመ/አንተነህ ከተባለው ጋር ለመጀመሪያ ጊዜ የተያየነውና የተዋወቅነው አሲምባ በገባንበት ዕለት ነበር። በተደጋጋሚ ተገናኝቸ ተወያይቻለሁ። የመጀመሪያው ዕለት አሲምባ በገባን ማግሥት ስንገደ እያለን በትናንትናው ዕለት ከውጭ የገባነው አዲሶቹ አባላት መሆናችንን የተረዱት ኤልያስ በቀለ/ታሪኩ፣ መምህር ድመዎዝ ገርመ/አንተነህና መኮንንን ተክሌ/ደረጀ ቀጥታ ወደእኛ በመምጣት ተዋወቁን።

2. ብርሀነመስቀል ረዳን አስመልክቶ በሌላ አካባቢ ለመግለጽ እንደሞከርኩት ለመጀመሪያ ጊዜ በአካል የተዋወኩት በቤይሩት ከተማ ሁለት ጊዜ በተከታታይ ሁለት ቀናት ተገናኝተናል። በመጀመሪያው ቀን ግንኙነታችን ለሁለት ሰዓት ያህል ሲሆን በሚቀጥለው ቀን ደግሞ የሰዓት በኃላውን የግማሽ ቀን ወርቃዊ ጊዜውን ሰውቶ ከእኔ ጋር በቤይሩት ከተማ አሳልፏል። ሶስተኛውና የመጨረሻዋ ግንኙነት ደግሞ የተካሄደው በስዊዘርላንድ ገና ከእያሱ ዓለማየሁ ጋር ከመተዋወቄ በፊት ፓሪስ በምኖርበት ዘመን ነበር። በዚህ በሦስተኛው ግንኙነታችን ወቅት አብረን በመወያየት የቀየነው ከሰዓት በኋላ ያለውን ግማሽ ቀን ጊዜ ለእኔ በመስጠት ሲሆን ሜዳ ከገባሁ በኋላ በየጊዜው እንደምገናኘውና አጋጣሚው እንደምገናኘው በጉጉት እጠባበቅ ነበር። ከጠቀስኳቸው ግንኙነቶቻችን በኋላ መገናኘት ቀርቶ ስለእሱ ሰምቼም አላውቅ። እንዲያውም ተንኮል ቋቱ መርሻ ዮሴፍ ነበር ከኤደን ወደ ሲዳሞ በኤርትራ በኩል ጉዞ ልንጀምር በዋዜማው ዕለት እግረመንገዳችሁንም አሲንባ ታርፉና ሠራዊቱን ትጎበኛላችሁ፣ ጉዞ ወደ ሲዳሞ ከመቀጠላችሁ በፊት ከብርሀነመስቀል ረዳ ጋር ተገናኝታችሁ አጠቃላይ ሁኔታዎችና ስለደቡብ የኢሕአሠ ክንፍ ገለጻ ያደርግላችኃል ብሎ ነበር በቅጥፈትና በሀሰት የፕሮፓጋንዳ ኪነቱ የሸኘን።

3. ከዋለልኝ መኮንን ጋር በነበረኝ ግንኙነት ሳቢያ ይሁን ወይንም ባጋጣሚ በፖሊስ አካዳሚና ከዩንቨርስቲው ጋር በነበረኝ የጠበቀ ግንኙነት ሁሉንምን የተማሪ መሪዎችን በመልክና በስም ብቻ ሳይሆን አልፎም አንዳንዶቹን በትውውቅም አውቃቸው ነበር። ከኢርጋ ተሰማ ጋር ለመጀመሪያ ጊዜ የተዋወኩት በ1960 ዓ. ም. የፖሊስ ኮሌጅ ዕጩ መኮንን በነበርኩበት ዘመን የመጀመሪያውን ዓመት እንዳጠናቀኩ ባልሳሳት በነሐሴ ወር ገደማ በዋለልኝ መኮንን አማካኝነት በባር ሊዮን (62) የፖሊስ ኮሌጅ የጀርመን ካኪ ዩኒፎርም/የደንብ ልብሴን ለብሼ (63) እና የኮሌጁን ባጅ ለጥፌ አያሌው መርጊያ የአባዲና ፖሊስ ኮሌጅ እጩ መኮንን በማለት ነበር ያስተዋወቀኝ። እርግጠኛ አይደለሁም ስለዘነጋሁ፣ ኢርጋ ተሰማም ቢሆን ዩኒቨርሲቲ የመጀመሪያ ዓመቱን ያገባደደበት ዘመን ይመስለኛል፣ ያለበለዚያ ሁለተኛ ዓመቱን ያጠናቀቀበት ዘመን ይሆናል። አያሌ የፖሊስ አካዳሚ ዕጩ መኮንንኖች ቀደም ብሎ የቀዳማዊ ኃይለሥላሴ ዩኒቨርሲቲ ተማሪዎች የነበሩና በዩኒቨርሲቲው ቀይታቸው በተማሪዎች ረብሻ ወቅት/ምክኒያት ከትምህርት ገበታ መታገዱ እያስጨነቃቸው ወደ ፖሊስ ኮሌጅ ገብተው የተመረቁ ከመሆናቸውም በላይ ትምህርቱ የሚሰጠው በዩኒቨርሲቲው መምህራንና ትምህርቱም የዩኒቨርሲቲው ኮርስ በመሆኑ፣ እንዲሁም ለጥናትና ለምርምር አብዛኛውን ጊዜ የምንጠቀመው የኬኔዲን ቤተ መጻህፍት ቤትና በሌሎችም ቤተመጻሕፍት አካባቢ ነበር። ጥቂቶቹም ከመምህራን ማሰልጠኛ ኢንስቲቱት ተመርቀው በአንደኛ ደረጃ ትምህርት ቤቶች ከእኔ በስተቀር ከሁለት ዓመት በላይ ሲያስተምሩ የቀዩ ናቸው። ሌሎቹም ምንም እንኳን ፖሊስ ኮሌጅ ቢገቡም የሁለተኛ ደረጃ ትምህርት ቤት ጎዶቻቸው ዩኒቨርሲቲ በመግባታቸው በቅርብ ይጠያየቃሉ። ስለሆነም

አብዛኛው የዩኒቨርሲቲ ተማሪዎች አዲሱን የፖሊስ ኮሌጁ በደንብ ከማወቃቸውም በላይ ከአብዛኛዎቹም ጋር ወዳጅነትን አትርፌዋል። ምን ያህል ጊዜ መሆኑን ባላታውስም የፖሊስ ኮሌጅ ሥልጠናየን አጠናቅቄ እስከወጣሁበት ጊዜ ድረስ ከኢርጋ ተሰማ ጋር በሁለትና ሶስት አጋጣሚዎች ተገናኝተናል። ቢሆንም በዋለልኝ መኮንን አማካኝነት ከመተዋወቃችን በስተቀር በእነዚያ ጥቂት የግንኙነት ጊዜያቶች ከእግዚአብሔር ሠላምታ በስተቀር ምንም የጎላ ውይይት ወይንም ቁም ነገር የተጨዋወትነው የለንምና እስከዚህም የሚያቀራርበን ጉዳይ አልነበረንም።

ይሁን እንጂ በ1964 ዓ. ም. የአመት ፈቃድ ወስጄ ከኤርትራ አዲስ አበባና ጅማ ደርሼ ወደ ኤርትራ ከመመለሴ በፊት ለሁለተኛ ጊዜ ዋለልኝ መኮንንን እንድገናኘው በመፈለጉ ቀድሞ ኢንተርናሽናል ሆቴል፣ በደርግ ዘመን ደግሞ ቱሪስት ሆቴል ይባል ከነበረው ሆቴል በቀጠሯችን ተገናኘን። በዚያን ጊዜ ከእሱ ጋር ሆኖ አብሮት ሆቴሉ የመጣው ሌላ ሳይሆን ኢርጋ ተሰማ፣ የኋላ ኋላ በኢሕአሠ ሜዳዎች መዝሙር በመባል ይታወቅ የነበረውና አሲምባን ለመልካምና ለበጎ ራዕይ ያናወጠው ጀግና ነበር። አብረው በአንድ መ/ቤት ማለትም የመንገድ ማመላለሻ አስተዳደር እንደሚሰሩ ገለጹልኝ። በማናቸውም የመንግሥት መሥሪያ ቤት ተቀጥሮ እንዳይሰራ ታግዶ የነበረው ዋለልኝ መኮንን እንዴት ሊቀጠር እንደቻለ ሳያጫውተኝ ነበር የተለያየነው፣ ለመንገር ባለመፈለጉም ሊሆን ይችላል፣ እኔም አስፈላጊ ባለመሆኑ አልጠየኩም። በጭውውታችን ወቅት ዋለልኝ መኮንን ለኢርጋ ተሰማ አያሌው ያካባቢውን (የኤርትራን ማለቱ ነበር) ሁኔታ የገመገመውና ያጤነው እኛ ካደረግነው ጥናትና ግምገማ ያልተለየ ትክክለኛ ኮፒ ነው ብሎ ጠቀመው። ኢርጋ ፈገግ ብሎ ከማስተናገዱ በስተቀር ምንድን ነው? እንዴት ነው ብሎም አልጠየቀም፣ ለምን እንደሆነ አልገባኝም። የኋላ ኋላ ግምቴ ግን እኔ ጋር ከመገናኘታቸው በፊት ዋለልኝ ከሳምንት በፊት ያካፈልኩትን ምስጢሬን ለኢርጋና ለሚያምናቸው ሌሎች ጓደኞቹ አካፍሏቸው የተወያዩበት እንደሆነ ነበር የገመትኩትና ግምቴ ትክክል መሆኑን ከአምስት ዓመት በኃላ ለማወቅ ቻልኩ። ብዙም ሳይቆይ ኢርጋ ቀድሞ ተሰናበተኝ ሄደ። ሲሰናበተኝ ያለኝ ምን ጊዜም የማትረሳኝ በራሴ ቋንቋ እንዲህ ነበር ያለው፣ "እንግዲህ ሙቶ አለቃ አያሌው፣ አንድነታችን ይጠንክር፣ ኃይላችን እሱ ብቻ ነውና! በያለንበት እንበርታ፣ ያስተማረን ሕዝብ ብዙ ከእኛ ይጠብቃል፣ በርታ፣ ጠንክር፣ ደህና ሁን" ብሎኝ ሰላምታ ተለዋውጠን ተለያየን። ኢርጋ ተሰማ ከእኛ ጋር ብዙ ሳይቆይ ተሰናብቶ የሄደው አሁንም በእኔ ግምት ይመስለኛል ዋለልኝ መኮንን ስለ ምስጢራዊ የኤርትራ ጉዞው ዕቅዱ በግል ሊያጫውተኝ በመፈለጉና ኢርጋ ተሰማም ይህንኑ ስለሚያውቅ ቀደም ብለው የተነጋገሩበት በመሆኑ ይመስለኛል፣ የራሴ ግምት ነው። ዋለልኝ መኮንን "አያሌው ያካባቢውን ሁኔታ የገመገመውና ያጤነው እኛ ካደረግነው ጥናትና ግምገማ ያልተለየ ትክክለኛ ኮፒ ነው" ያለውን ሪፖርት እንዳደረክለት ሰሞን ለእሱና ለሌሎች ጓዶች እንዳወያያቸው አሲምባ በተገናኘን ሰሞን ኢርጋ ተሰማ አጫውቶኛል። ከአራት ወይንም አምስት

ዓመት በኋላ በፍጹም ሳላስበው ለመጀመሪያ ጊዜ ከኢርጋ ተሰማ ጋር የተገነኘሁት በታሕሣስ ወር መግቢያ ወይንም አጋማሽ ገደማ 1969 ዓ. ም. በአሲምባ ሲሆን እኔ በመጅድ አብደላነት፣ እሱ ደግሞ በመዝሙርነት ልጅ አልባ ሆኖ ሳያልፍለት በተደመሰሰው ሠራዊታችን ቤዝ አካባቢ ኢሕአፓና ኢሕአሠ አገናኘን። አሲምባ እንደደረስኩ በዕለቱ ዕለት ነበር ከኢርጋ ተሰማ (ከመዝሙር) ጋር የቀድሞ ትውውቅ እንዳለን ወሬ አቀባዮቹ የጋንታ 44 ሪፖርት ያደረሱት። ለዚህም ይመስለኛል ከእኛ እውቀት ውጭ እየተገናኘን ረዘም ላለ ጊዜ ሁኔታዎችን እያመቻቹ ለመወያየት ያስቻሉን። ዓላማቸውም በኋላ እንድኛችን ስንታሰር በተገናኘንበት ወቅት ሁሉ የተወያየናቸውን ውይይቶችና የተጋራናቸውን ምስጢሮች አንድ ባንድ በአሰቃቂ የግርፊያ ጥበባቸው ለማግኘት እንዲያስችላቸው እንደሆነ በቁም እሥር ላይ እያለሁ ለማመን አስገደደኝ። ተጠራጠርኩ፣ “ያልጠረጠረ ተመነጠር” ነውና። ለዚህም ነበር በመጨረሻ እልህነትንና ድርቅ ባይነት አቋሜን አስወግጄ የሰማዕታት ጓዶቼን ምስጢር ተሸክሜ ለመኖርና እነሱንም ከእሥራት ለማዳን በማቀድ የእሥር ቤቱን ጥበቃና የተተበተብኩበትን ገመድ በጣጥሼ ለማምለጥ፣ ያለበለዚያም ሳመልጥ እንዲገድሉኝና ምንም ሳያገኙ እንዳልፍ በማቀድ ቤቷን ከበዋት ከነበሩት ገራፊዎችና ከተመደቡልኝ ጠባቂዎቼ መንጋጋ አምልጬ በመመውጣት በሠራዊቱ የመጀመሪያው እሥር ቤት ሰባሪ ሆንኩኝ።

3. ከኤፍሬም ደጀኑ/ሰዒድ አባስና ውብሸት መኮንን/አቡበከር ሙሀመድ ጋር የተገናኘነውና የተዋወቅነው በትግል ሂደት ጉዟችን ነው። በሌላ አካባቢ እንደተገለጸው ለመጀመሪያ ጊዜ ከሰዒድ አባስና አቡበከር ሙሀመድ ጋር የተገናኘነው በፈረንጆች ዘመን በ1975 በሕዳር ወር የመጀመሪያው ሳምንት ገደማ በሮም ከተማ በእያሱ ዓለማየሁ አስተዋዋቂነት ሲሆን፣ ትውውቁም ለአንድ ሰዓት ላልበለጠ ጊዜ ነበር። በማግሥቱ ሁለቱንም ባንድነት ከሌሎቹ የፍልሥጥኤም “ጓዶቼ” ጋር ቤይሩት ተገናኘን። ከዚያች ጊዜ አንስቶ እስከ ታሕሣስ ወር መግቢያ ወይንም አጋማሽ 1969 ዓ. ም. ድረስ ሌትና ተቀን ሶስታችንም ለአንድ ቀንና ለአንዲት ሌሊት እንኳን ሳንለያይ ባንድነት ኖረናል (መርሻ ዮሴፍና ጌታቸው በጋሻው አንጀታቸው እያረረ እንደቀልድ አስመስለው “The three musketeers” ብሎ የሰየሙን በዚሁ መፈቃቀራችንና መቀራረባችን ነበር)። ይህንን የምዕራባዊያን ርካሽ ስም በመስጠታቸው ቅር አላለንም፣ ቀልድና ጨዋታ አስመስለው አቀረቡት እንጂ በውስጣቸው ካንጀታቸው በመቃጠላቸው እንደ ነበር አውቀናል። ምንም እንኳን አሲምባ ከገባን በኋላ ተለያይተን ብንኖርም በዓይነ ቁራኛ በቁጥጥር ሥር እስከዋልኩበት ጊዜ ድረስ በተጨማሪ ሰባት ወር በአንድ አካባቢና ባንድ ሜዳ አልፎ አልፎ እየተገናኘን ኖረናል። በኤደን ኑሯችን በእነ መርሻ ዮሴፍ፣ ጌታቸው በጋሻው፣ ሮብሌ/እስማኤልና ሌሎቹ በወቅቱ ከእኛ ጋር በነበሩት ጓዶች በእኔና በሁለቱ ሰማዕት ጓዶቼ ሰዒድ አባስና አቡበከር ሙሀመድ ጓዳዊ ፍቅርና መከባበር በመደናገጥ ድሮ እንደምንተዋወቅ አድርገው ነበር የሚጠረጠሩት። ከሰዒድ አባስና ከአቡበከር ሙሀመድ ጋር የቀድሞ

ትውውቅ እንዳለኝ በአበጄ/መርሻ የሴፍም ጥያቄ በተደጋጋሚ ቀርቦልኝ አብዮታዊያንን የሚያስተዋውቃቸው፣ የሚያቀራርባቸው፣ የሚያፋቅራቸውና የሚያከባብራቸው ከአቓምና ከዓላማ አንድነት የበለጠ ሌላ እንደሌለ ብገልጽለትም እስከመጨረሻው ግን እንደምንተዋወቅ አድርጎ ነበር የቀየው።

4. ሁሉንም ጥያቄዎች ማስተናገድ ስችል ከተጠየኩት ከአራቱ ጉዳዮች መካከል ለመመለስ ያስቸገረኝ የምዕራባዊያን የስለላ ድርጅቶች ሲሉ እነማን ናቸው (ሲ. አይ. ኤ.፣ ሞሳድ ወይንስ ኬ. ጂ. ቢ.፣ ወይንስ የፈረንሣይና የጣሊያን፣ ወይንስ ሻዕቢያ፣ ወይስ ወያኔ? ወይንስ የደረግ ወይንስ ሁሉም)? ሌላው ደግሞ የስለላ ሙያው፣ ልምዱና ዕውቀቱ ስላልነበረኝ ግራ ተጋባሁ። ትዕዛዙን የሰጡኝን እንዳላወያያቸው ተሰውረው ሄደዋል። በፖሊስ ቆይታየ፣ ልምዴና ተመክሮየ አካባቢን መቃኘትና ማሰስ፣ ስለአካባቢ ፖለቲካዊ፣ ወታደራዊና ኢንተሊጀንስ ሁኔታዎች ላይ በማትኮር ጥናትና ምርምር አካሂዶ ሪፖርት ማቅረብ፣ የፖለቲካ ተከሳሾች ወይንም የሌሎች እስረኞችን ምርመራ በመምራትና በማስተባበር ውጤቱን ለዓቃቤ ሕግ ማቅረብ፣ የፖለቲካ እሥረኞች የሕግ ጠበቃ ሆኜ በመከራከር የቀየሁ ሲሆን ከዚህ ውጭ ነፁህ ሕዝባዊ ፖሊስ ነበርኩ። በሌላ በኩል ደግሞ በትምህርትና በሥልጠና ከቀሰምኩት ዕውቀት ጋር በተፈጥሮ በስጦታ ያገኘሁት ፀጋየ አካባቢየን ማጤንና ማሽተት፣ ሰዎችን/ግለሰብን ከንግግራቸው፣ ከአኳኃናቸውና ከሁኔታቸው የሆነ ነገር ማሽተትና መገንዘብ ይሆንልኛል። እንደሌሎቹ ጎዶቼ ዕውቀቱና ችሎታው ስላልነበረኝ በጸጥታ ሚኒስቴር ወይንም በካቢኔ በስለላ ያለበለዚያም በፖሊስ የክትትል የሥራ መስክ ተሰማርቼ ስለማላውቅ፣ ተመክሮው ያንሰኛል፣ ከዚያም በላይ የእኔ የተፈጥሮ ባህሪ እንደ ግልጽነቴና ቀጥተኛነቴ የመሳሰሉት ለክትትልና ለስለላ ሙያ እንቅፋት በመሆናቸው በእንደዚህ ዓይነቱ የሙያ መስክ ተሰማርቼም አላውቅ። በእንደዚህ ዓይነቱ የሥራ መስክ ላይ የሚሰማሩ ብልጣ ብልጥ፣ ጮሌ፣ ማሸንከችና፣ ልባቸው የማይገኝ ለዓላማቸው ሲሉ ቅጥፈትና ሀሰትን መጠቀም የሚሆንላቸው ልበ ደንዳናዎች መሆን ይኖርባቸዋል። እኔ የእነዚህ ባህሪዎች ድሀ ነኝ። ባጠቃላይ አራሱ ተፈጥሮየ ለስውር ሥራ ደንቀራ ነው የሚሆንብኝ። ቶሎ ይነቃብኛል በማለት በግልጽና ብቅንነት እንደ መግቢያ ከላይ የጻፍኩትን አሰፈርኩና የሚመስለኝን የፖሊስ ኮሌጅ ተወዳጅ ከነበሩት መምህራችን አንዱ ኮሎኔል ዘላለም ያስተማሩንን አጭር የፀረ ስለላ (counter intelligence) ትምህርት የማስታውሰውን ሞንጫጭሬ አቀረብኩ።

8.7. የኢሕአፓ አመራር ለኢሕአፓ/ኢሕአሠ ብሎም ለሀገርና ሕዝብ የቀሙ ቢሆኑ ኖሮ ከሀሰት ክሳቸው ይልቅ አጠያያቂ የሆኑ "ጉዳዮች" ነበሩብኝ

ሠራዊቱንና ድርጅቱን ለማፈራረስና ለማስደምሰስ ፈጣን ፈረሳቸውን የሚጋልቡት የደርጅቱና ሠራዊቱ አመራር በእኔ ላይ አያደረባቸውን ፍራቻና ጭንቀት እኔን በቁጥጥር ሥር በማዋል

ከትግሉና ከትግል ጓዶቼ ለይተው አፍነው ለማቀየት በነበራቸው ፍላጎት ዝባዝንኬና አላስፈላጊ የሆኑ ቅራቅቦ ምክኒያቶችን እየቀባጥሩ ከሚያቀርቡ ይልቅ፣ ቅንና ሀቀኞች ቢሆኑ ኖሮና ለሕዝብና ለሀገር የቆሙ ቢሆኑ ኖሮ እንግዲያውስ እኔን በቁጥጥር ሥር አውለው ለመግረፍና ለማሰቃየት ጥሩ ምክኒያት ነበራቸው። በእውነት ለባዕዳን ኃይሎች ያላጎበደዱ ንፁህ ዜጎች ቢሆኑና ለኢትዮጵያ ሕዝብና ለሀገሪቷ የቆሙ ቢሆኑ ኖሮ እኔን መጠየቅ የነበረባቸው ትልቅ ጉዳይ ከሻዕቢያ ጋር ግንኙነት አለው ብለው በመጠራጠር ቢወነጅሉኝና ቢከሱኝ ነበር። ያንን ትልቅ አሳሳቢ ጉዳይ ከመጠየቅ ይልቅ እንዲያውም እኔን ትልቅ ተግባር እንደፈጸምኩና እንደጀግና ተቀጥሬ ደብተራው በአሽሙር መልክ "ጓድ መጅድ ፓርቲው አንተን በኤርትራ አምባሳደር አድርጎ መሾም ይኖርበታል" ብሎ የተረበኝ የሚዘነጋኝ አይደለም። ሆኖም ደብተራው የሥልጣን ጥሜቱና የትምህርት ቤት ጓደኝነት ደንቀሮ አድርጎት ሁኔታዎችን አጉልቶ በሚያሳይ መነፀር እንዳይመለከትና እንዳይገባው አድርገው በማደንዘዛቸው እንጂ በኢትዮጵያ አንድነት ላይ የማይናወጥ ጠንካራ አቋም እንዳለው እነኢርጋ ተሰማ፣ ብሥራት ደበበና ኤልያስ በቀለ በተደጋጋሚ ጊዜ ስለእሱ ባደረግነው ውይይት በደንብ አሳምነውኛል። 1. በሻዕቢያ ጠቅላይ ሠፈር ቆይታችን በመጀመሪያው ዕለት ከኢሳያስ አፈወርቂ ጋር ባደረግነው ውይይት ወቅት እኔን ጓድ መጅድ ማለት ሲገባው ጓድ አያሌው ብሎ በዕውነተኛ ስሜ መጥራቱና ማንነቴን ማቃጠሉ ብቻ ሳይሆን ሠራዊቱ ይህንን እንደ ብርቱ ጉዳይ ወስዶ አያሌውን እንዴት ሊያውቀው ቻለ? አያሌው ማን ነው? የት ተዋወቁ? … ወዘተ ብለው መጠየቅና ማጣራት ነበረባቸው።

2. በፕሮግራምና በተቀነባበረ ሁኔታ በሠራዊቱ መኖሪያ ሠፈር ጉዟችንን እንድናልፍ ተዘጋጅቶልን ጉዞአችንን ወደ አሲምባ እንደቀጠልን በግምት የሁለት ሰዓት ጉዞ እንዳደረግን ከሰባ የማያንሱ ወጣት የቀድሞ የኤርትራ ጠቅላይ ግዛት የፖሊስ ሠራዊት አባላት ሆን ተብሎ በረድፍ ተሰባስበው በክብር እንደሚጠባበቁኝ ዓይነት ሆነው በከፍተኛ ድምጽ በማስተጋባት እጃቸውን በማውለብለብ በተደጋጋሚ ጋሼ አያሌው! ጋሼ አያሌው! ጋሼ አያሌው! እያሉ መጣራታቸውና በክብር ዓይነት ነገር መቀበላቸው ይህ አያሌው የሚሉት ጓዳችን በእውነት አማራ ነው ወይንስ ኤርትራዊ ነው? ማን ነው እሱ? ኤርትራዊ ከሆነ ለምን ደበቀን? እና የመሳሰሉትን ጥያቄዎች በማንሳት ነገሩን ለማጣራት መሞከር ነበረባቸው። ከኤደን በኋላ ኤርትራ ሜዳ እያለን ከቡድኑ ውስጥ ከሰዒድ ዓባስና ከአቡበከር ሙሀመድ ሌላ ዕውነተኛ ስሜን ማንም የሚያውቅ አልነበረም። 3. በሚቀጥለው ቀን ጉዞአችንን በመቀጠል ከሻዕቢያ ዋና የሕክምና ክፍል እንደደረስን ከጉዞ ዕቅዳችን ውጭ በመኮንንነት ዘመኔ በኤርትራ ቆይታየ እኔንና ሻዕቢያን ያገናኘን የነበረው (Contact person, liaison) ዶ/ር ብርሃኔ ኪዳኔ የሕክምና ሠፈሩ ዋና ኋላፊ ሆኖ ፊት ለፊት ተጋጠምን። ገና ከሩቅ እንዳየኝ እንደልጅ አያሌው መርጊያው በማለት ሩጦ ተንደርድሮ ዘሎ ያቅፈኛል።

4. ከዚያም ትንሽ ቆይተን ዶ/ር ብርሃኔ ኪዳኔ ከአቀርደት ተለያይተን ጅብሃ ተቀላቅየ ከተለያየን በኋላ ስለነበረውና ስለተፈጸመው አጠቃላይ ሪፖርት ሊያደርግልኝ በመፈለጉና ስለወላጅ እናቴም ሊያጫውተኝ በመፈለጉ እጄን ይዞ እየጎተተ እራቅ ወደአለ ቦታ ወስዶ ተቀምጠን እያወያየኝ ከግማሽ ሰዓት በላይ አብረን ቆየን። ወላጅ እናቴንም አንድ ጊዜ ሄዶ እንደጎበኘና በደርግ የሚካሄደው አፈናና እመቃ እስከተባባሰበት ጊዜ ድረስ በየጊዜው በሹፌሮች አማካኝነት እያስጠየቀ መርዳቱን እንደቀጠለና በኃላ ግን ሁኔታው ስላላስቻለው በገባው ቃል መሠረት ለመቀጠል ባለመቻሉ ይቅርታ ጠየቀኝ። እኔም በበኩሌ ከጀብሃ ጋርም ሆነ ውጭ ስላሳለፍኩት በመጠኑ አጫወኩት። በእኔና በዶ/ር ብርሃኔ ኪዳኔ ውይይት ምክኒያት ቡድኑ ታግዶ ቆየ። ምንድን ነበር ይወያዩ የነበሩት? በእርግጥ ይህ መጂድ የሚባለው ሰውየ ማን ነው? በማለት ሠራዊቱን ብሎም ድርጅቱን ለመጠበቅ ሲባል ድርጅቱም ሆነ ሠራዊቱ ለማጣራት የሞከሩት አንዳችም ነገር አልነበረም። በፅሁፍ እንዳቀርብ መጠየቅ የሚገባቸው ይህንን ጉዳይ አስመልክቶ ነበር። በእውነት ይህንን ምክኒያት አድርገው ቢያስሩኝና ቢገርፉኝ ኖሮ ትክክል ናቸው ያሰኛል። በዕውነትም ለኢትዮጵያና ለሕዝቧ የቆሙ ናቸው ብየም ከጎናቸው በቆምኩ ነበር፣ ምክኒይቱም በሻዕቢያ ሜዳ ላይ በምንጎዝበት ወቅት ያጋጠሙኝ ገጠምዮሽ ሁሉ እኔን በትክክል ጥርጣሬ ውስጥ ሊከቱ የሚችሉ ጉዳዮች ነበሩና። በዚህ ግን አልተከሰስኩም ወይንም አልተጠረጠርኩም። እንዲያውም እንደጠንካራ ታጋይ ተቀጥሬ "ኃድ መጅድ ፓርቲው አንተን በኤርትራ አምባሳደር አድርጎ መሾም ይኖርበታል" በማለት እንደቀልድ ጠንካራ ሆኜ ነበር የታየሁት። ይህ ለእኔ የሚያሳየኝ ግንኙነቱ ከሻዕቢያ ጋር ከሆነ ወይንም ግለሰቡ ኤርትራዊ ከሆነና ኢሳያስ ባርኮ ከላከው ክብር እንጂ ወንጀል እንዳልሆነ ነው የተረዳነው። አዲስ አበባና አውሮጳ ተቀምጠው ድርጅቱን የሚያተራምሱት የፓርቲው ማዕከላዊ ኮሚቴ ለፀጋየ ገ/መድህን /ደብተራው የሀሰት መረጃና ሪፖርት በመመገብ ያልሆነ መመሪያ በማስተላለፍ ከሚፈሯቸውና ከሚጠሏቸው ሀቀኞችና ቅን አብዮታዊያን ጋር በማጋጨትና ቅራኔ በመፍጠር ችግር ውስጥ አስገብተውታል። ደብተራውም የሀሰት መረጃና ሪፖርት የሚልኩለትን የአመራር አካል ዕውነተኞች አድርጎ ስለሚመለከታቸውና ተንኮልና ሻጥር ይሰራሉ ብሎ ስለማይጠራጠር እያመነባቸው እስከ ብተናው ጊዜ ድረስ ቆይቷል። ከእነ አያሌው ከበደ ተሰማና በታች ብጤዎቹ አፈና ከዳነ በኃላ ለሁሉም ጊዜ አለው ሆነና ሁሉ ነገር ግልፅ ሆኖለት በመምጣቱ ከቀሩት ጥቂት ሀቀኞች ኃዶቹ ጋር ሆኖ በመፈረጋገጥ ሠራዊቱን ለዳግማይ ትንሳዔ ለማብቃት ተፍጨረጨረ። እኔንም ሆነ ሰማዕቶቻችንን ከሰ።

8.8. ኃድ መጅድ ለምን ታሰረ ተብሎ አመራሩ ሲጠየቅ ታስሮ ሳይሆን ለግዳጅ ዝግጅት ገለል ብሎ እንዲቆይ ነው ብለው ማወናበዳቸው

የኢሕአሠ ክንፍ እርማት ንቅናቄ አባላት የመጽሀፉ ደራሲ አያሌው መርጊያው/መጅድ አብደላ ለምን ታሰረ ብለው አመራሩን ወጥረው እንደጠየቁ ካርቱም ከተቀራረብኳቸው የቀድሞው የሠራዊቱ

ኃዶች ተነገረኝ። በእነዚህ የቀድሞ ኃዶቼ አባባል ከአመራሩ በተሰጠው ምላሽ መሠረት መጅድ አብደላ ታስሮ ሳይሆን በድርጅቱ ግዳጅ ስለተሰጠው ግዳጁን ለማካሄድ እንዲያስችለው በቀይታው ወቅት እያነበበና ከኃዶቹ ጋር እየተወያየ ለግዳጁ የሚያስችለውን የመንፈስ፣ የዓዕምሮና የአካልና የሥነልቦና ጥንካሬ ለማጎልበት እንዲረዳው ገለል ብሎ እንዲቀይ በማስፈለጉ ነው ብለው ለሠራዊቱ መልስ እንደሰጡ ተነገረኝ። በኋላም ሀገር ቤት ገብቼ ከሦስት ዓመት በኋላ ምንም እንኳን በተገናኘን ወቅት የታሰርኩበትን ምክኒያት በየጊዜው እየቀያየረ ቢነግረኝም በመጀመሪያው ግንኙነታችን በ1973 ዓ. ም. መጨረሻ አካባቢ የተገናኘሁት ያሬድ/አያሌው ከበደ ተሰማ "አሲምባ ወደ እሥር በወረድክበት ሰሞን ዜናው በሠራዊቱ በመሰማቱ መጅድ ለምን ታሰረ ተብሎ ጥያቄ ቀርቦላቸው፣ ለከፍተኛ ግዳጅ ተመርጦ ዝግጅት ለማካሄድ እንዲችል ገለል ወዳለ ቦታ ሄደ እንጂ አልታሰረም ብለው እንዳስተባበሉ፣ እንደግገናም ጎንደር ከገባን በኋላ ጥያቄው ተነስቶ በተመሳሳይ መንገድ መልስ በመስጠት ሽፋፍነው አልፈውታል" ብሎ አጫወተኝ። መጥፋትህ እንደተሰማ ለግዳጅ ከሆነ ለምን ከእሥር ጠፍቶ ሄደ ብሎ ሠራዊቱ እንደገና በጠየቀበት ጊዜ አሁንም ከሠራዊቱ እየከዱ ካርቱም የተገናኘኃቸው ኃዶቼና በኃላ አዲስ አበባ ላይ የተገናኘሁት ያሬድ/አያሌው ከበደ አባባል ከእሥር ጠፍቶ መሄዱ ከግዳጁ ጋር የተገናኘ እንደሆነ አድርገው በደፈናው ሊያስረዱኝ ሞከሩ። እኒህ ኃዶቼ ግልጽ አድርገው ሊነግሩኝ ያልቻሉት ሳይገባቸው ቀርቶ ወይንም ከብዷቸውም ሊሆን ይችልላ። ሆኖም ያሬድ/አያሌው ከበደ ተሰማ አዲስ አበባ ተገናኝተን ይህንኑ መረጃ እንደነገረኝ ምን ማለታቸው ይመስልሀል ብየ እንደጠየኩት "ግልጽ እኮ ነው መጅድ፣ ክእሥር አምልጠህ የመጣህ አስመስለህ በመግለጽ የደርግን ልብ ለመሳብ እንዲስችልህ ሆን ተብሎ የተከናወነ ቅድመ ዝግጅት እንደሆነ ነው አባባላቸው" ብሎ ያረዳኛል። "ከንቅናቄው አባላት በስተቀር ሠራዊቱ በመሪዎቹ ገለጻ ዕምነት አድሮባቸው ነበር፣ እኔም እራሴም ቢሆን በግዳጅ ከእሥር ቤት የጠፋህ አስመስለህ እንደወጣህ አምኜ ነበር እንጂ በእውነት የታሰርክ አልመሰለኝም ነበር አሁን ያለህበትን የችግርና የመከራ ሕይወት እስካየሁ ድረስ" በማለት አዛኝና ተቀርቃሪ መስሎ የሚያስጨንቅ መረጃ ለገሰኝ። ከሁሉም ያስገረመኝ "ምንአልባትም በሠራዊቱና ድርጅቱ የተሰጠው እንዲህ ዓይነት የሀሰት መልሳቸው በተዘዋዋሪ መንገድ ለደርግ ደርሶት ይሆናል እንደዚህ ደርግ የጠመመብህ" ብሎ ሊያስረዳኝም ሞከረ። ካርቱም ለቀድሞዎቹ የሠራዊቱ አባላት በተለይም ለአራቱ የሜዳ ኃዶቼ ሀገር ቤት ገብተን ሱዳን ውስጥ ከምንከራፈፍና የአድሃሪያንና የጠላቶች መሳለቂያና መጫዎቻ መሆናችን ብቻ ሳይሆን ከትግላችን ተደናቅፈን ከምንቀዋለል የወጣንበትንና የተሰደድንለትን ዓላማና የተሰዉት ኃዶቻችን የወደቁለትን ዓላማ ዓይናችን እያየ ከሚሞት የሰማዕታት ኃዶቻችንን ፈለግና ዓርማ በመከተል ሀገር በት ገብተን ቁም ነገር ለመስራት እንሞክር፣ እኛ የወደቁት ሰማዕታት ባለዕዳዎች ነን፣ የታሪክ ተወቃሽ እንዳንሆን በማለት ሃሳብ አቀረብኩ። እስከማስታውሰው ድረስ ሀገር ቤት የመግባቱን ጉዳይ

ሁላቸውም ተስማሙ። ሆኖም ትግሉን እንቀጥል በሚለው ምክሬና አቋሜ ጓዶቼ በተለይም እቀርባቸው የነበሩት እነ ተስፋየ ወልዱ፣ አማረ፣ ዳንኤል፣ ገብረ እግዚአብሔርና ሌላው ሙሀመድ እድሪስ ዕውነትም ለግዳጅ ተልኮ ነው እንጅ አልታሰረም ተብሎ የተነዛውን ወሬ ለማመን ተገደዱ። በዚህም ምክኒያት አገር ቤት ሲገቡ ከመጅድ ጋር አብረው ናቸው/ነበሩ እንዳይባሉና ችግር ውስጥ ላለመግባት ፈርተው ሀገር ቤት ሲገቡ ከእኔ ተለይተው በደቡብ ሱዳን በኩል በእግር ተጉዘው ተንገላተው ኢትዮጵያ ሊገቡ ቻሉ። አማረ/ብርሃኔ መስፍን መጅድ የሚገባ ከሆነ በሚል የጭንቀት መንፈስ ጭራሹን ወደ ሀገር ቤት ለመግባት ደስተኛ ባለመሆኑ ወደ ሳውድ አረቢያ እንደሾለከ ተነገረኝ።

ሀገር ቤት ከገቡ በኃላ ተስፋየንና ዳንኤልን እኔን አፈላልገው እንደተገናኘን ለምን እንደጠፉብኝ ወይንም እንደተደበቁኝ ብሎም ከእኔ ተለይተው በሌላ አቅጣጫ በእግር ጉዞ ሀገር ቤት ሊገቡ እንደፈለጉ ጠየኳቸው። ሁለቱም እንዲህ ነበር ያሉኝ፣ “ሀገር ቤት ስትገባ አመራሩ ስለአንተ ያስውራው የሀሰት ወሬ ዕውነት ሆኖ ደርግ ቢያምን እኛንም ጭምር ካንተ “ግዳጅ” ጋር አብረው በመጨመር ሊያላሽቁን ስለሚችሉ ላልታሰበ አደጋ ስለሚዳረግ በመጨነቃችን ከአንተ ጋር ላለመተያየትና ላለመገናኘት በመወሰን ሁላችንም ተለያይተን በየግላችን ባስቸኳይ ከካርቱም በመውጣት በደቡብ ሱዳን አድርገን ሀገራችን ለመግባት በቃን” አሉኝ። በሌላ አካባቢ እንደተጠቀሰው ካርቱም በየጊዜው እየተገናኘን እንወያይ ከነበርነው መካከል ሙሀመድ እድሪስ ጋር ከሱዳን በኃላ ለመጀመሪያ ጊዜ አዲስ አበባ ከእነ ተስፋየ ወልዱና ከሌሎች ጋር እንዳለሁ በወያኔ የቀድሞ ኢሕአፓ አባላት በሚል ጥሪ ተደርጎልን በአዲስ አበባ ዩኒቨርሲቲ መማሪያ ክፍል በተደረገው በሁለተኛው ስብሰባ ወቅት እንደተገናኘን ላስታውሰው ያልቻልኩትን ጉዳይ ባንድነት ለነበርነው ሁሉ እንዲህ ሲል በማስታወስ አጫወተን። “የኢሕአሠ በሽታና ችግር እስከሚረጋጋ ድረስ ከእሲምባ የሚመጡትን ጓዶቻችን የጠላት መሳሪያና ደጋፊ እንዳይሆኑ ለማድረግና በሱዳንና አካባቢዋ ቀይታችን ጠላቶቻችን በገንዘብና በኑሮ ምክኒያት አሳበው በደካማ ጎናችን በመጠቀም ለማጥቃት እንዳይችሉ እንዲሁም በሱዳን ቀይታቸው በኑሮ መጎሳቀልና መቸገር ተስፋ በመቁረጥ ትግል የትአባቱ እያሉ ወደ ጠላት ሠፈር እንዳይሸመጥጡ ለመርዳትና መልሰን ለመቃቃም እስከምንችል ድረስ ለመቆየት እንዲያስችለን ጥበቃው ልል የሆነበትን የሱዳንን ባንክ ተገቢ ጥናት በማካሄድ ገንዘብ በመውሰድ መልሰን በማቃቃም ሠራዊታችንን ከሞት እናድን ብለህ በተደጋጋሚ ሃሳብ አቀረብክልን ብሎ የማላስታውሰውን ለሁላችንም ሲነግረን በልቤ ደነገጥኩ። ሆኖም ድንጋጤየን ለማንም አላሳየሁም። በመጀመሪያ ይህንን ማለቴን ምንም ትዝ አይለኝም። ካቀረብኩም በቅንነት ያቀረብኩት ቀና ሀሳቤ ይሆናል። የሙሀመድ እድሪስ አባባል የድርጅቱ አመራ የነዛብኝን መርዘኛ ወሬ በማጠናከሩ ጓዶቼ ሙሉ በሙሉ ለግዳጅ እንደወጣሁ አድርገው እንደተመለከቱኝ ተሰማኝ። ከተበታተን በኃላ እኔና ተስፋየ ወልዱ ከስለሽ ከበደ

ጋር ባንድነት ሆነን ወደ ሺረጋ ቡና ቤት እንደሄድን ለምንድን ነው ይህን መረጃ ሳታነሳልኝ እስከዛሬ ድረስ ደብቀኸኝ የኖርከው ብዬ እንደወቀስኩት እስፈላጊ ሆኖ ስላላገኘሁት ነው፣ ይቅርታ ሳላስታውስህ በመቅረቴ ብሎ ጉዳዩን ዘጋነው።

ሙሀመድ እድሪስ ወዲያውኑ ፎረም 84 የተባለው የወያኔ ጋሪ እንደተመሰረተ ከሹማምንቶቹ ከእነ ተሾመ አሥራት/እንግዳ አንዱ ሆኖ ወዲያውኑ የመንገድ ትራንስፖርት ሚኒስቴር ከፍተኛ ባለሥልጣን እንደሆነ ሰምቻለሁ። ሰዒድ አባስና አቡበከር ሙሀመድ ሆኑ ሌሎቹ ጓዶቼ እምነትና እኔም የኋላ ኋላ እንዳመንኩት መጀመሪያ የጦር መሣሪያ እንዳልታጠቅ ማድረጋቸው፣ ከፓርቲ አባልነት በማግለልና ብሎም ከቤዝ እምባው አካባቢ አርቀው በአንዲት ጋንታ ውስጥ ታፍኜ እንድኖር መደረጌ የተለያዩ ሌሎች ምክኒያቶች እንደነበሩ ተገልጾልኛል፣ 1. አንዱ ከእርማት ንቅናቄው ራቅ ብየ ተነጥየ እንድቀይ በመፈለጋቸው እንደሆነ። 2. ከሁለት ስማቸውን እንዳልጠቅስ ቃል ካስገቡኝ ከአመራሩ ጋር ቅርበት ከነበራቸው አባላት መሠረት ከምሥራቅ አውሮጳ የአጭር ጊዜ ትምህርታቸውን አጠናቀው ወደ ሀገራቸው ሲመለሱ አያሌው መርጊያው ጋር ለመቀላቀል ብለው ሮም ላይ እጃቸውን ለጣሊያን ለፖሊስ ሰጥተው በእያሱ ዓለማየሁ አማካይነት ወደ አሲምባ የተላኩት ከዘጠኝ በላይ የነበሩ ወጣት የፖሊስ አካዳሚ ምሩቅ መኮንኖች አሲምባ ሊገቡ በተቃረቡበት ወቅት በመሆኑ ከእነሱ ጋር እንዳልገናኝ ለማድረግ የተደረገ እርምጃ እንደነበር ነው። 3. ሌላው ምክኒያት ደግሞ ጠፍቶ ቢሄድ የሻዕቢያ ድጋፍና ከለላ ጠይቆ ከእነሱ ጋር ትግሉን ይቀጥላል እንጂ ሌላ ጋር አይሄድም ብለው ያምኑ ስለነበር ይህንኑ ተግባራዊ በማድረግ ሻዕቢያን ለመተባበር ያደረጉት ሻዕቢያዊ ግዳጅ እንደሆነ ነበር። 4. አሁንም ከአመራር አባላት ጋር ቅርበት በነበራቸው ሁለቱ የቀድሞ ጓዶች መሠረት ከእያሱ ዓለማየሁ፣ መርሻ ዮሴፍና ዘሩ ክሕሸን፣ መላኩ ተገኝ እና በሌሎች ደህንነት/ጸጥታ ጋር በተያያዘ ሁኔታ እንደሆነም ጭምር ነው የገለጹልኝ። በእነ እያሱ ዓለማየሁ ደካማ ግምት የሚገቡትን የፖሊስ መኮንኖቹ አመለካከታቸውን እንዳላስቀይራቸውና ከታማኝና ከአቤት ባይነት እንዳላወጣቸው በመጨነቃቸው፣ እንዲሁም ለተፈጠረው የኢሕአሠ ክንፍ እርማት ንቅናቄ ተጨማሪ ኃይል ሆነው ለሠራዊቱ ደህንነት በመሣሪያነት እንዳያገለግሉና፣ በአመራሩ ላይ የሆነ እርምጃ ለመውሰድ እንደምንችል ከባድ ጥርጣሬና ፍራቻ ስላደረባቸው ፍራቻቸውን ለማስወገድ ያደረጉት የቅድሚያ ጥንቃቄ እንደሆነም ጭምር ነው።

እያሱ ዓለማየሁና መርሻ ዮሴፍ የሰሩትንና የፈጸሙትን ሁሉ ስለሚያውቁ በራሳቸው ያለመተማመን ምክኒያት እኔ የኢሕአሠ የእርማት ንቅናቄ ግንባር ቀደም ታጋዮችንና ሌሎቹን በማስተባበር እንዳናግታቸው ወይንም የሆነ እርምጃ እንደምንወስድባቸው በእርግጠኛነት ያምኑ እስለነበር ይህንን ፍራቻና ጥርጣሬ ለማስወገድ ያደረጉት ቅድመ ጥንቃቄ እንደሆነበር ነው። እያሱ ዓለማየሁ፣ መርሻ ዮሴፍና መላኩ ተገኝ እና የተባሉት ዘጠኝ ወጣት የፖሊስ መኮንኖቹ ወደ አሲምባ

ሲገቡ ከካርቱም በጀብሃ በኩል እንዳለፉና መኮንኖቹም ከአያሌው መርጊያ ጋር ለመቀላቀል አቅደው እንደገቡ በጀብሃ አድኃሪ አመራር “ፋሉል” ተብለው የተወነጀሉት የጀብሃ የዲሞክራሲ ንቅናቄ ታጋዮች አጫውተውኛል። የኢሕአሠ ሜዳ ወቅቱ አስጊ እንደ ነበር ተወርቷል። አመራሩ ሥራቸውን ስለሚያውቁ ከጭንቀትና ክፍራቻ የተነሳ አጋጣሚ ካገኙ በጣም የሚፈሯቸውን ሀቀኛ ታጋዮች በስውርና በድብቅ እንዳጠፉ በገሀድ ይወራ ስለነበር የስውር ግድያቸውን በማካሄድ ጠንካራ ታጋዮችን ለማጥፋት ወደ ኋላ እንደማይሉ ዕውን ነበር። ሁለቱ ሰማዕት ጓዶቹ ሰዒድ አባስና አቡበከር ሙሀመድ ብቻቸውን ሲዘዋወሩ እያሱ ዓለማየሁ ባለበት አቅጣጫ ባጋጣሚ ሆኖ መኃዛቸውን ከሩቅ በማየቱ ከድንጋጤና ከመቡካት የተነሳ የወቅቱን የሠራዊቱን የአሲንባን ወታደራዊ አዛዥና የብዙ ዘመን ወዳጁን ከሩቅ ሆኖ አብዲሳ1 አብዲሳ1 አብዲሳ! እያለ በከፍተኛ ድምፅ ደጋግሞ በመጥራት አመራሩን ሊያግዱ ናቸውና እባክህ ቶሎ ድረስ ብሎ ይማጸነዋል። አብዲሳ አያናም በጥያቄው መሠረት ወደ ቦታው በፍጥነት ይደርሳል። ሆኖም ቦታው ከደረሰ በኋላ ያለውን ሁኔታ አብዲሳ አያና ትዳዩን አስመልክቶ ለነገረው ለአቶ ያሬድ ደጀኑ ሊናገረው አልፈለገም ወይንም አላመቸውም፣ ያለበለዚያም የሚነገር ቁም ነገር ያለው ሆኖ ባለማግኘቱ ሊሆን ይችላል። እያሱ ዓለማየሁ ለከት የሌለው ፈሪ ስለሆነ የሰራቸው ሥራዎች ሁሉ እየረበሹት በቅዠት ውስጥ አስገብተውት እንጅ እኔም ሆንኩ ሁለቱ ሰማዕታት ወይንም እራሱ የኢሕአሠ ክንፍ የእርማት ንቅናቄ ግንባር ቀደም ታጋዮች ግለሰብን በማገትና በመቀጣጠር የድርጅት ችግር መፍትሄ ይገኛል የሚል እምነት ስላልነበረን ፈጽሞ አስበነውም አናውቅ። ማገት፣ መክዳትና ከድርጅት ተገንጥሎ መሄድ የደካማዎችና ስውር አጀንዳ ያላቸው ደካማዎች ዘዴና ብትር አድርገን ነበር የምንቀጥረው። እነሱን ማውረድ የሚገባው ለብዙ ጊዜ ተረስቶ የቀየው የድርጅቱ ጉባዔ ብቻ ነው። ያለበለዚያማ ግለሰቦችን የማገድ ፍላጎት ቢኖራቸው ኖሮ ድሮ ያደርጉት ነበር። ዕድሉም ጥንካሬውም ነበራቸው።

8.9. በዳዋሐን አካባቢ ከምትገኝ ከፍታ ካላት መንደር በዓይነ ቁራኛ በቁጥጥር ሥር ለሣምንታት ቀይታየ

በዳውሐን ከመሪዎቹ አካባቢ ከሳምንት በላይ ቀይቼ ከዳውሐን ብዙም ከማይርቅ ተራራ ላይ ከምትገኝ የደጋ መንደር ወስደው ከሠራዊቱ ተገልሌ በሆነች ቤትና አካባቢ ብቻ ተወስኜ ከዓይነ ቁራኛ ቁጥጥር ሥር አምልጬ እስከጠፋሁበት ጊዜ ድረስ እንድቀይ ሆነ። በዚያች ቦታ በቃሚነት ከእኔ ጋር የነበሩት የወታደራዊ መሪው የአዲ ኢሮብ ተወላጁ ጣዕመ፣ የፖለቲካ ኮሚሳሪያቱ አክሊሉና እንዲሁም ልዩ አጃቢየና ጠባቂየ መሆኑን ወደ ኃላ ገደማ ለማወቅ የቻልኩት ምስኪን ገራ ገሩ ሹኳሬ/ትኳቦ ሽሽጉ ብቻ ነበርን። የቀየሁበት ቦታ እስር ቤት አይሉት ወይንም ዕረፍት የማሳለፊያ የመዝናኛ ቦታ ይሁን ወይንም ሌላ ለማወቅ ያስቸግራል ሆኖም ባአካባቢው ሦስት ቤቶች በተራራቀ ርቀት ላይ የሚገኙ ነዋሪ/መንደርተኞች ነበሩ። ከተባለው ቦታ አካባቢ ተገልየ ስቀይ እስረኛ መሆኔን

አለመሆኔን በግልጽ አልተነገረኝም ከተጠቀሱት የጥላቻና የፈጠራ ክሶችና አሉባልታዎች በስተቀር። የረባ ያልረባ ምክኒያት እየተሰጠኝ ጊዜየን ከምወደውና ካንከራተተኝ ትግልና ከመላው የትግል ጓዶቼ ተነጥየ ኖርኩኝ። ከስድስት ወር ቆይታ በኋላም ወደፊት ተለዋጭ መመሪያ እስካልተሰጥህ ድረስ መሳሪያ እንደማልታጠቅና፣ ላልተወሰነ ጊዜ ከፓርቲ አባልነት እንደተወገድኩ ተነግሮኛል። ቆይቸም የጋንታ ምግብና ማብሰያ ተሸካሚ አህያ ሆኜም ላብአደራዊ ሳይሆን ሕገወጣዊ የሥነሥርዓት ቅጣት ፈጽሜአለሁ። ስለዚህ ከትግሉና ከጓዶቼ ለይተው ወደዚች ቦታ ሲያመጡኝ መዝሙርና አቡበከር እንዳሉት ለከባድ እርምጃ እንደሆነ ተከስቶልኛል። እስከመጨረሻው ተጠባብቄ የሚያደርጉትንና የሚፈጽሙትን ለማየት በቁርጠኝነት ለመጠባበቅ በጭፍን እና በስሜታዊነት የሚያደርጉትን አያለሁ ብየ ለመቆየት ወሰንኩ። አጋጉል እልክም ውስጥ ገባሁ፣ ያላቅሚ በጭፍንና በአጋጉል የጀብደኝነት ስሜት ለመጋፈጥ ወሰንኩ። በዓይነ ቁራኛ ቁጥጥር ሳር በዋልኩ በሳምንቱ መግቢያ ማለት ነው፣ ጌራ፣ ከሃዲሽ ዛህሌ፣ ኪዳኔ የሚባል የትግራይ መምህር የነበረ ቀይ፣ ቀጭን፣ ረጅም ከአንድ ስሙን የዘነጋሁት የወንድ መንጁስ ጋር በመሆን ዓዲስዓለም የሚባል ከወልዲያ፣ ወሎ የኢትዮጵያ ሕዝብ አብዮታዊ ወጣቶች ሊግ አባልና በሠራዊቱ በድሬሰርነት የሚያገለግል ሲበዛ ቅንና ቀጠተኛ የሆነ ጓድ በሀገራችን አቆጣጠር ከቀኑ 12:30 ወደ ማምሻው ገደማ ጠፍረው ይዘውት መጡ። የማድረው ከቤት ውስጥ ከኮሚሳሪያቱ፣ ከወታደራዊ አዛዡና ከሽኳሬ (ትኳቦ ሸሽጉ) ጋር እሳት እየሞቅንና እየተጨዋወትንና እየተወያየን ነበር። ይዘውት እንደመጡ ትንሽ ቆይተን ሳላስበው ሽኳሬ ሸሽጉ ለእኔ በግል ጠባቂነት የተመደበልኝ የጋንታ 44 ባልደረባ መሆኑ ተከሰተልኝ። ሽኳሬና መንጁስ በመሆን በስተውጭ ሆኖ ከቤቱ ጋር ከተያያዘ በረት ወሰዱኝ። ሽኳሬ/ትኳቦ ሸሽጉ እኔን ለማሰር እንድታዘዘው በአክብሮት ጠየቀኝ። እስረኛ ነኝ እንዴ ብየ ጠየኩት። ዕውነቱን ለመናገር ጓድ መጅድ እስከአሁን ድረስ እልነበርክም። እንዲያውም ማንነትህን አክሊሉ በመጠኑ ስለሰማ ወደ እኛ ስትመጣ እኛን ለመገምገምና ለማጥናት የተላክ አድርገን ነበር የቆጠርነው። ገና አሁን ነው ጌራ ከዛሬ ጀምሮ የቁም እስረኛ መሆንክን የነገረንና ውጭ በምታድርበት ጊዜ ብቻ እንድትታሰር መመሪያ የሰጠን። ይቅርታ ጓድ መጅድ በማለት ተማጸነኝ ቅሬታ በነሱ ላይ እንዳላሳድርባቸው። ምንም አይደል አትጨነቅ ጓድ ሽኳሬ፣ ግን ምን ወንጀል እንደሰራሁ ተገልጾልሀል ብየ ጠየኩት። አልጠየኩም፣ ምክኒያቱም ፓርቲው መመሪያ ሲሰጠን መመሪያውን እንዳለ ተቀብለን መፈጸምና ማስፈጸም ነው ያለብን እንጂ ፓርቲ አይጠየቅም ይለኛል የዋሁ ሽኳሬ። ጓድ ሽኳሬ፣ በፓርቲያችንና ሠራዊታችን ላይ እምነት መጣሉ ከፍተኛ ፀጋ ነው። ነገር ግን ማወቅ የሚገባን ፓርቲውን የሚያሽከረክሩት እንደእኛው ሰዎች ናቸው እኮ! ሊሳሳቱ ይችላሉ፣ የተወናበደ መረጃ ሊደርሳቸው ይችሉ ይሆናል። አንድን ጓድ ሊሞትልህ ልትሞትለት ቃል ተገባብታችሁ ቤቱን ኑሮውን ጥሎ የመጣውን የትግል ጓደኛህን የሰራውን ወንጀል ሳታውቅ ዝም ብለህ ማሰሩ በተቃራኒው የፓርቲያችንንና የሠራዊታችንን ዕድገትና የወደፊት እድል

ላይ ተጽእኖ ሊያሳድር የሚችል አይመስልህምን? ብየ ለማስረዳት ሞከርኩና መጨነቁን በመገንዘቤ ምን እንደማደርግ ምራኝ ብየ ትእዛዙን ለመቀበልና ለመፈጸም ዝግጁነቴን ገለጽኩለት።

በጣም ሲረበሽ አየሁት ወንድሜ ትኳቦ ሽስጉ። እረንጋደ በሆነ የማይበጠስ ጠንካራ ገመድ ሄሊኮፕተር ወይም ስምንት ቁጥር እስተሳሰር ይሉታል ተብትበው አሰሩኝ። በደረቴ እንድተኛ ያዙኛል። ፊቴን በስተግራ ወይም በስተቀኝ ባንድ አቅጣጫ በኩል እንዳዞር ያስገድዱኛል። በመቀጠል ሁለት እጆቼን ወደኋላ እንድዘረጋ እጠየቃለሁ። ከዚያም ሁለቱን እጆቼን የኃሊት ጥፍር አድርገው ያስራሉ። በመቀጠል ሁለቱን እግሮቼን በማጠፍ ከታሰሩት ሁለት እጆቼ ጋር ጥፈር አድርገው ያስሩኛል። ግማሽ የሰውነት አካል ያለኝ ልዩ ፍጥረት ሆንኩ ማለት ነው። ነካ ሲያደርጉኝ ወደ ቀኝ ወይም ወደ ግራ ክብልል እላለሁ። በዚህን ጊዜ ነበር ማሰሩን እንዳጠናቀቀ ጓድ ሽኳሬ ታዲያ ይህን የእሥራት ዘዴአችሁን ምን ብላችሁ ነው የምትጠሩት ብየ ጠየኩት። ጓድ ሽኳሬ የሄሎኮፕተር ወይንም ስምንት ቁጥር ይባላል ብሎ መለሰልኝ። ይህን የእስራት ዘዴ ከሻዕቢያ ተውሰው እነ ጌራ በክብር ወደ አሲምባ ያሸጋገሩት የጭካኔ የአስተሳሰር ዘዴ ነበር። እኔን መሀል አስተኝተው ሁለቱም “ጓዶቼ” የብረታቸውን ማንገቻ ሁለቱም በትካሻቸውና በትካሻየ በማስገባት ተያይዘን ተኛን። ሥልጠናውንና ተመክሮውን የቀሰሙት ከሻዕቢያ እንደሆነ ተረጋግጧል። ይህ ሁሉ ከይሳዊ ተግባራት የሚከናወነው በ”ጋንታ 44” ሲሆን የፀጥታ ሹም የነበረው የሻዕቢያው ወኪል ጌራ ነበር። ጌራ ወይንም ሀኪም አበበ ሊሆን ይችላል፣ ሆኖም ጎጃሜ እንጅ ኤርትራዊ አይደለም። ከጌራ በታች በስቃይ ገራፊነትና በሳንጃ የጓዶቻቸውን ሰውነት ያቃጥሉ የነበሩ የተለያዩ ሊቃነ ጳጳሳት ነበሩ። እነ ሐዲሽ ወልዳይ፣ ሐዲስ ዛህሌ፣ ወልደልዑል ካሣ/ከስተሰይጣን፣ እርግጠኛ አይደለሁም እንጂ አብዱልሃሚድ/አየለ ዳኜ ተካፋይ ሆኖ ነበር ተብያለሁ። ሃላዊ ሰውራ ይሏቸዋል፣ ይህም ማለት የዓብዮት ጠባቂዎች ልክ እንደ ደርግ የቀበሌና የከፍተኛ የዓብዮት ጠባቂዎች ዓይነት ማለት ነው። በስቃይ ግርፋት ጥበብ ከተካኑት መካከል በዋነኛነት እስከ ቅርብ ጊዜ ድረስ አሜሪካን ሀገር እየተሸሞነሞነ ይኖር የነበረው ጎጃሜው ወልደ ልዑል ካሣ/ከሰተ ሰይጣን ይገኝበታል። ከምሽቱ 2:00 ሰዓት ገደማ ጀምሮ እስከ ሌሊቱ 08:00 ሰዓት ድረስ የዋሁንና ገራገሩን ወሎየ አዲስ ዓለምን እያሳረፉ ደበደቡት። የወንድ ያለህ እያለ በመጮህ አካባቢውን ሲያናጋው አመሸ። የሰውነት ቃጠሎ ሽታም ይሸተኝ ጀመር። እሪታውና ጩኸቱ ቀጥሎ የምሽቱ የጭካኔ ምርመራ ከሌሊቱ 08:00 ሰዓት ገደማ በግምት ተጠናቀቀ። አለቀስኩ፣ እጅግ እድርጎ አሳዘነኝ። በእንዲህ እንዳለን በሁለተኛው ሣምንት መግቢያ ላይ ረጅም፣ ቀይ፣ ዓይኑ ትልልቁና ፈገግታ ያለው ዳዊት ስዩም ከግርማ/ዓለም ተኪኤ ጋር ሆኖ መጣ። ከነአክሊሉና ጣዕመ ጋር የሚነጋገሩበትን ጉዳይ እንደፈጸሙ ዳዊት ስዩም ‘ለመሆኑ ውይይት በማካሄድ ትማማራላችሁ ወይስ ዝምብላችሁ ቁም ነገር በሌለው ጨዋታ ነው ወርቃዊ ጊዜአችሁን የምታባክኑት’ በማለት አክሊሉን ጠየቀ። እክሊሉ የፖለቲካ ኮሚሳሩ በየቀኑ

ውይይት እንድሚካሄድና ማታ ማታ ደግሞ እሳት እየሞቅን ትምህርታዊና ቁም ነገር ተመክሮችን በመለዋወጥ ምሽቱን እናሳልፋለን ብሎ ረጋ ባለ መንፈስ መለሰለት። በመቀጠል እንዲያውም ጓድ መጅድ በምዕራብ አውሮጳና ሰሜን አሜሪካ ስለሚካሄደው ትግልና እንቅስቃሴ ከፍተኛ ግንዛቤ እንድናገኝ ረድቶናል በማለት አስረዳው። እንደቀልድ አስመስሎ በፈገግታ "እያወላገደ ወይስ ትክክለኛውን ዕውነታ ነው የሚያካፍላችሁ" ብሎ አክሊሉን ይጠይቀዋል።

አክሊሉ ከመደናገጥም ከመገረምም ሊሆን ይችላል ፈገግ ብሎ መልስ ሳይሰጥ በሆዱ ውጦ አስቀረው። በዚያ ደስ በሚል ፈገግታው ዳዊት ስዩም እስቲ ዛሬ ከእናንተ ጋር ውይይት እናካሂድ ብሎ ትዕዛዝ ይሰጣል። ውይይቱ ቤት ውስጥ እንዲሆንና ሁላችንም መሳተፍ እንዳለብን አሳሰበን። በየቀኑ ውይይት እያካሄድን በተለየ መልክ ከእሱ ጋር ውይይት ማካሄዱ ግራ ገባኝ። ትርጉም አጣሁለት። በሊቀመንበርነት ስብሰባውን ከፈተና በሀገራችን የተጨባጭ ሁኔታዎች እንደ መንደርደሪያ ገለጸና በከተማ በተለይም በሀገራችን መዲና የከተማው ተዋጊ ኃይላችን አኩሪ ድሎችን በየዕለቱ እንደተቀናጀና በዚሁም ሳቢያ ደርግና ባንዳዎች ጭንቅ ላይ እንዳሉ ደርግ እምብዛም ጊዜ እንደሌለው፣ "አንጃዎች" ከፍተኛ ጉዳት በድርጅታችንና በአባላቱ ላይ እያደረሱ መሆናቸውን ገለጻ በማድረግ ለፈለፈ። እንደመልኩና እንደፈገግታው ቀና ሳይሆን የሱም ልብ እንደሌሎቹ ወስላታዎችና ቀጣፊዎቹ ጓዶቹ ጋር አንድና ተመሳሳይ መሆኑን ተረዳሁ። ስለወቅቱ ተጨባጭ የፖለቲካ ሁኔታና ስለከተማው ሽብር ጥንካሬ፣ ስለደርግ መነገዳገድና "አንጃ፣ እያለ በመተንተን ሲያብራራልን እንደሌሎቹ ቀጣፊ ወስላታ፣ አወናባጅ ሆኖ ታየኝ። ልብ በሉ ውይይት ባካሄድንበት ዘመን ፓርቲው ተኮላሽቶና ተደብድቦ ወድቆ ከሞት የተረፉት ወደ አሲምባ፣ ሲዳሞና ሌላ ቦታ እየፈረጠጡ ወጥተዋል። ወስላታው ዳዊት ስዩም ግን ያልምንተ እፍረቱ ፓርቲው ተጠናክሮ ደርግን ከሥልጣን ለማውረድ ምንም የቀረው እንደሌለ አድርጎ ሊያሳምነን ጣረ። የውይይቱ ዕርእስ ያው እዚያው በኤደን ለችግር የዳረጉን የከተማ ትጥቅ ትግልና የዓለም አቀፍ ኮሙኒስት እንቅስቃሴ ላይ በማትኮር ነበር። በውስጥ የሆነ መንፈስ ብልጭ አለብኝ። በዓዕምሮየና በልቦናየ አብዮታዊያን አብዮታዊ ሞራል አላቸው፣ ያልሆኑትን ሆን አይሉም፣ ያልሰሩትን ሰራን ብለው አይቀባጥሩም፣ እንደእስስት መልካቸውን በመቀያየር አንዴ የደጃዝማች ካባ፣ አንዴ የጳጳስ ቀሚስ፣ ሌላ ጊዜ ደግሞ የነ"ልዑል ጌታየን" አክሊል አይደፉም። ቀራጥና ሀቀኛ፣ ቅንና ጠንካራ ሰዎች ለመምሰል ብለው ክቡር አቋማቸውንና እምነታቸውን በየቀኑ አይለዋውጡም፣ ሽር ጉድና አቤት አቤት አይሉም፣ ክቡር መርሃቸውንና አቋማቸውን በየጊዜው አይቀያይሩም፣ ከፓርቲ አባልነት አገለሉኝ እንጂ፣ ከትግል አግለው ማጎሪያ ቤታቸው አስገቡኝ እንጂ ከጭንቅላቴ ያለውን ብሩህ አስተሳሰብና አመለካከቴን አልገፈፉብኝም፣ ሊገፉብኝም ከቶም ቢሆን አይችሉም፣ ኢሕአፓ ያቸንፋል፣ የኢትዮጵያ ሕዝብ ለዘላለም አንድነቱን ጠብቆ የዲሞክራሲና የእኩልነት ባለፀጋ ይሆናል በማለት ከራሴ ጋር ለጥቂት

ደቂቃ ከተወያየሁ በኋላ ቀጥታ ወደ ውይይቱ በማብራት የተጠቀሱትን ርዕስ አስመልክቼ ሰፋ ባለ መልክ የራሴን አመለካከትና ግንዛቤ ገለጽኩኝ። በተለይም በመዲናችንና በሌሎች ከተሞች እንደሚሰማው በወጣቱ ላይ ስለሚካሄደው አሰቃቂ ጭፍጨፋና እልቂት የሚቀምበትን መንገድ ድርጅታችን ባስቸኳይ መፍትሔ ለማግኘት ካልሞከረ ሕዝባችን ተጠያቂ እንደሚያደርገን እና ድርጅታችንም በኋላም ሠራዊታችን ዘለቄታ ዕድሜ እንደማይኖራቸው ጭምር ማሳሰቢያ አከልኩበት። በጣም ገርሟቸዋል። ከፊታቸው አንብቤአለሁ። ሳላስበው ቅጽበታዊ ፈገግታ አሳየሁ። ከእክሊሉና ጣዕመ በስተቀር ሁሉም ፈገግታየን ተመለከቱ። ሆኖም ፈገግታየን በምን ዓይነት መልኩ እንደተረጎሙት አላውቅም፣ የሰነዘሩት አስተያየት ባለመኖሩ። ሆኖም በመልካም እንዳልሆነ ገብቶኛል። ከእክሊሉና ጣዕመ አንገታቸውን ደፍተው ስለነበር ፊታቸውን ለማንበብ አላስቻለኝም። ይህ በዚያች የውይይት ወቅት ለዚያ ልቡ እንደመልኩ ላልሆነው ወስላታ ያደረኩት ገለጻና ውይይት የእነኢርጋ ተሰማ፣ ኤፍሬም ደጀኑ፣ ውብሸት መኮንን፣ ብሥራት ደበበ፣ አብርሐም፣ በሽር፣ ኤልያስ በቀለ፣ ታፈሰ፣ ደረጀና የሌሎቹ ሀቀኛ ጓዶቼ አፈ ቀላጤ ሆኜ ነበር የእነሱን ቃንቃ፣ ዓላማና አቋም ያንጸባረኩለት። ውይይቱ አቀመ፣ በመጡብት አኳኃን ተመልሰው ሄዱ። ይህ የሆነው በሁለተኛው ሳምንት አካባቢ ሲሆን ይመስለኛል ምንአልባት ያለሁበት ሁኔታ ለውጦኝ/አርቀኝ እንደሆነ ለማወቅ ያደረጉት ርካሽ ዘዴ ይሆን? ብየ ራሴን ጠየኩ። ከኤደኑ በባሰ መልክ ሰፋ አድርጌና ረጋ ብየ ከከተማው የሽብር ጦርነትና ከወጣቱ እልቂት ጋር በማገናኘት ነበር ገለጻውን ያደረኩት። ከየዋሁና ገራ ገሩ አዲስኣለም ግርፋትና ድብደባ ሁለት ሣምንት በኋላ ማለትም በዓይነ ቁራኛ ቁጥጥር ሥር በቀየሁ በሶስተኛው ሳምንት መጨረሻ ገደማ ፀጋየ ገ/መድህን /ደብተራውና ያ ረጅም ዓይኑ ትልልቅ ፈገግታ ካለው ዳዊት ስዩምና ከጌራ ጋር ሆኖ ወደ ቦታችን መጡ።

በዚያች አንድ ሰዓት ባልሞላ ቆይታው ሁላችንንም ባነጋገረበት ወቅት ‘ጓድ መጅድ ፓርቲው አንተን በኤርትራ አምባሳደር አድርጎ መሾም ይኖርበታል’ ብሎ ተረበኝ። ትረባው እንደገባኝ ከሆነ በኤርትራ በርሃ በጉዟችን ላይ ከሰባ የማያንሱ ወጣት ታጋዮች እጆቻቸውን በማውለብለብ ጋሽ አያሌው! ጋሽ አያሌው! እያሉ በመደጋገም ከፍ ባለ ድምጽ በመጥራታቸው፣ የሕክምና ክፍሉን ለመጎብኘት ቦታው እንደደረስን የሕክምና ኋላፊው ዶ/ር ብርሃኔ ኪዳኔ አያሌው መርጊያው ብሎ ወደእኔ በመንደርደር ደርሶ በማቀፉና፣ እንዲሁም በመጀመሪያው ቀን ከኢሳያስ አፈወርቂ ጋር ባደረግነው የትውውቅ ስብሰባ ላይ ስሜን መደበቅ ሲገባውና በሜዳ ስሜ መጥራት ሲኖርበት ሆን ብሎ ብጻይ (ጓድ) አያሌው ብሎ መጥራቱ ሁሉ አሲምባ ስንደርስ እንዳለ ሪፖርቱ በአብዱልሃሚድና በሲራጅ ስለደረሰው ያንን ለመነካካት ይሆናል ብየ አሰብኩ። አጋጣሚውን በመጠቀም የታሰርኩበትን ምክኒያት እንዲገልጽልኝ ደብተራውን አብክሬ ጠየኩት። ሆን ብሎ ሊያወናብደኝ የምን መታሰር ነው? መቼ ነው የታሰርከው? ብሎ እኔን መልሶ አፋጦ ያዘኝ። ግራ ተጋባሁ። ሁሉም አንጋቾች

እዚያው አብረው ከእኛው ጋር ቆመዋል። መልስ ከነሱ ጠበኩ። ምንም ሊናገሩ አልፈለጉም። ጉዳዩ ሊዘጋ የሰኮንድ ጊዜ ሲቀረው 1ኛ. ከሁለት ወር በፊት የተሰጠኝ መመሪያ መሠረት ብረት እንዳወርድ መደረጌ፣ 2ኛ. ላልተወሰነ ጊዜ ከፓርቲ አባልነቴ መወገዴና፣ 3ኛ. እንደገና እዚህ ቦታ በገባሁ በማግሥቱ አራት ጉዳዮችን አስመልክቶ በሪፖርት መልክ አዘጋጅቼ እንዳቀርብ መታዘዜ፣ 4ኛ. ውጭ በተኛሁበት ሁለት ምሽት ታስሬ በማደሬ የእስረኛነት ምልክት ከዚያ ይበልጥ አይታየኝምና ነው ብየ መለስኩለት። ጓድ መጅድ ስጠይቀኝ በእየለቱ እየታሰርክ እንደምታድር ነበር የመሰለኝ። ለመሆኑ ለምን እዚህ እንዳለህ ምክኒያቱ ተነግሮሃልን? ለምንስ ሌላ ተለዋጭ መመሪያ እስከሚሰጥህ ድረስ የጦር መሣሪያ ለመታጠቅ የማትችልና ከፓርቲ አባልነት የተወገድክ መሆንክን ምክኒያቱን ጭምር ገልጸውልሃልን? ስለታዘዝከውስ ሪፖርት ምክኒያቱን ገልጸውልሃልን? ብሎ ይጠይቀኛል። ምንም የተነገረኝ ነገር እንደሌለ መለስኩለት። እንግዲያውስ "ባጭሩ በሥስታችሁ ላይ በተለይም በአንተ ላይ ድርጅቱ በከፍተኛ ደረጃ ጥርጣሬ እንዳደረበት የሚያስረዳ ሰፊ ሪፖርት ከአውሮጳና ከመካከለኛው ምሥራቅ ደርሶናል። እንደገና እዚህ ከገባህ ጀምሮ እኛን ለመገልበጥ የሚተባበሩህ አናርኪስቶች ለማብዛት እላይ ታች በመባዘን ላይ እንደሆንክ የሚያመለክቱ ሪፖርት በተደጋጋሚ በመድረሱ ጥርጣሬውን እስከምናጣራ ድረስ አንተ ከሁለቱ ጓዶችህና አዲስ ካፈራሀቸው አናርኪስት ጓዶችህ ተለይተህ እዚህ ካሉት ጋር እየተወያየህ እንድትቀይ ስለተፈለገ ነው" ይለኛል። "በመሆኑም ከቤት ውጭ ማደር አስፈላጊ ሆኖ በሚገኝበት ጊዜ ለአንተም ሆነ ለሠራዊቱ ደህንነት ሲባል ሌሊቱን አስረው ማሳደሩን መቀበል ይኖርብሀል" ብሎ ንግግሩን ይዘጋል። ከሁለቱ ጓዶቼም ሆነ አዲስ አፈራኻቸው ከምትሏቸው ጓዶቼ ጋር ከተለያየን ሰንብተናል ስለው "ጓድ መጅድ ሜዳው እኮ እናንተን የሚከልላችሁ የብረት አጥር ያለው አይመስለኝም። ሆኖም ቤት ውስጥ በምታድርበት ጊዜ እሥራት የሚባል እንደማይኖር ነው የማውቀው" ይለኛል። በመቀጠልም በማሾፍ መልክ እየሳቀ፣ "በመንግሥት ላይ ማመፅ ልማድህ ነው ይባላል ጓድ መጅድ" ብሎ በድጋሜ ተርቦኝ እንዳልጠይቀው በመፈለጉ ይመስለኛል ቶሎ ተሰነባብቶን ጥሎን ሄደ። ትረባው በሞላ ጎደል ቢገባኝም በፈገግታ ከመናገሩ በስተቀር ምን ለማለት ፈልጎ እንደነበረ ለእነ አክሊሉና ሹካሬ እንቆቅልሽ ነበር የሆነባቸው። ትረባው ለእኔ እንደሚመስለኝ የንጉስ ነገስቱን ሥርዓት በመቃወም ከሻዕቢያ ጋር በኅቡዕ የነበረኝን ግንኙነት ለማውሳትና በኃላም ከፖሊስ ሠራዊት ኮብልየ ከጀብሃ ጋር መቀላቀሌን ሲነካካ መሰልኝ። ያ ቀይ፣ ቀጭንና ረጅም፣ በራሱ ላይ ቀብ ደፍቶ ያነጋገረኝ የነበረው ፀጋየ ገ/መድህን በዚያች አጋጣሚ ባደረግነው ቀይታ በፈገግታና በማሳሳቅ መተረቡና እንዲሁም ግልጽነትን የተላበሰ የአመራር አባል ሆኖ መቅረቡ ለምን እንደሆነ ሳይገባኝ ቀይቶ ሁሉም ሠራዊቱን ከበተኑና ካስበተኑ በኃላ የምዕራብ ሕይወታቸውን ለመምራት ሲሯሯጡ ደብተራው ግን ሠራዊቱን ከመቃብር ማውጣቱንና ለዳግማይ ትንሳዔ መብቃቱን እንደሰማሁ ግልጽ ሆነልኝ። የኢሕአሠ ክንፍ የእርማት

ንቅናቄ ግንባር ቀደም ታጋዮች በተለይም እነ ኢርጋ ተሰማ፣ ብሥራት ደበበ፣ ኤልያስ በቀለና መኮንን ተክሌ በመጽሀፉ በሌላ አካባቢ እንደገለጽኩት "ደንቀሮው ጓዳችን" እያሉ በተለያየ ጊዜ ስለ ፀጋየ ገ/መድህን/ደብተራው የገለጹልኝ አባባል ሁሉ ትክክል መሆኑን እንዳምን አስገድዶኛል። በምዕራፍ 9 እንደምናየው ፀጋየ ገ/መድህንን እንደገና ለሁለት ጊዜ ጀብሃ ሜዳ ባርክ ተገናኝተን በእኩልነት ሆኖም በጥንቃቄ ለመወያየት በቅተናል።

በዓይነ ቁራኛ ቁጥጥር ሥር ለሳምንታት በቀየሁ በአምስተኛው ሳምንት መጨረሻ ገደማ ማለት ነው መምህር አረፋይኔ የሚባሉ የአጋሜ አውራጃ ትምህርት ቤቶች ሱፐርቫይዘር የነበሩ ወደ ጥቁረት የሚያደላቸው፣ ወፈር ያሉ በዚያን ጊዜ ወደ አርባው የሚጠጉትን እነ ሐዲሽ ዛህሌና ተከስተና ሌሎች ጠፍረው ይዘዋቸው መጡ። በዚህ ምሽት ውጭ ሳይሆን ቤት ውስጥ እንድናድር ተወሰነ። እቤትም ውስጥ በተለመደው የሄሊኮፕተር ወይም የስምንት ቁጥር እስተሳሰር ተብትበው አሰሩኝ። እንደተለመደው እኔን መሀል አስተኝተው ሁለቱም የብረታቸውን ማንገቻ ከእኔ ትካሻና ከራሳቸው ትካሻ በማስገባት ተያይዘን ተኛን። ከሁሉ የባሰ ዘግናኝና አሰቃቂ ግርፋት በእኔ ላይ የተካሄደው በዚያ ምሽት ነበር። ቤት ውስጥ እንድናድር የተፈለገው አቶ አረፋይኔ ሲገረፉና ሲሰቃዩ እንድመለከት ለማስገደድ ነበር። እኔም ከአቶ አረፋይኔ በማያንስ ሁኔታ ስሰቃይና ስረበሽ ነበር ያደርኩት። እኒያ ወደ ጥቁረት የሚያደላቸው ረጅም ወፍራም ወገኔ እሪታቸውን አስተጋቡት። የወንድ ያለህ በማለት አካባቢውን ሲያናጉት አደሩ። ድብደባውና የስቃይ ግርፋቱ በተለመደው ሰዓት ጀምሮ በተለመደው ሰዓት ተጠናቀቀ። መምህር አረፋይኔ በትግራይ ጠቅላይ ግዛት ውስጥ የአንድ አውራጃ ትምህርት ቤቶች ሱፐርቫይዘር የነበሩና ከብረሀነመስቀል ረዳ ጋር ይገናኛሉ ተብለው እንደተያዙ ነው። ምንም እንኳን ከባድ የሥቃይ ግርፋትና በጋለ ሳንጃ ቢጠበሱም አንዳችም ነገር ሳያወጡ ነበር የግርፋቱ ክፍለ ጊዜ የተጠናቀቀው። እሳቸው ሲገረፉ እንድመለከት መገደዴ እንደሚመስለኝ ከብርሀነመስቀል ረዳ ጋር ግንኙነት እንዳለኝ የለጠፉብኝን አጉል ክስ ከባድነቱን አውቄ ከወዲሁ እንድዘጋጅበት ያቀዱት መሰለኝ። ከጥቂት የቀድሞ የሠራዊቱ ጓዶች እንደተነገረኝ መምህር አረፋይኔ የታሰሩበት ከብርሀነመስቀል ረዳ ጋር በተያያዘ ጉዳይ ብቻ ሳይሆን የመኢሶን ደጋፊ ናቸው ተብለውም በመጠርጠራቸው እንደሆነ ነው።

በዓይነ ቁራኛ ቁጥጥር ሥር ለሳምንታት በቀየሁ ዘጠነኛው ሳምንት መግቢያ ገደማ ቀይታየ አሁንም ጌራ ከሃዲሽ ዛህሌ፣ ኪዳኔ፣ ሐዲሽ በየነ ከአንድ መንጁስ ጋር በመሆን ሦስተኛውን እስረኛ ጠፍረው እያንገላቱና እያዋረዱ ይዘውት መጡ። እሱንም በቤዝ እምባው አካባቢ ቀይታየ የተዋወኩትና በተደጋጋሚም የተገናኘሁት ጓድ ነበር። ምክትል የመቶ አለቃ በሪሁን/ፍጹም ይባላል። የቀዳማዊ ኃይለሥላሴ ጦር አካዳሚ 17ኛም ኮርስ ምሩቅ ነበር። ይህ ግለሰብ ከዋህነቱ የተነሳ ሆዱን ክፍት አድርጎ የሚናገር ምንም ክፋትና ተንኮል የማያውቅ ነበር። በተደጋጋሚ በተገናኘንበት ወቅት

በሆዱ ያለውን ዘርግፎ ስለሚናገር በመጠራጠር የአፋኟ ጋንታ አባልና ሰላይ አድርጌ በመቁጠሬ እየፈራሁት እቀጠብ ነበር። እንዲከታተሉትና እንዲያጠኑት ታስቦ ይሁን ወይም በቀድሞ እልቅናቸው አዝነውና ተጨንቀው ለመምከር በመፈለግ አላውቅም ከኮሎኔል ዓለማየሁ /አበጄ ጋር ተቀምጦ ብዙውን ጊዜ አየው ነበር። በመጨረሻም የሚንጸባረቁት ባህሪያት ሁሉ የተፈጥሮ መሆኑን እንዳረጋገጥኩ አጓጉል ችግርና አደጋ ውስጥ እንዳይገባ በመጨነቄ የዋህነቱንና ግልጽነቱን እንዲቀንስና ጥንቃቄ እንዲወስድ ምክርና ተግሳፅ እንዲሰጡት ኮሎኔል ዓለማየሁን/አበጄን አማከርኳቸው። ለምን እንደሆነ ምክኒያቱ ባይገባኝም ኮሎኔል ዓለማየሁን/አበጄ ያካፈልኳቸውን ምክሬን/ሀሳቤንም ምንም ሳይሉ ውጠው ዝም ብለው ከማለፋቸው በስተቀር ለምክሬ የሰጡኝ አስተያየት አልነበረም። የኃላ ኃላ ሲወራ እንደሰማሁት እራሳቸው ኮሎኔሉ እንዲያጠኑት ታዘው እያጠኑትና እየሰለሉት እንደሆነ ነው። ይህ የዋህ የተመክሮ ድህነት የተላበሰው ትኩስ መኮንን ከግልጽነቱና ቅንነቱ የተነሳ በአሲምባ ዲሞክራሲ በተግባር እንደሚተረጎም አድርጎ ነበር የሚያምነው። ደምቦቹና ሕጎቹ ሁሉ ለሁሉም በዕኩልነት ይሰራሉ ብሎ ያምን ነበር። እሱ ደምቡን እንደሚያከብር መሪዎቹም የሚያከብሩ መስሎ ነበር የሚታየው። ታዲያ አንድ ቀን የዋሁ በሪሁን/ፍጹም ጠቅላይ የፓርቲ ኮሚቴ አባል የነበረው ፀሀየ ሰለሞን አብዛኛውን ጊዜ ከሱ ጋር የማትለይ ጀግና የነበረች የመጀመሪያዋ የሴት ታጋይ መንጁስ ጀሚላ/መድፈሪያሽ በላይን ሲያዳራ ይደርስባቸውና ዲሞክራሲ ያለ መስሎት ፀሀየን በጎዳዊ መንፈስ ይግስጸዋል። አጅሬ ጠቅላይ የፓርቲ ኮሚቴ አባል ጓድ ፀሀየ ሰለሞን ስበብ ፈልገና ይህ ሰው በባህር ዳር በኩል ስለመጣ ማንነቱ አይታወቅምና ይጣራ በማለት በቁጥጥር እንዲውል ያስብልና ከነበረበት ምድብ ቦታው እያዋከቡ እስር ቤት እንዳስገቡት ነው። እንድተለመደው ሹኳሬና የአዲ ኢሮብ መንጁስ እኔን ይዘው ወደ ተለመደው በረት ወሰዱኝ። እንደተለመደው በማይበጠስ ጠንካራ አረንጓዴ ገመዳቸው ሄሊኮፕተር ወይም ስምንት ቁጥር እስተሳሰር ዘዴያቸው ተብትበው አሰሩኝ። እንደተለመደው እኔን መሀል አስተኝተው ሁለቱም “ጓዶቼ” የብረታቸውን ማንገቻ ከእኔ ትካሻና ከራሳቸው ትካሻ በማስገባት ተያይዘን ተኛን። ምክትል መቶ አለቃ በሪሁንን/ፍጹምን እንደ በፊተኞቹ ምስኪን ወገኖቼ የስቃይና የጭካኔው ግርፊያ ሲያካሂዱበት ቀዩ። ሳንጃና ማጭድ እያጋሉ አካላትን ይጠብሳሉ ሲባል የሰማሁትን በነዚህ ንጹሃን ሦስት ወንድሞቼ ላይ ተመሳሳይ ግፍ እንደተፈጸመባቸው እርግጠኛ ሆንኩኝ። የሥጋ ቃጠሎ በሱ ላይ የበዛ ይመስላል ሽታው ጠንከር ብሎ ነበር የሚሸተኝ። በዚያች ምሽት ነበር ግርፋቱና ድብደባው እንደቀጠለ ከእሥር ለማምለጥ ከመቅፅበት የወሰንኩት።

8.10. ሳይናድ ክኒን ይዤ ባለመግባቴ በአሰቃቂ የግርፋት ምርመራ የጓዶቼን ምስጢር ላለመናዘዝና አደራቸውን ተሸክሜ ለመንከራተት ቅፅበታዊ ውሳኔ ላይ ደረስኩ

ለእኔ ከሄሊኮፕተሩ ወይንም ከስምንት ቁጥሩ እስራት ይበልጥ የጎዳኝና ያስጨነቀኝ በሦስቱ ንጹሃን ታጋይ ወንድሞቼ ላይ በተካሄደው የስቃይ ግርፋት ወቅት የተካሄደብኝ የሥነ ልቦናዊ ሥቃይ ነበረ። ይህ የሥቃይ ግርፋት ሌላው በስራ ላይ የዋለው የተጃጃለው የኢሕአፓ/ኢሕአሠ አመራር የመስመርና የሃሳብ ልዩነቶችን ለመፍታት ይጠቀምበት የነበረው ሳይንሳዊ ጥበብ ነበር። በነገራችን ላይ አቶ ታክሎ ተሾመ ከሥቃይ ግርፋቶቹ መካከል አንዱ 'እንጠልጥለው መግረፍ' (ታክሎ ተሾመ፣ 2፣ 242) እንደሆነ ጠቅሰዋል። ሊሆን ይችላል፣ ጨካኞችና ፋሺስቶች የማያደርጉት ኢሰብዓዊ ተግባር አይኖርም። ሆኖም ይህንን ዓይነቱን የግርፋት ዘዴ ባጋጣሚ ሆኖ መምህር አረፋይኔ ሲገረፉና ሲጠበሱ ከጎናቸው ሆኜ እከታተል ስለነበር የተባለው ዓይነት የሥቃይ ግርፋት አልተካሄደባቸውም። ከስምንት ሣምንት በላይ ከነሱ ጋር ስቆይ አንድም ቀን ያካሄዱብኝ ቀጥተኛ ግርፋትና ድብደባ ባይኖርም፣ የስቃይ ግርፋቱ በንጹሃን ታጋይ ወንድሞቼ ላይ ሲካሄድ ግን በእንደዚያ ዓይነት ኢሰባዊ ሁኔታ ተተብትቤ ታስሬ እያለሁ እንቅልፍ እንዳይወስደኝ ያደርጋሉ። ከስምንት ሣምንት በላይ የፈለጉትን ያድርጉኝ እስከመጨረሻው ድረስ ቀይቼ አያቸዋለሁ እያልኩ በእልክና ድርቅባይነት ስሜት ጋር ቀየሁ። ለሁሉም ጊዜ አለው እንዲሉ አጋጉል እልክ ከፋሺስቶች ጋር መልካም አለመሆኑን ዓዕምሮየ ማገናዘብና ብልህነት አግኝቼ ማስተዋል ጀመርኩ። እንደውም ቢገድሉኝ ሞቴ አጋጉል ሞት እንደሚሆንና ጅብደኝነትን የተላበሰ ጀግንነት እንደሆነ ማጤንና ማገናዘብ ጀመርኩ። ከዚያች ምሽት ጀምሮ ያስፈራኝ የነበረው ሞት ሳይሆን ባጋጉል መሞትን ነበር። ወደ በሳልነትና አዋቂነት ተሸጋገርኩ። ዋናው ዕቅዴና ፍላጎቴ ሆኖ ያሰብኩትና ለመወሰን ያበቃኝ ወደፊት በእስር በረታቸው ውስጥ ለማጎር ያቀዷቸውን ጓዶቼን እነ ሰዒድ አባስ፣ አቡበከር ሙሀመድ፣ መዝሙር/ኢርጋ ተሰማንና ጓዶቻችንን ማዳንና መጠበቅ እንዳለብኝ ወሰንኩ። የሠራዊቱ ክንፍ የእርማት ንቅናቄ ግንባር ቀደም ታጋዮች ያወያዩኝን ሁሉ ከእኔው ጋር ብቻ ይዤ መጠበቅ ስለሚኖርብኝ ከእነሕይወቴ ካካባቢው መራቅ እንዳለብኝ ተረዳሁ። በተለይም ከሰዒድ አባስና ከአቡበከር ሙሀመድ ጋር ሌት ተቀን አብረን ከመኖራችን የተነሳ አያሌና ብርቱ የሆኑ ጉዳዮችንና ምስጢሮችን ተወያይተናል። መረጃም ተለዋውጠናል። የነሱንም ሆነ የእነኢርጋ ተሰማንና የሌሎቹን ከባድ ሚስጢር በትካሻየ ተሸክሜ እንድኖር አደራ አለብኝ። የምጠላው የግርፊያውና የድብደባው ከባድነት ሳይሆን ለእኔ ትልቁ ግርፊያ ለነፃነትና ለዲሞክራሲ ባንድነት ለመታገል ቃል ገብተን በትግል መስክ ውስጥ አብረን በገባነው በራሴ ጓዶች እጅ መደብደቡና መገረፋን ከዚያም ይባስ ብሎ የተወያየነውንና የተካፈልነውን ምስጢር ሁሉ በሥቃይ ግርፋቱ ምክኒያት የሆዴን ዘክዝኬ መስጡት ወደኃላ በጓዶቼ ላይ ላስከትል የምችለውን ክፉ

አደጋ ሁሉ በማሰብ ነበር ክፉኛ አስጨንቀኝና አሳስቦኝ ቅጽበታዊ ውሳኔ ላይ የደረስኩት። እስከምገረፍበት ዕለትና ሰዓት የምጠባበቅ ከሆነ ለድብደባውና ለሥቃዩ ግርፋት የመቻልና የመቋቋም አቅሜና ችሎታየስ ምን ያህል ነው? እንደ ብርሀነመስቀል ረዳ ወይንም እንደነ ውብሸት ረታና ዘርዓብሩክ አበበ/ዘለዓለምና ጓዶቻቸው፣ እንደከምባታው ጀግና እንደ ዶ/ር ዮሐንስ ወይንም የኋላ ኋላ ነገሩ ሁሉ የገባውና አስጠቁመው ያሲያዙት እንደትራጌው ጀግና ፍቅሬ ዘርጋው ካልሆንኩስ? ወይንም እንደጀግናዋ አዜብ ግርማ ጥላሁን ወይንም ከባጠገቤ ሆነው በጋለ ሳንጃ ስጋቸውን እየጠበሱ ሲገርፏቸው ወይ ፍንክች እንዳላሉት መምህር አረፋይኔ ካልሆንኩስ? ስገረፍና ሥጋየ በሳንጃና በማጭድ ሲያቃጥሉት ምን ያህል ቻይ ነኝ? እስከመጨረሻው ወይ ፍንክች በማለት እዘልቃለሁን? ወይንስ ተሸንፌ በሆዴና በትካሻየ በአደራ ያዘልኩትንና የተሸከምኩትን የሰማዕታት ጓዶቼን ምስጢር ሁሉ አውጥቼ በመዘርገፍ እነሱን ለሞት አደጋ እዳርጋቸዋለሁን? ሰው ነኝና ምን አልባት ግርፋትና በእሳት መተልተል ሰውነቴ የማይቋቋም ከሆነ ጓዶቼን ማስበላትና ማስገደል ብቻ ሳይሆን ከእኔ በሚያገኙት መረጃ መሰረት ይዘው እነሱንም ሲገርፏቸው እንደዚሁ ስጋቸው የስቃይ ግርፋት የማይችሉ ከሆኑ በበኩላቸው ደግሞ የሌሎችን የሀቀኛና የጀግኖች ታጋይ ጓዶቻቸውን ስም በመስጠት መላው የሠራዊቱን ታጋዮች ማስጨረስ ማለት ይሆናል ብየ ነገሮቹን ማገናዘብ ጀመርኩ።

የሁሉም ሰው የመንፈስና የሥጋ ጥንካሬ አንድ አይደለም፣ ይለያያል። አንዳንዱ እንደ ብርሀነመስቀል ረዳ፣ እንደነ ውብሸት ረታና ዘርዓብሩክ አበበ/ዘለዓለምና ፍቅሬ ዘርጋው፣ ዶ/ር ዮሐንስና ሌሎች መቶ ጊዜ ቢገርፉትና በጋለ ሳንጃ ቢጠብሱት ፍንክች ሳይል እስከመጨሻ ድረስ ምንም ሚስጢር ሳያወጣ ይሞታል። ሌላው ደግም ገና ነካ ሲያደርጉት ግርፊያውን የማይችልና ከግርፊያው ለመዳን የሆዱን ሁሉ ዘርግፎ የሚያወጡ እንዳሉ በብዛት ሰምተናል። እንዲያውም አንዳንዱ ወደ እሥር ቤት ሳይገባ ገና እንደተያዘ ብብታቸውን እንደኮለኮሏቸው የሚቀባጥሩ እንዳሉ በመጽሀፉ በሌላ አካባቢ ተገልጿል። ታዲያ እኔ ከየትኛው ወገን እመደባለሁ። ግራ ገባኝ፣ ተረበሽኩኝ። አይሆንም፣ ካካባቢው መራቅ ይኖርብኛል ከሚለው ከአዲሱ ቅፅበታዊ ዕቅዴና ሀሳቤ ጋር የሙጥኝ ተያያዝኩ። ከኢሕአሠ ክንፍ እርማት ንቅናቄ ግንባር ቀደም አባላት መካከል አዘውትሬ በመገናኘት የምወያያቸው ኢርጋ ተሰማ፣ ብሥራት ደበበ፣ ኤልያስ በቀለ፣ አብርሓም፣ አንተነህ፣ ደረጀ፣ ሰዒድ አባስና አቡበከር ሙሀመድ ከፊቴ ድቅን ብለው ታዩኝ። ከኤደን ጀምሮ ሊሞቱልኝ፣ ልሞትላቸው ቃል ተገባብተናል። ያንን ቃል በየጊዜው እያደስን ሀገሮችንና ከተሞችን ተሸጋግረን፣ የአርትራ በርሃ ተጉዘን አሲምባ ገብተናል። አሲምባም እንደገና ያንኑ ቃል ኪዳን በአዲስ መንፈስ አዲሰናል። ዋና ፍላጎቴ የሠራዊቱ ክንፍ የእርማት ንቅናቄ ግንባር ቀደም ጓዶቼን ሚስጥራቸውን መጠበቅ ግዴታየ ነው። ይህ ከሆነ ደግሞ ጊዜ ስለማይሰጥና ገመዱን ለመፍታት አስቸጋሪ ስለሚሆን ቶሎ በመወሰን ባፋጣኝ ተግባራዊ ማድረግ ይኖርብኛል ብየ ወሰንኩ። እንደዚህ ድርጅታችንና ሠራዊታችን በግልጽ

በባዕዳን ወኪሎች የተተበተበ መሆኑን ባለመጠራጠራችን ማንኛችንም ሳይናድ ክኒን በኪሳችን ይዘን አልመጣንም። አለበለዚያ ክኒኑን ወድያውኑ በመዋጥ በመግረፍ ሊያገኙ የሚችሉትን ሳያገኙ ከፊታቸው በመሰናበት እናሳፍራቸው ነበር።

የሥቃይ ግርፋታቸውን በክቡር ሰውነቴ ላይ ለማሳረፍ ሳይሞክሩ ለማምለጥ ስሞክር በጀርባየ ይምቱኝ፣ ትልቅ ሠላም ይፈጠራል። ያለበለዚያም አምልጬ ከተረፍኩ የፓርቲየንና የሠራዊቴን ዓርማና የጓዶቼን ፈለግ አንግቤ ትግሌን ለመቀጠል እንድችል፣ በድርጅቴና ሠራዊቴ ውስጥ በአመራሩ የተነዛውን መርዝና የጥፋት አየር ምንነት ከጀብሃ ጋር በመቀየት በጥሞና እየተከታተልኩ ለመቀየት መጣር ይኖርብኛል ብየ ፈጣን ውሳኔ ደረስኩ። ውሎ አድሮ የተከሰተልኝ ሀቅ በዚያን ወቅት አልተከሰተልኝም ነበርና የወሰንኩት አማራጭ ተመልሼ ወደነበርኩበት ስደት ማምራቱን ነበር። በዚህም ውሳኔ በመመራት የተዞ አቅጣጫየን ወደ መጀመሪያው ድርጅት በነጠላ ግንኙነት ደረጃ ወደነበረኝ ጀብሃ አመራሁ። ከታሰርኩበት ገመድ ለመላቀቅ ለሁለት ሰዓት ተኩል ከከፍተኛ ትግሥት ከገመዱ ጋር ስታገል ቆይቼ በግምት በአበሻ አቆጣጠር ከሌሊቱ 7:30 ሰዓት ገደማ ሲሆን ሁለት እግሮቼንና ሁለት እጆቼን ነፃ አደረኳቸው። ሆንም ገመዱ ከቀኝ እጄ ሊወልቅ ወይንም ሊፈታ ባለመቻሉ ጠቅልየ ከእጄ ጋር እንዲቀይ አደረኩ። እንደተነሳሁ እግሮቼ ተብረከረኩ። ልወድቅም ምንም አልቀረኝ ነበር። መራመድ ባለመቻሌ ለጥቂት ደቂቃ እግሮቼን ለማፍታታት ሞከርኩ። ያመለጥኩት የሁለቱንም ክላንሽኮቭና የሁለቱንም የእጅ ባትሪ ይዤ ከአካባቢው የፖለቲካ ኮሚሳሩ አክሊሉ፣ የወታደራዊ ኋላፊው ጣዕመ፣ እንዲሁም በዚያን ምሽትና ሌሊት ለመግረፍ ንፁሁን በሪሁንን አስረው ጠፍረው ይዘውት ከመጡት የጋንታ 44 አባሎች ከነ ጌራ፣ ኪዳኔ፣ ሀዲሽ በየነ፣ ሐዲሽ ዛህሌ፣ መሃል ነበር በጥበብና በዘዴ አምልጬ የሄድኩት። ሁለት ክላሽንኮቭ ጠመንጃ ተሸክሜ ማለዳ በአይጋ አካባቢ ስጓዝ የሚያዩኝ ግራ እንዳይጋቡና አላስፈካጊ ጥርጣሬን ለማስወገድ የመንጁሱን ክላሽንኮቭ ጠመንጃ እዚያው ከበረቱ አካባቢ ሽጎጥ አድርጌ ትቸው ሄድኩኝ። በዚያን ሌሊት ጠመንጃውን አያገኙትም ስለማይታያቸው ወይንም ጥሎላቸው ይሄዳል ወይንም ያስቀምጠዋል ብለው ስለማይጠራጠሩ። በማግሥቱ ግን በገሀድ እንደሚታያቸውና እንደሚያገኙት ሆኖ ነበር ያስቀመጥኩት። የነበርኩበት ቦታ ለአዲግራት ይቀርብ ነበር። መጥፋቴ ታውቀ ፍለጋ ሲጀምሩ ከነበርኩበት ቤት ባጠገብ ትንሽ ራቅ ብሎ የሻሆ ያካባቢው ገበሬዎች ቤት ስለነበር በአዲግራት በኩል ድምጽ ሰምተናል ብለው እንዲናገሩ ወደ አዲግራት አቅጣጫ የሄድኩ ለማስመሰል ከእራት ጊዜ በላይ የድንጋይ ናዳ ወደ አዲግራት አቅጣጫ በመወርወር የማወናበጃ ምልክት ድምጽ በማሰማት አቅጣጫ ለማሳሳት ሞከርኩ። ከገበሬዎቹ ቤት 10 ሜትር ያህል ርቄ ከቁጥቋጦ ሥር አካባቢውን በመምሰል ከግማሽ ሰዓት በላይ ተደብቄ ቆየሁ።

በማዶ በኩል ደግሞ ሌላ የገበሬዎች መኖሪያ ቤት ነበረ። የሻሆ ገበሬዎች እሳት በማንደድ ሌሊቱን እየተጨዋወቱ ያሳልፋሉ። ከሩብ ሰዓት በኋላ ይሆናል የሌለሁ መሆኔ ስለተነቃ በሻሆ ቋንቋ ችቦ በማብራት አካባቢው ሁሉ ጩኸት በጩኸት ተናጋ። በምክትል መቶ አለቃ በበሪሁን ግርፋት ጊዜ እስከአመለጥኩበት ሰዓት ድረስ ጌራ እዚያው ቀይቶ ስለነበር አዲግራትና ዛላንበሳ ቅርብና ለመኃዝም ቀላል በመሆኑ ሁለቱ አንጋቾች (ስማቸውን ዘነጋሁ) የፍለጋ አቅጣጫቸውን ወደ አዲግራትና ዛላንበሳ ማትኮራቸውን በመገንዘቡ ማዎይስት ስስለሆነ ወደ ደርግ አይሄድም ብሎ ሲያሳስብ ሌላው ቀይ፣ ቀጭንና ረዘም ያለው ተከስተ የሚባለው ገራፊ ሲ. አይ. ኤ. ናቸው አልተባሉም እንደ ብሎ ሲጠይቅ አሁንም ጌራ ይመስለኛል ሁለቱም አንድ ናቸው ብሎ መለሰለት። በመቀጠልም ስሙን የዘነጋሁት ጎጃሜ እና የደርግ አማች እንደነበረው ይነገርለት የነበረው (ሀገር ቤት ከገባሁ በኃላ ስሙ ወ/ልዑል ካሳ እንደሆነና አማቹ የኢሕአፓ አባልና የደርጉ ከፍተኛ አባል የነበረው ሻምበል ሞገስ ወ/ሚካኤል እንደሆነ የተነገረኝ) ከፍተኛ ገራፊ ከብርሀነመስቀል ረዳና ከመዝሙር ጋር የሚባለውስ ብሎ ሲጠይቅ ጌራና ተከስተ በመተጋገዝ ከብርሀነመስቀል ረዳ ጋር በውጭ ሀገር ጀምሮ አሁንም በሜዳ በሚስጢር የዶብዳቤ ልውውጥ ስለሚያደርግና ከመዝሙር ጋር ደግሞ የጠበቀ ግንኙነት አላቸው ስለሚባል ነው በመባባል ፍለጋቸውን ለጊዜው የዘነጉ ይመስሉ ነበር። ለነገሩ አልዘነጉትም፣ ጨለማው እንቅፋት ከመሆኑም በላይ ብዙ ርቄ መሄድ የማልችል እንደሆንኩ ተማምነው ክትትላቸውን አጠናክረው ለማሳደድ ተጨማሪ ኃይል እንዲላክላቸው መንጁስ ወደ ሰንገደ ስለተላከ እስከሚመጡ ድረስ ያደረጉት ውይይት ነበር። የአዲግራትን አቅጣጫ ሰርዘው የፍለጋ ትኩረታቸውን ሁሉ ወደ ኤርትራ በሁለት አቅጣጫ (በጅብሃና በሻዕቢያ በኩል) በማትኮር አሳዶ ለመማረክ በሁለት ቡድን ተከፋፍለው ማሳደድ ጀመሩ። እነ ዓለም ተክዔ፣ ዳዊት ስዩምና ሌላው ሻዕቢያ ገበል የዜና ክፍሉ ኋላፊው ተጨምረው ይበልጡ ወደ ሻዕቢያ ሲሄዱ ሌሎቹ ደግሞ ወደ ጀብሃ አመሩ። ዋና ትኩረታቸው ወደ ሻዕቢያ በመሆኑ ለጊዜው የአይጋ መስመር ትኩረት ያልሰጡበት አቅጣጫ ሆነና ሸንጤን ገትሬ መቀነቴን አጥብቄ አቅጣጫየን ወደ አይጋ አደረኩኝ። የሁሉንም የፍለጋ አቅጣጫ በቤቱ ባጠገብ ከመንገዱ ዳር ከሚገኙት ቁጥቋጦ ከጎናቸው ተደብቄ በማረጋገጥ ለ45 ደቂቃ ተደብቄ ቀይቼ በወፍ በረር መስመር በስተምዕራብ ሰሜን በኩል ያለውን ሸለቆ ቁልቁለቱን እየተንፏቀኩ ጉዞየን ጀመርኩ። ጨለማውን በእጆቼ እየዳበስኩ የሸለቀውን ገደልና እሾህ ተቃቁሜ የማይነጋ የለምና ሌሊቱ ነግቶ ብርሃን ፈገግ አለ። የማረኩትን “የጠላት” መሣሪያ በማቀባበል ለሚያስፈልግ እርምጃ ተዘጋጅቼ ሳይደክመኝ በፍጥነት በመኃዝ ከአዳኞቹ ለመራቅ ጥረት አደረኩ። አይጋ እስከምደርስ በሦስትና አራት መንደሮች መካከል “ነጋ ማህቴኒ” (በሻሆ ቋንቋ እንደምን አደራችሁ) እያልኩ አለፍኩኝ። ማንም የጠረጠረኝ አልነበረም። ለሳሆ ሕዝብ ኢሕአፓ ልጃቸው ስለነበር ሁሉም በአክብሮትና በፍቅር ስሜት ለሰላምታየ አጸፋውን ሰላምታ እየሰጡኝ አልፌ አይጋ ደረስኩ። አይጋ

እንደደረስኩ ሰዎች አገኘሁኝ። ሁሉም አክብሮታቸውንና ፍቅራቸውን አሳዩኝ። ወደ ኤርትራ መልዕክት ይዤ ተልኬ እየገሰገስኩ ነው አልኳቸው። አንዳቸውም ፈጽሞ አልጠረጠሩኝም። ይህ ለእኔ የሰጡኝ ያ ፍቅርና አክብሮት ሕዝቡ ለኢሕአፓ/ኢሕአሠ ያበረከቱት ገጸ በረከት ነበር። አመራሩ ሽጧቸው ባይሄድ ኖሮ የአካባቢው ሕዝብ ኢሕአፓ/ኢሕአሠን እንደ ገዛ ልጃቸው አድርገው ነበር እንከባክበውና አፍቅረው የያዙት። ይህንን መፈቀር ነበር የድርጅቱ አመራር ለገጠር ትጥቅ ትግል ጠቀሜታና ግልጋሎት እንዳይውል ያጨናገፉት። ቀሜ ብዙ መወያየት ባለመፈለጌ ድርጅታችን (የእነሱም ድርጅት እንደነበረ በኩራት ያምኑ ስለነበር) ከእኔ አፋጣኝ ምላሽ ይጠባበቃልና ልሂድ ብየ ተሰናብቼ ጉዞየን ቀጠልኩ። ትንሽ ከተጓዝኩ በኋላ የኤርትራና የትግራይ ሕዝብ ባካባቢው በሚገኙ ሁለት ማሳዎች በየጊዜው ሲጋጩና ሲታኮስ በመኖራቸው ባጋጣሚ በ1964 ዓ. ም. መግቢያ ገደማ ኤርትራን ወክየ ሽማግሌዎችንና የጸጥታ ቡድኑን በመምራት መጥቼ በነበረበት ወቅት የሚያውቁኝ አዛውንቶች አገኘሁ። ከስንት ዓመት በኃላ እንደገና ኢሕአፓ ሆኘ ሲያገኙኝ ከፍተኛ ደስታ እንዳደረባቸው ተገነዘብኩ። ለእነሱም ተመሳሳይ ምክኒያት ሰጥቼ ቁርስ ቀርቦልኝ የተራበ ሰውነቴን ጠግኜ ጉዞየን ቀጠልኩ። አይጋ ገደሉ አፋፍ ላይ ደርሼ ኤርትራንና ትግራይን የሚያከፋፍለውን ትልቅ ሸለቆ እንዳጋመስኩ ከመንገዱ በስተቀኝ በኩል ትንሽ ወጣ ብየ አመች ቦታ ፈልጌ ከ32 ሰዓት በኋላ ጋደም እንዳልኩ እንቅልፍ ይዞኝ ጥርግ አለ። አምስት ሰዓት ያህል እንደተኛሁ አውሬ ባካባቢየ በመጮሁ በድንጋጤ ተነስቼ አካባቢየን ቃኝቼ ሸለቀውን ያለማቃረጥ በመንደርደር ተሯሩጬ ትግራይንና ኤርትራን የሚያዋስነውን የእንደሊ ወንዝን ተሻግሬ ኤርትራ ድንበር ገብቼ ጉዞየን ባለማቃረጥ መነኩሰይቶ ገባሁ። የሔሊኮፕተር እሥራት ዘዴ ተተብትቤ ከሁለት ታጋዮች መካከል አስተኝተው እሥራቱን ፈታትቼ ያለምንም ችግር አምልጬ በሠላም ጀብሃ ሜዳ መግባቴ በዕድል ወይንም በብቃቴ፣ ያለበለዚያም በችሎታየና በጥንካሬየ ብቻ ሳይሆን ወያኔና ሻዕቢያ ሆን ብለው በተዘዋዋሪና በስውር ያላንዳች ችግርና መሰናክል ጠፍቼ ኤርትራ እንድደርስ በተዘዋዋሪ ያመቻቹልኝ ዘዴ ይሆናል ብየ እስከአሁን ድረስ ስጠራጠር ኑሬአለሁ።

8.11. በጀርባችን ከውጭ ሀገር ተሸክመን አሲምባ ባስገባነው ሪፖርት በሶስቱ ጓዶቼ (በእነ ፀጋየ/ሀብቶም፣ ኤፍሬም ደጀኑ/ሰዒድ አባስ እና ውብሸት መኮነን/አቡበከር ሙሀመድ) ላይ ያስከተለውስ ውጤት?

በሶስቱ ጓዶቼ፤ ፀጋየ/ሀብቶም፣ ኤፍሬም ደጀኑ/ሰዒድ አባስ እና ውብሸት መኮነን/አቡበከር ሙሀመድ ላይ ያስከተለው ውጤትና ያገናጸፉቸውን የመጨረሻ ዕጣቸውን አስመልክቶ በዚህ ክፍል ለማየት እንሞክራለን። የሁለቱ መንትያ ወንድሞቼስ ዕጣ ፈንታ እንዴት ሆነ? እንደሌሎቹ የኢሕአሠ ክንፍ የእርማት ንቅናቄ ግንባር ቀደም አርበኞች ሰማዕታት ኤፍሬም ደጀኑ/ሰዒድ አባስ እና ውብሸት መኮንን/አቡበከር ሙሀመድ ፍላጎታቸው ሥልጣን አልነበረም፣ ወይንም በአመራር ቦታ ለመያዝ

አልነበረም ለመሞት ቆርጠው የደስታ ሕይወታቸውን እርግፍ አድርገው ወደ ትግሉ የገቡት። እራሳቸውን መስዋዕት በማድረግ ለማምጣት ይፈልጉ የነበረውና ውስጣቸውንም የገፋፋው ነፃነት፣ እኩልነት፣ ዲሞክራሲና ፍትሕ የነገሰባትን ኢትዮጵያን ለመመስረት ነበር። ሰማዕታቶቹ ወደ ትግል መስኩ ሲሰማሩ የትግል ፍሬዎቻቸውን የማየት ዕድል እንደማይኖራቸው ሁሉ እያወቁና እየተረዱ ነበር መስዋዕት ለመሆን ቆርጠው የሰሜን አሜሪካንን ዘመናዊ ኑሮ አሽቀንጥረው በመወርወር ወደ ትግሉ የተነሳሱት። ዓላማቸውና ፍልጎታቸው በደማቸውና ባፅማቸው ለኢትዮጵያ ጭቁን ሕዝብ ገደብ የለሽ ዲሞክራሲ፣ እኩልነት፣ ፍትሕና ዘለቄታዊ ሰላምን ለማስፈን ነበር። ለሀገር ወዳዱ ኢትዮጵያዊ ኤርትራዊ ሀብቶም/ፀጋየም ፍላጎትና ምኞቱ እንደ ወድ ጓዶቹ ሰዒድ አባስና አቡበከር ሙሀመድ በደሙና ባፅሙ እራሱን መስዋዕት በማድረግ ለሚወደውና በቅርብ ለሚያውቀው የኢትዮጵያ ጭቁን ሕዝብ ነፃነት፣ እኩልነትና ፍትሕን ለማጎናጸፍ በነበረው ፅኑ ምኞትና ፍቅር ነበር። ከአውሮጳ ጀምረን ተያይዘን የተጓዝነው ሶስታችን በድርጅቱ ፕሮግራም መሠረት ለተራዘመ ሕዝባዊ የገጠር ትጥቅ ትግል ከፍተኛ እምነት ስለነበረን በማዎይስት ስለተመደብን መርሻ ዮሴፍ ከአመራሩ አካባቢ ሊያርቀን ብዙ ጥሯል። ወደኃል እንደሚገለጸው አሲምባም ከገባን በኋላ በአመዳደብም ላይ ተንፀባርቋል።

በዚህም መሠረት እኔ አምልጩ ከወጣሁም በኋላ ሁለቱ ጓዶቼ አቡበከር ሙሀመድና ሰዒድ አባ በጀሌነት እንጂ አንድኛቸውም በአመራር ላይ አልተመደቡም ነበር። ዋና ዋናውን የአመራር ቦታ ይዘውት የነበሩት በቀድሞው ቀዳማዊ ኃይለሥላሴ ዩኒቨርሲቲ የቅርብ ትውውቅና ባልንጀራነትና አብሮ አደግነት የነበራቸው፣ ያለበለዚያም ከአውሮጳ፣ ከአሜሪካና መካከለኛው ምሥራቅ ሲንቀሳቀሱ በክፍሉ ታደሰ፣ ዘሩ ክሕሽን፣ እያሱ ዓለማየሁ፣ መላኩ ተገኝና መርሻ ዮሴፍ የተባረኩና የተመረቁ እንደ ፍልሥጥኤም ጓዶቼ እንደነ ሲራጅ/ገመቹ በቀለ፣ አብዱልሃሚድ/አየለ ዳኜ፣ ያለበለዚያም እንደ ኤልባቦሩ ደሳለኝ/ተሾመ/ጌታቸው በጋሻውና ሌሎች አድርባይና አጎብጓቢ ታማኝ አንጋቾች ናቸው። ሲራጅ አሲምባ በገባ በጥቂት ወራቱ ያለችሎታውና ብቃቱ የኃይል መሪ ሆኖ መድበው ብቃትና ችሎታ በሌላት ባላንጣ ለጥይት እራት እንዳበቁት የኋላ ኋላ ሰማሁኝ። ምንም እንኳን ሁለቱ ጓዶቼ በድርጅቱና በሠራዊቱ አባላት በተግባራቸው ከፍተኛ ተሰሚነትንና ተደማጭነትን ቢጎናጸፉም እንደሰማሁት እስከመጨረሻው ድረስ እንደ ሌሎቹ የኢሕአሠ ክንፍ የእርማት ንቅናቄ ግንባር ቀደም መሪዎች ከአመራር አካባቢ እንዳላቀረቧቸውና እንደባይተዋር ተቀጥረው እንዲንቀሳቀሱ በመደረጋቸው አመራሩ ሠራዊቱን ምን ያህል እንደጎዳው ብቻ ሳይሆን ብቃትና ችሎታ የሌላቸውን በአመራር ላይ በማውጣት ለሠራዊቱ መደምሰስ ዓይነተኛ ምክኒያት ተደርጎ ባብዛኛው ታጋይ ተነግሯል። አመራሩ ቀና ሆኖ ብቃት ያላቸውን በተገቢው ቦታና ሀላፊነት ላይ መመደብ ቀርቶ በሰፊው የኢሕአሠ ታጋይ ድምጽ ተመርጦ ለአመራር የወጣውን ኢርጋ ተሰማን እንኳን እርስ በርስ የሚላላኩትንና የሚለዋወጡትን ሚስጢር ኢርጋ ተሰማ/መዝሙር እንዳያውቅ፣ እንዳትሰጡት፣ እሱ እንዳያውቅ!

እየተባለ ጥብቅ ማስጠንቀቂያ ይሰጡ እንደነበረና በተግባር ኢርጋ ተሰማ በአመራር ቦታ ላይ ለይስሙላ እንድተቀመጠ ነበር በሁሉም የሠራዊቱ አባላት የሚታወቀው።

በፖለቲካ ብስለታችንም ሆነ በትግል ልምዳችን በአሲምባም ሆነ በሌላ አካባቢ ከአየኃቸው ከማንኛውም መሪ ከሚባሉት የምንበልጥ እንጅ የማናንስ መሆናችን የተረጋገጠ ቢሆንም ለምን አመራር ላይ አልተመደብንም ብለን አኩርፌንም አናውቅ። የእኛ ፍላጎትና ምኞት በሠራዊቱም ሆነ በድርጅቱ በአመራር ላይ የሚመደቡት ሠራዊቱ አንድነቱ ተጠናክሮ ፓርቲው የቀየሰውን የትግል ስልት (የሕዝባዊ የገጠር ትጥቅ ትግል) በትክክለኛው መንገድና አቅጣጫ ለመምራትና ለማካሄድ የሚችሉ ቅንና ሀቀኛ፣ ቆራጥና ጀግና መሪዎች መሆናቸውን ብቻ ነበር። ኤፍሬም ደጀኑ/ሰዒድ አባስና ውብሸት መኮነን/አቡበከር ሙሀመድ ኢትዮጵያንና የኢትዮጵያን ሕዝብ ከራሳቸውና ከሕይወታቸው አብልጠው ይወዳሉ። ሰዒድ አባስ በጣም የሚወዳትን ውብና ቀንጆ ፍቅረኛውን ጥሎ ነበር ተደብቆ የወጣው። ሁለቱም የነበራቸውን የተንደላቀቀ ሕይወትና ኑሮ በመናቅ ነበር ለኢትዮጵያ ሕዝብ ልዕልናና ነፃነት ሕይወታቸውን ለማበርከት ቆርጠው ወደ ሥልጠናው ቦታ የተጓዙት። ሰዒድ አባስ ከባዕድ የስለላ ድርጅትና ሀገር በቀል ወኪሎቻቸው ዓይንና ጆሮ ውስጥ ላለመግብትና የድርጅቱንና የሠራዊቱን ህልውና ለመጠበቅ በአውቶቡስ አድርጎ ወደ ካናዳ ሄደ። ከካናዳ ነበር ሮም ከእቡበከር ጋር የተገናኘው። የዚያን ጊዜ ሁለቱም ጓዶቼ እንቅሳቃሴያቸውን ሁሉ ድብቅና ኅቡዕ አድርገው መሞከራቸው እራሳቸውንና ድርጅታቸውን ለመጠበቅና ለማስጠበቅ በመፈለጋቸው ነበር። ዳሩ ግን ሁለቱም ሰማዕታት ሆኑም ሌሎቻችን ሁሉ ያላወቅነው ነገር ቢኖር የድርጅቱ ሕልውና ማንነት ለባዕድ የስለላ ድርጅትና ለሀገር በቀል ወኪሎቻቸው የተገለጸው ገና ከጥንስሱ ከመስፍን ሀብቱ ሞትና በኋላም ከነብርሀነመስቀል ረዳ የአውሮፕላኑ ጠለፋ ዕቅድ ከመውጣቱ በፊት አንስቶ እንደሆነ የዚህ መጽሀፍ ደራሲ በሙሉ ልቦናነት ያምናል። ሪቻርድ ሚለስ ኮፕላንድ አዲስ አበባ የገባው ከነብርሀነመስቀል ረዳ የአውሮፕላን ጠለፋ በፊት ነበር። የጠለፋውንም ሀሳብ የጠነሰሰውና ትዟቸውንም ያቃናው በወኪሎቹ አማካኝነት እሱ እንደሆነ ነው። ሲ. አይ. ኤ. የጋራ ጠላትን ለመቆጣጠር ከኬ. ጂ. ቢ. ጋር እንደሚቀራኝ እውቅ ነው። ስለዚህ ከሀገር ቤት ኢሳያስ አፈወርቂን፣ ውጭ እንደደረሱ በ' ኬ. ጂ. ቢ. አማካኝነት አልጄሪያንና እንዲሁም የቀድሞ የምዕራብ ጀርመንን ተጠቅሞ ጠለፋው እንዲቃና፣ ብሎም አልጄሪያ እንዲገቡና በመጨረሻም የምዕራብ ጀርመን የግራ ክንፍ ዝንባሌ በነበራቸው ግለሰቦችና ድርጅቶች አማካኝነት አስፈላጊው ትብብር ሁሉ ተደርጎላቸዋል። ሻምበል ተስፋየ ርስቴ የነመለስ ዜናዊንና የኢሳያስ አፈወርቂን የበላይ ጠባቂን ላለመንካት በመፈለጉ በጥላቻ ብዕሩ አንድ ጊዜ የአልጄሪያው የስለላ ቡድን፣ ሌላ ጊዜ ደግሞ የቀድሞው የምዕራብ ጀርመን የስለላና ኢንቴሊጀንስ ክፍል ባልደረባ እንደተባበራቸው አድርጎ እንደቀባጠረው ሳይሆን በተዘዋዋሪ መንገድ ሲ.

አይ. ኤ. ሞሳድና ኬ. ጂ. ቢ. ግራ ቀመስ ዝንባሌ የነበራቸው የቀድሞ የምዕራብ ጀርመን ግለሰቦችን፣ ቡድንና ድርጅቶችን በመጠቀም እንደነበር ነው።

ሰዒድ አባስና አቡበከር ሙሀመድም ሆኑ ሌሎቹ የኢሕአሠ ክንፍ የእርማት ንቅናቄ ግንባር ቀደም ታጋዮች ለምን አመራር ላይ አልተመደብንም ብለው ቅር ተሰኝተው አያውቁም። እነሱም እንደእኔ ጽኑ ፍላጎታቸው የሚመደቡት ኃዶች ብቃትና ችሎታ እንዲኖራቸው ብቻ ነበር። ሰዒድና አቡበከር በርዕዩተዓለም ብስለትና ጥራት እንዲሁም በወታደራዊ እንቅስቃሴ ችሎታቸውና ብቃታቸውን ከሌሎቹ ሁሉ የሚበልጡ መሆናቸውን ከላይ አካባቢ ገልጫለሁ፣ ለማ ጉርሙ/ሰቦቻም እንዲህ ሲል አድናቆቱ ይገልሳል፣ "… በየመንደሩ በምናርፍባት ጊዜ ውስጥ የመቀላቀያ እንደው የወታደር ስሜት የመፍጠሪያ ያህል ሁሉም የወታደራዊ ልምምድ ወሰዱ። በሚወስዱበት ጊዜ ግን እነሱ የሚያለማምዱን በጣም ይበልጥ ነበር። … ሁለቱንም በጣም ነው የምንወዳቸው፣ ለእኛ ደግሞ የሚበዛብን አይደለም መውደዱ። አንደኛ የሚወደዱ ልጆች ናቸው፣ ሁለተኛ አስተማሪዎቻችን ናቸው፣ ብቁዎች ናቸው፣ በወታደራዊም ሆነ በንቃተ ኅሊናቸው ከሁላችንም የላቁ ናቸው። እንደኔ እንደኔ ወይንም እንደሌሎቻችን እዚያ እንደነበርን ልጆች ኮሚሳርነት አልፎ ለሪጂን ኮማንደርነት ለነሱ ቢሆን ስልጣኑን ሁላችንም በደስታ የምንቀበለውና ትምህርቱም የተሻለ የሚገባኝ ይመስለኛል (ለማ ግርሙ/ሰቦቻ)። በሞቅና በግር ግር ወደ ትግሉ እንዳልገቡና ከፍተኛ የአካልና የሥነልቡና ቅድመ ዝግጅት አድርገው እንደመጡም ጠቁሜአለሁ። ነገር ግን እኔም ሆንኩ እነ ሰዒድና አቡበከር በተራዘመ ተትዋቅ ትግል ላይ ከፍተኛ እምነት ስለነበረን አናርኪስቶች፣ ሲ. አይ. ኤዎች. ማዎይስቶች … ወዘተ በማለት የተለያየ ስምና ባጅ በመለጠፍ ከኤደን ጀምሮ ለማራቅና ብሎም ለማጥፋት ብዙ ሞክረዋል። ከሜዳም ከወጣሁ በኋላም ከተለያዩ ኃዶችም ሆነ ከሰቦቻ/ለማ ጉርሙ እንደሰማሁት በሁለቱ ኃዶቼ ላይ ሁኔታው ቀጥሎ እንደነበርና ተራ ጀሌ አድርገው እንዳስቀሯቸው ነው። ከላይ ለመጥቀስ እንደሞከርኩት ለእነሱ ዋና ፍላጎታቸው ማንም ይምራ፣ ማንም ያስተዳድር ነገር ግን ትግሉ ፈርና መስመር ይዞ ወደፊት እንዲራመድና ሠራዊቱ የሕዝብ አለኝታ ሆኖ ለድል እንዲያበቃ ለማድረግ ታግለው የሚያታግሉ ሀቀኛና ቀራጥ ኃዶች ይሁኑ እንጂ። ይህን ለማድረግ ታዲያ የአመራር ብቃትና ችሎታ ወሳኝነት ይኖረዋል። በሌላ አካባቢ እንደተጠቀመው ብቃትና ችሎታ አልነበረም የአመራር መሥፈርቱ። ከነሐሴ 1967 ዓ. ም. ጀምሮ በኢሕአሠ ሜዳም ሆነ በሀገር ቤትና በውጭ ሀገር ብቃትና ችሎታ እየከሰመ መሄዱ በሌላ አካባቢ ተጠቅሷል። ሠራዊቱም ሊደመሰስ የበቃው ዋናው ምክኒያት አንዱ ይህ ብቃትና ችሎታ በሌላቸው አባላት አመራሩ በመያዙና በመተብተቡ ነበር።

ፍላጎታችን ለመምራትና ለማስተባበር ብቃትና ችሎታ ያላቸው፣ በአባላቱና በሠራዊቱ ውስጥ አንድነትና መተሳሰብ የሚፈጥሩ እንደ ኢርጋ ተሰማና ሰማዕታት ኃዶቼ በብዙሀኑ ሠራዊቱ አባላት

የተወደዱና የተፈቀሩ ሆነው ተሰሚነት/ተቀባይነት እንዲኖራቸው ብቻ ነበር። ይህ እስከሆነ ድረስ የፈለገው የአመራሩን ቦታ ሊይዝ ይችላል፣ ቅንና ጠንካራ ሎሌያቸው በመሆን ከጎናቸው ተሰልፈን ትግላችንን እንቀጥላለን። አብዲሳ እንዲህ ሲል ለማስታወስ ሙከራ አድርጋል፣ "... ከሰሜን አሜሪካና አውሮጳ የሆኑ ሰዎች መምጣታቸው ቀደም ሲል አንዳንድ ወሬዎች ሰምቻለሁ የተወሰኑ ልጆች መጥተዋል ከሰሜን አሜሪካና ከምዕራብ አውሮጳ የመጡ ብለው ፖለቲካ ዲፓርትሜንት አካባቢ እንዲያውም እንዲያውም በጣም አክራሪ ማውይስቶች ናቸው፣ እና ወደ ዚያም ሲመጡ ደግሞ ባንዳንድ አቃማቸው ላይ የሚያከሩ ሲለሆኑ ተጠንቀቁ ተብሎ ተላልፎ ነበር"። በተመሳሳይ ደረጃ ለማ ጉርሙ ጉርሙ/ሰቦቃ እንዲህ ይላል፣ "... እነዚህ ሁለቱ (ሰዒድ አባስንና አቡበከር ሙሀመድን ማለቱ ነው) የመጡት ከሰሜን አሜሪካ አካባቢ ነው፣ በጣም ተወዳጆች ነበሩ። እነዚህን ተወዳጆች ማዎይስት ናቸው ተጠንቀቋቸው፣ እንደ ተከታተሏቸውም አይነት ጭምር ከፓርቲ ኮሚሳር ተነገረን። የፓርቲው ኮሚሳር ኃይሌ ነው የሚባለው፣ ከመስራቾቹ ውስጥ አንዱ ነው፣ ኃይሌ ቀጭኑም ይሉታል እና ከሱ ነው የተነገረን። ከዚያ ምን እንደ ምንጠነቀቃቸው ምን እንደ ምንከታተላቸው ግን ምንም ነገር የተነገረን ነገር አልነበረም። ሲወያዩ የፓርቲውን ዓላማ ነው የሚደግፉት የሚወያዩትም ያንኑ ዓላማ ነው ወይንም ማርክሲዝም ሌኒኒዝምን ነው ንድፈሀሳብ በሆነ ጉዳይ ላይ ነው በእንደዚህ ዓይነት ሁኔታ ነው እንግዲህ ከገቡበት ቀን ጀምሮ በጥርጣሬ ከነ ጥርጣሬአቸው ነው የተረከብናቸው ወደ ሠራዊቱ ውስጥ ሲገቡ"።

አቡበከርም ሆነ ሰዒድ በዚያ ተራና ርካሽ በሆነ የከለዓሳው አሳዛኝ የማጋለጥ ሴሚናር ላይ ስማቸው በፍጹም አልተነሳም ወይንም የጠቀመባቸው ያለበለዚያም ያጋለጣቸው፣ ወይንም የወነጀላቸው ማንም አልነበረም። ስብሰባው አልቆ በየመጡበት ሊሰናበቱ ሲሞክሩ ፍጥነት በተመላበት ዘዴ በስውርና ፈጣን በሆነ መንገድ ነበር በዚያኑ ሰሞን በሶስቱ የማዕከላዊ ኮሚቴ አባላት (በሶስቱ ጋንጎች) መልካም ፈቃድ የማዕከላዊ ኮሚቴ አባልና የአመራር አባልነት የተሾመው እነ መርሻ ዮሴፍ፣ ጌታቸው በጋሻውና መሐሪ ገ/እግዚአብሔር ታማኝ ታጣቂ ታጋዮችን በመላክ ሁለቱንም አስጠልፈው ከሌሎቹ እስረኞች ጋር ቀላቅለው ወደ እሥር ቤት የላኳቸው። ሰቦቃ/ለማ ጉርሙ እንዴት አድርገው ለእሥር እንደተዳረጉ እንዲህ ሲል ያስታውሰዋል፣ "አንድም ሰው ሰዒድና አቡበከር እንዲህ ብለዋል ብሎ በሁለቱም ላይ ምስክር የሆነ ሰው አልነበረም። አንድም ሰው በእነሱ ላይ የጠቀመ ወይንም የወነጀለ አልነበረም። ምክኒያቱም እነዚህ የዚህ አሁን የምንለው ቅሬታ ባለቤቶች አልነበሩም፣ ስለሠራዊቱ ድክመት አልተናገሩም፣ እውስጣቸው ስለአለው ነገር የመመርመር አቅም የለኝም። ነገር ግን ሰዎቹ ያሉት ነገር የለምና በማጋለጡ ሴሚናር ወቅት ሠርዊቱም አልተናገራቸውም። እነደሰዒድና አቡበከር አልተጠቀመባቸውም፣ አልተጋለጡም፣ በማጋለጡ ወቅት ስማቸውም አልተነሳ። ግን በሌሉበትና ባልፈጸሙት ወንጀል ከሌሎቹ ከፈጸሙትና ከተጋለጡትና ከተጠቀመባቸው ጋር አብረው እንዲታሰሩ

ተደርጎ አብረው ተረሸኑ። ሁለቱም መጋለጥ ከሚካሄድበት ቦታ እዚያው ከለአሳ ድረስ ተገኝተው ማንም ሳይጠቁምባቸው ሳይታሰሩ ከምድብ ቦታቸው ላይ ቀሩ። ሌሎቹን እነ ኢርጋ ተሰማን፣ እነ ታሪኩን፣ እነ አሲምባንና ሌሎች አንድ ስምንት ሰዎች አሉ ከጠቀስኳቸው አራቱ ሌላ በዚያ በአሉባልታው ምክኒያት ወንጀል ሆኖ የተቀጡት ትጥቃቸውን እንዲያወርዱ ተደርጎ ታሰሩ። ያው ከለአሳ ላይ የሁለቱም ኃይል ሂስ ግለሂስ ለማድረግ የጎንደሯ ኃይል ጋር በገባችበት ቦታ ላይ የማጋለጥ ተልዕኮዋንና ግዳጇን ጨርሳ ስትወጣ በፍጹም አላየሁም ምን ሰዓትና እንዴት አድርገው እንደወሰዷቸው። በፍጹም አላየሁም፣ በኋላ ሲነገረኝ የደነገጥኩት መደንገጥ በጣም እነሱ ይኖርበታል ብየ አላሰብኩም። ምክኒያቱ ሰዒድም አቡበከርም አልተጋለጡም፣ ስማቸውም አልተነሳም ነበር።

8.12. በእውነት መስፍን ሀብቱ እራሱን ሰቀለን? ቢኒያም አዳነ እራሱን ገደለን? መሀመድ ማህፉ በተሰቦ ሞተን?

8.12.1. መስፍን ሀብቱ፣

መስፍን ሀብቱ እራሱን ገደለ ብለው አስወሩ። መስፍን ሀብቱ ጠንካራ አብዮታዊ ነበር። አብዮታዊያንን ደግሞ ጊዜና ሁነታ አይበግራቸውም። ሀቁን ስለተሸከሙ፣ ጭቆናንና ምዝበራን ለማጥፋት ነቅተውና ቅድመ ዝግጅት ያካሄዱ፣ ማርክሲዝምን መሣሪያቸው አድርገው በማንገታቸው ምንም ዓይነት ነገር አይበግራቸውም። እንዲያውም በዚያን ወቅት ነው ይበልጥ ሀይልና ወኔ የሚያገኙት። ስለ ገጠሩ የትጥቅ ትግል ጽፎ ኮምባት ተብላ ትታወቅ በነበረችው የ'ሰአኢተማ (አዲሱ) መጽሔት ላይ የወጣችው ጽሁፉ መላውን የዚያን ጊዜውን በሀገር ቤትና በውጭ ሀገር የሚኖሩ ወጣቶችን ያነቃነቀችና ለትጥቅ ትግል የሳበች ባንጻሩ ደግሞ በሌሎች የአድሀሮትና ጠጋኝ ድርጅቶች ሥር የተሰባሰቡትን የአድሀሪያን ጥርቅሞችን ብቻ ሳይሆን በተራማጅነት ስም ከተራማጅ ኃይሎች ጋር ሰርገው የተሰለፉትን ከላሾችና በራዞች ሁሉ ያስበረገገችና ያስደነገጠች ከፍተኛ መሣሪያ ነበረች። የመስፍን ሀብቱና ያጎቱ ልጅ የቢኒያም አዳነ የደባዳቤ ልውውጥ በእነ ሰናይ ልኬ ተጠለፈብኝ፣ ወይንም በማይታወቁ ጠላፊዎች ተጠለፈብኝ ብሎና በዚሁም ምክኒያት እውነተኛ ጓዴ በብርሀነመስቀል ረዳ እናቃለሁ ብሎ እራሱን አያጠፋም። ያጠፉት የሱ የትግል እቃም ያስበረገጋቸውና ያስደነገጣቸው ናቸው። በዚያን ዘመን ውክልና በአካባቢ በመሆኑ መስፍን ሀብቱ በሕይወት እያለ ዘሩ ክሕሸን ለኢሕአፓ ስብሰባ አሜሪካንን ወክሎ ሊሄድ ከቶም እንደማይችል ነበር ገና እዚያው ምድረ አሜሪካ እያሉ ሙሀሙድ ማሕፉዝ ለሰዒድ አባስና አቡበከር ሙሀመድ ያጫወቷቸው። ዘሩ ክሕሸን ካልሄደ ደግሞ የአሜሪካ የስለላ ድርጅት ተወካይ በስብሰባው ላይ ስለማይገኝ ክፍሉ ታደሰ ብቻውን መቃቃም ያስቸግረዋል ማለት ይሆናል። በትግሉና በከፍተኛ ጥረቱ ነበር መስፍን ሀብቱ በመጀመሪያ የሰሜን አሜሪካንን የኢትዮጵያ ተማሪዎች ማሕበርን በማነቃነቅ በአዲስና ተራማጅ በሆነ መልክ ተደራጅቶ ኢትዮጵያዊያንን ያቀፈ አዲሱን የ'ሰአኢተማ'ን ያቋቋመው። ቀጥሎም በጠንካራ ጥረቱና

ትግሉ ከውድ ጓዶቹ ከነብርሀነመስቀል ረዳ፣ ቢኒያም አዳነ፣ ሙሀመድ ማሕፉዝ፣ ክፍሉ ታደሰ አርአያና ሌሎች ጋር በመተጋገዝ ኢሕአድ'ን በ1963 ዓ. ም. አስመሰረተ። ብርሀነመስቀል ረዳ መስፍን ሀብቱ የነበረበትን አካባቢና በእነ ማንስ ተከቦ እንደሚኖር በደንብ ስለሚያውቅ ስህተቱን በመስፍን ሀብቱ ላይ አይደፈድፍም። እንዲያውም በጥንካሬውና በፅንዓቱ እንደሚያደንቀው ነበር የተረዳሁት ከብርሀነመስቀል ረዳ ጋር ባደረኩት በዚያች የአጭር የሶስት ጊዜ ግንኙነታችን። የመስፍን ሀብቱ ስም በተነሳበት ወቅት ያ ግርማ ሞገስ የተላበሰው የብርሀነመስቀል ረዳ ፈገግታ ባንድ ጊዜ ጥቁር ሆኖ ማየቴንና ስለመስፍን ሀብቱ ያለኝን በምዕራፍ አምስት ተገልጿል። እንዲህ ነበር ያለኝ፣ "አዎን ነበረን ጠንካራ አብዮታዊ፣ ምን ዋጋ አለው ወሰዱብን ገና ከጅምሩ፣ ገና ከዕቅዳችን እንጂ" በማለት መስፍን ሀብቱ እንከን የማይወጣለት ሀቀኛና ጠንካራ ጓዳቸው እንደነበር፣ እራሱን ሊያጠፋ የማይችል አብዮታዊ ጓዳቸው እንደነበርና እራሱን እንዳጠፋ አስመስለው እንደገደሉት ብሎ ነው ያጫወተኝ። በመድገም "መስፍን ሀብቱን የመሰል ጓዶችንን ገና በዳዴነታችን ቀጩብን፣ ነገ ማንን እንደሚወስዱብን አናውቅም" ነበር በግልጽ ቋንቋ የነገረኝ። በአድሀሪያንና በፊውዳል ሴራና ተንኮል ይጫወቱበት እንደነበር ስለሚያውቅ እንዲያውም ለመስፍን ሀብቱ በመቀርቀር ይጨነቃል እንጅ ከቶም ቢሆን የደብዳቤ ልውውጣችንን አስጠለፍክ ብሎ ፈጽሞ ሊዘጋው እንዳልቻለ ነው የተረዳሁት። ደግሞስ እነሰናይ ልኬ፣ ያለበለዚያም እነእያሱ ዓለማየሁ ወይንም እነክፍሉ ታደሰና ዘሩ ክሕሸን ለአሜሪካ የውስጥ ስለላና ምርምራ ወኪል ሽብር ፈጣሪ ነው ብለው ጠቁመውስ ከሆነስ? ለተጠቀሱት ኢሕአፓ ነን ወይንም ነበርን ባዮች የመጠቀምና የማስጠቀም ኪነት አዲስ አይደሉምና። በእራሴ ላይ ከተፈጸሙት ሶስት የጥቀማ ተግባራቸውን አስመልክቼ በመጽሀፉ በሌላ አካባቢ ተገልጿል። ባጠቃላይ የባዕዳን የስለላ ድርጅትን ተግባር ያለበለዚያም የእነሱንና የሰናይ ልኬን እኩይ ተግባር ለመሸፋፈን ያቀነባበሩት ፊውዳላዊ ዘዴ እንጂ ጠንካራ ታጋይ በእንደዚህ ዓይነቱ ተበግሮ ለሚወደው ሕዝብና ሀገር አንዳችም አስተዋጽዖ ሳያበረክት የገዛ ሕይወቱን ሊያጠፋ አችልም።

ወደ ትግሉ ዓለም ከገባ ጊዜ ጀምሮ የአንድ አብዮታዊ ሕይወት የሱ ሕይወት ሳይሆን የሕዝቡ መገልገያ መሆኑን ያምናል። እነ ክፍሉ ታደሰም ሆኑ ኩባንያዎቹ ሚስጢራዊ የደብዳቤው ልውውጣቸውን ማን እንደ ጠለፈና ማን እንዳጋለጠ እንዲሁም የልውውጣቸውን ይዘት ወይንም ምንነት እስመልክቶ እንኳን አንዳችም ነገር የጠቀሱት የለም። ለመሆኑ ዘሩ ክህሽን በዚያ ቀውጢ ሰዓት እንዴት የነፃ ትምህርት ዕድል አግኝቶ ወደ አሜሪካን ሀገር ገሰገሰ? በዚያን ጊዜ የተማሪዎች ረብሻ ሲካሄድ ባካባቢያችን የአሜሪካ የስለላ ድርጅት ተወካይ ነው ተብሎ የታወቅ የነበረው ሪቻርድ ማይልስ ኮፐላንድ፣ በአሜሪካን ኤምባሲ ምሽትን አዘጋጅቶ አዲስ ምልምሎችን የሚመለምሉበትና እንዳስፈላጊነቱ በስደት ስም ኬላ እየጣሱ ሶማሊያና ካርቱም እንዲወጡ እያመቻቸ እንዲወጡ ያለበለዚያም በቅድሚያ የነጻ ትምህርት ዕድል በማስገኘት ከረብሻው በኋላ ወይንም አካባቢ ወደ

አሜሪካ የሚላኩበት ወቅት ስለነበር ተማሪዎች ሲታሰሩና ሲባረሩ ዘሩ በቅድሚያ ተዘጋጅቶለት በነበረው የነጻ ትምህርት ዕድል ሳቢያ ወደ አሜሪካ እንሄደ ነበር በወቅቱ የተወራው። ያች ሰዓት በሪቻርድ ማይልስ ኮፕላንድነት ስሙ የሚታወቀው ይኸው ባካባቢያችን የ'ሲ. አይ. ኤ. ተጠሪነት ይታወቅ የነበረው ኢሳያስ አፈወርቂን መልምሎ ወደ የኤርትራ ነፃነት ግንባር (ጀብሃ) ሰርጎ እንዲገባ የተላከበት ወቅት ነበር ዘሩ ወደ አሜሪካ ሀገር በቦሌ ተንደላቀ አስቀድሞ በተዘጋጀለት ፕሮግራም መሰረት የወጣው። የአሜሪካ የስለላ ድርጅት እየመለመለ ጥቂቶቹን በስደተኛ ስም ወደ በመካከለኛው ምሥራቅና በአካባቢው ከሚገኙት አትራባት ሀገሮች እያስወጣ ከኢሳያስ ጋር እንዲተባበሩ ያስደረገበት ዘመን እንደነበር ነው።

8.12.2. መሀመድ ማህፉዝ፣

መሀመድ ማህፉዝ በገጠር ትጥቅ ትግል ላይ ከፍተኛና ጠንካራ አቋም የነበረው ብቻ ሳይሆን ከፍተኛ ቅድመ ዝግጅት ያከናወነ፣ በላብአደራዊ ዲስፕሊን የታነጸ ጠንካራ ተዋጊና አዋጊ መሪ የሚሆን ወጣት አብዮታዊ እንደነበረ ሁለቱ ሰማዕት ጓዶቼ እነ አቡበከር ሙሀመድና ሰዒድ አባስ ገልጸውልኛል። በቀዳማዊ ኃ/ሥላሴ ዩኒቨርሲቲ ቀይታው የሚያውቁት የቅርብ ጓዶቹ የትኛውን እንደሆነ ዘነጋሁኝ ሆኖም የፍራንስ ፋኖንን አንድኛውን መጽሀፍ ከዳር እስከ ዳር በቃል ያነብ እንደነበረ ያስታውሱታል (Wretched of the Earth የሚለውን መሰለኝ)። እንዲያውም በመኖሪያ ቤቱ በዛ ያሉ ጓዶቹ እየተሰበሰቡ የዋለልኝ መኮንንን የብሔሮች ጥያቄ ጽሁፉን ይወያዩ እንደነብርና ወያኔዎች በሚሉት የብሔሮች ጥያቄ አተረጓጎምና ትንተና ሳይሆን በትክክለኛው የዋለልኝ አተናተንና አተረጓጎም በከፍተኛ ሁኔታ ተመስጦ ይከታተል እንደነበር ያስታውሱታል። ዲሞክራሲና እኩልነት የሚያሰፍን የማዕከላዊ መንግሥት ከተፈጠረ የብሔር ወይንም ብሔረሰብ ለብቻው ተገንጥሎ ለመኖር የሚፈልግ አይኖርም። ያለው የማዕከላዊ መንግሥት ዲሞክራሲንና ፍትህን ለማስፈን የማይሻ አምባገነንና ጨቃኝ መንግሥት ከሆንባቸው ብቻ ሲሆን እንደሆነ ነው ትግል ሊያካሂዱ/ሊቀጥሉ የሚፈልጉት ብሎ ያምን ነበር። ከዚያ ውጭ ፍችን የሚያቀርቡ ሁሉ በብሐርና በሕዝብ ስም ለመነገድ የሚፍጨረጨሩ የሥልጣን ሱሰኞች ናቸውና ከጠላት ተለይተው እንደማይለዩ ያሳስብ እንደነበረ ያስታውሱታል። በመኖሪያ ቤቱ ተገናኝተው ውይይት ያካሂዱ የነበሩት ጓዶቹ በዛ ያሉ ሲሆኑ የሁሉንም ስም ባላስታውስም ሦስቱ ግን ፀሎተ ሕዝቂያስ፣ ተስፋ ኪዳኔ እና በድሩ ሱልጣን የተባሉት እንደሆኑ ሰምቻለሁ። መሀመድ ማህፉዝ በሶሺል ኢምፔሪያሊዝም አቋም ላይ ተጻራሪ አመለካከት የነበራቸውን ሦስት የመጀመሪያውን ትባዔ ተሳታፊዎች ያስደነበረ ጀግና እንደነበር በመጽሀፉ በሌላ አካባቢ ተጠቁሟል። በተራዘመ ሕዝብዊ የገጠር ትጥቅ ትግል ላይ ከፍተኛ ዕምነትና ፍቅር የነበረው ጓዳችን ነበር። ሕመምተኞ አልነበረም፣ ጤናማና ጠንካራ ጓድ ነበር። በድርጅቱ ምሥረታ የመጀመሪያው ትባዔ ላይ ከትግል ጓዱ ከክፍሉ ታደሰ አርአያ ጋር በመሳተፍ ኢሕአድ'ን

የመሠረተ አንጋፋ ታጋይ ነው። በመጀመሪያው የኢሕአፓ ምሥረታ ጉባዔ ላይ እሱን የማዕከላዊ ኮሚቴ መምረጥ ሲገባቸው በኢሕአድ ምሥረታ ጊዜ የማይታወቁትን አስርገው በማስገባት የማዕከላዊ ኮሚቴ አደረጉ። መሀመድ ማሀፉ "መካከለኛው ምሥራቅ እንደገባ በተስቦ በሽታ በመለከፉ ሰውነቱ በጣም ተዳክሞ ቀየ" (ክፍሉ ታደሰ፣ 1፣ 226)። በሌላ ገጽ ላይ ደግሞ ቡድኑ ገና በፍልሥጥኤም እያለ "መሀመድ ማሀፉዝ ለብዙ ጊዜ ታሞ ሲማቅቅ ከቀየ በኋላ በሽታው ተስቦ መሆኑ ተደረሰበት" (ክፍሉ ታደሰ፣ 1፣ 160)።

እንዳባባላቸው ከሆነ ገና መካከለኛው ምሥራቅ እንደገባ በተስቦ በሽታ በመለከፉ ሰውነቱ በጣም ተዳክሞ የቀየ መሆኑ መታወቅ ብቻ ሳይሆን ታሞ በመማቀቅና በሽታውም ተስቦ መሆኑ ተረጋገጠ። ታዲያ እንደዚያ እየሆነ ነበር ወደ ኤደን እንዲጓዝ ያደረጉት። አልፎም ይባስ ብለው ያንን ሀሩርና በርሃ የበዛበት ረጅሙን ጉዞ ተቃቀም ብለው ጉዞ አስጀመሩት። ይህ አባባላቸው ሁሉ የማይሆንና የማይደረገውን ነገር ነው የተናገሩት። ሀሰት ነው፣ ውሸት ነው። ሙሀመድ ማሕፉዝ አልታመመም ነበር። በዚህ በሽታ መለከፉ ከታወቀ አስፈላጊውን ሀክምናና ዕርዳታ ለማግኘት እንዲችል መካከለኛው ምሥራቅ እንድገባ የሥልጠናውን ፕሮግራም ሳይጀምር ወይንም ቢጀምርም ባስቸኳይ ፕሮግራሙን እንዲያቋርጥ ተደርጎ በአስቸኳይ ወደ መጣበት ሀገር እንዲመለስ ማድረግ ነበረባቸው። ያለበለዚያም ወደ ኤደን ልከው አካባቢው ከሚገኘው የድርጅቱ ጽ/ቤት በማቀየት አስፈላጊውን የሀክምና ዕርዳታ በማስገኘት ሕይወቱን ለማትረፍ የድርጅቱ ግዴታና ሀላፊነት ነበር። በጠና ታሚል የተባለው የመሀመድ ማሀፉዝ ምኞትና ፍላጎት ሳይሆን ድርጅቱ ማየት የሚገባው ሀመምተኛውን ተገቢ ሕክምና አግኝቶ እንዲድንና ለሀገሩና ለሕዝቡ መስዋዕት እንዲበቃ ለማስቻል አስፈላጊውን ሕክምና አድርገው ለማዳን በፈለጉ/በቻሉ ነበር። ድርጅቱ ይህንን እርምጃ ካልወሰደ አልታመመም ብሎም በጉዞው ላይ ጤነኛ የነበረ መሆኑንና እንደተወራው ሹክሹኩታ ለገጠር ትጥቅ ትግል በነበረው ጠንካራ አቋሙ ምክኒያት በረቀቀ ዘዴ አጥፍተውታል በሚባለው ሹክሹኩታ ብቻ ሳይሆን በግልጽ አቡበከር ሙሀመድና ሰዒድ አባስ እንደነገሩኝ እነመሐሪ ገብረእግዚአብሔር/ጸሀየ ሰለሞን፣ ሰመረአብ ዮሐንስ/ኃይሌ ቀጭኑ/ኃይሌ ሀኪም እና ለአብዱራሀማን አሕመድ በተሰጣቸው ምስጢራዊ መመሪያና ግዳጅ መሠረት አንደኛቸው ወይንም ሁሉም በመተባበር አጥፍተውታል የሚባለውን እንዳምን አስገድዶኛል።

8.12.3. ቢኒያምም አዳነ፣

ቢኒያምም አዳነ የመሪነት ችሎታና ብቃት ያለው እንደነበርና በገጠር ትጥቅ ትግል ላይ ከፍተኛና ጠንካራ አቋም የነበረው ብቻ ሳይሆን ከፍተኛ ቅድመ ዝግጅት ያከናወነ፣ በወዛደራዊ ዲስፕሊን የታነጸ ጠንካራ ተዋጊና አዋጊ ሊሆን የሚችል መሪ እንደነበረ ሁለቱ ሰማዕት ጓዶቼ በጉዟችን ዋዜማ በሰፊው ገልጸውልኛል። ወዴት እንደሚያመሩና ለምን እንደሚጓዙ ቢኒያም አዳነ

ከሌሎቹ ይበልጥ አበጥሮ ያውቃል። ጉዟቸው ለሽርሽር እንዳልሆነና ሲጓዙ ከጠላት ራዳር ትዕይንት ውጭ እየተሾከለኩ መጓዝ እንደሚገባቸው በደንብ ያውቃል። በባሕር ዳርቻ ላይ ዕረፍት ሲያደርጉ ምን ማድረግ እንደሚገባው በደንብ ያውቃል፣ ከዚያም በላይ የሻቢያ መሪዎች ከጠላት ትዕይንት በመራቅ በሰላም ወደሚፈለገው ቦታ ለመድረስ ከፍተኛ ሀላፊነት ስላለባቸው በሀለፊነት ይዘዋቸው የሚጓዙትን ሥነሥርዓት እንዲኖራቸው በመቆጣጠር እንደሚመሯቸው ጥርጥር የለውም። በእኛ ጉዞ ላይ ገና ጀልባዋ ላይ እንደወጣን ልንከተል የሚገባንን ሥነሥርዓትና ደንብ በቅድሚያ በትእዛዝ ሳይሆን በጓዳዊ መንፈስ ተገልጾልን ነው ጉዞ የጀመርነው። ቢኒያም መቶ ጊዜ የመዋኘት ፍቅርና ስሜት ቢኖረውም የትና ለምን እዚያ አካባቢ እንዳለ ከሁሉም ይበልጥ የሚያውቅና ከሁላቸውም በላይ በአቢዮታዊ ዲስፕሊን የታነጸና በሳል ጓድ በመሆኑ ለመዋኘት ፈጽሞ ሙከራም አያደርግ። ቢኒያም አዳነ ይህን ሁሉ እያወቀ በዚያ አደገኛ በሆነ ጉዞ ላይ ውሀ አገኘሁ ብሎ እንደ ሕጻን ልጅ ጠላትን ለመጋበዝ የሚያስችል ድርጊት ለመፈጸም ፍላጎት አይኖረውም። በዚያ ላይ በእንግድነት ያሉ በመሆናቸው ለአስተናጋጃቸውና ለሚረዳቸው ድርጅት (ሻዕቢያ) ችግርም ሊፈጥር የሚፈልግ ጋጠወጥ አልነበረም። በእርግጥም ደግም ጉዟቸው ሠላማዊ የሲቪሊያን የሽርሽር ጉዞ እንኳን ቢሆን የአስም በሽታው የሚነሳበት መሆኑን ስለሚረዳ በምንም መንገድ ቢሆን ውሀ አገኘሁ ብሎ በራሱና በቡድኑ ላይ ችግር የሚጋብዝ መሆኑን እያወቀ ለመዋኘት ጭራሽ አይቃጣም። ስለሆነም በእሱና በመሀመድ ማህፉዝ ላይ እንደተወራው ሹክሹኩታ ብቻ ሳይሆን አልፎ አልፎም በግልጽ በሕብረ ብሔር በተገነባ ድርጅት መሪነት ለሕዝባዊ የገጠር ትጥቅ ትግሉና በሶሺያል ኢፔሪያሊዝም በነበረው ጠንካራ አቋምና እምነት ምክኒያት በረቀቀ ዘዴ አጥፍተውታል ከሚለው ድምዳሜ ላይ እንድደርስና፣ በተካሄደው ሹክሹኩታ ብቻ ሳይሆን በግልጽ አቡበከር ሙሀመድና ሰዒድ አባስ እንደነገሩኝ መሐሪ ገብረእግዚአብሔር/ጸሀየ ሰለሞን፣ ኤርትራዊው ሰመረአብ ዮሐንስ/ኃይሌ ቀጭኑ እና አብዱራሀማን አሕመድ በተሰጣቸው ምስጢራዊ ግዳጅ መሠረት አጥፍተውታል የተባለውን በፅናት እንዳምን አስገድዶኛል። እነዚህ ሽንጣቸውን ገትረው ለወንጀለኞቹና ለኃጢአተኞቹ የሚሟገቱት ደራሲያን በተስቦና በአስም ሞቱ የሚለውን የሀሰት ምክኒያታቸውን ለማጠናከር እንዲህ ይላሉ፤ "ሠራዊት ጠንሳሽ አብዮታዊያን ወጣቶች በነፍስ ወከፍ ከኡስማን ሳለሀ ሳቤ የተለገሰ ክላሽን ኮቭ እና ሦስት መቶ ጥይቶች እያንዳንዳቸው ታጥቀዋል። ጥይት የሞሉ ካዝናዎችና ብትን ጥይቶችን የሚይዙባቸው ቀበቶና ኮርጆ ስላልነበራቸው በሽራ ሻንጣ አዝለው መጓዝ ነበረባቸው (አስማማው ኃይሉ፣ 25)። ሻዕቢያም ሆነ ጀብሀ ወይንም ሌላ ድርጅት በትግሉ ነፃ ባወጡት ግዛት የሌላ ድርጅት ለዚያውም እንደባዕዳን የምንቆጠረው ታጋዮች መሳሪያ ታጥቀው መጓዝ አይፈቀድላቸውም። የተሰጠውን መሣሪያ ሻዕቢያ በጀልባና ከዚያም በገመል ጭና ከሻዕቢያ ጋር ለዓመት ያህል "በአደራ" ተቀምጦ በመጨረሻ አሲምባ ሲገቡ ነው ዛላንበሳ አካባቢ ወይንም መነኩሰይቶ አካባቢ ግፋ ቢል አላ ላይ

የሚሰጣቸውና የሚታጠቁት። ኦስማን ሳሌሕ ሳቤ የጦር መሣሪᄇያ የሚሰጠው በድርጅቱ ሻዕቢያ ስም እንጂ በግሉ ባለመሆኑ የተፈቀደላቸውን የጦር መሣሪያ ለሻዕቢያ ተልኮ ለቡድኑ የሚሰጣቸው ወደ አሲምባ ጉዞ አድርገው ጥቂት ሲቀራቸው ነው።

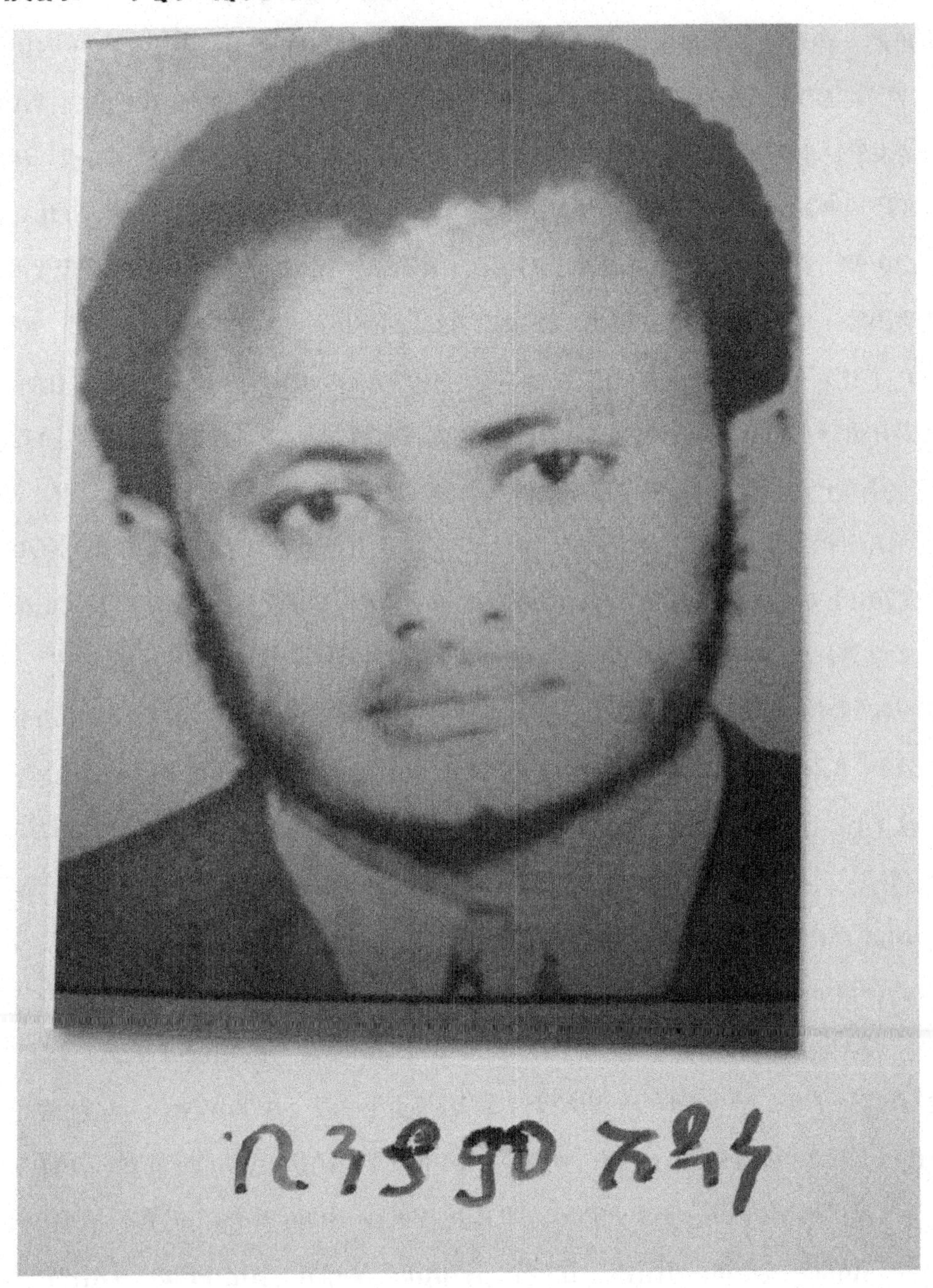

የሠራዊቱ አዛዥ አብዲሳ አያና ያየውን ሳይሆን የሰማውን ሲያካፍለን እንዲህ ይላል "ወደ ኋላ እንደሰማሁት ቢኒያም አዳነ ጭንቅላቱን ብቻ በምትከልል ትንሽ ቁጥቋጦ እራሱን ቀብሮ በአስም በሽታ ይሰቃያል። መሀመድ ማሀፉዝም እንዲሁ በአጠገቡ ከሌላው ቁጥቋጦ ተጠልሎ አረፋ ይደፍቃል። ሮብሌ ሁለቱን በየተራ ለማጽናናት ይሞክራል። መሀመድ ማሕፉዝ በቅዝት ኃይል ተነስቶ ለመራመድ ሞክሮ ሲወድቅ ሮብሌ ወደ እሱ ይዞራል። ሮብሌ ሙሀመድ ማሕፉዝን በመርዳት ላይ

እንዳለ ከበስተኋላው ተኩስ ሰምቶ ሲዞር አሳዛኝ ሁኔታን ይመለከታል። በቢኒያም ደረትና አፍ ደም መፍሰስ ካየ በኋላ በመሬት ላይ የተበታተኑትን ስምንት የክላሽን ጥይት ቀልሆች ተመልክቶ ራሱን መሰዋቱን ያረጋግጣል። ሙሀመድ ማሕፉዝም አረፋ ደፍቆ መሰዋቱን ከታዘበ በኋላ ቀድመው የተጓዙት ካረፉበት ደርሶ ለብርሀነመስቀል ረዳ የተፈጠረውን ይነግረዋል …" (አስማማው፣ 27)። አብዲሳ የሰማውን ነው ያካፈለን። ቢኒያም አዳነ በደረቱ በመተኮስ እራሱን ለማጥፋት ስምንት የክላሽንኮቭ ጥይት ቀለሆች ጨረሰ። ተኩስ ድምጽ ለመስማት አይችሉምና ነውን ሮብሌ ቀድመው የተጓዙት ካረፉበት ደርሶ ለብርሀነመስቀል ረዳ የተፈጠረውን የሚነግረው? የተኩስ ድምፅ እንደሰሙ ወደ ጓዶቻቸው ወደ ኋላ በመመለስ ሩጠው መድረስ የሚገባቸው እነሱ እኮ ነበሩ። የተኩስ ድምጽ መስማት ከማይችሉበት ርቀት ላይ ከሆኑማ የአስኳሉ ቡድን በአንድ ላይ አልነብሩም ማለት ነው፣ ሆን ተብሎ ለግድያ እንዲያመች ከቡድኑ በዘዴ ተነጥለዋል ማለት ይሆናል። መኢሶን በግል ሂስ መገምገሚያ መጽሔቱ ላይ አቶ ቢኒያም አዳነን አቶ ብርሀነመስቀል ረዳ እንደገደለው አድርጎ እንዲህ ሲል ገልጾዋል "… ከልዩነቶች በራቁ ምክኒያቶች ጭምር የኢሕአፓ አመራር የራሱን ታጋዮች ሕይወት መቀንጠስ የጀመረው ገና የጦር ትግሉን ለመጀመር አስቦ ወደ አሲምባ በሚጓዝበት ወቅት ከድርጅቱና ከጦር መሥራች አባሎች መሐከል አንዱ የነበረውን ቢኒያም አዳነ በድርጅቱ መሪ ብርሀነመስቀል ረዳ እንዲረሸን በተደረገ ጊዜ ነበር" (አንዳርጋቸው አሰግድ፣ 428)። አቶ አንዳርጋቸው አሰግድ እነቢኒያም አዳነና ሙሀሙድ ማሕፉዝ ገና ከጥንቱ በድርጅቱ አመራር ትእዛዝ እባብን በእንጭጩ እንዲሉ በበርሃ ላይ ሲጓዙ በርሃውን ጥሩ የማጥፊያ ምክኒያት በማድረግ በገዛ ጓዶቻቸው መረሸናቸውን ማወቁን እንጂ እንዴት እንደተረሸኑ ውስጡን ስለማያውቅ በወቅቱ ከሠራዊቱ አስኳል ጋር የነበረው መሪ ያው ምሳር በበዛበት በብርሀነመስቀል ረዳ ላይ በይሆናል መለጠu አቶ አንዳርጋቸው አሰግድን ትዝብት ላይ ጥሎታል። ቢኒያም ተገድሎ ሕይወቱ ማለፉንና የግድያውም ምክኒያት የትግል ስልት ልዩነት መሆኑን የመኢሶን ሰዎች በደንብ እንደሰሙ ጥርጥር የለውም።

ዳሩ ግን መኢሶኖች መረጃውን የሰጣቸው አካል ወይንም ግለሰብ ፀረ-ብርሀነመስቀል ረዳ አቋም ያለው መሆኑን ሳይጠራጠሩ እንዳለ በግርድፉ ተቀብለውታል። መረጃው የተላለፈላቸው በእርግጠኝነት ከተስፋየ መኮንን ያለበለዚያ ሰማዕት ጓዶቼ ሰዒድ አባስና አቡበከር ሙሀመድ ከኤደን ወደ ሜዳ ጉዟችን ዋዜማ ዕለት ባደረግናቸው ውይይት እንደነገሩኝ የዘሩ ክሕሸን፣ የክፍሉ ታደሰ፣ እያሱ ዓለማየሁና ሳሙኤል ዓለማየሁ ጋሻ ጃግሬዎችና ታማኝ ተከታዮች ናቸው ብለው በነገሩኝ ሰዎች በኩል ያገኙት መረጃ ይሆናል ብየ እገምታለሁ። ሁለቱም ጓዶች ባንድ ጊዜ ተዳክመው ሁለቱም ባንድ ጊዜ በጥቂት ደቂቃ ልዩነት ሕየወታቸው አለፈች። እንዴት ይህ ሊሆን ይችላል? ሁለቱም ባንድ ጊዜ መሞታቸው ገዳዩ አመች ቦታና ተስማሚ ጊዜ ተፈልጎ የተከናወነ ግዳጅ እንደሆነ ነው የማምነው። ሁለተኛ በመሬት ላይ የተበታተኑ ስምንት የክላሻን ጥይት ቀለሆች በመመልከት

ቢኒያም እራሱን ለመሰዋቱ ማረጋገጫ ሊሆን ይችላልን? ሦስተኛ የቅጥፈትና የውሸት ነገር በመሆኑ እንጂ ቢኒያም እራሱን ለመግደል ቢሞክር እንኳን የሚቀለው በአንገቱ ወይንም በጭንቅላቱ አካባቢ እንጂ በደረቱ ላይ በመተኮስ አልነበረም። አራተኛ ቢኒያም ከየት አግኝቶ ነው ክላሽን ኮቭ መሳሪያ ከነጥይቱ ሊታጠቅ የሚችለው? በሻዕቢያ የነፃ መሬት የሌላ ድርጅት ሠራዊት ያውም በሕብረ ብሔር ድርጅት በጠንካራነታቸው የሚታወቁት እነ ቢኒያም አዳነና ሙሕሙድ ማሕፉዝ የመሰሉት ቀርቶ ማናቸውም የሌላ ድርጅት ታጋዮች ትጥቅ ታጥቀው መጓዝ ወይንም መንቀሳቀስ የተከለከለ ነው። ይህንኑ አሳዛኝ ትራጄዲ በሌላ መልኩ ክፍሉ ታደሰ እንደሚከተለው ተርኮልናል። "... ሦስቱ አባላቱ ሊሸከሙት የማይችሉት መከራ ወደቀባቸውና ወደኋላ ለመቅረት ወሰኑ። ጉዞውን ይመሩ የነበሩት ግለሰቦች የኤህግ (ELF) እና የኢትዮጵያ መንግሥት እንዳይደርስባቸው በመስጋት እንደምንም ጉዞውን አብረው እንዲቀጥሉ ቢማፀኑም ሳይሆንላቸው ቀረ። ከዚያም ሁለቱ ባንዲት ቁጥቋጦ ሥር ተጣጥፈው ሲወድቁ፣ ሙሀመድ ደግሞ በአቅራቢያ በሚገኘው ሌላ መጠለያ በማዝገም ላይ እንዳለ እንደማይነሳ ሆኖ ወደቀ። ሙሀመድ ማህፉዝ የጓደኛውና የጓዱ (ሁለቱም ከሰሜን አሜሪካ ከአንድ አካባቢ ተመልምለው በመምጣታቸው) የመግእን ክንድ (መሐሪ ገ/እግዚአብሔር) እንደንተራሰ ከዚህ ዓለም በሞት ተለየ። መግእ ሙሀመድን ለመርዳት በሚሞክርበት ወቅት በአጠገቡ የጥይት ድምጽ ሰምቶ ዞር ሲል ቢኒያም አዳነ በእሸዋ ላይ ተዘርሮ አየው" (ክፍሉ ታደሰ፣ 1፣ 226)። ሁለቱ (አበበ በየነና ቢኒያም አዳነ ማለቱ ነው) ባንዲት ቁጥቋጦ ሥር ተጣጥፈው ሲወድቁ፣ ሙሀመድ ደግሞ በአቅራቢያ በሚገኘው ሌላ መጠለያ በማዝገም ላይ እንዳለ እንደማይነሳ ሆኖ ወደቀ። ቢኒያም እንደዚያ ታሞ አንገቱን በቁጥቋጦ ሥር ቀብሮ የደከመው በሽተኛ ክላሽን ለማንሳትና በራሱ ላይ ለመተኮስ እንዴት አቅም አገኘ? በክፍሉ ታደሰ መሰረት ለመሆኑ ሊሸከሙት የማይችሉት መከራ ከወደቀባቸውና ወደኋላ ለመቅረት ከወሰኑት ሦስቱ አባላት ውስጥ ሦስተኛው አበበ በየነስ ወዴት ደረሰ? እንዴት ብሎስ አዲስ አበባ ገባ? ክፍሉ ታደሰ ይህንን ሳይነግረን ሸፋፍኖና ዘሎ አልፎታል።

አበበ በየነ ከቢኒያም አዳነ ጋር ባንዲት ቁጥቋጦ ተቀምጦ ከነበረ እንዴት ሊይዘው ወይንም ሊገታው አልሞከረም? እራሱ አበበ በየነ ገድሎትስ እንደሆነስ። የሶቪየቱ አበበ በየነ የክፍሉ ታደሰ የቅርብ አንጋችና በኋላም ከተስፋየ መኮንን ጋር ደርግ ገብቶ ማልሬድን ፈጥረው ሁለቱም ከክፍሉ ታደሰ ጋር የቅርብ ግንኙነት እንደነበራቸው ተወርቷል። አብዲሳ አያና ሰማሁ ብሎ በሰጠን መረጃ መሰረት እና እንዲሁም አስማማው ኃይሉ የተሰውትን ሁለት ሰማዕታት ያጽናናና ይረዳ የነበረው ሮብሌ (አብዱራሀማን አህመድ) ነው በማለት ጠቁመዋል። በተቀራኒው ደግሞ በክፍሉ ታደሰ መረጃ መሰረት ከሙሀመድ ማህፉዝ ጋር ከሰሜን አሜሪካ ባንድነት ተመለምለው ወደ ፍልሥጥኤም የተጓዘው የሕዋስ ጓደኛው መሐሪ ገብረእግዚአብሔር/ፀሐየ ሰለሞን እንደሆነ አድርጎ ገልጿል። ታዲያ የትኛውን መረጃ እንቀበል። ስመረአብ ዮሐንስ/ኃይሌ ቀጭኑ ከአሜሪካ ተመልምሎ ከመሐሪ ገብረእግዚአብሔር፣

ከሙሀመድ ማሕፉዝ ጋር ባንድነት ወደ አሲምባ የተጋዘ ሲሆን ሌሎቹ ሁለት አባላት ደግሞ ማለትም ስዩም ከበደና ዘርዓብሩክ አበበ/ዘለዓለም ለሥራ ጉዳይ ክፍሉ ታደሰ፣ ዘሩ ክሕሽንና ከእያሱ ዓለማየሁ አውሮጳ አቀይተዋቸው ሁለቱም በአይሮፕላን አዲስ አበባ ገብተዋል። ሆኖም እንደተወራው ዘርዓብሩክ አበበ በአውሮጳ ቆይታው ለአመራር እምብርቱ/ክሊኩ ዓላማ ደንቀራ ዓይነት አመለካከት እንዳለው በማረጋገጣቸው አሲምባ ገብቶ ቢጠፋ ስለሚቀላቸው አዲስ አበባ በገባ በማግሥቱ ወደ አሲምባ ተላከ። ከዚያም ሳይውል ሳያድር ከውድ ጓደኞቹ ጋር ወሎ ላይ ተማርኮ አዲስ አበባ ተገደለ። የአይጥ ምስክሯ ድምቢጥ እንዲሉ ተስፋየ መኮንን እነቢኒያም አዳነና መሀመድ ማሕሱዝ ጋር ባንድነት እንደተጋዘ፣ ከእነሱ ጋር ሆኖ ስቃያቸውንና መከራቸውን በመካፈል በዓይኑ እንዳየ ይመስል የአመራሩን ወንጀል ለመሻፋፈን በአካል ከእነሱ ጎን በመሆን አሟሟታቸውን እንድተገነዘበ አድርጎ እንዲህ ብሏል፣ "ሙሀመድ የፀሀይ ንዳድ መትቶት የሰውነቱ ውሀ ተኖ አልቆ አረፋ ደፍቶ መሞቱንና ቢኒያም ደግሞ አስሙን መቃቃም ቸግሮት መጋዝ ባለመቻሉ እራሱን የገደለ መሆኑን በመግለጽ ሀቁ ይህ ነው" በማለት ምስክርነቱን ሰጥቷል (ተስፋየ መኮንን፣ 108)። በእውነትም የአይጥ ምስክሯ ድምቢጥ ናት የሚሏት ይህች ዓይነቷ ዓይን ያወጣ ውሸት ናት። ከነክፍሉ የሚለየው ሙሀመድ ማህፉዝ በወባ በሽታ ታሞ እንዳልሆነና ከሀሩሩ ጋር በተያያዘ ስቃይ እንደሆነ ነው። ከውሸትም የትኛው ውሸት ይሆን ልንይዘው የሚገባን።

አቡበከር ሙሀመድ/ውብሽት መኮንና ሰዒድ አባስ/ ኤፍሬም ደጀኑ ገና አሜሪካን እያሉ በድርጅቱ መታቀፍ በጀመሩበት ዘመናቸው የነ ቢኒያም አዳነና ሙሀመድ ማህፉዝ በጉዞ ላይ እንዳሉ መሰዋት መወራት የጀመረብት ወቅት እንደነበረና "ሁለቱም ጓዶቻችን (ቢኒያም አዳነና መሀመድ ማህፉዝ) በጣም ጠንካራና ጤናማ ጓዶች እንደነበሩ፣ ለትጥቅ ትግሉ ከእኛ ይበልጥ ቅድመ ዝግጅት ያካሄዱ የሁላችንም አርያና ምሣሌ እንደነበሩ፣ እንኳንስ እነሱ እዚህ ጀለቢያና ሸርጥ ለብሰው ጫት ሲቅሙ የሚውሉት "ጓዶቻችን" አሲምባ ደርሰው ተመልሰዋል በማለት ከምሬቸው መግለጻቸውንና፣ ይባስ ብሎ ሰዒድ አባስ "እንኳንስ እነሱ እኛም በርሃው አያስቸግረንም ብለን ቆርጠን የመጣን ነን" ብሎ እራሳቸውን ከነቢኒያም አዳነና መሀመድ ማሕፉዝ በታች ዝቅ አድርገው በማሳየት ጤናማነታቸውንና ጠንካራነታቸውን መግለጻቸውን በሌላ አካባቢ ተገልጿል። በቤተሰብ እንክብካቤ ተሞላቀ ያደገው ሰዒድ አባስ ያንን ሀሩር የበዛበትን በርሃ እንኳንስ ሊዳከም ቀርቶ ከአቡበከር ሙሀመድና ከእኔ ጋር በመተባበር ሌሎቹን ጓዶቻችንን እያበረታቱና እያደፋፈሩ አሲምባ ያደረሱ ባለውለታ ጓዶቻችን ነበሩ። ታዲያ ሁለቱም እራሳቸውን ከቢኒያም አዳነና ከሙሀመድ ማሕፉዝ በታች አድርገው ሲያደንቁልኝ በእርግጥም ጠንካራ የነበሩ መሆናቸውን ለማመን ችያለሁ። ለእልፈታቸው አንዱም ምክኒያት ጠንካራነታቸውና የመርህ ሰዎች መሆናቸው እንደሆነ ነው ባደረግነው ውይይት ተገለጸልኝ። በዚያው የጉዟችን ዋዜማ ምሽት "ለመሆኑ መሐሪ ገብረእግዚአብሔር፣ አብዱራህማን

አሕመድ፣ አዱኛ መንግሥቱና ሰመረአብ ዮሐንስ የሚባሉት ከእኛ ጋር ይጋዙ ይሆን?” ብለው ያቀረቡልኝ አስጨናቂ ጥያቄ አስመልክቶ በሌላ ምዕራፍ ተገልጿል። በክፍሉ ታደሰ መሠረት በፍልሥጥኤም የመጀመሪያዎቹ ታጋዮች፣ “ከአሜሪካ የኢሕአድ ቡድን መሐሪ ገብረእግዚአብሔር፣ መሀመድ ማህፉዝ፣ ዘርዓብሩክ አበበ/ዘለዓለም፣ ሰመረአብ ዮሐስ፣ ሥዩም ከበደ ሲሆኑ፣ አልጀርስ ከነበረው ቡድን ደግሞ አብዲሳ አያና፣ ቢኒያም አዳነና ኃይለእየሱስ ወልደሰማያትና እንዲሁም ከሶቪየት ሕብረት ውብሸት ረታ፣ አበበ በየነ፣ አዱኛ መንግሥቱ፣ ተፈሪ ብርሃኔና አብዱራህማን አህመድ ናቸው” (ክፍሉ ታደሰ፣ 159)። አስማማው ኃይሉ የመጀመሪያዎቹን ሠልጣኞች የሦስቱን ታጋዮች ሥም ብቻ ማለትም የመሐሪ ገብረእግዚአብሔር፣ የአብዲስ አያናንና የኃይለእይሱስ ወልደ ሰንበት ከመጠቀም ብዛታቸውንና እነማን መሆናቸውን አልገለጸም። የሚያሳዝነው የአጎቱ ልጅ መስፍን ሀብቱ በኒው ዮርክ ከመኖሪያ ቤቱ ተገድሎ ተገኘ። የቢኒያም እዳነ ወንድም ዮሴፍ አዳነ ቤቱንና ንብረቱን ለድርጅቱ ከማዋሉም በላይ ብርሀነመስቀል ረዳን ከፖሊት ቢሮና ከዋና ፀሀፊነቱ ለማውረድ ተባባሪ አድርገው ከተጠቀሙበት ከሁለትና ሦስት ወር በኋላ ጠቁመው በማሲያዘ አስረሸኑት። ታላቅ እህቱ እንደሆነች የሚነገርላት የመኢሶን ግንባር ቀደም መሪ የነበረችው ዶ/ር ንግሥት አዳነ ስንቱን ረሽናና አስረሽና በመጨረሻ የደርግ የጭካኔ ፅዋ ደርሷት ተሰናበተች።

ምዕራፍ ዘጠኝ

9.0. ጀብሃ ደረስኩ፣ ካርቱም ገባሁ፣ ለአጭር ጊዜ ወደ አውሮጳ ጉዞ፣ እንደገናም ተመልሼ ካርቱም፣ ከዚያም "በምሕረት" ስም ወደ ኢትዮጵያ

9.1. በመነኩሰይቶ ከጀብሃ ያካባቢው ኋላፊዎች ጋር እረፍት አድርጌ ጉዞ ወደ ባርካ

ከጋድ ሽኮሬ/ትኳቦ ሽሽጉና ከጋደኞቹ እጅ አምልጬ መሄዴ ቢቀጨውና ቢያስቀጣውም ዛሬ አጠቃላይ የድርጅታችንና የሠራዊታችንን ሁኔታ በሚገባ የተረዳ መሆኑን ስለማልጠራጠር መጅድ አብደላ እንኳንስ ከአጋጉል ሞት አምልጦ ሄደ ብሎ ደስተኛ እንደሚሆን እርግጠኛ ነኝ። ከእሱና ከጋዱ እጅ አምልጬ በመሄዴ በእኔ ላይ የነበረውን ጥላቻና ቅሬታ በአሁኑ ጊዜ እንደማይኖረው አምናለሁ። ተወቅሶበትም ከሆነ የኃላ ኃላ ወቀሳውን ከምንም እንደማይቀጥረው እተማመናለሁ። ትኳቦ ሽስጉ የዋህና ገራገር ታጋይ ነበር። የጋደኝነት ስሜት ሁኔታዎችን አዘሮ እንዳይመለከት አድርጎት ነበር እንጂ እርግጠኛ ነበርኩ ሊተባበራቸው እንደማይችል። ወደ የሩጫ ጉዞየ ልመለስና ባለማቋረጥ ስገሰግስ ቀድሞ በእኔ አስተዳዳሪነት ሥር ከነበረችው መነኩሰይቶ ደረስኩ። ከዚያም መንደር አካባቢ እንደደረስኩ ሳላስበው በጀርባየ በኩል ሁለት የጀብሃ ታጋዮች ቁም ብለው ያስቀሙኛል። ሌላ ድርጅት በሚያስተዳድረው መሬት የሌላ ድርጅት ታጋይ መሣሪያ ይዞ ሊንቀሳቀስ ስለማይችል የተሸከምኩትን ብረት መሬት ላይ እንዳስቀምጥ ጠየቁኝ። ማንነታቸውን አስቀድሜ በመጠየቄ በአረብኛው 'ጀብሃ ተኽሪር ኤርትሪ' (የኤርትራ ነፃ አውጭ ድርጅት) ታጋዮች ነን አሉኝ። ምንም ሳልከራከር የኢሕአፓ'ን ክላሽንኮቭ ጠመንጃ መሬት ላይ አስቀምጬ ኢሕአፓ መሆኔን አስረዳሁ። በኢሕአሠና ኢሕአፓ ታሪክ ከሜዳ ከእሥር ቤት አምልጦ ወደ ጀብሃ ሲገባ የመጀመሪያው እሥር ቤት ሰባሪ በመሆኔ ከድርጅቱ ጋር በነበራቸው አዲስ ጋብቻና ፍቅር ምክኒያት ለክፉ አደጋ ልዳረግ ስለምችል በቅድሚያ ከኃላፊዎቹ ጋር ለመገናኘት ፈለኩ። ከዋናዎቹ መሪዎች በስተቀር በመካከለኛና ወደታች ያሉት የጀብሃ ኃላፊዎች ታሪኬን ስነግራቸው ሊሸጡኝና ሊነግዱብኝም ሆነ ሊክዱኝ እንደማይፈልጉ ስለምተማመን ከኢሕአፓ አመራር መልዕክት ይዤ ስለመጣሁ ከአካባቢው የወታደራዊው፣ የፖለቲካና የጸጥታ ኋላፎዎቻችሁ ጋር ውሰዱኝ ብየ ጠየኳቸው። በመነኩሰይቶ ካካባቢው የጀብሃ ጽ/ቤት ስደርስ በወቅቱ ያገኘኃቸው የወታደራዊውንና የፖለቲካ ኋላፎዎቹን ነበር። ባጋጣሚ ይሁን ወይንም ምድብ ቦታቸው ሆኖ ይሁን አላስታውስም የፀጥታ ሹሙ የነበረው በፎርቶ ካዬርኖ ከሚባል ጣቢያ (ከሰነዓፌና ዛላአንበሳ መሀል ላይ የምትገኝ በሰነዓፌ አስተዳደር ስር የነበረች የመቀጣጠሪያ ነጥብ የነበረች) ነበር። የወታደራዊና የፖለቲካ ኋላፎዎቹ ተጠርተው ወደእኔ መጥተው ውፅ እንዳለን ሊያነጋግሩኝ ሲፈልጉ ለብቻችሁ ጽ/ቤታችሁ ውስጥ ለማነጋገር እፈልጋለሁ ብየ አስረዳኃቸው። ወደ ውስጥ ይዘውኝ ገቡ። ኃላፊነታቸውን ከገለጹልኝ በኃላ የፀጥታ ሹሙም ቢገኝልኝ

ደስ እንደሚለኝ አስተዛዝኜ ጠየኳቸው። ከፎርቶ ካዴርና እስከሚመጣ ድረስ መጠበቅ ስለሌለባቸው ማንነቴን በመግለጽ ከኢሕአፓ እሥራት አምልጬ እንደመጣሁና ከእኔ ጋር ይዤ የመጣሁት ለራሴ መከላከያ አንድ ክላንሽንኮቭ ጠመንጃ፣ አንድ ባትሪ (ላምባ ዲና) እና ይህ አስረው የተበተቡብኝ የሲባጎ ገመድ ብቻ ስለሆነ ተረከቡኝ ብየ አስረከብኳቸው፤ ክላሽንኮቩ ጠመንጃውን አስቀድሜ ገና ከመንገድ ለጀብሃ ወታደሮች አስረክቤአለሁ። የሚያደርጉትና የሚናገሩት አጥተው በጉዳዩ መጨነቃቸውን እንደተገነዘብኩ የቀድሞ ታሪኬን በነገርኳቸው ጊዜ ያ የድሮው ታሪኬ በደስታና በአክብሮት እንዲቀበሉኝና እንዲጠብቁኝ አደረጋቸው። የሁለቱን ድርጅቶች አዲስ ፍቅር ለማጠናከር ሲሉ እኔን ለመሸጥና ለመለወጥ ያደረባቸውን ከይሲ አስተሳሰብ ባንዳፍታ የቀድሞ ማንነቴ ቀየረው። ወዲያውኑም የፀጥታ ሹሙም በጉዳዩ እንዲገባ በማሰብ ባስቸኳይ እንዲመጣ አደረጉት።

ይህ በሆነ ከአንድ ሁለት ሰዓት በኋላ ይመስለኛል እኔ እዚያው ከነሱ ቢሮ እያለሁ እኔን ለማስመለስ ከአሲምባ አምስት "ታጋዮች" ከማስታውሳቸው ጌራ፣ ግርማ/ዓለም ተክዔ፣ ሐዲሽ ዛሕሌና ተከስተና ያ ፊገታ ያለው እረጅም ዕይኑ ትላልቅ እያልኩ ያወሳሁት ልቡ ከይሲና አረመኔው ዳዊት ስዩም ባንድነት ሆነው ካረፍኩበት የጀብሃ ጽ/ቤት ደረሱ። ባጋጣሚም የአካባቢው ኋላፊ የቀድሞው የኤርትራ ጠቅላይ ግዛት የፖሊስ ፶ አለቃ የነበረና እኔን በአካል ሳይሆን በዝና በይበልጥ የሚያውቀኝ ነበር። እዚህ እኛ ጋር ደርሶ ከእናንተ ጠፍቶ መምጣቱን በመግለጽ ወደ ውጭ እንድናወጣው በመጠየቁና የቀድሞ ወዳጃችን በመሆኑ ወዲያውኑ ወደ ባርካ ልከንዋል ብሎ መለሰላቸው። ይህን ከማለቱ በፊት ግን ለማነጋገር ቢፈልጉ ፍቃደኛ መሆን አለመሆኔን ጠይቆኝ ፍቃደኛ አለመሆኔን በማስረዳቴ ነበር እንደዚያ ብሎ የመለሰላቸው። ሆኖም እነዚህ የድርጅቱ ንብረት ናቸውና ሲመጡ አስረክቡልኝ ብሎ ሰጥቶናል ብሎ አስረከባቸው። እዚህ ላይ ያሳቀኝና ያስገረመኝ ነገር ቢኖር የቀድሞው የፖሊስ ፶ አለቃ ከዚህ ሌላ ይዞት የመጣው ካለ ብሎ ሲጠይቃቸው ይኸው መልዓክ መሳዩ አረመኔ ዳዊት ስዩም "ሁሉን መልሷል፣ ይህንም ቢሆን ለእራሱ መከላከያ ብሎ ያመጣው እንጂ ድርጅቱንና ሠራዊቱን ለመጉዳት ብሎ እንዳልሆነ እምነታችን ነው" ብሎ መመለሱ ነበር። ነገሩ የጀበሃ ኃላፊዎችንም ጭምር አስገርሟቸዋል። በሁለቱ ድርጅቶች አዲስ ፍቅር ምክኒያት ችግር እንዳያስከትሉብኝ በመጨነቃቸው ቀጥታ ወደ ባርካ የሚንቀሳቀስ የሚያምኗቸው ኃይል እስከሚያገኙ ድረስ እዚያው ከእነሱ ጋር መነኩሰይቶ ለሁለት ቀን ቀይቼ ጉዞ ወደ ባርካ አደረኩ። ምን ያህል ጊዜ እንደፈጀብንና በየት በኩል እያቀራረጡ በመኃዝ ባርካ ልገባ እንደቻልኩ ዘንግቸዋለሁ። ሆኖም የማይደረስ የለምና ባርካ፣ ቶጎሩባ ከሚገኘው የኤርትራ ነፃ አውጭ ግንባር ዋና ሠፈር ደረስን። ከዚያም ከአሕመድ ናስር፣ ኢብራሂም ቶቲልና ከተስፋየ ደጊጋ ጋር አገናኝተውኝ ሰላምታ ከተለዋወጥን በኋላ ከነሱ ጽ/ቤት አንድ ሦስት ኪሎ ሜትር ርቀት ላይ ሠፍረው ባንድ አካባቢ በቁም እሥር ከሚጠበቁት "የፋሉል" (64) ኃይልና የጀብሃን እርዳታ አግኝተው ወደ ውጭ

ለመውጣት ባርካ የገቡ ኤርትራዊያንና ከኤርትራ ውጭ ተወልደው ያደጉ "አምቼዎች" ከአረፉበት ሠፈር ጋር በእንግድነት እንዳርፍ ተደረገ። ጀብሃ "ፋሉሎችን" ባንድ አካባቢ ነበር ያሰፈራቸው።

9.2. ከተስፋሚካኤል ጆርጆና ከበረከት መንግሥትአብ ጋር ግንኙነት፣ ከዘጠኝ የማያንሱ ወጣት የፖሊስ መኮንኖች ከአያሌው መርጊያው ጋር ለመቀላቀል ብለው ሮም ከተማ እጃቸውን ለፖሊስ ሰጥተው አስንባ ገቡ

የ"ፋሉል" ቡድኖችን ባንድ አካባቢ አግተው በቁም እሥር ይጠበቁ ነበር። ከእነሱ ጋር ሌሎች ወደ ውጭ ለመውጣት ወይንም ከግንባሩ ጋር ተቀላቅለው ለመታገል ፈልገው የገቡ/የመጡ ኤርትራዊያንና ከኤርትራ ውጭ ተወልደው ያደጉ "አምቼዎች" ባንድነት ከ"ፋሉል" ጋር ይኖሩ ነበር። አብዛኛው አንጋፋና በአመራር እርከን የነበሩት የ"ፋሉል" አባላት ሁሉም ያውቁኝ ስለነበር እንዳልጨነቅና እንዳላስብ ረድተውኛል። የፋሉል አባል ያልሆኑ በእንግድነት ባካባቢው ከነበሩ ከማውቃቸው ኤርትራዊያን መካከል በረከት መንግሥተአብንና ወዲ ጆርጆን ነበር። ድምፃዊ የትግርኛና የቢለን ዘፈን ተጫዋቹን በረከት መንግሥትአብን በእኔ ዕድሜ የማያውቀው አይኖርም ብየ እገምታለሁ። በፖሊስ ኮሌጅ ቆይታየ ጀምሮ በአካል በደምብ ለመተዋወቅና ለመቀራረብም በመቻሌ በባርካ በቆይታየ ወቅት በተለይም ደብተራው/ፀጋየ ገ/መድህን እኔን ለማነጋገር እያስፈቀደ ወደ እኔ አካባቢ ደጋግሞ እንደመጣ ይጠብቁኝ ከነበሩት አንዱ ነበር። ከዚያም አልፎ እያጫወተኝ ጊዜውን እናሳልፈው ነበር። በረከትን በግንባር የማውቀው አዲስ አበባ ዋቢ ሸበሌ ሆቴል ፊት ለፊት የነበረውን ቡና ቤት የከፈተችው ኤርትራዊት ከሱዳን ኑሮዋን ጠቅልላ ወደ አዲስ አበባ እንደመጣች ያንን ቡና ቤት እንደከፈተች ነበር መልከ መልካሙና ባለጣፋጭ ድምፁ ኤርትራዊው በረከትአብ እንኳን ደህና ገባሽ ብሎ በመቀበል የእሱ ጓደኛ ያደረጋት (ትልልቆቹ ሆቴሎች የመግባት አቅም ሳይኖረኝ ሲቀር ፓፑላሬ ታላቅ እህቴ ቤት ሄጀ የደንብ ልብሴን ቀይሬ በሲቪል ልብስ ተደብቄ ከቡና ቤቱ እገባ ነበር)። ከድሮ ጀምሮ ቢተዋወቁ ይሆን ወይንም በሌላ አላውቅም ወደ ኢትዮጵያ እንደመጣች ወዲያውኑ ነበር ጠቅሎ የያዘው። ከበረከት መንግሥተዓብ ጋርና ከ"ፋሉሎች" ጋር በመሆን የረዳኝና ይጠብቀኝ የነበረው ሌላው ታላቅ ወንድሜ ለሀገርና ሕዝብ ለሰላምና ፀጥታ መስሎት ኢሳያስ አፈወርቂን ሥልጣን ላይ ማውጣቱ እና ባለማወቅ ኤርትራን ለማስገንጠል በመሳሪያነት መገልገሉ የሕሊና ፀፀትና የመንፈስ እረብሻው እስከተገደለበት ጊዜ ድረስ ያልጠፋለት የቀድሞው የጥቂት ጊዜ አለቃየና ጓደኛየ የነበረው የደቀመሐሬ ወረዳ ገዥ ግራዝማች ተስፋሚካኤል ጆርጆ ነበር። "የፋሉሎቹ" መሪዎችና አንጋፋ ታጋዮቻቸው በባርካ ቆይታየ ከእኔ ጋር ተለይተውኝ አያውቁም ነበር። አሲንባ በዓይነ ቁራኛ በቁጥጥር ሥር በዋልኩ ሰሞን ዘጠኝ የሚሆኑ የፖሊስ ኮሌጅ ምሩቅ ወጣት መኮንኖች ከምሥራቅ አውሮጳ ኮርሳቸውን አጠናቀው ሲመለሱ ሮም ላይ ከአያሌው መርጊያ ጋር ለመቀላቀል ብለው ወደ አሲንባ መግባታቸውን መስማቴ በሌላ አካባቢ ተገልጿል።

እውነትም ወጣት መኮንኖቹ ከእኔ ጋር ለመቀላቀል ብለው በባርካ ቀይታ አድርገው አሲንባ መጓዛቸውን የጀብሃ ታጋዮችና እንግዶች ተረጋገጠልኝ። ወጣት መኮንኖቹ ጀብሃ ከሦስት ሳምንት በላይ በቀዩበት ወቅት ከፋሉሎችና እንዲሁም ከበረኸት መንግሥትአብና ከወዲ ጆርጆ ጋር አዘውትረው ይጫወቱ ነበር። ከምሥራቅ አውሮጳ ትምህርታቸውን አጠናቀው ወደ ሀገር ቤት ሲመለሱ አያሌው መርጊያውና ጓደኞቹ አሲምባን እያናወጡት እንደሆነ፣ ትግሉን በከፍተኛ ደረጃ እያፋፋሙት እንደሆነና፣ ያለው ፋሺስት መንግሥት ዕድሜው በቀናት የሚቀጠር መሆኑን፣ አሲምባ አይሮፕላን እንደሚያርፍበት አድርገው በእነእያሱ ዓለማየሁ እንደተነገራቸውና በዚህም የሀሰት ፕሮፓጋንዳ ተመርዘው ከአያሌው መርጊያ ጋር ለመቀላቀል ብለው ሮም ሲደርሱ የሀገር ቤት ጉዟቸውን አቋርጠው ለፖሊስ እጃቸውን ሰጥተው በእያሱ ዓለማየሁ አማካይነት በካርቱም አድርገው በባርካ ሲያልፉ ለሦስት ሳምንት ያህል በቀዩበት ጊዜ ለጀብሃ ዲሞክራት ኃይሎች/"ፋሉሎች" እና ለነወዲ ጆርጆና ለነበረኸት መንግስትአብ ያጫወቷቸው መሆኑን በባርካ ቀይታየ ተነገረኝ። የመታሰሬ አንዱም ምክኒያት በሌላ አካባቢ እንደተገለጸው መኮንኖቹ ከእኔ ጋር እንዳይገናኙና ስለሠራዊቱም ሆነ ስለ ድርጅቱ አሉንታዊ መረጃ እንዳልነግራቸውና እነሱን በማስተባበር ከሰዒድ አባስ፣ አቡበከር ሙሀመድ፣ ከኢርጋ ተሰማና ከሌሎቹ ጋር በማበር የጀብደኝነት ተግባር የማስተባብር መስሏቸው ፍራቻና ጭንቀት ስለአደረባቸው ነው የሚለውን ኢሕአሠ ሜዳ ያገኘሁትን መረጃ ትክክለኛነት ያረጋግጣል። ነገርን ነገር ይወልደዋል እንዲሉ ሻዕቢያ ኢትዮጵያን ይዛ ለወያኔ እንዳስረከበች ሰሞን ምስኪኑን ወዲ ጆርጆን በፀራራ ፀሀይ እንዴት እንደገደሉት እዚህ ላይ ማውሳቱ አስፈላጊ ይሆናል። በሌላ ምዕራፍ ለመጥቀስ እንደተሞከረው ከወዲ ጆርጆ ጋር ትውውቃችን በባዕዳኑ የእንግሊዝ ማዕረግ አጠራር የደቀመሐሬ ዲ. ኦ (ዲስትሪክት ኦፊሰር፣ የወረዳ ገዥ እንደ ማለት ነው) በነበረበት ጊዜና እኔ ደግሞ ገና ለጋ የፖሊስ መኮንን በነበርኩበት ወቅት ነበር። በኋላም ከአካባቢው እስከተሰውረብኝ ጊዜ ድረስ ለጥቂት ጊዜም ቢሆን ሁለታችንም በአንድ አውራጃ (አከለ ጉዛይ) አስተዳደር ሥር ነበርን። በ1962 ዓ. ም. ኢሳያስ አፈወርቂን ከሲ. አ. ኤ. እና ከልዑል ራስ እስራተ ካሣ ጋር ያስተዋወቀውን የወቅቱን የደቀመሀሬ ወረዳ ገዥ ግራዝማች ተስፋሚካኤል ጆርጆ (በእብዛኛው ኤርትራዊያን ወዲ ጆርጆ በመባል ነበር የሚታወቀው) ከስደት ምላሽ በሻሸመኔ አካባቢ የሆነ የፋብሪካ ሥራ አስኪያጅ (ይመስለኛል የጫማ ፋብሪካ) ሆኖ እየሰራ ሳለ ሻዕቢያና ወያኔ አዲስ አበባን ይቆጣጠራሉ። ወዲ ጆርጆ ኢሳያስ አፈወርቂን ከልዑል ራስ አስራተ ካሳ፣ ከቃኘው ሻለቃና ከሪቻርድ ማይልስ ኮፕላንድና ረዳቶቹ ጋር ማቀራረቡን አስመልክቶ በምዕራፍ አራት ተገልጿል። ሁለታችንም በምሕረት ሀገር ቤት ከገባን በኋላ ከአንዴም ሶስት ጊዜ ተገናኝተን ተገባብዘናል። ጀብሃ ደክሟል፣ ድርጅቱም ተከፋፍሏል፣ ኢሳያስ በቀላሉ ሰው እያሰረገ በማስገባት የሚፈልጋቸውን ከማጥፋት ወደኋላ ስለማይል ከጀበሃ ጋር መቀየቱ ለሕይወቱ አስጊ ሆኖ በማግኘቱ፣ በሌላ በኩል

ውጭ ሀገር ወጥቶ መኖር ባለመፈለጉ "ሀገሬ ገብቼ የበደልኳትን ሀገሬንና ሕዝቤን እየካስኩ አዲስ ሕይወት መምራት እመርጣለሁ ብሎ አዲስ አበባ ሊገባ እንደቻለ በመጀመሪያው ግንኙነታችን ወቅት አጫውቶኛል። ስለኢሳያስ አፈወርቂ፣ ስለ ሪችሃርድ ማይልስ ኮፐላንድና የቃኘው ሻለቃና እንዲሁም ስለልዑል ራስ አሥራተ ካሳ የተካሄደውን ግንኙነት ብሎም በሀገራችን ላይ ስለተካሄደው ታላቅ ሴራ በመኮንንነቴ ዘመኔ ከወዶ ገባዎች ካገኘሁት መረጃ ይበልጥ ከባለቤቱ/ከባለጉዳዩ ከወዲ ጆርጆ ጋር ባካሄድኩት ተደግጋሚ ውይይትና ጭውውት ምስጢሩን ለመረዳት ከፍተኛ ዕድል ሰጥቶኛል።

ለዳግማይ ስደት ልወጣ በምሰናዳበት ወቅት ተስፋሚካኤል ጆርጆ በፀራራ ፀሐይ በገሀድ በሁለቱ መንግሥታት ትብብር (ሻዕቢያና ወያኔ) ተገደለ። አገዳደሉንም አስመልክቶ ወዲያውኑ ከማምናቸው ኤርትራዊያን ወንድሞቼና እህቶቼ ሁለት ነገሮችን በማያያዝ ሲነግሩኝ በጥቂት የመሀል ሀገርና ትግራይ ተወላጅ ወገኖቼ ደግሞ አንዱን ብቻ በመንተራስ አገዳደሉን ገልጸውልኛል። በሰፊውና በትክክልም ምክኒያት ነው ተብሎ የተነገረው የተስፋሚካኤል ጆርጆ ሴት ልጅ ለብዙ ዓመታት የሻዕቢያ አባልና ጠንካራ ታጋይ ከሚባሉት አንዷ ሆና ቀይታለች። ከነፃነት በኋላ አባቷን ከኢሳያስ አፈወርቂ ጋር ለማስታረቅ በመፈለጋ ከአሥመራ አዲስ አበባ በመጋዝ አባቷ ፍቃደኛ እንዲሆንላት ጥረት አደረገች። ኢሳያስ አፈወርቂ ጋር መነጋገሯንና ፍቃደኛነቱን በማረጋገጥ የላካት መሆኑን ጭምር ታስረዳዋለች። ወዲ ጆርጆም ለልጁ እንዴት አድርጌ ነው ከሱ ጋር ልታረቅ የምችለው? በዕውን ከሱ ጋር የምታረቅ ይመስልሻልп? ሕይወቴ የተመሰቃቀለው፣ ጎሊናየ ሁሉ ሲረበሽ የኖረው እኮ በእሱ ምክኒያት ነው፣ እንዴት አድርጌ ችየ ለመቀራረብ የምችል ይመስልሻል ብሎ በመማፀን ሃሳቧን እንድትሰርዝ ለማግባባት ይሞክራል። ታጋይቷ ልጁም ተስፋ ባለመቁረጥ በጉዳዩ ከኢሳያስ ጋር ተመካክረንበት የተጨረሰ በመሆኑ፣ ካንተ ጋር ለመታረቅ ዝግጁና ፈቃደኛ ስለሆነ ነው ወደ አንተ የላከኝ እባክህ በማለት ትማጸነውና ታግባባዋለች። የደርሶ መልስ የአየር ጉዞ ቲኬት ተቆረጠለት። በመሄጃው ዋዜማ ዕለት ከጊዮን ሆቴል አጠገብ ከመንገድ ላይ በገሀድና በግልጽ በፀራራ ፀሀይ በሳይለንሰር (ድምፅ በሌለው የጦር መሣሪያ) ገድለው እየተዝናኑ እንደሄዱ ተወራ። ልጁ በንደት ሲቃ ይዟት እያለቀሰች ሬሳውን ይዛ ወደ እሥመራ ተመለሰች። ይህ ተጋኖ በሕዝቡ የተወራው ሲሆን በሌላ በኩል ደግሞ ባጋጣሚ ይሁን ወይንም በሌላ ልጁ ከአሥመራ እንደመጣችና ከመገደሉ በፊት ጥቂት ቀናት አስቀድሞ ወዲ ጆርጆ በሰናይ ጋዜጣ ላይ ቃለ መጠይቅ ተደርጎለት ኢሳያስ አፈወርቂን ቃኘው ሻለቃ በመውሰድ ከሪቻርድ ኮፐላንድና ከጣቢያው አዛዥና ከልዑል ራስ አሥራተ ካሳ ጋር ማስተዋወቁን አስመልክቶ በሰናይ ጋዜጣ ላይ በመውጣቱ ለግድያው ምክኒያት እንደሆነ ተደርጎ ተወርቷል። ወዲ ጆርጆ በአዲስ አበባ ቀንጆ የሆነች ቤት ሰርቶ ተጠናቀ ሊገባበት የመስኮት ሥራ ብቻ ነበር የቀረው ተብሏል። ባንድ በኩል ልጁን አስታርቂኝ ብሎ ወደ አዲስ አበባ መላክ፣ በጎን ነፍሰ ገዳዮቹን በመላክ ንጹሁን የኤርትራዊ ኢትዮጵያዊ ደም በጠራራ ፀሀይ ሕዝብ እያየ ደፍተውት

ያለምንም ጭንቀት ተሰወሩ። የሚያሳዝነው የወያኔ የጸጥታ አስከባሪዎች ሁኔታውን በማየት ከምንም ሳይቆጥሩ ወንጀሉን መናቃቸውና ደንታ ያልሰጣቸው መሆኑ ነበር የአዲስ አበባን ሕዝብ ያስቀጣው። ገዳይ ሻዕቢያ፣ አስገዳይ ወያኔ። ገዳዮቹን የሚልክ ኢሳያስ፣ ግድያው እንዲፈጸም የዕርዱን ቦታ አመቻችቶ አስፈላጊውን ሁሉ ያዘጋጀና ያስተባበረ መለስ ዜናዊ። ልጁም አሥመራ ከተመለሰች በኋላ በሕይወት ትኑር አትኑር፣ ካለችም በሰላም የመኖሯ ጉዳይ አጠያያቂ እንደነበር ነው።

9.3. ከፀጋየ ገ/መድህን ጋር በጀብሃ ጠቅላይ ሠፈር የተካሄደው የመጀመሪያው ግንኙነት

ፀጋየ ገ/መድህን /ደብተርው ከእኔ ጋር ለመነጋገር ወር ባልሞላ ጊዜ ውስጥ ሁለት ጊዜ ጀብሃ ሜዳ መጥቷል። ደብተራው እኔን ለማነጋገር ባርካ ሲመጣ ተስፋየ ደጊጋንና አህመድ ናስርን እንዲተባበሩለት ፍቃድ ጠይቆ በሁለቱም ጊዜ ፍቃደኛ ሆኜ ቀርቤለታለሁ። ለመጀመሪያ ጊዜ እኔን ፈልገ መምጣቱን ያረጋገጡት የጀብሃ የዲሞክራሲ ኃይሎች ("ፋሉሎች") እና እነወዲ ጆርጆና በረኸት መንግስትአብ ከፀጋየ ገ/መድህን ጋር ለመነጋገር ፍቃደኛ መሆኔን እንዳወቁ እንደ ጀብደኛ/እንደ እብድ ቆጥረው ቢያዩኝም በምንም ዓይነት ቢሆን ብቻየን ሆኜ ለማነጋገር እንዳልሞክር አበክረው ይመክሩኝና ያስጠነቅቁኝና ነበር። በሜዳችን መሣሪያ መታጠቅ አይችልም፣ ሆኖም አይታወቅም፣ በድብቅ ሊይዝ ይችላልና እንዳይመታህ መጠንቀቅ ይገባሃል እያሉ ይመክሩኝ ነበር። ፀጋየ ገ/መድህን በአካባቢየ ሲያንዣብብ ባዩ ቁጥር እና ለመወያየት ፍቃደኝነቴን እንዳወቁ "እነተስፋየ ደጊጋና አህመድ ናስር ከኢሕአፓ ጋር ተጋብተው አዲስ ፍቅር ፈጥረው በአፍላ ወረት ላይ በመሆናቸው የቀድሞ ወዳጃቸው ነኝና ይጠብቁኛል ብለህ እምነት እንዳይኖርህ፣ ሁለቱ ድርጅቶች ተጋብተዋል፣ ገና የፍቅር ወረታቸው አልቀዘቀዘም፣ እነ እብራሂም ቶቲል፣ ተስፋየ ደጊጋና አሕመድ ናስር ወይንም አዜን ያሲን ሆነ የሌበር ቡድን መሪው ሆነ ለዓላማቸው ሲሉ አንተን ከመሸጥና ከማስበላት ወደ ኃላ እንደማይሉ መገንዘብ ይኖርብሀል። መወያየት ካለብህ ውይይታችሁን ከእኛ ፊት ያለበለዚያም ከእኛ ብዙ ሳትርቅ በቅርበት ለማድረግ ሞክር እያሉ እኒሁ የጀብሃ ዲሞክራት ኃይሎች፣ ወዲ ጆርጆና በረኸት መንግስትአብ ለእኔ በመጨነቅ ከልባቸው አጥብቀው ይመክሩኝ ነበር። ፀጋየ ገ/መድሕን ሊገባው በማይችል መንገድ ተተብትቦ በመያዙ ለሠራዊቱና ለድርጅቱ ብሎም ለሀገሩ አንድነትና ለሕዝቡ ደሕንነት ጥፋትና ውድቀት መሣሪያ እንደሆነ የነበረኝን እምነትና ባጠቃላይም ስለሠራዊቱና ድርጅቱ በሽታ ያለኝን አመለካከት ለባዕድ ወገኖች ማካፈሉ በጎ እንዳልሆነ ስለማምንበት እንዳትገናኝ ይቅርብህ ብለው የሚመክሩኝን ልሰማቸው ባልችልም ሌላውን ምክራቸውን ሁሉ ሊሆን ይችላል በየ በማመኔ ስሰማቸው ቀየሁ። ከፀጋየ ገብረመድህን ጋር ለአንድ ሰዓት ላልሞላ ጊዜ ባደረግነው የመጀመሪያው ውይይት የእኔን በእሱ አነጋገር "መሠረት በሌለው ፍራቻ ከሠራዊቱ ጠፍቼ መለየቴ አግባብና ትክክል አለመሆኑን' አስመልክቶ ለማሳመንና ከእሱ ጋር ተመልሼ እንድሄድ ያለበለዚያም

ተመካክረን ወደ ውጭ እንድወጣ ለማድረግ ከፍተኛ ጥረት አድርጎ የእኔ ልብ ደንዳና ሆኖ ሳይሳካለት በመቅረቱ እንደተከፋ ተመልሶ ሄደ። ዳግመኛም ወደ ባርካ እኔን ፍለጋ ይመለሳል ብለን እኔም ሆንኩ ወዳጆቼ "ፋሉሎች፣ ወዲ ጆርጆና በረኸት መንግሥተአብ አልተጠራጠርንም ነበር።

9.4. የወያኔ መሪዎች እነ ተስፋየ ደጊጋን፣ አሕመድ ናስርንና እብራሂም ቶቲልን በማስፈቀድ ለአሥራ አንድ ቀናት ተስፋ ባለመቁረጥ ከእኔ ጋር ያደረጉት ውይይት

ፀጋየ ገ/መድህን የመጀመሪያውን ውይይት ከእኔ ጋር አድርጎ ተስፋ አስቀርጨ እንደላኩት መረጃውን ከጀበሃዎች አካባቢ ያገኙትና ባላቀድኩት ሁኔታ ባርካ በሚገኘው የጀብሃ ጠቅላይ የጦር ሠፈር እንደተገኘሁ ወደዚያ ብቅ ያለው ድርጅት ሌላ ሳይሆን የዛሬው ኢሕአደግ የዚያን ጊዜው ሕወሀት/ወያኔ ነበር። ፍጹም ዓላማው በመቦርቦር ላይ ያለውን ኢሕአፓን/ኢሕአሠን ጨርሶ ማዳከም የሆነው ይህ ድርጅት በወቅቱ ካደረጋቸው ጥረቶች አንዱ እኔን በወቅቱ በጀብሃ ሊቀመንበርና ዋና ፀሀፊ በነበሩት በአቶ አሕመድ ናስርና በቅጽል ስማቸው የሚታወቁት በአሁኑ ወቅት በሎስ አንጀሎስ ነዋሪ ናቸው የሚባሉት አቶ ተስፋየ ደጊጋ አማካኝነት ትውውቅ ተፈጠረ። ለዚህም አመቻችነት ለውይይቱ እንዲያመች ተብሎ ከፋሉሎችና ከነወዲ ጆርጆ አካባቢ አርቀው እነ ተስፋየ ደጊጋ ከሚኖሩበት አካባቢ ከምትገኝ ማረፊያ ወስደውኝ ለአሥራ አንድ ቀን ቀየሁ። ለዚህም ተልዕኮ፣ 1ኛ. አቶ ግደይ ዘርዕጽዮን/ፋንታሁን (ም/ሊቀ መንበር)፣ 2ኛ. አቶ አባይ ፀሐየ፣ 3ኛ. አንድ ለጊዜው ስማቸውን የማላስታውሰው በስፓንኛ ቋንቋ ከሚናገሩ ሀገሮች ውስጥ በእርሻ ዶ/ር ድግሪ እንዳላቸው ይነገርላቸው የነበሩና ከሁላቸው በዕድሜ ጠና ያሉ፣ ቀይ ብርሀ የነበራቸው፣ 4ኛ. በዚያን ዘመ ከእነኝህ የወያኔ አመራር አባል ሥር የማይለዩት መለስ ዜናዊ ሆነው ለአሥራ አንድ ቀናት (በተለያዩ ቀናት አሥራ አንድ ጊዜ) በአርቲ ቡርቲ ፕሮፓጋንዳቸው ይጠዘጥዙኝ ገቡ። ያነሷቸውና የተወያየንባቸው ርዕሶች ከማስታውሳቸው መካከል ያው የተለመደ ኮሚኒስት ነኝ የሚል ድርጅት የሚሽከረከርባቸው ከመሆናቸው በስተቀር የቅርጽ ለውጥ እንኳን የሌላቸው በመሆናቸው እንደማልቀበላቸው ቁርጡን ገለጽኩላቸው። ዲስኩራቸው ያተኮረው በኢትዮጵያ የፖለቲካ ሁኔታን በማስመልከት የግላቸውን ትንተና እንዲህ በማለት አብራሩልኝ። 'በአማራ' የተመሰረተውና የሚመራው ግዛተ አፄ ውስጥ የከረረ የብሔር ቅራኔ የሰፈነ በመሆኑ፣ በተቀዳሚ እልባት ማግኘት የሚገባው የብሔር ጥያቄው ጉዳይ ሳይፈታ ሀገር አቀፍ የሆነ የመደብ ትግል ማድረግ እንደማይቻል የትግራይ የብሔርተኝነትን ስሜት በማጉላት ዲስኩር አደረጉ። በአገራችን ለመደብ ነፃነት ለመታገል የብሔር ቅራኔው በተቀዳሚ መፈታት እንደሚኖርበትና እያንዳንዱ ብሔረሰብ በመጀመሪያ ደረጃ ራሱን ነፃ ማውጣት እንዳለበት፣ ስለሆነም የአማራው ሕዝብ የራሱን ድርጅት ማቋቋም እንደሚኖርበትና ለዚህም እንደአነተ ዓይነቶቹ ነባርና አንጋፋ ታጋዮች ኃላፊነት እንዳለብን በመግለጽ ለማሳመን ይጠዘጥዙኝ ነበር። ያለነው ለሁለታችንም ወዳጅ በሆነ መሬት ላይ ከመሆኑም ባሻገር ለጀብሃ በወቅቱ

ከእነሱ ይበልጥ ለእኔ በመጠኑም ተቀርቃሪ ይሆናሉ በሚል የየዋህነት እምነቴ ሽንጤን ገትሬ በአገራችን ለሁሉም ችግር የመደብ ትግሉ ዋነኛው የቅራኔ መንስዔ በመሆኑ በኢትዮጵያችን ለዲሞክራሲና ለኤኮኖሚያዊ ፍትሐዊነት የሚደረገው ትንንቅ የትግሉ መለያ የመደብ ትግሉ በዋነኛ ደረጃ ስለሆነ ቅድሚያና ትኩረት ተሰጥቶት ልንታገል የሚገባን የመደብ ቅራኔውን ለመፍታት መሆን ይኖርበታል በማለት አክርሬ ገለጽኩኝ። ንግግሬን በመቀጠል የፖለቲካ ድርጅት በመሠረቱ የአመለካከት አንድነት ያላቸው በአንድ ፕሮግራም ሥር ለተወሰነ ዓላማ የሚታገሉ የሕዝቦች ስብስብ ነው። የብሔረሰቦች ድርጅቶች ግን የሚሰባሰቡት የአመለካከት ወይንም በተወሰነ ዓላማ ኖሯቸው ሳይሆን በአመለካከት የማይጣጣሙ፣ የተለያዩ ዓልማና ፍላጎት በሚኖራቸው ሕዝቦች ስብስብ ናቸው። በመሆኑም በአንድነት እንዲሰባሰቡ የሚያደርጋቸው የኃላ ቀር መንስዔ የሆነው ደም እና የዘር ሐረግ ብቻ ይሆናል። ጭቁንና ጨቃኝ መደቦች በሁሉም ብሔረሰቦች ይኖራሉ። የብሔረሰብ ድርጅቶች ተግባራቸው ሊሆን የሚገባው ለባሕላቸው፣ ለቋንቋቸው፣ ለማንነታቸውና ለወጋቸው መከበርና መጠበቅ የሚታገሉና የሚንቀሳቀሱ ብቻ መሆን ይኖርበታል እንጂ ማንነት ፍለጋ በደምና በሐረግ የተመሠረተ ድርጅት ከፖለቲካ መስመር ጋር ተደራቢ ማድረጉ አደገኛ ክስተት ከመሆኑም ባሻገር ለሕዝቦች መናቆርና እርስ በርስ መጨፋጨፍ መንስዔ ይሆናል ብየ የበኩሌን በድፈረት ለማስረዳት ሞከርኩ።

በማግባባት ጥረት አድርገው አዲስ አበባ ለመግባት በኃሪነት ሊጠቀሙብኝ የተመኙት የወያኔ መሪዎች ንግግራቸውን በመቀጠል፣ 'ማንኛውም ብሔር ትግሉን በራሱ አካባቢ ማለትም ኦሮሞዎች በባሌና በወለጋ አካባቢ፣ አማራዎች በአማራው ግዛት፣ በትግራይ ደግሞ እኛ (ወያኔ ማለታቸው ነው) ብቻ፣ ሌላውም እንደዚሁ በራሱ አካባቢ መንቀሳቀስ አለባቸው እንጂ በሌላው አካባቢ መንቀሳቀስ አግባብነትና በሩቅ ጊዜ በሕዝቡም ተደማጭነት ሊኖረው እንደማይችልም ሊያሳምኑኝ ጣሩ። ይባስም ብለውም መልካሙ የትግል ዘይቤ ኢሕአፓ የአማራው ድርጅት እንደመሆኑ መጠን መንቀሳቀስ የሚገባው በአማራው ክልል መሆን ነበረበት ብለው እንደምክር ጭምር ብቻ ሳይሆን ስማን ብለው እንደማስገደድም ዓይነት መንገድ ይነግሩኛል። በዚያን ወቅት ያ አባባላቸው ከእኔ ጋር ግንኙነቱ ባይገባኝም ወይንም ስውር አጀንዳቸው ባይገለጥልኝም ቢያንስ ለዚህ አባባላቸው የራሴን አመለካከት መስጠት ስለሚኖርብኝ በሚከተለው ሁኔታ ለማስረዳት ሞከርኩ። ኢሕአፓ/ኢሕአሠ ሕብረ ብሔር ድርጅትና ሠራዊት እንደመሆኑ መጠን ለትግሉ አመች ነው ብሎ ባመነበት የሀገሪቷ ግዛት ክልል በመንቀሳቀስ የኢትዮጵያን ሰፊ ሕዝብ ለነፃነት፣ ዲሞክራሲ፣ እኩልነት ለማብቃት መታገል መብቱ ነው። እንዲያውም አልኳቸው፣ እንኳንስ ኢሕአሠ ከትግራይ ሊለቅ ይቅርና በኢሕአፓ/ኢሕአሠ ውስጥ ያሉት የኢሕአፓ የትግራይ ተወላጅ አባላት ቁጥር ከእናንተ አባላት ቁጥር በበለጠ እንጂ የማያንስ ባለመሆኑ እንደ ኢትዮጵያዊነታቸው ትግራይ ክልል ውስጥ የመንቀሳቀስ መብታቸውን የሚገድብ አንዳችም ኃይል የሚኖር ያለ አይመስለኝም። ይልቅንስ አልኳቸው፣ እንዲህ ዓይነቱን

አግባብነት በሌላቸው ነጥቦች ላይ ከማትኮር ሁለታችንም የጋራ ጠላታችንን ደርግን በሕብረት በመዋጋት ዲሞክራሲ፣ እኩልነትና ፍትሕ የነገሰባትን አዲሲቷን ኢትዮጵያን ለማምጣት መጣሩ ይሻላል አልኳቸው። እርስ በርስ ተያይተው ምን ሊፈጥሩ ይሆን እያልኩ ስመለከት ወደ ሚቀጥለው ጉዳይ አመሩ። የሕብረት ግንባርን በተመለከተ የኢሕአፓና የድርጅታችን ልዑካኖች ብዙ ጊዜ ስብሰባ አካሁደው እኛ ለሕብረት ግንባሩ እነሱ በሚፈልጉት ነጥቦች ላይ ፈቃደኞች መሆናችንን ገልጸን የመግባባት በር ከፍተን ዕድሉን በመስጠት የኢሕአፓ ልዑካንን አስደስተን ከላክናቸው በኋላ ድርጅቱ አመራር እስከአሁን ድረስ ስምምነቱን በማጽደቅ ተግባራዊ ለማድረግ ፈቃደኛ አልሆኑም' ይሉኛል።

እንዳዝንባቸው ብቻ ሳይሆን እንድንቃቸው ያደረገኝ የሚከተለውን አፀያፊና የማይሆን ንግግራቸውን በነገሩኝ ጊዜ ነው። መዝሙር፣ አሲምባ፣ ታሪኩና ታፈስ ከእኛ (ከወያኔ) ተወካዮች ጋር በምስጢር በተከታታይ ቀናት በየካቲት እና በመጋቢት ወር መግቢያ 1969 ዓ. ም. ስብሰባ እንዳደረጉና አመርቂ ውጤት እንድተገኘ ይነግሩኛል። የኢሕአሠ አባላት ከሌላ ድርጅት አባላት ጋር ውይይት (Informal ውይይት) ለማድረግ የሚያግዳቸው ሕግም ሆነ ደንብ ባለመኖሩ በምስጢር ሳይሆን ባጋጣሚ በግልጽና በይፋ ሲተላለፉ ተገናኝተው ያደረጉት ውይይት ሊሆን ይችላል ብየ በተጠራጠርኩ ነበር። ነገር ግን በየካቲት እና መጋቢት ወር 1969 ዓ. ም. ከእኔ ዕውቀት ውጭ በነኢርጋ ተሰማና በጓዶቹ ምስጢራዊ ቀርቶ informal የሆነ ግንኙነት እንኳን ያደረጉት ክንውኖች ወይንም ገጠሞሽ ቢኖሩ በዕለቱ እንደተገናኘን ወይንም በሚቀጥሉት ቀናት እንደተገናኘን የመጀመሪያው የመረጃ ልውውጣችን ይሆን ነበርና ይነገረኝ ነበር። በሌላ በኩል ቢያንስ እስከ መጋቢት ወር መጨረሻ 1969 ዓ. ም. ድረስ ማናቸውንም የሚያካሂዱትን እንቅስቃሴዎቻቸውን ሁሉ አንድም ሳይቀር በሙሉ አውቅ ነበር። በሌላ በኩል ኢሕአፓ/ኢሕአሠ ሕብረትን አስመልክቶ ከወያኔ ጋር ተከታታይ ስብሰባ የሚያካሄድ መሆኑ እየታወቀ ያ ረጋ ያለና በላብ እደሩ ሥነሥርዓት ታንፆ ንቅናቄውን የሚመራው የኢሕአፓ/ኢሕአሠ ታማኝ አንጋች ኢርጋ ተሰማ እንደዚያ ዓይነቱን ተግባር እንደማይፈጽም በእርግጠኝነት አውቃለሁ። ምንም እንኳን እስከ መጋቢት ወር መጨረሻ 1969 ዓ. ም. ድረስ በቤዝ እምባው አካባቢ ተወስኜ እንድቀሳቀስ በመደረጉ ከእነ ኢርጋንና ጓዶቹ ጋር በየጊዜው እንደልቤ እየተገናኘሁ የምወያይበት መንፈስ አርኪና የደስታ ዘመኔ በመሆኑ የሁላችንን እንቅስቅሴ አውቅ ነበር። የወያኔ መሪዎች በየካቲት እና በመጋቢት ወር 1969 እየተገናኘን ተወያይተናል ሲሉኝ ዘረኞች ብቻ ሳይሆኑ ልክ እንደነክፍሉ ታደሰ፣ ዘሩ ክሕሽን፣ እያሱ ዓለማየሁና መርሻ ዮሴፍ የመጨረሻዎቹ ወስላቶችና ዱርየዎችም ሆነው ታዩኝ።

ከአራቱም ጓዶቼ ጋር በየጊዜው እንደልባችን ነበር የምንገናኘው። ምን እንደሚካሄድ፣ ምን እንዳደረጉና ከእነማን ጋር እንደተገናኙ፣ ምን እንደተነጋገሩ ሁሉን በመረጃ መልክ የመለዋወጥ አንዱ ተግባራችን ነበር። የማይነግሩኝ ወይንም ማወቅ የማይገባን ከብርሀነመስቀል ረዳ ጋር እንዴት

እንደሚገነኙና በእነማን በኩል መረጃ እንደሚልክልን የመሳሰለውን የፀጥታ ጉዳይ በመሆኑ ሁሉም የንቅናቄው አባላት ማወቅ ስለማይኖርበት አይነግሩኝም ነበር፣ እኔም ቢሆን የማወቅ ፍላጎት አልነበረኝም። ይህንን አስመልክቶ ከጋዶቼ ጋር በግድ እስከተለያየሁበት ጊዜ ድረስ ከአንተነህና ከኢርጋ ተሰማ በስተቀር ሌሎቻችን ሁላችንም አናውቅም ነበር። ስለዚህ እነ ኢርጋ ተሰማ ከሌሎቹ ሶስቱ ጋዶቼ ጋር ሆኖ በምንም ዓይነት መንገድ ከወያኔ ጋር በምስጢር አልተገናኙም፣ ስብሰባም አላካሄዱ፣ የጠላት ወሬና የመከፋፈል ተግባራቸው በመሆኑ ነው። በዚያን ጊዜ በዓዕምሮየ የመጣው ለእኔ እንደዚህ ያሉ በተዘዋዋሪም በቀጥታም ቢሆን ሰላዮቻቸውን ልከው ለእነኢርጋ ተሰማ፣ ኤፍሬም ደጀኑ፣ ውብሸት መኮንንና ለሌሎቹ ጋዶቼ መጂድ አብደላ ጋር ተገናኝተን አጥጋቢ የሆነ ውይይት እንዳአካሄደንና አልፎም ወደፊት ሁላችንም ባንድነት እስከምንሰባሰብና እስከምንገናኝ ድረስ በእንግድነት ከወያኔ ጋር ተቀላቅያለሁ የሚል መልዕክት እንደላኩ አስመስለው ይነግሯቸው ይሆናል ብየ ተጨነኩ። ያልኩት አልቀረም ካርቱም ከገባሁ በኃላ ከቀድሞ የሠራaዊቱ ጋዶቼ በተለይም አዲስ አበባ ከገባሁ በኃላ ከአየር ወለድ ወታደሮች ጋር በተገናኘሁ ጊዜ እኔ ከወያኔ ጋር በእንግድነት እንደምኖር ወሬው እንደተወራ ተነገረኝ። እንዲያውም አንደኛው የቀድሞ አየር ወለድ ወታደር ከእነሱም ጋር ተጣልተህ መጣህ እንዴ ብሎ ነበር ስንገናኝ የቀረበኝ። ከእነሱ ጋር ማለቱ ከወያኔ ጋር ማለቱ ነበር። በኢትዮጵያችን ሀገር አቀፍ የማርክሲስት ሌኒኒስት ፓርቲም ለመመሥረት በቅድሚያ እያንዳንዱ ብሔር የራሱን የማርክሲስት ሌኒኒስት ፓርቲ ማቋቋም እንደሚኖርበትና ይህም ማለት በኢትዮጵያ በመጀመሪያ ከመቶ የማያንስ (የራሴ ግምት ነው) የማርክሲስት ሌኒኒስት ፓርቲዎች መቋቋም የግድ እንደሆነ ሊያሳምኑኝ መሞከራቸው ነበር። ኢሕአፓ እንደ አንድ ማርክሲሳዊ ሌኒናዊ ድርጅት ብቻ ማለትም የአማራው ብሔር ብቻ እንደሆነና የሌሎችን እንደማይወክል አብራሩልኝ። ኢሕአፓ የላብ አደሩ ግንባር ቀደም ፓርቲ መሆኑ ቀርቶ በአማራው ፓርቲነት ብቻ ወሰኑት። በዚህና በመሳሰሉት ባሕሪዎቹ ኢሕአፓ የላብ አደር ፓርቲ ሳይሆን የንዑስ ከበርቴ ዲሞክራሲያዊ ድርጅት እንደሆነ ሊያብራሩልኝ ሞከሩ።

ብቻየን በመሆኔና አጋጉል ጀብደኝነት ውስጥ ላለመነከር ውይይቱ እንዲቀጥል ባለመፈለጌ በቀና መንፈስ ከመለያየታችን በፊት በውስጣችን የተከሰተውን ችግር አስመልክቶ መናገር ስለሚገባኝ እንዲህ አልኳቸው። በየትኛውም ሀገር በትግል ሂደት ያለና ሊኖር የሚችል ጉዳይ እንደሆነ ለማስረዳት ሞከርኩ። ምንአልባት ችግር የሚሆነው በትግል ሂደት ወቅት የሚነሱ ችግሮችን በውይይት ለመፍታት ሳይቻል ሲቀር ብቻ ነው። እኛ ግን በዚህ ረገድ የነቁና የበሰሉ ታጋዮች ጥርቅም ድርጅት በመሆኑ በጊዜው በውይይትና በመከራከር ችግሮቻችን ይፈታሉ ብየ ለመሸፋፈን ሞከርኩ። ይህ እስከሚሆን ድረስ እዚሁ አካባቢ ሆኜ ለመከታተልና ካላስፈላጊ አደጋ ለመዳን ስል ነው ጠፍቼ የመጣሁት እንጂ እንደትናንቱ ዛሬም ያው ታማኝ ኢሕአፓና የኢሕአሠ ታጋይ ነኝ

አልኳቸው። ይባስ ብሎ ከንዴትም ይሁን ወይንም አምነውበት እንደ መልካም ዘዴና መንገድ ቀጥረውት ይሁን አላውቅም እኒያ በዚያን ጊዜ ከወያኔ አመራር ሥር የማይለዩት ከመካከላቸው ከሁሉም ታናሽ መስለው የታዩኝ አቶ መለስ ዜናዊ ገና አሲምባ በገባህ መንፈቅ ሳይሞላህ ትጥቅ አስፈቱህ፣ ከፓርቲ አባልነት ለጊዜው ተብለህ ተወገድክ፣ ስንቅና የማብሰያ ቀሳቁሶች ተሸካሚ "አህያ" አድርገው ተገለገሉብህ (አህያ የምትለዋን እኔ ነኝ የጨመርኩባት)፣ በመቀጠልም ወደ እሥር ቤት ተጋዝክ። ቀጥሎም በሪፖርት መልክ ስለሆኑ ጉዳዮች ጽሁፍ አቅርብ ብለው አዘዙህ። የሚቀጥለው እንደነጉርሙና እንደ መምህር አረፋይኔ በጋለ ሳንጃ ሰውነትክን እየተለተሉ አሰቃይተው መግደል ነበርና የወሰድከው እርምጃ የሚደነቅ ነው። ሆኖም ከዚህ በኋላ ክነሱ ጋር አብሮ መኖሩ ትክክለኛ ውሳኔ አይመስለኝምና ረጋ ብለህ ብታስብበት ብሎ ያሳስቡኛል። እኔም መልሼ ኢሕአፓ/ኢሕአሠ ድርጅቴና ሠራዊቴ መሆኔን በመግለጽ ከዚሁ ካላግባብና ካለማወቅ ከሚፈጠረው ግርፋትና ግድያ ለመዳንና ሁኔታዎቹ ለሁላችንም ግልጽ ሆኖልና መፍትሔ እስከምናገኝለት ድረስ ከጋራ ወገን ጋር ተከልየ ሁኔታዎችን እየተከታተልኩ ለመቀየት በመፈለጌ ነው ብየ በድጋሚ በኩራት መንፈስ አስረዳኋቸው። አቋሜን እንዳስረዳኋቸው ስለውስጣችን ችግር ከእኛው ይበልጥ በደንብ መረጃ እንዳላቸው እንዳውቅ ለማድረግ መሞከራቸው እምብዛም አላስገረመኝም። ምክኒያቱም ድርጅታችንም ሆነ ሠራዊታችን በባዕዳን ኃይል ሰርገ ገቦች የተተበተበ መሆኑን እኔም ሆንኩ ጓዶቼ በደንብ እናውቅ ስለነበረ አዲስ አልሆነብኝም ነበር። በሲ. አይ. ኤ. እና በሞሳድ እንዲሁም ኬ. ጂ. ቢ. አስተባባሪነት በሻዕቢያ፣ ወያኔ፣ ደርግና ተለጣፊዎቹ የተተበተበ መሆኑን ማጤን ከጀመርን ቀይተናል። በምን አወቁ እንደአህያ ዕቃና ማብሰያ ተሸካሚ ሆኜ ማገልገሌ? እንዴት ሊያውቁ ቻሉ አሲምባ በገባሁ ብዙ ዘመን ሳልኖር የተሰጠኝ መመሪያና ትዕዛዝና ሌሎቹን ጉዳዮችን ሁሉ? ከድርጅቱና ከሠራዊቱ ውስጥ በከፍተኛ አርከን አካባቢ ለወያኔና ሻዕቢያ የሚያገለግሉ አርበኞች (moles) እንዳሏቸው አልጠራጠርም። ድርጅቱ በተለይም ሠራዊቱ በወያኔና ሻዕቢያ መተብተቡን ለማሳየት የአንድ የትግራይ ቤተሰብ ልጆችን እንደምሳሌ ላቅርብ። ደጀን የአጋሜ ልጅና የአውራጃው የደርግ የደሕንነት ተጠሪ ሆኖ ለወያኔ አገልጋይ ነበር። እህቱ ዘቢብ ደግሞ የኢሕአፓ አባል ሆና በአድዋ አካባቢ ተሰማርታ የነበረች በውስጥ ግን አገልጋይነቷ ለወያኔ ነበር። እህቱ ዘቢብ የወያኔ ወኪል መሆኗ በመረጋገጡ በነደብተራው ትእዛዝ ተጠልፋ ሰንገዴ ትወሰዳለች። ኃ/ማሪያም ወልዱና ሌሎች ዛሬ አምልጠሽ ካልጠፋሽ ልትገደይ ተወስኗል ብለው ምስጢር ይነግሯታል። ከዚያም አጃቢዋን እባክህ ፀጉራችንን እንታጠብ ብላ አግባብታ ሊታጠቡ ወንዝ እንድወረዱ እሷን መጀመሪያ አሳጠበና እሱ ሊታጠብ በሳሙና እንደተነከረ መሣሪያውን ይዛ ወደ ኤርትራ በረረች። የፊታውራሪ ተሰማ የኢዲ ኢሮብ ባላባት የሆነች ልጅ ናትና ስታመልጥ ከአንዲት ሴት ቤት ገብታ እርዳታ አግኝታ ተሸኘች። በተመሳሳይ ሁኔታ ጥቁርና ቢም የነበረው በየነ ገብሩይ (በየነ ጉራዕ) ከኃ/ማሪያም ወልዱ ጋር

ከሠራዊቱ ከድተው ለደርግ እጃቸውን ከሰጡ በኃላ ወያኔ የበየነ ገብራይ በሰላም መኖር ያሰጋቸው በመሆኑ እጃቸውን ከሰጡ በኃላ ደርግ ከወያኔ በተሰጠው ተዘዋዋሪ ትዕዛዝ እንዲረሸን ሆነ። በአንፃሩ ለቡርቦራ በወያኔ ግዳጅ ተሰጥቶት ለደርግ እጁን የሰጠው ኃ/ማሪያም ወልዱ በሽፋንነት ብሔራዊ ቲያትር ተቀጥሮ በውስጥ አርበኝነት ሲያገለግል ቀይቶ ወያኔ አዲስ አበባን እንደተቆጣጠረች የአዲስ አበባ ክልል የመጀመሪያው "ተመራጭ" በማስደረግ ሥራውን በግልጽ ማከናወን ጀመረ። ኃ/ማሪያም ወልዱና የቅርብ ጓዶቹ ኢሕአሠ ውስጥ እያሉ በወያኔ አባልነት ድሮውንም ቢሆን ይታሙ ነበር።

9.5. ፀጋየ ገብረመድህን/ደብተራው ባርካ በጀበሃ ጠቀላይ ሠፈር ከእኔ ጋር ለሁለተኛ ጊዜ ያደረገው ንኙነት

የወያኔ መሪዎች ከእኔ ጋር ባደረጉት ተደጋጋሚ ውይይትና ጥረት ተስፋ ቆርጠው መሄዳቸውን የተገነዘቡት የጀብሃ መሪዎች ማንኛቸው እንደሆኑ ባላውቅም ዜናውን ሊሞት ለተቃረበው ምስኪን ሠራዊቴ ይልካሉ መሰለኝ። መልዕክቱን ያስተላለፈው የሌበር ፓርቲ ተብየው ፀሀፊ እንደሆነ ነው የጀብሃ የዲሞክራሲ ኃይሎች/"ፋሉሎች" የተጠራጠሩት። ፀጋየ ገ/መድህን/ደብተራው ለሁለተኛ ጊዜ ሊያነጋግረኝ በደስታና ኩራት መንፈስ እየገሰገሰ ባርካ መጥቶ ለመወያየት የጀብሃን አመራር ጠይቆ ፍቃደኛ መሆኔና እምቢ አለማለቴ ሲነገረው ይበልጥ ደስታ እንደተሰማው ተነቦበት ነበር። ፀጋየ ገ/መድህን ሰላምታውን ወይንም አቀራረቡን የጀመረው "ጓድ መጅድ ኮራንብህ፣ ኢሕአፓዎች ማን መሆናችንን ማሳወቅህ በአድናቆት በሠራዊቱ ውስጥ ዜናው ተናፍሷል" በማለት በተለመደው የኢሕአፓ የማታለያና የቅጥፈት ዘዴ ነበር። በመጀመሪያ አልገባኝም ምን ለማለት ፈልጎ እንደሆነ፣ ሆኖም ወዲያውኑ ሳልቆይ ተረዳኝ። ወያኔ ያንን ያህል ተደጋጋሚ ጥረት አድርገው ተስፋ አስቆርጬ መስደዴን እንዳወቀና እንደ ዘመኑ ባንዳዎች ሳልሆን ጠንካራና ሀቀኛ ኢሕአፓ/ኢሕአሠ አሽከር መሆኔን የሚገልጽለትን መረጃ ከነተስፋየ ደጊጋ ወይንም ከአንዳቸው ምንአልባትም እነ "ፋሉሎች" ወይንም ከሌበር ፓርቲ ተብየው መሪ ይሆናል ዜናው እንደደረሰውና ሊያነጋግረኝ እንደመጣ ተረዳሁኝ። ዜናውን ከሌላ ወገን ከኢሕአሠ ሜዳ ሰምቶ እንደመጣ አስመስሎ መቅረቡ የሀሰትና የማታለያ ዘዴ ነበር በወቅቱ የተሰማኝ። ምክኒያቱም መጅድን ጠይቀነው እምቢ ብሎ አሳፍሮ ላከን ብለው ወያኔዎች ዜናውን ለሠራዊቱ ማሰራጨቱ ለወደፊት ዕቅዳቸው መሰናክል ስለሚሆንባቸው እንደማያሰራጩ እርግጠኛ ነኝና። ደብተራው ዜናው የተላከለት ከአዲሶቹ ፍቅረኞቹ ከጀብሃ መሪዎች እንደሆነና ለማግባባትና ልቤን ለመስረቅ ያደረገው ርካሽ አቀራረቡ ነው ብየ ያመንኩት። የሰጠሁት ምላሽም፣ 'ከወያኔ መሪዎች ጋር ባደረኩት ውይይት የወሰድኩት አቋምና ያደረኩት ውይይት ሁሉ ለአንተና ለሪጂኑ አመራር ወይንም ከከተማ ተባሮ አሲንባ ለተከማቸው የአመራር አካል አይደለም። የሰማኸውና የተነገረህ ሁሉ ትክክል ነው፣ ሆኖም ያደረኩት በአድርሆት ኃይል ተንኮልና ሸር ምክኒያት ሳልወድ የግዴ አሲምባ ላይ ጥያቸው ለመጣሁት ውድ ጓዶቹ፣ በየከተማው ለተጨፈጨፉት

ሰማዕታት ጓዶቼና ተንኮታኩቶ ከከተማ ለተባረረው ድርጅቴና የወደፊት ዕጣውን ላልተረዳው ሠራዊቴ ክብር ነው' አልኩት። እንደውም ወፈፍ አደረገኝና 'የወያኔ መሪዎች ሲያነጋግሩኝ እነዚያ የአሲምባ ጓዶቼና በየከተማው የተጨፈጨፉት ሰማዕታት ሁሉ በመንፈስና በሀሳብ በግራና ቀኝ ጎኔ ቀመው አይዞህ፣ አንተ እኮ የኢሕአፓ/ኢሕአሠ አንጋች እንጅ ለባዕዳን ወኪል ለሆነው አመራር ባሪያ አይደለህም፣ ልክ ልካቸውን ንገራቸው እነዚህን የሲ. አይ. ኤ. እና የባዕዳን ቅጥረኞች በማለት ያደፋፍሩኝ ስለነበረ ነው ያንን ድፍረትና ወኔ አግኝቼ የነገርኳቸው' አልኩት። ሁለታችንም ስንነጋገር ከነበረከትአብ መንግሥተአብና ወዲ ጆርጆና ከጀብሃ የዲሞክራሲ ታጋዮች ባጠገብ ሆኜ ነበርና እነሱም ጭውውቴ አጋጉቷቸው ያዳምጡን ነበር።

ከላይ ከተጠቀሰው ከአጋጉል የማግባቢያ ዘዴው ይልቅ በደብተራው ላይ እንደገና ቅሬታ እንዲያድርብኝ ያደረገኝ በውይይታችን ላይ እኔን እንደሕጻን ልጅ ቆጥሮ እንዲህ ብሎ ሊሸነግለኝ መሞከሩ ነበር። "ምንም እንኳን ጠንካራ ሪፖርት ከውጭ በኩል ቢደርሰንም በቁጥጥር ሥር በቆየህበት ጊዜያት አንተ ሳታውቅ ለማጣራት ሞክረናል። በቁጥጥር ብዙም አትቀይም ነበር፣ ምንአልባትም በአሁኑ ወቅት ተለቀህ ከጓዶችህ ጋር ተደባልቀህ ነበር፣ እንደልማድህ ሸፍተህ ከሠራዊቱ ሜዳ ባትጠፋ ኖሮ" ይልና በመቀጠል "መሸፈት ልማድህ ነው ይላሉ ጓድ መጅድ" በማለት በትረባና በቀልድ በጓዳዊ መልክ አስመስሎ እየሳቀ በአሲምባ ግራ ያጋባኝ የሠራዊቱ አመራር አካል ደብተራው/ፀጋዩ ገብረመድህን እንደገና በባርካ ለመቀራረብ መሞከሩ ነበር። ሳልወድ የግድ በውስጤ እየሳኩ እስከአሁን ብቀይማ ኖሮ ጓድ ፀጋየ! ያ በዓይኔ ያየሁትና በንጹሃን ጓዶቼ አካላት ላይ እያረፈ ያላንዳች እርኅራኄ ሥጋቸውን ይጠብስ የነበረው በእሳት የነደደ ሳንጃ በእኔም ኮሳሳ አካል ላይ ተመሳሳይ ድርጊቱን ያካሄድብኝ ነበር አልኩት። "ለእንደዚያ ዓይነቱማ ተፈላጊ ብትሆን ኖሮ ከሳምንት በላይም ባልቆየህ ነበር። በቁጥጥር ሥር በዋልክ ሰሞን ገደማ እናስለፈልፍህ ነበር" በማለት ፈገግ እያለ በቀልድም በምርም መልክ የብዙ ጊዜ ጓደኛው አስመስሎ አያሳሳቀ ሲመልስልኝ ግራ እየተጋባሁ ቶሎ ብየ ከዚህ "ሰጣን" የምርቅበትን መንገድ ሁሉ ከማመቻቸት ሌላ አማራጭ አልነበረኝም። ከውስጥ እስቃለሁ ሳልወድ የግድ፣ ሆኖም መሳቄን በፍጹም ላሳየው አልፈለኩም። ሳቁም ቢሆን የደስታ አልነበረም፣ እንደዚያ ከእኔ ጋር ለመቀለድ መሞከሩ ግራ እያጋባኝና እየገረመኝ በመሆኑ እንጂ። ሁኔታየን የተገነዘበው ፀጋየ ገ/መድህን ወዲያውኑ መለስ በማለት ወደ ሜዳ መመለስ ካላስፈለገህ ሱዳን ከቀድሞ የጣሊያኑና የምዕራብ ጀርመኑ ጓደኛህ ጋር መቀየት ትችላለህ ይለኛል። የተባለው የጣሊያኑና የምዕራብ ጀርመኑ ጓደኛየ ማነው ብየ ስጠይቀው ሙሀመድ ብሎ መለሰልኝ። ሙሀመድ የሚባል በአውሮጳ የነበረ የማውቀው ወይንም የተዋወኩት ጓደኛ እንዳልነበረኝ በነገርኩት ጊዜ ሳት ብሎት ይሁን ወይንም አውቆ በተሰጠው መመሪያ መሠረት ይሁን አልገባኝም፣ ሆኖም በሱዳን የድርጅታችን ወኪል ሆኖ በማገልገል ላይ የሚገኘው የጣሊያኑና የምዕራብ ጀርመኑ ጓደኛህ

ጅምዕ ይለኛል። እውነትም መገልገያ መሣሪያ መሆኑን እንዳልተረዳና ምስጢሩ ሁሉ ሊገባው የማይችል "ደንቀሮው" ደብተራ እንደሆነ አረጋገጥኩ። ይህንን የጅምዕን ጉዳይ የሞላውና የመከረው እያሱ ዓለማየሁ ያለበለዚያ ዘሩ ክሕሸን ወይንም መርሻ ዮሴፍ ይሆናል ብየ በእርግጠኝነት አመንኩ። በዚያን ጊዜ ሦስቱም ሜዳ እንደነበሩ አረጋግጫለሁ። ኢሕአፓ/ኢሕአሠ የዱርየዎች፣ የማፊያዎችና ወስላታዎች ጥርቅም እንደሆኑ ይበልጥ ተገለጸልኝ። ጅምዕን የመሰለ አድርባይና ጩልሌ ለዝርፊያና ንግድ ሥራ ተልዕኳቸው ፍጹም አገልጋይ እንደሚሆናቸው በማመን የአቢዮታዊ ካባ አልብሰው በካርቱም የድርጅቱ ተወካይ ካደረጉት ሠራዊቱም ሆነ በቃሬዛ ከአዲስ አበባ ተሸክመው ሜዳ ያስገቡት ድርጅት ብዙም እንደማይቀይ አረጋገጥኩ። ለደብተራው ከልቤ አስመስየ በፈገግታ ድርጅታችንና ሠራዊታችን ጅምዕን በመሳሰሉት ከታጀበማ ባጭር ጊዜ ውስጥ ሠራዊታችን ድርጅቱን ቤተመንግሥት ያለምንም ችግር እንደሚያስገባ እርግጠኛ እንድሆን አድርገኸኛል እልኩት። በዚያን ጊዜ አባባሌ እውነት ቢመስለውም ፀለምት ላይ ግን ለካስ መጂድ ያለኝ ሲያፌዝብኝና ሲቀልድብኝ ነበር ብሎ እንደሚያምን እርግጠኛ ነኝ። ፀጋየ ገ/መድህን በድርጅቱ ለባዕዳን ተወካዮች እውነተኛ መገልገያ መሣሪያ እንደሆነና ለሚያስተላልፉት ትእዛዝና መመሪያ በሠራዊቱ አስፈጻሚ ጡንቻቸው መሆኑን በይበልጥ ታወቀኝ። ጥያቸው የመጣኃቸው የሠራዊቱ ጎዶቼ "ደንቀሮው" ጎዳችን እያሉ የሚጠሩት ሁሉ በእርግጥም የምሁር ደንቀሮ መሆኑን አረጋገጠልኝ።

ውይይቱን መቀጠል ስለሌለብኝ የውሸትና የፈጠራ ምክኒያት በመስጠት ቶሎ እንዲሄድልኝ በመፈለጌ እኔ ከአሁን በኃላ በአካል በትግሉ ዓለም ተሰልፌ ትግሉን መቀጠል እንደሌለብኝ ወስኛለሁ። አውሮጳ ወይንም አሜሪካ ተሸጋግሬ ደርዘን ልጆች በመፈልፈል ቶሎ ብየ የናጠጠ ቱጃር ሆኜ መኖር ነው የፈለኩት። ትልቅ የሚያሰኘው በሀብትና ሥልጣን በመሆኑ ውጭ ወጥቼ ቱጃር ሆኜ ትልቅ ሰው፣ እሳቸው እየተባልኩ በወገኖቼ ላይ ተንቀባርሬና ኮርቼ መኖርን ነው የፈለኩት። ሆኖም የኢትዮጵያ ዓምላክ ለጥቂት ጊዜም ቢሆን ለመቀየት ዕድሉን ከሰጣችሁ ባለሁበት ሆኜ በቀሳቁስና በሞራል ድጋፌን በመስጠት ለመተባበር ወስኛለሁ አልኩት። ይህንን ስነግረው ይስቃል፣ ሆኖም ምንም ያለው ወይንም ሊናገር የፈለገው አልነበረም። ከዚህ ቀጥሎ ነበር ፀጋየ ገብረመድህን አደገኛ ቦምብ ናዳ ያወረደብኝ። ያቀረብኩለትን ካንገት በላይና የውሸት ውሳኔየን ትክክል አለመሆኑን በመግለጽ እንድቀይር በምክር መልክ ሊያስረዳኝ ከፍተኛ የሆነ የመንፈስ፣ የሥነልቦናና የዓዕምሮ መረበሽ አሳደረብኝ። የሰጠኝ ምክርና ያቀረበልኝ ገለጻ በእውነት ትክክለኛ የሆነ እኔ እራሴ ሙሉ በሙሉ የማምንበት የራሴ አመለካከትና አቋሜ በመሆኑ ከልቤ ልቀበለው የሚገባኝ ተገቢ ምክር ነበር። እንዲህ በማለት ነበር ምክሩን የለገሰኝ። "ጎድ መጅድ! እንደዚያማ ማሰብህ በየከተማውና በየመንገዱ የወደቁትን ጎዶቻችንን መርሳት ማለት ነው" ይለኛል። "ያሳለፍከውን መራራ የትግል ሕይወት በመርሳት አዲስ የግል አርቲፊሻል ሕይወት ለመገንባት መሞከሩ ቀርቶ ማሰቡ የወደቁትን ጎዶችህን

የራሳችሁ ጉዳይ! ከመጀመሪያውኑ ማን ችግር ውስጥ ግቡ አላችሁ እያልክ በእነሱ ላይ እንደማፌዝና እንደመቀለድ ነው። የወደቁትን ሰማዕታት መዘንጋት ነው። እኛ የእነርሱ ባለዕዳዎች ነን፣ ትግሉን ለጠላቶች እያጋፈጥን፣ የቀሩትን ጀግናዎቻችንን እያጋለጥን አገራችንን እና ጎስቋላ ሕዝባችንን አጋፍጠን የግል ሕይወቴ ትበልጥብኛለች ብሎ እየፈረጠጡ ጥለው በመሄድ ትግሉ ግብ እንዳይመታና እንዲጨናገፍ አስተዋፅዖ ማድረግ ይሆናል። በተዘዋዋሪም ለሀገርና ለሕዝብ ጠላቶች ድጋፍ መስጠት ይሆናል፣ ያሳለፍነውን ሁሉን ረስቶና እንዳልነበረ ቀጥሮ በግል ሕይወት ላይ ብቻ ማትኮሩ ለወደቁት ደንታ ቢሶችነታችንን ያስመሰክርብናል። በየሜዳው፣ በየከተማው ለኢትዮጵያ ሕዝብ ልዕልናና ነፃነት ክቡር ሕይወታቸውንና አካላቸውን የሰዉትን ሰማዕታቶቻችንን አርማና ፈለግ ተከትለን መሄድ ነው የሚኖርብን፣ ከመጀመሪያውንም፣ ድሮውንም ትግሉን የተቀላቀልነው በእውነት ከልባችን አምነንበትና ተዘጋጅተን ከሆነ" በማለት ምክሩን ደመደመ። ደብተራው ምክሩና አባባሉ ሁሉ እውነቱን ነው፣ ከልቤ የማምንበትን ትክክለኛ የሆነ ምክሩን ነው ያስቀመጠልኝ። እኔም በሱዳንም ሆነ በሀገር ቤት ለጓዶቼ ተመሳሳይ ምክር ስሰጥ ኖሬአለሁ። የፀጋየ ገ/መድህን ምክር ትክክለኛና አሳማኝ መሆኑን በሚገባ እምንበት ነበር። ነገር ግን ሠራዊቱም ሆነ ድርጅቱ በትክክል በነማን የበላይ ተቀጣጣሪነት እንደሚመራ ከማያውቀውና ውስጣዊ ምስጢሩ ካልተገለጸለት የፀጋየ ገብረመድህንን አሳማኝና ትክክለኛ ምክር ሰምቼ መመለሱ ታጥቦ ጭቃ ይሆንና ለባሰ አላስፈላጊ ችግር እንደምወድቅ በማመኔ ምክሩን ልቀበለው ልቦናየ አልፈቀደልኝም። ሊገድለኝ ወይንም ሊያስገድለኝ በመጠባበቅ ላይ ነበር ብየ ከምጠራጠራቸው መሪዎች አንዱ የሆነው ደብተራው የማምንበትን ትክክለኛ ጉዳይ በምክር መልክ ሲያቀርብልኝ የመንፈስና የዓዕምሮ ጭንቀት አሳደረብኝና ዓዕምሮየን ልስት ምንም አልቀረኝም ነበር። የዚህ ማንነቱ ከቶም ሊገባኝ ካልቻልኩት የአመራር አካል ጋር ልንግባባ እንደማንችል አብክሬ ነግሬ ቶሎ ተሰነባበትኩና ፈጥኜ ብቻየን ዕረፍት በማድረግ በጀርባየ ለመተኛት ሞከርኩ።

የባርካ ወዳጆቼ የምንነጋገረውን ሁሉ ቢያዳምጡም ጥያቸው ለብቻየ ተለይቼ መተኛቴ ምክኒያት ተጨንቀው ሲጠይቁኝ የእራስ ሕመም ተሰምቶኝ እንደሆነ በመንገር ለትንሽ ሰዓት ዕረፍት አድርጌ ለጊዜውም ቢሆን ተሻለኝ። ጓዶችን በተደጋጋሚ እመክራቸው የነበረውን ምክር ደብተራው እኔን ሲመክረኝ በመስማቴ ለጊዜውም ቢሆን እራሴን እንድነቅና ዝቅ አድርጌ እንድመለከት አድርጎኝ ነበር። ሆኖም የምወደው ሠራዊትና ድርጅት በምን ዓይነት መሪዎች ተተብትቦ እንዳለ በግልጽ ስለተረዳሁና ደብተራውም ቢሆን ተተብትቦ የተያዘ መሣሪያ አድርጌ እቀጥረው ስለነበር ይልቁንስ በሌላ መንገድ ትግሌን በመቀጠል የሠራዊቱን ዕድሜ ለማራዘም የምችልበትን መንገድና ዘዴ ሁሉ አፈላልጌ ለማመቻቸት ይሻላል እንጂ በዚያን ጊዜ የነበረው የሠራዊቱና የድርጅቱ አመራር እያሉ ፀጋየ ገ/መድህን የሰጠኝን ምክር ካለመቀበልና ካለመስማት የተሻለ አማራጭ እንደሌለ አምኜ እራሴን አፅናናሁኝ። የኃላ ኃላ ሀገር ቤት ገብቼ ፀጋየ ገ/መድህን የግል ሕይወት ለመምራት ባለመፈለጉ

የምዕራብ ኑሮ ንቀ አሲምባ ላይ ያለማወቁ ለባዕዳን ተወካዮች ተባባሪ በመሆን ያስገደላቸውን ሰማዕታት የድርጅቱንና የሠራዊቱን አርበኞች አርማ በማንሳትና ፈለጋቸውን በመከተል ያለዕውቀቱ በመተባበር ያስደመሰሰውን ሠራዊት ለዳግማይ ትንሳዔ ማብቃቱን እንደሰማሁ፣ ሠራዊቱን ከመቃብር ቆፍሮ ለጊዜውም ቢሆን በእግሩ ያቀመው መሆኑን እንዳረጋገጥኩ ቀጥታ ከጀብሃ ጠቅላይ ሠፈር ሆነን የመከረኝ ምክር ሁሉ ለማወናበድና ልቤን ለመሳብ ያደረገው እርካሽ አቀራረብ እንዳልሆነና ከልቡና ካንጀቱ እንደሆነ አረጋገጥኩ። ከዚያም በአሲምባ ሜዳ በነታሪኩ፣ ኢርጋ፣ አሲንባ፣ አንተነህ፣ ደረጀና በሌሎቹ ጠንካራና ሀቀኛ የሠራዊቱ አባላት የባዕዳን ተወካዮች መሣሪያና መገልገያ መሆኑን የማይገባው "ደንቀሮ" ጓዳችን ሆኖ ነው እንጂ እውነተኛ ኢትዮጵያዊ ነው፣ ኢትዮጵያን ይወዳል! ይሉት የነበረው ሁሉ በገሃድ ተከሰተልኝ። የወንጀለኞቹ መሣሪያና መገልገያ ባይሆን ኖሮና ከእነሱ ነፃ የሆነ ቢሆን ኖሮ በባርካ ቀይታችን የሰጠኝን ምክር ከልቤ ተቀብየ ሊያስከትልብኝ የሚችለውን ሁሉ በመቃቃም ከእሱ ጋር አብሬ አሲምባ በተመለስኩና ከዚያም ከውድቀት ለመዳን አንድ ቁም ነገር ላይ በደረስን ነበር። አሲምባ በቁጥጥር ሥር እያለሁ ባነጋገረኝ ወቅት ቤት ወስጥ በመሆናችን በተደጋጋሚ በግብታዊነት ቆቡን ከራሱ ላይ እያወለቀ በእጁ ይይዝ ስለነበር የሉጫ ፀጉር ባለቤት መሆኑን ለማወቅ አስቻለኛል። መነፀር ያለው መሆኑ ትዝ ሳይለኝ ቀርቶ ወይንም ባለማስታወሌ ይሁን እንጃ በባርካ ሜዳ ባደረግነው የሁለት ጊዜ ግንኙነታችን ወቅት አንገቱ ላይ አንጠልጥሎ የሚይዘው መነፅር እንዳለው ተገነዘብኩኝ። ያ ረጋና ዝግ ብሎ ያነጋግረኝ የነበረው፣ ዓይኖቹ ትንንሽ የነበሩት፣ ቀይ፣ ቀጭንና ረጅም የነበረው ፀጋየ ገብረመድህን ቁጥጥር ሥር ቀይታየ አንድ ሰዓት ላልሞላ ጊዜ ከእኔም ጋር ሆነ እነአክሊሉ ጋር ባደረገው ውይይት ወይንም ሁለት ጊዜ በጀብሃ ጠቅላይ ሠፈር ተገናኝተን ውይይታችንን የፈጸመው ከፈገግታው ጋር ቀልድና ምሳሌዎችን እየደባለቀ ስለነበር ምንም እንኳን ምክሩን ለመቀበል ፍላጎት ባይኖረኝም ውይይቱን ሁሉ ከልቤ ተመስጬ አዳምጠው ነበር። በባርካ ባደረግናቸው የሁለት ጊዜ ግንኙነቶች እንደባህታዊያን ወይንም መነኩሴዎች አልፎ አልፎ ረጅሙን ፂሙን እያፍተለተለ ያወራኝ ስለነበር ደብተራ የተባለው በዚሁ ይሆን እንዴ ብየ እራሴን ለመጠየቅ ሞከርኩ። የጀብሃ ዲሞክራቶችና እነ ወዲ ጆርጅና በረኸት መንግሥትአብ ብቻ ሳይሆኑ ብዙዎቹ የቀድሞ ጓዶቼ ደብተራውን አምኜ ወደ አሲምባ አለመመለሴን ከልባቸው ደገፉኝ።

የጀበሃ አመራር ከኢሕአፓ ጋር ባላቸው አዲስ የወረት ጋብቻ ምክኒያት በእነዘሩ ክሕሸን፣ እያሱ ዓለማየሁና እነ ዳዊት ስዩም አሳሳቢነት ወደ ውጭ ሊያወጡኝ እንደማይፈለጉና እያሳበቡ እዚያው ሜዳቸው ሊይቀዩኝ እንደወሰኑ ከድርጅቱ የአመራር አካል በሚስጢር ተነገረኝ። ኢሕአፓ ጋር በነበራቸው አዲስ ፍቅር እኔን እዚያው በማቀየት የሚካሄድብኝን ግፊትና ተፅዕኖ ሳቢያ ተሸንፌ የነ ዘሩ ክሕሸንና የነፀጋየ ገ/መድህን እንዲሁም የተባባሪዎቻቸውን ጥያቄ ተቀብየ ወደ ሜዳ እንድመለስ ያለበለዚያም ሌላ የሚያቀረቡልኝን አማራጭ መንገድ ተቀብየና ተስማምቼ እንድወጣ

ከፍተኛ ጥረት እንደሚያካሂዱ በእርግጠኝነት ሰማሁ። አጠቃላይ ሁኔታው ያሳሰባቸው የጀብሃ የዲሞክራሲ ንቅናቄ ("ፋሉል") አባላት ከዚህ አካባቢ ቶሎ ብለህ ብትወጣ ይሻላል ያለበለዚያ ለጥያቄአቸው ፍቃደኛ ካልሆንክና ካልተሰማማህ እነ ዳዊት ስዩምና ዘሩ ክሕሸን ሊመቱህ ወይንም ሊያስመቱህ ይችላሉ እያሉ በየጊዜው በማስጠንቀቅ ከነሱ ጋር በድብቅ እንድወጣ ያደፋፍሩኝና ይገፋፉኝ ነበር። ሐዲሽ ወልደጊዮርጊስን እስካገኝሁበት ጊዜ ድረስ ድርቅ የሚል አቋም ይዤ እዚያው ባርካ በመቆየት መጨረሻውን ለማየትና ለማወቅ በመፈለጌ የጀብሃ የዲሞክራሲ ንቅናቄ (የ"ፋሉል") ያቀረቡልኝን የትብብርና ድጋፍ እርዳታ ለመቀበል ፍቃደኛ አልሆንኩም ነበር። በቀድሞ የመኮንንነት ዘመኔና በኋላም ከጀበሃ ጋር ለመቀላቀል በወሰድኩት እርምጃ ከሚያደንቁኝና ከሚያከብሩኝ አያሌ ኤርትራዊያን መካከል ባጋጣሚ በወቅቱ የኤርትራ ጠቅላይ ግዛት የፖሊስ ፻ አለቃ የነበረውና በኋላ እኔ ለሁለተኛ ጊዜ ባርካ የጀብሃ ጥገኛ በሆንኩበት ወቅት የጀብሃ ምክትል የፀጥታ ኋላፊ ሆኖ ባርካ ከጀብሃ ጠቅላይ ሠፈር ያገኘሁት ሐዲሽ ወልደጊዮርጊስ የነአሕመድ ናስርን፣ ተስፍየ ደጊጋን፣ እብራሂም ቶቲልን፣ የምስጡን የአዜን ያሲንንና በይበልጥ ደግሞ የሌበር ፓርቲ ተብየውን ፀሀፊ ተዘዋዋሪ የቁም እስር አምልጬ መሄድ እንዳለብኝ በድፍረት ድጋፍና ምክር/ምስጢር ደጋግሞ በመንገሩ ከአደጋ ለመዳን ከ"ፋሉል"ጋር በማጣመድ ስምንት ሳምት ባልሞላ ቆይታ ወደ ካርቱም አመራሁ። ሐዲሽ ወልደጊዮርጊስ ያቀዩሃል፣ ቶሎ አይልኩህም፣ የሥነልቦናና የመንፈስ ጭንቀትና ረብሻ ሊፈጥሩብህ ይችላሉ፣ ከዚያም ንዴት፣ ብስጭትና የመሳሰሉትን ልትገናጸፍ ስለምትችል ከነሱ ጋር አብረህ ውጣ (ከፋሉሎች ጋር) በማለት በምስጢር አካፈለኝ። ፋሉሎች ወደ ሱዳን በሚጓዙበት ወቅት እኔንም ይዘውኝ ለመሄድ ፍቃደኛ በመሆናቸው ከነተስፋየ ደጊጋ፣ አዜን ያሲን፣ እብራሂም ቶቲልና አሕመድ ናስር ፍላጎትና ዕውቀት ውጭ በፋሉሎች ትብብርና ድጋፍ ተደብቄ ወደ ካርቱም ተጉዤ በሠላም ካርቱም ደረስኩ። ፋሉሎች ለእኔ ፍቅርና አክብሮት ነበራቸው፣ ይህም አክብሮት የተመሠረተው ገና ጥንት አማራ ክርስቲያን ብሎም ወታደር የሆንኩት ከጀብሃ ጋር መቀላቀሌ ለዲሞክራሲና ለፍትህ መሆኑን በማወቃቸውና እነሱም ከነዶ/ር አረጋይ ሀብቱና ዶ/ር ፍፁም ገ/ሥላሴ ጋር በንቡዕ እንቅስቃሴ ያካሂዱ የነበሩ ዲሞክራት በመሆናቸው ተመሳሳይ ፍላጎትና አቋም እንዳለን በማመናቸውና እንደገናም ጉባዔ አስጠርተው አዲስ አመራር ቢፈጠርም የደርጅቱ ቀንደኛ መሪዎች እንዳሉ በመሪነት በመቀጠላቸውና አዳዲስ የተተኩት ወጣት መሪዎች ከጊዜ በኃላ በተንኮለኞቹ አክራሪዎች በመበረዛቸው ድርጅቱን ዲሞክራሲያዊ ለማድረግ እንደገና ከፍተኛ የሆነ የሞት ሽረት ትግል በሚያካሂዱበት ወቅት ያ የቀድሞው አማራ ወዳጃቸው ለኢትዮጵያ ሕዝብ ቆሜአለሁ ብሎ ጉራ ከሚነዛው ድርጅትና ሠራዊት አምልጬ እንደገና ከእነሱ ጋር በመቀላቀሌ ነበር። ከዶ/ር ጊሩይ ተድላ ጋር ካርቱም ከትልቁ ሆቴል ባንዱ ቀጠሮ ስለነበረኝ ወደ ሆቴሉ እንደገባሁ ከአሕመድ ናስር ጋር ፊት ለፊት እጋጠማለሁ። ሠላምታ ስሰጠው በክፉ ዓይን ተመልክቶኝ እንደማያውቀኝ በኩርፊያ

ዘግቶኝ አለፈ። የጀበሃ አመራር ያለፈቃዳቸው ከፋሉሎች ጋር ተደባልቄ ወደ ሱዳን ማለፌ ምን ያህል እንዳስቀጣቸው ከአሕመድ ናስር ሁኔታ ለመረዳት ቻልኩ። ይህ ጉዞ ከጀብሃ አመራር ፍቃድና ፍላጎት ውጭ በ"ፋሉሎች" ቅንብር፣ ዝግጅትና ትብብር ነበርና ብርቱ ጥንቃቄ ተደርጎበታል። ባጋጣሚ በጀብሃ የዲሞክራሲ ንቅናቄ ባይኖር ኖሮስ? በሰላሙ ጊዜ እነ "ፋሉሎች" ባልተፈጠሩበት ጊዜ ሐዲሽ ወልደጊዮርጊስ ይኖር ይሆን? አምላክ ሁልጊዜ በምጋዝበት መንገድ ሁሉ እንደሚከተለኝና እንደሚጠብቀኝ በትክክል በተለያዩ ጊዜ አረጋግጫለሁ፣ በተለይም ሀገር ቤት ገብቼ ያሳለፍኳቸውን የመከራ ጊዜያት ሳስታውስ።

9.6. ካርቱም እንደገባሁ ወደ ፈረንሣይና ጣሊያን ጉዞ ማድረጌ፣ በወዲ ድንች አቅራቢነት ከኢሳያስ አፈወርቂ ጋር ውይይት ማድረጌና ብቸኝነት እንዳያጠቃህ ተብየ ከወ/ሪት ትዕግሥት ንርዓዮ ጋር መተዋወቄ

በተቀናጀና በተጠና መንገድ የዚያን ጊዜው አበጄ ወይም ሳለህ በመባል ይጠራ የነበረው የዘመኑ መርሻ ዮሴፍ ካርቱም ከተማ መንገድ ላይ ጠብቀ ይቀርበኝና ስናፈላልግህ ብዙ ደከምን ይለኛል። ለምድን ነው የምታፈላልጉኝ ብየ ስጠይቀው ጓዶቻችን የማረፊያ ቦታ አዘጋጅተውልህ ስለነበር ይህንኑ ለመንገር ነበር ይለኛል። እነማን ናቸው የማረፊያ ቦታ አዘጋጅተው ያፈላልጉኝ የነበሩት ጓዶች ብየ ጠየኩት። ያላንዳች ሕፍረት የአውሮጳው ጓደኛችን የሱዳን ተወካይ የሆነው ጅምዕ በአሁኑ ወቅት ሙሀመድ ተብሎ የሚጠራው ይለኛል። በውይይቱ መግፋት እንደማይኖርብኝ በመገንዘብ ፓስፖርቴን እንዲሰጠኝ ከመጠየቄ በፊት አሲምባ ለእርድ አዘጋጅታቹሁ የነበረውን በሬ እንዴት ካርቱም ላይ ከነሕይወቱ ለማስተናገድ ልባችሁ ወሰነ ብየ ስጠይቀው ቀጣፊውና ወስላታው የዘመኑ መርሻ ዮሴፍ የተፈጸመብህን ያላግባብ እሥራት ሰምተን በጣም ነው የተወያየንበትና የተጨቃጨቅንበት ይለኛል ደፍሮ፣ አፍ አውጥቶ፣ ያላንዳች ሕፍረት። በተሳሳተ ሪፖርት ሀቀኞችና ጠንካራ ጓዶችን ያላግባብ ማሰሩ እያሱ ዓለማየሁንም ሆነ ሌሎቻችንን ሁሉ በጣም ነው ያስቀጣንና ያሳሰበን ብሎ ደፍሮ ያልሕፍረት ይመልስልኛል ቲያትረኛው ሳለህ/አበጄ/መርሻ/በላይነህ ንጋቱ። በሰፊው ለመወያየት እንድንችል በቅድሚያ ሶስቱንም ፓስፖርቶቼንና የትምህርት ማስረጃዎቼን እንዲሰጠኝ ጠየኩት። ለመጠየቅ ያስገደደኝ አንደኛው ምክኒያት ለአራትና ስድስት ሣምንት ያህል ጣሊያንና ፈረንሣይ ደርሼ መመለስ ስለነበረብኝ ሌላ ፓስፖርት ፍለጋ ከመሄድ በራሴው የፈረንሳይ ፓስፖርት መጓዙ የሚቀል መስሎ ስለታየኝ ነበር። ሌላውና አሳሳቢው ምክኒያት ደግሞ እነመርሻ ዮሴፍና እያሱ ዓለማየሁ የሌሎች ጋዶችን ፓስፖርት ለሌሎች ጓዶች በመጠቀም እንደሚገለገሉ ስለማውቅ ለበጎና ለተቀደሰ ተግባርና ግዳጅ ቢጠቀሙበት ኩራትና ደስታ ሲሰማኝ በሌላ በኩል ግን ማንነታቸውን ደህና አድርጌ ከአወኩኝ ጊዜ ጀምሮ ለእኩይ ተግባር በመጠቀም የግል ዝናቸውንና ጥቅማቸውን ለማስፋፋት ወደኋላ እንደማይሉ በዕውን ስለተረዳሁ ማንነቴን ለእኩይ ዓላማቸው እንዳይጠቀሙብኝ በመጨነቅ

ነበር። ሌሎቹ ሁለት ፓስፖርቶች በውስጣቸው የሰፈረው ማለትም ስሜ፣ ዕድሜየና የትውልድ አገርና ቦታ ሁሉ የሀሰት ቢሆንም በፓስፖርቶቹ ውስጥ የተለጠፉት ፎቶግራፎች የእኔ ፎቶግራፍ ነበር።

አንደኛው ፓስፖርት የተባበሩት መንግስታት ሌይዜ ፓይዜ ፓስፖርት ሆኖ የተሰጠኝ ካርቱም ከሚገኘው የሶማሊያ ኤምባሲ ሲሆን ፓስፖርቱን የተጠቀምኩበት ከካርቱን ደማስቆስ ከዚያም ፓሪስ ብቻ ነበር።፣ ሁለተኛው በቀድሞው በዘውዱ ሥርዓት ዘመን የነበረው ፓስፖርት ሲሆን የተዘጋጀው መለሰ አያና በሚል ስምና የትውልድ ቦታየ ነቀምት፣ ወለጋ ጠቅላይ ግዛት የሚል ከመሆኑም ባሻገር በውስጥ የሰፈሩትን ዝርዝር ነጥቦች በመጻፍ ፓስፖርቱን ያዘጋጀው እያሱ ዓለማየሁ ሮም ከተማ ቡና ቤት ውስጥ ተቀምጠን ቡና እየጠጣን ነበር። ከየትኛው አምባሲ የተገኘ መሆኑን ባላውቅም ፓስፖርቱ የተገኘው ከኢትዮጵያ ኤምባሲ ነበር። ምንም እንኳን እንደትና በምን ዓይነት መንገድ ቪዛ ሊገኝ መቻሉን ባላውቅም በዚሁ ፓስፖርቱ ላይ ወደ ጣሊያን በሕጋዊ መንገድ እንደገባሁና ለአንድ ወር በጣሊያን ለመቀየት የሚያስችል ህጋዊ ቪዛ ተመቶበታል። በዚህ ፓስፖርት የተጓዝኩት የሸምጥ ውጊያ ሥልጠናውን ለመከታተል ከሮም ቤይሩት፣ ከዚያም ሥልጠናውን አጠናቀን ወደ ኤደን ስንጓዝ ብቻ ነበር። ከሁሉ ይበልጥ ግን እንዲሰጠኝ መርሻ ዮሴፍን አበክሬ የተማጸንኩት ሶስተኛውን ፓስፖርት ማለትም የፈረንሣይ መንግሥት የሰጠኝን ለዜ ፓይዜ ፓስፖርት ነበር። በዚህ ፓስፖርት ውስጥ የሚገኘው ፎቶግራፉ የእኔ መሆኑ ብቻ ሳይሆን በውስጡ የሰፈሩት ዝርዝር ሁሉ ትክክለኛና ዕውነተኛ በመሆኑ ነበር። ከጣሊያን ካርቱም የደርሶ መልስ የመውጫና መግቢያ ቪዛ በፓስፖርቱ ላይ የሚያዘጋጁልኝ ካፈላለኩ በኃላ ያለችግር ጣሊያን ለመግባትና ከዚያም በባቡር ፈረንሳይ ደርሼ ለመመለስ በቀላሉ ያስችለኝ ነበር። በሌላ በኩል ከላይ እንደጠቀስኩት በጎና ደግ ላልሆነ ዓላማና ተግባር ፓስፖርቱን እንዳይጠቀሙበት ለመጠንቀቅ ነበር። ይህን ፓስፖርት ቢሰጠኝ ያለብዙ ወጪና ድካም ከካርቱም የሀሰት ቪዛ በማስመታት በቀላሉ ወደ ጣሊያን ደርሼ ከዚያም በባቡር ፈረንሳይ ደርሼ መመለስ ያስችለኝ ነበር። ፍቃድኛና ደግነት ኖሮት ሦቱንም ፓስፖርቶቼን እንዲሴጠኝ ጠየኩት። ሆኖም መርሻ ዮሴፍ የሰጠኝ መልስ ለህጻን ልጅ ያለበለዚያ ለማያውቅ ገሪባ የሚነገር መልስ ነበር። ሳናስበው በድንገት የደቡብ የመን መንግሥት ጸጥታ አስከባሪዎች ቤታችን ሊመጡ ነው ተብለን በውስጠ አዋቂዎች ስለተነገረን ቤት ውስጥ የነበሩትን ዕቃዎች በሙሉ አንድም ሳይቀር እቃጥለን እንደጨረስን የጸጥታ እስከባሪዎቹ ቤት ደረሱ። ስለዚህ ፓስፖርቶችህም ሆኑ በሻንጣህ ውስጥ የነበሩት ንብረቶችህ ሁሉ እንዳለ በእሳት አጋይተነዋልና ምንም የቀረ ነገር የለም ብሎ ሊያሳምነኝ ሞከረ። ልክ ነው የጸጥታ አስከባሪዎች የሚመጡ ከሆነ ማቃጠል ይኖርባቸዋል ሰዎችን ላለማያያዝና ላለማነካካት። ነገር ግን ፓስፖርት በኪስ የሚያዝና በዚያን ዘመን ለድርጅቱ በጣም ጠቃሚ የሆነ ትልቅ ሰነድ በመሆኑ እንዲቃጠል ያደርጋሉ ብየ አላምንም። ፓስፖርት እጅግ እድርጎ ነበር የሚፈለገውና የሚያገለግለው፣ እንዲያውም እንደሌሎቹ ዓይነተኛና ጠቃሚ የጦር መሣሪያ ሁሉ

ፓስፖርትም ዓይንተኛ የመገልገያ መሣሪያ ተደርጎ ነበር የሚቀጠረው። የዚያድ ባሬ መንግሥት ወድቆ ሶማሊያ መንግሥት አልባ ከሆነች በኃላ በአንድ ወቅት የሶማሊ ዜጎች በአንድ ፓስፖርት ብዙ ሰው ይጋጋዙበት እንደነበር ትዝ ይለኛል። ይህን ከነገረኝ በኃላ በይበልጥ አስጠላኝና ለደቂቃም አብሬ መቀም ባለመፈለጌ ለትግሉ ጥንካሬ ዓምላክ አይለይህ ብየው ተሰናብቼ ተለየሁት።

በትክክል የየትኛው የአረብ ሀገር ዜጋ መሆናቸውን ያላወኳቸው ሚስተር ፋርስ ባዚ (Mr. Fares Bazzi) የተባሉ (65) በካርቱም ከትልቅ ሬስቶራንት በውጭ በኩል በረንዳ ላይ እራት በአንድነት ከመርሻ ዮሴፍ፣ መላኩ ተገኝ፣ ዳዊት ሥዩም፣ እያሱ ዓለማየሁ፣ ካሳሁን ብሥራት፣ ሙሀመድ/ጅምዕ ጋር ሲመገቡ በሩቅ አየኃቸው። ካሳሁን ብሥራት አሥመራ ሁለተኛ ደረጃ ትምህርት ቤት ሲያስተምር የመምህራን ተወካይ ሆኖ እሱና ሌሎች ኃዶቹ ጋር የቀረበ ግንኙነት ነበረኝ፣ በሳምንት ዕረፍት ጊዜም ቤታቸው ከእነሱ ጋር ስጨዋወት አሳልፍ ነበር። ምንም እንዳላየሁ አስመስየ ሳልፍ በደንብ አይተው ስለእኔ ውይይት ጀምረው የተንኮል ወጥመድ ያሰቡ መሰለኝ። ይኸው የወጭ ዜጋ ወዳጃቸው የነበረው ሚስተር ፌርስ ባዚ ተከታትሎ ይደርስና ድንገት እንደተጋጠምን እስመስሎ ይቅርታ በመጠየቅ ወሬ ከፍቶ ንግግር ጀመረ። የሁሉም ማለትም የአረቦቹም ተራማጆች፣ የሻዕቢያ፣ የወያኔ እና የእኛው ድርጅት አመራር እምብርት ዘዴና አቀራረብ ሁሉ የዱርየና የወስላታ መንገድ ሆኖ ነው የአገኘሁት። አያ ጅሎ ከነማን ጋርና የት እንደነበርክና ከየት በኩል እንደመጣህ ተመልክቸኻለሁና ተወኝ አልኩት በሆዴ። ጀርመን የማውቀውና የአገሩን ወታደራዊ መንግሥት ሊዋጋ ወደ ሜካ የገባ ኢትዮጵያዊ ኃደኛየ መስለኸኝ ነው ይቅርታ ብሎ የተዋወቀኛል። እንዴት ለእርሰዎ ይህንን ምስጢሩን ገልጾ ሊያካፍለዎት ቻለ ብየ በመገረም መልክ ጠየኳቸው። ድርጅታቸው ጋር ጠንካራ የሆነ የትግል ግንኙነት ስለአለንና በብዙ መልኩ ስለምንተባበራቸውም ነው ብሎ መለሰልኝ። በማያያዝም እመኔታ እንዲያድርብኝ ሊሆን ይችላል ጽ/ቤቱ ፓሪስ መሆኑን የሚገልጽልኝ ካርዱን ሰጥቶኝ ተሰነባብቶኝ ተመለሰ። በሌላ አቅጣጫ ሄጀ ከሩቅ ስመለከት ከምግብ ቤቱ ደርሶ ከነሱ ጋር ተቀምጦ አየሁት። “እኛም አውቀናል ትድኃድ ምሰናል” ሆነና ነገሩ ሁሉ።

የወያኔ አመራር በባርካ ተወስኝ እንደማልቀር ሲያውቁ ወደ ሱዳን የምሽጋገርበትን ወቅት ጠብቀው ሌላ የመጨረሻ ሕጋዊና ግልጽ ሙከራ አደረጉ። የዚህ ግንኙነት ዋና ተዋናይ ሌላ ሳይሆን የዚሁ ሁሉ ሴራ ዋና አቀናባሪ አቶ ኢሳያስ አፈወርቂ ነበሩ። “በፋሉሎች” ድጋፍና እርዳታ ከጀብሃ አመራር የተዘዋዋሪ ቁም እሥር አምልጬ ካርቱም በገባሁ በሁለተኛው ቀን በወቅቱ የኢሳያስ አፈወርቂ የፕሮቶኮል ሹምና በቅጽል ስሙ ወዲ ድንች ተብሎ ይታወቅ በነበረው የሻዕቢያ አባል አማካይነት አጠያይቀና አፈላልጎ ያገኘኝና ይተዋወቀኛል። ከትውውቃችን በመቀጠል ወደ መጣበት ዋና ጉዳይ ቀጥታ በማምራት አቶ ኢሳያስ አፈወርቂ ለብርቱ የሀገርና ሕዝብ ጉዳይ ሊያነጋግርህ ይፈልጋልና ቀጠሮ ብይዝ ብሎ ወዲ ድንች የጠይቀኛል። ለምን እንደፈለገኝ በግልጽ ይገባኝ ነበር።

ባርካ ከጅብሀ ዋና ጽ/ቤት ጎን ለአስራ አንድ ቀናት በወቅቱ የወያኔ አመራር አባል የነበሩት ሲወተውቱኝና ሲያደርቁኝ ተስፋ አስቀርጩ የላኳቸውን በማስመልከት በሱ በኩል እንዲሞከር ተወያይተውበት እንደሆነ በእርግጠኝነት ይገባኛል። ግዛቱ የሱና የመስሎቹ ስለሆነ በሕይወቴ ላይ አላስፈላጊ ጉዳትን ላለማስከተል በመሻት እንዴታ ለምን ፈቃደኛ አልሆንም! ጓድ ኢሳያስ አፈወርቂ እኔን ፈልጎ አንተን ሲልክ፣ እንዲያውም ለምን ነገ አናደርገውም ብየ መለስኩለት። ደስ አለውና በማግስቱ ከሰዓት በኃል ቀጠሮ ያዘልኝ። ካርቱም እንደገባሁ መኖር የጀመርኩት በመኮንንነት ዘመኔ ቀድሞ ኤርትራ የማውቃቸውና ባጋጣሚ ካርቱም የተገናኘኃቸው በአሥመራ ከተማ የፋርማሲ ባለቤት የነበሩ ኤርትራዊት ሲስተር ፅጌ ጳውሎስና በትልቅ የንግድ ሥራ ተሰማርተው ይኖሩ የነበሩ እውቅ ኤርትራዊ ከበርቴዎች ከእነ አቶ መሐሪ አድጎና ሞገስ ፍሰሐጽዮን ከሚባሉት መልካም ኤርትራዊ ወዳጆቼ ጋር ሲያስፈልገኝ እያፈራረኩ ነበር። በከፍተኛ የፀጥታ አጀብ እንደሚንቀሳቀሱ የሚታወቁት አቶ ኢሳያስ አደወርቂ እኔን ባስጠሩበትና ባነጋገሩኝ ሰዓት የነበረው ሁኔታ ፍጹም የተለየ ነበር። ፍጹም ከበሬታ የተላበሰ አቀባበል ከመሆኑም ባሻገር በቀጠሮው ሰዓት ኮበር ተብሎ ከሚታወቀው ካርቱም አካባቢ ከሚገኘው ጽ/ቤታቸው ለመግባት ምንም የጸጥታ ኃይሎች ማንገራገር አልነበረም። ይህ ሁሉ አቀባበል ዓላማው በውይይት ወደፊት ወያኔንና ሻዕቢያን ወደ መሀል ሀገር የሚያስገባላቸውን ጋሪ በመሀል አገሩ ባንዳዎች ስም ድርጅት እስከሚፈጥሩ ድረስ በ"ጓዳዊ" ውይይት ከወያኔ ወይንም ከሻዕቢያ ጋር በመቀላቀል እንድቀይ ወያኔ ጥረት አድርጋ ያቃታትን እሳቸው የመጨረሻውን ሙከራ ለማድረግ ነበር። በመሆኑም ንግግራቸውን የጀመሩት ከኢሕአፓ አምልጩ ከጀብሃ ጋር ተቀላቅየ በቀየሁበት ወቅት ከወያኔ ጋር ውይይት ካደርግሁበት ሁኔታ በመነሳት ነበር። ስለአጠቃላይ ሂደቱ በሚገባ እንደሚያውቁት በስፋት ከገለጹልኝ በኋላ ወደፊት ሊፈጥሩት ያቀዱትን ድርጅታቸውን እንድመራና እንዳንቀሳቅስ ከወዲሁ ጥሪ አቀረቡልኝ (66)። በወይይታችን ወቅት ከስሜታዊነት የተነሳ ሳት ብሎኝ ሀገር ቤት ለመግባት ፍላጎት እንዳለኝ ገለጽኩለት። ይህንን ያልታሰበና አስደንጋጭ ዜና እንደነገርኩት "እንዴ ሀገር ቤት ገብቶ ከፋሽስት መንግሥት ጋር መተባበር ይሆናል፣ ይህ ደግሞ የዓለም አቀፍ ላብ አደራዊ መርሕን መጣስም ይሆናል" ብሎ ሲያሳስበኝ ከድንጋጤየ የተነሳ ታዲያ ምን ላድርግ ብለህ ነው፣ እዚህ ሆኜ የራሴን አዲስ ሕይወት ለመገንባት ከማሰብ በስተቀር በየከተማውና በገጠሩ ለተጨፈጨፉት ለሰማዕታቶቼ የሚበጅ ቁም ነገር ለመሥራት እንደማልችል ስለተሰማኝና በከተማና በገጠር የተሰዉት ጓዶቼ ዕዳና አደራ ያለብኝ በመሆኑ እዚያው ገብቼ ልሙት ብየ ነው አልኩት። "የወደቁትን ጓዶችህን ፈለግ ተከትለህ ትግሉን በአዲስ መንፈስ ለመቀጠል እንድትችል ነው እኮ እዚሁ ሆነህ በትዕግሥት ቀይ ብየ የምመክርህ። ሀገር ቤት ገብተህ ያላስፈላጊና እርካሽ ሞት መሞቱም ከእኛ የሚጠበቅ አይደለም' ብሎ እንደማስጠንቀቂያም እንደማስፈራሪያም አድርጎ እንደመከረኝ የሞላጫ ባሕሪ ከእሱና ጓዶቹ በመበደር

ልክ ነህ ጓድ ኢሳያስ፣ አሁን በትክክል ገብቶኛል፣ እውነትክን ነው፣ ድሮውንም ቢሆን ከስሜታዊነቴ የተነሳ ያደረኩት ደካማ አስተሳሰብ ነው ብየ እራሴን በመውቀስ ተንኮል እንዳያስብ ለማድረግ ሞከርኩ። ከዚህ በኋላ ሊከሰት የሚችለውን የደህንነት ጉዳይ ከወዲሁ በማሰላሰል የዲፕሎማቲክ አቀራረቡን ገፋሁበት። በግላጭ ከማስኮረፍና ካላስፈላጊ አደጋ ውስጥ እራሴን ከምከት ይልቅ የራስን የተጠና እርምጃ መውሰዱ የሚያዋጣ ሆኖ ስላገኘሁት አቶ ኢሳያስ አፈወርቂን እንደምንም አግባብቼ ተሰናበትኩ። ከአቶ ኢሳያስ አፈወርቂ ምስጢራዊ ውይይት በኃላ ከጽ/ቤቱ ወጥቼ ገና ግቢው ውስጥ እንዳለሁ ወዲ ድንች ካገርህ ልጅ ጋር (ወሎየ ማለቱ ነው) ላስተዋውቅህ አለና ደሴ ተወልዳ ደሴ ካደገችው ኤርትራዊቷ ከወ/ሪት ትዕግሥት ንርዓዮ ጋር ያስተዋውቀኛል። በተመሳሳይ መልኩ አሁንም እንደገና ከአቶ ኢሳያስ አፈወርቂ ምስጢራዊ ውይይት ማግሥት ወዲ ድንች ለዘለቄታው ጥሩ ጓዶች የሚሆኑህ ላስተዋውቅህ ብሎ ቀጠሮ በመያዝ ከኮበር ካርቱም ከተማ አካባቢ በመምጣት ከሁለቱ ወገኖቸ ከዳዊት ዮሐንስና ከገነነው አሰፋ ጋር አስተዋወቀኝ (67)።

9.7. ቅዱስ ገብርኤል የምንለው "ጓዳችን" ከመርሻ ዮሴፍ ተነጥሎ ከነበርኩበት የጫማ ሱቅ በመምጣት ከእኔ ጋር ያደረገው ግንኙነት

በካርቱም ቆይታየ ከማይረሱኝ ገጠሞች መካከል ሰዒድ አባስና አቡበከር ሙሀመድ ሆነን በኤደን ቆይታችን 'ቅዱስ ገብርኤል' ብለን የሰየምነው /ኤልያስ/ሊጋባ የተባለውን "ጓዳችንን" በጫማ ሱቅ አገኘዋለሁ። ይህ "ጓድ" ውጊብ የሽጥላ ነው ብለው የነገሩኝ ጓዶች አሉ። ቢሆንም ውጊብ የሽጥላ የተባለውን ስለማላውቀው እሱ ይሁን አይሁን የማውቀው የለኝም። የጫማዎቹ መደርደሪያዎች በአራቱም የሱቁ ማዕዘን የተዘጋጁ በመሆናቸው የፈለኳቸው ጫማዎች የሚገኙት በስተመንገዱ በኩል በሚገኘው የሱቁ ግድግዳ በመሆኑ ጫማዎቹን ስመለከት ባንድነት በሱቁ ዳር በመንገድ የሚተላለፉትን በግልጽ ለማየት ያስችላል። በተመሳሳይም ከውጭ ወደ ሱቁ ለሚመለከት ሱቁ ውስጥ በእነሱ አቅጣጫ ባለው መደርደሪያ ያሉትን ገበያተኞች በግልጽ ስለሚያሳይ የሚፈልገኝ ሰው ቢኖር በቀላሉ እታየዋለሁ። በዚህ አጋጣሚ "ቅዱስ ገብርኤልን" ከመርሻ ዮሴፍ ጋር ሆኖ ቆመው ሲወያዩ እንዳላየኃቸው ጫማ እያነሳሁ የጫማውን የውስጥና ውጭ አካል በማገላበጥ እየፈተሽኩ በማይጠራጠሩ ሁኔታ ከቆሙበት ቦታ እርቀው እስከ ተሰወሩበት ድረስ እየሰረኩ ሁለቱንም እመለከታቸው ነበር። ተሰውረው ሄደው ከጥቂት ደቂቃ በኃላ ሳላስበው ቅዱስ ገብርኤል ጫማ እንደሚገዛ ሰው መስሎ ባጠገቤ እንደቀረበ ባጋጣሚ ያየኝ አስመስሎ ጓድ መጂድ ብሎ ይገናኘኛል። ባድራጎታቸው በውስጤ ተገርሜ ሰውነቴ ቢሽማቀቅም ቀስ አድርጌ እራሴን ተቆጣጥሬ መንፈሴ እንደተጠናከረ ከእኔ ጋር በማቀየት ሁኔታዎችን ለማጣራት በመፈለጌ ተዝናንቼ መጫወት ጀመርኩ። ለምን እንደሆነ ባላውቁም "ቅዱስ ገብርኤል" ሲደናገርና ሲርበተበት በመገንዘቤ መረጃ ባይሰጠኝም ጓዴ እንኳን ባይሆን ወንድሜ እንደሆነ ለማረጋገጥ በምችለው መንገድ ሞከርኩ። በግር ግር ወደ

ትግሉ የገቡት፣ የአድርባይነት ባሕሪ ያላቸውና ወይንም ብልጣ ብልጥ ጮሌዎች ለብቻቸው ሲሆኑ እኔን ሲያዩኝ ይደናገጣሉ። ይህ ባንዳንድ አካባቢ ፈጣን ነው፣ እርምጃ ከመውሰድ ወደ ኃላ አይልም … ወዘተ እየተባለ የሚነገረው የተሳሳተ አመለካከት ረብሾት ብቻ ሳይሆን በኤደን ለሰባት ወር ባንዲት ክፍል ውስጥ ስንኖር በደንብ በመተዋወቃችን ነበር። ከመጋቢት ወር 1968 ዓ. ም. ጀምሮ ወደ ሀገር ቤት ጉዞ እስከጀመርንበት ድረስ በየቀኑ በተደረጉት ስብሰባዎች እንደ ተስፋየ/ጀማልና ኢስሐቅ "ቅዱስ ገብርኤልም" አንድም ቀን ድምፁን ሳያሰማ የቀየ የአመራሩ ጭፍን ታማኝና ጨዋ አንጋቻቸው ሊሆን የተዘጋጀ ደጋ ደግ ወገኔ ነበር። የኤደን ቢሮ እስከተዘጋ ድረስ ኤደን ከተማ ቀይቶ በመጨረሻ ከመርሻ ዮሴፍ ጋር በአይሮፕላን ካርቱም የገባ ነው። ወደ ሜዳ ይግባ አይግባ አላወኩም፣ ሆኖም እንዳልገባ ነበር የተነገረኝ። ሦስታችንም ቅዱስ ገብርኤል የሚል የቅጽል ስም የሰጠነው ይህ ወንድማችን ተሞናሙኖና ተሸሞንሙኖ ያደገ ችግርና መከራ የማይችል የተሞላቀቀ አቋም ያለው ወንድማችን በመሆኑና ካርቱም የገቡበት ጊዜና ሌሎች ሁኔታዎችን ሳሰላስል አልገባም ተብሎ የተነገረው ትክክለኛ ነው ብየ አምናለሁ። እንደወንድሙ አድርጎ በመቁጠር እንዲዝናና በማሰብ ሆን ብየ 'እንዴ መቸውኑ ሜዳ ገብተህ መቸውኑ ከሜዳ ወጣህ' ወይንስ እንደእኔ ፈሪ ሆነህ ሸሽተህ አምልጠህ መጣህ ብየ በጥያቄ መልክ አቀረብኩለት። የመዝናናት መንፈስ አሳደርኩበትና የሚከተለውን መለሰልኝ፣ "ጏድ መጅድ! መልኬንና ቁመናየን በማየት የጫካውን ኑሮ ልቋቋመው እንደማልችል የገመቱ ብዙ ናቸው። አንተ የውትድርና ተመክሮ ያለህ ከመሆኑም በላይ በተለያዩ የፍልሥጥኤም ድርጅቶች የጎሪላ ሥልጠና በማግኘትህ እንጂ በመልክና በቁመና ቢሆንማ ኖሮ አንተንም እንደእኔው በገመቱህ ነበር። ለእኔ የጫካው ኑሮ አይደለም ያስጨነቀኝና መንፈሴን በመረበሽ ደካማ ያደረገኝ" አለና በመቀጠል "እኔን ያስጨነቀኝና ያስደነበረኝ ይህ አስጨናቂ "የድርጅቱ የአብዮታዊያን ሥነ ምግባር" የተባለው መመሪያ ነው።

በዚህ መመሪያ እየተመራሁ ልቀይ እንደማልችልና የትም እንደማያደርሰኝ በማረጋገጤ ቀስ ብየ በሠላም ለመውጣት ፈልጌ ነው" አለኝ። "ቀድሞ ነበር እንጂ መጥኖ መደቀስ፣ አሁን ምን ያደርጋል ወጭት ጥዶ ማልቀስ"፣ በማለት አፌዝኩበትና ይህንኑ እያወክ ቀድሞውኑ ለምን ድርጅቱን ተቀላቀልክ? በውጭ ሀገር የተመለመልክ ከሆነ ይህንን መመሪያ ሳታውቅ እንዴት ለመቀላቀል ፈለክ? ወይንስ ግድየለም እነሱ ለእኩይ ዓላማቸው ያዘጋጁትን እኛ ደግሞ በትዕግሥታችንና በጥንካሬአችን ድርጅቱና ሠራዊቱ በላብ አደሩ ባህልና ፍልስፍና እንዲመራ እናደርገዋለን በለህ በመተማመንህ ነውን? ብየ እያሳሰኩ ጥያቄ አቀረብኩለት። ጏድ መጂድ ተሳስተኻል፣ እንደዚያ አይደለም በማለት እንደሚከተለው ገለጸልኝ። "መመሪያውን ሳለህ (አበጄ ወይንም መርሻ ዮሴፍ ማለቱ ነው) ለእኔ፣ ለተስፋየ/ጀማል፣ ለኢስሐቅ፣ ለሀብቶም (ሀገር አፍቃሪውን ፀጋየን ማለቱ ነው) አንብበን እንድንረዳ ተሰጥቶን ያነበብነው ኤደን እያለን ነው። ከፀጋየ በስተቀር ሌሎቹ ከልባቸው አምነውበት

ለተግባራዊነቱ እንደተዘጋጁ ገልጸዋል። ሀብቶም/ፀጋየ በዚህና በሌላም ምክኒያት ይመስለኛል በሳለሀ ተወዳጅነትን ባለማግኘቱ እናንተን መርጦ ከእናንተ ጋር ሳይለይ አብሮ አሲምባ ተጓዘ። እኔ ግን በሠላምና በዘዴ ለመለያየት በማቀዴ ወደ ጫካ ከመግባት እንድዘገይ ጠይቄ በመጨረሻ የኤደን ቢሮ በመዘጋቱ ካርቱም ገባሁ። እዚህ ቀይቼ ወደ ውጭ ለመውጣትና ባለሁበት የድርጅቱ ተባባሪና ደጋፊ ለመሆን ተነጋግሬ ተሰናብቻለሁ" ብሎ ውሸቱን ይሁን የእውነቱን ነገረኝ። አወጣጥህ በሥነ ምግባር መመሪያ ምክኒያት ከሆነ ትክክል አይመስለኝም ድርጅቱንና ሠራዊቱን አጋፍጠህ መሄድህ። እዚያው እያለህ መመሪያው ለእኛ ዓይነቶቹ ታጋዮች የማይጣጣም በመሆኑ ድርጅቱም ሆነ ሠራዊቱ እንዳይጠቀምበት በመታገል መመሪያውን ማስነሳት መቻል ነበረብህ እንዳልኩት፣ ጓድ መጅድ! አላወካቸውም፣ ቀላል ሰዎች አይምስሉህ፣ ጊዜአቸው እስከሚደርስ ድረስ እነሱን የሚያነቃንቃቸው ያለ አይመስለኝምና እንተወው ይህን ዓይነት ውይይት ብሎ በድንጋጤ መንፈስ መመሪያውን አስመልክቶ ውይይት እንዳልቀጥል አሳሰበኝ። በመቀጠልም እኔን እንዳየህ በቀጥታ ሠላም ያልከኝን ያህል እንደገና ለምንድን ነው የጭንቀትና የመደናገጥ መልክ ያሳየኸኝ፣ ለእኔ የመንፈስ ጭንቀት ነው የሚጥልብኝ እኮ ብየ እንደጠየኩት፣ "ጓድ መጅድ አንተ ሳለህንና የሳለህን የቅርብ ሰዎችና እንዲሁም በቅርብ ቀናት ከአውሮጳ መጥተው ሜዳ የገቡትን (የማዕከላዊ ኮሚቴ አባላትንና የአካባቢ ተወካዮችን ማለቱ ነው) ከማፈን ወደኋላ እንደማትል አዋብቀው በምስጢር ስላሳሰቡን እኔንም በነመርሻ ዓይን ልታየኝ ትችል ይሆናል ብየ በማሰቤ ነው። ካንተ ጋር ተገናኝቼ ሁለታችንም ለብቻችን ስንወያይ ብታይ ባንተ ዓይን ታይቼ በጥራጣሬ ውስጥ ስለምገባ፣ በኤደን ቀይታችን የተወያየንበት ጊዜ ባለመኖሩ በትክክል የልቤን ላሳውቅህ ዕድል አላጋጠመኝም ብሎ በመተከዝ መልክ ነገረኝ። አላስችለኝ አለና ታዲያ መርሻ ዮሴፍን የት ጥለኸው ወደ እኔ መምጣትህ ለምድን ይሆን? ብየ ሳስደነግጠው ሲቃጥፈኝና ሲያታልለኝ ይሆን ወይንም ከእውነቱ አላውቅም ከእሱ ጋር ሆኜ እንዳየሁህ ቶሎ ብየ ከእሱ ተለያይቼ ከሱቁ ሳትወጣ አግኝቼ ሠላም እንድልህና ምንአልባት በእኔ ላይ ቅሬታ ካለህ አጋጣሚውን በመጠቀም በማስረዳት ይቅርታ እንድጠይቅህና በመልካም ዓይን እንድንተያይ ለማድረግ ፈልጌ ከእሱ ተለይቼ ቶሎ ብየ መጥቸ ተገናኘሁህ አለኝ። በውይይቱ መቀጠል ይበልጥ ስሜቴን እንደሚጎዳው ያለበለዚያም ባላስፈላጊነት የእሱን ስሜት ልጎዳ እንደምችል በመገንዘቤ ተሰናብቸው ከሱቁ ወጣሁ። ከመሰነባበቴ በፊት ማረፊያ ካላገኘህ ከእኛ ጋር መቀየት ትችላለህ ሲለኝ ከዚያ በፊት መርሻ ያለኝ ትዝ አለኝና በመርሻ ዮሴፍና እያሱ ዓለማየሁ ዓይን ተመለከትኩት።

9.8. ለአንድ ወር ቀይታ ምዕራብ አውሮጳ ደርሼ ካርቱም ተመለስኩ

የተዞየ ዓላማ ከፈረንሣይ መንግሥት የተሰጠኝን የላይዜ ፓሴ ፓስፖርት ጠፋብኝ ብየ ሪፖርት በማድረግ አዲስ ለማስወጣት፣ ከሁሉም በላይ ግን የፓርቲው አመራር እምብርት ውዲቷ ባለቤቴን ጣይቱ ካሳን ለማይረባና ለተሳሳተ ትግል ሀገር ቤት ሳይልኳት ቶሎ ብየ በማውጣት ከአጋጉል ሞት

ለማዳን እንድችል ለማድረግ ነበር። በዚያን ወቅት በዓምሮየ ውስጥ ከተመዘገቡት የስልክ ቁጥሮች ውስጥ የጣይቱ ካሳ፣ የብርቱኳን መኳንንትና የሲኞራ ፍራንቼስካ ብቻ ነበሩ። ደጋግሜ በየእለቱ እጠቀምባቸው የነበሩ የስልክ ቁጥሮች በመሆናቸው እስከዚያን ጊዜ ድረስ ከአዕምሮየ ተፍቀው አልጠፉም ነበር። ከካርቱም ሆኜ ጣይቱ ካሳ ጋር ደጋግሜ ሌት ተቀን ስልክ ብደውል ላገኛት አልቻልኩም። የቅርብ ወዳጁ የነበረውን መኮንን ዓብይን (68) ደውየ እንዳልጠይቀው ስልክ ቁጥሩን ለማስታወስ አልቻልኩም፣ የወንድሙን የአምሃ ዓብይን ስልክም አላውቅ ደውየ እንዳልጠይቅ። የሴት የቅርብ ወዳጆቿንና ሚዜዎቿን የነ ሰናይትንና የቤተልሔምን ስልክ በመርሳቴ ደውየ ለመጠየቅ ባለመቻሌ በግድም ወደ ፈረንሳይ መሄድ ይኖርብኛል ብየ ወሰንኩ። በሌላ በኩል ሲኞራ ማሪያ ፍራንቼስካ ጋር ስደውል ከፕሬዚደንቱ (ከእያሱ ዓለማየሁ ማለታቸው ነው) እንደተነገረን ከኢትዮጵያና ኬንያ ኬላ/ወሰን ላይ ኮሚኒስቶች ገድለውት ተገኘ ብሎ ነግሮን ነበር፣ እንዴት ከሞት ተነስተህ መጣህ ብለው ልመልሰው ያማልችለውን ጥያቄ አቀረቡልኝ። ሀሳቤ እሳቸው ጋር ሄጄ እዚያው አካባቢ በመዘዋወር ሁሉንም ለማጣራት ነበር ምኞቴ። ነገር ግን ይህንን ዘግናኝና አስደንጋጭ መረጃ ሲሰጡኝ ወዲያውኑ ሀሳቤን በመቀየር በሀሰትና በርካሽ ዝና የተገነባውን ድርጅት ስሙን ለማስጠበቅ ባለኝ ፍጹም ፍላጎት አዎን እውነቱ ነው፣ ግን ባጋጣሚ የሞትኩ መስየ ሳልንቀሳቀስ ተኛሁ። የሞትኩ መስሏቸው ጥለውኝ ሄዱ እልኳቸው ደፍሬና አፍ አውጥቼ በመቃጠፍ። ድርጅቱን የምጠብቅና የማስከብር እየመሰለኝ እራሴን ከመጉዳቴም አልፎ ለመልካም ወዳጆቼ ሁሉ በተደጋጋሚ የወስላታነትና የቀጣፊነት ባሕሪይ አሳይቻለሁ። ለሲኞራ ማሪያ ፍራንቼስካ እውነቱን ብናገር በድርጅቱ ላይ የሚያስከትለውን ቅሌት በመገንዘብ እንድዋሻቸው ተገደድኩ፣ ብሎም የእያሱ ዓለማየሁን ገመና ሸፈንኩ ማለት ነው። በሌላ በኩልም እራሴን ጎዳሁ ማለት ይሆናል። የኃላ ኃላ ግን እንዳላወቅንና እንዳልነቃን መስለን እንታገል በሚለው የብርሀነመስቀል ረዳ ምክር ሳቢያ በድርጅቱ የተገነዘብኩትን የተንኮል ተግባራት መደበቄና መዋሸቴ ድርጅቱን፣ ሠራዊቱንና ጓዶቼን እንደጎዳሁ ነው የተሰማኝ። ከዚያም ከወ/ሮ ማሪያ ፍራንቼስካ ጋር የስልክ ውይይቴን በመቀጠል ቀስ ብየ የአካባቢውን እርዳታ እግኝቶ ከኬንያ ካርቱም ተሻግሬ ነው የምደውልለዎት አልኳቸው ሳልወድ የግድ በእነእያሱና መርሻ ዮሴፍ ዋሾና ቀጣፊ እንዲሆን የተገደደው አያሌው መርጊያ። መቼ ወደ ጣሊያን እንደምሄድና የሚያስፈልገኝ እንዳለ ጠየቁኝ። እዚሁ አካባቢ እየሰራሁ እንድቀይ ተደርጓልና እዚሁ እቀያለሁ፣ ለጊዜው ወደ ጣሊያን አልመጣም አልኳቸው። ለጊዜው ችግር የለብኝም፣ ወደፊት ሲያጋጥመኝ እደውልለዎታለሁ ብየ ዘጋሁ። ከእኒህ መልካምና ደጋፊ ወዳጆቼ ጋር ግንኙነቴን መቀጠሉ ይበቃኛል፣ ከዚያ በኋላ የሚያስከትለው ቅሌትና ችግር ነው የሚሆነው ብየ ወሰንኩ።

ምክኒያቱም ብገናኛቸው ውሎ አድሮ እውነቱን መናዘዜ ስለማይቀር በኢትዮጵያዊያን ላይ ጥላቻና ቂም እንዳይዙብን በመጨነቅ ነበር። ከአሁን በኃላም ገንዘብ ላኩልኝ ብየ መጠየቁ ፍጹም

የሆነ ሌብነትና ዝርፊያ እንደሆነ ተሰማኝ። ወደ እነሱ የምሄድ ቢሆን ኖሮ እንዲልኩልኝ አደርግ ነበር። ወደ ጣሊያን ለመጓዝ ስሰናዳ ያላስተዋልኩት ችግር ቢኖር በምን የመጓጓዣ ሰነድ ወደ ጣሊያን እንዴት አድርጌ እጓዛለሁ? የአውሮፕላን ቲኬት መግዣስ ከየት ይገኛል? የሚሉት ጥያቄዎች ነበሩ። ጣይቱን ለማግኘት ያልቻልኩ መሆኔን እንዳረጋገጥኩ ፍሎሬንስ፣ ጣሊያን ለምትኖረው ወዳጄ/እህቴ ለብርቱካን መኳንንት ቲኬትና ለስንቅ የሚሆነኝ ፍራንክ ባስቸኳይ እንድትልክልኝ በስልክ ነግሬያት ስለነበር ሳይውል ሳያድር በፍጥነት በመላክ ገንዘቡ በእነ ሲስተር ፅጌ ጳውሎስ በኩል ደረሰኝ። ፓስፖርት በተመለከተ ካርቱም ከሚገኘው የፈረንሣይ ኤምባሲ ሄጄ እንዳመለክትና እንዳወጣ ታዋቂ የነበሩ ኤርትራዊያን ወዳጆቼ አማከሩኝ። ልክ ናቸው፣ ከካርቱም የፈረንሣይ ኤምባሲ መርሻ ዮሴፍ ያስቀረብኝን ፓስፖርት ማስወጣት እንደሚቻል የተሰጠኝ ምክር ትክክለኛ ነበር። ነገር ግን ኤምባሲው ማጣራት የሚገባቸው ጉዳዮች ይኖርበታል። ሲያጣሩ መጀመሪያ የሚመለከቱት የእኔን ማንነት ማረጋገጥ ብቻ ሳይሆን ከፈረንሣይ መቼ እንደወጣሁና በየትኛው አየር ማረፊያ በኩል እንደወጣሁና ሌሎች ጉዳዮችን በማስመልከት ማጣራት ይኖርባቸዋል። በዚህ የማጣራት ሂደት እኔ በሕጋዊ መንገድ ከወጣሁ የመውጫ ቪዛ ከኢሚግሬሽን ኦፊሰር በፓስፖርቴ ላይ መመታት ይኖርበታል፣ በተመሳሳይ መንገድ በአየር መንገድ የኢሚግሬሽን ሲስቴም ላይ ስሜ፣ መቼና ወዴት እንዳመራሁና ሌላም የሚገልጽ መረጃዎች ይሰፍራሉ በሚል ፍራቻ ከአልታሰበ ችግር ለመዳን ከካርቱም የፈረንሣይ ኤምባሲ የማግኘቱን ፍላጎት አቀምንና ሌላ መንገድ ፍለጋ ጀመርን። ከፓሪስ የወጣሁት በባቡር ወደ ጣሊያን ነበር። ጣሊያን ስጓዝ ከፈረንሣይ መንግሥት የመውጫ ፈቃድ ወይንም ቪዛ አያስፈልገኝም። ቀጥታ ጣሊያን ሄጄ ከጣሊያን ድንበር ስደርስ የጣሊያን ኢምግሬሽን ኦፊሰር ከፓስፖርቴ ላይ ጣሊያን የገባሁበትን ቀን፣ ወርና ዓመት ምሕረት ብቻ ይመታና ያሳልፈኛል። ስለዚህ ሮም ሄጄ ባመለክት መቼ ወጣህ ብለው ቢጠይቁኝና ትናንት ወይንም ያለፈው ሳምንት ብየ ብነግራቸው ከፈረንሣይ የሚያገኙት ማረጋገጫ የለም። ታዋቂ ኤርትራዊያን ወዳጆቼን መከታ በማድረግ ሌላውን መንገድ ለመከተል ተዘጋጀሁ። መልካምና ደግ ለሆኑ ታዋቂ ኤርትራዊ ወገኖች ለእነ ለሲስተር ፅጌ ጳውሎስ፣ ለአቶ መሐሪ አድጎና ለአቶ ሞገስ ፍሰሐጽዮን ፓሪስ ስለምትኖረው ባለቤቴ አጫወኳቸው። ፓስፖርቴን ያላግባብ ለሌላ እኩይ ተግባር እንዳይጠቀሙበት መጨነቄንም አስረዳኃቸው። በሥራ ዓለም ቀይታየ በአሥመራ ከተማ የትንሽ አዋቂ መኮንኖች እየተባልን ከሚጠሩን መካከል እነዚሁ ወገኖቼ ነበሩ። ስለሆነም በግድም ጣሊያን መሄድ እንዳለብኝ አጫወትኳቸው። የፈረንሳይ ነዋሪ በመሆኔ የመኖሪያ ፈቃድ ችግር እንደማይኖርብኝና በኢሕአፓ የተጠለፈውም የፈረንሣይ ፓስፖርቴ ጊዜ ገና ያላበቃበት መሆኑንም አስረዳኃቸው። ምንም ሳያንገራግሩኝ በጥቂት ቀናት ፓስፖርቱን በተመለከተ እዚያው ካርቱም ውስጥ ተገዝቶ ከነመውጫ ፈቃድና ከዚያም ጣሊያን መግቢያ ፈቃድና ካርቱም መልሶ የሚያስገባ ቪዛ ተዘጋጅቶ እንደሚሰጠኝ በገቡልኝ ቃል መሰረት ከአቶ መሐሪ እድጎ እጅ

ኤርትራዊ ስም በመስጠትና ሐማሴን ተወልጄ ያደኩ ኤርትራዊ እንደሆንኩ የሚያረጋግጥ ፓስፖርት ተረከብኩኝ። ፓስፖርቱ የኢትዮጵያ ፓስፖርት ሲሆን የተገኘውም በገንዘብ ሀይል ከኢትዮጵያ ኤምባሲ እንደሆነ ነው። በነበረኝ ዕቅድ መሰረት ካርቱም በገባሁ በሁለተኛው ሳምንት ገደማ ወደ ጣሊያን አመራሁ። ያለምንም ችግር ጣሊያን እንደገባሁ በጣሊያን የመጀመሪያ ተግባሬ በማግሥቱ ሮም ከተማ ከሚገኘው የፈረንሣይ ኤምባሲ በመሄድ ስሞኑን ፓስፖርቴ ተሰረቀብኝ ብየ ሪፖርት አደረኩ። ብዙም አላስጨነቁኝም፣ ለማጣራት የሚያስፈልጋቸውን መረጃዎች፣ በፈረንሣይ ሙሉ ስሜ እንዴት ተደርጎ እንደተፃፈና የተለመዱት ጥያቄዎች እንደ ትውልድ ቀን፣ የትውልድ ቦታና ሀገር፣ በፈረንሣይ የምኖርበትን ፕርፌክቱር የመሳሰሉትን በዝርዝር ከእኔ ወሰዱ። ከሶስት ቀን በኋላ እንድመለስ ተነግሮኝ ወጣሁ። ከሶስት ቀን በኋላ እንደተመለስኩ ወደ ፈረንሣይ ለመግባት የሚያስችለኝ ጊዜያዊ ወረቀት ተሰጥቶኝ ወደ ፓሪስ አመራሁ።

ነገር ግን ወደ ፓሪስ ከመጓዜ በፊት ከቀድሞ የእኔና የእያሱ ዓለማየሁና የሌሎች አራት ወገኖቼ መኖሪያ ከነበረችው ቤታችን ወደ ቪያ ዴይ ኮንቲላ (via dei contilla) አመራሁ። ከቤቱ ስደርስ ያገኘሁት ግርማይ ተስፈጊዮርጊስን ወይም ዘመዱንና ፍቅረኛው ወ/ሮ ደስታን ወይንም ሌላውን ሳይሆን አጋጣሚ ሆኖ ያገኘሁት ያንኑ "ሌሎቹም መሪዎች እንደእያሱ ዓለማየሁ አለመሆናቸውን በምን አውቃለሁ" ብሎ ከኢሕአፓ ጋር ላለመቀላቀል ፍራቻውንና ጭንቀቱን ያካፈለኝን የቅርብ ወዳጄን ተሰማ ብሥራትን ነበር። ከሁለት ዓመት በኋላ መገናኘታችን በመሆኑ የት ጠፍተህ መጣህ ብሎ አጥብቆ ጠየቀኝ። አሜሪካን እንደምኖርና የመጣሁት ለዕረፍት እንደሆነ አድርጌ አጫወትኩት። አያምነኝም፣ አላመነኝምም። አልፈለኩም ስለአሲምባና ስለውሸት ትግላችን ልነግረው። እያሱ አለመኖሩን አውቃለሁ፣ ሆኖም ጠየኩት። አምስትና ስድስት ወር ይሆነዋል ከአካባቢያችን ከጠፋ ይለኛል። ከዚያም ቀስ አድርጌ ተሰማን ስኮረኩረው በአውሮጳ የሚወራው ሁሉም ስለአሲምባ ነው አለኝ። ምን ይባላል ብየ ስጠይቀው የፓርቲው ሠራዊት ደርግን እያስጨነቀው እንደሆነና ከእንደርታ አውራጃ በስተቀር ለሎቹ አውራጃዎች በሠራዊቱ ቁጥጥር ሥር እንደሆኑ፣ ሠራዊቱ ከ15,000 የማያንስ የታጠቀና የተደራጀ ሠራዊት እንዳለው፣ ከጠላት የማረከው የተለያዩ ዘመናዊ የከባድ መሣሪያዎች እንዳለው፣ አይሮፕላን እንደሚያርፍና ሌላም ሌላም እየተባለ እንደሚወራ ነገረኝ። ከአራት ወር የጥናት ጊዜ በኋላ ከአምስተርዳም ወደ ሮም ስመለስ ለተሰማ ብሥራት ለአፍሮ ፀጉር የሚሆን ሚዶ ገዝቼ እንደ ስጦታ ስሰጠው በቅንነትና በፍቅር የት ጠፍተህ ከርመህ መጣህ ብሎ ሲጠይቀኝ አግብባብነት የሌለው ፊውዳላዊ ግልምጫና ቁጣ እያሱ ዓለማየሁ እንዳደረሰበት በሌላ አካባቢ መግለጼ ይታወሳል። ይህ በሆነ ከጥቂት ወራት በኃላ ተሰማ ብሥራትን ለምን ከእያሱ ጋር አትወያይም፣ እሁን እኮ ሀገራችን ዲሞክራሲና ዕኩልነት እንዲሰፈን ሁላችንም የበኩላችንን ድርሻ ማበርከት ይኖርብናል። ታዲያ ለዚህ የሁላችንም ባንድ ድርጅት ስር ተያይዘን መታገል የግድ

ይመስለኛል ብየ አማከርኩት። በመቀጠልም ለዚህ ዓላማ እያሱ ጋር መወያየት ይኖርብናል በማለት ወደ ትግሉ እንዲገባ ስገፋፋው ያለኝ ምን ጊዜማ አትረሳኝም። እንዲህ ነበር ያለኝ "ስማ አያሌው፣ ሌሎቹም መሪዎች እንደ እያሱ ዓለማየሁ ከሆኑ በሀገራችን ውስጥ ዲሞክራሲና ዕኩልነት የሚሰፍን ይመስልሃልን? በእኔ እምነት ታጥቦ ጭቃ ስለሚሆን ትምህርቴን አጠናቅቄ ወደ ሀገሬ ሄጀ አዲ ኢሮብ የሚገኙትን ወላጆቼን እና ሀገሬን መርዳቱ ይሻለኛል" ብሎ ሌላ ውይይት እንደማያስፈልገን ተናግሮ ወይይታችንን ዘጋ። ፓሪስ እንደገባሁ በማግሥቱ ቀጥታ ቦቢኚ ፕሪፌክቱር በጣሊያን ከፈረንሳይ ኤምባሲ የተሰጠኝን የጊዚያዊ መኃጓዣ በማሳየት አዲስ ፓስፖርት እንዲሰጠኝ እንዳመለከትኩ ሳይውል ሳያድር አዲስ የሌይሴ ፓይሴ ፓስፖርት ተሰጠኝ። ከዚያ በኋላ ቪኪንግ ተብላ ከምትታወቀው ቦታ አመራሁ። ጣይቱን ማፈላለጉን ተያያዝኩት። ዶ/ር ከበደ ሀብቴን ለማግኘት አልቻልኩም። ዓምሀ እምሩ ሀገር ቤት ከተመለሰ ቆይቷል ብለው ነገሩኝ። ባለቤቴን ለመጎብኘት የዓመት እረፍት ፈቃድ ወስጄ ከሀገር ቤት እንደመጣሁ አድርጌ በመቃጠፍ ነበር እራሴን ያስተዋወኩት። ፓሪስ በምኖርበት ወቅት በቅርብ ሆና ከልቧ የተባበረችኝና የረዳችኝን የቀድሞ ኃዴን ገነት ግርማ ጋር መገናኘት ባለመፈለጌ እሷን ለማግኘት ሙከራ አላደረኩም (እያሱ ዓለማየሁን መስላ ስለታየችኝ)። እንዳንገናኝም በተቻለኝ መጠን ጥረት እያደረኩ ሳለሁ ባጋጣሚ መልካሟ ወዳጄ ምሕረት (ቦምቦሊኖ ተብላ በቅጽል ስሟ የምትታወቀው ደኃ የሐረር ልጅ) ገነት ጋር ሳትገናኝ እንዳትመለስ ብላ ስታሳስበኝ ገነት ግርማ በዚያን ወቅት ፓሪስ ከተማ እንደሌለችና ቶሎ ብላም እንደማትመለስ ለማወቅ በመቻሌ መዝናናት ጀመርኩ።

ምሕረት እና ገነት በዚያን ዘመን የቅርብ ኃደኛሞች ነበሩ። የተገናኘኃቸው ሁሉ ሀገር ቤት የት እንደምሰራ፣ የት ከተማ እንደምኖርና ምን እንደምሰራ ሁሉ በጉጉት ጠየቁኝ። የቀባጠርኩላቸውን የሀሰትና የፈጠራ ታሪክ ባላስታውስም የምኖረው አዲስ አበባ ነው ብየ እንደተናገርኩ እርግጠኛ ነኝ። አብዛኛዎቹን ሳገኝ ወ/ሮ ጣይቱ ካሳን ላገኛት አልቻልኩም። ብዙዎቹን አነጋገርኩ፣ አንተንና ቤተሰቦቿን ለመጎብኘት ብላ ሀገር ቤት እንደሄደች ግምታቸውን ከመንገር በስተቀር ይህ ነው ብለው የሚያውቁት ነገር የላቸውም። እንዲያውም ሁለታችሁም አዲስ አበባ እየኖራችሁ አልተገናኛችሁም እንዴ ብለው መልሰው እኔኑ ይጠይቁኛል። ቀጥታ እያሱ ዓለማየሁ ሀገር ቤት አስገብቶ እንዳስበላት ተሰማኝ። የቤተሰቦቿን ስልክ ቁጥርና የመኖሪያ አድራሻ ለማግኘት የቅርብ ወዳጇን መኮንን ዓብይን አፈላልጌ ለማግኘት አልቻልኩም። ምንአልባት የማገኝበትን መንገድ ወንድሙ ዓምሃ ዓብይ ይረዳኛል በማለት እሱንም ለማግኘት አልቻልኩም። የቀድሞ መደብ ወዳጆቿና ሚዜዎቿን እነ ሰናይትና ቤቲ ከምገናኛቸው ቡድን ጋር ስለማይቀላቀሉ አድራሻቸውን ባለማወቄ ላገኛቸው አልቻልኩም። ጣይቱ ካሳ ሽታዋና ጠረኗ ሁሉ ጠፋብኝ። በከባድ የመንፈስና የዓምሮ ጭንቀት ላይ ወደኩ። ይህ በእንዲህ እንዳለ ወደ ሱዳን በመመለሻየ ዋዜማ አጋጣሚ ሆኖ በድርጅቱ ደጋፊዎች በመዝናኛ ቦታዎች

በሚዘጋጀው ፕሮግራም እንድገኝላቸው ጋበዙኝ። ገነት ግርማ በከተማው እንደሌለች በዚያው ሰሞን ስላረጋገጥኩ ግብዣቸውን አክብሬ በዝግጅቱ ቦታ በተገኘሁበት ወቅት በላባቸው ያፈሩትን ገንዘብ ለመዝረፍ አሲምባን አስመልክቶ ስሜትን የሚቀሰቅሱና ወኔን የሚገነቡ ግጥሞችና መዝሙሮች በፓሪስ ወንድሞቼና እህቶቼ ህሊናን በሚሰርቁ እቀራረቦች ተዘጋጅቶ ቀርቦላቸው ሲዘምሩ አዳመጥኳቸው። አቤት ቅጥፈት1 የንጹሀንን ላብ ለመበዝበዝና ለመዝረፍ ያን ያህል ቅጥፈትና ውሸት። አቤት በወገኖቻችን ላይ መጫወት! እምባየ ተናነቀኝ፣ አልቻልኩም ለመቀጣጠር። የማልናገረው ሆነብኝና በሆዴ አፍኜ ያዝኩ። በፍጥነት ወደ መጸዳጃ ክፍል ገብቼ አለቀስኩ። ደጋና ተወዳጁ ምሕረት፣ እንዲሁም ሻሹና ውብአየሁ የተባሉት መልካም እና ቅን ወጣት ተማሪዎች እምባየን አይተው ኖሮ ባንድነት ተከትለው ወደ ወንዶቹ መጸዳጃ ቤት በመግባት አፋጠው ጠየቁኝ። ይህን ስሰማ የእኔ አጋጉል የከተማ የአውደልዳይነት ሕይወቴ እሳዝኖኝ ነው አልኳቸው። እነሱ በዚህ እድሜአቸው ሁሉ ነገር እያላቸው ለእኛና ለአገራቸው በበርሃ ሲሰቃዩ የእኔ የብልጣ ብልጥነት ሕይወቴ ተሰምቶኝ ነው ሌላ አይደለም ብየ ሸነገልኳቸው።

ና እባክህ አንተም በችሎታህና በአቅምህ ባለህበት ሆነህ አገርህንና ወገኖችህን መርዳትና ማገልገል ትችላለህ፣ ለምንድን ነው ለቅሶው ብለው ገሰፁኝ። ትግል እኮ የሚለካው ጫካ በመግባት ብቻ አይደለም አሉኝ ሶስቱም ባንድነት። ልክናችሁ እልኩና አራታችንም ተቃቅፈን ወደ መዝሙሩ አካባቢ ተያይዘን ሄድን። ቶሎ ወደ ካርቱም ልገስግስ አልኩና ሳልውል ሳላድር ለማንም ሳላማክር፣ ማንንም ሳልሰናበት እንደ ሌባ ሹልክ ብየ ወደ ጣሊያን አመራሁ። ከካርቱም ወደ ጣሊያን የተጓዝኩበትን የሀሰት የኢትዮጵያ ፓስፖርትና ወ/ት ብርቱካን መኳንንት በገዛችልኝ የደርሶ መልስ ቲኬት ተጠቅሜ ወር ባልሞላ ጊዜ ተመልሼ ካርቱም ገባሁ። ከፈረንሣይና ጣሊያን ገስግሼ ፈጥኜ ካርቱም የገባሁት ጣይቱ ካሳን ለማስገደል ሲሉ እነእያሱ ዓለማየሁ ሀገር ቤት አስገብተዋት ከሆን ለማይሆን ትግል በከንቱ ከመሰዋት ለማዳን እንድችል ለኢትዮጵያ አቅራቢያ ከሆነችው የካርቱም ከተማ በመቀየት አፈላልጌ ለማውጣት ሙከራ ለማድረግና እግረ መንገዴንም በሚቻለኝ አቅም ሁሉ የተሰደድኩበትን ቀጣዩን ትግሌን ባካባቢው እየተንቀሳቀስኩ ለመቀየት እንድችል በመወሰን ነበር። ለዚህም ፍለጋና ክትትል እንዲያስችለኝ የፈረንሳዩን ፓስፖርት በኪሴ ደብቄ በስደተኝነት ለመቀየት እንድችል ካርቱም እንደተመለስኩ ሰሞን ባቅራቢያየ ከሚገኘው የተባበሩት መንግሥታት የስደተኞች ጽ/ቤት በመሄድ በስደተኝነት ተመዘገብኩ። ስሜን በእንግሊዘኛና በፈረናሣይኛ ሲጻፍ ልዩነት ያለው በመሆኑ ከፈረንሣዩ ጋር አይመስልም። ከጣይቱ ካሳ ጋር እያለሁ የፈጸምኩት ትልቁ ጥፋቴ የፈረንጆችን በጋ ከእኔ ጋር ለማሳለፍ ከሁለቱ ሚዜዎቿ ጋር ሮም ከተማ መጥታ በቀየችበት ወቅት ወደ ሀገር ቤት የምጓዝ መስሏት ቤተሰቦቿ ጋር ሄጄ እራሴን ለማስተዋወቅና ከእነሱ ጋር ለመቀራረብ እንድችል የቤታቸውን የስልክ ቁጥር እና የቤት አድራሻ ልትሰጠኝ ስትሞክር ለማጽናናትና

ለማጠናከር በማሰብ ምንአልባት ወደፊት የምሄድ ከሆነ ቁጥራቸውን እና አድራሻቸውን ትሰጭኝአለሽ፣ አሁን ግን ወደ አዲስ አበባ እንደማልሄድና እዚሁ ጣሊያን እንደምቀይ ቃጥፌና ዋሽቼ አስረዳኃት። ወደ ፍልሥጥኤም ለመንቀሳቀስ የወር ተኩል ጊዜ የቀረኝ መሆኔን እያወኩ ነበር በድርጅቱ የሸወዳ እና የቅጥፈት ስልትና ዘዴ ተጠቅሜ የማፈቅራትን ውድ ባለቤተኝ ያታለልኳትና የቃጠፍኳት። በኃላም እሷን ፍለጋ ከካርቱም ፈረንሳይ ሄጄ አፈላልጌ ላገኛት ያልቻልኩ መሆኔን እንዳወኩኝ የስልክ ቁጥራቸውን እና የቤታቸውን አድራሻ አለመቀበሌ በጣም ቀጨኝ፣ በጣምም ጸጸተኝ። ሌላው ትልቁ ስህተቴ ልጅ ለመውለድ በተዘጋጀችበትና በኃጓችበት ወቅት ልጆቼ ያላባታቸው እንዲያድጉ ባለመፈለጌና ይበልጥ ግን ብቻዋን ልጅ አሳዳጊ በመሆን ትምህርቷን እንዳትጨርስ ያደርጋታል ብየም በመቀርቀርና በዚያ ላይ ገና ልጅ ናት ብየም በማሰቤ ሀሳቧን እንድታነሳ አስገደድኳት። ይህ ለእኔ የፈጸምኩት ትልቁ ስህተቴ ነበር። ስህተቱን መፈጸሜ ለእሷና ለሚወለዱት ልጆች አዝኜና ተጨንቄ ነበር። አጠፋሁ፣ ተሳሳትኩ በእውነት። ብትወልድ ኖሮ ልጆቿን የትም ጥላ አትሄድም ነበር። ሁለተኛም እዚያው ፈረንሣይ ቀይታ ልጇን እያሳደገች ትምህርቷንም ለመጨረስ ያስችላት ነበር። ልጅ የመያዢ አድባ አንድ ቦታ እንድትቀመጥ ያስገድዳት ነበር። እኔም ወደ እሷ በምመለስበት ጊዜ ባለችበት ቦታ እሷንና ልጄን/ልጆቼን ጭምር ማግኘትና እዚያው ፈረንሣይ ተደላድየ በቀየሁና ከፈረንሣይ ሆኘ ለሰማዕታቶቼ የሚገባኝን ግዴታና ኋላፊነት ሁሉ መወጣት በቻልኩ ነበር። በእሷ ድጋፍና እገዛ በመዘዋወር የሰማዕታቶቼን ቤተሰብ በማፈላለግ ለመገናኘት በቻልኩ ነበር። እግዚኤብሔር ያልፈቀደልን በመሆኑ ሁሉም አልሆነም፣ እኔ ግን ተረፍኩ፣ የከርታታ ሕይወት ኑሮ መራሁ፣ በሚገባም ጠንክሬ ተቃቃምኩት።

9.9. ከሠራዊቱ እየኮበለሉ ወደ ካርቱም ከገቡት የቀድሞ የሠራዊቱ አባላት ጋር መገናኘትና መቀራረብ ጀመርኩ

ሠራዊቱን እየከዱ በጀብሃ በኩል ወደ ሱዳን የወጡትን አብዛኛዎቹን የቀድሞ የሠራዊት አባላት እንደነ ጽላሎም፣ ተስፋየ ቸንቶ፣ ሐዲሽ ምስግና፣ ይርጋ ኪዳኔ፣ ሠመረ፣ ተስፋየ ወልዱ፣ ዳንኤል ገብረእየሱስ፣ አማረ ብርሃኔ/ብርሃኔ መስፍንና ገብረእግዚአብሔርና ሙሀመድ ጎንደሬው ካርቱም እንደገቡ አረጋገጥኩ። ወደ ጣሊያንና ፈረንሣይ ከመገስገሴ በፊት እነ አማረ/ብርሃኔ መስፍን፣ ተስፋየ ወልዱ፣ ሙሀመድ እድሪስንና ዳንኤል ገብረእየሱስ አፈላልገው አገኙኝ። ጣሊያንና ፈረንሣይ እስከሄድኩበት ጊዜ ድረስ በየዕለቱ እየተገናኘን በተለያዩ ጉዳዎች ላይ ስንወያይ ቀየን። በተለይም እነተስፋየ ወልዱ፣ ዳንኤል ገብረእየሱስና አማረ/ብርሃኔ መስፈን ብዙ ዓመት ባንድነት ስንታገል የኖርን ያሀል ነበር የምንከባበረውና የምንግባባው። ሀገር ቤትም ከሁለቱ ጋር የኃላ ኃላ ውይይት ሲያስፈልገን አልፎ አልፎ ፍራሽ ከሌላት ስቱዲዮ ቤቴ እየሄድን በቁማችን ተወያይተንና መረጃ ተለዋውጠን ወደ ሺረጋ በማምራት እነሱ ከድራፍታቸው ጋር እኔ ደግሞ ከቡናየ ጋር በመጋተር ጨዋታችንን እንቀጥል

ነበር። ይህ ግንኙነታችን አያሌው ከበደ ተሰማ ሊበጥሰው ብዙ ሞክሮ ሊሳካለት ያልቻለ በፍቅርና በመግባባት የተገነባ ግንኙነት ነበር። በእርግጥ አብዛኞዎቹ የትግራይ ልጆች በመሆናቸው ወያኔና ሠራዊቱ ጦርነት እንደሚያካሂድ በእርግጠኛነት አስቀድመው በማጤናቸው በወንድሞቻቸውና በእህቶቻቸው ላይ የብረታቸውን ቃታ በመሳብ አላስፈላጊ መገዳደል እንዳይፈጠር በመፍራትና በመጨነቅ አስቀድመው መውጣቱን ፈልገው የወጡ ሊሆኑ ይችላሉ ብዩ የገመትኩበት ጊዜያት አያሌ ነበሩ። የትግራይ ልጆች መሆናቸው ሊያስጨንቀኝ ወይንም ሊያስፈራራኝ የሚችለው ከመካከላቸው አንድ ወይንም ሁለት ድርጅቱ/ሠራዊቱ ግዳጅ ሰጥቷቸው የወጡ ሊኖሩ እንደሚችሉ በመገንዘቤ መፍራትና መጠንቀቅ የሚገባኝ እነዚህ ዓይነቶቹን ብቻ ነበር። ጥርጣሪየ እንኳን እውነተኛነት ቢኖረው የትኞቹ ወይንም የትኛው እንደሆነ ማወቁ ስለሚያስቸግር ከምረበሽና ከምጨነቅ ይልቅ በሚቻለኝ መጠን አስፈላጊውን ጥንቃቄ በመውሰድ ሁሉንም እንደሶስቱ የማምንባቸውና የምተማመንባቸው ጓዶቼ (ተስፋየ ወልዱ፣ ዳንኤል ገብረእየሱስና አማረ/ብርሃኔ መስፈን) ማየቱ ይሻላል በማለት ጥርጣሬየን ወደ ጎን በመተው ከምገናኘው ጋር ሁሉ ውይይቴንና ጓደኝነቴን ቀጠልኩ። ከመጨነቅና ከማዘን የተነሳ አብዛኛዎቹ ከድርጅቱ ሰዎች በተለይም ከዳዊት ስዩም በኩል ጥንቃቄ እንዳደርግ ይመክሩኝና ያሳስቡኝ ነበር። ከቀድሞ የሠራዊቱ ታጋዮች ጋር ካርቱም ከተገናኘንበት ጊዜ ጀምሮ ይሰጡኝ የነበረው ምክር ከኢሕአፓ ሰዎች በተለይም ከዳዊት ስዩም ብርቱ ጥንቃቄ እንዳደርግ ነበር። ካመቸው ከማጥፋት ወደኋላ የማይመለስ እንደሆነ አድርገው ነበር የሚያስጠነቅቁኝ። የሰው ልጅ ተፈጥሮ ያስደንቀኛል። ዳዊት ሥዩም ረጅም፣ ዓይኑ ትልልቅና ፈገግታውና የደስ ደስ ያለው ሰው ሲሆን እንኳንስ የሰው ነፍስ እንደመንግሥቱ ኃይለማሪያም "ትንኝም" የሚገድል አይመስልም ነበር የሚሉት። ይህ የግርማቸው ለማን ባህሪ ነበር በሌላ በኩል የሚያስታውሰኝ። እኛን ምንም እምብዛም ላይተናኮለን ይችል ይሆናል፣ አንተን ግን እሥር ቤታቸውን ሰባብረህ በመውጣትህና የውጩን ጉዳቸውን ስለምታውቅ ያጋልጠናል ብለው ስለሚጨነቁ ካገኙህ አይለቅህም ይሉኝ ነበር። በካርቱም ቆይታየ አንዳችም ቀን ለብቻየ በሰዋራ መንገድ ሆነ በገላጣ ቦታ ላይ ለብቻየ አልገኘም ነበር። ሁል ጊዜ ከሰዎች አካባቢ ነበር የምቀመው፣ የምጓዘው የምመገበውም። የማድረዉም ከማምናቸውና ከምተማመንባቸው ቀድሞ በወታደርነት ጊዜየ አስመራ እያለሁ ከሚያውቁኝ እውቅ ኤርትራዊያን ቤተሰብ ጋር በመቀያየር ነበር። ስለ አውሮጳ ጉዞየ ለማከብራቸውና ለማምናቸው ጓዶቼ ለእነተስፋየ ወልዱ፣ ዳንኤል ገብረእየሱስና አማረ/ብርሃኔ እንኳን ያነሳሁት ነገር ባለመኖሩ የሚያውቁት አልነበራቸውም። ወደ ምዕራብ አውሮጳ ለመሄድ እንደተዘጋጀሁ ጉዞየ በሚስጢር መያዝ ስለሚኖርበት ከተወሰኑ ኤርትራዊያን ከሲስተር ፅጌ ጳውሎስ፣ አቶ መሐሪ አድጎ፣ አቶ ሞገስ ፍስሐጽዮን፣ ወ/ሮ አልጋነሽ/ጎል ጋንዲ፣ ወ/ት ኑራ (በንጉሰ ነገስቱ ዘመን የአሥመራ ቃዲ ልጅ የነበረችና በወቅቱ

በካርቱም አየር መንገድ በሆስቴስነት ተቀጥራ ትሰራ የነበረችና እንደተጠቀሱት ሌሎቹ አራቱ ኤርትራዊያን እሷም ከፍተኛ ትብብርና ድጋፍ ያደረገችልኝ ነች)።

እነዚህ ወዳጆቼ ለጉዞየ አስፈላጊውን ሁሉ በመርዳት የተጋገዙኝ በመሆናቸው በቀጥታም ሆነ በተዘዋዋሪ ስለጉዞየ ያውቃሉ። ለእነተስፋየ ወልዱ፣ ዳንኤል ገብረእየሱስና አማረ/ብርሃኔ ስጠፋባቸው እንዳይጨነቁ ወይንም ጥርጣሬ እንዳያድርባቸው ለሚቀጥለው አራትና ስድስት ሳምንታት መደኔና ገዳሪፍ ሄጄ ስለምሰነብት እንዳታስቡ ብየ አጫወኳቸው። በጉጉት ለምን፣ እንዴት የሚል ጥያቄ በማቅረባቸው በኤርትራ በመኮንንነቴ ዘመን የቅርብ ጓደኛየ የሆነው የዶ/ር ብርሃኔ ኪዳኔ የአጎት ልጅ ዶ/ር ሰለሞን መዓሾ ጋብቻ ለመፈጸም ከስዊድን ወደ ሱዳን ስለገባና የቀረበ ትውውቅና ወዳጅነት ስለነበረን ከእነሱ እንዳልለይ በመጠየቄ ነው አልኳቸው። እግረ መንገዴንም ከካርቱም የከተማ የጭንቀት ሕይወት ትንሽ ወጣ ብየ አየር መቀበሉ መልካም ነው ብየም ስለአመንኩበት ነው አልኳቸው። እንዲያውም ሰለሞን መዓሾ የሰጠኝን የሠርግ ጥሪ ካርድ ለእነተስፋየ አሳየኃቸው። በዓዕምሯቸው ምንም ነገር እንዳይመጣ ወይንም እንዳይፈጠር ካርዱ ይበልጥ ረዳኝ (በራሴ ፍላጎት በነገርኩት መሠረት ለአቶ መጅድ አብደላ ብሎ ነበር አድራሻየን የጻፉት እነ ሰለሞን መዓሾ)። የሙሽራይቷ ቤተሰብ የሚኖሩት በመደኔ ከተማ ነበር። ጓዶቼ ስላመኑኝ የተለመደውን የጥንቃቄ ውሰድ የሚለውን ምክራቸውን በመለገስ ተለያየን። ወዲያውኑም በማግሥቱ ወደ ጣሊያን በረርኩ። የኢሳያስ አፈወርቂ የፕሮቶኮል ሹም ወዲ ድንች ከዳዊት ዮሐንስና ከገነነው አሰፋ ጋር እንዳስተዋወቀኝ ከእነሱ ጋር እንድኖር ስለጋበዙኝ የአውሮጳ ጉዞየ እንዳያጨናግፉብኝ በመፍራት ከኤርትራዊያን ወገኖቼ ጋር ለመኖር ቃል ስለገባሁ ከእነሱ እንደተሰናበትኩ እነግራችሁና መጥቼ እኖራለሁ ብያቸው ነበር። ከወር ቆይታ በኃላ ከአውሮጳ እንደተመለስኩ በገባሁት ቃል መሰረት የዳዊት ዮሐንስና የገነነው አሰፋ እንግዳ ሆኜ ረዘም ላለ ጊዜ ሳይሆን አንድ ሳምንት እንድቆይ አድርጌ ቶሎ ተመልሼ ከነሲስተር ፅጌ ጳውሎስና አቶ መሐሪ አድጎ ጋር መኖር ቀጥየ ካርቱም ለሚገኘው የኢትዮጵያ ኤምባሲ እጄን እስከሰጠሁ ድረስ ቆየሁ። ከአውሮጳ እንደተመለስኩ እንደበፊቱ ከጓዶቼ ጋር በተለይም ከእነተስፋየ ወልዱ፣ ዳንኤል ገብረእየሱስና አማረ/ብርሃኔ መስፍን ጋር ግንኙነቴን ቀጠልኩ።

የዚያድ ባሬ የሶማሊያ ጦር ተጠናክሮ ድሬደዋ እንደዘለቀና ወደ አዲስ አባባ በመገስገስ ላይ ያለ መሆኑን እንደሰማሁና በተለይም የኢሕአፓ አመራር የዚያድ ባሬን ጦር በመደገፍ አቋም መውሰዱንና ለዚህም እነ እያሱ ዓለማየሁ፣ መርሻ ዮሴፍ፣ ዳዊት ስዩም፣ መላኩ ተገኝ፣ ካሳሁን ብሥራትና ሌሎች ከአሲምባ ሜዳ ውጭ በካርቱምና በሌሎች የሱዳን አካባቢ የድጋፍ መግለጫ ከማስተላለፋቸው በላይ ከፈተኛ ቅስቀሳ በማካሄድ መሆናቸውን እንዳረጋገጥኩ ያስከተለብኝን ተፅዕኖና በዚህም ምክኒያት የወሰድኩትን የዕቅድ ለውጥ አስመልክቼ በዚሁ ምእራፍ ወደኃላ የገለጻል። ከዚህ ቀፋፊ ዜና በኃላ ካርቱም መቆየት እንደሌለብኝና ጣይቱ ካሳንም ቢሆን እዚያው ሀገር ቤት ገብቼ

ማፈላለት እንደሚሻል ወሰንኩ። ለቀድሞዎቹ የሠራዊቱ አባላት በተለይም ለአራቱ የሜዳ ጓዶቼ ሱዳን ውስጥ ከምንከራፈፍና የአድሃሪያንና የጠላቶች መሳለቂያና መጫዎቻ መሆናችን ብቻ ሳይሆን ከትግላችን ተደናቅፈን ከምንቀዋለል የወጣንበትንና የተሰደድንለትን ዓላማ ዓይናችን እያየ ከሚሞት የወደቁትን ሰማዕታት ጓዶቻችንን ፈለግና ዓርማ በመከተል ሀገር በት ገብተን ቁም ነገር ለመስራት እንሞክር፣ እኛ የወደቁት ሰማዕታት ባለዕዳዎች ነን፣ የታሪክ ተወቃሽ እንዳንሆን፣ የእነሱን አርማና ፈለግ ተከትለን የተሰውለትን ዓላማ ማራመድ ይኖርብናል በማለት በድፍረት ሃሳብ በማቅረቤ ጓዶቼ ዕውነትም ለግዳጅ ተልኮ ነው እንጅ አልታሰረም ተብሎ የተነዛውን ወሬ በማመናቸው ከእኔ ጋር ላለመታየትና ሀገር ቤት ከገቡ ከእኔ ጋር እንዳያዛምዷቸው ጥንቃቄ ለመውሰድ ከእኔ ተለይተው በደቡብ ሱዳን ከባድና አስቸጋሪ የእግር ጉዞ አድርገው አዲስ አበባ ገቡ። እንደገና ሙሀመድ እድሪስ የኢሕአፓ/ኢሕአሠ በሽታና ችግር እስከሚረጋጋ ድረስ ከእሲምባ የሚመጡትን ጓዶቻችንን የጠላት መሳሪያና ደጋፊ እንዳይሆኑና በሱድንና አካባቢዋ ቀይታችን ጠላቶቻችን በኑሮ ምክኒያት አሳበው ደካማ ጎናችንን በመጠቀም ለማጥቃት እንዳይችሉ እንዲሁም በሱዳን ቀይታቸው በኑሮ መጎሳቀልና መቸገር ተስፋ በመቁረጥ ትግል የትአባቱ እያሉ ወደ ጠላት ሠፈር እንዳይሸመጥጡ በመርዳት መልሰን ለማቃቃም እንዲያስችለን ጥበቃው ልል የሆነበትን የሱዳንን ባንክ ተገቢ ጥናት በማካሄድ ገንዘብ በመውሰድ መልሰን በማቃቃም ሠራዊታችንን ከሞት እንዳን ብለህ ሀሳብ አቀረብክ ብሎ የማላስታውሰውን ጉዳይ በአንዳርጋቸው ፅጌና በበረከት ስምዖን ሰብሳቢነት ከአዲስ አበባ ዩኒቨርሲቲ ከተካሄደው ስብሰባ እንደወጣን ሲነግረኝ ድንጋጤ አሳደረብኝ። ሙሀመድ እድሪስ ሀገር ቤት ከገባ በኃላ በደርግ ዘመን ከተሾመ አሥራት ጋር ስለሚቀራረብ በተዘዋዋሪ ወይንም በቀጥታም ለአያሌው ከበደ ተሰማ ነግረውት ይሆናል ብየ ተጠራጠርኩ። እኔ ስለባንኩ ጉዳይ የማስታውሰው የለኝም።

9.10. እያንዳንዳቸው 35 ገጽ ያዘሉ ሁለት ትላልቅ ካኪ ፖስታዎች ለትዕግሥት ንርዓዮ በአደራ ሰጥቼ ወደ ኢትዮጵያ ኤምባሲ አመራሁ

ንግሥት ንርዓዮ ደሴ ተወልዳ ያደገች ኤርትራዊት ስትሆን ታላቅ ወንድሟ መላኩ ንርዓዮ በክፍልና በዕድሜም ቢበልጠኝም ለሁለት ዓመት በወይዘሮ ስኅን ፪ኛ ደረጃ ትምህርት ቤት ቀይታየ ባጋጣሚ ኮኮባችን ሆነና እንደታናሽ ወንድሙ በመቁጠር በገጠሬነቴ ከተሚዎቹ የደሴ ከተሜዎች ሲያሾፉብኝ ወይንም ሊያጃጅሉኝ ሲቃጡ እያየ ፈጥኖ ይቀምልኝ የነበረ መልካም ጓደኛየ ነበር። ከዋለልኝ መኮንን ጋርም ይበልጥ እንድቀራረብና እንድግባባ ያደረገኝ ይኸው መልዓኩ ንርዓዮ ነበር። ዋለልኝና መላኩ አሥረኛ ክፍል እንደገቡ እኔ ዘጠነኛ ክፍል ገባሁ። ሻዕቢያ በጠንካራ ኢትዮጵያዊነት የሚጠራጠሯቸውን ለወደፊቱ እኩይ ዓላማዋ አገልጋይ ለማድረግ በሱዳን ቀይታቸው ከሚጠቀሙበት እርካሽ መንገድ ከሻዕቢያ ቀንጃጅት ልጆች ጋር አቀላልፈው በማገዳኘት ካስፈለገም ሥራ በማሲያዝ እንቅስቃሴያቸውን እየተቀጣጠሩ ለወደፊት እኩይ ዓላማቸው ባካባቢያቸው እንዲቀዩ ያደርት ነበር።

የነዳዊት ዮሐንስ በካርቱም ቀይታቸው ለዚህ መልካም ምሳሌ ይሆናል። ይህ ዘዴ በፓሪስ እነ ታደሰ ገሠሠና ጓደኞቹ እንደ አገናኝ መኮንንነት የመደቡልኝን ለጋ የሰርቦን ወጣት ተማሪ ተመሳሳይ መንገድና ዘዴ ነበር። አሁንም ያጋጣሚ ነገር ሆኖ የመላኩ ንርዓዮ ታናሽ እህት ወ/ሪት ትዕግሥት ንርዓዮ ጋር ከአሲምባ አምልጩ ካርቱም እንደገባሁ የእኔን እንቅስቃሴ ለመቆጣጠርና የትም እንዳልሰወርባቸው በማቀድ ሳልውል ሳላድር ከሌላ የሴት ጓደኛ ጋር ስላገዳኝ ለእኩይ ዓላማቸው የማከብረውን የጓደኛየን ታናሽ እህት ያላግባብና ባላስፈላጊነት መንገድ በማጋጠም ጓደኛየ እንድትሆን ሥራየ ተብሎ ለሁለታችንም ፕሮግራም ተይዞልን ኮበር ከሚገኘው የሻዕቢያ ጽ/ቤት ተፈልጌ በሄድኩበት የአቶ ኢሳያስ አፈወርቂ የፕሮቶኮል ሹምና ታምኝ ሎሌ የነበረው ወዲ ድንች በሚባል ቅፅል ስሙ የሚታወቀው ከአቶ ኢሳያስ ጋር ያካሄድኩት ውይይት እንዳለቀ ሌላው የፈለግንህ መልካምና ውብ ከሆነችዋ ካገርህ ልጅ (ወሎየ ማለቱ ነው) ለማስተዋወቅ ነው ብሎ ከታናሽ እህቴ ከትዕግሥት ንርዓዮ ጋር አስተዋወቀኝ። የሁለታችንም መብሰልና አስተዋይነት በዝምድናና በመከባበር የተመሰረተ እስስር እንደሚበልጥብን በማመናችን ያን ርካሽና ደካማ የሻዕቢያ ዓላማና ፍላጎት ለሻዕቢያ ሳናሳውቅ በሀገር ልጅነት በተለይም “በወሎየነታችን” እና ከሁሉም ይበልጥ ግን ሳታስበው የታላቅ ወንድሟ ጓደኛ የነበርኩ መሆኔ አስደስቷት ተከባብረንና ከልብ ተፋቅረን በታናሽ እህትነትና በታልቅ ወንድምነት እስስር ተዛምደን ቀየን። በዚያም ላይ በሱዳን የምቀይበት ጊዜ እምብዛም ካለመሆኑም ባሻገር ሁልጊዜም ቢሆን በልቤ ጀግናዋን ጣይቱ ካሳን በመንፈስ አቅፌ የምኖር በመሆኔ ሌላም አያስመኘኝም ነበር። ሻዕቢያ ሁለታችንን በሥነሥራዓት ሲያስተዋውቁን ዕቅዳቸውና ዓላማቸው ለንግሥት ንርዓዮም ሆነ ለእኔ በደምብ የገባን በመሆኑ ሁለታችንም በግልጽና በመተማመን ተወያይተን እስከመጨረሻው በእውነተኛ የወንድምና የእህትነት ግንኙነት ተያይዘን ተለያየን። በእነሱ ቤት ሻዕቢያ ባቀዱትና በፈለጉት እክይ መንፈስ በመፈጸም የምንጋዝ ሆኖ ነበር የሚመስላቸው።

ንግሥት ንርዓዮ የመለስ ተክሌ ፍቅረኛ ነበረች። ከሀገር ቤት ጠፍታ ወደ ሱዳን ለመሰደድ ያስገደዳትም አንዱ ምክኒያት በመለስ ተክሌ ምክኒያት በደርግ ተፈላጊ በመሆኗ ነበር። ወደ ኢትዮጵያ ለመመለስ እንደወሰንኩና ኢትዮጵያ ኤምባሲ ለመግባት እንደተሰናዳሁ ታማኝነትንና አደራን ለሚጠይቅ ብርቱ ጉዳይ ፈለኳት። ስልክ በመደወል ሁለታችን አዘውትረን ከምንገናኝባት ቦታ እንድትመጣልኝ አሳሰብኳት፣ በቀጠሮው ሰዓት መጣችልኝ። ከእሷ በስተቀር በሱዳን ውስጥ ለማንም ሰው ኤምባሲ ለመግባት መሰናዳቴን የነገርኩት የለም። ሰላሳ አምስት ገጽ ያዘለ ጽሁፍ አዘጋጅቼ በሁለት ያልታሸገ ትልልቅ የካኪ ፖስትዎች ይዣለሁ። አንዱን ፖስታ የምትልክልኝ በዊስከንሲን (Wisconsin) የአመሪካ ግዛት ዋና ከተማ በማዲሶን ይገኝ ለነበረው የዓለም አቀፍ የኢትዮጵያ ተማሪዎች ማሕበር ፌዴሬሽን አካል የነበረው “የሰሜን አሜሪካ የኢትዮጵያ ተማሪዎች ቅርንጫፍ ማሕበር የመጽሔት ቦርድ (ESUNA Editorial board)፣ እና ሁለተኛው ፖስታ ደግሞ በሌላ የአሜሪካ ግዛት ከሚገኘው ለ

ESUNA (ለማሕበሩ ጽ/ቤት) እንድትልክልኝ ነበር። ሀገር ቤት ለመመለስ መወሰኔን እና ከውይይታችን በኃላ ቀጥታ ኢትዮጵያ ኤምባሲ ለምግባት ስለተዘጋጀሁ ካለን ከፍተኛ አመኔታ እነዚህን ሁለት ፖስታዎች እንድትልኪልኝ ለመስጠትና ለመሰናበት እንደፈለኳት አስረዳኃት። ተገረመችም፣ ደነገጠችም። ጽሁፎቹ ሌላ ነገር እንዳይመስሉሽ ጊዜ እይኖርም እንጂ ሁሉን ገጾች ባነበብሽ ደስ ባለኝ ነበር። ነገር ግን ከጊዜ አኳያ የመጀመሪያውን ገጽ ብታነቢ አጠቃላይ የጽሁፉ ዓላማና ይዘት ይገባሻል ብየ የመጀመሪያውን ገጽ እንድታነበው ሳሳስባት ማንበብ አያስፈልገኝም፣ አክብረሽኝና አምነሽኝ የሰጠሽኝን አደራ በደምብ እወጣለሁና ሥጋት አይኑርህ ብላ በማደፋፈሯ ሁለቱንም ፖስታዎቹ አሽጌ አስረከብኳት። ካርቱም ተላታ (ካርቱም 3) ተብሎ በሚታወቀው የካርቱም ከተማ ተብሎ በሚታወቀው የካርቱም ሠፈር ከሚገኘው የኢትዮጵያ ኤምባሲ ከማምራታችን በፊት አዲስ አበባ እንደገባሁ ለቤተሰቧ በተለይም ለወላጅ እናቷ ስልክ ደውየ ሱዳን በሰላም እንደገባችና ወደ ኖርዎይ ለመሽጋገር በመጠባበቅ ላይ መሆኗን በመግለጽ እንዳይሰጉ ለእናቷ እንድነግርላት የቤታቸውን ስልክ ቁጥር ሰጥታ ቃል አስገባችኝ። ሀገር ቤት እንደገባሁ ምን እንደሚያደርጉኝ ባላውቅም የፈለገው ይሁን ተሚሙቼ የጠየቀችኝን እንደምፈጽም ቃል ገባሁላት። በወቅቱ አስፈላጊ ባለመሆኑ ስለ እኔ ብዙም ስላላጫወኳት የሚመስላት ቀጥታ ከሀገር ቤት ተሸሎክልኬ እነደእሷ የሻዕቢያን ድጋፍ አግኝቸ ወደ ሱዳን የወጣሁ መኮንን እንጂ ከታላቁ የካቲት 1966 አብዮት አንድ ዓመት በፊት ከኤርትራ የሽምጥ ተዋጊዎች ጋር ተቀላቅየ የወጣሁ አንጋፋ ታጋይ መሆኔንና ብሎም ከኢሕአፓ ጋር የተቀላቀልኩት ከምዕራብ አውሮጳ መሆኑን ገልጨላት አላውቅም፣ ምንአልባት እራሱ ኢሳያስ ወይንም እነ ወዲ ድንች ካልነገሯት በስተቀር። በ"ምሕረት" ተመልሼ አዲስ አበባ እንደገባሁ ለተወሰን ጊዜ አድአ ሆቴል ውጭ ስልክ መደወልም ሆነ ከዘመድ አዝማድ ጋር መገናኘት ተከልክለን በነበርንበት ወቅት በጥንቃቄ ሊያስከትልብኝ የሚችለውን አደጋ ሁሉ ለመቀበል ተዘጋጅቼ ቃሌን ለማክበር ከሆቴሉ ደውየ ለእናቷ በመንገር ቃሌን አከበርኩላት። ስልክ ደውየ እናቷን ሳነጋግር የኢትዮጵያ አየር መንገድ ሠራተኛ የነበረው ወድ የበኸር ልጃቸውና የቀድሞ ጓደኛየ መላኩ ንርዓዮ በደርግ ጭካኔ ተገድሎ በሀዘን ላይ መቀመጣቸውን ሰማሁና ደነገጥኩ።

ከትዕግሥት ንርዓዮ ጋር እንደገና የተገናኘነው ሕግሀኤ አሥመራንና አዲስ አበባን በቁጥጥር እንዳደረገ ሰሞን ከኖርዎይ በድል አድራጊነት ተመልሳ እንደገባች ነበር። የሁለቱም ፖስታዎች ያሉት ጽሁፎች ተመሳሳይ ሲሆኑ ጽሁፉ ባጠቃላይ የኢሕአሠ'ን አመራር ሳይነካካ በደፈናው ሕጋዊነት በሌለው በድርጅቱ አምባገነን አመራር በቀየሰው የፕሮግራም፣ የትግል ስትራቴጂና የመስመር ለውጥ ሳቢያ ድርጅቱ ተደብድቦ መውደቁንና በከተማ የተከማቸው የማዕከላዊ ኮሚቴ ሠራዊቱን እንደዘነጋውና እንዳለም እንዳልቀጠሩት፣ ከሞት የተረፈው የአመራ አባላት ከከተማ ሸሽተው አሲንባን ከለላ እንዳደረጉ፣ ሠራዊቱ የማይዋጋ ዱልዱም እንደሆነና በከባድ ድክመትና ችግሮች ውስጥ

ተተብትቦ እንደሚገኝ፣ ቶሎ ጣልቃ ገብታችሁ ከፍተኛ መስዋዕትነትን የሚጠይቅ ቅስቀሳና ትምህርት በማካሄድ ሁኔታዎች እንዲስተካከሉ ካልተደረገ በስተቀር የስትራተጂያዊ የትግል ጎዳና ማካሄጃ የሆነው ሠራዊት ተልዕኮውን ሊያሟላ እንደማይችልና የኢትዮጵያን ሕዝብ በድል አድራጊነት ሥልጣን ላይ ለማብቃት ቀርቶ በየከተማውና በገጠሩ ለወደቁት ሰማዕታቶቻችን መበቀያ መሣሪያነት ለመሆን ችሎታና ብቃት ሊኖረው እንደማይችልና አዝማሚያው ሁሉ በቀጥታም ሆነ በተዘዋዋሪ በወያኔ፣ በደርግና በሻዕቢያ ቁጥጥር ተተብትቦ የተያዘ እንደሆነና አገልግሎቱ ለኢትዮጵያና ለሕዝቧ ሳይሆን ለባዕዳን ዓላማ ከግብ ለማድረስ በመሣሪያነት እንዲያገለግል የተቋቋመ መስሎ እንዳገኘሁትና በዚህም ከቀጠለ ሠራዊቱም ሆነ ድርጅቱ በቅርብ ጊዜ ተደምስሶ በሕይወት የሚተርፉት ተሰደው ካካባቢው እንደሚባረሩ ያለበለዚያ ወደ ደርግንና ተገንጣዮችን እየኮበለሉ ለጠላት እጋርነት እንደሚጎርፉ በትንቢት መልክ በመተንተን ጻፍኩላቸው። በአመራሩና በሠራዊቱ ታጋይ ኃይል መካከል ያለውን ክፍፍል አላነሳሁም፣ ወይንም የሠራዊቱን አመራር መውቀስና የመሳሰሉትን ለመጥቀስ አልፈለኩም፣ ምክኒያቱም የሠራዊቱ ድክመት መንስዔ የድርጅቱ ድክመት መሆኑን ስለማምንበት። ወደ ሠራዊቱ ከመግባታችን በፊት ይነገርለትና በሀገር ቤት በየከተማዎችና በውጭ ሀገር ፕሮፓጋንዳ ይነዛለት የነበረው ሁሉ ውሸትና ሀሰት መሆኑን፣ ግርፋትና እስራት በንጹሀን ጓዶች ላይ ማካሄድ የተባባሰ እንደሆነ፣ እርስ በርስ መጠራጠር፣ በጎሪጥ መተያየት እንደተስፋፋና የሠራዊቱንና የድርጅቱን ዕድሜ ለማራዘም ፍላጎት ካላችሁ ከመውደቅ አደጋ ለማዳን በያላችሁበት ሁናችሁ የበኩላችሁን አስተዋፅዖ እንድታበረክቱ በማለት መልካም ነው ብዬ ያመንኩበትን ነገር የካተተ ፅሁፍ ነበር። ልተወው ያልፈለኩት ቢኖር ጠንካራና ሀቀኛ የሆኑ የሠራዊቱንና የድርጅቱን አባላት ማዎይስት ናቸው፣ ሲ. አይ. ኤ. ናቸው፣ አክራሪ ናቸው እየተባሉ እንደሚወነጀሉና ከትግሉ እንደሚለሉ የግድም የውድ መጥቀስ ፈለኩ።

የዘነጋሁት ነገር ቢኖር በወቅቱ የሰሜን አሜሪካ ተማሪዎች ማሕበር መሪዎች ከነበሩት መካከል ከእነ ዘሩ ክሕሽን፣ እያሱ ዓለማየሁና ሳሙኤል ዓለማየሁ ጋር እጅና ጓንቲ የነበሩ እንዳሉበት ያለበለዚያም ከደርግ ጋር ግንኙነት ያላቸው እንደሚኖሩ ባለመገንዘቤ ጽሁፉ ሲደርሳቸው ለድርጅቱ አመራር እምብርት ያስተላልፉላቸዋል፣ ወይንም ከደርግ ጋር ባላቸው ግንኙነት ስለላኩት ፅሁፍ በሪፖርት መልክ ሊያስተላልፉላቸው ይችሉ ይሆናል ብዩ አለመጠራጠሬ ቂልነቴ ነው በዩ አምናለሁ። ምንአላብትም ላላለፍኩት ችግርና የመከራ ጊዜ አስተዋፅዖ አደርጎ ይሆናል ብዩ የተጠራጠርኩበት ጊዜያቶች አሉ። እንዲያውም የኃላ ኃላ እንዳረጋገጥኩት የኢሠፓ መጽሔት ዋና አዘጋጅና የሽመልስ ማዘንጊያ ቀኝ እጅ የነበረው አምሃ ዳኜ በወቅቱ በሰሜን አሜሪካ የኢትዮጵያ ተማሪዎች ማሕበር በአመራር ላይ እንደነበረና ከአመራር ተባሮ ደርግ እንደገባ ለማወቅ ቻልኩ። ከሁለቱ ፖስታዎች አንዱ ለአምሃ ዳኜ ደርሶትስ ከሆነ! ወይንም ለነዘሩ ክሕሽንና እያሱ ዓለማየሁ ወኪል ደርሶትስ ከሆነ!

በሌላም በኩል ትዕግሥት ንርዓዮ ቃሏን አክብራ ሁለቱን ፖስታዎች ትላካቸው ወይንም ለኢሳያስ አፈወርቂ ታስረክበው አምላክ ነው የሚያውቀው። ማንነቴንና አቋሜን በደምብ ስለሚያውቅ ለኢሳያስ አፈወርቂ ፖስታዎቹ ደረሱት አልደረሱት ትርጉም አይኖራቸውም፣ ወይንም አያስደንቀውም። ድሮ ገና አሲምባ ሳልገባ ነበር ማንነቴንና አቋሜን ሁሉ በደምብ አጣርቶ የሚያውቀው። ለዚህም ነበር ለወደፊት እኩይ ዓላማው መሣሪያ ለማድረግ በማቀድ በኤርትራ ወደ አሲምባ ጉዟችን ወቅት በምእራፍ 7 የተገለጸውን ቲያትርና ድራማ በእኔ ላይ በመፈጸማቸው እንኳንስ ሌሎቹን የቡድኔን አባላት ቀርቶ ከልብ የማምናቸውንና የሚያምኑኝን እውነተኛ የትግል ጓዶቼን እነ ኤፍሬም ደጀኑን እና ውብሸት መኮንንን ያስደነገጡትና ያስገረሙት። እንደገና ከአሲምባ ወጥቼ ባርካ ላይ የወያኔ መሪዎች ለአሥራ አንድ ቀናት በባርካ ባደረግናቸው ግንኙነቶች ወቅት ማንነቴን በደምብ ያውቃሉና ለኢሳያስ አዲስ አይሆንበትም፣ ለዚህም ነበር ከባርካ ካርቱም መድረሴን ተጠባብቀው በእግር በፈረስ አፈላልገው ከኢሳያስ አፈወርቂ ጋር በጽ/ቤቱ እንደተገናኘኝ ከእሱ አካባቢ እንድቀይ የፈለገኝ። ከኢሳያስ አፈወርቂ ጋር በጽ/ቤቱ እንዳለሁ ሀገር ቤት ለመግባት ፍላጎቴ መሆኑን አስታውቄው በማሳሰቢያም በማስጠንቀቂያም መልክ ምን እንዳለኝ በዚሁ ምእራፍ ከላይ አካባቢ ተጠቅሷል። ዛሬ ንግሥት ንርዓዮ አዲስ አበባ እንደምትኖር ሰምቻለሁ።

9.11. ካርቱም ለሚገኘው የኢትዮጵያ ኤምባሲ እጄን ሰጠሁ።

ከምራብ አውሮጳ ተመልሼ ካርቱም እንደተመለስኩ የሶማሊያ ወራሪ ጦር ተጠናክሮ እየገሰገሰ ድሬደዋ እንደዘለቀና ወደ አዲስ አባባ በመገስገስ ላይ መሆኑን ለማወቅ መቻሌን በዚሁ ምዕራፍ ከላይ አካባቢ ተገልጿል። ወዲያውኑም የወራሪውን ጦር አስመልክቶ የኢሕአፓ አመራር እምብርት አቋም በማስተጋባት እያሱ ዓለማየሁ፣ መላኩ ተገኝ፣ መርሻ ዮሴፍ፣ ዳዊት ስዩምና ካሣሁን ብሥራት (በኤርትራ የመምህራን ማሕበር አመራር የነበረው) እና ሌሎች በመሆን የዚያድ ባሬን ጦር እንደተራማጅና ተገቢ ጦር በመቁጠር ጠንካራ ድጋፍ በመስጠት ከፍተኛ ቅስቀሳ እንደሚያካሂዱ ወሬው በካርቱም ተናፈሰ። ኢትዮጵያ አገሬ በዚያድ ባሬ ጦር መወረርና ብሎም ወራሪው ጦር ድረድዋ መዝለቁን መስማቴና ማዳመጤ ልቃቃመው የማልችለው ራስ ምታት ፈጠረብኝ። ከዚህ በኃላ ካርቱም በመቀየት መለፍለፉና በአፍ ብቻ ዋይ አገሬ ዋይ አገሬ ማለቱ ማስመሰል እንጂ ኢትዮጵያን ለመከላከል ምንም ዓይነት አስተዋፅዖ ስለማይኖረው በካርቱም መቀየት እንደሌለብኝ ከመቅጽበት ወሰንኩ። ጣይቱ ካሳንም ቢሆን እዚያው ሀገር ቤት ገብቼ ማጠያየቅና ማፈለለጉ እንደሚሻል ወሰንኩ። የሶማሊያ ወራሪ ጦር ኢትዮጵያን ከወረረበት ጊዜ ጀምሮ ትኩረቴ በጣይቱ ካሳ ብቻ ሳይሆን ለእኔ በይበልጥና በተቀዳሚነት አገሬ ኢትዮጵያ በዚያድ ባሬ መወረሯ አንገብጋቢ ጉዳይ በመሆኑ ቶሎ ሀገር ቤት ገብቼ ከአገሬ የመከከያ ሠራዊት ጎን ተሰልፌ ኢትዮጵያዊ ግዴታየን ለመወጣት እንዳለብኝ የግድ መሆኑን ወሰንኩ። ምንም እንኳን ብዛታቸው ይነስ እንጂ ብቃትና

ዓይነት የነበራቸው ከሠራዊቱ ኮብልለው የወጡትን የድርጅቱንና የሠራዊቱን አባላት በማስተባበር ኢትዮጵያ የመንግሥቱ ኃ/ማሪያም ብቻ እንዳልሆነችና የአገሪቷ የመከላከያ ሠራዊትም የግሉ እንዳልሆነ በመግለጽ በርዕሰ ብሔሩ ላይ ባለን ጥላቻ ምክኒያት አገራችን በአድኃሪ የዚያድ ባሬ ወራሪ ጦር ስትወረርና ዳር ድንበራችንን ለዘመናት ሲያስከብር የቀየውን የኢትዮጵያ የመከላከያ ሠራዊትን ማውገዝና መኮነን እውነተኛ ኢትዮጵያዊነት ሳይሆን ከባዕዳንና ከጠላቶች ወኪልነትና ባንዳነት እንደማንለይ በማሳሰብ ከመከላከያ ሠራዊታችን ጎን ተሰልፈን ለአገራችንና ለድንበራችን መከበር መታገል እንደሚገባን የበኩላችንን ቅስቀሳ ማካሄድ ተያያዝነው። ስለሆነም ከጀግናው የኢትዮጵያ መከላከያ ሠራዊት ጎን ለመሰልፍ ባለኝ ፍላጎትና እግረ መንገዴንም ጣይቱ ካሳን ለማፈላለግ እንድችል ኢትዮጵያ መመለስ እንደሚገባኝ በመወሰኔ ሳልውል ሳላድር ካርቱም ለሚገኘው የኢትዮጵያ ኤምባሲ እጄን ለመስጠት ወሰንኩ። ካርቱም ከሚገኘው ኢትዮጵያ ኤምባሲ እጄን ለመስጠት ባደፈጥኩበት ሰሞን የወያኔ አባል የነበረና በውስጣቸው በተፈጠረው አለመግባባት ከድርጅቱ አምልጦ እንደኔው በካርቱም ከተማ ሲንቀዋለል ያገኘሁትን የቀድሞ የወያኔ አባል ጋር ተገናኝቼ የአጭር ጊዜ ጓደኝነት በመመስረት አብረን እንድንጓዝ ጠይቄው ከተደጋጋሚ ውይይት በኃላ ተስማምተን የምንገባበትን ዕለት ወሰን።

ከነበሩኝ ችግሮች/ቼ አንዱ እስከቅርብ ጊዜ ድረስ የነበረው አንድ ነገር በሞላ ጎደል ካመንኩበት እስከመቼ ነው የምጠባበቀው ብየ የጀብደኝነትና የድፍረት ተግባር ማከናወን risk መውሰድ ያጠቃኝ ነበር። ይህ የቀድሞው ወገኔ ትክክለኛ ስሙን ዘነጋሁኝ፣ ግን የሚታወቀው በሜዳና ከሜዳ በፊትም ይጠራበትና ይታወቅበት በነበረው የቅጽል ስሙ ነው። “ወዲ ኮፖርታ” በመባል ነበር የሚታወቀው። የአጋሜ አውራጃ ልጅ ነው፣ ለዚያውም የአውራጃው ዋና ከተማ የአዲግራት ልጅ ነው። ወዲ ኮፖርታ ትርጉሙ “የካፖርት ልጅ” ማለት ሲሆን ለምን እንደዚያ ተብሎ ለመጠራት እንደቻለ ምክኒያቱን ይንገረኝ ወይንም አይንገረኝ ዘነጋሁ። ግልጽና ቀጥተኛ ወገኔ በመሆኑ ወደድኩት፣ መውደድ ብቻ ሳይሆን እምነትና አክብሮትም እንድጥልበት የግለሰቡ አጠቃላይ ሁኔታ አስገነዘበኝ። በተዋወቅን ጥቂት ቀናት ማለት ወደ ኤምባሲ ልገባ እየተዘጋጀሁ ሳለሁ ለምን አገራችን ገብተን የዛይድ ባሬን ጦር እየተዋጋን እግረመንገዳችንን ሠራዊቱን በማንቃት ጦርነቱ ሲያልቅ ጠመንጃውን በደርግ ላይ እንዲያነጣጥር ለማድረግ አንሞክርም። አገራችን ስትወረር ዝም ብለን እናዳምጣለን እንዴ? ይኸን ታሪክ አፍራሽ የዘመኑን የወያኔና ሻዕቢያ ፖለቲካ እንተወውና ኢትዮጵያን ሲጠብቁ ደማቸውን በይበልጥ ያፈሰሱት እኮ የትግራይ አባቶቻችን በመሆናቸው እናንተ የትግራይ ልጆች ናችሁ በይበልጥ ለኢትዮጵያ መጨነቅ የሚኖርባችሁ አልኩት። አባቶቻችን በደማቸውና ባጥንታቸው ያቀዩአትን ኢትዮጵያን በባዕድ ጦር ስትወረር ዝም ብሎ ውጭ ሆነን በታዛቢነት መመልከቱ የኋላ ኋላ በታሪክ ተጠያቂ እንዳንሆን ብየ በግልጽ፣ በቀጥታና ያለፍርሀት

ደፍሬ አጫወትኩት። አዲግራት ተወልዶ ያደገ የሚከበር ኩሩ የአጋሜ ልጅ ነው። ተለማምዶኛልና ብዙም ሳያግማማ ወታደራዊው መንግሥት አምኖ ይቀበለናል እንዴ ብሎ ጥያቄ ያቀርብልኛል። መልሱ ምሕረት መጠየቅ ነው። ለዚህም አካባቢያችን ከሚገኘው የኢትዮጵያ መንግሥት ኤምባሲ ሄደን እጃችንን በመስጠት ምሕረት መጠየቅ ይኖርብናል። ይህን ካደረግንና ምሕረት ተሰጥቶን ይግቡ ተብሎ ውሳኔ ከመጣ ለክፉ የሚያደርስ ችግር አይኖርብንም ብየ ነው የምገምተው፣ ሆኖም በአምባገነኖች አገር የሚሆነው አይታወቅምና አደጋ ሊያጋጥመን ይችላል ብለን አውቀን መግባት ይኖርብናል አልኩት። የምንሄደው ለኢትዮጵያ ለመሰዋት ስለሆነ ከኢትዮጵያ የመከላከያ ኃይል ጎን ተሰልፈን እንድንዋጋ ወዲያውኑ ወደ ጦር ግንባር እንላካለን ብየ አምናለሁ አልኩት። ነገር ግን የሚፈጠረውና የሚሆነው ስለማይታወቅ ለሁሉ ነገር ዝግጁ ሆነን መግባቱ የሚሻለው ነው ብየ አሳመንኩት። ብዙም ሳንከራከር ቀን ወሰንና ነሐሴ መጨረሻ 1969 ዓ. ም. ካርቱም ተላታ ከሚገኘው ከኢትዮጵያ ኤምባሲ አንድ መቶ ሜትር ያህል ራቅ ብሎ እንድንጠባበቅ ተስማምተን ተለያየን። ከላይ ለማመልከት እንደተሞከረው በዕለቱ ለትዕግሥት ንርዓዮ ሁለቱን ትላልቅ ፖስታዎች አሽጌ እንደሰጠኋት በቦርሳዋ ከትታ ካስገባች በኃላ ሁለታችንም በታክሲ ተያይዘን የኢትዮጵያ ኤምባሲ ከሚገኝበት አካባቢ ካርቱም ተላታ (ካርቱም ሦስት) ተጉዘን ኤምባሲው ለመቃረብ በግምት የአንድ መቶ ሜትር ርቀት ሲቀረን ከታክሲ ወርደን ለጥቂት ደቂቃ ቀመን ከተጨዋወትን በኃላ ተሳስመን ልንለያይ ስንል ወዲ ኮፖርታ በተቀጣጠርነው መሠረት በቀጠሮው ቦታና ሰዓት ቀሞ ሲጠባበቀኝ ደረስኩለት። ትዕግሥት ንርዓዮ እንዳትደናገጥ አብሮኝ የሚጓዝ ወገኔ እንደሆነ ብቻ በመንገር እኔና ወዲ ኮፖርታ ተያይዘን ወደ ኤምባሲ በማምራት ኤምባሲው ግቢ ስንደርስ ለትዕግሥት እየታየኋት በቀጠሯችን ወደ ኤምባው ሰተት ብለን በመግባት እንደ ፈሪዎች እጃችንን ሰጠን። ከኤምባሲው ባለሥልጣኖች ጋር አስቀድመን በስልክ ተዋውቀን ቀጠሮ ተይዞልን ስለነበር ምንም ግርግር አላጋጠመንም። የአድርሆት ኃይል ማሳደድ በተወሰኑ ሙከራዎች ተከልሎ የሚቀር አልነበረም። ከዚያ ውጣ ውረድ በኋላ ወደ ሀገሬ ለመመለስ ከወሰንኩበት ጊዜ አንስቶ ተከትሎኝም የመጣ ነው። ከዚያ በፊትም ሆነ በኋላ በተመሳሳይ ሁኔታ ወደ ሀገር ቤት እንመለሳለን ላሉ ዜጎች የሚደረገው ወዲያውኑ ወደ ሀገር ቤት ማስገባት ሲሆን የእኔ ጥያቄ ግን የተስተናገደው ከዚሁ የአሰራር ሥርዓት በተለየ መንገድ ብቻ ሳይሆን አስጨናቂና አስደንጋጭ በሆነ መልኩም ነበር። ምክኒያቱ በውል ባይገለጽልኝም ወደ ሀገር ቤት እንድገባ የተፈቀደልኝ ክብዙ ጊዜ ውትወታና በቁም እስረኝነት በኤምባሲው ግቢ ውስጥ ከቆየሁ በኋላ ነበር። የእናት አገሬ መወረርና የጣይቱ ካሳ ጉዳይ ሆኖብኝ እንጅ በሦስተኛው ሳምንት ማለቂያ ገደማ በሩን በመጣስ ልወጣ ሳለ በመርሐ ጠንክሬና ጽኑ ሆኜ መጓዝ ይኖርብኛል በማለት ዕቅዴን ሰረዝኩና የኤምባሲው ቁም እስረኛ ሆኜ መቀየትን ወሰንኩ። የእኔው የመዘዘኛው ጉዳይ አስቸጋሪ ሆኖ በመገኘቱ እንደሆነ አምባሳደር ይልማ ታደሰ፣ ቀኛዝማች እስማኤል ሀሰንና

ኮሎኔል አያና ለየብቻቸውም፣ በአንድነትም በተደጋጋሚ በመግለጽ በትዕግሥት እንድጠባበቅ ይመክሩኝ ነበር። ብዙም ሳይቆይ ከሽመልስ ማዘንጊያ በፊት የመንግሥቱ ኃ/ማሪያም ንግግር አርቃቂ ነበሩ የሚባልላቸው አምባሳደር ይልማ ታደሰ የእኔን ጉዳይ ለሁለቱ ባልደረቦቻቸው አደራ ጥለው ለተባበሩት መንግሥታት ዓመታዊ ስብሰባ ወደ ኒው ዮርክ በረሩ። በአራተኛው ሳምንት ቀይታየ አካባቢ "የመቶ አለቃ አያሌው መርጊያው ከአካባቢው የተባበሩት መንግሥታት የስደተኞች ኮሚሽነር (UNHCR) ዘንድ ቀርቦ ፍቃደኝነቱን እንዲያረጋግጥ ማድረግ እንደሚኖርባቸውና ሌላውን ችግር በተመለከተ ከሱዳን የውጭ ጉዳይ ምክትል ሚኒስቴር ጋር እየተነጋገርንበት ነው" የምትል ከሻለቃ ዳዊት ወ/ጊዮርጊስ የተላከች ሁለት መስመር የያዘች ተሌግራም ቀኛዝማች እስማኤል ሀሰንና ኮሎኔል አያና አስነበቡኝ። ሻለቃ ዳዊት ወልደጊዮርጊስ በወቅቱ የውጭ ጉዳይ ሚኒስቴር ቋሚ ተጠሪ መሆናቸውን ነገሩኝ። ሌላውን ጉዳይ በተመለከተ ሲሉ ምን ማለታቸው እንደሆነ ሁለቱን ዲፕሎማቶች ጠየኳቸው። የተባለው ችግር ከእኛ እውቀት ውጭ የሆነ በመሆኑ በትክክል ይህ ነው ብለን የምንነግርህ ነገር የለንምና ትእግሥት አድርገህ መጠባበቁ የሚሻል ነው ብለው መከሩኝ። የተሰጠኝ መልስም አጥጋቢ ባለመሆኑ ችግር ካለባችሁ ለምን እሄዳለሁ፣ ለምን እዚሁ ከተማ አልቀይም አልኳቸው። ከአሁን በኋላ ከተማም ለመኖር ላንተ ፀጥታና ደሕንነት መልካም አይደለም። በሁሉም ያለበለዚያም በአብዛኛው ተቃዋሚዎችና በሱዳን መንግሥት ባለሥልጣን አምባሲ መግባትህ ወሬው በሰፊው ተሰራጭቷል። እንዴት እንደተሰራጨ እኛ ለማወቅ አልቻልንም (የኃላ ኃላ ኮሎኔል እያናን ለብቻቸው አግኝቼ ኤምባሲ መግባቴ እንዴት ወሬው በሰፊው ሊሰራጭ ቻለ ብየ በጥያቄ እንደወጠርኳቸው ምንአልባት በሻዕቢያነት የሚጠረጠሩት ኤርትራዊው የሚሊታሪ አታቼ በኩል ያለበለዚያም በሂሳቡ ክፍሉ ሠራተኛ ሊሆን ይችላል ብለው ነገሩን በሁለቱ አሳበው አድቤ እንድቀይ ለማድረግ ሞክረዋል)። የሂሳብ ሠራተኛው ከዓመት በኃላ ወይንም በዚያው ዓመት ሀገር ቤት ተጠርቶ ለተወሰነ ጊዜ ታስሮ እንደተፈታ አዲስ አበባ ጉለሌ አካባቢ ተገናኝተን በቁማችን ተጨዋውተናል። ቀኛዝማች እስማኤልና ኮሎኔል አያና ባንድነት ከኤምባሲ ወጥተህ ብትሄድ ለድርግ የሚሰራ ኢሙኒቲ (immunity) የሌለው አደገኛ ሰላይ ወይንም ዲፕሎማት ትባልና በሱዳን መንግሥት ቁጥጥር ሥር ትውላለህ፣ ወይንም ተቃዋሚዎች ከባድ ችግር ሊፈጥሩብህ ይችላሉ ብለው ስለአስጨነቁኝ በትዕግሥት የኤምባሲው ግዞተኛ ሆኜ መቀየትን መረጥኩ። አንድ ምሽት ከምሽቱ አሥር ሰዓት በኃላ በጨለማ ቀኛዝማች እስማኤል ሀሰንና ኮሎኔል አያና ከፈረንሣዊው የአካባቢው የስደተኞች ኮሚሽን ኮሚሽነር ጽ/ቤት ወይንም መኖሪያ ቤታቸው ይዘውኝ ሄዱ። ከፈረንሣይና ጣሊያን እንደተመለስኩ ከስደተኞች ጽ/ቤት ሄጄ ከሀገር ተሰድጄ የወጣሁ ስደተኛ እንደሆንኩ አስመስየ አያሌው መ. ጉበና በሚል ስም በስደተኝነት ተመዝግቤ ነበር። ለአንድ ሰዓት ያህል ካካባቢው ዲሬክተር ጋር ውይይትና ጥያቄ ተደርጎልኝ ከዕኩለ ሌሊት አካባቢ ወደ ኤምባሲ ይዘውኝ ተመለሱ።

ወደ ሀገር ቤት ልንበር ሁለት ቀን እንደቀረን ሰይፉ ቡቄ የሚባል የወይላታ ልጅና የአድዋ ተወላጅ ዘርያም ገዛኸኝ የተባሉ ሁለቱም የቀድሞው ቀዳማዊ ኃ/ሥላሴ ጦር አካዳሚ አሥራ አምስተኛ ኮርስ ምሩቀችና የኢ. ዲ. ዩ. አባል የነበሩ ድርጅቱን ከድተው እጃቸውን በመስጠት ኤምባሲ ገቡ። ወዲ ኮፖርታም ሆነ ሁለቱ የኢዲዩ ድርጅት ከዳተኞች ከአካባቢው የተባበሩት መንግሥታት የስደተኞች ጽ/ቤት ዲሬክተር ዘንድ እንደተወሰድኩት እነሱ አልተወሰዱም። ሁለቱ የቀድሞ የኢዲዩ ታጋዮች እንደእኔ ምንም ችግር ሳያጋጥማቸው በገቡ ከሁለት ቀናት በኋላ ባንድነት ሁላችንም ወደ ሀገር ለመብረር በቃን። ወዲ ኮፖርታ ያከበረኝንና የወደደኝን ያህል በእኔ ምክኒያት ከወር በላይ በኤምባሲ እንደእሥረኛ ታጉሮ መቆየቱ እኔ ያስከተልኩበት ጣጣ አድርጎ በማየቱ በእኔ ላይ የቅሬታ መንፈስ በማሳደሩ የነበረውን መልካም አመለካከት ለማዛባት ተገዶ ነበር። ሆኖም በረራችንን እንደጀመርን ከእኔ እውቀትና ግንዛቤ ውጭ ያለ አደገኛነቴና ያለወንጀሌ አደገኛና ወንጀለኛ ሆኜ በጀርባየ የተሸከምኩት የፀረ-አብዮተኛነትና የፀረ-አንድነት ስሜ መሆኑን በመረዳቱ ወዲያውኑ ቅያሜውን አንስቶ እንዲያውም ለእኔ መጨነቅና መቀርቀር ጀመረ። ለሰይፉ ቡቄና ለዘርያም ገዛኸኝ የተደረገው መስተንግዶ ለሌሎቹ እንደሚደረገው ለእነሱም በሁለት ቀን ቆይታ ብቻ ነበር ወደ አገራቸው የገቡት። ወዲ ኮፖርታ እንደ እኔ መቆየቱ ከእኔ ጋር ሆኖ መግባቱና ምንአልባትም የትግራይ ልጅ በመሆኑም እንደሆነ ነበር ያደረብን ጥርጣሬ። በመጨረሻም ቀኛዝማች እስማኤል ሀሰንና ኮሎኔል አያና በሱዳን መንግሥት በኩል ተፈጥሮብህ የነበረው ችግር በሻለቃ ዳዊት ወ/ጊዮርጊስ ጥረት ስለተፈታ በሠላም ወደ አገርህ በነገው ቀን ትጓዛለህ፣ እናት አገርህም ስትደርስ የሚያጋጥምህ ችግር አይኖርም በማለት በሚቀጥለው ቀን ወደ አገር ቤት እንደምበር መልካም ዜና ብለው አበሰሩኝ። በማግሥቱ ከሁላችንም ጋር በዲፖሎማሲያዊ ጥበባቸው ትካሻ ለትካሻ ተሳስመን ወደ አገራችን ሸኙን።

ምዕራፍ አሥር

10.0. መግቢያ

የሀሰት ምሕረት ተሰጥቶኝ አገር ቤት ከገባሁ ጀምሮ ምንም እንኳን እንደ አያሌው ከበደ ተሰማ መልካም ነገር ማግኘት ቀርቶ ከነጭራሹ መመኘትም ባይፈቀድልኝም የእኔ ጉዳይ ምሕረት አግኝተው ከገቡት ከሌሎች ወገኖቼ ሁሉ በተለየ መልክ በመያዙ ሀገር ቤት ካስገቡኝ ጊዜ አንስቶ ለዳግማይ ስደት ሀገሬን ለቅቄ እስከወጣሁበት ጊዜ ድረስ ያሳለፍኩትን የግል ፈተናዎችና አባሴ ለመግለጽ የዚህ ምዕራፍ ዓላማ ይሆናል። በምዕራፉም ሆነ በመጽሀፉ በሌላ አካባቢ ታሪኬንና የግል ተመክሮየን ልተርክላችሁ የተገፋፋሁት በመጽሀፉ መቅድም ለማሳሰብ እንደሞከርኩት በግል ገድሌ ለመመጻደቅ በመከጀል አይደለም። በታሪክ አጋጣሚ ውብ ሕልም ያለመ የዚያ ትውልድ አባል ነበርኩና የዚያን ትውልድ የጀግንነትና ሰብዕዊነት አርአያዎችን ማውሳቱ የማይታለፍ ግዴታ ስለሆነብኝ እንጅ። እርግጥ ነው ያ ትውልድ በአመለካከቱም ሆነ በታሪካዊ ሚናው አንድ ወጥ አልነበረም። የዓላማ ጽናት እንደነበረው ያስመሰከረውን ያህል አድር ባይነት፣ ወላዋይነት፣ ከሀዲነት፣ ብሎም ራስ ወዳድነት አልታጣበትም። በመሆኑም አብረን ያለምነውን ያህል አብረን አልዘለቅንም። ካሳለፍኳቸው ጊዜያቶች፣ ከቀምኩላቸው ዓላማዎች እንጻር አድሬና መስየ መገኘት ለሕሊና እረፍት የማይሰጥ አድርባይነትና ከሀዲነት ከመሆኑ ባሻገር ዓላማንና መርህን በመሸጥ ለሀገርና ለሕዝብ ሲታገሉ በተሰዉት ሰማዕታቶቼ መቃብር ላይ ቀሜ ዳንኪራ እንደመርገጥ ስለሚሆንብኝ ነው። ሁሉም በጽንዓት ይኑር አይደለም፣ እይቻልምና ሆኖም ግን ለኢትዮጵያ ሕዝብና ለሀገሪቷ እራሳቸውን ለመሰዋት ቃል ገብተው ከዚህም ከዚያም በመሯሯጥ ገስግሰው ትግሉን የተቀላቀሉት ሁሉም ባይሆኑ አብዛኛው ያለበለዚያም ከፊሉ ጸንተው ቢቀዩ ኖሮ የኢትዮጵያን ሕዝብ ለድል ባበቃነው ነበር። ከዚህም ባሻገር በዓላማና በመርህ ፀንቶ የቀመ ምንም ሀይል ወይንም መከራ ሊያሸንፋቸው እንደማይችል ለአዲሱ ትውልድ ለማስረዳትም በመፈለጌ ነው።

10.1. በሀሰት "ሙሉ ምሕረት" ወደ ሀገር ቤት መልስ፣ የቀድሞው ካቢኔ 'እንግዳ' ሆኜ በአድአ ሆቴል ታግጄ መቀየቴ

ጥቅምት 7 ቀን 1970 ዓ. ም. ቦሌ ዓለም አቀፍ አይሮፕላን ማረፊያ እንደደረስን ኮሎኔል አየሁ፣ ሻምበል አንዳርጋቸው፣ ሻምበል ለገሠና፣ ሻምበል እንድሪያስ ተቀበሉን። አራቱም የቀድሞው ካቢኔ (69) ባልደረቦች ሲሆኑ፣ ከኮሎኔል አየሁ በስተቀር፣ ሻምበል አንዳርጋቸው (70)፣ ሻምበል ለገሠና፣ ሻምበል እንድሪያስ የተባሉት ታዳጊ ሰላዮች ከእኔ በኋላ የተመረቁ የአባዲና ፖሊስ ኮሌጅ ምሩቆች ናቸው። የአራቱም መኮንኖች አመጣጥ የመሰለኝ እንኳን ወደ ሀገራችሁ በደህና ገባችሁ በለው ሊቀበሉንና ልንሄድበት ወደ አቀድነው ቤታችን ለማጓጓዝ እንዳንቸገር ለትራንስፖርትና

ምንአልባትም ለጊዜው የሚረዳን የኪስ ገንዘብ ጭምር በኪሳችን ሊሸጉጡልን የመጡ የተቀርቅሪ መንግሥት አንጋቾች ነበር የመሰሉኝ። በተገላቢጦሽ ነፋስ ስልክ አካባቢ ከሚገኘው የአድአ ሆቴል ወስደው አገቱን። ሆቴሉ ከሚያመርተው ምግብ መመገብ እንድምንችልና ለራሳችን ደሕንነት በሚል ሽፋን ከሆቴሉ እንዳንወጣና የትም ቢሆን ስልክ መደወል እንደማይገባን፣ ለዘመድ አዝማድ መምጣታችንን ሳናሳውቅ እንድንቆይ ማስጠንቀቂያ ሰጥተውን ሄዱ። በማግሥቱ ሻምበል ለገሠና ሻምበል እንድሪያስ ወደ ሆቴላችን መጥተው አራታችንንም ፖቸላሬ አካባቢ ከሚገኘው ወደ ቀድሞ የካቢኔ ጽ/ቤት (በተለምዶ ሰባራው ሕንጻ በመባል የሚታወቀው) ለምርመራ ይዘውን ሄዱ። አድአ ሆቴል በገባን ሰሞን የመኢሰማ ምክትል ፕሬዚደንት ከሆቴሉ በራፍ በስተቀኝ በኩል አንድ ሀያ አምስት ሜትር ርቀ በሽብር ፈጣሪዋ ኢሕአፓ በመኪናው እንዳለ ተገደለ። እኛ አላወቅንም እንጅ ለካስ እኛን በዓይን ቁራኛ የሚከታተሉ ተመድበው ነበር። ይህ ክትትል በይበልጥ እንዳለብኝ ተደርጎ ለተተበተበብኝ ለእኔ እንጅ ለሦስቱ ወገኖቼ አልነበረም። የመኢሰማው መሪ እንደተገደለ ወዳለንበት መኝታ ቤቶች አካባቢ ሮጠው በመምጣት የእኛን በሆቴሉ መኖራችንን ለማረጋገጥ መሞከራቸውን ተገንዘብን። እኔ ተኝቼ ስለነበር ተኩሱንና ግርግሩን አላዳመጥኩም። ከእንቅልፌ የተነሳሁት የመኝታ ቤቴ በሩን ሲያንኳኩ ባለማዳመጤ በሆቴሉ አካባቢ በዓይን ያየኃቸው ሁለት ግለሰቦች በሆቴሉ ማስተር ቁልፍ በሩን ከፍተው እንደገቡ ተደናግጬ ስነሳ ነው። ማን መሆናቸውንና ለምን እንደከፈቱ ስጨቃጨቅ እነ ሻምበል ለገሠና እንድሪያስ ከመኝታ ቤቴ ደርሰው ጉዳዩን አስረዱኝ። ሁለቱ ታዳጊ ሰላዮች የሰጡኝ ምክኒያት ወደ ሀገር በመመለሳችሁ አደጋ ሊያደርሱባችሁ የሚችሉ ቡድኖች እንዳሉ መረጃ ስለደረሰን ለእናንተው ደህንነት ሲባል እንጂ እናንተን ለመከታተል አይደለም በማለት ሊሸነግሉኝ ሞከሩ። የመኢሰማ ምክትል ፕሬዚደንት እንደተገደለ ብዙም ሳይቆይ የደርጉ ምክትል ሊቀ መንበር የነበሩት ኮሎኔል አጥናፉ አባተ ለሀገራችን ተስማሚ ነው ብለው ያመኑበትን የቅይጥ ኤኮኖሚ ማራመዳቸውን ሰበብ በማድረግ በሻለቃ መንግሥቱ ኃ/ማሪያም ትዕዛዝ ተረሸኑ።

ወዲያውኑ ብዙም ሳይቆይ የቀይ ሽብር በይፋ ታወጀ። ወዲ ኮፖርታ እንደገና ጭንቀት ላይ ወደቀና እኔኑ ለማማረር ይቃጣው ጀመር። ካርቱም ካካሄዱት ምርመራ በተለየ መንገድ የካቢኔ ሰዎች የበኩላቸውን ምርመራ አድርገው ሁለቱ የጦር አካዳሚ ምርቀ የኢዲዩ አባል ወር ባልሞላ ጊዜ በነፃ ተሰናበቱ። እኔንና ወዲ ኮፖርታን በተከታታይ ለሶስት ወር ሙሉ ከአድአ ሆቴል ካቢኔ (ፖቸላሬ) እያመላለሱ "ተገቢውን" ምርመራ ሲያካሂዱ ቆይተው በመጨረሻ ወዲ ኮፖርታ ለኢዲዩ አባላት ለነበሩት የጦር አካዳሚ ምርቀች እንደተሰጣቸው ጥሩ የሆነ የስንብት ደብዳቤ ተሰጥቶት በነፃ ቢለቀቅም እንደሁለቱ የኢዲዩ አባላት ወገኖቻችን የኮሎኔል ተስፋየ ወ/ሥላሴን ድጋፍ ባለማግኘቱ እንደባይተዋር ተቀጥሮ ሥራ ስላልተሰጠው ወደ ትውልድ ቦታው አጋሜ አውራጃ ለመሄድ ወሰነ።

ቁጥር [illegible]

ኅዳር .3. ቀን 1970 ዓ.ም.

ስም ፡— መ/አለቃ አያሌው መርጊያው

ክፍል ፡— ልዩ ከቢኔ መምሪያ

ለሚመለከተው ሁሉ ፤

ጉዳዩ ፡— ስለ ፎቶግራፍ ከዚህ ጋር ተያይዞ የሚገኘው

በሱዳን አገር በስደተኝነትና በፀረ—ኢትዮጵያ ቡድኖች ውስጥ በልዩ ልዩ መልክ ሲሰራ ቆይቶ በአዴራጊቱ ክክፍል ያለመሆኑን በመንግዘብ ወደ አገሩ ለመመለስ ሱዳን ከሚገኘው ኤምባሲያችን አማካይነት አቅን በጥቅምት 8 ቀን 1970 ዓ.ም. አዲስ አበባ ገብቶ ውሳኔ በመጠበቅ ላይ ነበር፤ ሆኖም አገዳ ግና ችሎታ ኢትዮጵያዊ ሥራ በርቶ ለመኖር እንዲቻል ምሕረት የተደረገለት ስለ ሆነ ከ1/4/1970 ዓ.ም. ጀምሮ የተለቀቀ መሆኑን እናረጋግጣለን።//

ኢትዮጵያ ትቅደም

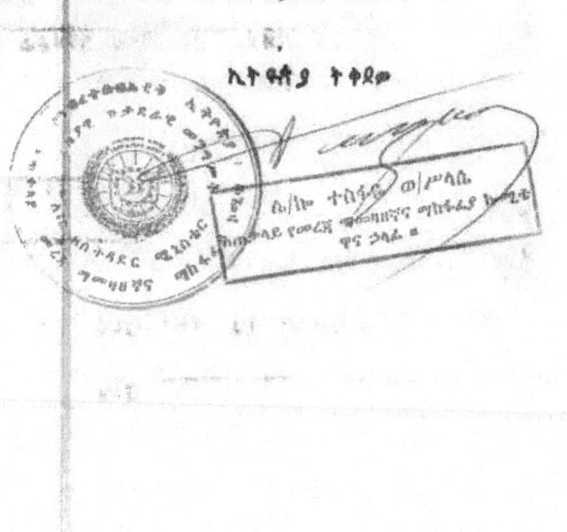

አባሪ አንድ

ሆኖም ወዲ ኮፖርታ አዲስ አበባ የሚያውቀው ማንም አልነበረውም፣ ወደ አጋሜ አውራጃ ለመጋዝ ምንም ፍራንክ የለውም፣ ልብሱ የካርቱም ልብስ ነው፣ ፀጉሩ የወንበዴ ፀጉር ነው፣ ተጨነቀ። ደግነቱ ቃል የገባሁ ወገኑ በመሆኔ ከጎኑ አለሁለት። ወዲ ካፖርታ አምኖኝ እያዋከብኩ ተከተሎኝ እሳት ውስጥ የማገድኩት መሆኔ ስለተሰማኝ ሀላፊነት ያለብኝ መሆኑ ብቻ ሳይሆን ግልፅና ቀጥተኛ

የሆነ ወገኔ መሆኑን በማመኔ እስከ መጨረሻው ከጎንህ እቆማለሁ ብየ ቃል በገባሁለት መሠረት አስፈላጊውን እርዳታ ሁሉ እንዲደረግለት ከፍተኛ ዕምነት የጣልኩበትን የአዲስ አበባ ዩኒቨርሲቲ መምህር የነበረው ዶ/ር ሙሀመድ አሰን ከጎኑ እንዲቆምለት አደረኩ። ከእሱ ጋር መኖሩ የመንፈስና የዓዕምሮ እፎይታ እየተሰማው በመምጣቱ ሙሀመድ አሰንን አጋሜ አውራጃ እንደሚገኙት የራሱ ቤተሰብ አድርጎ በመቁጠሩ ከነጭራሹ ወደ አዲግራት የመሄዱን ጉትጎት ሰርዞ የእኔን ጉዳይ የመጨረሻውን ለማወቅ አዲስ አበባ ከአስተናጋጅ ወገኖቹ (የአማራው ወገኖቹ ማለት ነው) ጋር ለመቆየት ወሰነ። እኔም የሱን መደሰት ስገነዘብ ለራሴም ደስታ ተሰማኝ። የአማራው ወገኑ ዶ/ር ሙሀመድ አሰን በመጀመሪያ ጭራሮ የሸፍታ ፀጉሩን በማስተካከል የከተሜ ፀጉር እላበሰው። ቀጥሎም የካርቱሙን ልብሱን ወርውሮ የአዲስ አበባ ጎረምሳ እድርጎ እንዲታይ አስደረገው። ሙሀመድ አሰን በዕረፍት ጊዜው ፊልም እየወሰደ ያዝናናዋል። የሲጃራ ሱሱን በሚገባ ተዝናንቶ እንዲያጨስ ይረዳዋል፣ ልክ እንደ ወንድሙ አድርጎ ነበር የያዘው። አያሌ የቀድሞ የወታደር ጓዴኞቼ ሆቴሉ ውስጥ እንደምኖር ሰምተው በፍርሀት ምክኒያት ሊጠይቁኝ ባይፈልጉም በተቃራኒው ደግሞ አያሌው የወጣው የአፄውን መንግሥት በመቃወም ነው፣ ፀረ-ደርግ አቋም ይዞ በውጭ ሀገር የቆየ ቢሆን እንኳን ሙሉ ምሕረት ተሰጥቶት አገሩ የገባ ስለሆነ ባጠገባችን መሆኑን እየሰማን ዝም ልንለው እንችልም ብለው ደፍረው የደርግን የፀጥታ አስከባሪዎች ቁጥጥር ንቀው አድአ ሆቴል የመጡ የአባዲና ፖሊስ ኮሌጅና የጦር አካዳሚ ምሩቅ መኮንኖች ብዙ ነበሩ። ከሲቭሊያን በኩል ከላይ የተገለጸው የአዲስ አበባ ዩኒቨርሲቲ መምህር ዶ/ር ሙሀመድ አሰንና ትዳር ከመሰረተም በኃላ ባለቤቱ ወ/ሮ ዘሐራ ሙሀመድ፣ እህቷ ወ/ሪት ሰሚራ ሙሀመድ፣ ወንድሙ መምህር ጀማልና እንዲሁም የዶ/ር ሙሀመድ አሰን የቅርብ ጓደኞቹ እነ ዶ/ር ዳንኤል ዘውዴና ዶ/ር ዮሐንስ ጥሩነህ አልረሳቸውም። ከእኔ ጋር የሚያደርገውን ግንኙነት እንዲያቆም ያለበለዚያም ጥንቃቄ እንዲያደርግ ዶ/ር ሙሀመድ አሰን በወዳጆቹ አጥብቀው ተደጋጋሚ ምክር እንደሰጡት የሰጣቸው መልስ፣ "በችግር ላይ ያለን ቅን ወገኔን መርዳት ኃጢአት ከሆነ ይረሽኑኝ፣ ንፅሀን ዜጎችን መረሸን የተካኑበት ሙያቸው በመሆኑ ምንም አልጨነቅም። "ለመርዳት ካልፈለጉ በምሕረት ስም በአይሮፕላን ጭነው ካመጡበት ሀገር መልሰው ይላኩት፣ ይህ ካልሆነና እዚሁ ለችግርና ለመከራ ዳርገው እስካቆዩት ድረስ በምችለው አቅሜ ከመርዳት ወደ ኃላ አልልም" ብሎ ነበር። እንዴት እንደሰማች ለማወቅ ባልችልም ዜናውን ሰምታ ደፍራ ለመጎብኘት የመጣችው የወላጅ አባቴ አብሮ አደግና ጓደኛ የአለቃ/መምሬ ዘለለው ሊበን ታላቅ ልጅ ወ/ሮ አያልነሽ ዘገየና ታናሽ እህቷ ወ/ሮ መቅደስ ዘለለው አያሌው መርጊያው እዚሁ ባጠገባችን ታጉሮ መኖሩን እየሰማን በፍርሀት እንዳልሰማን መስለን ልንዘጋው እንችልም።

የፈለገው ያድርጉን እንጂ እዚህ ታፍኖ መቀመጡን እያወቅን ችላ ልንለው አልችልም በማለት ከሰሙበት ዕለት አንስቶ እስከ ወጣሁበት ጊዜ ድረስና ከወጣሁም በኃላ በተለያየ መልክ

እርዳታና ድጋፍ ሲሰጡኝ ቀይተዋል። ሁለቱም ታላቅና ታናሽ እህታማሞች ቀንጆ ምግብ እያዘጋጁ በአገልግል በየቀኑ ያቀርብልኝ ነበር። በየሣምንቱም ለሲጃራና ለሌላ እንዲጠቅመኝ የኪስ ገንዘብ በመስጠት ምንጊዜም የማይረሳ ታላቅ ትዝታ ጥለውብኝ ኖረዋል። ከካርቱም ባንድ አይሮፕላን ተጭነን ሀገር ቤት ከገባነው ከአራታችን መካከል የአዲግራቱ ተወላጅ ወዲ ኮፖርታ በአካባቢው ዘመድ አዝማድ የሌለው መሆኑን ለወ/ሮ አያልነሽ ዘገየ እና ለታናሽ እህቷ ወ/ሮ መቅደስ ሰለቀ ከነገርኳቸው ጊዜ አንስቶ የአገልግሉ ምግብ አንድ መሆኑ ቀርቶ ሁለት ሆኖ ይቀርብልን ጀመር። በየሳምንቱም የሚሰጠኝ የኪስ ገንዘብ ለእኔ ብቻ መሆኑ ቀርቶ በእኩልነት ለወዲ ኮፖርታም ጭምር ሆነ። አያልነሽ ዘገየና መቅደስ ዘለቀ ከጣፋጭ የአገልግል ምግቧባቸው፣ ሞቅ ካለው የኪስ ገንዘባቸውና ከሌሎች የቀሳቁስ እርዳታዎቻቸው አልፎ ለወዲ ኮፖርታ ከመድረሳቸው ይበልጥ የመንፈስ ደስታና መኩራራት ስሜት አሳደሩብኝ፣ "አያሌው መርጊያው እኮ ነው፣ በምሕረት አስገብተው እዚህ ባጠገባችን ያለተግባሩ ታጉሮ መኖሩን እያወቅን መንግሥት ሆን ብሎ በሚፈጥርብን ፍራቻና ጭንቀት ያለጠያቂ ታጉሮ ባገሩ ባይተዋር እንዲሆን አንሻምና የፈለግ ያድርጉን" ብለው ሁለቱም እህታማቾች ቁጥጥሩን ሰባብረው በዕየለቱ ከጎኔ መቀማቸው ነበር ከፍተኛ የአለኝታነት ስሜትና የመንፈስ ኩራትን ያጎናፀፈችኝ። ሁለቱ እህቶቼ የምትሰጠኝን ገንዘብ በመቀጠብ ወዲ ኮፖርታ ወደ አዲግራት ሲሄድ እነ ዶ/ር ሙሀመድ አሰን ከሰጡት በተጨማሪ በመስጠት በቂ ገንዘብ ይዞ አዲግራት እንዲገባ አስቻሎታል። የታላቅ እህቷን አርአያ ተከታይዋ ወ/ሮ መቅደስ ዘለለው "በነፃ" ያለመታወቂያና ሥራ ከተፈታሁ በኃላና አሰሳውና ግድያው ትንሽ ቀዝቀዝ እንዳለ ከእሷ ጋር ሄጀ መኖሬ ብቻ ሳይሆን አስፈላጊ የሆኑትን ቀንጆ ልብሶች ከደንበኛ የልብስ ቤት ከባለቤቷ ጋር በመውሰድ በልኬ እየተሰፋልኝ እንደቀድሞየ መልበስ ያስጀመረችኝ ምንጊዜም የማይረሳ ታላቅ ትዝታ ጥላብኝ የኖረች የውጫሌ ፍሬ ነች። በሆቴሉ ከጭንቀትና ከአዕምሮ መረበሽ ቀያታየ በኋላ በየዕለቱ ኮሎኔል ተስፋየ ወ/ሥላሴ ጽ/ቤት ሪፖርት እንዳደርግ ፊርሜ በአባሪ አንድ የተጠቀሰችዋን አደገኛ የመታወቂያ ወረቀት አሸክመው ከታሕሳስ ወር 1970 ዓ. ም. ጀምሮ "በነፃ" አሰናብተው ከእኔም በኋላ ሆነ ከእኔ ጋር እጃቸውን ሰጥተው በግ. ወ. አ. መንግሥት የሥራ ዕድል እንስተሰጣቸው ሁሉ እኔ ሊፈቀድልኝ ባለመቻሉ ለባሰ ግፍና መከራ ተዳርጌ ኖርኩ። ከመርሔና ከዓላማየ ሸርተት ባለማለት ሁሉንም ችግርና መከራ እንዳመጣጣቸው በፅንዓት ስቃቃም ቀየሁ። ከእኔ ጋር ሀገር ቤት ለገቡት ለሦስቱ ወገኖቼ የተሰጣቸው ለአደጋ የማይዳርግ ወረቀት ከመሆኑም በላይ ከወዲ ኮፖርታ በስተቀር ለሁለቱ የተሰጣቸው ቶሎ ብለው ሥራ ለማሲያዝ የሚረዳቸው ወረቀት ነበር። እንዲያውም ሁለቱ ወገኖቼ በኮሎኔል ተስፋየ ወ/ሥላሴ ልዩ ድብዳቤ አዲስ አበባ ዩኒቨርሲቲ በቀኑ ፕሮግራም ገብተው ትምህርታቸውን ለመከታተል ቻሉ። በዚያን ጊዜ ድግሪ ለማግኘት የሚወስደው ጊዜ ሶስት ዓመት ብቻ ነበር። ለዚህም ነበር የአዲስ አበባ ሕዝብ "የእፍ እፍ ድግሪ

ወይንም የሩጫ ድግሪ” ብለው የሰየሙት። ሆኖም ሁለትና ሶስት ጊዜ ካስመረቀ በኃላ “የሩጫው” ወይንም “የእፍ እፉ” ዲግሪ ፕሮግራም ተሰርዞ እንደቀድሞው አራት ዓመት ሆነ። ወዲ ኮፖርታ ወደ አዲግራት ከሄደ ጀምሮ ባለመገናኘታችን ብዙ ባፈላልግና ባጠያይቅ የሚያውቅ ወይንም ይህ ነው ብሎ የሚነግረኝ ባለማግኘቴ ተስፋ ቆርጬ ምንአልባት ሆድ ብሶት ተመልሶ ሜካ ገብቶ ይሆናል ከሚል ግምት ላይ ደረስኩ። የፖሊስ ሠራዊት ጠቅላይ መምሪያ ባለሁበት ቦታ ድረስ አፈላልጎ በመምጣት ሳላመለክትና ሳልጠይቅ ከሠራዊቱ የስንብት ደብዳቤ ተላከልኝ።

የስንብቱ ምክኒያት ከኤርትራ ወንበዴዎች ጋር ተቀላቅሎ መንግሥትን በመክዳት የሚል ጨካኛና አረመኔ ደብዳቤ ነበር። ለሥራ ፍለጋና ለቀበሌ መታወቂያ እንዲረዳኝ የስንብት ደብዳቤውን ይዘት ለማሻሻል የሚቻል ከሆነ ብየ ወደ ጠቅላይ መምሪያው በሜድ እላይ ታች ብል ኮሎኔል እሳቱ ገበና ከበላይ አካል በተሰጠን መመሪያ መሠረት በመሆኑ ጥያቄህን በእኛ ደረጃ ሊፈጸም አይችልም ብለው አሰናበቱኝ። በዚያኑ ጊዜ ከጠቅላይ መምሪያው ግቢ ሳልወጣ ሁለት የቀድሞ ጓዶቼ የሆነ ነገር በምስጢር ሊያነጋግሩኝ በመፈለግ ከኮሎኔል ማርየ ወልዴ ቢሮ ይዘውኝ ይሄዳሉ። ማስረዳትና መግለጽ ቀርቶ መናገርም እያስቸገራቸው እንዲህ ይሉኛል። ከጀበሃ ጋር በተቀላቀልክ ከአምስትና አራት ዓመት በኋላ “በሠራዊቱ ውስጥ እንዳለህ ተደርጎ ከኤርትራ ጠቅላይ ግዛት ፖሊስ ወደ ወሎ ጠቅላይ ግዛት ፖሊስ ተዛውረህ ሆኖም በጊዜው ባለመድረስህ የወሎ ጠቅላይ ግዛት ፖሊስ ለኤርትራ ጠቅላይ ግዛት ፖሊስ በጳጉሜ 13 ቀን 1968 ዓ. ም. በቁጥር 8033/9145/1 የተጻፈ ደብዳቤና የኤርትራ ጠቅላይ ግዛት ፖሊስ ደግሞ በበኩሉ የጀመርከውን ሥራ በማጠናቀቅ እንደዘገየህ አድርገው ለወሎ ጠቅላይ ግዛት ፖሊስ በመስከረም 28 ቀን 1969 ዓ. ም. በቁጥር 1350/10486/42 የተጻፈ ደብዳቤ ያደረጉት የደብዳቤ ልውውጥ በጠቅላይ መምሪያው በግል ፋይሌ ውስጥ እንደተቀመጠ ገለጹልኝ። የደብዳቤዎቹ ልውውጥ በተካሄደበት ጊዜ እኔና ጓዶቼ ወደ ሲዳሞ ጉዞ ተብለን ከኤደን ወደብ በሻዕቢያ የሞተር ጀልባ ተጭነን ወደ ኤርትራ ጉዞ ልንጀምር የተቃረብንበት ሰሞን ነበር።

ፈተናው በዚህ ሳያከትም መልኩን በመቀየር ይጋተረኝ ገባ። እንደማናቸውም ሌሎች እጃቸውን በውጭ ሀገር ለሚገኘው የኢትዮጵያ ኤምባሲ ሰጥተው በምሕረት ሀገር ቤት ለሚገቡት የድርጅቱ አባላትም ሆነ ሌሎች በምሕረት ለሚገቡ መደረግ ያለበት ተደርጎልኝ መሰናበት ሲገባኝ ኮሎኔል ተስፋየ ወልደሥላሴና ምክትላቸው ኮሎኔል መኩሪያ አበራ ዘንድ ቀርቤ አስፈላጊውን ምርመራ ካጠናቀናል። ሆኖም ያንተ ጉዳይ ከእኛ አቅም በላይ ሆኖ በመገኘቱ ጉድይህን በሻምበል ፍቅረሥላሴ ወግደረስ በኩል መከታተል ይኖርብሃል ብለው አሰናበቱኝ። ኮሎኔል ተስፋየ ወ/ሥላሴ ምክኒያቱን ባያብራሩልኝም ምክትላቸው ኮሎኔል መኩሪያ አበራ እንዲህ ሲሉ፣ “የቀድሞ የፀረ-ፊውዳል የትግል ታሪክህን መከታ በማድረግና በእናት ሀገር ጥሪ ስም ምሕረት ጠይቀህ ለመግባት ሞከርክ እንጅ ወደ

ሀገር ቤት ትክክለኛ የአመጣጥህ ምክኒያት ለየት ባለ መልክ ነው የታየው። የአናርኪስቱ ሽብር ፈጣሪ ድርጅት አባል እንደሆንክና የኢሕአፓን መዋቅር እንደገና ለመዘርጋትና የውጭ ሀገሩንና የሀገር ውስጡን የድርጅቱን ድልድይ መልሶ ለመገንባት በግዳጅ እንደመጣህና፣ አልፎም ከኤርትራው የወንበዴው ድርጅት ሻዕቢያ ጋር የጠነከረ ግንኙነት እንዳለህ የሚያረጋግጥላቸው ሪፖርት እንደደረሳቸው ነው በጭምጭምታ የሰማነው" ብለው ነገሩኝ። እኒህ የኮሎኔል ተካ ቱሉና የኮሎኔል ደበላ ዲንሳ የኮርስ ጓደኛ ኮሎኔል መኩሪያ አበራ እያይዘውም "አመጣጥህ በፍላጎትህ ሳይሆን ከድርጅትህ በተሰጠህ ግዳጅ መሰረት ሁኔታቸዎችን አመቻችተህ ካርቱም ለሚገኘው የኢትዮጵያ ኤምባሲ እጅህን ልሰጥ እንደቻልክ ተደርጎ ነው ለደርግ በሌላ በኩል የቀርበላቸው የሚባለው፣ እንዲያውም ፈጣን እርምጃ የመውሰድ ችሎታ ያለህ ጀብደኛ (adventurist) ነህ ተብሎም ይወራብሀል በማለት ጠቆሙኝ። ቀጥለውም፣ "በእኔ ግምት ግን የፈጠንክባቸውና ቀድምኻቸው የሄድክ መሰለኝ" ብለው ጠቀሱልኝ። የኮሎኔል መኩሪያን አባባል ለማወቅ ከራሴ ጋር እልክ ተያያዝኩ። ቀድሞ የኤርትራ ጠቅላይ ግዛት የፀጥታ ሹም የነበሩት ኮሎኔል ግርማ የደሕንነት መ/ቤት በሚኒስቴርነት ደረጃ እንደተቋቋመ በሚኒስቴሩ በከፍተኛ ኃላፊነት መመደባቸውን እንደሰማሁ እንደማንም ብየ አግኝቼ የኮሎኔል መኩሪያን እንቆቅልሽ እንዲፈቱልኝ ተማፀንኳቸው። እራሱን ሂደህ ጠይቀው ሥራ በዝቶበት ይሆናል ያልነገረህ ብለው ሊሸኙኝ እንደሞከሩ እራሳቸው እንዲፈቱልኝ እባክዎ ብየ አስቸገርኳቸው። ቀልደኛና ተጫዋች ነበሩ በዚያን ዘመን። አንተ ወንበዴ አሉና "የተካ ቱሉንና የተስፋየ ወ/ሥላሴን ቦታ ለመያዝ እንደምትጓጓ እንደ ተጠረጠርክና በክፉ ዓይን እንደታየህ ይወራል። ይኸን ሊሆን ይችላል መኩሪያ የጠቀሰልህ" ብለው ነገሩኝ። አላልሰብኩም ወይንም አልተመኘሁም እንጂ የተሻለ ቦታ መመኘቴ እንደወንጀል ተቀጥሮ ለችግርና ለመከራ መዳረግ ይኖርብኛል እንዴ ስላቸው "ቦታውን የፈለከው ለራስህ ጥቅምና ዝና ሳይሆን ለተላክበት ግዳጅ መጠቀሚያና መገልገያ ለማድረግ ዕቅድ እንዳለህ በመጠርጠርህ ነው መሰለኝ" ብለው በደፈናው አሰናበቱኝ።

10.2. በ"ነፃ" ተለቅቄ የመንፈስ፣ የሥነልቦናና የዓምሮ ጭንቀት መምራት ጀመርኩ

የሰጡኝን ወረቀት ይዤ ከሆቴሉ ካሰናበቱኝ በኋላ ከሲቪል ጓደኞች ወይንም ዘመዶች ጋር መኖሩ አደገኛ ስለሚሆን ከቀድሞ የፖሊስና ጦር አካዳሚ ምሩቅ ጓደኞች ጋር መኖር እንዳለብኝ ብርቱ ምክር ተሰጠኝ። ይህም የሆነበት የሲቪል ጓደኞችህና ወዳጆችህ ቤት በአሰሳው ወቅት ሊፈተሽ ስለሚችል ብቻህን ቤት ውስጥ ቢያገኙህ ያችን ወረቀት እንደተመለከቱ ከየት አባቱንስ ተደብቆ የቀየ አደገኛ ፀረ-አብዮተኛ ነው በሚል ስበብ ወዲያውኑ ሊመቱህ ይችላሉ፣ ያለበለዚያም እሥር ቤት ወስደው ሊያጉሩህ ይችላሉ ብለው በመጨነቅ ነበር። የመኮንኑ መኖሪያ ቤት ግን በፀረ-አብዮተኝነት ያለበለዚያም ከማይፈለግ የደርግ ተለጣፊ ፖለቲካ ድርጅቶች አባል እስካልሆኑና የማልሬድ፣ የወዝ

ሊግና የሰደድ አባል እስከሆኑ ድረስ ቤታቸው ስለማይፈተሽ ከቀድሞ ወታደሮች ወዳጆችህ ጋር እንድኖር በመመከሬ በማፈራረቅ ከተለያዩ መኮንኖች ጋር ለተወሰነ ጊዜ ኖርኩ። በፍቅርና ባክብሮት ስሜት እኔ ጋር ከመጡት መኮንኖች መካከል እኔን በቅድሚያ ወስዶ ለማስተናገድ የፖሊስ ሠራዊት የሕዝብ ግንኙነትና የማስታወቀያ ክፍል ኋላፊ የነበረው ኮሎኔል ጌታቸው መኮንን አፍንጮ በር አካባቢ ከመድሐኒዓለም ቤተክርስቲያን ግርጌ ከሚገኘው የቀበሌ ኪራይ ቤቱ ይዞኝ ፈተለከ። የእሱና የኤርትራዊቷ ኢትዮጵያዊት ባለበቱ የወ/ሮ ገነት ገ/እግዚአብሔር የክብር እንግዳ ሆኜ እንደሕጻን ልጃቸው ለሶስት ተከታታይ ወራት ሲያንከባክቡኝና ሲጠብቁኝ ቀየሁ። ጌታቸው መኮንንና ውድ ባለቤቱ ወ/ሮ ገነት ገ/እግዚአብሔር በዚያ ቀውጢ ሰዓት እኔን በሀላፊነት ተሸክመው ማናቸውንም የሚያስፈልገኝን ወጭ ሁሉ እያሚሉ ያላንዳች ጭንቀትና ችግር ያችን መጥፎና አስጊ ወራት በሰላም እንዳልፋት ያስቻሉኝ ምን ጊዜም ውለታቸው የማይዘነጋኝ እውነተኛ ወንድሜና እህቴ ነበሩ። የቀድሞ የፖሊስ ጓደኞቼ እንደነ ዓለሙ ወንድሙ ከጌታቸው መኮነን ጋር ባንድነት ሆነው ወደ ፖሊስ ክበብ በአንዱ ቅዳሜ ዕለት ወስደውኝ ክክበቡ በር ፊት ለፊት ተከብቤ ስጫወት ሻምበል ታሪኩ የሚባለው የነሻለቃ ግርማ ይልማና ሻለቃ ብርሃኑ ከበደ የኮርስ ጓደኛ ከውጭ ወደ ክበቡ ሊገባ ሲል እኔን ድንገት ሲያየኝ ወደኋላ ዞሮ በሩጫ በመሄዱ ሁሉም አስቃቸው። ሻምበል ዓለሙ ወንድሙ ሮጦ ደርሶበት በምሕረት የገባሁ መሆኔን አሳምኖ ይዞት መጣ። ይህ መኮንን እንደዚህ በፍራቻ ሮጦ ከእኔ ሲያመልጥ በምዕራፍ ስድስት እንደተገለጸው ይህ ሁለተኛ ጊዜው ነበር። ኋላም ከዶ/ር ሙሀመድ አሰን ጋር ዮሐንስ አካባቢ ከሚገኘው አፓርትሜንቱ ከእሱ ጋር ስኖር ባጋጣሚ ሻምበል ታሪኩም የመኖሪያ ቤቱ በዚያው አካባቢ ስለሆነ ተረብሾ መኖሪያ ቤቱን ቀይሮ ወደ ሌላ አካባቢ መሄዱን አረጋገጥኩ። ያጋጣሚ ነገር ሆነና ከአራት ዓመት በኃላ ከባለበቱ ጋር ተለያይቶ ባለቤቱ ራስ ሙሉጌታ ሕንጻ ከእኔ ስቱዲዮ ፊት ለፊት ከምትገኘው ተለቅ ካለ ስቱዲዮ ብቻዋን ተከራይታ ከህጻን ልጇ ጋር ከሶስት ዓመት በላይ ኖራለች። በጣም ተደናግጣና ጨንቃትም ነበር ከእኔ ፊት ለፊት ለመኖር መብቃቷ። እዚህ ላይ ማውሳቱ ተገቢ መስሎ ባይታየኝም እያወቅችኝ እንደመጣች መዝናናትና በእኔ ላይ እምነት ከማሳደር አልፋ ስለእኔ ብዙ ነገሮችን እንደነገራትና እንዲያውም እንደምገድለውና ሕጻን ልጃቸውንም ጠልፌ እንደምወስድ ነገር እየነገራት እራሷንም ጭምር ያስጨንቃት እንደነበር አጫወተችኝ። ከመኮንን ጓደኞችህ ጋር ለትንሽ ጊዜ ቀይ ብለው ቢመክሩኝም ከእህቴ ከወ/ሮ ዓባይነሽ ንጋቱ ጋር እንኳን ሄጄ መኖሩ ከወላጅ እናቴ ጋር እንደተገናኘሁና ከእሷ ጋርም እንደምኖር ስለሚሰማኝ ተረኛ ሆኖ ለማስተናገድ በጉጉት ይጠባበቁ የነበሩትን የፖሊስና የጦር አካዳሚ ምሩቅ ወዳጆቼን ለሌላ ጊዜ ብየ አግባብቼ ከእሷና ከውድ ባለቤቷ ኮሎኔል ታደሰ ወ/ሚካኤልና ከውድ ልጆቿ ጋር ሄጄ መኖር ጀመርኩኝ።

10.3. የካቲት 66 ፖለቲካ ትምህርት ቤት ሪፖርት እንዳደርግ መታዘዜ፣ የኢሕአሠ ክንፍ የእርማት ንቅናቄ ግንባር ቀደም ታጋዮችን መገደልና የሠራዊቱን መደምሰስ ዜና መስማቴ

ከእህቴ ከወ/ሮ ዓባይነሽ ንጋቱ ዘንድ ሄጄ መኖር እንደጀመርኩ ካለሁበት ቤት ድረስ ወታደር በመላክ ፖለቲካ ትምህርት ቤት ሪፖርት እንዲደርግ ከደርግ ጽ/ቤት መታዘዜ ተነገረኝ።ትዕዛዙ ከማን እንደሆነ ስጠይቃቸው በደፈናው ከደርግ ጽ/ቤት ነው ብለው ነግረውኝ ሄዱ። ዓባይነሽ ንጋቱ እጅግ ደስታ ተሰማት። ተመስገን፣ ሁሉን ችላ ብለው በሰላም ሊያኖሩህ ስለፈለጉ ነው የጠሩህ ብላ ደጋግማ እራሷ ጋር በመነጋገር ደስታዋን ትገልጽ ጀመር። ለማስረዳት ብሞክር በቀላሉ ሊገባት የማይችል መሆኑ ብቻ ሳይሆን እውነትም የሚጠረጥሩህ እውነታቸውን ሊሆን ይችላል ብላ እንደሌሎቹ እሷም ልትጠረጥረኝ ስለምትችል ምንም ሳልል በፈገግታ ማስተናገዱን መረጥኩ። ሁለቱ ትልልቅ ወንድ ልጆቿም ቢሆኑ ስለ ተስፋየ መኮንን፣ ሺመልስ ማዘንጊያ፣ ብርሃኑ ከበደ፣ ብርሃኑ ባየህ፣ ውብሸት ደሴ፣ ካሳሁን ታፈሰ፣ ኢሳያስ አፈወርቂ፣ የኢሕአፓ አመራርና ሌሎችንም አስመልክቼ ላስረዳቸው ብሞክርም በዚያን ጊዜ ስለ አጠቃላይ ውስብስብና አስቸጋሪ ሁኔታ ተገንዝበው ሊገልጹላት ስለማይችሉ ሁሉንም በሆዴ ውጬ ፖለቲካ ትምህርት ቤት በተባለው ቀንና ሰዓት ደርሼ ሪፖርት አደረኩ። አንድ ወደ ጥቁረት ያደላው አጭር ወጣት ብጤ የጽሕፈት ቤቱ ኋላፊ የነበረ ለከፍተኛ የካድሬነት ኮርስ ሶቪየት ሕብረት ለአሥር ወር ላላነሰ ጊዜ እንዲላኩ ለተመረጡት ምልምሎች የተዘጋጀውን ፎርም እንድሞላ ከብዕር ጋር ሰጠኝ። እንዲያውም ጥሪው ካሰብኩት የበለጠ ሆኖ በማግኘቴ ግራ ተጋባሁ። ይህን ከፍተኛ የፖለቲካ ትምህርት ለመከታተል ወደ እዚህ ታሪካዊ ትምህርት ቤት ተመርጬ እንድመጣ ማን እንዳዘጋጀልኝ አልፎም ከፍተኛ አስተዋፅዖ ላበረከቱ አብዮታዊያን የሚሰጠውን የከፍተኛ የካድሬነት ኮርስ ለመከታተል ወደ ሶቪየት ሕብረት እንድላክ ማን እንዳዘዘ አለማወቄ ብቻ ሳይሆን ይህ ለነባር የፓርቲ ወይንም የድርጅት አባላት የሚሰጥ ከፍተኛ ዕድል ሆኖ ሳለ እኔ ግን ያለቦታየና ደረጃየ መመረጤ አስገርሞኝ ነው አልኩት። ከነጮቹ የበለጠ ዕውቀትና ችሎታ ያላቸው አዋቂዎችን ያፈራ ትምህርት ቤት በመሆኑ እዚሁ መማር እፈልጋለሁ። ከውጭ የመጣሁትም ትናንትና ነውና ተመልሼ መውጣት አልፈለኩም አልኩት። ወጣቱ ወደ ትምህርት ቤቱ ዲሬክተር ኮሎኔል ሽታየና የትምህርት ክፍል ኋላፊው ሻለቃ ነጋሽ (ሁለቱም የአየር ኃይል ባልደረቦች የነበሩና በእነ ተስፋየ መኮንን እና ሰደድ ጡንቻ ትብብር የተመቱ ከፍተኛ የወዝ ሊግ አባል ነበሩ) ዘንድ ይዞኝ ሄደ። ኮሎኔል ሽታየና ሻለቃ ነጋሽ ባንድነት ሆነው ለከፍተኛ የነፃ ትምህርቱ ዕድል ማን እንዳስመረጠህ ወይንም እንዳዘዘ አወክ አላወክ ቁም ነገር አይኖረውም። ቁም ነገሩ ዕምነትና አደራ ተጥሎብህ ለእድሉ መመረጥህን ነው ማየት የሚገባህ በማለት ማሳሰቢያም ማስጠንቀቂያም ዓይነት ነገር ከሁለቱም ተሰነዘረልኝ። ከተፈቀደልኝ ትምህርቱን እዚሁ ብከታተል

የበለጠ ደስ ይለኛል። ይህ ትምህርት ቤት አያሌ ጠንካራ አብዮታዊያኖችን አፍርቷል። የእነሱ ተማሪ ሆኘ መመረቄ ኩራት ይሰጠኛል ብየ ለፈፍኳቸው። ሁለቱ እርስ በርሳቸው በዝግታ ከተነጋገሩ በኃላ ከአፋቸው ሳት ብሏቸው ይሁንም፣ ወይንም እኔን ለማስቦካት፣ ያለበለዚያም በቅንነት አላውቅም "በል ወደ ቤትህ ተመልሰህ መሄድ ትችላለህ፣ ወትሮውንም በማናቸውም የፖለቲካ ድርጅቶች ውስጥ እንዳትታቀፍና በኃላፊነት የሥራ መስክ ላይም እንዳትሰማራ የተወሰነብህን መመሪያ ጥሰው ለከፍተኛ ካድሬዎች የሚሰጠውን ዕድል በማስገኘት እንድትወጣ ያደረጉልህን መልካም ተግባራቸውን ማንቋሸሽህ ያሳዝናል። ወደ ውጭ ለመሄድ በጉጉት የሚፎካከሩ ብዙ አብዮታዊያን አሉና ላንዱ ዕድለኛ ይሆናል። እንድታውቀው የምንፈልገው ግን ምንም እንኳን ውለታቸውን ዝቅ አድርገህ ብታየውም የደርግን መመሪያ ጥሰው ለዚህ ዕድል ያበቁህ ጓዶች ባንተ ላይ ከፍተኛ እምነትና አክብሮት ቢኖራቸው መሆኑን እንዳትዘነጋ" ብለው ሸኙኝ። ተመልሼ ቤት እንደገባሁ እህቴ ባየችኝ ጊዜ ደነገጠች። አጥብቃ ጠየቀችኝ። ሁሉን አጫወኳት። ፊቷ ሲከፋ አየሁት። ዓባይነሽ ንጋቱ ልጆቿን ከቀይ ሽብር ጭፍጨፋ ለማዳን ከፍተኛ የሞት ሽረት ትግል ያካሄደች ጀግና እናት ነበረች። ቤት በተንኳኳ ቁጥር የትኛውን ልጄን ሊወስዱብኝ ይሆን እያለች በጭንቀት እንቅልፍ አግኝታ የተኛችበት ሌሊት በቁጥር ነበሩ በዚያ ለእናቶች ክፉና አስጨናቂ ዘመን በነበረበት ወቅት። ምነው አያሌው! ሊታረቁህ ሲፈልጉ፣ ሊያቀርቡህ ሲፈልጉ ምነው አንተ አይሆንም ብለህ ታገላቸዋለህ። ለሌላ ጉዳይ ነው የመጣው እያሉ የሚያስወሩብህ እውነት ያስመስለዋል እኮ አለችኝ።

ነገርን ነገር ያነሳዋል እንዲሉ፣ ታላቅ እህቴ ወ/ሮ ዓባይነሽ ንጋቱ የሻለቃ ካሳሁን ታፈሰ አበልጅ ነች። ልጆቹን ክርስትና አንስታለች። ሻለቃ ካሳሁን የባለቤቷ የኮሎኔል ታደሰ ወ/ሚካኤል ልዩ ጸሀፊ በነበረበት ጊዜ የእህቴን ልብ ለመሳብና በእሷ ለመፈቀር ከሚያደርጋቸው ዘዴዎች አንዱ የልጆቹ ክርስትና እናት እንድትሆን ማስደረግ ነበር። ታዲያ አንድ ጊዜ ሕፃኗ ልጁ ከክርስትና እናቷ ጋር በቆየችበት ሰሞን እኔ እሷ ጋር መኖሬ ሪፖርት ስለደረሰው በፍራቻና በድንጋጤ በወታደሮች ታጅቦ ቤት ድረስ በመምጣት በሩን በኃይል በርግዶ ሲገባ ሌባ ወይንም ቀበሌ ከልጆቿ አንዱን ወይንም እኔን ሊወስዱ የመጡ መስሏት በድንጋጤ ወደ በር ስትደርስ ሻለቃ ካሳሁን ታፈሰ ሆኖ አገኘችው። ወንድምሽ እዚህ መሆኑን ለምን አልነገርሽኝም ብሎ በቁጣ ሲናገራት፣ ልጠይቃችሁ ቤት መጥቼ ሳለ እግረ መንገዴን መታወቂያ ለማስገኘት እንዲትረዳልኝ በጠየኩህ ጊዜ እኔ ጋር የሚኖር መሆኑን እኮ ነግሬህ ነበር። ምን ተፈጠረ፣ ምን ችግር አለው ከእኔ ጋር መኖሩ ብላ ጠየቀችው። ምንም መልስ ሳይሰጣት በይ ስጭኝ ልጄን ብሎ እሷን ዘሎ ይገባና ሕጻኗን ልጅ አቅፎ በፍጥነት ወጥቶ ሄደ። በሩ ተበርግዶ ሲከፈትና እሷ ደንግጣ ምን ተፈጠረ ብላ ሮጣ በሩ ስትደርስ ብሎም ያንን ክፉ ንግግር ሲናገር እኔ አልጋየ ላይ ተጋድሜ አዳምጥ ነበረ። የራሴን ንዴትና ብስጭት ችላ ብየ እሷ እንዳትሸማቀቅ እንዳልሰማሁ መስየ ጭጭ ለማለት ሞከርኩ። እሷ አይ ዘመን፣ አየ አንተ

ጌታ ብላ እምባዋ ሲወርድ ታየኝ። እንዳላየሁና እንዳልገባኝ እንዲያውም እንቅልፍ እንደወሰደኝ አስመስየ ፊቴን በአንሶላው እየሸፈንኩ ሰርቄ እያየሁ ተኛሁ። ባለቤቱ፣ የልጆቹ እናት ለእኔ አቅም ባይኖራት እንጂ በጣም ትቀረቀርልኝና ታዝንልኝ እንደነበር ቤት መጥታ በነበረበት በሁለት አጋጣሚዎች ለመገንዘብ ችያለሁ። ወደ ፖለቲካ ትምህርት ቤት ከመጠራቴ በፊት ወ/ሮ ዓባይነሽ ንጋቱ ቤቱ ሄዳ ካንተ የበለጠ የሚያውቀው የለም፣ ምሕረት ሰጥታችሁት በነፃ ከለቀቃችሁት ለምን ሥራ አታስገኙትም፣ የመታወቂያ ወረቀት የሌለው በመሆኑ ቤተሰቦቹን እንኳን ወሎ ሄዶ ለማየት አልቻለም፣ እባክህ እርዳልኝ ብላ እንደተማጸነችው፣ ድፍን ባለ መልኩ “እንዴ! በአሁኑ ሰዓት ለምን ለመምጣት ፈለገ? ምን ቢተማመን ነበር በዚህ ሰዓት የመጣው? በማለት አስደነገጣት። በመቀጠልም “ዕቅዱን ስናከሽፍበት ጊዜ በምሕረት አሳቦ ለመቅረብ ሞከረ እንጅ አመጣጡ ለሌላ ነበር” ብሎ ደፍሮ ነገራት። በዚህ ምክኒያት የእነ ኮሎኔል ሽታየንና ሻለቃ ነጋሽን ያልታሰበና ያልታለመ የነፃ ትምህርት “ስጦታ” ተቃውሜ መመለሴ አስደንግጧት ለጊዜው በእኔም ላይ ቅሬታን አሳደሮባት ነበር። እንደገና ወደ አረፍኩበት ቤት በተመለስኩ በዚያው ሰሞን ፖለቲካ ትምህርት ቤት ሪፖርት እንድታደርግ በመልዕክተኛ ተነግሮኝ ለእህቴ ደስተኛ መስየ የውሸት ፈገግታና የደስታ ስሜት በማሳየት የካቲት 66 የፖለቲካ ትምህርት ቤት ሪፖርት አደረኩና የሦስት ወሩን ኮርስ ጀመርኩ። በየካቲት 66 ፖለቲካ ትምህርት ቤት እያለሁ በግንቦት ወር መግቢያ 1970 ዓ. ም. አካባቢ ጀግኖቹ የኢሕአሠ ክንፍ የእርማት ንቅናቄ ግንባር ቀደም ታጋዮች በገዛ ድርጅታቸውና ሠራዊታቸው ተረሸነው በአንድ ጉድጓድ ውስጥ እንደተወረወሩ እና ይባስ ብሎም ሠራዊቱ ብቃትና ችሎታ በሌላት ባላንጣ ተደምስሶ ከጠላት ጥይት ተራፊዎቹ አፈግፍገው በውርደት ኤርትራ መግባታቸውን ሰማሁ። ለሦስት ወር የሚሰጠውን ኮርስ አጠናቅቄ ተመርቄ ወደ ወ/ሮ ዓባይነሽ ንጋቱ ቤት ለመሄድ ከስድስት ኪሎ በውይይት ተጭኜ ጊዮርጊስ ወርጄ ወደ ቄራ ለመሄድ አውቶቡስ ስጠባበቅ ሳላስበው አንዲት መኪና ከየት መጣች ሳልል ድንገት ከጎኔ ቀመች። ወዲያውኑ ከመኪናው በፍጥነት በመውጣት ክላሽንኮቫቸውን አንግተው ከጎኔና ከፊቴ ተገተሩ። መታወቂያ ጠየቁኝ። መቀባጠር አልፈለኩም ቀጥታ ከኪሴ አውጥቼ የኮሎኔል ተስፋየ ወ/ሥላሴን ደብዳቤ ሰጠኋቸው። ይህ ነው መታወቂያህ ይለኛል የቡድኑ መሪ ይመስለኛል። አዎን ወንድሜ አልኩት በርጋታና በትህትና።

በል ከመኪና ውጣ፣ ፈጠን በል አለኝ። እሽ ብየ ወጣሁና በላይ ዘለቀ መንገድ ከሰሜን ሆቴል በላይ ከሚገኘው ከፍተኛ አንድ ቀበሌ ዘጠኝ ይመስለኛል ይዘውኝ ሄዱ። በቀበሌው ከአንድ ሰዓት ቆይታ በኋላ የቀበሌው ኃላፊ ጋር አቀረቡኝ። የተለያዩ ጥያቄዎችን ቀርቦልኝ ከመለስኩ በኋላ እንዴት ነፃ ሰው አድርገው በከተማ እንድትዘዋወር ተፈቀደልህ? ብሎ ይጠይቀኛል። ምንም የምሰጠው መልስ ያለኝ አለመሆኔን በመገንዘብ አትኩሮ ከተመለከተኝ በኋላ የት እንደሆነ አላውቅም ስልክ ደውሎ ተነጋገረ። በአብዮት ጥበቃ ታጅቤ በመኪና ተጭኜ ወደ ጊዮርጊስ አቅጣጫ አመራችና

ብዙም ሳትርቅ የማዕከላዊ ምርመራ ከሚባለው አስገቡኝ። ከመርማሪዎቹ መካከል ቢያንስ ሻምበል ይማም ኃይሉና ሻምበል አስፋው አይችሎም እንደሚኖሩ በእርግጠኝነት ስለማውቅ ምንም ሳልል አድቤ በትዕግሥት መቆየት ወሰንኩ። በአካል የሚያውቁኝ ከላይ ስማቸውን የጠቀስኳቸው ሁለቱ የፖሊስ አካዳሚ ምሩቆችና በእነሱም ሳቢያ በዝና እንጂ በአካል የማያውቁኝ ከእኔ አራትና አምስት ኮርስ በኋላ የተመረቁ ሁለት የፖሊስ አካዳሚ ምርቆች በድምሩ አራት የፖሊስ አካዳሚ ምሩቆች በመርማሪነት ተመድበው የሚያገለግሉ በመኖራቸው ጎንደሬው ሻምበል አስፋው አይችሎም ተኮራትሜ እንደተቀመጥኩ ያገኘኛል። ምንም ሳይል ወዲያውኑ ሄዶ ለሌላው የኮርስ ጓደኛው ለሆነው ለሻምበል ይማም ኃይሉና ከሱ በፊት ይሁን ወይንም የእሱ ኮርስ ጓደእኛው ይሁን ዘነጋሁ ለማውቀው የመቶ አለቃ ሽመልስ ይነግራቸውና ሶስቱም ወደ እኔ በፍጥነት ይመጡና ያገኙኛል። እነሱ ደግሞ ለሌሎቹ በዝና እንጂ በአካል ለማያውቁኝ ይነግሯቸውና በአካል ምን እንደምመስል ለማየትና ለመተዋወቅ በመምጣት ተዋወቁኝ። በሙሉ ምሕረት በነፃ የተለቀኩ መሆኔን ስለሚያውቁ ሌላ አዲስ የፈጸምኩት ወንጀል ከሌለ በስተቀረ ልታሰርና ልንገላታ እንደማይገባኝ በማመናቸው የዚያኑ ቀን ማምሻውኑ ፖሊስ ክለብ ሄደው ዜናውን ለፖሊስ መኮንኖችና ለሲቭል ሠራተኞች ያሰራጫሉ። የክበቡ የሲቭል ሠራተኞች ጥርሳቸውን ነቅለው ያደጉበት ቤት በመሆኑ በሠራዊቱ በሚንቀሳቀሱ ጉድያዮች ለምሳሌ እንደ እኔ ላሉት ግለሰቦች ጠበቃና ጋሻ በመሆን ኮሎኔል ተካ ቱሉና ኮሎኔል ደበላ ዲንሳ ወደ ክበቡ ሲመጡ መግቢያና መውጫ አሳጧቸው። ለተጠቀሱት ባለሥልጣኖችና እንዲሁም ለሌሎች ኡኡታቸውን በማሰማት እናንተ እያላችሁ እንዴት ይሰቃያል፣ በተለይ አንደኛዋማ ስሟን ዘነጋሁኝ ከነጭራሹ በድፍረት "እያሌው አይደለም ወይ ለእናንተ እድል የከፈተው" በሠላም ለማኖር ካልፈቀዳችሁለት ለምን ወደመጣበት ተመልሶ እንዲሄድ አትፈቅዱለትም ብላ ሁለቱን ኮሎኔሎች ተናገረቻቸው። እያሌው አይደለም ወይ ለእናንተ ዕድል የከፈተው ማለቷ ለያዛችሁት የሞቀ ሥልጣን ለመድረስ ያስቻላችሁ እሱ በጀመረውና ባቀጣጠለው የትግል እሳት ነው ማለቷ ነው። ምንም እንኳን ዕውነተኛነቱ ምን ያህል እንደሆነ ባላውቅም የኋላ ኃላ የሰማሁት ወደ ሶቪየት ሕብረት የነፃ ትምህርት ዕድል ተሰጥቶኝ ግብዣውን አለመቀበሌ ያስቀየማቸው ወዝ ሊግን ወክለው በኢማሌድሕ በሚገኙ ተሰሚነት ባላቸው አባላት ትዕዛዝ እንደሆነ ነው። በእውነት ኮሎኔል ደበላ ዲንሳ ከኮሎኔል ተካ ቱሉ የሚሻሉ ፍጥረት ሆነው ነበር የታዩኝ። ትንሽ ርኅራሔና የመጨነቅ ስሜት ያሳዩኝ መሰለኝ። በሙሉ ምሕረት ነፃ የተለቀቀ በመሆኑ ሌላ አዲስ ወንጀል ካልፈጸመ በስተቀር የሚታሰርበት ምክኒያት አይኖርም። ጉዳዩን የደርግ ጽ/ቤት ቀደም ብሎ የደረሰበት በመሆኑ አስፈላጊው እርምጃ ባስቸኳይ በመውሰድ ከለላና መጠጊያ ለማግኘትና በመታወቂያ ወረቀት ምክኒያት ሌላ አዲስ አላስፈላጊ ችግር ላይ እንዳይወድቅ ለማድረግ ኮሎኔል ተካ ቱሉ፣ ኮሎኔል ተስፋየ ወ/ሥላሴና ሻለቃ ፍሰሐ ደስታ ከሆኑ የሲቭል ከፍተኛ ባልሥልጣን ጋር ተነጋግረው ለራሳቸውም ሥራ እየሰራላቸው እንዲቆይ

በቅርብ ቀን ይወስዱታልና ረጋ ብላችሁ ተጠባበቁ። ከዚህ ውጭ ግን ደርግ ምንም ሊደረግለት አይችልም ብለው ኮሎኔል ደበላ ዲንሳ ለክሉቡ ሥራ አስኪያጅና ባጋጣሚ በቦታው ከሳቸው ጎን ለነበሩት "ለዝነኛው" ሻምበል በላይነህ ሸቤ (71)፣ ለሻምበል ዓለሙ ወንድሙ፣ ለሻምበል ይማም ኃይሉ፣ ሻምበል አስፋው አይችሎምና ለኮሎኔል ጌታቸው መኮንን በምስጢር ነገሯቸው። ከደርግ ወይንም ከኮሎኔል ተስፋየ ወ/ሥላሴ ጽ/ቤት መመሪያ ካልተሰጣቸው በስተቀር ያሳሰረው/ያሰረው አካል አሁን ታስሮ ከሚገኝበት የምርመራ ክፍል በግር ግር አውጥተው እንዳይወስዱት ለማዕከላዊ ምርመራ ኋላፊ መመሪያ ተሰጥቷልና በትዕግሥት ይጠባበቅ ብለው ነገሯቸው።

10.4. ከአቶ ካሳ ከበደ ጋር በጽ/ቤታቸው የተካሄደ ስሜት ገጂና አስጨናቂ ምርመራና "ውይይት"

የአቶ ካሳ ከበደ የግል ሾፌራቸው አቶ የኋላአሸትና የግል አጃቢያቸው የነበረው ወታደር ከተማ ከምሽቱ አንድ ሰዓት በኃላ ማዕከላዊ ምርመራ በመምጣት ወደ አቶ ካሳ ከበደ ጽ/ቤት ይዘውኝ ሄዱ። ሊወስዱኝ እንደመጡ ካሳሰሩህ አካል ለመደበቅ ሲባል ሌላ ቦታ ይዘውህ ሊሄዱ የመጡ ናቸውና እትደናገጥ ብለው ሻምበል ይማም ኃይሉና ሻምበል አስፋው አይችሎም ቀስ አድርገው አሳሰቡኝ። ከምሽቱ አንድ ሰዓት ተኩል አካባቢ ሲሆን አቶ ካሳ ከበደ ቢሮ ገባሁ። ማንነታቸውን የማውቀው ነገር የለኝም። አስቸጋሪና ውስብስብ የነበረውን የአቶ 'ን ውይይትና ቃለመጠይቅ መቋቋም ይኖርብኛል። በንጉስ ነገስቱ ወቅት የተዘጋጀ ትልቅ የግድግዳ የኢትዮጵያ የፖለቲካና አስተዳደር ማፕ ከጠረጴዛቸው ላይ ተዘርግቶ ይገኛል። አራት ፓኬት ዊንስቴን ሲጃራ ከፊታቸው ላይ ተቀምጧል። አምቦ ውሃ ከሁለት ብርጭቀዎች ጋር በቅድሚያ ታስቦበት እንደተዘጋጄ ያስታውቃል። ውይይቱን ከመጀመራቸው በፊት ሲጃራ እንደምታጨስ ስለተነገረኝ ሁለቱን የዊንስቴን ሲጃራ ያንተ ነው ብለው ከአንድ ክብሪት ጋር ለገሱኝ። ከምስጋና ጋር ፓኬቶቹን ተቀብየ ቢሮ ውስጥ ማጨስ እንደምችል ስለነገሩኝና እሳቸውም ኃይለኛ አጫሽ መሆናቸውን በማረጋገጤ በፍጥነት አንዱን ፓኮ ከፍቼ አንድ ሲጃራ አቀጣጥየ ማጤስ ጀመርኩ። የኋላ ኃላ ለማወቅ እንደቻልኩት ቢሮው የድኩማን ማቋቋሚያ ድርጅት ሲሆን የሚገኘውም ካቴራል ትምህርት ቤት ፊት ለፊት ነው። ከሕንጻው ግርጌ ከሚገኙት ምግብ ቤቶች ሁለት ትልልቅ ሳንድ ዊች ከሁለት ለስላሳ መጠጥ ጋር አዘው እራታችንን ቢሮ ወስጥ እየበላን ውይይቱንና ምርመራቸውን ማስተናገድ ቀጠልኩ። ውይይቱ በድግግሞሽ ካተኮሩት መካከል የተወለድኩበት ከተማ ወይንም ቦታ የት እንደሆነ እንዳሳያቸውና በአባቴና በአያቴ ስም፣ እንዲሁም በትውልድ ከተማየና በትውልድ ወረዳየ ስም ላይ በማትኮር ነበር። ውጫሌ የሚገኘው ከደሴ ወልዲያ መሀል መንገድ ላይ መሆኑን በቃል አስረድቼ በማፑ ላይ ደግሞ በማስመሪያ በማመልከት ጠቆምኳቸው። የኦሮሞ ስም መሆን አለመሆኑን ጠየቁኝ። በእውነት የማውቀው ባለመኖሩ ይህ ነው ብየ ልነግራቸው አለመቻሌን አስረዳኃቸው። ያባቴ ስምና የአያቴን

ስም ጠይቀውኝ እንደመለስኩላቸው ኦሮሞ እንደሆንኩ ጠየቁኝ። አሁንም የማውቀው አለመኖሩን ጠቀምኳቸው። መልሰው ውጫሌ የት እንደሆነ ጠየቁኝ፣ ሳልሰላችና ሳልናደድ በማፑ ላይ አሳየኃቸው። አምባሰል የኦሮሞ ስም ነው ብለው እንደሚያውቁ ሆነው ሊያስረዱኝ ሲሞክሩ የየትኛው ብሔረሰብ ወይንም ብሔር ስም መሆኑን የማላውቅ እንደሆንኩ ገለጽኩላቸው። ትግርኛ ማወቄን እንዴት ሊያውቁ እንደቻሉ አላወኩም። ሆኖም ሕይወት እንዳስተማረኝ ገለጽኩላቸው፣ ለዚያውም ስነጋገር የተውሶ ወይንም በትምህርት የተገኘ እንደሆነ በግልጽ እንደሚያሳውቅ ገለጽኩላቸው። እንደሚያውቁ ሆነው እናትና አባትህ ከትግራይ ነው ወይንስ ከኤርትራ ወደ ውጫሌ ሄደው የኖሩት ይሉኛል። ሁለመናቸውና ዘር ማንዘራቸው ሁሉ አምባሰሌ መሆናቸውን አስረዳኃቸው። ቀይተውና አዘናግተው እንደገና ኦሮሞ ነህ? ወይስ ትግራይ ነህ? ብለው ይጠይቁኛል። ግራ ተጋባሁ፣ ስሜትም የሚጎዳ ውይይት ሆኖ አገኘሁት። ግን ሻምብል ይማም ኃይሉና ሻምበል አስፋው አይችሎም የጠቀሙኝን በማስታወስ ይህንን ልዩ ቃለ መጠይቅ መንፈስ ጠንካራ ሆኜ መቃቃም ይኖርብኛል በማለት በሆዴ ወሰንኩ። ውይይቱ ቀጠለና ሳልጠይቅህ የዘነጋሁት ጥያቄ ነበረኝ ይሉና መልሰው መላልሰው የት እንደተወለድኩና ያባቴና የአያቴ ስም ከየት እንደመጣ ይጠይቁኛል። እኔም ምንም ነገር የጠየቁኝ መሆናቸውን እንዳላስታወስኩ አስመስየ ያንኑ የማውቀውን በድግግሞሽ መለስኩ። ስለእኔ ምንም ዓይነት የሚያውቁት አይኖራቸውም ብየ የገመትኩት ስህተተኛ መሆኔን የሚያስረዳኝ ጥያቄ ሳላስበው እንደ ቦምብ አወረዱብኝ። እንዴት አንተ ኤርትራዊ ወይንም ትግሬ ሳትሆን ደፍረህ ወንበዴዎቹ ጋር ተቀላቀልክ? እንዴትስ ወንበዴዎቹ ኤርትራዊ ሳትሆን ለዚያውም ክርስቲያን የሆንክ አማራ አምነው ተቀበሉህ? ትግሬነት ቢኖርብህ ነው እንጂ፣ ለዚያውም ከእስላሞቹ ጋር፣ ብለው ይጠይቁኛል። ቀጥለውም እንዴት ሰው ወደ ውጭ ለመውጣት በሚታገልበት በአሁu ጊዜ ጊዜ ደፍረህ ሀገር ቤት ለመመለስ ወሰንክ? ብለው አዲስ ጥያቄ አቀረቡልኝ። በመፅሀፉ በሌላ አካባቢ እንደተጠቀሰው ይህ ጥያቄ ከሳቸው በፊትም ሆነ በኋላ ለምሳሌ የቀድሞ የሥራ ባልደረባየ የነበሩት ሻምበል ብርሀኑ ባየህ እንዲረዳኝ እንዲያነጋግርልኝ ወንድሙን አቶ ፍሰሐ ባየህን ልኬ ነበር። በሌላ በኩል ደግሞ ሻለቃ ካሳሁን ታፈሰን እንድታነጋግርልኝ አበልጁን ታልቅ እህቴን ወ/ሮ ዓባይነሽ ንጋቱን ልኬ ነበር። የሚገርመኝ አቶ ካሳ ከበደ ያቀረቡልኝ ጥያቄም ሻምበል ብርሀኑ ባየህና ሻለቃ ካሳሁን ታፈሰ ለአቶ ፍሰሐ ባየህና ለወ/ሮ ዓባይነሽ ንጋቱ "ምን አሳስቦት ነው በአሁኑ ሰዓት ወደ ሀገር ቤት የገባው? ምን ቢተማመን ነበር የመጣው በዚህ ሰዓት? የሚሉ ጥያቄዎችን በማቅረብ ነበር። ያላንዳች መሸነፍ ከሶስት ሰዓት በላይ የወሰደውን ስሜት አስጨናቂ ምርመራና ውይይት በትዕግሥት ካስጨረስኳቸው በኋላ የእሳቸው "ምርጥ" ሰው ሆኜ መመደቤን በመግለጽ ሕይወቴ አደጋ ላይ በመሆኑ ታጠቅ ጦር ሰፈር ሄጄ እንድቀይ ለማድረግ መዘጋጀታቸውንና ለእራሴ ደህንነትና ጸጥታ ሲባል እስከ

ጥር ወር 1971 ዓ. ም. ድረስ ከጦር ሰፈሩ እንዳልወጣና ሌላም ማሳሰቢያዎች ሰጥተው ከምሽቱ አምስት ሰዓት ገደማ ውይይቱና ቃለ መጠይቁ ተጠናቀቀ።

በአቶ ካሳ ከበደ ተሰማ ላይ የነበረኝ ጥርጣሬ ምንአልባት በሲቭል ድርጅት ሽፋን ከፍተኛ የቀድሞው ካቢኔ ሰው ሊሆኑ ይችላሉ የሚል ነበር እንጂ የአገሪቷ የአዲሱ ንጉስ" አጎትና ልዩ አማካሪና የሞሳድ ተባባሪ መሆናቸውን ፈጽሞ አልተጠራጠርኩም። ጓድ ሊቀ መንበር መንግሥቱ ኃ/ማሪያም በሞኖሮቪያ ለአፍሪቃ አንድነት ድርጅት የመሪዎች ስብሰባ ላይ የዝምባብዌ የነጻነት ታጋዮችን የሁለቱንም ፓርቲዎች ማለትም የጆሽዋ ንኮሞን (ዛፑ) እና የሮበርት ሙጋቤን (ዛኑ) ድርጅቶችን እያንዳንዳቸው ከሁለት ሺሕ ሠራዊት በላይ በየተራ እያንዳንዳቸውን ለስድስት ወራት (intensive) ሥልጠና በመስጠት አስታጥቀንና አልብሰን በመላክ ነፃነታቸውን ባጭር ጊዜ ለማቀናጀት እንዲችሉ በገቡት ቃል መሰረት ቃላቸውን ተግባራዊ ለማድረግ ጦር ሠፈራችን ተመርጧል። በመጀመሪያ የጆሽዋ ንኮሞ ፓርቲ ከሁለት ሺሕ በላይ የሚጠጉ ታጋዮች በቅርቡ ገብተው ስልጠናውን ይጀምራሉ። ስልጠናውን አጠናቀው እንደተመለሱ የሮበርት ሙጋቤ ፓርቲ በመቀጠል ከሁለት ሺሕ በላይ የሚጠጉ ታጋዮች ይሰለጥናሉ። ሥልጠናው የሚከናወነው ሚሊሽያው ባዘጋጀው አሰልጣኞች አማካይነት ሲሆን፣ መኖሪያቸው፣ ምግባቸው፣ ልብሳቸውና ማናቸውም አስፈላጊው ሁሉ በእኛ ሥር ይካሄዳል። ይህ ፕሮጀክት በኮድ ስሙ 008 ፕሮጀክት (የዝምባቤ ታጋዮችን በድብቅ ለማሰልጠን የተቋቋመ የማሰልጠኛ ሠፈር) ይባላል። የዚህ ፕሮጀችት ኋላፊ ሆነህ ትሰራለህ። <u>በተለያዩ የነፃ አውጭ ድርጅቶች ውር ውር እያልክ በመሹለክለክ ያሳለፍከውን ባህልና ተመክሮ</u> ለፕሮጀክቱ መሳካት እንድታበረክት እምነት ተጥሎብሀል። ታጋዮቹ ቅሬታ ቢኖራቸው ወይንም ቢያትረመርሙና አንተም ደጋግመህ ለሚመለከታቸው የአስተዳደሩ ሀላፊዎች ችግራቸውን ለማስፈታት ጥረት አድርገህ ግን ካንተ ጋር ያሉት አብዛኛዎቹ የፊውዳል ርዝራዦች በመሆናቸው ሊተባበሩህ ባይፈልጉ በምንም ዓይነት መንገድ ቢሆን ችግርህን ወደ ጦሩ እንዳትወስድ ብለው ያስጠነቀቁኝ ጀመር። ችግሩን ሊፈቱልኝ የሚችሉት ሀላፊዎች ካልተባበሩኝና የሰልጣኞቹ ቅሬታ ከተባባሰ እንዴት መፍታት እችላለሁ ብቻየን ስላቸው "እየሽነገልክ ሽኛቸው፣ ለዚህ እኮ ነው ያንተን የውር ውር ተመክሮና ልምዶችህን የፈለግነው" በማለት ግራ የሚያጋባ፣ ጭንቀት ውስጥ የሚጥልና ከመርሕ ጋር የሚቃረኑ አሰራር ውስጥ ዘፈቁኝ። ለሻይና ለሲጃራ የኪስ ገንዘብ እንዲሰጡህ ይታዘዛል። አንድ ወቅትም ልብስ እንድትገዛ ገንዘብ እንዲሰጥህ ይደረጋል። እሳቸው ታጠቅ ጦር ሠፈር ስለማያድሩ መኝታ ክፍላቸው እንደሚሰጠኝና፣ ምግብ ከሠራተኞ ምግብ ቤት በነፃ እንደምመገብ አስታውቀው አሰናበቱኝ።

10.5. ሥራ ለምግብና ለመጠሊያ: አዲስ ሕይወት በታጠቅ ጦር ሠፈር

የተጋዝነው በአሮጌው አይሮፕላን ማረፊያ፣ በሆላንድ ኤምባሲ በኩል በኮረኮንቹው አዲሱ መንገድ ስለነበር በመንገዱ ምክኒያት ማርሽ ለመቀየር መኪናዋ ፍጥነቷን ስትቀንስ አሁን ከአሁን

አውርደው ሊመቱኝ ነው በማለት እየቦካሁ ከምሽቱ አምስት ሰዓት ተኩል ገደማ ጦር ሠፈሩ ደርሰን ኮሎኔል ኃ/ማርያም አየናቸውን ከመኝታቸው ቀስቅሰው እንዲረከቡኝ ተደርጎ። ከተዋወቁኝ በኃላ ይዘውኝ ከአቶ ካሳ ከበደ መኝታ ክፍል ወስደው ከዛሬ ጀምሮ ክፍሉ ያንተ ነው ብለው ቁልፉን አስረክበውኝ ተለያየን። በሩን ዘግቼ ልብሴን አወላልቄ አልጋ ላይ በጀርባየ ተጋድሜ እኒህ አቶ ካሳ ከበደ ነኝ ያሉኝ ዘመናዊ ጌታ ማን ናቸው? ከሻለቃ ፍሰሐ ደስታ፣ ከኮሎኔል ተስፋየ ወ/ሥላሴ፣ ከማዕከላዊ ምርመራ ኋላፊዎች፣ ከኮሎኔል ደበላ ዲንሳ እና ከኮሎኔል ተካ ቱሉ ጋር ያቀራረባቸው ምክኒያትስ ምንድን ነው? በመፅሀፉ መግቢያ እንደተገለጸው "ከእኔ ጋር አብረህ መዝለቅና መጓዝ ከቻልክ እስከመጨረሻው ድረስ እጠብቅሃለሁ ማለታቸውስ ምን ማለታቸው ይሆን? እነማን ናቸው ደርግ ሳይሆን ከደርግ ውጭ ሊገድሉኝ አስበው የነበሩት? ለምን? የሚሉት ጥያቄዎች ሁሉ በዓዕምሮየ ይዋልሉ ጀመር። ወደፊት እንጂ አሁን መልስ እንደማላገኝ ተገንዝቤ ለመተኛት ሞከርኩ። በዚያው ሰሞን አቶ ካሳ ከበደ ታጠቅ ጦር ሠፈር እንደመጡ የ008 ፕሮጀክት ኋላፊ ሆኜ ደመዎዝ የለሹን የሥራ መደቤን የሚገልጽ ደብዳቤ በእሳቸው ፊርማ ተዘጋጅቶ በግልባጭ ለሚሊሽያ ሠራዊት ዋና አዛዥና ለሚሊሽያ ሠራዊት የፖለቲካ መምሪያ ኋላፊ፣ እንዲሁም ብዛት ላላቸው የጦር ሠፈሩ አስተዳደር ክፍሎችና ግለሰቦች እንዲያውቁት ተበተነ። ከአቶ ካሳ ከበደ ጋር በመጀመሪያው ዕለት ትውውቃችን ችግር ቢያጋጥምህ፣ ታጋዮቹ እንኳን ቢያተረመርሙና አንተ ችግራቸውን ለመፍታት ብዙ ጥረት አድርገህ ትብብር ሳታገኝ ብትቀር የትም መሄድና ማሳወቅ የለብህም ብለው ጥብቅ መመሪያ ሰጥተውኛል። ልብ በሉ፣ የአቶ ካሳ ከበደ'ን ጥበብ። የደብዳቤውን ግልባጭ ለሚመለከተው ሁሉ በተለይም ለሚሊሺያ ሠራዊት ዋና አዛዥና ለሚሊሺያ ሠራዊት የፖለቲካ መምሪያ ኋላፊ በየበኩላቸው እንዲያውቁ ማሳወቃቸው እንደተረገምነው ወደፊት ከሳቸው ጋር የማልራመድ መናጢ ሆኜ ከተገኘሁ ለሚፈጠረው ድራማ 'ተገቢውን ሰው መድበናል፣ በእኛ በኩል ያጎደልነው ነገር አይኖርም፣ ቢኖር ተጠያቂው ፕሮጀክቱን እንዲመራ የመደብነው ኋላፊ መሆን ይኖርበታል' ብለው እኔን እንደ ሽፋን/scapegoat በማረግ እራሳቸውን ንጹህ ለማድረግ ያዘጋጁት ሞሳዳዊ ዘዴ እንደሆነ ነው። ንጽህ ዜጋ ለሆነ የሚዘገንኑ አያሌ ችግሮችና ጉዶች ነበሩ፣ ሆኖም ወደ ውስጥ መግባቱ የመጽሀፉ ዓላማ ባለመሆኑ አንዲት እጅግ አነስተኛና ቀላል የሆነች ተራና ርካሽ ቢሆንም የፖለቲካና የዝርፊያ implication ያላት ጉዳይ እንደምሳሌ ለመጥቀስ እገደዳለሁ።

ለእያንዳንዱ ታጋይ በቀን አንድ ባኮ የኒያላ ሲጃራ በጀት አለው። በጀቱ በጽሁፍ ተገልጾልኛል፣ ለሰልጣኞቹ እንግዶቻችንም በይፋ ተነግሯቸዋል። የሚሊሽያ ሠራዊት ጠቅላይ መምሪያም በደንብ ያውቃል። ለመጀመሪዋ ሁለት ቀን በበጀቱ መሰረት አከናወኑና ከሶስተኛው ቀን ጀምሮ እስከመጨረሻው ድረስ የሚሰጣቸው ሲጃራ አንድ ባኮ ቅጠለወርቅና ግስላ ሲጃራ በማፈራረቅ ለአራት ቀን ብቻ ነበር። አብዛኛው ኃይለኛ ሱስ ያላቸው አጫሾች ናቸው። ጦር ሠፈሩ በገቡ ከሳምንት

በኋላ እኒያ ዘምባቢያን ወዳጆቻችን ጨሽታቸውና ኡኡታቸው እየበረታና በሥልጠናቸውም ላይ አሉታዊ ተጽዕኖ እያሳደረ መሄድ ጀመረ። ለሚመለከታቸው በተለይም ለቀድሞው ጠቅላይ ሚኒስቴር ለአክሊሉ ሀብተወልድ ዘመድና የአቶ ካሳ ከበደ የቅርብ ወዳጅ ናቸው ለሚባሉት ለአቶ ጌታቸው ዘውዴ ማሳሰቤን ቀጠልኩ። ከነጭራሽ ምን ይሉኛል "አንተ ለነዚህ ባሪያዎች ምን ያስጨንቅሃል" ብለው እድቤ እንዳርፍ ያሳስቡኛል። በሌላ ጊዜም እኒሁ የናጠጡ አዛውንት "አንተ ጃንሆይ አስተምረውና እሳድገው ከሾሙና ከሸለሙ በኋላ ከድተሃቸው ከወንበዴዎች ጋር ተቀላቅለህ ያስተማረህን ንጉስ፣ አገርና ሕዝብ ወጋህ። የንጉሱ እርግማን ሲያንከራትትህ ቀይቶ በመጨረሻ ሀገር አለኝ ብለህ ስትመለስ አገርህ በባሪያ ቀንበር ሥር ወድቃ አገኘሻት። ከባሪያው ምን አገኘህ? ስቃይህንና መከራህን አሳየህ እንጂ፣ እንዲያውም ይባስ ብሎ ዛሬ ለባዕዳን ባሪያዎች አሳላፊ ሆነህ እንድታገለግል በወንድሙ አማካይነት ታዘዝክ እያሉ በተደጋጋሚ ስቃየን ያሳዩኝ ጀመር። ባሪያው ሲሉ ገብቶኛል፣ በወንድሙ አማካኝነት የሚሏት ግን ግራ ቢያጋባኝም አቶ ካሳ ከበደንና መንግሥቱ ኃ/ማርያምን ለማገናኘት ፈጽሞ አላሰብኩም። ታጋዮቹ እኛ በእነሱ ስም የምንነግድ ግለሰቦች ነገር እንደሆን ማሽተትና ማጤን ጀመሩ። አንዱ ታጋይ ተናዶ ቀዋታ እኔ ጋር ይመጣና ዕድለኛ ነህ፣ ለአንተና ለቤተሰቦችህ የሀብት ምንጭ እንድንሆናቸው እግዚአብሔር ወደ አንተ ላከን። ምንም አላልኩም ፈገግታ አሳይቼው ወደ ሌላ ሥራየ አመራሁ። በጆት ባይኖር ኖሮ ሽንጤን ገትሬ አድበው ትምህርታቸውን እንዲከታተሉ መምከርና መግታት ካልፈለጉም ተመልሳችሁ መሄድ ትችላላችሁም ብየ ማስደንገዋም በቻልኩ ነበር። ይህንኑ የታጋዮቹን ችግር ሚሊሽያው ተመስጦ እንደትልቅ ጉዳይ ይዘውታል። እየተከታተሉም ናቸው። ከኮሎኔል አፈወርቅ ወ/ሚካአል (72) ቢሮ ተፈልጌ ተጠራሁ። ከቢሮቸው ስገባ ምክትላቸው ኮሎኔል ጌታነህ ኃይሌ (73) እና የሠራዊቱ የፖለቲካ መምሪያ ኋላፊው (ከፖሊስ ተዛውሮ የመጣ) ነበሩ። ኩሩውና ምሁሩ ኤርትራዊው አዛዥ ኮሎኔል አፈወርቅ ወ/ሚካኤል ወዋረው ያዙኝ፣ ከፀረ-አብዮተኛም ዓይነት ተግባር እንደማይለይና እንዳአሻዋርም ሊያስቀዋር እንደሚችል በማስጠንቀቅ በፍዋነት እንዳሚላና ችግሩን እንዲፈታ ያሳስቡኛል፣ ያለበለዚያ ችግር ወስዋ መግባትህን መረዳት ይኖርብሀል ብለውም ዛቱብኝ። ሳላስበው ከአፌ አምልጦ ጌታየ ችግር ውስዋ ዛሬ አይደለም የገባሁት፣ ውሎ አድሯል አልኳቸው። በቁጣ መልክ ምን ማለትህ እንደሆነ ብታብራራልኝ አሉኝ። አንድ ጊዜ ከአፌ አፈትልኮ በመውጣቱ ያለማመንታት ችግር ውስዋ የገባሁት ዛሬ ሳይሆን የዚያድ ባሬን ወራሪ ጦር አገሬን በወረረበት ጊዜ ከእናንተ ጎን ሆኘ ለእገሬ እንድቀምላት ምሕረት ጠይቄ ወደ ሀገር ቤት ለመምጣት በወሰንኩበት ወቅት ነው ብየ ነገርኳቸው።

ያ መልከ መልካሙ ቀይ ብርጎ የነበራቸው ኤርትራዊ ኢትዮጵያዊ ኮሎኔል አፈወርቂ ወ/ሚካኤል ፊታቸው ሲኮማተር ታየኝ። ከፖለቲካ መምሪያው ኋላፊ ጋር ሊወያዩ በመፈለጋቸው አንድ ጊዜ ውጭ እንድወጣ ጠየቁኝ። በሌላ አካባቢ ለመጠቀም እንደሞከርኩት የፖለቲካ መምሪያ

ኋላፊው የፖሊስ አካዳሚ ምሩቅ ሳይሆን ኮልፌ በሚገኘው የባለሌላ ማዕረግ ሹማምንት ኮርስ ማሠልጠኛ ተመራቂ (Non-commissioned officer) የሆነ ከእኔ በኋላ የተመረቀ ሻምበል ሲሆን እንዳብዛኞቹ የፖሊስ መኮንኖች እሱም ፍቅርና አክብሮቱ በልቡ ስለነበረ በዝርዝር ያስረዳቸው ይመስለኛል። ተመልሼ ወደ ቢሮ እንደገባሁ ኮሎኔል አፈወርቂ የእኔ ሁኔታ በእጅጉ እንዳሳዘናቸው ካጠቃላይ ሁኔታቸውና ካነጋገራቸው ለመረዳት ቻልኩ። “ከሞት ለማምለጥ ከለላ አግኝተህ ለመኖር መታደልህ መልካም አጋጣሚ ቢሆንም፣ በሌላ በኩል ግን ያለህበት መደበቂያ የማትቃቃመው ዋሻ መሆኑን እንደማታውቅ ተረድቻለሁ። እንኳንስ ለአንተ ለእኛም ከኃይላችንና ከአቅማችን በላይ የሆነ ዋሻ ነው” ይሉኛል። በመቀጠልም ያለህበት የጦር ሠፈር አስተዳደር ለእኛ የደጋፍ ሰጭ ክፍል ነው። በገባነው ቃል መሠረት ታጋዮቹን ተረክበን ስናሰለጥን የሚያስፈልጋቸውን የምግብ፣ መኝታና ሌሎች የየዕለት ፍላጎታቸውንና ሱሳቸውን ለማሟላት የአስተዳደሩ ኋላፊነት ነው። ከነዚህም ኋላፊነቶች አንዱ መንግሥት በተመደበላቸው በጀት መሠረት በየቀኑ ለእያንዳንዱ ታጋይ አንዳንድ ባኮ የኒያላ ሲጃራ በማደል ስልጠናቸውን በተሟላ መልኩ አጠናቀው ወደአገራቸው እንዲመለሱ ለማድረግ ነው። በእናንተ ድክመት ምክኒያት ታጋዮቹ ስልጠናቸውን በተገቢውና በተፈለገው መንገድ ማከናወን እንዳልቻሉ እየተነገረን ነው። አሁን ግን ነገሩ ሁሉ ከአቅምህ በላይ እንደሆ ግልጽ ሆኖልኛል” ይሉኛል። በማያያዝም “የሚሉህን ተቀብለህ በታማኝነት ከተከተልካቸው ነገ ከነገ ወዲያ የሚኒስቴርነት ፍላጎትና ጉጉት ካለህ እንደምትሾም ያለጥርጥር አረጋግጥልሃለሁ። ያለበለዚያ እንደሚፈልጉት ካልሆንክላቸው የተመሰቃቀለ ሕይወትና ኑሮ እንደምትመራ ጥርጥር የለውም። ከአሁን ጀምሮ በእኛ በኩል ለአንተ ከማዘንና ከመቀርቀር በስተቀር ባንተ ላይ ምንም ቅሬታ አይኖረንም።

ያለህበት አካባቢ እኛንም ጭምር ችግር ውስጥ ሊያስገባን የሚችል ኃይል በመሆኑ ልንረዳህ ስለማንችል በጥንቃቄና በዘዴ የመደበቂያ ጊዜህን ፈጽመህ ከአካባቢው ወጥተህ ያለሥራ ተንቀዋለህ መኖሩ ይሻላልና ምርጫው ያንተ ነው” ብለው ድፍን ባለ መልክ ሆኖም ደፍረውና አምነው በቀጥታ ከፖለቲካ መምሪያ ኃላፊውና ከሠራዊቱ ምክትል አዛዥ ፊት መክረው አሰናበቱኝ። አቶ ካሳ ከበደ ማን መሆናቸውንና ለእነሱም ጭምር አስጊ መሆናቸውን ግልጽ አድርገው መንገር አልፈለጉም። ንግግራቸው ሁሉ የባለሙያዎችን ትንተና የሚያስፈልገው ሆነብኝ። በከፊልም ሳይንሳዊ ትንተናም መስሎ ታየኝ። ጭራሹንም የሚናገሩት ሁሉ ስለ አቶ ካሳ ከበደ መሆኑን እንኳን ፈጽሞ አልተጠራጠርኩም ነበር። የመሰለኝ በመከላከያ ሚኒስቴርና በብሔራዊ የፀጥታ ካውንስል ውስጥ ከፍተኛ ቦታ ላይ ካሉት መካከል ነበር። ይህ በሆነ በወሩ የሮበርት ሙጋቤ ሰዎች በሚገቡበት ሳምንት አካባቢ ከትምህርት ሚኒስቴር ተልከው በቋሚነት ለኩባዎቹ አሠልጣኞች በአስተርጓሚነት የሚያገለግሉ መደበኛ መምህራን መካከል ሁለቱን ባንድነት ለማግኘትና ምክር ለመጠየቅ ወሰንኩ። ሁስቱም መምህራን ያሳለፍኩትን የችግርና የመከራ ጊዜ በደንብ ስለሚያውቁ ለጥያቄየ ያለማመንታት

በሚከተለው መልክ አጫወቱኝ። "የቅርብ አለቃህ አቶ ካሳ ከበደ የሊቀ መንበር መንግሥቱ ኃ/ማርያም ወንድም ወይንም አጎት ናቸው ተብሎ ነው የሚታወቀው። አባታቸው ደጃዝማች ከበደ ተሰማ ሲሆኑ የሊቀ መንበር መንግሥቱ ኃ/ማርያም አያት ናቸው ይባላል። ከሞሳድ ጋር በመተባበር የልጅ ልጃቸውን ለማንገስ ሲሉ ግርማዊ ሆይ አይዞዎት እንቅስቃሴውን የሚመራው የእኛው ልጅ ነው እያሉ ንጉሱን እየሸነገሉና እያታለሉ አቀይተው በመጨረሻ በቮልክስዋገን መኪና እንደሌባ አጭቀው ለእስር ቤት፣ ብሎም ለግድያ ያበቃቸው እኒሁ ደጃዝማች ከበደ ተሰማ እንደሆኑ ነው የሚወራው። በመቀጠልም አቶ ካሳ ከበደ ተሰማ ከጦር ሠፈሩ ውስጥም ሆነ በውጭ በሊቀመንበር መንግሥቱ ስም ለግላቸው በሚጠቅም ሁኔታ ብዙ ጉዳዮችን ፈጽመዋል/ አስፈጽመዋልም። ስብሰባ ላይም ሆነው የስብሰባው አዝማሚያ እሳቸው ወደሚፈልጉት አቅጣጫ እንዲጓዝ ሲፈልጉ ድንገት ይነሱና አሁን ደግሞ ለምን ይሆን ይህ ሰውየ የፈልገኝ/የሚጠራኝ በማለት ቶሎ ስብሰባው እሳቸው በሚፈልጉት መንገድ እንዲጠናቀቅ እያስደረጉ ያሰወሰኗቸው ጉዳዮች ብዙ ናቸው። ያለበለዚያም ከስብሰባ ላይ ተነስተው በመሄድ ከሊቀመንበር መንግሥቱ ጋር ከፍተኛ ጉዳይ እንዳላቸው በማስመሰል በተዘዋዋሪ እያስፈራሩ ያስወሰንቸው ጉዳዮች ብዙ ናቸው። ይኸ ሰውየ የሚሉት ሊቀመንበር መንግሥቱን መሆኑ ነው። ስለሆነም የሚያቀርቡትን ሀሳብና የሚያስተላልፉትን ትእዛዝ የሚቃወምና የሚያጉረመርም አልነበረም። አልፎም ከየሚኒስቴሩ የሚፈልጓቸውን ግለሰቦች የግል ማሕደር ሊቀመንበሩ አዘውኛል እያሉ ፋይላቸውን በማስወጣት የብዙ የቀድሞ ሰዎችን ረድተዋል፣ ባንፃሩ ደግሞ ሌሎችን ጎድተዋል። እንደ ሊቀመንበሩ እሳቸውም ቅን፣ የዋህና ሀቀኛ የሆኑ ጠንካራ ሰዎችን ስለሚፈሩ ጎድተዋል፣ ያርቃሉ፣ አያቀርቡም፣ አሳስረዋልም" በማለት በዘርዝር አጫወቱኝ።

በስብሰባ ላይ ይህ ሰውየ ለምን ይሆን የሚፈልገኝ ብለው ከስብሰባ ተነስተው መሄድን አስመልክቶ አልተጠራጠርኩም እንጂ እራሴም በተደጋጋሚ ያዳመጥኩት አጋጣሚዎች ነበሩ። እኒሁ ሁለት የቀድሞ መምህራን ጓዶቼ በመቀጠል "የኮሎኔል አፈወርቂም ጭንቀትና ፍራቻ የአንተ ጉዳይ አሳስቧቸው ነው ከተደበክበት ዋሻ ቶሎ ብለህ ወጥተህ የዘመድና የጓደኞችህ ሸክም ሆነህ ያለሥራ መንከራተቱ ይሻልሃል ያሉት። አቶ ካሳ በሚፈልጉት መንገድ ከሄድክላቸው በማሾም ሰማይ ይሰቅሉሃል። በከፍተኛ የዝርፊያ ተግባር ብትሰማራ ከጎንህ በመቆም ይጠብቁሃል። በኢትዮጵያ ውስጥ ሊቀ መንበር መንግሥቱ ኃ/ማሪያም የሚመኩባቸው የቅርብና የልብ አማካሪዎች ሁለት ግለሰቦች አቶ ካሳ ከበደ ተሰማና የእኛው መሀይሙ የትምህርት ሚኒስቴሩ ባልደረባ አቶ አሥራት ወልዴ ናቸው። ከአንተ ጋር ያሉት 99% እሳቸው ከሞትና ከእሥር ያተረፏቸው የቀድሞ ከፍተኛ ባለሥልጣን ሰዎችና ቤተሰቦች ናቸውና ከልብ ይፋቀራሉ፣ ይከባበራሉ፣ አልፎም አንዳንዶቹ በዝምድና፣ በአበልጅነትና በጋብቻ የተያያዙ የቤተሰብ ማሕበርተኞች ናቸው። ይኼ ባሪያ፣ ይህ ምናምንቴ እያሉ ቢያነሱልህ ምንም መልስ አትስጣቸው አሉኝ። አቶ ካሳ ክበደም ለማስመሰል እነዚህ አድጎሪያን፣ ለውጥ

የማይገባቸው፣ ደንቀሮ መሀይሞች እያሉ ሰው ፊት ይስድቧቸዋል። እንዳይመስልህ ሲያስመስሉ ነው፣ እንዲያውም አንተ የዘውዱን ሥራዓት ተጋፍተህ በመሸፈትህ በጎ አመለካከት ላይኖረው ይችላል" በማለት ግልጽልጽ አድርገው መከረው አሰናበቱኝ። ሻለቃ መንግሥቱ ኃ/ማሪያም ከዝቅተኛ ቦታ ላይ አንስተው ባንድ ጊዜ ከፍተኛ ከሆነ የፓርቲና የመንግሥት ሥልጣን ላይ ያስቀመጧቸው ሁለቱን የቅርብ ዘመዶቻቸውን አቶ አስራት ወልደየስንና አቶ ካሳ ከበደ መሆናቸውንና ለሁለቱም ዘመዶቻቸው ሥልጣን ብቻ ሳይሆን የግል አማካሪነትም ጭምር መስጠታቸውን አስመልክቶ የትዮጵያ ሕዝብ በገሀድ የሚያውቀው ሀቅ ሆኖ ተገኝቷል። ተስፋየ መኮንንም ይህንኑ ጠቅሶታል (174)። አቶ ካሳ የኢሠፓ የውጭ ግንኙነት ሃላፊ ሆነው እስከመጨረሻው ቀይተዋል።

አቶ ጌታቸው ዘውዴ 'ባርያው'፣ 'ወንድሙ' እያሉ በተደጋጋሚ የሚቀባጥሩልኝ ለካስ ኮሎኔል መንግሥቱ ኃ/ማርያምንና አቶ ካሳ ከበደ ተሰማን እንደነበር ከዚያን ዕለት ጀምሮ ተገለጸልኝ። ይህ ሁሉ ሲሆን የዝምባብዌ ታጋዮቹ እሮሮና ጩኸት በየዕለቱ ለአቶ ካሳ ከበደ ተሰማ በጎን እንደ ቲያትር ሆኖ ይደርሳቸው ነበር። ታዲያ አድራሾቹ እነዚሁ አድኃሪያን እያሉ የሚኮንኗቸው የቀድሞ ሹማምንቶች ነበሩ። ለካስ አቶ ካሳ ከበደም ሆኑ አድኃሪያን እያሉ የሚኮንኗቸው የጥቅምና የመደብ ወገኖቻቸው ሁሉም በጣም አድርገው ወደውኛል፣ ምክኒያቱም የአቶ ካሳ ከበደ ተሰማን ምክር ተቀብየ በተግባር በማዋሌና ሌላ አካባቢ ሄጀ ቅሬታየን ባለማሰማቴ፣ እሳቸው ጋር እንኳን ቀርቤ ሪፖርት አለማድረጌ፣ ችግሩን ሁሉ ችየና ተቃቁሜ በመገኘቴ ይህ ሰው ጠንካራ ነውና ለወደፊቱ ከፍተኛ የዝርፊያና የብዝበዛ ቡድናችውና በተለይም ግን ኃይላቸውን/ሥልጣናቸውን ለማሳየት በሚያደርጉት ጥረታቸውና ትትታቸው ታማኝና ጠንካራ ዘበኛ የሚሆንላቸውና ብሎም ወደፊት ከፍተኛ እምነትን የሚጠይቅ ኋላፊነት ላይ ሊያስቀምጡት የሚችል ታማኝ ሰው እንዳገኙ በልቦናቸው ተማምነው በመወሰናቸው ነበር። አንድም ጊዜ እንኳን አቶ ካሳ ከበደ ጋር ቀርቤ ያለውን ችግርና የታጋዮቹን ኡኡታ አስረድቼም አላውቅም ነበር። ስለ ፕሮጀክቱም እንቅስቃሴ ሲጠይቁኝ ምንም ችግር እንደሌለ አድርጌ ነበር የምመልስላቸው። በዚህ ሁሉ ኮርተውብኛል፣ ወደውኛልም፣ እንዴት ያለ ትልቅ ሰው፣ እንዴት ያለ ጨዋና የተማረ አዋቂና ብልህ ሰው ነው ብለው እምነት ጥለውብኛል። ለሁሉም ተከታዮቻቸው ስለእኔ ትልቅነትና አዋቂነት ማስተዋወቅ ቀጠሉ። ላጭር ጊዜም ቢሆን የእኔ አምባሳደር በመሆን ስለእኔ ትልቅነትና አስተዋይነት ዘመቻ ተያያዙት። አድቤ በዚሁ ብቀጥል ኖሮ ለመልካምና ታማኝ አገልግሎቴ በእርግጥም በአርቲፊሻል ሹመት ሰማይ ሊሰቅሉኝ እንደነበረ ጥርጥር አልነበረውም። ያለበለዚያም የአንዱ ሀገር አምባሳደር ሆኜ ተሹሜ ከሳቸው እንደምሰናበት ወይንም እንደድኩማን ማቃቃሚያ ድርጅት ቀኝ እጃቸው እንደነማንኩልህ በተባበሩት መንግሥታት ከፍተኛ ሹመት አስገኝተው እንደሚሸኙኝ ጥርጥር አልነበረንም። ምስጋና ለሚሊሺያ የፖለቲካ መምሪያ ኋላፊውና ለሚሊሺያው ዋና አዛዥ ለኮሎኔል አፈወርቅ ወ/ኪዳን፣ እንዲሁም

ለኮስታራው ወታደር ለኮሎኔል ጌታነህ ኃይሌ እና ለሁለቱ የቀድሞ የትምህርት ሚኒስቴር ወዳጆቼ ሁሉ ምስጢር ግልጽ ሆነልኝና ከሕሊና ፀፀትና ወቀሳ ነፃ ወጣሁ። እስከዚያ ጊዜ ድረስ በአቶ ካሳ ከበደ ተሰማ ምክር ዓዕምሮየ ተታሎ ከመርሔና ከዓላማየ ውጭ የሀሰተኞችና የተንኮለኞች ተባባሪና መሳሪያ ሆኜ መቆየቴ አሳዘነኝ። ከአሁን በኋላ እንዳለፈው መቀጠል ስለማይኖርብኝ በቃል ለመጀመሪያ ጊዜ ሪፖርት ለማድረግ በዕለተ እሁድ አዲስ አበባ ግንፍሌ ከሚገኘው አቶ ካሳ ከበደ ተሰማ መኖሪያ ቤት ሄድኩኝ። የተለመደውን ቁርስ በሚገባ በላሁ። ምን እንዳመጣኝ ጠየቁኝ። ቡና እየጠጣሁ ችግሩን በሙሉ ገለጽኩላቸው። ብዙ መወያየት አልፈለጉምና ባጭሩ እኒህ ደንቀሮ አድሀሪዎች፣ ለውጥ የማይገባቸው ፊውዳሎች በማለት የተለመደውን የስድብ ውርጅብኝ አርወረዱባቸው። ግድ የለም አሁን አዲስ አበባ ትንሽ ተዝናንተህ ሂድ፣ እኒህን ሌቦች እኔ ነገ አነጋግራቸዋለሁ ብለው ሸኙኝ። የተለወጠ ወይንም የተሻሻለ ነገር የለም። እንዲያውም ያነጋገሯቸውም አይመስለኝም። የጆሹዋ ንኮሞ ታጋዮች ሥልጠናቸውን አጠናቀው ተመርቀው ታጥቀውና ለብሰው በድብቅ ወደ ደቡብ አፍሪቃ አካባቢ ሄዱ። ወዲያውኑ የሮበርት ሙጋቤ ታጋዮች ገቡ። ሲጃራን አስመልክቶ የፊተኞቹ ያጋጠማቸውን ችግር አስቀድመው መረጃ በማግኘታቸው ወዲያውኑ ኡኡታና አቤቱታቸውን ተያያዙት። በስልጠናቸውም ላይ ተፅዕኖ ማሳደሩን አስልጣኞቹ እየመጡ በኃዳዊነት መንፈስ ያማክሩኝ ጀመር። እንደተለመደው ከሚመለከታቸው የአስተዳደሩ ሀላፊዎች በተለይም ከነአቶ ጌታቸው ዘውዴና ከአቶ ንጉሴና ከዕቃ ግዢዎቹ ከነሻምበል ጳውሎስና አቶ አደመ ጋር ሙግት ተያያዝኩ። በዚህ ዓይነት ሁኔታ የሙጋቤ ቡድን ወደ አገራቸው ሊመለሱ የሚቀራቸው ሦስት ወር ብቻ ቀረው። ከኀሊናየ ነፃ ለመሆንና መርሔን እንዳልጣስኩ ለሰማዕታቶቼ በመንፈሳቸው ለማረጋገጥ ቀንጆ የሆነች አንዲት ገጽ ደብዳቤ በማርቀቅ ደጋግሜ በማንበብ በአድራሻ ለአቶ ካሳ ከበደ አድርጌ በግልባጭ ለሚሊሽያ ጦር ዋና አዛዥና ለሚሊሺያ የፖለቲካ መምሪያ ኋላፊ አዘጋጅቼ ላኩኝ።

የአቶ ካሳ ከበደን እራሴ አዲስ አበባ እሁድ ቀን ቤታቸው ሄጄ ቁርስ ካደረኩኝ በኋላ የመጣሁበትን ሲጠይቁኝ ጌታየ ይህችን ደብዳቤ እንድታዩልኝ ነበር የመጣሁት አልኳቸው። ደብዳቤዋን ከአነበቡ በኃላ ታች ዝቅ ብለው ሲመለከቱ ደብዳቤው ግልባጭ አለው፣ ለዚያውም ለባላንጣዎቹ ለሠራዊቱ አዛዥና ለፖለቲካ መምሪያ ኃላፊው ነበር። ባላንጣዎቹ በዚያን ዘመን ከልባቸው የሀገርን ዳር ድንበር ማስከበር እንጂ ዝርፊያና ስርቆት ወይንም ሌላ ከይሲያዊ ተግባርና ሴራ አያውቁም። አቶ ካሳ ከበደ ደብዳቤዋን ሲያነቡ አንገታቸውን ቀና አድርገው እየተመለከቱኝ ማስታወሻዋን ወደ ወለሉ አቅጣጫ ወረወሯት። ድንገት ከንፈራቸውና ጉንጫቸው አካባቢ ቀስ አድርጌ ስመለከት ቁርጥ ሊቀ መንበር መንግሥቱ ኃየለማሪያምን መስለው ታዩኝ። ፊታቸው ተኮሰታተረ። በድንጋጤም፣ በአክብሮትም ነገረኛዋን ማስታወሻ ከወለሉ አንስቼ ልሰጣቸው ልሞክር ስል በቁጣ መልክ ተወው እዚያው ይሁን አሉና ሌላ ምንም ሳይሉኝ ወደ ሥራህ ተመልሰህ ሂድ

ብለው አስናበቱኝ። የተቀየረ ወይንም የተሻሻለ ጉዳይ የለም። ሰኞ ዕለት ኮሎኔል አፈወርቅ ወ/ኪዳን ቢሮ ባስቸኳይ ተጠርቼ የሚሊሺያ ሠራዊት የፖለቲካ መምሪያ ኃላፊው የጻፍከው ደብዳቤ ግልባጭ ለሁለታችን ደርሶናል። ሆኖም ዋናውን ደብዳቤ ለአቶ ካሳ ከበደ ሳትልክ ለእኛ የተላከውን ሰብስብና ግልባጩን ሰርዘህ ቀጥታ ለእሳቸው ብቻ አድርገህ ብታቀርብላቸው መልካም ነው ብሎ ይመክረኛል። ለአቶ ካሳ ከበደ በትናንትናው ዕለት እራሴ ቤታቸው ሄጄ የሰጠኃቸው መሆኑን ገለጽኩለት። የመጨነቅ ስሜት ከፊቱ ላይ አነበብኩ፣ ሆኖም ሊገልጽልኝ ባለመፈለጉ ቀስ አድርጎ አዝናንቶ ሸኘኝ። የሚሊሺያ ሠራዊት ባለሥልጣኖችን ያስጨነቃቸው ከአቶ ካሳ ከበደ ውጭ ለሌሎች ባለሥልጣኖች በግልባጭ ማሳወቄ አቶ ካሳ ከበደን እንደሚያስቀጣና በእኔ ላይ ችግር እንደሚፈጥሩብኝ በመገመታቸው እንደሆነ ገባኝ። በዚህ ሁኔታ እንዳለሁ ሰልጣኞቹ የአንድ ወር ተኩል ጊዜ ሲቀራቸው በድንገት በአስተዳደሩ ድርጅታዊ ተቋም ጥናት ውስጥ ከጦር ሰፈሩ ዋና አስተዳዳሪ ጋር ሆኜ እንድሰራ መታዘዜን የሚገልጽ ደብዳቤ በአቶ ካሳ ከበደ ተሰማ ተፈርሞ ደረሰኝ። የጦር ሠፈሩን ድርጅታዊ መዋቅር ጥናት በማካሂድበት ጊዜ የጎላ ችግር ወይንም መሰናክል ሳያጋጥመኝ የጥናቱን ዉጤት አጠናቅቄ ለአቶ ካሳ ከበደ እንዳቀረብኩ በፈገግታ "ከምስጋና" ጋር ተረከቡኝ።

10.6. የማስትሬት ድግሪ ያላቸው ሦስት የመፀዳጃ ቤት ሠራተኞችን ፈልፍየ ማውጣቴና ያስከተለብኝ ያልታሰበ አባሴ

አዲስ አበባን ከኢሕአፓ ለማጽዳት በከተማው የሚገኙት የቀን ሙያተኞችና ሥራአጦችና ቦዘኔዎች እንዲሁም በከተማው ተሰራጭተው የነበሩትን ወጣት "የሴተኛ አዳሪዎች" እና ቦዘኔ ሴቶች ለኢሕአፓ ሽፋን ይሆናሉ ተብሎ በመገመቱ በሙሉ አፍሰው ታጠቅ ጦር ሠፈር ወስደው የሚሊሽያ ስንቅ አምራች ላብአደርና የጦር ሠፈሩ ጽዳት ሠራተኞች ሆነው እንዲሰሩ ተደርገዋል። አብዛኛዎቹ ታፍሰው ታጠቅ ጦር ሠፈር የገቡት ወጣት "ሴተኛ አዳሪዎች" ሆኑ የቀን ሙያተኞች "ኩሊዎች" ከአሰሳ ሕይወታቸውን ለማዳን በሽፋንነት ሴተኛ አዳሪ ወይንም የቀን ሙያተኞች "ኩሊዎች" በመምሰል ተሰማርተው የነበሩ የሁለተኛ ደረጃ ትምህርት ቤት ከዚያም የአንደኛንና ሁለተኛ ዓመት ዩኒቨርሲቲን ያጠናቀቁና አልፎም የመጀመሪያና የማስተርስ ድግሪ የነበራቸው የኢሕአፓ አባላት ነበሩበት። አንተነህ፣ ለይኩንና ሚሊዮን ሙሉጌታ የተባሉ ሶስት የማስትሬት ድግሪ ያላቸው የኢሕአፓ አባሎች በአሰሳ ወቅት መሄጃና መጠለያ ያልነበራቸው በመሆኑና ፓርቲው ምንም ያዘጋጀላቸው ነገር ባለመኖሩ በድንገት ችግር ውስጥ በመዘፈቃቸው ማንነታቸውን ለመደበቅ በአዲስ አበባ የቀን ሙያተኛ 'ኩሊ' መስለው እየሰሩ ሰነበቱ። ለይኩን "የክሊኩ" ጠንካራ ደጋፊ ሆኖ የቀየ ሲሆን አንተነህ ደግሞ በድርጅቱ የአመራር እምብርት/ክሊክ "በአንጃነት" ተጠርጥሮ ከደርግና ከድርጅቱ አመራር እምብርት/ክሊክ ግድያ ተደብቆ ኩሊ መስሎ ሲሰራ ታፍሶ የገባ ነው። ለይኩን፣ አንተነህና ሚሊዮን ከ1969 ዓ. ም. ማገባደጃ ጀምሮ በታጠቅ ጦር ሠፈር በቆሻሻ መኪና ሠፈሩን በመዞር ቆሻሻ

መሰብሰብና በየቦታው የሚገኙትን የመጸዳጃ ቦታዎችን በማጽዳት ሥራ ተመድበው በማገልገል ላይ የነበሩ ናቸው። እንደእኔው ሶስቱም ደመዎዝ አልነበራቸውም፣ እንደማናቸውም ላብ አደሮች/ወዝ አደሮች በጦር ሠፈሩ ውስጥ መኝታ ይኖራቸዋል፣ በሠራተኛ ምግብ ቤት በነፃ ይመገባሉ። እኒህን ሶስት ምሁራን ከዚያ ሁሉ የጽዳት ሠራተኛ መካከል ፈልፍየ ማውጣቴ ድርጊቴ በእቶ ካሣ ከበደ ተሰማና በጭፍሮቻቸው በነ አቶ ጌታቸው ዘውዴ ኢሕአፓ የሚባለው በሽታ ከደሜ ጽድቶ እንዳልወጣ በማስረጃነት በመጠቀም የኃላ ኃላ በፀረ-አብዮተኛ፣ በአናርኪስቶችና በወንበዴዎች ወኪልነት ለወነጀሉኝ ውንጀላዎች እንደ አሳማኝ ማስረጃ ሆነላቸው። ከሶስቱ ምሁራን በተለይም ከሁለቱ የቀድሞ ኢሕአፓዎች ከነበሩት ለይኩንና አንተነህ ጋር የቀድሞ ትውውቅ ያለኝና ሥራየ ብየ በግዳጅ መልክ እንደፈጸምኩት አስመስለው አቀነባብረው አቀረቡ። ሚሊዮን ሙሉጌታ ሶቪየት ሕብረት ተልኮ የማስተሬት ዲግሪ ይዞ የተመለሰ ምሁር ከመሆኑ በስተቀር፣ ለምን ኩሊ መስሎ ሲንቀሳቀስ ታፍሶ ወደ ጦር ሠፈሩ ሊገባ እንደቻለ ለማጣራት ሳልችል ጭራሽኑ ጦር ሠፈሩን ለቅቄ ወጣሁ። ምንም እንኳን በዓመት ቢለያዩም ለይኩንና አንተነህ ከነጌታቸው ማሩ፣ ከውርቁ ገበየሁ፣ ፀሎተ ሕዝቅያስ፣ ግርማቸው ለማ፣ ዘሩ ክህሸን፣ ዳዊት ስዩምና ሌሎች ጋር በአንድ አካባቢ በካምፓስ የኖሩ ወገኖቼ እንደነበሩ ገለጹልኝ። እነዚህን ሶስት ምስኪን ወንድሞቼን ስረዳ ወንጀዮቼ እንደሚሉት ሌላ ስውር ዓላማና ተልዕኮ ኖሮኝ ሳይሆን ወይንም ኢሕአፓ ስለነበሩ ለኢሕአፓ ብየም አልነበረም። ፍጹም ኢትዮጵያዊ በሆነ መንፈስ ኢትዮጵያዊ ግዴታየ አድርጌ በመቁጠሬ ማስተርስ ድግሪ ያላቸውን ባለሙያዎች አቶ ካሣ ከበደ ወይንም ጦር ሠፈሩ ባግባቡ ቢጠቀሙባቸው ይበልጥ ይጠቅማሉ ከሚል ቀና አስተሳሰብ ነበር። አቶ ካሳ ከበደ ተሰማ አዲስ አበባ ካለው ጽ/ቤታቸው እንድቀርብ መልዕክት ተላለፈልኝ። በቀጠሮው ሰዓት ቢሯቸው ተገኝቼ ሪፖርት አደረኩ። በጦር ሠፈሩ ላይ አሻጥር ለማከናወን ልዩ ተልዕኮ ከሌለህ በስተቀር አደራ የጣልኩብህ ኢሕአፓዎችን እያፈላለክ እንድታሰባስብ ሳይሆን ጦር ሠፈሩን በተመለከቱ ጉዳዮች በቅርብ እንድትረዳኝ ነው። ስለሶስቱ የቀድሞ ጓዶችህ ወደ ኃላ እንነጋገርበታለን። የሚቀጥለው ዋናው ተግባርህ የጦር ሠፈሩ ከተቋቋመበት ጊዜ ጀምሮ ያከናወናቸውን የሥራ ክንውን ሪፖርት እንዲቀርብለት የጊዜያዊ ወታደራዊ አስተዳደር መንግሥት ስለተጠየቅን ሪፖርቱን አጥንቶ የሚያቀርብ ኮሚቴ ተቋቁሟል። አንተ የተቋቋመው ኮሚቴ ሊቀ መንበር ሆነህ ታገለግላለህ። በሪፖርቱ ውስጥ የተካተተው ማናቸውም መረጃ ሁሉ ወጪም ገቢም ሆነ ሌላም ሁሉ የሀገሪቷ ምስጢር በመሆኑ በጥብቅ መጠበቅ ይኖርበታል። ስታስረክብ ማናቸውም ኮፒ ሁሉ ማስረከብ ይኖርብሀል። ምንም ኮፒ ካንተ ጋር ሊኖር አይገባም ብለው ጥብቅ ማስጠንቀቂያ በመስጠት አሰናበቱኝ። በሦስተኛው ቀን "የታጠቅ ጦር ሰፈር ከተቋቋመበት ቀን ከሚያዚያ ወር 1969 ዓ. ም. አንስቶ እስከ አሁን ድረስ ያከናወናቸው ሥራዎች ሪፖርት በአስቸኳይ ተዘጋጅቶ እንዲቀርብ ከጊዜያዊ ወታደራዊ አስተዳደር ደርግ ስለታዘዝን አቶ ቀለመ ቦጋለና አቶ የሻነው ከልክሌ አባል

ሆነው በእርስዎ ሰብሳቢነት ሪፖርቱ በአጭር ጊዜ ውስጥ ተቀናብሮ እንዲቀርብልኝ እያስታወቅሁ፣ የዚህ ደብዳበ ግልባጭ የደረሳችሁ የሥራ ክፍሎችና ግለሰቦች ኮሚቴው የሚፈልገውን መረጃ በማቅረብ ሪፖርቱ ባስቸኳይ ይጠናቀቅ ዘንድ ኮሚቴውን እንዲተባበሩ በጥብቅ አሳስባለሁ" የሚል ደብዳቤ በአቶ ካሳ ከበደ ተፈርሞ ደረሰኝ። የኮሚቴው አባላት የተሰጠንን የጦር ሠፈሩን ጥናት ኃላፊነታችንን ለመወጣት የበኩላችንን እየተፍጨረጨርን ሳለን አያሌ አስደንጋጭና ከባድ ክንውኖችን ኮሚቴው ይደርስበታል። ማናቸውንም ሰነዶች ከሚመለከታቸው ኃላፊዎች ተቀብለናል።

የሚመለከታቸው ለጥያቄዎቻችን ሁሉ ተገቢውን ምላሽ ሲሰጡን የትም አይደርሱም፣ ሪፖርቱ በመጨረሻ አቶ ካሳ ከበደ ጋር ነው የሚቀረው፣ ከዚያም ደብዛውን ያጠፉታል በሚል መኩራራትና መተማመን ጥያቄአችንን በደንብ ያስተናግዱልን ነበር። አንዳንድ sensitive የሆኑ ሰነዶችና ማስረጃዎች ከሪፖርቱ ጋር እንዳይገቡ ሁለቱ የኮሚቴ አባላት እኔን ይቃወማሉ። ከባድና አስጨናቂ ከነበሩት ጉዳዮች ጋር ሲነፃፀር ቁም ነገር የሌላት በጣም ርካሽና አተራ የሆነች አንዲት አነስተኛ ምሳሌ ላቅርብ። በቀረቡት ሰነዶች ላይ የኒያላ ሲጃራ ሁለት ሺሕ በላይ ለሆኑ የጆሽዋ ንኮሞ ታጋዮች ለእያንዳንዳቸው በቀን አንዳንድ ፓኬት የኒያላ ሲጃራ ለስድስት ወር፣ እንዲሁም ሁለት ሺሕ በላይ ለሆኑ የሮበርት ሙጋቤ ታጋዮች ለእያንዳንዳቸው በቀን አንዳንድ ፓኬት የኒያላ ሲጃራ ለስድስት ወር የኒያላ ሲጃራ እንደታደለ ተገርጎ ወጭ ሆኗል። ወጭ ሆኖ ለታጋዮቹ በገቢር የታደለው ከላይ አካባቢ እንደተገለጸው ለጆሹዋ ኑኮሞ ታጋዮች ለመጀመሪያዎቹ ጥቂት ቀናት ብቻ አንድ ፓኬት ኒያላ ሲጃራ ሲታደላቸው ቀሪውን ጊዜ ግን አንድ ባኮ የቅጠለወርቅና ግሥላ ሲጃራ በመቀያየር በየአራት ቀን ሲታደሉ ነው የቀዩት። ከነጭራሹ የሮበርት ሙጋቤ ታጋዮች እኔ እስካለሁ ድረስ ኒያላ የሚባል ሲጃራ አያውቁም ነበር። አቶ ቀለመ ቦጋለና አቶ የሻነው ከልክሌ ሁለቱም ሠራተኞች የድኩማን ማቋቋሚያና ማደራጃ ድርጅት ባልደረቦች ሲሆኑ ጦር ሠፈሩን በተደራቢነት የሚያገለግሉ የአቶ ካሳ ከበደ ታማኝ ሎሌ ነበሩ። ከሪፖርቱ ጋር እንዳይገቡ የሚፈልጉበትን ምክኒያት ስጠይቃቸው አቶ ካሳ ከበደ ያጠፉናል፣ አይሆንም ብለው አምረው እርይ ይላሉ። አቶ ካሳ ከበደ ሪፖርቱ ካልሆነ ቦታ ሄዶ ቢገኝ እንጂ ትክክለኛና የተሟላ ሪፖርት ስናቀርብላቸው በጣም ደስ ይላቸዋል እንጅ አያስቀይማቸውም ብየ ለማሳመን ሞከርኩ። አይምሰልህ፣ አቶ ካሳ ከበደ እየሳቀ ነው የሚነክስህና የሚያጠፋህ። አንተ ካሳ ከበደ ማን መሆኑን ገና አላወከውም እያሉ በማስፈራራትና በማስጨነቅ መንፈስ ምዝበራንና ስርቀትን አስመልክቶ ምንም እንዳይጠቀስ በመማፀን ሊያግባቡኝ ጣሩ። የማላደርገው መሆኔን እንዳረጋገጡ ሰነዶቹ ሪፖርቱ ውስጥ መግባታቸው ሰውን ሁሉ እርስ በርሱ ያናክሳል፣ እኛንም ከባድ ችግር ላይ ይጥለናል ይቅርብን ብለው እራሳቸውን ከኮሚቴው አገለሉ። ከነበሩት የቀድሞ ባለሥልጣኖች መካከል የማምናቸውና የማከብራቸው ኮሎኔል ጎሹ ወልዴ ከተነሱ በኃላ የትራንስፖርቱ ክፍል ኃላፊ ሆነው የተመደቡት በቀድሞው ዘመን የገንዘብ ሚኒስቴር ሚንስትር

የነበሩት የአቶ ይልማ ድሬሳ ልዩ ፀሀፊ የነበሩትን ጎጃሜ (ስማቸውን ዘነጋሁኝ) አማከርኳቸው። እኒህ የማምናቸው ግለሰብ ሌላ ምንም ሳይሉኝ ሁለቱ የኮሚቴው አባላት ያሉህን ብትሰማቸው መልካም ነው ብለው ሸኙኝ። አያሌው ከበደ ተሰማ የሚሰራበትን ትልቅ የደህንነት ድርጅት አለቃው ተነስተው እራሱ ሙሉ በሙሉ በቁጥጥሩ ሥር ካዋለበት ጊዜ ጀምሮ ልክ እንደ ታላቅ ወንድሙ አቶ ካሳ ከበደ ተሰማ የራሱን ሥርወ መንግሥት በመገንባት ላይ ስለነበር የሠፈሩን የምንሊክንና የጃን ሜዳን ልጆች እና ከአቶ ካሳ ከበደ ሰዎች እያሰባሰበ ድርጅቱን በሰው ኃይል አጠናክሮት ነበር። ሁለቱ የኮሚቴው አባላት በአያሌው ከበደ ተሰማ ድርጅት ተዛወሩው የሻነው በአስተዳደር ኋላፊነት ተሹሞ ይሰራ እንደ ነበር ለማወቅ ችያለሁ።

መጋቢት 29 ቀን 1971 ዓ. ም. ማክሰኞ ዕለት ከቀኑ 11፡30 እስከ ንጋቱ 11፡00 ሰዓት ድረስ በአቶ ካሳ ከበዴ ሰብሳቢነት በታጠቅ ጦር ሠፈር ሌሊቱን ሙሉ ባለማቋረጥ ስብሰባ ተካሂዶ በእኔና በስምንቱ ምስኪን ወጣቶች ላይ የሌለብንን አበሳና ውንጀላ ደረደሩብን። ሁሉም ያተኮረው ያው መከረኛ የማይደርቅ ፀረ-አብይተኛና ፀረ-ኢትዮጵያ አንድነት ስሜ ጋር በማያያዝ ነበር። ወንበዴ የነበረ፣ ድልድይና ትምህርት ቤቶችን በፈንጂ ሲያፈርስ የቀየ፣ አናርኪስት ቅጥር ነፍሰ ገዳይ የነበረ፣ ስንቱን ሺህ ንጹሀንን በፈንጂና ያስፈጀ ወንጀለኛ እንደገና እዚህ ገብቶ በተሰጠው ግዳጅ መሰረት አናርኪስቶችን ከተደበቁበት የወዝ አደር ሥራ ፈልፍሎ በማውጣት አቶ ካሳ ከበደ ተሰማን በማወናበድ ቦታ አሲያዛቸው። አደገኛ የወንበዴዎች ወኪል እንዴት አድርጎ ጦር ሰፈሩን ከለላ አድርጎ ሊገባ ቻለ? ብለው ጥያቄም ጭምር ለአቶ ካሳ ከበደ አቀረቡ። ይባስ ብሎም ወጣቶቹን ለፀረ አብዮተኝነት ተግባሩ በማስተባበር ላይ እንዳለና የጦር ሰፈሩን መኪናዎችን ሁሉ አስተባብሮ ወደ ጎንደርና ወደ ኤርትራ ለማጋጋዝ ሌሊት ሲመካከሩ ሰምተናል፣ በየጊዜው ሌሊት ከቤቱ ስብሰባ ያካሂዳሉ በማለት በሀሰት ጨክነው የወንጀል ዓይነቶች ደረደሩብኝ። በደፈናው በአቶ ካሳ ከበደ ግፊትና አይዟችሁ ባይነት ሆን ተብሎ የተፈጸመ የፈጠራ ውንጀላ ነበር። ከተባሉት ወጣቶች ጋር የተደረገ ስብስባ ፈጽሞ አልነበረም፣። ከቤቴ ውስጥ እንዲገቡ እንኳን ፈቅጄላቸው አላውቅም እንኳንስ ገብተው ስብሰባ ለማካሄድ ቀርቶ። በእርግጥ እንደታላቅ ወንድማቸው በማየትና በመቀርቀር ያከብሩኛል። ዕረፍት ሲሆኑ ከእኔ መለየት አይፈልጉም። አስተምራቸዋለሁ፣ እመክራቸዋለሁ፣ ከእኔ ጋር ሲሆኑ ደስታ ይሰጣቸው ነበር። በስሜ አይጠሩኝም ነበር። በእነሱ ዘንድ የምታወቀው 'ሽማግሌው' በመባል ነበር። አቶ ካሳ ከበደ አደገኛ የጭካኔ ዱላቸውን ለመሰንዘር የሚጠባበቁት የኮሚቴውን የጦር ሠፈሩን ጥናት ውጤት ነበር። የመጀመሪያው የጦር ሠፈሩ ዋና አስተዳዳሪ ሻለቃ ተፈራ ወ/ትንሳይ እንደተነሱ አቶ ካሳ ከበደ በተደራቢ የጦር ሠፈሩ ዋና አስተዳዳሪ ከሆኑ ጀምሮ ጦር ሰፈሩ ከሳቸው ጋር ቅርበትና ዝምድና ላላቸው ለቀድሞው ከፍተኛ የመሳፍንቱና የመኳንንቱ ቤተሰቦችና ለደርግ አባላትና በደርግ ጽ/ቤት አካባቢ ለሚሰሩ ከፍተኛ ወታደራዊ ባለሥልጣናት

ቤተሰቦች ሕይወት አድን ዋሻና መደበቂያ ቦታ ሆኖ ነበር የቀየው። ስብሰባውን ከመዝጋታቸው በፊት ከወስላታዎችና ከዱርየዎች እንጂ በፍጹም ከአንድ ሀገር መሪ እኅት/ወንድም ከሆኑት ከአቶ ካሳ ከበደ የማይጠበቅ ተደኛና አሳፋሪ ንግግር ለአንጋቾቻቸው እንዲህ አሉ፣ "አቶ አያሌው መርጊያ የቀድሞው ፖሊስ የመቶ አለቃ የነበረ መሆኑን አላውቅም ነበር። ወደዚህ መምጣቱም ሥራ አጥቶ ወይንም ችግር አጋጥሞት ሳይሆን በነሻለቃ ፍስሐ ደስታ፣ በኮሎኔል ተካ ቱሉና በተስፋየ ወ/ሥላሴ መመሪያ እኛን ሊከታተል ተልኮ የመጣ መሆኑን ከጥቂት ቀናት በፊት ደረስኩበት። ለተጠቀሱት ባለሥልጣናት ታማኝነቱን የሚገልጽ እያስመሰለ ከእነሱ የተሰጠውን ግዳጅ ሽፋን በማድረግ ሁለት ሥራ ይሰራ እንደነበር ደረስንበት። በእኛ ላይ ክትትል በማካሄድ ለደርግ ባለሥልጣኖች የተሰጠውን ተግባር ሽፋን በማድረግ የባዕድ ተልኮውን ጠንክሮ ይሰራ እንደነበር ደርሰንበታል። አስፈላጊው ምርመራ እንደሚያካሂድ ገልጸው ተሰናብተዋቸው ሄዱ። አያሌው የደርግ ሰላይ በመምሰል ከውጭ ሀገር የተላከበትን ተልዕኮ ያከናውን የነበረ አደገኛ የጠላት ወኪል ነው፣ በጦር ሠፈሩ ላይ አደጋ ከማድረሱ በፊት የተባረከው የደጃዝማች ልጅ ማንነቱን ጎልጉሎ በማውጣት አጋለጠልን ብለው አስተጋቡ።

በደንብ አድርጌ እንደተገነዘብኳቸውና እንዳጤንኳቸው አቶ ካሳ ከበደ ዋሾና የከተማ ወመኔ ባሕሪ የሚያጠቃቸው ነበሩ። በታላላቅ ሆቴሎች ሌሊቱን ከፍተኛ ዋጋ ያላቸውን የመጠጥ ዓይነቶች ሲማግና ሲዝናኑ ሌሊቱን እንደሚያሳልፉ ከተለያዩ ሰዎች የሰማሁትን የኃላ ኃላ ጊዮን ሆቴል ተመድቤ በምሰራበት ዘመን በጊዮን ሆቴል ካዚኖ ውስጥ ሰወር ባለ ቦታ ከወዳጆቻቸው ጋር ሆነው ሲጠጡና ሲዝናኑ እያመሹ ከሌሊቱ ዘጠኝና አሥር ሰዓት ገደማ ከካዚኖ ወጥተው ሲሄዱ እራሴም ቢሆን በተደጋጋሚ የማየት ዕድል አጋጥሞኛል። በእኔ ላይ የተካሄደው ደባና ተንኮል ሁሉ አቶ ካሳ ከበደ እራሳቸው የጠነሰሱትና ያቀነባበሩት ዕቅድ ነበር። በዕቅዱ መሰረት እርምጃ ሲወስዱ ከደሙ ንጹህ ናቸው፣ እሳቸው አያውቁም፣ የሉበትም፣ የመንግሥቱ ኃ/ማርያም እኅት/ወንድም እንዴት እንዲህ ዓይነት ክፋትና ሸር ይሰራሉ ተብሎ እንዳይወራባቸው ስማቸውን ለማስጠበቅ እንዲያስችላቸው ያዘጋጁት ሞሳዳዊ በትር እንደነበር በጦር ሠፈሩ አካባቢ ያሉ ወዳጆቼ ሁሉ እምነት ነበር። የጦር ሠፈሩን የሥራ እንቅስቃሴ ሪፖርት አጠናቅቄ በመሸኛ ደብዳቤ ለአስተዳደሩ አስረከብኩ። ከዚያ በኋላ ያጋጠመኝ በመጽሀፉ መቅድምና መግቢያ ተገልጿል። በጦር ሠፈሩ ላይ የበላይነታቸውን ለማሳየት ጥረታቸው ምክኒያት ከኮሎኔል ጌታነህ ኃይሌ ጋር በሠራዊቱ ፊት በቦክስ ለመደባደብ አበቃቸው (በግርጌ ማስታወሻ 71 ተጠቅሷል)። ሻለቃ መንግሥቱ ኃ/ማሪያም የሚያቀርበውና የሚወደው ስካራም፣ ዝሙተኛ፣ አስረሽ ምችዎችን፣ እሺ! አቤት ጌታየ! እያሉ የሚያጨበጭቡትን ደካማዎች ሲሆን በተመሳሳይ ሁኔታም አቶ ካሳ ከበደ ተሰማ የሚያቀርቡትና የሚወዱት እንደ ሻለቃ መንግሥቱ ኃ/ማሪያም ደካማዎችን ብቻ ነበር። በሌሎች ጎዶቼ እና ወዳጆቼ የእኔን ጉዳይ ከቤይሩት ከታናሽ ወንድማቸው ከአቶ መንገሻ ከበደ ተሰማና ከዚያን ጊዜዋ ወ/ሪት ጥሩነሽ ከበደ ተሰማ እንዲሁም

ለሁለቱም እንደሚንቶር ሆኖ ይጠብቃቸው ከነበረው ከተስፋየ ታደሰና በኃላም በአሲምባ ሜዳ በሩቅ ከማውቀው አያሌው ከበደ ተሰማ ጋር እንደተያያዘ አድርገው ነበር ግምታቸውና ጥርጣሬአቸው። በመከባበር ስሜት ከሰላምታ በስተቀር እነሱ እንደሚፈልጉኝ ተቀራርቤ ጓደኝነት ለመቀጠል ፍቃደኛ ባለመሆኔ በስተቀር ወ/ት ጥሩነሽ ከበደ ተሰማንና መንገሻ ከበደ ተሰማን የበደልኳቸው ነገር አልነበረም። በዚያ ላይ ከጎናቸው የማይልየው ስለ ተስፋየ ታደሰ ማንነት ገና ሀገር ቤት እያለሁ ባሰባሰብኩት መረጃ መሠረት ጥንቃቄ በመውሰድ ከወገናዊ ክላምታ በስተቀር እንደፈለጉት አልሆንኩላቸውም። የጅብሃ ተወካይና የጠቅላይ ጽ/ቤቱ ኃላፊ የነበረው እብራሂም እድሪስ ከፍተኛ ግፊት አድርጎም አልተቻለም። በዚያን ጊዜ ካሳ ከበደ ተሰማ የሚባሉ ታልቅ ወንድም እንዳሏቸውና የተባሉትም ታላቅ ወንድም የሞሳድ ሰው መሆናቸውን አላውቅም ነበር። ከጥቂት ዓመታት በኃላ በአሲምባ ሜዳ በሩቅ የማውቀው የአያሌው ከበደ ተሰማ ታላቅ ወንድም መሆናቸውንም ያወኩት ከኮሎኔል አፈወርቂ ወ/ሚካኤል ጽ/ቤት ተጠርቼ በሄድኩ ማግሥት ከኩባ አሠልጣኞች አካባቢ ስለአቶ ካሳ ከበደ ተሰማ ማንነት በተነገረኝ ጊዜ ነበር። አቶ ካሳ ከበደ በታዋቂ የሞሳድ ወኪልነቱና የመንግሥቱ ኃ/ማሪያም ልዩ ታማኝነቱ በከፍተኛ ምስጢር የተካሄደውን ኢትዮጵያያዊ ይሁዳዊያንን (የፈላሻ ተወላጆችን) አሰባስቦ ወደ እስራኤል እንዲሸጋገሩ በማስተባበሩ የእሥራኤል መንግሥት ለደርግ የከፈለውን ከ$35 ሚሊዮን ዶላር በላይ ተቀብሎ ወያኔና ሻዕቢያ አዲስ አበባን በተቆጣጠሩበት ዕለት በሞሳድ ድጋፍና ትብብር እሥራኤላዊ ከፍተኛ መኮንን ተመስለው በኦፐሬሽን ሰለሞን የፈላሾች ማጓጓዣ አይሮፕላን ከተስፋየ ወ/ሥላሴ የቅርብ ረዳት ከነበረው የሀገር ውስጥ ጉዳይ ምክትል ሚኒስቴር አቶ መርሻ ቀፀላ ጋር ሆነው በሰላም ወደ ቴል አቪቭ ሸመጠጡ።

10.7. ከታጠቅ ጦር ሠፈር ተባርሬ ተመልሼ ወደ አዲስ አበባ

በመቅድሙና መግቢያው ጦር ሰፈሩ ለቅቄ አዲስ አበባ እንደገባሁ በዚያው ዕለት ከቀድሞው ኪንግ ጆርጅ ባር ፊት ለፊት ቀሜ ከማንኞቹ ጓደኞቼ ቤት ሄጄ መኖር እንደሚገባኝ ሳሰላስል ተጠልፌ ወደ ማዕከላዊ መወሰዴ ተገልጿል። የማዕከላዊ ምርመራ ክፍል የወቅቱ ኋላፊ ኮሎኔል ተክለሚካኤል አርምዴ ወደ እኔ በመምጣት "አንድ እንጂ ሁለት መንግሥት አናውቅም፣ ስለዚህ ምሕረት ተሰጥቶህ አገርህ ከገባህ በኋላ የፈጸምከው ወንጀል ከሌለ በስተቀር ማንም ያለምክኒያት ከመንገድ እያፈሰ ሊያጉርህ መብት የላቸውም። ሆኖም ከሚመለከተው ጋር ተነጋግረን በሥነሥርዓት የምትወጣበትን መንገድ እስከምናመቻች ድረስ ያለመጨነቅ አድበህ በትዕግሥት እንድትቀይ አደራ" ብለው አደፋፈሩኝ። ሻምበል ይማም ኃይሉና ሻምበል አስፋው አይችሎም ለሻለቃ ግርማ ይልማ ደውለው ስለሁኔታየ ይነግሩታል። እንዴ አያሌው አሁንም በችግር ላይ ነው እንዴ? እኔ እኮ ምንም ሰምቼ ስለማላውቅ ሰላም አግኝቶ መኖር የጀመረ መስሎኝ ነበር። ከገባ ጀምሮ ተገናኝተንም አናውቅምና እስቲ እባካችሁ ወደ እኔ ላኩት ይላቸዋል። ማዕከላዊ ምርመራ መሆኔንና ጉዳዩን የያዙት

እነ ኃድ ፍቅረሥላሴ ወግ ደረሰ፣ ኮሎኔል ተስፋየ ወ/ሥላሴ፣ ያለበለዚያ እነ ኃድ ፍሰሐ ደስታና ኃድ ውብሸት ደሴ ጋር መሆኑን ገልጸውለት ከማንኛቸው ባለሥላጣን ጋር እንደተነጋገረ ዘነጋሁ ሆኖም በማዕከላዊ ምርመራ ሹሙ በኮሎኔል ተክለሚካኤል አርምዴ አማካይነት፣ ከአብዮታዊ መንግሥት ፍቃድ ካልተሰጠኝ በስተቀር ከአዲስ አበባ ውጭ መውጣት እንደማልችል የሚያስገድድ ጽሁፍ በመፈረም እንደገና "ነፃነቴን" ይዤ ወጣሁ። በሙሉ ምሕረት ሀገሬ በገባሁ በሶስተኛው ዓመት ተኩል ለሶስተኛ ጊዜ ችግሬን በመጥቀስ የሚከተለውን ማስታወሻ ለኮሎኔል ተስፋየ ወ/ሥላሴ አቀረብኩኝ፣ "አብዮታዊ እናት ሀገር ወይንም ሞት በማለት ወደ እናት ሀገሬ ምድር ከገባሁበት አንስቶ ሀገሬን እንዳላገለግልና ራሴን ችየ ቤተሰቦቼንም በመርዳት ለመኖር እንዳልችል ከእኔም በኋላ ሆነ ከእኔ ጋር እጃቸውን ሰጥተው በግ. ወ. አ. መንግሥት የሥራ ዕድል እንሰተሰጣቸው ሁሉ እኔ ሊፈቀድልኝ ባለመቻሉ በኢትዮጵያ ምድር ይደርሳል ተብሎ የማይገመት ግፍ እንደሚደርስብኝና በከፍተኛም ችግር ላይ በመገኘት የእንዳንድ ሰዎች ጥገኛ ሆኜ በሞትና በሕይወት መካከል እንደምገኝ በማስመልከት ለጓድ ሚ/ር ማመልከቻ አቅርቤ እስከአሁንም ድረስ ጠብቄ እንዳችም ውሳኔ ስለአልተሰጠኝ ችግሬ እየተባባሰ እጅግ በከፍተኛ ደረጃ ላይ እንደምገኝ ..." በመግለጽ አቀረብኩ። ኮሎኔል ተስፋየ ወ/ሥላሴ "ጉዳይህ ያለው ከደርግ ጋር ስለሆነ እዚያው ተከታተል" ብለው ከማስታወሻየ ግርጌ ጽፈው አሰናበቱኝ። የኮሎኔል ተስፋየ ወ/ሥላሴን መልስ በድጋሜ እንዳገኘሁኝ ኮሎኔል መኩሪያ አበራ ከነበሩበት ቦታ ወደ ሌላ የደሕንነት ቦታ በመሄዳቸው አፈላልጌ ሳነጋግራቸው እሳቸውም ጓድ ፍቅረሥላሴ ወግደረስን ያለበለዚያም ሌ/ኮሎኔል ፍሰሐ ደስታንና ውብሸት ደሴን፣ ወይንም ኮሎኔል ተካ ቱሉንና ሻለቃ ካሳሁን ታፈሰን የሚያነጋግርልህ ሰው አፈላልግ፣ ጉዳይህ ያለውና መፍተሔም ሊያገኝ የሚችለው በእነዚህ ባለሥልጣኖች ብቻ ነው ብለው ከሰነት ዓመት በኋላ እንደገና የምራቸውን መከሩኝ። እርሰዎ ፖሊስ ነዎት፣ ኮሎኔል ተካ ቱሉ ጋርም አንድ ኮርስ ከመሆነዎም ባሻገር የቅርብ ወዳጆች መሆናችሁን ሰምቻለሁ። የእኔን ማንነት አስመልክቶ ከሌሎቹ ሁሉ እናንተ ናችሁ የምታውቁኝና ልትረዱልኝ የምትችሉት። ከእርሰዎ ይበልጥ ማን ይኖረኛል ኮሎኔል ተካ ቱሉን ሊያነጋግርልኝ የሚችል ብየ አጥብቄ በመጠየቄ ጊዜ ስጠኝ ብለው አሰናበቱኝ። ከወር በኋላ ከኮሎኔል መኩሪያ ያገኘሁት መልስ ከምዕራብ ሀገር የሚገቡትን ሰዎች አስመልክቶ ደርግ ጠንካራ ፖሊሲ ስላለው ደርግም ሆነ እኔ በግሌ ምንም ላደርግለት አልችልምና እራሱ ጠንካራ ሆኖ በትዕግሥት ሊወጣ ይገባዋል የሚል መልስ ከኮሎኔል ተካ ቱሉ እንደተነገራቸው ገልጸው አሰናበቱኝ።

10.8 የሻምበል ዓለሙ ወንድሙና ከሻምበል በላይነህ ሽቤ ምስጢር

ሻምበል ዓለሙ ወንድሙ በዚያን ጊዜ ምድቡ ፖሊስ ሠራዊት ጠቅላይ መምሪያ ውስጥ ነበር። ከብርሃኑ ከበደ ጋር ከቀድሞ ጀምሮ በተለይ አሥመራ እያሉ ሁለቱ በጣም ይቀራረቡና ይግባቡ ነበር። በኃላም ሻለቃ ግርማ ይልማ ወደ አዲስ አበባ እንደተቀየረ ብርሃኑ ከበደ ብቻውን ትልቅ ቤት ይዞ

ሊቀር በመሆኑ ከነበራቸው መቀራረብና መግባባት ዓለሙ ወንድሙ እኛን አስፈቅዶ በስምምነት ከእኛ ወጥቶ ከብርሃኑ ከበደ ጋር ባንድነት ኖሯል። ከሻምበል ዓለሙ ወንድሙ ቢሮ እንዳለሁ እኔን ሲያዩ የማይሸሹትና ሊያርቁኝ የማይፈልጉት፣ አያሌው እኮ ነው ምሕረት ተሰጥቶት ነው የመጣው ለምንድን ነው የምናርቀው በማለት በኩራትና በደስታ ወደ ዓለሙ ቢሮ በመምጣት ተገናኝተውኝ እየተጨዋወትን ሳለ ዓለሙ ወንድሙ ለብርሃኑ ከበደ ስልክ ደውሎ የእኔን ከእሱ ቢሮ መኖር ይነግረዋል። እንኳን ደህና ገባህ ለማለት ወዲያውኑ ገስግሶ መጥቶ ተገናኘኝና ደርግ ግቢ ከሚገኘው ጽ/ቤቱ ይዞኝ ሄደ። ከዚያም ከጽ/ቤቱ ሆነን ለተወሰነ ጊዜ ተጨዋወትን። በወቅቱ ከጽ/ቤቱ ከነበሩት ከማስታውሳቸው መካከል ከሻምበል ትዕግሥቱ (በኋላ ከብርሃኑ ከበደ ጋር ባንድነት የተገደለው) እና ባለሌላ ማዕረግ የነበረ ረዘም ያለ ቀጭንና ጠይም የትግራይ ተወላጅ ተስፋየ ከሚባል ጋር አስተዋወቀኝ። ስለ ብርሃኑ ከበደ እምብዛም የሰማሁት ስላልነበረኝ ሁነኛ ሰው መስሎኝ ችግሬን እንዳጫወኩት፣ "ለደርጉ የድህንነት ኮሚቴ ሪፖርት የቀርበላቸው በመኖሩ ነውና እስቲ ኮሎኔል ተካ ቱሉንና ሻለቃ ካሳሁን ታፈሰን አነጋግርልሃለሁ" ብሎ ተስፋ ሰጥቶ ከቢሮው ተሰናብቼ በሰላም ወጣሁ። የፖለቲካ ትምህርት ቤት ቀይታየንና ከዚያም የማዕከላዊ ምርመራ ቀይታየን አጠናቅቄ ወደ ታጠቅ ጦር ሠፈር ከገባሁ በኋላ ለሥራ ጉዳይ አዲስ አበባ አቶ ካሳ ከበደ ጽ/ቤት ወይንም ቅዳሜና ዕሁድ ወደ መኖሪያ ቤታቸው መመላለስ በጀመርኩበት በ1971 ዓ. ም. አጋማሽ እግረ መንገዴን ዓለሙ ወንድሙንና ሌሎቹን ለመገናኘት አስፈላጊ ሆኑ አገኘሁት። ዋናው የፈለኩበት ምክኒያት ብርሃኑ ከበደ በሕይወት በዚህ ዓለም ላይ ያለ መስሎኝ ከእሱ ጋር እንዲያገናኘኝ ፈልጌ ነበር። ብዙ ባይቀይበትም በዚያን ጊዜ ዓለሙ ወንድሙ የፖሊስ ሠራዊት የፖለቲካ ጉዳይ ኃላፊ ሆኖ ተሹሞ ነበር። ከመጋቢት 1970 ዓ. ም. ጀምሮ ጠፍቸባቸው ስለነበር በ1971 ዓ. ም. አጋማሽ ገደማ ከታጠቅ ጦር ሠፈር ወደ ከተማ እንደመጣግሁ ከዓለሙ ወንድሙ ጋር ተገናኝቼ ባደረኩት ውይይት ሳልጠይቀው ወይንም ሳልነግረው ፖለቲካ ትምህርት ቤት መግባቴን፣ ለዕድለኞቹ የተዘጋጀውን በሶቪየት የነፃ ትምህርት ለመቀበል ፍቃደኛ አለመሆኔን ከዚያም ማዕከላዊ ምርመራ መቀየቴንና ወደ ታጠቅ ጦር ሠፈር መላኬን መስማቱን አጫወተኝ። ዓለሙ ወንድሙ ከነበሩበት ድክመቶች አንዱ ለሚወደውና ለሚያከብረው ጓዱ ምስጢር አይደብቅም። በዚህን ጊዜ ነበር ምንቸገረህ ሶቪየት ሕብረት አንድ ዓመት ተዝናንተህ ብትመለስ ኖሮ። ስትመለስ የላከህ ወይንም የጠቀመህ ጓድ እነ ኮሎኔል ሽታየንና ብርሃኑ ከበዴን ካስመታ በኋላ በመገለባበጥ ታክቲኩ ሰደድ በመሆን ከፍተኛ ቦታ ላይ ሆኖ ስለሚጠብቅህ እንደተመለስክ ችግር ላይ አትወድቅም ነበር፣ ያለበለዚያም አውሮጳ እንዳለህ ሁኔታዎችን በመገምገም የራስክን ውሳኔ መውሰድ ትችል ነበር እዚህ ገሃነም ውስጥ ገብተህ ከምትሰቃይና የማንም ደደብ መጫወቻና መሳለቂያ ሆነህ ከምትቀይ ብሎ የሚያስጨንቅና ሆኖም የሚያጓጓ መረጃ ስላጠይቀውና ሳላማክረው ይዘረግፍልኛል።

እንዲያብራራልኝ አጥብቄ እንደጠየኩት ካካባቢው እንደጠፋህብን በመጨነቃችን ተመልሰህ ሜካ የገባህ ወይንም በቦሌ የሾለክ መስሎን ብናጠያይቅ ምንም ያገኘነው ነገር አልነበረም። ከምትኖርበት ቤት መጥተን እንዳንጠይቅ ፖለቲክ ትምህርት ቤት ከመግባትህ በፊት ከማን ጋር ትኖር እንደነበር ለማወቅ አልቻልንም። በመጨረሻ ብርሃኑ ከበደ ያውቃል ብለን ጠይቀነው ሻለቃ ብርሃኑ ከበደ ስለእኔ የነገረውን ዓለሙ እንዲህ ብሎ ነበር ያለኝ፣ "ቀጥታ በከፍተኛ ካድሬነት ላገለገሉት ነባር ካድሬዎች የሚሰጠውን የሶቪየት ሕብረት የአንድ ዓመት ኮርስ እንዲሳተፍ በሽመልስ ማዘንጊያ ተጠቁሞና ድጋፍ አግኝቶ "ፖለቲካ ትምህርት ቤት እንዲሄድ ተደርጎ ሳለ የተደረገለትን ትብብር በመናቅ ፍቃደኛ አለመሆኑን ለነኮሎኔል ሽታዬና ለምክትሉ ገልጾ ወደ ቤቱ ተመለሰ። ከጥቂት ቀናት በኃላ የካቲት 66 ፖለቲክ ትምህርት ቤት ገብቶ እንዲሳተፍ አሁንም እነሽመልስ ማዘንጊያ በመፈለጋቸው የካቲት 66 ፖለቲካ ትምህርት ቤት ተመልሶ የሚሰጠውን ትምህርት አጠናቆ እንደወጣ በቁጥጥር ሥር እንዲቀይ ድርጅቱ በመጠየቁ (ወዝ ሊግ ማለት ነው) ከመንገድ ተይዞ ማዕከላዊ ምርመራ ገብቶ ጥቂት ወራት እንደቀየ ከማዕከላዊ ምርመራ ማን ተባብሮት እንደወጣና ከወጣም በኃላ ወዴት እንደሄደ ግራ በመጋባታችን ሁኔታውን ለሽመልስ ማዘንጊያ ሪፖርት አደረኩ። እሱም "ተወው ግድ የለም፣ ከእኛው ሰው ጋር ነው የሄደውና አያሳስብህ፣ ሻለቃ ብርሃኑ ባየህ፣ ሻለቃ ፍሰሐ ደስታ፣ ኮሎኔል ተካ ቱሉና ተስፋየ ወ/ሥላሴ ከደጃዝማች ከበደ ተሰማ ልጅ ጋር ተመካክረው ወደ ታጠቅ ጦር ሠፈር ሄዶ ለተወሰነ ጊዜ ከለላና መጠለያ አግኝቶ እዚያው እንዲቀይ ማድረጋቸውን እንደነገረውና እራሱ ካሳ ከበደም እንዳረጋገጠለት ገለጸልኝ። ሽመልስ ማዘንጊያ ተወው ከእኛው ሰው ቤት ነው የገባው፣ በተዘዋዋሪም በቁጥጥራችን ሥር ነው ብሎ በመተማመኑ ተውኩት እንጂ ብፈልግ ኖሮ ታጠቅ ጦር ሠፈር ኃይል ልኬ አዲስ አበባ አምጥቼ መልሼ አትረው ነበር" ብሎ እንዳጫወታቸው ነገረኝ። በማያያዝም "ሽመልስ ማዘንጊያ ጠንካራ ጓዳችንና በችሎታውና ጥንካሬው በደርግ ጽ/ቤት ያለው ታማኝ የድርጅታችን (የወዝ ሊግ ማለቱ ነው) ከፍተኛ አባል ከመሆኑም በላይ ጓድ ሊቀመንበር መንግሥቱ የሚተማመኑበት አቢዮታዊ በመሆኑ የሚጠይቀንን ወይንም የሚመክረንን ሁሉ የራሳችን ጉዳይ አድርገን ስለምንቀጥረው እርምጃ ከመውሰድ ወደ ኃላ አንልም" ብሎ እንዳጫወተው አያይዞ ነገረኝ። ብርሃኑ ከበደ ይህንን ሁሉ መረጃ ያጫወተኝ እነ ብርሃኑ ከበደና ኮሎኔል ሽታየም ሆኑ ሌሎቹ የወዝ ሊግ አመራሮች ከመገደላቸው ከመንፈቅ በፊት ነው ብሎ አጫወተኝ። በዚህን ጊዜ ነበር የብርሃኑ ከበደንና የሌሎቹን የወዝ ሊግ አመራ አባላት መረሸን ያወኩት። እነሱ ከተረሸኑ ሽመልስ ማዘንጊያም ተረሽኗል ማለት ነው ብየ ስጠይቀው፣ እነብርሃኑ ከበደና ኮሎኔል ሽታየ በማልሬድና በሰደድ ትብብር ተረሽነዋል፣ ድርጅቱም ከስሟል። እነሽመላስ ማዘንጊያ እነኮሎኔል ሽታየና ሌሎቹ የወዝ ሊግ አባላት እያሉ በሀገሪቷ ከፍተኛ ቦታ ሊኖራቸው እንደማይችሉ አስቀድመው በማጤናቸው እነሱን ለማጥፋት ለጓድ መንግሥቱ ኃ/ማርያም

በማደር ከእሱ ጋር አብረው እንዳስበሏቸውና ወዲያውኑም ተገለባብጠው የሰደድ አባል እንደሆኑ ውስጥ ውስጡን ተናፍሷል ብሎ አጫወተኝ። ያለበለዚያማ ወዝ ሊግ ማለት ሰደድ ማለት ነበር፣ እንዲያውም ጓድ መንግሥቱም ሆነ ዶ/ር ሠናይ ልኬ ወይንም እነ ጓድ ፍቅረሥላሴ ወይንም ጓድ ለገሠ አስፋው ወይንም ሌሎች ሁሉ የሰደድም የወዝ ሊግም አባል ነበሩ ብሎ አጫወተኝ።

ከታጠቅ ጦር ሠፈር ተባርሬ አዲስ አበባ መንገድ እንደገባሁ መንገድ ላይ ተጠልፌ ማዕከላዊ ቀይቼ ከተለቀኩበት ከ1972 ዓ.ም. መጨረሻ ጀምሮ መኖር የጀመርኩት ከሻምብለ ይማም ኃይሉ ጋር ነበር። ቅድሜና ዕሁድን የማሳልፈው ከቀድሞ ትውውቄ ጋር ፖሊስ ክበብ ስለነበረ ከበላይነህ ሸቤ ጋር መቀራረብ አበዛሁ። ማታ ማታ ከክበብ ወጥቼ ወደ ቤት የምሄደው ከበለይነህ ሸቤና ከሆነ ቀይ አጭር መሀንዲስ ነኝ ያለኝ የሲቭል ጓደኛው ጋር ነበር። በዚህ ግንኙነታን ጊዜ እንደ ዓለሙ ወንድሙ ግልጽ ሆኖና በዝርዝር ባያጫውተኝም በላይነህ ሸቤም በበኩሉ እንዲህ ብሎ ነበር ያጫወተኝ። “ኮሎኔል ተስፋየ ወ/ሥላሴ ያንተ ጉዳይ ከእኛ አቅም በላይ ነው፣ ጉዳይህ ያለው ከደርግ ጽ/ቤት ነውና እዚያ ለመከታተል ሞክር ያሉህ እውነታቸውን ነው። አንድ ወቅት ቀኛዝማች እስማኤል ሀሰን የኃላው አምባሳደር ከካርቱም መጥቶ ከጽ/ቤታቸው ስለአንተ አንስቶ እኛ ከወንበዴዎች ጋር እየታገልን ወደ ሠላማዊ ዜግነት እየቀየርን ወደ ሀገር ቤት የምንልካቸው ከገቡ በኃላ አቀባበል የማይደረግላቸውና ሥራ ሰርተው መኖር ካልቻሉ ወደ ሰላማዊ ሕይወት ለማምጣት በውጭ ሀገር የምናደርገው ትግል ምን ትርጉም አይኖረውም፣ ለምናደርገው ጥረት እንቅፋት ይሆንብናል ብሎ አምርሮ ሲያነጋግራቸው ከእሳቸው ቢሮ ነበርኩ አለኝ።

እሳቸውም የእሱን ጉዳይ የሚገባንን ሁሉ ለማድረግ ሞክረናል፣ አጥጋቢ ሪፖርት ከውሳኔ ሀሳባችን ጋር ለበላይ አቅርበናል። በእሱ ላይ ያንን ዓይነት ውሳኔ ሲሰጥም አጥብቀን ተቃውመናል፣ በውጭ ሀገር በአሰራራችንም ላይ ሊያስከትል የሚችለውን ተጽዕኖ ሁሉ አንስተን አስታውቀናል። ሆኖም የእኛን ምርመራ ውጤትና የውሳኔ ሀሳብ ከምንም ላይቆጥሩት እራሳቸው ከየትም ባገኙት መረጃ በመመርኮዝ ያን የመሰል ውሳኔ አስተላልፈው ፋይልይን መለሱልን ብለው ሲነግሩት ሁሉ እዚያው ነበርኩኝ ብሎ አለኝ። እንደሚመስለኝ ከሆነ አለኝ ሻምበል በላይነህ ሸቤ “ዓላማው አንተ በማንኛውም የፖለቲካ ድርጅት ገብተህ በመሳተፍ ወይንም በየትኛውም የመንግሥት መ/ቤት በኃላፊነት ተቀጥረህ ለመጣህበትና ለምትጠረጠርበት ግዳጅህ መጠቀሚያ ለማድረግ እንዳትችል፣ ያለበለዚያም ወዛደርና ምርት አካባቢ ቅስቀሳና አመፅ እንዳታነሳሳ ለመከላከል፣ ባጭሩ ሽንካላና ዋጋ ቢስ ሆነህ እንድትቀይላቸው ለማድረግ ነው። እንዲያውም ሻምበል ዓለሙ ወንድሙ የጠቀመኝን እሱም እንዲህ ሲል ጠቀመኝ፣ “በደርግ አካባቢ በሚገኙ ከፍተኛ ባለሥልጣናት ለታማኝ ካድሬዎች የሚሰጠውን ኮርስ እንዲሳተፍ ሶቪየት ሕብረት ለመሄድ ቅጽ እንዲሞላ ተጠይቀ ፍቃደኛ ሳይሆን ቀርቷል። ቅጹን ለሞምላትና ወደ ሞስኮው ላለመሄድ የፈለገበት ምክኒያት ከውጭ በምሕረት ስም ከመጣህበት

የድርጅትህ ግዳጅ ጋር ስለሚጋጭበህ እንደሆነ ተድርገ እንደታመን ነው” ብሎ ነገረኝ። “የቀድሞ ድርጅትህ ከፈራረሰበት ጊዜ ጀምሮም እስከቅርብ ጊዜ ድረስ በከተማ የአንድ ለአንድ ግንኙነት በመዘርጋትና መንግሥትን ሰርጎ በመግባት አዲስ የምልመላና የግንኙነት ዘዴ በመጠቀም ትግሉን በአዲስ ዓይነት ዘዴና ስልት ማካሄድ እንደጀመረ ነው የደረስንበት። ትኩረቱ በመንግሥት የኃላፊነት ቦታ ላይ የተቀመጡ ሁነኛዎችንና እምነት የተጣለባቸው ግለሰቦች በማፈላለግ ያለበለዚያም ለማድረስ ነበር። ከዚሁ ከአዲሱ የትግል ዘዴ አንፃር ነበር ያንተ ጉዳይ በሪፖርት ቀረበ የተባለው። የቀድሞ የትግል ጀርባህን መከታ በማድረግ ማለትም የአፄውን ሥርዓት ተቃውመህ ለመታገል መውጣትህና በጦር ኃይሎችና በፖሊስ ሠራዊት የብዙዎቹን ዓይን በመክፈት ያነቃህ በር ከፋችነትህን መከታና ሽፋን በማድረግ፣ የዚያድ ባሬን ጦር ከመከላከያ ኃይላችን ጎን ተሰልፌ ለእናት አገሬ እሞታለሁ ብለህ በምሕረት ስም መግባቱ አሳማኝና ጥሩ ማታለያና ማስመሰያ ምክኒያቶች መሆናቸውን ድርጅትህ ስላመነበት ደርግን ሰርገህ ለመግባት እንንድትችል በግዳጅ እንደገባህ ይመስለኛል የደረሳቸው መረጃ፣ እንዲያውም እኛ ጋር በምርመራ ቃልህ ላይ ከአሲምባ በእሥር ላይ እንዳለሁ አምልጬ መጣሁ ብለህ የሰጠኸው ቃል በደርግ በኩል የሚታመን ሆኖ አልተገኘም በማለት ጭውውቱን ዘጋ። እሥራትን አስመልክቶ የጠቀሰልኝ አባባል ልክ አያሌው ከበደ ተሰማ አዲስ አበባ እንደተገናኘን ከነገረኝ ጋር ይመሳሰላል።

10.9. ሻለቃ ዳዊት ወ/ጊዮርጊስን እንዳነጋግር ምክር ተሰጠኝ

በዩኒቨርሲቲና በቀድሞ የወታደር ጓዶቼ እንደሌላ አማራጭ አድርገው የታያቸው የውጭ ጉዳይ ሚኒስቴር ቋሚ ተጠሪ ሻለቃ ዳዊት ወ/ጊዮርጊስን በማነጋገር ቢያንስ እንኳን ምስጢሩን ለማወቅ እንድችል ሄጄ ማነጋገር እንዳለብኝ ነበር። ወደ ጽ/ቤታቸው እንደደረስኩ የፀጥታውና የፍተሻው አጀብ ይህ ነው አይባልም ነበር። ዓላማ ያለኝ በመሆኔ በጽንዓትና በትእግሥት ተጠባብቄ የፀጥታ ክፍሉ ኋላፊው ሲያነጋግረኝ ከውጭ ከተመለስኩ ሰንብቻለሁ፣ ወደ አገሬም የገባሁት በሻለቃ ዳዊት ወ/ጊዮርጊስ ድጋፍና እርዳታ ነው። እሳቸውም አገርህ ከገባህ በኋላ ችግር ቢያጋጥምህ ብቅ በልና ጠይቀኝ ብለው አሳስበውኝ ስለበር ነው ብየ በመቃጠፍ ቀረብኩት። መታወቂያ ጠየቀኝ፣ ከኪሴ አውጥቼ የመታወቂያ ወረቀት ፎቶ ኮፒዋን ሰጠሁት። ሲያነብ ተደንቀም ይሁን ግራ ተጋብቶ ወይንም ከየት የመጣ ሽፍታ ይሆን ብሎ ጥንቃቄ ለመውሰድ ይሁን እያነበበ ቀና እያለ በተደጋጋሚ ሲመለከተኝ አየዋለሁ። የመታወቂያ ወረቀቷን ኮፒ ይዞ ወደ ሻለቃ ዳዊት ወ/ጊዮርጊስ ቢሮ ሄደ። ከአንድ ሰዓት ቆይታ ገደማ ተመልሶ መጣና ችግሩን እዚያው ከነተስፋየ ወ/ሥላሴ ቢሮ መከታተል ይኖርበታል፣ እዚህ የሚደረግለት ነገር የለም አሉን ብሎ ወረቀተዋን መለሰልኝ። ደብዳቤዋን እሳቸው አንብበዋታልን ብየ ስጠይቀው እኔ አላየሁም፣ ሆኖም ልዩ ፀሀፊያቸው ደብዳቤዋን ይዛ ገብታ ባዶ

እጇን ተመልሳ ቢሮዋ እንደተቀመጠች፣ ከዚያም ከግማሽ ሰዓት በኃላ ፀሃፊያቸው ተጠርታ ደብዳቤህን ይዛ በመመለሷ እንዳነበቡት እርግጠና ነኝ ብሎ መልሰልኝ።

10.10. በወር $50.00 ብር ደመዎዝ በጽዳት ሠራተኛነት ተቀጠርኩ

የወለጋው ተወላጅ አቶ ተስፋየ ናትናዔል ካለው ሰብዕና እና ርሕራሔ የተነሳ ሙሉ ምሕረት ተሰጥቶት አገሩ ከገባ በኋላ ያለመታወቂያና ያለሥራ መሀል ከተማ አፍነው ማስቀመጣቸው ምን ይባላል? ብሎ በመቀርቀሩ ከቀድሞው የፖሊስ ኮሌጅ የትራፊክ መምህሬ ከመቶ አለቃ ጥላሁን ትርፌ ጋር በመተባበር ምንም ዓይነት ችግር ልፈጥር የማልችል መሆኔን አለቃቸውን በማግባባትና በማሳመን የመታወቂያ ወረቀት ለማግኘት የምታስችለኝና የቀን መዋያ የምትሆነኝ የሆነች ሥራ ሊያስገኙልኝ ፈለጉ። በመቀጠሬ ድንገት ካድሬዎች ወይንም የደሕንነት ሰዎች ያለበለዚያም የሠራተኛ ማሕበሩ የቀጠሩኝን የድርጅት ኃላፊዎች ችግር ላይ እንዳይጥሉ ጥንቃቄ ለመውሰድ ሲሉ ያስገኙልኝ ሥራ በድርጅቱ ማንም በማይፈልገው <u>የመጨረሻው ዝቅተኛ የሥራ መደብ በሆነው በጽዳት ሠራተኛነት</u> ነበር። በዚያን ዘመን ይህ ሥራ የሴቶች ብቻ ተደርጎ ስለሚቀጠር በእኔ ላይ ዓይኑን የሚጥል ማንም እንደማይኖር ነበር የገመትነው። ጊዜ ማሳለፊያና የድርጅቱን የመታወቂያ ካርድ ካገኘሁ በኃላ የቀበሌ መታወቂያ ወረቀት ለማውጣት ታስችለኛለች ብየ የተማመንኩባትን ይህችን ክቡር ሥራ የቅጥር ደብዳቤ ተቀብየ ሥራየን ለሁለት ሣምንት ያህል እንደሰራሁ በድርጅቱ ጄኔራል ማኔጀር ላይ ድንገተኛ ከፉ ዱላና ዛቻ ከሻምበል ፍቅረሥላሴ ወግደረስ ጽ/ቤት በልዩ ፀሀፊው በአምሳ አለቃ ተስፋየ አማካኝነት ስለተሰነዘረባቸው ተደናግጠው ተስፋየ ናትናአልና የቀድሞው አስተማሪየ የመቶ አለቃ ጥላሁን ትርፌ በጭንቀትና በመርበትበት ሥራውን እንዳቀምና እንዲያውም ከነጭራሽ ለጊዜው ከመሥሪያ ቤቱ አካባቢ እንዳልደርስ እንድተባበራቸው ይለምኑኛል። የተሰጠኝን የቅጥር ደብዳቤ ፎቶ ኮፒ ሳላደርግ እንዳለ እንደመልስላቸው የመቶ አለቃ ጥላሁን ትርፌን ይማፀኑታል። የቅጥር ደብዳቤውን ከእኔ ተቀብሎ እንደሰጣቸው ወዲያውኑ የሞላሁትን የቅጥር ፎርሞች ከፋይል አውጥተው እንዳጠፉ ሰማሁ። ተስፋየ ናትናዔል ጋር ዝምድናም የለንም፣ የቀድሞም ትውውቅ አልነበረንም፣ ስለእኔ አባሴ ከሚያምናቸው ወዳጆቹ በመስማቱ እንዴት እንደዚህ ይደረጋል፣ ሰው በአገሩ ለዚያውም ና ግባ ብለው ከውጭ በምሕረት ሥም አስገብተው ከፍለ ሀገር ወይንም ወደ ውጭ ሀገር እንዳይወጣ አድርገው እዚሁ ከተማ ውስጥ አፍነው የሚያስቀምጡት ብሎ በመቀርቀርና በማዘን ነበር።

10.10.1. ከመቶ አለቃ ጥላሁን ትርፌ የተሰጠኝ የሚያሳምን ትንተና

ከምዕራብ ጀርመን እንደተመለስ ከመቶ አለቃ ጥላሁን ትርፌ ጋር ተገናኝቼ ባደረኩት ውይይት እንዲህ ብሎ ነበር ሊያሳምነኝ የሞከረው። "በእኔና በወዳጆቼ እምነት (ከዚህ አነጋገሩ ለመረዳት እንደቻልኩት ከሌሎች የወታደርና የሲቭል ወዳጆቹ ጋር ቢራ ሲጠጡ ወይንም ሲገናኙ ስለእኔ ይወያይ እንደነበረ ተሰማኝ)፣ ሻምበል ፍቅረሥላሴ ወግ ደረስ በዓለማየሁ ኃይሌ፣ በዓምሃ

አበበ፣ በጀግናው ኀጻሚ ሻለቃ ዮሐንስ ምትኩና በኃላም በግሉ ለዲሞክራሲ መብቶች መለቀቅ ጠንክሮ ሲታገል ቀይቶ በመንግሥቱ ኃይለማሪያም/ለገሠ አስፋው ቡድን አፍንጮ በር አካባቢ አድፍጠው በ1970 ዓ. ም. በተገደለው ታማኝ የሕዝብ ፖሊስ መቶ አለቃ ገበያው ተመስገንና ባጠቃላይ በፖሊስ ላይ በነበራቸው ጥላቻና ጥርጣሬ ምክኒያት እንደሆነ፣ እንዲሁም የፖሊስ ሠራዊት ጠቅላይ መምሪያ የንጉሱ አፍቃሪ የሆኑ ቀኝ አክራሪዎች መናኸሪያ ተደርጎ ይጠረጠር ስለነበር ነው። ፍቅረሥላሴ ወግደረስ ባጠቃላይ የፖሊስ መኮንን የሚባል አይወድም፣ እንደፃዕረሞት ያስፈራዋል ይለኛል። ሁለተኛውና ዋናው ግን የደርግ ሰዎች ባጠቃላይ አንተን ይፈሩኻል ይባላል፣ በዚያ ላይ መንግሥቱ ኃ/ማሪያም እና ታማኝ ተከታዮቹን ለመግደል እና ስውር የሆነ የሽብር ፈጠራ እንቅስቃሴ ለማካሄድ በነበረህ ዕቅድ በእናት ሀገር ጥሪ አሳበህ እንደመጣህ ተደርጎ ከውጭ ሪፖርት ደርሷቸዋል እየተባለ ይወራል። ከሻዕቢያና ከኢሕአፓ ድርጅት መሪዎች ጋር በምስጢር የጠበቀ ግንኙነት እንዳለህም ይነገራል። ሆኖም በእና እምነት የመጣኸው በግዳጅ እንጅ በፈቃድህ እንዳልመጣህ የሚያስወሩብህ ሁሉ ለምክኒያትና ለሰበብ እንጂ እውነት ሆኖ አይምሰልህ። በእርግጥም ሪፖርቱ ደርሷቸው ሊሆን ይችላል፣ ሆኖም ቢደርሳቸውም የሀሰት ሪፖርት መሆኑን አጣርተው በማወቃቸው እንጂ ሪፖርቱ እውነት መሆኑን ቢያረጋግጡ ኖሮ እስከአሁን ተበልተህ ነበር። ዋናው ምክኒያት ግን ቀድሞ የምታውቃቸውና እነሱም በደምብ አድርገው የሚያውቁህ እነ ብርሀኑ ባየህ፣ ውብሸት ደሴ፣ ተካ ቱሉ፣ ደበላ ዲንሳና ካሳሁን ታፈሰ ጋር የመናናቅና የመፈራራት ስሜት እንዳለ ሁሉ እንገምታለን። በራሳቸው ስለማይተማመኑ አንተን እንኳንስ ባካባቢያቸው ቀርቶ በከተማም እንደልብህ እየተዘዋወርክ መኖርክን አይፈልጉም። ለጨበጡት ሥልጣን የበቁት በችሎታቸውና በብቃታቸው እንዳይመስልህ። በግርግርና በኃላም እንደተወራው በባዕዳን ድጋፍም ጭምር (አጥብቄ እንደጠየኩት መንግሥቱ ኃ/ማሪያም፣ ብርሃኑ ባየህና ፍስሐ ደስታና ተስፋየ ወ/ሥላሴ እንደሚጠረጠሩ በደፈናው ገልጾ በሰፊው ሊወያይበት አልፈለገም፣ እኔም ልጫነው አልፈለኩም) እንደሆነ ነው። ሌሎቹ ደግሞ እንደ ፍቅረሥላሴ ወግደረስ፣ ካሳሁን ታፈሰና ተካ ቱሉ የመሳሰሉት ለሰውየው (መንግሥቱ ኃ/ማርያም) ለእሱ በማጎብደድና ጭራቸውን በመቁላት ጭፍን ታማኝነታቸውን በመግለጽ ሌሎቹን ሀገር ወዳዶች፣ ዲሞክራቶችና ተራማጆች አባላትን በማስጨፍጨፋቸው ነው። አንተ በትግል በኤርትራ ሜዳ እያለህ እነሱ ከውስኪ፣ ከቁርጥና ከሴት አካባቢ አይለዩም ነበር። አንተን በሚገባ ያውቁሀል።

በአገራችን አባባል መጀመሪያ ማጥቃት የሚገባህ የሚያውቅህን አብሮ አደግህን ነው ይባላል፣ አብሮ አደግህ ስለአንተ በደምብ ስለሚያውቅ ሳያዋርድህ ቶሎ ብለህ አፉን ማዘጋት ያለበለዚያም ማጥፋት ይኖርብሀል። ስለሆነም በፍራቻና በጭንቀት ሳይገድሉ በቁመናህ ዋጋ ቢስና ጥቅም የለሽ ሆነህ ተኮላሽተህ እየተንከራተትክ እንድትቀር ነው የሚያደርጉህ። መግደል እንኳን እይገድሉህም፣ ምንም እንካን ምስጢሩ ባይታወቅም እነ ደጃዝማች ከበደ ተሰማ በማይገባህ መንገድ ጣልቃ

በመግባታቸው ከግድያ ልትድን በቅተኻል። በሌላ በኩል ምሕረት ሰጥተው መግደሉ አላስፈላጊ ቅሌት መግባት ባለመፈለጋቸውና ተራማጅነት ካባ ለማግኘት ሲሉ ግድያው ላይ አያተኩሩብህም። በምንም ሁኔታ ከእነሱ አካባቢ እንዳትቀርብ፣ ወኔህን በመስበር፣ ለዕለት እንጀራህ ብቻ በማትኮር ተኮላሽተህና ዋጋ ቢስ ሆነህ እየኮረኮሙ እንዳትሰማ፣ እንዳትደመጥና አፍና እጅ እንዳይኖርህ አድርገው ታፍነህ እንድትኖር ነው የሚፈልጉህ አለኝ። ያንተን የትግል ታሪክና ባሕሪህን፣ ፀባይህንና አቋምክን ሁሉ ስለሚያውቁ ለእርኩስ ዓላማቸው እንቅፋት እንጂ ተባባሪ እንደማትሆን ስለሚያውቁህ እንዳትንሰራራና ጉልበትህ እንዲሟሟ ለማድረግ ነው ብሎ የሰማውን ሁሉ ነግሮ ሸኘኝ። ከሁሉ ይበልጥ ግን ይምትጠረጠረውና የምትፈራው በግሉ በፈቃደኝነት ቢመጣም ፈጣን እርምጃ የመውሰድ ችሎታ ያለህ ጀብደኛ (adventurist) እንደሆንክ አድርገው ያዩሀል አለኝ። በፊውዳሉ ዘመን የፈጸምከውን የቀድሞ ጀብደኝነትህን ታሪክ ሁሉም ያውቃሉ፣ አሁንም እንደ ቀድሞው ከማድረግ የማይመለስ ፈጣን እርምጃ የመውሰድ ችሎታና አቅም አለህ ብለው በማመናቸው አደጋ ለመፍጠር እንዳትችል አኮላሽተው ተስፋ ቀርጠህ ከንቱ ሆነህ እንድትኖር ነው ያቀዱልህ በማለት የሰማውን አካፈለኝ። የመቶ አለቃ ጥላሁን ትርፌ በቀድሞው የምዕራብ ጀርመን በኢትዮጵያ ኤምባሲ ውስጥ በምን ዓይነት ኃላፊነትና ደረጃ እንደተመደበ ባላውቅም ተመድቦ እንደሄደና ከደርግ ታማኞች ጋር ባለመግባባቱ ተመልሶ እንደመጣ ተነግሮኝ ነበር። ከስንት ዓመት በኋላ በአምባሶይራ ሆቴሎች አስተዳደር ተመድቤ በምሰራበት ወቅት ተስፋየ ናትናኤል የሰሜን ኢትዮጵያ የኢንሹራንስ ድርጅት ዋና ሥራ አስኪያጅ ሆኖ በመመደቡ አሥመራ ላይ ተገናኝተን የቀድሞውን አሳዛኝ ታሪክ እያስታወስንና በፍልሥጥኤም ቆይታየ የተማርኩትን የኦሮምኛ ቋንቋ ለማስታወስ እየረዳኝ እንደ ባዕድ ዜጋ ባስቸኳይ ከኤርትራ ተባርርሬ እስከወጣሁበት ጊዜ መልካም ወዳጄ ሆኖ ቆይቷል።

10.11. ከሻለቃ ግርማ ይልማ ጋር ለመጀመሪያ ጊዜ ግንኙነት

ሀገር ቤት ከገባሁ ጀምሮ ተያይተን ስለማናውቅ ለመተያየትና እግረመንገዴንም ስለሁኔታየ ለማማከር ከማዕከላዊ እንደወጣሁ ለመገናኘት ቀጠሮ ተያዘልኝ እንደሄድኩ ከልዩ ፀሀፊዋ ጋር ቀርቤ ማንነቴን ገልጬ ቀጠሮ እንዳለኝ ሳነጋግራት እሷና ከእሷ ጋር ያሉት የሥራ ባልደረቦቿ እኔን ማየት ሲገባቸው የሚመለከቱት በጀርባየ የሆነ ነገር እያዩ ይገረማሉ። የገረማቸው ምክኒያት ለካስ እኔ አልገባኝም እንጂ ከየት የመጣ የክብር እንግዳው ቢሆን ነው በሩን ከፍቶ ከበሩ ላይ ቀሞ የሚጠባበቀው እያሉ በመገረማቸው ነበር። እሱ ግን አክብሮቱን ከመግለጽ ፍላጎቱ ባሻገር እንደገባኝ እስከአሁንም በመጎሳቀሉ የሽፋታ መልኩ ካልጠፋ የአካባቢው ሠራተኞች እንዳይደናገጡ እኔም እንዳልረበሽ ብሎ እንደሆነ እኔና የቀድሞ ጓደኞቼና ወዳጆቼ የተረጎምነው (አሳፍሮኝ ጠይቄው አላውቅም)። አያሌው ና ግባ ብሎ ይጠራኛል። ወደኋላየ ዞር ስል ግርማ ይልማ የቢሮውን በር ከፍቶ ከበሩ ላይ ቀሞ ይጠባበቀኛል። ከእሱ ዘንድ እንደቀረብኩ በሁለት እጆቹ በማቀፍ ተሳሳምን።

ከዚያ በሩን ዘግቶ ወደ እንግዳ መቀመጫ ቦታ ወስዶኝ እንደተቀመጥን ስላሳለፍኩት ሁሉንም አስረዳሁት። ያችን መናጢ የመታወቂያ ወረቀት ተብላ የተሰጠችኝን ችግር ፈጣሪ አሳየሁት። አንብቦ እንደጨረሰ እኔም ብሆን ተጠራጥሬ መንገድ ላይ ባቀምህና መታወቂያ ጠይቄህ ይህንን ከሆነ የምታሳየኝ ወደ ማረፊያ ቤት ነበር የምወስድህ። እርግጥ የእኔ ሌላ ተልዕኮ ወይንም ስውር አጀንዳ ኖሮኝ ሳይሆን ትክክለኛ ማንነትህን ለማጣራት ነው አለኝ። ወደ መቀመጫ ወንበሩ ተመለሰ፣ እኔም ከእሱ ፊት ከሚገኘው ወንበር እንድቀርበው ጋበዘኝ። ኮሎኔል ተስፋየ ወ/ሥላሴ አነጋገሬአቸው ከማዕከላዊ እሥር ቤት እንዲወጣ ለመተባበር ካልሆነ በስተቀር በአንተ ጉዳይ ላይ እንደማያገባቸውና ካቅማቸው በላይ እንደሆነ ማዕከላዊ እያለሁ ገልጸውልኛል። እስቲ ከሻለቃ ፍሰሔ ደስታ ጋር ልነጋገር ብሎ ስልክ ደወለ። ከፊቴ ሆኖ ነበር ውይይቱን ከሻለቃ ፍሰሐ ደስታ ጋር በስልክ የሚያካሂደው። ሻለቃ ፍሰሔ ደስታ በኩል የሚነገረውን አላውቅም፣ ግርማ ይልማ ግን ከፊቴ እያዳመጥኩት እንዲህ እያለ ነበር የሚመልስላቸውና የሚያስረዳቸው። "ጌታየ ከወጣ በኃላ ምን ይሰራና ምን ያደርግ እንደነበረ ይምናውቀው የለንም። ስለአወጣጡ ግን ከእኛ ይበልጥ የሚያውቅ የለም። ሲወጣ ለራሱ መጠበቂያ ይተመደበችዋን ሽጉጥና ኡዚ እንኳን ይዞ አልሄደም። ከቢሮ ጠረጴዛ መሳቢያ ውስጥ አዘጋጅቶ ባስቀመጣቸው ጽሁፎቹ ጋር ሽጉጡና የኡዚ ጠመንጃ የግሌ ወይንም የቤተሰቦቼ ሳይሆን የአገሬና የሕዝቧ ንብረት በመሆኑ አስቀምጬ ወጥቻለሁ። ከእኔ ጋር ይዤ የሄድኩት ለፀረ-ፊውዳል ቅስቀሳና ፕሮፓጋንዳ ይጠቅመኝ ዘንድ የራስጌና የግርጌ ማሕተም ብቻ ናቸው ብሎ በሰፊው አትቶ ጥሎ ነው የሄደው። በሌላ በኩል ሻምበል ውብሸት ደሴ በይበልጥ ሊያውቁ ይችላል ባንድነት አንድ አካባቢ የኖሩ በመሆናቸው። በውጭ ሀገር ቀይታው በእናንተ በኩል የሚታወቅ ወንጀል አለ ብላችሁ የምታምኑ ከሆነ ለምን ምሕረት ሰጣችሁት። ወደ እኛ ለመምጣት አትከጅል ብላችሁ እዚያው አድቦ እንዲቀይ አልነገራችሁትም? ለምንስ አሁን ወደመጣበት እንዲወጣ አታደርጉትም። የመጓጓዣ አያስቸግራችሁም፣ የቀድሞ ጓደኞቹ በማዋጣት ወደ ፈረንሣይ የሚያደርሰውን የአየር ቲኬት ይገዙለታል። መዘዋወር ካልቻለ፣ ዘመዶቹን ሂዶ መጠየቅ ካልቻለ፣ ሥራ ሰርቶ መኖር ካልቻለ እንዴት ሆኖ ይኖራል ብላችሁ ነው?" ብሎ እየሰማሁት ለሻለቃ ፍሰሐ ደስታ ነገራቸው። ከጓድ ፍቅረሥላሴ ወግደረስ ጋር ለመነጋገር እንድችል ጊዜ ስጠኝ ብለውኛልና ከአንድ ሳምንት በኃላ እንደገና እንደውልላቸዋለን ተባብለን ተለያየን።

10.12. በዩኒቨርሲቲ መምህራን እርዳታ በቱሪዝም ኮሚሽን ለሁለት ሣምንት እንደሰራሁ በደርግ ትዕዛዝ መባረሬ

በየዕለቱ በአዲስ አበባ ዩኒቨርሲቲ በሳይንስ ፋኩሊቲ በተለይም በሂሳብ እና በፊዚክስ ዲፓርትሜንት ማሳለፌ ውሎ አድሮ ከፋኩልቲው ዲን ው. ድ. ጋር ለመተዋወቅና ለመቀራረብ አስቻለኝ። በሳቸውም አማካኝነት ከቅርብ ጓደኞቻቸውና አብሮአደጋቸው ከሆነው ከዶ/ር አሰፋ መድህኔ

ጋር ለመተዋወቅ በቃሁ። ዶ/ር አሰፋ መድህኔ የሳይንስ ሰው አይደለም፣ ነገር ግን በሳይንስ ፋኩልቲው ዲን ምክኒያት ወደ ፋኩልቲው አዘውትሮ ይመላለሱ ነበር። ከውጭ ሀገር በምሕረት አስገብተው ሥራ ለመያዝ ፈቃድ አልሰጡት፣ የመታወቂያ ወረቀት እንዳያገኝ በማድረግ እንደልቡ ለመዘዋወር አላስቻሉት፣ ቤተሰቦቹን ክፍለ ሀገር ሄዶ ለመጠየቅ እንዳይችል ወይንም ወደ መጣበት ሀገር እንዳይሄድ በማድረግ እዚህ አስገብተው አፍነውታል። አበበ ወርቁን ከእኔ ይበልጥ አንተ ስለምትቀርበው የመታወቂያ ወረቀት ለማግኘት እንዲያስችለውና መዋያ የምትሆነው የሆነች ሥራ እንደምንም ደፍሮ ፈልጎ እንዲሸትጠው ተማፀነው ብለው የሳይንስ ፋኩልቲ ዲን ው. ድ. ለዶ/ር አሰፋ መዳኔን ያማክሩታል። ዶ/ር አሰፋ መድህኔ እስቲ ከሰማኝ ይሉና ከወቅቱ የኢትዮጵያ ቱሪዝም ኮሚሽን ኮሚሽነር አቶ አበበ ወርቁ ጋር በመነጋገር በሀሳብ ብዙ ቦታ በመሄድ እንዳይረበሽና የመታወቂያ ካርድ ለማግኘት እንዲያስችለው የቀን መዋያ የምትሆነው እንደማንም ብለህ ፈልገህ ሸጉጠው በማለት በአደራ መልክ ይጠይቃቸዋል። አጋጣሚ ሆነ እና የኃላ ኃላ የሳይንስ ፋኩልቲው ዲን ከውዲቷ ጣይቱ ካሳ በተለየሁ ከስድስት ዓመት በኃላ ለመጀመሪያ ጊዜ ከተዋወኳትና ብሎም ካፈቀርኳት የ ሳ. አሰፋ አጎት መሆናቸውን ተረዳሁ። ኮሚሽነር አበበ ወርቁ ጽ/ቤታቸው ሄጄ ማነጋገሩ መልካም መስሎ ስላልታያቸው መኖሪያ አፓርትሜንታቸው እንዳነጋግራቸው ፈልገው በቀጠሮ እንደተገናኘን የሚቻለኝን አስረዳኃቸው። መዘዋወር እንዳትችል መታወቂያ የለህ፣ መኖር እንዳትችል ሥራ እንድትሰራ አልተፈቀደልህ፣ ወደ መጣህበት ውጭ ሀገር እንዳትመለስ እንኳንስ ወደ ውጭ ሀገር ከአዲስ አበባ ውጭ እንኳን መውጣት አልተፈቀደልህም። ምን ዓይነት ትርጉም ነው ብለው አሳዘናቸው። ከሥራ ባልደረባየ ከምክትል ኮሚሽነር መብራቴ ለማ ጋር ተወያይቼ ከጥቂት ቀናት በኋላ በአሰፋ በኩል መልዕክት እልክልኻለሁ ብለው አሰናበቱኝ። በሶስተኛው ቀን ዶ/ር አሰፋ መዳኔም ሆነ የፋኩሊቲው ዲን አድራሻየን ስለማያውቁ ለዶ/ር ዳንኤል ዘውዴና ለዶ/ር ሙሀመድ አሰን እንደሚፈልጉኝ መልዕክት በማስተላለፋቸው ወደ ዲኑ ጽ/ቤት ሄጄ ኮሚሽነር አበበ ወርቁ እንደሚፈልጉኝ ገልጸው ቀኑንና ሰዓቱን ብሎም የቢሮ አድራሻቸውን ነግረው አሰናበቱኝ። በቀጠሮ ቀንና ሰዓት በቀድሞው አብዮት አደባባይ (መስቀል አደባባይ) ከሚገኘው የቱሪዝምና ሆቴሎች ኮሚሽን በመኃዝ ከኮሚሽነር አበበ ወርቁ ጽ/ቤት ደረስኩ። ቢሯቸው እንደገባሁ ምክትል ኮሚሽነር መብራቴ ለማ ጋር ሆነው አገኘኃቸው፣ ሁለቱም አስቀድመው ተወያይተውበት ስለነበር አቶ ደመረ ከሚባሉት የኮሚሽኑ የአስተዳደር ዋና ክፍል ኋላፊ ጋር ሄደህ አስፈላጊውን ፎርማሊትዎች አጠናቅ ብለው ወደ ተባለው ቢሮ መሩኝ። ፎርሞቹን አጠናቅቄ በዚያ ዕለት በቱሪዝም ኮሚሽን የዜና ቱሪዝም ሪፖርተር ሆነው ተመድበው እንዲሰሩ ተቀጥረዋል የሚል የቅጥር ደብዳቤ በምክትል ኮሚሽነር መብራቴ ለማ ተፈርሞ ደረሰኝ። ተቀጥሬ ሁለት ሳምንት እንደሰራሁ በድንገት ከኮሚሽነር አበበ ወርቁ ጽ/ቤት ባስቸኳይ እንደምፈለግ ተነገረኝ። በቀጠሮየ ስደርስ ምክትል ኮሚሽነር መብራቴ

ለማም ባንድነት ሲጠባበቁኝ አገኘኋቸው። ሁለቱም እያዘኑ ከሻምበል ፍቅረሥላሴ ወግ ደረስ ስለተሰነዘረባቸው ግልምጫና ማስፈራሪያ በማስረዳት ከይቅርታ ጋር ሥራውን እንዳቆም ተማጸኑኝ። ለሰው ልጅ በተለይም ለምስኪን ወገናችሁ ብላችሁ ባደረጋችሁት በጎ ተግባር እንደወረታ ላደረስኩባችሁ ችግርና ወቀሳ ይቅርታ እንዲያደርጉልኝ ብየ ለሰናበት ስቃጣ ምክትል ኮሚሽነር መብራቴ ለማ ከደርግ ጽ/ቤት ለመቅጠር የምንችል መሆናችንን የሚፈቅድልን የሆነች ብጣሽ ማስታወሻ ለማጻፍ ሞክር ብለው መክረው አሰናበቱኝ። በሳምንቱ ተመልሼ ወደ ሻለቃ ግርማ ይልማ ቢሮ ሄድኩ። ኮሚሽነር አበበ ወርቁና ምክትል ኮሚሽነር መብራቴ በወገናዊነትና በሰብዓዊነት በመቀርቀር ቀጥረው ለሁለት ሳምንት እንደሰራሁ ያልታሰበ ግልምጫና ቁጣ ከደርግ ስለተሰነዘረባቸው ሥራውን ማቀሜን ገለጽኩለት። የቅጥር ደብዳቤውንም አሳየሁት። ሆኖም የሆነች ማስታወሻ ከደርግ ለማግኘት ከቻልክ ቦታ አፈላልገን እንሸጉጥሀለን ብለው ቃል ገብተውልኛልና እርዳኝ ብየ ጠየኩት። ሻለቃ ፍሰሐ ደስታ ወደ ውጭ ሀገር በመሄዳቸው ውይይቱ ከሻምበል ውብሸት ደሴ ጋር ሆነ። ከሻምበል ውብሸት ደሴ ጋር ያደረገው ወይይት የባሰ ወልጋዳና ጠማማ ነበር።

እኔና ሻምበል ውብሸት ደሴ ቀድሞ አሥመራ እያለን በጣም እንተዋወቃለን፣ መናናቅም ነበረን። ባካባቢው የነበሩት የጦር አካዳሚ ምሩቀችና የፖሊስ ኮሌጅ ምሩቅ ጓዶቼ እረፍት ጊዜያችንን ባንድነት በማፈራረቅ አንዳንድ ጊዜ ከክፍለ ጦሩ የመኮንኖች ክለብ፣ ሌላ ጊዜ ደግሞ የእኛ እንግዳ በመሆን በፖሊስ ክበብ የእረፍት ጊዜያችንን እናሳልፍ ነበር። እኒህ የጦር አካዳሚ ምሩቆች (9ኛ፣ 10ኛና 11ኛ ኮርሶች) እና የእኔዎቹ ጓዶች ባንድነት ሆነን ሻምበል ውብሸት ደሴን በመልካም ዓይን አንመለከተውም ነበር። ለማናቸውም ከድቶ ከወንበዴዎቹ ጋር ከተቀላቀለ በኋላ ጀምሮ ወደ አገሩ እስከተመለሰበት ጊዜ ድረስ ያደረገውንና የሰራውን የምናውቀው የለንም። ደግሞም የሰርውን ይስራ ሙሉ ምሕረት ተሰጥቶት የገባ በመሆኑ ያ ሁሉ ሊሰረዝ ይገባዋል። ከምሕረት በፊት የሰራው ሁሉ የሚነሳ ከሆነማ ምሕረት አላገኘም ማለት ነው። በቃፍ ላይ ነው ያለው በማለት ለፍሰሐ ደስታ እንዳለው ለሻምበል ውብሸት ደሴ አብራርቶ ገለጸለት። ሻምበል ውብሸት ደሴ ከጓድ ፍቅረሥላሴ ወግደረስ ጋር ተነጋግሬ በሚቀጥለው ሳምንት ያስታውሱኝ ብሎ ሰልኩን ዘጋ። በሳምንቱ ሻለቃ ግርማ ይልማ ለሻምበል ውብሸት ደሴ ስልክ ደውሎ <u>ከጓድ ፍቅረሥላሴ ወግደረስ በተሰጠው መመሪያ መሠረት ከወታደራዊ ተቃማት፣ ከፖለቲካ ድርጅቶች፣ ከፋብሪካና ወዛደር ከተከማቸባቸው የመንግሥትና የግል መሥሪያ ቤቶች ውጭ በመጠነኛ የሥራ ቦታ ላይ</u> ተቀጥሮ ለመሥራት እንደሚችል ፈቃድ እንድንጽፍለት የሚቀጥረው እንዳገኘ ያስታውቀን ብለው እንደነገሩት የኢትዮጵያ ቱሪዝም ኮሚሽን ሊቀጥረው ፈቃደኛ መሆኑን ሻለቃ ግርማ ይልማ ገልጾለት የስልኩ ውይይት ተዘጋ። በዚያኑ ሰሞን ከፍሰሐ ደስታ ጽ/ቤት ሄጄ ሻምበል ዘራያቀብን እንዳነጋግረው ሻለቃ ግርማ ይልማ መልዕክት ላከልኝ። ሻምበል ዘራያቀብ የሻለቃ ግርማ ይልማ የኮርስ ጓደኛ ሲሆን የሻለቃ

ፍሰሐ ደስታ ልዩ ረዳት ሆኖ ተሹሞ ሥራውን የጀመረበት አካባቢ ነበር። ሻምበል ዘራያቆብ ድብዳቤው ተጽፎ ለቱሪዝም ኮሚሽን እንደተላከ ነገረኝ፣ ለእኔም ኮፒ አድርጎ ሰጥቶ አሰናበተኝ። በማግሥቱ አቶ አበበ ወርቁ ጋር እንደሄድኩ ደብዳቤው ወደ አቶ መብራቴ ለማ የኮሚሽኑ ምክትል ኮሚሽነር ዘንድ ስለተመራ ቢሯቸው እንድሄድ ተደረኩ። ማናቸውንም የቅጥር ቅጾች ቀደም ሲል ሞልቼ ያጠናቀኩኝ ስለነበር በዚያኑ ቀን ለሁለተኛ ጊዜ የቅጥር ደብዳቤ ደረሰኝ። ያጋጣሚና አማራጭ ባለመኖሩ የሰበነክ ኢንዱስትሪ ባልደረባ ሆኜ ለዕለት እንጀራየና ከሁሉም ይበልጥ ግን መታወቂያ ወረቀት ለማገኘት እንዲያስችለኝ የተሰጠችኝን ሥራ ባለማመንታት በደስታ ጀመርኩ። አንዳንዶቹም በግልጽ ይቅርብህ ሥራውን አትቀበል፣ እንደማንም ተሰቃይተህ ቀይና ጊዜው ሲያልፍ ሌላ ጋር ተቀጥረህ መስራቱ ይሻልሀል ብለው አጥብቀው የመከሩኝ ቡዙ ነበሩ። ዶ/ር አሰፋ መድህኔና ዲን ው. ድ. ዝምድና ወይንም የቀድሞ ትውውቅ ሳይኖረን በወገናዊ ስሜት ተነሳስተው ያደረጉልኝን መልካም አድራጎት በአክብሮት በመያዝ ደስ ማሰኘት ይኖርብኛል። የነኮሚሽነር አበበ ውርርቁንና ምክትል ኮሚሽነር መብራቴ ለማን ደግነትና ርኅራኄም በፀጋ መቀበልና ማክበር ይኖርብኛል። ስለዚህ አምላክ ወደዚህ ኢንዱስትሪ ሆን ብሎ መርቶኛልና ማናቸውንም እንዳመጣጡ ጠንክሬ መቋቋም ይኖርብኛል ብየ ወሰንኩ። ዶ/ር አሰፋ መዳኔ የመኢሶን አባል እንደነበር ሰምቻለሁ፣ አቶ አበበ ወርቁ ምን እንደነበሩ አላውቅም።

10.13. ከደርግ መመሪያ ውጭ የወ/ሮ ኤልሳቤጥ የማነብርሃን ምክትል ሆኜ ቦሌ ዓለም አቀፍ አይሮፕላን ማረፊያ መመደቤ

በዜና ቱሪዝም ሪፖርተኝነት ለአንድ ወር እንደሰራሁ አቶ አበበ ወርቁና ምክትል ኮሚሽነር መብራቴ ለማ ኀሊናቸው በመረበሹ በእንደዚያ ዓይነት ሥራ ላይ አሰማርተርው ማሰራታቸው ደስ አላላቸውም። በሌላ በኩል ደግሞ ከነፍቅረሥላሴ ወግደረስ የተላከላቸው ደብዳቤ መሰረት ቀጥረው ማሰራት ያለባቸው የሥራ ዓይነት በግልጽ ተነግሯቸዋል። ከደብዳቤዋ ትእዛዝ ይበልጥ ኀሊናቸው በመረበሹ ኮሚሽነር አበበ ወርቂ ከምክትል ኮሚሽነር መብራቴ ለማ ጋር እንዳሉ ቢሯቸው ተጥርቼ ሄድኩ። የደመዎዝ ጭማሪ አይኖረውም ግን የምንልክህ ቦታ ኋላፊ የሆኑት ከወደዱህና ከሳቸው ጋር በቋሚነት የምትመደብ ከሆነ የትራንስፖርት አበል ይከፈልሃል። ወ/ሮ ኤልሳቤጥ ተቀብለውህ በቦታው ብትቀይ ግን ለወደፊቱ በኢንዱስትሪው ቀይታህ ለከፍተኛ ቦታ ሊያደርስህ የሚችል ቦታ ነውና ወድዚያ ልንመድብህ አስበናል። በቦታው በኋላፊነት ያሉት ኃላፊ ይውደዱህ አይውደዱህ አናውቅም። በእኔና በአቶ መብራቱ ግንዛቤ እንደሚወዱህ ነው የተወያየነው። ከአሁን በፊት በተለያየ ጊዜ ስድስት ሰዎች ልከንላቸው ስድቱንም አልፈልጋቸውም እያሉ መልሰዋቸዋል። ሆኖም ግን ዛሬም ምክትል ወይንም ረዳት ላኩልኝ ማለታቸውን አላቀሙም። ባለሙያና አንደበተ ኩሩ የሆኑ ትልቅ እመቤት በመሆናቸው የምንመድብለዎትን ሰው አድበው ተቀበለው ይሰሩ ብለን ልናስጨንቃቸው ወይንም

ልናስገድዳቸው የባለሙያዋ ማንነት አላስቻለንም በማለት በማድነቅም በማዘንም በመቸገርም መንፈስ ገልጹልኝ። ቦታው ትልቅ ባይሆንም እንዳትመደብ በደርግ በኩል ከተጠቀሱት የሥራ መደብና የሥራ አካባቢ በመሆኑ የሚያስከትልብንን ሁሉ እኛ እንቀበላለን። ቁም ነገር የቦሌው ቅርንጫፍ ኃላፊ የሆኑት ወይዘሮ ይውደዱህ እንጂ በማለት አስረዱኝ። ይህንን የምንነግርህ ድንገት አንተንም እንደሌሎቹ አልፈልገውም ብለው ቢመልሱህ ቅር እንዳትሰኝና ሌላ ስሜት እንዳያሳድርብህ በቅድሚያ እንድታውቀው ነው ይሉኛል። ኋላፊዋ ማን ይባላሉ? ብየ ጠየኩ። ወ/ሮ ኤልሳጼጥ የማነብርሀን ይባላሉ፣ በውስጥ ፍጹም ኢትዮጵያዊ፣ በባህልም ፍጹም ኢትዮጵያዊ ሆኖም ባስተሳሰብና ባመለካከት ሙሉ በሙሉ ምዕራባዊያን ናቸው ይሉኛል አቶ አበበ ወርቁ። የኢትዮጵያ ቱሪዝም ኮሚሽን የቦሌ ዓለም አቀፍ አይሮፕላን ማረፊያ ቅርንጫፍ ጽ/ቤት ኋላፊ ናቸው። አንተ የሳቸው ወይንም የቅርንጫፍ ጽ/ቤቱ ረዳት ኋላፊ ሆነህ ነው የምትመደበው አሉኝ። የገለጿቸውን ገጸ ባሕሪያት፣ አስተሳሰብና ማንነት ላላቸው ሁሉ ተስማሚና ምቹ ነኝና የተባሉት ኋላፊ እኔን እንደሚፈልጉኝ ላረጋግጥለዎት ብየ ቃል ገባሁላቸው። በጉራ ሳይሆን እራሴን ስለማውቀው ነበር እንደዚያ አፍ አውጥቼና ተማምኜ የነገርኳቸው። አዲሱ የምደባ ደብዳቤ ተበተነ፣ ከዚያም ቦሌ ሄጄ ከወ/ሮ ኤልሳጼጥ የማነብርሀን ጋር ተዋወኩኝ። የመቶ አለቃ የሚለውን ሲያዩ "ይህ እኮ የጦር ሜዳ ወይንም የጦር ሠፈር አይደለም። ለምንድን ነው ሥራችሁን እየተዋቻችሁ ያለቦታችሁ እየገባችሁ አገሪቷንና ሕዝቧን የምታተራምሱት" ይሉኛል ገና ትውውቃችንን ሳንጨርስ። "የእናንተ ቦታ እኮ ከጦር ሠፈር ውስጥ ነው፣ ከዚያ ውጭ ጦር ሜዳ ሄዳችሁ የአገራችንን ዳር ድንበር ማስከበር ነው" ይሉኛል። አባባላቸው ሁሉ logical እና ትክክለኛ ነገር ነው፣ ግን ከእኔ ጋር ምን አያያዘው ብየ ግራ ተጋባሁ። ለጥቂት ጊዜ አሰብኩና ታዲያ የእኔ እመቤት ጦር ሜዳ ሄደን እንዳንዋጋ ከተከልከልንና ጦር ሠፈራችንም ተመልሰን እንዳንገባ ከተደረግን ምን እናድርግ፣ የትስ እንሂድ ስላቸው ንግግራቸውን ገቱና ቀጥ ብለው ተመለከቱኝ። ባነጋገሬ በመጠኑም የደነገጡ መሰለኝ። አብሾየ ተነሳብኝና በድፍረትና በኩራት መንፈስ፣ እመቤት የመቶ አለቅነት ማዕረጌ በሩጫና በግር ግር የተገኘ አይደለም አልኳቸው። ፈገግታ አሳይተው ቁጭ በል፣ ይቅርታ ቢሮዋ ጠባብ ነች አሉኝ። የእኔ እመቤት ፍቅርና መከባበር ካለ የቢሮዋን ጥበት ላይሰማን ይችላል አልኳቸው። አትኩረው ቀጥ ብለው ሲመለከቱኝ የትኛውን የስድብ ናዳ ሊያወርዱብኝ ነው ብየ እራሴን ሳዘጋጅ ጭራሽኑ ንግግር አቆሙና ቡና ሊጋብዙኝና የገቢ ሊሉኝ ከኢትዮጵያ ሆቴሎች የቦሌው አለም አቀፍ አይሮፕላን ቅርንጫፍ ሆቴል ይዘውኝ ሄዱ። በቡና ቤቱ ቆይታችን ጨዋታቸውና ውይይታቸው ሁሉ ስለቅርንጫፍ ጽ/ቤቱ ተግባር፣ የተወሰነ የሥራ ሰዓት እንደሌለና አይሮፕላን ከውጭ በሚገባበት ጊዜ መገኘት እንደሚኖርብን፣ ይህም በምሽትም ጭምር ሊሆን እንድሚችል፣ መልካምና ኢትዮጵያዊ መስተንግዶ ሊኖረን እንደሚገባንና እንግዶቻችንን ከእዚህ በሚገባ ከተቀበልናቸውና ካስተናገድናቸው ከተማ ገብቶ ቅር የሚያሰኝ

ሁኔታዎች እንኳን ቢያጋጥማቸው ሁልጊዜ የሚያስታውሱትና ልባቸውን የሚመስጠው የመጀመሪያው መስተንግዶና አቀባበል በመሆኑ የኃለኛውን ይረሱታል (The 1st impression is the last impression) በማለት የመጀመሪያዋን የቱሪዝምና ሆቴል የመስተንግዶ ዘይቤ ከወ/ሮ ኤልሳጴጥ የማነብርሃን ገና በትውውቅ ሰዓታችን ቀሰምኩ። ሥራውን ስትጀምር በኤየርፖርት ውስጥ በማንኛውም ቦታ ለመግባትና ለመዘዋወር የሚያስችልህ የይለፍ ካርድና የኤየርፖርት መታወቂያ ካርድ ይሰጥሀል አሉኝ፣ በሆዴ የምፈልገውም ይህንኑ ነው አልኩ። ከሁለት ሳምንት ቆይታ በኋላ የይለፍ ካርድና የመታወቂያ ካርድ ተሰጠኝ። የበረራ ሰዓት ፕሮግራም ተቀበልኩ። ለመጀመሪያው ሦስት ሳምንት ባንድነት እንድንሰራ አዘዙኝ፣ ይህም ሥራውን ለማሳየትና ለማለማመድ፣ እግረመንገዳቸውንም ሁኔታየንና እንቅስቃሴየን ሊመለከቱ ነበር። በዚህን ጊዜ ከእንግዶች ጋር ያለኝን አቅርቦትና አቀባበል ሲያዩ ግራ ተጋቡ። በዚያ ላይ ያላሰቡትን ጥራዝ ነጠቅ የሆኑ የተለያዩ የቋንቋዎች ችሎታየን ሲያዩ የባሰ በልባቸው ተኩራሩ፣ ወደዱኝ። ይባስ ብለውም "እስከአሁን ድረስ የት ደብቀውህ ነው ዛሬ የሚልኩልኝ" ብለው ጥያቄ አቀረቡልኝ። ምንም አልመለስኩላቸውም። ይህንኑ ጥያቄ ቱሪዝም ኮሚሽን ሄደው ለሁለቱ ኮሚሽነሮች ማቅረባቸውን ሰማሁ።

ትግርኛ ከየት ተማርክ፣ ትግሬ ነህ እንዴ? አይደለሁም። ፈረንሳይኛና ጣሊያንኛስ ከየት ተለማመድክ? አልመለስኩላቸውም። ዓረብኛስ? አልመለስኩም። በመቀጠልም የት ነው እንግዳ አቀባበልና መስተንግዶ የተማርከውና የሰለጠንከው? አሉኝ። እዚህ ላይ ዝም ልላቸው አልፈለኩምና ያስተማረችኝ ኢትዮጵያ የምትባለዋ እናቴ ነች። የትነው ያለችው? አሉኝ። አሁን የት እንዳለች አላወኩም፣ የምትፈልገኝ በችግሯ ጊዜ ብቻ ነው። በደስታና ሰላሟ ጊዜ አትቀርበኝም፣ የምትቀርበው የእንጀራ ልጆቿን ብቻ ነው አልኳቸው። ይግባቸው አይግባቸው የራሳቸው ጉዳይ ብየ እሳቸውን ምክኒያት በማድረግ ያፌንኩትንና በሆዴ ያመቅኩትን እንደ እብድ ነበር የምቀባጥረው። ሆኖም በሥነሥርዓትና በወግ፣ በጥሩ ባህል፣ ሥነምግባርና በማዕረግ እያስተማረች አሳድጋኛለች ይህችው እናቴ አልኳቸው። አሁንም አልገባቸውምና የየት ቦታ ተወላጅ ነች ብለው ጠየቁኝ። በድጋሚ ማነው ስማቸው አልከኝ? ስሟ ኢትዮጵያ ትባላለች አልኳቸው። ንግግሬና ቋንቋየ ሊገባቸው ስለአልቻለ መቀጠሉ በሳቸው ላይ እንደመቀለድና ማሾፍ ስለሚሆንብኝ ሌላ ጊዜ ነው የየት አካባቢ ሴት እንደሆነችና አሁን የት እንዳለች የምነግረዎት አልኩና ወደ ሌላ እንዲያመሩ መራኃቸው። ሆኖም ብዙ ነገሮችን ተገንዝበዋል፣ ታዝበዋል፣ አጢነዋል። ግን ምንም አላሉኝም። በሁለተኛው ሳምንት ማገባደጃ ኮሚሽነር አበበ ወርቁ ያስጠሩኛል። ኮከባችሁ ገጥሟል፣ በጣም አድርገው እያደነቁህ ነው የሚነግሩን፣ ምክትል ኮሚሽነር መብራቱም በጣም ተገርሟል፣ በየጊዜው እየመጡ ሰው ፈልጉልኝ እያሉ እንዳይጨቀጭቁት ስላዳንከው ደስ ብሎታል። በቱሪዝም ኮሚሽን ዋናው መሥሪያ ቤት ውስጥ የመወያያ አርዕስት ሆናችኃል በአሁኑ ወቅት። ስድስቱን ነባር የቱሪዝም ኮሚሽን ሰዎች አልፈልግም

ብለው ያባረሩ ይህን ምንም የማያውቀውን ደንቀሮና ገሪባ የሩጫ መቶ አለቃ እንዴት ሊወዱት ቻሉ እየተባለ እየተወራ ነውና ከጆሮህ ቢደርስ እንዳይደንቅህ በቅድሚያ ልግለጽልህ ብለው አቶ አበበ ወርቁ ደስታቸውን ይገልጹልኛል። አንደኛው አልፈልገውም ብለው የመለሱት የመሥሪያ ቤቱ ካድሬ ብቻ ሳይሆን ከአሩሲው ደርግ ተወካይ የመቶ አለቃ ስለሺ የቅርብ ጓደኛ ከመሆኑም ባሻገር ከሌሎች ጋር ካድሬ አስደርጎ እዚሁ ተመድበው እንዲቀሩ ያስደረገው እሱ ነው። አሁን ካድሬዎቹ የሚያደርጉት ግራ ተጋብተዋልና ለሚመጣው ያልታሰበ ችግር ሁሉ እንድትዘጋጅ ብለው መክረው ሸኙኝ። ያልገባኝ ነገር ቢኖር የሩጫ መቶ አለቃው የሚለው ሲሆን ይህም ወ/ሮ ኤልሳጴጥ እንደሚሰጡት ትርጉም ነው ወይንስ በሌላ የሚለውን ለማወቅ ኮሚሽነት አበበን ከመሰናበቴ በፊት ጠየኳቸው። እንደ ደርጎች ማለታቸው ነው፣ እንደነ መቶ አለቃ ስለሺ፣ እንደ ፶ አለቃ ለገሠ አስፋውና የመሳሰሉት ማለት ነው አሉኝ ደፍረው በእምነት።

ለታክሲ የማወጣው የትራንስፖርት አበል ተወስነልኝ በይፋ ሥራየን ጀመርኩ። በጥሩ መንፈስና በደስታ ሁለት ወር ያህል እንደሰራሁኝ አቶ ካሳ ከበደ ተሰማ እንግዳቸውን ሊቀበሉ ይሁን ለሌላ ጉዳይ ኤየርፖርት ተርሚናል አካባቢ ስዘዋወር ፊት ለፊት እጋጠማለሁ። አንድም ቀን ባልጌና ከባሕሌ ሸርተት ብየም አላውቅ። ሳያቸው የሆዴን በሆዴ ተሸክሜ ሄጄ በሥነሥርዓት እጅ እነሳለሁ። ዋጋቸውን ከእግዚአብሔር ያግኙት እንጂ በምንም ቢሆን አክብሮቴን ልነፍጋቸው አልፈለኩም። በተመሳሳይ ደረጃ ለበደለኝ ለታናሽ ወንድማቸው ለአያሌው ከበደ ተሰማም እስከአሁን ድረስ ሳደርግ የቀየሁት ባህሌ ነው። አቶ ካሳ ከበደ ተሰማ "እዚህ ምን እያደረክ ነው" ብለው ሲጠይቁኝ ጌታየ ዳቦ ማግኘት ይኖርብኛል፣ ሁሉ ችግሬ ሊፈታ ይችል የነበረው በእርሰዎ በኩል ነበር። እርሰዎ ግን ይባስ ብለው ከከባድ ችግር ውስጥ ዘፍቀውኝ ስንከራተትና ስቃቃም በተዓምር ኖርኩኝ ብየ እንደመለስኩላቸው "አቶ የማነ አርአያ አልጠራህም እንዴ? ብለው ጠየቁኝ። እኔም የጠራኝ የለም፣ ግን ሌላ ሰው እንዲጠራኝ ከሚያደርጉ ለምን እራስዎ አይፈቱልኝም ነበር ከፈለጉ ጌታየ አልኩ (አንተ እያልኩ እንድጠራቸው ነበር የተደረኩት፣ ሆኖም ሸረኛ፣ ተንኮለኛና ግፈኛ መሆናቸውን ካወኩ ጊዜ ጀምሮ ወደ ቀድሞው በመቀየር እርሰዎ እያልኩ መጥራት ጀመርኩ)። በል "ቢሮየ እንድትመጣና በድጋሜ የማነን አነጋግረዋለሁኝ" ብለው አወናብደው ተሰናበቱኝ። ለአቶ የማነ ለማነጋገር ከሆነ ጌታየ ይቅርብኝ አልመጣም ብየ በግልጽ ነግሬአቸው ተሰናበትኳቸው። ነገርን ነገር ያነሳዋልና ከማዕከላዊ ምርመራ እንደተለቀኩ አቶ የማነ አርአያን ደውየ ማንነቴን ካረጋገጡ በኋላ በስልክ ያሉኝ "ውስብስብነት የበዛበትን ችግርህን በቀላሉ ሊፈታልህና ሊረዳህ የሚችለው እሱ እራሱ እየሆነ፣ ለምን ችሎታና አቅም ለሌለን ሰዎች ይልክሃል" ብለው ነበር በስልክ ያሰናበቱኝ። ፋይዳ እንደማይኖረው አቶ የማነ አርአያ ስለሚያውቁ ቢሯቸውም እንኳን ልገባ ፍቃድ አልሰጡኝም ለካስ ወ/ሮ ኤልሳጴጥ የማነብርሀን የእኔን ከአቶ ካሳ ከበደ ጋር ባንድነት ቀመን መነጋገራችንን በጥሞና ይገነዘቡ ነበር። ቢሮ

ተያይዘን ሄድንና እንደተቀመጥን እስቲ የሆነች ነገር ልጠይቅህ ይሉና ከዚህ ሞሳድ ጋር የት ነው የምትተዋወቀው ብለው ሲጠይቁኝ ሳቄን ለቀኩት።

ወ/ሮ ኤልሳቤጥ የማነብርሀን በፍጹም እስራኤል ያደጉና ከይሁዳዊያኖቹ አብልጠው ባህሉንና ቋንቋውን አበጥረው እንደሚያውቁ ፈጽሞ አልገመትኩም። ከንግግራቸው፣ ከባህሪያቸው፣ ከጸባያቸው ሁሉ ግምቴ እንግሊዝ፣ ፈረንሳይና ጣሊያን ሀገር ተወልደው እዚያው እንዳደጉ ነበር የሚመስለኝ። ምን ማለተዎ ነው ወ/ሮ አልሳቤጥ? ሞሳድ የትኛው ነው? አልኳቸው። በንቄት መልክ ይህ የዚያ የደጃዝማቹ ልጅ፣ የጥቁሩ ሰውየ ወንድም ይሉኛል (በንቄትና በንዴት አነጋገር)። አሁንም ሳቄን ለቀኩት፣ ያሳቀኝ የቋንቋቸው ጣፋጭነትም ጭምር ነበር፣ የየትኛው ጥቁር ሰውየ አልኳቸው ለማናገር ብየ። ይኸ የምንሊክን ቤተመንግሥት የሰው ማረጃ ያደረገው የደጃዝማቹ ልጅ ይሉኛል። ለመሳቅ ብየ ብዙ ላናግራቸው ፈልጌ ነበር፣ ሆኖም በባህሪና በጨዋነት ትልቅ በሆነ/ች ላይ እንደዚያ ማድረጉ ተገቢ አለመሆን ብቻ ሳይሆን ኃጢአትም ነው ብየ ስለማምን ነገሩን ለመቋጨት ፈልጌ አቶ ክሳ ከበደን ማለትዎ ነውን? ብየ ጠየኳቸው። እሱን እንጂ ታዲያ ከእሱ፣ ከተስፋየ ወ/ሥላሴና ከዚያ ድርግ ጽ/ቤት ውስጥ ካለው ወጣት የሲቪል ፖለቲካ ሰራተኛና የደርግ ሰዎች በስተቀር ሌላ ሞሳድ የት አለ ኢትዮጵያ ውስጥ በአሁኑ ጊዜ አሉኝ። ታሪኩን ልጀምርላቸው አልፈለኩም። አይሮፕላን ሊያርፍ ተቃርቧል። ባጭር መቅጨት ያስቸግራል፣ ደግሞ ከነገርኩ የተባረኩ ሴት በመሆናቸው በደንብ የልቤን ማስረዳት ይኖርብኛል። በሌላ በኩልም ከዚያ ድርግ ጽ/ቤት ውስጥ ካለው ወጣት የሲቪል ፖለቲካ ሰራተኛና የደህንነቱ ሀላፊ ያሉት እነ ማን መሆናቸውን ለማወቅም ጉጉት አሳደረብኝ። ወ/ሮ ኤልሳቤጥ የእኔና የአቶ ካሳ ከበደ ትውውቅ እንዲህ በቀላሉ ባጭር ጊዜ ላስረዳዎት አልችልም። ሰፋ ያለ ጊዜ ሲኖረን ቃል እገባለሁ ሁሉን ለማስረዳት አልኳቸው። በጣም ጉጉት አደረባቸውና እንግዲያውስ ከቤቴ ምሳ አዘጋጃለሁ፣ ኤክስፕሬሶም ትወዳለህና ማሽኑ አለኝ፣ እየጠጣን ሁሉንም እንድትነግረኝ እፈልጋለሁ ከዚህ ሞሳድ ጋር ያለህን ግንኙነት ሁሉ ብለው የቤታቸውን የአፓርትሜንት አድራሻ ሰጡኝ፣ ቀጠሮም በረራ በሌለበት ወቅት ተመርጦ ተቀጠረ፣ ለድንገትም የቤታቸውን ስልክ ቁጥር ተሰጠኝና ለጊዜው ዘጋነው። የኋላ ኋላ እንደተረዳሁት ወ/ሮ ኤልሳቤጥ የማነብርሃን እኔ የአቶ ካሳ ከበደ ምልምል ወይንም ቀኝ እጅ የሆንኩ ሰው መስያቸው ስለነበር በመጥፎ ዓይን ሊመለከቱኝ ቃጥቷቸው እንደነበር ተረዳሁ። በቀጠሮ ሰዓት አፓርትሜንታቸው ደረስኩ። በስበቡ ምሳየን ግጥም አድርጌ ተመገብኩ። ከፎቴው ተቀምጠን ቡናችን እየጠጣን ሲጃራችንን እያቦነን ከፍተኛ እምነትና አክብሮት ስላደረብኝ ከመጀመሪያው እስከ መጨረሻው ድረስ ከአቶ ካሳ ከበደ ጋር የነበረኝ ግንኙነት፣ የተካሄደብኝን ጭካኔና ግፍ ሁሉ አጫወትኳቸው። በጣሊያን፣ በፈረንሳይና በአረብ አገሮች መኖሬን ለጊዜው እንዲያውቁ ባለመፈለጌ አልነገርኳቸውም። ስለኢሕአፓነትና አሲምባ፣ ስለፍልሥጤም ቅንጣት አላወራሁም። ካስፈለገ ወደፊት ጊዜውን ጠብቄ

እንደዚሁ ላጫውታቸው ስለምችል ማለፉን መረጥኩ። እጅግ ተሰማቸው፣ በጣምም አዘኑልኝ። በሌላ በኩል ደግሞ ጠንካራ መሆኔን አረጋገጡና ወደዱኝ። የየት አካባቢ ልጅ ነህ ሲሉኝ የሚወዷቸውን የንግሥት ስም በማንሳት የአቴጌ መነን ትውልድ መንደር ተወላጅ ነኝ ስላቸው ተነስተው እንደልጃቸው አቅፈው ሳሙኝ። እነዚህ በረት ተወልደው ያደጉ መረኖች ለሰው ሕይወት ደንታ የላቸውምና አትዳፈራቸው፣ ጊዜው የነሱ ነውና በጥንካሬህ ቀጥል በማለት ምክራቸውን ለገሱኝ። በረት ተወልደው ያደጉ ሲሉ አቶ ካሳ ከበደን ሳይሆን የወንድማቸው የመንግሥቱ ኃ/ማርያምንና ሎሌዎችና አንጋቾቹ ማለታቸው ነበር። ሥራችንን በፍቅርና በመከባበር እየተጋገዝን በመልካም ሁኔታ እየሰራን ሳለን በተመደብኩ በራተኛው ወር ያልታሰበ እክል ተፈጠረ። አዲስ ያረፉ እንግዶችን በማስተናግድበት ወቅት ለካስ በሁለት የደርግ አባላት ማለትም አቀርደት/ባርካ አውራጃ በቀደሞ የሥራ ባልደረባየና ጋደኛየ በነበረው በሻለቃ ብርሃኑ ባየህና በሻለቃ ሐዲስ ተድላ ታይቻለሁ።

ሁለቱም የደርግ አባላት የአየር መንገዱን ሥራ አስኪያጅ ሳይሆን ከዚያ በላይ የሆነውን የሲቪል አቪየሽንን ባለሥልጣን የቦሌ ቅርንጫፍ ዋና አስተዳዳሪ ያስጠራሉ። ይህ ሰውየ እዚህ አካባቢ እንዴት ሊገባ ቻለ? ምን ይሰራል ብሎ ያፋጥጡታል አስተዳዳሪውን። ምን እየሰራሁ እንደሆንና የማንኛው የመንግሥት መ/ቤት ተወካይ ሆኜ እያስተናገድኩ እንደሆነ አስረዳ። ማን ነው እዚህ እንዲመደብ የፈቀደው ብለው በቁጣ በመጠየቅ ሁለተኛ እዚህ አካባቢ እንዳይታይ በማለት የቃል መመሪያ ሰጥተው መሄዳቸውን የአየር መንገዱ የሲቭል አቪየሽን ባለሥልጣን የቦሌ አስተዳደር ለኮሚሽነር አበበ ወርቁ በቃል ቀጥሎም በጽሁፍ አሳወቀ። ባጋጣሚ ይህ ሲሆን ወ/ሮ ኤልሳቤጥ እንኳን አልኖሩ። በማግሥቱ ጧት ሥራቸው እንደገቡ ከአስተዳደሩ ሪፖርት እንደደረሳቸው ወ/ሮ አልሳቤጥ እርይ አሉ፣ አበዱ። ይኼ የማንም ደንቀሮ ወታደር ሁሉ የተማረውን ወታደር አንድ ባንድ በመግደል፣ ጥቂቶቹን በማስራብ፣ ሌላውን በማሰር፣ በመግረፍና ለስደት በማብቃት በተለያየ መልክና ዘዴ ሊጨርሷቸው ነው እያሉ ለሚያውቃቸው ሁሉ የተፈጸመውን ሁኔታ ሁሉ በመዘርዘር መናገር ተያያዙት። እኔ ሀገር ሰላም ነው ብየ ቦሌ ደርሽ ወ/ሮ ኤልሳቤጥ ጋር ስደርስ ገና አልቀዘቀዙም ነበር። አንተ ደርግን ለመገልበጥ ሞክረህ ነበር እንዴ? አሉኝ። ለማያውቃቸው ንግግራቸው ሁሉ ግራ ያጋባል፣ ሆኖም ስለለመድኳቸው የሆነ ነገር አሸተትኩና ምን ተፈጠረ ብየ ጠየኳቸው። የተባለውን ሁሉ አጫወቱኝ። አንተን ካነሱ ከዚህ እኔንም ያንሱኝ ብለው ፎከሩ። ከሲቭል አቪየሽን ባለሥልጣን ተወካይ ጋር ተገናኘሁ። ታዲያ ምን ላድርግ አሁን ስለው ከኮሚሽኑ የሆነ ነገር እስከሚነገርህ ጊዜ አድበህ እዚሁ ሥራህን ቀጥል። እኛ ከራሳችን ኋላፊነት ለመዳን በቃልም በጽሁፍም ቀጥታ ለኮሚሽነር አበበ ወርቁ አስታውቀናል አሉኝ። ከአራት ወር ተኩል ከወ/ሮ ኤልሳቤጥ የማነብርሃን ጋር በሰላምና በፍቅር እየሰራሁና ስለቱሪዝም ዕውቀትና ልምድ እየቀሰምኩ ከቆየሁ በኋላ የራስ ሆቴሎች አስተዳደር/ቼን ሆቴሎች ዋና ክፍል ኋላፊ ሆኜ ተመደብኩ። ልብ በሉ ምንም እንኳን

ምክኒያቱ ባይገለጽም በሻለቃ ፍስሐ ደስታ ደብዳቤ መሠረት ቀጥራችሁ ማሰራት ትችላላችሁ ከሚለው ማስታወሻ ላይ እንዳልመደብ ከተጠቀሱት ቦታዎች መካከል አንዱ ወዛደሮች/ላብአደሮች ባሉበትና ምርት በሚመረትበት ቦታዎች ነበር። ይህ ምደባ ግን በተቃራኒው መሆኑን እየተረዳሁ ችግር እስከሚፈጠርብኝ ድረስ እንጀራ ማግኘትና የቤት ኪራየን መክፈል ስለሚኖርብኝ ዝውውሩን ተቀብየ ወደ ራስ ሆቴሎች አስተዳደር አመራሁ። ይህ በዚህ እንዳለ የዝውውሩ ደብዳቤ እንደተበተነ ወ/ሮ ኤልሳጼጥ የማነብርሃን እርይ አሉ። ቀጥታ አቶ አበበ ወርቁና አቶ መብራቴ ለማ ጋር ሄደው ዝውውሩ እንዲሰረዝ ተማፀኑ። በቃል የማይሆን ሆኖ ሲያገኙት በደብዳቤ አመለከቱ። በጻፉት ደብዳቤ ላይ ስለ እኔ እንዲህ በማለት ነበር ዝውውሩ እንዲሰረዝና በቦታየ እንድቀይ ኮሚሽኑን የጠየቁት። "… የመቶ አለቃ አያሌው መርጊያው ሥራውን በደንብ የተላመዱትና በይበልጥም ብዙ ለማወቅ፣ ለመማርና ለመሥራት ጥረት የሚያሳዩ፣ የእንግዳ አቀባበል ችሎታቸው ከፍተኛ የሆነ፣ ከሁሉም ጋር የመተባበርና የመግባባት ችሎታቸው ከፍተኛ የሆነ፣ ትጉህና ታታሪ ሠራተኛ በመሆናቸውና ከእኔም ጋር በጥሩ መንፈስ ተለማምደንና ተግባባተን በመሥራት ላይ በመሆናችን፣ … እሳቸውን ስለምመርጥ ከተዛወረበት ቦታ ወደ ቅ/ጽ/በቱ እንዲመለሱልኝ እጠይቃለሁ" ብለው ነበር። ደብዳቤውን ለኮሚሽኑ ከበተኑ በኋላ በተጨማሪ ከኮሚሽነሩና ከምክትል ኮሚሽነሩ ጋር በመቅረብ በቃል በመጨቃጨቅ ለማስመለስ ተሟገቱ። በዚህ አጋጣሚ ነበር እሳቸውን ለማረጋጋት ሲባል አቶ አበበ ወርቁ ስለእኔ ማንነት በመጠኑም በመግለጽ ችግር እንዳለብኝ ያስረዷቸው። በዚህን ጊዜ የእኔ በሜዳ ቀይታየ፣ በአውሮጵ ቀይታየ ሁሉ ተነገራቸውና የገባሁት በምሕረት እንደሆነም አወቁ። ይበልጥ አዘኑልኝ ግን ምንም ሊያደርጉ የሚችሉት ባለመኖሩ ከምን ጊዜውም በበለጠ በእናትና ልጅ ወይንም በታናሽ ወንድምና ታላቅ እህት ዝምድና ተያይዘን መኖር ቀጠልን። ያጠፋኸው ሀገር ያለህ መስሎህ ምሕረት ጠይቀህ መግባትህ ነው። አዲብህ ውጭ ሀገር መቀየት ነበረብህ ብለው ከሰዎች ፊት በገሀድና በግልጽ ምክርም ማሳሰቢያም ሰጡኝ።

ስለወ/ሮ ኤልሳጼጥ የማነበርሃን የማስታውሰውን ያህል ትንሽ መናገር ይኖርብኛል። እናትና አባታቸው በወሎ ክፍለ ሀገር በላስታ አውራጃ የተወለዱ ናቸው። ምንም እንኳን ዘር ማንዘራቸው ወሎ፣ ላስታ ቢሆንም የተወለዱት ላስታ ይሁን ወይንም እሥራኤል መሆኑን ዘነጋሁኝ። ነገር ግን ከሕጻንነት ጀምሮ ያደጉት በእሥራኤል፣ ፈረንሳይ፣ እንግሊዝና ጣሊያን ሲሆን ትዳር መስርተው መኖር የጀመሩት ከእሥራኤላዊ ጋር ነበር። የተማሩት እሥራኤልና እንግሊዝ እንዲሁም ፈረናሳይ ነበር። ከፍተኛ የሆነ የእሥራኤል ቋንቋና ባህል ችሎታ እንዳላቸውና ልክ የአገሬው ተናጋሪ ዓይነት እንደነበር ነው የሚነገርላቸው። የእሥራኤልን ባሕልና ሥራዓቱንና በደንብ አድርገው ነው የተካኑት ተብሎ ነበር የሚነገርላቸው። የአፍሪቃ አንድነት ድርጅት የመጀመሪያው ዋና ፀሀፊ ጋናዊው ዲያሎ ቴሎ ሥራውን እንደጀመረ ሁነኛ አስተርጓሚ ሲፈለግ የእሳቸው ስም ለጃንሆይ ይቀርባል። ጃንሆይም

ትእዛዝ ይሰጡና ወ/ሮ ኤልሳኤጥ የማነብርሃን አገራቸው እንዲመለሱ ታዘው ቶሎ እየከነፉ አዲስ አበባ ይገባሉ። የአፍሪቃ አንድነት ድርጅት የቀድሞውን የአባዲና ፖሊስ ኮሌጅ/ፖሊስ አካዳሚን ከጃንሆይ ተፈቀዶለት ዲያሎ ቴሌ ነጥቀ ይዟል። ወ/ሮ ኤልሳኤት የማነብርሃን አሥራ አንድ ቋንቋ አበጥረው ይናገራሉ: አማርኛ፣ ትግርኛ፣ ኦሮሚፋ፣ አረብኛ፣ ሂብሩ (የእሥራኤል ቋንቋ)፤ እንግሊዘኛ፣ ፈረንሣይኛ፣ ጣሊያንኛ፣ ጀርመንኛ፣ ስፓኒሽ (አሥራ አንደኛውን ቋንቋ ዘነጋሁኝ)። በአፍሪቃ አንድነት ድርጅት የአስተርጓሚነት ሥራቸውን ጀምረው ከዕለታት አንድ ቀን ጃንሆይ ዲያሎ ቴሌን ጋር ሊነጋገሩ በመፈለጋቸው ወ/ሮ ኤልሳኤጥ የማነብርሃን ስልኩን ሲያነሱ እኛ ነን ብለው ይናገራሉ። የእኛ ነን ጉዳይ ሰምተውት የማያውቁት ወ/ሮ ኤልሳኤጥ፣ "እነማን ናችሁ? ስንት ናችሁ/ እነማን ማንስ ትባላላችሁ" ብለው ጃንሆይን በጥያቄ ገትረው ይይዛሉ። እንደሚባለው ንጉስ ተፈሪ ስልኩን ይዘጉና አፍሪቃ አንድነት ድርጅት የሲቭል ወታደሮች ተልከው ወ/ሮ ኤልሳኤጥን ይዘው ወደ ጃንሆይ ጋር ያቀርቧቸዋል። በሌላ አካባቢ ለማውሳት እንደሞከርኩት ወ/ሮ ኤልሳኤጥ ጃንሆይን ሲበዛ ይወዷቸዋል። ከአባትም አልፎ ያፈቅሯቸዋል። ባሕልና ወጉን ካስተማሩ በኋላ ያባታቸውን/የንጉሱን ጉልበት ስመው እንደተመለሱ ነው የሰማሁት።

10.14. እንደገና ከደርግ መመሪያ ውጭ የራስ ሆቴሎች አስተዳደር የአስተዳደር ዋና ክፍል ኃላፊ ሆኜ መመደቤ

ራስ ሆቴሎች አስተዳደር ሄጄ ለዋና ሥራ አስኪያጁ ለአቶ አብዲ ኡመር ሪፖርት ካደረኩ በኋላ ሥራየን ጀመርኩ። ከሠራተኛውና ከሥራ ባልደረቦቼ ጋር በጥሩ የሥራ መንፈስ ተግባብቼ ሥራየን ሌት ተቀን ደከመኝ ባለማለት በማካሄድ ቀየሁ። አሮጌ ያሰራር ዘዴዎችን በዘመናዊ የአስተዳደር ስልትና ዘዴ በመለወጥ አጥጋቢ ውጤቶችን አስመዘገብኩ። በድርጅቱ የታየው የምርት ሽያጭና የመስተንግዶ መሻሻል የእኔ የአሰራር ዘዴና የቁጥጥር ስልት ውጤት መሆኑን የአስተዳደሩና በሠራተኛ ማሕበሩ ተገለጸ። በየአጋጣሚው ከቤተመንግሥት በትውስት ወደ ሆቴሉ እየተላኩ ሳይመለሱ በሠራተኞች ተዘርፈው የቀሩ አያሌ ውድና ልዩ የሆኑ ዕቃዎች እንዳሉ በመታወቁ ኮሚቴ አቋቁሚ እንዲከታተል አደረኩ። ኮሚቴው የፍርድ ቤት ፈቃድ/warrant በማግኘት የመጀመሪያዎቹን ስድስት ሠራተኞች ቤት በመፈተሽ ይህ ነው የማይባሉ ብዙ ውድና ልዩ ዋጋ ያላቸው የቤተመንግሥት ዕቃዎች ተሰብስበው ወደ ሆቴሉ ገቢ ሆኑ። ኮሚቴው የቀሪዎቹን ግለሰቦች ቤት ለመፈተሽ ሲዘጋጅ እንደተባለው በደጃማች ከበደ ተሰማ አማካኝነት ጉዳዩ ባስቸኳይ እንዲቀም ጥብቅ ደብዳቤ ከ ሻለቃ ሀዲስ ተድላ ለአቶ አብዲ ዑመር በአድራሻቸው ይላካል። አቶ አብዲ ዑመር ለማዘዝ ፈርቶ በመጨነቅ ላይ እንዳለ ሲያማክረኝ ደብዳቤውን ያሳየኛል። ታዲያ ይህ ደብዳቤ ካለህ ለምን ያስጨንቅሀል። ቀጥታ ለምን እንዲቀም በጽሁፍ አታዝም ብየ ስሳደፋፍረው በቃል ሊያዘኝ ፈለገ። ለእኔ በጽሁፍም ቢሆን ብታዘኝ ኮሚቴው ተልዕኮውን እስካላጠናቀቀ ድረስ ሥራውን እንዲቀም

አላደርግም። ነገር ግን ለእኔ ሳይሆን ለኮሚቴው ሊቀመንበር ቀጥታ በመጻፍ እንዲቀም ብታዝ እኔ ጣልቃ ልገባበት ስለማልፈልግ በዚሁ ሊቀም ይችላል በማደፋፈሬ ለኮሚቴው ሊቀመንበር በጽሁፍ አስታወቀ። የአስተዳደሩ አትራፊነትም ሆነ ዝርፊያና ስርቆት መቃቃማችንም ሁሉ ወሬው በኮሚሽኑ ሥር ለሚገኙት የጎጂ ባሕል አራማጆች ጆሮ ገባና አደናገጣቸው። በዚህን ጊዜ ነበር ወ/ሮ ተናኘወርቅ ከበደ ተሰማ ሆቴሉ ዘንድ በመምጣት "በትብብር" ስም ከአባቷ ጋር እንድገናኝ የጠየቀችኝ (ወደኋላ እመለስበታለሁ)። በኮሚሽኑ የሠራተኞች አስተዳደር ደንብ መሰረት አንድ ሠራተኛ በተጠባባቂ በኋላፊነት ከተመደበ በኋላ ሌላ ድክመትና ችግር ካልታየበት በስተቀር ያለማንም አስታዋሽነት ከስድስት ወር በኋላ ተጠባባቂነቱ ተነስቶ ለክፍሉ የተፈቀደው የደመዎዝ ዕድገት በማግኘት የሙሉ ኋላፊነቱ ቦታ ይሰጠዋል። አለቃየ በስድስተኛው ወር አጥጋቢ ሪፖርት በማቅረብ መመሪያው እንዲከበር አሳሰቡ። ምንም የተፈጸመ ባለመኖሩ ያሳዘናቸው አለቆቼ እንደገና ሥራውን በጀመርኩ በስምንተኛው ወር ማገባደጃ ላይ የቅርብ አለቃየ የራስ ሆቴሎች አስተዳደር ዋና ሥራ አስኪያጅና ምክትል ዋና ሥራ አስኪያጁ ሁለቱም ተባብረው የሚከተለውን ደብዳቤ ለበላይ በመጻፍ የተጠባባቂ የአስተዳደር ዋና ክፍል ኋላፊነቴ ተነስቶ ተገቢው ዕድገትና ለቦታው የተመደበው ደመዎዝ እንዲሰጠኝ እንዲህ ሲሉ ጠየቁ። "የራስ ሆቴሎች እሥስተዳደር የአስተዳደሩ ክፍል ተ/ኋላፊ የሆኑት የመቶ አለቃ አያሌው መርጊያው ሥራቸውን ከጀመሩበት ጊዜ አንስቶ ለአስተዳደሩ ሥራ መቃናት ያልተቀጠበ ጥረት ከማሳየታቸውም ሌላ ጥበብ በተመላበት የአሠራር ስልት የየዕለት ችግሮችን ከማስወገዳቸውም አልፎ ጎታች አሰራሮችን በአብዮታዊ አሰራር እንዲተኩ የሚነድፉዋቸው የሥራ ፕሮግራሞች ሲገመገሙ ጠቃሚዎች መሆናቸውን ስናስገነዝብ የሥራቸው ውጤት በጣም ጥሩ በመሆኑና በድርጅቱ የታየው የምርት ሽያጭና የመስተንግዶ መሻሻል የእሳቸው የአሰራር ዘዴና የቁጥጥር ስልት ውጤት በመሆኑ ተጠባባቂ የአስተዳደር ዋና ክፍል ኋላፊነታቸው ተነስቶ ተገቢው ዕድገት እንዲሰጣቸው እናሳስባለን" በማለት በደብዳቤ ጠየቁ።

የቅርብ አለቃየ ከላይ የተጠቀሰውን ደብዳቤ በጻፉ ወር ባልሞላ ጊዜ ውስጥ አቶ አበበ ወርቁ ከጽ/ቤታቸው እንድገኝ ትእዛዝ ይሰጠኛል። በሰዓቱ ቢሯቸው ስሄድ ምክትል ኮሚሽነር መብራቴ ለማ ከሳቸው ጋር ሆነው አገኘኋቸው። ራስ ሆቴል ከተመደብክበት ጊዜ አንስቶ የሚሰነዘርብህን ዛቻና ግልምጫ ቀላል አይምሰልህ። ደግነቱ ከነፍቅረሰላሴ እና ፍስሐ ደስታ ጽ/ቤቶች ሳይሆን ከዘመቻ መምሪያ ከሐዲስ ተድላና ከውብሸት ደሴ ጽ/ቤት ነው። አቶ አብዲ ዑመርም ሆኑ የራስ ሆቴሎች አስተዳደር ሠራተኛ ማሕበር ስለአንተ የጻፉት ደብዳቤ የሚያኮራን ሆኖ ሳለ በተቃራኒው በሚካሄደው ክፉ ዘመቻ ምክኒያት ለቦታው የተመደበውን የደመዎዝ ዕድገት ለምስጠት እንኳን አላስቻሉንም። ሠላም የምታገኝበትን መንገድ ብቻ በማፈላለግ ላይ ነበር ያተኮርነውና ስለደመዎዝ ዕድገቱ ከምንም አልቀጠርነውም። አሁን የፈለግንህ የኮሚሽኑ የቁሪዝም ማስፋፊያ መምሪያ ኋላፊ ለማድረግ

ሁለታችንም ተስማምተናልና ምን ታስባለህ ብለው ይጠይቁኛል። ሥራውም ሆነ ኃላፊነቱ ለእኔ ቀላል እንደሆነና፣ ደስ የምሰኝበት መሆኑን፣ ልማርበትና ላድግበትም የሚያስችለኝ ቦታ መሆኑንና ያላንዳች ችግር ኋላፊነቴን ልወጣ የምችልበት መሆኔን በማስረዳት፣ ሆኖም ባለፈው ጊዜ በበጎና በቀና ተግባራችሁ ቦሌ በረዳት ሃላፊነት በመመደባችሁ የተነሳ በግልምጫ ያስገረፍኳችሁ አንሶኝ ከአለፈው በጠነከረ ሁኔታ ከላይም፣ ከታችም፣ ከቀኝም ከግራም በእያቅጣጫው ግልምጫ እንዲገርፍላችሁ አላሻም እልኳቸው። በሆዴ በመኩራራትና በንዴት ስሜትም እንኳን እኔ የአዲስ አበባ ዩኒቨርሲቲ የታሪክ ተማሪው ዮሐንስ ብርሃኑ በካድሬነቱ ኃላፊነቱን ተሸክሞት ኖሯል አልኩኝ። አቶ አበበ ወርቁ ሳያስቡት ይሁን ወይንም ይወቀው ምንም አይደል ብለው ይሁን አላወኩም ለአቶ መብራቴ ለማ እንደሆነ እንጂ ለእኔ እንኳን ችግር አይኖረውም በማለት ቦታውን እንድቀበል አደፋፈሩኝ። አቶ አበበ ወርቁ አገራቸው ሰላም የጠማትና የሰው ልጅ በሰላም የሚኖርበት ሀገር እንዳልሆነች በመገንዘባቸው ውጭ ወጥተው ለመኖር እየተዘጋጁ እንደሆነ ዶ/ር አሰፋ መድሀኔ ይህ ከመሆኑ ጥቂት ሳምንታት በፊት አጋጣሚ ሆኖ በምስጢር አጫውቶኛልና አባባላቸው ወዲያውኑ ገባኝ። እንዳላወኩና እንዳልተጠራጠርኩ አስመስየ አይ ጌታየ፣ ይኸማ የባሰ ነው የሚሆነው፣ እስከአሁን የት ነበር አሁን ያሳደገው ብለው ከባሰ ችግር ውስጥ ስለሚያስገቡኝ ይቅርብኝ ብያቸው ተሰናበትኩ።

ይህ በሆነ ወር ባልሞላ ጊዜ አስረሽ ምችው ሻምበል ፍሰሐ ገዳ የኢትዮጵያ ቱሪዝምና ሆቴሎች ኮሚሽን ኮሚሽነር ሆነው በመሾማቸው ባላሰቡትና ባላለሙት በአቶ አበበ ወርቁ የክብር መቀመጫ ላይ ቂጢጥ ብለው እንዲቀመጡ የተገላቢጦሹ ዘመን ፈቀደላቸው። በዘውዱ ሥርዓት ዘመን የ3ኛ ክፍለ ጦር ተብሎ ይታወቅ የነበረው (በማፈራረቅ የምስራቅ ጦር እየተባለም ይታወቅ ነበር) ሻለቃ መንግሥቱ ኃይለማርያም ማንም በማንም ሳይመረጡና ሳይወከሉ በክፍለ ጦር እሥራኤላዊ አማካሪ ግፊት በክፍለ ጦሩ አዛዥ ተመርጦ አራተኛ ክፍለ ጦር ደርሶ ለስብሰባ መብቃቱ እንደታወቀ በአስቸኳይ ወደ ሐረር እንዲመለሱና በምትካቸው ሠራዊቱ የመረጣቸው እንዲላኩ ለማድረግ ቤተሰቦቻቸውን ለማገድ ዕቅድ እንደተደረገ ምስጢሩ አስቀድሞ በመታወቁ ሻምበል ፍሰሐ ገዳ ባለቤታቸውንና ልጆቻቸውን ከሐረር በውድቀተ ሌሊት ደብቀው ወደ አዲስ አበባ ያወጡላቸው ባለውለታቸው ናቸው። ወዲያውኑም የሻለቃ መንግሥቱ ኃይለማርያም የፕሮተኮል ሹም ሆነው ከመጠን በላይ እየሠከሩ የመንግሥቱ ኃ/ማሪያም የተንኮልና የሴራ ምስጢር አስቀድሞ እየወጣ በመቸገሩ ለኢንዱስትሪው ደንታ ስላልነበረውና ካካባቢው እርቀ የፈለገውን ያድርግ በማለት የኢትዮጵያ ቱሪዝምና ሆቴሎች ኮሚሽን ኮሚሽነር አድርጎ ሾመ። በትግራይ አባቶቻችንና እናቶቻችን አባባል፣ "ብዘመነ ግርቢጥስ ማይ ንኽቐበት" (ዘመን ሲገለባበጥ ውሀ ከላይ ወደታች መፍሰስ ሲገባው ከታች ወደ ላይ ይፈሳል ማለት ነው)። በራስ ሆቴሎች አስተዳደር የአስተዳደር ዋና ክፍል ኃላፊነት ቀይታየ ካጋጠመኝ ትዝታውች መካከል፣ በአስተዳደሩ ምርትንና ሽያጭን ለማዳበርና ለማሳደግ ሆቴሉ

የማታ ሥራ አስኪያጅ ስለሌለው ዋና ሥራ አስኪያጁና ምክትል ዋና ሥራ አስኪያጁ ከዋና ክፍል ኃላፊዎች ጋር እየተፈራረቁ ተራ እየወጡ የዓርብና ቅዳሜን የምሽት ሥራ ለመከታተልና ለመቆጣጠር ተረኛ ሆነን እንድናገለግል ባቀረብኩት ሃሳብ በሙሉ ድምፅ በመጽደቁ አስረሽ ምችው ፍሰሐ ገዳ በተሾመ በሳምንቱ ገደማ ከአስተዳደር ልባረር የወርና ሁለት ወር ጊዜ እንደቀረኝ ባንዱ የተረኝነቴ ምሽት መፀዳጃ ቤት እንደገባሁ ኮልት ሽጉጥ ከነሙሉ ጥይቱ በፊት መታጠቢያ ገንዳ ላይ ተቀምጦ አገኘሁ። መፀዳጃ ቤቱን ለጥቂት ደቂቃ የሆነ ምክኒያት ሰጥቼ እንዲዘጋ አድርጌ የሙያ ማሕበሩን ሊቀመንበርና የአብዮት ጥበቃ ሊቀመንበሩን (እነሱም የስምምነቱ ተካፋይ በመሆናቸው ይገኙ ነበርና) አስጠርቼ ከመፀዳጃ ቤቱ ብዙም ሳልርቅ እየተጠባበኳቸው ሳልሁ ከየት እንደመጣና ለምንስ እንደመጣ ያልገባኝ ፶ አለቃ ተስፋየ የተባለው የትግራይ ልጅ ጋር ፊት ለፊት በመገጣጠማችን ያስጠራኋቸው የሆቴሉ ሠራተኞች ጋር ባንድነት መፀዳጃ ቤቱን አስከፍቼ ገብተን ለ፶ አለቃው ከሠራተኞቹ ፊት አስረከብኩት። ያ ሽጉጥ የማን እንደሆነ ወይንም ለምን እዚያ ጥሎትስ እንደሄደ/ች የማውቀው እስከአሁን ድረስ የለኝም። ያማከርኩቸው ሁሉ የነበራቸው ግምትና እምነት፣ ከቦታው ለማባረር ብዙ ተሞከረ፣ ከሰሱህ፣ ተወነጀልክ የቀየርከው ነገር የለም። ስለዚህ አንተን incriminate ለማድረግ ወይንም provok በማድረግ ለክፉ ነገር እንድትገፋፋ፣ ያለበለዚያም በድብቅ ወስደህ ቤትህ በማስቀመጥ ወደፊት ልትጠቀምበት ትችል ይሆናል ብለው በማቀድና ካልሆነም የሆነ ሰበብ ፈጥረው ቤትህን በመፈተሽ መሣሪያ ተገኘበት ብለው በተጨባጭ ማስረጃ ወንጀለው ለመግደል እንደሆነ አካፍለውኛል።

10.15. የኪራይ ቤት ለማግኘት የኮሎኔል ሰለሞንን ብብት መኮርኮር

ሀገር ለሚመለሱ የኪራይ ቤቶች አስተዳደር የኪራይ ቤት በቅድሚያ ስለሚሰጥ ሂድና አመልክት፣ አጋጣሚውን ተጠቀምና ቤቱን አግኝ፣ እኛ እናደራጅሀለን ብለው እነ ዶ/ር ሙሀመድ አሰን፣ ዶ/ር ዮሐንስ ጥሩነህ፣ ዶ/ር ዳንኤል ዘውዴና ሌሎች በማደፋፈራቸው ልመዘገብ ሲሄድ ከሚኒስቴር መሥሪያ ቤት ወይንም ከደርግ ጽ/ቤት ልዩ ደብዳቤ ይዘህ መምጣት ይኖርብሀል እንጂ ይህ በምሕረት ተለቃል የሚለው ደብዳቤ አይሰራም ብለው መለሱኝ። በዚህም ምክኒያት ቤት ለማግኘት ሁለተኛም አስቤም አላውቅ ነበር። ታዲያ አንድ ቀን የቀዳማዊ ኃ/ሥላሴ ጦር አካዳሚ የዘጠነኛ ኮርስ ምርቅ የዚያን ጊዜው ሻለቃ ግርማ ታደለ ድንገት አዲስ አበባ ላይ ስንቀዋለል ያገኘኛል። የት እንደምኖር ሲጠይቀኝ ቤት ማግኘት አስቸጋሪ ነው ለእንደእኔ ዓይነቱ፣ ስለዚህ በየጋደኞቼና በዘመድ ቤት እየቀያየርኩ ነው የምኖረው አልኩት። ኮሎኔል ሰለሞን (የአባታቸውን ስምዘነጋሁ) የኪራይ ቤቶች አስተዳደር ዋና ሥራ አስኪያጅ ነው፣ ሄደህ ደቀመሐሬ ላይ የሰራውን ቀንጆ የአሸዋ ሞዴልና ገለጻውንና ምስጋናውን በሻምበል ዳዊት ወ/ጊዮርጊስ የመነጠቁን ታሪክ በማውሳት ለምን ችግርክን አታወያየውም። ደስ ነው የሚለው ሂድና ብብቱን ኮርኩረው ብሎ በማደፋፈር አድራሻውን ጠቀመኝ። ከዚያ አንድ ዓመት በፊት የሻለቃ የብርሃኑ ከበደ ፀሀፊ ቀጭን

ረዘም ያለ ወደ ጥቁረት የሚያደላው የትግራይ ተወላጅ ፶ አለቃ ተስፋየ የሚባለው ወዳጄ ይህንኑ አንስቶልኝ ኮሎኔል ሰለሞንን ሄጄ እንዳነጋግር አደፋፍሮኝ እንደነበር ትዝ አለኝና ለሻለቃ ግርማ ታደለ ግድየለህም እንካን አስታወስከኝ ነገውኑ ሄጄ አነጋግራለሁ ብየ ተሰነባብተን ተለያየን። የደቀመሐሬውን የአሸዋ ሞዴል ታሪክ አስመልክቶ በመጽሀፉ በሌላ አካባቢ ተገልጿል። በማግሥቱ ኪራይ ቤቶች አስተዳድር ጽ/ቤት ሄጄ ዋና ሥራ አስኪያጁን ለማነጋገር ተራ ያዝኩኝ። ተራየ ደርሶ ገባሁና የመጣሁበትን ጉዳየን ሲጠይቁኝ ማንነቴንና የቀድሞ መኮንነቴንና በኤርትራ ተመድቤ አገለግል እንደነበረና በእርሰዎ የአሸዋ ሞዴል ሥራ ቀልጣፋው ሻምበል ዳዊት ሲመሰገኑ ሁላችንም ወደ እርሰዎ ዞረን ስናይዎት ለሁላችንም በፈገግታ ማስተናገደዎን ሁሉ እንደማስታውስ ገለጽኩላቸው። ከለውጡ አንድ ዓመት ተኩል በፊት ከወንበዴዎቹ ጋር ተቀላቅየ መሸፈቴና ከዚያም በተለያዩ ቦታዎች ቆይቼ በምሕረት መመለሴንና እስከአሁን ድረስ ደርግ ሥራ በማሲያዝም ሆነ የመታወቂያ ወረቀት በመስጠት ሊተባበረኝ አለመቻሉን፣ የምኖረው እየቀያየርኩ ከጓዶቼና ዘመዶች ጋር እንደምኖር አሁን በሰዎች ድጋፍ ትንሽ የመዋያ ሥራ እንደጀመርኩ ገለጽኩላቸው። የተሰጠችኝን የመታወቂያ ወረቀትም አሳየኃቸው። ከልብ በመስጥና ባዘኔታ እንድቀመጥ ጋበዙኝ። ወዲያውኑ ለአዲስ አበባ ኪራይ ቤቶች ቅርንጫፍ ሥራ አስኪያጅ ለአቶ ሰዒድ ደውለው የምልክልህን ጎድ በወር ጊዜ ውስጥ ቤት ፈልገህ እንዲሰጠው እንድታደርግ ብለው ጠንከር ያለ የስልክ ትእዛዝ ሰጡ። ማመልከቻም ጽፌ ይዤ ገብቼ ስለነበር ከግርጌ ላይ ለአቶ ሰዒድ፣ በስልክ ባነጋገርኩህ መሠረት ጎዱን ወደአንተ ልኬዋለሁና ባስቸኳይ እንድትረዳው ይደረግ ብለው ፈረሙበት፣ እኔም አመስግኜ ተሰናብቼ ወጣሁ። የወቅቱ የአዲስ አበባ ኪራይ ቤቶች ቅርንጫፍ ሥራ አስኪያጅ ወሎየ ሰዒድ የሚባል የቀድሞ መምህር የነበረ ነው። ከዚያ በፊት ለማመልከት ሄጄ ከደርግ ጽ/ቤት ወይንም ከሆነ የሚኒስቴር መሥሪያ ቤት የድጋፍ ደብዳቤ ካላመጣህ በተሰጠህ የመታወቂያ ደብዳቤ አይቻልም ብሎ መልሶኝ ነበር። ተመልሼ ወደ ቢሮው እንድሄድ መደረጌ ከማንም ሳይሆን ከራሱ የቅርብ አለቃ ትእዛዝ መሠረት በመሆኑ አማራጭ የለውምና መልካም መስተንግዶ ማሳየት ጀመረ። ወዲያውኑም የምትፈልገው ሁለትና ሶስት ክፍል ከሆነ ከሁለት ወር በፊት አላገኝልህም። ነገር ግን ስቱዲዮ የምትፈልግ ከሆነ አሁኑን ልሰጥህ እችላለሁ፣ ሆኖም አነስተኛ ማለትም የመጨረሻዋ ዝቅተኛ ስቱዲዮ ነች። ኪራዩ $79.00 ብር ነው። ከፈለክ ሂደህ ተመልከትና መውሰድ ትችላለህ ይለኛል። ቁልፍ ወስጄ በራስ ሙሉጌታ ሕንፃ የምትገኘውን አነስተኛ ስቱዲዮ ፈተሽኩ። ከፒያሳ ወደ አራት ኪሎ ሲኬድ ቅድስት ማርያም መገንጠያ ላይ የሚገኘው ትልቅ ሕንጻ ነው። ወዲያውኑ ወሰንኩና ተመልሼ ሄጄ ፈቃደኛነቴን ገለጽኩለት። አስፈላጊውን ሁሉ አጠናቅቄ በዚያው እለት የቤቷን ቁልፎች ተረክቤ ወደ አዲሷ መናኸሪያ ጎጆየ ገብቼ መኖር ጀመርኩ።

10.16. በድጋሜ በስንት ድካም ከተገኘችዋ ሥራዩ ያላንዳች ጥፋቴ መባረሬ

አስረሽ ምችው ሻምበል ፍሰሐ ገዳ ተሹመው ከሥልጣን ወንበሩ ላይ በተቀመጡ በሳምንታቸው አሥራ አንድ ነባርና በሳል የሆኑ ባለሙያዎችን ማለትም ከጥቁር ዶላር ንግድ የፀዱ፣ ከስካር፣ ከዝሙት፣ ከዋልጌነት፣ ከብኩንነት፣ ከመጠጥ/ስካር፣ ከስርቀትና ዝርፊያ ነፃ የሆኑ ብቻ ሳይሆን ለተጠቀሱት ባሕሪዎችና ምግባሮች ፀር የሆኑና በሥራቸው ከፍተኛ ብቃትና ችሎታ ያላቸውን ታታሪ ሠራተኞች በአንድ ዓይነትና ተመሳሳይ በሆነ በተባዛ ደብዳቤ ከሥራ አባረሩ። ግር ግር ለሌባ ያመቻል እንዲሉ ከተባረሩት ውስጥ እኔ አንዱ ሆንኩ። የጥፋታችንን ምክኒያት የሚገልጽ ወይንም የሚጠቁም አንዳችም ነገር የለም። ሁለቱ ነባር የውጭ ጉዳይ ሚኒስቴር ባልደረባ የነበሩ የብዙ ዓመት ዲፕሎማቶች ነበሩ። የወቅቱ ባለሥልጣን ዶ/ር ፈለቀ ገድለ ጊዮርጊስ በየጊዜው እየስከሩ ይገኛሉ እየተባለ እንደሚነገር ያደባባይ ሚስጢር ነበር። ለዘመናት ክብርና ግርማ ሞገስ በተላበሱ ሚኒስቴሮችና ምክትል ሚኒስቴሮች ይመራ የነበረው ያ የሚኒስቴር መሥሪያ ቤት ቀን ጥሎት ጠንካራ የስካርና የጠጭነት ሱስና ዓመል በተጠናወታቸው ዶክተር ፈለቀ ገድለ ጊዮርጊስ መመራቱ መሥሪያ ቤቱ የነበረው ክብር እንደተንቃሸሸ፣ ግርማ ሞገሱ እንደተገፈፈ ሆኖ ስለተሰማቸውና ስላስጨነቃቸው እነዚሁ ሁለት ነባር ዲፕሎማቶች በቅንነትና ግልጽነት ዶክተሩን በመምከራቸው ከሐዲስ ተድላና ፍቅረሥላሴ ወግደረስ ጋር ተባብረው ነባር ዲፕሎማቶቹ ጥርሳቸውን ነቅለው ካደጉበት የውጭ ጉዳይ ሚኒስቴር ባስቸኳይ አስነስተው ጊዜ የሰጣቸውን ሥልጣንና ኃይል መከታ በማድረግ ወደ ቱሪዝም ኮሚሽን ያለሙያቸውና ያለደረጃቸው ዝቅ ተደርገ ተመደቡ። ለዚያውም በአቶ አበበ ወርቁ ደግነት ለመቀበል ፈቃደኛ መሆናቸው እንጂ ያችንም ሥራ ሊያገኙ ባልቻሉ ነበር። እንደገና ሁለቱ ነባር ዲፕሎማቶች በተዛወሩ በዓመቱ አቶ አበበ ወርቁ ተነስተው ይባስ ብሎ ኢንዱስትሪው በጠጭነትና በስካር ብቻ ሳይሆን በዝሙት ዓመልና ሱስም በባሰ ሁኔታ በተጠናወታቸው በሻምበል ፍሰሐ ገዳ እግር ሥር ወደቁ። በተሾሙ በሳምንታቸው በድምሩ አሥራ አንድ ሠራተኞችን በተባዛና በአንድ ዓይነትና ተመሳሳይ በሆነ ደብዳቤ ጽፈው በማባረር ጀግንነታቸውን አሳዩ። ሌሎቻችሁም አድባችሁ ካልተቀመጣችሁ ወዮላችሁ የሚደርሳችሁ ጽዋ ይህ ነው በማለት የማስቦኪያ አዋጃቸውን ለፈፉ። ለእኔ የለመድኳት ኑሮ በመሆኗ ምንም ሳያስቸግረኝ በኩራት ተቀበልኳት። ደግነቱ በሥራ ላይ በቆየሁበት ጊዜ ለጸጥታ አስከባሪዎች ምልክት የምትሰጠዋን አደገኛ ደብዳቤ ቀብሬ የቀበሌ መታወቂያ በማግኘቴ በኪሴ ይዤ መዘዋወር አስችሎኛል። ከስምንት ወራት እንደገና ያለሥራ መንከራተት ቀድሞ በማውቃቸው ትግልና ድጋፍ በተሰጠኝ ብይን ከቀድሞው የሥራ ደረጃየ ሁለት እርከን ዝቅ ብየና እንደገናም ባጭር ጊዜ ውስጥ አራት ጊዜ የሥራ ቦታ ዝውውር ተካሂዶብኝ ያለቅሬታ እየሰራሁ ሳለሁ በ1977 ዓ. ም. አጋማሽ ላይ ወደ ኤርትራ ክፍለ ሀገር ተዛውሬ ሄድኩ።

10.17. ከመዋቅር ውጭ የዋቢ ሸበሌ ሆቴል የምሽት ሥራ አስኪያጅ ሆኜ መመደቤ

ከሥራ ተባርሬ ከስምንት ወራት መከራተትና እንደገና የቀድሞ ጎዶቼ ሽክም ሆኜ ከቀየሁ በኃላ ወሥራ እንድመለስ በመደረጌ በ1975 ዓ. ም. ከሻምበል ፍሰሐ ገዳ ቢሮ ቀረብኩ። ወደ ሥራህ እንድትመለስ ወስኛለሁ፣ ሆኖም የሚሰጥህ ቦታ ዋቤ ሸበሌ ሆቴል የማታ ሥራ ኃላፊ ሆነህ እንድትሰራ ነው። ሌላ ቦታ እንዳትመኝ ብለው እንደገለጹልኝ፣ ጌታየ የቀን መዋያና የቤት ኪራይ ለመክፈል እስከረዳኝ ጊዜ ድረስ የሚሰጠኝ ሥራ ሁሉ በፀጋና በደስታ ተቀብየ ከማከናወን በስተቀር የሥራ ምርጫ አድርጌም አላውቅም ብየ መለስኩላቸው። መልካም አሉና ወዲያውኑ ስልካቸውን አንስተው ለወቅቱ የኮርፖሬሽኑ ዋና ሥራ አስኪያጁ ለአቶ ደጀኔ ጋሼ ደውለው መቶ አለቃ አያሌው እንዲመለስ ወስኛለሁና ቀጥታ ዋቢ ሸበለ ሆቴል በማታ ሥራ አስኪያጅነት መድበው ብለው ያዙታል። የበላይ አካሎች በሥራው ጣልቃ እንዲገቡበት የማይፈልገው ሀላፊ የሚናገረው ባይሰማኝም ከፍሰሐ ገዳ አመላለስና ትእዛዝ ምን እንዳለ ይገባኝ ነበር። ሆኖም በድጋሚ ትዕዛዛቸውን ሰጥተው ጆሮው ላይ ስልኩን ይዘጉትና ወደ እሱ እንድሄድ አዘው ያሰናብቱኛል። ደጀኔ ጋሸ ቢሮ ሪፖርት እንዳደረኩ የማላውቅ መስሎት ኮሚሽነር ፍሰሐ ገዳ ቀጥታ ዋቢ ሸበሌ ሆንቴል የማታ ኃላፊ አድርገህ መድበው ብሎ አዞኛልና ይቅርታ አያሌው ብሎ ያሳሰበኛል። ያልኳቸው ከፍተኛ ሙያና ልምድ ያለው ከመሆኑም በላይ የራስ ሆቴሎች አስተዳደር የአስተዳደር ዋና ክፍል ኃላፊ ሆኖ በሰራበት ወቅት ለዘመናት በአስተዳደሩ ሰፍኖ የነበረውን የስርቀት፣ የዝርፊያና የብኩንነት ባሕል ከአስተዳደሩ መንጥሮ ጠራርጎ በማጥፋቱና በዚህም ሳቢያ82ሆቴሉ ያሳየው ምርታማነትና የሥራ ውጤት የአንተ ድካምና ስልት የተመላበት የአሰራር ዘዴህ መሆኑን ሁሉ ገለጽኩለት፣ ከዚያም አልፎ አስተዳደሩ ደጋግሞ የጻፈልህን የሥራ ሪፖርትና የድጋፍ ደብዳቤ ሁሉ አስታወስኩት። በእንደዚህ ዓይነት ደረጃ ላይ እያለ ነው በማይታመን መልክ በግር ግር ከሌሎች ጋር ተዳምሮ ከሥራ የተባረረው ብየ አስረዳሁት አለኝ። ከዚህም አልፎ የተጣለብኝን አደራ ለመወጣትና ኮርፖሬሽኑ ምርታማና አመርቂ ውጤት ለማስገኘት እንዲያስችል የበላይ ኃላፊዎች በማያውቁትና በማያገባቸው ጉዳይ ታች እየሄዱ በአሰራራችን ላይ ጣልቃ ባይገቡብን መልካም እንደሆነና ለተጣለብን የምርትና ሺያጭ ውጤት ዕቅድ ግብ ለማድረስና የተሰጠንን ታርጌት ለመምታት ከፍተኛ ደንቀራ እየሆኑብን እንደሆነ አሳሰብኩት፣ በመጨረሻም በዋቢ ሸበሌ ሆቴል በአስተዳደሩ መዋቅር የማታ ሥራ አስኪያጅ መደብ የለውም ብየ ለማሳሰብ ስሞክር ንግግሬን በማቋረጥ ግድየለም መድበው በማለት አዘዘኝ ብሎ ከመጨነቅ ስሜት ጋር ገለጸልኝ። የፍሰሐ ገዳን ትእዛዝ በመጣስ ደጀኔ ጋሼ ሆን ብሎ ለእኔ በማሰብ በኮርፖሬሽኑ ፕላንና ፕሮግራም ውስጥ የስታትስቲክ ሠራተኛ አድርጎ መደበኝ።

ሁለት ወር እንደሰራሁ የአስተዳደር ዋና ክፍል ሀላፊ አድርጎ ለመመደብ በነበረው ዕቅድ እየተለማመድኩ እንድቀይ ለማድረግ በኮርፖሬሽኑ በአስተዳደር መምሪያ ውስጥ የፐርሶኔል ክፍል ሀላፊ

አድርጎ መደበኝ። ለአንድ ወር እየሰራሁ እንደቀየሁ መረጃው ለፍስሐ ገዳ በመድረሱ ከደጀኔ ጋሼ ጋር ከፍተኛ ጦርነት ተካሄደ። አማራጭ ባለመኖሩ ወዲያውኑ የዋቢ ሸበሌ ሆቴል የማታ ሥራ አስኪያጅ ተብየ ተመደብኩ። ደጀኔ ጋሼ የፍስሐ ገዳን ጣልቃ ገብነት በመቃወምና ከደርግ ጓደኞቹ ጋር ላንጋኖ፣ ሶደሬና ወንዶ ገነት በመጋበዝ በሴት አስተናጋጆቻችን ላይ የሚያደርጉትን እርካሽ ባሕልና፣ በየሆቴሎቹ በተለይም በከፍተኛ ደረጃ በዋቢ ሸበሌ ሆቴል የሴት ልጆቻችንንና እህቶቻችንን ገላ ለዓረብ ጎብኝዎች በመሸጥ የሚካሄደውን ልክስክስ ጥቅምና ንግድ በመቃወሙ፣ ለእነ ሻምበል ፍስሐ ገዳንና ለደርግ ባለሥልጣኖች አዝናኝነት የሚያገለግሉትን አስነዋሪ ሥራ አስኪያጆች ላይ ጠንካራ አቋም በመውሰዱ ከማይቀቃማቸው ባላንጣዎቹና ጊዜ ከሰጣቸው ጋር ትግል በመያዙ በኮርፖሬሽኑ በዋና ሥራአስኪያጅነት ባጥጋቢና አመርቂ ውጤት ሲያገለግል በኖረበት ቦታ በተራ የመምሪያ ኃላፊነት አውርደው መደቡት። ለዚያውም የመደቡት መምሪያ እንቅስቃሴ ባለው ሳይሆን ዝምብሎ አድቦ በጽ/ቤቱ ተወዝፎ የሚያስውል ተራ መምሪያ ነበር። ከዚያም በኋላ እኔ ወደ አሥመራ ተዛውሬ በመሄዴ የኃላ ኃላ እንዴትና በእንዴት መልክ ከኮርፖሬሽኑ ብሎም ከኮሚሽኑ ለቀ እንደወጣ ላውቅ አልቻልኩም። የዋቢ ሸበሌ ሆቴል የማታ ሥራ አስኪያጅ ምድብ ቦታ ተጽፎልኝ ወደ አስተዳደሩ ዋና ሥራ አስኪያጅ ከመሄዴ በፊት አቶ ደጀኔ ጋሼ የሚከተለውን ምክር ሰጥቶና አደፋፍሮ አሰናበተኝ። "የተመደብክበት አስተዳደር ዋና ሥራ አስኪያጅ የሻምበል ፍስሐ ገዳና የደርግ ባለሥልጣናት ልዩ ባለሚልና አገልጋይ ናቸው። ወደ ላንጋኖ፣ ሶደሬና ወንዶ ገነት ለመዝናናት ሲሯሯጡ በአዲስ አበባ የሚገኙትን ውብ የሴት አስተናጋጆችን ለሥራ ብለው በማስተባበር ወስደው የግል መገልገያና ማዝናኛ በማስደረግ ለዋና ሥራ አስኪያጅነት የበቁ ናቸው። ከዚያም ሸያጭ ለማዳበር በማለት ለአረብ ጎብኝዎች የወጣት ሴቶቻችችንን ገላ ለሽያጭ በማቅረብ ከፍተኛ የዝሙት ንግድ የሚካሄድበት ቦታ አድርገውታል። በዚህም ተግባር ሻምበል ፍስሐ ገዳ ከፍተኛ ምስጋና አቅርበውላቸዋልና ከአንተ ባሕልና ፀባይ ጋር ስለማይሄድ ጥንቃቄ እንድታደርግ። በማታው እንቅስቃሴ ሁሉ የምታየው በራስህ ላይ የመንፈስ ጭንቀትና የሥነልቦና ረብሻ እንደሚያሳድርብህ አስቀድመህ በማወቅ ቅድመ ዝግጅት እንድታደርግ። ኮሚሽነሩም የመደበህ ከተባረርክ በኋላ መመለስህ ስላላስደሰተው እዚያ እሳት ውስጥ ገብቶ ይማገድና ሲፈልግ እራሱ ተሰናብቶ ከኮሚሽኑ ይሂድ በሚል ስልት ሊሆን ይችላል" ብሎ መክሮና አደፋፍሮ ሸኘኝ። በዚህ ሆቴል ቆይታየ ከአረቦችና ከአገናኞቻቸው ከሆኑት የሆቴሉ ሠራተኞችና ከአስተዳደር ሥራ አስኪያጅ እንዲሁም ከደጋፊዎቻቸው ጋር ያሳለፍኳቸውን አባሴ መዘርዘር መልካም ነበር፣ ሆኖም ሥራ አስኪያጅ የነበሩት ከዚህ ዓለም በሞት መለየታቸውን በመስማቴ በባሕሌ መሠረት በሞተ ወገኔ ላይ ኃጢአትና ወንጀል መደፍደፍ ተገቢ ባለመሆኑ በደፈናው አልፈዋለሁ። በዋቢ ሸበሌ ቆይታየ ከማይዘነጉኝ ጉዳዮች መካከል አንዱ ባንዱ ምሽት በኮት ውስጥ የምትያዝ ታጣፊ ክላሽንኮቭ ከሙሉ ጥይቱ ጋር እንደራስ ሆቴሉ የኮልት

ሽጉጥ በመፀዳጃ ቤት በፊት መታጠቢያ ገንዳ ላይ (በሽንት ቤት መቀመጫ አካባቢ ሳይሆን) ተጋድሞ አገኛለሁ። ወራቱ ሰደድ የፈጠራቸውንና ያስፈጠራቸውን አመንምኖ ቀሪዎቹን አኝኮ ከዋጠ በኋላ እራሱን ኢሠፓኮ አድርጎ ቀይቶ እንደገና በከፍተኛ ደረጃ ሰደድ'ን ኢሠፓ ብሎ ለመጥራት የሚሯሯጡበት ወራት 1976 ዓ. ም. አጋማሽ ነበር።

ይህ ወቅት ደግሞ ከወያኔ ውጭ የሆኑ የትግራይ ልጆች ተደራጅተው ሲንቀሳቀሱ ቀይተው ጊዜው መሽቶባቸው የመንግሥቱ ኃይለማሪያም ሰለባ ሊሆኑ የሦስትና አራት ወር ጊዜ ይቀራቸው ነበር (ከየካቲት 66 ፖለቲካ ትምህርት ቤት ድሬክተር ከነበረው ታደሰ ገ/እግዚአብሔር ጋር ሌሎች እንደ ወያኔው የቱሪዝምና ሆቴሎች ኮሚሽን ኮሚሽነርና የወቅቱ በዋሺንግተን ዲ. ሲ. የኢትዮጵያ ኤምባሲ ጋዜጠኛ የሆነው ፀሐየ ደባልቀው እየታደኑ ወደእሥር ቤት ተወሰዱ)። ከመፀዳጃ ቤቱ በር ላይ ቆሜ ባካባቢው ያገኘኋቸውን ሠራተኞች የኢሠፓኮ ተጠሪው ባካባቢው ስለማይጠፋ እሱንና እንዲሁም የሙያ ማሕበር ተጠሪ ባስቸኳይ እንዲጠሩልኝ አስደርጌ የኢሰፓኮ ተጠሪውና የሙያ ማሕበሩ ምክትል ሊቀመንበር ሆነው እንደመጡ ክላሽንኮቩን በጽሁፍ ለኢሠፓኮ ተጠሪው ለአቶ በለጠ በእማኝ ፊት አስረክብኩኝ። ባጋጣሚ ይሁን ወይንም በኣቅድ በዚያኑ ምሽት በፖሊስ ኮሌጅ ቆይታችን ይቀርበኝ የነበረውና በይበልጥ ደግሞ በአሜሪካኑ የፖሊስ ሳይንስ መምህራችን የካሊፎርኒያው ተወላጅ መቶ አለቃ ስቲል (First Lieutenant Steel) ባስተዋወቀኝ አሜሪካዊት ፔን ፓሌ (የብዕር ጓደኛየ) ምክኒያት ከኮሌጁ እስከ ተለያየንበት ጊዜ ድረስ የቅርብ "ወዳጅነት" ፈጥሮ የቀየው፣ በኋላም የመንግሥቱ ኃ/ማሪያም ቀኝ እጅ የሆነው ሻለቃ ግርማ ንዋይ ጭምብስ ብሎ በመስከሩ ከባድ አደጋ ላይ እንደሚወድቅና የቤተሰቡን ስም ለማስጠበቅ ከነበረኝ ቀና አመለካከት ቃጥሬ የሆቴላችን የዘወትር ደምበኞችን በመሆናቸው በዚህ ሁኔታ መኪና ይዘው እንዲሄዱ ማድረግ ሊያስከትል የሚችለውን ሁሉ በመገንዘብ ባዶ የሆነ ያልተያዘ ነጠላ (single) መኝታ ቤት ተሰጥቶት ይደሩ ብየ risk ወስጄ እዚያው እንዲያድር ተደረገ። ባለቤቱን አስጠርቼ ይዛው እንድትሄድ ማድረጉ በመሀከላቸው ሌላ ችግር እንዳይፈጠር በማሰቤ ነበር። አጅሬ ግርማ ነዋይ ግን በሁለት ሠራተኞች እየተረዳ መኝታ ቤት ካስገቡት በኋላ ይወራ የነበረውን የፍተዎ ሥጋ ሴሰኝነት (sex addiction) ለማርካት ከመኝታ ቤት ቀስ ብሎ ተሹሎክልኮ ወጥቶ አረቦችን ከሚያድኑት ደምበኞች መካከል አንዷን ለጋ ወጣት ይዞ ገብቶ አድሯል (ይህ ችግር እንዳለበት በተለያየ ጊዜ ሲነገር ሰምቻለሁ)። ለጋዋ ወጣት ምንም እንኳን ከሀበሻ ጋር የማደር ፍላጎት ቀርቶ ሃሳቡም ባይኖራትም ግርማ ንዋይን ማንነቱን በማወቋ ከእሱ ጋር ለመተኛት ፍላጎት እንደሌላት ብትነግረው ሥልጣኑን ተጠቅሞ ያልታሰበ ችግር ይፈጥርብኛል ብላ በመፍራት ሄዳ ስታገለግለው አድረች። በማግሥቱ ምንም ያደረገው ነገር እንደሌለ ቀጥሮ ሳንቲም ሳይሰጣት በነፃ ያሰናብታታል። አጅሪት አዘናግታ የእጅ ሰዓቱን ይዛ ሾልካ ትሄዳለች። የወሰደችው ሰዓት ተራ ሰዓት ሳይሆን ግርማ ንዋይ "ሕብረተሰባዊት" ኢትዮጵያንና

መሪዋን ወክሎ በፈረናሣይ ኮሚኒስት ፓርቲ ጉባዔ ላይ እንደተገኘ ስሙ የተቀረፀበት የእጅ ሰዓት ከፈረንሳይ ኮሚኒስት ፓርቲ የተሰጠው ልዩ ስጦታ ነበር። ምንአልባት ድንገት ወደ ሆቴላችን ሲመጣ ክላሽንኮቩ የእሱ ይሆናል በማለት ወሬው ሳይራባ እንቅልፌን ሳልጨርስ ማለዳ ተነስቼ ባለቤቱን አፈላልጌ ዋሽቼ ግርማን ለብርቱ ጉዳይ እፈልገዋለሁ፣ እጅግ አድርጎ የሚጠቅመውና የሚያድግበት ጉዳይ ነው ብየ ነገርኳት። እንደዚህ ዋሽቼ ካልነገርኳት በቃት ላይ ያለሁ መሆኔን ስለምታውቅ ለራሴ ጉዳይ እንዲተባበረኝ የፈለኩት መስሏት ችላ እንዳትል ለራሱ ዕድገት እንደሆነ አድርጌ መናገሬ ያለተግባሩና ችሎታው ማደግ የሚወደው ግርማ ንዋይ እንደተነገረው መልስ አገኘቼ ወደ መኝታየ ተመለስኩ። ተመልሼ እንደተኛሁ ሻለቃ ግርማ ንዋይ ሆቴላችን ደውሎ "አያሌው እባክህ ለብርቱ ጉዳይ እንድትተባበረኝ ልጠይቅህ እመጣለሁ ብሎ ይማፀነኛል። ለካስ አጋጣሚ ሆነ እንጂ ባለቤቱ መልዕክቴን ከማስተላለፏ በፊት እራሱ አስቀደሞ ከእኔ ጋር ለመገናኘትና እርዳታና ትብብሬን ለመጠየቅ ወደ ምስኪኑ አያሌው ለመምጣት ተዘጋጅቶ እንደ ነበር ተረዳሁኝ። ሆቴላችን መጥቶ እንደተገናኘን ገለል ካለ ቦታ ወስጄ በግሌ የተሰማኝን ከፍተኛ ቅሬታ በመግለጽ እንደዚያ ሆነህ በሕዝብ ፊት መታየትህ ለአንተም ሆነ ለቤተሰብህና ለምትወደውና ለምታከብረው "ጀግናው" መሪህ መልካም አይደለም፣ rsik ወስጄ እዚሁ እንድታድር በማድረግ ከአደጋ እንድትድንና ከጎረቤቶችህ መሳቂያነት ለማዳን የበኩሌን ሞክሬአለሁ። ወደፊት ግን በዚያ ዓይነት መልክ ብትመጣ ወይንም ከመጣህ በኃላ ብትበላሽ ምንም ዓይነት የኀሊና ፀፀት አይኖረኝምና ጥንቃቄ አድርግ ብየ ወንድማዊ ምክሬን ለገስኩት። ቀጥየም ክላሽንኮቭ ይዘህ መጥተህ ነበር ወይ? ብየ ስጠይቀው ምንም ዓይነት የጦር መሣሪያ ይዞ እንዳልመጣ ነገረኝ። ክላሽንኮቩን ሊወስድ ፈልጎ ከእኔ ጋር ሳይሆን ከሆቴሉ የኢሠፓኮ ተጠሪ ጋር ከሰዎች ፊት አስረክቤዋለሁ አልኩት።

እዚያው እያለ በሆቴሉ ስልክ ከሆነ ቦታ ደውሎ በዚያው ዕለት ከሰዓት በኃላ ከደርግ ጽ/ቤት አካባቢ የሆነ ሰው መጥቶ መሣሪያውን ከድርጅቱ የኢሠፓኮ ተጠሪ በለጠ ተረክቦ ተመለሰ። እስከመጨረሻው ድረስ ታጣፊውን ክላሽንኮቭ ማን ይዞት ወደ ሆቴሉ እንደገባ ወይንም ምስጢሩን የሚያውቀው መንግሥት እንጂ ሌላ እንደሌለ የድርጅቱ ኢሠፓአኮ ተጠሪ አቶ በለጠ ከወራት በኃላ ገለጸልን። ሆኖም ይህ መልስ ለእኔ በቃት ላይ ላለሁት ምስኪን በቂ ባለመሆኑ ምንም ጉዳት አያስከትሉብኝም ብየ ከምቀጥራቸው ግለሰቦች መካከል ሁለቱን በየተራ እንዲረዱኝ ጠየኳቸው። አንደኛው ኮሎኔል ግርማ ቀልደኛም ስለነበሩ በቀልድ መልክ "አንቺ ወንበዴ፣ ገና ታሸትሽ አላበቃሽም፣ ፈተናሽ ገና በመሆኑ አድበሽ ተቀመጭ! ብለው በሚገባም በማይገባኝም መልክ ነግረው ሸኙኝ። ሁለተኛው ኮሎኔል አያና ድፍን እና አጭር በሆነ መልክ "ሲፈታተኑህ ነው አያሌው!" ብለው ሸኙኝ። የክላሽንኮቩን ጉዳይ ተነጋግረን እንደፈጸምን "ከፍተኛ ቅሌት ውስጥ ሊያስገባኝ የሚችል ብርቱ ጉዳይ ስላጋጠመኝ እንድትረዳኝና እንድትተባበረኝ እባክህ አያሌው" ብሎ ግርማ

ንዋይ ምስኪኑን ግለሰብ ተማፀነ። የምችለው ከሆነ ወደ ኃላ እንደማልል እንደገለጽኩለት ማታ የሆነች ልጅ ይዞ እንዳደረና ጧት ስትሄድ ከፈረንሣይ የኮሚኒስት ፓርቲ ስሙ የተቀረፀበትና በስጦታ የተሰጠውን ልዩ የእጅ ሰዓት ይዛበት እንደሄደችና ትልቅ ቅሌት ውስጥ እንዳታስገባኝ እባክህ እንደማንም ብለህ አስመልስልኝ ብሎ ተማጸነኝ። እነ ሻምበል ዓለማየሁ ኃይሌን ሻምበል ዓምሃ አበበን የመሳሰሉ የፖሊስ ኮሌጅ ጓዶቻችንን ለአርቲፊሻልና ለመናኛ ሹመትና ዕድገት ብሎ ያስበላ አውሬ መሆኑን እያወኩ መቶ ጊዜ ቢጨነቅና ቢርበተበትም ላዝንለት የማይገባኝ ቢሆንም፣ ነገር ግን ባለቤቱ ወ/ሮ ወይንሸት የታላቅ እህቴ የበኸር ልጅ የወ/ሮ አስቴር ታደሰ የቅርብ ጓደኛ ብቻ ሳትሆን ብዙ ጊዜ ግርማ ንዋይ ውጭ ሀገር በሚሄድበት ወቅት ከታላቅ እህቴ ቤት እየመጣች ጊዜዋን ከጓደኛዋና ከእህቴ ጋር ታሳልፍ ስለነበር ቀስ በቀስም መልካም መቀራረብና መከባበር ፈጥረን በመቀየታችን ለእሷና ለትዳሯ እንዲሁም ለጓደኛዋና ለእናቷ (ታላቅ እህቴና ለልጇ) ስል ማድረግ እንደሚኖርብኝ ወሰንኩ። በዚያን ዘመን ከሆቴሎቹ ሁሉ በሴቶቻችን ለጋ ገላ ሺያጭ ንግድና ዝሙት፣ የጥቁር ዶላር ልውውጥ ይካሄድባቸውና ይጧጧፍባቸው ከነበሩት ሆቴሎች መካከል በከፍተኛ ደረጃ የሚታወቀው የዋቤ ሸበሌ ሆቴል ነበር። ማታ ማታ ለአረብ ክቡር ገላቸውን ለመሸጥ በወኔ የተሰለፉት ውብና ቀንጆዎች ምንም እንኳን ሕይወትና ኑሮ አስገድዷቸው ሳይወዱ የግዳቸው የሚያከብሩትን እና የሚሳሱለትን ክቡር ገላቸውን ለማያውቁትና ለማይወዱት ባዕዳን ለመሸጥ ቢዳረጉም ብዙዎቹ ኩሩ፣ ጨዋና ትሁት የነበሩ አያሌ ነበሩበት። እንዲያውም ብዙዎቹ በቤተሰብ ጀርባቸው በቀድሞው በዘውዱ ዘመን የናጠጠ ቤተሰብ ልጆች ሲሆኑ እንደቀድሞው ለመኖር ባለመቻላቸው ሳይወዱ ተገደው የገቡበት ጊዜያዊ ሙያ እንደሆነ ነበር የሚያጫውቱኝ።

በእነዚህ ቀነጃጅት ምክኒያት ማታ ማታ በሆቴላችን ለሚፈጠርብን ችግር ከመካከላቸው አንድኛዋ በቅርብ ሆና ከእኔ ጋር እንድትተባበር አድርጌ ይዣት ነበርና እሷን አፈላልጌ ማታ ከሻለቃ ግርማ ንዋይ ጋር ያደረችው ልጅ ማን እንደሆነች ጠየኳት። ግርማ ንዋይን ከእኔ ይበልጥ በጣጤነቱ ሁሉም ያውቁታልና ሳታመናታ ስሟን ነገረችኝ። መንገር ብቻ ሳይሆን ማታ ወደ ሆቴሉ እንደመጣች የትኛዋ መሆኗን ጠቀመችኝ። ማታ ማታ የምሽት ተግባሬን ለመገልገል ተመድቦልኝ ከነበረው ቢሮ አስጠርቼ ያላግባብ የወሰደችውን ሰዓት እንድትመልስ ጠየኳት። “ጋሼ አያሌው ሰውነቴ እኮ አቅማዳ አይደለም፣ ሥጋየን እኮ ነው ሌሊቱን እንደ አቅማዳ ሲያለፋኝና ሲያንገላታኝ ያደረው። አቅማዳም ቢሆን እኮ ይከበራል መገልገያ መሣሪያ በመሆኑ። እሱ እኮ ምንም ጥቅም እንደሌለው ዕቃ ቀጥሮ እያንገላታ አሳድሮ ነው ባዶየን የሸኘኝ” ብላ እያለቀሰች አጫወተችኝ። ንግግሯ ሁሉ ሙሉ በሙሉ ትክክል መሆኑን በማረጋገጥ ለአግልጋሎትሽ እንደ አረቦቹ እንኳን ባይሆን በአክብሮትና በፍቅር በጨዋነት ያለውን መወርወር ነበረበት። በጣም እንዳዘንኩበት በመግለጽ ሆኖም ሰዓቱ ልዩ ማስተዋሻ ከመሆኑም ባሻገር ከቤተሰብም ጋር ሊያጋጨው የሚችል ጉዳይ በመሆኑ ለቤተሰቡ ስትይ እባክሽን

መልሸለት፣ ባይሆን በግሌ ከኪሴ ዛሬ ሳይሆን ሰሞኑን አንድ መቶ ብር እሰጥሻለሁ በየ ተማፀንኳት። ይህ የተፈፀመብሽን ግፍና በደል በማረጋገጤ በዝምድና መልክ ነገሩን መቃጨት እንዳለብን በማመኔ እንጂ የደንበኞችሽን ንብረት ያለፈቃዳቸው ይዘሽ መውጣቱ እንደወንጀልም ሊቆጠር ከመቻሉም ባሻገር የሆቴላችንን ደንበኛ ንብረት ሰርቀሽ በመሄድሽ ሆቴሉ እርምጃ ሊወስድብሽ ይችላል፣ እራሴም ብሆን እንዳቅሜ ወደ ሆቴላችን ዳግመኛ እንዳትገቢ ላደርግም እችል ነበር ብየ አስረዳኋት። "ጋሼ አያሌው፣ አንተ ምን በወጣህና ነው የምትከፍለኝ፣ ከአረቦች ጋር ባድር እኮ ሞቅ ያለ ገንዘብ ብቻ ሳይሆን በዓይነት ጭምር ይሰጡኝ ነበር" አለች። ግድ የለሽም እኔ ምንም እንኳን እንደ አረቦቹ ባይሆንም አንድ መቶ ብር ሰሞኑን እሰጥሻለሁ ብየ በድጋሜ አስረዳኋት። "ጋሼ አያሌው፣ እበሻ ጋር መቼ አብደንና ከእነሱ ጋር እናድራለን። አበሻ ምንም ሳይጋብዝ ሆዳችን ባዶ መሆኑን እያወቀ በደረቁ ሌሊቱን ሁሉ እንደ ፈረስ ሲጋልቡንና እንደአቅማዳ ሲያለፉን ነው የሚያድሩት እና ከእነሱ ጋር አላበድንም፣ አረቦቹ ግን እንደፈረንጆቹ አብልተው፣ አጠጥተው፣ ሆዳችን ከሞላ በኃላ አዝናንተውና አሳስቀው ነው አካላችንን የሚገለገሉበት። ለዚያውም ሳያደክሙን ነው ሌቱ በቀላሉ የሚያልፈው" አለች እምባዋ እየወረደ። ብዙም ሳታንገራግረኝ ሰዓቱን ከቦርሰዋ አውልቃ በአክብሮት ሰጥታኝ ተሰናበተች። እኔም በገባሁላት ቃል መሠረት ደመዎዝ እንደተቀበልኩ ከነበረችኝ አነስተኛ ገንዘቤ በዚያው ሰሞን ቢሮ አስጠርቼ አንድ መቶ ብር ስሰጣት "በምንም ቢሆን ከአንተ አልቀበልም ጋሼ አያሌው" ብላ ተከራከረችኝ። ዋሸቼ ሻለቃ ግርማ ንዋይ አድራጎቱ ሁሉ ትክክል አለመሆኑ ተፀፅቶ በእሱ ስም ይቅርታ እንድጠይቅሽና ይህንን መቶ ብር እንድሰጥሽ ዛሬ ጧት የሰጠኝ እሱ ነውና እባክሽ ተቀበይኝ ብየ ብለምናት "በእውነት የእሱ ገንዘብ ከሆነ መልሰህ ስጠውና ሌላ ቦታ ሄዶ ሱሱን ይወጣበት፣ ሆኖም አንተን ችግር ውስጥ በማስገባቴ ይቅርታ" ብላ ተሰናብታኝ ወጣች። "ቅል ባገሩ ድንጋይ ይሰብራል" እንዲሉ ግርማ ንዋይ የጄኔራልነት ማዕረግ ተሰጥቶት የፖሊስ ሠራዊት ጠቅላይ አዛዥ ሆኖ ያረጀና ያፈጀ ሥርዓት አገልጋይ ከመሆናቸው በስተቀር ግርማ ሞገስና ፀጋ የተላበሱት ኩሩና ጨዋ አዛዦች እነ ሌፍተናንት ጄኔራል ፅጌ ድቡና ሌፍቴናንት ጄነራል ይልማ ሽበሽ በተቀመጡበት የክቡር ወንበር ላይ ደፍሮና ጨክኖ ያለሕፍረት ቂጢጢ በሎ ተቀመጠበት።

10.18. በአምባሶይራ ሆቴል ቀይታየና የጣሊያናዊቷ የሻዕቢያ ወኪል "ፍቅረኛየ" መዘዟና እነማንን ተመክታ አሥመራ ልትመጣ ቻለች? ማን ተቀበላት?

በ1977 ዓ. ም. መግቢያ አካባቢ አሥመራ ደርሼ በአዲሱ የሥራ ምድቤ ተገኝቼ ሥራየን በትጋት እያከናወንኩ እንዳለሁ ባንድ የግል ሕይወት ጉዳይ አላሰብኩት ወጥመድ መግባቴን በመጽሀፉ በሌላ አካባቢ ተገልጿል። ቁንጅናና ውበትን አገናጽፎ የሰጣት ወጣት ወ/ት ኒኒ በዚያን ጊዜ የ29 ዓመት ሳዱላ ነበረች። ባባቷ ኢጣሊያናዊ ስትሆን በእናቷ ኩሩ ኢትዮጵያዊ ነች። እናቷ የተንቤን ተወላጅ የሆኑ ቅልጥ ያሉ ኩሩ ኢትዮጵያዊ ናቸው። እኒህን ኩሩ ኢትዮጵያዊ በእኔ ትውልድ ገና

ወጣቶች እያለን በዝና የማያውቃቸው ጥቂት ይሆናል የሚል ግምት ይኖረኛል። ረጅም ሸበላ የሆኑ ከሀበሻ ብርሀቸው በስተቀር እንደልጃቸው ቁንጅናና ውበት የተጎናጸፉት ተንበናዊቷ ኢትዮጵያ በእኔ የወጣትነት ዘመኔ "ዘነበች ከመይዋዕልኪ" እየተባለላቸው በሬዲዮ በየጊዜው ይዘፈንላቸው ነበር። እኒህ ተንቤናዊት ስማቸው ዘነበች ሲሆን ዘፈኑ በአማርኛ "ዘነበች እንደምን ዋልሽ" ማለት ነው። በዚያን ዘመን በኢትዮጵያ ሬዲዮ የየዕለት ዘፈን ነበር። ታዲያ ከቅናትና ከበታች ተገዥነት ስሜት አንጀታቸው ያረረው ያካባቢው የሐማሴን ቀንጆዎች "አጋሜ" (74) በማለት ሊያጥላሏቸው ቢሞክሩም እንዲያውም አጋሜ እየተባሉ መዘለፋቸው ይበልጥ ኩራትና ደስታ ስሜት ይሰጣቸው ስለነበር የባሰውን የሐማሴን ተፎካካሪዮዎቻቸውን አንጀታቸውን ያቃጥሏቸው ነበር። "አጋሜ" እያሉ ያካባቢው ነዋሪ ያጥላላቸው የነበሩትን እኒያን ቀንጆ ኢትዮጵያዊት በወቅቱ በሀብትና በኃይለኛነቱ ይታወቅ የነበረው ዕድለኛ ጣሊያናዊ አግብቶ ሳይውል ሳያድር ኒኒን የመሰለች ቀንጆ ስጦታ አበረከቱለት። ወ/ት ኒን ትምህርቷን ያጠናቀቀችው በጣሊያንና በአሜሪካን ሀገር ሲሆን እንደነገረችኝ በጋዜጠኛነት ተቀጥራ የምትሰራው ሮም ከትማ እንደነበር ነው። ኒኒ በውጭ ሀገር ቀይታዋ ከጣሊያናዊ ወይንም ከአሜሪካዊ የወለደቻቸው ሁለት የሚያማምሩ ወንዶች ልጆች አሏት። በሕጻንነታቸው ጀምሮ አያታቸው ተቀብለው በእንክብካቤና በመቀባረር ተቀማጥለው ያደጉ ናቸው። ወ/ሪት ኒኒ በዚያን ጊዜ ወደ አሥመራ ስታመራ ጥሩ የሆነ ሽፋን ነበራት። ወላጅ እናቷንና ልጆቿን ለማየትና ከእነሱ ጋር ትንሽ ጊዜ አግኝታ ለማሳለፍ በሚል ሽፋን ሲሆን ምንም እንኳን ሌላውን የስውር ዓላማዎቿን ባላውቅም እንደ ዋና ዓላማዋ አድርጋ የገባችው ስለሻዕቢያ ጥናት በማካሄድ ጽሁፍ አዘጋጅታ በጋዜጣዋ ላይ ለማስፈር (coverage) ለመስጠት እንደነበር ነው። ይህንን አደገኛ የሆነ ፀረ-እትዮጵያ ተግባር ለማከናወን እንዲያስችላት የሷን ትክክለኛ ማንነት በደምብ አድርገው ያውቁ የነበሩትና ከሌሎች ሁለት ከፍተኛ የመንግሥት ባለሥልጣን ጋር በመተባበር ለሕይወቷ ዋስታናና ደሕንነት አደራ የተጣለባቸው የዛሬው የኢትዮጵያ ፕሬዞደንት የዚያን ጊዜው የሰሜን ኢትዮጵያ የትራንስፖርትና መገናኛ ሚኒስቴር ተወካይና የአካባቢው የቀይ መስቀል ሊቀ መንበርና ሻዕቢያ ጋር የጠበቀ ግንኙነት እንደነበራቸው ይታወቁ የነበሩት የመቶ አለቃ ግርማ ወልደጊዮርጊስ ነበሩ። በሻዕቢያ ትዕዛዝ በመቶ አለቃ ግርማ ወልደጊዮርጊስ አማካኝነት ለሕይወቷ ዋስታናና ደሕንነት አይዞሽ ብለው ቃል የገቡላት ሁለቱ ከፍተኛ የመንግሥት ባለሥልጣናት ሌፍተናንት ጄኔራል ተስፋየ ገብረኪዳንና ኮሎኔል ተስፋየ ወ/ሥላሴ እንደሆኑ ነው። ሆኖም አዲስ አበባ ያለውን ከፍተኛ የመንግሥት ባለሥልጣን ኮሎኔል ተስፋየ ወ/ሥላሴን እኔ ከኤርትራ እስከተባረርኩበት ጊዜ ድረስ በስምና በዝና እንጂ በግንባር እንዳልተገናኘቻቸው ነው የማውቀው። ከሲኞራ ገነት ጋር ማን እንዳስተዋወቃት ስጠይቃት ፕሬዚደንቴ ዴል ክሮቼ ሮሳ ዲ ኤርትሪያ (የኤርትራ የቀይ መስቀል ማሕበር ፕሬዚደንት) ብላ ስማቸውን ሳትጠራ ተናገረች። እርግጠኛ መሆኗን ለመገንዘብ ወዲያውኑ ጥያቄውን በመለወጥ ስም

የላቸውም እንዴ ስላት ሲኞር ቴኔንቴ ጊርማ (መቶ አለቃ ግርማ ማለቷ ነው) አለችኝ። ለማወናበድ ፈልጌ እኒያ ቀጭኑ ሰውየ ናቸው ብየ ስጠይቃት አይደለም፣ እኒያ በጣም ወፍራሙ ሰውየ ናቸው አለችኝ። ያ ወፍራሙ ኤርትራዊ ማለትሽ ነው ስል አይደለም የአዲስ አበባ ሰው ናቸው ብላ በግልጽ አረጋገጠችልኝ። አሥመራ ዮሐንስ አራተኛው ዓለም አቀፍ አይሮፕላን ማረፊያ በመገኘት ወ/ት ኒኒን ተቀብለው በቅድሚያ በተከራዩላት ውድ ከሆነ ሁለት ክፍል መኖሪያ ቤት ወስደው ያስገቧትና የቤቱን ቁልፍ ያስረከቧት እኒሁ "ደግ" አዛውንት አባታችን የመቶ አለቃ ግርማ ወልደጊዮርጊስ ነበሩ። የተከራዩላት ቤት ከእናቷና ከአባቷ ድርጅት ይርቃል።

እናቷ ብቻቸውን አራት ወይንም አምስት (ዘነጋሁኝ) ክፍል ቤት ካለው የግል መኖሪያ አፓርትሜንታቸው ከሁለቱ የልጅ ልጆቻቸውና ከእህታቸው ልጅ ጋር ሲኖሩ ለተላከችበት ግዳጂ ነፃነት አግኝታ ለማከናወን እንድትችል ይመስለኛል በግሏ ቤቱን የተከራዩላት። እናቷም ሆኑ ልጆቿ ቤት ተከራይታ ወይንም ተከራይተውላት እንደምትኖር ፈጽሞ አያውቁም። የሚመስላቸው ከሴት ጓደኞቿ ጋር እየተጫወተች የምታድር ነው የሚመስላቸው። በስተኋላ ገደማ ግን ከእናቷና ከልጆቿ ጋር መኖር ጀመረችና እኔም እናቷ ቤት ከእሷ ጋር አዘውትሬ ማደር ጀመርኩ። ከመሥሪያ ቤቷ ጋር በተያያዘ ጉዳይ ለሥራ ብላ ወደ ጣሊያን ለሁለት ሳምንት ስትሄድ አብራት የሄደችው ማንም ሳትሆን የወ/ሮ ገነት መብራሕቱ ታናሽ እህት ወ/ሮ ዘውዴ መብራሕቱ ነበረች። ወደ ጣሊያን የሄደችው 41 ገጽ የያዘውን ስለሻዕቢያ የጻፈችውን ሰነዷን እንደላከችልኝ ሰሞን ነበር። ማን መሆኗን ለማወቅና ለምን ለእኔ ልትልክልኝ እንደፈለገችና ሌላም በዘዴና ስልት በመጠያየቅ ለማጣራት በተዘጋጀሁበት ወቅት ነበር የሄደችው። በምትሄድበት ጊዜ መኝታ ቤቷ ቢገቡ ምን እንዳይሆን ፈርታ ወይንም አሳስቧት እንደሆነ የማውቀው ባይኖረኝም መኝታ ቤቷ ውስጥ ማንም እንዳይገባ እንድጠብቅላት እስከምትመለስ ጊዜ ድረስ ከእናቷና ከልጆቿ ጋር እንዳድር ጥብቅ የሆነ ትእዛዝ በአደራ ስም ጠየቀችኝ። ችግር ውስጥ ለማስገባት የተዘጋጀች ቀንጆ መሆኗን እያወኩ እሷ በሌለችበት ብቻየን መኝታ ቤቷ ማደሩ ምን አስባ ወይንም አቅዳ ይሆን በማለት ስላስጨነቀኝ ኮሎኔል ሸዋረጋ ቢሆነኝና ኪናጢ ተዓን አወያየኃቸው። እነሱም ዕቅድና ዓላማ ዕንዳላት ነው፣ ሆኖም ዕቅዷንና ዓላማዋን ስትመለስ ለማወቅ ያንተን ጥንካሬ ይጠይቃል። ለዚህም እንዲያመችህ ምንም ዓይነት የመጠራጠር ስሜት በዓዕምሮህ እንደሌለህ፣ እንደምትወዳትና እንደምታፈቅራት በማስመሰል ጥያቄዋን በደስታ መንፈስ ፈጽምላት። ሆኖም ለአምባሶይራ ሆቴል ባልደረቦችህ በይፋ ለሚቀጥሉት ሁለት ሳምንት የማድረው ከጓደኛየ ቤት ነው ብለህ ንገራቸውና ይወቁ ብለው ስለመከሩኝ ምክራቸውን በመቀበል ጥያቄዋን አከበርኩላት። በእውነትም እንደማምናትና እንደምወዳት አድርጎ ተሰማት። ይህም በቀጥታ ወደፊት የምትጠይቀኝንና የምታዘኝን ሁሉ ፈጻሚ የምሆን ታማኝ ሎሌ እንደሆንኩ ያለጥርጥር አረጋገጠችና ኮራችብኝ። የእኔ "ታማኝነት" ካደረባት ፍቅር ጋር ተያይዞ

ከጣሊያን እንደተመለሰች በተከራየችው ቤቱ በምናካሂደው የራት ግብዣና ስንጨዋወት በምናድርበት ወቅት ላቀረብኩላት ጥያቄዎች ግልጽ ሆና ምንም ሳትደብቅ እንደ ሕጻን ልጅ የሆዷን ዘርግፋ እንድትነግረኝ መሳሪያ ሆኖልኛል።

ሀ. ትውውቁን ያዘጋጁላትና መመሪያ የሚሰጧት ማንነት፣ የታሪኩ መነሻና ከእኔ ጋር የትውውቅ ስልትና ዘዴዋ

በጥቅምት ወር መጨረሻ ወንም ሕዳር ወር መግቢያ በ1977 ዓ. ም. አንድ ቀን ከሰዓት በኋላ በሥራ ሰዓት ማለትም በአምባሶይራ ሆቴሎች በተመደብኩ በሁለተኛው ወር አካባቢ ወ/ት ኒኒ ቀዋታ አምባይሶራ ሆቴል በመምጣት ወደ እንግዳ መቀበያ ይሄዱና ሲኞር ቴኒንቴ አያሌው'ን (የመቶ አለቃ አያሌው'ን) ማግኘት እንደምትፈልግ ትጠይቃለች። እንግዳዋ ትፈልገዎታለች ብለው ወደ እሷ መርተው እንደወሰዱኝ ማንነቴን በወግና በሥነሥርዓት አስተዋወኩኝ። አያሌው የሚለው ስም ለፈረንጆች በጣም አስቸጋሪ ነው፣ እሷ ግን ስትለማመድ ስለሰነበተች ልክ እንደ አበሻዎቹ አድርጋ ነበር የጠራችኝ። ጊዜ ካለዎት ስለ ሆቴሉ ማወቅ የምፈለገው ነበረኝና ቢተባበሩኝ ብላ እሷም በጨዋና በሥነሥርዓት መልክ ጠየቀችኝ። ገለል ካለ ቦታ መርቻት ሄደን ተቀመጥን። ማንነቷን በመግለጽ እራሷንና ሥራዋን አስተዋወቀችኝ። የእኔ ጉጉት ገበያ ይዛ የመጣችልን ነበር የመሰለኝ። እሷ ግን ፍላጎቷ ስለ ሆቴሎቹ የመኝታ ቤት ብዛት፣ ይዞታ፣ ዋጋ፣ በአስተዳደሩ ሥር ስንት ሆቴሎች/ቅርንጫፎች እንዳሉንና የት የት እንደሚገኙ የመሳሰሉትን ነበር የምትጠይቀኝ። ሆኖም ምን ይታወቃል ወደፊት ትልቅ ገበያ ይዛልን ለመምጣት ሰፊ ዕቅድ ይኖራታል በማለት ጥያቄዎቿን ሁሉ በደንብ አስተናገድኩኝ። ከአንድ ሰዓት ተኩል በላይ ቆይታ በኃላ ለማወናበድና ስለእኔ አስቀድማ የማታውቅ ለማስመሰል የየት አካባቢ ኤርትራዊ እንደሆንኩ ጠየቀችኝ። ኤርትራዊ እንዳልሆንኩ መለስኩላት። አላምነዎትም እለችና እውነት መሆኑን አጥብቃ ጠየቀችኝ። በደፈናው የአዲስ አበባ ሰው ነኝ ብየ ስናገር በጣም ደስተኝነቷን ገለጸች በጣሊያኖቹ አገላለጽ። ምን አግኝተው ነው እንደዚህ ሊያስደስተዎት የቻለው ብየ ስጠይቃት እስከዛሬ ድረስ ከኤርትራውያን ውጭ የአዲስ አበባ ሰው ጋር ተዋውቄም አላውቅ። እርስዎ የመጀመሪያየ ነዎትና ክብር ይሰማኛል እያለች በሚያሳምን ሁኔታ ገለጸችልኝ። አያ ጅሎ እውነት መስሎኝ በውስጤ ተኩራራሁ፣ ጉራም ተሰማኝ። አመጣጧ እየተመላለሰች ከስድስት ወር እስከ ዓመት ተኩል ድረስ ሊያቆይ በሚችል ፕሮጀክት እንደመጣች አጫወተችኝ። ሆኖም እንደ እናንተ የመስተንግዶ ችሎታና ብቃት (እንደመሀል አገሮች አበሻዎች ማለቷ ነው) እየተመላለስኩ እዚሁ መኖርን እመርጥ ይሆናል አለችኝ። በቅጥፈትና በስውር ዘዴ የተቀመመውን ሚስጢር ያልተረዳው የዋሁና ጅሉ አያሌው እንዴ እኛ ኢትዮጵያዊያን እንግዶችን አንከባክቦ በማስተናገድ በታሪክ የታወቅን እኮ ነን፣ ባህላችንም ነው ብየ ስናገር "አዎን ሲባል ሰምቻለሁ፣ እስቲ እንግዲህ በተግባር እናያችኃለን" አለች። ለጊዜው የመጣችበትን አጠናቃ ለመሄድ

ስትነሳ ከእናቴ በስተቀር ሌላ ጓደኛ ወይንም የቅርብ ሰዎች ስለሌሉኝና ብቻየን በመሆኔ አዘውትሬ ለምሳና ለእራት ለመምጣት ስልፈለኩ ብቻየን እንዳልሆን ያለማምዱኛል በማለት በጥያቄም ወይንም በማሳሰቢያ አለበለዚያም በመማጸን ዓይነት በሚያሳምንና እና በሚጣፍጥ የቅጥፈት ቃንቃ ስታቀርብልኝ ደስተኛ እንደሆንኩና ሆቴሉ ሲመጡ ባካባቢው ካላዩኝ በቅርብ የሚያገኟትን/ኙትን አስተናጋጅ በመላክ ሊያስጠሩኝ ይችላሉ። ያለበለዚያም የሚመጡ መሆነዎን ካወቁ አስቀድመው ስልክ ሊደውሉልኝም ይችላሉ በማለት በቅንነት አደፋፈርኳት። ይህ ቤተዎ ነው፣ እኛ ደግም ቤተሰቦችዎ ነንና ምንም አይጠራጠሩ እርሰዎን ለማስተናገድና ለማንከባከብ ወደ ኋላ አንልም ብየ ከልቤ ቃል ገብቸላ ተሰነባበተችኝ።

ከመጀመሪያው ግንኙነታችን ማግሥትት ጀምሮ ወደ ሆቴሉ በመምጣት ቢያንስ በሳምንት ስድስት ቀን እራት ትመገባለች። በመጣችበት ጊዜ ሁሉ አንድም ቀን ቃሌን ሳልሰብር ከእሷ ጋር አብሬ በመመገብ አዝናናት ነበር። አልፎም ስርጉት መንግሥቱ፣ ገነት ካሳና ኤልሳቤጥ ገብሬ በየተራ እየመጡ የሚጎድለንና የምንፈልገው ካለ ያንከባክቡን ነበር። ይህ ሁኔታ እስከ ፈረንጆች ገና ድረስ ዘለቀ። በአሥመራ በዚያን ዘመን የፈረንጆች ገና እና የፈረንጆች አዲስ ዓመት ቀጥሎም የሀበሻው ልደት ዋዜማዎችና ጥምቀት በከፍተኛ ድምቀት ይከበር ነበር። በእነዚያ ዋዜማዎች ምሽት በሆቴሉ የምሽት ዳንስ ይዘጋጃል። አዳራሹ ጢቅ ነው የሚለው። ወ/ት ኒኒ ስልክ ትደውልና ለምሳ ስለምመጣ እንደማገኝህ ተስፋ አለኝ ትለኛለች። እኔም ምሳየን የምመገብበት ጊዜ በመሆኑ የሚያስቸግረኝ ነገር ባለመኖሩ ደስተኝነቴን ገልጽኩላት። እንደተለመደው የእሷን ወደ ገበታ ቤቱ መግባቷን ሲመለከቱ ስርጉት መንግሥቱ፣ ኤልሳቤጥ ገብሬ በፍጥነት ወደ እሷ በመቅረብ እኔ ወደምወደው ጠረጴዛ መርተው አስቀምጧት። ከዚያም ሻንቀ (ገነት ካሳ ማለቴ ነው) ደግሞ እኔን ለማግኘት በጎን ትሄድና መምጣቷን ትነግረኛለች። ሁላችንም የምንፈልገውን አዘን መመገብ ስንጀምር በምሽቱ ሊያጋጥማት የሚችለውን የሀሰት የመንፈስና የዓዕምሮ ጭንቀቷን መግለጽ ጀመረች። በጣሊያኖች ያ ምሽት በከፍተኛ ድረጃ ነው የሚከበረውና እሷ እዚህ ከኢትዮጵያዊቷ እናቷ በስተቀር ሌላ የምታውቀው ዘመድ ወይንም ጓደኛ እንደሌላት በማመኔ በባዕድ ሀገር ብቻዋን ስታሳልፈው ምን ያህል ከባድ ነገር መሆኑ እኔም ተሰማኝና ከልቤ አዘንኩላት። እዚህ የዳንስ ምሽት አለንና ብትመጡ የሆቴሉ እንግዳ በመሆን በነፃ እናስገባወታለን። አጅሬዋ እኔ የምፈልገው ዳንስ ስለሆነ እርሰዎ ጋር የምደንስ ከሆነ ደስ ይለኛል እመጣለሁ ትለኛለች። እኔ የሆቴሉ ባልደረባ በመሆኔ ከሠራተኞች ፊት በመሰራበት ቦታ መደነስ ነውር ይሆናል። ለሌሎቹ አርአያና ምሳሌ መሆን ይኖርብኛልና አልችልም ብየ አረጋገጥኩላት። ሆኖም ከእርሰዎ ጋር አብረው ሊደንሱ የሚችሉ ከቤተሰቦቻቸው ጋር የሚመጡ ከመልካም ወንዶች ጋር አጋጥመዎታለሁ አልኳት። እኔ የምፈልገው ከእርሰዎ ጋር ነው፣ እርሰዎን በጣም ለምጀዎታለሁ፣ ከእርሰዎም ጋር ስሆን ምቾት፣ የሰላምና የጸጥታ መንፈስ ይሰምኛል። ከሌላ ጋር አልፈልግም አለች

ጀግናዋ ኒኒ ቁርጥ አድርጋ ተናገረች። ዳንስ እንደማልችል ሳላፍር ነገርኳት። ግድየለም ከእኔ ጋር ሆነው እንደፈለጉ ይፈራገጡ፣ ምንም አይደለም፣ እንዲያውም አስተምርዎታለሁ አለችኝ። የምትነግረኝ ሁሉ በፍጹም እውነት ነበር የሚመስለኝ። ብቸኝነት ምን ያህል ጎጅ እንደሆነ አውቃለሁና እንደነዚያ ዓይነት ግለሰቦች ሲያጋጥሙኝ በምችለው መንገድ ሁሉ ለመርዳት ደስተኛ ብቻ ሳይሆን እንደ ባሕላዊ ግዴታየም አድርጌ ነው የምቆጥረው አሁንም ድረስ። ይህንንም በዋሺንግተን ዲ. ሲ. እኔ እራሴ በዓይኔ ከባድ ችግር ላይ እያለሁ እንኳን በብቸኝነታቸው ይግረፉ የነበሩ ሁለት ነጮች አሜሪካዊያን ወንድሞቼን እንዲያውም አንደኛው በማንነቱ ምክኒያት ከባድ አድልዎና ጥላቻ ይካሄድበት የነበረውን የነጭ አሜሪካዊ ከአቅሜ በላይ ከመርዳቴ ባሻገር በተግባርም ለማሳየት ወዳጄም አድርጌዋለሁ። ለወ/ሪት ኒኒ ሆቴሉ በጊዜ መጥታ ከእኔ ጋር ባንድነት ለእራት አብረን በልተን ተመልሳ ወጣች። ልክ ከምሽቱ አራት ሰዓት ገደማ ሲሆን ወደ ሆቴሉ ተመልሳ በመምጣቷ የዳንስ ምሽቱ ቲኬት ሻጮች ገና ከሩቅ ሲያዩአት የተከበረች የሆቴሉ ደንበኛ እንግዳችን መሆኗን ከልባቸው ስለሚያምኑ በነፃ ሊያስገቧት ፈለጉ። ቲኬት ሻጮች ጋር ዓይን ለዓይን ተያየንና ጥያቄአቸው ስለገባኝ በምልክት ልክናችሁ ደስ ይለኛል የሚል ምልክት ሰጥኃቸውና የሆቴላችን የክብር እንግዳ በመሆንዎ በነፃ ነው የሚገቡት ብለው $35.00 ብር ሳትከፍል አስገቧት። ለእሷ አክብሮቱ እንጂ ገንዘቡ ምኗም አልነበረም። ዳንሱና ጭፈራው ቀልጧል፣ በሰሜን ኢትዮጵያ በወቅቱ ታዋቂና ተፈቃሪ የነበረው ጣፋጭና ባለ መረዋ ድምፅ ባለቤት ጋሻው አዳል "እኔ እየወደድኳት እሷ እየጠላችኝ ስማዳ ስማዳ ገባች"፣ ሲታሰር ወደእኔ፣ ሲፈታ ወደ እሱ"፣ እና "በምን አወቅሽበት" የሚባሉትን ዘፈኖቹን በማከታተል የዘፈነበት ሰዓታት ነበርና አዳራሹ በሀበሻ ወይዛዝርቶች ጢቅ ብሎ ሞልቶ ነበር።

ብዙ ሳልርቅ ስለ ጋሻው አዳልና ባንዱ በጥቂቱ ላውሳ። የባንዱ ስም ተዘንጋኝ ዋሊያ መሰለኝ፣ ሆኖም ጋሻው አዳልና ሌሎቹን ስም ዘነጋሁ ባንድ ወቅት እኔን አፈላልገው በአምባሶይራ ሆቴሎች ተቀጥረው የሙዚቃ ምሽት በመደበኛነት ለማካሄድ እንድረዳቸው ጠየቁኝ። በራስ ሆቴሎች አስተዳደርና በዋቢ ሸበሌ አስተዳደር ቀይታየ የነበረኝን ተመክሮ በማስታወስ ጥቅሙ ለጋሻውና ለባንዱ አባላት ብቻ ሳይሆን በይበልጥ ለሆቴሎቻችን መሆኑን በመገንዘብ ቃል ገባሁላቸው። ራስ ሆቴሎች አስተዳደር እያለሁ አይቤክስ ባንድ ይባል ከነበረው ባንድ ጋር ውል በማካሄድ ለሆቴሉ ከፍተኛ የገቢ ምንጭ እንዳስገባሁኝና በኃላም በዋቢ ሸበሌ ሆቴል በምሽት ሥራ አስኪያጅነቴ ተመሳሳይ የሥራ ውጤት ማምጣቴን በማስታወስ አሁንም በአምባሶይራ ሆቴሎች ለማምጣት የማይቻልበት መንገድ ስላልታየኝ መጠነኛ ጥናት አድርጌ ጥቅሙንና ጉዳቱን አስመልክቼና ያለኝን ተመክሮ በመጠቀም ለአለቃየ በጽሁፍ አቀረብኩ። አለቃየም ደስተኛ በመሆን ብዙም ሳንወያይበት በአቀረብኩት ጥናት በመስማማታቸው ከባንዱ ጋር ኮንትራት ተፈራረምን። በዋናው የአስተዳደሩ ሆቴል ማለትም በአምባ ሶይራ ሆቴል ከሕዝብ እና ከኃይማኖት በዓላት በስተቀር ዓርብና ቅዳሜ

እንደማይቻል ሆኖም ዘወትር ዓርብ በኒያላ ሆቴል፣ ዘወትር ቅዳሜ ደግሞ በአምባሳደር ሆቴል መደበኛ የምሽት ጨዋታ እንዲኖር ተወሰነ። በአምባሶይራ ሆቴል በምዕራባዊያንና በኢትዮጵያዊያን የዘመን መለወጫ፣ በኢትዮጵያዊያንና በምዕራባዊያን የልደት በዓል፣ በጥምቀትና በፋሲካ በዓልን አሳበን የምሽት ጨዋታ እንዲካሄድ ተወሰነ። ከዚህ በተረፈ እኔ በማወጣው ፕሮግርም መሠረት ወደ ከረን ከተማና ምፅዋ ከተማ እየተጓዝን ያካባቢውን ሕዝብ፣ የጦርና የባሕር ኃይልን በማዝናናት ተጨማሪ የገቢ ምንጭ ለማድረግ ታቅዶ ወዲያውኑ ሥራውን ጀመርን። ባንዱን በመወከል ከእኔ ጋር የተፈራረመው ከባንዱ ውስጥ ጣፋጭና መረዋ ድምፅ ነበረው ጋሻው አዳል ነበር። ጋሻው አዳልን በይበልጥ የማስታውሰው በደርግ ዘመን በአንዳንድ ሙዚቀኞች እገነዘብ የነብረው የቦዘኔ እና ዱርየ ባሕሪና ፀባይ ፈፅሞ አይታይበትም ነበር። በዚያንዘመን ጋሳው አዳል ጨዋና ሥነሥርዓት የነበረው እራሱን የሚቆጣጠር ስትር ያለ ኩሩ ሙዚቀኛ ነበር። ከዘረኝነት አዝማሚያቸው በስተቀር በዚያ ዘመን ባለሙያ ሙዚቀኞች አድርጌ እመለከታቸው እንደነበሩት የራስ ሆቴሎቹ በኃላ ወደ ጊዮንና ሂልተን የተበታተኑት እንእነ ፈቃደ፣ ጆቫኒ እና ሠላም የመሰለ ባሕሪና አቀራረብ ነበረው። ሥራውን አጠናቀ ቀጥታ ወደ ቤቱ፣ እረፍት ሲሆን እንግዶችን አብሮ ተቀምጦ በማዝናናትና በመጨዋወት በስተቀር በአዲስ አበባ እመለከተው የነበረውን አንዳንድ አሳፋሪና እርካሽ ባሕሪና ዓመልና ሱስ አይታይበትም ነበር። በዚያ ዘመን ሁሉንም አክባሪ፣ ወግና ባሕሉን ጠባቂና አስጠባቂ የነበረና ጥንቁቅ ሙዚቀኛ ነበር። የሙዚቃው ገጣሚ እራሱ ነው፣ ደራሲው እራሱ ነው፣ ዘፋኙ እራሱ ነበር። አብዛኛዎቹን ዘፈኖች ሁሉ የገጠማቸው፣ የደረሳቸውና የተጫወታቸው አሥመራ እያለ ነበር። ከላይ አካባቢ ከጠቀስኳቸው ባሻገር ሌሎቹ የማስታውሳቸው "አንቺ ልጅ ምን ይብቃ"፣ "አንቺን ብየ መጣሁ"፣ "እሪኩም"፣ "የእኔ ገላ ሙኒት"፣ ዝማማ ነይ ነይ" እና በጣም ተወዳጅ የነበረች የአፋር ዘፈን ነበሩት። የኃላ ኃላ እነዚህን ዘፈኖች በሙሉ ወይንም በከፊል በአልበም እንዳወጣቸው ኒው ዚላንድ እያለሁ የሰማሁ መሰለኝ።

ወደ ወ/ሪት ኒኒ ልመለስና እሷን ወደ ሆቴሉ ውስጥ ይዣት ገባሁና ከሆኑ ቤተሰቦች ጋር አጋጠምኳትና ስትደንስ ቀይታ ልክ ከምሽቱ አምስት ሰዓት ሲሆን አጅሬ እኔን አፈላልጋ ወደ እኔ መጣችና ግልጽና ቀጥተኛ ሁና እንሂድ አለችኝ። ሁሉ ነገር ተያይዟል፣ ሁሉም በፕሮራሙና በዕቅዱ እየተካሄደ ነው። ሠራተኞች ተሟልተዋል፣ ጨዋታው እየጦፈ ነው። እኔ ለመጎብኘትና ድንገተኛ ቁጥጥር ለማካሄድ በመሆኑ ወደ ውጭ ለመውጣት ችግር የለብኝም። ከማፈር የተነሳ ለሠራተኞቹ ዋሽቼ ሲኞሪና ኒኒ ራስ ሕመም ስለያዛቸው ቤታቸው ላደርሳቸው ሄጃለሁ ብየ ነግሬ በምርጫዋ ፒካድሊ የዳንስ ቤት ይዣኝ ሄደች። ለሠራተኞቹ መዋሸቴ ከሕፍረትና ከይሉኝታ የመነጨ እንጂ ልዋሻቸውም አይገባኝም ነበር። ፒካድሊ ናይት ክለብ እንደገባሁ ለትንሽ ጊዜ በተቀመጥንበት ወቅት አርቲፊሻል ድፍረትና ጀግንነት አግኝቼ በገባሁላት ቃል መሠረት ለመደነስ/ለመዝለል እንዲያስችለኝ

ሁለት መለኪያ ጎርደን ጂን ከቶኒክና ሎሚ ጋር ተጎነጨሁ። መጠጡን ማዘዜ ሚስጢሩ አልገባትም። ከዚያ በኃላ እልክ ያዘኝና እየደከመኝ ድካሜን ሸፍኜ እስከምትደክም ድረስ በማስደነስ ኃይሏ ሁሉ መንምኖ በማለቁ ወደ ንጋቱ 10 ሰዓት ገደማ ወደ ቤት አመራን።

በእኔ እምነት ምንም እንኳን የውስጧን ለማወቅ ባልችልም እጅግ አድርጋ ነበር የተደሰተችው መኪናዋን ፓርክ ያደረገችው ከቤቷ አካባቢ በመሆኑ ወደ ቤቷ አቅጣጫ በእግራችን እየተጨዋወትን ተጓዝን። ከመኪናዋ ስንደርስ ቤቷ የእንግዳ መኝታ ቤት እንዳላትና እዚያ እንድተኛ ጋበዘችኝ። በአክብሮት ምስጋና አቅርቤ ወደ ቤቴ መሄድ እንደሚገባኝ በማሳሰቤ በመኪናዋ ይዛኝ ሆቴሌ ከንጋቱ እሥር ሰዓት ገደማ ደረስኩ። የፈረንጆች አዲስ ዘመን ዋዜማ ምሽት ጣሊያኖች እንደማንኛውም ምዕራባዊያን አዲሱን ዘመን በደስታና በፈንጠዝያ ነው የሚቀበሉት። እንዲያውም ፈረንሣይና ጣሊያንማ እንደ አሜሪካኖቹ፣ አውስትራሊያኖቹና ኒው ዚላንዶቹ ለንግድና ለሸቀጥ ማራገፊያነትና ለመስከር ሳይሆን በዚያን ዘመን እንደአበሾቹ ከክርስትና ሐይማኖት እምነታቸው ጋር በማያያዝ ነበር ከልባቸው ልደትና አዲስ ዓመትን በድምቀት የሚያከብሩት። ወ/ት ኒኒ ከሆቴላችን እራት ለመመገብ በመጣችበት አንድ ምሽት አስቀድማ በዋዜማው ምሽት እራት ከቤቷ ለመጋበዝ መፈለጓን በመግለጽ ግብዣዋን እንድቀበል አብክራ ጠየቀችኝ። ይህንን ግብዣ ስታቀርብልኝ እነ ስርጉት፣ ኤልሳቤጥና ገነት አካባቢያችን ሆነው ያስተናግዱን ስለነበር ኤልሳቤጥ ጋሼ አያሌው አደራህን እምቢ እንዳትላት ብላ በአማርኛ ትማጸነኛለች። ስርጉት በመቀጠል ያንተ አርአያነትና ምሳሌነት መጠኑን አልፎ ተንዛዛ። እራስክን መጨቀን የለብህም እኮ ጋሼ አያሌው። እሷ እኮ ምንም አልቀራትም፣ በግልጽ እኮ ነው የምታነጋግርህ። የቀንጆዎች ቀንጆ፣ የደስደስ ያላት የማትገኝ ሸንኩርት ናት በማለት ዛሬ ጣሊያን የምትኖረው ስርጉት መንግሥቱ ለማሳመን ትሞክራለች። ጣሊያኗ ኒኒ ሆን ብላ ያደረገችውም መሰለኝ ከነሱ ፊት ግብዣውን ማንሳቷ። ጣሊያኗ ልክ ግራ እንደ ተጋባች ሆና ምንድ ነው የሚሉህ ብላ ጠይቀችኝ። እንግዳችን ናት፣ በዚያ ላይ በአንተ ከፍተኛ ዕምነት ስለአደረባት በመሆኑ አደራህን ግብዣዋን በአክብሮትና በደስታ ተቀበላት ብለው እየመከሩኝ ነው ብየ አጫወትኳት። ታዲያ ይህንን የአዋቂነት ምክራቸውን ተቀበልክን ብላ ጠየቀችኝ። አዎን በሚገባ እንጅ እንዳልኳት ከምሽቱ አንድ ሰዓት ተኩል ሲሆን ቤቷ እንድገኝ ቀጠረችኝ። ወደ ቤቷ ስትመለስ ሶስቱን ወጣት አስተናጋጆች ሁሉንም ተራ በተራ እያገላበጠች ሳመቻቸው። ከዚያም ምንም እንኳን ያስተናገደችን ኤልሳቤጥ ገብሬ ብትሆንም ከቢል ማቅረቢያው ሰሀን ላይ በእንግዳው ደረሰኝ ኮፒ በጀርባው የሶስቱንም አስተናጋጆች ስም በመጻፍ ለምታደርጉልኝ መልካም መስተንግዶና አክብሮት ከልቤ አመሰግናችኋለሁ፣ መልካም ዓመት ይሁንላችሁ ብላ ጽፋ በላዩ ላይ ሶስት መቶ የኢትዮጵያ ብር አስቀምጣ ተሰናበተች። ለተንኮል ዓላማዋ አስቀድማ አስባበት ይሁን ወይንም በተፈጠረው ሁኔታ ከልቧ ተመስጣ ያለበለዚያም ለወደፊት እኩይ ዓላማዋ እነሱንም ለማጥመድ በዝግጅት ላይ በመሆኗ ይሁን እግዜር

ይወቀው በወቅቱ ግን በአድራጎቷ ሁሉ ከልባችን ተመስጠን ነበር። ከተማ በጊዜ ወረድኩና ቀንጆ ወይን ገዝቼ በተባለው ሰዓት ቤቷ ደረስኩ። በር ተከፈተ በሁለት እጆቿ አቅፋ የእንኳን ደህና መጣህ መልክ ሳመችኝና ጠርሙሱን ተቀብላ ቤት ገባን። ምግቡ ሁሉ ተዘጋጅቶ ከምግብ ጠረጴዛው ላይ ተደርድሮ በላተኞቹን በመጠባበቅ ተቀምጧል። ሳሎን እያለን አፔረቲቭ (አፔታይዘር) መጠጥ ዓይነቱን ረሳሁት ለእሷም ለእኔም አቀረበችና ከጎኔ ተቀመጠች። የጣሊያኖች አፔታይዘር መጠጥ በጣም ግሩም የሆነ ሆድ ከፋች መጠጥ ነውና ሁለቱን ከጨዋታ ጋር ለጋሁት። ይዛኝ ወደ ገበታው ወስዳ ለእኔ ከተዘጋጄው ወንበር ላይ አስቀመጠችኝ። በጣሊያኖቹ ፕሪሞ ቀረበ በላን፣ ቀጥሎ ሰኮንዶ ከጎን ሰላጣና አትክልት ከያዘ ስሀን (ሳይድ ዲሽ) ጋር ቀረቦ መመገብ ቀጠልን። ከጨዋታና ከግሩም ወይናችን ጋር እራታችንን አገባድደን እንደጨረስን ትንሽ እረፍት ካደረግን በኋላ ዲዘርት (የጣፋጭ ምግብ) ተራ ሆነና ቀረበ፣ እሱንም አጠናቀቅን። በመጨረሻ የጣሊያን ቤት በመሆኑ ወደ ሳሉን ተመልሰን እንደተቀመጥን ኤክስፕሬሶ ቡና (እንደወረደ) እና እንደ ዳይጀስቲቭ ኮኛክ ቀርቦ እሱንም አጠናቀቅን። ከዚያ ባለፈው ጊዜ ፒካድሊ የዳንስ ቤት እንደገባን ጎርደን ጂን በቶኒክና ሎሚ ማዘዜን አስታውሳ ገዝታ አዘጋጅታ ስለነበረ ከፊቴ አስቀመጥችልኝ። ከዚያ በኋላ ከጎኔ ተቀምጣ ጨዋታ ቀጥለን ከሌሊቱ አምስት ሰዓት ሲሆን ሞካምቦ የዳንስ ቤት ተያይዘን ሄድን። በዚያ የዳንስ ምሽት ወቅት እኔ የዘነጋሁት እሷ ግን በጉጉት የምትጠባበቀው ጉዳይ ነበር። ልክ ከሌሊቱ ስድስት ሰዓት ሲሆን በፈረንጆች የአዲሱ ዓመት እንደገባ ከሌሊቱ ስድስት ሸዓት ሲሆን (Mid-night) እንኳን ለአዲስ ዘመን አደረሳችሁ የሚለው ማብሰሪያ እንደተገለጸ ሳላስበው ዘላ በላየ ላይ ተጠመጠመችና ከሚገባው በላይ ትስመኝ ጀመር። እንኳንስ እኔና እሷ በተደጋጋሚ የተዋወቅነው ቀርቶ በዚያን ሰዓት እዚያ ውስጥ ያለው የማይተዋወቀው ጭምር እርስ በርስ ይሳሳማሉ። እኔም ግራ ተጋብቼ አዳራሹን ስቃኝ ለካስ መልካም አዲስ ዓመት እየተባባሉ ሲሳሳሙ በመመልከቴ ባሕል በመሆኑ ደስ እንዲላት ለማድረግ ጣርኩ። ጭፈራውን በመቀጠል እስከ ንጋቱ አሥራ አንድ ሰዓት ድረስ ቆይተን ወደ ቤቷ ተጓዝን። መሄድ የለብህም ዛሬ እዚሁ ከእኔ ቤት ከእንግዳ አልጋየ ትተኛለህ ብላ አግባብታ ወደ ቤቷ ጠልፋ ይዛኝ ገባች። ቤት እንደገባን ወደ ተባለው ክፍል አመራችኝ። ፈጣን ሻወር እንውሰድና እንቅልፍ እስከሚመጣብን ድረስ ከሳሉን እንድንቆይ ብላ ሃሳብ በማቅረቧ እሷ ከመኝታ ቤቷ ካለው ባዝ ሄዳ ሻወር ስታደርግ እኔ ደግሞ ለእንግዶች ከተዘጋጀው ሁለተኛው ሻወር ሄጄ አካላቴን አለቀለኩ። ከዚያም አስቀድሞ ተዘጋጅቶልኝ የነበረውን አዲስ ፒጃማ ተላብሼ አዲሱን የአልጋ ጫማ አጥልቄ ከሳሉን ላይ ስድረስ ተቀብላ በሁለት እጆቿ አቅፋ ልክ ከዳንስ ቤቱ እንዳደረገችው በፈንጠዝያ በድጋሜ አስነካችው። እግሮቿን ዘርግታ እራሷን ከኮስማና ደረቴ ላይ አጋድማ ጨዋታ ቀጠለች። እኔም ቀስ በቀስ ሰውነቴን እየወረረኝ ከእሷ ጋር ከጎኗ ሆኖ የሚጫወተው ግለሰብ ጤነኛ ወንድ መሆኑን ላረጋግጥላት ተዘጋጀሁ። ከሳ. አሰፋ ጋር በፍቅር የተገነባውን ግንብ ኃጢአተኞች

ካፈራረሱብን ከሁለት ዓመት በኃላ እንደገና ጓደኝነት የጀመርኩት ከውጋገን ማ. ጋር ነበር። እንደገና ከውጋገ ማ. ጋርም በጠላቶች ሴራና ተንኮል ከተለያየን ሁለት ዓመት ተኩል ሆኖታል። ከዚያ ወዲህ ከማንም ጋር አላውቅምና ምንድን ነው የሚያስጠብቀኝ እሸሩሩ እስከምባል ድረስ የምጠባበቀው አልኩና ወዲያውኑ ከእሷ ጋር ባንድነት በአንድ አልጋ ላይ ቀሪውን ሰዓት ለማሳለፍ ወሰንኩ። ማድረግ የሚገባንን በደንብ አከናውነን አጠናቀቅን። ለነገሩ አጨዋወቱ ሁሉ አልተረሳኝም ነበርና አላፈርኩበትም፣ እሷንም አላሳፈርኳትም። በንጋታው ከንጋቱ አራት ሰዓት ገደማ ተነሳንና የአልጋ ማውረጃ በደንብ አድርጋ አዘጋጅታ ተመገብኩ፣ ከየት የተገኘች ቀንጆየ "አበሻ" ነች እንደዚህ እንድአበሻዋ ሴት የአልጋ መውረጃ አዘጋጅታ ወንዷን ከአልጋው ሲወርድ አንከባክባ የምታስተናግድ ብየ አሞገስኳት። ለምሳ ክፍሏ ከሚገኘው ካፕሪ ተብሎ የሚታወቀው የጣሊያን ምግብ ቤት ይዛኝ ሄደችና ምሳ ተመግበን እንደጨረስን እናቷ ጋር ልታስተዋውቀኝ በፈረንጆች አዲሱ ዓመት ወደ ቤታቸው ይዛኝ ሄደች። ከዝነኛዋ "ዘነበች ከመይ ዋዕልኪ" እየተባለ የሚዘፈንላቸው ከኩሩዋ ተንቤናዊት ጋር ተዋወኩ። ይህ ጓደኛየ እምሃሩ ነው ብላ ስታስተዋውቀኝ "እልልልል ተመስገን ልጄ በ29 ዓመት ዕድሜዋ ኢትዮጵያዊነት መንፈስ እየተላበሰች መጣች" ብለው በከፍተኛ ድምፅ ደስታቸውን ሲያናግሩ፣ ምን ተፈጠረ ብየ ግራ ተጋባሁ። ቀጠሉና "ገሽ ልጄ፣ እግዚኤብሔር ይባርክህ፣ ይችን ሰላቶ እንደው ከቻልክ በእናቷ ሀገር በኢትዮጵያ እንድትንቀባረርና እንድትኮራ አስደርግልኝ እባክህ" ብለው ከምራቸው እያለቀሱ ለመኑኝ። በዚህ ጉዳይ ላይ ምንም ያልኩት ሳይኖረኝ ሌሎች ነገሮችን እያነሳን ስጨዋወት ቆይቼ ከቀኑ አሥር ሰዓት ገደማ ሆቴሌ ይዛኝ ሄደች።

በተልዕኮና ግዳጅ ቢሆንም ውስጥ ውስጧን ግን የፍቅር ስሜት አድሮባታል። የፍቅር ግንኙነታችንን በመቀጠል ተርታውን ለስድስት ወራት እንደቆየን አንድ ቀን በሰኔ ወር 1977 ዓ. ም. ስልክ ደውላ ዛሬ ምሳ አብረን እንድንመገብ እፈልጋለሁና ከሆቴላችሁ በራፍ ላይ እንድትጠብቀኝ ብላ ጠየቀችኝ። አብረን እየተመገብን ሳለን ባጋጣሚ ለስራ ጉዳይ ስለተጠራሁ እሷን ይቅርታ ጠይቄ ሄድኩ። የተፈለኩበት ከዋና ሥራ አስኪያጁ ጋር ባንድነት ገበያንና ሽያጭን አስመልክቶ ከእንግዶች ጋር ለመወያየት ስለነበር ውይይቱ የሚያዘግይ በመሆኑ ከአስተናጋጆቹ ወ/ት ስርጉት መንግሥቱን አስጠርቼ ስብሰባው ትንሽ ሊያዘገየኝ ስለሚችል ይቅርታ ጠይቂልኝ ብየ መልዕክት ላኩባት። 41 ገጽ በእንግሊዘኛ መኪና ይጻፈችውን ጆብሃን በማጥላላት የሻዕቢያን ተወዳጅነት፣ ዲሞክራሲያዊነት ብሎም ድል አድርጊነትን በመካብና በማድነቅ ያዘጋጀችውን ጽሁፍ በትልቅ ካኪ ኤንቨሎፕ ሳታሽግ ክፍት እንደሆነ የረሳች አስመስላ ከምግብ ገበታው ላይ ጥላው ተነስታ ትሄዳለች። ኤልሳጼጥ ገብሬና ገነት ካሳ ሮጠው ተከትለዋት ፖስታውን ረስታ መሄዷን አስታውሰው ሊሰጧት ሲሞክሩ ዋሽታ ያልጠየኳትን "አያሌው ላንብበው አምጭልኝ ብሎ ስለጠየቀኝ" ነውና ለእሱ ስጡልኝ ብላ በአደራ ሰጠችን በማለት ስርጉት መንግሥቱ ከስብሰባው ቦታ መጥታ ትሰጠኛለች። ስብሰባ ላይ ስለነበርኩ

በእንግሊዘኛ የጽሕፈት መኪና የተጻፈ ጽሁፍ መሆኑን ከመገንዘብ በስተቀር ይዘቱን ስላውቅ ተቀብየ እንደቀላል ወረቀት ባጠገቤ ካለው ጠረጴዛ ላይ አስቀምጬ ውይይቱን ቀጠልኩ። የጣሊያን ጋዜጠኛነቷን እንጂ የሻዕቢያ አፈቀላጤ መሆኗን ከቶም ቢሆን የሚጠረጥራት እልነበረም። ፖስታውን ለእኔ ከማምጣታቸው በፊት ስርጉት መንግሥቱ፣ ኤልሳቤጥ ገብሬና ገነት ካሳ የኒኒና የእኔ ፎቶግራፍ መስሏቸው ፖስታው ክፍት በመሆኑ እያገላበጡ ቢያዩ ፎቶግራፍ አይደለም፣ የፍቅርም ደብዳቤም አይደለም። ለማወቅ ጉጉት ሲያድርባቸው ሶስቱም እያገላበጡ ጥቂት ገጾች ካነበቡ በኋል ግራ ተጋብተዋል። ሦስቱም በዚያን ሳምንት ከቀኑ አሥር ሰዓት በኃላ ያለው ጊዜ የዕረፍት ጊዜያቸው በመሆኑ ከቀኑ አሥራ አንድ ሰዓት አካባቢ ከተማ ይዣቸው እንድሄድ ይጠይቁኛል። ከተለመደው ካፌ ወስጄ ቡና ጋብዣቸው እየጠጣን ሊያነጋግሩኝ የፈለጉበትን ምክኒያት የትንሽ ትልቅ የነበሩት ታናሽ እህቶቼና የሥራ ባልደረቦቼ እንዲህ ብለው ይመክሩኛል። “ጋሼ አያሌው! ይቅርታ የሁለታችሁ ፎቶግራፍ መስሎን ፖስታውም ክፍት በመሆኑ በጉጉት ያለፈቃድህ ጽሁፉን አይተነዋል። ግን ጋሼ አያሌው ለምን እንደዚያ ዓይነት ጽሁፍ አስነብቢኝ ብለህ ትጠይቃታለህ፣ ለዚያውም የውጭ ሀገር ዜጋ። ቀንጆ መሆኗን እንጂ ማንነቷን በምን አውቀህ ነው እንደዚህ ዓይነቱን ጽሁፍ አስነብቢኝ ብለህ የምትጠይቀው፣ ጋሼ አያሌው እራስክን ጠብቅ እንጂ፣ ጽሁፉ እኮ በእጂህ ቢገኝ መንግሥት አያውልህም” ብለው ሶስቱም ባንድነት ተጨንቀው ወቀሱኝ። ሦስቱ የሆቴሉ አስተናጋጆች በቁንጅና፣ በውበት፣ በቅርጽና በማራኪ የሴትነት መልካቸው ሁሉ በወቅቱ በዚያ አካባቢ ከነበሩት ሁሉ ወደር የላቸውም። የምወዳቸውና የማከብራቸው ዋናው ምክኒያት ኩሩ በመሆናቸውና ለውጭ ሀገር ለመውጣት ብለው ከውጭ ሀገር እንግዶች ጋር በድብብቆሽ የሚያከብሩትን ስጋቸውን የማይሸጡ፣ ለእድገት ብለው ከፍተኛ የመንግሥት ባለሥልጣኖች ሲመጡ ቁንጅናቸውንና ክቡር ሥጋቸውን መዝናኛ በማድረግ ሊጠቀሙባቸው ሲጠየቁ አካኪ ዘራፍ በማለት “ችግር ካለበዎት ሚስትዎትን ለምን ይዘው አልመጡም” የሚሉ ጀግኖች በመሆናቸው ጭምር ነበር። ሦስቱም ሻምበል ፍስሐ ገዳ የሚፈልጋቸውን ባሕሪያት ሁሉ ይፃረራሉ። ሥነሥርዓት ያላቸው ባለሙያ ነበሩ። እንደአለቃቸው ብቻ ሳይሆን እንደታላቅ ወንድማቸው ነበር የሚቀጥሩኝ።

ከዚያች ሰዓት ጀምሮ ወ/ሪት ኒኒ ለምንድን ነው ያንን የመሰለ አደገኛ ጽሁፍ በአደባባይ ክፍት አድርጋ በሰው የምትልክልኝ? ለምሆኑስ ማን ነው ጸሀፊው? ለምን ለእኔ እንዳነበው ፈለገች? እሷስ በእርግጠኝነት ማን ናት? ከሁሉም ይበልጥ ግን ወደ እኔ አመጣጧ እንዳለችው በቅንነት ነውን? ወይንስ ሌላ ስውር አጀንዳ ይኖራት ይሆን? ከሆነስ ማን ነው የላካት? እናቷ ኢትዮጵያዊ ሆነው እንደው የምታውቀው አንድም ሰው የላትምና ነው ብቸኛ ነኝ የምትለኝ? የሚሉት ጥያቄዎች ሁሉ በዓዕምሮየ ይሽከረከሩ ጀመር። ከችግር ገና ያልወጣሁ ባተሌ ሰው በመሆኔ ቀዳየን ለመጠበቅና ያላግባብ በማላምንበት ነገር እንዳልጠቃ እንቅቅልሹን መፍታትና ቶሎ ብየ ማወቅ አለብኝ በማለት

“የተንኮል ወጥመድ” ለማዘጋጀት አቀድኩ። ስልክ ደውየ ዛሬ ማታ ነፃ ስለሆንኩ ለእራት እንገናኝ ከቻልሽ ብየ ጥያቄ ሳቀርብላት ደስተኛ መሆኗን ገልጻ ሆኖም ሆቴሉ ሳይሆን ከእኔ ጋር ቤቴ ብንገናኝ ደስ ይለኛል አለችኝ። እኔም የምፈልገው ከሷ ቤት ማምሸቱንና ካስፈለገም ወጥመዱ እስከሚሰራ ድረስ ከእሷ ጋር አብሬ ሰው አየኝ አላየኝ ሳልል ያለሕፍረት ብቻችንን ሆነን ለማንጋት በመፈለጌ ደስተኛነቴን ገለጽኩላት። በሰዓቱ ቀንጆ ወይንና ባካባቢው ካገኘሁት እቅፍ የቀይ ጽጊረዳ ይዤ ቤቷ ደረስኩ። የቤቷን በር ሳንኳኳ ከአምስት ደቂቃ በላይ በራፍ ላይ አቀየችኝ። ግራ ተጋብቼ እየተቁነጠነጥኩ ስጠባበቅ ድንገት በሩ ተከፈተ። በእርጋታ ቀስ ብላ እያዘገመች ከበሩ ውጭ እንደወጣች በሁለት እጆቿ አቅፋ ጨመጨመችኝ። እኔም አካባቢው የሚያየኝ ማንም የለም በማለት ተደፋፍሬ እንደእሷ እጸፋውን እሷ መለስኩላት። አካባቢውን በመቃኘት ማንም የለም ብየ በየዋህነቴ በማመኔ ነበር ያ ሕፍረት የለሽ የፈረንጆቹን ባሕል የተጠቀምኩት። የወይን ጠርሙስና እቅፍ አበባውን አሲዛኝ እንደሞኞች እየተጨዋወትንና እየተኳሸምን ከበረንዳው ላይ በማቀየት ቤት ሳንገባ ለአንድ አሥራ አምስት ደቂቃ ሆን ብላ አቀየችኝ። በመጨረሻም ጠርሙሱን ተቀበለችኝ፣ አበባውንም እያዘገመች ተቀበለችኝ ወደ ቤት ይዛኝ ገባች። በላን፣ ጠጣን፣ ተጨዋወትን ሆኖም በእራትም ሆነ ሳሎን ላይ ቁጭ ብለን በምነወያይበት ወቅቱ ሁሉ ለ”ተንኮል” ዕቅዴ የሚጠቅመኝ ምንም ነገር ላገኝ አልቻልኩም። ስለሆነም አማራጭ የለኝም፣ አልጋውን “የተንኮል ዕቅዴ” መገልገያ ለማድረግ ወሰንኩና አልጋው እስከምንደርስ ተቻኮልኩኝ። ጊዜው ተቃርቦ ተዘጋጅተን በየፊናችን ፍላጎታችንን ለማርካት ወደ ሜዳው ደርሰን ተጋደምን። የእሷና የእኔ ፍላጎት ግን በጣም ይለይያል፣ የእሷ ጉጉትና ችኮላ የነበረው ጊዜያዊና በእኔ አማካይነት የምትገኘውን ቅጽበታዊና ስጋዊ ደስታን ለማግኘት ነበረ። የእኔ ደግሞ ፍላጎት እንደእሷ ሳይሆን ገና ከችግርና መከራ ያልተላቀቀውን ቀዳየንና ስሜን ለመጠበቅና እራሴን ከክፉ አደጋ ለመከላከል ነበር። በዚህም ምክኒያት ለማከናውነው “የተንኮል” ዕቅዴ ምንም የሕሊና ፀፀት እንደማያስጨንቀኝና እንደ ኃጢአትም እንደማይቀጠርብኝ፣ እንዲሁም በኃደኛየ ላይ የማስከትለው ችግር እንደማይኖር በማረጋገጤ የሴረኞችን ሴራ ለማክሸፍ ያጠመድኩትን “የሸር” ወጥመድ ለማጥመድ ተዘጋጀሁ። ብዙም ሳትቀይ የመከሯትና ወደ እኔ የመሯት የመቶ አለቃ ግርማ ወ/ጊዮርጊስና የሜጀር ጄኔራል መርዕድ ንጉሴ ባለቤትና የሻዕቢያ ተወካይ የነበረችው ወ/ሮ ገነት መብርሐቱ መሆናቸውን ወ/ሪት ኒኒ አረጋገጠችልኝ።

ከእህታቸው ከወ/ሮ ዘውዴ መብራሕቱ በስተቀር ከወ/ሮ ገነት መብርሐቱ ጋር መገናኘት ቀርቶ በመልክ እንኳን አይቻቸውም አላውቅ። ገነት ብላ መናገር ስለሚያስቸግራት ጌኔት በማለት ነበር የምትጠራት። የመቶ አለቃ ግርማ ወ/ጊዮርጊስ ከክፍለ ሀገሩ አስተዳደር የሻዕቢያ ደጋፊ ከሆኑት ኤርትራዊ ሽማግሌዎችና ከሜጀር ጄኔራል ረጋሳ ጅማና ሜጀር ጄነራል ቁምላቸው ደጀኔ ጋር በመተባበር ሜጀር ጄኔራል መርዕድ ንጉሴ ከመፈንቅለ መንግሥት ሙከራ አራት ዓመት በፊት

በክፍለ ሀገሩ በይፋ በሻዕቢያ ተወካይነት በከፍተኛ ደረጃ ከምትታወቀዋ ከወ/ሮ ገነት መብራሕቱ ጋር አጋቧቸው። ወ/ሪት ኒኒ ከእኔ ጋር እንድትተዋወቅ ከመሯት መካከል አንዷ ይህችው የሜጀር ጄኔራል መርዕድ ንጉሴ አዲሲቷ ባላቤታቸው ወ/ሮ ገነት መብራሕቱ መሆኗን ስትነግረኝ በውስጤ በጣም ደነገጥኩ። በተደጋጋሚ የጦርና የፖሊስ ከፍተኛ መኮንኖችን በማማገጥ፣ በማግባትና በመፍታት ከኋላፊነታቸው በማዘናጋት የሚታወቁት ወ/ሮ ገነት መብርሐቱን ካገቡ ጊዜ ጀምሮ ሜጀር ጄኔራል መርዕድ ንጉሴ በሠራዊቱና ኢትዮጵያዊ ፍቅር ባላቸው ወገኖች ዘንድ የነበራቸው ክብር እየቀዘቀዘ መሄድ የጀመረበትና ስማቸው መበከል የጀመረበት ዘመን ነበር። ሠራዊቱም እጅግ ግራ ተጋብቶም ነበር። ከጋብቻው ጊዜ ጀምሮ ጦሩ በተደጋጋሚ የመጠቃት ዕድሎች አጋጥሞታል። እኒህ ጋለሞታ የሻዕቢያ ወኪል ስሙ ተዘነጋኝ እንጂ የማውቀውን የመሀል ሀገር ሰውና የቀድሞ የፖሊስ ባልደረባ ኮሎኔል አግብታ በሀገሩ ላይ የክህደት ተግባር አስፈጽመዋለች። ሜጀር ጄኔራል መርዕድ ንጉሴ ወደ መከላከየ በኤታ ማጆር ሹመት እንኳን ተዛውረው የመከላከያ የስትራቴጂና የውጊያ ዕቅዶች ሁሉ በየዕለቱ ለሻዕቢያ ሪፖርት ይደረገ እንደነበረ በገሀድ ተወርቷል። ወ/ሪት ኒኒን ለማወናበድ ፈልጌ እንዴ ጌኔት ያለችው አዲስ አበባ አይደለችም እንዴ ስላት፣ አይደለም የምትኖረው እዚሁ አሥመራ ነው፣ ሲኞራ ጌኔት የገቨርናቶሬ ጄኔራል (የክፍለ ሀገሩ ገዥ ማለቷ ነው) ባለቤት ናት። እህቷ ሲኞራ ዘውዴ ባለፈው ጊዜ ጣሊያን ስሄድ አብራኝ ከእኔ ጋር ሄዳ ተመልሳለች። ሁለቱም ጓደኞቼ ሆነዋል አለችኝ ሳልጠይቃት። እንዴት ከነሱ ጋር ጓደኛ ልትሆኝ እንደቻለችም ስጠይቃት እንደገና ሲኞር ቴኔንቴ (መቶ አለቃ) ጊርማ ከሲኞራ ጌኔት ጋር አስተዋወቁኝ፣ ወ/ሮ ጌኔት ደግሞ ከታናሽ እህታቸው ጋር አስተዋወቁኝ አለችኝ። ማለዳ ተነስተን ቁርሳችንን እንዳገባደድን ማናቸውንም የዕለቱን ፕሮግራም መሰረዟንና ከአልጋዋ ላይ ተጋድማ ማርፈዱን ስለመረጠች እኔ ከሷ ጋር እንዳረፍድ ተማጸነችኝ። ይች ናትና አያሌው1 "የተንኮል" ወጥመዴን ከግብ ለማድረስና ለቀሩኝ ጥያቄዎች መልስ ለማግኘት የሚያመቸኝ ሆኖ በማግኘቴ በጣም አስቸኳይ ሥራዎች ነበሩብኝ፣ ግን በአሁኑ ወቅት ካንቺ የሚበልጥብኝ ስለማይኖር የራሱ ጉዳይ ሥራው፣ ስለዚህ አይዞሽ ካጠገብሽ አልርቅም አልኳት። ከመጠን በላይ ደስታ ተሰማት። ሥራየን ትቼ ጥያቄዋን አክብሬ ከእሷ ጋር እንድውል መወሰኔ ተጨማሪ ቦነስ ሆነልኝ። ቁርስ ተበላ ወደ ሳሉን ይዛኝ ሄደች። ጎን ለጎን ተቀምጠን ጭማቂና ከዚያም ቡናችንን መጋት ጀመርን። እንደተለመደው ከሳሎኑ ላይ እግሯን ዘርግታ እራሷን በኮሳሳ ደረቴ ላይ እስቀምጣ ደስ እስከሚላት ድረስ አንገቷን አካባቢና ጸጉሯን ማደባበስና ማሻሸት ተያያዝኩት። በዚህን ጊዜ ነበር ጽሁፉን ማንና የት እንደተጻፈ የጠየኳት።

እሷም ያለማመንታት በግልጽ እራሷ የጻፈችው እንደሆነና ዓላማውም ከጋዜጣየ ላይ የሚወጣ ነው ብላ ነገረችኝ። አደጋ ውስጥ ሊከተኝ እንደሚችል እያወቅሽ ለምንድን ነው ለእኔ የላክሽልኝ፣ ደግሞስ ከላክሽም እንኳን ፖስታውን ሳታሽጊ ከፍተሽ ለምን ላክሽው? ሦስቱም አስተናጋጆች

ፖስታው ክፍት በመሆኑ ያንችና የእኔ ፎቶግራፍ መስሏቸው በጉጉት ጽሁፉን አውጥተው በሞላ ጎደል የጽሁፉን ዓላማና ይዘት ተረድተዋል። ይህ አደጋ ውስጥ እንደሚከተኝ ሳይገባሽ ቀርቶ ነውን? ብየ ስጠይቃት የሲኞር ቴኔንቴ ጊርማ እና የወ/ሮ ጌኔት ምክር ነው፣ ሆኖም ምክሩ ከምን የመነጨ እንደሆነና ለምን እንደሆነ እኔ አላውቅም፣ እንደመከሩኝ ነው ያደረኩት አለች በግልጽ ቋንቋ። እንዴው ኒኒ ስንት የተሞላቀቁ ኩሩና መልካም ያገሩ ሰዎች እያሉ ምን ፈልገው ይምስልሻል እኔን እንድትገናኘኝና ጓደኝነት ለመመስረት እንድትችይ የገፋፉሽ? ብየ ጠየኳት። ለሦስቱም ዋና ጉዳዮች አንተ ትክክለኛ ተመራጭ በመሆንህ ነው የተነገረኝ አለች ሲኞሪና ኒኒ። ሁለቱን ምክኒያቶች ስለማውቃቸው እነግርሃለሁ። ሁለቱን የማውቃቸውን ምክኒያቶች ከመንገሬ በፊት ግን የምጠይቅህ መናገር የማይገባኝን ስለአስለፈለፍከኝ፣ ለአንደኛቸውም ሰዎች የነገርኩህን እንዳትናገር" ብላ አስቀድማ ቃል አስገባችኝ። ለእነማን ነው እንዳልናገር የምታሳስበኝ ስላት "ለገቨርናቶሬ ባለቤት ሲኞራ ጌኔት፣ ለሲኞር ቴኔንቴ ጊርማ፣ ለሲኞራ ዘውዴ፣ እና ለሁለቱ ትልልቅ ሰዎች" አለች። እኔ ከአንዳቸውም ጋር ግንኙነት እንደሌለኝ ስነግራት ልታምነኝ ባለመቻሏ "አላምንህም፣ ሲኞር ቴኔንቴ ጊርማ በጣም ይወዱሃል፣ በጣም ያደንቁህል፣ እንደልጃቸው ነው የሚወዱህና የሚያደንቁህ፣ ይህም ስለሚያቀርቡህ ነው፣ የሚያቀርቡህ ደግሞ ስለሚያውቁህ ነው" አለች። ምን ብለው እንደነገሯት በእውነት ማወቅ ያስቸግራል፣ ዋሽተው ስለእኔ ብዙ የነገሯት መሆናቸውን ተረዳሁ። የማውቃቸው አለመሆኔን ደጋግሜ ብነግራትም ልታምነኝ ባለመቻሏ ሲጨንቀኝ በደፈናው የምታጫውተኝን ሁሉ ላንዳቸውም እንደማልናገር ቃል ገባሁላት። ሲኞሪና ኒኒ ወደ ፍቅር ዓለም ውስጥ ገብታ እንደተዘፈቀች በገሀድ በመገንዘቤ ለጥያቄየ ያላንዳች ማመንታት እንዲህ ብላ መለሰችልኝ። "የመጀመሪያው ተፈላጊነትህ እኔ የሚኖረኝ ግንኙነት ከአንተ ጋር ስለሚሆንና ዕረፍትም ሲኖረኝ ለመዝናናትም፣ ከእሥመራ ውጭ ብወጣም ካንተው ጋር ስለሚሆን ድንገት ሁለታችንም የመዋደድ ስሜት ቢያድርብን፣ የምትስበኝና የምትማርከኝ ሰው ልትሆን ይግባል። ገና ከተዋወቅንበት ቀን ጀምሮ በአጠቃላይ ሁኔታህ ደስተኛ በመሆኔ ከፍተኛ ነጥብ ወስደሀል። ጭራሹንም ጅል አደረከኝ እኮ ሲኞር ቴኔንቴ"! አለች (ከልቧ ይመስላል፣ ሆኖም እይታወቅም የሰላዮች ስልትና ጥበብ)። ያንች ፍላጎት ብቻ ነው እንዴ የሚወስነው ስላት፣ "በቁንጅናየና ባለኝ የሴትነት ፀጋየና ውበቴ የፈለገ ወንድ እኔ ከወደድኩት እሱ ወደ ኋላ ሊያፈገፍግና ሊያመልጥ እንደማይችል ስለምረዳ" በማለት ተበሳበሰችብኝ። በሆዴ አላወቀችም! በማንኛውም ረገድ ከእሷ መቶ ጊዜ የምትበልጣትን የቀንጆዎች ቀንጆ፣ የውቦች ውብ፣ የጀግኖች ጀግና የሆነች ሽጋይቷን ጣይቱ ካሳን እንኳን ጥየ ሜካ ገብቻለሁ እንኳንስ እሷን አልኩና ቀጥታ ጥያት ተነስቼ ልሄድ ስቁነጠነጥ ድንገት "የተንኮልና የሸር" ዓላማየና ዕቅዴ ትዝ አለኝና እንደ አበሻዎቹ አቅሌ ትንጮቿን አገላብጬ ሳምኳት። ሁለተኛው ምክኒያት፣ "እንደሚመስለኝ የጎሪላው መሪ ሲኞር አፈውርቂ (ኢሳያስ አፈወርቂን ማለቷ ነው) በሚገባ ያውቁሃል። የቀድሞ ጓደኛቸው

እንደሆንክም ነገር ነው የሚገባኝ። ስለሆነም የቀድሞውን ጓደኝነት ለማደስና ትግል ባንድነት ለመቀጠል ስለሚፈልጉህ ነው መሰለኝ አለች። መሰለኝ እንጂ ነው አትልም። ከሲኞር አፈውርቂ ጋር የቀድሞ ጓደኝነት እንዳለኝ የሚያሳይ ምን ምልክት አየሽብኝ? ብየ ስጠይቃት አሁንም ሲኞራ ጌኔት እና ሲኞር ቴኔንቴ በድንብ አስረድተውኛል አለች ሳታመናታ። ሦስተኛውና ዋናውን ምክኒያት ግን ወደፊት ያንተን ፍቃደኝነት ካረጋገጥኩላቸው በኋላ የሚገናኙህ ሰዎች ናቸው የሚነግሩህ አለችኝ። የሚቀርቡኝ መቼና የት እንደሆነ ብትነግሪኝ ብየ ስጠይቃት ፍቃደኝነትህን ከነገርኳቸው በኋላ የሚወስኑት ጉዳይ ነው። ከዚህ በኋላ ብዙ መጠየቅ አልፈለኩም፣ ሆኖም ፍቃደኝነቴን በተመለከተ ጊዜ እንዲሰጠኝ ከጠየኳት በኃላ ምሳ ድረስ ቀይቼ ተሰነባብቻት ሄድኩ። መጨረሻውን አውቄ እልባት ማስያዝ ስለሚኖርብኝ ከእሷ ጋር የነበረኝ ፍቅር ካነገት በላይ ቀጠልኩ።

ሁለት ሳምንት ገደማ ይሆናል በተመሳሳይ ካኪ ኤንቬሎፕ በላዩ ላይ በአማርኛ የጽሕፈት መኪና የተጻፈ “ለመቶ አለቃ አያሌው መርጊያው፣ የአምባሶይራ ሆቴሎች አስተዳደር የሺያጭና መዝናና ዋና ክፍል ኋላፊ፣ አሥመራ” የሚል የተጻፈበት የታሸገ ፖስታ ከእንግዳ መቀበያ ጋሼ አያሌው ፖስታ አለህ ብለው የእንግዳ መቀበያ ሠራተኞች ይሰጡኛል። የገበያ ጉዳይ መስሎኝ በጉጉት ስከፍተው በቤቷ በር ከበረንዳ ላይ ባንድነት ሆነን በተለያየ መልክ በምስጢር ያነሱንን ከሰባት የማያንሱ ፎቶግራፎችና አንዲት ትንሽ ብጣቂ ወረቀት በላዩ ላይ “ረጋ በል፣ አትክለፍለፍ፣ ማንም አያዋጣህም፣ ማንም አያድንህምና የተነገረህን በሆድህ ካንተ ጋር ብቻ ይቀይ” የሚል ማስታወሻ ከፎቶዎቹ ጋር አያይዘው አስቀምጠዋል። በትክክል አላውቅም ግን ይመስለኛል ከማዶ ከሚገኘው ቤቶች ከአንደኛው መስኮት ሆነው በዘዴና በስውር ፎቶግራፍ አንሺዎች ተዘጋጅተው ሲጠባበቁ ቀይተው እያንዳንዷን እንቅስቃሴየንና ድርጊቴን ሁሉ ያነሱኝ ነበር። ፎቶግራፎቹ ሁሉም በቁማችን ሲሆኑ በይበለጥ ያተኮረው ከወይን ጠርሙሱ፣ ከእቅፍ አበባው፣ ስታቅፈኝና ስትስመኝ እኔም ሞኙ ማንም ባጠገቤ የለም ብየ ፍቅር እንደያዘው ሰው መስየ ስሞላቀቅ ነበር። ይህ ሁሉ ዓላማው ከባዕድ ሰላይ ጋር ያለኝን የጠነከረ ግንኙነት ለማሳየትና በፍቅሯ ተጠምጄ የእሷ አሽከርና አገላጋይ ሆኜ ፀረ-ሕዝብና ፀረ-አንድነት እንቅስቃሴ የማራምድ እንደሆንኩ በማስረጃነት ለመጠቀም በማቀዳቸው እንደሆነ አድርገው ነው ያማከርኳቸው የሲቭል እና የወታደር ወገኖቼ ያስረዱኝና የእኔም እምነት። ወ/ሪት ኒኒ በእርግጥም ወዳኛለች፣ ስለወደደችኝ ልቧን ክፍት አድርጋ በመምጣት ላይ መሆኗን ተረድቻለሁ። ልምድና ተመክሮ ያላትና የወጣላት ሰላይም አትመስልም። በምንም ቢሆን አደጋ ውስጥ እንዳትገባ የሚቻለኝን ሁሉ አደርጋለሁ እሷም ለመርዳት የማደርገውን ጥረቴን ከተባበረችኝ ብየ ለራሴ ቃል ገባሁ። በተባሉት ያገሪቷ ከፍተኛ ባለሥልጣኖች ተመክታ ጥረቴን መስማት ካልፈለገች ወይንም የእኔን መንገድ ከናቀች የእራሷ ጉዳይ ነው ብየ ወሰንኩ። ከዚያ በፊት ግን ፎቶግራፉን እነማን እንዳነሱትና ከእኛ የወይይት ምሽት በኋላ ከነማን ጋር እንደተወያየች ማወቅ ይኖርብኛል ብየ ከእሷ

ጋር በማምሸት እንደልማዴ በጭውውት ወቅት እንድትነግረኝ ለማደርግ ወሰንኩ። ስለሆነም ሆን ብየ በተፈጥሮ የሌለብኝን የእራስ ወዳድነት መንፈስና ዝንባሌ እንዲኖረኝ ፈለኩ። ለሁለት ሳምንታት ያህል ያላየኃትን ቀንጆ ይህ ፖስታና ፎቶግራፍ እንደደረሰኝ ስልክ በመደወል ሌላ ነገር ሆኜ ተገኘሁላት። እንደናፈቀችኝ፣ በሥራ መብዛት ምክኒያት የምወዳትን እንቁየን ለማየት እንኳን እንዳልቻልኩና ዛሬ ግን የፈለገው ይሁን በምሽቱ ሌላ ፕሮግራም ከሌላትና ከተመቻት ከእሷ ጋር ለማምሸት መፈለጌን በመግለጽ ጭራየን ቀላሁ። እሷም ሳታመናታ "በሥራህ ላይ ጣልቃ እየገባሁ እየመሰለኝ እየፈራሁ እንጂ እኔም ደጋግሜ አስታውሽህ ነበርና ደስ ይለኛል ብንገናኝና አብረን ብናመሽ" ብላ መለሰችልኝ። እንደተለመደው ቀንጆ የቀይ ጽጌሬዳ እቅፍ አበባና መልካም የወይን ጠርሙስ ተሸክሜ በቀጠሮው ሰዓት ቤቷ ደረስኩ። ወዲያውኑ በሩን ከፍታ አቅፋ ቤት ይዛኝ ገባች፣ ራያና ቀቦ እየዘለልኩኝ ያለፈውን ውይይታችንን ለነማን አጫውታ ወይንም ሪፖርት አድርጋ እንደሆነ በዘዴ በጥንቃቄ ጥያቄ አቀረብኩላት፣ "በግልጽና በቀጥታ ለሲኞራ ጌኔትና ለሲኞር ቴኔንቴ ጊርማ ለሚፈለገው ጉዳይ ፈቃደኛ እንደሚሆን እርግጠኛ በመሆኔ፣ ደስ የሚልና ጨዋ ሰው በመሆኑ፣ የሚወደድና የሚፈቀር ሰው ሆኖ በማግኘቴ ነው። ክፋትና ተንኮል ያለው ሰው አይደለም ብየ ነገርኳቸው"፣ ሆኖም "ልክ እንዳልሆንኩና ጥንቃቄም እንድወስድ መከሩኝ። ደስ እንዳላላቸው ተገንዝቤአለሁ" አለችኝ።

ለ. ባጋጣል ፍቅር ከማልቃቃመው ኃይል አደጋ ላይ መውደቄን ለኮሎኔል ሽዋረጋ ቢሆነኝና ለሻምበል ቂናጢ ተዓ አማከርኳቸው

በቅድሚያ የሁለተኛው አብዮታዊ ሠራዊት የፖለቲካ መምሪያ ኋላፊና የኢሠፓ የማዕከላዊ ኮሚቴ አባል የነበረው የዚያን ጊዜው መልካም ወገኔ ኮሎኔል ሽዋረጋ ቢሆነኝን ለማነጋገር ቀጠሮ ያዝኩ። ኮሎኔል ሽዋረጋ ቢሆነኝ የአየር ኃይል ባልደረባ የነበረ ሲሆን ድሮ አንተዋወቅም። ይሁን እንጅ እንደ አብዛኛዎቹ የፖሊስና የመከላከያ ኃይል ባልደረቦች በስሜና በቀድሞ ታሪኬ ያወቀኛል። በዚያ ዓይነት ሁኔታና የሥራ መደብ እየሰራሁ መኖሬ ኅሊናው እየረበሸው ደርግን በተደጋጋሚ ሲወቅስ ተሰምቷል። ከዚያም አልፎ አንድ ሁለት ጊዜ ኮሚሽነር ፍሰሐ ገዳን በስልክና በአካልም ለምንድን ነው ይህን ሰውየ ፍዳውን የምታሳዩት ብሎ በወቀሳም በሀዘኔታም እንደአነጋገሯቸው አውቃለሁ። በቀጠሮ ዕለት ከእኔ ጋር፣ 1. ኒኒ የጻፈችውን 41 ገጽ ሰነድ፣ 2. በስውርና በድብቅ ከቤቷ በረንዳ ላይ እያለን ያነሱንንና ሥራ ቦታየ ድረስ የተላከልኝን ፎቶግራፎችና፣ 3. በብጣሽ ወረቀት ላይ ጽፈው የላኩልኝን የዛቻና ማስፈራሪያ ብጣቂ ማስታወሻ ይዠ ቢሮው ሄድኩ። በቃል በዝርዝር የነገረችኝን ሁሉ ገለጽኩለት፣ ለጊዜውም ግራ ተጋባ። ከጥቂት ውይይትና ትንተና በኋላ በሠራዊቱ ከምተማመንባቸው ግለሰቦችና ከሜጀር ጄኔራል መርዕድ ንጉሴ አካባቢም ጭምር ክትትል በማካሄድ ለማጣራት እንዲያመቸኝ የተወሰነ ጊዜ እንድሰጠው ጠየቀኝ። በሌላ በኩል በክፍለ ሀገሩ

የፓርቲው ጽ/ቤት የምታውቀው ካለህ ብታነጋግር ያለበለዚያ እራሴ በዚያም አካባቢ ክትትል አድርጋለሁ ሲለኝ ሻምበል ቂናጢ ተዓ ባንድነት ፖሊስ አካዳሚ የቀየንና ባንድነትም በኤርትራ ጠቅላይ ግዛት ተመድበን ያገለግለን ከመሆናችንም በላይ የዳርነው እኛ ስለሆን መተዋወቅ እንተዋወቃለን እንዳልኩት ስልኩን አንስቶ የቀድሞ ጓደኛህ አያሌው መርጊያው ለብርቱ ጉዳይ ሊያነጋግርህ ስለሚፈልግ ቀጠሮ ብትይዝለት ብሎ አነጋገረው። ቂናጢ ተዓ ከጽ/ቤቱ እንደገናኘው ቀጠሮ ያዘልኝ። ከጽ/ቤቱ ከመውጣቴ በፊት ከሜጄር ጄኔራል መርዕድ ንጉሴ ጋር ወይንም አካባቢ ስትወያይ ወ/ሮ ገነት መብራሕቱ ክሰማች እኮ ፍዳየን ማየቴ ነው ስለው ግድ የለህም በእኔ ይሁንብህ። ሁላችንም የገነት መብርሐቱን ማንነት ስለምናውቅ እሷ ከማትደርሳቸው ሀገር ወዳዶች ጋር ነው ብሎ አዝናንቶ አደፋፈረኝ። እስከዚያ ድረስ ይህችን ምስኪን ጓደኛየን ምን ላድርጋት ብየ ሳማክረው የምትረዳት ወደ ሀገሯ ቶሎ ብላ እንድትወጣ አድርጋትና ቀይታ እንድትመለስ ምከራት አለኝ። ለጊዜው ግን አትዋቀስላት ምክኒያቱም እኛ ምንም ሳናጣራ እንዲህ ብሎ አለኝ ብላ ብትነግራቸው ያልታሰብ ችግር ውስጥ ሊያስገቡህ ስለሚችሉ እኔና ሻምበል ቂናጢ ተዓ ማከናወን የሚገባንን ክትትል እስከምንፈጽም ድረስ አትንገራት እንደውም ጓደኝነትህን ቀጥል። ሁሉን እንዳጠናቀኩ እንደገና ተገኛኝተን ስለሚቀጥለው ደረጃ እንወያያለን ብሎ መክሮና አይዞህ ብሎ አደፋፍሮ ሸኘኝ። የወለጋው ጓደኛየ ቂናጢ ተዓ ከእኔ ጋር ባንድነት ፖሊስ አካዳሚ ሁለት ዓመት ኖረናል። ከዚያም በኤርትራ ጠቅላይ ግዛት ተመድበን አገልግለናል፣ ድረነዋልም። ቂናጢ እራሱንና ቤተሰቡን ስለሚጠብቅ አላስፈላጊ አደጋ መግባትን አይፈልግም። በመሆኑም ሥራ ተከልክየ በአዲስ አበባ ስንከራተት ያዩኝ የቀድሞ ወዳጆቼ እንዴ ደርግ ሥራ ቢከለክልህና ቢያንከራትትህ የቀድሞው የፖሊስ አካዳሚው መምህርህ ኮሎኔል ለገሠ ወ/ማያም የሀገር አስተዳደር ሚኒስቴር ናቸው። ልዩ ጸሀፊያቸው ደግሞ ጓደኛህ ቂናጢ ተዓ ነው፣ ደርግ ቢጥልህና ለችግር ቢዳርግህ እነሱ ዝም ብለው አይመለከቱህምና ሄደህ አነጋግራቸው ተብየ ቂናጢ ጋር ሄድኩኝ። ዘመኑንና ወሩን ዘነጋሁኝ። ቂናጢ በግልጽና በማያሻማ ቋንቋ አያሌው ያንተ ጉዳይ በኮሎኔል ተስፋየ ወ/ሥላሴና ኮሎኔል ተካ ቱሉ ያልተፈታ በኮሎኔል ለገሠ ወ/ማርያም የሚፈታ ይመስልሀልን? ያንተ ከአቅም በላይ የሆነ ሚስጢሩ ለሁላችንም ያልተገለጸ ጉዳይ ነውና ማንም ሊረዳህ አይችልም። መምህርህ ናቸው ገብተህ እንደምንአሉ ብለህ መጠየቁ ደስ ይላቸዋልና ላስገባህ ብሎ ወደ ቢሯቸው አስገባኝ። ሰላምታ ከተለዋወጥን በኋላ በግልጽና በቅንነት እንዲህ አሉኝ፣ “አያሌው እዚያው ፈረንሣይ መቆየት ነበረብህ። ብዙ ከተጨፈለክ በኋላ ነው ምንአልባት ሰላም ልታገኝ የምትችለው” ብለው ደፍረው ሆኖም አምነው መክረው ሸኙኝ። ይህ ከሆነ ከአምስትና ስድስት ዓመት በኋላ እህል ውሀ እያንከለከለ አሥመራ ወስዶ አስቀመጠኝ። ከዓመት በላይ እሥመራ እየኖርን ሳንተያይ ቀይተን በወ/ሪት ኒኒ ጉዳይ ምክኒያትና በኮሎኔል ሸዋረጋ ቢሆነኝ አደፋፋሪነት ከቂናጢ ተዓ ጋር በጽ/ቤቱ ለመተያየት በቃን።

በዚህኛው ጉዳይ ሥራው በመሆኑም እንደሚተጋገዝ ኮሎኔል ሽዋረጋ ቢሆነኝ አረጋግጠውልኛል፣ በሌላ በኩልም ሁኔታውን ሳጤነው እንደሚያደርገው ነበር የታወቀኝ። በቀጠሮየ ሰዓት ከሻምበል ቂናጪ ተዓ ቢሮ ደርሼ ለኮሎኔል ሽዋረጋ ቢሆነኝ ያሳየኃቸውን ሰነዶችና ፎቶግራፎች ከነ ብጣቂ ማስታወሻ አንድ ባንድ አሳየሁት። አያይዤም በየምሽቱ ግንኙነታችን ወቅት የነገረችኝን ሁሉ አንድ ባንድ በመግለጽ ከፍተኛ ችግር ውስጥ እንዳለሁ ገለጽኩለት። ጊዜ ስጠኝና ከዶ/ር ተፈራ ወንዴ ጋር ሁኔታውን ሪፖርት አድርግላቸውና ለሚመጣብህ ችግር ሁሉ በቅድሚያ አውቀን ሁላችንም በኅብረት እንድንታገልልህ ይደረጋል ብሎ አደፋፍሮ ሸኘኝ። ኮሎኔል ሽዋረጋ ቢሆነኝን ባነጋገርኩኝ ከአንድ ሳምንት በኋላ ቢሯቸው እንድሄድ መልዕክት ልከውልኝ እንደሄድኩ በሠራዊቱም ሆነ በክፍለ ሀገሩ አስተዳደር አሥመራ ከመመደብህ በፊት ይወራብህ ከነበረው የቀድሞ ስምህ (ፀረ-አብዮተኛነት ጀርባህ) በስተቀር በአሁኑ ዘመን በአንተ ላይ ምንም የሚታወቅ በእኛም ሆነ በአስተዳደሩና እንዲሁም በሜጀር ጄኔራል መርዕድ ንጉሴ ጽ/ቤት አካባቢም ምንም የሚታወቅ ነገር እንደሌለ አጣርቻለሁና ስጋትና ጥርጣሬ እንዳይኖርህ ብሎ አደፋፈረኝ። ሥራህን ያላንዳች ጭንቀት አከናውን፣ ለሚመጣው ሁሉ አብዮታዊው ሠራዊትና እነ ተፈራ ወንዴ ከጎንህ ይቆማሉ አለኝ። ጄኔራል መርዕድ ንጉሴ ባንተ ላይ መልካም አመለካከት ቢኖረውም ባለፈው ጊዜ እንደተነጋገርነው በባለቤቱ ምክኒያት ያጋጠመህን ችግር ለእሱ ማሳወቁ አስፈላጊ ሆኖ አልታየንም። በክፍለ ሀገሩ ፓርቲ አካባቢም ከቀድሞው ታሪክህ በስተቀር የሚታወቅ አዲስ ነገር እንደሌለብህ ዶ/ር ተፈራ ወንዴ ለቂናጪ እንደነገረው ለእኔም አነጋግሮኛልና እንዳትረበሽ። ከሆቴልህ ወደ ውጭ እንዳትወጣ፣ አንድ ጊዜ ግን ወጣ ብለህ ምስኪን ናት ከምታልት ጓደኛህ ጋር ተገናኝና አገሩን ለቅቃ እንድትወጣ አደፋፍራት ብሎ መክሮ ላከኝ። ቂናጪ ተዓም ወ/ሪት ኒኒ ችግር ውስጥ ልትገባ ስለምትችል ኢትዮጵያን ቶሎ ብላ ለቃ እንድትውጣ ምከራት ብሎ ልክ ኮሎኔል ሽዋረጋ ቢሆነኝ ምክር ሰጥቶ አሰናበተኝ። ከዚያን ጊዜ በኋላ ከሷ ጋር በማምሸትና ወይንም በማደር ላይ እያለሁ ባማክራት ድንገት በስውር ድምፅ መቅጃ የምቀዳ ከሆነ የምመክራት ሁሉ ሊደርሳቸው ስለሚችልና ወዲያውኑ አፋኝ በመላክ ወይንም ሌላ ባልታሰበ ዓይነት መንገድ ልጠቃ ስለምችል በማጤን በቀን ለመገናኘትና ዋሽቼ በሥራ ምክኒያት ወደ ሆቴሌ መመለስ እንዳለብኝ አድርጌ በማሳመን ቀጠሮ ለመያዝ ወሰንኩ። ከሁለቱም ባለሥላጣኖች የተሰጠኝን ወገናዊ ምክር መሠረት ወደ ሀገሯ ጣሊያን እንድትወጣ ለመገፋፋት በማግሥቱ ለወ/ት ኒኒ ስልክ ደውየ ዛሬ ምሳ አብረን እንድንመገብና ቀሪውን የሥራ ሰዓት ከአንቺ ጋር በማሳለፍ ጓጉቼ ነበር። ከዛሬ ጀምሮ ከአሥር ሰዓት በኋላ ለሚቀጥሉት ሶስት ሳምንት ስብሰባ ስለሚኖርብኝ በጊዜ ወደ ሆቴሉ መመለስ ይኖርብኛል ብየ ዋሽቼና ቃጥፌ በሚያሳምን መልክ በስልክ አነጋገርኳት። ማታ ነበር የናፈቀኝና ደስ የሚለኝ ግን ሥራ ካለብህ ምንም አይደለም። ነገር ግን ሰፊ ጊዜ አግኝተን ስንዝናና በደስታ ለማሳለፍ ለምን ቀደም ብለህ ወደ ከንጋቱ አራት ሰዓት አካባቢ ጀምረህ እቤት ለመድረስ

አትሞክርም ብላ ጠየቀችኝ። "ቀጣፊውና ወስላታው" አያሌው ግድ የለም ካንቺ የሚበልጥብኝ ስለማይኖር አራት ሰዓት በፊት እቤት እደርሳለሁ በማለት አስደሰኳት።

በማግሥቱ በተባለው ከአራት ሰዓት በፊት እንዳለፉት ሁለት ጊዜያት ቀንጆ የቀይ ጽጌረዳ አበባ እቅፍና መልካም የሆነ የወይን ጠርሙስ ተሸክሜ ቤቷ ደረስኩ። በሩን አንኳኳሁ፣ ወዲያውኑ ተከፈተ። በሁለት እጆቿ አቅፋ ሳመችኝ፣ እኔም ለመጨረሻ ጊዜ የራሳቸው ጉዳይ ሰው አየኝ አላየኝ ሳልል አጸፋዋን በሚገባ ደስ እስከሚላት አስተናገድኩ። የመጨረሻዋ ከወ/ት ኒኒ ጋር ያደረኩት ያደባባይ መተቃቀፍና መሳሳም ነበረች። እቤት እንደገባሁ ኮቴን ተቀብላ ሰቀለችልኝ፣ ሳሎኑ እጄን ይዛ ወስዳ አስቀመጠችኝ። ቡና ቀረበልኝ፣ የኤርትራው አምቦ ውሃ ቀረበልን፣ ጨዋታ ጀመርን። ሀሳቧን ቀየረችና እስከምሳ ሰዓት አልጋ ላይ ተጋድመን ስንጫወት እንድንቀይ ሃሳብም፣ ጥያቄም አቀረበች። ደስተኛነቴን ብቻ ሳይሆን ጉትትም እንደነበረኝ አድርጌ በመግለጽ እንደ ሕጻን ልጅ ተያይዘን እየተሯሯጥን ወደ መኝታ ቤቷ አምርተን አልጋው ላይ ስንደርስ ሁለታችንም በዝላይ ተወርውረን አልጋው ላይ ተጋደምን። በደስታዋ ላይ ሀዘን ወይንም ጭንቀት ሊያሳድር የሚያስችለውን የመጣሁበትን ዋናውን ምክኒያቴን ለጊዜው ተውኩና ወደ ጨዋታ አመራኋት። መኝታ ቤት ውስጥ እያለን ብነግራት ድንገት የሚፈጠርብኝ አደጋ ስለማላውቅ ለማምለጥ ወይንም በመጠኑም ቢሆን እራሴን ለመከላከልና ለመጠብቅ አያስችለኝም። እንደተጋደምኩ ጠቅለው ይዘውኝ ሊሄዱ ይችላሉ። ጀግኖች ወታደራዊ አዛዦችና መሪዎች በእንደዚህ ዓይነት ሁኔታ ከሐማሴን ቀንጆች ጋር አልጋ ላይ እንዳሉ ተጠልፈው ተወስደዋል። ሻዕቢያ በዋና ጠላትነት ትቀጥራቸው የነበሩትንና እሳቸውን ለመያዝ አያሌ ሙከራ አድርገው ሙከራዋን ያከሸፉት የእሥመራው ታዋቂ ጀግና ኮሎኔል ቢጩ ለዚህ በቂ ምሳሌ ናቸው። ስለዚህ በመኝታ ቤት ቀይታችን ከደስታ ጭውውታችንንና የመጨረሻዋን ትዝታ በዓዕምሮዋ ለማስቀመጥ ከመሞክር በስተቀር ሌላ ምንም ማሰብ እንደሌለብኝ ወሰንኩ። ከቀኑ 06:30 ገደማ ሁለታችንም ተዳክመን ወደ ሳሎን ተጉዘን ሳሎኑ ላይ ተቀመጥን። ቀደም ብላ ምሳ አሰናድታ ስለነበር ትንሽ ዕረፍት አድርገን ምሳችንን ተመግበን ለቡና ወደ ሳሎን ተመለስን። ዋናው የመጣሁበትን ምክኒያቴን በዝግታና በፍቀር ስሜት አነሳሁላት። መልኳ ከነጭነት ወደ ቢጫነት የተቀየረ መስሎ ታየኝ። ነገሩ የድንጋጤም፣ የመገረምም፣ አልፎም እንዴት እንደዚህ ይደፍራል ወይንም እንዴት በፍቅሬ አልተጠመደም ሊሆን ይችላል። ከቶም ቢሆን ደፍሮ አያደርገውም ከሚልም አመለካከትም ሊሆን ይችላል። እውነት እኔ የምተወጅኝና የምታፈቅሪኝ ከሆነሽ አንቺ በሰላም ቶሎ ብለሽ ከሀገር ከወጣሽ እኔ በወርና በሁለት ወር አንቺን ተከትየ አወጣና ባንድነት አብረን እኖራለን፣ ያለበለዚያም ከጥቂት ወራት በኋላ ተመልሰሽ ተጋብተን በሰላም አዲስ አበባ መኖር እንችላለን አልኳት።

ደግና ቅን ያልኳት ጓደኛየ ወድጀሀለሁ፣ አፍቅሬሀለሁ፣ ሆኖም የመጣሁበትን ግዳጄን ከውል ሳላደርስ መሄድ አይገባኝም፣ በሌላ በኩል ደግሞ ለእኔ አይዞህ አትጨነቅ፣ ጄኔራሎችና አዲስ አበባ የሚገኘው በግንባር ያልተዋወኩት ትልቁ ሰውየ ይጠብቁኛል በማለት ደፍራና በግልጽ አፍ አውጥታ መልሳ እኔን ታጽናናኝ ጀመር። አንተ ግን ችግር ውስጥ ትገባለህና ጥንቃቄ ብታደርግ መልካም ነው ብላ መልሳ እኔን ማስቦካት ቀጠለች። ባንድ በኩልም የሚያጋጥመኝን ወይንም ሊያስከትልብኝ የሚችለውን አደጋና ችግር በማወቃ አዝናልኝ ነው ብየም አስቤአለሁ። ሆኖም የመጣሁበትን ግዳጄን ከውል ሳላደርስ መመለስ አልችልም ብላ ስትነግረኝ በዚህን ጊዜ አመጣጧ ከጋዜጥነት አልፎ የተጠናከረ ሌላ ስውር የሻዕቢያ ወይንም የሻዕቢያና የተስፋየ ወ/ሥላሴ የጥምር ሥራ ልታከናውን እንደተላከች ሆና ቀጥታ ተሰማኝ። ይልቁንስ አለች ሲኞሪና ኒኒ በድጋሜ፣ ችግር ውስጥ እንዳትገባ ጥያቄአቸውን ተቀበልና ትንሽ ጊዜ ከተባበርካቸው በኋላ ወደ ጣሊያን ብትወጣ ለእኔም ለአንተም ሠላማዊ ኑሮ ስለሚያጎናጽፈን ባንድነት ተፋቅረን መኖር እንችላለን ብላ ንግግሯን ደመደመችልኝ፣ ጭንቀትም ይመስላል ነገሩ። ተስፋ ቆርጬ ቶሎ ለመውጣት በመፈለጌ በፍርሀት ውስጥ ስለገባሁኝና የሆነ ነገር እንዳታደርግ በመጨነቅ ለምን ሰሞኑን አንዱን ቀን ከስብሰባ ፈቃድ ጠይቄ ካንቺ ጋር በማምሸት በጉዳዩ በሰፊው አንወያይም ብየ ከጭንቀት የመነጨ የውሸት ሃሳብ አቀረብኩላት። ከልቧ ቀንጆ ሀሳብ ሆኖ በመገኘቷ ቀጠሮ ተሰጣጥተንና ተሳስመን ተለያየን። ዋናውን መንገድ ይዤ አምባሶይራ ሆቴል አካባቢ እስከምደርስ ድረስ የሚከተለኝ ወይንም ተከትሎ ሊይዘኝ የሚፈልግ ያለ እየመሰለኝ በጭንቀትና በፍራቻ እየገሰገስኩ ሆቴል ደረስኩ። ይህ በሆነ በሶስተኛው ቀን ሳላስበው ድንገት ከአምባሶይራ ሆቴሎች ዋና ሥራ አስኪያጅ በአድራሻየ ለእኔ የተጻፈ ደብዳቤ ከሰዓት በፊት ደረሰኝ። ደብዳቤው የሚለው ከቱሪዝምና ሆቴሎች ኮሚሽን ኮሚሽነር ተሾመ ደስታ በተሰጠው መመሪያ መሠረት በእጀዎ የሚገኘውን ማናቸወንም የአስተዳደሩን ንብረት አስተዳደሩ ለሚወክለው አስረክበው በነገው ዕለት (ዕለቱና ወሩን ይጠቅሳል) ኮሚሽነር ተሾመ ደስታ ዘንድ ሪፖርት እንዲያደርጉ መወሰኑን አስታውቃለሁ ይልና ግልባጭ ለሚመለከታቸው ሁሉ ተበትኗል። መጓዝ የሚገባኝ ደብዳቤው በደረሰኝ በማግሥቱ ነው። ጉዞ በአይሮፕላን እንጂ በመኪና የለም። የአይሮፕላን ቲኬት ያስፈልጋል፣ ቦታ በቀላሉ አይገኝምና ግራ ተጋብቼ ሳለ ወዲያውኑ የአይሮፕላን ቲኬት በሌላ የመሸኛ ደብዳቤ ጋር ወደ ቀኑ አሥር ሰዓት ገደማ ተሰጠኝ። ደብዳቤው እንደደረሰኝ ስልክ ደውየ ለኮሎኔል ሸዋረገድ ቢሆነኝና ለሻምበል ቂናጢ ተዓ ገለጽኩላቸው። ኮሎኔል ሸዋረገድ ቢሆነኛ ወዲያውኑ ለኮሚሽነር ተሾመ ደስታ ደውለው አነጋገሩ። ከከፍተኛ የመንግሥት አካል በኩል የተሰጠኝ መመሪያ ነው። ከርዕሰ ብሔሩ አካባቢ ጋር በተያያዘ ጉድይ እንደሆነ ከመነገራችን በስተቀር ምን እንደፈጸመ የምናውቀው ነገር የለንም ብለው መለሱለት። ኮሎኔል ሸዋረጋ ቢሆነኝ የማንንም ስም ሳይጠቅስና ምስጢሩን ሳያስረዳ በደፈናው በክፍለ ሀገሩ አስተዳደር በኩል የሚታወቅ መጥፎ ነገር

ቢኖር ብሎ ሜጀር ጄኔራል መርዕድ ንጉሴን ጠይቆ ምንም የሚታወቅ ነገር እንደሌለ መለሱለት። ከከፍተኛ የመንግሥት ባለሥልጣን ለኮሚሽነሩ በተሰጠው ትእዛዝ መሠረት በአገሩ ላይ እንደ ባዕድ ዜጋ ባስቸኳይ በነገው ቀን አዲስ አበባ ሪፖርት እንዲያደርግ የደብዳቤ ትዕዛዝ ዛሬ ደረሰው በማለት ሪፖርት አደረገላቸው። እጅግ ተቆጥተው ማን ነው በእኛ ግዛትና ቁጥጥር ውስጥ ጣልቃ እየገባ ውሳኔ የሚያስጠው፣ እኛ እኮ ጉልቻዎች አይደለንም፣ ጉልቻ አድርገውን ከሆነ ይነገረን በማለት ተናደው እሳቸውም አዲስ አበባ ደውለው ከሆነ ባለሥልጣን ጋር እንዳነጋገሩ ሸዋረጋ ቢሆነኝ ነገረኝ። ተታላዩ ሜጀር ጄኔራል መርዕድ ንጉሴ "እያ በሬ ሳሩን አይተህ ገደሉን ሳታይ" የሚለውን ምሳሌ ሳያገናዝቡ በጭፍን ታዋቂዋን የሻዕቢያ ወኪል ወ/ሮ ገነትን መብራሕቱን አገቡ። የችግሩ ሁሉ መንስዔ ከጎናቸው ከአልጋቸው ላይ መሆኑን እስከመጨረሻው ሳይረዱ ወይንም እያወቁ ዓምላክ ይወቀው በግንቦት 81 መፈንቅለ መንግሥት ሕይወታቸውን በከንቱ አጡ። ሻምበል ቂናጢ ተዓ እራሱ ደውሎ ለማነጋገር ደረጃው ስለማይፈቅድለት ወዲያውኑ ለዶ/ር ተፈራ ወንዴ አነጋግሮ እሱ እዚያው ከሳቸው ጋር እያለ ኮሚሽነር ተሾመ ደስታን ስልክ ደውለው አነጋገሩ። ለኮሎኔል ሸዋረገድ ቢሆነኝ የሰጡትን መልስ ደግመው ለዶ/ር ተፈራ ወንዴም መለሱላቸው። ዶ/ር ተፈራ ወንዴና ኮሎኔል ሸዋረጋ ቢሆነኝ በየበኩላቸው አዲስ አበባ የሚቀርቧቸውን የመንግሥትና የወታደራዊ አካላት ጋር በመደወል ተነጋገሩ። ከጊዜው አኳያ ምንም የሚሆን እንደሌለ ተረዱና እንድሄድ መከሩኝ። ለዶ/ር ተፈራ ወንዴም ሆነ ለሜጀር ጄኔራል መርዕድ ንጉሴ ከእኔ ጉዳይ በይበልጥ ያሳሰባቸው በእነሱ አስተዳደር ጣልቃ እየገቡ አስተዳደራዊ ውሳኔ የሚሰጡ ሌላ የማይታወቅ ወሳኝ ኃይል መኖሩ ስለአስቀጣቸው ነበር።

ወ/ት ኒኒ ሆን ብላ ወይንም ባለማወቅ እኔን የጎዳች መስሏት የእህቴን የመጀመሪያ ልጅ አቶ ይመር ጌታሁንን ክፉኛ በደለችው። እሱም አስቤና አቅጄ እራሴ የፈጸምኩት መስሎት እንዴት የማምነው አጎቴ እንዲህ ያደርገኛል በማለት ስሜቱ በጣም ተጎዳ። በዚህም የተነሳ ብዙ ለማለት ሞከረ፣ ከንጭራሹም ከእኔ ጋር መነጋገርና መጠያየቅ አቆመ። ብዙ ላስረዳው ሞከርኩ፣ ደጋግሜም ልገልጽለት ጣርኩ። ሆኖም ይህ ውስብስብ የሆነ የእኔና የወ/ት ኒኒ ግንኙነት እንኳንስ ለእሱ ንቃተ ደረጃው አነስተኛ ለሆነው ይመር ጌታሁን ይቅርና ለሌላውም አስቸጋርና ውስብስብ በመሆኑ ሊገባው ባለመቻሉ አልፈርድኩበትም፣ ሊቀየመኝም ይገባዋል። ቢሆንም ያለመስልቸት በተደጋጋሚ ላስረዳውና ላሳምነው ጥረት አድርጌ ምንም ሊሰማኝና ሊያምነኝ ባለመቻሉ ቅር ቢለኝም፣ ከዚያን ጊዜ ጀምሮ ወ/ት ኒኒ በፈጠረችው ችግር እኔና ይመር ጌታሁን ተለያየን። በኤርትራ ክፍለ ሀገር አስተዳደር፣ በ2ኛው አብዮታዊ ሠራዊትና በክፍለ ሀገሩ ኢሰፓ አካባቢ የምጠረጠርበት ነገር ከሌለ ምንአልባት በኤርትራ ክፍለ ሀገር ደሕንነት በኩል የሆነ ሪፖርት ተደርጎብኝ እንዳይሆን በማሰብ የክፍለ ሀገሩን የተስፋየ ወ/ሥላሴን ተወካይ ወደ አዲስ አበባ ከመጓዜ በፊት ደብዳቤው እንደደረሰኝ በዚያኑ ምሽት

አፈላልጌ አጫወትኩት። ተወኳዩ ከእኔ ከሁለት ዓመት በኃላ ከፖሊስ ኮሌጅ የተመረቀ ስሙን ዘነጋሁት (አበራ ይመስለኛል) የሚያስደነግጥ ነገር እንዲህ በማለት አጫወተኝ። “አያሌው እኛ እኮ ስማችን የሀገር ደሕንነት ጥበቃ እንባላለን እንጂ በተግባር የሻዕቢያና የወያኔ ደሕንነት ጠባቂዎች ከሆነ ሰንብተናል። ለኢትዮጵያና ለሕዝቧ የምንሰራ አይመስልህ ይለኛል። ደነገጥኩና ምን ማለትህ ነው ብየ አጥብቄ ስጠይቀው ከ1977 ዓ. ም. መግቢያ ጀምሮ እናንተንና ሌሎች በጎንደርና በትግራይ አካባቢ የሚንቀሳቀሱትን እንደ ኢ ፒ ዲ. ኤ፣ ኢዲዩ ... ወዘተ የመሳሰሉትን ኃይሎች በስተቀር በሻዕቢያና በወያኔ ላይ ክትትል ማድረግና እነሱን መቆጣጠር፣ በእነሱም ላይ ለበላይ ሪፖርት ማቅረብ ከቀረ ወራት አልፎታል” ብሎ በአመኔታ ያልጠበኩትን ነገረኝ። ቢሆንም አለ “በአንተ ላይ የቀረበው ሪፖርት ከሻዕቢያና ከማይፈለጉ በፀረ-አንድነት ከሚጠረጠሩ ግለሰቦች ጋር የቅርብ ግንኙነትና ጓደኝነት እንዳለህ ካንዴም ሁለት ጊዜ ደርሶናል። ነገር ግን እንደነገርኩህ ከሻዕቢያ ጋር የተያያዘ በመሆኑ የደረሰንን ሪፖርት ለበላይ ለማሳወቅም ሆነ በአንተ ላይ ክትትል ለማድርግ ፍላጎት ስለሌለን ምንም ነገር ያደረግነው የለም” ብሎ አጫወተኝ። የሚያሾፍብኝና የሚቀልድ መስሎኝ ተናድጄ ሳለ በመቀጠል ጎንደርና ትግራይ ውስጥ ከሚንቀሳቀሱት ካንተው ከቀድሞ ጓደኞችህ ውጭ እንደነ ኢ. ዲ. ዩ. ወይንም ኢ. ፒ. ዲ. ኤ. ከመሳሰሉት ድርጅቶች ጋር አያይዘው ቢያቀርቡህ ኖሮ እስከ አሁን ድረስ በእስር ቤት ታጉረህ በተገኘህ ነበር” ብሎ እየሳቀ ተሰናበተኝ። የአምባ ሶይራ ሆቴሎች አስተዳደር አስቀድሞ ተነግሯቸው የተዘጋጁበት በመሆኑ በማግሥቱ ጧት ምንም ሳልዘጋጅ ያለሻንጣ እቃዎቼን በሮዝማን ሲጃራ ካርቶን (የወረቀት ሳጥን) አሸጌ ዮሐንስ አራቴኛው አየር መንገድ ማረፊያ ወስደው አይሮፕላን ውስጥ እስከምገባ ድረስ ተጠባብቀው ተመለሱ።

ሐ. “የባዕድ” ዜጋው አያሌው መርጊያ ወደ ኢትዮጵያ ተባሮ ወጣ

ቦሌ እንደደረስኩኝ ሌላ ቦታ መሄድ አልፈለኩም፣ ያው መከረኛውን የዶ/ር ሙሀመድ አሰንና ባለቤቱን የወ/ሮ ዘሐራ ሙሀመድ ሸክም ከመሆን በስተቀር። ስለሆነም ከአሥመራ ከመንቀሳቀሴ በፊት አስቀድሜ ስለጉዞየ በመግለጼ ዶ/ር ሙሀመድ አሰን ቦሌ ዓለም አቀፍ አይሮፕላን ማረፊያ በመገኘት እንኳን ደህና ከእነሕይወትህ በደህና መጣህ ብሎ መልካም ምኞቱን በመግለጽ የካርቱን ሻንጣየን በታክሲ ጭነን መገናኛ አካባቢ ከሚገኘው መኖሪያ ቤቱ ይዞኝ ሄደ። በራስ ሙሉጌታ ሕንጻ የተከራየኃትን ስቱዲዮ ቤቴን ለዩኒቨርሲቲ መምህር ሰጥቼ ወደ አሥመራ በመሄዴ እሱ ቀስ ብሎ ተዘናንቶ ቤት ፈልጎ እንዲወጣ ሙሀመድና ዘሐራ አደፋፈሩት። አዲስ አበባ በገባሁ በማግሥቱ ኮሚሽነር ተሾመ ደስታ ዘንድ ሄጄ ሪፖርት አደረኩ። ጉዳይህ ተጣርቶ መፍትሄ እስከሚያገኝ ድረስ ሥራ ላይ ልንመድብህ አንችልም። በሌላ በኩልም ያለ ፕሮግራምና ያለ ጥናት ስለሆነ የመጣኸው ወደፊት ጉዳይህ ግልጽ ሆኖ ሲታወቅና ቦታ ሲገኝ እንድትመደብ ይደረጋል ብለው ሊያሰናብቱኝ ሲቃጣቸው ጌታየ እራሴን ለማረምና ለማስተካከል እንድችል አንድም ጊዜ ይህ ነው ጥፋትህ

ተብየም ተገልጾልኝም አላውቅምና እራሴን ለማረም እንድችል ቢረዱኝ ብየ ስጠይቃቸው “የፈጸምከውን ወንጀል ለማወቅ ካስፈለገህ ርዕሰ ብሔሩን ሄደህ ለማነጋገር ሞክር፣ ነገር ግን በጣም ዕድለኛ ስለሆንክ አድበህ በመጠባበቅ ክፍት የሥራ ቦታ ሲገኝ ትመደባለህ” ብለው ኮሚሽነር ተሾመ ደስታ አሰናበቱኝ። ደመዎዜን ስጠይቃቸው “የምንከፍለው ለሚሰራ ሰው እንጅ ለማይሰራ አይደለምና አይከፈልህም፣ እንዳልኩህ ግን በጣም ዕድለኛ ነህ” ብለው ከቢሮ አሰናብቱኝ። ምን እየበላሁ ለመኖር የምችል ይመስለዎታል ጌታየ ብየ በትህትና ጥያቄ አቀረብኩላቸው አሁንም፣ “እንዳልኩህ ዕድለኛ ነህ፣ እንዴት አድርገው ሊምሩህ እንደቻሉ አናውቅም እንጂ ሌላም እኮ ሊደርስብህ የሚያስችል ጉዳይ ነበር ተሸክመኸው ከአሥመራ የመጣኸው” ብለው በማሳሰብ ከቢሯቸው እንድወጣ ተደረኩ።

ኮሚሽነር ተሾመ ደስታ በደርግ ዘመን የበጀት መምሪያ ኃላፊ ሆነው ተሹመው ሳለ አንድ ወቅት የዓመቱን በጀት በመንግሥቱ ኃ/ማሪያም ሰብሳቢነት ለሚኒስትሮች ምክር ቤት ገለጻ እንዲያደርጉ በወቅቱ የገንዘብ ሚኒስቴር በመታዘዛቸው ገለጻውን በሚያደርጉበት ጊዜ ፕሬዚደንቱ ድንገት ታናሽ ወንድማቸው ከፊታቸው ቀሞ ገለጻውን የሚያካሂድ መስሎ ታያቸው። ከሆዳቸው አካባቢ ከበድ ያሉ ከመሆናቸው በስተቀር ተሾመ ደስታ ቀለማቸው፣ ብርኃቸውና ቁመናቸው ሁሉ ተመሳሳይነት ሆኖ ነበር ለኮሎኔል መንግሥቱ ኃ/ማርያም የታያቸው። ኮሎኔል መንግሥቱ ኃ/ማርያም በሁኔታው ተደንቀው ስብሰባው እንዳለቀ ወዲያውኑ ጽ/ቤታቸው እንደገቡ ፍስሐ ገዳን በሰሜን ኮሪያ የኢትዮጵያ አምባሳደር፣ ዕድለኛውን ባለጊዜ ተሾመ ደስታን ደግሞ የኢትጵያ ቱሪዝምና ሆቴሎች ኮሚሽን ኮሚሽነር አድርገው ሾሙ። ተሾመ ደስታ ስለቱሪዝምና ሆቴል ምንም የሚያውቁት ነገር የላቸውም፣ ሆኖም ግን ለሊቀ መንበር መንግሥቱ ከፍተኛ የሆነ የመንፈስና የስንልቦና ምንጭ ሆነው ተገኙ። ከተስፋየ ወ/ሥላሴና ጄኔራል ተስፋየ ገ/ኪዳን የሚመጣውን ማናቸውንም መመሪያ ወይንም ትዕዛዝ ሁሉ ከታላቅ ወንድማቸው ከመንግሥቱ ኃ/ማሪያም እንደመጣ አድርገው ስለሚቀጥሩት ምንም ዓይነት መጠያየቅ ወይንም ማጣራት የሚባል አይኖርም። በማግሥቱ ከዋና ሥርአስኪያጁ አቶ ብሩክ ደበበ ጋር ሄጄ ሪፖርት አደረኩና እግረመንገዴን አለሳልሼ የሚያውቀው ነገር ቢኖር ጠየኩት። በእርግጥ ምን መሆኑን አናውቅም፣ ግን ከሌፍተንናንት ጄኔራል ተስፋየ ገብረኪዳንና ከኮሎኔል ተስፋየ ወ/ሥላሴ አካባቢ የመነጨ ጉዳይ እንደሆነ ነው የሰማነው በጭምጭምታ አለኝ። ሥራን በተመለከተ ከኮሚሽነሩ በተሰጠኝ መመሪያ መሠረት ወደፊት ተፈልገ እስከሚሰጥህ ድረስ ደመዎዝ እንደማይከፈልህ ነው። ሆኖም በየጊዜው እኔን እየደወልክ ወይንም በአካል እየመጣህ አስታውሰኝ ብሎ አሰናበተኝ። ጉዳዩ ተውተብትቦ ብዙ ሰዎችን የሚያነካካ ሆኖ ተገኘ መሰለኝ ሻዕቢያ በውስጥ አርበኞቹ በእነ ሌ/ጄኔራል ተስፋየ ገ/ኪዳንና በኮሎኔል ተስፋየ ወ/ሥላሴ በኩል የብቀላ ብትሩን ያወርድብኝ ጀመር። ኤርትራ በሚገኙ የሲቪልና የወታደር ባለሥልጣናት በኩል ያላሰለሰ ጥረት ቢደረግም ምንም ነገር ሊፈይድ ሳይችል ቀረ። የእኔም እንግልት ወደ ሌላ ምዕራፍ ተሸጋግሮ

ያለሥራና ደመዎዝ እንደገና የቀድሞ ጓደኞቼ ሸክም በመሆን ለስድስት ወራት ቀየሁ። በማናውቀው ጥፋት ያለ ሥራ የጓደኞችህ ሸክም ሆነህ መኖሩን ስለማልፈልግ ከነበረህ ደረጃ አራት ደረጃ ያህል ዝቅ ባለ በመዋቅር ውስጥ የሌለና አስፈላጊ ባልሆነ የቱሪስት ሆቴል የማታ ሱፐርቫይዘርነት የሥራ መደብ የነበረችህን ደመዎዝ እንደያዝክ ልመድብህ ስለአሰብኩ ሞራልህ የሚነካ መስሎ ካልታየህና እንደ ፍትሕ መጓደል ቀጥረህ ወደ ሌላ ችግር የማታስገባን ከሆነ በመዋቅር ውስጥ የሌለና አስፈላጊ ባልሆነ የቱሪስት ሆቴል የማታ ሱፐርቫይዘርነት የሥራ መደብ ልመድብህ ስለአሰብኩ ቃል እንድትገባልኝ ብሎ አስተዛዝኖ ያማከረኛል። ስከአሁን ድረስ በትምህርት ደረጃየም ሆነ በሥራ ተመክሮየ ተመጣጣኝ የሥራ መስክ አግኝቸም አላውቅ። በሌላ በኩል አንድም ቀን ቅር ብሎኝም አያውቅ። የምፈልገው ትንሽም ሆነች ምንም፣ እየሰራሁ ጊዜየን ማሳለፍና በማገኛትም ደመዎዝ ጓደኞቼን ከማስቸገር እራሴን ችየ በአቅሜ ለመኖር ነው ፍላጎቴ በመሆኑ ምንም ቅር እንደማይለኝ ቃል እገባልሀለሁ ብየ አስረዳሁት። አቶ ብሩክ ደበብ ከኮሚሽነር ተሾመ ደስታ ጋር ባለመግባባቱ ከቦታው ተነስቶ ሌላ ጋር እንደሚሄድ ያውቃል። ከነበረችኝ መናኛ ደረጃየ በአራት እርከን ዝቅ ብየ እንዳገለግል ተደርጎ ቱሪስት ሆቴል አመራሁ።

10.19 ከ 12 በላይ የሆኑ የአሜሪካን እርዳታ ድርጅት አይሮፕላን ሠራተኞች በሆቴሉ ከዓመት በላይ ቀይታቸው!

ወ/ሪት ኒኒ ከጠባቂዎቿና ከክለላ ሠጭዎቿ ጋር ሆና እኔን ከባድ ወጥመድ ውስጥ ባስገባችኝ ወቅት በሆቴሉ ከ 12 በላይ የሆኑ የአሜሪካን የእርዳታ ድርጅት አይሮፕላን አብራሪዎችና የአይሮፕላኑ ሠራተኞች (ሁሉም ነጮች) ከ1976 ዓ. ም. አጋማሽ ጀምሮ ይኖሩ ነበር። እኔ ከኤርትራ ተባርሬ ወደ ሀገሬ እስከተመለስኩ ድረስ እንደነበሩና ከዚያም በኃላ ብዙ እንደቀዩ ሰምቻለሁ። የእርዳታ ሰጭው ድርጅት ስም ተዘንጋኝ፣ ሆኖም ታዋቂና እንዲያውም በእርዳታ ስም እየገቡ የአሜሪካንን ጥቅም የሚያራምዱ ናቸው እየተባሉ አፍቃሪ አሜሪካ ባልሆኑ የደርግ ተቃዋሚዎች ይኮነኑ እንደነበሩ አስታውሳለሁ። እርዳታውም የሚሰጠው በሻዕቢያና በወያኔ ነፃ መሬት አካባቢ ነበር። ይህንን ሁኔታ በመጀመሪያ አሥመራን ለቅቄ ከመውጣቴ በፊት በዋዜማው ዕለት ያነጋገርኩት የፖሊስ ኮሌጅ ምሩቅ የነበረው የክፍለ ሀገሩ የደሕንነት ተወካይና ቀጥሎም አዲስ አበባ ከገባሁ በኃላ ሻምበል ዓለማየሁ ወ/ሰማያት ካጫወቱኝ ቁምነገሮች ጋር ከመመሳሰሉም ባሻገር አባባላቸው ሁሉ ትክክለኛ እንደሆነ ተሰማኝ። ደርግ ከ1977 ዓ. ም. ጀምሮ የተላና የበሰበሰ ዛፍ መሆን የጀመረበት ወቅት ነበር። በባዕዳን ሴራ (አሜሪካና እሥራኤል) ይህ ተልቶና በስብሶ ተንጋዶ የነበረው የደርግ መንግሥት ለሻዕቦያና ለወያኔ የተመቻቸ ሁኔታዎች ተሟልተው እስከሚገኙ ድረስ ከውስጡ ሕይወት አልባ ከውጭ በኩል ደግሞ ደካማነቱና ሕይወት አልባነቱ ተሸፍኖ በውሸትና በጉራ ኃይል ጠንካራ በመምሰል እየተንገዳገደ እንዲቀይ ማድረግ የተጀመረው አሜሪካኖቹ በሆቴሉ መኖር ከጀመሩ ከጥቂት

ወራት በኃላ ጀምሮ እንደሆነ እምነቴ ነው። በሆቴሉ ይኖሩ የነበሩት የአሜሪካን የእርዳታ አይሮፕላን አብራሪዎችና ሠራተኞች እንደልባቸው በሻዕቢያና ወያኔ ነፃ ክልል መብረራቸውና መንቀሳቀሳቸው በእርግጥም የአገራቸውን ብሔራዊ ጥቅም እንደሚያራምዱና ደርግ በአሜሪካና በእሥራኤል ቁጥጥር ሥር የወደቀና ሞቶ የሚንገዳገድ ትረኛ ኃይል ነው የተባልኩትን በእርግጠኝነት አመንኩ። ከዚያን ዘመን ጀምሮ የሠራዊቱ ከፍተኛ አዛዦች በዶላር እየተገዙ ሠራዊታቸውን እያጋለጡ መሄድ ተጀመረ። ጠንካራውን ወታደር ጄኔራል ታሪኩ ላይኔ ተረባርበው አስገደሉ፣ በመፈንቅለ መንግሥት ሳቢያም የማይገኙ ወታደራዊ አዛዦችና መሪዎች በቀላሉ ተደብድበው ሀገሪቷን ያለጠባቂ አስቀሯት። በገቢ ምንጭነታቸው አክብሬ ሳስተናግድ በጀርባ የሚሉትና የሚያደርጉትን ባላውቅም እነሱም ሲገናኙኝ አርቲፊሻሉን ነጭ ጥርሳቸውን በማሳየት አክብሮት በተላበሰ መልክ ነበር የሚያስተናግዱኝ። ከእነሱ ጋር የሚገናኙትን ከፍተኛ የጦር መሪዎችንና አዛዦችን እንዲሁም ሚኒስቴሮችን ስመለከት በትክክልም አሜሪካኖቹ በእርዳታ ስም ሌላ ተልዕኮ እንደነበራቸው ነበር በሁኔታው ለማመን የቻልኩት።

10.20. ኮሎኔል ተስፋየ ወ/ሥላሴና ኮሚሽነር ዳዊት ወ/ጊዮርጊስ ጽ/ቤት

ከአሥመራ አዲስ አበባ ገብቼ ለኮሚሽነር ተሾመ ደስታ ሪፖርት እንዳደረኩ "ምክኒያቱን ለማወቅ ካስፈለገህ ርዕሰ ብሔሩን መጠየቅ ይኖርብሃል" ብለው ያስደነገጡኝን በማስታወስና አቶ ብሩክ ደበበም ከኮሎኔል ተስፋየ ወ/ሥላሴ ጽ/ቤት አካባቢ ሳይሆን አይቀርም ብሎ ስለጠቀሰልኝ ቀጥታ ወደ ቢሯቸው ሄድኩኝ። ቢሯቸው ስገባ በወቅቱ ልዩ ጸሀፊያቸው/ረዳታቸው ሆኖ ያገኘሁት የራሴው የኮርስ ጓደኛየ ደብረታቦሬው ሻምበል መስፍን አሰገድ ነበር። ሻምበል መስፍን አሰግድ እንደሌሎቹ ጥቂት መኮንኖች ሀገር ቤት ተመልሼ ከገባሁ ጀምሮ እኔ ጋር ላለመታየት ያላደረገው ሙከራና ያልተከተለው መንገድ አልነበረም። ከሩቅ ሲያየኝ መንገድ ሰብሮ ይሄድ ነበር። ይህ የሆነው ወደ ጆሮ ጠቢነት ኢንዱስትሪ በሽግግር ሂደት ላይ እንዳለና ገና መደበኛ ፖሊስ እያለ ነበር። ለምን እንደዚያ እንደሚያደርግ ይገባኝ ስለነበር አንድም ቀን ተቀይሜም አላውቅ። በመጨረሻም ሳላስበው እሱ ከሚቆጣጠርበት ቢሮ ስተት ብየ ገባሁ። አሁን የደሕንነት ትልቅ ሰዎች መካከል በመመደቡ የሚፈራው ወይንም የሚያስፈራው ነገር የለውም ብየ ተዝናናሁ። በምሕረት ከገባሁ ለመጀመሪያ ጊዜ ነበር መነጋገራችን። የመጣሁበትን ጉዳይ በቀድሞው ጓደኝነታችን ሳይሆን ቀን በሰጠው ባለሥልጣንነቱ በአክብሮት አጫወትኩት። ኮሎኔሉንም ለማነጋገር እንድችል ጠየኩት። ጉድ ነው እኮ! "አያሌው እንኳን በሰላም ከኤርትራ ተመለስክ፣ አምላክን አመስግን፣ መጥፎ አደጋ ላይ ነበርክ። እሳቸው ጋር መግባቱ ዋጋ የለውም፣ እግዚአብሔርን እያመሰገንክ ሥራ መፈላለግ ነው መልካሙ" ብሎ ከፊቱ እንድርቅለት ዓይነት ነገር ነግሮ ሊሸኘኝ እንደፈለገ ምክኒያቱን ለማወቅ ፈልጌ ነው እኮ መስፍን ብየ ስጠይቀው "የሚነግሩህ አይመስለኝምና ተወው፣ አያሌው!" ብሎ ማስጠንቀቂያም፣ ምክርም፣ ነገሮ

ሰጥቶ አሰናበተኝ የራሴው የኮርስ ጓደኛ። ለተስፋየ ወ/ሥላሴ ፀረ-ኢትዮጵያና ፀረ-አንድነት ተግባሩ በታማኝነት የተባበሩትን ወደ ውጭ ሀገር በኤምባሲ ሲመድባቸው መስፍን አሰገድን ገንዘብና ፓስፖርት አሸክሞ ለንዶን ተመድቦ እንደወጣ ከቀድሞ ጓደኞቼ ተነግሮኛል።

ከተስፋየ ወ/ሥላሴ ጽ/ቤት እንደወጣሁ ቀጥታ የዚያን ጊዜውን የእርዳታ ማስተባበሪያና ማቋቋሚያ ኮሚሽን ኮሚሽነር የነበሩትን የቀድሞውን የውጭ ጉዳይ ሚኒስቴር ቃሚ ተጠሪ በኃላ የኤርትራ ክፍለ ሀገር ኢሰፓአኮ ተጠሪ የነበሩትን ሻለቃ ዳዊት ወ/ጊዮርጊስን ለማነጋገር ጽ/ቤታቸው በመሄድ ለማነጋገር ቀጠሮ አሲያዝኩ። ጸሀፊዋ ከሚመለከተው መምሪያ ኋላፊ ጋር ልትልከኝ በመፈለጋ ጉዳዩን እንድገልጽላት በማሳሰቧ በመዋሸት ውጭ ሀገር የሚገኝ የሁለታችን ጓደኛ ለእሳቸው በግል መልዕክት እንዳደርስ ስለላከኝ እሳቸውን ማግኘት ይኖርብኛል ብየ ድርቅ ስልባት ለማነጋገር ቀጠሮ ከያዙት እንግዶች ጋር መዝግባኝ ተራየን ተጠባብቄ ገባሁ። እሳቸው አያውቁኝም፣ እኔ ነኝ ማወቅ ብቻ ሳይሆን ምንጊዜም የማልረሳቸው። እሳቸው ሊያውቁኝ የሚችሉት ምንአልባት የመጣሁበትን ጉዳይ ስገልጽላቸው ሊሆን ይችላል። ማንነቴን በማስተዋወቅ ካርቱም ለሚገኘው የኢትዮጵያ ኤምባሲ እጄን ሰጥቼ እንደሌሎቹ ባጭር ጊዜ ሀገር ቤት መላክ ሲገባኝ የእኔ ጉዳይ ለየት ብሎ በመታየቱ እንደሌሎቹ በቀላሉ ለመግባት ባለመቻሌ በእርስዎ ድጋፍና ትብብር አገሬ እንደገባ ችያለሁ በማለት የቅጥፈት ምስጋና አቀረብኩ። በእርስዎ የተላለፈውን ቴሌግራም ከኤምባሲው ቻርጅ አፌየርና ከደሕንነቱ ተወካይ ለማየት እንደቻልኩ ሁሉ ጠቀምኳቸው። አገሬ ከገባሁ ጀምሮ እስከአሁን ድረስ ያሳለፍኳቸውን አባሴ ሁሉ አስረዳኃቸው። ቅሬታ በሳቸው ላይ ያለኝ መሆኔን ላለማሳየት እሳቸውን ለማነጋገር ውጭ ጉዳይ ሚኒስቴር ቃሚ ተጠሪ በነበሩበት ወቅት ሄጄ የተባልኩትን ለማስታወስ አልፈለኩም። እሳቸው ግን በሚገባ አውቀውኛል፣ አስታወሰውኛልም። ስሜን በድጋሜ ጠየቁኝና ገለጽኩላቸው። ጓድ አያሌው ሲሉኝ ጌታየ ገና የመቶ አለቃ ወይንም አቶ ተብየ ነው የምጠራው የፓርቲ አባል የመሆን እድል ገና አልደረሰኩም ስላቸው ግድ የለም ያው ነው ሁሉም አሉና ስላለፈው ለማወቅ አትጨነቅ፣ ያለፈ በመሆኑ ሊያሳስብህ አያስፈልግም። አሁን ማሰብ ያለብህ የወደፊቱን ነው፣ ከሥራ ብትባረርም፣ በትታገድም ዞሮ ዞሮ ሥራ የመሥራት ፈቃድ ከደርግ በኩል ለቱሪዝም ኮሚሽን አንድ ጊዜ እንደተጻፈልህ ስለማውቅ ደርግ ጽ/ቤትን ድጋሜ ለማስፈቀድ እላይ እታች ማለት ስለማያስፈልግ በእኔ ሥር የሆነ የመምሪያ ኋላፊ አድርጌ ልመድብህ ስለምችል ፍቃደኛነትህን ነገረኝና ባጭር ጊዜ ውስጥ ዝውውሩንና መደባውን እንዲፈጸም አደርጋለሁ ይሉኛል ሻለቃ ዳዊት ወ/ጊዮርጊስ። የመምሪያውን ሥም ዘነጋሁት። ይህ የምሰጥህ የመምሪያ ኋላፊነት ቦታ ወደፊት ለሌላ ከፍተኛ ዕድሎች መረማመጃ ሊረዳህ የሚችል መምሪያ ነው ይሉኛል። እኔ የፈለኩት የብዙ ዘመን የችግር መንስዔ የሆነኝን ምክኒያትና ምንጩን በማወቅ መንግየ ለማውጣትና ከይሆናል ጥርጣሬና ግምትም በመዳን እፎይታ ለማግኘት ነበር። እሳቸው ግን ማወቅም አያስፈልግህም፣ ግን

ቀንጆ የሆነውን መምሪያ በኋላፊነት ውሰድ ብለው ካሳ ይሁን ወይንም ከልባቸው በአዘኔታ ተቀርቁረው ለማወቅ ባለመቻሌ ላስብበትና ተመልሼ ልንገረዎት እግሬ አውጭኝ ብየ ጠፋሁ። በዓመቱ ገደማ ኢትዮጵያን ተሰናብተው እንደወጡ በሬዲዮ ሰማሁ።

10.21. የቱሪስት ሆቴል የምሽት ሱፐርቫይዘር ሆኜ መመደቤ፣ የኮሎኔል ሸዋረጋ ቢሆነኝ ምክር፣ የእነአያሌው ከበደ ተሰማ አዲስ አሉባልታና የሆቴሎች የኢሠፓ መሠረታዊ ድርጅት ሴራ

ኤርትራን ለቅቄ አዲስ አበባ ሪፖርት ባደረኩ ሳምንትና ሁለት ሳምንት ገደማ ወ/ሪት ኒኒ በማንኛው የመንግሥት ባለሥልጣን መሆኑን ባላውቅም በቁጥጥር ሥር እንድትውል መደረጋን ሰማሁ። ይህም ለእኔ በመቀርቀር ሳይሆን ከላይ አካባቢ ለመጠቀም እንደሞከርኩት በኤርትራ የሚገኙት ባለሥልጣን በራሳቸው ግዛት ሌላ የማያውቁት አካል እንዳለና እነሱ እንደዕቃና ትልቻ እንደታዩ ስለተሰማቸው እንደሆነ ነበር። ከአሥመራ ተነስቼ አዲስ አበባ በገባሁ ከስድስት ወር ያለሥራና ደመዎዝ ክፍያ ከቆየሁ በኋላ አዲሱን የቱሪስት ሆቴል የማታ ሱፐርቪይዘርነት ስራየን ጀመርኩ። በቱሪስት ሆቴል የማታ ሱፐርቫይዘር ማለት የማታ የዘበኞች አለቃ ሥራ ማለት ነው እንጂ ለቱሪስት ሆቴል የማታ ሱፐርቫይዘር አይስፈልገውም። በዚያን ዘመን ከጊዮን ሆቴል በስተቀር ሌሎቹ ትላልቅ ሆቴሎች እንኳን የምሽት ሱፐርቫይዘር ቀርቶ የምሽት ሥራ አስኪያጅ አልነበራቸውም። አዲሱን ሥራ በጀመርኩ በሳምንቱ ከአቶ ካሳ ከበደ የድኩማን ማቋቋሚያ ድርጅት ባልደረባ የሆነው አቶ አይቸው በላይና በቱሪዝምና ሆቴሎች ኮሚሽን ሥር በዝርፊያ፣ በዋልጌነት፣ በስካር፣ በብኩንነት የተበከሉት አያሌው መርጊያው አሥመራ እያለ የውጭ ሀገር ንጹህ ሴት አሳስሮ አዲስ አበባ በክብር ተመልሷል። በዚህም የጀብዱ ተግባሩ አሁን የያዘውን የሥራ ቦታ ሊያገኝ ችሏል እያሉ በከተማው ማስወራትና ማስራጨት ተያያዙት። ጆሮ ለባለቤቱ ባዕድ ነው እንዲሉ ወሬው በከተማው ሲናፈስ ለእኔ ድብቅ ሆኖ ቀየ። ለመጀመሪያ ጊዜ በእኔ ላይ የሚናፈሰውን ይህንን አዲስ ፀረ-አያሌው መርጊያ ዘመቻና ቅስቀሳ ያጫወተኝ የወ/ሮ ስኅን ሁለተኛ ደረጃ ትምህርት ቤት የክፍል ኃደኛየ ዶ/ር ፍሰሐ የተባለው የአዲስ አበባ ዩኒቨርስቲ መምህርና በኃላ ገደማ የተማሪዎች ዲን የነበረው ወሎ ተወልዶ ያደገው አምቼ ነበር። ዶ/ር ፍሰሐ እስከ 1983 ዓ. ም. ድረስ በቀራጥነት ኮምበልቻ ተወልጄ ያደኩ ኢትዮጵያዊ ልጅ ነኝ ባይ ነበር። በዚያው በቀድሞ አቋሙ ፀንቶ ይቀይ ወይንም ኤርትራዊ እንጂ ኢትዮጵያን አላውቅም ይበል አይበል ሳላውቅ ነበር ሀገሬን ጥየላቸው የወጣሁት።

አብዛኛው የአዲስ አበባ ዩኒቨርሲቲ መምህራን በተለይም በቅርበት ምክኒያት የሳይንስ ፋኩሊቲ መምህራን ቀዝቃዛ ቢራ ምን ጊዜም ከሆቴሉ ስለማይጠፋ ቱሪስት ሆቴልን ያዘወትራሉ። ዶ/ር ፍሰሐ ሥራ በጀመርኩ ወር ባልሞላኝ ገደማ አፈላልጎ ያገኘኝና ሸረጋ ሆቴል እንድንገናኝ ለሁለታችንም አመች የሆነ ቀን ቀጠሮ ያሲዘኛል። በቀጠሮ ቀን ተገናኝተን መጫወት ከመጀመራችን በፊት

በሚያስገርም መልክ እንዲህ ብሎ ጥያቄ ያቀርብልኛል። "እኛ የምናውቅህና በሌሎችም ትታወቅና ትታማ የነበረው፣ ካንተም ጋር ላለመቀራረብ ያስጨንቀን የነበረው የ'ሲ. አይ. ኤ. ወኪል እንደሆንክ፣ የምዕራባዊያን ሰላይ እንደሆንክ፣ የአናርኪስቱ ኢሕአፓ ታማኝ ሎሌ እንደሆንክና ባጠቃላይ በፀረ-አንድነትና በፀረ-አብዮታዊነት ታሪክህ ነበር። ለዚህም ነበር ካንተ ጋር እንዳንታይና እንዳንገናኝ በየጊዜው ወዳጆች ይመክሩን የነበረው። ለዚህም ነበር እኔ እራሴ ኤርትራዊ በመሆኔ ከአንተ ጋር ስገናኝ ጥንቃቄ በተመላበት ሁኔታ እንገናኝህ የነበረው። አሁን ግን ያ ሁሉ ፈርሶና ፈራርሶ ባንዳፍታ ታማኝ የደርግ አሽከር ሆነህ በከፍተኛ ደረጃ በሰላይነት እንደተመደብክና እንዲያውም ግንኙነትህ ከማንም ጋር ሳይሆን በቀጥታ ከመንግሥቱ ኃ/ማሪያም ጋር እንደሆነ ነው በየቦታው የሚነገረን። ከደርግ ታማኝነትን የተጎናፀፍከው ከመቼ ውዲህ ነው? ይለኛል። እኔም እባክህ ይህ በቱሪስት ሆቴል ከአረቦች ጋር በልክስክስ ጥቅም የጠበቀ ግንኙነት ባላቸው ሠራተኞች ገና ለገና በፍራቻ የሚነዛብኝ የማስፈራሪያ ዘመቻ ነውና ተወው እለዋለሁ። "አይምሰልህ! በሁሉም ሆቴሎች ነው የተነገረን። የተሰጠን ማስጠንቀቂያ 'እናንተ የዩኒቨርሲቲ መምህራን በቱሪስት ሆቴል የሚሰራው መቶ አለቃ ሲያዩት ጨዋና መልካም ወዳጅ እየመሰላችሁ እንዳትታለሉ! ታማኝና ጠንካራ የደርግ አገልጋይ በመሆኑ የስለላ ተግባር ለማከናወን ነው ወደ እኛ የተላከው፣ የተመደበውም ለእናንተ ቅርበት እንዲኖረውና እናንተን ለመጥባት ሆን ተብሎ የተደረገ ምደባ ነው። መቶ አለቃው የቀድሞ የፖሊስ ባልደረባ ሲሆን በሥራ ላይ ሳለ የሠራዊቱን አባላት ደመወዝ ዘርፎ በቦረና ነገሌ በኩል ወደ ኬንያ ሊወጣ ሲል ተይዞ ከርቸሌ ልስድስት ዓመት ታስሮ የእነ ሻምበል አለማየሁ ኃይሌ የኮርስ ጓደኛ በመሆኑ የተፈታ የለየለት ዘራፊ ነው። ከተፈታ በኃላ ለስለላ ተግባር ጠቃሚነቱ በመታወቁ ከ1968 ዓ. ም. ጀምሮ በሆቴል ሠራተኛ ሽፋን በደርግ ተሹሞ ቱሪዝምንና ሆቴሎችን እያተራመሰ ይገኛል' በማለት አጫውተውናል። ይህን የምነግርህ ያልሰማህ ወይንም ያላወክ እንደሆነ ዘመቻው ከየት አካባቢ እንደመነጨ አውቀህ የሚሆነውን ለማድረግ እንድትችል ነው። እኛን ምንም ያህል ሊያታልሉን አይችሉም፣ ግን ሌሎች ከዩኒቨርሲቲው ውጭ የሚታለሉ የዋህ ዜጎች ሊኖሩ ስለሚችሉ የእነሱን አስተሳሰብ በመለወጥ ጥላቻ እንዳይፈጥሩብህ በመስጋታችን ነው ብሎ ያጫውተኛል።

ቃጥፊውና ዋሽተው በጥላቻ የወነጀሉህ መሆኑን ጥርጥር የለውም፣ ሆኖም ምን ያህል ባንተ ላይ የተቀነባበረ ሴራ እንደሚካሄድ አውቀህ እንድትጠነቀቅ ይሁን" ብሎኝ ተለያየን። ቀጥታ ባጠገቤ ካሉት የሳይንስ ፋኩልቲ ወዳጆቼና ጓዶቼ ከአቶ አሕመድ፣ ከዶ/ር ዳንኤል ዘውዴ፣ ከዶ/ር ዮሐንስ ጥሩነህ ጋርና ከሙሀመድ አሰን ጋር ለመነጋገር ወደ ቢሯቸው አመራሁ። ሌሎቹን ሳላገኝ ዶ/ር ዳንኤልን አገኘሁት፣ ለምን እየሰሙ ሳይነግሩኝ እንደቀሩ አፋጠጥኩት። ሌላ ምንም ሳይለኝ "አንተን የምናውቅህና የምናከብርህ በጠንካራነትህና በቻይነትህ እንደሆነ እና ስንት መከራና ችግር ያለፍክ በመሆንህ ይህንን እርካሽ አሉባልታና የሥም ማጥፋት ዘመቻ ንቀህ ከቀሻሻ ማጠራቀሚያ

ወርውርላቸው" ብሎ ሸኘኝ። ሙሀመድ አሰንን ክፍል ስለነበረው ላገኘው ባለመቻሌ ማታ ተጠባብቄ ለማነጋገር ወሰንኩ። ባለቤቱን ወ/ሮ ዘሐራ ሙሀመድን ሙሀመድ ቤት መጥቶ ከአንቺ ፊት የማነጋግረው ቁም ነገር ስላለኝ እንቅልፍ እንዳይወስድሽ ብየ አስጨነኳት። ሙሀመድም በጊዜ መጥቶ ጉዳዩን መግለጽ እንደሞከርኩ ወ/ሮ ዘሐራ መሀመድ አሳቃት። አያሌው ይቅርታ፣ ጉዳዩ ይህ መሆኑ አልገባኝም ነበር። ይህንን አሉባልታ ከመሥሪያ ቤቱ በሰፊው ተጋኖ በመናፈሱ በሩቅና በቅርብ አንተን በደንብ የሚያውቁ ያሳለፍከውን የመከራ ጊዜና አሁንም ያለህበትን ሁኔታ በመዘርዘር ወሬውን በመሥሪያ ቤታችን ቅጥር ግቢ አስገብተው የሚያናፍሱትን እያሳፈሩና እያዋረዱ አፋቸውን አዘግተዋቸዋል። ወሬውን በመሥሪያ ቤታችን በማስገባት ያናፈሱት አንተን አውቅውህ ሳይሆን ከውጭ ካሉባልተኞች ምንአልባትም ከሚገቡበት ሆቴሎች ባገኙት ወሬ በመመረዛቸው ስለነበር ሁሉን እንደተረዱ መፀፀታቸውንና ማዘናቸውን በምግለጽ በውይይት ከበብ ወቅት ይቅርታ ጠይቀዋል። እኔ እንደማላውቅህ ሆኜ አዳማጭ ሆኜ አዳምጥ ነበር። ታዲያ ስንት መከራና ግፍ እንዳመጣጡ በማሳለፍ የኖርክ ትዕግሥተኛና ቻይ ሰው ይህ ልክስክስ ወሬ ከቁም ነገር ቀጥረህ እንደዚህ መሆንህ ካንተ አልጠበኩትም ብላ አፌን አሲያዘችኝ። ዘሐራ ከአዲስ አበባ ዩኒቨርሲቲ በጆኦግራፊ እንደተመረቀች የተመደበችው ከውጭ ጉዳይ ሚኒስቴር ባጠገብ ከነበረው የካርታ ኮሚሽን ነበር። ዶ/ር ፍስሐ የሥም ማጥፋት ዘመቻውን ምንጭ ለማወቅ ጥረት አድርግ ብሎ የመከረኝ ትክክል መሆኑን በመረዳቴ ይህንን የተቀነባበረ የሥም ማጥፋት ዘመቻ ማነው ጠንሳሹ? ከየት አካባቢ መነጨ? ዓላማውስ ምን ይሆን? ለሚሉት ምላሽ ለማግኘት ቀርጬ ተነሳሁ። እንዴትስ ስለሆነች የውጭ ሀገር ሴት መታሰር ከእኔ አስቀድመው ሊያውቁ ቻሉ? ከብዙ ውጣ ውረድ በኋላ የተባለውን የድኩማን ማቋቋሚያ ድርጅት ሠራተኛ የሚያውቅ በወቅቱ የአዕምሮ፣ የሥነልቦናና የመንፈስ መታወክ የነበረው አቶ ሙሴ (ያባት ስም ተዘነጋኝ) የሚባል በሆቴሎች ኮርፖሬሽን እንዳለው አረጋገጥን። የቀድሞ መልካም ወዳጄና ጋደኛየ ጎጃሜው ጥሩነህ አቶ ሙሴን እንደሚቀርበው ተነገረኝና ጥሩነህን አፈላልጌ አግኝቼ አጫወኩት። ወሬውን እሱም እንደሰማና በአዲስ መልክ ፀረ-አያሌው ቅስቀሳና ዘመቻ መካሄድ እንደተጀመረብኝ ጠቆመኝ። ሙሴን እንደሚያነጋግረው ተስፋ ሰጥቶኝ በተለያየን በሳምንቱ ገደማ የአቶ ካሳ ከበደ ተሰማ ታናሽ ወንድም አቶ አያሌው ከበደ ተሰማ በአቶ ካሳ ከበደ አማካኝነት ከፍተኛ ሥልጣን ላይ ደርሰው ለነበሩት ለአቶ ካሳ ከበደ ተሰማ ታማኝ አገልጋዮች ባጫወታቸው ጊዜ አቶ አይቼው በላይ ከእነሱ አካባቢ ቀሞ ስለነበር በመስማቱ እንደሆነ ከሙሴ ለማወቅ ቻልን። አሁን ነገሩ ሁሉ ግልጽ ሆነልኝ። ከአሥመራው ችግር ጋር የተያያዘና ተከታታይ እንደሆነም ተረዳሁ። መኩሼ አያሌው ከበደ ተሰማ ግዳጅ ኖሮት በግዳጅ እንዳከናወነ ተረዳሁ። ይህ በእንዲህ እንዳለ በሰባተኛው ወር ገደማ ኮሎኔል ሸዋረጋ ቢሆነኝ ከኤርትራ አዲስ አበባ መጥቶ ጊዮን ሆቴል ማረፉን ሰማሁ። በቀጠሮ ጊዮን ሆቴል ከመኝታ ቤቱ ተገናኝተን ለብዙ ሰዓት ስንወያይ ቆየን።

ኤርትራ እያለሁ ወይንም አዲስ አበባ ከመጣሁ በኃላ ለምን ሳልታሰር ወይንም ሌላ ከባድ አደጋ ሳያደርሱብኝ በሪፖርት አድርግ ውሳኔ ብቻ ለቀቁኝ ለሚለው ጥያቄ ኮሎኔል ሸዋረጋ ቢሆነኝ እንዲህ ነበር ያለኝ። "በእርግጥ ሊያስሩህ ወይንም ሊያስገድሉህ አለበለዚያም ወንበዴዎች ይዘውህም ሊሄዱ ይችሉ ነበር። የረዳህና የጠበቀህ ያንተ ግልጽነት፣ ቀጥተኛነትና ደፋርነት ብቻ ነው። ይህም ማለት በቀጥታ ሳትፈራና ሳትደብቅ ችግርክን ለእኔ ከዚያም ለሻምበል ቂናጢ ተዓ እንደገናም በእሱ አማካኝነት ለዶ/ር ተፈራ ወንዴ በማቅረብህ ነው። በእነሱ ግምት በተሰጠው ማስጠንቀቂያ ስለሚፈራ ለማንም አይናገርም፣ ለጥያቄአችን እንኳን ተስማሚ ምላሽ ባይሰጠንም ጉዳዩን ከራሱ ጋር አምቀ ይይዛል እንጂ ደፍሮ ከክፍለ ሀገሩ የወታደሩና የፓርቲ ከፍተኛ አካል ጋር አያደርስም። በሌላ በኩል ቀንጆዋን ጣሊያናዊት ላለማጣትም ሲል አድቦ ይቀመጣል ነበር አሳባቸው። ለመተባበር ፈቃደኛ አለመሆንህን ብትገልጽላቸው በዚያን ወቅት ምንም አያደርጉህም። ለማጥፋት ከፈለጉ ቀስ አድርገው አዘናግተው ወደ ኃላ ገደማ ነበር። ጉዳይህ ከማንም ጋር ሳይያያዝና ሳያነካካ መድፈንና መዝጋት በመፈለጋቸው በሕይወትህና በአካል ምንም ጉዳት ሳያስከትሉብህ በቁምህ ለአሳር ለመከራ መዳረግ በመፈለጋቸው አሁን የተወሰነብህን እርምጃ/ቅጣት እንድታገኝ አስደረጉ። አሁንም እንደወትሮህ አያሌው የሆንክ አልመሰላቸውም ነበር" አለኝ ኮሎኔል ሸዋረጋ እያሳሳቀ። በመቀጠልም፣ "እኛ ከአሥመራ ሆነን አዲስ አበባ ከሚገኙት ጋር ያደረግናቸው ውይይቶች ሁሉ አንተን ብቻ ለመርዳት ሳይሆን ለራሳችንም ጭምር ነበር። በኤርትራ ክፍለ ሀገር ለሚካሄደው ማናቸውም የጸጥታ፣ የደሕንነት፣ የአስተዳደርና የፍትሕ ወይንም ፓርቲ ነክ ጉዳዮች ሁሉ የበላይ ኋላፊዎችና ተጠሪዎች እኛ ነን። ነገር ግን በአንተ ጉዳይ እኛ የሚመለከተን አካሎች ሳናውቅ ከሌላ አካባቢ በመጣ ሪፖርትና ትዕዛዝ እንደባዕድ ዜጋ በአስቸኳይ ስትባረር እኛን ነው እጅትን ያስከፋን። በሥልጣናችንና በኋላፊነታችንን ገብቶ የሚዳክር ሌላ የማናውቀው የውጭ አካል እንዳለ አድርገ ነበር ክፉኛ ያሳሰበንና ያስቀጣን። በአርትራ ክፍለ ሀገር በአስተዳደሩም ሆነ በሠራዊቱ ወይንም በፓርቲው ስለአንተ የሚታወቅ መጥፎ ሪፖርት እንዳለ ጠየቅን፣ አጠያየቅን። ከቀድሞው ስምህና ታሪክህ በስተቀር አሥመራ በአስተናጋጅነት ከመጣህበት ጊዜ አንስቶ በመልካም ዜጋነቱ ብቻ ነው የሚታወቀው ብለው ሁሉም መሰከረውልህል። እነ ገነት መብራሕቱና የመቶ አለቃ ግርማ ወ/ጊዮርጊስ ሆኑ ጄኔራል ተስፋየ ገ/ኪዳን እና ተስፋየ ወ/ሥላሴ ስለአነተ ያካሄድነውን የማጣራት ተግባራችንን አውቀዋል። ይህን እያወቁ ቢያስሩህ፣ ወይንም ቢገድሉህ ለአንተ አስበው ሳይሆን ሁኔታው አሳስቧቸው ጉዳዩን እላይ ለማድረስ የሚችሉ ግለሰቦች እንዳሉ በማወቃቸው ነገሮች ተያይዘው ከወ/ሮ ነገነት መብርሐቱና ከመቶ አለቃ ግርማ ወ/ጊዮርጊስ ጋር ከዚያም ከሁለቱ ተስፋዮች ጋር ሳይያያዝ ከሁሉ መልካም የሚሆነው አንተን አባረው እዚህ መጥተህ በአለህበት መልክ እንድትኖር መፈለጋቸው ጥሩ በትር መስሏቸዋል ብሎ አስናበተኝ።

10.22. ለኢሠፓ አባልነት ስጠየቅ፣ ወዲያውኑ በከባድ የፖለቲካ ውንጀላ ከአባልነት ስሰረዝ የሀገሬ አጠቃላይ ሁኔታ

የኢትዮጵያ ሕዝብ ለዓመታት ባሳለፈው የጦርነት፣ የመከራ፣ የረሃብና የስደት ሕይወት በመንገፍገፍ ለዲሞክራሲና ለፍትሕ መስፈን ያሳየው ትግልና የከፈለው መስዋዕትነት ከፍተኛ ነበር። በአገራችን በኤርትራ ጭምር የነበሩ ዲሞክራቶች፣ አብዮታዊያንና ሀገር ወዳዶች ሁሉ ቀንደኛ ጠላታቸውን፣ የዘውድ አገዛዙን በመቀጠልም የደርግን መንግሥት ለመጣል ተባብረው ታግለዋል። የዕልቂትና የችግር አራማጅ የነበረውን የደርግ መንግሥት የግፍ አስተዳደር በተለያየ መንገድ ሲቃወም፣ ሲታገል፣ በተለያዩ አካባቢ በሚኖሩ ሕዝቦች ላይ ያካሄደውን ጭፍጨፋ ሲያወግዝና ሲያጋልጥ አልፎም አጋርነቱን በደሙና በአጥንቱ ከመግለጽ ባሻገር ይላላም፣ የተዳከመና ዘለቄታም አይኑራቸው እንጅ የጋራ ጠላቶቻቸውን ተባብረው ሊታገሉ የተሰባሰቡ አያሌ ነበሩ። ደርግ የሕዝብን ድጋፍ ያጣ፣ በኃይልና በአምባገነንነት እየረገጠ የሚገዛ መንግሥት ስለነበር እየከሳና እየመነመነ እስከ 1977 ዓ. ም. ደርሶ ከዚህ ዘመን ጀምሮ ግን የተላና የበሰበሰ ዛፍ ሆነ። ከውስጡ ሕይወት አልባ ከውጭ በኩል ደግሞ ደካማነቱና ሕይወት አልባነቱ ተሸፍኖ በውሸትና በተራ ኃይል ጠንካራ በመምሰል መኖር ጀመረ። በአሜሪካንና እሥራኤል ሴራ ይህ ተልቶና በስብሶ ተንጋዶ የነበረው የደርግ መንግሥት ለሎሌዎቻቸው ለሻዕቢያና ለወያኔ የተመቻቸ ሁኔታዎች ተሟልተው እስከሚገኙ ድረስ እየተንገዳገደ እንዲቀይ አደረጉት። ይህን የተላና የበሰበሰ መንግሥት ለመጣል አነስተኛ የሆነ ኃይል በትንሹ ገፋ ቢያደርገው በቀላሉ የሚወድቅና የሚንኮታኮት ነበር። ይህንኑ በቅድሚያ በማጤን የባዕዳን ኃይላት በወኪሎቻቸው ጡንቻ ኢሕአፓም ሆነ መኢሶን ለዚህ ዕድል ደርሰው በመተባበር ደርግን ገፍትረው ለመጣል እንዳይችሉ ሁኔታዎችን ለወያኔና ሻዕቢያ አመቻችተው የራሳቸውን ውድቀት አበሰሩ። የአሜሪካንና የእሥራኤል መንግሥታት ደርግ በቅድሚያ ኢሕአፓን በመቀጠል ደግሞ መኢሶን'ን ከመታና ከመነጠረ በኃላ እራሱ እየተንገዳገደ እንዲቀይ የፈለጉበት በሁለት ዓበይ ምክኒያቶች እንደሆነ ነው፣

1. መጀመሪያው ደርግ በቀጥታም ሆነ በተዘዋዋሪ ለአሜሪካንና ለእሥራኤል የሩቅ ጊዜ ጥቅምና ዓላማ ከፍተኛ ውለታ በመፈጸሙ በምትኩ ለተደረገላቸው አገልግሎት ለእሱ የተቀረቀሩና ያዘኑ በመምሰል ውለታቸውን ለመክፈል የሚያደረጉ አስመስለው ቀሪውን ሕይወት አልባ ጊዜውን እያደር በኢትዮጵያ ሕዝብ ተፈላጊነታቸውና ተዓማኒነታቸው እየጎላ የመጣውን የሕብረ ብሔር ድርጅቶች በተለይም የኢሕአፓ፣ መኢሶን፣ ኢዲዩ፣ ኢ. ፒ. ዲ. ኤ. እና የሌሎች ተቃዋሚ ኃይሎችን ቢቻል በዘመቻ ለማጥፋት ያለበለዚያ በመግታት ካሉበት አካባቢ እንዳይወጡ አፍኖ ለማስቀረት እንዲችል ነበር። ደርግ እየዋለ እያደር ባሳየውና በወሰደው እርምጃ አሜሪካ ጥላቻዋንና ፍራቻዋን እያረገበች መምጣት ከተያያዘች ሰንበታለች። ደርግ በዲሞክራቶችና በጠንካራ ታጋዮች ላይ

በሚወስደው ኢሰብዓዊ ጭፍጨፋና ግድያ አሜሪካና እሥራኤል ከ1969 ዓ. ም. ጀምሮ ጎሽ የእኛ ወንድም ማለት የጀመሩበት ጊዜ ነበር። በዚሁ ምዕራፍ በአሥመራ ከተማ በትልቁ የመንግሥት ሆቴል ከ 12 በላይ የሆኑ የአሜሪካን የአውሮፕላን አብራሪዎችና የአይሮፕላኑ ሠራተኞች የሆኑ ነጭ አሜሪካዊያን ከአንድ ዓመት ተኩል በላይ መኖራቸው በእውነት ሕዝብ ለመርዳት ይሆን? በሀገር ወዳዶችና ዲሞክራቶች ዘንድ ይህ ሁኔታ እጅግ አጠራጣሪ የሆነ ጉዳይ ሆኖ ነበር። ደርግ በራሱና በኃላም በውስጡ በተሰገሰጉት የሻዕቢያ፣ የወያኔና ሌሎች የባዕዳን ሰላዮች አማካኝነት በኢትዮጵያ ምድር በቀላሉ ሊተኩ የማይችሉትን እውነተኛና ጠንካራ ሀገር ወዳድና አብዮታዊያንን፣ ታዳጊ ዜጎችን ባጠቃላይም ከኢትዮጵያና ከሕዝቧ የሚበልጥባቸው ምንም ነገር የማይኖራቸውን የአንድ ትውልድ ዜጎች እንዳሉ ጭዳ በማድረጉ፣ አሜሪካና እሥራኤልም የእነዚህን ተጨፍጫፊ ሰማዕታት የማይናጋ አቋምና ዓላማ ደህና አድርጎ በማወቃቸውና፣ በእነዚህ መስዋዕታት መሪነት በሀገራችን የሚካሄደው የፖለቲካ እንቅስቃሴ አሜሪካና እሥራኤል እንኳንስ በኢትዮጵያና በአፍሪቃ ቀንድ በመላው አፍሪቃ ያላቸው የአካባቢ ተፅኖና ብሔራዊ ጥቅሞቻቸው እንደሚከስምባቸው በቅድሚያ በማወቃቸው ደርግ ያካሄደውን ጭፍጨፋ ከልባቸው ይደግፉ ነበር። የሀገራቸውንና የሕዝባቸውን ጥቅም ለአሜሪካና እሥራኤል እንዲሁም ለአሻንጉሊቶቻቸው አሳልፎ መስጠት ይቅርና የራሳቸውን ጥቅም የካዱ፣ ለኢትዮጵያ አንድነትና ክብር፣ ለሕዝባቸው ልዕልና ብልፅግና የቆሙ መሆናቸውን በመረጋገጣቸው ነበር። ከማርክሲዝም ሌኒኒዝም የቃላት ጦርነቱ በስተቀር ደርግ ለአሜሪካና ለእሥራኤል አንዳችም ጉዳት እንደሌለው እንዲያውም ለእነሱ ዓላማና ጥቅም በተግባር የሚንቀሳቀስ መንግሥት መሆኑን በማጤን በመንግሥቱ ኃይለማርያም ላይ እፀፋዊ የቃላት ዘመቻ ከማካሄድ በስተቀር ደርግን ለመደምሰስ በወቅቱ ሙከራ እንዳይደረግና እየተንገዳገደ እንዲቆይ ነው የፈለጉት። የደርግን ማርክሲስት ነኝ ባይነት ከአንገት በላይና ለማስመሰል መሆኑን አረጋግጠዋል። ከፉከራና ከቃላት የማርክሲዝም ጋጋታና ጥሩምባ ባሻገር ምንም ዓይነት የርዕዩትዓለም ልዩነት በመካከላቸው አልነበረም።

2. ሁለተኛው ዓብይ ምክኒያት ደግሞ ሻዕቢያና ወያኔ በአሜሪካና በእሥራኤል ቡራኬ የታቀደላቸውን ሥልጣን ለማስጨበጥ የሚያስችላቸውን ቅድመ ዝግጅቶች አሟልተው እስከሚያጠናቅቁ ድረስ የመንግሥቱ ኃ/ማርያም መቀየት አስፈላጊ ነበር። ሻዕቢያና ወያኔ በአሜሪካና እሥራኤል ሥልጣን እስከሚፈቀድላቸው ኢሕአፓና ሌሎች የኢትዮጵያን ሥም አንግበው የሚታገሉ ሀገር ወዳድ ኃይሎች እንዳያንሰራሩ ደርግ አስፈላጊውን ዘመቻና ምንጠራ በማድረግ በውስጡም ሆነ በውጭ የሚገኙትን ፀረ-ሻዕቢያና ፀረ-ወያኔ ኃይሎች ባጠቃላይም ፀረ-አሜሪካና ፀረ-እሥራኤል አቋም ያላቸው ተቀዋሚዎች በዘመቻ በመመንጠር ተቃዋሚዎችን ሁሉ አጥፍቶና ሁኔታዎችን እያመቻቸ ሻዕቢያ፣ ወያኔ ሥልጣን እስከሚረከቡበት ጊዜ ድረስ እየተንገዳደገደ እንዲቆይ በመፈለጉ ነበር። ሰፊው

የኢትዮጵያ ሕዝብ የደርግ መንግሥት ሥርዓትን ለመጣል ካካሄደው መራራ ትግልና ከከፈለው መስዋዕትነት ባሻገር አደገኛነቱ በየጊዜው እየጎላ የመጣውንና የተንሰራራውን የጠባብና የተስፋፊ ብሔርተኛነትን ባንድነት በመቃወም ታግሎታል። የተሰባጠረውን የሰፊውን ሕዝብ ትግል የተደራጀ፣ የተጠናከረና የተቀነባበረ አድርጎ ለዘላቂ ፍትሕና ዲሞክራሲ ላለመብቃት፣ የተመቻቸውን ሁኔታዎች ለማኮላሸት ጠባብና ተስፋፊ ኃይሎች በባዕዳን ድጋፍና እገዛና ባደረጉት እርብርቦሽና እኩይ ሴራ የዘመናት መራራ ትግል ፍሬና ድል በአሜሪካ መንግሥት ሳያልሙት ለእነሱ ገፀ-በረከት ተሰጣቸው። ይህ በእንደዚህ እንዳለ ደርግ ሥልጣኑን ለማቀየት የሚችል መስሎት እራሱን በኢማሌዲሕ፣ ኢማሌዲሕን በሰደድ፣ ሰደድን በኢሠፓአኮ፣ ኢሠፓአኮን በኢሠፓ እየለዋወጠ ዘመኑን እንዳራዘመው ሁሉ አሁን ደግሞ ከፊቱ የተደቀነበትን አደጋ የሚያከሽፍ እየመሰለው ከጭፍጨፋ በትሩ የተረፉትን ሁሉ በማሰባሰብ አቅፎ በመሳሪያነት ለመጠቀም ኢሠፓን አፍርሶ ሌላ የማወናበጃ ፓርቲ ለመመስረት ተዘጋጀ። ከአሥራ ሁለት ዓመት በፊት ኮሎኔል አጥናፉ አባተን በቅይጥ ኤኮኖሚ እምነታቸው ምክኒያት እንዳልረሸናቸው ሁሉ የተረሸኑበትን ዓላማ እራሱ በማንገት የቅይጥ ኢኮኖሚን የአገሪቷ የኤኮኖሚ ፖሊሲ ለማድረግ ወሰነ። ወዲያውኑም ኢሠፓን ተክቶ ሁሉንም የሚያቅፍ ፓርቲ "የኢትዮጵያ ዲሞክራቲክ አንድነት ፓርቲ" (ኢዲአፓ) ብሎ አወጀ። ደርግ በሥልጣን ላይ የሚቀይ እየመሰለው ለመጨረሻ ጊዜ የወሰደው አማራጭ ያለስማቸው ስም እየሰጠ፣ ያለተግባራቸው እየወነጀለ ከጨፈጨፋቸው፣ ካሰቃያቸውና ካንከራተታቸው ኃይሎችና አብዮታዊያን ጋር ለመወገን ተገደደና ለተቃዋሚዎች ሁሉ ጥሪ አቀረበ። ታዲያ ሳይሳካለት ቀርቶ እንጂ ቢሳካለት ኖሮ በአዲስ ጉልበትና አዲስ መንፈስ ከድል በኃላ እንደገና እነዚህን ከቀድሞ ጭፍጨፋና ከግርፋት የተረፉትን ተመልሶ የኃላ ኃላ ከመብላት አይመለስም ነበር። በሀገር ቤት የነበርነው አብዛኛው የቀድሞ የድርጅቱና ሠራዊቱ አባላት በኢትዮጵያና በሕዝቧ ላይ ሊፈጠር የሚችለውን አደጋ ለመቋቋም በወቅቱ የሚኖረን አማራጭ እንደአሮጌ ዕቃ ተጠቅሞ ከሚወረውረው መንግሥት ጋር ተባብረው ለመታገል ስለነበር ያለማወላወል ጥሪውን ሲቀበሉ በውጭ አለሁ የሚለው "ኢሕአፓ" እና ሌሎች የትግል አጋርነት የገጠሙት ተቃዋሚ ኃይሎችም እንደዚሁ እንደሀገር ቤቶቹ ፍቃደኛ መሆናቸውን አረጋገጡ።

ሀ. በኤርትራ ያጋጠመኝ ችግር አዲስ አበባ በማሸጋገር በተለይ መንገድ ወጥመድ እንደተዘጋጀልኝ ከልባቸው በሚያከብሩኝ ውገኖቼ በምስጢር ተነገረኝ። አያሌው መውርጊያው "ምሕረት" ተሰጥቶት ሀገር ቤት ከገባ በኋላ በተለያየ ጊዜ ለአባልነት ተጠይቆ በእምቢተኝነቱ ጸንቶ ቀይቷል። በአሁኑ ጊዜ ግን ተጠይቆ እምቢተኛነቱን ቢያሳይ ሌላ ጉዳይ በመሆኑ ምክኒያቱ መታወቅ ይኖርበታል በማለት እነማን መሆናቸውን የጠቀመኝ ባይኖርም በጀርባየ በማላውቃቸው ቡድን ወይንም ግለሰቦች እንደተነጋገሩበት የቀጠና አምስት የርዕዩተዓለም ጉዳይ ኋላፊ የነበረው የትግራዩ ተወላጅ ይሁን ዓለምሰገድ ወንድማዊ ምክሩን በምስጢር ነገረኝ። ለኢሠፓ አባልነት ቢጠየቅ አሁንም

እንደገና አካኪ ዘራፍ በማለት በእምቢተኛነቱ ስለሚቀጥል ችግር ውስጥ ሊገባ ይችላላ እያሉ አንዳንድ ቦታ ስለአንተ ሲወያዩ ስለሰማሁ ድንገት ከቀረቡህ ጥንቃቄ ለማድረግ ሞክር ብሎ ምክርና ማሳሰቢያ ሰጠኝ። በመቀጠልም በአሁኑ ጊዜ ኢሰፓ ተግጦና ተበልቶ ያለቀ በቁሙ ተቀብሮ በአፅሙ ብቻ ቀሞ የሚንገዳገድ ጉረኛ የፖለቲካ ድርጅት ነው። እንደቀድሞው ሕሊናህን የሚረብሹህ ጉዳዮች አይኖሩም። እንደ ቀድሞው ለዕድገት፣ ለዝርፊያ፣ ለስርቀት ለነፃ ትምህርት ዕድልና ለሹመትና እድገት መሣሪያ መሆኑ አክትሟል። ዘራፊዎቹ የሚፈልጉትን ሁሉ አሟልተው አሁን ከፊሉ በዓመት ፈቃድና በሕክምና ምክኒያት ወደ ውጭ እየፈረጠጡ ናቸው። ሌሎቹ ደግሞ በልዩ ልዩ ምክኒያት እረፍት ወጥተው በዚያው እየቀሩ ናቸው በማለት የእምቢተኝነት ስሜቴ እንዳይፀናወተኝ ለራሴው ጉዳይ አደራ ብሎ አሳሰበኝ። ይሁን ዓለምሰገድ አያውቀኝም፣ ቀጠናው እኔ ከምኖርበትና ከምሰራበት ቀጠና ጋር ይለያያል። ሆኖም እኔ ስላሳለፍኩት አበሳና መከራ ከተለያዩ ሰዎች የሰማና በሩቅ ያወቀኝ ወገኑ እንደሆንኩ አረጋግጦ አምኖኝ ባዘኔታ የቀረበኝ ነው። የሻዕቢያውን የግርማ አስመሮምን ታናሽ ወንድም አበበ አስመሮምን በቱሪስት ሆቴል በሥራ አስኪያጅነት ለማስመደብ በነበራቸው ዕቅድ እነ ሙሉጌታ ሎሌና እምሩ ወርቁ በታማኝ ጋዜጤኛቸው አማካኝነት ያለሥራየ ተከስሼ ወደ 3ኛው አብዮታዊ ሠራዊት እንድሄድ መደረጉ ተገቢ አለመሆኑን በመገንዘቡ ለትግሉ ፍሬ ባያስገኘውም ከትግል ጓደኛው የቀጠናው ፀሀፊ ጋር በመሆን ታግሎልኛል።

ለ. ለኢሠፓ አባልነት ጥያቄ እንደቀረበልኝ ሰሞን ከአርበኛው ሻምበል ዓለማየሁ ወ/ሰማያት ጋር ያደረጓቸው ጭውውቶችም ሆኑ የሰጡኝ ምክሮች ከዓዕምሮየ በመቀረጹ ለአባልነት ለቀረበልኝ ጥያቄ አዎንታዊ መልስ ለመስጠት የማደፋፈሪያና የማበረታቻ ተጨማሪ መሣሮያ ሆነልኝ። ከአዲስ አበባ የኢሠፓ ጽ/ቤት ለአባልነት ጥያቄ በቀረበልኝ ሰሞን የሥልጣን ዘመናቸውን የሚያራዝምላቸው መስሏቸው የፓርቲውን ስም ወደ "የኢትዮጵያ ዲሞችራቲች አንድነት ፓርቲ (The Ethiopian Democratic Unity Party)" ብለው ለመቀየር ሽር ጉድ ማለት የጀመሩበት አካባቢ ነበር። አይብዙ እንጂ በአሁኑ ጊዜ ለኢትዮጵያና ለሕዝቧ ይቀማሉ ብለን የምናምንባቸው ኢትዮጵያዊያን ቢኖሩ በዚሁ በኢሠፓ ውስጥ ከታችና ከመካከለኛ እርከን አካባቢና፣ እንዲሁም በጦር ኃይሎችና በፖሊስ ሠራዊት ከታችና መካከለኛ እርከን ላይ ያለው ብዙሀኑ የሠራዊት አባላት ሀገር አፍቃሪዎች እንደሆኑ በማስረዳት ከፓርቲው፣ ከመከላከያ ኃይሎችና ከፖሊስ ሠራዊት በስምና በአካል የሚያውቃቸውን ለምሳሌ እያለ ስም እየጠራ ሊያደፋፍረኝ ጣረ። ታዲያ አለ፣ እነሱ ብቻቸውን ኢትዮጵያን ሊያድኑ ስለማይችሉ አንተን የመሳሰሉ የቀድሞ ጓዶችህና ሌሎች ሀገር ወዳዶች አንድ በመሆን ካልቀምንላት ኢትዮጵያ ወዮላት፣ ተበጣጥሳ ታልቃለች ነበር ያለኝ ገና ወያኔ ከመግባቱ ዓመትና ዓመት ተኩል በፊት። ለኢሠፓ አባልነት በተጠየኩበት ጊዜ ይህንን የሻምበል ዓለማየሁ ወ/ሰንበትን ትምህርታዊ ምክር ከግምት ውስጥ በማስገባት ለእናት አገራቸው የቀሙ አሉ ከሚላቸው ጋር ቶሎ ተቀራርቢ

ሀገራችንን ካንዣበበባት አደጋ ለማዳን እንድንችል ለፓርቲ ጥያቄአቸው ፈጣን የአዎንታ ምላሽ ለመስጠት እንድችል ተጨማሪ ዓይነተኛ መሣሪያ ሆነልኝ። ይሁን ዓለምሰገድ ባሳሰበኝ ወርና ሁለት በኃላ አዲስ አበባ ኢሰፓ ጽ/ቤት ከሻምበል ግርማ ዘውገ ቢሮ እንደምፈለግ በምሰራበት ሆቴል ኢሰፓ መሠረታዊ ድርጅት ፀሀፊ በኩል መልዕክት ደረሶኝ ሄድኩ። ሻምበል ግርማ ዘውገ የኮርስ ጓደኛየ ሲሆን እኔን ሲያዩ መንገድ ሰብረው ከሚሄዱት መካከልና ከእኔ ጋር መገናኘት ቀርቶ መታየት ከማይፈልጉት አንዱ ሲሆን አልፎም ከሌላው የኮርስ ጓደኛችን ከሻምበል ሹመቴ አፍራሴ ጋር ባንድነት የፖሊስ ሠራዊት የፖለቲካ መምሪያ ኃላፊ በነበሩበት ወቅት ከጠቅላይ መምሪያው ቅጥር ግቢ እንዳልታይ መመሪያ ካስተለለፉብኝ አንዱ ነበር። በቀጠሮው ዕለት ቢሮው እንደደረስኩ ለመጀመሪያ ጊዜ በምሕረት ሀገር ቤት በገባሁ ከ10 ዓመት በኃላ ሠላምታ ተለዋወጥን። የሻምበል ግርማ ዘውገ ቢሮ የተፈለገበት እንደመሰለኝ የኮርስ ጓደኛሞች መሆናችንን ስለሚያውቁ የአዲስ አበባ አስተዳደር የኢሠፓ የድርጅትና የዕርዩተዓለም ጉዳይ ኃላፊዎቹ ከእሱ ቢሮ ተገናኝተን ምቾት ተሰምቶኝ “በጓዳዊ” መንፈስ ለመነጋገር የሚያስችለኝ መልካም የመተዋወቂያ ቦታ እንደሆነ መስሏቸው ይመስለኛል። ከእሱ ጋር የሀሰት ሠላምታ ተለዋውጠን እንደተቀመጥኩ ሁለቱ ኃላፊዎች ገብተው ተዋወቁኝ። ከዚያም የርዕዩተዓለም ጉዳይ ኃላፊ የነበረው ከኤርትራ በችግር ምክኒያት ተባረህ ከመጣህ ሁለት ዓመት እንደሆነህ ሰምተናል። በሁለት ዓመት ጊዜ ሳታውቀው ከፍተኛ ጥንቃቄ በተመላበት ሁኔታ ጉዳይህ ሲጣራ ቀይቶ ከኮሎኔል ተስፋየ ወ/ሥላሴና ከደርግ አካባቢ የተወነጀልክው በስሕተት መሆኑን መረጃ ደርሶናልና ምንም አይሰማህ ይሉኛል። የፈለግንህ ይህን ዜና ለመንገር ብቻ ሳይሆን እግረ መንገዳችንን ለኢሰፓ በዕጩ አባልነት ስለታሰብክ ያለህን አመለካከት ለመረዳት በመፈለጋችን ነው አሉኝ። ሳላመናታ አባልነቱን ለመቀበልና በጎድ “አብዮታዊው”፣ “ቀራጡና ጀግናው” መሪያችን ሥር ተሰልፌ ለመታገል ደስተኛነቴን እዚያው እያለሁ ገለጽኩላቸው። የድርጅት ጉዳይ ኃላፊው በቅርብ ቀን በቱሪዝምና ሆቴሎች የመሠረታዊ ድርጅት ፀሀፊው በኩል የምልመላው ሥነሥርዓት ይጀመራል ብለው አሰናበቱኝ። አዲስ አበባ ክፍለ ሀገር ኢሰፓ ተጠርቼ ፍቃደኛነቴን ባረጋገጥኩ በወሩ ገደማ የመሠረታዊ ድርጅት ፀሀፊ ጠርቶ ጥናት አስጀምሮኝ ቢያንስ ስድስት ወር በጥናት መቀየት ሲገባኝ ሶስት ሣምንት ባልሞላኝ ጊዜ ለእጩ አባልነት ቅፅ እንድሞላ ተጠይቄ ሞላሁ።

የዕጩ አባልነቱን ቅጽ እንድሞላ እንደተጠየኩ ሌላ ካልታሰበ ችግር ላለመውደቅ ይሁን ዓለምሰገድን ምን ብየ መሙላት እንዳለብኝ ሳማክረው ”አብዮታዊው መሪያችን ጎድ መንግሥቱ ኃ/ማሪያም” ‘ውድ መሪያችን፣ “ቀራጡ መሪያችን”፣ “እራሱንና ሕይወቱን ለኢትዮጵያና ለሕዝቧ አሳልፎ ከሚሰጠው ጀግናው መሪያችን”፣ “እስከመጨረሻው ድረስ ከሕዝቡና ከሠራዊቱ ጎን ተሰልፎ የሚሞተው ሀቀኛው መሪያችን” የመሳሰሉትን በመቀባጠር ማስፈር ይኖርብሀል፣ እንደዚህ ብለህ መሙላትህ ምንም ትርጉም የለውምና አታስብ። ለቀምክለት ዓላማ ሆን ብለህ ያደረከው ዘዴ በመሆኑ

በምንም ሁኔታ የመንፈስ፣ የዓምሮና የሥነልቦና ጭንቀትና ረብሻ ሊፈጥርብህ አይችልም ብሎ አደፋፍሮ በመከረኝ መሠረት ያለማመንታት ፎርሙን ሞላሁ። እዚህ ላይ ማስታወስ የምሻው በፓርቲው ደንብና ፖሊሲ መሠረት አንድ ግለሰብ ለዕጩ አባልነት ከተፈለገ በዚያው በሚሰራበት ድርጅት መሠረታዊ ድርጅት ፀሀፊ በኩል ተመልምሎ ነው ነገሩ ሁሉ የሚጀመረው፣ የእኔ ግን በተገላቢጦሽ ከማላውቃቸው ከክፍለ ሀገሩ የፓርቲው ኃላፊዎች በኩል መሆኑ ግራ አጋብቶኝ ጓድ ይሁን ዓለምሰገድን ሳማክረው “ሊገባህ የሚችል ጉዳይ ነው ጓድ አያሌው” ብሎ ጥያቄየን አድበስብሶ አለፈው። ይህ የተለየ የአመላመል ዘዴ የመሠረታዊ ድርጅት ፀሀፊውን ጓድ አሰፋን እና ከልብ የማከብራቸው ጠንካራና ሀቀኛ የነበሩትን አደፋ ልየው የመሳሰሉትን ጭምር ግራ አጋብቶ ነበር። ከላይ የተጠቀሱትን ምክኒያቶች ግምት ውስጥ በማስገባት በወቅቱ በአገሪቷ ተጨባጭ ሁኔታ መሠረት ኢትዮጵያን ለማዳን በሞት አፋፍ ላይ ያለውን የደርግ የፖለቲካ ድርጅን በመጠቀም ብቻ እንደሆነ የሁላችንም እምነት ሆነ። የኢሠፓን አጽም ለሀገር ደሕንነት ጥበቃ ሊታገሉ የሚታገሉትን ሀገር ወዳዶች ለማሰባሰብና ለማስተባበር ልንጠቀምበት እንደምንችል አረጋገጥኩ። ሐ. በሀገር ቤት ለነበርነው ቂም በቀልን ረስተን ሀገራችን ካንዣበበባት ከፍተኛ አደጋ ባንድነት ሆነን ለማዳን የየበኩላችንን አስተዋፅዖ ማድረግ እንደሚኖርበን የማያጠያይቅ ጉዳይ በመሆኑ እንደአሮጌ ዕቃ ተጠቅሞ ከሚወረውረው የሰው በላ መንግሥት ፓርቲ ጋር ተባብሮ ለመታገል አማራጭ አለመኖሩን ካረጋገጡት የሀገር ቤቶቹ የድርጅቱና ሠራዊቱ ልጆች አንዱ በመሆኔ በግሌና በዜግነቴ ለወዳቂው ኢሠፓ አባልነት የቀረበልኝ ጥያቄ መልካም አማራጭ ሆነልኝ። መ. በመውደቅና በመበታተን ላይ ላለው የደርግ ፓርቲ አባልነት ፍቃደኛ ለመሆን የገፋፋኝ ሌላው ምክኒያት፣ በዚያን ዘመንም ሆነ ዛሬም ቢሆን ፅኑ እምነቴ ዋናው የትግል መስክ መሆን ያለበት በሀገር ቤትና ባካባቢዋ በመንቀሳቀስ የሕዝብን ድጋፍ አግኝቶ ከሕዝብ ጎን በመሰለፍ ጠንክሮ የሚታገልና ያሚያታግል የፖለቲካ ድርጅት ለድል አድራጊነታችን በዋነኛነት ወሳኝ እንደሆነ የጠበቀ እምነት ነበረኝ። በሀገር ቤትና ባካባቢው ከሰፊው ሕዝብ ውስጥ ሰርገው በመግባት የሚካሄደው ትግል በአንደኛ ደረጃ ወሳኝነት ሲኖረው በውጭ ሀገር የሚካሄደው ማናቸውም ትግል ሁሉ ለዋናውና ለወሳኙ ያገር ቤቱ ትግል ድጋፍ ሰጭና እንዲሁም አምባሳደር በመሆን የዓለምአቀፍ ድጋፍን ከማስገኘትና ከፍተኛ የሆነ የሞራል፣ የማተሪያልና የዲፕሎማሲ ድጋፍ ምንጭ ከመሆን ባሻገር የሚያመጣው ፋይዳ እንደሌለው አድርጌ ነው የማምነው።

ለዚህም ነበር በምሕረት ስም ሀገር ቤት ገብቼ ከመከላከያ ሓይላችን ጎን ተሰልፌ የዚያድ ባሬን ጦር ለመመከት ወስኜ የገባሁት። በዚያኑ ምሽት በኮሳሳ የስቱዲዮ ክፍሌ በጀርባየ ተጋድሜ ወደፊት ከፓርቲው ውስጥ ከማፈራቸው እውነተኛ ኢትዮጵያዊያንና ከቀድሞ የኢሕአፓ/ኢሕአሠ ጓዶች ጋር በመተባበር ሸበል በረታ ሄደን የጀግናው በላይ ዘለቀን ምሽግ ተረክበን ለሀገርና ለሕዝብ ባንድነት ተጋግዘን መስዋዕት ለመሆን የምችለው ከእነማን ጋር እንደሆነ በሀሳብና በዓምሮየ የ 16

ኢሠፓዎችን ስም ዝርዝራቸውን መመዝገብ ጀመርኩ። በተመሳሳይም ከዚያን ጊዜ ጀምሮ ብዛታቸው ከ21 በላይ የሆኑ የቀድሞ የድርጅቱና የሠራዊቱ አባላት ጋር ስለሁኔታው አንስቼ በግልጽ ተወያየንበት። ሁሉም የኢትዮጵያን አዝማሚያ በመገንዘባቸው ከደርግ ጋር ግንባር ከመፍጠር በስተቀር ሌላ አማራጭ እንደማይኖር በመገንዘባቸው ሁሉም ሀሳቤን በመደገፍ ለኢሠፓ አባልነት ለቀረበልኝ ጥያቄ ወደ ኃላ እንዳልል ማደፋፈር ብቻ ሳይሆን እራሳቸውም ለኢሠፓ አባልነት አጋጣሚ ባገኙ ቁጥር ለመታጨት ፈቃደኛ መሆናቸውን አረጋገጡልኝ። እንዲያውም አሉኝ ምንም እንኳን ለግል ጥቅማቸው ሲሉ ቢሆንም በውጭ ሀገር የሚገኙት ነጋዴዎችም እንደዚሁ በተመሳሳይ መንገድ ከደርግ ጋር ተባብሮ አገሪቷን ለማዳን ወስነዋል አሉኝ። የፖለቲካ ድርጅት በማይታወቅባት ኢትዮጵያ ትግሉን አሰባስቦ የሚመራ ድርጅት አስፈላጊ በመሆኑ የ50 ዓመታት ሀብትና ጉልበት የተከፈለበትን የሀገር መከላከያን (የጦር ኃይሎችንና የፖሊስ ሠራዊትን) ባገርና ሕዝብ ስም ደርግ ለግል ሥልጣን መወጣጫቸው እንደተጠቀሙበት በተመሳሳይ መንገድም እኛም በወቅቱ አገራችንን ካንዣበበባት አደጋ ለማዳን ያለን ብቸኛ ድርጅት በጠላትነት እንመለከተው የነበረውና በመውደቅና በመበታተን ላይ ያለውን ኢሠፓ'ን ያለበለዚያም በቅርብ ጊዜ የሚቋቋመውን "የኢትዮጵያ ዲሞክራቲክ አንድነት ፓርቲ" (ኢዲአፓ) በጊዜያዊነት በመጠቀም በከፍተኛ ሥነሥርዓትና ጥንቃቄ ቅስቀሳና ትግል በማካሄድ መስዋዕትነትን በመክፈል ኢትዮጵያንና ሕዝቧን ካንዣበበባቸው ክፉ አደጋ ለማዳን በወቅቱ ብቸኛ ድርጅት እንደሆነ አረጋገጥን። ለአባልነት የቀረበልኝን ጥያቄ መቀበሌ ለኅሊናየ የሚረብሸኝ ጉዳይ እንደማይኖር ተገንዝቤ ያለምንም ማንገራገር ጥያቄአቸውን ተቀብየ ቅጹን በሞላሁ ወር ሳይሞላኝ ዕጩ አባል ሆኜ ታቀፍኩ።

10.23. የሆቴል ማኔጅሜንት ኮርስ እንድሳተፍ ተደርጌ በሌለሁበት ሕይወትን ሊያሳጣ እስከሚችል በከባድ የፖለቲካ ወንጀል መከሰሴ

በቱሪስት ሆቴል ሥራየን ያለቅሬታና ያለመረበሽ እየሰራሁ ሳለሁ ይመስለኛል በ1979 ዓ. ም. አጋማሽ ገደማ በሆቴሎችና ቱሪዝም ማሰልጠኛ ኢንስቲቱት ለስምት ወር የሆቴል ማኔጅሜንት ኮርስ እንድከታተል ከሀገሪቷ ከተውጣጡ ከ30 የማያንሱ የሆቴል ሥራ አስኪያጆች ጋር ተላኩ። ከእኔ በስተቀር ሁሉም የሆቴል ማኔጀሮች ሲሆኑ ከአንዱ በስተቀር የሁሉም የትምህርት ደረጃ 10ኛ ክፍል በታች ሲሆኑ አንዱ ግን ምስጢሩን ሊያካፍለኝ ያልፈለገ ሆኖም አሜሪካን ሀገር ኖሮ የተመለሰና መልሶ ለመውጣት ያልቻለ ወገኔ ነበር። ከአሜሪካን ከተመለሰው በስተቀር ሁሉም የሻምበል ፍሰሐ ገዳ አዲስ ታማኝ ምልምሎች የነበሩ ናቸው። ለእኔ እንደ ዕረፍት ነበር የተመለከትኩትና በጣም ነበር ደስ ያሰኘኝ። የቱሪዝም መምህር የነበረችው ጠንካራ ኢትዮጵያዊት መንዜ "ነፍስ አድን" ብላ ሰየመችኝ። እሷን በመቀበል ሁሉም ሠልጣኞች ስሙን አጽድቀው ይጠሩኝ ጀመር። ለእኔ የቀልድ ትምህርትና ሥልጠና ነበር። በሁሉም አንደኛ ወጣህ ብለው የማኔጅሜንት መጽሀፍና የብዕር ሽልማት

ከኮሚሽነር ተሾመ ደስታ ተቀብየ ኮርሱን አጠናቅቄ የሚያስፈራራውን የምሽት ሱፐርቫይዘርነት ተግባሬን ለመቀጠል ወደ ቱሪስት ሆቴል ተመለስኩ። የኢሠፓ አባልነት ጥያቄውን ያለማንገራገር መቀበሌ ወደ ይበልጥ ስጋት ጣላቸው ይመስለኛል ባላሰብኩት ሁኔታ ሕይወትን ሊያሳጣ እስከሚችል ውሳኔ የሚያደርስ ከባድ የፖለቲካ ወንጀል ተመሰረተብኝ። ዕጩ አባል ሆኜ ብዙ ሳልቀይ እኔ ባልተገኘሁበት ከበላይ አካል (ከደርግና ከኢሠፓ ማዕከላዊ ኮሚቴ ጽ/ቤት አካባቢ) በተሰጣቸው መመሪያ መሠረት በማድረግ ቀድሞ በዘበኝነት የቀጠርኩትና ትንሽ ቀይቶ ሹፌርና በኋላ ሥራ አስኪያጅ ከዚያም የሆቴሎች የመሠረታዊ ድርጅት ፀሀፊ የሆነው ኃይሉ ቸርነት፣ ከቱሪዝምና ሆቴሎች ኮሚሽን የመሠረታዊ ድርጅት ፀሀፊ ከዮሐንስ ብርሃኑ፣ ከአሊ ሙሳ ምልምል የኮርፖሬሽኑ መሠረታዊ ድርጅት ፀሀፊ አሰገድና ከወያኔው የውስጥ አርበኛ ሀጎስ ደበሱ፣ ከሶቪየቱ አወናባጅ ካድሬ ዶ/ር ሰለሞን ደስታና በኮሚሽኑ በሩቅ ከሚያውቁኝ የመምሪያ ኃላፊዎች ጋር በመተባበርና በመተጋገዝ ልዩ ስብሰባ ተካሂዶ 103 አባላት በተሰበሰቡበት ስብሰባ ላይ ከፓርቲ አባልነት እንድሰረዝ ለውሳኔ ቀረበ። ከውንጀላዎቹ መካከል በፀረ-ሕዝብና በፀረ-አንድነት ተግባሩ የታወቀና በዚህም ምክኒያት መንግሥት በጥብቅ ሲከታተለው የኖረ፣ በራስ ሆቴሎች አስተዳደር የአስተዳደር ዋና ክፍል ሀላፊ በነበረበት ጊዜ በከተማና በገጠር የኢሕአፓ ጀሌዎች የነበሩትን እያስቀጠረ አስተዳደሩን በኢሕአፓዎች ያስወረረ፣ በታጠቅ ጦር ሠፈር መጠጊያ ተሰጥቶት በቀየበት ጊዜ ከፍተኛ ፀረ አንድነትና ፀረ አብዮት ተግባራት ሲያከናውን ተደርሶበት በጦር ሠፈሩ ኃላፊዎች ዕርዳታና ሀዘኔታ እርምጃ ሳይወሰድበት ባስቸኳይ ጦር ሠፈሩን ለቆ በነፃ የተለቀቀ ፀረ አብዮተኛ እንደነበረ። በቅርብ ጊዜም አሥመራ ተልኮ በሚሰራበት ጊዜ ከተገንጣዩ ወንበዴ ድርጅትና የምዕራባዊያን ወኪል ጋር በመተባበር ከፍተኛ የሀገር ክህደት ተግባሩ ተጋልጦ ሆኖም የእሱን ማንነት ያልተረዱ ቅንና የዋህ በሆኑ ባካባቢው የሚገኙ የጦር፣ አስተዳደርና የፓርቲ አካልን በማወናበድ በእነሱ ኡኡታ መንግሥት ድጋሜ ምሕረት አድርጎለት ወደ አዲስ አበባ ባስቸኳይ ተጠርቶ ጉዳዩ ሲጣራ ቀይቶ በአስተዳደራዊ እርምጃ ከመዋቅር ውጭ በሆነ የሥራ መደብ የቱሪስት ሆቴል የማታ ሱፐርቫይዘር ሆኖ ተመደበ። ዕድልና ጊዜ ካጋጠመው ጎድ ሊቀመንበር መንግሥቱ ኃይለማሪያምን ከመግደል ወደ ኋላ የማይመለስ የረጅም ዘመን ፀረ-አብዮቶታዊነትና ፀረ-አንድነት ተመክሮ ያለው ግለሰብ እንደሆንኩና፣ ምንም ሳያንገራግር ለአባልነቱ በደስታ የተቀበለው የፓርቲ አባልነቱን በመጠቀም ወደፊት አጋጣሚ እንዳገኘ ጎድ ሊቀመንበራችን ላይ አደጋ ለማድረስ ባለው ዕቅድ በመሆኑ ነው ብለው እያጣፈጡ የስብሰባውን ተካፋዮች ስሜታዊ በሚያደርግ ሁኔታ አስረዱ። በመቀጠልም ባለፉት አሥር ዓመታት በሠራባቸው ቦታዎች ሁሉ ለአባልነት በተደጋጋሚ ተጠይቆ እምቢተኛነቱን ሲያሳይ የኖረው ሰው ዛሬ ምን ፈልጎና ምን ተሰምቶት ነው የአባልነቱን ጥያቄ ያለማወላወል በደስታ ሊገልጽ የቻለው በማለት ክሳቸውን በማጠናከር የይሰረዝ የውሳኔ ሀሳብ አቀረቡ። በራስ አለመተማመን ምክኒያት የእኔን ባካባቢው መቀየት

ያስጨነቀው ጮሌው የፍስሀ ገዳ ግርፍና ምልምል የነበረው የወቅቱ የአስተዳደሩ ዋና ሥራ እስኪያጅ ዓምሀ ወ/ጊዮርጊስ ካካባቢው እንድርቅለት ጥሩ ስበብ ሆኖ ስላገኘው ለማስመሰል ሲል ድምጽ ሳይሰጥ ቀረ። ለነገሩማ ካሉት 103 አባላት በመጠኑም ቢሆን የሁለተኛ ደረጃ ትምህርትን ያጋመሰ ወይንም ያጠናቀቀ እሱ ነበርና አባላቱን በመምከር፣ በማረምና በማስተማር ከስህተትና ከተንኮል እንዲቀጠቡ ማድረግ ይገባው ነበር። በስብሰባው ከበላይ አካል የመነጨውን የተንኮልና የሸር ሴራ አራማጆችና አገልጋዮች ላይ ያልታሰበ ዱብ ዕዳ ደረሰባቸው። ጓድ አደፋ ልየው የሚባሉ በዚያን ጊዜ ዕድሜያቸው ወደ 45ቱ የተቃረቡ ሀቀኛ ኢትዮጵያዊ ሀገር ወዳድ የሆኑ ብቻቸውን እንዲህ ሲሉ የይሰረዙን የውሳኔ ሀሳብ ተቃወሙ። “በጓድ አያሌው መርጊያው ላይ የቀረበው ክስ ሁሉ ከእውነት የራቀ፣ በጥላቻና በራስ አለመተማመን፣ በተንኮልና በሴራ የተመሰረተ በመሆኑ ትክክል አይደለምና የቀረበው ውሳኔ እንዲነሳ ጠየቁ። የቀድሞ ታሪኩን መሠረት አድርጎ ለመሰረዝ መሞከሩ እራሱ ግብዝነትና የደካማዎች በትር ይሆናል። እንዲያውም እንደ ጓድ አያሌው አሥር የሚሆኑ ኢትዮጵያዊያንን ብናገኝ ኖሮ ሀገራችን ምን ያህል ሠላም በተጎነጸፈች ነበር” ብለው በድፍረትና በቀራጥነት ተቃውሟቸውን አሰሙ። እኒህ ጓድ ደፍረው ለእኔ ሲታገሉ ይህ ሁለተኛ ጊዜያቸው መሆኑ በምዕራፉ ከታች አካባቢ ተገልጿል። ደፍሮ ይቃወማል ብሎ ያሰበ ማንም አልነበረምና ተሰብሳቢው አድርባይ ሁሉ ተደናገጡ። በበላይ አካል አስቀድሞ የተወሰነ ጉዳይ በመሆኑና ውሳኔው በድርጅታዊ ሥራ ተጠናቀ ያለቀ በመሆኑ 101 አባላት የይሰረዝ ድምጽ ተወሰነ። ከይሰረዙ ውሳኔ ጋር በማያያዝ በግለሰቡ ላይ (በእኔ ላይ) አብዮታዊ እርምጃ ባስቸኳይ እንዲወሰድበት ጭምር ከውሳኔ ሀሳብ ጋር ለበላይ አካል እንዲቀርብ በስብሰባው ተወሰነ። በዚህ ስብሰባ ላይ እንዳልገኝ ሆን ብለው እኔ እረፍት በወጣሁበት ጊዜ ነበር ስብሰባውን የጠሩትና ያዘጋጁት። ቁልጭ በፍቅሬ ዘርጋው የተፈጸመው ተንኮል። አውቀው ይሁን በአዘኔታ በውል ለመናገር ባልችልም ውሳኔው በማዕከላዊ ኮሚቴ ጽ/ቤት አካባቢ ከአባልነት በአስቸኳይ እንድሰረዝና አስተዳደራዊ እርምጃ እንዲወሰንብኝ ስምምነት ላይ በመድረሱ ሕይወቴ ልትተርፍ ቻለች። አባል ከመሆኔ በፊት በተደጋጋሚና በተለያየ ጊዜ በተከሄደብኝ አሉባልታና ክሶች ሁሉ ምንም አይምሰለኝም ነበር፣ ተለማምጀዋለሁና። ነገር ግን አባል ከሆንኩ በኋላ በእንደነዚያ ዓይነት ውንጀላ ከአባልነት መባረሬ ይበልጥ ስጋት ላይ ጣለኝ። ወዴት ሊያመራኝ እንደሚችል ግራ ተጋባሁና መሰረዜ ለሌላ ደካማ በትራቸው ይረዳቸው ይሆናል በሚል ስጋት ሽንጤን ገትሬ ይግባኝ ብየ መከራከር ተያያዝኩት። ወደ ሐረር ባስቸኳይ እንድጓዝ በመታዘዜና ከአዲስ አበባ ከወጣሁ በኋላም የሚከታተልልኝ ባለመኖሩ የፈለገ ያድርጉ ብየ ወደ ሐረር አመራሁ።

አባል ከመሆኔ ስድስት ወር በፊት በኢትዮጵያ ሆቴሎች ኢሠፓ መሠረታዊ ድርጅት ጸሀፊው በኃይሉ ቸርነት ጠንሳሽነትና በቱሪዝም ኮሚሽንና የሆቴሎች ኮርፖሬሽን ኢሠፓ መሠረታዊ ድርጅት

ፀሀፊዎች (በዮሐንስ ብርሀኑ፣ አሰግድ፣ ሐጎስ ደበሱ) አስተባባሪነትና በሶቪየቱ አርበኛ በዶ/ር ሰለሞን ደስታ ድጋፍ በሆቴሉ የሀሰት ክስ ተካሄደብኝ። ደግነቱ ይኸኛው የሻዕቢያውን የግርማ አስመሮምን ታናሽ ወንድም የሆቴሉ ሥራ አስኪያጅ ለማድረግ እኔን ጥፋተኛ በማድረግ ካካባቢው ለማራቅ ሲባል የታቀደ ተንኮል እንጂ ከፖለቲካ ወይንም ከፀረ-አብዮት ስሜና ምልክቱ ጋር የተያያዘ አልነበረም። ሆኖም ላልነበረና ላልተፈጸመ ጥፋት አጣሪ ኮሚቴ ተቋቁሞ ክሱን/ወንጀሉን "ካጣሩ" በኋላ ግለሰቡ (እኔን ማለታቸው ነው) ከሚሰጡት ጥቅም የሚፈጥሩት ችግር ስለሚያመዝን ባስቸኳይ ከቱሪስት ሆቴል እንዲነሱልን ብሎ ኮሚቴው ከሥራ አስኪያጁ ጋር ወስኖ ቃለ ጉባኤውን ከውሳኔ ሀሳብ ጋር አያይዞ ለሆቴሎች ዋና ሥራ አስኪያጅ ይልካል። ከኮሚቴው መሀከል ልማደኛው ጎጃሜ አቶ አደፋ ልየው ቃለ ጉባዔውን ፈርሙ ተብለው ሲጠየቁ "በተንኮል የተቀነባበረ፣ ከሀቅና ከእውነት የራቀ በቅን ጎድ ላይ የተቀነባበረ ውንጀላ በመሆኑ ስለማልስማማበት አልፈርምም" ይላሉ። ባትስማማም መፈረም ይኖርብሃል ብለው ሲያስገድዷቸው "እንግዲያውስ በቃለ ጉባኤው ግርጌ ላይ የማልስማማበትን ምክኒያት መግለጽ ይኖርብኛል" ብለው በመከራከራቸው ተፈቅዶላቸው በቃለ ጉባዔው ግርጌ የሚከተለውን ግጥግጥ አድርገው አሰፈሩ። "በቃለ ጉባዔው የሰፈረው ዝርዝር ሀተታ በኮሚቴው ስብሰባ ላይ ያልተወያየንበትና ያልተነጋገርንበት፣ ከአጀንዳ ውጭ የሆነ፣ ከእውነትና ከሀቅ የራቀ፣ በሆቴሎ ያልተፈጸመና የማይታወቅ ጉዳይ የሆነና በቅንና ታታሪ ሠራተኞ ላይ ሆን ተብሎ የተፈፀመ ሴራና ተንኮል በመሆኑ ከህሊና ወቀሳ ነፃ ለመሆን እንድችል ያልተስማማሁበት መሆኔን በፊርማየ አረጋግጣለሁ፣ አደፋ ልየው የቱሪስት ሆቴል ሠ/ማሕበር ተጠሪና የሆቴሎች ኢሠፓ/መ/ድ አባል" (75)። በእሳቸው ደፋር፣ ቀራጥና ቅን አስተያየትና ተቃውሞ ምክኒያት ዋና ሥራ አስኪያጁ ውጥንቅጥ ከሆነ ቅሌት ለመዳን የኮሚቴውን ውሳኔ ውድቅ አድርጎ ያለምንም እርምጃ እየሰራሁ እንድቀጥል ተደረገ። ውንጀላውን የጠነሰሰውና ያስተባበረው የሆቴሉ የመሠረታዊ ድርጅት ጸሀፊ ኃይሉ ቸርነት ብቻውን እንዳልጠነሰሰውና የበላዮቹ በሰጡት መመሪያና ባሳደሩበት ተፅዕኖ እንደሆነ የታጠቅ ጦር ሠፈር ወዳጄና ነዋሪነቱ አራት ኪሎ ለሆነው ሻንቆ ብለን ለምንጠራው (76) እና ለአቶ ጌታቸው ዓለም ተናዘዘ (77)።

10.24. አቶ ሙሉጌታ ሎሌ ሳያወቅ ለሻዕቢያ አገልጋይ ሆኖ የተንኮል ብዕሩን በምስኪን ወገኑ ላይ በመሞነጫጨር ለከፋ ችግር አጋለጠው

ከላይ ለመጥቀስ እንደሞከርኩት የኢሳያስ አፈወርቂ ታማኝና ጠንካራ ባለሟል የግርማ አስመሮም ታናሽ ወንድም አበበ አስመሮም የቱሪስት ሆቴል ሥራ አስኪያጅ እንዲሆን የሚፈልጉ ኃይሎች እንዳሉ ተወራ። የወደፊቷ ኤርትራና የሻዕቢያው ከፍተኛ ባለሥልጣን የግርማ አስመሮም ታናሽ ወንድም የሆነው አበበ አስመሮም ለምን ያችን ትንሽ ሆቴል ሥራ አስኪያጅ እንዲሆንላቸው መፈለጋቸው ባይገባንም ጉዳዩ ከንክኖን በተዘዋዋሪ የሻዕቢያ መመሪያ እንደሆነ ነበር በእኛ ኢትዮጵያዊ

መንፈስ አለን ብለን በምንመካው መሀል ይወራ የነበረው። አበበ አስመሮም ገና የሁለተኛ ደረጃ ትምህርቱን አጠናቀ በአለው ትውውቅና አቀራረብ ሥራ አስኪያጅ ሊያደርጉት ፈለጉ። በትምህርት፣ በሥራ ልምድና በሕይወት ተመክሮ በብዙ መንገድ የሚበልጠው ባለሙያና የተመክሮ ባለፀጋ ሆቴሉ ውስጥ በማታ ሱፐርቫይዘርነት ተመድቦ ይገኛል። ታዲያ ይህ ለአበበ አስመሮም የመንፈስ ጭንቀትና ረብሻ ሊፈጥርበት እንደሚችል በማወቃቸው ይሆናል። በሌላ በኩል ደግሞ የሻዕቢያ ስም ጋር እንዳይገናኝና ጨዋ፣ ትሁትና ሰውን አክባሪዎች ናቸው እንዲባሉ ሥራ አስኪያጅ ሆኖ ቦታውን ይዞ እንደሌሎቹ ሊጨፍርብኝና በየጊዜው ጥፋት ሰራህ እያለ በሀሰት ክስ ሊደበድበኝ አልፈለጉም ይሆናል። አበበ አስመሮም የግርማ አስመሮም ታናሽ ወንድም ሲሆን ሁለቱም ተወልደው ያደጉት ደብረብርሃን ከሚገኘው የጦር ሠራዊት ሠፈር ውስጥ ነው። ግርማ አስመሮም በወቅቱ በአዲስ አበባ ታዋቂ የነበሩት የእግር ኳስ ቡድኖች ተጫዋች ነበር (ይመስለኛል የጊዮርጊስ ወይንም የመብራት ኃይል)። ግርማ አስመሮም ወደ አሜሪካ ሄዶ በኢሳያስ አፈወርቂ ደቀመዛሙርት በእነ ኃይሌ መርቀርዮስ እስከተጠመቀ ድረስ ኢትዮጵያዊ ላሳር ከሚባሉት የኤርትራዊ ተወላጆች አንዱ ነበር። ለሁሉም ጊዜ አለው እንዲሉ ጊዜ ጣለውና በተገላቢጦሹ የኢሳያስ ታማኝ አሽከር ላሳር ከሚባሉት እፍኝ ከማይሞሉት ጀሌዎች አንዱ ሆነና ከቅሌትና ውርደት ማቅ ውስጥ ገባ። አበበ አስመሮምን በቱሪስት ሆቴል በማስመደብ ስውር ዕቅዱን ለማከናወን እንዲጀምር ቦታውን መስጠት ስላለባቸው እኔን የሽር ዘዴ ፈልገው ካካባቢው ለማባረር ሲሉ ያልነበረና ያልተፈጸመ ጥፋት ፈጥረው ከሰውኝ ተቀባይነት ሳይኖረው መቅረቱ ከላይ አካባቢ ተገልጿል። እዚያው እየሰራሁ እንድቀይ በመደረጌ የእነ ሙሉጌታ ሎሌንና የሥራ ባልደረባውን የእምሩ ወርቁን ሙያ በመጥቀም (እንደሚባለው ሳያውቁ በተዘዋዋሪና በጥበብ እንደተጠቀሙባቸው ነው የተወራው) ከሆቴሉ በጥፋተኝነት ለማባረር እንዲያስችላቸው የሚከተለውን ከይሲያዊ ተግባር አከናወኑ። በሚያዚያ ወር 1978 ዓ. ም. ወይንም 1979 ዓ. ም. በአዲስ ዘመን ጋዜጣ ላይ አንድ የጋዜጣው ሪፖርተር በቀኑ ሰዓት የሆቴሉ ንጽህና ጉድለትና የሽንት ቤት አያያዝ አስመልክቶ በሰፊው አትቶ አወጣ። በጋዜጣ ከመውጣቱ በፊት ድርጅቱ የመንግሥት የንግድ ተቋም በመሆኑ የቀጠናው የኢሠፓ ፀሀፊና የርዕዩተዓለም ጉዳይ ኋላፊው ማየትና መፍቀድ ወይንም ትብብር ማግኘት ይኖርበታል። ይህን በተመለከተ የቀጠና 5 (ፖሊስ ክበብ አጠገብ ይገኝ የነበረው) የኢሠፓ ጽ/ቤት የወቅቱ የኮሚቴው ፀሀፊ ቀይ፣ ቀጭን እና የርዕዩተዓለም ጉዳይ ኋላፊው የነበረው የትግራዩ ተወላጅ ጓድ ይሁን ዓለምሰገድ የተዘጋጀው ጽሁፍ በወገንና በትውውቅ የተሰራ በመሆኑና በቤቱ ውስጥ ያለውን ችግር ስለምናውቅ፣ እንዲሁም የሆቴሉን የምሽት ሱፐርቪይዘር ላይ ችግር የሚፈጥርበት በመሆኑ መውጣት የለበትም በማለት የማስታወቂያ ሚኒስቴር በቀጠና አምስት ክልል ስለሆነ ዶ/ር ፈለቀ ወ/ጊዮርጊስን አሳምነው ለጊዜው ቀመ። እነ ሙሉጌታ ሎሌ፣ እምሩ ወርቁንና ስሙ ያልተገለጸልኝን የጋዜጣው ፀሀፊ የርዕዩተዓለም ጉዳይ ኋላፊው ሰብስቦ

አነጋገራቸው። ሆኖም ሙሉጌታ ሎሌና እምሩ ወርቁ ለጋዜጠኛው በመከራከር ጋዜጠኛው የመጻፍ መብቱ ይጠበቅለት፣ ምስኪን ነው ስለሚባለው ሰውየ እኛ የሚያገባን የለም ብለው ዶ/ር ፈለቀ ወ/ጊዮርጊስን አሳምነው በነሱ ድጋፍና ግፊት ጽሁፉ እንዲወጣ ተደረገ። እንደተነገረኝ ዶ/ር ፈለቀ ወ/ጊዮርጊስ እንዲወጣ አልፈለጉም ነበር፣ ሆኖም በሰካራምነታቸው እነ ሙሉጌታ ሎሌ ምክኒያት ፈጥረው እንቅፋት እንዳይፈጥሩባቸው ምስኪኑን አያሌውን የራስህ ጉዳይ በማለት እኔን አጋልጠው ከእነ ሙሉጌታ ሎሌ የተንኮል ብዕር ለመዳን በነበራቸው ፍላጎት እንደሆነ ነው እነ ይሁን ዓለምሰገድም ሆነ ሌሎች ስለጉዳዩ እውቀት የነበራቸው የገለጹልኝ። በደርግ ዘመን ጻፉ የሚባሉትን ብቻ ከመጻፍ በስተቀር ሌላ ጽፈው የማያውቁት እነ ሙሉጌታ ሎሌ የጋዜጠኛው የመጻፍ መብት ይጠበቅለት ብለው ሲከራከሩ አለማፈራቸው በማለት ሰዎች ታዝበዋቸዋል። እንደተፈራውም ጽሁፉ እንደወጣ ኮሚሽነር ተሾመ ደስታና የቱሪዝም ኮሚሽን የመሠረታዊ ድርጅት ፀሀፊ እና የቱሪዝም ማስፋፊያ መምሪያ ኋላፊ አቶ ዮሐንስ ብርሃኑ፣ የሆቴሎች ኮርፖሬሽን ዋና ሥራ አስኪያጅ አቶ ኃይለሥላሴ አያሌው፣ የኢትዮጵያ ሆቴሎች አስተዳደር ዋና ሥራ አስኪያጅ አቶ ዓምሃ ወ/ጊዮርጊስ ከፍተኛ ችግር ከነበረው ንጹህ ምስኪን ሰው ላይ አተኮሩ። ይህን የጻፈው አያሌው መርጊያ ነው፣ የአጻጻፉም ስታይል የእሱ ዓይነት ነው ወዘተ ተባለ። ትናንት ኤርትራ በፈጸመው ወንጀል እግዜር አውጥቶት እንደገና እዚህ ደግሞ መጥቶ ብዙ ሳይቆይ አዲስ ችግር በመፍጠር ያተራምሳል ተባለ። ኮሚሽነር ተሾመ ደስታ ወደ ሩቅ ቦታ ለማባረር ምክኒያት ይፈልጉ ስለነበር ብቻ እንጅ እውነቱን ተገንዝበዋል። በሶስተኛው ወር ገደማ ከኮሚሽነር ተሾመ ደስታ በተጻፈ ደብዳቤ ሐረር የሚገኘውን የሦስተኛውን አብዮታዊ ሠራዊት የመኮንኖች ክበብ ከአንድ ዓመት ተኩል ላላነሰ ጊዜ ሄጄ እንዳቋቁም ትዕዛዝ ደረሰኝ። የሚያዚያ፣ ግንቦትና ሰኔ ወር ደመወዜን ተነጥቄ ወደ ሐረር ተጉዤ ሪፖርት አደረኩ። ወዲያውኑ አበበ አስመሮም የቱሪስት ሆቴል ሥራ አስኪያጅ ሆኖ ተመደበ።

10.25. ሐረር ከሶስተኛው አብዮታዊ ሠራዊት ጠቅላይ ሠፈር ቆይታየ

በከፍተኛ የፖለቲካ ውንጀላዎች ከፓርቲ አባልነት ተሰርዤ ወደ አብዮታዊ ሠራዊት ጦር ሠፈር መሄዱ የመንፈስና የዓምሮ ጭንቀትን እሳደረብኝ። አማራጭ ያለኝ አለመሆኑን ተገንዝቤ ሁሉን ለዓምላክ ሰጥቼ ሠራዊቱ እንደገባሁ የሰማዕታት ኃዶቼ ካላሰብኳቸው ጠባቂዎቼ ጋር አገናኙኝ። የሙቶ አለቃ የሚለውን የወታደራዊ ማዕረግ ተሸክሜ ሠራዊቱ ሪፖርት በማድረጌ በቅድሚያ ማንነቴን ማወቅ ፈለጉ። ሰማዕታቶቼ ጠባቂዎች የሚሆኑኝን አስቀድመው አዘጋጅተውልኝ ስለነበር ከአዲሶቹ ጠባቂዎቼ ሥር ወደኩ። እነዚህም አዲሶቹ ጠባቂዎቼ የትራጌው ተወላጅ ኮሎነል ክፍሉ፣ የአድዋው ተወላጅ ኮሎኔል ኃይለሥላሴ እና የኤርትራው ተወላጁ ኮሎኔል ዘራይ ይባላሉ። ሶስቱም በቅድሚያ ከብርጋዲየር ጄነራል ወርቁ ቸርነት ጋር ወስደው አስተዋወቁኝ። ብርጋዲየር ጄነራል ወርቁ ቸርነት ኤርትራ ተዛውረው በመፈንቅለ መንግሥት ሙከራ ተይዘው የተረሸኑ ናቸው። የኢሠፓ አባል መሆኔና

አለመሆነን ተጠየኩ። በውትድርና ካገለገልክበት ሠራዊትህ ተባረህ ነው? ከሆነስ እንዴትና በምን ዓይነት መንገድ ለመለየት ቻልክ? ይህ የወታደር ተቋም በመሆኑ ብርቱ ጥንቃቄ የሚወሰድበት ቦታ ነው አሉኝ። ለሁሉም ምንም መልስ አልሰጠሁም፣ በዝምታ አሳለፍኳቸው። ጄኔራል ወርቁ ቸርነት እስቲ ከጄኔራል አበራ አበበ ጋር ተነጋግሬ አስጠራሃለሁ፣ አሁን እነሱ ጋር ሂደህ ተጠባበቅ ብለው ሸኙኝ። ከኮሎነል ክፍሉ፣ ኮሎነል ኃይለሥላሴ እና ኮሎኔል ዘራይ ጋር ተያይዘን ከኮሎኔል ክፍሉ ቢሮ አመራን። የፖለቲካ ጀርባየንና በአብዮቱ ወቅት ያሳለፍኳቸውን ታሪኬን፣ እንዲሁም የየትኛው የወታደር ተቋም እንደወጣሁና ለምንስ ከውትድርና እንደተሰናበትኩ ለትውውቅ ያህል ባጭሩ እንዳስረዳቸው በትህትና ጠየቁኝ። እንዳልደናገጥም የሠራዊቱ ፖሊሲ በመሆኑ የወታደር የመኮንንነት ማዕረግ እንዳለህ በማረጋገጣችን ማንነትህን ማወቅ ስለፈለግን ነው። ለጥንቃቄ ያህል ስለሆነ ቅር እንዳይልህ ብለው ይጠይቁኛል። እኔ ወጣት የፖሊስ ሠራዊት መኮንን ነበርኩ። እንዲያውም የዛሬው የአፍሪቃ እንድነት ድርጅት የሆነው የቀድሞው ፖሊስ ኮሌጅ ምሩቅ ነኝ። ከእናንተ የጦር አካዳሚ ጋርም እምብዛም አይለይም (የጦር አካዳሚ ምሩቆች እንጂ የፖሊስ ምሩቀጭ ናቸው ብየም ጭራሽ አላሰብኩም ነበር)፣ ትንሽ የእኛ የአካዳሚ ኮርሶች ይበዙበታል እንጅ እያልኩ ስቀባጥር ልዩ የሆነ ስሜት ፊታቸው ላይ ሲንጸባረቅ ተገነዘብኩ። የአድዋ ተወላጅ ኮሎኔል ኃይለሥላሴ በመቾኮል ታዲያ እንዴት ከሠራዊቱ ተሰናበትክ ይለኛል። አሁን አማራጭ የለኝምና ላፈንዳውና የፈለገ ያድርጉ፣ እኔ ብደብቃቸው እነሱ ቆፍረው ያገኙታል፣ ስለዚህ ነገር አላባብስ አልኩና፣ አይ አልተሰናበትኩም፣ ሸፈትኩ እንጂ። በቅድመ 66 አብዮት ወቅት ከኤርትራ ወንበዴዎች ጋር ተቀላቀልኩ ስል ሦስቱም ፕሮግራምድ እንደሆኑ ነገር ባንድ አፍ ባንድነት ከተቀመጡበት ተነስተው አያሌው መጊያው ነህ ይሉኛል። ደነገጥኩ። የምናገረው ቸግሮኝ ለትንሽ ደቂቃ ከቀየሁ በኋላ አዎን አያሌው መጊያው ነኝ ብየ መለስኩላቸው። በዕውነት ነው የምላችሁ፣ ይህ ያልታሰበ ሁኔታ አራታችንንም እጅግ ስሜታዊ አደረገን። ሦስቱም ተነስተው ያቅፉኛል፣ ሦስቱም አክብሮታቸውን ይገልጹልኛል። ለእኔ የመሰለኝ ከእኔ ኮርስ ሦስት ኮርሶች በፊት ወይንም በኋላ የተመረቁ የቀዳማዊ ኃ/ሥላሴ ጦር አካዳሚ ምሩቆች በዚያን ወቅት እንደ ውብሸት ደሴ ኤርትራ ውስጥ የነበሩ በዝና የሚያውቁኝ ሊሆኑ ይችላሉ ብየ ነበር ያሰብኩት እንጅ የራሴው የፖሊስ አካዳሚ ምሩቆች ናቸው ብየም ፈጽሞ አልተጠራጠርኩም። ያጋጣሚ ሆነና እነሀ ወጣት ኮሎኔሎች ሦስቱም ከእኔ አራት ኮርሶች በኋላ የተመረቁ የፖሊስ አካዳሚ 16ኛ ኮርስ ምሩቆች ናቸው። ሦስቱም አያሌው መርጊያ የተባለውን በዝናና በስም፣ ከዚያም ከአብዮቱ በመጀመሪያው ሶስት ዓመታት በመልካም መንገድ (የአፄውን ሥርዓት የታገለ በሚል መንፈስ)፣ ከ1968 ዓ. ም. በኃላ ደግሞ በመጥፎ መልክ (ፀረ-አንድነትና ፀረ-አብዮታዊ መንፈስ) በፖሊስ ኮሌጅ በተለጠፈው ፎቶግራፌ እንጅ ተገናኝተውኝም አያውቁም። በየካቲት 1966 ዓ. ም. ለፕሮፓጋንዳና ለቅስቀሳ እንዲያመቻቸው የእኔን ፎቶግራፍ በፖሊስ ኮሌጅና በጠቅላይ መምሪያው

በሚገኙ ቢሮዎችና ግድግዳዎች ተለጥፎ እነ ዓለማየሁ ኃይሌ እስከተመቱበት ጊዜ ድረስ ቀይቶ ከተመቱ በኃላ መልኬ በማይታይ መልክ በጥቁር ቀለም እንደተቀባ ተነግሮኛል። ከቆምንበት መልሰን አራታችንም ተቀመጥን እና መቼ እንደተመለስኩና ከዚያ ያጋጠመኝንም ሁሉ አስረዳኃቸው። አሁንም ልመጣ አካባቢ የፓርቲ አባል ሆኜ ከጥቂት ወራት በኋላ በተመሳሳይ መንገድ በከፍተኛ የፖለቲካ ወንጀል እንደተሰረዝኩና ይግባኝ ብየ እንደመጣሁ። ወደ እዚህም ለመምጣት ፍላጎት እንዳልነበረኝና የኤርትራውንም አባሴ ሁሉ አስረዳኃቸው። ኤርትራ ከሠራዊቱ ጋር ከማንኛው ክፍል ጋር ግንኙነት አድርጌ እንደነበረ ሁሉ ጠየቁኝ። እንደቀድሞየ አሁንም በሲቭልነቴ ከሁሉም ጋር ትውውቅ ሲኖረኝ በይበልጥ ግን የአለቃችሁ የጄኔራል ወርቁ ቸርነት አቻ የሆኑት የሁለተኛው አብዮታዊ ሠራዊት የፖለቲካ መምሪያ ኋላፊና የማዕከላዊ ኮሚቴ አባል የሆኑት ከኮሎኔል ሸዋረጋ ቢሆነኝ መሆናቸውን ነገርኳቸው። ኮሎኔል ሸዋረጋ ቢሆነኝ እንደኃደኛቸውም አድርገው ሲጠብቁኝ እንደቆየ አስረዳኃቸው።

ወዲያውኑ ጀኔራል ወርቁ ቸርነት ከጄኔራል አበራ አበበ ጋር ከመሄዳቸው በፊት በፍጥነት ሦስቱም ተያይዘው ወደአለቃቸው ቢሮ ተሯሯጡ። ወዲያውኑም ኮሎኔል ወርቁ ቸርነት አሥመራ በመደወል ከኮሎኔል ሸዋረጋ ቢሆነኝ ጋር ስለእኔ በሰፊው እንደተወያዩ ሰማሁኝ። ሸዋረጋ ቢሆነኝ የሚያኮራ ሪፖርት ለአለቆቸው የሰጡት የሚያስደንቅ ነውና ምንም ቅር እንዳይልህ፣ ከጎንህ አለን በማለት የይትኛው ኮርስ ተመራቂዎች መሆናቸውን ገለጹልኝ። ዚእኛ ጋር አንድ ዓመት ተኩል መቆየት ፍላጎት ከሌለህ አዛዦቻችን ለሦስት ወር ያህል ከሰራህና ክበቡን ፊር ካሲያዝክልን እንድትመለስ ሀሳብ እንዳላቸው ጠቁመውናልን አትስጋ። በሌላ በኩል ደግሞ በፖለቲካ ወንጀል ተከሰህ ከፓርቲ መሰረዝህን ተገቢ አለመሆኑን ተወያይተንበታል። ስለዚህ አዲስ አበባ ኢሠፓ ፓርቲና ከዚያም በላይ ካሉት ጋር ተነጋግረን ባስቸኳይ ሳትመለስ እዚሁ እያለህ የፓርቲ አባል ሆነህ እንድትሄድ እንሞክራለን አሉኝ። በፕሮግራም ጄኔራል አበራ አበበ ጋር ተወሰጄ ተዋወኩኝ። አበራ አበበ ከልባቸው ወታደር ነበሩ። አስተሳሰባቸው፣ ጭንቅላታቸው፣ ንግግራቸው፣ ባሕላቸውና ጭውውታቸው ሁሉ ወታደር ነበሩ። ሌላ አያውቁም ከውትድርና በስተቀር። ስለሆነም አልኩኝ በልቤ፣ ከእኒህ ዓይነቱ ወታደር ጋር መቃቃር ስለማይገባኝ ቶሎ መሹለክ ይኖርብኛል ያለበለዚያ እዚያው በስብሽ ያላስተዋሽ እኖራለሁ ማለት ይሆናል። ይህ ጭንቀት የሚያስታውሰኝ አይበገሬው ዋለልኝ መኮንን በሻዕቢያ በኩል እንዳትወጣ፣ በሚፈልጉህ ዓይነት መንገድ ካልተባበርካቸው ያላስተዋሽ በስብሰህ ስለምትቀር በጅብሃ በኩል ውጣ ብሎ የመከረኝ ትዝ አለኝና ጥንቃቄ መውሰድ እንደሚኖርብኝ ወሰንኩ። በመሀል ላይ ኮሎኔል ዘራይ ወደ ኤርትራ ሁለተኛው አብዮታዊ ሠራዊት የፖለቲካ መምሪያ ተዛውሮ ሄደ። ሆኖም ከሁለቱ ኃደኞቹ ጋር ሆኖ ሁሉን ፊር አሲይዞልኝ ነበር የሄደው። ዘራይ በኋላ ከዚሁ ከአስነዋሪው የሲ. አይ. ኤ. ጥንስስ ከሆነው መፈንቅለ መንግሥት ተባባሪ ሆኖ ከቅርብ አለቆቹ ከነሜጀር ጄኔራል ደምሴ ቡልቲና ብ/ጄኔራል ወርቁ ቸርነት ጋር

ያለጊዜው ተቀጨ። አንተን የላኩህ እንድቅጣት ሆኖ ነው የቀጠርነው። እኛ ግን የጠየቅናቸው ሁነኛ ባለሙያ እንጂ ለቅጣት የሚላክ ሀቀኛ ዜጋ አልነበረም አሉ ሁሉም በመገረም። እኛንም ጭምር ነው የሚሰድቡን ያሉት፣ አንተን ተቀብለን የነሱ የቅጣት አስፈጻሚ በመሆን እንድንተባበራቸው መሞከራቸው ስድብ ነው አሉ ኮስታራው ወታደር ሜጀር ጄኔራል አበራ አበበ። ስለሆነም እስከአሁን አገሬ ብለህ፣ ሀገር አለችኝ ብለህ ከገባህ ጀምሮ የተቀጣኸው አንሶ ድጋሚ እንድትቀጣ ለዚያውም በእኛ ስም አንፈቅድም። የሚፈለገውን አሟልተሃል መመለስ ይኖርብሃል፣ ካስፈለገም ሌላ ባለሙያ እንዲልኩልን እንጠይቃለን ብለው በሶስት ወር አዲስ አበባ እንድመለስ አደረጉኝ። የኃላ ኃላ ገደማ እሳቸውም ከሜጀር ጄኔራል መርዕድ ንጉሴ ጋር እንደተነጋገሩና ያላግባብ እንደ ባዕድ ዜጋ ከእሥመራ እንደተባረርኩ እንደተነገራቸው እነ ኮሎኔል ክፍሉና ኮሎኔል ኃይለሥላሴ ነገሩኝ። ሜጀር ጄኔራል አበራ አበበና ብ/ጄኔራል ወርቁ ቸርነት በየፊናቸው የምስጋና ደብዳቤ በሠራዊቱ ስም ጸፈው ለኮሚሽነሩ እንድሰጥ ታሽጎ ተሰጠኝ። የምስጋና ደብዳቤውን ኮፒ ለራሴ በሌላ ኤንቬሎፕ አድርገው ሰጡኝ። ከሠራዊቱ ዋና አዛዥ፣ ከሠራዊቱ የፖለቲካ መምሪያና ከክበቡ ቦርድ ሦስት የተለያየ ሽልማትና ስጦታ ተሰጥቶኝ በባቡር ሸኝተው በሰላም መለሱኝ። አዲስ አበባ እንደደረስኩ ሁለቱንም ደብዳቤዎች ለኮሚሽነር ተሾመ ደስታ ለመስጠት እንደቀረብኩ ገና ሲያዩኝ ማን ፈቅዶልህ ሥራውን ጥለህ መጣህ፣ መዝናናት ቢያስፈልግህም ሐረር አካባቢ ሆነህ ነው እንጂ ካካባቢው መራቅ የለብህምና ባስቸኳይ ተመልሰህ ሂድ ይሉኛል። ጌታየ እነዚህን ሁለት ደብዳቤዎች ለእርስዎ እንዳደርስ ሁለቱም አዛዦች እንድሰጥዎት በአደራ ስለላኩኝ ቢፈቅዱልኝ ብየ ሰጥኃቸው። ከፍተው አንድ ባንድ አነበቡና በምን ተዓምር አስተሳሰባቸውን አስለወጥካቸው አሉኝ። የማንንም አስተሳሰብ የማስለወጥ ፍላጎት አይኖረኝም፣ አድርጌም አላውቅም። ቀና የሆነ ዓዕምሮ ያላቸው ወገኖቼ ትክክለኛውን ሲገነዘቡ በራሳቸው ይለወጣሉ አልኳቸው። በድንጋጤ መንፈስ ከፋይሌ ጋር እንዲያያዝ ብለው መሩት።

10.26. የሬንዴቩ ምግብ ቤት ሥራ አስኪያጅነት

ሞራሌ የሚሰበርና የማኮርፍ መስሏቸው የሆነ ቦታ ፈላልገው መስቀል አደባባይ ከሚገኘው የሬንዴቩ ምግብ ቤት ሥራ አስኪያጅ ብለው መደቡኝ። የሬንዴቩ ምግብ ቤት ላለፉት ሰባት ተከታታይ ዓመታት በአክሳሪነት ተመዝግቦ የሚገኝ ድርጅት ሲሆን እኔን እዚያ መመደባቸው ከቦታው አነስተኛነት አልፎ በአክሳሪነት የሚታወቅ በመሆኑ እንደመቀጣጫ ጭምር ሆኖ እንዲሳቅብኝ ለማድረግም ጭምር ነበር። ምንም ቅር አላለኝም፣ የምችለውን ሁሉ አደርጋለሁ፣ የሥራ ትንሽ የለውምና፣ ያችኑ ቤት ኪራየን የምትከፍልልኝንና ለሆዴ የምትሆነኝን የለመድኳትን የማታድግ የማትቀነስ ደመዎዜን እስከሚሰጡኝ ምንቸገረኝ ብየ ሥራየን በትጋትና በፍቅር ተያያዝኩት። ምንም እንኳን "ቀን እስከሚያልፍ ያባትህ አሽከር ይግዛህ" የሚለው አባባል ፊውዳላዊ ቢሆንም መልዕክቱ ያዘለውን ስለማምንበት ያ ክፉና መናጢ ዘመን እስከሚያልፍ ድረስ በትዕግሥትና በፅንዓት ጠንክሬ

መኖር እንደሚኖርብኝ በማመን ነበር ገና ድሮ የአዲስ አበባ ዩኒቨርሲቲ መምህራን የነበራቸውን ትውውቅ በመጠቀም ከአቶ አበበ ወርቁ ጋር ያጋጠሙኝ። እንደተመደብኩ የማነጅሜንት ዕውቀቴንና ልምዴን ከቦታውና ከሥራ ፀባዩ ጋር አዛምጄ ጥናትና ክትትል አካሄድኩ። ዕቅድና የሥራ ፕሮግራም አወጣሁ። ያሉኝን ሠራተኞች በተገቢው ቦታቸው አደላደልኩ። በመጀመሪያው ግማሽ ዓመት አመርቂ የመሻሻል አዝማሚያ አሳየን። በዓመቱ መጨረሻ ሬንዴቩ ከሰባት ዓመት በኋላ ለመጀመሪያ ጊዜ አትራፊ ተብሎ በአትራፊዎች ሊስት ተመዘገበ። ሠራተኞቹ በእልልታ ፈነደቁ። እየደከሙ ያለ ኃጢአታቸው ሲሰደቡና ሲወገዙ ኖረው አሁን ግን በመኩራራት እኛም እኮ እንሰራለን እናንተ ብቻ አይደላችሁም ማለት ጀመሩ። በሚቀጥለውም የሩብ ዓመት ሪፖርት ላይ እንደገና ትርፍ በማስመዝገብ ሬስቶራንቷ በአትራፊነት ታወቀች። ሳያውቁኝ በሩቅ በጥላቻ መንፈስ ያውቁኝ የነበሩት የወቅቱ የሆቴሎች ኮርፖሬሽን ዋና ሥራ አስኪያጅ አቶ ኃይለሥላሴ አያሌው የሚመለከታቸውን የመምሪያ ኋላፊዎች በመሰብሰብ እኔን አስጠርተው ምን እርምጃዎች በመውሰዴ ሊሻሻል እንደቻለ ጠየቁኝ። በቅንነት ሥራዩ ብለን የተጣልብንን ተግባር በወጉ ካገባደድን፣ ብኩንነትን ከተቀጣጠርናን አልባሌ ባሕሪያትን አስወግደን፣ ሠራተኞችን ባግባቡ በማደላደል የሥራ ድርሻ ከሰጠን፣ በአንድነት ተባብረን ከሰራን የማናተርፍበት ምክኒያት የለንም አልኳቸው። ከተቀጠርክ ጀምሮ የደመዎዝ እድገት አግኝተህ ስለማታውቅና አነተም ጠይቀህ ስለማታውቅ አሁን በተጨባጭ ያሳየኸው የሥራ ውጤት በቂ ማስረጃ በመሆኑ በተሰጠኝ የሥራ ኃላፊነቴ አስፈላጊውን ለማድረግ እችል ነበር። ነገር ግን ያንተ ጉዳይ ውስብስብና አስቸጋሪ በመሆኑ ካላግባብ ውዝግብ ውስጥ ላለመግባት ኮሚሽነር ተሾመ ደስታ ርጎራጌ ኖሯቸው ተገቢው ዕድገትና የደመዎዝ ጭማሬ እንዲደረግልህ፣ ካቅማቸው በላይ ሆኖ ከታያቸውም ከሚመለከተው ጋር ተነጋግረው አንድ ቁም ነገር ላይ እንዲያደርሱልህ አነጋግራቸዋለሁ አሉኝ።

ጌታዩ ከረዱኝ ከብዙ ዘመን በፊት በቀዳማዊ ኃይለሥላሴ ዩኒቨርሲቲ ያቋረጥኩትን ትምህርቴን በቀኑ ፕሮግራም ገብቼ ላገባዳት ብዩ ጠየኳቸው። ይህን ለማድረግ የማታ ሥራ አስኪያጅነት ወይንም ሱፐርቫይዘርነት መድበው ዩኒቨርሲቲ እንድማር ፈቅዳችሁ የላካችሁኝ አስመስላችሁ ብትጽፉልኝና ቀን ተመዝግቤ እንደማገንም ብዩ ባገባድዳት የመንፈስ እርካታ አገኛለሁ አልኳቸው። ደመዎዝ ጭማሬውም ሆነ ዕድገቱ ይቅርብኝ፣ እንደኖርኩ እኖራለሁ ሰላም ካገኘሁኝ አልኳቸው። የቀን ተማሪ ሆነህ እንድትማር sponsor ስፖንሰር እናደርግህም፣ ለዚህ የተፈቀደ በጀት ካለመኖሩም በላይ ይህ ዓይነት ባህል በእኛ ኢንዱስትሪ አልተለመደም አሉኝ። ስፖንሰር አድርጉኝ ሳይሆን ማታ እየሰራሁ የቀኑን የግል የእረፍት ጊዜየን ለትምህርት ለመጠቀም እንድችል ነው። ዩኒቨርሲቲው ማታ የምሰራ መሆኔን ካወቀ በቀን ተማሪነት አይመዘግቡኝም። ግን እርሰዎ የማታው ሥራየን ሳይጠቅሱ በደፈናው በዩኒቨርሲቲው የቀን ፕሮግራም ተመዝግቦ ትምህርቱን እንዲከታተል ፈቅደንለታል ብለው ብቻ እንዲጽፉልኝ ነው የምጠይቀዎት ብዩ ተማጸንኩኝ። ብዙ ካሰላሰሉ በኋላ ማታ ሳትተኛ አድረህ

እንደገና ቀኑን ሙሉ ምንም እንቅልፍ ሳታገኝ እንዴት አድርገህ ትማራለህ? ማታስ ሥራውን እንዴት አድርገህ መሥራት ትችላለህ? ብለው በመጨነቅ ላለመጻፍ ተከራከሩኝ። ኮስታራው ጎንደሬ ከብኩንነትና ዋልጌነት የጸዱት አቶ ኃይለሥላሴ አያሌው ከኮሚሽነሩ ጋር በነበራቸው ትውውቅ ከሌላ ኢንዱስትሪ ተዛውረው የመጡ መጤ ሲሆን ሳያውቁኝ ገና እንደመጡ በወሬና በአሉባልታ የተገነባ ዕውቀት ነበር ያላቸው። ከቅርብ ጊዜ ወዲህ በቅርብ ማወቅ እንደጀመሩ አመለካከታቸውና አስተያየታቸው ሁሉ እየተለወጠ በመልካም ሁኔታ ማየት ጀመሩ። ሊተባበሩኝ ቢፈልጉም ከመዋቅር ውጭ ለመመደብ አልፈለጉም። በሌላ በኩል ደግሞ በዚያን ወቅት ያለው ክፍት የምሽት ሥራ አስኪያጅ ቦታ ግዮን ሆቴል ብቻ ነበር። ነገር ግን የዩኒቨርሲቲ የቀን ተማሪ ሆኜ ሥራ በበዛበት ግዮን ሆቴል በምሽት ሥራ አስኪያጅነት መድቦ ማሰራቱ ችግር ይፈጥራል ብለው በመጨነቃቸው ትብብራቸውን ሊገፉበት አልፈለጉም። ችግርንና መከራን የመቋቋም ከፍተኛ ችሎታ ያለኝ ለመሆኔ ወደኋላ በመሄድ የማያውቁትን ታሪኬን ለማካፈል ተገደድኩና በመጠኑ አጫወትኳቸው። "በዩኒቨርሲቲው የቀን ፕሮግራም ተመዝግቦ ትምህርቱን እንዲከታተል ፈቅደንለታል" ብለው ሊጽፉልኝ እንደማይችሉ ካስረዱኝ በኃላ ታሪኬን ባጫወትኳቸው ሰሞን የምሽት ሥራ አስኪያጅ መሆኔን ሳይገልጹ በደፈናው "የቀኑ ጊዜ የግል የእረፍት ጊዜው በመሆኑ በዩኒቨርሲቲው የቀኑ ፕሮግራም ተመዝግቦ ትምህርቱን ቢከታተል አንቃወምም" የሚል ደብዳቤ ለአዲስ አበባ ዩኒቨርሲቲ ተፃፈልኝ።

10.27. ማታ የጊዮን ሆቴል የምሽት ሥራ አስኪያጅ፣ ቀን የዩኒቨርሲቲ መደበኛ የቀን ተማሪ ሁንኩ

በተጻፈልኝ ደብዳቤ መሠረት ዩኒቨርሲቲው በቀኑ ፕሮግራም ሊያስገባኝ እንደማይችል እንደተነገረኝ ቀጥታ ችግሬን በሞላ ጎደል ለሚያውቅልኝ ለፖለቲካል ሳይንስ ዲፓርትሜንት ኃላፊ ለዚያን ጊዜው አቶ ያዕቀብ አርሳኖ እና ለቅርብ ወዳጄ ለመሀንዲስና ቴክኖሎጂ ፋኩልቲ ዲን ለፕሮፌሰር ንጉሴ ተበጀ አማክሬ ባላቸው ግንኙነት ደብዳቤው በአፃፃፍና በቃንቃ ግራ ከማጋባቱ በስተቀር እንዲማር የፈቀዱለት መሆኑን የሚያረጋግጥ እንደሆነ አድርገው የሚመለከታቸውን በማሳመን በቀኑ ፕሮግራም ተመዝግቤ መማር ጀመርኩ። ቀድሞ በቀዳማዊ ኃይለሥላሴ ዩኒቨርሲቲ የነበረኝ የሦስት ዓመት ትምህርት አብዛኛው ኮርሶች phase out በመደረጋቸው የአዲስ አበባ ዩኒቨርሲቲ excempt ያደረገልኝ ከሶስት ዓመት ትምህርት የሁለት ዓመት ትምህርት ብቻ ነበር። ዩኒቨርሲቲው የምሥራቅ አውሮጳን ትምህርት ሥርዓት በመከተሉ ብዙ አዳዲስ ኮርሶች ስለተጨመሩ እነዚያን ኮርሶች መውሰድ ይኖርብኛል። አንድ ዓመት ብቻ የሚቀረኝ ተማሪ ሁለት ዓመት መማር ይኖርብኛል ማለት ሆነ። ሶስተኛው አብዮታዊ ሠራዊት እያለሁ አዲስ አበባ ኢሠፓ ፓርቲ ጋር ተነጋግረን ሳትመለስ እዚሁ እያለህ የፓርቲ አባል ሆነህ እንድትሄድ እናደርጋለን ብለውኝ ሳለ ከጉዳዩ ውስብስብነት አኳያ ባለመቻሉ አባል ሳልሆን ወደ አዲስ አበባ ተመለስኩ። ከሐረር አዲስ አበባ

ተመልሼ በገባሁ በዓመት ገደማ ከነጭራሹ ከፓርቲው ደንብና ፖሊሲ ውጭ ሙሉ አባል በማድረግ ደብተሩን ለግዮን ሆቴል መሰረታዊ ድርጅት ተልኮ ከተማችንን ለመከላከል ሥልጠና እንውጣ ሲባል በሕመም ይሁን በዓመት ፈቃድ ዘነጋሁ አሜሪካን ሀገር ሾልኮ ለጠፋው የመሠረታዊ ድርጅቱ ፀሀፊ ከግርማ ኡርጌ እጅ ተቀበልኩ። በጊዮን ሆቴል የማታ ሥራ አስኪያጅነት ቀይታየ እንቅልፍ በማጣትና ችግርን በመቋቋም እንደማንም ብየ ሁለት ዓመት ቀን እየተማርኩ ማታ በዚያ ከፍተኛ የገበያ እንቅስቃሴና ችግር በበዛበት ሆቴል ሌሊቱን እየሰራሁ የቀረኝን የመጀመሪያ ድግሪ ኮርስ አጠናቅቄ በሐምሌ ወር 1982 ዓ. ም. ተመረኩ።

10.28. ከወያኔና ሻዕቢያ ጋር የነበረኝ ዲፕሎማሲያዊ ግንኙነት

በአሳራፊ ሥራ አስኪያጅነት ተመድቤ ስሰራ ሕወሓት ትግራይን ብቻ ሳይሆን ሙሉ አገሪቷን የመቆጣጠር ያልታሰበ ዕድል ከአሜሪካ መንግሥት ገፀ-በረከት ተደርጎላቸው እራሳቸውን ከአንገት በላይ ከትግራዋይነት ወደ "ኢትዮጵያዊነት" በመቀየር አዲስ አበባ ሲገቡ በዕልልታ ከተቀበላቸው የአዲስ አበባ ነዋሪ ሕዝብ መካከል አንዱ ነበርኩ። ጓዶቼ እኒህድ፣ እንውጣ እያሉ ሲገፋፉኝና እነሱ ጥለው ሲወጡ እኔ ከመከላከያ ሠራዊታችን ጎን ተሰልፌ የሶማሊያን ወራሪ ጦር እየተዋጋሁ እግረ መንገዴን ከጎናቸው ተሰልፌ ዳር ድንበራችንን የሚጠብቁትን ሠራዊት በማንቃትና በማስተማር ጦርነቱ ሲያቀም የጦር መሣሪያቸውን ወደ ደርግ እንዲያዞሩ ለማድረግ እንጥራለን በሚል ቁርጠኝነት መጥቼ እዚሁ ቀርቻለሁ። አሁን በእዚህ ዕድሜየ የትም አልወጣም፣ የሚሆነውን የመጨረሻውን ማየት ይኖርብኛል በማለት ጓዶቼን ተከራከርኳቸው። ብዙዎቹ በየፊናቸው አገራቸውን ጥለው ወጡ። ላለመውጣት ያደፋፈረኝ ሌላው ምክኒያት ደግሞ ወያኔ ሜካቸው እያሉ ለ17 ዓመት አምባገነንነትንና ፋሺዝምን ሲታገሉ መኖራቸውን ሲለፍፉ በመቀየታቸው፣ በቀጥታ የምንዋጋቸው ሆኖ እስካልተገኘን ድረስ ቢያንስ ለተወሰነ ጊዜም ቢሆን የአንገት በላይ ዲሞክራሲን በማስፈን ችላ ሊሉን ይችላሉ፣ እንዲያውም ለለራሳቸው የዘረኝነት ፖሊሲያቸው በአራማጅነት እንድናገለግላቸው ስለሚፈልጉን ግልጽ የሆነ እንቅስቃሴ ስናካሂድ ካልተገኘን በስተቀር አይተናኮሩንም ከሚል ደካማ ትንተናየ ላይ ተመርኩዤም ነበር። በዚህ መልክ በዓይነ ቁራኛ እየታየን ለተወሰኑ ወራት ታልፈናል።

ሀ. ሶስት የወያኔ ታጋዮች የኢሠፓ አባልነት ደብተሬን ነጥቀው ለመውሰድ ሥራ ቦታየ ተልከው መጡ

ቀኑን ዘነጋሁ፣ ሆኖም ወያኔ አዲስ አበባን በቁጥጥር ሥር ባደረጉ ከጥቂት ቀናት በኋላ (ሁለትና ሶስት ቀናት በኋላ መሰለኝ)፣ ሶስት የወያኔ ታጣቂ ታጋዮች ወደ ጊዮን ሆቴሎች አስተዳደር ይመጡና ከአዲሱ ጮሌውና የሻምበል ፍሰሐ ገዳ ግርፍና ምልምል ከነበረው ከአስተዳደሩ ዋና ሥራ አስኪያጅ ቢሮ ይሄዳሉ። አቶ አያሌው ወይንም የመቶ አለቃ አያሌው መርጊያውን ለማግኘት ፈለገን ነበር ብለው ይጠይቃሉ። ምስኪን አያሌው ለበጎ ነገር መስሎት ከዋና ሥራ አስኪያጁ ቢሮ

ትፈለጋለህ ተብሎ ሲነገረው በፍጥነት ገስግሶ ከቢሯቸው አካባቢ ስደርስ በአካባቢው የነበሩ የሆቴሉ ሠራተኞች መካከል ጥቂቶቹ “ጋሼ አያሌው፣ አደራህን እንግዲህ እንዳትረሳን፣ ተጨቁነንና አንገታችንን ደፍተን የኖርን ነን” በማለት በማሾፍም በምርም ዓይነት ሲያነጋግሩኝ ስላልገባኝ እየሳኩባቸውና እያፌዝኩባቸው ወደ አስተዳደሩ ዋና ሥራ አስኪያጅ ቢሮ ገባሁ። ቢሮ እንደገባሁ ሶስቱን አንጋቾች ከነክላሽንኮፋቸው እንደተመለከትኩ ከቢሮ ውጭ የሠራተኞቹ ቀልድና ፌዝ መሳይ ንግግራቸው በዓዕምሮየ መጣና በሆዴ እንድስቅ አደረገኝ። ሶስቱም ተነስተው ተዋወቁኝ። ሁለቱ የትግራይ ተወላጆች ወያኔዎች ናቸው፣ አንድኛው የተለጣፊው የኢሕዴን ያለበለዚያም አዲስ አበባ ተወልዶ ያደገ ትግራይ ልጅ (አምቼ) ሊሆን ይችላል ሆኖም አማርኛው ከእኔ ይበልጣል። የአስተዳደሩ ዋና ሥራ አስኪያጅ ቢሮውን ለአራታችን ለቀ ወጣ። የመጣነው አሉ ለሁለት ጉዳዮች ነው አለኝ ቀንጆ አማርኛ ተናጋሪው። የመጀመሪያው የኢሠፓ አባልነት መታወቂያ ደብተርህን እንድታስረክበን ሲሆን ሁለተኛው ደግሞ ብጻይ (በትግርኛ ጓድ ማለት ነው) ዳዊት ዮሐንስ ሊያነጋግርህ ስለሚፈልግ በነገው ቀን ከሚገኙበት ቢሮ (በዚያን ጊዜ ቢሮው እነሽዋንዳኝ በለጠ ይጨፍሩበት የነበረው የደርጉ የብሔረሰቦች ኢንስቲቱት ነበር) ሄደህ እንድትገናኛቸው ለመንገር ተልከን ነው የመጣነው ብለው መልካምና ትህትና ባለው መልክ አነጋገሩኝ። ደብተሩን በቀላሉ ማስረከቤ የማይቀርልኝ መሆኑን አውቃለሁ፣ ሆኖም ትንሽ ላንገራግራቸው በማለት እንደሚከተለው ቀልድ እያስመሰልኩ ለጥያቄአቸው ምላሽ ሰጠሁ። ደብተሩን ከኪሴ አውጥቼ በማሳየት፣ ይህን ደብተር ለማግኘት አያሌ መስዋዕትነት ከፍየበታለሁ፣ እናንተን የምናቸንፍ መስሎኝ በየጦር ግንባሩ ስዋጋ ብዙ ተዋድቄአለሁ አልኳቸው። ለዚህ ደብተር ስልም ቆስያለሁ አልኳቸው። ይህን ስናገር ቀንጆ አማርኛ ተናጋሪው ወያኔ ወይንም የተለጣፊው አባል በፈገግታ መልክ ሲያዳምጠኝ ተመለከትኩት። ስለሆነም እንዲሁ በቀላሉ ማስረከብ የለብኝም፣ ካስረከብኩም ደብተሩን ለፈቀዱልኝ አብዮታዊ መሪ ለጓድ መንግሥቱ ኃ/ማርያም መሆን ይኖርበታል አልኳቸው። በዚህን ጊዜ ከፈገግታ አልፎ አላስችል ብሎት ሳቁን ለቀቀው ፈግግታ ያሳይ የነበረው የኢሕአደግ አባል። በሌላ በኩል ደግሞ በአስተዳደሩ የፓርቲው አባል እኔ ብቻ ነኝ እንዴ? ይህ ድርጅት ሰፊና ብዙ አባላትን ያቀፈ የጀግኖች መሰባሰቢያ ድርጅት ነው አልኩኝ። ይህን ሁሉ ስናገራቸው እኔም ጭምር በሆዴ እስቅ ነበር። እስከአሁን ድረስ ያልተገለጸልኝና ያልገባኝ ነገር ቢኖር ለምን የእኔ ደብተር እስከዚህ ጠቃሚ ወይንም ጎጂ ሆኖ አዲስ አበባ በገቡ ከጥቂት ቀናት በኋላ ከምሰራበት ቦታ ድረስ ታጣቂ ልከው ከኪሴ ነጥቀው ለመውሰድ ያሳሰባቸው ምክኒያት ነው። ይኸው ነገረኛ ቀንጆ አማርኛ ተናጋሪ ወያኔ ወይንም ተለጣፊው ድርጅት አባል ‘ለደርግና ለኢሠፓ ምን ያህል መስዋዕት እንዳደረክና እንደቆሰልክ ሁሉ ልትነግረን አይገባህም፣ በደንብ አድርገን ስለምናውቅህ። እኛንና ሻዕቢያን ለመግታትና ለመቋቋም ከጀግናው የደርግ ሠራዊት ጎን ተሰልፈህ በየበርሃው እየተንከራተትክ ምን ያህል መስዋትነት

እንደከፈልክና ከብዙ ውጊያዎች ከእኛ ጥይት መትርፍክን ሁሉ እናውቃለን' ይለኛል ተራቢው ወያኔ። አልፎም 'በምሕረት እንደገባህ ታማኝነትህ በመረጋገጡ ወዲያውኑ በካድሬነት ተሹመህ በየከፍተኛውና በደርግ ጽ/ቤት አያሌ ከፍተኛ ግዳጆችን በማከናወን እስከአሁን ድረስ በፓርቲ አባልነትህ ፀንተህ መኖርክን ስለምናውቅ ብዙም ገለጻ አያስፈልገንም። ይልቁንስ ወደ ሌላ ጉዳያችን እንድንሄድ ደብተሩን ብታስረክበን፣ ሁለተኛም በድርጅቱ አንተ ብቻ ትሆን ወይንም ሌሎች ይኑሩ የምናውቀው የለንም። የተላክነው ያንተን ደብተር ለመረከብና ከብጻይ ዳዊት ቢሮ እንድትገኝ መልዕክት ለማድረስ ብቻ ነው የመጣነው' ይለኛል። እያዘንኩና እየተከዝኩ በከባድ የፖለቲካ ውንጀላ ተከስሼና አስተዳደራዊ እርምጃ ተወስዶብኝ ከአባልነት ተሰርዤ ተነጥቄ ከብዙ ውጣ ውረድ በኋላ ያስመለስኳትን "የጀግኖች" መለያ ደብተር ሆና የቀየችውን ደብተር አንድ ዓመት ለማይሞላ ጊዜ በኪሴ አክብሬ አቀይቼ ዓይኔ እያየ አስረከብኩ። እየቀለድኩ እንደ ዳዊት በእክብሮት ተሳልሜና ስሜ ሳስረክባቸው ሁሉም በመሳቅ ተቀብለው ተሰናበቱኝ።

በወሩ ገደማ በአስተዳደሩ የሚገኙ ማናቸውም የፓርቲ አባላት ከአስተዳደሩ ፐርሰኔል ቢሮ በመገኘት ኢሕአዴግ ወክሎ ለሚልካቸው ታጋዮች የፓርቲ አባልነት ደብተራቸውን እንዲያስረክቡ የሚያሳስብ ጥብቅ ማሳሰቢያ በማስታወቂያ ሰሌዳዎች ተለጠፈ። በተጨማሪም በስብሰባም ተነገራቸው። እኔ ትራየን በስብሰባ ላይ በስንት ድካምና ጥረት ያገኘኋትን ደብተር ዓይኔ እያየ አላስረክብም አልኩኝና በተባለው ቀን ሁሉ በሰልፍ ቆሞ ሲጉላላና ጭንቀት ዓለም ሲተራመሱ እርስ በእርስ እንዲያወሩ ሆን ብየ በሩቅ ሆኘ እንድታያቸው አደረኩ። ደጋግመው ስልፉን ጠብቄ እንዳስረክብ መልዕክት ይልኩብኝ ጀመር። በመጨነቅና በመቅርቀር ስሜት ሲያሳስቡኝ አይደረገውም፣ የፈለገው ይምጣ እንጂ ኃድ መንግሥቱ ኃ/ማርያም አምነውብኝና አክብረውኝ የሰጡኝን ደብተር ወያኔ ከእኔ ሊወስድ አይችልም። የመጣው ይምጣ እቃቃመዋለሁ እያልኩ ወንድ እንዲሆኑ እሳት ውስጥ እንዲገቡ ገፋፋኋቸው። ቅንጣት ያህል የወንድነት ስሜት ኖሯቸው ለማንገራገር እንደማይፈልጉ በመረዳቴ እንጂ የሚያንገራግሩ ትንሽ አሞት ያላቸውማ ቢሆኑ አላደርገውም ነበር ከባድ አደጋ ውስጥ ሊገቡ ስለሚችሉ። <u>**ደብተሩን ይውሰዱት፣ ምን ቸገረኝ ከሥራ አያባሩኝ እንጂ**</u> ነበር የሁሉም መልስ። እንደነዚህ ዓይነቶቹ ነበሩ ከኢማሌድህ ጀምሮ ሰደድ አባል ደርሰው ቪላ የሰሩ፣ ስኮላርሺፕ ከአራት ጊዜ በላይ የተላኩት፣ የትምህርት ደረጃቸው አነስተኛ ሆኖ ካድሬ በመሆናቸው ከ$50.00 ብርና ከ$100.00 ብር $1500.00 ብር ደመዎዝ የደረሱት፣ የሆቴል ሥራ አስኪያጅ፣ ዋና ሥራ አስኪያጅ፣ የመምሪያ ኋላፊ፣ የሂሳብ ሹምንና ሌላም ሆኑት።

ለ. ዳዊት ዮሐንስና ሻለቃ ዓለምሰገድ

ከዳዊት ዮሐንስ ጋር ተገናኝቼ ስላደረኩት ውይይት ከመተረኬ በፊት ትንሽ ስለ ዳዊት ዮሐንስ ለመጥቀስ ልሞክር። እነ ዳዊት ዮሐንስ አዲስ አበባ ቢቀዩ በኢሕአፓ ሊገደሉ እንደሚችሉና

ለግድያውም ግዳጅ እህታቸውን ምላጪን ገነት ዘውዴን ግዳጅ ሊሰጣት እንደምትችል በመገንዘቧ ከአገር እንዲወጡ ገፋፍታ የአክስታቸውን ልጅ የአቶ ወርቁ ቸርነትን የመንግሥት ኃላፊነትና እርዳታ በመጠቀም በጎንደር በኩል ሱዳን ሊገቡ እንደቻሉ ተወርቷል። ዳዊት ዮሐንስና ገነነው አሰፋ ሲፈረጥጡ ሳይፈለጉ እንደሚፈለጉ ጀግና ዓቢዮታዊ ኢሕአፓ እና ደርግ ሊገድሉኝ ነው ብሎ በማስወራት ሊወጡ እንደቻሉ ተወርቷል። ኢሕአፓ ሰዎች መግደል ስትጀምር ሶስቱም ወይንም ከሶስቱ መካከል አንዱን እንዲገደሉ ቢወሰን ወ/ሮ ገነት ዘውዴ የድርጅቱ ጠንካራና ታማኝ ታጋይ ነች ከሚባሉት አንዷ በመሆኗና የነዳዊት ዮሐንስ እህት በመሆኗ እንድትገድል ግዳጅ ሊሰጣት እንደሚቻል በመገመታቸውና ብትታዘዝ ግዳጁን ለመፈጸም አስቸጋሪ ስለሚሆንባት ጠፍተው እንዲወጡ ገፋፍታለች ተብሏል። እንዲያውም አቶ ወርቁ ቸርነት እነ ዳዊት ዮሐንስን ጎንደር ካደረሰ በኃላ ወደ አዲስ አበባ እንዳይመለስና በዚያው ከእነ ዳዊት ዮሐንስ ጋር አብሮ እንዲፈሄድላት በመፈለጋ ጎንደር እንደደረሱ ዋሽታ ቤቱ በታንክና በብረት ለበስ ወታደሮች እንደተከበበ ነግራ በማስቦካት ተጨንቆ ሱዳን እንዲሄድ እንዳደረገችው ተነግሯል። ዓላማዋም አቶ ወርቁ ቸርነት ወደ አዲስ አበባ ቢመለስና ድርጅቱ እንዲገደል ቢወስን ለግድያው እራሷን ሊጠቀሙባት እንዲሚቻል በመገንዘቧና የገዛ ወንድሟ ገዳይ ከመሆን ራሷን ለመዳን በማቀዷም ጭምር እንደነበረ ነው። የኢትዮጵያን ወሰን አልፈው ሱዳን ወሰን ሲደርሱ በወቅቱ አያሌ ወገኖቻችን ሱዳን ከደረሱ በኋላ ወደ ካርቱም መጓዝ ችግር በነበረበት ወቅት እነሱ ግን የሻዕቢያ አባላት ተቀብለው ሳይውሉ ሳያድሩ ካርቱም አስገቧቸው። ካርቱም ገብተዉም ብዙ ሳይቆዩ በሻዕቢያ ድጋፍና እርዳታ ዳዊት ዮሐንስ ሬድ ሲ ሚል በሚባለው ኩባንያ ሥራ ተቀጥሮ መስራት ጀመረ። ገነነው አሰፋ ግን ሥራ የማይወድ ሰነፍ አውደልዳይ ስለነበር የመሥራት ዕድል እያለው እኔ ከእነሱ ጋር በነበርኩበት ጊዜ ዕድሉን ሳይጠቀምበት እንደቀረ ነው የማስታውሰው። አቶ ወርቁ ቸርነት ግን ሳያስብበትና ሳይዘጋጅበት የገዛ እህቱ አታላው እንዲወጣ በመደረጉና ምንአልባትም በሌላ ምክኒያት በሱዳን ቀይታው ከባድ በሆነ የአዕምሮና የመንፈስ ጭንቀት ላይ ወድቆ እንደነበርና በባዕድ አገር ለመኖር ባለመፈለጉና ሕክምናም ለማግኘት በማቀዱ በወለጋ በኩል ኬላ ሰብሮ ወደ አገሩ ሲመለስ ወለጋ ላይ ተይዞ ነቀምት ላይ ከባድ የስቃይ ምርምመራ ተካሂዶበት ለከፍተኛ ምርመራ ወደ አዲስ አበባ እንደተላከ ተወርቷል። በሻዕቢያ አስተዋዋቂነት የዳዊት ዮሐንስና የገነነው አሰፋ እንግዳ ሆኜ ካርቱም ከእነሱ ጋር ለጥቂት ጊዜ ኖሬአለሁ። ኢሳያስ አፈወርቂ ዳዊትን ወደፊት ለሥልጣን ግንኙነት (power connection) ዓላማው ሊጠቀምበት ስለሚፈልግ በአካባቢው እየተቀጣጠረ እንዲቀይለት እርዳታና ትብብር ሲያደርጉለት ቀይተዋል። የአቶ ወርቁ ቸርነት፣ የዳዊትና የገነት ዘውዴ ቤተሰቦች በንጉሠ ነገሥቱ ዘመን ተልቅ ቤተሰብ ከሚባሉት መካከል እንደ እንደነበሩና በሌላ በኩል የኤርትራዊነት/ትግራዊነት ደም እንዳላቸው ነው። ገነት ዘውዴ በተጨማሪ ደግሞ የኢሕአፓ የአዲስ አበባ ዞን የሴቶች ጉዳይ ሀላፊ ነበረች።

በተጨማሪ የዳዊት ዮሐንስ እህት አዲስ አበባ ከሚገኘው የጣሊያን ኤምባሲ ውስጥ ከገቡ በኋላ በገዛ ሽጉጣቸው ሕይወታቸውን ያጠፉት የደርጉ ምክትል ጠቅላይ ሚኒስቴርና የመንግሥቱ ኃ/ማርያም ታማኝ ተከታይ የነበሩት የአቶ ኃይሉ ይመኑ ባለቤት ነበረች። ኢሳያስ አፈወርቂ ይህን ሁሉ ግንኙነት በሚገባ የጠጠቀመበት በቅድሚያ አጢኖና አቅዶ እንደሆነ የዋሽንግተን ዲ. ሲ. ወገኔ አጫውቶኛል። እንዲያዉም እንደነገረኝማ ከሆነ ኢሳያስ አፈወርቂና መለስ ዜናዊ አቶ ኃይሉ ይመኑ ጣሊያን ኤምባሲ እንደገቡ እርስዎ ለምን ወደ ኤምባሲ ያስኬደወታል? አማችዎ እኮ ከኛ ጋር ነው፣ ከፍተኛም ቦታ ላይ ነው ያለው ብለው መልዕክት ከላኩባቸውና የዳዊትን ከወያኔና ሻዕቢያ ጋር ድል አድራጊ ሆኖ አብሮ መግባትና እንዲሁም በከፍተኛም ቦታ ላይ መሆኑን ሲረዱ ነው ለካስ ተሸውጃለሁ በማለት እራሳቸውን ሊያጠፉ የተገደዱት። አቶ ኃይሉ ይመኑ በዳዊት ዮሐንስ እህት በሆነችው ባለቤታቸው አማካኝነት ለሻዕቢያና ወያኔ በተዘዋዋሪ በማገልገላቸው ምክኒያት ለሀገሪቷ ውድቀት እራሳቸውም ምክኒያት እንደሆኑ ተሰምቷቸው ሕይወታቸውን ለማጥፋት እንደተገደዱ ነው ይህ ወዳጄ ያጫወተኝ። በነገራችን ላይ ይኸው ወገኔ በተጨማሪ ሲያጫውተኝ መንግሥቱ ኃይማሪያም ሆነ ኢሕአፓ/ኢሕአሠ አመራር ይህንኑ የሥልጣን ግንኙነት ዘይቤ ይጠቀሙ እንደነበረ ከማጫወቱም በላይ በተለያየ ጊዜ በሌላ አካባቢ ሰምቻለሁ። እኔው እራሴም በተጨባጭ በአሲምባ ቀይታየ ተገንዝቤአለሁ። የአቶ ኃይሉ ይመኑ ባለቤት የዳዊት ዮሐናስ እህትና እንዲሁም የገነት ዘውዴም የቅርብ ዘመድ መሆኗን መንግሥቱ ኃይለማርያም በሚገባ ያውቃል። ገና በጥርጣሬ በፍጥነት ሳያጣራ የሰው ልጅ ሕይወት ማጥፋት ተወዳዳሪ የሌለው መንጌ አቶ ኃይሉ ይመኑን በአክብሮት ይዞ ያቀያቸው ለዚሁ ለሥልጣን ግንኙነት ይጠቅሙኛል በሎ በማሰቡ እንደሆነ ነው ያስረዳኝ። የዳዊት እህት በየጊዜው ዋሺንግተን ድ. ሲ. እየተመላለሰች ከዳዊትና ከሌሎች ቤተሰቦቿ ጋር እየሰነበተች ትመልለስ ነበር። በኢሕአፓ/ኢሕአሠ የያሬድ ከበደ/አያሌው ከበደ ተሰማ ጉዳይ ሌላው ተመሳሳይ ምሣሌ ነው። ለዚህም ነበር የድርጅቱ አመራር እምብርት አያሌው ከበደን እሽሩሩ እያሉ አሽሞንሙነው ይዘውት የነበረው። መኩሼ አያሌው ከበደም ምንም ፍራቻና ጭንቀት ሳይኖረው እንደልቡ መኖሩም ይህንንኑ በመጠቀሙ ነበር። ዳዊት ዮሐንስ የጠመንጃ ቀርቶ የሽጉጥም ቃታ ስቦም አያውቅም። ከላይ ለመጠቀም እንደሞከርኩት ሱዳን በሻዕቢያ ከለላ ኖሮ በመጨረሻ ዋሺንግቶን ዲሲ ታክሲ እየነዳ ይኖር ነበር። ከሻዕቢያ ጋር ግንኙነቱን አቋርጦም አያውቅ። በሻዕቢያም አማካኝነት ከወያኔ ጋር ተቀራርቦ ኖሯል። መለስ ዜናዊ ከትግራይ ውጭ የሆኑ ሰዎችን ለዘዴና ጥበብ ማስጠጋት አስፈላጊ መሆኑን እንዳመነበት ዳዊት ታማኝና ተስማሚ በመሆኑ ከሻለቃ ዓለምሰገድ ጋር እንደሻንጣ ይዟቸው አዲስ አበባ ገባ።

የኢሠፓ ደብተሬን በውርደት ለወያኔ ተወካዮች ባስረከብኩ ማግሥቱ በቀጠሮየ ከብጻይ/ጓድ ዳዊት ዮሐንስ ቢሮ ተገኘሁ። እሱንና ሻለቃ ዓለምሰገድን አገኛቸዋለሁ። ሻለቃ ዓለምሰገድ በዚያን

ወቅት የአቶ ሀሰን ሺፋ ምክትል ሆኖ ነበር የሚሰራው። ዲፕሎማሲያዊ በሆነ መንገድ እንኳን "በድል አድራጊነት" በሠላም አገራችሁ ገባችሁ አልኳቸው። ዳዊት ዮሐንስ በቅድሚያ በማብራራት ተገቢውን "ኢትዮጵያዊ" ግዴታየን እንድወጣ አሳሰበኝ። እነ "አቶ ሀሰን ሺፋ እና ሻለቃ ዓለምሰገድ የፖሊስ ሠራዊትን ለሕዝብና ለሀገር በሚጠቅም በዘመናዊ መልክ ለማደራጀት አንድ የአደራጅ ኮሚሽን ይቋቋማል ሰሞኑን። የዚህን ኮሚሽን ተልዕኮ ለማሳካት ወሳኙ የኮሚሽኑ አባላት ማንነት ይሆናል። ስለዚህ አንተ የአደራጅ ኮሚሽኑ አባል ሆነህ እንድታገለግል ስለታቀደ ከአሁኑ እንድታስብበትና እንድትዘጋጅ ለመግለጽ ነው የጠራንህ ይለኛል። ዳዊት በመቀጠል ከዚህ ኢትዮጵያዊ ግዴታህ ባሻገር ከጥቂት ቀናት ወይንም ከሳምንት በኋላ አንተንና የአንተን የቀድሞ ጓዶች ለማሰባሰብና ለማቀራረብ የሚያስችል ቡድን ስለሚኖር ባጋጣሚ ተሰባብስቦ መወያየቱና መነጋገሩ መልካም ስለሚሆን ለዚያም በመንፈስና በሀሳብ ከወዲሁ እንድትዘጋጅበት። በመቀጠልም ከበዴ ስሙ ዳዊት የሚባል በአሁኑ ጊዜ ፓስተር ኢንስቲቱት እንደሚሰራ የተነገረኝ በጎንደር በድርጅቱ ሀላፊነት የነበረውን፣ ስለሞን ተፈራ የተባለ ብዙ ዓመት ታስሮ የተፈታና እንዲሁም ጌታቸው ሀብታሙ የተባለ በማዘጋጃ ቤት የሚሰራ ይበለኝ ወይንም ሌላ ቦታ ዘነጋሁት ሆኖም ሶስቱን አፈላልገህ እንድንገናኝ ብታደርግ" በማለት እንደሥራ (assignment)፣ እንደግዳጅም ነገር ይሰጠኛል። የተባሉትን ግለሰቦች በመልክ ወይንም በሜዳ ስማቸው ካልሆነ ማንነታቸውን ለማወቅ ስለምቸገር ግራ ተጋባሁ። አሁን የአርቲፊሻሉ ጊዜ ተራው የእነሱ ሆነና እጅግ ትህትናና አክብሮት በተመላበት መንገድ እንደሚከተለው ለማስረዳት ሞከርኩ። ለእንደዚህ ዓይነቱ ታማኝነትን የሚጠይቅ ተግባር በመታጨቴ ከፍተኛ አክብሮቴና ምስጋናየን በመግለጽ ሆኖም ከመርሕ እንጻር እቃወማለሁ አልኳቸው። ምንም እንኳን ወያኔ ወይንም ኢሕአዴግ ባልሆንም ካለፉት ጥቂት ሳምንታት ጀምሮ በሆዴ የማደንቀው ድርጅት ሆኖ አግኝቸዋለሁ። ስለሆነም ለድርጅቱ ካለኝ ፍቅርና አክብሮት መግለጫየ የሚሆነው የኢሕአደግን ፖሊሲዎች ለማስፈጸምና ለማስከበር ቆርጬ መነሳሳቴን ነው አልኩኝ። ስለዚህ ይህንን መነሳሳቴን ከዚሁ መጀመር የግድ ይሆንብኛል ስላቸው ከልቤ መስሏቸው በፈገግታ ዓይን ተመለከቱኝ። እኔ በልቤ ገና የኢሠፓ አባል ነኝ። እስከ ትናንትናዋ መናጢ ዕለት ድረስ ደብተሬንም ከኪሴ ለይቼ አላውቅም ነበር። ለኢሠፓም ታማኝና ጠንካራ ሎሌም ነበርኩ። የኢሕአዴግ አንዱና ዋነኛው ፖሊሲ የኢሠፓ አባላት በምንም ቢሆን ከትግሉ መሳተፍ እንደማይኖርባቸውና ከብዙ እንቅስቃሴዎች መታቀብ እንደሚኖርባቸው ነው። ይህ ፖሊስ ትክክለኛነቱን አምናለሁ። ታዲያ በፖሊስው መሠረት እንደእኔ አይነቱ ከዚያ ክብር ከሚሰጠው የፖሊስ አደራጅ ኮሚሽን ውስጥ ልገባም አይገባኝምና ከወያኔ ፖሊሲና መመሪያ አንጻር ፈቃደኛ አይደለሁም አልኳቸው። ኢሠፓ ሁነው የማያውቁ የአስተዳደር በደልና ግፍ የተፈጸመባቸው አያሌ ጠንካራና ሀቀኛ የሕዝብ ፖሊሶች አሉና ከፈለጋችሁ እነማን መሆናቸውን በመጠቆም ልተባበራችሁ እችላለሁ ብየ መለስኩላቸው። ለምሳሌ ብለው ሲጠይቁኝ እኔ ደግሞ ከልባቸው

መስሎኝ ከአፌ የመጡልኝን ለምሳሌ፣ መንግሥትአብ ባሕሩ፣ ሻምበል ብርሃኑ ሰርፁ፣ ኮሎኔል ታደሰ አስፋው፣ ሻምበል መለስ ሀገስ፣ የመቶ አለቃ ወገኔ ገነነ፣ ሻምበል ተስፋየ ይገዙ፣ ሻለቃ ሙሉጌታ ጆጆና ሌሎችም ይኖራሉ ብየ ጠቀምኩ።

ዳዊት ዮሐንስ በመቀጠል "በመጀመሪያ ያንተ ኢሠፓ'ነት ሊገባን ከቶም አይችልም። ኢሠፓ በመግባት በቅርብ ጊዜ ለሚፈጠረው አዲሱን ፓርቲ "የኢትዮጵያ ዲሞችራቶች አንድነት ፓርቲ (The Ethiopian Democratic Unity Party)" ሰርገህ ለመግባት እንዲያመችህ ዘመዶችህ (ኢሕአፓ ማለቱ ነው) በግዳጅ አሰማርተውህ ካልሆነ በስተቀር ኢሠፓነትህ'ን እዚሁ እንርሳው ይለኛል የሱዳኑ ወዳጄ ዳዊት ዮሐንስ። በመቀጠልም "ኢሠፓማ ብትሆንማ ኖሮ" ይልና ሳይጨርሰው ንግግሩን በመግታት አቀመ፣ ግልጽ አልሆነልኝምና ግራ አጋባኝና ሌላ ጣጣ እንዳያስከትልብኝም በመፍራት ምን ማለት ፈልጎ እንደሆነ ልጠይቀው አልፈለኩም። ወዲያውኑ ፖሊሲ መጽሐፍ ቅዱስ አይደለም፣ flexible ነው። ለተባለው ኮሚሽን ጠቃሚ ሰው አለ ተብሎ ከታመነበት ግለሰቡ የጎላ ነገር ከሌለበት በስተቀር እንዲሳተፍና አብሮ እንዲሰራ ማድረጉ ፖሊስውን እንደማጠናከር ይቆጠራል እንጂ ፖሊሲውን እንድተጻረረ አይቆጠርም። ስለዚህ ከኢሕአዴግ ፖሊሲ ውጭ ነው ብለህ ቅር አይበልህ" ብለው ሁለቱም ለማሳመን ሲጀምሩ የማያዋጣኝ መሆኔን ስገነዘብ ከፖሊስ ሠራዊት ኮብልየ ከሸምጥ ተዋጊዎች ጋር ከተቀላቀልኩበት ከ1965 ዓ. ም. አጋማሽ ጀምሮ እራሱ ፖሊስ ምን ማለት እንደሆነ ረስቻለሁ። በምሕረት እንደገባሁም ወደ ፖሊስ ጠቅላይ መምሪያ እንዳልታይ ካለሁበት ቦታ ድረስ በመምጣት የስንብት ወረቀት ተሰጥቶኛል። ከዚያን ዘመን ጀምሮ እስከ ዛሬ ድርስ ዓለም ብዙ ለውጥ አካሂዳለችና የፖሊስ ዕውቀትና ተግባራት ያንኑ ያህል በከፍተኛ ደረጃ አድጓልና ለኮሚሽኑ ተፈላጊ አልሆንም ብየ ተሟገትኩ። ፍቃደኛ አለመሆኔን ሲረዱ "ለጊዜው ይህንን ጉዳይ እዚሁ እናቀመውና ወደ ሌላው እናትኩር" ብሎ ዳዊት ዮሐንስ ነገሩን ለጊዜው ዘጋልኝ። የተባሉትን ጓዶች እንደማንም አጠያይቄ በማግኘት እንዲገናኙህ እነግራቸዋለሁ አልኩት። "እንድትነግራቸው እኮ አይደለም ጓድ አያሌው፣ ፕሮግራም ይዛችሁ እኔ ዘንድ ይዘኻቸው እንድትመጣ ነው እንጂ የፈለኩት" እንዳለኝ ክርክር መፍጠሩ መልካም ባለመሆኑ እሽ ብየ ተሰነባብቸ ወጣሁ። በነገራችን ላይ ፎረም 84'ን ለማቋቋም በአዲስ አበባ ዩኒቨርስቲ በG17 በተካሄደው ቀጣይ ስብሰባ ላይ እንደተገኘሁ "በኢሕአፓ ላይ አሁኑኑ አቋም እንውሰድ!" በማለት ቡራ ከረዩ ይደነፋ የነበረው ግለሰብ ዳዊት ዮሐንስ አፈላልጌ ከጽ/ቤቱ ይዛቸው እንድሄድ ከሚፈልጋቸው መካከል ጌታቸው ሀብታሙ የተባለው መሆኑን ከስብሰባው በኃላ ለማወቅ ቻልኩ።

ሐ. ከኢሕዴን ጋር የነበረኝ አስቀያሚ ንክኪ አጀማመርና ፍጻሜው

ከኢሕአሠ ተገንጥየ የወጣሁ ተራማጅ ነኝ ብሎ እራሱን የሚጠራው ወያኔ ጨፍልቆ የፈጠረው ተለጣፊ "ኢሕዴን" ከሚሉት ድርጅት ሰዎች ጋር የነበረኝ የችግሬ መነሻ የቀድሞ

ኢሕአፓዎችን ለማገናኘት በሚል ቅጥፈት ፎረም 84'ን ለመፍጠር በተጀመረው ጥሪ ጀምሮ ነበር። ከዚያ በመቀጠል ለአባልነት እንድሞላ በተሰጠኝ ቅጽ ላይ ከመርሀና ከዓላማ የተነሳ ለመሙላት ባለመፈለጌ የተለያየ ምክኒያት በመስጠት ዛሬ ነገ እያልኩ ሳልሞላ በማቀየቴ ነበር። የአባልነት ፎርም እንዳልሞላ ካስገደዱኝ ምክኒያቶች አንዱና ዋናው በዚያን ዘመን ከየትኛው ዘር እንደተወለድኩ ደሜን በደም ላቦራቶሪ አስመርምሬ ለማወቅ ባለመቻሌ ነበር። እስከ ቅርብ ጊዜ ድረስ የአማራው ብሔር ተወላጅ ነኝ እንጂ የተለየ ዘር የለኝም ባይ ነበርኩ። ቅጹን እንደሰጡኝ ሰሞን የአማራው ብሔር ተወላጅ ብየ ሞልቼ ሰጠሁ። እንዲህ ብሎ መልስ የለም፣ ልክ አይደለህም፣ ዘሬ አማራ ነው ብለህ ሙላ ብሎ ወያኔ ጫካ በነበሩበት ዘመን በአሜሪካ የወያኔ ተወካይ የነበረው ጥሩ ተናጋሪና አዲስ አበባን እንደተቀጣጠሩ የአዲስ አበባ የኢሕአዴግ ተወካይ ሆኖ ይሰራ የነበረው አቶ አሰፋ ማሞ "በምክርና በወዳጅነት" መልክ መመሪያ ሰጠኝ። እንዴት እንደጠለፈኝ አጀማመሩን ዘንግቸዋለሁ። ሆኖም ስሜንና አድራሻየን ከዳዊት ዮሐንስ አግኝቶ ሊሆን ይችላል ያለበለዚያም አቸናፊ ሆነው በድል አድራጊነት አዲስ አበባ ከገቡት ከቀድሞ የትግራይ ልጆች ጓደኞቼ (እነሱ ስለዚህ ጉዳይ እኔን ማነጋገሩ ስለከበዳቸው በተዘዋዋሪ ያደረጉት ሊሆን ይችላል) ያለበለዚያ እነ በረከት ስምዖን፣ ታምራት ላይኔና ተፈራ ዋልዋ ከቀድሞ ታጋዮች አግኝተው ለአቶ አሰፋ አስተላልፈውለት ይሆናል የሚል ግምት ነው ያለኝ። የግዮን የሆቴሎች አስተዳደር ሆነው ለተሾሙት አዲሱ የአደዋ ተወላጅ ዋና ሥራ አስኪያጅ ስልክ ደውሎ ሊተዋወቀኝና ለሆነ ነገር ሊያነጋግረኝ በመፈለጉ አዲስ አበባ የኢሕአደግ ጽ/ቤት ሄጄ እንድገናኘው ቀጠሮ ይሰጣቸዋል። አዲሱ የአድዋው ተወላጅ ዋና ሥራ አስኪያጁ ወዲያውኑ አስፈልገው መልክቱን ሰጡኝ። ወያኔ መስቀል አደባባይ አካባቢ የሚገኘውን የቀድሞውን የኢትዮጵያ የሠራተኞች ማሕበር ሕንጻን ነጥቀ የአዲስ አበባ የኢአደግ ጽ/ቤት በማድረጉ በቀጠሮየ ሰዓት ወደ ተባለው ቦታ ሄድኩኝ። ከአቶ አሰፋ ማሞ ጋር ከተዋወኩ በኃላ ቀጥታ ወደ ዋናው ምክኒያት ሊገባ በመፈለጉ ከሆነ ጎድ ጋር ሊያስተዋውቀኝ ፈልጎ ሳለ የተፈለገው ጎድ በዚያን ወቅት በቢሮው አካባቢ ባለነኖሩ በምትኩ የአዲስ አበባ የኢሕአደግ የርዕዩተለም ሃላፊውን አንዳርጋቸው ፅጌን አስጠርቶ እንደገባ "አንጋፋ አብዮታዊ የነበረ አያሌው መሪያው" ብሎ "በአክብሮት" መንፈስ ያስተዋውቀናል። ፎርሙን ሞልቼ እንደጨረስኩ ላንድኛቸው እንድሰጣቸው መክሮ አሰናበተኝ። እግረመንገዱን አንዳርጋቸው ፅጌ ይበልጥ ሊተዋወቀኝ በመፈለጉ ወደ ቢሮው ይዞኝ ገብቶ ከአንድ ሰዓት በላይ እራሳችንን በማስተዋወቅና በመወያየት ቀይቼ ተሰናብቼ ወጣሁ።

ብዙ ሳልርቅ ከዚሁ ስልአንዳርጋቸው ፅጌ የሰማሁትንና የማውቀውን ለማውሳት ልሞክር። የኢሕአፓ/ኢሕአሠ አባላት ከወያኔና ኢሕአሠ ጦርነት በኃላ ሜዳውን ለቀው ሲሰደዱ በመንገድ ተበታትነው የተዳከሙትን አባላት መልሰው እንዳይሰባሰቡና እንዳይቋቋሙ ያለበለዚያም ካልተበታተነው ስደተኛ ሠራዊት ጋር እንዳይገናኙ ወይንም ወደ አዲስ አበባ ተመልሰው በኅቡዕ እንዳይንስራሩና

በኃላ ግንኙነት እንዳይፈጥሩ አዛኝና ተቀርቃሪ በመምሰል ከወያኔ ጋር እንዲቀዩና በኃላ ወደፈለጉበት ውጭ ሀገር እንደሚልኳቸው በመደለል ከትግል ዓለም በመለየት ለእነሱ የወደፊት አገልጋይ ለማድረግ አያሌ የኢሕአፓ ልጆች ተማርከው በወያኔ ቁጥጥር ሥር ቀዩ። ጥቂቶቹ ደግሞ ከአዲስ አበባ አሲምባ የሚያስገባ ቪዛ ተሰጥቷቸው ሲጓዙ በእውነት መንገድ ጠፍቷቸው ሳይሆን አሲምባም እሳት ነውና ለምን ከዚህ ሁሉ ወደ ውጭ ወጥተን አዲስ ሕይወት እንመራም በማለት ወደ ኤርትራ ሲጓዙ ትግራይ ውስጥ በወያኔ ተማርከው ከእነሱ ጋር እስከ ሁለት ዓመት ድረስ አቀይተው ወደ ውጭ ያወጧቸው ብዙ ነበሩ። ወደ ውጭ አንወጣም፣ የተለየናቸውን የትግል ጓዶቻችን ጋር በማገናኘት ተባበሩን በማለት ላቀረቡት ጥያቄ የሀሰት እሸታ እየተሰጣቸው በማታለል ወደ ሻዕቢያና ወያኔ እሥር ቤት ያጎሯቸው አያሌ ጠንካራ ታጋዮች እንደ ነበሩና በእሥር ቤትም እንዳሉ አስተሳሰባቸውን እንዲቀይሩ በተዘዋዋሪና በቀጥታ ተገደው ፈቃደኛ ሳይሆኑ የቀሩትን የሞራልና የሥነልቦና ጦርነት ተካሂዶባቸው የሻዕቢያንና የወያኔን ፍላጎት እንዲያሟሉ ሲደረጉ አሁንም ሊበገሩ ያልቻሉትን ጠንካራና እውነተኛ የኢትዮጵያ ሕዝብ ልጆች በትግራይና በኤርትራ በርሃ እንደጠላት በጥይት እየቀሉ እንደጨረሷቸው የትናንት ትዝታ ነው።

አቶ አንዳርጋቸው ፅጌ ወደ አሲንባ የሚያስገባ ቪዛ ተሰጥቶት ከአዲስ አበባ ተነስቶ ትግራይ ውስጥ እንደደረሰ ጉዞውን በመቀጠል ወደ ኤርትራ ሲያመራ እንጢጮ ከምትባለው የትግራይ ከተማ ላይ ተማርኮ ወደ ውጭ እስከሚወጣ ድረስ ከወያኔ ጋር በምርኮኝነት አብሮ የቀየው "ታጋይ" የወደቀው ኢሕአፓ የአዲስ አበባ በይነ ቀጠና ፀሀፊ የነበረው የግርማቸው ለማ ሹፌር ሆኖ ያገለግል የነበረ የኢሕአፓ አባል ነበር ተብሏል። አቶ አንዳርጋቸው ፅጌ ወደ ሱዳን ከዚያም ጀርመን ሀገር በመጨረሻም ወደ እንግሊዝ ሀገር ተልኮ በሎንደን ሲኖር ቀይቶ የሻዕቢያንና የወያኔ ጋሪ ሆኖ ወደ መሀል ኢትዮጵያ ያስገባው የከሀዲያን ጥርቅም የሆነው የተለጣፊው የኢሕዴን አመራር አባልና በኃላም የአዲስ አበባ ክልል ፕሬዚደንት የነበረው የተፈራ ዋልዋ ሚስት ወንድም ነው። ወያኔ ልክ እነ ዳዊት ዮሐንስን ከአሜሪካን ሀገር እንደ ግል ዕቃቸው በሻንጣቸው ጠቅለው እንዳመጧቸው አንዳርጋቸው ፅጌንም እንደ ግል ዕቃቸው ከሎንዶን በሻንጣ ጠቅለው "በድል አድራጊነት" አዲስ አበባ ያስገቡት ነው። ወዲያውኑም የአዲስ አበባ የኢሕአዴግ የርዩተዓለም ጉዳይ ኃላፊ ሆኖ ብዙም ሳይቀይ ከሽግግሩ መንግሥት ፍጻሜ በኃላ የአዲስ አበባ ክልል ዋና ፅሀፊ (General Secretary) ሆኖ "በሕዝብ" ምርጫ ስም ተሾመ። ቀን ወጣለትና ሥልጣኑን ተጠቅሞ በሌላ ወቅት ሊያገኛት የማይችለዋን ስሚን ዘነጋሁ፣ ቀይ ቀንጆና ውብ የሆነች የአዲስ አበባ ዩኒቨርሲቲ የቃንቃ ምሩቅና የአዲስ አበባ ማዘጋጃ ቤት የቲያትር ክፍል ባልደረባ ከነበረችዋ ጋር ለመጋባት በቃ። የአዲስ አበባ ከተማ የኢሕአደግ የርዕዩተዓለም ጉዳይ ኃላፊ በመሆኑ እንጂ ባይሆንማ ኖሮ ሊያገባት ቀርቶ ሊወዳጃት እንደማይችል በወቅቱ በሰፊው ተወርቷ። የአዲስ አበባ ክልል ዋና ፀሀፊነቱ ፈላጭ

ቀራጭነት ሚና አግኝቶ አማቹ ፕሬዚደንት እሱ አስፈጻሚ ሆነው ነበር። አዲስ አበባን በቁጥጥር ሥር እንዳዋሉ ወላጅ አባቱን የሠላምና መረጋጋት ሊቀመንበር አድርጎ አስመረጠ። ቀጥሎም ሁለት ጊዜ በተከታታይ በፓርላማ ምርጫ "አሸናፊ" አስደርጎ በአባልነት ያስቀመጠ "ታጋይ" ነበር። አንዳርጋቸው ፅጌ ከበርከት ስምዖን ጋር በመተባበር የኢሕአፓን መንሰራራት ለመግታትና ብሎም አባላቱን የወያኔ ፖሊሲ አራማጅ ለማድረግ በአዲስ አበባ ዩኒቨርሲቲ ስላካሄደው ስብሰባ በሌላ አካባቢ ተገልጿል። ለወያኔና ለሻዕቢያ ዓላማ ግብ መምታትና ለወያኔ ፖሊሲ አራማጅነት ሽንጣቸውን ገትረው በመታገል ለዛሬዋ ኢትዮጵያ ከፍተኛ አስተዋፅዖ ያበረከተው የድል አጥቢያ አርበኞ አቶ አንዳርጋቸው ፅጌ የኃላ ኃላ ተፀፅቶ የወያኔን መንግሥት ለመጣል "መታገሉ" ስውር ዓላማው ምንም ይሁን ምን በጥረቱ አከብሬዋለሁ። ሆኖም አንዳርጋቸው ፅጌ የሻዕቢያን ማንነት ከማንም ይበልጥ እያወቀ ሻዕቢያን ተገን አድርጎ ወያኔን ለመጣል ጥረት ማድረት ለግል ሥልጣንና ዝና ያለበለዚያም ለባዕዳን ተወካይነቱ ካልሆነ በስተቀር የሚታገለው ወያኔን ጥሎ በሌላ የወያኔ መሰል መንግሥት ለመቀየር እንደሆነ ስለሚሰማኝ ሻዕቢያን በጀርባው አሰልፈው እስከሚታገሉ ድረስ ለኢትዮጵያና ለሕዝቧ የባሰ ችግር ለመፍጠር እንጂ ምንም ዓይነት መፍትሔ እንደማያመጡ አምናለሁ። ለሻዕቢያ ጥቅም እስካልዋለ ድረስ ወይንም ለሻዕቢያ ቅንና ታማኝ አገልጋይ እስካልሆነ ድረስ ሻዕቢያ የኢትዮጵያን ቡድኖች ወይንም ድርጅቶች የመርዳት ፍልጎት ከቶም ቢሆን አይኖራትም። የኢትዮ°ጵያን ሕዝብ ነፃ እናወጣለን ብለው አሜሪካ አሥመራ፣ እንግሊዝ አሥመራ መሽከረከሩ የተለየ ስውር ዓላማ እንዳላቸው እንጂ የሻዕቢያና የወያኔ ማንነት እያወቁ በሻዕቢያ ድጋፍና ትብብር ኢትዮጵያ ነፃነቷንና ክብሯን ታስመልሳለች ብሎ ማመኑ ቀርቶ ማሰቡ እራሱ የኢትዮጵያን ሕዝብ በድጋሜ ማታለልና ማጭበርበር እንደሆነ አምናለሁ። አንዳርጋቸው ፅጌን ሀገር ቤት "በድል አድራጊነት" እንደገባ ከእንግሊዝ ሀገር ከመጣ እንግሊዛዊ እንግዳ ጋር ከሆኑ ጎረቤቱ መኖሪያ ቤት ጨለማን ተገን በማድረግ ከምሽቱ 3 ሰዓት በኃላ በበተደጋጋሚ እየተገናኙ ሲገናኝ ከቅርብ ወዳጆቹ ጋር ሆነን በማየታችን ጥርጣሬ ላይ ጥሎን እንደነበር ይታወሰኛል።

ከአቶ አሰፋ ማሞ ጋር ከተዋወኩበት ጊዜ ጀምሮ አብዛኛውን ጊዜየን የማሳልፈው ከአዲስ አበባ የኢሕአዴግ ጽ/ቤት ባልደረቦች ጋር፣ ከቀድሞው የጠቅላይ ሚኒስቴሩ ጽ/ቤት ሕንጻ ከሚገኘው ከብሔራው የቅሬታ ሰሚ ኮሚቴ አባላት በተለይም ከካሌድ አብዱላሂም ጋር፣ በአዲስ አበባ ክልል አስተዳደር ከተፈራ ዋልዋ፣ አልፎ አልፎ ከዳዊት ዮሐንስ፣ ከበረከት ስምዖን አካባቢና በቱሪዝም ኮሚሽን የቅሬታ ሰሚ ኮሚቴ አባላት ከአድማሱ ታፈሰ፣ ከደምሴ ፅጥና ከአበበች አፈወርቅ ጋር ነበር። ከተጠቀሱት ጋር ያለኝን ግንኙነት በመቀጠል በቀሪው ሰዓቶቼ ለአባልነት የተሰጠኝን ቅጽ ሞልቼ እስከማስረክብ ድረስ በኢትዮጵያ ቱሪዝም ኮሚሽን ለሚገኙ የቅሬታ ሰሚ ኮሚቴዎች አስተባባሪ ሆኜ እንዳገለግልና ኮሚቴዎቹን ከካሌድና ከሌሎች የብሔራው የቅሬታ ሰሚ ኮሚቴ

አባላት ጋር እያስተባበርኩ እንድቀይ ታዘዝኩ። የቅሬታ ሰሚ ኮሚቴ ልክ የደርግ ዘመን የሠርቶ አደሩ የቁጥጥር ኮሚቴ ፎቶ ኮፒ ነበር። በደርግ ዘመን ያላግባብ የበለፀጉትን፣ አስተዳደራዊ በደል የፈጸሙትን፣ ፍትሕና አድልዎ የፈጸሙትንና በተለያየ መልክ ያላግባብ ሥልጣናቸውን የተጠቀሙትን በምርመራ አጣርቶ ለብሔራዊ የቅሬታ ኮሚቴ ለማቅረብ ነው በሚል ሽፋን ስውር አጀንዳው ግን የመንግሥት መሥሪያ ቤቶች ቀደም ሲል በደርግ ዘመን የነበራቸውን የታመቀ እሮሮና በደል በስሜታዊነት ገፋፍተው በመጠቀም በማያውቁት መንገድ ለወያኔ መሣሪያነት እንዲጠቀሙባቸው ለማድረግ ነበር። በአሰሪዎቻቸው ላይ እንዲያድሙ ለማነሳሳት የሚያስችላቸው መገፋፊያ መሣሪያም ነበር። በዚህም ዘዴ ወያኔ ሠራተኞቹን ስሜታዊ በማድረግ አያሌ ኢትዮጵያዊያን ከሥራ በማባረር የራሳቸውን ሰላዮችና ወኪሎች በማስመልመል በየድርጅቱ ተከሉ። በዚያን ጊዜ አሣራፊ ሥራ አስኪያጅ ስለነበርኩ ሕሊናን ከሚዘገንን ድርጊቶች በየዕለቱ ከማየት ለመዳን ከእነሱ አካባቢ በሰላም ለመራቅ በመፈለግ በክፍለ ሀገሩ የዓመት እርፈት የሚወጡ ሥራ አስኪያጆች እንዲኖሩና ቶሎ ብየ ወደ ተባለው ሆቴል ፈጥኜ ለመሄድ የዓመት ዕረፍት የሚወጣ ሥራ አስኪያጅ እንዲኖር እፀልይ ነበር። ታዲያ ፀሎቴ ሰራና ባሕር ዳር የሚገኘው የትልቁ ሆቴል ሥራ አስኪያጅን ለአንድ ወር ተኩል ለማሳረፍ ስዘጋጅ ድንገት ከኢትዮጵያ የሽግግር መንግሥት የጠቅላይ ሚኒስቴር ጽ/ቤት የቅሬታ ሰሚ ኮሚቴ ለሆቴሎች አስተዳደር ደብዳቤ በመጻፍ "ከቱሪዝምና ሆቴሎች ኮሚሽን ጋር በተያያዙ ጉዳዮች ተመስርቶ የቅሬታ ሰሚ ኮሚቴዎች በሚያደርጉት የማጣራት ሂደት ግለሰቡ ከቅሬታ ሰሚ ኮሚቴዎቹ ጋር የሚያደርገው ትብብር አስፈላጊ በመሆኑ የሽግግር መንግሥቱ የቅሬታ ሰሚ ኮሚቴዎቹ ተልዕኮ እስከሚሳካ ድረስ በአዲስ አበባ መቀየት እንዳለበት በቃል በገለጽነው መሠረት ወደ ጎጃም እንዳይሄዱና በአዲስ አበባ ተመድበው እየሰሩ እንዲቀዩ በትህትና እናሳስባለን" የሚል ደብዳቤ በመጻፉ ወደ ጎጃም መሄዴ ተሰረዘ። ያችን ጨዋና ኩሩ ደመዎዜን እያገኘሁ ምርታማ ሳልሆን ሳውደለድል የምውለው ከላይ ከጠቀስኳቸው ጽ/ቤቶችና ግለሰቦች አካባቢ፣ እንዲሁም በእኔ አስተባባሪነት ከተቋቋሙት የቅሬታ ሰሚ ኮሚቴዎች አባላት ጋር ነበር። አንድ ዓመት በእንደዚህ መልክ ቀይቼ ደመዎዝ የሚከፍለኝን አስተዳደር የሚያርፍ ሥራ አስኪያጅ ቢኖር እንዲልኩኝ ለመንኳቸው። የምትችል ከሆነና ከኢሕአደግ ተቃውሞ ካልመጣብን የደሴና የኮምቦልቻ ሆቴሎች ሥራ አስኪያጆች ስለሚወጡ ልንልክህ እንችላለን ሲሉኝ ፈቃደኛነቴን ገልጨላቸው ደብዳቤ ተጻፈልኝ። ልሄድ በመዘጋጀት ላይ እያለሁ በአስተባባሪነቴ አብሬ ከምሰራቸው የቅሬታ ሰሚ ኮሚቴዎች አመራር አባላት ለኢሕአደግ ሰዎች በመጠቀሙ ተፈራ ዋልዋ በስልክ ደውሎ ዋና ሥራ አስኪያጁን በማነጋገሩ የአደዋ ተወላጁ አዲሱ ዋና ሥራ አስኪያጅ መንግሥታቸውን ለመደገፍና ለመተባበር ወዲያውኑ ደብዳቤ በመጻፍ ቀደም ሲል የተሰጠኝን የሂድ መመሪያ ተሸሮ አድቤ አዲስ አበባ እንድቀይ ተባልኩ። በእንደዚህ መልክ እያለሁ ለድርጅቱ ምንም ሳልሰራ ደመዎዝ እየተከፈለኝ

መቀመጤ ስላሳሰባቸው የአቦይ ስብሐት ምልምል አዲሱ ኮሚሽነር ረዘነ አርአያ አቦይ ስብሀቱን መከታ በማድረግ ይሆናል ሳላስበው ወደ ደብረማርቆስ ሄጄ እንዳሳርፍ ደብዳቤ በመጋቢት ወር 1985 ዓ. ም. ይደርሰኛል። ለማንም ሳልገልጽ ትእዛዙን በምስጢር ይዤ ወደ ተባለው ቦታ ለመሄድ ስዘጋጅ ለካስ የቱሪዝም ሆቴሎች ኮሞሽን የቅሬታ ሰሚ ኮሚቴ ሰብሳቢና ለአዲስ አበባ ክልል የቱሪዝም ኮሚሽን ፕሬዚደንትነት ያሳጨሁት አድማሱ ታፈሰና ምክትል ሰብሳቢው ደምሴ ፅጌ (ብዙ ሳይቆይ በወያኔ የመጀመሪያው የድምፅ ጋዜጣ ዋና አዘጋጅና በመቀጠልም በወያኔ የተቋቋመው የጋዜጠኞች ማሕበር ሊቀመንበርነት የተሾመው) የደብረማርቆስ ሆቴልን ሥራ አስኪያጅ ለማሳረፍ እንድሄድ መታዘዜንና ለመሄድ መጣደፌን ለአዲስ አበባ ክልል ለነ ተፈራ ዋልዋ በምስጢር ይነገራል። መጋቢት 17 ቀን 1985 ዓ. ም. ከክልል 14 አስተዳደር ጽ/ቤት ለሆቴሎች በተጻፈ ደብዳቤ ላይ፣ "... አቶ አያሌው መርጊያው በአዲስ አበባ እንዲቆዩ የተፈለገበት ጉዳይ አስፈላጊ በመሆኑና ሥራውም ገና ያልተጠናቀቀ ከመሆኑም ባሻገር በቅርብ ጊዜ ውስጥም በቋሚነት ወደ ክልል 14 በኃላፊነት ተዛውረው የሚመደቡ መሆናቸውን እየገለጽን፣ አስፈላጊው ቅድመ ሁኔታዎች እስከሚጠናቀቁ ድረስ ከአሁን በኋላ ለአንድ ወር ጊዜ በአዲስ አበባ እያሰራችሁ እንድታቀዩልን በትህትና እናሳስባለን" በማለት ደብዳቤ ይላካል፣ ለእኔም አድቤ እንድቀመጥ በግልባጭ ኮፒ ይደርሰኛል።

ማናቸውም የሚኒስቴርና የኮሚሽን መሥሪያ ቤቶች በየክልላቸው በሚገኘው "መንግሥት" የራሳቸውን ሚኒስቴርና ኮሚሽን ማቋቋም ስላለባቸው በአዲስ አበባ መንግሥትም የራሱን የቱሪዝም ኮሚሽን ለማቋቋም ቅድመ ዝግጅቱን ከእኔ ጋር በቅርብ በመሆን እየሰሩ ነበር። እኔ ለዚህ ትብብር ምንም ቅር አላሰኘኝም፣ ለሚቋቋመው ኮሚሽን በኮሚሽነርነት፣ ምክትል ኮሚሽነርነትና በመምሪያ ኋላፊነት የሚሆኑትን ግለሰቦች ስም ዝርዝር እንደሰጥ ታዘዝኩ። በዚህም ምንም ቅር አላለኝም፣ ቅር ያላቸው እነሱ ብቻ ነበሩ። አስተዳደራዊ በደል ያልፈጸሙ፣ በዝርፊያና ስርቀት የማይታወቁ፣ በኮሚሽኑና በሥሩ በሚገኙ ድርጅቶች በሠራተኞች የሚከበሩና ተደማጭነትና ተሰሚነት ያላቸውን፣ በትምህርት ደረጃቸውና በሥራ ልምድ ብቃትና ችሎታቸው፣ በቀበሌ ካልሆነ በስተቀር በሥራ ቦታቸው በምንም ዓይነት በመጥፎ ልማድ የማይታወቁ ኢሠፓ አባላትን ጨምሮ የ'21 ግለሰቦችን ስም ዝርዝር ሰጠሁ። በብሔረሰብ ጥምራቸው አራቱ የትግራይ ልጆች፣ አምስቱ የኦሮሞ ልጆች፣ ሶስቱ የጉራጌ ልጆችና ዘጠኙ አማራዎች ነበሩ። ይህንን ሳደርግ እኔ ግምት ወስጥ ያስገባሁት የትምህርት ችሎታቸው፣ በሥራ ልምድ ተመክሯቸው፣ ብቃታቸውንና ከላይ የጠቀስኳቸውን ከዝርፊያ፣ ከስርቀት፣ ከስካር፣ ከዝሙት ማስፋፋት ተግባርና ከዋልጌነትና ከብኩንነትና ከሌሎች ኋላ ቀርና አጎጉል ልምዶችና አመሎች ነፃ መሆናቸውን በማትኮር እንጂ የትኛው ብሔር ተወላጅ መሆናቸውን ለማወቅ ፍልጎትም አልነበረኝም። ባጋጣሚ በራሴ መሥፈርት አጣርቼ ያገኘኋቸው እነዚህ 21ዱን በመሆናቸው እነሱን አቀረብኩ። በችሎታ፣ በትምህርት፣ በሥራ ልምድና በብቃት ከሁሉም

በልጠውና ልቀው ከተገኙ ሁሉም አማርኛ ተናጋሪ ወይንም የትግራይ ልጆች፣ ወይንም የጉራጌ ቢሆኑ ምንም ቅር አይለኝም። ሌላው ቀርቶ ሁሉም የኦሮሞ ወይንም የደቡብ ተወላጆች ቢሆን ምንም አያስጨንቀኝም ነበር። ይህም እርምጃየ በጣም ቅር አሰኛቸው። ባጋጣሚ ሆኖ በሁሉም ልቀውና በልጠው የሚገኙት አማራዎቹ ነበሩ። ከዘጠኙም ውስጥ አንድም የኢሠፓ አባል የነበረ አልነበረበትም፣ ሁሉም የመጀመሪያ ድግሪያቸውን ከያዙ ዘመን አልፏቸዋል። በመጨረሻ በክልሉ ከ21ዱ ውስጥ አንዱን የአማርኛ ተናጋሪ (አድማሱ ታፈሰን) ብቻ በመምረጥ ሌሎቹን ስምንቱን የአማርኛ ተናጋሪዎቹን አስቀርተው የሌሎቹን ብሔረሰቦች እንዳሉ በመምረጥ በጠቅላላ 13ቱን ብቻ እንዳጸደቁ ሰማሁ። አንድ ሌላ የአማርኛ ተናጋሪ እራሱ ክልሉ በመጨመር በድምሩ 14 ሆኑ። ክልሉ እራሱ መረጦ ያስገባው "አማራ" እኔን እራሴን ነው። የእኔን ስም ከሊስቱ ውስጥ እንዳስገባ ታዝዤ ደስተኛ ባለመሆኔ አላስገባሁም ነበር። ከእኔ ጋር ሁለት "አማራዎች" ሆነን በድምሩ 14 ግለሰቦች ለክልል 14 የቱሪዝም ኮሚሽን ባልሥልጣንነት መታጨታችንን ሰማሁ። ሁለተኛው የተሰጠኝ ተግባርና ኋላፊነት የኮሚሽኑን የሥራ ክፍፍል የሚመጥኑትን እንዳደላድል ነበር። በዚህም መሠረት መንዜውን አድማሱ ታፈሰንና የኦሮሚያ ተወላጁን ቶሌራ የተባለውን ሌላውን መልካም የኮሚሽኑን ባልደረባ ለምክትል ኮሚሽነርነት አቀረብኩ። ሆኖም ቶሌራ ኦሮሞ በመሆኑ የኦሮሚያ የቱሪዝም ኮሚሽን በአመራር ቦታ ላይ ስለሚፈልገው እሱን ከጥቀማ ሊስት ውስጥ እንዳላስገባ ስለተነገረኝ ከሊስቱ አወጣሁት።

አድማሱ ታፈሰ የመንዝ ልጅና ወያኔ የሕጻናት ኮሚሽን ኮሚሽነር አድርጎ የሾመው የተድላ ድረሴ አብሮ አደግ ጓደኛው ነው። አድማሱን በአብሮ አደግነት ሳይወድ የግዱ አባል እንዲሆን ቅጹን የሰጠዋል። ያብሮ አደግነት መንፈስ ያታለውና ቶሎ ብሎ ቅጹን ግጥግጥ አድርጎ ፈርሞ ይሰጣል። አባል ከሆነ በኃላ የጓደኞቹ አመለካከት ሁሉ ስለተለዋወጠበት ያደረበትን የመንፈስ ጭንቀት በማካፈል ምን ማድረግ እንደሚገባው አማከረኝ። ብዙ ጊዜ ቤቱ ሄጃለሁ፣ ከቤተሰቦቹና ከልጆቹ ጋር ተዋውቄአለሁ። በመጀመሪያ ደረጃ ቅጹን ሞልተህ አባል ሆነሃል። ቤተሰቦችህን ይዘህ ለመቀጠልና ልጆችህን ለማስተማር እንድትችል እዚሁ ሀገር መቀየት ይኖርብሃልና የሚጎዳህ ባለመኖሩ ደግ አድርገሃል ሞልተህ መስጠትህ ብየ አደፋፈርኩት (ከልቤ ግን አልነበረም)። ጥያቄውን ያቀረበልኝ ቅጹን ሞልቶ ካስረከበና አባል ከሆነ በኋላ በመሆኑ ደስ ነበር ያለኝ፣ ምክኒያቱም ቅጹን ሞልቶ ከመስጠቱ በፊት ቢሆን ኖሮ ምን ዓይነት ምክር ልሰጠው ነበር እያልኩ ከራሴ ጋር ስታገል ነበር። የሚወዱትና የሚያከብሩት ጓደኞቹ እንደ አይበገሬዋ የቱሪዝምና ሆቴሎች ማሰልጠኛ ኢንስቲቱት የቱሪዝም መምህር የነበረችው ጠንካራዋ የተጉለትና ቡልጋ ልጅ አበብች አፈወርቅና ሌሎች ሁሉ ዓይንህን ላፈር አሉት። ቢያንስ ለልጆችህ ብለህ ተዝናንተህ አብረህ ለመቀየት ሞክር። ልጆችህ እንኳን አቅመ አዳም ደርሰው ትምህርታቸውን እስከሚያገባድዱ ድረስ አድበህ አብረህ ኑር ብየ እያጽናናሁት፣ ቀይቶ ቀስ በቀስ እየተዋሃደው እንደመጣ ተረዳሁ። አድማሱ ጨዋና ኩሩ የሆነ ከስካር፣

ዝሙት፣ ዝርፊያ፣ ጥቁር ገበያ ልክስክስነት ሁሉ የፀዳ መንዜ የሥራ ባልደረባየና ወዳጄም ነበር። የሥራ ክፍፍሉን አጠናቅቄ ካስረከብኩ በኋላ የባሰ ዱብ እዳ መጣ። እኔን የክልል 14 የቱሪዝም ኮሚሽን ኮሚሽነር ያደርጉና አድማሱ ታፈሰን ምክትል ኮሚሽነርነርት ያጸድቃሉ። በሆዴ ቀልዱ አልኳቸው። አሁን ለኮሚሽኑ ጽ/ቤት መገልገያ ሕንጻና አስፈላጊውን የጽ/ቤት መገልገያ ዕቃዎችን አዘጋጅተን የክልል 14 መስተዳድር/የአዲስ አበባ ክልል አስተዳደር የቱሪዝዝም ኮሚሽን ኮሚሽነር ተብየ ሥራውን በይፋ ለመጀመር የሁለት ወር ጊዜ እንደቀረ ተረዳሁ። አማራጭ የለኝም ቶሎ ፍትልክ ብየ ማምለጥ ይኖርብኛል። ለዚህ ተግባር ደግሞ የሚተባበሩኝን ከእነሱ መካከል እግዚአብሔር ከመልካሞች ጋር ወዳጅነት አስቀድሞ በጥበቡ ፈጥሮልኛል።

10.29. ጊዜው እንደደረሰ የኢሕዴን የማ/ኮ አባላት እነሙሉዓለም አበበ፣ ኦስማን አሺኔና ተፈራ ኃይሉ ጋር ሁኔታዎች አቀራረቡኝ

የምኖርበት የራስ ሙሉጌታ ሕንጻ ዋና ግቢና የመኪና መግቢያው በቅድስት ማርያም መገንጠያ በኩል ከማእዘኑ ላይ ነው። የእኔዋ በራስ ሙሉጌታ ሕንጻ ውስጥ የመጨረሻ አነስተኛዋ ስቱዲዮ ነች። ከኪራይ ቤቶች ክፍሏን ከተቀበልኩ ጊዜ አንስቶ በየዓመቱ ክፍሏን ለማሟላት ከሚመለከታቸው ድርጅቶች በመሄድ እንዲፈቀድልኝ በመጠየቅ ወያኔ ሥልጣኑን እስከተረከቡበት ጊዜ ቀይቻለሁ። በ1976 ዓ. ም. ነጠላ አልጋ፣ አንዲት ጠረጴዛና አራት ወንበሮች ለመግዛት ሞስቮልድ ሄድኩኝ። ሥራ አስኪያጁ ደብዳቤ ያስፈልግሀል ይለኛል፣ እኔም የምን ደብዳቤ ብየ ስጠይቅ ቅድሚያ እንዲሰጥህ፣ አለበለዚያ ከአሥር ዓመት በላይ መጠበቅ ይኖርብሀል ብሎ አሰናበተኝ። ቀጠልኩና ጧት ጧት ቀላል ቁርስ እንኳን በማብሰል እራሴን ለመመገብ በማቀድ ትንሿን እምድጃ ገዛሁኝና የጋዝ ሲሊንደር ለማግኘት ካቅራቢያየ ከሚገኘው የጋዝ ሲሊንደር ማደያ ሄድኩና ስጠይቅ ደብዳቤ ያስፈልግሀል ይሉኛል እንደ ሞስቮልዱ። ለምን ስላቸው በቅድሚያ እንድታገኝ ያለበለዚያ አንድ መቶ ዓመት መጠበቅ ይኖርብሀል ብለው የሰማዕቱ የመላኩ ማርቆስ አባት ያሰናብቱኛል እየቀለዱም ከምራቸውም። ቀጥሎ ስልክ ያስፈልገኛልና በላይ ዘለቀ አካባቢ ከሚገኘው የአዲስ አበባ ቅርንጫፍ ሄጄ ስልክ እንዲገባልኝ አመለከትኩ። ጌታየ ቅድሚያ እንዲገባለዎት የሚያዘውን ደብዳቤ ይዘዋልን ይለኛል፣ ዘንግቼ ሳልይዝ መጣሁና እመለሳለሁ በየው ወጥቼ ጠፋሁበት። የኢሕዴን ተራ ታጋዮች (ጆሌዎች) ከግቢው ነዋሪዎችና ከውጭ አካባቢ በሚኖሩ ሰዎች ስለእኔ የተነገራቸውን ሁለት ተፃራሪ መረጃ የትኛው ትክክለኛ እንደሆነ ለማጣራትና ለመሰለል በራሳቸው ዘዴና ጥበብ ለማወቅ ገብተው እስከተመለከቱበትና እስከፈተሹበት ጊዜ ድረስ መጽሕፍትና የንባብ እቃዎቼን ከወለሉ እያስቀመጥኩ ባዶ ቤት ይዤ ኖሬአለሁ። በዘዴና ጥበብ ቤቴን ከፈተሹና በሞላ ጎደል ኑሮየን ካረጋገጡ በኋላ በወር ጊዜ ውስጥ ስልክም፣ ሲሊንደሩም፣ አልጋውና ወንበሮቹም ሁሉም ባንድ ጊዜ በማግኘት ያች የጨዋ ምስኪን ባዶ ቤት፣ ቤት እንድትመስል አደረጋት። አልፎም ሲሊንደር ስለተፈቀደልኝ ቁርስ እንኳን

በወግ ማዕረጉ ከቤቴ ውስጥ በማብሰል ከሰኔ ወር መጨረሻ 1983 ዓ. ም. ጀምሮ መመገብ ጀመርኩ። ከማነሷና ከመጥበሷ በስተቀር ቤት መስላ መታየት የጀመረችው ይህችው ጨዋ ጎጆየ ከነሐሴ ወር 1984 ዓ. ም. ጀምሮ ስልክ ጭምር ተፈቅዶላት ለመጀመሪያ ጊዜ በብዙ መንገድ ከረዳኝና ከተባበረኝ የሰላሌው ወዳጄ ከወርቅነህ ጌታሰው ጋር በመሆን ዋሺንግተን ስቴት ከሚኖረው ከአብሮ አደጉ የሰላሌው ተወላጅና ሰማዕታት ጓዶቼን ካስደበደበው ከአየለ ዳኜ/አብድልሀሚድ ጋር ስልክ በመደወል የመጀመሪያውን የስልክ ንግግር ከእሱ ጋር ለመነጋገር ቻልኩ። "እንተን እንደተገነዘብኩህ ቂምና በቀል የማታውቅ ኩሩ ወገኔ እንደሆንክ ስለተማመንኩብህ ሁሉንም ለፈጣሪ በመተው ሠላም ተባባሉ፣ ደውለህ ማነጋገርህም ቂም እንዳልያዝክበት ከማስረዳቱም በላይ ጭንቀትና የሕሊና ፀፀት ውስጥ ይከተዋል፣ የወደቁትን ጓዶችህን ታኮራቸዋለህ" በማለት እንድደውልለት ወርቅነህ ጌታሰው አየለን እንዳነጋግረው ጠየቀኝ። የማይገኙት ጓዶቼ በእነ አየለ ዳኘ/አብዱልሀሚድና በብጤዎቹ ደክማነት ተበልተዋል፣ እኔ ግን በሕይወት ተርፌ ሰማዕታት ጓዶቼን እያስታወስኩ ለመኖር እንድቀጥል ጠንካራ መሆን ስለሚኖርብኝ ምንም ቅር እይለኝም በማለቴ አገናኝቶ እንድንነጋገርና ሰላምታ እንድንለዋወጥ አደረገን። ወርቅነህ ጌታሰው እንደ ይሁን ዓለም ሰገድ ድሮ አያውቀኝም። ስላሳለፍኩት አበሳና መከራ ከተለያዩ ሰዎች ተነግሮት በመቀርቀር የቀረበኝ ወዳጄ ነበር።

የራስ ሙሉጌታ ሕንጻ የመኪና መግቢያ በር እና የአዲስ አበባ የኢሕዴን ጽ/ቤት ይሁን የብሔራዊ የድርጅቱ ጽ/ቤት ይሁን ዘነጋሁኝ ከጎን የሚገኘው ትልቅ ቤት ነው። ድሮ የቀጠና አራት የሠርቶ አደር ቁጥጥር ኮሚቴ ጽ/ቤት የነበረ ነው። ሁለቱም በሮች ሰፋፊ ሲሆኑ ብዙውን ጊዜ ወያኔ ከተማዋን መቆጣጠር ከጀመረ ጀምሮ ለወሬና ሁኔታዎችን ለመገንዘብ ከመግቢያ በሩ ላይ እየቀምን እንጫወታለን። በዙውን ጊዜ እኔና እንደአባቴ የማያቸውና እንደልጃቸው የሚቀጥሩኝ ኢትዮጵያዊው አርመናዊ ዶ/ር እርሾ (አርሳቬክ ክሊኒክ) የንጉሱ ባለሟልና ምስጢረኛ የነበሩት ነን። ከጎን ደግሞ የኢሐአደግ ጀሌዎች በሩ ላይ ቀመው ይጨዋወታሉና ቀስ በቀስ ከእኔ ጋር ውይይትና ጭውውት ጀመርን። ያ ጭውውት እየገፋ ሄደና ስር ሰዶ የኤርትራው ሪፈረንደም ኮሚሽን የተባለውን ለማቋቋም ሽር ጉድ የሚባልበት ጊዜ ደረሰን። የዋህና ግልጽ በመሆናቸው እንዲወናበዱ ስለማልፈልግ ሶስት ምርጫወች ይኖራሉ በሚለው የወስላታ መሪዎቻቸውን የማወናበጃ ዲስኩራቸውን አምነው እኔን ሊያስተምሩኝ ጥረት ሲያደርጉ እነዚያን የዋህ የገበሬ ልጆች ማታለሉ ባሕሌና መርሔ ስላልሆነ የሚያስከትልብኝን ለመቋቋም ወስኜ በግልጽ በሶስት ምርጫ አይመስለኝም፣ ቀጥታ ነጻነት ወይንም አንድነት በሚል ምርጫ ብቻ ነው የሚያካሂዱት አልኳቸው። ካከማቹት የሀሰት መረጃ መሠረት ባደረባቸው ጥላቻ ላይ በምሰጣቸውና በማስተምራቸው ወይንም ምክር ሁሉ ግራ በመጋባታቸው የደሕንነት ሰው ነበር፣ ኢሠፓ ነው፣ የደርግ ጠንካራ ባለሟልና በስውር ከፍተኛ ባለሥልጣን ነበር በሚለው አሉባልታ ላይ እምነት አደረባቸው። ምንም ሳይበግረኝ የማምንበትንና የሚሆነውን ጠንክሬ

በማስተማርና በመምከር ቀጠልኩ። የምኖረው በባለሦስት ክፍል አፓርትሜንት እንደሆነ ስለተነገራቸው ባንዱ ውይይታችን ወቅት ተናደው ሳያስቡት እንዴት ኪራዩን ቻልከው ብለው በግልጽ ጠየቁኝ። ቀንጆ ደመዎዝ ይከፈለኛል ስለዚህ ለምን አልከፍለውም አልኳቸው። ቀንጆ መኪና አለህ፣ ሶስት ክፍል ያለው ሕንጻ ውስጥ መኖር በጣም ውድ ነው ይለኛል አንደኛው። ይህ ውይይት እያደገ እያደገ ሄደና አንተ ኢሠፓና የደሕንነት ሰው በመሆንህና በእንደዚህ ዓይነት የተንደላቀቀ ሕይወት እንድትመራ ያበቃህ መንግሥት በመውደቁ በመናደድህ ነው ትግላችንን የምታንቃሽሸውና በማይሆን መንገድ የምትከራከረው ብለው ምስኪን የገበሬ ወንድሞቼ ስለእኔ የሚነገራቸውን በግልጽ ማንጸባረቅ ጀመሩ። በዚያን ወቅት እንኳን ኢሕአፓ አላሉኝ፣ ምክኒያቱም በዚያን ጊዜ እጅግ የሚፈሩትና እንደቅዠት የሚያስለፈልፋቸው የኢሕአፓ ጉዳይ ነበር። የኋላ ኋላ ይኸው የተሞላቀቀ ኑሮየ፣ ውድ ዋጋ ያላት መኪንየና በለሦስት ክፍል አፓርትማ ነዋሪነቴን አስመልክቶ ለመልካም ወንድሞቼና እንደ መልአክ ጠባቂዎቼ ከሆኑት ከኢሕዴን የማ/ኮ አባላት ከነሙሉዓለም አበበ፣ ኦስማን አሺኔ፣ ተፈራ ኃይሉና ከሌሎች ጆሮ ገባና ከእነሱ ጋር በግንባር መተያየት ጀመርኩ። የሚመለከቱኝ በክፉ ዓይን ሳይሆን በንቀት መልክ ተውት ይህ ጎማው የተነፈሰበት የደርግ መኮንን፣ ኢሠፓና የደሕንነት አባል ስለነበረ ይለፍልፍ፣ ያላቅሙና ችሎታው ለከፍተኛ ደረጃ ያደረሰው መንግሥቱ በመንኮታኮቱ ተናዶ ነው እንዲህ የሚያስቀባጥረውና ተውት በማለት በባጠገቤ ባጋጣሚ ሲያልፉ እያዩ በመናቅ ስሜት ፈገግ ብለው ዘግተውኝ ያልፋሉ። ጥቂት ቀይቼ የድርጅቱ ባለሥልጣናት መሆናቸውን አወኩና እኔም እነሱን መዝጋት ጀመርኩ። ከማን አንሼና፣ ለነገሩማ እነሱ ገና ሳይፈጠሩ ነበር እኔ ወደትግሉ ዓለም የተሰማራሁት። ይህ በእንደዚህ ላይ እንዳለ ሳይታሰብ ስለእኔ በሌላ አካባቢ ከሚያምኗቸው ሰዎች ጠንካራ የሆነ የማያቋርጥ መረጃ ይጎርፍላቸው ጀመር።

ግራ ሳይጋቡም አልቀሩም፣ አንድ ቀን የበፊተኞቹ የገበሬ ልጆች ሳይሆኑ ሌሎች ይመስለኛል ከቃንቃቸው እንደ ካድሬ ብጤዎች ሳይሆኑ አይቀሩም ቀስ በቀስ ይጠጉኛል። የድሃ ታክቲክ በመጠቀም ውሀ ጠማን አንተ ሀብታሙ አጠጣን ይሉኛል። እኔ ደግሞ ለስላሳ ግዛልን ያሉኝ መስሎኝ ከግርጌ ከሚገኙት ቡና ቤቶች ልወስዳቸው ስል የምንፈልገው ንጹህ የቧንቧ ውሀ ነው ወደ ቢሯችን ከምንሄድ ካንተ ፎቅ ቤት ሄደን መጠጣት እንፈልጋለን፣ ቤትህ ድህ ለማስገባት የሚፈቀድ ከሆነ ይሉኛል። ምንም አልተጠራጠርኩምና እሺ ብየ ይዣቸው ወደ ምስኪኗ ቤቴ ሄድኩ። አልተጠራጠርኩም እንጂ ብጠራጠር ኖሮ እልካቸውን ለማስጨረስ በምንም ቢሆን ቤቴ አላስገባቸውም ነበር። የእኔ ቤት ከሊፍቱ ትንሽ ራቅ ብሎ ከደረጃ መውጫው ጎን ነውና ሊፍቱን አልፌ ስሄድ እነሱ ሊፍቱ ላይ ይቆማሉ። በሩን ከፍቼ ኑ እንጅ እንግባ ስላቸው ሶስቱም በመደናገጥ እርስ በእርስ ተያዩ። ቤትህ እዚህ ነው እንዴ ይለኛል መሪው ይመስለኛል። አዎን፣ ኑና ውሀውን ጠጡ ብየ ጋበዝኳቸው። ገቡ፣ ሆኖም ለአራት ሰው ማስተናገድ ስለማትችል መጣበብ ይኖርብናል።

ደግነቱ ሁለት ብርጭቆዎች ነበሩኝ ከወለል ላይ የተቀመጡ። በጣም ደነገጡ፣ ሲደናገጡም በደንብ አየኋቸው። ከወለሉ ላይ መጻህፍቶቼ ይታያሉ። ባጠቃላይ ከቤቷ ጠባብነት ይበልጥ ባዶነቷ አስገርሚቸው። ጥያቄ አበዙብኝና ደስ አላለኝም። ጥያቄውን አቁሙና ውሀውን ጠጡና እንውጣ አልኳቸው። ለይስሙላ አንድ ብርጭቆ ለሶስት ሆነው ጠጡና ተያይዘን ወጣን። ወደ በር ስናመራ መኪናየ የትኛዋ እንደሆነች የጠይቁኛል። እኒህ ወገኖቼ የዋህና ግልጽ ጀሌዎች ባይሆኑ ኖሮ ልማደኛው ባሕሪየን ባሳየኋቸና ጥለውኝ በሄዱ ነበር። ግን ለእንደነዚህ ዓይነቶቹ የመጨከን ኃይል የለኝምና በግልጽ መኪና እንደሌለኝ አስረዳኋቸው። ተያይዘን ወጣን እሽ ጋሽ ወደ ሥራችን ለንመልስ ነው ብለውኝ አመስግነው ተሰናብተውኝ ሄዱ። ያች ቀን ከላይ ስማቸው ለተጠቀሱት በንቄት እያዩ ያልፉኝ የነበሩት የማ/ኮ አባላት ስለእኔ ሪፖርት የተደረገበት ቀን ነበር። ጋሼ መባሌም ለመጀመሪያ ጊዜ ነበር። የፈሩት አልቀረም የሪፈረንደሙ ጉዳይ ግልጽ ሆኖ መጣ። ሁሉም እየመጡ ጋሽ ይቅርታ አላመንህም ነበር፣ ደግሞም የደሕንነትና ምንአምን አባል በመሆንህ ፎቅ ላይ ሶስት መኝታ ቤት ካለው ሕንጻ ላይ የምትኖር፣ ቀንጆ ውድ መኪና የምታሽከረክር፣ ጥቅም ስለቀረብህ እኛን የጠላኸን መስሎ ነበር የገመትነው አሉኝ። ይቅርታ ጋሼ እንዳትቀየመን በማለት ሶስቱም በየተራ እያቀፉ ሳሙኝ። በመቀጠልም እንዳልከው ነፃነት ወይንም አንድነት ነው አሉኝ። ጎሽ እንኳን ተረዳችሁ፣ እንዲያውም በመሀል ሀገር ለአንድነት የቆሙትን ኤርትራዊያን በፍርቀ ሌሊት ቤታቸውን እያስከፈቱ አፍነው ወደ ኤርትራ ወስደዋቸዋል። በተጨማሪም ለነፃነት የሚሰጠውን የድምፅ ምርጫ ከፍተኛ ቁጥር ለማስገኘት ደቡብ የሚገኘውን የወያኔን ጦር ወደ ኤርትራ ሄዶ ኤርትራዊያን በመምሰል ለነፃነት ድምጽ ለመስጠት እንደሚንቀሳቀሱ ነገርኳቸው። እሳት መጫር ይሉታል ይኸ ነው አልኩኝ በሆዴ። የሚዋጋቸው ወኔ ያለው እንኳን ብንጠፋ እርስ በርሳቸው እንኳን ለማበላላት ልሞክር በሚል ምክኒያት ብቻ ሳይሆን እነዚያን ንጹህ ጀሌዎችን እያወናበዱ መሣሪያ ማድረጋቸው ስለዘገነነኝ እንዲያውቁት በመፈለጌ ነበር።

ወያኔና ሻዕቢያ አዲስ አበባን በቁጥጥር ሥር ካዋሉ በኃላ በተለይም የኤርትራው ሪፈሬንደም ጉዳይ የእነዚህ ኢትዮጵያዊያን አቋም ስላስደነገጣቸው አስተሳሰባቸውን ከእንጭጩ ለማፈን እንደ መደለያ ለቤተሰቦቻችሁ የበሬ መግዣና ለእርሻ አገልግሎት በማለት የኢትዮጵያ ብር 8,000 ለእያንዳንዳቸው በመስጠት በመደለልና በማታለል ሊያሰናብት ተሞከረ። ይህ ሁሉ ከመሆኑ ወራት በፊት ጀምሮ ነበር ከእኔ ጋር በቤታችን መግቢያ በሮች ላይ ቀመን እናካሂድ የነበረው ዕለታዊ ውይይት። ያላግባብ ኢዲሞክራሲያዊ በሆነ መንገድ መካሄዱ እንጂ በትክክለኛው መንገድ ተካሂዶ ኤርትራዊያን ነፃነትን ቢመርጡ ሁላችንም ደስተኛ በመሆን ምርጫውን መቀበልና ማክበር ይገባን ነበር አልኳቸው፣ ምኪያቱም ወሳኙ የኤርትራ ሕዝብ ነውና። ሊያካሂዱ የሚዘጋጁት ግን ሜዳ እያላችሁ ተነግሮናል በሚባለው ሳይሆን ሻቢያ አሥመራ ሆና ለእናንተ መሪዎች በሚሰጣቸው መመሪያ

መሰረትየተወሰነ ነው አልኳቸው እያሳሳኩ። ሳይውል ሳያድር የሻዕቢያንና የወያኔን ስውር ደባ እየተገለጸላቸው እንደመጣ፣ ኢሕአፓ ነበርኩ ባዩ የውሸት አንጃ "ኢሕዴን" ማንነት እየታወቃቸውና አቶ መለስ ዜናዊና አቶ ታምራት ላይኔ የቀሙለት እኩይና ፀረ-ኢትዮጵያ ዓላማ እንደተገነዘቡ ወኔአቸው እየገነፈለ በመምጣቱና በሠራዊቱ እሮሮ መስተጋባት የተገነዘበው ወያኔ፣ አዲስ አበባ በገቡ በስድስተኛው ወር ገደማ በሥረሥርዓት አልባነት ሥም ለወር ያህል በሁለተኛ ፖሊስ ጣቢያና ሶስተኛ ፖሊስ ጣቢያ ጎን ከሚገኙት የቀበሌ አዳራሽ አምስት መቶ ሰላሳ ሦስት ታጋዮች በቁጥጥር ስር አቀይተው በመባረራቸው የሰው እጅ ተመልካች ሆነን አዲስ አበባ አንኖርም እያሉ ወደ ትውልድ አካባቢያቸው ሄደዋል። በንቄት ዓይን ይመለከቱኝና ይዘትኝ የነበሩት ከላይ ስማቸው የተጠቀሱት የማ/ኮ አባላት ቀስ በቀስ ቀረቡኝ፣ ውይይት ጀመርን። ቀስ በቀስም ከእነሱ በፊት እንዲያውም እንደገቡ ሰሞን ጀምሮ የተቀራረብኳቸው አባላት እንዳሉም ጭምር ደረሱበትና በጥንካሬየ ተገረሙ።

ከአሰፋ ማሞ፣ ዳዊት ዮሐንስ፣ በረከት ስምዖን፣ ካሌድ አብዱላሂም፣ አንዳርጋቸው ፅጌና ተፈራ ዋልዋ ጋር ግንኙነት እንዳለኝና ለአባልነት ዛሬ ነገ እያልኩ እስከዚያ ጊዜ ድረስ መቆየቴንና በመልካምም በእብሪተኛነት እንደምታወቅ ለማወቅ መቻላቸውን ሁሉ አስረዱኝ። አልፎም ለአዲስ አበባ ክልል ቱሪዝም ኮሚሽን ኮሚሽነርነት መታጨቴንና እንደማግማማና ለሚቀርብልኝ ጥያቄዎችም ሆኑ ጥሪዎች ተባባሪ እንዳልሆንኩ እንዳሳዘናቸው በጭንቀት መንፈስ ገለጹልኝ። ሲንገላታና ሲሰቃይ የኖረ እልከኛ የሆነ ግልጽና ቀጥተኛ አንጋፋ አብዮታዊ በመሆኑ ቀስ ብሎ ሲበርድለት ይስተካከላል በማለት እያዘኑልህ እንጂ ላያቀዩህም ይችሉ ነበር እየተባለ ሲወራ እንደሰሙም አስረዱኝ። ከዚያም ቤቴ ድረስ በመሄድ ስለኑሮየ ከታጋዮቹ የሰሙትን እራሳቸው አይተው አዘኑ። በአንድ ሳምንት ጊዜ ውስጥ ሙሉዓለም አበበ ከሚመለከታቸው ጋር ተነጋግሮ ከሞስቮልድ አልጋና ወንበሮች ከነጠረቤዛ፣ የጋዝ ሲሊንደርና በአስቸኳይ ስልክ እንዲገባልኝ ለወቅቱ ውርጌሳ፣ የጁ፣ ወሎ ተወልዶ ላደገው ኤርትርዊ መስፍን ኃይሌ (ወያኔ ሥልጣን እንደያዙ የኢትዮጵያ ቴሌኮሚኒኬሽን ባለሥልጣን ዋና ሥራ አስኪያጅ ሆኖ የተሾመው) ተነግሮት በቀናት ውስጥ ስልኩ ገባልኝ። ከነተፈራ ዋልዋ፣ አንዳርጋቸው ፅጌ፣ ዳዊት ዮሐንስና ሌሎቹ የሰሙትን ካጠራቀሙ በኋላ ነበር አቶ ይለኝ የነበረው ኦስማን አሼኔ አያሌው ብሎ በመዘርጠጥ (ካደረበት የመግባባት፣ ፍቅርና አክብሮት የተነሳ) ዛሬ ነገ እያልክ በመሸንገል የተሰጠህን የአባልነት ጥያቄ ሳትሞላ ከእሥራ ሰባት ወሩት በላይ መቆየትቴ መልካም አለመሆኑን፣ እንዲያውም እንደገባን ሰሞን በሀሰን ሺፋ፣ ዳዊት ዮሐንስና ሻለቃ ዓለምሰገድ ለፖሊስ ሠራዊት አደራጅ ኮሚሽን በአባልነት እንድትሳተፍ ተጠይቄ ለመተባበር ፍቃደኛ እንዳልሆኔን፣ በመቀጠልም የቀድሞ የኢሕአፓ አባላትን ለማሰባሰብ በሚደረገው ጥረት ከሌሎቹ ጋር በመሆን ለመተባበር ፍቃደኛ አለመሆኔ ብቻ ሳይሆን ስብሰባውን ረግጠጬ መውጣቴ ሊያስከትልብኝ የሚችለውን ሁሉ አስመልክቶ ውሎ አድሮ ይሚያስከትለውን ውጤት አስረዳኝ። አባል መሆን

የማትፈልግ ከሆነ ቶሎ ብለህ ከሀገር ውጣ ብሎ ይመክረኛል። ከእሱ በመቀጠል ተፈራ ኃይሉ ደግሞ በዚህ አቋምህ መቀጠሉ የማያዛልቅህ በመሆኑና ባጠቃላይም ያለህበት አካባ (environment) ከአንተ ባህሪይና ባህል ጋር የሚዛመድና አብሮ የሚጋዝ አይደለምና ኦስማን እንዳለው መውጣቱ የተሻለ አማራጭ እንደሆነ መገንዘብ ይገባሃል ብሎ በተጨማሪ የበኩሉን ይመክረኛል። ምንም እንኳን ለወያኔ መሣሪያነት በተፈጠረው የ'ኢሕዴን ተብየው ድርጅት አባል ሆነው ኢትዮጵያን ሲወጉ የቀዩ ቢሆኑም ትክክለኛ መንገድ የሆነ መስሏቸው ተወናብደው እንጂ አድርባይነት የሌለባቸው ቅንና ጠንካራ ኢትዮጵያዊ እንደሆኑ ለማረጋገጥ በቅቻለሁ። ባለፈው የተሳሳተ የትግል ዘመናቸው ምክኒያት በእነሱና በሌሎቹ ጓዶቻቸው ላይ ቅንጣት ጥርጣሬ አላደረብኝም። አባልም ሳልሆን አገሬን ማገልገል እንደምችል፣ በሌላ ወገን አባል መሆኑን ጠልቼ ሳይሆን ያስቸገረኝ ዘርህ የሚለው ጥያቄ በቅጡ ስላልተረዳኝ እስከሚገባኝ ጊዜ ድረስ እያጠናሁና እየተከታተልኩ ለመቀየት በመፈለጌ እንደሆነ ገለጽኩላቸው። በሌላ በኩል ስለ አዲስ አበባ ቱሪዝም ኮሚሽን ኮሚሽነርነርት መታጨቴን ጠልቼ ወይንም ቅር ብሎኝ እንዳልሆነም ገለጽኩላቸው። ለኮሚሽነርነት የጠቀምኩት አቶ አድማሱ ታፈሰ የኢሕአደግ አባልነት ፎርም ሞልቶ አባል በመሆኑና እኔ ግን አባል ባለመሆኔ ስለማያምርብኝ በመጨነቄ ነው አልኳቸው። ለእነሱ ይህ የምትለው ሁሉ ምክኒያት አይሆንም፣ ሊያምኑህም አይችሉም፣ እንዲያውም አለኝ ኦስማን ካንድኛቸው ጋር ስለአንተ በተወያየንበት ወቅት ገና ያልታረቀ፣ ያልተገራ የኢሕአፓ ጀሌ ነው፣ ከደሙ ጋር ተዋህዷል ነው ያለን በማለት ሁለቱም አጫወቱኝ። ለኢትዮጵያ ዳር ድንበር መከበር ከጀግኖች የኢትዮጵያ መከላከያ ሠራዊት ጎን ቆሜ ለመዋጋትና እግረ መንገዴንም ውድና ድንቅየ ባለቤቴን ለማፈላለግና ካላስፈላጊ ሞት ለማዳን ስል አምላክ እያንከለከለ አምጥቶ አገሬ ወርውሮኛል። አምላክ ይህን መንገድ እንድመርጥና እንድፈጽም ማድረጉ ለክፉ ይሁን ለደግ አላወኩም፣ ሆኖም የሚሆነውን የመጨረሻውን ማየት ይኖርብኛል ብየ ድርቅ በማለት ያንን ሁሉ አባሴ፣ ችግርና መከራ ተቃቁሜ እስከአሁን ድረስ ቀይቻለሁ። የመጨረሻውን ማየት ስለምፈልግ በእዚህ እድሜየ አገሬን ትቼ ወደ ባዕድ ሀገር የመውጣት ፍልጎት አይኖረኝም አልኳቸው። ሊከራከሩኝ ባለመፈለጋቸው ውይይቱን ዘጋንና በምትዘዋወርበት ቦታ ሁሉ እራስክን ጠብቅ ብለው መክረው ተሰነባበትን።

ውይይታችንና ግንኙነታችንን ቀጥለን እስከ ጥር 1985 ዓ. ም. ደረስ ቀይተን በተባለው ወርና ዓመት ምሕረት ደሴ ከተማ በተካሄደው የኢሕአዴግ ማ/ኮሚቴ ስብሰባ ላይ የተነሳው ወይይትና ከስብሰባው መልስም በነሙሉዓለም አበበና ጓዶቹ ላይ ስለተፈጸመባቸው አሰቃቂ ግድያ አስመልክቶ በመጽሀፉ በሌላ አካባቢ ተገልጿል። እንደ ባዕድ ዜጋ ከኤርትራ ባስቸኳይ ተባርሬ ለስድስት ወራት ያለሥራ ተንገላትቼ የቱሪስት ሆቴል የማታ ሱፐርቫይዘርነት ተመድቤ እየሰራሁ ሳለሁ የኢሠፓ አባል እንድሆን መጠየቄን በማስመልከት ሎንድንና ዋሺንግተን ድ. ሲ. ለሚገኘው አለሁ አለሁ ለሚለው

ኢሕአፓ ጽ/ቤት በዛ ያለ ገጽ ያዘለ ጽሁፍ በተባበሩት መንግሥታት ድርጅት ተወካይ በነበሩት በሚስተርና ሚስስ ጆን ቤስት (Mr. & Mrs. John Best) በቅድሚያ ቤተሰቦቻቸው ጋር ሎንደን ሲሄዱና ከዚያም ወደ አሜሪካ ለስብሰባ ሲያመሩ እግረመንገዳቸውን እኔን ለመተባበር በነበራቸው ጽኑ ፍላጎት ላኩኝ። ጽሁፉን ወይንም ደብዳቤውን ሚስተር ጆን ቤስት እራሳቸው በእካ አስረከቡ። በማግሥቱ ባለቤታቸው ሚስስ ሱዛን ቤስት ወደ ሁለቱም አድራሻዎች በመሄድ በቃል የሰጠኃቸውን መልዕክትና በተጨማሪ ስልክ ቁጥር መስጠታቸውን አረጋገጡልኝ። የጽሁፉ ዓላማም የደርግ ፓርቲ እየተፈረካከሰ ማዝገም እንደጀመረ፣ ሠራዊቱ ሞራል ወድቆ ይውጊያ ብቃትና ችሎታው አጠያያቂ ደረጃ ላይ መሆኑንና አገራችንና ሕዝባችን ጠባቂና አለኝታ እንዳጡ፣ አገራችን ለባዕድ እጇን ዘርግታ ተረከቡኝ ብላ ወደ መማፀን ደረጃ ላይ እንዳለች በመግለጽ የኋላ ኋላ የዘለዓለም ፀፀት እንዳያጠቃን መሞታችን ላይቀር ከሌሎች ሀገር ወዳድ ተቃዋሚዎች ጋር በመሆን ከአሁኑ አንድ ቁም ነገር ለመሥራት ብንሞክር መልካም ነው በማለት የአገሪቷን አጠቃላይ ተጨባጭ ሁኔታ የሚገልጽ ሪፖርት ነበር። የበኩሌን እንጂ ከእኔ ይበልጥ ተንትነው የሚመግቧቸው ሌሎች እንዳሉ አይጠፋኝም። የጊዮን ሆቴል የማታ ሥራ አስኪያጅ ሆኜ እንደተመደብኩ ለሁለተኛ ጊዜ አዲስ አበባ ከሚገኘው የምዕራባዊያን ሀገር አምባሳደር ባለቤት በነበሩት በማዳም ኤልሳጼጥ አማካኝነት በድጋሜ ዋሽንግተን ዲ. ሲ. ለሚገኘው ለድርጅት አባላት መልዕክት ላኩኝ። መልዕክቱ ካለፈው መልዕክቴ ጋር ተመሳሳይነት ቢኖረውም በዚህኛው ላይ ግን የ1981 ዓ. ም. መፈንቅለ መንግሥት ሙከራና ውጤቱንና በአገሪቷ መከላከያ ሠራዊታችን ላይ ሊያስከትልብን የሚችለውን አደጋና አገራችን በቀጥታ በሻዕቢያና በወያኔ ቁጥጥር ሥር መውደቃን በመዘርዘር ነበር። አልፎም እራሱን የሰዋው ሻምበል ዓለማየሁ ወ/ስማያትና የኤርትራው ደሕንነት ተወካይ ሻምበል አበራ በየግላቸው ያጫወቱኝን ጭውውት አስመልክቼ በመግለጽ ነበር። ከሎንደኑም ሆነ ከዋሺንግተን ዲ. ሲ. የደረሰኝ ወይንም የተላከልኝ ምንም ምላሽ አልነበረም። ውሎ አድሮም የፈራሁትና የገመትኩት አልቀረም ወያኔ አዲስ አበባን ሻዕቢያ ደግሞ አሥመራን ተቆጣጠሩ። በግማሽ ምዕተ ዓመት ጥረትና ሀብት የተገነባው የመከላከያ ኃይላችን እንዳለ ተደመሰሶ ሠራዊቱ ተበታተነ።

ይህ በእንዲህ እንዳለ ወያኔ አገሪቷን በተቆጣጠረ አንድ ዓመት ከአሥር ወር በኋላ ሳላስበውና ሳልገምተው እራሳቸው በምስጢር ይገናኙኛል። ግንኙነቱ ባጭር ጊዜ ውስጥ ተጠናከረና ትግሉ በአዲስ መልክና መንገድ እየተፋፋመና እየተጧጧፈ በመሆኑ እንደአንተ ዓይነቱ የቀድሞ አባላት አስፈላጊነት ከመቸውም ጊዜ በበለጠ አሁን እንደሆነ በማሳሰብ ባስቸኳይ ወጥቼ ከእነሱ ጋር እንድቀላቀልና የትግሉ ንቁ ተሳታፊ እንድሆን ከጥሪም አልፈው ይማጸኑኛል። ከቃላታቸውና ከመማፀናቸው የተነሳ እምነት እንዳሳድርባቸው ስላደረገኝ ከስሕተቴ የማልመለሰው ቂሉ ሰውየ ድጋሜ ስሕተት ውስጥ በመግባት በነበረን የግንኙነት ዘዴ ደስተኛነቴንና ፈቃደኛነቴን በመግለጽ ወዲያውኑ መልስ ላኩላቸው።

ይህንኑ ጥሪ አስመልክቶና ልወጣም መዘጋጀቴን ለእነ አ. ከ. ፣ አ. ስ.፣ ሞ. ጌ.፣ እና ተሾመ ይማም በምስጢር አሜወኳቸው። የግል ሕይወቴ እና እኗኗሬ እንዲቀርቡኝ የተገደዱት ከላይ ስማቸው የተጠቀሱት መልካሞቹ የኢሕኢዴ'ን ማእከላዊ ኮሚቴ አባላት ውስጥ በፎረም 84 ተብየው ምክኒያትና በተለይም ደግሞ በ1985 ዓ. ም. በአዕምሮ መጽሔት "ግልጽ ደብዳቤ ለ: በኢሕዴን፣ ኦሕዴድ፣ ፎረም 84፣ ... ወዘተ ዙሪያ ለተሰባሰባችሁ ዘመናዊ 'ታጋዮች' በየአላችሁበት" በሚል አርዕስት በአእምሮ መጽሔት ላይ በወጣው ጽሁፌ ምክኒያት ይበልጡን ተደናገጡ። እነሱ ተደናግጠው እኔንም የባሰ አስደነገጡኝ። ቶሎ ብለህ ሾልከህ ውጣ አሁኑኑ ሲሉኝ ሳላመናታ ፍቃደኝነቴን በመግለጼ የዘረኛውን መንግሥት ለመጣል የነበረኝን የሸበል በረታ በርሃ'ን ዕቅድ ሰርዞ ትግሉ "ከሚፋፋምበት" ምድር ተገኝቼ የትግሉ ተካፋይ ለመሆን ለስደት ወደ ቀድሞው ምእራብ አውሮጳ ተጓዝኩ። ምዕራብ አውሮጳ ደርሼ እኒያ ቶሎ ውጣና ትግሉን ተቀላቀል ብለው የጋበዙኝ "ታጋይ" ጎዶቼ" ከተቀላቀልኩ በኃላ በአሲምባ ስለተረሸኑት ጎደኞቼ ላይ ያላቸው አሉታዊ አመለካከት ባንድ በኩል፣ በሌላ በኩል ደግሞ በግሌ ከሌሎች ጋር ለመቀራረብ ግለሰቦችን ለመተዋወቅ ስፈልግ "ጥሩ ሰው ስላልሆነ አትቅረበው፣ እሱ እንዲህ ነው፣ እሷ እንዲህ ናት" የመሳሰሉት ልክ ፓሪስ በነ ታደሰ ገሰሰ፣ አማረ ተግባሩና እንዲሁም በመርሻ ዮሴፍ ይፈጸሙ የነበሩት ድርጊቶች ሁሉ ቁልጭ ፎቶ ኮፒ ሆኖ ከፊቴ ታዩኝ። ከነዚህ ታጋይ መሳዮች "ጎዶቼ" ጋር መቀየቱ የሚያጋጨኝ ብቻ ሳይሆን ችግር ውስጥም ሊከተኝ የሚችል መሆኑን በመረዳት ሦስት ወራት ባልሞላ ጊዜ ውስጥ ቀድሞ የተባበሩት መንግሥታት ባልደረባ የነበሩ ምዕራባዊያን ወዳጆቼን በመጠቀም ወደ ኒው ዚላንድ አመራሁ።

10.30. ተስፋየ ወ/ሥላሴና ታማኞቹ ከ1977 ዓ. ም. ጀምሮ የነበራቸው ሚናና የግንቦት 20 1983'ቱ ጉድ! የሻምበል ዓለማየሁ ወ/ሰማያት ለቀመለት ዓላማና መርህ ሲል የራሱን ሕይወት ማጥፋቱ

ምንም እንኳን ተስፋየ ወ/ሥላሴ ከታማኝ ተከታዮቹ ከሻምበል በላይነህ ሽቤና ከሌሎች ጋር ሆኖ ለወያኔና ሻዕቢያ ትልቁን የድጋፍ ሚና ከ1977 ዓ. ም. ጀምሮ ሲጫወት እንደቀየ ቢነገርም ይበልጥ ግን የወያኔና የሻዕቢያ ወኪሎችና ሠራዊት ሰላማዊ ሰዎች በመምሰል በአያሌ ከተሞቻችን ከሚያዚያ ወር 1983 ዓ. ም. ጀምሮ እየተገለገሉ እንደገቡ በገሀድ ታውቀ ነበር። በሻዕቢያና በወያኔ የሚጠረጠሩ አንዳችም ግለሰብ እንዳይታሰር ወይንም ክትትል እንዳይደረግባቸው ለሚመራው ሚኒስቴር ባልደረቦች በዘዴ እንዳስተላለፈ ታውቃል። ለሰላምና እርቅ ይሆናል በማለት ሳይገባቸውና ሳያውቁ ለራሱ ዓላማ የተባበሩትን ሁሉ እየጠራ ውጭ ሀገር ሂዱ ፓስፖርት እንካችሁ በማለት ሲያግባባ ጥቂቶቹ ፓስፖርትና ገንዘቡ አጋጉቷቸው ይዘው ተሰናብተው ሲሄዱ ጥቂቶቹ ደግሞ ኮሎኔሉ የሚያከናውነው ኢትዮጵያዊ ተግባር ለሠላምና ለእርቅ መስሏቸው እርስዎ ሳይሄዱ አለቃችንን እሳት ላይ አጋልጠንና በእንንደዚህ ሰዓት አገራችንና ወገኖቻችንን ጥለን የትም አንወጣም ብለው ጠንካራ

እቃም በማያዛቸው አጋጣሚውን በመጠቀም አዛኝና ተቀርቃሪ በመምሰል ከተማው ባዶ እንዳይሆን በአዲስ አበባ አካባቢ ተመድበው እየሰሩ እንዲቀዩ አደረገ። ለሀገራቸውና ለሕዝባቸው ሠላምና ደህንነት አለቃቸው መልካም ኢትዮጵያዊ ተግባር እየቀየሰ ነው ብለው ያምኑ ከነበሩትና ወደ ውጭ ሀገር እንዲወጣ ከተጠየቁት መካከል አንዱ ግንቦት 20 ቀን 1983 ዓ. ሌሊት እራሱን ሰቅሎ የሰዋው ሻምበል ዓለማየሁ ወ/ሰማያት ይገኝበታል። ኮሎኔልት ተስፋየ ወ/ፀላሴ የሚያከናውነው ሁሉ ለብሔራዊ እርቅና ለሠላም ነው ብለው ከልብ በማመናቸው በአዲስ አበባ ከተማ ውስጥ በግልጽ ይታይ የነበረውን የሻዕቢያንና የወያኔን እንቅስቃሴ ለመግታት ወይንም እርምጃ ለመውሰድ አልሞከሩም። በሻምበል ዓለማየሁ ወ/ሰማያት ቀደም ሲልም በእሱ ላይ የፈጸመበት የአስተዳደር በደልና ወደ ኦጋደን እንዲዛወር ያስደረጉት በተንኮለኞች የሀሰት ሪፖርት ተወናብዶ እንጂ ክፋትና ተንኮል የሌለው ሀቀኛና ቀራጥ ኢትዮጵያዊ ሚኒስቴር መስሎት ተጨንቀና አዝኖ ጌታየ እርሰዎስ ብሎ ሲጠይቀው የሰጠው መልስ ለእኔ ግዴላችሁም፣ የሚያጋጥመኝ ምንም ችግር አይኖርም ነበር ያለው። ይህን ዓለማየሁ ወ/ሰማያት ከመሞቱ ሁለትና ሦስት ሳምንት ሲቀረው ነበር ያጫወተኝ። በዚያች ቀሪዋ አንድ ወር ጊዜ ውስጥ አያሌ የሻዕቢያና የወያኔ ቃኝ ሰላዮች፣ የተዋጊ ሰላዮች፣ የደፈጣ ኃይሎች በብዛት ወደ ከተማችን እየጎረፉ እንዲገቡ ዘዴና መንገድ እየተቀየሰላቸው ገቡ። በአብዛኛው ቀበሌ ብዙ የሻዕቢያና ወያኔ ኃይሎች እንደገቡና እንደታዩም በወቅቱ የአዲስ አበባ ሕዝብ በሹክሹክታ የተወያየበት ሀቅ ነበር። ግንቦት 19 ቀን 1983 ዓ. ም. በተስፋየ ወ/ሥላሴና በተስፋየ ገ/ኪዳን አቀነባባሪነትና “አብዮታዊ ዘመቻ” መመሪያ ሰጭነት ከምሽቱ 12፡30 እስከ ምሽቱ አምስት ሰዓት ድረስ በድፍን አዲስ አበባ መብራት እንዲጠፋ አስደረጉ። በዚህም ዘዴያቸው ሻዕቢያና ወያኔ ቤሳ ጥይት ሳይታኮሱ አዲስ አበባ በመግባት ተፈላጊ ቦታዎችንና አካባቢዎችን በመመሸግ በቁጥጥር ሥር አድርገው ግንቦት 20 ቀን 1983 ዓ. ም. “በድል አድራጊነት” አዲስ አበባን መቆጣጠራቸውን በሬዲዮ አበሰሩ። ከሚያዚያ ወር 1983 ዓ. ም. እየተጎለጎሉ የገቡት አስፈላጊውን አጠናቀውና አዘጋጅተው ተቀበሏቸው። በ1978 ዓ. ም. ከኤርትራ መባረሬን የሚያበስረውን ደብዳቤ በደረሰኝ ምሽት የክፍለ ሀገሩን የደሕንነት ተወካይ የሰጠኝ አስደንጋጭ ንግግር በምዕራፉ ከላይ አካባቢ መግለጼ ይታወሳል። እንደገና አዲስ አበባ ከገባሁ በኃላ ከሻምበል ዓለማየሁ ወ/ሰማያት ጋር በተወያየሁበት ወቅት ሻምበል አበራ የነገረህ ሁሉ እውነቱን ነው፣ ለኢትዮጵያ ሕዝብ ጆሮ እንግዳ ሆኖ ቀየ እንጂ ለሰላምና ለእርቅ እየተባለ ሀገሪቷና ሕዝቧ በገሀድ መቦርቦርና መወረር የተጀመረው ከ1977 ዓ. ም. መግቢያ ጀምሮ ነበር በማለት እንዲህ ነበር ያለኝ። “ከ1977 ዓ. ም. መግቢያ ጀምሮ የሻዕቢያንና የወያኔን ኃይል መከታተል፣ የፖለቲካ እንቅስቃሴአቸውን መቆጣጠር አቁመናል። መረጃ አጠናክሮ ለበላይ ማቅረብ ቀርቷል። በምትኩ በሚኒስቴራችን በሚመነጭ የውሸት መረጃ ነበር ለበላይ አካላት የሚቀርበው ብሎ ደፍሮ በዕምነት አጫወተኝ። ኢትዮጵያዊ ስሜታቸው እንኳን ገፋፍቷቸው አስፈላጊውን ብሔራዊ

ግዴታቸውን የሚወጡትን የሚኒስቴሩ አባላት አጠናቅረው ለተስፋየ ወ/ሥላሴ ሲቀርብ መረጃው ከእሱ ሳያልፍ የውሃ ሺታ ሆኖ ይቀራል። ቀስ ብሎም ኢትዮጵያዊ ግዴታቸውን የሚወጡትን ጠንካራ አገርና ሕዝብ ወዳጆች ሳያስቡት ወደ ገጠር ደቡብና ደቡብ ምዕራብ ኢትዮጵያ ተዛውረዋል። ደግሞ ሲሆንላቸው ምስጢሩ ምንድን ነው በማለት መጠያየቅ እንዳያበዙም በውጭ ሀገር ኤምባሲ ያስመድባቸዋል፣ ያለበለዚያም በውጭ ሀገር የበረራ ደህንነት አድርጎ ያስመድባቸውና በዚህ የመካስ ጥበቡ የተነሳ ጉዳዩ ተረሳስቶ የግል ኑሯቸውን እንዲያመቻቹ በተዘዋዋሪ ይገፋፋቸዋል። ከ1977 ዓ. ም. ጀምሮ በደህንነት አባላት ይካሄድ የነበረው "የትግል ዘመቻ" የራስን ኑሮ ማደላደል፣ ገንዘብ ማካበት፣ በልቶ አለቃን ማብላትና የውሸት ሀሰት ጀብዱ ፈጽመዋል በመባል መሾምና መሸለም ብቻ ነበር። በሻምበል ዓለማየሁ ወ/ሰማያት ገለጻ መሠረት ከዚያን ዘመን ጀምሮ በሀገር ውስጥ ደሕንነት ክትትል ይካሄዶባቸው የነበሩትና ታስረው ይገረፉና መረጃ ይጠናከርባቸው የነበሩት፣

1ኛ. በአንድነት አቋማቸውና በኢትዮጵያዊነት ዕምነታቸው ፀንተው ለሻዕቢያና ወያኔ እኩይ ዓላማ ተፃራሪ የነበሩትን ኤርትራዊያንና የትግራይ ተወላጆችን ነበር። ኢትዮጵያዊ ፍቅር የነበራቸውን ሀገር ወዳድ ኤርትራዊያንን በፍርቀ ሌሊት ቤታቸውን እየሰበሩ ጠልፈው ኤርትራ በመውሰድ ደብዛቸውን እንዳጠፉት ሁሉ የትግራይ ልጆችንም ተመሳሳይ እርምጃ በመውሰድ ደብዛቸውን አጥፍተዋል። ስማቸውን ዘነጋሁ እንጂ ከእኔ ሠፈር ከሁለተኛ ፖሊስ ጣቢያ አካባቢ አንድ ኤርትራዊ ሌሊት ቤቱን አስከፍተው ወስደው ደብዛውን እንዳጠፉት አስታውሳለሁ። በ"መንካዕ" አባልነቱ ከሻዕቢያ ግድያ አምልጦ ጀብሃ እንደገባ የተዋወኩትና ከአያሌው ከበደ ተሰማ ጋር ባንድ የደሕንነት ድርጅት ይሰራ የነበረው ገራ ገሩ ኃይሌ ገብረሥላሴ እንደዚሁ ተጠልፎ ኤርትራ ተወስዶ ደብዛው ጠፍቷል። መድረክ ላይ ሲወጣ የትግራይ ተወላጆችን ብቻ ሳይሆን በይበልጥ ማለት እችላለሁ አማራውን፣ ኦሮሞውን፣ ጉራጌውንና የሌላውን ብሔር ተወላጅን የሚያስፈነድቀውና የሚያሳብደው ዝነኛው የትግርኛ ዘፈን ንጉስ በመባል የሚታወቀው ኪሮስ ዓለማየሁ እንደገቡ ለዘረኝነት ተግባራቸው እንዲተባበራቸው ብዙ ሞክረው ኢትዮጵያዊነቱን ሊፍቅላቸው ባለመቻሉ በቡና መርዘው ገደሉት ተብሎ ኒው ዚላንድ እያለሁ ለመስማት ችያለሁ። ኪሮስ ዓለማየሁ ከተጫወታቸው ዘፈኖች መካከል "ሸው ሸው፣ ኮላ መቐሌ፣ ትግራይ አደይ፣ ጉማዮና እንኳይ ፊሲስ" የሚባሉትን ምን ጊዜም የማይረሱኝ: ጨዋታዎቹ ናቸው።

ነገርን ነገር ያነሳዋል እንዲሉ ዶ/ር ጥላሁን ገሠሠ እና ኪሮስ ዓለማየሁ ከደርግ የግድያ አደጋ የዳኑት በተመሳሳይ እጣ ዓይነት የነበረ መሆኑ ነው። የትግርኛ ዘፈን ንጉስ የሚባለው ሽጋውና የደስ ደስ ያለው ውብ ዘፋኝ በኢሕአፓ ታስሮ ሊገደል ሲል እነማን እንደሆኑ ዘነጋሁ ግን እነ መቶ አለቃ ደስታ ይመስሉኛል ብትገድሉኝ ምንም የሚቀርብኝ የለም፣ ይልቁንስ የሚቀርባችሁ እናንተ ናችሁ ብሎ ይነግራቸዋል። ባንድ ዘፈኔ ብቻ ሺህ ወያኔ ነው ከጫካ እየወጡ ወደ እናንተ እንዲገርፍ

የማድርግላችሁ ብሎ በመንገሩና በእርግጠኝነትም በቀበሌና በእሥር ቤት እያለ እየዘፈነ እሥረኞቹን ያዝናናና ድምፁን ስለሚያደንቁ ወያኔን ለማጥቃት ተብሎ ጦር በማንቀሳቀስና ጥይት ከማባከን በኪሮስ ዓለማየሁ ዘፈን ያላንዳች ግርግር ወደ ሠላማዊ ኑሮ ማምጣት ይቻላል ከሚለው አቋም በመድረሳቸው ሕይወቱን እንዳተረፉት ተወርቷል። የትግራይ ወገኖቼ ከበሮና ጭፈራ ካዳመጡ ጥሪ ወይንም ግብዣ አያስፈልጋቸውም ይባላል። ከየአሉበት ዋሻቸው ተንደራድረው ግልብጥ ብለው ወደ ጭፈራው ቦታ ገብተው የጭፈራው ተካፋይ ይሆናሉ እየተባለ ሲነገር በተደጋጋሚ ሰምቻለሁ። በመጀመሪያ ጊዜ የትኛዋ ዝፈኑ እንደሆነች ዘነጋሁኝ እንጂ ግልብጥ ብሎ ከሜካ ወደ መቐሌና በያካባቢው አውራጃ ከተሞች የገባው ታጋይ ብዛት በጣም ከፍተኛ እንደነበር በዚያው ሰሞን ሲወራ ሰምቻለሁ። ኪሮስ ዓለማየሁ በዘፈነ ቁጥር የወያኔ ታጋዮች ድርጅታቸውን እየለቀቁ በመትረፍ ወደ ደርግ በመግባት በወያኔ ላይ ከፍተኛ አሉታዊ ተፅዕኑ አሳደሮባቸው ነበር። ሥልጣን እንደያዙ በቅድሚያ የቀረቡት ይህንኑ ሀቀኛ የኢትዮጵያ ልጅ ሲሆን ዘር ማንዘሮቹ የደሙላትን ኢትዮጵያንና ለኢትዮጵያ ሕዝብ ባነበረው ፅኑ ፍቅር ምክኒያት ለዕኩይ ተግባራቸው በመሣሪያነት ለማገልገል እንደማይችልና ቀድሞ መቐሌ እያለ ድምፁን በመሣሪያነት ያገለገለው በዕምነቱና በፍላጎቱ መሆኑን አሳፍሮ እንደሸኛቸው በአዲስ አበባ ነዋሪ ተጋኖ ተወርቷል።

በተመሳሳይ ደረጃም ከ1966 ዓ. ም. ማገባደጃ ላይ የዶ/ር ጥላሁን ገሠሠ ጣፋጭ ድምፅ መሣሪያ በማድረግ ፀረ-ደርግ ቅስቀሳ ለማካሄድ "ከእሳት ወደ ረመጥ" የሚለውን ዝነኛ ዘፈን በቀድሞው ቀዳማዊ ኃ/ሥላሴ ቲያትር አዳራሽ በዘመን መለወጫ ዋዜማ ምሽት በተካሄደው የሙዚቃ ፕሮግራም ላይ ሲጫወት በቴፕ ተቀርፆ እንደተበተነ ወዲያውኑ ቴፑ ከያለበት ተሰበሰበ፣ በማናቸውም ቦታ እንዳይዘፈን ታገደ፣ የሚጠረጠሩም እየታደኑ ተያዙ። ዶ/ር ጥላሁን ገሠሠ ወዲያውኑ ታስሮ ሊገደል ሲል ብልጣ ብልጥ የሆኑ የደርግ አባላት ከምንገድለው ወታደሩን በማነቃቃትና በመቀስቀስ ወደፊት በከፍተኛ ደረጃ ሊጠቅመን ስለሚችል አትርፈን ልንጠቀምበት ይገባል በልው በማሳመናቸው ከሞት አዳኑት። ከዚያን ጊዜ ጀምሮ እስከ 1975 ዓ. ም. ድረስ የጥላሁን ገሠሠ ዘፈኖች ሁሉ ለወታደራዊ ቅስቀሳ የሚጠቅሙ፣ የብሔራዊ ወኔንና የሀገር ፍቅር ስሜትን የሚያዳብር አንቂና ቀስቃሽ ዘፈኖች ሆነው ቀዩ። በየጦር ግንባሩ በመዘዋወር ወታደሩን በማዝናናት የሀገር ፍቅር ስሜቱና የውጊያ ብቃቱ ከፍ እንዲል በማስደረግ ለውድ አገሩና ለወገኖቹ ከፍተኛ አስተዋፅዖ ሲያበረክት ኖረ። በምዕራባዊያን ሀገር ወታደሮቻቸውን በሀሺሽና በሌሎች አደንዛዥ ዕፅ እያፈዘዙና እያደነዘዙ የውጊያ ድፍረት እንዲያገኙ ሲደረግ ኢትዮጵያዊው ወታደር ግን በጥላሁን ገሠሠና በጓዶቹ ጣፋጭ ድምፅ እሽቅራሮና የወኔና የጀግንነት ዘፈኖችን በማዳመጥ ነበር።

2ኛ. አሁንም ቢሆን ስምህ ከእሱ ስም ጋር ያልተፋቀው ያው የቀድሞ ድርጅትህ መልሶ እንዳያንሰራራና በተለይም ፅንዓትና ብርታት አላችሁ ተብሎ የምትጠረጠሩት እንዳንተ ዓይነቶቹ

እርዝራዦች ላይ ክትትልና ቁጥጥር ማካሄድ፣ 3ኛ. ሌሎች ኢትዮጵያዊ ተቃዋሚ ኃይሎችን እንደ የኢትዮጵያ ሕዝብ ዲሞክራሲያዊ አንድነት (ኢፒዲኤ)፣ ኢዲዩ'ና የመሳሰሉትን፣ እና 4ኛ. እንደ ኮሎኔል ዶ/ር ጎሹ ወልዴ የመሳሰሉትን ሀቀኛና ጠንካራ ሀገር ወዳድና አፍቃሪ የሆኑ ተቃዋሚ ግለሰቦችንና ድርጅቶችን ብቻ ነበር ብሎ በእምነት ደፍሮ አጫወተኝ።

ለስላሳ መጋዝ በመባል በከተማው ነዋሪ የሚታወቅለትና የሶስት መንግሥት (አሜሪካ፣ ኢትዮጵያና እሥራኤል) ባለሟል የነበረው ተስፋየ ወ/ሥላሴ ግንቦት 20 ቀን 1983 ዓ. ም. እንደወትሮው የሥራ መግቢያ ቢሮ ገብቶ ሥራዎችን እያስተካከለና እያቃና አዲሶቹ አለቆቹን የጠባበቅ ነበር። ወዲያውኑም አዲሶቹ አለቆቹን በክብር ተቀብሎ ማናቸውንም የሀገርና የሕዝብ ሰነዶች በክብር አስረከበ። ማወቅ የሚገባቸውን ዋና ዋና ተቋሞች ሁሉ አስጎበኘ። በሚኒስቴሩ መሥሪያ ቤት ሥር የሚገኙትን ልዩ ልዩ ተቋማትና ድርጅቶች በክበር አስጎበኘ። ትምህርታዊ መግለጫና ብሪፊንግ አደረገላቸው። መለስ ዜናዊም አዲስ አበባ እንደገባ ከሱ ጋር እየተገናኘ አስፈላጊውን ሁሉ አሟላ። ይህን ሁሉ ሲሰማና ሲመለከት ሻምበል ዓለማየሁ ወ/ሰማያት ጆሮውንና ዓይኑን ማመን አቃተው። በደሕንነት ባልደረባነት ቀይታው መርህ ላለመሸጥና ለለመቃጠፍ በነበረው ቅንነትና ሀቀኛነት ከቦታ ቦታ ሲያንገላቱት ኖሩ። በ1975 ዓ፣ ም፣ ገደማ ኦጋዴን እያለ የመንፈስ መረበሽና መጨነቅ ስሜት አድሮበት ከምድብ ቦታው አዲስ አበባ መጥቶ በኅክምና ያለሥራ ብዙ ወራት ቀይቷል። በመጨረሻ ሀገሪቷ በመውደቂያዋ አካባቢ ታማኞቹና ባለሟሎቹ ውጡ እየተባሉ ፓስፖርት እየተሰጣቸው ወደ ውጭ ሀገር እየተላኩ ሲመደቡ እሱ በእንደዚህ ሰዓት አገሬንና ወገኖቼን ጥየ የትም አልወጣም ብሎ ጠንካራ እቃም በመያዙ አጋጣሚውን በመጠቀም ከተማው ባዶ እንዳይሆን አዛኝና ተቀርቃሪ በመምሰል የአዲስ አበባ ተመድቦ ለአንድ ዓመት ያህል ቀየ። ሻምበል ዓለማየሁ ወ/ሰማያት እንደሌሎቹ ጥቂት ሀቀኛ የሚኒስቴሩ ባልደረቦች ለሀገሩና ለሕዝቡ ደህንነትና ሠላም የተቀየሰ ጉዳይ መስሎት አለቃውን ሲተባበር መቀየቱ ሊፀፅተውና ሊቀጨው ባልተገባም ነበር። ነገር ግን ወያኔ አገሪቷን በተቀጣጠሩበት ዕለት አለቃው በሀገሪቷ የተፈጠረ ምንም አደጋ እንደሌለ ቢሮ ገብቶ የዕለት ሥራውን ሲያከናውን መመልከቱና ብሎም የወያኔን መሪዎች እየመራ ቁልፍ ቦታዎችን እያዘዋወረ ማስጎብኘቱንና ገለጻ ማድረጉ፣ በይበልጥ ግን የወያኔ ደህንነቱ ኋላፊ አቶ ክንፈ የሚያውቃቸውን ወኪሎቹን (Informants) አቃጥል ወይንም ማንነታቸውን አስረክብ በመባሉ ከመርህና ሙያው ከሚጠይቀው ኤትክ ውጭ በመሆኑ ሊቀጣጠረው ያልቻለው ጉዳይ ሆነበትና ለዕልፈቱ ምክኒያት ሆነ። የደሕንነት ሚኒስቴሩን በወኪልነት (informant) የሚያገለግሉት ወኪሎቻቸው አምነውን ለሀገራቸውና ለሕዝባቸው ድህንነትና ጥበቃ ሲሉ የሚተባበሩንን ማንነት ለማቃጠልና አሳልፈን ለመስጠት ሙያችን አይፈቅድልንም። የሙያችን ትልቁ ኋላፊነት የወኪሎቻችንን ማንነት መጠበቅና ማስጠበቅ ነው ብሎ መለሰለት። ኢቲካል ነኝና አሳልፌ አልሰጥም፣ ተግባራቸውን ያከናወኑት ለእኔ

ጥቅምና ክብር ሳይሆን ለሀገራቸው አንድነትና ክብር፣ ለሕዝባቸው ሰላምና መረጋጋት ሲሉ ያደረጉት በመሆኑ ላከብራቸው ይገባኛል ብሎ ያለፍርሀት በኢትዮጵያዊ ወኔ መለሰለት።

ግንቦት 20 ቀን 1983 ዓ. ም. ከአቶ ክንፈ ጋር የነበረውን አታካራ እንደጨረሰ ወደ ቤቱ ከማምራቱ በፊት እኔን ዘንድ ብሔራዊ ሆቴል መጥቶ ከእኔ ጋር ከአንድ ሰዓት በላይ ቢራ ይዞ የሆዱን አውጥቶ ሲያጫውተኝ ቆይቶ ወደ ቤቱ አመራ። በጭውውታችን ወቅት እንዲህ በማለት፣ "ለካስ ሳላውቅና ሳይገባኝ አገልጋይነቴ ለሻዕቢያና ለወያኔ ነበር። ለካስ ሙያየን፣ ዕውቀቴንና ልምዴን ሁሉ ባለማወቅ ያዋልኩትና የተጠቀምኩት ለሻዕቢያና ወያኔ "ድል" አድራጊነት፣ ለሀገሬና ለወገኖቼ ጥፋት፣ መመኪያየና ጠባቂየ ለሆነው የመከላከያ ሠራዊቴ መዋረድና መንገላታት ኖሯል" እጅግ አድርጎ መፀፀቱን ገለጸልኝ። በዚህን ጊዜ ነበር የወቅቱ የሻዕቢያ/ወያኔ የፀጥታ ኋላፊ አቶ ክንፈ ለሻምበል ዓለማየሁ ወ/ሰማያት "ማቃጠል ካልቻልክና ከእኛ ጋር መተባበር ካልቻልክ አንተም ትቃጠላለህ" ብሎ ሲመልስለት "እኔን ሊያቃጥል የሚችለውን ኃይል ቀስ ብላችሁ ታዩታላችሁ፣ እኔ ግን ለሀገራቸውና ለወገኖቻቸው ክብር ብለው የተባበሩንን ለማቃጠል አቅሙም ሆነ መብቱም አይኖረኝም" ብሎ መለሰለት። ጭውውታችንንም በመቀጠል እንዲህ ያለኝ አትረሳኝም፣ "አያሌው ጠንካራ ነህ፣ ቻይ ነህ፣ እኔ ግን ባለመቻሌ ለዓዕምሮ ረብሻና ጭንቀት ወድቄ ከኦጋደን በገዛ ፈቃዴ እንደመጣሁ ዋቢ ሸበሌ እያለህ ሀኪሜ ሆነህ አገልግለኸኛል። የአሁን ግን ፍጹም ልቋቋም የማልችለው እሳት ውስጥ ነው የገባሁት። አንተ እንዳመጣጡ እየተቀበልክ ስታሳልፍ ኖረኻል፣ እኔ ግን እንጃ" ነበር ያለኝ። ቀጠለና "ከጎኔ ያለው ሁሉ ሆዳምና አጨብጫቢዎች ብቻ ነበሩ። ለሀገርና ለሕዝብ ሳይሆን ለግል ዝናቸውና ከርሳቸው ብቻ የቆሙ ናቸው። በላይነህ ሸቤ ይታማ የነበረው ሁሉ ትክክል መሆኑን ዛሬ በገሃድ አረጋገጥኩ። በምንም ቢሆን ለእነሱ ተባባሪ ሆኜ አገሬን እና ሕዝቤን አልበድልም ነበር ሊሰናበተኝ ሲል ያለኝ። ሻምበል ዓለማየሁ ወ/ሰማያት ይህን ሲለኝ ጠፍቶ ሊሄድ የተዘጋጀ ነበር የመሰለኝ እንጅ እራሱን ያጠፋል ብየም በፍጹም አልተጠራጠርኩም ነበር። እራሱን ማጥፋቱን የሰማሁት በሁለተኛው ቀን በኋላ ከበላይነህ ሸቤ አራት ኪሎ በተገናኘን ጊዜ ነበር። በነገራችን ላይ ሻምበል ዓለማየሁ ወ/ሰማያት ለወያኔው የደሕንነት ኃላፊ አቶ ክንፈ ሲነግረው ሻምበል በላይነህ ሸቤ አብሮ ነበር። አንዱም በእኔ ግምት በላይነህ ሸቤ ባንዳፍታ ከስቶ እንዲገረጣና ፀጉሩ ነጭ በነጭ የሆነው የዓለማየሁ ወ/ሰማያት ጠንካራ የሀገር ወዳድነት ፍቅር ስሜቱና ለመርህ ያለው አቋሙን በመገንዘቡ እንደሆነ ነው። ዓዕምሮውን ለማደስና እራሱን በራሱ ለማስታመም ከእኔ ዘንድ ዋቢ ሸበሌ ሆቴል በመምጣት በየምሽቱ እየተገናኘ ይወያይ ነበር።

ለምታምነው ጓደኛ ወይንም ዘመድ ከሆድህ አውጣው፣ በሆድህ እምቀህ እትያዝ፣ ተንፍሰው እያልኩ ልክ እንደ ካውንስለር ሆኜ የሆዱን አውጥቶ ሲዘረዝር በጥሞና በማዳመጥ ከሕመሙ ለመፈወስ የበኩሌን አስተዋፅዖ አበርክቻለሁ። ወያኔዎች ብልጦች ናቸው፣ በዚያ ላይ በገንዘብ

ይጫወታሉ። በላይነህ ሽቤ እንደነገረኝ አቶ ክንፈ ዓለማየሁ ከሟቹ ቤት በመሄድ ለአንድ ልጁና ለውድ ባለቤቱ የሀዘን ስሜቱን በመግለጽ ልጇን ይዛ ከፈለገችበት ሀገር ሄዳ ለማስተማር በገንዘብም ሆነ በሌላ በሚያስፈልጋት ሁሉ ለመርዳት ዝግጁነቱን ገልጾ እስከ ቅርብ ጊዜ ድረስ በአሜሪካን ሀገር በካሊፎርኒያ ግዛት ስትኖር ቆይታ እሷ ብቻዋን ሀገር ቤት ተመልሳ መኖር እንደጀመረች በዋሽንግተን ዲ. ሲ. ቆይታየ ሰምቻለሁ። ሌሎቹ የሻምበል ዓለማየሁ ወ/ሰማያት አቋምና መርህ የነበራቸው፣ ለአገርና ለሕዝብ አንድነት በቅንነት ያገለገሉት የሚኒስቴሩ መ/ቤት ባልደረቦች ብዛት አይኑራቸው፣ ይነሱም እንጂ ከሻዕቢያና ወያኔ ጉዳይ ጋር በተያያዘ ትግላቸው ምክኒያት እንደ ተራ ወንጀለኛ ተቀጥረው እኔ ለስደት እስከወጣሁበት ጊዜ ድረስ በእሥር ላይ ነበሩ። እነደ ተስፋየ ወ/ሥላሴ የመሳሰሉት የመከላከያ ሠራዊቱም ሆነ የፀጥታ ሚኒስቴር አባላት በኢትዮጵያ ሕዝብ ላይ ያልሰሩትና ያልፈጸሙት ግፍና ወንጀል ምን ይኖራል? ሕዝቡን ዘርፈዋል፣ ገድለዋል፣ ባልና ሚስት ለያይተዋል፣ ታዳጊ ሴቶችን እያስገደዱ አባልገዋል፣ "ለቀይ ሺብር" በመሣሪያነት ሽንጣቸውን ገትረው አገልግለዋል፣ ቤተሰብ ለያይተዋል፣ ባጠቃላይ የአንድ ትውልድ ሀቀኛ፣ ሀገር ወዳድና ዲሞክራት ወጣት፣ ምሁራን፣ ወታደር፣ ገበሬ ... ወዘተ የተጨፈጨፈው፣ የታረደው፣ መንደሩንና ቀየውን ለቆ እንዲሰደድ የተደረገው ሀገሪቱ ኀሊና ቢስ ዜጋ ብቻ እንድትሆን ያደረጉት፣ የደርጉ መሣሪያና የመንግሥቱ ኃ/ማርያም በሥልጣን የመቀየት ምክኒያት እነሱ ነበሩና የደረሰባቸው ሁሉ ሲያንሳቸው እንደሆነ ነው የማምነው። "የሕዝብ እርግማን፣ የሕዝብ እንባ" ብዙ ነበረባቸውና። የበላይ አለቆቻቸው እንኳን በሕዝብና በሀገር ላይ በፈጸሙት በደል ተፀፅተው ለመካስና ከተደቀነብን አደጋና ጥፋት ለማዳን አመፅ ያነሱትን ሀገር ወዳድ ከፍተኛ የጦር መሪዎችና አዛዦች እንዲጨፈጨፉ የተደረጉት በእነሱ ከበባና ምርመራ ውጤት ነበር። ምን ያልሰሩት ግፍና በደል ነበረ በሀገራችንና በሕዝባችን ላይ? ሻምበል በላይነህ ሽቤ የተስፋየ ወ/ሥላሴ ከፍተኛ ባለሟልና ለወያኔና ሻዕቢያ አሽከርነት ከፍተኛ ሚና ነበረው ተብሎ የተነገረለርት የሀገር ውስጥ ደህንነት ኋላፊ፣ ቀድሞ የስለላ ትምህርት ቤት ዲሬክተር፣ ከዚያ በፊት ኤክስፐርትና አማካሪ ... ወዘተ ነበረ። ከወያኔ ጋር በተለያየ ስብሰባ ላይ እየተገናኘ ከአለቃው ጋር ባንድነት ለጠላት እንዲያገለግል ተመልምሎ በውስጠ አርበኝነት ከአለቃው ጋር ያገለግል እንደነበረ በሰፊው ይነገርለት ነበር። ወሬ ያላንዳች አይነገርምና ወያኔና ሻዕቢያ እንደገቡ ከአለቃው ጋር በሰዓቱ ቢሮ እየገባ ከአዲሶቹ አለቆቹ ጋር ሲሰራና ዲኤክስ መኪናውን እየሾፈረ እኔ ለዳግማይ ስደት እስከወጣሁበት ጊዜ ድረስ ነበር።

10.31. ቱሪዝምና ሆቴሎች ኮሚሽን

በየትኛውም የመንግሥት መሥሪያ ቤቶች እንደተገነዘብኩት አሳዛኝ ጉድ በቱሪዝምና ሆቴሎች ኮሚሽንም በተመሳሳይ ሁኔታ ለከርሳቸው፣ ለግል ኑሯዋቸው፣ ለሹመትና ዕድገት ሲሉ ለአዲሱ የወስጥ አርበኛ ረዘነ አርአያ በማጎብደድ የስብሀት ነጋን እድሜ አርዝምልን እያሉ በመጸለይ ሻዕቢያንና

ወያኔን በማገልገል ጭራቸውን ሲቆሉ በቅርብ ተመልክቻለሁ። ለዳግመኛ ስደት እስከወጣሁበት 1985 ዓ. ም. መጨረሻ ድረስ ስርቆት፣ ዝርፊያ፣ ስካር፣ ዝሙት፣ የጥቁር ዶላር ንግድ፣ ዋልጌነት፣ ብኩንነት፣ ከውጭ ሀገር አዲስ እንግዳ ሆቴል ሲገባ በምስጢር ለሴቶች እህቶቻችን ስልክ በመደወል የማቃጠር ንግድ ማካሄድ ከደርግ ዘመን እጅግ በባሰ ሁኔታ የተጧጧፈበት ወቅት በዘመነ ወያኔ እንደ ነበር በገሃድ አረጋግጫለሁ።። ከደርግ የተለየ ለውጥ ያሳየው ቢኖር አዲሶቹ ሰካራሞችና የዝሙት ባሕል አራማጆቹ ፀጉራቸው የተንጨራፈፈ፣ የአፍሮ ስታይል ፀጉር ያላቸው አዲስ ዘመናዮች የሆኑና የሆቴል ኤቲኬት ምንም የማያውቁ በአብዛኛው የትግርኛ ተናጋሪና ሆዳም አማራ የሆኑ ወገኖቹ ነበሩ። በደርግ ዘመን በኪነት ሳቢያ በየቀበሌው በደርግና በቀበሌ ሹማምንቶችና ካድሬዎች በለጋ ሴት ልጆቻችንና እህቶቻችን ላይ የተፈጸመው ግፍ ሲያስገርመን በወያኔ ዘመን የሴት ልጆቻችንና እህቶቻችን በከፍተኛ ደረጃ ለወያኔና ለሆዳሙ አማራ ሹማምንትና ባለሥልጣናት እንዲሁም ለምዕራባዊያንና ለዓረብ ቱጃሮች ርካሽ ይወሲብ ሸቀጦች እንደተዳረጉ ተገነዘብኩ። በዚያን ወቅት አቶ ረዘነ አርአያ የሚፈልጉት የሰው ኃይል ዓይነት እንዳለፈው ሁሉ አፀያፊና ልክስክስ ድርጊትና ባሕል የሚያራምዱ፣ ለሾሚቸው ታማኝ የሚሆኑና እየበሉ የሚያበሉ ዘራፊዎች የሆኑ ግለሰቦችን ብቻ ነበር። እንደደርግ ዘመን በአቶ ረዘነ አርአያ ጊዜም የኢትዮጵያ ቱሪዝም ኮሚሽን ከእንዲህ ዓይነት ቅሌት፣ ባሕል፣ ባሕሪና ልምድ የጸዱ ወይንም ባሕሉን የሚቃወሙ ሁሉ ተወንጅለዋል፣ ተኮንነዋል፣ ተከሰዋል፣ የሥም ማጥፋት ዘመቻ ተካሂዶባቸዋል፣ ከሥራ ተባረዋል፣ አልፎም ታስረዋል። ነገርን ነገር ያነሳዋል እንዲሉ፣ መንግሥቱ ኃ/ማርያም እንኳንስ ኢሕአፓ ተብሎ ይቅርና በ"ኢ" ፊደል የሚጀምር ድርጅት ከሆነ ያልርኅራኄ አሰናብቱልኝ ይል እንደነበር ይታወሳል። ለዚህ ጥሩ ምሳሌ በዶ/ር መንገሻ ገ/ሕይወት ላይ የተፈጸመው የጭካኔ ግድያ ይሆናል። አቶ ረዘነ አርአያ ከፀሐየ ደባልቀው ጋር ባንድነት ሆነው በጠባብ የትግራይ ፖለቲካ እንቅስቃሴ ተሳታፊነታቸው ተይዘው ከወያኔ ጋር ተቀራራቢ ዓይነት የሆነ የብሔርተኛ ድርጅት በመሆኑ ሌላ ምንም ሳይሆኑ እሥር ቤት ገብተው ቀይተው ተፈቱ። ኢትዮጵያዊ በሆነ የፖለቲካ ድርጅት የተንቀሳቀሱት የ"ኢ. ፒ. ዲ. ኤ." አባልና መሥራች የትግራዩን ተወላጅ ዶ/ር መንገሻን ግን ጣቶቻቸውን በመቀራረጥ እያሰቃዩ ገደሏቸው።

10.32. ለወያኔ ዓላማ ማስፈጸሚያነት የተቋቋመው የፖሊስ ሠራዊት አደራጅ ኮሚሽን

ለብዙ ዘመናት የኢትዮጵያን ሕዝብ ሲያገለግል የኖረው የኢትዮጵያ ፖሊስ ሠራዊት ፈራርሶ በምትኩ ለወያኔና ሻዕቢያ አገልግሎት በሚውል መልክ አዲስ የወያኔ ፖሊስ ሠራዊት ማቋቋም በማስፈለጉ ለወያኔ የፖሊስ ኮሚሽነር ሆኖ ለተሾመው ጭራቁ ሀሰን ሺፋና ምክትሉ ጮሌው የቀድሞ የፖሊስ ሠራዊት ባልደረባ የነበረው ሻለቃ ዓለምሰገድ ሀላፊነቱን ተረከቡ። ለዚሁ ወያኔያዊ ዓላማ ግብ መምታት ይተባበሩናል ብለው የሚያምኑባቸውን አገብዳጆችና አዲስ አድርባዮችን መፈላለግ

እንደጀመሩ የብዙ ዘመናት ጓደኞቻቸውን በማስጠቃትና በማጋለጥ ሀገራቸውንና ወገኖቻቸውን ከድተው ለመርዛሙ ሻዕቢያና ወያኔ ያደሩ “የፖሊስ ሠራዊት አደራጅ ኮሚሽን” ተብየው በተባለው ሥር የተሰባሰቡት ከሀዲዎችና አዲስ አድርባዮች ናቸው። የኋላ ኋላ የዚህ አደራጅ ኮሚሽን ተብየው አባላት ሆነው ብቅ ያሉት ሌሎች ሳይሆኑ በአድልዎ፣ በግፍና በጉቦ የታወቁ የኢሠፓ አባላት ከመሆንም አልፈው የፓርቲው ኮሚሽን አባላት ነበሩ። ለመጥቀስ ያህል እነኮሎኔል ተፈረደኝና የትግሬው ተወላጅ ኮሎኔል በላይ (ሁለቱም የግርማ ይልማና የበላይነህ ሸቤ ኮርስ ጓደኛ)፣ ጓዶቹን በመክዳት ካለፈው ስህተቱ ትምህርት የማይወስደው ልማደኛው ቁምላቸው ተካ፣ ኤርትራዊው ኪዳኔ ተስፋየ፣ ኤርትራዊው ምሕረትአብ፣ ኤርትራዊው ኮሎኔል ሀዲስ ስዩምና ሌላው ስሙ የተዘነጋኝ ኤርትራዊ ነበሩ። የአደራጁ ኮሚሽን ዋናዎቹና ታማኞቹ የትግራይና የኤርትራ ተወላጆቹ ሲሆኑ ሌሎቹ ሕብረብሔር ነው፣ የሌሎቹም ብሔር ተወላጆች ነበሩበት ለማስኘት በመሳሪያነትና በአሻንጉሊትነት የተጠቀሙት የተጠቀሱትን የደርግና የኢሠፓ እንጋቾችን ነበር። አደራጅ ኮሚሽኑ ተልዕኮውን እንደተወጣ የትግራዩ ተወላጅ ኮሎኔል በላይ ወደ አገሩ በመሄድ የትግራይን ፖሊስ በማቋቋም ኮሚሽነር ሆኖ ሲያገለግል ቀይቶ ቀድሞ በቀዳማዊ ኃ/ሥላሴ ዩኒቨርሲቲ የተቋረጠውን ትምህርቱን ከዘመኑ “ዝነኛው” የመቀሌ ዩኒቨርሲቲ ገብቶ የቀረችውን የአንድ ዓመት ትምህርት አጠናቀ ተመርቀ ታዋቂ ጠበቃ እንደሆነ ተነግሮኛል። ኮሎኔል በላይ ሐረር ላይ እያለ ወያኔና ሻዕቢያ እንደገቡ በትራፊክ ሞተር ብስክሌት በደስታና ፈንጠዝያ እየመራ ወደሚያርፉበት ቦታ ያስገባቸው የውስጥ አርበኛ ነበር። ኤርትራዊያኖቹም የአደራጅ ኮሚሽኑን ተልዕኮ በታማኝነት ካጠናቀቁ በኃላ ወደ አገራቸው ሄደው የኤርትራን ፖሊስ በማቋቋም ሹመቱን እርስ በርስ በመከፋፈል እንደያዙት ሰምቻለሁ። እስቲ ለአብነት የአደራጅ ኮሚሽኑ አባላት ምን ዓይነት ሰዎች እንደነበሩ ቁምላቸው ተካን ብቻ እንውሰድ። ቁምላቸው ተካ የእነ ሻምበል አምሃ አበበ፣ የነሻምበል ዓለማየሁ ኃይሌ፣ የእነ ሻምበል ብርሃኑ ሰርፁ፣ የእነ ሻምበል መንግሥታብ ባሕሩ ኮርስ ጓደኛ ነው። በተቃራኒው ደግሞ እሱን መሰል የሆኑት የጮሌውና የአስረሽ ምችው ጀኔራል ግርማ ንዋይ እና በዋሽንግተን ዲ. ሲ. ነዋሪ የሆነው የወመኔው ኮሎኔል ዘላለም ዋሲሁን ኮርስ ጓደኛ ነው። ግርማ ንዋይና ቁምላቸው ተካ በመተባበር የነአምሃ አበበን፣ ዓለማየሁ ኃይሌን ምስጢር አንድ በአንድ ከሌሎች ጓደኞቹ ጋር በመሆን ለአጥናፉ አባተና ለተካ ቱሉ ዘርዝሮ በመግለጽ አምሃ አበበንና መንግሥተአብ ባሕሩንና ሌሎቹን ካሳጠ በኋላ እንዳይጋለጥባቸው ቁምላቸው ተካ ወደዩጎዝላቪያ ለትምህርት እንደተላከ ከሠራዊቱ አባላት ተነግሮኛል። ሻምበል ተስፋየ ርስቴም ይህንኑ የቁምላቸው ተካን ጉዳይ በመጽሀፉ ጠቅሶታል። ዩጎዝላቪያ በደረሰ ከጥቂት ጊዜ በኋላ ጓደኞቹ ሁሉ ተረሸኑ። ኮሎኔል አጥናፉ አባተም ሳይውሉ ሳያድሩ ጊዜያቸውን ጠብቀው በመረሸናቸው ቁምላቸው ተደናግጦ በፍራቻና በጭንቀት በፈጸመው የክህደት ወንጀል በመረበሸ ላለመመለስ ወስኖ በገዛ ራሱ በአውሮጳ መኖር ጀመረ። በግርማ ንዋይ

አማካኝነት በምዕራብ አውሮጳ የኢትዮጵያዊያንን ሁኔታ እየተከታተለ እንዲተባበርና ከመንግሥት ጋር እጅና ጓንቲ እንደሚያስደርገው ቃል ገብቶለት የሀበሻን እንቅስቃሴ በምድረ አውሮጳ ሲከታተል ቀየና መንግሥቱ ኃ/ማርያም ዩጎዝላቪያን ሲጎበኝ በግርማ ነዋይ አቅራቢነት የመንግሥቱ ኃ/ማሪያም ይቅርታ አደርጎለት ማዕረት ከጓደኞቹ ጋር ተከብሮለት ሙሉ የነፃ ትምህርት ዕድል ተሰጥቶት እዚያው እየሰለለ እንዲቀይ ተደርጎ ቀረ።

በመጨረሻም የነአምሃ አበበና የነዓለማየሁ ኃይሌ ታሪክ ታሪክ ሆኖ ሲቀርና ስማቸው ሲረሳ ትምህርቱን አጠናቅቄ መጣሁ ብሎ ሀገር ቤት ተመልሶ ወዲያውኑ ማዕረት ከጓደኞቹ ጋር እንዲጠበቅለትና በሠራዊቱ ቁልፍ ቦታ እንዲሰጠው ከደርግ ጽ/ቤት በመወሰኑ ኮሎኔል ሆነ። በሠራዊቱ ቁልፍ ቦታ ተሰጥቶት ይሰራ የነበረና እንዲያውም በምስጢር ጓደኛው ግርማ ነዋይ አማካኝነት ለብርጋዲየር ጄኔራልነት ታጭቶ ሲጠባበቅ ወያኔ የሚባል ባላንጣ መጥቶ የጄኔራልነቱን ዕጣ የተጨናገፈበት የፖሊስ ኮሎኔል ነበር። ቁምላቸው ተካ ወያኔና ሻዕቢያ አዲስ አበባ እንደገቡ እንደልማዱ በፍጥነት ሕሊናውንና ዓይኑን ጨፍኖ ሄዶ ያልሆነውንና ያልነበረውን እስመስሎ ቀረበ። ወያኔም ቢሆን ጥቅም ከተሰጠው ለሆነው ሁሉ አገልጋይና አሽከር ሊሆን የሚችል ፍጥረት መሆኑን በሚገባ በመረዳታቸው አስጠግተው በአደራጅ ኮሚሽን ውስጥ ቁልፍ ሚና የተጫወተ የእምየ ኢትዮጵያ "ልጅ" ነው። አልፎም የአደራጅ ኮሚሽኑንን ቡድን በመምራት በእንግሊዝ አገርና በሌሎች ምዕራብ አገሮች ሲዘዋወር ኖሮ ታማኝነቱን ለማረጋገጥ ወደ "ውድ እናት" አገሩ ተመለሰ። ይህም ጉብኝት ለእሱና ለብጤዎቹ ጥሩ የመደለያና የማታለያ መሣሪያ ነበር። ቁምላቸው ተካ ወደር የሌለው የከተማው ወመኔ የነበረው የነዘላዓለም ዋሲሁን ጓደኛ ነው። ዘላዓለም ዋሲሁን በሻምበል ዓለማየሁ ኃይሌና በነሻምበል አምሃ አበበ ንክኪ ታስሮ በእሥር ቤት ቀይታው በፖለቲካ እሥረኞች ላይ ከፍተኛ ክትትልና ስለላ ሲያካሂድ የቀየ "ጀግና" እንደ ነበር ተወርቷል። እንደተፈታ ሌሎች ሥራ ሲከለከሉና ማዕረጋቸውን ሲቀሙ እሱ ግን በእሥር ቤት ቀይታው ለደርግ ላከናወነው ውለታ በክብር ማዕረት ከጓደኞቹ ጋር እንዲጠበቅለትና በሠራዊቱ ቁልፍ ቦታ እንዲሰጠው ከደርግ ጽ/ቤት በመወሰኑ ኮሎኔል ሆኖ ያለብቃቱና ያለችሎታው በክትትልና በኢንተርፖል ኋላፊነት ተመድቦ ሲሰራ የኖረ ነው። አልፎም በጥቅምና በምስጢር ጓደኛው ግርማ ነዋይ አማካኝነት ለብርጋዲየር ጄኔራልነት ታጭቶ ሲጠባበቅ ሳያስበው ድንገት ወያኔ በመግባታቸው ሕልሙን አጨናገፉበት። የሁለቱም የኮርስ ጓደኞች በደርግ ዘመን ተገደሉ፣ ከሥራ ተባረሩ፣ ታሰሩ፣ ያለዕድሜአቸውም ጡረታ ወጡ።

ሻለቃ ዓለምሰገድ የተባለው ደግሞ የድሮው አባዲና ፖሊስ ኮሌጅ 7ኛ ኮርስ (የነተካ ቱሉና ደበላ ዲንሳ ኮርስ) የነበረው በቅድመ 1966 የአራተኛ ፖሊስ ጣቢያ አዛዥ የነበረና የአባላቱን ደመዎዝ ይዞ የጠፋና በሱዳን ሀገር ከኢዲዩ ጋር ተሰልፎ በካርቱም ለሱዳን መንግሥት በፀጥታ ሠራተኛነት ያገለገለ በኋላም አሜሪካ ሀገር በታክሲ ነጅነት የኖረና የስደት የመከራ ኑሮ አስጠልቶትና አንገፍግፎት

ሲኖር አጋጣሚውን በመጠቀም እነ መለስ ዜናዊ ወደ አዲስ አበባ ለመግባት ሲዘጋጁ አዳዲስ ሰዎችን ሲያፈላልግ እሱና ዳዊት ዮሐንስ ለጠባብ ፖለቲካ ተገዥ ሆነው በመገኘታቸው ከዋሺንግተን ዲ. ሲ. መልምሎ እንደ ሻንጣ ጭኗቸው ለወያኔ አገልጋይነት አዲስ አበባ የገባ “አርበኛ” ነው። የጭራቁ ሀሰን ሺፋ ምክትል ሆኖ እስከወጣሁበት ጊዜ ድረስ ይሰራ የነበረ ከሀዲና ጮሌ ግለሰብ ነበር።

10.33. ለሁለተኛና ሦስተኛ ጊዜ ፕሮፌሰር ንጉሴ ተበጄ በአዲስ አበባው አሊያንስ ፍራንሴስና በጊዮን ሆቴል እንደመላዓክ ከጎኔ በመቆም አሉባልተኞችን ያሳፈረልኝ ገጠሞሽ

ፕሮፌሶር ንጉሴ ተበጀ እንደ መልዓክ ደርሶ ለእኔ በመቆም አሉባልተኞችን ማሳፈሩ በፓሪስ ከተማ መኖሪያ ቤቱ በተካሄደው አጋጣሚ ብቻ አላቆመም። ጎንደሬው ፕሮፌሶር ንጉሴ ተበጀ ለሁለተኛ ጊዜ ሳላስበው በድንገት በአዲስ አበባው አሊያንስ ፍራንሴስ ትምህርት ቤት ከተቀመጥኩበት የትምህርት ቤቱ ቡና ቤት ድንገት ዱብ በማለት ከጎኔ በመቆም ረዘም ያለችና ወደ ጥቁረት የሚወስዳት የዋህ በአሊያንስ ፍራንሴስ የፈረንሣይኛ ቋንቋ መምህር የነበረችና ባለቤቷ በደርግ የተገደለባት ፕሮፌሰር ንጉሴ ተበጄን ከእኔ “ከአደገኛ ሰላዩ” ለመጠበቅና ለመከላከል በማሰብ የቀድሞ የፈረንሣይ “ወዳጆቹ” ከአፄ ኃይለሥላሴ ሰላይነት ወደ ደርግ ሰላይነት በደረጃ በማሸጋገር በነገሯት የጥላቻና የሀሰት ፕሮፓጋንዳ በመመረዟ ንጉሴን በጆሮው ተጠግታ ቀስ ብላ የደርግ ሰላይ ስለሆነ እንዲጠነቀቅ ታሳስበዋለች። ጎንደሬው በአውሮጳዎቹ በነዶ/ር ነገደ ጎበዜ ቡድን በቂ ልምድ ስላለው አሁን ደግሞ ማንን ይሆን ይህን ክፉ ስም የለጠፋበት ብሎ ማንነቴን ለማወቅ በዓይኑ ሲያፈላልግ ሁለታችንም ዓይን ለዓይን ተጋጠምን። ወደኔ በመምጣት በባህላችን ደምብ ተሳሳምን። ለአስር ዓመት ተያይተን አናውቅም። ሁላችንም ቦታችንን ይዘን እንደተቀመጥን ጎንደሬው እንደእብድ ሳቁን ለቀቀው። ያሳቀውን ምክኒያት በደንብ ተረድቻለሁና ሲስቅ በፈገግታ እመለከተው ነበር። ምን ሆንክ፣ ምን ተፈጠረ ብለው ሲጠይቁት አይ ነገሮች ሁሉ እያስገረሙኝና በፈረንሣይ የኖራችሁ ወገኖቼ እያሳዘናችሁኝ ነው ይላል። ትናንት በምድረ አውሮጳ የአፄው ሰላይ ነው ብላችሁ በባዕድ ሀገር ስሙን በመበከል ኃጢአታችሁን እንዳያወጣ ሰው እንዳይቀርበው ለማድረግ ብዙ ጣራችሁ። በጥንካሬው ጥረታችሁ ሁሉ ዋጋ ሳያገኝ ቀረ። አሁን ደግሞ አገሩ ከገባ በኃላ የቀድሞ ወታደራዊ ጀርባውን በመጠቀም ያለው መንግሥትም የወታደር በመሆኑ የማጥቃት ዘመቻችሁን በመቀጠልና ቂም በመያዝ መሞከራችሁ ያሳዝናል በማለት ትምህርት ለመስጠት ሞከር። ለነገሩማ ለደርግ በሰላይነት በከፍተኛ ደረጃ ያገለገላችሁና ደርግን ብቃትና ጥንካሬ እንዲያገኝ ያበቃችሁት እናንተ አልነበራችሁም እንዴ? ያንን ትብብራችሁንና ድጋፋችሁን ስታበረክቱ እሱ እኮ በባዕድ ሀገር ነበር ይላቸዋል። በጆሮው ጠጋ በማለት ቀስ ብላ እንዲጠነቀቅ “የረዳችው” ምስኪኗ መምህር ግራ ስትጋባ ተመለከትኳት። ተናጋሪዋ መምህር በመረበሽ መንፈስ በጆሮው ቀስ ብላ የነገሯትን ግለሰቦች ስም

ነገረችው። ድሮስ መቼ ጠፍቶኝ፣ እነሱ መሆናቸውን አውቃለሁ ብሎ መለሰላት። ይህ ሁሉ ሲሆን መምህራ ፈረንሳይ የነበርኩና ከነታደሰ ገሰሰ፣ አማረ ተግባሩና ከነዶ/ር ኃይሌ ፊዳ ጋር ባንድነት መኖሬን ሁሉ አታውቅም ነበር። ባጋጣሚ የዶ/ር ፍቅሬ መርዕድ እህት (ስሟ ተዘንጋኝ ቀይ አጭር ቀጭን ወ/ሮ ታየች መሰለኝ)፣ እንዲሁም ጆኒ በመባል የሚታወቀው ታናሽ ወንድማቸውና የጆኒ ጓደኛ የነበረው ቀይ ረጅም ኤርትራዊ አዲስ አበባ ተወልዶ ያደገው ስመረ በቦታው ነበሩ። ጆኒ ዮሐንስ ለማለት ሲሆን ከእኔ ጋር ይግባባል፣ ብዙውን ጊዜ ከእኔ አይለይም ነበር። መስፈነ ሐረር አካባቢ ከሚገኘው መኖሪያ ቤታቸው ደጋግሜ እየሄድኩ ላጫጭር ጊዜ ኖሬአለሁ። ታዲያ ይህ ሁሉ ሲሆን እሱም ሆነ ደጋና መልካሟ እህቱ ስለ እኔ የደርግ ሰላይ መባል አንድም ቀን አንስተውልኝ አያውቁም። ይህ ሁሉ ወዳጅነት ሲኖረን አንድም ቀን አንዳቸውም የደርግ ሰላይ መባሌን ጠቅሰውልኝም አያውቁና በኃላ እንደሰማሁ ተቀይሜአቸው ነበር። ረጋ ባለ መንፈስ ለምን እንዳልነገረኝ ጆኒን ጠየኩት። ሰላይ የሆንና ሰላይ ያልሆነን ሰው መለየት ስለማያዳግተኝ በጥላቻ የተለጠፈብህ ስም እንደሆነ ስለተረዳን ነው ብሎ መለሰልኝ። በማያያዝም ጆኒ ያንዲት እህታችንን ስም በማንሳት በንደትና በእልክ ሆን ብላ የለጠፈችብህ ስም መስሎን ነበር እንጅ ስር የሰደደ ከአውሮጳ ተሻግሮ የመጣ ጦርነት መሆኑን አላወቅንም ነበር ብሎ መለሰልኝ። የጊዮን ሆቴል የማታ ሥራ አስኪያጅነት ተመድቤ በምሠራበት ወቅት ፕሮፌሰር ንጉሴ ተበጀ አልፎ አልፎ ከእኔ ጋር እየመጣ ለመጫወት የዕረፍት ጊዜውን ለተወሰነች ጊዜ ያሳልፍ ነበር። ባንድ አጋጣሚ ፕሮፌሰር ንጉሴ ተበጄና እኔ ከድርጅቱ የምግብ ዝግጅት ዋና ኃላፊ አቶ አድማሱ ተስፋየ ጋር ሆነን ስንጨዋወት በድንገት የደርግ ሰላይ እያሉ ስሜን እንደሚበክሉኝና ከኮሚሽኑና ኮርፖሬሽኑ አካባቢ የደርግ ከባድ ሰላይ ነውና እንዲርቀው በተደጋጋሚ ተመክሬ ባለመስማቴ ከብዙዎች ወዳጆቼ ጋር መራራቁን ይነግረዋል። ፕሮፌሰር ንጉሴ ተበጀ በመገረም መቶ አለቃ አያሌው በውጭ ሀገር ተጋኖ የተወራበት በአፄ ኃይለሥላሴ ሰላይነት ነበር። የደርግ ሰላይ ቢሆንማ ኖሮ እዚህ በማታ ሥራ አስኪያጅነት አታገኘውም ነበር ብሎ በመግለጽ ለሦስተኛ ጊዜ እንደ መልዓክ ከጎኔ ቆመልኝ።

ፕሮፌሶር ንጉስ ተበጄ የደርግ ሰላይ ነውና ተጠንቀቅ ተብሎ እንደተነገረው የሰጣቸው መልስ ሳይሆን እንደ ትንቢት እንዲህ ብሎ ነበር የነገራቸው፣ "ነገ ከነገ ወዲያ ይህ መንግሥት በምርጫ ተሸንፎ ቢወርድ ወይንም በሌላ ኃይለኛ ባለጡንቻ ቢገለበጥ ወዲያውኑ በመገለባበጥ ችሎታችሁ የሚይዘው/የሚመጣው መንግሥት ሰላይ ነው ብላችሁ እንደገና በአዲስ መልክ የስም ማጥፋት ዘመቻችሁን እንደምትቀጥሉና እንደማትለቁት እርግጠኛ ነኝ" ብሎ ነበር ይተናገረው። አልቀረምና ትምቢቱ ከአራትና አምስት ዓመት በኃላ ተፈጸመ። ወያኔ የሀገሪቷን ሥልጣን በያዙ ሰሞን ጎረቤቴ የነበረችው ወሎየዋ ወ/ሮ እንጉዳይ በቀለ የሚቹ የአቶ ዳንኤል ታደሰ ባለቤት ከመኖሪያ ግቢያችን ውስጥ ከዶ/ር አርሾና ከሌሎች ጎረቤቶቻችን ጋር እንደተለመደው ምሽት ላይ ከግቢው ቀመን

ስንሜወት ከታደሰ ገሰሰ ጋር ባላት መቀራረብ በደርግ ሠላይነት መዝግባኝ የኖረችው ጎረቤቴ በሙቶ አለቅነት ስትጠራኝ ኖራ "አቶ አያሌው እንኳን ደስ አለህ" ብላ ሰላምታ ሰጠችኝ። ምን ተገኘ ብየ በጉጉት ለማወቅ ስፍጨረጨር ዶ/ር አርሾ ደግሞ በሚጣፍጥ አማርኛቸው ምን ተፈጠረ ብለው ጥያቄ ያቀርባሉ። "የሜዳ ጓዶችህ ሥልጣን ያዙ አደለ እንዴ" ብላ በጥያቄ መልክ መለሰችልን። ዶ/ር አርሾ ደግሞ በበኩላቸው እንዴ ሙቶ አለቃ አያሌው ከመቼ ወዲህ ወንበዴ ሆኑ? እሳቸው የተፈሪ ወጣት መኮንን ነበሩ፣ ጠግበው ያስተማራቸውንና ንጉስ ከድተው በምሕረት ሲመለሱ ያገኙት ፍሬ የለም እንጅ ብለው መለሱላት። ዶ/ር አርሾ ጠንካራ አፍቃሪ አፄ ኃይለሥላሴ ሲሆኑ ሲምሉና ሲማተቡ ተፈሪ ይሙት ነበር የሚሉት። ከንጉሱ ጋር የቅርብ ግንኙነት ነበራቸው። ትንቢቱ በትክክል መፈጸሙን በወ/ሮ እንጉዳይ በቀለ የእንኳን ደስያለህ ምኞቷ ለማረጋገጥ ይቻላል። ታደሰ ገሰሰ በየጊዜው ቤታቸው እየተመላለሰ ይጠይቃት ስለነበር ግቢ ሲገባና ሲወጣ በአጋጣሚ እንተያይ ነበር። ለወ/ሮ እንጉዳይ በቀለ ስለነታደሰ ገሠሠ ክፋትና ጭካኔ አንድም ቀን አንስቼም አላውቅ።

10.34. ጭካኔው አቶ ካሳ ከበደ ብቻ ሳይሆኑ ከቤተሰቡም ጭምር ነበር: የወ/ሮ ተናኘ ከበደ ተሰማ "የትብብር" ጥያቄ፣ በራሱ የማይተማመነው የአያሌው ከበደ ተሰማ "ጓደኝነት"

በአሲምብ ቀይታየ ከአያሌው ከበደ ጋር በሩቅ በዓይን ከመተያየት በስተቀር ሰላምታ አልነበረንም። በትውውቅና በጓደኝነት ከአመራሩ አካል ጋር ቅርበት እንዳለው የምሰማውን ያህል በተቃራኒው ደግሞ በአመራሩም ሆነ አልፎም ታጋዮችም ጭምር በጥርጣሬ ዓይን እንደሚታይ ከተቀራረብኳቸው የሠራዊቱ አባላት ስለተነገረኝ ለጥንቃቄ ስል ለመተዋወቅም እምብዛም ፍላጎትም አልነበረኝም። ጥርጣሬአቸው በደፈናው የደርግ ሰላይ ነው ከማለት በስተቀር፣ የማን ልጅና የነማን ዘመድ መሆኑን እሥር ቤት ለመግባት እስከተጋዝኩበት ጊዜ ድረስ የማውቀው አልነበረኝም። በመጽሀፉ በሌላ አካባቢ እንደተገለጸው ከሠራዊቱ ተገልሌ በአንዷት መንደር ለመጋዝ ወደ ሰንገደ በምጓዝበት ወቅት ሳቦያ ላይ ከውብሸት መኮነን/አቡበከር ሙሀመድ ጋር ለመጨረሻ ጊዜ እንደተገናኘን ካደረግናቸው ጭውውቶች መካከል አንዱ ስለ ሠፈሩ ልጅ ስለ ያሬድ/አያሌው ከበደ ተሰማ ነበር። በራስ ሆቴል ቀይታየ ከቤተ መንግሥት በትውስት የመጡ ውድ ዋጋ ያላቸው ልዩ ዕቃዎች በመዘረፋቸው በፍርድ ቤት ፈቃድ /warrant የተቃቃመው ኮሚቴ በአሰሳ እንዳስመለሰ ወደ ሚቀጥሉት ለመጓዝ ሲሞከር ባስቸኳይ እንዲቀም ከደርግና ከሀዲስ ተድላ ትእዛዝ ደረሰ። ይህ በሆነ ሰሞን ነበር ታናሽ እህቱ ወ/ሮ ተናኘ ከበደ ተሰማ ለብርቱ ጉዳይ ነው በማለት ከምሰራበት ራስ ሆቴል ድረስ በመምጣት "ትብብር" የጠየቀችኝ። ወ/ሮ ተናኘ ከበደ ተሰማንና ባለቤቷን የተዋወኳቸው ቱሪዝም ኮሚሽን ተቀጥሬ ቦሌ ቅርንጫፍ ተመድቤ በምሰራበት ጊዜ ሲሆን እሷ በቀረጥ ነፃ መደብሮች ስትሰራ ባለቤቷ ደግሞ የአየር መንገድ ሠራተኛ ሆኖ በሚሰራበት ጊዜ ነበር። የቀረጥ ነፃ መደብሮቹ

የሚተዳደሩት በኢትዮጵያ ቱሪዝም ኮሚሽን ሥር በነበረው የቱሪዝምና ንግድ ኮርፖሬሽን በመሆኑ ለሠራተኞቹ ከቤታቸው መኖሪያ ቤታቸው፣ ከመኖሪያ ቤታቸው ቦሌ የሚያመላልስ መካከለኛ አውቶቡስ ተመድቦላቸው ስለነበር እኔ ቦሌ በማመሽበት ወቅት የአውቶቡሱን አገልግሎት እንድጠቀም ወ/ሮ ኤልሳቤጥ የማነብርሃን ከሚመለከተው ጋር ተነጋግረው ስላስፈቀዱልኝ በአውቶቡስ በምንመላለስበት ጊዜ ነበር። አሁንም ያጋጣሚ ነገር ሆኖ የነፃ ቀረጥ ሱቆች ዋና ክፍል ኃላፊ የነበሩት የወለጋዋ ተወላጅ ወ/ሮ ዘውዲቱ ምንም እንኳን ፍቅ ላይ ነዋሪ ቢሆንም የምትኖርው ከእኔ ጋር በራስ ሙሉጌታ ሕንፃ ውስጥ ነበር። ወ/ሮ ዘውዲቱ መልኳ፣ ቅላቷና ዓይኗ አካባቢና ቁመናዋ ጭምር ቁርጥ ዶ/ር ኃይሌ ፊዳን እየመሰለችኝ ብዙ ጊዜ የተረበሽኩበትና ላነጋግራት የቃጣሁበት አጋጣሚዎች ነበሩ። ሆኖም ስሜታዊነቴን በመቆጣጠር አንድም ቀን ጠቅሸላቸውም አላውቅ። ሁሉም አስቀድመው የእኔን ማንነት በደንብ እንደሚያውቁ የኃላ ኃላ ለመረዳት ቻልኩ። አልፎም በሥራ ባልደረባቸው በተናኜ ከበደ ተሰማ ታላቅ ወንድም በአቶ ካሳ ከበደ ይህ ነው የማይባል ግፍና በደል የተፈፀመብኝ ምስኪን ስለባቸው እንደሆንኩ ሁሉ በደንብ ያውቁ ነበር። ይህ ሁሉ በጀርባዋ ሲወራ ተናኘ ከበደ ትሰማ ነበር። ሥራችን የሚያገናኘን ከመሆኑም በላይ የምንጋጋዘው በአንድ አውቶቡስ በመሆኑ የእነማን እህትና ልጅ መሆኗን እያወኩ ከፈገግታና አክብሮት በስተቀር አንድም ቀን ክፉ ፊት አሳይቻትም አላውቅ። አውቶቡሱ ወ/ሮ ዘውዲቱን ቀጥታ ከግቢ ማድረስ ስላለበት ባጋጣሚ እኔም ክብር አግኝቼ የምወርደውና የምጫነው ከግቢ ውስጥ ነበር።

ወ/ሮ ተናኘ ከበደ ተሰማ እኔን ለማነጋገር ፈልጋ የመጣችበት ጉዳይ እንደሚከተለው ነበር፣ "አያሌው ከበደ ተሰማ ጫካ ገብቶ ድምፁ በመጥፋቱ ምክኒያት እናታቸው በሀሳብና በናፍቆት ከመጠበሳቸው አልፎ በመንፈስ ጭንቀትና በዓዕምሮ መረበሽ ምክኒያት በህመም ላይ እንዳሉና በእሳቸውም ምክኒያት መላ ቤተሰቡ ሁሉ በጭንቀት ላይ እንደወደቀ ባማሳሰብ እኔ ሄጄ ስለእሱ ደህንንትና ጤንነት ቃጥፌ ከመናገር አልፎ እኔ ወደአዲስ አበባ ስመጣ እሱ ወደ አውሮጳና መካከለኛው ምሥራቅ ከወንድሙና እህቱ ዘንድ እንደሄደና ከወርና ከሁለት ወር በኋላ ወደ ኢትዮጵያ ሊመጣ እንዳሰበ" ቃጥፌ እንድነግርላት ተማፀነችኝ። ካልመጣስ ብየ ስጠይቃት "ግድ የለህም ከወንድሙ ጋር አብሮ መኖር ፈልጎ ቀረ እንላታለን" አለችኝ። ይህ የራሴ ጉዳይ ስለሆነ ቶሎ ብላችሁ ተዘጋጁና ውሰዱኝ ያለማወላወል አደርገዋለሁ ብየ ቃል ገብሁላት። ለእናት የሚደረግ በመሆኑ ይዚህ ዓይነቱ ውሸት እንደኃጢአትና ቅጥፈት የማልቆጥረው ከመሆኑ ባሻገር ለእራሴ እናት እንደማደርገው መስሎ ስለተሰማኝ ነበር። ወ/ሮ ተናኘ ከበደ ተሰማ ከባለቤቷ ጋር ሆና ከምስራበት ራስ ሆቴል በመምጣት ወደ አባታቸው ግቢ የዘዉኝ ገቡ። ከዚያም ወ/ሮ ተናኘ ከበደ ተሰማ ወደ ሚያስፈራራውና ወደ ሚከብደው ሳሎን ይዛኝ ገብታ ከአባቷ ጋር ካያያዘችኝ በኋላ እልም ብላ ጠፋች። ደጃዝማች ከበደ ተሰማ ብቻ ነበሩ ሳሎን ዉስጥ የነበሩት። በስነሥርዓት በቀድሞው ልማድ

መሠረት እጅ ነሳሁ። ቀጥሎም እጃቸውን ዘረጉልኝ ቀረብ ብየ ጎንበስ በማለት ጨበጥኩ። እንድቀመጥ እስከሚጋብዙኝ ድረስ ቆሜ ጠብኳቸው። እንድቀመጥ ተጋበዝኩ። ምን እንደሆነ ባላውቀውም ጣዕሙ ሼሪ የሚመስል የመጠጥ ግብዣ ቀርቦልኝ ምን ይሆን እያልኩና እያሰላሰልኩ ቀይቼ የሆነው ይሁን የየዋሆችና የቅንነት ዓምላክ ይጠብቀኛል አልኩና ጠጣሁ። ደጃዝማች ከበደ ተሰማ ብዙ ጥያቄዎችን ጠየቁኝ፣ ሁሉም ከአባታዊ ምክር ጋር የተያያዙ ናቸው። ዕድሜየን ጠይቀውኝ እንደነገርኳቸው ትዳር መስርቶ ቤተሰብ የማፍሪያ ጊዜ እንደሆነ በምክር መልክ አሳሰቡኝ። ልጃቸው ምን እንደሰራኝ ወይንም የልጅ ልጃቸው (መንግሥቱ ኃ/ማሪያም) እና ጓዶቹ ምን ያህል እንደተጫወቱብኝና እንኳንስ ትዳር ለመመሥረት ሠላም አግኝቼ መኖር አለመቻሌን በሆዴ ደብቄ የለገሱልኝን ምክርና አባታዊ ማሳሰቢያ ልክ ነዎት ጌታየ፣ አስብበታለሁ ብየ ሸነገልኳቸው። በልጃቸው በአያሌው ከበደ ተሰማ ናፍቆትና ደብዛ መጥፋት የተጨነቁት እናት ባካባቢው ብቅም አላሉ፣ ደጃዝማችም ቢሆኑ “ደብዛው” ስለጠፋባቸው ልጃቸው ፈጽሞ ያነሱልኝ ጥያቄ አልነበረም። ደርግ ሥልጣን እንደያዘ ያለዕድሜአቸው ጡረታ ያገለላቸው የጓደኛየ አባት እና ሌሎች ከሜዳ ውጭ ሁለታችንን የሚያውቁን የአያሌው ከበደ ተሰማ ሰፈር ሁለት ሽማግሌዎች ሦስቱንም በተለያየ ጊዜ ከደጃዝማች ከበደ ተሰማ ጋር የተደረገውን ውይይትና የተወሰድኩበትን ዓላማ አስመልክተን ስንወያይ ሦስቱም ተመሳሳይ ግንዛቤ እንዲህ በማለት ነበር የገለጹልኝ። ከእናንተ ጋር ጫካ ስለነበረው ልጁ ተጨንቀው ወይንም ያለበት ጠፍቷቸው ሊያጠያይቁ ፈልገው የወሰዱህ አይምሰልህ። ልጃቸው የትና ምን እንደሚያደርግ ሁሉ በየዕለቱ ያውቃሉ፣ የፈለጉህ በሦስት ምክኒያቶች ነው አሉና፣ የመጀመሪያው ሽብር ፈጣሪ ነው፣ በወንበዴዎቹ ተወክሎ የመጣ ነው፣ እርምጃ ከመውሰድ ወደ ኃላ አይልም ... ወዘተ እየተባለ ስለተወራብህ ልጃቸውንና በተለይም በስንት ጥበብና ድካም ሥልጣን ላይ ያወጣውን የልጅ ልጁን የመግደል አቅም እንዳለህና እንደሌለህ ለማጠንና ለመገምገም ስለነበር ከበደ ተሰማ ችግር ፈጣሪ አለመሆንክንና ግልጽና ቀጥተኛ ሰው መሆንክን ስለተረዳህ እንዳይነኩህ ማሳሰቢያ ለልጆቹና ከልጅ ልጁ አካባቢ የግድያ አደጋ እንዳይደርስብህ ዋስትና ሰጥቶ እንደሸኘህ እርግጠኛ ሁን። ሁለተኛው ምክኒያት ደግሞ ቤተሰቡ አያሌው ከበደ ተሰማ የት እንዳለ፣ ምን እንደሚሰራ፣ የተላከበትን ግዳጅ አጠናቀ መቼ እንደሚመለስ ሁሉ አበጥረው ያውቃሉ። ከታላቅ ወንድሙም ሆነ ከሌሎች ጋር በየጊዜው ባላቸው የመገናኛ ዘዴና መንገድ ይገናኛል። ከነጭራሹ ከሦስቱ አበዎች አንደኛው ምን ይሉኛል፣ እናቱ ጎንደሬ ናቸውና በኢሕአሠ ውስጥ ጎንደሮች ይጠብቁታል ይሉኛል።

የሦስቱም እምነት የቤተሰቦቹ ዓላማ አያሌው ከበደ ሜዳ የገባበት ምክኒያት ተልዕኮ/ግዳጅ እነደሌለውና በሠራዊቱ ቀይታው እንደሌሎቻችሁ በስሜታዊነትና በትኩስ አብዮታዊነትና የወጣትነት አፍላ ተገፋፍቶ እንደሄደ እንጂ በተልዕኮና ግዳጅ እንዳልሆነ ለማሳመንና ምን ያህል እንደተጨነቁ ሊያሳምኑህ ነው። ግራ መጋባቴን የተመለከተቁኝ አንዱ አበው አያሌው ከበደ ተሰማ በአሲምባም ሆነ

በጌምድር እያለ ከታላቅ ወንድሙም ሆነ ከሌላ የደርግ ሰዎች ጋር ምንም ዓይነት ግንኙነት እንዳልነበረው በተዘዋዋሪ እንድታምንላቸውና ከዚያም ለምትቀርባቸው ሆነ ስለእሱ በሚነሳበት ወቅት የተነገረህን እንድታራባላቸውና ሰዎች በእሱ ላይ ልዩ አመለካከት እንዳይኖራቸው ለማድረግ ያዘጋጁት ተግባር ነው እንጂ ሌላ አይምሰለህ አሉኝ። እናቱና መላው ቤተሰቦቹ ሁሉ መረበሻቸውንና መጨነቃቸውን ለሌሎች እንድታወራና ስለእሱ በሡራዊቱ ቀይታው ከደርግ ጋር ምንም ግንኙነት እንዳልነበረው ለማሳመን ያደረጉት ዘዴ ነው አሉኝ። ሦስተኛው ምክኒያት ሀገር ቤት ሲገባ ወዲያውኑ ሥልጣን ሲሰጠው ባጋጣሚ እንጂ በሜዳ ቀይታው ባከናወናቸው ግዳጅ ወይንም ከመንግሥቱ ኃ/ማሪያምና ከካሳ ከበደ ጋር ባለው ትውውቅ እንዳልሆነ በቅድሚያ እንድታውቀው ለማድረግና ዘመድ ስላለው ምንም ሳይሆን ከፍተኛ ቦታ ላይ አደረሱት፣ እኛ ግን እንኳንስ ሥራ ለሕይወታችንም ዋስትና አላገኘንም እያላችሁ በመንግሥት ላይ ቅሬታ እንዳታሳድሩ ከወዲሁ አስተሳሰባችሁን ለማስለወጥ ያቀነባበሩት ዘዴ ነው አሉኝ። የመጀመሪያውን ምክኒያት በመደገፍ ከደጃዝማች ከበደ ተሰማ ዘንድ መቅረብህ ነው ለሕይወትህ መትረፍ የረዳህ ብለው የራሳቸውን ግምትና ጥርጣሬ ያጫወቱኝ ሌሎች አበዎችም ነበሩ። ቅር ያሰኘኝና ያስከፋኝ ቢኖር ግን እናታቸው በውይይታችን ላይ አልተገኙም ነበር። ልጠይቅ ፈለኩና በእንደዚህ ዓይነት ቤተሰብ የሚሆነው ነገር ምን ይታወቃል ባልጠይቅስ፣ እኔ ቃሌን አክብሬ መጥቻለሁ። የፈለገ ዓላማም ሆነ ሥውር አጀንዳም ይኑራቸው የበኩሌን በቅንነትና በታማኝነት ተገኝቻለሁ አልኩና ከአሁን አሁን በወጣሁ እያልኩ እጥባበቅ ጀመር። በዚያ አጋጣሚም አቶ ካሳ ከበደ ተሰማ የፈጸሙብኝን ግፍና በደል ፈጽሞ ሳላነሳ በመጣሁበት አኳኃን ተመልሸ ወደ ቤቴ ሄድኩኝ። እስከአሁን ድረስ ያልተረዳኝ እናታቸው ለምን ሳሎን እንዳልመጡና እንዳላነጋገሩኝ ነው። ምክኒያቱም ዝግጅቱም ሆነ ፈቃደኝነቴ ለሳቸው ሃሳብና ጭንቀት ማራገፊያ መሳሪያነት እንዳገለግል ነበር ወደቤታቸው የመሄዴ ዋና ዓላማ። ከጊዜ በኃላ መልካም ተግባሬን በማንቀሸሽ መኩሼ አያሌው ከበደ ተሰማ መጅድ ሕይወቱን ለማትረፍ ሲል ከቤተሰቦቼና ካባታችን ጋር በመተዋወቅ ተጠቀመባቸው ብሎ ለሦስት ኃዶቼ እንደነገራቸው አጫወቱኝ። ለኃዶቼ ብዙ ነገሮችን አፍኜ በመያዝ ያልነገርኳቸው አያሌ ጉዳዮች ነበሩ። ይህም ከመርሔ አንጻር ነበር። ነገር ግን በዚህኛው የአያሌው ከበደ አሉባልታና ቅጥፈት በዝምታ ማለፉ ተገቢ መስሎ ስላልታየኝ ለሦስቱም ኃዶቼ ከቤተሰቦቹ ጋር እንዴት ልተዋወቅ እንደቻልኩና አባታቸውም ዘንድ ማን እንደወሰደኝ ከምክኒያቱ ገለጽኩላቸው። ኃጣሚ ሆነና ሦስቱም ኃዶቼ አያሌው ከበደ ተሰማን ከእኔ ይበልጥ ከሜዳ በፊት በከተማም በደንብ አድርገው ስለሚያውቁት በተለመደው ፈገግታቸው ሦስቱም ከላይ አካባቢ አበዎች የገለጹልኝ ተመሳሳይ ግምታቸውን ለገሱኝ።

አያሌው ከበደ ተሰማ ካርቱም ኢትዮጵያ ኤምባሲ ሲገባ ያረፈው በልዩ እንግዳነት ከአምባሳደር ይልማ ታደሰ መኖሪያ ቤት ከእንግዳ መኝታ ክፍል ተዘጋጅቶለት ልክ እንደ ከፍተኛ የኢትዮጵያ

የመንግሥት ልውክ ተቀጥሮ ነበር። በኤምባሲውም ብዙ ሳይቀይ ነው ወዲያውኑ አዲስ አበባ ያበረሩት። አዲስ አበባ እንደገባ ቦሌ ዓለም አቀፍ አይሮፕላን ማረፊያ ድረስ በመገኘት የእንኳን ደህና ገባህ አቀባበል ያደረጉለትና ከዚያም ወደተዘጋጀለት ሆቴል ይሰውት የሄዱት ኮሎኔል ተስፋየ ወ/ሥላሴ ነበሩ። ያረፈው በአስተዳደርና በሰው ኃይል ምደባ በወቅቱ በእኔ ቁጥጥር ሥር ከነበረው የገነት ሆቴል ነበር። አያሌው ከበደ ከገባ ጀምሮ እስከ ወጣበት ጊዜ ያለውን እንቅስቃሴ ሁሉ እሰማ ነበር። የተሰጠው መኝታ ቤት ልዩ የሆነ በሆቴሉ ለከፍተኛ እንግዶች (VIP) ወይንም ከፍተኛ ዋጋ ለሚከፍሉ ሀብታሞች የሚዘጋጀውን መኝታ ቤት ነበር። እንግዶች ሲመጡበት የሚያስተናግድበት ሰፊ የሆነ ራሱን የቻለ ሳሎን ነበረው። ከትላልቆቹ ሆቴሎች መካከል አንዱ በመሆኑ የምግብ ዝግጅቱ እንደዚያው ከፍ ያለ ስለነበር እንደፈለገ መመገብና እንግዶች ሲመጡበት እነሱንም ጭምር ለመጋበዝ ልዩ መመሪያ ለሆቴሉ ተሰጥቶ ነበር። የቀድሞ የሠራዊቱና የድርጅቱ አባላት እየመጡ ይጠይቁትና ሲጨዋወቱ ይውሉ ነበር። በዚያው ሰሞን በሱዳን የኢትዮጵያ አምባሳደር ይልማ ታደሰ ባሳዩት መልካም አስተናጋጅነት ይመስለኛል በአቶ ካሳ ከበደ ዕርዳታ የአፍሪቃ አንድነት ድርጅት ምክትል ዋና ፀሀፊ /የፖለቲካ ጉዳይ ኋላፊ ሆነው ተሾሙ። አያሌው ከበደን ቀን ቀን የካቢኔ ሰዎች ለይስሙላ እየመጡ ሊያነጋግሩት ስለሚችሉ ከሆቴሉ እምብዛም እርቀ እይወጣም ነበር። ከቀኑ እሥር ሰዓት ጀምሮ እስከ ሌሊቱ ስድስት ሰዓት በየቀኑ ከእናቱና አባቱ፣ ከቤተሰቦቹ ጋር አምሽቶና ተዝናንቶ እነ የኋላእሸትና ከተማ በሬንጅሮቨራቸው ይዘው ይመልሱት ነበር። አልፎ አልፎ እራሳቸው ኮሎኔል ተስፋየ ወ/ስላሴ እየመጡ ይዘውት ይወጡ እንደነበር ሁሉ ይነገረኝ ነበር። ከገነት ሆቴል ከወጣ በኋላ በሶስት አጋጣሚ ተስፋየ ወ/ሥላሴ በነጭ ፔጆ መኪናቸው ይዘው አዲስ አበባን ሲያዘዋውሩት እራሴ አይቻቸዋለሁ። ይህንን ሁሉ ውድ ለሆኑ ጓደኞቼ ለእነ ተስፋየ ወልዱም ሆነ ለሌሎቹ ተንፍሼም አላውቅ። ለይስሙላ ለጥቂት ሳምንታት በገነት ሆቴል ከቆየ በኋላ ተስፋየ ርስቴ በመንግሥቱ ኃ/ማርያም ትእዛዝ ያለበለዚያም በሽመልስ ማዘንጊያ ትእዛዝ መሰረት በውጭ አገሮች ጥናትና ምርምር ኃላፊ ሆኖ መቀጠሩን ገልጿል። ያስቀጠረው ተስፋየ ርስቴ እንዳለው "ጋሻየ" እያሉ መላው ቤተሰቡ የሚጠራው መንግሥቱ ኃ/ማርያም ይሁን ወይንም አይሁን ባላውቅም በሹመት ወደ ሌላ ቦታ እስከሄደበት ጊዜ ድረስ ተከብሮና ተፈርቶ ድርጅቱን ሲያንቀጠቅጠው ቀይቷል።

አያሌው ከበደ ተሰማ በግንባር ለመተዋወቅና እናቱንና ቤተሰቡን ከሃሳብ ለማዳን በመሣሪያነት ማገልገሌን ለማመስገን ራስ ሆቴል መጥቶ ተዋወቀኝ። ቃሌን አክብሬ ሄድኩኝ እንጂ እናቱ ጋር እንዳልተገናኘሁ ገለጽኩለት። ከዚያም አያሌው መርጊያን ወደ ታጠቅ ጦር ሠፈር የወሰድኩበት ምክኒያት ሕይወቱ በአስጊ ሁኔታ ላይ ስለነበር መጠለያና ከለላ አግኝቶ ሠላም እስከሚፈጠርለት ጊዜ ድረስ ከአዲስ አበባ አውጥተን እንዲሰነብት ለማድረግ እንጂ ቀጥሬ ለማሰራት አይደለም" ብሎ አቶ ካሳ ከበደ በማዘንና በመቀርቀር ስሜት እንደነገረው እጫወተኝ። በማያያዝም "ሥራ በተመለከተ

እንደእሱ ዓይነቱን ግልሰቦች በቀጥታ ደርግ ሌላው ቢቀር እንኳን በካድሬነት ካልቀጠረው ሌላ ማንም ሊቀጥረው የሚችል አይገኝም። ቀጣሪው ባለሥልጣን በዓብዮቱ ወቅት የነበረውን ሚናና ለዓብዮቱ ያበረከተው አስተዋፅዖ፣ አልፎም በቀበሌ የነበረው ተሳትፎ ይጠይቃል ብሎ 'አዝኖና' 'ተጨንቆ' እንዳጫወተው ጭምር አስረዳኝ። "አዲስ አበባ ሠላም በመሆኑና ለሕይወቱ የሚያሰጋ ሁኔታ አለመኖሩን በማረጋገጡ እኛን ሳያማክር በገዛ እራሱ ከጦር ሠፈሩ ወጥቷል። የእኔ ኋላፊነትና አደራ ሕይወቱን ለማዳን ነበር፣ ሆኖም በትዕግሥት ከእኔ ጋር ለትንሽ ጊዜ ቢቆይ ኖሮ ከሆነ ቦታ ልተክለው ተዘጋጅቼ ነበር፣ ከጦር ሠፈሩ ከወጣ በኃላም ጠይቆኝም አያውቅ" ብሎ እያዘነ እንደነገረው መኩሼ አያሌው ከበደ ተሰማ አጫወተኝ። አቶ ካሳ ከበደ እንኳንስ ለእኔ ንጹሁ ዜጋ ለሆንኩት ይቅርና ስንቱን የአንጋቾቻቸውን ዘመዶችና ጓደኞች ያለ ትምህርትና ብቃት አምባሳደርነት አሹመዋል፣ ስንቱን በከፍተኛ ደረጃ በተባበሩት መንግሥታት ውስጥ አስቀጥረዋል፣ ስንቱን በምክትል ሚኒስቴርነት ወይንም በመምሪያ ኃላፊነት አስቀጥረዋል፣ ስንቱን በውጭ ሀገርና በሀግር ውስጥ በከፍተኛ ቦታ ላይ አስመድበዋል። አልፎም በነፍስ ግድያ ወንጀል ተፈርዶበት አለም በቃኝ ወህኒ ቤት የገባውን የድሮ የሁለት ዓመቱ የፖሊስ ኮሌጅ ምሩቅ የነበረውን የመቶ አለቃ ወይንም ሻምበል ነፍሰ ገዳይ ወንድማቸውን ደርግ ሥልጣኑን እንዳረጋገጠ ሳይውል ሳያድር በጉልበታቸው ከወህኒ ቤት ጎትተው በማውጣት ነፃነት ያጎናጸፉ ጀግና ናቸው። ይባስ ብሎም ያለችሎታውና ብቃቱ ከፍተኛ የሥራ ቦታ ላይ እንዳስመደቡት ሰምቻለሁ። የመታወቂያ ወረቀት ለማግኘትና ራሴን ችየ ለመኖር እንድችል በችሎታየ ያለበለዚያም ተመጣጣኝ በሆነ የሥራ መደብ ለማስቀጠር ለአቶ ካሳ ከበደ የሚያስቸግር ሆኖ አልነበረም። እንዲያውም ቢረዱኝ ኖሮ ደርግ በእኔ ላይ ያለውን የተሳሳተ አመለካከት ቀይሮ እንደረዳኝ ነበር የሚቀጠረው። ከስንት ዓመት በኃላ አራት ኪሎ ተገናኝተን ላንዳፍታ ቀመን ሠላምታ በተለዋወጥንበት ወቅት "Security wise you're over conscious" ብሎ መክሮኝ ተሰናበትን። ውይይት ልከፍትበት ባለመፈለጌ ቶሎ ተሰነባብተን ተለያየን።

ለማናቸውም የመኩሼ አያሌውና የመላ ቤተሰቡ ቅጥፈትና አታላይነት ከማፊያዎች ተግባር የማይለይ ሆኖ ስለተሰማኝና ስለዘገነነኝ ብዙ ሳልቀባጥር በደፈናው ታላቅ ወንድምህ "መላዕክ" እንጅ ወንድም ብቻ አይደለም ብየ ጭውውቱን ዘጋሁ። በዚያው በራስ ሆቴል በመጀመሪያ የግንኙነታችን ዕለት አያሌው ከበደ ተሰማ እንዲህ ሲል ሌላ ጭውውት አመጣልኝ። "አሲምባ ወደ እሥር በወረድክበት ሰሞን ዜናው በሠራዊቱ በመሰማቱ መጅድ ለምን ታሰረ ተብሎ ጥያቄ ቀርቦላቸው፣ መጅድ ለከፍተኛ ግዳጅ ተመርጦ ዝግጅት ለማካሄድ እንዲችል ለየት ወዳለ ቦታ ሄደ እንጂ አልታሰረም ብለው መልስ መስጠታቸውንና፣ እንደገናም ጎንደር ከገባን በኋላ ጥያቄው ተነስቶ በተመሳሳይ መንገድ መልስ በመስጠት ሸፋፍነው አልፈውታል" ብሎ አጫወተኝ። በማያያዝም "ሠራዊቱም በመሪዎቹ ገለጻ ዕምነት አድሮባቸው ነበር፣ እኔም እራሴም ቢሆን በግዳጅ ከእሥር ቤት

የጠፋህ አስመስለህ እንደወጣህ አምኜ ነበር እንጂ በእውነት የታሰርክ አልመሰለኝም ነበር አሁን ያለህበትን ሕይወት እስካየሁ ድረስ" ብሎ አጫወተኝ። ከነጭራሹም መኩሼ አያሌው ከበደ ተሰማ "ምንአልባትም ሠራዊቱና ድርጅቱ ያሰራጨው እንዲህ ዓይነት መልሳቸው በተዘዋዋሪ መንገድ ለደርግ ደርሶት ይሆናል እንደዚህ ደርግ የጠመመብህ" ብሎ ሊያሳምነኝ ሞከረ። ይህ ከቀድሞ የኢሕአሠ ሠራዊት አባል ከነበረውና በኢሕአሠ የደርግ ከፍተኛ የመረጃ ሰው እንደነበረ የሚታማው "ኃዴ" አያሌው ከበደ ተሰማ የነገረኝና በልቦናየ እንዲገባ ያደረገው መረጃ ልክ እነ ተስፋየ ወ/ሥላሴ፣ ፍቅረሥላሴ ወግደረስ፣ ፍሰሐ ደስታ፣ ውብሸት ደሴ፣ ብርሃኑ ባየህና ካሳሁን ታፈሰ በምሕረት ስም መጣህ እንጂ አመጣጥህ ለሌላ ግዳጅ ነበር ብለው እንዳመኑት ተመሳሳይ ሆነብኝና ምንም ሳልለው በሆዴ ምን ይታወቃል አንተ እራስህ ልትሆን ትችላለህ፣ ባላችሁ ምስጢራው ግንኙነት ሪፖርት ያስተላለፍክላቸውና ላለሁበት የስቃይና የመከራ ሕይወት ያበቃኸኝ ብየ በሀሳቤ ኮነንኩት። ይህንኑ ያካፈለኝን መረጃና ጭውውት ለሦስት የቀድሞ የሠራዊቱ አባላትና ለሦስቱ ሽማግሌዎች ባጫወትኩባቸው ጊዜ ሁሉም የሰጡኝ ከእኔ አመለካከትና አስተሳሰብ ጋር ተመሳሳይ ግንዛቤ ነበር። ከሃያ ዓመት በኋላ አሜሪካን ሀገር በተለያየ ጊዜ ከአምስት ጊዜ በላይ በስልክ አግኝቸው የቀድሞውን አባባል ትቶ በመጀመሪያው ስልክ ውይይታችን "አንተን እኮ ሲ. አይ. ኤ. ነው ብለው ነው ያሰሩህ፣ ከየመን ስትመጡ በእናንተ (በእኔ፣ ሰዒድና አቡበከር ማለቱ ነው) ላይ የተጻፈ ሪፖርት አብራችሁ ይዛችሁ መጥታችኃል" ብሎ ነገረኝ። በሌላው የስልክ ጭውውታችን ደግሞ ከዚሁ ጋር ተመሳሳይ ቢሆንም ስም በመጥቀስ "ከእያሱ ዓለማየሁ በተላከ ሪፖርት መሰረት የቀድሞ የፖሊስ መኮንን የነበረ ነውና ሲ. ኤይ. ኤ. ሊሆን ይችላል ተብሎ ይጠረጠራል" ብለው ነው ያሰሩህ ብሎ ነገረኝ። በአያሌው ከበደ ተሰማ ግራ መጋባቴን የተገነዘቡ የሠፈሩ ሰዎች የሆኑና ሁለታችንንም የሚያውቁ ወዳጆቼ ጋር ስወያይ አይምሰልህ፣ "ከተፈጥሮው ነው፣ ከቤት ነውና ችላ ብለህ ተወው። ጊዜያቸውም ጭምር ስለሆነ ኃይሉን በመጠቀም እየተጫወተብህ ነውና ችላ ብለህ በመናቅ ጊዜውን አሳልፍ" እያሉ ሲያደፋፍሩኝና አይዞህ ሲሉኝ ኖረዋል።

በዋቢ ሸበሌ ሆቴል በማታ ሥራ አስኪያጅነት ቀይታየ ካጋጠሙኝ የመንፈስና የሥነ ልቦና ረብሻ ውስጥ ካስገባኝ አጋጥሚዎች አንዱ ከጀበሃና ከሻዕቢያ ጠፍተው በወዶ ገባነት ምሕረት ተደርጎላቸው ከገቡት መካከል በወቅቱ በተስፋየ ወ/ሥላሴ ይመራ የነበረው ጽ/ቤቱ ፖፑላሬ ላይ የሚገኘው በተለምዶ ሰባራው ሕንፃ በመባል ይታወቅ ከነበረው የውጭ ሀገር ጥናትና ምርምር ድርጅት አባል ሆነው ያገለግሉ የነበሩት ኃይሌ ገ/ሥላሴና ወዲ ኤደን በመባል የሚታወቀው ኤደን ተኽላይ አማካኝነት የተፈጠረብኝ ችግር ነበር። ኃይሌ ገብረሥላሴ የ"መንካዕ" አባል የነበረና በዚህም አባልነቱ ከሻዕቢያ አመራር አጋጉል ግድያ አምልጦ ጀብሃ ጋር ሲቀላቀል እኔም ከጀበሃ ጋር የተቀላቀልኩበት ወቅት ነበር። የደጋ ሰውና የክርስቲያን እምነት ተከታይ ከመሆኑም በላይ ከሻዕቢያ

የመጣ ስለሆነ ማንነቱና የአመጣጡ ዓላማ እስከሚጣራ ድረስ በጥርጣሬ ዓይን ይታይ በነበረበት ወቅት ነበር የተዋወቅነው። እንደማናቸውም የጀበሃ ታጋዮች በተለይም በመካከለኛ አመራር ላይ የነበሩትና የኃላ ኃላ በድርጅቱ አመራር ላይ የደረሱት እንደሚያከብሩኝ ሁሉ ኃይሌ ገ/ሥላሴም አማራ በመሆኔ፣ ከዚያም ክርስቲያንና ብሎም የአጼው ወጣት መኮንን ሆኜ ደፍሬ ከጀብሃ ጋር መቀላቀሌ በከፍተኛ ደረጃ እንዲያከብረኝ አድርጎታል። ወዲ ኤደን ደግሞ እኔና የፍልሥጥኤም ጓዶቼ ባንድነት በሻዕቢያ ሜዳ ወደ አሲምባ በምንጓዝበት ወቅት ባጋጣሚ እሱ ከሚመራው ብርጌድ ጋር ለግማሽ ቀን በመቀየታችን ስንጨዋወትና ስንወያይ ጊዜውን አሳልፈናል። ምንም እንኳን በመንካዕ የሚጠረጠር ቢሆንም ወዲ ኤደን በዚያን ጊዜ ከበሳ/ደጋው አካባቢ ተምመድቦ የነበረው የብርጌድ አዛዥ ሲሆን በተዋጊነትና ባዋጊነቱ በመላው የሻዕቢያ ታጋዮች ይደነቅ ነበር። ኃይሌ ገ/ሥላሴና ኤደን ተኽላይ ከየአሉበት ጠፍተው ለደርግ እጃቸውን ሰጥተው የኃላ ኃላ ያሬድ ከበደ ተሰማ ሀገር ቤት እንደገባ ወዲያውኑ ያለአቅሙ ተሹሞ በሚመራበት ድርጅት ተመድበው ሲሰሩ ነበር እኔ አዲስ አበባ የገባሁት። ሀገር ቤት መግባቴን ከምሰማታቸው በስተቀር በመፈራረት የተነሳ ዋቢ ሸበሌ ሆቴል ተመድቤ ሥራ እስከ ጀመርኩበት ጊዜ ድረስ ተገናኝተንም አናውቅ ነበር። የማታ ሥራ አስኪያጅ ሆኘ መሥራቴ እጅግ እንዳናደዳቸውና እንዳበሳጫቸው ደጋግመው ሊገልጹልኝ ሞክረዋል። ይህ አሳሳቢ አለመሆኑን እንዲያውቁ በማድረግ ሊያሳስባቸውና ሊያሳዝናቸው እንደማይገባ ለማስረዳት ብሞክርም ለእነሱ አልተዋጠላቸውም። ከዕለታት አንድ ምሽት ድብን ብለው ሰክረው ሆቴሉ ገና እንደገቡ እንዲህ እንዲህ የነበረውንና ተመክሮና ልምድ ያለውን የመቶ አለቃ አያሌውን የሌሊት ዘበኛ ኃላፊ አድርጎ የሚያሰራ መንግሥት ... ወዘተ እያሉ በመጮህ ሆቴሉ ያሉ እንግዶች የሚያውቁኝ አይተው ዝም ሲሉ የማያውቁኝ ደግሞ ሁለቱ ጠጭዎች የሚናገሩት ስለማን እንደሆነ እየገረማቸው ለማወቅ ሲጋጉ እመለከት ነበር። የጥበቃ ኃላፊውን አስጠርቼ ሁለቱንም አስገድደው እንዲያወጧቸው ነግሬ ተገደው ወጥተው ሊሄዱ ቻሉ። ከሳምንት ወይንም ሁለት ሳምንት በኃላ እንደገና ይመጡና የእኔን ስም ደጋግመው በመጥቀስ እንዳለፈው በመረበሻቸው እንደገና ተገደው እንዲወጡ አስደረኩ። ሁለቱ ኤርትራዊ ወዶ ገቦች በሠላም ጊዜ ሳይጠጡ አግኝቼ እንዳላነጋግራቸው አድራሻቸውን ስለማላውቅ ግራ በመጋባቴና የመንፈስ ጭንቀት ያሳደሩብኝ መሆናቸውን ለመግለጽ እንዲመክራቸው አያሌው ከበደ ተሰማን ለማግኘት ወሰንኩ። ለነገሩ ሁኔታዎችን ከማባባስና ከማቀጣጠል በስተቀር አያሌው ከበደ ተሰማ ሁለቱን የቀድሞ ወዳጆቼን በመምከር ዳግመኛ እንዳይመጡና እንዳይረብሹኝ ያስደርግልኛል ብየ ተማምኘበት አልነበረም። ዋናው ዓላማየ እግረ መንገዴን አያሌው ከበደ ተሰማ ይህ መጅድ የሚባለው ጅል ሰውየ ይህን ያህል ተንኮልና ሸር እየፈጠርኩበት፣ ይህን ያህል እየጎዳሁትና ችግር እያስከተልኩበት ምን ያህል ቢያምነኝና ቢያከብረኝ ነው ሁለቱን ሰካራሞች ወዳጆቹን እንዳነጋግርለት

የሚፈልገው ብሎ ተስምቶትና ተፀፅቶ ሕሊናው ወቅሶት ከአሁን በኃል በመጂድ ላይ ቀና ከማሰብ በስተቀር ተንኮል አላስብበትም፣ ይበቃል ብሎ ለመወሰን እንዲያስችለው በማሰቤ ነበር።

ከመኩሼ አያሌው ከበደ ተሰማ ጋር ተገናኝቼ ሁለቱ የሥራ ባልደረቦቼ፣ ለእኔ ደግሞ የቀድሞ የበርሃ ወዳጆቼ ከምሰራበት ሆቴል እየመጡ ያሳደሩብኝን የመንፈስ ጭንቀትና ረብሻ ሁሉ በማጫወት ሁለቱንም በማነጋገር ዳግመኛም ከምሰራበት ሆቴል በመምጣት ተመሳሳይ ተግባር እንዳይፈጽሙ፣ በቃት ላይ ያለሁ መሆኔን እንዲያስቡልኝ እንዲመክራቸው ጠየኩት። ግድየለህም በእኔ ይሁንብህ እኒህ ሰካራሞች ዳግመኛም ካካባቢህ እንዳይደርሱ አደርጋቸዋለሁ ብሎ ቃል ገብቶልኝና አፅናንቶኝ ተለያየን። አጅሬ ልማደኛው "ኃዬ" መኩሼ አያሌው ከበደ ተሰማ ሄዶ "እናንተ ሰዎች ምን ብታደርጉት ነው ወይንም ስታደርጉ ሰምቷችሁ/አይቷችሁ ነው እነዚህ ወንበዴዎች ጠግበው የሚያደርጉት አሳጥቷቸዋል፣ ደርግ እኛን ሀገር ወዳዶቹን እንደጠላት እየቀጠረ ዝምብሎ ሻዕቢያንና ጀበሃን በምሕረት ሥም እየተቀበለ እያስቦረቦረን ነው ብሎ በጥሞና አጫወተኝ" ብሎ ይነግራቸዋል። ሁለቱም ወዳጆቼ ማታ ሳይሆን ቀን በሠላሙ ጊዜ እኔን አፈላልገው በማግኘት እንዴት ከአንተ የማይጠበቀውን ነገር እንድንሰማ ታደርገናለህ በማለት ያፋጥጡኛል። ምን ማለታቸው እንደሆነ እንደጠየኳቸው አያሌው ከበደ ተሰማ ያላቸውን ሁሉ በመዘርዘር ነገሩኝ። እኔም በፈገግታ ታዲያ የምታምኑት እኔን ነው ወይንስ እሱን ነው ብየ ስጠይቃቸው ከአንተ ቀጥታ እንስማ ብለን መጣን እንጂ እሱማ የማን ልጅና የማን ታናሽ ወንድም መሆኑ መቼ ጠፍቶን። እሱ ገና ለኢትዮጵያ ሕዝብ ትግል ዳዴ በሚልበት ዘመን አንተ በትግል ወላፈን ተጠምደህ ትንቀሳቀስ የነበረውን አንጋፋ እንዳትንቀሳቀስና እንዳትንሰራራ ለማድረግ የሌሊት የዘበኞች አለቃ አድርገው ማስቀመጣቸው የእነሱን ማንነት መግለጫ በቂ ምስክር ነው። ነገር ግን በመጠጥ ኃይል ተገፋፍተን አንተ በምትሰራበት ቦታ ድረስ በመምጣት ባደረግነው ተግባራችን በጣም ይቅርታ አድርግልን፣ ዳግመኛም በዚያ መልክ ወደ አንተ አንመጣም። በሌላ በኩል ይህን ያህል ጠጥተን አይምሰልህ፣ ያስከረን ደርግ ባሳደረብን የመንፈስ፣ የዓዕምሮና የሥነልቦና ጭንቀትና ረብሻ ምክኒያት ጭንቀቱን ለመሸፈንና በሠላም እንቅልፍ ይዞን እንድንተኛ የምንጠቀምበት ብቸኛ መሣሪያችን በመሆኑ ነው በእንደዚያ መልክ ለመታየት ያበቃንና ይህንን ችግራችንን ተረድተህ ከልብህ እንደማትቀየመን እናውቃለን። እንዳንተ ነገሮችን ሁሉ እንዳመጣጣቸው በዘዴ፣ በትዕግሥትና ብልሀት በመያዝና በሆዳችን አፍነን መቻሉን አልቻልንበትምና ነው ብለውኝ ተነስተው ሄዱ። ደርግ ወድቀ ሻዕቢያና ወያኔ አዲስ አበባን እንደተቀጣጠሩ በመጀመሪያው ሳምንት ውስጥ በፍርቀ ሌሊት ከመኖሪያ ቤታቸው እየጠለፉ ተወስደው ደብዛቸው ጠፍቶ ከቀሩት ኢትዮጵያን አፍቃሪ የሆኑ አርትራዊያንን መካከል አንዱ ኃይሌ ገ/ሥላሴ ነው። ኃይሌ እንደ ወዲ ኤደን ቀልጣፋነትና ብልሀት የለውም፣ ቀጥተኛና ገራገር የዋህ ታጋይ ነበር። ሻዕቢያ በእንደዚያ ዓይነት ፍጥነት እርምጃ ይወስዳሉ ብሎም አልተጠራጠረም። በሆለታ የጦር

ትምህርት ቤት ተመራቂና በዚያን ዘመን አዲስ አበባ አካባቢ ይኖር በነበረውና በሻዕቢያ ሠላይነት ይጠረጠር በነበረው ሻምበል ታናሽ ወንድሙን በመተማመን ተዘናግቶ ይሆናል ያሉኝም ነበሩ።

ለረጅም ዘመን በተዋጊነትና በአዋጊነቱ የሚታወቀው ቀቁ ወዲ ኤደን ግን ሻዕቢያ ልትይዘው አልቻለችም። እንዴት አድርጎ ተሰውሮ በገቡ ሰሞን ወደ ውጭ እንደወጣ ማወቅ አልተቻለም። የግዮን ሆተሎች የማታ ሥራ አስኪያጅ ሆኜ የምሽቱን ተግባሬን እየተዘዋወርኩኝ በማከናውንበት ወቅት ከሌሊቱ 7 ሰዓት ገደማ በጊዮን ሆቴል ካዚኖ ውስጥ ገብቼ መስተንግዶውን ስጎበኝ ባጋጣሚ አያሌው ከበደ ተሰማ ከታልቅ ወንድሙ ከአቶ ካሳ ከበደ፣ ከአቶ ማንኩልህና ከሌላ ስማቸውን ከማላውቃቸው ጋር ሆነው ሰወር ካለ ቦታ ተቀምጠው ሲጠጡና ሲዝናኑ በሩቅ አይቼ ሳያዩኝ ቀስ በየ ከወጣሁ በኃላ እንደገና ከሌሊቱ ዘጠኝ ሰዓት ገደማ ግቢውን ስጎበኝ አቶ ካሳ ከበደ ታጠቅ በነበርኩበት ዘመን የሳቸው ቀኝ እጃቸውና ምስጢር ጠባቂዎቻቸው ከነበሩት አቶ ማንኩልህ፣ አቶ ጸሀይ ፈለቀ እና ከአያሌው ከበደ ተሰማ ጋር በመሆን ከካዚኖ ወጥተው ከካዚኖው በር ከመንገዱ ዳር በቮልቮ መኪና በመሆን ማንን እንደሚጠባበቁ ወይንም ምን እንደሚያደርጉ አላውቅም በባጠገባቸው ማለፍ ስለሚኖርብኝ ስለታየሁ ቀርቤ በአክብሮት ሰላምታየን አቀረብኩኝ። እቶ ካሳ ከበደ እጃቸውን በመዘርጋት ከጨበጡኝ በኋላ ወደ አቶ ማንኩልሁ በመዞር በእጃቸው እያመለከቱ ይህን ታውቀዋለህ በማለት ጠየቁኝ። እኔም በፈገግታ እንዴታ የእርስዎን ቀኝ እጅ አቶ ማንኩሊህን እንዴት አድርጌ እረሰዋለሁኝ በማለት መለስኩ። ቀጥየም በስተኋላ መቀመጫ ላይ አያሌው ስለነበር እንደ መኩሸም አለ እንደ ብየ ልጨብጠው እጀን ብዘረጋ ፈጽሞ ሊዘረጋልኝና ሠላምታ ሊሰጠኝም አልፈለገም። እጅግ አድርጎ የመንቀባበርና የመኩራትና የመናቅ ዓይነት ስሜት አሳየኝ። ጭራሽ እንደማያውቀኝም ሊያስመስል ሞከረ፣ ግራ ገባኝ። ወንድሙን ፈርቶ ነው?። ከሆነስ ለምን? ከእኔ ጋርግንኙነት ወይም ቀረቤታ የለኝም ብሎ ማስረዳቱ ነውን? አልገባኝም። ሁኔታውን በንቄት አሳልፌ በማግስቱ ሜዳ ያልነበሩ ሁለታችንንም በደምብ ለሚያውቁ የእሱ ገረቤቶች ለሆኑት ሁለቱ ሽማግሌ ጎደኞቼ አጫወትኳቸው። እንሱም አንተ እስከአሁንም ድረስ እንደጤነኛ ሰው አድርገው ስላልቀጠሩህና አሁንም ድረስ ሠላማዊ ዜጋ ሁነህ ባለመታየትህ ምንም ዓይነት ግንኙነት ካንተ ጋር እንደሌለው ለወንድሙ ለማሳወቅ ፈልጎ ይሆናል ብለው ነገሩኝ። በነገራችን ላይ የአቶ ጸሀይ ፈለቀ ታናሽ ወንድምና የጦር አካዳሚ 12ኛ ኮርስ ምሩቅ የነበረውን አቶ ካሳ ከበደ አምባሳደርነት አሹመው በግሪክ የኢትዮጵያ አምባሳደር አስደርገው ላኩለት።

ካርቱም እያለሁ የሜዳ ጎዶቼን ሀገር ቤት ገበተን ትግላችንን እንቀጥል ብየ ሃሳብ ማቅረቤና መግፋፋቴ ዕውነትም ለግዳጅ ተልኮ ነው እንጅ አልታሰረም ተብሎ የተነዛውን የአመራሩን ወሬ ወደ ማመን ደረጃ በመድረሳቸው ከእኔ ተለይተው በተለያየ መንገድ በእግር ተጉዘው ሀገር ቤት ገብተው አዲስ አበባ ከተገናኘኃቸው ጎደኞቼ መካከል አንዱ ዳንኤል ገብረእየሱስ ይባላል። ይህ ጎዳችን በእናት

አባቱ ኤርትራዊ ሲሆን ተወልዶ ያደገው ግን መሀል ሀገር ነው። በወቅቱ በደምብ እስከማውቀው ድረስ ፍጹም ኢትዮጵያ ኤርትራዊ ነበር። እኔን ከዘመዶቹ ጋር ወስዶ ካስተዋወቀኝ በኋላ ከነሱ ጋር አንድኖር ተደርጎ ከእህቴ ቤት ወጥቸ ከዳንኤል ገብረየሱስ ታላቅ እህት፣ ታናሽ እህቱና ታናሽ ወንድሙ ጋር መኖር ጀመርኩኝ። ዳንኤል ሀገር ቤት ከመግባቱ በፊት ሱዳን እያለ ይጠብቀው ወይም ያስብ የነበረው ምሕረት ተደርጎለት ከገባ በኋላ በዕውን ያጋጠመው በፍጹም የማይገናኝ ወይም የማይገጣጠም ሆነበት። እሱ ያሰበው ለአያሌው ከበደ እንደተደረገለት ባይሆንም እንኳን በተመሳሳይ ደረጃ በመቀበል ያለበለዚያም ተመጣጣኝ ሥራ ሰጥተው እንደሚያሰተናግዱት ነበር የጠበቀው። ኤርትራዊ መሆኑን ዘንግቶታል፣ ቀጥሎም ኢሕአፓ የነበረ መሆኑን ረስቷል፣ በዚያ ላይ በአሲምባ ከአያሌው ከበደ ተሰማ ጋር በቅርብ ይተዋወቅ እንደነበረ ዘንግቷል። ምንም እንኳን የዳንኤል አቀባበሉ ከእኔ ሻል ያለ ቢሆንም ያለሥራ መሀል ከተማ ላይ አስገብተው ለችግርና መከራ መዳረጋቸው ያልገመተውና ያልጠረጠረው ጉዳይ ሆኖ በማግኘቱ ማመን ቸገረው። ተረበሸ፣ የእህቶቹና ወንድሙ ሸክም መሆኑ አስጨነቀው። ታዲያ ይህ ሁኔታ የመንፈስና የዓዕምሮ ረብሻና ጭንቀት አሳደረበት። ይህንን ለመሸፈንና ለመቀጣጠር እንዲያስችለውና እንቅልፍ ይዞት እንዲያድር ማታ ማታ ቡና ቤት በማምሸት ከልኩ በላይ እየጠጣ ሞቅ ሲለው ስም እያነሳ በመልከፍ ብሶቱን ና ጭንቀቱን መወጣት መረጠ። የዚህ ውጤት መጮህ፣ መለፍለፍና ባለሥልጣናትን ስም እያነሳ መዘለፍ ሆነ። ከዚህም አልፎ የእኔንም ስም በየቡና ቤቱ በመዞር እያነሳ እንዲህ የነበረውን መኮንን፣ እንዲህ ያለውን ሰው፣ ከሁላቸው በፊት ትግል የጀመረና ዓይናቸውን የከፈተላቸውን ... ወዘተ በምህረት ስም አስገብተው ያለሥራ ጥለውት ይንከራተታል እያለ በየምሽቱ በማስቸገሩ እህቶቹና ታናሽ ወንድሙ ሁኔታው አሳስቧቸው እሱን ከቡና ቤት ጥለህ ቀጥታ ወደ ቤት መምጣት ይኖርብሀል ብለው በማደፋፈራቸው ጥየው በጊዜ ከቤተሰቡ ቤት መግባት ጀመርኩ። ለመኑት፣ አስለመኑት፣ ተማፀኑት፣ ሆኖም ባደረበት የመንፈስና የሥነልቦናና የአዕምሮ ጭንቀቱ ምንም ሊሰማቸው ባለመቻሉ ማታ ማታ በጩኸቱ ቀጥሎ ከዓመት በኋላ እስር ቤት ከተቱት። ታስሮ እንደተለቀቀ ቀጥታ ወደ ሐረር ከተማ ሄዶ መኖር ጀመረ። አያሌው ከበደ ተሰማ ተስፋየ ወልደሥላሴ የሚመራው የአንዱ የደህንነት ድርጅት ኋላፊ ሆኖ ይሰራ ስለነበር ክፍለ ሀገር በየጊዜው በሥራ ምክኒያት ስለሚዘዋወር ሐረር በሄደበት ወቅት ለተንኮል ዳንኤል ገብረየሱስን አፈላልጎ ያገኘዋል። 'አንተ እኮ ለአያሌው መርጊያ ስትል ነው መከራህንና ፍዳህን ያየኸው፣ አያሌው እኮ ነው ለዚህ ሁሉ ያበቃህ፣ አያሌው እኮ ለደርግ ቅርበት አለው'፣ ሌላ ሌላም እያለ እየማለ እየተገዘተ ይነገረዋል። አያሌው ከበደ ተሰማ እኔን እያማ ሲነግረው ዳንኤል ምንም አልመለሰለትም። በዚያው ሰሞን ዳንኤል ሀሜቱን እንደሰማ ለተስፋየ ወልዱ ስልክ ደውሎ በንደት የሚያደርገው ስለማይታወቅና የባሰ ችግር ውስጥ እንዳይገባ ለመጅድ (ለእኔ ማለት ነው) እንዳትነግረው ብሎ እንዲህ ይለዋል፣ ያ ከፋፋይና በታኝ እዚህም መጥቶ ዛሬም

የመከፋፈልና የመበታተኑን ተግባሩን አልተወም። አፈላልገ እንዳገኘውና ከላይ የተገለጸውን እንዳጫወተው ይነግረዋል። በማያያዝም ይህ ሰላይ ለእኔ እንዲህ ያለ ለሌሎቹ ከሜዳ ለተመለሱት የቀድሞ ጓዶቻችንን እያፈላለገ በመጅድ ላይ የማጥቀርና የማጥላላት ዘመቻ በማካሄድ እንዳይስማና እንዳይቀርቡት ለማድረግ ከፍተኛ ዘመቻ እንደሚያደርግ ግልጽ ሆኖልኛል ብሎ እየተከዘ ጭንቀቱን ገለጸለት። ተስፋየ ወልዱም የተነገረውን ቢነግረኝ ቀጥታ አያሌው ከበደን አፈላልጌ ልናገረው የምችል መስሎት በመፍራት ነገሩን ሳይነግረኝ ለብዙ ዘመን በምስጢር ደብቀው ይዘውት ኖሩ። እነሱም የዋህ ናቸው እንጂ እንዲህ አልከኝ ብየ በምንም ቢሆን አልናገረውም ነበር። ባያውቁ ነው እንጂ ስንት ነገር ያደረገኝን አንዳቸውንም አላጫወትኳቸውም።

ከኤርትራ ተባርሬ ያለሥራና ክፍያ የቀድሞ ጓደኞቼ ሸክም ሆኜ መኖሬን እያወቀ፣ ኮሚሽነር ተሾመ ደስታ ጥፋቴን ብጠይቃቸው ጥፋትክን ለማወቅ ከፈለክ እርዕሰ ብሔሩን አነጋግር ሲሉኝና ከዚያም ከነበረችኝ አነስተኛ ደረጃ እንደገና አራት ደረጃ ዝቅ ተደርጌ መመደቤን እያወቀ በቱሪዝምና ሆቴሎች ኮሚሽን ባለው የስለላ ኔትወርኩ አማካኝነት አያሌው መርጊያ ንጹህ ሴት አሳስሮ ከአሥመራ መጣ፣ የመንግሥት ሰላይ ነው፣ ለዚህም አስተዋፅኦው በቱሪስት ሆቴል ተመድቧል ብሎ ማስወራቱ አስገርሞኛል። በአሜሪካ ቀይታየ ባንድ የስልክ ጭውውታችን የኢርጋ ተሰማ/መዝሙር የልጆች እናት ወ/ሮ ነፃነት መንግሥቱ ዋሺንግተን ዲ.ሲ. አካባቢ እንደነበረች ጠቅሶልኝ እባክህ እስቲ አገናኘኝ ብየ ጠየኩት። የሰጠኝ ምላሽ በጣም ስሜት የሚጎዳ በራሱ የማይተማመን፣ የክፉና የምቀኛ ሰው መልስ ነበር። ምን ይለኛል፣ ምን ትሰራልሀለች? ምን ታደርግልሀለች? ለምን ፈለካት? ነበር መልሱ። ማንነቱን በደንብ ስለማውቅ በሆዴ አምቄ ምነው መኩሼ፣ ምንም እኮ ብትሆን የኢርጋ ተሰማ/የመዝሙር ልጆች እናት ነች። የልጆቹን ነገር አደራውን ለእሷ ትቶ ነው የተሰናበተው። እሷን በአካል አግኝቶ የልጆቹን ጤንነት መጠየቁ ትልቅ ጉዳይ አይሆንምን? ይህ እኮ ለኢርጋ ተሰማ ማድረግ ከሚገባኝ አነስተኛ የአክብሮቴና የፍቅር መግለጫየ ነው መኩሼ! ብየ ስለው ምንም መልስ ሳይሰጠኝ ውጦት ቀረ። ለነገሩ እኔ እንኳን የፈለኳት የልጆቹን ጤንነት ከመጠየቅም ባሻገር የኢርጋ ተሰማን ፎቶግራፍ እንድትሰጠኝ ለመጠየቅ ጭምር ነበር። ጊዜውን ጠብቆ እሷን በተዘዋዋሪ የማገኝበት መንገድ ተፈጥሮልኝ የኢርጋ ተሰማን ፎቶግራፍ ልትልክልኝ ችላለች። አያሌው ከበደ ተሰማ/መኩሼ እንደ ታላቅ ወንድሙ አቶ ካሳ ከበደ ተሰማ በጣም ክፉና እኩይ ልቦና ያለው ፍጡር ነው። ምንአለበት አምላክ ትንሽ እንኳን የአስፋው ከበደ ተሰማን ደግነት፣ ጨዋነትና ሰብዓዊነት ለአያሌው ከበደ ተሰማ/መኩሼ እና ለታላቅ ወንድሙ ለአቶ ካሳ ከበደ ተሰማ ቢሰጣቸው ኖሮ። የበታችነት ስሜትም ጭምር የሚጫወትበት ይመስለኛል፣ ለምን ፈለካት ወይንም ምን ትሰራልሃለች ማለቱ በእራሱ ያለመተማመኑን እነ ኢርጋ ተሰማንም ካስበሉት ሰላዮችና የጥፋት ተላላኪዎች መካከል እንዱ መሆኑን እንዳልነግርበት በመጨነቅ ነበር። መኩሼ/አያሌው ከበደ ተሰማ ኢሕአሠ'ን

ከተቀላቀለበት ከ1968 ዓ. ም. አንስቶ ፀረ-ኢሕአሠ አቋም እንደነበረው በሠራዊቱ ይታመናል። እራሱ አያሌው ከበደም ቢሆን ማናቸውንም እንቅስቃሴዎቹን ሁሉ በምስጢር እንደሚጠብቅ ለሚያምነው ለአንድ ወዳጁ እንደገለጠ ክፍሉ ታደሰ ጠቁሟል (ክፍሉ ታደሰ፣ 3፣ 357 እና 402)። የካሳ ከበደ ታናሽ ወንድምና የመንግሥቱ ኃ/ማርያም አጎት አያሌው ከበደ ተሰማ/ያሬድ ከበደ እንደተወራውና ለማ ግርሙም እንዳለው ወያኔ አዲስ አበባ ሲገቡ ጥሎ አይደለም ሸሽቶ የወጣው። እነሱ አዲስ አበባ ሲደርሱ አያሌው ከበደ ተሰማ ግንቦት 15 ቀን 1983 ዓ. ም. የተሰጠውን ሥልጣን ተጠቅሞ በተባበሩት መንግሥታት መኪናና በተባበሩት መንግሥታት ከፍተኛ ባለሥልጣን ሽፋንነት ለሥራ ጉብኝት ብሎ ወጥቶ በጥቂት ቀናት ኬንያ ዋና መዲና ናይሮቢ ደረሰ።

10.35. ፎረም 84 እና የአሜሪካኑ ከበደ ደስታ

ከ1970 በኋላ በኢትዮጵያ ምድር በቀድሞ አባላት ስለ ኢሕአፓ/ኢሕአሠ እንደገና መነሳት የጀመረው ከመጋቢት 1983 ዓ. ም. በይበልጥም ደግሞ ከሐምሴ ወር መግቢያ 1983 ዓ. ም. ነበር። አያሌ ከሜዳ የተመለሱና በደርግ ዘመን በእስር ሲማቅቁ ቀይተው የተለቀቁ የድርጅቱ አባልና እንዲሁም በአዕምሮና በሥነልቦና ግርፋት አንገታቸውን ደፍተው ሲሰቃዩ የኖሩ የቀድሞ የኢሕአፓና የሠራዊቱ ቅን አባላት ስላለፈ ታሪካቸው፣ ስለሀገራዊና ዓለም አቀፋዊ ጉዳዮች ላይ መነጋገር ጀመሩ። እርስ በርስ እየተገናኙ ያለፈውን ታሪካቸውን እያነሱ የመወያየት እንቅስቃሴ በየቦታው የመጀመሩ አዝማሚያ ወያኔን በተለይም በወያኔ የተፈጠሩት ተለጣፊዎች በይበልጥም ኢሕዴን'ንና ኦሕዴን'ን በጣም አስጨነቃቸው። ይህንን አዝማሚያ ቶሎ ለመቅጨትና ለመቀልበስ በቅድሚያ የስደት ሕይወት ያንገፈገፋቸውንና የሥልጣን ፍርፋሪ የጠማቸውን ከዘመኑ አድር ባዮች መካከል እነ ከበደ ደስታንና ጓዶቹን ከምድረ አሜሪካን አዲስ አበባ በማስገባት አሮጌው ኢሕአፓ ... ወዘተ ብለው የቀድሞ ድርጅቱና ሠራዊቱ አባላት እንዳይሰባሰብና እንዳይደራጅ ለመቆጣጠር ካስፈለገም ለመከፋፈል አቀዱ። በዳግማዊ ምኒሊክ አንደኛ ደረጃ ትምህርት ቤት አዳራሽ በተደረገው ጥሪ አዳራሹ ጢቅ ብሎ ሞላ። እኛ የመጣነው ተመልሰን ለመሰባሰብና ለመጠናከር የምትረዱን መስሎን እንጂ እንደገና አሁንም እንደቀድሞው ልትከፋፍሉንና ልትበትኑን አልመሰለንም ነበር። አሮጌ ኢሕአፓ፣ አዲስ ኢሕአፓ የሚባል የለም። የሚኖረው አንድ ኢሕአፓ ብቻ ነው በማለት ሲቃ እያያዛቸውና እያለቀሱ የከበደ ደስታን ስም በጉልህ በማንሳት እየኮነኑና እየረገሙ ሁሉም አዳራሹን ረግጠው ወጡ። የታሪክ አጋጣሚ ሆነና ከእነዚህ አዳራሹን ረግጠው ከወጡት ኢትዮጵያዊያን መካከል አንዱ እኔ ነበርኩ። በአዳራሹ የቀሩት የወያኔ ተወካዮች፣ የኢሕዴን አባላትና በኢሕዴን ጥሪ ተደርጎላቸው ውስጥ ውስጡን አብረው መሥራት የጀመሩት የወደፊቱ የፎረም 84 አባላት ብቻ ነበሩ። ከበደ ደስታና ጓዶቹ ከፍተኛ ውርደትና እፍረት ተከናንበው የታሪክ ዝቃጭ ሆነው እንደቀሩ ነው የማስታውሰው።

በደርግ ዘመን በእስር ሲሚቅቁ ቆይተው የተለቀቁና የቀድሞ የሠራዊቱ አባላት እንዲሁም በአዕምሮና በሥነልቦና ግርፋት አንገታቸውን ደፍተው በተለያየ መልክ ሲሰቃዩ የኖሩት እርስ በርስ እየተገናኙ ያለፈውን ታሪካቸውን እያነሱ የመወያየት እንቅስቃሴ የጀመረበት ወቅት በመሆኑ አዝማሚያውን በእንጭጩ ለመቅጨት ብሎም የወያኔ ካድሬ ለማድረግና ወያኔ ወደፊት ብቃትና ችሎታ ያላቸውን የራሳቸውን ወገኖች በማሰባሰብ ቢሮክራሲውን እስከሚረከቡ ድረስ በታማኝነት ለማሸከም በማቀድ "ኢሕዴን" ለማነጋገር እንደሚፈልግ ወሬው ተነዛ። ለእኔ በወሬ ሳይሆን በቀጥታ ወያኔ አዲስ አበባን በተቆጣጠሩ ሰሞን ዳዊት ዮሐንስ ጽ/ቤት ተጠርቼ ይህንኑ አስመልክቶ በቅድሚያ አውቄ እንድዘጋጅና የተወሰኑ ሰዎችን ስም ሰጥቶኝ እነሱን አሰባስቤ ከቢሮው ይዤለት እንድሄድ ማሳሰቡንና እኔም የሰጠሁትን መልስ በሌላ አካባቢ ተገልጿል። ከዚህ ሁናቴ ቀደም ብሎ አንዳንድ የቀድሞ የኢሕአፓ/ኢሕአሠ አባሎች እንደነ ተሾመ አሥራት፣ ታየ ሕዝቀስላሴ፣ ምላጨ ገነት ዘውዴና ሌሎችም ከቀድሞው የወያኔ ተለጣፊ ድርጅት ከሆነው ኢሕዴን ዘንድ ቀርበው ሽር ጉድ ማለት መጀመራቸውንና እንደ ወያኔ ካድሬነት ውስጥ ውስጡን ቅስቀሳ ማካሄድና ደጋፊ አባላትን በማፈላለግ ላይ እንደሚገኙ በቀድሞ የሠራዊቱና የፓርቲው አባላት መካከል በግሀድ ተወራ። በኢሕአዴግ አስተባባሪነት የሚያምኑባቸውን በማሰባሰብ ስብሰባ እንደሚካሄድ የማላውቅ መስሏት የስብሰባው ጥሪ ከመካሄዱ ከወር በፊት በሐምሌ ወር መግቢያ 1983 ዓ. ም. አካባቢ አምባሳደር ታደለች ኃ/ሚካኤል ስብሰባ እንደሚኖር፣ እንድዘጋጅና እንዲሁም ለሌሎች እንዳሳውቅ በ"ጓዳዊ" መንፈስ አሳሰበችኝ። በሌሎቹ ላይ እንደደነፋሁት ለአምባሳደር ታደለች ሳልደነፋ ሌላ ምንም ሳልል መረጃውን በማካፈሏ አመስግኜ ለማናቸውም እስቲ አስብበታለሁ በየ ነበር ስልኩን የዘጋሁት። ከታደለች ኃ/ሚካኤል ጋር የነበረኝን ግንኙነት ከዚያች ዕለት ጀምሮ በጥንቃቄ ለመያዝ ወሰንኩ። የሚገርመው እነዚህ አዲስ ሆዳሞችና የዘመኑ አድርባዮች ትኩረት ሰጥተው ቅስቀሳና ግንኙነት ያደርጉ የነበረው ከሠራዊቱ ጋር የነበሩትን እና በደርግ እሥር ቤት ታጉረው በቆዩት ላይ እንጂ በአህወሊ አባላት ላይ አላተኮሩም ነበር። በከተማ ይታገል የነበረው አብዛኛው በወጣት ክንፍ ተደራጅቶ የነበረው የቀድሞ አባል የኢሕአፓ ፍቅሩ ገና ያልወጣለት የኢሕአፓን ክፋት ፈጽሞ የማይወድና ለፍረም 84 መሪዎች እኩይ ዓላማ በቀላሉ የማይንበረከክላቸው በመሆኑ በሚካሄደው የጦፈ የሹመት ግብዣ ታዳሚ ለመሆን ባለመፈለጋቸው ነበር። እኒህ የዘመኑ አድርባዮች የሆኑት አዲሶቹ ባንዳዎች ከወያኔው ተቀጽላ ድርጅት ጋር ስለወደፊቱ ስብሰባና መነጋገሪያ ከተስማሙ በኃላ መጥራት የቻሉትን የቀድሞ አባላት ጠርተው በሁለት ከፍተኛ የኢህዴን አመራር አባላት በነበሩት በረከት ስምዖን እና አንዳርጋቸው ፅጌ ሰብሳቢነት የመጀመሪያውን ስብሰባ በአዲስ አበባ ዩኒቨርሲቲ የልደት አዳራሽ ተካሄደ።

ሆኖም አብዛኛው አባላት ጮሌዎቹን እነ ተሾመ አስራትንና ታየ ሕዝቀስላሴን፣ ገነት ዘውዴን፣ ዳዊ እብራሂምንና ግብረ አበሮቻቸውን ዓይናችሁን ላፈር ያድርገው ይላቸው ጀመር። እነዚህ

የኢሕዴን አመራር አባላትን የቀረቡት የቀድሞ አድርባዮች በአዲስ መልክ እንደገና ኢሕአፓን ማጣጣልና መወንጀል አልፎም በአህጉራዊ መድረክ ላይ መሳተፍ እንደሌለበት አጥብቀው መቀስቀስን ተያያዙት። በሌላ አነጋገር የወያኔ አፈቀላጤና ካድሬ ሆነው ማገልገል ጀመሩ። እንዲያውም በመቀጠል ኢሕዴን ኢሕአፓን ይተካል እያሉ ለማሳመን ውስጥ ውስጡን ሽንጣቸውን ገትረው ማዜም ተያያዙት። በአዲስ አበባ ዩኒቨርሲቲ የልደት አዳራሽ በተካሄደው የመጀመሪያው ስብሰባ ላይ እንድገኝ ስለጉዳዩ ያልሰማሁ ወይንም በቀጥታ ተጠርቼ ያልተነገረኝ መስሏቸው የተለያዩ በቀድሞ ጓዶቼ “በጓዳዊ” መንፈስ ያሳስቡኛል። ለሌሎቹ የቀድሞ ታጋዮች ያልኳቸው ለአምባሳደር ታደለች ኃ/ሚካኤል አለሳልሼ እንዳነጋገርኳት ሳይሆን ለየግላቸው ቀልደኞች ናችሁ እንዴ! የወያኔ ማንነት ሳታውቁ ቀርታችሁ ነው ወይንስ የደርግ ዘመን ሕይወት አደንዝዟችሁ ይሆን? ብየ ነበር ሁሉንም የሸኘኋቸው። ከስብሰባው ቀን በፊት በሌላ ጊዜ ወልዱ ከከበደ ጋር በመሆን ሸረጋ ቡና ቤት ለቡና እንድንገናኝ ብለውኝ ሄጄ እንደተገናኘን በማለሳለስና ትህትና በተመላበት ዘዴ “መጂድ ልክ ነህ፣ ይገባናል፣ ግን የሚሉትን መስማቱ እኮ መልካም አይመስልህም ወይ” ብለው ሊያግባቡኝ ሞከሩ። የወያኔ ዓላማና ፖሊሲ አራማጅ አሻንጉሊት ለማድረግ ሊያዘጋጁን ካልሆነ በስተቀር ከነሱ ምን አዲስ ነገር ትጠብቃላችሁ። አታውቃቸውም እንዴ? እናንተ ሂዱና አዲስ ነገር ካገኛችሁበት በኋላ ንገሩኝ ብየ ሸኘኃቸው። በዚያኑ ሰሞን በተዘዋዋሪ በደረሰኝ ተግሳጽና ግልምጫ አማራጭ የለኝም፣ አጋጉል ግትርነት አያስፈልግም በማለት ወስኜ በዩኒቨርሲቲው በG17 ተብሎ በሚታወቀው የሶሻል ሳይንስ የመማሪያ ክፍሎች በተካሄደው ቀጣዩ ስብሰባቸው ላይ ተገኘሁ። በስብሰባው ወቅት የነአንዳርጋቸው ፅጌና የበረከት ስምዖንን ሽርሙጥ እንደተገነዘብኩ ብሎም ድርጅታዊ ሥራ ተሰጥቷቸው ይለፈልፉ የነበሩትን አድርባዮችና የዘመኑን ባንዳዎች የሚሉትን እንደሰማሁና ባንፃሩ ተሰብሳቢው “ጥሪያችሁን አክብረን የመጣነው ኢሕአፓን የምታሰባስቡ መስሎን እንጂ ድጋሜ ልትገድሉንና በወደቁት ሰማዕታት መቃብር ላይ ሌላ አዲስ ተጨማሪ ተለጣፊ ድርጅት ለመፍጠር መዘጋጀታችሁን መቼ አወቅን”፣ እውነተኛ ከሆናችሁ ኢሕአፓ በሌለበት ይህን ያህል ውርጅብኝ ባላስፈለገ፣ በሌለበት ከምታወግዙና ከምትኮንኑ ጋብዙትና የሚለውን እንስማ” እያሉ ሲቃ እያያዛቸው የሚሰነዝሯቸውን እንደሰማሁ መቀየቱ ካለኝ መርሕ ጋር የሚጋጭብኝ በመሆኑና እራሴን መቆጣጠር ባለመቻሌ እምባየ ሲወርድ በግልጽ እየታየሁ ስብሰባውን ረግጬ ወጣሁ። ከዚያ ወዲያ አልሄድኩም፣ ሆኖም የፈጠሩብኝን እንቅፋቶች አባባሱብኝ። እንድሚያባብስብኝም ቀድሞውኑ ተረድቻለሁ፣ ስብሰባውን ረግጬ መውጣቴ የመርህ ጉዳይ ሆኖብኝ እንጂ። በተመሳሳይ ሁኔታ ይህንኑ ጉዳይ እስመልክቶ ሞገድ ጋዜጣ “ፎረም 84፣ ከድጡ ወደ ማጡ!” በሚል ስለመጽሀፍ ደራሲ በሚከተለው መልክ አቅርቦታል።

“ፎረም 84 እና ጌቶቻቸው ኢሕዴን፣ ኢሕአዴግ የፈለጉት በኢሕአፓ ላይ ሌላ ኢሕአፓ ለመፍጠር የነበራቸው ከፍተኛ ምኞትና ዕቅድ ከሸፈባቸው። ያን ሁሉ ሩጫና ጡሩምባ ነፍተው

ውጠቱ ተስፋ አስቆራጭ ሆነባቸው። ብዙዎቹ ነባርና አንጋፋ ዲሞክራቶች ሊበረከኩላቸው አላቻሉም። የአያሌው መርጊያ ምሣሌ በቂ ምስክር ይሆናል። ከጊዜ በኋላ አብረዋቸው የነበሩትም እንኳን ቢሆን (ለማሣሌ ነቢይ መኮነን) ሊተዋቸው በቅተዋል (ሞገድ ጋዜጣ፣ እትም 17 ታሕሣሥ 28 ቀን 1986)። በእርግጥ ለሀገርና ለሕዝብ የቆሙ እየመሰላቸው በየዋህነትና በቅንነት እንኳን የተቀላቀሏቸው ከማንም ሳይሆን እራሳቸው ሁኔታውን በተግባር በመገንዘባቸው ከሁለትና ሶስት ዓመት ቆይታ በኋላ የተሰጣቸውን ከፈተኛ የመንግሥት ሹመት እያስረከቡ ተሰናብተዋል (ለምሳሌ የውጭ ንግድ ምክትል ሚኒስትር የነበረችውና የኢርጋ ተሰማ የልጆች እናት ወ/ሮ ነፃነት መንግሥቱ)። በቅርብ ሆኜ እንደተከታተልኩትና እንደሰማሁት፣ እንዲሁም በሞገድ ጋዜጣ "ፍረም 84፣ ከድጡ ወደ ማጡ!" መሠረት "በወቅቱ በየስብሰባዎቹ ላይ ግንባር ቀደም ከነበሩት መሀል ተሾመ አሥራት፣ ታየ ሕዝቀስላሴ፣ ካሳየ መሐሪ፣ አማኑኤል ማሊፎ፣ ነፃነት መንግሥቱ እና ባለቤቷ ተድላ ድረሴ፣ መሀመድ እድሪስ፣ ስለሺ ከበደ፣ ሳባ ኪዳነማሪያም፣ አበበ ባልቻ (ኦቴሎ)፣ ዳዊ እብራሂም እና በኢሕአፓ ላይ ዛሬውኑ አቋም እንውሰድ ይል የነበረው ጌታቸው ሀብታሙ …" (ሞገድ ጋዜጣ እትም 17 ታሕሣሥ 28 ቀን 1986)። ፍረም 84 የሚባል ጳጉሜ መጨረሻ 1983 ዓ. ም. ገደማ እንዳቋቋሙና ተሾመ አሥራት ሊቀ መንበር፣ ታየ ሕዝቀስላሴ ምክትል ሊቀ መንበር ሆነው "መመረጣቸውን" ሰማሁ። እነ ፍረም 84 በምክትል ሚኒስቴርነት፣ በኮሚሽነርነትና በመምሪያ ኋላፊነት በመመደብ የአይበገሬውን የዋለልኝ መኮነንን ስም ያላግባብ አወላግደው በመጠቀም የቋመጡለትን ሥልጣን በአጭር ጊዜ ሊያገኙ ቻሉ። ሹመት በተመለከተ ከብዙዎቹ መሀል በዋቤነት ከሚጠቀሱት መካከል ለምሳሌ ተሾመ አሥራት በማስታወቂያ ሚኒስቴር የመምሪያ ኋላፊነቱን ቦታ ሲሰጠው ታየ ሕዝቀስላሴ ደግሞ የሕገመንግሥት ኮሚሽን አባልነት ቦታ ያዘ። ብዙም ሳይቆይ ታየ ሕዝቀስላሴ አምባሳደር ሆኖ ሎስ አንጄለስ፣ ካሊፎርኒያ ተሹሞ ሄደ። ተድላ ድረሴ የሕጻናት ኮሚሽን ኮሚሽነር ሆኖ ሲሾም ባለቤቱ ወ/ሮ ነፃነት መንግሥቱ ደግሞ የውጭ ንግድ ምክትል ሚኒስትር ሆና ተሾመች። ገነት ዘውዴ የትምህርት ሚኒስቴር፣ ገነት አበራ የክልል 14 የኢንዱስትሪ ቢሮ ምክትል ሚኒስቴር ሆነው ተሾሙ። በየክልሉ ሹማምንት ሆነው የተላኩት፣ በየማምረቻው ተቋምና በተለያዩ የመንግሥት መሥሪያ ቤቶች በኋላፊነት ደረጃ ላይ የተመደቡት አያሌ ነበሩ። ሀገሬን ለቅቄ እስከወጣበት 1986 ዓ. ም. አጋማሽ ድረስ ፍረም 84 ነፃ መድረክ ሆኖም አያውቅም። እስከዚህ ጊዜ ድረስ ፍረም 84 ዋናውና ተቀዳሚ ተግባሩ የወያኔን ፖሊሲዎች ማስፈጸምና ማራመድ፣ ኢሕአደግ ቢሮክራሲውን ለማንቀሳቀስ አቅምና ችሎታው ስላልነበረው የራሳቸውን ታማኝ ወገኖች አሠልጥነው እስከሚተኩ ድረስ በታማኝነት ቢሮክራሲውን ተሸክመው እንዲቆዩና፣ ለኢሕዴን/ኢሕአዴግ አባልነት መመልመያ መድረክነት በማገልገልና የወያኔን ፖለቲካ የሚቀበሉ ተስማሚ ባንዳዎችን መልምሎ ማቅረብና ኢሕአፓን ማዳከም ነበር። ተሾመ አሥራት ከጎንደር ጠፍቶ ለደርግ እጁን የሰጠና የአያሌው ከበደ ተሰማ ሚዜ ነው። የሠራዊቱን

ሀቀኛና ጠንካራ ታጋዮች በሀሰት ለማጋለጥ ድርጅታዊ ሥራ በምስጢር ተሰጥቷት ከጎንደር ተጉዛ ከለአሳ የገባችውን ስመጥፉ ኃይል መርቶ ትግራይ ያስገባ "ታጋይ" ነበር።

የሠራዊታችን ሥራ ከደርግ ሠራዊት ጋር መዋጋት፣ ገበሬውን ማደራጀት፣ ገበሬውን ማንቃት ሁሉንም እንዳመችነቱ እየተመላለሱና እየተዋጉ መስራት ነበር ተግባራችን። ስንት ቁምነገር ያላቸው ሥራዎች እያሉ በዚችው ስመጥፉ ኃይል ውስጥ በድርጅታዊ ሥራ ለሠራዊቱ ጥንካሬ የሚታገሉትን ንጹህ ታጋዮችን የሚያጋልጡ ሰዎች መድበው ከጎንደር አንቀሳቅሰው አዲ ኢሮብ ያደረሰው ይኸው ለሠራዊቱ መደምሰስ በመሳሪያነት ካገለገሉት ጥቂት አንጋቾች አንዱ እንግዳ/ተሾመ አሥራት ነበር። በበጌምድር ከነበሩት ኃይሎች ውስጥ አንዳንዶቹ ተቃዋሚ ተብየዎች ተቃዋሚ ሆነው የሚቃወሙበትን ነጥብ ይዘው መቃወምና መታገል ሲገባቸው እጃቸውን ለደርግ ለመስጠት ያለበለዚያም ወያኔ ጋር ገብተው መታገል ወሰኑ። ለድርግ እጃቸውን ከመስጠታቸው በፊት በአካባቢው ከሚገኙ የደርግ ሰዎች ጋር አስቀድመው የሬዲዮ ግንኙነት በማድረግ እጃቸውን ሊሰጡ እንዳሰቡ ስምምነት በማድረጋቸው የፀለምቱ ኢሕአፓም ሆነ ኢሕአሠ ክፉኛ ተጎድቷል። እንግዳ ተሾመ አዲስ አበባ እንደገባ ሌሎች በተመሳሳይ ደረጃ እጃቸውን ለደርግ ሰጥተው የገቡት የገጠማቸውን ውጣ ውረድ ጭራሽ አላጋጠመውም። ባንድ ወቅት ለወያኔ ዓላማ ተስማሚ ሆኖ ያልተገኘ አንድ የማሕበር መሪ የሚካሄድበትን በደል ለማወያየት ጽ/ቤቱ እንደገባ ባለጊዜው ክቡር "ታጋይ" ተሾመ አሥራት "ለተባረረ የማሕበር መሪ እና ለፈራረሰ ማሕበር' ለመነጋገር ጊዜ የለኝም" ብሎ ከጽ/ቤቱ እንዲወጣ እንዳደረገው መወራቱ ይታወሰኛል። በመጨረሻም የተመኘው ሊሳካ እንደማይችል በመረዳቱ በኃላፊነት ዘመኑ የዘረፈውን ገንዘብ ተሸክሞ አዲቦ እንደሚኖር ስምምነት ገብቶ በሠላምና በጥበብ ከሀገር ሾልኮ በመውጣት ድምጹን አጥፍቶ በሎስ አንጀሎስ እንደሚኖር ሰምቻለሁ። ሌሎቹም ቢሆኑ በኢሕአፓ/ኢሕአሠ ላይ ቂም የቋጠሩ፣ ለወጣቱ እልቂት የማይናቅ አስተዋፅኦ ያበረከቱ፣ በደርግ መንግሥት ሁነኛ ቦታ ያልነበራቸውና በዚህም የተቀጩ፣ ኢሕአፓ አገራዊ ሕጋዊ ህልውና ኖሮት ቢንቀሳቀስ ዝንተ ዓለም እንደባነኑ የሚኖሩ የጎሊና ፀፀት የነበራቸው፣ ድሮውንም ቢሆን መርህና ዓላማ ኖሯቸው ሳይሆን በግብ ግብና በትውውቅ ወደ ድርጅቱ ገብተው የነበሩ ናቸው። እኒህ ዓይነቶቹ ነበሩ ፎረም 84 የተባሉት "ጀግኖች" እና ኢሕአፓ እንዳችም እንቅስቃሴ እንዳያደርግና እንዳያንሰራራ ለወያኔ በጡንቻነትና በጭንቅላትነት ያገለገሉት። በዚህ ቡድን ጥላ ሥር ተሰባስበው የነበሩት ኢትዮጵያዊነት ስሜት ኖሯቸው አድበው ቢቀመጡ ኖሮ ወያኔ ግራ ተጋብቶ አዘቅት ውስጥ ሊገባ ይችል እንደነበረ ነው የተወራው። ወያኔ ገና ሀ እና ለ ፊደልን መቁጠር በጀመሩበት በዚያች ቀውጢ ወቅት የሚይዙትና የሚጨብጡት ጠፍቷቸው ሲደናበሩ ፎረም 84 ወያኔን ከቅሌትና ከችግር በማውጣት የወያኔ ዓይን፣ ጭንቅላት፣ ሞተርና ተጨማሪ ጡንቻ በመሆን አጠናክረዋል። ፎረም 84 ባይኖር ወያኔ አቅጣጫም በቀየረ ነበር። ፎረም 84 የወያኔ የነፍስ አድን ነበሩ።

10.36. በማወቅና በፍላጎቴ፣ ያለበለዚያም በንዴትና በእልክ ከመርሔ ውጭ የፈጸምኳቸው ቀላል ሦስት የማይረቡ ድርጊቶች

ከእራሴ ዕውቀትና ፍላጎት በማወቅ፣ ወይንም ከንዴትና ከእልክ የተነሳ ምንም ዓይነት ጉዳት ባይኖራቸውም ተራና ርካሽ በሆኑ ሦስት ገጠሞች ከመርሔ ያፈነገጥኩበት ጊዜያት እንደነበሩ ይታወሰኛል። 1. የመጀመሪያው በ1969 ዓ. ም. ሀገሬ በሶማሊያ ወራሪ ጦር መወረሯንና እነ መርሻ ዮሴፍና እያሱ ዓለማየሁ የድርጅቱን አቋም በማስተጋባት የዛይድ ባሬን ወራሪ ጦር መደገፋቸውን ካርቱም ከተማ እንደሰማሁ ሀገሬ ገብቼ ከመከላከያ ሠራዊቴ ጎን በመሰለፍ ወራሪውን ጦር ለመመከት፣ እግረ መንገዴንም ሠራዊቱን በማስተማርና በማንቃት ጦርነቱ ሲያልቅ ትግሉንና ጠመንጃውን ወደ ሕዝባዊ የትግል እንቅስቃሴ ለማዞር እንዲችሉ እናደርጋለን በሚል ቀና ዕምነቴ እየተንከለከልኩ ሀገሬ እንደገባሁት በፈረንጆች ዘመን አቀጣጠር በ1999 በአውስትራሊያ እያለሁ ኢትዮጵያ በወያኔ ፈጣሪና የበላይ ተቀጣጣሪ በነበረው አባት ድርጅት ሻዕቢያ ስትወረር ከመከላከያ ጎን ለመቆምና ዳር ድንበር ለማስጠበቅ አለመፈለጌ ከመርሔ ውጭ ሆን ብየ እያወኩ እንዳፈነገጥኩ ይታወቀኛል። ሽንጎውን ለይስሙላ ለሚመራው ዳዊት ዮሐንስ በሽንጎ ጽ/ቤቱ በኩል ፋክስ በማስተላለፍ የሞራል ድጋፍ ከመስጠት በስተቀር በአካል ሄጄ ከመከላከያ ሠራዊታችን ጎን ለመቆምና ዳር ድንበር ለማስጠበቅ አለመፈለጌ ሆን ብየ ያደረኩት እንደሆነ ይታወቀኛል። ይህን እርምጃ እንድወስድ ያስገደደኝ ምክኒያት ኢሳያስ አፈወርቂና መለስ ዜናዊ ወይንም ድርጅቶቻቸው በኢትዮጵያ ምድር እስካሉ ድረስ በኤርትራና በኢትዮጵያ መካከል ምንም ዓይነት ዘላቂ ሠላም ሊኖር እንደማይችል በመረዳቴ ነው። ከዚህም ባሻገር አስቀድሜ እንደ ትንቢት በ1985 ዓ. ም. የይስሙላውን የሪፈረንደም ኮሚሽን መቋቋምና በዚያም ስለተካሄደው የውሸት የሪፈረንደም ምርጫን አስመልክቼ በጻፍኩት ላይ ውጤቱ ውሎ አድሮ ከፍተኛ የሆነ እሳት በሁለቱ እህታማች ሀገሮች ላይ እንደሚያቀጣጥል በመጠቀም ለሚፈጠረው ሁሉ ተጠያቂዎቹ እንደሚሆኑ እንደሚከተለው አስገንዝቤ ነበር፣ "የተባበሩት መንግሥታት ድርጅት የኤርትራን ሪፈረንደም አስመልክቶ ለአንድ ሀገር ፖለቲካዊ መፍትሔ ሁለቴ በመለዋወጥ ያስደረገው የውሳኔ አሰጣጥ ሁኔታና ድርጅቱ የወሰደው አቋምና የፈጸመው ፀረ-ኢትዮጵያ ድርጊት የታሪክ ምፀት ከመሆኑም ባሻገር ድርጅቱ (የተባበሩት መንግሥታት) ለተቋቋመለት ዓላማ እንዳልቆመና በቀጥታ ለአሜሪካ ብሔራዊና ስትራቴጂካዊ ጠቀሜታ ብቻ በአስፈጻሚነት የቆመ መሆኑን በተግባሩ አረጋግጧል። በአሜሪክ አስተባባሪነት፣ በሻዕቢያና ወያኔ የተቀናጀ ሴራ ውጤት የሆነው የኤርትራ ሪፈሬንደም አካሄድ የሕዝቦች ነፃ የሀሣብ አስተያየት በግልጽ ዕድል የተሰጠው አለመሆኑን፣ በኤርትራ ያሉ የተለያዩ የፖለቲካ ድርጅቶችን አዋቅረው የሚንቀሳቀሱ ኃይሎችም ሆኑ ብሄረሰቦች ለሕዝበ ውሳኔው ተገቢውን ቅስቀሳ የማድረግ መብታቸው መታገዱን፣ በኢትዮጵያዊነታቸው ኮርተው የኖሩትንና ለአንድነት ፍቅር ያላቸውን በአዲስ አበባና

ከሌሎች ከተሞች የሚኖሩ ኤርትራዊያንን በወያኔ ትብብር እየታፈኑ ወደ ኤርትራ ሲወሰዱ ከፊሉ በሚኖሩበት መሥሪያ ቤት አካባቢ በጠራራ ፀሀይ ከአውራ መንገድ ላይ ተረሽነዋል። አሁን ነፃ ምርጫ ተደርጋል የተባለው የማታለል ድርጊት ነገ በምድረ ኤርትራ አልፎም በሁለቱም እህታማች ሀገሮች መካከል ለሚቀጣጠለው ከባድ የሰደድ እሳት ለኳሽ መሆኑ ነገ ከነገ ወዲያ የሚረጋገጥ ሀቅ እንደሚሆን አልጠራጠርም። ጆሮ ለባለቤቱ ባዳ ነውና ለእኛ እንግዳ ሆነብን እንጅ በግብጻዊው የተባበሩት መንግሥታት ዋና ጸሀፊ በቡትሮስ ጋሊ የተላለፈው ውሳኔ በ1962 ዓ. ም. በአሥመራ ከተማ በቃኘው የአሜሪካ የጦር ሠፈር የተቀመረውና የፈለቀው የአረንጓዴ የችግኝ ተከላ ፕሮጀክት ውጤት አማካይነት በአሜሪካ መንግሥት የተላለፈ ቅድመ ውሳኔ እንደሆነ ግልጽ ከሆነልን ቆይቷል። የኢትዮጵያ ሕዝብ በኤርትራ ሕዝብ ጉዳይ አያገባውም እየተባለ በለፈለፉችሁበት አንደበት ቀለሙ ሳይደርቅ በኢትዮጵያ የብዙሃን መገልገያዎች፣ በኢትዮጵያ የሰው ኃይል፣ ጀምሮ እስኪጨረስ ዛሬም በየፈርጁ ከፍተኛ ቅስቀሳ ማድረግ ምን ማለት ነው? ዲሞክራሲያዊነቱ ምኑ ላይ ነው? ትናንት ኢሳያስ አፈወርቂ የመፍትሄ ሃሳብ ብሎ ያቀረበው የኮንፌዴሬሽን ጉዳይ "የለመደ ልማድ ያሰርቃል ከማድ" ካልሆነ በስተቀር …" (አዕምሮ መጽሔት፣ የመጀመሪያ ዓመት፣ ቁጥር ፯፣ ነሐሴ 1985 ዓ. ም.)። ጽሁፉ በወጣ ከሰባት እና ስምንት ዓመት በኋላ ያልኩት አልቀረም በዕውን ተፈጸመ። እሳት ተቀጣጥሎ በሁለቱም ወገን የብዙ ሽህ ንጹሀን ደም በከንቱ ፈሰሰ።

2. ሁለተኛው ከመርሕ ውጭ እንደፈጸምኩ የሚሰማኝ በካሊፎርኒያ ቀይታየ በኢትዮጵያዊያን መካከል በኢንተርኔት ስክሪን ጀርባ ሆነው የታጋይነት ካባ ለብሰው ንትርክና ውዝዛ ያካሂዱ ከነበሩት ጋር ባደረኩት ምልልስ በሚወርድብኝ ውርጅብኝ ምንአባታቸውንስ ሊያደርጉ ነው፣ እስቲ ልያቸው በሚል ከንዴትና ከእልክ የተነሳ ያልሆነች አንድ መስመር ያዘለች መልዕክት በመጻፌ ነበር። በካሊፎርኒያ ቆይታየ በአንድ ወቅት በኢትዮጵያ ሶስት ሁኔታዎች በመከታተል ተከስተው ነበር። የቅንጅት "ሰላማዊ" ሰልፍ መካሄድና፣ በዚያኑ አካባቢ በሻዕቢያ አስተባባሪነት በተፈጠረው በኢትዮጵያ የሻዕቢያ አዲስ አምባሳደር ለመሆን የተቋቋመው ሆኖም ወዲያውኑ እንደከሰመ የሰማሁት ኤ. ኤፍ. ዲ. (Alliance For Democracy) ተብሎ ለትንሽ ሳምንታት የተነገረለት ድርጅትና በመቀጠል በወቅቱ የሶማሊያ የአክራሪ የእሥልምና ኃይማኖት ክለርክ በነበረው የአገሪቷ መሪ በኢትዮጵያ ላይ በአወጀው የጅሀድ ጦርነትን አስመልክቶ በኢትዮጵያዊያን መካከል በሶስቱም ጉዳዮች ላይ ይካሄድ በነበረው የኢንተርኔት "ውይይት" ወቅት በኢትዮጵያዊነቴ እኔም በበኩሌ የ"ውይይቱ" ንቁ ተካፋይ ሆኜ ነበር። የእኔ ውይይት የሀገሬ ጉዳይ እያሳሰበኝ ከልቤ ሲሆን እንደአብዛኛዎቹ የኢንተርኔት "አርበኞች" በሀሰት ስም ሳይሆን በግልጽና በቀጥታ በእውነተኛ ስሜ፣ ከስክሪን ጀርባ ሆኜ ሳይሆን ፊት ለፊት በገሃድ ማንነቴን በማሳወቅና የት እንደምኖርም ጭምር በመግለጽ የግሌን አመለካከትና አቋም ያለማመንታት በሦስቱም ጉዳዮች ላይ ተቃውሞየን በመግለጽ በፎረሙ ላይ ማስተጋባት ተያያዝኩት።

EthioForum: FWD: 'AYALEW MERGIA' IS HAILOM MERID; THANKING TGK FOR EXPOS'E OF THE PRETENDER!

From: **EthioForum@Ethiolist.com** on behalf of **tolossa Kassane** (tolossakassane@hotmail.com) You moved this message to its current location.
Sent: Thu 9/21/06 9:31 PM
To: EthioForum Mailing List (EthioForum@Ethiolist.com)

WITH MANY THANKS TO THE SENDERS OF THE FOLLOWING MESSAGE(NAMES WITHHELD):)

To : tolossakassane@hotmail.com
Subject : We admire your effort and we are on your side, please keep up on
the good job!!

| | | Inbox

Hello Tolossa,

Sorry for dropping off - line!

We Ethiopans who believe in peace, justice, unity, equality, national reconcilliation and democracy in Ethiopia support you in your struggle against the forces of evil. We have been reading your postings for sometimes. Your effort in exposing these killers and their cadres has given you our respect. With all due respect, please allow us to provide you with you the following.

This devil so called Ayalew Mergiyaw/Mergia is not the real Ayalew Mergiyaw/Mergia. His real name is Hailom Merid whose mother is from Adowa and his father from Adigrat. He was born and grown up in Addis Ababa. His father was a major general, his uncle a vice minister under the service of emperor haile Selassie. Hailom was eprp based in Addis Ababa, was responsible for the death of several eprp members in Addis. He was close to the leaders. When most left for Assimba, Hailom left for tplf early 80s.

When they took control of Addis, he was assigned as eprdf representative in

Amhara zone, Bahr Dar. Just as Fikre Selassie Wog Deres exposed Teferi Banti and Alemayehu Haile's group, Hailom exposed the Amharas with in the eprdf central committee meeting held in Dessie in January 1993. This resulted in the death of Mulualem Abebe, Osman Ashine, Tefera Hailu and General Gomoraw and a little was heard about their death, while Mezmur Fante and Fekadu Dessalegne detained.

He left Ethiopia for China, stayed there until 1996 as charge d'affairs of the embassy. Left for New Zealand, remained there as a political refugee. Moved to Australia. He is unconverted Marxist and very committed to what he believes. Likes to live in a low profile. He pretends as if he doesn't care for material and wealth for himslef. His kids live with their mother who was a vice-minister until recently. We are not sure, but as far as our information is concerned, he is at present in D.C and New York to meet his master and at the same time to see his kids and wife who have come to the US with the boss.

The real Ayalew Mergiyaw/Mergia was a famous hero and a martyre in Assimba whose fieled name was Mejid Abdela. He was a graduate of the Police Academy (the current OAU head office). Was a close friend of Wallelign Mekonen and Brehane Meskel. Joined the Police Academy after completion of his first year at the Haile Selassie 1st University, because of advice from Wallelign and Brehane Meskel. After graduation, he was assigned in Addis but he has to go to Eritrea since that was their aim and goal. Alemayehu Haile was assigned in Eritrea and was too afraid and concerened. Ayalew took that opportunity and left for Eritrea. Was working underground as liaison to eplf and elf and the rest of the Ethiopian demcrat forces until he himself left for the bush to join the others that he had sent to. He was sinsere, open, genuine and free from opportunism.

PLEASE KEEP UP THE GOOD WORK

Sincerely yours,

አባሪ ሁለት

ሀ. በፈረንጆች ዘመን በ2005 በቅንጅት በተመራው "የሰላማዊ" ሰልፍን በማስመልከት የመጀመሪያው ትዳይ ነበር። ድርጅቱን በድርጅትነቱ አልደገፍም፣ አልደገፍኩም፣ የማልደግፍበትም ከዚህ በሚቀጥለው

ምክኒያቶች ይሆናል። አንደኛ አለን አለን እያሉ አካኪ ዘራፍ የሚሉት እነማን እንደነበሩ ከጥንት ጀምሮ የማውቃቸው በመሆናቸው፣ ሁለተኛ አንዳንዶችቹም ወያኔ ሥልጣን እንደያዘች በዚሁ የሥልጣን ጥሜታቸው ምክኒያት ከውጭ ሀገር ከዚያም ከዚህ ተሯሩጠው ሀገር ቤት ገብተው ለወያኔ በማጎብደድ በአሻንጉሊነት ተሰልፈው ወያኔን ያጠናከሩና ተቃዋሚን ያስደበደቡ መሆናቸውን በማወቄ፣ ሦስተኛ አንዳንዶቹ ደግሞ በደርግ ዘመን ምን ዓይነት ጩልሌና ጭልፊት የነበሩ የአፍ ካራቴ ባለሙያዎች የነበሩ መሆናቸውን ስለማውቅ፣ አንዳንዶቹ ደግሞ የኪነት ሰዎች የነበሩና እንደሌሎቹ እነሱም ጭልፊት እና ጩልሌ የነበሩ በአፍ ካራቴ ተጨዋችነታቸው የሚታወቁ አጨብጫቢዎች መሆናቸውን ስለማውቅ ከእንደነዚያ ዓይነቶቹ ግለሰቦች ቀናና በጎ የሆነ ኢትዮጵያዊ ተግባር እንደማይፈጸም ያለጥርጥር በመገንዘቤ፣ እንደነዚያ ዓይነቶቹ ግለሰቦች ያሉበት ትግል ሁሉ ለራሳቸውና ለቤተሰቦቻቸው ጥቅም ካልሆነ በስተቀር የትም እንደማያደርስ ስለማውቅና እንዳለፈው ሁሉ ዛሬም በሕዝብና በሀገር ላይ ችግርና መከራ በመፍጠር ትግላችን ሁሉ ታጥቦ ጭቃ ይሆናል የሚል ፍራቻ ስላደረብኝ ነበር። ስደት ለውሸት ያመቻል ሆነና በመገለባበጥ እንደ እውነተኛና ጠንካራ አርበኞች ተቀጥረው በተቃዋሚ ጎራ ተሰልፈው ማየቴ ብቻ ሳይሆን የተለመደውን የአፍ ካራቴ በመጫወት የምስኪን ወገኖቼን ልብ በማታለል ጥበባቸው በሚያደርጉት የማስመሰል ትግል ሲወደሱና ሲሞገሱ ለመገንዘብ በመቻሌ ነው። ኢትዮጵያ ሀገሬ ስንት እውነተኛ የሕዝብ ልጆች እያሏት፣ ስንት ጠንካራና አይበገሬዎች እያሏት በመለፍለፍና በማስመሰል ሙያ ድህነታቸው ምክኒያት አንገታቸውን ደፍተው በመኖራቸው ምንም እንደሌላት ተቀጥሮ ጩልሌዎችና ጭልፊቶች የነበሩት የአፍ ካራቲስቶች ለኢትዮጵያና ለጎስቋላ ሕዝቧ እንደ “ተቀርቃሪ” እና “አርበኞች” ተቀጥረው መሞገሳቸውና መወደሳቸው ሌላ ሳይሆን ምስኪን ሀገራችንን እንደመናቅና እንደማንቋሸሽ የሚቆጠር ስድብ ሆኖ በመገንዘቤ ነው። ከሁሉም በላይ ያሳዘነኝና ያስጨነቀኝ የበላይ ጠባቂያቸው አድርገው ጭራቸውን የሞቀሉለት ለማንም ሳይሆን ከወያኔ በማያንስ ደረጃ ለሀገራችንና ለሕዝባችን ችግር ሁሉ ፈጣሪ የሆነውን ሻዕቢያንና መሪዋን መሆኑን በማረጋገጤ ነው።

ወደ ቅንጅት ልመለስና ድርጅቱን የፈጠሩት በችኮላ ከዚህም ከዚያም በመጠራራት የተጠራቀሙ፣ በደንብ ሳይተዋወቁና ሳይፈታተኑ በሀገር ቤት የነበረው ቀንጆ የበሰለ ሁኔታ ሳያመልጠን ተጠቅመን ቶሎ ሥልጣን እንያዝ ተባብለው በመጠራራት በግር ግር ሥልጣን ባቋራጭ ለመያዝ በማሰብ እንደሰንበቴ ማሕበር ዓይነት የተቋቋመ ድርጅት መስሎ ስለታየኝና ወያኔ ስርጎ ለመግባትና ለመበታተን በቀላሉ ሊያመቸው እንደሚችል በማመኔ ከጉዳቱ በስተቀር የትም እንደማይዘልቅ በመገመቴ ነበር። ሌላው ምክኒያት ድርጅቱ የሻዕቢያን ቡራኬ እንዳገኛና በሻዕቢያ ድጋፍ እንዳለው በመጠቆሜ ነበር። ወቅቱ ወያኔ ተልቶና በስብሶ በሕዝብ ተጠልቶና ተወግዞ ስለነበር ጠንካራ የሆነ ሕዝባዊ ድርጅት ኖሮ በትንሹ ገፋ ቢያደርጉት በቀላሉ ተገፍትሮ የሚንኮታኮት ዛፍ ነበር። የአዲስ

አበባ ሕዝብ አክ እትፍ አድርጎ ጠልቷቸውና ንቆቸው ነበር። ከውስጡ ሕይወት አልባ ከውጭ በኩል ደግሞ ደካማነቱና ሕይወት አልባነቱ ተሸፍኖ በውሸትና በጉራ፣ በቅጥፈትና በማወናበድ ኃይል ጠንካራ በመምሰል ነበር ሕዝቡንና አገሪቷን ይቆጣጠር የነበረው። ይህን ለማድረግ ቀደም ብሎ ከሕዝቡ መሀል ገብቶ በሕዝቡ በመታቀፍ፣ ሕዝቡን በማደራጀትና በማስተባበር ኃይል የተገነባ ሕዝባዊ ድርጅት ባለመኖሩ ያንን የበሰለ ሁኔታ ተጠቅሞ የበሰበሰውን ዛፍ ገፍትሮ ለመጣል ሳንችል ቀረን።

Outlook Print Message https://blu178.mail.live.com/mail/PrintMessages.aspx?cpids=c3a57...

EthioForum: FWD: 'AYALEW MERGIA' IS HAILOM MERID; THANKING TGK FOR EXPOS'E OF THE PRETENDER!

From: **EthioForum@Ethiolist.com** on behalf of **tolossa Kassane** (tolossakassane@hotmail.com) You moved this message to its current location.
Sent: Thu 9/21/06 9:31 PM
To: EthioForum Mailing List (EthioForum@Ethiolist.com)

WITH MANY THANKS TO THE SENDERS OF THE FOLLOWING MESSAGE(NAMES WITHHELD):)

To : tolossakassane@hotmail.com
Subject : We admire your effort and we are on your side, please keep up on the good job!!

| | | Inbox

Hello Tolossa,

Sorry for dropping off - line!

We Ethiopans who believe in peace, justice, unity, equality, national reconcilliation and democracy in Ethiopia support you in your struggle against the forces of evil. We have been reading your postings for sometimes. Your effort in exposing these killers and their cadres has given you our respect. With all due respect, please allow us to provide you with you the following.

This devil so called Ayalew Mergiyaw/Mergia is not the real Ayalew Mergiyaw/Mergia. His real name is Hailom Merid whose mother is from Adowa and his father from Adigrat. He was born and grown up in Addis Ababa. His father was a major general, his uncle a vice minister under the service of emperor haile Selassie. Hailom was eprp based in Addis Ababa, was responsible for the death of several eprp members in Addis. He was close to the leaders. When most left for Assimba, Hailom left for tplf early 80s.

When they took control of Addis, he was assigned as eprdf representative in

1 of 3

አባሪ ሦስት

በሩቅ የመቆጣጠሪያ መሳሪያ ከባዕድ ሀገር ሆነው ያልታጠቀውንና ያልተደራጀውን ምስኪን ሕዝብ ከጨካኝና ምሕረት የለሽ አውሬ መንግሥት ጋር ግብ ግብ በማጋጠም ወያኔ ሲወድቅ ቶሎ ሀገር ቤት ለመግባት ተመኙ። ያንን የሕዝብ ጥላቻ በመጠቀም፣ ባቋራጭ ሥልጣን ለመያዝ አለንልህ በማለት ከየትም እየተሯሯጡ በመሄድ ከእግር እስከ ራስ የታጠቀውን የዘረኛና ፋሺስታዊ መንግሥት ጦር ለመግፋት ምስኪንና ንጹህ የሆኑ ዜጎቻችንን ዱላ፣ ሰንጢና ሽጉጥ በማስታጠቅ በአመጽ ወያኔን ለመደምሰስ ሙከራ ማድረጋቸው ዋና ዓላማቸው ወያኔ የተሳተፉትን ወገኖቻችንን አንድም ሳያስቀር

እንደሚጨፈጭፍ በእርግጠኝነት ስለተረዱ በዓለም ሕብረተሰብ ተወግዞ ሊወድቅ ይችላል በማለት እነዚያን ንጹህ ዜጋ በማስጨፍጨፍ በእነሱ ሞትና ደም ሥልጣን ለማግኜት መሞከራቸው ነበር። ይህ ድርጊታቸው የሚያስታውሰኝ ልክ ወያኔ ሐውዜን ላይ ቅዳሜ ቀን በገበያ ላይ ንጹህ የሆኑ የትግራይን ሕዝብ በቦምብ በማስደብደብ ድርግን በማስወገዝ የፖለቲካ ድጋፍ ለማግኘት እንደጣሩት ቅንጅትም ከዚያ የተለየ እንዳለሆነ ሆኖ ስለተሰማኝ ነበር። በከተማው እንደተወራው ስለሩን ለመግታት መለስ ዜናዊ ያሰለፈውን ጦር በትግልህና በደምህ ያገኘኸውን ፍሬ ሊነጥቁህ የመጡ ባዕዳን ናቸው፣ ያለህ እድል አሁን ነው፣ ከተሸነፍክ በትግሉ ያገኘኸውን ፍሬና እድሎች ሁሉ ተነጥቀህ ወደ ትግራይ ባዶ እጅህን መሄድ ብቻ ሳይሆን በእሥር ቤትም ማቀህ ትኖራለህ። በመራራ ትግልህ ያገኘኸውን ፍሬና እድል ይዘህ ለመቀጠል ከፈለክ እድልህ አሁን ነውና እራስ እራሳቸውን በላቸው ብሎ ለጭፍጨፋ አስታጥቀ እንደላካቸው በከተማው በሰፊው ተወርቷል። ሠራዊቱም በተሰጠው ምክርና ማሳሰቢያ መሠረት ያንን ዘግናኝ ጭፍጨፋ አካሂዶ ሠልፉን በትኗል። ለ. ሁለተኛው ጉዳይ ደግሞ ለሻዕቢያ በአምባሳደርነት እንዲያገለግል አሥመራ ላይ ተቀቃመ ተብሎ ስለተነገረለትና ለወር ያህል ሽር ጉድ የተባለለት ኤ. ኤፍ. ዲ. (AFD – Alliance for Democracy) ብለው በሰየሙት አዲሱ የሻዕቢያ ተለጣፊ ድርጅት አስመልክቶ ነበር። በድርጅቱ ላይ ያለኝን ተቃውሞ በመዘርዘር አቀረብኩ። ለባስ ችግርና መከራ ካልሆነ በስተቀር በሻዕቢያ የበላይ ጠባቂነት በሚቋቋም ማናቸውም ድርጅት ኢትዮጵያ የምታገኘው አንዳችም ጠቃሚ ነገር እንደሌለ የረጅም ጊዜ ተመክሮየን መሠረት አድርጌ ገለጽኩ። እንደ ዶ/ር አምሳሉ አርአያ የመሳሰሉ ለሀገራቸውና ለሕዝባቸው ቀናና በጎ ምኞት ያላቸው ሌሎች ኢትዮጵያዊያንም በጉዳዩ በመጨነቅ ከእኔ አቋም ጋር ተመሳሳይ በሆነ መንገድ የግላቸውን አስተያየት ሰጡ። በፈረንጆች አቆጣጠር መስከረም 23 ቀን 2006 ዶ/ር አምሳሉ አርአያ ከፕሮፌሰር ቶሎሳ ካሳኔ ከተባለው የድርጅቱ አፈቀላጤ ጋር ባደረገው የተቃውሞ የኢሜል ምልልሱ ላይ "እባብ ያየ በሊጥ በረየ" የምትለዋን የቀድሞ አባቶቻችንን አባባል በመጥቀስ ነበር የጉዳዩን አሳሳቢነት ያስረዳው። አምባሳደር እምሩ ዘለቀ በበኩላቸው ስለዚህ አፍቃሪ ሻዕቢያ ድርጅት ከእኔ አቋምና አመለካከት በማይለይ ሁኔታ የግላቸውን አመለካከት እንዲህ ብለው ነበር የደመደሙት፣ "Personally, I believe that the AFD is a venomous weed planted in the midst of a healthy crop." (Ambassador Imiru Zeleke, Ethioforum, Saturday, September 09, 2006)። በእኔና እኔን መሰል አቋም የነበራቸው ኢትዮጵያዊያን አቋም ተደማጭነትን አትርፎ ያ ሽር ጉድ የተባለለት አዲሱ የሻዕቢያ እጩ አምባሳደር ወር ባልሞላው ጊዜ ውስጥ ወደ ታሪክ ሚዚየም ገባ መሰለኝ ከዚያን ጊዜ ጀምሮ ስለ AFD ሰምቼም አላውቅ።

ሐ. ከኤ. ኤፍ. ዲ. ምስረታና ወዲያውኑ መክሰም አካባቢ የተከሰተው ጉዳይ ደግሞ በሶማሊያ በወቅቱ ገዥ የነበረው የአክራሪ እስልምና ኃይማኖት ክለርክ በኢዮጵያ ላይ የጅሃድ ጦር ማወጁን

ከተለያዩ የተቃዋሚ ድርጅቶች ጽሁፎች፣ ከኢትዮ ሚዲያና ከኢትዮፎረም አባላት መልዕክት ላይ መስማቴ ነበር። ማንኛውንም አክራሪ ነክ ፖለቲካና እምነት የእሥልምናም ሆነ የክርስቲያን እምነትን በብርቱ እቃወማለሁ። በጅሀዱ ጦርነት እወጃ ወቅት ወረራውን የሚደግፉ የወሬ አርበኞች በፎረሙ ላይ ለጻፉት አሳዛኝ ጽሁፋቸው እንዲህ ብየ መለስኩ፣ ኢትዮጵያ የመለስ ዜናዊ ሀገር ባቻ አይደለችም፣ እንዲያውም እሱማ ሀገሩም አይደለች። ኢትዮጵያ የእኔና የዘር ማንዘሬ በመሆኗ በመለስ ዜናዊ ጥላቻ ምክኒያት አገሬ በጂሀድ ጦርነት ሲታወጅባት እጄንና እግሬን አጣጥፌ አልቀመጥም።

NOTE. Hotmail has disabled some of the content of this message for your protection (more information) Enable all message content (once) | Never disable content from this sender

From: abeshah <abeshah@...>
Sent: Tuesday, 17 July 2001 1:18:49 PM
To: ayalew_mengist@hotmail.com
Subject: Selam AY

Selam Ato Ayalew

I am writing to you in private. The reasons will be apparent. I have sworn in my lifetime to see those who murdered all those innocent children come to face justice, not from the Gun, but through the judicial process whatever hole they seek to bury themselves in.

You will hopefully understand my confusion between 3 Ayalew's in Assimba at the same time. Also Ayalew Kebede was the only person known as Ayalew while you were known as Mejid Abdella.

I would like to again respectfully bow and apologize to you for the offense. I know it must be devastating after putting all that stuff behind you to now come and be accused of being the monster Ayalew himself.

I apologize, and hope you will forgive me. If you wish this to be public I will do so, but I will ask that you cut out the first paragraph if at all you care about those children that were killed in Assimba.

Andualem Beshah Aboye

Andy

Hej :)

_____ Mail
Get Your Free, Private E-mail at

አባሪ አራት

ምንም እንኳን የነበረው እውነተኛ የአገሪቷ የመከላከያ ሠራዊታችን በወያኔ ፈራርሶ በምትኩ ለወያኔ ዓላማና ግብ ማስከበሪያ በሚበጅ መልክ በአዲስ የተቋቋመ ቢሆንም ትግራይ ልታድግና ልትለመልም የምትችለው ኢትዮጵያ ስትኖር በመሆኑ የወያኔ መከላከያ ሠራዊት የውጭ ወራሪን ለዚያውም የጂሀድን ወራሪ ጦር ለመቋቋም ወደኋላ እንደማይሉ ስለማምን ከጎናቸው ተሰልፌ ወራሪውን ጦር እዋጋለሁ። ይህንን ቀድሞ በውጭ ሀገር እያለሁ አገሬ በዚያድ ባሬ ወራሪ ጦር ስትወረር የመንግሥቱ ኃ/ማሪያም ሀገር ብቻ ባለመሆኗና የዘር ማንዘሬ እትብት የተቀረጠባት ሀገር በመሆኗ ከደርግ የመከላከያ ሠራዊት ጎን በመሰልፍ ለኢትዮጵያ ነፃነት እሞታለሁ ብየ በምሕረት እንደገባሁ በመግለጽ ምላሽ ሰጠሁ። መለስ ዜናዊን እና ወያኔን የጎዱ መስሏቸው በስክሪን ጆርባ

ተቀምጠው በውሸት ስም የሚቀባጥሩት የወሬ አርበኞች የጂሀድ ጦርነት ያወጁብንን ጠላቶች በመደገፍ ያላሉትና ያልቀባጠሩት አልነበረም። በተጠቀሱት በሁለቱ ተከታታይ ሁኔታዎች (በቅንጅት "ሰላማዊ" ሰልፍና በኤ. ኤፍ. ዲ. የተባለው አዲሱ የሻዕቢያው ተለጣፊ ድርጅት ምሥረታ ወቅት) ፕሮፌሰር ቶሎሳ ካሳኔ የተባለው ከሶስት ሀገር ወዳድ ኢትዮጵያኖች በተላከልኝ መሠረት ብሎ በእንግሊዘኛ የተጻፈ የአያሌው መርጊያን ትክክለኛ ማንነቱን የሚያረጋግጥ ማስረጃ ተላከልኝ ብሎ ክፉ ደብዳቤ በመበተኑ (**አባሪ ሁለትን ይመልከቱ**) ለጊዜውም ቢሆን በእኔ ላይ በአባላቱና በፎረሙ አንባቢያን ያስከተለብኝን ጥላቻ በሌላ አካባቢ ተገልጿል። ከስድስት ሳምንት ቆይታ በኋላ ፕሮፌሰር ቶሎሳ ካሳኔ ከሌላ ምንጭ ባገኘነው መረጃ መሰረት ቀደም ሲል ስለ ዶ/ር አያሌው መርጊያ የተጻፈው ከዕውነት የራቀ መሆኑን የሚያረጋግጥ ጽሁፍ ማግኘቱን ጠቅሶ የጽሁፉን ትክክለኛ ቅጁን በፎረሙ መበተኑንንም በመጽሀፉ በሌላ አካባቢ ተገልጿል። በዚያው ዘመን አካባቢ ከላይ እንደተወነጀልኩት እና እንደተኮነንኩት ሳይሆን በሌላ መልክ የራሴን ድንቅየና ብርቅየ 18ቱን ሰማዕታት ጓዶቼን አሲምባ ላይ እራሴ እንደገደልኩ ተደርጎ በተደጋጋሚ ከተለያዩ ሶስት ግለሰቦች በኩል የውንጀላ ጽሁፍ በዚሁ በተለመደው ኢትዮ ፎረም ላይ በትነው ነበር (**አባሪ ሦስትን ይመልከቱ**)። በዚህም ምክኒያት ከመስመር ውጭ እየቀረቡ የዛቱብኝና የፎከሩብኝ እያሌ ነበሩ። ሌሎቹ ደግሞ "በጨካኝ" ድርግቴ ተገርመው በዝምታ ሁኔታዎችን ይከታተሉ ነበር። ከሶስቱ ወንጃዮች ያንዱን ብቻ ለአብነት በምዕራፉ አባሪ ሦስት እና አራት ላይ የተጠቀሰውን ማቅረቡ በቂ ይሆናል። የዚህኛው ኮናኝና ወንጃይ ግለሰብ ከነ ፕሮፌሰር ቶሎሳ ከመሳሰሉት "ምሁራን" ለየት ያለ ዓምሮና ባሕል ያለው ይመስላል። መርዘኛ ብዕሩን ካሳረፈብኝና "ካስገደለኝ" በኋላ ቀይቶ የይቅርታ እሮሮውን ከመስመር ውጭ እና በቀጥታም ይቅርታ ጠየቀኝ (**አባሪ አራትን ይመልከቱ**)። እነዚህ ሦስት ጉዳዮችን አስመልክቶ ባካሄድኳቸው ምልልሶች ያልተባልኩት ነገር አልነበረም፣ ያልተሰደብኩት ስድብ አልነበረም፣ ያልተሰጠኝ ስምና ማዕረግ አልነበረም። የዱርየዎችና የቦዘኔዎችን ቋንቋ በመጠቀም የወረደብኝ ስድብ፣ ዛቻና ዘለፋ በዛብኝና በስክሪን ጀርባ የውሸት ስም ይዘው ከመለፍለፍና ከመዝለፍ በስተቀር ምን አባታቸው ሊያደርጉ ነው፣ እስቲ ልያቸው በሚል ንዴትና ከንቱ አስተሳሰብና ግምቴ በተለይ ለአንዷት የስድብና የዛቻ ጽሁፋቸው የማይገባኝንና ከእራሴ አንደበት ሊወጣ የማይገባውን በአንድ አረፍተ ነገር የሰፈረች አሳፋሪ መልዕክት እንዲህ በማለት፣ "ምንም እንኳን በወያኔ የተነደፉት ፖሊሲዎች ለመሪዎቹ የግል ጥቅምና ለዝርፊያ መገልገያነት እንዲረዱ የተነደፉ ቢሆኑም ጠቃሚ የሆኑ ፖሊሲዎች ሊኖሩ ስለሚችሉ ሁሉን እንዳለ መደብደብ የለብንም" በማለት ምልሻ ሰጠሁኝ።

ታዲያ ይህም ምላሼ ከእልክና ከንደት የመነጨ ውጤት ሆኖ ሳላስበው ለሁለተኛ ጊዜ ከመርሔ ጋር ለማጋጨት አበቃኝ። አንባቢው ያየው ከእኔ ያልጠበቀውን ያችን አባባል እንጂ ያንን ለመጻፍ ያስገደደኝን ጽሁፉ ያዘለውን ስድብ፣ እርግማን፣ ዘለፋ፣ የብልግና የዱርየዎች ዘለፋ

አልታያቸውም፣ ወይንም ከጉዳይ አላስገቡትም። እኔ ለራሴ ምን እንደጻፍኩ አላስታውስኩም ነበር። ያስታወስኩት በሶስተኛው ቀን እንደታናሽ ወንድሜ የምቀጥረው መልካም አመለካከት የነበረው ዶ/ር አምሳሉ አርአያ "ጋሼ አያሌው፣ ጠቃሚ ፖሊሲዎች ሊኖሩ ይችላሉ ያልካቸውን ምን እንደሆኑ ብታብራራልኝ በትህትና እጠይቅሃለሁ" ብሎ ባሳሰበኝ ጊዜ ነበር ግራ ተጋብቼ የትና መቼ አልኩ ብየ ልጠይቀው ስዘጋጅ የላኩትን ኢሜል ስመለከት በእውነትም እንኳንስ ለእሱ ለራሴም የሚያስደነግጥ ጽሁፍ መስሎ ነበር የታየኝ። በግል ከመስመር ውጭ ለዶ/ር አምሳሉ የገፋፋኝን ምክኒያት በመጥቀስ ለማናቸውም ስሕተተኛ መሆኔን ጠቁሜ አጭር የይቅርታ ማስታወሻ ላኩለት።

3. ሦስተኛው ከመርሕ ውጭ የወጣሁት ደግሞ በዋሽንግተን ዲ. ሲ. በሚያዚያ ወር 2011 በሐዋርድ ዩኒቨርሲቲ ወያኔ ባዘጋጀው የአምስት ዓመት መርሀ ግብር ገለጻ ስብሰባ ላይ ስብሰባውን ለመካፈል ለምኜ መግባቴ ነበር። ይህን ስብሰባ ለመካፈል አስቤና ተዘጋጅቼበት ነው። ያለ ግብዣ መግባት አይቻልም ስለተባልኩኝ ኤምባሲ ደውየ በወቅቱ በአምባሳደር ወይንም በሚኒስቴርነት ደረጃ ተሹሞ በኤምባሲው የኮሚኒቲው ኋላፊ ለነበረው ደውየ ተነጋገርኩ። ስሜን፣ አድራሻየንና ስልክ ቁጥሬን ወስዶ እንደሚላክልኝ ቃል ገባልኝ። ስሜን ከአወቀ በኋላ በእሱ ቃንቃና አስተሳሰብ ስብሰባቸውን ለማጨናገፍ የምገባ እንጂ መልካም ሰው ሆኜ ባለመታየቴ ሳይላክልኝ ቀረ። ኤምባሲው ኢትዮጵያዊያን ስብሰባውን እንዲካፈሉላቸው ከፍተኛ ቅስቀሳ እያካሄዱ ሳለ ለመግባት ለምኜ እንኳን ሊፈቅዱልኝ አልፈለጉም። የተባለውን የግብዣ ወረቀት ማግኘት ባለመቻሌ ከእልክም ጭምር ማግኘት አለብኝ በማለት ኢትዮ ፎረም በስም ያስተዋወቀንን የትግራይ ተወላጁ "ወዳጄን" ደውየ አነጋገርኩት። ተመስገን ፍላጎት ማሳየትህ አያሌው፣ ለሌላ ተግባር ሳይሆን እውነት ስብሰባውን ለመካፈል ፈልገህ ከሆነ በእኔ ይሁንብህ ለሆነ ግለሰብ ደውየ እንዲላክልህ ይደረጋል አለኝ። እንዳለውም አቶ ዋሂድ የሚባለው ደውሎ አድራሻየን ጠየቀኝ፣ በዚያም መሰረት የግብዣው ደብዳቤ ስብሰባው ሊከፈት ሁለት ቀን ሲቀረው ደረሰኝ። ሻዕቢያንና ወያኔን ከማንም አብልጬ አውቃቸዋለሁ። ለኢሕአፓ አመራር እምብርትም ሽርና ተንኮሉን ያስተማሩት እነሱ መሆናቸው ግልጽ ነው። ለዳግማይ የስደት ዘመን ከሀገር ቤት እንዴት ልወጣ እንደቻልኩ በዚሁ ምዕራፍ ተገልጿል።

ከስንት ዓመት በኃላ ለብርቱ የቤተሰብ ጉዳይ ሀገር ቤት ለመጓዝ ዝግጁ በመሆኔ ወያኔዎች የሚያደርጉት ምን ይታወቃል ብየ በመጠራጠር ሳይተናኮሩኝ ቶሎ ለመመለስ ያገኘሁት ዘዴ በሐዋርድ ዩኒቨርሲቲ የሚያካሄዱት ስብሰባቸው ላይ በመገኘት ከልብ ተካፋይ በመምሰል በቪዲዮ በመታየት በወያኔ ሰላዮችና የመረጃ ሰዎች እንዲታወቅልኝ ማድረግ ነበር። ወደ አዲስ አበባ የምጓዘው ከስብሰባው ማግሥት ነው። ጊዜው ደግሞ የሬነሳንስ ግድብ በሚል ጥሩንባ የሚነፋበት ወቅት ስለነበር የወያኔ ደህንነት ሰዎች በዚያን ሰዓት በጀርባ ተቀምጠው ሁኔታዎችን የሚያዩበትና ለጊዜውም ቢሆን ፊት ለፊት በመቆም መደብደብና መንክስ ችላ ያሉበት አጋጣሚም እንደሆነ በማረጋገጤ ነበር።

በሰሜን ቪርጂኒያ ከቫር ዶርን ባቡር ጣቢያ እንደደረስኩ ሐዋርድ ዩኒቨርሲቲ በየት በኩል መሄድ እንደሚገባኝ ሳጠያይቅ የተለያዩ በትላልቅ ሰሌዳ የተጻፉ መፈክሮችን የያዙ አንድ አራት ኢትዮጵያዊያን አያለሁ። ስጠይቅ ሰምተውኝ ነበርና እንደነሱ ለመቃወም የምጓዝ ጀግና መስያቸው ሊተባበሩኝ ወደ እኔ ተጠግተው ተዋወቁኝ። እኛም ወደ እዚያው ነው የምንሄደው እንዳሉኝ እናንተ የምትሄዱት ለመቃወም ሲሆን እኔ ግን ስብሰባውን ለመሳተፍ ነው ስላቸው ሁሉም በድንጋጤ የሚናገሩት ጠፋባቸው። የደነገጡበት ምክኒያት በግልጽና በድፍረት በመናገሬ ነበር።

ከአራቱ አንዱ የእኔ ታናሽ የሆነ ወደ አምሳው አጋማሽ ላይ የደረሰ ጨዋ ወገኔ ነው። ሶስቱ ስሜታዊ የሚነዳቸው ወጣቶች ስለነበሩ አካኪ ዘራፍ ሊሉ ሲሞክሩ ተው ረጋ በሉ ወጣቶች ቀስ ብለን እንጨዋወት እየተጓዝን ስላቸው ትልቅየውም ደገፈኝና በወዳጅነት እየተጨዋወትን አመራን። ደረጃውን ስንወጣ ዓይኔ አደናቀቅፎኝ ሊስቁ ሲሞክሩ አሁንም፣ ተው ሀበሾች ዓይኔ በትክክል አጣርቶ ማየት ስለሚያስቸግረው ነው አልኳቸው። እንዲያውም ስብሰባውንም ለመካፈል ያስገደደኝ በዚሁ በዓይኔ ምክኒያት ነው አልኳቸው። አንደኛው በስሜት የሚነዳው ወጣት ታዲያ ስብሰባው የዓይን ሕክምና ማካሄጃ ነው አሉህ እንዴ ወያኔዎች ብሎ ሊደነፋብኝና ሊያሾፍብኝ ፈለገ። በዓይኔ ምክኒያት ሀገር ቤት እሄዳለሁ በነገው ቀን፣ ስለዚህ በስብሰባው ላይ መታየት አልፎም ከተቻለ በቪዲዮ መታየት መልካም መሆኑን አምኜበት ነው ብየ ግልጹን ነገርኳቸው። እንደሌሎቹ እዚህ በወያኔ ላይ እየደነፋሁ በጎን ግን አዲስ አበባ በመመላለስ የንግድ ስራ እንደሚያጧጡፉት አስመሳዮች አይደለሁም። ይህ ጉዞ ለእኔ ለዳግማይ የስደት ዘመን ከአገሬ ከወጣሁ የመጀመሪየ ጊዜየ ነው፣ አወጣጤም ሆነ ከዚያም በፊት በተለያየ መልክ ከእነሱ ጋር ከማናችሁም ይበልጥ እንተዋወቃለንና ያንን ረስተው በአዲስ መንፈስ እንዲያዩኝና የሄድኩበትን የዓይኔን ጉዳይ ተሎ አጠናቃቄ መመልሰ እፈልጋለሁ አልኳቸው። ኃደኛየ ሆኑ፣ እየተጨዋወትንና ስለዓይን ሕመሜ እያስረዳኃቸው ሐዋርድ ዩኒቨርሲቲ ደረስን። እነሱ ከአዳራሹ ፊት ለፊት በስተቀኝ በኩል ማዶ በማዕዘን ላይ ተከማችተው እንደሚገኙ ነገሩኝ። ካዘኔታ የተነሳ እኔ ከተቃዋሚዎቹ ርቄ በአዳራሹ በስተግራ በኩል ያለችግር እንድገባ በየት አድርጌ ወደ አዳራሹ ዋና በር መግባት እንደምችል አስረዱኝ። እኔ የምፈልገው እናንተ ከተሰበሰባችሁበት ቦታ ድረስ ደርሸ ከዚያ በኋላ ወደ ማዶ መሻገር የምፈልገው ስላቸው በአዘኔታና በመቀርቀር ይስድቡሃል፣ ስድቡን አትችለውምና ጥሩ አይደለም ብለው ይማፀኑኛል። ግድየለም እንዴት አድርጌ በስተጀርባችሁ ወደ እናንተ እንደምደርስ አቅጣጫውን ምሩኝ ብየ እንዳስጨነኳቸው ከአዳራሹ ፓራሌል ከሚገኘው መንገድ ቀጥታ ተጉዤ ወደ ቀኝ ታጥፌ በማቅናት ከጀርባቸው ደረስኩ። ሸክ ብየ ነበር የወጣሁትና የሆንኩ ትልቅ ቱጃር አጋራቸው መስያቸው በፈገግታ መልክ ተቀበሉኝ። ለሁለት ደቂቃ ያህል ከእነሱ ጋር አብሬ ቆምኩና ጉዞየን ወዳ ማዶ ከሚገኙት ፖሊሶች ጋር ተሻግሬ ቆምኩ። ተቃዋሚዎቹ ሁሉ ግራ ተጋቡ።

ለአንድና ሁለት ደቂቃ ከፖሊሶቹ ጋር እንደቆምኩ ጉዞየን በመቀጠል ፖሊሶቹን ሰንጥቄ ወደ አዳራሹ ሳመራ ከመሀል ላይ ፖሊሶች ተቃዋሚ መስያቸው ያቀሙኛል። ከኪሲ የግብዣውን ወረቀት አወጣሁና ተጋብዤ ነው ብየ ሳሳይ ባንድ ጊዜ፣ ባንድ ድምፅ ተቃዋሚው ሁሉ ሌባ ዘራፊ! ሌባ ዘራፊ! ሌባ ዘራፊ! እያሉ አዳራሹ እስከገባሁ ድረስ በመደጋገም ሲጮሁ ወደእነሱ ፊት ለፊት በመቆም እንደመንግሥቱ ኃ/ማሪያም ሁለት እጆቼን እያውለበለብኩ ሰላምታ በመስጠት በፈገግታ ጉዞየን ቀጠልኩ። ሌባ ዘራፊ! ሌባ ዘራፊ! ሌባ ዘራፊ እየተባልኩ ማለፌ በአዳራሹ ውስጥ ያሉት መኳንንቶች ሁሉ ግራ ተጋብተው ማንነቴን ለማየት በጉጉት ይጠባበቁ ነበር። የማን ትልቅ ሰው ስለመጣ ነው ይህ ሁሉ ስድብ፣ ማን ናቸው እያሉ ለማወቅ በጉጉት በዋናው በር በስተውስጥ በኩል እንደሌባ ተለጥፈው ሁኔትውን ሁሉ ኡየተመለከቱ ጋሼ ታፈሰ መጣ እንዴ በማለት ሲጠብበቁ ቆይተው ወደ ሎቢው ስገባ አይተውና ሰምተው የማያውቁት አዲስ ቱጃር ወይንም መኳንንት ሆኘ ተገኘሁባቸው። ሌባ ዘራፊ! ሌባ ዘራፊ! ሌባ! ዘራፊ ሌባ እያሉ ሲሰድቡኝ ፖሊሶቹ የፍቅርና የአክብሮት መስሏቸው እኔን እንደትልቅና እንደ ተወዳጅ ተቃዋሚ መኳንንት አድርገው ነበር የቀጠሩኝ። ማንነቱን አላወኩም ሆኖም ከስብሰባው አስተናጋጆች አንዱ ሆን ብሎ በክብር ተቀብሎ ወደ አዳራሹ ወስዶ ከፊት ለፊት ካለው ወንበር ላይ መሆኑ ብቻ ሳይሆን ከአምባሳደር ብርሀነክርስቶስ ፊት ለፊት አስቀመጠኝ። ስብሰባውን የተካፈልኩት በሰላዮቻቸው ለመታየትና በቪዲዮቻቸው ላይ እንድቀረጽ ስለፈለኩ ስለነበር ከአምባሳደሩ ፊት ለፊት መቀመጤ ይበልጥ ደስታ ነበር የሰጠኝ። ያስቸገረኝ ቢኖር ንግግራቸው ሁሉ አንዱም ስለማይጥመኝ እንዳይሰለቸኝ በመተኛት ጊዜውን ለማሳለፍ አቅጄ ሳለ ከአምባሳደሩና ስብሰባውን ከሚመራው የልዑካን ቡድን ፊት ለፊት መሆኔ ለመተኛት አስቸጋሪ ሆነብኝ። ስለዚህ ሳልተኛ ጠንክሬ ጊዜው እንዲያልቅልኝ በማሰብ በዓዕምሮየ ወደ ሌላ ቦታ በመሄድ ስለሆነ ታሪክ እያነሳሁ በመመራመርና ከራሴ ጋር በመነጋገር ጊዜውን ለመግፋት እንደተያያዝኩት ሳላስበው ተቃዋሚዎቹ ስብሰባውን አጨናገፉት። በመጀመሪያ ማይክሮፎኑን ምን እንዳደረጉበት አላውቅም ተናጋሪዎቹ መናገር፣ እደማጮቹ ደግሞ መስማት እንደማይቻል አደረጉት። በግር ግሩ ብዙ ሰዓት ተቃጠለባቸው። በኋላ በስንት መከራ እንደገና ተጀመረ። ወዲያውኑ የእሳት አደጋ ምልክት ተለቀቀ። መስማት አይቻልም፣ መናገርም አይቻልም። ይህ ችግር በቀላሉ ሊፈታ ባለመቻሉ ተቃዋሚዎቹ በጀግንነት አሸንፈው ተልዕኳቸውን በደንብ ተወጥተው በማግሥቱ እሁድ ከኢትዮጵያ አምባሲ ቅጥር ግቢ ስብሰባው እንደሚቀጥል አምባሳደሩ አስታውቀ ስብሰባው ተበተነ።

10.37. የኤፍሬም ደጀኑንና የውብሸት መኮንንን ቤተሰብ የማኘት ጥረት

የኢትዮጵያን ሕዝብ በትግላቸውና በደማቸው ነፃ ለማውጣት ወደ ኢሕአሠ ለመቀላቀል ከየነበሩበት አካባቢ ሲነሱ ለድርጅታቸው ደህንነትና ፀጥታ ሲባል ለቤተሰቦቻቸውና ለወዳጆቻቸው

ሳያሳውቁ ነበር። ከነዚህም መካከል በአሲምባ በርሃ በገዛ የትግል ጓዶቻቸው ተረሸነው ባንድ ጉድጓድ ተቀብረው የቀሩት ጓዶቻችን ናቸው። ጥቂቶቹ ከሚወዷቸው የትዳርና የትግል ጓዶቻቸውና ከልጆቻቸው፣ ሌሎቹ ከእጮኛዎቻቸውና ፍቅረኞቻቸው፣ ሌሎቹ ከእናት አባታቸውና ቤተሰቦቻቸው ምንም ሳይነግሩ ነበር በነው የጠፉት። ቤተሰቦቻቸው እስከዛሬም ድረስ የልጆቻቸውንና የወንድሞቻቸውን ትንፋሽና ምልክት ለማግኘት ይፋ ፍለጋቸውን ሳያቋርጡ ልጆቻቸው የት እንደደረሱ እስኪያውቁ ድረስ ከሱባኤ አልወጡም። ሌሎች መኝታቸው ወለል ላይ ሲተኙ ኖረዋል። ወገባቸውንም በገመድ አስረው ልጆቻቸው የት ወድቀው እንደቀሩ እስከሚረዱ ድረስ ፀጉራቸውን ውሀ እንዳይነካው ምለዋል። የጥቂቶቹም እናቶች ልጆቻቸው እንዳሉና ተሳፋ ሳይቆርጡ እንድ ቀን ዓምላክ እንደሚያመጣላቸው በመተማመን ሕይወታቸው ያለፉ ይገኛሉ። ለእኒህ እናቶች ሞተዋል ተብሎ እንኳን ቢነገራቸው ካለማመን የተነሳ ተናጋሪውን እንደጠላት የሚቀጥሩበት ሁኔታ ደርሶ ነበር። ማመን ቀርቶ መስማትም ያቃታቸው የነበሩ እናቶች እንደነበሩ ሰምተናል። የኤፍሬም ደጀኑ/ሰዒድ አባስ ወላጅ እናት ወ/ሮ ዘውዴ ጅማ ልጃቸው በገዛ ጓዶቹ ተገድሎ ከዚህ ዓለም ማለፉን ሳይነግሯቸው በሚስጢር ተይዞ ይመጣልኛል እያሉ በመጠባበቅ ከሁለት ዓመት በፊት ከዚህ ዓለም በሕይወት መለየታቸውንና መሞቱን ቢነግሯቸው እንደማያምኑ ከዋሽንግተን ዲ. ሲ. መልካም ወዳጄ ከአቶ ሰዩም ዘነበና በኃላም ከወንድሞቹና ከእህቱ ተረድቻለሁ። እነ ክፍሉ ታደሰ፣ ዘሩ ክህሸን፣ እያሱ ዓለማየሁ፣ ሳሙኤል ዓለማየሁ፣ መርሻ ዮሴፍ፣ ጌታቸው በጋሻው፣ ፀሐየ ሰለሞን/መሀሪ ገ/እግዚአብሔር፣ አበበች በቀለና ሌሎቹ ይህንን ሁሉ የእናቶችን ሥቃይና ጭንቀት እየሰሙና እያወቁ ሕሊናቸው ወቅሷቸው እንኳን ሚቾቹ የተቀበሩበትን ቦታ በጠቀሙ በክብር እንዲቀብሯቸው ባስደረጉ ነበር። በኤደን ቀይታችን በሦስተኛውና አራተኛው ወር ገደማ አትክልትና ፍራፍሬ እንድብርቅ ሆኖ ባገኘንበት ባንድ አጋጣሚ ሰዒድ አባስ ቤተሰቦቹ በሐረር አገምሳ አካባቢ የአትክልትና ፍራፍሬ እርሻ እንደነበራቸው ለእኔና አቡበከር ሙሀመድ አስታውሶን ነበር። በየጊዜው ባደረግናቸው ጭውውቶቻችን ወቅት የሁለተኛ ደረጃ ትምህርት ቤቱን የት እንደተማረና የት እንደጨረሰ ሊያነሳ የሚያስችለው ምክኒያት ባለመኖሩ ከሱ ለመስማት እድል አላጋጥመኝም ነበርና ሐረርና አገምሳን ስለጠቀሰ በእኔ ግምት የ2ኛ ደረጃ ትምህርት ቤቱን ያጠናቀቀውና ቤተሰቦቹም የሚኖሩት እዚያው ሐረር ነበር የመሰለኝ። እስከ 1975 ዓ. ም. ማገባደጃ ድረስ በአዲስ አበባ ውጭ ለመውጣት አይፈቀድልኝም ነበርና ሐረር ድረስ በመጓዝ ቤተሰቦቹን ለማፈላለግ አላስፈላጊ ችግር ላለመግባት ከማፈላለግ ጥረቴ እንድቀጠብ ተገደድኩ። አቶ ደጀኔ ጋሼ የሻምበል ፈስሐ ገዳን ልዩ መመሪያ በመጣስና ለእኔ በመቀርቀር በሆቴሎች ኮርፖሬሽን ስትስቲሺያን አድርጎ መድቦኝ ለ 3 ወር በሰራሁበት ጊዜ እንደ እኔው በስታስቲሺያንነት ተመድቦ ይሰራ የነበረው አቶ መ. ተመስገን ቦስተን ተማሪና ነዋሪ እንደነበረና ለጉብኝት ከመጣ በኃላ ወደ አሜሪካ ለመመለስ ሲሞክር በሶሺያሊስትነት ተጠርጥሬ

የመመለሻ ቪዛ ተከልክየ እንደአንተው እዚሁ ታፍኘ እኖራለሁ ብሎ ያጫውተኛል። እንደአንተ ማለቱ በምሕረት ገብቼ ያለመታወቂያና ሥራ ስንከራተት መኖሬንና ከአዲስ አበባ ውጭ የመውጣት መብት የለለኝ መሆኑ በመስማቱ ነበር። ከእሱ ጋር ለ3 ወራት ባንድነት ስንሰራ ችግር ያለበት በመሆኑ ስለኢሕአፓም ሆነ ኢሕአሠ ወይንም በተመሳሰለ ጉዳይ እንዳንወያይ ስለመከረኝ ላለማስጨነቅ ሳላወያየው ወደ ሌላ ቦታ ተመድቤ ሄድኩ። ከ9 ዓመት በኃላ ደርግ ወድቆ ወያኔ እንደገባ በአሁኑ ጊዜ የሚያስጨንቀው ሊኖር አይችልም ብየ በመተማመን አፈላልጌ በግልጽ ቦስተን ከኖርክ የትግል ጓዶቼን ኤፍሬም ደጀኑን እና ውብሸት መኮንን ታውቃቸው እንደሆን ብየ ጠየኩት።

ሁለቱም ጋር እተዋወቃለሁ፣ ጓደኞቼም ነበሩ፣ ታዲያ እነሱ እኮ አሲምባ ተገድለዋል ተብሎ ነው የተወራው ብሎ ያጫውተኛል። የቤተሰቦቻቸውን አድራሻ ብታፈላልግልኝ ብየ እንደጠየኩት የሁለቱም ቤተሰቦች አዲስ አበባ እንደሆኑና የሁለተኛ ደረጃ ትምህርታቸውንም እዚሁ አዲስ አበባ እንዳጠናቀቁ ከእሱ ለማወቅ በቃሁ። አድራሻቸውን ብታፈላልግልኝ ብየ በድጋሜ እንደጠየኩት ቀይ በደንብ አድርጎ የሚያውቅ የሜዳ ጋደኛቸው ስለአለ እሱን አፈላልጌ አገናኝሀለሁ ብሎኝ ሳለ የተባለው ግለሰብ ለወያኔ ጭራ ሆኖ እያገለገለ በመሆኑ ላነጋግረው ቀርቶ ልቀርበውም አልፈልግምና ይቅርታ ጠየቀኝ። በጉዳዩ ያሰበበት በመሆኑ ሌላ የሚያውቅ ሰው ሲያፈላልግ ቀይቶ ወያኔዎች ይሰሩት ወይንም ሾልኮ ይውጣ የት እንደሚገኝ አላውቅም እንጂ በደንብ አድርጎ ሁላችንንም የሚያውቀን አምሃ ዳኜ የተባለ ነበር። አፈላልገው ብሎ ስለእሱ የማላውቅ መስሎት ሊያደፋፍረኝ ሞከረ። አቡበከር ሙሀመድን በምን ዓይነት መንገድ በባሕር ኃይል እንደቀየ ዝርዝር ባላውቅም የባሕር ኃይል ባልደረባ እንደነበረ አጫውቶናል። አቡበከር ሙሀመድ የምንሊክ ሠፈር ልጅ እንደሆነ በጨዋታችን ወቅት የጠቀመን ቢሆንም በትክክል የትኛው አካባቢ ምሆኑን መጠየቁ አስፈላጊ ባለመሆኑ ሳላጣራ አልፌዋለሁ። አዲስ አበባ ውስጥ በጥንቃቄ መዘዋወር በጀመርኩበት ዓመታት በምንሊክ ሰፈር በሣምንት ሶስት ጊዜ መዘዋወርን ልማዴ አድርጌ ተያይዤው ነበር። በምዘዋወርበት ወቅት ስም እየጠቀስኩ እንዳንድ ሰዎችን መጠየቁ ለደርግ የጸጥታ ክፍል ደርሶ ሀገር ቤት መግባቴ የተጠረጥርኩበትን እንደ ትክክለኛነት ሊያረጋግጥላቸው ስለሚችልና አያሌው ከበደንም ከልቦናየ ሳላወጣ እንደው በደፈናው ቢያንስ በሣምንት ሦስት ጊዜ ጃን ሜዳና ምንሊክ ሠፈር በመዘዋወር እሱን የሚመስል ሰው ለማየት ከፍተኛ ጥረት ሳደርግ ኖሬአለሁ። አልፎ አልፎም እሱን የሚመስል ሰው ሳይ እንደ ጅል ሰው ውብሸት መኮንን ብየ በመጣራት አልፋለሁ። ግለሰቡ እየሰማ ዘግቶኝ ከሄደ እንደማያውቀው አረጋግጩ በራሴ ቂልነት በሆዴ በመሳቅ ኢትዮጵያን ለቅቄ እስከ ወጣሁበት 1986 ዓ. ም. ድረስ ቤተሰቡን አፈላልጌ ለማግኘት ብዙ ጥረት አድርጌ ሳይሳክልኝ ቀርቷል። ለጉብኝትና ለሥራ ጉዳይ እንጅ ለመኖር ተመኝቸው ከማላውቀው ሀገረ አሜሪካ እህል ውሀ እያዋከበ ይዞኝ ገባ። ከእነሱ ቤተሰቦች ጋር ወደፊት ኢትዮጵያ ተመልሼ ጥረቴን እንደገና ከመቀጠሌ

በፊት አንድ ጊዜ ቦስተን በመጋዝ በዚያን ዘመን ቦስተን የነበሩ ኢትዮጵያዊያኖችን አፈላልጌ አጠያይቃለሁ፣ አሁን ግን ትኩረቴን ሁሉ ወደ ዓይኔ ማድረግ ይኖርብኛል ብየ ወሰንኩ። ቢሆንም የዓይን ህክምናየን እየተከታተልኩ እግረ መንገዴን ቦስተን ሄጄ ማጠያየቁ ቢቀር እንኳን እዚህ በዋሽንግተን ዲ. ሲ. አካባቢ በየአጋጣሚው እነሰዒድ አባስናና አቡበከር ሙሀመድ ቦስተን በነበሩበት ዘመን ቦስተን የነበሩ ግለሰቦችን ስገናኝ ከመጠየቅና ከማነፍነፍ የሚያግደኝ የለም ብየ ወሰብንኩ። በዋሽንግተን ዲ. ሲ. ከተዋወኳቸው መልካም ወዳጆቼ መካከል አንዱ ከአቶ ስዩም ዘነበ ጋር በፈረንጆች ዘመን አቆጣጠር 2012 ስታርባክ ሆነን ቡና እየጠጣን ስንጨዋወት ያጋጣሚ ነገር ሆነና በጨዋታ ጨዋታ ቦስተን ይኖር እንደነበረ አነሳልኝ። ሳልረሳው ቶሎ ብየ ይቅርታ ጠይቄ በፈረንጆች ዘመን አቆጣጠር ከ1976 በፊት ይኖር እንደነበረ ጠየኩት። በአወንታ መለሰልኝ። የቦስተን የኢትዮጵያ ተማሪዎች ማሕበር አባልና ንቁ ተሳትፎ የነበራቸው ኤፍሬም ደጀኑና ውብሸት መኮንን የሚባሉ ታውቃቸዋለህ ወይ ብየ ጠየኩት። ቀናና መልካም ሰው በመሆኑ እንደሌሎቹ በዓዕምሮው ሌላ ሳያስብ በቀጥታና በግልጽ እንዲያውም አለ አቶ ስዩም ዘነበ “አንደኛቸው ማለትም የአርበኛው የደጃዝማች ገነነ በዳኔ የወንድም ልጅ የሆነው ኤፍሬም ደጀኑ ዘመዴ ነው አለኝ።

በማያያዝም የኤፍሬም ደጀኑ ታናሽ እህት እዚሁ ሰሜን ቪርጂኒያ ትኖራለች” ብሎ መለሰልኝ። ያጋጣሚ ነገር ሆነና ሁሉ ነገር ቀላል ሆኖ ይቀርብልኝ ጀመር። ነገሩ ሁሉ ገረመኝና እንደቂል ሰው ለመሳቅ ቃጣኝ። እቶ ስዩም ዘነበም ሁኔታየ አስገርሞት በደህናህ ነው ብሎ ጠየቀኝ። ባጋጣሚ ሆነና ታሪክ የጣለብኝን አደራና ግዴታ ለመወጣት እንድችል በሀገር ቤት የሁለቱን ወንድሞቼን ቤተሰቦች ለማግኘት ያላደረኩት ጥረትና እንደሌለና አሁን እንዳልደከምኩበትና ላይ እታች እንዳላልኩበት እንደቀላል ነገር ሁሉ ግልጽ ሆኖ መቅረቡ የፈጣሪ ሥራ አስገርሞኝ ነው በማለት ብየ ይቅርታ ጠየኩት። ጊዜው ረጅም በመሆኑ እምብዛም ላያስፈልግ ይሆናል። ነገር ግን የኤፍሬም ደጀኑን እህት የወንድሟን የመጨረሻ ዕጣ ያላወቀች ከሆነችና ለማወቅ የምትፈልግ ከሆነ የመንፈስ እርካታ እንደሚያስገኝልኝና የ37 ዓመታት ጥረት ውጤቴ ስለሚሆንልኝ ለመተዋወቅ ፍላጎት ካላት ፍቃደኛና ዝግጁነቴን ገለጽኩለት። አቶ ስዩም ዘነበ በመቀጠል “ውብሸት መኮንን በተመለከተ በገዛ ጓዶቹ መገደሉን አሜሪካን ያሉት ዘመዶቹ መስማታቸውን አውቃለሁ። የኤፍሬም ደጀኑ እህት ስለወንድሟ በቅርብ ከሚያውቅ ጓደኛው መስማቱ ደስ እንደሚላት እርግጠኛ ስለሆንኩ እንድትገናኙ አደርጋለሁ። የኤፍሬም እናት ልጄ ከዛሬ ነገ ይመጣል እያሉ ተስፋ ሳይቆርጡ ቆይተው ባለፈው ዓመት አረፉ። በቅርብ ከሚያውቁ ለዚያውም በጓደኝነት አብሮ ብዙ አገሮች ባንድነት ከተንከራተ ጓደኛቸው ስለወንድሟ መስማቱ ደስ ስለሚላት ብትገናኙ መልካም ነው” ብሎ እንዲያውም እራሱ ሊያደፋፍረኝ ሞከረ። የሰላሣ ሰባት ዓመት ጥረቴ ውጤት በመሆኑ አንተን ማስቸገር ካልሆነብኝ በስተቀር ግዴታየም ኋላፊነቴም ነው ብየ ስልክ ቁጥሬን ሰጥቸው ተለያየን። በማግሥቱ ቅዳሜ ጧት

ከሰዎች ጋር ለዓይኔ ጉዳይ ኒው ዮርክ ከተማ ከሚገኝ specialist ዘንድ መሄድ ነበረብኝ። ጉዳየን አጠናቅቄ የምመለሰው ማክሰኞ ነበር። ከኤፍሬም ደጀኑ ታናሽ እህት ጋር ግንኙነት ለማድረግ ያን ያህል የፈጥናል ብየም በጭራሽ አላሰብኩም ነበር። ገና ኒው ዮርክ እንደደረስኩ ቅዳሜ ቀን ከሰዓት በኋላ ከአቶ ስዩም ዘነበ ስልክ ይደወልልኛል። ለዓይኔ ጉዳይ ያለሁት ኒው ዮርክ ስለሆነ ቅዳሜና ዕሁድ ለመገናኘት እንደማልችል ነገርኩት። ወዲያውኑ እህቱ ወ/ሮ ኤልሳቤጥ ደጀኑ ደወልችና ተዋወቀችኝ። ሰኞ ለእናታቸው ዓመት አዲስ አበባ እንደሚበሩ ገለጸችልኝ። ይህን ስሰማ የዕሁዱንና የሰኞውን የዓይኔን ጉዳይ ሰርዤ በማግሥቱ ጧት ተነስቼ ከሰዓት በኋላ ለመድረስ ወሰንኩ። ለህክምናየ አብረውኝ የሄዱት ባላደራ ፈረንጆች ወደ ዋሺንግተን ዲ. ሲ. ለመመለስ መዘጋጀቴን ሲረዱ እንደ እብድ ወይንም ጤነኛ ያልሆንኩ መስየ ታየኋቸው። ሀሳቤንም ለማስቀየርና አድቤ ኒው ዮርክ እንድቀይና የመጣሁበትን የዓይኔን ሕክምናየን እንድከታተል ለማድረግ ሞከሩ። ላስረዳቸው ብሞክር ሊገባቸው የማይችል ከመሆኑም በላይ ከአሜሪካ የራስ ወዳድነት ባሕልና መንፈስ ጋር ሊጣጣምላቸውም ስለማይችል ጥያቸው ወደ ዋሽንግተን ዲ. ሲ. ተመልሼ በማግሥቱ ዕሁድ ከሰዓት በኋላ ከወይዘሮ ኤልሳቤጥ ደጀኑና ከባለቤቷ ከአቶ ዘካሪያስ ኃይለ ጊዮርጊስ ጋር ተገናኘሁ። አቶ ስዩም ዘነበ ላቀረብኩለት ጥያቄ ያለምንም መጠራጠርና ማመንታት ነገሮችን በቀና መንፈስ አገናዝቦ ከኤፍሬም ደጀኑ ታናሽ እህት ከወ/ሮ ኤልሳቤጥ ደጀኑ ጋር በማስተዋወቅ ከኤፍሬም ደጀኑ ቤተሰብና ከውብሸት መኮንን ታናሽ እህት ጋር ለመተዋወቅ ድልድይ ሆኖ አገለገለኝ። አፍሬም ደጀኑ የሁለተኛ ደረጃ ትምህርት ቤቱን ሲያጠናቅቅ ከቀዳማዊ ኃ/ሥላሴ እጅ ድፕሎማና ሽልማት ሲቀበል የተነሳውን ፎቶግራፍ ከታናሽ እህቱ ከወይዘሮ ኤልሳቤጥ ደጀኑ መኖሪያ ቤት ለማየት ቻልኩኝ። ታናሽ እህቱና አማቹ አቶ ዘካሪያስ ኃ/ጊዮርጊስ ወደቤታቸው ይዘዉኝ ሄደው ከልጆቻቸው ከወይዘሪት ኤደን ዘካሪያስና ከልጅ ጆን (ዮሐንስ ለማለት ነው) ጋር አስተዋወቁኝ። ሁላችንም ባንድነት አብረን እየተጨዋወትን አምሽቼ ከምሽቱ 10:30 ሲሆን አቶ ዘካርያስ ኃይለጊዮርጊስ ወደ መጠለያ ቦታየ (homeless shelter) ከኤደን ዘካሪያስ ጋር ይዘውኝ ሄዱ። በምንወያይበት ወቅት የት እንደምኖር ወ/ሮ ኤልሳቤጥ ደጀኑ ጠይቃኝ በደፈናው በሰሜን ቪርጂኒያ በአለክሳንድሪያና በፌየር ፋክስ ካውንቲ እስከ ቅርብ ጊዜ ድረስ እንደኖርኩ በመግለጽ በአሁኑ ጊዜ ግን የት እንደምኖር ስትመልሱኝ ታውቁታላችሁ ብየ በደፈናው ገለጽኩላቸው። ወደማርፍበት ቦታ መልሰው ሲወስዱኝ እራሳቸው ይወቁ በማለት ሽልተር/መጠለያ ላጡ በሚኖሩበት ማዕከል እንደምኖር ልገልጽላቸው አልፈለኩም። ሽልተር እኖር እንደነበር ለመጀመሪያ ጊዜ በኤፍሬም ደጀኑ ቤተሰብ መታወቅ የጀመርኩት ከትውውቃችን ከሁለት ዓመት በኃላ የመጽሀፉን ኮፒ በፈረንጆች ዘመን በ 2013 ልኬላቸው ማንበብ እንደጀመሩ እንደሆነ ነው ግንዛቤየ።

ምዕራፍ አሥራ አንድ

11.0. የኢትዮጵያ ሕዝባዊ አብዮታዊ ፓርቲ

11.1. የኢሕአድ/ኢሕአፓ አመሠራረትና ፈጣን ዕድገት

እነብርሀነመስቀል ረዳና እነ ኃይሌ ፊዳ በፖለቲካና በድርጅት ጉዳዮች ላይ ተወያይተው እነ ኃይሌ ፊዳ በብሔሮች ጉዳይ ላይ የእነብርሀነመስቀል ረዳ ቡድን የያዙትን አቋም ቢቀበሉም በኢትዮጵያ ያሉትን ፖለቲካዊ ንቅናቄዎችና ዲሞክራሲያዊና አብዮታዊ ግለሰቦችን የሚያሰባስብ አብዮታዊ ድርጅት መቋቋምና መታወጅ የኢትዮጵያ ተጨባጭ ሁኔታ የሚጠይቀው አንገብጋቢ ጥያቄ መሆኑን እነ ዶ/ር ኃይሌ ፊዳ መገንዘብ ወይንም መቀበል አልቻሉም በማለት እንደ ሰበብ ተቀጥሮ በኢትዮጵያዊያን ተራማጆችና ዲሞክራቶች መካከል የመጀመሪያው ታላቅ ልዩነት ተፈጠረ። ምንም እንኳን በውስጣቸው እፍኝ የማይሞሉ ዲቃላዎች ቢኖሩም ሁለቱም አንጋፋ አብዮታዊያን ኢትዮጵያን እንደ ወላጅ እናታቸው ያፈቅሯታል፣ ሁለቱም ያከብሯታልም፣ ሁለቱም እናት ሀገራቸው ኢትዮጵያ ዲሞክራሲ፣ ነፃነት፣ እኩልነትና ፍትሕ የሰፈነባት አገር እንድትሆን ይመኙላታል። በመካከላቸው የተፈጠረው ይህ ታላቅ ልዩነት አሜሪካ ባካባቢው ጥቅሟን ለማስከበር ሰፊ ዕድል እንደሚኖራት አረጋገጠች። በጀርባ ሆና በሁለቱም ድርጅቶች ውስጥ የሚጠቅሟትን በአመራር ላይ አሰረገች። ፊት ለፊት የዶ/ር ኃይሌ ፊዳንና የብርሀነመስቀል ረዳን ስም በማንገትና በግንባር በማስቀደም ወደፊት ለመቀጣጠርና እንዳስፈለጊነቱም እርምጃ ለመውሰድ እንዲያስችላቸው ተራማጁንና ዲሞክራት ኃይሉን በኢሕአፓ እና መኢሶን ዙሪያ ተሰባስበው እንዲቀዩ አደረጉ። ኢትዮጵያዊያን ተራማጆችና ዲሞክራቶች በሁለት መከፋፈላቸው ለባዕዳን ኃይሎችና ለውስጥ ወኪሎቻቸው በተለይም ለኢሳያስ አፈወርቂንና ሻዕቢያ ብሎም ወደ በኃላ ለሚወለደው የበኸር ልጁ ወያኔ የመጀመሪያውን ታላቅ ድል አበሰረ። ብርሀነመስቀል ረዳና ዶ/ር ኃይሌ ፊዳ በሥር ነቀል ለውጥ ደጋፊዎችና በኢትዮጵያ ተማሪዎች ዘንድ የነበራቸውን ታዋቂነት በመጠቀም ጠንካራ የሥር ነቀል ደጋፊዎችን ባንድ ጥላ ሥር አሰባስበው በማቀራረብና አፍኖ በማቀየት ለመቀጣጠር እንዲያስችላቸውና ብሎም ወኪሎቻቸው ቀስ በቀስ የራሳቸውን ታዋቂነት በድርጅቱ ውስጥ አስርገው በቁጥጥራቸው እስኪያውሉት ድረስ ሲ. አይ. ኤ.፣ ሞሳድ እና ኬ. ጂ. ቢ. እንዲሁም ወኪላቸው ሻዕቢያ ብርሀነመስቀል ረዳንና ዶ/ር ኃይሌ ፊዳን እንደ ጄኔራል አማን አንዶምና እንደ ጄኔራል ተፈሪ ባንቲ በግንባር በማሰለፍ ከፍተኛ የፋይናንስ፣ የፖለቲካና የድርጅት ድጋፍ በማድረግ ድርጅቶቹን በጀርባ ሆነው አስመሰረቱ። ክፍሉ ታደሰም ሆነ ሻምበል ተስፋየ ርስቴና ሌሎቹ እንደሚሉት ሳይሆን የኢሕአድ ጓዶች በአካል በምዕራብ በርሊን ተሰባስበው የተፈጠረ ድርጅት አልነበረም። በተማሪው እንቅስቃሴ የአልጀሪያ ቡድን በመባል የሚታወቀው ከኢሕአድና ኢሕአፓ ምሥረታ በፊት ROLE (Revolutionary Organization for the

Liberation of Ethiopia) የሚባል ድርጅት በሚያዚያ ወር 1963 ዓ. ም. መሥርተው እንደነበረ አቶ አንዳርጋቸው አሰግድ ቢጠቅስም (ገጽ 74 እና 82)፣ በብርሀነመስቀል ረዳም ሆነ በተማሪዎች ጋዜጦችና መጽሔቶች የሚታወቅ እንደሌለ ነው።

ROLE ብሎ አቶ አንዳርጋቸው አሰግድ የሰየመው ምንአልባት በሚያዚያ ወር 1963 ዓ ም. የተቋቋመውን ኢሕአድ (የኢትዮጵያ ሕዝብ አብዮታዊ ድርጅት - EPLO) ማለቱ ሊሆን ይችላል የሚል እምነት ይኖረኛል። በብርሀነመስቀል ረዳ መሠረት፣ <u>በ1963 ዓ. ም. ፓርቲ መሥራች ሊሆን የሚችል ድርጅት ለማቋቋም</u> (ስርዝ የራሴ) በአሜሪካ፣ በአውሮጳ፣ በሶማሊያ፣ በሱዳንና በሀገር ውስጥ ከሚገኙት ኢትዮጵያዊያን ተማሪዎች ጋር ደብዳቤ ተፃፅፈው ከአልጄሪያ በርሀነመስቀል ረዳ፣ ኃይለእየሱስ ወልደሰንበት፣ ቢኒያም አዳነ፣ እያሱ ዓለማየሁ፣ ገዛኸኝ እንዳለ፣ አብዲሳ አያና፣ በሶማሊያ በላይነህ ንጋቱ፣ ከአሜሪካ መስፍን ሀብቱና በእሱ መሪነት አብረውት የነበሩት እነ ማሕሙድ ማሕፉዝ፣ ዘርዓብሩክ አበበ፣ ክፍሉ ታደሰ አርአያ፣ ሙሉጌታ ሱልጣንና ሌሎች ያሉበት፣ ከሀገር ውስጥ ዋለልኝ መኮንን፣ ፀጋየ ገ/መድህን፣ ፀሎተ ሕዝቂያስ፣ ዘሩ ክሕሸን፣ ዮሐንስ ብርሃኔ፣ ተስፉ ኪዳኔ <u>ተስማምተው ኢሕአድ'ን (EPLO) አቋቋሙ</u> (ስርዝ የራሴ)። የድርጅቱም አመራር አሁንም በደብዳቤ ግንኙነት ሦስት አባላትን የያዘ ጊዜያዊ አደራጅ ኮሚቴ በማለት ብርሀነመስቀል ረዳ በዋና ፀሀፊነት (General Secretary)፣ ቢንያም አዳነ በድርጅት ፀሀፊነት፣ እያሱ ዓለማየሁ በፖለቲካ ፀሀፊነት ሆነው እንዲሰሩ ተወሰነ። አመራሩም ከተወሰነ በኃላ በወቅቱ በሱዳን ውስጥ በፖለቲካ ጥገኝነት ላይ የነበሩ አዲስ አባላት እነ ፍሰሐ ገ/ሚካኤል፣ ከድር ሙሀመድ፣ ዮሐንስ ክፍሌ፣ ብርሃኑ ገመዳ፣ ዮሐንስ ካሳሁን የድርጅቱ አባል እንደሆኑና፣ በወቅቱ ዲሞክራትና ተራማጅ ከነበሩት ድርትቶችና መንግሥታት ጋር ግንኙነት በመፍጠር የገንዘብ፣ የፖለቲካ ጥገኝነት፣ የትምህርት፣ የፓስፖርትና ሌሎች ለትግል አስፈላጊ የሚሆኑትን እርዳታ ለማግኘት መቻላቸውን ገልጿል። ብርሀነመስቀል ረዳ በማያያዝም በምስጢር ማርክሲሳዊ ሌኒናዊ የሆኑ የቲዎሪና የፕሮፓጋንዳ ፅሁፎችን፣ የሕቡዕ ድርጅት አመሰራረትንና አገንባብ ዘዴዎችን አትሞ በማውጣትና የተማሪውንም ንቅናቄ በተቀነባበረ መልክ በመምራት አብዮታዊ ፓርቲ ለመመስረት አመቺ የፖለቲካ ሁኔታዎችን በማመቻቸትና ካድሬዎችን በማዘጋጀት በኢሕአድ መሪነት የአደራጅ ኮሚቴው እስከ ሚያዚያ ወር 1964 ዓ. ም. ድረስ ሲንቀሳቀስ ቆየ። <u>ኢሕአድ (EPLO) በተመሰረተ በዓመቱ በ1964 ዓ. ም. በምዕራብ በርሊን ውስጥ የኢሕአድ አባል ያልነበሩ የጥናት ክበቦች (Study circles) ተወካዮችና ከኢሕአድም ተወካዮች ባሉበት ተሰብስበው በተደረገው መለስተኛ ጉባኤ ላይ ዘጠኝ አባላት ተካፋይ በሆኑበት ኢሕአፓ ተመሰረተ</u> (ስርዝ የራሴ)። በመሥራች መለስተኛ ጉባኤ ላይ የተካፈሉት ከአሜሪካ ከነበሩት የጥናት ክበቦች (Study circles) ክፍሉ ታደሰ አርእያ፣ መሀሙድ ማሀፉዝ፣ ከአልጄሪያ እያሱ ዓለማየሁና አብዲሳ አያና፣ በኢሕአድ ስም ብርሀነመስቀል ረዳ፣ አዲስ ከተቋቋመው ከምሥራቅ አውሮጳ ክፍሉ ታደሰ (አኢሰማ) እና ዶ/ር መኮንን ጆቴ፣ ከምዕራብ

አውሮጳ ዶ/ር ተስፋየ ደበሳይ እና መላኩ ተገኝ (ከሆላንድ) ሲሆኑ፣ የሱዳኑ የጥናት ክበብ (Study circle) በብርሀነመስቀል ረዳ በነበራቸው ከፍተኛ እምነት የአልጀሪያው ተወካዮች እንዲወክሏቸው በመጠየቃቸው በስብሰባው አልተገኙም።

ተስፋዬ ደበሳይ

ዘሩ ክሕሸን

መለስተኛው ጉባኤ ከሀገር ውስጥ የሚመጡትን ሲጠባበቅ የአልጄሪያው የጥናት ክበብ በሙሉ ሥልጣን እንዲወክላቸው ባንድ ድምፅ መስማማታቸውን የሚገልጽ የጽሁፍ መልዕክት ዶ/ር ተስፋየ ደበሳይ ይዞ ጉባኤው በተጀመረ ማግሥት ከኢትዮጵያ ደረሰ፣ በቃልም በተጨማሪ አስረዳ (የብርሀነመስቀል ረዳ)። የሚያስገርመው ነገር ቢኖር ዶ/ር ተስፋየ ደበሳይ ከ1959 ዓ. ም. መጨረሻ ያለበለዚያም በእርግጠኝነት ከ1960 ዓ. ም. መግቢያ ጀምሮ እስከ 1964 ዓ.ም. ድረስ ኑዋሪነቱ በኢትዮጵያ ሲሆን ለምንና እንዴት የምዕራብ አውሮፓን ወክሎ ከኢትዮጵያ ተጉዞ በመሥረቻ ጉባኤው ላይ እንዲገኝ መደረገ ነው። በፀሀፊው እምነት ዶ/ር ተስፋየ ደበሳይ ነዋሪነቱ በሀገር ቤት እንደሆነ ብርሀነመስቀል ረዳና ሀቀኛ ጓዶቹ እንደማያውቁ ነው። ዶ/ር ተስፋየ ደበሳይ በፖሊስ ኮሌጅ አስተማሪየ እንደነበርና የመሬት ይዞታ መ/ቤት ተቀጥሮም ይሰራ እንደነበረ በሌላ ምእራፍ ተገልጿል። በተመሳሳይ ሁኔታ የፓርቲ መሥራች ሊሆን የሚችል ድርጅት ኢሕአድ'ን ለማቋቋም በአሜሪካ፣ በአውሮጳ፣ በሶማሊያ፣ በሀገር ውስጥ ከሚገኙት ኢትዮጵያዊያን ተማሪዎች ጋር በመተባበር ኢሕአድን ተስማምተው ሲያቋቁሙና የድርጅቱም አመራር ሶስት አባላትን የያዘ ጊዜያዊ አደራጅ ኮሚቴ መርጠው እንዲሰሩ ሲወሰን ተስፋየ ደበሳይና ክፍሉ ታደሰ (የሶቪየቱ/አኢሰማ) አይታወቁም። ዘሩ ክሕሸን የትኛው የጥናት ክበብ ተወካይ መሆኑ አለመታወቁ ብቻ ሳይሆን ከነጭራሹም በኢሕአፓ

ምሥረታ ስብሰባ ላይ ስይሳተፍ በሌለበት የማእከላዊ ኮሚቴ አባልነት ተመረጠ። እነዚህ አደናጋሪና አጠያያቂ ጉዳዮች ብዙዎችን ሲያነጋግር ኖሯል። በብርሀነመስቀል ረዳ መሠረት የኢሕአፓ ምሥረታ ከተጠናቀቀ በኋላ ብርሀነመስቀል ረዳ፣ እያሱ ዓለማየሁ፣ ዶ/ር ተስፋየ ደበሳይ (ከምዕራብ አውሮጳ), ክፍሉ ታደሰ (ከምሥራቅ አውሮጳ)፣ ክፍሉ ታደሰ አርአያ (ከአሜሪካ)፣ ዘሩ ክሕሸን በሌለበት፣ ደስታ ታደሰ በሌለበት በማዕከላዊ ኮሚቴነት ሲመረጡ ሀገር ቤቱ ውስጥ የነበረው ድርጅት ሁለት የማእከላዊ ኮሚቴ አባላትን መርጠው የተመርጮቹን ስም ለዋና ፀሀፊው ባስቸኳይ እንዲያስታውቁ ተወሰነ። ሆኖም በግንኙነት ችግር፣ በውጭ ሀገርና በሀገር ውስጥ የፓርቲ ክፍሎች መካከል የሀሳብ ግጭት በመፈጠሩና በኃላም በነዋለልኝ መኮንን በአውሮፕላን ጠለፋ በመገደላቸው ነሐሴ ወር 1967 ዓ. ም. ፓርቲው ታውጆ መለስተኛው ጉባኤ እስኪደረግ ድረስ የሀገር ውስጡ ድርጅት ለማእከላዊ ኮሚቴ ሁለት ጓዶችን ሳይልክ ቀይቷል። ማእከላዊ ኮሚቴ ከተመረጠ በኃላ በመለስተኛው ጉባኤ ላይ በተደረገው የፓርቲ ምሥረታ በጉባኤው ላይ የተካፈሉት አባላትና በጥናት ክበቦች (Study circles) በአባልነት ተመዝግበው ወኪሎቻቸው የላኳቸው አባላት ብቻ ፓርቲ መመሥረቱን የሚያውቁ ሲሆን በተደረገው መለስተኛ ጉባኤ ላይ ፓርቲው ስሙን በይፋ ሳያወጣ በኢሕአድ (EPLO) ስም እንዲቀጥል በጉባኤው ተወሰነ።

ቀጥሎም ለፖሊት ቢሮ አባልነት ብርሀነመስቀል ረዳ ዋና ፀሀፊ ሆኖ የፖሊት ቢሮ አባልና የድርጅቱ ተጠሪ፣ ክፍሉ ታደሰ (አሜሪካ)፣ እያሱ ዓለማየሁ፣ ዶ/ር ተስፋየ ደበሳይና ከሀገር ውስጥ ከሚመረጡት ሁለት የማእከላዊ ኮሚቴ አባላት አንዱ የፖሊት ቢሮ አባል እንዲሆን ጉባኤው ወሰነ። ፓርቲው ከተመሰረተ በኃል ዋናው ድርጅታዊ ጥረቱ ጓዶችን በወታደራዊ ትምህርት ለማሰልጠን እንዲችሉ ከኤርትራ፣ የፍልሥጥኤምና ሌሎች ድርጅቶች ጋር መገናኘት፣ ፓስፖርት ለሌላቸው ፓስፖርት ማፈላለግ፣ በማሕበራት ውስጥ የርዕዩተዓለምና የፖለቲካ ትግል መቀጠል፣ የውስጥ ድርጅት እንዲጠናከርና መሰል ጉዳዮችን እንደነበር ብርሀነመስቀል ረዳ ገልጿል። በመለስተኛው ጉባኤ ላይ በተደረገው የፓርቲ ምሥረታ በጉባኤው ላይ የተካፈሉት አባላትና በጥናት ክበቦች (Study circles) በአባልነት ተመዝግበው ወኪሎቻቸው የላኳቸው አባላት ብቻ ፓርቲ መመሥረቱን የሚያውቁ እነሱ ብቻ መሆናቸው ምስጢሩ ለእውነተኛ አብዮታዊያን እንጂ ለባዕዳን ኃይላት አልነበረም። በጠራ አመለካከት ላይ ተመሥርቶ የወጣው የኢሕአፓ ፕሮግራም ከብርሀነመስቀል ረዳ ስም ጋር ተያይዞ በሀገር ቤት፣ በሰሜን አሜሪካ፣ በአውሮጳና በመካከለኛው ምሥራቅ ይኖሩ የነበሩትን አብዮታዊያንን ማርኮ በዙሪያው ለማሰባሰብ ቻለ። ከዚህም ባሻገር ከ1962 ዓ. ም. እስከ 1964 ዓ. ም. ድረስ በነበረው ጊዜ የኢሕአፓ' የተማሪዎች ማሕበር የሆነውን (ዓለም አቀፍ የኢትዮጵያ ተማሪዎች ፌደሬሽን ማሕበርን) ለመመስረት በተደረገው ትግልና ርብርብ የብርሀነመስቀል ረዳና የነመስፍን ሀብቱ ሚና ከፍተኛ ነበር። ኢሕአፓ እስከ ነሐሴ ወር 1967 ዓ. ም. ድረስ በኅቡዕ ሲንቀሳቀስ ቀይቶ ነሐሴ

26 ቀን 1967 ዓ. ም. በተካሄደው ስብሰባ ፕሮግራሙን ይዞ ለኢትዮጵያ ሕዝብ ይፋ አደረገ። ኢሕአፓ የዘውዱን አገዛዝ በኋላም አምባ ገነኑን የደርግ መንግሥትና ጎን በጎንም ዘረኝነትንና ጎሰኝነትን በመፋለም በሕብረ ብሔራዊ መልክ ተደራጅቶ የመታገል አቅጣጫን ያስተማረ ታሪክ የማይረሳው የመጀመሪያው ኢትዮጵያዊ ሕብረ ብሔር ድርጅት ነበር። የኢትዮጵያ የአንድ ትውልድ ዜጎች ከፊሉ የለጋ ዕድሜያቸውን፣ ከፊሉ የጉርምስና ዕድሜያቸውን፣ ከፊሉ ደግሞ ሙሉ ሕይወታቸውን ያሳለፉበት ለኢሕአፓ ሲወድቁና ሲነሱ፣ ሲደሙና ሲቀስሉ ጉልበታቸውን፣ ሙሉ ጊዜያቸውን፣ ዕውቀታቸውንና ሀብታቸውን ያበረከቱለት የፖለቲካ ድርጅት ነበር። የካቲት 1966 ዓ. ም. አብዮት ምንም እንኳን ለፍንዳታው መሰረታዊና ወቅታዊ ምክኒያቶች ቢኖሩትም፣ ምንም እንኳን ከየካቲት በፊት የሠራተኞች የሥራ ማቆም አድማ፣ የተማሪዎችና የአስተማሪዎች እንቅስቃሴ፣ በደቡብና በሰሜን የወታደሩ አመጽና ቅሬሬታ ቢሰማም በዚህ ስፋትና ጥልቀት ደረጃ አብዮቱ ይፈነዳል ወይንም ይገሰግሳል ብሎ የገመተ ወይንም ያሰበ ማንም አይኖርም። በነባራዊና ሕሊናዊ ሁኔታ ውስጥ በፈጠሩት በርካታ ምክኒያቶች የታላቁ የካቲት 1966 ዓ. ም. አብዮት ሲፈነዳ ኢሕአፓ'ን ገና በጨቅላነቱ ዳዴ ሲል ደረሰበት። በዚያ አንገብጋቢና ወሳኝ በሆነው የየካቲት 1966 ዓ. ም. ወቅት የድርጅት ጥያቄ አንገብጋቢና ወሳኝ በመሆኑ በወቅቱ የነበሩ ማንኛውም ኃይል ይህን ጥያቄ ለመመለስ ከፊተኛ ሩጫ አካሂደዋል። በዚህ ወቅት ነበር ኢሕአፓ የኢትዮጵያ አብዮትን ስትራቴጂና የትግል ስልቶችን በተመለከተ የነጠሩና ግልጽ የሆኑ መሥመሮችን አቅፎ ግልጽና ጥራት ያለው ፕሮግራም ይዞ የኢትዮጵያን ሕዝብ አብዮት በትክክለኛው መንገድ የምመራ የላብ አደሩ ሀቀኛና ዕውነተኛ ተጠሪ ነኝ ብሎ ራሱን ይፋ ያደረገው። ኢሕአፓ ይዞት የተነሳው ፕሮግራሙ የኢትዮጵያን ሕዝብ ዓላማና ፍላጎት የሚያንጸባርቅና የሚያራምድ በመሆኑና ገና ከማለዳው በፕሮግራሙ ለተገለጹት ዓላማዎች ተግባራዊነት እንደሚፋለም በመግለጹ በሕዝብ ተቀባይነትን የማግኘት እድሉ የሰፋና የገነነ ከመሆኑም ባሻገር ባንዳፍታ ፈጣን የሆነ እድገት ለማግኘት ቻለ።

አንድ የፖለቲካ ድርጅት ትክክለኛ ዓላማ ማንገቱ ለድል አድራጊነቱ ዋነኛው መሰረት ቢሆንም ይህ ወሳኝ ጉዳይ እንጅ ብቸኛ ጉዳይ አደለም። በፕሮግራም ላይ የተነደፉትን ዓላማዎችና ምኞቶች ሁሉ በተግባር ለማዋል የሚያስችሉትን ትክክለኛ የትግል ስልቶችና ዘዴዎች በመምረጥ፣ ትክክለኛውን የትግል ስትራቴጂ ቀይሶ ለፕሮግራሙ መሳካትና ለተልዕኮው ተግባራዊነት በጽንዓትና በቆራጥነት መታገሉ ቁልፍ ሚና ይጫወታሉ። ኢሕአፓ ፈጥኖ ሊያድግና ሊጠናከር የቻለው ከምስረታው በፊት ጀምሮ ትክክለኛ የፖለቲካ መስመር በማራመዱ፣ ይህንንም መስመር በሕዝቡ ዘንድ ሊያስፋፉ የቀረጡ ብስል የሆኑ በውጩ በሽታ ባልተለከፉና በሕዝቡ ተዓማኒነትን ያተረፉ ታጋዮች በአገር ቤት ስላሉት ነበር። ኢሕአፓ በጠንካራ የፖለቲካ ትግል፣ በነጠረና በግልፅ በተሰመረ መሥመር ዙሪያ የአብዮቱን መሠረታዊ ዓላማዎችና ስትራቴጂና ታክቲኮችን በግልጽ ለይቶ በማስቀመጥ የወጣ ፕሮግራም ይዞ

ነበር በገሀድ ይፋ ሆኖ ራሱን ለኢትዮጵያ ሕዝብ ያስተዋወቀው። ፕሮግራሙን ከግብ ለማድረስ በተግባር መንቀሳቀስ እንደጀመረ፣ እስከ 1968 ዓ. ም. አጋማሽ ድረስ በከተሞች በስፋት የተቀላቀለውን የወጣት ኃይል እያስማራ ሕዝቡን ለመቀስቀስ፣ ከጎኑ ለማሰለፍና በደጋፊነት ለማቀም በትክክል በመቻሉ ለፈጣን እድገቱ፣ መከበርና መፈቀር ተጨማሪ ምክኒያት ሆነ። ኢሕአፓ በነሐሴ 1967 ዓ. ም. ለኢትዮጵያ ሕዝብ ይፋ ባደረገው ዓላማው በኢትዮጵያ ውስጥ የተሟላ ዲሞክራሲያዊ ሥርዓት ለመገንባት ቆርጦ መነሳቱን ገልጿል። በተመሳሳይ ሁኔታ በፕሮግራሙ ላይ ሕዝቡ የፖለቲካ ሥልጣን ባለቤት መሆን እንዳለበት፣ ሕዝብ የዲሞክራሲ መብት የላገደብ ተጠቃሚ መሆን እንዳለበት፣ የገዥ መደቦች መብት ለሕዝብ መብት መከር ሲባል መገደብ እንዳለበት ገልጿል። በ1967 ዓ. ም. ባወጣው ፕሮግራም ስለሚመሰረተው ሥርዓት ኢሕአፓ እንደ ሚከተለው ገልጿል.: "ኢሕአፓ የፊውዳሊዝምንና የኢምፔሪያሊዝምን በተለይም የአሜሪካን ኢምፔሪያሊዝምንና ወኪሎቹ የሆኑትን ቢሮክራቶችና አቀባባይ ከበርቴዎች አገዛዝ ለመደምሰስና ሰፊ መሰረት ያለው ሕዝባዊ ዲሞክራሲያዊ ሪፑብሊክን ለመመስረት ... ይታገላል" (የኢሕአፓ ፕሮግራም)። ኢሕአፓ በኢኮኖሚ ፕሮግራሙ ከገለጻቸው ዓላማዎች መካከል የማምረቻ መሳሪያዎች ባለቤትነት የሕዝብና የመንግሥት ሊሆን እንደሚገባው፣ መሬት በመንግሥትና በሕዝብ መያዝ እንዳለበት፣ ኢትዮጵያ ከባዕድ ሀገሮች ተፅዕኖና ምዝበራ ነፃ መሆን እንዳለባት መሠረታዊ ዓላማውን በመግለጽ በ1967 ዓ. ም. ፕሮግራሙ ላይ በማስፈር በሚከተለው መልክ ገልጾታል: "በኢንዱስትሪና በፋይናንስ መስኮች ኢምፔሪያሊስቶችና ቡችሎቻቸው የሆኑት ቢሮክራቶች ያላቸውን ሞኖፖላዊ ይዞታ ማስወገድ፣ በሕዝቡ ፍላጎትና ቁጥጥር ሥር የሚመራ ከባዕድ ጥገኝነት ነፃ የሆነ ኢኮኖሚ መገንባት ... (የኢሕአፓ ፕሮግራም)። ኢሕአፓ በፕሮግራሙ መሬትን በተመለከተ በግልጽና በማያሻማ ሦስት ዓይነት የመሬት ይዞታዎች እንዲኖሩ ገልጿል: "ይህም የግል ባለቤትነት፣ የሕብረት ይዞታና የመንግሥት ይዞታን የሚያረጋግጥ ሆኖ የግል፣ የሕብረትና የመንግሥት እርሻዎች እንዲኖሩ ይታገላል (የኢሕአፓ ፕሮግራም)።

ኢሕአፓ በማያወላዳና በማያሻማ መንገድ ፕሮግራሙናን ዓላማውን ቁልጭ አድርጎ ያስቀመጠ ፀረ ኢምፔሪያሊዝምና ፀረ ፊውዳሊዝም ድርጅት ነበር። ከውጭ ሀገር እያሉ ሰርገው በገቡት የባዕዳን ወኪሎች በሚያራምዱት ስውር ደባቸው በስተቀር ኢሕአፓ የብሔረሰቦችን መገንጣጠል የኮነነበት ጊዜ እንጂ የደገፈበት ጊዜም አልነበረም። ኢሕአፓ በፕሮግራሙ መሰረት ራሱን ይፋ ባደረገበት ወቅት የመረጠው የትግል ስልት በዋነኛነት የተራዘመ ሕዝባዊ የገጠር ትጥቅ ትግል ማካሄድ ነበር። ስለሆነም በቻይናና በቬትኮንግ ስትራቴጂና የትግል ዘዴ አምሳል የተራዘመ የሕዝባዊ የትጥቅ ትግል በማካሄድ የድርጅቱን ፕሮግራምና ዓላማዎች ተግባራዊ ለማድረግ በ1967 ዓ. ም. የፓርቲውን የጦር ክንፍ የሆነውን የኢትዮጵያ ሕዝቦች አብዮታዊ ሠራዊት (ኢሕአሠ'ን) መፈጠርን አበሰረ። ይህ የትግል ስልት በገጠር ጠንካራ ሠራዊት መገንባት የግድ የሚል ከመሆኑም በላይ መገናኛ ባልተስፋፋበትና የተበታተነ

የገጠር ሕዝብ በበዛበት ሁኔታ የሚያጋጥመው አካላዊና መንፈሳዊ ፈተናዎችን በከፍተኛ ጽናት መቃቃምን ይጠይቃል። እርሶ አደሩን እያስተማረ፣ እያደራጀ ወደ ከተማ የሚሄድ የረጅም ጊዜ የገጠር ትጥቅ ትግል ነው። ቀስ በቀስ ቦታዎችን እየተቆጣጠረ ወደ ራሱ ቀይ ዞን እየቀየረ ሌላውን ደግሞ እንዲሁ በስልትና በዘዴ ለማቅረብ እየሞከረ የመሣሪያ ትጥቅ ትግል በማካሄድ የኢትዮጵያን ሕዝብ ለድል አድራጊነት ለማብቃት ነው። የተራዘመ የገጠር ትጥቅ ትግል በዋና የትግል ስልትነት በፕሮግራሙ ቢያዝም ሕዝባዊ የገጠር ትጥቅ ትግል ሲባል በገጠር ብቻ ተወስኖ የሚካሄድ የትጥቅ ትግል እንዳልሆነም የድርጅቱ ፕሮግራም በማያሻማ መልኩ ተንትኖ፣ ለዋናው ተግላችን ስትራቴጂ ለሆነው የገጠር ትጥቅ ትግል ድጋፍና እገዛ እንዲሆን በታክቲክ መልክ እንደ ድጋፍ በከተማም በጥላቻ ሳይሆን በተቀናጀና በተጠና መልክ እንዳስፈላጊነቱ የትጥቅ ትግል እንደሚካሄድ በግልጽ አቋሙን ለቀመለት ሕዝብ ተንትኖ በፕሮግራሙ ላይ ገልጿል።

በየካቲት 66 አብዮት በተፈጠረው አዲስ የፖለቲካ ሁኔታ የተነሳ የሥልጣን ጥያቄ በገሀድ የተነሳበት ጊዜ ኢሕአፓ በዚህ ጥያቄ ላይ ትክክለኛ አቋም በመውሰድ ለሕዝቡ መደራጀት በር የሚከፍት፣ የሕዝቡን የፖለቲካ ተሳትፎ የሚያጠናክር፣ ዲሞክራሲያዊ መብቶችን አስከብሮ ፖለቲካ ፓርቲዎችን በይፋ እንዲሰሩ የሚያስችል … ወዘተ ጊዜያዊ ሕዝባዊ መንግሥት አስፈላጊነት በፕሮግራሙ አስፍሯል። ለሕዝቡ ሥልጣንና ዲሞክራሲያዊ መብት ሳያወላውል በመቆሙ ኢሕአፓ በሕዝብ ዘንድ ከፍተኛ ድጋፍና ተቀባይነት እንዲያገኝ አድርጓል። ተገላብጠው የደርግ ጠንካራ ደጋፊ ከመሆናቸው በፊት በ1966 የካቲት አብዮት ወቅት የተፈጠረውን የሥልጣን ባዶነት መሙላት የሚቻለው በእነእንዳልካቸውና ሚካኤል እምሩ ወይንም በዘመናዊ መኳንንትና ቢሮ ከበርቴዎች ነው፣ በእነዚህ ሥር ሆነን ለይበልጥ ዲሞክራሲ እንታገል ይሉ የነበሩትን እነዶ/ር ነገደ ጎበዜን የመሳሰሉትን አድርባይ ምሁራን በመፃረር ኢሕአፓ ሕዝቡ እራሱን ሊያስተዳድር ይችላል፣ ዲሞክራሲ መብቱ ነው፣ ጥግዚት አያሻውም በማለት የጊዜያዊ ሕዝባዊ መንግሥትን መፈክር በማንሳት ለሕዝቡ ንቃትና ቀራጥ ትግል ከፍተኛ አስተዋጽኦ አድርጓል። ይህ መፈክር ታክቲካዊና ወደፊት ሊመሰረት የሚችለውን መንግሥት የሚኖረውን ባህሪይ ለመጠቀም አስችሏል። መፈክሩ በታክቲካዊነት ብቻ ሳይወሰን ለሽግግር ጊዜው የሚያገለግል ዓይነተኛ የፖለቲካ ጥያቄና አማራጭ ሆኖ አገልግሏል፣። ይህም ትክክለኛ አቋም በሕዝቡ ዘንድ ተቀባይነትን በማግኘቱ አምባ ገነኑ የጊዜያዊ ወታደራዊ መንግሥት ደርግ ኢዲሞክራሲያዊ በሆነ መንገድ በጉልበታቸው ሥልጣን በያዙ ጊዜ የእነዚህኑ አምባገነኖች እርምጃ ሕዝቡ እንዲያወግዝና ትግሉን እንዲቀጥል ረድቷል። ሕዝቡም ማን ለሕዝብ፣ ማን ለአብዮታዊ ለውጥ እንደሚታገል፣ ማን ወዳጅ እንደሆነ እንዲለይ ይበልጥ ረድቶታል። ኢሕአፓ በግንባር ቀደምትነት በመታገል ሕዝቡ የሚፈልገውና የሚያሻው ጊዜያዊ ወታደራዊ መንግሥት ሳይሆን ጊዜያዊ ሕዝባዊ መንግሥት መሆኑን በማረጋገጥ፣ የደርግን አደናጋሪ ፕሮፓጋንዳ፣ አስመሳይ እርምጃዎችና የአምባገነናዊ

አዝዛዝ አዝማሚያን በማጋለጥ ሰፊው ጭቁን ሕዝብ በትግሉ እንዲገፋ አድርጋል። ደርግና ለሥልጣን ተሳታፊነት ያገበደዱ ምሁራኖች ጊዜያዊ ሕዝባዊ መንግሥት'ን መፈክር አክርረው በተቃወሙ መጠን ሕዝቡ እውነተኛ አለኝታው ኢሕአፓ መሆኑን ይበልጥ እንዲያምን ሆኗል። ለፈጣን እድገቱ ከዋናዎቹ ምክኒያቶች የመሪነት ቦታ ወሳኝነት ያለው በመሆኑ ኢሕአፓ በወቅቱ ያለማወላወል በታዋቂው አብዮታዊ ታጋይ ባለሙያ ብርሀነመስቀል ረዳ በመመራቱ በኢትዮጵያ ሕዝብ ከፍተኛ ድጋፍ እንዲያገኝ ረድቶታል። ከማንም በበለጠ ለኢትዮጵያ አብዮት መፈንዳት፣ ለኢሕአፓ መፈጠር፣ ማደግና መጎልበት ከፍተኛ ሚና የተጫወተና አያሌው ተማሪ፣ ወጣትና ምሁር፣ ዲሞክራትና ተራምጅ ሀገር ወዳዶች ወደ ኢህአፓ ያመሩትና ወራት ባልሞላው ጊዜ ውስጥ በኢትዮጵያ ሕዝብ በመታጀብ ከፍተኛ ድጋፍ በማግኘት ባንዳፍታ ዕድገት ሊያስገኝ ያስቻለው በእርግጠኝነት ፓርቲው የብርሀነመስቀል ረዳን ሥም በዙሪያው አንግቶ በመሰለፍ ለኢትዮጵያ ሕዝብ በመቅረቡ ነበር። በተለይም በሀገር ቤት ተወልዶ ሀገር ቤት ያደገውና ከሁሉም አብልጦ ብዛት ያልውን አባላት ያቀፈው የአብዮት ቡድን በሌሎቹ የድርጅቱ መሪዎች ላይ ጥርጣሬና ስጋት ቢኖራቸውም ያለማወላወል ከኢሕአፓ ጋር እንዲዋሀድ ያስገደደው ድርጅቱ በብርሀነመስቀል ረዳ ላይ በነበራቸው እምነትና ታዋቂነት እንደሆነ እነ አስረስ ስሜ፣ ደመቀ አግዜ፣ ጣሰው እና ቱሉ ከእነ ዐብዩ ኤርሳሞ፣ እንድሪያስ ሚካኤልና ጓዶቻቸው ጋር ተመሳሳይ ዕምነት እንደነበራቸው ገልጸውልኛል። ብርሀነመስቀል ረዳ አያሌ ዘመን በግንባር ቀደምትነት ሲታገልና ሲያታግል የኖረ፣ የተሰደደና ተሰዶም ለኢትዮጵያ አብዮት መፈንዳት ከፍተኛ አስተዋፅዖ በማከናወን የቀየ፣ በሀገራችን የፖለቲካ ድርጅት መፈጠር ጊዜውን፣ ጉልበቱን፣ ዕውቀቱንና ሕይወቱን ያዋለና የሰዋ በዚህም ተግባራዊ ያስደረገ፣ የኢትዮጵያ ወጣቶችና ምሁራን ወደ ኢሕአፓ መጉረፍ የእሱ ስም ከፍተኛ ሚና የተጫወተና ኢሕአፓ ክእሱ ስም፣ የእሱ ስም ከኢአፓ ጋር ምን ጊዜም የማይነጣጠሉ አንጋፋና ግንባር ቀደም የተግባርና የቲዎሪ አቢዮታዊ እንደነበር የዚያ ትውልድ አብራክ ሁሉ የሚያውቀው ሀቅ ነው።

11.2. በጠላቶች ተተብትቦ የተፈጠረው ኢሕአፓ የመውደቂያ ኂደቱን ከምሥረታው ዋዜማ እንደጀመረና የውድቀቱን ኂደት ለማፋጠን የተጠቀሙባቸው ስልቶች

ይህ ወጣት መራሽ እንቅስቃሴ አጠቃላይ ይዘቱ ቀናነትን የተላበሰ ለመሆኑ ቅንጣት ያህል ባያጠራጥርም የበግ ቆዳ ለብሰው በውስጡ በተሰገሰጉ ሴረኞች ያልተቃረጠ ዱለታ ንቅናቄው የተነሳበትን ክቡርና ሰብዓዊ ዓላማ ግቡ ሳያደርስ ተሽመድምዶ ቀርቷል። ተስፋየ መኮንን የራሱንና የጓዶቹን ወንጀል ለመደበቅ የባዕዳን ኃይል ወኪሎች የድርጅቱን የመውደቂያ ሂደቱን አፋጠኑት እንጂ ውድቀቱ በድርጅቱ ውስጣዊ ተፈጥሮው ነበር ብሎ ሕዝብን በማወናበድ ሲ. አይ. ኤ.፣ ሞሳድ፣ ሕግሀኤ፣ ሕወሓት፣ ደርግ እንዲሁም ኬ. ጂ. ቢ. በውጭ እንጂ በድርጅቱና ባጠቃላይ በኢትዮጵያ

ሕዝብ ትግል ውስጥ እንደሌሉበት አድርጎ ለመግለጽ ሞክሯል። አልሸሹም ዞር አሉ ሆኖ እንጂ ተስፋየ መኮንን "… በሂደት ይኸው ውስጣዊ ተፈጥሮው መልሶ አጠፋው እንጂ የዋህና አንዳንድ አሳዛኝ ምሁራን እንደሚሉት ውጫዊ ኃይል አልመታውም። ውጫዊ ኃይል ያደረገው ነገር ሂደቱን ማቀላጠፉ ነበር" (ስርዝ የራሴ) (ተስፋየ መኮንን፣ 1985፣ 241) ብሎ በተዘዋዋሪም ሆነ በቀጥታ ድርጅቱ ከባዕዳን ኃይላት ነፃ እንዳልነበረ ማመኑን ነው የሚያመለክተው። የባዕዳን ኃይላት ወደ ኢትዮጵያ ቀጥታ በመምጣት ድርጅቱን ሊቦረቡሩና ሊወጉን ስለማይችሉ ኢርጋ ተሰማ/መዝሙር እንዳለው "ያገሩን ሰርዶ ባገሩ በሬ"፣ ከዚያ በፊትም ብርሀነመስቀል ረዳ እንዳለኝ "እኛን መስለው፣ የእኛን ቋንቋ የሚናገሩ፣ የእኛን ልብስ የተላበሱ ከእኛ ጎን ሆነው በሥር ነቀል ደጋፊነት ሥም የሚታወቁ …" የራሳችን የሆኑ ሰዎችን በወኪልነት አሰርገው በማስገባት በድርጅቱ ውስጥ የበላይነትን ለማስያዝ ሊሞክሩ ይችላሉ ነበር ያሉኝ። ኢሕአፓ ድርጅታዊ ጥንካሬና የትግል መጎልበት አግኝቶ ፕሮግራሙን ከግብ እንዳያደርስ ገና ከለጋነቱ ጀምሮ ነበር ሴራና ተንኮል የተሸረበበት። የኢሕአፓ'ን ጥንካሬና ሕዝባዊነት በቅድሚያ አጢኖ ሕልውናውን ለማፈራረስ ሸሩን የጎነጎነው በዋነኛ ደረጃ ቀድሞውኑ ኢሕአፓ እንዲወለድ የረዳው የአሜሪካ የስለላ ድርጅት ሲሆን መልሶ ለማጥፋትም ሆነ ለማፈራረስና ለማዳከም የተጠቀመው ሻዕቢያን በኃላም ወያኔን ጭምር ነበር። በሌላ አካባቢ እንደተጠቀሰው ጊዜው ወደፊት በኢትዮጵያ ሊፈጠር የሚችለው ጠንካራና ሕዝባዊ ኃይል ያስፈራራቸው ፀረ-ኢትዮጵያና ፀረ-አንድነት ኃይሎች በተዘረጋው ዓለም አቀፍ ሴራ በመጠቀም ኢትዮጵያዊያን ዲሞክራቶችና ሀገር ወዳድ ግለሰቦች በግልጽም ሆነ በቡድን አንድነት ፈጥረው ለተሰማሩበት ሕዝባዊ ዓላማ ተቀናጅተው እንዳይታገሉ በመቃቃም፣ እንዲበታተኑና በጎሪጥ እየተያዩ ለፀረ-ኢትዮጵያና ፀረ-አንድነት ኃይሎች በቀጥታም ሆነ በተዘዋዋሪ መሣሪያ እንዲሆኑ ዓለም አቀፍ ሴራው መካሄድ የተጀመረበት ወቅት ነበር ሻዕቢያ፣ ኢሕአድ፣ ኢሕአፓ፣ የዓለም አቀፍ የኢትዮጵያ ተማሪዎች ፌደሬሽን ማሕበርም ሆነ እነ መኢሶን እና የጊዜያዊ አስተዳደር መንግሥት (ደርግ) ሲቃቃሙ። የባዕዳን ኃይል ወኪሎች በተለይም ሻዕቢያና ወያኔ የኢሕአፓ'ን አመራር እንደተቀጣጠሩ ለተልዕኳቸው መሳካት በድርጅቱ ምሥረታ ጊዜ ከተነደፉት የድርጅቱ ፕሮግራምና የትግል ስትራቴጂ በማንአለብኝነት ሕጋዊ ባልሆነ መንገድ የመስመርና የትግል ልዩነት እንዲከሰት በማስደረግ ድርጅቱ በግድ ተከፋፍሎ እርስ በርስ እንዲጨፋጨፉና እንዲበላላ አስችለውታል። በመሠረቱ ኢሕአፓ በትግል ላይ እስካለ ድረስ ከስህተትና ከድክመት ነፃ ሆኖ ሊቀይ አይችልም። ዋናው ቁም ነገር ግን ስህተቶች እንዳይበዙና እንዳይደጋገሙ፣ ድክመት ተዋልዶና ተባዝቶ ፓርቲውን እንዳያወድም ብርቱ ጥንቃቄ ማድረግ ያስፈልግ ነበር። ይህን ለማድረግ ግልጽነት፣ መተሳሰብና በቅንነት በተመረኮዘ የማያቋርጥ ውይይት አማካኝነት የሚከናወን ይሆናል። ከባድ የመስመር ስህተቶች እንዳይከሰቱ ከተከሰቱም ጉዳት ሳያደርስ ወዲያውኑ ሳይውል ሳያድር በግልጽ በመወያየት ማረምና ማስተካከል መቻል ይኖርበት

ነበር። ይህ የሚሆነው የመስመር ስህተቶቹ የተፈጸሙት ለፓርቲው ዕድገትና እርምጃ ታስቦ በቅንነት የተፈጸመ ከሆነና ለስውር ዓላማ ማስፈጸሚያ ሆን ተብሎ እስካልሆነ ድረስ ብቻ ነው። ሆን ተብሎ የሚደረገው የሚያቀመው ድርጅቱ ሲሞት ብቻ ነው። በጀማሪው ፓርቲ ልዩነት መከሰቱ አልነበረም የቀድሞ ጎዶቹን ያንገበገበው። በውጭ ኃይል ግፊት ልዩነት በመፍጠር ተቃውሞ በፓርቲያችን ውስጥ እንዲነሳ፣ የመስመርና የትግል ልዩነት እንዲከሰትና በግድ ተከፋፍሎ እርስ በርስ እንዲጨፋጨፉና እንዲበላላ ሆን ተብሎ የተቀየሰ መሆኑን አለመገንዘባቸው ነው።

የተፈጠረው ልዩነትና ክፍፍል በወቅቱና በእንጭጭነቱ ዲሞክራሲያዊ በሆነ መንገድ መፍታት እንዳይቻል ለቅንና ለየዋህ የፓርቲውና ሠራዊቱ አመራርና አባላት ውስብስብ በማድረግና ከአቅማቸው በላይ እንዲሆን አስመስለው ተፅዕኖ በመፍጠር ልዩነቱን አቻችሎ ሊፈታ የማይችል ድርጅት ነው ተብሎ ለማስወገዝ፣ እንዲሁም ሲ. አይ. ኤ.፣ ሞሳድና ኬ. ጂ. ቢ. እና ወኪሎቻቸው ሻዕቢያ፣ ወያኔ እና ደርግ እንደሌሉበት ለማስመሰልና ችግሩ እራሱ የፓርቲያችን የውስጥ ችግር እንጂ የውጭ እጅ እንዳልገባበት በማስመሰል የተለያዩ የአሻጥርና የቅጥፈት፣ የማታለልና የመሸንገል ተግባራትን በማከናወንና እርስ በርስ በማናከስ ቅሬታዎች፣ ልይነቶችና አለመግባባቶችን በማባባስ፣ መቃቃርና መጠራጠርን የመሳሰሉት ሁሉ ተጠቅመው ሀገሪቷን ለባዕዳን አስረክበው ከሀገር ወጥተዋል። ሻዕቢያ፣ ኢሕአድ፣ ኢሕአፓ፣ መኢሶን እና ደርግ በኃላም ወያኔ ካፈጣጠራቸው ጀምሮ ባካባቢያችን የራሳቸውን ጥቅም ብቻ በበላይነት ለማስከበር ከሚፈልጉ የባዕዳን ኃይሎች በተለይም ለአሜሪካ የውጭ ፖሊሲ ጥቅም አመች በሆነ መንገድ እንዲያገለግሉ በተለያየ መልክና ቅርጽ ተተብትበው በመፈጠራቸው ለአትዮጵያ መፈራረስና ለሕዝቧ ስቃይና መከራ ዋና ምክኒያት ሆኗል። የኢትዮጵያ አብዮታዊያንና አብዮታቸው በ' ሲ. አይ. ኤ. እና ባዕዳን ኃይሎች ተተብትቦ በእነሱ ቁጥጥር ስር መሆኑን አስመልክቶ ብዙ ሳንርቅ በቅርባችን በተጨብጭና በይፋ የሚታወቀውን በመጽሀፉ ምዕራፍ አራት የተገለጸውን የሲ. አይ. ኤ. እና የሻዕቢያን ግንኙነት ማስታወሱ በቂ ይሆናል። ከዚያም ሻዕቢያ ብቻዋን ስትራቴጂካዊ ጠቀሜታዋን ከግብ ለማድረስ እንደማትችል በማወቃ ኢትዮጵያዊ የፖለቲካ ድርጅቶች እንዲመሠረቱ ድጋፍና እርዳታ በቀጥታና በተዘዋዋሪ በመስጠት የራሷን ተለጣፊ ድርጅቶች በመፍጠርና ወኪሎቿን በመሪነት በማስቀመጥ ነበር። የወያኔ አፈጣጠር ለዚህ ትልቅ ምሳሌ ይሆናል። ለማስታወስ ያህል ሻዕቢያ ካንጋፋው ጀብሃ ተገንጥሎ የራሱን ድርጅታዊ ህልውና ሲያበስር ሻዕቢያ ከዚህ ግባ የማይባል ድርጅት እንደነበርና ይበልጥ መታወቅና ማበጥ የጀመረው ግን ለኢትዮጵያ ተማሪዎች ንቅናቄ ምስጋና ይግባውና በውስጡ ያፈራቸው ተራማጆች ሻዕቢያን መቀላቀልና ፖለቲካዊ አቅጣጫ መስጠት ከጀመሩበት ወቅት አንስቶ ነበር። የታሪክ ምፀት ሆነና ሻቢያ ፀረ-ሕዝብ ክንዱን ያሳረፈው ታዲያ በሀገርና በሕዝብ ጠላት ላይ ሳይሆን በእነኚህ ተራማጆችና ዲሞክራት በሆኑት በ“መንካዕ” አባላቱ ላይ ሆነ። ሻዕቢያ በሲ. አይ. ኤ. እና በራስ አስራት ካሳ ይፈጠርና ይጠናከር

እንጅ የዲፕሎማሲና የፖለቲካ ድጋፍ አግኝቶ በሀገርና በውጭ ሀገር እንዲታወቅ ያደረገው ምስጋና ይግባቸውና በቅድሚያ የኢትዮጵያ ተማሪዎች ማሕበር ከዚያም በመቀጠልም ኢሕአፓ ነበር።

በዚያን ዘመን ኢሕአድ/ኢሕአፓ'ም ሆነ የዓለም አቀፍ የኢትዮጵያ ተማሪዎች ማሕበር ፌደሬሽን የሻቢያ የውጭ ግንኙነት ኮሚቴ፣ የሻዕቢያ የሕዝብ ግንኙነት (PR) እና አምባሳደር ሆኖ ሲያገለግል እንደቀየ ይታወቃል። የኃላ ኃላም ሻዕቢያና ወያኔ በመተጋገዝ ድርግን ተጠቅመው የመከላከያ ሠራዊታችንን ብቃት ካደቀቁ ጊዜ ጀምሮ ሌሎች የተለያዩ ተለጣፊ ድርጅቶችን፣ ለምሳሌ የቀድሞውን ኦነግ፣ ኦሆዴድ፣ ኢሕዴን፣ ቤሕዴን፣ ጋሕዴን፣ ፍረም 84፣ እና በእሥረኞችና ምርኮኞች መሪነት የተዋቀሩት ድርጅቶችና ሌሎችንም ተጠቅመው ኢሕአፓንና ሠራዊታችንን ብቻ ሳይሆን አገሪቷንና መከላከያ ኃይሏን በታትነው አጥፍተዋል። የአሜሪካ ተቀዳሚ ፍልስፍናና መርህ ከሁሉም በላይ የአሜሪካንን ብሔራዊ ጥቅም ማስከበርና ማስፋፋት እንደሆነ በመቅድሙ ተጠቅሷል። እንደ ፈረንጆች ዘመን አቀጣጠር በ1936 የሞሶሎኒ ሠራዊት ወደ አዲስ አበባ እንዲገባ ሙሶሎኒን የተማፀኑትና ጥርጊያውን ያመቻቹለት የወቅቱ የአሜሪካ የውጭ ጉዳይ ሚኒስቴር የነበሩት ሚስቴር ኸል ነበሩ። ከናዚ ጋር በሚያደርጉት የራስን ጥቅም የማስከበር ጦርነት የናዚ ጦር በማየሉ አጋር የነበረችውን ጣሊያንን ለመሳብና የጀርመንን ኃይል ደጋፊ በማሳጣት አመንምኖ በቀላሉ ድል ለመምታት በማቀድ ጣሊያን በአደዋ ጦርነት የተከናነበችውን የመቸነፍ ውርደት ለመበቀል ለዘመናት ይቃምጣት የነበረችውን ኢትዮጵያን ሞሶሎኒ እንዲወር ከአሜሪካ ቡራኬ አገኘች። ሞሶሊኒ በሂትለር ላይ ሴራ በማሴር ለአሜሪካና ደጋፊዎቿ ተባባሪ ሆነ። የሞሶሊኒን ምኞትና ጉጉት በቅድሚያ የተመኘችው ከሃዲዋ አሜሪካ ለሞሶሊኒ እንደውለታ በመቁጠር የተባበሩት መንግሥታት ሊግ አባል የነበረችውን ኢትዮጵያን የሊጉን ማሕበር ደንብና ሕግ በመጣስ እንዲወርና አዲስ አበባን እንዲቆጥጣጠር ለሙሶሎኒ የመግቢያው ቁልፍ ተበረከተለት። ታሪክ እራሷን ትደግማለችና በተመሳሳይ ሁኔታ ግንቦት 1983 ዓ. ም. የአሜሪካ መንግሥት የውጭ ጉዳይ ሚኒስቴር ረዳት ጸሀፊ ይሁዳዊው ሚስተር ኸርማን ኮሽን የሻዕቢያንና የወያኔን መሪዎች አዲስ አበባንና አሥመራን እንዲቀጣጠሩ ፈቀዱላቸው። ጆሮ ለባለቤቱ ባዳ ነውና ለእኛ እንግዳ ሆነብን እንጅ በግብጻዊው የተባበሩት መንግሥታት ዋና ጸሀፊ በቡትሮስ ጋሊ የተላለፈው ውሳኔ በ1962 ዓ. ም. በአሥመራ ከተማ በቃኘው የአሜሪካ የጦር ሠፈር የተቀመረውና የፈለቀው የአረንጓዴ የችግኝ ተከላ ፕሮጀክት ውጤት አማካይነት በአሜሪካ መንግሥት የተላለፈ ቅድመ ውሳኔ ነበር። አሜሪካን ለብሔራዊ ጥቅሟ ብላ የኢትዮጵያን አንድነት ለማፈራረስ ሥራዋን ለመቀመርና ስትራቴጂዋን ለማስፋፋት የቻለችው በሀገራችን በ1962 ዓ. ም. በታዋቂው ሲ. አይ. ኤ. እና የችግኝ ተከላ ፕሮጀችት ቀማሪ በሪቻርድ ማይልስ ኮፕላንድ (የዘመኑ ፓል ሔንዝ) ተግባራዊ ተደርጎ ኢሳያስ አፈወርቂ ለፈጠረው የአንጃ

ቡድኑን (ሻዕቢያን) ለማገልበትና ለማጠናከር መረጃ በመስጠት፣ ቀሳቁስና ትጥቅ በማደልና ሞራል በመስጠት ከልብ በመረባረብ አንጃውን ቡድኑ አጠናከሩ።

በመቀጠልም የቡድኑ መሪ ኢሳያስ አፈወርቂ የኤርትራን ዲሞክራትና ተራማጅ ልጆቿን 'መንካዕ' በማለት ከ1962 ዓ. ም. ጀምሮ እንደ ኢሕአፓ አመራር እምብርት የተለያየ ወንጀልና ስም በመስጠት በጥይትና በመርዝ እንደቅጠል አርግፎ አጠፋቸው። በኢሳያስ አፈወርቂም አማካይነት ወደ ሕወሀት፣ ደርግና ኢሕአፓ ታማኝ ሎሌዎችን በማስረግ መጀመሪያ ኢሕአፓን በማስደምሰስ፣ ቀጥሎም ሀገሪቷ የነበሯትን ተመክሮና ዕውቀት የነበራቸውን የጦር መሪዎችና አዛዦች በማስጨፍጨፍ ሀገሪቷ በሮቿን ያለመከላከያና ያለጠባቂ ባዶ አድርጎ በማስቀረት ለባዕዳን የቀሙለትን ተልዕኳቸውን ተወጡ። ከቀድሞው የሥራ ባልደረባየና "ወዳጄ" የኃላው የመንግሥቱ ኃ/ማሪያም ቀኝ እጅ ሆኖ ከቀየው ሻምበል ብርሃኑ ባየህ ጋር ከየካቲት 1966 ዓ. ም. አንድ ዓመት ተኩል በፊት ስለመፈንቅለ መንግሥት ባደረግነው ምሥጢራዊ ጭውውት ወቅት ፀረ-ኃ/ሥላሴ ወታደራዊ እንቅስቃሴ ለማካሄድ ይመኙ የነበረው ወትሮውንም በኢትዮጵያ አንድነት ላይ ከፍተኛ የክህደትና የማጥፋት ሴራ አውጠንጣይ በሆኑት "ወዳጅ" መሳይ በነበሩት የአሜሪካን እና የእሥራኤል መንግሥታት ድጋፍና እርዳታ እንደሆነ ከውይይታችን በግልጽ መረዳቴና ያስከተለብኝን ጭንቀትና የወሰድኩትን እርምጃ በመጽሀፉ በሌላ አካባቢ ተገልጿል። እነብርሃኑ ባየህና ሌሎቹ ለወታደራዊ አመፅ ወይንም መፈንቅለ መንግሥት ለማካሄድ የተነሳሱት በሲ. አይ. ኤ. እና በሞሳድ ዳጋፍና አነሳሽነት እንደሆነ በጭውውታችን መረዳቴ የኃላ ኃላ መንግሥቱ ኃ/ማሪያም በደጃዝማች ከበደ ተሰማ ጥረትና ከ3ኛው ክፍለ ጦር ውስጥ መሽጎ በነበረው የእሥራኤል ኮሎኔል አስተባባሪነት ለሥልጣን እንደበቃ እንደሰማሁ በቅድመ 1966 ዓ. ም. ከብርሃኑ ባየህ ጋር ባካሄድኩት ውይይቴ ወቅት ያደረብኝን ጥርጥሬ ትክክለኛነት አረጋገጥኩ። ሻዕቢያ ያለ የኢትዮጵያ ተራማጆችና ዲሞክራቶች ድጋፍና ትብብር ዓላማዋንና ግቧን እንደማታደርስ እርግጠኛ በመሆኗ የመሀል ሀገሩን ዲሞክራቶችና ተራማጆች ድርጅታቸውን ስትጠቀም ቀየች። በብርሀነመስቀል ረዳ አገላለጽ የፓርቲ መሥራች ሊሆን የሚችል ድርጅት ኢሕአድ'ን ለማቋቋም በአሜሪካ፣ በአውሮጳ፣ በሶማሊያ፣ በሀገር ውስጥ ከሚገኙት ኢትዮጵያዊያን ተማሪዎች ጋር ደብዳቤ ተፃፅፈው ኢሕአድን ሲያቋቁሙ ዶ/ር ተስፋየ ደበሳይ፣ ክፍሉ ታደሰም ሆነ ዘሩ ክሕሽን አልነበሩበትም። ክፍሉ ታደሰ በዚያን ዘመን ለኤርትራ ተማሪዎች መገንጠልና የራሳቸውን ማሕበር ለማቋቋም እንዲችሉ ሽንጡን ገትሮ ከመታገል በስተቀር ለኢሕአድ ምሥረታ ያከናወነው ነገር አለመኖሩ ብቻ ሳይሆን ጭራሽኑም አይታወቅም ነበር።

በኬ. ጂ. ቢ. ድግፍና ትብብር በስተኃላ ገደማ የተቋቋመው የሞስኮው የተማሪዎች ማሕበር "መሪ" ክፍሉ ታደሰ የኤርትራ ተማሪዎች ከኢትዮጵያ ተማሪዎች ማሕበር ተገንጥለው የራሳቸውን የኤርትራ ተማሪዎች ማሕበርን መቋቋም ብሎም የኤርትራን ጥያቄ አስመልክቶ የመኃኃዣውና የውሎ

አበል ወጪ የሚደረግለት ከማን መሆኑ ለእኛ ባይታወቅም ድሮ ከጥንቱ ጀምሮ እንደ ልዩ አምባሳደር በመሆን የቀድሞዋ ሶቪየት ነዋሪ መሆኑ እየታወቀ ሰሜን አሜሪካ፣ ምዕራብ አውሮጳ፣ እንደገና ሰሜን አፍሪካና በመካከለኛው ምሥራቅ በሚገኙ የዓረብ ሀገሮችና በሶማሊያ በመብረር ከፍተኛ ቅስቀሳና ዘመቻ ሲያካሂድ፣ "በሀገራችን የኢትዮጵያ ተማሪዎች ማሕበራት የኤርትራን ተማሪዎች አጠቃላይ ማሕበር ማወቅ አለባቸው" ከሚለው ጥሪ ተነሥቶ በተማሪዎችና በወጣቶች ዘንድ ማስፋፋት የጀመረውን አደገኛ ቅስቀሳ ገና ድሮ ኢሕአድ'ም ሆነ ኢሕአፓ ከመቋቋሙ በፊት መሆኑን ስነመልከት ለሻዕቢያ ጥቅም ማራማጃነት ብሎም ወደፊት ፀረ-ሻዕቢያ አመለካከት እንዳይኖር ለመቆጣጠር እንዲያስችላት የተፈጠረ ድርጅት እንደሆነ ሆኖ ነው አውሮጳ እያለሁ ያሳደረብኝ ስሜትና ጭንቀት። ክፍሉ ታደሰ በ1963 ዓ. ም. በፊት ጀምሮ ለኤርትራ ነፃነት ያካሂድ የነበረው ከፍተኛ ቅስቀሳና ዘመቻ እንዲህ እያለ ነበር፣ "በኤርትራ በአሁኑ ጊዜ የሚካሄደው ትግል መነሻው ትክክለኛ የታሪክ ውጤት በመሆኑ ንቅናቄውን መደገፍ ይኖርብናል። ይኸውም ንቅናቄ የራሱን መንግሥት ለማቋቋም ጥረት ያደርጋል። ይህንንም ታሪክ ይደግፈዋል ..." ይልና ለድጋፍ እንደጠራውም፣ "የኤርትራ ተማሪዎች ማሕበር መቋቋምንም ከዚህ ዝርዝር የማይወጣ ሆኖ እናገኛለን። ይህም ስለሆነ ለዚህ ማሕበር ድጋፍ ይሰጠዋል። ... ይህንና ይህን የመሳሰሉ ተግባሮችን ስንፈጽም ነው ከኤርትራ ተማሪዎች ሆነ ከኤርትራ ግንባር የጠበቀ የትግል ግንኙነት ሊኖረን የሚችለው። ይህም የጠበቀ ግንኙነት በሪቮሉሽናሪ ፓርቲ የሚመራ አጠቃላይ የሆነ የሕዝብ ግንባር ለማቋም ይረዳል" (ክፍሉ ታደሰ፣ 13-15)።

በእነመስፍን ሀብቱ፣ ዋለልኝ መኮንን፣ ማርታ መብራቱ፣ ፀጋየ ገ/መድሕን/ደብተራው፣ ብርሀነመስቀል ረዳ፣ ገዛኸኝ እንዳለ፣ ዘራብሩክ አበበ፣ ቢኒያም አዳነና ሙሀመድ ማሕፉዝ (የሌሎቹን ስም ዘነጋሁ) ጠንካራ ተቃውሞ ምክኒያት ክፍሉ ታደሰና ጓዶቹ በኢሕአድ ምሥረታ እንዳይሳተፍ የተደረገው በዚህ ኤርትራን አስመልክቶ ያራምድ በነበረው አቋሙ እንደሆነ ተወርቷል። ሻዕቢያ በሲ. አይ. ኤ. እና በራስ አስራተ ካሳ ይፈጠርና ይጠናከር እንጅ የዲፕሎማሲና የፖለቲካ ድጋፍ አግኝቶ በሀገርና በውጭ ሀገር እንዲታወቅ ያደረገው ኢሕአፓ ነበር። ወያኔና ሻዕቢያ ካፈጣጠራቸው ጀምሮ ለባዕድ ዓላማና ጥቅም የቆሙ ስለነበሩና ከደርግ ይልቅ እነሱ የተመረጡ ታማኞች በመሆናቸው ከኢሕአፓ መውደቅና ከኢሕአሠ መደምሰስ በኋላ ሁሉን አሟልተው ለሥልጣን እስከሚበቁበት ጊዜ ድረስ ደርግን ለጊዜው እንዳይሞት እንዳይንሰራራ አድረገው ማቆየት ተፈላጊ በመሆኑ የማዳከሚያ መሣሪያ ይሆን ዘንድ የመፈንቅለ መንግሥት ሴራ ጠነሰሱ። ያንን የግንቦት 1981 ዓ. ም. አሳፋሪ መፈንቅለ መንግሥት በስውርና በጥበብ ጠንስሶ በመቀመር በተገኘው ውጤት የደርግ አገልግሎት ማክተም ዋዜማውን አበሰረ። ሻዕቢያና ወያኔ ብቸኛ የሥልጣን ተረካቢ መሆን እንዳለባቸውም ማረጋገጫ ተሰጥቷቸው እንዲዘጋጁ ተወሰነላቸው። በውጤቱም ሻዕቢያና ወያኔ በይበልጥ

ያለብቃታቸውና ያለ ውጊያ ችሎታቸው "ድል በድል" እየሆኑ እያሌ አካባቢዎችን ያለውጊያ በቁጥጥራቸው ሥር ሊያደርጉ በቁ። በደፈናው ደርግ ወድቀ የሞተው በ1981 ዓ. ም. ዘመን አጋማሽ ሆኖ ሳለ አስከሬኑ ግን እስከ 1983 ዓ. ም. ድረስ ቀይቶ ግበዓተ መሬቱ ተፈጸመ። የባዕዳን ኃይሎች "አሸናፊነት" ተረጋገጠ። ስለ ሽንካላው መፈንቅለ መንግሥት በሌላ አካባቢ ይጠቀሳል። በመጀመሪያ በቤይሩት በመቀጠልም በስዊዘርላንድ ብርሀነመስቀል ረዳ ጋር ባደረኳቸው የሶስት ጊዜ ግንኙነቴ ወቅት መስፍን ሀብቱን እና ዋለልኝ መኮንንን አስመልክቶ መነጋገራችን በመጽሀፉ በሌላ አካባቢ ተገልጿል። ከብርሀንመስቀል ረዳ ንግግርና ገለጻ ለመረዳት እንደቻለኩት ከዚያን ዘመን ጀምሮ የሥር ነቀሉ ለውጥ ደጋፊዎች በባዕዳን ቁጥጥር እንደነበሩ ለማመን አስገድዶኛል። በምዕራፍ አምስት ያለኝን ለማስታወስ እንዲህ ነበር ያለኝ። "እኛን መስለው፣ የእኛን ቋንቋ የሚናገሩ፣ የእኛን ልብስ የተላበሱ ከእኛ ጎን ሆነው በሥር ነቀል ደጋፊነት ሥም የሚታወቁ ነዋሪነታቸው በውጭ የሚኖሩ እፍኝ የማይሞሉ ሲሆኑ ከባዕዳን ጋር የተቀራኙ በመሆናቸው በጥንቃቄ መያዝ የሚገባቸው ናቸው፣ እንዲያውም እኛን መስለው ስለሚኖሩ ከሌሎቹ ይበልጥ የእነሱ አደገኝነት ከባድ ይሆናል"። ይህን አባባሉም አሲምባ እያለሁ ኢርጋ ተሰማ ካደረገልኝ ገለጻ ጋር ተመሳሳይ ነበር። በሌ በኩልም ለእረፍት ከኤርትራ አዲስ አበባ ሄጄ ከዋለልኝ መኮንን ጋር በተገናኘሁበት ወቅት "እፍኝ የማይሞሉ የሲ. አይ. ኤ. ደጋፊዎችና ቡችሎች በስተቀር" ብሎ ካለኝ ጋርም ተመሳሳይ ሆኖ አግኝቸዋለሁ። ብርሀነመስቀል ረዳ ስለ ዋለልኝ መኮንን ያለኝ በአድሕሮት ኃይላት በተቀነባበረ ሴራ ዕቅዳቸው ባይከሽፍ ኖሮ ዓላማቸው በኢሕአፓ የምሥረታ ስብሰባ ላይ የሀገር ውስጡን ወክለው በመገኘት ድርጅቱን ለመመሥረት ነበር። ሆኖም በምሽረታው ጊዜ ሳይሳካለቸው ቀርቶ ከምሥረታው በኃላ ከእኛ ጋር ለመቀላቀል ለመምጣት ነበር ያለኝ። በእርግጥም ዋለልኝ መኮንን በ1964 ዓ. ም. ስለ"መንካዕ" እንዳጫወተኝ ሁሉ ጠለፋውን አስመልክቶ ደካማዎች ከሻዕቢያ ጋር አገናኝተው እንደሚያወሩት ሳይሆን በተቀራኒው ጠለፋውን ያከሸፈው ሻዕቢያ እንደሆነ ነበር የተረዳሁት። የመስፍን ሀብቱ ስም ባነሳሁበት ጊዜም ብርሀነመስቀል ረዳ "አዎን ነበረን ጠንካራ አብዮታዊ፣ ምን ዋጋ አለው ወሰዱብን ገና ከጅምሩ፣ "መስፍን ሀብቱን የመሰል ጓዳችንን ገና በዳዴነታችን ቀጩብን፣ ነገ ማንን እንደሚወስዱብን አናውቅም" ብሎ ማለቱን በምዕራፍ አምስት ተገልጿል። ምንም እንኳን የሲ. አይ. ኤ.፣ ሞሳድ፣ የኬ. ጂ. ቢ.፣ እና የሻዕቢያ ወኪሎች ገና ድርጅታችን አፈጣጠሩ ጀምሮ ይኖራሉ ወይንም አሉበት ተብሎ በእርግጠኝነት ቢገመትም ሁኔታውን ለጊዜው እንዳላወቁና እንዳልጠረጠሩ በመምሰል ድርጅቱ እንዲጠናከርና ብሎም በፋይናንስ፣ በድርጅት፣ በፖለቲካና በሁሉ አቀፍ መስክ እንዲጠናከር ስለሚረዳ መስሎ በመሳተፍ አንቀደምም ወይንም አንሸወድም በማለት ሙሉ በሙሉ በራሳቸው በመተማመናቸው ብርሀነመስቀል ረዳና ዋለልኝ መኮንን እና ውድ ጓዶቻቸው አብረው ለመጋዝ ፈለጉ።

ዶ/ር ነገደ ጎበዜ **ክፍሉ ታደሰ**

እንዳላወቅንና እንዳልተጠራጠርን መስለን እንጋዝ ያሉት ግምገማቸው ከፍተኛ ስህተት ሆነና ተቀደሙው ተሸወዱ፣ ለሀገሪቷና ለሕዝቧ ሳይሆኑ ባጭር ተቀጩ። በእነሱ የዋህነትና ቅንነት ትግሉንም፣ ሀገሪቷንም፣ ሕዝቡንም አሸወዱ። አብዮቱም ተቀለበሰ፣ ሀገሪቷም ገደል ገባች፣ ሕዝቡም ለባሰ መከራና ስቃይ ተዳረገ። በብርሀነመስቀል ረዳ አመራር ኢሕአፓ በአብዮቱ ጠባይና ስትራቴጂ ላይ ብዥታ ሳይኖርበትና ውህደቱም በሞላ ጎደል በመልካም ሁኔታ የመሪነት ሚናውን በደህና እየተወጣ የብዥታና የአድርባይነቱን በር ሁሉ ዘግቶ ቀየ። ብርሀነመስቀል ረዳ በከተማ የትጥቅ ትግልን አስመልክቶ ለዋናው ስትራቴጂያችን በደጋፊነት በሁለተኛ ደረጃ ለዚያውም በተጠናና በተቀናጀ መልክና፣ የለጋ ወጣቶችን አፍላ ስሜት በመጠቀም ሳይሆን አስፈላጊውን ወታደራዊ ሥልጠና ባካሄዱ አብዮታዊ ባለሙያዎች ካልሆነ በስተቀር የአመራር እምብርቱ/ክሊኩ እና ደጋፊዎቻቸው በሚያራምዱት መልክ ከቶውንም ቢሆን ሊተባበራቸው እንደማይችል አስቀድመው በእርግጠኝነት ስለሚያውቁ የከተማ ሽብር ትጥቅ ትግል ሊጀምሩ ዕቅድ ማውጣታቸውንና ዝግጅት ማድረጋቸውን ሁሉ ምስጢር ሆኖ እንዳያውቅ አድርገው ያዙ። ይህንን ምስጢራዊ አሰራራቸው በአሲንባ ተገንዝበነዋል። በሜዳ ተከማችተው ይገኙ የነበሩት መሪዎች እነ ጸሐየ፣ ጂግሳ፣ ጌራና የመሳሰሉት ሳይቀሩ መልዕክት በመልክተኛ እርስ በእርስ ሲለዋወጡ መልዕክቱን ለሚያደርሰው ታማኝ መልእክተኛ በሠራዊቱ ሙሉ ፍላጎት በከፍተኛ ድምፅ የተመረጠውን የሠራዊቱን አመራር ኢርጋ ተሰማን ባይተዋር በማድረግ 'ኃድ መዝሙር በምንም ቢሆን መልእክቱን እንዳያውቅ፣ ደብዳቤውን እንዳታሳዩት' እየተባሉ ጥብቅ የሆነ መመሪያ እየተሰጣቸው ነበር የሚላላኩት። የባዕዳን ተወካዮቹ

ዘዴና ጥበብን በመጠቀም ለትጥቅ ትግል ጠንካራ አቋም እንዳላቸውና ሠራዊቱ እንዲጠናከር ቅድሚያ የሰጡ በማስመሰል የከተማ ትጥቅ ትግል ዕቅዳቸውን እስከሚያጠናቅቁና የራሳቸውን ጭፍን ሎሌዎች በሠራዊቱና በድርጅቱ አሰባስበው እስከሚጠናከሩ ጊዜ ድረስ ጥበብና ዘዴ በተመላበት ብርሀነመስቀል ረዳ የሠራዊቱን አስኳል በመምራት ወደ ሜዳ እንዲገባ በማድረግ ከአንድ ዓመት ተኩል በላይ ከትግል ነጥለው በሻዕቢያ ሜዳ ከዚያም በኋላ አሲምባ ታፍኖና ተገልሎ እንዲኖር አደረጉት። በዚህ ረጅም ጊዜ በይፋ የድርጅቱ የበላይ አመራር አካል ለመሆን የሚያስችላቸውን ማናቸውንም ሁኔታዎችን አሟልተው እስከሚዘጋጁና ዕቅዳቸውን በተግባር እስከሚያስጀምሩ ድረስ ባንዲት አካባቢ ወስነው አቀዩት።

ለእኩይ ዓላማቸው የሚተባበሯቸውን በማዕከላዊ ኮሚቴነት ለማስመረጥ ቅድመ ሁኔታዎችን አጠናቀቁ። ቀይተውም ኮንፈረንስ በማካሄድ ብርሀነመስቀል ረዳን ከፖሊት ቢሮና ከፓርቲው ፀሀፊነት በመቀጠል ከማዕከላዊ ኮሚቴ አባልነት አስወገዱት። በኢትዮጵያችን ወደፊት ለሚካሄደው ጠንካራ አብዮታዊ ኃይልና በዚህም ኃይል ኢትዮጵያ ወዴት ልታመራ እንደምትችል በቅድሚያ የተገነዘቡት የኢትዮጵያ ሕዝብ ጠላቶች ሁለቱ አንጋፋ ኢትዮጵያዊ የፖለቲካ ድርጅቶች (ኢሕአፓና መኢሶን) ገና በተማሪነት ዘመናቸው ጀምሮ እንዲከፋፈሉና ወደፊት አንዱ ሌላውን እየተቀጣጠረ በተዘዋዋሪ ለጠላቶቹ መሣሪያና አገልጋይ እንዲሆን በቅድሚያ አዘጋጅተዋቸዋል። ዶ/ር ኃይሌ ፊዳ ከፓሪስ አልጄሪያ በመመላለስ ያንን ሁሉ የአንድነት ጥረት አድርጎ፣ ከካርቱም ከገቡበት ጊዜ ጀምሮ አያሌ ድጋፍና ዕርዳታ ለእነ ብርሀነመስቀል ረዳና "ጓዶቹ" አከናውኖ የኃይሌ ፊዳ ጠንካራነት ያስፈራቸው የተራማጅነት ካባ የተላበሱ በአልጄሪያና በአውሮጳ የሚገኙ ተራማጅ ተብየዎች ከሚቃቃመው ድርጅት ጋር እንዳይቀራኝ ተረባረቡበት። ዶ/ር ኃይሌ ፊዳ በዕውቀትም ሆነ በርትዑ ከፍተኛ ተደማጭነት የነበረውና ጠንካራዎቹ የኢሕአድ አባላት ተጨማሪ አጋር በማግኘት ሊጠናከሩ እንደሚችሉ በመገንዘብባቸው ከሚፈጠረው ድርጅት እንዳይሳተፍ ተፅዕኖ አስደረጉ። "ባገረስኩኝ እጄን ተነከስኩኝ ሆነና። በዶ/ር ኃይሌ ፊዳ ይመራ የነበረው ቡድንማ ድሮውንም ቢሆን ከኢሕአፓ ጋር ተነጣጥለው ሊጓዙም ባላስፈለገ ነበር። እነ ዶ/ር ኃይሌ ፊዳም ሆኑ እነ ብርሀነመስቀል ረዳ ያልተረዱት ጥንቱን ቅንነትና የዋህነት ስለሚያጠቃቸውና በጠላቶች መታለላቸውን አለመገንዘባቸው ነበር።

ምንም እንኳን ስለእንደዚህ ዓይነቱ ጉዳይ ከዶ/ር ኃይሌ ፊዳ ጋር የመወያየት ዕድል አጋጥሞኝ ባያውቅም ብርሀነመስቀል ረዳ ጋር ባደረኩት የሦስት ጊዜ ግንኙነት ባካሄድነው ጓዳዊ ውይይት ከዚያን ዘመን ጀምሮ ዕውቀትና ግንዛቤ እንዳለውና እንዳላወቅንና እንዳልተጠራጠርን መስለን እንጓዝ በሚል ስህተተኛ ግምገማቸው ተቀደሙው መሸወዳቸውንና ለሀገሪቷና ለሕዝቧ ሳይሆኑ ባጭር መቀጨታቸውን በመጽሀፉ በሌላ አካባቢ ለመግለጽ ተሞክሯል። ለሶስት ጊዜ ብርሀነመስቀል ረዳ ጋር ባደረኳቸው ውይይቶች በወቅቱ ከነበሩት ለሀገራቸው መልካም ከሚያስቡት ወገኖች መካከል እጅግ

አድርጎ ያደንቅልኝና ያከብረው የነበረው በዚያን ጊዜ በስምም በዝናም ሰምቸው የማላውቀውን ዶ/ር ኃይሌ ፊዳን ነበር። ገና ቤይሩት እያለሁ የነሱ ተማሪዎች ማሕበር የላኩልኝን የግብዣ ጥሪ ደብዳቤ ሳሳየው ሌላ አላለኝም፣ ግብዣቸውን ተቀብለህ ሂድና ከእነሱ ጋር ቆይ። ጋባዦቹ በሚኖሩበት ከተማ በመሀከላቸው ትልቅ ኀድ አለበት። ችግሮች ቢያጋጥሙህም፣ ይህ ትልቅ ኀድ ነው ያልኩህ ችግሮችህን በማስወገድ ከጎንህ በመቆም በብዙ መንገድ እንደሚረዳህ እርግጠኛ ነኝ ብሎ ነበር ከእነ ኃይሌ ፊዳ ቡድን ዘንድ እንድሄድ ያደፋፈረኝና የገፋፋኝ። ወደፊት የምታደንቀውና የምታከብረው ትልቅ ሰው ነውና ሂድ ብሎ ነበር በግልጽ የገፋፋኝ። ስሙ ኃይሌ ፊዳ ይባላል፣ መልካምና አስተዋይ የሆነ ኢትዮጵያዊ ነውና አትጨነቅ ሂድና እዚያ እንገናኛለን ብሎ ነበር ቤይሩት እያለን ያደፋፈረኝና የሸኘኝ። ያን ያህል ነበር በኃይሌ ፊዳ ላይ የነበረው አክብሮትና ፍቅር። ታሪክ ወደፊት ያወጣዋል ብየ በመተማመኔ እየተጠባበኩ እንጂ እኒህ ተራማጅ ተብየዎች የውስጥ አርበኞች ጣልቃ ገብተው ባያጋጪቸው ኖሮ ድሮውንም ቢሆን ኢሕአፓ እና መኢሶን ከመፈጠራቸው በፊት የኢሕአፓም ሆነ የመኢሶን አስኳል "ኢሕአድ" እንደነበረ በምዕራብ አውሮጳ ቆይታየ ቅርበት ከነበሩኝ እንደተነገረኝ ይታወሰኛል። የመኢሶን ጠንካራ አባል የነበሩት የኢሕአድ አባል ብቻ ሳይሆን በአመራርም ላይ እንደነበሩበት በመፅሀፉ በሌላ አካባቢ ተገልጿል። ይህ ብቻም አይደለም፣ እራሱ ክፍሉ ታደሰ የሚፈጠረውን ድርጅት እነ ዶ/ር ኃይሌ ፊድም ሆነ የኢትዮጵያ ሕዝብ እንዳያውቁ/እንዳይሰሙ ከፍተኛ ደጥረት ያደርግ እንደነበር ዝቅ ብሎ ተጠቅሷል። የሶቪየቱ ክፍሉ ታደሰ እነ ዶ/ር ኃይሌ ፊዳና ሌሎቹ ኢትዮጵያዊያን ተራማጆችና ዲሞክራቶች አንድነት እንዳይፈጥሩ ትግል የጀመረው የድርጅቱ አመራር አዲስ አበባ ከገቡ በኃላ ሳይሆን ገና ከጥንቱ ሲ. አይ. ኤ. እና ኬ. ጂ. ቢ. ኢትዮጵያዊያን በበላይነት ለመቆጣጠር ባካባቢያችን ትኩረታቸውን ማጠናከር ከጀመሩበት ከ1960 ዓ. ም. አካባቢ ጀምሮ ነው።

ክፍሉ ታደሰ ከእኛ ሌላ ማንም ኢትዮጵያዊ የለም" ብሎ ሲፎክር እንዲህ ይላል፣ "በሶቪየት ሕብረት የተፈጠረው የኢትዮጵያ ተማሪዎች ፖለቲካ ቡድን (የክፍሉ ታደሰ፣ የዓለሙ አበበና መኮንን ጆቴ ማለቱ ነው) ጎልውና ከኢትዮጵያ ሕዝብ ብቻ ሳይሆን ከሶቪየት መንግሥትና ከኃይሌ ፊዳ ቡድንም ጭምር ምስጢር አደረገ። … በኢትዮጵያ ውስጥ ለሚመሰረተው ድርጅት <u>የእነ ኃይሌ ፊዳ ቡድን እንቅፋት እንዳይሆኑ በመስጋት የሚሠሩትን ሁሉ ከኃይሌ ፊዳ ቡድን አባላት ለመሸሸግና በከፍተኛ በምስጢር እንዲጠበቅ ወሰኑ</u> (ስርዝ የራሴ) (ክፍሉ ታደሰ፣ ያ ትውልድ፣ ቅጽ 1፣ 145)። ተጠናክሮ የነበረው የብርሀነመስቀል ረዳና የነዶ/ር ኃይሌ ፊዳ ግንኙነት ከዚህ ጊዜ ጀምሮ ነበር ግንኙነታቸው መቃረጡ ብቻ ሳይሆን ሁለቱም ጎራ ፈጥረው እንደጠላት በገሪጥ መተያየት የጀመሩት። በ1963 ዓ. ም. ኢሕአድ መመስረቱን መረጃ የደረሰው ብላድሚር ቫራዬቭ (78) የአልጀሪያውን የሥር ነቀል ደጋፊ ቡድንን ለመቆጣጠር እንዲያስችለውና ከእነኃይሌ ፊዳ ጋር እንዳይተባበሩ ለማድረግ እነ

ክፍሉ ታደሰን፣ ዓለሙ አበበን እና መኮንን ጆቴን ፈጥነው እራሳቸውን እንዲያደራጁ ያሳስባቸዋል። ክፍሉ ታደሰ እራሱ እንደሚለው ስለ አልጀሪያው ቡድን መኖርና እነማን መሆናቸውን ከዚያም እንዴት ኢሕአድ'ን ሊመሰርቱ እንደቻሉ የገለጸላቸው ብላድሚር ሻራዮቭ መሆኑን ተናግሯል። የተባለውን ሸረኛ ግንኙነት ለመመስረትና የሥር ነቀል ደጋፊ ቡድንን ለመቆጣጣር እንዲያስችለው ብሎም ከእነኃይሌ ፊዳ ጋር እንዳይተባበሩ ለማድረግ በመጀመሪያ በሶቪየት ሕብረት የኢትዮጵያ ተማሪዎች ማሕበር መቃቃም ይኖርበታል። በመሆኑም ለማስመሰል ከመሀል ጥቂት እንደነ ብርሃኔ እያሱ፣ ውብሸት ረታ፣ ብርሃኔ ተፈሪ የመሳሰሉትን ሀቀኛችን በማስገባት እነ ክፍሉ ታደሰ፣ ዓለሙ አበበ እና መኮንን ጆቴ በሞስኮው የኢትዮጵያ ተማሪዎች የፖለቲካ ቡድን የሚል በማቃቃም የሶቪየት ሕብረት ኮሚኒስት ፓርቲን ድጋፍና እርዳታ አስገኙ። ኬ. ጂ. ቢ. በሚያቃቁመው ቦታ ሁሉ ሲ. አይ. ኤ'ም. ይኖርበታል፣ ይህም ማለት ለሁለት ጌታ የሚያገለግሉ አሽከሮች ይኖሩታል ማለት ነው። በሁለቱም ባዕዳን አገልጋይነት በሰፊው ከሚታሙት መካከል ክፍሉ ታደሰና የግንኙነታቸው ዓይነት ሊታወቅ ያልቻለው ኤርትራዊቷ ኀደኛው አዳነች ፍስሐ ይገኙበታል። ስለኬጂቢው አባልና በኃላም ቀድሞ ከኢትዮጵያ ተባሮ የነበረውና በደርግ ዘመን የሶቪየት ሕብረት ኮሚኒስት ፓርቲ ማዕከላዊ ኮሚቴና በኢትዮጵያ ጉዳይ ሃላፊ የሆነው በምዕራፉ ወደታች ተጠቅሷል። ወዲያውኑም የሶቪየት ኮሚኒስት ፓርቲ ሁለቱንም ቡድን ለመያዝና ለመቆጣጠር ሲባል የተቃቃመውን የሶቪየት የተማሪዎች የፖለቲካ ቡድን ለሁለት በመከፋፈል እነ ዓለሙ አበበና መኮንን ጆቴ ፈረንሣይ ሄደው ከእነ ዶ/ር ኃይሌ ፊዳ ጋር ግንኙነት እንዲፈጥሩ፣ እነ ክፍሉ ታደሰ ደግሞ አልጀሪያ ሄደው ከእነብርሀነመስቀል ረዳ ጋር ግንኙነት እንዲፈጥሩ ተደረገ። ሲ. አይ. ኤ.፣ ሞሳድ እና ሻዕቢያ ኬ. ጂ. ቢ. ጭምር በሀገራችን ውስጥ ሊከሰትና ሊፈጠር የሚችለውን አንድነትና የዚህም አንድነት ለእነሱ ጥቅምና ዓላማ አደገኛና እንቅፋት መሆኑን በቅድሚያ ባደረጉት ግንዛቤና ጥናት አንድነታችንን ከዚያች ጊዜ ጀምሮ ነበር መፈታተን ተያይዘውት (pte-meditated) ነበር። ባንድነት እንዳንደራጅ፣ አንድ ብቻ የሆነ ሀገር አቀፍ ድርጅት እንዳይኖረንና በእሱ ዙሪያ ተሰባስበን እንዳንታገል በተዘዋዋሪ በወኪሎቻቸው በተደረገብን ተፅዕኖና ግፊት ስበብ አስባብ በመፍጠር ከዚያች ዘመን ጀምሮ አንድነታችንን ለማጨናገፍ ከመገደዳችንም በላይ ኢሕአፓም ሆነ መኢሶን ወደፊት እንዳይገፋ በዚሁ ሴራ ተተብትበው በመያዛቸው ባጭሩ እንዲወድቁና እንዲበኑ ተደርገዋል። በመኢሶን እና በኢሕአፓ መካከል ለሥልጣንና ለታዋቂነት በመካከላቸው ከፍተኛ ግብ ግብ ተካሄደ። በኢሕአፓ እና በመኢሶን ብቻ አልቀረም። በአጠቃላይ ኢሕአፓ፣ መኢሶን፣ ማልሬድ፣ ኢጭአት፣ ወዝ ሊግ፣ ሰደድ … ወዘተ እየተባባልንም ከጅምሩ የተያያዝነው የመከፋፈል በሽታ በኃላ ኃላ ለጠላቶች መሳሪያ በመሆን እኛ ስንመነምንና ስንበታተን እነሱ እየተጠናከሩና እያየሉ እንዲጎለብቱ ረዳቸው። የተማሪዎች ረብሻ ሲካሄድ ባካባቢያችን የአሜሪካ የስለላ ድርጅት ተወካይ ነው ተብሎ የታወቅ በነበረው በዚያን ዘመን

መጠሪያ ስሙ ሪቻርድ ማይልስ ኩፐላንድ፣ በዘመኑ አጠራር ደግሞ ፖል ሄንዝ በአሜሪካን ኤምባሲ ምሽትን አዘጋጅቶ አዲስ ምልምሎችን የሚመለምሉበትና እንዳስፈላጊነቱ በስደት ስም ኬላ እየጣሱ ሶማሊያና ካርቱም እንዲወጡ በማመቻቸት ያለበለዚያም በቅድሚያ የነጻ ትምህርት ዕድል በማስገኘት ወደ አሜሪካ እና ወደ ቀድሞዋ የሶቪየት ሕብረት፣ እንዲሁም ወደ መካከለኛው ምሥራቅ የሚላኩበት ወቅት ነበር።

ዘሩ ክሕሸን በመስፍን ሀብቱ ሞት መንገዱ ስለተጠረገለት የኒው ዮርክ ተወካይ ለመሆን ወደ አሜሪካ እንዲጋዝ ተደረገ። በ1964 ዓ. ም. በኢሕአፓ ምሥረታ ላይ በሌለበት የማዕከላዊ ኮሚቴ አባልነት ተመረጠ። ይባስ ብሎም በሌለበት የፖሊት ቢሮ አባል ሆኖ ተሾመ። ያች ሰዓት በሪቻርድ ማይልስ ኮፐላንድነት ስም የሚታወቀው ባካባቢያችን የ'ሲ. አይ. ኤ. ወኪል ኢሳያስ አፈወርቂን የኤርትራ ነፃነት ግንባርን (ጀብሃ) ሰርጎ እንዲገባ መልምሎ የላከበት ወቅት ነበር። የአሜሪካ የስለላ ድርጅት ከኢሳያስ ጋር ሌሎችንም ባንድ ወቅት መልምሎ ጥቂቶቹን በስደተኛ ስም እያወጣ በመካከለኛው ምሥራቅና በአካባቢው ከሚገኙት አትራብት ሀገሮች እንዲወጡና ከወጡም በኃላ ከኢሳያስ ጋር እንዲገናኙና እንዲተባበሩ አድርጋቸዋል። በገሀድ እንደተወራውና ቀጥታ ከባለጉዳዩ ከወዲ ጆርጆ/ተስፋሚካኤል ጆርጆ እንደተነገረኝ የ ሲ. አይ. ኤ. ወኪል የሪቻርድ ማይልስ ኮፐላንድ ከፍተኛ ፀረ-ኢትዮጵያ ሴራ የጀመረው ከኢሳያስ አፈወርቂ ጋር ብቻ እንዳልነበረና ከሌሎችም ጋር ግንኙነት እንዳደረገ በእርግጠኝነት ነግሮኛል። ኤርትራ ጠቅላይ ግዛት ፖሊስ ተመድቤ ከመሄዴ በፊት በመሀል ሀገሩ ተራማጆችና ዲሞክራቶች እሰማው የነበረው ወሬ በኤርትራ የሚደረገው ትግል ፍትሐዊና ዲሞክራሲያዊ መሆኑንና ይህንኑ ትግል በመምራትም ላይ ከሚገኙት ድርጅቶች መካከልም ሻዕቢያ ከመሃል ሀገሩ ተራማጆች እንቅስቃሴ ጋር ተመሳሳይ አመለካከትና ግብ እንዳለው ሆኖ ሳለ፣ በሕቡዕ ግንኙነቴ በኩል ያገኘሁት መረጃ ያመለከተኝ ዕውነታ ግን የዚህኑ ተቀባብቶ የተናፈሰውን ዜና የተገላቢጦሽ እንደነበር፣ ከዚያም በመነሳት የግል ጥናቴን ካጠናቀኩ በኋላ አጠቃላይ ግንዛቤዬን ለዋለልኝ መኮንን በግንባር ማስረዳቴና፣ ከዋለልኝ መኮንን የተሰጠኝ ምላሽም የወሰድኩትን ግንዛቤዬን ትክክለኛነት የሚያረጋግጥልኝ መሆኑን በሌላ አካባቢ ተገልጿል። እንደ ብርሀነመስቀል ረዳ እና ሌሎች ጓዶቹ ዋለልኝም እንዳላወቅንና እንዳልተጠራጠርን በመምሰል በሚል የዋህነት "መረጃውን ወዲያውኑ ማሰራጨት ለአጠቃላይ ትግላችን የወደፊት ዕድገት ያልተጠበቀ ደንቀራ ሊፈጥር ይችላል" በሚል ግምት ተመክሮየን በምስጢር እንድይዘውና ከሻዕቢያ ጋር ሊኖረን የሚገባውም ማናቸውም ግንኙነቶች ሁሉ በጥንቃቄ መያዝ እንደሚኖርበት አበክሮ የመከረኝን ሁሉ ሳስታውስ ኢሕአድ እንጂ ኢሕአፓ ከባዕዳን ቁጥጥር ነፃ እንዳልነበረ ነው። ገና ከጅምሩ በኢሕአድ ዙሪያ የተሰባሰቡት ሕዝባዊ ታጋዮች መሆናቸውን የተገነዘበው የአሜሪካና የእሥራኤል የስለላ ድርጅቶች (ሲ. አይ. ኤ. እና ሞሳድ)፣ እንዲሁም የራሱን የወደፊት ዕድል ያላወቀው ኬ. ጂ. ቢ. ጭምር ኢሕአፓ ፈጥረው በእንጭጩ

ካልተኮላሸ ወደፊት በሀገሪቱ ዲሞክራሲያዊና ሕዝባዊ መንግሥት እንደሚሰፍንና ከኢትዮጵያም አልፎ በድፍን መላው አፍሪቃ የነፃነትና የዲሞክራሲ ተምሳሌት እንድሚሆን አስቀድመው አረጋግጠዋል። ለሲ. አይ. ኤ. እና ለኬ. ጂ. ቢ. እኩይ ዓላማና ጥቅም እንቅፋት እንደሚሆኑ ያለጥርጥር በማረጋገጣቸው እባብ በእንጭጩ እንደሚሉት ሻዕቢያንና ወያኔን፣ ደርግንና መኢሶንን እንዲሁም በራሱ እፍኝ በማይሞሉት የፓርቲው የአመራር እምብርትን በመሣሪያነት በመጠቀም ኢሕአፓ በነደፈው ፕሮግራምና ስትራቴጂካዊ ጎዳና ፈር ይዞ እንዳይታገልና ለድል እንዳይበቃ ከፍተኛ እርብርቦሽ አካሄዱበት። በዚያን ዘመን የፈረንሳይ ኮሚኒስት ፓርቲ በሶቪየት ሕብረት ሙሉ ቁጥጥር ሥር ነበረች። መካከለኛው ምሥራቅ እያለሁ ወደ ፈረንሳይ በመሸጋገር ከእነሱ ጋር አብሬ እንድኖር የጋበዘኝ የተማሪዎች ማሕበር የዘውዱ ጠንካራ ደጋፊዎች ሲሆኑ ብዙዎቹ የፈረንሳይ ኮሚኒስት ፓርቲ ደጋፊ ነበሩ። መኢሶን በኬ. ጂ. ቢ. ቁጥጥር ሥር መሆኑን የሚያሳይ አንድ ምሳሌ እንጥቀስ።

በተስፋየ መኮንን መሠረት፣ "ዶ/ር ነገደ ጎበዜ የመኢሶን ከፍተኛ አመራር የነበረና በሕዝብ ድርጅትም የፍልስፍና ኮሚቴና የፕሮፓጋንዳ ኮሚቴ ሰብሳቢ ነበር። በተጨማሪም የሕዝብ ድርጅት ጉዳይ ጊዜያዊ ጽ/ቤት ኤሪክ በመባል ይታወቅ የነበረው የኢትዮጵያ ሪቮሉሽን ኢንፎርሜሽን ሴንተር መሪ ነበር። አልፎም የኢማሌድህ ጉባኤ ፀሀፊ ነበር" (ተስፋየ መኮንን፣ 249)። ተስፋየ መኮንን በማያያዝም የኩባ - የመንና ሞስኮብ ግንባር ለመኢሶን የሰጠው ከፍተኛ መስዋዕትነትን የጠየቀውን ታሪክ አስመልክቶ እንዲህ ብሏል፣ "... ዶ/ር ነገደ ጎበዜ በኩባና በደቡብ የመን እርዳታ፣ በቦሌ በኩል በአለባበስ እራሱን ቀይሮ በየመን ፓስፖርት፣ በየመን የወታደር አይሮፕላን፣ በየመን የፀጥታ ሰዎች ታጅቦ እንደየመናዊ ዜጋ ተመሳስሎ ቦሌ ድርሶ ሲገባ መታየቱንና አልፎም ወደ ኩባ ኤምባሲ እንደገባ ሻምበል ፍቅረሥላሴ ወግደረስ ለኮ/መንግሥቱ ስልክ በመደወል ገልጸው ምን ማድረግ እንዳለባቸው ለኮ/መንግሥቱ መመሪያ እንደሚጠብቁ ይገልጻሉ። ... ኮ/መንግሥቱ በፊደል ካስትሮ ላይ የነበራቸውን አመኔታ በከፍተኛ ደረጃ አናጋባቸው። ወዲያው በመሀላቸው ውጥረት ተፈጠረ። ወደ ኩባ የተደረገላቸውም የጉብኝት ጥሪ በሴራ ላይ የተመሰረተና ከበስተኃላ መኢሶንን በሥልጣን ላይ ለማውጣት በሞስኮው አስተባባሪነት በኩባና በየመን የተሰራ ደባ አድርገው ወሰዱት። በስልኩ ላይ ሶቪየት ከኩባና ከየመን በስተጀርባ ቁማ ኮ/መንግሥቱ ምርጫ በማሳጣት ከመኢሶን ጋር እርቅ እንዲያደርግ ያለበለዚያ ሌላ እርምጃ በመውሰድ ሶቪየት እንደማትመለስ ተጠቁሟል (ተስፋየ መኮንን፣ 285)። የመኢሶን አመራር እንደሚመታ አስቀድሞ ከኬ. ጂ. ቢ. ያሸተተው ዶ/ር ነገደ ጎበዜ በአውሮጳ የኢትዮጵያ ሪቮሉሽን ኢንፎርሜሽን ሴንተር (ኤሪክ) ቅርንጫፍ ለማቋቋም የተመደበውን ገንዘብ ይዞ በአውሮጳ ተማሪዎች ማሕበር ስብሰባ አሳቦ አመራሩ ሊመታ የሳምንት ጊዜ እንደቀረው ሾልኮ ጠፋ። በምዕራፉ ከላይ አካባቢ እንደተገለጸው በ1960 ዓ. ም. ገደማ ከኢትዮጵያ ተባሮ የወጣው ኬ. ጂ. ቢ. ተወካይ በሞስኮው ከተማ ባፋጣኝ የኢትዮጵያ ተማሪዎች ማሕበር ተፈጥሮ የሥር ነቀል ለውጥ

ደጋፊዎችን ለማሰባሰብ ከፍተኛ ችሎታና አቅም ካለው ከኢሕአድ ጋር ግንኙነት እንዲፈጥሩ መንገድ ማመቻቸቱ ለምን ነበር? በዚህም ተወካይ አማካኝነትና ድጋፍ ባፋጣኝና በችኮላ ሰባት ኢትዮጵያዊያንን ያዘለ በሞስኮ የኢትዮጵያ ተማሪዎች የፖለቲካ ቡድን በማቋቋም በአልጀሪያ ሥር ነቀል የኢትዮጵያ ተማሪዎች ቡድን መኖራቸውን ባለው የስለላ መረቡ ያገኘውን መረጃ ለዓለሙ አበበ፣ መኮንን ጆቴና ክፍሉ ታደሰ አስተላልፎ ባስቸኳይ ከኢሕአድ ጋር ግንኙነት እንዲፈጠር መርዳቱና ማስተባበሩ ለምን ይሆን? በሞስኮ የተፈጠረውን ፖለቲካ ቡድን ኅልውናውን ከእነ ዶ/ር ኃይሌ ፊዳ ለመሸሸግና እንዳያውቁ በከፍተኛ ምስጢር እንዲጠበቅ መወሰናቸው ለምን ይሆን? ከ፶ አለቃ ለገሠ አስፋውና ከሻለቃ ብርሃኑ ከበደ ጋር በመተጋገዝ የአዲስ አበባን ያንድ ትውልድ ዜጎች እንዳለ ጭዳ ያደረገው የአዲስ አበባ ከንቲባ የነበረውና በኬ. ጂ. ቢ'ነት ጎልቶ በገሀድ ይነገርለት የነበረው ዶ/ር ዓለሙ አበበ እና ክፍሉ ታደሰ እንደ ታማኝና እውነተኛ ኢትዮጵያዊያን ተቀጥረው "በሶቪየት ሕብረት የተፈጠረው የኢትዮጵያ ተማሪዎች ፖለቲካ ቡድንን ኅልውና ከእነ ዶ/ር ኃይሌ ፊዳ ለመሸሸግና እንዳያውቁ በከፍተኛ ምስጢር እንዲጠበቅ መወሰናቸው ፀረ-ኢትዮጵያ ሴራ ቅንብር የተጀመረው ከፓርቲው ምሥረታ ዋዜማ ጀምሮ እንደሆነ ያስረዳናል።

ክፍሉ ታደሰ ለመሸፋፈን ኢሕአድ እንደተቋቋመ የቀድሞዋ ሶቪየት ሕብረት ስለድርጅታችን ባህሪይና ዓላማ ከሌላ የሦስተኛ አካል በተዛባ መልክ እንዳይደርሳቸው ለመከላልከል ሲባል ህልውናውን አስቀድመን ገለጽንላቸው ይላል። አስቀድሞ ነገር ክፍሉ ታደሰ በኢሕአድ ምሥረታ ጊዜ አልተሳተፈምና አይታወቅም። ኮሚኒስት ፓርቲው ቀደም ሲል ኢሕአድ እንደተፈጠረ ብቻ ሳይሆን ከመጠንሰሱ በፊት ገና የአልጀሪያ ቡድን አልጀሪያ በሚኖሩበት ዘመን ጀምሮ እንደሆነ ከላይ ለመጥቀስ ተሞክሯል። ክፍሉ ታደሰ ሲቀባጥር እንጂ ስለ አልጀሪያው ቡድን መኖርና እነማን መሆናቸውንና እንዴትስ አልጄሪያ እንደደረሱ ለነ ክፍሉ ታደሰ የገለጸላቸው ብላድሚር ሻራዮቭ መሆኑን እራሱ ተናግሯል። በቀድሞዋ የሶቪየት ሕብረት ዘመን እንኳን ሰው የቤት ግድግዳዎች ሳይቀሩ ጆሮና ዓይን እንደነበራቸው የትናንት ትዝታ ነው። በመሆኑም በሶቪየት ሕብረት በሚኖሩ ማናቸውም ግለሰብ ከኬ. ጂ. ቢ. ቁጥጥርና ትዕይንት ነፃ ሆኖ አያውቅም። ነፃነት የነበራቸውና ተንደላቀው ይንቀሳቀሱ የነበሩት ከሶቪየት ኮሚኒስት ፓርቲና በተለይም ከኬ. ጂ. ቢ. ጋር የቀረበ ግንኙነት የነበራቸው ብቻ እንደነበሩ ታሪክ የሚያስታውሰው ሀቅ ነው። የፖለቲካ ውይይትና ድርጅት ቀርቶ የማሕበራዊ ውይይቶችና ግንኙነቶች ሁሉ ከፓርቲውና ከኪ. ጂ. ቢ. ቁጥጥርና ስለላ ነፃ ሆነው አያውቁም። ተማሪዎች እንደልባቸው ወደ ምዕራብና ወደ አንዳንድ የማይፈለጉ ሀገር እንደልብ መውጣትና መግባት አስቸጋሪ እንደነበር ሀገር ቤት እያለን ይነገረን ነበር። ክፍሉ ታደሰ ግን ከሞስኮ ምዕራብ አውሮጳ፣ ሞቃዲሾ፣ ሶሪያ፣ ኢራቅ፣ ቤይሩትና ሌሎች ከተሞች እንደልቡ እንደ ዲፕሎማት ይመላለስ ነበር። ከዚህም ባሻገር በዚያች ዘመኗ የሶቪየት ሕብረት ኮሚኒስት ፓርቲ እራሳቸው

ለማይቆጣጠሩትና ክትትል ለማያደርጉበት ድርጅት ወይንም የፖለቲክ ቡድን የገንዘብም ሆነ የቀሳቁስና የሞራል ዕርዳታ ፈጽሞም አያደርጉም ነበር፣ እንዲያውም ከፍተኛ ቁጥጥር ይካሄድባቸውና ከሀገርም ይባረሩ ነበር። ዶ/ር ነገደ ጎበዜና መስፍን ካሱ አዲስ አበባ እያሉ ስንቱን ሲያስጨፈጭፉና ስንቱን ኃጢአት ሲፈሙ ከኢሕአፓም ሆነ ከደርግ እንዳችም ጊዜ ጥይት አልተተኮሰባቸውም። ዶ/ር ተስፋየ ደበሳይ እራሱን በመወርወር ከተሰዋበት ሕንፃ ድርሶ ሳለ ከፓርቲ አባልነታቸው ውጭ ከክፍሉ ታደሰ ጋር የነበራት ግንኙነት ምን እንደሆነ የማትታወቀው ኤርትራዊቷ አዳነች ፍስሐን አይቶ እንኳን እንዳላየ አድርጎ ወደ መጣበት ተመልሷል። ክፍሉ ታደሰና አዳነች ፍስሐ ግንኙነታቸው የጀመረው ገና ሞስኮው እያሉ እንደሆነ ይታወቃል። ባንድነትም አሜሪካ ገብተው ወዲያውኑ በአሜሪካ ድምፅ ሬዲዮ በክብር ተቀጥረዋል። ታዲያ ነገደ ጎበዜ አዳነችን አይቶ እንዳላየ ማለፉ ምን ይባላል? በእኔ እምነት ክፍሉ ታደሰ፣ አዳነች ፍሰሐና ነገደ ጎበዜን የሚያገናኝና የሚያስተሳስር ስውር የባዕድ ኃይል እንደ ነበረ ነው። በእኔ ዕምነት ሶስቱም በሲ. አ. ኤ. እና በኬ. ጂ. ቢ. በሁለቱም ወይንም ባንዱ የባዕድ ድርጅቶች ከለላና ጥበቃ ሥር ይንቀሳቀሱ የነበሩ "ኢትዮጵያዊ የውስጥ አርበኞች" ነበሩ ማለት ነው።

ሳሙኤል ዓለማየሁ

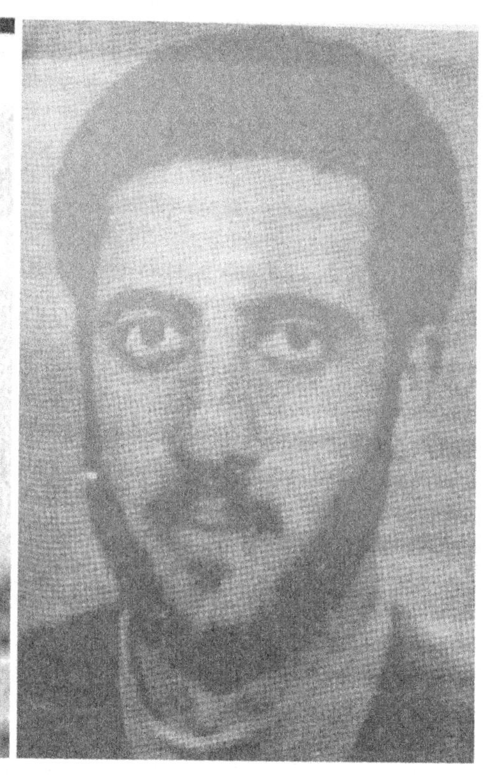

ግርማቸው ለማ

በጨዋነቱ እንጂ በክፋት እና በጭካኔ የማይታወቀው እንዲያውም ኢሕአፓ በመንግሥት ደረጃ መግለጫ ይሰጥና ይወገዝ በሚል ውይይት ሻለቃ መንግሥቱ ኃ/ማሪያም በጠራው ስብሰባ ላይ በተካሄደው ውይይት ለኢሕአፓ ብሎ ሕይወቱን በመሸጥ ሸንጡን ገትሮ የተቃወመውን ዲሞክራት ምሁር ዶ/ር ፍቅሬ መርዕድን ሥራየ ተብሎ ተጠንቶና ታቅዶ ኢሕአፓ ሕይወቱን አጥፍታለች።

ሳሙኤል ዓለማየሁ እና ክፍሉ ታደሰ በዚያች የፀረ አሜሪካ ስሜት በተጠናወተባት የደርግ ዘመኗ ኢትዮጵያችን የሲ. አ. ኤ. ተልዕኳቸውን ለማከናወን በጀርባቸው የሚቀምላቸው ሌላ ጠባቂ ሳይኖራቸው ያንን ሁሉ የጀብደኝነት ተግባር ሊያንቀሳቀሱ እንደማይቻል ከቶም ቢሆን አያጠራጥርም። አብዛኛው አባላት ተጨፍጭፈው ቀሪዎቹ ሁሉም ከተማውን ለቀው ወደ አሲምባና ጎንደር ሸስተው ሲሄዱ ክፍሉ ታደሰና ሳሙኤል ዓለማየሁ ገሀነም እሳት በበዛባት በሀገሪቷ መዲናና በአካባቢዋ እስከ 1970 ዓ. ም. መግቢያ ድረስ "ቀራጥና ጽኑ" ታጋይ መስለው መኖራቸው ምንና ማንን ተማምነውና የማንን ሽፋን ቢያገኙ ነው? ስንቱ ሲታመስ፣ ስንቱ ሲቀላና ሲታሰር በዋናነት የሚታወቁት መሪዎች ያለምንም ስጋትና ጭንቀት በዚያ አስጨናቂና አስቸጋሪ በሆነ አካባቢ የመኖር መብታቸው ከየት የመጣ ነበር? የደርግ የስለላ መረብ እጅግ የተጠናከረና የተስፋፋ ከመሆኑን ባሻገር አብዛኛው የመንግሥት በጀት የሚጠፋው ኢሕአፓ'ን በማሳደድ ተግባር ሲሆን እንዴት በደርግ "የአናርኪስት" "የቅጥር ነፍሰ ገዳይ"፣ "የምዕራባዊያን ተወካይ ቡችላ" በመባል የተወነጀለው ድርጅት መሪዎች ያለምንም ሁኔታ በአዲስ አበባ እስከ 1970 ዓ. ም. መግቢያ ድረስ ለመኖር ቻሉ? እንደገና ክፍሉ ታደሰ በሀገራችን ከአዲሱ የሶቪየት ሕብረት የኬ. ጂ. ቢ. ተወካይ ጋር የነበረውን ዝምድናና ግንኙነት ለማወናበድ እንዲህ ይላል፣ "በሀገራችን የኬ. ጂ. ቢ. አዲሱ ተወካይ ከነበረው እራሱን ቫሎዲያ" ብሎ የሚጠራው አንድ የሶቪየት ተወላጅ በግዮን ሆቴል መዋኛ ስፍራ መሄድ ያዘወትራል። ክፍሉ ታደሰም ይህንኑ የመዋኛ ቦታ "በስራ ድርብርቦሽና በጤና ጉድለት ሳቢያ የተፈጠረውን ውጥረት ለማቃለል በሚል ዕምነት አዘውትሮ በሚሄድበት ወቅት ከ "ቫሎዲያ" ጋር ይተዋወቃል። … ቫሎዲያ" ግኙነቱን ለማጥበቅ ጉጉት አደሮበት ከክፍሉ ታደሰ ጋር በየዕለቱ በጊዮን ሆተል፣ በሂልቶን ሆቴልና በሌሎች ከፍተኛ በሆኑ ምግብ ቤቶች እየተገናኘ ይጨዋወት እንደነበር እራሱም ቢሆን አልካደውም (ክፍሉ ታደሰ፣ 1፣ 349)። ዳሩ ግን ክፍሉ ታደሰ የሚለው ቫሎዲያ" የኬ. ጂ. ቢ. ወኪል መሆኑን ክፍሉ ታደሰ ሲያውቅ ነገር ግን ሰላዩ ቫሎዲያ" የክፍሉ ታደሰን ማንነት እንደማያውቅ አድርጎ በተገላቢጦሽ ሊያሳምነን የጥራል። ቫሎዲያ ከክፍሉ ታደሰ ጋር ግኙነቱን ለማጥበቅ ጉጉት ያሳደረበት ለምን ይሆን? የታዋቂዋ የኬ. ጂ. ቢ. ሰላይ ያላንዳች ጉዳይ ወይንም ጥቅም ከሆነ ሰው ጋር የጠበቀ ግንኙነት ለመፍጠር ይቻኳል እንዴ? እንዴው ስለክፍሉ ምንም መረጃ ሳይኖረው ቢቀር ቫሎዲያ ከቀድሞዋ ሶቪየት ኮሚኒስት ፓርቲ ደጋፊ ከነበሩት ከመኮንን ጆቴና ዓለሙ አበበ፣ ከዶ/ር ተፈራ ወንዴና ከሌሎቹ ስለክፍሉ ማንነት ሳያውቅ ቀርቶ ነውን? በወቅቱ የታላቃ ሀገር የስለላ ድርጅት ተወካይ ከሲ. አይ. ኤ. ነፃ ሆኖ እሳት በተቀጣጠለባት ሀገራችን ኢትዮጵያ ውስጥ በመሰለልና በማሰለል የሀገሩን ጥቅም ለማስከበር ወዲያና ወዲህ በሚሯሯጥበት ወቅት ከእሱ ጋር አብሮ በወዳጅነት በየዕለቱ ቀንና ምሽት ተቀራርበው የሚጫወተውንና ቡና የሚጠጣውን፣ በየምግብ ቤቱ አብሮ ተያይዘው የሚሄደውን፣ አብረው የሚመገበውንና በየጊዜው ስጦታ እየገዛ የሚያመጣለትን

ግለሰብ በጭራሽ ማንነቴን አያውቅም ነበር ብሎ ሊያሳምነን መሞከሩ ምን ያህል እንደናቀን ቢያመለክትም፣ የክፍሉና የቫሎዲያ ግንኙነት በጥቅም አንድነት እንደተመሰረተ አያጠራጥርም።

ሌላው ከሚያስቁኝና ከሚያስገርሙኝ ጉዳዮች መካከል እነ ሻምበል ተስፋየ ርስቴና ሌሎች እንደ "ተዓምረኛው" ዮናስ አድማሱ ክፍሉ ታደሰም "ለጥቂት" አመለጠ" "ክፍሉ ታደሰ ሊያዝ "ትንሽ" ሲቀረው ተረፈ" ... ወዘተ እያሉ ተዓምረኛ የሆነ ምንም ጊዜ ቢሆን ሊያዝና ሊጨበጥ የማይቻል ልዩ ፍጥረት አድርገው እየቀባቡ ሲጽፉና ሲናገሩ መስማቴ ነው።

ከሁሉም ይበልጥ እጅግ አድርጎ የሚያሳስነኝ የጀርባ ኃይሉን በመመካት በታጋዮችና በአባላት ላይ የቁማር ጨዋታ እንደሚያካሂድባቸው በመስማቴ ነው። በ1970 ዓ. ም. መግቢያ አካባቢ ክፍሉ ታደሰ 35 አውቶማቲክ ጠመንጃ ላኩልኝ ብሎ ለአብዲሳ አያና መልዕክት ይልካል፣ በዚያን ጊዜ ያን ያህል ብዛት ያለውን መሣሪያ ቀርቶ አንድ መሣሪያ እንኳን አዲስ አበባ ማስገባት እንደማይቻል እያወቀና ምንም ዕይነት ዘዴ እንደሌለ እየተረዳ ላኩልኝ ብሎ መጠየቁ ማንን ተማምኖ እንደሆነ ለመረዳት ያስቸገራቸው ብቻ ሳይሆን በከተማው የቀረ አባል ሳይኖረው ብቻውን ከነማን ግር ሆኖ ጠመንጃውን ሊጠቀምበት እንደሚችል ግራ ያጋባቸውና ያስገረማቸው መሆኑን አብዲሳ አያና ለሰማዕት ኤፍሬም ደጀኑ ታናሽ ወንድም ለአቶ ያሬድ ደጀኑ ያጫወተውን አስገራሚ ጉዳይ ባካፈለኝ ጊዜ ነበር። ክፍሉ ታደሰ በሕይወት ስለአሉት በሚያወሳበት ወቅት፣ የድርጅት ስምና አሕፅሮተ-ቃላት መጠቀም የግድ ነበር ይላል። የግራ ዝንባሌ የነበራቸውን ግለሰቦች ሁሉ፣ ዓለም ዓይናችሁን ላፈር ባለበት በአሁኑ ወቅትና ኢሕአፓ በይፋ እንዳይንቀሳቀስ በተከለከለበት እንደ ኢትዮጵያ ባለች ሀገር ስማቸውን መደበቅ ተገቢና አስፈላጊም መሆኑን ባምንበትም በክፍሉ ታደሰ ዘንድ ግን አባባሉን ምክኒያት በማድረግ የፈጠራ ስም በመስጠት አንባቢያንን ለማታለል ምቹ እንደሚሆንለት የተጠቀመበት መንገድ ለመሆኑ ጥርጥር የለውም። ኢሕአፓ በይፋ እንዳይንቀሳቀስ በተከለከለበት እንደ ኢትዮጵያ ባለች ሀገር ይልና በሌላ በኩል ግን በመጻህፍቶቹ ዝግጅት ላይ ከፍተኛውን ሚና የተጫወተችውና የረዳቸው የቅርብ ጓደኛውና አለቃው የነበሩት አሜሪካዊቷ የቀድሞዋ የአሜሪካ ድምፅ ሬዲዮ ፕሮግራም ኃስላፊ ወ/ሮ አኔት ሲ. ሽክለር ናቸው። ወ/ሮ አኔት ሲ. ሽክለር የቅርብ ጓደኛው የነበረውና መኖሪያ ቤቱ ውስጥ ረሱን ገደሎ ተገኘ ተብሎ የተወራለት የዳዊት ተፈራ ባለቤት ነበሩ። ዳዊት ተፈራ የዳዊት ዮሐንስና የገነነው አሰፋ ዘመድ እንደነበረ ይነገራል። እኒሁ አሜሪካዊት በወያኔ የውጭ ጉዳይ ሚኒስቴር በከፍተኛ አማካሪነት ተሹመው አዲስ አበባ ከአምስት ዓመት በላይ ቀይተው በዝውውር በአሜሪካን ሀገር የኢትዮጵያ አማባሳደር ልዩ አማካሪ ሆነው በማገልገል ላይ ነበሩ። እኒሁ አሜሪካዊት የአሜሪካ ድምፅ ሬዲዮ ጣቢያ ፕሮግራም ኃላፊ በነበሩበት ወቅት ዓይናቸውን ጨፍነው ለሻዕቢያና ለወያኔ ከፍተኛ ድጋፍ በመስጠት ሌሎች ተቃዋሚዎች ላይ በተለይም በኢሕአፓ ላይ ከፍተኛ የሥልጣን ዱላቸውን በመጠቀም የፕሮግራሙን ዕድሎች ይነፍጉ

የነበሩ ናቸው። እንዲያውም ከፍተኛ ብቃትና ችሎታ የነበራቸውን በሀገር ቤት ስሙ ገናና እና ተወዳጅ የነበረውና የሱ ስም ሲነሳ ለማዳመጥ ኢትዮጵያዊያን ሁሉ ይጓጉለት የነበረውን ተደናቂ ጋዜጠኛ ንጉሤ መንገሻ/ጌታሁን ታምራት በመሳሰሉት ላይ ከፍተኛ ተፅዕኖ በማድረግ ለወያኔንና ለሻዕቢያ ሽንጣቸውን ገትረው የቆሙ አሜሪካዊ ባለሥልጣን እንደነበሩ ገና ድሮ ሀገር ቤት እያለሁ ይነገር ነበር። ወያኔና ሻዕቢያ አሜሪካዊቷን በወያኔ የውጭ ጉዳይ ሚንስቴር ለመቅጠር ሲባል ለሚቹ ለዳዊት አሰፋ በማይረዳው መንገድ እንዲጋቡ በክፍሉ ታደሰና በቅርብ ዘመዶቹ በነ ዳዊት ዮሐንስና ገነነው አሰፋ አማካይነት እንደ ተዘጋጀና በተቀነባበረ መንገድ እንዳጋቧቸው ተደርጎ እንደሚነገር በአሜሪካ መዲና ቀይታየ ከብዙ ኢትዮጵያዊያን ሰምቻለሁ። አልፎም ዳዊት አሰፋ እራሱን ገድሎ ተገኘ የሚባለውን አባባል አብዛኛው ኢትዮጵያዊ እንደማያምኑበት ሲወራ ሰምቻለሁ።

ይህን በተመለከተ እራሳቸው ወ/ሮ አኔት ሲ. ሽክለር በፈረንጆች ዘመን አቆጣጠር 2009 ላይ በሰሜን ቨርጅኒያ፣ አለክሳንድሪያ ከሚገኘው ሾፐርስ ገበያ ውስጥ ኢትዮጵያ እያሉ በጉዲፈቻ ከያዙት ህጻን 'ልጃቸው' ጋር ሆነው ስንገበያይ ፊት ለፊት ተጋጠምን። ሕጻኑ ኢትዮጵያዊነቱ በትክክል ያለምንም ማወላዳት ስለሚያረጋግጥ ዘግቻቸው ማለፉ ህጻኑን ወገኔ አይደለህም ብየ እንደመቁጠር ስለተሰማኝ በአማርኛ ጤና ይስጥልኝ ብየ ሠላምታ አቀረብኩ። እሳቸው በፈገግታ በእንግሊዘኛ ህጻኑ አማርኛ የሚያስተምረው ባለማግኘቱ አይናገርም ብለው በመመለስ እራሳቸውን አስተዋወቁኝ። ባህሉንና ቋንቋውን እንዲያውቅ ፍልጎት ካለዎት በመዲናችን አካባቢ ብዙ የቋንቋና የባህል መማሪያ ቦታዎች እንዳሉ ሰምቻለሁ ብየ ገለጽኩላቸው። ቀጠሉና እራስ ምታት የሆነብኝን ስለራሳቸው ከላይ የጠቀስኳቸውን በኢትዮጵያ መንግሥት የተሰጧቸውን ኋላፊነቶቻቸውን ገለጹልኝ። በማያያዝም ሟቹ ባለቤታቸው ማን እንደነበረና እንዴትስ እንደሞተ በመግለጽ አሟሟቱን በተመለከተ በመዲናችን የሚኖሩ ኢትዮጵያዊያን እሳቸው እንደገደሉት አድርገው እንደሚያሟቸው ቅሬታቸውን ጭምር ገለጹልኝ። ከቅርብ ወዳጃቸው ከክፍሉ ታደሰ በስተቀር ሌሎቹ መልካም አመለካከት እንደሌላቸው አስረዱኝ። "የታጋይ" ክፍሉ ታደሰ የቅርብ ወዳጅ መሆናቸውን ሲገልጹልኝና ስሙ ሲነሳ የባሰውኑ ከባድ የራስ ህመም ሰደዱብኝ። እስከሚሰለቻቸው ድረስ ከሳቸው ጋር ጭውውታቸውን እየሰማሁ ለመቀየት የወሰንኩት ጀግና ድንገት "የታጋይ ክፍሉ ታደሰ" ስም ሲነሳ ቶሎ ብየ መላቀቅና ማምለጥ ፈለኩኝ፣ ሰይጣንም መስለው ታዩኝ። ነጮች ሰይጣን ጥቁር እንደሆነ አስመስለው ሊያስተምሩን ቢሞክሩም ለእኔ ግን የሰትዮዋ የነጭነት መልክ ወደ ሰይጣንነት መለወጡ ብቻ ሳይሆን ከዚያም በባሰ ጭራቅ መስለው ታዩኝና አስጠሉኝ። ለማምለጥ መቅበጥበጤን ሲረዱ በጆን ሆፕኪንስ ሆስፒታል ካርድ (Business card) ላይ ስማቸውንና የአምባሲ ስልክ ቁጥራቸውን ጽፈው በመስጠት ክፍሉ ታደሰን አፈላልገህ ባስቸኳይ እንዲደውልልኝ ነገረው እባክህ ብለው አደራ ጣሉብኝ። ምንም እንኳን ለእሳቸው እንግዳ ባይሆንም የውስጣችንን ገመና ማውጣት ባህሌ ባለመሆኑ እኔ ክፍሉን በዝና እንጅ

በግምባር ትውውቅ የለኝም። ከነጭራሹ መልኩንም አላውቅ። የሚያውቁት ካገኘሁ መልዕክቱን ለማስተላለፍ ቃል እገባለሁ ብየ ተሰናበትኩ። ይህንን ሁሉ ለማተት ያስገደደኝ ክፍሉ ታደሰ ኢሕአፓ በይፋ እንዳይንቀሳቀስ በተከለከለበት እንደ ኢትዮጵያ ባለች ሀገር በሚል ሽፋንና ምክኒያት መረጃ ሰጡኝ የሚላቸውን ግለሰቦች ሙሉ ስማቸውን አለመጥቀሱ የፈጠራ ስም ለመስጠት እንዲያመቸው ነው ብየ በማመኔ ነው።

ፍርቻ ቢኖረው ኖሮ አሜሪካዊቷ ባለሥልጣን በመጽሀፉ ዝግጅት ወቅት ማናቸውንም ሥራዎች ሁሉ በመከታተል፣ በማበረታታትና በማረም፣ እንዲሁም "በሌሎች መስኮችም ከፍተኛ ትብብር" ባላደረጉ ነበር። አሜሪካዊቷ ከማንም ይበልጥ ወያኔ መሆናቸው ብቻ ሳይሆን ወያኔ ለሥልጣን መብቃት ከፍተኛ አስተዋፅዖ ያበረከቱ ግለሰብ በመሆናቸው የሰዎቹ ስም ለእኔና ለአንባቢያን ብቻ ስውር ሆኑ እንጂ ለአሜሪካ የስለላ ድርጅት፣ ለሻዕቢያና ለወያኔ እንዲሁም ክወያኔ ጋር ለሚተባበሩ የኢሐአፓ ባላንጣዎችና ጠላቶች ስውር አይደለም ብየ በእርግጠኝነት ስለማምን ነው። ከ1961 ዓ. ም. ጀምሮ በሲ. አይ. ኤ.'ነት የሚጠረጠረው ዘሩ ክሕሽን በሕወሓት ሠራዊት ላይ ምንም ዓይነት ቅሬታና ጭንቀት እንዳያድርብን ደጋግሞ ሠራዊቱን ከማስጠንቀቁም በላይ ወያኔን በክፉ ወይንም በጥርጣሬ ዓይን በሚመለከቱ የሠራዊቱ አባላት ላይ ቅሬታ እንደነበረው ሁሉ በሠራዊቱ በሰፊው ተወርቷል። ድርጅቱን በውጭ ሀገር መሠረትን ብለው ተሽከመዉት ሀገር ቤት ከገቡትና የድርጅቱ "መሥራች" የማዕከላዊ ኮሚቴዎችና የፖሊት ቢሮ አባላት መካከል ከድርግ፣ ከወያኔም ሆነ ከሻዕቢያ ግድያ ምንም ሳይሆኑ ተልዕኳቸውን አጠናቀው በሠላምና "በድል አድራጊነት" ወደ መጡበት በሕይወት የተመለሱት ከጥንት ጀምሮ በባዕዳን ወኪልነት የሚጠረጠሩት ሶስቱ አባላት ብቻ ናቸው (ዘሩ ክሕሽን፣ ክፍሉ ታደሰና እያሱ ዓለማየሁ)። ዘሩ ክሕሽን ነፍሱን ይማረውና አዲሱን የሞቀ ሕይወት በሆላንድ በመምራት ላይ እንዳለ በተፈጥሮ ሕመም ከዚህ ዓለም በሞት መለየቱን እንደሰማሁ ጥልቅ የሆነ ሀዘኔን ለእሱና ለኮሎኔል ዓለማየሁ/አበጀ ቤተሰቦች ባሉበት በኢትዮ ፎረም አማስካኝነት ልኬላቸዋለሁ)።

ከባዕዳን ኃይል ጋር ላገናኘውና ላያይዘው የምሻው ሌላው ጉዳይ ኢሕአፓ በየካቲት ወር 1969 ዓ. ም. ያካሄደው የማዕከላዊ ኮሚቴ ስብሰባ ከአጀንዳዎቹ መካከል ዋናውን ቦታ ይዞ ለውይይት የቀረበው "ከትግሉ መቃናትና መቀላጠፍ ጋር የተያያዘውን" በማለት ለኤርትራ ነፃነት እውቅና ለመስጠት በዘሩ ክሕዘንና ክፍሉ ታደሰ ተቀናብሮ ለውሳኔ የማዕከላዊ ኮሚቴ ስብሰባ ላይ አቅርቦ እንብዛም የከረረ ውይይት ሳይካሄድበት በአመራር እምብርቱ/ክሊኩ ፍላጎትና ምኞት ተወስኗል (ዝርዝሩ በምዕራፉ በተራ ቁጥር 7 ተገልጿል)። ይህ ውሳኔ ቀድሞ እነ ክፍሉ ታደሰ በ1963 ዓ. ም. በፊት በጽሁፍና እንዲሁም በየአሕግሩ በመዘዋወር የኤርትራ ተማሪዎች ማሕበር ከኢትዮጵያ ተማሪዎች ማሕበር ተገንጥለው የራሳቸውን ማሕበር እንዲያቋቁሙ ያደረጉትን ቅስቀሳና ትግል

ውጤት መሆኑ ነው። በቀጥታ ይህ ዓይነቱን ታላቅ ብሔራዊ ጉዳይን አስመልክቶ በጥቂት ግለሰቦች መወሰኑ ኢሕአፓ፣ ለኢትዮጵያና ለሕዝቧ የቆመ ሳይሆን እስከመጨረሻው ለባዕዳን ኃይላት ጥቅም አስከባሪዎች እንደሆኑ ነበር አባላቱን ያስቀጣው፣ ብሎም አስቀድመው የፈጠሩትን የእርስ በእርስ መጠራጠር መንፈስ በይበልጥ እንዲጠናከር የረዳው። ሻዕቢያ በድርጅቱ የውስጥ ጉዳይ ላይ የበላይነት እንዳላትና ኢሕአፓ ከሻዕቢያ ነፃ እንዳልሆነ ነበር በተግባርም ያስመሰከረው። በተዘዋዋሪም ሆነ በቀጥታ ይህ ውሳኔ ኢሕአፓ ከሲ. አይ. ኤ. እና ከሞሳድ ቁጥጥር ውጭ እንዳልሆነ በተግባር እንዳስመሰከረ ያረጋግጣል። ትግሉ እየተጧጧፈ መሄድ እንደጀመረ በሻዕቢያ መልማይነት ወያኔን ለዚሁ ተግባር አደራጀ። የኃላ ኃላ በቀጥታና በገሀድ ኢሕአፓ'ን ብሎም የኢትዮጵያን ሉዓላዊነት መውጋትና ማፈራረስ የሕዝብ ተቃውሞን የሚያመጣባቸው መሆኑን ስለተረዱ እነዚሁ የባዕዳን ወኪሎች ሻዕቢያና ወያኔ በኢሕአፓ/ኢሕአሠ እና በሌሎች ኢትዮጵያዊ ድርጅቶች ውስጥ ብዙ ሰርጎገብ ወኪሎቻቸውን አሰርገው በማስገባት እስከ አመራር በማድረስ ቀደም ሲል ኢሕአፓ ሲቋቋም በኢሳያስ አፈወርቂና በበላይ ጠባቂው አስተዋዋቂነትና መልማይነት ሰርገው ለገቡትና በከፍተኛ የአመራር ቦታ ላይ ተቀምጠው ለነበሩት ድጋፍ በመስጠት የማጥፋት ተልዕኳቸውን በጥበብና በዘዴ አካሂደዋል። ኢሕአፓ'ን ለማጥፋት ከተጠቀሙበት ጥበብና ዘዴዎቻቸው መካከል አንዱ ፓርቲውንና ሠራዊቱን እርስ በርሱ በማናከስና ቡድን ለቡድን አከፋፍለው እርስ በርስ ተበላልተው እንዲያልቁ በማድረግ ነበር። ስለሆነም ብርሀነመስቀል ረዳ በሻዕቢያ በርሃና በአሲንባ ተነጥሎ እንዲቀይ በማድረግ መሣሪያ የሚሆናቸውን ወላዋዮች፣ አድርባዮች፣ ጠጋኝና አድሀሪ ዝንባሌ ያላቸውን ግለሰቦች በዝምድና፣ በጓደኝነትና አብሮ አደግነት አልፎም በፍቅርኝነት ትውውቅ ወደ ኢሕአፓ/ኢሕአሠ በገፍ ታጉረው እንዲገቡ አደረጉ። በዚህም መሠረት እነዚህን ከጠንካራዎቹና ከሀቀኛ ታጋይ ሀይል ለመለየት ያስቸገረበት ወቅት ሆኖ ነበር። ለምሳሌ የኢሕአፓን፣ ሻዕቢያን እና ወያኔን ግንኙነት ላይ ብቻ አትኩረን ብንመለከት፣ አንድ የኢሕአፓ አባል ወንድሙ ሻዕቢያ፣ ሌላው ደግሞ የአጎቱ ልጅ ወያኔ ወይንም ሻዕቢያ፣ ሌላው እህቱ ሻዕቢያ ወይንም ወያኔ የሆኑ አያሌ አባላት ነበሩ። ወንድሙ በወያኔ ድርጅት ጠንካራ አባል ሲሆን ሌላው በሻዕቢያ ጠንካራ አባል የነበሩ ብዙ ነበሩ። በተለይም በወያኔ በከፍተኛና በመካከለኛ የአመራር ቦታ ላይ የነበሩ በኢሕአፓ/ኢሕአሠ ወንድም ወይንም እህት ካልሆነም የአጎት ወይንም የአክስት ልጅ ነበሩበት። ይህም ማለት ድርጅታችንና ሠራዊታችን የበተሰብ ስሜትም ነበረበትና ወደድንም ጠላንም የሥነልቦናና የሞራል ተፅዕኖ እንዲሰፍን አድርጓል። በድርጅታችንና ሠራዊታችን የነበሩት አባላት በወያኔና በሻዕቢያ ለነበሩት አባላት ዘመዶቻቸው ተገዥና አገልጋይ መሆናቸው አይቀሬ ጉዳይ ነበር። ቢጠነቀቁ እንኳን የቤተሰብ ጉዳይ ስለነበር ምስጢር በተዘዋዋሪ ይወጣ እንደነበር ግልጽ ነው። አይቀሬ ነበር ማለት ብቻ ሳይሆን ወንድሞቻቸውና ዘመዶቻቸው ጋር ለመቀላቀል ብዙዎቹ በመሞከር በነበራቸው ቦታ ምክኒያት

የተሸከሙትን የድርጅቱንና የሠራዊቱን ምስጢር ይዘው ከነትጥቃቸው ከኢሕአፓ/ኢሕአሠ እየከዱ ሻዕቢያና ወያኔ አምልጠው የገቡ አያሌ ነበሩ፣ ይህ በገሀድ በኢሕአሠ የትግል ታሪክ በሰፊው ተከስቷል። ሌሎቹ በወያኔና በኢሕአሠ መካከል በተደረገው ጦርነት ከወንድሞቻቸውና ከእህቶቻቸው ጋር ጦርነት ላለመግጠም አስቀድመው ጦርነት እንደሚካሄድ ያውቁ ስለነበር ከጦርነቱ ጥቂት ቀናት በፊት ከሠራዊቱ እየከዱ ወደ ኤርትራ ሸምጥጠዋል፣ ሌሎቹ ለግዳጅ ወደ ደርግ ገብተዋል። ኢሕአፓ/ኢሕአሠ በሻዕቢያ እና በወያኔ የተተበተበ መሆኑን ለማስረዳት በመጽሀፉ በሌላ አካባቢ በኢሕአሠ የተከሰተ የአንድ የትግራይ ቤተሰብ ልጆችን እንደምሳሌ በማቅረብ ጠቁሜአለሁ። ባጠቃላይ ሻዕቢያና ወያኔ ከበላይ ጠባቂያቸው ሲ. አይ. ኤ. ጋር በመሆን በድርጅታችንና ሠራዊታችን ላይ ገና ከጥንስሱ pre-meditated በማድረጋቸውና በቅድሚያ በመገንዘባቸው ዘዴውንና ጥበቡን በሚገባ ተጠቅመው ኢሕአፓን ለውድቀት ኢሕአሠን ለድምሰሳ ብሎም ኢትዮጵያ በአራቱም መዓዘኗ በሮቿን ለባዕዳን ከፍታ ያለጠባቂ እንድትቀር አብቅተዋታል።

11.2.1. በውጭ ሀገር ተመክሮየ ያጋጠሙኝንና የተገነዘብኳቸውን ትዝታዎች ሳሰላስል ከባዕዳን ኃይል ጋር ለማገናኘትና ለማዛመድ መገደዬ

ግልጽ በሆነ መንገድ ሊገባኝ ባለመቻሉ ከመጥቀስ ብቆጠብም ቢያንስ የፓሪስና የሮም ቆይታየ ሶስት ገጠሞችና እንዲሁም ከአምስተርዳም ወደ ሮም በምመለስበት ጊዜ ስትራትስቡርግ (Stratsbourg) ባቡር ጣቢያ ላይ ያጋጠመኝን አስቂኝ እንቆቅልሽ መጥቀሱ ተገቢ ይሆናል። ወደ ሶስቱ ገጠሞችና ወደ ስትራትስቡርጉ የባቡር ጣቢያ እንቆቅልሽ ከማምራቴ በፊት በምዕራፍ 9 እንደተጠቀሰው ከአሲምባ እሥራት አምልጬ ጀብሃ ሜዳ በቀየሁበት ወቅት እኒያ በዚያን ጊዜ የወያኔ አመራር አባል ሥር የማይለዩት ከመካከላቸው ከሁሉም ታናሽ መስለው የታዩኝ የነበረው አቶ መለስ ዜናዊ "ገና አሲምባ በገባህ መንፈቅ ሳይሞላህ ትጥቅ አስፈቱህ፣ ከፓርቲ አባልነት ለጊዜው ተብለህ ተወገድክ፣ ስንቅና የማብሰያ ቀሳቁሶች ተሸካሚ "አህያ" አድርገው ተገለገሉብህ (አህያ የምትለዋን እኔ ነኝ የጨመርኩባት)፣ በመቀጠልም ወደ እሥር ቤት ተጋዝክ። ቀጥሎም በሪፖርት መልክ ስለሆኑ ጉዳዮች በጽሁፍ እንድታቀርብ ታዘዝክ፣ የሚቀጥለው እንደነትርሙና እንደ መምህር አረፋይኔ በጋለ ሳንጃ ሰውነትክን እየተለተሉ ማሰቃየት ብቻ ሳይሆን ሌሎቹን ጓዶችህን ለማስቦካት ትገደል ነበርና የወሰድከው እርምጃ የሚደነቅ ነው..." ብለው በማድነቅ ከእነሱ ጋር ተቀላቅየ እንድቀይ ለማድረግ ያደረጉት ንግግርና ለማሳመንም ተስፋ ሳይቆርጡ ተስፋየ ደጊጋንና አሕመድ ናስርን በማስፈቀድ ለአሥራ አንድ ጊዜ እኔ ጋር በመምጣት ለማሳመንና ጠልፈው ይዘውኝ ለመሄድ ያደረጉት ጥረታቸው ብቻ ሳይሆን የተካሄደብኝንና የተባልኩትን ማወቃቸውን ሳገናዝብ በድርጅቱ/ሠራዊቱ አመራር ሁነኞች እንዳሏቸው ያለኝን ጥርጣሬ አጠናክሮልኛል። ከባዕዳን ጋር እጅና ጓንቱ በመሆን የውስጥ ጉዳያችንን ከእኛ ይበልጥ ባዕዳንኖች ታምነው ውስጣችንን ገልጾ የመስጠቱና ለባዕዳን ማጎብደድን አስመልክቶ

ሌላው የማይዘነጋኝ አሁንም በምዕራፍ 9 እንደተጠቀሰው በካርቱም ከተማ ከፍተኛ ምግብ ቤት መላኩ ተገኝ፣ ዳዊት ሥዩም፣ ካሣሁን ብሥራት፣ አበጄ/መርሻ ዮሴፍና ሙሀመድ/ጅምዕ ባንድነት ከቤት ውጭ በረንዳ ላይ ሆነው ሲመገቡ እኔን በማየታቸው ከእነሱ ጋር በእንግድነት የነበሩት አረባዊው እንግዳቸው ሚስተር ፋርስ ባዚ (Mr. Fares Bazzi) የተባሉትን በመላክ ተከታትለው ደርሰውብኝ ድንገት እንደተጋጠምን እስመስለው ይቅርታ በመጠየቅ ወሬ ከፍቶ ጀርመን የማውቀውና የሀገሩን ወታደራዊ መንግሥት ሊዋጋ ወደ ሜካ የገባ ኢትዮጵያዊ ጓደኛየ መስለኸኝ ነው በማለት እንደጅላጅል ደንቀሮ ቀጥሮኝ እኔን ለመሰለል መሞከሩ አይዘነጋኝም። የዚያን ጊዜው "ታጋይ" መለስ ዜናዊ እንደ አህያ ዕቃና ማብሰያ ተሸካሚ ሆኜ ማገልገሌን በምን አወቁ? የወያኔ አመራር እንዴት ሊያውቁ ቻሉ አሲምባ በገባሁ ብዙ ዘመን ሳልኖር የተሰጠኝ መመሪያና ትዕዛዝና ሌሎቹን ጉዳዮች ሁሉ? የመጨረሻው የውይይታችን ቀን ስለነበረ ባርካ እያለሁ ተስፋ ያለው አለመሆኑን በመረዳታቸው "ወደፊት በአዲስ መንፈስ ለመገናኘትና ለመወያየት እንሞክራለን" ብለው በአክብሮት ዓይን ተሰናበቱኝ። ወደፊት በአዲስ መንፈስ ለመገናኘትና ለመወያየት እንሞክራለን ብለው ሲነግሩኝ ያሰብኩት እዚያው ባርካ ያለበለዚያም ካርቱም እራሳቸው በመቅረብ የሚያነጋግሩኝ እንጅ በአቶ ኢሳያስ አፈወርቂ አማካኝነት ይሆናል ብየ ፈጽሞ አልተጠራጠርኩም። በኢሕአፓ/ኢሕአሠ ሜዳ እያለሁ በሰፊው ይታማ እንደነበረው በእርግጥም ሀሜት ሳይሆን በትክክል ሻዕቢያ የወያኔና የኢሕአፓ/ኢሕአሠ የአመራር እምብርት እናት ድርጅት እንደሆነና አቶ ኢሳያስ አፈወርቂ የሁሉም አቡን እንደሆኑ ተገነዘብኩ። በምዕራፍ 6 እንደተጠቀሰው ከአምስተርዳም ወደ ሮም ጉዞ በማደርግበት ወቅት የባቡር መስመርና የመቀመጫ ቦታ ምርጫ በእኔ ስም ሆኖ ያዘጋጀልኝና ቲኬቱን የገዛልኝ መላኩ ተገኝ ሲሆን በተመካከርነው መሠረት ጉዞየን በጀርመን በኩል ማድረግ ሲገባው ሆን ብሎ በፈረንሣይ በኩል እንድጓዝ አደረገ። የመጣሁት በፈረንሣይ በኩል ስለነበር መመለስ የፈለኩት በጀርመን በኩል ነበር። ወደ ሮም ስጓዝ ባቡሩ የፈረንሣይ ከተማ ከሆነችው ስትራትስቡርግ (Stratsbourg) ከተማ ደርሶ እንደቆመ ካለሁበት መስኮት ጎን ገነት ግርማና አ. በላይ ከሆኑ አሜሪካዊ ናቸው ካሉኝና በእርግጥም ለመሆናቸው የማያጠራጥሩኝ ፈረንጅ ጋር ሆን ብለው እኔን እንደሚጠባበቁ መስለው እንተይያለን። በድንጋጤ ሆኖም ድንጋጠየን ሳላሳይ በደፈናው ሠላምታ ተለዋወጥን። ቶሎ እንድወርድና ከእነሱ ጋር ለሁለትና ሶስት ቀናት ፓሪስ የእነሱና የፈረንጁ ጓደኛቸው እንግዳ ሆኜ እንድቀይ ይማጸኑኛል። ለአራት ወር ያህል በጥናት የተንገላታውን አዕምሮህን ለማዝናናትም ያመችሀል፣ ከጓደኛህ ጣይቱ ካሳ ጋርም ጊዜ አግኝታችሁ ባንድነት ለማሳለፍም ይጠቅምሀል፣ ሻንጣህን አውርድና ተያይዘን እንሂድ፣ እንኳን አገኘንህ ብለው እንዳዋከቡኝ በቅንነትና በግልጽነት እንዴት እንደምታገኙኝ አውቃችሁ መጣችሁ፣ ለዚያውም ቀጥታ ባለሁበት መስኮት እንዴት ለመቆም ቻላችሁ? ሁለተኛም ለአራት ወር ያህል አዕምሮየ በጥናት መደንዘዙን በምን

አወቃችሁ ብየ ጠየኳቸው። ምንም መልስ ሳይሰጡኝ ከፓሪስ ሆነን ለእያሱ ደውለን ከእኛ ጋር መሆንክን እንነግረዋለን ቶሎ በል በማለት ማጣደፋቸውና ማዋከባቸው ብቻ ሳይሆን ክእያሱ ዓለማየሁ ጋር ባንድነት መኖሬን ማወቃቸውም ጭምር ግራ መጋባቴን፣ ፈረንጁ በሶርቦን የሚያስተምር መምህራቸው ብቻ ሳይሆን እንደልጆቻቸውም በመቁጠር የሚረዷቸው ትልቅ ሰው እንደሆኑ አድርገው ማስረዳታቸውንና ከዚያም በኃላ ከነገነት ግርማና እያሱ ዓለማየሁ ጋር በዚሁ ጉዳይ ያደረግነውን ውይይትና ያደረበትን "ኃዳዊ" ቅሬታ፣ በምእራፍ 6 ተጠቅሷል።

አሁንም በምዕራፍ 6 እንደተጠቀሰው ሌላው ገጠሞሽ ከወደ ሮም ከመሸጋገሬ በፊት ትውውቃችን ለአጭር ጊዜ ቢቀይም አልጄሪያ ቡድን አባል የነበረና በዚያን ወቅት በፓሪስ ይኖር የነበረው ገዛኸኝ እንዳለ አፈላልጎ ያገኘኝና ከሬዲዮ አውሮፓ ጥሪ እንደተደረገልኝ በመንገር ይዞኝ ሊሄድ እንደሞከረ ለምን እንደሚፈልጉትኝና ስለእኔ ማን እንደነገራቸው? እንዴት እንዳአወቁኝ? እንዴት አንተንስ ሊቀርቡህ ቻሉ? የመሳሰሉትን ጥያቄዎች በቅንነት ሆኖም በጥርጣሬ አቀረብኩለት። ከእንግዳ መቀበያ አካባቢ እንደተቀመጥን ከእኔ ጋር ከመገናኘቱ በፊት አስቀድሞ ያዘጋጃትን/ያዘጋጇትን አንድ ገጽ ኮሚኒኬ (communique´) ከቦርሳው ያወጣና ይሰጠኛል። ስሜንና የሕተሀኤ'ን ስም በኮሚኒኬው ተመለከትኩ፣ በሞላ ጎደልም በሰባራ የፈረምንሣይ ቋንቋ ችሎታየ ኮሚኒኬዋን አነበብኩ። በደማስከስ እነ እብራሂም እድሪስ አደም ከኢራክና ሶሪያ ባዝ ፓርቲዎች ጋር በመተባበር ሊሸቅጡብኝ የተሯሯጡት በዓዕምሮየ ድንገት ብልጭ አለብኝና 1ኛ. ጽሁፉ የተዘጋጀው በፈረንሣይኛ ቋንቋ በመሆኑ በደንብ ሊገባኝ ስለማይችል፣ 2ኛ. በቅድሚያ ተጠይቄ የራሴን ፈቃደኛነት ሳይታወቅና ዓላማው በቅድሚያ ተገልጾልኝ ሳንወያይበት የተደረገ በመሆኑ፣ 3ኛ. በአርትራ ውስጥ የሚደረገውን ትግል በወሬ ብቻ ሳይሆን በተግባርም ስደግፍ እንደቀየሁና አሁንም ሆነ ወደፊት የኤርትራ ችግር በሠላም እንዲፈታ የማያቋርጥ ድጋፌ እንደሚቀጥል፣ ከዚህ ውጭ አንዱን ድርጅት በመቃወም ሌላውን በመደገፍ የተለየ አቋም እንደማይኖረኝ አስረድቸው ጥየው ወጣሁኝ። ገዛኸኝ ተከትሎኝ ወጣና በቅርብ ጊዜ እያሱ ዓለማየሁ ከሚባለው ኃደኛችን ጋር እንደምትሄድና ከእሱ ጋር ሆነህ ትግል ስለምትጀምር እንድተባበርህ ስለጠየቁኝ ነው ብሎ ይለኛል። በመጀመሪያ እነማን ናቸው የጠየቁህ? ሁለተኛ ከእያሱ ዓለማየሁ ከሚባለው ኃዳችሁ ጋር እንደምተዋወቅና ከሱ ጋር ሄጄ እንደምቀይ ብርሀነመስቀል ረዳ ነግሮኛል። ሆኖም ስተዋወቀው ከፍላጎቴና ከዕምነቴ ውጭ የሆነ ምንም ዓይነት ግዴታ ውስጥ እንደምገባ ከብርሀነመስቀል ረዳ የተነገረኝ ነገር የለም ብየው መንገድ ስጀምር እንደ መላኩ ተገኝ ከአፉ አምልጦት ይሁን አላውቅም፣ ሆኖም ደፍሮና አፍ አውጥቶ እነሱ እኮ እየረዱን ናቸው ይለኛል። እነማም ናቸው እነሱ ስለው ዝም አለ፣ መልስም አልሰጠኝ። ምን ለማለት ፈልጎ እንደሆነ ከኮሚኒኬው ላይ ሕተሀኤ'ን ስም ስለተመለከትኩ ገባኝና፣ እታዲያ እነሱ ስለሚረዱን እኔ የፖለቲካ ሸርሙጥና ማካሄጃ መገልገያ መሣሪያቸው መሆን ይኖርብኛል ማለት ነውን? አልኩት።

ከልጅነቴ ጀምሮ የማይሆን ጨዋታ ወይንኛም ነገር ሲያጋጥመኝ ወፈፍ ያደርገኛል። እንዴ? ትግል ለማካሄድ የሻዕቢያን ቡራኬና ምርቃት ያስፈልገኛል ማለት ነውን? እና ለዚያም ስለ ሻዕቢያ መቀባጠርና በመለፍለፍ የፖለቲካ ሽርሙጥና ማካሄድ ይኖርብኛል ማለት ነው? እንደዚህ ከሆነ ትግሉም ገደል ይግባ፣ እናንተም ገደል ግቡ አልኩትና ጥየው ሄድኩኝ። በሌላ ጊዜ ፈልጎ አፈላልጎ ካገገት በላይ ሊሆን ይችላል ወይንም ከልቡ ባላውቅም አስቀድሞ ሳያማክረኝ በመቅረቱ ይቅርታ ጠይቀ ፈረንሣይን ለቅቄ እስከወጣሁ ድረስ እንደገና "ወዳጅነታችንን" ቀጥለን ቀየን። አሁንም በምዕራፍ 6 እንደተጠቀሰው የአምባገነኑ የሶማሊያው ዚያድ ባሬ ወዳጅ የነበረው አብርሃም ገብረእግዚአብሔር በቅርብ በመሆን ይተባበረኛና ይረዳኝ የነበረ ሌላው ወገኔ ነበረ። ገና እንደተዋወቅን ሳይውል ሳያድር እያቻኮለ በፓሪስ ከሶማሊያው አምባሳደርና ከዚያድ ባሬ የቅርብ ዘመድ ከዶ/ር ሰምሐትር ያስተዋውቀኛል። አብርሃም ገብረእግዚአብሔርና መርሻ ዮሴፍ ባንድነት ሶማሊያ የኖሩ የዶ/ር ስምሀትር ጎደኞች ብቻ ሳይሆኑ ሁለቱም የዶ/ር ሰምሀትር ታናሽ መንትያ ወንድሞቻቸው ዓይነት መስለው ነበር የሚታዩኝ። ቅርበታቸውና ወዳጅነታቸው ከመጠን ያለፈ ሆኖ በማግኘቴ ግንኙነቴን አቃርጬ ወደ ጣሊያን የምሸጋገርበትን ጊዜ መጠባበቅ ጀመርኩ። ጣሊያን እንደደረስኩ ከመርሻ ዮሴፍ ጋር የሚኖረኝ ግንኙነት ከፍ ወደአለ ደረጃ በመሸጋገሩ ከኤዴንና ከሌሎች ከተሞች ወደ ሮም በመጣ ቁጥር የሚወስደኝ መዝናኛ ቦታው በጣሊያን የሶማሊያ ኤምባሲ ሆነና አረፈ።

በወቅቱ ሶማሊያ የሶቪየት ሕብረት ኮኮብ አሻንጉሊት በመሆኗ ይህ የነመርሻ ዮሴፍና አብርሃም ገ/እግዚአብሔር ከሶማሊያ ኤምባሲ ጋር የነበራቸው የጠበቀ መቀራረብና ግንኙነት በ'ኬ. ጂ. ቢ. ምክኒያት ይሆናል በሚል ግምት ለማያያዝ ሞከርኩ። በሌላ በኩል ደግሞ ዶ/ር ሰምሐትር በዚያን ወቅት በሲ. አይ. ኤ.'ነት በሰፊው ተጋኖ ይጠረጠሩ ስለነበር እንዴት የኬ. ጂ. ቢ. አስተዋዋቂ ሊሆኑ ይችላሉ የሚልም ፍራቻ አድሮብኝ ነበር። ሆኖም ሲ. አይ. ኤ. እና ኬ. ጂ. ቢ. ጠንካራ የሆኑትን የማርክሲስት ሌኒኒስት ድርጅቶች ለማጥፋት ወይንም ለመቆጣጠር ሁለቱም እርስ በርስ እንደሚተጋገዙና እንደሚተባበሩ ከሌሎች ሀገሮች ትግል ተመክሮ ለማወቅ ቻልኩ። በፈረንሣይ የሶማሊያው አምባሳደርና የዚያድ ባሬ የቅርብ ዘመድ የነበሩት አምባሳደር ዶ/ር ሰመሐትርና የሁለቱ ኢትዮጵያዊ "መንትያ ወንድሞቻቸው" የእነአብርሐም ገ/እግዚአብሔርንና የመርሻ ዮሴፍን የጠበቀ ግንኙነት ሳስታውስ ትዝ የሚለኝ የኋላ ኋላ የኢሕአፓ የፖሊት ቢሮና የማዕከላዊ ኮሚቴው የሶማሊያን ወራሪ ጦር አስመልክቶ የወሰደውን አቋምና ውሳኔ ነው። ሶማሊያ ኢትዮጵያን ለመውረር በተዘጋጀችበት ወራት ገደማ በየካቲት ወር 1969 ዓ. ም. በተካሄደው የማዕከላዊ ኮሚቴ ስብሰባ የአመራር እምብርት/ክሊኩ ከሶማሊያ መንግሥት ጋር የነበራውን ግንኙነት እንደገና በይበልጥ አጠናክሮ እንዲቀጥል ወሰነ። በመቀጠልም የድርጅቱ አመራር እምብርት/ክሊክ የሶማሌ የምታካሂደው ጦርነት "ተራማጅ ጦርነት" ሲሆን "የኢትዮጵያ አድኃሪ ጦርነት ስለሆነ ከተራማጁ የሶማሊያ ሠራዊት

ጎን በመሰለፍ የአድኃሪውን የኢትዮጵያ ጦር አብረን እንዋጋለን ሲል ድርጅቱ በጦርነቱ ዋዜማ ገደማ አቋም ወሰደ። በሱዳን የነመርሻ ዮሴፍና እያሱ ዓለማየሁ የዚያድ ባሬን ወራሪ ጦር እንደተራማጅ ጦር ቆጥረው ኢትዮጵያን ለመውጋት በመደገፍ በሀገራቸው ሉዓላዊ ግዛትና ዳር ድንበር ላይ ማሴራቸውም ከዚሁ የአመራሩ እምብርቱ/ክሊኩ ውሳኔ ጋር የተያያዘ በመሆኑ ነው። በዚያን ጊዜ ሲ. አይ. ኤ. እና ሞሳድ ሶማሊያን ከኬ. ጂ. ቢ. ቁጥጥር ሙሉ በሙሉ በመረከብ ባካባቢያችን የእነሱ አዲስ መናኸሪያ ማዕከል አድርገዋታል። በምትካቸው ኬ. ጂ. ቢ. ለዘመናት ሲቃምጣት የነበረችውን የአሜሪካን ኮኮብ አሻንጉሊት የነበረችውን ኢትዮጵያን እንዲቆጣጠር ቁልፉን ከአሜሪካ ተረክቦ ሀገሪቷን በቁጥጥሩ አውሏል። የሶማሊያው አምባሳደር ዶ/ር ሰምሐትር ለሀገሩ የሚጠቅም ነገር ሳያገኝ በምንም ዓይነት ከኢትዮጵያዊያን ወገኖቼ ጋር በንጽህና የተመሰረተ ጓደኝነት ይኖረዋል ብየ አላምንም። የዶ/ር ሰምሐትር ጓደኝነት ሌላ ሳይሆን "እከክልኝ፣ ልከክልህ" ብቻ ነበር። ከላይ የጠቀስኳቸው ወገኖቼ ከሚያደርጋቸው ግንኙነቶችና እኔንም ለመሸቀጫ/ለንግድ ይሁን ወይንም ለሌላ እንድተዋወቅ የሚፈልጋቸውን ግለሰቦች ሁሉ ሳጤን በእውነት ድርጅቱ ከባዕዳን ተፅዕኖ ነፃ እንዳልነበረ በመገንዘብ ብርሀነመስቀል ረዳ እና ዋለልኝ መኮንን በዓምሮየ ካሳደሩብኝ ጥርጣሬየ ላይ በይበልጥ ጠንካራ ጥርጣሬ እንዲኖረኝ አድርጎኝ ሁሉንም በምስጥር ከዚያን ጊዜ ጀምሮ ይዘው ኖሬአለሁ። "መረጃውን ወዲያውኑ ማሰራጨት ለአጠቃላይ ትግላችን የወደፊት ዕድገት ያልተጠበቀ ደንቀራ ሊፈጥር ይችላል በሚል ግምት ተመክሯችንና እውቀታችንን በምስጢር ይዘን ትግሉን መቀጠል እንዳለብን" በማለት ገና ኢትዮጵያ እያለሁ አይበገሬው ዋለልኝ መኮንን አሳስቦኛል።

እንደገናም ከሀገር ቤት ከወጣሁ በኃላ እንደዋለልኝ መኮንን በተመሳሳይ መልክ "የባዕዳን ኃይላት በእርግጠኝነት ገና ካፈጣጠሩ ጀምሮ መኖራቸው ጥርጣሬ ቢኖረንም ሁኔታውን ለጊዜው እንዳላወቅንና እንዳልጠረጠርን መስለን ድርጅቱ በሁሉ አቀፍ መስክ የሚጠናከርበትን ለማሟላት ሲባል በጥንቃቄ ልንይዛቸው ይገባል" ከሚል ከየዋህነት የመነጨ እምነት በመኖሩ፣ በምዕራብ አውሮጳ ከሚያስተዋውቁኝ ግለሰቦችና ከሚወስዱኝ ቦታዎች አንፃር ጥርጣሬ ቢኖረኝም በወቅቱ እስከዚህም ሊያስደነግጠኝ አልቻለም ነበር። እነሱ (ሀቀኞቹና ጠንካራዎቹ ሰማዕታት ጓዶቼ) ማንነታቸውን እያወቃቸው አብረው እየተጋዙ የእኔ መቀባጠር ምን ይባላል፣ ማንስ እባላለሁ፣ ማንስ ሊያዳምጠኝ፣ አስቸጋሪ በመሆኑ ዋለልኝ መኮንንንና የብርሀነመስቀል ረዳን የለገሱኝን ምክር መቀበል ግዴታየ መሆኑን አመንኩበት። እንደገና በምዕራፍ 6 እንደተገለጸው ሌላው ገጠሞሽ በጣሊያን እያሱ ዓለማየሁ ጋር አብረን በምኖርበት ወቅት የተከናወነው ትውውቅ ይሆናል። እያሱ ዓለማየሁ ከሆኑ የጣሊያን ዜጎች ጋር ያስተዋውቀኛል። በሳምንቱ እነሱ ጋር ሚላኖ እንድሄድ መመሪያ ይሰጠኛል፣ ምክኒያት ስጠይቀው፣ የአንተ የንጉስ ነገሥቱ ወጣት መኮንን መሆንህ ብቻ ሳይሆን የአማራው ተወላጅና ለዚያውም ክርስቲያን ሆነህ ጨካኝና አክራሪ የእሥልምና ተከታይ ብለን በምንወነጅላቸው የጀብሃ

ድርጅት ብቻህን ተቀላቅለህ መኖርህ ለዚህ ግዳጅ በጣም ቀንጆ አጋጣሚ ብቻ ሳይሆን ትክክለኛው ጎድ ሆነህ በመገኘትህ ቃለ መጠይቅ ሊያደርጉህ ስለፈልጉ ነው ብሎ እንድሄድ አደረገኝ። ይህ ግዳጅ ፓሪስ ከሬዲዮ አውሮጳው ግዳጅ በጣም የተሻለ መስሎ ስለታየኝና በተግባርም በጀብሃ ጋር ተቀላቅሌ በመኖሬ ለሽርሙጥና ዘዴአቸው ከሆነም ተስማሚ በመሆኔ ምንም አይደል መመለስ የሚገባኝን እመልሳለሁ ብየ ሄድኩኝ። እነሱ እንደሚፈልጉት አንድም ቦታ ላይ የሻዕቢያን ስም ሳላነሳ የኤርትራ ሕዝብ ትግል እያልኩ ጥያቄያቸውን በምችለው መጠንና በጥንቃቄ ለማስተናገድ ሞከርኩ። ሶስት ቀን ከእነሱ ጋር ስሸሞነሞን ሰንብቼ ወደ ሮም ሊመልሱኝ ሲሞክሩ የሀገርሩን ውበት እያደነኩ ለመጎዝ እንዲያስችለኝ በባቡር ለመጎዝ እንደምፈልግ አመኻኝቼ በባቡር ቦሎኛ ሄጀ ከዶ/ር አብዱልመጅድ ሁሴን ጋር ተገናኝቼ ስለቃለ መጠይቁ አወያየሁት። በውይይታችን ወቅት በሚላኖ ተራማጅና ዲሞክራት እያሉ የሚጠሯቸው የትሮትስካይቶቹ ላ ስታምፓ “La Stampa” ተብሎ በዝና የሚታወቀው ጋዜጣቸው ላይ ሊያወጡህ ይሆናል፣ ግን የእኛ ድርጅት ከትሮትስካይቶች ጋር በተለይም ከእነዚህኞቹ ጋር ግንኙነት የለንም። ምክኒያቱም የእኛና የእነሱ ጎዳና ለየቅል በመሆኑ ይለኛል ነፍሱን ይማረውና ዶ/ር አብዱልመጅድ ሁሴን። ከዚያም ከወ/ሪት አምሳሉ ጋር ስጨዋወት እድሬ በማግሥቱ ሮም እንደደረስኩ እራሱን የማያምነው እያሱ ዓለማየሁ ከመጠራጠሩ የተነሳ ማን መለሰህ ብሎ ጠየቀኝ። በባቡር መጎዜንና እግረመንገዴንም ከእነ ዶ/ር አብዱልመጂድ ሁሴንና እነአምሳሉን ለመጎብኘት በመፈለጌ ቦሎኛ ቀይታ አድርጌ ተመለስኩ አልኩት። ውስጡ አንጀቱ እያረረ ለአብዱል መጂድ አጫወትከው እንዴ ይለኛል። ለምን እንደመጣሁ ባጋጣሚ ጠይቀኝ አጫወትኩት አልኩት። ከከንፈሩ አካባቢ ብቻ ፈገግ አለና ተነስቶ እንደልማዱ ጥሎኝ ሄደ። ያ ዓይነት ፈገግታው የንዴትና ከአንጀት የማረር ምልክቱ መሆኑን ከተመክሮየ የኃላ ኃላ ተገንዝቤአለሁ። “የመቶ አለቃ አያሌው መርጊያው የሚባለው ወጣት የንጉሱ መኮንን ከኤርትራ የነፃነት ግንባሮች ጋር በሜዳ ቀይቶ ከመሰል ጎዶቹ ጋር ሆኖ ትግሉን በከፍተኛ ደረጃ ለመቀጠል ሮም በቀየበት ጊዜ የተደረገ ቃል ምልልስ” ብለው ትሮትስካይቶች በፈረንጆች ዘመን አቀጣጠር በጥቅምት ወር 1975 ያለበለዚያም በሕዳር ወር መግቢያ ወደ ፍልሥጥኤም ከመጎዜ አንድና ሁለት ሳምንት በፊት በጋዜጣቸው አወጡኝ። የጀብሃ ደጋፊ ኤርትራዊያን ወገኖቼ በተለይም የጀብሃ ተወካይ ዶ/ር ክፍላይ ጊላና ቢኒያም ፀጋየ እና ተስፋየ ወዲ ቀሺ ከእኔ ቀድመው ጋዜጣውን ስለአነበቡ በእኔ ላይ መከፋታቸውን ተገነዘብኩ። ለምን በሲ. አይ. ኤ. ጋዜጣ ላይ እንዲህ ዓይነቱን ምልልስ ትሰጣለህ ብለው እንዲያውም ገንዘብ ተከፍሎኝ ለገንዘቡ ስል ያደረኩ መስሏቸው ለእኔ የነበራቸው አክብሮት ላይ ተፅዕኖ አሳድሮ ነበር። በዚህም መልካምና በጎ አሳቢ ወገኖቼ ያለሥራየና ያላግባብ ሲመለከቱኝ ማየቱ በመጨነቄ ዶ/ር አብዱልመጂድ ሁሴንን ደውየ አጫወትኩት። ለሶማሌ ድብቅነትና ምስጢራዊነት ባሕላቸውም አልነበረም። ሆኖም ከአበሻ ወንድሞቹና እህቶቹ ጋር አብሮ ያደገው ምሁር ኢትዮጵያዊ ሶማሌ በስልክ አልነገርህም

ከቻልክ እዚህ ብቅ በልና አጫውትሃለሁ ይለኛል። በሎኛ ደርሼ ከሥራ ሲወጣ ተጠባብቀን ውይይቱን ባጭሩ እንዲህ ብሎ አስረዳኝ። "እኒህ ሰዎች ከእኛ ጋር ግንኙነት እንደሌላቸው ነው የምናውቀው። በጣሊያን የአሜሪካ የስለላ ድርጅት ተግባራቸውን የሚገልገሉት እንደነዚህ ዓይነቶቹን ሰዎች በመጠቀም ነው ይባላል። ታስታውስ እንደሆነ በዚህ ዓመት መግቢያ አካባቢ በጣሊያን ጋዜጦች ሁሉ ትልቁ የቅሌት ዜና የጣሊያን ግራ ክንፍ የፖለቲካ ድርጅቶች የጣሊያን ኮሚኒስት ፓርቲን (P. C. I.) ጨምሮ በአሜሪካ የስለላ ድርጅት ደመዎዝ ይከፈላቸው እንደነበረ መጋለጣቸው ትልቁ የዓመቱ ቅሌት እንደነበረ ታስታውሳለህ" ብሎ ጠየቀኝ። እንደማስታውስ መለስኩለት። የኤርትራ ወዳጆችህም ትክክል ናቸው፣ ሊሰማቸው ይችላል፣ ምክኒያቱም የጋዜጣው ሰዎች ከአዲሷ "ተራማጅ" ሻዕቢያ ጋር የጠበቀ ግንኙነት ሲኖራቸው ጀብሃን በሶሪያና በኢራቅ የባዝ ፓርቲዎችና መንግሥት የሚደገፉ አክራሪና የእሥልምናን ኃይማኖት ባካባቢያችን ለማስፋፋት የተቃቃመ ድርጅት መሆኑ ብቻ ሳይሆን ለሻዕቢያ ዕድገትና መስፋፋት እንቅፋት ነው ብለው ስለሚመለከቱት ነው። ይህን የዶ/ር አብዱልመጂድ ሁሴን አገላለጽ ከአሥራ ሦስት ወር በኋላ በአሲምባ ሜዳ ኢርጋ ተሰማ ጋር ተገናኝቼ ስንወያይ፣ ሲ. አ. ኤ. በገሀድና በቀጥታ እኛ ጋር አይመጣም ወይንም አይሳተፍም። ከሀገርራቸው ሆነው "ያገሩን ሰርዶ፣ ባገሩ በሬ" ብልሀት መሠረት በሩቅ የመቀጣጠሪያ መሣሪያ በእኛው በኢትዮጵያዊያን አማካኝነት ነው ቡርቦራቸውንና ሴራቸውን የሚያከናውኑት አለኝ። በተመሳሳይም ሲ. አይ. ኤ. በጣሊያን ዓላማውን የሚያራምደው በእንደነዚህ ዓይነቶቹ ጣሊያኖች አማካኝነት እንጂ በአሜሪካዊ እንዳልሆነ ነው። ብርሀነመስቀል ረዳ ካንድም ሰው ጋር ሊያስተዋውቀኝ የሞከረው አልነበረውም። እንግዲያውስ ከነበረኝ አመኔታና አክብሮት እንደሌሎቹ ተንኮለኛና ንክኪ ያለው አባል ቢሆን ኖሮ በዚያን ጊዜ በከፍተኛ ደረጃ ሊሸቅጥብኝና ሊነግድብኝ በቻለ ነበር።

11.2.2. ልዩነቶችን ለማባባስና ለማስፋፋት፣ የብዙሀኑን ውሳኔ ተግባራዊ ላለማድረግ የተገለገሉበት የትግል መሣሪያና ስልቶች

ተንኮልና ሸር በማራመድ ልዩነቱን ሊፈታ የማይችል ድርጅት ነው ተብሎ ለማስወገዝ፣ እንዲሁም ሲ. አይ. ኤ.፣ ሞሳድና ኬ. ጂ. ቢ. እና ወኪሎቻቸው ሻዕቢያ፣ ወያኔ እና ደርግ እንደሌሉበት ለማስመሰልና ችግሩ እራሱ የፓርቲያችን የውስጥ ችግር እንጂ የውጭ እጅ እንዳልገባበት ለማስመሰል የተለያዩ የቅጥፈት፣ የማታለልና የመሸንገል ተግባራትን በማከናወን፣ የውሸት ዜናዎች በማሰራጨት፣ አሉባልታና የሀሰት ክስ በማሰራጨት እርስ በርስ በማናከስ ቅሬታዎች፣ ልይነቶችና አለመግባባቶችን በማባባስ፣ መቃቃርና መጠራጠርን የመሳሰሉት ሁሉ ተጠቅመው ተልዕኳቸውን ለማሳካት በቅተዋል። በዘዴኛና ድብቅ አሰራራቸው የተፈጠረውን ክፍፍል ለማስፋፋትና ለማባባስ በየጊዜው በሚወስዷቸውና በሚያስወስዷቸው ውሳኔዎችና መመሪያዎች ሳቢያ የተከሰቱትን ችግሮች ከመግለጼ በፊት በአውሮጳ ከእያሱ ዓለማየሁ፣ መላኩ ተገኝና ከቅርብ

ተከታይዎቻቸው ጋር በቀየሁበት ዘመን በገሀድና በግልጽ እንደ "አብዮታዊ ሥነ ምግባር" የተቀጠረ ትልቅ አፀያፊ የትግል ባሕል በድርጅቱ በማስፋፋት ላይ ጥረት ይካሄድ የነበረ መሆኑን ማውሳቱ የግድም ይሆናል። ይህ አዲስ አብዮታዊ የሥነ ምግባር ባሕልና የትግል ስልት የኃላ ኃላም ባገር ቤት በተለይም በከተሞች በኃላም፣ በአሲምባና በጎንደር በተግባር እንደተጠቀሙበት በገሀድ ታይቷል። ይህንን "የአብዮታዊ ሥነ ምግባር" የሚጠቀሙት "የውሸት ወሬዎችንንና መረጃዎችን ማሰራጨት፣ ሌላውን መሸወድና መቃጠፍ ወይንም ማታለል፣ መፎተትና ደልሎና አጃጅሎ ማግባብት፣ መሸኘት፣ ጠንካራና ሀቀኞች ናቸው ብለው የሚፈሯቸውን ስም ማጥፋትና ማጥቀር፣ አያሌ አሉባልታ በጀርባቸው በመንዛት ከብዙሀኑ ለመገንጠልና ብላክ ሜል የማድረግ ጥረት ማካሄድ፣ እንዲሁም ማጭበርበር የመሳሰሉት እንደ ጠንካራና እውነተኛ አብዮታዊ ሥነ ምግባር ተቆጥሮ "የድርጅት ተግባራዊ መመሪያ" በሚል ርዕስ ነሐሴ 1964 ዓ. ም. በወጣው የኢሕአፓ ጽሁፍ ላይ ዘርዝሮ ሲገልጽ እንዲህ ይላል፣ "... አብዮታዊ ሥነምግባር ለአንድ አብዮታዊ የመደብ ባሕሪ ያለው ጥያቄ ነው። ማለትም እንደተቀረው እንደማናቸውም አቃም በመደብ ትንተና ላይ የተመሠረተ ነው። ስለሆነም አብዮታዊ ውሸት ዜናዎችን አያሰራጭም ማለት አይደለም። አይሸውድም (trick) አይሰራም ማለት አይደለም ... አንድ አብዮታዊ እንደዚህ ዓይነቶቹን (መዋሸት፣ ማታለል፣ መሸወድ፣ መውረስ፣ ጠላቱን እየፎተተ ወይንም እየደለለ ማግባባት) ድርጊቶች ሲፈጸም ድርጊቶቹን የሚፈጽመው ለድርጅቱና ለላብ አደሩ ሕዝብ ጥቅም ሲል ነው" (የኢሕአድ ሰነድ፣ 32)። እንደዚህ ዓይነቱን አሳፋሪ "የአብዮታዊነት" ሥነ ምግባር መመሪያ አውጥቶ በሰፊው ተማሪና ወጣት ውስጥ ማሰራጨቱ ለእኔና እኔን ለመሰሉ በቀድሞው ምዕራብ አውሮጳ ጓዶቼ በወቅቱ ካሳደረብን መንፈሳዊ ጭንቀት ባሻገር ጠቅላላ በኢሕአፓ የሚታቀፉት የተማሪውና የወጣቱ አየር ሁኔታ በቅጥፈቶች በተሞላ መርዝ ድርጅቱ ለተቃቀመለት ዓላማና ግብ እንዳይበቃ፣ በፕሮግራሙና በስልቱ እንዳይንቀሳቀስ በማድረግ ድርጅቱንና መላው አባላቱን እንደ ጋሪ በማሽከርከር እንደልባቸው ለመቀጣጠር የፈጠሩት ባሕል ሆኖ ታየን። ለዚህም ነበር በተካሄደው የመስመር ትግል ወቅትም ሆነ ገና ከጥንቱ በድርጅቱ የተሰገሰጉት የባዕዳን ወኪሎች ቅጥፈትንና የሀሰት ወሬን በማሰራጨት እንደ አብዮታዊ ሥነ ምግባር ይዞና ተደራጅቶ እንዲሰራ የተደረገውን ድርጅት ቀርቶ አንድ ዋሾ ሰውንም እንኳን ቢሆን "ኧረ ውሸት ነው" እያሉ በነጋ ጠባ ለመሟገት የማይቻል እንዲሆን በማስደረጋቸው ነው። ለዚህ ነው እነ ጌታቸው ማሩና ብርሀነመስቀል ረዳ በከተማ፣ በአሲምባ ደግሞ እነ ኢርጋ ተሰማና ጓዶቹ እውነተኛ አመለካከታቸውና አስተሳሰባቸው እንዳይታወቅና እንዳይሰራጭ ከማፈናቸውም በላይ በእነሱ ላይ በጀርባቸው የሀሰትና የውሸት ወሬዎችንና መረጃዎችን በማሰራጨት፣ በመቃጠፍ፣ በማታለልና በመሸወድ ለፋሺስታዊ ግድያ ያበቃቸው። በአመራሩ እምብርት የተገነባው ይህ ዓይነቱ ሥነ ምግባር ሐቀኛነትንና ላብአደራዊ ቁምነገረኝነትን በድርጅቱ ውስጥ እንዳይኖር ደብዛውን ለማጥፋት አስችሏቸዋል።

ይህም መዋሸትን፣ መደለልን፣ መቃጠፍን፣ ማታለልንና ማወናበድን የመሳሰሉት "አብዮታዊ ሥነ ምግባር" አድርጎ ከሰንደቁ ላይ የሰቀለው ያ የትግል ዘይቤና ታክቲክ የጥፋት እንጂ የልማት ጎዳና እንዳልሆነ ከድርጅታችንና ከሠራዊታችን ታሪክ በግልጽ ተገንዝበነዋል። የድርጅቱ አመራር እምብርትና ደጋፊዎቻቸው የሚፈጽሙትንና የሚያካሄዱትን ወንጀልና ጥፋቶች ለመሸፋፈንና ከተጠያቂነት ለመዳን በከተማና በአሲምባ አንጃ ሳይፈጠር አንጃ ፈጠሩ በማለት፣ በድርጅት ላይ ድርጅት ሳይፈጠር ድርጅት ፈጠሩ በማለት፣ ከወያኔ ጋር በድብቅ ውይይት ሳይካሄድ አካሄዱ በማለት እየዋሹና እየቃጠፉ ሀቀኞችንና እውነተኛ ጠንካራ ታጋዮችን ወንጅለዋል፣ ከትግላቸው በግድ አግለዋል፣ አስረዋል፣ ገድለዋል። ይህን "አብዮታዊ ሥነ ምግባር" የአመራር እምብርት በከተማና በአሲምባ በትክክልና በገቢር በሥራ ላይ በማዋል ድርጅቱን ለማስመታት ሠራዊቱን ለማስደምሰስ መሣሪያቸው ሆኖ ቆይቷል። ነገርን ነገር ያነሳዋልና በሌላ አካባቢ እንደተጠቀሰው ድርጅቱ ሕቡዕ ሆኖ እንዲቆይ የተደረገው ከሰፊው የድርጅቱ አባላት እንጂ ጠላትነት ወይንም ባላንጣነት ላላቸው ግለሰቦች፣ ቡድንና ድርጅቶች እንዳልሆነ በተጨማሪ የሚያመለክተኝ ነጥብ የመኢሶን የአመራር አባል የነበረው አቶ አንዳርጋቸው አሰግድ ይህንን አሳፋሪ የድርጅቱን "አብዮታዊ ሥነ ምግባር" መመሪያ ያካተተውን "Hand Book on Elementary Notes on Revolution and Organization' ፅሁፍ አስመልክቶ በዚሁ ምዕራፍ ከላይ በ 11.2.2. የተጠቀምኩትን ጥቅስ በተመሳሳይ ሁኔታ በራሱ መጽሀፍ ውስጥ ከመጥቀሱም በላይ በተጨማሪ በሌላ ገጽ እንዲህ ሲል ጠቅሷል፣ "እንደእውነቱም ከሆነ የኢሕአፓ አመራር ገና ሲፀነስ ጀምሮ 'አብዮታዊ የውሸት ዜናዎችን አያስራጭም፣ አያታልልም ማለት አይደለም' በማለት የያዘው የትግል ዘይቤ በሥራ ላይ እየዋለ መሆኑን በተጨማሪ የሚመሰክሩ ከመሆናቸው በስተቀር ሌላ ትርጉም የላቸውም" (አንዳርጋቸው አሰግድ፣ 368)። አምስተርዳም ተልኬ ከሌሎች ሁለት ጓዶቼ ጋር በጥናት በቀየሁበት ወቅት በኃላም ሮም ተመልሸ ከእያሱ ዓለማየሁና ከአዲ ኢሮብ ወገኖቼ ጋር መኖር እንደጀመርኩ በተባለው ጽሁፍ ያስከተለውን አለመግባባትና ጠንካራ ተቃውሞ አስመልክቶ በምዕራፍ 6 ተጠቅሷል። በድርጅቱ "አብዮታዊ ሥነ ምግባር" የተካተቱትን የትግል ስልቶችና ባሕሎች በመጠቀም በየጊዜው በሚወስዷቸውና በሚያስወስዷቸው ውሳኔዎች ሳቢያ የተካሄዱትን ልዩነቶችና ያስከተሉትን ለአብነት በሚከተሉት ንዑስ ምዕራፎች ለመግለጽ ይሞከራል።

11.2.2.1 ፓርቲው ከሌሎች ተራማጅ ቡድኖችና ግለሰቦች ጋር ስለሚኖረው ግንኙነትና በደርግ የሕብረት ግንባር ጥሪ

በሐምሌ ወር 1967 ዓ. ም. በተደረገው የፓርቲው ኮንፈረንስ በማዕከላዊ ኮሚቴ ከቀረቡት አጀንዳዎች መካከል አከራካሪ ሆኖ ሰፊ ውይይት የተካሄደበት ርዕስ ፓርቲው ከሌሎች ተራማጅ ቡድኖችና ግለሰቦች ጋር ስለሚኖረው ግንኙነትን አስመልክቶ የተደረገው ክርክርና ያስከተለው ክፍፍል የውድቀቱ ማፋጠኛ አንዱ ነበር። ስብሰባው እንድተጀመረ ዘሩ ክሕሸንና ክፍሉ ታደሰ አዲሶቹን

የማዕከላዊ ኮሚቴ አባላትና ተለዋጭ የማዕከላዊ ኮሚቴ አባላትን ድጋፍ በመጠቀም፣ ይህ የማይሆን ጉዳይ ነው ብለው ምንችክ ያለ አቋም በመውሰድ ጉዳዩ ከነጭራሹ ውይይት ሳይካሄድበት ሊዘጉት ተፍጨረጨሩ። ሀቀኛና እውነተኛ አቋም የሚያስተጋቡ ጓዶቹ እየመሰሉት እንደልማዱ ዶ/ር ተስፋየ ደበሳይ የእነሱን እቋም በመሣሪያነት በማስተጋባት ተቃወመ። በወቅቱ የሰፊው ድምፅ ተብሎ ይታወቅ በነበረው ጋዜጣ አካባቢ የተሰባሰበው የፖለቲካ ቡድን (መኢሶን) ስለነበር ውይይቱ የተመሰረተው በዚህ ቡድን ባሕሪይ ላይ ነበር። በብርሀነመስቀል ረዳ ትንተና ተማርከው በአነስተኛ ፕሮግራም ላይ የተመሰረተ የጋራ ግምባር እንዲቋቋም በብዙሀኑ ድምፅ ተቀባይነት አግኘ። ብርሀነመስቀል ረዳ ከእነ መኢሶን ጋር በጋራ ግንባር የመቀራረቡ ውሳኔ ከመርሕ አንፃር ትክክል አለመሆኑን በማስገንዘብ በእሱ እምነት በሰፊው ሕዝብ ድምፅ ጋዜጣ አካባቢ የተሰባሰቡት ግለሰቦች ምንም እንኳን የቀኝ አድርባይነትና የተጎታችነት ዝንባሌ ቢያሳዩም በመሠረቱ ማርክሲስት ሌኒንስቶች ከመሆናቸውም ሌላ አብዮቱ ከፈነዳበት ወቅት ጀምሮ ሰፊ የፖለቲካ ፕሮፓጋንዳና ቅስቀሳ አስተዋፅዖ ያደረጉ በመሆናቸው የምንቀርባቸው ለጋራ ግምባር ሳይሆን ሰፊና ሀቀኛ ሂስና ግለሂስ አካሂደን ለውህደት መሆን አለበት እንጂ በሁለት ማርክሲስት ሌኒኒስት ነን በሚሉ ቡድኖች መሀከል የጋራ ግምባር መመሥረት በቂ ዓላማና መርሕ ሊሆን አይችልም ብሎ ጠንካራ አቋሙን ገለጸ። ምንም እንኳን ተስፋየ ደበሳይን፣ ዘሩ ክሕሸንና ክፍሉ ታደሰን ቢያስቀጣም የጋራ ግምባሩን ደግፈው የነበሩት አብዛኛው አባላት ብርሀነመስቀል ረዳ ለሰጠው መፍትሔ ድጋፋቸውን ሰጡ። (ብርሀነመስቀል ረዳ የምርመራ ቃል)። በጋራ ግምባር ሳይሆን በውሕደት መሆን ይኖርበታል ብሎ ብርሀነመስቀል ረዳ በማቅረቡ በመደናገጥ "ክሊኩ ባቃቃቃሙት ድብቅ የአሰራር ዘዴያቸውን በመጠቀም እንኳንስ ብዙሐኑን ልቦና ማርኮ የነበረውን የብርሀነመስቀል ረዳን የውሕደት ሀሳብ ቀርቶ ከነጭራሹ በአነስተኛ ፕሮግራም ላይ በተመሰረተ የጋራ ግምባር ላይ በማእከላዊ ኮሚቴ የተወሰነውን ውሳኔ አመራሩ ከነጭራሹ ተግባራዊ ሳያደርግ እንዲቀረ ገልጿል። ብርሀነመስቀል ረዳ በማያያዝም "የአመራር እምብርቱ ለተቃውሚቸው የሰጡት ምክኒያት "ሀ. የሰፊው ሕዝብ ድምፅ ቡድን እንኳንስ እንደ አንድ ድርጅት ዲስፕሊን ሊኖረው ቀርቶ አባሎቹም ተመሳሳይ የፖለቲካ አቋም የላቸውም፣ ለ. አንዳንዶቹ የእኛን ድርጅት አባሎች ለመንግሥት መጠቀም ጀምረዋልና እንደ ወዳጅ ልናያቸው አንችልም፣ ሐ. የቡድኑ ታጣቂ አባሎች ኃይሌ ፊዳ፣ ነገደ ጎበዜ፣ አንዳርጋቸው አሰግድ እና ሌሎችም የእኛን ጓዶች በጥላቻ የሚያዩ ሰዎች ስለሆኑ ከእነርሱ ጋር መቀላቀል አይገባንም፣ ሆኖም የሰፊው ሕዝብ ድምፅ ቡድንን በቡድንነት ሳንቀበል በጋዜጣው አካባቢ የተሰባሰቡትን በግለሰብ መቅረብ እንችላለን" የሚል ነበር (የብርሀነመስቀል)። ቀድሞ በአውሮጳ ተጨናግፎ የነበረው የሁለቱ ታላቅ ኢትዮጵያዊ ድርጅቶች ግንኙነት እንደገና ከስንት ዘመን በኋላ በሀገር ቤት ሁለቱን ለማዋሀድ ቀናና በጎ ኢትዮጵያዊ

አመለካከት ተፈጥሮ ሳለ አሁንም እነዚያው የቀድሞዎቹ ሰዎች ሁለቱ ድርጅቶች እንኳንስ ሊዋሀዱ ቀርቶ በበጎ ዓይን እንኳን እንዲተያዩ ለማድረግ አላስቻሉም።

ሚያዚያ 13 ቀን 1968 ዓ. ም. የታወጀው የብሔራዊ ዲሞክራሲያዊ አብዮት ፕሮግራምና በኮሎኔል መንግሥቱ ኃ/ማሪያም "ለተራማጆች ሁሉ የተደረገው አስቸኳይ የግንባር መቃቃም ጥሪ ጥሪው እንደተደረገ "የኢሕአፓ ማዕከላዊ ኮሚቴ "የሕብረቱ አጀንዳ" በሚል ስብሰባ አድርጎ ሰፊ ትግል ተካሂዶ መንግሥት ያቀረበውን የግንባር ጥሪ እንቀበል የሚለው ወገን የብዙሀኑን የማእከላዊ ኮሚቴ አባሎችን ድጋፍ አግኝቶ ክሊኩ በግልፅ መቸነፉ በመረጋገጡ የተወሰደውን አቃም በአሻጥርና በተንኮል ውሳኔው ተግባር ላይ እንዳይውል ለማድረግ ከፍተኛ ጥረት አካሄደ። የግንባሩን ጥሪ በመርሕ ደረጃ ከተቀበሉ በኃላ የሚቀጥለው ከፍተኛ ትግል የተካሄደበት አከራካሪ ነጥብ ምን ዓይነት ጥያቄዎች ይዘን እንቅረብ ወይንም በተራማጆች ሁሉ የግንባር መቃቃም ውይይት ከመጀመሩ በፊት በፓርቲያችን በኩል እንዲሟሉ የምንፈልጋቸው የፖለቲካ ሁኔታዎች ምንድንናቸው የሚለው ርዕስ ነበር። በዚህ ርዕስ ላይ ክሊኩ ስምምነት የተድረገበትን ውሳኔ ትርጉም ለማሳጣት ሆን ብሎ መንግሥት ሊቀበላቸው የማይችላቸውን ከባድ ጥታቄዎችን መደርደር ጀመረ። ሆኖም ተሰብሳቢው ከፍተኛ ትግልና ክርክር ከአካሄዱ በኃላ የሚከተሉት ውሳኔዎች ፀደቁ። 1ኛ. ድርጅቱ ስለ ግንባሩ በሚወያይበት ወቅት ጊዜያዊ ሕዝባዊ መንግሥት መቃቃም አለበት የሚል ቅድመ ገደብ /pre-condition/ መኖር እንደሌለበት፣ 2ኛ. በማንኛውም ፓርቲው በሚያካሂደው ፕሮፓጋንዳና ቅስቀሳ መንግሥትን በኢፊሴላዊ ስሙ ከመጥቀስ በስተቀር ፋሽስታዊ፣ የምርጥ መኮንኖች መንግሥት፣ ወዘተ የሚሉትን መጠሪያዎች በግንባሩ ውይይት ወቅት በምንም ቢሆን እንዳይነሱ፣ 3ኛ. ማንኛውም ዓይነት በመንግሥትና በተቀሩት ተራማጆች ላይ የሚሰነዘር የጥላቻ/hostile activity/ ወይንም ከእኔ በላይ ላሳር ከሚል በሽታ በመቀጠብ ሁሉንም ለግንባሩ የሚቀርቡትን በእኩልነት ማየት። ከዚህ በኃላ እንዲሟሉ የሚፈለጉትን የፖለቲካ ሁኔታዎች ዋናዎቹ የዲሞክራሲ መብቶችን መታወጅን፣ የተራማጅ ፖለቲካ እስረኞች፣ የኤርትራንና የሌሎችንም ብሔርተኛ ድርጅቶች የሚደግፉ እሥረኞች እንዲፈቱና ያኔ በኤርትራ ላይ ተወጥኖ የነበረው የጦርነት ዘመቻ/ራዛ ፕሮጄክት/ እንዲቆም የሚሉት ነበሩ። ውይይቱ ሲካሄድ በመንግሥት በኩል የቀረበውን የብሔራዊ ዲሞክራሲ ፕሮግራም ለተራማጆች የግንባር መቃቃም ውይይት እንደ መነሻ ሠነድ /walking document/ አድርገን እንደምንቀበለው እንግለጽ የሚል ክርክር ቢነሳም የማእከላዊ ኮሚቴው ባለመቀበሉ በምትኩ የፖለቲካ ድርጅቶች መንግሥትም እንደ አንድ የፖለቲካ ድርጅት ተቆጥሮ ፕሮግራማቸውን ለውይይት ጉባዔ ይዘው ይቅረቡ፣ በኢሕአፓም በኩል የራሱን ፕሮግራም ይዞ ይቅረብ የሚል ሀሳብ ፀደቀ" (ብርሀነመስቀል ረዳ)። "ይህ ከሆነ በኃላ ክሊኩ ከፍተኛ አሻጥሮችን በማከናወን ድርጅቱን ለክፍፍል ለማብቃት የሚከተሉትን አሻጥሮችና የተንኮል ተግባራትን አከናወነ። የፓርቲው አቃም ከላይ የተጠቀሱትን

ነጥቦች የያዘው የማዕከላዊ ኮሚቴው ውሳኔ ቢሆንም የፓርቲውንና የወጣቱን ክንፍ ሀሳብ ለመጠየቅና አብዛኛው የተቃወመው እንደሆነ እንዲቀር፣ በተረፈ ግን በሚሚሉት ሁኔታዎች ላይ /pre-condition/ ምንም ነገር ሳይጨመርበት መግለጫው እንዲወጣ ተወስኖ ነበር። ነገር ግን ክሊኩ ደርግን፣ ተራማጆችንና መኢሶንን የሚያስቀይሙ ሃሳቦችን በገዛ ሥልጣኑ በማን አለንኝነት ጨመረበት። ከእነዚህም መካከል ሀ. በኢትዮጵያ ያሉ የፖለቲካ ድርጅቶች ለግንባሩ ብቁ ናቸው ተብለው ሲዘረዘሩ ያኔ ፕሮግራሙን በይፋ አውጆ ይንቀሳቀስ የነበረውን መኢሶን ብቻ ሳይጨመር ቀረ። ለ. በዚያች ሁለት ገጽ መግለጫ ላይ ከአንዴም ሁለት ጊዜ በምስጢር በሚደረጉ የጥቂት የደርግ አባሎችና የሌሎች ግንኙነቶች አናምንም ወዘተ ... የሚሉ የማያስፈልጉ ነጥቦች ተጨመረ።

1. ፓርቲውና የወጣቱ ክንፍ ሀሳቡን እንዲገልጽ የተባለውን ውሳኔ መንፈስ በማጣመም በቢሮክራሲያዊ ዘዴ ጊዜ በማጓተት የመግለጫውን መውጣት ከአንድ ወር በላይ በማቆየት የግንባር ጥሪውን ጊዜ ለማሳለፍ ቻሉ። 2. ፋሺስታዊ የምርጥ መኮንኖች መንግሥት ... ወዘተ የሚሉት መግለጫዎች ሁሉ እና ማንኛውም የጥላቻ ድርጊቶች እንዲቀሙ በማእከላዊ ኮሚቴ ተወስኖ ሳለ ይህንኑ ውሳኔ ለፓርቲው ድርጅቶችና ለፓርቲው ደጋፊዎችና የብዙሐን ማሕበሮች በጊዜ ባለማስተላለፋቸው በዓለም ወዝ አደሮች ቀን በአዲስ አበባና በጅማና በሌሎች ቦታዎች ከፍተኛ ፀረ-መንግሥትና ፀረ-መኢሶን ሰልፎች ተደረጉ። ፋሺዝም፣ ፋሺዝም በማለት ሰልፈኞቹ ሲያስተጋቡ ዋሉ። ይህ በግልጽ የሚያሳየው በቀጥታ የማእከላዊ ኮሚቴውን ውሳኔ በመጻረር የማእከላዊ ኮሚቴውን ውሳኔ በመቃወም የግንባሩ ጥሪ ተግባራዊ እንዳይሆን ለማድረግ ነበር። 3. የግንባሩን መቃቃም መላው ፓርቲና መላው የወጣት ክንፍ አባሎች ቢደግፉትም ክሊኩ የግለሰቦችን ስሞች እየጠቀሰ ይሰቀሉ ... ወዘተ የሚሉ ትርጉም የለሽ ሆኖም ስውር የማፍረስ አጀንዳ ያዘለ መፈክሮችን በየግድግዳውና በየመንገዱ እንዲለቀልቁ ሲያስደርጉ፣ ግንባር ይቃቃም የሚለውን የፓርቲውን መሠረታዊ አቋምን አስመልክቶ ግን አንድም ፅሑፍ ላይ ወይንም በግድግዳ ያለበለዚያም መንገድ ላይ እንኳን እንዲገለጽ አላደረገም። ክሊኩ ማድረግ የሚገባውን ተግባር ባለመፈፀም የማእከላዊ ኮሚቴውን ውሳኔ መጣሱ ነበር። ሆን ተብሎ በተዛባና በተወላገደ መልክ ለግንባር ጥሪው መልስ የሚለው የፓርቲው መግለጫ እንደወጣና በተለይም የሰፊው ሕዝብ ድምፅ ጋዜጣ "ኢሕአፓን ለግንባር ማን ጠራትና ተኳኩላ ቀረበች?" የሚል የኩርፊያ ጽሁፍ ካወጣ በኋላ የኢሕአፓ የአመራር ክሊክ መንግሥት ሊፈጅን ነው የሚል ይዘት ያላቸው ዜናዎችንና አሉባልታዎችን በመላ የፓርቲ መዋቅር በቃል በማስተላለፍ ለሽብር ፈጠራው የአባሎችን ሥነልቦናዊ ሁኔታ ማዘጋጀት ጀመረ። ኢሕአፓ በመጀመሪያው ጉባዔ ላይ ከፀረ- ፊውዳልና ፀረ-ኢምፔሪያሊስት ኃይሎች ጋር የሕብረት ግንባር እንደሚፈጥር ያስተላለፈውን ቋሚ ፖሊሲ በመንተራስና፣ እንዲሁም በ1967 ዓ.ም. መለስተኛ ጉባዔ ላይም ተመሳሳይ አቋም ይዞ ውሳኔ ማስተላለፉን በመንተራስ ብርሀነመስቀል ረዳ ለውይይቱ መነሻና መንደርደሪያ በማድረግ አሳሰበ።

የሕብረት ግንባሩ የሚመሰረተው የሕብረቱ ተሳታፊ አባላት ሁሉ ሊያስማማቸው በሚችል አነስተኛ መርሃግብር ላይ ተመስርቶ እንደሆነም መለስተኛው ትባዔው መወሰኑን ሁሉ በማስታወስ ለስብሰባው አስረዳ" (የብርሀነመስቀል ረዳ)።

ለቀረበው የደርግ የጋራ ሕብረት ጥያቄ ምላሽ ካልሰጠን ለሕዝብና ለሀገር ነው የቆሙት ወይንስ ለጠላት ነው የቆሙት ብሎ የኢትዮጵያ ሕዝብ በጥርጣሬ ዓይን ሊመለከተን ይችላል። በሌሎች አገሮች በተካሄዱት ተመሳሳይ የተራማጅና መስመር መኮንኖች መፈንቅለ መንግሥት በመሩት እንደ ደርግ ዓይነቶቹ እንዲህ አይነቱን ጥያቄዎችና ጥሪዎች የሚያቀርቡት ጊዜ ለመግዛት፣ የሀገር ውስጥና የዓለም አቀፍ ድጋፍን በማግኘት አብዮታዊያንን በተለይም እንደ ኢሕአፓ የመሳሰሉትን የሥር ነቀል ለውጥ ደጋፊዎችንና ድርጅቶችን ለመገንጠል የተጠቀሙበት አሸክላ ነውና የደርግም ተፈጥሯዊ ባሕሪ ከሌሎቹ አገሮች የወታደር መፈንቅለ መንግሥት አይለይምና ጥሪውን በጥንቃቄ በመመልከት ለደርግ የምናቀርብለትን ቅድመ ሁኔታዎች ካሟላ ጥሪውን መቀበል ይኖርብናል ብሎ አሳሰበ። የምናቀርብለትን ቅድመ ሁኔታዎች ካሟላ ደርግ ላወጀው የጋራ ጥሪ እኛ ምላሽ ሳንሰጥ ብንቀር ደርግና መኤሶን በመሣሪያነት በመጠቀም ከሕዝቡ ጋር ለማለያየትና ለማራራቅ ይረዳቸዋል ብሎ አስገነዘበ። በስብሰባው ወቅት አብዛኛው የማዕከላዊ ኮሚቴው አባላት በአመራር እምብርቱ/ክሊኩ አቃሞች ላይ ምቾት እንዳልነበራቸውና ባንፃሩ በብርሀነመስቀል ረዳ ገለፃና ትንተና በመመርኮዝ ብዙሐኑ የማእከላዊ ኮሚቴ አመች የፖለቲካ ሁኔታ ከተፈጠረና ደርግ የጠየቅናቸውን ግዴታዎች ካሟላ ኢሕአፓ በአገዛዙና በመኢሶን ላይ ያለውን አቋም መቀየር እንዳለበት በማመን አቋማቸውንና እምነታቸውን ገልጸዋል (አስረስ ስሜ፣ ደመቀ አባዜና ጣሰው)። ድርጅቱ ለመደራደር ይቅርና በማዕከላዊ ኮሚቴው ውሳኔ መሰረት ለጋራ ጥሪው ምላሽ ለመስጠት ሰሚ ጆሮ አጥቶ እንዲቀር ተደረገ። ለዚህም እኩይ ተግባር እንዲያመቻቸው የድርጅቱ አመራር እምብርት/ክሊኩ ሆን ብሎ የፖለቲካ ትግሉን እያካረሩ እንዲጋዝ አደረጉ። የኋላ ኋላም ይህ አጥፊ ታክቲክና ስትራቴጂ በኢሕአሠ ሜዳም ተፈጽሟል። በስንት ትግልና መከራ ከሕወሓት ጋር የተደረሰውን የጋራ ሕብረት ስምምነት የድርጅቱ አመራር ላንዳፍታ ተሰባስቦ ለማጽደቅ ባለመፈለጉ ወያኔን ክፉኛ አስቀጥቶ ለተንኮል እንድትዘጋጅ የገፋፉት መሆኑን በመፅሀፉ በሌላ አካባቢ ተገልጿል። ሀገር በቀል የፖለቲካ ድርጅቶች ከኛ ጋር ተስማምተው መስራት እንዲችሉ መንገድ ከመክፈትና ለውይይት ጥረት በማድረግ፣ ከማግባባት ይልቅ ማንኳሰስና ማጥላላት ኢሕአፓ ፀረ ደርግ መሆኑ ቀርቶ ፀረ ተራማጆች እንደሆነ የቱን ያህል እንደጎዳን እየታወቀ ችላ መባሉና ዲሞክራሲን በማፈንና በመርገጥ የሚተላለፈውን ውሳኔ በመጣስ የብዙሀኑን ድምፅ በማንኳሰስ የይስሙላ አንድነትን ለመፍጠር በኃይል መሞከሩ የውድቀት ጎደቱን አፋጠነው።

11.2.2.2. በፋሺዝም፣ በአፀፋ ኃይል እርምጃ፣ የግለሰብ ግዳያንና በሻለቃ መንግሥቱ ኃ/ማርያም የይገደል ውሳኔን አስመልክቶ

በብርሀነመስቀል ረዳ እንዳለው የአመራር እምብርቱ ከሚያዚያ ወር 1968 ዓ. ም. በኃላ "በኢትዮጵያ ፖለቲካ መድረክ ላይ ያለው ሁኔታ አብዮት ነው ወይንስ ፀረ-አብዮት ነው የሚል ጥያቄ ተነስቶ ክሊኩ ፀረ አብዮት የሠፈነ ለማስመሰል ሞክረው ነበር። ነገር ግን በፓርቲው ፕሮግርምና ሪፖርቶች ቀጥለውም በውይይት መግለጫዎች ላይ ፀረ-አብዮታዊ ሁኔታ ሰፍኗል የሚል እምነት ከሚያዚያ ወር 1968 ዓ. ም. ወዲህ እንዳልነበረ ግልፅ ቢሆንም በኮንፈረንሱ ላይ በግልፅ ውይይት ፀረ አብዮት አንዳንዴም ፋሺዝም በኢትዮጵያ እንዳልሰፈነ በሙሉ ድምፅ ተወስኖ ነበር። በኮንፈረንሱ የቀረበው ዋናው ክርክር ፋሺዝም በአንድ ሀገር የሚሰፍነው አብዮታዊ ኃይሎች በሙሉ ከተመቱና ከተዳከሙ በኃላ እንጂ በኢትዮጵያ እንዳለው ሁኔታ አብዮታዊ ኃይሎች የእኛም ፓርቲ ጭምር እያደጉና እየተስፋፉ በሚሄዱበት ወቅት አይደለም የሚል ነበር" (የብርሀነመስቀል ረዳ)። ብርሀነምሰቀለ ረዳ ለዚህ አቋሙ አንድ ተጨባጭ ምሣሌ ሲያስታውስ "ከታጠቀው ቡድን የመጣነው ጓዶች በሰፊው የታወቀውን "የትግሉ ነው ሕይወቴ" የተባለውን የኢሕአፓ መዝሙር ስንዘምር በበዝባዦች ሳልገዛ፣ በፋሺስቶች ሳልገዛ የሚልና በጨቃኞች ሳልገዛ የሚል ሁለት የተለያዩ ይዘቶች ስለነበሩት እኛና የጉባዔው ጓዶች በሙሉ ድምጽ በፋሺስቶች ላልገዛ የሚለው ቀርቶ በበዝባዦች ላልገዛ መባል እንዳለበት ተሰማምተን መዝሙሩ በዚህ መልክ መዘመር ቀጠለ። በኃላ ክሊኩ በገዛ ትልበታቸው የዲሞክራሲያና የተቀሩት የፓርቲ ጋዜጦች አዘጋጆች ፋሺዝም በኢትዮጵያ ሰፍኗል የሚለውን አቋም ሲያስፋፉ በጉባዔው በሙሉ ድምፅ የተነቀፈውን አቋም መደገፋቸው ሲሆን ይህም ተግባራቸው በማንአለብኝነት ለፓርቲው ደምብና ለብዚሀኑ ውሳኔ አለመገዛታቸውን ማመልከት ብቻ ሳይሆን በግድም በውድ ክፍፍል ተፈጥሮ እርስ በርስ እንድንበላላ በነበራቸው ዕቅድ እንደሆነ ያመለክታል (የብርሀነመስቀል ረዳ)። መቃቃርንና ልዩነቶችን እያሳፋፉና እያሳደገ እንዲሄድ አደፋፍረዋል። ቢያንስ እስከ የካቲት ወር 1969 ዓ. ም. ድረስ የፋሺዝም ጥያቄ በየትኛውም የማዕከላዊ ኮሚቴ ስብሰባ ላይ በጭራሽ ተነስቶም ወይንም ቀርቦ እንደማያውቅ ብርሀነመስቀል ረዳ ገልጿል። ትክክለኛ ሂስ በማቅረብና ስህተቶችን በትክክል በመጠቀም ፈንታ በርሀነመስቀል ረዳ ባልተገኘባቸውና ከእሱ እየተደበቁ በሚያካሂዷቸው ሰብሰባዎች በጀርባው ሆነው ስለ እሱ በሀሜት መልክ ብዙ የሀሰትና የውሸት ክሶች ይደረድሩበት እንደነበርና ይህንንም ከመካከላቸው ቀና በሆኑት ጓዶች በጀርባው ስለተካሄዱት ስብሰባዎችና የአሉባልታ ጋጋታዎች በተደረገለት ጥቅማ (እንደነ አበራ ዋቅጅራ፣ ዮሐንስ ብርሀኔና ተካልኝ ወ/ሚካኤል) እና እራሱም በሁኔታዎቹ ሊረዳ ችሏል።

"በሰኔ ወር 1968 ዓ. ም. ሂስና ግለ ሂስ ለማካሄድ ተሰብስበው በነበሩበት ጊዜ ብርሀነመስቀል ረዳ ከኃላፊነት ቦታዎች አባል እንዳይሆን መደረጉንና በሌለበት አዳዲስ ለሆኑት የማዕከላዊ ኮሚቴ

አባላት ዶ/ር ተስፋየ ደበሳይ <u>ስለብርሀነመስቀል ረዳ ፀባይና ባሕሪይ መወያየቱ አግባብ እንዳልሆነ ጠቅሶ በዚሁ ነጥብ በዚያው በስብሰባ ወቅት ዶ/ር ተስፋየ ደበሳይ የእምነት ቃሉን በመሰንዘር በራሱ ላይ ግለሂስ በማካሄዱ</u> (ስርዝ የራሴ) መሰረታዊ ነገሩ ከታመነ ወደፊት ሁኔታዎች ሊሻሻሉና ሊስተካከሉ ይችላሉ በሚል እምነትና ለድርጅቱ አንድነት ሲል እንደልማዱ በቅንነቱ ትሸውዶ አልፎታል። የዶ/ር ተስፋየ ደበሳይ እምነት ነገሩ ተካሮ እውነታዎች እንዳይገለጹና በኃላም እሱና የክሊኩ ጓዶቹ እንዳይዋረዱ ሁኔታዎችን ለመቀጣጠርና ለማብረድ የመሸንገሊያ፣ የማታለያና የቅጥፈት የእምነት ቃል መሆኑ ነበር። ሆኖም በዶ/ር ተስፋየ ደበሳይ በተሰራጨው አሉባልታና የስም ማጥፋት ዘመቻ ምክኒያት ተወናብደው በብርሀነመስቀል ረዳ ላይ መጥፎ አመለካከት የነበራቸውን የማዕከላዊ ኮሚቴ አባላትን አሉታዊ አመለካከት በማስለወጥ በብርሀነመስቀል ረዳ ላይ እንደቀድሞው ቀና አመለካከት እንዲያድርባቸው አስገድዷቸዋል። በዚህ ስብሰባ ካይ በክሊኩ "ለውይይት ከተነሱት ነጥቦች መካከል ዋናው በጥቂት የደርግ አባሎች ቡድን ጥላቻ ተፈጥሮ ፍጅት ቢከተል ምን ዓይነት የመከላከያ እርምጃ መውሰድ አለብን የሚል ውይይት እንደከፈቱ የክሊኩ አቋም 'እጃችንና እግራችንን አጣጥፈን መቀመጥ የለብንም' የሚል መሆኑን ሲገልጽ፣ በተቃራኒው በብዙሀኑ የቀረበው 'በቅድሚያ እንደዚህ ዓይነት ፕላን ለመኖሩ በቂ ማስረጃ እንደሌለን፣ ማስረጃም ከተገኘም ዋናው መከላከያችን የሕብረት ግምባር ከዲሞክራሲያዊ ውይይት በኃላ የሚለውን የፓርቲያችንን አቋም ይዘን የፖለቲካ ትግል ማካሄድ፣ ከፍተኛ ትግል አድርገን በደርግ ፀረ ዲሞክራሲያዊነት ምክኒያት የሕብረት ግምባሩ ካልተቃቀመና ስላም ካልተገኘና ከተቃጣብን የማጥፋት ጦርነት ዘመቻ ለመዳን የምንችለው ጊዜ ሳንሰጥ ባስቸኳይ የድርጅቱን አባላት ወደ አሲምባና ሌሎች የገጠር ቦታዎች በመላክ ትግላችንን በተራዘመው የገጠር ትጥቅ ላይ በማትኮር ማስፋፋትና ማጠናከር። ከዚህ ጋርም ተያይዞ በከተማ የሚገኙ ድርጅቶቻችን ውስጣዊ የደሕንነት ዘዴያችንን ማጠናከር፣ በፕሮፓጋንዳና ቅስቀሳ ምክኒያት የሚጋለጡትን አባሎቻችንን ቁጥር ለመቀነስ የቅስቀሳውንና የፕሮፓጋንዳውን ዘዴ መለወጥ እንዲሁም የተጋለጡትን አባሎች ሁሉ ከከተሞች ካስወጣን በኃላ የሚተኳቸው አዳዲስ የማይታወቁ አባሎችን ማዘጋጀት እንጂ ከከተሞች ውስጥ ግድያን በግድያ የምንቃቃምበት አቅምንና ድርጅታዊ ጥንካሬ የለንም የሚለው የብዙሀኑን የማእከላዊ ኮሚቴ ሀሳብ ተቀባይነት እንዳገኘ ብርሀነመስቀል ረዳ ገልጿል። በዚህኛው ሲከሽፍበት በሌላ መንገድ በመግባት ክሊኩ ተገቢነት ያለው ጥያቄ በማስመሰል ሌላ ጥያቄ እንዲህ ሲል ክርክር ለማካሄድ መጣሩን ብርሃነመስቀል ረዳ እንዲህ ይላል፣ "ይህን ሁሉ አድርገን ፍጅት ከተካሄደብን ምን እናደርጋለን፣ የግድም የውድ የመከላከያ እርምጃ በመውሰድ የአባሎቻችንን ሞራል መጠበቅ አለብን እንጂ በከተሞች የፓለቲካ ትግል የሚያካሂዱ አባላት እናገኝም ብለው ተከራከሩ። ለተነሳው ክርክር ስብሰባው የሰጠው መልስ የሕብረት ግምባር እንዲቃቃም የሚያስፈልገውን የፖለቲካ concession ኮንሴሽን አድርገን በሰላማዊና በሕቡዕ ቢሆንም

ሕጋዊ ትግል እያካሄድን በሌሎች የፍጅት እርምጃ ከተወሰደብንና የጠቅላላውም ሕዝብ ድጋፍ ከእኛ ጋር ከሆነ በጣም በተወሰኑ ወቅቶች ሽብር ለማስጠንቀቂያነት የሚያገለግሉ የአፀፋ ኃይል እርምጃዎች ለመውሰድ በመርሕ ደረጃ (In principles) ስለማይወገዝ በመርሕ ደረጃ ተደጋፊ ነው።

ሆኖም በተጨባጭ ሁኔታ በፓርቲው በኩል የሚካሄድ ግድያ ባለፈ ወንጀል፣ በቂም በቀልና በጥላቻ መልክ ሳይሆን ግድያ ሲፈፀምብን በሚፈጸምበት ወቅት ለመከላከል መሆን እንዳለበት የቀረበውን ሀሳብ በብዙሀኑ ድምፅ ተቀባይነት በማግኘቱ ፀደቀ"። በፓርቲው አመራርና በመንግሥቱ ኃ/ማሪያም መካከል ግንባር ለግንባር ተገናኝቶ ለመወያየት የሚቻልበትን መንገድ ለመፈለግ ነሐሴ ወር አጋማሽ 1968 ዓ. ም. ገደማ ጌታቸው ማሩና ብርሀነመስቀል ረዳ የተካፈሉበት የማእከላዊ ኮሚቴ ስብሰባ ተካሂዶ ውይይት ይደረግ ወይንስ አይደረግ የሚል ሰፊ ክርክር ተደርጎ ክሊኩ ለአሻጥርና ተንኮል ከም/ሊቀመንበሩ ጋር የሚደረገውን ስብሰባ ቢቃወምም በብዙሀኑ ድምፅ ውይይት እንዲደረግ ተወሰነ። ስብሰባው መንግሥቱ ኃ/ማሪያም ፓርቲያችን እንዲያሟላቸው የሚፈልጋቸውን አንዳንድ ጉዳዮች ሊኖሩ እንደሚችሉ በማእከላዊ ኮሚቴው በኩል በእውነተኛ የበጎ ፈቃድ መንፈስ እንዳለ ሊያመለክት የሚችሉ አንዳንድ ምልክቶች ከአሁኑ ገምተን እንዲነጋገርባቸው የሚል ሃሳብ ቀረበ። ለምሳሌም 1. በአኢሰማ በኩል ታስቧል የተባለው የሥራ ማቆም አድማና በመስከረም 2 ቀን 1969 ዓ. ም. በዓል ላይ ሠራተኛው እንዳይካፈል በፓርቲው ቅስቀሳ እየተካሄደ ነው ስለተባለ ይህ እንዲቀር ሊጠይቁ ቢችሉ የሚለው ሀሳብ እንደተሰነዘረ ክፍሉ ታደሰ (የአኢሰማው) ፓርቲው ቢከለክል እንኳን አኢሰማ ውሳኔውን አይለውጠውምና አኢሰማ ከፓርቲው ጋር እንዲጋጭ ካልፈለገ በስተቀር ይህ ሃሳብ መቅረብ የለበትም በማለት ግራ የሚያጋባ ንግግር በማካሄዱ በፓርቲውና ፓርቲው ራሱ ባቋቋመው የሠራተኞች ሕቡዕ የብዙሐን ማሕበር መካከል ሊኖር የሚገባው ግንኙነት ምን መሆን አለበት የሚለውን ርዕስ አንስቶ ለመወያየት ሲሞክር ክሊኩ ከአጀንዳው ውጭ ነው በሚል ሰበብ ርዕሱን በጠቅላላው ሰረዙት። ወዲያውኑም ዮሐንስ ብርሃኔ ለመሆኑ የሥራ ማቆሙ አድማ በአሁኑ ጊዜ ትክክል ነው ወይ? ባይሆን በሥራ ላይ መልገም አይበቃም ወይ? የሚል ጥያቄ አቅርቦ ውይይት ሳይከፈትበት ከአጀንዳ ውጭ ነው" ብለው ክሊኩ ተቃወመ። ወደኋላ የተደረገውን የሥራ ማቆም አድማ ፓርቲው ሊስማማበት ይቅርና ስለሥራ ማቆም አድማ በማእከላዊ ኮሚቴ አባሎች ከተጠቀሱት ሀሳቦች ውጭ የተወሰነና የተገለጸ አልነበረም።

1. ውይይቱ እንዳልተሳካ የሚወስነው ማነው? የሚል ጥያቄ በማቅረብ በክሊኩ በኩል ፖለቲካ ቢሮው ይወስን ሲሉ ሌሎች ጓዶች የከረረ ክርክር በማካሄድ ውይይቱ መሳካቱን ወይንም አለመሳካቱን መወሰን የሚችለው የማእከላዊ ኮሚቴው ነው የሚለው ሀሳብ በማዕከላዊ ኮሚቴው ብዙሐን ሀሳብ በመደገፉ የክሊኩ ጨኸት ተደማጭነት አጣ። በዚህም ምክኒያት ክሊኩ ከፍተኛ ቅሬታ በመግለጽና በኃላፊነት እንደማይጠየቁ በማስፈራራት ውይይቱ ካልተሳካ ደርግ በተለይም ም/ሊቀመንበሩ

የፓርቲውን አባሎች ሊፈጁ ወስነዋልና የ50 ሰዎች አባሎቻችን ሥም ዝርዝር ተላልፏልና ምንም ዝግጅት ሳናደርግ ፍጅት ከመጣ ኃላፊነቱ የማእከላዊ ኮሚቴው ነው ብለው ለማስፈራራት ጣሩ። ቀደም ብሎ የዚህ ዓይነት የስም ዝርዝር ለፓርቲው አንዳንድ ኮሚቴዎች መተላለፉንና ለመላው ፓርቲም 50 ሰዎች እንዲገደሉ ተብሎ የሥም ዝርዝራቸው ለኮሎኔል ዳንኤል ተላልፏል የሚል ውሳኔ አለበት ወይ? የሚል ጥያቄ ቀርቦላቸው ዶ/ር ተስፋየ ደበሳይ ዝርዝሩን <u>በሴክሬታሪያቱ ስም ለአዲስ አበባ በይነቀጠና ኮሚቴ ያስተላለፍኩት እኔ ነኝ፣ ነገር ግን ይገደሉ ተብሏል አላልኩም፣ ሆኖም የግል ሀሳቤን በጠየቁኝ ጊዜ እንዲገደሉ ይመስለኛል ብያለሁ ብሎ የእምነት ቃሉን ሰጠ</u> (ሰረዝ የራሴ)። በመቀጠልም መላው ፓርቲ ውስጥ የተላለፈውና የተነዛው ወሬ በሙሉ ይገደሉ ተብሏላ የሚል ወሬ ነው ብሎ ጌታቸው ማሩ እንዳሳሰበ <u>ዶ/ር ተስፋየ ደበሳይ ይህንን አስመልክቶ የማውቀው የለኝምና እኔ ለዚህ ጉዳይ ኃላፊ አይደለሁም</u> (ሰረዝ የራሴ) ቢልም ይገደሉ ተብሏል የሚለው ወሬ በፓርቲው ውስጥ የሚያስከትለውን የሽብርና የጥላቻ ሳይኮሎጂ ሁኔታ እያወቁ ወሬው ሳይውል ሳያድር ባስቸኳይ ይስተካካከል ተብሎ ተወስኖ ሆኖም ውሳኔውን ተግባራዊ በማድረግ ሳይስተካከል ቀረ" (የብርሀነመስቀል ረዳ)። በሰኔ ወር 1968 ዓ. ም. በተካሄደው የማዕከላዊ ኮሚቴ ስብሰባ ላይ የፀደቀውን ሀሳብ "ወዲያውኑ ነሐሴ አጋማሽ 1968 ዓ. ም. ክሊኩ ፓርቲው እራሱን ለመከላከልና ከፍጅት ለመዳን የሚወስዳቸው እርምጃዎች የሚል አጀንዳ ይዞ ሆን ብሎ ለአሻጥር ስብሰባ እንደገና እንደ አዲስ ጠራ። ይህም ስብሰባ የተካሄደው ክሊኩ አለን በሚሉት የውሸት ተጨባጭ መረጃ ላይ አስመርኩዘው እንደነበረና መረጃውም መንግሥት በፓርቲው ላይ ፍጅት ለማካሄድ ፕላን ማውጣቱንና በዚያው ወር በወልቂጤ እና ወሊሶ የተገደሉት አባሎቻችን ናቸው በማለት ዜናውን ለመላው ፓርቲ ነዝተው ክሊኩ ስብሰባው የተጠራው መላውን ፓርቲ ለሽብር ፈጠራ በሳይኮሎጂካዊ ዝግጅት ካስተባበረ በኃላ ነበር። በስብሰባው ክሊኩ በፈለጉት መልክ እንዲወስንላቸው ዝግጅት እንዳለ በማእከላዊ ኮሚቴው ያሳየው ለፓርቲ አባሎች ደሕንነት ያለመቀርቀር መንፈስ መላው ፓርቲ ተበሳጭቷል፣ ሊያምፅ ተነሳስቷል፣ የሚል ማስፈራሪያ በማቅረብና በማስፈራራት የማእከላዊ ኮሚቴውን አስተሳሰብ ወደራሳቸው ወደማድረግ ደረጃ በመድረሳቸው ሰፊ የቲዎሪ፣ የፖለቲካና ድርጅታዊ ደሕንነት ነክ ክርክሮች ተካሄዱ"

ከክርክሮቹ ላይ ሽብር ማለት በግለሰብ ላይ የሚደረግ የግድያ እርምጃ ከብዙ አብዮቶች የተገኘውን ትምህርት የሌኒን እና የሌሎችን ጽሁፎች ሳይቀር በመጥቀስ ሁለቱም መሪዎች "በሰፊው በመከራከር ክሊኩ የሚያራምደውን አቃም በመቃወም የሚከተሉት ክርክሮች አነሱ፣ 1. መንግሥት በፓርቲው ላይ የማጥቃት ርምጃ የሚወስድ ከሆነ በአንድ ግለሰብ በመንግሥቱ ኃ/ማሪያም ብቻ እየተገፋፋ ነው የሚለው ቲዎሪ ትክክል እንዳልሆነና፣ ኢሕአፓን ያህል የፖለቲካ ድርጅት ለመደምሰስ እርምጃ ከተወሰደ በእርግጥ አብዛኛዎቹ የደርግ አባሎች ተስማምተውበታል ማለት ነው እንጂ ወሬው

ሊወጣ እንደማይችል፣ አንድ ግለሰብ መሪ ብቻ ኃላፊነቱን ወስዶ በግል ጥላቻ ኢሕአፓን ብቻውን ሊያጠፋ እንደማይሞክር፣ እና ሊቀ መንበር መንግሥቱ ኃ/ማሪያምን በግድያ ማስወገድ የመፈንቅለ መንግሥት አራማጆች (የፑቲሽስቶች) ሥራ ነው። እሳቸውን በመግደል የሳቸውን ዓላማ አናቀምም፣ ወዲያውኑ ባንደኛው ከጎናቸው በቀመው የቀኝ እጃቸው ይተካሉ። እሳቸውን በማጥፋት ከተቃጣብን የማጥፋት ጦርነት ዘመቻ እንድንም፣ ውጤቱ በእጅጉ አፀፋ ይሆናል፣ በከተማ ግለሰብን በመግደል ትግል ለማካሄድ መወሰን እንደ አሸባሪነትም ይቆጠርብንና ሻለቃ መንግሥቱና የሚመሩት ቡድን በዓለም ዙሪያ የፖለቲካ ድጋፍና እውቅናን ሊያስገኝላቸው ይችላል። ሊቀ መንበሩን በመግደል የመንግሥት ግልበጣ አመጣለሁ የሚል አቃም ፑቲሽዝም (መፈንቅለ መንግሥተኛነት) እንደሆነና ይህ ዓይነቱ ለውጥ ቢሳካም እንኳን አብዮታዊ ለውጥ ሊያመጣ ካለመቻሉም በላይ በሕዝባዊ ተሳትፎ የመጣ ባለመሆኑ ማርክሲሳዊ ሌኒናዊ የትግል ዘዴ አይደለም፣ የሕዝብ ድጋፍንም አያገኝም በማለት አሳሰቡ። 2. አንድ ግለሰብ መሪ መግደል ብዙውን ጊዜ የተገደለበት መንግሥት አባሎች እርስ በርሳቸው ቅራኔ ቢኖራቸው እንኳን ከግድያው በኃላ ቅራኔያቸውን በማስወገድና በማቀዝቀዝ በገዳዮቹ ላይ የአፀፋ እርምጃ ይወስዳሉ እንጂ ዝምብለው አይመለከቱትም። የባሰ ጨፍጫፊና አምባገነን ይሰፍናል። ለሚወስዱትም ፋሽስታዊ እርምጃዎች ሁሉ መልካም ሽፋን እንሆንላቸዋለን"።

በተጨባጭ በደርግ ውስጥ ያለውን ሁኔታ ስንገመግም መንግሥቱ ኃይለማሪያምን እንግደል ማለት በግልፅ ከአብዛኛው ወይንም ተደማጭነት ካላቸው የመንግሥቱ ኃ/ማሪያም ደጋፊዎች ጋር እንጣላ ማለት ይሆናል። 3. ከቴክኒካዊ ችሎታ አንፃር የፓርቲው አመራር እምብርት/ክሊክ የግድያ ሙከራቸው ቢከሽፍ አምባገነኑ መንግሥት ኃ/ማሪያም በቂም በቀል በፓርቲው ላይ ከሙከራው በፊት አስበውት ያልነበረውን ያህል ከባድ የማጥቃት እርምጃ ሊወስዱ እንደሚችሉ ጥርጥር የለውም። በዚህ የጦፈ የማዕከላዊ ኮሚቴ ስብሰባ ከሁለቱ ጎዶች ክርክር በኃላ የማእከላዊ ኮሚቴው ስለአጠቃላይ ሁኔታው የአመራር እምብርቱን/ክሊኩ አባላት እንዲያብራሩ ተጠይቀው የሰጡት መልስ ለዚህ ዋስትና የለንም ሆኖም ጎዶቻችን ሲያልቁ እጃችንና እግራችንን አጥፍረን አንቀመጥም የሚል የፖለቲካ ተስፋ መቁረጥ መልስ ነበር ለማእከላዊ ኮሚቴው የሰጡት። 4. የማእከላዊ ኮሚቴው ለፓርቲ አባሎች ያሳየው ደሕንነት ያለመቀርቀር መንፈስና እርምጃ ባለመውሰዱ መላው ፓርቲ ተበሳጭቷል፣ ሊያምፅ ተነሳስቷል ተብሎ በአመራር እምብርቱ ስለቀረበው ማስፈራሪያ ከስብሰባው የተሰጣቸው መልስ መላው ፓርቲ በማእከላዊ ኮሚቴው ላይ እምነት ካጣ ጉባኤ ጠርቶ ከማስነሳት በስተቀር የዚህ ዓይነት ማስፈራሪያ ከዲሞክራሲያዊነት መርህ አንፃር ትርጉም ተቀባይነት እንደሌለው በብዙሀኑ አባላት ተነገራቸው። ሆኖም ማእከላዊ ኮሚቴው በዚህ ጉዳይ ላይ አሥር ሰዓት ያህል ክርክር ከተደረገበት በኃላ ምንም ዓይነት ውሳኔ ላይ መድረስ ባለመቻሉ የሚከተለው የአስታራቂ (compromise) ሀሳብ ቀረበ፣ ሀ. በደርግ አባሎችና በሕዝብ ድርጅቱ ጽ/ቤት ሰዎች ላይ በምንም

ዓይነት ሁኔታ ማንኛውም የፖለቲካ አካል እርምጃ እንዳይወስድ፣ ለ. ከተጠቀሱት ሌላ በተጨባጭ ፍጅት ማካሄድ ጀምረዋል ከተባለ በማእከላዊ ኮሚቴው ላይ ሊያምፁ ነው የተባሉት የፓርቲ አካሎች በራሳቸው ኃላፊነት እርምጃ ይውሰዱ፣ ነገር ግን ይህ ውሳኔ የተወሰነው ማእከላዊ ኮሚቴው በመሰረትና በመርሕ ደረጃ በግለሰብ ላይ የሚደረግ የግድያ እርምጃ ትክክል ይሁን ወይንስ አይሁን ገና አልወሰንም ከሚል መግለጫ ጋር ሊያምፁ ተነስተዋል ለተባሉት የፓርቲ ድርጅቶች በግልጽ እንዲተላልፍላቸው የሚል አስታራቂ ሀሳብ ቀርቦ የሽብሩ እርምጃ የሚደግፈው 50% የሚሆነው የማእከላዊ ኮሚቴ ክፍል የአስታራቂውን ሀሳብ በፍፁም ባለመቀበሉ ሌሊቱን ሁሉ ሲወያዩበት አድረው ምንም ዓይነት ስብሰባ እንዳልተካሄደ ያለምንም ውሳኔ ስብሰባው ተበተነ" (የብርሀነመስቀል ረዳ)። እስከ ነሐሴ ወር 1968 ዓ. ም. ስብሰባ ድረስ ሁለት ተቃራኒ የሆኑ እርምጃዎች በፖሊት ቢሮው አባሎች ተወስደዋል።

1. ኢንፎርማል በሆነ መንገድ ፖሊት ቢሮው በአምባ ገነንነት በራሱ ፍላጎት ለአዲስ አበባ ኢንተርዞናል ኮሚቴ የግድያ እርምጃ ልትወስዱ ትችላላችሁ፣ ከመውሰዳችሁ በፊት ግን ከአሥራ አምስት ቀን አስቀድማችሁ ለሴክሬታሪያቱ እንድታስታውቁ የሚል ትእዛዝ መተላለፉን ለብርሀነመስቀል ረዳ በወቅቱ የአዲስ አበባ በይነ ቀጠና ኮሚቴ አባል የነበረው ዐቢዩ ኤርሳሞ እንደነገረው የማእከላዊ ኮሚቴ ያልወሰነው መሆኑን ገለፀለት። ዐቢዩ በበይነ ቀጠናው ስብሰባ ወቅት የግድያው ውሳኔ ከማእከላዊ ኮሚቴ ለመምጣቱ እርግጠኛ አይደለሁም ብሎ ሲገልጽ ኮሚቴው የራስህ የግንኙነት ቻኔል ካልፈጠርክ በስተቀር በአገናኛችን የመጣውን ትእዛዝ ልትጠራጠር አይገባህም ተባለ (ብርሀነመስቀል ረዳ)። በሕዳር ወይንም ታሕሣስ ወር 1969 ዓ. ም. ዶ/ር ተስፋየ ደበሳይና ክፍሉ ታደሰ ብርሀነመስቀል ረዳ ታስሮበት ከነበረው ቤት ድረስ ሄዶ ባነጋገረበት ጊዜ የማእከላዊ ኮሚቴ ስብሰባ እንዲጠራ ደጋግሞ በማሳሰቡ ስብሰባ ያስፈልጋል የምትሉት ሁለት ግለሰቦች ብቻ ስትሆኑ የተቀሩት እንደማያስፈልግ አስታውቀውናል በማለት ሊያሳምነው እንደሞከረ ስብሰባው ለምን እንደሚያስፈልግና የቱን ያህል ጠቃሚ እንደሆነ ለተቀሩት የማእከላዊ ኮሚቴ አባሎች ግልጻን ለማሳመን የምንችለው ስንገናኝ ብቻ በመሆኑ የምንሰባሰብበትን መንገድ አዘጋጁልን ብሎ ብረሀመመስቀል ረዳ ሲጠይቀው ዶ/ር ተስፋየ እሞክራለሁ፣ ነገር ግን የሚሳካ አይመስለኝም፣ ምክኒያቱም አንተ የማታውቀው ሌላ ከባድ ነገር አለ ብሎ ተስፋ ሊያስቀርጠው ሞከረ። ከባድ ነገር የሚላቸውን ብርሀነመስቀል ረዳ አጥብቆ እንደጠየቀ 1. ጥቂት የደርግ አባሎች ያሉበት ከደርግ የተደበቁ ቡድን ተደራጅቶ እኛን ተንኮል በተመላበት መንገድ ለማጥቃት እርምጃዎች ሊወስድ የወሰኑበት ሰነድ አግኝተናል። ሰነዱም ሀ. ኢሕአፓ ያደረገው በማስመሰል በሕዝብ ለማስኮነን ቤተክርስቲያኖችን፣ መስጊዶችን ማቃጠልና፣ ለ. የፖሊስና የወታደር ልብስ እያለበሱ ወታደሮችንና ፖሊሶችን መግደልና ሌላም ሽብር ማካሄድ ይህንንም ኢሕአፓ ያደረገው ለማስመሰል የታቀደ ይዘት

ያለው መሆኑን ገለጸለት። የተባለው ሰነድ ካለ ሰነዱን በጋዜጦቻችን ላይ በማተም ለተወሰነ ጊዜ ፓርቲው የኃይል እርምጃ እንደማይወስድ፣ በፓርቲውም ስም ምንም ዓይነት የኃይል እርምጃ ከተወሰደ ሰነዱ የሚጠቁመው ቡድን ተንኮል መሆኑን ሕዝቡ እንዲያውቀው በማስጠንቀቅ ሁሉንም የኃይል እርምጃ ማቆም ያስፈልጋል።

ከዚህም ባሻገር ፓርቲው የሚወስደው የግድያና ሌላም የኃይል እርምጃ ትክክል ነው ብሎ የሚያምንና የሕዝቡም ድጋፍ ያለው መሆኑን ካመነ እያንዳንዱ የኃይል እርምጃ ከዚህ ቀደም ለምን እንደተወሰደ የሚገልጽ መግለጫ በድርጊቱ ቦታ ላይና ድርጊቱም አብይ ከሆነ በጋዜጦቻችን ላይ ማውጣት ነብረብን፣ ለወደፊትም ቢሆን ይህንኑ እንደሚያደርግ ለሕዝቡ ይገለጽ። እንዲህ ከተደረገ በኋላ በመንግሥትም በኩል በፓርቲ አባሎቻችን ላይ የሚደረገው የኃይል እርምጃ የሚቀነስ ይሆናልና ለማእከላዊ ኮሚቴ ስብሰባ አመቺ የፀጥታ ሁኔታ ሊፈጥር ይችላል ብሎ እንዳሳሰበው ዶ/ር ተስፋየ ደበሳይ በቁጣና በንደት የወሰድነው እርምጃ ሁሉ ትክክል ነውና መቆም የለበትም ብሎ መለሰለት። በመቀጠልም አሁንም አንተ የማታውቀው ሌላ ነገር አለ ብሎ ሻምበል ሞገስ ወ/ሚካኤል የኢሕአፓ አባል መሆኑን በመግለጽ የእሱ አስተያየት ቀደም ሲል የወሰድናቸውን የኃይል እርምጃዎች ሁሉ በመደገፉ እንድንገፋበት አሳስቦናል። በተለይም መኤሶንን በሚመለከት <u>"እኛ ከላይ ስንጨፈጭፋቸው እናንተ ከታች ምቷቸው"</u> (ስርዝ የራሴ) ብሎ ነው የሰጠን ምክር" በማለት ብርሀነመስቀል ረዳ የማያውቀውንና ሊያምን የማያስችለውን ከባድ ነገር በመስማቱ ፓርቲው ወዴት እንደሚያመራ ግራ ተጋብቶ መደናገጡን በወቅቱ አቶ ኃይሉ ወልዴ ቤት በመመላለስ ይገናኙት የነበሩ የቅርብ ጓዶቹ ተገንዝበዋል። ብርሀነመስቀል ረዳ ከዶ/ር ተስፋየ ደበሳይ የተሰጠው አስተያየት እረፍት ስለነሳውና ሥጋት ላይ ስለጣለው ጌታቸው ማሩን አፈላልጎ እንደተገናኘ ከተስፋየ ደበሳይ ጋር ያደረገውን ጭውውትና በተለይም ሻምበል ሞገስ ወ/ሚካኤል ተናገረ የተባለውን አጫወተው። "የማያውቁት ከባድ ነገር ሊኖር ይችላል (ኩዴታ ወይንም መፈንቅለ መንግሥት በሚል ሀሳብ <u>ቀደም ብሎ የፓርቲው አመራር ክሊኩ የተከተለውን አቋም በመቃወም ለምንገናኛቸው የፓርቲ አባላት በሙሉ የማስረዳት ዘመቻቸውን እንዲያፋፍሙና በተቻለ ፍጥነት በሀሳባቸው የሚስማሙ አባላትን ከሁለቱ ጋር ለማገናኘት ጥረታቸውን እንዲቀጥሉ ተስማሙ</u> (ሰረዝ የራሴ)። ሁለቱም የተስማሙበትን የማስረዳት ዘመቻ የጀመሩት ብርሀነመስቀል ረዳ የማእከላዊ ኮሚቴ ስብሰባ እንዲደረገ ደጋግሞ ያሳሰበው ሳይፈፀም ሲቀር በመተዳደሪያ ደንቡ ላይ የተጠቀሰው የሁለት ወር የጊዜ ገደብ ካለፈ በኋላ በሕዳር ወር 1969 ዓ. ም. መጨረሻ ወይንም ታሕሣስ ወር መግቢያ አካባቢ ስለነበር ተስፋየ ደበሳይ ብርሀነመስቀል ረዳ ዘንድ የመጣው ይህንኑ ሰምቶ ይሆናል የሚል ግምት አደረበት" (የብርሀነመስቀል ረዳ)።

11.2.2.3. የከተማ ትጥቅ ትግል ዋና ዓላማ ሥልጣን በኩዴታ መያዝ ስለነበር የጊዜያዊ ሕዝባዊ መንግሥት በአመፅ መፈክርም የኩዴታው መንግሥት እንደነበረ

በነሐሴ ወር 1967 ዓ. ም. ፓርቲው ሲታወጅ ከፓርቲው ፕሮግራም ጋር ተያይዞ የሚወጣ መግለጫ ለማዘጋጀት የፓርቲው የኮሚሽኖቹ ምርጫ ከመደረጉ በፊት የማእከላዊ ኮሚቴ ተሰብስቦ በጊዜያዊ ሕዝባዊ መንግሥት አመሠራረት ላይ በመወያየት የወጣው መግለጫ ስለጊዜያዊ ሕዝባዊ መንግሥት አመሰራረትና ስለወቅቱ የፖለቲካ ሁኔታ ነበር። ጊዜያዊ ሕዝባዊ መንግሥት መፈክር ታክቲካዊና ወደፊት ሊመሰረት የሚችለው መንግሥት የሚኖረውን ባሕሪ ለመጠቀም የተነደፈ መፈክር ነበር። እንዲያውም መፈክሩ በታክቲካዊነት ብቻ ሳይወሰን ለሽግግር ጊዜው የሚያገለግል ዓይነተኛ የፖለቲካ ጥያቄና አማራጭ እንደሆነ ታምኖበት ነበር። መፈክሩ የተጠነሰሰው ከወግ አጥባቂው የዩኒቨርሲቲ መምህራን ማሕበር ተገንጥለው የራሳቸውን መድረክ ባቋቋሙት መምህራን ሲሆን መፈክሩ በኢሕአፓ እና በሀገር ቤቱ መኢሶን እንዲሁም በሌሎች የግራ ኃይል ተቀባይነትን ለማግኘት ችሏል። በሁሉም ደጋፊዎች ዘንድ መፈክሩ ሲተረጎም የጊዜያዊ ሕዝባዊ መንግሥት ምሥረታ ለአብዮታዊው ትግል መሳካት ዋስትና እንደሚሆን ስለታመነበት ነበር። በብርሀነመስቀል ረዳ መሠረት፣ “ጊዜያዊ ሕዝባዊ መንግሥት የሚመሰረተው የተለያዩ የኢትዮጵያ ተራማጅ ኃይሎች በሕዝባዊ አብዮታዊ ሸንጎ ከተወያዩ በኃላ መሆኑን ይገልጻል። ሕዝባዊ አብዮታዊ ሸንጎ የሚመሰረተው በጊዜው ከነበሩት ሕዝባዊ ድርጅቶች፣ ከጦር ኃይሎች ንቅናቄ፣ ከሚደራጁት የአርሶ አደር ማሕበራት፣ ከከተማው ላብአደር ሕዝብ ወኪሎች ነበር። የኢትዮጵያ ጦር ኃይሎች ንቅናቄ በመዋቅር አመራር በመጀመሪያ የኢትዮጵያ ጦር ኃይሎች አስተባባሪ ኮሚቴ በኃላም ጊዜያዊ ወታደራዊ አስተዳደር ደርግ የሆነው የፖለቲካ አካል የሕዝባዊ አብዮታዊ ሸንጎ አባል ሊሆን እንደማይችል በበቂ ምክኒያት ተወስኗ። ይህም የሆነበት ዋናው ምክኒያት ደርግ መንግሥት እንደመሆኑ መጠን የኢትዮጵያ ጦር ኃይሎች ንቅናቄ በግልፅና በጥራት በዚያን ዘመን ዲሞክራሲያዊ መብቶችን ቢያውጅ ኖሮ ሕዝባዊ ሸንጎው ሌላ አመራር እንደሚፈልግ ካልገለፀ በስተቀር ይህንኑ ጊዜያዊ ወታደራዊ አስተዳደር ደርግን ለመቀበል ዝግጁ ይሆን ነበር (የብርሀነመስቀል ረዳ)። በማያያዝም “በኃላ ግን በቃልና በፓርቲው ጋዜጦች የተሰጠው አተረጓጎም ኢሕአፓ ደርግን በምንም ዓይነት መንገድ የጦር ኃይሎች ንቅናቄ ወኪል አድርጎ እንደማይቀበለው የሚያመለክት ነበር። የኢሕአፓ ሕጋዊ አመራር በሚያዚያ 1966 ዓ. ም. እና በነሐሴ 1967 ዓ. ም. ስለጊዜያዊ ሕዝባዊ መንግሥት አመሰራረት አቋሙን በገለጸበት የአገሪቱ አብዮታዊ ንቅናቄ በሀገሪቱ በሚገኙት ተራማጅ ኃይሎች ሁሉ የተወከለና የተደገፈ መንግሥታዊ አመራር እንዲሰባሰብና እንዲጠናከር እንጂ ኢሕአፓ ብቻውን የአብዮቱ መሪ ነኝ በሚል ግብዝ እምነት (ስርዝ የራሴ) ሌሎቹን ተራማጅ ኃይሎች በተለይም የኢትዮጵያ ጦር ኃይሎች

ንቅናቄንና መኢሶን'ን ለማግለል ምንም ዓይነት ዝንባሌ አልነበረውም። ይህ ዝንባሌ የክሊኩ ልዩ በሽታ ነው (ሰረዝ የራሴ)።

በሂደት እንደታየው ኢሕአፓ ግልጽ በሆነ መንገድ የዓላማ ለውጥና የአቋም መንሸራተት እያደረገ አሰላለፉም የሕዝብን ትግል በሚያኮላሽ አቅጣጫ መጓዝ ቀጠለ። በፕሮግራሙ ለሕዝብ የመታገል ዓላማ ይዞ የተነሳውን ኢሕአፓን ለስውር ዓላማ አንግተው ብቅ ያሉት የአመራር እምብርት/ክሊክ በሂደት የሕዝቡን ጥቅም ተፃርሮ የቀመ ድርጅት አስደረገት። የገጠር ትጥቅ ትግል መካሄድ የሚለውን ቃሉን ብቻ በፕሮግራሙ ላይ አስፍሮ በአመራሩ እምብርት የተረሳውን ኢሕአሠ'ን አሲምባ አንዲት ቦታ ላይ ሸጉጦ፣ ድርጅቱ ያለው ኃይሉን በሙሉ ከተማ ውስጥ አረባርቦ የተወሰኑ የደርግ አባሎችን የኢሕአፓ አባል አድርጎ መንግሥቱ ኃይለማሪያምን ገድሎ በደርግ ቤተመንግሥት ሥልጣኑን ነጥቆ ገዥ እንዲሆኑ በመመኘት ሁሉንም ለከተማው አዋሉ። ይህ አደገኛና የተወላገደ የትግል ስልት ኢሕአፓንና ሕዝቡን አቃቅሯል፣ ጥርጣሬም አሳድሮበታል። የኢሕአፓን አንድ የትግል ዓመት በተዘከረበት የዲሞክራሲያ ልዩ በዓላዊ እትም ውስጥ ድርጅታችን ግድያና ጭፍጨፋ ለመተንኮፍ መነሳሳቱን እንዲህ በማለት ነበር የአወጀው፣ "ማንኛውም የሶሺያል አብዮት የሞትና የግድያ ሂደት ነውና ኢሕአፓ ለትጥቃዊ የሕዝብ ትግል ሊያካሂድ የነበረውን ዝግጅት እጅግ በተፋጠነ መንግድ ያከናውናል፣ ጠላቶቹንም ይመታል (የዲሞክራሲያ ልዩ እትም፣ 1969)። ከዚያን ጊዜ ጀምሮ ማለት ይቻላል ኢሕአፓ የነበረው ዓላማ በፕሮግራሙ መሠረት ሳይሆን፣ በሕዝቡ በራሱ ተሳትፎ ሥልጣን እንዲይዝ ማድረግ ሳይሆን፣ የተራዘመ የገጠር ትጥቅ ትግል በማካሄድ ሳይሆን በከተማ የሽብር ጦርነት በመምራት በጥቂቶቹ ጀግንነትና በመፈንቅለ መንግስት አማካይነት ሥልጣን ላይ መውጣት ነበር። በፕሮግራሙ ላይ የሰፈሩትን ትተው ያልሰፈሩትን በመከተል ፓርቲውና ሠራዊቱ ሳይወያይበትና ሳይነጋገርባቸው በገዛ ጉልበታቸው በማን አለብኝነት በሸርና በሴራ ሥልጣን ላይ ቂጢጥ ያሉት የድርጅቱ አመራር እምብርት/ክሊክ ቀበቷቸውን አስረው ትውልድ ለማስጨረስ ፓርቲውን ለመግደል፣ ሠራዊቱን ለማስደምሰስ በቀራጥነት እንደተነሳሱ ተግባራቸው ይገልጻል።

በዚሁ የኢሕአፓን አንድ የትግል ዓመት በተዘከረበት የዲሞክራሲያ ልዩ በዓላዊ እትም ባወጣው እትሙ ላይ የማይሆን የጉራ ተረት የተረተው እንዲህ ብሎ ነበር፣ "አንተና ልጅህ የሆነው ኢሕአፓ በአጠቃላይ እንደተጠናከራችሁ ድል በድል ላይ እየተጎናጸፋችሁ የጠላት ሰፈር መሸበርና መዳከም ብቻ ማስረጃ ሊሆን ይችላል። የሚሞት አውሬ እንደሚንፈራገጥ ሁሉ በውድቀት ዋዜማ ላይ የሚገኘው የጥቂት መኮንኖችና ባንዳዎቻቸው ፋሺስታዊ መንግሥት የሞት ሞቱን እየተንፈራገጠ ነው" (እንደላይኛው)። የድርጅቱ አመራር እምብርት/ክሊክ የደርጉን የውስጥ ኃይል ሚዛን እስመልክቶ የኢሕአፓን አንድ የትግል ዓመት በተዘከረበት የዲሞክራሲያ ልዩ በዓላዊ እትሙ ውስጥ እንደሚከተለው ነበር የሀሰት ግምገማውን በማቅረብ የኢትዮጵያን ሕዝብ ለማወናበድ የጣረው፣

"ሻለቃውም ከሰፊው ሕዝብ ቀርቶ ከሰፊው ደርግ እንኳን ተነጥሏል። ይህ ለሻለቃውም ሆነ በገን ለቀጠራቸው ባንዳዎች እጅግ አስጊ ሁኔታ ፈጥሯል" (ዲሞክራሲያ 3፣ 10፣ ጥቅምት 1969 ዓ. ም)። በመቀጠልም መስከረም 5 ቀን 1969 ዓ. ም. ጦርነቱ ታውጇል በሚል ርዕስ ቀን በሌለው የዲሞክራሲያ እትም ወደ ፍጹም በከተማ የሽብር ፈጠራ ትግል የተሸጋገረ መሆኑን በማሳወቅ ፍልሚያውን እንደሚከተለው አወጀ፣ "ኢሕአፓ በዚህ የፍልሚያ ወቅት ስም ማጥፋትንና ለሻለቃ መንግሥቱ ወታደሮች መጠቀምን የተቀጠሩበት ሙያቸው ያደረጉትን ባንዳዎች ከመሀከሉ ለይቶ ከሚፈጽሙት ተግባርና ከሚያደርሱት በደል ጋር ተመጣጣኝ የሆነውን አጸፋውን መስጠቱ አይቀርም" (ዲሞክራሲያ፣ 4፣ ቁጥር 11)። ወዲያውኑም የሕዝብ አጋር እንጂ ጠላትነት ባልነበረው ዶ/ር ፍቅሬ መርዕድ ላይ ጡንቻዋን በማሳረፍ የመጀመሪያው የኢሕአፓ ሰለባ አደረጉት። በእውነት ኢሕአፓ ጦርነት ያወጀው በተለያዩ ለሥልጣን አሰፍስፈው በሚገኙ የምሁራን ጥርቅሞች ታጅቦ የሚገኘውን የደርግን አጸፋ ሊቋቋም የሚችል በከተማ የራሱ የተደራጀ፣ የሰለጠነና የታጠቀ ወታደራዊ ኃይል ኖሮት ነበርን? ወይንስ የእነዓለማየሁ ኃይሌና ሞገስ ወ/ሚካኤል መፈንቅለ መንግሥቱ በእርግጠኝነት እንደሚሳካ ተማምነው ይሆን?

ዲሞክራሲን በማፈንና በመርገጥ እንደ ኮሎኔል መንግሥቱ ኃ/ማሪያም የይስሙላ አንድነትን ለመፍጠር በኃይል መሞከሩ ለውድቀቱ ምክኒያት ሆነዋል። በድርጅቱ የአመራር እምብርት/ክሊክ የአድር ባይነት ዝንባሌዎችን በማንጸባረቅ ኢሕአፓ የሌለውን ኃይል ከመጠን በላይ በማጋነን፣ የደርግን ኃይል አላግባብ በመናቅ፣ ከሌሎች መሰል ኃይሎች ጋር የኅብረት ግንባር አስፈላጊነትን በተግባር በመካድ ፓርቲውን ለሥልጣን ባቋራጭ ወይንም ለቶሎ ድል ግፍጫ ጦርነት ግብ ግብ እንዲያካሂድ በማድረግ አባላቱን ለጥይት ዳረጉት። የኢሕአፓ አመራር ድርጅቱ ድልን በድል እየተጎናጸፈና እንደተጠናከረ እድርጎ የእኛ ክስ በትጥቅ ነው በሚል ርዕስ ሌሎች ተራማጅ ድርጅቶችንና ቡድኖችን በማንኳሰስ ራሱን ብቻ በመካብ ያለእኔ ላሳር በማለት ድርጅቱን መውደቂያ መንገድ ሲያዘጋጅ ጥቅምት 12 ቀን 1969 ዓ. ም. በወጣው የዲሞክራሲያ እትሙ ላይ እንደሚከተለው ለፈፈ፣ "ኢሕአፓ የኢትዮጵያ ታሪካዊ ሁኔታ የወለደው አብዮታዊ ፓርቲ፣ ታጋይና መሪ ድርጅት መሆኑ አንድና ሁለት አያሰኝም፣ ታጋይ ላብአደሮችና ወታደሮች፣ ታጋይ ወጣቶችና ተራማጅ ምሁራን ያቀፉት፣ እነዚህንም በሥርዓት ያቀፈ፣ በጠቅላላው ሰፊ ሕዝብም ሙሉ ድጋፍ ያገኘ ፓርቲ መሆኑን በአብዮት ግብር ደግሞ ደጋግሞ ተረጋግጧል" (ዲሞክራሲያ፣ 3፣ 10፣ ጥቅምት 12 ቀን 1969)። ይህ ከላይ የተጠቀሰው ድንፋታና መፏረቅ ውሎ አድሮ ኢሕአፓ ለጠላቶች አመች ዒላማ በመሆን በቀላሉ ሊደበደብና ከፍተኛ አደጋ ላይ ሊወድቅ እንደሚችል እያወቁ በእዚሁ በተሳሳተ መስመርና ዘዴ መግፋታቸው አሁንም ከልዩ ተልዕኮ ተግባራቸው ምክኒያት እንደሆነ በእርግጠኝነት ጸሀፊው ያምናል። ከሁሉም ይበልጥ የሚያሳዝነው፣ ስህተቱ እንዲታረም ቢያሳስቧቸው

እንኳን ከመስማትና ከማረም ይልቅ ለምን ተቃወማችሁ ብለው "በአንጃነት" በመክሰስ ወነጀሏቸው። የከተማውን የሽብር ትጥቅ ትግል ትክክለኛነት ለማሳመን የትራና የዛቻ ቃት ሊያደርጉት የተዘጋጀውን ኢሕአፓ'ን ፋሺስቶች ሲወጡሩ በሚል ርዕስ ቀን በሌለበት በወጣው የዲሞክራሲያ እትሙ እንዲህ በማለት ትራቸውን ነዙ። "ኢሕአፓ በአሁኑ ሰዓት የሚያካሂደው በፍጹም ተራ ሽብር አይደለም። አብዮታዊ ሽብር ብቻም አይደለም። በከተማም በገጠርም የትጥቅ ትግልን ነው። ... የገጠሩ ትጥቅ ትግል በአብዛኛው የ3ኛ ዓለም አገሮች ዋነኛ የትግል መስክ ሲሆን፣ የከተማ የትጥቅ ትግል <u>በኢጥዮጵያ ተጨባጭ ሁኔታ ላይ ተመርኩዘን አስፈላጊነቱን እና የሚቻል መሆኑን አምነን የጀመርነው ነው" (ስርዝ የራሴ)</u> (ዲሞክራሲያ፣ 3፣ 10፣ ጥቅምት 12 ቀን 1969)።

በ1969 ዓ. ም. መግቢያ ደርግና የእሱ ርዕዩተዓለማዊ አመራር ይሰጡ የነበሩት የመኢሶን ምሁራን ፓርቲያችንን ለማጥፋት ከፍተኛ ዘመቻ አውጀውብናል ከሚል ማወናበጃ በመነሳት ይህን ለመመከት በከተሞች አጸፋዊ እርምጃ እወስዳለሁ ብሎ ካወጀበት ጊዜ ጀምሮ ኢሕአፓ በአቋምና በተግባር ደረጃ የከተማውን ትጥቅ ትግል በዋነኛ የትግል ስልትነት በመምረጥ ያካሄደውን ርብርብ ያሳያል። ለኢሕአፓ ውድቀት ዓላማቸው የሆኑት እኒሁ ፀረ-ኢሕአፓ መሪዎች ይህንን ስውር ዓላማ የተላበሰውን ውሳኔ ሲወስኑ በከተሞች የፈጠሩትን ጊዜያዊ መነሳሳት መነሻ በማድረግ "ደርግ በከተሞች መሰረት የለውም፣ ትንሽ ከገፉት በቀላሉ ይወድቃል" በሚል ቅጥፈታዊ ታክቲክ በማድረግ ነበር። በኢሕአሠ ውስጥም ይህ ቅጥፈታዊ ታክቲክ በሰፊው ተጋኖ ይነገር እንደነበር አብዲሳ አያና እንዲህ በማለት ያስታውሰናል፣ "አብዛኛዎቹ የማዕከላዊ ኮሚቴ ከተማ ውስጥ ተከማችተው የትግሉን መድረክም በዚያ በከተማ ውስጥ ወስነው በዕውነት ዛሬ ተመልሰን እንደምናየው በግልጽ ይታየን እንደነበረው መስመሩን ሙሉ በሙሉ ቀይረውት ከተማው ውስጥ ባቋራጭ ዓይነት ወደ ሥልጣን የመውጣት አዝማሚያ እየበሰለ ሄዶ ያው ደርግም በጣም ኀሊናዊ በሆነ ሁኔታ እየተገመገመ ምንም የለውም ውስጡ ተወሯል (infltrate) ተደርጓል፣ በእጃችን ነው፣ በቁጥጥራችን ነው ያለው የሚል ዓይነት በዚያም ደግሞ የከተማ ትጥቅ ትግሉንም በሚጀምሩበት ጊዜ የሚፈልጉትን ግለሰቦች በማጥፋት፣ አንድ በተወሰነም ደረጃ ደግሞ በዓመጽ ሥልጣን ለመያዝ አዝማሚያ በደንብ ፖለቲካሊም በንዲሞክራሲያ በተለይም ደግሞ በተግባርም የታዩበት ሁኔታ ነበረ" (አብዲሳ አያና)። የድርጅቱ አመራር እምብርት/ክሊክ የባዕድ ተልዕኳቸውን ለማስፈጸምና ባቋራጭ ቤተመንግሥት ለመግባት እንዲያስችላቸው ድርጅቱን ያንቀሳቅሱ የነበረው ተኩስ ሲሏቸው እንደ ፋሽን መተኮሱን እንጂ ከተኮሱ በኋላ የሚያስከትልባቸውን መዘዝና ጣጣ በማያገናዝቡ ዕድሜአቸው ከ12 ዓመት እስከ 25 ዓመት በደረሱ ትኩስ፣ አፍላና ስሜታዊ ወጣቶችን በመጠቀም በደማቸው ይነግዱ ነበር።

ይህ ብቻም አልነበረም። ለጥቂት ለጋ ወጣቶች ደግሞ መታሰር እንደፋሽንና እንደ ጉራ በመቁጠርና የእናቶችን ልዩ እንክብካቤ ለማግኘት ሲሉ ሊያስከትልባቸው የሚችለውን ችግር

ለማገናዘብ ባለመቻላቸው እሥር ቤት በፍላጎታቸው የገቡ ነበሩ። ነገርን ነገር ያነሳዋልና የልጅነት ነገር ሲወራ ትዝ የሚለኝ ያንድ ለጋ ወጣት ልጅ ድርጊት ይሆናል። በ1970 ዓ. ም. እየቀያየርኩ በኖርኩባቸው ባንዱ ቤተሰብ የስድስተኛ ክፍል ተማሪ የነበረ የ12 ዓመት ለጋ ወጣት እናቶች በየዕለቱ ባገልግል የዶሮ ወጥ በእንቁላል እያዘጋጁ እሥር ቤት እየሄዱ ልጆቻቸውን እንደሚጎበኙ በመስማቱ የእናቱን ልዩ እንክብካቤ ለማግኘትና እንደሌሎቹ ታስሬም ነበር ብሎ ለጉራ እንዲያመቸው በትምህርት ቤቱ የማጋለጥ ዘመቻ ላይ ያላነበበውንና ያላየውን ፅሁፍ እኔም አንብቤ ነበር ብሎ እራሱን አጋልጦ ከሌሎቹ ጋር ታፍሶ እሥር ቤት ይታጎራል። ያነበበው ባለመኖሩ ምን አነበብክ ብለው ቢገርፉት እንኳን ግርፊያውን ከመቀበል በስተቀር የሚያውቀው አልነበረም። እናት ሆይ እንደልማዷ ለሌሎቹ ልጆቿ ታደርግ እንደነበረው ለዚህም ለሙጣጩ ልጇ ምግብ አዘጋጅታ ልትጎበኘው እንደሄደች እንደዚህ ጥንካሬ የሚሰጥ ምግብ እያዘጋጀሽ በእየለቱ እስከጠየቅሽኝ ድረስ መከራውን እቋቋማለሁና አይዞሽ ሃሳብ አይኑርሽ እታበባ እያለ ሲጫወትባት ከቆየ በኃላ ምስጢሩ የገባት እናት መታለሏን አውቃ ተፈቶ ወደ ቤቱ እንደተመለሰ ሰሞን ጥሩ የመዝናኛ ታሪክ ሆኖ እኔንም ሲያስቀኝ መክረሙ ይታወሰኛል። ይህ ለጋ ወጣት እንደ ፋሽንና እኔም ታስሬ ነበር ብሎ ጉራ መንዛቱንና በእንክብካቤ ልዩ ምግብ ማግኘቱን እንጂ በኢሕአፓነት እስር ቤት መግባቱ ሊያስከትልበት የሚችለውን ክፉ አደጋ ለማገናዘብ አቅም አልነበረውም። ደርግና መኢሶን ለኢሕአፓ የከተማ ሽብር እርምጃ አጸፋውን ብቻ ሳይሆን በመደዳ ሕዝብን ጨፍጭፈዋል። ኢሕአፓ አንድ ሲገድል "የአንድ አብዮታዊ ታጋይ ሞት በሺሕ አናርኪስቶች እና ፀረ-ሕዝቦች ሞት ይመነዘራል" የሚለውን መፈክር ተግባራዊ ለማድረግ በመኪና እየጫኑ በጥይት የተጨፈጨፉት ወጣቶች ብዛት ይህ ነው ብሎ ብዛታቸውን ለመግለጽ ያስቸግራል። ለሕዝብ የቀመው ኢሕአፓ ለእነማን እንደቆመ ሕዝቡ በእውን መረዳት አስቸገረው። ይህ አደገኛ ስልት ኢሕአፓንና ሕዝቡን አቃቃረ። ለዚህም የተሳሳተ ዓላማ ወጣቱን በተለይ በአዲስ አበባና በዋና ዋና ከተሞች ውስጥ የከተማ የጥቃት መከላከያ በሚል አደራጅቶ ሽጉጥ አስታጥቆ እስከ ጥርሱ ከታጠቀ ጨካኝ የደርግ ሠራዊትና ከካድሬዎቹ ከነጎነገደ ጎበዜ፣ ብርሃኑ ከበደና ከተስፋየ መኮንን ጨፍጫፊ ካድሬዎች ጋር ሲያስወጋቸውና ሲያስጨፈጭፋቸው ቀየ። የኋላ ኋላም በንቡዕ የተደራጀውን ወጣት ከተማ ውስጥ ከአመራሩ ተነጥሎ ያለ ተመልካችና ያለከለላ የመከራ ገፈታ ቀማሽ ሆኖ እንዲቀር አስደረገት።

ከዚህም የተሳሳተና የተወላገደ ታክቲክ በመነሳት በከተሞች የተረባረበው ኢሕአፓ የገጠሩን ትግል ፈጽሞ ከመዘንጋቱም በላይ በከተሞች ወጣቱን እየቀሰቀሰ በከፍተኛ ደረጃ ከታጠቀው የፋሺስታዊ ደርግ የአፈናና የጭቀና ተቃም ጋር አጋፈጠው። መኢሶኖች እንኳን በኢሕአፓ ሲያሾፉና ሲቀልዱ እንዲህ ይሉ ነበር፣ 'የኢሕአፓ አመራር እናቶቻቸው አምነው ገበያ የማይልኳቸውን ሕጻናት ሳይቀር በሰፊው ቀስቅሶ አደራጅቶና አስታጥቆ ለግድያ የሚያሰማራ ድርጅት ነው' እያሉ ያሾፉብን እንደነበር

የትንንት ትዝታ ነው። መቀለጃና መሳለቂያ መሆናችን ቅር ያሰኛል እንጂ ለሀቁማ ዛሬ ወደኋላ ዞሮ ከልብ ላጤነውና ቀና ሚዛናዊ ግንዛቤ ላለው የመኢሶኖች አባባል ትክክለኛ መሆኑ አያጠራጥረውም። ጭዳ ያስደረግነው እንዳለ የዛሬዋን ኢትዮጵያን ሊሸከምልን የሚችለውን ያንን ታዳጊ ለጋ ወጣቱን ነበር። የእኛ ክስ በትጥቅ ነው በሚል ከላይ በተገለጸው የዲሞክራሲያ እትም ላይ አመራሩ እንዲህ ብለው ፎከሩ፣ "የትግላችን ዘዴ ከነሱ የምንደብቀው አይደለም። <u>ብረት ሲያነሱብን ብረት አንስተናል። ኃይላቸውን የምንደመስስበት ሕዝባዊ ኃይል መሥርተናል</u> (ስርዝ የራሴ)። የመጨረሻ መጨረሻ መተማመኛ የሆነውን ፋሺስታዊውን ጦር የሚቃቀምና የሚሰብር ሕዝባዊ ጦር (ኢሕአሠ) ካቋቋምን ዓመታት ሲሆን፣ ከቅርብ ጊዜ ወዲህ ደግሞ ሠራዊቱን ባፋጣኝ እያስፋፋንና እያጠናከርን ነው። ታጋዮችን አዘጋጅተን ይበልጥ ትጥቃችንን አጥብቀን በየሥፍራው የትጥቅ ትግሉን እንደምናፋፍም ቃል እንገባለን (ዲሞክራሲያ፣ ቅጽ 4፣ ቁ. 9፣ 4 እና 3)። የትራና የዛቻ ቃት ያደረጉት የኢሕአፓ አመራር ክሊክ የኢሕሠን መኖር እንኳን ረስተው በመጨረሻ በማፈግፈግ ለከለላነት ሊጠቀሙበት ሲሉ ነበር ወደ አሲማባ የተሯሯጡት።

11.2.2.4. ኢሕአፓ ለግድያ ኢላማዋ ውስጥ ታስገባና ትገድል የነበረው የጎላ ጠላትነት የሌላቸውን መልካም ዜጎችና ወጣቶች ነበሩ

የጅምላ እመቃና የጭፍጨፋው ዋና ተወንያን የነበሩትን የአብዮት ጥበቃ ኮሚቴዎች ሊቃነ መናብርትን፣ ከኮሎኔል መንግሥቱ ኃይለማርያም ጋር ቀጥተኛ የሆነ ግንኙነት የነበራቸው ጨካኞች ግለሰቦችንና የእመቃ እርምጃውና የቀይ ሽብር ዋና መሀንዲሶች የመሳሰሉትን፣ ያለበለዚያም ከኮሎኔል መንግሥቱ ኃ/ማርያም ባልተለየ ጭካኔ በንጹሀን ላይ ጭፍጨፋ በማካሄድ ወደ ኋላ ከማይሉት ለሥልጣን የቋመጡ የፖለቲካ ድርጅት ኋላፊዎችን ሳይሆን ኢሕአፓ ለግድያ ኢላማዋ ውስጥ ታስገባና ትገድል የነበረው ለምሳሌ ያህል: እንደ ዶ/ር ፍቅሬ መርዕድ (የአዲስ አበባ ዩኒቨርሲቲ የሕግ ፕሮፌሰርና የመኢሶን ዋናው ጽ/ቤት ባልደረባ ሰንጋ ተራ የገደሉት) እና የጎላ ጠላትነት የሌላቸውን የሁለተኛ ደረጃ ትምህርት ቤቶች መምህራንና ወጣት ዘጎች እንደ ገብረእግዚአብሔር ሐጎስ (ፒያሳ ላይ በኢሕአፓ የተገደለው የመኢሶን የወጣቶች ድርጅት መሥራች አባልና ሊቀመንበር)፣ ተማሪ አቡበከር አ/መሺድና ክንፈ አስፋው (መርካቶ የተገደሉ)፣ የዩኒቨርሲቲ ተማሪ የነበረውና መርካቶ ላይ ያሰናበቱት ገ/እግዚ. ተስፋየ፣ አዲስ አበባ የገደሉት የመኢሶን የአዲስ አበባ ቅርንጫፍ ባልደረባ የነበረው ጌታቸው እንግዳን የመሳሰሉትን ለምሳሌነት መጥቀሱ ይበቃል። ከተለጣፊ የደርግ ሲቪሊያን ድርጅቶችና ካድሬዎች መካከል እንደ ዶ/ር ነገደ ጎበዜ እና መስፍን ካሱ፣ ተስፋየ መኮንን በቀይ ሽብር እጃቸውን በደም የታጠበ አልነበረም። በኢሕአፓ አባላት ላይ እጅግ የበዛ ጭካኔ ተግባር ፈጽመዋል። መግደል የፓርቲው ዓላማ አይደለም፣ ጠላትንም ቢሆን በጦርነትና ከውጊያ ላይ ካልሆነ በስተቀር የፓርቲው ፍላጎት ሕይወት የማጥፋት ፍላጎቱ አይደለም። ከፋሽስትነትም የሚለየው አንዱ

ባህሪ ይህ ነበርና። ከአሲምባ ጠፍተው በመጡት ላይ የግድያ እርምጃ እንዲወሰድባቸው ሲወሰን ተስፋየ መኮንን ከዘሩ ክሕሸንና ከክፍሉ ታደሰ ጋር በነበረው የቀረበ ጓደኝነት ምክኒያት በእሱ ላይ ውሳኔው እንዳይፈጸም ማድረጋቸው አንዱ ምልክት ነበር። የአመራር እምብርት/ክሊኩ ለወደፊት እኩይ ዓላማቸው መገልገያ ይጠቅሟቸው ዘንድ ከድርጅቱ ጋር እንዲቀላቀሉ ከተደረጉት ቡድኖች መካከል በአባላት ብዛት ከፍተኛውን ቁጥር ያቀፈው የሀገር ቤቱ የአብዮት ቡድን ነበር። ይህ ቡድን ወጣት የዩኒቨርሲቲና የሁለተኛ ደረጃ ትምህርት ቤት ታጋዮች ሲሆኑ፣ የአብዛኛዎቹ ዕድሜ ከ12 እስከ 25 ዓመት የደረሱ ነበሩ። እነዚህን ነበር ያለዕድሜያቸውና ተመክሮ ኋላፊነት እየሰጡ ፈፅሙ የሚሏቸውን አፍራሽ ተግባራት እያስፈጸሙ ለድርጅቱ ውድቀት ያበቁት። ድርጅቱ የምንሊክ፣ የመድህኔዓለምና የተፈሪ መኮንን ትምህርት ቤቶች ዲሬክተሮችንና መምህራንን ከትምህርት ቤታቸው ደጃፍ ላይ እያደፈጡ መግደል ተያያዙት። ከትምህርት ቤት ደጃፍ ላይ በለጋ ወጣቶች የተረሸኑት ዲሬክተሮች፣ መምህራንና ተማሪዎች አደገኛ የሆኑ የፖለቲካ ሰዎች ሆነው አልነበረም። በግልጽ እንደምንረዳው የኢሕአፓን የትምህርት ማቆም አድማ (ትምህርት ከድል በኋላ) የሚለውን አዘናጊ መገክር ስለተቃወሙ ብቻ ነበር።

11.2.2.5. ድርጅቱ መለኮታዊ ኃይል እንዲኖረውና በኃይል የይስሙላ አንድነትን ለመፍጠር ሙከራ፣ የአድር ባይነት ዝንባሌዎችን ማንጸባረቅና፣ የሕዳር 1969 ዓ. ም. ተብየው የውሸት 3ኛው ማዕከላዊ ኮሚቴ ፕሌነም

በነሐሴ ወር 1967 ዓ. ም. በተካሄደው መለስተኛ የድርጅቱ ጉባዔ አካባቢ ጀምሮ ምልመላ ከብዛትና ከጥራት ጋር የማቀናጀት ጉዳይ ከነአካቴው ተተሰርዞ ምልመላዎች የኢሕአፓ ደምቦች በሚያዙት መሰረት አልነበረም። ኅቡዓዊ ፓርቲ ጠንካራ ሙያተኛ አባላትን ይዞ ደጋፊን ማስፋት ይገባዋል የሚለው የቀድሞው ትክክለኛ መርህ በተግባር ተሽሮ በብዛት ለአመራር እምብርቱ የስውር አጀንዳ ተፈጻሚነት ታማኞችንና ሎሌዎችን የመመልመል ተግባርን በሰፊው አጧጧፉት። በአባልነት በገፍ ወደ ድርጅቱ ይጎርፍ ጀመር። እነዚሁ ከላሽ፣ አድርባይና በመጽሀፉ ደራሲ እምነት በባዕድ ወኪልነትም የሚጠረጥራቸው የአመራር እምብርት/ክሊክ የሚቃወሟቸውን ሁሉ በቁጥጥር ለማዋልና ለመደምሰስ እንዲያስችሏቸው በፖለቲካ ብስለታቸውና በርዕዩተዓለም ጥራታቸው፣ ባመለካከት ዝንባሌያቸው ሳይሆን በባልጀርነትና በትምህርት ቤት ጓደኝነት፣ በወንድና የሴት ፍቅረኝነት፣ አልፎም ከዘመዶቻቸው የሚተማመኑባቸውን፣ ከምሁራን፣ ከወታደራዊ ተቃማት አካባቢና ከቢሮክራሲው በርከት ያሉ ደካማዎችን የፓርቲ አባል አስደረጉ። ባጠቃላይ ሃሳቦች በነፃ እንዳይንሸራሸሩ ታግደው ነበር። ከዚያም በነሐሴ ወር 1967 ዓ. ም. በተካሄደው መለስተኛ የድርጅቱ ጉባዔ ሰሞን ክሊኩ በቀየሰው የምልመላ ስልት ሳቢያ የማዕከላዊ ኮሚቴ ቁጥር እንዲጨምር ለማድረግ ተጠቅመውበታል። በዚህም አሳበው የድርጅቱ አመራር እምብርት/ክሊክ አዲስ ለፈጠሩት የመስመር፣ የአስተሳሰብና አመለካከት

እንዲሁም የትግል ስልት ልዩነቶች በታማኝነት የሚደግፏቸውን አዳዲስ የማዕከላዊ ኮሚቴ በአባልነት በማስቀመጥ ለአመራር እምብርቱ/ክሊኩ ጠንካራ ደግጋፊ እንዲያገኙ አድርገዋል። ቀስ ብሎም ድርጅቱን እንደ ፈጣሪ መመልከትና የአመራር እምብርቱ/ክሊኩን በመለኮትነት እንድናምንባቸው የሚያስችል ባሕል አነገሱ። አመራሩ ድርጅቱን፣ ሠራዊቱን፣ አገሪቷንና ሕዝቧን የሚበድል ተግባራት ሲከናወን እያወቅን እንዳንጠይቅ ለድርጅቱ ካለን ጭፍንና አግባብነት በሌለው ፍቅርና አክብሮት ምክኒያት ጥያቄዎችን እንዳናቀርብና እንዳንጠይቅ አስደረጉ። ያላግባብ ድርጅቱ መለኮታዊ ኃይል እንዳለው በማየት ድርጅቱንና ሠራዊቱን ከከፉ አደጋ ላይ ሊያደርሱ የሚችሉ አዝማሚያዎችንና አመለካከቶችን እየተመለከትን ጥያቄዎችን ለምን? እንዴት ይህ ይሆናል ብለን እንዳንጠይቅ በዝምታና በሹክሱክታ ብቻ እያሳለፍን እንድንጓዝ መገደዳችን ለፈጣን ውድቀቱ ምክኒያት ሆኗል።

ዮሐንስ ብርሃኔ

ብርሃኑ እጅጉ

ኢሕአፓ ህቡዕ ድርጅት ስለነበር ባለው የግንኙነት መስመር ለአባላት ከሚነገረው ውጭ ሌላ ነገር መጠየቅ ስለማይቻል አመራሩ ተቃውሞውን ለማፈን አመች ሁኔታ ተፈጥሮለት ነበር። ይህንን እንደብረት የጠነከረ ዲስፕሊን ለፓርቲው ሳይሆን ለግል ጥቅማቸው ማስከበሪያ መሳሪያቸው አድርገው ነበር የተጠቀሙበት። እነሱ የፈለጉትን ሲያተራምሱ አባላቱ አፋችንን ለጉመን ስህተታቸውንና ወንጀላቸውን ሳንጠቅስ አድበን እንድንቀመጥ ነበር የተጠቀሙበት። ፓርቲው ላይ የነበረን እምነት ልክ ማጣት ከፍተኛ ስህተቶች ሁሉ ሲነሱና በከተማ በኩል ያለው የትጥቅ ትግል እንደዋነኛ የትግል መሣሪያ ሆኖ እንኳን እንቅስቃሴ ሲደረግበት ለምንድን ነው ብለን ወዲያው ባለን የቅሬታ አቀራረብ ሰንሰለት መሰረት ቅሬታችንን አቅርበን እስከ የተለየ መስመር መያዝ ድረስ

ሊያስደርሰን የሚችል የአመለካከት ነፃነት በውስጣችን መፍጠር ነበረብን። በፓርቲው ላይ ያለን ጭፍን የሆነ ከፍተኛ እምነት ለፓርቲው ውድቀት አስተዋጽኦ አድርጓል። ለዘብተኝነትን አስፍኗል ብሎ የመጽሀፉ ደራሲ ያምናል። በፍራቻ በጊዜው ልንቆጣጠረው፣ በጊዜው ልናስቀመውና ወደ ውድቀት ከሚያመራው ጎዳና ልንገታው አልቻልንም። በፓርቲው ላይ እንደአምላክ የመቁጠርና ሁልጊዜ ልክ ነው ብሎ የማድረጉ ነገር ስህተት ብሎም ውድቀትን አስከትሏል። የዚያ ስህተት እድገትም መፍረስንና ማለቅን ማስከተሉን ተገንዝበናል። የፓርቲውን አመራር ባግባቡና የማዕከላዊ ዲሞክራሲን በመከተል መፃረርና መቃወም እንደ ወንጀል ተደርጎ በሚታይ መልክ አስደርገዋል። ስህተትን መጠቆም፣ በግልጽና በወግ የተሳሳቱ መስመሮችን በማውሳት እንዲታረሙ ማሳሰብ ሁሉ እንደ ከፍተኛ ወንጀልነት ይቆጠር ነበር። የብርሀነመስቀል ረዳና ጌታቸው ማሩ ጉዳይ ለዚህ አባባል ትክክለኛ ምሣሌ ይሆናል። ያለፈውን የአሁኑንና የወደፊቱን ያለፍርሃት መጠየቅና በሃሳቦች ዙሪያ መፋጨትና የማታ የማታ ደግሞ በዲሞክራሲያዊ አኳኃን በመሰረታዊ ጉዳዮች ላይ መግባባት ባህል እንዳይዳብር ሆን ብለው አንቀው አፈኑት። በየጊዜው መድረኮችችን በመክፈት አባላት በመሰረታዊ የፕሮግራምና የትግል መስመር ጥያቄዎች ላይ እንዳንመካከር ዕድሉን ነፈጉን። በአውሮጳ፣ መካከለኛው ምሥራቅና በአሲምባ በተጨባጭ እንደተገነዘብኩት የኢሕአፓ መርሆች አንዱ የሆነው ዲሞክራሲያዊ ማዕከላዊነት መርህ ሲሆን ሀሳቦች ከታች ወደ ላይና ከላይ ወደ ታች ያላንዳች ማዕቀብ መንሸራሸር ሲኖርባቸው በስራ ሲፈጸም የተገነዘብኩት ግን ከላይ ወደታች በነበረው መስመር ብቻ ነበር። የሂስና የግለሂስ ስብሰባዎች አያያዝ የሚገነቡ አልነበሩም። ከነሐሴ 1967 ዓ. ም. በፊት አባል ለመሆን ዋነኛው መመዘኛ የድርጅቱን ፕሮግራምና ሕገ-ማሕበር መቀበልና እንዲሁም በድርጅቱ ተግባሮች ንቁ ተሳትፎ ማድረግ <u>ብቻ</u> አልነበረም።

በእኔ ጊዜ አባል ለመሆን ለአባልነት የሚታጩት በእኩልነት በጥናት ቡድን ውስጥ በመሳተፍ ዋና ዋና የሆኑ በርካታ <u>ርዕዩት ነክ ሥራዎችን</u> እንድናነብ በማድረግ ነበር። ይህ መሟላቱ ሲረጋገጥ ነበር በአባልንት የሚንታቀፈው። ወደኋላ በተለይም የአመራር እምብርቱ ድርጅቱን በቁጥጥራቸው ሥር ማረግ እንደጀመሩ ለድርጅቱ አባልነት ዋነኛው መመዘኛ የድርጅቱን ፕሮግራምና ሕገ-ማሕበር መቀበልና እንዲሁም በድርጅቱ ተግባሮች ንቁ ተሳትፎ ማድረግ ብቻ እንጂ ጥናት ላይ እምብዛም አላተኮሩበትም። ንቃትና ብስለት ሳይሆን የሚታዘዛቸው፣ ታማኝ የሚሆናቸውና እሺ ጌታየ ብሎ ስህተቶችን አይቶ እንዳላየ፣ ሰምቶ እንዳልሰማ "በጨዋነት" መንፈስ ዓይኑን ጨፍኖ፣ ጆሮውን ዘግቶ በታማኝነት መመሪያቸውንና ትዕዛዞችን ሁሉ ሳያወላውል መፈጸም የሚችልና በፓርቲው ምስጢራዊነት ባህል አጥብቆ የሚያምን፣ በለዘብተኝነት ስሜት የሚገዛ ነበር። በማዕከላዊ ኮሚቴው ውስጥ ሆን ተብሎ የተነሱትን የተሳሳቱ የፓርቲውን መስመሮች የሚቃወሙትን ጓዶች ሀሳባቸውንና ዕምነታቸውን ለመላ አባሉ አሳውቀው የትኛዎቹ ሀሳቦች ትክክለኛ እንደሆኑ በነፃና በዲሞክራሲያዊ

መንገድ ስፊ ውይይት ተደርጎበት እንዲነጥርና እንዲወጣ፣ የተሳሳቱ መስመሮች ባስቸኳይ እንዲስተካከሉ ከማድረግ ይልቅ፣ እንዲሁም "አንጃ"ዎች ተነሱብን ተብለው በክሊኩ የተጠሉበትን ሃሳብ ምን እንደሆነ የመግለጽ ዕድል ሳይሰጣቸው እንደው በደፈናው ፓርቲያችንን ለማፈራረስ የተነሱ አንጃዎች ከውስጣችን ተፈጥረዋል፣ ከደርግ ጋር ተመሳጥረዋል፣ ሊያጠፉን ነው በማለት አስቀድሞ በመክሰስ አባላቱን አነሳሱ። ክሊኩ ብርሀነመስቀል ረዳን ይዘው እንደ ጌታቸው ማሩ በስቃይ ግርፋት ምርመራ ለመግደል በነበራቸው ጉጉት እሱን ለመያዝ ያልተደረገ ጥረት አልነበረም።

ብርሀነመስቀል ረዳ ወደ ገጠር ከመሄዱ በፊት በአዲስ አበባ ከተማ deep underground እንደገባ ከዮሐንስ ብርሃኔ ጋር በቅርብ ይገናኝ ነበር። ግንኙነታቸው በክሊኩ በመታወቁ ዮሐንስ ብርሃኔ በማይገባውና በማይጠረጥር ሁኔታ ወደ አንድ አካባቢ እያወራና እየተጫወተ ይዞት እንዲሄድ እንደግዳጅ ይነገረዋል። ተነኮላቸውን ያልተረዳውና ያልተጠራጠራቸው የዲሞክራሲያ ፈጣሪና ዋና አዘጋጅ የነበረው "ፈረንጁ"፣ አልፎ አልፎም "አረቡ" ወይንም "ክልሱ" በሚለው የቅጽል ስሙ ይታወቅ የነበረው እንደተነገረው እያዋራው ሲሄድ ቀቁ ብርሀነመስቀል ረዳ በተፈጥሮ ራዳሩ ከርቀት የመመልከት ችሎታ እንዳለው የሚነገርለት የተንኮል ቅንብር በመመልከቱ ዮሐንስ ብርሃኔን በካራቴ ደፍቶት እየሮጠ ወደ ተክለሀይማኖት አካባቢ አምልጦ ተሰወረባቸው። ከዚያ በፊት በብርሀነመስቀል ረዳ የምርመራ ቃል ላይ እንደተገለጸው በነሐሴ 30 ቀን 1968 በተደረገው የማዕከላዊ ኮሚቴ ስብሰባ ላይ ዮሐንስ ብርሃኔ ለመሆኑ ግን የሥራ ማቀም አድማ በአሁኑ ጊዜ ትክክል ነው ወይ፣ ባይሆን በሥራ ላይ መልገም (Slow down) አይበቃም ወይ? የሚል ጥያቄ አቅርቦ ውይይት እንዳይካሄድበት አፍነው ዘጉት። እንደገና ብርሀነመስቀል ረዳ አምልጦ ከተሰወረ በኃላ በመፅሀፉ በሌላ አካባቢ እንደተገለጸው በየካቲቱ 1969 ዓ. ም. የማዕከላዊ ኮሚቴ ስብሰባ ላይ ዮሐንስ ብርሃኔ፣ ፀሎተ ሕዝቂያስ፣ ክፍሉ ታደሰ አርአያ እና ፍቅሬ ዘርጋው ባንድነት ሆነው የገጠሩን የተራዘመ የትጥቅ ትግል አሳንሶ በከተማው የትጥቅ ትግል ላይ ትኩረት መስጠቱ ምን ያህል ብልህነትና ተገቢነት ያለው አሰራር እንደሆነ በመጠየቃቸው የአመራር እምብርቱን ክፉኛ አስከፉ።

በመጨረሻም ከየካቲቱ የማዕከላዊ ኮሚቴ ስብሰባ በኃላ ከ"ከተዓምረኛው" ዮናስ አድማሱ እና ሌሎቹ ጓዶቹ ጋር የጉዞ እንቅስቃሴ አዘጋጅተው ወደ ደቡብ ሲጓዝ አቃቂ አካባቢ ተረሽኖ የትም ወድቀ አስቀሩት። ነገርን ነገር ያነሳዋልና፣ አቶ ታክሎ ተሾመ ስለ እንግሊዛዊው ዶ/ር ዊሊያም ሄስቲንግስ ሞርተን አስመልክቶ የተሳሳተ የግላቸውን አመለካከት እንደሚከተለው አትተዋል። "እንግሊዛዊያኑን ዶ/ር ዊሊያም ሄስቲንግስ ሞርተንን የፖሊት ቢሮ አባል መሆኑ ይታወቃል … መንግሥትም ሲሰልሉ ተገኙ በማለት መገደላቸውን በሕዝብ መገናኛ ይፋ መግለጫ ሰጠ። የውጭ ሀገር ዜጋ እንዴት የኢሕአፓ አባል ሊሆን እንደቻለ እስከዛሬ ሚስጢሩ አይታወቅም። ግለሰቡ አባል ብቻ ሳይሆን ድርጅቱ በሚሰራቸው ሥራዎች ሁሉ የኋላፊነት ቦታ እንደነበረው መረጃዎች ይጠቁማሉ።

ይህ ማለት ደግሞ ኢሕአፓ በውጭ ሀገር ዜጋ ይመራ እንደነበር ጥርጣሬ ማስከተሉ አይቀርም። ደርግና ሚኤሶን ይህን ተከትሎ ይመስላል ኢሕአፓ በሲአኤ እንደሚመራ ቅስቀሳ ያደርጉ እንደነበር ይታወሳል (ታክሎ ተሾመ፣ 2፣ 142-143)። በመጀመሪያ ነገር እንዲያውቁት ያህል አብዛኛው ከውጭ ሀገር የመጡት የኢሕአድ አባላት በውጭ ሀገር ቆይታቸው ካካባቢያቸው የኮሚኒስት ወይንም ግራ ዘመም ድርጅት ያንዱ ወይንም የሌላው ድርጅት አባል ነበሩ። ለምሳሌ ብንጠቅስ አበራ ውቅጅራ የካናዳ ሌበር ወይንም ኮሚኒስት ፓርቲ ነባር አባል እንደነበር ነው የሚነገርለት፣ እያሱ ዓለማየሁ፣ መላኩ ተገኝ፣ ተስፋየ መኮንን የኢሕአፓ አባል ሆነው በሚኖሩበት ሀገር የሚገኙ ኮሚኒስት ፓርቲ ወይንም ግራ ዘመም ድርጅቶች አባል ነበሩ።

ከደርግና ጭፍሮቹ በስተቀር ሌላ ማንም፣ የትም ቢሆን እንግሊዛዊያኑን ዶ/ር ዊሊያም ሄስቲንግስ ሞርተንን እንደ ውጭ ሀገር ሰላይ በመቁጠር ኢሕአፓን ከሲ. አ. ኤ. ጋር ለማቀራኘት ወይንም ለማዛመድ የሞከረ ኃይል፣ ቡድን፣ ወይንም ግለሰብ አይኖርም። በመጀመሪያ ምሁሩ እንግሊዛዊ የፓርቲው የፖሊት ቢሮ አባል ሆነውም አያውቁ። እንደማናችንም እንግሊዛዊው ዶ/ር ዊሊያም ሄስቲንግስ ሞርተን የፓርቲው ተራ አባል/ጀሌ እንጂ በሀለፊነት አልተመደቡም። ኢሕአፓ በማርክሲስት ሌኒኒስት ርዕዩተዓለም የሚመራ የላብ አደሩ ድርጅት ነው። ምንም እንኳን በተናጠል የኢትዮጵያዊ ድርጅት ቢሆንም ድርጅቱ ዓለምአቀፋዊ ይዘት አለው። የየትም ሀገር ማርክሲስት ፓርቲ አባል መሆን ይችላሉ ባግባቡ ድርጅቱ ጋር የሚያገናኝ ሁኔታ ከተፈጠረ። እንግሊዛዊውን ዶ/ር ዊሊያም ሄስቲንግስ ሞርተን የዮሐንስ ብርሃኔ የቅርብ ጓደኛና የቀዳማዊ ኃይለሥላሴ ዩኒቨርሲቲ ዕውቅ መምህር ነበሩ። ኢትዮጵያን ሲበዛ ይወዱ እንደነበር በዝና ጠግቤአቸዋለሁ። ለኢትዮጵያ ለመሞት ይመኙ ነብር፣ ኑሯቸውም፣ ሞታቸውም ኢትዮጵያ እንዲሆን ይመኙ ነበር። ምንም እንኳን ለባዕዳን ጥቅም አጋጉል ሞት ቢሞቱም እንደተመኙት ለኢትዮ°ጵያ ሲሉ በተመኟት ሁለተኛዋ ሀገራቸው ኢትዮጵያ ላይ ከሚያፈቅሩት ኢትዮጵያዊ ወንድማቸው ዮሐንስ ብርሃኔ ጋር ባንድነት ተረሽነው ባልታወቀ ጉድጓድ ውስጥ ተወርውረው ቀሩ። የሲ. አይ. ኤ. ወኪልማ ቢሆኑ ኖሮ ሁሉንም አትርፈው በድል አድራጊነት ወደፈለጉበት በሄዱ ነበር። ለምንድን ነው ወይዘሮ ሲልቪያ ፓንክረስትና ልጃቸው እነ ዶ/ር ሪቻርድ ፓንክረስትና የልጅ ልጆቻቸው እነ አሉላ ፓንክረስት ከእንግሊዛዊነታቸው ይበልጥ ለኢትዮጵያ የሚሳሱላት? ለምንድን ነው ከኢትዮጵያዊው ይበልጥ የእነሱ ቤተሰብ ለኢትዮጵያ የሚቀረቀሩት። ከተራ አባልነትም ሻል ያለ ኋላፊነት ቢኖራቸውም ቅር የሚለው ቅን ማርክሲስት የሆነ ኢትዮጵያዊ አይኖርም ነበር። የሕክምና ዶክተርና ደራሲው እውቁ የሽምጥ ውጊያ መሪ የነበረው አርጄንቲናዊው ማርክሲስት ኤርኔስቶ ቼ ጉቬራ የኩባ፣ የቦሊቪያ ወይንም የአፍሪቃ ተወላጅ ሆኖ አልነበረም በeጠቀሱት ሦስት ሀገሮች ሕዝባዊ ትግል የተሳተፈውና ከፍተኛ ኃላፊነትን ተሸክሞ የቀየው። ያለበለዚያም የሲ. አይ. ኤ. ወኪል ሆነ አልነበረም፣ የሥቃይ ግርፋት ምርመራ ተካሂዶበት

የተገደለው በ ሲ. አይ. ኤ. መሆኑን ዘነትትን? ዶ/ር ዊሊያም ሄስቲንግስ ሞርተን ዕውቀታቸውን፣ ንብረታቸውን፣ ጉልበታቸውን ለኢሕአፓ አውለዋል። የሳቸው መገደል ሳይሆን ጎልቶ በአዲስ ዘመን ጋዜጣ የተዘገበው ስለ ዮሐንስ ብርሃኔ ነበር። ምንም እንኳን ክፍሉ ታደሰ "የዝነኛውንና" የ"ተዓምረኛውን" ዮናስ አድማሱን ሚና ደብቀ ቢያልፈውም መንግሥት የነ ዮሐንስ ብርሃኔን ግድያ አስመልክቶ እንደዚህ ነበር ያለው፣ "አንድ ማንነቱ ያልታወቀ ካሌድ አብዱላዚዝ የተባለ ሰውና አንድ እንግሊዛዊ እንዲሁም አንድ ሌላ ኢትዮጵያዊ መታወቂያቸውን አናሳይም በማለታቸው በተደረገው የተኩስ ልውውጥ ተገድለዋል ..." (አዲስ ዘመን፣ 1)። ዮሐንስ ብርሃኔ በእናቱም ባባቱም ጥርት ያለ ኢትዮጵያው ሲሆን በቀይ ሀበሻነቱ በጓደኞቹ ዘንድ ፈረንጁ/ክልሱ ተብሎ ይታወቅ ነበር።

11.2.2.6. በ1969 ዓ. ም. በየካቲቱ ማዕከላዊ ኮሚቴ ስብሰባ ላይ በአምባ ገነንነት ለኤርትራ ነፃነት እውቅና በመስጠት ውሳኔ መተላለፉ

ከማንም አስቀድሞ፣ ከማንም አብልጦ የብሔርና ብሔረሰቦችን ጥያቄ በዝርዝር በመተንተን ጥራትና ገቢራዊ ሊሆን በሚችል መልክ ተንትኖ ያቀረበና ያስተማረ ኢሕአድ አባልና የተማሪዎች ግንባር ቀደም መሪዎች የነበሩት እነ ዋለልኝ መኮንንና ብርሀነመስቀል ረዳ፣ ብሎም የኢሕአድ የወጣት ክንፍ የነበረው የተማሪዎች ማሕበር መሆኑን ታሪክ ያስታውሰናል። በዚህና በሌሎች የወቅቱ ሁኔታዎች ላይ በመመርኮዝ በአስፈላጊ የወቅቱ ጉዳዮች ኢሕአፓ ከሻዕቢያ ጋር በተወሰነ ደረጃ የመተባበር ታሪክ የነበረው መሆኑም ይታወሳል። ሆኖም በሻዕቢያ ሸርና ሴራ የተነሳ ይህ ውስን ግንኙነት የቀየው ለአጭር ጊዜ ቢሆንም ኢሕአድ ግን የኤርትራን ሕዝብ ትግል መሠረታዊ በሆኑ ጉዳዮች ላይ በማትኮር ድጋፉን ሲሰጥ ከመቀየቱም አልፎ የራስን ዕድል በራስ የመወሰን መብትን መርህ ከማንም ይበልጥ ባለማወላወል ሲደግፍ ቀይቷል። ሆኖም የባዕዳን ተወካዮች ገና ከጥንቱ ጀምሮ በኢትዮጵያ ተማሪዎችና በኢሕአድ እያሳበቡ ለአርትራ መገንጠል ቅስቀሳና ዘመቻ ያካሂዱ እንደነበር በዚሁ ምእራፍ ከላይ አካባቢ ተጠቅሷል። ለኤርትራ የብሔርተኛ ድርጅቶች ትግል ሊሰጥ ስለሚገባው ድጋፍ እንደ ድርጅቱ የአመራር እምብርት/ክሊክ ሳይሆን፣ ወይንም እነደነ እያሱ ዓለማየሁና ሳሙኤል ዓለማየሁ በኤርትራዊነት ስሜታቸው ሳይሆን፣ ያለበለዚያም ክፍሉ ታደሰ፣ ዘሩ ክህሽንና ዳዊት ሥዩም የመሳሰሉት በኤርትራ ነፃነት ላይ ከቀድሞ ጀምሮ በነበራቸው ጠንካራ አቋም ሳይሆን፣ እንግዲያውስ ብርሀነመስቀል ረዳ በኤርትራ በርሃ ላይ ከአንድ ዓመት ተኩል በላይ ከትግላቸው ተነጥለው በተዘዋዋሪ የቁም እሥር በቀዩበት በ1967 ዓ. ም. አጋማሽ ገደማ የሰጠው ድጋፍ ለነፃነት አቋም ፍላጎት አድሮበት አልነበረም። ለዚያውም ይህ የሰጠው ድጋፍ በራሱ አነሳሽነት የተሰጠ ሳይሆን ድርጅቱን በማማከር ያደረገው ነበር። የሠራዊቱ አስኳል ከሻዕቢያ ጠቅላይ ሠፈር እንዳሉ ስለ ኤርትራ አቋም እንዲወስዱ ኢሳያስ አፈወርቂ ተፅዕኖ በማድረጉና በአስኳል ሠራዊቱ ላይ የመንፈስ ጭንቀት በማሳደሩ በኤርትራ ጥያቄ ላይ አቋም ለመውሰድ በግርግር በተዘዋዋሪ

መንገድ ታግዶ በሚገኘው አስኳል ሠራዊት የሚወሰን ባለመሆኑና የድርጅቱን ውሳኔ እንደሚሻ ብርሀነመስቀል ረዳ ለኢሳያስ አፈወርቂ በማሳሰቡ ጉዳዩን ለድርጅቱ አቅርቦ ለማስወሰን በመሀሉ ከሜዳ ወደ አውሮጳ ተመልሶ በስዊዘርላንድ ዋና ከተማ ጄኔቭ ላይ የተካሄደውን የማዕከላዊ ኮሚቴ ስብሰባ ተሳትፏል። ጉዳዩን ለድርጅቱ አቅርቦ ኢሕአፓ የትጥቅ ትግል ለማካሄድ ቀርጠው ተነሳስተው ሥልጠናም አካሂደው ወደ አሲምባ ብለው ጉዞ እንዳደረጉ ከአንድ ዓመት ተኩል በላይ ታግደው በመቆየታቸውና ገና ብዙም ሊቆዩ እንደሚችሉ ከነአክቴውም እዚያው አፍኖ ሊያበሰብሳቸው እንደሚችል በማጤናቸው በወቅቱ ለማፈግፈጊያና ለከላላነት ያላቸው ቦታ በኤርትራ በኩል ብቻ እንደሆነ እሙን ሆነ። የኤርትራን የሸምጥ ተዋጊዎች ድጋፍ ማግኘት የግድም ይኖርበታል ማለት ነው። ስለሆነም በብርሀነመስቀል ረዳ አውሮጳ ሄዶ ከድርጅቱ ጋር ተወያይቶ ሻዕቢያ ሜዳ እንደተመለሰ በእሱ መሪነት የሠራዊቱ አስኳል ከሻዕቢያ ጋር በውይይት ደረጃ ያደረጉት ስምምነት እከክልኝ ልከክልህ በሚል ፈሊጥ የተቀየሰ ትክክለኛ ስልት ነበር።

ይህም 1ኛ. በጠቅላይ ግዛቱ የሚንቀሳቀሱት የጠባብ ብሔርተኛ ድርጅቶች ደገፍናቸውም አልደገፍናቸውም ማድረግ የሚፈልጉትን ከማድረግ አልተቀጠቡም፣ የውጭና የውስጥ ጠንካራ ድጋፍ አላቸው ብቻ ሳይሆን መንግሥትም ድብደባውን ቢያጧጡፈውም ድርጅቶቹ እየተጠናከሩና የኤርትራዊያንን ድጋፍ በማግኘት እያደጉ መሄዳቸው ታየ። በውስጡ የነበሩት ተስፋ ያደረግንባቸውም የ"መንካዕ" ቡድን ተደመሰሱ። የእኛ በሳይንሳዊ ትንታኔ በመመርኮዝ የምናደርገው አቋም ወደኋላ አልገታቸውም። 2ኛ. የነሱ ድርጅት ለቀሪው በሀገሪቷ ለሚንቀሳቀሰው የዲሞክራሲ እንቅስቃሴና አቤዮታዊ ቡድኖችንና ተራማጅ ግለሰቦችን ለማሰባሰብ ሊጠቅሙ ይችላሉ። 3ኛ. በኢትዮጵያ ለሚጀመረው የትጥቅ ትግል ወሳኝነት ያለው ከመሆኑም ባሻገር ድርጅቶቹ ለቀሪው ሀገሪቷ ተቃዋሚ ኃይሎች ድልድይ በመሆን የረዳሉ። 4ኛ. ጠንካራ የሆነ ሕብረ-ብሔር ንቅናቄ የብሔርተኛ ቡድኖቹን ትግል ሊያዳክም እንደሚችል በጥኑ ስለሚያምኑ ከጥንስሱ ክፉ አደጋ ሊያደርሱብን እንደሚችሉ ጥርጥር ስለሌለው ድርጅቶቹን ዘዴና ጥበብ በተመላበት መንገድ መያዝ ይኖርብናል እንጅ በዚያ ወቅት ገና ዳዴ በማለት ላይ በነበርንበት ወቅት ሙሉ በሙሉ መቃወምና ማውገዝ አይገባንም ብሎ ነበር ብርሀነመስቀል ረዳ በኤርትራ በርሃ ታግደው በቆዩበት ወቅት ገለጻ ያደረገው። በትንተናው ከልብ እያመኑ ሳለ ተስማምተው ቢወስኑ ለስውር አጀንዳቸው እንቅፋት እንደሚሆን በማጤን ሆን ብለው በማጥላላት ብርሀነመስቀል ረዳን ተቃወሙት። እያወቁ ሆን ብለው የብርሀነመስቀል ረዳን ሀሳብና አቋም መቃወማቸው ፓርቲውንና የሠራዊቱን ታማኝ አንጋቾች ላይ ኤርትራ ባሉት ነፃ አውጭ ድርጅቶች በተለይም በኢሳያስ አፈርወቂ ጥርስ ገብቶ እስከመጨረሻው በጠላትነት ታይተን እንድንደበደብ ዓይነተኛ ምክኒያት ሆነናል። አቅምና ኃይል አግኝተን እስከምንደራጅበት ጊዜ ድረስ የብርሀነመስቀል ረዳን መለስተኛ ስልትና ታክቲክ በመጠቀም እስከምንጠናከርና ጉልበት እስከምናገኝ

ጊዜ ድረስ እየተፎጋገርን በተቻለን አቅም በብልሀት ተቻችለን መኖር መቻል ነበረብን። እግዲያውስ ከ1963 ዓ. ም. በፊት ጀምሮ እነ ክፍሉ ታደሰ፣ እያሱ ዓለማየሁ፣ ሳሙኤል ዓለማየሁ፣ ዘሩ ክሕሽን፣ ዳዊት ስዩም፣ መርሻ ዮሴፍና ጓደኞቻቸው ሁሉ ከልብ ኢሳያስ አፈወርቂን ይደግፉ ነበር። በዚህም ምክኒያት ከለላና ጥበቃ እያደረገላቸው ያላንዳች የፀጥታ ችግር በሕይወት ሊቆዩ ችለዋል። የሶቪየቱ "ጀግና" ክፍሉ ታደሰ ከሀገር ሀገር በመዘዋወር ለኤርትራ ነፃነት እንዲህ በማለት "በኤርትራ በአሁኑ ጊዜ የሚካሄደው ትግል መነሻው ትክክለኛ የታሪክ ውጤት በመሆኑ ንቅናቄውን መደገፍ ይኖርብናል። ይኸውም ንቅናቄ የራሱን መንግሥት ለማቋቋም ጥረት ያደርጋል። ይህንንም ታሪክ ይደግፈዋል" በማለት ገና ድሮ ኢሕአፓ ብቻ ሳይሆን ኢሕአድ ከመፈጠሩ በፊት እየተዘዋወረ ከፍተኛ ቅስቀሳ ያካሂድ እንድነበረ በምዕራፉ ከላይ አካባቢ ተጠቅሷል። ብርሀነመስቀል ረዳ ያቀረበውን ትንተና ከልቡ እያመነ ከአንገት በላይ የተቃወመው ግዳጅ የተሰጠው የክፍሉ ታደሰ ወዳጅ ተስፋየ መኮንን እንደነበረ ተወርቷል። በድርጅቱ ውስጥ ሰርገው የገቡት የባዕዳን ተወካዮች ከ1963 ዓ. ም. ጀምሮ ያካሂዱ እንደነበረው ፀረ-ኢትዮጵያ አንድነት ቅስቀሳ እንደገና ከስንት ዘመን በኋላ በገሀድና በይፋ በየካቲት ወር 1969 ዓ. ም. የኢሕአፓ ማዕከላዊ ኮሚቴ በተለያዩ ጉዳዮች ላይ ተወያይቶ የኤርትራን ነፃነት እውቅና አስመልክቶ ለሻዕቢያ በሚበጅ መንገድ አሳምረው ውሳኔ አስተላለፉ።

በዚህ የካቲቱ 1969 ዓ. ም. የማዕከላዊ ኮሚቴ ስብሰባ ላይ ከቀረቡት አጀንዳዎቹ መካከል ዋናውን ቦታ ይዞ የተወያዩብት "ከትግሉ መቃናትና መቀላጠፍ ጋር የተያያዘውን ለኤርትራ ነፃነት" እውቅና የመስጠት ጉዳይ ነበር። እስከ የካቲት ወር በ1969 ድረስ በቀሪቷ ኢትዮጵያችን ለዲሞክራሲና ለኤኮኖሚያዊ ፍትሐዊነት የሚደረገው ትንንቅ የትግሉ መለያ የመደብ ትግሉ በዋነኛ ደረጃ ሆኖ ሳለ ከተጠቀሰው ጊዜ ጀምሮ ግን፣ ብሔርተኝነት የገነነባት የኤርትራ ጥያቄ እስካልተፈታ ድረስ የመደብ ጥያቄው መፍተሔ ስለማያገኝ ለኤርትራ ነፃነት እውቅና በመስጠት በኤርትራና በኢትዮጵያ ሕዝቦች መካከል መግባባትን በመፍጠር፣ ለኤርትራዊያንና ለኢትዮጵያዊያን ተራማጅ ኃይሎች፣ እንዲሁም ሕዝቦች የመተባበር መንፈስን በማዳበር፣ ጥልቀት ወዳለው አንድነት ለመሸጋገር ሁኔታዎችን ያመቻቻል በሚል ሽፋን የኢሕአፓ አመራር እምብርት/ክሊክ በየካቲቱ ወር 1969 ዓ. ም. የማዕከላዊ ኮሚቴ ስብሰባ ላይ ለውሳኔ ቀርቦ እንብዛም የከረረ ውይይት ሳይካሄድበት በአመራር እምብርቱ/ክሊኩ ሸርና ድብቅ ዘዴ ለወያኔና ሻዕቢያ በሚበጅ መልክ ተወሰነ (ዲሞክራሲያ፣ ቅጽ 4፣ ቁ. 9፣ 3 እና 4)። አፍቃሪ ኢሳያስ የሆነው የድርጅቱ የውጭ ግንኙነት ሃላፊና የፓርቲው የማ/ኮ አባል የሆነው በአዲሱ የአመራር እምብርት/ክሊክ ላይ የተነሳውን ተቃውሞ በማጥላላት የፓርቲውን አቋም ደግፎ እንዲህ ነበር ያለው፣ "...የፓርቲውን አቋም በመደገፍና በማስፋፋት እኔ ራሴ በኤርትራ ነፃነት አምናለሁ። ይህ በሕዝብና በተራማጆች መሀል መተማመንን ይፈጥራል" ብሎ ተከራክሯል (ክፍሉ ታደሰ፣ ያ ትውልድ፣ 3፣ 261)። በዚህ ስብሰባ ላይ የተካፈ፣ሉት የማዕከላዊ ኮሚቴ አባላት ብዛት

ስምንት ብቻ ነበሩ። ይህ ዓይነቱን ታላቅ ብሔራዊ ጉዳይን አስመልክቶ በጥቂት ግለሰቦች መወሰኑ የኢትዮጵያን ሕዝብ ሳይሆን የባዕዳን ኃይላትን ጥቅም አስከባሪዎች እንደነበርን ሆኖ ነበር አባላቱን ያስቀጣውና ብሎም የእርስ በእርስ መጠራጠር አዝማሚያ በይበልጥ እንዲያድግ የረዳው። ሻዕቢያ በድርጅቱ የውስጥ ጉዳይ ላይ የበላይነት እንዳላትና ኢሕአፓ ከሻዕቢያ ነፃ እንዳልሆነ ነበር በተግባርም ያስመሰከረው። ውሳኔውና ዜናው በአሲምባ ዘግይቶ ቢደርስም የኋላ ኃላ በሠራዊቱም ሆነ በድርጅቱ አባላት ላይ ያስከተለው ቅሬታ የኢትዮጵያ ሠራዊት ለሀገር ድንበርና ለቀይ ባሕር የወሰን ክልል ማስከበር በሚዋደቅበት በዚያ ዘመን ያንን ውሳኔ ድርጅቱ ማስተላለፉ ደርግን እንደወጋነው ሳይሆን በኢትዮጵያ የግዛት አንድነት ላይ ጦር በመክፈት ፀረ-አንድነትና ፀረ ሕዝብ አቋም እንደምናካሂድ አስቀጥሮን ነበር። አልፎም ልዩ አጀንዳና ግዳጅ ለነበራቸው ለእነ አያሌው ከበደ ተሰማ ዓይነቶቹ የማዕከላዊ ኮሚቴ ውሳኔውን በማመካኘት ደጋፊዎች በማፈላለግ አሰልፎ ወደ ደርግ ለመላክ ብዙ ይጥር እንደነበረ ነው የተወራው። ከአሲምባም ሆነ በኋላም ከጎንደር እየጠፉ ለደርግ እጃቸውን የሰጡት አብዛኛው ታጋይ በተለይም የዋህ ሀገር ወዳዶችና አፍቃሪዎች "ፓርቲው ኢትዮጵያዊ እንጂ የሻዕቢያ ብችላ ድርጅት መሆኑን መቼ አወቅን! ትግላችን ከደርግ እንጂ ከኢትዮጵያ ጋር አይደለም፣ መንግሥቱ ኃ/ማርያምን መጥላት ማለት የኢትዮጵያን ሕዝብ መጥላትና አገራችንን መውጋትም አይደለም" እያሉ ሳይወዱ ኢሕአሠን እየከዱ እጃቸውን ለደርግ እንደሰጡ ተወርቷል። በዚህ በመጨረሻው የየካቲት 1969 ዓ. ም. የማዕከላዊ ኮሚቴ ስብሰባ ወቅት አስደንጋጭ ሆኖ የቀረበውና የአመራር እምብርቱን/ክሊኩን ክፉኛ ረብሾት የነበረው አጀንዳ፣ ምንም እንኳን ነገሩ ጅብ ከሄደ ውሻ ጮኸ ቢሆንም እያደር የተከሰተላቸውና ነገሩ ሁሉ የከነከናቸው ሀቀኞች የገጠሩን የተራዘመ የትጥቅ ትግል አሳንሶ በከተማው የትጥቅ ትግል ላይ ትኩረት መስጠቱ ምን ያህል ብልህነትና ተገቢነት ያለው አሰራር እንደሆነ በማለት አራት የማዕከላዊ ኮሚቴ አባላት አጥብቀው ጠየቁ።

ከነዚሁም ውስጥ ጥቂቶቹ እንዲያውም ቀደም ሲል የደርጉን የጋራ ሕብረት ጥያቄ አስመልክቶ በተካሄደው የማዕከላዊ ኮሚቴ ስብሰባ ላይ ብርሀነመስቀል ረዳን ድጋፍ የሰጡና በክሊኩ በክፉ ዓይን ውስጥ ገብተው የነበሩ ናቸው። ከድር ሙሀመድ ፍቅሬ ዘርጋው ጋር ዱብቲ እያሉ የድርጅቱ አመራር በስብሰባው የተነሳውን ጥያቄ ለመወያየት ደስተኛ በመምሰል ውይይቱን ለጥቂት አስቀጠሉና በዘዴ ቶሎ ብለው ጎሕ ስለቀደደ ውይይቱን መቀጠል አያስችለንም ብለው በማወናበድ ስብሰባው እንዲቋረጥ እንዳስደረገ እንደነገረው አጫወተን። ወር ባልሞላ ጊዜ ከሌሎቹ የማዕከላዊ ኮሚቴ ወደ ደቡብ ዮናስ አድማሱ ጋር ባንድነት ሲጋዙ አቃቂ አካባቢ አድፍጠው ይጠባበቁ የነበሩ የአብዮት ጠባቂዎች ተረሸኑ። ከነዚህም ውስጥ የዲሞክራሲያ ጋዜጣ መሀንዲስና ዘወትር ቢሰሙት በማይጠገብ ለዛውና ጨዋታ አሳማሪ አንደበቱ የሚታወቀው ዮሐንስ ብርሃኔ ይገኝበታል። ሁለተኛውና ሶስተኛው አዲሱ የፖሊት ቢሮው አባል ፀሎተ ሕዝቂያስና ፍቅሬ ዘርጋው ሲሆኑ የድርጅቱ አመራር

እምብርት ስውር አጀንዳዎችን ማከናወንና ማስፈጸም ስለሚኖርባቸው በሕይወት የመቀየታቸው ጉዳይ ለአመራር እምብርቱ/ክሊኩ ተልዕኮ ወሳኝነት ስለነበረው እስከ 1970 አጋማሽ ድረስ በአሲምባ፣ በወሎና በጎንደር ቀይተው ሁለቱም በተዘጋጀላቸው መንገድና ዘዴ እርምጃ ተወስዶባቸዋል። አራተኛው የማዕከላዊ ኮሚቴ አባል ደግሞ የሰሜን አሜሪካኑ ክፍሉ ተፈራ አርአያ ሲሆን፣ በአሰሳ ወቅት ኮልፌ አካባቢ ከሚገኝ ጥቅጥቅ ካለ ጫካ እሱና ጓደኛው ሙሉጌታ ዜና ባንድነት ሆነው ተደብቀው ሳለ አሳሾች ደርሰውባቸው ሊያመልጡ ሲሉ ከጀርባቸው ተኩሰው ገደሏቸው ሲል ክፍሉ ታደሰ ጠቅሶልናል። በዚህ ስብሰባ የተገኘውና ቅሬታውን ያሳየው አምስተኛው የማዕከላዊ ኮሚቴ ተሰብሳቢ ዶ/ር ተስፋየ ደበሳይ በኢትዮጵያ አንድነት ላይ በነበረው ጠንካራ አቋሙ ለድርጅቱ አመራር እምብርት "ችግር ፈጣሪ" እየሆነባቸው በመምጣቱ ወር ባልሞላው ጊዜ አስፈላጊውን ጥንቃቄ በመውሰድ ምስጢሩ ተደፍኖ እንዲቀር ለማድረግ ተሞክሯል። በመጀመሪያ ነገር ዶ/ር ተስፋየ ደበሳይ ለኤርትራ ነፃነት እውቅና ለመስጠት የድርጅቱ ማዕከላዊ ኮሚቴ ስብሰባ ላይ ቅሬታ ያደረበት በውሳኔው ብቻ ሳይሆን የድርጅቱ ዋና ፀሀፊ እንደመሆኑ መጠን እሱ ሳያውቅ አጀንዳው ለውይይት ወደ ማዕከላዊ ኮሚቴ መቅረቡ እንደሆነ ተወርቷል። ድምፅ ሳይሰጥ ስብሰባውን በመምራት ብቻ ቀይቶ እንደወጣ ከድር አጫውቶናል። ሳይውል ሳያድርና ብዙ ሳይናገር ምስጢሩን ደፍነው ማስቀረት ስለሚኖርባቸው ከተባለው የማዕከላዊ ኮሚቴ ስብሰባ ወር ባልሞላው ጊዜ የድርጅቱን አባላት ሕልውና ለመጠበቅ ሲል በዚያች አጋጣሚ እራሱን ከመሰዋት በስተቀር ሌላ አማራጭ ባለማግኘቱ ከሰማይ ጠቀስ ሕንጻ እራሱን ወርውሮ ሰውቷል። በየካቲቱ 1969 ዓ. ም. የማዕከላዊ ኮሚቴ ስብሰባ ላይ ተካፋይ ከነበሩት መካከል በሕይወት የተረፉት አራቱ ጠውሳኔውን አስወሳኞቹ ክፍሉ ታደሰ (የሶቪየት ሕብረቱ)፣ ዘሩ ክሕሸን፣ ሳሙኤል ዓለማየሁና አበበች በቀለ ብቻ ናቸው።

11.2.2.7. በድርጅቱ ላይ ከባድ ችግር እንደሚያስከትል እያወቁ ከየትም ተጠራቅመው የመጡት እንደቀላል ዕቃ ብርሀነመስቀል ረዳን ከአመራር ማስወገዳቸውና ያስከተለው አባዜ

በድርጅቱ ውስጥ ችግር ለመፍጠርና አለመግባባት እንዲሰፍን ለማድረግ በነበራቸው ዕቅድ መሠረት ዶ/ር ተስፋየ ደበሳይ ኢሕአፓን ለማወጅ በሚል ሰበብ ብርሀነመስቀል ረዳን ሰኔ 13 ቀን 1967 ዓ. ም. ከአሲምባ ወደ አዲስ አበባ ይዞ ከመጣ በኋላ በበርሀነመስቀል ረዳና በተቀሩት የማዕከላዊ ኮሚቴ አባላት መካከል በግድ ልዩነት ለመፍጠር ብርሀነመስቀል ረዳ አዲስ አበባ በገባ በሁለተኛው ሳምንት የማዕከላዊ ኮሚቴ ስብሰበባ ማድረግ ጀመሩ። በዮሴፍ አዳነ ቤት የተደረገው ስብሰባ ዋና ተግባር ለመለስተኛ ጉባዔ መዘጋጀትና እንዲሁም ከታጠቀው ቡድን ጠፍተው ለደርግ እጃቸውን የሰጡት ሰባት ከዳተኞችን በማስመልከት ነበር። ዋና ዓላማውም ሰባቱ ከዳተኞች የጠፉት በፖለቲካ መሥመር ልዩነት ሳይሆን በብርሀነመስቀል ረዳ አስተዳደር ብልሹነት እንደሆነ አድርገው

አባላቱን ለማሳመን ነበር። በአሲምባ ከሚንቀሳቀሰው ከታጠቀው ቡድን የቀረበ ሪፖርት ምንም የለም። ውንጀላው የተቀነባበረው ዶ/ር ተስፋየ ደበሳይና ዘሩ ክሕሸን ከጠንካራ ደጋፊዎቻቸው ጋር ለብቻቸው በመገናኘት ባስፋፉት የሀሜት ዘመቻ እና እንዲሁም ፀሎተ ሕዝቂያስ፣ ክፍሉ ታደሰና ጌታቸው ማሩ ያላግባብና ያለሥነሥርዓት ከከዱት ከዳተኞች ጋር ቀጥታ ባልሆነ መንገድ የተገኘ መረጃ ነው ብለው ባቀረቡት መሠረተቢስ ነቀፋ ላይ ተመርኩዞ ነበር (የብርሀነመስቀል ረዳ)። በዚያን ወቅት ጌታቸው ማሩ ምስጢሩና ሸሩ ሳይገባው ቀርቶ ነገሩ ሁሉ መስሎት ሳይረዳ በመቅረቱ ለዘለቄታው የትግል ጓዱ ሊሆነው በሚችለው አብዮታዊ ባለሙያ ታጋይ ጓዱ ብርሀነመስቀል ረዳ ላይ የማጥቃት ዱላውን ሰነዘሮ ለማጥቃት ዕቅዳቸው ተባበረ። ሳይውል ሳያድር የሴራ ዕቅዳቸውን በጌታቸው ማሩ ላይ አሳረፉ። ብርሀነመስቀል ግን ከፖሊት ቢሮ ቢገለልም ገና የማዕከላዊ ኮሚቴ አባል ስለነበር ከአመራር እምብርቱ ጋር በመተባበር ከፖሊት ቢሮ እንዲባረረ በስደረገው በጌታቸው ማሩ ላይ ቂም በቀል ሳያድርበት በአብዮታዊ መርሀን በመመርኮዝ ለጌታቸው ማሩ ሽንጡን ገትሮ የተከራከረለት ብቸኛ የማዕከላዊ ኮሚቴ ብርሀነመስቀል ረዳ ብቻ ሆኖ ተገኘ። በሰኔ ወር 1968 ዓ. ም. በተካሄደው ስብሰባ ዶ/ር ተስፋየ ደበሳይ ብርሀነመስቀል ረዳ ከኃላፊነት ቦታዎች አባል እንዳይሆን በመፈለጉ እሱ በሌለበት አዳዲስ ለሆኑት የማዕከላዊ ኮሚቴ አባላት ስለብርሀነመስቀል ረዳ ፀባይና ባሕሪይ መወያየቱ አግባብ እንዳልሆነ ብርሀነመስቀል ረዳ በመጥቀሱ በዚሁ ስብሰባ ዶ/ር ተስፋየ ደበሳይ የእምነት ቃሉን በመሰንዘር በራሱ ላይ ግለሂስ በማካሄዱ ብርሀነመስቀል ረዳ መሰረታዊ ነገሩ ከታመነ ወደፊት ሁኔታዎች ሊሻሻሉና ሊስተካከሉ ይችላሉ በሚል እምነት አድሮበት ለድርጅቱ አንድነት ሲልና በቅንነቱ ነገሩ እንዲዘጋ መደረጉ ከላይ በምዕራፉ ተመልክተናል። በዶ/ር ተስፋየ ደበሳይና በክሊኩ በተሰራጨው አሉባልታና የስም ማጥፋት ዘመቻ ምክኒያት ተወናብደው በብርሀነመስቀል ረዳ ላይ መጥፎ አመለካከት የነበራቸውን የማዕከላዊ ኮሚቴ አባላትን አሉታዊ አመለካከት የብርሀነመስቀል ረዳ ማሳሰቢያና ተያይዞም የዶ/ር ተስፋየ ደበሳይ ግለሂስ በማስለወጥ በብርሀነመስቀል ረዳ ላይ እንደቀድሞው ቀና አመለካከት እንዲያድርባቸው ያስገደዳቸው መሆኑንም ተወስቷል።

እንደዚያም ሆኖ "መለስተኛው ጉባዔ በሚከፈትበት ጊዜ በጉባዔው የሚቀርቡትን ሪፖርቶች በሕጋዊ መንገድ ከተጣለበት ኃላፊነት ያልተነሳው የፓርቲው ዋና ፀሀፊ እያለ ሌላ ተራ የማዕከላዊ ኮሚቴ አባል የሆነ ጉባዔውን እንዲከፍት ማድረጉ በማንኛቸውም የማርክሲስት ሌኒኒስት ፓርቲ ባሕል ታይቶና ተሰምቶ የማይታወቅ ግራ የሚያጋባ የስብሰባ ሥነሥርዓት ማቅረባቸው" (የብርሀነመስቀል ረዳ የምርመራ ቃል) ብርሀነመስቀል ረዳን ሳይሆን በግልጽ ድርጅቱን ለመግደል ዕቅድ እንዳላቸው ነበር በፀሀፊው እምነት። ይህም የሚያሳየው በብርሀነመስቀል ረዳ ላይ የግል ቅሬታ ብቻ ሳይሆን ዋና ዓላማቸው ከማዕከላዊ ኮሚቴ በስተጀርባ የተቋቋመው የአመራሩ እምብርት/ክሊክ በመመሥረቻ ጉባዔ የተመረጡትን የፓርቲውን መሪዎች ዘዴኛና ድብቅ በሆነ መንገድ ለማውረድ

ያቀዱት ተግባር ለድርጅቱና ለሠራዊቱ መውደቅ የመጀመሪያው ፀረ-ኢሕአፓ/ኢሕአሠ ሴራና ተንኮል ነበር። ይህንን እኩይ እቅዳቸውን አስመልክቶ "... እንዴት እንደዚህ ይደረጋል ብሎ ጥያቄ በማቅረቡ ከአንገት በላይ ይሁን አንተ ክፈተው በማለት ከኮሚኒስት ሥነምግባር ውጭ በሆነ ከአንገት በላይ ስምምነት መሆኑን በመገንዘቡ ለራሱ ክብር ካልተሰጠኝ ብሎ የሚያስመስልበት መስሎ ፍራቻ ስላደረበት ጉባዔውን ለመክፈት ፍቃደኛ ሳይሆን በመቅረቱ ድሮውንም በዘዴኛና ድብቅ ጥበባቸው በማዕከላዊ ኮሚቴ በስተጀርባ የተቋቋመው የስውር ኮሚቴ መሪ ጉባዔውን ከፈተ። ቀደም ብሎ ይተበተብ የነበረው በመመሥረቻ ጉባዔ ላይ የተመረጡትን መሪዎች የመለወጥ ሴራ ይፋ ወጥቶ ሕጋዊ መልክ ያዘ። በመመሥረቻው ጉባዔ ከተመረጡት አራቱ የፖሊት ቢሮ አባሎች ከዶ/ር ተስፋየ ደበሳይ በስተቀር የተቀሩት ሳይመረጡ ቀሩ። ለምን ሳይመረጡ እንደቀሩና በምንስ መመዘኛ ነጥብ የተቀሩት አዲሶቹ እንደተመረጡ ምንም ዓይነት መግለጫ ወይንም ማብራሪያ ካለመስጠቱም በላይ ከተመረጡት አንዱ አበራ ዋቅጅራ በምርጫው አለመደሰቱን ለመግለጽ ታምሜአለሁ በሚል ሰበብ ከፖሊት ቢሮው እንዲወጣና ብርሀነመስቀል ረዳ እንዲተካው በብርቱ አሳሰበ። ብርሀነመስቀል ረዳ ከተቀሩት አራት ግለሰቦች ጋር (ጌታቸው ማሩ፣ ክፍሉ ታደሰ/የሶቪየቱ/፣ ዘሩ ክሕሸንና ዶ/ር ተስፋየ ደበሳይ) የፖለቲካ አስተሳሰብና የርዕዩተዓለም ልዩነት በተለይም በኮሚኒስት ሥነምግባር ረገድ ስለአለኝ የፖሊት ቢሮው ሥራ በየጊዜው በሚነሣ ክርክርና ጭቅጭቅ እንዳይደናቀፍ መግባት የለብኝም ብሎ በማሳሰብ" ሳይቀበል ቀረ። ነገር ግን አለ ብርሀነመስቀል ረዳ "በማዕከላዊ ኮሚቴ ውስጥና በፓርቲው ውስጥ የሚገኙ ዝንባሌዎች ሁሉ መወከል ስለሚገባቸው በአባልነት እንደምቀጥል እና ከኮንፈረንሱ በፊት እንዳስጠነቀቅሁት ውሳኔዎቹን የምቀበላቸው <u>መደበኛ የፓርቲ ኮንግሬስ እስኪደረግ ድረስ</u>" (ስርዝ የራሴ) መሆኑን አስረዳ።

የአመራር እምብርቱ ከመጀመሪያውኑ ለሕዝብ የቆሙ ሳይሆኑ ፓርቲውንና ሠራዊቱን ለማስደምሰስና በቀላሉ ምስኪኗ ኢትዮጵያ ልተካቸው የማትችለውን ልጆቿን በማጥፋት ዓላማ በመሰማራት ኢትዮጵያን ለወያኔና ሻዕቢያ ለማስረከብ ተቀጥረው በማገልገል ላይ የነበሩ በመሆናቸው ብርሀነመስቀል ረዳንና ጌታቸው ማሩን ማስወገድ፣ ብሎም ማገድ በድርጅቱና በአባላቱ ላይ ምን ዓይነት ችግር ያስከትልብን ይሆን ብለው እንኳን አልጠያየቁም። ዓላማቸው ድርጅቱን ለማፈራረስ ስለነበረ የሚያስከትለውን ከባድ ችግር መጠያየቅም አላስፈለጋቸውም። በገዛ ፍላጎታቸው በአመራሩ አካባቢ የተፈጠረውን ቀውስ ለመገደብና ለመፍታት አስተዳደራዊና ድርጅታዊ እርምጃዎችን ወሰድኩ ያለው በክፍሉ ታደሰና እፍኝ በማይሞሉ የጥቅም ተካፋዮቹ ብቻ በምስጢር እንደተካሄደ የሚወራለት የሶስተኛው ፕሌነም ተብየው የውሳኔዎቹን ፖለቲካዊ አንድምታና ሊከተሉ የሚችሉ ውጤቶችን በፍጹም አላጠናቸውም። ውሳኔው በድርጅቱ አባላት ላይ ሊያስከትል የሚችለውን ተጽዕኖም አልመረመረም። ብርሀነመስቀል ረዳንና ጌታቸው ማሩ በአንጋፋ አብዮተኛነትና መሪነት ይታወቁ

እንደነበር መዘንጋት አልነበረባቸውም። ወዲያውኑ ሁለቱ አንጋፋ ግንባር ቀደም የድርጅቱ መሪዎች ያላግባብ በሸርና በተንኮል መወገዳቸው እንደተሰማ የቀድሞ የጌታቸው ማሩ የአብዮት አባላት ከዳር እስከዳር ተናወጠ። ከዚያ በኃላ ኢሕአፓ በሕጋዊ አመራር ሳይሆን ሕጋዊነት ባልነበራቸውና እውቅና በሌላቸው አመራር መመራት ጀመረ፣ በመሆኑም እስከ ሐምሌ ወር 1967 ዓ. ም.ድረስ የባዕድ ኃይላት ኢሕአፓን በጀርባ ሆነው ሲያሽከረክሩ ቀይተው ከነሐሴ ወር 1968 ዓ. ም. ጀምሮ ኢሕአፓ'ን ብግልጽና በይፋ ፊት ለፊት በመቀም መምራት ጀመሩ። ኢሕአፓ አብዮታዊ ለውጥ በፈጠረው ፈጣን እንቅስቃሴ በመታገዝና ድርጅቱ ሲመሰረት በተገናጸፈው የመሪነት ሚና በምሥረታው ወቅት በነበረው የአመራር ማንነት ሳቢያ ኢሕአፓ ከፍተኛ የሆነ ሕዝብ ከዓላማው በስተጀርባ ሊያሰልፍ በቅቷል። ሆኖም የአመራር እምብርቱ/ክሊኩ በፈጠሩት ልዩነት ድርጅቱ ተቀስፎ በመያዙ ይህን አያሌ የሰው ኃይል ይዞ በድርጅታዊ መዋቅር ለማቀፍና ለድላቸው ለማብቃት አቅም ብቻ ሳይሆን ፍላጎት አልነበረውም። በሕዝቡ በኩል ከፍተኛ የፖለቲካ ፈቃደኝነት ሲኖር፣ የአመራር እምብርቱ/ክሊኩ ይህን የሕዝብ ፈደኝነትና ለሕዝባዊ ድል ጉጉት ድርጅታዊ አቅጣጫ ለማስያዝ እንዳይችል ደንቀራ ሆነ። ተመክሮና ልምድ ያገናጸፉቸው ብቃትና ችሎታ ያላቸው አብዮታዊያን "በአንጃነት" እየተወነጀሉ ለግድያ ሲያዘጋጁቸው ምንም ብቃትና ልምድ በሌላቸው የጭፍን ታዛዦች እየተመራ ለድርጅቱ ውድቀት ያበቁ አያሌ ድርጅታዊ ስሕተቶች በተደጋጋሚ ተፈጸሙ፣ ሲፈጸሙም እያየን በዝምታና በማሾክሾክ ብቻ በመታለፋቸው ውድቀቱን ለማቀም ወይንም ለመግታታ አልተቻለም። የሥር ነቀል ኃይሉን እንዲያሰባስብላቸውና ለመቆጣጠር እንዲያስችል በአንድ ጥላ ሥር ለማሰባሰብ እንዲረዳቸው ሲባል ብርሀነመስቀል ረዳ በአመራር ላይ እንዲቀይ ፈለገ እንጂ እሱን ለማስወገድና ብሎም ለማጥፋት የተጠነሰሰው ገና ከድርጅቱ ምስረታ ዋዜማ ነበር። ክፍሉ ታደሰ በመጽሀፉ ላይ እራሱንና የጥቅም አጋሮቹን ሀቀኖች አድርጎ በመቁጠር ብርሀነመስቀል ረዳን ሲኮንነው እንዲህ ይላል፣ "የድርጅቱ መስራች ጉባዔ ብርሀነመስቀል ረዳን የፓርቲው ዋና ፀሀፊ አድርጎ መረጠ ... የራሱን ሀሳብ የበላይነት ለማስረገጥ በሚያደርገው ክርክር፣ አብዛኛው የጉባዔው ተሳታፊዎችን እንዲቀጡና እንዲጠራጠሩ አደረገ" (ክፍሉ ታደሰ፣ 1፣ 157)። ኢሕአድን በጥረታቸውና በትግላቸው ያቋቋሙልንን ጠንካራና ሀቀኞች እንደአሮጌ ዕቃ በማሽቀንጠር በኢሕአድ የማይታወቁትና ለምሥረታው በተደረገው ትግል ምንም አስተዋፅዖ ያልነበራቸውን እነ ዶ/ር ተስፋየ ደበሳይ፣ ክፍሉ ታደሰ፣ መኮንን ጆቴ፣ መላኩ ተገኝና ደስታ ታደሰ በኢሕአፓ ምሥረታ ወቅት በምን ዓይነት መንገድ በመገኘት ወዲያውኑ የማዕከላዊ ኮሚቴ ሊመረጥ በቃ። ልብ እንበል፣ ብርሀነመስቀል ረዳ በዚያ የፓርቲው ጉባዔ ላይ ታምኖበትና ተከብሮ ባብዛኛው ድምጽ በዋና ፀሀፊነት ተመረጠ። ይህ የሆነው ማናቸውም አከራካሪ ጉዳዮችና ነጥቦች ሁሉ ተከራክረውባቸውና ተፋጭተውበት ከተጠናቀቁ በኋላ ነበር በመጨረሻ የድርጅቱን አመራር ምርጫ ያከናወኑት። የብርሀነመስቀል ረዳ ባሕሪና ውይይት አብዛኛው የጉባዔውን

ተሳታፊዎች እንዲቀጡና እንዲጠራጠሩ ካደረገ ለምን መጀመሪያውኑ ለመሪነት እንዲመረጥ አደረጉት፡፡ እራሱን የሚቃረን አባባል ነው እኮ፡፡

እንደተወራው ከዶ/ር ተስፋየ ደበሳይ፣ ዘሩ ክሕሸንና ከክፍሉ ታደሰ በስተቀር በብርሀነመስቀል ረዳ ላይ ጥርጣሬ ቀርቶ በእሱ የመሪነት ቦታ ቅር ያለው ማንም እንዳልነበረ ነው፡፡ ክፍሉ ታደሰ በወቅቱ የፖሊት ቢሮውን ቦታ ለክፍሉ ታደሰ አርአያ (የአሜሪካኑ) በመስጠቱና እሱ ባለመመረጡ ብዙ ሲጎነጉንበት ቀይቷል፡፡ ለነገሩማ ተስፋየ ደበሳይ እና ክፍሉ ታደሰ በኢሕአድ ስብሰባ ላይ ያልተሳተፉና ለምሥረታው በተካሄደው ሂደትም ላይ ማንም የማያውቃቸው ሲሆኑ በዓመቱ በኢሕአፓ ምሥረታ ስብሰባ ላይ ከየት መጡ ሳይባሉ ተገኙ፡፡ ዘሩ ክሕሸን ከነጭራሹም በሌለበት ነበር በማዕከላዊ ኮሚቴ ብሎም በፖሊት ቢሮ አባልነት የተመረጠው፡፡ ለኢሕአድ ምሥረታ ጊዜያቸውንና ዕውቀታቸውን ያጠፉትና ብሎም በምሥረታው ላይ ከተሳተፉት ውስጥ በኢሕአፓ ምሥረታ ስብሰባ ላይ እንዲገኙ የተደረጉት ብርሀነመስቀል ረዳ፣ ክፍሉ ታደሰ አርአያ እና እያሱ ዓለማየሁ ብቻ ሲሆኑ ሌሎቹ ያልነበሩና ከየትና በየት በኩል ሾልከው እንደገቡ የማይታወቁ ነበሩ፡፡ በዚያ ላይ የጉባዔው ተሳታፊዎች ብሎ ብዛት ያላቸው አስመስሎ ሲናገር በቁጥር 9 ብቻ ነበሩ፡፡ ከእነዚህም ውስጥ ሁለቱ ደስታ ታደሰና ዘሩ ክሕሸን በስብሰባው ላይ አልነበሩም፡፡ ኢሕአፓ በብርሀነመስቀል ረዳ ስምና ዝና፣ በብርሀነመስቀል ረዳ ችሎታና ብቃት ያካበተውን ታዋቂነት፣ ተወዳጅነትና ግርማ ሞገስ በሱ መገለል ጋር አብሮ ተገፈፈ፡፡ ኢሕአፓ ሕይወት፣ ግርማ ሞገስና ከበሬታ የሚያጎናጽፈውን መንፈሱን አጣ፡፡ ኢሕአፓ ባጭሩ ያለመሪ በወኪሎች ተወጥሮ ተያዘ፡፡ በርሀንመስቀል ረዳ ካልኖረ ፓርቲውም እንደማይኖርና ዘለቄታ እንደማይኖረው የኋላ ኋላ ለሁላችንም በገሀድ ግልጽ ሆኗል፡፡ በሴራና ተንኮል ከሥልጣን አግልለው ካሰሩት በኋላ በተጨባጭ ሁኔታ በዕውን ተረጋግጧል፡፡ ሊያስከትል/ሊከሰት የሚችለውን አደጋ በማጤን ጥንቃቄ አለመደረጉና በችልታ መታየቱ ሆን ተብሎ ችላ ብለው እንዲንቁት በተዘዋዋሪ ተፅዕኖ የተደረገ እንደሆነ የመጽሀፉ ደራሲ ፅኑ እምነት ነው፡፡

11.3. የደቡብ ኢትዮጵያ የኢሕአሠ ክንፍ ምሥረታ በእንጭጩ ከእነ ብርሃኔ እያሱና ብርሃኑ እጅጉ ግድያ ጋር አብሮ ተገደለ

በደቡብ ኢትዮጵያ በተለይም በሲዳሞ አካባቢ የሠራዊቱ የደቡብ ክንፍ መቋቋም አስፈላጊነትን ድርጅቱ አምኖበት በ1967 ዓ. ም. መወሰኑንና፣ በአስኳልነት በምስጢር ተመልምለው ወደ ፍልሥጥኤም ስለተላኩት አባላት በምዕራፍ 6 ተገልጿል፡፡ የሲዳሞ አቀማመጥ ከስትራቴጂካዊ ጠቀሜታው ሌላ፣ በሲዳሞ ክፍለ ሀገር ሊጀመር የታቀደው የትጥቅ ትግል እንቅስቃሴዎች በደቡብና በማዕከላዊ የኢትዮጵያ ክፍል በሚገኙ ከተሞች ውስጥ የሚንቀሳቀሱ የኢሕአፓ አባላትና ደጋፊዎች ያልታሰበ ከፍተኛ አደጋ ቢያጋጥማቸው፣ መሸሺያና መጠጊያ በመሆን አንፃራዊ የደሕንነት ዋስትና ሊሰጥ እንደሚችል ታስቦ ነበርገና በ1967 ዓ. ም. ታስቦ የተወሰነው፡፡ የመጀመሪያው በደቡብ

ኢትዮጵያ (ሲዳሞ) ለኢሕአሠ ጦር ክንፍ አስኳልነት ተመርጠው በፍልስጥኤም ነፃ አውጭ ድርጅት በመሰልጠን ላይ ያሉት ስልጠናቸውን አጠናቀው ጉዞ ወደ ሲዳሞ ከመጀመራቸው በፊት (የዚህ መጽሀፍ ደራሲና ሌሎች ሰባት ጓዶቹ) በኤደን ከተማ ሥራ ፈት ሆነው ከትግል ዓለም ተለይተው ባንዲት ቤት ለሰባት ወር ታጉረው በነበረበት ወቅት የድርጅቱ አመራር እምብርት የማጥፋት ተልዕኳቸውን በመቀጠል የነ ብርሃኔ እያሱና ብርሃኑ እጅጉ ግድያ በተራቀቀ ስልትና ዘዴ ሲዳሞ ላይ ተከናወነ። ብርሃኔ እያሱ የደቡብ ኢትዮጵያ የኢሕአሠ ሠራዊት ክንፍ ኮሚሳር ሆኖ በመመረጡ በእሱና በብርሃኑ እጅጉ የሚመራ አባላትን የያዘ ቡድን በደቡብ ኢትዮጵያ በተለይም በሲዳሞ ለሠራዊቱ ክንፍ አመች የውጊያ የመጠጊያ ወረዳ ደጀን አምባ (ቤዝ እምባ) ለመምረጥና ስለአካባቢውም ጥናት ለማካሄድ ታዘው "ከተዓምረኛው" ዮናስ አድማሱ ጋር ወደ ሲዳሞ ተልከው ጉዟቸውን ጀመሩ። ሲዳሞ ከተወሰነ አካባቢ ሲደርሱ በተቀነባበረ ሴራና ተንኮል በቅድሚያ ተዘጋጅቶላቸው የነበረው ዕቅድ መሠረት ጠላት መሽጎ ይጠባበቅ ከነበረበት ቦታ ሲደርሱ ዮናስ አድማሱ ከቡድኑ ፈንገጥ ብሎ እንደወጣ ሌሎቹን እንዳሉ ጠራርጎ ሲረሽኗቸው ዮናስ አድማሱ በተዕምርና በዕድል አምልጦ አዲስ አበባ ገባ ተብሎ ወሬው በማዕከላዊ ኮሚቴ አማካይነት እንዲሰራጭ ተደረገ። የደቡብ የኢሕአሠ ጦር ክንፍ መመሥረትም ከብርሃኔ እያሱና ብርሃኑ እጅጉ ግድያ ጋር አብሮ ተገደለ።

ከነ ብርሃኔ እያሱ ግድያ በመቀጠልም የነ መላኩ ማርቆስ፣ ነጋ አየለ፣ ዮሐንስ ብርሃኔና በአዲስ አበባ ዩኒቨርሲቲ የጂኦሎጅ አስተማሪና ዮሐንስ ብርሃኔ የቅርብ ጓደኛ የነበሩት የኢሕአፓ አባል እንግሊዛዊው ዶ/ር ዊሊያም ሄስቲንግስ ሞርተን የማጥፋት ግዳጅ ተከናወነ። በዚህ ግዳጅ ሰማዕታት ጓዶቻችን በደብረዘይት መንገድ በኩል ሲጓዙ አቃቂ ድልድይ አካባቢ ሲደርሱ በቅድሚያ ለደርግ በተደረገው ጥቆማ መሽጎ ይጠብቃቸው የነበረው የቀበሌ ማሕበር ታጣቂዎች ዘንድ ሲደርሱ ዮናስ አድማሱ ከቡድኑ ፈንገጥ ብሎ እንደወጣ (በጥቂት ግለሰቦች አባባል ደግሞ ሽንቴን ልሸና በማለት ራቅ ብሎ ወደ አጥር አካባቢ ሄዶ የሚሸና ሲያስመስል ብለው ነው የሚያወሩት) በሩምታ ተኩስ እንዳሉ ሁሉንም ረሸኗቸው። አጅሬ ዮናስ አድማሱ እንደተለመደው በማዕከላዊ ኮሚቴ ለወሬ ነጋሪነት "በተዓምርና በዕድል" ከሞት አምልጦ መጣ ተብሎ እንዲወራለት ተደረገ። ዮናስ አድማሱና ሽመልስ ማዘንጊያ በከተማው የሽብር ታጣቂ ክንፍ ውስጥ በአመራር ቦታ ላይ ጠንካራ ተሳታፊ የነበሩ የሽብር ፈጣሪ መሪዎች ከመሆናቸውም ባሻገር ከክፍሉ ታደሰና ግርማቸው ለማ ጋር በከተማው ግድያ ተግባር በቅርብ አብረው ይሰሩ እንደነበረ ይታወቃል። በአመራሩ ለከለላና "ለግዳጅ" ከከተማ ወደ ሲዳሞ የተላኩትና ቀድሞውንም በደቡብ አካባቢ ይንቀሳቀሱ የነበሩት ሁሉም ወይንም እብዛኛው በነስምዖን ጋሎሬ ሲገደሉ ወይንም ተይዘው አዲስ አበባ ተወስደው ሲረሸኑ ዮናስ አድማሱና የድርጅቱ ጠንካራ ደጋፊዎችና ታማኝ ሎሌዎች ብቻ የአሲምባን የመግቢያ ፈቃድ አግኝተው አሲምባ

ደረሱ። ወደ ወሎ እንዲንቀሳቀሱ የታዘዘበት የአመራር እምብርት/ክሊክ ስውር ዓላማ ጀግኖች ጓዶቻችንን በዘዴ እንዲጠፉላቸውና በእነሱም መስዋዕትነት ከመሬት አዋጁ በኋላ የከተማ ትጥቅ ትግል እንጂ የገጠር ትጥቅ ትግል ትክክለኛ የትግል ስልት አይደለም ብለው ለማሳመን እንዲያስችላቸው ያቀዱት እኩይ ዓላማ እንደነበረው ሁሉ እንደገና በሲዳሞም የገጠር ትጥቅ ትግል አያስፈልግም ብለው ለማሳመን ያደረጉት እኩይ ተግባር እንደሆነ ነው። ለማሳመን ጠንካራና ሀቀኛ ጓዶችን ማጥፋት ነበር ችሎታቸው። በወቅቱ ለወሎ የገበሬዎች ማሕበር አስቀድሞ አዲስ አበባ ተከማችተው ካሉት የማዕከላዊ ኮሚቴ አባላት ውስጥ ጥቀማ ተደርጎ እንደነበረው ሁሉ የሁለቱንም የሲዳሞ አቅጣጫ ጉዞዎች አስመልክቶ የአመራሩ እምብርት ለጠላት ኃይል በቅድሚያ በመጠቀም የተፈጸመ ፀረ-ኢሕአፓ፣ ፀረ-ኢሕአሠና ፀረ-ኢትዮጵያ ሴራ እንደነበር ነው። ይህ የሲዳሞው አሳዛኝ እልቂት እንደወሎው አሳዛኝ ንቅናቄ ባንድ ድንጋይ ሶስት ወፎችን ለመግደል እንኳን ባይሆንም፣ ባንድ ድንጋይ ሁለት ወፎችን እንደመግደል የተጠቀሙበት መሣሪያ ነበር። ከወሎው የሚለየው ሶስተኛ ወፍ የነበረው ወደፊት የዶ/ር ተስፋየ ደበሳይን ስም ለማጥፋትና ሁሉንም ስህተት በእሱ ላይ በመደፍደፍ ሲሆን በሲዳሞው ላይ ያመካኙት በ"አንጃዎች" ላይ ነበር።

ባንድ በኩል የተስፋየ ደበሳይን ስምና ዝና በማጉደፍ ወደፊት ጊዜው ደርሶ ሲያሳነብቱት የፈጸሟቸውን ወንጀሎች በእሱ እያማኻኙ እራሳቸውን ነፃ ለማድረግ የነበራቸውን ዕቅድ ተግባራዊ ለማድረግ የወሎው ዘመቻ ሶስተኛው የወፍ አገዳደል ዘዴ ነበር። በሁለቱም የሲዳሞ አቅጣጫ ጉዞዎች የተፈጸሙት እኩይ ተግባር ግን ባንድ ድንጋይ ሁለት ወፍን ለመግደልና ሶስተኛው ደግሞ "አንጃዎች" የፈጠሩት ችግር እንደሆነ አድርገው በማመካኘትና በእነሱ ላይ ዘመቻ ለማድረግ ሲባል ነበር። የመጀመሪያው በገጠር ትጥቅ ትግል፣ በሶሻል ኢምፔሪያሊዝምና በኢትዮጵያ አንድነት ከፍተኛ አመኔታ ያላቸውንና በከተማ የሽብር ትጥቅ ትግል ጠንካራ ተቃዋሚ የሆኑትን ታጋዮች በእንጭጩ ማጥፋት ትልቁ የአመራር እምብርቱ አጀንዳ ነበር። ሁለተኛው የወፍ ግድያ ደግሞ ልክ እንደ ወሎው ከመሬት አዋጁ በኋላ የገጠር ትጥቅ ትግሉ አስፈላጊ አለመሆኑንና በከተማው ትጥቅ ትግል ላይ ብቻ ማትኮር እንዳለብን የአመራር እምብርቱና ጠንካራ ደጋፊዎቻቸው የቀየሱትን መንገድ ለማሳመንና ተስፋየ መኮንን ከድቶ ከደርግ ጋር ማበሩና ለጭፍጨፋ መሣሪያነት መገልገያ መሆኑ ትክክል ነበር ለማስኘት ሲባል ጓዶቻችንን ለማስረሸን በወሎ ወታደራዊ ንቅናቄ በማካሄድና በሲዳሞው ጉዞዎች ላይ ከፍተኛ ፀረ-ኢሕአፓ/ፀረ-ኢሕአሠ ተግባር በማስፈጸም ለፀረ ገጠር ትጥቅ ትግል የማወናበጃ ማስረጃ ተገለገሉበት። በወሎም ሆነ በሲዳሞው ምን ጊዜም የማይገኙ ድንቅየ አብዮታዊያን በከንቱ ደማቸው ፈሰሰ። የመሬት አዋጁ ከታወጀ ወዲህ የገጠር ትጥቅ ትግሉ አይሰራም የሚባለውን የነተስፋየ መኮንንና የድርጅቱ አመራር እምብርትን የማወናበጃ ክርክር ጥሩ መንገድ ሆነላቸው። የብርሃኑ እጅጉን አሟሟት አስመልክቶ ክፍሉ ታደሰ እንደሚያወራው ሳይሆን ብርሃኑ እጅጉ

የተገደለው ከላይ አካባቢ ለመግለጽ እንደሞከርኩት ከብርሃኔ እያሱና ከ"ተዓምረኛው የእግዚአብሔር" ፍጡር ዮናስ አድማሱ ጋር ሆኖ በሲዳሞ ጥናት ለማካሄድና ለሠራዊቱ ክንፍ አመች የውጊያና የመጠጊያ ወረዳ (ቤዝ እምባ) ለመምረጥ ታዘው ወደ ሲዳሞ ሲጋዙ ሲዳሞ አካባቢ የመንግሥት ታጣቂዎች ደፈጣ በማድረግ እንደጨፈጨፏቸው ነው። ይህም እነ ውብሸት ረታና ጓዶቹ በተረሸኑ ሳምንት ወይንም ወር ባልሞላ ጊዜ ውስጥ በ1969 ዓ. ም. መጀመሪያዎቹ ወራት ላይ ነበር እንጂ ክፍሉ ታደሰ እንደሚለው ከነመላኩ ማርቀስ ሞት በኋላ አልነበረም።

ጌታቸው ኩምሳ የደቡብ ኢትዮጵያ የኢሕአሠ ወታደራዊ ኮሚሽን አባልና በይነ ቀጠና አባል

እንደተወራው የመዝገብነሽ አቡየን ቅንና ታማኝ አገልጋይነቷን እንዳያጡና ወደፊት የሚፈልጉትን ያለማወላወል እንድታከናውን ባለቤቷ የተገደለዉ "አንጃዎች" በፈጠሩት ችግር መሆኑን በማሳመን "በአንጃዎች" ላይ ጭፍን በሆነ ጥላቻ የብቀላ ሰይፏን እንድትመዝባቸው ለማድረግ እንደሆነ ነው። እነ ዮሐንስ ብርሃኔ፣ መላኩ ማርቀስ፣ ነጋ አየለ እና ሌሎቹ ድንቅየ የድርጅቱ ልጆች ከልማደኛው "ተዓምረኛው" የእግዚአብሔር" ፍጡር ዮናስ አድማሱ ጋር ሆነው ወደ ደቡብ ሲጋዙ አቃቂ አካባቢ ሲደርሱ የአብዮት ጥበቃ ደፈጣ አድርገው የጨፈጨፋቸው በመጋቢት ወይንም

በሚያዚያ ወር 1969 ዓ. ም. ነበር። የአመራር እምብርቱና ጠንካራ ደጋፊዎቻቸው ከ1969 ዓ. ም. መጨረሻ በተለይም ከ1970 ዓ. ም. መግቢያ ጀምሮ ኢሕአፓ በአዲስ አበባና አካባቢው በመደምሰሱ በአሲንባ የተስፋፋውን ንቅናቄ ለማክሸፍ ለታማኝ ተከታዮቻቸው ወደ አሲምባ የመግቢያ ቪዛ እየሰጡ ሸኙ። በሜዳ የኃላ ኃላ አመራሩን የረዱት እነዚሁ ከሞት ሸሽተው የገቡት ነበሩ። የአመራር እምብርቱና ጠንካራ ደጋፊዎቻቸው በጠላትነትና በክፉ ዓይን የሚመለከቷቸውን ወይንም የሚጠራጠሯቸውን የድርጅቱን አባላት በስቃይ እየገረፉ በመጨረሻም ለመግደል እንዲያስችላቸው ከለላ ወይንም ማፈግፈግ በሚል ሽፋን ልዩ ሪፖርት በላያቸው እያሸከሙ ወደ አሲምባ ሸኟቸው። ለመጥቀስ ያህል ለምሳሌ በዘግናኙና ሰመጥፉ ሴሚናሩ ዕለት ኢርጋ ተሰማን እንዲያጋልጥ ተገዶ ያጋለጠውና ከሴሚናሩ በኋላም በዚያው ሰሞን ፀሎተ ሕዝቂያስን እንዲገድል ታዞ ገደለ የተባለው ደጀኔ/በላይ ሀሰን ላይ የተካሄደው ግርፋት ይገኝበታል። በአዲስ አበባችንና ባካባቢዋ የኢሕአፓ እድሜ እንደማይረዝም ሲታወቅ በሌላ በኩል ግን በቀድሞው አብዮት ቡድን መሥራች አባል በነበረው አገሬ አዲሱና ጓዶቹ ትግል የተጠናከረው የሲዳሞ በይነ ቀጠና እስከነሐሴ ወር 1969 ዓ. ም. ድረስ ራሱን ችሎ የቀመ አካል ሆኖ ለጊዜውም ቢሆን የድርጅቱን ስም እያስነሳ በመፈራገጥ ለመቀየት ቻለ።

ነጋዴው ፋሲካ በለጠ

ስዩም ከበደ

የአመራር እምብርቱና ጠንካራ ደጋፊዎቻቸው ከአዲስ አበባ በይነ ቀጠና አባላት መካከል የማይተማመኑባቸውንና የሚጠራጠሯቸውን አባላት የሚፈለግባቸውን ግዳጅ እንዲወጡ ካስደረጋቸው በኋላ እስከሚያዙ ወይንም እዚያው እያሉ እስከሚገደሉ ድረስ የሲዳሞውን በይነ ቀጠና በማጠናከር

ለጊዜውም ቢሆን የድርጅቱን ስም እያስነሱ ይቀዩ በማለት በከለላ ስም ወደ ሲዳሞ ላኳቸው። ከነዚህም መካከል ለማስታወስ ያህል፣ ጌታቸው አሰፋ፣ ጌታቸው ኩምሳ፣ አስፋውንና ጳውሎስ ሶሬሳን ማውሳት ይበቃል። ጌታቸው አሰፋ ከነብርሀነመስቀል ረዳ ጋር ባንድነት ስብሰባ ካደረገ በኋል ከነብዩ አይናለም/ብርሃኔ ጋር በመሆን ስብሰባውን አስመልክቶ ለአመራር እምብርቱ ሪፖርት በማድረግ የአመራር እምብርቱ ነፍስ አዳኝ የነበረ "ታማኝ" ሎሌ ነበር። ጌታቸው አሰፋ ይህን ማድረት እንደ ነብዩ ዓይናለም በግዳጅ ሳሳይሆን በድርጅቱ መለኮታዊነት በነበረው ጭፍን ፍቅራዊ ስሜት ከጋደኛየ (ጌታቸው ማሩ) ድርጅቴ ይበልጥብኛል በሚል የዋህ አስተሳሰብ ተመርዞ በጋደኛው ላይ ሪፖርት አድርጎ ለችግር ዳረገው። ጌታቸው አሰፋ የአብዮት ቡድን አባል የነበረና የጌታቸው ማሩ የቅርብ ጋደኛ ስለነበር ወደፊት በውስጡ ቅሬታ ሊቃጥር ይችላል በሚል ፍራቻ እንደዚያ እንኳን አገልግሏቸው እነ ክፍሉ ታደሰ ከጥራጣሬ ዓይን ባለማውጣታቸው የአሲምባን የመኖሪያ ፈቃድ በመንፈግ ለዘለቄታ የማይፈለጉ አባላት ለሞት ወደ ሚላኩበት የደቡብ አካባቢ ተላከ። የማይቀር ነበርና የኋላ ኋላ ጌታቸው አሰፋ እንደሌሎቹ እሱም ሲዳሞ ተይዞ አዲስ አበባ በወህኒ ቤታ እያለ ድርግ ከእሥር ቤት አውጥቶ ከሌሎች የድርጅቱ ሰማዕታት ጋር አዳብሮ አንቀው እንደገደሉት ተወርቷል። አስፋው የሚባለው ደግሞ የቀጠና ሶስትን ወክሎ የአዲስ አበባ በይነ ቀጠና አባል የነበረና ጌታቸው ማሩ ከተገደለበት ቤት ሌሎቹ የጋራ እኩይ ግዳጅቻቸውን ፈጽመው በጊዜ ለድንገተኛ አደጋ ተብሎ ሳይዘጋ በሚያድረው የጋሮ በር ተፈትልከው ሲሰወሩ አስፋው፣ ግርማቸው ለማና መዝገብነሽ አቡየ በዋናው በር በኩል በመውጣት ክፍሉ ታደሰ እንደሚለው ሳይሆን በሰላም ሳይያዙ ካካባቢው ሊሰወሩ ችለዋል። አስፋው የት እንደገባና እንዴት ሊያመልጥ እንደቻለ የሚያውቁት እራሱ አስፋውና እነ ክፍሉ ታደሰ ብቻ ቢሆንም ግርማቸው ለማ እና እሱ 22 ማዞሪያ በሄዱበት ሰዓት ግርማቸው ለማ ሲመታ አስፋው ምንም ሳይሆን እንደተሰወረና ወደ ኋላ ገደማ በሌላ ግዳጅ የሲዳሞ በይነ ቀጠና አባል ሆኖ ተልኳል።

እንደሚባለው በሁለቱ ጋደኞቹና በአስፋው አማካይነት በቅድሚያ በተቀናጀ መልክ የተቀነባበረ (set up) እንደሆነ ነገር አድርገው ነው ሁሉም የነገሩኝ። አስፋውና ሁለቱ የግርማቸው ጋደኞች ሶስቱም የጌታቸው ማሩ የአብዮት ቡድን አባል ነበሩ።በቅንብብሩ ተግባር ላይም የጌታቸው ማሩ ቤተሰቦች እንዳሉበት ተወርቷል። በሌላ በኩል በጌታቸው ማሩ ቤተሰቦች ተመከኘ እንጂ የግርማቸው ለማ መግቢያና መውጫ እንዲሁም የግንኙነት መረጃና ሊጠለል ወይም ሊደበቅ የሚችልባቸውን ቦታዎችና የሰዎች ስም ዝርዝር ድርግ መረጃውን ያገኘው ከዘሩ ክሕሽን፣ ከክፍሉ ታደሰ፣ ዮናስ አድማሱና ሺመልስ ማዘንጊያ በኩል እንደሆነ ተደርጎም ተወርቷል። ጳውሎስ ሶሬሳ በ1969 ዓ. ም. በሻለቃ መንግሥቱ ኃ/ማርያም የግድያ ሙከራ ላይ የተካፈለ ነበር። ጌታቸው ኩምሳ በትግራይ ውስጥ መቀየቱን ከመስማቴ በስተቀር በምን ሁኔታና ደረጃ እንደቀየ አላወኩም። እንደገናም ከየት አካባቢ

ሲንቀሳቀስ ቆይቶ ወደ ሲዳሞ ሊላክ እንደቻለ ለማወቅ ባልችልም በመጨረሻ ገና ድሮ ለከሸፈውና ለተጨናገፈው የሲዳሞ የሠራዊቱ ወታደራዊ ኮሚሽን አባልና የሲዳሞ በይነ ቀጠና አባል ሆኖ እስከተያዘበት 1970 ዓ. ም. አጋማሽ ድረስ በሲዳሞ ቆይቷል። ጌታቸው ኩምሳ ድርጅቱ በሲዳሞ ሲደመሰስ የበግ ነጋዴ በመምሰል ለጊዜው ራሱን ሸሽጎ መቆየቱን ክፍሉ ታደሰ በመጽሀፉ ገልጿል። ጌታቸው ኩምሳ የበግ ነጋዴ መስሎ መደበቁን እንዴት ሊያውቅ ቻለ? ነገሩ እኮ ግልጽ ነው፣ ስለሆነም ዕቅዱ እንዲያዝና እንዲገደል ስለነበር ሳይውል ሳያድር በደርግ እጅ ሊወድቅ በቅቷል። ጌታቸው ኩምሳ የሚነገርለት ከሁሉም ጋር ተግባቢ እንደነበርና ድርጅቱ ካንዣበበበት ክፉ አደጋ ለማዳን ከአመራር እምብርት/ክሊክ የዋህ ተከታዮች ጋር በድፍረትና ተስፋ ባለመቁረጥ ሳይደክም ይወያይና ያወያይ እንደነበር ተወርቷል። ይህም ጥረቱ በየዕለቱ ሪፖርት ይደረግበት እንደነበርና እነዚያም ሪፖርት ያደርጉ የነበሩት የዋሆችም ጭምር ብዙም ሳይቀዩ ባንድነት የደርግ እራት ሆነዋል። ጌታቸው ኩምሳ ጠንካራና ከፍተኛ የሆነ የሥነሥርዓት ባሕል እንደነበረው ሁሉ እንኳንስ የእሱ የትግል ጓዶቹ ቀርተው ከክሊኩ ደጋፊዎች ጭምር ባድናቆትና በክብር ሲያሞግሱት ሰምቻለሁ። በእሥር ቤት እያለ እንካን እርስ በርስ በጎሪጥ ሲተያዩ ጌታቸው ኩምሳ ከሁሉም ጋር ሕይወቱን ጨካኞች እስከወሰዱበት ጊዜ ድረስ በመግባባት እንደቆየ ተወርቷል። ከአዲስ አበባ ወደ ሲዳሞ ከተላኩት አባላት በተለያየ ጊዜ ተይዘው ጥቂቶቹ አዲስ አበባ ከተወሰዱ በኋላ መስከረም 24 ቀን በ1978 ዓ. ም. ከሌሎች የኢሕአፓ ልጆች ጋር ከወህኒ ቤት አውጥተው በምሕረት ፍቺ ስም በገመድ እያነቁ ገደሏቸው። ተይዘው አዲስ አበባ ከተወሰዱት መካከል እነ መኮንን ባይሳ፣ አገሬ ምሕረቱና ሕይወት ተፈራ ይገኙበታል። ሕይወት ተፈራ በዕድል ለመትረፍ እንደበቃች ሰምቻለሁ።

11.4. መኮንን በላይ

አቶ ታክሎ ተሾመ የመኮንን በላይ ከሌሎች ጋር በጅምላ በደርግ ደህንነት ተጠሪ በፍሰሐ ደስታ ትዕዛዝ እንደተረሸነ ገልጸዋል (ታክሎ ተሾመ፣ 2፣ 160)። በቅድሚያ ፍሰሐ ደስታ የአስተዳደር ረዳት ተጠሪ እንጅ የደህንነት ተጠሪ አልነበረም። በወቅቱ የደርግ የደሕንነት ተጠሪዎች ኮሎኔል ተካ ቱሉና ሻለቃ ካሳሁን ታፈሰ ነበሩ። ሆኖም የተጠቀሱት ባለሥልጣኖች አንዳቸውም የመኮንን በላይ ግድያ አይመለከታቸውም። መኮንን በላይ ኮኮብ ተብሎ ይታወቅ የነበረው የኢሕአፓ የሕትመት ድርጅት ኋላፊ ነበር። የቀጠና ሁለትን መዋቅር እንደገና በማደራጀትና የተበተኑ አባላትን በማሰባሰብ ትልቅ ሥራ አከናውኗል። ግርማቸው ለማ ሲወድቅ ቀጠና ሁለትን ወክሎ በአዲስ አበባ በይነ ቀጠና ኮሚቴ ውስጥ ተቀምጦ ሳለ ተይዞ በከፍተኛ 25 እስር ቤት ውስጥ በከፍተኛ የማሰቃየት ምርመራ ሲፈጸምበት ቆይቶ ጥንካሬው እየሟሟ በመሄዱና የሳይናይድ ክኒን ባለመያዙ ከመንግሥት ጋር መተባበር ጀመረ። በደርግ ውስጥ ሰርገው በመግባት ከፍ ያለ አገልግሎት በማበርከት ላይ ስለሚገኙት ሁለት የኢሕአፓ ዋነኛ ሰርጎ ገብ አባላትን (በክፍሉ ታደሰ አባባል በማስጢራዊ መጠርያ ስማቸው

‘ደረጃ 1’ እና ‘ደረጃ 2’ የሚባሉትን) ለደርግ አጋልጦ ሊያሲዛቸው በመስማማት ላይ ደርሶ ምርመራው በአጥጋቢ ሁኔታ እየተካሄደ ሳለ ምስጢሩ ለሰርጎ ገቦቹ ለአንዱ (ለሽመልስ ማዘንጊያ) ጆሮ ይደርሳል። ወዲያውኑ ደርግ መኮንን በላይን ባስቸኳይ በቁጥጥሩ ሥር ለማድረግ ከፍተኛ 25 ባለሥልጣኖችን መኮንን በላይን ወደ ደርግ ምርመራ ክፍል እንዲያዛውሩት ጠየቀ። የከፍተኛው ባልሥልጣናት ደርግ ውስጥ ሰርገው የገቡ ከፍተኛ ባለሥልጣናትን ለማጋለጥ የተቃረበበት ሰዓት ስለነበረ ጠቃሚ የሆነ መረጃ ለማግኘት ስለተቃረብን ጥያቄውን ላለመቀበል በመወሰናቸው ይመልሷቸዋል። ከሻለቃ ብርሃኑ ከበደ የተላኩ ብረት ለበስ መኪናዎች የያዙ ወታደሮች ከፍተኛው በሜድ እስር ቤቱን ከበው በመስበር መኮንን በላይን ደርግ ምርመራ ክፍል ወስደው ሳይውል ሳያድር በጥድፊያ ገደሉት። ክፍሉ ታደሰ ለኢትዮጵያ ሕዝብ ያለበለዚያም ለቀድሞና በሕይወት ላሉ የፓርቲው አባላት እውነቱን ከመናዘዝ ፋንታ እንዲህ ብሎ ነበር ያለፈው። መኮንን በላይን ወደ ደርግ እስር ቤት እንዲዛወር ማን አዘዘ? ከደርግ ጋርስ እንዲያ እየተባበረና ብዙ መረጃዎችን እየሰጠ ሳለ ለምን እንደተገደለ እስከዛሬም ሚስጢር እንደሆነ ግልጽ አይደለም በማለት አበጥሮ የሚያውቀውን ጉዳይ እንደማያውቅ መስሎ በማደናገር የተንኮል ተግባሩ እንዳይታወቅበት ጥሯል። በክፍሉ ቋንቋ ደረጃ 1 እና ደረጃ 2 የተባሉትን ሰርጎ ገቦች ሰርገው እንዲገቡ ያደረጋቸው እሱና ዘሩ ክሕሸን እንደሆኑ ነው የተወራው። ክፍሉ ታደሰ ቢያንስ ታሪኩን እንኳን እንድናውቀው ቢረዳን መልካም ተግባር ነበር። ለማናቸውም ከሁለቱ ከፍተኛ ባለሥልጣኖች አንዱ በመጀመሪያ መኢሶንና በኃላ ገደማ ደግሞ በመገለባበጥ ወዝ ሊግን ሰርጎ እንዲገባ የተደረገው ሽመልስ ማዘንጊያ (79) እና መኢሶንን ሰርጎ እንዲገባ የተደረገው የዋሺንግተን ዲ. ሲ. ነዋሪ የሆነው ሲራክ በላይነህ እንደሆኑ ነው። ሲራክ በላይነህ መኢሶንን ሰርጎ ከገባ በኃላ በመኢሶን መዋቅር ከፍተኛውን ደረጃ የደረሰ የአመራር እምብርቱ/ክሊኩ ታማኝ ሰርጎ ገብ እንደነበር ይነገራል። መኮን በላይም ከከፍተኛ 25 ቀበሌ እሥር ቤት ባስቸኳይ ወደ ደርግ እንዲወሰድ የተደረገውም ቶሎ በመረሸን የሁለቱን ሰርጎ ገቦች ከፍተኛ ባለሥልጣናት ሕይወት ለማትረፍ ነበር። ምንም እንኳን የራሱን ድርሻና ሰርጎ ገብነት ቢደብቅም፣ የመኮንን በላይን አገዳደልና የተቀናቃኝ ባላንጣውን የሽመልስ ማዘንጊያን ሰርጎ ገብነት አስመልክቶ እራሱ ባለጉዳዩ ተስፋየ መኮንን እንዲህ ይላል፣ “… አቶ ሽመልስ ማዘንጊያ ይህ ሁኔታ ከመፈጠሩ ሦስት ወራት በፊት ቀደም ብሎ የኢሕአፓ የግድያ ስኳድ የበላይ ኋላፊ እንደነበረና በእሱ ትእዛዝ ብዙ ሰዎች መገደላቸውን በእሱ ስር ሆነው በተግባር የተሳተፉ ገዳዮች ተይዘው ታስረው የሰጡትን ቃል የከፍተኛ 25 አመራር ለኮ/መንግሥቱ ሪፓርት በማድረግ የአቶ ሽመልስ እጅ ተይዞ እንዲሰጣቸው የጠየቁበት ማመልከቻ ኮፒ ለእኔ ደርሶኝ ይህንኑ ለአቶ ሽዋንዳኝ በለጠ የማያውቀው ቢሆን እንዲያውቀው አድርጌ ነበር። በኋላ አቶ ሸዋንዳኝና አቶ ሽመልስ ይህንን በአቶ ሺመልስ ላይ የቀረበውን መረጃ ለማጥፋት ሻለቃ ብርሃኑ ከበደ የወታደር ኃይል ተጠቅሞ ከፍተኛ 25’ን ወርሮ

የተጠቀሱትን የኢሕአፓ ጠቃሚ ገዳዮችን ወስዶ ያለፍርድ በድብቅ እንዲገደልና ጉዳዩ በዚያ እንዲዘጋ ማድረጋቸውን ኮ/መንግሥቱ ያውቁታል (ተስፋየ መኮንን፣ 293-294)። ሻምበል ተስፋየ ርስቴም በበኩሉ "የከፍተኛ 25 ሊቀመንበርና ምክትል ሊቀ መንበር የነበሩት አየለ መንገሻና ሙሉነህ መንግሥቱ በኢሕአፓ አባልነታቸው ሽመልስ ማዘንጊያ እንዲገደሉ ተወስኖባቸው ደርግ ውስጥ በነበረ ከፍተኛ ባለሥልጣን ሕይወታቸው መትረፉን ይናገራሉ" (ሻምበል ተስፋየ ርስቴ፣ 160)። የኮሎኔል መንግሥቱ ኃ/ማሪያምንና የሽመልስን ማዘንጊያን ግንኙነት ለመደበቅ ደርግ ውስጥ በነበረ ከፍተኛ ባለሥልጣን ብሎ አልፎታል። ከክፍሉ ታደሰ፣ ዮናስ አድማሱ፣ ግርማቸው ለማና ዘሩ ክሕሸን ጋር በማበር ስንት ንፁህንን የረሸነውንና ያስረሸነውን ወንጀለኛ ለመንግሥቱ ኃ/ማርያም የግል ጥቅም ሲባል እንክብካቤና ልዩ ጥበቃ በመስጠት መኮንን በላይን ደርግ ጽ/ቤት ወስደው ቶሎ ረሸኑት። ሽመልስ ማዘንጊያ በከፍተኛ የግድያ ወንጀል ተይዞ ከፍተኛ ምርመራ ተካሂዶበት ከርቸሌ ገብቶ የሞት ጊዜውን እየተጠባበቀ ሳለ በኮሎኔል መንግሥቱ ኃ/ማርያም ትዕዛዝ እንዳይገደል ብቻ ሳይሆን ባስቸኳይ ተፈቶ ደርግ ጽ/ቤት የኢማሌድሕ አንዱ መሪ ሆኖ የተስፋየ መኮንንን ተቀናቃኝና በመሆን በአዲስ መልክ ትግል ሊጀምር በቃ። የወዝ ሊግ መሥራቾችና ነባር ታጋዮች ሲረሸኑ ወዲያውኑ ሰደድ በመሆን እስከ መጨረሻው ድረስ የኢሠፓ የፖሊት ቢሮ አባልና የርዕዮተዓለም ጉዳይ ኃላፊ ሆኖ ቀይቷል። ብዙ ቋንቋዎች ይናገራል ተብሎ የሚነገርለት ይኸው ጉደኛ ከሚናገራቸው ቋንቋዎች መካከል እንደ የአቶ ካሳ ከበደን የይሁዳዊያን ቋንቋም ጭምር እንደሆነ ነው።

11.5. ሻለቃ ብርሃኑ ከበደ እና ግርማቸው ለማ

አካባቢና ጓደኝነት ብሎም ገንዘብ፣ ሥልጣን፣ ዝና እና ወሲብ የሰውን ልጅ ባሕሪ እንደሚለውጥና እንደሚያጨማልቅ በተጨባጭ የተገነዘብኳቸው አያሌ ወታደራዊና ሲቭላዊ ባለሥልጣናት/ባለጊዜዎች ሲኖሩ ለአብነት በእነዚህ ሁለት ግለሰቦች ላይ እንመልከት። የመጀመሪያው የእኔው የፖሊስ ኮሌጅ ምሩቅ፣ በኋላም በኤርትራ ጠቅላይ ግዛት ፖሊስ ተመድበን በአንድነት በመሥራት ጓደኛየ የነበረው ሻለቃ ብርሃኑ ከበደ ሲሆን፣ ሁለተኛው ደግሞ ግርማቸው ለማ ነው። ብርሃኑ ከበደ ግድ የለሽና ስነፍ፣ ዝርክርክ፣ ጭንቅና ችግር የማይወድ የሐረር ልጅ፣ እረፍት ጊዜውን ከሐማሴን ቀንጆ የትራፊክ ሴቶች ጋር በመጨዋወት የሚያሳልፍ ልብሱን በሥነሥርዓት እንኳን አጽድቶና አስተኩሶ በደንብ መልበስ የማይችል (Shabby)፣ ተጫዋችና ሳቂተኛ (ከተግባቢነቱና ከመሳሳቁ የተነሳ አንቺ ነበር የምንለው) እና ጣጤ የነበረው ሰውየ የኋላ ኋላ ተገላብጦ ዓይን ያወጣ ጨፍጫፊ፣ ዘራፊና ነፍሰ ገዳይ መሆኑን ስሰማ ማመን አቅቶኝ ነበር። ሁለተኛው ከደግነትና የዋህነት ወደ ጭራቅነት የተለወጠው ኃጢአተኛ ደግሞ ግርማቸው ለማ ነው። ግርማቸው ለማን በሩቅ በዓይንና በዝና ከማወቅ በስተቀር በአካል ቀርቤውም አላውቅ። እሱን በደንብ የሚያውቁ ብዙ ወዳጆችና ጓዶች ነበሩኝ። ስለግርማቸው የሁሉም አባባል አንድ ዓይነት ነበር፣ ደግ፣ የዋህ፣ ቅንና ቸር

… ወዘተ የመሳሰሉትን መግለጫ ቃላቶች በመጠቀም ነበር የሚገልጹልኝ። ስለግርማቸው ለማ ከመናገሬ በፊት ክፍሉ ታደሰ የዝሆን እንባውን እያወረደ "የአስራ አምስትና የአስራ ስድስት ዓመት ሕጻናት ተረሽነውና ሬሳቸው በአዲስ አበባ አደባባዮች ላይ ተወርውሮ ፀሀይ ሲመታቸው ተመልክቻለሁ" በማለት "ርኅሩሁና ደጉ"፣ "ቸሩና ሰብዓዊነት ያጠቃው" ክፍሉ ታደሰ በመጽሀፉ ጠቅሷል። ማን ነበር እነዚያን ሎጋ ሕጻናት ሽጉጥ እያስታጠቀ ለግድያና ለሽብር ተግባር ያሰማራቸው የነበረ። ማሰማራት ብቻ ሳይሆን ዕቅዱን የሚነድፍና የሚያወጣ፣ ብሎም ትዕዛዝና መመሪያ የሚያስተላልፍ፣ የሽብር ፈጠራውና የግድያው ጠቅላይ አዛዥ እሱና ዘሩ ክሕሽን አልነበሩምን? ያ ግሩም፣ ደግ፣ የዋህና ደመዎዙን ሁሉ ለችግረኞች ጓደኞቹ ያውል የነበረው መልካምና እርህሩህ እየተባለ በብዙዎች የሚታወቀውን ግርማቸው ለማን ለዕኩይ ዓላማው ተብትቦና ጠምዝዞ ገሀነም ከሆነ ተግባር እንዲሰማራ አደረገው። የቀድሞው የቀዳማዊ ኃይለሥላሴ ዩኒቨርሲቲ የሕግ ምሩቅ የነበረው ግርማቸው ለማ ከክፍሉ ታደሰ ጋር አብረው አኢሰማ ስለሚሰሩ ለተቀደሰ ተግባር የቀመ በመምሰል አታሎ ቀልፎ ያዘው። በግድያውና በሽብር ፈጠራው ተግባር ለማሳተፍ የአዲስ አበባ በይነ ቀጠና ፀሀፊ በማድረግ ለግድያው የስኳዱ የበላይ በመሆን ከእነ ዮናስ አድማሱና ሽመልስ ማዘንጊያና ከጎንደሬው ወርቁ ገበየሁ ጋር በማበር አያሌ ግለሰቦችን እንዲገደለና እንዳስገደለና ያለጊዜውና ምንም ለሀገሩ ሳይጠቅም በከንቱ ቀርቷል።

በሌላ አካባቢ እንደተገለጸው ግርማቸው ለማ ጌታቸው ማሩን ሲበዛ የማይወደው እንደነበረ ተነግሮኛል። በተመሳሳይም ሁኔታ ጌታቸው ማሩ ግርማቸው ለማን የመንግሥት ሰላይ ነው እያለ ይወነጅለው እንደነበረ ጭምር ተነግሮኛል። የእነ ጌታቸው ቡድን ርማቸው ለማ ከመንግሥት ጋር ግንኙነት እንዳለው ይወነጅሉት እንደነበር ተወርቷል። በነገራችን ላይ ግርማቸው ለማ ሐረር የሚገኘው የቀዳማዊ ኃይልሥላሴ ጦር አካዳሚ ዕጩ መኮንን ነበር፣። ግርማቸው ለማ በአካዳሚው የሚሰጠውን ስልጠና ሳያጠናቅቅ ተሰናብቷል። በሌላ በኩል ግርማቸው ለማ የሐረርጌ ተወላጅ ነበር። ያም ሆነ ይህ ስልጠናውን ሳይጨርስ ቢወጣም የወታደራዊ ስሜቱ ከፍተኛ እንደነበረ ነው። በጦር አካዳሚው ቆይታውና በሐረር ተወላጅነቱ ከአያሌ የጦር አካዳሚ ልጆች ጋር በተዘዋዋሪም ሆነ በቀጥታ ትውውቅና ወዳጅነት ነበረው። በደርግ አካባቢ ከሚገኙ የጦር አካዳሚ ምሩቅ ከሆኑ ባለሥልጣናት ጋር ሲገናኝ ቢታይ እንደሰላይነት ወይም እንደተባባሪነት ሊያስቀጥረው አይገባም የሚል ዕምነት ይኖረኛል። ይኸማ ከሆነ ጌታቸው ማሩ ከወንድሙ ከደርግ አባሉ የመቶ አለቃ መለስ ማሩ ጋር በየጊዜው ስለሚገናኝ የመንግሥት ሰላይ ነው ተብሎ ሊጠረጠር ነው ማለት ነውና። የሚያውቁት ሁሉ ሲነግሩኝ ግርማቸው አይጠጣም፣ አያጨስም ነበር። ገንዘቡን ሁሉ የሌላቸው ጓደኞቹን በመርዳት ነበር አብዛኛውን ሕይወቱን ያሳለፈው። ከሁሉም ወገን ማለትም ከ"አንጃ"ም ከሊክም በኩል ነበር እንደተነገረኝ ግርማቸው ለማ ሲበዛ ደግ፣ የዋህና ቅን ነበር ነው የሚሉት። በነገራችን ላይ የቤት

ኪራይ ከሚከፍልላቸው አንደኛው አስፋው ይባላል። አስፋው ከነዘሩ ክሕሽንና ክፍሉ ታደሰ በተሰጠው የምስጢር መመሪያ መሰረት ግርማቸውን ይዞ ካዛንችስ ወደሚገኘው ቤቱ ይዞ ሲሄድ ቤቱን ሲከፍት ከውስጥ ወታደሮች ከፍተው ገብተው ይጠባበቁ ስለነበር በግርማቸው ላይ ተኩስ ከፈቱበት። "ባጎረስኩኝ እጄን ተነከስኩኝ" ሆንና። ነገር ግን በኢሕአፓ አመራር ላይ በነበረው አለመጠራጠር ያለበለዚያም በመኢሶማ ከክፍሉ ታደሰ ጋር አብሮ በመሥራት ባደረበት ጭፍን ዕምነት እና መለኮታዊ አስተሳሰብ በድርጅቱ ውስጥ ተንኮል ይኖራል ብሎ አይጠራጠርም ነበር። የፀረ ዲሞክራሲና ፀረ-ኢሕአፓ ተግባራቸውንና ማንነታቸውን ባለመረዳቱ የትግል ጓደኛውን ከሌሎች ጋር በመሆን አስገድሎ ሬሳውን በሰሌን እስጠቅልሎ መጸዳጃ ቤት አካባቢ አስቀምጦ ከአስፋውና ከሌሎች ጋር ከቤት ወጥተው ቢያመልጥም ሳይውል ሳያድር ሕይወቱን ሊያጣ ቻለ። የሚሄድባቸውን ቤቶች የደርግ ወታደሮች በቅድሚያ አውቀው አስቀድመው በቤቶቹ ውስጥ ገብተው ለማድፈጥ መቻላቸውን አስመልክቶ ብዙ ተወርቷል። ተጋኖ የተወራው ግን ከክፍሉ ታደሰ፣ አስፋው እና ከነጌታቸው ማሩ ቤተሰቦች ጋር በተያያዘ ነው።

11.6. የሀገር ቤቱ መኢሶን

በኢሕአፓም ሆነ በመኢሶን ለአንድነትና ለድል እንቅፋት በመሆን የኢትዮጵያ ሕዝብን ጠላቶች ለድል ያበቁት የሁለቱም ድርጅቶች አመራር ከውጭ ተሰባስበው አዲስ አበባ ከገቡ ጊዜ ጀምሮ እንደሆነ ታውቃል። በሀገራችን የብሔሮችን ጥያቄ አስመልክቶ የውጩ የመኢሶን አካል በወቅቱ ያራምድ ወይንም ይከተል የነበረው ልክ የቀድሞው የሰሜን አሜሪካ የኢትዮጵያ ተማሪዎች ማሕበር ነሐሴ 1961 ዓ. ም. ባደረገው 17ኛ ጉባዔ ላይ ባሳለፈው ውሳኔ መሠረት የሀገራችንን የብሔረሰቦች ጥያቄ የተነተነው ከክልልተኛነት (regionalism) እንፃር አድርጎ ስለነበረ፣ የአልጄሪያው ቡድን የውጩ የመኢሶን አቃምና አመለካከትም ከሰሜን አሜሪካው ጋር ተመሳሳይነት ያለው ሆኖ ስለታያቸው ከመኢሶን ጋር ተቀላቅለው ለመታገል የነበራቸውን ዕቅድ ለመሰረዝ ምክኒያት ሆነ። የውጩ መኢሶን መሪዎች ይህንን የሰሜን አሜሪካውን አቃም ስህተት መሆኑን እያመኑ ሆኖም ልክ እንደ ሀገር ቤቱ የመኢሶን አካል ኢትዮጵያ የብሔሮች እሥር ቤት መሆኗንና ሊከተሉት የሚገባውም መርሆ የብሔሮችን የራስን ዕድል በራስ የመወሰን መብት መሆኑን ማመናቸውንና መቀበላቸውን በቃል ብቻ ሳይሆን በጽሁፍ መልክ በመግለጽ ለማሳወቅ መቻል ነበረባቸው። በጽሁፍ ለመግለጽ ለምን እንዳልፈለጉ ምክኒያቱን አላወኩም። ያም ሆነ ይህ ያ እንደ ምክኒያት ተቀጥሮ ሁለቱ ወገኖች ተከፋፍለው እርስ በእርስ እየተበላሉና እየተወነጃጀሉ የኢትዮጵያን ሕዝብ በደሉት፣ አገሪቷን ከፋፈሏት። ከላይ የተጠቀሰውን ችግር ባጭሩና በቀላሉ በመፍታት አንድ ለመሆን በጥረት ላይ እንዳሉ ሕግሀኤ በቅርብ የአልጄሪያን ቡድንን በሚገባ በስውርና በቀጥታ ይከታተልና ይቆጣጠር ስለነበር ሳይውል ሳያድር የአልጄሪያው ቡድን በዚሁ በብሔሮች ጥያቄ ላይ ለሁለት ተከፋፈለ። ባንጻሩ በአቶ ዳንኤል ታደሰና

የትግል አጋራቸው በነበሩት ዶ/ር ወርቁ ፈረደ ይመራ የነበረው የሀገር ቤቱ መኢሶንና በኢሕአድ መካከል እምብዛም ልዩነት አልነበረም። ከውጭ ከነበረው የመኢሶን አመራር በስተቀር በሀገር ቤት የነበሩ የግራ ስብስቦች ሁሉ በአንድ የድርጅት ጥላ ሥር ባይሰባሰቡም ከሞላ ጎደል ተመሳሳይ የፖለቲካ አመለካከትና በወቅቱ የሀገሪቱ ሁኔታ ትንተና ላይም ተመሳሳይ ግንዛቤና እምነት ነበራቸው።

መኢሶንና ኢሕአፓ እስከተወሰነ ጊዜ ድረስ በአንድነት ተጋግዘውና አብረው ሲታገሉ የቆዩ የአንድ አካል ውጤት ነበሩ። የነበረውንም ልዩነት ቢሆን በቀላሉ በውይይት ፈትተው አንድ ውል ላይ ይደርሱ ነበር። ቤቱ መኢሶን ከምዕራባዊ ተሸክመው ያመጡትን የንድፈ ሀሳብ ጥናትና ውይይት ከሀገራቸው ተጨባጭ ሁኔታ ጋር ፊት ለፊት ሲጋፈጡና ይበልጥ የሀገራቸውን ታሪክ ሲያነቡ በውጭ ሀገር ከቀረው መኢሶን ጋር በዋና ዋና የትግልና የፖለቲካ መሥመሮችና አቋሞች ተለይተው መሄድ ጀመሩ። ከሁሉም ይበልጥ ግን በሀገር ቤት የተቋቋመ በመሆኑ ከባዕዳን ኃይል ቁጥጥርና ውክልና ነፃ ነበሩ። ምንም እንኳን ኢሕአፓ በሲ. አይ. ኤ. የሚረዳ ድርጅት እንደሆነ ዶ/ር ወርቁ ፈረደና አቶ ዳንኤል ታደሰ እምነት ቢኖራቸውም (ትግላችን፣ 4፣ 51) በወቅቱ እንደነበሩት እንደማንኛውም አብዮታዊ ቡድኖች ሁሉ በሀገር ቤት የነበረው የመኢሶን አካል አከራካሪ በነበረው በጊዜያዊ ሕዝባዊ መንግሥት መፈክር ሳይቀር ከተቀረው የኢትዮጵያ ተራማጅ ኃይል ጋር ጎን ለጎን በመጓዝ ተመሳሳይ ጥያቄዎችንና የፖለቲካ መሥመር እስከ የካቲት 1967 ዓ. ም. አጋማሽ ድረስ አራምዷል። ጊዜያዊ ሕዝባዊ መንግሥት መፈክርንም አስተጋብተዋል። ምን ይደረግ ለሚለው ጥያቄም ተመሳሳይ ምላሽ አቅርበዋል። የጊዜያዊ ሕዝባዊ መንግሥት መመሥረት አስፈላጊነትን በማመን አዲሱን የወታደር መንግሥት እንደማይቀበሉ ገልጸዋል። የሰፊው ሕዝብ ድምፅ ደርግን መቃወማቸው ብቻ ሳይሆን የጊዜያዊ ሕዝባዊ መንግሥትን መመሥረት አጥብቆ ይጠይቅ ነበር። ከኢሕአፓ እና ከሌሎች የግራ ኃይሎችና ተራማጆች ጋር ተመሳሳይ አቋም በመውሰድ በሰፊው ሕዝብ ድምፅ አራተኛው ርዕስ ላይ ኢትዮጵያ ሪፐብሊክ እንድትሆን ጠይቀም ነበር። በሀገር ቤቱ የነበረው የመኢሶን አመራር የጊዜያዊ ሕዝባዊ መንግሥት መፈክርን ደግፎ ሲወጣ የኬ. ጂ. ቢ.'ን ባለሟሎች እነነገደ ጎበዜን አማክረው ሳይሆን፣ የአገሪቷን ተጨባጭ ሁኔታ በቅርብ ሆነው በማጤናቸውና በመመርኮዛቸው በራሳቸው እምነት ነበር ያደረጉት። ባጠቃላይም ከ1966 ዓ. ም. የሰኔ ወር አጋማሽ እስከ 1967 ዓ. ም. መጨረሻ ድረስ ኢትዮጵያ ውስጥ የነበረው የመኢሶን ቡድን የተቃዋሚው ጎራ ይከተላቸው የነበሩትን ፖሊሲዎች ሲያራምድ ቀይቷል። የመኢሶን አቋምን ሌሎች የተቃዋሚ ድርጅቶች ያራምዱ ከነበሩት መለየት ከቶም አይቻልም ነበር። የቀድሞ መንግሥት ባለሥልጣናትንም ሆነ የጄኔራል አማን አንዶምን ያለፍርድ መገደል ኮንኗል። ከዚህም በላይ በኤርትራ የሚያካሂደውን ጭፍጨፋ አውግዟል። ደርግ ሥልጣን በያዘ ጥቂት ሳምንታት በኋላ የወጣው የሰፊው ሕዝብ ድምፅ ዕትም "ጥቂት ወታደሮች" ብሎ በመሰየም ከዲሞክራሲያ በተመሳሳይ መንገድ ነቀፌታን አቅርቧል። አቶ ዳንኤል ታደሰና ዶ/ር

ወርቁ ፈረደ የሰፊው ሕዝብ ድምጽ ጋዜጣ ዝግጅት የቦርድ አባላት ነበሩ። በአቶ ዳንኤል ታደሰና በዶ/ር ወርቁ ፈረደ ይመራ የነበረው የዚያን ዘመኑ የሀገር ቤቱ መኢሶን ከኢሕአፓ ጋር እምብዛም ልዩነት አልነበራቸውም፣ የሀገር ቤቱ መኢሶንና ኢሕአፓ ለየቅልም ይሁን በጋራ አንድ አቋም ይዘው የተሰለፉበት ሌላው ጥያቄ በብሔረሰቦች ጥያቄ ላይ የነበራቸው አቋም ነበር። ገና ድሮ በሐምሌ ወር 1963 ዓ. ም. የሀገር ቤቱ የመኢሶን አካል ስለብሔር ጥያቄ የነበረው አቋም ከኢሕአፓ ጋር እንደማይለያዩ አቋማቸውን እንዲህ ሲሉ በመግለጽ የውጩን የመኢሶን'ን ቡድንን ለማሳሰብ ጥረዋል።

እኛ ሀገር ቤት ያለነው የመኢሶን ቡድን በብሔር ጥያቄ ያለን አስተያየት ሁሉ 'ጥላሁን ታከለ' ከጻፈው ጋር ተመሳሳይና አንድ ዓይነት እንደሆነና፣ የኢትዮጵያን የብሔር ጥያቄ በሪጂናሊዝም መልክ መውሰድ ወይንም በአሲሚሌሽን ቲዎሪ ማስረዳት ማርክሲስታዊ አለመሆኑን የውጩን የመኢሶን'ን ክፍል አስጠንቅቀዋል። በኢትዮጵያ ውስጥ የብሔር ቅራኔዎችና ጭቀናም እንዳለ ሁሉ በማሳሰብ የውጩ መኢሶን ይህንን ካላመነና ካላወቀ የሚካሄደው ንቅናቄ አንዳችም መልካም ፍሬ እንደማያስገኝ አጥብቀው በማስጠንቀቃቸው የውጩ መኢሶንም ተመሳሳይ አቋምና አመለካከት ለመከተል ተገዷል። የውጭ ሀገሩ የመኢሶን አመራር ሀገር ቤት ገብቶ በሀገር ቤቱ አመራር ላይ ተፅዕኖ አሳድሮ እስካዛነፈው ጊዜ ድረስ የሰፊው ሕዝብ ድምፅ በመባል ይታወቅ የነበረው የመኢሶን ሳምንታዊ ጋዜጣ ድርጅቱ የፖለቲካ መስመራቸውን እስከቀየሩበት ሚያዚያ ወር 1967 ዓ. ም. ድረስ ከኢሕአፓው የዲሞክራሲያ ጋዜጣ ጋር በቅርጽና ባቀራረብ ዘዴ ካልሆነ በስተቀር በይዘት በመካከላቸው ጉልህ የሆነ ልዩነት አልነበራቸውም። ተንኮል መኖሩን ያልተረዳውን እውነተኛ የሕዝብ ልጅ ዶ/ር ኃይሌ ፊዳን ፊት ለፊት በማቅረብና መሪነቱን በመስጠት በጀርባ የሚያሽከረክሩት የውጩ አመራር ሀገር ቤት እንደገቡ በመኢሶን ውስጥ ወዲያውኑ አንዳንድ ለውጦች ማካሄድ ተሯሯጡ። የሰፊው ሕዝብ ድምጽ ጋዜጣ ደርግን መቃወም ብቻ ሳይሆን የጊዜያዊ ሕዝባዊ መንግሥትን መፈክር በማስተጋባት ለምሥረታው አጥብቆ ይጠይቅ ነበር። ምን ይደረግ ለሚለው ጥያቄም ተመሳሳይ ምላሽ አቅርቧል። የጊዜያዊ ሕዝባዊ መንግሥትን አስፈላጊነት በማመን አዲሱ በሕዝብ የሚመሰረተውን መንግሥት እንደሚቀበሉ ገልጸዋል። ልክ ከውጭ እንደመጣው ኢሕአፓ የውጩ የመኢሶንም አመራር በድርጅቱ ውስጥ ጠንከር ያለ ውስጠ ፓርቲ ትግል በማካሄድ እስከ 1967 ዓ. ም. አጋማሽ ድረስ ድርጅታችን ስህተተኛ መስመር ነበረው ብለው በማተት የመስመር ለውጥ አደረጉ። ከለውጡ ጋርም የድርጅቱ የማዕከላዊ ኮሚቴ አመራር ለውጥ እንዲደረግ የግድ ነበር በማለት የድርጅቱ ጋዜጣ ገልጿል። በድርጅቱ አመራር ውስጥ የበላይነትን ያረጋገጠው ከውጭ የመጣው አዲሱ ቡድን ደርግ የንዑስ ከበርቴውን መደብ የግራ ክንፍ የሚወክልና ቢያንስ ለዲሞክራሲ ለውጦች የሚታገል ኃይል ይሆናልና ከእርቅ ጋር ጊዜያዊ ወዳጅነትን ለመፍጠር ይቻላል ብሎ ደመደመ። ክፍሉ ታደሰና ታክሎ ተሾመ በመጠኑ የነካኩትን ዘግናኝ ድርጊት ለማውሳት ልሞክር። በጥር 22 ቀን 1969 ዓ. ም. አዲስ

አበባ ዩኒቨርሲቲ በዶ/ር ነገደ ጎበዜ የሚመራ የመኢሶን ቡድን በስድስት ኪሎ የሚገኙትን ተማሪዎች ሰብስበው በኢሕአፓና በመኢሶን መካከል ክርክር ሊያካሄድ ሲሞክር የተማሪዎቹ አመለካከትና መልስ ያስደነገጠው ዶ/ር ነገደ ጎበዜና መስፍን ካሱ ኢሕአፓ አመራሩን ሊጨብጥ ነው በሚል ፍራቻ እነ መረራ ጉዲናን በማስተባበር ከዩኒቨርሲቲው ፊት ለፊት ከሚገኘው ቀድሞ የልዑል አልጋወራሽ መኖሪያ ቤት የነበረውና በኋላ የሕዝብ ድርጅት ጉዳይ ጽ/ቤት፣ ቀይቶም ወደ የየካቲት 66 የፖለቲካ ትምህርት ቤትነት የተለወጠው ዘንድ በመሄድ ሌሎች ተማሪ ያልሆኑትን የመኢሶን ጀሌዎች አስከትለው ወደ ዩኒቨርሲቲው በመመለስ ከፊሉን ከተሰብሳቢዎቹ መሀል በማስገባት ከፊሎቹን ደግሞ ከስብሰባው በስተውጭ በኩል በማሰለፍ ትኩስ ከውስጥም ከውጭም ከፈቱባቸው። በወቅቱ ነገደ ጎበዜና መስፍን ካሱ ክላሽንኮቭ በማንገት በተሰብሳቢዎቹ ላይ ይተኩሱ እንደነበረ ያጫወቱኝ ወገኖቹ ብዙ ናቸው። ታዲያ ይህንን ያልታሰበ የጭፍጨፋ ድርጊት የፈጸሙት የመኢሶን አመራር አባላት ከመረራ ጉዲና በስተቀር ሁሉም ከውጭ ሀገር ወደ ሀገር ቤት የገቡት የውጭ ሀገሩ መኢሶን አባላት የነበሩ መሆናቸውን ዋሺንግተን ዲ. ሲ. ነዋሪ የሆኑት ሁለት ወዳጆቼ አጫውተውኛል። ምንም እንኳን ሻምበል ተስፋየ ርስቴ መስፍን ካሱ በሕይወት እንዳለ አድርጎ፣ "... የመጨረሻውና እድለኛው ቡድን በደቡብ ኢትዮጵያ በሲዳሞ በኩል የወጡት እነአንዳርጋቸው አሰግድ፣ ዶ/ር መስፍን ካሱና ሌሎችም ነበሩ ..." (ሻምበል ተስፋየ ርስቴ፣ 118) ብሎ ቢነግረንም ሲዳሞ መያዙን እና በእሥር ቤት ቀይታው ስላሳለፈው የጭካኔ ምርመራው ተስፋየ መኮንን እንዲህ ይላል፣ "ከመኢሶን አመራር ውስጥ ማንም ባልገመተው ሁኔታ መከበርን ከጠላቶቹ አግኝቶ የሞተ ቢኖር አቶ መስፍን ካሱ ነበር። የተያዘው ደክሞት መንደር ገብቶ ሳይሆን ፍፁም ምሁራዊ ቁመናውን ገፎ ጥሎና አለባበሱንም ከገበሬ አለባበስ ጋር አመሳስሎ አዲስ አበባ ውስጥ በመግባት የመኢሶን የከተማ ድርጅት ለመቃጠር ሲሞክር ነው ..." (ተስፋየ መኮንን፣ 275)።

11.7. ዶ/ር ተስፋየ ደበሳይ

ዶ/ር ተስፋየ ደበሳይ መልካም አስተማሪና የፍልስፍና ምሁር እንጂ የፖለቲካ ለዚያውም ተንኮልና ሸር ለበዛበት የሀበሻ ተንኮል ተስማሚ ፍጡር እንዳልነበረ የሚያውቁት ይናገራሉ። በልጅነቱ በአጋሜ አውራጃ በካቶሊክ ትምህርት ቤት ያደገና ከዚያም በወጣት ዕድሜው ጣሊያን ሀገር ልድቁንና ለቄስንት ትምህርት ተልኮ በካቶሊክ የከፍተኛ ትምህርት ቤትና ከዚያም በጣሊያኑና በጀርመኑ የስዊስዘርላንድ ክፍለ ግዛቶች የቀየ ነበር። ከዘሩ ክሕሸንና ከዳዊት ሥዩም እና ጋይም/ገብረእግዚአብሔር ጋር ዘመዳሞች እንደነበሩ ብዙዎች ይናገራሉ። ዶ/ር ተስፋየ ደበሳይም ወደ ትግል መድረኩ ብቅ ያለው በኋላ ቢሆንም እና አብዮታዊና አንጋፋ ታጋይ ባይሆንም ወደ መድረክ ብቅ ካለበት አንስቶ በጎኑ በነበሩት በሀገር ልጅነትና በአብሮ አደግነት ምክኒያት ተተብትቦ በመያዙ ባለማገናዘብና ባለመጠራጠር የሚሰጠው ምክርና ሀሳብ ሁሉ እውነትና በሀቅ ለአገርና ሕዝብ

የሚጠቅም እየመሰለው በቅንነት ያለማወላውል ሲፈጽምና ሲያስፈጽም እንደቆየ የጥቂት ጓዶቹና የራሴም እምነት ነው። የሻዕቢያ ወዳጅ ወይንም የሌላ የባዕድ አፍቃሪ ቢሆንማ ኖሮ እነ ጌታቸው ሽበሽና ነገደ ጎበዜ በቀጥታም ሆነ በተዘዋዋሪ እሱን ማሳደዳቸውን እንዲያቆሙ ይነገራቸው ነበር ያለበለዚያም የእንቅስቃሴ አቅጣጫውን እንዲቀይር ምክር ይለገሰው ነበር። ይህ ጀግና ለኢሕአፓ ህልው እና ለኢሕአፓ አባላት ደህንነት ውድ ሕይወቱን ያለማወላወል የሰዋ፣ ታግሎ ያታገለ መሪ ከመሆኑም ባሻገር ለኢትዮጵያ አንድነት የማያወላውል ጠንካራ አቋም እንደነበረው ከሚያውቁት የአዲ ኢሮብ ጓዶቹ ከነአብርሃም፣ ግደይና አሚር፣ ተሰማ ብሥራት ገልጸውልኛል። የሚወደውን ድርጅቱንና የድርጅቱን አባላት ሕይወትና ደህንነት እንዲሁም ሰነድና ምስጢር ለመጠበቅ ሲል የእራሱን ውድ ሕይወት አሳልፎ በመሰዋት ለጊዜውም ቢሆን የቀሰለውን ድርጅቱን ለወር ያህል እንኳን አቀየ። ጓዶችን በመጠኑም ቢሆን አተረፈ፣ ሰነድና ምስጢራችንን ለጊዜውም ቢሆን አስጠበቀ። ለሲ. አይ. ኤ.'ም ሆነ ለሞሳድ ወይንም ለኬ. ጂ. ቢ. በወኪልነት ያላገለገለ መሆኑን በደሙ አስመሰከረ። ጥቂቶች የሻዕቢያ ወዳጅ ነው እያሉ እንደሚወነጅሉት በእርግጠኝነት ወዳጅ አለመሆኑን በደሙ አስመሰከረ። ቢሆንማ ኖሮ ጭራሽኑም የሚከታተለውም አይኖርም ነበር።

እንደነክፍሉ ታደሰ፣ ሳሙኤል ዓለማየሁ፣ ዮናስ አድማሱ በየጊዜው ሊያዝ ሲል "ለጥቂት" አመለጠ፣ በተዓምር ዳነ እየተባለለት በመጨረሻ አሲምባ ወይንም በጊምድር ያለበለዚያም ከባለቤቱና ከድንቅየ ልጁ ጋር ተያይዞ ወደ አውሮጳ ይጓዝ ነበር። በድርጅቱ ውስጥ በተከሰተው ቀውስ በዲሞክራሲያው መንገድ በውይይት ሊፈታ ሲችል ውይይት እንዳይካሄድ ከጎኑ የተሰለፉት "ጓዶች" መሳይ አወናባጅነት ዶ/ር ተስፋየ ደበሳይ ነገሮችን ማጤንና ማስተዋል እንዲያቅተው አደረጉት። ከአንድ አካባቢ ተወልዶ ማደግና አብሮ አደግነት ብሎም ዝምድና አሳስቶታል። ድሮውንም ጠልፈው ያስገቡት ብርሀነመስቀል ረዳን በዘዴ ካስወገዱ በኋላ ተስፋየ ደበሳይን ለጊዜው በማዕከልነት ይዘው እንደ አማን አንዶምና እንደ ተፈሪ ባንቲ በጡንቻነት ለመጠቀም በመፈለጋቸው እንጂ አምነውበት አልነበረም። ፓርቲው በቂ የፖለቲካ ሥራ ሳይሰራና አስፈላጊው ሁኔታ ሁሉ ሳይከናወን ወደ ወሎ እንዲሰማራ መመሪያ የሰጠው ዶ/ር ተስፋየ ደበሳይ ነው። ዶ/ር ተስፋየ ደበሳይ ይህን ያልተጠናና አደገኛ የሆነ መመሪያ የሰጠው በወታደራዊ ኮሚሽን ሊቀ መንበሩ ዘሩ ክሕሸንና በክፍሉ ታደሰ በተሰጠው ምክርና ጥናት ተመርኩዞ እንደሆነ ነበር። የፖለቲካ ሥራ እንደተሰራና እንደተሟላ ሆኖ ነበር ሪፖርት የተደረገለት። ዶ/ር ተስፋየ ደበሳይም እንደባትሪ በመሞላቱ ድርቅ ብሎ የማዕከላዊ ኮሚቴ ውሳኔ ነውና ውሳኔው በግድም በውድ መፈጸም ይኖርበታል ብሎ ትእዛዝ በመስጠቱ እንደሄዱና ያስከተለውን መከራና አደጋ ሁሉ በምእራፍ አሥራ ሦስት ተገልጿል። የሠራዊቱ የወታደራዊ አመራር ሆኑ የሠራዊቱ ኮሚሳር ሁሉ ተቃውሟቸውን ቢያሰሙም ተስፋየ ደበሳይ እውነተኛ የአምባገነንነት ባሕሪ ተላብሶ ለውይይት እንኳን ዕድል አልሰጣቸውም። በደፈናው

የፓርቲው ውሳኔ በመሆኑ ሊቀየር አይችልም የሚል ምንችክ ያለ መልስ ዶ/ር ተስፋየ ደበሳይ በመስጠቱ ትዕዛዙን ተቀብለው እንደተንቀሳቀሱ ሁሉ ተናግሯል። ሻምብለ ተስፋየ ርስቴ "ተስፋየ ደበሳይ ለማስተማር መጥቶ ከክፍል ሲወጣ ገብረሥላሴ ዘድንግልን፣ ኪዳነ ተስፋየንና መሰለ ሐጎስን ለብቻቸው ጠርቶ ሳያነጋግር አይመለስም" በማለት ዘረኛ አድርጎ እንደሚኮንነው አልነበረም ተስፋየ ደበሳይ። ይህ ውንጀላ ሙልጭ ያለ በኢሕአፓ ላይ በተመሰረተ ጥላቻ የተፈጠረ አባባል ነው። በኢትዮጵያ አንድነት ላይ እንደ ዘመዶቹና የአዲ እሮብ ሕዝብ ኩሩ የሆነ ኢትዮጵያዊ አቋም እንደነበረው ከላይ ተገልጿል።

ዘረኛ ሆኖ ለሻዕቢያ ቢቀምማ ኖሮ ከፎቅ ተወርውሮም አይሞትም ነበር። ፖሊስ ኮሌጅ ሲመጣ እንግሊዘኛ ቋንቋው እስከዚህ አልነበረም፣ አማርኛ በደንብ አጣርቶ አይናገርም፣ ባጋጣሚ የትግራይ ልጆች በመሀል መኖራቸውን እራሳቸው ሄደው ቀረቡት፣ እሱ አልጠራቸውም። ይህም ደግሞ በራሱ የመተማመን ብቃት ሰጠው። እንደልቡ በቋንቋው የሚያወያዩት ሰዎች ሲያገኝ ደስ ይለዋል። አትቅረቡኝም ብሎ አያርቃቸውም፣ በሌላ በኩል ፖሊስ በመሆናቸው "የፖሊስ ዘመድ፣ የቤንዚን አመድ" የሚለውን አባባል በልቦናው በመያዝ ምን ይሆኑ፣ ምን ይታወቃል በማለት ሲቀርቡት በጥንቃቄ እያወያየ መሸኘት ይኖርበታል። የራሴን ኮርስ እንደማስረጃ ላቅርብ። ኤርትራዊው ሀዲስ ስዩም ከእኛ ጋር ይገኛል። ሻምበል ተስፋየ ርስቴ የጠቀሳቸው ሁለቱ የትግራይና አንዱ የኤርትራ ልጆች የአማርኛቸ ችሎታቸው እንደአማራ ተናጋሪ ነበር። ሀዲስ ስዩም ግን የሚንተባተብ ገና ተለማማጅ የነበረ ኤርትራዊ ነው። ኮካ ኮላ ጠጣሁ ለማለት ኮካ ኮላ በላሁ፣ ፋንታ በላሁ የሚልበት ጊዜ ነበር ከኤርትራ ተመልምሎ ፖሊስ ኮሌጅ ሲገባ። ኪዳነ ተስፋየም ኤርትራዊ ነው። ታዲያ ተስፋየ ደበሳይ የሀዲስ ስዩምን አማርኛ እየሰማና መልኩም ከሌሎቹ ይበልጥ ጥርት ባለ መልክ የትግራይነት (ኤርትራዊነት) መልክ ያለው መሆኑን እያወቀ አንድም ቀን ጠርቶ አነጋግሮት አያውቅም። እንግዲያውስ ከክፍል ሲወጣ ሁልጊዜ እየተከታተልን እናነጋግረው የነበርነው አብዛኛውን ጊዜ የአማራዎቹና ጉራጌው ሽብሩ ታደሰ፣ ደምሴ ተከተል፣ እኔ እራሴ፣ ወገኔ ገነነ፣ መስፍን ታደሰና ታደሰ አስፋው ነበሩ። ታዲያ ሲወጣ እየተከተልን እናነጋግር የነበረው ትምህርቱ (በዚያን ጊዜው ሎጂክ ይባል የነበረው ኮርስ) ከቃላቶቱ ጀምሮ የኮርሱ አጠቃላይ ተፈጥሮ በመቸገራችን የመጀመሪያው ወቅት ከክፍል በኋላ እየያዝን እናስቸግረው ነበር። አንድም ቀን ሀዲስ ስዩምን ተጠግቶ አያውቅም። ከዚህ ሳልርቅ እዚሁ እያለሁ ምን ያህል በተስፋየ ደበሳይ ላይ ጥላቻ እንዳለው የሚያመለክተው የፖለቲካ ቢሮ አባል የነበረውን ጌታቸው ማሩን መስፍነ ሐረር/በላይ ዘለቀ አካባቢ ከሚገኝ ቤት ተስፋየ ደበሳይና ክፍሉ ታደሰ ገድለው ሰውነቱን አራት ቦታ ቀራርጠው አውጥተው ሊጥሉት ሲሰናዱ የመንግሥት ጦር ስለደረሰባቸው አስከሬኑን ጥለው አምልጠዋል ሲል በመጽሀፉ ጠቅሷል።

ልብ እንበል፣ ሰማዕት ዶ/ር ተስፋየ ደበሳይ የተሰዋው መጋቢት ወር 1969 ዓ. ም. አጋማሽ ወይንም ማገባደጃ አካባቢ ሲሆን ሰማዕት ጌታቸው ማሩ ደግሞ በገዛ የትግል "ጓዶቹ" የተገደለው ሚያዚያ ወር መጨረሻ ወይንም ግንቦት ወር መግቢያ 1969 ዓ. ም. ነው። ዶ/ር ተስፋየ ደበሳይ ከተወረወረበት ፎቅ አካባቢ ሰነዶችን ለመሰብሰብና ለማስረከብ ወዲያ ወዲህ ሲሉ በቤንዚን ተቀጣጥሎ ወደ አመድነት የተቀየረ ወረቀቶች ብቻ አገኙ። ከሱ ጋር የነበረውን ጓዱን ሰለሞን ማሩን ለመማረክ ሲጋጉ በዶ/ር ተስፋየ ደበሳይ ተመትቶ ሬሳውን ከነበረበት ፎቅ ላይ ተጋድሞ አገኙት። አንዳችም ነገር ሳያገኙ መቅረታቸው ብቻ ሳይሆን ተስፋየና ሰማዕት ጓዱ በወሰዱት ኢሕአፓዊ የጀግንነት ተግባር የጠላት ወታደሮችና የመኢሶን ካድሬዎች ተደናገጡ። በዶ/ር ተስፋየ ደበሳይ ላይ የተደረገው ጥቆማ በክፍሉ ታደሰና በአዳነች ፍስሐ አማካይነት እንደሆነ በገሀድ ተወርቷል። የዶ/ር ተስፋየ ደበሳይ ጀግንነት ገድል ያስደነገጣቸው የጠላትን ጦርና የመኢሶንን ካድሬዎች ብቻ ሳይሆን የክፍሉ ታደሰ ከ"ትግል ጓደኛው" ወይንም የምስጢር ጓደኛው ከሆነችውና ከእሱ ጋር በመሆን የኢሕአፓን ሆድ ስትቦረቡርና ስትቆፍር የቀየችው ባለ ልዩ ተልኮዋ አዳነች ፍስሐየም ጭምር የኢሕአፓን ጀግንነትና ወኔ በመመልከቷ ተደናጋጠች። ኤርትራዊቷ የመነኩሰይቶ ልጅ የአዳነች ፍስሐየ እዚያ አካባቢ መገኘቷ በእርግጠኛነት ተስፋየ ደበሳይ መሆኑን ለተላኩት የደርግ ወታደሮች ገዳይ ቡድን በምልክት እሱነቱን ለማረጋገጥ እንደነበረ ይነገራል፣ ለዚህም ነበር እሱን እያየች ተስፋየ ብላ በከፍተኛ ድምፅ ትጠራው የነበረው። ቀደም ሲል በ1969 ዓ. ም. መግቢያ አካባቢ ለዓላማና ለመርህ ሕይወትን ማሳለፍ ምን እንደሆነ ለጠላቶች በተግባር እነ ውብሸት ረታና ዘርዓብሩክ አበበ/ዘለዓለም እንዳሳዩአቸው በተመሳሳይ ደረጃ ኢሕአፓው ጀግና ተስፋየ ደበሳይም ለቃመጡት የጠላቶች ኃይል ድጋሜ በተግባር አሳያቸው። ለሀቀኛና ቆራጥ አብዮትታዊያን መርህና ዓላማቸውን እንጂ ለግል ሕይወታቸው እንደማይሳሱ ነው። የራሳቸውን ሕይወት መሰዋዕት በማድረግ የጓዶቻቸውንና የፓርቲያቸውን ሕይወትና ደህንነት ማዳን ተቀዳሚ ዓላማቸው እንደሆነ ነው። ዳሩ ግን ዶ/ር ተስፋየ ደበሳይ ያልተረዳው ሀቅ ፓርቲውንና ሠራዊቱን የማስደምሰስና ሀቀኛና ጠንካራ አባላትን የማስጨፍጨፍ ዕቅድ ቀማሪዎች ሙሉ ዕምነቱን በጣለባቸው "ጓዶቹ" በተለይም ከ1961 ዓ. ም. ጀምሮ የሪቻርድ ማይልስ ኮፐላንድ ምልምልነት በሚጠረጠረው በአብሮ አደጉና በዘመዱ ላይ አለመጠራጠሩና አለመረዳቱ ነበር። እንደተባለውና እኔም እንደማምንበት ዶ/ር ተስፋየ ደበሳይ የዚያን ጊዜ በሪቻርድ ማይልስ ኮፐላንድ የበላይ ተቆጣታሪነት የነበረውን የተማሪዎች ፖለቲካ እምብዛም እንደማያውቅና በ1959 ወይን 1960 ዓ. ም. ሀገር ቤት እንደገባ ወደፊት ድርጅት ሲቋቋም ለመጠቀሚያነት በታማኝነቱ እንደማይከዳቸው በመተማመን ተመካክረው አስቀድመው እንዳዘጋጁት ነው። ዘሩ ክሕሽን የማንኛውንም የጥናት ክበብ ሳይወክልና በኢሕአፓ የመመሥረቻ ስብሰባ ላይ ሳይሳተፍ ለአመራር አባልነት መመረጡና ዶ/ር ተስፋየ ደበሳይ ደግሞ ከ1959 ዓ. ም. በእርግጠኝነት

ግን ከ1960 ዓ. ም. ጀምሮ የአዲስ አበባ ነዋሪ ሆኖ ሳለ በኢሕአፓ ምሥረታ ላይ የምዕራብ አውሮፓን ወክሎ ለስብሰባ መቀመጡ ቀጥታ ስብሰባውን በስውርና በተዘዋዋሪ ይመሩ የነበሩት የኢሕአድ ጓዶች ሳይሆኑ እፍኝ የማይሞሉት በችኮላ ከተቃቃመው የጥናት ክበብ የመጡት በአዲሶቹ መጤዎች መሆኑ ነው። ተስፋየ ደበሳይ ላይ ጥርጣሬም ኖሮኝ አያውቅም ነበር። በፖሊስ ኮሌጅ ሁለት ሴሜስተር ሲያስተምረኝ ጨዋና ኩሩ የሆነ ኢትዮጵያዊ አድርጌ ነበር የምመለከተው።

ረጋ ያለ፣ የእኛን የተለያየ አመለካከቶች በጽሞና በማዳመጥ ያስተናግድ የነበረ፣ በዝግታ የሚናገር፣ እንዲሁም ሁኔታዎችን በጥልቀት አስተረድቶ ለማስተማር የሚሞክር በሳል ኢትዮጵያዊ አድርገን ነበር የምንቀጥረው ተማሪዎቹ የነበርነው የአካዳሚው ዕጩ መኮንኖች። ከእኛ ጋር የነበሩት አክራሪዎቹና አፍቃሪ ዘውድ የነበሩት የኋላ ኋላ ተገላብጠው “አብዮተኞች” ሆነው በአገሪቷ በከፍተኛ አመራር ላይ ያገኘኃቸው የራሴ የኮርስ ጓዶቼ እንኳን ሳይቀሩ ያከብሩት ነበር። ዶ/ር ተስፋየ ደበሳይ እኔን ስሙኝ፣ የእኔን ትእዛዝና መመሪያ ያለምንም ጥያቄና ውይይት ተቀበሉኝ ብሎ ምንችክ የሚልና ትክክለኛ የሆነ ሃሳብ ሲያቀርቡለት በቅንነት ሀቁን በማስቀመጥ ሊያሳምኑት ሲሞክሩ ሊሰማ የማይፈልግ የራሱን ሀሳብ ብቻ ለማስጨበጥ ስሙኝ የሚል ደረቱን የሚነፋ አምባ ገንነ ምሁር ብቻ ሳይሆን በውይይቱ መሸነፉን ላለመቀበል ሲል በቁጣና በግልምጫ ያባራቸው እንደነበረ (በተለይም በወሎው ዘመቻና አትዋጉ ብሎ ማን አዘዘ በሚሉት ሁለት አሳዛኝ አጋጣሚዎች ላይ በተካሄደው ሰፊ ውይይት ጊዜ) ከተለያዩ የሠራዊቱ ጓዶች በቀጥታ መስማቴና እንዲሁም ከላይ አካባቢ እንደተገለጹት አስገራሚ ትዳዮች ምክኒያት በድርጊቶቹ በመገረሜ ማንነቱን ለማወቅ ሳጠያይቅ ቀይቼ ይባስ ብሎ የብርሀነመስቀል ረዳን የምርመራ ቃል እንዳነበብኩ ተመሳሳይ ባሕሪና ፀባይ ማሳየቱን እንዲያውም የወሰድነው ውሳኔ ሁሉ ትክክልኛ ነው ብሎ በቁጣ መልክ ብርሀነምስቀል ረዳን ዝም ሊያሰኝ መሞከሩን እንዳነበብኩ ሀ. እንደ ልውል አሥራተ ካሳ ዶ/ር ተስፋየ ደበሳይም በፖሊስ ኮሌጅ ያሳየን የነበረው ባሕሪና ፀባይ ሁሉ የእኛን ልብ በመማረክ ለወደፊቱ ምኞቱ ሊጠቀምብን አቅዶ የሚያደርገው ከእንጀት በላይ የሆነ የማስመሰል ባሕሪ ሊሆን ይችላል ያለበለዚያም፣ ለ. እንደ ምስኪኗ ጭንቅ አይችሌና ግድየለሿ ብርሃኑ ከበደ እና እንደ የዋሁና ደት ግርማቸው ለማ ዶ/ር ተስፋየ ደበሳይም አኃጉል ሥጣን አሳብዶት ወደ ጨካኝነትና አረመኔነት የተለወጠ አትንኩኝ እኔን ብቻ አዳምጡኝ የሚል አዲስ የአምባገነንነት ባሕሪና ፀባይ በመጎናፀፉ ሊሆን ይችላል ብየ መገመት ጀመርኩ። የኃላ ኃላ ተከታትየ እንዳረጋገጥኩት በነዘሩ ክሕሽን ዝምድናና አብሮ አደግነት በነበረው ጭፍን እምነት ሳቢያ እስከ ጥርና የካቲት ወር 1969 ዓ. ም. ድረስ ሁኔታዎች ሁሉ ግልጽ ሆነውለት ባለመምጣታቸው የሚሰራውና የሚነገረው ሁሉ እውነት ለኢትዮጵያና ለሕዝቧ እየመሰለው እንደነ ተፈሪ በንቲና አማን አንዶም ሆኖ ፊት ለፊት በመቀም ስውር አጀንዳዎቻቸውን ሲፈጽምና ሲያስፈጽም እንደቀየ ነው። ዶ/ር ተስፋየ ደበሳይ ሁኔታዎች ግልጽ እየሆኑለት በመምጣታቸው

ለኤርትራ ነፃነት እውቅና ለመስጠት በተካሄደው ስብሰባ ተቃውሞ ማሰማቱንና ለመጨረሻም ጊዜ የተካፈለበት ስብሰባ እንደሆነ ከላይ አካባቢ ተገልጿል። አሚር ይሁን ወይንም አብርሐም ማንኛቸው እንደሆኑ ዘነጋሁ ሆኖም "ተስፋየ ደበሳይ ትክክለኛና እውነተኛ ጉዳይ መስሎት ላመነበት ነገር ሁኔታዎች ቀስ ብሎ በጊደት እራሱ በራሱ እስከሚገለጡለት ድረስ ካመነህና ካሳመንከው ለሚወሰነው ውሳኔ ሁሉ የማያወላውል፣ ወደኃላ የማይል ምንችክ የሚል ሰው ነው ብሎ አጫውተውኛል። እኔም ትክክለኛው ምክኒያት ይህ ይሆናል ብየ አምናለሁ።

ምዕራፍ አሥራ ሁለት

12.0 ከወንጀላቸው እራሳቸውን ለማዳን ስህተቱን ሁሉ በ"አንጃው" በማመካኘት ደርግን፣ ወያኔንና ሻዕቢያን ችላ ብለው ያላቸውን ኃይል ሁሉ "በአንጃው" ላይ አዘመቱ

12.1. "የአንጃ" አፈጥጠርና መንስዔው

የድርጅቱ የአመራር እምብርት/ክሊክ በማዕከላዊ ኮሚቴው ውስጥ የመስመር፣ የአስተሳሰብና የትግል ስልት ልዩነቶች በግድ በመፍጠር የማዕከላዊው ኮሚቴው ለሁለት በመወገን እንዲከፋፈል አስደረጉ። የድርጅቱ የአመራር እምብርት/ክሊክ የድርጅቱን/ሠራዊቱን ጠንካራና ሀቀኛ የሆኑ አባላትን አስቀድመው እየወነጀሉ ትክክለኛ አስተሳሰቦች እንዲታፈኑና ተረግበው እንዲኖሩ ለማስደረግ ቻሉ። ብርሀነመስቀል ረዳን በሴራና በተንኮል ከመሰረተው ሠራዊቱ በማግለል ብሎም ከድርጅቱ በማስወገድ ለፓርቲው ውድቀትና ውርደት መነሻ ሆነ። ይህንን ጸረ-ኢሕአፓና ጸረ-ሕዝብ ተግባርና የመስመር ስህተቶችና አደገኛ አዝማሚያ በግልጽና በቅንነት በመግለጽ ባስቸኳይ እንዲታረም ያሳሰቡትን የአመራር አባላትን "አንጃ" በማለት ከድርጅቱ ማገድ ብሎም በቁጥጥር ሥር በማዋል ወዲያውንም ለእርድ አዘጋጇቸው። "በአንጃዎቹ" በነ በጌታቸው ማሩና በብርሀነመስቀል ረዳ ላይ የማጥፋት አጀንዳቸውን ለማከናወን ቅድመ ዝግጅት በማድረግ ማንኛውም ሀሳብና ተቃውሞ በዲሞክራሲያዊ መንገድ ነፃና ግልፅ በሆነ መንገድ ተወያይተው እንዳይፈቱና መፍትሔ እንዳያገኙ አስደረጉ። ከከባድ አደጋ ላይ የሚጥል በፕሮግራም ያልታቀፉ አዳዲስ የትግል ስልቶችንና የአሰራር ስህተቶችን በማረም ድርጅቱን ከአደጋ፣ አባላቱን ካላግባብ ሞት ለማትረፍ የታገሉትን መሪ የድርጅቱን አባላት "ሀ" እና "ለ" ብለው በመከፋፈል የግድያ ውሳኔ አስተላለፉባቸው። ቀንደኛ የድርጅቱ ጠላቶች "አንጃው" እንጂ ደርግና ተለጣፊ የፖለቲካ ድርጅቶቹ፣ ወያኔና ሻዕቢያ እንዳልሆኑ ተቀጥሮ ድርጅቱ ያለውንና የሌለውን ኃይል ሁሉ አሰባስቦ "በአንጃው" ወገን ላይ ብቻ እንዲያተኩር አስደረጉ። አባላቱም ለድርጅታቸው በነበራቸው ፍቅርና ዕምነት በኢሕአፓ የመጣ ሁሉ ስለማይዋጥላቸው፣ ለማገናዘብና ለመጠያየቅም የወቅቱ ሁኔታ ባለመፍቀዱ የተነሱት ሃሳቦች ዲሞክራሲያዊ በሆነ መንገድ፣ 1ኛ. በ"አንጃ" በኩል ውጥንቅጥ የበዛበት የተወላገደ የትግል መሥመሮችና የተሳሳቱ ሃሳቦች በማለት የጠቀሟቸውን ምን እንደሆኑ አባላቱ ለመረዳትና ለማገናዘብ ሳይቻል፣ 2ኛ. በአመራሩ እምብርት ዘንድ በ "ሀ" እና "ለ" ጎዶች ላይ የተሰነዘረው ውንጀላ፣ ውግዘትና ክስ መንስዔውን አውቀንና ተወያይተን ለመረዳትና ለማገናዘብ ሳንችል ፓርቲውን በሁለት ቡድን በማየት አንዱ አንድኛውን ሌላው ደግሞ ሁለተኛውን ቡድን ለመወገንና ለመደገፍ ባንፃሩ ደግሞ ያልደገፈውንና ያልወገነውን ቡድን ለመደብደብና ለማጥፋት የአመራር እምብርቱ/ክሊኩ ተነሳሳ። ጎን በጎንም "የአንጃ" ደጋፊዎች

ናቸው ተብለው የተጠረጠሩትን አባላት በውስጣችን ሆነው ሊበትኑን እያሴሩ ናቸው በሚል መግለጫ የአመራር እምብርቱ/ክሊኩ ከፓርቲው ማባረርና ሥም ማጥፋት በኋላም አሳደው እስከመግደል ደረጃ ደረሱ። ኢሕአፓ ከፍተኛ ውጥንቅጥና ቀውስ ውስጥ እንዲዘፈቅ ተደረገ። እርስ በርስ መጠራጠርና ስጋት ውስጥ ወደቀ።

ወንድማማቾቹ ሰማዕታት አክሊሉ ህሩይ ቲቶ ህሩይ

መተማመንና ጓዳዊ ፍቅር ጠፋ። የማጥቀር፣ ሥም የማጥፋት ዘመቻና አሉባልታ በሰፊው ሰፈነ። በፓርቲያችን ውስጥ የተነሳሳውንና የተከሰተውን ግልጽ የሆነ የመስመር ልዩነት ለመሸፋፈን ከፍተኛ ተንኮልና ደባ "ክሊክ"/የአመራር እምብርቱ ተያያዘው። ለወንጀላቸውና ለፈጸሙትና በመፈጸም ላይ ላሉት ጥፋቶቻቸው አንጃውን" በሽፋንነት ለመጠቀም ቆርጠው ተነሳሱ። በእርግጥም አስቀድመው ገና ከጥንቱ ነሐሴ 1964 ዓ. ም. በፊት ውጭ ሀገር እያሉ የቀየሱት "የአብዮታዊ ሥነምግባር መመሪያ" በዚህ ጊዜ በእጅጉ ተገለገሉበት። የአባላቱ ውስጣዊ የፖለቲካ ጥናት እንቅስቃሴ እየተዳከመ፣ የፓርቲው ርዕዩተዓለማዊ የመሪነት ሚና እየላላ ሄዶ ለድርጅቱ ቅጽበታዊ ውድቀትና ችንፈት ምክኒያት ሆነው። ከ1969 ዓ. ም. ጀምሮ እስከ 1970 ዓ. ም. መጨረሻ ገደማ ድረስ በከተሞች በከፍተኛ ደረጃ የተካሄደው ይህ ፍጅት ምንም እንኳን በደርግ ፋሽስታዊ ባሕሪና ግርግሩንም በመጠቀም በሻዕቢያና ወያኔ ምክኒያት የደረሰ ነው ቢባልም መንስኤው በድርጅቱ አመራር እምብርት/ክሊክ ሆን ተብሎ በተቀየሰ የትግል ስልት ነው። የአንጃው" ጠንሳሽ ናቸው በተባሉት በሁለቱ 'ሀ' እና 'ለ' መሪ የድርጅቱ አባላት፤ 1ኛ. በአንጋፋው ታጋይና ድርጅቱን ፈጣሪ በሆነው በብርሀነመስቀል ረዳ፣ እና 2ኛ. ኢሕአፓን ከመቀላቀሉ በፊት የአብዮት ቡድን መሪ የነበረውና ግንባር ቀደም የተማሪዎች መሪ በነበረው በጌታቸው ማሩ (ዓባይ አጥናፉ)፣ እና 3ኛ. የቀድሞ የአብዮት

ቡድን አባላትና የጌታቸው ማሩ የቅርብ ጓደኛ ቢሆኑም በኃላ ከብርሀነመስቀል ረዳ ጎን በመቆም እስከመጨረሻው የዘለቁት “አንጃ” (ከአሁን በኃላ የድርጅቱ ክንፍ የእርማት ንቅናቄ) ጠንካራ ደጋፊዎች፣ ሀ. ዐብዩ ኤርሳሞ/ግርማ (የአዲስ አበባ የአቃቂ አካባቢ የቀጠና 5 ፀሀፊ)፣ ለ. እንድሪያስ ሚካኤል/የኢሕአፓ የፖለቲካ ክፍል አባል እና ሐ. በሽሪ ሙሀመድ/ታደሰ (የአዲስ አበባ የቀጠና አንድ ኮሚቴ ፀሀፊ) ባንድ ወገን፣ በሌላ ወገን ደግሞ በድርጅቱ በተፈጠረው የአመራር እምብርት/ክሊክ የፖሊት ቢሮውንና ሴክሬታሪያቱን የሙጥኝ ይዘው ድርጅቱንና አባላቱን እንደፈለጉት በመጋለብ ይቆጣጠሩ በነበሩት በመጽሀፉ ደራሲ የአመራር እምብርት/ክሊክ በሚላቸው፣ 1. ዶ/ር ተስፋየ ደበሳይ (80)፣ 2. ክፍሉ ታደሰ (የሞስኮው)፣ 3. ዘርዑ ክሕሽን፣ 4. ፀሎተ ሕዝቂያስ፣ 5. ዮሴፍ አዳነ እና 6. የእነዚህ ጠንካራ ደጋፊዮቻቸው ሳሙኤል ዓለማየሁ፣ ፍቅሬ ዘርጋው፣ አበበች በቀለ (81) መካከል ያሉበት ወገን በመሆን ሆን ብለው ታስቦበትና ታቅዶበት እንዲኳረፉ፣ እንዲነታረኩ፣ በድርጅቱ አባላት መካከል እርስ በርስ መጠራጠርና ስጋት ውስጥ እንዲወደቁ ተደረገ። ብርሀነመስቀል ረዳና ጌታቸው ማሩ ችግሮቹን ዲሞክራሲያዊ በሆነ መንገድ በውይይትና በመተሳሰብ ለመፍታት ደጋግመው ቢያሳስቡም ሰሚ ጆሮ በማጣታቸው ፍላጎታቸው ሳይሳካ ቀረ። ጎዳዊ በሆነ ዲሞክራሲያዊ ውይይት ለማካሄድ የባዕድ ኃይላት ተፅዕኖ ዓይናቸውን ጋረደው፣ ዓዕምሯቸውን ዘጋው። በምትኩ ሽሩንና ተንኮሉን የፈጠረው የድርጅቱ የአመራር እምብርቱ/የክሊኩ በድርጅቱ ክንፍ የእርማት ንቅናቄ ላይ ቂም በመያዝ በስውር ለማጥፋት ትክክለኛና አቢዮታዊ ዘዴ ሆኖ ተቀየሰ። የአመራር እምብርቱ/ክሊኩ ብርሀነመስቀል ረዳንና የጌታቸው ማሩን ቡድን (”ሀ” እና “ለ”ን) ማውገዝና መኮንን ብቻ ሳይሆን ባስቸኳይ ለመደምሰስና ለማጥፋት ቀርጠው ተነሳሱ። ያለተግባራቸው “አንጃ” ተብለው እንዲጠሉና እንዲወነጀሉ፣ አልፎም ከፓርቲው ተከልለው እንዲቀዩና ከዚያም እንዲገደሉ ዕቅድ ወጣ።

ይባስ ብለውም በማዕከላዊ ኮሚቴ ውስጥ የነብርሀነመስቀል ረዳና ጌታቸው ማሩ አስተሳሰብ ይደግፋሉ የሚባሉትን ሁሉ ሰላዮች ተብለው በመክሰስ ያለፍርድ ማባረር፣ ማሰርና መረሸን ሳይንሳዊ መፍትሔ ሆኖ ታመነበት። ይህ ዓይነቱ የቅራኔ አፈታት ፓርቲውን ማኮላሸት ብቻ ሳይሆን በቅንነት እንኳን ለማሳሰብ የጣሩትን ሁሉ የድርጅቱ ክንፍ የእርማት ንቅናቄ ተከታይ እየተባሉ ከአባልነት ተገለሉ፣ ተሰደዱ፣ ተረሸኑ። ደርግ በፓርቲያችን ላይ ያለ የሌለ ኃይሉን አረባርቦ ሊያጠፋን በተነሳበት ጊዜ “ሀ” እና “ለ” ደግሞ ከውስጥ ሆነው የማፍረስ ሴራና ተልዕኮ ሲሰሩ ተገኙ። ስንቶቹ ደማቸውን ያፈሰሱበትን ኢሕአፓን ከዱት፣ … ወዘተ የሚል ወረቀት ከማዕከላዊ ኮሚቴ ፖሊት ቢሮ በአመራሩ እምብርት ተዘጋጅቶ ለመላው አባላት አሰራጩ። 1ኛ. ከፖሊት ቢሮው የተበተነው ይህ ያስመሳዮች ወረቀት “አንጃዎቹ” ተነሳሱብን ተብለው የተከሰሱበትን ጓዶች ሀሳብ ምን እንደሆኑ ምንም ለማሳየት አልሞከረም። የድርጅቱ ክንፍ የእርማት ንቅናቄ መሪዎችም ሀሳባቸውን በጽሁፍ አውጥተው ለመላው

አባላት እንዲያሰራጩና አውቀውት ፍርድ እንዲሰጡበት ወይንም ጽሁፋቸውን እንዲያሰራጩ የአመራሩ እምብርት አልፈቀደላቸውም። ተቃውሟቸውን የማስማት መብታቸውን ረግጦ ሌላው አባል ምን ዓይነት ሀሳቦችና አመለካከቶች እንዳላቸውና እነሱ የሚሉትን ነገር ሳያውቅ ወይንም ሳይረዳ እንዲያው በደፈናው ብቻ ትጥቅ ትግላችንን ተቃወሙ፣ ጊዜያዊ ሕዝባዊ መንግሥትን ተቃወሙ፣ ከደርግ ጋር ተመሳጠሩ፣ … ወዘተ እያሉ መላው አባላት ጠላት እንዲያደርጋቸው ቀሰቀሰ። አባላቱም በኢሕአፓ የመጣ ነገር ሁሉ ስለማይዋጥለት ሰዎቹ ያነሱት ነገር ምን እንደሆነ በውል ሳይረዱ ፓርቲውን ለመበተን የተነሱ የደርግ ሰላዮች በሚል ጭፍን ጥላቻ አሳደሩባቸው። 2ኛ. በነፃና በዲሞክራሲያዊ መንገድ አባላቱ ሁሉ እንዲያውቀው አለማድረጉ ብቻ አልነበረም። የኢሕአፓን መስመሮች ተቃውሞ መቀም ወይንም መገኘት ወንጀል ነው በሚል "ንጉስ አይከሰስ" መመሪያ መሠረት መርገም ወረደባቸው። በምዕራፍ 11 እንደተጠቀሰው ብርሀነመስቀል ረዳ አቶ ኃይሉ ወልዴ ቤት እያለ ዶ/ር ተስፋየ ደበሳይ ከክፍሉ ታደሰ ጋር ሄዶ በተገናኘበት ጊዜ ያደረገውን ጭውውትና በተለይም ሻምበል ሞገስ ወ/ሚካኤል ተናገረ ብሎ የነገረውን ቃል በቃል ለጌዱ ጌታቸው ማሩ እንዳጫወተው ሁለቱም ግንባር ቀደም መሪዎች የማያውቁት ከባድ ነገር ሊኖር ይችላል (ኩዴታ ወይንም መፈንቅለ መንግሥት) በሚል ጭንቀት ስላደረባቸው ሁለቱም ግንባር ቀደም መሪዎች ቀደም ብሎ የፓርቲው አመራር እምብርት የተከተለውን አቋም በመቃወም ለሚገናኟቸው የፓርቲ አባላት በሙሉ የማስረዳት ዘመቻቸውን እንዲያፋፍሙና በተቻለ ፍጥነት በሀሳባቸው የሚስማሙ አባላትን ከሁለቱ ጋር ለመገናኘት ጥረታቸውን እንዲቀጥሉ ተስማሙ። ለሚገናኟቸው የፓርቲ አባላት የማስረዳት ዘመቻቸውን እንዲያጠናክሩ ተስማምተው ብስምምነታቸው መሠረት ዘመቻ ማካሄድ የጀመሩት ብርሀነመስቀል ረዳ የማእከላዊ ኮሚቴ ስብሰባ እንዲደረገ ከመስከረም ወር 1969 ዓ. ም. ጀምሮ ደጋግሞ ለክፍሉ ታደሰና ለዶ/ር ተስፋየ ደበሳይ ያሳሰበው ሳይፈፀም ቀርቶ በመተዳደሪያ ደንቡ ላይ የተጠቀሰው የሁለት ወር የጊዜ ገደብ ካለፈ ከሦስት ወር በኋላ በሕዳር ወር መጨረሻ ወይንም ታሕሳስ መግቢያ 1969 ዓ. ም. አካባቢ ነበር። ወዲያውኑም በሀሳባቸው ከሚስማሙ አባላት ጋር ተገናኝተው ውይይት በማካሄድ ለሚያገኟቸው የድርጅቱ አባላት ሁሉ የማስረዳት ዘመቻቸውን ቀጠሉ። የኋላ ኋላም የአመራር እምብርቱ ሁኔታውን እንዳወቀ ሀቂና ሃሳባቸው ቀስ በቀስ እንዳይራባና እንዳይዛመት በመፍራት በሚስጥር ሁለቱን ግንባር ቀደም መሪዎች በተለያዩ ቦታ ተከልለው እንዲቀመጡ አደረጋቸው።

"እንጀኛ" ተብለው የተወነጀሉትም መሪዎች ሃሳባቸውን በጽሁፍ አውጥተው ለአባላቱ አሰራጭተው አባላቱ ሃሳባቸውን ምን እንደሆነ አውቀውና ተገንዝበው ፍርድ እንዲሰጡበት ቢጠይቁም የአመራር እምብርቱ/የክሊኩ ይህን መሠረታዊ የሆነ ዲሞክራሲያዊ መብት "ለጠላት በር ይከፍታል"፣ "የቀኝ አስተሳሰቦች በፓርቲው ጋዜጣዎች አይወጡም" "ይህን ማድረግ ሚስጢርና ሰነድ አሳልፎ

እንደመስጠት ነው" በሚል ፀረ-ዲሞክራሲና አምባገነናዊ አቋማቸው ለፓርቲው ህልውና የሚቀረቀሩ በመምሰል ከለከሏቸው። በብርሀነመስቀል ረዳ መሠረት፣ "በአመራር እምብርቱ አነሳሽነትና ብላክ ሜል ማዕከላዊ ኮሚቴው ብርሀነመስቀል ረዳን እና ጌታቸው ማሩን ከፓርቲ ኮሚቴዎች ለማግለል ሲወስን የሚያቀርቧቸውን ክርክሮች በጥሞና ካለማዳመጡ ሌላ ከአመራሩ ጋር የተለያዩበትን ሃሳብና የፖለቲካ አቋሞች በፓርቲው ውስጣዊ ጋዜጣ ላይ በአስቸኳይ ለሰፊው የኢሕአፓ አባላትና የኢትዮጵያ ሕዝብ የመግለጽ መብታቸው እንዲከበርላቸው ቢጠይቁም ማዕከላዊ ኮሚቴው በጥቅል ምንም መልስ ሳይሰጥቸው ሦስት ሰዎች መልስ እንደሰጧቸው እንዲህ ብሏል፣ 1ኛ. ተስፋየ ደበሳይ ትችላለህ ሲል፣ 2ኛ. ሳሙኤል ዓለማየሁ ማንኛውም የቀኝ አቋም/rightist/ በፓርቲው ውስጣዊ ጋዜጣ ምንም ቢሆን ሊነዛ አይገባውም ሲል፣ 3ኛ. ዘሩ ክሕሸን በጽሁፍህ ላይ የማዕከላዊ ኮሚቴውን ምስጢር ልታወጣ አትችልም አሉኝ። እነዚህ አቋሞች ለእኔ በቂ ምክኒያቶች ነበሩ። ይኸውም 1ኛ. ተስፋየ ደበሳይ ትችላለህ ቢለኝም በቴክኒካዊ ምክኒያቶች እያሳበቡ ጽሁፉ ከማተሚያ ቤት እንዳይወጣ ሊያደርጉ እንደሚችሉ፣ 2ኛ. የክሊኩ መሪ ዘሩ ክሕሸን የማዕከላዊ ኮሚቴ ምስጢር አለበት በሚል ሰበብ በተለይ የድርጅታችን መተዳደሪያ ደንብና ሌሎችም የማርክሲሳዊ ሌኒናዊ የድርጅት መርሆች እንዴት በክሊኩ እንደተጣሉና የማዕከላዊ ኮሚቴውም ብዙሃን በዝምታ ተባባሪ እንደሆኑ በመዘርዘር የማቀርባቸውን ማስረጃዎች ለማፈን እንደፈለገ፣ 3ኛ. ሳሙኤል ዓለማየሁም ቢሆን ከፓርቲው አመራር የምለይባቸውን የፖለቲካ አቋሞች የቀኝ አቋም ናቸው በማለት ለፓርቲው አባሎች እንዳይገለጹ ማድረግ እንደፈለገ ተገነዘብኩ" (ብርሀነመስቀል ረዳ)። ከፓርቲው ከወጣን በኋላ ጌታቸው ማሩና እኔ አቋማችንን በፓርቲው አመራር እንዲታተምልንና በፓርቲው ውስጥ እንዲሰራጭልን ለክሊኩ እንስጥ ወይንስ አንስጥ ብለን ስንወያይ ጌታቸው ማሩ ጽሁፍ አቅርብ በመባሉ እውነት መስሎት በየዋህነት ጽሁፍ አዘጋጅቶ ሲሰጣቸው ጽሁፉን ከማፈናቸውም ሌላ እሱንም አሰሩት። ለይስሙላ ሃሳቡን ለማወቅና እሱን አጥምደው ለመያዝ እንጂ በቅንነትና ያደረጉት እንዳልነበረ ጌታቸው ማሩን፣ አንተን አጥምደው ለመያዝ ባላቸው ዕቅድ መሰረት እንጂ እውነት በቅንነት ተነሳስተው የፈቀዱልህ እንዳይመስልህና ከእንግዲህ ወዲህ እነዚህን ሰዎች ባትቀርብ መልካም ነው በማለት ብርሀነመስቀል ረዳና የቅርብ ጓደኞቹ እነ ዐብዩ ኤርሳሞና እንድሪያስ ሚካኤል አስቀድመው ማስጠንቀቃቸውን አስረስ ስሜ፣ ጣሰው እና ደመቀ አግዜ ገልጸውልኛል። በመጽሀፉ በሌላ አካባቢ እንደተገለጸው ጌታቸው ማሩ መጠለያ ተገኝቶልሀል ተብሎ አስኮ አካባቢ ከሚኖረው ጓደኛው ቤት ተነስቶ ከብርሀነመስቀል ረዳ ጋር ከደርግ ወታደሮችና ከመኤሶን ካድሬዎች ከበባ አምልጠው እስከጠፉበት ጊዜ ድረስ በምስጢር እየተጠበቁ ባንድነት እንዲኖሩ ተደረገ።

በአስረስ ስሜ፣ ጣሰው እና ደመቀ አግዜ መሠረት፣ ብርሀነመስቀል ረዳና ጌታቸው ማሩ "አንጃ" በተባለው የመጀመሪያው ስብሰባ ላይ ፓርቲያችንን ከውድቀት አደጋ፣ ወጣቱን ከመጨፍጨፍና

የድርጅቱን አባላት ካላስፈላጊ የእርስ በርስ ግድያ ለማዳን፣ አባላቱን በመንግሥት ከመገደል፣ ከመታሰርና ከመሰደድ ለማዳንና ተስፋ በመቁረጥና መሄጃ በማጣት ከጠላት ጋር እንዳይተባበሩ ማድረግና የድጅቱን አንድነት ማስጠበቅ ይኖርብናል ብለው ከሚያምኗቸው ጓዶቻቸው ከዐብዩ ኤርሳሞ/ግርማ፣ እንድሪያስ ሚካኤልና በኽሪ ሙሀመድ/ታደሰ ጋር ሆነው የመጀመሪያውን ስብሰባ አካሄዱ። ከዚያ በፊት ከሕዳር ወር መጨረሻ ጀምሮ ከጌታቸው ማሩና ከሌሎቹ ግንባር ቀደም የእርማት ንቅናቄው አባላት ጋር በግልና በቡድን እየተገናኙ የተሳሳተውን የፓርቲውን አቋም በማስተማርና በማስረዳት እንዲሁም የወጣቱ ሊግ ያላግባብ መሣሪያ ሆኖ እንዳይጨፈጨፍ በማድረግ ከፍተኛ ዘመቻ ሲያካሂዱ ቀይተዋል። ከድርጅቱ ወጥተው አዲስ ፕሮግራምና ስትራቴጂ ይዘው፣ አዲስ የትግል መስመርና ስልት በማንገት በትግላቸው ከፈጠሩት ድርጅታቸው ተገንጥለው አልወጡም። በተቃራኒው አንጃነትንና ተገንጥሎ መሄድን እንደ አሲምባዎቹ እነ ኢርጋ ተሰማ አጥብቀው ይፃረራሉ። በወቅቱ የተጨባጭ ሁኔታ ሌላ አማራጭ ስላልነበራቸው ድርጅቱን ከውድቀት ለመጠበቅና አባላቱን ካጓጉል ጭፍጨፋ ለማዳን በድርጅቱ ክንፍ የእርማት ንቅናቄ ዙሪያ ተሰባስበው መቀየት እንደ ሚኖርባቸው በመወሰናቸው ነበር። በእርምት እንቅስቃሴው ዙሪያ ተሰባስበው የሚቀዩበት ሌላው ጠቃሚነት ወደፊት ጭፍጨፋ ሲጀመር አባላቱ እየሸሹ ለመጠጊያነት እንዲያገለግልና መልሰን እስከምንቃቃም ድረስ አባላቱን ካላስፈላጊ የእርስ በእርስ ግድያ በማዳን፣ በጭንቀት መሄጃ በማጣት እየፈሩ ደርግ ጋር እንዳይሄዱም ለመከላከል ከከተማ እየሸሱ ሁኔታዎች እስኪጣሩ ድረስ የሚቀዩበት መጠለያ መሆኑን በመገንዘባቸው ነበር። በድርጅቱና በአባላቱ ላይ የተቃጣውን ከፍተኛ አደጋ ለመግታት እንደዋና መፍተሔ ሆኖ የተቀጠረው ለረጅም ጊዜ ሳይካሄድ የቀየው የፓርቲው ጉባዔ አስፈላጊነት እንደሆነ አብክረው አሳሰቡ። ለብዙ ጊዜ ያልተካሄደው የፓርቲ ጉባዔ ጥያቄ በብዙሃኑ በተለይም በወጣቱ ሊግ ተደማጭነትንና ተቀባይነትን በማግኘቱ በድርጅቱ አባላት ድጋፍ ተጎናጸፈ። በዘሩ ክሕሸንና ክፍሉ ታደሰና ጠንካራ ደጋፊዎቻቸው የሚመራው የአመራሩ እምብርት ቅስም ሰባሪ ጥያቄ ሆኖ በመገኘቱ ባፋጣኝ በመረባረብ የቀረበውን ጥያቄ በእንጭጩ ለመቅጨት የጭካኔ እርምጃዎችን ለማካሄድ በሁለቱ መሪዎች ላይ ዘመቱ። ብርሃኔ/ነብዩ አይናለም እና ጌታቸው አሰፋ የተባሉት የብርሀነመስቀል ረዳንና የጌታቸው ማሩን እንቅስቃሴና ሁኔታቸውን እንዲከታተሉና ሪፖርት እንዲያደርጉ በአመራር እምብርቱ/ክሊኩ በመታዘዛቸው ድርጅቱንና አባላቱን ከአደጋ ለማዳን ቆርጠው የተነሱት የልብ ጓዶቹ እነማን መሆናቸውንና ምን እንደሚወያዩ፣ መቼና ከነማን ጋር መጥተው እንደተገናኟቸው እየተከታተሉ በመተባበር ለአመራር እምብርት/ክሊክ የመጀመሪያውን የ"አንጃ" ስብሰባ ሪፖርት አጠናክረው ለአመራር እምብርቱ ለማቅረብ ቻሉ።

ጌታቸው አሰፋ የቀድሞው አብዮት ቡድን አባልና የጌታቸው ማሩ ከቅርብ ጓደኞቹ መካከል አንዱ ሲሆን ጓዶቹን ለማሳጣት ፈልጎ ሳይሆን በፓርቲው የመጣ ስለማይዋዋጥለትና የቅርብ ጓደኛው ጌታቸው ማሩ ከፓርቲው ስለማይበልጥበት ስብሰባውን እያወቀ ለአመራሩ ሳይጠቁም ቢቀር የሚወደውን ፓርቲውን እንድጎዳ መስሎ ስለተሰማው በደጓደኛው ላይ ሪፖርት አደረገ። ይህንንም እነ ዐብዩ ኤርሳሞ በቅንነት ፓርቲውን የጠበe መስሎት ያደረገው እንጂ በክፋት አለመሆኑን ያምኑ ስለነበር ሪፖርት አድርገባቸው እንኳንእስከመጨረሻው በጠላትነት ዓይን አላዩትም። በሌላ በኩል ብርሀነመስቀል ረዳ ከማዕከላዊ ኮሚቴ አባልነቱ ከመወገዱ በፊት ወደፊት ለቁጥጥር አመችና ለእርምጃ አወሳሰድም እንዲቀላቸው በአንድ አካባቢ ተወስኖ እንዲቀይና እንቅስቃሴውን በቅርበት በመከታተል ሪፖርት እንዲያደርግ ዞን አንድን በመወከል የአዲስ አበባ በይነ ቀጠና አባልና የነክፍሉ ታደሰ ታማኝ አንጋች የነበረው ብርሃኔ/ነብዩ አይናለም ብርሀነመስቀል ረዳን “ጓደኛ” በመምሰል ተጠግቶ እንቅስቃሴውን ሁሉ በመከታተል በብርሀነመስቀል ረዳ ታማኝነትን ለጊዜውም ቢሆን በማትረፉ ስለ ከተማው ትጥቅ ትግል አካሄድና ስለአስከተለው ጉዳት ግልጽ በመምሰል የመጀመሪያውን የ”አንጃ” ስብሰባ ለማወቅ በመቻሉ ከጌታቸው አሰፋ ጋር ሆኖ ሪፖርት አደረገ። በመጀመሪያው “የአንጃው” ስብሰባ ላይ ከተገኙት በተጨማሪ በሁለተኛው “የአንጃው” ስብሰባ ላይ እንደተካፈሉ የተነገረኝ፤ ጌታቸው ስዩም/ሰይፉ፣ አለበል ድንቁ፣ መልዕክተ ዮሐንስ፣ ሚፍታህ ሽሪፍ መሀመድ፣ መክብብ ተሰማ፣ ተስፋው መንግሥቱና ሌሎችም ነበሩበት። ብዙሀን የፓርቲ አባላት በተሳተፉበት ጉባዔ የተመረጡ የማዕከላዊ ኮሚቴ አባላት፣ ለምሳሌ በ1964 ዓ. ም. በተካሄደው የመጀመሪያው የኢሕአፓ ጉባዔ የተመረጡ ሁልጊዜም ብዙሃን ሆነው መቀየት አለባቸው በሚል የጮሌነት አተረጓጎም በመጠቀም ከነባራዊው ሁኔታ ጋር ሊዛመድ የሚያስችልና ብዙሃኑን ሊወክሉ የሚችሉ አዲስ ጉባዔ ጥሪ እንዲካሄድ አልፈልጉም። የጠቅላላው የኮሚቴ አባላት ቁጥር ከሲሶ የማይበልጡ አዳዲስ አባላት መርጦ ወደ አመራሩ ሊያስገባ ይችላል በማለት የሚደግፏቸውን ታማኝ ደጋፊዎች ከየቦታው አፈላልገው የማዕከላዊ ኮሚቴ በማድረግ ለጉባዔ ጥሪው አላስፈላጊነት ታገሉ። ክሊኩ በጉጉትና በምኞት ይጠባበቁት የነበረው የመንግሥት ግልበጣ (ኩ ዴታ) በመጨናገፉና የድርጅቱ አባል ናቸው ይሏቸው የነበሩት የደርግ አባላት በመንግሥቱ ኃ/ማሪያም በመበላታቸው በመደናገጥና በመረበሽ ያለ የሌለውን ኃይል በማስተባበር በቅድሚያ ሁለቱን መሪ ጓዶች ለማጥፋት በመቀጠልም ተሰብሳቢዎቹን አሳዶ ለመደምሰስ በማያያዝም ሀሳባቸውን የሚቀበሉትናና ተከታዮች ናቸው ብለው የሚጠራጠሯቸውን ሁሉ “አንጃ” በማለት ለመጨፍጨፍና ያልቻሉትን ደግሞ ለደርግ በመጠቀም ለማስገደልና በሀዲያና በሸዋ አካባቢ የታቀደውን የንቅናቄውን ዕቅድ ለማጨናገፍ ተቀዳሚና ትልቁ የድርጅቱ ዓላማ ሆነ።

12.2. የአመራር ክሊኩ በብርሀነመስቀል ረዳ እና በጌታቸው ማሩ ላይ ያቀረበባቸው ክስና ብርሀነመስቀል ረዳ በክሊኩ ላይ ያቀረበው ክስ

ብርሀነመስቀል ረዳና ጌታቸው ማሩ በድርጅቱ ደንብና ሥነሥርዓት መሠረት በማዕከላዊ ኮሚቴ ስብሰባ ላይ ተገኝተው የቀረበባቸውን ክሶች ተከራክረው እራሳቸውን እንደተከላከሉ ክፍሉ ታደሰ ቃጥፎ እንዲህ ብሏል፣ “መስከረም 1969 ዓ. ም. የማዕከላዊ ኮሚቴ ስብሰባ የደረሰባቸውን ውሳኔዎች ለኢሕአፓ አባላት መተላለፍ እንደጀመሩ ሁለት የማዕከላዊ ኮሚቴ አባላት ማለትም ብርሀነመስቀል ረዳና ጌታቸው ማሩ ባገኙት ጊዜና ቦታ ሁሉ ውሳኔውን የሚፃረር ቅስቀሳ እንደነበረ … በሕዳር ወር 1969 ዓ. ም. ላይ ሶስተኛው የኢሕአፓ ማዕከላዊ ኮሚቴ ፕሌነም መካሄዱንና ጌታቸው ማሩ የኢሕአፓ የማእዘን ድንጋይ የነበሩትን ዲሞክራሲያዊ ማዕከላዊነትና ድርጅታዊ ሥነምግባርን መጣስ ብቻ ሳይሆን በፖሊት ቢሮው መካከል የእርስ በርስ መተማመን መንፈስንም የሰበረ ድርጊት ነው በሚል ከፖሊት ቢሮው በጊዜያዊነት ታግዶ እንዲቀይና ችግሩ በስተኛው የኢሕአፓ ማዕከላዊ ኮሚቴ ፕሌነም እንዲፈታ በመተማመን ፕሌነሙ ተጠራ። የተጠበቀውም የስተኛው የኢሕአፓ ማዕከላዊ ኮሚቴ ፕሌነም ሕዳር ወር 1969 ዓ. ም. … ተካሄደ”። የሀሰት ብዕሩን በመቀጠል “በፕሌነም ስብሰባ ላይ ጌታቸው ማሩ በስብሰባው በመሳተፍ ራሱን እየተከላከል በጉዳዩ ላይ ውይይት ከተደረገ በኃላ የሕዳሩ ማዕከላዊ ኮሚቴ ፕሌነም፣ የኢሕአፓ የማእዘን ድንጋይ የነበሩትን ዲሞክራሲያዊ ማዕከላዊነትና ድርጅታዊ ሥነምግባርን ጥሷል ሲሉ ወሰነ። … ጌታቸው ይህን የውስጠ ደንብ መጣሱ በኢሕአፓ ላይ ከሚካሄደው ብርቱ የእመቃ እርምጃ አንፃርም ጭምር እንዲታይ ተደረገ። ስብሰባው በጉዳዩ ላይ ድምፅ እንዲሰጥ ተደርጎ ዲሞክራሲያዊ በሆነ መንገድ ተወያይተው ከብርሀነመስቀል ረዳ በስተቀር ሁሉም በሶስተኛው የኢሕአፓ ማዕከላዊ ኮሚቴ ፕሌነም ጌታቸው ማሩ የፖሊት ቢሮውንና የፓርቲው ማዕከላዊ ኮሚቴ አባልነቱን ተገፎ በፓርቲ አባልነት ብቻ እንዲቀይ ወሰኑ። በዚሁ የስተኛው የኢሕአፓ ማዕከላዊ ኮሚቴ ፕሌነም የቀረበው አጀንዳ ጌታቸው ማሩን ብቻ የተመለከተ ቢሆንም፣ ሳሙኤል ዓለማየሁ የብርሀነመስቀል ረዳን ጉዳይ አንስቶ ስብሰባው እንዲመለከተው ጠይቆ በዚያው ስብሰባ ከኢሕአፓ አባላት ጋር ለምን መደበኛ ሥርዓቱን የጣሰ ድርጅታዊ ግንኙነት እንደፈጠረና የመስከረሙን የማዕከላዊ ኮሚቴ ውሳኔን የሚፃረር ቅስቀሳ ለምን እንዳካሄደ ተጠይቆ … የቀረቡትን ክሶች ካጤነና ከመረመረ በኃላ ብርሀነመስቀል ረዳ የፓርቲ አባልነቱ እንደተጠበቀ ሆኖ ከማዕከላዊ ኮሚቴ አባልነቱ እንዲሰረዝ ፕሌነሙ በሙሉ ድምፅ ወሰነበት” ይልና “ብርሀነመስቀል ረዳ የመከራከር መብት ተጠብቆ የቀረቡበትን ክሶች በማስተባበል እራሱን ተከላከለ …” (ክፍሉ ታደሰ፣ 2፣ 288 – 293) በማለት የኢሕአፓ የአብዮታዊ ሥነምግባር መመሪያን ተጠቅሞ የኢትዮጵያን ሕዝብ አታሏል። ምንአልባት ዶ/ር ተስፋየ ደበሳይ፣ ዘሩ ክሕሽን፣ ክፍሉ ታደሰ፣ ሳሙኤል ዓለማየሁና አበበች በቀለ የድርጅቱን ውድቀት ለማፋጠን ያደረጉት የእርስ በርሳቸው ምስጢራዊ ስብሰባ ካልሆነ በስተቀር

በመስከረም ወርም ሆነ በሕዳር ወር 1969 ዓ. ም. የሚያውቁት የማዕከላዊ ኮሚቴ ስብሰባ ባለመኖሩ አልተገኙም። በብርሀነመስቀል ረዳ መሠረት፣ "ከነሐሴ 30 ቀን 1968 ዓ. ም. እስከ መስከረም 15 ቀን 1969 ዓ. ም. ድረስ በአካልም ሆነ በስልክ ከማንም ጋር እንዳልተገናኘና በመስከረም 15 ቀን 1969 ዓ. ም. ክፍሉ ታደሰን በስልክ አግኝቶ የማዕከላዊ ኮሚቴ ስብሰባ እንዲካሄድ መልእክት አስተላልፎ ምንም ዓይነት የኢሕአፓ ስብሰባ ያለመደረጉን ገልጿል።

የማዕከላዊ ኮሚቴ ስብሰባ እንዲካሄድ ደጋግሞ ጥረት አድርጎ በመተዳደሪያው ደንብ ሠረት የተጠቀሰው የሁለት ወር የጊዜ ገደብ ካለፈ በኋላ በታሕሣ ወር አጋማሽ 1969 ዓ. ም. ዶ/ር ተስፋየ ደበሳይ ከክፍሉ ታደሰ (የሶቪየቱ/አኢሰማው) ጋር አቶ ኃይሉ ወልዴ ቤት ሄዶ ብርሀነመስቀል ረዳን ባነጋገረበት ወቅት ዶ/ር ተስፋየ ደበሳይ በቁጣ መልክ "ስብሰባ ያስፈልጋል የምትሉት ሁለት ግለሰቦች ባቻ ስትሆኑ የተቀሩት እንደማያስፈልግ አስታውቀውናል" እንዳለውና የሰብሰባውን አላስፈላጊነት ለማስረዳት ብዙ የሚያስጨንቁ ትዳዮችን ለምሳሌ ሦስት የደርግ አባሎች በምስጢር ድርጅቱን መቀላቀላቸውንና ሻምበል ሞገስ ወ/ሚካኤል መኢሶንን በሚመለከት "እኛ ከላይ ስንጨፈጭፋቸው እናንተ ከታች ምቷቸው" ብሎ እንዳደፋፈረ በመድለጽ ተስፋ ሊያስቀርጠው ሞከረ። ከዚያም በተገኘው መረጃ ሁለቱ ግንባር ቀደም ታጋዮች የዓዕምሮ እረፍት ስለነሳቸውና ከባድ ሥጋት ላይ ስለጣላቸው ከሌሎቹ ጎዶቻቸው ጋር በመተጋገዝ ያካሄዱትን እርምጃዎች አስመልክቶ በሌላ አካባቢ ተገልጿል። በብርሀነመስቀል ረዳ መሠረት "በጥር 17 ቀን 1969 ዓ. ም. ለመጀመሪያ ጊዜ በተካሄደው የማእከላዊ ኮሚቴ ስብሰባ ላይ በፓርቲ አመራር ውስጥ ስለአለው እምነት መጥፋትና ሁለት የማእከላዊ ኮሚቴ አባሎች ስለፈፀሙት ተግባር በፖሊት ቢሮ የቀረበ ነጥብ በሚል በክሊኩ እንደቀረበ ጌታቸው ማሩና ብርሀነመስቀል ረዳ ተቃውሟቸውን አሰሙ። ክሊኩ ለመስማት ባለመፈለጋቸውና ብርሀነመስቀል ረዳም ጥርጣሬ ስላደረበት ውይይት በክሊኩ እንዲከፈት ተደረገ። ጌታቸው ማሩ ሰራው ስለተባለው ጥፋት የሚገልፅ ፅሁፍ ለማእከላዊ ኮሚቴ አባላት አስቀድሞ በጌታቸው ማሩ ጀርባ ተሰራጭቶ ስለነበር የክስ ወረቀቶች ብቅ ማለት ጀመረ። ጎድ ጌታቸው ማሩ ወረቀቱን ያገኘው ስብሰባው ከመደረጉ ከሁለት ቀናት በፊት እንደነበረ ሲገልጽ በርሀነመስቀል ረዳ ከነአካቴው እንዳላየው ገለጸ። እንዲህ ዓይነቱ ክስ ሲቀርብ የተከሰሰው ጎድ መልሱን በደንብ አስቦ በጽሁፍ እንዲገልጽ በቂ ጊዜ መስጠት እንዳለበትና የክሱንም ይዘት በትክክል እንደሚያሳየው ከሆነ በጎዶች መካከል አለመተማመንን ለመፍጠር ከማቀዳቸው በስተቀር ተጨባጭ ማስረጃ ስላልነበራቸው በፓርቲያችን ሕግ ውስጥ ምንም እንኳን የፓርቲ ኮንትሮል ኮሚሽን ባለመኖሩ ትዳዩ እዚያ ሊቀርብ ባይችልም፣ በፖሊት ቢሮ ጎዶች በኩል ያለውን አለመተማመንና ቅራኔ የሚመለከት የጎዶች ፍርድ ቤት (comrades court) ይቋቋም" ብሎ ብርሀነመስቀል ረዳ ያቀረበውን ሀሳብ በማፈን መሠረታዊ ባልሆኑ ቀደም ሲል ይከራከሩባቸው በነበሩት የልዩነት ነጥቦች (በሽብር ጥያቄ ላይ፣ በሕብረት ግንባር

ጥያቄ ላይ፣ የደርጉን ምክትል ሊቀ መንበርን ለመግደል በቀረበው ውይይት ወይንም በፋሺዝምና በጊዜያዊ ሕዝባዊ መንግሥት) ላይ ያልተመሰረቱ ጉዳዮችን በመመርኮዝ በሁለቱ ጓዶች ላይ “ክሶች ደረደሩባቸው።

12.2.1. በጌታቸው ማሩ ላይ ያቀረቡበት ክስ፣

ፖሊት ቢሮው ውሳኔ ሲሰጥ ከተስማማ በኋላ አልተስማማሁም በማለት በጓዶች መሀከል ሊኖር የሚገባውን መተማመን አጥፍቶታል፣ ለ. በፖሊት ቢሮው ስም የሚወስኑት ሶስት ጓዶች (ተስፋየ ደበሳይ፣ ዘሩ ክሕሸና ክፍሉ ታደሰ) ብቻ ናቸው ብሎ በሀሰት ወንጅሏል። መ. አንድ የማእከላዊ ኮሚቴ አባል ለወጣቱ ድርጅት የፖሊት ቢሮውን አቋም ካስረዳ በኋላ እርሱ ይህ ነገር በፖሊት ቢሮው አልተወሰነም በማለት በወጣቱ ክንፍና በፓርቲው አመራር መሀከል ቅራኔ እንዲፈጠርና የወጣቱ ክንፍ እንዲያምፅ ገፋፍቷል፣ ውሸታም ነው ለማሰኘት የሚጥሩ አሉባልታዎችን ያዘሉ ክሶች አቀረቡበት። ማስረጃ እንዲያቀርቡ ክሊኩ ሲጠየቅ በፖሊት ቢሮው አንድ አርዕስት ላይ ውይይት ተደርጎ ተወስኖ ነበር ሲሉ ጌታቸው ማሩ ግን አርዕስቱ በጽሁፍ መቅረብ እንደነበረበት ተከራክሮ የማእከላዊ ኮሚቴውን ካሳመናቸው በኋላ በእርግጥም በጽሁፍ ቀርቦ እንደነበረና በስብሰባ መጨረሻ ገደማ አንድ ላይ ሲያነቡትም እኔ የምጨምርበት ሀሳብ አለኝ ማለቱንና ሀሳቡን ለመጨመር ዕድሉን አለማግኘቱን ካመኑ በኋላ ለተንኮል በመጨረሻ ላይ ተስማምተህ ነበር የሚል አጠራጣሪ የሆነ ክርክር አቀረቡ። በመጨርረሻ ላይ ስብሰባው አስተያየት መስጠት ሲያቅተው የአመራር እምብርቱ/ክሊኩ ርካሽ የሆነ የብላክ ሜል ዘዴ በመጠቀም፣ የማእከላዊ ኮሚቴው የሚያምነው ኮሚቴውን ነው ወይንስ ግለሰቡን ነው? በማለት የማእከላዊ ኮሚቴውን በማስፈራራትና ከሦስታችን ወይንም ከጌታቸው ማሩ አንዱን ምረጡ በሚል ርካሽ መንፈስ በመከራከራቸው የማእከላዊ ኮሚቴ ብዙሀኑን በግድ በማስጨነቅ ወደ እነሱ አዘነበሉ። በመጨረሻም ዘሩ ክሕሸን የፓርቲውን የመተዳደሪያ ደንብ በመዘንጋት ከፓርቲው ጨርሶ ይገለል የሚል ሀሳብ አቀረበ። ማእከላዊ ኮሚቴው ጌታቸው ማሩን ከማእከላዊ ኮሚቴ አባልነት ማግለል (suspend) እንጂ ከፓርቲው ቀርቶ ከማእከላዊ ኮሚቴው ሊያባርር አይችልም ብሎ የማእከላዊ ኮሚቴው በመከራከሩ ከፓርቲው ኮሚቴዎች ይገለል ተብሎ ተወሰነ” (ብርሀነመስቀል ረዳ)።

12.2.2. በብርሀነምስቀል ረዳ ላይ የቀረበበት ክስ፣

በብርሀነመስቀል ረዳ የሚከተሉትን በስብሰባው ላይ እንዳቀረቡበትና ለቀረቡበትም ክሶች በጽሁፍ መልስ ለማቅረብ ዕድሉን በመንፈጋቸው በስብሰባው ወቅት በቃል መልሱን እንደሰጠ ብርሀነመስቀል ረዳ ገልጿል። “1. ከመዋቅር ውጭ የፓርቲ አባሎችን እያነጋገረ በፓርቲው የፖለቲካ መስመር ላይ መሰረት የሌለው ትርጉም ሰጥቷል፣ 2. የፓርቲው የጥቃት ጥበቃ ቡድን ኃላፊዎች የሚወስዱት እርምጃ ትክክለኛ አይደለም በማለት ተፃራሪ ትእዛዝ ሰጥቷል፣ 3. የሚገድሉትን ሰዎች ማንነት

የሚወስኑት ካለበቂ ማስረጃ ነው፣ ለምሳሌም ከፓርቲ የከዱ ሰዎች ይገደሉ ተብሎ እየወሰኑ አንዱ ከሐዲ (ተስፋየ መኮንን) በፖሊት ቢሮ ጓደኛች ስለአሉት ይገደል ሳይባል ቀርቷል ብሏል፣ 4. ከብርሀኑ ዘሪሁን (በወቅቱ የአዲስ ዘመን ጋዜጣ ዋና አዘጋጅ) ጋር ተወያይቶ ራሱ የጻፈውን ርዕስ አንቀጽ የመንግሥት አቋም ነው በማለት የማእከላዊ ኮሚቴውን በማሳሳት የተሳሳተ ውሳኔ ላይ እንዲደርስ አድርጓል፣ 5. ፖሊት ቢሮው የማእከላዊ ኮሚቴውን ሥልጣን ቀምቷል ብሏል፣ 6. የማእከላዊ ኮሚቴ እስረኛ ነኝ ብሏል፣ 7. መኢሶን ከእኛ ጋር የሚመሳሰል የፖለቲካ ፕሮግራምና ዓለም አቀፍ ድጋፍ ስለአለው ማርክሲሳዊ ሌኒናዊ ድርጅት ነው፣ እንደጠላት ልንቀጥረው ስለማይገባን ለመቀራረብና ለመቀያየት እንሞክር ብሎ ቅስቀሳ አካሂዷል" የሚሉ ክሶች እንደነበሩና፣ "የስብሰባው መንፈስ የተካሄደው ከፓርቲው የስብሰባ ደንብና ሥነሥርዓት ውጭ ስለነበር ሀሳቡን በፓርቲው ሪከርድ ላይ የሚያስፍርበት ሌላ ዕድልና አጋጣሚ የሚያገኝ እንዳልሆነ በመረዳቱ ለቀረቡበት ክሶቹ አጫጭር መልስ በመስጠት ከአመራር እምብርቱ/ክሊኩ ጋር ያለውን ክስና ከእነሱም ጋር በርዕዩተዓለም፣ በፖለቲካና በድርጅታዊ መርሖች የሚለይባቸውን ልዩነት በመግለጽ በአመራር እምብርቱ ላይ የሚከተሉትን ክሶች አቀረበ። አስቀድሞ ግን በፖሊት ቢሮ/ክሊክ ጋር የነበረውን የፖለቲካ መሥመርና የርዕዩተዓለምና የድርጅት መርሆች ልዩነቶች በመዘርዘር የተከሰሰበት ክስ እንኳንስ ከማእከላዊ ኮሚቴ ማስወጣትን ያህል ለሂስ እንኳን በቂ እንዳልሆነ በመግለጽ በተጠቀሱት ልዩነቶች ምክኒያት ክሊኩ ሊያጠቃው እንደፈለገ በማስረዳት ማእከላዊ ኮሚቴውን በዚህ ተግባር ተባባሪ እንዳይሆን አስገነዘበ። መጀመሪያ ድርጅቱን በሚመለከት፣ ሀ. ፖሊት ቢሮው ከሥልጣኑ በላይ ተግባሮችን ከማካሄዱም በላይ የማእከላዊ ኮሚቴን ሥልጣን ሁሉ ቀምቷል። በተጨማሪም የመላ ፓርቲውን (Party conference) ጉባኤ ሥልጣን ቀምቷል ብሎ በገሀድና በግልጽ ክሊኩን ከሰሰ። ለዚህም ምክኒያት ሲሰጥ በተግባር ቀጥሎም ተግባርን የሚሸፍን የቲዎሪ ድጋፍ በማውጣት መሠረታዊ የትግል ታክቲክ ለውጥ በአምባገነንነት ወስኗል። ይህም ከመስከረም ወር 1969 ዓ. ም. ላይ በ'ኢሰአማ ስም ለመላው የኢትዮጵያ ሕዝብ "የአመፅ ጥሪ" በሚል ርዕስ የአመፅ ጥሪ (Inssurrection)) ማድረገ፣ ይህም በሁለት መልክ 1. ከድርጅት መርሕና ከማሌ ፓርቲዎች ተግባር አንፃር አግንድ ፓርቲ ከሰላማዊ የፖለቲካ ትግል ወደ አመፅ በሚሸጋገርበት ጊዜ ቢቻል በጉባኤ ካልተቻለም በመላ ፓርቲው ውስጥ በሚደረግ ውይይት መወሰን ነበረበት። በተጨማሪም አመፅ ተብሎ የቀረበው የሽብር የትግል ዘዴ ስለሆነ እንኳንስ በፓርቲው ሊወሰን የፓርቲ አባሎች በሙሉ በተሰጣቸው ትምህርት የሚያውቁትና የሚቀበሉት የአመፅ ዓይነት በሦስተኛው ዓለም አገሮች በአዲሱ ዲሞክራሲያዊ አብዮት መሟላት ሊደረግ የሚችለውን ሕዝባዊ ጦርነት (Peoples war) ማለት ከገጠር ተነስቶ ከተሞችን መክበብ በሚለው ስትራቴጂ መሠረት የሚደረገው የአመፅ ዓይነት ስለሆነ Urban guerrilla warefare ወይንም አመፅ (የከተማ ሽምቅ ውጊያ) እያካሄድን ነው በማለት ፖሊት ቢሮ ያወጣው መግለጫ

ፓርቲው የማያውቀው አዲስ ቲዎሪ ስለሆነ ከፍተኛ ስህተት ከመሆኑም ሌላ ሕገወጥ መሆኑና፣ ይህንንም ዓይነት ቲዎሪ ማእከላዊ ኮሚቴ ራሱም ፓርቲውን ሳያማክር ሊያወጣ አይችልም፣ 2. ከርዕዩተዓለም አንፃር ያቀረበው ክስ በሥልጣን ላይ ያለውን መንግሥት ባህሪይ የሚመለከት ነበር። የፖሊት ቢሮው እና ዲሞክራሲያ ጋዜጣ ፋሽዝም በኢትዮጵያ ሰፍኗል በማለት ያሰፈሩት አቋም ከቲዎሪና ከተጨባጩ ሁኔታ አንፃር ስህተት መሆኑን በመግለፅ የዚሁ የፋሽዝም ዋና ምልክቶች አድርገው የሚያቀርቧቸው ጊዜያዊ ወታደራዊ መንግሥት በተቃዋሚዎች ላይ በተለይም በኢሕአፓ ላይ የኃይል እርምጃ መውሰዱንና ለተቃዋሚዎች የድርጅት መብት መከልከሉን የሚሉ ስለነበር እነዚህ መንግሥት ፋሺስት ለመሆኑ በቂ ምልክቶች እንዳልሆኑ ተከራከረ። ከፍተኛ ምስቅልቅልና የፖለቲካ ቀውስ ባለበት ወቅት በተራማጅ ኃይሎች መካከል የኃይል ግጭት ሊኖር እንደሚችልና ይህም አንደኛውን ወገን የግድ ፋሽስት እንደሚያሰኘው ገለጸ።

ፓርቲያችን በመሠረቱ ተራማጅ እንደመሆኑ መጠን ጊዝያዊ ወታደራዊ መንግሥት ጋር በመካከላችን ያለው የኃይል ግጭትም በመሀከላችን ያለውን መሠረታዊ ያልሆኑ (ሁለተኛ ደረጃ) ቅራኔዎች በትክክል መያዝና መፍታት ፓርቲያችን ስላልቻለበት ወደ ተፃራሪነት በማሳደጋችን ነው ብሎ ከሰሰ። የዚህም መነሾ የአንደኛው ወገን ፀረ አብዮታዊ መሆን ሳይሆን ምክኒያቱ ሁለታችንም ወገኖች በማርክሲዝም ሌኒኒዝም በተለይም በአብዮታዊ ቲዎሪ አለመብሰልና በቂ የፖለቲካ ትግል ልምድ እንዳይኖረን የሀገራችን ልዩ የፖለቲካ ታሪክና የሰላማዊ ፖለቲካ ተቃውሞ ልምድ አለመኖር ነው ብሎ ለማስረዳት ሞከረ። በመቀጠልም ጊዝያዊ ወታደራዊ መንግሥት የሚወቀሰውና የሚኮነነው ገና ሥልጣን እንደያዘ ዲሞክራሲያዊ መብቶችን በመፍቀድ የተራማጆችን በተለይም የእኛን ፓርቲ ለማቅረብ ባለመሞከሩ ሲሆን ነገር ግን ከሚያዚያ ወር 1968 ዓ. ም. የብሔራዊ ዲሞክራሲያዊ አብዮት ፕሮግራምንና የግንባሩን ጥሪ ካወጣ በኃላ ዋናው ተወቃሽ ሌላ ሳይሆን የራሳችን ፓርቲ ኢሕአፓ ነው ብሎ ከሰሰ። በመንግስት በኩል ኢሰብአዊ ጭካኔ ወይንም ፋሺስታዊ እርምጃዎች ተወስደዋል ቢባል ብዙ እንደማያከራክር አስረዳ። ለዚህም እርምጃዎች መወሰድ በከፊል ተጠያቂ ፓርቲያችን ነው። ምክኒያቱም ሥልጣን ላይ ያለው መንግሥት በብዙ ኃይለኛ ጠላቶች እንደመከበቡና በአብዮታዊ ምስቅልቅል ወቅት የመጣ አዲስ መንግሥት እንደመሆኑ መጠንና ያለው የፖለቲካ ድጋፍ ጠባብ እንደመሆኑ መጠን ትንሹንም የኃይል የተቃውሞ እርምጃ ከባድ ችግር እንደሚፈጥር አድርጎ በማየት በሥጋትና በመደናገጥ ለተቃውሞው ተመጣጣኝ ያልሆነ ከባድ የኃይል እርምጃ ሊወስድ እንደሚችል በመገመት ተቃውሟችንን በተቻለ መጠን ሰላማዊ ማድረግ ነበረብን" ብሎ አስረዳ። በማያያዝም "ዲሞክራሲያዊ መብቶች ካልተሰጡ ኤኮኖሚውን ቁጭ እናደርጋለን በማለት የሠራተኞች የሥራ ማቆም አድማ ማስጠራት ወይንም ጊዜያዊ ሕዝባዊ መንግሥት አሁኑኑ ይቋቋም በሚል መፈክር ሥር በብዙ ሺሕ የሚቆጠሩ የቁጣ መንፈስ ያላቸው ወጣቶችንና ላብ አደሮችን ማሰለፍ

ትክክለኛ የትግል ዘዴዎች አልነበሩም። የግድያ እርምጃን ያውም ከአመፅ ጥሪ ጋር አያይዞ መውሰድ ግልፅ የአመፅ እርምጃ (insurrection) ነውና ማንኛውም ሥልጣን ላይ ያለ ፋሺስታዊ ይሁን ሌላ የሚወስደው የአፀፋ እርምጃ ከባድ የኃይል እርምጃ መሆኑ ግልጽ ነው። ባጠቃላይም፣ የፖሊት ቢሮ የሚያደርገው በሌለ ተጨባጭ ሁኔታ ላይ የተመሰረተ የፋሺዝም ቲዎሪ ከፈጠረ በኃላ ቲዎሪውን ለማስመስከር የሽብር እርምጃዎችን በመውሰድ መንግሥትን ለኃይል እርምጃ በመገፋፋት ላይ ነበር፣ ይህም አሰራር ፀረ ማርክሲስት ከመሆኑም በላይ ከፓርቲው የፖለቲካ አቋም አንፃር ሕገወጥ ነው፣ ምክኒያቱም መላው ፓርቲና መላው የወጣት ክንፍ በዲሞክራሲያዊ ውይይት የተስማሙበት አንድ የፖለቲካ አቋም ከጊዜያዊ ወታደራዊ መንግሥት ጋር የሕብረት ግንባር መፍጠር የሚለውና ከሚኤሶን ጋር ውሕደት መፍጠር የሚለው ነበር። ግንባሩ ያልተቋቋመው በፓርቲው ከፍተኛ ጥፋት ብቻ ነው፣ ከመኢሶንም ጋር ያልተዋሀድነው በፖሊት ቢሮው ጥላቻና ጥፋት ብቻ በተለይም የፓርቲው አመራር ምንም ዓይነት ቅስቀሳና ፕሮፓጋንዳ ባለማድረጉ በኃላፊነት ያስጠይቀዋል" በማለት በአመራር እምብርቱ/ክሊኩ ላይ ክሱን አቀረበ (የብርሀነመስቀል ረዳ)።

ቀጥሎም ክሊኩ በዚህ ሳይገቱ ሁኔታዎች ፈር እንዳይዙ ለማስደረግ ሲባል ደርግ ለአፈናና ጭፍጨፋ ለመቀስቀስ እንዲያስችለው ኢሕአፓ ደርግን ያለበቂ ዝግጅትና ድርጅታዊ ብቃት አጋጉል ክፉኛ መጎንተል ለሚያስከትለው ውጤት ሁሉ የድርጅቱ አመራር እምብርት/ክሊኩ ከፍተኛውን ኋላፊነት መውሰድ እንዳለበት በስብሰባው ላይ ተከራከረ። "የሕብረት ግንባር ጥሪው ወደ ሕዝቡ እንዲደርስና በስፋት እንዲሰራጭ በቂ ጥረት አለማድረጉ ብቻ ሳይሆን ውሳኔው ተግባራዊ እንዳይሆን አፍኖ መያዙን ጭምር በስብሰባው ወቅት ከሷል። ክሊክ እንደ <u>ዋና ምክኒያት ሆኖ በወቅቱ የተመዘገበው በደርግ ውስጥ በሕቡዕ የተፈጠሩት የኢሕአፓ አባላት ሻምበል ሞገስ ወ/ሚካኤል፣ ሻምበል አለማየሁ ኃይሌ፣ ሻምበል አምሃ አበበ፣ ሻምበል ባሻ ወ/መድሕን አብርሃ፣ የመቶ አለቃ መለስ ማሩ የመሳሰሉትን ጡንቻ በመጠቀም በመፈንቅለ መንግሥት ቤተመንግሥት ለመግባት እንደሚቻልና ማንም ባለጡንቻ ሊነካቸው እንደማይችል በመተማመናቸው ቢሆንም በዋናነት ግን እንደማይፈፀም እያወቁ ድርጅቱን ለመፈረካከስ በነበራቸው ዕቅድ ነበር"</u> (ስርዝ የራሴ) ብሎ ከሰሰ። "ከሌሎች ሀገር በቀል የፖለቲካ ድርጅቶች ከኢሕአፓ ጋር ተስማምተው መስራት እንዲችሉ መንገድ ከመክፈትና ለውይይት ጥሪት በማድረግ ከማግባባት ይልቅ ማንኳሰስና ማጥላላት ኢሕአፓ ፀረ ደርግ መሆኑ ቀርቶ ፀረ ተራማጆች እንደሆነ የቱን ያህል እንደጎዳን እየታወቀ ችላ መባሉና እንዲሁም ዲሞክራሲን በማፈንና በመርገጥ እንደደርግ ጭፍንና የይስሙላ አንድነትን ለመፍጠር በኃይል መሞከሩን ከሷል። በድርጅቱ የአመራር እምብርት/ክሊክ የአድር ባይነት ዝንባሌዎችን በማንጸባረቅ ኢሕአፓ የሌለውን ኃይል ከመጠን በላይ በማጋነን፣ የደርግን ኃይል አላግባብ በመናቅ፣ ከሌሎች መሰል ኃይሎች ጋር ውሕደት ያለበለዚያም የኅብረት ግንባር አስፈላጊነትን በተግባር በመካድ

ፓርቲውን ለሥልጣን ባቃራጭ ወይንም ለቶሎ ድል ግፍጫ ጦርነት ግብ ግብ እንዲያካሂድ ማድረጋቸውን ሁሉ አስመልክቶ በስብሰባ ላይ አስታውቀ ተከራክሯቸዋል። በ1968 ዓ. ም. በላብ አደሩ ቀን አከባበር ላይ ስለተፈጸመው ጅምላ ጭፍጨፋና የእመቃ እርምጃን አስመልክቶ ባልተጠናና ባልተደራጀ መልክ ከእግር እስከ አፍንጫው የታጠቀን ወታደራዊ አገዛዝ ድርጅቱ ባካሄደው ጉንተላ ምክኒያት ያስከተለው ጥፋት እንደሆነ በስብሰባ ላይ ክሊኩን በመኮነን ከሷል። በድርጅቱ የማዕከላዊ ኮሚቴ መካከል የተፈጠረው ልዩነት ባጭር ሊገታ ሲቻል ክሊኩ ባለመፈለጉ የተፈጠረው ልዩነት እያደር መስፋት ቀጥሎ የድርጅቱ የአመራር ውህደትና አንድነት እየመነመነ መሄዱን" ጭምር አስመልክቶ ተከራክሯል። በወቅቱ ድጋፍ የሰጡትም ሆኑ ወደኃላ ገደማ ነገሩን ሁሉ ተረድተው አስተሳሰባቸውን የቀየሩት እነ ብርሃኔ እያሱ፣ ክፍሉ ተፈራ አርአያ (የአሜሪካኑ)፣ ፍቅሬ ዘርጋውና ፀሎተ ሕዝቂያስ ብዙም ሳይቆዩ በየተራ በጥበብ በስውር ተገደሉ። በስብሰባው በአመራር እምብርቱ ላይ የተጠቀሱት ክሶች በፅሁፍ የማቅረብ መብቱን በመግፈፋቸው አማራጭ በማጣቱ ቢያንስ በስብሰባው ላይ በቃል በማቅረብ ለማሳፈር ቢችልም ከስብሰባው ውጭ ያሉ አባላት ብርሀነመስቀል ረዳና ጌታቸው ማሩ የጠቀሷቸውን ነጥቦችና ሃሳብ መላው አባላት እንዳያውቁ ተደረገ። የምናውቀው በአመራር እምብርቱ የተሰራጨውን የሀሰት ክስና አሉባልታ ብቻ ነበር።

12.3. በደርግ በኩል ሊመጣ የነበረውን ያላግባብ ጭፍጨፋና ግድያ ለማስቀረት የእርማት ንቅናቄው መሪዎች የወሰዷቸው እርምጃዎችና ንቅናቄው በሸዋ የገጠር አካባቢ ቆይታው

ሁለቱ አብዮታዊያን ኃዶች የእርማት ንቅናቄውን ለማስፋፋት ባላቸው ፍላጎት ጥር 18 ቀን 1969 ዓ. ም. ጀምሮ የአመራር እምብርቱ ሊወስዳቸው ያቀዳቸውን ፋሽስታዊ የግድያና የኃይል እርምጃዎች መቃወምና በተግባርም ማክሸፍ ነበር። በዚህ አቅጣጫ "ጥር 18 ቀን 1969 ዓ. ም. የአዲስ አበባ በይነቀጠና ኮሚቴ ለአዲስ አበባ ፓርቲ መዋቅር ያስተላለፈውን ፋሽታዊ መመሪያ ብርሀነመስቀል ረዳ መረጃውን ያገኘው በእርማት ንቅናቄው መሥራች አንዱ በሆነው በኃድ በክሪ ሙሀመድ የአዲስ አበባ የዞን አንድ ኮሚቴ ፀሀፊ ነበር። መመሪያው የሚለው ባንዳዎች (መኢሶን ማለት ነው) በሙሉ ጠቃሚዎች ሆነዋልና ማንኛውም ባንዳ አደገኛ ነው ወይስ አይደለም ሳትሉ በሁሉም ባንዳ ላይ እርምጃ ይወሰድባቸው የሚል ነበር። ይህ መመሪያ ፋሽስታዊና ፀረ ሰብ ከመሆኑም ሌላ የአመራር ክሊኩ አንድ ዓይነት ኩዴታ ውስጥ ፓርቲውን ሊጨምረው ይፈልጋል የሚል ተጨማሪ ምልክት መስሎ ስለታየው የእርማት ንቅናቄው አባሎች በሙሉ ይህንን መመሪያ በመቃወም በፓርቲውና በወጣት ክንፍ ውስጥ ቅስቀሳ እንዲካሄድና መመሪያው በሥራ እንዳይተረጎም የተቻለውን ያህል የማደናቀፍ እርምጃ እንዲወስዱ ጌታቸው ማሩና ሌሎቹ የእርማት ንቅናቄው ግንባር ቀደም መሪዎች ከብርሀነመስቀል ረዳ ጋር ተስማሙ። በዚህም አብዮታዊ ርብርቦሽ ምክኒያት

በዞን አንድ አካባቢ (መርካቶ አካባቢ) አባላት የክሊኩን መመሪያ በጽሁፍ ላይ ብቻ ሰፍሮ እንዲቀር አስደረጉት። በተጨማሪም የዞን አንድ ኮሚቴ በይፋ ለፓርቲው አመራር በጽሁፍ ስሞታ በማቅረባቸውና ከፓርቲው ብዙ ተቃውሞ በመምጣቱ የፖሊት ቢሮው መመሪያውን አናውቀውም ገና ከእናንተ መስማታችን ነው በሚል በተለመደው የቅጥፈትና የመዋሸት ዘዴያቸው በመካድ በኢንተር ዞናሉን ኮሚቴ አመካኝተው አጋልጠው ሰጡ። ሆኖም መመሪያው እንዲነሳ ተደረገ። ከዚህም በላይ የተነሳሳው ተቃውሞ ስላስደነገጣቸውና ስላስደነበራቸው ዶ/ር ተስፋየ ደበሳይና ግርማቸው ለማ ዞን ኮሚቴና ዞን የመከላከያ/ዲፌንስ ስኳድ ኮሚቴዎችን እየወረዱ በማስፈራራት ጭምር ለማበረታታት ሞከሩ።

ሕዝባዊ ሰልፍን አስመልክቶ ብርሀነመስቀል ረዳ "የወቅቱ የደርግ ሊቀመንበር የነበሩት ጄኔራል ተፈሪ በንቲ ለመላው ሕዝብ ባደረጉት ንግግር መሰረት አዲስ አበባ ሊደረግ ታቅዶ በነበረው ሕዝባዊ ሠልፍ ላይ ስለሚወሰዱት የሽብር ፈጠራ እርምጃዎች ከአዲስ አበባ ኢንተርዞናል ኮሚቴ ለፓርቲውና ለጥቃት ጥበቃ ስኳዶች የተላከው መመሪያ በመከላከያ ኮሚቴ ውስጥ የሚሰራ ጓድ ሙላቱ ለብርሀነመስቀል ረዳ ይነገረዋል። ለስኳዶች የተላከው መመሪያ የሚለው ያላችሁን መሣሪያ በሙሉ ይዛችሁ እንዲትወጡ የሚል ሲሆን ለፓርቲ ኮሚቴዎች ደግሞ በተለየ መንገድ ለስኳዶች የተላከውን መመሪያ ሳይገልጹ ለየት ባለ መልክ የፓርቲው አባሎችና ወጣቶች ሰልፍ እንዲያደርጉ፣ በመንግሥት ደጋፊዎች በኩል (ባንዳዎች) ይዘውት የሚመጡትን ሰሌዳ ሁሉ እንዲያቀሙ የሚል ነበር። በመከላከያ ኮሚቴ ውስጥ ይሰራ ከነበረው ጓድ ሙላቱ ለስኳዶች የተላከውን መመሪያ ይዘት ለጓድ ጌታቸው ማሩ ገልጾለት እንደተወያዩ ቀደም ሲል ሁለቱ ግንባር ቀደም መሪዎች የነበራቸው የኩዴታ ስጋት እውን ሆኖ ስለታያቸው ቀርጥ እርምጃ ለመውሰድ ሁለቱ ጓዶች ወሰኑ። ከመርካቶው የዞን አንድ ፀሀፊ ከጓድ በክሪ ሙሀመድ ጋር በመመካከር በማንኛውም ዘዴ በዞን አንድ ያለው የፓርቲ ድርጅት፣ የወጣት ክንፍ ድርጅትና የጥበቃ ቡድኖች በመመሪያው መሰረት እንዳይሰሩ ለማድረግ ተስማሙ። ክሊኩ ይተማመንበት የነበረው ትልቁ ድርጅትና በመሣሪያና በአባላትም ብዛት ከፍተኛ የነበረው ይኸው ዞን አንድ የነበረው ድርጅት ስለነበር የኢሕአፓ አመራር ክሊክ የሽብር ፈጠራ ፕላኑ ሳይሳካለት ሊደናቀፍ ቻለ"። ከዚህ ሌላ ብርሀነመስቀል ረዳ እና ጌታቸው ማሩ የሁኔታው አጣዳፊነትና አስጊነት ስለአሳሰባቸው ጥር 21 ቀን 1969 ዓ. ም. በሚደረገው ሠልፍ ምክኒያት ከሁለቱ ጓዶች ቁጥጥር ውጪ በሆነ መንገድ የአመራር ክሊኩ በአዲስ አበባ ከተማ በተለይም በሰልፍ ቦታ መስቀል አደባባይ ላይ ሽብርና ግርግር እንዳይፈጠርና ሌላም የማያውቁት እርምጃ በመውሰድ ለፀረ አብዮታዊ ኩ ዴታ አመች ሁኔታ እንዳይፈጠር፣ ብሎም ደርግ በቂም በቀልና በቁጣ ከመጠን በላይ የሆነ ዘግናኝ አፀፋዊ እርምጃ ሊወስድ ይችላል ብለው በመፍራታቸው ብዙ ካወጡና ካወረዱ በኃላ ጌታቸው ማሩ ከሌሎች ግለሰቦች ጋር ለመገናኘት በርሀነመስቀል ረዳን ሲያማክረው ሽብር

እንዳይፈጠር ለማድረግ የተቻለህን ሁሉ አድርግ ብሎት ተለያዩ"። በየካቲት ወር 1969 ዓ. ም. የእርማት ንቅናቄው ዋና ተግባር አድርጎ የያዘው በአዲስ አበባና በሌሎች ከተሞች ንቅናቄውን ማስፋፋትና በፓርቲውና በወጣቱ ክንፍ ውስጥ የአመራር እምብርቱን ሕገወጥና ፀረ-ኢሕአፓ ተግባሮች በማጋለጥ ከፍተኛ የሞት ሽረት ትግል ማከናወን ነበር። በመጋቢት 1969 ዓ. ም. ግን ሁኔታዎች በመቀየራቸው "መንግሥት የ800 ተጠርጣሪዎችን ፎቶግራፍ በማውጣት እርምጃ ለመውሰድና አሰሳ በማካሄድ በከፍተኛ ደረጃ ለማጠናከር መዘጋጀቱን መረጃ በማግኘታቸውና የወጡትም ፎቶግራፎች የእርማት ንቅናቄው አባላት መሆናቸውን በማረጋገጣቸው የእርማት ንቅናቄው ተቀዳሚ ተግባር አድርጎ በመያዝ የድርጅቱን አባላት ካላስፈላጊ የእርስ በርስ ግድያ ለማዳንና እንዲሁም በመንግሥት ከመገደል፣ ከመታሰርና ከመሰደድ ለማዳን ተጨባጭ እርምጃ በመውሰድ በከተማ የሚገኙትን የፓርቲ አባሎች በተለይም በአዲስ አበባ የስኳድ አባሎችን ከከተማ በማውጣት ወደ ገጠር አስገብቶ ለማቀየት ሆነ። ሆኖም አባላቱን በገጠር ለመደበቅ ድርጅታዊ መዋቅር ስላልነበራቸው ጓዶችን ደብቀው ለማቀየት የሚቻለው ጫካ ብቻ ወይንም በርሃ እንደሆነ አመኑ" (ብርሀነ መስቀል ረዳ)። የእርማት ንቅናቄው የፖለቲካ አቋም በይፋ ሲገለጽ መንግሥት ሊወስድ የሚችለውን አቋም መገመት አስቸጋሪ በመሆኑ ወደ በርሃ የሚገቡት የእርማት ንቅናቄው ጓዶች ለመከላከያ የሚበቃቸው የጦር መሣሪያ እንዲይዙና ከሕዝብ ጋር እንደተቀላቀሉም የመጀመሪያ ተግባራቸው ወደ ገጠር ሊገቡ ያስገደዳቸውን ምክኒያት በመግለጽ የአካባቢውን ሕዝብ የማንቃትና የማደራጀት ተግባር እንዲያካሂዱ የእርማት ንቅናቄው መሪዎች በተስማሙበት አነስተኛ ፕሮግራም ይዘው ወደ ሸዋ አመሩ። የእርማት ንቅናቄው ቡድን በመጀመሪያ እንዲሄድ ታስቦ የነበረው በሀዲያ ብሔራዊ ድርጅት አማካይነት ከንቅናቄው ጠንካራ መሪዎች አንዱ የነበረው ጓድ ዐብዩ ኤርሳሞ /ግርማ/ እና እነ አገሬ ምሕረቱ የፖለቲካ ድርጅት የሰሩበትና በመጠኑም ቢሆን የፖለቲካ ሥራ ከተሰራበት አካባቢ ነበር።

የደቡብ ኢትዮጵያ ጉዳይ ብርሀነመስቀል ረዳን በከፍተኛ ደረጃ ያጋጋው ሌላው ጉዳይ በድንገት ሳያስበው በፍልሥጥኤም በመሠልጠን ላይ የነበሩት (የመጽሀፉ ደርሲና ጓዶቹ) ጓዶች የሥልጠና ጊዜያቸውንና ጉዟቸውን አጠናቀው ብርሃኔ እያሱን በሲዳሞ በሆነ ቦታ ላይ በመጠባበቅ ላይ መሆናቸውን የሀሰት መረጃ መሆኑን ባልተረዳው ብርሃኔ እያሱ በኩል የሀሰት መረጃ በማግኘቱ እውነት መስሎት ወደ ሀዲያ ለመጓዝ በጉጉት ላይ ነበር፣ በምዕራፉ ወደ ኃላ ይገለጻል። የድርጅቱ ክንፍ የእርማት ንቅናቄ ወደ ሀዲያ ለመጓዝ እንደተነሳሱ ድንገት የሲዳሞው የኢሕአሠ ክንፍ ዕቅድና ፕላን መመታቱን መረጃ በማግኘታቸው ወዲያውኑ የሀዲያ ጉዟቸውን ሰርዘው ፊታቸውን ወደ ሸዋ አዞሩ። ብርሀነመስቀል ረዳና እንድሪያስ ሚካኤል ገፈርሳ ጎጆ ውስጥ እንዳሉ እነሱን ለመግደል ካልተቻለም ያሉበትን ቦታ ለገዳዮች በመጠቀም በአመራር እምብርቱ/ክሊኩ ተልኮ የነበረና በኃላ

በተደረገው ውይይት የአመራር እምብርቱ ወንጀሎችና ፀረ-ኢሕአፓነት በግልጽ በመገንዘቡ እጁን ሰጥቶ ከተናዘዘ በኃላ የትግል ጓደኛቸው ያደረጉትና በኃላም ምርኩዜ ብሎ የሰየመው ደምሴ ኃ/ማሪያም መርሐቢቴ ሌላ አማራጭ ቤዝ/ሠፈር እንደሚሆን በማሳመን ስለ ቦታው አቀማመጥና ስለሕዝቡም የፖለቲካ ዝንባሌ መጠነኛ ገለጻ በማድረግ በተጨማሪም አርሶ አደሮች ያሉበት የፓርቲ ድርጅት መኖሩንና ከድርጅቱም ጋር ግንኙነት እንዳለውና ወደንቅናቄያቸው ለማዞር እንደማያዳግት አስረድቷቸው በምርኩዜ አማካኝነት መርሐቢቴ ታች ቤት ወረዳ ተጋዙ። በብርሀነመስቀል ረዳ መሠረት፣ "በሚያዚያ ወር 1969 ዓ. ም. በመርሐብቴ አውራጃ በሁለቱ ወረዳዎች (በላይ ቤትና በታች ቤት ወረዳዎች) ሕዝብ በማመፁ የመንግሥታዊ አስተዳደር መዋቅር እስከመፈራረስ ደርሶ ነበር። ሆኖም በሰኔ ወር 1969 ዓ. ም. መጀመሪያ ሰሞን ደርግ በአካባቢው ሕዝብ ላይ በአካሄደው የጭካኔ ጭፍጨፋና የመደዳ ግድያ ምክኒያት ሕዝቡ መውጫ መግቢያ በማጣቱ የመንግሥታዊ አስተዳደር ቁጥጥር እንደገና መቃቃም ጀመረ።

የንቅናቄው ግንባርም በአካባቢው መኖር ለደርግ በመታወቁ የሁለቱ ወረዳ አስተዳዳሪዎች ሕዝቡ ያሉበትን ቦታ እንዲጠቁምና ለመያዝም እንዲተባበሩ ተፅዕኖ ማድረግ እንደጀመሩ በመርሐብቴ ተወላጅ በሆኑት የቡድኑ ኃላፊዎች በእነ ደምሴ ኃይለማሪይም እና አያሌው ክብረትና ተከታዮቻቸው በታች ቤት ወረዳ በሕዝብ ዘንድ ተደማጭነት ያላቸውን በተለይም መሐከለኛና ድሀ ገበሬዎች የሆኑት ጋር እየተገናኙ የእርማት ንቅናቄው ቡድን የተቃቃመበትን ዓላማ በመግለጽ ጥረት ሲያደርጉ ቀዩ። የአቀራረባቸውም ይዘትና ዘዴ፣ 1. ቡድኑ የኢትዮጵያን አብዮት እንደማይቃወሙ፣ 2. የመንግሥት ተቃዋሚ የሆነው የኢትዮጵያ ሕዝብ አብዮታዊ ፓርቲ ኢሕአፓ እንደሆኑ፣ ቢሆንም ከመንግሥት ጋር በሽብር ቀርቶ በምንም ዓይነት የኃይል እርምጃ ለመጋጨት ወደ አካባቢው እንዳልመጡና እንደማይፈልጉ፣ 3. ሜዳ የገቡት በድርጅታቸው (በኢሕአፓ) ከፍተኛ አመራር በተካሂደው ትክክለኛ ያልሆነ የፕሮግራምና የትግል ስትራቴጂ ለውጦች በመደረጉ ድርጊቱን በመቃወማቸው በመሆኑ መንግሥት በስመ ኢሕአፓ እንደሚያስራቸውና እንደሚገድላቸው በማመናቸው ከዚሁ ካላስፈላጊ ሞት በመሸሽ ድርጅቱን ለማቀየት፣ እራሳችንንና አባላቱን ለመከለከልና ለማዳን እንደሆነ፣ 4. ከሕዝቡና ባካባቢው በሚቀዩበትም ወቅት ለሀገሪቷና ለአብዮታችን ይበጃሉ ብለን የምናምንባቸውን ሀሳቦች ሁሉ ከሕዝቡ ጋር በመመካከርና በመወያየት እንደሚያከናውኑና ይህንንም ሥራ በሰላማዊ መንገድ በሚያካሂዱበት ወቅት መንግሥት በኃይል ሊያጠፋቸው ቢሞክር ከመሸሽና ከከበባ ለማምለጥ ከመሞከር በስተቀር በእነሱ ቀዳሚነት ምንም ዓይነት የማጥቃት እርምጃ እንደማይወስዱና፣ ነገር ግን ሕዝብና መምግሥት ሰላማዊነታችንንና የአብዮቱ ደጋፊነታችንን እያወቀ በግፍ ካለፍትህ ሊፈጅን ከመጣና መግቢያ ወቅጫ ካሳጣን ለነፍሳችን እየተከላከልን እናልቃለን በማለት ነበር። ይህም አቃማቸውና ገለጻቸው ሁሉ በበታች ወረዳ ሕዝብ ከፍተኛ ተቀባይነትን አስገኝቶላቸዋል፣

አስከብሯቸውም ቀይቷል። እግረ መንገዳቸውንም ለአካባቢው ሕዝብ የፖለቲካ ትምህርትና መሰረታዊ ወታደራዊ ትምህርት በማስተማር፣ በገበሬው መሀል ስለኢሕአፓ ቅስቀሳ በማድረግና ሕዝቡ ያካባቢው ሕዝብ ከመንግሥት ጋር እንዳይተባበር ከፍተኛ ተግባር ሲያከናውን ቀየ። በዚህም ተደማጭነታቸው ለአሰሳ ሕዝቡ ፍቃደኛ ሳይሆን መቅረቱ የሚገልጸው ምን ያህል እንዳቀፏቸውና እንደሚውዷቸው ነበር። ከመርሐብቴ ወደ መንዝ ከተሸጋገሩ በኋላ የገጠሩ የእርማት ንቅናቄ ቡድን የኢሕአፓ የእርማት ንቅናቄ አካል ሆኖ ታጣቂ፣ አንቂና አደራጅ ቡድን ሆነው በሰላማዊ መንገድ ሲንቀሳቀሱ እንደ ቀዩ ብርሀነመስቀል ረዳ ገልጿል። በብርጌዱ ኮሚሳር ሚሊሽያ በለጠ መሰረት “ያንን የመሰለ ዘመናዊ መሣሪያ ከበቂ ጥይት ጋር ተሸክመው በአምስት ነጭ ለባሾች ለዚያውም ከአሥራ አምስትና ሀያ ጥይቶች የማይበልጡ ተራ አሮጌ ጠመንጃ ባነገቱ እጃቸውን እንዲሰጡ ሲጠየቁ ላካባቢው ሕዝብ ባላቸው ከፍተኛ አክብሮትና ፍቅር ምክኒያትና በመንግሥት የቂም በቀል እርምጃ እንዳይወሰድባቸው በመጨነቅ ነጭ ለባሾቹን ከብርጌዱ ኮሚሳር ጋር አገናኙን ብለው ጠይቀው ከእኔ ጋር ለመገናኘት ቻሉ። እነብርሀነመስቀል ረዳ ቢፈልጉ ኖሮ ሲወጡና ሲገቡበት ከቀየው የባዶጌ በርሃ መግባት ይችሉ ነበር። ባዶጌ ቢገቡ ለእኛ በጣም አስቸጋሪ ሊሆን ይችል ነበር። ለሕዝቡ ባላቸው ፍቅርና አክብሮት ከበርሃው እየወጡ እጃቸውን እንደሚያስረክቡ ስለምናውቅ ከበርሃው እንዲወጡ ለማድረግ ሕዝቡን እንዳለ መደዳውን እንጨፈጭፍ ነበር። ደብቃችኋል በማለት ሕዝቡ ላይ ልናደርስ የምንችለውን የብቀላ የመደዳ ግድያ በመገንዘባቸው ሕዝቡን ከከፍተኛ ጭፍጨፋና ግፍ ለማዳን ሕይወታችን አክብሮና አንከባክቦ ይዞ ካቀየን ሕዝብ ስለማይበልጥ በቀላሉ ተማርከን ዕድላችንን መጠባበቅ እንዳለብን ቡድኑ ባንድ ድምፅ በመወሰኑ እንደሆነ ብርሀነመስቀል ረዳ ለወጣቷ ኮሚሳር በለጠ የነገራትን ታጠቅ ጦር ሠፈር በቁም እሥር በቀየችበት የነገረችኝ ነው (82)።

12.4. ብርሀነመስቀል ረዳና ብርሃኔ እያሱ ባካሄዱት ውይይት ደብዛቸው ጠፍተውበት የነበሩት የፍልሥጥኤም ሠልጣኝ ጓዶች መረጃ በማግኘቱ የተሰማው ደስታና የወሰደው ቅጽበታዊ ውሳኔ

እነ ውብሸት ረታና ዘርዓብሩክ አበበና ጓዶቻቸው በተረሸኑበት ዕለት ዶ/ር ተስፋየ ደበሳይ፣ ዘሩ ክሕሸንና ክፍሉ ታደሰ አብረው ከአቶ ኃይሉ ወልዴ ቤት በሌላ ክፍል ነበሩ። በደመቀ አገዜ እና በቱሉ (የድርጅት ስም) መሠረት ብርሃኔ እያሱ ከዶ/ር ተስፋየ ደበሳይ ጋር ሲነጋገር ብርሀነመስቀል ረዳ በድምፁ በማወቁ ብርሃኔ እያሱን ለማነጋገር እንዲችል የዶ/ር ተስፋየ ደበሳይን ፈቃድ አግኝቶ ዐብዩ ኤርሳሞ፣ እንድሪያስ ሚካኤልና በክሪ ሙሀመድ በተገኙበት ከብርሃኔ እያሱ ጋር የጦፈ ክርክር ያካሂዳሉ። ይህን የብርሀነመስቀል ረዳንና የብርሃኔ እያሱን የጦፈ ውይይት ክፍሉ ታደሰ፣ ዘሩ ክሕሸንና ዶ/ር ተስፋየ ደበሳይ ሥራየ ብለው ያዳምጡ ነበር። ከዚሁ ብዙ ሳልርቅ በመጀመሪያው የድርጅቱ ክንፍ የእርማት ንቅናቄ ስብሰባ ላይ ዐብዩ ኤርሳሞ በሀዲያ አካባቢ የሚያውቀው ምቹ

ቦታ መኖሩን አስመልክቶ እንዳቀረበ በድንገት ብርሀነመስቀል ረዳ ከብርሃኔ እያሱ ጋር ባደረገው ውይይት ወደፊት በድርጅቱ ዕቅድ መሰረት የፍልሥጥኤም ሰልጣኞቹ የሚንቀሳቀሱበት ሜዳ ዐብዩ ኤርሳሞ ከጠቀመው የሀዲያ አካባቢ ነው ብሎ በማመኑ ደስታ አደረበት ትኩረቱን ሁሉ ወደ ሀዲያ አደረገ። ብርሀነመስቀል ረዳ ገና በአመራር ላይ እንዳለ በሲዳሞ የደቡብ ኢሕአሠ ክንፍ እንዲቋቋምና ለዚህም በአስኳልነት ከሰሜን አሜሪክና ከአውሮጳ በምስጢር ተመልምለው ለሥልጠና ወደ ፍልሥጥኤም መላካቸውን ቢያረጋግጥም፣ ሰልጣኞቹ ስልጠናቸውን አጠናቀው የት እንደደረሱ ለማወቅ ሳይችል ቀይቶ በድንገት ሲዳሞ አካባቢ ብርሃኔ እያሱን በመጠባበቅ ላይ መሆናቸውን የውሸት መረጃ በማግኘቱና እንዲያውም ዐብዩ ኤርሳሞ ለድርጅቱ ክንፍ የእርማት ንቅናቄ ካቀረበው አኪባቢ ጋር ብዙም ባለመራራቁ፣ አካባቢውንም በደንብ የሚያውቅ ከመካከላቸው እንደ ዐቢዩ ኤርሳሞና አገሬ ምሕረቱን የመሳሰሉ ጠንካራ ታጋዮች በመገኘታቸው ተጨማሪ የደስታ ምንጭ እንደሆነለት ጣሰውና ደመቀ አገዜ ከዐብዩ ኤርሳሞ፣ ከበሽሪ ሙሀመድና ከእንድሪያስ ሚካኤል በድርጅቱ የአመራር እምብርት ከመረሸናቸው በፊት እንዳጫወቷቸው። በይበልጥ ደስታ የተሰማው የተሰጠው የሀሰት መረጃ እውነት ቢሆን ኖሮና እነብርሀነመስቀል ረዳ በዕቅዳቸው መሠረት ወደ ሀዲያ ቢያመሩ ከእኛ ጋር ግንኙነት እንደሚፈጥር እርግጠኛ ስለነበረ ነው። በእርግጥም ሌላው ቢቀር ሶስታችንና አራተኛው ሀገር ወዳዱ ሀብቶም ሊደርስብብን የሚችለውን ቁጥጥር ሁሉ በመሰባበር ከእሱ ጋር በመቀላቀል ኢሕአፓ'ን ከውድቀት ለማዳን እንደምንታገል ጥያቄ አልነበረውም። እያሱ ብርሃኔ ጋር ባደረገው ድንገተኛ የጦፈ ክርክር "አንተ የተመደብከው በደቡብ ኢትዮጵያ በተለይም በሲዳሞ የኢሕአሠ ክንፍ እንዲቋቋም በተወሰነው መሠረት የተመደበውን ቡድን በመምራት ያካባቢውን ጥናትና ግምገማ ማካሄድና ከዚያም በውጭ ሀገር ወታደራዊ ትምህርት ሰልጥነው ከሚመጡት ጓዶችህ ጋር ተቀላቅለህ የሠራዊቱ ኮሚሳር ሆነህ እንድትመራ እንጂ ባልተጠናና ባልተወሰነ ጦርነት ላይ ተማግደህ ያላግባብ እንድትሰዋ አልነበረም። እነዚያ ምትክ የማይገኝላቸው የድርጅቱ ልጆች ለሕዝባቸው ምንም ሳይውሉ ባልተጠናና ባልተወያየንበት ጦርነት ላይ ተማግደው በከንቱ ሕይወታቸው ማለፉን ሰማን። አንተም ባጋጣሚ ዳንክ" ብሎ በወቀሳ እነጋገረው። በዚህን ጊዜ ነበር ብርሃኔ እያሱ በገሀድ ስሜታዊ በመሆን እንደ ሕፃን ልጅ እምባ እየወረደውና ሲቃ እየተናነቀው የሚከተለውን ለብርሀነመስቀል ረዳ ያበሰረለት። ከፍተኛ እልቂትና ውድቀት ያስከተለውን የወሎውን እንቅስቃሴ በተመለከተ፣ ባልተጠናና ባልታቀደ ሁኔታ ለአገሩ እንግዳ ለሕዝቡ ባዕዳ በመሆን ተከበን እንድንመታ የሚያዘውን መመሪያ እንደደረሰን ከፀጋየ ገ/መድሕን ጀምሮ በሠራዊቱ የሚገኙ አዛዦችና እኛም በተናጠልና በቡድን ሆነን ጉዳቱን በመዘርዘር መመሪያውን ለሰጠው ከፍተኛ የድርጅቱ አመራር በማስረዳት ሀሳቡን ለማስቀየር ከፍተኛ ጥረት ከማድረጋችንም በላይ ግልጽ ተቃውሞ ተካሂዷል። በአምባገነናዊነት ትእዛዝ የድርጅቱ ውሳኔ በመሆኑ መፈጸም ይኖርበታል ተባልን። የላብ አደሩ ወታደሮች በመሆናችን ለድርጅታችን ባለን ፍቅርና ታማኝነት ድርጅቱ ያዘዘንን ከመቀበልና ከመፈጸም ሌላ የፓርቲውን ትእዛዝ ያለመቀበል

አዝማሚያ ልናንፀባርቅ የድርጅቱ ሕግና ደንብ አይፈቅድልንም። በግልጽ ወደ ሞትና ጥፋት መላካችንን እየተረዳን ነበር ወደ ወሎ ቀጥታ የዘመትነው። የፈጸምነውን ስህተት አሁን ስገነዘበው ለድርጅቱ በነበረን ጭፍንና አጋጉል ታማኝነት ምክኒያት ባልተጠናና ባልታቀደ ዘመቻ በድርጅቱና በሠራዊቱም ሆነ በአባላቱ ላይ የሚያስከትለውን ጉዳት በገሀድ እየተረዳን ትእዛዙ እንዲነሳ ያሰማነውን ተቃውሞ በቀራጥነት በመቀጠል የሚያስከትልብንን ሁሉ እስከመጨረሻው በመቋቋም ወደ ወሎ ላለመሄድ መጣር ነበርብን። ይህንን ባለማድረጋችን ሠራዊቱንም ሆነ ድርጅቱን ጎድተናል፣ ምትክ የማይገኝላቸውን ጓዶችን አጥተናል፣ እኔም ለራሴ በቀላሉ የማላገኛቸውን ጓዶቼን አጥቻለሁ (83) ብሎ አስረዳው።

ብርሃኔ እያሱ በመቀጠልም በውጭ ሀገር የወታደራዊ ሥልጠና ላይ ናቸው ተብሎ ስለሚነገርላቸው ጓዶቻችን (እኔን እና የፍልሥጥኤም ጓዶቹን ማለት ነው) በተመለከተ ወደ ወሎ ከመንቀሳቀሳችን ጥቂት ሳምንት በፊት በግንቦት ወር 1968 ዓ. ም. ገደማ ሥልጠናውን አጠናቀው ወደ ሀገር ቤት ጉዞ እንደ ጀመሩ ሮቤ ወደ ውጭ ከመውጣቱ በፊት እና በኃላም ፀሐየ ጠቁመውኛል። እንደገና ከወሎ እሳት ባጋጣሚ ተርፌ እዚህ ከገባሁ በኋላ ሰሞኑን ከወታደራዊ ኮሚሽንና ከሴክሬታሪያቱ አካባቢ እንደሰማሁት ጓዶቹ ጉዟቸውን አጠናቀው ሲዳሞ አካባቢ ከሆነ ቦታ እኔን እየተጠባበቁ መሆናቸውንና ተቀላቅለን ወደ ተመረጠው የትግል ሜዳችን ባንድነት እንደምናመራ ተነግሮኛል በማለት "የሚያስደስት" ዜና ለብርሀነመስቀል ረዳ አበሰረው። ብርሃኔ እያሱ እያለቀሰ ይህንን "አስደሳች" ዜና ለብርሀነመስቀል ረዳ ሲናገርና የአመራሩ እምብርቱን የሀሰት መረጃ ሲገልጽለት ክፍሉ ታደሰ፣ ዘሩ ክሕሸንና ዶ/ር ተስፋየ ደበሳይ ከጎን አካባቢ ከሚገኝ ክፍል ውስጥ ሆነው ለእሱ የሰጡትን የውሸት መረጃ ሲያስተጋባ ያዳምጡ ነበር። ሮቤ በመባል የሚታወቅ በሜዳ ወይንም በኤደን አልነበረም። ሥልጠናውን አጠናቀን ከቤይሩት ሀገር ቤት ተብለን ጉዞ አስጀምረው ኤደን ለሰባት ወር አጉረው ባቆዩን ወቅት ከሜዳ ተመልሶ እንደመጣ የተነገረለት ሮብሌ/እስማኤል ስለነበር ሮቤ ብሎ መረጃውን ያካፈሉኝ ጣሰውና ደመቀ አግዜ ዘንግተው እንጂ የሶቪየቱን ሮብሌ የሚባለውን ይሆናል የሚል እምነት አለኝ። የሀሰትና የቅጥፈት መረጃ እቀናብረው በተዘዋዋሪ ለብርሀነመስቀል ረዳ እንዲደርሰው ቢደረግም በምስጢር ተመልምለው ወደ ፍልሥጥኤም ከተላኩ በኃላ ደብዛቸው የጠፉበትና የትና ምን ደረጃ ላይ እንደደረሱ እንቆቅልሽ ሆኖበት የቆየውን ጉዳይ በድንገት መስማቱ እውነት መስሎት ከፍተኛ ደስታ እንደተሰማው ነበር እነጣሰው ያረጋገጡልኝ። ብርሀነመስቀል ረዳ የተነገረውን የሀሰት ዜና እንዳለ ከማመኑ የተነሳ የድርጅቱ የእርማት ንቅናቄ ክንፍን ለማንቀሳቀስ ዐብዩ ኤርሳሞ ባቀረበው የሀዲያ አካባቢ ላይ ትኩረት እንዲያደርግ የተባለው "አስደሳች" ዜና አጋጋው። ለዝግጅቱም ዐብዩ ኤርሳሞ፣ እንድሪያስ ሚካኤል፣ በሽሪ ሙሀመድ፣ መክብብ ተሰማና ጓዶቻቸው ዝግጁ ሆነው ለጉዞው ተሰናዱ። እነ ዘሩ ክሕሸን፣ ክፍሉ ታደሰና ዶ/ር ተስፋየ ደበሳይ

ለብርሃኔ እያሱ የሰጡትን የሀሰት መረጃ ሲያስተጋባ መልሰው ሲያዳምጡት መደናገጥና መጨነቅ ብርሃኔ እያሱን ከነ ብርሃኑ እጅጉና "ከተዓምረኛው" ዮናስ አድማሱ ጋር በውይይቱ ማግሥት ወደ ሲዳሞ እንዲንቀሳቀሱ አድርገው ገና ተልዕኳቸውን ሳይጀምሩ ስለጉዞው አስቀድሞ ከአመራሩ በተላለፈው ጥቆማ መሰረት ሲዳሞ ላይ አድፍጦ ይጠባብቅ በነበረ ታጣቂ የገበሬ ኃይል ተረሸነው ቀሩ፣ በመጽሀፉ በሌላ አካባቢ ተገልጿል። በብርሀነመስቀል ረዳና በሌሎች በገጠር ትጥቅ ትግል ላይ ከፍተኛ ዕምነት በነበራቸው አብዮታዊያን ተነድፎና ተጠንቶ የተወሰነው የሲዳሞ የደቡብ ክንፍም ሆነ እነብርሀነመስቀል ረዳና ዐብዩ ኤርሳሞ በሲዳሞ አካባቢ ሊያካሂዱ የነበረው የእርማት ንቅናቄ ጉዳይ ከነ ብርሃኔ እያሱና ብርሃኑ እጅጉ መረሸን ጋር አብሮ ተረሸነ። ከዚህ በኋላ ነበር እነብርሀነመስቀል ረዳ ለእርማት ንቅናቄው አስፈላጊነት ባስቸኳይ "በምርኩዜ" መሪነት ፊታቸውን ወደ ሸዋ ያዞሩት።

12.5. ጌታቸው ማሩ (ዓባይ አጥናፉ)

በመጽሀፉ በሌላ አካባቢ በሀገር ቤት ከተፈጠሩት አንደኛው ቡድን የአብዮት ቡድን ሲሆን ይህን ቡድን በትግሉ ውስጥ ዘግየት ብሎ የተቀላቀሉ ወጣት የዩኒቨርሲቲና የሁለተኛ ደረጃ ትምህርት ቤት ታጋዮች ያቀፈ ነበር። ቡድኑ ከሁሉም ቡድኖች ከፍተኛውን የአባላት ብዛት ያለውና አያሌ ቅን የሆኑ ለጋ ወጣት ታጋዮችን ያፈራና ያቀፈ ቡድን ነበር። የአብዛኛዎቹ ዕድሜ ከ12 እስከ 25 ዓመት የደረሱ ለጋ ወጣቶች ሲሆኑ እድርጉ የሚባሉትን ሁሉ በምንም ቢሆን ሳይጠያይቁ፣ ሳያወላውሉና ሳይመረምሩ በጭፍን ስሜት ተግባራዊ የሚያደርጉ ትኩስ አፍላ ደም ያላቸው ታጋዮች ነበሩ። ኢሕአፓ አመራር እምብርት ለጋ ወጣት ሴቶቹን ፍቅር በማስያዝ፣ ጥቂቶቹ በቅጥፈት፣ በውሸት ዜናና በማታለል ዘዴና ፕሮፓጋንዳ ተመርዘው የሚነገራቸው ሁሉ ለአገርና ለሕዝብ የሚበጅ እየመሰላቸው፣ ጥቂቶቹ በአብሮአደግ ጓደኝነት፣ በትምህርት ቤት ባልንጀራነት በማቅረብ ዓዕምሯቸውን በማደንዘዝ ሲሆን አብዛኛው አባላት በርዕዩተዓለም ንቃትና በፖለቲካ ብስለታቸው ከፍተኛ የነበሩ አብዮታዊያን ሲሆኑ አልፎ አልፎም በስሜታዊነትና በአፍላ የትግል ፍቅርና ስሜት ተነሳስተው የተቀላቀሉም ናቸው። የአመራር እምብርቱ ለግድያ መሣሪያነት በከፍተኛ የተጠቀሙት ይህንን የቀድሞውን "የአብዮት" ቡድንን ነበር። አብዛኛው የወጣቱ ሊግ የዚህ ቡድን አባላት ነበሩ። በብርሀነመስቀል ረዳ መሠረት የአብዮት ቡድን ከኢሕአፓ ጋር ተቀላቅሎ መሥራት የጀመረው ከመለስተኛው ጉባዔ ጥቂት ቀደም ብሎ ቢሆንም ከመቀላቀሉ በፊት በፓርቲው መመሥረቻ ጉባዔ ላይ የተላለፉትን ውሳኔዎች፣ የፀደቀውን የመተዳደሪያ ደንብ አሳዩኝ ለመልከታቸው ብሎ ጌታቸው ማሩ እነ ዘሩ ክሕሸንና ክፍሉ ታደሰን በጠየቀበት ጊዜ በተለመደው የቅጥፈትና የማታለል ጥበባቸው ለጊዜው የጠየካቸው ሰነዶች ከእኛ እጅ የሉም በማለት አታለሉት። በመቀጠልም የፓርቲውን መመሥረቻ ጉባዔ ውሳኔዎች እንኳን አሳዩኝና ልመልከታቸው ብሎ ቢጠይቅም በአመራር ውስጥ ፎርማሊቲውን አሟልተህ ስትገባ ታውቀዋለህ ብለው አግባብነት የሌለው መልስ እንደመለሱለት

ገልጿል። ከዚህ የምንረዳው የአብዮት ቡድን የኢሕአፓን ምንነትና ዓላማ ተገንዝቦና አጢኖ ሳይሆን በተለመደው የድርጅቱ የአብዮታዊ ሥነምግባር መመሪያ በሆኑት መደለል፣ ማታለልና መሸንገል በመሳሰሉትን በመጠቀም አሳምነው ሳይሆን በሸወዳ አታለው እንዳስገቡት ነው። ባጋጣሚ ግልጽ፣ ቀጥተኛና እውነተኞች ቢሆኑና በጠየቀው መሠረት የጠየቃቸውን ሁሉ ቢያሟሉለት ኖሮ ከኢሕአፓ ጋር ሊቀላቀል ይችል ነበርን? በእነ አስረስ ስሜ፣ ደመቀ አባዜ፣ ቱሉና ጣሰው መሠረት የአብዮት ቡድን እራሱን የቻለ ሌላ ድርጅት ሊያቃቁሙ ይችሉ እንደነበር ያለበለዚያም ከሌሎች ጋር እንደነ ተስፋየ ቢረጋ፣ ጌታቸው ሀብቴ፣ ባሮ ቱምሳ እና አቦማ ምትኩ ከመሳሰሉት ጋር ተነጋግረው ሌላ ጠንካራ ድርጅት ሊቃቃም ይችል እንደነበር እምነታቸውን ገልጸውልኛል።

በሌላ በኩል እነ ዘሩ ክሕሸን ለጋውን የወጣት ክፍል ለእኩይ ዓላማቸው ለመጠቀም ሲሉ የአብዮት ቡድንን ለመያዝና ለመቆጣጠር ጌታቸው ማሩ ከእነሱ ጋር እንዲቀላቀል ምኞታቸው ነበርና እንደማንም ሸንግለውና አታለው አባል ማድረግ ብቻ ሳይሆን ወዲያውኑ ለፖሊት ቢሮ አባልነም አስመረጠው ለዋቂት ወራት በአመራር አቀዩት። የአብዮት ቡድን ከውጭ ተሯሩጦ ለመጣው ኢሕአፓ ወደ ኢትዮጵያ ለመሸጋገር ብሎም ከኢትዮጵያ ሕዝብ ጋር ለመገናኘት ዋና ድልድይ፣ አስተባባሪና ጉዳይ አስፈጻሚና የግድያ መሣሪያ ሆኖ እስከ ድርጅቱ ውድቀት ድረስ ቀየ። የኢሕአፓ አመራር እምብርት/ክሊክ ኋላፊነት እየሰጡ ፊፅሙ የሚሏቸውን አፍራሽ ተግባራት ሁሉ በስሜታዊነትና ጀብደኝነት፣ እንዲሁም ለድርጅቱ ባላቸው ጭፍን ፍቅር በመገዛት ያለማወላወል እየፈፀሙ ቢቀዩም ሳይውል ሳያድር የአመራሩ ተንኮል እየተገለጸላቸው በመምጣቱ የጉባዔውን ጥሪ በከፍተኛ ደረጃ የደገፉ እነሱ ነበሩ። በጥንካሬአቸውና በሀቀኝነታቸው አብዛኛዎቹ የቡድኑ አባላት ለደርግና ለመኢሶን እየተጠቀመባቸው ሲረሸኑ ከፊሉ ደግሞ "በአንጃነት" በራሳቸው ድርጅት ተጨፍጭፈዋል። ጌታቸው ማሩ በሀገር ቤት ከተፈጠሩትና ከፍተኛ አባላትን ያቀፈውን የአብዮት ቡድንን ከመሰረቱት መሪ አባላት አንዱ የነበረና የተሳካለት አደራጅና በስር ነቀል ለውጥ ደጋፊ በወጣቱ ትውልድ መሀል እንደ መሪ ይታይ የነበረ አብዮታዊ ነበር። ሐምሌ 20 ቀን 1967 ዓ. ም. በተካሄደው የፓርቲ ጉባዔ/ኮንፈረንስ ላይ ጌታቸው ማሩ ለመጀመሪያ ጊዜ የማዕከላዊ ኮሚቴ ሆኖ ተመረጠ፣ ቀጥሎም ከመለስተኛው ጉባዔ በኋላ የፖሊት ቢሮ አባል ሆኖ ተመረጠ። የፖሊት ቢሮ አባል ሆኖ እንደተመረጠ ጌታቸው ማሩ ነገሮቹ ሁሉ ነጥረው እስከመጡበት ጊዜ ድረስ ወደፊት ገዳዮቹ ከሚሆኑት ጋር በማበር በብርሀነመስቀል ረዳ ላይ የእንቅፋትና የመሰናክሎች ተባባሪ ሆነ። ብርሀነመስቀል ረዳ ከፀሐፊነቱና ከፖሊት ቢሮ አባልነቱ ሲያወርዱት ጌታቸው ማሩ ለምን ብሎ እንኳን ባለመቃወም በብርሀነመስቀል ረዳ ላይ የይወገድ ድምፁን በማስተላለፍ መሣሪያ ሆነ። በመጽሀፉ በሌላ አካባቢ እንደተገለጸው ብርሀነመስቀል ረዳ የዓላማና የመርህ ሰው እንጂ ለሥላጣን ጉጉት የሌለው በመሆኑ "ከነዘሩ ክህሸን፣ ከክፍሉ ታደሰ፣ ከተስፋየ ደበሳይና ጌታቸው ማሩ ጋር የቀየ

የአስተሳሰብና የርዕዮተዓለም ልዩነት ስለአለኝ የፖሊት ቢሮው ሥራ በየጊዜው በሚነሳ ክርክርና ጭቅጭቅ እንዳይደናቀፍና ድርጅቱ ማከናወን የሚገባቸው በእኛ ክርክር ወደ ኋላ እንዲቀር ስለማልፈልግ አመራሩ ውስጥ መግባት የለብኝምና የፖሊት ቢሮውን ቦታ አልቀበልም" ብሎ እራሱን በግድ አገለለ። በዚህ በሐምሌ ወር 1967 ዓ. ም. በተካሄደው የድርጅቱ ኮንፈረንስ በማዕከላዊ ኮሚቴ የቀረቡት የኢትዮጵያ ውስጣዊና ወርሃዊ ሁኔታዎች ሪፖርቶች፣ የፓርቲ ፖለቲካ ፕሮግራም፣ የፓርቲ መተዳደሪያ ደንብ መሠረታቂ ለውጥ ሳይደረግባቸው ፀደቁ።

በድርጅቱ ከፍተኛ ብዛት ያለው ቡድን የአብዮት ቡድን በመሆኑ ጌታቸው ማሩን የፖሊት ቢሮ አድርጎ ማስቀመጡ የአብዮት ቡድኑንን አባላት ለተልዕኳቸው ማስፈጸሚያነት ለመጠቀም በማቀዳቸው እንደነበረም ተወርቷል። ከጌታቸው ማሩ፣ ከውርቁ ገበየሁ፣ ፀሎተ ሕዝቅያስና ከግርማቸው ለማና ሌሎች ጋር በአንድ አካባቢ በካምፓስ የኖሩ የታጠቅ ጦር ሠፈር ወዳጆቼ ለይኩንና አንተነህ ያጫወቱኝን በተመሳሳይም አስረስ ስሜ ሲያጫውቱኝ፣ "ጌታቸው ማሩ ግልጽና ቀጥተኛ የነበረ እንዲሁም በንባብ እራሱን ያዳበረ አብዮታዊ እንደነበረ እኒሁ ወዳጆቼ ይናገራሉ። በዩኒቨርሲቲ ቆይታቸው ዘመን ጎንደሬው ወርቁ ገበየሁ ከነፀሎተና ግርማቸው ለማ ጋር በመሆን ጌታቸው ማሩን ይቃወሙትና ብዙ ያጥላሉት ነበር። ጌታቸው ማሩም ለእነሱ ፋከራና ጩኸት አንዳችም ጊዜ ሳያገበድድላቸው እነሱን ለማጋለጥ ብዙ ይጥር ነበርና አንድ ወቅት "'You the real calculators, calculate your mathematics on the paper and not on the brain of the masses'" በማለት ተንኮለኛና ተብታቢዮች እንደነበሩ አድርጎ እንዳጋለጣቸው ሦስቱም አጫውተውኛል። የኋላ ኋላ ሁሉም ባንድነት ሆነው በኢሕአፓ ሥር መታገል ጀመሩ። ብዙም ሳይቆይ ጌታቸው ማሩ ከማዕከላዊ ኮሚቴ እባልነትና ከፖለቲካ ኮሚሽን ሊቀመንበርነቱ፣ ከፕሮፓጋንዳ ኮሚሽን አባልነቱና ከብዙኀን ድርጅቶች ኮሚሽን አባልነቱ እንዲገለል ተደረገ። በቀዳማዊ ኃይለሥላሴ ዩኒቨሪስቲ ባንድነት የኖሩትና ይህን ታሪክ ያካፈሉኝ የ"ክሊኩ" አባል የነበርው ለይኩንና "የአንጃው" አባል የነበረው አንተነህ እንዲሁም በአስረስ ስሜም እምነት ለጌታቸው ማሩ መሰረዝ፣ እና መገደል የእነሱ አስተዋፅዖ ብቻ ሳይሆን ተሳትፎም እንዳለበት አድርገው ያምኑ ነበር። Complex እና የቀድሞውን ቂም ለመወጣትና እኛን ያዋረደ፣ እኛን ያጋለጠ እንዴት ዛሬ የእኛ አለቃና የበላይ ሊሆን ይችላል ከሚል እኩይ መንፈስ የመነጨ እንደሆነም አድርገው እንደተመለከቱት ነበር ሶስቱም ውዳጆቼ በተለያየ ወቅት ያጫወቱኝ። ጌታቸው ማሩ የብርሀነመስቀል ረዳን ምክር ባለመስማቱ ዘሩ ክሕሸንና ክፍሉ ታደሰን በማመን በየዋህነቱና በቅንነቱ ተታሎ ለመወያየት ብሎ ወደ እነሱ ሄዶ እንደደረሰ ለቀም አድርገው ይዘው አሰቃይተው ገደሉት። እዚህ ላይ ይኸው የቀድሞው "አንጃ" አንተነህ ሆነ አስረስ ስሜ የጌታቸው ማሩን የመጨረሻ ድርጊት በየዋህነትና በቅንነት ብቻ አልተመለከቱትም። የወጣቱ ክንፍ በገፍ ለእሱ እንደሚቆምለትና እንደሚሰለፉለት ጌታቸው ማሩ ከልቡ እምነት ሳያሳድርበት

እንዳልቀረና በእርግጥም ብርሀነመስቀል ረዳና ጌታቸው ማሩ ባይቀደሙ ኖሮ የወጣቱ ክንፍ ይቀሙላቸው እንደነበረ አንተነህ እና አስረስ ስሜ እምነታቸው ነው።

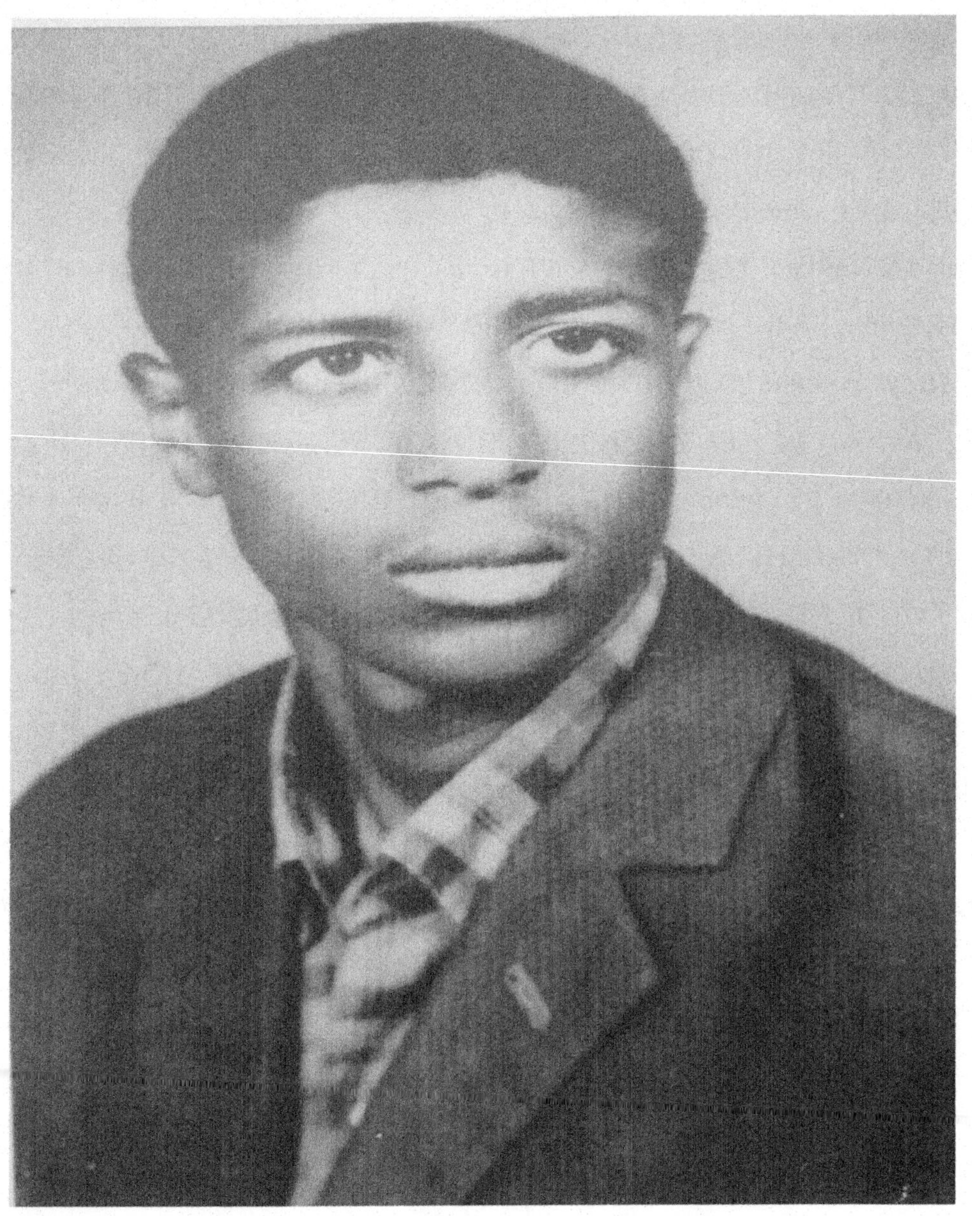

ጌታቸው ማሩ ግንባር ቀደም የተማሪዎች መሪ፣ የአብዮት ቡድን መሥራችና መሪ

በአስረስ ስሜ፣ ጣሰው፣ በደመቀ አግዜና ቱሉ መሠረት ብርሀነመስቀል ረዳና ጌታቸው ማሩ የፓርቲ አባልነታቸውን እንደያዙ ባንድነት ከሰባ ደረጃና በዩኒቨርስቲው አምስተኛ በር መካከል፣ ከቀድሞው እቴጌ መነን የልጃገረዶች ሁለተኛ ደረጃ ትምህርት ቤት ጀርባ በሚገኝ የገንዘብ ሚኒስቴር ሠራተኛ በኋላ ደርግ የረሸናቸው የጉራጌ ተወላጅ ከነበሩት አቶ ኃይሉ ወልዴ ቤት ተከልለው እንዲኖሩ ተደረገ። ባንድ በኩል አግተው ያስቀምጡና በጎን ደግሞ ሁለቱ ጓዶች በዚህ ቤት መኖራቸውን ለደርግና ለመኢሶን ካድሬዎች በመጠቆም በቀን ከበቧቸው። ከቀድሞ ጀምሮ ከሩቅ

የሚመለከት ራዳር አለው እየተባለ የሚቀለድበት ብርሀነመስቀል ረዳ እንደልማዱ በመስኮት ሆኖ እያጮለቀ አካባቢውን ሲቃኝ በደርግ ወታደሮችና በመኢሶን ካድሬዎች መከበባቸውን ለጓዱ ለጌታቸው ማሩ እንዲያመልጥ በማስጠንቀቁ ጌታቸው ማሩ በነጠላ ጫማ በማምለጥ መርካቶ አካባቢ ደርሶ ለእህቱ ገንዘብ እንድታመጣለት በስልክ አስታውቀ የጠየቀውን ገንዘብ ይዛለት ደረሰች። ከዚያም ልብስና ኬፕ ገዝቶ ጥቁር ልብስ ተላብሶ በመጀመሪያ ካዛንቺስ ከሚገኘው ጓደኛው ቤት ቀጥሎም አሥመራ መንገድ 22 ማዞሪያ አካባቢ ከሚገኘው ጓደኛው ከእንድሪያስ ሚካኤል ቤት ደርሶ መኖር ጀመረ። 22 ማዞሪያ አካባቢ ከሚገኘው ጓደኛው መኖር እንደጀመረ ለደህንነቱ ሲባል እንድሪያስ ሚካኤል አጎቱ ቤት እንዲኖር ተደረገ። ጌታቸው ማሩ ፓርቲያችን አደጋ ላይ መውደቁን በማጤኑና ወደተባባሰም ውድቀት እንደሚያመራ በመገንዘቡ እንዲሁም የድርጂቱ አባላት ያለምክኒያት እርስ በርስ በመጨፋጨፍ እየተጨራረሱ መሆናቸውን በፅኑ በመገንዘቡ ለጠላቶች ድጋፍ እየሰጠን ነውና በውይይትና በመመካከር መቀም ይኖርበታል ብሎ ቁርጠኛ ሆነ። በደሜና በራሴ መስዋዕትነት ከሚመለከታቸው ጓዶቼ ጋር ተገናኝቼ ውይይት ማካሄድ ይኖርብኛል ብሎ ብርሀነመስቀል ረዳ ያቀረበውን መልካም ሀሳብ በመቃወም የአመራር እምብርቱ/ክሊኩ ጋር "ዲሞክራሲያዊ" በሆነ መንገድ በመወያየት ችግራችንን መፍታት እንችላለን የሚል ገራ ገር አቋም ወሰደ። ብርሀነመስቀል ረዳም ሆነ ሌሎቹ የቅርብ ጓዶች ጌታቸው ማሩን ይቅርብህ ከአሁን ወዲያ ከእነሱ ጋር መገናኘቱ አያስፈልግህም፣ እነዚህን ሰዎች በደንብ አታውቃቸውም ማን መሆናቸውን ተብሎ በተደጋጋሚ መከሩት።

እንዲያውም በጣሰው፣ በደመቀ አግዜና ቱሉ መሰረት ብርሀነመስቀል ረዳ በግልጽና በቀጥታ "እነዚህ ሶስት አይሞሉም እያልክ የምትላቸውን ሰዎች በቅጡ አታውቃቸውም፣ ከእነሱ ጋር ከእንግዲህ ወዲያ ግንኙነት ቀርቶ ንግግርም አያስፈልግህም። እነሱ የውጭ ኃይል እርዳታና ድጋፍ ያላቸው ልበ ደንዳና ግለሰቦች ናቸው" ብሎ መክሮታል። ቀና መስለው ያንተን ሃሳብ ለማወቅ ካልሆነ በስተቀር ከእነሱ ጋር የሚደረግ ማናቸውም ውይይት መልካም ውጤት የሚያመጣ አይደለምና ለክፉ አደጋ እንዳይዳርጉህ ከእነሱ ጋር መገናኘቱ ይቅርብህ ተብሎ እንደተመከረ እና ጌታቸው ማሩ ለጓዶቹ የሰጠው ምላሽ እንዴት ጓደኛ ጓደኛውን ይገድላል፣ ለአንድ ዓላማ የተሰለፍንና ለዚሁም ዓላማ ግብ መምታት ባንድነት ለመታገል የቆምን በመሆናችን በመወያየትና በመተማመን ስሕተትን ማረም ይኖርብናል ብሎ በአቋሙ ፀና። ይህ አቋሙና አመለካከቱ እጅግ አድርጎ ያስጨነቃቸውና ያሳሰባቸው የቀድሞ የአብዮት ቡድን መሪዎችና የቅርብ ጓደኞቹ እነ ዐብዩ ኤርሳሞ፣ እንድሪያስ ሚካኤል፣ በኽሪ ሙሀመድ፣ አስረስ ስሜ፣ ጌታቸው ማሩን ለብቻው ወስደው "ቢሰሙህ ኖሮና በዲሞክራሲ ዕምነት ቢኖራቸውማ ኖሮ ከፖሊት ቢሮ አባልነትህ፣ ብሎም ከማዕከላዊ ኮሚቴ አባልነትህ ያላግባብ ከድርጅቱ ደንብ ውጭ በሆነ መንገድ ባላስወገዱህ ነበር፣ ከዚያም በተዘዋዋሪ ለቁም እስራት ባላበቁህ ነበር።

በመቀጠልም “ይህን ሁሉ አምባገነናዊና ኢዲሞክራሲያዊ አሰራር ሲፈጽሙብህ አንተን ለማወያየትና ያንተን ሀሳብ ለመስማት እኳን በሞከሩ ነበር። ከዚህ በኋላ የሚያስከትልብህ የባሰ አደጋ እንጂ መልካም ነገር ከእነሱ አታገኝምና ይልቅስ በደማችንና በመስዋዕትነታችን ድርጅቱንና አባላቱን ለማዳን እንድንችል ያቋቋምነውን የድርጅቱ ክንፍ የእርማት ንቅናቄ በማጠናከር ሲዳሞ አካባቢ ሄደን በመቀየት ለመደራደርና የሊጉንም እገዛ ለማግኘት እንችላለን፣ ከ¡ሀ በኃላ በአለንበት ሁኔታ ከእነሱ ጋር በሠላም ለመወያየት መሞከር እንደ አኃጉል ጀብደኝነት የሚቀጠር ነው ብለው ለማሳመን ቢጥሩም ሊሰማቸው እንዳልፈለገ ቱሉ፣ ጣሰው፣ በደመቀ አግዜና አስረስ ስሜ አጫውተውኛል። በጸሀፊው እምነት ጌታቸው ማሩ አያሌ አቢዮታዊ የሆኑ የማርክሲስት ሥነጽሁፎችን አንብቧል እንጂ አብዮት ባካሄዱት አገሮችና ድርጅቶች ስለተካሄድው እሥራትና ግርፋት እንዲሁም ግድያ ሁሉ ያነበበና በቅድሚያ የተረዳ አይመስለኝም። እንደእኛ በመሳሰሉ አገሮች በተመሳሳይ መልክ ስለተካሄደ የትግል ልምድና ተመክሮ ግንዛቤ ያለው አይመስልም።

የሌሎች አገሮች የትግል ተመክሮ ድሕነቱ በቀላሉ የከህዲዮችና የፀረ-ሕዝብ ወኪሎች ሰለባ ሆነ። ጌታቸው ማሩ አንጋፋ የተማሪዎች መሪና እጅግ ትጉህ ታጋይ እንደ ነበር ይታወቃል። ቢቆይና በትግሉ ቢቀጥል ኖሮ እየበሰለ ሲኃዝ ወደፊት ከአገሪቷ መሪዎች ጋር ሊመደብ የሚችለው ወጣት በየዋህነቱ ባጭሩ ተቀጨ። የቀድሞው የሱዳኑ ወዳጄ ከድር ሙሀመድ ለእኔና ለአስረስ ስሜ ባለፈው ዘመን የፈጸሚቸውን ተግባራት እያነሱ ሲወያዩ ባንደኛው ግንኙነታችን ላይ ከድር ሙሀመድ በርሀነመስቀል ረዳንና ጌታቸው ማሩን ከአቶ ኃይሉ ወልዴ ቤት ታስረው እንዳገኛቸውና ድርጅቱ ስለሚያራምደው የተሳሳተ ጎዳናና የትግል ስልቶች በማውሳት ባስቸኳይ መታረም እንደሚኖርበት ብርሀነመስቀል ረዳ እንዳጫወተው ከድር ድርጅቱን የጠበቀና የረዳ መስሎት ያወያየውን ሁሉ ወዲያውኑ ሪፖርት በጽሁፍ ማቅረቡ ሲፀፅተውና ሲረብሸው እንደኖረ አጫውቶናል። የጌታቸው ማሩንና የብርሀነመስቀል ረዳን የሞት ቅጣት ለመወሰን በሰሜን ማዘጋጃ ቤት ወይንም በሰሜን ሆቴል በስተጀርባ በሚገኝ የድርጅቱ አባላት (የመምህር ቤትና የትዳር አጋሮች) በነበሩ መኖሪያ ቤት ውስጥ ተሰባስበው የሞት ቅጣት ውሳኔ ይወሰናል። የጌታቸው ማሩንና የብርሀነመስቀል ረዳን የይገደሉ ውሳኔ ለመወሰን ክርክር ተደርጓል። እነማን መሆናቸውን ብዘነጋም የሞት ቅጣቱን አጥብቀው የተቃወሙ እንደነበሩ በጊዜው እንደሠራተኛ ሆና በገዛ ቤቷ ከውድ ባለቤቷ ጋር የነበረችው የድርጅቱ አባል የሀገራችንን የፋሲካ በዓል በቅድስት እየሩሳሌም ከተማ ለማክበር ሄደን በተገናኘንበት አጋጣሚ ገልጻልኝ ነበር። በመጨረሻም ውይይቱ ዲሞክራሲያዊ መሆኑ ቀርቶ በሞት እንዲቀጡ የአመራር እምብርቱ/ክሊኩ ይፈልግ ስለነረ በነሱ ፍላጎትና ውሳኔ እንዲወሰን እመቻችተው አስወሰኑ ብላ ይህችው ወገኔ አጫወተችኝ። በሁለቱም አባላት ላይ የሞት ውሳኔውን ካስወሰኑ በኋላ ሁለቱንም ጓዶች ለመያዝ በነበራቸው ዕቅድ መሠረት ብርሀነመስቀል ረዳን ለመያዝ ከፍተኛ ጥረት አድርገው

ሊያገኙት እንዳልቻሉ በምዕራፍ 11 ተጠቅሷል። ጌታቸው ማሩን መገናኛ አካባቢ ከሚገኘው ጎደኛው ከእንድሪያስ ሚካኤል ቤት እንዳለ ዘሩ ክሕሸን እራሱ ስልክ ደውሎ ያገኘዋል። አጅሬ ዘሩ ክህሸን እኛ ካንተ ጋር የሚያጋጨንና የሚያጣላን ጉዳይ የለንም። ካንተ ጋር ቢኖረንም እጅግ ጥቃቅን ነጥቦች ሲሆኑ እነዚህንም ጎዳዊና ዲሞክራሲያዊ በሆነ መንገድ በመወያየት ይፈታሉ። አንተን እኮ እናቀርብሃለን፣ በውይይት ለመፍታት መዘጋጀትህንና እኛንም ማሳሰብህ የሚደነቅ ነውና 22 ማዞሪያ አንዲት ቀይ የአውራ ጎዳና መኪና ትመጣና ይዘውህ ወደአለንበት ቦታ ያመጡሀል ብሎ እንደነገረው ለአስረስ ስሜ እንደነገረው ገልጾልኛል። በተባለው ዕለት 22 ማዞሪያ የተባለችዋ ቀይ የአውራ ጎዳና መኪና መጥታ ይዘውት በቀበና በኩል አድርጋ ወደ ላይ ወጣች ተባለ። በወቅቱ የሦስተኛ ፖሊስ ጣቢያ አዛዥ የነበረው በምሕረት ሀገር ቤት እንደተመለስኩ ተዋውቂው እንዳስረዳኝ ከሰሜን ሆቴል ወይንም ከሰሜን ማዘጋጃ ቤት ጀርባ ናይጀሪያ ኤምባሲ አካባቢ ከሚገኝ ቤት አስገብተው ገድለውና ዱቄት ነስንሰው በሰሌን ጠቅለው ዓባይ አጥናፉ የሚለውን የትግል ስሙን ወረቀት ላይ ጽፈው ከሰሌኑ ላይ ለጠፉት። በድንጋጤና በችኮላም ሳያስሹት የቀረ ብዛት ያለው ገንዘብ ከሬሳው ባጠገብ ተገኝቷል። ዘሩ ክሕሸን ጌታቸው ማሩን ካስገደለ በኃላ በማግሥቱ ገደማ ጌታቸው ማሩ ሲገደል ባካባቢው አልነበርኩም ለማለት እንዲያስችለው እና የከተማው እሳት አሲምባ ተሸጋግሮ ጉድ ሳያደርስባቸው በእሱ የተመራውን የእርማት ንቅናቄ ለማስጀመርና ተቃዋሚዎቻቸውን ቶሎ ለመቅጨት ከውድ ባለቤቱ የ"አሲምባዋ ንግሥት" ታደለች ኪዳነማርም (84) እና ከመዝገብነሽ አቡየ ጋር ወደ አሲምባ ተጋዘ። ይህ የተፈጸመው በሚያዚያ ወር መጨረሻ 1969 ዓ. ም. ገደማ እንደሆነ ነው። የጌታቸው ማሩ ግድያ ከተፈጸመበት ቤት እያሉ የመንግሥት ወታደሮችና የመኢሶን ካድሬዎች የደረሱባቸው እነማን መሆናቸውንና የት እንደደረሱ በመጽሀፉ በሌላ አካባቢ ተገልጿል።

12.6. ሁለቱን ጎዶች ለማስያዝ በፖሊስ ኮሌጅ በተካሄደው ዝርፊያ የተጠቀሙባትን መኪና የዕለት ሰሌዳዋን ለደርግ ፀጥታ ክፍል ጠቀሙ

ከመጀመሪያው የድርጅቱ ክንፍ የእርማት ንቅናቄ ስብሰባ በኋላ በተለይም በነብዩ አይናለም/ብርሃኔ የተጠናከረው ሪፖርቱ እንደደረሳቸው ለሁለት ዋና ምክኒያቶች በዘዴ ለማጥፋት ጌታቸው ማሩ ከአስኮ ወደ አቶ ኃይሉ ወልዴ ቤት ተሸጋግሮ ከብርሀነመስቀል ረዳ ጋር ባንድነት እንዲኖር መደረጉ በሌላ አካባቢ ተገልጿል። የመጀመሪያው ዓላማ ሁለቱ መሪ ጎዶች ከአባላት ጋር ተገናኝተው ሀቁና ሃሳባቸው ቀስ በቀስ እንዳይራባና እንዳይዛመት ለማፈን ሲሆን፣ ሁለተኛው ዓላማ ደግሞ ሁለቱንም ባንድነት አንድ ቦታ ላይ በማኀር በዘዴና በጥበብ በተዘዋዋሪ መንገድ በደርግና በመኢሶን ካድሬዎች በማስገደል ከደሙ ንጹህ ነን ብለው ለእኩይ ፕሮፓጋንዳቸው እንዲረዳቸው ያቀዱት ተግባር ነበር። ብርሀነመስቀል ረዳንና ጌታቸው ማሩን ድርጅቱ አልገደላቸውም ለማስኘትና በደርግና በመኢሶን ለማመካኘት እራሳቸውን ንጹህ በማድረግ ድርጅቱን የማጥፋት ተልዕኳቸውን

ለማራመድ የተደበቁበትን የአቶ ኃይሉ ወልዴን ቤት ለደርግ የፀጥታ ኃይልና ለመኢሶን ካድሬዎች በቀጥታና በተዘዋዋሪ ከሰንዳፋ የፖሊስ ኮሌጅ የጦር መሣሪያ ተዘርፎ በተወሰደበት ጊዜ የጦር መሣሪያውን ለማመላለስ የተጥቀሙባትን መኪና የዕለት ሰሌዳዋን የፀጥታ ክፍል ጠቆሙ። ቀጥሎም መኪናዋን የአቶ ኃይሉ ወልዴ ቤት ሊከበበ በታቀደበት ዕለት በፊት ወስደው ከቤቱ በራፍ አካባቢ እንድትቆም አስደረጉ።

12.7. የጌታቸው ማሩ እያያዝ፣ አገዳደል እና በማፊያ ዘዴ ፊላደልፊያ ላይ ተገደለች የተባለችው "ወሎየ"

ፀሀፊዎች ስለ ጌታቸው ማሩ አሟሟት በተለያየ መንገድ ብዕራቸውን አስፍረዋል። ከድርጅቱ አመራር እምብርት/ክሊኩ በኩል ደግሞ ሁለት የተለያዩ መንገዶችን ሰጥተውናል። አንዱ ታስሮ ከነበረበት ቦታ ከስኳድ መሪው አምልጦ ሊሄድ ሲሞክር ተኩሰው በመግደል በፊቱ ላይ አሲድ በመነስነስ የፊቱን ቅርጽና መልኩን በማጥፋትና በማበላሸት (disfigure) በጆንያ ጠቅለው በመጸዳጃ ቤት አካባቢ ጥለውት እንደሄዱ በማለት ሊያሳምኑን ሲሞክሩ በሌላ በኩል ደግሞ በመዘባረቅ ደርግ ታስሮ የነበረበትን ቤት የስልክ ውይይት ጠልፎ ያዳምጥ ስለነበር አመራሩ እምብርት ለአዲስ አበባ በይነ ቀጠና ስለስልክ ጠለፋው በመጠቀም ጥንቃቄ እንዲወስዱ በማስጠንቀቃቸውና ወዲያውኑም ቤቱ በወታደሮች መወረሩን እንዳረጋገጡ ጌታቸው ማሩን ይዘው ማምለጥ ስለማይችሉ፣ እንዲሁም ጥለውት ቢሄዱ በደርግ ተማርኮ ብዙ ምስጢር ስለሚያወጣና ብሎም ስለሚገድሉት እራሳቸው ገድለው ማንነቱን ለማጥፋት በአሲድ አበላሽተው (disfigure) መሄድ እንዳለባቸው በመወሰናቸው ተፈጸመ ይላሉ። ድርጅቱ ካለው የወንጀለኛነት ባሕሪው ሰውነቱን ቆራርጦ በጆንያ ጠቅለው ከቤቱ መንገድ ላይ ወርውረዉት እንደሄዱ አድርጎ ሻምበል ተስፋየ ርስቴ ጽፏል። የሻምበል ተስፋየ ርስቴ አባባል ብንመለከት የአመራር እምብርቱ ታማኞች ጌታቸው ማሩን ከገደሉ በኋላ ሰውነቱን ቆራርጠው በሰሌን ሸፋፍነው በራፍ ላይ ለማስቀመጥ በቂ ጊዜም አልነበራቸውም። ልክ በድብቅ ሳይታዩ ቤት ውስጥ እንደገቡ እንደገና ሳይታዩ በድብቅ ሁልጊዜም ለድንገተኛ አደጋ ተብሎ ሳይዘጋ በሚያድረው የጓሮ በር ተፈትልከው ከወጡት መካከል ጥቀማው ለደርግ ካድሬዎችና የደሕንነት አባላት በመደረጉ ወዲያውኑ ቤቱ በፍጥነት ተከበበ። ሻምበል ተስፋየ እንዳለው ያንን ሁሉ የጭካኔና የአውሬ ተግባር ለማከናወን የድርጅቱ አመራር እምብርትም ሆኑ አንጋቾቻቸው አቅሙና ችሎታው አቅቷቸው ሳይሆን ጊዜና ፋታ አልነበራቸውም። እንደተወራው አብዛኛውን ጊዜ ያባከኑት ከጌታቸው ማሩ ላይ ምስጢር እና መረጃ ለማግኘት ከባድ የጭካኔና የስቃይ ግርፋት ምርመራ በማካሄድ ላይ ነበር። እነ ክፍሉ ታደሰ፣ ዮናስ አድማሱ፣ ሽመልስ ማዘንጊያ፣ ወርቁ ገበየሁና ግብረአበሮቻቸው ሰውነት በመቆራረጥ በጭካኔ የመግደል ችሎታቸውና ብቃታቸው የታወቁ እንደነበሩ በብዛት ተነግሯል። በከተማ በድርጅቱ ክንፍ የእርማት ንቅናቄ አባላት ላይ ሰውነታቸውን በሲጃራ እየለኮሱ

የጭካኔ ምርመራ ያካሄዱ እንደነበረ ሁሉ በተለያዩ የቀድሞ አባላት ተወርቷል። ክቡር የሰውነት አካላትን በሲጃራ በማቃጠል ብቻ ሳይሆን ማጭድና ሳንጃ እያጋሉ መተኮስ በኢሕአሠ ሜዳም በገሀድና በግብር ተረጋግጧል፣ በዓይኔም ተመልክቻለሁ። ሻምበል ተስፋየ ርስቴ ወንጀሉን በድርጅቱ አመራር እምብርት ላይ ብቻ ማትኮሩ የጥላቻ ወሬ በመሆኑ እንጂ ሰውነቱን ቀራርጠው በሰሌን ሸፋፍነው ከቤት ውጭ ያስቀመጡት የድርጅቱ አባላት እንዳልሆኑ ነው እኔ እና የቅርብ ጓዶቼ የምናምነው። ሁሉም የአመራር እምብርት አባላት በጓሮ በር ሲወጡ እስከመጨረሻ ሰዓት ድረስ ቤት ውስጥ የቀሩት ግርማቸው ለማና የበይነ ቀጠናው አባላት ብቻ ነበሩ። በጓሮ በኩል ከወጡት መካከል በአንድ በኩል ለመኢሶን ካድሬዎችና ለደርግ ወታደሮች ይጠቁሙና በጎን ደግሞ ቀናነት ያላቸው በመምሰል ለነግርማቸው ለማ የደርግ ታጣቂዎችና የመኢሶን ካድሬዎች ወደ ቤቱ በመጓዝ ላይ መሆናቸውን በመጠቆሚቸው መዝገብነሽ አቡየ ከቤት ወጥታ ሱቅ እንደምትሄድ የፀጥታ አስከባሪዎችን በቀላሉ "በማታለል" በሰላም አምልጣ ሄዳለች።

የነነገደ ጎበዜ ሰዎችና የደርግ ሰዎች ወደተባለው ቤት ውስጥ እንደገቡ የጌታቸው ማሩን ሬሳ በሰሌን ተጠቅሎ ያገኛሉ። በተንኮልና በሸር እነነገደ ጎበዜና ደርግ ከነክፍሉ ታደሰ፣ ዮናስ አድማሱ፣ ሽመልስ ማዘንጊያና ዘሩ ክሕሽ ይበልጣሉ እንጂ ስለማይተናነሱ የኢሕአፓን "ጭካኔ" እና "አረመናዊነት" ለኢትዮጵያ ሕዝብ ለማሳወቅና ድርጅቱን በአደባባይ ለማስወገዝ ሲባል ወዲያውኑ ሬሳውን ያለርኅራኄ በጭካኔ ቀራርጠው በሰሌኑ ሸፋፍነው ከቤት ውጭ አውጥተው ከተባለው ገንዘብ ጋር ሕዝብ ሊያይ በሚችል መንገድ በራፍ አካባቢ እንዳስቀመጡ ነው። ደርግ በጭካኔ ቀራርጦ የመግደል ችሎታውን የኃላ ኃላም በዶ/ር መንገሻ ላይ በተግባር ተርጉሞታል። የደርግና የነነገደ ጎበዜ ተከታዮች ይህንን የጭካኔ ጥበባቸውን ሁለት ወፎችን በአንድ ድንጋይ ለመግደል በነበራቸው ዕቅድ እንደ ነበር ነው። የመጀመሪያው ዕቅድ እዚህ ለመጥቀስ እንደሞከርኩት የኢሕአፓን "ጭካኔ" እና "አረመናዊነት" ለኢትዮጵያ ሕዝብ ለማሳወቅና ድርጅቱን በአደባባይ ለማስወገዝ ሲሆን፣ ሁለተኛው ዓላማቸው ደግሞ በደርግ በኩል የተሰነዘረ ብቀላ ነበር። በዚያን ወቅት ጌታቸው ማሩ ተፈላጊነቱ በድርጅቱ አመራር እምብርት ብቻ አልነበረም። ምንም እንኳን ደርግ ጌታቸው ማሩ የሚገኝበትን ለማወቅ ጥረት አድርጎ ለማግኘት ቢያቅተውም በታላቅ ወንድሙ ምክኒያት ለመቀጣጫ ተብሎ በጥብቅ ይፈለግ ነበር። ጌታቸው ማሩም ቢሆን በድርጅቱ አመራር እምብርትና በደርግ በጥብቅ እንደሚፈለግ አጥብቆ ያውቅ እንደነበረ ለጓዶቹ ደጋግሞ ገልጾላቸዋል። የደርግ ብቀላ ሲባል በቀጥታ በጌታቸው ማሩ ላይ የተቃጣ ሳይሆን በተዘዋዋሪ ነዋሪነቱ በሜሪላንድ ግዛት በሆነው ታላቅ ወንድሙ በሙቶ አለቃ መለስ ማሩ ላይ የተቃጣ በትር እንደ ነበር ነው። የደርግ አባልና የጄኔራል ተፈሪ በንቲ ልዩ ፀሀፊ እንዲሁም ድርጅቱ በአቃራጭ ቤተመንግሥት ለመግባት የሚያስችለውን መፈንቅለ መንግሥት ከኢሕአፓ ጋር ለማስተባበር ደርግን ወክሎ ከድርጅቱ ጋር ሆነው ያስተባብሩ ከነበሩት

መካከል አንዱ መቶ አለቃ መለስ ማሩ በሻለቃ እንዳለ ተሰማ የሚመራው የመንግሥት ልዑካን ቡድን ጋር ወደ ሞዛምቢክና ማደጋስካር በጉብኝት ላይ እንዳለ የእነ ሻምበል ዓለማየሁ ኃይሌና የነተፈሪ ባንቲ መፈንቅለ መንግሥት ሙከራ መክሸፉንና መገደላቸውን እንደሰማ ከቡድኑ ጠፍቶ እዚያው በመቅረቱ ደርግ ለመቀጣጫ ሆን ብሎ ያደረገው ተግባር እንደሆነ ተወርቷል።

ነገርን ነገር ያነሳዋል እንዲሉ ከዚሁ ጋር የተያያዘ ሌላ የማነሳው ጉዳይ ይኖረኛል። በፈረንጆች ዘመን አቀጣጠር በ2011 በዋሽንግቶን ዲ. ሲ. ቀይታየ የጌታቸው ማሩ ገዳይ ሳትሆን አትቀርም በመባል ትጠረጠር የነበረች “ወሎየ” በአሜሪካ ትምህርቷን ጨርሳ ፊላደልፊያ ከተማ ትልቅ ቦታ ላይ ደርሳ ከልጇና ከእህቷ ጋር ቀንጆ ኑሮ ስትመራ ሳታስበው በማፊያዎች የአገዳደል ዘዴ በመጠቀም ሰውነቷን ቆራርጠው ገድለው ጥለዋት እንደሄዱ በሰፊው መወራቱን ሰማሁ። የቀድሞው የቀዳማዊ ኃ/ሥላሴ ዩኒቨርሲቲና የሕግ ምሩቅ የነበረው የዋሺንግተን ዲ. ሲ. ወዳጄ የፍላደልፊያ ፖሊስ ይህንን በተቀነባበረ መንገድ የተፈጸመውን የማፊያ ግድያ ወንጀለኛውን/ኞቹን መያዝ ስላቃተው እንቅቅልሹ ያልተፈታ በማለት የሚቿ ደም በከንቱ ፈሶ እንደቀረ ጭምር መርዶ አረዳኝ። በዚሁ ወዳጄም ሆነ በሌሎቹ ባጫወቱኝ ወገኖቼ ግምት ሚቿ ግርማቸው ለማ ጋር በመሆን ጌታቸው ማሩን እንደገደለች ወይንም በግድያው ተባባሪ እንደነበረች በመጠርጠሯ እንደሆነ ነበር። የግርማቸው ለማ የትግል ጓደኛ በመሆን በአዲስ አበባ በይነ ቀጠና ባንድነት ያገለገሉና የቀዳማዊ ኃይለሥላሴ ዩኒቨርሲቲ ተማሪ የነበረችና ወሎየ እንደሆነች በተጨማሪም ይወራለታል። ጌታቸው ማሩን ሰውነቱን ቆራርጠው እንደገደሉት የዚችም ምስኪን ወገኔ አገዳደል ሰውነቷ ተቆራርጦ እንደተገደለች ነው። የማፊያዎቹን የብቀላ መንፈስና ዘዴ የተላበሰ የጭካኔ አገዳደል ይመስላል። በክፍሉ ታደሰ መሠረት ከግርማቸው ለማ ጋር እስከመጨረሻው ድረስ ባንድነት ከታገሉትና በክፉም በደግም በስም፣ በዝናና በታሪኳ የማውቃት የሰማዕት ብርሃኑ እጅጉ ባለቤትና የልጁ እናት የነበረችው ወሎየዋ መዝገብነሽ አቡየ ብቻ ስትሆን፣ ምንአልባት ሌሎች ሴቶች ቢኖሩ ስለማላውቅ ማን ወይንም የትኛዋ እንደሆነች መናገር ያስቸግራል። በመጸሀፉ በሌላ አካባቢ እንደተገለጸው ጌታቸው ማሩን ገድለው ለማምለጥ ከነበሩበት ቤት ከወጡት መካከል አንደኛዋ መዝገብነሽ አቡየ መሆኗን ክፍሉ ታደሰ በመጽሀፉ ገልጾልናል። በዚያን ጊዜ በድፍረት ፊት ለፊት ሲያመልጡ የታዩ/ት ሌላ የሴት ታጋይ እንዳልነበረ ነው የሚታወቀው በክፍሉ ታደሰ መጽሀፍ። ለማወቅ በነበረኝ ጉትት የሚቿን ማንነት ሊጠቁመኝ የቻለ ባላገኝም ሁኔታውን ሳገናዝብ በዓዕምሮየ የመጣችልኝ ምንአልባት መዝገብነሽ አቡየ እንዳትሆን ብየ ተጠራጠርኩ። ጥርጣሬየ እውነት ከሆነና ሚቿ መዝገብነሽ አቡየ ከሆነች ግድያዋን አስመልክቶ በአንድ አቅጣጫ ብቻ ሳይሆን በሌላ አቅጣጫም መመልከት እንደሚገባኝ መንፈሴ ስለነገረኝ በአመራር እምብርቱ/ክሊኩ ሰዎች ተገድላስ ከሆነ የሚል ጥርጣሬም እንዲያድርብኝ አስገድዶኛል። ለዚህም ምክኒያት የሚሆነኝ በምዕራፍ 11 እንደተጠቀሰው መዝገብነሽ አቡየ እስከመጨረሻው ጊዜ

ድረስ እነክፍሉ ታደሰ በዓፅምሮዋ በሰረጹባት የሀሰት፣ የቅጥፈትና የማታለያ መረጃ መሰረት እምነቷ ውድ ባለቤቷንና የልጇን አባት ብርሃኑ እጅጉ ሲዳሞ ላይ "በአንጃዎች" ትብብርና ድጋፍ በደርግ ታጣቂ ገበሬዎች እንደተገደለ አድርገው ነው። ይህም የቅጥፈት መረጃ በድርጅቱ ክንፍ የእርማት ንቅናቄ ላይ ከፍተኛ ጥላቻ እንዲያድርባት እንዳደረጋትና ወደፊት የምታዘዘውን ትዕዛዝ ሁሉ ያለማወላወል እንድትፈጽም እንዳደረጋት ነው። በጌታቸው ማሩ የጭካኔ ምርመራ ላይ እሷም ተካፋይ ከነበረች ከዚሁ በ"አንጃ" ላይ ባሳደሩባት ያላግባብ ክፉ ጥላቻ መንፈስ ምክኒያት ተመርዛ እንደሆነ ነው። የእሷ በሕይወት መኖር ወደፊት ሁሉ ነገር ምስጢር ሆኖ ስለማይቀር አንድ ቀን ምስጢሩን ስትረዳ ልታደርግ የምትችለው ስለማይታወቅ ብዙ ዘመን ማቆየቱ መልካም ስለማይሆን እንዳሰናበቷት ነው የእኔና የጥቂት ጓዶቼ ጥርጣሬ።

ቀራርጠው መግደላቸውም ከጌታቸው ማሩ አገዳደል ጋር ለማያያዝና ትኩረታችንን ወደ አመራሩ እምብርት እንዳናተኩር አቅጣጫችንን ለማሳሳት ሆን ተብሎ የተደረገ ሊሆንም ይችላል ብለን ተጠራጠርን። ብቀላ የድንቁርናና የኃላቀርነት ምልክት ነው። የፊላደልፊያዋ ሚች ወገናችን መዝገብነሽ አቡየ እንኳን ብትሆንና እንደሚወራው የገደሏት ለጌታቸው ማሩ ብቀላ ተብሎ በጌታቸው ማሩ ቤተሰብ ወይንም ጓደኞች ከሆነ "አህያውን ፈርተው ዳውላውን" እንዲሉ እፍኝ የማይሞሉት የመለኮት ኃይል ያለው ድርድጅት መሪዎቻችንን ትተው ከጓዶቿ ጋር ባንድነት ታዛ የተሰጣትን ግዳጇን የተወጣችውን ምስኪን የአንድ ልጅ እናት ላይ የጭካኔ ብቀላቸውን ማራማዳቸው ገዳዮቹ የመጨረሻ ፈሪና አረመኔ እንደሆኑ ነው የሚያስረዳን። በበኩሌ ከጌታቸው ማሩ ገዳዮች የባሰ አረመኔና የጭካኔ ግድያ ድርጊ ነው ያየሁት። የዚያን የጭካኔና የአረመኔ ድርጊት ጠንሳሾች፣ አቀነባባሪዎችና አዛዦች ባጠገባቸው በአሜሪካ ከተሞች በመሸሞንሞንና አሜሪካ ኢትዮጵያ በመመላለስ ተንደላቀው መኖራቸውን እያወቁ በምስኪን ታዛዦቹ ላይ የብቀላ ሰይፋቸውን መምዘዛቸው ያሳዝናል። የገደሉት እሷን ብቻ ሳይሆን ሰማዕት ባለቤቷን ድጋሜ እንደገደሉት ይሰማኛል፣ እንደገናም ለጋ ወጣት የሆነውን ልጇን ያለአባትና እናት ማስቀረታቸው የጨካኝነት ምልክታቸው ሆኖ ታየኝ። ከብዙ የቀድሞ አባላት የሰማሁት ለክፍሉ ታደሰ፣ ዘሩ ክሕሽንና ሳሙኤል ዓለማየሁ፣ ዮናስ አድማሱ፣ ወርቁ ገበየሁ፣ ሽመልስ ማዘንጊያ የመሳሰሉት ጥቅም እንጂ ወዳጅነት የሚባል እንደማያውቁና በባሕላቸውም ሆነ በመዝገበ ቃላት መጽሀፋቸው ውስጥ እንደሌለ ነው። አንድን ጓድ/ጓዲት ለጭካኔና እኩይ ተግባራቸው በደም ነክረው ከተጠቀሙባቸው በኃላ ጥቅማቸው ሲያበቃ ጉዳት ሳያስከትሉ በፍጥነት፣ በቀጥታና በተዘዋዋሪ ያጠፉ እንደነበረ ነው።

12.8. ክሊኩ ያለ የሌላቸውን ኃይል ሁሉ "በአንጃው" ላይ አዘመተ

የድርጅቱ አመራር እምብርት/ክሊክ ወንጀላቸውን ለመሸፋፈን የድርጅቱ ክንፍ የእርማት ንቅናቄ ቡድን ጥሩ ሽፋን ሆነላቸው። በድርጅቱ የሚካሄደው ማናቸውም የውድቀት ጉዞ ሁሉ

"በአንጃው" ተመሀኘ። "አንጃ" ለክሊኩ ከወንጀላቸው መልካም የማምለጫ መሣሪያ ለማድረግ ተፍጨረጨሩ። የአመራሩ እምብርቱ በነዚህ የኢሕአፓ "አንጃዎች" ላይ "ወኔ" በተመላበት ዛቻና ማስፈራራት ይዘምቱ የነበረው "ትግል ላይሞት ጭፍጨፋ፣ መቸነፍ ላይቀር ድንፋታ" በሚል ርዕስ የቅጽ ቁጥርና ቀን የሌለበት የዲሞክራሲያ እትም ላይ፣ "አንዳንድ የዋሆች፣ ልባቸው የከዳቸው ትግል ውስጥ በስሕተት የገቡ፣ በኋላ መናወጥ ሲጀመር ለመውጣት የሚፍጨረጨሩ ግለሰቦች፣ ትግል ያለመስዋዕትነት የሚሹ ግለሰቦች፣ "አለቅን፣ ተፈጀን፣ ወጣቱን ፈጁ፣ ለዚህ ሁሉ ኋላፊው ፓርቲው ነው ይላሉ። ወኔአቸው ቢከዳ ሁሉም እንደእነሱ ይመስላቸዋል። ሌሎች እንደእነሱ ቀኑ የከዳቸው ይመስላቸዋል። "ትግሉን እናቁም፣ እናቁም" ይላሉ። ያሳዝናሉ። ኢሕአፓ ምርጫው የመጀመሪያው ነው። ሌሎቻችሁ እንደባንዳዎቹ ሁሉ አርአያነታቸውን መከተል ትችላላችሁ። ምርጫው የእናንተ ነው። ብቻ አታስቸግሩን፣ እኛም ወደፊት የማጥፋት መብት አለን ሲል ደንፍቷል (ዲሞክራሲያ እትም ቁ. 11)። በእመራሩ እምብርት/ክሊክ ይካሄድ የነበረው ጭፍን "አንጃን" የመደምሰስ እርምጃ፣ ላንዴና ለመጨረሻ ለመደምሰስ በታቀደ ፖሊሲ ተቀየረ። ለዚህም የኃይል እርምጃ እንደዋነኛ መፍትሔ ዘዴ ሆኖ ተወሰደ።

ሙሂዲን ዑመር

መኮንን ባይሣ

ቀደም ሲል የአመራር እምብርቱ ያካሂድ እንደነበረው የተናጠል እርምጃ ሳይሆን፣ "አንጃን" ከስረ መሰረቱ መንግሎ ለማጥፋት የሚደረግ ተከታታይ ክንውን ሆነ። "የአንጃው" አባል ሆነም

አልሆነም፣ ከአመራር እምብርቱ አመለካከትና መስመር ወይንም በሃሳብ ከአመራሩ መለየት ወይንም ቅሬታን ማሰማት ወይንም፣ ስለድርጅቱም ሆነ ስለአባላቱ ደሕንነት መነጋገር ማለት "በአንጃነት" ወይንም በደርግ ደጋፊነት የሚያስመድብ ወንጀል እንደሆነ ተቆጠረ። ያጋጣሚ ሆነና በአመራር እምብርቱም ሆነ በደርግ "አንጃ" የጥቃቱ ዒላማ ሆኖ ተለየ። መሰሪ ብልሃቶችን በመጠቀም ግድያውን ሊያመካኝባቸው የሚችልባቸውን የፈጠራ ድርጊቶች እያቀነባበረ የድርጅቱን "ጠላቶች" ሲያጠፋ ቀየ። ክፍሉ ታደሰ እውነት የተናገረው ቢኖር የብርሀነመስቀል ረዳ የእርማት እንቅስቃሴ አባላት ኢሕአፓን በማስመታት አንድም ድርሻ እንዳልነበራቸው በእርግጠኝነት አረጋግጧል። "የክሊኩን" መስመር አንቀበልም ያሉትን አያሌ የድርጅቱን አባላት ንጹህ ደም ማፍሰሱን ብርሀነመስቀል ረዳ በተለያየ ጊዜ ጽፏል። በተዘዋዋሪም ሕዝቡን ተስፋ በማስቀረጥ ለደርግ አጎብድዶ እንዲኖር እንደገፋፋ ገልጿል። ወደ ብሔርተኛ ድርጅቶች እየጎረፉ እንዲገቡ በማድረግ ሕወሀትና የደርግ ተለጣፊዎችም ጥንካሬ እንዲያገኙ ማገዙን አስመልክቶ ከሷል (ክፍሉ ታደሰ፣ 3፣ 210-211። ለብዙሀኑ የድርጅቱ አባላት የአመራር እምብርት "በአንጃነት" እየኮነነ የሚያሳድዳቸው፣ የሚገድላቸውና ለደርግም በመጠቆም የሚያሲዛቸው ምክኒያቱ አይገባቸውም ነበር።

ባዩ ስዩም **ገበየሁ ዳኘው**

ሰፊው የድርጅቱ አባላት ከፓርቲው በሚነገረውና በሚሰማው መረጃ ብቻ በመመርኮዝ "አንጃ" ከፋሽት ደርግ ጋር አብሮ በመስራት ላይ እንደሆነ፣ የድርጅቱን አንድነት ለማናጋት ቀርጠው የተነሱ ፀረ-ኢሕአፓ እንደሆነ፣ አባላትን ለደርግ የፀጥታ ክፍል አሳልፈው በመስጠት ለአደጋ በማጋለጥ ላይ እንደሆነ የአባላቱን ዓዕምሮ መርዘውት ነበር። ከዚህ ውጭ በፓርቲው የተፈጠረው ልዩነት ምን

እንደሆነና ያከፋፈላቸው ዓላማና የመስመር ልዩነት ፈጽሞ አይነገራቸውምና የሚያውቁት አልነበራቸውም። በአባላቱ ላይ ደርግ ያካሄደው እመቃ፣ እስራት፣ ግርፋትና ግድያ ሁሉ ተጠያቂዎች "አንጃዎች" እንደሆኑ ተደርጎ ነበር አባላቱ የሚነገራቸው። ስለሆነም ደርግ ሳይሆን "አንጃዎች" ቀንደኛ ጠላታችን በመሆናቸው የተፈለገውን ዘዴ በመጠቀም ማጥፋት እንደሚኖርባቸው በአባላቱ ዓዕምሮ አጥፊ መልዕክት ተነዛ። "አንጃ" ቀንደኛ ጠላት በመሆኑ ሁሉም በደርግ ላይ ያነሳነውን ጦር አቅጣጫውን በማዞር በ"አንጃ" ላይ አነጣጥረው እንዲተኩሱ ተሰበኩ። የዋሁ አባላት ምንም ሳያጣሩ በእውር በድንብራቸው ቀጥታ ከአመራር እምብርቱ እየተጨመቀ የሚወርድላቸውን መልዕክትና አፍራሽ ዜና በሙሉ በማመን በየቀበሌውና በተለያዩ የስብሰባ ቦታዎች "የአንጃዎችን" ስም በመግለጽ ጽሁፍ በተኑ፣ በቀጥታም ለደርግ ታማኝ እየመሰሉ ለካድሬዎችና አብዮት ጥበቃ አባላት "የአንጃዎችን" ስም አስተላልፈው መስጠት ተያያዙት።

ዮሐንስ ግርማቸው **ንጉሴ እውነቱ**

"አንጃዎችን" እያሳደዱ መግደልና ማስገደል ተያያዙት። ጠላት "አንጃ" እንጅ ደርግና የደርግ ተቀጽላ የፖለቲካ ድርጅቶች ወይንም ወያኔና ሻዕቢያ እንዳልሆነ በማሳመን ሁሉም ጦር በ"አንጃ" ላይ ተነጣጠረ። ስለድርጅቱ መረጃ ያልነበራቸውና በሀላፊነት ደረጃ ላይ ያልነበሩ ጀሌዎች በበኩላቸው በደርግ አካባቢ የነበሩትን የማርክሲስት ሌኒኒስት ድርጅቶች ጋር በመቀላቀል የእነሱ ካድሬ ሆኑ። "አንጃዎች" እየታደኑ ተገደሉ፣ ለደርግ በማጋለጥ ተያዙ፣ ብሎም ተረሸኑ። በቀድሞው የአብዮት ቡድን መስራቾችና አባላት ላይ ከፍተኛ የግድያ ዘመቻ ተካሄደ።

12.9. በደርግ እሥር ቤት በኢሕአፓነታቸው እንጂ "አንጃ" ወይንም ክሊክ ሳይባሉ የጭካኔ ግርፋት ይካሄድባቸው ነበር

ደርግና ተለጣፊ የሥልጣን አሰፍሳፊ ምሁራን (መኢሶን፣ ማልሬድና ወዝ ሊግና የወታደሩ ሰደድ) በገሀድና በግልጽ የበኩላቸውን የጭፍጨፋ በትራቸውን በሁለቱም የፓርቲ ወገን ላይ በማሳረፍ ይገርፉ ነበር። በደርግ እሥር ቤት፣ የደርግና ተለጣፊዎች ግርፊያና አፈና "አንጃ" ወይም ክሊክ ብሎ ጎራ አለየም። ግድያው፣ አፈናው፣ ጭፍጨፋውና እሥራቱ የተከናወነው በሁለቱም ላይ በተመሳሳይ ሁኔታና ደረጃ ነበር። "አንጃ" ሆነ የአመራሩ እምብርቱ ደጋፊዎች እየታፈሱ ባንድነት እሥር ቤት ታትረዋል፣ ተገርፈዋል፣ ተደብድበዋል፣ ተሰቃይተዋል በመጨረሻም ተርሸነዋል። ዕድለኞቹ ሽባ ወይም ጠባሳ ያለበለዚያም ሌላ የዘለዓለም ምልክት ይዘው ከእሥር ቤት ወጥተዋል። አምባሳደር ታደለች ኃ/ሚካኤልም የከርቸሌ በር በሕዝብ አመጽ ተሰብሮ እስተከፈተበት የመጨረሻው የደርግ ዘመን ድረስ ከ12 ዓመት በላይ በእስር ቤት ታትራ ኖራለች። ይበልጥ የሚያሳዝነው በ"እንጃም" ይሁን የአመራሩ እምብርቱ እሥር ቤት እንኳን ተገናኝተው ሕሊናቸውን እንዳይጠያይቁና ወደ ኋላ መለስ ብለው የተፈጸመውን ስህተትና ጭፍጨፋ በማገናዘብ ለመወያየት እንዳይችሉ የተነዛባቸው መርዛዊ ፕሮፓጋንዳ ስሜታዊ አድርጎ አዕምሯቸውን ስለዘጋባቸው እስር ቤት እያሉ እንኳን ለማጤንና ለማገናዘብ አልቻሉም ነበር። እሥር ቤት ውስጥ እያሉ በጎሪጥ መተያየት፣ እርስ በርስ የቃላት ጦርነት፣ ዘለፋና አልፎም ተርፎ የእጅ እላፊ ያከሂዱ እንደ ነበር በሰፊው ተወርቷል። እሥር ቤት ሆነው በሌሎች ድርጅቶች እሥረኞችና በደረቅ እሥረኞች ሁሉ መሣቂያና መሳለቂያ ሆነው ነበር። ከሁሉም የባሰው አንድ/አንዲት የድርጅቱ አባል ከሞት ተርፋ/ተርፎ ከእሥር ቤት ከወጣ/ች በንዴት 'እንዴት ሳትመታ/ሳይመታ ቀረ/ቀረች' ይባል ነበር። የጌታቸው ማሩ የቅርብ ጓደኛ የነበረው ሲያጫውተኝ፣ "ጓድ መኮንን ባይሳ ማዕከላዊ ምርመራ ታስሮ ሲረሸን እንኳን ተረሸነ የት አባቱን ሲሉ ከመኮንን ባይሳና ከጌታቸው ማሩ ጋር ቅርበት እንደነበራት የሚነገርላት ሕይወት ተፈራ የምትባለዋ ለጋ ወጣት የሐረር ልጅ ከአሥር ዓመት እሥራት በኋላ ከደርግ ግድያ ተርፋ ስትፈታ ጓዳችን፣ እህታችን እንኳን ተፈታችልን ብለው እንደመደሰትና ዓምላክን ማመስገን ሳይሆን ይባል የነበረው 'መኮንን ሲረሸን እሷ ለምን ተፈታች? ለምን ደርግ ሳይረሽናት ቀረ? ብለው በእሥር ቤት ከሷ ጋር አብረው ታስረው የነበሩት የአመራሩ እምብርት ደጋፊዎቹ ይቀጩ ነበር። ከመኮንን ባይሳ ጋር ይሁን ወይንም ከጌታቸው ማሩ ጋር ይሁን ሳላጣራ ከሀገር ቤት ወጣሁ እንጂ ሕይወት ተፈራ ከአንድኛቸው ጋር በፍቅር ከንፋ እንደነበር ሁሉ ተነግሮኛል። ፍቅረኛዋንም ለማጥመድና ለመከታተል እንዲያስችላቸው ያላቅሟ በወጣት ሊግ በአመራር ላይ አስቀምጠዋት እንደነበር ሁሉ ተወርቷል። በተመሳሳይ ሁኔታ ሐና ተፈራ የምትባለዋ ሌላዋ ጓድ ታስራ ከፍተኛ ግርፋትና ስቃይ በኋላ ከአስር ዓመት እሥራት በኋላ ስትወጣ "በአንጃዎች" በኩል በተመሳሳይ 'ለምን ተፈታች? እንዴት ሳትረሸን ቀረች?' የሚል ቁጭት ነበር።

ለምሣሌ ያህል እነዚህን አቀረብኩኝ እንጂ ሌሎች ታስረው በተፈቱ ጓዶች ምክኒያት “እንጃዎቹም” ሆኑ የክሊክ ሰዎች ያስቀጧቸውና ያስቀጣቸው ብዙ ነበሩ። የአሥራ ዘጠኝ ዓመት ዕድሜ የነበረው የሀና ተፈራ ታናሽ ወንድም ነቢዩ ተፈራ ተገድሏል፣ ሐና ለምን ሳትገደል ቀረች ተብሎ እንጂ ዓምላክ ለቤተሰቧ ሲባል ሐና ተፈራን እንኳን አተረፈላቸው አልተባለም (አየ ጊዜ! አየ ዘመን!)። ጠላቶች በነዙብን መርዝ፣ በፈጠሩት ክፍፍል ሁለቱም የዋህና ቅን እስረኞች በእሥር ቤት ተገናኝተው እንኳን ልዩነታችን ምን ነበር? ምን ተፈጥሮ ነው ያንን ያህል ሆይ ሆይ የተባለለት ታላቅ ድርጅት ባንዴ ፍርክስክሱ የወጣው ብለው እራሳቸውን ለመጠየቅና ለመወያየት አላስቻላቸውም። በዚህ በጠላት ወኪሎች በተፈጠረው ውጥንቅጥና ቀውስ ወደ ደርግ እየከዱ በመግባት የደርግ መሣሪያ በመሆን ንጹህና ጠንካራ በሆኑት የራሳቸው የትግል ጓዶቻቸው ላይ አፈሙዛቸውን አዞሩ።

በሌላ ወገን ደግሞ ጠንካራዎቹና ሀቀኞቹ “እንጃዎች” ከክሊኩ ማምለጥ ማለት ለደርግ ማገብደድና ማደር አይደለም እያሉ ሕቡዕ ገቡ። በኅቡዕ ከተደበቁበት እየተጠቆሙ ተያዙ፣ ታሰሩ፣ ተገርፈው ተረሸኑ። በአላማጣና አካባቢዋ ከዚያም በአዲስ አበባ እስከመጨረሻው ድረስ ለድርጅቱ ሲታገል ቀይቶ የአሲምባው መጠለያ “በአንጃነቱ” በመነፈጉ መጠጊያ ሲያጣ ለከለላ ኩየራ ሂዶ ሳለ ከነአገሬ ምሕረቱ ጋር ባንድነት ተይዞ አዲስ አበባ የተረሸነውን የመኮንን በይሳን አያያዝ አስመልክቶ ሁለት ዓይነት መረጃዎች ሲኖሩ አንዱ ቀጥታ በማስጠቀም እንዳሲያዙት ሲነግረኝ ሁለተኛው ደግሞ ያካባቢውን ሊቀመንበር ያለበትን ቦታ አስጠቁመው እንዲያዝ ያስደርጉትና ሊቀመንበር የግል ሕይወቱ በልጦበት ከእሱ አካባቢ ከተለያዩ ቦታዎች መጥተው ኩየራ የትግራይ ተወላጅ ከሆነ የሕክምና ዶክተር ቤት አርፈው የነበሩትን መርቶ ሁሉንም እንዳሲያዛቸው ተወርቷል። የቤቱ ባለቤትና አስተናጋጅ የነበረው የትግራዩ ተወላጅ የሕክምና ዶክተር ሳይረሸን በእስራት መለቀቁ በምን ምክኒያት ይሆን በማለት አጠራጣሪና አነጋጋሪ ሆኖ ኖሯል። ከወያኔ የውስጥ አርበኝነት ጋር ያያዙት ሲኖሩ ሌሎች ደግሞ በሶማሊያው ጦርነት ጊዜ ባካሄደው አስተዋፅዖ ይሆናል ብለው ያምኑም አሉ። የብርሀነመስቀል ረዳን ሀሳብ የደገፉትን አባላት ሁሉ ድርጅቱ እያደነ ለመግደል ያልቻለውን የነበሩበትን ቦታና የሚንቀሳቀሱበትን አካባቢ ለመንግሥት በመጠቆምና በማስጠቆም አስጨርሰዋቸዋል። ከነዚህም መካከል እንደ አገሬ ምሕረቱ፣ መኮንን ባይሳ፣ ጌታቸው ኩምሳ፣ ዮሐንስ ግርማቸው፣ ንጉሴ እውነቱና ሌሎች ብዛት ያላቸው ጀግኖች ይገኙበታል። ሁሉም ወይንም ባብዛኛው የቀድሞው የአብዮት ቡድን አባል የነበሩና በኃላም ለብዙ ጊዜ ሳይካሄድ የቀየውን የድርጅቱን ጉባዔ ጥሪ የደገፉና ለተግባራዊነቱም ቅስቀሳ ያካሂዱ የነበሩ ናቸው። አገሬ ምሕረቱ የአብዮት ቡድን የመጀመሪያዎቹ ምልምልና በወላይታ አካባቢ ከፍተኛ እንቅስቃሴ ያካሄደ ጓድ ነበር።

12.10. "እንጃው" ዶ/ር ዮሐንስና ወንድሙ (ኢንጂኒየር የነበረ)

ከተደበቁበት እየተጠቀሙ ከተያዙት "እንጃ" ተብየዎች ደርግ በመሣሪያነት ሊጠቀምባቸው ሲያሰፈስፍ "እንጃ" ሆኖ "ክሊክን" መቃወም ማለት ከደርግ ጋር መለጠፍና ማገብደድ አይደለም። በፓርቲያችን ውስጥ የተፈጠረውን ቀውስ ተገንዝበን ስሕተቱን በማረምና በማስተካከል ወደ ቀጣዩ ትግል ለመጓዝ እንድንችል ካጋጉል የርስ በርስ ፍጅት ውስጥ ለመዳን እንድንችል ነው የተደበቅነው ብለው በዓላማቸውና በዕምነታቸው ስለፀኑ በበመንግሥቱ ኃ/ማሪያም ፋሽስታዊ ቃንቃ "አስናብቱልኝ" (ረሽኗቸው ማለቱ ነው) ብሎ በማዘዝ አያሌ ጀግናዎች ተረሽነዋል። "እንጃ" ሆኖ "ክሊክን" መቃወም ማለት ከደርግ ጋር መለጠፍና ማገብደድ አይደለም ለሚለው ታላቅ አራአያነት አያሌ የኢሕአፓ ክንፍ የእርማት ንቅናቄ ጀግኖች ("እንጃ"ን) ሲኖሩ ጓድ አሰረስ ስሜና ጓድ ጣሰው በምሳሌነት ሁለት የከምባታዎቹን ጀግኖች የጥቁር አንበሳ ሆስፒታል ሀኪም የነበረ ዶ/ር ዮሐንስና ወንድሙን (ኢንጂኒየር የነበረ) በመጥቀስ የሚከተለውን አጫውተውኛል። ለደርግ አድረው ባገበደዱ ከሀዲዎች አማካይነት ከተደበቁበት ተጥቁሞባቸው ከተያዙ በኋላ መንግሥቱ ኃይለማሪያም ዘንድ ያቀርቧቸዋል። መንግሥቱም "እናንተ እንደ እኔ የድሀ ልጆች ናችሁ፣ ለምን አንድ ላይ ሆነን ለጭቁኖች የሚበጅ ቁም ነገር አንሰራም" ብሎ ሊያግባባቸው ሲቀባጥር የከምባታዎቹ ጀግኖች "መቃወም ማለት ከእናንተ ጋር መለጠፍ ማለት አይደለም፣ እኛ ኦሕአፓ ነን፣ እናንተ ደግሞ ፋሽስታዊ መንገድ የምትከተሉ የሕዝብና የሀገር ጠላቶች ናችሁ …" በማለት ያላንዳች ፍሕርሃትና መርበትበት በቀራጥነት ነገሩት። ይህን ያላሰበውን ድንገተኛ የሕዝብ ቃል እንደሰማ ነበር በመረበሽ ስሜት "ቶሎ አስናብቱልኝ" ብሎ በማዘዙ ከመቅጽበት ተረሸኑ። እነዚህ ጀግኖች የተከተሉት የነውብሸት ረታን፣ ዘርዓብሩክ አበበንና የጓዶቻቸውን አርአያና ምሳሌ ነው። እነዚን የመሳሰሉትን የሕዝብ ልጆች ነበር የአመራሩ እምብርት "እንጃ" በማለት ያወገዘው፣ የረሸነው፣ ያስረሸነውና እንዲበታተኑና ለጠላቶች አጋልጠው የሰጡት። እነዚሁ ጓዶች በማያያዝ እነ ስማዕታት ዶ/ር ዮሐንስና ወንድሙ ከተነሱ አይቀር በተመሳሳይ ዓይነት አኩሪ ገድል ምንጊዜም ሊዘነጋና ሊረሳ የማይገባው የከምባታውን ጀግና ዐቢዩ ኤርሳሞንም መጥቀሱ አስፈላጊ ይሆናል ብለው በተጨማሪ አጫውተውኛል።

ሌሎችን ለአብነት ለማስታወስ ያህል ማሕተመ የሚባል "እንጃ" ተብሎ መሄጃና መደበቂያ በማጣቱ ለታክቲክ ሲል ለከለላና ለግዳጅ ደርግ አካባቢ ቀይቶ ካድሬ ሆኖ በመንቀሳቀስ ላይ እንዳለ በአባላት ላይ አንዳችም በደል ሳይፈጽም ወይንም በሌላው ላይ ግድያና ግርፋት ሳያከናውን ወይንም መሣሪያ ሳይሆን ቀይቶ አዘናግቶ አንድ መኪና ሙሉ መሣሪያ አስጭኖ ወደ ብርሀነመስቀል ረዳ ሜዳ ሲጓዝ በጥቆማ ደብረብርሀን አካባቢ ሲደርስ ተይዞ ማዕከላዊ ታስሮ አውጥተው መረሸናቸውን የቀድሞ ጓደኛየ የኢሕአሠ ነባር ታጋይ ተስፋየ ወልዱ በእሥር ቤት በቆየበት ጊዜ እራሱ እንደተመለከተ አጫውቶኛል። በተመሳሳይ ሁኔታም ደመቀ አባዜና ጣሰው እንደነገሩኝ የትግራዩን

ተወላጅ ታምራት ተስፋየ፣ የአማራ ብሔር ተወላጆቹን የተሾመንና የትዕዛዙን ገድል ማውሳት እዚህ አስፈላጊ ይሆናል። ታምራትና ተሾመ አምቦ የነበሩና ወደ ደብረብርሀን ተዛውረው የሂሳብ መምህር ነበሩ። ትዕዛዙ ደግሞ በአግሮ ኢኮኖሚክስ የተመረቀ ሆኖ ነገር ግን ደብረብርሀን ኬምስትሪ መምህር ሆኖ ያገለግል ነበር። ተሾመና ትዕዛዙ ወጣቱን ከጭፍጨፋ ለማዳን ከፍተኛ ጥረት አድርገው የነበሩና በዚህም ከፍተኛ መታወቅን አፍርተው ነበር። ትዕዛዙና ተሾመ የተባሉት "አንጃዎች" አያሌ ወጣቶችን አድነውና አትርፈው እንደተያዙ ከደርግ ጋር እንዲተባበሩ ሲጠየቁ የድርጅታቸውን አመራር የተሳሳተ መስመርና አቋም መቃወም ማለት ከደርግ ጋር ማበር አለመሆኑን በቀራጥነት በመቃወማቸው እጃቸውንና ጣታቸውን እየቀራረጡ ገደሏቸው። የክሊኩ አንጋች "ታጋዩ" ታምራት ግን መከራውንና ችግሩን ባለመቃቃሙ ያለበለዚያም በሌላ ስውር ተልዕኮ ምክኒያት ሊሆን ይችላል በቅጡ አይታወቅም ወዲያውኑ ከመንግሥት ጎን በመሰለፍ ታጥቀ ከሌሎች ጋር በማበር የተረፈውን የድርጅቱን አባላት አስጨፈጨፈ። ይህ የሚያስታውሰን ባላስፈላጊና ያላግባብ ወደ ወሎ ተልከው በቀላሉ ሊገኙና ሊተኩ የማይችሉት ጀግኖች እነ ውብሸት ረታና ዘርዓብሩክ አበበ/ዘለዓለምና ጓዶቻቸው ለደርግ አናድርም እምቢኝ አሻፈረኝ ብለው እራሳቸውን መስዋዕት ለማድረግ ሲወስኑ የትግራዩ ተወላጅ ፀሐየ/ዘሚካኤል ለደርግ በማበር ለግድያና ጭፍጨፋ መሣሪያ ሆኖ ሲያገለግል መቀየቱ ነው። ለሀቀኛና ቀራጥ ዓብዮታዊያን መርህና ዓላማቸውን እንጂ ለግል ሕይወታቸው አይሳሱም። የራሳቸውን ሕይወት መስዋዕት በማድረግ የጓዶቻቸውንና የፓርቲያቸውን ሕይወትና ደህንነት ማዳን ተቀዳሚ ዓላማቸው ነው። ዶ/ር ተስፋየ ደበሳይን አውቀ እንቅስቃሴውን ተከታትሎ ለጌታቸው ሽበሽ የግድያ ስኳድ የጠቀመው የመኢሶን ካድሬ የነበረው ዘሪሁን የተባለው ተመልሶ እንደገባና አዲስ አበባ ሒልተን ሆቴል ከርሞ አደጋ እንዳይደርስበት ከወያኔ መንግሥት ከፍተኛ ጥበቃ ተደርጎለት ወደ ጀርመን ይሁን ፈረንሣይ ሀገር ተመልሶ እንደሄደ ሀገር ቤት እያለሁ የአዲ ኢሮብ ጓደኞቼ ነግረውኛል።

12.11. ዐቢዩ ኤርሳሞ (የድርጅት ስም ግርማ) የአብዮት ቡድን መሥራች አባልና የቀጠና 5 ቀጠና ጸሀፊ

ታክሎ ተሾመ እንደለጠፉበት (ታክሎ ተሾመ፣ 2፤ 115) ሳይሆን ዐቢዩ ኤርሳሞ እራሱን ከትግሉ ወይንም ከሚወደው ድርጅቱ አላገለለም። እንደገና ቋንቋቸውን በመቀየር አቶ ታክሎ በመጽሀፋቸው በሌላ አካባቢ ዐቢዩ ኤርሳሞ ካመራሩ ጋር እልህ በመጋባት ከመንግሥት ጋር ወገነ ብለው እንደለጠፉበት ውንጀላ (ታክሎ ተሾመ፣ 2፤ 162) ሳይሆን መርህና ዓላማ ያለው ጀግና ሰማዕት ስለነበረ ከሚመስለውና ከሚያምንበት ወገኑ ከብርሀነመስቀል ረዳ ጋር ነበር የወገነው። ምንም እንኳን የቅርብ ጓደኝነቱ ከጌታቸው ማሩ ጋር ቢሆንም ጌታቸው ማሩ የወሰደው አቋም ድርጅቱን ከአደጋ ለማዳን የማያስችልና የአመራር እምብርቱን ከጥፋትና ከአፍራሽነት ተግባራቸው ሊገቷቸው እንደማይችል በእርግጠኝነት በመገንዘቡ የብርሀነመስቀል ረዳን አቋም በመደገፍ ከብርሃነመስቀል ረዳ፣

ከበክሪ ሙሀመድ፣ ከእንድሪያስ ሚካኤልና በሌላ አካባቢ ስማቸው ከተጠቀሱት ጓዶቹ ጋር አንድ አቋም በመውሰድ ፓርቲውን ከአደጋ፣ ወጣቱን ከጭፍጨፋ ለማዳን በብርሀነመስቀል ረዳ የሚመራው የድርጅቱ ክንፍ የሆነውን የእርማት ንቅናቄ ባንድነት አብረው የጀመረ ሰማዕት ነው። ፓርቲያችንን ከአደጋ፣ ወጣቱን ከመጨፍጨፍና ግድያ ማዳን የድርጅቱ ክንፍ የሆነ የእርማት ንቅናቄ ለማካሄድ በሀዲያ አካባቢ ከሚያውቀው ቦታ ሄደው በመመሸግ አካባቢውን የመረጠና ያስወሰነ ነበር። ዐብዩ ኤርሳሞ ከጌታቸው ማሩ ጋር በመሆን በሀገር ቤት ከተፈጠሩትና ከፍተኛ አባላትን ያቀፈውን የአብዮት ቡድንን ከመሰረቱት አንዱ አንጋፋ መሪ ነበር። የከንባታው ጀግና ዐቢዩ ኤርሳሞ ግለሰቦችን በመግደል ድርጅቱ ድል ሊቀናጅ እንደማይችል ጠንክሮ ይከራከር የነበረና እንዲሁም በከተማ በሚካሄደው የሽብር ትዋቅ ትግል ላይ ጠንካራ ተቃዋሚ የሆነና በድርጅቱ ፕሮግራምና ስትራቴጂ ላይ ጽኑ ዕምነት የነበረው ታጋይ እንደነበር ከእኒሁ የቀድሞ አባላት ተገልጾልኛል። ዐብዩ ኤርሳሞ የአስረስ ስሜና የጌታቸው ማሩ የቅርብ ጓደኛ የነበረና የአቃቂ በሰቃ አካባቢ ቀጠና አምስት ፀሀፊ እንደነበር በእነዚሁ የቀድሞ አባላት ከመስማቴም ባሻገር ክፍሉ ታደሰም ጌታቸው ማሩ የእነ አስረስ ስሜ የቅርብ ጓደኛ መሆን እንደ ወንጀል ቆጥሮት በመጽሀፉ ደጋግሞ ከአምስት ጊዜ በላይ ጠቅሶታል። በውንጀላ መልክ ማድረገት እንጂ ክፍሉ ታደሰ እንዳለው ዐብዩ ኤርሳሞ ጓደኝነቱ የጌታቸው ማሩና የአስረስ ስሜ የቅርብ ጓደኛ ነበር ብሎ ማወጁ ትክክል ነበር።

አስረስ ስሜ ይህንኑ አስመልክቶ በተደጋጋሚ ሲያነሳልኝ ‘የማይገኙ ልጆች በሽንካሎች ሴራ’ ተበሉ እያለ እየቀጨው እንባ ሲያቅረው ተገንዝቤአለሁ ብሎኛል። ዐቢዩ ኤርሳሞ ትግሉን በማጠናከር ጠንካራ የብርሀነመስቀል ረዳ ደጋፊ ሆኖ እስከ ሕይወቱ ፍጻሜ ድረስ ጸንቶ ቀየ፣ የአዲስ አበባ በይነ ቀጠና ኮሚቴ በመስከረም 1969 ዓ. ም. ለጋ ወጣት ታጋዮችን መሣሪያ ለማስታጠቅ ይግድያ ግዳጅ ለማዘጋጀት ማዕከላዊ ኮሚቴው ያስተላለፈውን ውሳኔ ተግባራዊ ለማድረግ ሽር ጉድ ሲል ወጣት ታጋዮችን መሣሪያ በማድረግ በሻለቃ መንግሥቱና በሕዝብ ድርጅት ጽህፈት ቤት መሪዎች ላይ እርምጃ መውሰድ በድርጅቱና በወጣቱ ኃይል ላይ ሊያስከትል የሚችለውን ውጤት በቀራጥነትና በድርጅታዊ ፍቅር ግልጽ አድርጎ በማብራራት የሚደረገውን ዝግጅት ሁሉ ተቃወመ። ዐብዩ ኤርሳሞ እንደ ብርሀነመስቀል ረዳና ጌታቸው ማሩ በመቃወም ብቻ ሳይገታ ይባስ ብሎ “አጥቅቶ መከላከል” ይባል የነበረውን ድርጅቱ ባቃራጭ ሥልጣን ለመጨበጥ ያስችለኛል ብሎ በቀየሰው አዲሱ የትግል ስልት ውሳኔውን ተግባራዊ ለማድረግ መሳሪያዎች ለለጋ ወጣቶች እንዲሰራጩ ማዕከላዊ ኮሚቴ ባስተላለፈው ትዕዛዝ የአዲስ አበባ በይነ ቀጠና ኮሚቴ በሥሩ ለሚገኙት ቀጠናዎች መሣሪያዎች ሲሰራጭ ለዐብዩ ኤርሳሞም ይታደላል። ዐብዩ ኤርሳሞ በወቅቱ የአቃቂ አካባቢ (ቀጠና 5) ፀሐፊ በመሆኑ መስዋዕትነት በመውሰድ ለግድያና ለችግር ፈጠራ ለታዳጊ ሕጻናት ለማደልና ወደ ግዳጅ ለማሰማራት እንዲያስችል ለቀጠናው የተሰጠውን መሣሪያ ሳያሰራጭ ደብቆ አቀየው። እናቶች

አምነውባቸው ለገበያ ለማይልኳቸው ሕጻናት መሣሪያውን አድሎ ለግድያ ግዳጅ እንዲሰማሩ ማድረጉ ሕሊናው አልፈቀደለትም።

የፖሊት ቢሮውን ውሳኔ በመቃወሙም ከኮሚቴው አባልነት ማግለል ብቻ ሳይሆን እንደጓደኞቹ እንደነ ጌታቸው ማሩና ብርሀነመስቀል ረዳ በእሱም ላይ ተመሳሳይ የግድያ እርምጃ ለመውሰድ ሲቃጡ ሳይያዝ ተሰወረባቸው።

ዐብዬ ኤርሳሞ የወሰደውን መሣሪያ ሳይመልስ እንደቀረና እንዲያውም ከጥቂት ጊዜ በኋላ መሣሪያው ወደ ብርሃነመስቀል ረዳ ቡድን እንዳሸጋገረው አድርጎ ክፍሉ ታደሰ ሊወነጅለው ይቃጣል (ክፍሉ ታደሰ፣ 2፣ 238።)። ክፍሉ ታደሰ በዐብዬ ኤርሳሞ ላይ ያላካሄደው ዘመቻ አልነበረም። የሕይወት መስዋዕትነት ተከፍሎባቸው በከተማው ወታደራዊ እንቅስቃሴ የተገኙ የተከማቹ መድሀኒቶችና ልብሶች ለደህንነታቸው ሲባል ወደ ሸዋ አንድ አካባቢ ተልኮ ሲጋዝ በ"አንጃው" እንቅስቃሴ ስር በመግባቱ መድሀኒቶቹና ልብሶቹን ጭምር ያለ የሌለውን ንብረት ሁሉ "አንጃ"ው ዘርፎ ወሰደ። የእነዚህ እንቅስቃሴዎች ዋና አቀነባባሪና ፈታይ ዐቢዬ ኤርሳሞ ነበር ብሎ ኡኡ በማለት ወንጅሎታል (ክፍሉ ታደሰ፣ 3፣ 188)። አልሸጠውም፣ ለግሉ ጥቅሙ አላዋለውም፣ ለደርግ፣ ለወያኔ ወይንም ለሻዕቢያ አላስተላለፈውም። ለጥፋት ዓላማ ከሕዝብ የተዘረፈውን ንብረት አቅም ለሌላቸውና "አንጃ" በመባል ከአላስፈላጊ የጨካኞች ግድያ ለመዳን በከለላ ለተሰባሰቡት የድርጅቱ ክንፍ የእርግማት እንቅስቃሴ ኃዶቹ መላኩ አብዮታዊና ኃዳዊ ኋላፊነቱ ነው። ክፍሉ ታደሰ ከሁለቱ የማዕከላዊ ኮሚቴ አባላት (ብርሀነመስቀል ረዳና ጌታቸው ማሩ) ሌላ የንቅስቃሴው ቀንደኛ መሪዎች በአዲስ አበባ ውስጥ የቀጠና አምስት ኮሚቴ ጸሀፊ የነበረው ዐብዬ ኤርሳሞና የኢሕአፓ የፖለቲካ ክፍል አባል የነበረው

እንድሪያስ ሚካኤል እንደነበሩና በብርሀነመስቀል ረዳ የሚመራው የድርጅቱ የእርማት እንቅስቃሴ ክንፍ ጠንካራ ደጋፊዎች መሆናቸውን እየኮነነ በመጽሀፉ ጠቅሷቸዋል። በሌላ አካባቢም የኢሕአፓ አመራርም ሆነ የአዲስ አበባ በይነ ቀጠና ኮሚቴ ሳያውቁ ሃያ ስምንት የአቃቂ አካባቢ ላብአደሮች የብርሀነመስቀል ረዳን ቡድን እንዲቀላቀሉ ዐብዩ ኤርሳሞ ወደ ሸዋ በመላኩ ክፍሉ ታደሰን እንዳስቀጣው መጽሀፉ ያስረዳል። እንደገና በግንቦት 1969 ዓ. ም. በምርኮ የተገኙትን አያሌ ወጥቶ ትካ መትረየሶችንና ሌሎች ንብረቶችን ከማራኪዮቹ ዐብዩ ኤርሳሞና ገዛኸኝ ስሜና አስረስ ስሜ ተረክበው ወደ ሸዋ አካባቢ ለነበረው ለድርጅቱ የእርማት እንቅስቃሴ አንድ ቡድን በመላካቸው ኮንኗቸዋል። ዐብዩ ኤርሳሞ በመርሁና በዓላማው እስከመጨረሻ የሕይወቱ ፍጻሜ ድረስ ጸንቶ የቀየ ሀቀኛ የኢሕአፓ ታማኝ አንጋች ነበር። አቶ አክሎ ተሾመ ደርግ ጋር ወገነ ብለው እንዳሉት ሳይሆን ዐቢዩ ኤርሳሞ ከትግል ጓዶቹ ጋር እንዳለ የገጠሩን የእርማት ንቅናቄ ከከተማ የድርጅቱ ክንፍ የእርማት ንቅናቄ ጋር በማስተባበር ሊከስቱ ይችል የነበረውን እልቂትና ፍጅት በማስቀረት ጠንክሮ ሲታገል ክሊኩ ባካሄደው ጥብቅ ክትትል ለደርግ አስጠቁመው አስገደሉት።

12.12. የነዶ/ር ዮሐንስ፣ ዐብዩ ኤርሳሞ፣ ዶ/ር ተስፋየ ደበሳይ፣ የነውብሸት ረታና አዜብ ግርማና ሌሎች ተፃራሪ የ "ጀግንነት" ምሳሌ

በተቃራኒው የተፈጸሙ አያሌ ክስተቶች ነበሩ። እንደያዟቸው ሳይጠየቁና እሥር ቤት ሳይገቡ ገና እንደተያዙ ያለበለዚያም በመንገድ ላይ እያሉ ብብታቸውን እንደኮረኮሯቸው የሆዳቸውን ሁሉ ዘክዝከው በማውጣት ጓዶቻቸውን ያስበሉ እንደነበሩ ተወርቷል። ድርጊቶቹ ሁሉ የተፈጸሙት ከዛሬ 36 ዓመት በፊት ገደማ በመሆኑ ህሊናችን ወቅሶን ዓምላክን ይቅርታ በመጠየቅ የዓዕምሮ ሠላምና የመንፈስ እርካታ ለማግኘትና የኢትዮጵያ ሕዝብ ይቅርታ እንዲያደርግልን እያንዳንዳችን የምናውቀውንና የሰማነውን በመተንፈስ የኢሕአፓ ሙሉ ታሪክ እንዲወጣ ለመርዳት እንጂ እርስ በርስ ለመወንጃጀልና ለመወቃቀስ ባለመሆኑ ድርጊቱ ለሚመለከታቸው የቀድሞ ጓዶቼ ላሳስብ እወዳለሁ። የተስፋየ ደበሳይን፣ የነውብሸት ረታንና ዘርዓብሩክ አበበ/ዘለዓለምን እና የሌሎችን ኢሕአፓዊ የጀግንነት ገድል በተቃራኒ ከፈጸሙት መካከል አንዱን ብቻ በምሳሌነት ማውሳቱ መልካም ይሆናል። በደመቀ አግዜ፣ በቱሉ እና ጣሰው እንደተነገረኝ ኖላዊ አበበ እና ፈቃደ ዮሐንስ (ስታስቲሺያን የነበረ) የተባሉ ሀቀኛና ቀራጥ የድርጅቱ አባላት ከሌሎች ከስድስት የማያንሱ ጠንካራ የኢሕአፓ ልጆችን የያዘ ኮሚቴ ካዛንቺስ በሚገኘው በጆሊ ባር ተሰብስበው የዘገየባቸውን የኮሚቴውን አባል 'ስ. ብ. 'ን ሲጠባበቁ ቆይተው ከአመራሩ እምብርት በኩል ለጠላት በተላለፈው ጥቆማ መሠረት ስ. ብ. ይያዛል። ኖላዊ አበበ መሀንዲስ ኮሌጅ አጠናቆ አየር መንገድ ይሰራ እንደነበረና በትርፍ ጊዜው ያስተምር የነበረ ለሚካሄደው ትግል ሟች የነበረ አብዮታዊ እንደ ነበር ይነገርለታል። ስ. ብ. የተባለው "ጓዳችን፣" ገና እንደያዙት ሳይጠየቅ ብብቱን እንደኮረኮሩት የሆዱን

ምስጢር ሁሉ በመዘክዝክ ወደ ስብሰባ እንደሚሄድና የት እንደተሰበሰቡ፣ እሱን እየተጠባበቁም እንደሆነ አንድም ሳይቀር ተናገረ። የኮሚቴው አባላት ስብሰባውን ሳይጀምሩ እሱን እየተጠባበቁ ሳሉ "ቀራጡና" "ጀግናው" ስ. ብ. በደርግ ወታደሮችና በመኢሶን ካድሬዎች ታጅቦ ወደ ስብሰባው በመሄድ ሁሉንም እንዳሉ አስጨፈጨፋቸው። የተረፈው በውጭ ሆኖ ይጠብቅ የነበረው የነሱ ጠባቂ ብቻ ነበር። በአዲስ መንፈስ ለዚህ መጽሐፍ መረጃ በማሰባሰብበት ወቅት (1983-1985 ዓ. ም.) ስ. ብ. በአትላንታ "የሞቀ" ኑሮውን ይመራ እንደነበረ ሰማሁ። ምንም እንኳን እንደ "ቀራጡና" "ጀግናው" ስ. ብ. በተመሳሳይ ሁኔታ ባይሆንም እፍኝ የማይሞሉ እህቶቻችን በውበትና ቁንጅናቸው የከፍተኛና የቀበሌ ሹማምንቶችን ልብ በመማረክ ጓዶቻቸው ከፊታቸው ሲረሸኑ እያዩ እነሱ ተርፈው እንዲያውም አንድ ሁለቱ ከጨፍጫፊዎች ጋር ተጋብተው የተዋለዱ እንዳሉና ወያኔ አገሪቷን እንደተቆጣጠሩ በጨፍጫፊነታቸው የታወቁትን የቀበሌ ሹማምንት እሥር ቤት ሲያጉሩ እናቶቻቸው ከቀበሌ ሹም ጭፍጨፋ በቁንጅናቸውና ውበታቸው እንደዳኑ ልጆቻቸው ደግሞ በተራቸው ከወያኔ ከፍተኛ ባለሥልጣን ጋር በመጣበቅ አባቶቻቸውን ከሞት አድነው ያስፈቱ እንዳሉ አውቃለሁ።

12.13. ለክሊኩ አባል የተሰጠው የግድያ ግዳጅ "በአንጃው" ቀቅነት ከሽፎ ከድርጅቱ መፈረካከስ በኃላ ጓደኞሞች የሆኑት ክሊክ እና "አንጃ"

ከድር ሙሀመድን የተዋወኩት በመጀመሪያው የካርቱም ከተማ ቆይታዩ ወቅት ነበር። ከድር ሙሀመድ በፓርቲ አባልነቱ የሚፈለግበትን ግዳጅ ሁሉ በቅንነትና በታማኝነት ሲወጣ እንደቆየ ሀገር ቤት ከገባሁ በኋላ ከእሥር ቤት ተፈቶ ከብዙ ጊዜ በኃላ ነፃነት አግኝተን መገናኘት እንደጀመርን አጫውቶኛል። ከድር መሀመድ ከነፍሰሐ ገብረሚካኤል፣ ዮሐንስ ክፍሌ፣ ዮሐንስ ካሣሁንና ከብርሃኑ ገመዳ፣ ኃይሉ ገርባባ፣ ሙሉጌታ ከበደ፣ ፍቅረሥላሴና እንዲሁም የፍሰሀ ደስታ አማች ጮሌውና ሰካራሙ ኃይሌ ገ/ሥላሴ ጋር ሆኖ የፖለቲካ ጥገኝነት እንዳገኙና ኢሕአድ በተመሠረተ ብዙም ሳይቆይ አብዛኞዎቹ አባል ተደርገዋል። ከዚያም ለፓርቲው ምሥረታ ጊዜ የአልጀሪያውን ቡድን እንዲወክላቸው ሙሉ ሥልጣን በመስጠት በተወካዮቻቸው አማኳኝነት ስብሰባውን ተካፍለዋል። ወደ ታሪኩ ልመልሳችሁና ከድር መሀመድ ለዚህ መጽሐፍ በመረጃነት ባለውለታዩ ከሆኑት መካከል አስረስ ስሜ የተባለውን እንዲገድል ይታዘዛል። አስረስ ስሜ በበኩሉ ለፓርቲው ቅንና ታማኝ ከመሆኑም ባሻገር ፓርቲው የሚሰጠውን መመሪያ ሁሉ በቀራጥነትና በታማኝነት እንደተወጣና በኃላ የድርጅቱ ክንፍ የእርማት ንቅናቄው አባልና ጠንካራ ደጋፊ በመሆን ድርጅቱን ከክፍፍልና ከውድቀት ለማዳን ከፍተኛ ትግልና መስዋዕትነት ያካሄደ ጠንካራ ታጋይ ነበር። ከድር መሀመድ እንደ ፍቅሬ ዘርጋውና ፀሎተ ሕዝቂያስ ጥርጣሬ እያደረባቸው መምጣት እስከጀመሩበት ጊዜ ድረስ የድርጅቱ አመራር እምብርት ስውር ዓላማና ዕቅድ ጠንካራ ደጋፊና አስፈጻሚ ሆነው ሽንጣቸውን ገትረው ሲደግፉና ሲያስፈጽሙ ቢቆዩም ከድር ሙሀመድ ግን ፍቅሬ ዘርጋው ዓይኑን መክፈት እስካስጀመረውና

ወዲያውኑም ሳይውል ሳያድር በደርግ ሠራተኞች እስከተያዘበት ጊዜ ድረስ የአመራር እምብርቱ የትግል አዝማሚያና ስህተቶች ሁሉ ግልጽ ሳይሆንለት ቀይቷል።

ከድር በድርጅቱ የአመራር እምብርት/ክሊክ ላይ ጭፍንና ልክ የለሽ ፍቅርና እምነት ምክኒያት አስረስ ስሜን እንዲገድል መሣሪያ ይዞ ቪክትሪ ቡና ቤት ይቀጥረዋል። የከድር መሀመድን የመቅበጥበጥ መንፈስ የተገነዘቡ ሌሎች የፓርቲ አባላት አስረስ ስሜን ከዚህ ሰው ጋር እንዳትገናኝ ታዞ ሊሆን ይችላል ብለው ይመክሩታል። በወቅቱ ቃንቃ ታዞ ይሆናላ ማለት ለመግደል ታዞ ሊሆን ይችላል ማለት ነበር። ከድር መሀመድ በቀጠሮ ሰዓት ከቡና ቤቱ ገብቶ አሥር ደቂቃ ያህል ጠብቀ አሰረስ ስሜ ሊመጣለት ባለመቻሉ ከድር ሙሀመድ ከቡና ቤቱ ሲወጣ አስረስ ስሜ ከቡና ቤቱ ከሩቅ እንዲታየው ያደርግና በምልክት ነቅቸብሃለሁ "ጓዴ"! ብሎት ቶሎ በፍጥነት በመሮጥ ነፍሴ አውጭኝ ብሎ አምልጦ ሕይወቱን አተረፈ። እኒህ ሊገዳደሉ የነበሩ ክሊክና "እንጃ" ተባብለው በጠላትነት ዓይን ይተያዩ የነበሩት ሁለት የአንድ ፓርቲ ልጆች የነበሩ ባላንጥዎች ግድያው ሳይሳካ ቀርቶ በ1983 ዓ. ም. ኢሕአደግ እንደገባ እርስ በርስ ሠላምታ መለዋወጥ ብቻ ሳይሆን በጭፍን ስሜት እራሳችንን መጠያየቅና መመራመር አቅቶን ለእልፍ እዕላፍ ጀግኖች ማለቂያና ለፓርቲውም ውድቀት መሣሪያ ሆነን። የታገልነውና ስንታገል የኖርነው ለማንም ሳይሆን ለወያኔና ለሻዕቢያ መንገዱን ስንጠርግላቸው ኖርን እያሉ በተገናኙ ቁጥር በመፀፀት ቡና እየጠጣን ሲጨዋወቱ መመልከቴና ማዳመጤ ምስክር ነኝ። ዘነጋሁኝ ማንኛቸው እንደሆኑ፣ ሆኖም እንደዚያም እርስ በርስ ተጨፋጭፈን እንኳን ድርጅታችን ለድል በቅቶ ለኢትዮጵያና ለሕዝቧ በበቃ ምንኛ ውጤት ያለው ግድያ በሆነ ነበር። የሚያሳዝነን ግን ተጨፋጭፈን በመጨረሻ ውጤቱ ድርጅቱም ተጨፍጭፎ ወደቀ፣ ሠራዊቱም በቀላሉ ረገፈ ብለው ሁለቱም ሲያዝኑና ሲተክዙ ትዝ ይለኛል። እንዲያውም ከድር ሙሀመድ ለአስረስ ስሜ አላህ ዕድሜ ይስጥህ አስረስ! የዚያን ዕለት እንኳን ሸወድከኝ፣ እንኳን ሳትመጣ ቀረህ፣ ከዘለዓለም ፀፀት አድነኸኛል። በተወላገደ የትግል መስመር አራማጆች ተመርዤ በከንቱ ነፍስህን አጥፍቼ ቢሆን ኖሮ አሁን ወደ ኋላ ዞር ብየ ሳየው የተጨፋጨፍነው ለባዕዳን ጥቅም መሆኑ ሲረዳኝ ምን ያህል ፀፀት ይገድለኝ ነበር መሰለህ ብሎ ከፊቴ አነጋግሮታል።

የአመራሩ እምብርት ደጋፊ ክሊክ የነበረ አልማው ልየው ከድር ሙሀመድ በእስር ቤት እንዳለ ግርፋቱን መቀጣጠር ባለመቻሉ ብዙዎቹን የኢሕአፓ አባላት እንደጠቀመና እንዳስረሸነ ገልጾልኛል። ይህንን በተመለከተ አስረስ ስሜን ጠይቄው እንዲህ ሲል አጫውቶኛል። "ስማ እያሌው ብሎ ጀመረ። የሁሉም ሰው የመንፈስና የአካልም ጥንካሬ አንድ አይደለም፣ ይለያያል። አንዳንዱ መቶ ጊዜ ቢገርፉትና በጋለ ሳንጃ ቢጠብሱት ፍንክች ሳይል እስከመጨሻ ድረስ ምንም ሚስጢር ሳያወጣ ይሞታል። ሌላው ደግም ገና ነካ ሲያደርጉት ግርፊያውን የማይችልና ከግርፊያው ለመዳን የሚተባበር አለ። እንዲያውም አንዳንዱ ጭራሽ ገና ሲያዝ የሚቀባጥር አለና ከድር ድብደባውን የቻለው

አይመስለኝም" አለኝ። አያይዞም "ይህ የሰው ልጅ የአፈጣጠር ልዩነት ነው። ለዚህም ነበር አባላት ሳይናድ (cynide) የሚባለውን ክኒን በድብቅ ይዘው ሊታሰሩ ሲሉ ቶሎ በመዋጥ በክብር የሚያልፉት። የአንድም ጓደኛቸውን ስም ወይንም የሚያውቁትን ቅንጣት የድርጅቱን ሚስጢር ሳይተነፍሱ በክብር አልፈዋል። ከእኔ ጋር የነበረችው ክኒን እስከመጨረሻው ድረስ ከሸሚዜ እጅጌ አካባቢ አቀይቻት በመጨረሻ ደህና ሰንብቺ ከአሁን በኋላ አታስፈልጊኝም ብየ ከጥቅም ውጭ አድርጌ አሰናብቻታለሁ። ስለዚህ ከድር ሙሀመድን ተፈጥሮ ያልሰጠውን ጥንካሬ ጠንካራ ሆነህ ለምን እንደሌሎቹ አርበኞቻችን የስቃይ ግርፋቱን አልቻልክም ብሎ መኮነኑ አይበጅም። እጁን ላለመስጠት ጥረት ያድርግ እንጂ ያለበለዚያም ክኒን ውጦ ደህና ሁኚ አንቺ ዓለም ብሎ ካልተሰናበተ በስተቀር። ስለዚህ እንደጠቀመ እኔም ስምቻለሁ" ብሎ አጫወተኝ።

12.14. ፍቅሬ ዘርጋው (የቀድሞው ጠንካራ የአመራሩ እምብርት/ክሊክ ደጋፊ የኋላ ኋላው "አንጃ")

ከድር መሀመድ ስለእራሱና ስለ ፍቅሬ ዘርጋው አያያዝ ሲያጫውተን ፍቅሬ ዘርጋውን አሲምባ በቀየበት ወቅት ሠራዊቱ በአያሌ ድክመቶች እንደተወጠረ፣ ያላግባብ ንጹህ ታጋዮች እንደታገቱና ፓርቲው ለሠራዊቱ ያለው አመለካከት ዝቅተኛ መሆኑን፣ ስለሠራዊቱና ድርጅቱ ድክመት መነጋገር አንጃነት እንደሆነ ተቆጥሮ ታጋዮች በጥርጣሬ ዓይን እንደሚታዩና በኢሕአሠ ክንፍ የእርማት ንቅናቄ ግንባር ቀደም ታጋዮች የሚካሄደውን ትግል እንደሚያምንበት ለሚቀርባቸው ማካፈሉን ጆሮ ጠቢዎች ለእነ ሳሙኤል ዓለማየሁና ዘሩ ክሕሸን በማድረሳቸው ባፋጣኝ ወደ ምድብ ቦታው ወደ ወሎ እንዲመለስ ተብሎ ትግራይን ለቆ ሳይወጣ ገና መንገድ ላይ እንዳለ ከማዕከላዊ ኮሚቴ አባልነቱ እንዳወረዱት ዱብቲ እንደደረሰ ሰማ። ዱብቲ እንደደረሰ ለሽረኞች መሣሪያ ሆነን ኑረናል። ያ ሁሉ ግርግር፣ ያ ሁሉ ጭፍን ስሜትና ፍቅር ለተንኮል ግዳጅ መሣሪያ ነበርን፣ ለካስ ሲገለገሉብን ነበር የኖሩት? የጥቂቶች ጥቅም አስከባሪ መኮንኖች ሆነን ብዙ ጥፋቶችን በታጋዮችና በፓርቲያችን፣ በሠራዊታችን፣ ብሎም በአገራችንና በሕዝባችን ላይ ከባድ ወንጀል ስንፈጽምና ስናስፈጽም ኖረናል ብሎ እንዳጫወተው ከድር ለሁለታችንም ገለጸልን። ምንም እንኳን ሰማዕታት ጓዶቻችን ሲታገቱ በአሲምባ አካባቢ ባይኖርም የነኢርጋ ተሰማና የጓዶቹ ጥያቄዎች ሁሉ ለሠራዊቱ ደህንነት፣ ጥንካሬና ብቃት መሆኑን በመረዳቱ ድርጅቱን ለውድቀት ያበቁትንና ሠራዊቱን ደካማ እንዲሆን ያበቁትን ስህተቶችንና ያላግባብ መንገዶችን መጠቀም እንደ "አንጃ"ነት" ወይንም ፀረ -ኢሕአፓነት እንደሚቀጠርና በተለያየ መልክ እንደሚወነጀሉም ጭምር እንደነገረው ገለጸልን። ከድር ሙሀመድ ከፍቅሬ ዘርጋው ንግግር እንድተረዳው የነኢርጋ ተሰማ መታሰር አመራሩ ለፈጸማቸው ስህተቶችና ወንጀሎች እራሳቸውን ከተጠያቂነት ለማዳን የወሰዱት የሸፋን እርምጃ እንደሆነ አድርጎ ነው።

የኃላው "አንጃና" በሌለበት ከማዕከላዊ ኮሚቴ የተሰረዘው ፍቅሬ ዘርጋው

ፓርቲያችን የወደቀው ብርሀነመስቀል ረዳና ጌታቸው ማሩ ከማዕከላዊ ኮሚቴነት እንዲገለሉ በተደረጉበት ጊዜ ነበር ብሎ እንዳጫወተው ነገረን። ቀጥሎም በየካቲት ወር 1969 ዓ. ም. በተካሄደው የማዕከላዊ ኮሚቴ የመጨረሻ ስብሰባ ላይ ተነስቶ የነበረውን ተገቢ ጥያቄ አመራሩ ከባድ ችግር ላይ በመውደቁ በጎህ መቅደድ አሳበው ጥያቄው ዳግመኛ እንዳይነሳ በማወናበድ ስብሰባውን ዘግተው መጥፋታቸውንና በድርጅታችን ላይ የተፈጸመው ትልቁ ሴራ ገና ድሮ ብርሀነመስቀል ረዳንና ጌታቸው ማሩን በሴራ ከአመራር ለማስወገድ በተካሄደው ስብሰባ ተወናብደን መሣሪያ ሆነን በመረባረብ ባስወገድንበት ወቅት ነበር። ባጠቃላይም የተፈጸመው ደባ በእኛ በኢትዮጵያዊያን ሳይሆን በሌላ በማናውቀው የውጭ ኃይል እንደሆነ ፍቅሬ ዘርጋው በእርግጠኝነት ማመን መጀመሩን ሁለቱም ሳይታሰሩ ገና ዱብቲ እያሉ ያጫውተው መሆኑን ነገረን። ኢሕአፓንና ሕወሀትን ለማስተባበር በተቋቋመው የአቀራራቢ ኮሚቴ አማካኝነት በሁለቱ ድርጅቶች ልውካን ስምምነቱ ከተደረሰ በኋላ ዝርዝር መመሪያዎችን በማዘጋጀት የስምምነቱን ውሳኔ ገቢራዊ ለማድረግ እንዲቻል የማዕከላዊ ኮሚቴው ስምምነቱን በጊዜ አይቶ መወሰን ይገባው ነበር። ኢርጋ ተሰማ ለዚህ ስምምነት መድረስ ከፍተኛ አስተዋፅኦ ማድረጉ በሰፊው ሠራዊቱ አድናቆትን ከማትረፉም በላይ ለተወሰነ ጊዜም ቢሆን

ሜዳው ከደስታ የተነሳ ፈንጠዝያ ተካሂዷል። ነገር ግን የድርጅታችን የአመራር እምብርት/ክሊክ በአሻጥር ሆን ብለው የሕብረት ግንባር ምስረታውን ማዘግየት ብቻ ሳይሆን ንቀው በመተው በሁለቱ ድርጅቶች መካከል የነበረው ግንኙነት እያሽቀለቀለ እንዲሄድና በሁለቱ ድርጅቶች መካከል ከባድ ችግር እንደሚያስከትል እንዳጫወተው አጫውቶናል። ስምምነቱን ለውሳኔ ተግባራዊነት አመራሩ ችላ ማለቱ ፍቅሬ ዘርጋውና ፀሎተ ሕዝቂያስ በኢሕአፓ/ኢሕአሠ አመራር ላይ ያላቸው ጥርጣሬ ይበልጥ እየጎላ በመሄዱ በእነሱና በድርጅቱ አመራር መካከል የተፈጠረው ቅራኔ ይበልጥ መራራቅን ፈጠረ፣ ብሎም ወደስተኋላ ለግድያ አበቃ። ፍቅሬ ዘርጋው እንደ ፀሎተ ሕዝቂያስ በሠራዊቱ ውስጥ በ"አንጃነት" ከተጠረጠሩትና ከተከሰሱ አባላት ጋር ግንኙነት አለው ተብሎ በመታመኑ ከአመራሩ አስወግደውት ነበር። አሲምባ ቢቀይ ኖሮ ከፀሎተ ሕዝቂያስ ጋር ግንባር እንደሚፈጥርና እነ ኢርጋ ተሰማን ከሞት ሊያድኑ እንደሚችል አመራሩ በእርግጠኝነት ስለሚያምን እንዲሁም ለጠቅላላ ጉባዔ ይጠራ ጥያቄ ተባባሪ እንደሚሆኑ በማጤናቸው ብሎም ከሕወሓት ጋር የተደረሰውን ስምምነት ለተግባራዊነቱ እንደሚታገሉ በመገንዘባቸው ጥላቻን አትርፈዋል። ፍቅሬ ዘርጋው የድርጅቱ አመራር ድክመት ሠራዊቱ ብቃት እንዳይኖረው አድርጎታል፣ የኢሕአሠ ክንፍ የእርማት ንቅናቄ ግንባር ቀደም ታጋዮች ትክክለኛውን መንገድ ነው የጠቀሙት ብሎ በግልጽ ከሠራዊቱ አባላት ጋር ውይይት ማካሄዱና ለፓርቲው ጉባዔ የይጠራ ጥያቄአቸው ድጋፍ መስጠቱ ስለታወቀበት እነ ሳሙኤል ዓለማየሁና ዘሩ ክሕሸን በአንዳንድ የኢሕአፓና ኢሕአሠ አመራር አባላት ላይ የስም ማጥፋት ዘመቻ አካሂዷል፣ "አንጃ" ነው፣ … ወዘተ ብለው በሌለበት ወነጀሉት። ፈቅሬ ዘራጋው ሜዳ እያለ የማዕከላዊ ኮሚቴ ተብየውን ስብሰባ ማካሄድ ሲኖርባቸው ወደ ምድብ ቦታው ባስቸኳይ እንዲጓዝ መመሪያ ተሰጥቶት ገና መቀሌ አካባቢ እንዳለ ስብሰባውን በሌለበት በጎን ጀምረው ከማዕከላዊ ኮሚቴ አባልነቱ እንዲገለል ወሰኑበት። ዱብቲ አካባቢ እራሱን ደብቆና ሌላ ሰው አስመስሎ እንደቀየ ከአመራሩ እምብርት/ክሊክ ለደርግ በተሰጠው ጥቆማ ተይዞ አዲስ አበባ ተወስዶ ፍዳውን አይቶ ሆኖም ምንም ፍንክች ሳይል እንደተረሸነ አጫወተን።

12.15. የመቶ አለቃ አበበ ጂማ

የመቶ አለቃ አበበ ጂማ የቀድሞው አባ ዲና ፖሊስ ኮሌጅ/ፖሊስ አካዳሚ ምሩቅ የነበረ የናዝሬት ወይንም የደብረዘይት አካባቢ ልጅ እንደሆነ፣ እንደአብዛኛው የኮሌጁ ምሩቆች እሱም በዩኒቨርሲቲ የሁለተኛ ዓመት ተማሪነቱን አቋርጦ ፖሊስ ኮሌጅ ገብቶ ከእኔ አራት ወይንም አምስት ዓመት በኋላ ገደማ የተመረቀ እንደሆነ ተነግሮኛል። ክፍሉ ታደሰ እንደሚቦተልከው ሳይሆን መቶ አለቃ አበበ ጅማ የድርጅቱን የአመራር ክሊክ አቋም በመቃወም የኢሕአፓ ክንፍ የእርማት ንቅናቄ አካል ከሆነውና በብርሀነመስቀል ረዳ ይመራ በነበረው የገጠሩ የእርማት ንቅናቄ ቡድን (ታጥቀ አንቂና አደራጅ የነበረውን ቡድን) ለመቀላቀል ከነጦር መሣሪያው ከአዲስ አበባ በደምሴ

ኃ/ማሪያም/ምርኩዜ መሪነት ወደ ቡድኑ የገባ ታጋይ ነበር። ከቀድሞ የፖሊስ አካዳሚ ምሩቆች እንደሰማሁት በኢትዮጵያ ዲሞክራሲንና እኩልነትን ለማስፈን ታጥቆ የተሰለፈ ጠንካራ ታጋይ እንደነበር ነው። በቡድኑ ከነበሩት አራት የቡድን መሪዎች መካከል አንዱ መሪ ነበር። እንዴት ከሽፍቶች ጋር ይቀላቀላል ብየ ስገረም ቀይቼ በ1978 ዓ. ም. ሁለት ከሜዳ የመጡ ሲያጫውቱኝ አይምሰልህ፣ ኩብለላው በስምምነት የተደረገ እንጂ በአመለካከት ወይንም ባለመግባባት እንዳልነበረ ነገሩኝ። ቡድኑ በምሕረት ወደ ከተማ ለመግባት ማቀዳቸውን እንደተረዳ መቶ አለቃ አበበ ከዓለማየሁ ኃይሌ እና ዓምሃ አበበ ጋር የጠነከረ ግንኙነት ስለነበረው በምሕረት ቢመለስ ለገሠ አስፋው፣ ፍቅረሥላሴ ወግደረስና መንግሥቱ ኃ/ማርያም፣ ተካ ቱሉና ሌሎች አሰቃይተው እንደሚገድሉት በማመኑና በሌላ በኩል ቡድኑ አዲስ አበባ ከገባ ብቻውን በሜዳ መንቀሳቀስ ስለማይችል ከሽፍቶቹ ጋር ተመሳስሎ እንዲቀይ ከነብርሀነመስቀል ረዳ ጋር ተስማምተው ያደረጉት እንደሆነ ነው። አሥረስ ስሜና ቱሉ መሠረት ብርሀነመስቀል ረዳ ምሕረት አግኝቶ ከገባ በኃላ ከደርግና ከሌሎቹ የሲቭል ፖለቲካ ድርጅቶች ጋር በሕጋዊነት አብሮ ሲታገል በሕቡዕ ደግሞ ወደፊት የአበበን በሜዳ ቀይታ ለመጠቀም እንደሚችችልም በመስማማታቸው እንደሆነ ነው ብሎ የሰማውን አጫውቶውኛል።

***********   ***********

ይህን ምዕራፍ ከማጠናቀቄ በፊት የምለው ይኖረኛል። ከእኔ ጋር አብራ የምትዞር ያረጀች ማስታወሻየን ሳገላብጥ ነዋሪነቱ ከመኖሪያ ቤቴ ፊት ለፊት ከ2ኛ ፖሊስ ጣቢያ ጎን በነበረው በአቶ ሰለሞን ኃ/ሚካኤል ላይ የተፈጸመውን የጭካኔ አገዳደል በማውሳት ወደፊት እንደምናስታውሰው ቃል መግባታችንን አነበብኩ። አቶ ሰለሞን ኃ/ሚካኤል በኢሕአፓነቱ ታስሮ ከፍተኛ የጭካኔ ምርመራ ተካሂዶበት በተዓምር ተርፎ ከተፈታ በኃላ በዋናው ኦዲተር መ/ቤት ተቀጥሮ ሲሰራ በ1980 ዓ. ም. በእኩለ ሌሊት ቤቱን ከፍተው ከተኛበት ላይ ገድለው ከቤቱ ግቢ ከሚገኘው ጉድጓድ ጥለውት በሦስተኛው ቀን ሬሳው ተገኘ። ሬሳው እንዳይመረመር በድብቅ ተጽዕኖ በቤተሰቡ ላይ በመደረጉ የሬሳ ምርመራ ተደርጎ አሟሟቱ ሳይታወቅ ተቀበረ። ምንም እንኳን ሚቹንም ሆነ ወንድሞቹን (ኤፍሬም ኃ/ሚካኤል፣ ይልማ ኃ/ሚካኤል እና ለማ ኃ/ሚካኤል) እንዲሁም እህቶቹ ጋር ትውውቅ ባይኖረኝም አሟሟቱ አስቀጥቶኝ ቤተሰቡ ሀዘን እንደተቀመጠ ተገኝቼ ሀዘኔን ገልጫለሁ። ግድያው እኔንና የታጠቅ ጦር ሠፈር ወዳጄ ደጀኔ ገብሬን (ሻንቀ) ያስቀጣን በመሆኑ ወገናችን ደሙ በከንቱ ፈሶ መቅረት ስለማይኖርበት ጊዜ ይስጠን እንጂ እናስነሳዋለን ብለን ቃል መግባታችንን በማስታወሻየ ላይ የሞነጫጨርኳትን በማንበቤ የዚህን መጽሀፍ አጋጣሚ በመጠቀም ቃሌን አክብሬአለሁ።

ምዕራፍ አሥራ ሦስት

13.0. የኢትዮጵያ ሕዝብ አብዮታዊ ሠራዊት/ኢሕአሠ

13.1. የኢሕአፓ/ኢሕአሠ ትጥቅ ትግል

ኢሕአፓ በፕሮግራሙ መሰረት ራሱን ይፋ ባደረገበት ወቅት የመረጠው የትግል ስልት በዋነኛነት የተራዘመ ሕዝባዊ የገጠር ትጥቅ ትግል ማካሄድ ነበር። እንደ ኢትዮጵያ ተመሳሳይነትና ሁለንተናዊ ጠባይ የነበራቸውን እንደ ቻይናና የቬትናም ሕዝብን የትግል ተመክሮ በመቅሰም ለድል ያበቃቸውን ስትራቴጂ፣ የትግል ዘዴና ስልት ማለትም የተራዘመ የሕዝባዊ የትጥቅ ትግል በማካሄድ የድርጅቱን ፕሮግራምና ዓላማዎች ተግባራዊ ለማድረግ በድርጅቱ መመሥረቻ ጉባዔው በወሰነው መሠረት የፓርቲውን የጦር ክንፍ የሆነውን የኢትዮጵያ ሕዝቦች አብዮታዊ ሠራዊትን (ኢሕአሠ'ን) መፍጠር አበሰረ። የድርጅቱ መመሥረቻ ጉባዔው በወሰነው መሠረት አስኳል የሚሆኑትን የመጀመሪያዎቹ የኢሕአሠ መሥራች አባላት አሲምባ ላይ የውጊያ ወረዳ ለማቋቋም የፍልሥጥኤም ሥልጠናቸውን አጠናቀው በ1967 ዓ. ም. አጋማሽ ገደማ ሀገር ቤት ገቡ። ከአዲሱ ዲሞክራሲያዊ አብዮት ድል አንፃር የላብአደሩ ፓርቲ መኖርና የመሪነት ሚና መጫወቱም በግድ መሟላት ያለበት እንደመሆኑ መጠን አለላብአደሩ ፓርቲ መሪነት አዲሱ ዲሞክራሲያዊ አብዮትን ድል ሊያደርግ አይችልም። ሕዝባዊ ሠራዊት ከሌለ ፓርቲው አስፈላጊ የሆነውን የተራዘመ ሕዝባዊ ትጥቅ ትግል አካሂዶ የገዥ መደቡንና የነጩን የጦር ኃይል አቸንፎ ሥልጣን ሊይዝ አይችልም። ይህ የትግል ስልት በገጠር ጠንካራ ሠራዊት መገንባት የግድ የሚል ከመሆኑም በላይ መገናኛ ባልተስፋፋበትና የተበታተነ የገጠር ሕዝብ በበዛበት ሁኔታ የሚያጋጥመው አካላዊና መንፈሳዊ ፈተናዎችን በከፍተኛ ጽናት መቋቋምን ይጠይቃል። አርሶ አደሩን እያስተማረ፣ እያደራጀ ወደ ከተማ የሚሄድ የረጅም ጊዜ የገጠር ትጥቅ ትግል ነው። ቀስ በቀስ ቦታዎችን እየተቀጣጠረ ወደ ራሱ ቀይ ዞን እየቀየረ ሌላውን ደግሞ እንዲሁ በስልትና በዘዴ ለማቅረብ እየሞከረ በገጠር የመሣሪያ ትጥቅ ትግል በማካሄድ የኢትዮጵያን ሕዝብ ለድል ለማብቃት ነው። የተራዘመ የገጠር ትጥቅ ትግል በዋና የትግል ስልትነት በፕሮግራሙ ቢያዝም የገጠር ትጥቅ ትግል ሲባል በገጠር ብቻ ተወስኖ የሚካሄድ የትጥቅ ትግል እንዳልሆነም የድርጅቱ ፕሮግራም በማያሻማ መልኩ ተንትኖ በፕሮግራሙ ላይ ገልጿል። ለዋናው ተግላችን ስትራቴጂ ድጋፍና እገዛ እንዲሆን በታክቲክ መልክ እንደ ድጋፍ በከተማም በጥላቻ ሳይሆን በተቀናጀና በተጠና መልክ እንዳስፈላጊነቱ የትጥቅ ትግል እንደሚካሄድ በግልጽ አቋሙን አስረድቷል። በምዕራፍ 11 ለፓርቲው ችንፈትና ውድቀት የተዘረዘሩት ምክኒያቶች ሁሉ ለሠራዊቱም ችንፈትና ውድቀት በዋነኛነት ምክኒያቶች ናቸው። የድርጅቱ አመራር እምብርት በቂ የከተማ የጥፋትና የሽብር አራማጅ አባላትን የሚያስለጥንላቸው ከኤርትራ ሜዳ ተልኮ አሰልጥኖና አስታጥቆ

ሽብር እስከሚጀምሩና የባዕዳን ተወካዮች በአመርሩ የበላይነታቸውን እስከሚያረጋግጡ ድረስ የድርጅቱን መሥራችና ዋና ፀሀፊውን እንዲሁም የሠራዊታችንን አስኳል በናቅፋ ዋና ሠፈሯ ከአንድ ዓመት ተኩል በላይ ላላነሰ ጊዜ ከሀገራቸው ፖለቲካና ትግል በማግለል ፋይዳ ቢስ ሆነው አቀያቸው።

13.2. በደብቅ ተቃቁሞ በኢትዮጵያ ሕዝብ ምንም ሳይታወቅ በድብቅ የተደመሰሰው የኢሕአሠ የድምሰሳ ኂደትና ከጓዶቼ ጋር ከውጭ ሀገር ሜዳ እንደገባን የሠራዊቱን አጠቃላይ ሁኔታ እንደገመገምነውና እንዳጤነው

ብርሀነመስቀል ረዳም ሆነ በሻዕቢያ ታጉረው ካሉት እውነተኛ የድርጅቱ ልጆች በከተማ የተከማቸው የማዕከላዊ ኮሚቴ በከተማ ለማዘጋጀት የሚሯሯጡበትን ድብቅ ጉዳይ ምን እንደሆነ አንዳቸውም አለማወቃቸው ነበር። ሸንካላ ሆነው ከአንድ ዓመት ተኩል ላላነሰ ጊዜ በቁም እስር መልክ ናቅፋ አካባቢ መቀየታቸውም የሥነ ልቦና ጦርነት በማካሄድ ተስፋ በማስቁረጥ የኃላ ኃላ ከትግሉ ጎራ ለፈረጠጡት ለነተስፋየ መኮንንና ጓዶቹ አስተዋጽኦ አበርክቷል። የውጊያ ሜዳ እንዳይጠናከርና የትግል ጊዜያችንም እንዲባክን ከማድረጉም በላይ ከመሀል ሀገር ወደ ገጠር በመፍለስ ኢሕአሠ ጋር እንዳይገቡ በማድረግ ከትግላቸው ለማዘናጋት አስተዋፅዖ አድርጓል። በቁም እስር እንዲቀዩ የተፈለገበት ሌላው ምክኒያት ሻዕቢያ እግረ መንገዷን ሜዳ ያሉት የድርጅቱ አባላት በሻዕቢያ ላይ ያላቸውን አቋም በተናጠልም ስለ ኤርትራ ሕዝብ ትግል በአጠቃላይ ስለመገንጠል መብትና የቅኝ ግዛትን አስመልክቶ አቋማቸውን ለማጣራትና እርስ በርስ እንዲከፋፈሉም ለማበረታታት ብሎም ወያኔን አሠልጥነውና አስታጥቀው ወደ ትግራይ በቅድሚያ እንዲገቡ ለማድረግ እንዲያስችላት ነበር። የአመራር እምብርት/ክሊክ በቅድሚያ ባዘጋጁት የረቀቀ ሴራ የኢሕአሠ አስኳል ሻዕቢያ ሜዳ ሲደርስ ምን እንደሚያጋጥመው አስቀድመው እያወቁ አዛኝና ተቀርቃሪ ይመስል ድምጻቸው ጠፋብን፣ ግንኙነታችን ሁሉ ተቋረጠብን … ወዘተ በሚል አስመሳይ ስበብና ሽፋን የከተማ የሽብር ትጥቅ ትግል ለማስጀመር ሌላ ቡድን ከውጭ ሀገር በሌላ አቅጣጫ በአይሮፕላን ወደ ሀገር ቤት አስገቡ። ሀቀኛና ቀራጥ ታጋዮች ከሰሜን አሜሪካና ከአውሮጳ ያላግባብ ሕይወታቸውን ለመስጠት በአይሮፕላን ወደ ሀገር ቤት እየገሰገሱ ገቡ። ለኢትዮጵያ ሕዝብ ተቀርቃሪ በመምሰል የወቅቱ የኤርትራ ወንበዴዎች የሽብር ጦርነት ታክቲክና ዘዴ ለመስጠት ልምድና ተመክሮ ያካበተውን የፈዳይን (የአጥፍቶ ማጥፋት) መሪ "… አዲስ አበባ ውስጥ ሸምቀው ከኤርትራ በርሃ በመጣው የሻዕቢያ ነፍስ ገዳይ ቡድን መሪ ጎይቶም ለባሲን አሰልጣኝነትና የተቀናጀ አመራር …" ለድርጅቱ ክሊክ ወደ አዲስ አበባ ተልኮላቸው። "… በቅድሚያ ዶ/ር ፍቅሬ መርዕድን፣ ከዚያ በኃላም "ባንዳ ምሁራንን፣ ፋሽስት ደርግና የደርግ ተባባሪ" ያሏቸውን ሰዎች በጠራራ ጸሐይ እየገደሉ … (ሻምበል ተስፋየ ርስቴ፣ 101)። ደጀን አምባው ደርሰን መዘዋወር እንደጀመርን በውጭ ሀገር እያሉ ዓለማየሁና መርሻ ዮሴፍ እንደተረኩልኝ ቅጥፈት ሳይሆን ኢሕአሠ በድርጅቱ ተረስቶ በመኖሩ

በሀገራችን ኢትዮጵያ ጭቀናና ብዝበዛ የሌለበት ሥርዓት ለመመሥረት የሚያስችለን መሣሪያ ሊሆን እንደማይችል፣ ለሕዝባችን የምንመኘውንና ራዕያችንን ወደ ተግባር የምንቀይርበት፣ ብሶቶታችንና ቁጭታችንን የምንወጣበት፣ ከከተማ በተሳሳተ ትግል ምክኒያት የወደቁ ሰማዕታት ጓዶቻችንን ደም የምንበቀልበት ቀኝ እጃችን የሚሆን ሠራዊት ሊሆን እንደማይችል አረጋገጥን። በውጭ ሀገርም ሆነ በሀገር ቤት ኢሕአሠ በበቂ የተደራጀና አስፈላጊ የሆኑ መገልገያዎች ያለው ተቃም ተደርጎ በሀሰት በተሞላ መረጃ ተጋኖ ተነግሮናል። ስሜትን የሚቀሰቅስና ወኔን የሚገነቡ ግጥሞችና መዝሙሮች ኅሊናን በሚሰርቁ አቀራረቦች ተነበዋል፣ ተዘምረዋልም። አይሮፕላን ማረፊያ እንዳለው ሁሉ ተደርጎ ተነግሮናል። ጣሊያንን ለቅቄ ወደ ፍልሥጥኤም ለመጓዝ ሦስት ቀን ሲቀረኝ ኢሕአሠ ከ15000 በላይ ሠራዊት እንዳለውና በትግራይ ክፍለ ሀገር የነበሩ የቀድሞ የወታደር ሠፈሮች ተደምስሰው ከእንደርታ አውራጃ በስተቀር (መቐሌ ከተማ) ሌሎቹ የትግራይ አውራጃዎች በሙሉ በድርጅቱ የቀዩ ሠራዊት ቁጥጥር ሥር እንደዋሉ እያሱ ዓለማየሁ በሚያሳምንና ልብን በሚስብ አነጋገር ለራሴ አጫውቶኛል። ይህንን ቅጥፈት እንደገና ኤደን ከተማ ለእኔና ለጓዶቼ በመርሻ ዮሴፍ፣ ሮብሌና ሌሎቹ ግልድም ለባሽ ቅምጥሎች ተረጋግጦልናል። ውሸት፣ ቅጥፈት፣ ማታለል፣ የሀሰት ፕሮፓጋንዳ ማስራጨት ድርጅቱ የአብዮታዊ ሥነምግባር ብሎ የሚጠቀምባቸው መንገዶች በመሆኑ እንደእኔና እንደ ሰማዕትታ ጓዶቼ በሀሰት መረጃና ፕሮፓጋንዳ ተመስጠው ከውጭ ሀገር እና ካገር ውስጥ እየፈለሱ ሠራዊቱን የተቀላቀሉት አባላት የሰሙትና የገጠማቸው ዕውነታ ሊዛመድላቸው ባለመቻሉ የመንፈስ፣ የሥነልቦናና የእዕምሮ ረብሻን በማሳደሩ በትግላቸው ላይ ተጽዕኖ እንዳሳደረባቸው በተጨባጭ ተገንዝበናል። አሲምባ በገባን በዚያች የስምንት ቀናት ጊዜ ብዛት ካላቸው ታጋዮች ጋር መገናኘት እንደጀመርን ከጥቂቶቹ ጋር በአደረግነው ውይይት ያገኘነው መልዕክት ሠራዊቱ ዱልዱም እንጂ የሚዋጋ እንዳልሆነ፣ ኢሕአሠ በፓርቲው ተገቢው መዋቅርና አመራር እንዲሁም መመሪያ ለብዙ ጊዜ ሳይሰጠው በመቅረቱ ንቅናቄው እንደተጎዳ፣ ፓርቲው በከተማው የፖለቲካና የትጥቅ ትግል ላይ በማትኮሩ ለሠራዊቱ ተገቢውን አመራር ሊሰጥ አለመቻሉን ተረዳን። የማእከላዊ ኮሚቴ አባላትም በከተማ ተከማችቶ ስለነበረ በቅርብ ሆኖ ለሠራዊቱ የሚጠበቀውን አመራር እንዳልሰጠ በገቢር ተገለጸልን። በዚህም ምክኒያት ሠራዊቱ ውስጣዊ አደረጃጀቱ የተበላሸ፣ የግለሰቦች ፈላጭ ቆራጭነት የነገሰበትና ተነሳሽነት የጠፋበት፣ ወታደራዊ ብቃቱና ልምዱ የተዳከመ፣ ፖለቲካዊ ሕይወቱ የሞተ ሥራ ፈት ሆኖ ባዶ ቀፎ ጠመንጃ ተሸክሞ የሚዘዋወር ምንም ዓይነት ሙያ የማይሰራ ዱልዱም ጦር ሠራዊት እንደሆነ ከሀቀኛ ጓዶቻችን ገለጻ ከማግኘታችን በላይ በገቢርም ተገነዘብን። ይህም ሁኔታ ያብዛኛው ታጋይ ወኔና አፍላ የትግል ስሜት እንደገደሉት ተገነዘብን። በተግባር ፕሮግራሙን በማዛባት የመስመር ለውጥ በማድረግ በድርጅቱና በወጣቱ ላይ ከፍተኛ ጉዳት መድረሱን እንደ መርዶ አረዱን። ጥርስ የሌለው ዱልዱም ሠራዊትና መሪ አልባ እንደሆነ በግልጽ ተረዳን። በጋንታ 44 የጥበቃና

የምርመራ ቡድን ሀቀኛ ታጋዮችን በመደብደብ፣ በእሳት በጋለ ቢላዋ ሰውነትን መተኮስንና ሌሎች ኢሰብዓዊ ዘዴዎችን በመጠቀም የሚካሄደው የምርመራ ዘዴዎች ለሠራዊቱ ተባራሪ ወሬ ሆኖ መትረፍ በጀመረበት ዋዜማ ነበር አሲንባ የገባነው። በጋንታ 44 የጥበቃና የምርመራ ቡድን የሚካሄደው ጨካኝ ተግባራት እስከቀጠለ ድረስ የድርጅቱንና የሠራዊቱን አንድነት በመፍጠርና የእርስ በርስ መጠራጠርን በማስወገድ ድርጅቱን ብሎም ሠራዊቱን ሕዝባዊ እንደማያደርገው እምነታችን ሆነ። በሠራዊቱ አባላት ላይ ይፈጸማል እየተባለ የሚናፈሰውን ዜና ሲሰሙ ከደርግ ጭፍጨፋ አምልጠው ሠርዊቱን በተቀላቀሉ አዲስ አባላት ሠራዊታቸውን ወደ መጠያየቅ ደረጃ እንዳደረሳቸው ለመረዳት በቃን። ድርጅቱ ለገጠር ትጥቅ ትግል ግድ የሌለውና ለረጅም ዘመን ለመታገል አለመዘጋጀቱን ለመገንዘብ የቻልነው አሲምባ እንደገባን አድርባዩንና ለዘብተኛውን ወጣት ወሎየ ምክትል የመቶ አለቃ አያልሰው ደሴን የመሳሰሉትን የጋንታ መሪ ሆኖ ባገኘሁበት ጊዜ ነበር። ኢሕአሠ ሲፈጠር የተቀላቀሉና በመካከለኛ የሠራዊት የአመራር እርከን ላይ ይገኙ የነበሩ አባላት ላይ ይታይ የነበረውን የርዕዩተዓለም ጥራት ጉድለትና የፖለቲካ አመራር ድክመት እንዲሁም ዝርክርክነት አስመልክቶ የመንፈስ ደስታና እፎይታ የሚነሳ ሆኖ ታየን። የሠራዊቱ ውስጣዊ አሰራርና አደረጃጀት የአባላቱን ተነሻሽነትና የፈጠራ ችሎታ የሚያዳብር በአመራሩና በአባላቱ መካከል በመተሳሰብና በመተማመን ላይ የተመሠረተ ግንኙነትን የሚያጠናክር እንዳልሆነ ተገነዘብን።

በሠራዊቱ እንቅስቃሴ በአባላቱ ሕይወት ቅንጣት ተሳትፎ አልነበረም። ሁሉ ነገር የሚወሰደው በጥቂት ከአባላቱ በተነጠሉና ከሠራዊቱ አስተሳሰብና ፍላጎት ምንም ዕውቀት ባልነበራቸው በሻዕቢያ፣ ድርግና ወያኔ ተከታዮች እንደሆነ ተሰማን። ሁሉን ነገር እራሳቸው እንዲጨርሱ በመደረጋቸው ሠራዊቱ በከፍተኛ ቢሮክራሲያዊ አሰራር የመሻገት ድር የተተበተበ ሆኖ አገኘነው። ፓርቲው ከነጭራሹ ተፈረካክሶ ሳይበተን ከውድቀቱ አንስቶ ለመጠበቅና ኢሕአሠ የኢትዮጵያን ሕዝብ ለሥልጣን ለማብቃት እንዲያስችል የኢሕአፓ'ን ፕሮግራምና ደምብ ይዞ፣ ድርጅቱ በፕሮራሙ በዋነኛነት የተለመውን የተራዘመ ሕዝባዊ የገጠር ትግል ስልት በመከተል፣ ከፕሮግራሙ ውጭ ያላግባብ የሚካሄደውን የከተማ ሽብር ባፋጣኝ በማቀምና ያላግባብ በከተማ የሚጨፈጨፈውን ወጣት ለማዳን የመስመር ልዩነቱን ተሸክሞ የማያቋርጥ ትግል ለማካሄድ ብቸኛው መፍተሄ ሆኖ ያገኘነው ተቃርጦ የቀየውን የጉባዔ ጥሪ ተግባራዊ ለማድረርግ ስንችል መሆኑን አመንበት። አርሶአደሩን በመደብ ትግል ቀስቅሶና አደራጅቶ በሰፊው ለማሰለፍ በአርሶአደሩ ዘንድ ከፍተኛ የፖለቲካ ሥራ ማካሄድ የተዳከመ ነበር። ከዚህም አንጻር በተወሰኑ ደረጃ የፓርቲው ካድሬዎች በአርሶአደሩ ዘንድ ተሰማርተው በሚሰሩበት ወቅት ሥራቸው በተቀናጀ መልክ፣ በተገቢ መመሪያዎች ተደግፎ፣ የካድሬዎችን የራሳቸውን ብስለት፣ ጥራትና ንቃት ከማዳበር እርምጃ ጋር ተያይዞ አልነበረም። አንቂዎችን እራሳቸውን ማንቃትና ማስተማር፣ ሥራቸውን መከታተልና መቀጣጠር አስፈላጊ ሆኖ ሳለ

ለዚህ ትኩረት ተደርጎበት ባለመከናወኑ ሥራው ተገቢውን ጠቀሜታ ሙሉ በሙሉ ሳያስገኝ በመቅረቱ ለሠራዊቱ ድክመት ከፍተኛ አስተዋፅዖ አበርክቷል። ለፖለቲካ ሥራ ክብደት አለመስጠት፣ የተሳሳቱ ጭፍን ወታደራዊ ዝንባሌዎች፣ ለራስ መቻል መርህ ተግባራዊ ትኩረት አለመስጠት፣ የጎዳዊ ግንኙነት ችግሮች፣ በአመራር ኮሚቴዎች መሀል አለመግባባቶች፣ ከሕዝብ ግንኙነት አንፃር ዝንፈቶች፣ ቡድነኝነት፣ የአሰራር መዛባቶች፣ የምልመላ ችግሮችና እርስ በርስ የመጠራጠር አዝማሚያ ሁሉ መኖር መሠረታዊ ጎልተው ይታዩ እንደነበረና የዚህ ሁሉ መንስዔያቸው ከሠራዊቱ የመደብ ይዘት ቢሆንም በሠራዊቱ ውስጥ የፖለቲካ ትምህርት ደካማነት በመስፈኑ ነበር። ሠራዊቱ ይህንን ችግር ለመቃቃም እንዳይችል እንኳንስ ብቃትና ችሎታ ያላቸው አዳዲስ አንቂና አደራጅ ካድሬዎች ከሠራዊቱ ውስጥ ለማፍራት ይቅርና የነበሩትን ጥቂት ራሳቸውን የናቁ ጠንካራ አንቂና አደራጅ ካድሬዎች በማሰርና በመግረፍ ተስፋ ለማስቀረጥ እንደሚሞከር ደረስንበት።

የሠራዊቱን ሕዝባዊና ዲሞክራሲያዊ ተፈጥሮ እንዲኖረው ለማድረግና የመደባዊ ተዋፅኦ እንዲኖረው አርሶ አደሩን ሙሉ በሙሉ ባለማሳተፉ መዳከሙ አንሶ በሠራዊቱ ውስጥ የተስለፈውን ዝቅተኛ ንውስ ከበርቴ ዲሞክራሲያዊ ተፈጥሮ ለመጠበቅና ለማጠናከር የሚረዳ ምንም ዓይነት የፖለቲካ ንቅናቄ አልነበረም። የአመራር ችሎታና ብቃት ይለኩ የነበሩት ለአመራሩ ጭፍን የሆነ ታምኝነት ያላቸውን ከሠራዊቱ ጋር ከተቀላቀሉበት ጊዜ አንስቶ እንደልጆቻቸው አድርገው የሚቀጥሯቸውን ያካባቢውን ላቅመ አዳም ያልደረሱትን ልጆች (መንጁሶች)፣ በትግራይ በቤተሰብ የተሳሰሩ ታጋዮችን እና ከተቻለም የወታደራዊ ሞያ ችሎታና ብቃት በነበራቸው እንደ አየር ወለድ አባሎችና እንዲሁም በአብሮ አደግነትና በትምህርት ቤት ትውውቅ ነበር እንጅ ምልመላ በርዕዩተዓለም ጥራትና በሥነ ሃሳብ ብስለት ከሰኔ ወር 1967 ዓ. ም. ጀምሮ አክትሟል። እንደ ፓርቲው ሠራዊቱም የቤተሰብና የትግራዊነት ስሜት በመተብተቡ የድርጅቱ አመራር እምብርት መሣሪያ የሚሆናቸውን ወላዋዮች፣ አድርባዮች፣ ጠጋኝና አድሀሪ ዝንባሌ ያላቸውን ግለሰቦች በዝምድና፣ በጎደኝነትና አብሮ አደግነት አልፎም በፍቅርኝነት ትውውቅ ወደ ኢሕአፓ/ኢሕአሠ በገፍ ታጉረው እንዲገቡ አደረገ። በሠራዊቱ ቀይታየ እነዚህን ከጠንካራዎቹና ከሀቀኛ ታጋይ ሀይል ለመለየት ያስቸገረበት ወቅት ሆኖ ነበር ያገኘነው። አንድ ታጋይ ወንድሙ ሻዕቢያ፣ ሌላው ደግሞ የአጎቱ ልጅ ወያኔ ወይንም ሻዕቢያ፣ ሌላው እህቱ ሻዕቢያ ወይንም ወያኔ የሆኑ ታጋዮች ነበሩበት። በወያኔ በከፍተኛና በመካከለኛ የአመራር ቦታ ላይ የነበሩ በኢሕአፓ/ኢሕአሠ ወንድም ወይንም እህት ካልሆነም የአጎት ወይንም የአክስት ልጅ ነበሩበት። ወደድንም ጠላንም የሥነልቦናና የሞራል ተፅዕኖ እንዲሰፍን አድርጓል። በሠራዊታችን የነበሩት አባላት በወያኔና በሻዕቢያ ለነበሩት አባላት ዘመዶቻቸው ተገዥና አገልጋይ መሆናቸው አይቀሬ ነበር። ቢጠነቀቁ እንኳን የቤተሰብ ጉዳይ ስለነበር ምስጢር በተዘዋዋሪ ይወጣ እንደነበር ግልጽ ነው። አይቀሬ ነበር ማለት ብቻ ሳይሆን ወንድሞቻቸውና

ዘመዶቻቸው ጋር ለመቀላቀል በመሞከር ብዙዎቹ በነበራቸው ቦታ ምክኒያት የተሸከሙትን የሠራዊቱን ምስጢር ይዘው ከነትጥቃቸው ከኢሕአሠ እየከዱ ወያኔ ጋር የገቡ አያሌ ነበሩ። ኢሕአሠ በሻዕቢያ እና በወያኔ የተተበተበ መሆኑን ለማስረዳት በሌላ አካባቢ በኢሕአሠ የተከሰተ የአንድ የትግራይ ቤተሰብ ልጆችን እንደምሳሌ በማቅረብ ጠቁሜአለሁ። የሠራዊቱን ድክመቶች አብዲሳ አያና እንደሚከተለው ይገልጸዋል። "... በሠርዊቱ ውስጥ በርግጥም ድክመቶች አሉ፣ አመራር ያልተሰጠው ሠራዊት ነው፣ እራሱ ተስፋ ቀርጦ (frustrated) አድርጎ የኖረ ሠራዊት ነው፣ ከከተማ ሸሽተው በሚመጡበት ጊዜ ደግሞ የሠራዊቱ በርግጥም የግንዛቤ ደረጃም ከተማ እነሱ ከሚያውቁት በጣም ዝቅ ያለ ነው። ምክኒያቱም የከተማው ተማሪ ነው፣ ፕሮፌሽናል ናቸው። ተካፋይ የነበሩት ገጠር ውስጥ ግን በአብዛኛው የትግራይ ልጆች በትምህርት ደረጃም ከሁለተኛ ደረጃ በታች እንጅ በላይ ያልሆነ እንደዚሁም ደግሞ በዕድገት በሕብረት ዘመቻ የተቀላቀሉ ናቸው የነበሩት። የማርክሲዝም ሌኒኒዝም እውቀታቸውም በተለይ ፖለቲካ ግንዛቤ በሚመለከት ከወታደራዊው እንቅስቃስ ውጭ ዝቅተኛ በመሆኑና ይህ ሁሉ ያስነሳቸው እንትኖች ነበሩ። እና እዚህ ላይ ነው እንግዲህ በሠራዊቱ ውስጥ እርማት ንቅናቄ የሚባል በሴንትራል ኮሚቴው initiated ተድርጎ ይሀንን በሚያደርጉበት ጊዜ በርግጥ ቅሬታዎች ይኖራሉ፣ ስህተቶች አሉ በርግጥ ይህ ጀማሪ ሠራዊት በድርጅቱ ምንም አመራር ያልተሰጠው ሠራዊት ነው። ብዙዎቻችንም ልምድና ተመክሮ ሳይኖረን ወታደራዊ ትምህርት ይዘን ነው የገባነው። ሁላችንም እንግዲህ በኤርትራ በኩል በምናልፍበት ጊዜ ኢ. ፒ. ኤል. ኤፍ'ዎች ከሚያደርጉት ነገር ነው ብዙውን ነገር እናደርግ የነበረው። ሌላ ተመክሮም የለንም፣ ሌላ ልምድ የለንም። ኋላ የምንከሰስበት ልክ እንደ ኢፒ. ኤል. ኤፍ. ነው ሠራዊቱ፣ ቃንቃቸው እንኳን ሳይቀር ምናምን ተብሎ ተከሰናል፣ ትክክልም ነው (ከአብዲሳ አያና)።

13.2.1. በታሕሣስ አጋማሽ 1969 ዓ. ም. በኢርጋ ተሰማ/መዝሙር መሪነት ኢሕአፓን ከውድቀት፣ ኢሕአሠ'ን ከድምሰሳና ከብተና ለማዳን የተጠነሰሰው የኢሕአሠ ክንፍ የእርማት ንቅናቄ መጠንሰስ

ብርሀነመስቀል ረዳ ገና ከአቶ ኃይሉ ወልዴ ቤት ታግዶ በነበረበት ጊዜ ዐብዩ ኤርሳሞ፣ እንድሪያስ ሚካኤል፣ በኽሪ ሙሀመድ፣ አስረስ ስሜ፣ ገዛኸኝና ሌሎች በየጊዜው እየሄዱ ይገናኙት ነበር። በታሕሣሥ ወረ መግቢያ 1969 ዓ. ም. ብርሀነመስቀል ረዳ ከአቶ ኃይሉ ወልዴ ቤት እንዳለ በድርጅቱ የሚካሄደውን አጠቃላይ ሁኔታ ሪፖርት በወቅቱ አሲምባ ለነበረው የምስጢር ግንኙነቱ በዐብዩ ኤርሳሞ በኩል እንዲላክ ያደርጋል። እንደማስታውሰው በሪፖርቱ ውስጥ የተካተቱት ነጥቦች፣ 1. ፖሊት ቢሮው ከሥልጣኑ በላይ ያላስፈላጊ ተግባሮችን ከማካሄዱም በላይ የማእከላዊ ኮሚቴንና የመላ ፓርቲውን ጉባኤ ሥልጣን እንደቀማ፣ ተግባርን የሚሸፍን የቲዎሪ ድጋፍ በማውጣት መሠረታዊ የትግል ታክቲክ ለውጥ በአምባገነንነት መወሰኑን፣ 2. በኮሎኔል መንግሥቱ ኃ/ማሪያም ለተራማጆች

የተደረገው አስቸኳይ የግንባር መቋቋም ጥሪ የኢሕአፓ ማዕከላዊ ኮሚቴ ስብሰባ አድርጎ ሰፊ ትግል ከተካሄደበት በኃላ ጥሪውን በጥንቃቄ በመመልከት ለደርግ የምናቀርብለትን ቅድመ ሁኔታዎች ካሟላ መንግሥት ያቀረበውን የግንባር ጥሪ በአነስተኛ ፕሮግራም ላይ የተመሰረተ የጋራ ግምባር መቋቋሙ አስፈላጊነቱ የብዙሀኑን የማእከላዊ ኮሚቴ አባሎች ድጋፍ አግኝቶ የአመራር እምብርቱ በግልፅ በመሸነፉ የተወሰደውን አቋም በአሻጥርና በተንኮል ውሳኔው ተግባራዊ ሳይሆን መቅረቱን፣ 3. የሕብረት ግንባር ለመፍጠር ያልተቻለው በፓርቲው ከፍተኛ ጥፋት ብቻ እንደሆነና ከመኢሶንም ጋር ያልተዋሀድነው በፖሊት ቢሮው ጥላቻና ጥፋት ብቻ በተለይም የፓርቲው አመራር እምብርት ምንም ዓይነት ቅስቀሳና ፕሮፓጋንዳ ባለማድረጉ መሆኑን፣ የሕብረት ግንባር ጥሪው ወደ ሕዝቡ እንዲደርስና በሰፋት እንዲሰራጭ በቂ ጥረት አለማድረጉ ብቻ ሳይሆን ውሳኔው ተግባራዊ እንዳይሆን አፍኖ በመያዙ እንደሆነ፣ 4. ሌሎች ሀገር በቀል የፖለቲካ ድርጅቶች ከኢሕአፓ ጋር ተስማምተው መስራት እንዲችሉ መንገድ ከመክፈትና ለውይይት ጥረት በማድረግ ከማግባባት ይልቅ ማንኳሰስና ማጥላላት ኢሕአፓ ፀረ ደርግ መሆኑ ቀርቶ ፀረ ተራማጆች እንደሆነ የቱን ያህል ሊጎዳን እንደሚችል፣ ዲሞክራሲን በማፈንና በመርገጥ እንደደርግ ጭፍንና የይስሙላ አንድነትን ለመፍጠር በኃይል መሞከሩ፣ በድርጅቱ የአመራር እምብርት የአድር ባይነት ዝንባሌዎችን በማንጸባረቅ ኢሕአፓ የሌለውን ኃይል ከመጠን በላይ በማጋነን፣ የደርግን ኃይል አላግባብ በመናቅ ፓርቲውን ለሥልጣን ባቋራጭ ወይንም ለቶሎ ድል ግፍጫ ጦርነት ግብ ግብ እንዲያካሂድ ማድረጋቸውን፣ 5. ከድርጅት መርሕና ከማሌ ፓርቲዎች ተግባር አንፃር አንድ ፓርቲ ከሰላማዊ የፖለቲካ ትግል ወደ አመፅ በሚሸጋገርበት ጊዜ ቢቻል በጉባኤ ካልተቻለም በመላ ፓርቲው ውስጥ በሚደረግ ውይይት መወሰን ሲኖርበት በአምባገነንነት የአመራር እምብርቱ እራሳቸው መወሰናቸው፣ 6. አመፅ ተብሎ የቀረበው የሽብር የትግል ዘዴ ሲሆን ፖሊት ቢሮ ያወጣው መግለጫ ፓርቲው የማያውቀው አዲስ ቲዎሪ ስለሆነ ከፍተኛ ስህተት ከመሆኑም ሌላ ሕገወጥ መሆኑና፣ ይህንንም ዓይነት ቲዎሪ ማእከላዊ ኮሚቴ ራሱም ፓርቲውን ሳያማክር ሊያወጣ መብትና ችሎታ እንዳልነበረው፣ 7. የአመራር እምብርቱ በተጠቀሱት ሳይገቱና ሁኔታዎች ፈር እንዳይዙ ለማስደረግ ሲባል ደርግ ለአፈናና ጭፍጨፋ ለመቀስቀስ እንዲያስችለው ኢሕአፓ ደርግን ያለበቂ ዝግጅትና ድርጅታዊ ብቃት አኃትል ክፉኛ መጎንተል እና በድርጅቱና በአባላቱ ላይ ሊያስከትል የሚችለውን ውጤት በመግለጽ፣ 8. በሥልጣን ላይ ያለውን መንግሥት ባህሪይ አስመልክቶ በማዕከላዊ ኮሚቴ በብዙኃኑ ከተወሰነው ውሳኔ ውጭ የፖሊት ቢሮው በጉልበታቸው ፋሽዝም በኢትዮጵያ ሰፍኗል በማለት ያሰፈሩት አቋም ከቲዎሪና ከተጨባጩ ሁኔታ አንፃር ስህተት መሆኑን በመግለፅ፣ 8. የጊዜያዊ ሕዝባዊ መንግሥት መፈክርን አደናጋሪ በሆነ መልክ የበፊቱ ድል በተራዘመ ሕዝባዊ የትጥቅ ትግል የሚለው መሰረተ ሀሳብ የከተማ ትግሉን እያስፋፋና እያጠናከረ መሄድ በጀመረበት ጊዜ ጊዜያዊ ሕዝባዊ መንግሥት የአመፅ መሣሪያ

ነው በሚል መፈክር ማስተጋባታቸው ለኩዴታ እንደተዘግጁ፣ 10. ይህም ሌላ ሳይሆን ጊዜያዊ ሕዝባዊ መንግሥት የኩዴታው መፈክር እንደሆነና በደርግ ውስጥ በሕቡዕ የተፈጠሩትን የኢሕአፓ አባላትን በመጠቀም በመፈንቅለ መንግሥት ባቋራጭ ቤተመንግሥት ለመግባት የሚያስችላቸው ታክቲክ እንደሆነ በመተማመናቸው ቢሆንም በዋናነት ግን እንደማይፈፀም እያወቁ ድርጅቱን ለመፈረካከስ ባላቸው ዕቅድ እንደነበር ያደረበትን ሥጋትና ጭንቀት በመግለጽ፣ 11. ኢሕአፓን ከውድቀት ለማዳን በከተማ ወጣቱን ከመጨፍጨፍና የድርጅቱን አባላት ካላስፈላጊ የእርስ በርስ ግድያ ለማዳንና እንዲሁም ያላግባብ በመንግሥት ከመገደል፣ ከመታሰርና ከመሰደድና ተስፋ በመቁረጥና መሄጃ በማጣት ከጠላት ጋር እንዳይተባበሩ ለማድረግ የፓርቲው አመራር እምብርት የተከተለውን አቋም በመቃወም ከሚያምኗቸው ጓዶቻቸው ጋር ለሚገናኟቸው የፓርቲ አባላት የማስረዳት ዘመቻ በማፋፋም ላይ እንዳሉና በተቻለ ፍጥነት በሀሳባቸው የሚስማሙ አባላት ጋር በመገናኘት የአመራሩን የተንኮል ዕቅድ ለማክሸፍ በትግል ላይ መሆናቸውንና ተቃርጦ የቀየውን ጉባኤ እንዲካሄድ ጥሪ ማድረጋቸውን በመግለጽ ሠራዊቱ ለድርጅቱ መከላከያነት እንዲበቃ የበኩላችሁን ትግላችሁን አፋፍሙ ብሎ ነበር።

ሪፖርቱ ታሕሣሥ ወር መግቢያ 1969 ዓ. ም. አሲምባ ገብቶ ሳይውል ሳያድር ከኢርጋ ተሰማ/መዝሙር፣ ከመምህር ደመዎዝ ገርመ/አንተነህና ከኤሊያስ በቀለ/ታሪኩ ዘንድ ደርሶ ሦስቱም ሥጋት ላይ በመውደቃቸው ወዲያውኑ የሚያቀርቧቸውን ጓዶች እያፈላለጉ የማስረዳት ዘመቻቸውን እንዲያፋፍሙና በሀሳባቸው የሚስማሙ አባላትን የማፈላለግ ጥረታቸውን እንዲቀጥሉ ተስማምተው በዚህ መልክ "የኢሕአሠ ክንፍ የእርማት ንቅናቄ" ሀሳብ ታሕሣሥ ወር አጋማሽ 1969 ዓ. ም. ተፀነሰሰ። እንደ ከተማው በሠራዊቱም ማንኛውም ሀሳብና ተቃውሞ በዲሞክራሲያዊ መንገድ ነፃና ግልፅ በሆነ መንገድ ተወያይተው እንዳይፈቱና መፍትሔ እንዳያገኙ ሙከራ መደረጋቸውን በግልጽ የተገነዘቡት አምስት ጓዶች እነ ኢርጋ ተሰማ፣ ኤልያስ በቀለ/ታሪኩ፣ መምሕር ደመዎዝ ገረመ/አንተነህ፣ መኮንን ተክሌ/ደረጀና ብሥራት ደበበ/አሲምባ በታሕሣሥ ወር 1969 ዓ. ም. መጨረሻ ሣምንት ገደማ በቤዝ አምባው እንደተገናኙ ባጭር ተወያይተው በቀረበው ሀሳብ በመስማማት ለተጠቀሰው ዓላማና ግብ መምታት ተግባራዊነት አጋጣሚው ከፈቀደላቸው ከድርጅቱና ሠራዊቱ ደንብና ሕግ ውጭ ከኃይል ወደ ኃይል ወይንም ካንድ አካባቢ ወደ ሌላ አካባቢ በመንቀሳቀስ ሳይሆን ዲሞክራሲያዊ ማዕከላዊነትን በመከተል ባሉበትና በሚንቀሳቀሱበት አካባቢ የኢሕአሠ የእርማት ንቅናቄ ክንፍ ለመፍጠር የቀረበውን ሀሳብ ከሚቀርቧቸው ንቁና ጠንካራ ሀቀኛ ታጋዮች ጋር በመወያየት ሃሳቡን ለማስፋፋት ተስማሙ። አመራሩ ጥርሱን አግጦ የመጣውን ሀቅና ዕውነታ ንቀው የሠራዊቱንና የድርጅቱን ሕይወት ለማዳን ችላ ካሉ ለድርጅታችንና ለሠራዊታችን ደሕንነት ሲባል ከቅሬታ አቀራረብ ሥነሥርዓት ውጭ በመውጣት ዲሞክራሲያዊ ማዕከላዊነትን በመጣስ በሠራዊቱ በመንቀሳቀስ ዕውነታውን ለመላው አባላት በማሳወቅና በማስተማር ድርጅታቸውንና ሠራዊታቸውንን ከሞት ለማዳን

ወሰን። እኔ፣ ኤፍሬም ደጀኑና ውብሸት መኮንን አሲምባ በገባን ሳምንቱና ሁለት ሳምንት ገደማና ስለሠራዊቱ አጠቃላይ ግንዛቤ እንዳገኘን ታሕሣስ ወር 1969 ዓ. ም. አጋማሽ ኢርጋ ተሰማ ጋር በመገናኘቱ ምን ማድረግ እንደሚገባን ሳይገልጽልኝ በደፈናው “ከብርሀነመስቀል ረዳ በምስጢር ባገኘነው መረጃ መሠረት” ብሎ ሪፖርቱ ያካተታቸውን ነጥቦች ገለጸልኝ። በመቀጠልም “ጠንክረን ካልታገልን ፓርቲያችንና ሠራዊታችን ከብተና፣ ከአንጃ፣ ከክፍፍልና ከብረዛና ብሎም ከችንፈት ሊድን እንደማይችል በማሳሰብ በራችንንና ጓዳችንን ለደርግና ለጠባብ ብሔርተኞች ከፍተን በማስረከብ ሕዝባችንን ለከባድ ችግርና መከራ ማጋፈጣችን የማይቀር ጉዳይ ይሆናል” ብሎ ያደረበትን የመንፈስ ጭንቀት ገለጸልኝ።

እኔም ኤደን እያለን ሦስታችን ሀገር ወዳዱን ፀጋየን/ሀብቶምን ከእኛው ጋር አስቀምጠን በጉዟችን ዋዜማ ምሽት ላይ ያካሄድነውን ውይይት ሁሉንም ሳይሆን ለጀመርነው ውይይት የሚጠቅሙንን በመጠኑ ገለጽኩለት። ቀጥሎም ሳይውል ሳያድርና ለድርብርብ ጠላቶቻችን ጊዜ በመስጠት ሁኔታዎቹ ከቁጥጥራችን ውጭ ሆኖ በጠላቶቻችን እጅ ከመውደቃችን በፊት ፈጣን የሆነ እርምጃ በመውሰድ አብዮታችንን ማዳንና መጠበቅ እንደሚገባን ተወያይተን እንደነበርና ሆኖም እንዴትና የት፣ ከነማን ጋር የሚለውን ሜዳ ከገባን በኋላ ከምንተዋወቃቸውና ከምንቀራረባቸው እውነተኛ ጓዶች ጋር በተለይም ለእንቅስቃሴው በመሪነት ከምንፈልገው ጓድ ጋር በመወያየት የሚከናወን ይሆናል ብለን ተስማምተን ጉዟችንን ጀመርን ብየ ገለጽኩለት። ከደስታ ስሜት የተነሳ ግልጽና ቅንነት (genuine and sincere) የተመላበት ፈገግታውን በገፅታው ላይ አነበብኩ። ሰዒድንና አቡበከር ጋር ስትገናኝ ይህንኑ የብርሀነመስቀል ረዳን ጭንቀት አካፍላቸውና እንድትወያዩ ብታደርግ ብሎ እንዳሳሰበኝ ምን እንደሚሉኝ ስለማውቅ እዚሁ እያለሁ ለሀሳቡ ጠንካራ ደጋፊነታቸውን ላረጋግጥልህ እንዳልኩት ይገባኛል ሦስታችሁም አንድ ሰው እንደሆናችሁ፣ ሆኖም ስንገናኝ ሳንጨናነቅ ለመወያየት እንዲያስችለን አስቀድመው ቢያውቁት መልካም ነው ብሎ በማሳሰቡ በዚያው ሰሞን ሁለቱንም በየግል እንዳጫወትኳቸው በደስታ ስሜት ዝግጁነታቸውን ገለጹልኝ። ይህ በሆነ ሁለት ሳምንት ባልሞላ ጊዜ ሁለቱ ጓዶቼ ከኢርጋ ተሰማ ጋር ተገናኝተው ለኢሕአሠ ክንፍ የእርማት ንቅናቄ ፅንስስ ሀሳብ ድጋፋቸውን በመግለጽ ከሚቀርቧቸው ጋር እንደሚወያዩ ተስማምተው ተለያዩ። የሠራዊቱን ክንፍ የእርማት ንቅናቄ ለመምራት ሌላ የማንም ስም ሳይነሳ የውይይቱ ተካፋዮች ለኢርጋ ተሰማን/መዝሙር ያላቸውን እምነትና አክብሮት በመግለጽ ልናካሂድ ያቀድነውን እንቅስቃሴ እንዲመራ ወሰኑ። የኢሕአሠ ክንፍ የእርማት ንቅናቄ ዋና ተግባር አድርጎ የያዘው በፓርቲውና ሠራዊቱ ውስጥ የአመራር እምብርቱን ሕገወጥና ፀረ-ኢሕአፓ/ፀረ-ኢሕአሠ ተግባሮች በማጋለጥ ድርጅታችን ለዳግማይ ትንሳይ ለማብቃትና ኢሕአሠ'ን በማጠናከር የውጊያ ብቃት ኖሮት ጠንካራ ሕዝባዊ ጦር ለማድረግ የሞት ሽረት ትግል ለማካሄድ ነበር። ሁለቱ የፍልሥጥኤም ጓዶቼ ከኢርጋ

ተሰማ ጋር ተገናኝተው በሠራዊቱ ክንፍ የእርማት ንቅናቄው ሀሳብ ከተስማሙ በኃላ ኤደን እያለን በትዟችን ዋዜማ ላይ ሜዳ ገብተን ከጠንካራ ጓዶች ጋር ተገናኝተን መንቀሳቀስና መታገል እንደሚኖርብን፣ ድንገት እርምጃ ለመውሰድ አስፈላጊ ሆኖ ቢገኝ እንቅስቃሴያችንን እንዲመራልን ከምንፈልገው ንቁና ጠንካራ ጓዳችን ጋር በመወያየት ለፈጣን እርምጃ መጂድ አብደላ እንዲያስተባብር እናደርጋለን ተባብለን መስማማታችንን ለኢርጋ ተሰማ አሳወቁት። ያላሰበውንና ያልጠበቀውን ጠንካራና ንቁ ታጋዮች ጋር መገናኘቱ የደስታና የኩራት መንፈስ ተሰምቶት ወደፊት ፈጣን እርምጃ እንድንወስድ ብንገደድ ማስተባበሩን አስመልክቶ ለዚህ የድርጅትና ሠራዊት አድን ግዳጅ እኔና እናንተ ብቻ ሳንሆን ሌሎቹም መጅድ የማስተባበሩን ተግባር እንዲሸከምልን ሁሉም እንደሚደግፉት እርግጠኛነቱን ገልጾላቸው መለያየታቸውን በዚያው ሰሞን ከሁለቱም ጋር እንደተገናኘሁ ከኢርጋ ተሰማ ጋር ተገናኝተው መወያየታቸውንና በተፀነሰሰው ሀሳብ መስማማታቸውን በመግለጽ “ኤደን ከተማ እያለን የጣልንብህን አደራ ለመወጣት ተዘጋጅ” ብለው አሳሰበውኝ ተለያየን። በጥር ወር 1969 ዓ. ም. አጋማሽ ወይንም መጨረሻ ገደማ ከኢርጋ ተሰማ ጋር እንደተገናኘሁ ባለፈው ግንኙነታችን ወቅት በኤደን ከተማ በጉዞ ዋዜማችሁ ምሽት ሌላውን ምክክራችሁን ሁሉ ስታካፍለኝ ድንገት እርምጃ ለመውሰድ ሁኔታዎች ቢያስገድዱን እንቅስቃሴያችንን ከሚመራልን ጓድ ጋር በመነጋገር ለሚወሰደው እርምጃ የማስተባበሩን ተግባርና ኃላፊነት ሦስቱ ጓዶችህ (ሀገር ወዳዱን ፀጋየ/ሀብቶምን ጭምር) ላንተ ማሸከማቸውን ለምን ሳታካፍለኝ ቀረህ ብሎ ከኃላፊነት ለመሸሽ ወይንም ወደ ኃላ ለማፈግፈግ ፈልጌ ሳልጠቅስለት የቀረሁ መስሎት ይጠይቀኛል። ለእርምጃ ጊዜው ገና ያልበሰለ በመሆኑ፣ አስቀድመን የሠራዊቱን ክንፍ የእርማት ንቅናቄ ሀሳብና ተግባር በሚቻለን መጠን ለጠንካራ ታጋዮች ዘንድ ማድረስና ጠንክረን ማንቃትና ማስተማር ስለሚኖርብን፣ እርምጃን አስመልክቶ በኤደን ያደረግነው ውይይት አራታችን እንጂ በሠራዊቱ ከሚገኙት ጠንካራ ታጋዮች ጋር ባለመሆኑ ወደፊት የምንነጋገርበት ጉዳይ ይሆናል ብየ በመገንዘቤ፣ እንዲያውም የድርጅቱንና የሠራዊቱን ሁኔታ የተገነዘቡ ብዛት ያላቸው ንቁና ጠንካራ ታጋዮች እንደሚኖሩ በመተማመኔ የእርምጃውን ጉዳይ ለጊዜው ብንተወው መልክም እንደሆነ በማመኔ ነው አልኩት። ይህን ከፍተኛ እምነትን የሚጠይቅ ኃላፊነት ያለአንተ ሌላ ማንም ሊሸከምልን ስለማይኖር ኤደን እያላችሁ ባደረጋችሁት ውይይትና ስምምነት በሜዳ በምንገኘው ታጋዮች ስም እንደተደረገ ቆጥረህ ጊዜው ሲደርስ ለስምምነቱ ተግባራዊነት ወደኃላ እንዳትል ብሎ በሰማዕታት አብዮታዊያን ስም አደራ ብሎኝ ተለያየን።

ነገርን ነገር ያነሳዋልና በአሲምባ የቀጠልነው የኢሕአሠ የእርማት ንቅናቄ ትግል ለእኔ፣ ለሰዒድ አባስና ለአቡበከር ሙሀመድ እንዲሁም ለአርበኛው ሀብቶም/ፀጋየ የመጀመሪያችን አልነበረም። አራታችን ብቻችንን በሸንካላ ምክኒያት እየተሸነገልን ኤደን ለሰባት ወር በቁም እሥር መልክ

ከትግላችን ተገልለን ታትረን በቀየንበት ወቅት የጀመርነው ትግል ተከታታይ ነበር። በኤደን ቆይታችን በከተማ በወጣቱ ላይ ይካሄድ ስለነበረው ጭፍጨፋና ስለወሎው ባልተጠናና ባልታቀደ ጦርነት ምክኒያት በጓዶች ላይ ስለተፈጸመው እልቂትና የፕሮግራምና የትግል ስትራቴጂ ለውጥ በተግባር መጀመሩን በጉዟችን ኤርትራ በርሃ እስከዘለቅን ድረስ የምናውቀው አልነበረም። ከሰኔ ወር መጨረሻ 1968 ዓ. ም. ጀምሮ ባካሄድናቸው ውይይቶች መጠራጠር ጀመርን እንጂ በገሀድና በይፋ ድርጅቱ የገጠሩን ትጥቅ ትግል በከተማ የሽብር ትጥቅ ትግል መለወጡን ምስጢር ሆኖ በመያዙ እናውቅም ነበር። በታሕሳስ ወር የተጀመረው ውይይት ተጠናክሮ በጥር ወር ማገባደጃ 1969 ዓ. ም. አባላቱ የመፅሀፉን ደራሲና ሁለቱን የፍልሥጥኤም ጓዶቹን (አያሌው መርጊያው/መጂድ አብደላ፣ ኤፍሬም ደጀኑ/ሰዒድ አባስ፣ ውብሸት መኮንን/አቡበከር ሙሀመድ)፣ እና ሌላ ስማቸውን የዘነጋኋቸው ሦስት ጓዶችን (ምንአልባት ሁለቱ ታፈሰና በሽር ይሆናሉ ብየ እጠራጠራለሁ) ጨምሮ የቀረበውን የኢሕአሠ ክንፍ የእርማት ንቅናቄ አካል'ን ሀሳብ በመደገፍ ለመስዋዕትነት ጠንክረው የተዘጋጁ ታጋዮች ቁጥር አሥራ አንድ ደረሱ። ብዙም ሳይቆይ በዚያው ወር ከከተማ ሸሽቶ የመጣው ወጣት አብርሐም የውይይቱ ተሳታፊ በመሆን ከሌሎች ስማቸው ከተዘነጉኝ ሦስት ጓዶች ጋር በጠቅላላው በጥር ወር መጨረሻ 1969 ዓ. ም. ብዛታችን 12 ደረሰ። በታሕሣስ ወር 1969 ዓ. ም. አጋማሽ በኢርጋ ተሰማ ግንባር ቀደም መሪነት የተጠነሰሰው ምስጢራዊ ውይይት ተስፋፍቶ ዶ/ር ተስፋየ ደበሳይ በተሰዋበት ሰሞን ባልሳሳት በመጋቢት ወር 1969 ዓ. ም. አጋማሽ ወይንም መጨረሻ ገደማ ጀምሮ በከተማ ብርሀነመስቀል ረዳና ጌታቸው ማሩ ከጓዶቻቸው ጋር ያቃቃሙት የፓርቲው ክንፍ የእርማት ንቅናቄ አካል እንዲሆን በሁሉም ጓዶች ፀደቀ። ሆኖም ብዙሀኑን የሠራዊቱን ንቁና ሀቀኛ ታጋዮች እስኪያቅፍና ብሎም በአባላቱም ሆነ በሠራዊቱ ላይ አላስፈላጊ አደጋ ላለማስከተል የተፈጠረው ክንፍ እንቅስቃሴውን በኅቡዕ እንዲያዝ ተስማምተን መንቀሳቀስ ጀመርን። ለድርጅቱም ሆነ ለሠራዊቱ ችግሮች እንደዋና መፍትሔ አድርገን የወሰነው ለረጅም ጊዜ የተቃረጠውን የድርጅቱን የጉባዔ ጥሪ ገቢራዊ መሆን እንዳለበት ነው። ሆኖም በእኔ ግምት የንቅናቄውን መፈጠር አመራሩ በጊዜ መረጃ ስለደረሰው ያለበለዚያም በከተማ የተፈጠረው የኢሕአፓ ክንፍ የእርማት ንቅናቄ በሠራዊቱም ሊፈጠር እንደሚችል አስቀድመው በመገመታቸው ሊሆን ይችላል ንቅናቄው ተጠናክሮና ሥር ሰዶ በድርጅቱ አመራሩ ላይ አደጋ ሳያስከትል ባፋጣኝ ለማክሸፍ ዘሩ ክሕሽንና እያሱ ዓለማየሁ በመሯሯጥ አሲምባ በመግባት በድርጅቱ የሚመራ የእርማት እንቅስቃሴ አወጁ። ወዲያውኑም እኔን ከትግል ጓዶቹ ለመለያየትና የተፈጠረው የሠራዊቱ ክንፍ የእርማት ንቅናቄን ከእንጭጩ ለማዳከም ካካባቢው አስወግደው ወደ አድዋ ልከው በአንድ አካባቢ ታግጄ እንድቀይ አደረጉኝ።

የሠራዊቱ ክንፍ የእርማት የንቅናቄ በአመራር እምብርቱ በእነ ዘሩ ክሕሽን፣ እያሱ ዓለማየሁና ቀጥሎም ወደኋላ ገደማ በዘሩ ክሕሽንና በሳሙኤል ዓለማየሁ የተመራው የአሲምባ የእርማት

እንቅስቃሴ ጋር አይገናኝም። በሚያዚያ ወር ማገባደጃ ወይንም በግንቦት ወር መግቢያ ላይ በእነ ዘሩ ክሕሸንና እያሱ ዓለማየሁ የተመራው የአሲምባ የእርማት እንቅስቃሴ ዋና ዓላማ በሠራዊቱ የተከሰተው ድክመቶች ሁሉ የሠራዊቱ አመራር የፈጠረው እንጂ የፓርቲው አለመሆኑን በመሸፋፈን ሁሉንም ጥፋትና ድክመት በሠራዊቱ አመራር ላይ በመዘፍዘፍ በፓርቲው ምንም የተፈጠረ ስህተት ወይንም ችግር እንዳልነበረ በማወናበድ የሠራዊቱን አመራር (scapegoat) በማድረግ እራሳቸውን ነጻ ለማድረግ ሲሆን ሁለተኛውና ዋናው ምክኒያት ግን በከተማ የተፈጠረው የኢሕአፓ ክንፍ የእርማት ንቅናቄ በሠራዊቱም ሊፈጠር እንደሚችል አስቀድመው በመገመታቸው ሥር ሰዶ እንደከተማው ችግር ላይ ሳይጥላቸው ተጣድፈው ሳይቀድሙን እንቅደማቸው በማለት የተጠቀሙበት መሣሪያ ነበር። ቀጥሎም በከፍተኛ ደረጃ ለሁለተኛ ጊዜ በ1970 ዓ. ም. መግቢያ አካባቢ የተካሄደው በዘሩ ክሕሸንና ሳሙኤል ዓለማየሁ የተመራው የአሲምባ የእርማት እንቅስቃሴ ዋና ዓላማው በሠራዊቱ የተከሰተው ድክመቶች ሁሉ በሠራዊቱ የተፈጠረው "አንጃዎች" እና "በድርጅት ላይ ድርጅት" ፈጠሩ ብለው በማመካኘት ሀቀኞችንና ጠንካራ ታጋዮችን በመረሸን የእራሳቸውን ወንጀል በመድፈን የጉባዔ ጥሪውን እና የሕብረት ግንባር ስንምነቱን ለማክሸፍ ነበር። የኢሕአሠ ክንፍ የእርማት ንቅናቄ ዓላማውና ተግባሩ በፓርቲው አመራር እምብርት ማንአለብኝነት የተቀየሰው የከተማ ሽብር ትግል ከፍተኛ ስህተት ከመሆኑም ባሻገር ለድርጅቱ መፈረካከስ ምክኒያት መሆኑን በማስተማር ባስቸኳይ እርማት ካልተደረገበት ለሠራዊቱ መደምሰስ ምክኒያት እንደሚሆን በማስገንዘብ ተቋርጦ የነበረውን የጉባዔ ጥሪ እንዲካሄድ ለማድረግ በሠራዊቱ ውስጥ አባላቱን የሚያስተምርና የሚያነቃ ንቅናቄ ነበር። የኢሕአሠ ክንፍ የእርማት ንቅናቄ አካል የኢሕአፓ'ን ፕሮግራምና ደምብ ይዞ፣ የመስመር ልዩነቱን ተሸክሞ የማያቋርጥ ትግል በማካሄድ ኢሕአሠን ካንዣበበበት አደጋ፣ ከአንጃ፣ ከብረዛና ከብተና ለመጠበቅና አመራሩ የነዛውን የእርስ በርስ ጥርጣሬ በማጥፋት ተቋርጦ የቀየውን የጉባዔ ጥሪ ተግባራዊ በማድረግ ችግሮች ዲሞክራሲያዊ በሆነ መንገድ እንዲፈቱና ኢሕአሠ የድርጅቱ ጠንካራ ተዋጊ ሠራዊት ለማድረግ የሚንቀሳቀስ የኢሕአሠ ክንፍ የእርማት ንቅናቄ ነበር። እነ ዘሩ ክሕሸንና እያሱ ዓለማየሁ በመሩት የእርማት እንቅስቃሴ ወቅት የኢሕአሠ ክንፍ የእርማት ንቅናቄ ግንባር ቀደም ታጋዮች የተከፈተወን አጋጣሚ በመጠቀም ከኃይል ወደ ኃይል በመዘዋወር የንቅናቄአቸውን ዓላማና ተግባር ባብዛኛው የአሲምባ ታጋዮች ጆሮ እንዲደርስ ዕድል ከፍቶላቸዋል። ምንም እንኳን ዓላማቸውና የንቅናቄው ተግባር ለጊዜውም ቢሆን ባብዛኛው የአመራሩ አንጋቾች ተደማጭነት ባያገኝም በሠፊው የሠራዊቱ ታጋይ ዓዕምሮ እንዲሽከረከር እና እንዲብላላ አድርጓል። የኢሕአሠ ክንፍ የእርማት ንቅናቄ ወደኋላ ገደማ ከ1970 ዓ. ም. መግቢያ ጀምሮ ተጠናክሮ ከድርጅቱ የቅሬታ አቀራረብ ውጭ እየወጡ ከኃይል ወደ ኃይል በመዘዋወር ውይይታቸውን ሁሉ በድርጅቱ አመራር ድክመት ላይ ውይይት ሲያክሂዱ ቆይተዋል።

በመሠረቱ ከኃይል ወደ ኃይል መዘዋወር ከድርጅታዊ ሥነሥርዓት ውጭ መሆኑን አጥብቀን ብንቃወምም የአመራር ክሊኩ የአባላቱን ሥነሥርዓት አክባሪነትና ተገዥነት ለግል ተልዕኳቸውና ጥቅማቸው መጠቀሚያ አደረጉት እንጂ ድርጅቱን ለመጠበቅና ሠራዊቱን ለማጠናከር እንዳልሆነ የኢሕአሠ ክንፍ የእርማት ንቅናቄ አባላት በመገንዘባቸው ከድርጅቱ የቅሬታ አቀራረብ ውጭ እየወጡ አምባገነናዊ ቁጥጥሩን በመጣስ ከኃይል ወደ ኃይል በመዘዋወር በድርጅቱ ድክመት ላይ ቅስቀሳቸውን ተያያዙ። በአሲምባ የነበረው ፀረ-ዲሞክራሲያዊና የአምባገነንነት አመራር የኢሕአፓ አጠቃላይ ገጽታ እንጅ ከፓርቲው ተለይቶ ከአሲምባ ማህጸን የተወለደ እንዳልነበረ ማስተማር ተያያዙ። ድርጅቱ ትኩረቱ በከተማ በመሆኑ ሠራዊቱን ትኩረት እንዳልሰጠው እየተባለ መወገዙን እንደተረዱና የኢሕአሠ ክንፍ የእርማት ንቅናቄ በምስጢር መፈጠሩን መረጃ እንደደረሳቸው አዝማሚያ ለማስቀየርና ድርጅቱን ከተጠያቂነት ለማዳን ብሎም የተፈጠረውን ንቅናቄ ከእንጭጩ ለመቅጨት በዘሩ ክሕሸን የሚመራውና እያሱ ዓለማየሁን፣ ፍቅሬ ዘርጋውን፣ መሐሪ ገ/እግዚአብሔር/ፀሐየ ሰለሞን ያቀፈ የድርጅቱ አመራር ልዑክ ፈጥነው በሠራዊቱ አመራር አመካኝተው የእርማት እንቅስቃሴ እንዲካሄድ ወሰነ። ከሚያዚያ ወር 1969 ዓ. ም. ጀምሮ እስከ ሰኔ 1969 ዓ. ም. ማገባደጃ ድረስ በተክሄደው የመጀመሪያው በነዘሩ ክሕሸንና እያሱ ዓለማየሁ በተመራው የእርማት እንቅስቃሴ ወቅት ለድርጅታቸው በነበራቸው ጭፍን ፍቅርና ዕምነት በኢሕአፓ የመጣ ሁሉ ስለማይዋጥላቸው፣ ለማገናዘብና ለመጠያየቅም የወቅቱ ሁኔታ ባለመፍቀዱ አብዛኛው የግንባር ቀደም ታጋዮቹን ዓላማና ተግባር ለማጨናገፍ የአመራሩ ታማኝ አንጋች ሆነው ተባበሩ። ነገር ግን ከ1969 ዓ. ም. ማገባደጃና በኃላ በከተማ ከጭፍጨፋ አምልጠው ወደ ሜዳ እየፈለሱ በሚመጡት ኃዶች አማካኝነት የሚጎርፈው መረጃ ሁኔታውን ሁሉ ግልጽ ስላደረገላቸው በድጋሜ መሣሪያ ላለመሆን ወሰኑ (ለምሳሌ እንደነ ሹካሬ፣ ሰቦቻና ሌሎች)። እንዲያውም የኃላ ኃላውን የነዘሩ ክሕሸንና ሳሙኤል ዓለማየሁን እንቅስቃሴ ተቃዋሚ በመሆን የግንባር ቀደም ታጋዮቹ የሚታገሉለትን ዓላማና ተግባር ደግፈዋል። በዚህም ምክኒያት እነ ሰቦቻ የኃይል መሪነታቸውን እየተነጠቁ ምክትሎቻቸው ለነበሩት የአየር ወለድ አባሎች እያስረከቡ በተገላቢጦሽ በእነሱ ሥር ሊመደቡ በቅተዋል። በኻለኛው እንቅስቃሴ እነዘሩ ክሕሸን በከተማ ጉዳት ያደረሱት “አንጃዎች” በሜዳም ጉዳት እያደረሱብን ነው በሚል ሰብከት ከከተማ ከጭፍጨፋ አምልጠው ወደ ቀዩ ሠራዊት የተደባለቁትን በማታለልና በመሸንገል፣ እንዲሁም የአየር ወለድ ወታደሮችን እና እፍኝ የማይሞሉ የትግራይ መንጂሶችንና በቤተሰብ እሥሥር የተያያዙትን እንዲሁም በልዩ ልዩ የጥቅም ተካፋዮቻቸውን (ለምሳሌ እንደአያሌው ከነደ ተሰማ፣ ተሾመ አሥራት፣ ከሰተ እና ዮሐንስ የመሳሰሉትን) በመጠቀም እያየለ የመጣውን እንቅስቃሴ ለማጨናገፍና ለመበተን ከፍተኛ ጥረት አደረጉ። ሆኖም የግንባር ቀደሞቹ ታጋዮች ትግል በመጠናከሩ የድርጅቱ አመራር እምብርትን ችግር ላይ ሊጥለው እንደሆነ በመገንዘባቸው ካቅማቸው በላይ ሆኖ

የመጣውን የሠራዊቱንና የድርጅቱን አባላት ቁጣ መቃቃም አስቸጋሪ ሆኖ በመገኘቱ እነ ዘሩ ክሕሽንና ሳሙኤል ዓለማየሁ እንደ ዘላቂ መፍትሔ የወሰዱት እርምጃ ሠራዊቱን በማስደምሰስ፣ ለዘመናት እንደልጆቻቸው አቅፎ ያኖራቸውን ኩሩ የአዲ ኢሮብ ሕዝብ ለጠላት አጋልጠውና የኢሕአሠ ክንፍ የእርማት ንቅናቄ ግንባር ቀደም ታጋዮቹን አስረሽነው ወደ ኤርትራ መፈርጠጥ ስለነበር ሠራዊቱን አስደምስሰው በውርደት አፈግፍገው ተሰደዱ። ለፓርቲያችንና ለሠራዊታችን ጥንካሬና ጥራት የታገሉትንና እንዲሁም በሠራዊቱ ውስጥ የተነሱት ድክመቶች ሁሉ የፓርቲው ወላዋይና የፀረ-ዲሞክራሲ ተፈጥሮው ነጸብራቅና ውጠቶች ነበሩ እንጅ ብቻቸውን ተነጥለው አይታዩም ብለው በቀራጥነት የሚያምኑትን ብሎም አመራሩ ሆን ብሎ በፓርቲው የመስመር መዛባት በመፍጠራቸውና በፓርቲው የከላሽነት ባህሪው ምክኒያት ኢሕአሠ ለድክመት መጋለጡን በቀራጥነት ያለማመንታት የታገሉትን በሻዕቢያ፣ በወያኔና ደርግ መልክ የተቃቃመውና በጭካኔ መርህ በተደራጀው የስለላና የገራፊ ኃይል "ጋንታ 44" ከምድብ ቦታቸው እየተወሰዱ ታሰሩ።

የፓርቲው አመራር ስለወያኔ መሠረታዊ ፀረ-ኢሕአፓነት እያወቁና ወደፊት ወያኔ ከሻዕቢያ ጋር በመተባበር በኢሕአሠ ላይ ጦርነት እንደሚያካሂዱ በእርግጠኛነት እያወቁ ሠራዊቱ በቀዳሚነት በቂ ዝግጅት እንዳያደርግ ማድረጋቸው ብቻ ሳይሆን መረጃውን ለሠራዊቱ አባላት ደብቁ። የስትራቴጂካዊ የትግል ጎዳና ማካሄጃ የሆነው የኢሕአፓ ሠራዊት ተልዕኮውን ሊያሟላ አልቻለም። ይባስ ብሎ የድርጅቱ የሚሊታሪ ኮሚሽን ሊቀ መንበርና የሠራዊቱ ጠቅላይ አዛዥ የነበረው ሀቀኞችን በማጋለጥ ስበብ ካሳሰረ በኋላ ወያኔ ከሻዕቢያ ጋር በሠራዊታችን ላይ ጦርነት በምትጀምርበት ዋዜማ ከጀበሃ ጋር ለመወያየት ብሎ ከነባለቤቱ ታደለች ክ/ማርያም ጋር ወደ ኤርትራ በማፈግፈግ ሾልኮ በመጥፋቱ በሠራዊቱና በአባላቱ ላይ የደረሰው አደጋና ችንፈት በቀላሉ በቁጥጥር ሥር እንዳይውል ተደርጓል። በየጊዜው ከከተማ እየፈለሱ በመምጣት ከኢሕአሠ ክንፍ የእርማት ንቅናቄ ግንባር ቀደም ታጋቶች ጋር እየተቀላቀሉ በመግባታቸው የንቅናቄው ተከታዮች ብዛት እያደገና ድምፃቸው እየተጠናከረ መጋዝ ቀጠለ። ኢርጋ ተሰማን ማዕከላቸው በማድረግ፣ የወኔ፣ የቀራጥነት፣ የጥንካሬና የጀግንነት ምንጫቸው ሆነ። ከፓርቲ አባልነት ተወግጄና መሣሪያ አውርጄ ካካባቢው ተባርሬ ወደ ኃይል አምስት እስከሄድኩበት ጊዜ ድረስ በየጊዜው በተሰባጠረ መልክ እየተገናኘን ውይይት እናካሂድ ነበር። ምንም እንኳን እኔ ባልኖርበትም እነ እርጋ ተሰማና ኃዶቹ ከሰፊው የሠራዊቱ አባላት ጋር ወግነው እየተጠናከሩ መሄዳቸውን በመጀመሪያው ሰንገደ ሪፓርት እንዳደርግ በታዘዝኩበት ጊዜ ሰቦያ ላይ ውብሸት መኮንን ገልጾልኛል። ቤዝ አምባው እንደደረስኩ በይበልጥ ለመረዳት በመቻሌ ወደ እሥር ቤት ወስደው እንደሚለያዩኝ ቢሰማኝም እየተጠናከሩና እየተደመጡ መሄዳቸውን በመረዳቴ የመንፈስ ጥንካሬንና ኩራትን ሰጥቶኛል። በመጨረሻ ለቁም እሥር ሪፓርት ለማድረግ ተመልሼ ወደ ቤዙ አካባቢ እእንደደረስኩ ቁጥራቸው በዛ ያሉ ጠንካራና ንቁ ኃዶች (ስም አላስታውስም) የውይይቱ

ጠንካራ ተሳታፊ እንደሆኑና ምስጢራዊው እንቅስቃሴ እያደገና ተሰሚነት እያገኙ እንደሄደ ተነገረኝ። በከተማው የሚካሄደው ጭፍጨፋ ተጠናክሮ ድርጅቱ በከተማ ፍርክስክሱ ወጥቶ አባላቱ ለከፍተኛ አደጋ በመጋለጣቸው የአመራር እምብርቱ ደጋፊዎችንና ታማኝ ሎሌዎች የነበሩት አብዛኛዎቹ ወደ አሲምባ ቪዛ እየተሰጣቸው ሲገርፉ በሌላ በኩል ደግሞ በ"አንጃነት" ተጠርጥረው ምርመራ እንዲካሄድባቸው የሚፈልጋቸውን በላያቸው ላይ ሪፖርት እያሸከሙ ወደ ሜዳ እየተላኩ ይገቡ እንደ ነበር አጫወቱኝ። የኃላ ኃላ ከብርሀነመስቀል ረዳ ከሚላከው መረጃ ይበልጥ ከእነዚህ ከከተማ ካላግባብ ሞት ለማምለጥ ወደ ሜዳ ከሚጎርፉት የሚገኘው መረጃ ቀላል አልነበረም።

ሠራዊቱን የተቀላቀሉት የአየር ወለድ አባላት ሠራዊታቸውን ጥለው ጀብሃ ሜዳ የገቡትና ከዚያም ከሌሎቹ ኢትዮጵያዊ ተቃዋሚ ድርጅቶች ኢሕአፓን መርጠው ወደ ኢሕአፓ ሠራዊት (ኢሕአሠ) ጋር ለመቀላቀል ያጋጋቸው ኢትዮጵያን ከጭቀና በማውጣት ዲሞክራሲና እኩልነት የሰፈነባት ኢትዮጵያን ለመመሥረት በነበራቸው ፍላጎት ነበር። ሠራዊቱንና በከተማም ድርጅቱን ከተቀላቀሉ በኃላ በነበራቸው የንቃተ ኅሊና ዝቅተኛነት ለድርጅቱና ለሠራዊቱ ብሎም ለኢትዮጵያ ሕዝብ ድል አድራጊነት የሚዋጉና የሚታገሉ እየመሰላቸው፣ ጥቂቶቹ ደግሞ በሥልጣን አፍቃሪነት ስሜት የተነሳ ከልባቸው ያገለገሉት ድርጅቱንና ሠራዊቱን ሳይሆን በተቃራኒው ለገቡለት ዓላማቸው ጠንቅ ለሆኑት የአመራሩ እምብርት መሣሪያ ሆነው ሲያገለግሉ እንደቀዩ ነው ያብዛኛው እምነት። አመራሩ የአየር ወለዶችንና እንደ ልጆቻቸው አድርገው የሚቀጥሯቸውን ያካባቢውን ልጆች (መንጁስ) አመራሩ የሚያዛቸውን ሁሉ ያላንዳች ጥያቄና ማመንታት ሲፈጽሙ ቀይተዋል። በሠራዊቱ ስለሚካሄደው ልዩነት የሚገባቸው ነገር ባለመኖሩ ሠራዊቱንና ድርጅቱን ከውድቀት ለማዳን የሚታገሉትን አርበኞች እንደጠላት በማየት በጎሪጥ ይመለከቷቸው ነበር። ለዚህም ነበር ሀገር ወዳዶቹ የአየር ወለዶችን ታጋዮች "የነጩ ሠራዊት አንጋቾች" እየተባሉ ባንዳንድ እራሳቸውን መቆጣጠር በሚያቅታቸው የሠራዊቱ አባላት ይነቀፉና ይወቀሱ የነበረው። የአመራር እምብርት/ክሊኩ ለባዕዳን ተልዕኳቸው ማስፈጸሚያነት ኮሎኔል ዓለማየሁና ተከታዮቻቸው ጠንካራ ጡንቻ ሆነው ቀይተዋል። በሜዳ መቶ አለቃ ፍጹም አብርሓ፣ በከተማ ደግሞ እንደ መቶ አለቃ መርዕድና ሌሎች ዕውነተኛ ሕዝባዊ ትግል የሚካሄድ መስሏቸው ላገራቸውና ለሕዝባቸው ጥቅም ሳይውሉ ሕይወታቸውን በከንቱ እንደሰዉ ከቀድሞ ጓዶቼ ተነግሮኛል። አብዛኛው የአየር ወለድ አባላት በአሜሪካና ካናዳ ሲኖሩ አንዳንዶቹም የናጠጠ ምግብ ቤት ከፍተው የሞቀ ንግድ በማካሄድ እንደሚኖሩ ይወራል። ብዙውን ጊዜ ደርግ ስለሠራዊቱ የውጊያ ዕቅድ መረጃ አስቀድሞ እንደሚደርሰውና ይባስ ብሎ የሚያሳዝነው ደርግ መረጃ የደረሰው መሆኑን እያወቁ አመራሩ ወደ ውጊያ/ወደ ጦርነት እንዲንቀሳቀሱ እያደረገ ምትክ የማይገኝላቸውን የሠራዊቱን/ድርጅቱን ታጋዮች እንድናጣ ተደርጓል። የወሎው እልቂትን አስመልክቶ ባልተጠናና ባልተዘጋጀ መንገድ መላካቸው ብቻ ሳይሆን ደርግ በቅድሚያ እንቅስቃሴውን

ያወቀ መሆኑንን ነው። ሌላ ጊዜም የውቅሮን ያላግባብ ውጊያ እንዲካሄድ በማዘዙ ምክኒያት በተመሳሳይ መልኩ ድርጅቱና ሠራዊቱ የማይገኙ ልጆቹን እንዳጣ አዲስ አበባ እያለሁ ከብዙ የቀድሞ ጓዶቼ ተነግሮኛል። በኢሕአሠ ውስጥ የፓርቲው ፖለቲካዊና ርዕዩተዓለማዊ የአመራር ሚና የተዳከመ ስለነበር በሠራዊቱ ጥንካሬ ላይ ተጽዕኖ ከማሳደሩም አልፎ የአባላት ጥንካሬና ውህደት ላልቷል። ይህም የኋላ ኋላ ብተናንና ለወያኔና ደርግ ማጎብደድን በአጭሩ ለመቅጨት አቅም አሳጥቶታል። የዚህ ሁሉ መንስዔው የፓርቲው አመራር ለግላቸው ብቻ በሚጠቅም መንገድ የተጠቀሙበትን በሜዳ በነበረው የተሳሳተ የጎቡዓዊ አሰራር ምክኒያት በቅርብና ፍሬ በሚሰጥ መንገድ ወርዶ ሁኔታዎችን ለመከታተል ባለመፈለጋቸው ነበር። ከአጀማመሩ አንስቶ እስከመጨረሻ ድረስ በፀረ-ኢሕአፓና ፀረ-ኢሕአሠ አቋም ፀንተው የቀዩትና የሠራዊቱ በታኞቹ ሌሎች ሳይሆኑ ሕጋዊ ባልሆነ መንገድ የድርጅቱን የአመራር ቦታ የያዙት የአምባገኑ የድርጅቱ መሪዎች ብቻ ነበሩ። ሠራዊቱ ባልተቀናጀና ባልተቀነባበረ መንገድ በሚሰጡ የወታደራዊ ሥራዎች ላይ ብቻ ተንጠልጥሎ የሚሰጥ እንደዋና የፖለቲካ ሥራ ሆኖ ነበር። ይህ ዓይነቱ የወታደራዊ ቅስቀሳ የሠራዊቱን የፖለቲካ ሕይወት እንዲጨናበስና እንዲደበዝዝ በማድረግ ለሠራዊቱ አባላት የሚረዳ ምንም ዓይነት የፖለቲካ እንቅስቃሴ እንዳልነበረ በተጨባጭ እራሴ ከመገንዘቤም ባሻገር የኃላ ኃላም ከብዙዎች ጓዶች ሰምቻለሁ።

የሠራዊቱ ውስጣዊ አሰራርና አደረጃጀት የአባላቱን ተነሻሽነትና የፈጠራ ችሎታ የሚያዳብር፣ በአመራሩና በአባላቱ መካከል በመተሳሰብና በመተማመን ላይ የተመሠረተ ግንኙነትን የሚያጠናክር አልነበረም። በሠራዊቱ እንቅስቃሴ በአባላቱ ሕይወት ቅንጣት ተሳትፎ አልነበረም። ሁሉም ነገር የሚወሰነው ከአባላቱ በተነጠሉና ስለሠራዊቱ አስተሳሰብና ፍላጎት ደንታ በሌላቸው በጥቂት አፍቃሪ ሻዕቢያና ወያኔ እንዲሁም አፍቃሪ ደርግ ግለሰቦች ነበር። ሁሉን ነገር እራሳቸው እንዲጨርሱ በማድረጋቸው ሠራዊቱ በከፍተኛ ቢሮክራሲያዊ አሰራርና የመሻገት ድር የተተበተበ ነበር። ከከተማ ወደ ገጠሩ መፍለስ ጋር የፓርቲው ፀረ-ዴሞክራሲያዊ አሰራርና የመሪዎቹ ብልሹነት ከከተማው ወደ ገጠሩ የትጥቅ ትግል አብሮ በመፍለስ በቃፍ ላይ ለነበረው ለአምባገነኑ የአሲምባ አመራር በሽታው በበለጠ ተስፋፍቶና ተጠናክሮ ሠራዊቱን ባንዳፍታ እንዲቦረቡረው አደረገ። ሠራዊቱ ይተዳደርባቸው የነበሩት ሕጎችና ደንቦች በአብዛኛው ማርክሲዝም ሌኒኒዝምና ዲሞክራሲያዊ መንገድን በማይከተሉ ከልዩ ልዩ ትግሎች የተቃረሙና በዘግናኝ አካላዊ ቅጣቶች ላይ የሚተማመን ሆኖ አገኘነው። በዚህ ሕግ ለአመራሩ ለተሰጠው ሙሉ ሥልጣን በፓርቲው ውስጥ ጠንካራና ሀቀኛ አባላቱን በማሳደድና ሲያስፈልግም በድብቅ አፍኖ በመውሰድ የፈለገውን ዓይነት ቅጣት ለመፈጸም ይችል እንደነበር ተገነዘብን። በከፍተኛ ሥጋትና በመሸማቀቅ ውስጥ የሠራዊቱን አባላት ከትቶት ያገኘነው አመራሩ ይህን ኋላቀር ደምብ ለማስተርጎምና ተግባራዊነቱን ለማረጋገጥ በሻዕቢያ 'የኋላዊ ሰውራ' (አብዮት ጥበቃ) አምሳል የተፈጠረው "ጋንታ 44" በመባል የሚታወቀውን የአፈና ኃይል አደራጅቶ በዚሁ

ኃይል በመመካት ኢሕአሠን ሳይሆን ደርግን፣ ሸዕቢያንና የባዕድ ጌቶቻቸውን ነበር የሚያገለግሉት። ይህ የተደራጀው ኃይል በተቃዋሚነት የሚጠረጠሩ ሀቀኛና ጠንካራ ታጋዮችን ከምድብ ቦታቸው በግዳጅ ስም እየወሰዱ ያለበለዚያም ለግዳጅ ስለምትፈለግ ሪፖርት አድርግ እየተባሉ ቤዛ አምባው ሲደርሱ ተቀብለው ኢሰብዓዊ ግፎችን ይፈጽሙባቸው ነበር። ድርጅቱ የሚከተለውን የመሥመርና የትግል ስልት ስህተተኝነት በቅንነት የሚጠቁሙትን ሁሉ "አንጃ"፣ ሲ. አይ. ኤ.፣ ማዎይስት፣ በድርጅት ላይ ድርጅት ፈጣሪዎች እየተባሉ ታስረዋል፣ ተወግዘዋል፣ በመጨረሻም ተረሽነዋል። የድርጅቱ አመራር እምብርት በኢሕአሠ የእርማት ንቅናቄ ክንፍ ታጋይ ላይ የፈጸሟቸው ኢሰብአዊ ድርጊቶች፣ ድብቅ የስለላና የአፈና ተቃሞች ሁሉ ተጋለጡ። ሠራዊቱን ቀድመው ከተቀላቀሉት አባላትም ባብዛኛው የሠራዊቱን አመራር በኢ-ዲሞክራሲያዊነት መኮነን ጀመሩ። ትጥቅ ብቻ ተሸክመን የምንቀሳቀስ ምንም ዓይነት ሙያ የማይሰራ ሠራዊት ሆኖ የተቀመጠ በመሆኑ፣ የ'ኢሕአሠ' ግንባታ የተጀመረው በዋነኛነት በገጠር ትጥቅ ትግል ስትራቴጂነትና ስልትነት ሆኖ ሳለ በተራዘመ የሕዝባዊ የገጠር ትጥቅ ትግል ስትራቴጂ ላይ የተገነባውን የኢሕአፓ' ፕሮግራም በከተማ የሽብር ትጥቅ ትግል ላይ ባተኮረ አመኔታና በአጠቃላይ በፕሮግራሙ መዛባትና በዚህም ምክኒያት ፓርቲው ለሠራዊቱ አመራር መንፈጉንና ሠራዊቱን ለጉሞ መያዙን ሁሉ በማስመልከት የኢሕአሠ የእርማት ንቅናቄ ክንፍ አባላት እነዘሩ ክሕሸን ያቃቃሙትን የቀጣፊዎች እንቅስቃሴ በመጠቀም በገሀድ ሲያስፈልግ በኅቡዕ ታገሉ። በነባሩ የሠራዊቱ ሕግና ደንብ ላይ ከፍተኛ ሥጋት ያሳደሩት ወታደራዊ ሠልጣኞች "ደርግ በገጠር" በሚል ሽሙጥ ተቃውሟቸውን ማሰማት ተያያዙት። ከላይ ለተጠቀሱት የቅሬታ ምክኒያቶች ሁሉ መንስዔውን በትክክል በማስቀመጥ በአሲምባ የነበረው ፀረ-ዲሞክራሲያዊና የአምባገነንነት አመራር የኢሕአፓ አጠቃላይ ገጽታ ነበር እንጅ ከአሲምባ ማህጸን የተወለደ እንዳልነበረ አድርገው ማስቀመጣቸውን የድርጅቱ አመራር ተገነዘበ። የፖለቲካ ድህነቱ፣ የድርጅታዊ ኋላ ቀርነትና የፀረ-ዲሞክራሲያዊና የወታደራዊ ግንባታው ፋይዳቢስነት ሁሉ ለሠራዊቱ ሞራል ውድቀት በማበርከታቸውና ታጋዩ ከሚፈልገው ውጭ አመራሩ እየሄደ ስሙንና ክብሩን የሚጠብቅለት በቀጭን ትዕዛዝ የሚያንቀሳቅስ በመሆኑ ይህ የተበላሸ የሠራዊቱ ይዞታ እንዲስተካከል የሚጠይቅ ትግል ተነሳሳ፣ በሠራዊቱ ይዘት ላይ ያተኮረ አሲምባን ያጥለቀለቀና አመራሩን ያስጨነቀ ሰፊ የእርማት ንቅናቄ ሆነ። የተካሄደው ንቅናቄ ሠራዊቱንና በአሲምባ ክልል የነበረውን የፓርቲ አካል ድክመቶች የሚመታ ሰፊ ትግልም ሆነ። ከየድርጅቱ የተቃረመው ሕግና መተዳደሪያ ደምብ ጠንካራ ሂስ ተካሄደበት። በነበረው ኋላ ቀር መተዳደሪያ ደምብ በመንተራስም ሆነ ከደምቡም ውጭ እስከ 1970 ዓ. ም. መግቢያ ድረስ ከኢሕአሠ የእርማት ንቅናቄ ክንፍ አባላት ውጭ ሌላው የሠራዊቱ ተሳታፊ እምነት ድክመቱ፣ ችግሩና መሰናክሉ ሁሉ ከሠራዊቱ አመራር ድክመትና አምባገነንነት የመነጨ እንጂ ከዚያ ውጭ ሌላ የሚታያቸው ወይንም ይኖራል ብለው የሚያስቡት ኃይል አልነበረም። በኢርጋ

ተሰማና ጓዶቹ የተመራው የኢሕአሠ ክንፍ የእርማት ንቅናቄ ከቀሪው የሠራዊቱ አባላት ለየት የሚለው በሠራዊቱ ውስጥ የተነሱት ማናቸውም ድክመቶች ሁሉ የፓርቲው ወላዋይና ፀረ-ዲሞክራሲ ተፈጥሮው ነጸብራቅና ውጤቶች ነበሩ እንጅ ብቻቸውን ተነጥለው እንደማይታዩ በማድረግ መፍትሔው ተቃርጦ የኖረው የትባዔውን ጥሪ ድርጅቱ ሲጠራ ብቻ እንደሆነ ለማሳመን ድምፃቸውን አሰሙ። ይህም ማለት ተጠያቂ አድረገው መወያየት የተያያዙት በፓርቲው ቁንጮ ላይ ቂጢጥ ባሉት ጥቂት አመራር ላይ ያተኮረ ነበር። ፍላጎታቸው የውስጠ ፓርቲ ትግል ማካሄድና ድርጅቱ ጉባኤ እንዲጠራ ግፊት ማድረግና ችግሮች ዲሞክራሲያዊ በሆነ መንገድ እንዲፈቱ ለማድረግ ነበር። በዚህ የትግል ሂደት የኢሕአሠ ክንፍ የእርማት ንቅናቄ ግንባር ቀደም ታጋቶቹ ቀስ በቀስ ድምጻቸው ከዳር እስከ ዳር የሀቀኞችንና የቅን አሳቢ አባላትን ጆሮ እየሰነጠቀ ገባ።

አብዲሳ አያና አልሸሹም ዞር አሉ እንዲሉ ዕውነታዎቹን በግልጽ ባያቀርበውም በእነ ዘሩ ክሕሸንና እያሱ ዓለማየሁ የተመራውን የእርምት እንቅስቃውን እስመልክቶ እንዲህ ነበር ያለው፣ “እና ይህ እንግዲህ በዚያ ውስጥ የተነሳው የእርማት ንቅናቄ በመጀመሪያ ደረጃ ላይ በሚደረግበት ጊዜ ነገሩን ከነሰዒድና አቡበከር ጋር ለማያያዝ እነ ሰዒድና አቡበከር ወደ ሠራዊቱ ከገቡ በኋላ እንግዲህ የራሳቸው ግንዛቤ ይኖራቸዋል። እዚያ ውስጥ በነበረውና በሚካሄደው ደስተኛ እንዳልሆኑ በርግጥ እሰማለሁ። በፖለቲካው እንትን ግን በጣም ንቁ ተሳታፊዎች ነው የነበሩት ይባላል። ያነሱትን ጥያቄዎች <u>አንዳንዶቹ ተግባራዊ ባይመስሉኝም በዚያን ጊዜ አንዳንዶቹ ስህተትም ቢሆኑ</u> ግን የሚያነሱት መሰረታዊ ጥያቄዎች ሁሉ የሠራዊቱ ወደ ኋላ መቅረት የሠርራዊቱ ያለመደርጀት የሚያስነሳ ስለሆነ የእርማት ንቅናቄው ካለፈ በኋላ ደግሞ እዚያ እርማት ንቅናቄ ውስጥ ደግሞ ሁላችንን እኔ እራሴን ጭምር እዚያ የአመራር ቦታ ላይ የነበርነውና ሌሎቹም ጭምር more enlightned ሆነን more ደግሞ ፋክቶቹንም ከንትኖቹ ለይተን ማየት እንደቻልነው <u>የሚያነሱት ጥያቀዎች ባብዛኛው valid ጥያቄዎች የነበሩት ናቸው ብየ ያንጊዜም ዛሬም እንደ ማስበው።</u> እነዚህ የእርማት ንቅናቄ ተሳታፊዎች እነዚህ የጠቀስኳቸውን አቡበከርንና ሰዒድን ጭምር ሁለቱ የሚያነሱት ጥያቄዎች ወታደራዊው አሰራር ትክክል እንዳልነበረ፣ በሻዕቢያ አሰራር ዘዴ ላይ እንደተመሰረተና ኮማንደሮቹና አዛዦቹ ደግሞ ፍጹማዊ ሥልጣን እንዳላቸው፣ ደሞክራሲ ሠራዊቱ ውስጥ እንደሌለ እንዲያውም የቀይ ሠራዊት ሳይሆን ነጭ ሠራዊት የሚሉት እንግዲህ ነገር አለ እኔ እራሴ የተለየ አመለካከት ቢኖረኝም ጥያቄው እንደቀረበ ነው እንትን የምለው። ይህ መቀየር አለበት፣ ሠራዊቱም ባንድ ሰው መመራት የለበትም በኮሚቴ ነው መመራት ያለበት የሚል ጥያቄ ነበረ ይህና ሌሎችም ብዙ ጥያቄዎችም ግለሰቦችንም በሚመለከት በስልጣን ላይ ባልገዋል የተባሉትን፣ በስህተት ባልተጠና ጦርነት ውስጥ ከተ ክፉ ጉዳት ጓዶች ላይ ደርሷል የሚል ጥያቀዎች ተነስተው ነበረ። በርግጥ አንዳንዶቹ ከመስመር ውጭ ናቸው፣ ባብዛኛው ግን ተገቢነት ያላቸው ጥያቄዎች ነበሩ። ብዙም

rumours ተወርተው ምን ተብሎ እንዲያውም የሠራዊቱ አመራር የእርማት ንቅናቄውን ለማክሸፍ ይፈልጋል አምባገነኖች ናቸው ትልልቅ ንጉሶች ናቸው እየተባለ ተወርቷል። እና ይህ የእርማት ንቅናቄ በዚህ መልኩ በሚሄድበት ጊዜ የማዕከላዊ ኮሚቴ አባሎች ልዑካን የሚመሩት እነሱ ናቸው እነ ሰዒድንና አቡበከር ደግሞ ሌሎቹም እነ መዝሙር ናቸው እንግዲህ ይህ ሁሉ ጥያቀዎቹ እየተካረሩ እንትን እያሉ በሚሄዱበት ጊዜ እንዲያውም ባንድ በተወሰን ደረጃ የሠራዊቱ አመራር እንዲያውም ሠራዊቱም ለማዘዝ በማይችልበት ሁኔታ totally lack of confidence በሠራዊቱ እስከ ሚፈጠር ደርጃ ድረስ ደርሰ ...” (ከአብዲሳ አያና)። አብዲሳ አያና ግንባር ቀደም የንቅናቄው መሪዎች ያነሱት “ጥያቄዎች አንዳንዶቹ ተግባራዊ ባይመስሉኝም፣ አንዳንዶቹ ስህተትም ቢሆኑም” ብሎ ለአቶ ያሬድ ደጀኑ ያላቸውን ምን መሆናቸውን እንኳን ግልጽ አድርጎ ሳያስረዳው ነበር የሸኘው። አቶ ያሬድም ስለሠራዊቱ የሚያውቀው እምብዛም ባለመኖሩ የታላቅ ወንድሙንና የብርቅየ ሰማዕታት ጓዶቹን ስህተት ናቸው የተባሉትንና ተግባራዊ የማይሆኑትን ጥያቄዎች የሚላቸውን ማብራሪያ ማግኘት ሲገባው አቶ አብዲሳ ሸፋፍኖና ደባብቆ ነበር ሸንግሎ የሸኘው። በሌላ በኩል አብዲሳ አያና “የሚያነሱት ጥያቀዎች ባብዛኛው valid ጥያቄዎች የነበሩት ናቸው ብየ ያንጊዜም ዛሬም እንደ ማስበው” ብሎ ጥያቄአቸው ትክክለኛ መሆኑን እያመነ ነገር ግን ለትክክለኛነቱ በገቢር ድጋፍ መስጠት ብቻ ሳይሆን ሰማዕታቶቻችንን ለማዳን የወሰደው ምንም ዓይነት እርምጃ አልነበረም።

የድርጅቱ ድክመት እንዳይነሳ ለማድረግ የአመራር እምብርት/ክሊክ በሠራዊቱ ላይ ሁሉን ድክመት ሊያሳብቡ በቅተዋል። የንቅናቄው ደጋፊዎች እየበዙና እያየሉ በመምጣታቸው ቅንና ሀቀኛ ሆነው ንቅናቄውን በወቅቱ ያልደገፉ ሁኔታውን ለማብረድና ለአምባገነኖቹ መሪዎቻችን ዕድሜ ለመግዛት በሸምግልናነት በአስታራቂነት እላይ ታች ተሯሩጠዋል። አብዲሳ አያና ስለአጠቃላይ ችግሮቹ ሲናገር፣ “ይህ ሁሉ ከሆነ ከስንት ዓመት በኋላ ከተማ ውስጥ ድርጅቱ መሉ በሙሉ በሚመታበት ጊዜ ወደ ገጠር ተመጣ። ፓርቲው ይንን ያደረጋቸውን ስህተቶች፣ ይህንን ስህተቱን፣ ይህንን የስትራቴጂ ስህተቱን ይህንን ሁሉ ወድቀት ያመጣው በአመራሩ የትግል መስመሩንና የትግል ዘዴውን በመቀየር መሆኑን ላለመቀበል ከሚያደርገው ትግል አልፎ እንደገና ወደ ሜዳ ከመጡ በኋላ እንደገና ሠራዊቱ አልደረጀም አላደገም እንደቀረቀዘ ነው ብለው ለማሳበብ ፈለጉ። ድርጅቱ ያደረገውን ስህተቶች ሁሉ እስከ ቅርብ ጊዜም ድረስ እኔ እንግዲህ ከወጣሁ በኋላ አንዳንድ half hearted የሆነ እንትኖችን አድርጓል ይባላል፣ ኢሕአፓ ነኝ ብሎ የቀረው ድርጅት ግን እስከ ፕሮብሌሙ እራሴ በዚሁ ላይ በተመሠረተ ዲፈረንሴን ድርጅቱን እስከለቀኩበት ጊዜ ድረስ ድርጅቱ መሣሪያና እንትንም ከውጭም እንኳን የተሰጡትን መሣሪያዎች እንኳን ለማስገባት በእርግጥ በብዙ ሰበቦች ከኤርትራዎች ጋር ባለው አለመግባባት ይመካኛል ግን ያም እንኳን ባይደረግ መሣሪያ ከውጭ መግባትም እንኳን ባይደረግ ባለው እንኳን መሳሪያ ሠራዊቱ ታግሎ ብዙ ደረጃ ሊደርስ በሚችልበት

ሁኔታ ቀርቂዞ የቀረውን ሠራዊት አሁን ተመልሰው መጥተው ከላይ በመሆን ጥፋቱ ልክ የሠራዊቱ አመራር ማጣቱ፣ ሠራዊቱ አመራር ደካማነትና ጥፋት መሆኑን ለማሳየትና የጥፋቱን ደረጃና እና የጉዳቱን ስፋት ከጠቅላላ ከሠራዊቱ ጋራ ከድርጅቱ አመራር ከሴንተራል ኮሚተው ጋር ያልተያያዘና የማይገናኝ ለማድረግና ጊዜ ለመግዛት ጭምር ነበር ዓላማቸው። 2ኛ ደግሞ በእርግጥም ያ ሁሉ ሰው ባንድ ጊዜ ተገልብጦ በሚመጣበት ጊዜ ሠራዊቱ ውስጥ የነበረውን ኢንፋርስትረክቸር ሊይዘው አልቻለም፣ መሳሪያም ለማስታጠቅ አልቻለም፣ ለመቀለብ እንኳን የማይቻልበት ሁኔታ ነበር የተፈጠረው፣ ትልቅ ትርምስና ረብሻ ነበር እና ያን ሁሉ የነበረውን በአባላቱም በኩል የነበረው ጭንቀትና ፍራቻ። ከከተማ ደግሞ ብዙ ተወርቶ ነበረ አሲምባ ውስጥ አውሮፕላን ያርፋል፣ የአኩፓንቸር ዶ/ሮች አሉ ያልተባለ ነገር አልነበረምና ይኸንን ሁሉ ፍራስትሬሽን፣ 3ኛም ደግሞ የሽንፈቱም እንትን ከተማ ውስጥ ያ ሁሉ የተደረገው ያላግባብ መስዋዕትነት እዚያም የደረሰው ደግሞ ታጋይ አምልጦ የመጣም በጣም አሰቃቂ ሁኔታዎች ጭንቅላቱ ውስጥ የነበሩበት ሁኔታ ነውና ያ ሁሉ ተደማምሮ የነበረው ጭንቀት (frustration) በሠራዊቱ አመራር ድክመት ነው ይህ ሁሉ የሆነው በማለት ቢያንስ ጊዜ የመግዣም ነገር ነው። በርግጥም ደግሞ ለጊዜውም ቢሆን ሰርቶላቸዋል። እና በርግጥ የተለይዩ ክፍሎች የሠራዊቱ ክፍሎች ውስጥ የተቀላቀሉት በተለይ አዲስ የመጡት የነበረውን ሁኔታ ባለማወቃቸው ስለሠራዊቱ የተነገራቸው ብዙ የተጋነነ ነገር ነበረ። አዲስ አበባ ሆነው የሠራዊቱን መዝሙር ሲዘምሩ የኖሩ ናቸው። ነፃ ከሆነ የቀዩ መሬት ደርሰው ትንሽ እፎይ ብለው እረፍት ካደረጉ በኋላ ትግላቸውን የሚቀጥሉበት ሁኔታ እንደሚኖር አምነውና ቢያንስ ከተማ ውስጥ በነበረው ሽንፈት ያሳደረባቸውን የዓዕምሮ ረብሻ የሚወጡበት ቦታ አድርገው ገምተው ነበር የመጡት። ያው ሁሉ አለመሆኑ ራሱ አንድ ጭንቀት ነው" (ከአብዲሳ አያና)።

13.2.2. ለክሊኩ ነፍስ አድን ሆኖ ያገለገለው በዘሩ ክሕሸንና እያሱ ዓለማየሁ የተመራው የአሲምባ የእርማት እንቅስቃሴ መሠረታዊ በሆኑ ጉዳዮች ላይ ውይይት እንዳይካሄድ ለማፈን ኃይሉን ሁሉ አስተባበረ

ለሠራዊቱ ውድቀትና መቸነፍ ከዋናዎቹ ምክኒያት አንዱ ያላግባብ ድርጅቱ መለኮታዊ ኃይል እንዳለው በማየት ድርጅቱንና ሠራዊቱን ከክፉ አደጋ ላይ ሊያደርሱ የሚችሉ አዝማሚያዎችንና አመለካከቶችን እየተመለከቱ ወይንም መመሪያ ሲሰጥ ድርጅቱንና ሠርዊቱን ከሞት አደጋ ላይ የሚያደርስ ትእዛዝ ወይንም መመሪያ መሆኑን እያወቁ በዝምታና በሹክሱክታ ብቻ ማለፋቸው ነበር። ኢሕአፓ ህቡዕ ድርጅት ስለነበር ባለው የግንኙነት መስመር ለአባላት ከሚነገረው ውጭ ሌላ ነገር መጠየቅ ስለማይቻል አመራሩ ተቃውሞውን ለማፈን አመች ሁኔታ ተፈጥሮለት ነበር። የፓርቲው አመራር እምብርት ይህንን ጽኑ ዲስፕሊን ለፓርቲው ሳይሆን ለግል ጥቅማቸው ማስከበሪያ መሳሪያቸው አድርገው ነበር የተጠቀሙበት። ፓርቲው ላይ የነበረን እምነት ልክ ማጣት ከፍተኛ

ስህተቶች ሁሉ ሲነሱ በከተማ በኩል ያለው የትጥቅ ትግል እንደዋነኛ የትግል መሣሪያ ሆኖ እንኳን እንቅስቃሴ ሲደረግበት እያወቁ ለምንድን ነው ብለን ወዲያው ባለን የቅሬታ አቀራረብ ሰንሰለት መሰረት ቅሬታችንን አቅርበን እስከ የተለየ መስመር መያዝ ድረስ ሊያስደርሰን የሚችል የአመለካከት ነፃነት በውስጣችን መፍጠር ነበረብን። እና በፓርቲው ላይ ያለን ጭፍን የሆነ ከፍተኛ እምነት ለፓርቲው ውድቀት፣ ለሠራዊቱ መደምሰስ አስተዋጽኦ አድርጓል፣ ለዘብተኝነትን አስፍኗል። ሰቦቓ/ለማ ግርሙና አብዲሳ አያና እንዳሉት እያንዳንዳችንም ቢሆን በተደረጉት ስህተቶች ውስጥ ሁሉ ልንጠየቅ ይገባናል። በፓርቲው ላይ እንደአምላክ የመቁጠርና ሁልጊዜ ልክ ነው ብሎ የማድረጉ ነገር ስህተት አስከትሏል። የዚያ ስህተት እድገትም መፍረስንና ማለቅን አስከትሏል። ትግሉንም ከእልቂትና ከደም በኋላም እንኳን ሕዝቡ ለነፃነት ቢበቃ ኖሮ ዋጋ የተከፈለበት ደም ነው ማለት ይቻል ነበር፣ ወይንም ዋጋውን መልሷል ይባል ነበረ። የእኛ ግን በከተማም በገጠርም የተሰዉት ሰማዕታት ሁሉ የከሰረ ደም ሆኖ እንዲቀር ነው ያስደረግነው። አቶ ታክሎ ተሾመ የሠራዊቱን መሸነፍ ምክኒያት እቃለውና አወላግደው ሲጠቅሱ፣ “ለሠራዊቱ መሸነፍ ምክኒያት መልሱ በጣም ቀላል ነው። ይህም በራሱ የውስጥ ችግር ብቻ ነው” ይሉና በማያያዝም “ሠራዊቱ ከትግራይ መሬት ሊወጣ የቻለው በራሱ የአመራር ችግር ምክኒያት ነው ብሎ ማጠቃለል ይቻላል” (ታክሎ ተሾመ፣ 2፣ 249) በማለት እንደተስፋየ መኮንን እሳቸውም ሳያስቡት የድርጅቱን ወንጀል ለመሸፋፈን እንደተባበሩ አድርጋቸዋል። ዕውነቱ ግን ከሠራዊቱ አቅም በላይ፣ ከሠራዊቱ ውጭ በሆነ ግዙፍ በነበረው እንደመለኮት ይቆጠር በነበረው ሕጋዊነት ባልነበረው አምባ ገነኑ የኢሕአፓ አመራር እምንብርት/ክሊክ ምክኒያት ነበር። ምንም እንኳን በሠራዊቱ አመራር የነበሩ ድክመቶች ለሠራዊቱ መደምሰስና መሰደድ አስተዋጽኦ ሊኖረው ቢችልም በዋነኛ ደረጃ ምክኒያት የሆነው በከተማ ተከማችቶ ስልጣን ላይ ለመቀመጥ ይቋምጡ የነበረው ፀረ-ኢሕአፓ/ፀረ-ኢሕአሠ ዝንባሌ የነበረው የፓርቲው አመራር እምብርት በቀየሳቸው አዲሶቹ የትግል ስልትና ስትራቴጂ ምክኒያት ነበር። በሰው ኃይል አመዳደብ፣ በመመሪያ መስጠት ረገድ፣ ቀልጥፎ ስህተቶችን በማረም ደረጃ ሠራዊቱን ትኩረት ሳይሰጠው አመራሩ ከአዲስ አበባ እና ከሌሎች ከተሞች ሸሽቶ አፈግፍጎ በመጠለያነት ለመጠቀም እስከቻለበት ጊዜ ድረስ ዞር ብለውም አየተውት አያውቁም ነበር። በዘሩ ክሕሸን የሚመራውና እያሱ ዓለማየሁን፣ ፍቅሬ ዘርጋውንና መሐሪ ገ/እግዚአብሔር/ፀሐየ ሰለሞንን ያቀፈው የማዕከላዊ ኮሚቴ ልዑክ ድርጅቱን ከውንጀላና ከቅሌት ለማዳን በሪጂን ኮማንዱ ላይ በማሳበብ ሁኔታዎችን ለመቆጣጠርና ለመግታት እርብርቦሽ አካሄዱ።

በከተማ “በአንጃ” እያሳበቡ እራሳቸውን ከተጠያቂነት ለመዳን እንዳደረጉት እርብርቦሽ በኢሕአሠ ሜዳም በተመሳሳይ ሁኔታ በዘሩ ክሕሸንና እያሱ ዓለማየሁ የተመራው የእርማት ንቅናቄ ያተኮረው በመጀመሪያው የወታደራዊ እዝ አባላት በነአብዲሳ አያናና በደብተራው/ፀጋየ ገብረመድህንና

በትግል አጋሮቻቸው በእነ ፀሐየ ሰለሞን፣ አዱኛ መንግሥቱና ጌራ የተሰነዘረ አመለካከት ነበር። በድርጅቱ የአመራር እምብርት/ክሊክ ክህደት ሳቢያ ፕሮግራሙን በማፋለስ ባካሄዱት ትግልና ባስከተለው ጥፋት የድርጅቱ ውድቀትን ለመሸፈን በድርጅቱ ችላ ባይነት የተዳከመውን ሠራዊት በማጋለጥ የቀድሞውን የወታደራዊ እዝ አባላት ጭዳ በማድረግ የተከሰተውን ችግር ለማልዘብና ቆዳቸውን ለማዳን ሞከሩ። የሪጂን ኮማንዱን scapegoat በማድረግ እራሳቸውን ከተጠያቂነት ለማዳን ማናቸውም የድክመቱና የችግሩ መንስዔ ሁሉ የሠራዊቱ አመራር እንደሆነ በማድረግ በሠራዊቱ ላይ ጣታቸውን ሰነዘሩ። በዘሩ ክሕሽንና በእያሱ ዓለማየሁ ጥበብ በማዕከላዊ ኮሚቴ ላይ ሊያንዠብብ ተነስቶ የነበረውን የቅጣት ማዕበል አረገበውና በሪጂን ኮማንዱ ላይ ነገሩን ሁሉ አሳበቡ። በማዕከላዊ ኮሚቴው ስም በዘሩ ክሕሽንና እያሱ ዓለማየሁ የተጻፈውና በሜዳ የተበተነው ወረቀት ከፍተኛ ሚና ተጫወተ። ያ ተንኮለኛ ወረት አጠቃላይ ይዘት ያተኮረው ችግሮቹ ሁሉ የሠራዊቱ ድክመቶች እንደሆነ አድርጎ ነበር። ከነሐሴ 1968 ዓ. ም. ማገባደጃ ጀምሮ በድርጅቱ ወደ ሜዳ ይላኩ የነበሩት አባላት አብዛኛው ለከተማው የትጥቅ ትግል ጥንካሬ ይጎድላቸዋል በማለት "በአንጃነት" የሚጠራጠሯቸውንና በከተማው ለአመራራቸው ተገዥ ሆነው የማይገኙትንና ለምን? እንዴት? እያሉ መጠያየቅ የጀመሩትን ክትትል እንዲደረግባቸውና ታፍነው እንዲቀዩ ካስፈለገም እንዲገደሉ እየተባለ ይላኩላቸው የነበረ መሆኑን የሠራዊቱ ኮማንድ ድርጅቱን አመራር ለማጋለጥ ሞክረዋል (የሌሎችን ባላውቅም ኢርጋ ተሰማና ብሥራት ደበበ በ1968 ዓ. ም. ማገባደጃ አካባቢ መሆኑ ትዝ ይለኛል)። ድርጅቱ ተመክሮ ያላቸውን አባላት እንዲልክላቸው የሠራዊቱ አመራር ደጋግሞ ሲጠይቁም የሚሰጣቸው ምላሽ ለከተማው የትጥቅ ትግል በሳልና ጠንካራ ኃዶች ስለሚያስፈልጉ የሠራዊቱን ጥያቄ ለማሟላት ፍላጎት እንደሌላቸው በየጊዜው የሚሰጣቸው መልስ እንደነበር ከሰዋል። ይህንንም አስመልክቶ የሠራዊቱ የሪጂኑ አመራር የድርጅቱን ልውካን በማጋለጥ ገትረው ተሟግተዋል። በእነ ዘሩ ክሕሽንና እያሱ ዓለማየሁ በተመራው የእርማት ንቅናቄው ወቅት ኢርጋ ተሰማ/መዝሙር እና ገብሩ መርሻ/ጋዙ ያቀርቡት የነበረው ሀሳብ እነ ተስፋየ ወልዱ፣ አማረና ዳንኤል ያደንቃቸው እንደነበረ ከካርቱም ጀምሮ በተለያየ ጊዜ ገልጸውልኛል። ተስፋየ ወልዱ፣ አማረ፣ ዳንኤልና ገበል ከጋዙና ከኢርጋ/መዝሙር ጋር በሰንገዴ አካባቢ በቃሚነት ባንድነት ተቀማጭ ስለነበሩ የድርጅቱን የእርማት እንቅስቃሴ ያካሂዱትም ባንድነት በመሆኑ ጋዙንና ኢርጋን/መዝሙርን በማድነቅ አጫውተውኛል። ሆኖም ጋዙ/ገብሩ መርሻም ሆነ አብዲሳ አያና አክራሪ ወይንም ማዎይስት፣ ያለበለዚያም "አንጃ" ናቸው የሚባለውን ውንጀላ አስመልክቶ ምን ማለት እንደሆነ አንድም ጊዜ እንኳን አንስተው የጠየቁበት ወይንም አመራሩ የሚከተለው አዝማሚያ ትክክለኛ መንገድ እንዳልሆነ በገሀድ የጠቀሙበት ጊዜ እንዳልነበረ ነው ከሁሉም አካባቢ የተነገረኝ። ነገሮች እየተበላሹና ፊር እየለቀቁ መሄዳቸውን እያዩና እየሰሙ እንኳን ሰምተው እንዳልሰሙ፣ አይተው እንዳላዩ በማሳለፍ

ቆይተዋል። ለነገሩማ ገብሩና ኢርጋ ከአሲምባ በፊትም ጓደኛሞች ነበሩ። ከኢርጋ ተሰማ ጋር ባንድ ወቅት ባደረኩት ጭውውት ወደ አሲምባ የተጓዘው ከቀድሞው ጓደኛው ከገብሩ መርሻ/ጋዙ ጋር በወሎ በኩል ባንድነት ተጉዞ እንደባ ነግሮኝ ነበር። ገብሩ መርሻ/ጋዙና አብዲሳ እያና የመሳሰሉት ተሳትፎ እነ ፍቅሬ ዘርጋውንና ፀሎተ ሕዝቂያስ ጋር በመተባበር በአሲምባ የተፈጸመውን ጥቁር ታሪክ ለማስለወጥ በቻሉ ነበር።

በዘግናኙና አሳዛኙ የማጋለጥ ሴሚናር ላይ ንቁና ቆራጥ ታጋዮችን ለማጋለጥ ግዳጅ ተሰጥቷት ወደ አሲምባ የተላከችው የአምባገነኑ አመራር ታማኟ ኃይል ምልመላ በጥንቃቄና በስውር በማካሄድ ድርጅታዊው ሥራ ሁሉ የተከናወነውና የተጠናቀቀው እዚያው በጌምድር በአብዲሳ አያናና በገብሩ መርሻ አመራር ሥር እንደነበር ሰምቻለሁ። ኃይል ከትግራይ ወደ ጎንደር ይላካል እንጂ ከጎንደር አንድ ኃይል አንቀሳቅሶ ወደ ሠራዊቱ ዋና ሠፈር ሲላክ ግራ የሚያጋባ እንቆቅልሽ በመሆኑ ለምን እና እንዴት ተብሎ የጠየቀ ማንም አልነበረም። በነዘሩ ክሕሸን የተመራው የእርማት እንቅስቃሴ እንደተጠናቀቀ ለማታለልና ለመሸንገል የሠራዊቱን አመራር ዲሞክራሲያዊ ለማድረግ በሚል ጥበብ የመዋቅር ለውጥ በማድረግ የነበረውን አምስት የጠቅላይ አመራር ኮሚቴ ብዛት ወደ ዘጠኝ ከፍ በማድረግ ዘጠኝ አባላትን ያቀፈ የአዲስ የጠቅላይ አመራር ኮሚቴና ስድስት አባላትን ያቀፈ ጠቅላይ የፓርቲ ኮሚቴ ተመሠረተ። በዚህም መሠረት በጠቅላይ አመራር ኮሚቴ አባልነት የተመረጡት፣ በሠራዊቱና በፓርቲ አባላት በከፍተኛ ድምጽ የተመረጠው ኢርጋ ተሰማ/መዝሙር ሲሆን ሌሎቹ፣ 2. ገብሩ መርሻ/ጋዙ፣ 3. ዳዊት ስዩም፣ 4. ኮሎኔል ዓለማየሁ አስፋው/አበጄ፣ 5. አብዲሳ አያና/ሮባ፣ 6. አበበ/ፀጋየ ገ/መድህን/ደብተራው, 7. መሐሪ ገ/እግዚአብሔር/ፀሀየ ሰለሞን፣ 8. አበበች/ለምለም እና 9. ክፍሉ ታደሰ ሀወጊ/እንድሪያስ እያለ የሚጠራው (የቦስተኑ ነዋሪ አክሎግ አያሌው ይሆናል ያሉኝ አሉ) ናቸው። የጠቅላይ የፓርቲ ኮሚቴው አባልነት የተመረጡት ደግሞ፣ 1. ገ/እግዚአብሔር ኃ/ሚካኤል/ጋይም፣ 2. ጌታቸው በጋሻው/ደሳለኝ/ ተሾመ፣ 3. መሐሪ ገ/እግዚአብሔር/ፀሀየ ሰለሞን፣ 4. መሐሪ ተስፋየ/ጌዲዮን፣ 5. ታሪኩ ደብረጽዮን/አድማሱ እና ክፍሉ ታደሰ 6. ብ/አምዴ እያለ ክፍሉ ታደሰ የሚጠራው ሲሆኑ፣ የፓርቲው ማዕከላዊ ኮሚቴ ልዑካን ደግሞ፣ 1. ዘሩ ክሕሸን፣ 2. እያሱ ዓለማየሁ፣ 3. ፀሎተ ሕዝቂያስ፣ 4. ፍቅሬ ዘርጋው፣ 5. አበበ/ አምሃ (ፀጋየ ገ/መድህን/ደብተራው፣ 6. አበበች በቀለ/ለምለም፣ 7. መሐሪ ገ/እግዚአብሔር/ፀሐየ ሰለሞን ናቸው። ሆኖም ከታሕሳስ 1970 ዓ. ም. በኃላ ፀሎተ ሕዝቂያስና ፍቅሬ ዘርጋው በ"አንጃነት" ተጠርጥረው እንደባይተዋር በመቆጠራቸው ፀሎተ ሕዝቂያስን ከፖሊት ቢሮ አባልነቱና ከማዕከላዊ ኮሚቴ አባልነቱ፣ ፍቅሬ ዘርጋውን ደግሞ ከማዕከላዊ ኮሚቴ አባልነቱ በማስወገድ ሌሎች አዳዲስ አሽቃባጮችና አጨብጫቢዎችን ሾሙ።

ከፓርቲው ደንብና ሕግ ውጭ ሳሙኤል ዓለማየሁ እራሱን የፖሊት ቢሮ አባል አድርጎ ሲሾም ዳዊት ስዩምና ዮናስ አድምሱ በምርጫ ሳይሆን በሹመት የፖሊት ቢሮ ተለዋጭ አባልነት፣

በተጨማሪ መርሻ ዮሴፍ የማዕከላዊ ኮሚቴ አባል ሆነው በመሾሙ የፓርቲው ማዕከላዊ ኮ፣ቴ ልዑካን አባል ሆነው ተጨምረዋል። ፀሎተ ሕዝቂያስና ፍቅሬ ዘርጋው ሁሉ ነገር ግልጽ ሆኖ ስለታያቸውና ዓይናቸው ተገልጦ ውይይት በመጀመራቸው ብዙ ሳይራመዱና በድርጅቱ አመራር ላይ ችግር ሳያስከትሉ ባፋጣኝ እርምጃ ተወስዶባቸዋል። ከፊተኛው የወታደራዊ እዝ ውስጥ እንደገና የተወሰኑ አባላት በአዲሱ እዝ ውስጥ የገቡ በመሆናቸው (ለምሳሌም፣ መሐሪ ገብረእግዚአብሔር/ጸሐየ፣ አብዲሳ አያና/ሮባ፣ ፀጋየ ገብረመድህን/ደብተራው ... ወዘተ)፣ ሌሎቹ ደግሞ አብዛኛዎቹ ከማዕከላዊ ኮሚቴው ጋር የቅርብ ትውውቅና አብሮ አደግነትና ጠንካራ በሆነ የጥቅም ግንኙነት ላይ በተመሰረተ ምክኒያት የገቡ መሆኑን በማስመልከት (ለምሳሌም ዳዊት ስዩም፣ ለምለም፣ መርሻ ዮሴፍ፣ መሐሪ ገብረእግዚአብሔር/ጸሐየ፣ ጌታቸው በጋሻው ... ወዘተ) መላው ሠራዊቱ ተቃውሟቸውን አጥብቀው ገለጹ። በሠራዊቱ አባላት ዘንድ ከፍተኛ ተወዳጅነትን አግኝቶ በከፍተኛ ድምፅ ለጠቅላይ አመራር ኮሚቴ አባልነት የተመረጠው ኢርጋ ተሰማ መመረጥም ለይስሙላ እንጂ ቀደም ብሎ በነበሩት የአመራር አባላትና እንዲሁም በእነዚህ በዝምድና፣ በአብሮ አደግነት፣ በተለያየ የጥቅም መተሳሰር ሳቢያ በገቡት እንደሚዋጥና ምንም ሀይልና ድምፅ እንደማይኖረው አብዛኛው የሠራዊቱ አባላት ጭንቀታቸውን በመግለጽ ተቃውሟቸውን ገለጹ። ለዚህም ነበር ከጠቅላይ አመራ ኮሚቴም ሆነ ከፓርቲ ኮሚቴና ከፓርቲው የማዕከላዊ ኮሚቴ አባላት እርስ በእርስ መልዕክት ከቤዝ አምባም ሆነ ወደ ቤዝ አምባ በሁነኛ ታማኝ መንጂሶች ወይንም በአየር ወለዶችና ሌሎች ሎሌዎች መልዕክት ወይንም መረጃ በጽሁፍና በቃል ሲቀባበሉ መልዕክቱን በብዙሀኑ ድምፅ ለአመራር ቦታ የተመረጠው መዝሙር/ኢርጋ ተሰማ በምንም ቢሆን እንዳይመለከት ወይንም እንዳያውቅ መልዕክተኛውን በጥብቅ በማሳሰብ አደራ ሰጥተው ይልኩ ነብር። ስለሆነም ኢርጋ ተሰማ ማናቸውንም የመረጃ ልውውጥ ሁሉ እንዳያውቅ ተደርጎ በስም ብቻ የጠቅላይ አመራር ኮሚቴ አባል በማድረግ በብዙሀኑ ላይ ተጫውተዋል። ለፀሎተ ሕዝቂያስ እና ፍቅሬ ዘርጋው በጥርጣሬ ዓይን መውደቃቸውም አንዱ ምክኒያት ይኸው በኢርጋ ተሰማ እንቅስቃሴ ላይ በነበራቸው ቀና የሆነ ያመለካከት ለውጥ ምክኒያት እንደ ነበር ተወርቷል። ይህን በመሰለ ውስጣዊ ሚና እነ ዘሩ ክሕሸን ተጫውተው ራሱንና የድርጅቱን አመራር እምብርት ለጊዜው ከደሙ ንጹህ ለማድረግ ሞከሩ። ከኢሕአሠ አመራር አባላት ምርጫና ምደባ ቀጥሎ ጠቅላላ ሠራዊቱ ለወደፊቱ የተንኮል ዓላማቸው በሚበጅ መልክ ተበወዘ ወይንም በሻዕቢያው ቋንቋቸው ተቅሊጥ ተደረገ። በዚህም መሠረት እጅግ ታማኝና ታዛዥ ይሆኑልናል፣ ለሚሰጠውም ወሳኝ መመሪያና ትዕዛዝ በግንባር ቀደምትነት አስፈጻሚ ይሆኑልናል፣ ንቅናቄውም እንደገና ቢያገረሽና ሥር ቢሰድ ሊወሰድ ለሚታቀደው እርምጃ ሁሉ በታማኝነት ፈጻሚና አስፈጻሚ ይሆናሉ ብለው ያመኑባቸውን ደካማዎችና አጎብዳጆች ከጥቂት ቅንና ሀቀኞች

ጋር በመደባለቅ የኃይል መሪና የኃይል ኮሚሳር አድርገው ሾሙ። በተመሳሳይም ደረጃ ሌሎቹን አጎብዳጆችና ወላዋዮች የጋንታ መሪና ኮሚሳር አድርገው ሾሙ።

በዘሩ ክሕሸንና እያሱ ዓለማየሁ በተመራው እንቅስቃሴ ወቅት ለአመራሩ በጭፍን ድጋፋቸውን የሰጡት አየር ወለዶችና የአመራሩ እምብርት እንደልጆቻቸው አድርገው የሚቀጥሯቸው ያካባቢው መንጁሶች እና ለፓርቲያቸው በነበራቸው ጭፍን ፍቅርና ስሜት በድርጅታቸው የመጣ ሁሉ ስለማይዋጥላቸው ቅንነት ያጠቃቸው አባላት ነበሩበት። ይህም የሆነበት የድርጅቱ አመራር ቅጥፈት፣ ውሸት፣ ማታለል፣ መሸንገል፣ መሸወድ፣ ሸርና ተንኮል ይፈጽማል ብለው ስለማይጠራጠሩ ባጠቃላይም ከአመራሩ አካባቢ ለማሳሳትና ለአፍራሽ ተልዕኮ የተሰገሰጉ የባዕድ ወኪሎች ከቶም ቢሆን ይኖራል ብለው ሊጠራጠሩ ባለመቻላቸው ነበር። ሰቦቃ/ለማ ጉርሙ ማዎይስት ናቸው ተብሎ ሲነገረው ምን ማለታችሁ ነው? ብሎ ባለመጠየቁና በዚህም ምክኒያት በመረሸናቸው የተሰማውንና ለድርጅቱ ካለው ቀናዒነት የተነሳ እንደ መለኮት የሚቀጠረው ፓርቲ ምንም ዓይነት ስህተትና ችግር ይፈጥራል ብሎ ባለመጠራጠሩ እራሱም ሆነ ሌሎች እንደእሱ አመለካከት የነበራቸው ለድርጅቱም ውድቀት ሆነ ለሠራዊቱ መደምሰስ በቀጥታም ሆነ በተዘዋዋሪ አስተቃጽኦ እንዳበረከቱና በታሪክም ተጠያቂ እንደሆኑ እንደሚከተለው አብራርቶ አቅርቦታል፣

"እያንዳንዱ የፓርቲው አባልና እንደገና በየፓርቲው ቅርንጫፎች ውስጥ በወጣት ዊንግ በሠራዊቱ ዊንግ በላብ አደሩ ዊንግ በፓርቲው ዙሪያ የተደራጁ አባላት ለፓርቲው ያላቸው ግምት ወደ መለኮታዊነትም ከፍ ያለ ሆኗል። እኔ ውስጥ የነበረው ስሜት እንደዚያ ስለነበር ነው ማዎይስት ናቸውና ተከታተሌቸው፣ ተቀጣጠሯቸውም ዓይነት ስንታዘዝ ለምን ብየ አለመጠየቄ። ሁልጊዜ ፓርቲው ልክ ነው፣ ከፓርቲው በመጡ ጉዳዮችማ ያለቀ ነገር ነው። ጥያቄም አያስፈልግም። ትችትና ወይይትም አያስፈልገውም። እንደዚያ እንድዚያ ወደሚል ከዲሞክርሲ ጋር ከሚቃረን ሌላ ኤክስትረም ውስጥ እየገባን ነበር ሠራዊቱ ውስጥ። በእኔ እምነት ይህ ባህል ነበር ሠራዊቱን የጣለው ማለት እችላለሁ። እነ ግን በጣም የማዝነው ሞት ለሞትን ያህል እደፍር ነበር ብየ እንግዲህ እላለሁ እንደማንኛውም እንደብዙዎቻችን የኢሕአፓ ልጆች። ማዎይስት ናቸው፣ ተከታተሏቸው፣ ተቀጣጠሯቸው የሚለውን፣ ያንን ለመጠየቅ ግን እስከአሁን ድረስ አይገባኝም ያለመጠየቃችን፣ ያለመጠየቄ። በፍጹም አይገባኝም። አዎ ማዎይስቶች ናቸው ተጠንቀቁ ነው የተባለው ሌላ ቃልም አይደለም። ማዎይስት ማለት ምንድን ነው የሚለውን ነገር እኔ አልጠየኩም። ሌላም የጠየቀ ያለ አይመስለኝም። አብዲሳም ይሁን ሌላ፣ ሌላ የጠየቀ ያለ አይመስለኝም። የፓርቲው ፕሮግራም እራሱ በተራዘመ የትጥቅ ትግል ከገጠር ሕዝባዊ መንግሥትን እያቋቋመ መሐላዊ መንግሥት ይመሰረታል በትግል እና ከገጠር ወደ ከተማ ነው ፕሮግራሙ የሚለው እራሱ የሚለውና ይህንን ደግሞ ማዎ ያደረገው የትግል መንገድ ነው። አግራሪያን ሪቮሉሺን ነው ያካሄደው። ገበሬው ዋና የትግሉ ባለቤት

ነበር። በቻይና በላብ አደሩ ዕርዩተዓለም ተመርቶ ነው ለድል የበቃው። ዕርዩተዓለሙ የላብአደሩ ነው፣ ዋናው የትግሉ ባለቤት፣ ትግሉም የሚካሄድበት ሥፍራ ገበሬው ጋር ነው። እኛም እያደረግን ያለነው፣ የወጣውም ፕሮግራም ይኸው ነው። ይህንን ጥያቄ ግን አልጠየኩም፣ ሲወነጀሉና እንደ ጠላት ስንከታተላቸው መቆየቴ እራሴን መውቀስ የሚበቃ አይመስለኝ። አልጠየኩም። በጣም በጣም በጣም እንትን ነው ጎጂ ክፍል ነው በራሴ ሕይወት ውስጥ ይህ ሁሉ ለፓርቲው ከሚገባ በላይ እምነት በመስጠቴ ነበር። አዎን፣ ብጠይቅም ግፋ ቢል መሞት ነው፣ ትግሉ ውስጥም ሞቱ አለ። ምንአልባት የኢሕአፓ ፍቅር በጣም ብዙ ስለአለ ያለውን ነገር በሙሉ መጠየቅ የሚያስችል አቅም አልነበረኝም። በተለይ እንግዲህ እኔ እራሴ አልጠየኩም! አልጠየኩም!! ተጠያቂ ነኝ!!። የብዙዎቻችንም ሊሆን ይችላል፣ ግን ሌሎቹ እንስተውት ቢሆን ኖሮ ምን አልባት በፓርቲ ስብሰባ ላይ ጥያቄው ይነሳ ነበር። ግን ሁሉም እንደዚሁ ገደብ ካጣ ፍቅር የተነሳ አልተጠየቀም። ምን ማለት ነው ማዎስት ወይንም ማዎይዝም ብለን ይህንን ጥያቄ ማድረግ ነበረብን፣ አላደርግንም። ዞሮ ዞሮ አልተደረገም፣ ግን የሚሰራውና የሚደረገው ፕሮግራሙ ሁሉ በተራዘመ የገጠር ትጥቅ ትግል ሕዝባዊ መንግሥት ይመሰረታል ነው ፕሮግራማችን የነበረው የኢሕአፓ። የማኦም እንግዲህ ይኸው ነው የተደረገው፣ የማዎ የሰላሳ ዓመት ትግል። በእውነት አሁን ግልጽ አይደለሁም፣ ምን ማለታቸው እንደነበረ። እነሱም እኛም ሁላችንም በጋራ ተጠያቂዎች ነን። በፕሮግራሙም አይደለም ማለት ነው ሠራዊቱ እየሰራ ያለው፣ እያስፈጸመ ያለው። የፓርቲውንም ፕሮግራም አይደለም ማለት ነው። ሠራዊቱ የፓርቲው ክንፍ ነው የፓርቲው ተዋጊ ኃይል ነው፣ ለፓርቲው ፕሮግራም ነው የሚዋጋው፣ ለፓርቲው ፕሮግራም ነው ተከትሎ ሕዝቡን ለሥልጣን የሚያበቃው ምክኒያቱም ፓርቲው ቫንጋርድ ነው። ፊታውራሪነቱም የገጠሩን ሕዝብ አስተባብሮ ከተማ መምጣት ነው። ይኸ ከሆነ ማዎይዝም ይኸ ጥሩ አመለካከት አይደለም ተብሎ ሲቀርብ ወንጀለኛ እኔም፣ እነሱም ጭምር ነን ብየ ነው የማስበው። ምክኒያቱም እኔ እራሴ ምን እያደረኩ እንዳለሁ እኔ አላውቅም ነበረ ወደ ሚለው መሄድ አለብኝ ማለት ነው ምክኒያቱም የፓርቲውን ፕሮግራም ለማስፈጽም ነው ጠመንጃ የያዝኩትና የፓርቲው ፕሮግራም የሚሄድበት መንገድ ወንጀል ሆኖ ሲቀርብልኝ ማብራሪያ መጠየቅ ከዚያም የሚቀጥሉት የላቀ ውሳኔዎች መውሰድ ነበረብኝ እንደሞቱት። አለመውሰድ ግን የጥፋቱ አካል ያደርገኛል እርግጠኛ ነኝ። ለወደፊትም ለሚመጡት ለሚነሱት ነገር ሁሉ መኖር አለብኝ በዚህ ጥፋት ውስጥ ብየ እገምታለሁ … (ከሰቦቓ/ለማ ግርሙ)።

አመራሩ ሁለቱንም ወገን ባንድ ጊዜ ማጥፋቱ አስቸጋሪ ስለሚሆንባቸው ቀስ በቀስና በጥበብ “የጠላትን ኃይል” ማዳከም አለብን በማለት በቅድሚያ አንዱን ወገን (የኢሕአሠ ክንፍ የእርማት ንቅናቄ አባላትን) በሌላ ወገን ደግሞ ቅንና ሀቀኛ ሆነው ሆኖም በጊዘው ሁኔታውን ማስተዋልና ማገናዘብ አቅቷቸው በአመራሩ ጭፍን ዕምነት የነበራቸውን በመጠቀም ለምሳሌ እንደነገብሩ መርሻ፣

አብዲሳ አያና፣ ትኳበ ሺሺትና ሰቦቻ/ለማ ጉርሙ የመሳሰሉት ቅንና የዋሆች (በወቅቱ የውድቀታችንና የድክመታችን ምክኒያት የፓርቲው አመራር ነው ብለው ለመጠራጠር ያልቻሉትንና በድርጅቱ አመራር ላይ ጭፍን እምነት የነበራቸውን) በመጠቀም "የጠላት ኃይል" ለማመንመና ብሎም ለማጥፋት ሞከሩ። የድርጅቱና የሠራዊቱ ችግሮቹና ስህተቶቹ ሁሉ ሊፈቱና በትክክለኛው መንገድ ትግል ሊካሄድ የሚቻለው ለብዙ ጊዜ ሳይካሄድ የቀየው የድርጅቱ ጉባዔ ሲጠራ ብቻ እንደሆነ በማመን ለዚሁ ጥሪ ጊዜው ሲያመች ቅስቀሳ ለማካሄድ መጀመር እንደሚኖርብን የመፅሀፉ ደራሲ ገና ሰንገዶ እያለ በምስጢር ውይይት መጀመራቸውን በምዕራፉ ከላይ አካባቢ ተገልጿል። የጥሪው ጥያቄ ወደ ሠራዊቱ ሳይዛመት በጥንስሱ ላይ እንደነበረ የመፅሀፉ ደራሲ ከቤዝ አምባው ተባርሮ ወደ አድዋ ተላከ። በእነ ዘሩ ክሕሸንና እያሱ ዓለማየሁ የተመራው ይህ የእርማት ንቅናቄ በትክክል የሠራዊቱን ችግር ለመፍታት ሳይሆን ኢሕአፓ በከተማ የፈጸመውን ግፍና ድርጅቱ የደረሰበትን ውድቀት ለመሸፈንና የቀድሞ ወታደራዊ እዝ አባላትን ጭዳ በማድረግ ድርጅቱ የገጠመውን የቅሌትና የውርደት ሽንፈት በመሸፈኛነት ያዘጋጁት ጥበብ እንደሆነ በወቅቱ በጭፍን ታማኝነታቸው የደገፉት እንኳን ሳይቀሩ የኃላ ኃላ አረጋግጠዋል። ከጥቃቅን ለውጦች በስተቀር ለኢሕአፓ ያስገኘ መሠረታዊ ድሎች ካለመሆናቸውም በላይ ያስገኙለት ውጤት አነስተኛ ነበር፣ ለመጥቀስ ያህል፣

- በሠራዊቱ ውስጥ የአፈናና የስለላ መዋቅር ተዘርግቶ አባላትን እያሰረችና እያፈነች ትገርፍና በሳንጃ ሰውነታቸውን ትጠብስ የነበረችው በአመራሩ የተመደበችው የአፈና ቡድን ከሠራዊቱ ሕግ ውስጥ ተሰርዞ የጋንታዋም ሕልውና አብሮ ፈረሰ።
- በሠራዊቱና ውስጡ የሚገኙ በፓርቲ አካልና ሠራዊቱን የሚመራበት መተዳደሪያ ደምብ
- የአባላት መሠረታዊ መብቶችና ግዴታዎች
- የጥፋተኛ መቅጫ ደምቦች ቀደም ሲል ከነበረው ከለየለት ፀረ-ዲሞክራሲ ይዞታው በተለየና በተሻለ መንገድ ተዘጋጀ
- የአመራሩን ሥልጣንና ኋላፊነት በሕግ ተገደበ
- በጣም የበከቱ ግለሰቦችም ከኋላፊነት ቦታቸው ተወገዱ
- ምንም እንኳን በተግባር ባይተረጎምም በተወሰነ ደረጃም ተጋዳይ ተወካዮችን በሠራዊቱ አመራር ውስጥ ለማስገባት የሚያስችለው አመራር ፀደቀ።

13.2.3. ከመሬት አዋጅ በኋላ የገጠር ትጥቅ ትግል እንደማያስፈልግ ለማሳመንና የብርሀነመስቀል ረዳ ደጋፊ የሚሏቸውን በጊዜ የመቅጨት ዕቅዳቸው ያለ ጥናትና ያለ ዝግጅት በተንኮል ወደ ወሎ ኃይል መላኩና ያስከተለው ክፉ አደጋ

በድርጅቱ አመራር እምብርት የተመራው የእርማት ንቅናቄ የተጀመረው ወደ ወሎ የተላኩት ዘማቾች ጉዟቸውን ከመጀመራቸው በፊት እዚያው አሲምባ እያሉ በግንቦት ወር 1968 ዓ. ም.

እንደተጀመረ አድርገው እንደሚቦተልኩት ሳይሆን በአመራሩ የተመራው የመጀመሪያው የእርማት ንቅናቄ የጀመረው በሚያዚያ ወር መጨረሻ ወይንም በግንቦት ወር መግቢያ 1969 ዓ. ም. ነው። የዚህ መጽሀፍ ደራሲ በአመክሮ ወደ ኃይል አምስት ተመድቦ ከሄደ ከአሁለት ሳምንት በኃላ ነበር። ለእሥራት ሪፖርት እንዲደርግ ታዝዤ ወደ ሰንገደ ስመለስ የመጀመሪያው የእርማት ንቅናቄ ወደ መገባደዱ ገደማ ነበር። በሠራዊቱ ባልተጠና፣ ባልተቀናጀና ባልተቀነባበረ መንገድ በሚሰጡ የወታደራዊ ሥራዎች ላይ ብቻ ተንጠልጥሎ የሚሰጥ እንደዋና የፖለቲካ ሥራ ሆኖ ይካሄድ እንደነበርና የዚህም ዓይነት የወታደራዊ ቅስቀሳ የሠራዊቱን የፖለቲካ ሕይወት እንዲጨናበስና እንዲደበዝዝ ማድረጉን በመጽሀፉ በሌላ አካባቢ ተገልጿል። ይህም በበኩሉ የሕዝባዊ ጦርነት መሠረታዊ መርሆች ሙሉ በሙሉ በትክክል በሥራ ላይ እንዳይውሉ አስተዋጽኦ ከመሬት አዋጁ በኋላ የገጠር ትጥቅ ትግል አስፈላጊ አለመሆኑንና በድርጅቱ የከተማ የሽብር ፈጠራ ትግል ላይ ብቻ ማትኮሩ ትክክለኛ የትግል ስልት መሆኑን ለማሳመን፣ እግረመንገዳቸውንም የብርሀነመስቀል ረዳ ተከታዮችና ደጋፊዎች ይሆናሉ ብለው የሚጠራጠሯቸውን በጊዜው በእንጭጩ ለማጥፋት በነበራቸው ዕቅድ ሲባል ሆን ተብሎ ያላግባብ፣ ያለጥናትና ዝግጅት የእነ ሬጂስ ደብሬይንና ኤርኔስቶ ቼ ጉቬራን የፎኮይዝም የትግል ስልት ተከትለው በወሎ ወታደራዊ እንቅስቃሴ በማካሄድ በቀላሉ አገሪቷ ልትተካቸው የማትችላቸውን ድንቅየና ብርቅየ የኢሕአፓ'ን/ኢሕአሠ'ን ጀግኖች ለማጥፋት አቀዱ። በሕዝባዊ የገጠር ትጥቅ ትግል ከፍተኛ ዕምነት ገፋፍቷቸው የተንደላቀቀ የአሜሪካንና የአውሮጳን ኑሮ በመናቅ ድርጅቱንና ሠራዊቱ ጋር የተቀላቀሉትን ጠንካራ ታጋዮች ማጥፋትና መደምሰስ እግረመንገዱንም ከመሬት አዋጁ በኋላ የገጠር ትጥቅ ትግል አስፈላጊ አለመሆኑን ለማሳመን ዋነኛው አጀንዳቸው ስለነበር ማናቸውንም የማጥፊያ ዘዴ ሁሉ መጠቀም ይኖርባቸዋል። ይህ የወሎ ያለዕቅድ፣ ጥናትና ዝግጅት ባንድ ድንጋይ ሁለት ብቻ ሳይሆን ሶስት ወፎችን እንደመግደል የተጠቀሙበት መሣሪያ እንደነበር በሠራዊቱ ቀይታየ በየጊዜው እሰማው የነበረ አሳዛኝ ጉዳይ ነበር። ባንድ በኩል የተስፋየ ደበሳይን ስምና ዝና በማጉደፍ ወደፊት ጊዜው ደርሶ እሱን ለማሰናበት ሲዘጋጁ "በአንጃዎች" ማመካኘቱ የማያዛልቃቸው መሆኑን በመገንዘብ ዶ/ር ተስፋየን ስሙን በመበከል ለካስ ተስፋየ ደበሳይ እንዲህ ዓይነት ሰው ነበር እየተባለ በማስወገዝና በማጥላላት ወደፊት ሁሉንም የድጅቱን ጥፋት በእሱ ላይ በማመካኘት ከወንጀላቸው ለማምለጥ የሚያስችላቸው አንዱ ድንጋይ ነው።

የሁለተኛው ወፍ አገዳደል ደግሞ የብርሀነመስቀል ረዳ ተከታዮችና ደጋፊዎች ናቸው ብለው የሚፈሯቸውንና በተራዘመ ሕዝባዊ የገጠር ትጥቅ ትግል፣ በሶሻል ኢምፔሪያሊዝምና በኢትዮጵያ አንድነት ከፍተኛ ፍቅር ያላቸውንና፣ እንዲሁም በከተማ የሽብር ትጥቅ ትግል ተቃዋሚ የሆኑትን ጠንካራ ታጋዮች በጊዜውና በእንጭጩ ለመቅጨት በነበራቸው ዕቅድ ነበር። ሁለቱም ወፎች ተገድለዋልና ተሳክቶላቸዋል። ሶስተኛው የወፍ ግድያ ደግሞ ከመሬት አዋጁ በኋላ የገጠር ትጥቅ

ትግሉ አስፈላጊ አለመሆኑንና በከተማው ትግል ላይ ብቻ ማትኮር እንዳለብን የድርጅቱ አመራር እምብርትና ጠንካራ ደጋፊዎቻቸው የቀየሱትን መንገድ ለማሳመንና ተስፋየ መኮንን ከድቶ ከደርግ ጋር ማበሩና ለደርግ ጭፍጨፋ መሣሪያነት መገልገያ መሆኑ ትክክል ነበር ለማስኘት የተጠቀሙበት ድንጋይ ነው። ስለሆነም ሆን ተብሎ ያላግባብ ያለጥናትና ያለበቂ ዝግጅት ታዘው በእውር በድንብራቸው በወሎ አካባቢ ወታደራዊ ንቅናቄ እንዲካሄድ ማድረጉ ለፀረ ሕዝባዊ የገጠር ትጥቅ ትግል ቡድኖችና ግለሰቦች ለማወናበጃ በማስረጃነት ተጠቀሙበት። በወቅቱ ከሠራዊቱ አመራርም ሆነ ወደ ወሎ ከተላኩት ሰማዕታት ብዙ ተቃውሞ ነበር፣ ሆኖም ዶ/ር ተስፋየ ደበሳይ የድርጅቱ መመሪያ ነውና ትእዛዙ አይለወጥም ብሎ ድርቅ በማለቱ መሞታቸውን እያወቁ ሳይወዱ የግዳቸው ሄደው በገበሬ ተከበው በቀላሉ ተሰውተዋል። እኒያ ድንቅና እንቁ የነበሩ ታጋዮች ለሀገራቸውና ለሕዝባቸው ሳይውሉ በከንቱ ደማቸው በመፍሰሱ ወደኋላ በኢሕአሠ ክንፍ የአርማት ንቅናቄ ግንባር ቀደም መሪዎች በሆኑት ተኮንኗል፣ ተወግዟል። ደርግ ወደ ወሎ የተንቀሳቀሰውን ጦር ንቅናቄና ምን ዕቅድ እንዳላቸው ሁሉ ሠራዊቱ ገና ከአሲንባ ከመንቀሳቀሱ በፊት አስቀድሞ መረጃ እንደደረሰው በሠራዊቱ በሰፊው ተወርቷል። ወደ ወሎ ከተላኩት መካከል አብዛኛው በከተማው የሽብር ትጥቅ ትግልና በኢትዮጵያ አንድነት ላይ የማያወላውል ጠንካራ አቋም የነበራቸውና ለሻዕቢያም ሆነ ለወያኔ የማያጎበድዱ ቀራጥ ታጋዮች ከመሆናቸውም ባሻገር ከብርሀነመስቀል ረዳ ጋር ያያይዟቸውም እንደነበር በሰፊው ተወርቷል። ድርጅቱ እራሱን ለማስተዋወቅ ወይንም ቅስቀሳ ለማካሄድ ባካባቢው ያደረገው እንዳችም ነገር አልነበረም። ሕዝቡን በተለይም ገበሬውን ለመሳብና በጎናቸው እንዲቆም ለማድረግ የተደረገ የቅድሚያ ዝግጅት አልነበረም። ከከበቧቸው ገበሬዎች መካከል ባካባቢው የድርጅቱ ደጋፊ ከነበሩት እፍኝ ከማይሞሉ ገበሬዎች በስተቀር በምን ዓይነት መንገድ ከሽፍቶች እንደሚለዩ ከማያውቅ ገበሬ ቀጥታ ሄደው እንዲከበቡ መመሪያ ሰጥቶ ማንቀሳቀሱ አመራሩ ግልጋሎቱ ለባዕዳን ኃይል እንጂ ለኢትዮጵያና ለሕዝቧ እንዳልቀመ በገሀድ ያስረዳል።

ከሁሉም ይብልጥ የሚያሳዝነው ጠቅላይ ሠፈሩን ሳያጠናክሩ ያላቸውን ኃይል በማመንመን ወደ ሌላ አደገኛ ቦታ በግዳጅ ስም ልከው ቤዝ እምባውን ባዶ ማስቀረታቸው ነበር። ይህም በሻዕቢያና በወያኔ ላይ ከፍተኛ እምነትና መተማመን እንደነበራቸው በገሀድ አረጋግጧል፣ ያለበለዚያማ ባዶ ማድረጉ ለጥቃት አመች ይሆን ነበር። ዶ/ር ተስፋየ ደበሳይ ያለኃጢአቱ ባልገባው ጉዳይ የተሳሳተ መመሪያ ሰጠ ተብሎ በመላው አባላቱ እንዲወገዝ አደረጉት። የመሬት አዋጁ ከታወጀ ወዲህ የገጠር ትጥቅ ትግሉ አይሰራም የሚባለውን የነተስፋየ መኮንንና የድርጅቱ አመራር እምብርትን የማጭበርበሪያ ክርክር ማጠናከሪያ ተጠቀሙበት። ፓርቲው በቂ የፖለቲካ ሥራ ሳይሰራና አስፈላጊው ሁኔታ ሁሉ ሳይከናወን ወደ ወሎ እንዲሰማራ የሚያዘውን መመሪያ ዶ/ር ተስፋየ ደበሳይ የሰጠው በወታደራዊ ኮሚሽን ሊቀ መንበሩ ዘሩ ክሕሽንና በክፍሉ ታደሰ በተሰጠው የሸርና ተንኮል ምክር

ተመርኩዞ እንደሆነ ነው። በወሎና ጎንደር ክፍለ ሀገሮች የሚኖረው ገበሬ ደርግን እንደጠላና ኃይል ቢላክ የተሳካና አመርቂ ውጤት በማግኘት ክፍለ ሀገሩን በቀዩ ጦር ክልልነት እንደሚለወጥ አሳምነውት ወደ ወሎ በብርሃኔ እያሱ የበላይነት ጎንደር ደግሞ በሶቪየቱ በአዱኛ መንግሥቱ/ ዲግሳ/ሳድግ/ መሪነት እንዲንቀሳቀሱ ተወሰነ። ለይስሙላ ለማስመሰል የወሎው ጦር አንዷ ጋንታ እግረመንገዷን ከወልዲያ ባንክ ገንዘብ እንድትዘርፍ ግዳጅ ተሰጣት። ዶ/ር ተስፋየ ደበሳይ በቦታው በቂ እውቀትና ተመክሮ ያላቸውን የሠራዊቱን አመራር ተቃውሞና ኡኡታ ሊሰማቸው ባለመፈለጉ አመራሩ በርዕዩተዓለም፣ በፖለቲካ ጥራትና ብስለትና በአመራር ችሎታና ጥንካሬ ያላቸውን በሙሉ በማስጨፍጨፍ የኢሕአሠ ቤዝ አምባ አመራር የድርጅቱን ደንብና ሕግ እንደ እግዚአብሔር ሕግ አድርገው በሚያከብሩ፣ ታማኘታቸው በተረጋገጠላቸውና ቢቻልም ወታደራዊ ብቃት ባላቸው አድርባዮች፣ ለዘብተኞችንና በራዦች እንደነ ጸሀየ ሰለሞን፣ ጂግሳ፣ ጌራና በመሳሰሉት ሀላፊነት እንዲወድቅ ተደረገ። “ቀና ቢታጣ ይመረጣል ጎባጣ” እንደሚሉት ሆነና። ኢርጋ ተሰማ አሲምባ የገባው ወደ ወሎ የተንቀሳቀሱት ጓዶቹ ጉዟቸውን በጀመሩ ከወርና ሁለት ወር በኋላ ስለነበር በአካባቢው ባለመኖሩ ያደረገው ተቃውሞ ወይንም ያቀረበው ጥያቄና ያካሄደው ውይይት አልነበረም። የወሎውን አደገኛ ወታደራዊ መንቀሳቀስ ጭምጭምታ እንደተሰማ ዘማቾቹ ከዶ/ር ተስፋየ ደበሳይ ጋር ለብቻው በፓርቲና በሠራዊቱ አባልነታቸው informal በሆነ ውይይት በጓዳዊ መንፈስ ከፍተኛ የሆነ ክርክር እንዳደረጉ ሰማዕታት ጓዶቹ አጫውተውኛል። ለሰላምታ ልውውጥ እንጅ “ከበላይ አለቆቻቸው” ጋር እንደዚያ ዓይነት ውይይት ያልጠበቀው ዶ/ር ተስፋየ ደበሳይ ተቆጥቶና ተገላምጦ እንደተለያቸው አጫውተውኛል። እንደገናም እኒሁ የወሎ ሰማዕታት ጓዶች ባንድነት ሆነው በተመሳሳይ መንገድ “ከደንቀሮው” (ፀጋየ ገ/መድህን ማለታቸው ነው) ጋር (85) የዘመቻው አሳሳቢነት አስጨንቋቸው በአመራርነቱ ሳይሆን በጓዳዊ መንፈስ ለብቻው ባነጋገሩበት ወቅት “የምንችለውን ያህል እኔም ሆንኩ ሌሎቹ የሠራዊቱ ኮማንድ አባላት ለተስፋየ ደበሳይ ባልተጠናና ባልታቀደ እንዲሁም ካካባቢው የመሬት አቀማመጥም ሆነ ካካባቢው ሕዝብ ጋር ምንም ትውውቅ ሳይደረግ በእውር በድንብሩ ከፍተኛ የርዕዩተዓለምና የፖለቲካ ንቃት ያላቸውን፣ እንዲሁም ተመክሮና ጥንካሬ ያላቸውን የድርጅቱንና የሠራዊቱን አባላት ልኮ ከማስጨረሱም በላይ እራሱ የሠራዊቱ ጠቅላይ ሠፈር ያለበቂ የሰው ኃይል ባዶ አድርጎ ማስቀረቱ ሊያስከትል የሚችለውን ሁሉ በማስረዳት መመሪያው እንዲነሳ ለማድረግ ብዙ ጥረናል። ከአቅማችን በላይ በመሆኑ የፓርቲውን መመሪያ ከማስፈጸም ሌላ መንገድ አይኖረንም ብሎ በጭንቀትና በመረበሽ መንፈስ እንደመለሰላቸው አጫውተውኛል። ለእናንተም እንዳላችሁ ለእኛም ያለን የፓርቲው መመሪያ በመሆኑ የግድም የውድ መመሪያውና ትዕዛዙ መፈጸም ይኖርበታል በማለቱ ሌላ የምናደርገው ነገር ባለመኖሩ ለተሰጠው መመሪያና ትዕዛዝ ተግባራዊነት ጓዶቻችንን ለሞት ልከናቸዋል” ብሎ በመተከዝ እንዳነጋገራቸው እነ ብሥራት፣ ታሪኩ፣ መምህር

ደመዎዝና መኮንን ለእኔና ለሁለቱ የፍልሥትኤም ጓዶቼ (ለሰዒድ አባስና አቡበከር ሙሀመድ) አጫውተውናል።

በሌላ ጊዜ እንደዚሁ ታሪኩ፣ አሲንባ፣ አንተነህና ደረጀ ከነብርሃኔ እያሱ ውብሸት ረታ፣ ተፈሪ ብርሃኔና ዘራብሩክ አበበ ጋር ወደ ወሎ ከመጓዛቸው በፊት ውይይት እንዳካሄዱና ከነሱም ያገኙት ምላሽ ዶ/ር ተስፋየ ደበሳይ የማዕከላዊ ኮሚቴ ውሳኔ ነውና ውሳኔው በግድም በውድ መፈጸም ይኖርበታል ብሎ ድርቅ ያለ መልስ ስለሰጠ በደማችን የፓርቲውን መመሪያና ትእዛዝ መፈጸም ይኖርብናል ብለው እንደሚሞቱ እያወቁ ተነስተው እንደሄዱ ያጫወቷቸው መሆኑን አጫውተውናል። ውሳኔው ትክክል ያለመሆኑን እያወቁና ሊያጋጥማቸውም የሚችለውን አደጋ ሁሉ እየተረዱ መከራከሩ የፓርቲያቸውን ደምብ መጣስ ስለሚሆንባቸው ትዟቸውን በመጀመር ወደ ወሎ ሄዱ። አጓጉል ፍቅር፣ አጓጉል መለኮታዊ አክብሮት ይሉታል ይህ ዓይነቱ ነው። እነውብሸት ረታ፣ ተፈሪ ብርሃኔና ዘርዓብሩክ አበበ/ዘለዓለም፣ ደበሳይና ጓዶቻቸው የድርጅቱና የሠራዊቱ መመሪያ ስለሆነባቸው በትዕዛዙና በመመሪያው መሰረት ወደ ወሎ የተዘጋጀችውን ኃይል ይዘው ለመጓዝ ወሰኑ። ይህ ሁሉ አስጨናቂና አሳሳቢ ውይይት ሲካሄድ ዘሩ ክሕሽን ከተስፋየ ደበሳይ ቤተሰብ ቤት ውስጥ ተቀምጦ የተካሄደውንና የሚካሄደውን ውይይትና ክርክር ሁሉ በመንጅሶችና በሌሎች ታማኝ ተከታዮች አማካኝነት ይከታተል ነበር። ዶ/ር ተስፋየ ደበሳይ የወሎ ዘመቻን አስመልክቶ ምንም ዓይነት የተጨበጠ ጥናት ከፓርቲው ዞን ሳይቀርብ እንዲሁም ለአንድ ጀማሪ ወታደራዊ አካል ሕልውና ተቀዳሚ የሆኑትን መሰርታዊ ወታደራዊና ፖለቲካዊ ጥናቶች መሟላታቸውን ሳያረጋግጥ በደፈናው በዘመዱና አብሮ አደጉ በባዕዳን ተወካይነት በሚታወቀው ዘሩ ክሕሽን በቀረበለት የቅጥፈት መረጃ ተመርኩዞ በሰጠው ትዕዛዝ መሰረት ሠራዊቱ በሰኔ ወር መግቢያ 1968 ዓ. ም. ጉዞዋን ወደ ወሎ አመራች።

የረጃኑም ኮማንድ ባለበት ኋላፊነት መመሪያው ትክክለኛና አግባብነት የሌለው ስምሪት እንደሆነና የቤዝ አምባውን ለመጠበቅ በቂ የሰውና የመሳሪያ አቅም በሌለው ወቅት ሠራዊቱን መበታተን አግባብ አለማሆኑን በመግለጽ የሚያስከትለውን ከባድ አደጋ ከወዲሁ በመጠቆም ጠንክረው መቃወማቸው ተወርቷል። የዶ/ር ተስፋየ ደበሳይን ወደ ወሎ ጉዞ መመሪያ የኮማንዱ አባላት በየበኩላቸው መመሪያውን ለማስቀየር ከፍተኛ ጥረት ቢደረግም ለሌሎቹ እንዳለው ሁሉ ዶ/ር ተስፋየ ደበሳይ የድርጅቱ ውሳኔ በመሆኑ ሊቀየር ስለማይቻል ለውሳኔው ተግባራዊነት ስምሪቱ እንዲጀመር ወስኖ ወደ አዲስ አበባ ተመለሰ (አማማው ኃይሉ፣ 102)። እነአብዲሳ አያናም ሆኑ ሌሎቹ የኮማንድ አባላት ለሠራዊቱም ሆነ ለድርጅቱ ውድቀት ተባባሪ እንደሆኑና አስተዋፅዖ እንዳደረጉ አድርጎ የመጽሀፉ ደራሲ ይቀጥራቸዋል። በግልጽና ጥርት ባለ መልክ ከባድ ስሕተት ብቻ ሳይሆን ድርጅቱንና ሠራዊቱን በትክክል ለውድቀት የሚዳርግ ሁኔታ ሲካሄድ በማየትና በመስማት ድርጅቱን እንደመለኮት

በመቁጠር "ከፓርቲው የሚወርዱትን መመሪያዎችና ትእዛዞች የመፈጸም ግዴታ አለበት። ከዚህም አንፃር ስምሪቱ አግባብ እንዳልሆነ ከማሳወቅ ባሻገር የፓርቲውን ትእዛዝ ያለመቀበል አዝማሚያ ልናንጸባርቅ ከቶውንም አሠራር አይፈቅድልንም" (አስማማው ኃይሉ፣ 102) ብለው ዝግጅቱን አከናውነው እንዲንቀሳቀሱ አድርገው ለሞት ሸኟቸው። ሠራዊቱንም ያስደመሰሱትና ያስበተኑት እነዚሁ ዓይነቶቹ ታማኝ ለዘብተኞችና አድርባዮች ሲሆኑ የጥፋቶቹና ስህተቶቹ ሁሉ ተባባሪና ታማኝ ሎሌዎች ናቸው። እስቲ እንደው በእውነት አምባ ገነን ብርሀነመስቀል ረዳ ወይንስ የድርጅቱ የአመራር እምብርት/ክሊክ ናቸው? የሠራዊቱ የወታደራዊ አመራር ሆነ የሠራዊቱ ኮሚሳር ሁሉ ተቃውሟቸውን ቢያሰሙም አመራሩ ለውይይት እንኳን ዕድል አልተሰጣቸውም። በደፈናው የፓርቲው ውሳኔ በመሆኑ ሊቀየር አይችልምና መሄድ አለባቸው የሚል ምንችክ ያለ መልስ ዶ/ር ተስፋየ ደበሳይ በመስጠቱ ትዕዛዙን በዝምታ ተቀበልነው ነው የሚለው አብዲሳ አያና። ሚሊታሪ ኮሚሽኑ ለአንድ ጀማሪ ወታደራዊ አካል ሕልውና ተቀዳሚ የሆኑትን መሠረታዊ ወታደራዊና ፖለቲካዊ ጥናቶችን መሟላታቸውን በሚገባ ሳያረጋግጥና እራሱ አሲምባን ገና ሳያጠናክሩ የጠቅላይ ሠፈሩን ባዶ አድርጎ ጠንካራዎችን ላልሆነ ግዳጅ እንዲላኩ ምንችክ ያለ ትእዛዝ ሰጥቶ ወደ ወሎ በግድም በውድ መሄድ እንዳለባቸው በማዘዙ ያንን የመሰለ ከባድ እልቂት አስከትሏል። ማንነታቸውን የማያውቀው የወሎ አርሶ አደር ጎዶቻችን ገና እንደገቡ በጥይት፣ በጦርና በፋስ ጨፈጨፏቸው፣ የተረፉትም በተልዕኮ ከተላኩት ጥቂት "ታጋዮች" ጋር በማዳመር "በማረኳቸው" የኢሕአፓ ጠንካራ ደጋፊ ገበሬዎች "ምሕረት" ተርፈው ወደ አሲንባ ተመልሰዋል።

ሰኔ ወር መግቢያ 1968 ዓ. ም. ከአሲምባ ተነስተው ወደ ወሎ ጉዟቸውን የጀመሩት ጎዶች የወልዲያ ባንክን ለመዝረፍ ብዙ መቶ ኪሎ ሜትር ከተጓዙ በኃላ ለመንግሥት አስቀድሞ በምስጢር ስለተነገረ ወልዲያ በር እንደደረሱ ዕቅዱ ተሰርዞ ወደ መጡበት እንዲመለሱ በመወሰኑ የመጀመሪያው የሞራል ውድቀት ደረሰ። ወደ መጡበት ሲመለሱ በጉዟቸው ላይ እንዳሉ ሰኔ 26 ቀን 1968 ዓ. ም. መረጃው አስቀድሞ የደረሰው የመደበኛ ጦርና የአርሶ አደሮች ሠራዊት ባካተተ ኃይል በሦስት አቅጣጫ ይጠባበቃቸው ስለነበር ተከበው ተኩስ ተከፈተባቸው። አንድ ቀን ሙሉ ሲዋጉና ሲታኮሱ ቀይተው ምግብና ውሀ እጥተው፣ ጥይት አልቀባቸው፣ ከነሱም ሆነ ነፃ ሊያወጡት ከቀሙለት ገበሬዎች ብዙ አለቁ። በቀድሞዋ የሶቪየት ሕብረት ተማሪና የሐይሏ ወታደራዊ መሪ የነበረው ተፈሪ ብርሃኔ/ግርማ እና የአዲ ኢሮቡ ጀግና ደበሳይ ካሕሳይ በዚያው ጦርነት ላይ ተሰዉ። በወንበዴዎች መከበባቸውን አስመልክተው ኃይልና ተጨማሪ ዕርዳታ እንዲላክላቸው ላካባቢው ጦር መልዕክት ለመላክ ሲመካከሩ የተመለከተው በንግግር ችሎታው በዩኒቨርሲቲ ቀይታው ዳግማዊ ብርሀነመስቀል ረዳ ተብሎ በጎዶቹ ይታወቅ የነበረው ኃይለኛ ተናጋሪ፣ አሳማኝና ደፋር የነበረው የትግራዩ ተወላጅ ብርሃኔ እያሱ ከትግራዩ ተወላጅ ጎዱ ከዘርዓብሩክ አበበ/ዘላለም ጋር በመሆን የሕዝብ ልጆች

መሆናቸውን፣ ሽፍቶች አለመሆናቸውን፣ ለገበሬው በአጋርነት የቀሙ ታጋይ እንጂ ዘራፊዎች አለመሆናቸውን አግባብቶና አሳምኖ የቀረውን ኃይል ሕይወት አድነው በአስቸኳይ ከአካባቢው ርቀው እንዲወጡ ተስማምተው ተለያዩ። ሰላም ከሰፈነ በኋላ ላአካባቢው ከተመረጠው ደጀን እምባ ደርሰው እንቅስቃሴአቸውን ለመጀመር እንዳይችሉ ብዙ ወንድሞቻቸው ተመተዋል፣ ጥይት፣ ምግብ፣ ትጥቅና ስንቅ አልቀባቸዋል። ገና ከጅምሩ በሕይወት የተረፉት ሞራላቸው ክፉኛ ዳሽቃል። ድርውንም የተላኩት ለጥፋት ዓላማ ስለነበር ከባድ ችግር ቢፈጠር አፈግፍገው ወደ አሲምባ ለመመለስ በአንድነት መሄዱ ለአደጋ አጋልጦ እንዳይሰጥ በሚል ሽፋን በቡድን በቡድን ተከፋፍለው ወደ አሲምባ የሚያፈገፍጉበትን የቅድሚያ ዕቅድ አሲምባ እያሉ ተነድፎ ማን ከየትኛው ቡድን ተመድቦ ማፈግፈግ እንዳለበት በቅድሚያ ተዘጋጅቶ የተሰጣቸው መሆኑ በሰፊው ተወርቷል።

በጀግንነታቸውና ጥንካሬያቸው የታወቁት እንዲሁም ሠራዊቱ የቻይናንና የቬትኮንጎችን የትግል ስልት በመከተል የተራዘመ ሕዝባዊ የትጥቅ ትግል ጠንካራ አቋማቸው በአመራር እምብርቱ እንደ ፅዓረ ሞት ይታዩ የነበሩት ጀግኖች የነ ውብሸት ረታና የዘርዓብሩክ አበበ/ዘለዓለም ጋንታ ሲጓዙ የደርግ ሠራዊት ካለበት አካባቢ ቀጥታ እንዲገቡ በሚያስችል አቅጣጫ እንዲያመሩ የጉዞ ስምሪቱ አስቀድሞ ተዘጋጅቶ እንደተሰጣቸው ተወርቷል። በተመሳሳይ ሁኔታም ከአካባቢው የፓርቲው ዞን አመራር አካላት ጋር በመተባበር ለአመራር እምብርት ጭፍን ታማኝነት የተጠናወታቸውን ወጣት ታጋዮችን ምድባቸውንና በየትኛው አቅጣጫ መጓዝ እንደሚኖርባቸው ዕቅዱ ተጠንቶ እንደተሰጣቸው ተወርቷል። እነኚህ ግዳጅ የተሰጣቸው ጓዶች እነ ውብሸት ረታና ዘርዓብሩክ አበበ ካሉበት ቡድን ከኃላቸው በስተጀርባቸው ሆነው ባንድነት እየተከታተሉ በመጓዝ ላይ እንዳሉ በተሰጣቸው ምክርና መመሪያ መሰረት ከነውብሸት ረታ ቡድን ሳይታሰብ በስህተት ተገንጥለው እንደሄዱ በማስመሰል የራዛ ዘመቻን ተቃውመው ከቀሩትና ባካባቢው የድርጅቱ ጠንካራ ደጋፊዎች የሆኑት ገበሬዎች ወደ ሚጠባበቁበት አቅጣጫ ጉዟቸውን አመሩ። እነውብሸት ረታና ዘርዓብሩክ አበበ የተከተሉትን አቅጣጫ በስህተት በመደናበር መንገድ ስተው እንደተጓዙ በማስመሰል በተቃራኒው አቅጣጫ በማምራት ሆን ተብሎ ከከባዱ ጭፍጨፋ የተረፈው የወሎው ኃይል እንደገና ለሁለት ተከፍሎ እንዲጓዝ ተደረገ። ከዚያም እነ ውብሸትና እነዘርዓብሩክ አበበ በተሰጣቸው አቅጣጫ ሄደው ብዙ ሳይጓዙ በመደበኛ የደርግ ሠራዊትና የነበልባል ጦር ተከበው ይማረካሉ። ትጥቅ የላቸው አይዋጉ፣ ቢኖራቸውም እንኳን ወታደሮቹ ወደአሉበት እንደሚያመሩና ብዛታቸውም ምን ያህል እንደሆነ አስቀድሞ በመታወቁ ዙሪያውን ተከበው በቀለበት ውስጥ በመግባት እንዳሉ በድርግ ወታደርና የነበልባል ጦር ተከበው ይማረካሉ። ይህ በእነ ውብሸት ረታ፣ ዘርዓብሩክ አበበና በተፈሪ ብርሃኔና በሌሎቹ የተፈጸመው ግፍ በእነ ቢኒያም አዳነና ሙሀሙድ ማሕፉዝ የተወሰደው በጊዜው በእንጭጩ የመቅጨት ቀጣዩ ዕቅዳቸው/እርምጃ እንደነበር እኔም ሆንኩ እነ ሰዓድ አባስና አቡበከር ሙሀመድ ያደረብን እምነት

ነው። "ማዎይስቶችን" እና ሲ. አይ. ኤ.'ዎችን አመራሩ ባንድ ጊዜ ማጥፋቱ አስቸጋሪ ስለሚሆንባቸው ቀስ በቀስና በጥበብ "የጠላትን ኃይል" በማዳከም ለማጥፋት በነበራቸው እኩይ እቅዳቸው መሠረት የታቀደ እንደነበረ ነው ዕምነታችን። ሠራዊቱ ወደ አሲምባ የማፈግፈግ ትዕዛዝ ተሰጥቷቸው ጉዞ እንደጀመሩ ብርሃኔ እያሱ የሚቀጥለውን የሲዳሞ "ግዳጁን" ለማከናወን ወደ አዲስ አበባ እንዲጓዝ ከአመራር እምብርቱ መመሪያ በድርጅቱ ደጋፊ ገበሬዎች በኩል ተልኮለት ስለነበር በተሰጠው አቅጣጫ የራያ ባላገር ተመሳስሎ ጉዞ በደሴ በኩል አድርጎ አዲስ አበባ እንደገባ ተነገረ። ከዚያም ብርሀነመስቀል ረዳ ታግዶ በነበረበት በአቶ ኃይሉ ወልዴ ቤት እንዳለ ኃዶቹ የፉየል ወጠጤ ተዘፍኖ መረሸናቸውን ሰማ። ከብርሀነመስቀል ረዳ ጋር ከባድ ውይይት ማካሄዳቸው ይታወሳል።

እኩይ ግዳጅ የተሰጣቸውና ተደናብረው መንገድ "የጠፋባቸው" መስለው ተገንጥለው የሄዱት እነ ውብሸት ረታን ቢከተሉ ኖሮ በጠላት ኃይል እነሱም ጭምር ይያዛሉ፣ ተይዘውም ከሌሎቹ ጋር አዲስ አበባ ይወሰዳሉ፣ ተወስደውም እንደ ሁለቱ ከሀዲዎች ፀሐየ መሓሪ/ዘሚካኤል እና ሙሉጌታ ደበበ/ለማ ለደርግና መኢሶን ካድሬዎች ካላደሩ ይረሸናሉ ማለት ነው። ማንነታቸው ያልተገለጸልኝ ምስጢር የተሰጠው/ጣቸው መንጁስ የትግራይ ተወላጆች ሲሆኑ የድርጅቱን መሪዎች ማንነት በደንብ አድርጎ/ገው ባለማወቁ/ቃቸው የሚሰሩትና የሚነግሯቸው ሁሉ ለአብዮቱና ለኢትዮጵያ ጭቁን ሕዝብ እየመሰለው/ላቸው ከልቡ/ባቸው እንደ እግዚአብሔር አድርጎ/ገው ስለሚያምኑባቸው ነበር። የሚታዘዙትና የሚያከናውኑት ሁሉ ለኢሕአፓ/ኢሕአሠ ይመስላቸው ነበር። አመራሩ ወጣቶቹን ከወሎ ከተመለሱ በኋላ በይበልጥ ለእኩይ ተግባራቸው ሊጠቀሙባቸው ስለሚፈልግ የእነሱን በደርግ መማረክ አልፈለገም። እንደተመለሱም ከአሲምባ ከወያኔ ጦርነት ዋዜማና ማግሥት በውርደት ከአዲ ኢሮብ እስከተባረሩበት ጊዜ ድረስ ሁሉም በአመራር ላይ ተሹመው መቀየታቸው ተወርቷል። ለገበሬዎች ማሕበር አስቀድሞ አዲስ አበባ ተከማችተው ካሉት የማዕከላዊ ኮሚቴ አባላት ውስጥ ለወልዲያና ላካባቢው ታማኝ የድርጅቱ ተወካዮች በኩል ጥቆማ ተደርጓል። የሚፈልጓቸውን "ታጋዮች" ከመጥረቢያና ከፋስ ግድያ አድነው "በምርኮኝነት" ይዘው እንዲያቀዩ ግዳጅ የተሰጣቸው ገበሬዎች የድርጅቱ ጠንካራ ደጋፊዎች የነበሩና የራዛን ዘመቻ ተቃውመው የቀሩ እንድነበሩ ተወርቷል። ከተሰጣቸው ግዳጆች በዋናነት የተወራው ለሚደበደበው ሠራዊት ድጋፍ ለመስጠት ሳይሆን ወይንም በሰላም ሾልከው እንዲወጡ ለመርዳት ሳይሆን ከታጋዮቹ መካከል የሚፈለጉትን ታጋዮች ከመጥረቢያና ከፋስ ግድያ በማትረፍ በምርኮኝነት ይዘው ቤታቸው ወስደው እንዲያቀዩአቸውና ከአካባቢው የፓርቲው አመራር አባላት ጋር በመመካከር ወደ አሲንባ ይዘው ቤታቸው ወስደው እያስተናገዱ አቀይተው በሚሰጣቸው መመሪያ መሠረት ወደ ትግራይ ለማሾለክ ነበር። ወዲያውኑም በዕቅድና በተቀናጀ ፕሮግራም የድርጅቱ ምስጢራዊ ታማኞች የነበሩት ሁሉ ከሞት "በተዓምር" ተርፈው ወደ አሲምባ ተመለሱ ተብሎ በሜዳ ተወራላቸው። የሚፈለጉትን በምርኮኝነት ስም ማርከው ቤታቸው

ወስደው "አግተው" በማስቀመጥ ወደኃላ ገደማ ከካባቢው የድርጅቱ አባላት ጋር በማገናኘት አሲምባ እንዲያሸጋግሯቸው በቅድሚያ የተዘጋጀ ዕቅድ እንደ ነበር ተወርቷል። "በተዓምር" ተረፉ የተባሉት ታጋዮች እንደ "ተዓምረኛው" ዮናስ አድማሱ እነሱም "በተዓምር" ከሞት ተርፈው አሲምባ እንደገቡ ተጋኖ ተወርቷል። ከወሎው ዘማቾች ጋር የነበረው ግንኙነትና ሚናው እንዴት እንደነበር ቢዘነጋኝም የወሎ ጠቅላይ ግዛት የመሬት ይዞታ ተወካይ የነበረው ወሰኑ አብተው እንደተጠቀሰልኝ አስታውሳለሁ። ወሰኑ አብተው የቀድሞው የዓለማያ እርሻና ሜካኒካል ኮሌጅ ምሩቅ የነበረና የየዋሁና ገራገሩ የትኳበ ሽስጉ/ሺኳሬ ጓደኛ እንደነበርም ተወርቷል።

በተዓምር ተረፉ የተባሉት ወጣቶች ሠራዊቱን የተቀላቀሉት በ1968 ዓ. ም. ነበር። መንጁሶቹ የትግራይ ተወላጅ እንደሆኑና የአመራር እምብርቱ ታማኝ ሎሌና ታዛዥ ነበሩ። በዚሁ በወሎው ጦርነት ወቅት በጦርነት ፊልሚያ ላይ ምግብ ፍለጋ በሚል ሰበባ ሰበብ ከሀይላቸው እየተለዩ ወደ መንደር በመሄድ እራሳቸውን ከድርጅቱ ደጋፊ ከሆኑት የወሎ አርሶ አደሮች ጋር በማስተዋወቅ እየተገናኙ ምስጢር ይለዋወጡ እንደነበር ሁሉ ተወርቷል። እነዚህ ታጋዮች የኃላ ኃላም ከፍተኛ ምስጢር ያዘሉ መልዕክቶችን ከአሲምባ ወደ ውጭ (ከእሲምባ ውጭ)፣ ከውጭ ወደ አሲምባ፣ ከእሲምባ ጎንደርና ኤርትራ የሚላላኩት ታማኞች እነዚሁ ታጋዮች እንደነበሩ ነው። የትግራዮቹ መንጂሶች ከተጠቀሱት አመራር ጋር ባካበቱት አቅርቦት፣ አጋጉል ግንኙነትና አምልኮት የኃላ ኃላ ሳይወዱ የጠባብነት ስሜት እንዲያድርባቸው ለማድረግም ሞካክሯቸው ነበር ተብሎ ይታሙ ነበር። ከነሱ ውጭ ያሉትን መሪዎች በተለይም የኢሕአሠ ክንፍ የእርማት ንቅናቄ ታጋዮች ጋር ግንኙነት አላቸው የሚባሉትን ታጋዮች ከልባቸው እንደማያምኗቸውና አክብሮትም ባለመስጠት በጎሪጥ እየተመለከቱ ያልፏቸው እንደነበረ ሁሉ ይታሙ ነበር። በትምህርት፣ በዕድሜና በተመክሮ የላቁ፣ ብስለትና ጥበብ የነበራቸው እንደ ቦረናው ጀግና አርቀው በላቸው የመሳሰሉት የተመክሮ ሀብታሞች በቀላሉ በመጥረቢያና በጦር በገበሬዎች ተጨፍጭፈው ወደቁ። በወሎው ዘመቻ የተሳተፈውና አምልጦ ያፈገፈገው ሌላው ወጣት/መንጁስ ጠንካራ ኢትዮጵያዊ ስሜት የነበረውና ቀድመው ከተቀላቀሉት ቀደምት አባላት የነበረው የመነኩሰይቶ/ኤርትራ ተወላጅ የነበረው ወጣት መንጁስ አብርሃም ሲሆን ለወረራ የመጣባትን የአርሶ አደር ጦር ከበባ በራሱ ብቃትና ችሎታ እየተከላከለ በማፈግፈግ ሾልኮ ከወሎ አምልጦ ትግራይ እንደደረሰ በወያኔ ተመታ ተብሎ ቢመካኝም ማንም ያመነው አልነበረም። ወያኔ ከወሎ እልቂት ተርፎ የመጣን ታጋይ ለዚያውም የትግራይ/ኤርትራዊ ተወላጅ የሆነን ለፕሮፓጋንዳ ሊጠቀሙበት ሲችሉ እሱን የምትገድልበት አንዳችም ምክኒያት አይኖራትም።

የሚያስገርመው እኒሁ የትግራይ ወጣት ታጋይ የነበሩት የኢሕአሠ ክንፍ የእርማት ንቅናቄ አባላትን ሲኮንኑና ሲያወግዙ፣ 'በትምህርታችን ዝቅተኛ ደረጃ የሆነውን የትግራይ ልጆች ዝቅ አድርገው ይቀጥሩናል፣ እንቅስቃሴያቸው ምን እንደሆነም ሊገልጹልንና ሊያስተምሩን አይፈልጉም'

በማለት ነበር። እነ ኢርጋ ተሰማ የሠራዊቱ አባላት ሁሉ በኢሕአሠ ክንፍ የእርማት ንቅናቄ ዙሪያ ተሰልፈው ለጉባዔው ጥሪ ደጋፊ ለማድረግ ዋና ዓላማቸው ስለነበር ይህንኑ ዓላማቸውን ከግብ ለማድረስ ከፍተኛ የሞት ሽረት ትግል በማካሄድ አብዛኛዎቹን በጎናቸው አሰልፈዋል። ከአመራሩ ጋር ቅርበት ያላቸውንና መረጃ ተቀብለው ለአመራሩ የሚወስዱ ታማኞች፣ አልፎም ለሚወስኑት ውሳኔ ፈጻሚና አስፈጻሚ ናቸው ብለው ለሚያውቋቸው አጠቃላይ ትምህርታዊ ውይይት ከማካሄድ ባሻገር ምስጢር ነክ ጉዳዮች ላይ ይቀጠቡ ነበር። ያልተማሩትን ልጆች ዝቅ አድርገው በመመልከት ከእርማት ንቅናቄው ውይይት የሚያገሉ ቢሆኑ ኖሮ አንደኛ ደረጃ ትምህርቱን ያላጠናቀቀውን ሀገር ወዳዱን ሀብቶምን/ፀጋየን ከልባቸው ባላቀረቡትና ከልባቸው በማክበር እንደ ጠንካራ ታጋይ ጓዳቸው አድርገው ባላቀፉት ነበር። የእርማት ንቅናቄው አባላት ዋነና ዓላማ የድርጅቱን የትግል ስትራቴጂና ስልት በማስከበር ድርጅቱን ለድል ለማብቃት በመሆኑ ሠራዊቱ በላብአደሩና በአርሶአደሩ ልጆች እንዲታጀብና እንዲመራ ነበር ዋና ምኞታቸውና ፍላጎታቸው።

እነ ውብሸት ረታና ዘርዓብሩክ አበበ ቀጥታ ወደ አዲስ አበባ እንደተላኩ የመኢሶን ግንባር ቀደም መሪዎች እነ ዶ/ር ነገደ ጎበዜና ዶ/ር ንግሥት አዳነ ማንም ሳይቀድመን ይዘን እንጠቀምባቸው በማለት የደርግን ፈቃድ አግኝተው በነውብሸት ረታ (ሐዋዝ) ላይ ከፍተኛ ምርመራና የስቃይ ግርፋት አካሄዱባቸው። ከመረሸናቸው በፊት ዘርዓብሩክ አበበ/ዘለዓለም ጓዶቹን ዝም ብለን ከምንሞት ጊዜ ለማግኘት እንድንችል ምን ይሆናል የአንገት በላይ ትብብር በማድረግ በዘዴ ሕይወታችንን ካተረፍን በኋላ አዘናግተን ለማምለጥ ብንሞክር ብሎ በቅንነትና በጓዳዊ መንፈስ ያሳስባል። በዚህም ሀሳብ ሁሉም ግልጽ በሆነና በመተሳሰብ መልክ ተወያዩበትና በድምፅ ብልጫ እንዲወሰን በመስማማታቸው ከአሥራ ስምንቱ ሁለቱ ፀሐየ መሓሪ/ዘሚካኤል እና ሙሉጌታ ደበበ/ለማ (86) በስተቀር አሥራ ስድስቱ የግል ሕይወታችንን ለማዳን ብለን ከጨካኝ አንባ ገነን መንግሥትና ከአድር ባይ ምሁራን ካድሬዎች ጋር ተሰልፎ መታገል የታጋዮችን መርህ መጣስ ብቻ ሳይሆን በወገኖቻችን ላይ በማሾፍ ጠላት መሆን ማለት ስለሆነ ሕይወታችን ቢያልፍ ይበልጥ ያኮራናል ብለው ወሰኑ። ወሎ ላይ ደማቸው ፈሶ የቀሩትን ጀግኖች እነ ደበሳይና ተፈሪ ብርሃኔን የመሰሉትን ጓዶቻቸውን ጥለው በሕይወት መኖርን አልፈለጉም። ሁለቱ ከሀዲያን የኋላ ኋላ የመኢሶን ካድሬ በኋላም የሰደድ ካድሬ የሆኑትና እንደገና ተገልብጠው እኔ ለዳግማይ ስደት ሀገር ለቅቄ እስከወጣሁበት ጊዜ ድረስ የወያኔ አገልጋይ የሆኑት የብዙሀኑን ሃሳብና ውሳኔ በመቃወም ደርግንና መኢሶንን በመደገፍ ትብብር ለማድረግ ወሰኑ። ዘርዓብሩክ አበበ/ዘለዓለም የሚወዳቸው ጓደኞቹ በሙሉ አንድ ድምፅ በመሆን አሥራ አምስቱም ባንድነት እንረሸን ለደርግ አናጎበድድም ማለታቸውን ሲያረጋግጥ ከናንተ ከውድ ጓዶች አልለይም። ሞታችሁ ሞቴ ነው፣ ሞቴ ሞታችሁ ነው በማለት 16ቱም ለመረሸን ቆርጠው መዘጋጀታቸውን እንደተረዱ ደርግና የመኢሶን ካድሬዎች በሁኔታው በመደናገጥ ከሌሎቹ ንፁህ ዜጎች

ጋር አደባልቀው ረሽኗቸው። 16ቱም ሊረሸኑ ስማቸው በተጠራበት ጊዜ ለዘመናት የሚለውን የኢሕአፓ/ኢሕአሠ'ን መዝሙር እየዘመሩ ወደ ሚረሸኑበት ቦታ ድረስ ሄዱ። ለዘመናት የሚለውን የኢአፓ መዝሙር እንደጀመሩ እስረኛው ሁሉ ባንድነት በመዝመር በዚያች ዕለት የደርግ እሥር ቤት በጀግኖች ድምፅ ተናወጠ። ከዚያም ትግላችን በደማችን ያብባል፣ ታጋዮችን ያፈራል፣ ፓርቲያችንና ሠራዊታችን ድል ይጎናጸፋል፣ ለደርግና ለመኢሶን አንበረከክም፣ አንገዛም፣ ኢሕአፓ ያቸንፋል በማለት ከእነ ነገደ ጎበዜ እና ንግሥት አዳነ ፊት በወኔ መዝሙር አሰሙ። ለመሞት ቀረጡ። በመቀጠልም በጥይት ተደበደቡ። የብርሀነመስቀል ረዳ ተከታዮች ወይንም ደጋፊዎች ናቸው ብሎ አመራሩ ይመለከታቸውና ይጠራጠራቸው የነበሩትን ጠንካራ የድርጅቱንና የሠራዊቱን ታማኝ አንጋቾች ለማጥፋትና ብሎም የገጠሩ ትጥቅ ከመሬት ላራሹ አዋጅ በኃላ እንደማይሰራ ለማሳመን በዚህ ዓይነት መልክ ተከናወነ።

13.2.4. ድርጅቱ ኢሕአሠ'ን አፍኖ ማቀየቱን ለመሸፋፈን "የአትዋጉ" መመሪያ ማን አዘዘ ብሎ ማወናበድና መቃጠፍ?

የአመራሩ እምብርት በፓርቲውና በሠራዊቱ ላይ የፈጸሙትን ወንጀል ለመሸፋፈን የወደቁ ጓዶችን ስም በመጠቀም ከተጠያቂነት ለመዳን ሲፍጨረጨሩና ሲቃጥፉ በተለያየ ጊዜ ተመልክተናቸዋል። ክፍሉ ታደሰ በቀጣፊ ብዕሩ፣ "ኢሕአሠ ወታደራዊ ንቅናቄዎች እንዳያደርግ ልዩ መመሪያ ተሰጥቶት እንደነበረ የሠራዊቱ አመራር ገለጠ። ይህ የሠራዊቱን አስኳል በአንድ አካባቢ አግቶና ከሕዝቡ መኖሪያ መንደሮች አርቀ ያቀየው መመሪያ የተሰጠው ተስፋየ ደበሳይና ብርሀነመስቀል ረዳ ከሠራዊቱ ጋር በነበሩበት ወቅት በብርሃነ መስቀል አማካይነት ነበር። … ኋላ አዲስ አበባ ውስጥ በተደረገ የፓርቲው የማዕከላዊ ኮሚቴ ስብሰባ ላይ ተስፋየ ደበሳይ እንዲህ ያለው መመሪያ ከየት እንደመጣ ለማወቅ ጥያቄ አቀረበ። የመመሪያው መሠረት የኢሕአፓ ማዕከላዊ ኮሚቴ በሚያዚያ 1966 ዓ. ም. በውጭ ሀገር አድርጎት በነበረ ስብሰባው ላይ የተደረሰበት ውሳኔ እንደሆነ ብርሃነ መስቀል ገለፀ። በዚህ መመሪያ ምክኒያት የሠራዊቱ አስኳል ምን እንደሚሰራ በትክክል ባለማወቁ ረዘም ላለ ጊዜ የረባ ንቅናቄ ሳያደርግ ቀየ (ክፍሉ ታደሰ 2፣ 166) ይላል። በክፍሉ ታደሰ የተሰነዘረው አባባል የድርጅቱ አመራር እምብርት ሁለቱን የሰማዕታት ስም በመጠቀም በእነሱ እያሳበቡ ለፓርቲው ውድቀትና ለሠራዊቱ መደምሰስ እራሳቸውን ከተጠያቂነት ለመዳን ያደረጉት መፍጨርጨር እንደሆነ አምናለሁ። 1ኛ. በክፍሉ ታደሰ አባባል ተስፋየ ደበሳይ የድርጅቱ ማዕከላዊ ኮሚቴ በሚያዚያ 1966 ዓ. ም. በስዊዘርላንድ ዋና ከተማ በጄኔቫ አድርጎት በነበረው ስብሰባው ላይ ከተገኙት ግንባር ቀደም አመራር አባላት መካከል ሦስቱም በነበሩበት በማዕከላዊ ኮሚቴው ስብሰባ የተሰጠ መመሪያ በመሆኑ ሲወሰን አብረው የወሰኑ ናቸው። የተባለውን መመሪያ እራሳቸውም ጭምር ያወጡትና የሚያውቁት ሲሆን ክፍሉ ታደሰ እራሱ እያወቀ እንደማያውቅ መስሎ መጣሩ በሕይወት

በሌሉት ጓዶች አመካኝቶ ከተጠያቂነት ለማምለጥ ያደረገው ሸር ነው። ዶ/ር ተስፋየ ደበሳይ በስብሰባው ላይ ተገኝቶ አብሮ የወሰነውን እንደማያውቅ ሆኖ በተባለው የፓርቲው የማዕከላዊ ኮሚቴ ስብሰባ ላይ እንዲህ ያለው መመሪያ ከየት መጣ ብሎ ጥያቄ ያቀርባል ብየም ለማመን አልችልም። በክፍሉ ታደሰ መሰረት በዚያን በሚያዚያ 1966 ዓ. ም. ስብሰባ ላይ ያልተገኙት የሲ. አይ. ኤ. እና የሞሳድ ሽታና ጠረን ስለሸተተው የነበረውን የፖለቲካ አዝማሚያ ሙሉ በሙሉ በመለወጥ ከወንድሙ ከዳንኤል ታደሰ ጋር የተቀላቀለው ደስታ ታደሰ እና በወቅቱ አምባገነኑ ዚያድ ባሬ ዘንድ ሄዶ የነበረው እያሱ ዓለማየሁ ብቻ ነበሩ። አዲስ አበባ ውስጥ በተደረገ የፓርቲው የማዕከላዊ ኮሚቴ ስብሰባ ላይ ተስፋየ ደበሳይ ጠየቀ የተባለውን ጥያቄ ክፍሉ ታደሰ ፈጥሮ የሞነጫጨረው እንጂ የተባለው ጥያቄ በማዕከላዊ ኮሚቴ ስብሰባ ላይ ቢነሳ ኖሮ በአባላቱ መካከል ልዩነትና አለመግባባትን የፈጠረ ጉዳይ ሆኖ ብርሀነመስቀል ረዳ በምርመራ ቃሉ ባካተተው ነበር።

2ኛ. ሁሉም የሚለውና እራሱም ክፍሉ ታደሰ እንደተናገረው በተለይም ባለጉዳዩ ብርሀነመስቀል ረዳ በምርመራ ቃሉ እንዳሰፈረው ተስፋየ ደበሳይ ብርሃነመስቀል ረዳን ለማዕከላዊ ኮሚቴ ስብሰባ ብሎ ለመውሰድ አሲምባ በነበረበት ጊዜ ብርሀነመስቀል ረዳ መመሪያ ሰጥቶ ተያይዘው ወደ አዲስ አበባ እንደተጓዙ ተነግሯል። ዶ/ር ተስፋየ ደበሳይ የተሰጠውን መመሪያ ካላመነበትና ግራ ከተጋባ እዚያው ብርሀነመስቀል ረዳ መመሪያውን በሚሰጥበት ወቅት ከፊቱ "ይህ መመሪያ ከየት መጥቶ ነው የምትሰጣቸው? ማን አጽድቆ ነው የምትሰጠው? ብሎ በጓዳዊ መንፈስ በመጠየቅ መመሪያውንና ትዕዛዙን እንዲያነሳ ማስደረግ በቻለ ነበር። ከዓመት ተኩል በኃላ በአዲስ አበባ በተካሄደ የፓርቲው የማዕከላዊ ኮሚቴ ስብሰባ ላይ ድርጅቱ ተንኮታኩቶ ከከተማ ሸሽተው ወደ ገጠር ለመግባት በሚሯሯጡበት ወቅት በአሲንባ ጀግኖችና በሪጂን ኮምንድ የት ነበራችሁ እንዳይባሉና የማዕከላዊ ኮሚቴ በሠራዊቱ ላይ ያለው አቋም በሚመረመርብት ወቅት ከተጠያቂነት ለመዳን እንዲህ ያለው መመሪያ ከየት እንደመጣ ለማወቅ ጥያቄ አቀረበ ብሎ በድርጅቱና በሠራዊቱ ከተቀጣጠለው አመፅ ለማምለጥ ሁለቱን ሰማዕታት ዶ/ር ተስፋየ ደበሳይንና ብርሀነመስቀል ረዳን እርስ በርስ ከመቃብራቸው ሆነው በማጋጨት ለማምለጥ የተጠቀሙበት የሸር ስልታቸው እንደሆነ ነው። እነክፍሉ ታደሰና ዘሩ ክሕሸን ዶ/ር ተስፋየ ደበሳይን ዋሾና ቀጣፊ በማስደረግ ወንጀላቸውን መስዋዕት ሆነው ባለፉት ጀግናቻችን ላይ በማመካኘት ለመሸፋፈን ያደረጉት ስልት ነው ብየ አምናለሁ። ክፍሉ ታደሰ እራሱንና ዘሩ ክሕሸንን ከነደጋፊዎቻቸው ከተጠያቂነት ለማዳንና መጽሀፉንም የጻፈው እነ ብርሀነመስቀል ረዳና ዶ/ር ተስፋየ ደበሳይ ከሞቱ ከብዙ ዓመት በኋላ በመሆኑ ውሸታም፣ ወስላታ ብለው ከመቃብራቸው ተነስተው ሊያጋልጡት እንደማይችሉ በመረዳቱ ነው።

3ኛ. ዶ/ር ተስፋየ ደበሳይ በ1968 ዓ. ም. መገባደጃ ወደ አሲምባ ሄዶ በነበረበት ወቅት አወዛጋቢ የሆነውን የአትዋጥ ትዕዛዝ አስመልክቶ የዋሽንግተን ዲ. ሲ. ሕዋስ ጸሐየ ሰለሞን/መሐሪ

ገ/እግዚአብሔር እንዲህ ይላል "ዶ/ር ተስፋየ ደበሳይ ለሁለተኛ ጊዜ ወደ አሲምባ በመጣበት ወቅት ለምን አትዋጉ አላችሁን የሚል ጥያቄ ባቀረብንበት ጊዜ ግን እንደማያውቅና እንዳልሰማ ሆኖ በመቅረቡ ግራ ተጋባን" (አስማማው ኃይሌ፣ 81)። መሣሪያ ሆኖ ሠራዊቱን ካስደመሰሰና ካስበተነ በኋላ ግልጋሎቱን አጠናቀ ወደመጣበት ውጭ ሀገር የፈረጠጠው የሶቪየት ሕብረቱ ሳጅግም (ዲግሣ/አዱኛ መንግሥቱ) በበኩሉ "ለምን ፓርቲው አትዋጉ አለን የሚል ጥያቄ ሲቀርብ መልስ በተሰጠን ወቅት በግቢው የተሰበሰብን ሁሉ የምናስታውሰው እውነታ ነበር። ይህ ክህደት ሁላችንንም አስደንግጧል" (አስማማው ኃይሌ፣ 82)። ጸሐየም ሆነ ሳጅግ/ጅግሳ የሠራዊቱ አመራር ለዶ/ር ተስፋየ ደበሳይ አንስቶለት "ፓርቲው ይህን የአትዋጉ ትዕዛዝ አያውቅም፣ አቅማችሁን ገምታችሁ በምትወስኑት ውጊያ ሁሉ መሳተፍ ትችላላችሁ" ብሎ እንደማያውቅ ሆኖ ሲሞግት ባመላለሱ አለመጥገባቸውን በዓይኖቻቸው ከመግለጽ በቀር አንዳቸውም የአመራር አባላት ፊት ለፊት መጋፈጥ ይቅርና በኃዳዊ መንፈስ እንኳን ለማስረዳት አልሞከሩም። በሌላ በኩል በርሀነመስቀል ረዳ ሠራዊቱን አስመልክቶ በሐምሌው 1967 ዓ. ም. ኮንፈረንስ ላይ የማእከላዊ ኮሚቴው ከተወያዩባቸው ነጥቦች መካከል አንዱ መንግሥት ፓርቲው ሲታወጅ የሚወስደው እርምጃ ሳይታወቅ በሠራዊቱ ወታደራዊ ድርጊቶች በምንም መንገድ እንዳይካሄዱ የሚል ውሳኔ አሳልፎ ነበር። በዚህ ጊዜ ከከፋ የመጣ ወኪል መሣሪያ ያላቸውና ታጥቀው ትግል ለማካሄድ የተዘጋጁ ፖሊሶች ስለአሉ እናስጀምራቸው ተብሎ ሪፖርት በኮንፈረንሱ እንደቀረበ ኮንፈረንሱ እንዲታገሱ እንዲነገራቸው ብሎ ነበር የወሰነው" (ብርሀነመስቀል ረዳ)።

"ብርሀነመስቀል ረዳ ግማሹ የሠራዊት አባላት በሌሊት ጠፍተው ለደርግ እጃቸውን በመስጠታቸው ከፍተኛ ስጋት አድሮበት ነበር። የከዱት አባላት ጠላትን መርተው በምጣት ጉዳት ሊያደርሱ ይችላሉ ከሚል ፍራቻና የቀሩት ጥቂት የሠራዊቱ አባላት በማይገባ ወታደራዊ ግጭት ተማግደው ከነአካቴው እንዳይደመሰሱ በማሰብ" (አስማማው ኃይሉ፣ 80-81)። ሠራዊቱ ጦርነት እንዳያካሂድ፣ አንዲት ቦታ ተወስኖ እንዲቀመጥ ብርሀነመስቀል ረዳ ትዕዛዝ ሰጥቶ ወደ አዲስ አበባ ሄደ እያሉ የነዙበትን የጥላቻ ወሬ አስመልክቶ አብዲሳ አያና/ሮባ የበኩሉን፣ "... ሠራዊቱ አሲምባ እንደገባ <u>ከድርጅቱ የተሰጠው መመሪያ በአዲስ አበባ በተከማቹት የማዕከላዊ ኮሚቴ ባለሥልጣኖች approved ሆኖና ጸድቀ</u> <u>ተስፋየ ደበሳይ</u> <u>ብርሀነምስቀል ረዳን ለስብሰባ ወደ አዲስ አበባ ይዞት ሲሄድ በመጣበት ወቅት ለሠራዊቱ የተሰጠው መመሪያ</u> (emphasis mine) በምንም ዓይነት ቢሆን ሠራዊቱ የኢሕአፓ ሠራዊት መሆኑ እንዳይነገር፣ የማንም ዓይነት ድርጅት አባል መሆናችንን እንዳንናገር በኅቡዕ ከቦታ ቦታ እየተዘዋወርን ቁጭ እንድንል፣ ግጭትን እያስወገድንና ድንገት እንኳን የሆነ ግጭት ቢኖር እራስን ለመከላከል እስካልሆነ ድረስ ምንም ዓይነት ፖለቲካል implication ምን እንደሆን ማን እንደሆን እንዳንናገር <u>በከተማ በተከማቹት የሴንተራል ኮሚቴ የጸደቀውን መመሪያ</u>

ባስተላለፈልን መሠረት ነው …" (አብዲሳ አያና) ብሏል። በማያያዝም፣ "ፓርቲው ባለመታወጁ እና ከአሲምባ ካሉት ከታጣቂው ቡድን ጋር በቂ ግንኙነት ባለመፈጠሩ ድርጅት የሚባል ባይኖር ነው፣ የሚወራውና የተነገረን ሁሉ ውሸት ቢሆን ነው የሚል አቋም በመውሰድ 7 ታጋዮች ሌሊት ጠፍተው ለደርግ እጃቸውን ሊሰጡ ቻሉ" (የብርሀነመስቀል ረዳ)። ጠፍተው ለደርግ እጃቸውን የሰጡት ብርሀነመስቀል ረዳ ገና አሲምባ እያለ ሳይሆን የጠፉት ከተስፋየ ደበሳይ ጋር ወደ አዲስ አበባ በሄደበት ቀን እግር እግሩን ተከታትለው ሌሊት እንደነበረ አብዲሳ አያና እንዲህ ይላል፣ "ይህ የመሬት ላራሹ የይስሙላና የማወናበጃ እንጂ ላራሹ ታስቦ የተደረገ አይደለም። ርሀቡንና ጥሜቱን በተመለከተ እንዴት መቃቃም እንደምንችል ልንወያይበት እንችላለን የሚል እንትትን ሆነ። ይህ ውይይት በእኛ መካከል እንግዲህ እየተካሄደ እያለ ነበረ እነ ብርሀነመስቀል ረዳና ተስፋየ ደበሳይ ተያይዘው ለሴንተራል ኮሚቴ ስብሰባ ወደ አዲስ አበባ ሰኔ ወር 1967 ዓ. ም. የሄዱት። ወዲያውኑ እግር እግራቸውን ተከትለው ስድስቱ ወይንም ሰባቱ ሌሊት ተነስተው መሣሪያቸውን እንደታጠቁ እዲግራት ይገባሉ (አብዲሳ አያና)። መመሪያውን ሰጠ የተባለው በብርሀነመስቀል ረዳ፣ "የሠለጠነው ሠራዊት አሲምባ ከመግባቱ በፊት ዶ/ር ጌዋሮስ ስለአሲምባ መጠነኛ ጥናት ሲያደርግ ለስምንት ወር ያህል ሲንቀሳቀስ ቆይቶ ስለነበር ኤርትራና ትግራይ ድንበር ድረስ በመምጣት ተቀበላቸው። የታጠቀው ቡድን አሲምባ እንደገባ ዋና ተግባሩ የነበረው ሀ. ቦታውን ማጥናት፣ ለ. ጎዶችን ከአየሩ ሁኔታና ከቦታውና ከሕዝቡ ጋር ማለማመድ፣ ሐ. ከሕዝቡ ጋር አንዳንድ የፖለቲካ ውይይቶችን ማካሄድ፣ መ. የስንቅ ማግኛ መረብ መዘርጋት ነበር። … ወታደራዊ ድርጊትን በተመለከተ ፓርቲው ቀደም ብሎ የማዕከላዊ ኮሚቴ ስብሰባ ላይ ምንም ዓይነት ወታደራዊ ድርጊት እንዳይወስድ ውስኖ ስለነበር ሠራዊቱ የፓርቲውን ትእዛዝ በመጠባበቅ ላይ ነበርን። በአሲምባ ለሚገኙት ኃይሎች 1ኛ. ቡድኑ በምንም ዓይነት ሁኔታ ከመንግሥታዊ ኃይሎች ጋር የትጥቅ ግጭት እንዳያደርግ ወይንም ወታደራዊ ድርጊት እንዳያካሂድ፣ 2ኛ. ቡድኑ ጠፍቶ እንዳይቀር ምንም ቢቸገር ከፓርቲው መልስ እስኪመጣለት ድረስ ከትግራይ ክፍለ ሀገር እርቀ እንዳይሄድ፣ … የፖለቲካ አቋም ለመውሰድ ምንም መብት እንደሌለው፣ የቡድኑን አመራር በወታደራዊ አመራር በኩል አብዲሳ አያና አዛዥ እንዲሆን፣ በፖለቲካ ኮሚሳርነት ፀጋየ ገ/መድህን እንዲሆን፣ ከሕዝቡ ጋር በሚደረትት የፖለቲካ ግንኙነት በኩል ፀጋየ ገ/መድህን የቋንቋ ችግር ስለነበረበት ጌዋሮስና ገ/እግዚአብሔር/ጋይም በአስተርጓሚነትና በምክርም ፀጋየ ገ/መድህንን እንዲረዱት መመሪያ በመስጠት ፓርቲውን ለማወጅ እኔ እራሴ፣ ዶ/ር ተስፋየ ደበሳይ፣ እስክንድር ደምሴ በመሆን ሰኔ 13 ቀን 1967 ዓ. ም. አዲስ አበባ ገባን። ከዚያ በኃላ በታጠቀው ቡድን ውስጥ/አሲንባ ለተውኳቸው ስለተፈጠረው ሁኔታና ስላካሄዳቸው ድርጊቶች በተበራሪ ወሬና የፓርቲው ክሊክ በሚያቀርበው በጣም የተመጠነ ሪፖርት አማካይነት ካልሆነ በስተቀር የሚያውቀው አስተማማኝ ሀቅ እንዳልነበረው የብርሀነመስቀል ረዳ አስረድቷል።

13.2.5. ወያኔ ጦርነት እንድትከፍትብን ለማደረግ በሕወሀትና በኢሐአሠ መካከል የተደረሰውን የጋራ ሕብረት ግንባር ምሥረታ ስምምነት በአመራሩ እኩይ አጀንዳ መጨናገፉና ያስከተለው ክፉ አደጋ

ከሕወሀትና ኢሕአፓ/ኢሕአሠ በጋራ የሕብረት ግንባር ለመታገል ሁለቱም ድርጅቶች መካከል ከጥቅምት ወር 1968 ዓ. ም. ጀምሮ ለሁለት ዓመት በተለያየ ጊዜ ግንኙነት በማድረግ ዘጠኝ ስብሰባዎች ተካሂደዋል። ምንም እንኳን የኢትዮጵያ የፖለቲካ ሁኔታን አስመልክቶ ልዩነት ቢኖርም ልዩነቱ እንዳለ ሆኖ በመጀመሪያው ውይይት ጊዜ በሁለቱ ድርጅቶች መሀል ያለውን ግንኙነት አስመልክቶ የኢሕአፓ/ኢሕአሠ የልዑካን ቡድን አራት ነጥቦችን ያዘለ ሀሳብ አቀረበ። የመጀመሪያው ነጥብ የሁለቱን ድርጅቶች መዋሃድ የሚመለከት ሲሆን ሆኖም ሕወሓት ፓርቲ ባለመሆኑ ሃሳቡን ሊቀበሉት አልቻለምና ተግባራዊ ለማድረግ አልተቻለም። ይህ ሳይሆን በመቅረቱ ሁለተኛው ነጥብ የኢሕአፓ/ኢሕአሠ የልዑካን ቡድን የሕብረት ግንባርን እንደአማራጭ አቅርቦ፣ አሁንም ሕወሓት ይህን እንደአማራጭ የቀረበውን የሕብረት ግንባርን ሃሳብ አስመልክቶ በአንድ የብሔር ትግልን በሚያካሂድና በአንድ የሕብረ ብሔር ድርጅት መካከል ብቻ የሚፈጠር አይደለም በማለት ሕወሓት ሳይቀበለው ቀረ። እንደገና በኢሕአፓ/ኢሕአሠ የልዑካን ቡድን የቀረበው አማራጭ ነጥብ በሰላም አብሮና ተቻችሎ በመኖር ወታደራዊ ግጭቶችን በማስወገድ ሁለቱም መንቀሳቀስን አስመልክቶ ውይይት በሚደረግበት ወቅት ሕወሓት ኢሕአሠ ከትግራይ ለቀ መውጣት እንዳለበት ሃሳብ አቀረበ። ሕወሓት ከሰነዘሯቸው አቋማቸው መካከል፣ የትግራይ ሕዝብ ብቸኛ ተጠሪ መሆኔ ይታወቅልኝ የሚለውን አቋሙን አስመልክቶ ሲሆን የኢሕኤፓ/ኢሕአሠ ልዑካን ቡድን ደግሞ የመጨረሻ ውሳኔ የሚሰጠው ራሱ የትግራይ ሕዝብ ነው በማለት አቋማቸውን ሳይቀበል ቀረ። ኢሕአፓ የላብ አደሩ ግንባር ቀደም ፓርቲ ነኝ ብሎ ሲያምን ሕወሓት ግን ኢሕአፓን እንደ አንድ ብሔራዊ ማርክሲሳዊ ሌኒናዊ ድርጅት ብቻ ማለትም የአማራው ብሔር ብቻ አድርጎ እንደሚመለከተው ገለጸ። አያይዘውም ኢሕአፓ የላብ አደር ፓርቲ ሳይሆን የንዑስ ከበርቴ ዲሞክራሲያዊ ድርጅት ነው ሲል ቀደም ሲል የሰነዘሩትን አቋማቸውን መልሶ አረጋገጠ። በማያያዝም በሚፈጠረው የሕብረት ግንባር እነማ ሊሳተፉ ይችላሉ በሚለው ጥያቄ ላይም ከፍተኛ ልዩነት ነበር። ፓርቲዎች፣ ቡድኖች፣ ብሔራዊ እንቅስቃሴዎች፣ የብዙሀን ድርጅቶችና የሙያ ማሕበራትም መሳተፍ ይኖርባቸዋል ብሎ ኢሕአፓ/ኢሕአሠ ሃሳብ ሲያቀርብ ሕወሓት ግን ኢሕአፓ መሳተፍ የሚችለው ራሱን ችሎ ብቻ መሆን አለበት በማለት ተቃወሙ። በዚህ ምክኒያት የሕብረት ግንባሩን ለመመስረት ስምምነት ላይ ሳይደረስ ቀርቷል። ይመስገነው ዓምላክና በግንቦት ወር 1969 በተካሄደው የሁለቱ ድርጅቶች ልዑካን ስብሰባ ላይ የሕብረት ግንባር ለመመስረት ስምምነት ላይ በመድረሳቸው ሁለቱም ድርጅቶች በራቸውን ክፍት እንዲያደርጉ ወሰኑ። በሕብረት ግንባር ግንባታው ወይይት ወቅት ቀደም ሲል በተካሄደው

ስብሰባ ላይ ከሕወሓት ተሰንዝረው የነበሩት አከራካሪ ነጥቦችን ሁሉ ሕወሓት ማንሳቱን ገለጠ። ይህም ለግንባሩ መመስረት ያለውን ፍላጎት በግልጽ ማሳየቱን እንደሚያስረዳ አረጋገጠ።

ከሕወሓት አርአያ፣ ብርሃኔና ቴዎድሮስን፣ ከኢሕአፓ/ኢሕአሠ ደግሞ መዝሙር/ኢርጋ ተሰማ፣ ጋዞ/ገብሩ መርሻ፣ ዳዊት ስዩም፣ አበጀ/ኮሎኔል ዓለማየሁ አስፋውና አንበርብርን/ንጉሤ መንገሻን ያቀፈ አቀራራቢ ኮሚቴ ተሰየመ። መዝሙር/ኢርጋ ተሰማ ተፈጥሮ ካጎናፀፈው ተሰጥዖና አስተዋይነት ባሻገር ባስተማሪነቱ ዘመንና በኋላም በዩኒቨርሲቲ ቆይታው በተማሪዎች መካከል የሚከሰቱ አለመግባባቶችን አወያይቶ በማግባባት የነበረውን ተመክሮ፣ ብሎም የአውራጃ አስተዳዳሪና በኋላም የትራንስፖርትና መገናኛ ሚኒስቴር ቃሚ ተጠሪ በነበረበት ጊዜ ባካበተው የሽምግልናና የማስማማት ተመክሮውን በመጠቀም ባሳየው የድርድርና ውይይት ችሎታው ብቻ ሳይሆን የሚናገራቸውና የሚያቀርባቸው ሃሳቦች ሁሉ ከልቡና ካንጀቱ እንጂ ከንገት በላይ አለመሆኑን የተረዱት የወያኔ ልዑካን ከልባቸው በመመስጣቸው ከብዙ ውጣ ውረድ በኋላ ከሕወሓት ጋር የጋራ የሕብረት ግንባር ለመጀመሪያ ጊዜ በስትራቴጂያዊ የግንባር መመስረት በመርህ ደረጃ ስምምነት ተደረሰ። ኢሕአፓንና ሕወሀትን ለማስተባበር የተቋቋመው የአቀራራቢ ኮሚቴ ችግሮችን ለመፍታት በተግባር ሙከራ በማድረጉ በሜዳ የተስፋ ጭላንጭል በመታየቱ የጋራ የሕብረት ግንባር ግንባታ ሊመሰረት ነው በሚል በሠራዊቱ ከፍተኛ የፈንጠዝያ ስሜት ተቀሰቀሰ። አስፈራርቶ የነበረው የጦርነት አዝማሚያ እንደጠፋና እንደከሰመ፣ በሜዳና በአካባቢው ሠላም እንዳንዣበበ ተረጋገጠ በሚል የዋህነት ስሜት ፈንጥዝያው ቀጠለ። ሆኖም በድርጅቱ አመራር ተንኮል ሁለቱ ድርጅቶች የደረሱበትን ስምምነት ተቀምጠው ከማጽደቅና ለተግባራዊነቱ ማደፋፈር ሲገባቸው ከነጭራሹ ስምምነቱን ችላ በማለታቸው፣ የተካሄደው የፈንጠዝያ ስሜት ረጅም እድሜ ሳኖረው ባጭሩ እንዲቀጭ አደረጉት። ወያኔ አቋማቸውን አስተካክለው ለጋራ ሕብረት ግንባር መመስረት ቀና አመለካከት በማሳየት በመዘጋጀት ላይ እያሉ ኢሕአፓንና ሕወሀትን ለማስተባበር የተቋቋመው የአቀራራቢ ኮሚቴ የተገኘውን ድል እነዘሩ ክሕሸንና ሳሙኤል ዓለማየሁ ተሰባስበው ማጽደቅ ሲችሉ በሠራዊቱ የተነሳሳው የፓርቲው ጉባዔ ጥሪ ጥያቄ ምክኒያት በመደናገጥና የጉባዔውን ጥሪ ጥያቄ ለማክሸፍ የወያኔን ቀና ምላሽ ንቀው የስምምነቱን ሰነድ በኪሳቸው አሸቀው ወያኔን ለጦርነት እንድትገፋፋ አደረጉ።

የድርጅታችን የአመራር እምብርት/ክሊክ የጉባዔ ጥሪ ጥያቄ ስላደናበራቸውና ስላስጨነቃቸው በፀጥታና በጦርነት አሳበው ጥያቄውን ውደቅ ለማድረግ በመፈለግ ወያኔ ተበሳጭታና ተናዳ ሠራዊቱን እንድትተናኰፍ ለማድረግ የግንባር ምስረታውን ስምምነት ንቀው በመተው በሁለቱ ድርጅቶች መካከል የነበረው ግንኙነት እንደገና እያሽቀለቀለ እንዲሄድ አስተዋጽኦ ከማበርከቱም በላይ (አሲምባ፣ 11፣ 8፣ 3) ላልታሰበውና ላልተጠበቀውም ለዚያ ክፉ ጦርነት መንገድ ከፋች ሆኗል። ስምምነቱን ለውሳኔ ተግባራዊነት ድርጅታችን ችላ በማለቱና በመዘንጋቱ ፍቅሬ ዘርጋውና ፀሎተ ሕዝቂያስ

በኢሕአፓ/ኢሕአሠ አመራር ላይ ያላቸው ጥርጣሬ ይበልጥ እየጎላ በመሄዱ በእነሱና በድርጅቱ/ሠራዊቱ መካከል የተፈጠረው ቅራኔ ይበልጥ መራራቅን ፈጠረ፣ ብሎም ወደ ስተኋላ ለግድያ አበቃ። በዘሩ ክሕሸንና ሌላ ጊዜም በሳሙኤል ዓለማየሁ የሚመራ ስብሰባ በአሲምባ በየጊዜው ሲያካሂዱ ቀይተዋል። በድርጅታችን አመራር ቅር የተሰኘችው ሕወሓት በኢሕአሠ ውስጥ የነበረውን አለመግባባት ለማባባስ በተንኮልና በንደት፣ በ1969 አጋማሽ አካባቢ ቅሬታ ያሰሙ ከነበሩ አንዳንድ የኢሕአሠ አባላት ጋር ሕወሓት በምስጢር ግንኙነት ፈጥሮ ነበር በማለት ወደ 1970 ዓ. ም. መጀመሪያ ገደማ ሆን ብላ ግምገማ በሚል ርዕስ በወጣው ዘገባ "ዲሞክራሲያዊ አመለካከት ካላቸው የኢሕአፓ አባላት ጋር ሰፋ ያለ ተደጋጋሚ ምስጢራዊ ውይይት ይካሄድ ነበር" (የሕወሀት ኮሚኒስት ኃይል፣ 107) በሚል የቅጥፈት ዘዴአቸው በሠራዊቱ የነገሰውን ችግር ለማባባስ ሞከረች። ይህ ዓይነት ግንኙነት ፈጽሞ የተደረገም አልነበረም፣ የዚህ መጽሀፍ ደራሲ ቢያንስ እስከ 1969 ዓ. ም. ማገባደጃ ድረስ ባለው ጊዜ ውስጥ ምንም ዓይነት ምስጢራዊ ስብሰባ ከወያኔ ጋር እንዳልተካሄደ በእርግጠኝነት ያውቃል። ድርጅቱ የሕወሀት'ን "ቀና" ምላሽ በመዝጋቱና በማንኳሰሱ በንደት ተነሳስተው በእርማት ንቅናቄ ምክኒያት በድርጅቱ የአመራር እምብርት/ክሊክ ላይ ያሳደረውን መረበሽና መጨነቅ በመገንዘብ ይባስ የቀሰለ ነብር እንዲሆኑ ለማድረግ የቀየሱት የተንኮልና የከፋፋይ ፕሮፓጋንዳ ነበር። በየጊዜው ከታሪኩ፣ መዝሙር፣ አሲምባ፣ አንተነህ፣ መኮንንና ሌሎቹም ጋር የምገናኝበት ወቅት ነበር ግንኙነት ተደረገ የተባለበት ወቅት። በታጋዮቹ ላይ እርምጃ በማስወሰድ ሠራዊቱን ለማዳከምና አቅመ ቢስ በማድረግ ለጦርነት ለማመቻቸትና ኃዶቹን ከሰፊው ታጋይ ለመለየት የቀየሱት ቅድመ ሁኔታዎች እንጂ የተካሄደ አንድም ምስጢራዊ ስብሰባ አልነበረም። በሌላ በኩል ደግሞ አንዳንድ ደካማ ግለሰቦች ይህ በስንት መከራ የተደረሰው የሁለቱ ድርጅቶች ስምምነት ኢሕአፓንና ሕወሀትን ለማስተባበር በተቋቋመው የአቀራራቢ ኮሚቴ በተሳተፉት የኢሕአፓ/ኢሕአሠ አባላት መካከል ለሁለት በመከፋፈሉ ምክኒያት ስምምነቱ ትኩረት ሳይሰጠው እንደቀረ አድርገው አመራሩን ከመወቀስ ለማዳን የሚተርኩ ነበሩ። ይህም ማለት በነመዝሙር፣ ታሪኩ፣ አሲምባ በአንድ በኩል፣ በሌላ በኩል በእነፀሐየ፣ ፀጋየ፣ ዳዊት፣ ንጉሴ መንገሻ፣ አበጄና ጊዲዮን መካከል አለመግባባት በመፈጠሩ እንደሆነ አድርገው ተርከዋል። በሁለቱ ድርጅቶች ስብሰባ ወቅት ተወያይተው የደረሱበትን ስምምነት መልሰው ሊቃወሙም አይችሉም። ካላመኑበት መጀመሪያውኑ በስብሰባው ጊዜ ባልደገፉና ባልተስማሙ ነበር። ከመቃወምም የሚያግዳቸውም አልነበረም። ሀቁ ግን ኢሕአፓን ወክለው በስብሰባው የተገኙት ልዑካን አንድ ዓይነት አቋምና አስተሳሰብ ይዘው ለስምምነት አብቅተዋል። ከላይ ለመጠቆም እንደተቻለው በሁለቱ ድርጅቶች ወቅት በተካሄደው ስብሰባ ላይ የተሳተፉት ልዑካን ወሳኝ አካል ባለመሆናቸው የስብሰባውን የስምምነት ውሳኔ ለድርጅቱ የበለይ አካል ቀርቦ ማጸደቅ ይኖርበታል። ከላይ እንዳልኩት በሁለቱ ድርጅቶች ስብሰባ ወቅት ስምምነቱ ከተደረሰ በኋላ

ውሳኔውን ገቢራዊ ለማድረግም ሆነ ዝርዝር መመሪያዎችን ማዘጋጀት ከሕወሓት ጋር ድርድሩን ካካሄደው ከኢሕአፓው ልዑክ ኋላፊነት በላይ በመሆኑ መጽደቅ የሚኖርበት በድርጅቱ የበላይ አካል በየማዕከላዊ ኮሚቴ አባላት ነበር። በአመራሩ ቸልተኝነትና ስውር ደባ የተገኘውን ስምምነት ሳንጠቀምበት መቅረት ብቻ ሳይሆን ከላይ እንደተጠቀሰው በሁለቱ ድርጅቶች መካከል የነበረው ግንኙነት እንደገና እያሽቀለቀለና እየሻከረ እንዲሄድ ማድረጉና ብሎም በማይረባ ጦርነት ሠራዊቱን ለማስደምሰስ ጎዳናውን አመቻቹ። ከዚያ በኋላ እርስ በእርስ መሰዳደብና ስም መስጣጥ ቀጠሉ። ለምሳሌ፣ የሕወሓት ሠራዊት አባላት ከኢሕአሠ ጋር የሚታገሉትን የትግራይ ተወላጆች "ኩራኩርት" (87) የሚል የቅጽል ስም ተሰጣቸው። ኢሕአፓን ዓባይ ኢትዮጵያ (ታላቃ ወይንም ተስፋፊዋ ኢትዮጵያ) ብለው መጥራት ቀጠሉ። የኢሕአፓ/ኢሕአሠ አባላት ቅስቀሳና ፕሮፓጋንዳ በሚያካሂዱበት አካባቢ ሁሉ ከኢሕአሠ ጋር የሚታገሉት የትግራይ ተወላጆች የሕወሓት ታጋዮችን ጸበብቲ (ጠባቦች) በማለት የማጥላላት ዘመቻ ተያያዙት። ጠባቦች ሲሉ ሕወሓት የጠባብ ብሔርተኞች ጥርቅም ድርጅት ነው ብለው እንደማንቋሸሽና ማጥላላት ነበር።

13.2.6. ዘሩ ክሕሸንና ሳሙኤል ዓለማየሁ በመሩት የእርማት እንቅስቃሴና የኢሕአሠ ክንፍ ግንባር ቀደም ታጋዮች ቀጣዩ ትግል

በዘሩ ክሕሸንና እያሱ ዓለማየሁ የተመራው የመጀመሪያው የእርማት ንቅናቄ መሠረታዊ ድሎች ባለመሆናቸው ለኢሕአፓ ያስገኙለት ድሎችና ውጤቶች አነስተኛ ከመሆኑም በላይ የተገኙትን አነስተኛ ድሎችን አመራሩ በተቀነባበረና በተደራጀ መንገድ ለማጨናገፍ ትግል አካሄደ። ባንጻሩ የፓርቲና የሠራዊት አመራር መዋቅር ከመፈጠሩ በስተቀር ምንም የተለወጠ ነገር እንዳልታየበት የኢሕአሠ ክንፍ የእርማት ቅናቄ አረጋገጠ። የቀድሞው አመራር ከጌራ በስተቀር ሁሉም ቦታቸውን ይዘው እንዲቀጥሉ በመደረጉ የድሮው አሰራር እንደወትሮው ቀጠለ። ሆኖም የተገኙት አነስተኛ ድሎችን በመጠቀም በመሠረታዊ ጥያቄዎች ዙሪያ ትግሉ በይበልጥ ተፋፋመ። ከግንባር ቀደም የኢሕአሠ ክንፍ የእርማት ንቅናቄ ታጋዮች ጋር በዓላማ፣ በመርህ፣ በአስተሳሰብና በአቋም አንድነት በንቅናቄው ዙሪያ ተሰባስበው ይታገሉ ከነበሩት ጓዶቹ ጋር በከፍተኛ ደረጃ በተካሄደው ንቅንቄ ከ1970 ዓ. ም. መግቢያ ጀምሮ በይፋና በገሀድ የቀረበውና ባብዛኛው የሠራዊቱ አባላትና ታጋይ ተቀባይነትን ያተረፈው ጥያቄ ለረጅም ጊዜ ሳይካሄድ የቀየውን የፓርቲው ኮንግረስ እንዲጠራ መጠየቃቸው ብቻ ሳይሆን በተጨማሪ ከወያኔ ጋር የተደረገው የጋራ ግንባር የሕብረት ስምምነት ተግባራዊ እንዲሆን የሚል ሆነ። ይህም ያባዛኛውን አባላት ድጋፍ ማግኘቱ የአመራር እምብርቱን ክፉኛ አስበረገገ። የፓርቲውን የጉባዔ ጥሪ ጥያቄ ባነሱበት ወቅት ከመመሥረቻ ጉባዔው ወዲህ የድርጅቱም ሆነ የሠራዊቱ ብዛት በአሥራ አምስትና በሀያ እጥፍ እንደጨመረ አሳሰቡ። ስለሆነም በድርጅቱ ምሥረታ ጊዜ በተመሠረተው ጉባዔ ወቅት ከተመረጡት ማዕከልዊ ኮሚቴ ከሦስት በስተቀር

ሌሎቹ የሉም። እነዚህ ሦስት በአሁኑ ወቅት ያለውን የድርጅቱን እና የሠራዊቱን ብዛት እንደማይወክል አስተጋቡ። ሦስቱ የሚወክሉት ድርጅቱ በ1964 ዓ. ም. ሲቋቋም የነበረውን ጥቂት የድርጅቱን አባላት ብቻ መሆኑን በማሳመን ባብዛኛው የሠራዊቱ ታጋዮችም ተዓማኒነትንና ተደማጭነትን አተረፉ። ድርጅቱና ሠራዊቱ ያለውን አባላት በሙሉ ሊወክል የሚችል አዲስ ጉባዔ መጠራት አስፈላጊነት አሳሰቡ። ድርጅቱ ከወደቀበት አዘቅት ሊወጣ የሚችለው የድርጅቱን አባላት ሊወክል የሚችል ጉባዔ ሲካሄድ ብቻ ነው ብለው አበክረው አስተማሩ፣ ቀሰቀሱ። አጋጣሚውን በመጠቀም ፀረ-አንድነትና ፀረ-ኢሕአሠ የሆኑ ተንኮለኞች ክፍፍልና የአንጃነት ስሜት በሠራዊቱ እንዳይፈጥሩ በማሳሰብ ይህ አዝማሚያ ያላቸውን ሁሉ ከደርግ፣ ሻዕቢያና ወያኔ ተለይተው ስለማይታዩ እንደሚወጋቸው አጥብቀው በማሳሰብ ከፍተኛ ቅስቀሳ አካሄዱ። በተሳሳተ የትግል ስልት ሳቢያ በወጣቱ ላይ ያስከተለውን እልቂት ከከተማ እየፈለሱ በሚመጡ የድርጅቱ አባላት አማካይነት መረጃ ይበልጥ ይደርሳቸው ጀመር። ከሠራዊቱ አቅምና ኋላፊነት ደረጃ በላይ የሆኑ ቀጥታ የድርጅቱን የአመራር እምብርት/ክሊክ የሚኮንኑና የሚወነጅሉ ጉዳዮች ላይ በግልጽና በጥራት ውይይት ማካሄድ ቀጠለ። ድርጅቱ ሠራዊቱን ረስቶት እንደኖረና አሁን አሲምባ ገብተው የሚወናጩፉት ከአዲስ አበባ ደርግ ስላስወገዳቸው ለማፈግፈጊያነት እንጂ ለሠራዊቱ አስበው እንዳልመጡ ግልጽ አደረገ።

የተነሱት ጥያቄዎች ሁሉ በ1969 ዓ. ም. በተካሄደው የመጀመሪያው የእርምት እንቅስቃሴ ተነስተውና በሠራዊቱ አመራር ሊመለሱ የማይችሉ ከሠራዊቱ በላይ የሆኑ ቅሬታዎች በመሆናቸው መልስ ሳይሰጥባቸው ታፍነው የቆዩ ሲሆን በ1970 ዓ. ም. በተጀመረው እንቅስቃሴ ወቅት ማፈናፈኛ በማሳጣት አመራሩን ከፍተኛ ችግርና ጭንቀት ላይ ጣሉ። በተጃጃለው የድርጅቱ አመራር ስለችግሮቹ መፍትሄ ሊሰጡ ባለመፈለጋቸው የኢሕአሠ ክንፍ የእርማት ንቅናቄ ግንባር ቀደም ታጋዮች ለድርጅታቸውና ሠራዊታቸው ዕድሜና ጥንካሬ ሌላ አማራጭ ባለመኖሩ የፓርቲን ምስጢር የመጠበቅ ባሕል በትንሹም ቢሆን በመሸራረፍ ማወቅ የማይገባቸውን ሁሉ በመረጃ ልውውጥ ሳቢያ የሚሰሙ አባላት እየበዙ በመሄዳቸው የድርጅታቸውና የሠራዊታቸው የወደፊት ዕጣ ጎልቶ እያሳሰባቸው መጣ። በከተማም ሆነ በገጠር በተሳሳተ የትግል መስመር ሳቢያ ለሚጨፈጨፉት ሁሉ ተጠሪም መሆን ጀመሩ። በመሠረቱ ከኃይል ወደ ኃይል መዘዋወር ከድርጅታዊ ሥነሥርዓት ውጭ መሆኑን አጥብቀው ቢቃወሙም ድርጅቱ የአባላቱን ሥነሥርዓት አክባሪነትና ተገዥነት ለግል ተልዕኳቸውና ጥቅማቸው መጠቀሚያ አደረጉት እንጂ ድርጅቱን ለመጠበቅ እንዳልሆነ ታጋዮች ተገነዘቡ። ያበጠው ይፈንዳ፣ ሕመማችንን ለህኪም ካልገለጥን መድኃኒት አናገኝለትምና ሀኪምናና መድኃኒት ፍለጋ እንሂድ በማለት አምባገነናዊ ቁጥጥሩን በመጣስ ከኃይል ወደ ኃይል በመዘዋወር በድርጅቱና በሠራዊቱ ድክመት ላይ መወያየት ቀጠሉ። ከድርጅቱ የቅሬታ አቀራረብ ውጭ እየወጡ ሀሜትና አሉባልታ ሳይሆን በግልጽ እርስ በርስ አባላቱ በመወያየት መንቀሳቀስ ጀመረ። በድርጅቱ ፕሮግራም በመመርኮዝ በሚያካሂዷቸው

የፖለቲካ እቃምና ትንተናዎች ሁሉ አመራሩን ለጊዜውም ቢሆን ከሠራዊቱ ነጥለውት ነበር። በአሲምባ ተከማችቶ በነበረው የማዕከላዊ ኮሚቴ አባላትና በዘሩ ክሕሸን የበላይነት የሚመራው የአመራሩ ጠንካራ ደጋፊዎቻቸው ባንድነት ሆነው የጉባዔውን ጥሪ "ድርጅቱም ሆነ ሠራዊቱ በጦርነት ላይ ስለሆን ጉባዔ ለመጥራት ያለንበት ሁኔታ አያስችለንም" ብለው ለማንኮላሸት ጥረት አደረጉ። በዚህም ሳያቆሙ ቶሎ ብለው ከፓርቲው ደንብና ሕግ/ፖሊሲ ውጭ በማንአለብኝነት ሶስት የማዕከላዊ ኮሚቴ (ሶስቱ ጋንጎች ብየ የሰየምኳቸው እነ ሳሙኤል ዓለማየሁ፣ ዘሩ ክሕሸንና የተታለለው ፀጋየ ገ/መድሕን) ብቻ ያቀፈ የኢሕአፓ የማዕከላዊ ኮሚቴ ስብሰባ በታሕሣስ ወር 1970 ዓ. ም. ተካሄደ።

በመጀመሪያው የድርጅቱ የእርማት እንቅስቃሴ ለኢሕአሠ ክንፍ የእርማት ንቅናቄ ድጋፋቸውን ያልሰጡት በአሁኑ ጊዜ ነገሮች ሁሉ ግልጥልጥ ብሎ ተገለጸላቸው። ስለሆነም በአሁኑ ጊዜ የንቅናቄውን ዓላማ ለማክሸፍ በመሣሪያነት ሊጠቀሙባቸው አልቻሉም። የሰቦቻ/ለማ ጉርሙ በቂ ምሳሌ መሆኑ እና በዚህም አቃሙ ከነበረው የመሪነት ቦታ ተነስቶ ቀድሞ ምክትሉ የነበረውን የአየር ወለድ ታጋይ የመሪነት ቦታ ሰጥተው በመሾም የእሱን ሞራል ለመንካት የአየር ወለዱ ምክትል በማድረግ መደቡት። በአሁኑ የተጠቀሙባቸው በከተማ ጉዳት ያደረሱት "አንጃዎች" በሜዳም ጉዳት እያደረሱብን ነው በሚል ሰብከት ከከተማ ከጭፍጨፋ አምልጠው ወደ ቀዩ ሠራዊት የተደባለቁት እና የአየር ወልዶችን እንዲሁም መንጁሶችን ነበር። ክፍሉ ታደሰ "ኢሕአፓ ያራምድ በነበረው የገጠርም ሆነ የከተማ ትጥቅ ትግል ፖሊሲ ላይ አንዳችም ውይይት አልተደረገም። በ1969 ዓ. ም. በሚያዚያ ወር መጨረሻ የእርማት ንቅናቄው በተጀመረበት ወቅት የከተማው ትጥቅ ትግል መካሄድ ከጀመረ ዘጠኝ ወር አስቆጥሯል" ብሎ ሊያመካኝ ተፍጨረጨረ (ክፍሉ ታደሰ፣ 3፣ 290)። እንኳንስ የፓርቲውና የሠራዊቱ አባላት ቀርቶ እራሱ የሠራዊቱ አመራር እነደብተራው ድርጅቱ በከተማ ምን እንደሚያካሂድ የሚያውቀው አመራሩ በሚሰጣቸው ተባራሪ ወሬ እንጂ ሌላ አልነበረም። በኢርጋ ተሰማ ከሚመራው የኢሕአሠ ክንፍ የእርማት ንቅናቄ አባላት በስተቀር ሌላው የሠራዊቱ ታጋዮችም ሆኑ የአብዛኛው ሠራዊቱ አመራር ድርጅቱ በከተማ ስለ ሚያካሂደው ማወቅ የጀመረው ከ1969 ዓ. ም. አጋማሽ ጀምሮ ብብዛት ከከተማ እየገረፉ አሲምባ ከሚገቡት መረጃ ማግኘት ከጀመረ በኋላ ነበር እንጂ በከተማ ምን እንደሚካሄድ አያውቅም ነበር።

በ1970 መግቢያ የቀጠለው ከፍተኛው የኢሕአሠ የእርማት ንቅናቄ ጥያቄዎቹ ሁሉ ከሠርዊቱ ወጥቶ ወደ ከፍተኛው ወደ ግዙፉ ኃይል፣ ወደ መለኮታዊውና ሊወቀስ፣ ሊወገዝ፣ ሊተችና ሊከሰስ ወደ ማይችለው ልዩ ወደ ሆነው አካል፣ የማዕከላዊ ኮሚቴና የፓርቲው ቁንጮ ላይ አተኮሩ። ይህንም ነበር ከመጀመሪያውኑ ጀምረው በእነ ኢርጋ ተሰማ ይመራ የነበረው የኢሕአሠ ክንፍ የእርማት ንቅናቄ ግንባር ቀደም መሪዎች ያካሂዱ የነበረው ተቃውሞ። "በዚያን ጊዜ የነበረው ደረጃ ማለትም በመጀመሪያው የእነ እያሱ ዓለማየሁ የተመራው ንቅናቄ ወቅት የሠራዊቱ አመራር

scapegoat የተደረገበት ሁኔታ ነበረ። scapegoat መደረት ምንድን ነው? በምን ደረጃ ነው? እዚያ ሠራዊቱ ውስጥ ለነበረው ድክመት፣ ዝግጅት መጉደሉ ያ ሁሉ ሠራዊት ያ ሁሉ አባላት ከከተማ ፈልቀው በሚመጡበት ጊዜ፣ ብዙ ንቅናቄ አለማድረጉ፣ ብዙ ቦታ ያለመስፋቱ ይህ ሁሉ ሠራዊቱ አባላት ያመራር ጉድለት ነው ችሎታ ማነስ ነው ብለው በማቅረብ የሞከሩበት ሲነው። አሁንም የክፍሉ ታደሰን መጽሀፍ ያነበበ ያንን ጊዜ የነበሩትን የአመለካከት ዓይነቶች ያስቀምጣል። አንድ ዓይነት ካሊበር ያላቸው ሰዎች ናቸው አመራሩ ውስጥ የነበሩት። እነዚያው በመጀመሪያው የየእርማት ንቅናቄ ላይ የነበሩትን እንደገና በአዲስ መልክ ያንኑ ጥያቄአቸውን አቀረቡ። የእርማት ንቅናቄው ግቡን እንዳልመታ፣ ድርጅቱ በቂ ዝግጅት አለማድረገን በተመለከተ ጥያቄዎች ሲያቀርቡ በአሁኑ ጊዜ targeted ያደረጉት በቀጥታ የድርጅቱን ጠቅላይ አመራርና የማዕከላዊ ኮሚቴውን ሆነ። ሊደፈርና ሊኮነን የማይችለው፣ ከፍጥረት በላይና ልዩ መለኮታዊ አካል የሆነው የማዕከላዊ ኮሚቴውንና ፓርቲውን በመድፈራቸው እንደልዩ ጉዳይ ተቀጥሮ በተራ የደርግ ስታይል የማጋለጥ ዘዴ በመጠቀም አስረው ከዚያም ግድያ በመፈጸም የጥፋቱንና የችግሮቹን መንስዔ ሁሉ ለመደበቅ ሞከሩ (አብዲሳ አያና)። እውነተኛው የችግሮቹ ምንጭ ሁሉ በድርጅቱ የማዕከላዊ ኮሚቴ ጋር መሆኑን አበክረው ቀሰቀሱ። አሁንም የአብዲሳ አያና፣ "... ግን ጥያቄዎቹ አሁን ማንን ነው ታርጌት የሚያደርገው ቀድሞውንም taregeted መሆን የሚገባውን አካል የፓርቲውን ጠቅላይ አመራርና የማዕከላዊ ኮሚቴውን ነበረ target ማድረግ የነበረው። ይህም ስለሆነ it was taken at a different level. በእውነት ከሆነ ከዚህ በፊት እንደገለጽኩት ሠራዊቱ ውስጥ ብዙ መፈራረስ ብዙ አደጋ ሊያመጡ የሚችሉ ሁኔታዎች ታይተው ነበረ። ግን በዚያ ደረጃ ያልነበረ ማሰር፣ በዚያን ደረጃ ያልነበረ መግደል ለምንድን ነው በዚህ ደረጃ የፓርቲው አመራር በሚጠየቅበት ጊዜ የመጣውን ለማንም ግልጽ ሊሆን የሚችል ነገር ነው። ቀጥታ ጥያቄው ወደ ቤቱ ተመለሰ፣ ወደ እውነተኛው ቦታው በሚመለስበት ጊዜ እነዚህ ሰዎች ከዚህ በኋላ የሚመጣው ተጠያቂና የሚመጣው እንትትን እራሱን የሚያስጠይቀው የፓርቲውን አመራር ሆነ። እዚህስ ደረጃ ላይ እንዴት ደረሰ? ድርጅቱ እንዴት ሊወድቅ ቻለ? እንደዚያ ዓይነት ተወዳጅ ድርጅት፣ እንደዚያ ዓይነት መስዋዕት ያደረገ ድርጅት፣ እንደዚያ በሕዝብም ደግሞ ተቀባይነት ባጭር ጊዜ ውስጥ ያገኘ ድርጅት፣ እንደዚያ ሆይ ሆይ የተባለበት ድርጅት እንዴት ነው በድንገት ደግሞ እንደ በአሸዋ ላይ የተገነባ ሕንፃ ይመስል የፈራረሰው የሚለውን ጥያቄ የሚያስነሳ ጥያቄ ስለመጣ ነው። እና ሁላችንም እንደምናውቀው በጣም ለዚህ ድርጅት ታሪክም አሳፋሪ በሆነበት መንገድ በተራ የደርግ ስታይል መገላለጥ ስብሰባ ተደርጎ መገላለጥ ተደረገ። እገሌ በዚህ ጊዜ እንደዚህ አነጋግሮኛል እገሌ እኔን እንደዚህ ብሎኛል እገሌን ደግሞ እገሌን እንደዚህ ሲል ሰምቻለሁ በሚል ሰው እራሱን ሁሉ ተነስቶ ማጋለጥ ጀመረ። ለነገሩ ያው ጠቅላላ እንትት ምንድን ነው ምን አዲስ ነገር ተፈጠረ what happen ከርማት ንቅናቄው? ምን

ተገኘ? የእርማት ንቅናቄውም ግቡን አልመታም፣ የማዕከላዊ ኮሚቴውም በመሃከሉ ላይ እንትን ብሏል፣ ተመልሶ አገብድዷል ለቀድሞው አመራር የለወጠው ነገር የለም we need more የሚል ጥያቄ ነው ያለው እኔ what matters to be here የእኔ አስተያየት እኔ የማየው እንዴት ነው ጥያቄዎቹ ያለመመለሳቸውን ነው ይህ ሁሉ የሆነበት ምክኒያት በርግጥ የተወሰኑ የሡራዊቱ አመራር ድክመት ብቻ ያንን ድርጅት እንደእዚያ ላይ እዚያ አይነት ውድቀት ላይ እንዳላደረሱት የመንገንዘብ ሁኔታ አለ። the way I see it ያልተመለሱ ጥያቄዎች ነበሩ፣ ያልተመለሱትም ጥያቄዎች ደግሞ ይህ ድርጅት እንደዚህ ዓይነት ውድቀት ላይ የወደቀብትም ምክኒያት ከዚህ በላይ መኖር አለበት። ከሡራዊቱ ውስጥ ባሉት አመራር ድክመት በላይ የሆኑ ነገር መኖር እንደነበረበት ነው በሰዎቹ አጠያየቅ የተረዳነው። በዚያን ደረጃ ላይ የማዕከላዊ ኮሚቴውን መንካት፣ ኢሕአፓን መንካት፣ ስለኢሕአፓ መጥፎ ነገር መናገር ሰው ራሱ ከፈጠረው ድርጅትም አልፎ እንደ መለኮት ነገር ስለሚታይ ለሁሉ ጊዜ እሱን ይዞ ነው against እሱን ለመናገር የምትችለው ዓይነት ሁኔታ የነበረ፣ ከጸጥታም/ደህንነትም አንጻር ነው really ብዙ ኢሕአፓን ተሳደብክም ተብሎ ሊገደል የሚችልበት ሁኔታ ሊሞት የሚችልበት ሁኔት በተለይ በከተማ ውስጥ ታይቶ ስለነበረ ይህ ሁሉም እንደ አምልኮም ዓይነት ጭምር ነበር (አብዲሳ አያና)።

ድሮውንም መጠየቅ የነበረበት ቦታና መጠየቅ የነበረባቸው መሪዎች ማለትም ከማዕከላዊ ኮሚቴው ዘንድ ደረሰ። በእምባ ሰነይቲ ወረዳ በነበለት አካባቢ በተበተነው የብርሀነመስቀል ረዳን አመለካከት የሚቃኘውን ጽሁፍ በመተቸትና በማቃለል ለመሸንገል ገለጻ ለማድረግ ጌዲዮን፣ ታሪኩ ደብረጽዮን/አድማሱ እና አምዴ የተባሉት የጠቅላይ ፓርቲ ኮሚቴ አባላት ከቤዝ አምባ ወደ ኃይል አምስት መቶ በመሄድ የከተማው ትጥቅ ትግል ትክክልኛና አማራጭ የሌለው ዓይነተኛ የትግል ስልት መሆኑንና አግባብነት ያለው እንደሆነ አድርገው ትንተና በመስጠት የድርጅቱን አመራር ትክክለኛነት ለማሳመን ሙከራ እንዳደረጉ፣ በስብሰባው ላይ የተገኙት አብዛኛው አባላት ባለመደሰታቸው ቅሬታቸውን ለታሪኩ ደብረጽዮን/አድማሱ፣ አምዴና ለነጌዲዮን፣ በፌዝ ገለጹላቸው። በተለይ ግን ጓድ ከሰተ በገሀድ “ወይ ዘንድሮ! እኒህ ሰዎች መፈንቅለ መንግሥት ካጠናቀቁ በኋላ በአንበሳ አውቶቡስ አሳፍረው ወደ አራት ኪሎ ሊወስዱን ዕቅድ እንዳላቸው ነው ገለጻቸው ሁሉ የሚያስረዳን” ብሎ በገሀድ በመናገሩ በድርጅቱ ከፍተኛ አመራር ላይ ጥላቻን አትርፎበት እንደ ነበር ተወርቷል። እንደዚያ ተናግሮ ምንም ሳይደረግ ሊታለፍ እንደቻለ ምስጢሩን ባልደርስበትም ያብዛኛው አባላት አባባል ከዳዊት ስዩም ጋር በነበረው ግንኙነት በእነሱ እርዳታ እንደዳነና ከነጭራሹም የተወሰነበትን ቅጣት ሳይፈጽም ወደ ኃይል ኃላፊነቱ ሊመለስ መቻሉ ታውቃል። በሌላ በኩል ደግሞ ባብዛኛው ታጋይ ከሰተ ለነ ጌዲዮን፣ ታሪኩ ደብረጽዮን/አድማሱና አምዴ የሰጠው ምላሽ የአባላቱን ስሜት

በመኮርኮር ሆን ብሎ ተናግሮ የማናገር ስውር ተልዕኮውን ለመፈጸም ያደረገው እኩይ ተግባሩ እንደሆነ አድርገው የጠረጠሩም ብዙ ነበሩ።

የኢሕአሠ ክንፍ የእርማት ንቅናቄውን ዓላማ አቅጣጫ ለመቀየስና አስተሳሰብ ለመለወጥ ሲባል በዚያ ግር ግር ወቅት ሆን ተብሎ ሁለት ኃይሎች የደርግን የውቅሮ ጦር ሠፈር ለመውረር በድርጅቱ ግፊት ያለ በቂ ጥናትና ዝግጅት በዳዊት ስዩም፣ ኮሎኔል አበጄና ጽሕየ ሰለሞን አማካኝነት በሠራዊቱ አመራር ስም የወረራ ዕቅድ ወጣ። በወረራው ዕቅድና በጥናቱ ላይ ፈጣን ውይይት እንዲካሄድ የኃይሏ አባላት ባንድ ድምጽ በመጠየቃቸው ውይይት ተካሂዶ ጉዞ እንደተጀመረ "ባልተጠና ጦርነትና ፍጹም ኮማንዲዝም በተጠናወተው አመራር ሥር ተዋግተን ድጋሜ ያላስፈላጊ መስዋዕትነት ልንከፍል አይገባንም፣ በዚህ ዓይነት የጭፍን ጦርነት ዕቅድ ድርጅቱና ሠራዊቱ ሊተካቸው የማይችለውን ጓዶች ወሎ ላይ አጥቷል" ብለው ሲያወግዙ አብዛኛው ደግሞ "የተባለው ጦርነት የሚካሄደውን የኢሕአሠ ክንፍ የእርማት ንቅናቄን አቅጣጫ ለማጨናገፍ ሆን ተብሎ የታቀደ ነው" በማለት ከኃይል አመራር አባላት ጋር መወዛገብ ተያይዘው እንደነበር ይታወቃል። በሌላ በኩል ደግሞ ከላይ አካባቢ እንደተጠቀመው የዚህ ወረራና የውጊያ ዕቅድ ቀድሞ ለደርግ የደረሰው መሆኑ እየታወቀና አመራሩም ይህንን እያወቀ በዕቅዱ መሠረት ውጊያ እንዲካሄድ ተደርጎ ምትክ የማይገኝላቸው ጓዶች ሲያልቁ ምስጢሩን የሚያውቁት ታማኞች ለሌሎቹ ጓዶቻቸው ደብቀው ብቻቸውን በሠላም ከጦርነቱ ሾልከው እንደወጡ በሰፊው ተወርቷል። በመቀጠልም ሌላ ጊዜ ሌሎች ጦርነቶችን በማቀድ እንደገና የኢሕአሠ ክንፍ የእርማት ንቅናቄውን አቅጣጫ በማስለወጥ ለማክሸፍ ከፍተኛ ርብርቦሽ አደረጉ። በአዲግራትና በብዘት መካከል ምትላት ላይ የሚገኘውን ማይክሮ ዌቭ በሚጠብቁት የደርግ ሠራዊት ላይ ወረራ ለማድረግ ዕቅድ በማውጣት ሶስት ኃይሎች ተመደበው በሌሊት ተጉዘው በቦታው ከደረሱ በኋላ ያለምንም የውጊያ ትዕዛዝ ለብዙ ሰዓት በመቀየታቸው የባሰ ጥርጣሬ ውስጥ በመግባት ጦርነቱ በከንቱ በመክሸፉ ወደ ኋላ በማፈግፈግ ሠራዊቱ እያተረመረመ ከጠላት ወረዳ በጥድፊያ ወጣ። ወዲያውኑም እንደውቅሮው የወረራው ዕቅድ ባዶ ፊያስኮና የኢሕአሠ ክንፍ የእርማት ንቅናቄውን አቅጣጫ ለማስቀየስና የአባላቱን አስተሳሰብ ለመለወጥ ሆን ተብሎ የታቀደ የአመራሩ ተንኮል ነው ተብሎ በንቅናቄው አባላት ተጋለጠ። በሠራዊቱ ውስጥ መሠረታዊ የድርጅቱ ጥያቄ መነሳቱ ያሳሰበው የድርጅቱ አመራር "አንጃ" ተፈጥሯል ብሎ ቅስቀሳ በማካሄድ አባላቱን ለመወንጀል ብሎም ለመግደል ተሯሯጡ። የንቅናቄው አካሄድ ያሳሰበው የድርጅቱ አመራር የሠራዊቱን ክንፍ የእርማት የንቅናቄ ግንባር ቀደም ታጋዮች ለማፈን ዝግጅቱን አጧጧፈ፣ በአሲምባ ውጥረት ነገሰ። የአሲምባ ሰማዕታት ጀግኖች ከመረሸናቸው አንድ ወር በፊት ገደማ ጀምሮ መርሻ ዮሴፍ፣ ዳዊት ስዩም፣ ጌዲዮን፣ ታሪኩ ደብረጽዮን/አድማሱ ብ/አምዴ፣ ጌታቸው በጋሻው፣ ፀሐየ ሰለሞን፣ ዘሩ ክሕሸን፣ "እንጀኞች" የሆኑትን ሁሉ እንደሚመቱ በየስብሰባው ቅስቀሳ ማካሄዳቸውና

መናገራቸውን በቀድሞ ታጋዮች ተነግሯል። ይህን አስመልክቶ ተስፋየ/ቼንቶ ያለውን አስማማው ኃይሉ እንዲህ ሲል ጠቅሶታል፣ "እኔ በብዘት አካባቢ ከተመደብኩበት የብዙሐን ድርጅትና ሚሊሽያ ኮሚቴ አንዱ ነበርኩ። በሠራዊቱ ውስጥ በማደግ ላይ ስለአለው የ"አንጃ" ጸረ ድርጅት ተግባር አስመልክቶ እነአምባየ ገለጻ ሰጡን። አያይዘውም "አንጃዎቹ" ድርጅቱን ለማፍረስ በንቅናቄ ላይ እንዳሉና ጉዳዩም አሳሳቢ እንደሆነ ተንትነው አፍራሾቹን በማያዳግም ሁኔታ እንደሚመቱ ነገሩን (አስማማው ኃይሉ፣ 190)።

13.2.7. የያሬድ ከበደ ሚዜ በእንግዳ/ተሾመ አሥራት የተመራችው ኃይል ጠንካራና ብቃት የነበራቸውን የድርጅቱንና የሠራዊቱን ጠባቂዎች ለመግደል የደርግ ስታይል ድርጅታዊ ሥራ አጠናቃ ከጎንደር ገስግሳ አሲምባ ደረሰች

በባዕዳን ኃይላት ተተብትቦ የተመሠረተውና በድብቅ ተፈጥሮ በድብቅ በቀላሉ ተደብድቦ ሕይወቱን ያጣው ሠራዊታችን በሕይወት ዘመኑ ጠቅላይ ሠፈሩ አሲምባ በነበረበት ዘመን የኃይል ለውውጥ ያካሄድ ነበር። ሆኖም የኃይል ልውውጥ ይደረግ የነበረው አብዛኛውን ጊዜ ከትግራይ (ከጠቅላይ ሠፈሩና ካካባቢው) ወደ ጎንደር እንጂ ከጎንደር ወደ ትግራይ ሆኖም አያውቅ። ጎንደር የነበረው የሠራዊታችን አካል ችግር ሲደርስበት ወይንም ለውጊያ ተጨማሪ እርዳታ ሲያስፈልገው የሆነ ኃይል ያለበለዚያ ጋንታ ከዋና ጦር ሠፈሩ ከትግራይ ይላክለትና የተላከው ኃይል ወይንም ጋንታ ግዳጁን እንዳጠናቀቀ ወደ ጠቅላይ ሠፈሩ ትግራይ ይመለሳል። በ"አብዮታዊው ታጋይ" እንግዳ/ተሾመ አሥራት (88) የተመራችው ልዩ ኃይል ግን መነሻዋ ከትግራይ ሳይሆን በተገላቢጦሽ ከጎንደር ተነስታ ጉዞዋን ወደ ሠራዊቱ ጠቅላይ ሠፈር ወደ ትግራይ ሆነ። ይህ የተገላቢጦሽ ንቅናቄ በወቅቱ ኃይሏ ትግራይ ደርሳ ከለዓሳ መግባቷን የተመለከተ ሁሉ ግራ ተጋባ። ብዙም ተወያዩበት፣ በሹክሹክታም አያሌ ሆኖም ክፋት የሌለው የይሆናል መላ ምቶች ተሰጣጡበት። ክፍሉ ታደሰና ኩባንያው የፈጸሙትን አሰቃቂና ዘግናኝ ተግባር ሊደብቁት ቢፍጭረጨሩም፣ ዕውነት አትሞትምና በቦታው ከመጀመሪያው እስከ ፍጻሜው ድረስ በጽናት ቀይቶ በአመራሩ የብተናና የከፋፍለህ ግዛ ኪነት ምክኒያት ከትግሉ እየተዘናጉ እንደተበተኑት እሱም ተወናብዶ ወደ ደርግ እንዲገባ ያስገደዱት የቀድሞ የኃይል መሪ የነበረው ሰቦቻ/ለማ ጉርሙ ስለ ጎንደሬዋ ልዩ ኃይል አመጣጥና በሠራዊቱ የነበረውን መንፈስ እንዲህ ሲል ያብራራዋል፣ "… እና በዚህ ሁኔታ ላይ እያለን በመጋቢት ወር መጀመሪያው ሳምንት 1970 ዓ. ም. ገዶማ አንዲት ኃይል ከጎንደር ያለምንም ምክኒያት ወደ ትግራይ ትላካለች። ኃይል እንዋዋሳለን። በተለያዩ ጊዜያት ትግራይ ያለው ኢሕአሠ ጎንደር ሂዶ ኦፐሬሽን አካሂዶ ይመለሳል። የጎንደር ሠራዊት ኃይሎችን ለማጠናከር ወይንም ችግር ላይ ሆኖ ተጨማሪ ኃይል በእርዳታ መልክ ይላክለታል። እነ እራሴ እብናትና አርባያ በተመታበት ጊዜ አንድ ኃይል ይዤ እብናት ሄጄ ከኦፐሬሽኑ ፍጻሜ በኋላ ተመልሻለሁ። ያ ኦፐሬሽኑ ካለቀ በኋላ ወደ መደበኛ የሥራ

ቦታችን ነው የተመለስነው። ተልዒችን ኦፐሬሽን ለማድረግ ወይንም እርዳታ ለመስጠት ብቻ ነው። ከትግራይ ወደ ጎንደር ብቻ ነበር ኃይል የሚሄደው። እና በዚህኛው ሁኔታ ላይ ግን አንዲት ኃይል በእንግዳ/ተሾመ አሥራት መሪነት ከጎንደር ወደ ትግራይ መጣች። ለምንም፣ ምንም ሊያስመጣ የሚችል ምክኒያት በሌለበት ሁነታ። የሠራዊታችን ሥራ ከደርግ ሠራዊት ጋር መዋጋት ነው። ገበሬውን ማደራጀት ነው፣ ማንቃት ነው፣ ማንቃት ማደራጀት ሁሉንም እንዳመችነቱ እየተመላለሱ እየተዋጉ መስራት። ይህ ሥራ በሌለበት ጊዜ ኃይል አንቀሳቅሶ ወደ ሌላ ክልል ረጅም ጉዞ አንቀሳቅሶ ለማምጣት ትንሽ እራሱ የኃይሉም መምጣት ሊያስደነግጠንና በቅንነት ያልተፈጸመ አመጣጥ መሆኑ ወዲያውኑ አውቀናል። ጉዳዩ ግን ይህ ይሆናል ብለን በፍጹም አልገመትንም። ያሰብነው ይችኛዋ ኃይል እዚህ ቀርታ የሠራዊቱን ፓርቲ ኮሚቴ፣ ጠቅላይ ፓርቲ ኮሚቴና ጠቅላይ አመራር ኮሚቴ የማይፈልጋቸውን፣ ቅሬታ ያላቸውን፣ ጥርጣሬ ያላቸውን የተወሰኑ ሰዎች ቀይርው ወደ ጎንደር ልከው ሠላም ለማግኘት ፈልገው ሊሆን ይችላል የሚል ነበር። ከዚህ የከፋ ነገር ይኖራል ብለን በፍጹም ባልገመትነብት ሁኔታ ያች ኃይል ከለአሳ በሚባል አዲ ኢሮብ ውስጥ አረፈችና የተሰጣትን የማጋለጥ ግዳጇን ለማከናወን በጉጉት ትጠባበቅ ጀመር (ሰቦቓ/ለማ ግርሙ)።

13.3. ኢሕአሠ'ን ለማስደምሰስና የሠራዊቱን ክንፍ የእርማት ንቅናቄ ግንባር ቀደም አባሎች ለመጨፍጨፍ ቅድመ ዝግጅቱ ከለአሳ ላይ በተካሄደው አሳፋሪና አሳዛኝ የማጋለጥ ሴሚናር አማካኝነት ተከናወነ

ሠራዊቱ ለሕዝብና ለሀገር እንዲበቃ የሚታገሉትንና ለብዙ ጊዜ ተቃርጦ የኖረውን የጉባዔ ጥሪ ያስተጋቡትን፣ በዚህም ትግላቸው በብዙሀኑ ተቀባይነት በይበልጥም የኃላ ኃላ ገደማ በሠራዊቱ ዕውቅናና ተደማጭነት ያተረፉትን እውነተኛ ልጆች በሀሰትና በውሸት ወንጀለው ለማስገደል ከጎንደር ተጉዛ ትግራይ የገባችው "ታማኟ" ኃይል ከለአሳ ከሚገኘው በአቶ አባይ ምስግና ገበላ አጥር ግቢ ገብታ እረፍት ወሰደች። እረፍቷን እንዳጠናቀቀችም ሳይውል ሳያድር በአሲምባ የሚገኙ አምስቱም ኃይሎች አንድ ባንድ ተንቀሳቅሰው ጎንደሬዋ ኃይል ወደ አረፈችበት አቶ አባይ ምስግና ገበላ አጥር ግቢ እውነት ሴሚናር መስሏቸው እየተከታተሉ ሲገቡ በተገላቢጦሽ ተቀባይና አስተናጋጅ የሆነችው ይህችው መጤዋ የሩቅ ሀገሯ ኃይል ሆነች። ስለሺ ቱጂ ሆነ ሌሎቹ የሚጋ አሳታሚዎችና የወያኔ ተለጣፊዎች ሁሉ እንደሚሉት አሳፋሪውን የማጋለጥ ሴሚናር የመራውና ያስተባበረው ደብተራው/ፀጋየ ገ/መድህንን አድርገው ጠቀሰዋል። ይህ ሌላ ሳይሆን ከፍጹም ጥላቻ የመነጨ እንደሆነና ሽንጡን ገትሮ ወያኔንና ሻዕቢያን በውስጥ አርበኝነት ሲተባበር የቀየውን ዳዊት ስዩምን ላለማጋለጥ በመፈለጋቸው እንደሆነ አድርጌ ነው የማምንበት። ደብተራው ላይ እንኳንስ ፀረ-ኢትዮጵያ የሆኑት ወያኔና ሻዕቢያ ቀርቶ እኛ አብዛኛዎቻችን በተለይ እኔ እራሴ የእሱ ሰለባ በመሆኔ በእሱ ላይ ቅሬታ እንዳለኝ ግልጽ ነው። ሆኖም እኛ እንደ ወያኔና ሻዕቢያ ሳንሆን ሀቅንና ድርጊትን

በአጋባቡና በወቅ በማስፈር ልንኮንነው ይገባናል እንጂ በጥላቻ ተመርኩዘን ታሪክን በማዛባት ባልፈጸመው ተግባር ልንወነጅለው አይገባንም። በዚያ አሳፋሪና አሳዛኝ የደርግ ስታይል የማጋለጥ ሴሚናር ላይ በክብር ተገኝተው ሴሚናሩን የከፈቱትና ያስተባበሩት በጥር ወር 1970 ዓ. ም. በዘሩ ክሕሸንና ሳሙኤል ዓለማየሁ መልካም ፈቃድ የማዕከላዊ ኮሚቴ አባልነት ሹመት ብቻ ሳይሆን የፖሊት ቢሮ ተለዋጭ አባልም ተደርጎ የተሾመው የዘሩ ክሕሸን የቅርብ ታማኝ ሎሌና ዘመድ ዳዊት ስዩም ሲሆን ከእሱ ጋር ሆነው ሴሚናሩን በማስተባበር የረዱት በክፍሉ ታደሰ ጌዲዮን፣ ብ/አምዴ እና ታሪኩ ደብረጽዮን/አድማሱ ተብለው የሚታወቁት "ታጋዮች" ናቸው። የዘሩ ክሕሸን ታማኝና ዘመድ የሆነው አዲሱ የፖሊት ቢሮ ተለዋጭ አባል ዳዊት ስዩም ስብሰባውን ሲከፍት ያደረገው የመክፈቻ ንግግር ሰሚናር መሆኑ ቀርቶ እንዲህ ብሎ ነበር የከፈተው፣ "አንጃዎች" በከተማው መዋቅር ስላደረሱት ጉዳት በመተንተን በሠራዊቱም ውስጥ ሰርገው በመግባት እየተፈታተኑት በመሆኑ ዳግመኛ በማይነሱበት መልክ መምታት ይኖርብናል ብሎ ቤቱን አስደነገጠው። ከዚያም በመቀጠል በመካከለኛ እርከን ላይ የነበሩት ታማኝ ባለሚሎች እንደነ ጌዲዮን፣ አምዴና ታሪኩ ደብረጽዮን/አድማሱ የመሳሰሉት "አንጃዎቹ"፣ ከደርግ ጋር በመላላክ፣ በአመራር አባላት ላይ የስም ማጥፋት ዘመቻ በማከናወንና ድርጅቱን ለመበታተን የተለያዩ ሴራዎችን በመሸረብ ሠራዊቱንና ድርጅቱን እየጎዱት እንደሆነ ገልጸው በይፋ የማጋለጥ ዘመቻው ተከፈተ።

አጠቃላይ ሁኔታውን ሰቦቻ/ለማ ጉርሙ እንደሚከተለው ያስታውሰዋል፣ "የጎንደሯ ኃይል ባረፈችበት ግቢ ውስጥ ሌላ ኃይል በአጋሜ አውራጃ፣ በክልዕተ ዓውላሎ፣ በተምቤንና በአድዋ ውስጥ የሚንቀሳቀሱ አምስት ኃይሎች በሙሉ ተራ በተራ እየመጡ ያች ኃይል ባለችበት ገብተው ተስተናገዱ። ያች ኃይል አንድ ኃይል ታስገባለች፣ ያንድ ኃይል አመራር ይቀራል፣ ጠቅላይ አመራር ኮሚቴ ኃይሏ እንደመጣች የአዲ ኢሮብ ቤቶች ትላልቅ ናቸው የከለአሳ ቤቶች ደግሞ በዚህ በከተማ ስሜት መኖሪያ አይመስሉም አዳራሽ ናቸው የሚመስሉት። እዚያ ውስጥ አንድ ኃይል ያስገባሉ፣ ያች ኃይልና እዚያው የገባችዋ ኃይል ውስጥ በድርጅታዊ ሥራ የሚያጋልጡ ሰዎች በቅድሚያ ተዘጋጅተው ተመድበዋል። በሠራዊቱ ውስጥ "አንጃ" ለመፍጠር የሚሞክሩ፣ ከድርጅቱ የቅሬታ አቀራረብ ውጭ እየወጡ አሉባልታ በሠራዊቱ ውስጥ የሚነዙ አፍራሾች ተንቀሳቅሰዋልና በዚህ ጉዳይ ላይ ነው እንድንወያይ የምንፈልገው ብሎ ስብሰባውን የመራው ዳዊት ስዩም ስብሰባውን ከፈተ። የሚፈልጋቸውን ሰዎችን እንዲያጋልጡ በቀድሚያ የተዘጋጁት ልጆች አዎን ጓድ እገሌ እንደዚህ ብሎ አውርቶኛል በሚሉና በጣም እጅግ በሚያሳፍርና ከወጣንበት፣ ከታገልንበት፣ ከደማንበት አኳያ ጓድ እከሌ እንዲህ ብሎ አውርቶኛል የሚል ተቃውሞ በስብሰባ ደረጃ ከጎንደር ድረስ ተመጥቶበት ይህን ሊሰሩ የሚችሉ ሰዎች ታስቦበት፣ ጊዜም ተሰጥቶ ትግሉም ጊዜና ዕረፍት ሰጥቶ ይህን ነገር ሊያሳስባቸው አመራሩን ምን እንደቻለ በጣም ይቸግረኛል። መቸገር አይደለም

ያነጋግራል፣ የንግግሩ መጨረሻ አላውቅም ግን ያነጋግራል። ቢያንስ በእንደዚህ ዓይነት ሁኔታ ላልነበሩ ሰው በጣም ያሳዝናል በጣም ዝቅ ያልኩ እስኪመስለኝ ድረስ ደረጃየ በጣም የቀነሰ እስኪመስለኝ ድረስ ለራሴ እሰጥ የነበረውን ለሕዝብ መሞት ታላቅ ነው የሚለውን የታላቅነት ስሜቴን እስክጠራጠረው ድረስ ውስጤን ጎዳኝ። እራሱ አቀራረቡና እከሌ እንደዚህ እንደዚህ እያለ ያስወራ ነበረ፣ በል እገሌ ውጣ ጠመንጃ አውርድ፣ እንደዚያ እየተባለ በጣም በኢሕአፓ ትግል ውስጥ ይህም ነበር እንደ ብየ እንዳፍር ሁሉ የሚያስጨንቀኝ አይነት ነገር ነበር የሚያደርጉት ነገር። ተራ ፖሊስ የሚሰራው አይመስለኝም። እንደዚህ አይነቱን ነገር ወይንም በሕብረተሰቡ ዘንድ ትንሽ ግምት የሚሰጣቸው የሕብረተሰቡ ክፍሎችም እንኳን እንደዚህ ዓይነት የመውረድ የቁልቁለት መንገድ ቶሎ ቶሎ የሚሄዱ አይመስለኝም። በእንደዚህ አይነት ሁኔት የተወሰኑ ሰዎች ተጋለጡ። እነ ኢርጋ ተሰማ/መዝሙር እነ ታሪኩ ተጋለጡ። ተጋለጡ ማለት ይሻላል እንግዲህ ጊዜው ካስተማረን ቋንቋ አኳያ። በጣም አስደንጋጭ ነበር በዕውነት አንድ ሀኪም ቤት ሂጄ አንድ የካንሰር በሽስታ እንዳለብኝ የማልድንበትና የሚገድለኝን ነገር የሰማሁ ነበር የመሰለኝ። ከዚያ በፊት የነበረውን የመሞት ሁሉ ለትግል መሞት ህይወት ነው እያልን እየዘመርን ስለነበረ አሁን እውነተኛውን ሞት ሳይሆን እርካሹን ሞት እየሞትኩ መሆኔን ሰውነቴ ባዶ መሆኔን ተሰማኝ። እኔ አልተጋለጥኩም፣ ያንን ወሬ ግን እኔም አውርቻለሁ። ይህንን ነገር ለድል ያበቃል ብየ ነው ያወራሁት እንጅ በእውነት ድርጅቱን ለማፍረስ ይጎዳል ብየ አይደለም። ባወራ ከድርጅቱ የቅሬታ አቀራረብ ሥነሥርአት ውጭ ወጥቶም እንኳን ቢሆን ግን መነሻየ ገንቢ ነው፣ ለድል ነው፣ ለሞት ነው፣ ልሙት ነው፣ እና ብዙ ነው ያውራሁት በዚህ ጉዳይ ላይ ግን አልተጋለጥኩም" (ሰቦቃ/ለማ ግርሙ)።

ሰቦቃ/ለማ ጉርሙ እራሱንና ተመክሮውን ሲያስተዋውቀን እንዲህ ይላል፣ "እኔ ወደ ፓርቲው የገባሁት በታሕሳስ ወር 1968 ሲሆን እስከ መጋቢት ወር 1970 ዓ. ም. ድረስ በኃይል መሪነት ቀይቼ ከከለንሳው ሴሚናር ማግሥት ጀምሮ በድርጅቱ በመጠርጠሬ ከነበረኝ ደረጃ ዝቅ ብየ እዚያው አሲምባ እስከ ጦርነቱ ፍጻሜ ድረስ ምክትል የኃይል መሪ ሆኘ ቀይቼ በውርደት ማፈግፈግ ኤርትራ ገባሁ። ከዚያም በጌምድር ላይ ከአብዲሳ አያና በኋላ የሠራዊቱ ኮማንደር የሆነው ጓድ አበጄ፣ ፀጋየ ገ/መድሕን/ደብተራው ያልተወኝና እየተከታተለኝ መሆኑን በመምከር ጥንቃቄ እንዳደርግ በምስጢር ከነገረኝ በኋላ የሰጠኝን ምክር በልቦናየ በማሳደር ከሠራዊቱ ጠፍቼ እጄን ለደርግ እስከሰጠሁበት ድረስ በበጌምድር በሕዝብ ክፍል የወታደራዊ ኋላፊ ሆኜ ተመድቤ ስታገል ቀይቻለሁ። አዲስ አበባ ፓርቲው በማዕከል አድርጎ በሚቀመጥበት ውስጥ ያለው ወደእኛ የሚመጣው ይህ የመረጃ ፍርሰት የተገደበ ስለነበረ በከተማ ውስጥ የሚሆን ነገር የምንሰማው ተበጣጥሶ ድርጅታዊ ባልሆነ መልኩ ወደ ድርጅቱ ከሚመጡ ጓዶች ነው። ያንን ነው ስለከተማው ውስጥ የሚደረገውን ነገር የምናውቀው እንጂ የፓርቲ አባላት ሆነን ፓርቲው በከተማ ውስጥ ምን እየሰራ እንደሆነና ትጥቅ ትግል እያደረገ

እንደሆነ እናውቅም። የምናውቀው ኢንፎርማል በሆነ መልኩ ጓዶች ሲመጡ እየነገሩን ነው። ወደ 70ዎቹ መጀመሪያ አክባቢ በከተማ ያለው መስዋዕትነት እየበዛ መሄዱ የጭፍጨፋውን ሥርዓትና የጓዶቹን እልቂት ሲነግሩን እያንዳንዳችን በጣም እንጨነቅ ነበር። አይደለም መጨነቅ ያንን እንደሰማን አንድ ነገር በሰማቸው ማድረግ እንፈልግ እንደ ነበረ የብዞዎቻችን ፍላጎት ነው። ከሠራዊቱ ጠቅላይ አመራር ኮሚቴ ውስጥ ካሉት ሰዎች ከነመዝሙር/ይርጋ ተሰማ ጭምር ነው ነገሩ ያለው። በምናደርጋቸው ኦፕሬሽንስ ብቃት ነበረን፣ ከትግሉ ግለትና ከትግሉ ፍጥነት አኳያ በጣም እየፈጠነ አይደለም በዚያ በጣም ቅስም በሚሰብር ቅሬታ ነበረ ይህ ውስጣችን ይሰማናል፣ ይህን ውስጣችን የሚሰማውን ነገር አንዳንድ ጓዶች ሁኔታው ፈንቅሏቸው መነጋገር ጀመሩ። ግን የችግሩ የእልቂቱ ብዛት እኛ ያልተሳተፍንበት እልቂት ሆነ። እኛ በበቂ ካለው የጠላት ስፈር ካለው የጓዶች እልቂት አኳያ የእኛ ድርሻ ከተሰጠን ድርሻ እንደሠራዊትነታችን እኛ ጋር ያለው ድርሻ ለመቶ ሜትር አንድ ሳንቲ ሜትር የማያስቀጥር እርምጃ አይነት ነው የምንሄደው እያልን ለትግሉ የምናደርገው ድርሻ አንሶብናል እያልን እርስ በርስ መነጋገር መጮህ እንዲሆንልን መወያየት ተጀመረ በሠራዊቱ ውስጥ። እና ይሄ ሁኔታ ሰባ ውስጥ ነው የመጣው ምክኒያቱም አብዛኛው መምጣትና እልቂት የነበረው በ69 መጨረሻ ነው” አሁንም ሰቦቃ በማያያዝ፣

“በተደራጀና ሲስተማቲክ በሆነ በድርጅት በሚመራ ንቅናቄ በእኛ ደም፣ በእኛ መስዋዕትነት ሕዝቡ ሥልጣን ሊይዝ እንደሚችል እና አራት ኪሎ እንደሚገባ የነበረን ስሜት። ይህን ኋላፊነት የወሰደው የድርጅቱ አመራር ይህንን እያስደረገን አይደለም። አሁንም ቢሆን ይታየኛል በወቅቱ የነበረው እኔም ውስጥ የነበረው ነገር ማናችንም ብንሆን አራት ኪሎ ለመግባት ያሰብን ያለምን አይመስክለኝም። እንዴ ዝም ብለን ነው ወይ በጓዶች ደም የተገኘውን ገንዘብ የምንበላው። ይህ ለብዙ የሠራዊቱ አባላት ቅሬታው አሳማኝ ቅሬታ እና ለመነጋገር ያላስቸገረ አመራሩ ምን ይለኛል ከዲስፕሊን ውጭ ወጥቻለሁ ወይ ብሎ ለማሰብ ያላስቸገረና ግልጽ የሆነ ለመስዋዕትነት የቀረበ፣ እንሰዋና ትግሉ ይቀጥል የሚል ስለነበረ ሹክሹክታም ዓይነት ነገር፣ ሀሜታም ዓይነት ነገር አልነበረም። አመራሩ እየመሩን አይደለም፣ እያዋጉን አይደለም ቁጭ ብለናል። ባውቶቡስ ከአዲግራት አራት ኪሎ ቤተመንግሥት ሊወስዱን ነው ወይ የፈለጉት ሰዎቹ። የዚህ የዚህስ የአውቶስስ ዋጋ ለምን ያወጣሉ። ለምንስ መጣን እዚያው ሆነን ወደ አራት ኪሎ አንገባም ነበር ወይ የሚሉት አይነት ነገር እያየለ መጣ። እኔም ቀስ በቀስ ከ1970 መግቢያ ጀምሮ የዚህ ሃሳብ ሙሉ በሙሉ ደጋፊ ነበርኩኝ። በቃ ማለት ልንለው የሚገባው ነገር ነው። ይህንን ነገር በሠራዊቱ ውስጥ በስፋት እያወያየ መጣ። በዚህን ጊዜ ነው ቢያንስ ቢያንስ እኛ ጋር ያለውን አመራር እያካሄደ ያለው ያኛውን እኮ ትልቁን ፓርቲ ፈርተን ነው የረጅም ጊዜ ተጽዕኖ ከውስጣችን መውጣት አቅቶት ቢያንስ ይህ አጠገባችን ያለውን አመራር ለምን አንወቅስም ብለን ይህንኑ የትጥቅ ትግል ገጠሩ ውስጥ መጋል

አለበት፣ ጓዶች አለቁ እና የፓርቲውም ፕሮግራም ይህንን ነው የሚለው ግን እዚህ ያሉት የሚያታግሉት የሚመሩን ከተማ የሚደረገውን ትግል ከማድመጥ ውጭ እዚህ እየታገሉ እያታገሉ አይደለም ይሚለውን ነገር አወራን። እኔ አውርቻለሁ ከደረጃ ዝቅ ብየ በመመደብ ተቀጥቸበታለሁ፣ ሞት አይደለም እንጅ። እንደዚያ ማውራቱ በድርጅቱ የቅሬታ አቀራረብ የሥነሥርዓት አቀራረብ መሰረት ለማቅረብ ባቀርብ ኖሮ ጥሩ ነበር መልሱን ግን እናውቀዋለን መፈረጅ ነው። አንተ የከሌን መስመር ነው የያዝከው፣ ልክ እንደሰዒድና አቡበከር እንደተፈረጁት ማለት ነው። እነ ጉርሙ በኢኮፓ እንደታሰሩት ማለት ነው። እርስ በርስ ግን ትክክለኛው የመስመር ጎዳና ምን ሊሆን እንደሚገባው እናወራለን። ... በእኔ ላይ በግሌ በስብሰባው አካባቢ ምንም የተባልኩት የለም፣ ግን በማግሥቱ ጧት አንድ ታጋይ ወደ እኔ ይላክና በዚያን ጊዜ ኃይል አመራር ላይ ስለነበርኩ ፀጋየ ገ/መድሕንና አበጀ ይፈልጉሃል አሁን ና ተባልኩኝ። ፀጋየ ገ/መድሕን ማለት የሠራዊቱ ኮሚሳር ነው። አበጀ ደግሞ የሠራዊቱ ኮማንደር ያንየ ከሮባ በኋላ ከአብዲሳ አያና በኋላ የተሾመው ማለት ነው ይጠሩሃል ተብየ ሄድኩኝ። ስሄድ ግን ፍርሃት ነበረኝ። ለምን የተነሱትን ነገሮች በሙሉ እኔም የምላቸው ነገሮች ስለሆኑ ለምንስ በሴሚናሩ በማጋለጡ ላይ ስሜ እንዳልተጠራ ሁሉ እንደው በዕድል የተረፍኩ ዓይነት አድርጌ ነበር። ግን ዞሮ አልቀረም ተጠራሁ። ተጠርቼ ስሄድ ፀጋየ ገ/መድሕን ሰቦቓ ፓርቲው ስለተጠራጠረህ ጥርጣሬውን እስኪያረጋግጥ ድረስ ከሥልጣን ወርደህ ትጥቅ ትፈታለህ ተባልኩኝ። መልስም አልሰጠሁ እና እነሱም መልስ እንድሰጥ አልጋበዙኝም። እዚያው ትጥቄን ፈታሁ። ያው ተመልሼ ወደ ነበርኩበት ኃይል ሄድኩኝ። ከዚያም በኋላ ተቅሊጥ ነው የሚባለው በእኛ ቋንቋ ሪሽፍሊንግ የሚሉት ዓይነት ነገር ነው እንደ አዲስ ኃይሎች ተዋቀሩ፣ ባጋጣሚ እኔ የተመደብኩት ኃይል መሪ ሆኖ የተሾመው ጓድ ከእኔው ጋራ ምክትሌ የነበረ መሰሉ የሚባል ከአየር ወለድ የመጣ ሰው ነው" (ሰቦቓ/ለማ ግርሙ)።

በድርግና ሻዕቢያ ስልትና ዘዴ ድርጅታዊ ሥራ በቅድሚያ በማከናወን የማጋለጥ ስብሰባ በማካሄድ ለንቅናቄው ዓላማ ተነሳስተው ሠራዊቱንና ባጠቃላይም ድርጅቱን ከማስደምሰስና ከውድቀት አደጋ ለማዳን በግንባር ቀደምትነት የታገሉትን ሀቀኛና ጠንካራ ታጋዮችን ከጥቂት ሰላዮቻቸውና ተወካዮቻቸው ጋር በማቀላቀል እሥር ቤት አጎሯቸው። ስለአሳዛኙ የማጋለጥና ለኢሐአሠ ፈጣን ውድቀት ምክኒያት ስለሆነው አሳፋሪና አሳዛኝ ስብሰባ ክፍሉ ታደሰ በሚከተለው መንገድ በማብራራት የፓርቲውን አመራር እምብርት ወንጀል ለመሸፋፈን ቅን በሆነ ግለሰብ ላይ ኃጢአት ሲዘፈዝፍበት እንመልከት: "... የካቲት 1970 ዓ. ም. ከየአካባቢው የተውጣጡ ተራ አባላትንና ከኃይሎች የመጡ የኃይል አመራር አባላትን የሚያካትት ሴሚናር ተደረገ። ... ስለ አንጃዎች ንቅናቄና በከተማው የኢሕአፓ መዋቅር ላይ ስላደረሱት ጉዳት ከተገለጸ በኋላ ... እንድ የኢሐአሠ አባል የ"አንጃ" አባል እንደነበረና በአንዳንድ የ"አንጃ" ተግባሮች ተሳትፎ ማድረጉን ተናግሮ ሳያበቃ፣ ባለማወቅ ይህን

በመስሉ ውይይቶች ተሳተፈን ነበር በማለት ብዙዎች እራሳቸውን አጋለጡ። አንዳንዶቹ የተነፈሷትን ጥቃቅን ቅሬታ ሳይቀር መናዘዝ ጀመሩ። ብዙዎቹ ሌላው ሳይጠቁምባቸው በራሳቸው ላይ መሰከሩ። አንዳንዶቹም በተለያዩ ግለሰቦች ላይ ምስክርነታቸውን እንዲሰጡ ተጠየቁ። በዚህ ድንገተኛ ዱብ ዕዳ፣ የመወነጃጀልና የማጋለጥ ሁኔታው ቀጥሎ፣ ሴሚናሩ መልኩን ቀየረ። ... ሴሚናሩ እንደተገባደደ ቁጥራቸው በዛ ያሉ አባላት በቁጥጥር ሥር ዋሉ። የሴሚናሩ ተሳታፊ አባላትም በታሰሩት ላይ እርምጃ እንዲወሰድባቸው ጠየቁ ... (ክፍሉ ታደሰ፣ 3፣ 316-317)። ክፍሉ ታደሰ በመቀጠል ኢርጋ ተሰማ /መዝሙር የተጠቀመው/የተጋለጠው ራሱን ባጋለጠው በበላይ ሐሰን እንደነበረ ይጠቁመናል። በተካሄደበት የስቃይ ግርፋትና ምርመራ ምክኒያት የዓፅምሮ መረበሽ የደረሰበት ደጀኔ/በላይ ሐሰን በማጋለጥ ሴሚናሩ ተሳትፎ ኢርጋን ማጋለጡ እርግጠኛ ቢሆንም፣ የሴራው ተዋናዮች ሕይወቱን ለማትረፍ ለደጀኔ ከሰጡት ግዳጅ አንዱ ኢርጋ ተሰማን ማጋለጥ ነበር። ኢርጋ ተሰማ ደጀኔን ዘወትር ያፅናናውና አብሮትም በመሆን ብዙ ጊዜ ያሳልፍ የነበረ ደግና ርኅሩኅ ጓደኛው ነበር። ደጀኔ ኢርጋን በራሱ አነሳሽነት አላጋለጠም፣ እንዲያውም አነ አያሌው ከበደ ተሰማና ክፍሉ ታደሰ እንደሚያወሩት ሳይሆን በጣም አድርጎ እንደሚያከብረውና እንደሚሰማው ነበር በቅርብ የሚያውቁ የሚናገሩት። አንባቢያን ልብ እንበል። በቦታው ያልነበረው ታሪክ አጉዳፊው ክፍሉ ታደሰ ምን እንዳለና በሌላ በኩል ደግሞ በቦታው በኃላፊነት ተገኝቶ ከሥር መሰረቱ በሁኔታዎቹ ያለፈውና ከሞት የዳነው የኃይል መሪ ሰቦቃ ያለውን ማመሳከሩ በቂ ይሆናል። ደጀኔ/በላይ ሐሰን ከአዲስ አበባ ለከለላ ወደ አሲምባ በነክፍሉ ታደሰ ሲላክ "አንጃ" ነውና ጥብቅ ክትትልና ቁጥጥር አድርጉበት የሚል ሪፖርት በራሱ ላይ አሸክመው ነበር ወደ ሜዳ የተላከው። ሜዳ እንደገባ ወዲያውኑ እሥር ቤት አጉረው ከፍተኛ ግርፋትና ድብደባ የተካሄደበት ታጋይ ነበር። ከፀሎተ አገዳደል ጋር ወደ ኃላ ስለበላይ ሐሰንም አብሮ ይነሳል።

13.3.1. እሥረኞችን ከእሥር በምሕረት ለመልቀቅ ሌሎችን ለማጋለጥ በአመራሩ የሚደረግ ድርድር

የታሰሩ ግለሰቦች በእሥር ቤት እንዳሉ በምርመራ ወቅት እንዲፈቱ ወይንም በምሕረት እንዲለቀቁ ከፈለጉ ግለሰቦችን ማጋለጥ እንዳለባቸው ይነገራቸው ነበር። የወያኔ ጦርነት ባይመጣና ሠራዊቱ ትንሽ ዕድሜ ቢኖረው ኖሮ ድርጅቱ ብዛት ያላቸውን ሌሎች ታጋዮችን አስሮ ለመፍጀት እንደተዘጋጀ ነበር። የኃላ ኃላ በጌምድር ከተሸጋገሩ በኃላ በተለያየ ስልትና ዘዴ ወያኔ ወይንም ደርግ ያለበለዚያም የሚሊሺያ ጦር አድፍጦ እንደገደላቸው ተደርጎ እየተመካኘ አንድ ባንድ አጥፍተዋቸዋል። በመጽሀፉ ወደ ኃላ አካባቢ የሰማኃቸውን ጥቂቶቹ ይጠቀሳሉ። ለማሰር የሚፈልጋቸውን እንዲጋለጡ ስለሚፈልጉ የታሰሩትን እሥረኞች እንዲፈቱ ከፈለጉ ማጋለጥ እንደሚኖርባቸው ያግባቧቸው ነበር። በማጋለጡ ጊዜ ወደ እሥር ቤት ተወስደው ታስረው ከተለቀቁት

መካከል ለምሳሌ ለስለላ ሥራ ገብቶ ነበር ተብሎ የሚገመተው ሀዲሽ ቢተው አንዱ ነው። ምንም እንኳን የአያሌው ከበደ ተሰማ/ያሬድ ጉዳይ ታስሮ መፈታት በግልጽ ከደርግ ሠላይነት ጋር የተያያዘ በመሆኑ የመፈታቱ ምክኒያት ግራ የማያጋባ ቢሆንም፣ የቀድሞ አባላትን እጅግ አድርጎ ያስቸገረውና ጥርጣሬ ውስጥ ከቶ የነበረው የዘመኑ ዶ/ር ብርሃኑ ነጋ በተመለከተ ነበር። ዶ/ር ብርሃኑ ነጋ በሲ. አይ. ኤ.'ነት ታስሮ እንደገና ብዙም ሳይቀይ በነፃ ተለቀ እንዲያውም ያለችግርና ውጣ ውረድ ወደ ውጭ እንዲወጣ ተፈቅዶለት መሄዱ ነበር ለአብዛኛው ታጋይ እንቆቅልሽ የሆነው። በሲ. አይ. ኤ.'ነት የሚከሰሱ እንደ ከባድና አደገኛ ተቃዋሚዎች ይቆጠሩ ስለነበር የብርሃኑ ነጋ በቀላሉ መለቀቁ ብቻ ሳይሆን በሰላም ወደ ውጭ እንዲሄድ መደረጉ በወቅቱ ሠራዊቱን በከባድ ጥርጣሬ ላይ ጥሎት እንደነበር በሰፊው ተወርቷል። ስለሺ ቱጂ ስለብርሃኑ ነጋና አያሌው ከበደ በደፈናው እንዲህ ይላል፣ "ብርሃኑ ነጋ የሚባለው እንዴት እንደለቀቁት ምክኒያቱ ባይታወቅም በነፃ ተለቃል። ሌላው ግራ የሚያጋባው ግን የአያሌው ከበደ /ያሬድ ጉዳይ ነው። ከእነሱ ባነሰ ወንጀል የተከሰሱት ወይንም ሳይጋለጡ ተይዘው ሲገደሉ አመራሩ እነሱን (ብርሃኑ ነጋንና አያሌው ከበደን ማለቱ ነው) ለምን እንደማራቸው ማወቅ አስቸጋሪ ነው" (ስለሽ ቱጂ፣ 60)። ከላይ ለመግለጽ እንደተሞከረው በብርሀኑ ነጋ ጉዳይ የቀድሞ አባላትን ጥርጣሬ ውስጥ የከተተው ሌላ ነገር ኖሮ ሳይሆን በሲ. አይ. ኤ. ተወንጅሎ ወደ እሥር የገባን እስረኛ ምንም ዓይነት ምርመራ ሳያደርጉ በነፃ መልቀቃቸው ግራ የሚያጋባና ጥርጣሬ ውስጥ የሚከት በመሆኑ ነበር። በብዙ የቀድሞ ታጋዮች ዘንድ አያሌ ጥርጣሬንና አሉባልታን ለማስፈን ረድቷል። ብርሃኑ ነጋ ሕሊናውን እስካልወቀሰው ድረስ በሰንገደ በእስር ላይ እያለ ላለመገደል ሲል ለመርማሪዎቹ የሚፈለገውን በማሟላት በነፃ ተለቀ ነፍሴ አውጭኝ ብሎ የሸመጠጠ ከሆነ መልካም ሊሆን ይችላል ኅሊናው ከፈቀደለት። ወይንም ለልዩ ግዳጅ እሥረኛ መስሎ ገብቶ የአርበኞቻችንን ልብ እየጠባ መርማሪዎችን ለመርዳትም ከሆነ መልካም ኅሊናው ከፈቀደለት። በ ሲ. አይ. ኤ.'ነት ይታማ የነበረው የዘመኑ ዶ/ር ብርሀኑ ነጋ ከስንት ዘመን በኃላ እያወቀ እንደማያውቅ ሆኖ ድርጅታችንና ሠራዊታችንን አልፎም አገራችንን ለውድቀት ካበቃት የሁሉ ችግሮቻችን ቁንጮ ከሆነው የሲ. አይ. ኤ. እና ሞሳድ ታማኝ ሎሌ የሻዕቢያ መሪ ጋር ተመልሶ ጭራ ሆኖ ከአንዳርጋቸው ፅጌ ጋር ለማገልገል ሽር ጉድ መብቃቱ ሌሎቹን ቢያስገርም እኔን ግን አላስገረመኝም። ለዚያውም በምድረ አሜሪካ ተቀምጦ በሩቅ የመቆጣጠሪያ መሣሪያ በርሃ አለ የሚባለውን "ጀግናውን" ታማኝ ጦራቸውን በ"ታማኟና ወዳጅ አክባሪዋ" ሻዕቢያ እየተደገፈና እየታገዘ እሱና ጎዶቹ ለመምራትና ለመታገል መጣራቸው ነው ያስዘነኝና ያሳሰበኝ። በሲ. አይ. ኤ. ጥርጣሬ ታስሮ በነፃ ተለቀ መሄዱ ደስ ብሎኝ ሳለ ነገር ግን መልሶ ከስንት ዘመን በኃል የሲ. አይ. ኤ. ጠንካራ ሎሌ ከሆነው ሻዕቢያ አሻንጉሊት ሆኖ ኢትዮጵያን ከዘረኛው የወያኔ መንግሥት ነፃ ለማውጣት መሞከሩ ድሮ ታስሮበት የነበረው ጥርጣሬ ዕውነታ እንዳለውና የተፈታውም በእነሱ

ትእዛዝ እንደሆነ ጥርጣሬ አደረብኝ። ያልጠረጠረ ተመነጠረ ነውና። አንዳርጋቸው ፅጌን አስመልክቶ በምዕራፍ አሥር የማውቀውን እና የሰማሁትን በመጠኑ እጠቅሳለሁ።

አያሌው ከበደ ያለጥርጥር ወደ እሥር ቤት የተላከው ሠራዊቱ ዕድል አግኝቶ ዕድሜ ቢኖረው ኖሮ አያሌ ፀረ-ደርግ አቋምና አመለካከት ያላቸውን ጠንካራ አባላት የሆኑ የሚታሰሩ በመኖራቸው በስለላ ጥበቡ የእነሱን ማንነት በማወቅ ለአመራሩ ለማስረከብ በግዳጅ ከሌሎቹ ጋር አብሮ ወደ እሥር ቤት እንደገባ ነበር ነው በሰፊው የተወራው። መኩሼ አያሌው ከበደ በሥር ቤት ሊያካሂድ ተሰጥቶት የነበረውን ግዳጁን አከናውኖ ለጠላቱ ጠላት ለሆኑት ለኢሕአፓ አመራ ክሊክ አስፈላጊውን ትብብር አከናውኖ ከእሥር ቤት እንደወጣ "የታጋይነት" ተግባሩና የታማኝነት ግዳጁን ለመቀጠል እንዲያስችለው በነፃ እንደለቀቁት እንደሌሎቹ እሥረኞች ስንብት ሳይሆን በክብር በሠራዊቱ ተመልሶ መቀላቀል ነበር። የመንግሥቱ ኃ/ማሪያም የቅርብ ዘመድና የደርግ ጠንካራ ደጋፊና ሰላይ መሆኑ በአመራሩ በደንብ እየታወቀ በሠራዊቱ ያካሄደውን አሉባልታና በየአባላቱ እየዞረ ያደርግ የነበረውን የአንጃነት በላይ የጥላቻ ቅስቀሳ ከምንም ሳይቆጥሩት ወደ ሠራዊቱ ተመልሶ መንቀሳቀሱ በዕውነትም የድርጅቱ አመራር እምብርት በቀጥታም ሆነ በተዘዋዋሪ ያለው ግንኙነቱ ከወያኔና ከሻዕቢያ ጋር ብቻ ሳይሆን ከደርግም ጋር ነው ተብሎ የሚወራውን ዜና ትክክለኛነት ለማረጋገጥ አስችሏል። ያሬድ ከበደ በዚህ ብቻ ሳይገታ እንደገና ያለፍላጎቱ አፈግፍጎ ተሰዶ በባርካ በግዞት ላይ የነበረውን ሠራዊት ለመበተንና በየፊናቸው መንገድ እየፈለጉ ወደ ደርግ እንዲገቡ ያለበለዚያም ካልፈለጉ ወደ ውጭ ሀገር እንዲፈረጥጡና ከትግል እንዲለዩ ለማስደረግ በጀብሃ ሜዳ ግዞት ላይ እንዳሉ ሠራዊቱን ለማዝናናት በሚል ሽፋን የሆነ ድራማ በማዘጋጀት ከተሳታፊዎቹ የሠራዊቱ አባላት አቅም በላይ በመሄድ ላብ አደሩ ለኢሕአፓ ያለው ድጋፍ መሰረት የሌለውና ተቀባይነት እንዳላገኘ የሚያሳይ ድራማ መሆኑ እየታወቀ እንኳን ምንም እርምጃ አልተወሰደበትም። ፀጋየ ገ/መድሕን አያሌው ከበደ ከድርጅቱ አመራር ጋር ያለው የቅርብ ጠንካራ ግንኙነት እያስጨነቀው ስለድራማው በወቅቱ አያሌው ከበደን መጠየቅ ወይንም መግስፅ ስለከበደው በማግሥቱ ከተሳታፍዎቹ መካከል ሰቦቃ/ለማን ይህንን ቲያትርማ ሰቦቃ ለምን እዚህ ባርካ በርሃ ላይ ትሰራለህ፣ አዲስ አበባ ሂደህ ብትሰራው እኮ የተሻለ ነው፣ ሰው ያየዋል፣ ምስጋናና ሹመትም አይጠፋም ነበር ብሎ ሰቦቃን እንደተረበው በዚሁ ምዕራፍ በሌላ አካባቢ ገልጾታል። ሠራዊት ጎንደር ከደረሱ በኃላ በያሬድ ከበደ ላይ እርምጃ እንደሚወስድ በጉጉት ሲጠባበቁ ይባስ ተብሎ በሀላፊነት ቦታ ላይ መድበው በማስቀመጥ በሠራዊቱ መካከል የቀረችዋ መተማመን ጭራሹን መንምና ጠፋች። ቀጥሎም ፀጋየ ገ/መድሕንን ገድሎ ወይንም ማርኮ ላቅራቢያው የደርግ ሠራዊት በማስረከብ በክብር አዲስ አበባ ሊገባ በማቀዱ ፀጋየ ገ/መድሕን ከሚያድርበት ቦታ ወደፊት አዲስ አበባ ሲገባ ለሹመት ቃል የገባላቸውን ታማኝ ተከታዮቹን ይዞ ሌሊት ከሚተኛበት ቦታ እንደሄደ ምንም እንኳን ቢዘገይም የኃላ ኃላ ሁኔታው ሁሉ ቀስ በቀስ

እየተገለፀለት የመጣው ፀጋየ ገ/መድሕን (ደብተራው) የሚያድርበትን ቦታ በመቀየሩ ከመታገድና በውርደት ከደርግ እጅ ከመውደቅም ሆነ ከአጋጉል ሞት እራሱን ለጊዜውም ቢሆን አድኖ አያሌው ከበደን አሳፍሮ መለሰው። አያሌው ከበደ ይህንን ሁሉ እያደረገ ነበር ተከብሮና ተሞላቀ በሠራዊቱ የቀየውና እንዲያውም ሹመት የተሰጠው። ይህንን ሁሉ እያደረገ በእንደዚህ መልክ እንከባክበው መያዛቸው ወደ ፊት አስፈላጊ ሆኖ በሚገኝበት ጊዜ ከመንግሥቱ ኃ/ማሪያም ሆነ ከደርግ ከፍተኛ ባለሥላትናት ጋር አመራሩን ሊያገናኝ የሚችል ጠንካራና ብቸኛ አገናኝ ድልድይ እንደሆነ ነበር ተጋኖ በሰፊው ይነገር የነበረው። አያሌው ከበደ ተሰማ የአቡበከር የሠፈር ልጅ ነው። በዚህ ምክኒያት አቡበከርን በየጊዜው እየተገናኘ የሆዱን ሚጥጦ እንደወሰደበት ጥርጥር የለውም።

በሁለት አጋጣሚ ውብሸት መኮንን/አቡበከር ሙሀመድ ጋር እንደተገናኘሁ ከተባለው የሠፈርህ ጓድ ጥንቃቄ ውሰድ፣ ልብህን ከፍተህ አትስጠው ስለሚለፈልፍልህ ብዙም አትመነው። መጠንቀቅ የሚገባህ ከሠፈር ልጅነት ከተለያያችሁ ብዙ ዘመን በመሆኑ በአሁኑ ጊዜ ማንና ምን እንደሆነ እምብዛም ስለማታውቅ ወደፊት ነገሮች ግልጽ እስከሚሆኑ ድረስ ስትገናኘው ጥንቃቄ አድርግ ብየ መክሬው ነበር። ጓድ መጅድ የሠፈሬ ልጅ ያሬድ ከበደ ይባላል። አንተ አታውቀውም እንጂ እሱ በሜዳ ስምህና በመልክ አንተን በደንብ ለይቶ አውቀሀል ብሎ ገለጸልኝ። አልፎም በእኛ ላይ የተላከውን ሪፖርት አስመልክቶ ሲነግረኝ ያንተን ስም ጨምሮ ነው የነገረኝና በደንብ ያውቅሀል። እንዲያውም በአመራሩ የተበየነብህን ብይን ተቀብለህ ከቤዝ አምባው አካባቢው ተባረህ ወደ ኃይል አምስት መሄድክን እንደሚያውቅ ሁሉ በሁለተኛው ግንኙነታችን ጊዜ አጫውቶኛል ብሎ ነገረኝ። በሁለቱም አጋጣሚዎች ውብሸት መኮንን ያለኝ ግድ የለህም መጅድ፣ ይገባኛል ጭንቀትህ፣ ዝም ካልኩትማ የጠረጠርኩት መሆኔን ያውቅና ሌላ ጊዜ ምስጢር ይዞልኝ አይመጣም ነበር ያለኝ። በሌላ አካባቢ እንደተገለጸው አቡበከር/ውብሸት መኮንንን በጃኬቱ ውስጥ መጽሀፍ ሰፍቶ መደበቁን ነገረኝ ብሎ አያሌው ከበደ ተሰማ ለአስማማው ኃይሉ እንዳጫወተው ሁሉ በወቅቱ ለአመራሩም ሪፖርት እንደሚያደርግ እርግጠኛ ነኝ። ምንም እንኳን በእርግጥ በእሥር ላይ እያለ ከአመራሩ ጋር ተደራድሮ ያጋልጥ ወይንም አያጋልጥ ባይታወቅም የዚሁ አሳዛኝ ዕጣ የደረሰው በማጋለጡ ሴሚናር ተጋልጦ ከታሰረ በኋላ ከሌሎቹ ጋር የተፈታው ጌዲዮን/ግዛው ለገሰ በምርመራ ላይ ሳለ የተሰጠውን ምርጫ እንዲህ ይላል፣ "... አያይዞም በተመክሮና ከእኔ በተሻሉ ሰዎች ግፊት ወደ ስሕተት ልገባ እንደምችል ከግምት ውስጥ በማስገባት ምሕረት የደረግልኝ ዘንድ ግለሰቦችን ማጋለጥ እንዳለብኝ ለድርድር የቀረበልኝ ምርጫ ነበር ..." (ስርዝ የራሴ)፣ (አስማማው ኃይሉ፣ 204)። ከጌዲዮን/ግዛው ለገሰ ምስክርነት ልንረዳ የምንችለው ቢኖር እሥረኞችን በማስገደድና በማስፈራራት እንዲሁም በመደለልና በመሸንገል ድርጅታዊ ሥራ እያሰሩ ሌሎች ሳይታሰሩ የቀሩትን ተጠርጣሪ ታጋዮች እንዲጋለጡና በቁጥጥር ሥራ በማዋል ለማጥፋት ከፍተኛ ጥረት ሲያደርጉ እንደነበረ ነው ጦርነቱ

ድንገት ባይመጣ ኖሮ። ታዲያ ከተፈቱት እሥረኞች ውስጥ እንደ ጌዲዮን/ግዛው ለገሰ ሌሎች ታጋይ ጓዶቻቸውን እንዲጠቁሙና እንዲያጋልጡ ምርጫ ተሰጥቷቸው በእውነት ምን ያህሉ ጠቁመውና አጋልጠው የተፈቱ ይሆን? ሰቦቻም/ለማ ጉርሙ እንዲህ ይላል፣ "የተረጋጋ ነገር፣ የተረጋጋ ጊዜና ዕድል አልነበራቸውም። ቢኖራቸው ኖሮ ግን መጨረሻ ላይ ምን ነበር የሚያደርጉት ማጋለጡና እሥራቱ ከዚያ የቀጠለ ነበር የሚያደርጉት። እሥራቱ በዚያ አይቀምም ነበረ። ሌሎች ሠራዊት ውስጥ የቀሯቸውን ሰዎች ሁሉ አስረው ለማሰባሰብና እርምጃ ለመውሰድ የነበረ ዕቅድ እንደነበራቸው ነው ከአጠቃላይ ሁኔታው የተገነዘብነው" (ሰቦቻ/ለማ ግርሙ)።

በተራዘመ ሕዝባዊ የገጠር ትጥቅ ትግል፣ በኢትዮጵያ አንድነትና በጉባዔ ጥሪው ላይ ጠንካራ አቋም የነበራቸው ኤፍሬም ደጀኑ/ሰዒድ አባስ፣ ውብሸት መኮንን/አቡበከር ሙሀመድና ጉርሙ/ጌታሁን ሲሳይ በተባለው አሳዣኝና አሳፋሪ የማጋለጥ ሴሚናር ላይ ስማቸው አልተነሳም፣ ማንም አልተጠቀመባቸውም፣ ያጋለጣቸውም አልነበረም። ጌታሁን ሲሳይ/ጉርሙ አሲምባ ከገባ ጀምሮ እስከተረሸነበት ጊዜ ድረስ አብዛኛውን ጊዜ መኖሪያ ቤቱ ሆኖ የቀየው ሰንገዬ የሚገኘው እስር ቤት ነበር። ማጋለጡ ሲካሄድ የነበረውም በእሥር ቤት ውስጥ ነበር። ከማንም ጋር ሊወያይና የሠራዊቱን አመራር በማጥላላት አሉባልታ ለማካሄድ የሚያስችልም ዕድል አልነበረውም። ጌታሁን ሲሳይ የኢሕአሠ ሠራዊት ክንፍ የእርማት ንቅናቄ የሆነው አካል እንዲቋቋም ጠንካራ ድጋፍ የሰጠ ቢሆንም ከመፈጠሩ በፊት እሥር ቤት ስለታጎረ ተሳትፎ እንኳን ለማድረግ ዕድል አልነበረውም። ስማቸው ያልተጠራውና ያልተጋለጡትን እነ ኤፍሬም ደጀኑ/ሰዒድ አባስ፣ ውብሸት መኮንን/አቡበከር ሙሀመድና ጉርሙ/ጌታሁን ሲሳይን ሴሚናሩ ሲያልቅ በድብቅና በስውር ተጠልፈው ከሌሎቹ ከተጋለጡት ጋር አብረው በማደባለቅ እሥር ቤት ከተው ባንድነት ረሸኗቸው። ጓድ ሰቦቻ/ለማ ጉርሙ የትናንቱን ዘግናኝ ትዝታ በሚከተለው መንገድ ያስታውሰዋል፣ "ሰዒድና (ኤፍሬም ደጀኑ ማለቱ ነው) አቡበከርን (ውብሸት መኮንን ማለቱ ነው) በተመለከተ ግን እኔም ሆንኩ ሌሎች በሠራዊቱ አመራር ላይ ያወሩትን አውርተውም አያውቁ። አንድም ሰው ሰዒድና አቡበከር እንዲህ ብለዋል ብሎ በሰዒድና አቡበከር ላይ ምስክር የሆነ ሰው አልነበረም። ምክኒያቱም እነዚህ የዚህ አሁን የምንለው ቅሬታ ባለቤቶች ስላልነበሩ አልተናገሩም። የሁለቱም ትኩረት በድርጅቱ አመራር ድክመትና በጉባዔ ጥሪና በሀገር አንድነት ላይ ሲሆን ስለሠራዊቱ አመራር ያሉት ነገር የለምና ሠራዊቱም ቢሆን በተባለው የማጋለጥ ሴሚናር ወቅት አልተናገራቸውም፣ ትጥቃቸውንም እንዲፈቱ አላዘዛቸውም። ልክ እንደነሰዒድና አቡበከር ሁሉ በዚህ አሁን እንደ ወንጀል ሰራዊቱ አመራር የቀጠረውን ክፍል በፍጹም ያልነበረበት የበርሀ ስሙ ግርሙ (ጌታሁን ሲሳይን ማለቱ ነው) በሌላ ጉዳይ ከከተማ መጥቶ ከሌላ ድርጅት ኢሕአፓ ግንባር ከፈጠረው ድርጅት ኢኮፓ ይባል የነበረ። የዚያ ድርጅት በአመራር የነበረ ሠራዊቱ ውስጥ በአመራር እንዲቀመጥ ድርጅቱን ወክሎ የመጣ ነው። ሰውየው ወደ አሲምባ በመጣ

በወርና በሁለትና ወር ውስጥ ኢሕአፓና ድርጅቱ ተጣሉ ከተማ ውስጥ ሰውየው ባልነበረበት ሁኔታ ላይ ለተፈጠረ ጠብ ወንጀለኛ ሆኖ ታሰረ። በቃ ዘመኑን በሙሉ ያሳለፈው ከእኛ ጋራ እስር ቤት ነው። ይህንን ለማውራት ምንም ዕድልም አልነበረወም እስር ቤት ነው ያለው ወሬውን ለማውራት ቢፈልግ እንኳን የማውራት ዕድልም አልነበረወም፣ በሜዳ ዕድሜውን ያሳለፈው በእስር ቤት ስለሆነ እንዲህ ዓይነቱን ቀርቶ ሌላም ውይይት አይፈቀድለትምና እልተናገረም። ድርጊቱ ግን በጣም ያሳዝነኛል ባልሰራበት ወንጀል፣ ባልተናገረው ንግግር በእሥር ቀይቶ ሲገደል። እንደሰዒድና አቡበከር አልተጠቀመባቸውም፣ አልተጋለጡም፣ በማጋለጡ ወቅት ስማቸው አልተነሳም፣ ግርሙም የነበረው በእሥር ቤት ውስጥ ነበር፣ ግን ከተጋለጡትና ከተጠቀመባቸው ጋር ባንድነት አዳምረው በሌለባቸው ወንጀል አብረው ረሸኗቸው። ሰዒድ ግን ያው መጋለጥ ከሚካሄድበት እዚያው ከለአሳ ድረስ ከእኔ ጋር/ከኃይሉ ጋር መጥቶ ማንም ሳይጠቁምበት ከኃይሉ ላይ አስቀሩት ሳይታሰር። ሌሎቹን እነ <u>ኢርጋ ተሰማን፣ እነ ታሪኩን፣ እነ አሲምባን አንድ ስምንት ሰዎች አሉ ከጠቀስኳቸው ሶስቱ ሌላ</u> በዚያ በአሉባልታው ምክኒያት ወንጀል ሆኖ የተቀጡት መሣሪያ አውርደው ታሰሩ። በሰዒድ ጉዳይ ግን ያው ከለአሳ ላይ ኃይሏ ሂስ ግለሂስ ለማድረግ የጎንደሯ ኃይል ጋር በገባችበት ቦታ ላይ ያማጋለጥ ተልዕኮዋን/ግዳጇን ጨርሳ ስትወጣ በፍጹም አላየሁትም ምን ሰዓት በድብቅ እንደወሰዱት። በኋላ ሲነገረኝ እሱ ይኖርበታል በዚህ ጉዳይ ብየ አላሰብኩም። ምክኒያቱ እሱም አቡበከርም አልተጋለጡም፣ ስማቸውም አልተነሳም ነበር። እንዲህ ተብሎ ስለተወራ እነዚያን በሰፊው ሕዝብ ድምፅ የተመረጡትን ከጠቅላይ አመራር ኮሚቴ ውስጥ ጀምሮ (ጓድ መዝሙርን ማለቱ ነው) እስከ ተራ ታጋይ ድረስ በሞት መቅጣትና በዚያ ጉዳይ ላይ እንዲያውም በፍጹም የሌሉቱንና በመጋለጡ ወቅት ስማቸው በፍጹም ያልተነሱትን እንደነ ሰዒድ፣ አቡበከርና ጉርሙ የመሰሉትን ሰዎች በዚህ ጉዳይ ውስጥ ከተነሳ ጥፋት ጋራ ቀላቅሎ ደምሮ አብሮ መግደል እዚህ ደረጃ የደረሰ በፍጹም ፋሽስታዊ የሆነ መስመር እስከ መያዝ ድረስ መጥተው ነበር አመራሮቻችን የሚል እምነት አደረብኝ (ሰቦቓ/ለማ ግርሙ)።

13.3.2. የኢሕአሠ ክንፍ የእርማት ንቅናቄ ግንባር ቀደም ታጋዮች በድርጅቱ አመራር ተረሸነው በአሲምባ ባንድ ጉድጓድ ተደፍነው ቀሩ

ሽንጣቸውን ገትረው ለባዕድ ኃይሎች ጥቅም በቆሙት የኢሕአፓ/ኢሕአሠ አመራር የሚከተሉትን አሥራ ስምንት የኢትዮጵያ ሕዝብ ልጆችን ሚያዚያ 01 ቀን 1970 ዓ. ም. (ስለሽ ቱጂ፣ 59-60) በአሲምባ በርሃ በጥይት ደብድበው ከረሸኑ በኋላ ድምፃቸው እንዳይነሳ በመፍራት ሬሳቸውን ባንድ ጉድጓድ ውስጥ ደፍነው ጥገኝነት ጠይቀው ሠራዊቱን በሕብረት ከደበደበ የባዕድ ኃይል ክልል በውርደት አፈገፈጉ። በሌሎች የቀድሞ አባላት መሠረት ደግሞ ግድያው የተፈጸመው መጋቢት መገባደጃ 1970 ዓ. ም. አካባቢ እንደሆነ ነው። የሰማዕታት ጀግኖች ስም ዝርዝር:

1. መዝሙር/ኢርጋ ተሰማ
2. ጉርሙ/ጌታሁን ሲሳይ

3. ሰዒድ/ኤፍሬም ደጀኑ
4. አቡበከር/ውብሸት መኮንን
5. አሲምባ/ብሥራት ደበበ፣
6. ታሪኩ/ኤሊያስ በቀለ
7. ደረጀ/መኮንን ተክሌ
8. አንተነህ/መምህር ደመዎዝ ገረመ
9. ታፈሰ
10. በላይ
11. በሺር
12. አብርሃም
13. ሊበን
14. ታደሰ

የሰማዕታቶቻችንን ብዛትና ስም ዝርዝር ማወቅ አስቸጋሪ ሆኗል። በስለሺ ቱጂ መሠረት የተረሸኑት 18 ሲሆኑ ለጊዜው ያገኘው ከላይ በተጠቀሰው የሰማዕታት ስም ዝርዝር የመጀመሪያዎቹን የ12 ሰማዕታት ስም ዝርዝር ብቻ ሲሆን የቀሪዎቹን 6 ሰማዕታት እንዳላገኘ ነው። በአያሌው ይማም አሥራ አንድ ሰማዕታት እንደተረሸኑ ሲገልጽ እነሱም፤ ግርሙ/ጌታሁን ሲሳይ፣ መዝሙር/ኢርጋ ተሰማ፣ ሰዒድ፣ እቡበከር፣ ደረጀ/መኮንን፣ በሽር፣ ታሪኩ፣ አብርሃም፣ አንተነህና ታደሰ ናቸው (አያሌው ይማም፣ v)። በስለሽ ቱጂ ላይ ታፈሰ የሚባለው ሲኖር፣ በአያሌው ይማም መጽሀፍ ግን ታፈሰ መሆን ሲገባው በላይ ሐሰን ብሎ ጠቅሷል። በላይ ሐሰን ተብሎ የተጋለጠና እስር ቤት ገብቶ አብሮ የተረሸነ ታጋይ የለም። በላይ ሐሰን መዝሙርንና ሌሎችን እንዲያጋልጥ የተሰጠውን ግዳጅ ሳይወድ በግዱ ተገዶ ኢርጋ ተሰማን ባጋለጠ ማግሥት ፀሎተ ሕዝቂያስን ገደለ በሚል ስበብ በዕቅድ የተገደለው ንፁህና ምስኪን ታጋይ ነበር። ሰማዕት ታፈሰ በሴሚናሩ ዕለት በቅጥፈትና በሀሰት በተቀነባበረው ዘዴ ተጋልጦ ከሌሎቹ ጓዶቹ ጋር እሥር ቤት ተወስዶ ባንድነት የተረሸነ ጀግና ነው። በአያሌው ይማም መጽሀፍ ታደሰ የሚባል ስም ሲኖር በስለሽ ቱጂ ጽሁፍ ላይ የለም። እንዲያውም ታደሰ የሚባል ታጋይ የተጋለጠ እንዳልነበረና ወደ እሥር ቤትም የተላከ እንዳልነበረ ነው ያብዛኛው እምነት። አስማማው ኃይሉም የታሰሩትን ታጋዮች ሁሉ ሲጠቅስ ታደሰ የሚባል ስም አልተጠቀሰም። ይህን እርግጠኝነቱ የማያስተማምነውን በአያሌው ይማም የተገለጸውን በላይ ሀሰንን በማውጣት ታደሰ የተባለውን ብንጨምር 13 ሰማዕታት ይሆናሉ ማለት ነው (ምን አልባት ድንገት አያሌው ይማም ታደሰ ለሚባለው ማረጃ ካለው በሚል ግምቴ)። ከተፈቱት መካከል እንደ ግዛው ለገሰ ምስክርነት ወደ ኋላ ገደማ ስሙ ያልተገለጸው ከጎንደር ያመጡት አንድ የጎንደር ልጅም አብሮ እንደተገደለ ተጠቁሟል። ክፍሉ ታደሰ 14 ታጋዮች የሞት ቅጣት የተፈጸመባቸው ሞሆኑን ሲያረዳን ሆኖም እነማን መሆናቸውን የሰጠው ወይንም የጠቀሰው አንዳችም ስም የለም። ክፍሉ ታደሰ ምን ያህል ጨካኝ እንደሆነ ጽሁፉ በደንብ ያስረዳል። ምን አለበት በነበረበት ኋላፊነት የሚቾቹን ስም ገልጾ ቢያረዳና ዘመድ አዝማድ እርማቸውን እንዲያወጡ ቢያደርግ። ‘ዘመድ ከዘመዱ አህያ ካመዱ’ እንዲሉ በተመሳሳይ ደረጃ እስማማው ኃይሉ ደግሞ 17 ብሎ ገልጾልናል። ነገር ግን አስማማው ኃይሉም እንደ ክፍሉ ታደሰ የተረሸኑትን ሰማዕታት ጓዶች ስም ዝርዝራቸውን ያንድኛቸውንም እንኳን መግለጽ

አልፈለጉም። አስማማው ኃይሉ ግልጽ ለመሆን ባለመፈለግ እሥረኞቹን በሁለት ከፍሎ ሀያ አንድ ሰዎች እንደታሰሩ ገልጾ በመጨረሻ እንቅቅልሹ በማይታወቅ መንገድ የመሀል ዳኛው ገለብ ዳፍላ በቁጥጥር ስር ከዋሉት መካከል 8 እሥረኞችን ስም እየጠራ በነፃ እንደተለቀቁና ከያሬድ/አያሌው ከበደ በስተቀር ሌሎቹ ከድርጅቱ ጋር መቀጠል እንደማይችሉ ተነግሯቸው ተሰናበቱ ይላል። በሁለቱም ቡድኖች ተመድበው ታስረው ከነበሩት ስምንቱ በምሕረት ሲለቀቁ ቀሪዎቹ ያልተለቀቁት ወይንም በእሥር ላይ የቀሩት በአስማማው እምነት የሚከተሉት ናቸው:

1. ሊበን
2. መዝሙር
3. አቡበከር
4. ታፈሰ
5. አሲምባ/ብሥራት
6. ጉርሙ/ጌታሁን ሲሳይ
7. በሺር
8. አብርሓም
9. ዓለማየሁ
10. ዮሴፍ ኃይሌ
11. ጌዲዮን
12. ይስፋዓለም/ሚካኤል
13. ገብረሚካኤል/ወልድ
14. በተለያዩ ምክኒያት የታሰሩ ሁለት አርሶ አደሮች።

አስማማው ኃይሉ ሰዒድን/ኤፍሬም ደጀኑን እና ታሪኩን/ኤልያስ በቀለን ከላይ ከተጠቀሰው የስም ዝርዝር ውስጥ አላስገባቸውምና ለማወናበድ በእሱ መልዕክት አልተገደሉም በሕይወት አሉ ብሎ ለዘመድ አዝማድ መንገሩ ይሆናል ብየ ገመትኩ። እኔን/የመጽሀፉን ደራሲ እና ሰዒድን/ኤፍሬም ደጀኑን እንደ አንድ ሰው አድርጎ በመቁጠሩ አያሌው መርጊያ/ሰዒድ ከእሥር ተፈቶ በሰላም ወደ ውጭ እንደወጣ አድርጎ ገልጿል (አስማማው ኃይሉ፣ 155)። ስለሆነም በአስማማው ኃይሉ መሠረት ኤፍሬም ደጀኑን/ሰዒድ አባስን ከተገደሉት ወይንም ካልተፈቱት ስም ዝርዝር ውስጥ አላስገባውም። ሰዒድ/አያሌው መርጊያ ተፈቶ በሠላም ወደ ውጭ የወጣው የአያሌው መርጊያው (የእኔ) የሜዳ ስም ነው ብሎ አንባቢያንን ለማወናበድና ሰዒድ የሚባለው እንዳልተገደለና በሠላም ወደ ውጭ እንደወጣ አድርጎ ለማሳየት ይሆናል ብየ ገመትኩ። በተመሳሳይ ሁኔታ ኤልያስ በቀለን/ታሪኩንና ውብሸት መኮንን/አቡበከርን እንደ አንድ ሰው በማስመሰል ታሪኩ/አቡበከር አድርጎ አቅርቧል (አስማማው ኃይሉ፣ 254)። ኤልያስ በቀለን/ታሪኩን ከተገደሉት ወይንም ካልተፈቱት ጓዶች ስም ዝርዝር ውስጥ አላስገባውም። ምክኒያቱም በአስማማው ኃይሉ አቀራረብ ታሪኩ የአቡበከር የሜዳ ስም እንደሆነ አድርጎ በማስቀመጡ ታሪኩ/ኤልያስ በቀለ እንዳልተገደለ መግለጹ ነው። በአስማማው ኃይሉ መሰረት በነፃ የተለቀቁት እሥረኞች የሚከተሉት እንደሆኑ ገልጿል (አስማማው ኃይሉ፣ 205)፣

1. ብርሃኑ ነጋ
2. ሮብሌ
3. ግዛው ለገሰ
4. ዘመናይ ባሕታ/ሰፋኔ

5. ዳምጠው
6. አያሌው ከበደ/ያሬድ
7. ሐዲሽ
8. ክፍሌ

በአስማማው አቀራረብ ላይ ያጋጠመኝ ሌላው ችግር በሁለቱም ቡድኖች ማለትም በነፃ በተለቀቁትና በእሥር ቤት በቀዩት ቡድን ጌዲዮን የሚባል እስረኛ እንደነበረና በቡድን አንድ ተመድቦ የነበረው ጌዲዮን በምሕረት ከተለቀቁት ውስጥ ሲኖር በቡድን ሁለት ከተመደቡት እሥረኞች ውስጥ የነበረው ጌዲዮን እንዳልተፈታ ያስረዳል። ከአመራሩ አካባቢ ግዲዮን የሚባል እንዳለ እያወቀ ይህንን እንኳን ግራ እንዳንጋባ ለይቶ ማስፈሩ ቀና ይሆን ነበር። በአስማማው ኃይሉ መስረት ከላይ ከ1 እስከ 14 የተጠቀሱት ያልተፈቱ በመሆናቸው የግድያ እርምጃ ተወስዶባቸዋል ማለቱ ይሆን? (አስማማው ኃይሉ፣ 202-203)። ይህ ከሆነ ከሁለቱ አርሶ አደሮችና ከኤፍሬም ደጀኑ/ሰዒድ አባስ፣ እንዲሁም ከኤልያስ በቀለ/ታሪኩ እና ከጎንደር ከመጣው ወጣት ጋር የተረሸኑት ጓዶች ብዛት 18 ይሆናሉ ማለት ነው። የኢሕአፓ የአመራር እምብርት/ክሊክ ሌላው ቢቀር ይህንን መሠረታዊ ጥያቄ እንኳን መመለስ ኅሊናቸው ባስገደዳቸው ነበር)። ምን ያህል ታጋይ ጓዶችችን እንደተገደሉና እነማንስ እንደሆኑ በትክክል ስም ዝርዝራቸውን በመግለጽና የማሳወቅ ኋላፊነትና ግዴታ ሊሰማቸው በተገባ ነበር። ታዲያ ድርግ፣ ሻዕቢያና ወያኔ ገድለው የት እንዳደረሷቸው እይታወቅም እያልን የምነወነጅላቸውና የምንኮንናቸው ከኢሕአፓ የአመራር እምብርት/ክሊክ ድርጊት በምን ይለያል። ርሕራሔና ለሰው ልጅ አዘኔታ ያለው ይመስል ክፍሉ ታደሰ እንዲህ ይላል፣ "... አያሌ ቤተሰቦች ዛሬም ቢሆን ልጆቻቸውን እዚህ ሀገር ወይንም ሌላ ሀገር ለማግኘት ይፋ ፍለጋቸውን አላቋረጡም። አንዳንድ እናቶችም ልጆቻቸውን የት እንደደረሱ እስኪያውቁ ድረስ ሱባዔ ገብተዋል። መኝታቸው ወለል ሆኗል፣ ወገባቸውንም በገመድ አስረው ልጆቻቸው የት እንደወደቁ እስኪረዱ ድረስም ፀጉራቸውን ውሃ እንዳይነካው ምለዋል (ክፍሉ ታደሰ፣ 3፣ 321)። ክፍሉ ታደሰ ከአማርኛ ቋንቋው ይልቅ ምን አለ ፈጣሪ ልቦናውን አስተካክሎና አቃንቶ ቢፈጥረው ኖሮ። ክፍሉ ታደሰ ከላይ የተመጻደቀውን ምን አለበት በተግባር ቢተረጉመው። የእኔ ከእነ ኢርጋ ተሰማና ሌሎቹ ከሚንቀሳቀሱበት ከጠቅላይ ሠፈሩ አካባቢ ተባርሬ ባልሄድና ባካባቢያቸው እንድቀይ ብደረግ ኖሮ ብዙ ጠቃሚ የሆኑ ጉዳዮችን ባከናወንኩና አንድ ቁም ነገር ላይ በደረስን ነበር።

13.3.3. የንቅናቄው ግንባር ቀደም ታጋዮች ከኢሕአፓ/ኢሕአሠ ውጭ ሌላ ድርጅትና ሠራዊት የላቸውም/አልነበራቸውም

በእነኢርጋ ተሰማ፣ ኤፍሬም ደጀኑ፣ ውብሸት መኮንን፣ ብሥራት ደበበ፣ ኤልያስ በቀለ፣ በሽር፣ አብርሃም፣ ታፈሰ፣ አንተነህ፣ በላይ፣ ሊበን፣ ደረጀና ጓዶቻቸው የተመራው የእርማት ንቅናቄ ከመሠረቱ ለመሄድ የቻለ ቢሆን ኖሮ ተፈላጊውን ውጤት በማግኘት ፓርቲውን ከውድቀት አደጋ፣ ሠራዊቱን ደግሞ ጠንካራ የመከላከያ ኃይል ለማድረግ በተቻለ ነበር። ምን ይህ ብቻ የሎንደኑን

ኮንፈረንስ በክብር ተለምነን ነበር ስብሰባውን የምንሳተፈው። ደግሞስ የምን የሎንደን ስብሰባ፣ ስብሰባም አያስፈልግም ነበር ለነገሩማ፣ በሠራዊታችን ብቃት ቀጥታ አራት ኪሎ በደረስንና የኤርትራን ጉዳይ ሠልማዊ በሆነ መንገድ በፈታን ነበር። እነ ኢርጋ ተሰማ፣ ኤፍሬም ደጀኑ፣ ውብሸት መኮንን፣ ብሥራት ደበበ፣ ኤልያስ በቀለ፣ በሽር፣ አብርሃም፣ ታፈሰ፣ አንተነህ፣ በላይ፣ ሊበን፣ ታደሰና ደረጀ ከሌሎች ጓዶቻቸው ጋር ሆነው መላው የንቅናቄው አባላትን በማስተባበር፣ ታግለው ያታግሉት የነበረው ለኢሕአፓ እና ኢሕአሠ ብቃትና ችሎታና ጥንካሬ ብሎም ለድል አድራጊነቱ ብቻ ነበር። በግር ግር ተንኮለኞች ንቅናቄውን ለግል ዓላማቸው ማራመጃ እንዳያደርጉትም መላ አባላቱን ያስተባብሩና ያሳስቡ ነበር። ፓርቲያችንና ሠራዊታችን ለቀሙላት ሀገርና ሕዝብ አርነትና ነፃነት አስተዋፅዖ ሊኖረው በሚችል ሁኔታ እንዲጠናከር፣ ያለማመንታትና ያለማወላወል ትግል ያካሄዱ የነበሩ ዕውነተኛ የሕዝብ ልጆች ነበሩ። የገጠሩ ትጥቅ ትግል በከተማ በተማሪው ትጥቅ ትግል መለወጡ ብቻ ሳይሆን በዋነኛነት መያዙ፣ ብሎም ወጣቱን ማስጨፍጨፉ፣ ፓርቲው የኢትዮጵያን ሕዝብ ትግል በትክክለኛው አቅጣጫ ሊመራ አለመቻሉን፣ የከተማው ወጣት ታጋዮች ላይ ብቻ ተመሥርቶ የገበሬውንና አልፎም የላብ አደሩን ተሳትፎ የማያራምድ በመሆኑ እንዲስተካከል በመጠቀም፣ በዋነኛነት የተነደፈውን ስትራተጅካዊ የገጠሩን ጥጥቅ ትግል ማጠናከርና ማስፋፋት እንደሚኖርበት፣ የከተማው ወጣት ያለአግባብ በከንቱ እየተጨፈጨፈ ማለቁንና ለዚህም እልቂት የኢትዮጵያ ሕዝብ ተጠያቂ የሚያደርገው ደርግና ተለጣፊ ድርጅቶቹን፣ ሻዕቢያንና ወያኔን ብቻ ሳይሆን ያለጥርጥር በእኩልነት እንደውም በከፋ ደረጃ ፓርቲውን እንደሚሆን አሳሰቡ። በአመራር እምብርቱ አፈቀላጤዎች እንደተነዛው የሀሰት ፕሮፓጋንዳ መሰረት የሠራዊቱ ክንፍ የእርማት ንቅናቄ ግንባር ቀደም ጀግኖች ከወያኔ ጋር በመደበኛ (formal) መንገድ በምስጢር ውይይት ያካሄዱበት ጊዜም አልነበረም። ወይንም በድርጅት ላይ ድርጅት የፈጠሩበት ጊዜ የለም፣ ለመፍጠርም ፍላጎትና ምክኒያትም አይኖራቸውም። የተፈጠረው የኢሕአሠ ክንፍ የእርማት ንቅናቄ የድርጅቱን ፕሮግራም፣ የትግል መስመሮች፣ እንዲሁም የመስመር ልዩነቶችን ይዞ የሚንቀሳቀስ ኢሕአሠን ከሞት አፋፍ በማዳን ላንድነትና ለጥንካሬው የሚካሄድ እንቅስቃሴ ነበር። በተመሳሳይ ደረጃም የተፈጠረውን አለመግባባት በመጠቀም ፀረ-ድርጅትና ፀረ-ኢሕአሠ ተግባር ለማከናወን የሚልከሰከሱና ውር ውር የሚሉ ቢኖሩ በከፍተኛ ደረጃ እንደሚዋጋቸው ጭምር ያሳስቡ ነበር። የኢሕአሠ ክንፍ የእርማት ንቅናቄ ግንባር ቀደም ጀግኖች ኢሕአፓን እና ሠራዊታቸውን አጥብቀው ያፈቅራሉ። በድርጅት ላይ ድርጅትም ለመመስረት ቀርቶ ይህን ዓይነት አስተሳሰብና አመለካከት ያላቸውን አጥብቀው ይቃወማሉ። ከአሉባልታና ከጥላቻ ውንጀላ በስተቀር ባጠቃላይ የኢሕአፓ አመራር እምብርት በጀግኖቹ ላይ ለሸረበባቸው የተንኮል ክስ ሁሉ አንዳችም ማስረጃና እውነታ አልነበራቸውም። ይህንን የተንኮል ጉዳቸውንና የተቀጣጠለውን ቅሬታዎች ለማፈንና ከተጠያቂነት ለመዳን እንዲያስችላቸው

በሠራዊቱ ውስጥ ራሱን የደበቀ “ፀረ-ድርጅት ንቅናቄ” ይካሄዳል፣ “አንጃ”ዎችም” እየተንቀሳቀሱ ናቸው፣ ከወያኔ ጋር ግንኙነት ፈጥረዋል … ወዘተ በማለት ግንባር ቀደም ታጋዮችን ለማስፈራራትና ብሎም ቀስማቸውን ለመስበር ተፍጨርጭረዋል፣ ብሎም ገድለው ወደ ጠላት ግዛት ተሰደዋል።

በሳሙኤል አለማየሁና ዘሩ ክሕሸን የሚመራው የማዕከላዊ ኮሚቴ ቡድን ኢሕአሠ በ”አንጃ”ዎችና በደርግ ሠርጎ ገቦችና በማዎይስቶች እንደተበከለም የሚገልጽ አሉባልታ በሠራዊቱ ውስጥ አስነዙ። በምዕራፉ ከላይ አካባቢ እንደተጠቀሰው ኢሕአፓንና ሕወሀትን ለማስተባበር የተቋቋመው የአቀራራቢ ኮሚቴ አባል መካከል አንዱና ለሕብረቱ ስምምነት መሳካት ከፍተኛ አስተዋጽኦ ያበረከተው ኢርጋ ተሰማ/መዝሙር ነበር። ለእነ ዘሩ ክሕሸንና ሳሙኤል ዓለማየሁ ጭንቀትም የኢርጋ ተሰማ/መዝሙር በከፍተኛ ደረጃ ተደማጭነት የማግኘቱ ጉዳይ ነበር። የእርማት ንቅናቄው ግንባር ቀደም መሪዎች በተለይም ሠራዊቱ ከመቀላቀሌ በፊት የማውቃቸው ጓደቼ ኢርጋ ተሰማ/መዝሙር፣ ኤፍሬም ደጀኑ/ሰዒድ አባስና ውብሸት መኮንን/አቡበከር ሙሀመድ ፍላጎታቸው ሥልጣን አልነበረም፣ ወይንም በአመራር ቦታ ለመያዝ አልነበረም ለመሞት ቆርጠውና ተዘጋጅተው የደስታ ሕይወታቸውን እርግፍ አድርገው ወደ ትግሉ የገቡት። እራሳቸውን መስዋዕት በማድረግ ለማምጣት ይፈልጉት የነበረውና ውስጣቸውንም የገፋፋው ነፃነት፣ እኩልነት፣ ዲሞክራሲና ፍትሕ የነገሰባትን ኢትዮጵያን ለመመስረት ነበር። ሰማዕታቶቼ ወደ ትግል መስኩ ሲሰማሩ የትግል ፍሬዎቻቸውን የማየት ዕድል እንደማይኖራቸው ሁሉ እያወቁና እየተረዱ መስዋዕት ለመሆን ቆርጠው ከነበሩበት የተደላደለ ዘመናዊ ኑሯቸውን አሽቀንጥረው በመወርወር ወደ ትግሉ በመገስገስ መግባታቸውን በሌላ አካባቢ ተገልጿል። ዓላማቸውና ፍልጎታቸው በደማቸውና ባፅማቸው ለኢትዮጵያ ሰፊ ሕዝብ ገደብ የለሽ ዲሞክራሲ፣ እኩልነት፣ ፍትሕና ዘለቄታዊ ሰላምን ለማስፈን ነበር። ጠላት የሚለውን በተደጋጋሚ በተነጋገርንበት ጊዜ ሲ. አይ. ኤ.፣ ሞሳድ እና ኬ. ጂ. ቢ. ሲሆኑ በሀገር ውስጥ የእነሱ ወኪሎች ሻዕቢያና ወያኔ እንዲሁም ደርግ እንደሆኑ ነበር። በምናካሂደው ንቅናቄ ምክኒያት በግርግር ሌሎች ለሌላ ተልዕኮ እንዳይጠቀሙ ብርቱ ጥረትና ጥበቃ ማድረግ እንዳለብን ነበር ኢርጋ አጥብቆ የሚመክረንና ጥናቃቄ እንድናደርግ ያሳስብ የነበረው። ኢሕአፓ አንድ ነው፣ ኢሕአሠ አንድ ነው፣ ጥምቀትም አንድ ነው እያሉ ነበር የሚያስተምሩትና ይመክሩ የነበረው። በግርግር ለሥልጣን ብለው አፈንግጠው ሌላ ጋር ለመሄድ የሚሹ ወይንም ተገንጥለው በአንጃነት ሌላ ቡድን ለመፍጠር የሚፍጨረጨሩ ቢኖሩ ከሌላው ሁሉ በይበልጥ እነሱን አደገኛ ጠላቶች አድርገን በመቁጠር እንደምንዋጋቸው ነበር ያካሂዱ የነበረው ቅስቀሳ። ሁላችንም አንድ አስተሳሰብ፣ አንድ አቋምና አንድ መርህና ዓላማ ነበርን፣ ኢሕአፓ/ኢሕአሠ ይጠንክር፣ ይለምልም ነበር። በግርግር ድርጅቱንና ሠራዊቱን ለመከፋፈል የሚፈልጉ ቢኖሩ ትግላችን ይበልጥ በእነሱ ላይ ማትኮር ይኖርበታል ነበር የሁላችንም አቋም። ሁልጊዜም ቢሆን መፈክራቸው ኢሕአፓ አንድ ነው፣ ኢሕአፓ

ድርጅቴ ነው፣ ኢሕአሠ አንድ ነው፣ ኢሕአሠ ሠራዊቴ ነው ነበር የሚሉት ሁሉም። ፓርቲው ከኢሕአሠ ሌላ ሠራዊት የለውም፣ እንዲኖረው የሚቅበጠበጡትን ሁሉ በጠላትነት ዓይን በእኩል እንዋጋቸዋለን ነበር የሚሉት። ጥምቀት እንድ ነው፣ ኢሕአፓ/ኢሕአሠ'ም አንድ ነው ብለው በፅንዓት ያምኑ ነበር። አጋጣሚውን በመጠቀም ከትግል ዓለም ለመሸሽ ዳር ዳር የሚሉም ሁሞተ ቢሶች እንዳይኖሩ፣ የከፋፋይና የአፈንጋጭነት ወይም የበታኝነት ተልዕኮ በተለይም የአንጃኝነትና የፀረ አንድነት ዝንባሌዎችን ሁሉ የሚያስብ ደካማ ቢኖር ከዋና ጥጠላቶቻችን እንደማይለዩ ጥንቃቄ እንዲኖር አብክረው ሲያስተምሩ፣ ሲመክሩና ሲያስጠነቅቁ ታግለዋል።

የድርጅታችንን ድክመት ተወያይተን እንድንፈታ ጉባዔ ይጠራ ማለት ከሌላ ጋር ሄደን እንጋባ ወይንም ሌላ ድርጅት ፈጥረን ሠራዊታችንን እንዋጋ ማለት አይደለም ነበር የሚሉት። ለወያኔና ለሻዕቢያ የቆሙትና፣ እንዲሁም ወያኔ ፈጣን ዕድገት እንድታገኝ በተዘዋዋሪና በስውር የሚተባበሩት የድርጅቱ የአመራር እምብርት/ክሊክ እንደሆኑ አድርገው ነበር የሚያወግዙት። የፓርቲው ፖሊት ቢሮና የወታደራዊ ኮሚሽን ሊቀ መንበር የሆነውና ከ1961 ዓ. ም. ጀምሮ በሲ. አይ. ኤ.'ነት የሚጠረጠረው ዘሩ ክሕሽን በአስማማው ኃይሉ (ኢሕአሠ፣ የኢትዮጵያ ሕዝባዊ አብዮታዊ ሠራዊት) መሰረት ወያኔ ኢሕአሠን ልትደመስስ የሳምንት ዕድሜ እንደቀራት፣ በሕወሓት ሠራዊት ላይ ምንም ዓይነት ቅሬታና ጭንቀት እንዳያድርባቸው የሠራዊቱን አባላት በማሳሰብ የማዘናጋት መልዕክት አስተላልፏል። በማያያዝም ወያኔን በክፉ ወይንም በጥርጣሬ ዓይን በሚመለከቱት የሠራዊቱ አባላት ላይ ቅሬታ ሊያድርበት እንደሚችል በማስጠንቀቅ እንዲጠነቀቁ ማሳሰቡንና ይባስ ብሎም፣ ሕወሓት ለኢሕአፓና ለኢትዮጵያ ሕዝብ ትግል እንቅፋት መሆኗ ግልጽ ነው። ያም ሆኖ ግን የትግራይን ሕዝብ ብሔራዊ መብት ለማስጠበቅ እየታገልን ነው ስለሚሉ እናንተ ያሰባችሁትን ዓይነት እርምጃ መውሰድ ከኢሕአፓ መርሕ ውጭ ነውና እንድትቀጠቡ እፈልጋለሁ። እነሱን ከጨፈጨፍን በኋላ ከወላጆቻቸው መካከል በሰላም ልንታገልም አንችልም። ዛሬ ሕወሓቶች በትግል ፍልስፍናችን ስላልተግባቡን ብቻ ከምድረ ገጽ አጥፍተን አርሲ ነገሌ እስክንደርስ ከስንት ብሔሮች ጋር ልንጋጭ ነው? የሌሎች ብሔሮችን ዕምነትስ እንዴት ማግኘት እንችላለን? ከእንግዲህ ወዲያ እንዲህ ያለ የሥርዓት አልበኝነት ተግባር እንዳይፈጸምና ሕወሓት'ን በአክብሮትና በመልካም ዓይን እንድታዩአቸው እፈልጋለሁ የሚል ጥብቅ ማስጠንቀቂያ ሰጥቶ ሠራዊቱን ያለ መሪ ለጠላት አጋልጦ ወደ ኤርትራ ከባለቤቱ ጋር ፈረጠጠ። በሊቀ መንበር ማዎ ትሴ ቱንግ የሚመራው የቻይና የቀዩ ጦር ሠራዊት ከእግር እስከ አፍንጫው በዘመናዊ የትጥቅ መሣሪያ የታጠቀውንና የተደራጀውን እንዲሁም በምዕራባዊያን ይደገፍ የነበረውን "ታላቁን" የጄኔራል ሻንጋይ ሼክን ሠራዊት በማይታመን መልክ ድምጥማጡን አጥፍቶ ከምድረ ቻይና አባረው ፎርሞሳ (የዛሬዋ ታይዋን) ፈርጥጦ እንዲገባ ማድረጉ ታሪክ ሲያስታውሰው ይኖራል። በዚያ ጦርነት ጄኔራሉና ታማኞቹ ነፍሴ አውጭኝ ብለው ፎርሞሳ

እስከገቡ ድረስ ጀግናው የቀዩ ሠራዊት ብዙ ብሔረሰቦችን አቋርጠው ነበር ለድል የበቁት። ሠራዊቱ በኢትዮጵያ ዲሞክራሲን፣ እኩልነትንና ነፃነትን ለማጎናፀፍ የሚታገል የቀይ ጦር መሆኑንና በአርሶ አደሩና በላብ አደሩ የሚመራ ሠራዊት መሆኑን ለኢትዮጵያ ሕዝብ በገቢር እስካረጋገጠ ድረስ የትኛውም የብሔርሰብ አካል በኢሕአሠ ችግር ሳይፈጥሩበት እነ መለስ ተክሌን፣ ወ/ሥላሴ ነጋንና ሎሌዎቻቸውን ኬንያ ድንበር ያለበለዚያም በቀላሉ ወደ ሁለተኛው አገራቸው ካርቱም ድረስ ያለምንም ችግር በሠላምና በፍቅር ልንሸኛቸው እንችል ነበር። የቻይና ፓርቲና የቀዩ ሠራዊት በሻንግ ካይሸክ ቁጥጥር ሥር ይኖሩ ለነበረው የቻይና ሕዝብ ከሌሎች በቀዩ ሠራዊት ክልል ይኖሩ ከነበሩት ጋር በእኩልነትና በመፈቃቀር ተደላድለውና ተስማምተው ሊኖሩ በቅተዋል።

የእኛም ሠራዊት በሰርጎ ገቦች ባይተበተብና ጥንካሬ አግኝቶ ለተቋቋመበት ዓላማ እንዲውል ዕድል ቢሰጠው ኖሮ የትግራይ ሕዝብ ከሌሎች የኢትዮጵያ ሕዝብ ወንድሞቹና እህቶቹ ጋር በመፈቃቀርና በመግባባት በእኩልነት ለመኖር ይችል ነበር እንጂ የትግራይ ሕዝብን አያስቀጣውም ነበር። ወያኔን ለመዋጋት ሰርጎ ገቦቹ እንቅፋትና መሰናክል ባይሆኑበት ኖሮና ብቃትና ችሎታችንን በመጠቀም ብንዋጋ ኖሮ ወያኔና ተከታዮቻቸው ቦታም አይኖራቸው ነበር። ምንም እንኳን ወደ ኋላ አቃሙን በድብቅ ይዘው ቢራመዱም ሕወሓት በ1968 በይፋ ለትግራይ ነፃነት እታገላለሁ በማለት መግለጫ ባወጣበት አካባቢ በአንድ ወቅት የትግራይ ገበሬዎች ለዚያውም የመለስ ዜናዊ አውራጃ ተወላጆች "ለእኛ ኢትዮጵያ ማለት አንድ ሙሉ እንጀራ ሲሆን፣ ትግራይ ማለት ደግሞ ግማሽ እንጀራ ብቻ ነው" በማለት ሁኔታውን ገልጸውታል። ከብልጣ ብልጥና አድር ባይ ፖለቲከኞቹ በስተቀር ያ አልተማረም እያልን ዝቅ አድርገን እንመለከተው የነበረው የትግራይ አራሽ ገበሬ የሚፈልገውን ነፃነት፣ ዲሞክራሲ፣ እኩልነትና ፍትሕ ካገኘ ምን ጊዜም ኢትዮጵያነቱን እንደሚወድ ነው ከዚህ ለመረዳት የምንችለው። የግንባር ቀደም የኢሕአሠ ክንፍ እርማት ንቅናቄው ታጋይዎች ፍላጎት አመራሩን ለመገልበጥ አይደለም። ፍላጎትም ሆነ ምክኒያት አይኖራቸውም፣ ግለሰቦችን በመገልቤጥ ችግር እንደማይፈታ አጥብቀው ያምናሉ። ድርጅቱ በከተማ ያካሂድ የነበረውን የመፈንቅለ መንግሥት እንቅስቃሴ ሲያወግዙና ሲኮንኑ ቀይተው እነሱ እራሳቸው በተመሳሳይ የደካማዎች መንገድ በመከተል አመራሩን የመገልበጥ ፍላጎት ቀርቶ ሃሳብም አልነበራቸውም።

የእነሱ ዓላማና ፍላጎት በድርጅቱና በሠራዊቱ የተከሰቱት ከባድ ችግሮች ዲሞክራሲያዊ በሆነ መንገድ በመወያየት መፍተሔ ይገኝላቸዋል፣ ችግሮቹ ይፈታሉ፣ አንድነት ይጠናከራል፣ ድርጅቱ እንደገና አገምግሞ ለድል ይበቃል፣ ሠራዊቱም የእውነተኛ ቀይ ሠራዊት ይሆናል ባዮች ነበሩ። አመራሩንና የጥቅም ተካፋዮቻቸውን በጉባዔ ሳይገለበጡ ባፋጣኝ አንጃ ናቸው፣ በድርጅት ላይ ድርጅት ፈጥረዋል፣ ማዎይስት ናቸው፣ ሲ. አይ. ኤ. ናቸው … ወዘተ በማለት ረሸኗቸው። አመራሩን ለማገት ወይንም ለማስወገድ ቢፈልጉ ኖሮ ገና ድሮ ያደርጉት ነበር። ኃይል ነበራቸው፣

ብዛት ነበራቸው። በዚያን ወቅት ተዓማኒነትና ተደማጭነትን አትርፈዋል። በእነሱ እምነት አመራሩ መውረድ ካለበት ዲሞክራሲያዊ በሆነ መንገድ በሥነሥራዓት መላው አባላቱ ተወያይቶበት በድርጅቱ ደንብና ሕግ መሰረት በጉባዔ መሆን አለበት እንጂ በመፈንቅለ መንግሥት መልክ ወይንም በዱለታ መልክ እያምኑበትም። እንዲህ ዓይነቱን ተግባር አጥብቀው ይቃወማሉ፣ ከሚታገሉለት መርህ ተፃራሪ ድርጊት አድርገው ይቆጥሩት ነበር። ለዚህም ነበር ለረጅም ጊዜ ሳይካሄድ የቀየውን የፓርቲውን ጉባዔ ጥሪ አበክረው ያቀረቡት። በሴሚናር ስም አታለውና አዘናግተው በመክበብ በሀሰትና በውሸት ወደ እሥር ቤት ባይልኳቸው ኖሮ እነኢርጋ ተሰማ በመላው ሠራዊት ተደማጭነትን አትርፈው ድርጅቱን አቃንተው፣ ሠራዊቱን አጠናክረው ለድል ለማብቃት የጊዜ ጉዳይ ነበር። መንግሥቱ ኃ/ማርያም ዳንኤል አስፋውንና ከሀዲውን ፍቅረሥላሴ ወግደረስን ተጠቅሞ በማታለልና በማዘናጋት እነ ጄኔራል ተፈሪ በንቲን እና እነሻምበል ሞገስንና ሻምበል ዓለማየሁን እሥር ቤት እንዳስገባቸው፣ እነዘሩ ክሕሸንም እንደዚሁ አሥራት ተሾመን፣ ዳዊት ስዩምና ሌሎቹን በመጠቀም አዘናግተውና አታለው ለሰሚናር አሳበው የሠራዊቱን ሀቀኞ ልጆች በቁጥጥር ሥር አውለው ወዲያውኑ ገደሏቸው።

አጋጣሚውን በመጠቀም በኢሕአፓ ሥም ሌላ ድርጅት ለመፍጠር ሽር ጉድ የሚሉ ቢኖሩ ፀረ ኢሕአፓ፣ ፀረ ኢሕአሠ ባጠቃላይም ፀረ ኢትዮጵያ ነውና ከጠላቶቻችን ጎራ በማዳበር እንዋጋቸዋለን በማለት የ"አንጃ"ነትን ስሜት ለማጥፋትና ለመቆጣጠር ከወዲሁ አብክረው በማስተማር የመከሩና ያስጠነቀቁ ሰማዕት ጓደቻችን ነበሩ። ኢሕአፓ፣ ኢሕአሠ አንድ ነው፣ ከኢሕአፓ፣ ከኢሕአሠ ውጭ ስሙንና መልኩን እንግቦ አለሁ አለሁ የሚል አዲስ ድርጅት ቢፈጠር የማወናበጃና የመከፋፈያ መሣሪያ ብቻ ስለሆነ ከጠላቶቻችን ለይተን ስለማናያቸው እንዋጋቸዋለን በማለት ለሠራዊቱ አባላት አብክረው መልዕክት በማስተላለፍ አሳስበዋል። አጋጣሚውን ተጠቅመው የጠላት መሣሪያ በመሆን አለንላችሁ የሚሉ ተለጣፊዎች ብቅ ቢሉ ጠላቶቻችንን እንዲያገለግል/ሉ በመሣሪያነት የተፈጠረ/ሩ ናቸውና እኩል ከዋና ጠላቶቻችን ጋር በመጨመር አጥብቀን እንዋጋዋቸለን በማለት በከፍተኛ ወኔና ቀራጥነት ነበር የኢሕአሠ እርርማት ንቅናቄ ምድረ አሲምባን ያጥለቀለቀውና ለኢሕአፓ/ኢሕአሠ ጥንካሬ፣ አንድነትና ብቃት የታገሉት። ኢሕአፓም ሆነ ኢሕአሠ ምን ጊዜም የማይነጣጠሉ አንድ ፓርቲና አንድ ሠራዊት ነው ያለን ብለው አበክረው የታገሉትን፣ በተፈጠረው ሁኔታ ተስፋ ቆርጠን እንዳንበታተን፣ እንድነታችንን እንጠብቅ፣ ኢሕአፓ ኢሕአሠ እንድ ነው፣ ለዘለዓለም ይኑር የሚል መፈክር አንግተው የታገሉትንና ያታገሉትን ታጋዮች ነበር በራሳቸው የትግል ጓዶች እጅ ያለርኅራኄ በአንሰባው ተወላጅ በእነ ኃይሌ ሀኪም/ኃይሌ ቀጭኑ/ኃይሌ አሲምባ በመባል ይታወቅ በነበረው ግንባር ቀደምትነት የተሰለፈችዋ ጋንታ የጭካኔ አገዳደል እንደተረሸኑ የተወራው። ዘሩ ክሕሸን ሠራዊቱ ወደ ኤርትራ እንዲያፈገፍጉ በመወሰኑ እንደው እንደቀላል ነገር ያ የተዘፈነለትንና የተዘመረለት አሲምባን እየለቀቁ እንደ ምርኮኛ ወታደር በመደናገጥና እራስን በመጣል ወደ ምድረ ኤርትራ ነጉዱ።

በመጀመሪያ ደረጃ ሠራዊቱ ወደ ኤርትራ በማፈግፈጉ ከሞት የተረፉት የሠራዊቱ አባላትና ታጋዮች በድርጅቱ አመራር ላይ ከፍተኛ ጥርጣሬን አሳድሯል። አስማማው ኃይሉ "በዚህ ጦርነት አጨራረስና ወደ ኤርትራ ማፈግፈጉን ማን እንዳዘዘው እስከ ዛሬ የብዙዎቹ ጥያቄ ነው በማለት ሀቁን ለመሸፋፈን የሚያደረገውን ተረት እንተወውና ይልቁንስ ሀቁን ለመተንፈስ እንሞክር። በቅድሚያ ግን የተሳሳተ መረጃ ከየት እንዳገኙት ለማወቅ ባልችልም፣ ታክሎ ተሾመ እንዳሉት ሳይሆን ሠራዊቱ የራሱ ፍላጎቱ ሆኖ ወደ ኤርትራ ለማፈግፈግ አልምረጠም፣ እንዲያውም ከነጭራሹም ወደ ኤርትራ የማፈግፈጉን ጉዳይ በጽኑ ተቃውመው ነበር። ሠራዊቱ በአከለጉዛይ አውራጃ ሽመዛና በምትባል ቦታ ላይ እንዳረፈ ማሸነፍ በማይገባት የወያኔ ጦር መሸነፋቸው ብቻ ሳይሆን ወደ ኤርትራ ለውርደት አፈግፍገው እንዲሄዱ በመገደዳቸው ያሳደረው የሞራል ውድቀት በቀላሉ የሚገመት ባለመሆኑ በዚያች ቦታ ላይ የተሰበሰበው ጦር በከፍተኛ የሕሊና ብስጭት ላይ በመውደቁ ትልቅ ትርምስ ተፈጥሮ ነበር። ከአመራሩ ሎሌዎች በስተቀር አብዛኛው ታጋዮች ወደ ትግራይ ተመልሰው ከወያኔ ጋር እስከመጨረሻው መዋደቅን በመፈለግና፣ እንዲሁም ምስጢሩ ድብቅ የሆነውን ማፈግፈግ በመቃወማቸው በጥገኝነት ባለው አመራር ከፍተኛ ተፅዕኖ አድርሰው ሆኖም በሽንገላ ውሳኔአቸውን እንዲያነሱ ተደርጓል። በዚህ ጊዜ ነበር ወደኃላ ጠቀሜታው በማለቁና ሁኔታው ሁሉ በግልጽ እየተረዳው የመጣውና በምስጢርና በዘዴ በጌምድር ላይ የተገደለውና በጊዜው እውነታው ያልተገለፀለት ሰማዕት አባይ አብርሐ/ናደው ወኔ ቀስቃሽ ንግግር በማድረግ የአባላቱን ሞራል ለመገንባት ከፍተኛ ጥረት በማድረግ ወደ ትግራይ ለመመለስ ያነሱትን ጥያቄ እንዲያነሱ በማድረግ ተደናግጦ ለነበረው አመራር ነፍስ አድን ሆነ። ምን ዋጋ አለው፣ ጀግናው የትግራይ ልጅ አባይ አብርሐ/ናደው እንደ ደብተራው ጠላቶቹ ከጉያቸው መሆናቸውን ሳይረዳ እስከመጨረሻው ቀይቶ በመጨረሻ እራሱም "በወዳጅ" ጥይት ተበላ። ምንም እንኳን ትጥቃቸውን የማውረድ ጉዳይ አስመልክቶ እነዘርው ከሕሸንና ሳሙኤል ዓለማየሁ ከጀብሃ ተነጋግረውበት ያለቀ ጉዳይ ቢሆንም የኢሕአሠ አባላት ግን በብርቱ ጥርጣሬ ላይ በመግባታቸው አብዛኛዎቹ ትጥቃችንን አውርደን የውርደት ማቅ ከምንከናነብ ወደ ተደመሰሰው ሜዳችን ተመልሰን ከወያኔ ጋር እየተፋለምን እንሰዋ ከቻልንም በጌምድር ከሚገኙት ጓዶቻችን ጋር እንደባለቅ ብለው እንደገና ጥያቄ አቅርበው ትጥቃቸውን ላለማውረድ አንገራገሩ። አሁንም እንደገና አባይ አብርሓ/ናደው ከጥቂት ጓዶቹ ጋር በመሆን የታጋዩን ቁጣና የንምለስ ጠንካራ አቋም በማብረድ ለሁለተኛ ጊዘ ሁኔታዎችን በማለሳለስ በግዞት ላይ ለነበረው አመራር ነፍስ አድን ሆኖ አገለገለ። ሠራዊቱ ወደ ኤርትራ እንዲያፈገፍግ መመሪያና ትዕዛዝ የሰጠው የፖሊት ቢሮና የወታደራዊ ኮሚሽን ሊቀመንበር የነበረው ዘሩ ክሕሸን ከጥቅም አጋሩ ከሳሙኤል ዓለማየሁና ዳዊት ስዩም ጋር በመተባበር ነበር። ክፍሉ ታደሰም ቢሆን ኢሕአሠ ወደ ኤርትራ ማፈግፈግ እንዳለበት ጠቅላይ አመራሩ ውሳኔ ላይ ደረሰ ብሎ ጠቁሟል።

አስማማው ኃይሉ እንደገና በመጽሀፉ በሌላ አካባቢ እንዳስቀመጠው አብዛኛው የማዕከላዊ ኮሚቴ አባላት ጀብሃ መሳሪያችንን ከተረከበ በኋላ ሊበታትነን የሚችል ከመሆኑም በላይ እንደ ምርኮኛነት መቀየታቸው የሠራዊቱ ሞራል ሊላሽቅና ተስፋ የመቁረጥ መንፈስ ሊያሳድር የሚችል መሆኑን በዙሪያው የተሰባሰቡት የአመራር አባላት በተለይም ደብተራው አጥብቀ ተቃውሞውን ለዘሩ ክሕሸን ቢያሰማም ዘሩ ክሕሸን ግን ተልዕኮ ስለነበረው ተልዕኮውን ማስፈጸም ስለሚኖርበት የቀረበውን ተቃውሞ እንዲህ በማለት አናንቀታል፣ “እኔ (ዘሩ ክሕሸን) እንደ ፖሊት ቢሮ አባልነቴ እና የሚሊታሪ ኮሚሽን ኮሚቴ ተጠሪነቴ ውሳኔየን በተጽዕኖ አጸደኩ” ብሎ ያለሕፍረት በመመጻደቅ ማዘዙን ጠቀሶታል (አስማማው ኃይሉ፣ 251)። በዚህም መሠረት ዘሩ ክሕሸን ጦርነቱ እንደተጀመረ የቅርብ ጓደኛውንና አብሮ አደጉን ዳዊት ስዩምን ይዞ ከተሓኤ ጋር ልነጋገር ብሎ በማሳበብ ወደ ኤርትራ ሄደ። በዚያው ሰሞን አስቀድሞ ባለቤቱን “ንግሥቲቷ” ታደለችን በሕመም አሳቦ ወደ ኤርትራ ላካት። ከመውጣቱ በፊት ግን ከሳሙኤል ዓለማየሁና ለዚሁ ዓላማው ከደንብ ውጭ ከሾማቸው ከሌሎቹ የፖሊት ቢሮና ተለዋጭ ፖሊት ቢሮ አባላት ጋር በመሆን ጀግኖቹን ታጋዮች የይረሸኑ ውሳኔ አብሮ ወስኖ በዚያው አድርጎ ሁሉን አጋልጦና አሳጥቶ ወደ ኤርትራ የማፈግፈግ መመሪያና ውሳኔ ሰጥቶ በጦርነት ወቅት ወደ ውጭ ሾልኮ ጠፋ። ምንአልባትም ሲረሸኑ እኔ አሲምባ አልነበርኩም ብሎ እንደ ጲላጦስ ከደሙ ንጹህ ለመሆን በመሞከር ነበር። ይህንን ደካማ ታክቲኩን ከዚያ በፊት አዲስ አበባ ላይ ፈጽሞታል። የጌታቸው ማሩን የይገደል ውሳኔ ከወሰነና ቀጥሎም ጌታቸው ማሩን በስልክ አግባብቶና አታሎ በቁጥጥር ሥር ካደረገ በኃላ ከመገደሉ በፊት ከባለቤቱና ከመዝገብነሽ አቡየ ጋር ወደ አሲምባ መሄዱ ስለአገዳደሉ የማውቀው የለኝም ብሎ ለመቃጠፍ እንደሆነ በሌላ አካባቢ ተጠቅሷል። በተመሳሳይ ሁኔታም በአሲንባ የሠራዊቱን ጠንካራ ታጋዮችን ካሲያዘና ለግድያ ወደ ማጎሪያ ቤት አስልኮ የይገደሉ ውሳኔውን ካስወሰን በኋላ ወደ ኤርትራ ሾልኮ ከጠፋ በኃላ ለማስመሰል ዳዊት ስዩምና ሒሩይ ሲመለሱ የተያዙት ጎዶች በሕይወት እንዳይቀጡ ደብዳቤ ጽፌ ነበር በማለት እራሱን ከደሙ ንጹህ ለማድረግ ሲፍጨረጨር ተወርቷል። የድርጅቱ የሚሊታሪ ኮሚሽን ሰብሳቢና የኢሕአሠ ጠቅላይ አዛዥ እንደመሆኑ መጠንና በወቅቱ በሚዳ የሁሉም የበላይ በመሆኑ በምንም ቢሆን በጦርነት ወቅት ሠራዊቱን አጋልጦ መፈርጠጥ አልነበረበትም። በዚያ አካባቢ በመገኘት መታገል፣ ማታገልና ማስተባበር የሚገባው በዚያች ወሳኝና ፈታኝ ጊዜ ነበር።

ለድርጅቱና ለሠራዊቱ በቅንነት ተቀርቃሪ የነበሩት ሀቀኞችና ቀራጥ ጓዶቻችን ላይ የግድያ እርምጃ የተወሰደባቸው እንደ ክፍሉ ታደሰ እንደሚሉት በእርግጥ በድንጋጤ/ፓኒክ ቢሆን ኖሮ፣ ድንጋጤውን ለማስወገድና አያይዞም የጓዶቹን ጉዳይ ትክክለኛና ፍትሀዊ ከሆነ ውሳኔ ላይ ለመድረስ እንዲያስችል ለምን ሠራዊቱ ትክክለኛ የማፈግፈግ ስልትና ዘዴ በመከተል ወደ ጎንደር በማፈግፈግ እስረኞቹን ይዘዋቸው አይሄዱም? የሚል ነበር በአብዛኛው የቀድሞ የፓርቲና የሠራዊቱ አባላት

ጥያቄ፣ እሮሮና ኡኡታም ጭምር። ወደ በጌምድር ቢሆን ኖሮ እሥረኞቹንም ይዞ ማፈግፈግ ይቻል ነበር። ቀላልም እንደነበር አድርገው ነበር ያዩት አብዛኛው የቀድሞ ታጋዮች። የእነ አብዲሳ አያናም ሆነ የነ ገብሩ መርሻ ፍላጎትና እምነት ይኸው ነበር። የአብዛኛው ዕምነት ሠራዊቱ ወደ በጌምድር በማፈግፈግ እስረኞቹን ከእነሱ ጋር ይሂዱና እዚያ በእርጋታ ጉዳያቸው ዲሞክራሲያዊ በሆነ መልኩ ታይቶ ሊፈታ የሚችል ጉዳይ እንደነበረ ነው። ይህ ደግሞ ከሆነ ሠራዊቱ በጌምድር ላይ እንደገና ሕይወት ሊዘራና በጌምድር ላይ የጉባዔ ይጠራ ጥያቄ ሊንቀሳቀስ እንደሚችል በነበራቸው ፍራቻና ጭንቀት እንደነበረ ነው። ወደ ጎንደር ካፈገፈጉ የሕብረ ብሔሩ ሠራዊት ጠንክሮ ከስህተቱ ተምሮ ጠላትንና ወዳጅን ለይቶ አውቆ በአዲስ መንፈስና ብቃት ለኢትዮጵያ ሕዝብ ነፃነት ሊታገል ነው ማለት ይሆናል። እንደገና ይህ ከሆነ ደግሞ ለደርግም ሆነ ለሻዕቢያና ለወያኔ እኩይ ዓላማ እንቅፋት መሆን ነው ማለት ይሆናል። የጉባዔ ጥሪ መልሶ እንዳያገረሽና ዳግም ጥያቄ እንዳይነሳ የሚቻለው ታጋዮቹን መረሸንና ሠራዊቱን ወደ ኤርትራ እንዲያፈገፍግ በማስደረግ እንዲበታተንና በቀሪው የሠራዊት አባላት ላይ ሞራላቸውን ለማላሸቅ በሚያስችል ሁኔታ ተንቀሳቅሶ በመንገድ ላይ እንዳለ እየተበጣጠሰ እንዲጠፉ ለማድረግ ነበር።

በዚሁ ምዕራፍ በሌላ አካባቢ እንደተገለጸው ምንም እንኳን የኃላ ኃላ በጌምድር ላይ የሚወሰድ ቀጣይ የተንኮል ግዳጅ ነበራት ተብላ ጋንታዋ ብትታማና ብትጠረጠርም ወደ በጌምድር ማፈግፈግ ምን ያህል ቀላልና አኩሪ የማፈግፈግ ውጤት ሊሆን ይችል እንደነበር በአንዲት ጋንታ በተጨባጭ ተረጋግጧል። ሠራዊቱ በውሳኔው መሠረት ወደ ኤርትራ ሲያፈገፍግ "በጀማልና በብርሃን የምትመራና ሃያ አራት አባላት ያሏት ውሳኔው ያሳዘናትና ያበሳጫት አንዲት ጋንታ አሻፈረኝ፣ ወደ ኤርትራ ማፈግፈጉን አናምንበትም፣ ይህ ትእዛዝ የጠላት እንጂ ከወዳጅ የመጣ ባለመሆኑ አናምንበትም በማለት ትግራይን መሀል ለመሀል ሰንጥቃ በጌምድር ከሚገኘው የኢሕአሠ ሠራዊት ጋር በቀላሉና በሰላም ተቀላቀለች" (አስማማው ኃይሉ፣ 250። ክፍሉ ታደሰም ቁጥራቸውን አሳንሰው እንጂ እንዲህ ብሏል፣ "አሥራ አራት የሚሆኑ የኢሕአሠ አባላት ግን ትግራይን አቋርጠው በጌምድር ደርሰዋል" (ክፍሉ ታደሰ፣ 321)። ወደ ኤርትራ የማፈግፈጉን ጉዳይ አስመልክቶ የአብዲሳ አያናንና የሰቦቅቻ/ለማ ጉርሙን የትናንቱን ትዝታቸውን በሚከተለው ሁኔታ ገልጸውታል፣ "... ከኤርትራኖቹም ጋር በተለይም ያኔ ከተወሓት ጋር ጥሩ ግንኙነት ሳይኖራቸው ነውና ወደ እዚያ ማፈግፈግ የተደረገው ይህም ራሱ ሌላ ልዩ ጥያቄ ነው። ደግሞ ማፈግፈጉስ ለምን መጣ፣ ማፈግፈጉስ ቢሆን ደግሞ ወደ ኤርትራ ነበር ወይ መሆን ያለበት ወይንስ ወደ ቤጌምድር ነው የሚለው ይህ ሌላ ውይይት ውስጥ ይከተናል። ለማናቸውም እሱን ልለፍና የምንቃወማቸው፣ የሚቃወመን ድርጅቶች በግልጽ በዚያን ደርጃ በያን ጊዜ በነበረው ሁኔታ ላይ ለቲ. ፒ. ኤል. ኤፍ. ይደግፍ የነበረ ድርጅት ከዚያም አልፎ እንዲያውም ሜዳ ውስጥ በጦርነቱ የነበሩ ያን ጊዜ ይዋጉ የነበሩ ሰዎች በአካል ሁሉ

ኤርትራዊያኖችን አይተናል መጥተው ከወያኔ ጋር ተደርበው ለድጋፍ መጥተው ሲወጉን ነብር ብለው ሠራዊቱ በሚናገሩበት ሁኔታ እንደገና ተመልሶ ወደ ወትን ወገን ወደ ኤርትራ ማፊግፊግ ራሱ ዕውቀቱንም፣ ሁኔታውንም እንግዲህ እኔ ልናገረው አልችልም፣ ያስደነግጣል፣ ያሳዝናል፣ ያጠያይቃልም። ፍርሃትንና በርግጥም ደግሞ ፓኒኪ ሁኔታ ነው እነዚህን ሰዎች ሊያስገድላቸው የቻለውም ከተባለ ማፈግፈግ ማድረግ ካለብን ወደ በጌምድር ነበር ትልቁ ዕድላችን የነበረው። ፓኒኩንም ያሰወግድልን ነበር። እሥረኞቹንም ይዞ መሄድ ይቻል ነበር። ከዚያም በሥነሥራዓት ውሳኔ ሊደረስ ይቻል ነበር። እኔ ይህ በእውነት ወደ ሌላ ጥያቄ ነው የሚከተን ...” (አብዲሳ አያና)። ሰቦቓ/ለማ ጉርሙም በበኩሉ እንደሚከተለው ይላል፣ “ምን ማድረግ ይቻል እንደነበረ መቸም ሁላችንም መግደል ነው ይቻል የነበረ የሚል መልስ የለንም። ምንም ቢሆን ግን መግደል የሚያደርስ መፍተሔው መግደል የሆነ መጨረሻ ላይ ሊደርስ የሚያስችል ሁኔታ ደግሞ ፈጽሞ አልተፈጠረም። እነሱን ይዞ እስረኞችን ይዘን በማፈግፈግ ወደ በጌምድር መውጣት፣ ወደኋላ መሄድ ይቻላል። ወደ ኤርትራ ማፈግፈጉ ለእኔ በፍጹም ትርጉሙ አልተረዳኝም። በውርደት ተሸንፈናል፣ ከብዙ ዘመን ቤታችን ተባረናል። እንደገና በርሀብና በጥሜት በምርኮኛ መልክ ኤርትራ መቀየታችን ተጨማሪ ግድያ ነው። ምንም ነገር መግደል የማያደርስ ከሆነና ሠራዊቱ ላይ ችግር ከገጠመው ደግሞ ከሠራዊቱ ማባረር ይቻላል፣ በመጡበት ሁኔታ ወደ መጡበት መመለስ ይቻላል። ይቻል የነበረው ነገርማ ከሞት በመለስ የነበሩ ነገሮች ብቻ ናቸው ይቻሉ የነበሩት። እንደማስበው አሁን እንደማስበው ሌሎች ሌሎች ጽሁፎች ወጥተው እንደሚሉት ሳይሆን እንደውም የተቀመጠ ችሎት አልነበረም ብየ ነው በከፍተኛ ደረጃ የምገምተው (ሰቦቓ/ለማ ግርሙ)።

13.3.4. ሀቀኞችን ለመግደል የተጠቃቀመው የይስሙላ ወታደራዊ ትሪቡን

ከከለአሳ አሳፋሪ የማጋለጥ ሴሚናር ላይ አመራሩ እንዲጋለጡ የፈለጋቸው ታጋዮች ከተጋለጡ በኋላ የይስሙላ ወታደራዊ ትሪቡን ተቋቃሙ ተባለ። ለተቋቃመው ትሪቡን በዳኝነትና በአቃቤ ሕግነት እንዲሁም በጥብቅና ተብለው በቅድሚያ በድርጅታዊ ሥራ የተወሰኑ እንዲመረጡ ተደረገ። ሌሎቹም ደግሞ ቀጥታ በፓርቲው ተወክለው እንዲገቡ ተደረገ። ስለሆነም ሁሉም በሙሉ የድርጅቱ አመራር የሚፈልጋቸውና ከአመራሩ በቅድሚያ ተዘጋጅቶ የተሰጣቸውን የግድያ ውሳኔ ተግባራዊ የሚያደርጉ ታማኞች ተዘጋጁ። ፩ኛ. ገለብ ዳፍላ የመሐል ዳኛ፣ ፪ኛ. ኃይሌ አባይ/ወርቁ፣ ፫ኛ. እንድሪያስ (አያሌው አክሎግ ነው ይባላል) ድርጅቱ የሰጣቸውን መመሪያና ትዕዛዝ ለመፈጸም በዳኝነት ተሾሙ። በሜዳ ስሙ ዮሐንስ ተብሎ የሚታወቀው (ሙሉዓለም ዋሲሁን ነው ይባላል) ደግሞ የድርጅቱ አመራር እምብርት የሰጡትን መመሪያና ትዕዛዝ ለማስፈጸም በዓቃቤ ሕግነት ተሾመ። ግድያውን በፊርማቸው ያፀደቁት ደግሞ ፩ኛ. መሐሪ ገ/እግዚአብሔር/ፀሐየ ሰለሞን፣ ፪ኛ. መሐሪ ተስፋየ/ጌዲኦን፣ ፫ኛ. አበበ/ፀጋየ ገ/መድሕን ሲሆኑ አበጄ/ኮሎኔል ዓለማየሁ አስፋው አልፈርምም ብለዋል (ስለሽ ቱጂ፣

3፣ 39) ተብሎ ተወራ። ይህንን የይስሙላ ወታደራዊ ትሪቡን መቋቋምን አስመልክቶ አስማማው ኃይሉ ለየት ያለ የዳኞች ሊስት በማቅረብ አምባየን፣ ገለብን፣ ግሩምንና ሙሉዓለም ዋሲሁንን/ዮሐንስን ሲያካትት የፓርቲው አቃቤ ሕግ ደግሞ እንድሪያስ (እያሌው አክሎግ ሳይሆን አይቀርም ያባላል) እንደሆኑ አድርጎ ነው ያቀረበው (አስማማው ኃይሉ፣ 207)። በሌላ በኩል ደግሞ እያሌው ይማም ግድያውን በፊርማቸው ያፀደቁትን አስመልክቶ ከስለሽ ቱጂ የተለየ ሊስት ሲኖረው፣ ፩. ዳዊት ስዩም፣ ፪. አበበች በቀለ፣ ፫. ፀጋየ ገብረመድሕንና፣ ፬. ጊዲዮን አድርጎ ነው ያቀረበልን (እያሌው ይማም፣ 319)። ኮሎኔል ዓለማየሁ አስፋውን አስመልክቶ አስማማው ኃይሉ ድምጽ የመስጠት መብቱን ያነሳላቸው ዘንድ ተለምኖ ፈቃደኛ በመሆኑ ውሳኔው ተግባራዊ እንደሆነ አድርጎ ገልጿል (አስማማው ኃይሉ፣ 249)። ከላይ አካባቢ ለማየት እንደቻልነው በዚህ አንገብጋቢና አሳሳቢ በሆነው ጉዳይ ላይ እንኳን ከላይ የተጠቀሱት ሶስት ጸሀፊዎች (ስለሽ ቱጂ፣ እያሌው ይማምና አስማማው ኃይሉ) እንኳን አንድ ዓይነት አቀራረብ ሊኖራቸው አልቻለም። ትክክለኛውና እውነተኛው የትኛው ደራሲ እንደሆነ ለማመን አስቸጋሪ ሆኗል።

የሰቦቻ/ለማ ጉርሙን ትዝታ እንደሚከተለው ሲነግረን እንቀቅልሹን ለመፍታት የረዳናል ብየ አምናለሁ፣ “ገለብ ከፓርቲው የተወከለዉ ዳኛውንና ዋና ዳኛውን፣ እንደገና አሁንም ከፓርቲው የተወከለውን ክስ አቅራቢውንና አቃቤ ሕግ የሚባለውን ዮሐንስን ነው። ምንአልባት እርግጠኛ እዚህ ጋር ታደለች ትመስለኛለች የዘሩ ክሕሸን ባለቤት የእስረኞቹን መብት የምትከታተል እሷ ካልሆነች ግን ለምለም የምትባል ሌላዋ የፓርቲው ከሴቶች አካባቢ ተለቅ ያለ ስልጣን የነበራት ሴት ነች (አበበች በቀለ ማለቱ ነው)። አሁን እንደማስበው ሌሎች ሌሎች ጽሁፎች ወጥተው እንደሚተርቱት ሳይሆን እንደውም የተቀመጠ ችሎት አልነበረም ብየ ነው በከፍተኛ ደረጃ የምገምተው። የተባለው ችሎት የተቋቋመ አልነበረም፣ ቢቋቋምም እንካን ችሎቱ ተቀምጦ ከድርጅቱ አመራር ትዕዛዝ ውጭ ሊፈርድ የሚችል እንዳልነበረ ነው። ዝም ብለው እነሱን ፈጅተው ትሪቡኑ እንደፈረደና መብታቸው በተከራካሪ እንደተሞገተላቸው እንደዚህ ዓይነት ነገር ለወደፊት ለታሪክ ተወቃሽ ላለመሆን እንዲሁ የወረቀት ሥራውን የሰሩት ነው ብየ የማምንበት እንጂ በእነዚህ ሰዎች ላይ ትሪቡኑ እራሱ ጊዜ አግኝቶ ክስ አቅርቦ አቃቤ ሕግ እነሱ መልስ ሰጥተው አዳምጠው ግራ ቀኝ ውሳኔ ለመስጠት ቲ. ፒ. ኤል. ኤፍ. የከፈተችው ጦርነት የአንድ ሳምንት ጊዜ እንኳን ያልነበረው ስለነበረ ይህ ሁሉ ሂደት በምን ጊዜ ውስጥ ተፈጸመ ስል ይህንን በከፍተኛ ደረጃ እንድጠራጠር ስለሚያደርገኝ፣ ግድያው በችሎት ተደረገ ለማለት በመጀመሪያ ደረጃ የሚያሳምነኝ አይደለም። ሁለተኛ ያ ችሎት አደረገ እንኳን ብል ችሎቱ እንዲሁ እንዲሁ የተቋቋመ ችሎት ነው እንጂ ዕውነት ነገሩን መርምሮ፣ ፍትሀዊ ፍርድ የሚሰጥ ችሎት አልነበረም። በችሎት ነው የተገደሉት ለማለት ብቻ ነው ያደረጉት እንጅ ከመያዛቸው በፊት ግድያቸው የተረጋገጠና እንደሚገድሏቸውም የታወቀ ዓይነት ንቅናቄ ነበር።

ችሎቱ የተቃቃመ አይደለም፣ ቢቃቃምም ያ ችሎት ተቀምጦ ከድርጅቱ አመራር ትዕዛዝ ውጭ ሊፈርድ የሚችል አልነበረም። አንድ እራሱ ፓርቲው ያስቀመጠው ዋናው ገለብ ነው። ሌላው እዚያው ውስጥ ባሉ ጥቂት የፓርቲ አባላት ውስጥ በድርጅታዊ አሰራር እከሌን መረጡ ተብሎ የመጣ ነው። ሌላው ካጠቃላይ ሠራዊቱ ውስጥ አሁንም እከሌን መረጡ ተብሎ የመጣ ነው። ከሳሹ እራሱ ያስቀመጠው ነው፣ እና እዚህ ጋር የትኛው ሰው እንደሚፈርድ፣ ፈረደም ብንል እዚያ ጋር ፍርድ የለም። ዞሮ ዞሮ ይህንን እዚያው በማውቃቸው ሰዎች ፓርቲው ነው እንደዚህ ነው፣ እገሌ ነው ለማለት አልፈልግም። ዕውነታው ግን በድርጅቱና በሠራውቱ ዙሪያ ባሉ አመራር አባላት አስቀድሞ ተወስኖ እንዲሁ የተወሰደ እርምጃ ነው። እና የትሪቡን አቃቃምና እንትን የሚለው ነገር ሕጋዊ የማስመሰል ጥረት እንዲኖረው የተደረገው። ግን ሕጋዊ አይደለምና በዚያ አካባቢ የተደረገ አንዳችም ቀና የሆነ ነገር መጠበቅ የለብንም። ከዓመት በላይ አስረው የከረሙትን እነ ጉርሙን ማንም ሳያጋልጠው፣ ሰዒድንና አቡበከርን ማንም ሳያጋልጣቸውና ማንም ሳይጠቁምባቸው አቀይተው ማዎይስት ናቸውና ተከታተሏቸው፣ ቁጥጥርም አድርጉባቸው ያሏቸውን ነው በዚህ አጋጣሚና ግርግር ዝምብለው ቀላቅለው የገደሏቸው (ሰቦቓ/ለማ ግርሙ)።

አብዲሳ አያና በወቅቱ የወሰደው እርምጃ ወይንም ተቃውሞ ባይኖርም ማንም ሳያጋልጣቸው ወይንም ስማቸውን ማንም ሳያነሳ ስለተረሸኑት አቡበከር ሙሀመድ/ውብሸት መኮንንና ሰዒድ አባስ/ኤፍሬም ደጀኑ አስመልክቶ እንዲህ ይላል፣ "... ከመጀመሪያው በተለይ እነ አቡበከርንና ሰዒድን በሚመለከት ገና ከውጭ በሚመጡበት ጊዜ ማዎይስቶች ናቸው እና ተጠንቀቁ የሚል ነገር ተነግሮናል። ማዎዚም ደግሞ ባንድ በኩል በትክክለኛው መልኩ በምናየው ድርጅቱም በፕሮግራሙ የሚያደርገው የነበረው በእርግጥም እኛም ድርጅቱ በሚቃቃምበት ጊዜ የተከተልነው የነ ማዎን የትግል ዘዴ ነው። የተከተልነው ወደ በርሃ ገብተን አገሪቱን ቀስ በቀስ ከገጠር ወደ ከተማ በሚሄድ የረዥም ጊዜ የትግል እንቅስቃሴ አስተምረን ለዚያ እናበቃለን። ለነፃነት፣ ለዲሞክራሲና፣ ለእኩልነት እናበቃለን የሚል ነበረ። እና ይህ ሆኖ ሳለ የትግላችን ስትራቴጂና የትግል ዘዴ በሌላ በኩል ደግሞ ማዎይስቶች ናቸውና ተጠንቀቁ የሚለውን ነገር እራሱ የድርጅቱን የዚያን ጊዜ አመለካከት የሚያንጸባርቅ ነው። ምንያክል ድርጅቱ ሙሉ በሙሉ መስመሩን እንደቀየረና በእርግጠኛነት ትክክሉን መንገድ ተከትለው የመጡትን ሰዎች እንደ ተሳሳቱ ነገር አድርጎ እንደ ስህተተኛ መስመር እንደሄዱ አድርጎ እንኳን ለማቅረብ መሞከሩ ይህ ራሱ የሚያሳየው ምን ያህል ድርጅቱ መንገዱን ስቶ ሄዶ እንደነበረ ነው የሚያሳየው" (አብዲሳ አያና)። ተጋልጠው ወደ እሥር ቤት ከነጎዱትና በኋላ በምሕረት ከተለቀቁት መካከል ጌዲዮን/ግዛው ለገሰ በማያያዝ መቸና እንዴት ፍርዳችን እንደተፈጸመ በፍጹም ሳናውቅና ሳንረዳ ውሳኔ እንደተሰጠን ተገለጸልን። ከዚህም አንፃር ገለብ ስም እየጠራ በሁለት አሰለፈን። በያዘው የስም ዝርዝር መሠረትም" ስምንት እሥረኞች መፈታታቸውን በመንገር ከያሬድ ከበደ

በስተቀር ሌሎቹ ከሠራዊቱ እንዲሰናበቱ ተደረገ ብሎ ትዝታውን አካፍሏል። በማጠቃለልም ልክ በከተሞች እንደተፈጸመው ሁሉ በሜዳም በድርጅቱና በሠራዊቱ የደረሰው ችግርና ቀውስ ሁሉ የተፈጠረው "በአንጃዎች" እንደሆነ በማመካኘት እራሳቸውን ከተጠያቂነት ለማዳን scapegoat አድርገው ተጠቅመዋል። ያለውና የሚታየው ስህተቶችና ችግሮች ሁሉ ከአመራሩ ድክመት ወይንም ችልተኛነት ወይንም ኋላፊነታቸውን በመዘንጋት ሳይሆን አጠቃላይ በሠራዊቱ የሚንቀሳቀሱት "አንጃዎች" ያስከተሉት እንደሆነ አሳበው እራሳቸውን ከተጠያቂነትና ከወንጀል ነፃ ለማድረግ ሞክረዋል። የሠራዊቱን አባላትና ታጋዮች አመለካከት በማስቀየር፣ "በአንጃዎቹ" ላይ ጥላቻን በማስፈን ከውንጀላና ከተጠያቂነት ድነው የራሳቸውን ለማስጠበቅ እንዲያስችላቸው የቀየሱት ፋሽስታዊ ግድያ ነበር። የተቀጣጠለውን የጉባዔ ጥሪ ጥያቄ ለማጨናገፍ እንዲያስችላቸው የተጠነሰሰ orchastration ነበር። አቡበከር ሙሀመድም እሥር ቤት ገብቶ ትሪቡኑ ሲጠይቀው ለይስሙላ ለተቃቃመው የቅጥፈት ግራና ቀኝ ዳኞች ይህ ሁሉ orchastration ምንድን ነው፣ ለምን ዝምብላችሁ አትገድሉንም ነበር ያላቸው (ስለሽ ቱጂ፣ 3፣ 60)።

13.3.5. ለመሆኑ ግድያውን የፈጸመችው የጋናታ መሪ ነው ተብሎ የሚጠረጠሩት መካከል ኃይሌ ሀኪም ማን ነው ይባላል?

የእርሸናውን ግዳጅ ያካሄደችው ጋንታ መሪ እንደነበር የሰማሁት ሰመረአብ ዮሐንስ ትውልዱ ኤርትራ፣ የአንሰባ አካባቢ ተወላጅ ሲሆን ተወልዶ ያደገው አዲስ አበባ ነው። የነገለብ ዳፍላ የአክስት ወይንም ያጎት ልጅ ያለበለዚያም ገለብ አገቱ እንደሆነ ጭምር ተነግሮኛል። ኃይሌ ሀኪም/ሰመረአብ ዮሐንስ በይስሙላው ትሪቡን ፓርቲውን ወክሎ የፓርቲውን ቅድመ ውሳኔ በገቢር ለማስፈጸም በመሀል ዳኛነት በትሪቡኑ ላይ እንደተቀመጠ የሚወራለት እና በኃላ ጠቀሜታው በማብቃቱና ሁኔታዎች እየተገለጡለት በመምጣታቸው ምስጢር ሳያወጣ በጌምድር ላይ በስውር የተገደለው የገለብ ዳፍላ አጎት ልጅ ወይንም አክስት ልጅ ነው ይባላል። ኃይሌ ሀኪም ወይንም ኃይሌ ቀጭኑ ወይንም ኃይሌ አሲምባ በመባል ይታወቅ ነበር። የአሲምባዎቹን ጀግኖች አረሻሸንን በተመለከተ እፍኝ ከማይሞሉ የአመራሩ ሎሌዎችና ሕሊና ቢሶች የሆኑ አገብዳጆች በስተቀር ሁሉም አባላትና ታጋዮች ለሕዝብ ነፃነት፣ ዕኩልነትና ዲሞክራሲ ከቆመ ድርጅት የማይጠበቅ፣ ፋሺስታዊና ኢሰበዓዊ ድርጊት እንደሆነ አድርገው ኮንነውታል። ኃይሌ ኃኪም/ኃይሌ ቀጭኑ/ኃይሌ አሲምባ ማለት ከሰሜን አሜሪካ ተወክሎ ለመጀመሪያው የሠራዊቱ አስኳል ተመልምሎ በፍልሥጥኤም ወታደራዊ ሥልጠና አጠናቆ ከነብርሀነመስቀል ረዳ ጋር አሲምባ የገባው ሰመረአብ ዮሐንስ ነው። በነሰዒድ አባስና አቡበከር ሙሀመድ እምነት በእነሙሀመድ ማሕፉዝና ቢኒያም አዳነ ግድያ ከሚጠረጠሩት መካከል አንዱ እንደሆነ ነው። ቀይ ረጅም ጠይም ወደ ጥቁረት የሚያደላው ስስ ፂም የነበረው ከሁለቱ ጩካኝ የጎጃም ልጆች ከጌራና ከወልደልዑል ካሳ (የደርግ አባል የነበረው የሻምበል ሞገስ ወ/ሚካኤል

አማች) የማያንስ ጨካኝ አረመኔ ማጭድ እያጋለ ታጋዮችን የሚገርፍ እንደነበር ነው የሚታወቀው። አንድ ወቅት እንደ ፀሓየና ጂግሳ ወይንም ጌራ ተመሳሳይ ደረጃ ኋላፊነት ነበረው። ሆኖም ከማስጠንቀቂያ ጋር ተራ ታጋይ (እንደመጽሀፉ ደራሲና እንደጓዶቹ) አድርገውት ስለነበር ከፍተኛ ቅሬታና የጥላቻ ስሜት አድሮበት ነበር። በጣም ተናጋሪ የነበረና መስህብ ያለውና የሥልጣን ጉጉቱ ከፍተኛ የነበረ በውይይት የማሳመን ችሎታው ከፍ ያለ እንደነበር ይታወቃል። ለሥልጣን ከፍተኛ ጉጉት ስለነበረው ይህን ምኞቱን ዕውን ለማድረግ በአዲሱ አመራር (ብርሀነመስቀል ረዳ ሜዳውን ለቆ እንደወጣ) የሚታዘዘውን ሁሉ ከመፈጸም ወደኋላ የማይል ግለሰብ እንደነበረ ይታወቃል። እሱና ፀሐየ ሰለሞን/መሀሪ ገ/እግዚአብሔር ገና ከአሜሪካን ሳይለቁ በዘሩ ክሕሸንና በዶ/ር ተስፋየ ደበሳይ ተባርከውና ተመርቀው ጉዞ እንደጀመሩና የኢሳያስ አፈወርቂ ጠንካራ አፍቃሪ እንደነበሩ በከፍተኛ ደረጃ ይወራባቸው ነበር። ብርሀነመስቀል ረዳ በዘዴ ተሸውዶ አሲምባን ለቆ ከሄደ በኋላ ለአመራር እምብርቱ ታማኝነቱን ለማረጋገጥ አሥራ ስምንቱን ሰማዕታት ጓዶች የብርሀነመስቀል ረዳ ሰዎች አድርጎ በመቁጠር ከነፍሰ ገዳይ አጋሮቹ ጋር በመሆን ያለርኅራኄ ከታሰሩበት ቦታ እንዳሉ ረሽነው በአሲምባ በርሃ ባንድ ጉድጓድ ውስጥ ደፍነው ያልተቃጨ ግዳጃቸውን ለማጠናቀቅ ከሌሎቹ ሀቀኞች ጋር በማስመሰል ወደ ኤርትራ እንደተሰደዱ ተወርቷል።

እነሰዒድና አቡበከር ወደ አሲምባ ጉዟችን ዋዜማ ዕለት ከመጀመሪያውኑም እንድንጠነቀቃቸው ካስጠነቀቁኝ አምስቱ “ጓዶች” መካከል አንዱ እሱ ነበር። እሱም ሆነ ሌሎቹ ሰማዕታቶቻችንን የረሸኑቻው የጋንታ አባላት በምድረ አሜሪካ ተንደላቀውና ተዝናንተው እንደሚኖሩና አልፎም አንዳንዶቹ ከወያኔ ጋር ባላቸው ውስጣዊ መቀራረብ አሜሪካ አዲስ አበባ ተንደላቀው እየተመላለሱ እንደሚኖሩ ሁሉ ለማወቅ ተችሏል (ስለሽ ቱጂ፣ 3፣ 61)። ባጋጣሚ ዶ/ር ተስፋየ ደበሳይ ሕይወቱን መሰዋዕት ማድረጉን የሚያበስረው መጥፎ ዜና ገና በቤዝ አምባው እያለሁ በሬድዮ እንደተሰማ ለምን እንደሆነ ዘነጋሁ ከለአሳ አካባቢ እየለሁ ያ ቀይ ረጅምና አይኑ ቀይ የነበረው ጓድ መኮንን ተክሌ/ደረጀ ሌት ተቀን ደከመኝ ሳይል ታይፕ ሲያደርግ ነበር የሚውለው። በዚያች መጥፎ ዕለት ጓድ ኢርጋ ተሰማ/መዝሙርና ጓድ ደረጀ የጓድ ተስፋየ ደበሳይን መሰዋት እንደሰሙ ሁለቱም አይናቸው እስከሚታመም ስቅስቅ ብለው ሲያለቅሱ መዋላቸው ምን ጊዜም አትረሳኝም። በዚያን ሰዓት በዓዕምሮየ ያደረብኝ ጥያቄ ባንድ በኩል ስሕተተኛነቱን በግልጽ እየጠቀሙ ሲታገሉት በሌላ በኩል ደግሞ ምንም እንኳን ቢቃወሙትም የድርጅቱ መሪ በመሆኑ መሰዋቱን ሲሰሙ ያንን ያህል ዓይናቸው በርበሬ እስከ ሚመስል ማልቀሳቸውና ማዘናቸው አመለካከቱንና አቋሙን ተቃወሙ እንጂ በድርጅት አመራርነቱና በአባልነቱ ጥላቻ የሌላቸውና የትግል ጓዳቸው መሆኑን ከማሳያታቸው ባሻገር በውስጥ ፓርቲ ትግል የሚያምኑ ዲሞክራቶች እንደሆኑ፣ መከፋፈልንና እርስ በርስ በጎሪጥ መተያየትን የሚፃረሩ፣ የሚያካሂዱት እንቅስቃሴ ሁሉ ላንድነትና ለጥንካሬ እንደሆነና የውስጠ ፓርቲን ትግል

ባሕል በድርጅቱና ሠራዊቱ በማዳበር ልዩነቶችን የመፍቻ መሣሪያ እንደሆነ በምሳሌነት ያራምዱ የነበሩ ጠንካራ ታጋዮች መሆናቸውን በግልጽ አሳየኝ። እኒህን ነበር በኋላ "እንጃ" ናቸው፣ በድርጅት ላይ ድርጅት ፈጥረዋል፣ ማፆይስት ናቸው፣ ሲ. አይ. ኤ. ናቸው እያሉ በመወንጀል የረሸኑት። ሕጋዊነት የሌለው በአምባገነኑ የኢሕአፓ አመራር እምብርት ከተረሸኑት የአሲምባዎቹ ታጋዮች መካከክል ከኢርጋ ተሰማ፣ ኤፍሬም ደጀኑ፣ ውብሸት መኮንን፣ ብሥራት ደበበ፣ ኤልያስ በቀለ፣ መኮንን ተክሌ፣ መምህር ደመወዝ ገርመና ከወጣቱ አብርሐም በስተቀር ሌሎቹን ሰማዕታት እነ ጓድ ጉርሙን፣ ጓድ በሽርን፣ ጓድ ታፈሰን ጓድ ሊበንና ጓድ ታደሰን አይቻቸውና ተገናኝቻቸው ሊሆን ይችላል፣ ነገር ግን ላስታውሳቸው አልቻልኩም። የመገናኘት ዕድል ባለማግኘታችን ከሌሎቹ ሰማዕታት ጋር እንዳካሄድኩት ተደጋጋሚ ውይይትና ጭውውት ከእነሱ ጋር ስለአልነበረኝ በመሆኑ ሊሆን ይችላል። መልካቸውንም ቢሆን ከመርሳትና ከመዘንጋት የተነሳ ደፍሬ ይህን ይመስላሉ ብየ ለመናገርም አያስችለኝም። ቢሆንም ከመካከላቸው ፀጉሩም ሆነ ብርጉ ሕንድ የሚመስል፣ በጣም ረጅምና ጥቁር፣ ወፈር ያለና ፀጉረ ሉጫ ጓድ ምን ጊዜም አይረሳኝም። ምንአልባት ይህ ጓድ ታፈሰ ይሆን? ወይንስ በሺር ይሆን ወይንስ ሊበን፣ ለማስታወስ አልቻልኩም። በሌላ በኩል አብዛኛውን ጊዜውን ያሳለፈው በእሥር ቤት በመሆኑ ጓድ ጉርሙን ከእነ ጭራሹም ያየሁትም አይመስለኝም። ሌላ በላይ የሚባል ከሌለ በስተቀር እኔ የማውቀው በቀየሁባት ጋንታ "የአህያ" ተግባሬን እንዳጠናቀኩ ስሜታዊ ሆኖ ከጋንታዋ ፊት "ጓድ መጅድ ኮራንብህ" ያለኝ ወደ ጥቁረት የሚያደላው አጠር ያለ ወሎየ እንደሆነ የሚነገርለትና በኃላም ስንገደ እንደሄድኩ ለኢርጋ ተሰማ ባጫወኩበት ጊዜ "ጓድ በላይ እንዴት ያለ ጠንካራና ታጋይ መሰለህ፣ አይዞህ ኩራበት" ብሎ እንዳምነውና እንድኮራበት ያደረገኝ ነው። ከሰማዕታት ሊስት ውስጥ የተጠቀሰው በላይ ከዚህ ከማውቀው ጓድ ውጭ ሌላ በላይ የሚባል ከሆነ ላስታውሰው አልቻልኩም። ታጋዮቹ የተመቱበት የመምቻ ዘደ ቁልጭ የሻዕቢያ፣ ወያኔና ደርግ አንደሆነ ጥርጥር የለውም። ምንም እንኳን እንደተወራው በታማኝነቱ በተሰጠው መመሪያ ከረሻኞቹ አንዱ ከሆነም ለኃይሌ ቀጭጉን ያ ሁሉ የጭካኔ ተግባር፣ ያ ሁሉ ተንኮልና የግፍ ተግባር ኤርትራዊ በመሆኑና በነበረው የሥልጣን ጉጉቱና ስሜቱ እንደመነጨና ሻዕቢያንና ወያኔን በጠላትነት ዓይን እንደሚመለከቱ በማረጋገጡ ብቻ ሳይሆን በይበልጥ ግን በብርሀነመስቀል ረዳ ዝቅ ተደርጎ በመታየቱና ሚቾቹ ሁሉ የእሱ ደጋፊዎች እንደነበሩ በመቀጠሩ እንደብቀላ እንደሆነ ነው።

13.3.6. ግርሙ/ጌታሁ ሲሳይ፣

አቶ ታክሎ ተሾመ ጌታሁን ሲሳይ በአንጃነት እንደተጋለጠ ገልጸዋል (ታክሎ ተሾመ፣ 2፣ 245)። በሌላ አካባቢ ለመግለጽ እንደተሞከረው ግርሙ/ጌታሁን ሲሳይ አሲምባ ከገባ ጊዜ አንስቶ አብዛኛው ጊዜውን ያሳለፈው በእሥር ቤት ነው። ከሴሚናሩም በፊት ከሴሚናሩም በኋላና በሴሚናሩም ወቅት የነበረው እሥር ቤት ታስሮ ነበር። ሴሚናሩ ካለቀ በኋላ ታስረው ከተወሰዱት

ጋር ደባልቀው እሱንም ለግድያ እንደዳረጉት አሁንም ሰቦቓ/ለማ ጉርሙ እንዲህ ይላል፣ “ልክ እንደነሰዒድና አቡበከር እንደነበሩት ሁሉ በዚህ አሁን እንደ ወንጀል የድርጅቱ አመራር የቀጠረውን ክፍል በፍጹም ያልነበረበት፣ ምንም ያልተናገረ፣ ማንም ያልጠቀመበትና ያልተጋለጠ የበርሀ ስሙ ግርሙ/ጌታሁን ሲሳይ በሌላ ጉዳይ ከከተማ መጥቶ ኢሕአፓ ግንባር ከፈጠረው ሌላ ድርጅት ኢኮፓ አባል የነበረ። የዚያ ድርጅት በአመራር የነበረ ሠራዊቱ ውስጥ በአመራር እንዲቀመጥ ድርጅቱን ወክሎ የመጣ ነው። ሰውየው ወደ አሲምባ ከገባ ወራት በኃላ ከተማ ውስጥ ያለው የድርጅቱ አመራርና ኢሕአፓ ተጣሉ። ጉርሙ ባልነበረበት ሁኔታ ላይ በተፈጠረ ጠብ ወንጀለኛ ሆኖ ታሰረ። በቃ ዘመኑን በሙሉ ያሳለፈው ከእኛ ጋራ እስር ቤት ነው። ወሬውን ለማውራት ቢፈልግ እንኳን የማውራት ዕድልም አልነበረወም፣ እስር ቤት ነው ያለው። ድርጊቱ ግን በጣም ያሳዝነኛል ሳይጠቀምበት፣ ሳይጋለጥ፣ ባልሰራበት ወንጀል፣ ባልተናገረው ንግግር በእሥር ቀይቶ ሲገደል” (ሰቦቓ/ለማ ግርሙ)። ግርሙ/ጌታሁ ሲሳይ፣ ከነ አሰፋ እንደሻውና ዳዊት ዮሐንስ ጋር በመሆን ኢኮፓ (በወቅቱ በአዲስ አበባ ነዋሪዎች ዘንድ ‘የኢትዮጵያ ኮሚኮች ፓርቲ’ ተብሎ ይጠራ የነበረው) ተብየውን ፓርቲ የፈጠረ የአመራር አባል ነበር። ከተለያዩ አራት የቀድሞ ጎደኞቹ እንደሰማሁት ግርሙን ለማሰር ብሎም ለመግደል ያስገደዳቸው ዕውነታ ሌላ ሳይሆን 1ኛ. ለባዕዳን መሣሪያ ሊሆን የማይችል ፅኑ፣ ቅንና፣ የዋህ ታጋይ በመሆኑ መሠረታዊ በሆኑ ጉዳዮች ላይ ጠንክሮ ስለሚከራከራቸው፣ 2ኛ. በተራዘመ የሕዝባዊ የገጠር ትጥቅ ትግል ላይ ከፍተኛ ዕምነትና አቋም ያለው በመሆኑ፣ 3ኛ. በዓለም አቀፍ የኮሚኒስቶች ንቅናቄን አስመልክቶ በሶቪየት ሕብረት ላይ ጠንካራ የሶሻል ኢምፔሪያሊዝም አቋም ያለው በመሆኑና 4ኛ. በኢትዮጵያ አንድነት ላይ የማያወላውል ጠንካራ አቋም የነበረው ኢትዮጵያዊ በመሆኑንና 5ኛ. በከተማው የሽብር ፈጠራ ትግል ላይ ተቃውሞ ስለነበረው እንደሆነ ነው። ከእንጭጩ መቅጨትና ማጥፋት ፍልስፍናቸው በመሆኑ ከኢሕአፓ ጋር ለመዋሀድ ባደረጉት ውይይት ግርሙ ድርጅቱን ወክሎ በሠራዊቱ በአመራር እንዲቀመጥ ተብሎ ተስፋየ ደበሳይ ወደ አሲምባ ይዞት ይሄድና አሲምባ ሲደርሱ በገን ግርሙ እንዲታሰር ለሠራዊቱ አመራር አስረክቦ ዶ/ር ተስፋየ ደበሳይ ከእዲግራት በአውቶቡስ በወሎ በኩል አድርጎ ወደ እዲስ አበባ ተመለሰ።

ግርሙ ከ1968 ዓ. ም. ማገባደጃ ጀምሮ በቁም እስርና በኋላም ከፍተኛ ግርፋት ተካሂዶበት በቁርጥማት ሕመምና በአስም በሽታ መሰቃየቱ ብቻ ሳይሆን ግርፋት እንደ እሱ የበዛበት ማንም እንዳልነበረ ይታወቃል። የኢኮፓ መሥራችና የሻቢያ ወዳጆች የነበሩትን እነ ዳዊት ዮሐንስና አሰፋ እንደሻውን ምንም ሳይደርት ለሻዕቢያ ፀር ይሆናል ተብሎ የተፈራውን ጀግና ግርሙን በዘዴና በሴራ በርሃ አስወስደው አጠፉት። ይህ የሻዕቢያ መመሪያ በሚያሳምን መልክ ተቀነባብሮና ተዘጋጅቶ ተንኮሉን ላልተረዳው ለተስፋየ ደበሳይ የቀረበው በዘሩ ክህሸንና ክፍሉ ታደሰ እንደሆነ የራሴ እምነት

ነው። ለመሆኑ እነ አሰፋ እንደሻውና ዳዊት ዮሐንስ ስለ ግርሙ መታሰር ምን እርምጃ በወቅቱ ወሰዱ? ለማንስ ለማሳወቅ ወይም አቤቱታ ለማሰማት ሞከሩ? በውጭ ሀገርስ ተንደላቀው እየኖሩ ለአምኔስቲ ኢንተርናሽናል ወይም ለሌላ ሰብዓዊ ድርጅሮች እንኳን ለማሳወቅ ምን ዓይነት ጥረት አደረጉ? ሀቁማ የሻቢያ ወኪል ሌላውን ሻዕቢያ ወኪል ሊወነጅል አይችልም። ለማነጻጸር ሳይሆን እዚህ ላይ ለማውሳት የምፈልገው ቢኖር የኢትዮጵያ ሕዝብ ጠላት የሆኑት ሻዕቢያ እና ወያኔ ከሱዳን መንግሥት ጋር በመተባበር በጎጃም አካባቢ የንቀሳቀሱ የነበሩትን የኢሕአሠ'ን ጀግኖች እነፀጋየ ገ/መድሕን/ደብተራው እና ጓዶቹን አዘናግተው ከበው ማርከው ከወሰዱ በኋላ ደብዛቸው እንዲጠፋ የተደረገው ቀጥታ በኢትዮጵያ ሕዝብ ጠላቶች በሆኑት ሻዕቢያና ወያኔ ትብብር ሲሆን እስከአሁን ድረስ ደብዛቸው ጠፍቶ ዘመድ አዝማድ ቀርቶ ፓርቲያቸው እንኳን (ኢሕአፓ) የሚያውቀው ነገር ወይንም ለማወቅ ያደረገው ጥረትና ግፊትና የለም። እያሱ ዓለማየሁ የወቅቱን የአገሪቷን ርዕሰ ብሔር የሆኑትን አማቹን በመጠቀም ያሉበትን ሁኔታ እንኳን ለማወቅ አንድ ቁም ነገር ባደረገ ነበር። በተመሳሳይ ሁኔታም ጌታሁን ሲሳይን/ግርሙ መረሸኑን ከዘመድ አዝማድ ደብቀው ደብዛው ጠፍቶ እንዲቀር ተደርጓል። ጌታሁን ሲሳይን/ግርሙን በማታለል ከአዲስ አበባ ወደ አሲምባ ወስደው የተረሸነ መሆኑን ከፓርቲውና ሠራዊቱ አመራር ውጭ የሚያውቁት የሠራዊቱ አባላትና እንዲሁም ጓዶቹ ናቸው ብሎ ያምንባቸው የነበሩት ዳዊት ዮሐንስና አሰፋ እንደሻው ናቸው። ሻዕቢያና ወያኔ እነ ደብተራውንና ጓዶቹን ከጎንደር ማርከው ወስደው ደብዛቸውን አጠፉ። የኛዎቹ የኢሕአፓ/ኢሕአሠ አመራር ደግሞ ጌታሁን ሲሳይን/ግርሙን ከአዲስ አበባ አታለውና ሸውደው አሲምባ በመውሰድ ገድለው ደብዛ አጠፉ። ተመሳሳይ ልክ ቁርጥ የደርግ፣ የሻዕቢያና የወያኔ ዘዴ። አስማማው ኃይሉ “ማዕከላዊ ኮሚቴው በእሱ ላይ ስላሳደረው ጥርጥሬ ብልጭታው ኖሮት ቢሆን ግን ድርጅቱን ጥሎ ለመጥፋት አያሌ አመች ገጠመኞች እንደነበሩት ግልጽ ነው” (አስማማው ኃይሌ፣ 158) በማለት ፈርጥጦ አለመሄዱን እንዳስተጋባው ሳይሆን ምንም እንኳን ታስሮ የስቃይ ግርፋት ይፈጸምብኛል ብሎ ባይጠራጠርም ዶ/ር ተስፋየ ደበሳይ እሱን አሲንባ ጥሎት ከተሰወረ ጊዜ ጀምሮ በዓይነ ቁራኛ በቁጥጥር ሥር መውደቁን በትክክል ያውቅ ነበር። ቢሆንም ጌታሁን ሲሳይን/ግርሙ የመርሕና የዓላማ ፅንዓትና ጥንካሬ የነበረው ጠንካራና የበሰለ አብዮታዊ በመሆኑ የሚያስከትልብኝን ሁሉ በመቃቃም በውይይትና በመግባባት ካደረባቸው ጥርጣሬ አስወግዳቸዋለሁ ብሎ በራሱ በመተማመኑ እንደነበረ በተለያየ ጊዜ ያነጋገሩት በሕይወት ያሉ የቀድሞ ታጋዮች ነግረውኛል። ለመሆኑ ዳዊት ዮሐንስና አሰፋ እንደሻው የጉርሙ ቤተሰብ እንዳይሰሙ መደረጋቸውን እያወቁ በአርቲፊሻል የድሎት ሕይወት እየመሩ መኖራቸው ለመሆኑ የመንፈስ እርካታና ደስታ ይኖራቸው ይሆን? ፕሮፌሰር አሰፋ እንደሻው በዘመኑ ያገሪቷ ታላቅ ዩኒቨርሲቲ (የመቀሌ ዩኒቨርሲቲ) መምህር እንደሆነ ሰምቻለሁ።

13.3.7 የፀሎተ ሕዝቂያስ/ዶክተር በየነ (የቀድሞው ጠንካራ የአመራሩ እምብርት ደጋፊና አዲሱ "አንጃ")፣ የትግል አጋሩና ባለቤቱ የጓድ አልማዝ/ሠላማዊት ዳዊትና የጓድ ደጀኔ/በላይ ሐሰን አገዳደልስ?

ፀሎተ ሕዝቂያስ/ዶ/ር በየነ የነዘሩ ክህሸንና የነ ዳዊት ስዩም የቅርብ ጓደኛ እንደሆኑ ይነገራል። በዚያን ወቅት በቀዳማዊ ኃይለሥላሴ ዩኒቨርሲቲ ቆይታቸው በፀሎተ አካባቢ ያሉት እንደ ዘሩ ክህሸንና ዳዊት ስዩም የመሳሰሉት ፀሎተ ያለው ሁሉ ነበር የሚደመጠውና የሚፈጸመው። ፀሎተ እንደ እጥረቱ ሳይሆን ድምፁ ልክ እንደ ትልቅ ወፍራም ሰው ነበር የሚመስለው፣ ሲበዛ የዳበረ ሀይለኛና ሲበዛ ተደማጭነት ያለው እንደነበር ነው ያሉኝ በዩኒቨርሲቲ ከእሱ ጋር አብረው የቆዩ። የአዛዥነት ባህሪይና ገፅታም ነበረው ይላሉ። እነ ኢርጋ ተሰማ፣ ግርማቸው ለማና ሌሎች አቋም ሲወስድ ፀሎተ ምን አለ እየተባባሉ ነበር በሆነ ጉዳይ ላይ አቋም የሚወስዱት ብሎ ስሙን እንዳልጠቅስ ያሳሰበኝ የቀዳማዊ ኃ/ሥላሴ ዩኒቨርሲቲ የሕግ ምሩቁ ወዳጄ ነግሮኛል። ፀሎተ ሕዝቅያስና እርጋ ተሰማ ቀዳማዊ ኃይለሥላሴ ዩኒቨርስቲ በነበሩበት ወቅት መልካም ግንኙነት እንደነበራቸው ሰምቻለሁ። ስሜታቸውን መቀጣጠር የሚያቅታቸው ደካማዎች ዋለልኝ መኮንንን በሲ. አይ. ኤ'ነት እንደጠረጠሩት ፀሎተ በኢትዮጵያ አንድነት ላይ በነበረው ጠንካራ አቋሙ በአፄው መንግሥት ሠላይነትም ይጠረጥሩት ነበር። በነፀሎተ እና በሰፊው የዩኒቨርሲቲው ተማሪዎች መካከል ትምህርት በማቆምና ባለማቆም ልዩነት ከፍተኛ ውዝግብ እንደተፈጠረ፣ እነ ፀሎተ በታጋይ መሪነት ከሚታወቁትና ብስለት አላቸው ከሚባሉት መካከል አንዱ ሆኖ ሳለ የአብዛኛው ተማሪዎችን ውሳኔ በመቃወሙ ችግር ቢፈጠርም እስከዚያ ድረስ ግን ከፀሎተ ጋር ተመሳሳይ አቋም ለመውሰድ በመፈለግ ፀሎተ ምን አለ ይባባሉ ነበር። ፀሎተ የፓርቲው ፖሊት ቢሮ ተለዋጭ አባልና የድርጅቱ የጸጥታ ሃላፊ ነበር። በድርጅታዊ ሥራ ሆን ተብሎ እነኢርጋ ተሰማና ጠንካራና ንቁ ጓዶቹ በስውር ዘዴ መጋለጣቸውና መታሰራቸው፣ እንዲሁም "አንጃ" ተብሎ የተላከው በላይ ሐሰን ላይ የተፈጸመው ከባድ ግርፋትና ሰውነት ማቃጠል በደልና የውድ ባለቤቱም አሟሟት እያሳሰበው መምጣቱ ሕሊናውን የረበሸው ከመሆኑ በላይ ከአመራሩ መካከል ከሻዕቢያና ከወያኔ ጋር ያላቸውን ውስጣዊ ግንኙነት እየተገነዘበ በመምጣቱ ከከተማ ጀምሮ ለፓርቲው እድገትና ጥንካሬ መስዋቸው ያከናወኑት ሁሉ ውሸትና ቅጥፈት መሆኑን ተረዳ። የድርጅቱ አመራር እምብርት ሁኔታውን እንዳወቁ ባደረባቸው ስጋትና ፍራቻ ነገ ከነገወዲያ አይለቀንም፣ ፊቱን ወደ እኛ ሊያዞርብን ስለሚችል ቶሎ ብለን እናጥፋው በሚል መንፈስ እነዳዊት ሥዩምና ዘሩ ክሕሸን ደብተራውን ሽፋን በማድረግ ተጠቅመው ባዘጋጁለት መንገድ ተኩሰው ገደሉት እየተባለ በሰፊው የሚነገረውን አባባል የመጽሀፉ ደራሲ እንዲደግፍ አስገድዶታል። አንዱ ምልክት ወድ ባለቤቱና የትግል አጋሩ በሜዳ ተወዳጅነትን ያተረፈችው ጎንደሬዋ ሠላማዊት ዳዊት በማሕፀን ሕመም እንደሞተች ሊያሳምኑት ቢሞክሩም ተመርዛ

መገዶኗ ምስጢሩ በሠራዊቱ እየተሸከረከረ ከፀሎተ ጆሮ በምግባቱ ለማጣራት እንቅስቃሴ ማድረግ መጀመሩን እንደተረዱ ተወራ።

የኃላው "አንጃ" ሰማዕት ፀሎተ ህዝቂያስ/ዶ/ር በየነ

በቀጥሎም ሳይውል ሳያድር የሦስቱ ጋንጎች የማዕከላዊ ኮሚቴ ወቅት ሌሎች አሽቃባጭ ታማኞችን የማዕከላዊ ኮሚቴና የፖሊት ቢሮ ተለዋጭ አድርገው ሲሾሙ ፀሎተ ሕዝቂያስን ከፖሊት ቢሮነቱና ከማዕከላዊ ኮሚቴነቱ አውጥተውታል። ወዲያውንም ከስብሰባው በኃላ ወር እና ወር ተኩል አካባቢ የጥይት እራት አስደረጊት። የድርጅቱ አመራር እምብርት ፀሎተ ሕዝቂያስን ከተጠቀሙበት በኋላ እነ ክፍሉ ታደሰ፣ ዘሩ ክህሸን፣ ሳሙኤል ዓለማየሁና አዲሱ የፖሊት ቢሮ ተለዋጭ አባል የሆነው ዳዊት ስዩም፣ መሐሪ ገ/እግዚአብሔር፣ መርሻ ዮሴፍና ዮናስ አድማሱ ፀሎተን በ"አንጃ"ነት"

እንደጠረጠሩት በወቅቱ ባካባቢው የነበሩ ከቀድሞ ጓዶቼ ተረድቻለሁ። ክፍሉ ታደሰም በ ያ ትውልድ መጽሀፉ በቅጽ 3 ላይ ይህንኑ ጠቅሶታል። እንደ ቀድሞ ጓዶቼ አባባል ፀሎተ ላመነበት ወደ ኋላ የማይል እንደነበረ ገልጸውልኛል። “አንጃዎች’ ፓርቲያችንን ሊበትኑብንና ለያጠፉብን ነው እየተባለ በአብሮ አደጉ ጓደኛውና በነክፍሉ ታደሰ በኩል የሚነገሩትን ለፓርቲው ደህንነትና አንድነት እየመሰለው በቅንነት ለሚወሰደው እርምጃዎች ሁሉ በመሣሪያነት ሲገለገሉበት መቆየታቸውን ተረዳ። ፀሎተ ሜዳ ከገባ በኋላ ሁኔታዎችን ማየትና ማጤን ጀመረ። ጉድ ሊፈላ ነው። ስንቱን አስጨፍጭፈውና ድርጅቱንና ሠራዊቱን ድባቅ አስደርገው ወደ አሜሪካንና ወደ አውሮጳ እየፈረጠጡ የግል ሕይወታቸውን ለመምራት እንደሚዘጋጁ ሁሉ ተረዳ። ይህ ብቻ አልነበረም፣ ድርጅቱ ከስንት ውጣ ውረድ በኋላ ከወያኔ ጋር የተገኘውን የጋራ ሕብረት ግንባር ስምምነት ለውሳኔ ተግባራዊነት የአመራር እምብርቱ ችላ በማለቱ ፍቅሬ ዘርጋውና በፀሎተ ሕዝቂያስ በኢሕአፓ/ኢሕአሠ አመራር ላይ ያሳደረባቸውን ጥርጣሬ በመግለጻቸው በእነሱና በድርጅቱ/ሠራዊቱ መካከል ቅራኔንና መራራቅን ፈጠረ። በስንት መከራ ወያኔ የተቀበለችውን የጋራ ሕብረት ስምምነት ድርጅቱ ባለመወሰኑ ወያኔ ክፉኛ እንዳኮረፈችና ለተንኮል መዘጋጀቷን የጸጥታ ሀላፊ በመሆኑ በመረጃ አረጋግጧል። ኢሕአሠ'ን ከአደጋ ለማዳንና የሠራዊቱን አባላት ለመከላከል የሚያደርጉት አንዳችም ነገር እንደሌለ ተረዳ።

ነገሩ እየተካረረ ከባድ ቅሌት ውስጥ ሳያስገቧቸው ሁለቱን ጓዶች በስውር ዘዴ መመታት ይኖርባቸውል። ፀሎተ ትግሉን እንደማያቋርጥና አልፎም የነኢርጋ ተሰማ አጋር እንደሚሆን ያለማወላወል ያውቁ ነበር። ፀሎተ ሕዝቅያስ ከቤተሰቡ ውስጥ ከቀይ ሽብርና ከማናቸውም የደርግና በመኢሶን ጭካኔ የተረፈው እሱ ብቻ እንደሆነ ነው። ወንድሞቹና እህቶቹ በሙሉ በኢሕአፓ የከተማ ሽብር ትግል ምክኒያት በደርግና በመኢሶን ትብብር ታጭደዋል። አስቴር አድማሱ ጠንካራ አባል የነበረችና ለከለላ ወደ አሲምባ መጓዝ ባለመቻሏ ከተማ ውስጥ ሁኔታዎች ሁሉ እስከሚረጋገጥ ተደብቃ የቆየችና በኋላ ሳንፎርድ የእንግሊዝ ትምህርት ቤት ተቀጥራ አዲስ ሕይወቷን የጀመረችው እንደሚከተለው ነበር የነገረችኝ። “የፀሎተ ታናሽ እህቱ ይፍታው ሕዝቅያስ ድሬ ደዋ ተያዛች። ደርግ ወላጅ እናቷን ወደ ድሬ ደዋ በመውሰድ በዓይናቸው እያዩ ሴት ልጃቸውን ይፍታው ሕዝቅያስን እንደወንፊት ተበሳስታ ተረሸነች” (አስቴር አድማሱ)። ይትባረክ ሕዝቂያስ መንግሥቱ ኃ/ማሪያምን ለመግደል ሙከራ ተብሎ ተረሸነ። እናታቸው የመንፈስ፣ የዓዕምሮና የሥነልቦና ረብሽንና ጭንቀትን ተጎናፅፈው እንዲኖሩ አስቴር አድማሱ አጫውታኛለች። እንግዲህ በዚህ መልክ ለፀሎተ ትግል ማቃረጥ ወይም ወደ ኋላ ማፈግፈግና ወይም ከትግሉ መዘናጋት ማለት የወደቁት ወንድሞቹንና እህቱን እንዲሁም ልጃቸውን ከፊታቸው እያዩ በመረሸኗ የዓዕምሮና የመንፈስ ጭንቀትና ረብሻን በተጎናጸፉት ወላጅ እናቱ ላይ ማፌዝና መቀለድ ነው የሚሆንበት። በሌላ በኩል ከቀድሞ ጀምሮ በኢትዮጵያ አንድነት ላይ የማያወላውል ጠንካራ አቋም የነበረው ኢትዮጵያዊ እንደ ነበር ከቀዳማዊ

ኃ/ሥላሴ ዩኒቨርሲቲ ቀይታው ዘመን ጀምሮ ይታወቃል። ትግሉን በቀራጥነት ተነሳስተው ለማራመድ ከሚፈልጉት ውድ ኢትዮጵያዊያን ጋር አብሮ እንደሚጓዝ ስለሚያውቁ የፓርቲው የድሕንነት ኃላፊ በመሆኑ ውሎ አድሮ የሰሩት ኃጢአትና እሱንም እንዳሻንንቲት በመሣሪያነት እየተገለገሉ የተጫወቱበት መሆኑን በደምብ ስለሚረዳ በሆነው ዓይነት መንገድ ማጥፋት ይኖርባቸዋል።

ስለሆነም ከፖሊት ቢሮና ከማዕከላዊ ኮሚቴ አባልነት አውርደው ይባስ ብሎም ከከለአሳው ሴሚናር ማግሥት ጀምሮ ፀሎተ በተራው በ"አንጃ"ነት" ተፈረጀ። ሊያጠፉ የሚፈልጉትን በ"አንጃ"ነት የፈረጃል። ከዚያም የት አንዳለ በመጠቀም ይሰናበታል፣ ወይንም በስውር ይመታል። ፀሎተን ለመንግሥት ጠቁመው እንዳያስበሉ በዚያን ወቅት ያለው አሲምባ ነው። ፀሎተ ነባር የማዕከላዊ ኮሚቴና ከ1968 ዓ. ም. መጨረሻ ጀምሮ ደግሞ የፖሊት ቢሮ ተለዋጭ አባል ሆኖ የቀየ ሲሆን እሱን በማግለል እነዳዊት ስዩምንና ዮናስ አድማሱን ተለዋጭ የፖሊት ቢሮ አባል እንዲሁም እነመርሻ ዮሴፍና ሌሎች የማዕከላዊ ኮሚቴ አባል ሆነው ተሾሙ። ይህ የሚያሳየው ሶስቱ ጋንጎች ለፀሎተ ግድያ ያሰቡት ገና ሳሙኤል ዓለማየሁ አሲምባ እንደደረሰ በታሕሣሥ ወር 1970 ዓ. ም. ጀምሮ እንደ ነበር ነው። አያሌው ከበደ/ያሬድ በፀሎተ ሕዝቂያስና በናደው/አባይ አብርሓ ላይ ከፍተኛ ጥላቻና ፍራቻ እንደነበረው ይነገራል። የእነሱ ባካባቢው መኖር ለአያሌው ከበደ ያስጨንቀው እንደነበረም ተወርቷል። ማንነታቸውን ደብቀው በታጠቅ ጦር ሠፈር የጽዳት ሠራተኛ ሆነው ይኖሩ የነበሩትና ለአገሪቷ ጠቀሜታ ሊውሉ ይችላሉ በሚል ቀና መንፈስ ተነሳስቼ ፈልፍየ በማውጣት ለአቶ ካሳ ከበደ ያስረከብኳቸው የቀድሞው የታጠቅ ጦር ሠፈር ወዳጆቼ አንተነህና ለይኩን ባንድነት ሆነው ከዳዊት ዮሐንስ፣ ከነዘሩ ክህሽንና ዳዊት ሥዩም በስተቀር ፀሎተና የቅርብ ጓዶቹ በኤርትራ ላይ ጠንካራና የማያወላውል የአንድነት አቃም እንደነበራቸውና ፀሎተ ሕዝቅያስ ከቀዳማዊ ኃይለሥላሴ ዩኒቨርሲቲ ጀምሮ በኢትዮጵያ አንድነት ላይ የማያወላውል አቃም ሲኖረው፣ ዘሩ ክህሽን፣ ዳዊት ሥዩምና ዳዊት ዮሐንስ ከዚያን ዘመን ጀምሮ ለኤርትራ ነፃነት ዝንባሌ እንደነበራቸውና ከትምህርት ቤት ጀምሮ ከአሜሪካው ተወካይ ከኢሳያስ አፈወርቂ ጋር መልካምና ጠንካራ ግንኙነት እንደነበራቸው ሁለቱም ወዳጆቼ አገልጸውልኛል። በማያያዝም ፀሎተ ሕዝቅያስና እርጋ ተሰማ ቀዳማዊ ኃይለሥላሴ ዩኒቨርስቲ በነበሩበት ወቅት መልካም ግንኙነት ቢኖራቸውም በመጨረሻ ዓመት ተማሪዎች በነፀሎተ እና በሰፊው የዩኒቨርሲቲው ተማሪዎች መካከል ትምህርት በማቀምና ባለማቀም ልዩነት ከፍተኛ ውዝግብ እንደተፈጠረ፣ እነ ፀሎተ በታጋይ መሪነት ከሚታወቁትና ብስለት አላቸው ከሚባሉት መካከል አንዱ በመሆኑ የአብዛኛው ተማሪዎች ውሳኔ ትምህርት ማቀም የሚል ውሳኔ ሲሆን እነ ፀሎተና ተከታዮቹ ይህንን በመቃማቸው መንግሥት በሰላይነት ይጠቀምበታል እየተባለም ይታማ እንደነበር አጫውተውኛል።

በሌላ በኩል ሰላይ ያሰኘው በኢትዮጵያ ላይ በነበረው አክራሪ የአንድነት አቋሙና ከተገንጣዮቹ ጋር አቅርቦት ያልነበረው በመሆኑ ነው ብለው ሁለቱም ገለጹልኝ። የዩኒቨርሲቲ ተማሪዎች ትምህርት የማቀሙን ውሳኔያቸውን በመቃወሙ ፀሎተ በአብዛኛው የተማሪ መሪዎችና ተማሪዎች ከፍተኛ የሆነ ቅሬታንና ጥላቻን በፈጠሩበት ወቅት ኢርጋ ተሰማ ነበር በብልህነትና በጥበብ አሸማግሎ የነፀሎተን አቋም በማስቀየር ፀሎተ የነበረውን ሥምና ዝና ከመጉደፍ የአዳነ፣ የብዙሀኑ ውሳኔም እንዲከበር ተደረገ። የፀሎተ በሕይወት መቆየት ሌላ ወሳኝ ሁኔታ በመፍጠር በአሲምባ የተፈጠረውን ጥቁር ታሪክ እንዳይፈጽም ሊገታው ይችል የነበረ የአመራር አካል እንደነበረ ነው የአብዛኛው የቀድሞ ታጋዮች ዕምነት። ይህም ማለት አሥራ ሰምንቱ ሰማዕታት ጓዶች ከሞት ይተርፉና ፀጋየ ገብረመድህን፣ ፀሎተ ሕዝቂያስና ፍቅሬ ዘርጋው በመሆን የትጥቅ ትግሉን በአዲስ መልክ በከፍተኛ ደረጃ ሊያካሂዱ እንደሚችሉ ጥርጥር አልነበረውም። ይህ ደግሞ ሻዕቢያና ወያኔ የማይፈልጉት ያው የተፈራው ኢሕአፓ ጠንካራ የሕብረ ብሔር ድርጅት እያየለና እየጠነከረ ሲሄድ የነሱ የወደፊት ዕድል እየመነመነ መምጣቱ አይቀሬ መሆኑን ስለሚረዱ፣ እንዲሁም እነመርሻ ዮሴፍ፣ እያሱ ዓለማየሁና ወዳጆቻቸው ለመነገጃ የሚሆን ዘዴ ያጣሉ ማለት ነው። ስለሆነም ከዚህ በታች በተጠቀሰው የአገዳደል ስልትና ዘዴ አስቸኳይ እርምጃ በመውሰድ አቅጣጫውን ለመቀጣጠር ቻሉ። ወፍራምና ወደ ጥቁረት የሚያደላው ጓድ ደጀኔ/በላይ ሐሰን ከከተማ የጨካኝ መንግሥት ግድያ አምልጦ አሲምባ ሲላክ በጎን "አንጃ" ነውና ክትትልና ቁጥጥር እንዲካሄድበት ብሎ የአመራር እምብርቱ በከለላ ስም ወደ አሲምባ ሪፖርት አሲዘው ይልኩታል። ሰንገዶ እንደገባ ሁለቱ ጨካኝ የጎጃም ልጆች ጌራ እና ወ/ልዑል ካሳ ተቀብለው በቁጥጥር ሥር እንዲውል ያደርጋሉ፣ በማያያዝም አበደ አስብለው በማስወራት ለዕኩይ ተግባራቸው አዘጋጁት። የሁላቸውም ካሊበር አንድ ዓይነት መሆኑን ከሚያሳዩኝ ምልክቶች መካከል በሦስታችን ላይ ሪፖርት እራሳችንን አሸክመው ነበር ባርከውና መርቀው ከሮምና ከኢደን ወደ አሲምባ የላኩን እያሱ ዓለማየሁና መርሻ ዮሴፍ። ሰማዕት በላይ ሐሰን ከአዲስ አበባ አሲምባ ያለውን ቁጥጥርና መሰናክሎች ሁሉ በጣጥሶ በሰላም አልፎ አሲምባ የደረሰ ሙሉ ጠንኛ ሰው ነበር። ከለላ አግኝቼ ትንሽ እረፍት በማድረግ ትግሌን በአዲስ መንፈስ በመቀጠል ሠራዊቴን ለወደቁት ጓዶቼ መበቀያ መሣሪያ አደርገዋለሁ ብሎ ድርግን ለመዋጋት እየተዘጋጀ ነበር ምኞቱ ከመታሰሩ በፊትም ሆነ ከተፈታ በኋላ በቅርበት ካነጋገሩት የቀድሞ ታጋዮች መሠረት። ምኞትና ዕውነታ ብዙውን ጊዜ ተያይዘው አይሄዱምና ጓዱ አሲምባ እንደደረሰ በቁጥጥር ሥር ውሎ የስቃይ ግርፋትና ድብደባ ተካሄደበት። ግራ ተጋባ።

ታማኝ ከሆንክና "አንጃ" ካልሆንክ ድርጅቱና ሠራዊቱ የሚሰጥህን ማናቸውንም ግዳጅ ያለማወላወል መፈጽምና ማከናወን ይኖርብሀል ብለው ሲያስጨንቁት ሀቀኛ ሰዎች መስለውት ሚሽኑን ሊቀበል ፈቃደኛ ሆነ። ወዲያውኑም ምርመራው ተጠናቀ አንጃነት የለበትም ተባለና ተፈቶ የስንቅና

ትጥቅ ክፍል ኋላፊነት ተመድቦ ከኢርጋ ተሰማ ጋር መቀራረብ ጀመረ። በትክክል የታመመ መሆኑን ለማጣራት በወቅቱ አሲምባ የነበሩት ጓዶቼ ከመገደሉ በፊት አነጋግረውታል። ሁሉም ባገኙት መረጃ መሠረት በላይ ሐሰን በከተማ በ"አንጃ"ነትና በክሊክነት" መከፋፈል እርስ በርስ ተጨፋጭፈው ማለቃቸው አሳስቦት እያለ እንደገና አሲምባም ከገባ በኋላ ያላሰበው መከፋፈልና እርስ በርስ በጎሪጥ መተያየት፣ ይባስ ብሎም በአባላት ላይ የሚካሄደው እሥራትና ግርፋት አሳዝኖት፣ እንደገናም በዚሁ በተቀነባበረ የውሸት ሪፖርት እራሱ ያላግባብ "አንጃ" ነህ ተብሎ ሕሪዲዳጋ ከተባለው ቦታ ላይ ከፍተኛ ድብደባ፣ ስቃይና ግርፋት በመካሄዱ የተነሳ የመንፈስና የሥነ ልቦና መረበሽ አድሮበት ነበር እንጅ ጤነኛና በሳል ጓድ እንደሆነ ነበር ከተፈታ በኃላ ያረጋገጡት። በወቅቱ በአካባቢው የነበሩና በኋላ አዲስ አበባ የተግናኘኃቸው አጠቃላይ ሁኔታውን በተመለከተ እንደሚከተለው ነበር የተረኩልኝ። ጉዳዩን በተመለከተ ያጫወቱኝ ብዙ ሲሆኑ የሁሉም አባባል ከቃንቃ አቀራረብ በስተቀር አንድ ዓይነት ነበር። የተባለውን "በሽተኛ" የምታውቀውና ይቀራረብ የነበረው ከአንተ ጋር ስለሆነ ለምን ካንተ ጋር ለጥቂት ቀናት አሳአለይታ ይዘኸው አትሰነብትም በለው "ቅንና ጓዳዊ" በተመላበት መንፈስ ፀሎተ ሕዝቅያስን ያሳምኑትና ወደ አሳአለይታ ከተባለው መንደር ለማጽናናትና ለማበረታታት ብሎ እንዲሁም ወደ ቀድሞው ብርታቱ ለመመለስ እንዲያስችለው ይዞት ይሄዳል። ይህ ሁሉ የሚሆነው በዚያ አሳፋሪ የማጋለጥ ሴሚናር ላይ አያሌ የሞራልና የመንፈስ ድጋፍና እገዛ የሰጠውን መልካም ውዳጁን ኢርጋ ተሰማን የማጋለጥ ግዳጅ ከፈጸመላቸው በኋላ ነበር። ሳያውቅና ሳይገባው ለፓርቲውና ለሠራዊቱ ደህንነት መስሎት ኢርጋን በማጋለጥ ያሳስራል። የኢርጋን ማጋለጥ ግዳጅ ከፈጸመላቸው በኋላ የሚቀጥለው ፀሎተን መግደል ይሆናል፣ ከዚያም ወዲያውኑ በላይ ሐሰንን እነዳዊት ስዩም ገድለው ማስረጃ ያጠፋሉ ማለት ነው።

ትንሽ ቀናት በአሳአለይታ ቀይታ አድርገው ሁለቱም ሰውነታቸውን ለመታጠብ ወደ ዳዋሀን ወንዝ ይወርዳሉ። በነገራችን ላይ ይህ ወንዝ ንጹሕና የቀዘቀዘ ውሀ የሚገኝበትና ሽሞንሚናዎቹ መሪዎቻችን ከሚኖሩባት አካባቢ የምትገኝ "የተረገመች" ወንዝ ነች (ኃጢአተኞችና ወንጀለኞች መሪዎቻችንን ብቻ በመመገቧ)። ፀሎተ ሕዝቂያስ ሽጉጥ ታጥቆ ነበር። "በሽተኛው"/በላይ ሐሰን ቶሎ ልብሱን አወላልቆ ወደ ወንዙ ቀድሞ በመግባት በፍጥነት ተለቃልቆ ከወንዙ የወጣል። በተራው ፀሎተ ለመታጠብ ልብሱን አወላልቆ ወደ ወንዙ ገብቶ ፊቱ በሳሙና ተሸፍኖ/ተላብሶ እንዳለ "በሽተኛው" ቶሎ ብሎ በፍጥነት የፀሎተን ሽጉጥ አንስቶ ፀሎተን ደጋግሞ በመተኮስ ይደፋዋል። ዳዊት ሥዩም ከአሳአላይታ ተነስቶ ወደ ዳዋሀን የሚወርድ በማስመሰል (ባጋጣሚ ሳይሆን በቅድሚያ በተጠነሰሰ ዕቅድ) የተኩስ ድምፅ ሰማሁ ብሎ እየሮጠ በፍጥነት ደርሶ ፀሎተ ተገድሎ ሲደፋ ያገኘዋል። በዚህ ጊዜ ዳዊት ሥዩም የተናደደና ራሱን መቀጣጠር እንዳልቻለ በማስመሰል እንዴት ጓድኛየን፣ አብሮ አደጌና ጠንካራ ታጋይ ጓዳችንን ትገድላለህ ብሎ በታጠቀው ሽጉጥ "በሽተኛውን" ከሩቅ ተኩሶ

ይገድለዋል። ማስረጃ ጠፋ ማለት ይሆናል። ከመጀመሪያውም ፀሎተ "ያበደውን" ጓድ እነ ዳዊት ሥዩም ወደ አሉበት አካባቢ ይዞት እንዲሄድ የተደረገውም ሆነ ግድያው ሆን ተብሎ በቅድሚያ ታስቦና ተጠንቶ በዕቅድ እንደተፈጸመ ነው የአብዛኛው እምነት። ዳዊት ስዩም ተናዶና ተበሳጭቶ ስሜቱን ለመቆጣጠር ባለመቻሉ አስመስሎ እንደገደለውና ዋና ዓላማው ግን ሚቹን "በሽተኛ" በመግደል የተንኮልና የሴራ ሽረባው ማስረጃ በማጥፋት ምንም ፍንጭ እንዳይገኝና ምስጢር እንዳይወጣ ነበር። በዕቅዱ መሠረት የተባለውን "ዕብድ" ካስወገዱ በኋላ ስለፀሎተ ሞትም ሆነ በማጋለጡ ጊዜ ስለተሰጠው ግዳጅ ምስጢሩ ይጠፋል ማለት ይሆናል። በሌላ በኩል እነዳዊት ስዩም በቁጥጥር ሥር ከማድረግ ፈንታ ለምን ሊገድለው እንደቻለ ምክኒያት ሲሰጥ ከነዚሁ ጓዶቼ የተነገረኝ በመናደዱና በመበሳጨቱ ብቻ ሳይሆን ፀሎተን ከገደል በኋላ መሣሪያውን ይዞ ወደ ደርግ ሄዶ እጁን ለመስጠት አመች ሁኔታን ሲጠባበቅ ቀይቶ አሁን ይህንን አጋጣሚ ተጠቅሞ ለመሄድ በመሞከሩና ለማነጋገርም ሞክረን ፍቃደኛ ባለመሆኑ ነው የሚል ምክኒያት ዳዊት ስዩም እንደሰጠም ተወርቷል። ከላይ ከተጠቀሰው እምብዛም በማይለይ ሁኔታ ስለግድያው ስለሺ ቱጂም እንደሚከተለው ብሏል፣ በፀጋየ ገ/መድህን አስተባባሪነት፣ በዘሩ ክሕሸንና ሌሎች ተባባሪነት እነኢርጋ ተጋልጠው ወህኒ ከወረዱ በኋላ ፀሎተ ሳይፀፀት እንዳልቀረም ተጋኖ ተወርቷል፣ በዚህ የህሊና ፀፀት የተነሳ ፀሎተ እርምጃ ለመውሰድ መንቀሳቀሱን የተረዱ የሴራው ተዋናዮች ደጀኔ ፀሎተን እንዲገድለው አደረጉ። ከዚያ በኋላ በአካባቢው የነበረው ዳዊት ስዩም ደግሞ ደጀኔን ገደለው። ፀሎተ ተቀደመ (ስለሽ ቱጂ፣ 3፣ 61)። አሁንም ስለሽ ቱጂ ሌላ ወያኔያዊ ምክኒያት ከሌለው በስተቀር "በፀጋየ ገ/መድህን አስተባባሪነት፣ በዘሩ ክሕሸንና ሌሎች ተባባሪነት" ማለቱ በስሕተት እንደሆነ ነው። በሠራዊቱም ሆነ በፓርቲው በወቅቱ ከፍተኛ አመራር ላይ የነበረው ዘሩ ክሕሸን ነው። አልፎም ዘሩ የሠራዊቱ ጠቅላይ አዛዥ የነበረ ነው። በሕይወት ከተረፍነው መካከል ፀጋየ ገ/መድህን እኔን እንደበደለው ሌሎቻችንን የበደለ እንደማይኖር በመጽሀፉ በሌላ አካባቢ ተገልጿል። ቢሆንም የምኮንነውና የማወግዘው በሥራው እንጂ በስሜታዊ ጥላቻ ወይንም ወያኔንንና ሻዕቢያን ለማስደሰት ብየ ባልሆነ ተግባሩና መንገድ አልኮንነውም። የኢሕአሠ ክንፍ የእርማት ንቅናቄ ግንባር ቀደም ጓዶቼ "ደንቆሮው"፣ "ሊገባው ያልቻለ" እያሉ ያዝኑበት የነበረው ፀጋየ ገ/መድህን ለእነ ዘሩ ክሕሸን የተንኮል ተግባር ሳይገባው እየቀረ ተባባሪ ሆነ እንጂ የነዘሩ ክሕሸን የበላይ አልነበረም።

ደጀኔ ወደ አሲምባም ሲገባ በላዩ ላይ ሪፖርት አሸክመው የላከው የድርጅቱ አመራር እምብርት ነው። ፀጋየ ትእዛዙንና መመሪያውን ከሌሎቹ የአመራር እባላት ጋር በመተባበር ያስፈጽም የነበረ ሊገባው ያልቻለ መሣሪያቸው ነበር። ከተጋለጡ በኋላ ወደ እስር ቤት ተልከው በምሕረት ለመለቀቅ ከሚያስችሏቸው መመዘኛዎች አንዱ የሀሰት ወሬና መረጃ በሠራዊቱ መካከል በመንዛት ኃጢአተኞች የሆኑትን የአመራር ሰዎች ከወንጀላቸው መሸፋፈንና መጠበቅ ስለነበር ያሬድ/እያሴው

ከበደና ጌዲዮን/ግዛው ለገሰ እንዲህ ሲሉ መስክረዋል፣ "በፓርቲው አመራር አባላት ላይ በተለይም በፀሎተ ላይ ቅሬታ እንደተሰማው እንዳወራቸው በእስር ቤት የነበሩ አባላት ይናገሩ ነበር አስማማው ኃይሉ፣ 211) እያሉ የሀሰት ወሬ በማስራጨት የነዘሩ ክሕሸንና የአመራሩን ኃጢአት ለመሸፋፈን ሙከራ አድርገዋል ሁለቱ "ታጋዮች"። ያሬድ/እያሴው ከበደ በፀሎተና በሌላው ሀቀኛና ጠንካራ ኢትዮጵያዊ ስሜት በነበረው ናደው/አባይ አብርሃ ላይ ከፍራቻና ጭንቀት የመነጨ ክፉኛ የከረረ ጥላቻ እንደነበረው በሰፊው ተወርቷል። ፀጋየ ገ/መድህንና ዘሩ ክሕሸን፣ ዳዊት ስዩምና ሌሎች ባይኖሩ ኖሮ ፀሎተ ሕዝቂያስ በያሬድ/እያሴው ከበደ ላይ እርምጃም ለመውሰድም በቻለ ነበር። እንደ ተወራው ፀሎተ በሕይወት ቢኖር ኖሮ ያሬድ ከበደ ከእሥርም ባልተፈታና በአሉባልታና በጥላቻ ሳይሆን በማስረጃ በተረጋገጠ የደርግ ወኪልነት እርምጃ ሊያስወስድበት ይችል ነበር ብለው የሚያምኑ ብዙ ናቸው። በሌላ በኩል የታጠቅ ጦር ሠፈር ወንድሞቹ ለይኩን እና አንተነህ እንዳስረዱኝ ሁሉ ስለሺ ቱጂም ከእነሱ ባልተለየ መልክ፣ ደጀኔ ከፀሎተ ጋር የረጅም ጊዜ ትውውቅና መቀራረብ እንደነበራቸውና እንዲሁም ብዙ ጊዜ እንደ ኢርጋ ተሰማ ፀሎተም አብሮት በመሆን የሚያፅናናው ጓዱ እንደነበር በጽሁፉ ገልጿል። የፀሎተ ሕዝቅኤል (ዶ/ር በየነ) ሬሳ እና "የበሽተኛው" ሬሳ ወደ ከለአሳ ከመወሰዱ በፊት በትግራይ ልጆች ታጋዮችና ትግራዋይ ባልሆኑት ታጋዮች መካከል ከባድ የሆነና የከረረ አለመግብባት ተፈጠረ። ፀሎተን የገደለ ጓድ ለምን ተገደለ፣ ተይዞ ለምን ምርመራ አልተካሄደበትም፣ ማስረጃ ከተሰባሰብና ከተመረመረ በኋላ እርምጃ መወሰድ ነበረበት እንጂ በግለሰቡ ላይ እርምጃ መውሰድ ማለት ማስረጃ ለማጥፋትና ምስጢር ለመድፈን የተደረገ ታክቲክ ነው በማለት እሮሯቸውን በማሰማት በሠራዊቱ ከፍተኛ እሳት ተቀጣጥሎ ነበር። ከጨካኙ ደርግ በምን ተለየን፣ ፍርድ ማግኘት ብቻ ሳይሆን አመራሩ ምስጢሩን ለማወቅ መቻል ነበረበትና በመሳሰሉት ነጥቦች በማትኮር ነበር በትግራይ ልጆችና ትግራይ ባልሆኑት መካከል የተካሄደው ከፍተኛ አለመግባባት። ማብረድ አልተቻለም፣ ሆኖም የአካባቢው ከፍተኛ ሽምግሌዎች ከሠራዊቱ አመራር (የዳዊት ሥዩምና ዘሩ ክሕሸን ደጋፊዎች ማለት ነው) ነገሩን ለማብረድ ተረባርቡ። አልተቻለም።

ሆኖም የተፈጠረውን ከባድ አለመግባባት በመጠቀም ሻዕቢያና ወያኔ አደጋ ሊያስከትሉ ይችላሉ ብለው በማስፈራራት እና በሌላ በኩል ደግሞ በለዛና ማራኪ ንግግሩ ሠራዊቱን በሚመስጥ መንፈስ እየማርከ ባለማወቅ አመራሩን ከተጋፈጡበት ችግር በማብረድ የአመራር እምብርቱ/ክሊኩ ችግር አስወጋጅ በመሆን ሲተባበራቸው በቀየው ጀግናው አባይ አብርሃ/ናደው ሽምጋይነት ከብዙ ድካምና ጥረት በኋላ ስምምነት ተደረሰ። ፀሎተ አንገት ላይ መስቀል በመገኘቱ በአካባቢው የካቶሊክ ክርስቲያን ደምብ ሲቀበር "በሽተኛው" ገዳይ ግን ከቤተ ክርስቲያን ውጭ ተቀበረ። የኃይማኖትና ባሕል ጉዳይ በመሆኑ ለምን ልዩነት ተፈጠረ ተብሎ ሠራዊቱን አላስቀጣም። በትግራይ ልጆችና ትግራይ ባልሆኑት መካከል የተፈጠረው ከፈተኛ አለመግባባት የሠራዊቱ ዕድሜ በቀናት እንደሆን

ምልክት ሆኖ ነበር። አጠቃላይ የሠራዊቱ እምነት በቅድሚያ ፀሎተ እንዲገደልላቸው አስፈላጊ መሆኑን በዘሩ ክሕሽንና በሎሌዎቹ ስለተፈለገ ሆን ተብሎ የተገደለ እንደሆነና፣ ከተገደለላቸው በኋላ ማስረጃ ለማጥፋትና ምስጢሩን ለዘለዓለም ሸፋፍነው ሀቁ ሳይታወቅ እንዲኖር ለማድረግ ሲሉ ምስኪኑን "በሽተኛ" እንደገደሉት ሆኖ ነው ተጋኖ ይወራ የነበረው ብቻ ሳይሆን የአብዛኛው የሠራዊቱ ዕምነት። በሌላ በኩል ክፍሉ ታደሰ በላይ ሐሰን ፀሎተን በገደለበት ወቅት አደጋው በደረሰበት ቦታ ለመገኘት የመጀመሪያው ሰው የሠራዊቱ የአመራር አባል የነበሩት ኮሎኔል አለማየሁ አስፋው እንደሆኑ አድርጎ አቅርቧል (ክፍሉ ታደሰ፣ 3፣ 295)። የክፍሉ ታደሰ ፍላጎት ያለማወቅ ወይንም በማወቅ እስከ መጨረሻው ለአመራር እምብርቱ ጠንካራ መሣሪያ ሆኖ የቀየውን ሀገር ወዳዱ ኢትዮጵያዊ የኮሎኔል ዓለማየሁ አስፋውን ስም በመጠቀም እሳቸው ካወቁ ምንም አይደለም ተብሎ ሌላ ጥያቄ እንዳይኖርና ሚስጢሩ ተሸፋፍኖ ለማስቀረት ነበር። ሀሰተኞች ግራ ሲጋቡ የሚቀባጥሩት ይበዛልና ክፍሉ ታደሰ የላይኛውን አባባሉን በመቃረን የግርጌ ማስታወሻ ቁጥር 69 ላይ እንዲህ ይላል: "በተዘገበው መሠረት፣ ፀሎተ አጎንብሶ ልብስ ያጥብ በነበረበት ወቅት፣ በላይ መሣሪያ በማንሳት አነጣጠረበት። ባጋጣሚ በዚያ አካባቢ የነበሩት ዳዊት ሥዩምና ፀጋየ ገ/መድህን፣ በላይ በማድረግ ላይ የነበረውን ሲመለከቱ ተኩስ ከፈቱበት" ይላል አሁንም አልሸሹም ዞር አሉ ነውና። በመጀመሪያ ነገር በዚያን ወቅት ፀጋየ ገብረመድህን ባካባቢው አልነበረም። የነበሩት ዘመዳሞቹ ዘሩ ክሕሽንና ዳዊት ሥዩም ብቻ ነበሩ። ሁለተኛ ገና በማነጣጠር ላይ እንዳለ ሲመለከቱ ተኩስ ከከፈቱበት ተኩሰው ገደሉት ማለት ነው። ታዲያ ተኩሰው ከገደሉት ፀሎተ ከመገደል መትረፍ አይኖርበትምን? በክፍሉ ታደሰ ታሪክ በላይ በማነጣጠር ደረጃ ላይ ነበር እንጂ ገና አልተኮሰም ነበር ማለት ነው። የፀሎተ ባለቤት ጎንደሬዋ ሠላማዊት ዳዊት/አልማዝ በማሕፀን ሕመም ምክኒያት ተሰቃይታ የሞተች አስመስለው ለማሳመን ቢሞክሩም በወቅቱ ከእሷ አካባቢ በቅርብ የነበሩት አባላት ዘንድ ታማኝነትን አላተረፉም።

በአብዛኛው የሠራዊት አባላት ዘንድ ይነገር የነበረው በመርዝ መርዘው እንደገደሏት ተብሎ ነው የተወራው። በዚያን ወቅት ሠላማዊትን ያዩ ጓዶች እንዳልታመመች በእርግጠኛነት እንደሚያውቁ ነግረውኛል። ውድ ባለቤቱ ጋድ አልማዝ/ሠላማዊት ዳዊት ስትሞት ከዘሩ ክሕሽን ባለቤት "ከንግሥት" ታደለች ኪ/ማርያም ጋር ነበረች። በነዘሩ ክሕሽንና ተከታዮቹ የተሰራጨው የሀሰት ወሬ፣ "በወር አበባ ምክኒያት በፀና ታማ" በማለት ይዋሹና "ሕይወቷ አልፎ ብዙ ሕዝብ በተሰበሰበበት አሊቴና ውስጥ ካቶሊኮች ገዳም ውስጥ ተቀበረች" እያሉ ሊያሳምኑ ብዙ ተጥሯል። በእርግጥም የተቀበረችው በካቶሊኮች ገዳም ውስጥ በክብር መሆኑ ጥርጥር የለውም፣ ምክኒያቱም እንደ ባለቤቷ በእሷም አንገት ላይ ክርስቲያንነቷን የሚያሳይ መስቀል ያለበት ማተብ/ቀጭን የአንገት ሀብል በአንገቷ ላይ ተገኝቷል። ሦስቱ ጋንገች ካካሄዱት የማዕከላዊ ኮሚቴ ስብሰባ ወር ገደማ በፊት በኢሕአሠ ሠራዊት

የሚገኙ ሴት ታጋዮች ከቤዝ አምባው አካባቢ በምትገኝ አሴፋቱ በምትባል ቦታ ላይ በአበበች በቀለ/ለምለም የተመራው የመጀመሪያው የሴቶች ጉባዔ ለሠላማዊት ዳዊት መመረዝ ሌላው ምክኒያት እንደሆነ ነው። ይህ ስብሰባ በተጨማሪ ለፀሎተና ለውድ ባለቤቱ ሰላማዊት ዳግማዊ ሕይወት መጥፋት ጊዜውን እንዳፋጠነው ይወሳ ነበር። በጉባዔው ሰፊ የሆነ ውይይት ተካሂዶ የጉባዔውን ተሳታፊዎች የውስጥ ስሜት እየነካ በመሄድ ውይይቱ ካጠቃላይ የሴቶች ጭቆና ወደ ግለሰብ ቅሬታዎች እያተኮረ ሄደ። ንቃተ ኅሊናቸው አነስተኛ በነበሩት የሴት ታጋዮች አልፎም በነቁ ታጋዮችም ላይ በተደጋጋሚ የተካሄደባቸውን በማስገደድ የመደፈር ሙከራ በድፍረት ሪፖርቶች መቅረብ ጀመሩ።

ታጋዮቹ በስሜት አንድ ባንድ ወደ መድረክ እየወጡ የደረሰባቸውን በደልና እነማን እንደፈጸሙባቸው ስም እየጠቀሱ እንባ እየወረዳቸው በዝርዝር ለጉባዔው ተሳታፊዎች ተነተኑ። ከመጀመሪያው ጀምሮ የአመራሩ ጠንካራ ደጋፊ በመሆን ለድርጅቱ ውድቀት በኃላም ለሠራዊቱ መደምሰስ ከፍተኛ አተዋፅዖ ያበረከተችው አበበች በቀለ/ለለምለም በአመራር ላይ ለሚገኙት ኃዶቿ ተቀርቁራ የታጋዮቹን ጭቀናና የተፈጸመባቸውን ግፍና በድል ችላ ብላ አድበስብሳ ለማለፍ ብትሞክርም፣ በስብሰባው ወቅት የተነሱት የሴት ታጋዮች ችግርና የመብት ድፍረት ድርጊቶች የነቁና የፓርቲ አባላት ኃዲቶችን እጅግ አድርጎ አስቀጣ። በከፍተኛ ደረጃ ካሳሰባቸውና ካስቀጣቸው መካከል ሠላማዊት ዳዊትን እንደነበር ከስብሰባው ፍጻሜ በኃላ ወሬው በሜዳ ተናፈሰ። በወጣት የሴት ታጋዮች ላይ ይጫወቱ በነበሩት የሠራዊቱ አመራር አባላት ላይ ከባድ ችግር በመፍጠር በአሲምባ በተቀጣጠለው እሳት ተጨማሪ ነዳጅ ሆነና ሠላማዊት ዳዊት ሽንጧን ገትራ ለተበደሉት እህቶቻችን ጋሻና ጠበቃ ሆና በመቀሟ ችግር ላይ ልትጥላቸው የምትችል መሆናቸውን በመገንዘብ ለመደፋፈን ሲባል እንዳጠፏትም ተወርቷል። በአሴፋቱ ጉባዔ የሴቶች ስብሰባ ላይ ሴት ታጋዮች በሆዳቸው አፍነውት ያቀዩትን የወንድ ኃዶቻቸውን ቅሌትና ወንጀል ባፈነዱበት ወቅት የተከሰቱት መረጃዎች ለውድ ባለቤቷ ማካፈሏና ፀሎተ ማውቁን አረጋገጡ። በዚያው ሰሞንና በኃላም ግፍና በደል ከተፈጸመባቸው የሴት ኃዶች ጋር እየተገናኘ ሲያፅናናና ሲያበረታታ መታየቱ ሁሉ የራስ ምታት ሆኖ ተሰማቸው። ኃጢአቱና ወንጀሉ የሚነካካቸው የአመራር አባላት የፀሎተ ሕዝቂያስና የባለቤቱ የሰላማዊት ዳዊት በሕይወት መኖር እጅግ ስለአሰጋቸው አስቸኳይ መፍተሔ ሊገኝለት እንደሚገባ ተጨማሪ አቀጣጣይ ሆነና መፍተሔው በላይ ሀሰንን ተጠቅሞ ማስናበቱ ሆኖ ታምኖበት አሰናበቱት። ሠላማዊት ዳዊት በተደጋጋሚ ለታጋዮች ጠበቃ እየሆነች በማገልገሏ በሠራዊቱ ከፍተኛ ተዓማኒነትና አክብሮትን አግኝታ እንደ ነበር ተወርቷል። እንዲያውም አብዛኛው የሚለው 18ቱን ለመግደል እንዲያስችላቸው ተቃቃመ ያሉት የይስሙላ ወታደራዊ ትሪቡን ሠላማዊ ዳዊት ብትኖር ኖሮ ያለእሷ ሌላ የእሥረኞቹ ጠበቃ ሊሆን የሚችል ስለማይኖር ለሰማዕታት ኃዶቻችን ጥብቅና በመቆም በእርግጠኝነት አመራሩን ከፍተኛ ቅሌት ውስጥ ልታስገባቸው እንደምትችል አስቀድመው

በመረዳታቸው ከወዲሁ አስቀድሞ በማጥፋት አበበች በቀለንና ታደለችን የይስሙላው ትሪቡን የእሥረኞቹ ጠበቃ ለማድረግ በመፈለጋቸው እንደሆነ ነው።

13.3.8. የኢሕአሠ'ን ጠባቂ የነበሩትን የእርማት ንቅናቄውን ግንባር ቀደም መሪዎች ሲገድሉ ኢሕአሠ'ንም አብረው አስደመሰሱት

የአዞ እምባ አውራጁ ክፍሉ ታደሰ ለኢሕአሠ መሸነፍ ምክኒያቶች ምን ነበሩ? የሕዝብ ድጋፍ ማጣት ነበርን? የሠራዊቱ ሞራል መውደቅ ነበርን? ወይስ የወታደራዊ ደካማነት? ኢሕአፓም ሆነ ኢሕአሠ የሕወሀትን በትር ለመከላከል ለምን እራሳቸውን ሳያዘጋጁ ቀሩ? የዚህ ዝግጅት መጉደል የኢሕአፓ አባላትም ሆነ አመራሩ ስለሕወሓት ከነበራቸው ግምት ጋር የሚያያዝ ሊሆን ይችላልን? ለመሆኑ በጦርነቱ አጥቢያ ለሕወሓት የነበራቸው አመለካከት ምን ይመስል ነበር? በማለት እንደልማዱ የኢትዮጵያን ሕዝብ ለማወናበድና ባንድ በኩል የድርጅቱን አመራር እምብርት ከወንጀል ነፃ ለማድረግ የተሰነዘሩ የማወናባጃ ጥያቄዎቹን አቅርቧል (ክፍሉ ታደሰ፣ 3፣ 322)። ከድርጅቱ መደብደብና ከከተሞች መባረር በኃላ በእነ ሳሙኤል ዓለማየሁ ከሥልጣን መገልበጡ ያንገበገበው ክፍሉ ታደሰ እንደማያውቅ መስሎ የድርጅቱንና የሠራዊቱን አባላት ብቻ ሳይሆን የኢትዮጵያን ሕዝብ የማወናበድ ኪነቱን ቀጥሏል። በቅድሚያ ግን ለማ ጉርሙ/ሰቦቻ ሲቃ እየተናነቀው ትዝታውን እንዲህ በማለት ያካፍለናል፣ "... በዚያ ሁኔታ እንዳለን ባሳዛኙ ሴሚናር ማግሥት በጣም የሚያስደነጋግጥ ሁኔታ ነበር። እያንዳንዱ እዚያ የነበርነው ጓዶች መካከል ከፍተኛ እርስ በርስ መጠራጠር ተፈጠረ። እንደዚያ ዓይነት ሁኔታ በእኛ በኢሕአሠ ሜዳ ውስጥ ይፈጠራል ተብሎ የጠበቀ ማንም አልነበረም። እንደዚህ ዓይነት ነገር ሲታይ ሁሉም እራሱን መጠየቅ የጀመረበት ጊዜ እንደሆነ እርግጠኛ ነበርኩ። እኔም እራሴን ጠይቄያለሁ። ከሁለት ቀን በፊት በድርጅታዊ አሰራር ዘዴ የተከናወነችው አሳፋሪና አሳዛኝ የደርግ ስታይል የማጋለጡና የተራ አሉባልታና የሀሰት ውንጀላ ተግባርና የሰዎች የማሰሩ፣ የነፃነት መጣበቡ ሁኔታ የሠራዊቱ ታጋይ የመዋጋት ፍላጎቱ እንዳለ እንዳለ እንዳለ አሳዛኙ ሴሚናር አጠፋችበት። እርምጃው እነዚያን ሰዎች በመግደል ብቻ የቀመ ቢሆን ኖሮ አሁንም ጉዳቱ ቀላል ነበር። ከሁለት ቀን በኃላ ቀጥሎ የመጣው ጉዳት ነው እጅግ የሚያስገርመኝና የሚያሳዝነኝ ያለ። በቃ እነ ሰዒድ፣ አቡበከር፣ መዝሙር፣ ታሪኩ፣ በሽር፣ ታፈስ፣ አሲምባና ሌሎቹ ላይ ግድያው ቢቀም እንዴት ዓይነት ቶሎ የቀመ ጉዳት ነበር። ቀጥሎ ግን ስንት ጓዶች በከንቱ ሞቱ ከቲ. ፒ. ኤል. ኤፍ. ጋር በተደረገው ጦርነት። ምክኒያቱም የመዋጋቱ ስሜቱ ውስጣቸው ውስጥ ስለሌለና በሴሚናሩ ወቅት የታዩት ተንኮልና ርካሽ ዘዴ ስሜቱን ሁሉ ሚጥጦ ስለጨረሰው፣ የአወጋግ ዘዴው ሁሉ ስላልመጣላቸው ተደነጋግረው ብቻ በወያኔ ጥይት አለቁ። ከእዚያም በኋላ ያደራጀነውን ሕዝብ በትግራይም በጎንደርም ትተነው አሳልፈን ለደርግና ለ'ቲ. ፒ. ኤል. ኤፍ. ሰጥተን፣ የነበረውን ረጅም ትግል በዚህ ምክኒያት ብቻ በሕዝብም ዘንድ በታጋዩም ዘንድ አመኔታን ከውስጡ አሟጦ በመጨረስ

የትግሉንም የመጨረሻውን ፉም በቀዝቃዛ ውሃ አፍስው ለዘላለም እንዲጠፉ አድርጋል ያች አሳዛኝና አሳፋሪ የደርግ ስታይል የከልአሳ ሴሚናር ሁኔታ።

ሠራዊቱን ለማስደምሰስ ሆን ተብላ በቅድሚያ የተጠነሰሰች መስሎ ነው በሠራዊቱ የተገመተው፣ እኔም የገመትኩት" "እኛ በእውነት የሠራዊቱ ቁጥር ነበረን፣ በቂ መሣሪያና ጥይት ነበረን፣ በቂ ሥልጠና፣ ልምምድና የውጊያ ብቃት ነበረን። ግን ውስጡ የነበረን የመዋጋት ፍላጎት በእያንዳንዱ ታጋይ ላይ ጥርጣሬ ውስጥ የገባ ነበር። በገሪላ ትግል አራት ዓመት መዋጋት የሚያስችል ኃይልና ትጥቅ ነበረን። እና ግን አልሆነም፣ ብዘት ላይ በአንድ ቀን ጦርነት ብቻ ነገሩ ሁሉ አለቀ። ሊያሸንፈን በማይችል ኃይል፣ ከቶውንም ቢሆን ሊያጠቁን በማይችሉ ኃይል፣ ብቃት ባልነበራቸው በ'ቲ. ፒ. ኤል. ኤፍ. ተሸነፍን፣ የሚያሳዝን ነው"። "ከዚያ በኋላ ያለው የነበረውን ጥይት በማቃጠል፣ የነበረንን መሣሪያ በመሰባበር በውርደት ወደ መነኩሴቶ ወደ ኤርትራ ማፈግፈግ ሆነ። ይህንን ሁሉ ቀጥሎ ያለውን ሞት የዘመናት ሞት ሁሉ ፈጥሯል። እና በዚህ ጉዳይ በጣም በጣም በብዙ ሰው ሕይወት እና እራሱ ከተማም ያለቁትን በገጠርም ከዚያ በፊትም ያለቁትን ጓዶች ዓላማ ሁሉ በዚያች ቀፋፊ የማጋለጥ ሴሚናር ሁኔታ ምክኒያት በዚያችው ደረጃ እንዲቆም የሆነበት ምክኒያት እንግዲህ የዚህ ተራዝሞ መምጣት ከዚህም በኋላም ቢሆን ሠራዊቱ ጎንደር ደርሶም ቢሆን መሄጃ ነው ያጣው። ወደ ሱዳን በየት ይሂድ፣ ወደ ደርግ መምጣት አይፈልግም ሁኔታዎች አስገድደውት ካልሆነ በስተቀር ወይንም የደርግ አቀንቃኝ የሆነ ካልሆነ በስተቀር፣ እንዲሁ መሀል ላይ ሲዋልል ጊዜ ባገኘ እየሾለከ ሌላውም በ73 የተደረገውን ብተና የሚሉትን እርምጃ ወስዶ የተዘበራረቀ እና ያን ያህል ዲስፕሊን የነበረው ሠራዊት የድርጅቱ አመራር በፈጠረው ምክኒያት በዲስፕሊን የማይገዛ እንዲሁ ጠመንጃ ይዞ የሚዞር ሆነ" "ጠመንጃም ይዞ ሲዞር የሚሰራው ፋይዳ ሲያጣ ጠመንጃውን በየሜዳው እየወረወረ በተቻለው አጋጣሚ ወደ ተቻለው ቦታ እየሄደ የድርጅቱ ፍጻሜ ሆነ። የዚህ መጀመሪያውና የመጨረሻው ግን የደርግ ስታይሉ ሴሚናርና የነዚህ ታጋዮች እልቂት ምክኒያት ነው። እና እዚህ በነሱ ላይ እንኳን ቀሞ ቢሆን ኖሮ እንደሞቱ አልቀጥርም ነበር። ግን እነሱን ብቻ ሳይሆን ትግሉን እንዳለ ገደሉት። በዚህ ምክኒያት ብቻ እኔ በማስብበት በምችለው አቅም እንደትልቅ የድርጅቱ ጥቁር ነጥብ እና ሕዝቡም ላይ የደረሰ ከፍተኛ በደል አድርጌ የምቀጥራት ቦታ ይች ቦታ ነች፣ አሳፋሪና አሳዛኝ የከላአሳዋ ሴሚናር የተካሄደባት። በማጋለጡ ላይ አንደኛና ግንባር ቀደም ሆነው የማጋለጥ ግድጅ ተሰጥቷቸው ያጋለጡና እንዲሁም በሠራዊቱ ውስጥ እንደልባቸው በመሹሎክሎክ አሉባልታ በሰፊው ያራመዱና ለጠንካራ ታጋዮች ሞት መሣሪያ የነበሩት ሰዎች ሁሉ ከኢሕአሠ ምን እናገኛለን ቢራ እናግሳ ወደ ሱዳን ሂደን እያሉ ሄዱ። እንደገናም ብዙ ሰዎች ከዱ። ከዚያም በኋላ ቀጥታ ወደ ሱዳን መሄድ ነበረ። <u>መማር ይቻል ነበር ከዚያ በኋላ እነ ማን ታጋዮች እንደነበሩና እነማን እንዳልነበሩ። ግን ድርጅቱ አልተማረም፣ ሊማርም ፍላጎት</u>

አልነበራቸውም፣ ለምን እንደሆነ ሚስጢሩ አይገባኝም። ወደ ኤርትራ መሬት አፈገፈግን ከትግራይ ውስጥ አንድ ሣምንት ባልሞላ ጊዜ ውስጥ ብዙ ዘመን እንኖርበታለን ብለን ያሰብንበት፣ የታገልንበት ያደራጀንበት ሕዝብ መሀል የድርጅቱና ሠራዊቱ አመራር በፈጠረው ሁኔታ ነው ትግሉን ለዚህ ያበቃነው። ታጋዮችን፣ ጎዶችን መጉዳት ብቻ ሳይሆን ትግሉን ገደልነው፣ የሚያከብረንን የአዲ ኢሮጵን ሕዝብ አጋልጠነው ሸሸን" (ሰቦቓ/ለማ ግርሙ)።

አብዲሳ አያና/ሮባም በበኩሉ እንዲህ ይላል፣ "... በዚህም ላይ የወያኔ ኢንቴሊጀንስ የሚጫወተው ሚና ነበረ። የእኛን ድክመቶቻችንን ሁሉ አይተው ውስጥ የነበረውን ሁሉ አይተው ለወደፊት ዕቅዳቸው በደንብ ይከታተሉን ነበረ። አባሎቻቸውን ሁሉ ልከው አሰልጥነው መሳሪያ ይዘው እንዲሄዱ ሁሉ የሚያደርጉበት ሁኔታም ነበር። እያንዳንዱን የእኛን የውስጥ ችግርና ንቅናቄ ሁሉ እየተከታተሉ ያውቁ ነበር። በመጨረሻም ደግሞ ይህ ነበር ወደ ጦርነቱ ያመራን። ወደፊት ደግሞ በዚያን ደረጃ ጦርነቱ ሊያመራ ወደሚችልበት ሁኔታ እየተፈጠሩ የሚሄዱበት ጊዜ ነበረና ያላቅማቸውና ብቃታቸው በገዛ ራሳችን ለድል አድራጊነት አበቃናቸው (አብዲሳ አያና)። ምንአልባት ሰቦቓም ሆነ አብዲሳ የዘነጉት ወይንም ሊናገሩ ያልፈለጉት ቢኖር የድርጅቱ አመራር የጋራ ሕብረት ስምምነቱን በኪሳቸው ደብቀው ተግባራዊ አለማድረጋቸው ወያኔን ክፉኛ እንዳስቀየማት ምክኒያት አድርጋና ቂም ይዛ ጊዜና ቦታ ጠብቃ ማጥቃቷን ነው። ሌላው አብዲሳ አያና የዘነጋው ወይንም ሊናገር ያልፈለገው ወያኔ የእኛን የውስጥ ችግርና ንቅናቄ ሁሉ እየተከታተሉ ያውቁ እንደነበር ሲነግረን በሌላ በኩል ግን ድክመቶቻችን ሁሉ አይተው ለወደፊት ዕቅዳቸው በደንብ ይከታተሉን እንደነበሩና፣ ጦርነቱ ሊያመራ ወደ ሚችልበት ሁኔታ እየተፈጠሩ መሄዳቸው ሁሉ አመራሩ እያወቀ በድርጅቱና ሠራዊቱ አመራር የተወሰደ ምንም ዓይነት እርምጃ ወይንም ጥንቃቄ አለመደረጉንና ምክኒያቱም ለምን እንደሆነ አለመጥቀሱን ነው። እንደገና ክፍሉ ታደሰ ስሕተቱ ሁሉ የሠራዊቱ ለማስመሰልና እንዲያውም እነ አብዲሳ አያና ለአሲምባው ሠራዊት ደንታ የሌላቸው ለማስመሰል እንዲህ ሲል ጥያቄ አቅርቧል፣ "በቤጌምድር የነበረው የኢሕአሠ ጦር በዚህ ወቅት ምን በማድረግ ላይ ነበር? ይህ ጦር ሕወሀትን ከጀርባ እንዲገጥም ውይይትም ሆነ መመሪያ ተላልፎ ነበርን? ብሎ አፍ አውጥቶ ሊያወናብድ ሞክሯል (ክፍሉ ታደሰ፣ 3፣ 322)፣ የበጌምደሩ የኢሕአሠ አመራር ገና በሕወሓትና በኢሕአሠ መካከል ግጭት እንደተፈጠረ ከነዘሩ ክሕሸን ባግባቡ ሳይሆን ከአርሦ አደሮች የወሬ ወሬ እንደሰማ ሁኔታው አሳስቧቸው የሚያስፈልግ ዕርዳታና ድጋፍ ከበጌምድሩ ሠራዊት ካለ እንዲያሳዉቃቸው አስቸኳይ ደብዳቤ ወደ አሲምባ ልከው ከአሲንባ የተሰጣቸው መልስ ሁኔታዎቹን ሁሉ በሙሉ በቁጥጥር ሥር ማዋል እንችላለንና አታስቡ፣ በእናንተ በኩል አካባቢያችሁን ተቆጣጠሩ የሚል መልዕክት ብለው መመለሳቸውን አብዲሳ አያና ገልጿል።

አሁንም ሰቦቻም ሆነ አብዲሳ ያልገለጹት ወይንም ሊገልጹት ያልፈለጉት ሌላው አሳዛኝ ድርጊት በዚሁ በአሳዛኙ የብዘቱ ጦርነት ጊዜ ነዋሪነቱ በዋሺንግተን ዲ. ሲ. ይሁን ወይንም በሳን ፍራንሲስኮ ይኖራል ተብሎ የሚነገርለት የኃይል 500 መሪ የነበረው የቀድሞው የአየር ወለድ መኮንን በጦርነቱ ወቅት የአምስት ደቂቃ ጉዞ እርቀት ላይ መሽጎ ጓዶቻቸው በግራና በቀኝ በወያኔና በሻዕቢያ ጥይት ሲቀሉ እየተመለከተ በጦርነቱ ሳይሳተፍ መቅረቱ ከቶ ለምን ይሆን የሚለውን ጥያቄአችንን አለመመለሳቸው ነው። በተባለው ኃይል መሪ የሚመራው ኃይል እስከመጨረሻው ድረስ ድምፃቸውን አጥፍተው ምንም ሳይዋጉ ባካባቢው ተደብቀው ጦርነቱን እንደ ድራማ ይመለከቱ የነበሩትን አመራር አባላት እንደ እነ ኮሎኔል አበጀ፣ ፀሐየ ሰለሞንና ሌሎችን ይዞ ወደ ቤዝ አጅቦ ሄደ። ወዲያውኑ በቤዝ አምባው የነበሩትን ሌሎችን የአመራር አባላትን ሰብስቦ በሠላም ሾልካ ወደ ኤርትራ አመራ። የተባለችዋ ኃይል በጦርነቱ ተሳትፎ ብታደርግና መስዋዕትነት ብትከፍል ኖሮ ምንአልባት የጦርነቱን አቅጣጫ ልታስቀይረው እንደምትችል ብዛት ያላቸው የቀድሞ የሠራዊቱ አባላት እምነት ነው። ሁኔታው በጣም ያሳዘነው የጎንደሩ የኢሕአሠ አመራር ገና በሕወሓትና በኢሕአሠ መካከል ግጭት መፈጠሩን ከአርሾ አደሮች ወሬ እንደሰማ የሚያስፈልግ ዕርዳታና ድጋፍ ከበጌምድሩ ሠራዊት ካለ እንዲያሳዉቃቸው አስቸኳይ ደብዳቤ ወደ አሲምባ እንደላኩ ከአሲንባ የተሰጣቸው መልስ ሁኔታዎቹን በሙሉ በቁጥጥር ሥር ማዋል እንችላለንና በእናንተ በኩል አካባቢያችሁን ተቆጣጠሩ የሚል መልዕክት መሆኑ ከላይ ተመልክተናል። ሳይውል ሳያድር ኢሕአሠ ከሕወሓት ጋር ባደረገው ጦርነት ምክኒያት ተደምስሶ ጠቅላላ ሠራዊቱ አሲምባን ለቆ ወደ ኤርትራ በውርደት አፈግፍጎ መግባቱን የሚያበስረውን መርዶ ከትግራይ ገበያተኞች እንደደረሳቸው አብዲሳ አያና ገልጿል። በወቅቱ አብዲሳ አያናን ባጠገቡ ተገኝቼ ፊቱን ለማየት ባልችልም ምን እንደሚመስልና ምን ያህል አንጀቱ እንደሚያር በግልጽ ይታየኛል። ለዚያ እንደቀላል ዕቃ ተንኮታኩቶ ለተሰባበረው አሲምባ ሲል ነበር የሚወደውንና ምን ጊዜም ተተኪ የማይገኝላቸውን ጓዶቹን ቢኒያም አዳነን ገና በበርሃ በጉዞ ላይ እንዳለ የተበላበት፣ ቀጥሎም ብርሀነመስቀል ረዳን ያጣበት። ድርጅቱ የመፈረካከሱም ሆነ ሠራዊቱ የመደምሰሱ ዋና ምክኒያት የድርጅቱ አመራር እምብርትና ታማኝ ሎሌዎቻቸው ነበሩ። አገልግሎታቸው ለአገራቸውና ለሕዝባቸው ሳይሆን ለኢትዮጵያና ለሕዝቧ ጠንቀኛ ጠላት ለሆኑ የባዕዳን ድርጅቶች በመሆኑ ነበር።

የድርጅቱ የአመራር እምብርት/ክሊክና ደጋፊዎቻቸው ኢሕአፓን በከተማ አስመቱ። ደርግ የድርጅቱን አመራርና ደጋፊዎች ከአዲስ አበባና ከከተሞች ጠራርጎ መነጠረ። ካመሠራረቱ ለመጠጊያና ለከለላነት ብቻ ታስቦ ወደተቃቀመላቸው የሠራዊቱ ቤዝ አምባ ከነደጋፊዎቻቸው በማፈግፈግ ጎረፉ። ከከተማ ወደ አሲምባ አመጣታቸውን አስመልክቶ አብዲሳ አያና እንዲህ ይላል፣ "ቀደም ብሎ ወደ ሜዳው የገባው ሠራዊት ለብዙ ጊዜ ፍጹም እንዳለም ሳይቆጠር ዝም ብሎ አሲምባ ታፍኖ

እንዲቀመጥ የተደረገበትም ሁኔታ ነበር። እንግዲህ ይሄ የከተማው ሁኔታ እራሱን አስገድዶ በሚመጣበት ጊዜ የድርጅቱ አመራር መሄጃ በሚጠፋበት ጊዜ ለመጠጊያነትና ለከለላ የሚሆን ቦታ በሚጠፋበት ጊዜ አመራሩም ሆነ የላካቸውም ሰዎች ወደ አሲምባ መጡ። እራሳቸውም የድርጅቱም አመራር ወደ እዚህ የመጡት በአካል ካዲስ አበባ ውስጥ ደርግ ሲያስወግዳቸው ከለላና መጠጊያ ፍለጋ መጡ እንጂ ሠራዊቱን አስታውሰው እንዳልሆነ" ነው። የትግሉን አቅጣጫ በሚመለከት ከመጀመሪያውኑ ይህ ድርጅት በሚቃቃምበት ጊዜ ለገጠሩ የትጥቅ ትግል ቅድሚያ በመስጠት ነበር። ከውጭ አባሎቹን መልምሎ፣ ወታደራዊ ሥልጠና አድርገው ከኤርትራ ተጋዳዮች ጋር ግንኙነት ተፈጥሮ ነው ወደ ሜዳ የገባነው። ድርጅቱ ለትጥቅ ትግሉ ቅድሚያ በመስጠቱ ነበር የፓርቲው ጀኔራል ስክሬታሪ የነበረውን ብርሀነመስቀል ረዳን ከሠራዊቱ ጋር እንዲገባ ያደረገው። የተረፈው የማዕከላዊ ኮሚቴ አባል ግን ከውጭ ሀገር ቀስ በቀስ አንድ ሁለት ሦስት እየተባለ አዲስ አበባ ገብተው ተከማቹ። እኛ ሳናውቅና ምንም ሳንሰማ ድርጅቱ ከናካቴው እስከሚፈራርስ ድረስ የከተማው ትጥቅ ትግል ብለን የምንጠራው ተጀመሮ ሲካሄድ ቀየ። በዚህ እንዳለ ነው ድርጅቱ በከተማው ውስጥ ብቻ በማተኮር ሠራዊቱን አመራርና አሰራር ሳይሰጠው ትኩረት ሳይሰጠው ከዚያም አልፎ ያለነውን እንኳን እንዳንቀሳቀስ ተብሎ እግርና እጃችን ታስሮ ነበር የተቀመጥነው። ያካሄድናቸው የመጀመሪያዎቹም አነስተኛ ግጭቶች የተደረጉት በሠራዊቱ ውስጥ የምንበላውና የምንጠጣው ስላጣን የድርጅቱን የሴንተራል ኮሚተውን መመሪያ ጥሶ ከአስፈላጊነት በመነጨ ሁኔታ ጭምር የተካሄደ ነበር። በዚህ መልክ ነበረ ሠራዊቱ የመጀመሪያዎቹን ጦርነት በማካሄድ ገንዘብና ትንሽ መሣሪያም ሊያገኝ የቻለው። በዚሁ እንዳለ ፓርቲው እንኳን ሲታወጅ ሠራዊቱ ውስጥ ያሉት አባላትና እንዲያውም የሴንተራል ኮሚቴ አባል የነበረው ፀጋየ ገብረመድህን ጭምር እንኳን ሳያውቅ ነበር ፓርቲው የታወጀው ..." (አብዲሳ አያና)። ሕወሓት የውስጥ ጉዳችንን በቅርብ ሲከታተሉ ቀዩ።

ከሕወሓት የነዱ በመምሰል ኢሕአሠን ተቀላቅለው ከሠለጠኑና የውስጥ ሁኔታውን ካጣሩ በኋላ ከነትጥቃቸው እንደገና ወደ ድርጅታቸው እየጠፉ የተቀላቀሉ አያሌ የሕወሓት ታጋዮች እንደነበሩ ብቻ ሳይሆን ለእነ ዘሩ ክሕሸንና ለታማኞቹ መረጃ ይደርሳቸው ነበር። አመራሩ ባዘጋጀው በዚያ አስነዋሪና አሳዛኝ የማጋለጥ ስብሰባ ፍጻሜ በኋላ ኢሕአሠን የማጥፋት ግዳጃቸውን ለመጀመር እነ ስለሽ ቱጂና የሚጋ አሳታሚዎች እንደሚሉት ሳይሆን ወያኔ የትንኮሳ ወይንም እሳት የመጫር ተግባር አከናወነች። ወያኔ ሰቦያ ላይ በፈጠረችው የመተንኮስ ተግባሯ በእሷ ላይ ከኢሕአሠ በኩል ተኩስ እንደተከፈተባት አስመስላ ምክኒያት በመፍጠር ለጦርነት ተዘጋጀች። አራቱም የኢሕአሠ ኃይሎች ባካባቢው ስለነበሩ ሊያጠፏት እንደሚችሉ ብታውቅም በድርጅታችን ከፍተኛ አመራር ላይ እምነት ስለነበራት ሳትነካ ማፈግፈጊያ በር ተሰጥቷት ሸሽታ ጠፋች። ቀድሞውንም ቢሆን በዚያን ጊዜ የመዋጋት ዕቅድና ፍላጎት ኑሯት ሳይሆን ፀብ በመጫር ተኮሱብኝ ብላ ምክኒያት ለማዘጋጀት ነበር።

አመራሩ የተኩስ ልውውጡን በገሀድ እያወቀ ከትንኮሳውና ከተኩስ ልውውጡ አንድ ቀን በፊት ወደ አደዋ ለተላከችው ኃይል መረጃውን በማስተላለፍ ጥንቃቄ እንዲያደርጉ ማሳሰብና ማስጠንቀቅ ሲገባው ለኃይሏ መረጃውን ደብቀው ያዙ። ወደ አደዋ የተንቀሳቀሰችው ኃይላችን ከወያኔ ጋር ያለን ግንኙነት እንደቀድሞው እንጂ ምንም የተለወጠ ወይም የተፈጠረ አዲስ ነገር እንደሌለ በመተማመን አድዋ የደረሰችው ኃይል ምንም ዓይነት ከቀድሞው የተለየ አዲስ የጥበቃና የፀጥታ ጥንቃቄ ሳይወስዱ አንዷ ጋንታ እንደቀድሟቸው በቤት ውስጥ እንዲያድሩ ሆኑ። ሕወሓት ጦርነቱን ለመጀመር የአርሶ አደር ሚሊሽያዎቹን በተጠንቀቅ እንዲጠብቁ ከማሳሰቡም በላይ፣ አስፈላጊ ስንቅና ትጥቅ ማዘጋጀቷን ሁሉ ለአመራሩ መረጃ በጊዜው ደርሷል። በተጨማሪም አብዛኛው የወያኔ ተዋጊ ኃይል ለውጊያ እንዲዘጋጁ መደረጋቸው ሁሉ አመራሩ አስቀድሞ አውቃል። ትናንሽ ኃይሎችም ታጥፈው ከትላልቅ የውጊያ አሃዞች ጋር እንዲቀላቀሉ መደርጉና እነዚህ ዝግጅቶች ሁሉ መፈጸማቸውን የኢሕአፓ አመራር በወቅቱ በቂ መረጃ ደርሷታል። የሠራዊቱ የወታደራዊ ኮሞሽን ሊቀ መንበር ዘሩ ክሕሽንና የጥፋትና የእልቂት ተባባሪዎቹ በእርግጠኝነት በሠራዊቱ ላይ ያንዣበበውን ጦርነት ለመቃቃም የሚያስችሉ ጥንቃቄዎችንና ስልቶች ሳይወስዱ ቀሩ።

የሚያሳዝነው የኢሕአሠ ኃይሎች አንዳቸውም ቢሆኑ ስለ መጪው አሳሳቢ ጦርነት እንዲጠነቀቁ አንዳችም ማሳሰቢያ አልተሰጣቸውም። ወያኔ ወደ አደዋ አካባቢ ስለተንቀሳቀሰችው ኃይል በቅድሚያ ዕውቀት ስለነበራቸው ብቻ ሳይሆን ጋንታዎቹ የት እንደሚገናኙ የመገናኛ ቦታቸውንም ጭምር ሚስጢሩን አግኝተው ከተባለው ቦታ አስቀድመው በመድረስ ስትራተጂካዊና ቁልፍ ቦታዎችን በቁጥጥር ሥር አውለው ምስኪኗን ኃይል ለመብላት በጉጉት ተጠባበቁ። በዚህም ምክኒያት አንዷ ጋንታ ከመንደር አካባቢ ስለነበረች ከወያኔ ጋር ተታኩሰው ስለማያውቁና በዚያን ወቅት ጠላት ደርግ እንጅ ለጊዜው ወያኔ እንደጠላት ባለመቀጠሩ እንደቀድሟቸው በመዝናናት ከቤት ውስጥ አደረች። ወያኔ ስለ ሦስቱም ጋንታዎች የተሟላ መረጃ ስለነበራት ጋንታዋ ያደረችበትን ቤት በእሳት አነደደችው። ተርፈው ከእሳቱ ለማምለጥ የሞከሩትን አንድ ባንድ በጥይት እየለቀመች ጨረሰቻቸው። ሌሎቹ ሁለት ጋንታዎች ደግሞ ከተራራ አካባቢ ቦታ ይዘው አደሩ። በማግሥቱ ማለዳ ሦስቱም ጋንታዎች እንዲገናኙ የተሰጣቸው ቦታ ቤተክርስቲያን ነበር። በተራራ አካባቢ ያደሩት ሁለቱ ጋንታዎች ከቤተክርስቲያኑ ተገናኙ። ሁለቱ ጋንታዎችና የኃይሏ መሪ ከመንደር ውስጥ እንድታድር የተመደበችው ጋንታ ክፉ አደጋ ላይ ወድቃ በእሳትና በጥይት ማለቃን የሰሙት ወይንም የሚያውቁት ነገር ባለመኖሩ የእሷን መምጣት ይጠባበቃሉ። ሦስቱም ጋንታዎች በማግሥቱ ከቤተክርስቲያኑ አካባቢ ተገናኝተው ተያይዘው ለቁርስ ወደተዘጋጀላቸው ቦታ ማምራት ስለነበረባቸው በእሳትና በጥይት ያለቀችዋን ጋንታ በመጠባበቅ ላይ እንዳሉ ሁለቱም ጋንታዎች ሳያስቡት ዙሪያውን ተከበው ከወያኔ የጥይት ናዳ ጎረፈባቸው። ለሦስቱም ጋንታዎች ቁርስ አዘጋጅቶ በመጠባበቅ ላይ የነበረው የቀድሞው

የኃይል መሪ ለማ ትርሙ/ሰቦቃና ሌላው ጓዱ ሦስቱንም ጋንታዎች ሲጠባበቁ ከአልታሰበው ጦርነት ተርፈው ከቁርስ ቦታው የደረሰሱት እየተንጠባጠቡ ከአሥር አይበልጡም ነበር። ያንን አሳዛኝ ጊዜ እንዲህ በማለት ሰቦቃ/ለማ ትርሙ ያስታውሰዋል፣ "አመራሩ ባዘጋጀው አስነዋሪ የማጋለጥ ስብሰባ ፍጻሜ በኋላ አምስቱም ኃይሎች እዚያው ማጋለጥ ከተካሄደበት አካባቢ እንዳሉ ተቅሊጥ (የአባላት ብወዛ) ተካሂዶ የነበሩት አምስት ኃይሎች እንደአዲስ ተዋቀሩ" እኔ ያለሁባት ኃይል ተነጥላ ቶሎ በአስቸኳይ ወደ አድዋ አካባቢ መውጣት አለባት ተባለ"

"የሚቀጥለው መንደር እንዳደርን በተመሳሳይ ጊዜ ሳቦያ የምትባል መንደር ላይ ሕወሓት የነበረውን ሁኔታ በሙሉ ትከታተል ስለነበር በጣም የተመቻቸ ሁኔታ ከዚህ የተሻለ ጊዜ እንደማያጋጥማት እርግጠኛ ስለነበረች አንድ ኃይል ብቻ ትልካለች። በሳቦያና አካባቢው እኛ ያቋቋምነውን ማህበራት በማፈራረስ የመጀመሪያውን ጥይት ከእኛ አካባቢ እንዲተኮስ provock በመተንኮስ የእኛ ኃይሎች አራቱም እዚያ አካባቢ ስለነበሩ አራት ሆነው ያች ኃይል ላይ ተኮሱባት። ከማንም ጉዳት ሳይደርስ የወያኔ ሠራዊት አካባቢውን ለቃ ወጣች። የድርጅታችንም ሆነ የሠራዊታችን አመራር ይህንኑ መረጃ አድዋ ላለነው ለእኛ አላስተላለፈም። አመራሩ ሳቦያ ላይ ከተወሀት ጋር ስለተደረገው የተኩስ ደረጃ የደረሰ ግጭት መኖሩን አመራሩ ባለመንገሩ ኃይሏ ምንም መረጃ ስላልነበራት የነበርኩባትን ኃይል ሕወሓት ከባ አደረች። ሁለቱ ጋንታዎች ካደሩበት ቦታ ለቀው ተራራ ይዘው ነበር ያደሩት፣ አንዷ ጋንታ ግን በዚያን ጊዜ ወያኔ እንደ ጠላት አትቀጠርም፣ ደርግ ነበር ጠላት የምንለው። ደርግ ደግሞ እዚያ አካባቢ አስጊ አይደለም የሚል ግምት ስለነበራት ጋንታዋ እንደቀድሞው ሠላም መስሏት ቤት ውስጥ አድራ ጧት ለብገሳ (ለንቅናቄ) መዘጋጀት ሲጀመር ወያኔ ቤቱን በእሳት አቃጠለች። ከቤቱም ውስጥ ከእሳቱ ውስጥ ለማምለጥ የሞከረውን በጥይት ተባለ፣ በእሳት አንድዳ ጨረሰቻቸው። ሌሎች የቀሩት ሁለት ጋንታዎች በአንድ ቤተክርስቲያን ጋር ነበር ጧት የሚገናኙት። እዚያ ቤተክርስቲያኑ መገናኛዋ ጋር እራሱ በወያኔ ኃይል ተከቦ ተይዟል። እዚያ ሲደርሱ ተኩስ ከፈተችባቸው እና ጧት እኔና አንድ ጓድ ምግብ እምናዘጋጅበት ቦታ ላይ ሦስቱም ጋንታዎች እንዲመጡ አስቀድሞ ተነግሯቸው ነበርና ከሰባ በላይ ከነበሩት የሰው ኃይል ውስጥ ከአሥር ሰው የማይበልጥ በተንጠባጥቦ ደረሰ። እንግድህ በቃ ያች ኃይል በቀላሉ እንደዚህ ሆና አለቀች። ከዚያ ወዲያ እንዲሁ እንዲሁ እንደ ወታደራዊ ዩኒት ሳይሆን እንዲሁ ወደ ቤዝ ተመለስን" (ሰቦቃ/ለማ ግርሙ)።

ክፍሉ ታደሰና ስለሽ ቱጂ እንዲሁም እነ አስማማው ኃይሉ ጦርነቱ ከአንድ ወር በላይ እንደፈጀና የተራዘመ ጦርነት ሠራዊቱ እንዳካሄደ በማስመሰል በሚያዚያ ወር የመጀመሪያው ሳምንት ገደማ ድረስ ቀይቶ እንደተገባደደ አድርገው ነው ሊያሳምኑ የሚቃጡት። ሀቁ ግን ብቃትና ችሎታ በሌላት ወያኔና በኢሕአሠ መካከል የተደረገው አሳፋሪና አሳዛኝ ጦርነት ተጀምሮ የተጠናቀቀው

በመጀመሪያው ቀን በአድዋ የነበረችው ኃይል ውስጥ የነበሩት ሦስቱም ጋንታ ተደመሰሱ። በሚቀጥለው ቀን ማለትም በሁለተኛው ቀን ብዘት ላይ ከፍተኛው ጦርነት ሲሆን ይህም ጦርነት የተገባደደው በአንድ ቀን ጦርነት ብቻ ነበር። ከወያኔ ድብደባ የዳነው እስከአሁን ምስጢሩ ግልጽ ያልሆነልን ከጦርነቱ የአምስት ደቂቃ ጉዞ ላይ መሽጎ ጦርነቱን እንደ ድራማ ይመለከት የነበረው ኃይል 500 ብቻ ነበር። ጦርነቱ ወር ቀርቶ ከሳምንት ባላነሰ ጊዜ የመዋጋት አቅምና ፍላጎት ቢኖርማ ወግ ነበር። ስለሽ ቱጂ ከወር በላይ ሠራዊቱ እንደተዋጋ አድርጎ ማቅረቡ ምንአልባት በተሳሳተ መረጃ ምክኒያት እንደሆነ አድርጌ ነው የምገምተው፣ ያለበለዚያ ወያኔ በእውነት ከልባቸው አይመስለኝም ከወር በላይ በማለት ኢሕአሠን ለማድነቅ መሞከራቸው። የእነ ክፍሉ ታደሰና መሰሎቹ ፕሮፓጋንዳ አመራሩን ከወንጀልና ከተጠያቂነት ለማዳን ሲሉ ሠራዊቱ በሥነሥራዓት ሲዋጋና አመራሩም አስፈላጊውን የመሪነት ተግባር በማከናወን ሲዋጋና ሲያዋጋ ቆይቶ ከአቅም በላይ በሆነ ምክኒያት ሠራዊቱ ተሸንፎ ወደ ኤርትራ ለማፈግፈግ ተገደው እንደወጡ አስመስለው አንባቢያንን በማወናበድ ከተጠያቂነት ለማዳን ያደረጉት ነው። ጦርነቱ ምን ያህል ጊዜ እንደወሰደ ሰቦቻ/ለማ ጉርሙ እንዲህ ብሏል፣ "ከነበርንበት ቦታ እየተንጠባጠብን ወደ ቤዝ በምንመለስበት ጊዜ ሁለተኛ ዙር ውጊያ ብዘት ላይ መንገዱን ተሻግሮ ተከፈተብን። የኢሕአሠ'ም ሠራዊት ሌሎቹ አራቱም ኃይሎች ቦታ ያዙ። ሕወሓት በዕለቱ በእኛ ኃይል ላይ በተጎናጸፈችው ድል በሞራልና በጥሩ ሁኔታ ኃይልም ጨማምረው መጥተው ቦታ ይዘዋል። ግን የእኛ አራቱም ሠራዊት ባለፈችዋ ሰሞን ውስጥ የተደረገችዋ አስነዋሪና አሳፋሪ የማጋለጡና ያላግባብ ሰዎች የማሰሩ፣ የነፃነት መጣበቡ ሁኔታ የመዋጋት ፍላጎቱ እንዳለ እንዳለ እንዳለ አጠፋችበት። እኛ የሰው ቁጥር ነበረን፣ ከወያኔ እጥፍ ነን። መሣሪያና ጥይት በሚገባ ነበረን። ያልነበረንና ያለቀብን ውስጡ የመዋጋት ፍላጎቱ ነበር። የነበረን የመዋጋት ፍላጎትና ወኔ በእያንዳንዱ ላይ ጥርጥር ውስጥ የገባ ነበር። ብዘት ላይ በተደረገው ጦርነት በዚያች በአንድ ቀን ውስጥ ያ የቀረው እንግዲህ አንድ ኃይል አድዋ ላይ ጠፍተናል። የቀረው ኃይል በአንድ ቀን ጦርነት መፍረስ አልነበረበትም በጭራሽ ለሰሚ የማይመስል ነገር ነው። ግን ሆነ። በጎሪላ አራት ዓመት መዋጋት የሚያስችል ኃይልና ትጥቅ ነበረን። እኛ ግን አልሆነም ብዘት ላይ በአንድ ቀን ጦርነት አለቀ ነገሩ። ከዚያ በኋላ ያለው የነበረውን ጥይት በማቃጠል፣ የነበረን መሣሪያ በመሰባበር ወደ መንኩሴቶ ወደ ተሓኤ ወደ ሚቆጣጠረው አካባቢ ማፈግፈግ ነበረብን። ተሓኤ ወደ ምትቆጣጠረው መሬት አፈገፈግን ከትግራይ ውስጥ አንድ ሣምንት ባልሞላ ጊዜ ውስጥ ብዙ ዘመን እንኖርበታለን ብለን ያሰብንበት፣ የተደራጀንበት፣ የታገልንበት፣ የተከበርንበትና የታጀብንበት ሕዝብ መሀል የኢሕአፓ አመራር በፈጠረው ሁኔታ ነው የተዋረድነው። ትግሉንም ለዚህ ያበቃነው። ጓዶችን ታጋዮችን፣ መትዳት ብቻ ሳይሆን ትግሉን ገደልነው። በአንዲት ቀን ተርካሻ ጦርነት ለዘለዓለም ያደራጀነው አሲምባችን

ፈራረሰ፣ ያ የሚያከብረንና የሚወደንን የአዲ ኢሮብ ሕዝብ አሳፈርነው፣ አጋልጠን ሸሽተን አመለጥን" ብሏል ሰቦቻ/ለማ።

ሲ. አይ. ኤ. እና ሞሳድ፣ እንዲሁም በወቅቱ የወደፊት ዕጣውን ያልተረዳው ኬ. ጂ. ቢ. ከደርግና የደርግ ተለጣፊ ድርጅቶቹ ጋር በመተጋገዝ በከተማ ይቀናቀን የነበረውን ኢሕአፓ'ን ድባቅ መትቶ መሪዎቹን ከከተማ አባሮ አሲምባ በማስገባት ድልን ተቀናጀ። ሲ. አይ. ኤ. እና ሞሳድ የሚቀጥለውን ግዳጅ ለወያኔና ለሻዕቢያ አስተላልፎ በመስጠት በጋራ ሕብረት ኢሕአሠ ተደመሰሶ ወደ ኤርትራ አፈገፈገ። እዚህ ላይ ማስታወስ የሚገባን ኢሕአፓ'ን ለማጥፋት ጠላቶች በጋራ መረባረባቸውን ነው። በራሱ የቀሰለው አንሶ በመሀል ሀገር ደርግና የደርግ ተለጣፊ ድርጅቶች፣ በትግራይ ወያኔ፣ በሰሜን ሻዕቢያ በተቀነባበረ መንገድ በተደጋጋሚ እየተቦረቦረ ቆይቶ በመጨረሻም በወያኔና በሻዕቢያ የጋራ ትብብር ኢሕአሠ'ን ደምስሰው ተራፊው ሠራዊት መልሶ ወደ ጠላቶቹ መሬት በውርደት አፈግፍጎ እንዲሰደድ ተገደደ። እያወቀ ይሁን ባለማወቁ የባዕዳን ሥራ እንዳለበት ምንም ሊያነሳ ባይፈልግም ለኢሕአፓ/ኢሕአሠ ውድቀትና መቸነፍ ምክኒያት አብዲሳ አያና እንዲህ ሲል ገልጿል፣ "የሁላችንንም ኀሊና የሚነካ ነው፣ የሁላችንም ስህተት፣ የሁላችንም ጥፋት፣ በግሌ እኔም የዚሁ ስህተትና ጥፋት አካል ወይንም ተካፋይ ሆኜ የምጠየቅበትና ኀሊናየም የሚጠይቀኝ ሁኔታ ስለሆነ … በቀጥታ ድርጅቱ በፕሮግራሙ ከተተለመው ውጭ፣ ጠቅላይ የፓርቲው አመራር አፈንግጦ በመሄድ በከተማ ትጥቅ ላይ ማትኮሩ የድርጅታችን ውድቀት፣ ለድርጅቱ እዚህ ደረጃ ላይ ጥፋት መድረስ ያመጣው። በመጨረሻ በኢትዮጵያ ሕዝብ ላይ፣ በአባላቱም ላይ፣ በሠራዊቱም ውድቀትና መሸነፍ ላይ ይህንኑ ሁሉ መከራና ውርደት ያመጣው የመስመር ስህተትና አጓጉል አቋራጭ መፈለግ ነው (አብዲሳ አያና)።

13.4. ዳግማይ ኢሕአሠ

ለሠራዊቱ ዳግማይ ትንሳኤ ለመታገል የሚጥሩትን ጠንካራና ዕውነተኛ የኢሕአሠ ልጆች ዓላማ ለማክሸፍና ተስፋ ለማስቆረጥ ሴራ በማካሄድ በአዲስ መልክ ተሯሯጡ። ለብተና ታክቲክ ያልተሸነፉት ጠንካራና አይበገሬ የሕዝብ ልጆች በውጭ ሀገርና በሀገር ውስጥ ከሚገኙ ቅንና ሀቀኞች ጋር ግንኙነት በመፍጠር ትግላቸውን በምድረ ጎንደር በማስፋፋት ለኢሕአፓ ዳግማዊ ትንሳዔ ሊያበቁት ቻሉ። እኒህ ቀራጥ የሆኑና ጽንዓት የነበራቸው ጥቂት የኢሕአሠ ኃይሎች በተለይም በበጌምድሩ የኢሕአሠ መዋቅር ውስጥ በነበረው ቀጠና አንድ የነበሩት ኃይሎች ውስጥ በሴራና ተንኮል እየተበታተነ የነበረውን ኃይል አሰባስበው በማሰለፍ የመጣው ቢመጣ የወደቁትን ጓዶቻችንን ፈለግ ከመከተል የሚያግደን ኃይል አይኖርም በማለት ውጣ ውረዱን፣ ችግርና መከራውን ተቃቁመው ረጅሙን ሕዝባዊ የገጠር ትግል በአዲስ መልክ ቀጠሉ። እነዚህ ኃይሎች ፀለምት አካባቢ በነበረው የቀጠና አንድ እዝ ሲሆን ይመራ የነበረው ግንባር ቀደም ሚና በተጫወተው የኢሕአፓ ማዕከላዊ

ኮሚቴ አባልና በኋላ ገደማ በዘሩ ክሕሸንና ሣሙኤል ዓለማየሁ የፖሊት ቢሮ ሆኖ የተሾመው (የተመረጠው ሳይሆን) ደብተራው/ፀጋየ ገብረመድሕንና የኢሕአሠ የቀጠና እና የጠቅላይ አመራር ኮሚቴዎች አባላት የነበሩት እነ ይስሐቅ ደብረጽዮን፣ በከር፣ ገብረእግዚአብሔር ኃይለሚካኤል (ጋይም)፣ አባይ አብርሃ/ናደው፣ አበራሽ በርታ፣ ስጦታው ሁሴን፣ በለጠ ዓምሃ፣ ተክላይ ገ/ሥላሴ፣ ሀጎስ በርሄ፣ ደሳለኝ አምሳሉ፣ አበበ አይነኩሉ፣ ሐጎስ አብርሃ፣ ገለብ ዳፍላ፣ ሞት ባይኖር፣ አዛናው ደሚሴ፣ ለማ ኃይሌ፣ ተስፋየ ከበደ፣ ወንዱ ሲራክ ደስታ፣ እዮብ ተካበ፣ ደምሴ ተስፋየ፣ ዲሉ ገበየሁ፣ ጌታቸው አበበ፣ ጌታቸው ወርቅነህ፣ አባይነህ፣ ሺፈራው፣ አዱኛ፣ ታምራትና ብዛት ያላቸው ሌሎች ጓዶቻቸው ነበሩ። ይህ የኢሕአሠ ቡድን የተበታተነውንና ተስፋ ቀርጦ የነበረውን ኃይል በማሰባሰብ ሞራሉን በመገንባትና ወኔ በመስጠት ኢሕአሠን ለዳግማይ ትንሳዔ በማብቃት ሕዝባዊ የገጠር ትግል በአዲስ መልክ እንዲቀጥል አድርገዋል። በጎጃም አካባቢ በመንቀሳቀስ ላይ እንዳሉ ሳይታሰብ ሻዕቢያ እና ወያኔ ከሱዳን መንግሥት ጋር በመተባበር ከበው ማርከው ትግራይ ክልል ወስደው ምን እንዳ ደረጋቸው ሳይታወቅ እስከአሁን ድረስ ያላአስታዋሽ ደብዛቸው ጠፍቶ ወርቷል። አለሁ አለሁ እያለ በሰማዕታት ደም በንግድ ዓለም ላይ ያለውም ድርጅት እነሱን ለማስፈታትም ሆነ የት እንደሚኖሩና ምን ላይ እንደደረሱ ለማወቅ ያደረገው አንዳችም ጥረት እንደሌለ ነው። እያሱ ዓለማየሁ ቢያንስ የዘመኑን የኢትዮጵያ ፕሬዚደንት ተብየውን አማቹን እንኳን በመጠቀም ጓዶቻችን ያሉበትን ሁኔታ ለማወቅና አንድ ደረጃ ላይ ለማስደረስ ጥረት ባደረገ ነበር። ናደው/አባይ አብርሐና ገለብ ዳፍላ ምስጢሩ ሁሉ በግልጽ እየተረዱ በመምጣታቸው ትግላቸውን ለመቀጠል በሚዘጋጁበት ወቅት ላይ እንዳሉ በስውር ነጥለው በመግደል ወያኔ አድፍጣ ገደለቻቸው ብለው አስወሩ። ፀጋየ ገብረመድሕን/ደብተራውም ሆነ ጋይም፣ ስጦታው ሁሴን፣ አበራሽ በረታ፣ ዓባይ አብርሐ፣ ይስሐቅና ገለብ ዳፍላ እና ጓዶቻቸው የውጭ ሀገር ኑሮ ሳይደልለቸው የግል ሕይወታቸውን በመናቅ ሳያውቁና ሳይገባቸው በአሲምባ የተረሸኑትን ጀግኖች ሰማዕታት ጓዶቻቸውን ለማስረሸን አመራሩ በመሳሪያነት የተጠቀመባቸው መሆኑን በመረዳታቸው ብሎም በአሲምባ ያ ሁሉ ግር ግር በደፈናው የማስመሰልና ፊያስኮ እንደነበረ እንጂ ለዕውነተኛ ትግል እንዳልነበረ በመገንዘባቸው ሰማዕቶቻቸውን ለመካስ አርማቸውን በማንገት፣ ፈለጋቸውን በመከተል ለሕዝብ የመሰዋት ምኞታቸውን እውን ለማድረግ ቃል ገብተው የትጥቅ ትግሉን ቀጠሉ። ይህን በማድረጋቸው አሻንጉሊት በመሆን ከጠላት ወኪሎች ጋር በመተባበር ያስገደሏቸውን ሰማዕታት ጓዶቼንም ሆነ እኔን እንደ ካሱ አድርጌ ቀጠርኩት። በድርጅቱና ሠራዊቱ ተንኮልና ስውር ተልዕኮ መሣሪያ በመሆን በእኒያ ንጹህና ቀራጥ የኢሕአፓ/ኢሕአሠ አርበኞች ላይ የፈጸሙትንና ያካሄዱትን ደባና ወንጀል ከላያቸው ላይ እንዳነሳ ተገደድኩ። በየከተማውና በእ)ሕአሠ ሜዳ ወድቀው ለቀሩትን ሰማዕታትና በሀገር ቤትም ሆነ በባዕዳን አገር

ተበታትነው የሚኖሩትን ሀቀኛና ንጹህ የቀድሞ አባላትን ሁሉ እንደ ካሱ አድርጌ በመቁጠር እንደ ጀግኖች ጓዶቼ አድርጌ ቀጠርኳቸው።

ለዚህም ነበር በመጽሀፉ መግቢያ እንደተገለጸው በ1986 ዓ. ም. ግልጽ ደብዳቤ ለ: በኢሕዴን፣ ኦሕዴድ፣ ፎረም 84፣ ... ወዘተ ዙሪያ ለተሰባሰባችሁ ዘመናዊ "ታጋዮች" በየአላችሁበት በሚል ጽሁፌ ላይ የግል ሕይወቱን በመናቅ፣ የውጭ አገሩን ሩጫ ውድድር በመናቅ የገጠር ትግሉን በጎንደር በኩል ከሌሎች ቀራጥ ጓዶቹ ጋር በቆራጥነትና በጽንዓት በመቀጠሉ እና ለኢሕአሠ ትንሳዔ ለማብቃት ከልብ በመጣሩ የባዕዳን አሽከሮች መሣሪያ በመሆን ያስገደላቸውን ጀግኖች የኢሕአሠ ታጋዮችንም ሆነ በእኔ ላይ ያካሄደውን ዘግናኝና ጨካኝ እሥራት ከምንም ሳልቆጥር ባጠቃላይ እንደካሰን በመቁጠር ደብተራውን/ፀጋየ ገብረመድህን ሉጫን ምንም ዓይነት ጥፋት እንደሌለበትና ከደሙ ሁሉ ንጹህ በማድረግና በመቀባባት ሽፋፍኜ መግለጼ ቂምና በቀልን በማስወገድ በወቅቱ በአሲምባ ከነበሩት ከፍተኛ የድርጅቱ መሪዎች ከጋሻ ጃግሬዎቻቸው ጋር በመተባበር ያስረሸናቸውን ሰማዕታት ጓዶቻችንን አርማ በማንገት፣ ፈለጋቸውን በመከተል የግል ኑሮውን በመናቅ ኢሕአሠ እንደገና ሕይወት እንዲዘራ መሞከሩ ባሳደረብኝ አክብሮትና አድናቆት ነበር። በፀለምት አካባቢ የነበሩ አባላት እነ ጸጋየ ገብረመድሕን/ደብተራውና ጓዶቹ "በ1972 ዓ.ም. ላይ ትግላቸውን ለመቀጠል ወደ ምዕራብ ጎንደር በመዝለቅ መንቀሳቀስ በመጀመራቸው ኢሕአሠ ለጊዜውም ቢሆን ጨርሶ እንዳይጠፋ አደረጉ። የኢሕአሠን ዳግማይ ትንሳዔ ለማምጣት በሚንቀሳቀሱበት ጊዜ ለተቀደሰው ክቡር ዓላማ ጠላት ከሁኑት ከእነአያሌው ከበደ ተሰማና

ከበታኞችና የስውር ተልዕከኞች የተሰነዘረባቸውን መሰናክሎችንና ፈተናዎችን እንዲሁም የግድያ ሙከራዎች አልፈው፣ በተለይም ደግሞ የአርሶ አደሮች እምቢተኛነትን ተቋቁመው ትግላቸውን በአዲስ መንፈስ ቀጠሉ። የኢሕአሠ አባልና ታጋይ ማለት እንደነዚህ እንጅ መከራውንና ችግሩን መቋቋም አስቸግሯቸው እየፈረጠጡ ውጭ ሀገር ሲደርሱ ከጀግኖቹ ጋር እኩል አባል ነበርኩ እያሉ መመጻደቁ ሕዝብን ማጭበርበርና እራስን ማታለል ማለት ነው። የፀጋየ ገ/መድህን የሠራዊቱን የዳግማይ ትንስይ ዓላማ ያስቀጣቸው ፀረ-ኢሕአሠ ግለሰቦችና ቡድኖች ዓላማውን ለማጨናገፍ ተቃውሞና ሴራ ተካሂዶበታል። ከተካሄደበት የግድያ ሴራዎች አንዷን ለማውሳት ያህል፣ አያሌው ከበደ ተሰማ ፀጋየ ገ/መድህንን ለመግደል ወደፊት ከእሱ ጋር ሊጋዙ የሚችሉ ታማኝ የታጠቁ ኃይል ይዞ ሌሊት ከሚተኛበት ቤት ይሄዳሉ። የኃላ ኃላ ሁኔታዎች ግልጽ ሆነውለት ምስጢሩ ሁሉ የተገለጸለት ፀጋየ ገ/መድህን በዚያች ሌሊት ሆን ብሎ ቤት ቀይሮ ሌላ ቦታ ያድራል። አያሌው ከበደ ተሰማ ያስከተላቸው ኃይል ፀጋየ ገ/መድህን ከሚተኛበት ቤት ሲደርሱ ሊያገኙት ባለመቻላቸው አያሌው ከበደ አፍሮና ተዋርዶ ተመልሷል። ይህንን አስመልክቶ ሰቦቓ/ለማ ግርሙ ወደ ኃላ ላይ ያነሳዋል። ከአሜሪካ እና ከአውሮጳ የመጡና ሁሉም ጠቅላይ ፓርቲ ኮሚቴ ውስጥ የነበሩ ፓርቲው

በጣም ይተማመንባቸው የነበሩ አድርባዮች በሙሉ ሠራዊቱ ልክ ጎንደር እንደደረሰ በመጡበት መንገድ በከሰላ አድርገው ወደ ካርቱማቸው ሄዱ።

እስከ 1972 ዓ. ም. ድረስ የባዕዳን ወኪሎች በጉያው መኖራቸውን ባለመጠራጠሩ የተንኮል ውሳኔ አስፈጻሚ መሣሪያ ሆኖ የቀየው የኢሕአድ መሥራች አባል፣ የኢሕአፓ ፖሊት ቢሮ አባል የኢትዮጵያ ሕዝብ ልጅ ፀጋየ ገ/መድሕን ሉጫ (ደብተራው)

ብዙ የአመራር አባላትም እራሳቸው በሥራም ጉዳይ እየወጡ በተለያየ ጊዜ እየፈተለኩ ሄዱ። የኢሕአሠ'ን ዳግማይ ትንሳዔ ያበቁት ጠንካራና ቆራጥ ታጋዮች አያሌ ድጋፍንና የሕዝብ ዕምነትን አገኙ። በእኒህ አይበገሬ ሀቀኛ የሕዝብ ልጆች አማካይነት ከ1972 ዓ. ም. ጀምሮ ትግሉን በማጧጧፍ

እንደጠላቶቻችን ሁኔታም ሲዳከምና ሲጠናከር ቦግ እልም እያለ ቢያንስ ስሙን ይዞ ሲታገል ቀይቶ በጎጃምና በጎንደር አያሌ አካባቢዎችን የራሳቸውን ነፃ መሬት በማቋቋም እስከ ሚያዚያ 1983 ዓ. ም. ድረስ ቀጠሉ። እኒህ የአሲምባ ሰማዕታት አብራክና የፈለጋቸው ተከታይ የሆኑት ቀሪው የኢሕአሠ ታጋዮች መራራና አባጣ ጎባጣ የበዛበትን የገጠር ትጥቅ ትግል በመቀጠል ሲዋጉና ሲያዋጉ በሲ. አይ. ኤ. እና ሞሳድ. ወኪሎች ተከበው በመያዛቸው እስከ ዛሬ ደብዛቸው የት እንደደረሰ እንኳን ሳይታወቅ ቀርቷል። በአሲምባ በርሃ ፋሺስታዊ በሆነ መንገድ በግፍ የተረሸኑት ውድ ጓዶቻችን ሳይረሸኑ ለጥቂት ጊዜ ቢቀዩ ኖሮ ትግሉ የነበረው ታጋይ ከዚህ ከችንፈት ስሜት ውስጥ ወጥቶ ለባዕዳን ግልጋሎት የቆመውን አመራር ካውንተር ቼክ ሊያደርጋቸው በሚችልበት ደረጃ ላይ ይደርስና ትግሉን በተጠናከረ ሁኔታ ለማፋፋም ይቻል ነበር።

13.5. አያሌው ከበደ ተሰማ፤ በሰቦቻ/ለማ ጉርሙ መነፀር

ልክ እንደ ሙሉዓለም ዋሲሁን/ዮሐንስ በየቦታው በመዘዋወርና በመሹለክለክ በከፍተኛ ደረጃ እነ ፀጋየ ገብረመድህንን ይከስና ይወነጅል ስለነበረው ስለ ያሬድ/አያሌው ከበደ ተሰማ ከንክኖትና ስሜቱን መቆጣጠር አቅቶት ያንን አሳፋሪ የማጋለጥ ሴሚናር ከተነሳ ያሬድ ከበደን ሳልጠቅስ ማለፍ የለብኝም በማለት አምቀት የኖረውን ለመተንፈስ ፈልጎ ሰቦቻ/ለማ ግርሙ ለያሬድ ደጀኑ የሚከተለውን ተረከለት። "በዚያ በማጋለጡ ሴሚናር ላይ እንዲያውም በፍጹም የሌሉቱንና በመጋለጡ ወቅት ስማቸው በፍጹም ያልተነሱት እንደነ ሰዒድ፣ አቡበከርና ጉርሙ የመሰሉትን ሰዎች በዚህ ጉዳይ ውስጥ ከተነሳ ጥፋት ጋራ ቀላቅሎ ደምሮ አብሮ መግደል እዚህ ደረጃ የደረሰ በፍጹም ፋሽስታዊ የሆነ መስመር እስከ መያዝ ድረስ መጥተው ነበር የድርጅታችን አመራር። የእነኢርጋ ተሰማ/መዝሙር እነ ታሪኩ ያለተግባራቸው በሀሰትና በተንኮል በተቀነባበረ መንገድ ቢጋለጡም ስማቸው ተጠቁሞ የተከሰሱበት ነገር ነው። በቅድሚያ በአመራሩ በደርግ ስታይል ድርጅታዊ ሥራ በተቀነባበረው ማጋለጥ ላይ ስማቸው ስለተጠቀሰ ነው ታስረው የወረዱት። ያለተግባራቸው በሀሰትና ተንኮል ከተጋለጡት ከነኢርጋና ከሌሎቹ ንጹሃንና ቅን የሠራዊቱ ታጋዮች ይልቅ በግልጽና እጅግ በተጠናከረ መልክ የሠራዊቱን አመራር በከፍተኛ ደረጃ ይቃወምና ይኮንን የነበረና በመዘዋወር የአመራር አባላትን ስም በማንሳት ያጠፋ የነበረ፣ እየተሽሎከለከ ወሬና አሉባልታ ያናፍስ የነበረ ያሬድ የሚባል ዕውነተኛ ስሙ አያሌው ከበደ ነው። አያሌው በራሱ አይታወቅም፣ በአባቱና በታላቅ ወንድሙ ነው የሚታወቀው። የደጃዝማች ከበደ ተሰማ ልጅ ወይንም የካሣ ከበደ ታናሽ ወንድም አያሌው ከበደ ማለት ነው። እና አያሌው ከበደ ባህሪው የመጨረሻውን ስልጣን እንኳን ቢሰጡት የሚበቃው ዓይነት አይደለም፣ የሚቀጥል ነው። እና በቃ እና የት ጋር እንደሚሞት አሁንም ከመሞቱ በፊት ባውቅ በጣም ደስ ይለኝ ነበረ። ልክና መጠን የሌለው አምቢሽን ጉጉት ነው ያለው እና ከዚህ የተነሳ በጣም የሠራዊቱን የነጻጋየን ልክ አለመሆን በእጅጉ አቃሙ አድርጎት እየተሹለከለከና ከቦታ ቦታ በመዘዋወር

አሉባልታና ክስ በማናፍስና በመንዛት ንጹሃንን ውዥንብር ውስጥ በማስገባት የሚታወቅ እሱ ነበረ። መጨረሻ ላይ ማንም ምንም የጎላ ነገር ያልተናገረ ሁሉ በሚሞትበት፣ ጭራሹን እንደነ ሰዒድ፣ አቡበከርና ጉርሙ የመሰሉት ምንም ነገር ያልተናገሩት በሚረሸኑበት ጊዜ አያሌው ከበደ በነፃ ተፈቶ ትጥቅ እንዲፈታ ብቻ ነበር የተቀጣው፣ ለዚያውም ለጊዜው ለማስመሰል ነገር ነበር። ባርካ በጀበሃ በጥገኝነት በቆየንበት ወቅት አንድ ድራማ አዘጋጀ።

አያሌው ከበደ በዚያ ድራማ ላይ እኔ እንደላብ አደር እሰራ ነበረ፣ ሌሎቹም እንደ ገበሬ የሚሰራ አለ፣ እንደ ሴቶችም የምትሰራ አለች። እዚያ ላይ ከእኛ ከምንሰራው ሰዎች አቅም በላይ ሂዶ ላብ አደሩ ለኢሕአፓ ያለውን ድጋፍ መሰረት የሌለው መሆኑን ነው አያሌው ከበደና ድራማው የሚያሳየው። እኛ ግን በቅንነት ለኢሕአፓ ያለውን ድጋፍ ነው የሚያሰኘው የመሰለንና የምንሰራው። የአያሌው ተንኮል ደርግን ደግፉ ማለቱ ነበር መልዕክቱ ለእኛ አልገባንም እንጂ። እንደዚህ አይነት ድራማ አዘጋጅቶ እንድንሰራ አደረገን እዚያ ባርካ በጀብሃ በቁጥጥር ስር ሆነን እያለን። የጀብሃ አመራርም ሆኑ የድርጅታችን አመራር ምንም አላደረጉትም፣ ምክኒያቱም የማን ወንድምና ዘመድ መሆኑን አጥብቀው ስለተረዱ ወደፊት ሊጠቅማቸው እንደሚችል በማጤን ይመስለኛል። እሱም ይህንን አስተሳሰባቸውን ስለሚያውቅ ምንም እንደማያደርጉት ስለሚረዳ ጭንቀትና ሃሳብ አድሮበትም አያውቅም ነበር። ፀጋየ በማግሥቱ እኔን ጠርቶኝ ይህንን ቲያትርማ ሰቦቓ ለምን እዚህ ባርካ በርሃ ላይ ትሰራለህ፣ አዲስ አበባ ሂደህ ብትሰራው እኮ የተሻለ ሰው ያየዋል፣ ምስጋናና ሹመትም አይጠፋም ነበር፣ ምናምን ብሎ ተረበኝ። ይህንን መስራት ያለበት ደርግ ነው ለማለት ዓይነት ነገር ነው። እኔ በፍጹም አልገባኝም ነበር። እኛ አልገባንም ነበር እንጂ ለነገሩስ እውነቱን ነበር ፀጋየ ገብረመድሕን። አያሌው ከበደ እንደዚያ ዓይነት ሰው ነው። ትጥቅ ፈተን ተቸግረን፣ ተዋርደን በስደት በሌላ ድርጅት ጥላና ከለላ ስር ባለንበት ጊዜ ሁሉ እንኳን ያን ያህል ለደርግ ጠንካራ ድጋፍ የሚያደርግ ሰው፣ ከዚያ ጎንደር ከገባን በኋላ በድራማው እንኳን መቀጣት ሲገባው ይባሱን የትጥቅና የስንቅ ቦታ ላይ በኋላፊነት አስቀመጡት። በዚያም ሳይቀጡት ቀርተው፣ እንደዚያ እንደዚያ እየሆነ እኔ እስካለሁ ድረስ ቆይቶ … በለሳ ያለውን ሰው አሳድሞ ጸጋየ ገብረመድህንን የሚገድል እስኳድ ልኮ ጸጋየ ገ/መድህን ባጋጣሚ ቤት ቀይሮ ስላደረ እስካዱም ሳያገኘው ቀረ። ይህንን ሁል እንኳን እያደረጉ በኢሕአሠ መኖር አለ። ጸጋየና ጎዶቹ ምንም እርምጃ ያልወሰደባቸው ሰዎች እንደ አያሌው ከበደ ማለት ነው። አበጄም ምንም አላደረገውም፣ እንዲያውም በስውር የሚደግፈውና የሚጠብቀው ይመስላል። መጨረሻ ላይ አንድ ኃይል በለሳ ያለች አያሌው ከበደን እንዲፈታ አድርጋ ሌሎች የጸጋየን ሰዎች አስራ ያ ብተና የሚባለውን የ73 ዓ. ም. ግማሹ ወደ ተወሀት ግማሹ ወደ ሱዳን ግማሹ ወደ ደርግ ጠንካራዎቹና በትጥቅ ትግል ጽንዓት ያላን ከፀጋየ ገብረመግሕን ጋር የቀረበትን የመጨረሻውን የመሚጠጨዋን ሞት ቀን ሁሉ የፈጠረ አያሌው ከበደ/ያሬድ ነው። እና አያሌው

ከበደ ኃይል አሰልፍ ወደ ወያኔ በመውሰድ ከዚያ ተወሀት ጋር እንደደረሱ እነሱ ያሰቡት ዝም ብለው ከተወሀት ጋር ሆኖ መታገልን ነበረ ያሰቡት። ተወሀት ደግሞ ኢትዮጵያ ውስጥ የምትሄድበትን ስም ማግኘት ትፈልግ ስለነበረ የለም ለብቻችሁ በአማራ ስም ተደራጅታችሁ ኢሕዴን የሚል ድርጅት አቋቁሙምና አብረን እንታገላለን። ስሙ ግን የናንተ ይሁን ኢሕዴን ይሁን የሚል ሲመጣ አያሌውን ከበደን በድምብ ያውቁት ስለነበረ እነ አረጋዊ በርሄ፣ እነ ወልደስላሴ ነጋ አሁን ስብሃት ነጋ የሚባለው ያውቁት ነበረና ጥንቃቄ ወሰዱ። አያሌው ከበደ ከታማኝ ወዳጆቹ ሆኖ ነው ያንን ሠራዊቱን በትኖ ሌሎቹን አሰልፍ ወደ ጠላት፣ ወደ ተወሀት ይዞ የሄደው።

ተወሀት ደግሞ በጣም ታውቀው ስለነበረ እና ለተወሀት ታዞ ሊኖር የሚችል ነው የኢሕዴን መሪ ሊሆን የሚችለው እንጂ አያሌው በተመቸው ጊዜ አደጋ ለማድረስና የበላይ በመሆን ለደርግ ለማመቻቸት ያለው ጥረቱ ስለማይቀር በራሳቸው ድርጅት ታምራትን አንደኛ ጸሀፊ እሱን ሁለተኛ ጸሀፊ በምርጫ እንደተደረገ አይነት አድርጋ ማለት ነው። ሁኔታው የገባው አያሌው ከበደ ሱዳን የሄዱትን ኃዶች አሰባስቤ ወደ ትግሉ ልመልስ ብሎ ሱዳን ሄዶ ለኢትዮጵያ ኤምባሲ ካርቱም እጁን ሰጠ። ወዲያውኑ በአይሮፕላን አዲስ አበባ መጥቶ ገነት ሆቴል አንድ ወር ያህል አቆይተውት ከዚያ ደህንነት ገባ። በቀይ ኮከብ ጊዜ በጣም ተሳታፊ ነበር። የደህንነት ማሰልጠኛ ዲሬክተር ነበር። ከዚያ አልፎ የተባበሩት መንግሥታት የስደተኞች ኮሚሽን (UNHCR) ዲሬክተር ነበር። ወያኔ ሲገቡ መጨረሻም ላይ ጥሎም አይደለም ሸሽቶ የወጣው፣ እነሱ አዲስ አበባ አካባቢ ሲደርሱ (ተባበሩት መንግሥታት የስደተኞች ኮሚሽን (UNHCR) መኪና ይዞ ኬንያ ገባ። ከዚያ በቃ ምንም የማይደርስበት ሁልጊዜ ተንኮል ሊሰራ ፈቃደኛ የሆነ ግን ምንም የማይሆን ነው የምልህ …” አያሌው ከበደ ዋናው ተጠርጣሪ የነበረ፣ ለይስሙላ ትጥቅም ፈቶ የነበረ፣ እንደ ዮሐንስ ዋናው በጥባጩና በየቦታው እየሄደ ስለአመራሩ መጥፎ የሚናገርና አመራሩን የሚኮንን ሆኖ ሳለ ነገር ግን ምንም ሳይሆን መፈታቱና አብሮ ሲያድም የነበረው በአባላቱና በታጋዮቹ ላይ የስለላ ተግባር ያከናውን ስለነበረ ነው? በሚስጢራዊ ግዳጅ ላይ ስለነበረ ይመስለኛል ወይ ሊፈታ የቻለበት? ብሎ አቶ ያሬድ ደጀኑ ላቀረበለት ጥያቄ ሰቦቓ/ለማ ጉርሙ እንዲ ብሏል፣ “ለአያሌው ከበደ ሁለቱም ናቸው። አያሌው ከበደ የሚሰራውን እናውቀዋለን። አያሌው ከበደ ባንድ ጊዜ ሁለቱንም ነው የሚያከናውነው። ከዚያ ቤት በፍጹም ተጣልቶ አይደለም ወደ እዚህ ቤት የሚገባው። አያሌው ከበደ ለአመራሩ በጣም ወዳጅ ሆኖ ከዚያ እሰልልላችኃለሁ ብሎ ነው የሚመጣው ብየ ነው የማምነው። ሲሰልልም ለደርግም ለአመራሩም ለሁለቱም ይሆናል ብየ ነው የምጠራጠረው። እዚህ ግን የሚሰራውን ነገር ቢሳካለት እዚህም ጥቅም ሊያገኝበትና አያሌው እነጸጋየን ይተወዋል፣ በዚያም ጥቅም ከተገኘ፣ ባንደ ጊዜ ሁለት ስራዎችን ነው የሚሰራውና አንዱ ሲወድቅ ባአንዱ ይተርፋል እና በዚያን ጊዜ ማንም ሰው ዝም ብሎ በሚገደልበት ጊዜ የድርጅቱ አመራር የሚመስላቸው አያሌው

ከበደ የተሰጠውን ተልዕኮ እንደተወጣ እየቀጠሩት ነው የሚመስለኝ፣ ምንም እንኳን ታስሮ እያለ በምን መልክ አመራሩን እንደረዳቸው ባይታወቅም። ጸጋየ ገብረመድህን ጋር የሚተዋወቁት አሲምባ አይደለም እዚህ ከተማ ጓደኛሞች የነበሩ ናቸው። ሁለቱ ከጸጋየ ገ/መድህንና አያሌው ከበደ ብዙ ጊዜ የአያሌው ከበደ ሳይተርፍ የድርጅቱን የማፍረስ ስራ በብቃት የሚወጣው ከኢሕአሠና ከፓርቲው አመራር ጋር ተገንጥሎ፣ ተጣልቶ፣ ተቀይሞ፣ እንደእኛ ተቃውሞ ኖሮት ወይንም አኩርፎ አይደለም። ፍቅረኞች ናቸው። ይህኛውን ሁለተኛውን ሥራ የሚሰራው በስምምነት ነው። ይህ ከተሳካ ተሳካ፣ ካልተሳካ በዚያኛው ይተርፋል። እና በባህሪው እንደዚህ ዓይነት ነው። በቃ እንደዚህ ሆኖ የተፈጠረ ሰው ነው በእኔ አቅም ደረጃ እንደዚህ ነው ያየሁት አያሌው ከበደ" (ሰቦቓ)።

13.6. በ1969 ዓ. ም. በቀድሞ የምራብ ጀርመን የተካሄደው የግድያ ሙከራ: ደርግ ወይንስ ሻዕቢያ ወይንስ የእኛው የተጃጃለው አመራር?

በፈረንጆች ዘመን አቆጣጠር በ1969 በቀድሞ የምራብ ጀርመን ተብሎ ይታወቅ በነበረው ሀገር አምስት ጠንካራና እውነተኛ የሕዝብ ልጆች በተራዘመ ሕዝባዊ የገጠር ትጥቅ ትግል ጠንካራ አቋም የነበራቸው በመኪና ሲጓዙ ሆን ተብሎ መኪናቸውን በመግጨትና ቦምብ በመወርወር አደጋ የደረሰባቸው ወገኖቼ ተረስተው ሊቀሩ ስለማይገባ የሰማሁትን ማካፈል ይኖርብኛል። በሌላ በኩልም በእኒያ ወጣት ወንድሞቻችንና እህቶቻችን ላይ አደጋውን ያደረሰው ማን ሊሆን እንደሚችል እስከአሁን ድረስ ዕንቆቅልሽ ሆኖ ቢቀይም ጥርጣሬው ያደላው በደርግ እና በኢሕአፓ አመራር እምብርት ነው። ነግሥ ሀብተዓብ የዓለም ዓቀፍ የኢትዮጵያ ተማሪዎች ማሕበር ፌደሬሽን የውጭ ግንኙነት ኋላፊና ዋሴ (ከምዕራብ ጀርመን)፣ ጠንካራና አይበገሬዋ ጣይቱ አሰፋ ሰሜን አሜሪካ ምንአልባትም ከቦስተን ቻፕተር፣ አስቴር ወንድም አገኝ (ከግኖሮብል ፈረንሣይ) እና ዮሴፍ (ከቀድሞው ሶቪየት ሕብረት) በኋላ ተደብቆ ጠፍቶ ወደ ምዕራብ ጀርመን ከነዚሁ ጓዶቹ ጋር የተገናኝ በአንዲት መኪና ሆነው ሲጓዙ ነበር የተገደሉት። የግድያው ዋና ዓላማ እንደሚባለው ነግሥ ሀብተዓብንና ጠንካራዋ ጣይቱ አሰፋን ለማጥፋት ሲሆን በመኪና ሆነው በሚጓዙበት ወቅት የጠላት መኪና በነግሥ ሀብተዓብ በኩል በመግጨት ፈንጂ ወርውረው ነግሥ ሀብተዓብንና ጣይቱ አሰፋ ወዲያውኑ ሲሞቱ ዮሴፍ እግሩ ላይ ከፍተኛ ጉዳት እንደደረሰበት ነው። ዋሴና አስቴር በአሁኑ ወቅት የት እንደሚኖሩ ለማወቅ ባልችልም በስንት መከራና ስቃይ ድነው ታሪክንና ያለፈውን የፅልመት ዘመን እያስታወሱ ይኖሩ እንደነበረ ሰምቻለሁ። የዚህን እኩይ ተግባር ያስተባበረውና ያቀናጀውን እስከአሁን ድረስ በእርግጠኝነት ለማወቅ ባይቻልም ደርግ ነው በማለት የኮነኑ በብዛት አጋጥሞኛል። ሌሎች ደግሞ የሻዕቢያና የኢሕአፓ የውጭ ግንኙነት እንደሆነ አድርገው ይኮንኑ እንደነበረ ነው። ነግሥ ሀብተዓብ ጠንካራና ሀቀኛ የነበረ በኢትዮጵያዊነቱ ኩርቶ የሚያምን ኤርትራዊ እንደነበረና እንደ ጣይቱ አሰፋ በተራዘመ ሕዝባዊ የገጠር ትጥቅ ትግል ጠንካራ አቋም እንደነበረው ተወርቷል። ጣይቱ

አሰፋ ደግሞ በአሜሪካ ይመስለኛል በቦስተን ጠንካራ የነበረች የተማሪዎች ማሕበር አባል ነበረች። ይህንን መፅሀፍ በማዘጋጅበት ወቅት አቶ ያሬድ ደጀኑ ከዘመዱ ከአቶ ብርሀኑ ደርቤ ባገኘው መረጃ መሠረት በዚያኑ ዘመን በአምሃ ዳኘ ይመራ የነበረው የሰሜን ኢትዮጵያ ተማሪዎች ማሕበር ስብሰባ በዳይተን ከተማ (ኦሀዮ ግዛት) ተካሂዶ ከእየግዛቱ የኢዙና ቻፕተር የተሰባሰቡ ከሶስት ሺሕ አባሎች በላይ የተሰበሰቡበት ጉባዔ እንደተካሄደና በኢትዮጵያ ፖለቲካ አቅጣጫ ላይ ባለመስማማታቸው ስብሰባው ለሁለት እንደተከፈለና ጥቂቱ ሃያ በመቶ የሚሆነው ለደርግ ወግኖ ተገንጥሎ እንደወጣ፣ ሰማኒያ በመቶ የሚሆነው ብዙሃኑ የስብሰባው ተካፋይ ሶሺያል ኢምፔሪያሊዝምን አውግዞ የማ ኦ ስቴ ቱንግን የቻይና የትግል ስልት (Protracted armed struggle) ላይ ጠንካራ ድጋፍ ያላቸው ከመሆናቸውም በላይ የኢሕአፓ ጠንካራ ደጋፊ ሆነዋል። ከብዙሀኑን ውሳኔ በማፈንገጣቸው ከኢዙና የተሰረዙት (Purge) የተደረገት እንደነ አምሃ ዳኜ በደርግ አጃቢነት ወደ አዲስ አበባ እንዳመራ ገልጾልኛል። የእነ አስቴር አሰፋም ግድያ ከዚሁ ክፍፍል ጋር ለማያያዝም ተሞክሯል።

የኃላ ኃላ ምን እንደደረሰ ባላውቅም ዓምሃ ዳኜ በሽመልስ ማዘንጊያ ሥር የኢሠፓ መጽሔት ዋና አዘጋጅ ሆኖ ሰርቷል። ስለአሲምባ አንዳንድ ዜና እየበረረ በተራዘመ የገጠር ትጥቅ ትግል ጠንክራ አቋም ባላቸው የተማሪዎቹ ማሕበር ጆሮ መግባት የጀመረበት ወቅትም እንደነበረና በፓርቲው የውጭ ግንኙነት በኩል ለማን እንደሚውል በቅጡ በማይገባ ሁኔታ ከግለሰቦች፣ ከውጭ ሀገር ድርጅቶችና መንግሥታትና ከሰሜን አሜሪካምና ከሌላው አካባቢ ከሚኖሩ የድርጅቱ አባላት ሀብትና ገንዘብ ለማሰብሰብ ጥረት ከማድረግ በስተቀር ምንም ዓይነት አመርቂ ፖለቲካዊና ድርጅታዊ ሥራዎች እንደማይካሄድ በመገንዘባቸው እንደሆነና፣ እንዲሁም የተሰበሰበው ገንዘብና ሀብት በትክክል ለዓላማው መዋል አለመዋሉ ያሳሰባቸው በመሆኑ፣ 2ኛ. የአባላት ምልመላ በርዕተዓለም ጥራትና በአስተሳሰብ ብስለት፣ በአቋምና አመለካከት አንድነት በመመርኮዝ ሳይሆን በአብዛኛው በውጭ ለሚገኙ ለፓርቲው የአምባገነን አመራር አባላት ታማኝነታቸው ለተረጋገጠላቸው በሞቅ ሞቅ በሚገቡ አድርባዮችና አጎብዳጆች ብቻ እንደሆነና፣ 3ኛ. በከተማው በሚካሄደው የሽብር ትጥቅ ትግል ላይ ከፍተኛ ቅሬታ ያሳደረባቸው መሆኑና 4ኛ. በሶሺያሊዝም ስም በአውሮጳ የሚገኙት አመራር አባላት በወጣት ሴቶች እህቶቻችን ላይ የሚያካሂዱት አስነዋሪ ተግባር ላይ ነቀፌታ በመካሄዱ ቅሬታ ስለአሳደረባቸው እንደሆነና አጠቃልይ ሪፖርት በአሜሪካና አውሮጳ ለሚገኙ የተማሪዎች ማሕበራት ለማሳወቅ ጥረት ለማድረግ መጀመራቸው በመታወቁና ይህ ተግባራቸው አመራሩን በማስደንገጡ ሊሆን ይችላል ብለው የተጠራጠሩም ብዙ ናቸው። ጣይቱ አሰፋ በሰሜን አሜሪካ ምንአልባትም ከቦስቶን ቻፕተር ስትሆን የነ ሰዒድ አባስና አቡበከር ሙሀመድ የቅርብ የትግል ኃደኛ እና በትጥቅ ትግል ጠንካራ አቋም የነበራት አብዮታዊ እንደነበረች ነው ሀገር ቤት ከመግባቴ በፊት ለአራት ሣምንት ጣሊያንና ፈረንሣይ በቀየሁበት ጊዜ ለመስማት ችያለሁ። በነግሥ ሃብተአብና በጣይቱ አሰፋ

ላይ የግድያው ወንጀል የተፈጸመባቸው በሀገር ቤት በገጠር ስለሚካሄደው የትግል ሁኔታ ከእነእያሱ አለማየሁ በኩል ከሚቀርበው ዜናና መረጃ በተቃራኒ መንገድ እየተወራ በመሰራጨት ላይ ያለውን አስከፊ ዜና ለማጣራትና በየበኩላቸው ለሚኖሩበት አካባቢ የተማሪዎች ማሕበር ለማሳወቅ ጥረት በሚያደርጉበት ጊዜ እንደሆነ ተደርጎ ተወርቷል። ግድያው የተፈጸመው በኢሕአፓ ይሁን በደርግ ወይንም በሻዕቢያ የእነዚያ ወገኖቻችን ግድያ በባዕድ ሀገርና በባዕዳን ወኪሎችና ሰርጎ ገቦች ተፈጸመ። ደማቸው ደመ ከልብ ሆኖ ቀረ። ሊዘከሩ ይገባቸዋል።

13.7. ከስቃይ ግርፋትና በጋለ ሳንጃ ሰውነታቸውን በማቃጠል የተገረፉት ጓዶችስ የመጨርሻ ዕድላቸው ምን ሆነ ይባላል?

በእውነት ክፍሉ ታደሰና አስማማው ኃይሉ በየበኩላቸው በመጽሀፎቻቸው እንደለፈፉት ዓይነት መንገድ በእርግጥ ሞቱን? ደግሞም እኮ የሁለቱም አባባል ይቃረናል። ለምሳሌ በምክትል የመቶ አለቃ በሪሁን አሟሟት በተመለከተ ሁለቱም በተለያየ ምክኒያት እንደሞተ ነው ያቀረቡት። አስማማው ኃይሉ ስለአሟሟቱ ሲያረዳን እንዲህ ነው ያለው፣ “ኢሕአሠ ከሕወሐት ጋር በጦርነት ፍልሚያ በነበረበት ወቅት ሠራዊቱን ጥሎ ወደ ኤርትራ በመሄድ ለኤርትራ አርነት ግንባር (ELF) ጥገኝነት ጠይቆ ነበር። ወደ ሱዳን በጉዞ ላይ እያለ ባደረበት የወባ በሽታ ለሳምንታት በኤርትራ አርነት ግንባር በሕክምና ላይ ቀይቶ ከሕመሙ ሊያገግም ሳይችል ቀርቶ በ1970 ዓ. ም. ሚያዚያ ወር መጨረሻ ተሰዋ” (አስማማው ኃይሉ፣ 155-156። አስማማው ኃይሉ ፀጋየ/ሁብቶምን አስመልክቶ በመትረየስ ጠላትን ሲያርበተብት ቀይቶ በወያኔና ሻዕቢያ “ተከቦ እጁን ይስጥ ዘንድ ሲጠይቁት እኔ የኢሕአፓ ልጅ ነኝ፣ ለጠላቴ እጄን ከቶውንም አልሰጥም ብሎ በራሱ ሽጉጥ እራሱን መስዋቱን ...” (አስማማው ኃይሉ፣ 156) ገልጾልናል። በተመሳሳይ ደረጃ አዲስ ዓለምም በጦርነት ላይ በጀግንነት ሲዋጋ እንደተሰዋ እድርጎ ነው አስማማው ኃይሉ የገለጸልን። በሌላ በኩል ክፍሉ ታደሰ በሪሁንን በተመለከተ በጦርነት ላይ እንደሞተ እድርጎ ነው ያረዳን። ሁብቶም ወይንም በኤደኑ ስሙ ፀጋየ በአያሌው ይማም መጽሀፍ ደግሞ ኪዳኔ ብሎ የሰየመውን ከኤደን ከአንዲት ቤት ለሰባት ወር በተዘዋዋሪ ቁም እሥር በቀየንበት ወቅት ከእኛ ከሶስታችን ሳይለይ የቀየ በመሆኑ ደህን አድርጌ በቅርብ የማውቀው ጀግና ሀገር ወዳድ ኢትዮጵያው ስለሆነ አስማማው እንዳለው ከዚያም በበለጠ ያደርገዋል ብየ አምናለሁ። ሀገር ወዳዱ ሀብቶም/ፀጋየ በጀርባው ተሸክሞት አሲምባ ባስገባው ሪፖርት መሠረርት የተካሄደበትን ዘግናኝ የስቃይ ግርፋት በመጽሀፉ በሌላ አካባቢ ተመልክተናል። ሀገር ወዳዱ ሀብቶም/ፀጋየ ኤርትራዊ ይሁን ትግራይ እርግጠኛ አልሆንኩም። ከቃንቃው አነጋገር ኤርትራዊ ያለበለዚያ ኤርትራ ያደገ የትግራይ ልጅ አድርጌ ነው የምገምተው። የስቃይ ግርፋትና የሰውነት ትልተላ የተካሄደባቸው ጓዶቻችንን በሕይወት እንዲቀዩ ማድረግ ወደፊት በሌላ መልክ በሠራዊቱ አመራር ያለበለዚያም በፓርቲው ላይ ችግር ሊፈጥሩ እንደሚችሉ በመገንዘብ ከተፈቱ በኋላ በዘዴ

በስውር እንዳጠፏቸው ነው ያነጋገርኳቸው የቀድሞ የሠራዊቱ ታጋዮች እምነት ሁሉ። የድርጅቱና የሠራዊቱ ተቃዋሚዎች ወይንም የሰብዓዊ መብት ድርጅቶች በሆነው ዓይነት ዘዴ በማግባብት ግርፋታቸውን በመሣሪያነት እንደማስረጃ ሊጠቀሙባቸው ስለሚችሉ ከነገሩ ፆም እደሩ እንዲሉ የድርጅቱ/ሠራዊቱ የእኩይ ተግባር አራማጅ ሎሌዎች ቀስ አድርገው ካሰናበቷቸው በኋላ በጦርነት ላይ በጀግንነት ሲዋጉ ሞቱ እየተባለ እንዲነገር እንዳደረጉ ነው። ያነጋገርኳቸው የቀድሞ ታጋይ ጓዶቼ ሁሉም የሚያምኑት ፀጋየ/ሀብቶም ከወገን በኩል በተተኮሰ ጥይት ተመቶ እንደሞተ ያለበለዚያ የሠራዊቱ አመራር በተካነበት የስውር ግድያ ዘዴያቸው እንዳጠፉት ነው። ሀብቶም/ፀጋየ በኤደን ቆይታው ከመርሻ ዮሴፍ ጋር ባካሄደው ከባድ አለመግባባት መጥፎ የርስ በርስ ግንኙነት እየታወቀ በተካሄደበት የጭካኔ ግርፋቱ ተመልሶ ከሠራዊቱ ጋር ወደኋላ እንዲኖር ማድረጉ ስላስጨነቃቸው በስውር እንዳሰናበቱት ነው ያብዛኛው እምነትና የራሴም እምነት። ሊበቀለን ይችላል የሚል ፍራቻ ሊኖራቸው ይችላል፣ ሀብቶም/ፀጋየ የኃላ ኃላ እርምጃ ከመውሰድ ወደኋላ አይልም ነበር። በሪሁንን በተመለከተ ሠራዊቱ በሚደመሰስበት አካባቢ ከሥርታዊቱ ከድተው የሄዱ በመምሰል ለግዳጅ ከተላኩ ወጣት የትግራይ ልጆች መካከል አንዱ በወባ በሽታ እንደተያዘ መስሎ በሪሁን ካለበት ቦታ በመቀየት በስውር እንደገደለው ተወርቷል። የዚህም ከይሲ ግዳጅ ውጤት በይበልጥ የሚጠቅመው ፀሐየ ሰለሞንን እንደሆነ ነው። የተገረፉት ወደ ውጭ ሀገር ከወጡ የድርጅቱና የሠራዊቱ ተቃዋሚዎች ወይንም ጠላቶች በሆነው ዓይነት ዘዴ በማግባብት ግርፋታቸውን ለማጥቂያ ምኞታቸው እንደማስረጃ ሊጠቀሙበት ስለሚችሉ በተራቀቀ፣ በተቀናጀ ዘዴና ጥበብ በድርጅቱ አመራር እምብርት እንደተገደሉ እንጂ ከጠላት ወገን ተመተው እንዳልሞቱ ነው። በሆነው ዓይነት መንገድ የሥቃይ ግርፋቱ ከሰብዓዊ መብት ድርጅቶች ዓይንና ጆሮ ቢገባ የደርግ ቀይ ሽብር ሰለባ የሆነውና ለዲሞክራሲ፣ ፍትሕና ዕኩልነት የቆመ ድርጅት ተብሎ በውጭ ሀገር የተነገረለት ኢሕአፓ ይህን መሰል ፋሽስታዊና አረመኔያዊ ወንጀል ይፈጽማል ብለው ድርጅቱን ለማሳጣትና ለመወንጀል ከማስቻሉም በላይ ብልጣብልጦቹ ውጭ ሀገር ወጥተው ሚቹን ድርጅት ለንግድ ሥራ እንዳይጠቀሙበት ስለሚያደርጋቸው በስውር እንዳጠፏቸው ነው። ከደርግ የምርመራ ዘዴ በባሰ የጭካኔ ምርመራ ሳቢያ የተረፉትን ዘለዓለማዊ ምልክት ይዘው ቢወጡ እነሱ እንኳን ባይሆኑ ሌሎች በመሣሪያነት ሊጠቀሚባቸው ስለሚችሉ ደብዛ ለማጥፋት ሆን ተብሎ በጠላት እንደተገደሉ አስመስለው ለማሳመን ያደረጉት ስልት እንደሆነ ነው።

ከተቃዋሚዎች ሆነ ከሰብዓዊ መብት ድርጅቶች በኩል የኢሕአፓን አረመኔነትና ጭካኔ ለማሳየት የተፈለገውን ለተደብዳበዎቹ ገንዘብ በመክፈልም ቢሆን በመሣሪያነት ሊጠቀሙባቸው ስለሚችሉ ከነገሩ ፆም እደሩ እንዲሉ ቀስ አድርጎ በማሰናበት በጦርነት ላይ በጀግንነት ሲዋጉ ሞቱ እየተባለ እንዲነገር እንደተደረገ ነው። ከተደበደቡት፣ የሥቃይ ግርፋት ከደረሰባቸው ምስኪን ወገኖቼ

መካከል በተዓምር ተርፎ የወጣው እስከምናውቀው ድረስ አያሌው ይማም/ሙክታር ብቻ ነው። መምህር አረፋይኔን በተመለከተ ከተገረፉ በኋላ በእሥር ቤት ብዙ አቆይተው ነፃ ተለቀዋልና ወደ ፈለጉበት መሄድ ይችላሉ ተብለው ከእሥር ቤት ያሰናብቷቸዋል። ወደ ቤተሰቦቻቸው አዲግራት አካባቢ ሲጓዙ ወያኔ ቦታውን ሲያስሱና አካባቢውን ሲያጸዱ በወያኔ ተመተው ሞቱ ተብሎ በአመራሩ እንዲወራ ተደረገ። ይህ ከአመራሩ በኩል የመነጨ የቅጥፈት ዜና እንጅ በትክክል ወያኔ የገደለው በማስመሰል የድርጅታችን አመራር ሎሌዎች መንገድ ላይ ገድለው እንደ ጣሏቸው ነው። ወያኔ ሽህ ጊዜ ጨካኝ ብትሆን በባላንጣዋ ድርጅት ለብዙ ወራት ታስሮ የሥቃይ ግርፋት ድብደባ ሲያካሂዱበት የቀየውን ምስኪን እስረኛ ለዚያውም የትግራይ ተወላጅ ምን ልታገኝ ፈልጋ ትገድላቸዋለች። እንዲያውም የኢሕአፓን ሀጢአትና የግፍ አሰራር ለሕዝብ ለማሳየት ይጠቀሙባቸዋል እንጂ አይገድሏቸውም የሚል ነው የቀድሞ ጓዶቼም ሆነ የግሌ ጽኑ እምነት። አያሌው ይማምን ቢቀይ ኖሮ እሱም የጌታሁን ሲሳይ እጣ ይደርሰው ነበር። በሠራዊቱ ውስጥ በይፋ ከተገደሉት የአሲምባ አርበኞች ሌላ በየጊዜው የአመራሩ አንጋቾች በሚሰጣቸው ልዩ ትእዛዝ መሰረት መንገድ ላይ እየጠበቁ በፀራራ ፀሀይ ወይንም በጨለማ በስውር የተገደሉ አያሌ የሠራዊቱ ታጋዮች ወያኔና ደርግና ወይንም ሚሊሽያ አድፍጠው ገደሉት/ገደሏት እየተባለ እንደተገደሉ ተሰምቷል። ከነዚህ ውስጥ የማይረሱኝ የመጀመሪያዋ የሴት ታጋይ የነበረችውና ፀሀየ ሰለሞን በየጊዜው ያስቸግራት የነበረችውና በሜዳ በተካሄደው የሴቶች ሴሚናር ላይ ደጋግማ እንደተደፈረች በማጋለጥ ለሌሎች የሴት ታጋዮች አርአያና ምሳሌ የነበረችው መድፈሪያሽ ወርቅ በላይ/መንጁስ ጀሚላ ወያኔ እንደገደላት አድርገው አስወሩ። ጀሚላ የትግራይ ልጅ አድርገውም የሚቀጥሩ እንዳሉ ሰምቻለሁ። መድፈሪያሽ ወርቅ በላይ/መንጁስ የሰሜን ወሎ ልጅ ነች። ሌላው ታጋይ ደግሞ ናደው/ዓባይ አብርሃ እኔ ባንድ አካባቢ ታግጄ የቀየሁባት የኃይል አምስት መሪ የነበረ ጠንካራ ኢትዮጵያዊ የትግራይ ተወላጅ የነበረና ተዋርዶ በስደት ያፈገፈገውን ሠራዊት ሞራል በመገንባትና፣ በኤርትራ ምድር ላይ እያሉ ተመልሰን ወያኔን እንዋጋ በማለት ተነስቶ የነበረውን ከፍተኛ ድምጽና ከዚያ በፊትም አሲንባ ላይ በደጀኔ ግድያ ምክኒያት በትግራይ ልጆችና ትግራይ ባልሆኑ መካከል በተፈጠረው ከፍተኛ ውዝግብ በማግባባትና ችግሮችን በማቃለል ችሎታው ሠላም በማውረድ የተጋማውን አመራር ያዳነ ጀግና በጌምድር ላይ ወያኔ ገደለችው ብለው በማመካኘት አሰናበቱት። ሌላው በአመራሩ በስውር እንደተገደለ የሚነገርለት ቀድመው ከተቀላቀሉት ቀደምት አባላት መንጁስ/ታዳጊ ወጣት የመነኩሰይቶ/ኤርትራ ተወላጅ ጠንካራ ኢትዮጵያዊ አቋም የነበረው ከወሎው እልቂት በራሱ ችሎታና ብቃት አምልጦ ምዕራብ ትግራይ እንደደረሰ ባልታወቀ ኃይል ተገደለ ተብሎ የተነገረለት መንጁስ አብርሐም ነው። በአመራሩ ስለአሚሚቱ አስመልክቶ የተነገረለት ሌላው ሰማዕት አዲስ አበባ ተወልዶ ያደገው አርትራዊ (አምቼ) ገለብ ዳፍላ ሲሆን ቤተሰቡ በዘውዱ ሥርዓት ወቅት በአዲስ አበባ ሀብታም ከሚባሉት አንዱ ነበሩ።

በሀሰቱ የደርግ ሶሻያሊዝም የነ ገለብ ንብረት ተወርሶ ለባለጊዜዎች የኪስ ማዳበሪያ ሆኖ ቀይቶ ከስንት ዘመን በኃላ ወያኔ እንደመለሰላቸው ይነገራል። የገለብ ወንድሞች የቤተሰቦቻቸውን ንብረት አስመልሰው በኤርትራዊ ኢትዮጵያዊነታቸው ኮርተው አዲስ አበባ እንደሚኖሩ ሰምቻለሁ። ገለብ በነበረው ኢትዮጵያዊነት ስሜቱና በኢሕአፓ/ኢሕአሠ ላይ በነበረው ጭፍን ታማኝነቱ ድርጅቱ በመሳሪያነት በመጠቀም እጁን በኃጢአት ደም ውስጥ እንደነከሩት በመገንዘቡና ነገሮችን ለመጠያየቅና ወደኃላ ዞሮ ማገናዘብ እንደጀመረና እንዲሁም ከነፀጋየ ገ/መድህን፣ ከእነ ኃይም እና ከነ ዓባይ አብርሃና ሌሎቹ ጋር ጠንክሮ ለመጋዝ መፈለጉ ሁሉ ያላስደሰታቸው በመሆኑ ምስጢር ሳያወጣ እንደገደሉት ነው። ምስጢር በሚያውቁ ታጋይዎች ላይ ጥርጣሬ ካደረባቸው መቀየት ስለሌለባቸው በዘዴ በማጥፋት ምስጢሩን መድፈን ስለሚኖርባቸው በስውር እንዳስገደሉት ነው። የፀሎተ ሕዝቂያስ፣ የሠላማዊት ዳዊት እና የፍቅሬ ዘርጋው ግድያ ከዚሁ አባባል ጋር ተያይዞ ተወርቷል። በስውር ከተገደሉት መካከል ሌላዋ ስሟን ለመያዝ ያስቸገረኝ የጋንታ መሪ የነበረችና የእርማት ንቅናቄው ጠንካራ ደጋፊ በመሆኗ "በአንጃነት" ትጠረጠር እንደነበረች የሚነገርላት የሰሜን ወሎ ልጅ ነበረች። ይህች ጀግና ከጋንታዋ ጋር እንዳለች ከሌሎቹ የጋንታዋ አባላት እሷን ብቻ ነጥለው በማነጣጠር (Snipers) እንደመቷት ተወርቷል። ከእሷ ጋር ከነበሩት የጋንታው አባላት መካከል ሌላ ማንም ሳይገደል እሷን ብቻ ከሩቅ አነጣጥሮ ነጥሎ የሚመታ ዓላማና ያለው ተኳሽ ብቻ ነው። ስማቸውን ለማግኘት ባልችልም በተለያየ አጋጣሚና ጊዜ በስውር የተገደሉ ብዛት ያላቸው ታጋዮች እንደነበሩ ተወርቷል።

ምዕራፍ እሥራ አራት

14.0. በግልጽነታቸውና ቅንነታቸው ተታለው በይሸወዱ ኖሮ፣ ለኢትዮጵያና ሕዝቦቿ የቀሙ ሀቀኞች ነበሩን!

ባገራችን ለኢትዮጵያና ለሕዝቧ ከልባቸው የሚታገሉና የቀሙ ሁሉ የመጨረሻ ዕጣ ፈንታቸው ስቅላት፣ እሥራት፣ ግድያና በሕይወት መንከራተትና ግዞት እንደሆነ ነው ከታሪክ የምንረዳው፣ የስመ ጥሩ አርበኛ በላይ ዘለቀ ታሪክ ለዚህ አባባል በቂ ምስክር ይሆነናል። ባንጻሩ አገራችንና ሕዝቧን ለስቃይ፣ ለመከራና ችግር የሚዳርጉና ለባዕዳን ተገዥ በመሆን ሀገሪቷን የሚያስቦረቡሩ ዲቃላ ልጆቿ ውለታቸው ሽልማት፣ ዕድገት፣ ሥልጣንና ሀብት ማካበት ነው። ለዚህም ነበር "እናት ኢትዮጵያ ሞኝ ነሽ ተላላ፣ የሞተልሽ ቀርቶ የገደለሽ በላ" የተባለው ዝነኛ ዘፈን ይህንኑ ለማስረዳት ነው። በዘመናችን ኢትዮጵያ የባዕድ ኃይል በፈጠሩብን የእርስ በርስ አለመግባባትና ባቀጣጠሉብን እሳት፣ ለጥቅማቸው በመሣሪያነት በማገልገላችን፣ ከፊሎቹም በግል ዝና፣ እንዲሁም ልክና መጠን በሌለው የሥልጣን ጥሜት አገራችን ኢትዮጵያ በቀላሉ ልተካቸው የማትላቸውን የሕዝብ መሪ ሊሆኑ የሚችሉ ብዛት ያላቸውን የሲቭልና ወታደራዊ ልጆቿን ተበልታለች። በቀላሉ ተተኪ የማይገኙላቸው የሕዝብ መሪ ሊሆኑ ይችሉ ከነበሩት ልጆቿ እኔ ራሴ እንኳን በግል ከማውቃቸው መካከል ኤርትራዊው ኢትዮጵያዊ ሌፍተናንት ጄኔራል አማን አንዶም፣ ሜጀር ጄኔራል ፋንታ በላይ፣ ሜጀር ጄኔራል ደምሴ ቡልቱ፣ ከሲቭል ደግሞ ብርሀነመስቀል ረዳ፣ ዶ/ር ኃይሌ ፊዳ፣ ዋለልኝ መኮንን፣ ኢርጋ ተሰማ ዳዲ፣ አበማ ምትኩ፣ ባሮ ቱምሳ፣ ተስፋየ ቢረጋ እና ጌታቸው ሀብቴ ይገኙበታል። ሌፍተናንት ጄኔራል አማን አንዶምን በሩቅ በመልክና በዝና የማውቃቸው ገና የፖሊስ ኮሌጅ ተማሪ እያለሁ እሳቸው የሕግ መወሰኛ አባል በነበሩበት ዘመን ነው። በ1956 ዓ. ም. በኢትዮጵያና ሶማሊያ መካከል በተካሄደው የወሰን ግጭት ዝነኛው የምሥራቅ ጦር የቀድሞው ዘመን 3ኛ ክፍል ጦር) የሶማሊያን ወራሪ ጦር ቀስሟን ሰባብሮ ካባረረ በሃላ ጀግናው ሌፍተናንት ጄኔራል አማን አንዶም ሶማሊያ ዳግመኝ ኢትዮጵያን እንዳታስብ ላንዴና ለመጨረሻ ጊዜ ትምህርት መስጠት ይኖርብናል ብለው ብቻቸውን በታንክ ሞቃዲሾ አካባቢ እንደደረሱ በንጉሱ ልመና ተገደው እንደተመለሱ ንጉሱ ወዲያውኑ ልዩ የሽጉጥ ስጦታ ሰጥተው ሕግ መወሰኛ ወስደው ተገልተው እንዲቀመጡ ተደረገ። የተሰጣቸው ሽጉጥ መፈንቅለ መንግሥት በማካሄድ የንጉሱን ሥልጣን እንዳይቀናቀኑ የሚያፈዛቸውና የሚያደነዝዛቸው ድግምት ተደርጎበታል ተብሎ በወቅቱ በሕዝቡ ይነገር ነበር። እኒህ ጀግና መልከ መልካም ጄኔራል ባብዛኞቻችን ወጣት መኮንኖች ጠንካራ ኢትዮጵያዊ ስሜት ያስፈጠሩብን ተዋጊና አዋጊ የጦር መሪና አዛዥ ነበሩ። ከሌሎቹ ጋር በተለያየ ጊዜና አጋጣሚ በአካል ለመተዋወቅ ዕድል ተሰጥቶኛል። እንዲያውም ከዶ/ር ኃይሌ ፊዳ ጋር የእሱና የጓዶቹ የክብር እንግዳ ሆኜ ባንድ ቤት

በራሴው ያልገዛም ባሕሪየ ቤታቸውን ጥየላቸው እስከወጣሁበት ጊዜ ድረስ ለሦስት ወራት ያህል አብሬ ኖሬአለሁ። የውጩ የኢሕአፓ "አርበኞች" ሀገር ቤት ገብተው የሀገር ቤቱን ታጋዮች ማተራመስ እንደጀመሩ እነ ዳዊት ዮሐንስ ከመሳሰሉት (ኢኮፓ) ጋር ለመቀራረብና ለመዋሀድ ሲሞክሩ ጠንካራውን ዲሞክራት አቦማ ምትኩንና ቡድኑን ሊያቀርቡት አልፈለጉም።

በሀገሩ መሠረታዊ ለውጥ ለማምጣት በነበረው ፅኑ ፍላጎት ትዕግሥት አድርጎ አብዮቱ ፈር እንዲይዝ ብዙ ጥረት ቢያደርግም መጤዎች ሆን ብለው ሊያቀርቡት አልፈለጉም። እንደመጤዎቹ የውጭ "ታጋዮች" ከባዕዳን ጋር በማዘዋዘዋ ሳይሆን ለሀገሩና ለሕዝቡ በትግሉ ባመጣው አብዮቱ እንዳይሳተፍ ማዕቀብ ሲያደርጉበት የኃላ ኃላ ሳይወድ የግዱ ሐረርጌ ሄዶ የኦነግ ወላጅ እናት ከሆነው በባሌው በጄኔራል ዋቆ ቁቶ ይመራ ከነበረው ድርጅት ጋር ተቀላቀለ። ድርጅቱን ዲሞክራሲያዊና አብዮታዊ ሊያደርገ እንደተቃረበና በአባላቱም ተወዳጅነትን ማትረፉን እንዳረጋገጡ የተደናገጡትና የተረበሹት የድርጅቱ መሪዎች በመልካም ተግባሩ፣ በቀጥተኛነቱና በሥርነቀል ለውጥ ደጋፊነቱ የሚታወቀውን አቦማ ምትኩን በስውር ባርቀብን ነው ብለው ገድለው አሰናበቱት። ባሮ ቱምሳ የኢጭአት መሪ ሆኖ ሰደድ እራሱን እስኪያጠናክር በታክቲክ ስም ከኢማሊድህ ጋር እንዲቀላቀል ካስደረጉ በኃላ በቀጥታ በለገሥ አስፋው እንደተገደለ ሲወራ ወዲያውኑ ሰደድ እነ ተስፋየ መኮንንን እና ወዝ ሊግን በመጠቀም ድርጅቱ/ኢጭአት ተመቶ ቀሪዎቹ ከኢማሊድህ ተሰርዘው ወጡ። አቦማ ምትኩ እና ባሮ ቱምሳ ቢቆዩ ኖሮ ኦነግ ሰፊ መሠረት ያለው ዲሞክራቲክ ድርጅት ሆኖ በመላው ኢትዮጵያ ሕዝቦች ታጅቦ የኢትዮጵያን ሕዝብ የሚመራና የሚያስተባብር ኢትዮጵያዊ ድርጅት በሆነ ነበር። በንግግር ችሎታው ተወዳዳሪ የማይገኝለትና በሳል፣ አስተዋይና ብልሀና እንዳንዳንዶቹ የተማሪዎች መሪዎች በማስመሰል ካንገት በላይ መጫወት የማያውቀው፣ የሚሰራውና የሚናገረው ሁሉ ከልቡና ካንጀቱ ነበር እየተባለ የሚደነቅለትን ጥላሁን ግዛውን በስም፣ በዝናና በመልክ ከማወቄ በስተቀር በአካል ተገናኝቼ የመተዋወቅ ዕድል አላጋጠመኝም። አብዮታዊ ጌታቸው ማሩን ከ1968 ዓ፣ ም፣ በፊት ከነጭራሹ ስሙንም የሰማሁ አይመስለኝም። ምንም እንኳን በምን ዓይነት መንገድ በሚለው የትግል ዘዴ ቢለያዩም እኒህ ድንቅየ የኢትዮጵያ ሕዝብ ልጆች ሁሉም ለሀገራቸው ኢትዮጵያ እና ለጎስቃላ ሕዝቧ አንድ ዓይነት ግብ፣ ዓላማና ራዕይ ነበራቸው።

14.1. ዶ/ር ኃይሌ ፊዳ ኩማ

በነሐሴ 1985 ዓ. ም. አዲስ አበባ እያለሁ "ግልጽ ደብዳቤ ለ: በኢሕዴን፣ ኦሕዴድ፣ ፎረም 84፣ … ወዘተ ዙሪያ ለተሰባሰባችሁ ዘመናዊ 'ታጋዮች' በየአላችሁበት" በሚል አርዕስት በአእምሮ መጽሔት ባወጣሁት ጽሁፌ ለኃይሌ ፊዳ ድንቅየ ልጆች ለዮዲት ኃይሌና ለሣራ ኃይሌ፣ እና ለውድ ባለቤቱ ለወ/ሮ በርናዴትን ፊዳን እንዲህ ብየ ነበር ይቅርታ የጠየኩት፣ "የግብዣውን ጥሪ ተቀብየ

ከነዶ/ር ኃይሌ ፊዳ ጋር ገብቼ ባንድነት መኖር ስጀምር የደረስኩት የአበሻ ልጆች ባልገባቸው ምስጢር ተከፋፍለው እርስ በርስ በመቧጨቅና በመናከስ በጎሪጥ ይተያዩ ከነበሩ የኢትዮጵያ የተማሪዎች አካባቢ ነበር። በውጭ ስላሉት ወገኖቹ ሁኔታ ምንም እውቀት ለሌለው ለእንዴኔ ዓይነቱ ባይተዋር እንግዳቸው መልካም አቀራረብና ቅንነት በጎደላቸው እፍኝ በማይሞሉ ጎደሎና ሽንካላ ጋዶቹ ምክኒያት ውዥንብርና ጭንቀት ዓለም ውስጥ በመክተት የመንፈስ፣ የሥነልቦናና የአዕምሮ ረብሻ ውስጥ ዘፈቁኝ። በጨዋነቱ፣ በትልቅነቱና በአስተዋይ መምህርነቱ ሊከበር የሚገባውን፣ ትልቅ እንክብካቤ ያደርግልኝ የነበረውንና፣ እንደግል አስተማሪየ በመሆን በዕውቀትና በግንዛቤ እንድጎለብት ወደ ሆስቴላችን በተመለሰ ቁጥር ሥራየ ብሎ ለማስተማርና ለማደፋፈር ይጥር የነበረውን ዶ/ር ኃይሌ ፊዳን፣ ከእሱ አካባቢ ሆነው በእነሱ ፍላጎት እንድነዳላቸው ያስጨንቁኝ የነበሩትን ጎደሎና ሽንካላ ጋዶቹን የታገልኳቸው እየመሰለኝ ትልቅ አንደበትና ዕርቱዕ የነበረውንና የሚከብረውን ዶ/ር ኃይሌ ፊዳን ጭምር በእነዚሁ ጋደቹ ዓይን ለማየት መሞከሬ ወደ እናት አገሬ ከተመለስኩበት ጊዜ አንስቶ ወደ ኃላ ዞር ብየ ሁሉን ለማገናዘብ እንደጀመርኩ ከፍተኛ ስህተት እንደፈጸምኩ ተሰማኝ። ከዚያን ጊዜ አንስቶ ሕሊናየን እጅጉን አድርጎ ሲፀፅተኝና ሲያስጨንቀኝ፣ ብሎም ሲረብሸኝ የቀየሁ መሆኔን በመናዘዝ ልጆቹን ዮዲት ኃይሌንና ሣራ ኃይሌን፣ እና ባለቤቱን በርናዴት ፊዳን በዚህ አጋጣሚ ታላቅ ይቅርታ እጠይቃለሁ" (መጂድ አብደላ/አያሌው መርጊያው፣ 34)። በዚያን ዘመን ዶ/ር ኃይሌ ፊዳ በሐምቡርግ ዩኒቨርሲቲ ያስተምር እንደነበረና ሁልጊዜ በየሦስት ሳምንት አልፎ አልፎም በየሳምንቱ መጨረሻ ወደ ፓሪስ መጥቶ ከባለቤቱ፣ ከልጆቹና ከድርጅቱ አባላት (ከእኛ ጋር በሆስቴሉ ማለት ነው) ጋር ከርሞ ይመለስ እንደነበር በመፅሀፉ በሌላ አካባቢ ጠቅሻለሁ። ዶ/ር ኃይሌ ፊዳ ከምዕራብ ጀርመን ወደምንኖርበት ሆስቴል ሲመለስ ተጠባብቄ እንዳገኘሁት ለማናገር እንደምፈልግ በሁኔታየ በመረዳቱ ገና ሳልጠይቀው ይዞኝ ወደ ውጭ ይሄዳል። ከዚያም ያንን የሚወደውን ቡና ይጋተረዋል። ኃይሌን አዋቂና ትልቅ ያደረገው የቡና ጠጭነቱ ጭምር ሊሆን ይችላል በሚል አጓጉል የወጣትነት እምነቴ እኔስ ለምን አልጋተውም ብየ ይኸው ዛሬ ኃይለኛ የኤክስፐሬሶ (እንደወረደ) ቡና ገልባጭ ተወዳዳሪ የሌለኝ ነኝ ብየ ብናገር ማጋነን አይሆንብኝም። ታዲያ ከፋም በጀም ምንም እንኳን አዋቂነቱን ባልጋራውም በአክስፐሬሶ ቡና ሱሰኝነቴ ኃይሌ ፊዳን ሳስታውሰው እንድኖር ረድቶኛል። ከኃይሌ ያገኘሁት ሌላ ማስታወሻ ፊልም ከጋበዘኝ በኋላ ስንወጣ የፊልሙን መጨረሻ ታሪክ ምን ሊሆን እንደሚችል በትንተና መልክ እንዳስረዳው ወጥሮ ይይዘኝ ነበር። በሆዴ ተው አትጃጃል አልኩት፣ ሀገር ቤት ፊልም እወዳለሁ፣ ከደሴ ጀምሮ ሁልጊዜ እገባለሁ። ታዲያ የእኔ ደስታ በቀጥታ በፊልሙ በምናየውና በምናዳምጠው ታሪክ ብቻ እንጂ ፊልሙ ከተፈጸመ በኋላ መጨረሻው ምን ይሆን የሚለውን የማውቀው ጉዳይ አይኖረኝም ነበር። ፊልሙ ሲያቀም ታሪኩም እንዳለቀ አድርጌ ነው የምቀጥረውና ተከታዩ ወይንም መደምደሚያው ምን ይሆን የሚል ጭንቀት

አልነበረብኝም። በዚያን ዘመኔ ፊልሙ ሲያልቅ በእኔ ግንዛቤ ታሪኩም አለቀ ብየ ነበር እንጅ እንጅ የነበረው እንጂ የፊልሙ ታሪክ መጨረሻ ምን ሊሆን ይችላል ብየ እራሴን ጠይቄ አላውቅም ነበር።

የመላው ኢትዮጵያ ሶሺያሊስት ንቅናቄ መሥራችና መሪ ዶ/ር ኃይሌ ፊዳ

ደጋግሞ እንደጋበዘኝ ቡና እየጠጣን ይህ ሊሆን ይችላል ወይንም እንደዚህ ሊሆን ይችላል በማለት በመተንተን ሲገልጽልኝ ቀስ በቀስ እኔም ጭንቅላቴን እንዲሰራ አዘዝኩትና ከተደጋጋሚ ፊልም ጉብኝት በኋላ የበኩሌን ግንዛቤየን አስረዳሁት። ታጋሹ መምህሬ ደክሞ አልቀረም፣ ትሁትና ትጉህ ተማሪ ማግኘቱን አውቀ በርታ ብሎ አደፋፈረኝ። "በወንድሞቹ" በነታደሰ ገሰሰና አማረ ተግባሩ ጋር ያጋጠመኝን ችግሬንና ጭንቀቴን ሲበዛብኝ ጊዜ ሳላፍር ነበር የማወያየው። የሚመክረኝ ግን የአያያዝና ያቀራረብ ችግር ሆኖ ነው እንጂ ጥሩ ጓዶችህ ናቸው። ባካባቢያችን ችግሮች ስላሉ

በአዲስነትህ እንዳትወናበድና ችግር ውስጥ እንዳትገባ ለአንተ ሲሉ የሚያደርጉት ጥረት ነው እንጂ ሌላ አይምሰልህ፣ ወደፊትም ትኮራባቸዋለህ እያለ ነበር ጓዶቹን እያሞገሰ የሚመክረኝ። መጽሀፍ ማንበቡን በተመለከተ ያገኘኸውን ማንበብ መብትህ ነው፣ ሆኖም እንዳትወናበድ ያልገባህ ቢኖር እንደዚህ ዕረፍት አግኝቸ ስንገናኝ ጠይቀኝ። ውጭ መውጣትም ትችላለህ፣ ልጅ አይደለህም መቆጣጠር የለባቸውም፣ አልፎም በትምህርት ከፍተኛ እውቀት ካላቸው ወጣት የፖሊስ መኮንኖች መካከል አንዱ ከመሆንክም ባሻገር ክፉውንና መልካሙን አበጥረህ መለየት የምትችል የፖሊስ መኮንን ስለነበርክ ሁኔታዎችን የማገናዘብና የማሸተት ችሎታ እንዳለህ ስለምንተማመን ተቆጣጣሪና ተከታታይ አያስፈልግህም። መውጣትና ሌሎቹንም ማየት፣ ማወቅና መተዋወቅ ይኖርብሃል። ሆኖም ሰዎች ጋር ስትገናኝ ጥንቃቄ እንድትወስድ ነው የሚያስፈልገው ብሎ በሸጋ ምክሩ አደፋፈረኝ። ማደፋፈር ብቻ ሳይሆን በግልጽ የሚነበብ መጽሀፍ ካገኘ ከየትም ያግኘው፣ ከየትም ያምጣው፣ ማንም ይስጠው ያንብብና ይመራመር፣ መብቱን አትነፍጉት፣ በፈለገበት ጊዜ ውጭ መውጣትና መግባት መብቱ ነው። የጋበዝነው እኮ ለግዞት አይደለም። ሆኖም ችግር ውስጥ እንዳይወድቅ ወንድማዊ ምክር መስጠት ነው ያለብን ብሎ በሌላ ጊዜ ለዶ/ር ነገደ ጎበዜ እንዳደረገው ለፊታውራሪ ታደሰ ገሠሠና ለልጅ አማረ ተግባሩም ከፊቴ እንደገሰፃቸው የዘወትር ትዝታየ ነው። ምንም ይሁን ሁልጊዜም ሳነጋግረው ከልቡ ነበር የሚያዳምጠኝ። ሲመክረኝም ፍላጎቱ ለማሳመን ነበር እንጂ እንደነአማረ ተግባሩና ታደሰ ገሠሠ ስማን ብሎ መደነስ አይሆንለትም ነበር። የሚያሳዝነው እኒህን የተመካባቸውና የኮራባቸውን እነ አማረ ተግባሩ የመሳሰሉትን ነበር "ጥሩ ጓዶችህ ናቸው፣ ወደፊትም ትኮራባቸዋለህ" እያለ ይክባቸው የነበሩት "ታማኝ" ጓዶቹ ናቸው በኃላ በሸዋ ክፍለ ሀገር የተደበቁበትን ምስጢራዊ ቦታ ለደርግ በመጠቆም ኃይሌንና ሌሎቹን ሰማዕታት ጓዶቹን ሁሉ አንድ ባንድ ያስጨፈጨፉት። ዶ/ር ኃይሌ ፊዳ ረጅም ቀይና የደስ ደስ ያለው መልከ መልካም፣ ግርማ ሞገሱና መስህቡ ከፍ ያለ የመሪ ገጽታ የተጎናጸፈ ኢትዮጵያዊ ነበር። ከብርሀነመስቀል ረዳ ጋር በግርማ ሞገስነትና በመሪነት ገጽታቸው አንድና ተመሳሳይነት ነበራቸው። የነበርኩባቸውና የጋበዙኝ አስተናጋጆቼ የመሳፍንቱና የመኳንንቱ ልጆች ናቸው ስለሚባልና በኃላ ደግሞ የገዛ ድርጅቴ መሪዎች በሚያስወሩበት የሀሰት መረጃ ተመርዤ ኃይሌ ፊዳንም የምቀጥረው ከታላላቆቹ የፊውዳል ዘር የመጣ አድርጌ ነበር። በተለይም የድርጅቴ መሪዎች ኃይሌ ፊዳ የከፍተኛ መኳንንትና መሳፍንት ልጅ እንደነበረ፣ ቤተሰቡ ብዙ ሺሕ ጋሻ መሬት የነበራቸው ጨቃኝ እንደነበሩና በሥራቸው ይሰቃዩ የነበሩ አያሌ ጭሰኞች እንደነበሩ፣ እነዚያን ጭሰኞች ነፃ ሳያወጣ ለማወናበድ ሲል የኢትዮጵያን ሕዝብ ነፃ ለማድረግ እታገላለሁ ይላል ... ወዘተ እየተባለ ነበር የሚነገረን።

ከድሮ ጀምሮ የጨቃኝ ልጅ የሆነ ሁሉ ጨቃኝ ይሆናል ወይንም መደብ ከልጓሙ ይስባል የሚሉትን እምነት ይዤም አላውቅ ነበር። ካርል ማርክስ የናጠጠ ሀብታም ቤተሰብ ልጅ ነበር።

ብዙዎቹ አብዮታዊ መሪዎች የሀብታም ቤተሰብ ልጆች ነበሩ። ምንም እንኳን መደብ ከልኃሙ ይስባል የሚለው ትክክለኛነት ቢኖረውም የዘመዶቻቸውን መደብ በመካድ ለሰፊው ሕዝብ እንደሚቆሙ ማመን ብቻ ሳይሆን በእርግጠኝነትም የማውቃቸው ብዙ አብዮታዊያን የነበሩና ለሕዝብ ቆመው ሲታገሉ የተሰው አያሌ የፊውዳል፣ የመኳንንትና የከበርቴዎች ልጆች ነበሩ። የአገሬ አበዎች ጊዜ መስታወት ነው እንዲሉት ጊዜ እያንከለከለ ዋሽንግተን ዲ. ሲ. ወስዶ የቀድሞው የቀ. ኃ. ሥ. ዩኒቨርሲቲ የሕግ ምሩቅ የነበረና በ1969 ዓ. ም. በአሰሳ ወቅት ከዘመዶቹ ዘንድ ወደ መንዝ ሄዶ ከሁለት ዓመት በላይ ተደብቆ የኖረ ስሙን እንዳልገልጽ ቃል ያስገባኝ ጋር ተገናኘሁ። ይህ ወዳጄ አራድማ መንደር የሚኖሩት አክስቱ ብርሀነመስቀል ረዳን በእንግድነት ያረፈበት ቤት ባለቤት ባካባቢው የታወቀው የሸፍታ ባልተቤት እንደነበሩ አጫውቶኛል። ስለ ኃይሌ ፊዳ ትልቅነትና ጨዋነት አንስተን ስንወያይ ሁሉንም የከፍተኛ ባለሥልጣን ልጆችና የፊውዳል ልጆችን በአንድ መነፀር ማየት አይኖርብንም፣ ለምሳሌ ኃይሌ ፊዳን ብንወስድ ከጨቃኝ የፊውዳል ቤተሰብ ተወልዶ ያንን የመሰለ አብዮታዊነትና ጨዋነት … ወዘተ እያልኩ ባስረዳሁበት ጊዜ፣ “እንዴ ኃይሌ ፊዳ እኮ ከፊውዳል ወይንም ከትልቅ የአገሪቷ ባለሥልጣን ቤተሰብ የተወለደ አይደለም” ብሎ ሊያሳምኔኝ ሲሞክር ትንሽ አንገራገርኩት። ይህን መስማቴ ለመጀመሪያ ጊዜየ በመሆኑ ነበር መከራከሬ። በመቀጠልም ይኸው ወዳጄ “ኃይሌ ፊዳ በወለጋ ክፍለ ሀገር ከድሀ ቤተሰብ ተወልዶ ያደገ የአናጢ ልጅ ነው። በጥረቱና በትጋቱ ነው ለዚያ ዓይነት ከፍተኛ የምሁርነት ደረጃ የደረሰው” ብሎ አጫወተኝ። እንኳን በብርሀነመስቀል ረዳ ምክርና መረጃ ተማምኜ ከመጀመሪያው ጀምሬ እስከ መጨረሻው ድረስ ሳከብረውና ሳደንቀው የኖርኩትን ታላቅ ኢትዮጵያው አብዮታዊ ምሁር በመጥፎ ዓይን ባለመቀየሬና እስከመጨረሻው በአክብሮቴ ፀንቼ መኖሬ ይበልጥ ታላቅ ደስታና ክብር ነው የሰጠኝ። አንድነቷ የተጠበቀ ዲሞክራቲክና ነፃ ኢትዮጵያ በስተቀር ሌላ የሚመኘው እንዳልነበረ በተለያየ ጊዜ ሲያስተምረኝና ሲያስነብበኝ ለማወቅ እድል ሰጥቶኛል። ባካባቢያችን በኢትዮጵያዊያን መካከል ስላለው መከፋፈል ስጠይቀው ልክ ብርሀነመስቀል ረዳ ቤይሩት ላይ እንዳጫወተኝ ኃይሌም ያለኝ፣ የሁላችንም ዓላማና ፍላጎት ዲሞክራሲ፣ እኩልነት፣ ነፃነትና ፍትሕ የነገሰባትና የሕዝቦቿ ሠላምና አንዲነት አግኝተውና ተፈቃቅረው የሚኖሩባትን አዲሲቷን ኢትዮጵያ ለመገንባት ነው። ሆኖም በእንዴት ዓይነት መንገድ ነው ይህንን የጋራ ዓላማችንና ግባችንን የምናስገኘው ብለን በምንወያይበት ጊዜ ነው ልዩነት የመጣው ነበር የሚለኝ። ልዩነታችን የትግል ስልትና ዘዴ እንጂ ዓላማችንና ግባችን አንድና ተመሳሳይ ነው ነበር የሚለኝ። ምንም እንኳን ልዩነታችንን ለማስፋትና ለማክረር የሚሹ ኃይሎች ቢኖሩም ባንጻሩ ደግሞ ምንም እንኳን ኃይልና ብርታት ባይኖራቸውም ልዩነታችንን ለማጥበብና ወደ አንድነት ለማቅረብ የሚሹ ታጋዮችም ይኖራሉ ነበር ያለኝ። በማፊርና በዩልኝታ ምክኒያት አባባሉን እንዲያብራራልኝ ሳልጠይቀው በመቅረቴ ሁልጊዜም ሲቆጨኝ ኖሯል።

ይህም የሆነበት ሌላው ምክኒያት ሌላ ጊዜ ሳገኝ እጠይቀዋለሁ በማለትም ሊሆን ይችላል ከእነሱ ጋር ቀይታየን ባስረዘመው ኖሮ። ድርጅቴ የሚመራው በእነ ብርሀነመስቀል ረዳና እንደእሱ ግርማ ሞገሳቸውና ጨዋነታቸው በታወቁት አብዮታዊያን ጓዶቹ ሳይሆን በዱርየዎችና በቦዘኔዎች ባሕሪና ፀባይ በተገናጸፉ ወስላታዎች መሆኑን ከሚያስረዳኝ ሌላው ነጥቦች ያንን ትልቅና ጨዋ ኢትዮጵያዊ ምሁር ዶ/ር ኃይሌ ፊዳ ማለት እንኳን ቢያስነውርባቸውና ቢከብዳቸው ምን አለበት ኃይሌ ብለው በስሙ እንኳን ቢጠሩት። እነሱ ግን ሁል ጊዜም ፊዳ በማለት ነበር ከመጀመሪያው እስከመጨረሻው ድረስ ይጠሩት የነበረው። ታዲያ ፊዳ ያባቱ ስም በመሆኑ ለእሱ ኩራትና ክብር እንደሚሆን እርግጠኛ ነኝ። ሆኖም የድርጅቴ አመራር ፊዳ ብለው መጥራታቸው በእነሱ ቤት እንደማጥላላት፣ በዝቅተኛ ደረጃ መድበው እንደማንቋሸሽ መቁጠራቸው ነበር። ይህም ከትምክህተኛነትና ከእኛ በላይ ለአሳር ከሚለው ግብዝና ደካማ ዓዕምሯቸው በመነጨ መንፈስ በመመርኮዝ እንደ ደንቀሮ፣ የማይገባው ወይንም ያልተማረ ነገር አድርገው የተጠቀሙበት የአጠራር ስልት መሆኑ ነበር። ከዚያም አልፈው በዶ/ር ኃይሌ ፊዳ የሚመራውን ድርጅት አንድም ጊዜ በሙሉ ስሙ “መላው ኢትዮጵያ ሶሻሊስት ንቅናቄ” ያለበለዚያም በአጭር ስሙ መኢሶን’ ብለው መጥራት ኃጢአትና ወንጀል ስለሚያስቀጥርባቸው “ፊዲስት” በማለት ነበር እስከውድቀታቸውና በውርደት ተባረው አሲምባ እስከሄዱበት ድረስ ሲጠሩ የኖሩት። በእኔ ግምትና እምነት አብዛኛው በመኢሶን ታቅፈው የነበሩትን የኦሮሞ ልጆች ትግላቸውን ከሕብረ ብሔርነት ወደ ጎጠባብ የብሔርተኝነት ፖለቲካ ተገፋፍተው እንዲሄዱ የረዳቸው የእኔው ድርጅት አመራር እምብርት/ክሊክ ከእኔ በላይ ላሳር ይምትለዋ በሽታቸው እንደሆነ ነው። በሱዳን ቀይታየ ከቀረብኳቸውና ከተግባባኋቸው መካከል ብርሃኑ ገመዳ እና ኃይሉ ገርባባ ጠንካራ ኢትዮ°ጵያዊ ነበሩ። እነዚያን ዓይነቶቹን ቅልጥ ወደአለ የዘረኝነት ሠፈር እንዲሄዱ የገፋፏቸው ማንም ሳይሆን የእኔው ድርጅት አመራ እምብርት ያራምድ የነበረው የበላይነት ስሜት ነው። ሁልጊዜም ቢሆን ብርሃኑ ገመዳና ኃይሉ ገርባባ የኃላ ኃላ ተለወጡ ተብሎ እንደተነገረኝ ሳይሆኑ በዚያን ዘመን አብሬ ከእነሱ ጋር በምንማማርበትና በምንወያይበት ወቅት ምኞታቸው ሁሉ አንድነቷ የተጠበቀ ዲሞክራቲክና ነፃ ኢትዮጵያ በመገንባት የኢትዮጵያ ብሔረሰቦች እርስ በርስ ተፋቅረውና ተደጋግፈው በአንድነትና በእኩልነት እንዲኖሩ ለማድረግ ነበር። የኦሮሞ ልጆች የሆኑ የዶ/ር ኃይሌ ፊዳ ተከታዮች ሁሉ ይህንኑ ነበር የሚመኙት የድርጅቴ ከእኛ በላይ ላሳር ብሎ ወደ ዘረኝነትና ጎሰኝነት አዝማሚያ ባይገፋፋቸው ኖሮ። ዶ/ር ኃይሌ ፊዳ ፓሪስ በገባሁ በመጀመሪያው ወር ውስጥ በመጀመሪያ ከባለቤቱ ከወ/ሮ በርናዴት ፊዳ ጋር አስተዋወቀኝ። በሌላ ጊዜ ከሁለቱ ልጆቹ ከወ/ሪት ዮዲት ኃይሌና ወ/ሪት ሣራ ኃይሌ ጋር አስተዋወቀኝ። ከዶ/ር ኃይሌ ፊዳ የማይረሳኝ ሌላው ትዝታ ባለቤቱ ወ/ሮ በርናዴት ፊዳ ከሁለት የሚያማምሩ ሴቶች ልጆቿ ጋር ሆና አልፎ አልፎ ቅዳሜ እኛ ጋር እየመጣች ከፓሪስ ወጣ ብሎ ከሚገኝ የቤተሰቦቿ አካባቢ ይዛኝ ትሄድና ታዝናናኝ

ነበርና በአንዱ ጉዟችን ወቅት እንደተለመደው ያካባቢው ልጆች ገና መኪናዋን ሲያዩ በሩጫ ይመጡና ከመኪና እንደወረደች ሁሉም በፍቅርና በአክብሮት ከበው ያቅፏታል። የመጀመሪያው ጉብኝቴ ወቅት ከሁሉም ጋር ስታስተዋውቀኝ ሁሉም አንድ ባንድ እየቀረቡ በእጅ እየተጨባበጥን ሰላምታ በመለዋወጥ ተዋወቁኝ። አንዱ የስድስትና ሰባት ዓመት ዕድሜ አካባቢ ያለው የቀዳየ ቀለም እንእነሱ ነጭ ባለመሆኑ ስላስጠላው ወይንም ግራ ስላጋባው ሊሆን ይችላል ለመጨበጥ ቀፈፈውና ወደ ኃል ገሸሽ ሲል ተመለከትነው። ሆኖም የተመለከትነው መሆናችንን እንደተገነዘበ እሷን በማክበር ወይንም በመፍራት እየቀፈፈው ቀረበና ጨበጠኝ። ጥቁረቴ እንዳይጋባበት ወይንም ስለጥቁሮች ከቤት የሚነገረው ዓዕምሮውን ስለመረዘው ሊሆን ይችላል ከጨበጠኝ በኋላ ወዲያውኑ እጆቹን ወደኋላ በማዞር በጀርባው በልብሱ ሲያባብስና ሲያጸዳዳ እኔም በርናዴትም ባንድነት አየነው።

ልጁን ጠርታ በዚያ ጣዕም ባለው ጣፋጭ ቃንቃቸው ለብቻዋ ምን እንዳለችው አላውቅም ቀጥታ ይመጣና ጥምጥም አድርጎ አቀፈኝ። እኔም አጸፋውን በማቀፍ አክብሮቴናን ፍቅሬን ገለጽኩለት። ምን ገፋፍቶት እንደዚያ ሊያደርግ እንደቻለ ልጠይቃት አመች አግጣሚ በመጠባበቅ ላይ ሳለሁ አካባቢው ቀይተን እዚያው ምሳ ሳንድዊች በልተንና ተዝናንተን ወደ ቤት ከመመለሴ በፊት በቤተሰቦቿ አከባቢ በቀየንበት ወቅት ከሕጻኑ ጋር ስላጋጠመን ገጠሞሽ ከንክኗት በታላቅ የእህትነት ስሜት አቅፋ እንዳይሰማኝና ንቄ እንድተወው አደራ ብላ አሳሰበችኝ። ከዚያም በኃላ ለታደሰ ገሰሰና ለአማረ ተግባሩ መልሳ ወስዳ አስረክባኝ ወደ ቤቷ ተመለሰች። ሌላው ዶ/ር ኃይሌ ፊዳን የማስታውሰው ለመጀመሪያ ጊዜ ፈረንጅ ሀገር በገባሁ በሁለተኛው ሳምንት ገደማ ዶ/ር ኃይሌ ፊዳ፣ ታደሰ ገሠሠ እና አማረ ተግባሩ በመሆን ምን ለመግዛት እንደሆነ ዘነጋሁት፣ ሆኖም በፓሪስ ከሚገኙት ትላልቅ ገበያዎች (Supper market) በአንደኛው ይዘውኝ እንደሄዱ በገበያው በምግብ ክፍል አካባቢ በምናልፍበት ጊዜ ድንገት እንትዳይና እንጀሬ ባሸበረቁ ባኮዎች በክብርና በጌጥ ታሽገው በውድ ዋጋ ለሽያጭ ቀርበው እንዳየሁ በድንጋጤም በመገረምም "እንዴ የሀገሬን የከብት እረኞች መዋያ እዚህ ምን ሊያደርጉ መጡ፣ እንዴትስ አድርገው ለውድ ዋጋነት በቅተው ፓሪስ ከተማ ደረሱ?" ብየ እንደባላገር ጥያቄ በግብታዊነት አቀርብኩ። አማረ ተግባሩ ለማናናቅና ለማንኳሰስ በመፈለጉ እይተኸውም የምታውቅ አይመስለኝም፣ ከሌላ ከማይበሉ ፍራፍሬዎች ጋር ተማቶብህ ይሆናል ብሎ ከልቡ አሾፈብኝ። መልስ ልሰጠው ስዘጋጅ የተመለከተኝ ዶ/ር ኃይሌ ፊዳ ስሜቴን የጎዳው መስሎት በመጨነቅ መንፈስ መቶ አለቃ አያሌው ይበለኝ ወይንም አቶ አያሌው ያለበለዚያም ኃድ ዘነጋሁ ሆኖም "አያሌው አማረ አዲስ አበባ ተወልዶ አዲስ አበባ ያደገና ከአዲስ አበባ ወጥቶ የማያውቅ፣ ከሀገሩ ይልቅ የፈረንጆችን ታሪክ በማጥናትና በማዳነቅ ብቻ የኖረ፣ አገሩን በደንብ ሳያውቅና ምንም ጥናት ሳያደርግ ወደ ፈረንሣይ የመጣ ወገንህ በመሆኑ የድንቁርና አነጋገሩ እንዳያስገርምህ" በማለት ችላ እንድለው ማድረጉ ምን ጊዜም አይዘነጋኝም። ቢሆንም በግድም በውድም ከተሜውን አማረ

ተግባሩን ማስተማር አለብኝ ብየ እነዚህ ሁለት ፍራፍሬና የአትክልት ዓይነቶች በወሎ ሆነ ደጋማና ወይና ደጋማ በሆኑ የክፍለ ሀገር ቦታዎች አካባቢ በዱር እንደ አሸን በቅለው የሚገኙ ሲሆን ከከብት እረኛ በስተቀር ሌላ ማንም አይመገባቸውም። ከምግብ ዕውቀታችን ድሕነት የተነሳ እንጆሬና እንጉዳይ ስንበላ ብንገኝ እንደ ባለጌዎችና ቤተሰብ አሰዳቢዎች እንቆጠር ነበር። ወረባቦ/ቢስቲማ ይሁን ውጫሌ ዘነጋሁት እንጂ በክፍል መምህራችን አደፋፋሪነት ከክፍል ጓደኞቼ ጋር በመሆን ተደብቀን ዱር በመሄድ እንጆሬ ለቅመን ስንበላ በሌላ በኩል ደግሞ የአጃ እሸት ቀርጠንና እንጉዳይ ነቅለን እሳት አንድደን ጠብሰን እንመገብ ነበር ብየ ገለጽኩኝ፣ ነገሩም በዚሁ ተዘጋ። ዶ/ር ኃይሌ ፊዳን የማስታውሰው ሌላው ምክኒያት እሱ የሚኖረው በምግብ ሳይሆን መጽሀፍ በመብላት የሚኖር ፍጥረት መስሎ ነበር የሚታየኝ። ሥራው ሁልጊዜ ማንበብ ነው፣ ሁልጊዜ መጻፍ ነው። ሲወያይም አሉባልታ ወይንም አጠገቡ ስለሌሉ ሰዎች ማውራት ፈጽሞ አይወድም።

ይህ የነታደሰ ገሠሠ፣ የነአማረ ተግባሩ፣ እያሱ ዓለማየሁ፣ መርሻ ዮሴፍና የሌሎቹ ፍጹም ተቃራኒ ባሕሪይ ማለት ነበር። ስንወያይ ሊመክረኝ፣ ሊያስተምረኝና ሊያደፋፍረኝ የሚያስችለው ውይይት ነበር ከእኔ ጋር የሚያደርገው። በእነዚያ የውይይት ጊዜያት ስለእገሌ የሚባል ከቶም አንስቶልኝ አያውቅም ነበር። እንዲያውም በዶ/ር ኃይሌ ፊዳ ባሕል ከእሱ ጋር ባንድነት ስለሌለ ሰው አንስቶ በጀርባው ማውራትን እንደ ትልቅ ነውርና ድንቁርና አድርጎ ነበር የሚቀጥረው። ለመጀመሪያ ጊዜም "ትንሽ ዓዕምሮ ስለ ሰዎች/ሌሎች ያወራል፣ ትልቅ ዕዕምሮ ግን ስለእውቀት/ሀሳብ ያወራል" (Little mind talks about people, Great mind talks about idea/knowledge) የሚለውን የፈረንጆቹን አባባል ለመጀመሪያ ጊዜ የሰማሁት ዶ/ር ኃይሌ ፊዳ የአገልግል ምግብ ለመብላት ባንዱ የከፍተኛ መካንንቶች ልጅ ቤት አብዛኞቻችን ተሰባስበን በምንመገብበት ወቅት ሲመክራቸው የሰማሁት ነው። ኃይሌ ኩሩ ኦሮሞ ኢትዮጵያዊ ነበር። በኢትዮጵያ አየር መንገድ አማካይነት ያገልግል ምግብ ሁልጊዜ ይመጣል። ሁሉም በየተራ እየተሰባሰቡ ከአንዱ ቤት ነበር የሚመጋገቡት። አልፎ አልፎ አብሬ ሄጄ የተመገብኩበት ጊዜያት አሉ። ባጋጣሚ ኃይሌም ጋር ከግብዣው ላይ ያገናኘንም ጊዜ ነበር። በዚያን ጊዜ ከትንሹ/ሿ፣ ከትልቁ/ከትልቃ ጋር ተቀላቅሎ ሲጫወት ነበር የማስታውሰው። ሁሉም እንደ ታላቅ ወንድማቸውና የእነሱ ተጠሪና ዋርካ አድርገው በመመልከት ያከብሩታል። እነ ከበደ ሀብቴ እና ዓምሃ እምሩ በዓዕምሮየ ባስቀረፁብኝ መሠረትና ወደኋላም ባሳደርኩት ግንዛቤ የወደፊቱ መደባቸውን ለማስጠበቅ የሚገለገሉበት ዋርካቸው/ማዕከላቸው አድርገው ይጠቀሙበት እንደ ነበር ነው የእኔም ሆነ ሃሳቡን ያስቀረፁብኝ የእነ ከበደ ሀብቴና አምሃ እምሩ እምነት። ታደሰ ገሠሠ ጠባዩና ባሕሪው ስለሆነ መነጫነጩን አይተውም፣ ሸረኛና ተንኮለኛም ነበር። መነጫነጩና እንደ አባት ሆኖ መቆጣጠሩ እየበዛብኝ ሄደ፣ ግልምጫቸው ማቃረጫም የለው። ይባስ ብሎ ወዲያውኑ ፓሪስ ከተማ ከአንደኛው ዩኒቨርሲቲ ውስጥ በተካሄደው በፈረንሣይ የኢትዮጵያ

ተማሪዎች ማሕበር (የእነታደሠ ገሠሠ ማሕበር) ስብሰባ ላይ የአፄ ኃይለሥላሴን ስላይ ከጉያችን አስቀምጠን እየቀለብን የአፄውን መንግሥት እንቃወማለን ብሎ ዶ/ር ነገደ ጎበዜ ስብሰባ ላይ መናገሩ ምን ያህል ስሜቴን ቢጎዳኝም ከአንገት በላይ በፈገግታ ነበር ወደእኔ ፊታቸውን በማዞር የተመለከቱኝን ሁሉ ያስተናገድኳቸው። የነገደ ጎበዜን ድርጊት ከአንድ ትልቅ የተማረ ሰው የሚጠበቅ ነው ወይ ብየ ከስብሰባው በኋላ በዚያኑ ሰሞን ዶ/ር ኃይሌን ጠየኩት። ማስጨነቁ ይታወቀኛል። ምንም መልስ ሳይሰጠኝ ወደፊት አወያይሀለሁ ብሎ እንድረሳው ዓይነት ነገር መልክ አሳየኝና ላስጨንቀው ባለመፈለጌ ለጊዜው እኔም ትወኩት። ሆኖም በሌላ ጊዜ ነገደ ጎበዜ ስብሰባ ላይ ያደረገውን አላስፈላጊና የነውር ንግግር አስመልክቶ በሰፊው ተወያይተንበታል፣ ለነገደም ጠንካራ ጊስ ሰጥተነዋል ብሎ እራሱ አስታውሶ አስረዳኝ። ችግሩ ኃይሌ ፊዳ ከእኔ ጋር ወይንም አብዛኛውን ጊዜ ከእኛ አካባቢ አይገኝምና እሱ በሌለበት ጊዜ ገሀነም እንዳለሁ ነው የሚሰማኝ፣ በተለይም ታደሰ ገሠሠና አማረ ተግባሩ አካባቢየ ሲሆኑ። ከነታደሰ ገሰሰና አማረ ተግባሩ ጋር ወይንም እነ ነገደ ጎበዜ አካባቢ ብቀይ ለወደፊት ሁሉ ታላቅ ወንድሜና መምህሬ አድርጌ የምቀጥረውን ኃይሌ ፊዳ ጭምር እንዳላስቀይመውና ወንድምነቱንና መምህርነቱን እንዳላጣ በመፍራቴ አማራጩ ከነሱ ጋር ወጥቼ ችግሬን መቃቃሙ ይሻላል በማለት የተንደላቀቀ ኑሯቸውን ጥየላቸው ወጣሁ።

ኃይሌ ፊዳ አልጄሪያ ድረስ በመሄድ ብርሀነመስቀል ረዳንና ጓዶቹን ከፍተኛ አቀባበልና መስተንግዶ በማድረግ ብቸኝነት እንዳይሰማቸው ታላቅ ወንድማዊና ኢትዮጵያዊ ስሜት በተመላበት አኳኃን ለመርዳት የአቅሙን አድርጓል። ከአይሮፕላን ጠለፋቸው በኃላ ሱዳን ከገቡበት ጊዜ ጀምሮ እነ ዶ/ር ኃይሌ ፊዳ በገንዘብና በቀሳቁስ እርዳታ ያደርጉላቸው እንደነበርና እንዲያውም ዶ/ር ከበደ መንገሻ ለጠላፊዎቹ የተሰበሰበውን ገንዘብ ለማድረስ ካርቱም ድረስ ሄዶ እንዳስረከባቸው ሁሉ በሰፊው ተወርቷል። ከዚህም በላይ እነ ኃይሌ ፊዳ አልጀሪያ ድረስ እየተመላለሱ አንድ ወጥ ብሔራዊ ድርጅት እንዲቋቋምና መለያየትና መነጣጠል አስፈላጊ አለመሆኑን በማስረዳት ባንድነት እንዲታገሉ ከፍተኛ ጥረትና መግባባት ተሞክሯል። አልፎም እንደሚባለው የአልጀሪያው ሰባቱም የቡድኑ አባላት በሙሉ መኢሶን በአባልነት ተቀብሏቸው እንደነበረ ሲወራም ሰምቻለሁ። ሆኖም በሀገራችን የብሔሮችን ጥያቄ አስመልክቶ መኢሶን በወቅቱ ያራምድ ወይንም ይከተል የነበረው ልክ የሰሜን አሜሪካ የኢትዮጵያ ተማሪዎች ማሕበር ነሐሴ 1961 ዓ. ም. ባደረገው 17ኛ ጉባዔ ላይ ባሳለፈው ውሳኔ መሠረት የሀገራችንን የብሔረሰቦች ጥያቄ የተነተነው በተሳሳተ ከክልልተኛነት (regionalism) እንፃር አድርጎ ስለነበረ፣ የአልጄሪያው ቡድን የመኢሶን አቃምና አመለካከትም ከሰሜን አሜሪካው ጋር ተመሳሳይነት ያለው ሆኖ ስለታያቸው ከመኢሶን ጋር ተቀላቅለው ለመታገል የነበራቸውን ዕቅድ ለመሰረዝ ምክኒያት ሆነ ተብሎ ተወራ። በቀላሉ በውይይትና በመግባባት ሊፈታ የሚችለው ይህ ጉዳይ እንደ ዓይነተኛ የመለያያ ነጥብ ተደርጎ ተለያይተን እርስ በርስ እንድንገዳደልና እንድነጨራረስ

ምክኒያት ሆነልን። የመኢሶንም መሪዎች ይህንን የሰሜን አሜሪካውን አቋም ስህተት መሆኑን ካመኑና ኢትዮጵያ የብሔሮች እሥር ቤት መሆኗንና ሊከተሉት የሚገባውም መርሆ የብሔሮችን የራስን ዕድል በራስ የመወሰን መብት መሆኑን ማወቃቸውን በቃል ማስረዳት ብቻ ሳይሆን እንደ ሀገር ቤቱ የመኢሶን አካል የራሳቸውን አቋም በጽሁፍ መልክ በመግለጽ ለማሳወቅ መቻል ነበረባቸው። ያም ሆነ ይህ ያ እንደ ምክኒያት ተቀጥሮ ሁለቱ ወገኖች ተከፋፍለው እርስ በእርስ እየተበላሉና እየተወነጃጀሉ የኢትዮጵያን ሕዝብ በደሉት፣ አገሪቷን ከፋፈሏት። በእነ ኃይሌ ፊዳ ጥረትና ትብብር የአልጄሪያው ቡድን ከሌሎች የአካባቢ ቡድኖች ጋር ተባብረው ኢሕአድ እንዲቋቋም መሠረት አስጥሏል። የእነ ኃይሌ ፊዳ ትብብርና ድጋፍ ተጨምሮበት ለተፈጠረው ድርጅት በአባልነት እንዳይሳተፉ ለማድረፍ ክፍሉ ታደሰና ቡድኑ የፀረ-አንድነት ሴራ መሸረብ የተያያዙት ድሮ ከጥንቱ መሆኑ የሚያሳየን፣ "… በኢትዮጵያ ውስጥ ለሚመሰረተው ድርጅት <u>የእነ ኃይሌ ፊዳ ቡድን እንቅፋት እንዳይሆኑ በመስጋት የሚሠሩትን ሁሉ ከኃይሌ ፊዳ ቡድን አባላት ለመሸሸግና በከፍተኛ በምስጢር እንዲጠበቅ ወሰኑ</u> (ስርዝ የራሴ) (ክፍሉ ታደሰ፣ ያ ትውልድ፣ ቅጽ 1፣ 145)። የእነ ኃይሌ ፊዳ ተከታዮችና ደጋፊዎች በብዛት የ"ኢሕአድ" አባል በመሆን ድርጅቱን ከመመሥረት አልፈው በአመራር አባልነትም ተመርጠው እንዲያውም አንዳንዶቹ በኋላም የኢሕአፓ ማዕከላዊ ኮሚቴ አባልና የአመራር አካባቢ ተመርጠው እስከ 1969 መግቢያ ድረስ ከኢሕአፓ ጋር ቀይተዋል። የዶ/ር ንግሥት አዳነ ባለቤት ዶ/ር ደስታ ታደሰ ለአብነት ይጠቀሳል። ከላይ በዚህ አርዕስ መግቢያ አካባቢ አዲስ አበባ እያለሁ በነሐሴ 1985 ዓ. ም. ያቀረብኩትን ይቅርታ ዛሬም በዚህ አጋጣሚ ለባለቤቱ በርናዴት ፊዳ፣ ለልጆቹ ለዮዲት ኃይሌና ለሣራ ኃይሌ በታላቅ አክብሮት በድጋሚ ይቅርታ እጠይቃለሁ። እንደ ብርሀነመስቀል ረዳ እሱን ፊት ለፊት እያሰለፉ በጀርባ ጨዋታውን ይጫወቱ ለነበሩት የውጩ መኢሶን መሣሪያ ከመሆኑ በስተቀር ኃይሌ ፊዳ ምን ጊዜም የማይገኝ የእናት ኢትዮጵያ ውድና ዕንቁ ልጇ ነበር።

14.2. ብርሀነመስቀል ረዳ

ብርሀነመስቀል ረዳ ከፍተኛ የመናገርና የመማረክ ኃይልና ችሎታ የነበረው ከመሆኑም ባሻገር የመሪነት መስህብና ጸጋና ለዛ (charisma) የነበረው ተናግሮ የአድማጮቹን ጆሮና ልብ የሚስብ ግንባር ቀደም የተማሪዎች መሪ ነበር። ጠላቶቹና ምቀኞቹ የፈለጉትን ድንጋይ ቢያገላብጡ በምንም ቢሆን ያንን ተፈጥሮ የለገሰውን ፀጋና መስህብ ሊገፉበት ከቶም ቢሆን አያስችላቸውም። እንደእሱ የፀጋና የመስህብነት ባህሪ ለመጎናጸፍ እንደገና መወለድ ይኖርባቸዋል። ለዚያውም በፆምና በጸሎት ዓምላክ ከሰማቸው እንጅ የሚያገኙትም አይሆንም። የልጆቹ እናትና የትዳርና የትግል አጋሩ የቀድሞዋ ታደለች ኃ/ሚካኤል ባንድ ወቅት ስንወያይ እንደነገረችኝና ቀድም ብሎም ከሌሎች ጓዶች እንደሰማሁት ብርሀነመስቀል ረዳ በቀድሞው የቀዳማዊ ኃ/ሥላሴ ዩኒቨርሲቲ ተማሪነቱ ዘመን

ለመጀመሪያ ጊዜ የመሬት ላራሹን መፈክር coined ያደረገና ሰላማዊ ሰልፍ በማደራጀትና ሕቡዕ የተማሪዎች ድርጅት በማቋቋም ተራማጅ እንቅስቃሴ በማካሄዱ በተደጋጋሚ ከዩኒቨርሲቲ የተገለለ ከመሆኑም በላይ ከባድ ክትትል በመንግሥት ሲካሄድበት ኖሯል። በቀዳማዊ ኃይለሥላሴ ዩኒቨርሲቲ በተማሪነት ዘመኑ ንግግር ለማድረግ ሲጀመር የዩኒቨርስቲ ተማሪች የሱ ድምጽ መሆኑን ሲረዱ በሙሉ ግልብጥ ብለው ለማዳመጥ ወደ ስብሰባው ቦታ ተሯሩጠው በመግባት አዳራሹ በተማሪዎች ጢቅ ይል እንደነበረ ዛሬ በሕይወት ያሉ አያሌ የቀድሞ የዩንቨርስቲ ተማሪዎች በትዝታ አጫውተውኛል። በቀዳማዊ ኃይለሥላሴ ዩኒቨርሲቲ እያለም ሆነ ዩኒቨርሲቲውን ከለቀቀም በኋላና የኢትዮጵያ ሕዝብ ጠላቶች ሕይወቱን እስካጠፉበት ጊዜ ድረስ አብዮትታዊ ባለሙያ በመሆን ለግል ሕይወቱ ሳይሳብ በቀመለት ዓላማ ጸንቶ ተሰውቷል። የብርሀነመስቀል ረዳ የንግግር ችሎታውና ባለሥልጣኖችን በማሰመን ቁጣቸውን ውሀ አድርጎ በማብረድ ችሎታው በአዲስ አበባ ፖሊስና በፈጥኖ ደራሽ አባላት ላይ ከፍተኛ ተፅዕኖ አሳድሮ እንደነበር አይዘነጋኝም። በዚህም መሠረት የአዲስ አበባ ፖሊስና የፈጥኖ ደራሽ አባላት እንደቀድሞው ለድብደባ ወደ ዩኒቨርሲቲው ሲላኩ የነበራቸውን ፍቃደኝነት ቀስ በቀስ እየቀነሱ መምጣት እንደጀመሩ አስታውሳለሁ። እያደርም አልፎ አልፎ በገሀድ ልጆቻችንን እንደወንጀለኛ የምንደበድብበት ምክኒያት ትርጉሙ እንዳልገባቸው ውስጥ ለውስጥ የማጉረምረም ድምፅ መሰማት ተጀመረ። የሀገር አስተዳደር ሚኒስቴርና የጸጥታ ሚኒስቴር ከጠቅላይ ሚኒስቴሩ ጋር በመነጋገር በዩኒቨርስቲው ተማሪዎች 'ሲረብሹና ሲበጠብጡ' ጸጥታውን ለማስከበር በዚያን ዘመን የመንዝና ጥሙጋ አውራጃ (89) ተብሎ ይታወቅ ከነበረው የሸዋ ጠቅላይ ግዛት በተለይም የመንዝን ገበሬዎች መጠቀም እንደሚሻል አመኑበት። ዩኒቨርሲቲ የሚባለው ሀገር በመንግሥታችን ላይ አምጿል በሚል ኢትዮጵያዊ ወኔ የውጭ ሀገር ወራሪ ጦር እየመሰላቸው ዩኒቨርስቲው በር ያራግፏቸውና ያለምህረት በያዙት ዱላ ከምን ላይ እንኳን እንደሚመታ ሳይለዩ እንደመጣላቸው መደብደብ ተያያዙት። ይህ ምስኪን አማራ የሚበላውና የሚለብሰው ሳይኖረው "የአማራው" መንግሥት እየመሰለው በአማራነቱ ብቻ እየተመካ የራሱን መንግሥት (የ'አማራውን' መንግሥት ማለት ነው በነሱ ቤት) ሊወሩ የመጡ የውጭ ጠላቶች እየመሰላቸው ያለምህረት ነበር ድብደባ የሚያካሄዱት። በዚሁም ምክኒያት ነበር የአዲስ አበባ ነዋሪ በጉዳዩ እየተገረመ 'የተማረ ይግደለኝ' ያሉት። ታዲያ በዚሁ ዘይቤ ሌላው ደግሞ ሲያፌዝ 'ሂድና ከዩኒቨርሲቲ በር ላይ ተኛ/ተጋደም/ እየተባለ በመመለስ በጨዋታም በማዘንም መሾፊያ ሆኖ ነበር። ይህ ድርጊትና ሁኔታ ሁሉ ዛሬ በምስኪኑ የትግራይ ወገኖቼ ላይ እንደ ሚታየው መኩራራት ማለት ነው። በትግልህ ያገኘኸውን ፍሬና ያቋቋምከውን መንግሥት አማራው ሊወስዱብህ እየተዋጉ ናቸው ተብሎ እንደተነገራቸው ሳያጣሩ ባልታጠቁ ምስኪን ወገኖቻቸው ላይ የጠመንጃ አፈሙዛቸውን ያዞራሉ። ይህንን በግንቦት 7ቱ ሰላማዊ ሰልፍ በገሀድ ተመልክተነዋል። ብርሀነመስቀል ረዳን ሀገር ቤት እያለሁ በግንባር አላውቀውም ነበር።

ወይዘሮ ስኂን ሁለተኛ ደረጃ ትምህርት ቤት የገባሁትም ብርሀነመስቀል ረዳ የወይዘሮ ስኂን ሁለተኛ ደረጃ ትምህርት ቤት ትምህርቱን አጠናቀ ቀዳማዊ ኃይለሥላሴ ዩኒቨርሲቲ ከገባ ዓመታት በኋላ ስለነበር እሱን የማወቅ ዕድልም አልነበረኝም። በፖሊስ አካዳሚ ቆይታየ በመጀመሪያው ዓመቴ የሱን ንግግር ለማዳመጥ እንድ ዕድል አጋጥመኝ። የቀዳማዊ ኃይለሥላሴ ዩኒቨርስቲ ተማሪዎች የእንግሊዝ መንግሥት ለቀድሞው የሮዴሺያ ዘረኛ መሪ አያን ስሚዝ የምትሰጠውን ድጋፍ በመቃወምና የስዌቶን ዘግናኝ ጭፍጨፋ በማውገዝ ብዛታቸው በእኔ ግምት ከ300 – 500 የሚደርሱ ተማሪዎች በየካቲት ወይንም በመጋቢት ያለበለዚያ በሚያዚያ ወር 1960 ዓ. ም. ፖሊስ አካዳሚ የዛሬው የአፍሪቃ አንድነት ድርጅት ዋና ጽ/ቤት ድረስ በመጡበት ጊዜ ነበር። ፖሊስ አካዳሚው ገና የመጀመሪያው የአፍሪቃ አንድነት ድርጅት ዋና ፀሀፊ በጋናዊው በሚስተር ዲያሎ ቴሌ ሙሉ በሙሉ ተገፍቶ አልወጣም ነበር። የአካዳሚው አስተዳደር እኛን ከተማሪዎቹ ጋር አብረው ይደባለቃሉ የሚል ፍራቻና ስጋት ስለአደረባቸው ሁላችንንም መኝታ ቤታችን አለበለዚያም ቤተ መጻፍትና ክፍል እንድንቀይ ትዕዛዝ ተሰጠን። ባጋጣሚ እኔ ከታደሰ አስፋውና ደምሴ ተከተል ጋር መኝታ ቤታችን ውስጥ ስለነበርንና የመኝታ ቤቴ መስኮት ደግሞ ቀጥታ ከአፍሪቃ አንድነት ድርጅት ዋና ጽ/ቤት (ረጅሙ ቀጭን ፎቅ) ፊት ለፊት በመሆኑ ሳንታይ በጥንቃቄ እያጮለቅን በመስኮት ሰልፉን በመመልከት ሳለን ታደሰ አስፋው በዩኒቨርሲቲ ቆይታው ብርሀነመስቀል ረዳን ስለሚያውቀው እሱ መሆኑን ገለጸልን። ኢሕአፓ በታወጀ ወራት ባልሞላው ጊዜ በኢትዮጵያ ሕዝብ በመታጀብ ከፍተኛ ድጋፍ በማግኘት ባንዳፍታ ዕድገት ያገኘው ፓርቲው የብርሀነመስቀል ረዳን ሥም በዙሪያው በማንገቱ ነበር። በምዕራብ አውሮጳ፣ በምሥራቅ አውሮጳ፣ በሰሜን አሜሪካና በአፍሪቃ የነበሩ ተራማጅና ዲሞክራት አትዮጵያዊ ኃይሎች ሁሉ ለዓመታት ያካበቱትን ንብረትና ገንዘብ ለነ እያሱ ዓለማየሁና አበጄ/ሳለህ/መርሻ ዮሴፍ እያራገፉ በማስረከብ ወደ ፓርቲውና ሠራዊቱ የጎረፉት የብርሀነመስቀል ረዳን ሥምና በመሪነት ችሎታው፣ በሙያው ተወዳዳሪ የለሽነትና እንዲሁም በቅንነቱ፣ በጽንዓቱ፣ በብቃቱና በቀጥተኛነቱ ወደርየለሽነት ምክኒያት ሙሉ በሙሉ ይተማመኑበት ስለነበር ነበር። እኔም ቢሆን ከድርጅቱ ጋር ለመቀላቀል ብቻ ሳይሆን የንጉስ ነገስቱን አስተዳደር በመቃወም ከሀገሬና ከፖሊስ ሠራዊቴ ኮብልየ ከወቅቱ አድሀሪ የእሥልምና ተከታይ የወንበዴ ድርጅት ጋር ለመቀላቀል ያስገደደኝም አንዱና ትልቁ ምክኒያት ከብርሀነመስቀል ረዳ ጋር ለመገናኘት በነበረኝ ጽኑ ፍላጎት በመሆኑ ነበር። ያለብርሀነመስቀል ረዳ ኢሕአፓን ማንም ባልፈጠረ። ካገር ቤት እየኮበለሉ ወደ ውጭ ሀገር የወጡትና ቀድሞውንም ቢሆን በውጭ ሀገር ይኖሩ የነበሩት አብዛኛው ተማሪዎች በብርሀነመስቀል ረዳ ላይ ከፍተኛ ዕምነት፣ ፍቅና አክብሮት ነበራቸው። በዚያን ዘመን ታጋይ መስለው በአውሮጳ፣ በመካከለኛው ምሥራቅና በሰሜን አፍሪቃ መዲናዎች በመዘዋወር ሽር ጉድ ሲሉ ቢገነዘብም፣ በጽንዓትና በቀራጥነት ባንድነት የሚጋዙ ዕዉነተኛ ጓደኞቹ እንደማይሆኑና አልፎም

የባዕዳን ቅጥረኞች እንደሆኑ ገና ከጅምሩ ጥርጣሬ እንደነበረው ከእሱ ጋር በተወያየሁበት ወቅት ከንግግሩ ለመረዳት ችያለሁ።

ብርሃነመስቀል ረዳ የኢሕአድ/ኢሕአፓ መሥራችና መሪ

ሆኖም የባዕዳን ወኪሎች ገና ከአፈጣጠሩ ጀምሮ ይኖራሉ ወይንም አሉበት ተብሎ በእርግጠኝነት ቢገመትም ሁኔታውን ለጊዜው እንዳላወቁና እንዳልጠረጠሩ በመምሰል ድርጅቱ በፋይናንስ፣ በድርጅት፣ በፖለቲካና በሁሉ አቀፍ መስክ እንዲጠናከር ስለሚረዳ መስሎ በመሳተፍና አንቀደምም በማለት ሙሉ በሙሉ ተማምነው ብርሀነመስቀል ረዳና ውድ ጓደኞቹ ወደ ሜዳ መግባታቸው የመጀመሪያው ከየዋህነት የመነጨ ከባድ ስህተት እንደሆነና ለሀገሪቷና ለሕዝቧ ሳይሆኑ

እንደቀሩ የመፅሀፉ ደራሲ በፅኑ ያምናል። ትግል ወይም አብዮት ለብርሀነመስቀል ረዳ ሙያው እንጂ ፋሽን ወይንም ለዝና አልነበረም። እንደሌሎቹ በውጭ ሀገርና ባገር ቤት ሸር ጉድ እያለ ከውድ ባለቤቱና ከውድ ልጆቹ ጋር ቤትና ንብረት መስርቶ መኖር አልቸገረውም ነበር። እንደሌሎቹ በድንገት ከትግል ዓለም ብቅ ብለው መታወቅ እንደጀመሩት መጤዎች ሳይሆን ትግል የጀመረው ገና በወጣትነቱ ዕድሜው ነው። እንደለሎቹ የፓርቲው መሪዎች ተሽሞንሙኖ የኖረ ሳይሆን እሳትና እረመጥ የበዛበትን የትግል ጎዳና ተጉዞና ተፍትኖ በመስዋዕትነት ኢሕአፓን ያስፈጠረ ከፍተኛ ታጋይ ነው። ከዚያም በላይ ከ1962 ዓ. ም. እስከ 1964 ዓ. ም. ድረስ በነበረው ጊዜ ኢሕአድን፣ ቀጥሎም የኢተፌማ እና በመጨረሻም ኢሕአፓን ለመመስረት በተደረገው ትግልና ርብርብ የብርሀነመስቀል ረዳ ሚና እጅግ አይነተኛ ነበር። የብርሀነመስቀል ረዳ እውቅና እና ዝና የስር ነቀል ለውጥ ደጋፊዎችን በማሰብሰብ ረገድ በከፍተኛ ደረጃ ረድቷል። ለዓላማው ከፍተኛ ጽንዓትና ጥንካሬ የነበረው በሙያው አብዮትታዊ ስለነበር ኢሕአፓ ማለት በርሀነመስቀል ረዳ ማለት እንደሆነና በርሀነመስቀል ረዳ ማለት ደግሞ ኢሕአፓ ማለት እንደነበርና ሁለቱም የማይነጣጠሉ የአንድ ሳንቲም ሁለት ገፅታ የነበሩ መሆናቸውን ብዙዎች ያስታውሱታል። በባዕዳን ተወካዮችና ተከታዮቻቸው ብርሀነመስቀል ረዳ ላይ ያልተባለና ያልተነዛ ወሬ፣ ያልተነገረ አሉባልታ፣ ያልተሰራጩ የሥም ማጥፋት ዘመቻ አልነበረም። ከሁሉም ይበልጥ የድርጅቱ ክሊክ ከፍተኛው ሀጢአታቸው ከመንግሥቱ ኃ/ማርያም ጋር ተነጋግሮ ደርግ ውስጥ ገባ ብለው መንዛታቸው ነበር።

ባጋጣሚ ከማዕከላዊ ኮሚቴ የተበተነውን ይህን የሀሰት መረጃ ያዘለውን ጽሁፍ በወቅቱ ከለላና መጠጊያ አግኝቸ ከምኖርበት ቤት እያለሁ ለመመልከት ዕድል እግኝቼ እንዳነበብኩኝ በዚያኑ ሰሞን ብርሀነመስቀል ረዳ የእርማት እንቅስቃሴውን ከሚያካሂድበት ከመንዝ አካባቢ ለግዳጅ ወደ አዲስ አበባ ተልከው የመጡ ሦስት ጓዶች እኔ ካለሁበት ቤት በሰነበቱበት ጊዜ ብርሀነመስቀል ረዳ የት እንደሚኖር ለማወቅ እስችሎኛል (አለባቸው፣ ቢራቱ፣ አራጌ)። የሚያስደንቀው ደግሞ እዚያው ቤት ውስጥ ተጠልለው/ተደብቀው ከሚኖሩት ከተጠቀሱት ሌላ ያንኑ የአመራር እምብርቱን መርዘኛ ውዥንብርና ሀሰት የተመላበትን የማዕከላዊ ኮሚቴ ፀረ-ብርሀነመስቀል ረዳ ፕሮፓጋንዳና ሥም ማጥፋት ዘመቻ የሚያራምዱና የሚያሰራጩ ያዚያን ጊዜው የ"አመራር እምብርቱ"/"ኪልክ" አባላት የነበሩ ሁለት ጓዶች (ገብረሀና፣ በላቸው) ያጋጣሚ ሆነና ሁላችንም አብረን ባንድ ቤት የመኖር ዕድል/አጋጣሚ አግኝተን እንኖር ነበር። የማዕከላዊ ኮሚቴ የበተነውን መርዘኛና የጥላቻ ፀረ-ብርሀነመስቀል ረዳ ጹሁፍ ከሁለቱ "ክሊክ" ተብየዎች ተቀብለን እኔም ሆንኩ ከመንዝ አካባቢ የመጡት ጓዶች ለማንበብ ዕድሉን አገኘን። ዓላማው አንብበን ጥላቻ እንዲያድርብንና ፀረ-ብርሀነመስቀል ረዳ ዘመቻ እንድናስፋፋ ነበር። ሦስቱ ከብርሀነመስቀል ረዳ ተልከው ለግዳጅ የመጡት ጽሁፉን ካነበቡ በኋላ እንባቸውን ሲያፈሱ በማየታችን ተደናግጠን ስንጠይቃቸው ጠላት

ብርሀነመስቀል ረዳን ምን ያህል ቢፈሩት ነው ያለኃጢአቱና ተግባሩ እየፈጠሩ ስሙን የሚያጠፉት፣ ምን ያህል ቢያስጨንቃቸው ነው የሕዝብ ጠላቶች የሆኑ አሉባልታ የሚያካሂዱበት ብለን በመገንዘባችን ነው ይሉናል። ይበልጥም እንድንወደውና እንድናከብረው፣ ይበልጥም እንድንተማመንበትና እንድንኮራበት ብሎም በእሱ አመራር ስር ተሰልፈን ለመሰዋት ተጨማሪ የኃይል ምንጭ ሆነልን ብለው በንደትና ሲቃ ገለጻ አደረጉልን። ከእሱ ጋር ከርመን ወደ አዲስ አበባ ባንመጣ ኖሮ ይህን መሰሪ ጽሁፍ ባመንና በማናውቀው ነገር ጥላቻ ባደረብን ነበር አሉ። ሁለቱ ንጹህ የሆኑ ነገር ግን በአመራሩ እምብርት ተወናብደው የነበሩት የድርጅቱ አመራር እምብርት/ክሊክ ደጋፊ የሆኑት ምስኪን ጀሌዎች ግራ ተጋቡ። እንዴ እሱ እኮ ያለው ቤተመንግሥት ውስጥ በክብር እየተጠበቀ ነው የሚኖረው ብለው በወኔ ሊያሳምኑም ሞከሩ። በዚያች በተባርከችና በተቀደሰች የጨዋ ቤት ውስጥ አጋጣሚ ሆኖ ከእኔ ጋር የነበሩት ሁለቱም ወገኖች ማለትም ክሊክ እና "እንጃ" በመባል የተፈረጁት ንጹህና ግልጽ የሆኑ ጠንካራ የኢሕአፓ አባላት ናቸው። ታዲያ ከመብሰላቸውም የተነሳ ሁለቱም ወገኖች ጨዋና አስተዋይም ነበሩ።

በውይይት እንዲግባቡና ከድንቁርና ዓለም እንድወገዱ በማደፋፈር ክሊክ እና "እንጃ" ይባባሉ የነበሩትን ፈጣሪ አቅሙንና ብቃቱን ለግሶኝ ሁለቱን ቡድኖች በማግባባት "አንጃ" እና ክሊክ የሚባለውን የባይተዋር ስም ወርውረው ወደ ቀድሞው ትክክለኛ የመጠሪያና መታወቂያ ስማቸው ወደ ኢሕአፓንት ለውጥው እንዲጠቀሙ ለማስደረግ ቻልኩኝ። ይህን ለማድረግ የረዳኝም አንዱና ዋናው ምክኒያት ጊዜው ደርግ የበላይነትን ተቀናጅቶ የድርጅታችን የአመራር ክሊክ በቀየሰው የተሳሳተ መሥመር ሳቢያ ወጣቱ ተጨፍጭፎ በማለቅ ላይ መሆኑንና መሪዎቻችን ታማኝ ሎሌዎቻቸውን አስከትለው ቀሪ አባላቱን ያለመጠሊያ አጋልጠው ወደ አሲምባ ፈርጥጠው መሄዳቸው የምላቸው ሁሉ ትክክለኛ ሆኖ ተሰማቸው። ከሁሉም ይበልጥ እነደተነገራቸው የሀሰት ማስረጃ ብርሀነመስቀል ረዳ ቤተመንግሥት ውስጥ ሳይሆን በመንዝ ጫካ ውስጥ እንደሚኖር መረዳታቸው ነበር። ከእሱ ጋር የመጡት ጓዶች ስለሚያካሂደው እንቅስቃሴና ከመንዝ ወደ አዲስ አበባ የወጣበትንም ዓላማ ጭምር ገለጻ አደርጉልን። ወደ መንዝ የሄዱትም ለመዋጋት ሳይሆን ካላስፈላጊ የእርስ በርስ እልቂትና እንዲሁም መጠጊያና ከለላ በማጣት ከአምባገነኑ ደርግና ከድርጅቱ አመራር ያላስፈላጊ ጭፍጨፋ ለመዳን ጊዜያዊ ከለላ/መጠጊያ አግኝተን የእርማት እንቅስቃሴ በማካሄድ መልሰን ለመሰባሰብና ለመቃቃም እንዲቺሉ እንደሆነ አስረዱን። ሁለቱ የዋህና ቅኖቹ ክሊክ ፓርቲው የሚሰራውን እንደማያውቅ ዓይነት ነገር ሆኖ የተሰማቸውን ስሜት ለመግለጽ ሞከሩ። ሁለቱም ወገኖች ከተማመኑና ከተግባቡ በኋላ ምን ማድረግ እንዳለባቸው ጓዳዊ ምክሬን ጠየቁኝ። ባረፍንበት ቤት ቤተሰብ ሁለት ጓደኞቻቸው ስለእኔ በመጠኑ ለ"አንጃዎቹም" ለክሊኮቹም የተነገራቸው መሆኑን በመረዳቴ ከእኔ ጋር ተቀምጠው የማያቸው እኒያ ቅንና ትኩስ ኃይል የሆኑ ታጋዮች ድንገት በጉዞ መንገድ ላይ

ያለበለዚያም በአሰሳ ቢያዙና ስለእኔ ቢጠየቁ ወይንም ሳይጠየቁ ቢለፈልፉ ምን ማለት እንደሚገባቸው ምክሬን ከመለገሴ በፊት ቶሎ ብየ አስቀድሜ እራሴን እንደሚከተለው አስተዋወኳቸው። የዚያድ ባሬን አድኃሪ ወራሪ ጦር አስመልክቶ የኢሕአፓ አመራር ከሻዕቢያና ወያኔ ጋር በመተባበር ወረራውን እንደተራማጅና ተገቢ ጦርነት በመቁጠር በሜዳና በሱዳን ያካሄዱትን ቅስቀሳ ተቃወምን። በደርግ ላይ ባለን ጥላቻ ምክኒያት አገራችን በአድኃሪ የዚያድ ባሬ ወራሪ ጦር ስትወረርና ዳር ድንበራችንን ለዘመናት ሲያስከብር የቀየውን የኢትዮጵያን የመከላከያ ሠራዊትን ማውገዝ ከእውነተኛ ኢትዮጵያዊያን የማይጠበቅና ከባዕዳን ጠላቶች እንደማንለይ ቅስቀሳ በማካሄድ ከመከላከያ ሠራዊታችን ጎን ተሰልፈን ለአገራችን ዳር ድንበር መከበር መታገል እንደሚገባን ቅስቀሳ አካሄድን። ካርቱም በመቀየት በአፍ ብቻ ቡራ ከረዩ ማለቱ ኢትዮጵያን ለመከላከል ምንም ዓይነት አስተዋፅዖ ስለማይኖረው ሀገር ቤት ገብቼ ከአገሬ የመከከያ ሠራዊት ጎን ተሰልፌ ኢትዮጵያዊ ግዴታየን ለመወጣት ምሕረት ጠይቄ መጣሁ። ሆኖም ከአገርና ሕዝብ ጠላቶች ምን ዓይነት ሪፖርት በተዘዋዋሪ ለመንግሥት እንደደረሰ ባላውቅም እንደምታዩኝ ቤት ውስጥ ተጎልቼ እኖራለሁ ብየ ድንገት ቢያዙ ይህንኑ እንዲናገሩ በማለት በተዘዋዋሪ ገለጽኩላቸው። ከዚያም ምክሬን እንደሚከተለው ለገስኳቸው። ምንም ዓይነት እንቅስቃሴ በአዲስ አበባ አካባቢ ማድረግ ማለት እራስን መግደል እንደ ማለት ስለሚሆን የምመክራችሁ ሁኔታው በሰሎ እስከሚጠራና እንድነትና መተሳሰብ መልሶ እስከሚፈጠር ድረስ አምስታችሁም መንዝ ሄዳችሁ ከሌሎች ጎዶቻችሁ ጋር ብትቀዩ ይሻላል ብየ መከርኳቸው። ከሁለቱ “የክሊኩ” ወገን እንደኛው ስለአሲምባ የተነገረውን የተጋነነ የሀሰት ፕሮፓጋንዳ በመጥቀስ አሲምባ ሂዶው እዚያ ትንሽ እፎይታ አግኝተው ትግላቸውን መቀጠል እንደሚኖርባቸው በአማራጭ መልክ ሊያቀርብ ሞከረ። በአሁኑ ጊዜ አሲምባም ጥሩ አማራጭ አይሆናችሁም። አሲምባም ትልቅ እሳት ጎሞራ ፈንድቶ ሠራዊቱ በመተራመስ ላይ እያለ ነው ትቼ የመጣሁት። አሲምባ ብትሄዱ የባሰ ያልታሰበ ችግር ውስጥ ተማግዳችሁ የመንፈስ፣ ዓእምሮና የአካል ረብሻ ውስጥም ልትገቡ ትችላላችሁ። ሁኔታው አስተማማኝ አይደለምና መልካም የሚሆነው ሁኔታው እስከሚጠራ ድረስ ሸዋ ሄዳችሁ ለመቀየትና መልሳችሁ ለመሰባሰባና ለመቃቃም መሞከሩ ነው ብየ በድፍረት አስረዳኃቸው። ንጹህ፣ ቅንና ግልጽ ወጣቶች ስለሆኑ ደፍሬና ሕይወቴንም ሸጬ እነሱን ማትረፍ ግዴታየ ነበርና ሳላወላውል መከርኳቸው። በመጠኑም ቢሆን ካረፍንበት ቤት በሁለቱ የተነገራቸውና ከራሴም የሰሙ በመሆናቸው ሁሉም ሳይከራከሩ ምክሬን ተቀበሉኝ።

ወዴትና እንዴት ሹልክ ብለው እንደሄዱ ለማወቅ አልቻልኩም፣ “በምክርህ መሠረት ሄደናል፣ ከድል በኋላ ያገናኘን” የሚል በብጣቂ ወረቀት ጽፈው ከምተኛበት አልጋ በአንሶላዎቹ መካከል በትራሱ ሥር አስቀምጠው ጠፉ። ደብዛቸው ጠፍቶ ከእሥራ ሶስት ዓመት በኋላ ወያኔ እንደገባ አራቱ ተጎሳቁለውና ከስተው በሕይወት አገኘኃቸው። አምስተኛው በጉዞ ላይ እንዳሉ ደብረ ብርሀን

ሲደርሱ ሀሳቡን በመቀየር ወደ አሲምባ ብሎ ጉዞውን በደሴ በኩል በመጋዝ እንደተለያቸው ነገሩኝ። ይህ በ1970 ዓ. ም. አጋማሽ ሠራዊቱ በወያኔ ተደብድቦ ከመደምሰሱ ጥቂት ሣምንታት በፊት ነበር። በአሲምባ ቀይታየ ብዛት ካላቸው አባላት/ታጋዮች ጋር ስለብርሀነመስቀል ረዳ ተወያይቻለሁ። ሁሉም ለእሱ የነበራቸው ፍቅር፣ አክብሮትና እምነት ሲበዛ ከፍ ያለና የደመቀ ነበር። የድርጅቱ አመራር እምብርት/ክሊክ በብርሀነመስቀል ረዳ ላይ ያስራጨው አሉባልታና የሥም ማጥፋት ዘመቻ በመላው ሠራዊቱ ባንዳፍታ ሊሰራጭ በመቻሉ እንደዚያ የሚወዱት፣ የሚያፈቅሩትና በሱ ላይ ከፍተኛ እምነት የነበራቸው ብርሀነመስቀል ረዳ ለደርግ አድሮ ከደርግ ጋር ገብቶ እየሰራ ነው ተብሎ ሲነገራቸው አሉባልታውን በማመን አብዛኛዎቹን እጅግ አሳዝኗቸው የነበራቸውን አክብሮትና ፍቅር ቀንሶባቸው ነበር። በሠራዊቱ በተነዛው በዚሁ አሉባልታ ተነክተው ከነበሩት መካከል አንዱ የሠራዊቱ አዛዥ አብዲሳ አያና/ሮባ እንዲህ ይላል፣ "ደርግ አስሮት እያለ እስኪገደል ድረስ እንኳን በደርግ ቤተመንግሥት ገብቶ ለደርግ እየጻፈ/እየሰራ ነው የሚል ዜና ነበር የሚነገረን። እውነታው ቀይቶ ሲገለጽ ግን በደርግ ምሕረት እንዳልተሰጠውና በሞት እንደተቀጣ ነው (አብዲሳ አያና)። በብርሀነመስቀል ረዳ ላይ የተሰራጨው ሌላው አልቧልታ ብርሀነመስቀል ውሳኔ ቢስ ወይም እርምጃ ለመውሰድ የማይቀርጥና ሠራዊቱ እርምጃ ሳይወስድ ባዶ መሳሪያ አንግተው በየመንደሩ እያውደለደሉ እንዲቀዩ አድርጋቸዋል የሚል ከዕውነት የራቀ የራሳቸውን ሀጢዓት በሱ ላይ ለማሳበብ ያደረጉት ሙከራ ነው። በነክፍሉ ታደሰና ተስፋየ መኮንን ከፍተኛ ጥላቻ ያላደረገውን እንዳደረገና ያልተናገረውን እንዳተናገረ በማቀነባበር ከኢትዮጵያ ሕዝብ ጋር ሊያለያዩት ቢሞክሩም ዕውነት ተሸፍናና ተደብቃ አትቀርም። ብርሀነመስቀክ ረዳ ሠራዊቱን ይወዳል፣ ለሠራዊቱም ሲል አብሮ ተጉዟል። ለሠራዊቱም ሲል በስተእንግድነት በቀየበት የሻዕቢያ ሜዳ ላይ ከትግል ጓዶቹ አክብሮትንና ትብብርን ማግኘት ሲገባው ችግር ሊፈጥሩበት ሞክረዋል። ብርሀነመስቀል ረዳ አሲምባ በገባ ሁለት ወር ሳይሞላው ከሠራዊቱ አካባቢ በዘዴ በማስወገድ አዲስ አበባ ተወስዶ ከሠራዊቱ ተነጥሎ በመቀየቱ በሠራዊቱ ስለሚካሄደው የሚያውቀው ከክሊኩ በሚሰጠው ተባባሪ ወሬ ብቻ ነበር። ለሁለት ወር ያህል አሲንባ በቀየበት ጊዜ ለአካባቢውና ለሕዝቡ እንግዳ በመሆናቸው ተለዋጭ መመሪያ እስከሚደርሳቸው ድረስ ምን ማከናወንና ማካሄድ እንደሚገባቸው ከፓርቲው መመሪያ ስለተሰጣቸው ከመመሪያው ውጭ የሚደረግ አልነበረም። ብርሀነመስቀል ረዳ ፎኮይስት አደለም፣ ወይም ደግሞ የሺፍትነት ባህሪይ አልነበረውም። ያለበለዚያም በጀብደኝነት መንፈስ ትግል አያካሂድም።

"የኃላ ኃላም ቢሆን ንጉሦቻችን" ሠራዊቱን ያስታወሱት ለእድገቱና ለጥንካሬው ታስቦ ሳይሆን ደርግ ከአዲስ አበባ ሲያባራቸው በድልድይነት አፈግፍገው ወደ ውጭ ሾልከው እስከሚፈረጥጡ ድረስ በመከለያነት ሊጠቀሙበት በመፈለጋቸው ነበር። አብዲሳ አያና እንዲህ ይላላ፣ "... ሠራዊቱ ቀድም ብሎ ወደ ሜዳው የገባው ሠራዊት ሙሉ በሙሉ እንዳለም ሳይቀጠር እዚያ ታፍኖ እንዲቀመጥ

የተደረገ ሁኔታ ነበር። እንግዲህ ይሄ ሁኔታ እራሱን አስገድዶ በሚመጣበት ጊዜ መሄጃ በሚጠፋበት ጊዜ በፍጹም ለማግፈግፈጊያ ቦታ በሚጠፋበት ጊዜ ነው አመራሩም ሆነ ለከለላ የላካቸውም ሰዎች ወደዚያ የመጡት። ኢሕአፓ በከተማው ውስጥ ከተመታ በኋላ የከተማው ፓርቲ ድርጅት ከፈራረሰ በኋላ የቻለው በእርግጥ ያው ባብዛኛው እንደሚታወቀው ታስሮ እዚያው ተሰውቶ እንደቀረነው የምናውቀው። ሌላው እንግዲህ የቻለው ወደ አሲምባ ለመምጣት ችሏል። ያ ፍልሰት በነበረበት ጊዜ ብዙ ሰው ወደ ገጠር በመጣበት ጊዜ የፓርቲው አመራር ጭምር ነው እንግዲህ በሠራዊቱ ውስጥ ነው ለመጀመሪያ ጊዜ ጥያቄዎችና እንትን የተነሱት። ይኸውም ምንድን ነው ይኸን ያክል ጊዜ ስለ እሕአሠ ሕይወትና ዕድገት የተነሳም ነገር አልነበረም። ከከተማ ተገፍተው ባይመጡ ኖሮ ስለ ኢሕአሠ ሕይወትም ሆነ ዕድገት ጉዳያቸውም ሆኖ አይነሳም ነበር" (8አብዲስ አያና)።

ሀ. የባዕዳን ተወካዮች እንደሚኮንኑት ብርሀነመስቀል ረዳ ለሥልጣንና ለዝና ጉጉት አልነበረውም

ብርሀነመስቀል ረዳ ሥልጣን የሚወድ ነው፣ ሥልጣን ፈላጊ ነው በማለት ተወዳጅነቱን ለማጥፋት ብዙ ጥረዋል። ብርሀነመስቀል ረዳ ሥልጣን ቢፈልግ በደምብ ይገባዋል፣ ፍላጎቱ ከራሱ ጥቅምና ዝና አንጻር ሳይሆን ድርጅቱንና ሠራዊቱን ከውስጥና ከወጭ ቦርቧሪዎች ለመጠበቅና የአባላቱን ብቃት ለማሳደግ ባለው ፍላጎት ብቻ ነው ቢፈልግም እንኳን። ከዕውቀት ዕውቀት፣ ከችሎታው ችሎታ፣ ከመሪነት ብቃት ከፍተኛ መሪነት፣ ከታጋይነት ታግሎ የሚያታግል የተግባርና የገቢር ሰው ስለነበር ለሥልጣን ጉጉት አልነበረውም እንጂ ቢፈልግ የሚገባው አብዮታዊ ነበር። በመሠረቱ ማንኛውም ታጋይ የሆነ የሠራዊቱ አባል ችግሩን፣ ስቃዩን፣ የትግል ሕይወት አስከፊነትና ባጠቃላይም የቀዩ ሠራዊትን ዲስፕሊንና ሕይወት መቋቋም፣ ማሸነፍና መግታት ያቃተው ማንኛውም አባል ከሠራዊቱ ጋር እየታገለ ለመቀጠል ያልፈለገና የማይፈልግ ሁሉ በፍላጎቱና በፍቃደኝነት ወደ ትግሉ እንደገባው ሁሉ አሁንም በሰላምና በፍቅር በፍላጎቱ ወደመጣበት በፓርቲውና በሠራዊቱ ወጪ እንደሚመለስ በገሃድ እየተነገረው ነው ሁሉም የገቡት። ሜዳም ከተገባ በኋላ ይህንኑ በድጋሜ እንደመብት ተቀጥሮ በቀጥታና በግልጽ በማያወላውል ተነግሯል። በተግባርም ተተርጉሟል። ይህንንም መብት በመጠቀም ከማስታውሳቸው እንኳን እነ ዶ/ር አብዱልመጂድ ሁሴን፣ ዶ/ር ሰለሞን ሸዋ፣ ኤደን ከእኛ ጋር የነበረው ቀዩ መልከ መልካም ቅዱስ ገብሬልን ይመስላላ የምንለው ኤሊያስ/ሊጋባ/ፋይዛል (ውጊብ የሽጥላ ሳይሆን አይቀርም ነው የተባለው) የሚባለውና እና ሌሎች ብዛት ያላቸው ጓዶች አሲምባ በገቡ ወራት ባልሞላ ጊዜ ተመልሰው ወደመጡበት ፈርጥጠዋል። ይሁን እንጅ ችግሩንና መከራውን እንቋቋማለን፣ ባጠቃላይ የፓርቲውንና የሠራዊቱን ዲስፕሊን በመከተል እንገዛለን ብለው በትግሉ መቀየት ለሚፈልጉ ታጋዮች ለየት ባለ ሁኔታ መያዝና መገዛት ይኖርባቸዋል። እኳንስ ኢሕአፓ' የመሰለ የላብ አደር ፓርቲ ይቅርና የሌላውም ሠራዊት የራሱ የሆነ

ደምብና ሥነሥርዓት ይኖረዋል። ከጠላት የሚከላከል፣ የውስጥ ቦርቧሪን የሚቆጣጠር፣ ለጠላት በር የማያስከፍት ጠንካራ የሆነ ታጋዮችን ጠባቂና አለኝታ የሆነ ደምብ አለው። የፓርቲው/የሠራዊቱ ሥነሥርዓት እንዳይበላሽ፣ የአባላት ልቅነት እንዳይፈጠርና ለጠላት በር እንዳንከፍት፣ ፓርቲያችንን ህልውና እንዲጠበቅ ይቆጣጠራል፣ ያርማል፣ ይተቻል። ካልሆነም ለፓርቲያችንና ለሠራዊታችን ህልውናና ጥንካሬ ሲባል የሥነሥርዓት እርምጃ ይወስዳል።

ታዲያ ብርሀነመስቀል ረዳ ልቅነትን፣ ሞራለ ብልሹነትንና ሌላ ዓይነት የሚያጠራጥር ዝንባሌ በመገንዘቡ ምክኒያት በሚያደርጋቸው ቁጥጥርና አደገኛ ዝንባሌዎቹን ለመግታት በሚወስደው እርምጃ አምባገነን እየተባለ ተወቀሰ፣ ተወገዘ። የብርሀነመስቀል ረዳ ጓደኛው እንዲያውም እንደሚባለው አብረው አይሮፕላን ጠልፈው የወጡ፣ ባንድነት ተሰደው የኖሩና አያሌ የትግል ዓመታትን ባንድነት ያሳለፈ ጓደኛው በአንድ ወቅት የመካከለኛው ምሥራቅ ተወካይ ሆኖ ያገለግል ነበር። ጓዱ ሆን ብሎ ይሁን ወይም በሌላ ምክኒያት ወይንም በተፈጥሮ ግድየለሽነትና በሊበራልነቱ ይሁን አላወኩም ሆኖም ምስጢር ሊጠበቅ እንዳልቻለ ይታማ ነበር። ጊዜው በሚስጢር ከፍተኛ እንቅስቃሴ የሚከናወንበትና የመጀመሪያዎቹም በፍልሥጥኤም ሰልጥነው ወደ ሀገር ቤት የሚገቡት ወቅት ስለነበር በሊበራልነቱ ሳያውቅ ወይም እየታወቀው በድርጅቱ ላይ ጉዳት ሊያስከትል ሆነ። ከዚህም በላይ መጠጥ ካገኘ ከመጠን በላይ ይለጋው ነበር ይባላል። ስልሆነም ብርሀነመስቀል ረዳ ባለበት ኋላፊነት ጓዱን መከረ፣ አስመከረ፣ በተደጋጋሚም ጊስ አደረገ። ጓዱ ግን እራሱን ሊያርምና ሊያስተካክል ባለመቻሉ ጓደኛየ ነው ሳይል ከቦታው አነሳው። የወሰደውን እርምጃ ከመደገፍ ይልቅ አምባገነን ነው፣ ከልት (cult) ሊፈጥር እየጣረ ነው እያሉ ወሬ መንዛት ጀመሩ። ክፍሉ ታደሰም ሆነ ሌሎች ታሪኩንና እውነታውን እያወቁ ብርሀነመስቀል ረዳን እርምጃ እንደመደገፍ ፋንታ ለአሉባልታና ውንጀላ ተባባሪ በመሆን ስሙን ለመበከል ጥረት አደረጉ። እንደሚባለውም ይህ ከመካከለኛው ምሥራቅ የድርጅቱ ተወካይነት የተገለለው የብርሀነመስቀል ረዳ የቅርብ ጓደኛ በማያወቅና በማይገባው መንገድ በተደጋጋሚ እያዘናጉ ስህተት ውስጥ በማስገባት ከቦታው ሲወገድ መርሻ ዮሴፍን ለማስቀመጥ በረቀቀ ዘዴ ያቀነባበሩት ሸርና የተንኮል ሴራ እንጂ ከዚያ በፊት የተባለው ጓድ በመጠጥ፣ በንዝህላልነትና በግደለሽነት እንደማይታወቅ ይታወቅ እንደነበር ነው። እንዲያውም የነቢኒያም አዳነ የቅርብ ጓደኛም ነበር ይባላል። ከአዉሮጳና ከሌላም ተሰባስበው ወደ ሜዳ ከገቡት የመጀመሪያዎቹ ትግልን እንደፋሽን በመመልከት በሞቅ ሞቅና በቅድመ ትውውቅ ገብተው ወደፊት ከፊታቸው የተደቀነው ሕይወት መራራ፣ እሾህ አሜኬላ የበዛበት ሊቃቃውሙት ወኔውና ጥንካሬው የከዳቸው በመሆናቸውና ከነበሩት ጠንካራና ሀቀኞች ጋር አብረው ሊራመዱ እንደማይችሉ በመገንዘባቸው ሊያስተባብራቸው የሚችል ጓድ ለብቻው ከሆላንድ በሻዕቢያ ትብብር ኤርትራ እስከሚገባ ድረስ ጠብቀው ከተስማሙ በኃላ አሲምባ

በገቡ በጥቂት ጊዜ ውስጥ አምልጠው አዲግራት ለሚገኘው የደርግ ሠራዊት በመስጠት በሠራዊታችን ክህደትና ኩብለላን የቀደሱት ከዳተኞች እነ ተስፋየ መኮንን ይገኙበታል።

በብርሀነመስቀል ረዳና የአስኳሉ ጥቂት አባላት መካከል የተፈጠረው አለመግባባት የተጀመረው አራግ በሚባለው የሻዕቢያ የማሰልጠኛ ሠፈር እንዳሉ የመጀመሪያዋን ስብሰባ መስከረም ወር 1965 ዓ. ም. ባካሄዱበት ጊዜ ብርሀነመስቀል ረዳ በቡድን መሪነቱ ብቻ ሳይሆን በድርጅቱ ዋና ጸሀፊነቱ በፓርቲውም ሆነ በሠራዊቱ ውስጥ ስለሚኖረው አሰራር አጠቃላይ ገለጻና መመሪያ በሰጠበት ወቅት እንደነበር ፀሐየና ጌራ በዚሁ አካባቢ ወድኃላ የጠቃቀሱትን እንመለከታለን። ከዚሁ ሳንርቅ በመጀመሪያ ደረጃ ብርሀነመስቀል ረዳ በመስከረም ወር 1965 ዓ. ም. ሻዕቢያ ሜዳ ወይንም ኤርትራ አልነበረም፣ እነፀሐየና ጌራ በርሀነመስቀል ረዳን ለመኮንን የፈጠሩት ታሪክ ነው። ከነጭራሹም በዚያን ጊዜ ቤይሩትም አልነበረም። በነሐሴ ወር መጨረሻ 1965 ዓ. ም. በሳል በተባለች የስዊዘርላንድ ከተማ ላይ በተካሄደው የሁለተኛው የኢሕአፓ ጉብዔ ላይ ተሳትፏል። ከመለስተኛው ጉባዔ በኋላ በሁለቱም የፍልሥጥኤም ነፃ አውጭ ድርጅት የሠለጠኑት የሠራዊቱ ጠንሳሽ አባላት ሥልጠናቸውን አጠናቀው ከቤይሩት በተለያዩ በረራዎች ወደ ደቡብ የመን በመጓዝ ኤደን ላይ መገናኘታቸው ተጠቅሷል። ብርሀነመስቀል ረዳና የፋኖ ሥልጠና ካጠናቀቁት 13ቱ ጓዶቹ ጋር ከኤደን ወደ ኤርትራ በሻዕቢያ ጀልባ ጉዞ የጀመሩት መስከረም 1966 ዓ. ም. ነበር። ከሻዕቢያ ጠቅላይ ሠፈር እንዳሉ ስለ ኤርትራ አቋም እንዲወስዱ ኢሳያስ አፈወርቂ በእነ ብርሀነመስቀል ረዳና ጓዶቹ ላይ ተፅዕኖ በማድረጉ በኤርትራ ጥያቄ ላይ አቋም ለመውሰድ በግርግር ባለው ሠራዊት የሚወሰን ባለመሆኑና ድርጅቱን ውሳኔ እንደሚሻ ለኢሳያስ አፈወርቂ በማሳሰቡ ጉዳዩን ለድርጅቱ ለማቅረብ ብርሀነመስቀል ረዳ በመሀሉ ወደ አውሮጳ ተመልሶ በሚያዚያ ወር 1966 ዓ. ም. በስዊዘርላንድ ዋና ከተማ በጄኔቭ ላይ በተደረገው የሶስተኛው የኢሕአፓ ማዕከላዊ ኮሚቴ ስብሰባ ተካፍሏል። በጥር ወር 1967 ዓ. ም. በኤርትራ የሻዕቢያ ሜዳ እንዳሉ በተደረገው ስብሰባ ላይ ወደ ኢትዮጵያ ጉዞ አድርገው አሲምባ በሚያዚያ ወር 1967 ዓ. ም. መጨረሻ ገደማ ገቡ።

በጉዞ ላይ እንዳሉ ተስፋየ መኮንን የፈጠረው ችግር አይሎ በመሄዱ ገና አሲምባ ከመግባታቸው በፊት እንደሊ ላይ ስብሰባ ተቀመጡና ዲሞክራሲያዊ በሆነ መንገድ ውይይት ተካሂዶ የተስፋየ መኮንንን አቋም የሚደግፉ ስድስት የአስኳሉ አባላት ሲሰለፉ በተቃራኒው 12 አባላት የብርሀነመስቀል ረዳን አቋም በመደገፍ ለሕዝባቸው በገቡት ቃል ኪዳን መሠረት የተራዘመ የሕዝባዊ ገጠር ትግሉን መቀጠልና ወታደራዊው መንግሥትን መዋጋት እንደሚገባቸውና በመስዋዕታቸው የኢትዮጵያን ሕዝብ ነፃነት፣ ለዲሞክራሲና እኩልነት ለመሰዋት ቁርጠኝነታቸውን ወሰኑ (አስማማው ኃይሉ፣ 49)። በሮባ/አብዲሳ አያና መሠረት ብርነመስቀል ረዳ የነተስፋየ መኮነንን የፖለቲካና የመስመር አቋም በእርግጠኝነት በመረዳቱና ውሎ አድሮ ከነትጥቃቸው ወደ ጠላት እንደሚገቡና ከጠላት ጋር

በማበር ሚስጢር እንደሚያባክኑ በማመኑ አቋማቸውን እስካልለወጡ ድረስ ከቡድን ጋርም ሊዘልቁ የማይገባ በመሆኑ "ትንሽ ጊዜ ስጡኝና ከኢሳያስ አፈወርቂ ጋር ተነጋግሬ በኤርትራ በኩል ወደ ውጭ የምትሄዱበትን መንገድ አመቻችቼ ትመለሱና ከዚያም ወደፈለጉበት መሄድ እንደሚችሉ ሁሉ በሰላማዊ መንገድ ችግሩን ለማስወገድ ብርሀነመስቀል ረዳ ቢያመክራቸውም ወደ አውሮጳ መውጣት እንደማይፈልጉና ወደ አሲንባ መቀጠል እንደሚፈልጉ አቋማቸውን አረጋገጡለት። ለአንባቢያን ግልጽ ሊሆን የሚገባው ብርሀነመስቀል ረዳ ምን ያህል በውይይትና በዲሞክራሲ እንደሚያምን ነበር። ከጠላት ጎራ እስከምንገባ ድረስ ከሠራዊቱ አምባ አካባቢ አብረን በመንቀሳቀስ እንቀይ ብለው አሲንባ የገቡትን ስውር አጀንዳ ያላቸውን "ጎዶቹን" በትዕግሥት በጉያው አቅፎ ያቀየ መሪ ነበር። ክፍሉ ታደሰ ወይንም ዘሩ ክሕሽን ቢሆኑ ኖሮ ቀጥታ ትግራይ እንደገቡ ገድለዋቸው ነበር። በብርሀነመስቀል ረዳ ላይ ከፈተኛ የጥላቻ ዘመቻ አቀናባሪው ቡድኑ "ለመክዳቱ መሠርታዊ ምክኒያቶቹ የፖለቲካ ልዩነቶች እንደሆኑ መረጋገጡና፣ እነሱም በጣም ጎጂ ባልሆነ መንገድ ሊፈቱ ይችሉ ነበር" (ክፍሉ ታደሰ) ብሎ በመቃጠፍ ሊወነጅሉት ሞከሩ። በመስዋዕታችን ጭቀና የሌለባትና እኩልነት የሰፈነባት ኢትዮጵያን ለመገንባት በመሆኑ በዚህ መራራና ውስብስብ የትግል ሂደት ሊያጋጥማቸው የሚችለውን ችግርንና መሰናክሎች ሁሉ ለመቋቋም የጎሊና ዝግጅት ሳያደርጉ ሜዳ የገቡ በመሆናቸው ለመኮብለላቸው ምክኒያት እንደሆነ ነው።

እነተስፋየ መኮንን ሊጠፉ የፈለጉበት ምክኒያት ክፍሉ ታደሰ እንዳለው በፖለቲካ ልዩነት ሳይሆን ኢሕአፓን ለማወጅ የተደረገው ስብሰባ ዓላማውን ስቶ ኮብላዮቹን አስመልክቶ ሰፊ ውይይት መክሄዱን ብርሀነመስቀል ረዳ እንዲህ ብሏል፣ "ኢሕአፓን ለማወጅ በተደረገው የማእከላዊ ኮሚቴ ስብሰባ ዋና ተግባር ለመለስተኛው ጉባዔ መዘጋጀት ሲሆን ሌላው ሰፊ ጊዜ በመፍጀት ለፓርቲው ወርቃዊ የስብሰባውን ጊዜ በመውሰድ ውይይት የተካሄደበት ከአሲምባ ከድተው ለደርግ እጃቸውን ስለሰጡት ሰዎች ነበር። የዚህም ውይይት ዋና ዓላማው ኮብላዮቹ እጃቸውን ለደርግ የሰጡት <u>በፖለቲካ መሥመር ልዩነት ሳይሆን</u> (ሰርዝ የራሴ) በብርሀነመስቀል ረዳ የአስተዳደር ብልሹነት መሆኑን ለማሳመን ነበር። ክሱ የተመሰረተው ከአሲምባ በመጣ ወይንም በተላከ ሪፖርት ላይ የተመሠረተ ሳይሆን፣ 1ኛ ዶ/ር ተስፋየ ደበሳይ የተቀሩትን የማዕከላዊ ኮሚቴ አባላትን ለብቻው በመገናኘት ያስፋፋው የሀሜት ዘመቻና፣ 2ኛ ጌታቸው ማሩ ከፀሎተ ሕዝቂያስና ከክፍሉ ታደሰ (የአኢሰማው) ጋር በመሆን ከአሲምባ ከድተው ደርግ ጋር ከገቡት ኮብላዮች ያላግባብና ቀጥታ ባልሆነ መንገድ ያገኘው መረጃ ነው ብለው ባቀረቡት መሠረተቢስ ነቀፋ ላይ ነበር"። ጥቂቶቹ የጠፉበት ሌላው ምክኒያት "ፓርቲው ባለመታወጁ እና ከአሲምባ ካሉት ከታጣቂው ቡድን ጋር በቂ ግንኙነት ባለመፈጠሩ ድርጅት የሚባል ባይኖር ነው፣ የሚወራውና የተነገረን ሁሉ ውሸት ቢሆን ነው የሚል ተስፋ የመቁረጥ አቋም በመውሰድ ሌሊት ጠፍተው ከድተው ለደርግ እጃቸውን" እንደሰጡ

ብርሀነመስቀል ረዳ ገልጿል። ወቅቱ በውጭና በሀገር ውስጥ የነበሩ ለውጥ ፈላጊ ምሁራን ከደርግ ዙሪያ ተደርድረው ሥልጣን በአቋራጭ ለመንጠቅ እንደጭልፊት በመቋመጥ ከፍተኛ ጥረት ያካሄዱበት ወቅት ነበር። ከተስፋየ መኮንን ጋር ሆነው ከድተው ወደ ደርግ የገቡትም ጥቂቶቹ እንደዚሁ ሥልጣን በአቋራጭ ለመንጠቅ እንደጭልፊት በመቋመጥ ባለሥላጣን ለመሆን በነበራቸው ጉጉት ነብር። ይህም ብቻ አልነበረም፣ በአንዳንድ የቀድሞ አባላት ይወራና አልፎ አልፎም በገሀድና በግልጽ የቡና ጊዜ መወያያ የነበረውን ማካፈል አስፈላጊ ይሆናል። ተስፋየ መኮንን (ከሆላንድ)፣ ሥዩም ከበደ እና ዘርዓብሩክ አበበ/ዘለዓለም (ከአሜሪካ) ወታደራዊ ሥልጠናውን ካጠናቀቁ በኋላ ለልዩ ሚሽን ተብሎ በክፍሉ ታደሰ፣ ዘሩ ክሕሸንና በእያሱ ዓለማየሁ መመሪያ አውሮጳ ቀይተው አዲሱን የአናርኪስት ተግባር ለማጠናከር የሚያስፈልገውን ካካበቱ በኃላ አዲስ አበባ እንዲገቡ ተወሰነ። በውሳኔው መሰረት አዲስ አበባ የገቡት ሥዩም ከበደ እና ዘርዓብሩክ አበበ/ዘለዓለም ብቻ ናቸው። ዘርዓብሩክ አበበ/ዘለዓለም በአውሮጳ ቀይታው ለአመራር እምብርቱ ዓላማ ደንቀራ ዓይነት አመለካከት እንዳለው በመገንዘባቸው አሲምባ ገብቶ ቢጠፋ ስለሚቀላቸው አዲስ አበባ በገባ በማግሥቱ በ1968 ዓ. ም. ወደ አሲምባ ተላከ። ከዚያም ብዙ ሳይቆይ በተንኮልና በሸር ያለአግባብና ያለጥናት ወደ ወሎ ከተላከው የኢሕአሠ ጦር ጋር ከዘመቱት ውድ ጓደኞቹ ጋር ወሎ ላይ ተማርኮ አዲስ አበባ ተገደለ።

ሥዩም ከበደ በከተማ በግለሰቦች ግድያ ላይ ተሰማርቶ ግዳጁን በመወጣት ጥቂት ጊዜ ቀይቶ መንግሥቱ ኃ/ማሪያምን ለመግደል ሙከራ በመሳተፉ ተይዞ አዲስ አበባ ገብቶ ብዙ ሳይቆይ እንደተገደለ ተወራ። ተስፋየ መኮንን ደግሞ ወደ አዲስ አበባ እንዲገባ የተወሰነው ውሳኔ ተሰርዞ የመጀመሪያው የሠራዊቱ አስኳል ቡድኑ ሻዕቢያ ሜዳ ከገባ ከዓመት በኋላ ተስፋየ መኮንን ከአውሮጳ ተነስቶ ብቻውን ሻዕቢያ ሜዳ ገባ። ለመሆኑ ሻዕቢያ ለብቻው ጉዞ እንዴት ሊያዘጋጁለት ቻሉ? ምን ያህል ጠቃሚ ሰው ቢሆናቸው ነው ሻዕቢያ ለአንድ ግለሰብ ጉዞ አዘጋጅቶ በክብር ወደ ሜዳቸው አጅበው የሚያስገቡት? ምን ጥቅም ቢያገኙበት ይሆን? ለምንስ በካርቱም በኩል አድርጎ ሻዕቢያ ሊገባ ቻለ? የሚሉት ጥያቄዎችና አመለካከቶች ነበሩ በብዙ የቀድሞ አባላት አዕምሮ ይብላሉ የነበሩ ጥያቄዎች። የኬጂቢ መመሪያ ይሆን ወይንስ የሲ. አይ. ኤ.? ፈጣሪ ነው የሚያወቅ፣ ይሁን እንጂ ከሁለቱ እንዱ እንደሆነ ነው በአብዛኛው ይወራ የነበረው። ተስፋየ መኮንንን እና ክፍሉ ታደሰ የቅርብ ጓደኝነት እንደነበራቸውም ይታወቅ ነበር። ተስፋየ መኮንን ለሽብር ተግባር ከነስዩም ከበደ ጋር ወደ አዲስ አበባ እንዲገባ የተወሰነው ውሳኔ ተሰርዞ ወደኋላ ገደማ ከሠራዊቱ አስኳል ጋር እንዲገናኝ የተደረገው በክፍሉ ታደሰ፣ ዘሩ ክሕሸንና እያሱ ዓለማየሁ ሲሆን የዚህም ዋነኛው ምክኒያት በተቻለው አቅም ሠራዊቱን ለመከፋፈልና ለመበተን፣ ካልሆነም አዳክሞ ከነትጥቃቸው ወደ ደርግ እንዲገቡ ለማድረገግና ከዚያም ደርግ ጋርም ሰርገው ገብተው ለድርጅቱ የከተማ ሽብር መስመራቸው ማራመጃ ምክኒያት እንዲሆንና ከአመራር እምብርቱና ከጠንካራ ደጋፊዎቻቸው ጋር

ትብብሩን እንዲቀጥል በተቀነባበር መንገድ የተፈጸመ ፀረ-ኢሕአፓ/ኢሕአሠ የሆነ ቅንብርና ዘዴ እንደሆነ ተደርጎ ነበር የተወራው። ኮብላዮቹ ለድርጅቱ ታማኝና ታጋይ ቢሆኑ ኖሮ እንደእነ ኢርጋ ተሰማ እስከመጨረሻው ከሠራዊቱ ጋር በፅንዓት በመቀየት ውይይቱን በመቀጠል ልዩነቱን መፍታት ለመቻል በፅንዓት መታገል ነበረባቸው እንጂ ለሌላ ስውር አጀንዳ ካልሆነ በስተቀር አኩርፈው ወይንም ተስፋ ቆርጠው ለጠላት ለማደር መኮብለል አልኖርባቸውም። የተስፋየ መኮንን ስርጎ እንዲገባ መደረግ ከሽመልስ ማዘንጊያ ስርጎ መግባት በፊት መሆኑ ነው። ተስፋየ መኮንን ከድርጅቱ በመክዳት ደርግን ስርጎ እንዲገባና በተዘዋዋሪ የራሳቸው "ነፃ ድርጅት" በደርግ ውስጥ እንዲኖራቸው በማድረግ ሽመልስ ማዘንጊያ ቦታውን እስከሚተካ ድረስ የድርጅቱን አመራር እምብርት እንዲያገለግል ለማመቻቸት በመታቀዱ የአዲስ አበባው በረራው ተሰርዞ ወደ ኤርትራ ሄዶ የኢሕአሠ'ን አስኳል ሠራዊት እንዲቀላቀል የተላከው። በመመሪያው መሠረትም ከነትጥቁ ከድቶ ለደርግ እጁን እንዲሰጥ ተደረገ። ተስፋየ መኮንን ከአመራሩ እምብርትና ከጠንካራ ደጋፊዎቻቸው ጋር ያላቋረጠ ውይይት በስውር ያካሂድ ነበር። እነ ክፍሉ ታደሰ ከነትጥቃቸው ለጠላት እጃቸውን በመስጠት የከዱትንና የሠራዊቱን ሚስጢር ለጠላት አሳልፈው የሰጡትን ብሎም ከጠላት ጋር እብረው ድርጅቱን ጋር የተሰለፉትን ብሎም ድርጅቱን ሊዋጉት የተዘጋጁትን ከሀዲዎች ከቶም ቢሆን ማነጋገር አልነበረባቸውም። ክፍሉ ታደሰም በበኩሉ የድርጅቱ አመራር አካል ከእሱ ጋር በምስጢር ግንኙነት ያደርጉ እንደነበረ ገልጿል።

ከዚህም ጋር ተያይዞ ተስፋየ መኮንን ከአውሮጳ ጀምሮ ከሶቪየት ሕብረት ጠንክራ ድጋፍ እንደነበረው ተወርቷል። ከፍቅረሥላሴ ወግደረስና ከመንግሥቱ ኃ/ማሪያም ጋር የነበረው የጠበቀ መቀራረብ ዋናው ምንጭም በኬ. ጂ. ቢ. መጠበቁ እንደሆነ ነበር ያብዛኛው ጥርጣሬ። ብዙም እንግልት ሳይደርስበት ከእሥር ተፈቶ ከፍተኛውን የ"ኢሕዲሪ" የየካቲት 66 ከፍተኛ ኒሻን መቀበሉና ወዲያውኑም ዲፕሎማት ሆኖ ተሹሞ ወደ ወዳጅ ሀገር መላኩም ከዚሁ ከሶቪየት ሕብረት ጋር በነበረው ጠንካራ ግንኙነት አማካኝነት ከመንግሥቱ ኃ/ማሪያምና ፍቀረሥላሴ ወግደረስ ጋር የቀየው ጠንካራ የግንኙነትና የመቀራረብ ዝምድና እንደሆነ ነው። ተስፋየ መኮንን እንደሚለው እሱ በአናርኪስትነት አልተኮነነም ወይንም አልተወነጀለም፣ ለራሱ የሰጠው ስም እንጂ። በአናርክስትነት የተፈረጁት የኢሕአፓን ፕሮግራምና የትግል ዘዴ በአምብ ገንንነት ቀልብሰው ከፕሮግራሙና ከትግል ዘዴው ውጭ በከተማ የሽብር ትግል እንዲታገል ያደረጉትን በከተማ የሚንቀሳቀሱትን የድርጅቱን አባላት ነበር። ተስፋየ መኮንን ሜዳ በነበረበት ወቅት ሠራዊቱ ታፍኖ የተቀመጠ በመሆኑ ስለከተማው የሽብር ትጥቅ ትግል ወሬውም አለነበራቸውምና ከውስጠ አዋቂዎች በስተቀር ኢሕአፓ ውስጥ አናርኪስት አለ ተብሎ የሚገምትም አልነበረም። ተስፋየ መኮንንም መክዳቱንና ከድቶም በድርጅቱ ሀቀኛ አባላት ላይ የዘከዘከውን ወንጀል ትክክለኛነት ለማሳመን የሀሰት ማስረጃ በማቅረብ ሊያሳምነን

እንዲህ ይላል፣ “ … በተሀት ትግራይ ላይ ከተመታው ተርፎ ወደ ወሎ ከገባው የኢሕአፓ ጦር ውስጥ ብዙው በወሎ ገበሬ ማሕበር ተከቦ ይመታና ያለቀው አልቆ የተማረከው ተማርኮ በደርግ እጅ ላይ ይወድቃል። ደርግም በእጁ የገቡትን የኢሕአፓ አባላት ላይ የፍየል ወጠጤ ነጋሪቱን ይመታባቸውና ይገላቸዋል። ከዚህ የገበሬ ሞት የተረፉት ጥቂት አባላቱ ወደ ሰሜን ሸዋ የገባሉ። ከነዚህም ውስጥ አንዱ ብርሀነመስቀል መሆኑ ነው” (ተስፋየ መኮንን፣ 182)። በመጀመሪያ ነገር ከተሐት ጋር በተደረገው ጦርነት የራሱ የተስፋየ መኮንን የጥቅም ወዳጆች በድርጅቱ አመራር እምብርት ሴራና ተንኮል በማይሆንና አቅም በሌላት ባላንጣ ጦር የተሸነፈው ሠራዊታችን የውርደት ማቅ ለብሰው ኤርትራ እንዲያፈገፍግ በማዘዛቸው ኤርትራ አፈግፍጎ ገብቷል እንጂ ወደ ወሎ አላፈገፈገም። ሁለተኛ ነገር ከወያኔ ጋር አብሮ ከወጋን ጠላት አካባቢ ወደ ኤርትራ እንዲያፈገፍጉ የተሰጠው ትእዛዝ ትክክል አለመሆኑ አስቀጥቷት አንዲት ጋንታ በገዛ ፈቃዷ ትግራይን ለሁለት ሰንጥቃ ያላንዳች ችግር በሰላም በመጓዝ ጎንደር ከሚገኘው ሠራዊታችን ጋር ተቀላቅላለች። ከተመታው ሠራዊት አንዳችም ወደ ወሎ የገባ አልነበረም። ሦስተኛ ነገር በወያኔና በኢሕአሠ መካከል በተካሄደው አሳዛኝ ጦርነት ሲካሄድ ብርሀነመስቀል ረዳ ትግራይ ውስጥ አልነበረም። ብርሀነመስቀል ረዳ በዘዴና ጥበብ አታለው ከሚወደው ሠራዊቱ ጠልፈው ወደ ከተማ ያስገቡት ሰኔ 1967 ዓ. ም. ስለሆነ ከዚያን ጊዜ ጀምሮ አሲምባ ቀርቶ ትግራይ አካባቢም አልነበረም። በኢሕአሠና በወያኔ መካከል በተካሄደው ጦርነት ጊዜ ብርሀነመስቀል ረዳ ሀቀኞችና ንቁ የሆኑትን የድርጅቱን አባላት ካልአስፈላጊ የእርስ በርስ ግዲያ አድኖ ለማቀየትና የድርጅቱን የእርማት እንቅስቃሴ ክንፍ በመምራት ከ1969 ዓ. ም. አጋማሽ ጀምሮ በአዲስ አበባና በመንዝ አካባቢ መጠጊያ ይዞ ሲንቀሳቀስ ነበር የቀየው። ከዚያም በተንኮልና ሴራ መሆኑ ያልተረዳው ብርሀነመስቀል ረዳ የእራዳን መንደር ሕዝብ ላለማሥጨፍጨፍ ሲል እጁን በሠላም ሰጠ። ከዚያን ጊዜ ጀምሮ እስከተረሸነ ጊዜ ድረስ ከተስፋየ መኮንን ባጠገብ ታስሮ ይገኝ ነበር። ተስፋየ መኮንን አያይዞ በመጽሀፉ ወደታች ዝቅ ይልና፣ “በኤርትራ በርሃ ውስጥ አንስተን የተለያየንባቸው የትግል ስልት መቀየር ጥያቄዎች በወቅቱ ፍቻቸውን እንዲያገኙ አሻፈረኝ ያለበት አቃሙን በውድ ሊከፍለው ነው። እንደዚህ ዓይነት የገበሬ ሞት ውስጥ መውደቅ እንደሚመጣም ያስጠነቀቁበት በሙሉ ደረሰ። … እንዳልኩትም ከፊሉን የኢሕአፓ ጦር የሻዕቢያ አሻንጉሊት ተሀወት በላው (ተስፋየ መኮንን፣ 182))። ተስፋየ መኮንን የሚለውና በተግባር የተፈጸመው በጣም ይለያያል። ብርሀነመስቀል ረዳን የገደለው የተራዘመ የገጠር ትጥቅ ትግል እቃሙ አይደለም። የተገደለው ይህንን እቃሙን ተግባራዊ ለማድረግ እንዳይችል እንቅፋት በፈጠሩበት የባዕዳን ተወካዮች በሆኑት አናርኪስቶችና የከተማ ሽብር ትግል አራማጅ በሆኑት የድርጅቱ አመራር እምብርትና እንዲሁም በደጋፊዎቻቸው ትብብር ነበር። ድርጅቱ በቀመለት ፕሮግራም መሠረት ትግሉን ቢቀጥልማ ኖሮ የኢትዮጵያ ሕዝብ ድልን በተቀናጀ ነበር።

በፓርቲው ፕሮግራም ደንብ መሠረት ሠራዊቱ የተቋቋመው በቻይናና ቬትናም ሕዝባዊ ጦር አምሳል ነበር። በእንደዚህ ዓይነቱ ሠራዊትም ሆነ ፓርቲ ከውጭ አካል የበላይ ኋላፊ ጋር የሚደረግ ማናቸውም ግንኙነቶች በድርጅቱ ተወካይ ወይንም የድርጅቱ ተጠሪ በሚወክላቸው ወይንም በሚወከል ግለሰብ ብቻ መሆን ይኖርበታል። ከዚህ ወጭ በሆነ መንገድ የሚደረግ ግንኙነት ሁሉ ለጠላት ቀዳዳ ከመክፈት አልፎ በሠራዊቱ ሥርዓተ አልበኝነት ይነግሥና የሠራዊቱ ዕድሜ ያጥራል። ሕዝባዊ የቀዩ ጦር በላብ አደሩ የታነጸ ጠንካራ ዲስፐሊን ያለው ሠራዊት መሆን ይኖርበታል። ብርሀነመስቀል ረዳ ይህንን መመሪያ በጥብቅ መስጠቱ ለድርጅቱና ለአባላቱ ደህንነትና ጸጥታ ሲል በመሆኑ ሊደገፍና በርታ ሊባል ይገባው ነበር እንጂ ሊያስከስሰውና ሊያስኮንነው አይገባም ነበር። ወደ እነ ጸሐየና ጌራ እንመለስና፣ ከኢሣያስ ጋር ግንኙነት ያለኝ እኔ ብቻ በመሆኔ እኔን ሲነካ ነው በማለት አካኪ ዘራፍ ያለበት የሻዕቢያ ባለሟልና የጴጥሮስ ሰለሞን ምልምል ጎጃሜው ጌራ (ሀኪም አበበ ነውም ይሉታል) እንዲህ ሲል፣ "... ከእኔ በቀር የምትለዋ ሐረግ ያኔውኑ ከንክናኛለች። በተጨማሪም ከኢሳያስ አፈወርቂ ጋር የቅርብ ግንኙነት የነበረኝ እኔው ብቻ በመሆኔ እንደ ማስጠንቀቂያም ተቀብያታለሁ ... " (አስማማው ኃይሉ፣ 36)። "እኔ የፓርቲው ዋና ፀሀፊ ነኝና ድርጅቱን በሚመለከቱ ማንኛውም ዓይነት ጉዳዮች ላይ ከኢሳያስ አፈወርቂ ጋር የምወያየው እኔ ብቻ ነኝ በማለቱ በአድማጮቹ ዘንድ አለመመቻቸትን ፈጥሯል። የፍጹም ተቀባይነት ባሕርይ መሠረትም የጣለው ከእዛን ዕለት ጀምሮ ነው ..." (አስማማው ኃይሉ፣ 37)። ፓርቲውና ሠራዊቱ በተመሠረተበት ፍልሥፍናና ዕርዕዩተዓለም በመመርኮዝ ብርሀነመስቀል ረዳ ያደረገው ገለጻ ከሱ ፍላጎትና ጉትት የመነጨ ሳይሆን የፓርቲውንና የሠራዊቱን ደህንነት ለመጠበቅ ማድረግ የሚገባውን ነበር ያደረገው። ሊደገፍ ይገባው ነበር። አበጀህ፣ አይዞህ፣ እደግ፣ ተመንደግ ብሎ ማደፋፈር ነበር የሀቀኛ የላብ አደር ፓርቲ አባል ተግባር በዚህ ጉዳይ ላይ። በማንኛውም የማርክሲስት ሌኒኒስት ድርጅቶች አሰራር የፓርቲ ዋና ጸሀፊዎች ሚና ብርሀነመስቀል ረዳ ከተናገረው የተለይ አይደለም። ትክክለኛና አስፈላጊ ንግግርም ነበር። የፈለገው እየሄደ ኢሳያስን አፈወርቂን ስለድርጅቱ ማነጋገር የሚቻል ከሆነ የትሮትስካይቶችና የአናርኪስቶች መናኸሪያ ድርጅት ይሆንና ለሻዕቢያና ወያኔ አገልጋይ መሆናችን ነው ማለት ነው። ኢሕአፓ/ኢሕአሠ ከሌላው የመደበኛ ሠራዊት የሚለየው የእኛ ሠራዊት እንደ ብረት በጠነከሩና በሥነሥርዓት የታነጹ የነቃና የበቃ ጠንካራ የሠራዊት አባላት የታጀበ በመሆኑ ነው። ዝርክርክነትን፣ ሥርዓተ አልበኝነትንና ማጋጣነትን አጥብቆ ይዋጋል። ብርሀነመስቀል ረዳ ከወረደ በኋላ ይህ ሁኔታ ተለውጧልን? አዱኛ መንግሥቱ በቀጥታ ከኢሳያስ አፈወርቂ ጋር ተገናኝቶ ስለሠራዊቱ መነጋገር ይችል ነበርን? ተስፋየ መኮንን ኮሎኔል መንግሥቱ ኃ/ማርያም ሳወክለው በራሱ ፍላጎት ቀጥታ ከፊደል ካስትሮ ጋር ለመገናኘት ቻለን? ኩባ ሄዶ የተገናኘው "በተራማጁና ዲሞክራቱ" መሪው መንግሥቱ ኃ/ማርያም ተወክሎ ነበር እንጂ በገዛ

ፈቃዱና ፍላጎቱ ተነሳስቶ አልነበረም። ከብርሀነመስቀል ረዳ በኋላ በፓርቲውም ሆነ በሠራዊቱ ከውጭ ኃይል ጋር ግንኙነቶች የሚከናወነው በፓርቲው ፀሀፊ ወይንም ፀሀፊው በሚወክለው በኩል ነበር።

መሐሪ ገ/እግዚአብሔር/ጸሀየ ሰለሞን እንዲህ ይላል፣ "... በመስከረም ወር ላይ ስላደረገልን ንግግር ሳስታውስ ግን እጅትን ይቀጨኛል። ፍጹም የበላይነትና አምባገነንነት የተሞላባትን መመሪያ ሲሰጠን ሁላችንም በውስጣችን ገርሞናል። አቀራረቡና ትእዛዝ መልክ መመሪያ ሲሰጠን ግን ማንኛችንም አግባብ አለመሆኑን አልጠቀምንም" (አስማማው ኃይሉ፣ 37)። ጸሀየ ሰለሞን ግልጽ ያላደረገልን ከኢሳያስ ጋር ስለድርጅቱና ስለፓርቲው ከሱ ሌላ ቀጥታ ማን መገናኘኘት እንዳለበት ነበር። አምባገነን ማነው ፀሀየ? ምስኪኑና ቅን የዋሁ በሪሁን በቅንነት ባቀረበልህ ኃዳዊ ምክር ምክኒያት እስር ቤት ተልኮ የተገረፈውና ሰውነቱ በሳንጃና ማጭድ የተተለተለው ነውን? አምባገነን ማነው ፀሀየ? የዋሁንና ቅኑን ጉርሙን ለስብሰባ ብሎ ከአዲስ አበባ ይዘው አሲምባ ካመጡ በኋላ በእስር ቤት ውስጥ ከሁለት ዓመት በላይ አስቀምጠው በመጨረሻ ከሌሎቹ ሰማዕታት ጋር አደባልቀው የሚረሽኑት ማፊያዎቹ ኃደኞችህ አይደሉምን? ወይስ የፓርቲውን ደህንነትና ሕይወት ለመጠበቅ የላብ አደሩን ሥነሥርዓት በማስከብር ሠራዊቱንና ፓርቲውን ከአደጋና ውድቀት ለማዳን የጣረውን ብርሀነመስቀል ረዳ ነውን? ፀሀየ ሰለሞን ስለጉርሙም ሆነ ማዎይስት ናቸውና ተጠንቀቃቸው፣ ክትትልም አድርጉባቸው ስለተባሉት ኃዶቻችን ማዎይስት በመሆናቸው የምንከታተላቸው ለምንድን ነው ብሎ ላንዲት ጊዜ እንኳን በግልጽና በይፋ ጥይቄ አቅርቦም አያውቅ፣ ስለሌሎቹ የአሲምባ ሰማዕታት መታሰር ብሎም መረሽንስ በምን ዓይነት መንገድ ተቃውሞውን ያሰማበት ጊዜም አልነበረም። ማን ነው አምባገነን? ጌታቸው ማሩና ብርሀነመስቀል ረዳ ፓርቲውንና ሠራዊቱን ከውድቀት ለማዳን በግልጽና በቀራጥነት ያቀረቡትን ሃሳብ መላው አባላት እንዳያውቁ ሀሳባቸውን አፍኖ የያዘባቸው፣ ሃሳባቸውንም ለአባላቱ የመግለጽ መብታቸውን የነፈገው የአመራሩ እምብርት/ክሊክ ነውን ወይስ ጌታቸው ማሩና ብርሀነመስቀል ረዳ ናቸውን? ሁኔታው እጅግ ያሳሰበው ብርሀነመስቀል ረዳ በተጣለበት ከባድ ሀላፊነት የተስፋየ መኮንንን ትጥቅ በዲስፕሊን ምክኒያት በማስወረዱ ቅሬታም ነበር" (ከአብዲሳ አያና ጋር የተደረገ ቃለ ምልልስ)። የአመራሩ እምብርት/ክሊክ እነተስፋየ መኮንንን የሚፈልገው ከሠራዊቱ እያሉ ጠፍተው ወደ ደርግ እንዲሄድ እንጂ ወደ መጣበት ወደ ምዕራብ አውሮጳ ተመልሶ እንዲሄድ አይፈልጉም ነበር። ብርሀነመስቀል ረዳ ተስፊየ መኮንን ትጥቁን እንዲያወርድ ማዘዙ ትክክል አይደለም በማለት ለተስፋየ መኮንን አግዘው መልሶ እንዲታጠቅ ረዱት። በተስፋየ መኮነን ላይ ብርሀነመስቀል ረዳ በወሰደው እርምጃ እነ ክፍሉ ታደሰና ዘሩ ክሕሸን ጣልቃ ባይገቡበት ኖሮ ከሀዲዎቹን እንደታሰበው ወደ ጠላት ከነትጥቃቸው ከመሄዳቸው ይልቅ ሁኔታዎችን አመቻችቶ ወደ ውጭ በመላክ ከዚያ እንደፈለጉት በማድረግ ሁኔታዎችን ለማረጋጋት ይቻል ነበር። ከነትጥቃቸው ኮብልለው ለጠላት እጃቸውን በሰጡት የጠላት

ተባባሪዎች ላይ በወቅቱ በነበረው ደንብ መሰረት እርምጃ እንዲወሰድ ሲያደረግ ከፓርቲው ዋና ጸሀፊው ይልቅ ከሠራዊቱ ከነትጥቃቸው ከድተው ለጠላት እጃቸውን በመስጠት ፓርቲውንና ሠራዊቱን ከሚታገሉት የጠላት ተባባሪዎች በማገዝ ለከሀዲዎቹ ሽንጣቸውን ገትረው መታገላቸውና የፓርቲውን ዋና ጸሀፊ ባይተዋር ማደርጋቸው ምን ያህል ከተስፋየ መኮንን ጋር የጥቅምና የዓላማ እስስር እንደነበረ ያስረዳል። ምን ያህልስ ብርሀነመስቀል ረዳን ለማስወገድ፣ ብሎም ሠራዊቱን በማኮላሸት ለተቃቃመለት ዓላማ እንዳይውል ለማድረግ ከፍተኛ ርብርቦሽ ይካሄድ እንደነበረ በግልጽ ያስረዳናል። ብርሀነመስቀል ረዳ ከተቃቃመው ኮሚቴ ጋር በመሆን በተስፋየ መኮንን ላይ የተወሰነው ውሳኔ ትክክለኛነት በእውነት ያጠራጠራቸው ከሆነ ከሀዲዎቹ እዚያው ሠራዊቱ ውስጥ እያሉ እንጂ ከድተው ለጠላት ካደሩ በኋላ መሞከራቸውና የድርጅቱን ዋና ጸሀፊ ለማቃሸሽ መጣራቸው፣ የሠራዊታችንን ኃይል ያመነመኑትንና የሠራዊቱን ምስጢር፣ ብዛትና አካባቢ መረጃ ለጠላት አሳልፈው የሰጡትን ከሀዲዎች መርዳታቸው ስውር አጀንዳ እንደነበረ በግልጽ ያሳያል።

እነተስፋየ መኮንን ከነትጥቃቸው ብቻ አልነበረም ወደ ደርግ የሄዱት። እንዲያውም በነተስፋየ መኮንን ጠበቃ በነበረው ክፍሉ ታደሰ እንደሚነግረን ከሆነማ እነተስፋየ መኮንን ከነትጥቃቸው ብቻ አለመከዳታቸውን እንዲህ ይላል፣ “እነተስፋየ መኮንን ከጠላት ጋር መሰለፋቸው ብቻ ሳይሆን ስለኢሕአድ ሕልውና፣ የታጠቀ ኃይል እንዳለው ከመጠቆም በላይ፣ ወታደራዊው መንግሥት ስለድርጅቱና ሠራዊቱ ስፋት፣ የአባላት ሥምና የአመራር አባላትን ሥም ዝርዝር፣ የመሣሪያ ብዛትና ዓይነት፣ የሚንቀሳቀሱባቸው አካባቢዎችን … ሌሎችንም ጠቃሚ ጉዳዮች ለማወቅ ቻለ” (ክፍሉ ታደሰ፣ ያ ትውልድ፣ 1፣ 294)። ብርሀነመስቀል ረዳ ጠላትን የሚደግፍና ለጠላት ጠቃሚ የሚሆን እቃምን አምርሮ መቃወምና መከላከል ይኖርበታል። በምንም ቢሆን ማስተናገድም አይኖርበትም። በዚያን ወቅት ተስፋየ መኮነን የጊዜያዊ ሕዝባዊ መንግሥት መመስረትን ጥያቄ አጥብቆ የተቃወመ ብቻ ሳይሆን ጥያቄ የሚያቀርቡትን የሚያስርና የሚረሽን ወታደራዊ መንግሥት፣ 60ዎቹን የቅድሞ መንግሥት ባለሥልጣናትንም ሆነ ጄኔራል አማን አንዶምን ያለፍርድ የገደለ የወታደር ጁንታ፣ ዲሞክራሲያዊ አመለካከት ያላቸውን እንደነ ሻለቃ ሲሳይ፣ ሻለቃ ኪሮስ የመሳሰሉትን የተማሩ መኮንኖችን የተለያየ ስም በመስጠት የገደል መሆኑን እያወቁ፣ መሬት ላራሹ ሳይሆን መሬት ለመንግሥት ጠቀሜታ እንዲሆን አድርጎ ያወጀ ሕገወጥን መንግሥትና እንዲሁም በኤርትራ ልቅ ያጣ ጭፍጨፋ የሚያካሂድ መንግሥት መሆኑን እያወቀ ደርግ ተራማጅ ነው፣ ዲሞክራት ነው ብለው ኮብልለው ከደርግ ጋር ለመወገንና ውሎ አድሮም የጠመንጃ ቃታቸውንና መርዘኛ ብዕራቸውን ወደ ፓርቲውና ሠራዊቱ ለማዞር በተጠንቀቅ ላይ የሚገኙትን ማስተናገድ አይኖርበትም። እነ ተስፋየ መኮንን የጠላትነት ጎራ ለይተዋል፣ ወደ ጠላት ሰፈር ሊገቡ ቀን እየቀጠሩ ናቸው፣ ከዚያም ከጠላት ጋር ሆነው ሊወጉን እንደተዘጋጁ ግልጽ ነበር። ብርሀነመስቀል ረዳ በዚያ ዓይነት ዓቢይ ጉዳዮች ላይ

ምንም ቢሆን ስምምነት ላይ ለመድረስና ዲሞክራሲያዊ በሆነ መንገድ ይመራል ለማስባል የፓርቲውን ፕሮግራምና ዓላማ ለማዛባት ለሚሞክሩ ስውር ጠላቶች ዕድል መስጠት አይኖርበትም። የፈለጉትን አምባ ገነን ነው፣ ታዋቂነትን ይፈልጋል … ወዘተ እያሉ ይኮንኑት እንጂ። ምን ያህል ዲሞክራት በመሆኑ እንጂ ክፍሉ ታደሰ ወይንም ዘሩ ክሕሸን ቢሆኑማ ኖሮ ተስፋየ መኮንንና ኮብላይ ጓዶቹ በሙሉ አሲምባ እያሉ ተረሽነው ነበር።

ከትናንትናዎቹ ጌራና ጸሀየ ሰለሞን ይበልጥ በዚያን ወቅት በቡድኑ ወስጥ ከነበሩት መካከል እንደ አብዲሳ አያና/ሮባ/ሙስጠፋ ብርሀነመስቀል ረዳን በድንብ አድርጎ ሊያውቅ የሚችል ማንም አልነበረም። አብዲሳ አያና እንዲህ ይላል: “ … ብርሀነመስቀል ባመነበት ዓላማ እስከመጨረሻ የሚገፋና ግትር ሰው ነበር። አንዳንድ ጊዜም በውይይቶች መካከል የምታምኑበትን አመለካከት እናንተም እንደእኔ እስከ መጨረሻው ግፋበት፣ ጽንዓትም ይኑራችሁ ማለቱን አስታውሳለሁ” (አብዲሳ አያና)። ይህ አባባል ባጭሩ አትወላውሉ፣ ባቃማችሁና በዕምነታችሁ ጸንታችሁ ተጋዙ ማለቱ ነው። ሞት ከፊታችሁ ቢደቀን እንኳን ለቀማችሁለትና ቃል ለገባችሁለት የኢትዮጵያ ሕዝብ ደረታችሁን በመስጠት መሰዋት እንደሚኖርባቸው ማስተማሩ ነበር። ከባርካና ከጎንደር ትግል በቃኝ፣ ብንቀይ ከኢሕአሠ ምን እናገኛለን፣ ሱዳን ሄደን ቢራ እናግሳ ሳይሆን፣ ወይንም ሠራዊቱን ለጠላት አመቻችተን ካጋለጥን በኋላ ወደ አሜሪካና አውሮጳ መፈርጠጥ ሳይሆን፣ የነውብሸት ረታ፣ አዜብ ግርማ ጥላሁን፣ ዘርዓብሩክ አበበ/ዘለዓለምንና ዶ/ር ተስፋየ ደበሳይ፣ ዶ/ር ዮሐንስ ላቃማቸው በጀግንነት እንደፀኑት ነው ያደረገው። አብዲሳ አያና በመቀጠል እንዲህ ይላል፣ “… ታሪኩን ለማበላሸት የተሠራው ደባ ትክክል አይደለም። የፓርቲው ዋና ጸሀፊ እንደመሆኑ መጠን በስብሰባ መናገሩ ስሕተትም ሊሆን አይገባውም። በማንኛውም ማርክሲስት ሌኒኒስት ድርጅቶች አሰራር የፓርቲ ዋና ጸሀፊዎች ሚና ብርሀነመስቀል ረዳ ከተናገረው የተለየ አይደለምና። … ከብርሀነመስቀል ረዳ በኋላ የነበሩት የፓርቲው ዋና ጸሀፊዎችም የነበራቸው ሚናና ሥልጣን ከሱ አባባል የተለየ አልነበረም። … በጸጋየ ገብረመድሕንም ሆነ በዶ/ር ተስፋየ ደበሳይ የተመለከትነው አሠራር ከብርሀነመስቀል የተለየ አይደለም። ይህ ድርጅታዊ የአሰራር በማናቸውም የኮሚኒስት ድርጅት የነበረና ያለ ነው። ለምን እንግዳ እንደሆነ ግን አልገባኝም. (አብዲሳ አያና)። ብዙ የሚያውቁት እንደነገሩኝና አብዲሳ አያናም እንዳለው ብርሀነመስቀል ረዳ ጽንዓትና ጥንካሬ ያለው አብዮታዊ ባለሙያ እንደነበርና እንደ ኦሞ ሙልጭ ሙልጭ በማለት የሚጫወት አስመሳይ እንዳልነበረና ለዓመነበት ወደኃላ የማይል ጠንካራ አብዮታዊ ነው ብሎ ነው ገና ከጥንቱ ሀገር ቤት እያለሁ ዋለልኝ መኮንን ያረጋገጠልኝ። ለዚህም ነበር ፓርቲው ከነደፈው ፕሮግራምና የትግል ዘዴ ተንሸራትቶ የወጣ መሆኑንና ይህም ለፓርቲው ውድቀት ብሎም ለአባላቱ እልቂት በር ከፋች ስለሆነ ድርጅቱም ሆነ ሠራዊቱ ከመውደቁ በፊት አስቸኳይ እርምት እንዲደረግ አበክሮ ሸንጡን ገትሮ አዲሱን የአመራር እምብርት/ክሊክ

የተከራከሩቸው። ቢኒያም አዳነንና ሙሀመድ ማሕፉዝን የመሰሉ ከሁላቸውም በበለጠ የነቁና የበሰሉ ቀድመ ዝግጅት ያካሄዱ ጠንካራ፣ እውነተኛና ሀቀኛ አብዮታዊ ጓዶቹ ገና ከጅምሩ በአድኅሮት ደባ ኤርትራ በርሃ ላይ በጉዞ እንዳሉ ተሰለቡ።

ድርጅታዊ ችግሮችን የሚያወያየው አኳያ አልነበረውምና ብቻውን ነበር ነጥለው ያስቀሩት። እንዳላወቁና እንዳልተገነዘቡ መስሎ የሚለው ከየዋህነት ዕምነቱ የተነሳ እንዳልገባው መስሎ ማለፉን ፈለገ እንጂ ብርሀነመስቀል ረዳም አሟሟታቸውን በደንብ ያውቅ እንደነበር እምነቴ ነው። በጊዜው በሞላ ጎደል ከአብዲሳ አያና በስተቀር የደገፈውና ከጎኑ የቆመም አልነበረም፣ እንደተወራው ሌሎቹ ከጎኑ ቀመው አይዞህ፣ ከጎንህ አለን በማለት ለጋራ ግብ መምታት መሪያቸውን እንደማደፋፈርና እንደመጠበቅ ለባዕድ ተገዥ በመሆን በእሱ ላይ ሊረባረቡበት ተስምቷል። ደርግ በመሣሪያነት በስሩ ያደራጃቸውን አሻንጉሊቶች ሁሉ እርስ በርስ አበላልቶ ለራሱ ጥንካሬና ብቸኛ ኃያልነት መወጣት ባደረገው ጥረት "ማልሬድን" በሚገባ ተጠቀምበታል። ተስፋየ መኮንንና ድርጅቱ ማልሬድ እነ መኢሶንን፣ ኢጭአትን፣ በመቀጠል ወዝ ሊጎችን ለሰደድ ብርቱ መሣሪያ በመሆን ከጨፈጨፈና ካስጨፈጨፈ በኋላ ተራውን በ1971 ዓ. ም. መጨረሻ ድረስ ቀይቶ ሰደድን አማራጭ የለሽ ብቸኛ የአገሪቷ የፖለቲካ መሪ ካስደረገ በኋላ የራሱን አባላት አስመትቶና ማልሬድን ካስደመሰሰ በኋላ ወደልዩ ማረፊያ ቤት ተላከ። ለፈጸመው ውለታና ለመንግሥቱ ኃ/ማሪያም ላሳየው ፍጹም የለሽ ታማኝነት ሌሎቹ በእሱ ሥር የነበሩት አብዛኛዎቹ ከዚህ ዓለም ሲሰናበቱ፣ ቀሪዎቹ ሲሰደዱና ሲንከራተቱ የድርጅቱ/ማልሬድ መሪ ተስፋየ መኮንን ግን ለብቻው ልዩ በሆነ እስር ቤት በእንክብካቤ እንዲቀይ ተደረገ። በስተመጨረሻው ገደማ ለማስመሰል ከብዙሀኑ እስረኞች ጋር አብረው አጎሩት። "ለዲሞክራቱ" መንግሥቱ ኃ/ማሪያም ላበረከተው ውለታ የማልሬድ አባላት በጠላትነት ተፈርጀው አብዛኛው ሲጨፈጨፉና በእየሥር ቤቱ ሲገረፉ ሌሎቹም ሲሰደዱ የድርጅቱ መሪና እሽከርካሪው ከይስሙላ እሥር ቤት ከተፈታ በኋላ "ከተራማጁና ዲሞክራቱ" መንግሥቱ ኃ/ማርያም የ"ኢሕዲሪ" የየካቲት 66 አንደኛ ደረጃ ኒሻን ተሸለመ። በመቀጠልም ዲፕሎማት በማድረግ ወደ ሰሜን ኮሪያ ተላከ። እንደገና ደርግ ሲወድቅ ደግሞ ምንም ወንጀል እንዳልፈጸመ በመምሰል እንዲያውም ደርግን መወንጀል ተያያዘው። ማነው እስቲ በደርግ ዘመን ታስሮ ተፈቶ ከፍተኛ ኒሻን የተሸለመና በሹመት በዲፕሎማትነት ወደ ውጭ የተላከ ለዚያውም ጠንካራ ወዳጅ ከሆነ ሀገር የሰሜን ኮሪያ። ብርሀነመስቀል ረዳ ለዓላማው ባለው ጽንዓት እንደ መጽሀፉ ደራሲ አያሌው መርጊያው ሙሉ ዕድሜውን በሙሉ በማዋሉ የግል ሕይወቱን ለመምራት አላስቻለውም። እርግጥ ብርሀነመስቀል ረዳ ከሚወዳት ውድ ባለቤቱና ከትግል አጋሩ ከታደለች ኃ/ሚካኤል ሦስት የሚያማምሩ ቀንጆ የሆኑ ሴት ልጆች ዘር ተክሎ ለማለፍ በቅቷል። እነዚህን ሶስት ድንቅየ ልጆቹንና ደኃንና መልካሟን ጠንካራ አያታቸውን በተደጋግሚ ተገናኝቻቸዋለሁ፣ በተደጋጋሚም እውነተኛውን የትራጌ ክትፎ በእጃቸው

ተመግቤአለሁ። ከድንቅየ ልጆቼና ከ12 ዓመት በላይ በዘግናኙ የደርግ ዓለም በቃኝ በተዓምር ተርፋ የተፈታችው እናታቸው ከታደለች ኃ/ሚካኤል ጋር በተገናኘሁም ጊዜ ብርሀነመስቀል ረዳን ከሙታን ተነስቶ ከሱም ጋር እንደተገናኘሁም ያህል ነበር ደስታና ሀገስ የሰጠኝ።

ለ. ሐምሌ 20 ቀን 1967 ዓ. ም. የተካሄደው የፓርቲ ኮንፈረንስ

ብርሀነመስቀል ረዳ የሥልጣን ጉጉት ቢኖረው ኖሮ ሐምሌ 20 ቅን 1967 ዓ. ም. በተካሄደው የፓርቲ ኮንፈረንስ ላይ የተካሄደበትን ፀረ-ብርሀነመስቀል ረዳ ቅስቀሳና ስውር ደባ በማሳፈር የፖሊት ቢሮ አባልነቱን እንደያዘ መቀጠል ይችል እንደ ነበር በሌላ አካባቢ ተገልጿል። እነ ክፍሉ ታደሰና ዘሩ ክሕሽን ብርሀነመስቀል ረዳን ከፖሊት ቢሮ ለማውረድ ባካሄዱት ዘመቻ የኮንፈረንሱ ልዩ አጀንዳ የፓርቲውንና የሠራዊቱን ዕድገትና ጥንካሬ አስመልክቶ ሳይሆን መጀመሪያ ጡንቻቸውን ለማጠንከር እንዲያስችላቸው እነ ጌታቸው ማሩን፣ ሳሙኤል ዓለማየሁን፣ ፀሎተ ሕዝቅያስን፣ አበበች በቀለንና ፍቅሬ ዘርጋውን በማዕከላዊ ኮሚቴ አባላነት ለማስመረጥ ነበር። ከመለስተኛው ጉባዔ ቀጥሎ አዳዲሶቹን የያዘ የማዕከላዊ ኮሚቴ ስብሰባ በዶ/ር ተስፋየ ደበሳይ ተካሂዶ አዲስ በተፈጠሩት የማዕከላዊ ኮሚቴ አባላት ግፊት የፖሊት ቢሮ ይመረጥ የሚል ሀሳብ ቀርቦ በሚያዚያ 1964 ዓ. ም. በበርሊን ከተማ በተካሄደው የፓርቲው መመሥረቻ ጉባዔ ላይ የተመረጡትን መሪዎች በማግለል አምስት የፖሊት ቢሮ አባላት ተመረጡ። እነርሱም: ዶ/ር ተስፋ ደበሳይ፣ ዘሩ ክሕሽን፣ ክፍሉ ታደሰ (የአኢሠማው፣ "ታሪከኛው" የሶቪየት ሕብረቱ)፣ ጌታቸው ማሩና አበራ ዋቅጅራ ነበሩ። በደራሲው ዕምነት ብርሀነመስቀል ረዳን ለማግለል ጌታቸው ማሩን ለጊዜው በመሣሪያነት እንዲተባበራቸው ለማድረግና፣ ድርጅቱን ከመሠረቱት ቡድኖች የጌታቸው ማሩ የእብዮት ቡድን በወጣቶችን ያቀፈ ብቻ ሳይሆን ብዛት ያለው ቡድን በመሆኑ ያንን ትኩስ ኃይል ለእኩይ ተግባራቸው መጠቀሚያነት እንዲያመቻቸውና ታላው ወንድሙ የመቶ አለቃ መለስ ማሩ የደርግ አባል ስለሆነ እሱንም ለመጠቀም በነበራቸው ስውር አጀንዳ ጌታቸውን መያዙ ጠቃሚ መስሎ ስለታያቸው እንጂ አምነውበት ላይሆንም ይችላል የፖሊት ቢሮ አባል አስደርገው ያስመረጡት። ከዚህም ባሻገር ወንድሙ የመቶ አለቃ መለስ ማሩ የደርግ አባልና ከነዓለማየሁ ኃይሌ ጋር አንድ ቡድን ስለነበር ጌታቸው ማሩ የጥሩ የመረጃ ምንጭና ከደርግ አካባቢ ለሚፈለገው ጉዳይ ሁሉ መልካም ድልድይም ነበርና ለጊዜውም ቢሆን ማቅረቡ መልካም ሆኖ በማግኘታቸው ነበር። ከዚያም በመቀጠል ክፍሉ ታደሰን የብዙኀን ድርጅቶች ኮሚሽን በማስመረጥ የኮሚሽኑን ሊቀመንበርነት ቦታ አስጨበጡት። በዕቅዱ መሰረት ተሳክቶላቸው ተመረጠ። በተመሳሳይ ሁኔታ በተጨማሪ ስብሰባው ክፍሉ ታደሰን የድርጅት መምሪያ ኋላፍ አድርገ ሾሙት። በዚሁ ብቻ አልቀመም። በስብሰባ ላይ ሌላው ቀጣይ ዕቅድ ክፍሉ ታደሰ የሴክረታሪያቱ አባል ለማድረግ ሲሆን ይህም በዕቅዱ መሠረት ተሳክቶ ከዮሴፍ አዳነ ጋር ባንድነት የስክሬታሪያት አባልነቱን ቦታ ጨበጠ። የሴክሬታሪያቱን አባልነት ቦታ ከያዘ

ደግሞ ዶ/ር ተስፋየ ደበሳይንና ዮሴፍ አዳነን ቀስ አድርጎ የማጥፊያ የጥበብ ዘዴውን አዘጋጅቶ ነፍሳቸውን ወደ ሰማይ ካሳረጋቸው በኋላ የፓርቲውን የጸሀፊነት ቦታ ከመጋቢት 1969 ዓ. ም. ጀምሮ ሙሉ በሙሉ ለብቻው ጨብጦ በመያዝ ድርጅቱን እንደልቡ በማሽከርከርና በመጋለብ ተልዕኮውን ለመወጣት ቻለ። በመጀመሪያ በደርግ ወታደሮች ለማስያዝና በመኢሶን መሳለቂያ ለማድረግ ተስፋየ ደበሳይን ለማስያዝ የገዛ ድርጅቱ ጠቃሚ ሆነ። እጁን ለጠላት ሰጥቶ በድርጅቴና በጏዶቼ ላይ ግፍና በደል ሲፈጸም ማየት ባለመፈለት ከረጅም ህንጻ ላይ በመወርወር እራሱን ሰዋ። በመቀጠል ዮሴፍ አዳነም የጠንካራውንና የሀቀኛውን ወንድሙን የቢኒያም አዳነንና የአጎቱን ልጅ የመስፍን ሀብቱን መንገድ በመከተል ነፍሱ ወደ ሰማይ እንድታርግ አስደረተ።

ይህ ብቻ አልነበረም ዘሩ ክሕሽንና ክፍሉ ታደሰ በቁጥጥራቸው ሥር ያደረጉት ሥልጣንና ኃላፊነት። ዮሴፍ አዳነ በመሰዋቱ ክፍሉ ታደሰ በተጨማሪ የፋይናንሱ ኮሚሽን ሊቀመንበርነቱን ቦታ ጨብጦ ያዘ። በተመሳሳይ ሁኔታ ዘሩ ክሕሽን ከፖሊት ቢሮው ሹመቱ በተጨማሪ የወታደራዊ ኮሚሽን ሊቀመንበርና የፖለቲካ ኮሚሽን አባል ሆኖ ከተመረጠ በኋላ ጌታቸው ማሩ ከታገደ ጀምሮ በተጨማሪ የፖለቲካው ኮሚሽኑን ሊቀመንበርነቱን ቦታ የሙጥኝ ጨብጦ ያዘ። በማለዳ መጽሔት መሠረት አበራ ውቅጅራ በስብሰባው ላይ ብርሀነመስቀል ረዳ እንዲመረጥለት በመፈለት በሕመም አመካኝቶ ሳይሳተፍ ቀረ። አበራ ዋቅጅራ የስብሰባው አጠቃላይ ሁኔታ እጅግ ያሳሰበውና ባጭር ካልተቀጨ የፓርቲው የወደፊት ዕድል ዘለቄታ እንደማይኖረው በማጤኑና አጠራጣሪ ክስተቶችንም በግልጽ በመገንዘቡ ምርጫው ትክክለኛ አለመሆን በመፀፀት ለብርሀነመስቀል ረዳ ሲል ታምሜአለሁ በሚል ሰበብ ከፖሊት ቢሮው አባልነት እንዲወጣ ቢያሳስብም ብርሀነመስቀል ረዳ ከመርህ አኳያ "ከነዘሩ ክህሽን፣ ከክፍሉ ታደሰ፣ ከተስፋየ ደበሳይና ጌታቸው ማሩ ጋር የቀየ የአስተሳሰብና የርዕዩተዓለም ልዩነት ስለአለኝ የፖሊት ቢሮው ሥራ በየጊዜው በሚነሳ ክርክርና ጭቅጭቅ እንዳይደናቀፍና ድርጅቱ ማከናወን የሚገባቸው በእኛ ክርክር ወደ ኋላ እንዲቀር ስለማልፈልግ አመራሩ ውስጥ መግባት የለብኝም" ነገር ግን አለ ብርሀነመስቀል ረዳ በዚሁ ስብሰባ ላይ ንግግሩን በመቀጠል፣ በማዕከላዊ ኮሚቴ ውስጥ በፓርቲው ውስጥ የሚገኙ ዝንባሌዎች ሁሉ መወከል ስለሚገባቸው_በአባልነት እቀጥላለሁ። ሆኖም እነዚህን ውሳኔዎች የምቀበላቸው መደበኛ የፓርቲ ጉባዔ እስከሚካሄድ ድረስ መሆኑን አስታውቃለሁ" የሚል ግልጽ አቋም በማስተላለፍ ትምህርትም ከመስጠቱም በላይ ለመመረጥ ፍልጎት እንደሌለው አሳሰበ። በዚህን ጊዜ ሥልጣን ይወዳል፣ አምባገነን ነው እያሉ የሚያስወሩበት ከሀዲዎች እንደሚሉት ሳይሆን የፖሊት ቢሮውን ቦታ ለመቀበል ፍቃደኛ አልሆነም። ልብ በሉ፣ ከራሱ ጥቅምና ዝና የፓርቲውን እና የብዙሀኑን አባላት ልዕልናና ዕድገት ብቻ ነበር የሚሻው። በዚህ ወቅት ነበር የፓርቲ ጉባዔን አስፈላጊነት በአባላቱ አዕምሮ እንዲሽከረከር ያደረገው። <u>በፓርቲው ውስጥ የሚገኙ ዝንባሌዎች ሁሉ መወከል ስለሚገባቸው</u> የምትለዋና <u>መደበኛ</u>

የፓርቲ ጉባዔ እስከሚካሄድ ድረስ የምትለዋ አባባሉ ራስ ምታት ሆና ነበር የተሰማቻቸው። ደግነቱ ቶሎ ብለው እሱን በማግለል ተግባራዊ ሳትሆን በፍጥነት ቀጨት እንጂ። ለብርሀነመስቀል ረዳ ሥልጣን አልነበረም የሚያንገበግበው። ለእሱ ዋነኛው ቁም ነገር ከወጣትነት ዕድሜው ጀምሮ የደከመለት የኢትዮጵያ ሕዝብ ልዕልና ጉዳይ ነበር። የፈለገው ሥልጣኑን ይያዝ ቁም ነገሩ ችሎታ፣ ብቃትና ታግሎ የሚያታግል ይሁን እንጂ። አበራ ዋቅጅራ ግልጽ ሆኖ አፍ አውጥቶ አልተቃወመም፣ ስለሆነም በአንጃነት ተፈርጆ አልተገደለም እንዲያውም አፍ አውጥቶ ባለመናገሩ እንደ ጨዋና አዋቂ ተቀጥሮ እስከ መጨረሻው ድረስ የፖሊት ቢሮውን ቦታ ጨብጦ ቀይቷል። በ1970 ዓ. ም. በአሲምባ እንኳን በተካሄደው የሦስቱ ጋንገስተሮች (ሳሙኤል ዓለማየሁ፣ ዘሩ ክሕሸንና ፀጋየ ገ/መድህን) የማዕከላዊ ኮሚቴ ቡድን ስብሰባ አበራ ዋቅጅራ በሌለበት የፖሊት ቢሮ አባልነቱን አጽድቀውለታል።

ሐ. ብርሀነመስቀል ረዳ ግንፍሌ በምትገኝ ኮሳሳ ጎጆ ያደረገው ቆይታ

ደምሴ ኃ/ማሪያም ለአስረስ ስሜ እንዳጫወተው ብርሀነመስቀል ረዳ ከደርግ ወታደሮችና ከመኢሶን ካድሬዎች ከበባ አምልጦ ግንፍሌ ወንዝን ተጠቅሞ ከጠላት ከበባ ተሰውሮ ግንፍሌ በምትገኝ ኮሳሳ ጎጆ እንደደረሰ ዐብዩ ኤርሳሞን አስጠርቶ እንደመጣለት ስለወቅቱ ተጨባጭ ሁኔታ፣ በፓርቲው "ክሊክ" እና "አንጃ" መካከል ስለተፈጠሩት ልዩነቶችና ስሕተቶች በመወያየት ላይ ሳሉ ብርሀነመስቀል ረዳ እንዲገድል በ"ክሊኩ"/በአመራር እምብርቱ ታዞ የተላከው የ"ክሊኩ" ደጋፊና ታማኝ የነበረው የመራሕብቴ ተወላጅ ደምሴ ኃ/ማሪያም ካሉበት ጎጆ ደረሰ። በጎጆዋ ታዛ ተጠግቶ ውይይታቸውን በጥሞና ማዳመጥ ጀመረ። ባጋጣሚ ውይይታቸውን በመስማቱና በመማረኩ እንጅ ውይይት ባይኖራቸው ኖሮ ቀጥታ በዚያው ዕለትና ሰዓት ብርሀነመስቀል ረዳን ደፍቶት ለማመልጥ አመች ሁኔታ ነበረው። በሁለቱ ጓዶች ውይይት ልቡ የተማረከውና የተመሰጠው ደምሴ ኃ/ማሪያም ሽጉጡን ኪሱ ያስገባና እጁን እራሱ ላይ አድርጎ ወደ አሉበት ቤት ውስጥ ይገባል። ብርሀነመስቀል ረዳ ከመቅጽበት ተወርውሮ ሽጉጡን ላጥ አድርጎ በማነጣጠር ሲደግን ዐብዩ ኤርሳሞም እንደ ብርሀነመስቀል ረዳ በፍጥነት ተወርውሮ ሽጉጡን በመደገን ሊገድል ከተላከው የዋህ የፓርቲ አባል ጀርባ በመቆም ይከቡታል። ደምሴ ኃ/ማሪያም ግልጽ በሆነ መንገድ ሁሉን ካስረዳ በኋላ ሠላም ወረደና ያው እንደቀድሞው የአንድ ፓርቲ ልጆች ሆነው በመተያየት ቀጣዩን ትግል ባንድነት ለማካሄድ ወሰኑ። እንደ ሰዓት ተሞልቶ ስለነበር ቀደም ሲል በብርሀነመስቀል ረዳ ላይ የነበረው አቋም በጥላቻ የተመሠረተ እንደነበር አስረድቶ ሆኖም በቤቱ ታዛ ተጥግቶ ውይይታቸውን በማዳመጡ የተላከበትን የግድያ ትዕዛዝ ሰርዞ ከእነሱ ጋር ለመሰለፍ ፍላጎቱን ገለጸ (አስረስ ስሜ)። ፓርቲው ውስጥ የተፈጠረው ቀውስና አለመግባባት በውይይት እስክሚበርድ ፓርቲውንና አባላቱን ከሞት አፋፍ ለማዳንና ከትግል እየተለዩም ለጠላት ኃይል እንዳይሆኑ ለማድረግ ጥር መጨረሻ አካባቢ 1969 ዓ. ም. ጀምሮ የኢሕአፓ'ን ፕሮግራምና ደምብ ይዞ፣ የመስመር ልዩነቱን ተሸክሞ የፓርቲው ክንፍ

የሆነውን የእርማት ንቅናቄ ማስፋፋት ጀመረ። ብርሀነመስቀል ረዳን ሊገድል ተልኮ የነበረውን ታጋይ ደምሴ ኃ/ማሪያምን 'ምርኩዜ' ብሎ ሰየመው። ከሲዳሞው የሀዲያ የቦታ ምርጫ መክሸፍ በኃላ በደምሴ ኃ/ማሪያም ምርኩዝነት እየተመራ ወደ ሸዋ ገጠር አካባቢ በመሄድ መልሶ መቃቃምና መሰባሰብ ለማድረግ ተጋዘ። በብርሀነመስቀል ረዳ የሚመራው የኢሕአፓ የእንቅስቃሴ ክንፍ ዓላማ የኢሕአፓ'ን ፕሮግራምና ደምብ እንደያዘና፣ የመስመር ልዩነቱን ተሸክሞ የማያቋርጥ ጥረትና ትግል በማድረግ፣ ፓርቲውን ከውድቀትና አባላቱን ከጭፍጨፋና ከብተናና አደጋ ለማዳን በአዲስ መንፈስና ስልት የመልሶ መቃቃምና መሰባሰብ ለማድረግ የማያቋርጥ ጥረት ለማካሄድ ነበር።

መ. አምባሳደር ታደለች ዋከኔ ኃ/ሚካኤል

አምባሳደር ታደለች ኃ/ሚካአል የኢሕአፓን ክንፍ የእርማት እንቅስቃሴ በውጭ ሀገር ለማራመድ ሀገሯን ለቅቃ ልትወጣ ትንሽ ጊዜ ሲቀራት ነበር ቦታውን በትክክል የት እንደነበር ዘነጋሁት ወሎ ውስጥ ያለበለዚያ ወደ አዲስ አበባ ስትመጣ ደብረሲና አካባቢ እንደተያዘች ነበር ያጫወተችኝ። የተያዘችውም ብዛት ያላቸውን የእርማት ንቅናቄ አባላት እየመራች ብርሀነመስቀል ወደ አለበት አካባቢ ስታመራ እንደ ነበር ነው። ምንም እንኳን ታደለች ኃ/ሚካኤል ባታምንበትም ያለበለዚያም ለመንገር ፍላጎት ባይኖራትም በሁለት የቀድሞ የድርጅቱ አባላት መሠረት በክፍሉ ታደሰ፣ ዘሩ ክሕሸንና ሳሙኤል ዓለማየሁ ግፊት ወ/ሮ ታደለች ኃ/ሚካኤልን እግር እግሯን በስውር በመከታተል ለማስያዝ ያላሰለሰ ጥረት እንዳደረጉና መያዟም በነሱ የክትትልና የጥቆማ ጥረት እንደሆነ አድርገው ነበር የገለጹልኝ። ለታደለች ኃ/ሚካኤል ምንም ሳላጫውታት በድንገት ለዳግማይ ስደት በማምራቴና በተለይም ደግሞ በአእምሮ መጽሔት ላይ በጻፍኳት ጽሁፌ ቅሬታ እንደሚያድርባት በቅድሚያ አውቃለሁ። በደፈናው ወደ ውጭ ለመውጣት እቅድ እንዳለኝ ላማክራትም ፈልጌ ነበር። ሆኖም ከአሥራ ሁለት ዓመት በላይ በእሥር ቤት ስትሰቃይ ቀይታ የኖረች በመሆኗ፣ ከእስር ቤት ተወልዳ ያደገችውን የመጨረሻ ልጇንና ሌሎቹን ሁለት ልጆቿን የማሳደግና የማስተማር ግዴታና ሀላፊነቱን ከውድ ባለቤቷ በመቀበሏ፣ እንዲሁም ደከመኝ ሰለቸኝ ባለማለት ሶስት ድንቅየ ልጆቿን አንከባክበው በማስተማር ከማሳደግ አልፎ በየቀኑ ከአሥራ ሁለት ዓመት በላይ ደከመኝ ሰለቸኝ ባለማለት ከጎኗ በመቆም እስር ቤት በመመላለስ ቀጥ ብለው የረዷትን እኒያን ጀግናና ጠንካራ እናቷን ተራዋን መርዳትና መደገፍ ላይ ስለነበረች ካልሆነ ግንዛቤ ውስጥ ላስገባት ባለመፈለጌ ምንም ሳልላት ተነስቼ ሾልኬ ወጣሁ። በዚያ ላይ በእሥር ቤት ዘመኗ የተዋወቀቻቸው የፈረንሣይ "ወገኖቼ" በእኔ ላይ ያካሂዱት የነበረው ፀረ-አያሌው ዘመቻ ጆሮዋን አደንቁሯትም እንደነበር በማወቄ ስለእነዚህ አዲሶቹ የከርቸሌ ወዳጆቿ በእኔ ላይ ያራምዱ የነበረውን ቅስቀሳና የሥም ማጥፋት ዘመቻ አስመልክቼ ሀቁን በማስረዳት እራቅታቸውን ለማስቀረት ችሎታ ቢኖረኝም አንደኛዋ የፈረንሣይ "ወገኔ" የልጆች እናት ከመሆኗም በላይ እንደ ታደለች ልጆቿን ለአያቶቻቸው ጥላ በእሥር ቤት

ስትሟቅቅ የኖረች መኢሶን ከመሆኗም ባሻገር በደርግ ጭካኔ የመኢሶን ከፍተኛ አመራር አባልና የአገር ቤቱን መኢሶን'ን ይመራ የነበረውን ውድ ባለቤቷን ያጣች በመሆኗ፣ እንዲሁም ይህችው ወገኔ በእኔ ላይ የምታራምደውን የሥም ማጥፋት ዘመቻ ፈረንሣይ አብረን አንድ አካባቢ በመኖራችን አውቃኝ ሳይሆን ከሌሎች ከፈረንሣይ ኢትዮጵያዊያን ወዳጆቿ በተለይም በእነታደሰ ገሠሠ አማካኝነት የምትሰማውንና የሚነገራትን ፀረ-አያሌው የሥም ማጥፋት ዘመቻ እንዳለ በመቀበሏ ነበር። በመሆኑም በዚችው ምስኪን የፈረንሳይ "ወገኔ" ብዙም አልፈርድባትም ነበርና በሆዴ አፍኜ ካንገት በላይ በመሳቅ ማሳለፉን በመፈለጌ አንድም ቀን ስሜቴን ሳልገልጽ በአክብሮት አብረን በጉርብትና ኖረናል። ለታደለችም የሚነገራትን ሁሉ ለማስተባበል ፍላጎትም አልነበረኝም።

ለዳግማይ ስደት ለመሰደድ ምን እንደገፋፋኛና በተለይም ልወጣ አካባቢ በአእምሮና ጦቢያ መጽሔቶች ስለጻፍኩት ጽሁፍ ለማስረዳትና እንዲሁም ከወያኔ መንግሥት ጋር ባላት አቅርቦት መረጃ የማግኘት ከፍተኛ ዕድል ስላላት ወደፊት ለዚህ መጽሀፍ ስዘጋጅ በትክክል አሲምባ ላይ የተረሸኑትን ሰማዕታት ጓዶቻችንን ቁጥርና ስም ዝርዝራቸውን በማግኘት እንዲሁም ስለብርሀነመስቀል ረዳ አንዳንድ ጉዳዮችን በማስመልከትና የእሱንም ፎቶግራፍ በማግኘት እንድትረዳኝና እንድትተባበረኝ ከወዲሁ በቅድሚያ ለማሳሰብ በነበረኝ ፍላጎት ከኢትዮጵያ በወጣሁ በአምስተኛው ወር አካባቢ ከኒው ዚላንድ ሆኜ ስልክ ደወልኩላት። ስልክ የመደወሌ ሌላውም ምክኒያት ይህንኑ ለማስረዳትና ተደብቄ በመሹለኬ ቅሬታ ካደረባት ምክኒያቴን ተረድታልኝ ቅሬታዋን እንድታነሳልኝ ለማድረግም ነበር። አጭር ሠላምታ ከተለዋወጥን በኋላ ስሜቴን የሚነካ ጥያቄ አቀረበችልኝ። ይህን ስልኬን ከየት አገኘኸው? ማን ሰጠህ? ብላ አምርራ ጠየቀችኝ። አላመንኩም ያንን ዓይነት ጥያቄ መጠየቃን። ሀገሬን ለቅቄ መሰደዴና ያችን ጽሁፍ መጻፌ ልክ ዘሩ ክሕሽንና ክፍሉ ታደሰንና ሌሎቹን የአመራሩን እምብርት/ክሊክ ሰዎች መስየ ነበር የታየኃት መሰለኝ፣ ወይንም የፈረንሣዮቹ "ወገኖቼ" ይመግቧት የነበረው እውነት ሆኖ የተሰማት መሰለኝ። ልክ ሰማዕት ጀግናውን ባለቤቷንና ወንድሟን ፀጋየ ኃ/ሚካኤልን እና ሌሎቹን ድንቅና ብርቅየ የሕዝብ ልጆች እንዳስጨፈጨፉት ኃጢአተኞች መስየ የታየኃት መሰለኝ። ጥያቄዎቿ ስሜቴን ጎዱትና በመቀለድ መልክና በማሳሳቅ ዓይነት ሁኔታ "አይ ታደለች! ስልኩን የሰጠሽኝ አንቺው እራስሽ ነሽ፣ በስለላ ጥበቤ አላገኘሁሽምና አታስቢ አይዞሽ" አልኩና የምትለውን ሳላዳምጥ ቶሎ ብየ ተሰነባብቼ ተለያየሁ። ወደ እሥራ ዘጠኝ ዓመት ሆነን፣ ድጋሚም ሞክሬም አላውቅ። ስልክ የደወልኩላት በቤተሰቦቿ የቤት ቁጥር ሳይሆን ከወያኔ ጋር በተፈጠረው መተሳሰር ባገኘችው የመንግሥት ኋላፊነቷ ምክኒያት በአዲሱ የአራት ኪሎው መኖሪያ ቤቷ ስልክ ቁጥር ነበር። ሁለቱንም ስልክ ቁጥሮቿን አውቃለሁ። ቤተሰቦቿ ጋር ደጋግሜ ምሣና እራት በመጋበዜ በእኒያ በደጋና መልካሟ እናቷ እጅ ደጋግሜ ጎርሻለሁ። ስለዚህ የቤተሰቦቿን ስልክ ቁጥር አውቃለሁ። ከጊዜ በኋላ ድግሞ የወያኔ ባለሥልጣን ሆና ሥራ ስትጀምርና አራት ኪሎ መኖር

እንደጀመረች የአዲሱ ቤቷን ስልክ ቁጥር ሰጥታኛለች። ይህም በእኔ ላይ በነበራት ከፍተኛ እምነትና አክብሮት ነበር። እኔም ለሷ የነበረኝን አክብሮትና እምነት አትድየም አላውቅ። እስከ ቅርብ ጊዜ ድርስ እመለከታት የነበረው በብርሀነመስቀል ረዳ ዓይን ነበር። ከቅርብ ጊዜ ወዲህ ጀምሮ ከተለያዩ የማምናቸው የቀድሞ ጓዶቼና ወዳጆቼ እንዲሁም በሩቅ ከማውቃቸው ወገኖቼ ስለ ታደለች ኃ/ሚካኤል የሚነገረኝ የቀድሞዋ በከርቸሌ ከ12 ዓመት በላይ የስቃይ እሥራት በኋላ የወጣችው ታደለች ዋከኔ ኃ/ሚካኤል ሳትሆን፣ የዚያ የአብዮታዊው ባለሙያ፣ የዚያ ግንባር ቀደም የተማሪዎች መሪና የኢሕአድ/ኢሕአፓ መሥራችና መሪ የነበረውና በዓላማው ፅናት ሥቃይና መከራ ተጎናጽፎ ላይ ታች ሲንከራተት የኖረው፣ በመጨረሻም ጨካኝ አውሬዎች በመረባረብና በመተባበር አሰቃይተው በግፍ የተገደለው የሰማዕቱ ብርሀነመስቀል ረዳ የትዳር ጓደኛ፣ የትግል ጓደኛና የልጆቹ እናት ሳትሆን በተዘዋዋሪና በቀጥታ ሰማዕታት ብርሀነመስቀል ረዳን ለረሸነው ጨካኝ መንግሥት ድርግ ተባባሪና ደጋፊ በነበረው እና ኢሕአፓን ብሎም ኢሕአሠን ካስጨፈጨፉትና ካወደሙት የወያኔ ድርጅት አምሳል ጨፍልቀው የፈጠሯት አዲስቷ ታደለች ዋከኔ ኃይለሚካኤል ሆና ታየችኝ።

ሠ. የብርሀነመስቀል ረዳ መያዝ፣ በማረከው የብርጌድ ኮሚሳር ላይ ያሳደረው ተጽዕኖና የአራድማ መንደር/መንዝ

ብርሀነመስቀል ረዳ የፓርቲውን ክንፍ የእርማት ንቅናቄና የድርጅቱን ፕሮግራምና የትግል ስትራቴጂና መስመር ተሸክሞ በስተመጨረሻ በመንቀሳቀስ የቀየበት አካባቢ አራድማ ይባላል። የቀድሞው ቀዳማዊ ኃ/ሥላሴ ዩኒቨርሲቲ የሕግ ምሩቅ የሆነውና በአፄው ዘመን የከፍተኛ ሚኒስቴር የሕግ መምሪያ ኃላፊ የነበረው ወዳጄ መሠረት አራድማ የሚባለው መንደር በመንዝ የሚገኝ ደጋማ ቦታ ነው። በዚህ አካባቢ የሚኖረው ነዋሪ አብዛኛው ከተለያዩ በወሎ፣ ትግራይ፣ ጎንደርና ጎጃም አካባቢ እየሸፈቱ ካካባቢያቸው ጠፍተው ወደ እራድማ በመምጣት ተዋልደው የኖሩ ናቸው። ነዋሪው ሕዝብ ወደ መንደራቸው የገቡትን መጤዎች የጦር መሣሪያ አንግተው እስካልገቡ ድረስ በደስታና በአክብሮት ይቀበሏቸዋል። የነብርሀነመስቀል ረዳ ልዩ ሁኔታ በመሆኑ እንጂ መጤው መሣሪያ አንግቶ ከመጣ ፈጽሞ አይቀበሉትም፣ እንዲመለስ ያደርጉታልም፣ ያለበለዚያ ጠቁመው ያሲዙታል። ይህም የሆነበት ምክኒያት ከራሳቸው ካሳለፉት መራራ የሕይወት ተመክሯቸው በቂ ምክኒያት ስለነበራቸው ነው። በጣሊያን ጊዜ ሕዝቡ በፋሽስት ጦር ላይ በማመጽ ባካባቢውና በተለይም ከደሴ አካባቢ የመጡትን ሰላቶዎች እንዳሉ ጭዳ በማድረግ የአርበኝነት ትግላቸው ምክኒያት ፋሽስት ጣሊያን ከፍተኛ የሆነ የብቀላ ጭፍጨፋ በማካሄድ መንደሩን በቦምብ ተደብድቧል፣ እንዳለ መላው አካባቢ ሁሉ ተቃጥሏል። ነዋሪው በመትረየስ ታጭዷል። ይህም የዘለዓለም ትዝታ ሆኖባቸዋል። ያ ያሳለፉት የጭካኔ ድብደባ ሁለተኛ እንዲፈጠር በጭራሽ አይፈልጉም። ይህም ማለት ድርግ የሆነ መጤ የጦር መሣሪያ አንግቶ መግባቱን መረጃ ከደረሰው ጦር ልኮ እንደቀድሞው እንደበደባለን ብለው በመስጋት

ነው። ከመንደሩ ትንሽ ዝቅ ብሎ ሲከድ ወሎንና ሸዋን የሚያዋስነው ባዶጌ የሚባለው በርሃና ወንዝ ይገኛል። እነብርሀነመስቀል ረዳ በመንደሩ አካባቢ ሲዘዋወሩና ከሕዝቡ ጋር በሚውሉበት ወቅት ትጥቃቸውን ከብርሃው አካባቢ በመተው ነበር በአራድማ መንደር የሚንቀሳቀሱት። ብርሀነመስቀል ረዳ በአራድማ መንደር ያርፍበት የነበረው ታሪኩን ያካፈለኝ የቀድሞው ቀዳማዊ ኃ/ሥላሴ ዩኒቨርሲቲ የሕግ ምሩቅ አክስት ከሆኑት በወቅቱ የታወቁ የሸፍታ በልተቤት ከነበሩት ከወይዘሮ አሰገዶች መንገሻ ቤት እንደነበር አጫውቶኛል። ይኸው ወዳጄ ከአሰሳ ለመዳን ብርሀነመስቀል ረዳ በነበረበት ወቅት እዚያው አካባቢ ለሁለት ዓመት ተደብቆ የኖረ መሆኑን ጭምር ገልጾልኛል። ኮሎኔል ወርቅነህ ብርሀነምመስቀል ረዳን ለመያዝ ተልኮ የነበረው የብርጌድ ጦር አዛዥ የነበረ ነው። ሚሊሻያ በለጠ ደግሞ የብርጌዱ የፖለቲካ ኮሚሳር የነበረች ወጣት ነች (68)። በታጠቅ ጦር ሠፈር ቆይታየ በጣም የምወዳቸውና የማደንቃቸው ሁለት ወጣቶች ነበሩ አንቺ እያልኩ እጠራቸው የነበሩ።

ሚሊሻያ በለጠ አንዱ ሲሆን ሁለተኛው በእቶ ካሣ ከበደ አስተዳደር ሥር ትሰራ የነበረችው የኋላእሸት ከበደ በቅጽል ስሟ ማሙሽ ከበደ ነች። ብርጌዱ ከብርሀነመስቀል ረዳ ጋር ያደረገው የተኩስ ልውውጥ አልነበረም። ብርሀነመስቀል ረዳም የመዋጋት ዕቅድም ሆነ ፍላጎት አልነበረውም። አካባቢው መከበቡን ሲያረጋግጥ በሰላም እጁን ሰጥቶ ተማርከ። የመንዝ ገበሬ ብርሀነመስቀል ረዳን አቅፎ ነበር የያዘው። አምኖት አቅፎ ያስቀመጠውን የአራድማ መንደር ነዋሪና በእሱ ተማምነው የተከተሉትን አብዮታዊያን ጓዶቹን ካላስፈላጊ አደጋ ለማዳን ለገዛ ሕይወቱ ሳይሳሳ በሠላም እጁን ሰጠ እንጂ ፖለቲከኞች እንደሚቀባጥሩት በአራድማ ነዋሪ ጥቆማ ወይንም ተቃውሞ ወይንም በብርጌዱ ጦር አልተያዘም። በብርጌዱ ቁጥጥር እንደዋለ ቴፕ ሪኮርደርና ስድስት ካሴት ያስረክባል። ይህችው ወጣት ሚሊሻያ በለጠ ከወታደሮቹ ትቀበልና ቴፑን ከኮሎኔል ታጠቅ ጋር ሆና ታዳምጣለች። ወጣቷ ሚሊሻያ በለጠ በቴፑ ውስጥ ባለው የብርሀነመስቀል ረዳ ንግግር ከልቧ በመመሰጥ ወየው የማይማረክ ሰው ማረክን እያለች መለፍለፍ ጀመረች። እጅግ ስሜታዊ በመሆን መንፈሷና አዕምሮዋ ተነክቶ ብስጭትና ንደት የዕለት ጓደኞቿ ሆኑ። ብርሀነመስቀል ረዳን እንደ መልዓክ ታየው ጀመር። እሱ ጋር እየቀረበችም አይዞህ በማለት ታጽናናው ጀመር። አዲስ አበባ ሲደርስ ወደ መንዝ ከመንቀሳቀሳቸው በፊት እንደተነገራት ሳይሆን ከዚያ ውጭ ባላሰበችውና ባልጠበቀችው መንገድ ያን ልዩ የሆነ ትምህርትና እውቀት የሰጣትንና በአክብሮት ዓይን ያየችውን አብዮታዊ ቀጥታ እሥር ቤት ይከቱታል። በድርጊቱና በሸረኛ ተግባራቸው ለምን አሲያዝኩት ብላ አወየው አለች። ብዙ ችግር ለመፍጠር ስታንገራገርና ስታለቅስ በመታየቷና በግልጽ በመታወቁ በቁም እሥር እንድትቆይ ወደ አቃቃመችው ቤቷ ወደ ታጠቅ ጦር ሠፈር ተላከች። ጦር ሠፈሩ እንደደረሰች ፈልጋ አፈላልጋ አገኘችኝና ሁሉን ተናዘዘችልኝ። ለዚያውም በቂ ጥይት በሌላቸው አምስት ነጭ ለባሾች እጃቸውን እንዲሰጡ ሲጠየቁ ላካባቢው ሕዝብ ባላቸው አክብሮትና ፍቅር

ምክኒያት በመንግሥት የቂም በቀል እርምጃ እንዳይወሰድባቸው በመጨነቅ ከብርጌዱ ኮሚሳር ጋር አገናኙን ብለው በመጠየቅ ከእኔ ጋር ተገናኙ። ወደ በርሃው ባዶጌ መግባት ይችሉ ነበር፣ ሆኖም ደብቃችኃል በማለት ሕዝቡ ላይ ያቀድነውን የመደዳ ግድያ አስቀድሞ በመገንዘቡ ሕዝቡን ከከፍተኛ ጭፍጨፋ ለማዳን በቀላሉ ተማርከን ዕድላችንን መጠባበቅ እንዳለብን ቡድኑ ባንድ ድምፅ በመወሰኑ እንደሆነ የገለጸለት መሆኑን ወጣቷ ኮሚሳር ነገረችኝ። ይህችን ወጣት ሚሊሽያ እንዳይገድሏት በመንድሥቱ ኃ/ማርያም በታሪካዊው የሚሊሽያ ዓርማ ምክኒያት ያፈቅሯታል እየተባለ ስለሚወራ በዚያን ጊዜ ማሰርና መግደል አልፈለጉም። ሆኖም በየእለቱ ችግር እየፈጠረችባቸው በመሄዱ ምን እንዳደረጓት አላውቅም አዲስ አበባ ይፈለጋል ተብሎ ይዘውት ከሄዱ ጀምሮ ማግኘት አልቻልኩም።

ረ. በብርሀነመስቀል ረዳ የጭካኔና የሥቃይ ምርመራ

ስማቸውን ዘነጋሁ ሆኖም ረጅም ወደ ጥቁረት የሚወስዳቸው ደልደል ያሉ የቀድሞ የአፄው መንግሥት የፖሊስ ሠራዊት ፶ አለቃ የነበሩና የአዲስ አበባ ወንጀል ምርመራ ክፍል ባልደረባ ሆነው ከዚያው ወደ ማእከላዊ ኮሚቴ የተዛወሩና የኤኮኖሚ አሻጥር ከሚባል ቡድን ጋር ይሰሩ የነበሩ በ በ1973 ዓ. ም. እንደተዋወኳቸው ብርሀነመስቀል ረዳ ስለተካሄደበት የጭካኔ ግርፋትና የግፍ ምርመራ የሚከተለውን አካፈሉኝ። በሕይወቴ እስከአሁን ድረስ እንደብርሀነመስቀል ረዳ የተገረፈና ሰውነቱ የተተለተል የፖለቲካ እስረኛ አይቸም ሰምቸም አላውቅ በማለት በመገረምና በማድነቅ መንፈስ ነገሩኝ። ከሁሉም ይበልጥ ያስደንቃቸው እንደዚያ ተገርፎና ተድብድቦ፣ ሰውነቱ በጋለ ብረት ተተልትሎ፣ ጸጉሩና ጥፍሮቹ እየተነቀሉ እጅግ አስጨናቂ የሥቃይ ግርፋት ተካሂዶበት ፍንክች አለማለቱና መርማሪዎች የሚፈልጉትን ለማግኘት አለማስቻሉና የተናገረውና የተናዘዘላቸው በግልጽ የሚታወቀውንና መነገር ያለበትን፣ ከመርሕ እኳያ የሚያምንበትን እንጂ በከተማ የሚገናኛቸውን ኃዶቹንና በገጠር የተባበሩትን የመራብቴና የመንዝና ጊሼን ነዋሪ ሰዎችን ስም በፍጹም ሳይነግር ነበር ደብዳቢዎቹና ገራፊዎቹ አቅም አጥተው እንዲያቆሙ ያደረጋቸው ነበር ያሉኝ። ከስንት ዘመን በኃላ በደርግ ምርመራ ክፍል የተካሄደውን የብርሀነምስቀልን የምርመራ ቃል አግኝተን ስናነብ ፶ አለቃው እንዳሉትም ብርሀነምስቀል ረዳ በወቅቱ በምርመራ ላይ በነበረበት ጊዜ በሕይወት ስለአሉት ኃዶቹ ሲጠየቅ የሚሰጣቸው መልስ 'በኮድ ስሙ የሚታወቀው'፣ 'ያባቱን ስም የማላውቀው' አያለ ነበር የሚሰጣቸው። በኢሕአፓ አመራር እምብርት ወይንም በደርግ የተገደሉትን፣ ያለበለዚያም ከድተው ከሽፍቶቹ ጋር የተቀላቀሉትን፣ ወይንም ከድተው ለደርግ እጃቸውን የሰጡትን ሰዎች ግን ከነሙሉ ስማቸው እየጠቀሰ ነበር ለመርማሪዎቹ ይሰጥ የነበረው። በመንዝና ጊሼ ወይንም በመራብቴም እንደዚሁ የተሰዉትን በሙሉ ስማቸው በመጥቀስ ሲናገር በሕወት የነበሩትን ያንዳቸውንም ስም ሳያነሳ ነበር ምርመራው ያለቀው። ከሁሉ ይብለጥ ፶ አለቃውን ያስገረማቸው እንደዚያ እየተግረፈና እየተሰቃየ ደርግን መልካም ጎኑን እየተናገረ ባብዛኛው ግን እያንቋሸሸ መናገሩን ጠቁመውኝ ነበር።

እንዳሉትም የምርመራ ቃሉን ሳነብ ብርሀነመስቀል ረዳ ሲያዝ በተገኘው ሰነድ ላይ የብዙሐን መስመር በሚል ርዕስ የከተማው የእርማት ንቅናቄ ከመንግሥት ጋር ለመተባበር በየፉትና ለአስተያየቱ ወደ መንዝ በላኩለት ፅሁፍ ላይ አንዳንድ ዘለፋና ትክክለኛ መስለው ባልታዩት ጉዳዮች ላይ ትችቶች በእሱ ተጽፈው መርማሪው ቡድን በማግኘቱ ሁኔታውን አስመልክቶ ብርሀነመስቀል ረዳን እየገረፉና እያሰቃዩ በጠየቁት ጊዜ እንዲህ ነበር ያላቸው፣ "ጥቅምት ወር 1971 ዓ. ም. የብዙሐን መስመር በሚል ርዕስ … የተባሉትን ነጥቦቹ ከሚያስታውሳቸው መካከል፣ ሀ. በኢትዮጵያ የፖለቲካ መድረክ ስለተፈጠረው የሽብር ሁኔታ (Terrorism) በመንግሥትና በኢሕአፓ በኩል የማንኛው ጥፋት እንደሚያመዝን በማስመልከት ትንተናው በኢሕአፓ እና በደርግ (እንዲሁም በሌሎቹ ተራማጆች) መካከል የነበረው ቅራኔ መሠረታዊ ባሕሪይ መሠረታዊ (Basic) ቅራኔ እንዳልነበረ ገልጾ ቢሆንም ቅራኔው በሚገባ ባለመያዙ ብቻ ወደ ተፃራሪነት አድጎ አስከፊውን እልቂት እንዳስከተለ ይገልጽና፣ ሆኖም ለእልቂቱ ኃላፊነቱን ሲያከፋፍል ደርግ ዲሞክራሲያዊ መብቶችን በማፈን የደርግን ፖለቲካ በከፊል እንኳን የሚቃወሙ ተራማጅና ማርክሲሳዊ ሌኒናዊ የፖለቲካ ድርጅቶችን ወደ ሕቡዕ የፖለቲካ ድርጊት በመገፋፋትና ሌሎች ደርግን የሚደግፉ ተራማጆችም መንግሥትን ግፉበት በማለታቸው በመጀመሪያ ደረጃ ተጠያቂ አድርጎ አስቀምጧቸዋል። ሁለተኛም ተራማጆች ልዩነታቸውን በዲሞክራሲ ለመፍታትና ለማቻቻል እንዳይችሉ እስከ ሚያዚያ 1968 ዓ. ም. ድረስ በሩን የዘጋው የዲሞክራሲ መብቶችን የረገጠው አሁንም ወታደራው መንግሥት ደርግ ነው፣ አስቀድሞ አሸባሪ የሆነውም ቢሆን ወታደራዊ መንግሥት ደርግ ነው፣ በደርግ ላይ ተቃውሞ ያሰማውን ሁሉ ፀረ አብዮተኛ በማለት እሱ ዳኛ እሱ ቀማኛ በመሆን በቀደምትነት ተራማጆችን ያገደ፣ ያሰረ፣ የፈጀ ደርግ ነው፣ የሥልጣን ፍርፋሪ ለመቃረም ከውጭ አገርና ካገር ውስጥ መጥተው በዙሪያው የተሰባሰቡት አድርባዮችም በዚህ ሁሉ ከደርግ ጋር ተባብረዋል" (የብርሀነመስቀል ረዳ)።

የድርጅቱ አመራር እምብርት/ክሊክ ከሚያዚያ ወር 1968 ዓ. ም. በኃላ የነበረው ሚና ሁኔታውን የማባባስ ሚና እንደሆነ አንዳንድ የዋሆች ቢናገሩም በብርሀነመስቀል ረዳ እምነት "አንደኛ በሽብር ምክኒያት ለተፈጠረው እልቂት የክሊኩ ሚና የማባባስ ሚና ብቻ እንዳልሆነና እንዲያውም የትጥቅ ግጭትን በመንግሥት ላይ የጀመረው ክሊክ ስለሆነ በኢሕአፓና በመንግሥትና ሌሎች ተራማጆች መካከል ለተፈጠረው አለመተማመን በመጀመሪያ ደረጃ ተጠያቂ የኢሕአፓ አመራር ክሊክ እንደሆነ፣ ሁለተኛ ከነሐሴ ወር 1968 ዓ. ም. ጀምሮ ሽብርን እንደ መሠረታዊ የትግል ዘዴ በቲዎሪና በተግባር የወሰደው የአመራር እምብርት/ክሊክ ስለሆነ ከሚያዚያ ወር 1968 ዓ. ም. በኃላ በሽብር ምክኒያት ላለቁት ሁሉ በመጀመሪያ ደረጃ ተጠያቂ ክሊኩ …" እንደሆነ አቋሙን ገልጾላቸዋል (ብርሀነመስቀል ረዳ)። ይሁን እንጂ "ጊዜያዊ ወታደራዊ መንግሥት ከተቋቋመበት ጊዜ ጀምሮ በመንግሥትና በኢሕአፓ መካከል ለነበረው አለመተማመንና መጠራጠር ዋናው ምክኒያት ደርግ

በሚያዚያ ወር 1968 ዓ. ም. ያወጣውን የብሔራዊ ዲሞክራሲያዊ አብዮት ፕሮግራሙን ከሰኔ ወር 1966 ዓ. ም. ጀምሮ ባለመኖሩና የደርግ አብዮታዊ ዓላማ በግልጽ ባለመታወቁ፣ በዲሞክራሲያዊ መብቶች እለመለቀቅ ምክኒያት ልዩነቶች በይፋ ወጥተው ክርክር ሊደረግባቸው አለመቻሉና ዲሞክራሲያዊ መብቶች ሲኖሩ ዲሞክራሲያዊ መብቶችን በመቃወም ሕገወጥ (Anarchist) ተግባር ሊያካሂዱ የሚፈልጉትን ሕጋዊና ሰላማዊ ሆነው በዲሞክራሲያዊ መብቶች ሊጠቀሙ የሚፈልጉትን የኢሕአፓ አባሎች ባለመቻላቸው መስከረም ወር 1968 ዓ. ም. የወጣው አስቸኳይ ጊዜ አዋጅ ደርግን ፀረ ዲሞክራሲ ባሕሪይ ያለው አድርጎ የሚያሳይ ስለነበር፣ በአየር መንገድ ሠራተኞች ላይ የተወሰደው እርምጃ ጽንፋዊ በመሆኑ በእነዚህ ምክኒያቶች ሁሉ ለተፈጠረው የፖለቲካ ውዥንብር (ተራማጅና አድኃሪ፣ ዲሞክራሲያዊና ፀረ ዲሞክራሲያዊውን ለመለየት የሚያስቸግር ውዥንብር) በመጀመሪያ ደረጃ በታሪክ ዓይን በሀገራችን ተወቃሽ የሚሆነው የጊዜያዊ ወታደራዊ መንግሥት ነው" የሚል ጠንካራ እምነት እንዳለው ለጨካኞቹ ገራፊዎቹ ገለጸላቸው። ሆኖም አለ፣ "ከ1969 ዓ. ም. መግቢያ በኃላ በተፈጠረርው ሽብር የመጣው እልቂት ሁሉ መንግሥት በመጀመሪያ ደረጃ ተጠያቂ እንዳልሆነ፣ መንግሥት ሊወቀስ የሚችለው አሸባሪነት (Terrorism) እንዲፈጠር በማድረጉና ምንም እንኳን በኢትዮጵያ የግራ ክንፍ ንቅናቄ ታሪክ መጠነኛ አሸባሪነት የማይቀር ቢሆንም አሸባሪነት በጣም የተወሰነ እንዲሆን ሊያደርግ የሚችለውን የፖለቲካ ሁኔታ ለማዘጋጀት ደርግ ፍላጎት ያለው ባለመሆኑና እንዳይፈጠር ለማድረግ ሳያዘጋጅ በመቅረቱ መንግሥት ተጠያቂ ነው … ደርግ ማርክሲዝም ሌኒኒዝምን እንደሚደግፉ ገና በ1967 ዓ. ም. አጋማሽ ላይ ያለበለዚያም መጨረሻ ገደማ ላይ እንኳን ቢገልጽ ኖሮና ዲሞክራሲያዊ መብቶችን ቢለቅ ኖሮ የኢሕአፓ አመራር ክሊክ መሰረታዊ ተቃውሞ በማካሄድ የማወናበጃ ሰበብና የድርጅት ጥንካሬ ሊኖራቸው አይችሉም ነበር"። ከ1969 ዓ. ም. መግቢያ ጀምሮ በኢሕአፓና በቀሩት ተራማጆች ደርግም ጭምር መካከል ለነበረው ውጥረት፣ አለመተማመን በመጀመሪያ ደረጃ ተጠያቂ አድርጎ ለማእከላዊ ኮሚቴ ያቀረበው እና በኃላም በእስር ላይ እያለ ያቀረበው የኢሕአፓን የአመራር እምብርት/ክሊኩን እንደሆነ ነው። በማጠቃለል ሊገድሉት እየተቃረቡ እንዲህ ሲል፣ "ዛሬም ቢሆን በኢትዮጵያ ተጨባጭ ሁኔታ መሰረት የዲሞክራሲያዊ መብቶች አለመለቀቃቸው የደርጉን አብዮታዊነት ሊያረጋግጥለት እንዳልቻለ" አስረድቷቸዋል።

ቀ. መልዕክተ ዮሐንስና ከሁለት ወገኖቼ የሰማሁት ለማመን ያስቸገረኝ አዲስ መረጃ

የከተማው የእርማት ንቅናቄ ከመንግሥት ጋር ለመተባበር የኢሕአፓ ክንፍ የእርማት ንቅናቄ አካልን ከመንግሥት ጋር የሚያገናኝ አንድ አገናኝ እንዲኖር በመጠየቃቸው ጓድ መልዕክተ ዮሐንስን መወከላቸው ባወጡት ጽሁፍ ለአስተያየቱ ለብርሀነመስቀል ረዳ ወደ መንዝ ተላከለት። መልዕክተ

ዮሐንስ ማን ነበር? በኃላ ምን ደረሰበት? በደመቀ አግዜና አስረስ ስሜ መሠረት መልዕክተ ዮሐንስ ችኩል የነበረ ነገር ግን ለቀመለት ዓላማ ጥልቅ ስሜት የነበረው (aredent) የነበረ ታጋይ ነበር። ብርሀነመስቀል ረዳ መንዝ ከገባ በኃላ መልዕክተ ዮሐንስ የእርማት ንቅናቄውን ከመንግሥት ጋር እያገናኘ ጥቂት ወራት እንደቀየ እነሽመልስ ማዘንጊያ፣ ሸዋንዳኝ በለጠና ተስፋየ መኮንንና ጓዶቻቸው እሱን ብሎ ደግሞ (መልዕከተን ማለት ነው) አገናኝ ተባብለው ይመካከሩና እነ ብርሃኑ ከበደንና ድንቁን (የቀድሞው የባሕር ኃይል ባልደረባ የነበረና ከፍተኛ የወዝ ሊግ ባለሥልጣን ሆኖ ከነብርሃኑ ከበደ ጋር አብሮ የተመታ) ተጠቅመው እሥር ቤት እንዲከቱት በማዘዛቸው ማእከላዊ ምርመራ ያስገቡታል። ብርሀነመስቀል ረዳ ካለበት ቦታ ውሰደን ብለው ለይስሙላ ይስማማና በሄሊኮፕተር ይዟቸው እሱ ካለበት ቦታ ሳይሆን ባቅራቢያው ውስዶ ያወርዳቸውና ቀኑን ሙሉ ሲያስሱና ሲንከራተቱ ይውላሉ። ብርሀነመስቀል ረዳና ጓዶቹ በሄሊኮፕተሯ ባካባቢው የማንዣበቧ ሁኔታ አሳስቧቸው ከገበሬዎች ጋር ተደብቀው ይውላሉ። እነ ድንቁና ብርሃኑ ከበደ መልዕክተ ዮሐንስን አውቀሀ ነው ያደከምከን ይሉና ሲገርፉት ከርመው በመጨረሻ የት እንደደረሰና ምን እንደሆነ ሳይታወቅ ጠፍቶ ቀረ። ለዘመዶቹ ዛሬ ነገ እንፈታላችኃለን፣ ነገ ታዩታላችሁ እየተባሉ ጉቦ በመክፈል ልጃቸውን ከማጣታቸውም በላይ ሀብታቸውን ጭምር ለማጣት ቻሉ። አባቱ በ1953 ዓ. ም. መፈንቅለ መንግሥት ጊዜ መሪ እንደነበሩ ይነገራል። አባቱን ደርግ ለማግባባትና ለመጠቀም ብዙ ሞክሮ ፍቃደኛ ሳይሆኑ ቀሩ። ቤታቸው ፖሊስ ክበብ አካባቢ እንደነበር ገልጸውልኛል።

ሀገር ቤት እያለሁ አበው አባቶቼ ቀድሞ በአፄው ዘመን ጀገናውንና ስመጥሩውን አርበኞችን ደጃዝማች የበላይ ዘለቀ (በተለምዶ ሽጋው በላይ ዘለቀ እየተባለ በሰፊው የሚዘፈንለት አርበኛ) ሕይወት የተቀጨው የመንግሥት አፈቀልጤዎች እንደነዙት በስቅላት ሳይሆን በጀርባው በጥይት በመደብደብ እንደነበር የነገሩኝ ይታወሰኛል። በአበው አባቶቼ አባባል አርበኛው በላይ ዘለቀ እንደተያዘ ንጉሡ የፖለቲካ ቁማር በመጫወት በሕዝብ ዘንድ ርካሽ ተወዳጅነትን ለማትረፍ በመመኘት በበላይ ዘለቀ ላይ ያልነበራቸውንና የሌላቸውን አክብሮትና ቀናነት በማስመሰል 'በላይ ዘለቀ ለአገሩ የተዋጋና የደከመ አርበኛ ነው፣ ይዘነዋል፣ ለመግደል እንችላለን ካስፈለገ፣ ነገር ግን ከአሁን በኃላ የሚያደርገውና የሚፈጥረው ችግር አይኖርም። እሱን መግደሉ ምን ጥቅም ሊሰጠን ይችላል በማለት እንዲያውም ይባስ ብለው የልጅ ልጃቸውን ለመዳር ማቀዳቸውን በአካባቢያቸው ለነበሩ ባለሟሎች አሳሰቡ። ይህ የንጉሡ በጀግናው በላይ ዘለቀ ላይ ያላቸው ድንገተኛ የአመለካከት ለውጥ ያልታሰበ ዱብ እዳ ሆኖ ያስደነበራቸውና ያስፈራራቸው በንጉሡ ዙሪያ የተሰበሰቡት የቅርብ ባለሟሎች የስመ ጥሩ አርበኛችን ከንጉሡ አካባቢ መሆን ምፅዓት ሆኖ ታያቸው። ስለሆነም ለበላይ ዘለቀ እዛኝና ተቀርቃሪ በመምሰል የታወክ አርበኛ፣ ጀግናና ከጠላት ብዙ ሞት ያመለጥክ እንዴት እዚህ እስር ቤት ታጉረህ እንደሴት ትሞታለህ። የሕዝብ መሳቂያና መሳለቂያ ሆነህ የመሞቻህን ሰዓት

ለምን ትጠባበቃለህ። ያንተ መሰቀል የብዙ አርበኞች መሰቀል ነውና ይህን ማየትና መስማት ስለማንፈልግ ከሥር ቤት ጥፋና አምልጠህ ሂድ፣ አስፈላጊውን ሁሉ በማዘጋጀት እንተባበርሀለን በማለት አሳምነውና ገፋፍተው በተለገሰለት "ወገናዊ" ምክር መሠረት ከእሥር ወጥቶ እንዲሄድ ያደርጋሉ። ወጥቶ ትንሽ ርቀት ያህል እንደተጓዘ በጀርባው በጥይት ደብድበው ከገደሉት በኃላ አምልጦ ሊሄድ ሲል ጠባቂዎች ደርሰውበት ቁም ቢባል ፈቃደኛ ባለመሆኑ በተኩስ ከነሕይወቱ ያዝነው ብለው መገደሉን ደብቀው ለንጉሱ ሪፖርት አደረጉ። ንጉሱም በላይ ዘለቀ መገደሉን ሳይነገራቸው በቁጣ መንፈስ የስቅላት ፍርድ እንዲፈጸምበት ቀደም ሲል ቀርቦላቸው የነበረውን ሀሳብ አጸደቁ። ስለሆነም የተገደለውን የበላይ ዘለቀን ሬሳ በሕይወት እንዳለ አስመስለው ጠባብ ሱሪ ወይንም ተፈሪ ሱሪ እየተባለ ይታወቅ የነበረውን የሱሪ ዓይነትና ሳሪያን ስፌት ኮቱን እንደተላበሰ ጎፈሬውን እንዳጎፈረ (በፈረንጆች Afro style) ተክለኃማኖት አደባባይ ላይ እንደሰቀሉት ያጫወቱኝ ይታወሰኛል። ባጋጣሚ ሆነና ይኸው የቀድሞ ቀዳማዊ ኃ/ሥላሴ ዩኒቨርሲቲ የሕግ ፋኩልቲ ምሩቅና የዋሽንግተን ዲ. ሲ. ወዳጄ ይህንኑ የአበው አባቶቼ ያጫወቱኝ ታሪክ እንዳለ በማብራራት ጭምር ገለጸልኝ። ይህ ምሁር ከከፍተኛ የባላባት ቤተሰብ የተወለደና ከንጉስ ቅርበት ካላቸው ቤተሰብ ተወላጅ በመሆኑ የተነገረኝን ሁሉ ለማመን አስገድዶኛል። ነገርን ነገር ያነሳዋል እንዲሉ አበው አባቶቼ በተጨማሪም እንደተነገረኝ በዚያን ቀን ሌላው የተሰቀሉት እውቅ ጀግና የጎጃም ጠቅላይ ግዛት ገዥ የልውል ራስ ኃይሉ ተክለሐይማኖት ዘመድ የነበሩት ጀግናው ጎጃሜ ደጃዝማች ማሞ ኃ/ሚካኤል ሲሆኑ ሌሎች በንጉሱ ላይ ጥላቻ ነበራቸው ታዋቂዎችና አራቱ ደግሞ ጀግናውን አርበኛ በላይ ዘለቀን እንዲያመልጥ የተባበሩትና የረዱት ናቸው የተባሉ የእሥር ቤቱ ጠባቂዎችን በጠቅላላው 17 በአዲስ አበባ ከተማ በተለያዩ ቦታ መሰቀላቸውን ለመስማት ችያለሁ።

ታሪክ እራሷን ትደግማለች እንዲሉ የሚከተለውን አዲስ ታሪክ በቀድሞው የቀዳማዊ ኃ/ሥላሴ ዩኒቨርሲቲ የሕግ ምሩቅ የዋሽንግተን ዲ. ሲ. ወዳጆ ከአሁን በፊት ሰምቼው የማላውቀው ለየት ያለ አዲስ መረጃ እንደሚከተለው ሰጥቶኛል። መንግሥቱ ኃ/ማሪያም እያየለና የአምባገነንነት አዝማሚያ እየያዘ በመሄዱ የተደናገጡት በዙሪያው የሚገኙት የሲቭልና ወታደራዊ ከፍተኛ ባለሥልጣናት የብርሀነመስቀል ረዳን ብቃትና ችሎታ ያለው መሆኑን በማወቃቸው ሊቀመንበሩን በመግታት የኃይል ሚዛን ሊያስጠብቅልን የሚችል ጠንካራ ታጋይ መሆኑን በማመን፣ የመንግሥቱ ኃ/ማሪያምን የአምባገነንነት አዝማሚያ ያስጨነቃቸው በመንግሥቱ ኃ/ማሪያም አካባቢ የሚያንዣብቡት የሲቭል ካድሬዎችና ፖለቲከኞች ብርሀነመስቀል ረዳ መንግሥቱ ኃ/ማሪያምን ሊወዳደርና በዚያም ሳቢያ የኃይል ሚዛን ሊያስጠብቅ የሚያስችል ዓይነተኛ መሣሪያ እንደሆነ በማጤናቸው በመሣሪያነት ሊጠቀሙበት በማቀድ ብርሀነመስቀል ረዳ አምልጦ እንደተሰወረ ተደብቀበት ከነበረው ቤት በሚስጢር ሰበታና ገፈርሳ እየተገናኙ ውይይት በማድረግ ብርሀነ መስቀል ረዳን ከመንግሥቱ ኃይለማሪያም ጋር

ሊያገናኙት በማግባባት ጥረት እንዳደረጉ ገለጸልኝ። እነዚሁ ለሥልጣን ያሰፈሰፉት የሲቭል ክድሬዎችና ፖለቲከኞች ዕቅዳቸውን ለመጀመር ትዳዩን አስመልክቶ ከመንግሥቱ ኃ/ማሪያም ጋር እንደተወያዩ ሳያስቡት ሊቀመንበሩ ለብርሀነመስቀል ረዳ ያለውን ከፍተኛ አድናቆትና ከበሬታ እንደተገነዘቡ ያላሰቡት ዱብ ዕዳ ሆኖባቸው በድንጋጤና በጭንቀት ወጥመድ ውስጥ ገቡ። በዚያ መልክ ብርሀነመስቀል ረዳን ከመንግሥቱ ኃ/ማሪያም ጋር ማገናኘት ማለት ለእነሱ ለወደፊት የሥልጣን ጉጉታቸው እንቅፋት እንደሚሆንባቸው በማረጋገጥ የቀድሞውን ሀሳባቸውን በመቀየር ከመንግሥቱ ኃ/ማሪያም አካባቢ መቅረብ እንደሌለበት በማመን በሚከተለው ዓይነት መንገድ ሌላ የእኩይ ዘዴ ፈጠሩ ብሎ የሚከተለውን አጫወተኝ።

እኒሁ አድርባዮች ከሆነ ሆነ፣ ካልሆነም የራሱ ጉዳይ መወጣጫ እናደርገዋለን በማለት ብርሀነመስቀል ረዳ ከፍተኛ ችሎታና ብቃትና እንዲሁም ከፍተኛ ተደማጭነት እንዳለው በማሳሰብ ወደ በርሃ ሄዶ በመመሸግ የራሱ የታጠቀ ኃይል ያለው መሆኑን ለመንግሥቱ ኃይለማሪያም በማስረዳት በእኩልነት እንድትደራደሩ እናደርጋለን፣ ካንተም ጋር እንዳልሆነ በማስመሰል መንግሥቱ ኃ/ማሪያም ያንተን አቋምና ሀሳብ እንዲቀበል እንገፋፋዋለን። ልክ እንደበላይ ዘለቀ ብርሀነመስቀል ረዳንም በተመሳሳይ መንገድ ተጠቅመው ከመንግሥቱ ኃይለማሪያም ጋር በእኩልነት ለመደራደር እንድትችል ብለው በማሳመን መንዝ ሄዶ እንዲመሽግ ገፋፍተው ከላኩት በኃላ ጦር አስልከው አስማርከው አምጥተው መንግሥቱ ኃ/ማሪያም ተናዶ እርምጃ ለመውሰድ በሚያስችል መንገድ "እኩይና የሀሰት" መረጃ በመስጠት በማፋጠን እንዲገደል አስደረጉ ብሎ አጫወተኝ። ምስጢሩ ላልተረዳው ብርሀነመስቀል ረዳ ለእሱና ለሀገሪቱ ያሰቡና የተቀረቀሩ በማስመሰል አታለው ታጥቆ ሜዳ እንዲገባና በእኩልነት ለመደራደር እናስችልሀለን፣ እኛም ከአንተ ጋር ግንኙነት ያለን መሆናችንን ሳናሳውቅ በውይይት ጊዜ የአንተን ሀሳብ በመደገፍ እንተባበራለን። ሊቀመንበሩንም በሀሳብህ እንዲስማሙ እንመክረዋለን በሚል ብልጣ ብልጥ ዘዴ ተጠቅመው እንዲሄድላቸው ገፋፍተው በመጀመሪያ ወደ መራቤቴ ቀጥሎም መንዝና ግሼ አራድማ ከሚባለው መንደር ከአክስቴና በወቅቱ የታወቁ የሽፍታ በልተቤት ከነበሩት ከወይዘሮ አሰገደች መንገሻ ቤት አረፈ። አልፎ አልፎም ወደ ባዶጌ ከሚባለው በርሃ በመሄድ እየሰነበተ ወደ አራድማ ይመለስ ነበር ብሎ አጫወተኝ። ይህ በወዳጄ የተነገረኝ ታሪክ ለእኔ አዲስ ዜና ሆነብኝ። ሆኖም በዚያን ዘመንም ሆነ በይበልጥ ደግሞ በአሁኑ ዘመናችን የማይደረጉ አሻጥር፣ ተንኮልና ሴራዎች ሊኖሩ ስለማይችል ምን ይታወቃል ከሚል እኳያ በሕዝቡ የተወራ በመሆኑ ማካፈል ይኖርብኛል። ብርሀነመስቀል ረዳ በሚማረክበት ወቅት አጠቃላይ ሁኔታዎችን ስገመግም በዚሁ ምእራፍ እንደተገለጸው ለአራድማ ሕዝብ የገባውን ክቡር ቃል ለማክበር ሲል የማይረባ አሮጌ መሣሪያ በታጠቁና በቂ ጥይት በሌላቸው በአምስት የነጭ ለባሾች በቀላሉ መማረኩ ሕዝብ ሲል ነው ብዬ የማምነው። የተላከው ብርጌድ ጦር አሰሳ በማካሄድ ከመንደር

አካባቢ የግማሽ ቀን የእግር ጉዞ እርቀት ላይ ነበር የሚገኘው። ሊከቧቸው የከጀሉት አምስት ነጭ ለባሾች ብቻ ነበሩ። እኒህ አምስት ነጭ ለባሽ ከአስርና አስራ አምስት የማይበልጥ ጥይትና ተራ ጠመንጃ ይዘው ሲከቧቸውና ሀያ ጥይት ያህል ሲተኩሱባቸው አደጋ ላይ መሆናቸውን እያወቁ ውጊያው ላይ ላለመካፈል በነበራቸው አቋም አንድም ጥይት አንተኩስባቸውም በማለት በሰላም እጃቸውን ሊሰጡ ቻሉ።

14.3. አይበገሬው ዋለልኝ መኮንን

በ1964 ዓ. ም. አጋማሽ በአመት እረፍት ፈቃዴ እህቴንና የመቶ አለቃ ዓምሃ አበበን ለመጎብኘት ወደ ጅማ ከመሄዴ በፊትና ጉብኝቴን ጨርሼ ከጅማ አዲስ አበባ እንደተመለስኩ ከዋለልኝ መኮንን ጋር ሁለት ጊዜ በመገናኘት በሰፊው ለመወያየት መቻሌን በሌላ አካባቢ ጠቁሜአለሁ። በመጀመሪያው ቀን ግንኙነቴ ባአጠቃላይ ስለጠቅላይ ግዛቱ በተለይም ደግሞ የኢትዮጵያንን ስር ነቀል ተማሪዎችን ልብ ስለሳበው ሻዕቢያ በጠቅላይ ግዛቱ ቆይታየ ያጠናቀኩትን የግል ጥናቴንና አጠቃላይ ግንዛቤዬን በተጨዋወትንበት ወቅት ያጋጣሚ ነገር ይሁን የሌላ አላውቅም ከዋለልኝ መኮንን የተሰጠኝ ምላሽም የወሰድኩትን ግንዛቤዬን ትክክለኛነት የሚያረጋግጥልኝ ነበር። እፍኝ የማይሞሉ እፍቃሪ ኢሳያስ የሆኑ የሲ. እይ. ኤ. ቅጥረኞች በስተቀር ቀሪው የመሃል አገሩ ተራማጆች ይህንኑ የሻዕቢያ ቡድን አደገኛ አዝማሚያ በውል የተረዱ መሆናቸውን በጽኑ አስረዳኝ። የግል ጥናቴንና አጠቃላይ ግንዛቤዬን ትክክለኛነት ከተማሪዎቹ አካባቢ ስሰማ ማመን ተሳነኝ። የሚያሾፍብኝም መሰለኝ። ሆኖም ውይይታችን እያየለና እየጠነከረ ሲሄድ ስሜትዊነቱን ተገነዘብኩ፣ ያም የግልጽነትና የቅንነት ምልክት ሆነኝና ለካስ ከምሩ ነው የሚያጫውተኝ ብየ በጽሞና ለማዳመጥና ተጨማሪ ዕውቀት ለመውሰድ ተቻኮልኩ። ሆኖም መረጃውን ወዲያውኑ ማሰራጨት ለአጠቃላይ ትግላችን የወደፊት ዕድገት ያልተጠበቀ ደንቀራ ሊፈጥር ይችላል በሚል ግምት ተመክሮየን በምስጢር እንድይዘውና ከሻዕቢያ ጋር ሊኖረን የሚገባውም ማናቸውም ግንኙነቶች ሁሉ በጥንቃቄ መያዝ እንደሚኖርበርት እና ሻዕቢያ ከውጭና ከውስጥ ጠንካራ ድጋፍና ዕርዳታ ያለው አደገኛ ታዳጊ ድርጅት መሆኑን በመግለጽ ለወደፊቱ እንቅፋት እንደሚሆንብን እያወቅን በተቻለ መጠን በጥንቃቄና በዘዴ መያዝ ይኖርብናል በማለት ወንድማዊ ምክሩን ለገሰኝ። ደግነቱ ከኢሳያስ ጋር ያሉት ሁሉም ኢሳያስን መሳዮች አይደሉም። የእኛን ሃሳብና አቋም የሚጋሩ ሀቀኛ ወዳጆች የሆኑ ብዛት ያለው የድርጅቱ አባላት አሉን አለኝ። ነገረኝም እልነገረኝም እነዚህ የመሀል ሀገሩ ቅጥረኞች እነማን እንደሆኑ እንዲነግረኝ ደፍሬ ባለመጠየቁ እስከአሁን ድረስ ይቀጨኛል። ከመጠን በላይ ዲስፕሊን አክባሪ መሆኔ በብዙ ጎድቶኛል፣ ሆኖም የእኔ መለያ ምልክቴ በመሆኑ ላሻሽለው

አልችልኩም። ነገር ግን ከኢሳያስ ጋር እኛን የሚመስሉና ሃሳባችንን የሚጋሩ ከእኛ ጋር የአቋም አንድነት ያላቸውን ማወቅ ስለሚኖርብኝ ያለህፍረት ጠየኩት።

ግንባር ቀደም የተማሪዎች መሪና የኢሕአድ መሥራች ዋለልኝ መኮንን

በቀዳማዊ ኃይለሥላሴ ዩኒቨርሲቲ የተማሪ ንቅናቄ ውስጥ ንቁ ተሳትፎ በነበራቸው "የመንካዕ" እንቅስቃሴ አባላት ላይ በኢሳያስ አፈወርቂ ጭካኔ በተመላበት እርምጃ መውሰድ የተጀመረበት ወቅት ነበርና የተወሰደው እርምጃ ዋለልኝ መኮንንን ክፉኛ እንዳስቀጣው ነበር የተረዳሁት። ምንም እንኳን ዝርዝር ሁኔታውን ባያስረዳኝም "መንካዕ" ተብለው ከተወነጀሉት ጋር ጠንካራ ግንኙነት እንደነበረውና በጋራ አብረው ከመታገልም አልፎ ወደፊት በመሀል አገሩና በኤርትራዊያን ተራማጆችና ዲሞክራቶች ሊፈጠር የሚችለው ተመሳሳይ ድርጅት መሆን እንደሚገባው በኀቡዕ ውይይት በመካሄድ ላይ እንደነበር ነበር የጠቀመኝ። እነሱና ተከታዮቻቸው ከእኛ ከመሀል አገሩ ዲሞክራቶች ጋር አብሮ መታገሉ የኤርትራን ችግር በቀላሉ እንደሚፈታው አድርገው ነበር ሁለቱም ወገኖች (የመሀል አገሩና የነ"መንካዕ") ፅኑ ዕምነት እንደነበራቸው የገለጸልኝ። የኋላ ኋላ ሁኔታዎችን ሳጤን ዋለልኝ መኮንን

በሰንዓፌ በኩል ኤርትራ የመጣው "ከመንካዕ" ሰዎች ጋር ለመገናኘት እንደሆነ ነው በእርግጠኝነት የምገምተው። ያለበለዚያ በሥራው ምክኒያት ቢሆን ኖሮ ያንን ሁሉ ጃዝና የድብብቆሽ ተግባሩ ተባባሪ እያደርገኝም ነበር ብየ አምናለሁ። ኢሳያስ አፈወርቂ እንደማናቸውም አምባ ገነኖች ሁሉ የግል ጥቅሙን እንጂ ወዳጅና ጋደኛ ፈጽሞ ስለማውቅ ከሌሎች ጠላቶቻችን ይበልጥ አደገኛው እሱ ስለሚሆን በጥንቃቄና በዘዴ መያዝ ይኖርብናል ብሎ አስገነዘበኝ። ከአሜሪካን መንግሥትና ከኢትዮጵያ መንግሥት ጋር ግንኙነት አለው እየተባለ በምስጢር ስለምናገኘው መረጃም አንስቼለት፣ ቀደም ሲል እፍኝ የማይሞሉ እፍቃሪ ኢሳያስ የሆኑ የሲ. አይ. ኤ. ቅጥረኞች በስተቀር ያልኩህ እኮ ሲ. አይ. ኤና ሞሳድ ከእነዚህ እፍኝ ከማይሞሉት ጋር በጥቅም በማስተሳሰር ገና ከጥንቱ አጋብቷቸዋል አለና፣ ባጭሩ የባዕዳን ወኪሎች ከመንግሥት አካባቢ ብቻ ሳይሆን ከእኛም ጋር ከመካከላችንና ከጎናችን አብረው እንደሚገኙ በእርግጠኝነት መገመት ይኖርብሃል ነበር ያለኝ። ሆኖም ሁኔታውን ለጊዜው እንዳላወቅንና እንዳልተጠራጠርን በመምሰል እራሳችንን አጠናክረን እንድንደራጅና ብሎም በፖለቲካና በሁሉ አቀፍ መስክ እንድንጠናከር ስለሚረዳ መስሎ መሳተፍ ይኖርብናል ብሎ ድፍን ባለ መልክ ነግሮኝ ተሰነባበትን። የትግል ጓዶቼን ለመፈለግ ወደ ውጭ ለመውጣት ጊዜና ሁኔታን እያመቻቸሁ መሆኔን ገለጽኩለት። በሻዕቢያ በኩል እንዳትወጣ። ብቻህን ሆነህ የሚሆነው አይታወቅምና እዚያው በስብሰህ እንዳትቀር ብሎ አስጠነቀቀኝ።

በማያያዝም አክራሪ ብሔርተኛ ብለን በምንኮንናቸው የእሥልምና ድርጅት በኩል ውጣ። በመሃል አገሩ ዲሞክራቶች መታወቅን በመፈለግ ላይ በመሆናቸውና እንዲሁም የምሥራቅ አውሮጳ አገሮች እንደነ ቼኮዝላቫኪያ የመሳሰሉት ከቀሪው የኢትዮጵያ ዲሞክራቶችና ተራማጆች ጋር ተቀራረቡ በማለት ተፅዕኖ እያደረጉባቸው በመሆኑ አጋጣሚውን በመጠቀም ምንም ችግር ሳይገጥምህ ወደ ውጭ በመውጣት ከትግል ጓዶችህ ጋር ልትገናኝ ትችላለህ ብሎ ምክሩን ለገሰኝ። ወደ ውጭ ከመውጣትህ በፊት በጀብሃ ሜዳ እያለህ በወታደሩ አካባቢ የፖለቲካ ሥራ/ቅስቀሳ ማከናወን ይኖርብሃል፣ የምታምናቸውንም ወታደሮች በምስጢር ለመገናኘት ሞክር ብሎ አሳሰበኝ። እዚህ ላይ መጠየቅ ነውር መስሎ አልታየኝምና እነማን ጋር ነው መገናኘት ይምችለው ብዬ ጥያቄ አቀረብኩለት። አሁን ባለንበት ደረጃ ይህ ነው ብየ የምገልጽልህ አይኖረኝም። ነገር ግን በስምና በዝና ሳታውቀው የምትቀር አይመስለኝም በጥንካሬው፣ በጽንዓቱና በሀቀኝነቱ ወደር የሌለው አብዮታዊ ባለሙያ አለን። እሱን እንደማንም ብለህ ለመገናኘት ሞክር። ጀብሃም የሚችሉ ከሆነ ከሱ ጋር ንኙነት እንዲፈጥሩልህ ጠይቃቸው። እነሱ (ጀብሃ) ግን የሚያስተዋውቁህን በጥንቃቄ ማጥናትና ማጤን ይኖርብሃል አለኝ። ማን ይባላል ይህ አብዮታዊ ባለሙያ ብየ በጉጉት ጥያቄ ሳቀርብለት ብርሀነመስቀል ረዳ ይባላል በማለት በኩራት መልክ ነገረኝ። ከማንኛቸውም የአድርባይነት ዝንባሌዎች ሁሉ የጸዳ ነው፣ ለባዕድ ኃይልም አይገዛም፣ ለሚያምንበት ወደኋላ የማይል ግትር ብሎ ለዓላማውና

ለመርሁ ተሚግቶ የሚሞት ጠንካራ ታጋይ ነው። እንደ ኦሞ ሳሙና ሙልጭ ሙልጭ እያለ አይጫወትም፣ በትግሉም ሂደት በብዙ መልክ የተፈተነ አብዮታዊ ባለሙያ ነው ብሎ እየተኩራራ አስረዳኝ። በመድገም ለሚያምንበትና ለሚቀምለት ዓላማ ድርቅ ብሎ ይሞታል እንጂ እንደ ኦሞ ሳሙና ሙልጭ ሙልጭ አይልም ነበር ያለኝ ዋለልኝ መኮንን የብርሀነመስቀል ረዳን ማንነት ሲገልጽልኝ። እኔም በዝናና በስም፣ አልፎም ባንድ አጋጣሚ በመልክም እንደማውቀው አስረዳሁት። የአዲስ አበባ ፖሊስ ባልደረቦች የሱን ንግግር ለማዳመጥም ይጋት እንደነበር ጭምርም ገለጽኩለት።

አንዳንድ ደካማዎች ወይንም ፀረ ዋለልኝ አቋም ወይንም ጥላቻ ያላቸው የታሕሣሥ 1964 ዓ. ም. የነዋለልኝንና የውድ ጓዶቹን የማርታ መብራሕቱን፣ ጌታቸው ሀብቴን፣ የዮሐንስ ፈቃዱን፣ የተስፋየ ቢረጋን፣ የአማኑኤል ዮሐንስንና የታደለች ኪ/ማርያምን የአይሮፕላን ጠለፋ ከኤርትራ ነፃ አውጭ ድርጅቶች ጋር ሲያያይዙት ሰምቻለሁ። ፍጹም ሀሰትና የጥላቻ ዜና ነበር፣ እንዲያውም የጠለፋው መክሸፍ ዕቅዱንና ሃሳቡን ሻዕቢያ ባለመባረኩ እንደሆነ ነው የመጽሀፉ ደራሲ በጽኑ የሚያምንበት። ኢሳያስ አፈወርቂ ዋለልኝ መኮንንን፣ ማርታ መብራቱንና ውድ ጓደኞቻቸው ከብርሀነመስቀል ረዳ ጋር ለመቀላቀል እንደሚሄዱ ምስጢሩ ስለነበረውና መቀላቀላቸው በድርጅቱ ውስጥ ሰርገው ለገቡት የባዕዳን ወኪሎችና በተለይም ለሻዕቢያ ጠንቅ እንደሚሆኑ በማወቁ እንደነበር ነው። የማርታ መብራቱ ጥንካራ ኢህአፓ መሆኗ ብቻ ሳይሆን ከመንካዕ ጓዶቿ ጋር ያላት ጠንካራ ግንኙነቷም ኢሳያስን በማስከፋቱ ስለነበር ነው። በነዋለልኝና በነመንካዕ የትግል ጥምረትና ሕብረት ኤርትራ ፍጹም ዲሞክራሲያዊ ሆና ባንድነት ካልሆነም በኤርትራዊያን ፍላጎት በፌደሬሽን እስስር አብረው ከመኖር ውጭ ኢሳያስ እንደሚመኘው ለባዕዳን መንግሥታት መሣሪያነት ተገንጥላ ለብቻዋ መኖር እንዳማትችል ከልቡ ይረዳ ነበር። አውሮጳ ደርሰው በኢሕአድ/ኢሕአፓ ዙሪያ ከተሰባሰቡት የተራዘመ ሕዝባዊ የገጠር ትጥቅ ትግል ጠንካራ አቋም ካላቸው ጋር መቀላቀላቸው እንደብርቱ የጠላት ጦር አድርጎ ይመለከት ስለነበር የባዕዳን ወኪሎች በአካል ከኢሕአድ/ኢሕአፓ ጋር እንዲቀላቀሉ አይፈልጉም ነበር። ብርሀነመስቀል ረዳ ስለጠለፋው በነገረኝ መሰረት ቢሳካ ኖሮ ዕቅዳቸው ከኢሕአድ/ኢሕአፓ ጋር ለመደባለቅ ነበር። ይህ ዕቅዳቸውም በእነ ኢሳያስ በመታወቁ በቅድሚያ እንዲከሽፍ ተደርጓል። ዋለልኝ መኮንን በሀገር ቤት ከሚገኙት የትግል ጓዶቹ ከፀጋየ ገ/መድህን፣ ፀሎተ ሕዝቂያስ፣ ዮሐንስ ብርሃኔና ተስፉ ኪዳኔ ጋር ሆኖ አሜሪካ፣ ምዕራብ አውሮጳ፣ አልጀሪያ፣ ሱዳንና ሶማሊያ ከሚኖሩ ኢትዮጵያዊያን ጋር በመተባበር ኢሕአድ'ን መሥርተዋል። በዓመቱ ኢሕአፓ'ን ለመመሥረት በተደረገው ስብሰባ ዘሩ ክሕሸን በሌለበት በስብሰባው ወቅት ሲመረጥ በተመሳሳይ ሁኔታም በኢሕአድ የማይታወቁት እነ ተስፋየ ደበሳይና ክፍሉ ታደሰ የስብሰባው ተካፋይ ሆነው ቦታ ያዙ። ከሀገር ቤት ውስጥ የነበረው ድርጅት ሌሎች ሁለት የማዕከላዊ ኮሚቴ አባላትን መርጦ ተመራጮቹን ለዋና ፀሀፊው እንዲያስታውቁ ተወስኖ ዋለልኝ መኮንን እና

ሁለተኛውን ዘነጋሁት መመረጣቸው ለእነ ዘሩ ክሕሸን፣ እያሱ ዓለማየሁና ክፍሉ ታደሰ እና ለእራሷ ለሻዕቢያ በማሳሰቡ ውሳኔው ተፈጻሚ ሳይሆን እንዳይሆን ተደርጋል። ኢሕአፓ በተመሠረተ ወራት አካባቢ በ1964 ዓ. ም. አጋማሽ ገደማና በነዋለልኝ መኮንን የአውሮፕላን ጠለፋ ባላው ጊዜ እንደ መኢሶን ኢሕአፓም በሀገር ውስጥና በውጭ ሀገር በሚገኙት የፓርቲ ክፍፍሎች መካከል የሃሳብ ግጭትና ልዩነት በመነሳቱ እነክፍሉ ታደሰና ዘሩ ክሕሸን የበላይነቱን እስካረጋገጡበት ነሐሴ ወር 1967 ዓ. ም. ድረስ የሀገር ውስጡ ድርጅት ለማእከላዊ ኮሚቴ ሁለት ጎዶችን ሳይልክ ቀይቷል።

ስለዋለልኝ ብዙ የጥላቻ ወሬ ተነዝቷል። የሲ. አይ. ኤ. ወኪልም ተብሏል። ሲ. አይ. ኤ. እና ወኪሎቻቸው የራሳቸውን ካባ ለጠንካራ ታጋይዎች መለጠፍ የትግል ስልታቸው ሆኖ ቀይቷል። በሻዕቢያ፣ ደርግና በአድሕሮት ኃይሎች ሲ. አይ. ኤ. ነው፣ የደርግ ሰላይ ነው፣ የአፄው መንግሥት ሰላይ ነው ... ወዘተ እያሉ የወነጀሏቸው ጥቂት አይደሉም። የእምየን ወደ አብየ አለች እንደሚባለው በዘመኑ የጠላቶቻችን ዋና የማጥቂያናና የማስፈራሪያ በትራቸው የሲ. አይ. ኤ.፣ የሻዕቢያ፣ የወያኔና፣ የደርግ ወኪል፣ ማዎይስት፣ አክራሪ ... ወዘተ ነው ብለው በመወንጀልና በመኮነን ነበር። ዋለልኝ መኮንን የሲ. አይ. ኤ. ወኪል ቢሆንማ ኖሮ ጠለፋው በክብርና በዝና ተሳክቶ ከነብርሀነመስቀል ረዳ ጋር በተገናኙና ወደ ሚቀጥለው ደረጃ በተጋዙ ነበር። ሻዕቢያም አስፈላጊውን ትብብርና እርዳታ በማድረግ የጠለፋው ዕቅድ እንዲሳካና ከነብርሃነ መስቀል ረዳ ጋር ያለችግር ባገናኘቻቸው ነበር። የሚያስገርመው ግን ወንጃዮቹ ሌሎች ሳይሆኑ እራሳቸው የሲ. አይ. ኤ.፣ እና የሻዕቢያ ወኪሎች መሆናቸው ነው። በሌላ ወቅት ደግሞ ዋለልኝን እንደ ሕጻን ልጅና እንደ ዕብድ፣ ወይንም የማሰብና የማገናዘብ ችሎታው አነስተኛ እንደሆነ በመቁጠር በጠለፋው ዋዜማ በመንግሥት የፀጥታ ጠባቂዎች ዓይነ ቁራኛ ላይ መሆኑን እያወቀ በመኪና እንደልቡ ሆኖ በገሀድ እየተሽከረከረ የጠለፋውን ዕቅድ ያስተባብርና ያቀናጅ ነበር ተብሎ ሲኮንኑትና ሲያወግዙት ሁሉ ተሰምቷል። የዕረፍት ጊዜየን ፈጽሜ ወደ ኤርትራ ከመመለሴ በፊት ለሁለተኛ ጊዜ በቀድሞው ኢንተርናሽናል ሆቴል ተብሎ ይጠራ የነበረውና የኋላው ቱሪስት ሆቴል እንደተገናኘን ከእሱ ጋር ሆኖ የመጣው ሌላ ሳይሆን ኢርጋ ተሰማ፣ የኋላ ኋላ መዝሙር በመባል የአሲምባን በርሃ ያናወጠው ጠንካራ የኢሕአፓ ልጅና የኢሕአው ተሚጋች አርበኛ ነበር። አብረው በአንድ መ/ቤት ማለትም የመንገድ ማመላለሻ አስተዳደር እንደሚሰሩ ገለጹልኝ። በማናቸውም የመንግሥት መሥሪያ ቤት ተቀጥሮ እንዳይሰራ ታግዶ የነበረው ሰው እንዴት ሊቀጠር እንደቻለ ሳያጫውተኝ ነበር የተለያየነው፣ ለመንገር ባለመፈለጉም ሊሆን ይችላል። ዋለልኝ ለኢርጋ እንዲህ ሲል 'እያሌው ያካባቢውን ሁኔታ የገመገመውና ያጤነው እኛ ካደረግነው ጥናትና ግምገማ ያልተለየ ትክክለኛ ኮፒ ነው' ብሎ ጠቀመው። ኢርጋ ተሰማ ፈገግ ብሎ ከማስተናገዱ በስተቀር ምንድን ነው? እንዴት ነው ብሎም የጠየቀው ወይንም ለማወቅ የሞከረው አልነበረም። ይመስለኛል እኔ ጋር ከመገናኘታቸው በፊት ዋለልኝ ከሳምንት በፊት

ያካፈልኩትን ምስጢሬን ለኢርጋ ተሰማ ያካፈለው ይመስላል። ብዙም ሳይቀይ ኢርጋ ተሰማ ቀድሞ ተሰናበቶኝ ሄደ። ሲሰናበተኝ ያለኝ ምን ጊዜም የማትረሳኝ በራሴ አነጋገር እንዲህ ነበር ያለው፣ "እንግዲህ መቶ አለቃ አያሌው፣ አንድነታችን ይጠንክር፣ ኃይላችን እሱ ብቻ ነውና! በያለንበት እንበርታ፣ ያስተማረን ሕዝብ ከእኛ ብዙ ይጠብቃል፣ በርታ፣ ጠንክር፣ ደህና ሁን" ብሎኝ ሰላምታ ተለዋውጠን ተለያየን። ኢርጋ ተሰማ ከእኛ ጋር ብዙ ሳይቀይ የሄደው በእኔ ግምት ይመስለኛል ዋለልኝ መኮንን ስለ ምስጢራዊ የኤርትራ ጉዞ ዕቅዱ በግል ሊያጫውተኝ በመፈለጉና ኢርጋ ተሰማም ይህንኑ ስለሚያውቅ ቀደም ብለው የተነጋገሩበት በመሆኑ ሊሆን እንደሚችል ነው ግምቴ። ዋለልኝ መኮንንና እኔ ብቻችንን ቀረን። ከነበረው ሥነሥርዓት አክባሪነትና ምስጢራዊነት ምክኒያት እንደኃደኛ ብቻ አይቶ እንደተራና ቀላል ነገር ባለመቁጠር ተጨንቆና ተጠቦ በጥንቃቄ ነበር የሚከተለውን ያሳሰበኝ። በሚቀጥለውና ወይንም ከሁለት ወር በኋላ ለሥራ ጉዳይ ወደ እሥመራ በእኔ በኩል በሰነዓፌ እንደሚያልፍ ጠቆመኝ። የምመጣ ከሆነ አገትህ ስለናፈቀህ በናንተ በኩል ስለሚያልፍ እግረመ ንገዱን ይጠይቅሃል ብሎ በሆነ ሰው የስልክ መልዕክት እንደሚደርሰኝ ነገረኝ። በሥራ ጉዳይ ወደ ኤርትራ ሲሄድ እንኳን የመንግሥት ተከታታዮች ችላ ብለው እንደማይተውት በማሰብ ይህን ሁሉ ጥንቃቄ የወሰደ ሰው ነበር። አያይዞም በዚሁ መልዕክት የተባለው አገቴ ቀኑንና የአውቶቡስን ስም እንደሚነገረኝ አሳሰበኝ።

ማን ምን ብለህ ጥያቄ ማቅረብ እንደሌለብኝ አሳሰበኝ። መልዕክቱን ካስተላልፈልህ በኋላ ደህና ያገናኘን ብሎ ስልኩ እንደሚዘጋ ጭምር አስረዳኝ። መልዕክቱ ከማን እንደተላከ ይገባሃል። የመልዕክቱም ዓላማ እንደዚሁ ይገባሀል ብሎ ባጭሩ በጦር አዛዥነትና መሪነት ስሜት አሳሰበኝ፣ ሆኖም ለሚያምነው ወታደሩ ነበር ይናገር የነበረው። በደራሲው ግምት ዋለልኝ መኮንን ወደ ኤርትራ የመጣው ለመሥሪያ ቤቱ ሥራ ሳይሆን በግሉ ለራሱ ተልዕኮ እንደሆነ አድርጌ ነው የምጠራጠረው። ዋለልኝ እንደሚያወሩበት የግድየለሽነት ባሕሪ ቢኖረው ኖሮ ስለኤርትራ ጉዞው ለእኔ ያንን ያህል ከፍተኛ ጥንቃቄና ምስጢራዊነት በተመላበት መልክ ባላወያየኝና ከኋላፊነቴ ውጭ እንድሰማራ ባላደረገኝ ነበር። ያለበለዚያማ አመጣጡ ለሥራ ጉዳይ ከሆነ የመሥሪያ ቤቱ ባልደረቦች ያውቃሉ፣ ይጠባበቁታልም፣ ይህ ከሆነ ደግሞ ያ ሁሉ ጥንቃቄና አጀባ ትርጉም የለውም ማለት ይሆናል። ለመጨረሻ ጊዜ ተሰነባብተን ጉዞየን ወደ አሥመራ ቀጠልኩ። በዚያች መናጢ የተረገመች ዕለት የጠለፋው ተካፋዮች በጥንቃቄና በሥነሥርዓት ነበር ሥራቸውንና ዕቅዳቸውን ይከታተሉ የነበረው። ወደ አውሮፕላኑም ሁለትና አንድ እየሆኑ ተለያይተውና ተበታትነው ነበር የገቡት። ከሻዕቢያና ከሲ. አይ. ኤ. ወኪሎች በስተቀር ሌላ ጠለፋም ይኖራል ብሎም ያሰበና የጠረጠረም አልነበረም። ያባቱ ስም ተዘነጋኝ እንጂ ከነባለቤቱ በአሜሪካን ሀገር ይኖር የነበረው ኤርትራዊው መስፍን የተባለውና "በተዓምር" በሕይወት ተረፈች እየተባለ ሲወራላት የኖረችዋ የኋላዋ የአሲምባ "ንግሥት" እና ባሏ

በሲ. አይ. ኤ. የሚታወቀው የዘሩ ክሕሸን ባለቤት ምስጢሩንና ዕውነቱን እንደሚያውቁ ይወራል። ለመሆኑ ታደለች ኪዳነ ማርያም በእውነት ቀስላለችን? በእውነት ተመታ ነበርን? ለማናቸውም እነዋለልኝና ማርታ መብራቱ በሪቻርድ ማይልስ ኮፕላንድና በኢሳያስ አፈወርቂ አማካኝነት በንጉስ ነገሥቱ የፀጥታ ሰዎች የጥቁር መዝገብ ሊስት ከገቡ ሰንብተዋል። ጠለፋውንም እንዲያካሂዱ ያደፋፈራቸው እራሱ ኢሳያስ አፈወርቂ ነው ብለውም የሚያምኑ እንደነበሩ ሰምቻለሁ። መስፍን ሀብቱን፣ ሙሀመድ ማሕፉዝንና ቢኒያም አዳነን በዘዴና በስውር እንዳጠፏቸው እነዚህንም "አደገኛ" ሥር ነቀል የሕዝብ ልጆችና "የመንካዕ" ኃደኞች ሥር ሳይሰድ በዚያ ወቅት በእንጭጩ መቅጨቱ መልካም አጋጣሚ ይሆናል። ገዳዩ ወይንም ውሳኔውን አስፈጻሚው የአፄው መንግሥት የፀጥታ ሰዎች ቢሆኑም ውሳኔውን የሰጡት ግን ሲ. አይ. ኤ. እና ሻዕቢያ እንደ ነበሩ ነው በውስጠ አዋቂዎች የተነገረው። ይህ አገዳደል በወዲ ጆርጆ/ተስፋሚካኤል ጆርጆ የተፈጸመው የአገዳደል ዓይነት ጋር የተመሳሳለ ነው። ዋለልኝ መኮንን የራሱ የተጠፈጥሮ ድክመት እንደነበረው እሱንና እኔን የሚያውቁ ሁለት ወዳጆች አጫውተውኛል። እኔ የፖሊስ አካዳሚ እጩ መኮንንና የጠላት መንግሥት አንጋች ወታደር በመሆኔ ረብሻ ሲደረግ ከጊቢያችንም አንወጣም ነበር። የምንሰራው የሴሜስቴር ወረቀት ቢኖረንና ኬኔዲ ላይብራሪ ወይን የኢትዮጵያ የጥናት ኢንስቲቱት መሄድ ቢኖርብን በረብሻ ጊዜ ወደ ዩኒቨርሲቲ እንድንወጣ አይፈቀድልንም። ባለችን መጠነኛ ቤተ መጻሕፍታችን እየተገለገልን መቆየት ይኖርብናል። ረብሻ ሲደረግ ወይንም የሆነ እንቅስቃሴ ወቅት፣ ያለበለዚያም ዋለልኝ ንግግር ሲያደርግ ወይንም ሲመራ ያየሁበት ጊዜ ስለሌለኝ ስሜታዊነቱን አስመልክቼ የራሴን ግንዛቤ ማካፈል አልችልም። ሆኖም እነኚህ ወዳጆቻችን የዋለልኝ መኮንንን ተከታይና አድናቂ ስለነበሩ በተለያየ አጋጣሚዎች ከእሱ ጋር ባንድነት ሆነው ስብሰባ ተካፍለዋል፣ ባንድነትም ተሰልፈዋል።

እኒህ ወዳጆቹ ዋለልኝ አልፎ አልፎ ስሜታዊነት ያጠቃው እንደ ነበር በእምነት አጫውተውኛል። ይህም ስሜታዊነቱ የቅንነቱና የሀቀኝነቱ ተፈጥሯዊ መግለጫ ምልክቱ መሆኑን ሁሉም ወይንም አብዛኛው ተማሪ ያምንበት ነበር ብለውኛል። ቀጥተኛ፣ ግልጽ፣ ደፋር፣ ሀቀኛና ላመነበት ወደኋላ የማይል ጀግና እንደነበር ነው የሚታወቀው። ለዚህም ነበር አብዛኛው አይበገሬው ዋለልኝ ብለው የሚጠሩት ብለውኛል። ይህን ይታማበት የነበረውን የስሜታዊነት ባሕሪው አስመልክቶ ወደ ጅማ ከመሄዴ በፊት በተገናኘንበት ወቅት አነጋግሬው እንዲህ ነበር ያለኝ፣ ምን ታደርገዋለህ አያሌው፣ ተፈጥሮ እኮ ነው! አሁን እኮ ለትግሉ ገና ተማሪ ነኝ፣ ገና ጀማሪ ነኝ፣ ሆኖም በትግል ስታሽና ስፈተግ seasoned ስሆን ጊዜው ሲያርቀኝና ሲገራኝ እቀየራለሁ ብዬ ተስፋ አደርጋለሁ ነበር ያለኝ ከልቡ። ባጋጣሚ ግን እኔም እራሴ ስሜታዊነቱን በተመለከተ በመጠኑ ለመገንዘብ ሞክሬኤለሁ። ከላይ ለመግለጽ እንደሞከርኩት ስለሻዕቢያ አጠቃላይ ግንዛቤየና ጥናቴ በሪፖርት መልክ ባቀረብኩለት ወቅት ስሜታዊ ሆኖ ነበር ከልቡ የሚነግረኝ። ድፍረትና ጀግንነት ከባሕላቸው ነው ቦረናዎች። በላይ

ዘለቀ በእናቱ ቦረና፣ በአባቱ ጎጃም እንደነበረና ያደገው እየተመላለሰ ከሁለቱም አካባቢዎች እንደነበረ ይነግረኝ ነበር ገና ደሴ ወይዘሮ ስኅን ሁለተኛ ደረጃ አጠቃላይ ትምህርት ቤት እያለን ለመጀመሪያ ጊዜ በተገኛኘንበት ዘመን 1955 ዓ. ም. ከሁሉም በላይ ስለበላይ ዘለቀ ስምቸው የማላውቀን ዋለልኝ መኮንን ነበር ለመጀመሪያ ጊዜ የሚከተለውን ዕውቀት ያካፈለኝ። በላይ ዘለቀ እናቱን በጣም አድርጎ ይወድ እንደነበርና በአርበኝነት ዘመኑም ሆነ ጠላት ከወጣ በኋላ ጃንሆይና አካባቢያቸው የነበሩት ሠላም ነስተውት በነበረ ጊዜ መሸጎ የነበረው በጎጃም ጠቅላይ ግዛት በብቸና አካባቢ ሸበል በረንታ ከሚባለው በርሃ ላይ ከሚገኝ ዋሻ እንደነበረ አጫወተኝ። የቦረና ሰዎች በተለይም የላይ ካሎዎች ሺፍቶች ይበዛባቸው ነበር። ቦረኔ ባካባቢው ባሉ ገዢዎች፣ የፖሊስ አዛዦችና እንዳቅሚቲ ሥልጣን ባላቸው ያላግባብ ሲነኩ ወይንም አስተዳደራዊ በደል ወይም ፍትሕ ሲነፈጉ ጠመንጃቸውን ታጥቀው ወደ ጫካ ገብተው የሽፍትነት ሕይወት ይመራሉ። ያላግባብ መነካትን አይወዱም። ጥሩ አነጣጥሮ ተኳሽ በመሆናቸው ተኩሰው እንደማይስቱ ይነገርላቸው ነበር። የሚቀረቀሩትና የሚፀፀቱት ለጥይታቸው እንጂ ላጠፉት የሰው ሕይወት አይሆንም። “አይ ጥይቴን አበላሸሁ ብሎ እንጂ ነፍስ በማጥፋቱ አይፀፀትም ነበር” እያሉ ይፀፃሉ። በተኳሽነታቸውና ጀግንነታቸውም በዘመኑ “ላይ ካሎ ነው ቤቱ፣ ላይ ካሎ ነው ቤቱ ያበራል ጥይቱ ...” እየተባለም ይዘፈንላቸው ነበር። ዋለልኝ በላይ ዘለቀንና ቴዎድሮስን ያደንቃል።

በወይዘሮ ስኂን ትምህርት ቤት ቀይታው ቴዎድሮስን ሆኖ ቲያትር ሰርቷል። በቲያትሩ በትምህርት በነዋሪው ከፍተኛ አድናቆትን አትርፏል። እንዳንድ ደካሞችና የዋሆች ሻቢያን፣ ወያኔን እና ሆዳም ተለጣፊዎቻቸውን ማውገዝና መኮንን ሲገባቸው ዋለልኝ መኮንን ለዛሬዋ ኢትዮጵያ ተጠያቂ አድርገው ሲኮንኑትና ሲያወግዙት ተሰምቷል። ባንፃሩም ወያኔና ተለጣፊዎቹ በበኩላቸው ዋለልኝ መኮንንን ለዘረኝነት ዕቅዳቸውና ፖሊሲያቸው ማስፋፊያና ማጠናከሪያነት ስሙንና ታሪካዊ ተግባሩን ያላግባብ እያወላገዱና እያጣመሙ ሲነግዱበት ሌላ ጊዜ ደግሞ ካንገት በላይ ስሙን እያነሱ ሲያሞግሱትና ሲክቡት ተመልክተናል። አልፎም ወደ መሀል ሀገር እየገፉ በገቡበት ጊዜ በማርታ መብራቱና በዋለልኝን መኮንን ስም የብርጌድ ጦር በመሰየም እያወናበዱ ምንም እንኳን እንዳቀዱት ባይሳካላቸውም በወቅቱ የአካባቢውን የክፍላተ ሀገር የሕዝብን ድጋፍ ለማግኘት ስማቸውን ነግደውባቸዋል። እነ ፍረም 84 በበኩላቸው በምክትል ሚኒስቴርነት፣ በኮሚሽነርነትና በመምሪያ ኋላፊነት ለመመደብ በነበራቸው ጉጉት የአይበገሬውን የዋለልኝ መኮንንን ስም ያላግባብ አወላግደው በመጠቀም የቃመጡለትን ሥልጣን በአጭር ጊዜ ሊያገኙም ችለዋል። እነ ዋለልኝ መኮንን መፍተሔውን በደንብ አስቀምጠው ለሕዝብ ጠቁመዋል። አንድነት በጭቀናና በኃይል ሳይሆን በመግባባትና በመከባበር የሚጠናከር እንጂ አንድ ወይንም ሁለት ብሔረሰብ/ቦች የበላይነትን ይዘው የሌሎቹን ብሔረሰቦች መብት በመርገጥና በመጨቆን ዘላቂነት ያለው አንድነት እንደማይፈጠር

በመጠቀም ያስተጋቡና ያስተማሩ ሀቀኛ የሕዝብ ልጆች ታስረዋል፣ ተሰደዋል። ከማንም አስቀድሞ፣ ከማንም አብልጦ የብሔርና ብሔረሰቦችን መብት ጥያቄ በዝርዝር በመተንተን ጥራትና ገቢራዊ ሊሆን በሚችል መልክ ተንትኖ ያቀረበና ያስተማረ የኢሕአድ አባልና የተማሪዎች ግንባር ቀደም መሪዎች የነበሩት እነ ዋለልኝ መኮንንና ብርሀነመስቀል ረዳ፣ ብሎም የኢሕአድ የወጣት ክንፍ የነበረው የተማሪዎች ማሕበር መሆኑን ታሪክ ያስታውሰናል። በሀቀኞች ልጆቿ የቀረበውን መፍትሔ በመናቅና በማጥላላት በምትካቸው እንደ መፍትሔ ተቀጥሮ የቀረቡት ሁለት ሀሳቦች የበላይነትን አግኝተው ሁለቱም ለዛሬዋ ኢትዮጵያ ምክኒያት ሆነዋል። የመጀመሪያው የብሔረሰቦች መብት ጥያቄ ሊፈታ የሚችለው ትርጉም በሌለው በአጋጉል የአገሪቷ አንድነት ሲጠናከር ብቻ ነው ብለው በሚያምኑ በቀድሞው የዘውዱ አድኃሪ መንግሥት የተጀመረውና በኃላ በደርግ የተጠናከረው የአንድነት ስሜት ሲሆን በነዚህ መንግሥታት ለጥያቄው ምላሽ መስጠት ይቅርና እንዲያውም ጥያቄውን ለምን ተነሳ ተብሎ ያካባቢውን ታዋቂዎች በማሰርና ጭፍጨፋ በማካሄድ የመብቱን ጥያቄ ለመድፈን በመጣር በተለይም በደርግ ዘመን ጭፍን የሆነ ጭፍጨፋ በማካሄዱ ማንም ሳይወክላቸው በኤርትራ ሕዝብ ስም የራሳቸውን እኩይ ዓላማ ለማንገስ በሚሯሯጡና እንዲሁም በትግራይ ሕዝብ ስም ዘረኝነትን በኢትዮጵያና ባካባቢዋ ለማስፈን ዓላማ ለነበራቸው ንኡስ ከበርቴዎች መፈጠርና መጠናከር ከፍተኛ ምክኒያት ብቻ ሳይሆን ለድልም አብቅቷቸዋል። ሁለተኛው የመፍትሔ ሀሳብ ሆኖ የቀረበው የግል ዓላማቸውን እውን ለማድረግ በጠባብ ብሔርተኝነት ስሜት የቀሙ በዚያን ዘመኗ የሰሜን ኢትዮጵያችን ይንቀሳቀሱ በነበሩ የጠባብ ብሔርተኛ ቡድኖችና ድርጅቶች ያስተጋቡት መፍትሔ 'በአማራ' የተመሰረተውና የሚመራው ግዛተ አፄ ውስጥ የከረረ የብሔር ቅራኔ የሰፈነ በመሆኑ፣ በተቀዳሚ እልባት ማግኘት የሚገባው የብሔር ጥያቄው ጉዳይ ሳይፈታ ሀገር አቀፍ ሕብረት ያለው የመደብ ትግል ማድረግ እንደማይቻል በማሳሰብ ነበር። የደርግ ጭፍን የአንድነት አዝማሚያ ጠባቦችና ፀረ-ኢትዮጵያ አንድነት ኃይሎች መፈጠር ብቻ ሳይሆን እንዲያድጉና እንዲጠናከሩ ረድቷል። ወያኔና ሻዕቢያ የተጠናከሩት ለብሔረሰቦች ችግር መፍትሔ ላለመፈለግ ደርግ እምቢተኛነቱን በማሳየት በጭፍጨፋና በኃይል አንድነትን ለማጠናከር በነበረው የአንድነት ፖሊሲው ምክኒያት ነበር። አገሪቷ ወደ አስከፊ ሁኔታ ላይ በምታመራበት ዘመን ነበር ለዘላቂ የኢትዮጵያ ሕዝቦች አንድነትና ለብሔረሰቦች መብት ጥያቄ ዘላቂ መፍትሔ ብለው እነዋለልኝ መኮንን ብቅ ያሉት።

ያገራችን ዕጣ ሆነና ለአገርና ለሕዝብ የሚቀሙ ኢትዮጵያዊያን ሁልጊዜም ዕጣ ፋንታቸው እሥራት፣ ግርፋት፣ ግድያና ስደት በመሆኑ ለዘላቂ መፍትሔና ለዲሞክራሲ የታገሉት ሁሉ በተባበረ የኢትዮጵያ ሕዝብ ጠላቶች ትብብር ተደበድበው አልቀዋል። ኢትዮጵያ የብሔረሰቦች ሚዚየም እየተባለች ሲነገርላት አባባሉ ትክክል ቢሆንም ባንፃሩ ግን እነዚያ ያሸበረቁ ብሔረሰቦች ከጭቆና ተላቀው ከሌሎች ጋር በእኩልነት ባለመኖራቸው በአገሪቷ በተለያዩ አካባቢዎች የብሔረሰቦች መብት

ጥያቄ ጎልቶ የሚታይበት ጊዜ ነበር። ብሔረሰቦች ባሕላቸውን፣ ቋንቋቸውን፣ ወጋቸውን፣ ልምዳቸውንና ማንነታቸውን ለማሳወቅና ለማዳበር ቀርቶ ለመጠቀም ባለመቻላቸው በያካባቢው መንቀሳቀስ የተጀመረበት ዘመን ነበር። የብሔሮች መብት ጥያቄ አነሳሱ በመሠረቱ ከሶሺያሊስት እንቅስቃሴ ጋር የተያያዘ ነበር። ዋናው ቁም ነገር የብሔሮችን መብት በመርሕ ደረጃ ማበር ማለት የብሔር ጭቆናን ለማስቀረት ስለሆነ በትግል ወቅት መፈክሩን ማንሳት ተገቢ ሆን ሳለ ባንፃሩ ጨቋኙ መንግሥት በተባበረ ክንድ ወድቆ ታጋዮች ከሥልጣን ላይ ሆነው ሥራ ላይ ለማዋል መሞከሩ እጅግ አደገኛና መርሁን የመፃረር ኃላ ቀር ድርጊት ነው። በአገራችን ተፈጥሮ ለነበረው ትግል “እስከ መገንጠል” የሚለው መፈክር የቦልሼቪኮች የነበረና በትግል ጊዜ የብሔር ጭቆናን ለማስቀረትና በብሔር እንቅስቃሴዎች ምክኒያት የተነሱ ጦርነቶችን ለማቆም ይካሄድ የነበረ መፈክር እንጂ ከጦርነት በኃላ ታጋዮች ከሥልጣን ላይ ሲወጡ መፈክሩን እንደመተክልና ስትራቴጂ ከሥልጣን አውታር ላይ ለማዋል የተካሄደ እንቅስቃሴና መፈክር ሆኖም አያውቅ። በአገራችን የትኛውም ብሐረሰብ የራሱ ጨቋኝ የገዥ መደብ እንዳለው ሁሉ የየገዥ መደቦች ቅንብር አጠቃላይ ሕዝቡን ለብሔራዊ ጭቆና ሲዳርገው ኖሯል። አንድ ብሔረሰብ በተናጠል ተነስቶ የሚመሰርተው መንግሥት ለጥፋትና ለውድቀት ካልሆነ በስተቀር በአገራችን ተፈጥሮ ለነበረው ክፉም ሆነ በጎ ምግባር ተጠያቂው የመላው ብሔረሰቦች የገዥ መደቦች እንጂ አንድ ብሔር ወይንም ብሐረሰብ አልነበረም። የትግሉ የአመለካከት አቅጣጫ ከመደብ አንፃር ካልታየ ከባሰ ውዝግብና ሊፈቱ የሚችሉ ቅራኔዎችን በማካረር ሕዝቦችን ከከባድ አደጋ ላይ ይጥላል። ይኸው ዛሬ በተጨባጭና በገቢር በአገራችን የምንመለከተው ነው። የእነ ዋለልኝ ምክር በተግባር ቢውል ኖሮ ዛሬ በኢትዮጵያ የምንመለከተው ክፉና አሳዛኝ ክስተቶች ከቶም ቢሆን ባለተፈጠረ ነበር። ዋለልኝ መኮንንን እና ማርታ መብራቱን መነገጃና ሥልጣን መጨበጫ መሣሪያ አደረWቸው።

14.4. የኢሕአሠ ክንፍ የእርማት ንቅናቄ አካል ግንባር ቀደም መሪ ኢርጋ ተሰማ/መዝሙር

ስለ ኢርጋ ተሰማ/መዝሙር በመጽሀፉ በየምዕራፉ በመገለጹ ተደጋጋሚ ቢመስልም በዚህ ምዕራፍ ሰፋ ባለ መልኩ ማውሳቱ የግድ ይሆናል። ይርጋ ተሰማ በሰባት ቤት ጉራጌ ከእምድብር ወጣ ብላ በምትገኝ እንአቴ ቀበሌ ከአቶ ተሰማ ዳዲ እና ከእናቱ ከወ/ሮ ጥሩነሽ ሙክታር በፈረንጆች ዘመን በ1943 ተወለደ። የአንደኛ ደረጃ ትምህርቱን በዕምድብር በቀድሞው የቀዳማዊ ኃ/ሥላሴ ትምህርት ቤት፣ የሁለተኛ ደረጃ ትምህርቱን በአምቦ እስከ 10ኛ ክፍል ከተማረ በኃላ በቀድሞው የሐረር መምህራን ማሠልጠኛ ኢንስቲቱት የመደበኛውን የሁለት ዓመት ኮርስ አጠናቆ በሲዳሞ ክፍለ ሀገር ለአራት ዓመት በማስተማር ቀይቷል። እርግጠኛ ባልሆንም ይርጋ ቀድሞው

የቀዳማዊ ኃ/ሥላሴ ዩኒቨርሲቲ የገባው እኔ በፖሊስ ኮሌጅ ተመልምየ በገባሁበት ዘመን በ1960 ዓ. ም. እንደሆነ ነው ግንዛቤየ። በዩኒቨርሲቲው የፖለቲካል ሳይንስ ተማሪነት ቀይታው የአዲስ አበባ ዩኒቨርሲቲን የተማሪዎች ማሕበርን ለማቃቃም ከፍተኛ ቅስቀሳ በማድረግና ሰላማዊ ሰልፍ በማደራጀትና በማስተባበር ለማሕበሩ መቃቃም ከፍተኛ አስተዋፅዖ አበርክቷል። ማሕበሩ ከተቃቀመም በኃላም በተለያዩ መስኮች የማሕበሩ ንቁ ተሳታፊ ከመሆኑም በላይ ለታገል መጽሄት ፅሁፍ በማቅረብና በዝግጅቱም በመሳተፍና አልፎም በአመራር ላይ ቀይቷል። ይርጋ ተሰማ በዩኒቨርሲቲ ቀይታው ባካሄደው ንቁ ተሳትፎው በየጊዜው በፀጥታ አስከባሪዎች እየተያዘ የአዲስ አበባ ፖሊስ እሥረኛ በመሆን በደምበኝነት ታውቀ ነበር። በዩኒቨርሲቲው ቀይታው ዘመን በተለያየ ጊዜ በተማሪዎች መካከል በሚፈጠሩ አለመግባባትና ግጭት ይርጋ ተሰማ ሽማግሌ በመሆን ሁለቱንም ወገኖች በማግባባትና በማስማማት ለተማሪው ጥንካሬና አንድነት ከፈተኛ ሚና እንደተጫወተ ከማውቃቸው የቀድሞ ኃዶቼ ለማወቅ ችያለሁ። የተለያዩ ጥቅምና ዓላማ፣ አመለካከትና አቃም ያላቸውን ቡድኖች፣ ድርጅቶችና ግለሰቦችን የማግባባትና የማስታረቅ ተሰጥዖ ተፈጥሮ የለገሰው መሆኑን በአሲንባ ሜዳ በገቢር ተረጋግጧል። የዩኒቨርሲቲ ትምህርቱን አቃርጦ በነበረበት ወቅት ገብሩ መርሻ፣ ኢርጋ ተሰማ፣ ተስፋየ ሀቢሶ (በየካቲት 66 ፖለቲካ ትምህርት ቤት የሦስት ወር የቅርብ ኃደኛየ ሆኖ የቀየውና የኃላው የወያኔ የሽግግር መንግሥት ጠቅላይ ሚኒስቴር የነበረው) እና በማንኛውም የመንግሥት መሥሪያ ቤቶች እንዳይሰራ ገደብ ተደርጎበት የነበረው ዋለልኝ መኮንን ጋር ባንድነት በመንገድ ማመላለሻ አስተዳደር ተቀጥረው መሥራት ጀመረ። አብዮቱ እንደፈነዳ ደርግ ጊዜና ፋታ አግኝተው እራሳቸውን ለማጠናከር እንዲያስችላቸው ለማስመሰል በተራማጅነታቸው ይታወቁ የነበሩትን የተማሪ መሪዎችን እየጋበዘ ሲሾም ኢርጋ ተሰማን የጋራ ሙለታ አውራጃ አስተዳዳሪ በመቀጠልም የሀይቆችና ቡታጅራ አውራጃ አስተዳዳሪ ሆኖ ሲሰራ ቀይቶ በስተመጨረሻ ገደማ የትራንስፖርትና መገናኛ ሚኒስቴር ቃሚ ተጠሪነት ተሹሞ ብዙም ሳይቀይበት ለሚወዳት ኢትዮጵያና ለሚቀጭለት ሕዝቡ መስዋዕት ለመሆን የናጠጠ የደስታ ኑሮውንና ድንቅየ ልጆቹን ጥሎ ወደ አሲንባ አመራ። በዓመት ዕረፍት ሳቢያ ከኤርትራ አዲስ አበባ በሄድኩበት ወቅት አራት ኪሎ ከሚገኘው ቀድሞ ኢንተርናሽናል ሆቴል በደርግ ጊዜ ቱሪስት ሆቴል ተብሎ ይታወቅ ከነበረው ሆቴል ከዋለልኝ መኮንን ጋር በነበረኝ ቀጠሮ ኢርጋ ተሰማ አብሮ በመምጣቱ ከፖሊስ ኮሌጅ ከተመረኩ በኃላ ለመጀመሪያ ጊዜ ተገናኘሁት።

ከኢርጋ ተሰማ ጋር እንደገና አሲምባ ሜዳ ላይ በታሕሳስ ወር አጋማሽ 1969 ዓ. ም. ተገናኘን። በግንኙነታችን ወቅት ባደረግናቸው ጭውውት እሱም ከእኔ በፊት ብዙም የቀየ አይመስለኝም። እንደማስታውሰው በአሲምባ ከእኛ ከአራትና አምስት ወር በፊት እንደገባ ነው። ለዚህም የማስታውስበት እነ ውብሸት ረታ፣ ተፈሪ ብርሃኔ/ግርማ፣ ዘርዓብሩክ አበበ/ዘለዓለምና

ጓዶቻቸው ባልተጠናና ተገቢ ባልሆነ ጦርነት ታዘው ወደ ወሎ በተላኩ በሁለተኛውና ሶስተኛው ወር በኋላ ኢርጋ ተሰማ አሲምባ መግባቱን እንደነገረኝ አስታውሳለሁ። እነውብሸት ረታ፣ ተፈሪ ብርሃኔ፣ ዘርዓብሩክ አበበና ጓዶቻቸው የተንቀሳቀሱት ሰኔ ወር 1968 ዓ. ም. አካባቢ እንደነበር ከተለያዩ ጓዶቼ በአሲምባ ቆይታየ ዘመን አረጋግጫለሁ። ኢርጋ ተሰማን የማደንቅለትና የማከብረው ጓዴ በመሆኑ ብቻ ሳይሆን ለእምነቱና ለዓላማው ወደ ኋላ የማይል ቆራጥ፣ ጠንካራና ፅንዓት የነበረው አብዮታዊ በመሆኑ፣ እንዲሁም እራሱን ከስሜታዊነት በመቆጣጠር፣ ጓዶቹን በማረጋጋትና በማስተባበር፣ በማደራጀትና በመሪነት ከፍተኛ ችሎታ ያለው በመሆኑ ነበር። ኢርጋ ተሰማ ተጫዋች ከመሆኑም በላይ ከሁሉም ጋር ከፍተኛ የሆነ የመግባባት ችሎታ ነበረው። ኢርጋ በአደራጅነትና በመሪነት ከፍተኛ የሆነ ዲስፕሊን የተገናጸፈ፣ ልዩነቶችን እንደ ብርሀነመስቀል ረዳና ሌሎች ሀቀኛ ጓዶቹ በውይይትና በመግባባት ለመፍታት ሰለቸኝ የማይል ሁሉንም በእኩልነትና በረጋ መንፈስ በማነጋገር ማስተናገድ ችሎታው ከፍተኛ የነበር አንቂና አደራጅ ምሁር አብዮታዊ ነበር። በቀዳማዊ ኃይለሥላሴ ዩኒቨርሲቲ ተማሪነት ቆይታው እነ ዘሩ ክሕሽን በቅድሚያ ሪቻርድ ማይልስ ኮፕላንድ ያዘጋጀለትን የነፃ ትምህርት ዕድል ተጠቅሞ ወደ አሜሪካ ሲፈረጥጥ ኢርጋ ተሰማ ደጋግሞ በመታሰር ከባድ የሥቃይ ግርፋት እንደተካሄደበት በቅርብ የሚያውቁት የታጠቅ ጦር ሠፈር ወዳጆቼ ለይኩንና አንተነህ ገልጸውልኛል። ከሁለት ወይንም ሶስት ጊዜ ታስሮ የተሰቃየና የተንገላታ የተማሪዎች መሪ ነበር። የአዲስ አበባ ፖሊስ ወንጀል ምርመራ ክፍል ደምበኛ ከመሆኑም ባሻገር ባንደኛው ወቅት የተካሄደበትን ከባድ የሥቃይ ግርፋት የቀድሞ የአዲስ አበባ ፖሊስ ባልደረባ የነበሩ ጥንካሬውን በማድነቅ በፖሊስ ኮሌጅ እያለሁ ዝናውን እሰማ ነበር። ከኢርጋ ተሰማ ጋር የቀድሞ ትውውቅ የነበረን በመሆኑ አሲምባ እንደገባሁ በግልጽ ለመወያየትና መረጃዎችን ለመለዋወጥ ደቂቃም አለወሰደብንም ነበር። ትውውቅ ይኑረን እንጂ እኔ ኢርጋ ተሰማን በዝና በደንብ ከማወቄ በስተቀር በዚያን ዘመን ከእሱ ጋር እስከዚህም የሚያስተዋውቀን የጠበቀ ግንኙነት አልነበረም።

ሆኖም ያች የአጭር የሁለትና ሦስት ጊዜ የአካል ትውውቃችንና በይበልጥ ግን የአስተዋዋቂያችን ማንነት በኢሕአሠ ሜዳ ለሚካሄደው ትግል ሁለታችንንም ለበለጠ መቀራረብና መተማመን አስችሎናል። በአሲምባ በመጀመሪያው ሦስት ወራት ቆይታየ በጠቅላይ ሠፈር አካባቢ በሚደረጉ አንዳንድ እንቅስቃሴዎች ላይ ተወስኘ በመዘዋወር ስለነበር ከኢርጋ ተሰማና ከሌሎቹ ሰማዕታት ጋር እንደልቤ በየጊዜው እየተገናኘን ለመወያየት አስችሎናል። በመጀመሪያው ጊዜ በውጭ በኩል የተገነዘብኳቸውንና የሰማኋቸውን እንዲሁም በሁለቱ ጓዶቼ በሰዒድ አባስና በአቡበከር ሙሀመድ ምክኒያት (ማዎይስት ናቸው፣ አክራሪ ናቸው ይባላሉና በቅርብ እንድከታተላቸው መመሪያ ሲሰጠኝ ያደርኩትን ውይይትና በኃላም በተግባር ባሳየሁት አቋሜ) በግሌ የደረሰብኝን ሁኔታዎች በዝርዝር አካፈልኩት።

የኢሕአሠ ክንፍ የእርማት ንቅናቄ ግንባር ቀደም መሪ ኢርጋ ተሰማ/መዝሙር (1943-1978)

በፈንታው ለእኔ ባደረበት እምነት ስለ ሠራዊቱ በቂ ግንዛቤና ዕውቀት እንዲኖረኝ ረዳኝ። ባጠቃላይም ተጋኖ ስለሚነገርለት ኢሕአሠ በቀላሉና ባጭር ጊዜ ውስጥ የማይገኙ መረጃዎችና እውቀት አጎናጸፈኝ። ብርሀነመስቀል ረዳ ገና ከአቶ ኃይሉ ወልዴ ቤት ታግዶ በነበረበት ወቅት በድርጅቱ የተካሄደውንና የሚካሄደውን በዝርዝር በማስረዳት በኢሕአሠ ሜዳም አባላቱን በማስተባበር ለማስተማር፣ ለማንቃትና ቅስቀሳ በማካሄድ ድርጅቱንና ሠራዊቱን ከውድቀት ለመጠብቅ ቀደም ብሎ በከተማ የፓርቲው አመራር እምብርት/ክሊክ የተከተለውን የተሳሳተ አቋም በመቃወም ዘመቻ እንዲጀመር የሚያሳስብ ሪፖርት በወቅቱ በአሲምባ ለነበረው የምስጢር ግንኙነቱ በዐብዩ ኤርሳሞ

በኩል እንዲላክ አድርጓል። ሪፖርት ታሕሣሥ ወር መግቢያ 1969 ዓ. ም. አሲምባ ገብቶ ሳይውል ሳያድር ከኢርጋ ተሰማ/መዝሙር፣ ከመምህር ደመዎዝ ገርመ/አንተነህና ከኤሊያስ በቀለ/ታሪኩ ዘንድ ደርሶ ሦስቱም ሪፖርቱን ካነበቡ በኋላ የሚያምኗቸውንና የሚያቀርቧቸውን ጓዶች እያፈላለጉ የማስረዳት ዘመቻቸውን እንዲያፋፍሙና በሀሳባቸው የሚስማሙ አባላትን በማፈላለግ በከተማ የፓርቲው አመራር እምብርት የተከተለውን አቋም በመቃወም ዘመቻቸውን እንዲቀጥሉ ተስማሙ። ፓርቲው ከነጭራሹ ተፈረካክሶ ሳይበተን ከውድቀቱ ለማንሳትና እንዲሁም ኢሕአሠ በሀገራችን ኢትዮጵያ ጭቆናና ብዝበዛ የሌለበት ሥርዓት የምንመሰርትበት መሣሪያችን ለመሆን እንዲችል፣ ለሕዝባችን የምንመኘውንና ራዕያችንን ወደ ተግባር የምንቀይርበት፣ ብሶቶታችንና ቁጭታችንን የምንወጣበት፣ ከከተማ በተሳሳተ ትግል ምክኒያት የወደቁ ሰማዕታት ጓዶቻችንን ደም የምንበቀልበት ጠንካራ የሆነ ቀኝ እጃችን እንዲሆን ለማድረግ እንዲያስችል የኢሕአፓ'ን ፕሮግራምና ደምብ ይዞ፣ ድርጅቱ በፕሮራሙ በዋነኛነት የተለመውን የተራዘመ ሕዝባዊ የገጠሩን የትግል ስልት በመከተል፣ ከፕሮግራሙ ውጭ ያላግባብ የሚካሄደውን የከተማ ሽብር ባፋጣኝ በማቆምና ያላግባብ በከተማ የሚጨፈጨፈውን ወጣት ለማዳን የመስመር ልዩነቱን ተሸክሞ የማያቋርጥ ትግል በማካሄድ ተቋርጦ የቀየውን የጉባዔ ጥሪ ተግባራዊነት መታገል ይኖርብናል ብለው ተስማሙ። በዚያን ጊዜ ለዚህ ፈታኝ ትግል በዋነኛነት መፍትሔ ነው ብለን ያመንበት በኢሕአሠ ክንፍ የእርማት ንቅናቄ አማካኝነት ለብዙ ጊዜ ሳይካሄድ የቀየው የጉባዔ ጥሪ ማካሄድ እንዳለብን በማስገንዘብ ማስተማርና ቅስቀሳ ማካሄድ እንደሚገባን ሲሆን የኢሕአሠ ክንፍ የእርማት ንቅናቄ በተጠነሰሰ አራትና አምስት ወራት (እኔ የለሁበትም) በኋላ ለፈታኝ ትግላችን በተጨማሪ በዋነኛነት መፍትሔ አድርገን የተለምነው ከወያኔ ጋር የተደረሰው የጋራ ሕብረት ስምምነት ተግባራዊ መሆን ስለሚገባው መታገል እንዳለብን ተስማማን። ይህንንም ወሳኝ ትግል አሁኑኑ መጀመር እንደሚኖርብን ቃል ገባን።

ከፍተኛ መስዋዕትነትን የሚጠይቅ ትግል በማካሄድ ሁኔታዎች እንዲስተካከሉ ካልተደረገ በስተቀር የስትራተጂያዊ የትግል ጎዳና ማካሄጃ የሆነው ሠራዊት ተልዕኮውን ሊያሟላ እንደማይችል በእርግጠኝነት በመረዳታችን ቀጥታ ትግላችን ከፓርቲው አመራር ጋር እንዲሆን ተስማማን። በታሕሣስ ወር 1969 ዓ. ም. አጋማሽ በኢርጋ ተሰማ ግንባር ቀደም መሪነት የተጠነሰሰው ምስጢራዊ ውይይት ተስፋፍቶ በመጋቢት ወር 1969 ዓ. ም. መግቢያ ጀምሮ በከተማ ብርሀነመስቀል ረዳና ጓዶቹ ያቋቋሙት የፓርቲው ክንፍ የእርማት ንቅናቄ አካል የነበረው አካል በመሆን የኢሕአሠ ክንፍ የእርማት ንቅናቄ እንዲሆን ውይይቱን ባካሄዱት ጓዶች ተቀባይነትን አገኘ። ጥንካሬውን እስከሚያረጋግጥ ድረስ ብሎም በአባላቱም ሆነ በሠራዊቱ ላይ አላስፈላጊ አደጋ ለመከለከል የተጠነሰሰው ክንፍ እንቅስቃሴውን በከፍተኛ ምስጢር እንዲያዝ ተስማሙ። በሠራዊቱ ክንፍ የእርማት የንቅናቄ እና በዘሩ ክሕሽንና እያሱ ዓለማየሁ፣ እንደገና ወደኋላ በዘሩ ክሕሽንና በሳሙኤል ዓለማየሁ

በተመራው እንቅስቃሴ መካከል መሠረታዊ የሆኑ ልዩነቶች እንደነበሩት በምዕራፍ 13 ተገልጿል)። ውይይት ተስፋፍቶ በጥር ወር መግቢያ 1969 ዓ. ም. ገደማ አባላቱ የመፅሀፉን ደራሲና ሁለቱን የፍልሥጥኤም ጓዶቹን (አያሌው መርጊያው/መጂድ አብደላ፣ ኤፍሬም ደጀኑ/ሰዒድ አባስ፣ ውብሸት መኮንን/አቡበከር ሙሀመድ)፣ እና ሌሎች ሦስት ጓዶችን ጨምሮ የቀረበውን የኢሕአሠ ክንፍ የእርማት ንቅናቄ አካል ሀሳብ በመደገፍ ውይይቱን ይሳተፉ የነበሩት ታጋዮች ቁጥር አሥራ አንድ ደረሱ። በዚያው ወር ከከተማ ሸሽቶ የመጣው ወጣት አብርሐም የውይይቱ ተሳታፊ በመሆን በጥር ወር መጨረሻ 1969 ዓ. ም. ብዛታችን 12 ደረሰ።

የሠራዊቱን የእርማት ንቅናቄ ክንፍ ለመምራት በአማራጭነት ሌላ የማንም ስም ሳይነሳ የውይይቱ ተካፋዮች ለኢርጋ ተሰማን/መዝሙር ያላቸውን እምነትና አክብሮት በመግለጽ ልናካሂድ ያቀድነውን እንቅስቃሴ እንዲመራ የሀሳቡ ደጋፊዎች ሁሉም ወሰኑ። እስከማውቀው እስከ ሚያዚያ ወር 1969 ዓ. ም. ድረስ የኢሕአሠ ክንፍ ንቅናቄ ዋና ተግባር አድርጎ የያዘው ንቅናቄውን በምስጢር በማስፋፋት በፓርቲውና ሠራዊቱ ውስጥ የአመራር እምብርቱን ሕገወጥና ፀረ-ኢሕአፓ/ኢሕአሠ ተግባሮች በማጋለጥ ለድርጅታችን ማንሰራራትና ሠራዊታችንን ከክፍፍልና ከድርብርብ ጠላቶቹ በመጠበቅ ጠንካራ ሕዝባዊ ጦር ለማድረግ ትምህርት በመስጠት ቅስቀሳና ዘመቻ ማክሄድ ነበር። በየጊዜው ከከተማ እየፈለሱ በመምጣት ከእኛ ጋር እየተቀላቀሉ በመግባታቸው ቁጥራችንና ድምፃችን እየተጠናከረ መኃዝ ቀጠለ። ኢርጋ ተሰማን ማዕከላችን በማድረግ፣ የወኔ፣ የቀራጥነት፣ የጥንካሬና የፅንዓት ምንጫችን ሆነ። ምንም እንኳን በይፋና በግልጽ ባናወጣቸውም እኔ ከፓርቲ አባልነት ተወግጄና መሣሪያ አውርጄ ካካባቢው ተባርሬ ወደ ኃይል አምስት እስከሄድኩበት ጊዜ ድረስ በየጊዜው በተሰባጠረ መልክ እየተገናኘን እንወያይ ነበር። ምንም እንኳን እኔ ባልኖርበትም እነኢርጋና ጓዶቹ ከሰፊው የሠራዊቱ አባላት ጋር ወግነው እየተጠናከሩ መሄዳቸውን ሰንገዶ ሪፖርት እንዳደርግ በታዘዝኩበት ጊዜ ሰቦያ ላይ ውብሸት መኮንን የገለጸልኝ ከመሆኑም በላይ ቤዝ አምባው እንደደረስኩ በይበልጥ በመረዳቴ ምንም እንኳን ወደ እሥር ቤት ወስደው እንደሚለያዩኝ ቢሰማኝም የመንፈስ ኩራትና ደስታ አሳድሮብኛል። ብርሀነመስቀል ረዳና ዋለልኝ መኮንን የባዕዳን ወኪሎች ገና ከአፈጣጠሩ ጀምሮ አሉበት ብለው በእርግጠኝነት ቢገምቱም ሁኔታውን ለጊዜው እንዳላወቁና እንዳልጠረጠሩ በመምሰል ድርጅቱ በሁሉ አቀፍ መስክ እንዲጠናከር የሚረዳ መስሏቸው አንቀደምም ወይንም አንሸወድም በማለት ሙሉ በሙሉ መተማመናቸው ከፍተኛ ስህተት መሆኑን ማጤኑና እፍኝ የማይሞሉ ወኪሎች የትም አይደርሱም በማለት አነስተኛ ግምት በመስጠት መናቃቸው ለችግሩ ምንጭ እንደሆነ አድርጎ ኢርጋ ተሰማ መገንዘቡ አስደንቆኝ ነበር።

ሆኖም ኢርጋ ተሰማና ጓዶቹም ቢሆኑ አልቀረላቸውም ተሸውደዋል። የእነ ኢርጋ ተሰማ ግን ለየት ባለ መልኩ ሳያስቡት በማያጠረጥር መንገድና ዘዴ ድንገት ሴሚናር ብለው በአሥራት ተሾመ

የምትመራ የኃይል ጦር ከጎንደር ተንቀሳቅሳ አሲምባ ገብታ ለተባለው የሀሰት ሴሚናር በማታለል እንዲሰበሰቡ ከስደረገ በኃላ ከስብሰባው ውስጥ እንዳሉ ለቀም ለቀም እያደረገ ወደ ማጎሪያ ወሰዷቸው። ልክ መንግሥቱ ኃ/ማርያም እነ ተፈሪ በንቲንና ዓለማየሁ ኃይሌን ለስብሰባ ከገቡ በኃላ ከስብሰባ ውስጥ ለቀም ለቀም አድርጎ እንደሸወዳቸው ማለት ነው። የአንድሮት ኃይላት ዘዴና ካሊበር አንድ ዓይነት መሆኑን ያመለክታል። በዚሁ ውይይታችን ወቅት የባዕዳን ወኪሎች ገና ከአፈጣጠሩ ጀምሮ አሉበት ብሎ እንደነብርሀነመስቀል ረዳና ዋለልኝ መኮንን መጠራጠር ወይንም መገመት እንደጀመረ ጠይቄው መልሶ እኔኑ እራስህ መልሰው ብሎ ነበር ግራ ያጋባኝ። ግራ መጋባቴን ሲረዳ ምን ሪፖርት ነበር ለዋለልኝ መኮንን ያደረከው አዲስ አበባ ከኤርትራ ለዕረፍት በመጣህበት ጊዜ ብሎ ያፋጥጠኛል። ለዋለልኝ ያጠናቀኩትን ጥናቴንና አጠቃላይ ግምገማ መስጠቴን በመዘንጋቴ አንተ ለዋለልኝ ሪፖርት ባደረክበት ወቅትና ሶስታችንም ከሆቴል በተገናኘንበት ጊዜ አያሌው ያጠናቀቀው ጥናትና አጠቃላይ ግምገማ ከእኛ ጋር አንድ ዓይነት ነው ማለቱን ታስታውሳለህ? ብሎ እራሴን በማስታወስ ለጥያቄየ በቂ መልስ ሰጠኝ። የባዕዳን ኃይላት በቀላሉ ስለሚጋለጡ እኛ ጋር በመምጣት በገሃድና በቀጥታ በአገራችንና በሕዛብችን ጉዳይ ውስጥ አይሳተፉም። ከሀገራቸው ሆነው "ያገሩን ሰርዶ፣ ባገሩ በሬ" ብልሀት መሠረት አገር በቀል ወኪሎቻቸውን ከወገኖቻችን መካከል መልምለውና ቀጥረው ከእኛው ጎን በማስለፍ በሩቅ የመቆጣጠሪያ መሣሪያ አማካኝነት እየተቆጣጠሩ ነው የሚወጉንና ሴራቸውን የሚሸርቡብን። የከመካከላችን በወኪልነት የተመለመሉ እንዳሉ ገና ድሮ በደንብ እናቃቸው ነበር ብሎ በግልጽ አካፈለኝ። ሆኖም አለ፣ ልክ እንደ ዋለልኝ መኮንን እምነት እሱም የመንካዕ እንቅስቃሴ እንዲህ በቀላሉ ይመታሉ ብለን አልገመትንም ነበር። እኒህ ከእኛ ጋር በከተማ ውር ውር የሚሉት የኛዎቹ "መሪዎች" ከመንካዕ መመታት በኋላና ብረሀነመስቀል ረዳ በአርትራና እዚህ አሲንባ ባንድ ቦታ ለሁለት ዓመት ያህል ያለትግል ተነጥሎ በቀየበት ጊዜ የራሳቸውን ታማኝ አሽከሮች መልምለው የከተማውን ትጥቅ ትግል ካጠናከሩ በኋላ ነው መደንፋት የጀመሩት። ለኢትዮጵያ ሕዝብ የቀምን ሁሉ እነዚህን የባዕዳን ተወካዮች ከቀድሞ ጀምሮ እናቃቸው ነበር፣ ግን ይህን ያህል ይፈጥናሉ ብለንም በጭራሽ አልገመትንም እንጂ ነበር ያለኝ። በግንኙነታችን ወቅት ያስተዋወቀንን ዋለልኝ መኮንንን ሁልጊዜም ያስታውሰው ነበር። በሜዳ በተገናኘን ቁጥር በዋለልኝ መኮንን የተቀነባበረችዋን ዝነኛዋን "መትረየስ ደግኑ'ን" በመግጠም ነበር የሚያስታውሰው። ምንም እንኳን እንደነሱ ጀግና ሆኜ በአካል በተማሪዎች ስብሰባ ባልካፈልም በፖሊስ አካዳሚ ቀይታየ በዩኒቨርሲቲው በሚካሄደው ማናቸውም እንቅስቃሴያቸው በመንፈስ ሁልጊዜም ከነሱ ጋር ነበርኩ።

በዩኒቨርሲቲው በሚካሄደው ማናቸውም እንቅስቃሴዎች ለጆሮየ የሚያመልጠኝ እንዳችም አይኖርም ነበር። ይህች ጉደኛ ግጥም ግን እንዴት አድርጋ ከጆሮየ አምልጣ ተደብቃ እንደኖረች አላውቅም፣ ሆኖም ከስንት ዓመቷ በኋላ መዝሙር/ኢርጋ ተሰማ በአሲምባ ሜዳ እንዲህ ሲል

አካፈለኝ፣ “መትረየስ ደገኑ፣ አሉ በርከክ በርከክ፣ አውሬ መስያቸው፣ ከሰው መፈጠሬን፣ ማን በነገራቸው” ኢርጋ ተሰማ ከነዋለልኝና በርሀነመስቀል ረዳ ሌላ ከሚያነሳቸው ጓዶቹ ጥላሁን ግዛውንና ሙሀመድ ማሕፉዝን ሁለየም ያስታውሳቸዋል። በተለይ ለጥላሁን ግዛው ያለው ክብርና ፍቅር ይህ ነው አይባልም። ከሙሀሙድ ማሕፉዝ ጋር አሲምባ የመገናኘት ዕድል እንደሚኖረውም ገምቶ ነበር። በዚሁ በመጀመሪያው ግንኙነታችን የነ ውብሸት ረታ፣ ዘራዕብሩክ አበበ፣ ተፈሪ ብርሀኔ፣ ግደይ፣ ደበሳይና ሌላች ሀቀኛ ልጆች ለፓርቲያችንና ለሀገራችን ምንም ቁም ነገር ሳይሰሩ ሆን ብለው በማይገባና ባለተጠና ጦርነት ውስጥ ማግደው አስጨፈጨፏቸው ብሎ የተነገረውን ከልብ እያዘነ መርዶውን መጀመሪያ ያረዳኝ ኢርጋ ተሰማ ነበር። በዚሁ የመጀመሪያዋ ግንኙነታችን ነበር ብርሀነመስቀል ረዳ ወደ አሲምባ ተመልሶ ሠራዊቱን እንዲመራልን የሠራዊቱ አባላት ደጋግመው የጠየቀውና፣ እንዲያውም ባንድ ወቅት ዶ/ር ተስፋየ ደበሳይ ተደጋጋሚ ጥያቄ በቀረበለት ጊዜ ተናዶ “ምን ሀያ ጊዜ ብርሀነመስቀል፣ በርሀነመስቀል እያላችሁ ታስቸግሩናላችሁ” ብሎ ሳያስበው ወይንም በንደት እንዳመለጠው ነገረኝ። ይህንኑ የዶ/ር ተስፋየ ደበሳይን “ምን ሀያ ጊዜ ብርሀነመስቀል፣ በርሀነመስቀል እያላችሁ ታስቸግሩናላችሁ” ብሎ ማለቱን ሌሎቹም ጓዶቼ አጫውተውኛል። ምንም እንኳን ባይዋጠውም ዶ/ር ተስፋየ ደበሳይ ከመካከላችን መልካም መልስ አገኝቷል። ከመከከላችን አሲምባና (ሌላም ስም ጠቅሶልኝ ነበር ዘነጋሁት እንጂ) ደጋግመን የምናሳስብህና የምንጠይቅህ እኮ ሠራዊቱን ስለምንወደውና መሪ እንደሚያስፈልገው በመገንዘባችን፣ በቂ ችሎታና ብቃት ያለው ተመክሮ ያጎናጸፈው የሠራዊቱ ጠቅላይ አዛዥ ብርሀነመስቀል ረዳ ቢመለስ ይህንን ጭንቀታችንን በማስወገድ ሠራዊቱ ለቀመለት ዓላማ ሊበቃ እንደሚችል ስለምናምንበት ነው ብሎ ሲነግረው ምንም ሳይል ተነስቶ ጥሎን ሄደ ብሎ ኢርጋ ተሰማ አጫወተኝ። በኃላም አሲንባ ጋር እንደተገናኘሁ ይህንኑ ለዶ/ር ተስፋየ ያለውን አስመልክቼ ባድራጎቱ ደስታና ኩራት ስለተሰማኝ አሲንባን በማመስገን አክብሮቴን ገለጽኩለት። ኢርጋ ተሰማ/መዝሙር ውድ የኢትዮጵያ ልጅና አንጋፋ ታጋይ ነበር። ኢርጋ ተሰማ በወያኔና በድርጅታችን መካከል ለተካሄደው ትዕግሥት አስጨራሽ የጋራ ስምምነት የማይረሳ ድንቅ ታሪክ ጥሎ ሄዷል። በዚህ ለተካሄደው እልክ አስጨራሽና ሠራዊቱን ከመደምሰስ ሊጠብቅ ይችል የነበረውን የጋራ ሕብረት ስምምነት ውጤት ላይ መድረስ ኢርጋ ተሰማ ከፍተኛ አስተዋፅኦ በማድረጉ በሰፊው ሠራዊት አድናቀትንና አክብሮትን ከማትረፉም በላይ ለተወሰነ ጊዜም ቢሆን ሜዳው ከደስታ የተነሳ በፈንጠዝያ ሲዛለሉ መክረማቸውን ብመፅሁፉ በሌላ ምዕራፍፎች ተገልጿል። ነገር ግን የድርጅታችን የአመራር እምብርት/ክሊክ ተስፋፍቶ በመጣው የተባዔው ጥሪ በመደናገጥ በአሻጥር የሕብረት ግንባር ምስረታውን ማዘግየት ብቻ ሳይሆን ሆን ብለው ንቀው በመተው በሁለቱ ድርጅቶች መካከል የነበረው ግንኙነት እንደገና እያሽቀለቀለ እንዲሄድና ለማይቀረው ጦርነትም በከፍተኛ ደረጃ አስተዋፅዖ አበረከተ። እንደማናቸውም የሰው ልጅ ሁሉ ኢርጋ ተሰማም የራሱ የሆ

ከተፈጥሮው የተጎናፀፈው ችግር/ድክመት ነበረው። መርህና ዓላማ ወይንም አቋምን አስመልክቶ ካልሆነ በስተቀር ሰዎችን ማስቀየም ስለሚከብደው ተግባራቸውን እየተገነዘበ ፈገግ በማለት ያልፋቸዋል። ሳይሰለቸን በማያቋርጥ መማማርና መወያየት ሰዎችን መቀየር ይቻላል ብሎ በጠና ያምን ነበር። ለነገሩ ይህ እምነቱ የእኛም የሶስታችንም (የእኔና የሁለቱ የፍልሥጥኤም ገዶቼ የኤፍሬም ደጀኑና ውብሸት መኮንን) ስለነበረ ከኤደን ጀምረን እንደነ መርሻ ዮሴፍ፣ ጌታቸው በጋሻው፣ እያሱ ዓለማየሁ፣ መላኩ ተገኝና በአሜሪካ የነበሩትን ጥቂት መሰሎቻቸው ሆን ብለው ለተንኮል የተዘጋጁ ካልሆነ/ኑ በስተቀር በማያቋርጥ ውይይትና ትምህርት ለመስማማትና ለመግብባት እንደርሳለን በሚል ፅኑ እምነታችን ወደ ሜዳችን ለመድረስ በጉጉት ነበር የተጓዝነው።

እንደ ብርሀነመስቀል ረዳና ዋለልኝ መኮንን ኢርጋ ተሰማም እያወቅን እንዳላወቅን ሆነን ሠራዊቱ በሁሉ አቀፍ መስክ እንዲጠናከር የሚረዳ መስሏቸው አንቀደምም ወይንም አንሸወድም በማለት እንደሁለቱ ሰማዕታት እሱም በመተማመኑ ሁኔታዎች ከቁጥጥር ውጭ ሆነው እስከተበላሹበት ድረስ መቆየቱ የዋህነት ነበር ብየ አምናለሁ። ከሁሉም ይበልጥ የኢርጋ ተሰማ ችግር ነበር ለማለት የሚያስችለኝ ቀናና ግልጽ መስለው የሚቀርቡትን አስመሳይ ወስላታዎች ያምናቸዋል፣ ቅንነቱንና ግልጽነቱን ለተንኮል ዓላማቸው ተጠቅመውበታል። ለምሳሌ ዮሐንስ የሚባለውን (ሙሉዓለም ዋሲሁን መሰለኝ) ግልጽ ሆኖ ብዙ ሲለፈልፍልኝ ተጠራጥሬው ሳይሆን ለእሱ በመጨነቅ ምንም ነገር እንደማልሰጠው በምዕራፍ 7 ተጠቅሷል። ዮሐንስ ሲለፈልፍ እኔ እስከመጨረሻው ድረስ ዝም ማለቴ "የዋሁንና ቅኑን" ዮሐንስን ሊያስጨንቀው ይችላል ብየ በማሰብ ባንዱ ወቅት ውይይታችን ድንገት ሳት ብሎኝ በመፅሀፉ በሌላ አካባቢ የገለጽኩትን የማደፋፈሪያ ምክር ለገስኩት። ከዚያ በኃላ ቅንነቱና ግልጽነቱ እየከበደኝ በመምጣቱ ከአስመሳዮችና ከአመራር እምብርቱ ሰላዮች ጥንቃቄ እንዲወስድ ሀቀኛና ቅን መስሎኝ ለእሱ በማሰብና በመጨነቅ ኢርጋ ተሰማ ዮሐንስን እንዲመክረው እንዳጫወኩት "ዮሐንስ ያልከው ጓዳችን እንዴት ጠንካራ ወጣት መሰለህ፣ ምንም ጥርጣሬ አይግባህ፣ ሙሉ በሙሉ ተማመንበት፣ እንኳን ተዋወቃችሁ" ብሎ ምንም ዓይነት ጥራጣሬ ሳይኖርበት እንዳምነው ነበር ያደፋፈረኝ የተሸወደውና የተቀደመው ጠንካራው ጓዴ ኢርጋ ተሰማ። ኢርጋ ተሰማ አምኖና አክብሮ የያዘው "ጓዳችን" ዮሐንስ ነበር እየተሽሎከለከ ምስጢራችንን ለአመራር እምብርቱ/ክሊክ ሪፖርት ያደርግ የነበረው። ከነጭራሹም በአመራሩ ተዘጋጅቶ የተሰጠውን 18ቱን የኢሕአሠ ክንፍ የእርማት ንቅናቄ አባላት የይረሸኑ ፍርድ ለማሰጠት ዮሐንስ የሀሰቱ ትሪቡናል ዓቃቤ ሕግ ሆኖ ተወክሎ እንዲገደሉ የተከራከረ "ወገናችን" መሆኑን ሰቦቻ/ለማ ግርሙ መርዶውን አረዳኝ። በተመሳሳይ ሁኔታ ኢርጋ ተሰማ አያሌው ከበደ ተሰማን ያቀርበው እንደነበረ ሰምቻለሁ። አያሌው ከበደን አምኖ ከእሱ ጋር ውይይት ማድረጉ የኢርጋ ተሰማ ሌላው ከቅንነትና ሰውን ከማመን ተፈጥሮው የመነጨ ከፍተኛ ስህተቱ ነበር። ካካባቢው የመባረሬ ምክኒያት ምንአልባት ሳት ብሎኝ

ድፍን ባለመልክ ለዮሔንስ አታስብ! አትስጋ! ሳይቀድሙን እንቀድማቸዋለን በማለት ቅንና ሀቀኛ መስሎኝ መናገሬ ይህንኑ ሪፖርት አድርገላቸው ይሆናል ብየ የምጠራጠርበትም ጊዜያቶች ነበሩ/አሁንም ድረስ ሊሆን ይችላል ብየ እጠራጠራለሁ።

የእኔ በቤዝ አምባው አካባቢ መቀየቴ ኢርጋ ተሰማንም ሆነ ሌሎቹን ሀቀኞች የምጠብቃቸው መሆኔን የአመራር እምብርቱ በእርግጠኝነት በማወቃቸውም ሊሆን ይችላል በሦስት ወር ጊዜ ውስጥ ካካባቢው አርቀው ያራቁኝ የሚል ፅኑ ግምትም አለኝ። ከኢርጋ ተሰማና ከውድ የትግል ጓዶቹ አካባቢ ብቀይ ኖሮ አያሌ ጠቃሚ ጉዳዮችን ባከናወንኩና አንድ ቁም ነገር ላይ በመድረስ የአሲንባን የትግል አቅጣጫ ለማስቀየር ወኪሎ (agent) ለመሆን በቻልኩ ነበር። መረጃ ለማሰባሰብ እንደልባችን እንድንገናኝ ቤዛ እምባው አካባቢ ቢያቀዩንም ሰላዮቻቸው ያችን ድንገተኛ ምክር ለዮሐንስ ከመስጠቴ በስተቀር ከእኔ ሌላ ነገር ሊያገኙ ባላመቻላቸው ሳንቀድማቸው በፍጥነት በሦስት ወር ጊዜ ካካባቢው አርቀው በመላክ ከዚያም ሳሙኤል በሚባለው የጋንታዋ የፓርቲ አባልና የፖለቲካ ኮሚሳራቱ ዘማሪያም አስተባባሪነት ሰላዮቻቸው ሊጠቡኝ ሞክረው ሊሳካላቸው ባለመቻሉ ሞራሌን በማላሸቅ የምበገር መስሏቸው "የአህያ" ተግባር እንዳከናውን ተደርጌ እንደገና በዚህም ዘዴ ሳይሳካላቸው በመቅረቱ የመጨረሻውን ደረጃ እሥር ቤት አጉረው ለማስለፍለፍ በማቀዳቸው ሆኖ ነበር ባንድ በኩል ያደረብኝ እምነት። ምክኒያቱን በእርግጠኝነት ይህ ነው ብየ ለመናገር ባለመቻሌ የምጠራጠረው በብዙ መንገድ ነው። ኢርጋ ተሰማ እንደብርሀነመስቀል ረዳ ከመልካም የመናገር ችሎታ ጋር የማሳመንና የመማረክ ኃይልና ችሎታ የነበረው ከመሆኑም ባሻገር መስህብና የመሪነት ጸጋና ለዛ የነበረው፣ በመናገርና በዲስኩር ብቻ ሳይሆን እሱም እንደ ብርሀነመስቀል ረዳ በተግባር የተከታዮቹን ጆሮና ልብ የማረከ በኢሕአሠ የተቀጣጠለውን የሠራዊቱን ክንፍ የእርማት የንቅናቄን ያቀጣጠለ ግንባር ቀደም መሪ ነበር። ከዚያ ተፈጥሮ ከለገሰው ሸጋ ቁመናው ጋር ግርማ ሞገስና ፀጋ የተላበሰው ኢርጋ ተሰማ በዓይነ ቁራኛ በቁጥጥር ሥር እስከዋልኩበት ጊዜ ድረስ ከትግል አጋሩ ከብርሀነመስቀል ረዳ ጋር በስውርና በከፍተኛ ጥንቃቄ ከመምህር ደመዎዝ ግርመ ጋር በመተባበር በምስጢር ግንኙነታቸውን በማጠናከር የሠራዊቱን ክንፍ የእርማት ንቅናቄ በአሲምባ በማካሄድ ሠራዊቱን ከሲ. አይ. ኤ፣ ሞሳድ፣ ወያኔ፣ ሻዕቢያና የደርግ ወኪሎች ከሆኑት የድርጅቱ የአመራሩ እምብርት ነፃ በማውጣት ድርጅቱና ሠራዊቱ ለተቃቋመለት ዓላማ እንዲውል መስዋዕትነት የሚጠይቅ ከውድ ጓደኞቹ ጋር ሆኖ የሞት ሽረት ትግል ያካሄደ የድርጅቱና የሠራዊቱ ጠንካራ ወታደር ነበር። እነዘሩ ክሕሸን በመሩት የአሲምባ የእርማት እንቅስቃሴ ወቅት ለባዕድ ኃይል ቅጥረኝነት የተቃቃመው አዲሱ የፖሊት ቢሮ ተብዮቹ እነ ኢርጋ ተሰማ ያቀረቡትን ሃሳብ ቢቀበሉ ኖሮ፣ ብርሀነመስቀል ረዳ አመራሩን እንደያዘ ቢቀጥል ኖሮ ሠራዊቱ ጥርስ ያለው ተዋጊ ኃይል ባደረጉት ነበር። የጀግኖች ሕይወትም በከንቱ ባልፈሰሰ ነበር። ፓርቲውም ከውድቀት ድኖ ድል አድራጊነቱን ባበሰረ ነበር።

በተመሳሳይ ደረጃም ኢሕአሠ ባቸናፊነት አዲስ አበባ ገብቶ ሕዝቡን ለዲሞክራሲያዊ ምርጫ ባበቃ ነበር። እንደብርሀነመስቀል ረዳና እንደ ዋለልኝ መኮንን፣ በኢርጋ ተሰማና በሰማዕታት የአሲምባ ጓዶቹ ላይ ያልተባለና ያልተነዛ፣ ያልተነገረ አሉባልታና ውንጀላ አልነበረም። ብዙ ተብሏል፣ ብዙ ተወንጅሏል፣ በብዙ መንገድ ተወግዟል።

ከሁሉም ይበልጥ ከፍተኛው ውንጀላ፣ ከመለስ ዜናዊና ከዓባይ ፀሀየ ጋር ተገናኝቷል፣ በድርጅት ላይ ድርጅት ለመፍጠር ይታገላል፣ ከወያኔ ጋር ለመተባበር ጥረት አድርጓል፣ አንጃ እየፈጠረ ነው ... ወዘተ እየተባለ ሲኮነንና ሲወነጀል ከጅሮየ ደርሷል። የተባለው ሁሉ የሀሰት ወንጀላና ክሶች ያለበለዚያም የወያኔንና የተለጣፊውን ኢሕዴን ተብየውን ትክክለኛነት ለማንጸባረቅ ወይንም ለማሳመን የተዘጋጀ ነው። ኢርጋ ተሰማ ከሁለቱ የወያኔ ግለሰቦች ጋር በምስጢር የተገናኘበት ጊዜ አልነበረም። ለመገናኘትም የሚያስችለው በቂ ምክኒያትም አልነበረውም። ኢርጋና እነሱ የሚጓዙበት መስመር ሁሉ የተለያየና እጅግ የሚጻረር በመሆኑ ከደርግ የማይለዩ እንዲያውም አደገኛ የሆኑ ጠላት አድርገው ነበር እሱና ሰማዕታት ጓዶቹ የመደቧቸው። እርግጥ ሁለታችን የምንቀሳቀሰው በአንድ አካባቢ በትግራይ በመሆኑ በሚንቀሳቀስበት ጊዜ ይተላለፋሉ። ሲተላለፉ ኢርጋ ሁለቱን እንደ ደርግ ጦር በጎሪጥ አይቶ ወይንም ተደብቆ ሊያልፋቸው አይፈልግም። የተማረና የነቃ ንቁና አብዮታዊ ዲሞክራት በመሆኑ በወግና በሥነሥርዓት ሰላምታ ተለዋውጦ ቢቻልም ቀመው ተጨዋውተው መሄድ ይኖርበታል። ኢርጋ ተሰማ ጊዚያዊ ታክቲክና ዲፕሎማሲያዊ በሆነ መንገድ ግንኙነት ይኑረን እያለ ያስተምርና ይቀሰቅስ የነበረውም ይህንኑ ነበር። በመንገድ ስንገናኝ በዲፕሎማሲና በዘዴ ሰላምታ እየተለዋወጥና እየተጨዋወትን እንተላለፍ እንጂ በጎሪጥ እየተያየን እንተላለፍ፣ ስልትና ዘዴ ይኑረን እያለ ነበር ይመክር የነበረው። ከወያኔ ታጋዮች ጋር በየመንገዱ መተላለፍ በየጊዜው የሚያጋጥመን የየዕለት ገጠሞሽ አንዱ ነበር። እኔ እራሴ ጀሌ ከሆኑ የትግራይ ወገኖቼ ጋር በመንገድ ስተላለፍ በጎሪጥ እየተፈራራን መተላለፉ መልካም አለመሆኑንና በዚያን ወቅት የጋራ ጠላትን የምንዋጋ መሆናችንን ለማስረዳት ሰላምታ እየሰጠሁ እረፍት አድርገን ለጥቂት ደቂቃ አብረን ቀመን በመጨዋወታችን ያስከተለብኝን አባሴ በሌላ አካባቢ ተገልጿል።

እኛና ወያኔ በየቀኑ እርስ በርስ ስንተላለፍ እንውላለን፣ በዚህ መተላለፍ ሂደት ላይ ከሰላምታም አልፎ ለጥቂት ደቂቃ እየተጨዋወትን እንለያያለን። ምንም እንኳን ለወደፊቱ እንደ አደገኛ ጠላት ብንቆጥራቸውም በዚያን ጊዜ ግን የሁለታችንም የጋራ ጠላት ደርግ ብቻ ስለነበር በጊዜያዊ ታክቲክ ሰላምታ እየተለዋወጥን በየእለቱ እንነተላለፍ ነበር። ይህን በምስጢር መወያየቱን እራሱ አምኗል የሚባለውም የወያኔ የፈጠራ ታሪክ ነው። እኔ እራሴ ምስክር ነኝ፣ ኢርጋ ተሰማና ግንባር ቀደም ጓዶቹ ከወያኔ፣ ከሻዕቢያና ከድርጅቱ አመራር እምብርት/ክሊኩ ይበልጥ እንደ ወያኔና ሻዕቢያ ሌላ ዋና ጠላት አድርገው የሚቆጥሩት አልነበራቸውም። ደርግ ጊዚያዊ እንደሆነና ቋሚነት

እንደሌለው፣ እንደውም ለጊዜው እንጂ ዕድሜ የሌለው እየተንገዳገደ በመሄድ ላይ ያለ ጨካኝ አውሬ እንደሆነ ነበር የሁሉም ጓዶቹ አመለካከት። ሰማዕታት ጓዶቼ ብሩኅ አዕምሮ ያላቸውና ነገሮችን ሰፋ አድርገው መመልከት የሚችሉ በሳል አብዮታዊያን ነበሩ። ከድርጅቱ ወጥተው አዲስ ፕሮግራምና ስትራቴጂ ይዘው፣ አዲስ የትግል መስመርና ስልት በማንገት ከሚወዱት ድርጅታቸውና ሠራዊታቸው ተገንጥለው አልወጡም። በተቃራኒው አንጃነትንና ተገንጥሎ መሄድን አጥብቀው ይፃረራሉ። በወቅቱ የተጨባጭ ሁኔታ ሌላ አማራጭ ስላልነበራቸው የሠራዊቱን አንድነት ለመጠበቅ በድርጅቱ ክንፍ በሆነው በእርምት እንቅስቃሴው ዙሪያ ተሰባስበው በመታገል መቀየት እንደሚኖርባቸው በመወሰናቸው ነበር። በድርጅቱና በአባላቱ ላይ የተቃጣውን ከፍተኛ አደጋ ለመግታት እንደዋና መፍተሔ ሆኖ የተቀጠረው ለረጅም ጊዜ ሳይካሄድ የቀየው የፓርቲው ጉባዔ አስፈላጊነት እንደሆነ አብክረው በማሳሰብ በከተማ የተቋረጠውን የጉባዔ ጥሪ በኢሕአሠ ጥሪውን ለማስፋፋት በተለይም በ1969 ዓ. ም. ማገባደጃና በ1970 ዓ. ም. መግቢያ ገደማ ይህ የፓርቲ ጉባዔ ጥያቄ በብዙሃኑ የሠራዊቱ ታጋይ ተደማጭነትንና ተቀባይነትን በማግኘቱ ድጋፍ ተጎናጸፈ። በዘሩ ክሕሸን የሚመራው የአመራሩ እምብርት ቅስም ሰባሪ ጥያቄ ሆኖ በመገኘቱ ባፋጣኝ በመረባረብ የቀረበውን ጥያቄ በእንጭጩ ለመቅጨት የሰማዕታቶቻችንን ስምና ዝና በማጉደፍ፣ ያልሰሩትን ሰሩ በማለት፣ ያላሉትን አሉ ብለው በመወንጀል ከሰፊው ሠራዊት ለመነጠል ተዘጋጁ። እርግጥ ነው፣ እነ ኢርጋ ተሰማና ጓዶቹ ከሠራዊቱ ጋር በማበር ከሌሎች ተቃዋሚዎች ጋር ግንባር ፈጥሮ መሥራትን በየጊዜው አጥብቀው ቅስቀሳ አክሂደዋል። ድርጅቱ ጥሪ እንዲያደርግም ተማጽነዋል። ኢርጋና ጓዶቹ በጋራ ግንባር የመፍጠር ጥያቄ አመለካከታቸው እንደሚከተለው ነበር። ጊዜው በአገራችን በተፈጠረው ጠንካራና ሕዝባዊ ኃይል ያስፈራራቸው ፀረ-ኢትዮጵያ፣ ፀረ-አንድነት ኃይሎች በተዘረጋው ዓለም አቀፍ ሴራ በመጠቀም ኢትዮጵያዊያን ዲሞክራቶችና ሀገር ወዳድ ግለሰቦች በግልጽም ሆነ በቡድን አንድነት ፈጥረው ለተሰማሩበት ሕዝባዊ ዓላማ ተቀናጅተው እንዳይታገሉ በመቃቃም እንዲበታተኑና በጎሪጥ እየተያዩ ለፀረ-ኢትዮጵያና ፀረ-አንድነት ኃይሎች በቀጥታም ሆነ በተዘዋዋሪ መሣሪያ እንዲሆኑ ዓለም አቀፍ ሴራው ተጠናክሮ በሚካሄድበት ዘመን ነው ድርጅታችንና ሠራዊታችን የሚገኘው። ድርጅታችንና ሠራዊታችን በእንደዚህ ዓይነት ዘመን ውስጥ እያለ ትግሉን ብቻችንን ልንገፋው አንችልም። ስለሆነም ስትራቴጂና ታክቲክ ከወቅቱ ሀገሪቷ ተጨባጭ ሁኔታ ጋር እያዛመድን በመቀየስ በአገራችን ከሚንቀሳቀሱ ነፃ ከሆኑ ማናቸውም ተቃዋሚ ድርጅቶች ጋር በቅርብ መሥራት አስፈላጊ መሆኑን ከሌሎቹ ጓዶቹ ጋር በማበር ቅስቀሳ አካሂደዋል፣ ለአመራሩም ለማስረዳት ሞከሩ። ሠፊ መሠረትና ድጋፍ ያለው የተቃዋሚዎች ኃይሎችን መጥራትና ማሰባሰብ፣ ማደፋፈር እጅግ ጠቃሚ ጉዳይ በመሆኑ ከጠባብ ብሔርተኞችና በትግራይ ከሚንቀሳቀሱ የቀኝ ክንፍ ብሔርተኞች በስተቀር ለሕዝብና ለሀገር ከቆሙ ማናቸውም ተቃዋሚ ድርጅቶች ጋር በቅርብ መሥራት አስፈላጊ ጉዳይ

በመሆኑ በአክብሮት መቀበልና ማስተናገድ አስፈላጊ ነው በማለት ነበር የሠራዊቱን አባላት ልብ የሳቡት። ይህም ሲባል ወያኔ ጋር በጥበብና በታክቲክ በጋራ ደርግን ለመዋጋት የጋራ ሕብረት ግንባር መፍጠሩ አስፈላጊ መሆኑን አበክረው አሳስበዋል። በላይ ሀሰን ተናዘዘ የተባለው የድርጅቱና የሠራዊቱ አመራር በሀሰት በመወንጀል ለመግደል እንዲያስችላቸው ከመገደል የሚድን መስሎት አዘጋጅተው የሰጡትን የሀሰት ክስ ነበር የቀባጠረው። በድርጅት ላይ ድርጅት ለመፍጠር ይታገላል፣ አንጃ እየፈጠረ ነው የሚለውን ክሳቸውን ለማጠናከርና ለመግደል የፈጠሩት አሉባልታና ውንጀላ ነበር።

በሌላ አካባቢ እንዳልኩት ለራሴም በተደጋጋሚ የገለጸልኝ ለጊዜያዊ ታክቲክ ካልሆነ በስተቀር ከእኒህ ጎጠኛና የሻዕቢያ ቡችሎች ጋር በምንም ቢሆን ግንኙነት ሊኖረን አይገባም ነበር የሚለኝ። አልፎም ለማስመሰል ወያኔንና ሻዕቢያን ይኮንናሉ እንጂ ለሻዕቢያና ወያኔ ሽንጣቸውን ገትረው የሚታገሉትና በስውር አገልጋይ የሆኑት የእኛዎቹ የድርጅቱ አመራር እንደነበሩ እነ ኢርጋና ጓዶቹ ይነግሩኝ የነበረ ሲሆን እራሴም ባርካ እያለሁ በተግባር ተገንዝቤአለሁ። በእነኢርጋ ተሰማ/መዝሙር፣ ጌታሁን ሲሳይ/ግርሙ፣ ኤፍሬም ደጀኑ/ሰዒድ አባስ፣ ውብሸት መኮንን/አቡበከር ሙሀመድ፣ ብሥራት ደበበ/አሲምባ፣ ኤልያስ በቀለ/ታሪኩ፣ መምሕር ደመዎዝ ገረመ/አንተነህ፣ መኮነን ተክሌ/ደረጀ፣ በላይ፣ በሽር፣ አብርሃም፣ ታፈሰ፣ ታደሰ፣ ሊበንና ኤፍሬም ደጀኑ፣ ውብሸት መኮንን፣ ብሥራት ደበበ፣ ኤልያስ በቀለ፣ በሽር፣ አብርሃም፣ ታፈሰ፣ አንተነህ፣ ሀሰን፣ በላይና ታደሰ የሚመራው የኢሕአሠ የእርማት ንቅናቄ ክንፍ አካል ሌላ ሚስጢራዊ ቡድን ወይንም ድርጅት አልነበራቸውም። በኢሕአሠ ላይ ሌላ ድርጅት ለማደራጀትም ፍላጎትና ዓላማ አልነበራቸውም። ለምንስ ኢሕአሠን ለጠላት አጋልጠው ሌላ ድርጅት ለመፍጠር ይፈልጋሉ? በመፈረካከስ ላይ ያለውን ፓርቲ ጭራሹን ከመውደቁ በፊት በቁሙ ለማንሳትና ሠራዊቱን ከሞት አፋፍ ላይ ለማዳን ብሎም በከተማ አባላቱ ለጭዳ እየተዳረጉ መሆናቸውን ጭፍጨፋው እየተባባሰ እንደሚሄድ በመገንዘባቸው በመምጣት ላይ ያለውን የባሰ ጥፋትና የድርጅትና ሠራዊት ውድቀት ለማዳን የኢሕአሠ እርማት ንቅናቄ ክንፍ አካልን አንቀሳቅሰዋል። ይህም በብርሀነመስቀል ረዳ የሚመራው የኢሕአፓ የንቅናቄ ክንፍ አካል ነበር። በፓርቲው አመራር እምብርት ማን አለብኝነት የተቀየሰው የከተማ ሽብር የትጥቅ ትግል ከፍተኛ ስህተት ከመሆኑም ባሻገር ድርጅቱንና ሠራዊቱን የሚደመስስ ፀረ-ኢሕአፓና ፀረ-ኢሕአሠ ተልዕኮ እንዳለው በማሳሰብ በፓርቲው ፕሮግራም ላይ በዋነኛነት የተነደፈውን የተራዘመ የሕዝባዊ የገጠር ትጥቅ ትግሉን ማጠናከር እንደሚገባን የሚያስገነዝብ እንቅስቃሴ ነበር። በሌላ አካባቢ እንደተገለጸው ይህም በእነኢርጋ ተሰማ የሚመራውና በኢሕአሠ ሜዳ በመካሄድ ላይ የነበረው የኢሕአሠ እርማት ንቅናቄ ክንፍ አካል እንደከተማው የእርማት ንቅናቄ ክንፍ የኢሕአፓ'ን ፕሮግራምና ደምብ ይዞ፣ የመስመር ልዩነቱን ተሸክሞ የማያቋርጥ ጥረትና ሙከራ በማድረግ ድርጅቱን ከውድቀት፣ ሠራዊቱን ከድምሰሳ ለማዳን የተካሄደ የውስጥ እንቅስቃሴ ነበር። አንጃማ የመፍጠር ፍላጎት ቢኖራቸው ኖሮ ድሮ

ፈጥረው የሻዕቢያ ጀሌነታቸውን አረጋግጠው አብረው አዲስ አበባ በገቡ ነበር። ቢፈልጉማ ኖሮ ለምን እስከሚረሸኑ ድረስ በገዳዮቹ ትያ ይቀያሉ። ፈጥረው ራቅ ካለ ቦታ መሸገው ሠራዊቱን እንዳለ ወደ እነሱ እያስኮበለሉ ባዶ በማድረግ አዲስ የማወናበጃ ሥም በመስጠት አለን አለን እያሉ በማወናበድ የወያኔና የሻዕቢያን ምኞት ፈጻሚና አስፈጻሚ በሆኑ ነበር።

ፍልጎታቸውና እምነታቸው በደማቸው ኢሕአሠን ለማጠናከርና የሕዝብ ሠራዊት ለማድረግ ነበር። እንደብርሀነመስቀል ረዳ ለኢርጋ ተሰማም ትግል ወይም አብዮት ሙያውና ሕይወቱ እንጂ ፋሽን ወይንም ለዝና አልነበረም። እንደሌሎቹ በውጭ ሀገርና ባገር ቤት ሸር ጉድ እያለ ከውድ ልጆቹ ጋር ቤትና ንብረት እያካበተ እየተሸሞነሞነ መኖር አልቸገረውም ነበር። በወቅቱ በአዲስ አበባ ሁሉ ነገር በእጁ የነበረ ጌታ ነበር። ግን ለእሱ ጌትነት ማለት ለኢትዮጵያ ሰፊ ሕዝብና ለኢትዮጵያ ብቻ መቆም ነበርና እንደቆመላቸውም ተሰዋ። ለኢርጋ ፍላጎቱ ሥልጣን አልነበረም፣ ወይንም የአመራር ቦታ ለመያዝ አልነበረም ለመሞት ቆርጠው የደስታ ሕይወቱን እርግፍ አድርጎ ውድ ልጆቹን ጥሎ እየከነፈ ወደ ትግሉ የገባው። እራሱን መስዋዕት በማድረግ ለማምጣት ይፈልግ የነበረውና ውስጡንም የገፋፋው ነፃነት፣ እኩልነት፣ ዲሞክራሲና ፍትሕ የነገሰባትን ኢትዮጵያን ለመመስረት ነበር። ኢርጋ ተሰማ ከፍተኛ መርህ ያለውና በዓላማው ጽኑና ጠንካራ፣ ሀቀኛና ቅን፣ ቀጥተኛና ቀራጥ ባለሙያ አብዮታዊ ነበር። ለኢርጋ ተሰማና ለውድ ጓዶቹ ኢሕአፓ ማለት ኢሕአሠ ማለት ነበር። ሁለቱም የማይነጣጠሉ የአንድ ሳንቲም ሁለት ገፅታ ነበሩ። የኢሕአሠ'ን የእርማት ቅናቄ ክንፍ በማሳበብ ወይንም በመጠቀም በግር ግር ከኢሕአፓና ከኢሕአሠ ሌላ ድርጅት ለመፍጠር የሚፍጨረጨሩ ቢኖሩ ሻዕቢያ፣ ወያኔና ደርግ ተለይተው እንደማይታዩና እንዲያውም ከሁሉም ይብልጥ አደገኛ በመሆናቸው በህብረት ይደመሰሳሉ እያሉ ነበር ይቀሰቅሱና ያስተምሩ የነበረው። ሰቦቻ/ለማ ጉርሙ እንዲህ ይላል፣ "የእኛ ግን (የኢሕአሠ ታጋዮች ማለቱ ነው) የከሰረ ደም ሆኖ ነው የቀረው፣ ደማችንና ጥረታችን ሁሉ መና ቀረ አዝናለሁ በጣሙን። ሌላው ነገር ይህን ነገር ግን እስከመጨረሻ ድረስ ይዘን ሂደናል ወይ? በእኔ አመለካከት ሠራዊቱ ውስጥ ይዘን አልሄድንም። 70'ዎቹ ውስጥ በጠንካራ ትግላችን በመላው ሠራዊቱ የሚወደደውንና ይከበር የነበረውን የሠራዊቱ አባላት በከፍተኛ ድምጽ ለጠቅላይ አመራር ኮሚቴ አስመርጠናል።

በሁሉም ዘንድ ተወዳጅ የነበረው ጠንካራና ሀቀኛ ታጋይና አታጋይ የነበረው ኢርጋ ተሰማ፣ መዝሙር በሚባል የሚታወቀውን በዚህ ጉዳይ ላይ ባልሆነ ምክኒያት በሞት የተቀጣውን ማለት ነው ያስመረጥነው። ከጥቂት የአመራሩ ተከታዮች በስተቀር የሠራዊቱ አባላት የይርጋ ተሰማ/መዝሙር መመረጥ ሠራዊቱን ሁሉ ነበር ያስደሰተውና ያኮራው" (ሰቦቻ/ለማ ግርሙ)። በመጀመሪያው የእርማት እንቅስቃሴ ፍጻሜ ኢርጋ ተሰማ/መዝሙር በአብዛኛው የሠራዊቱ አባላት በከፍተኛ ድምፅ የጠቅላይ አመራር ኮሚቴ በመመረጡ ከከተማ ሸሽቶ አሲምባ ገብቶ ተከማችቶ የነበረው አመራርና

ተከታዮቻቸው መደናገጣቸውንና መረበሻቸውን ከሰቦቻ ውጭ ከብዙ አባላት ሰምቻለሁ። የዓፅምሮ መረበሽ የደረሰበት ጎድ ደጀኔ/በላይ ሀሰንን በጭንቀት አስከፊውን ሴሚናር መሳተፉ እርግጠኛ ቢሆንም የሴራው ተዋናዮች ለደጀኔ ከሰጡት ግዳጅ አንዱ ኢርጋ ተሰማን ማጋለጥ ነበር። ኢርጋ ተሰማ ደጀኔን ዘወትር ያፅናናውና አብሮትም በመሆን ብዙ ጊዜ ያሳልፍ የነበረ ደግና ርኅሩኅ ጓደኛው ነበር። ደጀኔ/በላይ ሀሰን ኢርጋን በራሱ አነሳሽነት አላጋለጠም፣ እንዲያውም ወስላታዎችና ሠራዊቱን ለመበተን ዕቅድና ተልዕኮ የነበራቸው እነደእነ አያሌው ከበደ ተሰማ እነደሚያወሩት ሳይሆን በላይ ሀሰን ኢርጋ ተሰማን በጣም አድርጎ እንደሚያከብረውና እንደሚሰማው ነበር በቅርብ የሚያውቁ የቀድሞ የሠራዊቱ አባላት የነገሩኝ። ደጀኔ/በላይ ሀሰን ከአዲስ አበባ ለከለላ ወደ አሲምባ በነክፍሉ ታደሰ ሲላክ አንጃ ነውና ጥብቅ ክትትልና ቁጥጥር አድርጉበት የሚል ሪፖርት በራሱ ላይ አሽክመው ነበር ወደ ሜዳ የተላከው። ሜዳ እንደገባ ቀናና አዛኝ እየመሰሉ ለሚቀርቡት ፀረ-ኢሕአሠ ተልዕኮ ያላቸው የሆዱን ለመጥባት እንዲያስችላቸው ለአንድና ሁለት ቀናት ከሠራዊቱ ጋር እየተዘዋወረ ከነእያሌው ከበደ ተሰማ፣ ከነዮሐንስና ሌሎች ጆሮ ጠቢዎች ጋር እየተገናኘ እንዲጨዋወት በሰንገዴ አካባቢ አቀዩት። በኋላም እሥር ቤት አትረው ከፍተኛ ግርፋትና ድብደባ የተካሄደበት ታጋይ ነበር። እነመዝሙር/ኢርጋ ተሰማ ድርጅቱ ከነጭራሹ ከመውደቅ፣ ሠራዊቱ ደግሞ ከመደምሰስ አደጋ ለማዳንና ለመከላከል ደፋ ቀና ሲሉ ከወስላታዎችና ከአመራሩ ሰላዮች ጥንቃቄ እንዳልወሰዱ የተወራባቸውን ወሬ በሞላ ጎደል እደግፋለሁ። እኔም እራሴ በዚሁ ምዕራፍ የኢርጋ ተሰማን ድክመት/ችግር አስመልክቼ የማውቀውን ለማካፈል ሞክሬአለሁ። ሆኖም እነ ኢርጋ ተሰማ በኢሕአሠ የእርማት ንቅናቄ ክንፍ አካል ዙሪያ ተሰባስበው ትግላቸውን ሲያካሂዱ ጥንቃቄ ወስደዋል። ለዚህም ነበር እነሱን በቁጥጥር ሥር ለማዋልና ለመረሸን እንዲያስችላቸው በከፍተኛ ምስጢር ከጎንደር ድርጅታዊ ሥራ አከናውነውና ግዳጅ ተሰጥቷቸው ከጎንደር አዲ ኢሮብ ድረስ ተንቀሳቅሳ ለተግባራዊነቱ አደራ የተጣለባት ኃይል ያንን ሁሉ ጉዞ ተጉዛ ትመጣለች ብሎ ያሰበና የተጠራጠረ ማንም አልነበረም (ከጋንታ 44 ሰዎችና ከአመራሩ ታማኞቹ በስተቀር)። ድርጅታዊ ሥራው የተከናወነው በትግራይ ውስጥ ቢሆን ኖሮ ድርጅቱን ለማፈራረስ ምክኒያት ለሚሆነው የማጋለጥ ተግባር የሚተባበራቸው ማንም አይኖርም ነበር፣ ቢኖር እንኳን ምስጢሩ ሹልክ ብሎ ይወጣና ከእነ ኢርጋ ጆሮ ይደርስ ነበር። ገብሩ መርሻና አብዲሳ አያና ከጥፋት መልዕክተኞችም አይለዩም፣ ምክኒያቱም ያች በእንግዳ/ተሾመ አሥራት እየተመራች ስንት መቶ ኪሎ ሜትር እርቀት ተንቀሳቅሳ አሲምባ የገባቸው የተረገመች ኃይል በእነ ገብሩ መርሻና አብዲሳ አያና ኋላፊነትና ቁጥጥር ሥር የነበረች በመሆኗ ለምን ብለው እንኳን ሳይጠይቁ ኃይሏ ሥራዋን እንድታከናውን ባርከውና መርቀው ነበር የሸኟት። በሌላ በኩል ሴሚናር ሲባል ታጋዩ ያስበው ትምህርትና ቁም ነገር ላለው ውይይት እንጂ እርስ በርስ በማበላላትና በማናከስ ወንጅለው የሚፈልጓቸውን ጠልፈው ወደ

ማጎሪያ ለመውሰድ የሚያስችል የመንግሥቱ ኃ/ማሪያም፣ የኢሳያስ አፈወርቂና የመለስ ዜናዊ ችሎታና የታክቲክ ዕውቀት እንዳላቸው ማንም የተጠራጠረ አልነበረ። ለተንኮል ዕቅዳቸው እንዲያስችል የተዘጋጀ የደርግና ሻዕቢያ ወያኔ ስታይል የማጋለጥ ሴሚናር ነው ብሎ የጠረጠረም አልነበረም።

በእንደዚያ ዓይነት መንገድ ለሰሚናር ብለው አስገብተው በመክበብ ትጥቃቸውን አስፈትተው እሥር ቤት የሚያጉሯቸው መስሎም ፈጽሞ የተጠራጠረ አልነበረም። የእነ ኢርጋ ተሰማ/መዝሙርና ጓዶቹ ምኞትና ፍላጎት የኢሕአፓ'ን ፕሮግራምና ደምብ ይዞ፣ የመስመር ልዩነቱን ተሸክሞ የማያቋርጥ ጥረትና ሙከራ በማድረግ፣ በውይይትና በመግባባት ዲሞክራሲያዊ በሆነ መንገድ ችግሮቹ ሁሉ ይፈታሉ ነበር። የመጨረሻም ዕቅዳቸው ለረጅም ጊዜ ሳይካሄድ የቀየውን የፓርቲውን ጉባዔ እንዲካሄድ ያደረጉትን ጥሪ ተግባራዊ በማድረግ በጉባዔው ላይ እርምት ተካሂዶ መፍተሔ ይገኛል ከሚል መልካምና ቀና አጀንዳቸው ተመርኩዘው ነበር። ሳይታሰብ ያንን አሳፋሪ ሴሚናር ማካሄዳቸውም የጉባዔውን ስራ ቅስቀሳ ለማጨናገፍና ላማኮላሸት ነበር። ሴሚናር ባይካሄድና ባይታሰሩ ኖሮ በሌላ በኩል ወያኔ ጦርነት ባትከፍት ኖሮ የጉባዔው ጉዳይ ያለቀና የተረጋገጠ ነበር።

መላው ሠራዊት በጥያቄው ላይ አምኗል። በግድም በውድ ሠራዊቱንና ድርጅቱን ከአደጋ አድኖ ወደፊት ለማስጋዝ የጉባዔ አስፈላጊነት ታምኖበት የለቀ ጉዳይ ነበር። የንቅናቄው ግንባር ቀደም መሪዎች ለንቅናቄው ዓላማ ከፍተኛ የሞት ሽረት ትግል በማካሄዳቸው አምባ ገነኖቹና በወኪሎቻቸው በመደናገጥ ከቅሌት ለማምለጥ በመፈለግ በጭካኔ አስረሽነው ወደ ኤርትራ ፈረጠጡ። የንቅናቄው ግንባር ቀደም መሪዎች ያላግባብ ትጥቅ አውርደው በመታሰራቸው ሠራዊቱ ሳይውል ሳያድር ብቃትና ችሎታ በሌላት ወያኔ ጦር በቀላሉ ለመሸነፍ ዋናው ምክኒያት ሆነ። ሠራዊቱ እንዳለ ተደምስሶ በሕይወት የቀረው ታጋይ የውርደት ማፈግፈግ አድርጎ ከወያኔ ጋር በማበር ከወጋቸው ኃይል ነፃ መሬት ኤርትራ ተሰደው እንዲገቡ ምክኒያት ሆነ። በመጀመሪያው የእርምት ንቅናቄ ወቅት እንኳን የተጠቀሙባቸው የዋህና ቀና አባላት ሁሉ ቀስ በቀስ የአመራሩ ድክመትና ችግር የገባቸው ከመሆኑም በላይ በእየለቱ ከከተማ ከሞት ሕይወቱን ለማትረፍ እየጎረፈ የሚመጣው ጥሩ የመረጃ ምንጭ በመሆን የድርጅቱን ውድቀት ማወቅ ቻሉ። ባለማወቃቸውና ባለመረዳታቸው የንቅናቄውን ዓላማ ለማክሸፍ በመሣሪያነት በመጀመሪያው የንቅናቄው ደረጃ ወቅት ቢጠቀሙባቸውም በሁለተኛው ደረጃ ወቅት ግን አመራሩ ሊጠቀምባቸው ባለመቻሉ በከተማ ጉዳት ያደረሱት "አንጃዎች" በሜዳም ጉዳት እያደረሱብን ነው በሚል ስብከት ከከተማ ከጭፍጨፋ አምልጠው ወደ ቀዩ ሠራዊት የተደባለቁትን በማታለል ድጋፋቸውን በመጠቀም ከጥቂት ያካባቢው ተወላጅ መንጂሶችና ከጥቅም ተካፋዮቻቸው ጋር በማስተባበር ለማጥቃት ጥረት አደረጉ። እነኢርጋ ተሰማ ለአቋራጭ ሥልጣን ኩዴታ ሊያካሂዱ የተፍጨረጨረውን የድርጅቱ አመራር እየኮነኑና እያወገዙ መልሰው እራሳቸው ኩዴታ በማካሄድ ሠራዊቱን ለመገልበጥ ሀሳቡም አልነበራቸውም። አመራሩን ለመገልበጥና ለመያዝ ቢፈልጉ ኖሮ

እነኢርጋ ተሰማ በሠራዊቱ ውስጥ ሠፊና ጠንካራ ድጋፍና ከበሬታን የተጎናጸፉ በመሆናቸው በቀላሉ ማስወገድ ይችሉ ነበር። ይህ ግን ከመርሓቸውና ከዓላማቸው ውጭ ስለነበር ሀሳቡንም ጭምር አጥብቀው ይቃወሙ ነበር። የይርጋ ተሰማ/መዝሙር ታናሽ ወንድም ሰማዕት ሽምንሳ በጠንክራ ኢሕአፓነቱ በሸዋ አካባቢ በደርግ ተረሽኗል። የኢርጋ ተሰማ ድንቅየ ልጆቹና የልጆቹ እናት በመተባበር በትውልድ ቀበሌው "ይርጋ ተሰማ እና ጥሩነሽ መታሰቢያ፣ የሕክምናና ጤና አጠባበቅ ማዕከል፣ እንአቴ ቀበሌ" በሚል መጠሪያ ስም የተቃቃመለትን መታሰቢያ ተልኮልኝ በማየቴ ደስትና ኩራት ሲሰማኝ ፎቶግራፉን በመፅሀፉ ለማስቀመጥ ድንገት የማይፈቀድልኝ ከሆነ ብየ አላስገባሁም።

14.5. በጥር ወር 1970 ዓ. ም. በአሲምባ የተካሄደው አስቂኙ (የሶስቱ ጋንጎች) የማዕከላዊ ኮሚቴ ስብሰባ

በአሲምባ ሰማዕታት ጀግኖች የተቀጣጠለው ለብዙ ጊዜ ሳይካሄድ የቀየው የጉባዔ ጥሪ ያስበረገጋቸው የድርጅቱ የበላይ አካላት ጥሪውን ለማኮላሸት "ድርጅቱም ሆነ ሠራዊቱ በጦርነት አየር ላይ ስለሆን ጉባዔ ለመጥራት ያለንበት ሁኔታ አያስችለንም" በማለት ከፍተኛ የሞት ሺረት ትግል አካሄዱ። ይህንንም አባባላቸውን ለማሳመን የጦርነት አዝማሚያ እንዲነሳሳ ውስጥ ውስጡን በመሸረብ ሕወሓት ተበሳጭታና ተናዳ ሠራዊቱን እንድትተናኩፍ ለማድረግ ከፍተኛ ጥረት በማካሄድ በሁለቱ ድርጅቶች መካከል የነበረው መጠነኛ ግንኙነት እንደገና እያሽቀለቀለ እንዲሄድ አስተዋጽኦ ከማበርከቱም በላይ ላልታሰበውና ላልተጠበቀው ጦርነት መንገድ ከፋች ሆነ። በመቀጠልም የማዕከላዊ ኮሚቴ አባላትን ያላካተተ፣ ከፓርቲው ደንብና ሕግ/ፖሊሲ ውጭ የሆነና በሠራዊቱ የፓርቲ አባላት አመኔታን ያላተረፈ በማንአለብኝነት ሶስት የማዕከላዊ ኮሚቴ (ሶስቱ ጋንጎች ብሎ የመፅሀፉ ደራሲ የሰየማቸው፣ ሳሙኤል ዓለማየሁ፣ ዘሩ ክሕሽንና በመሣሪያነት መገልገያ መሆኑ ፈጽሞ የማይገባው ፀጋየ ገ/መድሕን) ብቻ ያቀፈ የኢሕአፓ የማዕከላዊ ኮሚቴ ስብሰባ በታሕሣስ ወር 1970 ዓ. ም. ተካሄደ። በሶስቱ ጋንጎች የተሾሙት አዲሶቹ የማዕከላዊ ኮሚቴ አባላት የኢሕአፓን ሕገ ደንብ በሚጻረር መንገድ ወደ አመራሩ ተቀመጡ። በዚህ በሶስቱ ጋንጎች በተካሄደው የኢሕአፓ የማዕከላዊ ኮሚቴ ስብሰባ ላይ የሚያምኗቸውንና በጥቅም፣ በፍቅር፣ በሀገር ልጅነትና አብሮ አደግነትና ጥብቅ በሆነ ጥቅም የተሳሰሩ ወዳጆቻቸውን ብቻቸውን ሆነው የሚከተሉትን ሰባት አዳዲስ የማዕከላዊ ኮሚቴ አስመረጡ ሳይሆን ሾሙ፣ 1. መርሻ ዮሴፍ፣ 2. ዳዊት ስዩም፣ 3. ዮናስ አድማሱ፣ 4. ገብሩ መርሻ፣ 5. አብዲሳ አያና፣ 6. መዝገብነሽ አቡየና 7. መሐሪ ገ/እግዚአብሔር። ይህ ሁሉ መፍጨርጨራቸው ዋናና ዓቢይ ዓላማቸው ከወርና ሁለት ወር በኋላ ሠራዊቱ የመዋጋት ወኔው ላሽቀ

እየተበሳጨ ተስፋ ቆርጦ የወያኔን ወረራ ለመቋቋም እንዳይችል ለማድረግ እና ወዲያውኑም በግንባር ቀደም የኢሕአሠ የእርማት ንቅናቄ ክንፍ መሪዎችና ደጋፊዎች ላይ በጭካኔ በሚያስረሽኗቸውን ንጹህ የአሲምባ ጀግኖች ላይ ችግር ሳይፈጠርባቸው ሁሉንም አመቻችተው ካስረሸኑ በኃላ ወደ ውጭ ለመሸሎክ የሚያመቻቸውን መንገድ ሁሉ ለማዘጋጀት እንዲያስችላቸው ሆን ተብሎ የተቀመረ ዱለታ ነበር። ገብሩ መርሻንና አብዲሳ አያናን ለይስሙላ ግፋ ቢል ስንብት ጠይቀው ወደ ምዕራብ ሀገር ይፈረጥጣሉ እንጂ በእኛ በቀድሞ ወዳጆቻቸው ላይ ምንም ጉዳት የማያስከትሉብን ናቸው በሚል እምነት ከተሿሚዎቹ መካከል ደባልቀው አስገቧቸው። የሦስቱ ጋንጎች ስብሰባቸውን በመቀጠል አዲስ የሚፈጠረውን የፖሊት ቢሮ ለመምረጥ አዲስ የተጨመሩት የማዕከላዊ ኮሚቴ አባላት ሳይሳተፉ ምርጫውን የሦስቱ የማዕከላዊ ኮሚቴ ቡድን እራሳቸው ብቻቸውን አካሂደው አጠናቀቁ (ክፍሉ ታደሰ፣ 3፣ 297)። በእነዚሁ በሦስቱ ጋንጎች የተሾሙት የፖሊት ቢሮ አባላት ዘሩ ክሕሽን፣ አበራ ዋቅጅራ፣ (አበራ ዋቅጅራ)፣ ሳሙኤል ዓለማየሁ፣ ፀጋየ ገ/መድህን ሲሆኑ ዳዊት ሥዩምና "ተዓምረኛው የእግዚአብሔሩ ፍጡር" ዮናስ አድማሱ ተለዋጭ የፖሊት ቢሮ ሆነው ተሾሙ።

መገንዘብ ያለብን ሳሙኤል ዓለማየሁ ማለት ደግም እያሱ ዓለመየሁ ማለት ነው፣ እያሱ ዓለማየሁ ማለት ደግሞ በጥቅም እስስር አበጄ/መርሻ ዮሴፍና ጌታቸው በጋሻው ማለት ነው። ከዘሩ ክህሽንና ከሳሙኤል ዓለማየሁ ጋር በማበር በስተጀርባ በርቀት ሆኖ ሞተሩን የሚያንቀሳቅሰው እያሱ ዓለመየሁና ዘሩ ክሕሽን እንደሆኑ ገሃድ ነበር። አዲስ የተመረጡት/የተሾሙት የማዕከላዊ ኮሚቴ አባላት መካከል ሦስቱን ለአብነት ያህል ብጠቅስ፣ ዳዊት ስዩም ሲሆን ይህ ማለት ደግም በዝምድና ወይንም ባገር ልጅነት ዘሩ ክሕሽን ማለት ነው። ሌላው ተሿሚ ደግሞ "ተዓምረኛው" ዮናስ አድማሱ የማዕከላዊ ኮሚቴ አባልነት ብቻ ሳይሆን እንዲያውም እንደ ዳዊት ስዩም ተለዋጭ የፖሊት ቢሮ አባል በመሆን የሾሙት ከክፍሉ ታደሰና ከዘሩ ክሕሽን ጋር በመሆን እጆቻቸው ባንድነት በደም ስለተነከሩ የተያያዙ በመሆናቸው ያንኑ የቀሙለትን አጀንዳ ግብ እስከሚመታ ድረስ የተሰጠው ሹመት አስፈላጊ በመሆኑ ነበር። ሌሎቹ ተሿሚዎች ለአብነት ያህል ሳለህ/አበጄ/መርሻ ዮሴፍና ጌታቸው በጋሻው ሲሆን ይህ ደግሞ በጥቅም እስስር እያሱ ዓለማየሁ ማለት ይሆናል። ድርጅቱ በመካከለኛው ምሥራቅ ከሚገኙት ሀብታም የዘይት ሀገሮች የሚገኘውን ርዳታ ሁሉ ምንም እንኳን በመጨረሻ በእያሱ ዓለማየሁ እጅ ቢገባም በመካከለኛው ምሥራቅ ዕርዳታውን የሚያስተባብረውና የሚቀበለው የድርጅቱ ተወካይ ሳለህ በዘመኑ አጠራር ደግም መርሻ ዮሴፍ በኩል በመሆኑ ከፍተኛ የጥቅም እስስርና ፍቅር ነበራቸው። ይህ ብቻ አልነበረም የሚያስተሳስራቸው ጉዳይ። በአቃም፣ አመለካከትና መስመር ያንድ እናትና አባት ልጆች ነበሩ። ይህ ብቻ አልነበረም፣ እጆቻቸው በንጹህን ደም ተነክረዋል። በእያሱ ዓለማየሁና አበጄ/መርሻ ዮሴፍ የተንኮልና የጥላቻ ሪፖርት ምክኒያት አሲም[illegible] የተረሸኑትን ቢያንስ አራት ንጹህ ታጋዮች ኃዶቼን እነ ብሥራት ደበበ/አሲምባን፣ ኤፍሬም

ደጀኑ/ሰዒድ አባስን፣ ውብሸት መኮነን/አቡበከር ሙሀመድን እና ፀጋየ/ሀብተምን በእርግጠኝነት አውቃለሁ። ከዚያም በመቀጠል ሠራዊቱን ከማስደብደባቸውና ሾልከው ከመፈርጠጣቸው በፊት በጥር ወር 1970 ዓ. ም. ሳሙኤል ዓለማየሁ ከወንድሙ ከእያሱ ዓለማየሁና ከሠራዊቱ ጠቅላይ አዛዥና የፓርቲው የበላይ ከነበረው ዘሩ ክሕሸን ጋር በመመሳጠር በከተማው ለተካሄደው ጭፍጨፋ ሁሉንም በክፍሉ ታደሰ አመካኝተው እኛ እኮ ሳይሳካልንና ሁኔታዎች ሳይፈቅዱልን ቀርቶ እንጅ ክፍሉ ታደሰን ስንጠራጠረውና ስንከታተለው ቆይተናል ብለው ሁሉን ወንጀል በክፍሉ ታደሰ በማመካኘት ከደሙ ንጹህ ለመሆን በሜዳ ከባድ ውዥንብር አካሄዱ። እነ ሳሙኤል ዓለማየሁና ዘሩ ክሕሸን ክፍሉ ታደሰን ከ1970 ዓ. ም. አጋማሽ ጀምሮ ከኢሕአፓ አመራር አባልነት አግለናል ብለው ማወጃቸው ምን ይባላል? ከሦስቱ ጋንጎች የማዕከላዊ ኮሚቴ ስብሰባ ፍጻሜ በኋላ ሳሙኤል ዓለማየሁና ዘሩ ክሕሸን ምሽጋቸውን አሲምባ አድርገው ከታማኝ ተከታዮቻቸው ጋር በመሆን ፓርቲውንና ሠራዊቱን አተራመሱ። በክፍሉ ታደሰ መሠረት አልሸሹም ዞር አሉ እንዲሉ እኒሁ ሦስቱ የማዕከላዊ ኮሚቴ አባላት ቡድን ለዕቅዳቸው መገልገያ የሚጠቅሙትን አዳዲስ አባላትን መርጠው በመሾም ከጨመሩ በኋላ የሥራ ክፍፍል ተደርጎ ልክ እንደ ትናንትናው እንደክፍሉ ታደሰ ሳሙኤል ዓለማየሁ በብዙ የኋላፊነት ቦታዎች ላይ እንደተሰየመ ክፍሉ ታደሰ ጠቁሟል።

ከጥቂቶቹ ኃላፊነቶቹ መካከል የከተማ ጉዳይ ኋላፊ፣ የዲሞክራሲያ የዝግጅት ቦርድ አባልና ከውጭ ኮሚቴ ጋር አገናኝ ሰው ሆነ ተሾመ ይላል። ይህም ማለት የውጭ ግንኙነትን አስመልክቶ ከወንድሙ ጋር ሊገናኝ የሚችል እሱ ብቻ በመሆኑ ስለተሰበሰበው ወይንም ስለሚሰበሰበው የፓርቲውና የሠራዊቱ ገንዘብና ሀብት፣ ቀሳቁስና ንብረትና መረጃወች ሁሉ ሁለቱ ወንድማማቾች ከሚፈልጉት ውጭ ሪፖርት አይደረግም፣ ለአባላቱም አይገለጽም ስለዚህ ተቆጣጣሪም ሆነ ጠያቂም አይኖርም ማለት ይሆናል። ሳሙኤል ዓለማየሁ ልክ እንደ ክፍሉ ታደሰ በተራው ዘሩ ክሕሸን ባካባቢው በማይኖርበት ጊዜ ስብሰባ ለማካሄድ ሁኔታዎች አላመች ካሉ ከቦታ ወደ ቦታ በመዘዋወር የውይይት ውጤቶችንም ሆነ ዜናዎችን የሚያስተላልፈው ሳሙኤል ዓለማየሁ ብቻ ሆነ። ዜና ለማስተላለፍ ዕድል ማግኘት ማለት እሱ በሚፈልገው ዓይነት መንገድና እሱ ለሚፈልጋቸው ብቻ ዜናው ይሰራጫል ማለት ነው። ክፍሉ ታደሰ፣ ሳሙኤል ዓለማየሁ አብዛኛውን የፓርቲውን ኋላፊነትና ሥልጣን በግል በመያዙ ሲወነጅል እንዲህ ይላል "... ሌሎች የማዕከላዊ ኮሚቴ አባላት በሳሙኤል ዓለማየሁ ላይም ጥርጣሬ አሳድረዋል። ከዚህም በተጨማሪ፣ ሳሙኤል ዓለማየሁ ራሱን በብዙ ኮሚቴዎች ውስጥ በኋላፊነት በመመደቡና የፓርቲው ቁልፍ የሥራ ድርሻዎች በአንድ ግለሰብ እጅ ተጠቃለው በመግባታቸው ብዙዎቹ የአመራር አባላት ቅሬታዎችን ማሰማት ጀምረዋል (ክፍሉ ታደሰ፣ 3፣ 373)። ሳሙኤል ዓለማየሁ ሠራዊቱን የሚቆጣጠረው አዲስ የተፈጠረውና ከፍተኛ ኋላፊነት የተጣለበት የፖለቲካና የወታደራዊ ኮሚቴ ተብሎ ይጠራ የነበረው ተቋም ሊቀመንበር ሆኖ

እንደተሾመ አድርጎ ክፍሉ ታደሰ መግለጹ ከጥላቻ የመነጨ ዱላ እንጂ የሚያሳምን ሆኖ አላገኘሁትም። ሀቁ ግን እስከመጨረሻው የፓርቲውም ሆነ የሠራዊቱ የበላይ ዘሩ ክሕሸን ነበር። የወታደራዊ ኮሚሽን ተጠሪው ያው የቀድሞው የፖሊት ቢሮና የወታደራዊ ኮሚሽን ሊቀ መንበር የነበረው ዘሩ ክሕሸን እንደሆነ አስማማው ኃይሉም ገልጾታል። በዚያን ወቅት አሲምባ ከነበሩት የማዕከላዊ ኮሚቴ አባላት መካከል የመሪነት ሚናን ይጫወት የነበረ ዘሩ ክሕሸን ብቻ ነበር።

14.6. ከየጦር ሜዳው ከሞት የተረፉትን የሀገር ዳር ድንበር ጠባቂዎችን በማስደምሰስ እናት ኢትዮጵያ በሮቿ ያለጠባቂ ተከፍቶ እንዲቀር በሲ. አይ. ኤ. የተቀነባበረው የግንቦት 1981 ዓ. ም. "መፈንቅለ መንግሥት" ሙከራ

በግንቦት ወር 1981 ዓ. ም. የተካሄደውን የመፈንቅለ መንግሥት ሙከራን አስመልክቶ ዝርዝር ጉዳይ ውስጥ መግባቱ ይህ መጽሀፍ የተነሳሳበት ዓላማ እንዳልሆነ ብገነዘብም እንዳንድ ደራሲያን መፈንቅለ መንግሥቱ ከሲ. አይ. ኤ. እና ከሞሳድ እንዲሁም ከሻዕቢያ፣ ወያኔና ከመንግሥቱ ኃ/ማርያምና ከቀኝ እጆቹ (ተስፋየ ወ/ሥላሴ፣ መንግሥቱ ገመቹ፣ ተስፋየ ገ/ኪዳን፣ ብርሃኑ ባየህ፣ ካሳ ከበደ፣ ፍሰሐ ደስታ) እውቀት ውጭ እንደተጠነሰሰና መንግሥቱ ኃ/ማርያም እንደማያውቅ አድርገው በመጻፍ የአለቀቻቸውን ወንጀል በመሸፋፈን የኢትዮጵያን ሕዝብ ለማወናበድ ሲጥሩ በመገንዘቤና፣ እንዲሁም ኢትዮጵያን በማጥፋትና ሕዝቧን ለከፍተኛ አደጋ ላይ ለመጣል የአገሪቷን ምርጥና በሳል የጦር አዛዦችና መሪዎችን እንዳሉ ማጥፋት ከኢሕአሠ መደምሰስና ከኢሕአፓም በቀላሉ መመታት ጋር የማይነጣጠል ሆኖ ስለማምንበት በትንሹ መግለጹ የግድ ሆኖብኝ ነው። ደርግ በቀጥታም ሆነ በተዘዋዋሪ ለአሜሪካና ለእሥራኤል የሩቅ ጊዜ ጥቅምና ዓላማ ከፍተኛ ውለታ በመፈጸሙ በምትኩ ለተደረገላቸው አገልግሎት ለእሱ የተቀረቀሩና ያዘኑ በመምሰል ውለታቸውን ለመክፈል የሚያደረጉ አስመስለው ቀሪውን ሕይወት አልባ ጊዜውን በመጠቀም እያደር በኢትዮጵያ ሕዝብ ተፈላጊነታቸውና ተዓማኒነታቸው እየጎላ የመጣውን የኢሕአፓ'ን፣ የመኢሶን'ን፣ ኢዴሕ እና ጠንካራ ሀገር ወዳድ የሆኑትን የመከላከያ ኃይና ፖሊስ ሠራዊት ከፍተኛ አዛዦችንና መሪዎችን እንዲያጠፉላቸው ነበር። ለ'ሲ. አይ. ኤና ሞሳድ ዓላማና ጥቅም ማስከበር ሲባል በደርግ፣ ሻዕቢያ፣ በወያኔና በድርጅቱ አመራር እምብርት የተቀናጄ ጦርነት ኢሕአፓ ወድቃል፣ ኢሕአሠ'ም ተደምስሷል። መኢሶን ተደብድቦ እፍኝ ከማይሞሉ በስተቀር መሪዎቹን አጥቷል። ወያኔና ሻዕቢያ ካፈጣጠራቸው ጀምሮ ለ'ሲ. አይ. ኤ. እና ለሞሳድ ዓላማና ጥቅም የቆሙ ስለነበሩና ከደርግ ይልቅ እነሱ የተመረጡ ታማኞች ሆነው ሲያገለግሉ የቆዩ በመሆናቸው ከኢሕአፓ መውደቅና ከኢሕአሠ መደምሰስ በኋላ እነሱ ሁሉን አሟልተው ለሥልጣን እስከሚበቁበት ጊዜ ድረስ ደርግን ለጊዜው እንዳይሞት እንዳይንሰራራ አድረገው ማቆየት

ተፈላጊ በመሆኑ የማዳከሚያ መሣሪያ ይሆን ዘንድ በቅድሚያ ሁለት ጉዳዮች እንዲከሰቱ በማስደረግ ቀጥሎም በመፈንቅለ መንግሥት ሳቢያ የአገሪቷን የወታደራዊ አዛዦችንና መሪዎችን በማስረሸን የአገሪቷ ወታደራዊ ተቋማት አኮላሽቶ እናት ኢትዮጵያ በሮቿ ያለጠባቂ እንድትቀር ለማድረግ የመፈንቅለ መንግሥት ሴራ ጠነሰሱ። ሻዕቢያና ወያኔ ከቀጥተኛ ወኪሎቻቸውና ሰላዮቻቸው ባሻገር በልዩ ልዩ ደካማ ጎናቸው በጥበብና በስልት በመግባት ለምሣሌ በዶላር፣ በሴት ወይም በውስኪና የጮማ ግብዣ በማቅረብ ታማኝና ትሁት አገልጋይና አሽከር ያደረጋቸው አያሌ በክፍለ ገሀሩ የሚገኙ የመሀል አገሩ የሲቪልና የወታደር ባለሥልጣኖች ነበሩ።

ለከርሳቸውና ለግል ሕይወታቸው ብቻ በመሯሯጥ ሀገሪቷንና ሕዝቧን በመናቅ በጎሊናቢስነት ይኖሩ ስለነበር በዚህ ልክስክስና ራስ ወዳድነት ባህሪያቸው በመጠቀም በቀጥታና በተዘዋዋሪ በክፍለ ሀገሩ የሻዕቢያና የወያኔ ዓላማዎች ማስፈጸሚያ መሣሪያ ሆነው አገለገሉ። በኤርትራ በመጀመሪያ የሽር ዕቅዳቸው መሠረት በቀይ ኮኮብ ዘመቻ ጊዜ በደርግ ውስጥ ሰርገው የገቡት የባዕዳንና ሀገር በቀል ወኪሎችና ሰላዮች፣ በደርግ ከፍተኛ ባለሥልጣኖች ዝሙተኝነት፣ መጠጥ ወዳድነትና ለገንዘብ ተገዥነትና እራስ ወዳድነት ባሕሪያቸው ምክኒያት የጦር ዕቅድ ተላልፎ ይሰጥ ነበር። አጠቃላይ ስትራቴጂካል ጥናቶች ይተላለፉ ነበር። በሻዕቢያም ሆነ በቀድሞ ዘመን በጀብሃም ጭምር፣ ለኮማንዲስቶች ተጨነቁ እንጂ "ለአማራዎች" አትጨነቁ ነበር የሚሉት። "ለአማራዎች" ቁርጥ ሥጋ፣ ውስኪ፣ ቀንጆ ሴት አቅርቡላቸው፣ ሲበሉ፣ ሲጠጡና ሲዳሩ ያወጡትን የጦርነት ዕቅድ ሠራዊቱ ከመንቀሳቀሱ በፊት በቀላሉ ያስረክባሉ፣ በማግሥቱም ስለሚዳከሙ ጦሩ ያለ መሪ ብቻውን ይሆንና በቀላሉ ይመታሉ ብለው ነበር የሚያምኑት። ዕምነትም ብቻ ሳይሆን በተግባር በተለያዩ አጋጣሚዎች ተተርጉመዋል። ምንም እንኳን የሚታሙትን ሁሉ መጥቀሱ የመፅሀፉ ዓላማ ባለመሆኑ ለአብነት ያህል ለመጥቀስ በወቅቱ የኤርትራ ክፍለ ሀገር የቀይ መስቀል ሊቀ መንበርና የሰሜን ኢትዮጵያ የትራንስቶርትና መገናኛ ሚኒስቴር ተጠሪ የነበሩት፣ በኋላም በመገለባበጥ ኪነታቸው በሸዋ ክፍለ ሀገር የሚገኙ የአንድ ብሔረሰብ ድርጅት መስራች በመሆን በአዲስ መልክ ወያኔን በማገልገል ላይ የሚገኙትና በአሁኑ ወቅት ሀገሪቷ የይስሙላ ፕሬዚደንታችን የሆኑት የመቶ አለቃ ግርማ ወልደጊዮርጊስ ናቸው፣ አዛውንቱ አባቴ የመቶ አለቃ ግርማ ወልደጊዮርጊስ የአፄውን መንግሥት በታማኝነት ጠንክረው በማገልገል በተለይም ጀግናው አርበኛ ፊታውራሪ ታከለ ከተገደሉ ማግሥት ጀምሮ የመንግሥት ጋዜጦች፣ ሬዲዮንና ቴሌቪዥን በጋራ ሥርዓቱን በሚቀናቀኑ ሀገር ወዳዶች እና በፀረ-ምሁር/ፀረ-ተማሪ ላይ ፕሮፓጋንዳ ለማካሄድ እየተጋበዙ ቅስቀሳውን በከፍተኛ ደረጃ ካጧጧፉት መካከል እንዱ የመቶ አለቃ ግርማ ወ/ጊዮርጊስ እንደነበሩ ይታወቃል (የትግላችን መጽሔት፣ 3፣ ሚያዚያ/ሐምሌ 1963 ዓ. ም.)። በደርግ ዘመን ደግሞ ወዲያውኑ በደቂቃ በመገለባበጥ የተራማጅ ካባ ለብሰው ለደርግ አገዛዝ ታማኝ በመሆን ከፍተኛ ግልጋሎት እየሰጡ በምዕራፍ አሥር

እንደተመለከትነው በገን ለሻዕቢያና ለወያኔ በኅቡዕ ሲያገለግሉ ቀይተው በመጨረሻ አዲስ አበባ ቀድመው በመግባት ሁለቱንም ፀረ-ኢትዮጵያ ድርጅቶች በክብር ተቀብለዋቸዋል። የቀይ ኮኮብ ዘመቻው በቀላሉ ከሸፈ። መክሸፉ ብቻ ሳይሆን በዚህ ሂደት ብዙ ሚሊዮን ሕይወትና ገንዘብ፣ ንብረት በከንቱ ያለጥቅም ጠፋ። እግዚአብሔር ነፍሱን ይማረውና በቀይ ኮኮብ ዘመቻ ቀይታው አንጀቱ ያረረው የማስታወቂያ ሚኒስቴርን ወክሎ በኤርትራ የቀየው የማስታወቂያ ሚኒስቴር ምክትል ሚኒስቴርና ዕውቅ ደራሲ በዓሉ ግርማ የተገነዘበውን ዕውነታ በእነ ሻለቃ ታደስ ቾርቾ መስሎ ያቀረበልን ገፀ ባሕሪያትም እነኝህኑ ሀገር በቀል አሜኬላዎች ከተፈራረቀ ሚናቸው ለማሳየት ነበር። በዚያ ቀውጢ ዘመን እንኳንስ ከፍተኛ የመንግሥት ባለሥልጣን ቀርቶ ማናቸውም የመሀል ሀገር ተወላጆች ከአሥመራ ወደ ምፅዋ ለመንቀሳቀስ ሲያስፈልጋቸው በወታደራዊ ኮንቮይ ሲሆን የዚያን ዘመኑ የዘመቻው አስተባባሪና የክፍለ ሀገሩ የበላይ የነበሩት ሻለቃ ዳዊት ወ/ጊዮርጊስ በግላቸው ይሽከረከሩ እንደነበር በእጅጉ ይታሙ ነበር። ሻለቃ ዳዊት በአሥመራ ሕዝብ ውስጥ ሰርገው ገብተዋል፣ የሕዝቡን ልብ ሰበዋል፣ እሥረኞች ተፈተዋል፣ ታዲያ ሻለቃ ዳዊት ያንን የሕዝብ መፈቀር፣ ያንን ሕዝብን የመሳብ ጥበባቸውን የተጠቀሙበት ላገራቸውና ለሕዝባቸው ሳይሆን ለግል ዝናቸውና ጥቅማቸው በተለይም ለሥልጣን ጉትታቸው እንደነበር ነው ይነገር የነበረው።

የባዕዳን ወኪሎች በቀጣዩ ሁለተኛው የተንኮል ሴራቸው በኤርትራ ክፍለ ሀገር በአዋጊና ተዋጊነቱ ለሀገሩ አንድነት፣ ለዳር ድንበሩ መከበር ፍቅርና ጉትት ተወዳጅነትን ያተረፈውን የናደው ጦር ኮማንደር የነበረውን ጄኔራል ታሪኩ አይኔን በእነ ሌፍተናንት ጄኔራል ተስፋየ ገ/ኪዳን፣ ጄኔራል ረጋሣ ጂማ፣ ካሣየ አራጋው፣ ጄኔራል ቁምላቸው ደጀኔና ሌሎች ከሀዲዎች ርብርቦሽ ወንጅለው ለመንግሥቱ ኃ/ማርያም በማቅረብ ስንት መራራ የትግል ዘመን ለሀገሩ አንድነትና ክብር በቀበሮ ጉድጓድ የኖረውን፣ ስንት የመከራ የትግል ዘመን ያሳለፈውን ጀግና ተዋጊና አዋጊ ጄኔራል በሕክምና ላይ አሥመራ እንዳለ እንደቀላል ዕቃ በሚወደውና በሚያከብረው ሠራዊቱ ፊት በታሕሣስ ወር 1981 ዓ. ም. በጥሩምባና በጃዝ አስረሸኑት። ማምሻውኑ ምንም ሕይወት እንዳላጠፉ በቀይ ባሕር ላይ በትልቃ መርከብ ከፍተኛ የሆነ የራት ግብዣ ተደርጎ ሲጨፍሩና ሲሳከሩ አደሩ። እርግጠኝነቱ ምንያህል መሆኑን ባላውቅም ሲጨፍሩና ሲዝናኑ ካደሩት መካከል አንዱ በዚያን ወቅት የኢትዮጵያ አዝማሚያ በእሙን ያልተገነዘበው ጄኔራል አምሃ ደስታ እንደነበረበት ተወርቷል። ይህ የአምባ ገነኑ መንግሥቱ ኃ/ማሪያም ፀረ-ኢትዮጵያ አድራጎቱ የሠራዊቱ የውጊያ ሞራል እንዲላሸቅና ግራ ተጋብቶ የሚያደርገው እንዲያጣ አደረገው። በአንጻሩ ለሻዕቢያና ወያኔ የድል ዋዜማ ማብሰሪያ ሆነ፣ በዚያን ዕለት/ምሽት በሬዲዮ ጣቢያዋ ሻዕቢያ “ደርግ ቀኝ እጁን በግራ እጁ ቀረጠ” በማለት አስተላለፈች።

ኢሳያስ አፈወርቂ ኤርትራን ለማስገንጠል የነበረውን ዓላማ እንዲተባበሩት በአሜሪካን ሀገር በዋሺንግተን ዲ. ሲ. ከሻለቃ ዳዊት ወልደጊዮርጊስ፣ ሻምበል ስለሺ ፍስሐና ጸጋየ ብሩ ጋር

በተደጋጋሚ ተገናኝተው ከተወያዩ በኋላ ኤርትራ በርሃ በመዝለቅ ጭቁን ወታደሮችና የመስመር መኮንኖች በሚል ማወናበጃ ሠራዊቱ ኢትዮጵያዊ ግዳጁን እየተወ ከሻዕቢያና ወያኔ ጋር በመሆን ደርግን ለመውጋትና ሠራዊቱን ለመበታተን ከፍተኛ አስተዋፅኦ እንዳደረጉ ተወርቷል። ሻለቃ ዳዊት ወ/ጊዮርጊስ ውጭ ሀገር እያሉ ከመፈንቅለ መንግሥቱ በፊትም ሆነ በኋላ በቅርብ ይገናኙ የነበረውና ሃሳብ ለሃሳብ ይለዋወጡ የነበረው ከመንግሥቱ ኃ/ማሪያም ቀኝ እጆች ከነበሩት ከተስፋየ ገ/ኪዳን፣ ተስፋየ ወ/ሥላሴ፣ ከመንግሥቱ ገመቹ፣ ካሳ ከበደ እና ከሥዩም መኮንን ጋር እንደነበር ተወርቷል። ከመንግሥቱ ኃ/ማሪያም ጋር የኃዳዊ ደብዳቤዎች ከመለዋወጣቸውም አልፎ በስልክ ይገናኙ እንደነበር ተሰምቷል። ለላሙና ያህል "ይድረስ ለኃድ ሊቀ መንበር መንግሥቱ ኃ/ማሪያም" (በሌ ማተሚያ ቤት የታተመበት ዓ. ም. የለበትም) ከሚለው ማስታወሻቸው ጥቂት ነጥቦችን ለመጥቀስ ልሞክር። በገጽ 3 ላይ፣ "... በወቅቱ እነዚህን ሶስት ሰዎች (ተስፋየ ገ/ኪዳን፣ ተስፋየ ወ/ሥላሴንና መንግሥቱ ገመቹን) ይዞ መንግሥቱ ኃ/ማሪያምን ለማስወገድ እቅድ ስለነበር <u>ለጊዜው የሰውየው ወዳጆች መስለው</u> እንዲታዩና የበለጠ እንዲያቀርባቸው ለማድረግ ታቅዶ የተደረገ ነው። ከጊዜ በኋላ ይህ አማራጭ የማይሰራ መሆኑን በመገንዘባችን ጄኔራል ፋንታ በላይን መርጠን ታሪክ የሚያውቀውን መፈንቅለ መንግሥት ሞክረናል" (ቅንፍና ስርዝ የራሴ)። ሻለቃው ውጭ ሀገር ተንደላቀው በመኖር ሀገር ቤት ያሉትን ምስኪን መኮንኖች ሲያተራምሷቸው በገጽ 4 እንዲህ ይላሉ፣ "ነፃ የኢትዮጵያ ወታደሮች ንቅናቄ የሚል ድርጅት ከሀገር ቤት ኃደኞቼ ጋር አቋቁሜ ኢሕአደግ አዲስ አበባ እስከገባበት ድረስ ታግያለሁ" ይሉና አሁንም በገጽ 4 ላይ፣ "ቢሆንም ኢሕአደግን ለማወናበድ ... ውር ውር የሚሉ የድል አጥቢያ አርበኞችን በጥንቃቄ መመከት ያሻዋል" በማለት ኢሕአደግን አደራ ብለዋል። እኒሁ የሻለቃ መንግሥቱ ኃ/ማሪያምን መንግሥት እታገላለሁ ብለው የወጡት "ታጋይ" በገጽ 30 ለሊቀመንበሩ በጻፉት ሁለተኛ ደብዳቤ ላይ፣ "... የግል አስተያየቴን በደብዳቤዎቼ ለመግለጽ ቃል በገባሁት መሠረት ሁለተኛውን ጽሁፍ እነሆ ከዚህ በታች አስፍራለሁኝ። ያለፉት ደብዳቤዎቼ እንደደረሰዎት ኃድ ተስፋየ ወ/ሥላሴ ነግሮኛል" ይሉና በገጽ 51 ላይ፣ "ይህ የመጨረሻ ደብዳቤየ ነው ... እንዲያውም የእኔን ስም ለማጥፋት እነ ለገሠ አስፋውና ዓለሙ አበበ ሽር ጉድ እንደሚሉ ሰምቻለሁኝ" ካሉ በኋላ በገጽ 61 ላይ፣ "ስለሆነም ድርጅቱ (የነፃ የኢትዮጵያ ወታደሮች ንቅናቄ) ... እንደታቀደውና እንደታሰበው ባይሰራም ግንቦት 8 ቀን 1981 ዓ. ም. ለተሞከረው መፈንቅለ መንግሥት ሁኔታውን በማመቻቸት ብዙ ተግባራትን ፈጽሟል" ይሉና በገጽ 62 ላይ፣ "መፈንቅለ መንግሥቱን ካቀነባበሩት ሜጀር ጄኔራል ፋንታ በላይ ጋር የቅርብ ግንኙነት በማድረግና በመመካከር ከኤርትራ ሕዝብ ሀርነት ግንባር ጋር ብዙ ውይይቶች በአሜሪካ፣ በእንግሊዝ ሀገር፣ በሱዳንና በኤርትራ ምድር ተደርጓል" ብለዋል። የዚሁ ተለጣፊ ድርጅት ((የነፃ የኢትዮጵያ ወታደሮች ንቅናቄ)

መሪ ባደረጋቸው የቀድሞው ምርኮኛ ብ/ጄኔራል በረታ ጎሞራው መሪነት ሻዕቢያንና ወያኔን እየመሩ አዲስ አበባ አስገቡ። በገቡ ወር ሳይሞላቸው በምስጢር መንገድ ላይ ተገድለው ተጥለው ተገኙ።

ብዙ ሳልርቅ ስለጀኔራል ቁምላቸው ደጀኔ የተነገረኝን ማውሳት እሻለሁ። መፈንቅለ መንግሥት ሙከራ እንደከሸፈ አገር ቤት እያለሁ "ከፋሽስታዊ ግድያ እራሴን አተረፍኩ በማለት ሀገር ወዳድ በመምሰል ያለሙያው ለመዋል ይጥሩ የነበሩት ጄኔራል ቁምላቸው ደጀኔ የት ደረሱ? ምነው ድምፃቸው ጠፋብን? ለመሆኑ የተመኙት ነፃነትና ዲሞክራሲ በሀገራችን በመስፈኑ የተሰደዱበት ትግል ግቡን ስለመታ ተደስተው ይሆን? ወያኔና ሻዕቢያ በሌሎች እውነተኛ የሕዝብ ልጆች ላይ በተለይም በዚያን ጊዜ በእነ ኮሎኔል ጎሹ ወልዴ ላይ ይደረድሩ የነበረውን ትችትና ስድብ እንዲሁም ዘለፋ ለምን በእነ ዳዊት ወ/ጊዮርጊስና በእነ ቁምላቸው ደጀኔ ላይ ሊሰነዝሩ አልፈለጉም? ስለአሁኑ (በዚያን ወቅት) የሀገራችን የፖለቲካ ሁኔታ ያላቸውን አቋምና አመለካከት ከመግለጽና ከመተቸት - በመደገፍም በተቃውሞም እንደ አመለካከታቸው - ጄኔራል ቁምላቸው ተካን ምን አገዳቸው? ወይንስ እንደሚባለው ድሮውንም ቢሆን ለሲ. አይ. ኤ. አገልጋይ ስለነበሩና እውነት በመሆኑ ተልዕኳቸው በተሟላ ሁኔታ በመጠናቀቁ ይሆን?" እያልን ከጓዶቼ ጋር በተጠቀሱት ጥያቄዎች ላይ እርስ በርስ በመነጋገር እንዳለን ድንገት ሳናስበው አሜሪካን ሀገር ሆነው በአሜሪካ ድምፅ ሬዲዮ ጣቢያ ንግግር ማድረጋቸውን አዳመጥን። ያደረጉት ከፍተኛ ውለታ በስድብ ሊለወጥ ስለማይቻል በሻዕቢያና ወያኔ ይሰነዘር የነበረው ተራው ስድብ፣ ዘለፋውና ዛቻው፣ ፀረ-ፕሮፓጋንዳና አታካሬው ሁሉ በእነ ጎሹ ወልዴና በሌሎች እውነተኛ የሕዝብ ልጆች ላይ ብቻ አተኮረ። ጄኔራል ቁምላቸው በዚያ ቀውጢ ወቅት ባንዳፍታ ያለምንም ችግርና መከራ አሜሪካን ሀገር ደርሰው በአሜሪካ ድምፅ ሬዲዮ ጣቢያ ጉራ ለመደርደር መቻላቸው ሁሉ አስገረመን። ምንም እንኳን እንዴትና በምን ዓይነት መንገድ የሚለውን ለመመለስ ቢያስቸግረንም ያለምንም ችግር ባንዳፍታ ናይሮቢ ገብተው ከዚያም አሜሪካ መግባታቸው ራሱን የቻለ ከሲ. አይ. ኤ. እና ከሁለቱ እናትና ልጅ ድርጅቶች ጋር የተያያዘ እንደሆነ ነበር የተወራው። ያለበለዚያማ አዲስ አበባ እያሉ ከተደበቀበት መዘው በማውጣት የእነ ጄኔራል ፋንታ በላይ ፅዋ ይደርሳቸው ነበር። በሰሜን ኢትዮጵያ ከቁምላቸው ደጀኔ ጋር አብረው ይሰሩ የነበሩና በቅርብም የሚተዋወቁ የጦርና የፖሊስ መኮንኖች ከመፈንቅለ መንግሥቱ ክሽፈት በኋላ በተለያየ ጊዜ የሚከተልወን አጫውተውኛል.። የ2ኛው አብዮታዊ ሠራዊት አዛዥ ሜጀር ጄኔራል ደምሴ ቡልቱ ከሠራዊቱ ውጭ ከሚገኙ የክፍለ ሀገሩ ከፍተኛ ባልሥልጣናት ከክፍለ ሀገሩ ዋና አስተዳዳሪ ከብ/ጄኔራል አፈወርቂ ወ/ሚካኤልና ከክፍለ ሀገሩ ፖሊስ አዛዥ ከብ/ጄኔራል ታየ ባላኬርና ጋር ሆነው ጦርነቱ ለዘለቄታው በሠላማዊ መንገድ የሚያቀምበትንና በሀገራችን ሠላም የሚሰፍንበት ሁኔታዎች ለመፍጠር ጥረት በማድረግና ፍጹም አምባገነን የሆነውን የመንግሥቱ ኃ/ማሪያም መንግሥት ለማውረድ በሚታገሉበት ወቅት ቁምላቸው ደጀኔ የመፈንቅለ መንግሥቱ ሙከራ ሲካሄድ

ተቃዋሚዎችን ለመደመሰስና ለመግታት የወያኔ ሠራዊት የደርግ ወታደር ልብስና ትጥቅ ተላብሰውና ታጥቀው የደርግ ሠራዊት በመምሰል አሥመራንና አካባቢዋን እንዲጠባበቁና እንዲቆጣጠሩ ከመፈንቅለ መንግሥት ሙከራው በፊት ከ40000 የማያንስ የወታደር አልባሳት፣ መጫሚያና ሌሎች አስፈላጊ የትጥቅ ቀሳቁሶችን ከመጋዝን አስወጥቶ ለወያኔ ያስረከበ የሻዕቢያ/ወያኔ ባለሟል ነበር ተብሏል። ከሀገር ወዳዶቹ ከነጄኔራል ደምሴ ቡልቱ ዕውቀትና ግንዛቤ ውጭ የወያኔን ኮማንዶች በድብቅና በስውር አስገብቶ ከአሥመራ አካባቢ የመፈንቅለ መንግሥቱን ሙከራ ለማክሸፍ የጋራ ትብብር ከሻዕቢያና ከወያኔ ጋር ካካሄዱት መካከል ከዋናዎቹ አንዱ ጄኔራል ቁምላቸው ደጀኔ እንደነበር ነው። በመጀመሪያ በከተማ እነ ብርሀነመስቀል ረዳን "አንጃ" ብለው ከአመራር ባስወገዱ ማግሥት ጀምሮ ኢሕአፓ መፈራረስና መውደቅ እንደጀመረ ሁሉ፣ በአሲምባም የእርማት ንቅናቄ ግንባር ቀደም ታጋዮቹን ለማስረሸን ባዘጋጁት አሳዛኝ ሴሚናር ማግሥት ጀምሮ የኢሕአሠ ጦር ሞራል መድቀቅ እንደጀመረና ብሎም ብቃትና ችሎታ በሌላት ባላንጣ ሊደመሰስ እንደቻለው ሁሉ በተመሳሳይ ደረጃም የጀግናው ሁለተኛው አብዮታዊ ሠራዊት ሞራል መድቀቅ የጀመረውና፣ የሻዕቢያና የወያኔ ሞራል ከፍ እያለ በማደግ ያለብቃታቸውና ያለ ውጊያ ችሎታቸው "ድል በድል" እየሆኑ እያሌ አካባቢዎችን ያለውጊያ በቁጥጥራቸው ሥር ማድረግ የጀመሩት ከቀይ ኮኮብ ዘመቻ ሽንፈታችን ጀምሮ በይበልጥ ደግሞ ከጀግናው ታሪኩ አይኔ መረሸን ማግሥትና ብሎም ከመፈንቅለ መንግሥት ሙከራ መክሸፍ ማግሥት ጀምሮ ነው።

ከመንግሥቱ ኃ/ማሪያም ጋር ከሐረርጌ የመጡትን የደርግ ቡድን አባላትና በኋላም እስከመጨረሻው ታማኝ ተከታዮቹና ውሳኔ አስፈጻሚ ሆነው የቀዩትን አስመልክቶ የተነገረኝን ማውሳቱ የመንግሥቱ ኃ/ማሪያምንና የደርግን ማንነትን በሞላ ጎደል ይገልጻል ብየ እተማመናለሁ። ሻምበል ሚካኤል ገብረንጉስ ሮም ከተማ እንደተገናኘን "በሦስተኛው ክፍለ ጦር ውስጥ በአማካሪነት ያገለግሉ በነበሩት እሥራኤላዊው ኮሎኔል ግፊትና አቀነባባሪነት የክፍለ ጦሩን፣ የጠቅላይ ግዛቱን ፖሊስ እና የቀዳማዊ ኃ/ሥላሴን ጦር አካዳሚ አዛዦችን ስውር አጀንዳው በማይገባቸው መንገድ በተዘዋዋሪና በዘዴ ባደረጉት ግፊትና ምክር በእየ አዛዦቻቸው መልካም ፈቃድ ሻለቃ መንግሥቱ ኃ/ማሪያም፣ ሻለቃ ተካ ቱሉ፣ ሻምበል ብርሃኑ ባየህና ሻምበል ገብረየስ ወ/ሃና "ተመረጡ"። ከዚያም ለሻለቃ መንግሥቱ ኃ/ማሪያም በውስጣዊ ዘዴ በተደረገለት ትብብርና ድጋፍ ለወደፊት ዓላማው ሊጠቅሙት የሚችሉ አምስት ባሌላ ማዕረግ ወታደሮች "አስመርጠው" እንደ ዕቃ ይዘዋቸው አዲስ አበባ መጡ። ከእነዚህ አምስቱ ውስጥ አንዱ የ፻ አለቃ ለገሠ አስፋው ሲሆን የሌሎቹን ስም ዘነጋሁ ብሎ አጫወተኝ። በኋላም ዐገር ቤት ገብቼ ከብዙ የቀድሞ የፖሊስና የጦር አካዳሚ ምርቆች ትውውቄና የቅርብ ጓዶቼ ከተነገረኝና ከሰማሁት ጋር ተመሳሳይ ከመሆኑም ባሻገር የተባሉት አምስት ባለሌላ ማዕረጎች ፻ አለቃ ለገሠ አስፋው፣ ፻ አለቃ ንጉሴ ፋንታ፣ ሻምበል ባሻ ከበደ አሊን

(ከክፍለ ጦሩ) እና ፲ አለቃ ፀጋየ ጥሩነህን እና ፻ አለቃ ንጉሴ ተወልዴን (ከጠቅላይ ግዛቱ ፖሊስ) እንደሆኑና በተጨማሪም ቡድኑን በሹፌርነት አዲስ አበባ እያሽከረከሩ ያመጧቸውን የ ፶ አለቃ ደመቀ ባንጃውን አዲስ አበባ ሲደርሱ እራሱ መንግሥቱ ኃ/ማሪያም የደርግ አባል በማስደረግ ከሐረር እየነዳ አዲስ አበባ ላስገባው ቡድን ተጨማሪ ኃይል አስገኘ ብለው አጫወቱኝ። ይህንን አባባል ሻምበል ተስፋየ ርስቴም በመጽሀፉ ጠቅሶታል። ደመቀ ባንጃው የመንግሥቱ ኃ/ማሪያም የግል ጠባቂ/አንጋች ሆኖ እስከ መጨረሻው ድረስ ቆይቶ ናይሮቢ ድረስ መንግሥቱ ኃ/ማሪያምን አጅቦ አብሮ ወደ ሐራሬ ከመጓዝ ይልቅ ወደ አገሩ ተመልሷል። ሻለቃ ካሳሁን ታፈስ ጅማ ከሚገኘው የክፍለ ጦሩ ብርጌድ ለሕክምና አዲስ አበባ መጥቶ ማስተናበሪያ እያለ በአራተኛ ክፍለ ጦር ጠቅላይ ሠፈር አካባቢ በማንዣበብ በስብሰባው አካባቢ በማዘውተሩ ከመንግሥቱ ኃ/ማሪያም ጋር በመተዋወቁ አብሮ እንዲሰበሰብ የተደረገ አባል ከመሆኑም ባሻገር ወዲያውኑ ለመንግሥቱ ኃ/ማሪያም በጭፍን ዓይኑ ድጋፍ በመስጠት ለሰብሳቢነት ቦታ እንዲመረጥ ረዳ። በሻለቃ መንግሥቱ ኃ/ማሪያም መሪነት አዲስ አበባ ካመጧቸው መካከል በጥናትና ዕቅድ "ውይይት ከመጀመራችን በፊት የስብሰባውን መሪ በጋራ መርጠን ብንሰይምስ? ብሎ እንዳሳሰበ ሻምበል ተስፋየ ርስቴም ጠቁሟል። ምስጢሩና የሸሩ ዕቅድ ያልተረዳው አባላት በተለይም ኮሎኔል አጥናፉ አባተና ሌሎቹ በትምህርት ብቃትና በአስተሳሰብ የተሻሉት መኮንኖች በቅንነታቸው ምንም ባለመጠራጠራቸው ያለተቃውሞ ተመረጠ። ቀጥሎም ሻለቃ አጥናፉ አባተ ምክትል ሰብሳቢ ሆነው ሲመረጡ መንግሥቱ ኃ/ማሪያም ይዟቸው ከመጡት መካከል ሻምበል ገብረየስ ወ/ሐና ፀሀፊ ሆኖ ተመረጠ። በእንደዚህ ዓይነት ዘዴና ሸር የሞሳድ የመጀመሪያው ደረጃ ዕቅድ ያላንዳች ችግር ተከናወነ። የሻለቃ ካሳሁን ታፈስን ባሕሪይ አስመልክቶ፣ "... ካሳሁን ታፈስ በምን መለኪያ ለሥራ አስፈጻሚ አባልነት እንደተመረጡ የደርግ አባላቱ ሁሉ አናውቅም ብለዋል፣ ነገር ግን ካሳሁን ታፈስ ለመንግሥቱ ኃ/ማርያም ጭፍን ታዛዥና ታማኝ በመሆናቸው ሳይሆን አይቀርም ይላሉ" (ሻምበል ተስፋየ ርስቴ፣ 26)።

በአሜሪካና በእስራኤል አስተባባሪነት በሀገራችን ላይ ያንዣበበውን ዓለም አቀፋዊ ሴራና ደባ ጠንቅቀው ያልተረዱት የደርግ ሥርዓት አጋርና ቀኝ እጅ ሆነው መንግሥቱ ኃ/ማርያምን "በጀግንነት" በመሪነት ቦታ ያደረሱት የጦር አዛዦችና መሪዎች የኃላ ኃላ የሀገራቸው የጥፋት አቅጣጫና ትዙ አስጊነት በመገንዘባቸው ለፈጸሙት የቀድሞ በደል ተፀፅተው ጦርነቱ ለዘለቄታው የሚያከትምበትን መንገድ ያለማመንታት ለመንግሥቱ ኃ/ማሪያም በየዕለቱ ማሳሰብና ማስገንዘብ ተያያዙት። ለዘላቂ ሠላም፣ ለጠንካራ አንድነት ሲባል በየዕለቱ በእነዚህ ከፍተኛ መኮንኖች የሚሰነዘረው ትችትና ምክር ለመንግሥቱ ኃ/ማርያም፣ ለአሜሪካ፣ ለእሥራኤል መንግሥታትና ለወኪሎቻቸው ለሻዕቢያና ወያኔ እንዲሁም ለውስጥ አርበኞች የማይሻር የራስ ምታት ሆኖ ተገኘ። ምንም እንኳን የሁለተኛው አብዮታዊ ሠራዊት ሞራል የተዳከመው በጀግናው ታሪኩ ላይኔ መረሸን ማግሥት ጀምሮ ቢሆንም

ለሀገርና ለሕዝብ እየተቀረቀሩ የመጡት የደርጉ የቀኝ እጆች የሆኑት የጦር አዛዦችና መሪዎች ካልጠፉና ካልተደመሰሱ የኢትዮጵያ ሠራዊት ሙሉ በሙሉ ድል እንደማይመታ በማመናቸውና የሀገራቸውን የጥፋት አቅጣጫና ጉዞ በመጨነቅ ሕዝባቸውንና ሀገራቸውን ለመካስ በየዕለቱ ለመንግሥቱ ኃ/ማርያም ሪፖርት በማድረግ ያሳስቡ የነበሩት ከፍተኛ የጦር አዛዦችና መሪዎች በጅምላ የሚደመሰሱበትን እና ሠራዊታችን ከነጭራሹ ተፈረካክሶ የሚበተንበትን ቅድመ ሁኔታዎች በረቀቀ ዘዴ ሻዕቢያና ወያኔ ከበላይ ጠባቂዎቻቸው ጋር በመተጋገዝ ጠነሰሱ። በሀገር ውስጥን በውጭ ሀገር በሚገኙት ወኪሎቻቸውና በሰላዮቻቸው አማካይነት በኢትዮጵያ በወቅቱ የመፈንቅለ መንግሥትን አስፈላጊነት በማስረዳት ጠንካራና ጀግና ናቸው ተብለው በመከላከያ ኃይልና በፖሊስ ሠራዊት ለሚከበሩትና ለሚወደዱት ሀገር ወዳድ ከፍተኛ መኮንኖች በተዘዋዋሪና በቀጥታ በማውሳት ለመፈንቅለ መንግሥት እንዲነሳሱና እንዲዘጋጁ ገፋፍተው አሳመኑ። ከሀዲዎቹና የባዕዳን ወኪሎቹ ለመፈንቅለ መንግሥቱ ደጋፊና ተቀርቃሪ በመምሰል ሀሳብና ምክር ከመለገስም አልፈው ለተግባራዊነቱ የሚቻላቸውን ሁሉ የሚተባበሩና የሚደግፉ በማስመሰል በሀገርና በውጭ ሀገር ያዘጠዝጡ ጀመር። ከሻዕቢያና ከወያኔም ተገቢው ድጋፍና ትብብር ሁሉ እንደሚኖራቸውም ለዚህም ተፈላጊውን ሁሉ እንደሚያስደርጉ የውሸትና የማስመሰል ቃል በመግባት አሳመኑ። የተኩስ ማቆም እንደሚደረግና መፈንቅለ መንግሥቱ እንደተሳካ ከሚቋቋመው ጊዜያዊ መንግሥት ጋር ስለዘለቄታው ሠላምና እርቅ የሚወርድበትን ውይይት ሁሉ እንዲካሄድ እናደርጋለን ከሚሉ በውጭ ሀገር ከሚንሸራሸሩ የቀድሞ ባለሥልጣናት በተለይም በዳዊት ወ/ጊዮርጊስ ቃል ተገባላቸው። ባጭሩ በሻዕቢያና በወያኔ በኩል ላለው ኋላፊነቱን ለእኛ ይቅር ብለው የአዞ እምባ በማውረድ እነሆን ለእርድ የታሰቡትን ሀገራቸውንና ሕዝባቸውን ለመካስ ቆርጠው የተነሳሱትን የጦር አዛዦችና መሪዎች በማሳመን ለመፈንቅለ መንግሥት አነሳሷቸው። በሀገር ውስጥም የደርግ ከፍተኛ ባለሥልጣኖች በሥርዓቱ ላይ ከፍተኛ ጥላቻ ያላቸው በማስመሰል መፈንቅለ መንግሥቱን ለማሳካት ቆርጠው ከተነሱት ጋር ከአንገት በላይ በመተባበር በልባቸው ግን በምስጢር ለቀጠራቸው ለሲ. አይ. ኤ. እና ለሞሳድ አስፈላጊውን ሁሉ በማድረግ ዝግጁነታቸውን በማሳወቅ ለመፈንቅለ መንግሥቱ ተዘጋጅተው ጊዜውም ተወሰነ። በ1970 ዓ. ም. አጋማሽ ላይ በጀግኖች የሕዝብ ልጆች የታቀፈውን የኢሕአሠን ሞራል እንዲላሽቅ፣ የሚመራው፣ የሚያዋጋው፣ የሚያሰባስበው አጥቶ፣ ልምዱና የሙያው ብቃት በሌላቸው ታማኝ የአመራሩ ሎሌዎች ምክኒያት ሠራዊቱ የውጊያ መንፈሱ ዝቅ ብሎና ላሽቆ በቀላሉ እንዲበታተንና እንዲሸሽ ለማድረግ ሲ. አይ. ኤ፣ እና ሞሳድ ሻዕቢያንና ወያኔን በማስተባበር በከፈቱት የአንድ ቀን ጦርነት ለዘለዓለም እንኖርበታለን ብለን ከተመካንበትና ሙሉ ዕምነቱን ከሰጠን ከአዲ ኢሮብ ሕዝብና አካባቢ ሸሽተን በውርደት አብሮ ከወጋን የባዕድ ኃይል መሬት በግዳጅ ተሰደን ኤርትራ መግባታችን በመጽሀፉ በተደጋጋሚ ተገልጿል።

ታሪክ እራሷን ትደግማለች እንዲሉ በተመሳሳይ ሁኔታ ሲ. አይ. ኤ፣ እና ሞሳድ መፈንቅለ መንግሥቱን ለመጠንሰስ ያነሳሳቸው ዓላማ ከላይ ለመጥቀስ እንደተሞከረው ለመንግሥቱ ኃ/ማርያም ወይንም ለኢትዮጵያ ሉዓላዊነት አዝነው ሳይሆን የኢትዮጵያ የመከለከያ ሠራዊት ሞራል እንዲላሽቅ፣ የሚመራው፣ የሚያዋጋው፣ የሚያሰባስበው፣ ልምዱ፣ ሙያው፣ ዕውቀቱ ያላቸው አዛዦች አጥቶ የውጊያ መንፈሱ ዝቅ እንዲል፣ በቀላሉ እንዲበታተንና እንዲሸሽ፣ በአንፃሩ ደግሞ የሻዕቢያና ወያኔ ሠራዊት ኃይል ያለተግባራቸውና ያለየሙያ ችሎታቸው እንዲጠናከሩና ተዋጊ ኃይል መስለው እንዲፈሩ ለማስደረግ ነበር። እነሀ አደገኝነታቸው በጥቁር መዝገብ የገቡትን ጠንካራና በሳል ሀገር ወዳድ የጦር መሪዎችንና አዛዦችን ለማጥፋት መፈንቅለ መንግሥት እንዲያካሂዱ በረቀቀ ዘዴና ስልት ገፋፏቸው። የመንግሥቱ ኃ/ማርያም ቀኝ እጆች እንዲሁም ለእሱ ታማኝና ታዛዥ መስለው የኖሩት በተለያየ ጊዜና አጋጣሚ ለመፈንቅለ መንግሥቱ ዋና ጭንቅላት ሊሆን ይችላል፣ ተደማጭነትና ተሰሚነት አለው፣ ታዋቂነትና ተወዳጅነት አለው ተብሎ የሚነገርለትን ጄኔራል ፋንታ በላይንና ከእሱም ጋር የቀረበና የጠበቀ ግንኙነትና መተማመን የነበራቸውን በሀገሪቷ ታዋቂነትና ተወዳጅነት የነበራቸውን እነ ጄኔራል አበራ አበበ፣ ጄኔራል ደምሴ ቡልቱን፣ ጄኔራል አፈወርቅ ወ/ሚካኤልንና ሌሎችንም በተለያየ የመገናኛ ስልትና በግንባር እየተገናኙ ሃሳቡ ከልባቸው የፈለቀ በማስመሰል በማቅረብ ለማሳመን ቻሉ። ከዚህም አልፎ በሞራል፣ በማቴሪያልና በሰው ኃይል ሁሉ በመስለፍ ለሀገርና ለሕዝብ የቆሙ በመምሰል ግራና ቀኝ እያዋከቡ አሳመኗቸው። እነዚሁ እኩይና ዲቃላ የሀገር ልጆች ከመንግሥቱ ኃ/ማርያም ጋር ያላቸውን የቅርብ ግንኙነት ለመፈንቅለ መንግሥቱ መሳካት እንደሚጠቀሙበትም ለነጄኔራል ፋንታ በላይ አሳመኑ። ካስፈለገም መንግሥርቱ ኃ/ማሪያምን ቤቱ ውስጥ ለማፈን እንደሚችሉም አድርገው ቃል ገቡ። አጠቃላይ ያገሪቷ ሁኔታ፣ የኤኮኖሚዋ፣ የማሕበራዊ፣ ፖለቲካዊ ችግሮች ማደግና መባባስ፣ የሕዝቡ ሠላምና ዋስትና ማጣት፣ በማያቋርጥ ጦርነት ወስጥ የተዘፈቀው የሠራዊት ስቀቃ፣ በሠራዊቱ ደም የሚካሄደው የጦፈ ንግድ ተዳምሮ የታሰበላቸው የመፈንቅለ መንግሥት ቢካሄድ በእርግጥም ትክክለኛና ወቅታዊ ሆኖ በማመናቸው በቀረበላቸው ከይሳዊ ሀሳብና ምክር እንዲያምኑ አደረጋቸው። ከከሀዲዎቹና ከሰላዮቹ ጋርም በመወያየት አስፈላጊው ቅድመ ዝግጅቶች ሁሉ ተካሄደ። ሁሉም ነገር ተጠናቆ መፈንቅለ መንግሥቱ የሚካሄድበትም ዕለት ተወሰነ። በተወሰነውም ዕለት ሜጄር ጄኔራል መርዕድ ንጉሴና ሜጄር ጄኔራል ዓምሃ ደስታ ሲወላውሉና ሲያመናቱ እንደ ሕፃን ልጆች በመከላከያ ሚኒስቴር ውስጥ በተዘጋጀው ስፊ የመሰብሰቢያ አዳራሽ እንዳሉ ከተቀመጡበት ሳይነቃነቁ ተከበው ለመያዝ በቁ።

ከሀዲዎችና ሰላዮቹ አጋርና ታምኝ በመምሰል በመከለከያ ሚኒስቴር ቅጥር ግቢና ውጭ ወዲያና ወዲህ በማዘጥዘጥ ቀዩ። የመፈንቅለ መንግሥቱ ጥንስስና ምስጢር ተደብቆ የቀየው የአንድነት ስሜት ለነበራቸው የደርጉ ደጋፊዎችና የሥርዓቱ አስከባሪዎች ብቻ ነበር። ለማስመሰል የምሥራች

ጀርመን የስለላ ድርጅት በደረሳቸው መረጃ መሠረት ምክሩንና ዝግጅቱን እንዳረጋገጡ በእነመንግሥቱ ኃ/ማርያምና በሁለቱ ተስፋየዎች የማይታወቅ መስሏቸው በተስፋየ ወ/ሥላሴ አማካኝነት ለመንግሥቱ ኃ/ማርያም እንዲቀርብ ተደረገ። ከነቤተሰቡ ወደ ምሥራቅ በርሊን እንዲሄድም ተመከረ። ማስመሰልና ማወናበድ ተክኖበታልና ምንም እንደማያውቅና ምንም እንዳልሰማ መስሎ በዚያች ቀውጢ ዕለት ኢትዮጵያን ለቆ ወደ በርሊን ተጓዘ። ለነፍቅረሥላሴ ወግደረስና ለነተስፋየ ወ/ሥላሴ እንዲህ ዓይነቱ የክህደት ተግባር የመጀመሪያ ጊዜያቸው አልነበረም። ፍቅረስላሴ ወግደረስ ከተቃዋሚ ቡድኖች ደጋፊ በመምሰል የቡድኑን ምስጢር በሙሉ ለመንግሥቱ ኃ/ማርያም በማስረከብ የክህደት ተጋብር ከአንደም ሶስት ጊዜ ፈጽሞታል። ፍቅረሥላሴ ወግደረስ በጥር ወር 1969 ዓ. ም. ከነጄነራል ተፈሪ ባንቲ፣ ዓለማየሁ ኃይሌና ሞገስ ወ/ሚካኤል ጋር አብሮ ከተሰለፈና ለስምምነቱ በሊስቱ ውስጥ ፊርማውን ካሰፈረ በኃላ ለመንግሥቱ ኃ/ማርያም ለሥልጣንና ለሹመት ሲል ምስጢሩን አሳልፎ ሰጥቷል። መንግሥቱ ኃ/ማርያምም እስከመጨረሻው ድረስ ከእነዓለማየሁ ኃይሌ ጋር እንዲቀይ አደፋፍሮት በስብሰባው ዕለት እንዳሉ እሱም ጭምር ተከበው እጅ ወደ ላይ ተብለው ከሌሎቹ ጋር አብሮ ታጅቦ ቤተመንግሥት ከሚገኘው የጨለማ እምድር ቤት ተወሰዱ። ከዚያም አረመኔው ዳንኤል አስፋው ሌሎቹን በጭካኔ መንፈስ አሰቃይቶ ሲረሽናቸው "ጀግናውን" ፍቅረሥላሴ ወግደረስን ወደ መጣበት ተመልሶ በመንግሥቱ ኃ/ማርያም "የጀግናነትና የታማኝነት" መዝገብ ተመዘግቦ ከአቅም በላይና ከቁጥጥር ውጭ በሆነ የዝርፊያና የስርቀት ተግባሩ በክብር በጡረታ እስከወጣበት ጊዜ ድረስ አብሮ ባንድነት ቀይቷል። የእነዚህን በሀገር ውስጥም ሆነ በውጭ ሀገር የሚገኙት የሲ. አይ. ኤ. እና የሞሳድ፣ የሻዕቢያና የወያኔ ሰላዮችና ወኪሎች እንዳይቃጠሉና የነሱን ደህንነት ለመጠበቅና ለመሸፈን ምስጢሩን በተዘዋዋሪ ለምሥራቅ ጀርመን የስለላ ድርጅት ጆሮ እንዲገባና በእነሱ አማካይነት ምስጢሩ እንዲወጣ አስደረጉ። ከዚህም በላይ ዓላማቸውን ግብ ለማድረስ ሻዕቢያና ወያኔ ከሻለቃ ዳዊት ወ/ጊዮርጊስ ጋር ሆነው እንዳልሸረቡ በኢትዮጵያ ውስጥ የመፈንቅለ መንግሥት አዝማሚያ ይታያል በማለት እነሱ እንደሌሉበትና እንደማያውቁ በማስመሰል፣ እንዲሁም ሴራውን ያላወቁት የደርግ ቀኝ እጆች (የአንድነት ስሜት የነበራቸው) ሰምተው ጥርጣሬ አድሮባቸው ለመከታተልና ለማክሸፍ እንዳይሞክሩ ከመፈንቅለ መንግሥቱ ሙከራ በፊት በሬዲዮናቸው በማስተላለፍ ለማሰማት ተያያዙ። በአየር ላይ እንዳለ መንግሥቱን የያዘችውን አይሮፕላን ተጠልፋ አሥመራ እንድትወርድና ያለበለዚያም በአየር ላይ እንዳለ መመታት እንደሚኖርበት ምክር ተደርጎ አየር ኃይላችን ለወሳኝ ትዕዛዝ ከሜጀር ጄኔራል ዓምሃ ደስታ በተጠንቀቅ ላይ ነበር።

አሜሪካና እሥራኤል ለሻዕቢያና ወያኔ ሥልጣን አሳልፈው የሚሰጡበት ቅድመ ሁኔታዎች እስከሚሟሉ ድረስ የመንግሥቱ ኃ/ማርያም መቀየት የግድም አስፈላጊ መሆኑን እንደሚያምኑበት ከላይ ተጠቅሷል። ስለሆነም የኢትዮጵያ ሕዝብ ጠላቶች ወኪሎችና ሰላዮች የሆኑት ለሕዝብና ለሀገር

ተቀርቃሪ በመምሰል መንግሥቱን የያዘችውን አይሮፕላን ጠልፎ እሥመራ እንዲወርድ ማድረጉ ችግር ሊፈጥርብን ይችላል፣ በአንጻሩም አይሮፕላኑን በአየር ላይ መምታት በዓለም አቀፍ ሕብረተሰብ ዘንድ እንወገዛለን፣ ከሽብር ፈጣሪዎችም ተለይተን አንታይምና በርሊን ይድረስና ከመፈንቅለ መንግሥቱ አሸናፊነት በኋላ እዚያው ቀይቶ ወደፊት በሕጋዊ መንገድ እንዲመጣልን አስደርገን ለፍርድ እናቀርበዋለን በማለት ለጭዳ ያዘጋጁቸውን ቅንና የዋህ ጄኔራሎች ዓዕምሮ አደነዘዙ። ደም ያልፈሰሰበት፣ ሕይወት ያልጠፋበትና በዓለም ልዩ የሆነ መፈንቅለ መንግሥት እንደሆንና በታሪክ ሲታወስ እንዲኖር ዓላማችን በመሆኑ በርሊን ይግባ ብለው ለማሳመንና ጊዜ ለመግደል ጥረት አደረጉ። ከበው የማጥቃት ዕድሉና ዘዴው ቀደም ሲል ከመንግሥቱ ኃ/ማርያም ጋር ተጠንቶ የተዘጋጀ ነበርና ጠለፋውን ሲከራከሩ ምንም ሳይሰራ፣ ምንም ሳይደረግ ጠላቶች ጊዜና ፋታ አግኝተው በስብሰባው ቦታ እንደተቀመጡ ተከበው በሕይወታቸው ተይዘው ለሕፍረት፣ ለውርደትና ለሥቃይ ተጋለጡ። ጄኔራል ዓምሃ ደስታ ታሪካዊና ወሳኝ ትዕዛዙን በተጠንቀቅ ለሚጠባበቀው የኢትዮጵያ አየር ኃይል ማስተላለፍ ሲገባው ባለማድረጉና በመሸወዱ በኢትዮጵያ ሰንደቅ ዓላማ ከትግል ጓደኛው ከጄኔራል መርዕድ ንጉሴ ጋር ተጠቅልለው እራሳቸውን እንደ ቴዎድሮስ ሰው። ተስፋየ ወ/ሥላሴና መንግሥቱ ገመቹ ስብሰባው ሲጀመር በመከላከያ ሚኒስቴር ቅጥር ግቢ ከጄኔራል አበራ አበበ ልዩ ፀሀፊ ጋር ሲነጋገሩ ነበር። ጄኔራል አበራ አበበም የተስፋየ ወ/ሥላሴንና የመንግሥቱ ገመቹን መከላከያ ሚኒስቴር ቅጥር ግቢ መታየት አሳስቧቸው ከተደበቁበት በድንገት በመቅረብ እነጋግረዋቸው። ጄኔራል አበራ አበበ ለልዩ ጸሀፊያቸው መመሪያ ሰጥተው ወደ ፎቅ በፍጥነት በመውጣት የመከላከያ ሚኒስቴሩን ጄኔራል ኃይለጊዮርጊስን ገድለው በጆርባ በኩል ትልቁን ሕንፃ ዘለው ጠፉ። ሆኖም ለሆዱና ለግሉ ተገዥ በሆነው በገዛ አማቻቸው ጥቆማ ከእህታቸው ቤት ተከበው ተረሸኑ። ጄኔራል ፋንታ በላይ ግን በነበራቸው የእግር ሕመም ለመዝለልና ለማምለጥ ባለመቻላቸው ከግቢው ውስጥ ተደብቀው ተሰወሩ። ይህ ሁሉ ሲሆን ተስፋየ ወ/ሥላሴና መንግሥቱ ገመቹ ከቅጥር ግቢው ውስጥ ነበሩና ሁሉንም ሁኔታ በጥሞና ይመለከቱ ስለነበር የፋንታ በለይንም መደበቂያ ቦታ ያላዩና ያላወቁ መስለው ወጥተው ቤተመንግሥታቸው ተመለሱ። ቀድሞውንም መፈንቅለ መንግሥቱን በማክሸፍ የሀገር አለኝታ የነበሩት ከፍተኛ የጦር አዛዦቹና መሪዎቹ በቀላሉና በአጭር ጊዜ በተፈለገው ሁኔታ ተከናውኖ በቁጥጥር ሥር ዋሉ። ሀገር ወዳዶቹ ከፍተኛ የጦር አዛዦችና መሪዎች በትካሻቸው መንግሥቱ ኃ/ማሪያምን ለሥልጣን በማውጣት ሀገራቸውንና ሕዝባቸውን እንደጎዱ በመገንዘባቸው ሀገራቸውንና ሕዝባቸውን ለመካስ አውርደው ዲሞክራቲክ መንግሥት ለመገንባት ያነሳሳቸውና ያደፋፈሯቸውም ሆኑ እራሱ መንግሥቱ ኃ/ማሪያም ከሲ. አይ ኤ.፣ ሞሳድ፣ ሻዕቢያና ወያኔ ጋር ግንባር እንደፈጠሩ ምንም ዕውቀት ስላልነበራቸው በቀላሉ እንደሕፃን ተሸውደው ተበሉ። አገራቸውንና ሕዝባቸውንም ለባሰ ችግርና አደጋ ዳረጉ። ታዋቂው

የአየር ኃይል ዋና አዛዥ የነበረውና በትክክለኛ አመራሩና ጀግንነቱ በደርግና አካባቢው በመፈራቱ ከሚውደው ሠራዊቱ ተለይቶ የኢንዱስትሪ ሚኒስቴር ሚኒስቴርነት በመሾም ያገለሉት ኢትዮጵያው ጀግና ጄኔራል ፋንታ በላይን በእሥር ላይ እንዳለ መንግሥቱ ኃይለማርያም ሊያነጋግረው ነው ተብሎ እሱም ያልፍርሀትና መርበትበት በልበ ሙሉነት የሚያውቀውንና የደረሰበትን ምስጢር ሁሉ ለኢትዮጵያ ሕዝብ ለማሳወቅ በዝግጅት ላይ እንዳለና ከመርማሪው ግለሰብ ቁጥጥርና ሀላፊነት ሥር በነበረበት ወቅት በስውርና በረቀቅ ዘዴ በነተስፋየ ወ/ሥላሴ፣ ተስፋየ ገ/ኪዳን፣ ፍቅረሥላሴ ወግደረስ፣ መንግሥቱ ገመቹ እና በሌሎች አቀነባባሪነት ሊያመልጥ ሲል ነው የተገደለው ተብሎ እንዲወራ ተደረገ። እንዲህ ዓይነቱን በከፍተኛ ቁጥጥርና ጥበቃ ሥር ያለውንና ለደርግ መንግሥት እጅግ አደገኛ ተብሎ የተያዘውን ግለሰብ መንግፍሥቱ ኃ/ማርያም ሳያውቅ ከእሱ እውቀት ውጭ ሊገደል ይችላልን? መንግሥቱ ኃ/ማርያም ከሲ. አይ. ኤ.፣ ከሞሳድ፣ ከሻዕቢያና ወያኔ የተቀነባበረ ፀረ-ኢትዮጵያ ሴራና ዱለታ ውስጥ እንዳለበት በእርግጥ እንደነበረ ጄኔራል ፋንታ በላይ የኋላ ኋላ በማወቃቸውና በመረዳታቸው ሴራውን ለኢትዮጵያ ሕዝብ እንዳያወጣና ከከባድ ቅሌት ውስጥ እንዳያስገባቸው በመጨነቅ፣ ምስጢሩን ለማጥፋት ይህን ዓይነቱን ረቂቅና የስውር አገዳደል በቁጥጥር ላይ እያለ ተፈጸመባቸው። የተደበቀበትን ቦታም ከተስፋየ ወ/ሥላሴና ከመንግሥቱ ገመቹ በስተቀር ሌላ ማንም እንደማያውቅ ነበር ያወያዩኝ የጦር መኮንኖች እምነትም ሆኑ በወቅቱ ከመጀመሪያው እስከ ፍጻሜው ድረስ በቦታው የነበረው ስሙን የዘነጋሁት የጄኔራል አበራ አበበ ልዩ ፀሀፊ ያጫወተኝ።

አጋጣሚ ሆነና የሆቴል ሠራተኛ ሆኜ በመቀየቴ የአገሪቷን ከፍተኛ የጦር አዛዦችና መሪዎችን አብዛኞቹን በግንባር ለማወቅና ማንነታቸውን ለመረዳት አስችሎኛል። ሆኖም በአምባሶይራ ሆቴል ተመድቤ ባልሰራ ኖሮ በአዲስ አበባ ጄኔራል ፋንታ በላይ በየሆቴሉ ስለማይልከሰከሱና ስለማይንዘላዘሉ የማወቅ ዕድል ሊያጋጥመኝ አይችልም ነበር። ጄኔራል ፋንታ በላይንና ጀኔራል ደምሴ ቡልቶን በቅርብና በግንባር አውቃቸዋለሁ። የሁለቱም ባሕሪና ፀባይ፣ እንዲሁም ሥነሥርዓት አክባሪነትና ጨዋነትና ቀስጣራነት ተመሳሳይ ነበር። በአምባሶይራ ሆቴሎች አስተዳደር ተመድቤ በቀየሁበት ወቅት ከፍተኛ የጦር አዛዦችና መሪዎች እንዲሁም ሚኒስቴሮች በየጊዜው ለሥራ ጉብኝት ወይንም ስብሰባ ተብሎ በግልና በቡድን አሥመራ በሚመጡበት ጊዜ ሁሉም ማረፍ ያለባቸው ከአምባሶይራ ሆቴል ነው። በቀይታየ ጄኔራል ፋንታ የአየር ኃይል አዛዥና እንደገናም የኢንዱስትሪ ሚኒስቴር በነበሩበት ጊዜ ከሌሎች አዛዦች፣ መሪዎችና ሚኒስቴሮች ጋር በመሆን አሥመራ መጥተዋል። ጀኔራል ፋንታ በላይ የዕለት ስብሰባቸውን አጠናቀው ወደ ሆቴላቸው እንደተመለሱ ቀጥታ እንግዳ መቀበያ ክፍል በመሄድ ቁልፋቸውን ወስደው ወደ መኝታ ቤታቸው ይገባሉ። ከዚያም ተፀዳድተውና የአዘቦት ቀናት የሲቪል ልብስ ቀይረው መጽሀፍ ይዘው ወደ ሆቴሉ ሎቢ ወርደው ማዕዘን ቦታ ወይንም ጥግ ይዘው ቡናና የአምቦ ውሀ እየጠጡ መጽሀፋቸውን ሲያነቡ

ይቆያሉ። እራት ሲደርስ ገበታ ቤት ገብተው እራታቸውን አገባደው እንደጨረሱ ሠራተኞቹን አመስግነው ተመልሰው ከሆቴሉ ሎቢ ጥግ ይዘው በመቀመጥ ከቡናና ከአምቦ ውሀ ጋር መጽሀፋቸውን ማንበብ ይቀጥላሉ። መጽሀፋቸውን እያነበቡ አልፎ አልፎ የሌሎቹን ታስራ እንደተፈታች ጊደር የመልከስከስ ባሕሪያቸውን በመታዘብ አንገታቸውን ግራና ቀኝ ሲያወዛውዙ (በማዘንና በመተከዝ) እየሰረቅን እናያቸው ነበር። መኮንኖቹ ሁሉ ጀኔራል ፋንታን ያከብሯቸዋል፣ አክብሮታቸው ግን ከፍራቻና ከበታችነት ስሜት (inferiority complex) የመነጨ ነበር። ከምሽቱ ሦስት ሰዓት ገደማ ሲሆን ወደ መኝታ ቤታቸው ይገቡና የምናያቸው ጧት ቁርስ ገበታ ላይ ነው። ጎንደሬው ጀኔራል በላይ ሲበዛ ጨዋ፣ ኩሩና ኮስታና የጦር መሪ፣ አዛዥና ሚኒስቴር ነበሩ። ምንም እንኳን ማናቸውንም የሆቴሉን ወጭ ከምግብና መጠጥ ጭምር የሚከፍለው መንግሥት ቢሆንም እሳቸው ከአምቦ ውሀ እና ከቡና ሌላ እይጠጡም። ቆይታቸውን አጠናቀው ሲሄዱ የሠራተኞቹን ብዛት ካጣሩ በኃላ ለአስተናጋጆች፣ ለእንግዳ መቀበያና ለመኝታ ቤት አዘጋጆች በሀላፊዎቻቸው አማካኘት ሞቅ ያለ ጉርሻ ከግል ኪሳቸው ሰጥተውና አመስግነው ይሰናበቱ ነበር። ይህንን ባሕል ከዚያ በፊት ጀኔራል ደምሴ ቡልቱ ለኢሠፓአኮ ምሥረታ ስብሰባ ከ10 ቀናት በላይ በሆቴሉ ቆይታቸው ልክ የጄኔራል ፋንታ በላይን ዓይነት ባህሪና ሥነሥርዓት ባቻ ሳይሆን ከስብሰባው ፍጻሜ በኃላ ወደ ምድብ ቦታቸው ሲመለሱ ለየክፍሉ ሠራተኞች በሀለፊዎቻቸው አማካኝነት ሞቅ ያለ ጉርሻ ከግል ኪሳቸው ሰጥተውና አመስግነው የሄዱ ከተሰብሳቢው ብቸኛ ኩሩ፣ ጨዋና ቀስጣራ አዛዥና መሪ እንደነነበሩ በተግባር ተመልክቻለሁ። በደፈናው ሌሎቹ አዛዦችና ሚኒስቴሮች ወደ አሥመራ ደርሰው ሆቴል ሲገቡ ታስራ እንደተፈታች ጊደር ዓይነት በመሆን ከሕፃንም ሕፃን፣ ከብልሹም ብልሹ መስለው እየተጨማለቁ "አምሀሩ" እየተባልን ያሰድቡን ነበር። በተራቀቀ ሴራና ዱለታ ሻዕቢያና ወያኔ በሚቹ ደርግ አማካይነትና ውስጣዊ ግንኙነት ወደፊት ለአሜሪካ፣ ለእሥራኤልና ለራሳቸው (ሻዕቢያና ወያነ) ጥቅም አደገኛ ናቸው ተብለው የተፈሩትን ኃይሎች ሁሉ በደርግ በትር አስጨፈጨፉ።

በመፈንቅለ መንግሥቱ ሙከራ የነበሩትንና የተሰለፉትን የውትድርና ባለሙያዎች አንድም በሕይወት እንዳይተርፍና የተረፈም ቢኖር ቀሪ የሕይወት ዘመኑን የጠባብና የተስፋፊ ብሔርተኞችን በማዋጋት እንዳይሳተፉ ለማስደረግ ቻሉ። ከ1977 ዓ. ም. ጀምሮ በተለይም ከዚህ መፈንቅለ መንግሥት ውዲህ ነው ደርግ የሞተውና በምትኩ በትረ መንግሥቱን ለመረከብ ሻዕቢያና ወያነ በአሜሪካና በእሥራአል ታጭተው ለአዲስ አበባና ለአሥመራ ጉዟቸው ቅድመ ሁኔታዎች የተሟላላቸውና የዕድሉ በር የተከፈተላቸው። ከዚህ ወቅት ጀምሮ ነበር ከደርግ ጋር ከመደራደር አዝማሚያ ወደ አለመደራደር አቅጣጫ የተሸጋገሩትና በእብሪት የተኮፈሱት። ከዚህ መፈንቅለ መንግሥት ሙከራ በኋላ ነበር ሠራዊታችን ልምድ፣ ዕውቀት፣ የውጊያ ስልትና ሙያ በሌላቸው በሩጫ፣ በሞቅ ሞቅና ንጹሐ ዜጎችን በማስወንጀል፣ በመጠጥና በስካር፣ በዝርፊያና በዋልጌነት ሙ.

በተካኑ የቀድሞ መኮንኖች መመራት የጀመረው። ተስፋየ ገ/ኪዳን ሌፍተናንት ጄኔራል ሆኖ ኤርትራን በበላይነት እንዲያስተዳድር ሲደረግ፣ ከ1966 ዓ. ም. ጀምሮ በሲቪልነት ይኖሩ የነበሩት እነ ሐዲስ ተድላ ሌ/ጄኔራል ተብሎ የመከላከያ ኢታ ማዦር ሹም ሆነ። ጣጤው ግርማ ነዋይ ሜጀር ጄኔራል ተብሎ የፖሊስ ሠራዊት ጠቅላይ አዛዥ ሆነ። ውብሸት ደሴ፣ እንዲሁም ብርሃኑ ጀምበሬና እምቢ በል አየለ ሜጀር ጄኔራል ሆነው የአንደኛው፣ የሁለተኛው አብዮታዊ ሠራዊትና የምድር ጦር ዋና አዛዥ ሆነው ተሾሙ። ብ/ጄኔራል ሁሴን አሕመድ በኋላ ሜ/ጄኔራል ሆኖ የሁለተኛው አብዮታዊ ሠራዊት ዋና አዛዥ ሆነ። ይርጋ ኃ/ማርያም ብ/ጄኔራል ሆኖ የፖሊስ ሠራዊት ጠቅላይ የፖለቲካ ኋላፊ ሆነ። ከሀያ ዓመት በላይ የአየር ኃይልን ለቀ በሲቪል ሥራ ይተዳደር የነበረው ዓለማየሁ አገናፍር ሜጀር ጄኔራል ተብሎ የአየር ኃይል ዋና አዛዥ ሆነ። ሻዕቢያና ወያኔ አገሪቷን ሲቀጣጠሩ በእንደነዚህ ዓይነቶቹ ነበር የመከላከያ ሠራዊታችን ይመራና ይተዳደር የነበረው። አያሌዎቹ በሩጫና በግር ግር መኮንነት ማዕረግ የደረሱ በብቃትና በሙያ ሳይሆን መፈንቅለ መንግሥቱ በከፈተላቸው ክፍት የአዛዥነት ቦታ ላይ በመሾም ጄኔራል ሆነው የኮር አዛዥ፣ የክፍለ ጦርና የብርጌድ አዛዦ ሆኑ። ይህችንም ቀንጆ አጋጣሚና ዕድል ለማግኘት ወንድሞቻቸውንና አለቆቻቸውን ብሎም ኢትዮጵያን ጨፈጨፉ፣ አስጨፈጨፉ። ጀግኖች አዛዦችና መሪዎች ለሀገርና ለወገን ብለው ሲሰዉ እነዚህ ግን ለግል ጥቅማቸው፣ ለግል ዝናቸውና ለሆዳቸው በማሰብ ተባብረው የርሸናውና የግድያው መሣሪያ ሆነው አገለገሉ። አዲስ የተሾሙት የሠራዊትና የኃይል ዋና አዛዦች ቀድሞ በነፍቅረሥላሴ ወግደረስ፣ ፍሰሐ ደስታ፣ ካሳ ከበደ፣ ካሳ ገብሬና ሌሎቹ ባካሂዱት ዝርፊያ፣ ቅሚያና የአየር በአየር ንግድና ጉቦ ሀብታምና ዲታ መሆናቸውን በማወቃቸው እንደነሱ ለመሆን ይመኙ ስለነበር አጋጣሚው ለእነሱም መጣላቸውና ከነሱ የባሰ ዘራፊና ቀማኛ በመሆን የግል ንግድ ተግባራቸውን ያጧጡፉት ጀመር። የፖሊስም ሆኑ የጦር ሠራዊቱ አዲሶቹ አዛዦች በአዲስ አበባ ቤተመንግሥት የሚያክል ቤት ሲያሰሩ በውጭ ሀገር በቤተሰቦቻቸው ስም ቪላ በመግዛት የሁለት ሀገር ነዋሪነትን አስመዘገቡ። ሚስቶቻቸውን በውጭ ሀገር በሚገኙ ኤምባሶዎቻችን በማስቀጠር ልጆቻቸውን በመላክ ማስተማር ተያያዙት። በአጭሩ እንደማይቀዩበት ስለሚያውቁ በሁለት ዓመት "ትንሽ ንጉሥነታቸው" በዕድሜ ልክ ሊያገኙት የማይቻለውን ንዋይና ንብረት አካብተው ጊዜው ደረሰና ለእነሱም ዕድል በሯን ዘጋች። ከመፈንቅለ መንግሥት መክሸፍ ጊዜ ጀምሮ የደርግ አገልግሎት የማክተሙን ዋዜማ በማብሰር ሻዕቢያና ወያኔ ብቸኛ የሥልጣን ተረካቢ እንደሚሆኑ ማረጋገጫ ተሰጥቷቸው እንዲዘጋጁ ተወሰነ። ከዚህን ጊዜ አንስቶ ሻዕቢያና ወያኔ በይበልጥ ያለብቃታቸውና ያለ ውጊያ ችሎታቸው "ድል በድል" እየሆኑ እያሌ አካባቢዎችን በቁጥጥራቸው ሥር ሊያደርጉ በቁ። በደፈናው ደርግ ወድቆ የሞተው በ1981 ዓ. ም. ዘመን አጋማሽ ነበር። መቃብር ተወስዶ ባለመቀበሩ የሥርዓተ ቀብሩን ዋዜማ እራሱ በራሱ እያበሰረ እስከ ግንቦት 20 ቀን 1983 ዓ. ም. ድረስ እሰከሬኑ ቀየ።

ማጠቃለያ

ይህ ታሪካዊና ጥንታዊ ጀግና የኢትዮጵያ ሕዝብ ማንነቱና ክብሩ ተረግጦ ለሠላም ሲል አንገቱን ደፍቶ መኖርን ቢፈልግም ወደ ጦርነት የሚገፋፋው ሁኔታዎች እስከ አልተወገዱ ድረስ ጦርነትን ስለጠላ ብቻ ጦርነት የሚቀር አይደለም። እንደዚሁም ሠላምን ስለተመኘን ብቻ በምኞትና በልመና አናገኘውም። ጦርነትን ሆነ አለመግባባትን ለማስወገድ የማናቸውም ወገኖች ውይይት የሚጠይቅ እንጂ አንዱ ወገን ብቻ በሚፈልገው መንገድ ዓላማውን ማራመድ ባላስፈለገ ነበር። ተቃዋሚዎችን ማስተናገድ የማይችልና የማይፈልግ፣ የደጋፊዎችን ከለላ ብቻ የሚሻ ድርጅት ደካማነቱን ያለጥርጥር ያረጋግጥልናል። ማናቸውም የኢትዮጵያ ሕዝቦች በታሪክ እና በአለፉ ነገሮች ላይ አትኩረን ከምንጨቃጨቅና ጊዜን ከማቃጠል ይልቅ የወደፊቱን በተመለከተ መወያየትና ቁም ነገር ላይ መድረስ እስፈላጊ ጉዳይ ነው። እርስ በእርስ መጨቃጨቅና ንትርክ የጠቀመው የጋራ ጠላቶቻችንን ሻዕቢያንና ወያኔን እና የበላይ ጠባቂዎቻቸውን ብቻ ነው። ያለፈውን ከነጭራሹ ማስታወስ የለብንም እያሉ አንዳንዶች ቅንና የዋሆች፣ ሌሎች ደግሞ ብልጣ ብልጦች ያለፈውን ከነጭራሹ እንድንረሳ በማሳሰብ ታጥበን ጭቃ እንድንሆን ሲያሳስቡን ተሰምቷል። ያለፈው ሁሉ ለዛሬና ለነገው ትግላችን ዓይነተኛ ትምህርት ይሆነናል። ባለፈው ጊዜ የፈፀምነው ስሕተቶችና ተገቢ ያልሆኑ ጉዳዮች ምን ነበሩ ብለን እራሳችንን በመጠያየቅ በአንድነታችን አምነን፣ ልዩነታችንን አቻችለንና አርግበን ከውድቀታችን ለመነሳሳትና ሕዝብን ከሕዝብ ከሚከፋፍል መርዝ ለማዳን ወቅትና ሁኔታውን በመሻማት ትግላችንን ማጠናከርና ማፋፋም መቻል የሚኖርብን ዛሬ ነው። ትናንትናና ከትናንት ወዲያ ምን ስሕተት ብንፈፅም ነው ብቃትና ችሎታ ባልነበራቸው የጋራ ጠላቶቻችን ልንቸነፍ የበቃነው? ትናንትናና ከትናንት ወዲያ ምን ስህተቶች ብንፈፅም ነበር የጋራ ጠላቶቻችን በተለያየ ወቅት የተነሳሳባቸውን የሕዝብ አመጽ በቀላሉ በማክሸፍ እስከዛሬ ድረስ በሥልጣን ላይ ሊቆዩ የቻሉት? እነማን ነበሩ አውቀውም ይሁን ሳያውቁ ጠላትን በማገልገል ያጠናከሩ? በማለት ተመሳሳይ ስሕተቶች እንዳይፈፀሙ ጥንቃቄ እንድንወስድ የረዳናል።

ትግሉን በተናጠል ለየብቻችን ልንገፋው እንደማይቻል ከምን ጊዜውም ይበልጥ ዛሬ በግልጽ ለመገንዘብ ይቻላል። ስትራቴጂና ታክቲክ ከወቅቱ የሀገሪቷ ተጨባጭ ሁኔታ ጋር እየተዛመደ በመቀየስ ነፃ ከሆኑ ማናቸውም ተቃዋሚ ድርጅቶች ጋር በቅርብ መሥራት አስፈላጊ ጉዳይ ነው። ትግሉን ከመላው ኢትዮጵያ ተቃዋሚ ኃይሎች ጋር ለማቀናጀትና ለተባበረ ጠንካራ ትግል ተዘጋጅተን ለበለጠ ጥረት መታገል ያስፈልጋል። ስለሆነም ጊዜያዊ ተመሳሳይ ጥቅም ያላቸውን የተቃዋሚዎች ኃይሎችን የሚያካትት መሠረተ ሰፊና ተራማጅ ግንባር ለመመስረት ያለንበት ጊዜ የሚጠይቀው አንገብጋቢ ጉዳይ ነው። ዋልኝ እኔ! ስንሰባሰብ እኔን የሚበልጡኝ ይመጡ ይሆን? ከእኔ የሚበልጡ ጠንካሮችና ጀግኖች ከመጡ በሚፈጠረው ድርጅት የእኔ ዕጣ ፋንታ ምን ይሆን! ቦታና ዕድል ይኖረኛል ወይንስ

አይኖረኝም! የሚል ከንቱ የራስ ጥቅምንና የሥልጣን ጉጉትን በማስወገድ የሚመረጡት ለሕዝብና ለሀገር የቆሙ ከሆኑ የፈለገው ይመረጥ በማለት በአክብሮት መቀበልና ማስተናገድ አስፈላጊና ጠቃሚ ጉዳይ ነው። ብቃት፣ ችሎታ፣ ታማኝነት፣ ቅንነት፣ ቀራጠኛነትና ሀቀኝናነት እስካላቸው ድረስ የፈለገው መሪ ይሁን፣ ያሻቸው አመራሩን ይያዙ። ለምን እኔ ሳልመረጥ ቀረሁ በሚል ደካማ ምክኒያት ማኩረፍና ተገንጥሎ መሄድ ወይንም የራሱን አዲስ ቡድን ለመፍጠር መሯሯጥ ወይንም ጥሎ መሄድ የሚጠቅመውና የጠቀመው ማንንም ሳይሆን የኢትዮጵያን ሕዝብ ጠላቶች መሆኑን ከትናንትናውና ከዛሬው ተመክሯችን በእውን አረጋግጠናል። ሌሎች ተመሳሳይ ጥቅም ያላቸው ተቃዋሚዎች የጋራ ጠላቶቻችንን በሕዝቡ ፊት እንዲጋለጡ በማድረግ እስከታገሉ ድረስ ተቃውሟቸውን ሁሉ ያለማመንታት መደገፍና መገፋፋት ኢትዮጵያዊ ግዴታችን ነው።

የኢትዮጵያ ሕዝብ ዋና ጠላቶች ዛሬም የባዕዳን ኃይላትና የእነሱ ወኪል የሆኑት ሻዕቢያና ወያኔ ናቸው። ከዚህም ባሻገር ከእናት ኢትዮጵያ አብራክ ተወልደው በማስመሰል ጥበብ የኢትዮጵያን ሕዝብ ትግል አዳክሞ ትጥቅ ለማስፈታት በመሣሪያነት በወያኔ እና ሻዕቢያ ተደራጅተው በተቃዋሚ ስም የተሰለፉትን ፖለቲከኞች እና አክቲቪስቶችን በጥንቃቄ መያዝ ያስፈልጋል። መጠንቀቅ የሚገባን በወያኔ ስም የትግራይን ልጆች በጠላትነትና በጥላቻ ዓይን ማየት እንደማይገባን ነው። ትግላችን ከወያኔና ከሻዕቢያ እና እነሱ የቀሙለትን ዓላማ ከሚያስተጋቡ ድርጅቶች ጋር እንጂ ከትግራይ ሕዝብ ጋር እንዳልሆነ ጥንቃቄ ማድረግ ይኖርብናል። ዓይኔን እስከታመምኩበት ጊዜ ድረስ በኢትዮ ፎረም ጠንካራ ተሳታፊ ሆኜ ቀይቻለሁ። በቆይታየ የትግራይን ሕዝብ አስመልክቶ ልክ እንደቀድሞው የሸዋ ገዢ መደቦች ያናፍሱት እንደነበረው ሕዝብን ከሕዝብ የሚከፋፍል መርዘኛ የጥላቻ አመለካከት ከእኛ የማይጠበቅ ሲዘነዘር ተመልክቻለሁ። “አህያውን ፈርቶ ዳውላውን” እንዲሉ እነዚህ ፕሮፌሰሮችና ባለ ፒ. ኤች. ዲ. ዎች ቀጥታ ወያኔን ነጥለው መቃወምና መምታት ሲኖርባቸው ኩሩውንና ጀግናውን የትግራይን ሕዝብ እንዳለ በጠላትነት መፈረጃቸው ስሕተተኛና ጎጂ መንገድ መሆኑን በመጠቆም አመለካከታቸውን ማስተካከል እንደሚገባቸው ሽንጤን ገትሬ ታግያቸዋለሁ። እፍኝ ከማይሞሉ በስተቀር ሌሎቹ ስሕተታቸውን ተቀብለው ይቅርታ በመጠየቅ እራሳቸውን አስተካክለዋል። ምንአልባትም እነዚያ እፍኝ የማይሞሉት በኢትዮጵያ ስም የፖለቲካ ቁማር የሚጫወቱ የሻዕቢያ ወኪሎች ሊሆኑ ይችላሉ ብለው የገመቱ ወገኖቼ ብዙ ነበሩ። የዛሬውን ወያኔ አመጣሽ የዘረኛ ባሕል እንተወውና ታሪክን በመመርኮዝ ሀቁን ብንመለከት የትግራይ ሕዝብ ከማንኛቸውም የኢትዮጵያ ሕዝብ ባላነሰ የኢትዮጵያን ዳር ድንበር ከጠላት በመከላከል በግንባር ቀደምትነት ሲጠብቅና ሲያስከብር የኖረ ጀግና ኢትዮጵያዊ ሕዝብ ነው። አገራችንን ጠላት ለመውረር በቀይ ባሕር በኩል ድንበራችንን ጥሶ እንደገባ የመጀመሪያውን የእሳቱን እፍታ በመጋፈጥ በደማቸውና በአጥንታቸው ጠላትን ገትረው በመቃቃም ላይ እያሉ ነው የሌላው የኢትዮጵያ ሕዝብ

የሚደርሱላቸው። በአገሪቷ የሰፈነውን የዘረኝነት ፖሊሲ ለማጥፋትም ሆነ ለዲሞክራሲ፣ ለአንድነት፣ ለሠላም፣ ፍትሕና እኩልነት የሚካሄደው ትግል ያለ ትግራይ ሕዝብ ትብብርና ድጋፍ ድል እንደማይገኝ ሁሉ በትግራይ ሕዝብም ላይ የሚካሄደው ድብቅ ጭቆና ያለ ቀሪው የኢትዮጵያ ሕዝብ ድጋፍ ድል እንደማይገኝ መታወቅ ይኖርበታል። በኢሕአሠ ሜዳ ቀይታየ በአንድ አጋጣሚ በአድዋ አውራጃ ከሦስት የትግራይ ገበሬዎች የሰማሁትን ለዚህ አባባሌ ምሳሌ ይሆናል። ሕወሓት አቃሟን ደብቃ ቀይታ በ1968 ዓ. ም. በይፋ ለትግራይ ነፃነት እታገላለሁ በማለት መግለጫ ባወጣችበት ወቅት እነዚህ ሦስት የአደዋ አውራጃ ገበሬዎች “ለእኔ ኢትዮጵያ ማለት አንድ ሙሉ እንጀራ ሲሆን፣ ትግራይ ማለት ደግሞ ግማሽ እንጀራ ብቻ ነው” በማለት ትግራይ ያለኢትዮጵያ ብቻዋን አገሬ ልትሆን አትችልም ብለው ነበር እነዚያ ፊደል አልቀጠሩም ብለን ዝቅ አድርገን እንመለከታቸው የነበሩት ተመክሮና ሕይወት ከሁላችንም ይበልጥ አዋቂ ያደረጋቸው ኩሩ የትግራይ ገበሬዎች። ለዚያውም ይህንን ታላቅ ትምህርት የለገሱን ገበሬዎች የመለስ ዜናዊ የትውልድ አውራጃ በሆነው በአድዋ አካባቢ የሚገኙ ገበሬዎች ናቸው። ወያኔና ቡችሎቻቸው ኢትዮጵያ እያሉ ለማደናገር ቢሞክሩም፣ ኢትዮጵያ ስትባል የማንና የትኛዋ ኢትዮጵያ ነች: ችግሩንና መከራውን በጫንቃው ተሸክሞ፣ እነሱ በወፈሩ መጠን እየደቀቀ፣ እነሱ በከበሩ መጠን እየተዋረደ፣ እነሱ በበሉ መጠን እየተራበ ተጎሳቁሎ የሚኖረውን የሰፊውን ሕዝብ ኢትዮጵያን መሆን ይኖርበታል። የኢትዮጵያ ሰፊው ሕዝብ ጠላታቸው፣ የሕዝቡ ውድቀትና ጥፋት ደግሞ ልማታቸው የሆኑት የወያኔ አገዛዝና የበላይ ጠባቂዎቻቸው እስካሉ ድረስ ኢትዮጵያ ማለቱ አሳዛኝ ከመሆን በስተቀር ሌላ ሊሆን አይችልም።

የግርጌ ማስታወሻ

1 ሻምብል ብርሃኑ ባየህ የሁለተኛው ክፍለ ጦር/የሰሜን ክፍለ ጦር ተብሎ ይታወቅ በነበረው በአምስቱ የሰሜን ምዕራባዊ ቀላ አውራጃዎች (በባርካ፣ ጋሽና ሠቲት፣ ባራንቱ፣ ከረንንና በሳህል) ክልል የሚታሰሩ የፖለቲካ እሥረኞችን ጉዳይ በወቅቱ ጠቅላይ ሠፈሩ አቀርዳት በነበረው በ8ኛው ብርጌድ ሥር በተቋቋመው የወታደራዊ ጦር ፍርድ ቤት የሕግ አስከባሪ ሆኖ ለእሥረኞቹ በሕግ ጠበቃነት ከተመደበው ከመጽሀፉ ደራሲ ጋር ቀዳማዊ ኃ/ሥላሴ ጦር አካዳሚ በመምህርነት ተዛውሮ እስከሄደበት ጊዜ ድረስ በመሚገት አብረው የሰሩ፣ አብረው ባንዲት ቤት የኖሩና ከዚያም ከቀዳማዊ ኃ/ሥላሴ የጦር አካዳሚ በሠራዊቱ ሳይመረጥ በአካዳሚው አዛዥ ተመርጦ በጥበብ የደርግ አባል በመሆን እስከ መጨረሻውም ድረስ የመንግሥቱ ኃ/ማርያም ጭፍን ባለሟል የሆነና የደርግ የሕግ ኮሚቴ ተጠሪ፣ በኃላም የውጭ ጉዳይ ሚኒስቴር ሆኖ ድርግን ያገለገለ፣ ወያኔና ሻዕቢያ በመግቢያቸው ዋዜማ ምሽት ጣሊያን ኤምባሲ ገብቶ የተደበቀ በሲ. አይ. ኤነት ይጠረጠር የነበረ "ጀግና" ነው። ሻምብል ብርሃኑ ባየህ የቀዳማዊ ኃ/ሥላሴ ጦር አካዳሚ የሁለተኛው ኮርስ ምሩቅ ነው።

2. ቃላቱ የአረብኛ ቃንቃ ሲሆን ትርጉሙ ደቂቃ ማለት ነው። ይህንን ቃላት በየጊዜው አዘውትረው በወቅቱ የጀብሃ ዋና ፀሀፊ የነበሩት አቶ ተስፋየ በልማድ ሰው ሲያነጋግሯቸው ወይንም ሲጠይቃቸው ደጊጋ እያሉ ነበር የሚያስተናግዱት። በአረብ ሕዝቦች ባሕል አንድ ጊዝ፣ ቀይ እሽ፣ አንድ ደቂቃ፣ ትንሽ ጊዜ ስጠኝ፣ አንድ ጊዜ ታገሰኝ እንደ ማለት በመሆኑ ለምዶባቸው ደጊጋ ይሉ ስለነበር ተስፋየ ደጊጋ ተባሉ።

3. በደርግ ሰላዮች፣ ተስፋ በቀረጡና በሥልጣን ተጠሚ በሆኑ አድርባይ የኢህአፓ/ኢሕኤሠ "ታጋዮችን" አሰባስበው ወደፊት ወያኔንና ሻዕቢያን ተሸክሞ መሀል ሀገር የሚያስገባቸውን የወደፊቱን ኢሕዴን ተብየውን ተለጣፊ ድርጅት እንድመራላቸው ሊያዘጋጁኝ በመፈለጋቸው ነበር የእነ ኢሳያስ አፈወርቂ ፍላጎት።

4. ደጃዝማች ተድላ ባይሩ ኤርትራ "ከእናት" ሀገርሯ ጋር እንድትቀላቀል ከፍተኛ ተጋድሎ ያደረጉ፣ የኤርትራ ፌዴሬሽን ዋና ፀሀፊ ሆነው ተመርጠው ያገለግሉና ንጉሱ መካሪ በማጣታቸው ፌዴሬሽኑንን አፈራርሰው ደጃዝማች ተድላ ባይሩን በስዊድን የሀገሪቷ አምባሳደር አድርገው በማባረር ከመሀል ሀገር የራሳቸውን ታማኝ ሎሌ የኤርትራ የጠቅላይ ግዛት እንደራሴ አድርገው ሾሙ። በስዊድንና ባካባቢው ትንሽ እንዳገለገ4ሉ በኩርፊያ የእድሪስ ዓወተን የሽፍታ ቡድን በመቀላቀል በመጀመሪያው ኮንግረስ ጊዜ ደጃዝማች እድሪስ ሙሀመድ አደም የጀብሃ ፕሬዚደንት ሆነው ሲመረጡ ደጃዝማች ተድላ ባይሩ ምክትል ፕሬሲደንት ሆነው ተመረጡ። በኃላ ልጃቸው ሒሩይ ተድላ ምክትል ፕሬዚደንት ሆኖ ሲመረጥ ደጃዝማች ተድላ ባይሩ ተቀማጭነታቸው ስዊድን ሆኖ በምዕራብ አውሮጳ የጀብሃ ተወካይ ሆነው ሲያገለግሉ ቀዩ።

5. እድሪስ ባድሜ በስዊድን የኤርትራ ተማሪዎች የመጀመሪያው ፕሬዚደንት ሲሆን ይህ ማሕበር ነበር በውጭ ሀገር ከአሜሪካ ቀጥሎ ትልቁና አንጋፋ ማሕበር። እድሪስ ባድሜ የባርካ ተወላጅና በአቀርዳት የኢትዮጵያ ንግድ ባንክ ሠራተኛና የከተማዋ የጀብሃ ተወካይ የነበረው የሱሌማን ባድሜ ወንድም ነው

6. የቀድሞው የክቡር ዘበኛ ባልደረባ የነበሩና ከደጃዝማች ከበደ ተሰማ ጋር የቅርብ ትውውቅ የነበራቸው ሲሆኑ በሐዲስ ተድላ የሚመራው የአረንጓዴው ዘመቻ መምሪያ ሲቃቃም በአቶ ካሳ ከበደ አማካኝነት የዘመቻ መምሪያ የሎጂስቲክ መምሪይ ኃላፊ ሆነው በመሾማቸው ጦር ሠፈሩን ለቀው ሄዱ።

7. ታስሮ በተፈታው ሰፋኔ/ዘመናይ ባሕታ እንደገለጸው፣ ድርጅቱና የሠራዊቱ ጠንካራ አርበኞች ሊረሽኗቸው በእሥር ቤት በመጠባበቅ ላይ እያሉ ለይስሙላ በተቃቃመው ትሪቡናል የማስመሰል ድርጊታቸው ደስ ባለመሰኘታቸው ሁሉም ባንድነት የምን orchastration (ማስመሰል) ነው የምትሰሩት በማለት የዳኞቹን የማስመሰል ድርጊታቸውን ተቃወሙ። አቡበከር ሙሀመድ፣ 'እኛ እኮ ከውጭ ሀገር የመጣነው፣ እዚያም ሆነን ስንታገል የነበረው ለኢትዮጵያ ጭቁን ሕዝብ እንጂ ለራሳችን ጥቅም አይደለም። የምን ቲያትርና ድራማ ነው የምታሳዩን፣ ለምን ያለቲያትሩ አትገድሉንም፣ ማን እንዳይጠይቃችሁ ነው ይህ ሁሉ ድራማ። ይህ በሌሎች ሀገሮችም የታየ ነገር ነው'" ብሎ ተቃውሞውን ገለፀ።

8. የፖሊት ቢሮ አባል የነበረው አበራ ዋቅጅራ የካናዳ ነዋሪና የካናዳ ሌበር ፓርቲ ወይንም ኮሚኒስት ፓርቲ አባል ነበር። ከሀገር ቤት ወደ ሀገሩ ካናዳ ተመልሶ ሄዶ ይኖር ነበር። በ1970 ዓ. ም. በሶስቱ ጋንጎች በተካሄደው የማዕከላዊ ኮሚቴ ስብሰባ ላይ አበራ ዋቅጅራ የፖሊት ቢሮ አባልነቱ በሌለበት ፀድቀለታል።

9. አሜሪካኑ ኮሎኔል በጡረታ የተገለለ የአሜሪካ ጦር ሠራዊት የነበሩና በዋሽንግተን ዲ. ሲ. በ 14 እና በ Q Street ላይ ይገኝ የነበረው ሴንተራል ዩኒየን ሚሽን (Central Union Mission) ተብሎ የሚታወቀው ማረፊያ የለሽ/ማረፊያ የሌላቸው የወንዶች መጠለያ ሰፈር ኤክዚኩቲቭ ዲረክተር ናቸው።

10. መቶ አለቃ መለስ ማሩ የደርግ አባል፣ የኢሕአፓ አባል፣ የጄኔራል ተፈሪ ባንቲ ልዩ ረዳትና የጌታቸው ማሩ ወንድም ነው። ጀኔራል ተፈሪ ባንቲና እነ ዓለማየሁ ኃይሌ በተመቱበት ዕለት መቶ አለቃ መለስ ማሩ በሻለቃ እንዳለ ተሰማ በሚመራው የመንድሥት የልዑካን ቡድን አባል ሆኖ ወደ ሞዛምቢክና ማዳጋስካር ሄዶ ሳለ የመፈንቅለ መንግሥቱን መክሸፍና የነ ጀኔራል ተፈሪ ባንቲ መረሸን እንደሰማ ከቡድኑ ተለይቶ በመሰወር በውጭ ሀገር ቀረ። ሻለቃ እንዳለና በቃንቃ ባለሞያነት ተመርጠው አብረዋቸው በመጀመሪያ ሞዛምቢክ ከዚያም ማዳጋስካር የሄዱት ሁለቱ የውጭ ጉዳይ ሚኒስቴር ባልደረቦች አቶ ግርማ በሻህና ወ/ሮ ሂሩት ገብረሥላሴ ነበሩ። አቶ ታክሎ ተሾመ

እንዳሉት ሳይሆን መለስ ማሩ ገና በመቶ አለቃ ማዕረግ ነበር እንጂ ሻምበል አልነበረም። አቶ ታክሎ ተሾመ በመጽሀፉ ሻምበል መለስ ማሩ ወዲያውኑ ተረሸኑ ብለው ለመጥቀስ ቢሞክሩም፣ (ታክሎ ተሾመ፣ ክፍል ሁለት፣ 120)፣ መቶ አለቃ መልሰ ማሩ ዛሬ በሜሪላንድ ግዛት የናጠጠ ቱጃር ሆኖ ከነቤተሰቡ በሜሪላንድ ግዛት እንደሚኖር በዋሺንግተን ዲ. ሲ. ወዳጆቹ ተነግሮኛል፣ ሻምበል ተስፋየ ርስቴም ይህንኑ ጠቅሷል።

11. በዳግማዊ አፄ ምንሊክና በጣሊያኑ ካውንት ፔትሮ አንቶኔሊ መካከል የተካሄደው የውጫሌ ውል የተከናወነው ከውጫሌ ከተማ ጥቂት ራቅ ብላ በመትገኘው የሮቢት መንደር አካባቢ በሚገኝ አነስተኛ አምባ ላይ ነው። ከውሉ በፊት ልዩ ቦታው በጥንታዊ አጠራሩ ስሙ “አቤይደብሮ” ይባል እንደነበረና፣ ከውሉ በኃላ “ይስማ ንጉስ” ተብሎ እንደሚጠራ ነው። ከአበዎች እንደተነገረን ይስማ ንጉስ ተብሎ መጠራቱ እቴጌ ጣይቱ ብጡል በውሉ ላይ ባለመገኘታቸው ወደ ኃላ ገደማ ውሉ በተለይም አንቀጽ 17 ሲነበብላቸው በሀገር ፍቅር ስሜት ወኔያቸው ተነክቶ ለአፄ ምንሊክ “ይስሙ ንጉስ” ምንም እንኳን ሴት በመሆኔ ጦርነትን ባልደግፍም የሀገርና የሕዝብ ክብር ተገፎ የፈረንጆች ተገዥ ከምንሆን ጦርነትን እደግፋለሁ ብለው ባለቤታቸውን አደፋፈሩ። “ይስሙ ንጉስ” ያሉትን የእቴጌ ጣይቱን አባባል ከጊዜ ጋር ቀስ በቀስ ወደ “ይስማ ንጉስ” ተለውጦ የውጫሌ ውል የተፈረመባት ልዩ የመጠሪያ ስም ሆነ። በውጫሌ የተማሪነት ዘመኔ አፄ ምንሊክና የጣሊያኑ ካውንት ፔትሮ አንቶኔሊ ስምምነቱን በሚያካሂዱበት ወቅት የተቀመጡባቸው ድንጋዮች ናቸው ተብሎ ከሚነገረን በስተቀር ታሪካዊነቱን ለእኛም ሆነ ለመጭው ትውልድ ለማስተማር ያለበለዚያም ለጎብኝዎች ለማስረዳት የሚያስችል አንዳችም ታሪካዊ ምልክት የተደረገ ጥረት አልነበረም። የውሉ አስተርጓሚ የነበሩት ግራዝማች ዮሴፍ ንጉሴ ይባላሉ። ውሉ በአማርኛና በጣሊያንኛ ቋንቋወች የተጻፈ ሲሆን፣ በውሉ አንቅጽ 17 በጣልያንኛው ቋንቋ ላይ የኢጣሊያን መንግስት በፈጠረው የትርጉም ልዩነት የተነሳ ታላቁንና ታሪካዊውን የአድዋ ጦርነትን አስከትሏል። በጣሊያንኛው ትርጉም ላይ ኢትዮጵያ ከሌላ መንግስታት ጋር በምታደርገው ማናቸውም ጉዳይ የምታከናውነው በጣሊያን መንግስት አማካኝነት እንደሆነና፣ የጣሊያን መንግሥት ኢትዮጵያን አንደምትወክል አወላግደው ነበር የተረጎሙት። ትክክለኛው ትርጉም ግን በአማርኛው ላይ የሰፈረው ሲሆን ይህም ኢትዮጵያ አስፈላጊ ሆኖ ካገኘችው የጣሊያን መንግስትን መጠቀም እንደምትችል ተደርጎ ነበር። ኢትዮጵያ በአማርኛው ላይ የሰፈረውን ትርጉም እንጂ የጣሊያንኛውን ትርጉም አልተቀበለችውም። ልዩነቱ በቀላሉ ሊፈታ ባለመቻሉ በአድዋ ጦርነት እንዲፈታ ጀግናዋና ዲፕሎማቷ ንግሥት አሳሰቡ። ለዚህም ነው አንቀጽ 17 የወቅቱ ቦምብ ነበር ተብሎ የሚነገርለት። ይህ ተዓምረኛ ውል አትዮጵያ ያለ ዘመናዊ መሳሪያ በሀገር ፍቅር፣ በነጻነት ስሜትና ወኔ ብቻ ከግሩ እስከ እፍንጫው በዘመናዊ መሳሪያ የታጠቀውን የወቅቱን ታላቅ የአውሮጳ ቅኝ ገዥ የሆነችውን ጣሊያንን ድባቅ በመምታት በማሸነፏ በዓለም

አድናቆትን አጎናጽፏታል። ኢትዮጵያን የጥቁሮች አልኝታና ጋሻ ከማስደረጉም ባሻገር ለጥቁሮች የነጻነት ዓርማና ምሳሌ እንድትሆን ያስቻላት አንደኛውና ትልቁ ምክኒያት የዚህ የአደዋ ጦርነት ውጤት ነበር።

12. ይህ ዘፈን የወልቃይቱን ጀግና ደጃዝማች አያሌውን አስመልክቶ ዘፋኞች የዘፈኑት እንደሆነ ነው የሚነገረው። ንጉስ ተፈሪ ደጃዝማች አያሌውን ከመፍራት የተነሳ እጅግ አድርገው ይጠሏቸው ነበር። እሳቸውን ይዞ ለማምጣት ብዙ ጥረዋል፣ እንኳንስ በማስገደድ አባብሎ አዲስ አበባ ይዞ ለመሄድ የሚችል ምንም ኃይል ሳያገኙ ቀዩ። ይህም ንጉሱን ከመንፈስ ጭንቀት ላይ ከመዳረጉም ባሻገር ይበልጥ ስጋት ላይ ጣላቸው። ደጃዝማች አያሌው ወልቃይት ጠገዴና ባጠቃላይ በጎንደር የታቀፉና የተወደዱ ጀግና ነበሩ። በመጨረሻ ንጉስ ተፈሪ የደጃዝማች አያሌውን የቅርብ ጓደኛና ታማኝ ባልንጀራ እንደማንም ብለው አግባብተውና አባብለው በማታለል ደጃዝማችን ሄደው እንዲያመጡላቸው ይላካሉ። ሁልጊዜ ጀግና፣ ቀጥተኛና የዋህ የሚታለለው በጠላት ሳይሆን በወዳጅና በቅርብ ጓደኛ በመሆኑ እኒያ የእሳቸው ታማኝ ጓደኛ ደጃች አያሌውን አሳምነው አዲስ አበባ ወስደው ከንጉሱ ጋር እንዳቀረቧቸው ወዲያውኑ እስር ቤት አስገብግተው ተገደሉ ይባላል።

13. ከአርትራዊ ወይንም ከትግራይ ቤተሰብ ተወልዶ/ዳ በልጅነት አዲስ አበባ ወይንም መሀል ሀገር ሄዶ/ዳ ያደገች/የደገ፣ ያለበለዚያም አዲስ አበባ ወይንም መሀል ሀገር ተወልዶ/ዳ ያደገና እንደ አምቼ መኪና ተገጣጥሞ የተሰራ ኤርትራዊ ወይንም ትግራይ ልጅ ማለት ነው። እኒህ ዓይነቶቹ ልጆች የመጀመሪያ ቋንቋቸው ባብዛኛው አማርኛ ነው። አብዛኛዎቹ እንዲያውም ጭራሽ ትግርኛ መናገር አይችሉም። አምቼ በመገናኛ አካባቢ ይገኝ የነበረ መኪና እየገጣጠሙ የሚሰሩበት ኩባንያ/ጋራጅ ነበር።

14. በዚያን ዘመን በወያኔ አምሳል ተጨፍልቀው የተፈጠሩትን እንደ ኢሕዴን፣ ኦሆዴድ እና ሌሎች ከወያኔ ጋር ተለጥፈው አለሁ አለሁ እያሉ ለወያኔ የዘረኝነት ፖሊሲ አራማጅነት ያገበደዱትን "ታጋዮች" እና የብሐረሰብ ድርጅቶች ሁሉ የአዲስ አበባ ነዋሪ ሕዝብ የሚጠሯቸው ተጠቅመው እንደሚወርወሩ ዕቃ በመቁጠር "ተለጣፊ፣ "ጃኬት" "ጃንጥላ" እና "ኮንዶም" ሌላም በማለት ይጠሯቸው ነበር።

15. ዶ/ር አርሻቬክ ወይንም አርሾ አርመናዊ የሆኑ ቤተሰቦቻቸውን ዳግማዊ ምንሊክ ወደ ኢትዮጵያ ያመጥዋቸውና አዲስ አበባ ተወልደው ያደጉ የንጉሱ ሚስጢረኛ ከመሆናቸውም በላይ በሕክምናም ያገለግሉ የነበሩ ናቸው። እኒህ አበው ኢትዮጵያን ከማንም ይበልጥ የሚወዱ አፍቃሪ ንጉስ የነበሩና ፒያሳ አካባቢ በሠራተርኛ ሠፈር የሚገኘው የእርሾ ክሊኒክ ባለቤት ሲሆኑ የዶ/ር አሥራት ወልደየስ የቅርብ ወዳጅ ናቸው። ምንም እንኳን የሳቸው ቤት ሶስት ክፍል ያለው ቢሆንም ባንያ አፓርትሜንት በጉርብትና ስለምንኖር በየምሽቱ ከቤቱ ግቢ ተሰባስበን በጣፋጭ አማርኛቸው

ሲያያጫውቱን እናመሽ ነበር። ሲበዛ ንጉሱን ያፈቅራሉ። ምንም እንኳን በአመለካከት ብንለያይም በኢትዮጵያዊነት ጠንካራ የሆነ አንድ አቋም ስለነበረን ይመስለኛል ከልባቸው እንደልጃቸው ያዩኝና ይወዱኝ ነበር።

16. የግሸን ማሪያም ደብር የሚገኘው በወሎ ክፍለ ሀገር በአምባሰል አውራጃ አምባሰል ወረዳ ከባሕር በላይ ከ3000 ሜትር በላይ ከፍታ ቦታ የመስቀል ቅርፅ ባለው ተራራ ላይ ነው። የግሸን ደብረ ከርቤ ማሪያም ቤተክርስቲያን የምትገኘው በዚሁ የመስቀል ቅርፅ ካለው ተራራ ጫፍ ላይ ሲሆን በዓሉ በየዓመቱ መስከረም 21 ቀን በከፍተኛ ድምቀት ተከብሮ ይውላል። በዓሉን ለማክበር ከ350000 - 500000 ምዕመናን በየዓመቱ ከመላው ኢትዮጵያ በመጓዝ በዚያች ደጋ በሆነች አምባ ከርመው ይመለሳሉ። በኢትዮጵያ ኦርቶዶክስ ቤተክርስቲያናችን ዕምነት ንግሥት ሔለና እግዚአብሔር ዕውነተኛውን መቀል ለማፈላለግ እንዲረዳትና እንዲመራት ዕጣን አጭሳ ፀሎት ስታደርግ ጭሱ መስቀሉ ተቀብሮ ወደ ሚገኝበት ቦታ በአንድ አቅጣጫ ብቻ እንዳመራ ይነገራል። ከዚያም አስቆፍራ እውነተኛው ጌታ እየሱስ ክርስቶስ ከተሰቀለበት መስቀል ጋር ባንድነት ሶስት መስቀሎችን አገኘች። ንግሥቲቷ ለሁሉም ዓብያተ ቤተክርስቲያናት የእውነተኛውን መስቀል ቁራጭ ስታድል ለኢትዮጵያ በተክርስቲያንም የመስቀሉን ቀኝ ክንፍ በመስጠቷ በግሸን ማሪያም ደብር በእግዝአብሔር አብ ቤተክርስቲያን እንዲቀመጥ ተደረገ። በሀገራችን አፈ ታሪክ መሠረት ሰዎች ወደ መስቀሉ ሲጠጉ ከኃይለኛ መብራትነቱ የተነሳ እርቃናቸውን ስለሚያስቀር መስቀሉ ሰባት ቤት ከምድር በታች ተሰርቶ በወርቅ ሳጥን ተቀብሮ እንደተቀመጠ ይነገራል።

17. የአያሌው እናት ማለት ነው። በወሎ ብዙ እናቶች በመጨረሻ ወንድ ልጃቸው ስም የእገሌ እናት እየተባሉ ይጠሩ ነበር።

18. ቀኛዝማች ሙሉጌታ ገብረ እግዚእብሔር የልዑል እስራተ ካሣ ባልተቤት የልዕልት ዙሪያሽ ወርቅ ገብረእግዚአብሔር ወንድም ናቸው። የአምባሰል ወረዳ ገዥ ሆነው ሲያገለግሉ ቆይተው ጃንጥራር ተብለው የአምባሰል አውራጃ ገዥ ሆነው ተሾሙ። ንጉስ ተፈሪ መኮንን ጃንጥራር ሙሉጌታ ገብረእግዚእብሔርን ከአውራጃ ገዥነት አንስተው በወጣትነት ዕድሜያቸው ወሎን ለማልማት የነበራቸውን ጉጉት ለመተግበር እንዳይችሉ በአማቻቸው በልዑል ራስ አስራተ ካሣ ይመራ ወደነነበረው የሕግ መወሰኛ ምክር ቤት አባል በማድረግ ሥራ ፈት ሆነው ተገልተው እንዲቀመጡ አደረጋቸው። አየ መላ፣ አየ የተፈሪ ዘዴ፣ አየ ብልጠታቸው.። በወቅቱ ጃንሆይ ፍርሀትንና ጥርጣሬን ለማስወገድ በመሣሪያነት ከሚጠቀሙባቸው ሶስት ስልቶች፣ ሀ. ግለሰቡን የሕግ መወሰኛ ምክር ቤት አባልነት በመሾም ሥራ ፈት ሆኖ እንዲቀመጥ፣ ለ. ወይንም በአምባሳደርነት በመሾም ከአካባቢው ማራቅና ከሀገር ውስጥ ጉዳዮች ጋር ግንኙነት እንዳይኖረው ነጥሎ ማቆየት፣ ሐ. ያለበለዚያም በግዞት ወደ አንዱ አካባቢ አርቀው በመላክ እንቅስቃሴ እንዳይኖረው ታግተው እንዲኖሩ በማድረግ ነበር።

በወያኔ ዘመን ባሰ እንጂ በደርግ ዘመን አስሮ ማበስበስ ዓይነተኛ የማግለያና የመቆጣጠሪያ ስልት ነበር። ወያኔ በተገላቢጦሽ የአምባሳደርነት ሹመት የሚሰጠው በወያኔው መንግሥት ታማኝነት ያላቸውና ለሾማቸው መንግሥት በተሾሙበት ሀገር ከፍተኛ ጠቀሜታ ያበረክታሉ ተብለው ለሚታመንባቸው ብቻ ነው።

19. ከእኔና እያሱ ጋር ጣሊያን ኖሮ ለወደፊቱ የጦፈ ንግድ ሥራቸው እንዲጠቅማቸው የአብዮታዊ ካባ አልብሰው በሱዳን የኢሕአፓ ተወካይ ያደረጉት ብልጡና በታጋዮች ደምና ላብ ከእያሱ ዓለማየሁ ጋር ይነግድ የነበረው የትራጌው ተወላጅ በኤኮኖሚክስ የተመረቀው ከዚህ ከእሥመራ ዩኒቨርሲቲ ነው።

20. ሌሎቹ በኢንስቲቱቱ የሚገኙት የአሥረኛና የአሥራ ሁለተኛ ክፍል ተማሪዎች መታሰራቸውንና አለመታሰራቸውን ለማስታወስ አልቻልኩም። ሆኖም ዋናው የጥያቄዎቹ ባለቤቶች እኛ የአሥራ አንደኛ ክፍል ተማሪዎች (የመጀመሪያዎቹ የመደበኛው የኢንስቲቱቱ የሁለት ዓመቱ ኮርስ ተማሪዎች) በመሆናችን የማስታውሰው የእኛን መታሰር ብቻ ነው።

21. በምሕረት እንደተመለስኩ ዩኒቨርሲቲ ገብቼ ስማር የውሀ ልማት ባልደረባ ሆኖ በትርፍ ጊዜው በዩኒቨርሲቲው በማታው ፕሮግራም ሲያስተምር ተገናኝተን ተቀራርበን ነበር። ስሙ ወርቃለማሁ ወይንም ወርቅነህ ይመስለኛል።

22. ጎንደሬዎች እኔን የሸዋ ሰው በማድረጋቸው ባሪያ ብለው ነበር በጀርባየ የሚጠሩኝ። በዚያን ዘመን ጎንደሬዎች ከዓባይ ማዶ/ከሸዋ የሚመጣውን እንደባርያ ነበር የሚቆጥሩት።

23. የጎንደር ጠቅላይ ግዛት እንደራሴ የነበሩት የሌፍተናንት ኮሎኔል ታምራት ይገዙ ልጅና በደርግ ዘመን ረዳቴና ደጋፊየ የነበረው የንጉሱ ታምራት ታላቅ ወንድም ነው።

24. በ1939 ዓ. ም. የተቋቋመው የፖሊስ መኮንኖች ማሰልጠኛ እስከ 1951 ዓ. ም. ድረስ በስዊድናዊ አመራር ስር ቆይቶ ከ1951 ዓ. ም. ጀምሮ መዋቅሩን በማሻሻል አሥረኛ ክፍል ያጠናቀቁትን ተማሪዎች በመመልመል ለሁለት ዓመት የፖሊስና ወታደራዊ ሳይንስ ትምህርት በጉለሌ በሚገኘው የቀድሞው ስዊዲሽ ትምህርት ቤት አካባቢ በማሰልጠን ሲያስመርቅ እስከ 1957 ማገባደጃ ድረስ ቆየ። የአባዲና የፖሊስ ኮሌጅን በከፍተኛ ደረጃ ለማሳደግ ጄኔራል ጽጌ ዲቡ ከአሜሪካ መንግሥት ጋር በመተባበር ስምምነት ተደርሶ በዕቅዱ መሰረት ለኮሌጁ ሕንፃ የዛሬው የአፍሪቃ አንድነት ድርጅት ጽ/ቤትና ማዶ በመዝለቅ የራስ አበበ አረጋይ ልጅ (ዳንዔል አበበ) ቦታ ጭምር ሁሉ ለተለያየ የኮሌጁ ጥቅም ተከልሎ ሥራው በመቀላጠፍ ላይ እያለ በእነ ጄኔራል መንግሥቱ ንዋይ መፈንቅለ መንግሥት ወቅት ጄኔራል ጽጌ ድቡ ተገድለው ሬሳቸው መንገድ ላይ ተጥሎ ተገኘ። አዲሱ የፖሊስ አካዳሚ የዕድገት እቅድ በጄኔራል ፅጌ ድቡ መሞት ምክኒያት አብሮ ተገደለ። ይባስ ብሎም ከንጉሳዊያን ቤተሰብ ጋር በነበራቸው ቅርበት ኮሞዶር እስክንድር ደስታ ሌሎች ተወዳዳሪዎች

አሸንፈው የኮሌጁን ሕንጻ ነጥቀው ወሰዱ። ባፋጣኝ የሕንጻውን የውጭ ግድግዳ በባሕር ኃይል ቀለም እንዲቀባ ተደረገ። ኮሎኔል በላቸው ጀማነህ የከፍተኛ ትምህርታቸውን አጠናቀው ከውጭ ሀገር እንደተመለሱ ከወቅቱ የሠራዊቱ ከፍተኛ አዛዦች በተለይም በሌፍተናንት ጄኔራል ይልማ ሽበሽ ድጋፍ ሕንጻው ለባለቤቱ ለፖሊስ ሠራዊት እንዲመለስ ተደረገ። በመቀጠልም የጄኔራል ፅጌ ድቡን ራዕይ ለማስፈጽም ቆርጠው ተነስተው ጄኔራሉ በነደፉት ዕቅድ ሙሉ በሙሉ እንኳን ባይሳካላቸውም በሞላ ጎደል ጥረታቸው ተሳክቶ በአዲሱ የአባዲና ፖሊስ ኮሌጅ አደረጃጀት መሠረት የመጀመሪያው የኮሌጁ አዛዥ ሆነው ተሾሙ። በአዲሱ የትምህርት ፕሮግራም መሠረት ለሥልጠና ዋናው መስፈርት የሁለተኛ ደረጃ ትምህርት ቤት መልቀቂያ ፈተናን በአጥጋቢ ውጤት አልፈው የቀዳማዊ ኃይለሥላሴ ዩኒቨርሲቲን መግቢያ ነጥብ ያገኙትን በመመልመል የፖሊስና ወታደራዊ ሳይንስና በቀዳማዊ ኃ/ሥላሴ ዩኒቨርሲቲ ካሪኩለም መሠረትና በዩኒቨርሲቲው መምህራን የአካዳሚክ/ቀለም ትምህርት በመስጠት ለሶስት ዓመት እያሰለጠነ የመጀመሪያዎቹን የሦስት ዓመት ምልምሎች በመስከረም ወር መግቢያ 1958 ዓ. ም. መልምሎ ትምህርት አስጀመረ። ብዙም ሳይቆይ በንጉሱና በአሜሪካ ድጋፍና ትብብር አዲስ አበባ የአፍሪቃ አንድነት ድርጅት መቀመጫ ከተማነት በመመረጧ ለድርጅቱ ጽ/ቤት በማስፈለጉ በከተማው ካሉት ሕንጻዎች የፈለገውን እንዲወስድ ንጉሱ ለመጀመሪያው የአፍሪቃ አንድነት ድርጅት ዋና ፀሀፊ ለጋናዊው ዲያሎ ቴሎ በመፍቀዳቸው የዛሬውን የማዘጋጃ ቤት ሕንፃ ይመርጣል። ሕንጻው የሕዝብ ንብረት በመሆኑ ሊሰጧቸው እንደማይችሉና ሌላ የፈለጉትን ለመውሰድ እንደሚችሉ በንጉሱ ቃል ስለተገባላቸው ዋና ፀሀፊው በአባ ዲና ፖሊስ ኮሌጅ ሕናጻ ላይ ቀልባቸው በማረፉ ስለተፈቀደላቸው ኮሌጁ በተወሰነ ጊዜ ውስጥ ለቆ እንዲወጣ ተወሰነ። ኮሌጃችን ለአፍሪቃ አንድነት ድርጅት ዋና ጽሕፈት ቤት መቀመጫ ሆኖ የአፍሪቃ መዲና መቀመጫ ሕንጻነት በመመረጡ በሠራዊቱ አዛዦችም ሆነ በዕጩ መኮንኖቹ ዘንድ ደስታና ኩራት እንጂ ቅሬታ ያደረበት አልነበረም። ኮሎኔል በላቸው ጀማነህ የመጀመሪያው አዛዥ ሆነው እነ ሻለቃ ግርማ ይልማን ለማስመረቅ ሲዘጋጁ እኔ ደግሞ በኮሌጁ ተመልምየ በምገባበት ጊዜ የፀጥታ ሚኒስቴር ዲ ኤታ ሆነው ተሹመው ሄዱ። በተራማጅ አስተሳሰባቸው ደርግ ሊጠቀምባቸው በመፈለጉ የሀገር አስተዳደር ሚኒስቴር አድርጎ ሾማቸው። ኮሎኔል በላቸው ጀማነህ በደርግ ዲሞክራሲያዊነት እምነት እንደሌላቸው መጠራጠር የጀመረው የደርግ መንግሥት በሲ. አይ. ኤነት በማሳበብ ሊበላቸው እንዳቀደ ምንአልባት በተማሪያቸው በሻምበል ዓለማየሁ ኃይሌ ሊሆን ይችላል በዩጎስላቪያ የኢትዮጵያ አምባሳደር ሆነው በመሾማቸው ከእሳቱ አካባቢ አምልጠው ሄዱ። የመጀመሪያዎቹ ሶስት ኮርስ ኮርስ የፖሊስ ኮሌጅ ሕንጻውን ከአፍሪቃ አንድነት ድርጅት ጋር በመጋራት እየተማርን ሳለን የአፍሪቃ ድርጅት ዋና ፀሀፊ ጋናዊው ዲያሎ ቴሌ ትዕግስታቸው በማለቁ የፖሊስ ሠራዊት ከምዕራብ ጀርመን ጋር በመተባበር ሰንዳፋ ያለውን ሕንፃ አሰርቶ እስከሚያጠናቅቅ ድረስ አሮጌው አይሮፕላን ማረፊያ ከሆላንድ

ኤምባሲ ባጠገብ የሚገኘውን ትልቅ ንብረት ከነኳስ ሜዳው በጊዜያዊነት ተሰጥቶን ለቀን ሄድን። በአሁኑ ጊዜ በሰንዳፋ ያለው የፖሊስ ኮሌጅ የትምህርት ደረጃው ወደ ቀድሞው ዝቅ እንዳለና ኮሌጁም ለመግባት የሚያስፈልገው መስፈርት እንደቀድሞው ሁለተኛ ደረጃ ያጋመሰ መሆኑን ሰማሁ።

25. ሱዳናዊው ሀሰን ሀሩርና ታየ ወ/ሰንበት በመጀመሪያው ዓመት አጥጋቢ ውጤት ባለማግኘታቸው ከሌሎች ጋር በመጀመሪያው ዓመት መጨረሻ ከኮሌጁ ተሰናብተዋል።

26. የመጀመሪያው እሥራት በ1957 ዓ. ም. አሥመራ መምህራን ማሰልጠኛ ኢንስቲቱት እያለሁ የኮርስ ጓዶቼ ጋር ባንድነት ለአንድ ወር ሰምበል እሥር ቤት ታሰርን። ቀጥሎ በ 1959 ዓ. ም. ምንም እንኳን ጉዳዩ ለአውራጃው ፍርድ ቤት ተላልፎ በቀጠሮ ላይ እንዳለሁ በመንገሻ ታምራት ይገዙ አማካይነት ቢዘጋልኝም በሊቦ አውራጃ ፖሊስ ለ48 ሰዓት በአውራጃው ፖሊስ ማረፊያ ቤት አሳልፌአለሁ። ሶስተኛው በ 1960 ዓ. ም. በፖሊስ ኮሌጅ በመጀመሪያው ዓመት የሶስት ወር የልምምድ ጊዜ ሌሊት በመስኮት ዘለን ከኮሌጁ ጠፍተን ሆቴል ሄደን በመያዛችን ከትምህርት ጋር ለሰባት ቀን መታሰሬ ነበር። አራተኛው የእስራት ገጠሞሽ ደግሞ በ 1962 ዓ. ም. በፖሊስ ኮሌጅ ቀይታየ የሶስተኛ ዓመት ተመራቂ ኮርስ በነበርኩበት ጊዜ ከዚያን ጊዜ ጀምሮ በከሀዲነት በሽታ የተለከፈው ጄኔራል ይርጋ ኃ/ማሪያም በስተቀር በኮሌጁ የነበርነው ዕጩ መኮንኖች ሁሉ በአንድነት ለአንድ ወር ተኩል ኮልፌ ተልከን ፍዳችንን አይተን በምሕረት ተለቀን ወደ ኮሌጁ ስንመለስ ሰንበሌጥ መስለን መንምነን ተመልሰናል። አምስተኛው እሥራት ብቃትና ችሎታ ባልነበራት ወያኔ በተደመሰሰው በራሴው ሟች ሠራዊቴና ከከተማ ሸሽተው ወደ ሜዳ እየገቡ በተከማቸው ኢሕአፓ አመራር እምብርት ሴራና ተንኮል በ1969 ዓ. ም. በአሲንባ ሜዳ ከቁጥጥራቸው አምልጨ እስከጠፋሁበት ጊዜ ድረስ ከስምንት ሳምንት በላይ በዓይነ ቁራኛ በቁጥጥር ሥር መቀየቴ ነበር። 6ኛው፣ 7ኛውና 8ኛው ሀገር ቤት በምሕረት "ነፃ" ተብየ ከገባሁ በኃላ ያላግባብ በቁም እሥር በአድአ ሆቴልና ሁለት ጊዜ ደግሞ ሳይታሰብ ከመንገድ ተጠልፌ በእያንዳንዱ ለአራት ወር ላላነሰ ጊዜ በማዕከላዊ ምርመራ ያለምክኒያት ታጉሬ ቀይቻለሁ።

27. በአንደኛ ደረጃ ከተመደቡት ሶስቱ የረብሻው መሪዎች መካከል በሶስተኛ ተራ ቁጥር የተጠቀሰወ ዕጩ መኮንን መስፍን ታደሰ እርግጠኛነቴን ተጠራጥሬአለሁ። የአሩሲው ተወላጅ መስፍን ታደሰ በኢሕአፓ'ነቱ ታስሮ የግርፋትና የስቃይ ዘመን በእሥር ቤት አሳልፎ እንደተፈታ ሌሎች ከእሥር እንደተፈቱ ደረጃቸው ተጠብቆላቸው ወደ ሠራዊቱ ሲመለሱ መስፍን ታደሰ ግን በለዩ ትዕዛዝ እንዳይመለስ ተወሰነበት። በእስር ቤት ቀይታው ለገራፊዎችና ለመርማሪዎች እንደሌሎች ባለመተባበሩና እሥረኞችንም በመከታተል እንዲተባበር በለመፈለጉ እንደነበር የቀድሞ ጓደኞች አካፍለውኛል። በመጨረሻ ከብዙ ድካማና አቤቱታ በኃላ በተስፋየ ወ/ሥላሴ በሚመራው የኤኮኖሚ

አሻጥረኞችን በሚከታተለው ድርጅት ሥራ ተሰጥቶት ሳለ በእሥር ቤት ቀይታው በተገናጸፈው የሳምባ ነቀርሳ በሽታ ምክኒያት ከዚህ ዓለም በሞት መለየቱን ለማወቅ ችያለሁ።

28. ኤርትራ “ከእናት” ሀገርሯ እንድትቀላቀል ከፍተኛ ተጋድሎ ያደረጉና የኤርትራ ፌደሬሽን ፕሬሲደንት የነበሩ ናቸው። ንጉሱ መካሪ በማጣታቸው ፌዴሬሽኑን አፍርሰው ከመሀል ሀገር ታማኝ ባለሟላቸውን ሹመው እንዳስቀመጡ ደጃዝማቹ በማክረፍ በማርሴዲሳቸው በከረን በኩል በመንቀባረር ተጉዘው በሽፍትነት በርሃ ይዘዋወር ከነበረው ከሽፍታው ከፖሊሱ ፲ አለቃ እድሪስ ዓወተ ጋር በመገናኘት የሽፍታውን እንቅስቃሴ ወደ ፖለቲካ ይዘት በማሸጋገር የኤርትራ ነፃ አውጭ ግንባርን ጽንሰስ ፈጥረው መንቀሳቀስ ጀመሩ። በመጀመሪያው የጀብሃ ኮንግረስ ላይ የድርጅቱ ፕሬሲደንት ሆነው ተመረጡ። ንጉሱ የመስፋፋት ስሜታቸውን ቢገቱና ፌዴሬሽኑ በሥነሥራዓት ቢጋዝ ኖሮ ኤርትራ በሕዝቡ ፍላጎት ከኢትዮጵያ ጋር ትቀላቀል እንደነበር የብዙ ኤርትራዊያን ኃዶቼ እምነት ነበር።

29. በኤርትራ ጠቅላይ ግዛት ፖሊስ ቀይታየ የሥራ ባልደረባየና ወዳጄ የነበረና የኃላ ኃላ በአብዮቱ ፍንዳታ ወቅት ከኤርትራ ፖሊስ በተገቢው መንገድ በአዛዡ ሳይሆን በሠራዊቱ ፍላጎት የተመርጠ የደርግ አባል ነበር። ሻምበል ተስፋየ ርስቴ እንዳለው ሳይሆን በሰሜን ኢትዮጵያ ከሁለተኛ ክፍለ ጦር፣ ከኤርትራ ጠቅላይ ግዛት ፖሊስ፣ ከባሕር ኃይልና ከአየር ኃይል በክፍላቸውም ሆነ በአዛዦቻቸው የተመረጡትን የደርግ ተወካዮች በሻምበል ሚክኤል ገብረንጉስ መሪነት ሰኔ ወር 1966 ዓ. ም. አስተባባሪ ኮሚቴውን ተቀላቅለዋል። በአሥመራ ዩኒቨርሲቲ የሕግ ድግሪ ምሩቅና የሥራ ልምድም ስለነበረው የደርጉ የውጭ ኮሚቴ ኃላፊ ሆኖ እስከ 1967 ዓ. ም. አጋማሽ ቀይቷል። የልዑካን ቡድን መርቶ አውሮጳ እንደሄደ ጉብኝቱን እንዳጠናቀቀ በፈረንጆች ዘመን አቆጣጠር በ1975 መግቢያ ገደማ አውሮጳ ቀረ። በአውሮጳ መቅረቱን እንደገለጸ በጣሊያን የተሓኤ ተወካይ የነበረው ወዳጄ ዶ/ር ክፍላይ ወዲያውኑ አገናኘን። ወደ ሀገር ላለመመለስ የወሰነበት ዋናው ምክኒያት በጄኔራል አማን አንዶም ላይ በተፈጸመው ያላግባብ ግድያ፣ በስልሳዎቹ የአፄው መንግሥት አረመኔያዊ ግድያና በኤርትራ በሚካሄደው ልቅ ያጣ ጭፍጨፋ ላይ ባደረገው ተቃውሞ ጥላቻን በማትረፉና በደርግ የአምባገነንነት እዝማሚያ የሰፈነበት ድርጅት መሆኑን በማረጋገጡ፣ በተለይም አመራሩ በአምባ ገነኑ ሊቀመንበር መንግሥቱ ኃ/ማሪያም መሪነት ከቀጠለ በሀገሪቷ የሚካሄደው አብዮት ተስፋ የሌለው አብዮት መሆኑን በማመኑ ነበር። በኃላ ብዙም ሳንቀይ በሁለተኛው ግንኙነታችን በየካቲት ወር 1975 ምንአልባት ወደፊት የሚጠቃቀሙ ከሆነ ሥራየ ብየ በፕሮግራም ከእያሱ ዓለማየሁ ጋር አስተዋወኩት። እያሱ ዓለማየሁ በዚያን ዘመን ከኤርትራዊያን ጋር ዝምድናውና ወዳጅነቱ ባጠቃላይም የሚቀራረበው ከኦስማን ሳለሕ ሳቤ የእህት ወይንም የወንድም ልጅ ከነበረው ከጅምዕ (በጣሊያን የሻዕቢያ ተወካይ የነበረው) ጋር ብቻ ነበር። ጅምዕ የሚባለው ሌላው የእኛው ጮሌ ጅምዕ/ሙሀመድ አይደለም። በሻዕቢያ ቁጥጥር ሥር እንደወደቅን ከሚያስታውሱኝ አንዱ ትዝታ እያሱ ዓለማየሁ

ከሻምበል ሚካኤል ገብረንጉስ ጋር መተዋወቁን የሻዕቢያው ተወካይ ጅምዕ እንዲያውቅበት ባለመፈለጉ ያሳየኝ የነበረው መጨነቅና መጠበብ ነበር።

30. የወይዘሮ ስጎን ሚካኤል አጠቃላይ ፪ኛ ደረጃ ትምህርት ቤት ተማሪዎችን በደሴ ከተማ አደባባይ በጠራራ ፀሀይ ላይ ያስረሸኑት የጠቅላይ ግዛቱ ፖሊስ አዛዥ ናቸው። ከረብሻው በኃላ ተነስተው የዝነኛው ፈጥኖ ደራሽ አዛዥ ሆነው ተዛውረው መሾማቸውን ሰማሁ።

31. መቶ አለቃ ዳዊት ገብሩ የአድዋ ልጅና የቀዳማዊ ኃይለሥላሴ ጦር አካዳሚ ምሩቅ የነበረ፣ በሰነዓፌ ቀይታችን በቅርብ ጓደኛሞች የነበርን፣ በኃላ የደርጉ ንዑስ ኮሚቴ ሆኖ ለሥራ ጉዳይ አውሮጳ ተልኮ እዚያው የቀረ። እኔ ወደ ሀገር ቤት ልገባ ስዘጋጅ በነሐሴ ወር ማገባደጃ 1969 ዓ. ም. ካርቱም ተገናኝተን ግራ የተጋባና የተረበሸ መሆኑን አማክሮኝ ወደ አውሮጳ ተመልሶ በመቀየት ሁኔታዎችን በርቀት ሆኖ ቢከታተል መልካም መሆኑን አጥብቄ መከርኩት። የመንፈስ፣ የዓዕምሮና የሥነልቦና ጭንቀትና ረብሻ እያለው ወደ ሀገር ቤት መግባቱ ጤናማ አለመሆኑን አበክሬ መክሬው ተለያየን።

32. የቃኘው ጣቢያ (Kagnew Station) በአሥመራ ከተማ አካባቢ ይገኝ የነበረ የአሜሪካን ወታደራዊ ሠፈር (American Military Base) ነበር። በኢትዮጵያና በአሜሪካ መካከል የተካሄደው ውል በመሰረዙ ጣቢያው በሕንድ ውቂያኖስ ዲያጎ ጋርሲያ በሚባል ደሴት ተሻግሮ ከኢትዮጵያ እስከለቀቀ ድረስ ጦር ሠፈሩ ከፍተኛ የሆነ የመገናኛና የስለላ መረጃ ማዳመጫና መቀጣጠሪያ ማዕከል ነበር። በዚህ ጦር ሠፈር አማካኝነት አሜሪካና እሥራኤል በመላው አፍሪቃ፣ በመካከለኛው ምሥራቅና በቅርብ ምሥራቅ አካባቢ የሚንቀሳቀሱ ማንኛውንም መረጃ ለመጥለፍ፣ ለማዳመጥ፣ እንዲሁም ማናቸውንም እንቅስቃሴዎች በቀላሉ ለመቆጣጠርና ለመግታት የሚያስችላቸው የመገናኛ አውታር ነበር። ይህ የአሜሪካ ወታደራዊ ጣቢያ ስሙን ያገኘው በሁለተኛው ዓለም ጦርነት ማለቂያ ወቅት በቀድሞዋ የሶቪየት ሕብረትና በሕዝባዊ ሪፐብሊክ ቻይና ተደገፋ የመላው ኮሪያን በቁጥጥሯ ሥር ለማድረግ ትዋጋ የነበርችዋን ኮሚኒስት ሰሜን ኮሪያንና ባካባቢው የኮሚኒዝምን መስፋፋት ለመግታትና ለመቆጣጠር በአሜሪካ አስተባባሪነት የተባበሩት መንግሥታ (League of Nations) አባል ሀገሮች ጦር እንዲልኩ በተወሰነው መሰረት ተዋጊ ጦር ከላኩት 16 የመጀመሪያዎቹ ሀገሮች (contingent troops) አንዷ ኢትዮጵያ ነበረች። የላከችውም ጦር የቃኘው ሻለቃ በመባል በተዋቂው የኩቡር ዘበኛ ጀግና በጄኔራል ሙሉiጌታ ቡሊ የተመራ ነበር። አፍሪቃዊቷ ኢትዮጵያ ከአፍሪቃ እሷ ብቻ የላከችበት ምክኒያት በአፍሪካ ነፃ የሆነች ጥቁሯ ሀገር እሷ ብቻ በመሆኗና ከጥቁሮች የተባበሩት መንግሥታት (League of Nationa) አባል ሀገር የሆነ እሷ ብቻ ስለነበረች ነበር። የቃኘው ሻለቃ ጦርነቱ ያካሄደው በአሜሪካ 17ኛው እግረኛ ጦር ጎን ተሰልፎ ነበር። በኮሪያ የቃኘው ሻለቃ ጦር የኮሪያ ዘመቻውን በአስደናቂ ሁኔታና በከፍተኛ ጀብዱ አከናውኖ ተመልሷል። አመሪካኖች በኢትዮጵያዊያ

የውጊያ ችሎታ፣ ጀግንነትና እርስ በራሳቸው የመጠባበቅና የመፈቃቀር ችሎታቸው እጅግ አድርጎ ስላስደነቃቸው ገድላቸውንና ጀግንነታቸውን ለማስታወስ በአሥመራ የጦር ሠፈሩን ሲያቋቁሙ የቃኘው ሻለቃ ብለው ሰየሙት። በጦርነቱ ጊዜ የቃኘው ሻለቃ ጦር እንዲታወቅና እንዲከበር ካስደረጉት ምክኒያቶች ለምሳሌ፤ ከአሥራ ስድስቱ አባል ሀገሮች ተውጣጥቶ ከተላኩት መካከል በጠላት ያልተማረከባት ወይንም ያልታሰረባት ሀገር እናት ኢትዮጵያ ብቻ ነበረች። 228 ጊዜ ጦርነት ገጥመው በሁሉም ጊዜ የጠላትን ጦር በመደምሰስ በአሸናፊነት ተወጥተዋል፣ አሜሪካኖችንም ሆኑ ሌሎቹን የአባል ሀገር ጦሮች ያስደነቀው አንድም የተሰዋ ኢትዮጵያዊ በጦር ሜዳ ላይ ተጥሎ የቀረ አልነበረም። እያንዳንዱን ሟች በሚያስገርም ፍጥነት እየተሸከሙ ወስደው በወገን ሠፈር አካባቢ በመቅበር ተሰናብተዋቸዋል)። ቃኘው የራስ መኮንን የጦር ፈረሳቸው ስም ነበር (የኮርቻ ስም)።

33. ባጠቃላይ በዚህ ምዕራፍም ሆነ በመጽሀፉ በበሌላ አካባቢ ሁሉ ስለ ኢሳያስ አፈወርቂና ሪቻርድ ማይልስ ኮፕላንድ ግንኙነት እንዲሁም ስለ ሲ. አይ. ኤ. እንቅስቃሴ አስመልክቶ ታሪኩን በተለያዩ ጊዜያት ያካፈለኝ የቀድሞው ወዳጄና አለቃየ፣ ቀጥሎም የበረሃ ጓደኛየ፣ ከዚያም ከስደት መልስ የአዲስ አበባው ጓደኛየ፣ የዚያን ጊዜው የደቀመሀሬ ወረዳ ገዥ የነበረው ግራዝማች ተስፋሚካኤል ጆርጆ በተለምዶ ወዲ ጆርጆ በመባል የሚታወቀው ነው። የባላባት ልጅ በመሆኑና ወረዳ ገዥ ሆኖ በመሾሙ በወጣትነት ዕድሜው የግራዝማችነት ማዕረግ ስለተሰጠው ነው እንጂ በዚያን ዘመን ስላሳው መግቢያ ገደማ ነበር።

34. መንካዕ በትግርኛ ትክክለኛ ትርጉሙ የሌሊት ወፍ ማለት ሲሆን፣ ይህንን ተራማጅና ዲሞክራት ኃይል ከሀገሬው ደረቅ ክርስቲያን ጋር ለማጣላትና ብሎም ወደፊት ለሚያካሂደው የግድያ እርምጃው እንዳይወቀስ መንካዕ ማለቱ ወልጋዳ አስተሳሰብ፣ ግራ የሚያጋቡ፣ ተፈጥሯዊ ያልሆኑ ናቸው ብሎ በማስወገዝና በማስኮነን ከሕዝብ ተጠያቂነት ለመዳን እንዲያመቸው ኢሳያስ አፈወርቂ የሰጣቸው ስም ነበር። ይህም ማለት ኮሚኒስቶች ናቸው፣ ጉግ ማንጉጎች ናቸው፣ ሀይማኖታችንን ለማጥፋት የተነሳሱ የሰይጣን መልዕክተኞች ናቸው ብሎ ሕዝብ እንዳይወቅሰው የተጠቀመበት የመግደያ ዘዴው እንደነበር ነው።

35. መሐል ሀገር ተወልዶ ያደገ ኤርትራዊ በመሆኑና የሚቀለው አማርኛ ስለነበር ነው። በዚያን ዘመን ሰፋ ያለ አስተሳሰብ እና አመለካከት የነበራቸው ዲሞክራቶችና ተራማጆች የነበሩ በመኻል ሀገር የተወለዱ የአማራ ብሔረሰብ ያልሆኑ ልጆች ቋንቋን እንደመግባቢያና መገናኛ አድርገው ይቀጥሩ ስለነበር ባባታቸው ስም ፋንታ አምሀራይ እያሉ ሲጠሯቸው ምንም የሚሰማቸው አንዳችም ነገር አልነበረም።

36. መንግሥቱ ኃ/ማርያምና ግብረአበሮቹ በፍርሀትና በመጠራጠር ከፈጸሟቸው ከፍተኛ ጥፋት የታወቁትን ነባርና ታዋቂ የጦር ተቃማትን በተለይም ወሰን ጠባቂውንና ለፀጥታ መደፍረስ ፈጥኖ

በመገኘት የሚያረጋጋውን ዝነኛውን የፖሊስ ሠራዊት ፈጥኖ ደራሽን ማፈራረሳቸው ነበር። ፈጥኖ ደራሽ ጠቅላይ ሠፈሩ በአዲስ አበባ በኮልፌ የነበረ የፖሊስ ሠራዊት የወታደራዊ ክንፍ ነበር። ዋና ግልጋሎቱ በሀገሪቷ ፀጥታ በደፈረሰበት በኢትዮጵያ ግዛቶች ውስጥ ቶሎ በፍጥነት በመድረስ ፀጥታውን በማስጠበቅና ሠላም በማረጋጋት፣ እንዲሁም ወሰንና ኬላ በመጠበቅ ባለውለታ የነበረ ሲሆን በተለይ በኤርትራ ጠቅላይ ግዛት ኮማንዲስት ተብሎ ይታወቅ ነበር። በወቅቱ የሽምጥ ተዋጊዎች የነበሩት ጀብሃና ሻዕቢያ የሚፈሩትና የሚርበተበቱት ለማንም ኃይል ሳይሆን ለኤርትራ ፖሊስ ፈጥኖ ደራሾች ብቻ ነበር። በኤርትራ ያሉት የፈጥኖ ደራሽ አባላት አብዛኛው ያገሩ ተወላጅ ከመሆናቸውም ባሻገር ተግባራቸው በይበልጥ እንደ ፀረ ሽምጥ ውጊያ ኃይል ሆነው ነበር የሚንቀሳቀሱት። ይህ ኮማንዲስት ጦር ሲበተን አባላቱ ወደ ጀብሃና ሻዕቢያ ገብተው በአስልጣኝነት ተመድበው ድርጅቶቹን በይበልጥ እንዲደራጁ ረዱ። ደርግ ይህን ዝነኛ ፈጥኖ ደራሽን ባፈራረሰበት ማግሥት ነበር የኤርትራ ተገንጣዮች የመጀመሪያው የተስፋ ጭላንጭል ምልክት የታየባቸው። የኤርትራን የሽምጥ ተዋጊዎች ለመዋጋት የፈለገው ኃይል ይላክ የሽምጥ ተዋጊዎቹ እንደ ኮማንዶስ የሚፈሩት፣ የሚርበተበቱትና የሚጨነቁበት አንዳችም አልነበረም።

37. ገንዘብና ሥልጣን ወደ እርኩስነት ለውጦት የደርግ ምርመራ ክፍል ኃላፊነት ተሹሞ ለመንግሥቱ ኃይለማሪያምና ቡድኖቹ የጭፍጨፋ ዋና መገልገያ በመሆን የአያሌ ንጹሀንን ሕይወት የጨፈጨፈና ወዝ ሊግ ሲመታ አብሮ የተመታው ብርሃኑ ከበደ ነው። የፖሊስ ባልደረባ ጀግናው ሻለቃ ዮሐንስ ምትኩ እነ ጄኔራል ተፈሪ በንቲ መረሸናቸውን እንዳወቀ የመንግሥቱ ኃ/ማሪያም ቀኝ እጅ የነበሩትን ኮሎኔል ዳንኤል አስፋውን እና ዶ/ር ሰናይ ልኬን ከመታ በኃላ መንግሥቱ ኃ/ማሪያምን ለመምታት በማሯሯጥ ላይ እንዳለ ፈሪው ሊቀ መንበር ሸሽቶ አጥር ዘሎ ታንክ ውስጥ ገብቶ እንደተደበቀ ሻለቃ ዮሐንስ ምትኩ ተከቦ ሊያዝ መሆኑን በመረዳቱ የቴዎድሮስን ፈለግ በመከተል እጄን ለጠላት አልሰጥም ብሎ በቀረችው ጥይት እራሱን በመሰዋት በክብር ተሰናበተ። ሻለቃ ብርሃኑ ከበደ የመንግሥቱ ኃ/ማሪያም የጭፍጨፋ መሣሪያ ለመሆን ታጭቶ የምርመራ ሹምነቱን ቦታ ወዲያውኑ ያዘ።

38. ጋንታ የትግርኛ ቃንቃ ሲሆን የመቶ አዛዥ (Platoon) እንደማለት ነው። አንድ ጋንታ ከሁለት በላይ ቡድኖችን/squads ያቅፋል። እንደ ሁኔታውና እንደሠራዊቱ እድገት አንድ ጋንታ ከአስረ ስምንት እስከ ሰላሣ አምስት ታጋዮችን ያቅፋል። ተመክሮውም ሆነ ልምዱ ከሻዕቢያ የተወረሰ ወያደራዊ ቡድን ነው።

39. ኃይል የትግርኛ ቃንቃ ሲሆን የሻምበል ጦር (Company) ማለት ነው። አንድ ኃይል ከሶስት ጋንታዎች በላይ ሲኖሩት እንደ እንደሠራዊቱ እድገት ከአንድ መቶ በላይ ታጋዮችን ያቅፋል። ኃይል ከሻዕቢያ የተወረሰ ወታደራዊ ቡድን ነው።

40. በመጀመሪያው የኤርትራ ነፃ አውጭ ድርጅት/ተሐኤ ጉባዔ ላይ ፕሬዚደንት ሆነው የተመረጡት የደጃዝማች እድሪስ ሙሀመድ አደም ልጅ ነው። አኩርፈው ወደ ተሐኤ ከመግባታቸው በፊት ደጃዝማች እድሪስ ሙሀመድ አደም የኤርትራ ፌደሬሽን ፕሬሲደንት ነበሩ። እብራሂም እድሪስ ሙሀመድ አደም በዓረብ ሀገር በሚገኝ ዩኒቨርሲቲ የተመረቀ የዓረብ ምሁር ነበር። በባዕዳን ወኪልነት ከሚታወቀው ተስፋየ ታደሰ እና ከአቶ ካሳ ከበደ ወንድምና እህት ጋር ጠንካራ የሆነ መቀራረብ ነበረው።

41. ተስፋየ ታደሰ በቀዳማዊ ኃይለሥላሴ ዩኒቨርስቲ እያለ የእንግሊዘኛ መምህር በነበረችው አሜሪካዊት በፍቅረኛነት ሽፋን ሲ. አይ. ኤ. ተመልምሏል እየተባለ የሚነገርለትና በኃላ ወደ ሱዳን እንዳወጣችው ወዲያውኑም ቤይሩት መሸጎ በሲ. አይ. ኤ. እና በሞሳድ ወኪልነት ይታወቅ የነበረ ነው። በትምህርት ስም ቤሩት ዩኒቨርሲቲ ይኑር እንጂ ባካባቢው በመዘዋወር መረጃ ይለቃቅምና የኢትዮጵያዊያንን እንቅስቃሴ እየተከታተለ ለሲ. አይ. ኤ.፣ ሞሳድና እና በነካሳ ከበደ ወንድምና እህት በኩል ለካሳ ከበደና ለደርግ ሪፖርት እንደሚያደርግ በሰፊው ይወራበት ነበር። ሀገር ቤት በገባሁ በዚያው ዓመት ከሚሰራበት ከውጭ ጉዳይ ሚኒስቴር ቅጥር ግቢ ከመኪናው ውስጥ ሊገባ ሲል የለገሠ አስፋው ተስፈንጣሪ የግድያ ቡድን በፈንጂ አጋዩት። ሆኖም ግድያው በመከረኛው "የአናርኪስቱ" ድርጅት ኢሕአፓ ተመካኘ።

42. በ1953 ዓ. ም. በምዕራብ ጀርመን ቦን ከተማ ላይ የተመሠረተው የአሮጌው የአውሮጳ ኢትዮጵያ ተማሪዎች ማሕበር መሥራች አባል የነበሩ የደጃዝማች ከበደ ተሰማ የበኸር ልጅ ናቸው። የምኮራባቸው ጨዋና ኩሩ የነበሩ መልካም ወገኔ ነበሩ።

43. ፎየር (foyer) የሚለው ቃል በትክክል ምን እንደሆነ አላውቅም። አፓርትሜንት ወይንም ሆስቴል ይሆናል በሚል ግምት ነው ያለኝ።

44. የቀዳማዊ ኃይለሥላሰ ዩኒቨርሲቲ የመጀመሪያዎቹ አካባቢ የሕግ ምሩቅ የነበርና (ምንም እንኳን ከነዶ/ር ኃይሌ ፊዳ ቡድኖች ጋር ከሀገር አወጣጡ አንድ ቢሆንም በተግባራቸው ስለሚጠላቸውና በገሀድ ስለሚወቅሳቸው ከበደ ሀብቴን ዕብድ ነው፣ ሰካራም ነው፣ አትስሙት እያሉ ስሙን ያጠፉት የነበረ ምሁር አስተዋይና ደጋፊ የነበረ መልካም ኢትዮጵያዊ ነበር። በነጄኔራል መንግስቱ ንዋይ ክስ እነደዓቃቤ ሕግ ሆኖ በማገልገሉና ለዚያ ለኢትዮጵያ ሕዝብ ዓይን ከፋች ለነበረው ጀግና ጄኔራል መገደል የእሱ አስተዋፅኦ እንዳለበት በማመን በፍተኛ ፀፀት በመገረፍ ይኖር እንደነበረ ከብዙ ወገኖቹ ከመስማቴ ባሻገር ከሥራ ሰዓት ውጭ በቪኖ/ወይን ሰዓት ማታ ስንገናኝ ደጋግሞ ፀፀቱን ከራሱ አንደበት ለመስማት ዕድል ሰጥቶኛል። የእነ ዶ/ር ኃይሌ ፊዳ ቡድንን ከሌላው ቅን እና መልካም ወገናችን ከነበረው ዓምሃ እምሩ ጋር በመሆን ልክ ልካቸውን ስለሚነግሯቸውና ገመናቸውን

ስለሚያወጡባቸው ሁለቱንም መልካም ወገኖቼን እብዶች ናቸው፣ አትስሟቸው፣ አትቅረቧቸው እየተባለ ነበር እነ ታደሰ ገሠሠ በየጊዜ የሚሰጡን አባታዊ ምክርና ማሳሰቢያ።

45. ፕሮፌሰር ንጉሴ ተበጄ በአሜሪካን ሀገር ባገኘው የምሕንድስና ዶክተሬት ድግሪውና የሥራ ልምዱ ተቀማጭነቱ በፓሪስ ከተማ በሆነ ዓለም አቀፍ ድርጅት ውስጥ ተቀጥሮ ይሰራ የነበረና ሀገር ቤት ገብቶም በፕሮፌሰርነት ማዕረግ ለብዙ ዓመታት በአዲስ አበባ ዩኒቨርሲቲ ቴክኖሎጂ ፋኩልቲ ዲን ሆኖ ያገለገለ ነው። በዚያን ዘመን በፓሪስ ከተማ በሚኖርበት ወቅት በመኖሪያ ቤቱ ግብዣ በማካሄድ ኢትዮጵያዊያንን እርስ በርስ በማገናኘት ከፍተኛ ተግባር በማከናወን ትልበቱን፣ ጊዜውንና ሀብቱን ለበጎ ቁም ነገር በየጊዜው ያዋለ የጎንደር ፍሬ ነው። በፓሪስና በምዕራብ አውሮፓ ቆይታየ ይህንን በጎና መልካም ተግባር ከእሱ ሌላ ማንም የሞከረ የማውቀው ወይንም የሰማሁት አልነበረም።

46. በዚያን ጊዜ የሠራዊቱ አስኳል ምልመላ ተጠናቀ ለሥልጠና ወደ ቤይሩት አካባቢ እንደተጓዙ የኃላ ኃላ ከእያሱ ዓለማየሁ ለመረዳት ችያለሁ። እያሱ ዓለማየሁ ቀደም ብለህ ብትደርስ ኖሮ ከመጀመሪያዎቹ ጋር እናሰልፍህ ነበር ያለኝ።

47. ዶ/ር አብዱልመጅድ ሁሴን በቦሎኛ ዩኒቨርሲቲ አስተማሪ የነበረና የመጀመሪያው የዓለም አቀፍ የኢትዮጵያ ተማሪዎች ማሕበር የወጭ ግንኙነት ኃላፊ ነበር። ሊፈታ የማይቻል ችግር እንዳለ በመገንዘቡ አሲምባ ገብቶ ወር ባልሞላው ጊዜ ወደ አውሮጳ ተመልሶ ወጣ። በመጨረሻ ዶ/ር እብዱልመጅድ ሁሴን እንደነ ዳዊት ዮሐንስና አንደነ አንዳርጋቸው ፅጌ "በድል አድራጊነት" በክብር በቦሌ ዓለም አቀፍ አይሮፕላን አዲስ አበባ ገብቶ ወዲያውኑ የመጀመሪያው የሕወሀት የትራንስፖርትና መገናኛ ሚኒስቴር ሆኖ ተሾሞ እስከ ሕይወት ፍጻሜው ድረስ ሲያገለግል ቆይቷል።

48. ከመቀራረብና እንደቤተሰብ ከመተያት የተነሳ በመጀመሪያ ስማቸው ብቻ እንድጠቀም በማድረጋቸው የቤተሰብ ወይንም የመጨረሻ ስማቸውን ዘነጋሁ።

49. ማታ ማታ ጭፈራና ዳንኪራ የምታበዛውን የ17 ዓመት ዕድሜ የነበራትን ታላቃን ልጃቸውን ሲኞሪና አሌክሳንድራን ማለታቸው ነበር።

50. ቀደም ሲል ባልታወቁ መናጢ ባላንጣዎቼ/ጠላቶቼ ለአሰሪዎቼ ቤታቸው ስልክ ተደውሎ ቤታችሁ ውስጥ ያለው አደገኛ የኮሚኒስት ድርጅት አባል እንደሆንኩ በማስቦካት ጥንቃቄ እንዲወስዱ የተነገራቸው እውነት ነበር ብለው እንዳይጠራጠሩ "በሀገራችን በተፈጠረው ድርቅ እና በኮሚኒስቶች ጭፍጨፋ ምክኒያት በየወሰኑና ባተራባት ሀገሮች ተሰደው በችግር የሚገኙትን ወገኖቻችን ለመርዳትና መልሶ ለማቋቋም በውጭ ሀገር በሚገኙ ኢትዮጵያዊያን የተቋቋመ ኮሚቴ" እንደሆ አድርጎ ነበር ዶ/ር ክፍላይ ጊላ የሰጠልኝ ሺፋን። እያሱ ዓለማየሁም ይህንኑ በማጠናከር "በምዕራብ አውሮጳና በሰሜን አሜሪካ እየተዘዋወረ እርዳታ የሚያሰባስበው ኮሚቴ ፕሬዚደንት" እንደሆን አድር ነበር እሱን እንዳስተዋውቅ ያደረገኝ።

51. እንዲሁም ከቤቱ አባዋራ ጋር ከመቀራረብና እንደቤተሰብ ከመተያት የተነሳ በመጀመሪያ ስማቸው ብቻ እንድጠቀም በማድረጋቸው የቤተሰብ ወይንም የመጨረሻ ስማቸውን ዘነጋሁ።

52. ብርቱካን መኳንንት የወልዲያ ተወላጅ ስትሆን የነፃ ትምህርት ዕድል ፔሩጂያ ዩኒቨርሲቲ አግኝታ የመጀመሪያ ድግሪዋን እንዳገኘች በወቅቱ የያዘችውን ሥራ በማግኘቷ የጣሊያን የመኖሪያ ፈቃድ ተሰጥቷት የምትኖር እህቴ ነበረች።

53. የአለክሳንደር ዱማ ኖቭል ሲሆን "ሁሉም ለአንድ፣ አንድ ለሁሉም" በሚለው መርሐቸው ምንጊዜም የማይለያዩትን ጓደኞሞች የሚገልጽ ባሕሪይ (Alexandre Dumas, inseparable friends who live by the motto "all for one, one for all") ሲሆን ስሙን የሰጡን በሦስታችን መቀራረብ፣ መዋደድና መከባበር አንጀታቸው ያረረው መርሻ ዮሴፍ፣ ጌታቸው በጋሻው እና ሮብሌ/እስማኤል ነበሩ።

54. ባልተጠናና ባልታቀደ የወሎ ጦርነት እንቅስቃሴ ተካፋይ የነበረውና ከብርሃኔ ተፈሪ/ግርማ ጋር ባንድነት በውጊያ የተሰዋ ጀግና ነበር።

55. ኢሕአፓ/ኢሕአሠ አመራር ለዓመታት እምኖና አቅፎ ይዞ ያኖረውን የአዲ ኢሮብን ሕዝብ አጋልጦ በውርደትና ቅሌት ለቀ ሲሰደድ ለነፃነትና ለኩልነት ስታገል ከቀየሁባት መንደሬ ወጥቼ የትም አልሄድም ብለው ሲኖሩ ወያኔ ተከታትለው ከተኙበት ቤት ሌሊት ከበው ሊይዟቸው ሲሞክሩ ፍሱን በሠላም እጁን ሲሰጥ ጀግናው ደበሱ ግን ከተኛበት ቤት ወጥጦ በመትረየስ ሲታኮስ ብዙ የወያኔ ወታደሮችን ገድሎ ሳያስበው ከጀርባው አድፍጠው ተኩሰው የገደሉት ጀግና ነበር።

56. ዘሩ ክሕሽን ከሠራዊቱና ድርጅቱ አመራር ጋር ተደባልቆ አይኖርም። ሁልጊዜም ከእነሱ ርቆ ለብቻው ከዶ/ር ተስፋየ ደበሳይ ቤተሰብ መኖሪያ ቤት ነበር የሚኖረው። ከአመራርም ሆነ ከሠራዊቱና ድርጅቱ አባላት ጋር የሚገናኘው ወይንም መመሪያና ውሳኔ የሚያስተላልፈው በታማኝ መልዕክተኞች ነበር። አመራሩም ሲፈልገው እሱ ወደ ሚኖርበት ቤት ይሄዳሉ፣ ወይንም ታማኝ መልዕክተኛ ይልካሉ። አመራሩ ፈልጎት ቢሄድ ወይንም ወደሚኖርበት ቤት መልዕክተኛ ቢልኩ በመስኮት ስርቆ ማንነቱን/ማንነታቸውን ካረጋገጠ በኃላ ነበር የሚከፍትላቸውና የሚገናኛቸው። በሠራዊቱና በድርጅቱ ስብሰባ ላይ መገኘት ካለበት እስከመጨርሻው ድረስ እንደ ታዛቢ መስሎ ነበር ስብሰባውን የሚያጠናቅቀው። አስቀድሞ ስብሰብው በምን ዓይነት መንገድ መጠናቀቅ እንደሚገባው መመሪያ ለአንጋቾቹ ይሰጥና በስብሰባው ላይ በተሰጣቸው መመሪያ መሰረት ስብሰባውን በተፈለገው መልክ ያጠናቅቃሉ። የሠራዊቱ አዛዥና በሜዳው የድርጅቱ ከፍተኛ መሪ መሆኑ እያወቀ ሠራዊቱ በወያኔ እንደሚደበደብ በቅድሚያ በማወቁ አስቀድሞ ባለቤቱን በሕመም አሳቦ እንዳስወጣ ጀብሃ ጋር ስለማፈግፈግ ለመወያየት ብሎ በጦርነቱ ዋዜማ ሾልኮ ጠፋ

57. መንጁስ ከሻዕብያ የተወረሰ ቃል ሲሆን በዓረብኛ ቋንቋ አቅመ አዳም ያልደረሱ ታጋይ፣ ለጋ ወጣት ታጋይ እንደ ማለት ነው። በዝናም ሆነ በአካል የማስታውሳቸው ሰባት ለአቅመ አዳም ያልደረሱ ለጋ ታዳጊ ወጣቶች ሲኖሩ ከነዚህ ውስጥ የማውቃቸው፣ አንዱ መንጁስ አዋሽ የሚባለው በኋላ በወያኔ የደህንነት ሰራተኛ ሆኖ ተቀጥሮ ይሰራ የነበረ። ሁለተኛው መንጁስ ነፃነት ትባላለች። በኃላ የጴንጤ ቄስ ወይንም ፓስተር የሆነውና የቀድሞው "አብዮታዊ" መቅድም?አፈወርቅ ከበደ ለይስሙላ ታስሮ በነበረበት ጊዜ ከነፃነት ጋር በመቀራረባቸው እንደተፈቱ ታማ ረድቷት ወደ ስዊድን የሄደች ናት። መቅድም/ቄስ አፈወርቅ ከበደ በኢሕአሠ ለአመራሩ ጭፍን ሎሌ በመሆኑ እንደ ጠንካራ "ታጋይ" ይቆጠር የነበረ ሲሆን በስተደቡብ የአሜሪካ ግዛቶች ውስጥ በሚገኝ የጰንጤ ቤተክርስቲያን ፓስተር/ቄስ ሆኖ የሚኖር የመንግሥቱ ገመቹ አብሮ አደግና የቅርብ ጋደኛ ነበር። ሶስተኛው መንጁስ ደግሞ ኃይሌ መንጁስ ይባል የነበረ ነው። አራተኛዋ የማስታውሳት መንጁስ ጀሚላ ተብላ የምትታወቀውና ከፀሐየ ሰለሞን የማትለየዋና በሷም ከመጠን በላይ ይታማባት የነበረችው ናት። የጀሚላና የፀሐየ መቀራረብ ነበር ለቀጥተኛው፣ ለየዋሁና ቅኑ ምክትል መቶ አለቃ በሪሁን ስቃይና መከራ ምክኒያት የሆነው። አምስተኛውን አላየሁትም፣ ሆኖምበዝና የጠገብኩት የመነኩሰይቶ ተወላጅና ጠንካራ ኢትዮጵያዊ እንደነበረ የሚነገርለት ቀድመው ከተቀላቀሉት ቀደምት ታዳጊ ወጣት መንጁስ አብርሃም ሲሆን በተሳሳተ፣ ዕቅድና ጥናት በሌለው ወታደራዊ ስምሪት በማያውቁት ቦታና ሕዝብ ታዘው ሲንቀዋለሉ በድንገት ለወረራ የመጣውን የአርሶ አደር ጦር ከበባ እየተከላከለ በማፈግፈግ አምልጦ ተከዜ ገመገም እንደደረሰ የተሰዋ ጀግና ነበር። መንጁስ አታክልቲ እና መንጁስ አማኑኤል የተባሉትን በዝና፣ በስም እና በመልክ በሩቅ ከማወቅ በስተቀር የመተዋወቅ ዕድል አላጋጠመኝም።

58. ወደፊት በምርመራ ስም እያሰቃዩ ሲገርፉኝና በሳንጃ አካላቴን ሲጠብሱኝ ከእርማት ንቅናቄው ግንባር ቀደም አባላት ጋር ምን እንደተወያየሁ፣ ምን መረጃ እንደተለዋወጥን በአሰቃቂ የምርመራ ጥበባቸው በማስለፍለፍ እንዲያስችላቸው ሆን ብለው እንድንገናኝና እንድንወያይ ያዘጋጁልን የተንኮል ወጥመድ ይሆናል ብየ በእርግጠኝነትም በማመኔ ነበር።

59. ትኳቦ ሽሽት የቀድሞው የአለማያ የርሻና መካኒካል ኮሌጅ ምሩቅና በከፋና ጎምጎፋ ጠቅላይ ግዛቶች ኤፒድ አስተባባሪ የነበረ ብር 350,000.00 ጭኖ በላንድሮቨር አሲምባ እንደገባ የተወራለት ነው። በትምህርት ቤት ጋደኝነትና ከመሪዎች ጋር በነበረው የጠበቀ ትውውቅ እንደመሩት የሚመራ ሳያውቅና ሳይገባው የእኩይ ተግባራቸው አስፈጻሚ መሣሪያ ሆኖ የቀየ ደግና የዋህ እንደሆነ ነበ የገመገምኩት። እንደሌሎቹ አባላት ሽኳሬም በድርጅቱ ላይ በነበረው ጭፍን ፍቅር በኢሕአፓ የመ አጠያያቂ ባለመሆኑ የሚነገረውን ሁሉ በታማኝነት ይፈጽም የነበረ የዋህና ገራገር አማርኛ ተናጋ የጎምጎፋ ልጅ ነበር። ሽኳሬ ጭንቀት ላይ የሚወድቅ ውንድሜ እንደሚሆን በዚያች የስምንትና ዘጠ ሳምንታት ቆይታየ በሚገባ አጥንቸዋለሁ። ውይይቱን የሚከፍተው ጠፍቶ እንጂ ቢከፈት ኖሮ የጦ

ውይይት ተካሂዶ ግልጽነትና ይበልጥ ጓዳዊነት በመሀከላችን በሰፈነ ነበር። ግን ሁላችንም እየተፈራራን ሁሉንም በሆዳችን አፍነን በመያዛችን ሳንተዋወቅ በየፊናችን ተለያየን። ጓድ ሽኮሬ/ትኳቦ ሽሽት ከሱና ከጓደኞቹ እጅ አምልጮ መሄዱ በጊዜው ቢቀጨውና ቢያንገበግበውም የኃላ ኃላ አጠቃላይ የድርጅታችንና የሠራዊታችንን ሁኔታ በሚገባ ሲረዳ መጅድ አብደላ እንኳንስ ከአጉተል ሞት እራሱን አትርፎ አምልጦ ሄደ ብሎ ደስተኛ እንደሚሆን እርግጠኛ ነኝ። ከእሱና ከጓዱ እጅ አምልጩ በመሄዴ በእኔ ላይ ጥላቻና ቅሬታ እንደማያድርበት አምናለሁ። ተወቅሶበትም ከሆነ የኃላ ኃላ ወቀሳውን ከምንም እንደማይቆጥረው እተማመናለሁ። ሽኳሬ ባገኘው ደስ ባለኝና ምንም ዓይነት ቅሬታ በሱ ላይ እንደሌለኝ ላረጋግጥለት በፈለኩ ነበር። ይህን መጽሀፍ ካነበበ ደውሎ ቢያነጋግረኝ ደስታውን አልችለውም። አለበለዚያም ወሰኑ አብተው ካሊፎርኒያ እንደሚኖር ስለተነገረኝ እሱም ቢሆን ትኳቦን አግኝቶ ቢያነጋግርልኝ ደስ ይለኛል።

60. ከአሲምባ የሠራዊቱ የፀጥታ ሀላፊ የነበረ የጎጃም ልጅ ነው። እሱና ሌሎች ጓዶቹ ኃይሉ ወ/ጊዮርጊስና ብርሃኑ ካሳ በሶማሊያ እሥር ቤት እያሉ ለሻዕቢያ ተሰልፈው እንደሚዋጉ የሻዕቢያ የጸጥታ ኃላፊ ለነበረው ለሰለሞን ጼጥሮስ ቃል በመግባታቸው ከሶማሊያ እሥር ቤት አስወጥቶ ወደ ሻቢያ ሜዳ ያሸጋገረውና በሜዳ የሚሰጠውን ሥልጠና አጠናቀ በገባው ቃል መሠረት ከሻዕቢያ ሠራዊት ጎን ተሰልፎ እናት ሀገሩን የወጋ የሻዕቢያ ቅጥረኛ ነበር። በኃላም ለሻዕቢያ በወኪልነት እንዲያገለግል ተደርጎ ከመጀመሪያዎቹ የፍልሥጥኤም ሠልጣኞች ጋር አሲምባ የተሸጋገረ ነው። ጌራ ሀኪም አበበ ይባል እንደነበረም ተነግሮኛል።

61. የወልደ ልዑል ካሳ ወይንም በሜዳ ታዋቂነቱ ከሰተ ሰይጣን እህት የደርግ አባል የነበረው የሻምበል ሞገስ ወ/ሚካኤል ባለቤት ነበረች። ምንም እንኳን ቢከሽፍም የመፈንቅለ መንግሥቱን ጥረት እንዲሳካ አጥብቆ ይመኝና ይጸልይ የነበረ ንጹሀንን እያሰቃየ በመግረፍና በጋለ ሳንጃ የታጋዮችን ሰውነት በማቃጠል በአሲምባ ከፍተኛውን ድግሪ ከተጎናጸፉት መካከል አንዱ “ታጋይ” ነበር። ዛሬ ከጥቅም ጓዶቹ እንደነ ጌራና ፀሐየ እንደመሳሰሉት በአሜሪካን ሀገር ተንቀባሮ ይኖራል።

62. የባር ሊዮን በዚያን ዘመን ስድስት ኪሎ ዩኒቨርሲቲ አካባቢ የሚገኝ ባር ነበር። ጥሩ የካራምቡላ መጫወቻ ነበራት። አብዛኛው የባሩ ደምበኞች የዩኒቨርሲቲው ተማሪዎች ነበሩ። የዋለልኝ መኮንን ካራምቡላ መጫወቻ ቤት በመሆኗና ከሱ ጋርም አብዛኛውን ጊዜ የምንገናኘው እዚያ ስለነበር የቡና ቤቱ የሣምንት ደምቤኛ ለመሆን በቅቼ ነበር።

63. ቅዳሜና ዕሁድ ለዕረፍት ስንወጣ ዩኒፎርም/የደንብ ልብስ ለብሰን መውጣት ይኖርብናል። ለመዝናናት ቡና ቤቶች ወይም ሆተል መግባት ካለብን የግድም ትልልቆቹ ሆተሎች (ሂልቶን፣ ግዮን፣ ራስ ሆተልና ኢትዮጵያ ሆቴሎች) በስተቀር ሌላ ጋር መግባት አይፈቀድልንም ነበር። ከተጠቀሱት ውጭ ገብተን ከታየን ወይም ከተገኘን ስንመለስ የዲስፕሊን ዕርምጃ የወሰድብናል።

64. በዚያን ጊዜ በጀብሃ ውስጥ ከፍተኛ የሆነ የዲሞክራሲ ንቅናቄ ይካሄድ ነበር። የጀብሃ አመራር ኢዲሞክራሲያዊና አምባገነንነት አንገፍግፏቸው የድርጅቱን ፕሮግራምና ደንብ ይዘው በድርጅቱ ውስጥ ዲሞክራሲና ፍትሕ እንዲሰፍንና አመራሩ እንዲስተካከል በመታገል ላይ የነበሩትን ጠንካራ ታጋዮችን አክራሪው የጀበሃ አምባ ገነን አመራር እንቅስቃሴውንና አባላቱን "ፋሉል" (ሥርዓተ አልበኞች - Anarchist) እንደሆኑ አድርጎ በመኮነን በአንድ አካባቢ ታግደው ቀዩ። "ፋሉል" በትግርኛ ትርጉሙ ሥርዓተ አልበኝነት፣ ጋጠወጥነትና በሕግና በደንብ አለመገዛት ማለት ሲሆን በፖለቲካ አነጋገር አናርኪስት እንደማለት ነው።

65. የግለሰቡን ስም ዘነጋሁ ሆኖም በሰጡኝ የbusiness ካርዱ ላይ ዋና ጽ/ቤቱ ፓሪስ የነበረው የ'Al-Watenal Arabi- Paris አዘጋጅ እንደሆኑ ነው የሚገልጸው።

66. የኢትዮጵያ ሕዝቦች ዴሞክራቲክ ንቅናቄ (ኢሕዴን) ተብየወን ተለጣፊ ድርጅት፣ በኃላ የፕሮፌሰር አሥራት ወልደየስ የመላው አማራ ድርጅት መፈጠርና ባንዳፍታ በመላው የኢትዮጵያ ሕዝብ ተቀባይነትንና መፈቀርን በማግኘቱ የተደናገጡት የወያኔ መሪዎች ኢሕዴን'ን በፍጥነት ስሙንና ካባውን ቀይሮ እራሱን በወያኔ ሸንጎ የአማራው ሕዝብ ተወካይ ነው ተብሎ ታወጀ።

67. ከትውውቁ ዕለት ጀምሮ ዳዊት ዮሐንስና ገነነው አሰፋ ከእነሱ ጋር አብሬያቸው እንድኖር ስለጋበዙኝ ማንነታቸውን ለማወቅ በነበርኝ ጉጉትና ምንአልባትም ኢሳያስ አፈወርቂ ምን ብሎ እንደሚመክራቸውም ከቻልኩ ለማወቅ በመፈለጌ ከጣሊያንና ፈረንሣይ ስመለስ ግብዣቸውን በማክበር ቢያንስ ለአንድ ሳምንት እንኳን ሄጄ ለመኖር በመወሰኔ አስቀድሜ ለሚቀጥለው አንድ ሳምንት የት እና ከነማን ጋር እንደምከርም ለሲስተር ፅጌ ጳውሎስና ለሁለቱ ኤርትራዊ ታላቅ ወንድሞቼ አስረድቸ ከምዕራብ አውሮጳ እንደተመለስኩ ከእነሱ ጋር አብሬያቸው ኖሬያለሁ። በዚያን ጊዜ ሁለቱ ወገኖቼ በኢሳያስ አፈወርቂ ከለላና ጥበቃ ስር ነበሩ። ዳዊት ሬድ ሲ ሚል ከሚባል ኩባንያ በእነኢሳያስ ድጋፍ ሥራ አግኝቶ ሲሰራ ገነነው በዚያን ዘመን ማውደልደል ብቻ ነበር ተግባሩ።

68. መኮንን እና ዓምሃ የሌፍቴናንት ጄኔራል ዓብይ አበበ ልጆች ሲሆኑ በዚያን ጊዜ ሁለቱም በስርቦን ዩኒቨርሲቲ በትምህርት ላይ ነበሩ። ጣይቱ ካሳ ከመኮንን ዓብይ ጋር የጠበቀ ግንኙነት ነበራቸው። እንደታላቅ ወንድምና ታናሽ እህት ይተያዩ ነበር።

69. በቀድሞ አጠራሩ ካቢኔ ይባል የነበረውና በኃላ በኬጂቢ አምሳል የውጭ ጥናትና ምርምር ድርጅት ተብሎ የተዋቀረው በተስፋየ ወ/ሥላሴ የሚመራው የደህንነት አንዱ ድርጅት ነበር። ዋነኛ ዓላማው የባዕዳን ሰላዮችንና በውጭ ሀገር የሚገኙ ተቃዋሚዎችንና ፀረ-ኢትዮጵያዊ እንቅስቃሴዎችን የሚከታተልና የሚቆጣጠር ነበር። ጽ/ቤቱ ፖፑላሬ የሚገኘውና በተለምዶ ሰባራው ሕንጻ በመባል የሚታወቀው ነበር።

70. ሻምበል አንዳርጌ ካቢኔ ፈርሶ በአዲሱ መዋቅር የውጭ ጥናትና ምርምር ተብሎ እስከተቃቃመበት ጊዜ ድረስ የፖለቲካ ሃላፊና በኃላም ድርጅቱ በኬ. ጂ. ቢ. አምሳል እንደተቃቃመ የድርጅቱ ኃላፊ ሆኖ ወያኔ ሥልጣን በያዘበት ጊዜ እንደሌሎቹ "ጀግኖች" ከወያኔ ማጎሪያ ቤት ድረስ በመኃዝ እጁን አስረክቦ ካገሬ እስከወጣሁ በእሥር ቤት ነበር።

71. ሻምበል በላይነህ ሽቤ ወያኔ ሲገቡ ከኮሎኔል ተስፋየ ወ/ሥላሴ ጋር በመሆን ተቀብሎ የሚኒስትር መሥሪያ ቤቱን እና በሚኒስትር ሥር የሚገኙትን የተለያዩ ድርጅቶቹን በማስገብኘት ሥራውን በማቀናጀት፣ አስፈላጊውን ትምህርትና ሥልጠና በመስጠት አብሮ ላይ ታች በማለት ከተጠቀሙበት በኃላ ገለል ያደረጉትና በአሁኑ ጊዜ ጴንጤ ሆኖ አሜሪካን ሀገር እንደሚኖር የተነገረኝ የሻለቃ ግርማ ይልማና የሻለቃ ብርሃኑ ከበደ የኮርስ ነው።

72. የክቡር የቢትወደድ አስፍሀ ወ/ሚካኤል ታናሽ ወንድምና የቀዳማዊ ኃ/ሥላሴ ጦር አካዳሚ የመጀመሪያ ኮርስ ምሩቅ የነብሩ ባለማስተርስ ድግሪና በኃላ የኤርትራ ክፍለ ሀገር ዋና አስተዳዳሪ ሆነው ተሹመው በማገልገል ላይ እያሉ በከሸፈው የግንቦት 1981 ዓ. ም. መፈንቅለ መንግሥት ሙከራ ምክኒያት በአረመኔው መንግሥት ያለርኅራኄ የተገደሉ ምሁርና ከፍተኛ የጦር አዛዥ፣ መሪና የሕዝብ አስተዳዳሪ ነበሩ። ክቡር ቢትወደድ አስፍሀ ወ/ሚካኤል ከ1941 ጀምሮ ለኤርትራና ኢትዮጵያ ውሕደት ከፍተኛ ትግል ሲያካሄዱ የኖሩና በኃላም የፌዴሬሽኑ የመጨረሻው ዋና ጸሃፊ (Chief Executive) ሆነው ያገለገሉ፣ ለፌዴሬሽኑ መፍረስና ኤርትራ ከኢትዮጵያ ጋር እንድትወሀድ ከፍተኛ ሚና የተጫወቱና በ1985 ዓ. ም. ኤርትራ ነፃነቷን ስታውጅ ከፍተኛ የተቃውሞ ድምፅ ያሰሙ ኤርትራዊ ኢትዮጵያዊ ነበሩ።

73. በኃላ ብርጋዲየር ጄኔራል ሆነው የሚሊሽያ ሠራዊት ዋና አዛዥ የሆኑት በሶማሊያ ጦርነት በጀግንነታቸው የታወቁና የተሸለሙ ጀግና ናቸው። በኃላም የናደው ጦር አዛዥ ሆነው ብዙ ሽህ ጀግኖች ያላግባብ በተጨፈጨፉበት የአፍአበት ጦርነት በአንዲት ታንክና በአራት የብረት ለበስ መኪና ሆነው ወደ ከረን መንገድ እየተዋጉ በተዓምር የተረፉ ብቸኛው አዛዥ እሳቸው ነበሩ። የሚሊሽያ ሠራዊት አዛዥ እያሉ የሶቪየትና የኩባ አሰላጣኞችንና አማካሪዎችን አያስፈልጉኝም፣ ብቃት ያላቸው በቂ ኢትዮጵያዊያን አሰልጣኞች አሉኝ፣ ወስዳችሁ የፈለጋችሁትን አድርጋቸው በማለት በመኪና ጭነው ቤተ መንግሥት በር አውርደው ጥለዋቸው የተመለሱ አይበገሬ ነበሩ። እኒህ ኮስታራ ወታደር የሚሊሽያ ሠራዊት ምክትል አዛዥ እያሉ አቶ ካሳ ከበደ በሠራዊቱ እንቅስቃሴ የበላይነት ለማሳየት በነበራቸው ትጉት ጣልቃ እየገቡ ማስቸገራቸው፣ አዛዦቹም ለበላይ አቤት ቢሉ ሰሚና አድማጭ የማያገኙ ከመሆናቸውም በላይ እንዲያውም በጠላትነት ሊታዩ እንደሚቻል በመስጋት አንጀታቸው እያረረ ችላ እያሏቸው ቢኖሩም ቀስጣናው ጀግና ኮሎኔል ጌታነህ ኃይሌ ከቁጥጥራቸው ውጭ ሆኖ ከአቶ ካሳ ከበደ ጋር በታጠቅ ጦር ሠፈር ሠራዊቱ ፊት በቦክስ ለመደባደብ በቁ። የአቶ ካሳ ከበደ

አጃቢ የነበረው ወታደር ከተማ ጌታየ "ልምታው" ብሎ ፍቃድ ሲጠይቅ ተወው እናቀየው እኔው አሳየዋለሁ ብለው መለሱለት። ጌታነህ ኃይሌ ግን የሚቻሉ ኮማንዲስት ባለመሆናቸው አቶ ካሳ እንዳሰቡት አልሆነም። ከባድ ድብድብ በመካሄድ ላይ መሆናቸውን አስመልክቶ ለሠራዊቱ አዛዥ ሪፖርት በመደረጉ ጦሩ ጣልቃ ገብቶ ገላገላቸው። ወዲያውኑም ለመንግሥቱ ኃ/ማርያም ሪፖርቱ ደርሶ ሆኖም ባንድ በኩል አቶ ካሳ ከበደ ለመንግሥቱ ኃ/ማርያም አጎት ቢሆኑም በሌላ በኩል ደግሞ ኮሎኔል ጌታነህ ኃይሌ በሶማሊያ ወራራ ጦርነት በጀግንነት የተሸለሙ የጦር ጀግናና የሠራዊት ምክትል አዛዥ ከመሆናቸውም በላይ በሠራዊቱ የተወደዱ ስለነበሩ በማስመሰል ኪነት ከፍተኛ እውቀት የነበረው የጊዜው "ርዕሰ ብሔር" ከቅሌት ለመዳን እንዳልሰማና ሪፖርት እንዳልቀረበለት አስመስሎ ጭጭ ብሎ ጉዳዩ እንዲዘጋ ተደረገ አስታረቃቸው።

74. ይህ ተገቢ ያልሆነ የንቄት derogatory የሆነ ቃል ሲሆን እንደ ስድብ በመቁጠር ሁሉንም የትግራይ ሕዝብ አጋሜ ብለው ነበር የሚጠሩት። የኩሩ ኢትዮጵያዊያን መፍለቂያና የመሣፍንት አውራጃ መሆኑን እያወቁም እንደማያውቁ ሆነው እንደስድብ ይጠቀሙበት ነበር። አገላለጹም እነሱ ባለፋብሪካዎችና ሀብታም ሆኑና፣ የተማሩና የሰለጠኑ ሆኑና ከግርጌያቸው ያሉትን የመልካም ባሕልና የሥልጣኔና ታሪክ ባለቤት የሆኑትን የትግራይ ወገኖቻቸውን ከጥላቻ የተነሳ እንደ ስደተኛ፣ ድሀ፣ ችግረኛና ያልተማሩ ወይንም ያልሰለጠኑ አድርገው የሚጠቀሙበት መግለጫ ነበር። ይህም ኢትዮጵያዊውን ሁሉ "አምሀሩ" እያሉ እንደአማራ አድርገው እንደሚቀጥሩት ማለት ነው። ምን ጊዜም የማይረሱኝ እንደ እናቴ አያቸው የነበሩት የአጋጉል ፍቅረኛየ የወ/ሪት ኒኒ እናት ተንቤናዊቷ ወ/ሮ ዘነበች አጋሜ እያሉ ሲጠሯቸው የሚሰማቸው ኩራትና የመንፈስ ደስታ ይህ ነው አባልም፣ እጅግ ከፍተኛ ነበር።

75. ከዓመታት በኋላ ወያኔ የአገሪቷን ሥልጣን እንደጨበጡ ሰሞን ስሙን እንዳልጠቅስ ሁኔታው የሚያስገድደኝ የአጋሜ አውራጃ ተወላጅ የሆነ ወገኔ እንደ እሱ የአጋሜ አውራጃ ተወላጅ በሆኑት አዲሱ የወያኔ ኮሚሽነር አቶ ረዘነ አርአያ ድጋፍ ያለብቃቱ የሆቴል ሥራ አስኪያጅ ሆኖ ተሹሞ መሥራት እንደጀመረ እኔ እንደ ወንበዴ፣ ሽብር ፈጣሪ፣ ድልድይ አፍራሽነት ስጠራና ለችግርና መከራ ተዳርጌ መኖሬን ስለሚያውቅ ከእንግዲህ ወዲህ ዘመኑ የሁለታችንም እንደሆነ አድር በመቁጠሩና ለእኔ የነበረውን አዘኔታ ለመግለጽ አቶ አደፋ ልየው በቀራጥነት የተቃወሙበትን ቃ ጉባዔ ከፋይሌ አውጥቶ በድብቅ ሰጠኝ።

76. በእኔ ምክኒያት ተወንጅሎ ከአቶ ካሳ ከበደ ቢሮ አብረን ተወስደን ማስጠንቀቂያ ባንድነ የተቀበለና፣ በኋላም በተካሄደው የውንጀላ ስብሰባ የእኔ ተከታይ እንደሆነ ተደርጎ አብሮ ከተወነጀለው ቅንና ኩሩ ወዳጄና፣ በተለምዶ በወዳጆቹና ጎደኞቹ ሻንቀ ተብሎ የሚታወቀው ደጀኔ ገብረ ከምሰራበት መሠረታዊ ድርጅት አንደኛ ፀሀፊ ጋር ሁለቱም ሠፈራቸው በቀጠና 4 የኢሰፓ ጽ/ቤ

በመሆኑ በተለያየ የስብሰባ ወቅት የተዋወቁ በመሆናቸው ስለእኔ ባነሳበት ጊዜ የተናዘዘለት ምስጢር ነበር።

77 ኑዋሪነቱ ግንፍሌ የሆነና የገንዘብ ሚኒስቴር ባልደረባና የኢሰፓ አባል የነበረ፣ ከኢሰፓ አባልነቱ በፊት ጀምሮ ለብዙ ዓመታት በዕረፍት ጊዜው ለቡና በየዕለቱ ከቱሪስት ሆቴል የማይለይ ደምበኛችን በመሆኑም ባሻገር የመሠረታዊ ድርጅታቸውም ሆነ የመኖሪያ ሠፈራቸው በቀጠና 4 የኢሰፓ ጽ/ቤት በመሆኑ በተለያየ የስብሰባ ወቅት የተዋወቁ በመሆናቸው ስለእኔ ባነሳበት ጊዜ የተናዘዘለት ምስጢር ነበር።

78. ይህ ግለሰብ በ1961 ዓ. በኬ. ጂ. ቢ ሰላይነት ከኢትዮጵያ የተባረረና በኋላም በሞስኮ የኢትዮጵያ ራዲዮ ፕሮግራም ኋላፊና ከዚያም በኋላ ከ1967 ዓ. ም. ጀምሮ እስከ 1980 መግቢያ ድረስ የሶቪየት ሕብረት ኮሚኒስት ፓርቲ የማዕከላዊ ኮሚቴና የኢትዮጵያ ጉዳይ ኋላፊ በመሆን ከቀድሞዎቹ ወዳጆችና አሽከሮቹ ከመኮንን ጆቴ፣ ዓለሙ አበበ፣ ክፍሉ ታደሰ፣ ነገደ ጎበዜ፣ ተስፋየ መኮንን እንዲሁም አዲስ ካፈሯቸው ቡችሎቹና አሽከሮቹ ከነመንግሥቱ ኃይለማርያምና ሌሎች የሲቭልና የወታደር ካድሬዎች ጋር በመሆን ኢትዮጵያን በቅርብ ሲቆጣጠርና ሲያተራምስ ቆይቷል።

79. ሽመልስ ማዘንጊያ ደርግን ሰርጎ የገባና በኃላ ለደርግ ታማኝነቱን በማረጋገጡ የኢሠፓ የፖሊት ቢሮ አባልና የርዕዩተዓለም ጉዳይ ኃላፊ ሆኖ እስከመጨረሻው ከደርግ ጋር የቆየ፣ የኢሕአፓ የግድያ እስኳድ የበላይ ሆኖ ከክፍሉ ታደሰ፣ ሳሙኤል ዓለማየሁ፣ ዮናስ አድማሱና ሌሎች ጋር በቅርብ ይሰራ የነበረና በደርግ ታማኝነቱን ለማረጋገጥ ብሎ ደርግ ሊደርስባቸው የማይችላቸውን ጎዶች አስጠቁሞ አስረሽኗል።

80. ዶ/ር ተስፋየ ደበሳይ የክሊኩ አባል እንደነበረ ቢታመንም በነዘሩ ክሕሸን ዝምድናና አብሮ አደግነት በነበረው ጭፍን እምነት ሳቢያ እንደነ ተፈሪ በንቲና አማን አንዶም ሆኖ ፊት ለፊት በመቆም የክሊኩን ስውር አጀንዳዎች እንዲያስፈጽምላቸው አመራር ላይ ያስቀመጡት የድርጅቱ "መሪ" እንደነበር ነው። በዚህም ተግባሩ ሁኔታዎች ግልጽ እየሆኑለት እስከመጡበት ጥርና የካቲት ወር 1969 ዓ. ም. ድረስ እውነትና ትክክል እየመሰለው የሚፈልጉትን ያለማወላወልና ያለመጠራጠር ሲያስፈጽምላቸው ቆይቶ ወደፊት እንደሚመኙት ሊቀጥል እንደማይችል ብቻ ሳይሆን ለዕኩይ ተልዕኳቸውም ደንቀራ እንደሚሆንባቸው አስቀድመው በመገንዘባቸው ለኤርትራ ነፃነት እውቅና ለመስጠት በተካሄደው በየካቲቱ 1969 ዓ. ም. ስብሰባ ተቃውሞውን ባሰማ ወር ጊዜ ውስጥ ለደርግና መኢሶን ካድሬዎች አስጠቁመው ያስናበቱት እንደሆነ ነው የሚታመነው። ሁኔታዎች እስከሚገለጡለት ድረስ ትክክለኛና እውነተኛ ጉዳይ መስሎ ላመነበት ጉዳይ የማያወላውልና ወደኃላ የማይል ምንችክ ብሎ የሚቀር ሀቀኛ እንደነበር ካካባቢው ተወላጆች ተነግሮኛል።

81. የጥንቷ የኢትዮጵያ አየር መንገድ ሆስቴስ የነበረችውና የኒው ዮርክ ነዋሪና፣ በኃላም መስፍን ሀብቱ እንደሞተ አካባቢ የዓለም አቀፍ የኢትዮጵያ ተማሪዎች ፌደሬሽን ማሕበር የመጀመሪያው ሊቀመንበር ነበረች። ፓሪስ የዶ/ር ኃይሌ ፊዳን ጓዶች በቃችሁኝ ብየ እንደወጣሁ ከየት እንደሰማች ዘንጋሁ ከኒው ዮርክ አራት ጊዜ የደብድቤ ልውውጥ በማድረግ ታደፋፍረኝ ነበር። በ1967 መጨረሻ በተካሄደው የማ/ኮ ስብሰባ የማዕከላዊ ኮሚቴ ተለዋጭ አባል ሆና ተመርጣ የአመራሩ እምብርት ጠንካራ ደጋፊ ሆና ቀይታ በ1970 አጋማሽ ሶስቱ ጋንገች ብየ የሰየምኳቸው የማዕከላዊ ኮሚቴ ስብሰባ ወደ ሙሉ የማዕከላዊ ኮሚቴ አባልነት ተሹማ እስከመጨረሻው ጠንካራ መሣሪያ ሆና ቀይታለች።

82. የብርጌዱ የፖለቲካ ኮሚሳር የነበረችው ሚሊሺያ በለጠ እነ ብርሀነመስቀል ረዳን ማርከው እንደተመለሱ ከግዳጁ በፊት ከተነገራት ውጭ ብርሀነመስቀል ረዳን ባልታሰበ መንገድ እሥር ቤት መታጎሩን እንደሰማች ስሜቷ ተነክቶ ችግር ለመፍጠር በማንገራገሯ ታጠቅ ጦር ሠፈር በቁም እሥር ቁጥጥር እንደቀየች አፈላልጋ አግኝታ ያጫወተችኝ ጭውውት ነው። የሚሊሽያ ጦር ሲቋቋም የሚሊሺያውን ዓርማ ለመጀመሪያ ጊዜ ከኮሎኔል መንግሥቱ ኃይለማሪያም እጅ በመቀበሏ በሚሊሽያ ሠራዊት ታሪክ ከፍተኛ ቦታ ነበራት።

83. ብርሃኔ እያሱ፣ ተፈሪ ብርሃኔ/ግርማ፣ ውብሸት ረታ/ሐዋዝ ሶስቱም ከቀድሞው የሶቪየት ሕብረት በክፍሉ ታደሰ የተመለመሉ ናቸው። ክፍሉ ታደሰ፣ ዓለሙ አበበ እና መኮንን ጆቴ ሆነው ከኬጂቢ ጋር በመተባበር ያቋቋሙት የፖለቲካ ቡድን ተራማጅና ዲሞክራት ነው ለማስኘት የጣሩት እነዚህን ሀቀኞችና ጠንካራ ጓዶችን በማስገባታቸው ነበር። ክፍሉ ታደሰን የሚያውቁት በመቀራረብ ሳይሆን ከፍተኛ አመራር ቦታ ላይ አስቀድሞ ያስቀመጡት "ታጋይ" ስለነበር እሱም እንደእነሱ ዓይነት ሰው መስሎ ነበር የሚታያቸው። የድርጅቱን መመሪያ አንቀበልም ብለው የወሎውን ዘመቻ እስከመጨረሻው መቃወም እራሱ ክፍሉ ታደሰን ጭምር ማስቀየም መስሎ ሊታያቸው እንደሚችል አድርገው የገመቱ የቀድሞ አባላት አጋጥሞኛል። ብርሃኔ እያሱ ከብርሀነመስቀል ረዳ ጋር ሲወያይ ስቅስቅ ብሎ ያለቀሰበትም አንዱ ምክኒያት በወሎ ግዳጅ እነዚህን የመሰሉ ጠንካራ ጓዶቹን በማጣቱም ነበር።

84. ታደለች ኪዳነማርያም፣ ከነዋለልኝ መኮንንና ማርታ መብራቱና ከጓደኞቻቸው ጋር የአየር ጠለፋ እልቂት በሕይወት የተረፈችውና የዘሩ ክሕሸን ባለቤትና በአሲምባ "አዲሲቷ ንግሥት" በሚል የቅጽል ስሟ የምትታወቀው ነች። በአየር ጠለፋው ወቅት ታደለች ኪ/ማርያም በእውነት ጠላፊዎች አዝነውላት አተረፏትን? ወይንስ በዕድልና በተዓምር ተረፈችን? ወይንስ ቀድሞውኑ የተጠና የተቀነባበረ ዝግጅት ስለነበር ነውን? ከዚያን ዘመን ጀምሮ ከዘሩ ክሕሸን ጋር የጠበቀ መቀራረብ እንደነበራቸው ሁሉ ይነገር ነበር። ጀብሃ የኢሕአሠ አባል ለሆነ ለባሰበት አንድ ሕመምተኛ ብ

የሕክምና እርዳታ እንደሚሰጥ በመወሰኑ ከለዓሳ የሚገኘው የሕክምና ኮሚቴ ለአንድ የዓይኑ ብርሃን ሊጠፋ ለደረሰ አባል ዕድሉ እንዲሰጥ በመወሰኑ አባሉ ሊሄድ ሲዘጋጅ እሱን ትተው "ንግሥት" ታደለችን ጾረና ድረስ በቃሬዛ እንድትወሰድ አንድ ጋንታ ታዞላት እንድትሄድ ተደረገ። ይህ ጨካኝ መመሪያና ውሳኔ ዓይን ሕመምተኛውን ብቻ ሳይሆን የጎዳው የሳንባ ነቀርሳ በሽተኛ የነበረውንና ለሕክምና ወደ ውጭ ይላክ ዘንድ ለረጅም ትላካለህ እየተባለ ሲነገረው የቀየው የዳያው የስንቅና ትጥቅ ኃላፊና በኃላ ከእነ ኢርጋ ተሰማ ጋር የተረሸነው መኮንን ተክሌ/ደረጀንም ጭምር ነበር። ድርጊቱ ሠራዊቱን ክፉኛ በማስቀየሙ ቅሬታ አሳድሯል።

85. ደንቀሮ የሚለውን የቅጽል ስም የሰጠው ብሥራት ደበበ/አሲምባና ኤልያስ በቀለ/ታሪኩ ቢሆኑም በግንባር ቀደም የንቅናቄው አባላት ይኸው ስም ጸድቀ ደብተራው በሁሉም ግንባር ቀደም ታጋዮቹ የሚታወቀው በዚህ ስሙ ነበር። እነብሥራትና ኤልያስ/ታሪኩ ፀጋየን ያከብሩታልም ይወዱታልም፣ በአንፃሩ ደግሞ ተንኮላቸውና ስውር አጀንዳቸውን ሊረዳ ያልቻለ የዋሩትና ተንኮል መሣሪያ ሆኖ እንደሚያገለግል የማይገባው ደንቀሮ አድርገው ነበር የሚያዩት። ድሮም ቢሆን በሠራዊቱ ውስጥ የተፈጸመው ወንጀልና በደል ሁሉ በፀጋየ ገብረመድህን/ደብተራው እየተመኻኘ እንጂ ከሱ እንዳልፈለቀና እንዳልተሰነዘረ አድርገው ነበር የሁሉም እምነት። በኢሕአፓ ባለው ጭፍን ፍቅርና በጓደኝነት ደንዝዞ በመደንቀሩ ለፀረ-ኢትዮጵያና ፀረ-ሕዝብ ተልዕኳቸው ሲገለገሉበት ፈጽሞ ሊገባው ባለመቻሉ የፓርቲው አመራር የተንኮል መሣሪያ አሻንጉሊት በመሆን የጨካኝነት ተግባር ማስፈጸሚያ ጡንቻቸው እንደሆነ ይቆጥሩት ነበር። ሁሉም ወይንም አብዛኛው አባላት ፀጋየ ገ/መድህን በኢትዮጵያ አንድነት ላይ የማያወላውል ጠንካራ አቋም የነበረው ኢትዮጵያዊ እንደነበረ ያምናሉ።

86. ፀሐየ መሓሪ/ዘሚካኤል የትግራይ ተወላጅ ሲሆን ሙሉጌታ ደበበ/ለማ የተባለው በትግራይ ክፍለ ሀገር ኲኻ የጦር ሠፈር ተወልዶ ያደገ የኦሮሞ ልጅ እንደሆነ ነው የሰማሁት። 16ቱ ጀግኖች ለደርግና መኢሶን እናድርም ብለው ሲረሸኑ የትግራዩ ተወላጅ ፀሐየ/ዘሚካኤልና ሙሉጌታ ደበበ/ለማ ለነንግሥት አዳነና ነገደ ጎበዜ ታማኝነታቸውን ገልጸው ኢሕአፓን ሲደበድቡና ሲያስደበድቡ ቀይተው መኤሶን በተራው ሲደበደብ የደርግ ፖለቲካ ድርጅት ካድሬ በመሆን በከተማ ኢሕአፓን ለመጨፍጨፍ በተደረገው ዘመቻ ደርግ በመሣሪያነት ተጠቅሞባቸዋል።

87. ይህ የቅጽል ስም ከሻዕቢያ የተወረሰና ለትግራይ ተወላጅ ለሆኑ ለአፄው መንግሥትም ሆነ የደርግ መንግሥት ለሚደግፍ በኤርትራ ለሚኖሩ የትግራይ ተወላጆች የተሰጠ ስም ነበር። አልፎም በትግራይ ለሚኖሩ የመንግሥት ጠንካራ ደጋፊዎች ጭምር ነበር። በተመሳሳይ ደረጃም ከኢሕአሠ ጋር ተሰልፈው የሚታገሉትን የትግራይ ተወላጆች መጠሪያ ስም አደረጉት። የአማራ ቡችላዎች ማለታቸው ነው።

88. የኃላ ኃላም ከጎንደር የሠራዊቱን የብተና ተግባር አከናውኖ ደርግ የገባና፣ የአያሌው ከበደ ተሰማ የቅርብ ጓደኛና ሚዜ የነበረ "ታጋይ" ነው። እንደሌሎቹ ምሕረት ጠያቂዎች ምንም ችግር

ሳያጋጥመው ወዲያውኑ በማስታወቂያ ሚኒስቴር የእንግሊዘኛ ዴስክ ኃላፊነት ተሰጠው። ከዚያም ወያኔ ስትገባ በመሣሪያነት የወያኔው ፖሊሲና ዓላማ አራማጅና አስተዋዋቂነት ብቻ ሳይሆን ለወያኔ አባልነት ምልመላ መድረክ እንዲያገለግል በወያኔ ድጋፍ የተቋቋመው የፎረም 84 ተብየው ሊቀመንበር በመሆን ብዙ ቀናና ንጹህ የዋህ ወገኖቻችንን በማወናበድ ለወያኔ አባልነት የማምረቻ ዋና መሳሪያ የነበረና ለቀና ለአገልግሎቱም የማስታወቂያ ሚኒስቴር የቴሌቪዥን መምሪያ ኃላፊነቱን ቦታ ገፀበረከት ተደረገለት።

89. መንዝና ጥሙጋ አውራጃ፣ ለሁለት አውራጃዎች በመከፈል አንዱ የመንዝና ግሼ አውራጃ ተብሎ የአውራጃው ከተማ መሀል ሜዳ ሲሆን፣ ሁለተኛው አውራጃ ደግሞ የይፋትና ጥሙጋ አውራጃ ተብሎ የአውራጃው ከተማ ደብረሲና ሆነ።

ዋቢ መጻሕፍት፣ መጽሔቶች፣ ጋዜጦችና ሰነዶች

መጻሕፍት

አስማማው ኃይሉ፣ ኢሕአሠ (የኢትዮጵያ ሕዝባዊ ሠራዊት)፣ ከ1964 – 1970 ዓ. ም.፣ ቅጽ አንድ፣ 2003

ክፍሉ ታደሰ፣ ያ ትውልድ፣ የኢትዮጵያ ሕዝባዊ አብዮታዊ ፓርቲ ታሪክ፣ ክፍል ፩፣ ከአጀማመሩ እስከ 1967 ዓ. ም. ድረስ፣ ኢንዲፔንደንት አሳታሚዎች

ክፍሉ ታደሰ፣ ያ ትውልድ፣ ቅጽ 2፣ የለውጥ ማዕበል በኢትዮጵያ፣ የኢትዮጵያ ሕዝባዊ አብዮታዊ ፓርቲ ታሪክ፣ 1991፣ ኢንዲፔንደንት አሳታሚዎች

ክፍሉ ታደሰ፣ ያ ትውልድ፣ ቅጽ 3፣ የለውጥ ማዕበል በኢትዮጵያ፣ የኢትዮጵያ ሕዝባዊ አብዮታዊ ፓርቲ ታሪክ፣ ሁለተኛ እትም፣ ሐምሌ 1993 ዓ. ም.

ሻምበል ተስፋየ ርስቴ፣ ምስክርነት በባለሥላጣናቱ አንደበት፣ ግንቦት 2001 ዓ. ም. አዲስ አበባ።

ታክሎ ተሾመ፣ የደም ዘመን፣ ክፍል ሁለት፣ የጨነገፈ ራዕይ-ያልተቃጭ ታሪክ,፣ 2005፣ ሜልበርን።

Ayalew Yimam, Yankee, Go Home! The Life of an Ethiopian Revolutionary And The Fall of Assimba, EPRP's Red Base, Signature Book Printing, 2011

አንዳርጋቸው አሰግድ፣ በአጭር የተቃጨ ረጅም ጉዞ: መኢሶን በኢትዮጵያ ሕዝቦች ትግል ውስጥ፣ ሴንቴራል ማተሚያ ቤት፣ የካቲት 1992፣ አዲስ አበባ

ተስፋየ መኮንን፣ ይድረስ ለባለታሪኩ፣ ጥቅምት 1985 ዓ. ም.

መጽሔቶች

African Confidential, Volume 22 No. 2, January 14 1981

የኢትዮጵያ ሪቪው፣ ቅጽ 3 ቁጥር 2፣ 1993

አያሌው መርጊያው/መጅድ አብደላ፣ አዕምሮ፣ የመጀመሪያ ዓመት፣ ቁጥር ፯፣ ነሐሴ 1985 ዓ. ም. አዲስ አበባ (ግልጽ ደብዳቤ ለ: በኢሕዴን፣ ኦሕዴድ፣ ፎረም 84፣ … ወዘተ ዙሪያ ለተሰባሰባችሁ ዘመናዊ "ታጋዮች" በየአላችሁበት)።

ክፍሉ ታደሰ፣ ትግላችን፣ ቁጥር 3፣ የካቲት/ሚያዚያ 1963 ዓ. ም.

ማለዳ፣ ወርሃዊ የአማርኛ መጽሔት፣ 1984 ዓ. ም.

የትግላችን መጽሔት፣ ቁጥር 3፣ ሚያዚያ/ሐምሌ 1963 ዓ. ም.

ትግላችን፣ ቁጥር 4፣ 1965 ዓ. ም.

ጋዜጦች

አዲስ ዘመን፣ መጋቢት 5 ቀን 1969 ዓ. ም.

አብዮት፣ ልዩ ዕትም፣ መስከረም 1979 ዓ. ም.

ዲሞክራሲያ ልዩ እትም ሐምሌ 1968 ዓ. ም.

ዲሞክራሲያ፣ ቅጽ 8፣ ቁ. 9

ዲሞክራሲያ፣ ቅጽ 4፣ ቁጥር 11፣ ቀን የለበትም።

የዲሞክራሲያ ልዩ እትም፣ ነሐሴ 26፣ 1968።

የዲሞክራሲያ፣ ቅጽ 3፣ ቁጥር 9፣ መስከረም 5፣ 1969።

ዲሞክራሲያ ቅጽ 3፣ ቁጥር 10፣ ጥቅምት 12 ቀን 1969 ዓ. ም.

ዲሞክራሲያ፣ ቁጥር 5፣ እና ቁጥር 6

አሲምባ፣ ቅጽ 11፣ ቁ. 8፣ ገጽ 3።

ሞገድ ጋዜጣ፣ እትም 17፣ ፎረም 84፣ ከድጡ ወደ ማጡ!" ታሕሣሥ 28 ቀን 1986

ሰነዶች እና ማስታወሻዎች

የኢትዮጵያ ሕዝባዊ አብዮታዊ ፓርቲ (ኢሕአፓ) ፕሮግራም

ብርሀነመስቀል ረዳ፣ ብርቱ ምስጢር፣ በሀገርና ሕዝብ ደሕንነት ጥበቃ ሚኒስቴር የማዕከላዊ ምርመራ ድርጅት የወንጀል መዝገብ ቤት ሰኔ 01 ቀን 1971 ዓ. ም.

የኢሕአፓ ሰነድ፣ Hand Book on Elementary Notes on Revolution and Organization', August 1972

የሻለቃ ዳዊት ወ/ጊዮርጊስ ማስታወሻ፣ "ይድረስ ለጓድ ሊቀ መንበር መንግሥቱ ኃ/ማሪያም" (በሌ ማተሚያ ቤት የታተመበት ዓ. ም. የለበትም)

የእርምት እንቅስቃሴ ማስታወሻዎች፣ የኬ አመለካከት፣ ገጽ 9፣ ኬ፣ በውጭ ኮሚቴ ውስጥ ያገለገ የኢሕአፓ ማ/ኮ አባል (ከክፍሉ ታደሰ የተወሰደ)

በባስክ ትግል ላይ ያለን አቋም፣ ገጽ 3፣ በሰሜን አሜሪካ ለኢሕአፓ የአካባቢ ኮሚቴ፣ የውጭ ኮሚቴ የሰጠው መልስ፣ ከክፍሉ ታደሰ የተወሰደ።

የሕወሀት ኮሚኒስት ኃይል የ10 ዓመት ጉዞ ግምገማ፣

ስለሽ ቱጂ፣ ተራሮችን ያንቀጠቀጠ ትውልድ

ለብዙ ዓመታት ከእኔ ጋር የቆዩ የግል ማስታወሻዎች

ቃለ ምልልስ

ከኤደን ወደ አሲምባ ጉዟችን ዋዜማ ዕለት ውብሸት መኮንን/አቡበከር ሙሀመድና ኤፍሬም ደጀኑ/ሰዒድ አባስ በአንድነት በመፈራረቅ ያደረጉልኝ ጭውውት)።

ስሙን እንዳልጠቅስ ያሳሰበኝ የቀድሞ ቀኃሥ ዩኒቨርሲቲ የሕግ ምሩቅ ወዳጄ

ሰቦቓ/ለማ ግርሙ፣

አንተነህና ለይኩን

አስረስ ስሜ

ደመቀ አባዜና ጣሰው (የድርጅት ስም)

አስረስ ስሜና ድር ሙሀመድ ባንድነት

ቢራቱና አራጌ

ኃ. ብሥራት

ሚሊሽያ በለጠ

አብዲሳ አያና፣

ከድር ሙሀመድ

ተስፋየ ወልዱ

ቱሉ (የድርጅት ስም)

አስቴር አድማሱ

ገብረሀና እና ልመንህ

ያሬድ ደጀኑ

ስሙ የተዘነጋኝ 3ኛው አብዮታዊ ሠራዊት በትውስት ሄጄ በነበረበት ጊዜ የጄኔራል አበራ አበበ ልዩ ፀሀፊ የነበረና ከዚያም መከላከያ ሚኒስቴር ተመድበው መፈንቅለ መንግሥቱን በሚያካሂዱበት ወቅት እስከ መጨረሻው ልዩ ፀሀፊያቸው ሆኖ የቀየው የቀድሞው ምክትል የመቶ አለቃ የኃላው መቶ አለቃ።

ማሳሰቢያ ለአንባቢያን

በፈረንጆች ዘመን በመጋቢት ወር 2013 የተጠናቀቀው ይህ የመጽሀፍ ረቂቅ እስከአሁን ድረስ ለንባብ ያልበቃው በዓይኔ ምክኒያት ብቻ ሳይሆን አዲስ አበባ ዩኒቨርሲቲ እንዲታተም የፈለጉ የቅርብ ወዳጆቼ ኤዲተር (Edistor) አፈላልገው ከሆኑ የዩኒቨርሲቲ ፕሮፌሰር ጋር ተስማምተው እንዳጋጠሙኝ ረቂቁን ለመላክ ስዘጋጅ የዩኒቨርሲቲው ፕሮፌሰር መጽሀፍህ ለመንግሥታችን ቀና አመለካከት ከሌለው እንዳትልክልኝ ብለው በማሳሰባቸው የወያኔን መንግሥት በክፉ ያነሳሁበት ይኖራል ብየ ባልጠራጠርም የወያኔ ነገር ምን ይታወቃል በሚል ፍራቻ ተደናግሬ ዕቅዱ ተቋርጦ ቀየ። እንደገና እኒሁ ወዳጆቼ በምዕራብ ከሚገኝ ኢትዮጵያዊ አሳታሚ ድርጅት ሊያሳትሙልኝ ፈልገው ከድርጅቱ ባለቤት ጋር ተመካክረው ጽሁፉን እንድልክ ተነግሮኝ ከላኩ በኋላ እነሆ እስከአሁን ድረስ ምላሽ ሳላገኝ በአሳታሚው ድርጅት ተወዝፎ ይገኛል። ከድርጅቱ ባለቤት የሚሰጠኝ ተደጋጋሚ መልስ ረቂቁን እንዲያነቡ ከተቀጠሩት ሁለት አንባቢዮች (Readers) መካከል አንዱ ነዋሪነቱ አዲስ አበባ የሆነው አንባቢ እስከአሁን ድረስ አንብቦ አልመለሰልንም የሚል ነው። በእንደዚ እንዳለ በአጋጣሚ የብርሀነመስቀል ረዳ የምርመራ ቃል በመገኘቱ ጽሁፉ ለንባብ አስቸጋሪ በመሆኑ በወዳጆቼ እርዳታ ጽሁፉን ለመጠቀም ተሞክሯል።

በመጨረሻም መጽሀፌ ለንባብ ሳይበቃ እስከመቼ ተወዝፎ ሊቀይ ነው በማለት የባሰ ጭንቀትና ሀሳብ ላይ በመውደቄ ሌላው እንኳን ቢቀር በ PDF ተዘጋጅቶ በ POD self-publishing ድርጅት እየተጠረዘ ለማውጣት አስቸጋሪ የሆነ መንገድ መረጥኩ።

CPSIA information can be obtained at www.ICGtesting.com
Printed in the USA
BVOW09s2314150615
404746BV00025B/677/P

9 780646 93630